அன்னா கரீனினா

லியோ டால்ஸ்டாய்

தமிழில்: கேசவமணி

நற்றிணை பதிப்பகம்

அன்னா கரீனினா * நாவல் * லியோ டால்ஸ்டாய் * தமிழில்: கேசவமணி * மொழிபெயர்ப்பு உரிமை : கேசவமணி * முதல் பதிப்பு: டிசம்பர் 2023 * வெளியீடு: நற்றிணை பதிப்பகம் (பி) லிமிடெட் * எண். 136, தரைத்தளம், சோழன் தெரு, ஆழ்வார்திருநகர், சென்னை – 600 087.

* மின்னஞ்சல்   : natrinaipathippagam@gmail.com
* கைப்பேசி   : 94861 77208
* தொலைபேசி   : 044 – 4273 2141
* அச்சாக்கம்   : துர்கா பிரிண்டர்ஸ், சென்னை – 600 005.

முன்னுரை

ஒரு இலக்கிய வாசகனாக அன்னா கரீனினாவை வாசிப்பது ஒரு கனவு என்றால் ஒரு மொழிபெயர்ப்பாளனாக அதை மொழியாக்கம் செய்வது ஒரு பெருங்கனவு. பல்வேறு காரணங்களால் அதை முன்னரே செய்ய முடியாமல் போனாலும், கடந்த காலம் மறுத்ததை எதிர்காலமும் அனுமதிக்காது என்று சொல்ல முடியாது என்ற டால்ஸ்டாயின் வார்த்தைகளுக்கு ஏற்ப இப்போது அது சாத்தியமாயிருக்கிறது.

டால்ஸ்டாயின் பல சிறுகதைகளையும், 'இவான் இலிச்சின் மரணம்' 'தி க்ரூட்சர் சொனாட்டா' போன்ற படைப்புகளையும் மொழியாக்கம் செய்த பிறகு, அன்னா கரீனினாவை மொழியாக்கம் செய்யும் உத்வேகம் கிடைத்தது.

இருப்பினும் பக்கங்களால் மட்டுமின்றி, உள்ளடக்கத்தாலும் பிரம்மாண்டமான ஒரு படைப்பை அணுகுவது மலைப்பை ஏற்படுத்தியது. நண்பர் நற்றிணை திரு. யுகன் 'உங்களால் முடியும்' என்று நம்பிக்கை அளித்து, அவ்வப்போது தொடர்பு கொண்டு உற்சாகப்படுத்தினார்.

அன்னா என்ற அழகான பூவை அதன் அழகுக்காகவே செடியிலிருந்து பறித்த விரான்ஸ்கி, எந்த அழகுக்காக அதைப் பறித்தானோ அந்த அழகைக் காணமுடியாமல் போகிறான். ஏனெனில் பறித்த பிறகு பூ வாடிப்போவது இயல்பு என்பதால், அன்னா கரீனினா என்ற பூவைப் பறிக்காமல், அதன் அழகைச் சிதைக்காமல், மணம் வீசும் நறுமணத்துடன் அதை அப்படியே வாசகர்களிடம் கொண்டு சேர்க்கும் முயற்சியாக, காலத்துக்கு ஏற்ற மொழிபெயர்ப்பு அவசியம் என்ற நோக்கில் இந்த மொழிபெயர்ப்பு வெளியாகிறது.

கடந்த ஒரு வருட உழைப்பின் பலனாக இப்போது அன்னா கரீனினா உங்கள் கைகளில் தவழ்கிறது. அதை மிகச் சிறந்த முறையில் அழகாக, நேர்த்தியாக வெளியிட்டுள்ள திரு. யுகன் அவர்களுக்கு மனமார்ந்த நன்றி.

அன்புடன்,
கேசவமணி.

கேசவமணி

கேசவமணி, ஈரோடு மாவட்டம் அந்தியூரில் 1966ஆம் ஆண்டு பிறந்தார். அவரது மனைவி ரேவதி. அவருக்கு ரூபாபிரியதர்ஷினி, பாலாஜி கிருஷ்ணா என்ற இரு பிள்ளைகள் உள்ளனர்.

'முக்கியத் தமிழ் நாவல்கள் சில குறிப்புகள்' என்ற நாவல்களைக் குறித்த விமர்சன நூலும், 'முக்கியத் தமிழ்ச் சிறுகதைகள் ஒரு பார்வை' என்று சிறுகதைகளைப் பற்றிய விமர்சன நூலும் எழுதியிருக்கிறார்.

இவர் எழுதிய 'சுந்தர காண்டம்' என்ற நூலை 2019ஆம் ஆண்டில் நற்றிணை பதிப்பகம் வெளியிட்டது.

ஒரு தனியார் நிறுவனத்தில் பணியாற்றிய அவர், நாவல்கள் மற்றும் சிறுகதைகள் குறித்த விமர்சனங்களை எழுதியன் மூலம் இணைய வாசகர்களிடையே அதிக கவனம் பெற்றார்.

இவர் தமிழ் இலக்கியத்தை அணுகும் விமர்சனமுறை பல்வேறு வாசகர்களிடையே வாசிப்பில் மாற்றத்தைக் கொண்டுவந்துள்ளது.

இவரது டால்ஸ்டாய் படைப்புகளின் தமிழாக்கம் தனித்துவ மிக்கவை என்பதோடு உலககெங்கும் உள்ள வாசகர்கள் விரும்பி வாசிப்பவையாக உள்ளன.

உலக இலக்கியங்களில் மிக அதிக மொழிகளில் மொழியாக்கம் செய்யப்பட்ட லாவோட்சுவின் தாவோ தே ஜிங் எனும் சீன நூல் இவரது தமிழாக்கத்தில் வெளியாகியுள்ளது.

பகுதி ஒன்று

1

மகிழ்ச்சியான குடும்பங்கள் அனைத்தும் ஒரே மாதிரியாக இருக்கின்றன. ஆனால் மகிழ்ச்சியற்ற ஒவ்வொரு குடும்பமும் ஒவ்வொரு விதமாகத் துயரப்படுகின்றன.

ஆப்லான்ஸ்கியின் வீட்டில் எல்லாமே குழப்பத்தில் இருந்தன. முன்பு அவர்கள் வீட்டில் இருந்த பிரெஞ்சு ஆசிரியைக்கும் தன் கணவருக்கும் கள்ளத்தொடர்பு இருப்பதைக் கண்டறிந்த மனைவி, அவருடன் ஒரே வீட்டில் சேர்ந்து வாழ முடியாது என்று கணவரிடம் தெரிவித்தாள். இந்தச் சண்டை கடந்த மூன்று நாட்களாக நீடித்ததால், கணவனும் மனைவியும் மட்டுமின்றி, குடும்ப உறுப்பினர்கள், வேலைக்காரர்கள் உட்பட அனைவரும் அதனால் அவதிப்பட்டனர். அவர்கள் அனைவரும் இனியும் தாங்கள் ஒன்றாகச் சேர்ந்து வாழ்வதில் எந்த அர்த்தமும் இல்லை என்றும், தங்களைவிடத் தற்செயலாக ஒரு விடுதியில் சந்திக்கும் மனிதர்களிடம் கூட அதிக ஒற்றுமையைப் பார்க்க முடியும் என்றும் உணர்ந்தனர். மனைவி தனது அறையை விட்டு வெளியே வரவில்லை. கணவன் மூன்று நாட்களாக வீட்டில் இல்லை. குழந்தைகள் கட்டுப்பாடின்றி வீடு முழுவதும் ஓடித் திரிந்தார்கள். வீட்டு வேலைக்காரியுடன் சண்டையிட்ட ஆங்கில ஆசிரியை, தனக்கு வேறு ஒரு புதிய இடத்தைப் பார்க்க முடியுமா என்று தன் நண்பருக்குக் கடிதம் எழுதினாள். நேற்று முன்தினம் இரவு உணவு நேரத்தில் வீட்டை விட்டுச் சென்ற சமையல்காரன் பிறகு வீடு திரும்பவில்லை. தாங்களும் போகப் போவதாக, சமையலறைப் பணிப்பெண்ணும், வண்டியோட்டியும் தெரிவித்தனர்.

சண்டை நடந்து மூன்று நாட்களுக்குப் பிறகு, நாகரிக சமூகத்தில் ஸ்டீவா என்று அழைக்கப்படும், இளவரசன் ஸ்டீபன் ஆர்கடியேவிச் ஆப்லான்ஸ்கி, தனது வழக்கமான நேரத்தில், அதாவது காலை எட்டு மணிக்கு, தனது மனைவியின் படுக்கையறையில் இல்லாமல் தனது படிப்பறையில், தோல் மூடிய சோபாவிலிருந்து கண் விழித்தான். மீண்டும் நீண்ட தூக்கத்தில் விழுபவன் போல, தலையணையை இறுக்கமாக அணைத்து, கன்னங்கள் அழுந்த, நன்கு பராமரித்த

தனது கொழுத்த உடலைக் கம்பிச்சுருள் சோபாவின் மீது புரள விட்டான். ஆனால் அவன் சட்டென்று கண்களைத் திறந்து எழுந்து உட்கார்ந்தான்.

'ஆம், ஆம், இப்போது அது எப்படி இருக்கும்?' என்று அவன் தான் கண்ட கனவை நினைத்துப் பார்த்தான். 'இப்போது, எப்படி இருக்கும்? உறுதியாகச் சொல்ல வேண்டும் என்றால் அலபின், டார்ம்ஸ்டாட்டில் இரவு விருந்து கொடுத்துக் கொண்டிருந்தார். இல்லை, டார்ம்ஸ்டாட் அல்ல, ஆனால் ஏதோ ஒரு அமெரிக்க இடம். ஆம், டார்ம்ஸ்டாட் அமெரிக்காவில் இருக்கிறது. ஆம், அலபின், இரவு விருந்து கொடுத்துக் கொண்டிருந்தார். கண்ணாடி மேசைகளில் இரவு உணவு பரிமாறினார்கள். 'நீ என் செல்லம்' அல்லது அதைவிடச் சிறந்த ஒரு பாட்டுப் பாடியது. மேசையின் மீது மதுவைப் பரிமாறும் சிறிய கண்ணாடிப் பாத்திரங்கள் இருந்தன. அங்கு பெண்களும் இருந்தார்கள் என்று அவன் நினைவு கூர்ந்தான்.

ஸ்டீபன் ஆர்கடியேவிச்சின் கண்கள் மகிழ்ச்சியுடன் பளபளத்தன. அவன் புன்னகையுடன் தான் கண்ட கனவை நினைத்துப் பார்த் தான். 'ஆமாம், நன்றாக இருந்தது, மிகவும் நன்றாக இருந்தது. மேலும் பல மகிழ்ச்சியான விஷயங்கள் இருந்தன என்றாலும், அதை வார்த்தைகளில் விவரிப்பதோ அல்லது இப்போது விழித்திருக்கும் நான் அதைக் கற்பனை செய்யவோ முடியாது.' அப்போது ஜன்னல் திரைச்சீலை அருகே ஊடுருவிய வெளிச்சத்தைப் பார்த்த அவன், சோபாவின் விளிம்பில் அமர்ந்து கால்களைத் தொங்கவிட்டு, தனது செருப்புகளைத் தேடினான். (அது அவள் மனைவி எம்ப்ராய்டரி செய்து, அவனுக்குக் கடந்த வருட பிறந்த நாள் பரிசாகக் கொடுத்தது). மேலும், கடந்த ஒன்பது வருடங்களாக ஒவ்வொரு நாளும் செய்ததைப் போல, அவன் படுக்கையிலிருந்து எழுந்திராமல், வழக்கமாக உடைகள் தொங்கிக் கொண்டிருக்கும் திசையை நோக்கிக் கைகளை நீட்டி னான். தான் மனைவியின் அறையில் இல்லாமல், தன்னுடைய படிப்பறையில் தூங்குவது ஏன் என்பது அப்போதுதான் அவனுக்குத் திடீரென்று நினைவுக்கு வந்தது. உடனே அவன் முகத்தில் இருந்த புன்னகை மறைந்தது. அவன் முகத்தைச் சுளித்தான்.

"ஓ, ஓ, ஓ...!" என்று முனகிய அவன் நடந்த அனைத்தையும் நினைத்துப் பார்த்தான். தனக்கும் மனைவிக்கும் ஏன் சண்டை ஏற்பட்டது என்ற விவரங்களை மீண்டும் நினைவுக்குக் கொண்டு வந்த அவன், தன்னுடைய நம்பிக்கையற்ற நிலையையும், எல்லா வற்றிற்கும் மேலாக தன்னுடைய மோசமான தவறையும் நினைத்துப் பார்த்தான்.

'ஆம், அவள் என்னை மன்னிக்க மாட்டாள், அவளால் என்னை மன்னிக்க முடியாது. இதில் மிக மோசமானது என்னவென்றால்,

இது எல்லாமே என்னுடைய தவறு என்றாலும் நான் எதையும் குற்றம் சொல்ல முடியாது என்பதுதான். அதுதான் இப்போதுள்ள சூழ்நிலை' என்று அவன் நினைத்தான். "ஓ, ஓ, ஓ!" என்று அவன் இந்தச் சண்டையினால் ஏற்பட்ட கடுமையான மனவலியை நினைத்துப் பார்த்து, விரக்தியுடன் திரும்பத் திரும்பச் சொல்லிக்கொண்டான்.

திரையரங்கில் இருந்து மகிழ்ச்சியோடு வீட்டுக்குத் திரும்பிய அவன், தனது மனைவிக்காக கையில் ஒரு பெரிய பேரிக்காயைக் கொண்டு வந்தபோது, அவளை வரவேற்பறையிலும் படிப்பறையிலும் காணாதது அவனுக்கு ஆச்சரியமாக இருந்தது. ஆனால் கடைசியில் அவள் படுக்கை அறையில், தன்னைக் காட்டிக் கொடுத்த துரதிர்ஷ்ட மான அந்தக் கடிதத்துடன் அவளைப் பார்த்தான்.

எப்போதும் வீட்டு விஷயங்களைப் பற்றி கவலைப்பட்டுக் கொண்டும், அலட்டிக் கொண்டும் இருந்த, விசாலமான பார்வை இல்லாத (அவன் அப்படி நினைத்தான்) அவனுடைய டோலி, கையில் கடிதத்துடன் அசையாமல் அமர்ந்திருந்தாள். அவள் அவனைப் பார்த்த பார்வையில் திகிலும், விரக்தியும், கோபமும் வெளிப்பட்டது.

"என்ன இது? இது?" என்று அவள் கடிதத்தைக் காட்டிக் கேட்டாள்.

அதை நினைவுக்குக் கொண்டு வர முயற்சித்த ஸ்டீபன் ஆர்கடியே விச், அடிக்கடி நடப்பது போல, தன் மனைவியின் கேள்வியைக் கேட்டு அத்தனை எரிச்சல் அடையவில்லை.

எதிர்பாராமல் மிகவும் வெட்கக்கேடான ஏதோவொன்றில் சிக்கியவர்கள் அனைவருக்கும் நடப்பது போல அவனுக்கும் நடந்தது. தன் குற்றம் வெளிப்பட்ட நிலையில், தன் மனைவியின் முன்னால் நிற்பதற்குத் தயாராக தன்னுடைய முகத்தை வைத்துக் கொள்ள அவனுக்குப் போதிய அவகாசம் கிடைக்கவில்லை. புண்படுத்து வதற்குப் பதிலாக, மறுத்துப் பேசுவது, நியாயப்படுத்துவது, மன்னிப்புக் கேட்பது, அல்லது அலட்சியமாக இருப்பது, இவற்றில் அவன் வேறு எதைச் செய்திருந்தாலும் அது அவன் செய்ததை விடவும் நன்றாக இருந்திருக்கும். ஆனால் அவன் முகம் முற்றிலும் தன்னிச்சை யாக, (மூளையின் அனிச்சை செயல் என்று நினைத்தான் உடலியலில் ஆர்வமுள்ள ஸ்டீபன் ஆர்கடியேவிச்) பழக்கத்தின் காரணமாக, முட்டாள்தனமான புன்னகையை வெளிப்படுத்தியது.

இந்த முட்டாள்தனமான புன்னகையை அவளால் மன்னிக்க முடியவில்லை. அந்தப் புன்னகையைக் கண்ட டோலி, உடல் வலியால் துடிப்பதைப் போல நடுங்கினாள். அவளுடைய இயல்பான கோபத் துடன், வெள்ளத்தைக் கட்டவிழ்த்துவிட்டது போல, கொடூரமான வார்த்தைகளைச் சொல்லிவிட்டு, அறையை விட்டு வெளியே ஓடி

னாள். அதற்குப் பிறகு அவள் தன் கணவனைப் பார்ப்பதற்கு மறுத்து விட்டாள்.

'இந்த முட்டாள்தனமான புன்னகைதான் எல்லாவற்றிற்கும் காரணம்' என்று ஸ்டீபன் ஆர்கடியேவிச் நினைத்தான்.

'ஆனால் என்ன செய்வது? என்ன செய்வது?' என்று அவன் விரக்தியுடன் தன்னைத் தானே கேட்டுக்கொண்ட போதும் அவனுக்கு எந்தப் பதிலும் கிடைக்கவில்லை.

2

ஸ்டீபன் ஆர்கடியேவிச் அவனைப் பொருத்தவரை ஒரு உண்மையான மனிதன். தன்னைத்தானே ஏமாற்றிக் கொள்ளவும், தன் நடத்தைக்காக மனம் வருந்தாமல் இருக்கவும் அவனால் முடியாது. முப்பத்து நான்கு வயதான, அழகான, சுலபமாகப் பாதிக்கப்படுகிற ஒரு மனிதன் அவன். இறந்துவிட்ட இரு குழந்தைகளோடு ஏழு குழந்தைகளுக்குத் தாயான, தன்னைவிட ஒரு வயது இளைய மனைவி மீது அவனால் காதல் கொள்ள முடியவில்லை என்பதற்காக, அவன் இந்த நேரத்தில் வருத்தப்படவில்லை. ஆனால் தன் மனைவியிடமிருந்து தன் குற்றத்தை மறைப்பதில் தான் போதிய அளவு வெற்றி பெறவில்லை என்பதற்காகவே அவன் வருந்தினான். ஆனால் அவன் தன் நிலையின் தீவிரத்தை உணர்ந்து, தனக்காகவும், தன் மனைவி மற்றும் குழந்தைகளுக்காகவும் வருந்தினான். தன்னைப் பற்றி தன் மனைவிக்குத் தெரியவரும்போது, அது அவளிடம் இத்தகைய பாதிப்பை ஏற்படுத்தும் என்று அவன் முன்பே எதிர் பார்த்திருந்தால், ஒருவேளை அவன் தனது குற்றங்களைத் தன் மனைவியிடமிருந்து சாமர்த்தியமாக மறைத்திருப்பான். ஆனால் அவன் இதைப்பற்றி ஒருபோதும் தெளிவாக யோசிக்கவில்லை. தன் மனைவிக்குத் தான் துரோகம் செய்வது நீண்ட நாட்களுக்கு முன்பே அவளுக்குத் தெரிந்திருந்தும் அவள் அதைக் கண்டும் காணாத வளாக இருக்கிறாள் என்றே அவன் அனுமானித்தான். மேலும் அழகும் இளமையும் போய்விட்ட, எந்தக் குறிப்பிட்ட சுவாரஸ்யமும் தராத அவள் இனி வெறுமனே ஒரு நல்ல அம்மாவாக மட்டுமே இருக்க முடியும் என்றே அவன் நினைத்தான். ஆனால் அது முற்றிலும் வேறுவிதமாக மாறிவிட்டது.

'ஓ, மோசம்! மிக மிக மோசம்!' என்று ஸ்டீபன் ஆர்கடியேவிச் தனக்குத்தானே திரும்பத் திரும்பச் சொல்லிக் கொண்டான். மேலும் இனி செய்வதற்கு ஒன்றுமில்லை என்று அவன் நினைத்தான். 'இதற்கு முன்பு எல்லாம் எவ்வளவு நன்றாக இருந்தன! நாங்கள்

எத்தனை இனிமையாக வாழ்ந்தோம்! அவள் தன் குழந்தைகளில் திருப்தியாகவும் மகிழ்ச்சியாகவும் இருந்தாள். நான் அவளிடம் எதற்கும் தலையிட்டதில்லை. அவள் விரும்பியபடி குழந்தைகளையும் வீட்டையும் நிர்வகிக்க அனுமதித்தேன்... அவள் எங்கள் வீட்டில் ஆசிரியையாக இருந்தது நல்லதற்கல்ல என்பது உண்மைதான். நல்லதே இல்லை! பொதுவாக வீட்டில் பாடம் நடத்தும் ஆசிரியை யுடன் உல்லாசமாக இருப்பது இழிவானது, மோசமானது. இருந் தாலும் அவள் என்ன ஒரு ஆசிரியை! (மில் ரோலண்டின் கருப்புக் கண்களையும் புன்னகையையும் அவன் தெளிவாக நினைவு கூர்ந் தான்). ஆனால் அவள் வீட்டில் இருந்தபோது நான் தவறாக நடந்து கொள்ளவில்லை. எல்லாவற்றையும் விட மோசமானது அவள் ஏற்கனவே... துரதிர்ஷ்டம், இவை அனைத்தும் ஒரே நேரத்திலா நடக்க வேண்டும்! ஓ, ஓ! ஆனால் என்ன செய்வது, என்னதான் செய்வது?'

மிகவும் சிக்கலான, தீர்க்க முடியாத, எல்லாக் கேள்விகளுக்கும், வாழ்க்கை தரும் பொதுவான பதிலைத் தவிர வேறு எந்தப் பதிலையும் அவனால் கண்டுபிடிக்க முடியவில்லை. அந்தப் பதில் என்னவெனில், ஒருவர் அந்தந்த நாளின் தேவைகளில் வாழ வேண்டும், அதாவது தன்னை மறந்துவிட வேண்டும். இப்போது, குறைந்தபட்சம் இரவு வரும்வரை, அவனால் தூக்கத்தில் தன்னை மறப்பதும், பெண்கள் மதுக் குப்பி ஏந்தியவாறு பாடும் இசைக்குத் திரும்பிச் செல்வதும் முடியாது. எனவே அவன் தனது அன்றாட வாழ்க்கையின் கனவில் தன்னை மறந்தாக வேண்டும்.

'சரி, பிறகு பார்ப்போம்' என்று தனக்குள் சொல்லிக் கொண்ட ஸ்டீபன் ஆர்கடியேவிச் எழுந்து, நீலப் பட்டால் அலங்கரித்த சாம்பல் நிற உடையணிந்து, தன் பரந்த வெற்று மார்பில் ஆழமாகக் காற்றை இழுத்து, தனது பெரிய உடலைச் சுமந்த கால்களை இலகுவாகத் திருப்பி, உறுதியான நடையில் ஜன்னலை நோக்கிச் சென்று திரைச்சீலையை உயர்த்திவிட்டு, அழைப்பு மணியைச் சத்தமாக அடித்தான். அதற்கு உடனடியாகப் பதிலளிக்கும் விதமாக ஒரு பழைய நண்பரான வேலைக்காரன் மாத்வே, அவனுடைய உடைகள், காலணிகள் மற்றும் தந்திகளை எடுத்து வந்தான். மாத்வேயைத் தொடர்ந்து முடிதிருத்துபவர், சவரம் செய்வதற்குத் தேவையான பொருட்களுடன் வந்தார்.

"அலுவலகத்திலிருந்து ஏதேனும் கடிதங்கள் உள்ளதா?" என்று கேட்ட ஸ்டீபன் ஆர்கடியேவிச் தந்தியை எடுத்துக்கொண்டு கண்ணாடி முன் அமர்ந்தான்.

"மேசையில்" என்ற மாத்வே தன் எஜமானரை அனுதாபத்துடன் பார்த்தான். சற்று நேரத்துக்குப் பிறகு அவன் ஒரு மெல்லிய புன்ன

கையுடன், “யாரோ சிலர் வண்டியைச் சரிசெய்வதற்கு வந்துள்ளனர்” என்றான்.

ஸ்டீபன் ஆர்கடியேவிச் பதில் ஏதும் சொல்லவில்லை. அவன் கண்ணாடியில் மாத்வேயைப் பார்த்தான். கண்ணாடியில் அவர்களின் பார்வை சந்திக்கையில், அவர்கள் ஒருவருக்கொருவர் புரிந்து கொண்டது தெளிவாகத் தெரிந்தது. ஸ்டீபன் ஆர்கடியேவிச்சின் கண்கள் கேட்டன, ‘ஏன் அப்படிச் சொன்னாய்? உனக்குத் தெரியாதா?’

மாத்வே தன் மேலங்கியின் பையில் கைகளை வைத்து, ஒரு காலை நீட்டி, அமைதியாக, நகைச்சுவையுடன், ஒரு மெல்லிய புன்னகையுடன் தன் எஜமானரைப் பார்த்தான்.

“நீங்களோ அல்லது அவர்களோ சிரமத்திற்கு ஆளாக வேண்டாம் என்பதற்காக, நான் அவர்களை ஞாயிற்றுக்கிழமை வரச் சொன்னேன்” என்று அவன் சொன்னான். அவன் வாக்கியத்தை முன்கூட்டியே தயார் செய்திருந்தான் என்பது தெளிவாகத் தெரிந்தது.

மாத்வே நகைச்சுவை மூலம் கவனத்தைத் தன் பக்கமாக ஈர்க்க விரும்புவதை ஸ்டீபன் ஆர்கடியேவிச் கண்டான். அவன் தந்தியைப் பிரித்து, தந்தியில் எப்போதும் போல தவறாக இருந்த வார்த்தைகளை யூகித்துப் படித்தான். உடனே அவன் முகம் பிரகாசித்தது.

“மாத்வே, என் சகோதரி, அன்னா ஆர்கடியேவ்னா நாளை வருகிறார்” என்றான் அவன். முடிதிருத்துபவர் ஒரு நிமிடம் சரி பார்த்துத் தனது பருமனான கையால் அவனது நீண்ட சுருள் மீசையை நேர்த்தியாக வெட்டினார்.

“கடவுளுக்கு நன்றி!” என்றான் மாத்வே. தான் சொன்ன பதிலின் மூலம் தன் எஜமானரைப் போலவே, இந்த வருகையின் முக்கியத்துவத்தைத் தானும் உணர்ந்ததாகக் காட்டிக் கொண்டான். அதாவது அவனுக்கு மிகவும் பிடித்த சகோதரியான அன்னா ஆர்கடியேவ்னா, கணவன் மனைவிக்கு இடையே ஒரு சமரசத்தை ஏற்படுத்தக் கூடும் என்று நினைத்தான்.

“தனியாகவா அல்லது கணவருடனா?” என்று கேட்டான் மாத்வே.

முடி திருத்துபவர் அவனது மேலுதட்டில் தனது பணியைச் செய்ததால், பதில் சொல்ல முடியாத ஸ்டீபன் ஆர்கடியேவிச், ஒரு விரலை உயர்த்திக் காட்டினான். மாத்வே கண்ணாடியைப் பார்த்து தலையசைத்தான்.

“தனியாகவா, சரி, மாடி அறையைத் தயார் செய்யவா?”

“டாரியா அலெக்ஸாண்ட்ரோவ்னாவுக்குத் தெரியப்படுத்தவும். அவர் முடிவு செய்வார்.”

"டாரியா அலெக்ஸாண்ட்ரோவ்னா?" என்று மாத்வே சந்தேகத்துடன் கேட்டான்.

"ஆமாம், அவருக்குத் தெரிவிக்கவும். இதோ தந்தியை அவரிடம் கொடு. பிறகு அவர் சொல்வதைச் செய்."

'அவரைச் சோதித்துப் பார்க்க விரும்புகிறீர்கள்' என்று நினைத்த மாத்வே புரிந்துகொண்டான். ஆனால் அவன், "சரி ஐயா" என்று மட்டும் சொன்னான்.

மாத்வே வேண்டுமென்றே காலணிகள் சத்தமிட அடியெடுத்து வைத்து, கையில் தந்தியுடன் மீண்டும் அறைக்கு வந்தபோது, ஸ்டீபன் ஆர்கடியேவிச் ஏற்கனவே முகம் கழுவி, தலை சீவி, ஆடை அணிவதற்குத் தயாராக இருந்தான். முடி திருத்துபவர் சென்றுவிட்டார்.

"டாரியா அலெக்ஸாண்ட்ரோவ்னா இங்கிருந்து போகப் போவதாக உங்களிடம் தெரிவிக்கச் சொல்லி என்னிடம் கூறினார். இனி நீங்கள் விரும்பியபடி செய்யுங்கள்" என்று சொன்ன அவன் தன் கண்களால் சிரித்து, சட்டைப் பைக்குள் கைகளை வைத்து, தலையை ஒரு பக்கமாகச் சாய்த்துத் தன் எஜமானரைப் பார்த்தான். ஸ்டீபன் ஆர்கடியேவிச் ஒரு நிமிடம் மௌனமாக இருந்தான். பிறகு பரிதாபகரமான ஒரு புன்னகை அவனது அழகான முகத்தில் வெளிப்பட்டது.

"ஏன், மாத்வே?" என்ற அவன் தன் தலையை அசைத்தான்.

"பரவாயில்லை ஐயா, விஷயங்கள் மாறிவிடும்" என்றான் மாத்வே.

"மாறிவிடுமா?"

"நிச்சயமாக, ஐயா."

"நீ அப்படியா நினைக்கிறாய்? யாரங்கே?" என்று வாசலில் ஒரு பெண்ணின் ஆடையின் சரசரக்கும் ஓசையைச் செவிமடுத்த ஸ்டீபன் ஆர்கடியேவிச் கேட்டான்.

"நான்தான்" என்று ஒரு இனிமையான பெண்ணின் குரல் சொன்னது. குழந்தைகளின் செவிலியான மேட்ரோனா பிலிமோனோவ்னாவின் தழும்பு நிறைந்த முகம் வாசலில் தென்பட்டது.

"நல்லது, என்ன மேட்ரோனா?" என்று கதவருகே சென்று கேட்டான் ஸ்டீபன் ஆர்கடியேவிச்.

தனது மனைவியைப் பொறுத்தவரை ஸ்டீபன் ஆர்கடியேவிச் முற்றிலும் தவறு செய்திருந்தாலும், அவனே அதை உணர்ந்த போதிலும், கிட்டத்தட்ட வீட்டிலுள்ள அனைவரும் (செவிலியர், மற்றும் டாரியா அலெக்ஸாண்ட்ரோவ்னாவின் முக்கியக் கூட்டாளி உட்பட) அவன் பக்கம் இருந்தனர்.

“நல்லது, இப்போது என்ன?” என்று அவன் அதிருப்தியுடன் கேட்டான்.

“அவரிடம் போங்கள். மீண்டும் மன்னிப்புக் கேளுங்கள். ஒரு வேளை கடவுள் உங்களுக்கு உதவுவார். அவர் மிகவும் கஷ்டப்படு கிறார், அவரைப் பார்க்கவே பாவமாக உள்ளது. அதுமட்டுமின்றி வீட்டிலுள்ள அனைத்தும் தாறுமாறாக உள்ளன. குழந்தைகள் மீது நீங்கள் இரக்கம் காட்ட வேண்டும். அவரிடம் மன்னிப்புக் கேளுங்கள். நீங்கள் வேறு என்ன செய்ய முடியும்! தவறு செய்த ஒருவர் பின்விளைவுகளை ஏற்றுக்கொள்ள வேண்டும்...”

“ஆனால் அவள் என்னைப் பார்க்க மாட்டாள்.”

“நீங்கள் உங்கள் பங்கைச் செய்யுங்கள். கடவுள் இரக்கமுள்ளவர், அவரிடம் பிரார்த்தனை செய்யுங்கள். கடவுளிடம் பிரார்த்தனை செய்யுங்கள்.”

“வருகிறேன், அது நடக்கும், நீங்கள் போங்கள்” என்ற ஸ்டீபன் ஆர்கடியேவிச் திடீரென முகம் சிவந்தான். “சரி, இப்போது எனக்கு ஆடை அணிவியுங்கள்” என்ற அவன் மாத்வேயின் பக்கம் திரும்பி தனது இரவு உடையைத் தீர்மானமாகத் தூக்கி எறிந்தான்.

ஏற்கனவே குதிரையின் கழுத்துப்பட்டையைப் போல சட்டையைத் தூக்கிப் பிடித்திருந்த மாத்வே, அதிலுள்ள கண்ணுக்குத் தெரியாத சில தூசுகளை ஊதிவிட்டு, தன் எஜமானரின் நன்கு அழகுபடுத்தப் பட்ட உடலின் மீது வெளிப்படையான மகிழ்ச்சியுடன் அதை நழுவவிட்டான்.

3

ஸ்டீபன் ஆர்கடியேவிச் ஆடை அணிந்த பிறகு நறுமண திரவியம் பூசி, சட்டையின் கைப்பகுதியைச் சரிசெய்து, சிகரெட், தீப்பெட்டி, பணப்பை, இரட்டைச் சங்கிலி, கைக்கடிகாரம் ஆகிய வற்றைத் தனது வழக்கமான அசைவுடன் பாக்கெட்டில் வைத்து, கைக்குட்டையை அசைத்துப் பார்த்து, தன்னைச் சுத்தமான, மண மான, ஆரோக்கியமானவனாக உணர்ந்தான். தனது துரதிர்ஷ்டம் ஒரு பக்கமிருந்தாலும், உடல்ரீதியாக மகிழ்ச்சியாக உணர்ந்த அவன் ஒவ்வொரு அடியையும் மெதுவாக வைத்து சாப்பாட்டு அறைக்குச் சென்றான். அங்கு அவனுக்கு ஏற்கனவே காபி தயாராக இருந்தது. காபிக்கு அருகில் அலுவலகத்திலிருந்து வந்த கடிதங்கள் மற்றும் காகிதங்கள் இருந்தன.

அவன் அமர்ந்து கடிதங்களைப் படிக்கத் தொடங்கினான். அதில் அவன் மனைவியின் தோட்டத்திலிருந்த மரங்களை வாங்க விருப்பம் தெரிவித்து வணிகரிடமிருந்து வந்திருந்த ஒரு கடிதம் அவனுக்கு மகிழ்ச்சியைத் தரவில்லை. அது விற்பனைக்குரியது எனினும், அவன் தன் மனைவியுடன் சமரசம் செய்துகொள்வதற்கு முன்னால், இப்போதைய சூழ்நிலையில் அதை விற்பனை செய்வதைப் பற்றிய பேச்சுக்கே இடமில்லை. இங்கு மிகவும் விரும்பத்தகாத விஷயம் என்னவென்றால், அவர்கள் செய்துகொள்ளும் சமரசத் தோடு, நிதி நலன்களும் சம்மந்தப்பட்டிருப்பது. அந்த மரத்தை விற்பதற்காக தனது மனைவியுடன் சமரசம் செய்துகொள்ள வேண்டும் என்ற எண்ணம் அவனுக்கு மன உளைச்சலை ஏற்படுத்தியது.

கடிதங்களை முடித்தவுடன் ஸ்டீபன் ஆர்கடியேவிச், அலுவலகக் காகிதங்களை எடுத்து, இரு கோப்புகளைப் பிரித்து, ஒரு பெரிய பென்சிலால் சில அடையாளங்களைச் செய்தபின் கோப்புகளைத் தள்ளிவிட்டு, காபியை அருந்தத் தொடங்கினான். காபியை அருந்திய வாறு இன்னும் ஈரம் காயாமலிருந்த செய்தித்தாளைப் பிரித்துப் படிக்க ஆரம்பித்தான்.

ஸ்டீபன் ஆர்கடியேவிச் சந்தா செலுத்தி செய்தித்தாளைப் படித்து வந்தான். இது ஒரு தீவிரமான செய்தித்தாளல்ல, மாறாக பெரும்பான்மையினரின் போக்கைப் பின்பற்றிய ஒரு பத்திரிகை. விஞ்ஞானம், கலை, அரசியல் ஆகியவற்றில் அவன் ஆர்வம் காட்டவில்லை என்றாலும், அனைத்து விஷயங்களிலும் பெரும்பாலும் அந்தச் செய்தித்தாளைப் போலவே, பொதுவான பார்வையைக் கொண்டிருந்தான். பெரும்பான்மையினர் அவற்றை மாற்றும்போது மட்டுமே அவன் அவற்றை மாற்றினான் அல்லது அவன் அவற்றை மாற்றவில்லை என்றாலும், அவர்கள் அவனறியாமலே அவனுக்குள் அந்த மாற்றத்தை ஏற்படுத்தினர்.

ஸ்டீபன் ஆர்கடியேவிச் தனது சொந்தப் பார்வையாலோ அல்லது கருத்தாலோ அதைத் தேர்ந்தெடுக்கவில்லை. மாறாக அவன் தனது அங்கி அல்லது தொப்பியின் வடிவத்தைத் தேர்வு செய்யாமல், பேஷனுக்காக அவற்றை வாங்குவது போலவே, அவனிடம் அவை தானாகவே வந்தன. ஒரு குறிப்பிட்ட வட்டத்தில் வாழ்ந்த அவனுக்கு, முதிர்ச்சியடையும்போது சில வழக்கமாக மனச்செயல்பாடுகள் தேவைப்படுவது போல, ஒரு தொப்பியை வைத்திருப்பது போல, சில கருத்துக்களை வைத்திருப்பதும் அவசியமானதாக இருந்தது. பழமைவாதப் போக்கை விட தாராளவாதப் போக்கை அவன் விரும்பி யதற்கு ஏதாவது காரணம் இருக்குமானால், தாராளவாதப் போக்கு மிகவும் விவேகமானது என்று அவன் கருதியதால் அல்ல, மாறாக அது அவன் வாழ்க்கை முறைக்கு மிக நெருக்கமாக இருந்தது.

தாராளவாதக் கட்சி ருஷ்யாவில் அனைத்தும் மோசமாக இருப்ப தாகச் சொன்னது. உண்மையில் ஸ்டீபன் ஆர்கடியேவிச்சிற்குப் பல கடன்களுடன், நிச்சயமாகப் பணப் பற்றாக்குறையும் இருந்தது. திருமணம் என்பது காலாவதியான மறுசீரமைக்கப்பட வேண்டிய ஒரு அமைப்பு என்று தாராளவாதக் கட்சி கூறியது. உண்மையில் ஸ்டீபன் ஆர்கடியேவிச்சிற்குக் குடும்ப வாழ்க்கை சற்றே மகிழ்ச்சியைக் கொடுத்தாலும், பொய்கள் மற்றும் பாசாங்குத்தனத்திற்கு அவனைக் கட்டாயப்படுத்தியது. இது அவனது இயல்புக்கு முற்றிலும் முரணானது. தாராளவாதக் கட்சி மதம் என்பது காட்டுமிராண்டி களுக்கானது என்று மறைமுகமாகக் கூறியது. உண்மையில் ஸ்டீபன் ஆர்கடியேவிச்சால் கால்கள் வலிக்காமல் ஒரு சிறிய பிரார்த்தனையில் கூட கலந்துகொள்ள முடியவில்லை. மேலும் இந்த உலக வாழ்க்கை மகிழ்ச்சியாக இருக்கும்போது, மறு உலகத்தைப் பற்றிய அச்சம் தரும் விளக்கங்களை அவனால் புரிந்துகொள்ள இயலவில்லை. அதே சமயத்தில் ஒரு மகிழ்ச்சியான நகைச்சுவையை விரும்பிய ஸ்டீபன் ஆர்கடியேவிச், சில நேரங்களில் சில எளிய மனிதர்களிடம், நீங்கள் உங்கள் வம்சாவளியைப் பற்றி பெருமைப்பட விரும்பினால், நீங்கள் ஏன் ரூரிக் என்ற இடத்தில் சற்று நேரம் நின்று செல்வதன் மூலம் உங்கள் முதல் சந்ததியான குரங்கை மறுக்க வேண்டும் என்று சொல்லி ஆச்சரியப்படுத்தி, மகிழ்ந்தான். ஆக, தாராளவாதப் போக்கு ஸ்டீபன் ஆர்கடியேவிச்சிற்கு ஒரு பழக்கமாக ஆகிவிட்டது. அவன் தன் செய்தித்தாளை விரும்பியது போலவே இரவு உணவுக்குப் பிறகு, தலையில் பனிமூட்டத்தைப் படரச் செய்யும் சுருட்டை அதிகம் விரும்பினான்.

நம் காலத்தில் தீவிரவாதம் அனைத்துப் பழமைவாதக் கருத்துக் களையும் விழுங்குகிறது என்று கூக்குரலிடுவது முற்றிலும் தேவை யற்றது என்றும், ஒரு கற்பனையான புரட்சியை நசுக்குவதற்குத் தேவையான நடவடிக்கையை எடுப்பது அரசாங்கத்தின் கடமை என்று சொல்லப்படுகிறது என்றும், எங்கள் கருத்துப்படி ஆபத்து எந்த ஒரு கற்பனையான புரட்சியிலும் இல்லை மாறாக முன் னேற்றத்தைத் தடுக்கும் பிடிவாதமான பாரம்பரிய சிந்தனையில் உள்ளது என்றும் விளக்கிய ஒரு முன்னனி கட்டுரையை அவன் படித்தான்.

அவன் மற்றொரு நிதி சம்பந்தமான கட்டுரை ஒன்றையும் படித்தான். அதில் அமைச்சகத்தைப் பிரதிபலிக்கும் சில அவதூறு களைப் பற்றி, பென்தம் மற்றும் மில் ஆகியோரின் சில குறிப்புகளைப் படித்தான். தன்னுடைய விரைவான கிரகிக்கும் ஆற்றலால் அவன் அதன் ஒவ்வொரு அர்த்தத்தையும் புரிந்துகொண்டான். யாரால், யாருக்கு எதிராக, எந்தச் சந்தர்ப்பத்தில் அவை சொல்லப்பட்டன

என்பது அனைத்தும் அவனுக்கு எப்போதும் போல குறிப்பிடத்தகுந்த ஒரு மகிழ்ச்சியைக் கொடுத்து வந்தது. ஆனால் இன்று இந்த மகிழ்ச்சி மேட்ரோனா பிலிமோனோவ்னாவின் அறிவுரையாலும், வீட்டில் நிகழ்ந்த மகிழ்ச்சியற்ற சூழலாலும் விஷமாகிவிட்டது. அவன் மேலும் கோமகன் பியூஸ்ட் வைஸ்பேடனுக்குச் சென்றதான வதந்தியையும், நரைமுடிக்கான தீர்வையும், ஒரு வண்டி விற்பனைக்கு உள்ளது பற்றியும், ஒரு இளைஞன் தான் சேவை செய்ய முன்வந்ததைப் பற்றியும் படித்தான். ஆனால் இந்தத் தகவல்கள் எதுவும் அவனுக்கு முன்னைப் போல அவ்வளவு மகிழ்ச்சியைத் தரவில்லை.

செய்தித்தாளைப் படித்து முடித்து, இரண்டாவது கப் காபியைக் குடித்து, வெண்ணெய் கலந்த ரொட்டியைச் சாப்பிட்ட பிறகு, அவன் எழுந்து, மேலிருந்த துணுக்குகளைத் தட்டிவிட்டு, தனது பரந்த மார்பை விரித்து மகிழ்ச்சியுடன் புன்னகைத்தான். அவனுடைய உள்ளத்தில், குறிப்பாக மகிழ்ச்சிக்குரிய எதுவும் இல்லை என்றாலும் நல்ல செரிமானத்தால் அந்தப் புன்னகை எழுந்தது.

ஆனால் அந்த மகிழ்ச்சியான புன்னகை மீண்டும் அவனுக்கு அனைத்தையும் நினைவூட்டியதால் அவன் கவலையில் ஆழ்ந்தான்.

இரு குழந்தைகளின் குரல்கள் (இளைய பையன் கிரிஷா, மூத்த பெண் தான்யா ஆகியோரின் குரல்களை ஸ்டீபன் ஆர்கடியேவிச் அடையாளம் கண்டுகொண்டான்) கதவுக்கு வெளியே கேட்டது. அவர்கள் எதையோ இழுத்துக் கொண்டு வந்தார்கள்.

"பயணிகளைக் கூரையில் வைக்க வேண்டாம் என்று சொன்னேன்" என்று சிறுமி ஆங்கிலத்தில் கத்தினாள். "இப்போது அவர்களை எடு!"

'எங்கும் குழப்பம்தான்' என்று நினைத்தான் ஸ்டீபன் ஆர்கடியேவிச். 'இப்போது குழந்தைகள் தங்கள் விருப்பம் போல ஓடுகிறார்கள்.' அவன் கதவருகே சென்று அவர்களை அழைத்தான். அவர்கள் ரயிலுக்காக நின்றிருந்த பெட்டியை விட்டுவிட்டு தங்கள் தந்தையிடம் வந்தனர்.

தந்தையின் அந்தப் பிரியமான பெண் தைரியமாக உள்ளே ஓடிவந்து அவனைத் தழுவிக்கொண்டு, சிரித்தபடி, எப்போதும் போல, அவன் கழுத்தின் பக்கவாட்டிலிருந்து வந்த பரிச்சயமான நறுமணத்தை நுகர்ந்து மகிழ்ந்தாள். குனிந்ததால் சிவந்த, மென்மையால் பிரகாசித்த அவனது முகத்தில் இறுதியாக முத்தமிட்ட சிறுமி, தன் கைகளை விடுவித்துக் கொண்டு வெளியே ஓட முயன்றாள். ஆனால் அவளுடைய தந்தை அவளைத் தடுத்து நிறுத்தினான்.

"அம்மா எப்படி இருக்கிறாள்?" என்று மகளின் வழவழப்பான மென்மையான கழுத்தைத் தடவியபடி அவன் கேட்டான். "குட்

மார்னிங்" என்று அவனை வாழ்த்திய சிறுவனை நோக்கிப் புன்ன கைத்தான்.

அந்தப் பெண் குழந்தையிடம் அக்கறை காட்டுவது போல அந்தச் சிறுவனிடம் தான் அதிக அக்கறை காட்டவில்லை என்பதை அறிந் திருந்த அவன், இருவரையும் ஒரே மாதிரியாக நடத்த தன்னால் இயன்றதைச் செய்தான். அதன் வெளிப்பாடே இந்தப் புன்னகை என்பதை உணர்ந்த அந்தச் சிறுவன், தனது தந்தையின் புன்னகைக்குப் பதிலளிக்கவில்லை.

"அம்மா? அம்மா எழுந்து விட்டார்" என்று சிறுமி பதிலளித் தாள்.

ஸ்டீபன் ஆர்கடியேவிச் பெருமூச்சு விட்டான். 'அப்படியானால் அவள் இரவு முழுவதும் தூங்கவில்லை' என்று அவன் நினைத்தான்.

"அவள் மகிழ்ச்சியாக இருக்கிறாளா?"

தன் தந்தைக்கும் அம்மாவுக்கும் இடையில் சண்டை நடந்திருக் கிறது என்பதையும், தன் தாய் மகிழ்ச்சியாக இருக்க முடியாது என்பதையும், அதைத் தனது தந்தை அறிந்திருக்க வேண்டும் என்பதை யும், அவர் அதைப் பற்றி மிகவும் சாதாரணமாக விசாரிப்பது வெறும் பாசாங்கு என்பதையும், அந்தப் பெண் புரிந்துகொண்டாள். அவனுக் காக அவள் முகம் சிவந்தாள். அதை உடனடியாகப் புரிந்து கொண்ட அவனும் வெட்கமடைந்தான்.

"எனக்குத் தெரியாது" என்றாள் அவள். "படிக்க வேண்டாம், மிஸ். ஹல்லுடன் பாட்டி வீட்டிற்குச் செல்ல வேண்டும் என்று அவர் எங்களிடம் சொன்னார்."

"சரி, நீ போ என் செல்லக் குட்டி தான்யா. ஆ, ஆமாம் ஒரு நிமிடம்" என்ற அவன் அவளைப் போகவிடாமல் பிடித்து, அவளுடைய மென்மையான சிறிய கையைத் தடவினான்.

அவன் இனிப்பு பெட்டிகளை எடுத்து, அவளுக்குப் பிடித்த இரு சாக்லேட் மற்றும் கிரீமைத் தேர்ந்தெடுத்துக் கொடுத்தான்.

"இது கிரிஷாவுக்கா?" என்ற சிறுமி சாக்லேட்டைச் சுட்டிக் காட்டிக் கேட்டாள்.

"ஆமாம், ஆமாம்" என்ற அவன் மீண்டும் ஒருமுறை அவளது சிறிய தோளைத் தட்டி, கழுத்தின் நுனியில் முத்தமிட்டு அவளை விடுவித்தான்.

"வண்டி தயாராகிவிட்டது" என்றான் மாத்வே. "உங்களைப் பார்த்து ஒரு பெண் மனு கொடுக்க வந்திருக்கிறார்" என்று அவன் மேலும் சொன்னான்.

“அவர் இங்கே நீண்ட நேரமாக இருக்கிறாரா?” என்று ஸ்டீபன் ஆர்கடியேவிச் கேட்டான்.

“அரைமணி நேரம் அல்லது அதற்கும் மேல்.”

“எத்தனை முறை நான் உடனே தெரியப்படுத்தச் சொல்லி யிருக்கிறேன்!”

“நான், நீங்கள் காபி அருந்தி முடிக்கக் காத்திருந்தேன்” என்று மாத்வே கோபப்பட முடியாத, நட்பான தொனியில் கூறினான்.

“சரி, அவரைச் சீக்கிரம் உள்ளே அனுப்பு” என்று எரிச்சலுடன் ஆப்லான்ஸ்கி முகத்தைச் சுளித்தபடி கூறினான்.

அந்தப் பெண் திருமதி. கலினின் ஒரு கேப்டனின் மனைவி. அவர் சாத்தியமில்லாத, அர்த்தமற்ற ஏதோ ஒன்றுக்காக விண்ணப் பித்துக் கொண்டிருந்தார். ஆனால் ஸ்டீபன் ஆர்கடியேவிச் வழக்கம் போல அவரை அமர வைத்து, இடையில் குறுக்கிடாமல் அவர் சொன்னதைக் கவனமாகக் கேட்டுக் கொண்டான். யாருக்கு, எப்படி எழுதுவது என்பது குறித்து அவருக்கு விரிவான அறிவுரைகளைச் சொன்னான். அவனுடைய பெரிய, அழகான, தெளிவான கையெழுத் தில் அவருக்கு உதவக்கூடிய நபருக்கு ஒரு சிறிய குறிப்பைச் சரளமாக எழுதிக் கொடுத்தான். கேப்டன் மனைவியை அனுப்பிய பிறகு ஸ்டீபன் ஆர்கடியேவிச் தனது தொப்பியை எடுத்துக்கொண்டு, தான் எதையாவது மறந்துவிட்டோமா என்று யோசித்தான். அவன் மறக்க விரும்பியதைத் தவிர வேறு எதையும் அவன் மறக்கவில்லை– அது அவன் மனைவி.

உடனே அவன் ‘ஆ, ஆமாம்!’ என்று தலையைக் குனிந்தான். அவனது அழகான முகம் வேதனையை வெளிக்காட்டியது. ‘நான் அவளைப் பார்க்கப் போகலாமா வேண்டாமா?’ என்று அவன் தனக்குத்தானே கேட்டுக்கொண்டான். போகக் கூடாது என்றும், பொய்யைத் தவிர வேறு எதுவும் இருக்க முடியாது என்றும், அவர்களுடைய உறவைச் சரிசெய்வது சாத்தியமற்றது என்றும் அவன் மனம் கூறியது. ஏனெனில் அவளை வசீகரமாக மாற்றி, மீண்டும் காதலைத் தூண்டுவதோ அல்லது அவனைக் காதலிக்க முடியாத முதியவனாக மாறுவதோ முடியாத காரியம். இப்போது பொய்யும் வஞ்சகமும் தவிர வேறு எதுவும் வெளிப்பட முடியாது. பொய்யும் வஞ்சகமும் அவன் இயல்புக்கு முரணானவை.

‘ஆனால் நான் அதை எப்போதாவது செய்யத்தான் வேண்டும். அனைத்திற்கும் மேலாக இந்த விவகாரம் மேலும் இப்படியே தொடர முடியாது’ என்று அவன் தன் தைரியத்தை அதிகரித்துக் கொள்ள முயன்றான். அவன் தன் மார்பை நிமிர்த்தி, ஒரு சிகரெட்டை எடுத்துப் பற்ற வைத்தான். இரண்டு இழுப்பு இழுத்து அதை ஆஷ்ட்ரேயில்

வீசினான். பிறகு அவன் விரைந்த நடையுடன் இருண்ட வரவேற்பு அறையைக் கடந்து சென்று மற்றொரு கதவைத் திறந்து, தன் மனைவியின் படுக்கை அறைக்குச் சென்றான்.

4

டாரியா அலெக்ஸாண்ட்ரோவ்னா முழுக்கை ஜாக்கெட் அணிந்து, ஒரு காலத்தில் அடர்த்தியாக அழகாக இருந்த அவளுடைய தலைமுடியைப் பின்னந்தலையில் முடிந்திருந்தாள். அவளுடைய பெரிய பயந்த கண்கள், அவளது மெலிந்த முகத்தின் காரணமாக நீண்டிருந்தன. அவள் அறையைச் சுற்றி சிதறிக் கிடந்த பொருட்களுக்கு மத்தியில், ஒரு திறந்த பெட்டியின் முன்னால் நின்று கொண்டிருந்தாள். அதிலிருந்து அவள் ஒன்றைத் தேர்வு செய்ய முயன்றாள். தன் கணவனின் காலடி ஓசையைக் கேட்டதும் அவள் கதவை நோக்கிப் பார்த்தாள். அவள் தன் முகத்தில் கடுமையான, இகழ்ச்சியான முகபாவத்தைக் காட்ட முயன்றாள். அவள் அவனோடு பேசுவதற்கு பயப்படுகிறாள் என்பதை அது வெளிக் காட்டியது. அவள் கடந்த மூன்று நாட்களில் பத்து முறைக்கும் மேலாகக் குழந்தைகளின் பொருட்களைத் தேர்ந்தெடுத்து, தனது தாயின் வீட்டிற்குக் கொண்டு செல்ல முயன்றாள். ஆனால் அவளால் அதைச் செய்ய முடியவில்லை. இப்போதும் கூட முன்பைப் போலவே, விஷயங்கள் இப்படியே செல்ல முடியாது என்றும், ஏதாவது செய்து அவனைத் தண்டிக்க வேண்டும், அவமானப்படுத்த வேண்டும், அவன் தனக்கு ஏற்படுத்திய வலியில் ஒரு சிறிய அளவிலாவது பழிவாங்க வேண்டும் என்று தனக்குத்தானே பலமுறை சொல்லிக் கொண்டாள். அவனை விட்டுச் செல்ல வேண்டும் என்று இப்போதும் அவள் தனக்குள் சொல்லிக் கொண்டாள். ஆனால் அது முடியாது என்பதை அவள் நன்றாக அறிந்தாள். ஏனெனில் அவனைத் தன் கணவனாகக் கருதி அவனை நேசிக்கும் பழக்கத்தை அவளால் கைவிட முடியவில்லை. தவிர, இங்கே தன் சொந்த வீட்டில், தன்னுடைய ஐந்து குழந்தை களையும் கவனித்துக் கொள்ள முடியவில்லை எனில், எங்கு சென்றாலும் அது அவர்களுக்கு மோசமாகவே இருக்கும் என்பதை அவள் உணர்ந்திருந்தாள். கடந்த மூன்று நாட்களில் கெட்டுப்போன குழம்பைச் சாப்பிட்ட இளையவன் நோயுற்றான். மீதமுள்ளவர்கள் நேற்று உணவில்லாமல் சாப்பிடவில்லை. எனவே விட்டுச்செல்வது சாத்தியமில்லை என்பதை அவள் உணர்ந்தாள். எனினும் அவனை ஏமாற்றுவதற்காக, அங்கிருந்து செல்வதைப் போல நடித்துக் கொண்டிருந்தாள்.

அவள் தன் கணவனைப் பார்த்ததும், எதையோ தேடுவது போல அலமாரியில் தன் கைகளால் துழாவிக் கொண்டிருந்தாள். அவன் அவளுக்கு வெகு அருகில் நின்ற போதுதான் அவள் அவனைத் திரும்பி ஒரு பார்வை பார்த்தாள். ஆனால் அவனது முகம், அவள் எவ்வளவு இழப்பைச் சந்தித்திருக்கிறாள் என்பதையும், எந்த அளவுக்கு வேதனைப்பட்டிருக்கிறாள் என்பதையும் வெளிக் காட்டியது.

"டோலி!" என்று அவன் பயந்த குரலில் மெதுவாக அழைத் தான். அவன் தன் தலையைத் தோள்களுக்குள் இழுத்து, பரிதாபமாக, சாந்தமாகக் காட்சியளிக்க முயன்று, தன் புத்துணர்ச்சியையும் ஆரோக்கியத்தையும் வெளிப்படுத்தினான்.

அவள், ஒரு விரைவான பார்வையால் அவனுடைய தலைமுதல் கால்வரையிலும் ஆராய்ந்தாள். அவன் புத்துணர்ச்சியோடும் ஆரோக்கியத்தோடும் இருப்பதைப் பார்த்தாள்.

'ஆம், அவர் மகிழ்ச்சியாக, திருப்தியாக இருக்கிறார்' என்று அவள் நினைத்தாள். 'ஆனால் நான்...? அனைவரும் நேசித்துப் போற்றும் அவருடைய அந்த மோசமான நல்ல சுபாவத்தை நான் வெறுக்கிறேன்' என்று நினைத்தாள். அவளுடைய வெளிறிய, பதட்ட மான முகத்தின் வலது பக்க கன்னச் சதை துடித்தது.

"உங்களுக்கு என்ன வேண்டும்?" என்று அவள் தனது குரலில் இல்லாமல் வேகமான, கடுமையான குரலில் கேட்டாள்.

"டோலி!" என்று அவன் மீண்டும் குரல் நடுங்க அழைத்து, "அன்னா இன்று வருகிறாள்" என்றான்.

"சரி, அதனால் எனக்கு என்ன? நான் அவரைப் பார்க்க முடியாது" என்று சொன்ன அவள் அழுதாள்.

"ஆனால் நீ பார்க்க வேண்டும் டோலி..."

"வெளியே போங்கள். வெளியே போங்கள். வெளியே போங்கள்!" என்ற அவள் அவனைப் பார்க்காமல் உடல் வலியால் துடிப்பது போல அழுதாள்.

ஸ்டீபன் ஆர்கடியேவிச் தன் மனைவியைப் பற்றி நினைக்கும் போது அவனால் முற்றிலும் அமைதியாக இருக்க முடியும். மாத்வே கூறியது போல எல்லாம் சரியாகிவிடும் என்றும் அவன் நம்பலாம். மேலும் அவன் அமைதியாகத் தன் செய்தித்தாளைப் படிப்பதும் காபி குடிப்பதுமாக இருக்கலாம். ஆனால் வேதனையுற்றுக் களைத்துப் போன அவள் முகத்தை நேரில் பார்த்தபோது, அவளுடைய அழுகையைக் கேட்டபோது அவன் விரக்தியடைந்து பெருமூச்சு விட்டான். துக்கம் தொண்டையை அடைக்க அவன் கண்களில் இருந்து கண்ணீர் வழிந்தது.

“கடவுளே, நான் என்ன செய்துவிட்டேன்! டோலி! கடவுளின் பொருட்டு! இதற்குப் பிறகு...” என்ற அவனால் மேற்கொண்டு பேச முடியவில்லை.

அவள் சத்தமாக அலமாரியைச் சாத்திவிட்டு அவனை ஏறிட்டாள்.

“டோலி, நான் என்ன சொல்வது? ஒரே ஒரு விஷயம். என்னை மன்னித்துவிடு, என்னை மன்னித்துவிடு. திரும்பிப் பார். ஒன்பது வருட வாழ்க்கையில் ஒரு கணத்தை, ஒரு கணத்தை மீட்க முடியாதா...”

அவள் கண்களைத் தாழ்த்திக் கொண்டு அவன் என்ன சொல்லப் போகிறான் என்பதற்காகக் காத்திருந்தாள்.

“மோகத்தின் ஒரு கணம்...” என்ற அவன் மேலும் தொடர்ந்து சொல்ல விரும்பினான். ஆனால் அந்த வார்த்தையைக் கேட்டதும் அவள் உதடுகள் வலியால் துடிப்பது போல மடிந்தன. மீண்டும் அவளுடைய வலதுபக்கக் கன்னச் சதை துடிக்கத் தொடங்கியது.

“போங்கள், இங்கிருந்து போங்கள்!” என்று அவள் மேலும் உரக்கக் கத்தினாள். “உங்கள் மோகம், உங்கள் அருவருப்பான செயல்களைப் பற்றி என்னிடம் பேசாதீர்கள்!”

அவள் அங்கிருந்து சென்றுவிட யத்தனித்தபோது, கால்கள் தடுமாற, நாற்காலியின் பின்புறத்தைத் தாங்கிப் பிடித்தாள். அவன் தளர்ந்த முகத்துடன், வீங்கிய உதடுகளுடன், கண்ணீர் சிந்தினான்.

“டோலி!” என்ற அவன் அழுதுகொண்டே கூறினான். “கடவுளின் பொருட்டு, குழந்தைகளைப் பற்றி யோசி. அவர்கள் குற்றவாளிகள் அல்ல. நான் குற்றவாளி எனவே எனக்குத் தண்டனை கொடு. நான் அதற்கு என்ன பரிகாரம் செய்ய வேண்டும் என்று சொல். நான் எதற்கும் தயாராக இருக்கிறேன். நான் குற்றவாளி! நான் எத்தகைய குற்றவாளி என்பதைச் சொல்ல வார்த்தைகள் இல்லை! ஆனால் டோலி, என்னை மன்னித்துவிடு!”

அவள் அமர்ந்தாள். அவளது உரத்த, கனமான சுவாசத்தை அவனால் கேட்க முடிந்தது. அவளிடம் மன்னிப்புக் கோர முயன்ற அவனிடம் வார்த்தைகள் வெளிப்படவில்லை. அவள் பலமுறை பேச முயன்றாள் ஆனால் முடியவில்லை. அவன் காத்திருந்தான்.

“நீங்கள் குழந்தைகளோடு விளையாடும் போது மட்டுமே அவர்களைப் பற்றி நினைக்கிறீர்கள். ஆனால் ஸ்டீவா, நான் எப்போதும் அவர்களைப் பற்றியே நினைக்கிறேன். அவர்கள் இப்போது தொலைந்து போய்விட்டார்கள் என்பது எனக்குத் தெரியும்” என்று கடந்த மூன்று நாட்களாக அவள் தனக்குள் மீண்டும் மீண்டும்

சொல்லிப் பார்த்துக் கொண்ட சொற்றொடர்களில் ஒன்றைச் சொன்னாள்.

அவள் அவனை ஸ்டீவா என்று அழைத்தாள். அவன் நன்றியுடன் அவளைப் பார்த்து, அவளது கையைப் பிடிக்க நகர்ந்தான். ஆனால் அவள் வெறுப்புடன் அவனை விட்டு விலகிச் சென்றாள்.

"நான் குழந்தைகளைப் பற்றி மட்டுமே யோசிக்கிறேன். எனவே நான் அவர்களைக் காப்பாற்ற இந்த உலகத்தில் எதையும் செய்வேன். ஆனால் நான் அவர்களை எப்படி நல்லபடியாகக் காப்பாற்ற முடியும் என்று எனக்குத் தெரியவில்லை. அவர்களை அவர்களது தந்தையிடமிருந்து அழைத்துச் செல்வதன் மூலம் அல்லது அவர்களை ஒரு மோசமான தந்தையிடம் விட்டுவிடுவது மூலம். ஆம், சீரழிந்த... சரி, சொல்லுங்கள், பிறகு... என்ன நடக்கும்? நாம் சேர்ந்து வாழ முடியுமா? அது சாத்தியமா? சொல்லுங்கள் அது சாத்தியமா?" என்று திரும்பத் திரும்பக் கேட்ட அவள் தன் குரலை உயர்த்தினாள். "என் குழந்தைகளின் தந்தையான என் கணவர், தன் குழந்தைகளுக்குப் பாடம் சொல்லிய பெண்ணோடு காதல் உறவு கொண்டார்..."

"ஆனால் என்ன செய்வது? என்ன செய்வது?" என்று அவன் பரிதாபமான குரலில் கேட்டான். அவன் என்ன சொல்வது என்று தெரியாமல் தலை குனிந்து நின்றான்.

"நீங்கள் மோசமானவர், நீங்கள் அருவருப்பானவர்!" என்று அழுத அவள் மேலும் மேலும் பதற்றமடைந்தாள். "உங்கள் கண்ணீர் வெறும் தண்ணீர்! நீங்கள் ஒருபோதும் என்னை நேசிக்கவில்லை. உங்களுக்கு இதயமே இல்லை! மரியாதையும் இல்லை! நீங்கள் அருவருப்பானவர், இழிந்தவர், அந்நியர். ஆம், எனக்கு முற்றிலும் அந்நியர்!" என்று அவள் வலியுடனும் வெறுப்புடனும் அந்நியர் என்ற வார்த்தையை உச்சரித்தாள்.

அவன் அவளைப் பார்த்தான். அவளுடைய முகத்தில் வெளிப்பட்ட வெறுப்பு அவனைப் பயமுறுத்தியதுடன் ஆச்சரியப்படுத்தியது. அவள் மீது அவன் காட்டிய இரக்கம் அவளை எரிச்சலடையச் செய்தது என்பதை அவன் புரிந்து கொள்ளவில்லை. அவள் மீது இரக்கம் காட்டிய அவனிடம் அன்பு இல்லை. 'இல்லை, அவள் என்னை வெறுக்கிறாள். அவள் என்னை மன்னிக்க மாட்டாள்' என்று அவன் நினைத்தான்.

"இது மோசம்! மிக மோசம்!" என்றான் அவன்.

அப்போது மறு அறையில் கீழே விழுந்த குழந்தை ஒன்று அழத் தொடங்கியது. அதைக் கேட்ட டாரியா அலெக்ஸாண்ட் ரோவ்னா முகம் சட்டென்று மென்மையானது.

அவள் தான் எங்கே இருக்கிறோம் என்ன செய்கிறோம் என்பதை உணராதது போல, அவளுக்குத் தன்னை மீட்கச் சில வினாடிகள் ஆயிற்று என்பது தெளிவாகத் தெரிந்தது. பிறகு அவள் விரைவாக எழுந்து கதவை நோக்கிச் சென்றாள்.

'ஆனால் அவள் குழந்தையை நேசிக்கிறாள்' என்று நினைத்த அவன் குழந்தையின் அழுகையால் ஏற்பட்ட மாறுதலை அவள் முகத்தில் கவனித்தான். 'அது என் குழந்தை என்பதால், அவளால் என்னை எப்படி வெறுக்க முடியும்?'

"இன்னும் ஒரு வார்த்தை டோலி" என்ற அவன் அவளைப் பின்தொடர்ந்து சென்றான்.

"நீங்கள் என் பின்னால் வந்தால் நான் வேலைக்காரர்களையும், குழந்தைகளையும் அழைப்பேன்! நீங்கள் ஒரு அயோக்கியர் என்பது அனைவருக்கும் தெரியட்டும்! நான் இன்று போகிறேன், நீங்கள் இங்கே உங்கள் எஜமானியுடன் வாழலாம்!"

அவள் சத்தமாகக் கதவைச் சாத்திவிட்டு வெளியேறினாள்.

ஸ்டீபன் ஆர்கடியேவிச் பெருமூச்சுவிட்டு, முகத்தைத் துடைத்துக் கொண்டு, அமைதியாக நடந்து அறையை விட்டு வெளியேறினான். 'எல்லாம் சரியாகிவிடும் என்று மாத்வே சொல்கிறான், ஆனால் எப்படி? அதற்கான ஒரு சாத்தியத்தைக் கூட நான் காணவில்லை. ஓ, ஓ, என்ன பயங்கரம்! அவள் எப்படி ஆபாசமாகக் கத்தினாள்' என்று அவன் தனக்குள் சொல்லிக் கொண்டான். அவளுடைய அழுகையையும் அவள் சொல்லிய 'அயோக்கியன்' 'எஜமானி' எனும் வார்த்தைகளையும் நினைத்துப் பார்த்தான். 'பணிப் பெண்களுக்கு நன்றாகக் கேட்டிருக்கும்! பயங்கரமான ஆபாசம். பயங்கரம்!' என்ற ஸ்டீபன் ஆர்கடியேவிச் தனியாக சில கணங்கள் நின்றான். கண் களைத் துடைத்த அவன் பெருமூச்சுடன், தன் மார்பைத் தடவிக் கொண்டு, அறையை விட்டு வெளியேறினான்.

அன்று வெள்ளிக்கிழமை, ஜெர்மனி கடிகாரத் தயாரிப்பாளர், சாப்பாட்டு அறையில் கடிகாரத்தை முறுக்கிக் கொண்டிருந்தார். ஸ்டீபன் ஆர்கடியேவிச் அந்த வழுக்கைத் தலை கடிகாரத் தயாரிப் பாளரைப் பற்றிய தன்னுடைய நகைச்சுவையை நினைவு கூர்ந்தான். 'ஜெர்மானியர் கடிகாரங்களை முறுக்குவதற்காக தன் வாழ்நாள் முழுவதும் தன்னைக் காயப்படுத்திக் கொண்டார்' என்ற அவன் புன்னகைத்தான். ஸ்டீபன் ஆர்கடியேவிச் நல்ல நகைச்சுவையை எப்போதும் நேசித்தான். 'ஒருவேளை விஷயங்கள் சரியாகிவிடும்! ஒரு நல்ல சிறிய சொற்றொடர், மாறிவிடும் என்பது' என்று அவன் நினைத்தான். 'நான் அதைத் திரும்பத் திரும்பச் சொல்லிக் கொள்ள வேண்டும்.'

“மாத்வே!” என்று அவன் அழைத்தான். “நீயும் மரியாவும் அன்னா ஆர்கடியேவ்னாவுக்கு அறையை ஏற்பாடு செய்யுங்கள்” என்று உள்ளே வந்த மாத்வேயிடம் சொன்னான்.

“நல்லது ஐயா!”

ஸ்டீபன் ஆர்கடியேவிச் தன் உரோமக் கோட்டை அணிந்து கொண்டு நடைபாதையைக் கடந்து வெளியே சென்றான்.

அவன் செல்வதைப் பார்த்த மாத்வே, “நீங்கள் வீட்டில் உண வருந்தவில்லையா?” என்று கேட்டான்.

“அது சந்தர்ப்பத்தைப் பொறுத்தது. இதோ செலவுக்கு” என்று அவன் தன் பணப்பையிலிருந்து பத்து ரூபிள்களைக் கொடுத்தான். “இது போதுமா?”

“போதுமோ இல்லையோ அதைச் செய்தாக வேண்டும்” என்ற மாத்வே வண்டியின் கதவைச் சாத்திவிட்டு முற்றத்திற்குத் திரும்பிச் சென்றான்.

இதற்கிடையில் டாரியா அலெக்ஸாண்ட்ரோவ்னா குழந்தையை அமைதிப்படுத்தி, அவன் சென்ற வண்டியின் ஓசையைக் கேட்டு, படுக்கை அறைக்குத் திரும்பினாள். வீட்டுப் பராமரிப்புகளில் இருந்து அவளுக்கு ஒரே அடைக்கலம் இதுதான். அதைவிட்டு அவள் வெளியே சென்றால் அவை அவளைச் சூழ்ந்துகொள்ளும். இப்போது கூட அவள் குழந்தைகள் அறைக்குச் சென்ற சற்று நேரத்தில், பணிப்பெண்ணும் மேட்ரோனா பிலிமோனோவ்னாவும் குழந்தை களின் நடைப்பயிற்சிக்கு என்ன மாதிரி உடை அணிவது? பால் தர வேண்டுமா? வேறொரு சமையல்காரரை வரவழைப்பதா? போன்ற பல கேள்விகளை அவளிடம் கேட்டனர். அவை ஒத்திவைக்க முடியாதவை என்பதோடு அவளால் மட்டுமே அதற்குப் பதில் சொல்ல முடியும்.

“ஓ, என்னைத் தனியாக விடுங்கள், என்னைத் தனியாக விடுங் கள்!” என்று சொல்லிவிட்டுப் படுக்கை அறைக்குத் திரும்பிய அவள், மீண்டும் தன் கணவரிடம் பேசிய அதே இடத்தில் அமர்ந்து, தன் மெல்லிய விரல்களிலிருந்து நழுவிய மோதிரத்துடன், கைகளைப் பற்றிக் கொண்டு, அந்த உரையாடல் முழுவதையும் தன் மனதில் திரும்பக் கொண்டுவந்தாள். ‘அவர் போய்விட்டார்! ஆனால் அவர் இந்த விவகாரத்தை என்னுடன் எப்படி முடித்தார்?’ என்று கேட்டுக் கொண்டாள். ‘அவர் இனியும் என்னைப் பார்ப்பாரா? நான் ஏன் அவரிடம் கேட்கவில்லை? இல்லை, நாங்கள் மீண்டும் ஒன்றாக வாழ முடியாது. நாங்கள் ஒரே வீட்டில் இருந்தாலும் அந்நியர்கள்! எப்போதும் அந்நியர்கள்’ என்று அவளுக்கு மிகவும் பயங்கரமாக இருந்த அந்த வார்த்தையை அவள் மீண்டும் அழுத்தமாகத் திரும்பத்

திரும்பச் சொல்லிக் கொண்டாள். 'கடவுளே, நான் அவரை எவ்வளவு நேசித்தேன்...! நான் அவரை எவ்வளவு நேசித்தேன்! இப்போது நான் அவரைக் காதலிக்கவில்லையா? நான் அவரை முன்னைவிட அதிகமாக நேசிக்கவில்லையா? மிக மோசமான விஷயம்...' என்று அவள் மேற்கொண்டு நினைக்கத் தொடங்கிய போது, மேட்ரோனா பிலிமோனோவ்னா கதவருகே எட்டிப் பார்த்ததால், அவள் யோசிப்பதை நிறுத்தினாள்.

"என் சகோதரனை வரச்சொல்ல வேண்டும்" என்றாள் அவள். "அவனால் குறைந்தபட்சம் இரவு உணவைத் தயாரிக்க முடியும். இல்லையெனில் நேற்றைப் போல குழந்தைகள் ஆறு மணிக்குள் சாப்பிட மாட்டார்கள்."

"நல்லது, நான் வருகிறேன். நான் வந்து என்ன செய்யவேண்டும் என்று பார்க்கிறேன். புதிய பாலுக்குச் சொல்லியாகிவிட்டதா?"

டாரியா அலெக்ஸாண்ட்ரோவ்னா தன்னுடைய தினசரி கவலைகளில் மூழ்கி, சற்று நேரம் தனது துக்கத்தை அவற்றில் மூழ் கடித்தாள்.

5

ஸ்டீபன் ஆர்கடியேவிச் பள்ளியில் ஒரு நல்ல மாணவனாக இருந்தான். அவனுக்குத் திறமைகள் இருந்தன என்றாலும், அவன் சோம்பேறியாகவும் குறும்புக்காரனாகவும் இருந்ததால் அவன் கடைசி நபராக வெளியே வந்தான். அவனுடைய வாழ்க்கை சிதறிய தாக இருந்தபோதும், மிக உயர்ந்த பதவியோ அல்லது முதிர்ச்சியான வயதோ இல்லை எனினும், அவன் மாஸ்கோ அலுவலகம் ஒன்றில் தலைவராக, புகழும் நல்ல ஊதியமும் உள்ள பதவியை வகித்தான். இந்தப் பதவியை அவனுடைய சகோதரி அன்னாவின் கணவரான அலெக்ஸி அலெக்ஸாண்ட்ரோவிச் கரீனின் மூலம் அவன் பெற்றான். ஆனால் கரீனின் தன் மைத்துனரை அதில் நியமித்திருக்காவிட்டால், ஸ்டீவா ஆப்லான்ஸ்கி சகோதரர்கள், சகோதரிகள், உறவினர்கள், மாமாக்கள், அத்தைகள் அல்லது அவரைப் போன்ற வேறு நூறு நபர்கள் மூலம் அந்தப் பதவியையும், அவனுக்குத் தேவையான ஆறாயிரம் சம்பளத்தையும் பெற்றிருப்பான். ஏனெனில் அவனது மனைவிக்குக் கணிசமான சொத்துகள் இருந்தபோதும் அவை அனைத்தும் பிரச்சினையில் இருந்தன.

மாஸ்கோவிலும் பீட்டர்ஸ்பர்க்கிலும் உள்ள பாதிப் பேர் ஸ்டீபன் ஆர்கடியேவிச்சின் குடும்பத்தைச் சார்ந்தவர்களாக அல்லது நண்பர்களாக இருந்தனர். அவன் இந்த உலகில் வல்லமை வாய்ந்த

வர்களாக இருந்த அல்லது மாறியவர்களின் சூழலில் பிறந்தவன். அரசுப் பிரமுகர்களில் மூன்றில் ஒரு பகுதியினர், முதியவர்கள், அவனுடைய தந்தையின் நண்பர்களாக இருந்தனர். சிறிய வயதிலிருந்தே அவர்கள் அவனை நன்கு அறிந்திருந்தனர். மற்றொரு மூன்றில் ஒரு பகுதியினர் அவனுக்குப் பரிச்சயமானவர்கள். இதன் விளைவாகப் பதவிகள், வாடகைகள், சலுகைகள் மற்றும் பலவற்றை இந்தப் பூமிக்கு வழங்குபவர்கள் அனைவரும் அவனது நண்பர்களாக இருந்தனர். எனவே அவர்கள் அவனைக் கவனிக்காமல் இருக்க முடியவில்லை. லாபகரமான பதவியைப் பெற ஆப்லான்ஸ்கி எந்தப் பிரத்தியேக முயற்சியும் செய்யவேண்டிய தேவை ஏற்படவில்லை. மறுக்கவோ, பொறாமைப்படவோ, சண்டையிடவோ, கோபப்படவோ கூடாது என்றுதான் அவன் நினைத்தான். அவனுடைய இந்த இயல்பான நல்ல சுபாவத்தின் காரணமாக அவனால் ஒரு போதும் அதைச் செய்யமுடியவில்லை. தனக்குத் தேவையான சம்பளத்துடன் தனக்கு ஒரு பதவி கிடைக்காது என்று யாரேனும் கூறியிருந்தால், அது கேலிக்குரியது என்று அவன் நினைத்திருப்பான். குறிப்பாக அவன் அதிகப்படியாக எதையும் கோரவில்லை என்பதால் தன்னுடைய சகாக்களால் செய்ய முடிவதைத்தான் அவன் விரும்பினான். இந்த வகைப் பதவியை வகிக்கும் திறன், வேறு எவரையும் விட, அவனுக்குக் குறைவாக இருக்கவில்லை.

ஸ்டீபன் ஆர்கடியேவிச்சின் கனிவு, மெல்லிய கோபம் மற்றும் கேள்விக்கிடமற்ற நேர்மைக்காக அவனைத் தெரிந்த அனைவருக்கும் அவனைப் பிடித்திருந்தது. அது மட்டுமின்றி, அவனது அழகான, பிரகாசமான தோற்றம், பிரகாசமான கண்கள், கருப்பு நிறப் புருவங்களும் முடியும், முகத்தின் வெண்மை மற்றும் கன்னங்களின் இளஞ்சிவப்பு ஆகியன அவனுடன் தொடர்பு கொண்டவர்களிடம் நட்பு கலந்த, மகிழ்ச்சியான தாக்கத்தை ஏற்படுத்தியது. 'ஆ! ஸ்டீவா ஆப்லான்ஸ்கி! இதோ வந்துவிட்டார்!' என்று அவரைச் சந்தித்தவுடன் அவர்கள் எப்போதும் மகிழ்ச்சியான புன்னகையுடன் சொல்வார்கள். சில நேரங்களில் அவனுடன் பேசுவது மகிழ்ச்சியான விளைவை ஏற்படுத்தவில்லை எனினும் ஓரிரு நாட்களுக்குப் பிறகு அவர்கள் அனைவரும் மீண்டும் அவனைச் சந்திக்கும் போது அதே போல மகிழ்ச்சியடைவார்கள்.

மாஸ்கோ அலுவலகங்கள் ஒன்றின் தலைவராக மூன்று ஆண்டுகள் பணியாற்றிய ஸ்டீபன் ஆர்கடியேவிச், தனது சக ஊழியர்கள், கீழ்நிலை அதிகாரிகள், மேலதிகாரிகள் மற்றும் அவனுடன் தொடர்பு கொண்டிருந்த அனைவரின் மரியாதையையும் அன்பையும் பெற்றிருந்தான். அவனுக்கு இந்த உலகளாவிய மரியாதையைப் பெற்றுத் தந்த முக்கிய குணங்கள் பல. முதலாவது, தனது சொந்தக் குறை

பாடுகளைப் பற்றிய விழிப்புணர்வோடு, மக்கள் மீது அவன் காட்டிய அசாதாரணமான ஈடுபாடு. இரண்டாவது, செய்தித்தாள்களைப் படிப்பது போலின்றி, அவனது இரத்தத்தில் இருந்த முழுமையான தாராளவாதம். அனைத்துத் தரப்பினரையும் அவர்களின் அந்தஸ்து எதுவாக இருந்தாலும் முற்றிலும் சமமாகவும், ஒரே மாதிரியாகவும் நடத்தியது. மூன்றாவது, மிக முக்கியமானது, அவன் எதைச் செய்தாலும் அதை முற்றிலும் அலட்சியமாகச் செய்தான். இதன் விளைவாக அவன் ஒருபோதும் சோர்வடையவோ அல்லது தவறு களைச் செய்யவோ இல்லை.

கையில் சிறிய பெட்டியுடன் தான் பணியாற்றும் இடத்திற்கு வந்த ஸ்டீபன் ஆர்கடியேவிச், தனக்குரிய தனி அலுவலகத்திற்குச் சென்று, சீருடை அணிந்து, மைய அறைக்குள் நுழைந்தான். குமாஸ் தாக்களும் பணிப்பெண்களும் எழுந்து மகிழ்ச்சியுடன் தலை வணங் கினார்கள். வழக்கம் போல அவன் விரைவாகத் தன் இருக்கையை அடைந்து, சக ஊழியர்களின் கைகளைக் குலுக்கிவிட்டு அமர்ந்தான். அவன் நகைச்சுவையாக அரட்டை அடித்தபோதும், அதே அளவு கண்ணியமாகப் பேசினான். பிறகு வேலை தொடங்கியது. ஒரு இனிமையான வழியில் வேலையைச் செய்வதற்குத் தேவையான சுதந்திரம், எளிமை மற்றும் அதிகாரத்தின் வரம்புகளைக் கண்டு பிடிப்பது ஸ்டீபன் ஆர்கடியேவிச்சை விட நிச்சயமாக வேறு யாருக்கும் தெரியாது. அவன் முன்னால் இருந்த அனைவரையும் போல உற்சாகத்துடன் இருந்த செயலாளர் சில ஆவணங்களைக் கொண்டு வந்து, ஸ்டீபன் ஆர்கடியேவிச் அறிமுகப்படுத்திய தாராளவாத தொனியில் கூறினார்:

“நாங்கள் பென்சா மாகாண அலுவலகத்திலிருந்து தகவல்களைப் பெற்றோம். இங்கே, நீங்கள் விரும்பினால்...”

“அப்படியானால் அது இறுதியாக உங்களுக்குக் கிடைத்ததா?” என்று ஸ்டீபன் ஆர்கடியேவிச், ஒரு பக்கத்தை விரலால் தொட்டு, “சரி, ஜென்டில்மேன்...” என்றான். பிறகு வேலை தொடங்கியது.

‘அது அவர்களுக்கு அரைமணி நேரத்திற்கு முன்பு தெரிந் திருந்தால், அவர்களுடைய தலைவர் எத்தனை பெரிய குற்றவாளியாக இருப்பார்’ என்று தலையைக் குனிந்தபடி அவன் நினைத்தான். அறிக்கை வாசிக்கப்பட்ட போது அவனது கண்கள் சிரித்தன. வேலை இரண்டு மணிவரை தடையின்றி நடந்த பிறகு மதிய உணவிற்கு இடைவேளை.

அலுவலகத்தின் பெரிய கண்ணாடிக் கதவைத் திடீரென திறந்து யாரோ உள்ள வந்தபோது இன்னும் இரண்டு மணியாகவில்லை. பேரரசின் உருவப்படத்தின் கீழும், கண்ணாடியின் பின்னாலும்

இருந்த அனைத்து உறுப்பினர்களும் தங்கள் கவனம் திசை திரும்பி யதைக் கண்டு மகிழ்ந்து கதவை நோக்கித் திரும்பினர். ஆனால் வாயில்காப்போன் உள்ளே வந்தவரை உடனடியாக வெளியேற்றி கண்ணாடிக் கதவை மூடினார்.

அறிக்கை வாசித்து முடிந்ததும், ஸ்டீபன் ஆர்கடியேவிச் எழுந்து நின்று கைகளை நீட்டினான். பிறகு தாராளமயத்திற்கு உரிய உரிமை யுடன், அறையில் இருந்தவாறே ஒரு சிகரெட்டை எடுத்துக் கொண்டு தனது தனியறைக்குச் சென்றான். அவனுடைய இரு தோழர்களான நிகிதின் மற்றும் கிரினேவிச் அவனைப் பின்தொடர்ந்து சென்றனர்.

“மதிய உணவிற்குப் பிறகு முடிக்க நேரமிருக்கிறது” என்றான் ஸ்டீபன் ஆர்கடியேவிச்.

“அப்படியே செய்வோம்” என்றார் நிகிதின்.

“இந்த ஃபோமின் வழக்கமான ஒரு வஞ்சகனாக இருக்க வேண்டும்” என்ற கிரினேவிச் அவர்கள் பரிசீலித்துக் கொண்டிருந்த வழக்கிலிருந்து சம்பந்தப்பட்ட ஒருவரைப் பற்றிச் சொன்னார்.

அவரது வார்த்தைகளைக் கேட்ட ஸ்டீபன் ஆர்கடியேவிச், முன்கூட்டியே தீர்ப்பை வழங்குவது பொருத்தமற்றது என்று உணர்ந் தான். எனவே அவன் பதிலளிக்கவில்லை.

“யார் உள்ளே வந்தது?” என்று அவன் வாயில் காப்போனிடம் கேட்டான்.

“நான் சற்றே அசந்தர்ப்பமாக இருக்கையில் யாரோ ஒருவர் உள்ளே வந்துவிட்டார். அவர் உங்களைக் கேட்டார். உறுப்பினர்கள் வெளியேறிய பிறகு என்றேன்...”

“அவர் எங்கே?”

“அநேகமாக முன்புற அறைக்குச் சென்றிருக்கலாம். அதற்கு முன்பிருந்தே அவர் இங்கே சுற்றிக் கொண்டிருந்தார். “அதோ அவர் தான்” என்ற வாயில்காப்போன், சுருட்டை தாடியும், வலிமையான தோள்களும் கொண்ட ஒரு மனிதரைச் சுட்டிக்காட்டினான். அவர் தன் தொப்பியைக் கழற்றாமல், தேய்ந்து போன கல் படிக்கட்டுகளில் இலகுவாகவும் விரைவாகவும் ஏறிக் கொண்டிருந்தார். கையில் ஃபைல்களுடன் கீழே இறங்கிய மெலிந்த குமாஸ்தா ஒருவர், அவரது பாதங்களை வெறுப்புடன் பார்த்துவிட்டு ஆப்லான்ஸ்கியைக் கேள்வியுடன் ஏறிட்டார்.

ஸ்டீபன் ஆர்கடியேவிச் மாடிப்படிகளின் உச்சியில் நின்றிருந் தான். எம்பிராய்டரி வேலைப்பாடுடன் கூடிய சீருடையின் காலருக்கு மேலே இயல்பாகவே பிரகாசத்துடன் இருந்த அவன் முகம், ஓடிவந்த மனிதரை அடையாளம் கண்டதும் மேலும் பிரகாசமானது.

“அவர்தான்! லெவின்!” என்று அவன் நட்பும் கேலியும் கலந்த புன்னகையுடன் சொன்னான். லெவின் நெருங்கி வருவதைப் பார்த் தான். “நீங்கள் என்னைத் தேடி இந்தக் குகைக்கு வருவது வெறுப் பாக இல்லையா?” என்று கேட்ட ஸ்டீபன் ஆர்கடியேவிச், கை குலுக்கியதோடு திருப்தியடையாமல் தன் நண்பரை முத்தமிட்டான். “நீங்கள் நீண்ட நேரமாக இங்கே இருக்கிறீர்களா?”

“நான் இப்போதுதான் வந்தேன், உங்களைப் பார்க்க விரும்பி னேன்” என்ற லெவின் வெட்கத்துடனும் சங்கடத்துடனும் சுற்றிலும் பார்த்தார்.

“சரி, நாம் அலுவலகத்திற்குப் போகலாம்” என்றான் ஸ்டீபன் ஆர்கடியேவிச். பெருமையுடைய தன் நண்பரின் கூச்சத்தை அறிந்த அவன், அவர் கைகளைப் பிடித்து, ஆபத்துக்களைக் கடந்து செல்வது போல அவரை இழுத்துக் கொண்டு போனான்.

ஸ்டீபன் ஆர்கடியேவிச் தனக்குத் தெரிந்த அனைவரோடும் நன்கு பரிச்சயமானவன். அறுபது வயது முதியவர்கள், இருபது வயது இளைஞர்கள், நடிகர்கள், அமைச்சர்கள், வணிகர்கள், என்று தனக்குத் தெரிந்த அனைவரிடமும் ‘நீங்கள்’ என்ற வார்த்தையைப் பயன்படுத்தினான். எனவே அவருக்குப் பழக்கமானவர்கள் சமூக ஏணியின் இரு முனைகளிலும் இருந்தனர். ஆப்லான்ஸ்கியின் வாயிலாகத் தங்களுக்குள் ஏதோ ஒரு பொதுவான பிணைப்பு இருப்பதை அறிந்து அவர்கள் மிகவும் வியந்திருக்கிறார்கள். அவன் அனைவரோடும் சேர்ந்து ஷாம்பெயின் குடித்ததுடன், ஷாம்பெயின் குடித்த அனைவருடனும் அறிமுகமானான். எனவே தன் கீழ்நிலை ஊழியர்களின் முன்னிலையில், ‘மதிப்பற்ற அறிமுகமானவர்கள்’ என்று அவன் வேடிக்கையாக அழைக்கும் நண்பர்களைச் சந்திக்கும் போது, தனது விசித்திரமான தந்திரத்தால், தனது கீழ்நிலை ஊழியர் களிடம் வெறுப்பு ஏற்படாமல் செய்ய அவனால் முடிந்தது. லெவின் ஒரு மதிப்பற்ற அறிமுகமானவர் அல்ல எனினும் தனது ஊழியர் களுக்கு முன்னால் லெவின் அவரது நெருக்கத்தைக் காட்ட விரும்ப வில்லை என்பதை ஆப்லான்ஸ்கி உணர்ந்து கொண்டான். எனவே அவரைத் தனது அலுவலகத்திற்கு விரைந்து அழைத்துச் சென்றான்.

லெவினுக்கு ஆப்லான்ஸ்கியின் வயதுதான். ஷாம்பெயின் அருந்துவது முதற்கொண்டு அவர்களுக்கிடையே நல்ல உறவு இருந்தது. இளம் வயது முதலே லெவின் அவனுக்கு நல்ல நண்பனாக இருந்தார். அவர்களின் குணாதிசயங்களும் ரசனைகளும் வேறு பட்டிருந்தாலும் அவர்கள் ஒருவருக்கொருவர் நேசித்தனர். ஏனெனில் இளமையிலிருந்தே நண்பர்களாக இருக்கும் ஆண்கள் மட்டுமே சில சமயங்களில் அப்படிச் செய்கிறார்கள். இருப்பினும் வெவ்வேறு வழிகளைத் தேர்ந்தெடுத்த மனிதர்களுக்கிடையே அடிக்கடி நடப்பது

போல, ஒருவர் மற்றவரின் செயல்பாட்டை ஆதரித்தாலும், தங்கள் இதயத்தில் அதை வெறுத்தனர். ஒவ்வொருவரும் தாங்கள் வாழும் வாழ்க்கையே உண்மையானது என்றும் அவரது நண்பரின் வாழ்க்கை வெறும் மாயை என்றும் உணர்ந்தனர். லெவினைப் பார்த்ததும், சற்றே கேலியான புன்னகை எழுந்ததை ஆப்லான்ஸ்கியால் அடக்க முடியவில்லை. அவர் பலமுறை மாஸ்கோவுக்கு வந்திருப்பதை அவன் பார்த்திருக்கிறான். இங்கு அவர் ஏதோ செய்கிறார் என்றாலும் அவர் என்ன செய்கிறார் என்பதை அவனால் துல்லியமாகப் புரிந்துகொள்ள முடியவில்லை. அதைத் தெரிந்து கொள்வதற்கு அவன் ஆர்வம் காட்டவும் இல்லை. லெவின் எப்போதும் மாஸ கோவுக்கு அவசரமாக, சங்கடத்துடன், எரிச்சலுடன், பெரும்பாலும் முற்றிலும் எதிர்பாராத விஷயங்களுடன் வருவார். அதை ரசிக்கும் ஸ்டீபன் ஆர்கடியேவிச் சிரிப்பான். அதைப் போலவே, லெவின் தனது நண்பரின் நகர வாழ்க்கை முறை, அவனது வேலை, முதலிய வற்றை அற்பமானதாகக் கருதிச் சிரிப்பார். ஆனால் வித்தியாசம் என்னவென்றால், ஆப்லான்ஸ்கி மற்றவர்களைப் போல, நம்பிக்கை யுடன் நல்ல சுபாவத்தோடு சிரித்தான். ஆனால் லெவின் நம்பிக்கை யற்றும், சில நேரங்களில் கோபத்தாலும் சிரித்தார்.

“நாங்கள் உங்களை நீண்ட காலமாக எதிர்பார்த்துக் கொண்டி ருக்கிறோம்” என்ற ஸ்டீபன் ஆர்கடியேவிச் தன் அலுவலகத்திற்குச் சென்று லெவின் கையை விடுவித்தான், ஆபத்துக்கள் கடந்துவிட்டன என்பதைப் போல. “உங்களைப் பார்த்ததில் எனக்கு மிக மிக மகிழ்ச்சி” என்ற அவன் தொடர்ந்து, “நல்லது, எப்படி இருக்கிறீர்கள்? எப்போது வந்தீர்கள்?” என்றான்.

லெவின் மௌனமாக, அறிமுகமில்லாத முகங்களான ஆப்லான்ஸ கியின் இரு சகாக்களில், குறிப்பாக கிரினேவிச்சின் நீண்ட வெள்ளை விரல்களையும், நுனியில் வளைந்து நீண்டிருந்த மஞ்சள் நகங்களையும், கைகளின் மீதுள்ள பெரிய பளபளக்கும் பட்டைகளையும் நோட்டம் விட்டார். இந்தக் கைகள் அவருடைய முழுக் கவனத்தையும் ஈர்த்த படியால், அவர் என்ன பேசுவது என்பதை யோசிக்கவில்லை. உடனே அதைக் கவனித்த ஆப்லான்ஸ்கி புன்னகைத்தான்.

“ஆ, ஆமாம், நான் உங்களை அறிமுகப்படுத்துகிறேன்” என்றான் அவன். “என்னுடைய சகாக்கள் ஃபிலிப் இவானிச் நிகிதின், மிக்கை யில் ஸ்டானிஸ்லாவிச் கிரினேவிச்” என்று சொல்லி லெவினை நோக்கித் திரும்பி, “மாவட்டக் குழுவின் உறுப்பினர், ஜெம்ஸ்ட் வோவின் புதிய உறுப்பினர், ஐந்து பூந்தொட்டிகளை ஒரே கையால் தூக்கக்கூடிய ஜிம்னாஸ்டிக், கால்நடை வளர்ப்பவர், வேட்டைக்காரர், எனது நண்பர் செர்ஜி இவானோவிச் கோஸ்னிஷேவின் சகோதரர், கான்ஸ்டான்டின் டிமிட்ரிச் லெவின்.”

“மிகவும் மகிழ்ச்சி” என்றார் வயதான மனிதர்.

“உங்கள் சகோதரரை அறிந்த பெருமை எனக்கு உண்டு, செர்ஜி இவானோவிச்” என்ற கிரினேவிச், நீண்ட நகங்களுடன் இருந்த தனது மெலிந்த கையை நீட்டினார்.

லெவின் முகத்தைச் சுளித்து, உணர்ச்சியின்றி கைகளைக் குலுக்கி, ஆப்லான்ஸ்கியை நோக்கித் திரும்பினார். ருஷ்யா முழுவதும் தெரிந்த எழுத்தாளரான தனது தாய்வழி சகோதரரிடம் அவருக்கு மிகுந்த மரியாதை இருந்தபோதிலும், கான்ஸ்டான்டின் லெவின் என்று அழைக்கப்படுவதைக் காட்டிலும், புகழ்பெற்ற கோஸ்னிஷேவின் சகோதரர் என்று அழைக்கப்படுவதை அவர் வெறுத்தார்.

“இல்லை, நான் இனி மாவட்டக் குழு உறுப்பினர் அல்ல. நான் அவர்கள் அனைவருடனும் சண்டையிட்டேன், இனி கூட்டங் களில் கலந்துகொள்ள மாட்டேன்” என்று அவர் ஆப்லான்ஸ்கியை நோக்கிச் சொன்னார்.

“அத்தனை சீக்கிரம்!” என்று புன்னகைத்த ஆப்லான்ஸ்கி, “இது எப்படி நடந்தது? ஏன்?” என்று கேட்டான்.

“அது ஒரு பெரிய கதை. நான் மற்றொரு நாள் சொல்கிறேன்” என்று சொன்ன லெவின் உடனடியாக அவனிடம் அதைச் சொல்லத் தொடங்கினார். “சரி, சுருக்கமாகச் சொல்வதானால் ஒரு மாவட்ட சபைக்குச் சரியான வேலை எதுவும் இல்லை என்று நான் உறுதியாக நம்புகிறேன்” என்று யாரோ அவரை அவமதித்ததைப் போல அவர் தொடர்ந்தார். “ஒரு புறம் இது வெறும் பொம்மை விளையாட்டு. அவர்கள் நாடாளுமன்றத்தில் விளையாடுகிறார்கள். விளையாட்டுப் பொம்மைகளால் மகிழ்ச்சியடைவதற்கு நான் குழந்தையோ அல்லது கிழவனோ இல்லை. இன்னொரு புறம்...” என்ற அவர் சற்றே தடுமாறினார். “இது மாவட்டக் குழுவினருக்குக் கொஞ்சம் பணம் சம்பாதிப்பதற்கான ஒரு வழி. கடந்த காலத்தில் எங்களுக்கு அறங் காவலர்களும், நீதிமன்றங்களும் இருந்தன. இப்போது ஜெம்ஸ்ட்வோ... லஞ்சமாக இல்லை என்றாலும் தகுதியற்ற சம்பளமாக” என்று அவர் மிகவும் சூடாக, அவரது கருத்துக்கு யாரோ எதிராக வாதிட் டதைப் போல, பேசினார்.

“ஓ, நீங்கள் மீண்டும் ஒரு புதிய நிலையில், பழமைவாதியாக இருப்பதை என்னால் பார்க்க முடிகிறது” என்றான் ஸ்டீபன் ஆர்கடி யேவிச். “ஆனால் இதைப் பற்றி பிறகு பேசுவோம்.”

“ஆமாம், பிறகு பேசுவோம். ஆனால் நான் உங்களைப் பார்க்க வேண்டியிருந்தது” என்ற லெவின் கிரினேவிச்சின் கையை வெறுப் புடன் பார்த்தார்.

ஸ்டீபன் ஆர்கடியேவிச் சற்றும் புரிந்துகொள்ள முடியாத வகையில் புன்னகைத்தான்.

"ஐரோப்பிய உடைகளை மீண்டும் அணிய மாட்டேன் என்று நீங்கள் சொல்லவில்லையா?" என்று அவன் பிரெஞ்சுத் தையல்காரர் தைத்த அவரது புதிய ஆடைகளைப் பார்த்தபடி கேட்டான். "அப்படியானால் நான் ஒரு புதிய போக்கைப் பார்க்கிறேன்."

லெவின் சட்டென முகம் சிவந்தார், பெரியவர்கள் முகம் சிவப்பதைப் போல இல்லாமல் சிறுவர்கள் தாங்கள் கேலிக்குரியவர்கள் என்பதை உணரும்போது முகம் சிவப்பதைப் போல. அவர் முகம் மேலும், கிட்டத்தட்ட கண்ணீர் வரும் அளவிற்குச் சிவப்பானது. இந்தக் குழந்தைத்தனமான நிலையில், புத்திசாலித்தனமான ஆணின் முகத்தைப் பார்ப்பது மிக விநோதமாக இருந்தது. ஆப்லான்ஸ்கி அதைப் பார்ப்பதைத் தவிர்த்தான்.

"நாம் எங்கே சந்திக்கலாம்? நான் உங்களுடன் பேச வேண்டும், வெறுமனே பேச வேண்டும்" என்றார் லெவின்.

ஆப்லான்ஸ்கி யோசிப்பது போலத் தோன்றியது.

"நாம் இப்படிச் செய்வோம். நாம் மதிய உணவிற்கு குரின் வீட்டிற்குச் செல்வோம், அங்கு பேசலாம். எனக்கு மூன்று மணி வரை வேலை ஏதுமில்லை."

'வேண்டாம்' என்று யோசித்த லெவின், "வேறு எங்காவது போக வேண்டும்" என்றார்.

"சரி, நாம் ஒன்றாக இரவு உணவு சாப்பிடுவோம்."

"இரவு உணவு? ஆனால் நான் சொல்வதற்கும் கேட்பதற்கும் ஒரு சில மட்டுமே உள்ளன. நாம் பின்னர் பேசலாம்."

"அப்படியானால் இப்போது அவற்றைச் சொல்லுங்கள். இரவு உணவின் போது நாம் பிறவற்றைப் பேசலாம்."

"இரண்டு வார்த்தைகள்தான்" என்றார் லெவின், "எப்படியிருந்தாலும் அது பிரமாதமாக ஒன்றுமில்லை."

அவருடைய முகத்தில் திடீரென ஒரு கோபம் வெளிப்பட்டது. அது அவருடைய கூச்சத்தை மறைக்கும் முயற்சியினால் ஏற்பட்டது.

"ஷெர்பாட்ஸ்கிகள் என்ன செய்கிறார்கள்? எப்போதும் போலவா?" என்று அவர் கேட்டார்.

லெவின் தனது மைத்துனி கிட்டியைக் காதலிக்கிறார் என்பதை நீண்ட காலமாக அறிந்திருந்த ஸ்டீபன் ஆர்கடியேவிச், வெளியே தெரியாதவாறு புன்னகைத்தான். அவன் கண்கள் மகிழ்ச்சியாக ஒளிர்ந்தன.

“ஓரிரு வார்த்தைகள் என்று நீங்கள் சொன்னீர்கள், ஆனால் என்னால் ஓரிரு வார்த்தைகளில் பதிலளிக்க முடியாது. ஏனென்றால்... ஒரு நிமிடம் மன்னியுங்கள்...”

அனைத்துச் செயலாளர்களுக்கும் உள்ள பொதுவான மரியாதை யோடு, வணிக அறிவில் தன் தலைவரைவிட தான் உயர்ந்தவர் என்ற விழிப்போடு அந்தச் செயலாளர் கையில் சில ஆவணங்களோடு ஆப்லான்ஸ்கியை அணுகி, ஒரு கேள்வி என்ற போர்வையில் சிக்கலை விளக்கத் தொடங்கினார். ஸ்டீபன் ஆர்கடியேவிச் அவர் சொல்வது முழுவதையும் கேட்காமல், செயலாளரின் கையின் மீது அனுதாபத்துடன் கையை வைத்தான்.

“இல்லை, நான் சொன்னபடி செய்யுங்கள்” என்ற அவன் அவருக்குப் புரியும்படி சுருக்கமாக விளக்கி, ஆவணங்களை ஒதுக்கி விட்டு, “தயவுசெய்து அப்படிச் செய்யுங்கள் ஜாகர் நிகிதிச்” என்று புன்னகையுடன் சொன்னான்.

பதட்டமடைந்த செயலாளர் அங்கிருந்து சென்றார். செயலாள ருடன் ஏற்பட்ட ஆலோசனையின் போது, தனக்கு ஏற்பட்ட சங்கடத்திலிருந்து முழுமையாக மீண்ட லெவின், இரு முழங்கை களையும் நாற்காலியின் மீது ஊன்றிக் கொண்டு நின்றார். அவர் முகத்தில் ஏதோ குழப்பம் இருப்பதாகத் தெரிந்தது.

“எனக்குப் புரியவில்லை, எனக்குப் புரியவில்லை” என்றார் அவர்.

“என்ன புரியவில்லை?” என்ற ஆப்லான்ஸ்கி எப்போதும் போல மகிழ்ச்சியுடன் சிரித்தபடி சிகரெட்டை வெளியே எடுத்தான். லெவினிடமிருந்து ஏதோ ஒரு விசித்திரமான சீற்றத்தை அவன் எதிர்பார்த்தான்.

“நீங்கள் என்ன செய்கிறீர்கள் என்று எனக்குப் புரியவில்லை” தோள்களைக் குலுக்கியபடி லெவின் சொன்னார். “அதை எப்படி நீங்கள் பெரிதாக எடுத்துக் கொள்ள முடியும்?”

“ஏன் முடியாது?”

“ஏனா, ஏனெனில் அதில் செய்வதற்கு ஏதுமில்லை.”

“நீங்கள் அப்படித்தான் நினைப்பீர்கள். ஆனால் நாங்கள் வேலையில் புதைந்துள்ளோம்.”

“ஆமாம், ஆவணங்கள். அதற்காக உங்களுக்குப் பரிசு கிடைக்கும்” என்றார் லெவின்.

“அப்படியானால் என்னிடம் ஏதோ குறைபாடு இருப்பதாக நீங்கள் கருதுகிறீர்களா?”

“ஒருவேளை இருக்கலாம்” என்றார் லெவின். “ஆனால் உங்கள் கம்பீரத்தை நான் பாராட்டுகிறேன். என் நண்பர் எத்தனை பெரிய மனிதர் என்பதில் நான் பெருமைப்படுகிறேன். ஆனால் நீங்கள் என் கேள்விக்குப் பதிலளிக்கவில்லை” என்று மேலும் சொன்ன அவர் ஆப்லான்ஸ்கியின் கண்களை நேருக்கு நேராகப் பார்க்க தீவிர முயற்சி செய்தார்.

“நல்லது, சரி, சரி, சற்று நேரம் காத்திருங்கள். நீங்கள் மீண்டும் அதே விஷயத்திற்கு வந்துவிட்டீர்கள். கரசின் மாவட்டத்தில் உங்களுக்கு எட்டாயிரம் ஏக்கர் நிலம், பன்னிரண்டு வயது சிறுமியின் புத்துணர்வோடு, இருப்பது அற்புதமானது. ஆனால் நீங்கள் விரைவில் எங்கள் சிந்தனைக்கு வந்து சேருவீர்கள். நீங்கள் கேட்டதைப் பொறுத்தவரை எதுவும் மாறவில்லை. ஆனால் நீங்கள் நீண்ட காலமாக இங்கே வராமல் போனது வெட்கக்கேடானது.”

“ஏன்?” என்று லெவின் பயத்துடன் கேட்டார்.

“இல்லை, ஒன்றுமில்லை” என்று பதிலளித்தான் ஆப்லான்ஸ்கி. “நாம் பேசுவோம். ஆனால் நீங்கள் உண்மையில் வந்த காரணம் என்ன?”

“ஓ, அதைப் பற்றி நாம் பிறகு பேசுவோம்” என்ற லெவின் மீண்டும் காதுவரை சிவந்தார்.

“சரி, சரி. புரிந்தது” என்றான் ஸ்டீபன் ஆர்கடியேவிச். “பாருங்கள், நான் உங்களை எங்கள் வீட்டிற்கு அழைப்பேன். ஆனால் என் மனைவிக்கு உடல்நலமில்லை. நீங்கள் அவர்களைப் பார்க்க விரும்பினால், அவர்கள் நிச்சயமாக இன்று நான்கு முதல் ஐந்து மணிவரை விலங்கியல் பூங்காவில் இருப்பார்கள். கிட்டி அங்கு பனிச்சறுக்கு செல்கிறாள். நீங்களே அங்கு போங்கள், நான் உங்களுடன் வந்து சேர்ந்து கொள்கிறேன். நாம் இருவரும் சேர்ந்து எங்காவது சாப்பிடுவோம்.”

“அருமை. பிறகு சந்திப்போம்.”

“ஜாக்கிரதை, எனக்கு உங்களைத் தெரியும். அனைத்தையும் மறந்துவிட்டு திடீரென்று கிளம்பி நாட்டுக்குச் சென்று விடுவீர்கள்!” என்று ஸ்டீபன் ஆர்கடியேவிச் சிரித்துக் கொண்டே சொன்னான்.

“நிச்சயமாக இல்லை.”

ஆப்லான்ஸ்கியின் சகாக்களிடம் விடைபெற மறந்துவிட்டதை வாசலில் நினைவுகூர்ந்த லெவின், அலுவலகத்தை விட்டு வெளியேறினார்.

“அவர் உற்சாகமான கனவானாக இருக்க வேண்டும்” என்று லெவின் சென்ற பிறகு கிரினேவிச் கூறினார்.

“ஆமாம், கிழவரே” என்று ஸ்டீபன் ஆர்கடியேவிச் தலை யசைத்துச் சொன்னான். “நீங்கள் ஒரு அதிர்ஷ்டசாலியைப் பார்க் கிறீர்கள்! கரசின் மாவட்டத்தில் எட்டாயிரம் ஏக்கர் அவருக்கு. எத்தனை புத்துணர்ச்சி! நம்மைப் போல இல்லை.”

“நீங்கள் எதைப் பற்றியேனும் புகாரளிக்க வேண்டுமா ஸ்டீபன் ஆர்கடியேவிச்?”

“ஓ, அது மோசமானது, பயங்கரமானது” என்று ஸ்டீபன் ஆர்கடியேவிச் ஒரு கனத்த பெருமூச்சுடன் கூறினான்.

6

ஆப்லான்ஸ்கி லெவினிடம் ஏன் வந்தீர்கள் என்று கேட்டபோது, லெவின் முகம் வெட்கத்தால் சிவந்தது. ‘உங்கள் மைத்துனியைத் திருமணம் செய்து கொள்ள வந்திருக்கிறேன்’ என்று சொல்ல முடியாததால் லெவின் முகம் சிவந்தார். வெட்கப்பட்ட லெவின் தன் மீதே கோபம் கொண்டதால், அவரால் அதற்குப் பதில் சொல்ல முடியவில்லை. இருந்தும் அவர் அதற்காக மட்டுமே அங்கு வந்தார்.

லெவின் மற்றும் ஷெர்பாட்ஸ்கி குடும்பங்கள் பழைய உன்னத மான மாஸ்கோ குடும்பங்களாக இருந்தன. இரு குடும்பங்களும் எப்போதும் நெருங்கிய நட்புறவைக் கொண்டிருந்தன. லெவினின் மாணவப் பருவத்தில் இந்த நெருக்கம் மேலும் வலுப்பெற்றது. டோலி மற்றும் கிட்டியின் இளைய சகோதரரான இளவரசர் ஷெர்பாட்ஸ்கியுடன் அவர் பல்கலைக்கழகத்தில் மெட்ரிகுலேஷன் படித்தார். அந்த நாட்களில் அடிக்கடி ஷெர்பாட்ஸ்கியின் வீட்டிற்குச் சென்ற லெவின் அந்தக் குடும்பத்தை மிகவும் நேசித்தார். லெவின் அந்த வீட்டையும், அந்தக் குடும்பத்தையும், குறிப்பாக அந்த வீட்டுப் பெண்களையும் காதலித்தார் என்பது விநோதமாகத் தோன்றலாம். லெவினுக்கு அவருடைய சொந்தத் தாயாரை நினைவில் இல்லை. அவருடைய ஒரே சகோதரி அவரைவிட மூத்தவர். எனவே தனது பெற்றோரின் மரணத்திற்குப் பிறகு, குடும்பச் சூழலை இழந்திருந்த லெவின், ஷெர்பாட்ஸ்கியின் வீட்டில்தான் முதன்முதலாக, ஒரு பழைய, உன்னதமான, பண்பட்ட, கௌரவமான குடும்பத்தின் சூழலைக் கண்டார். அந்தக் குடும்பத்தில் உள்ள அனைவரும், குறிப்பாகப் பெண்கள் ஏதோ ஒரு மர்மமான கவிதைத் திரையால் மூடப்பட்டிருப்பதாக அவருக்குத் தோன்றியது. அவற்றில் எந்தக் குறையும் இல்லை என்பதை உணர்ந்தது மட்டுமின்றி, அந்தக் கவிதைத் திரையின் மறைவுக்குப் பின்னால், உயர்ந்த உணர்வுகளையும், சாத்தியமான அனைத்து முழுமையையும் அவர் கண்டார். ஒரு

நாள் விட்டு ஒருநாள், இந்த மூன்று இளம் பெண்களும், பிரெஞ்சு மொழியையும் ஆங்கிலத்தையும் மாறிமாறிப் பேசியது ஏன்? மாடியில் உள்ள தங்கள் சகோதரரின் அறையில், மாணவர்கள் படிக்கும் அறையில், சத்தம் கேட்கும் அளவுக்கு, குறிப்பிட்ட நேரங்களில் அவர்கள் மாறிமாறி பியானோ வாசித்தது ஏன்? பிரெஞ்சு இலக்கியம், இசை, ஓவியம் மற்றும் நடனம் பயிற்றுவிக்கும் ஆசிரியர்கள் அனைவரும் அங்கு ஏன் வந்தனர்? சில நேரங்களில் மூன்று இளம் பெண்களும், திருமதி. மில்லே லினனுடன், உரோமங்கள் நிறைந்த சாட்டின் கோட் அணிந்து, நீண்ட சட்டையில் டோலியும், முக்கால் சட்டையில் நடாலியாவும், அரைச்சட்டையில், இறுக்கமான சிவப்பு நிறக் காலுறைகளில் வடிவழகான சிறிய கால்கள் முழுவதும் தெரியும்படி கிட்டியும், ஒரு வண்டியில் டிவெர்ஸ்கோய் தெருவுக்குச் சென்றது ஏன்? தங்க நிற முத்திரை பொறித்த தொப்பியை அணிந்த வேலைக்காரனுடன், அவர்கள் டிவெர்ஸ்கோய் தெருவுக்குச் சென்றது ஏன்? இவையும் மேலும் அவர்களின் மர்மமான உலகில் நடந்த பலவும் அவருக்குப் புரியவில்லை என்றாலும், அங்கு நடப்பவை அனைத்தும் அழகானவை என்பதை அவர் அறிந்திருந்தார். மேலும் அவர் அந்த அனைத்து மர்மங்களையும் நேசித்தார்.

தனது மாணவப் பருவத்தில் அவர் மூத்தவளான டோலியை கிட்டத்தட்ட காதலித்தார். ஆனால் அவள் விரைவில் ஆப்லான்ஸ்கியை மணந்தாள். பிறகு அவர் இரண்டாவது பெண்ணைக் காதலிக்கத் தொடங்கினார். தான் சகோதரிகளில் யாரையாவது ஒருவரைக் காதலிக்க வேண்டும் என்று அவர் உணர்ந்ததைப் போல இருந்தது. ஆனால் அவரால் துல்லியமாக எந்தச் சகோதரியை என்று கண்டு பிடிக்க முடியவில்லை. நடாலியாவும் இராஜதந்திரியான லோவோவை மணந்து கொண்டாள். லெவின் பல்கலைக்கழகத்தை விட்டு வெளியேறிய போது கிட்டி சிறுமியாக இருந்தாள். இளம் ஷெர்பாட்ஸ்கி கடற்படையில் சேர்ந்து பால்டிக் கடலில் மூழ்கினார். ஆப்லான்ஸ்கியுடன் லெவின் நட்புறவு கொண்டிருந்தாலும், அதற்குப் பிறகு ஷெர்பாட்ஸ்கிகளுடன் லெவினுக்கு இருந்த தொடர்புகள் குறைந்தன. ஆனால் இந்த ஆண்டு குளிர்காலத்தின் தொடக்கத்தில், லெவின் மாஸ்கோவுக்கு வந்து ஷெர்பாட்ஸ்கிகளைப் பார்த்தபோது, அந்த மூவரில் யாரைக் காதலிப்பது என்று தீர்மானித்தார்.

நல்ல குடும்பத்தைச் சார்ந்த, முப்பத்திரண்டு வயதான, செல்வந்தரான அவருக்கு இளவரசி ஷெர்பாட்ஸ்கயாவை திருமணம் செய்து வைப்பதை விட சுலபமானது எதுவும் இருக்க முடியாது என்று ஒருவர் நினைக்கலாம். அவர் உடனடியாக ஒரு நல்ல போட்டியாளராகக் கருதப்பட அனைத்து வாய்ப்புகளும் இருந்தன. லெவினும் கிட்டியைக் காதலித்தார். கிட்டி எல்லா வகையிலும் தனக்குப்

பொருத்தமானவள் என்று அவருக்குத் தோன்றியது. ஆனால் அவர் தன்னை ஒரு சாதாரணமான, முக்கியமற்ற ஒரு மனிதனாகக் கருதினார். எனவே கிட்டியும் மற்றவர்களும் தன்னை ஏற்றுக்கொள்வார்கள் என்பதை அவரால் கற்பனை செய்துகூடப் பார்க்க முடியவில்லை.

மாஸ்கோவில் இரண்டு மாதங்களை ஒருவிதத் திகைப்புடன் கழித்த பிறகு, கிட்டியை ஒவ்வொரு நாளும் சமூகத்தில் பார்த்த பிறகு, லெவின் திடீரென இது ஒருபோதும் நடக்காது என்று நாட்டிற்குத் திரும்பினார்.

லெவின் அது சாத்தியமற்றது என்று நம்பினார், ஏனெனில் கிட்டியின் குடும்பத்தார் தன்னை அவளுக்குப் பொருத்தமான ஜோடியாக நினைக்கவில்லை என்று அவர் கருதினார். மேலும் கிட்டி தன்னைக் காதலிக்க முடியாது என்று அவர் நினைத்தார். அவளுடைய குடும்பத்தைப் பொறுத்தவரை, அவருக்குத் திட்டவட்டமான தொழில் அல்லது சமூகத்தில் பதவி என்று எதுவும் இல்லை. இப்போது அவருக்கு முப்பத்திரண்டு வயதாகிவிட்ட நிலையில், அவருடைய நண்பர்களில் பலரும் கர்னல், பேராசிரியர், வங்கி இயக்குனர், இரயில்வே இயக்குனர் என்று ஏதாவது பதவியில் இருந்தனர். ஆப்லான்ஸ்கி ஒரு வாரியத்தின் தலைவர். ஆனால் இவரோ ஒரு கால்நடையாளர், வேட்டைக்காரர், நில உரிமையாளர் என்பதுடன், சமூகத்தின் பார்வையில் மற்றவர் செய்வதைச் செய்வதற்குத் திறமையில்லாத ஒரு மனிதர்.

புதிரான, வசீகரமான கிட்டி அவரைப் போன்ற ஒரு அழகற்ற மனிதனை, அனைத்திற்கும் மேலாக, எந்தவகையிலும் தனித்துவமற்ற ஒரு எளிய மனிதனை நேசிக்க முடியாது. இதைத் தவிர, கிட்டியுடனான அவருடைய முந்தைய உறவுகள், அவளுடைய சகோதரனுடான நட்பின் காரணமாக எழுந்த ஒரு பெரியவருக்கும் சிறுமிக்கும் இடையிலான உறவு. இது அவரது காதலுக்கு ஒரு புதிய தடையாக அவருக்குத் தோன்றியது. தன்னைப் போன்ற அழகில்லாத, அன்பான ஒரு மனிதனை நண்பனாக மட்டுமே நேசிக்க முடியும் என்றும், தான் கிட்டி மீது உணர்ந்த அதே அன்போடு அவள் தன்னை நேசிக்க வேண்டும் என்றால், தான் அழகானவனாக, மிக முக்கியமாகக் குறிப்பிடத்தக்க ஒரு மனிதனாக இருக்க வேண்டும் என்றும் அவர் நினைத்தார்.

பெண்கள் பெரும்பாலும் கவர்ச்சியற்ற, எளிய மனிதனை விரும்புகிறார்கள் என்று அவர் கேள்விப்பட்டிருந்தார். ஆனால் அவர் அதை நம்பவில்லை ஏனெனில் அவரே தன் சொந்த அனுபவத்தின் மூலம் அதை முடிவு செய்தார். ஏனெனில் அவரே அழகான, மர்மமான, சிறந்த பெண்களையே நேசித்தார்.

இருப்பினும் நாட்டில் இரண்டு மாதங்கள் தனியாக இருந்த பிறகு, இது தன் இளமைப் பருவத்தில் தான் அனுபவித்த காதல்களில் ஒன்றல்ல என்று அவர் உறுதியாக நம்பினார். இந்த உணர்வு அவருக்கு ஒரு கணம் கூட அமைதியைத் தரவில்லை. அவள் தனது மனைவியாக மாட்டாளா இல்லையா என்ற கேள்விக்குத் தீர்வு காணாமல் தன்னால் வாழ முடியாது என்று அவருக்குத் தோன்றியது. தன்னுடைய விரக்தி தனது கற்பனையிலிருந்து தோன்றியது என்றும், தான் நிராகரிக்கப்படுவதற்கு எந்தக் காரணமும் இல்லை என்றும் அவர் நினைத்தார். இப்போது அவர் மாஸ்கோவுக்கு அதற்காகவே வந்தார். அவர்கள் அவரை ஏற்றுக்கொண்டால் திருமணம் செய்துகொள்ள வேண்டும் என்ற உறுதியுடன் அவர் இப்போது மாஸ்கோவுக்கு வந்திருந்தார். அல்லது... தான் நிராகரிக்கப்பட்டால் தன் கதி என்னவாகும் என்பதை அவரால் கற்பனை செய்துகூடப் பார்க்க முடியவில்லை.

7

லெவின் காலை ரயிலில் மாஸ்கோ வந்து சேர்ந்தார். தனது மூத்த சகோதரன் கோஸ்னிஷேவுடன் தங்கினார். உடைகளை மாற்றிய பிறகு, தான் எதன் பொருட்டு ஆலோசனை கேட்க வந்தோம் என்பதைத் தன் சகோதரனிடம் உடனடியாகத் தெரிவிக்க வேண்டும் என்று அவரது படிப்பறைக்குச் சென்றார். ஆனால் அவரது சகோதரர் தனிமையில் இல்லை. கார்கோவிலிருந்து வந்திருந்த புகழ்பெற்ற தத்துவப் பேராசிரியர் ஒருவர் அவருடன் இருந்தார். ஒரு முக்கியமான தத்துவப் பிரச்சினையில் அவர்களுக்கிடையே ஏற்பட்ட தவறான புரிதலைத் தெளிவுபடுத்துவதற்காக அவர் வந்திருந்தார். பொருள்முதல்வாதிகளுக்கு எதிராகப் பேராசிரியர் காரசாரமான விவாதத்தை நடத்திக் கொண்டிருந்தார். செர்ஜி கோஸ்னிஷேவ் இந்த விவாதத்தை ஆர்வத்துடன் கவனித்துக் கொண்டிருந்தார். பேராசிரியரின் சமீபத்திய ஒரு கட்டுரையைப் படித்த அவர், தன் சொந்தக் கருத்துக்களை குறிப்பிட்டு அவருக்கு ஒரு கடிதம் எழுதியிருந்தார். பொருள்முதல்வாதிகளுக்கு அதிகப்படியான சலுகைகள் வழங்கியதற்காக அவர் பேராசிரியரைக் கண்டித்தார். எனவே பேராசிரியர் உடனே இதைப் பற்றி பேசுவதற்காக வந்திருந்தார். விவாதத்தின் கீழ் ஒரு முக்கியமான கேள்வி எழுந்தது. மனிதன் நடத்தையில் உளவியல் மற்றும் உடலியல் நிகழ்வுகளுக்கு இடையில் ஒரு திட்டவட்டமான கோடு இருக்கிறதா? இருக்குமானால் அது எங்கு உள்ளது?

செர்ஜி இவானோவிச் தன் சகோதரரை அனைவரிடமும் கனிவான புன்னகையுடன் அறிமுகப்படுத்திவிட்டு உரையாடலைத் தொடர்ந்தார்.

கண்ணாடி அணிந்து, குறுகிய புருவத்துடன் இருந்த ஒருவர் லெவினை வாழ்த்துவதற்காக ஒரு கணம் பேச்சை நிறுத்திவிட்டு, பிறகு அவரைக் கவனிக்காமல், தொடர்ந்து பேசினார். பேராசிரியர் புறப்படும்வரை லெவின் காத்திருந்தார். ஆனால் விரைவில் அவர் அவர்களின் விவாதத்தில் சிக்கிக் கொண்டார்.

லெவின் பத்திரிகைகளில் அவர்கள் விவாதித்துக் கொண்டிருந்த கட்டுரைகளைப் படித்திருக்கிறார். பல்கலைக்கழகத்தில் இயற்கை அறிவியலைப் படித்திருந்த அவர், இயற்கை அறிவியல் கோட்பாடுகளின் வளர்ச்சியாக அவற்றைக் கருதினார். ஆனால் மனிதன் விலங்கிலிருந்து தோன்றியதையும், அவனது அனிச்சை செயல்களையும், உயிரியல், சமூகவியல் போன்ற அறிவியல் ரீதியான கணிப்புகளையும், வாழ்க்கை மற்றும் மரணத்தின் பொருள் குறித்த கேள்விகளுடன் அவர் ஒருபோதும் தொடர்புபடுத்திப் பார்த்ததில்லை. இது சமீப காலமாக அவருடைய மனதில் அடிக்கடி வந்து கொண்டிருந்தன.

அவருடைய சகோதரருக்கும் பேராசிரியருக்கும் இடையில் நடந்த விவாதத்தைக் கேட்ட அவர், அவர்கள் விஞ்ஞானத்துடன் ஆன்மிகக் கேள்விகளைத் தொடர்புபடுத்துவதைக் கவனித்தார். பலமுறை அவர்கள் அந்தக் கேள்விகளுக்கு மிக நெருக்கமாக வந்தனர் எனினும் ஒவ்வொரு முறையும் விஷயத்தின் முக்கியமான அம்சமாகத் தோன்றியதை நெருங்கியவுடன், அவர்கள் அவசரமாகப் பின்வாங்கி, மீண்டும் நுட்பமான வேறுபாடுகளின் எல்லைகளை ஆராய்ந்தனர். அவர்கள் தங்கள் உரையாடலில் குறிப்பிட்ட தகுதிகள், மேற்கோள்கள், குறிப்புகள், பெயர்களைப் பற்றியும் அவற்றின் பொருளையும் புரிந்து கொள்வது அவருக்குக் கடினமாக இருந்தது.

“என்னால் அனுமதிக்க முடியாது” என்று செர்ஜி இவானோவிச் தனது வழக்கமான தெளிவுடன், நேர்த்தியான உச்சரிப்புடன் கூறினார். “வெளியுலகம் பற்றிய எனது முழுக் கருத்தும், புலன் உணர்வுகளிலிருந்து உருவாகிறது என்ற கீஸின் கருத்தை நான் எந்த வகையிலும் ஏற்க முடியாது. இருப்பு என்ற அடிப்படைக் கருத்தாக்கம் புலன்கள் மூலம் பெறப்படுவதில்லை. ஏனெனில் அத்தகைய கருத்தை வெளிப்படுத்த எந்தப் பிரத்தியேகமான உறுப்பும் இல்லை.”

“ஆனால் அவர்கள் (வுர்ஸ்ட், க்னாஸ்ட் மற்றும் பிரிபாசோவ்) உங்கள் இருப்பு பற்றிய கருத்தாக்கம் உங்கள் அனைத்துப் புலன்களின் ஒட்டு மொத்தப் பதிவுகளிலிருந்து வருகிறது என்பதால் இருப்பின்

இந்த உணர்வு உணர்ச்சிகளின் விளைவாகும் என்கிறார்கள். புலன்கள் இல்லாமல் உங்கள் இருப்பை நீங்கள் உணர முடியாது என்று வுர்ஸ்ட் நேரடியாகக் கூறுகிறார்."

"நான் அதற்கு நேர்மாறாகச் சொல்வேன்" என்று செர்ஜி இவானோவிச் தொடங்கினார்.

ஆனால் இங்கேயும் இவ்விஷயத்தின் மையக் கருத்தை நெருங்கிய அவர்கள் மீண்டும் விலகிச் செல்கிறார்கள் என்று லெவின் நினைத்தார். எனவே பேராசிரியரிடம் ஒரு கேள்வியைக் கேட்க முடிவு செய்தார். "அப்படியானால் என் புலன்கள் அழிக்கப்பட்டு, என் உடல் இறந்துவிட்டால், எந்த வகையான இருப்பும் இருக்க முடியாது, சரியா?" என்று அவர் கேட்டார்.

இந்தக் குறுக்கீட்டால் மனம் வெறுத்த பேராசிரியர், ஒரு தத்துவவாதியை விட ஒரு படகோட்டியைப் போல தோற்றமளித்த, விசித்திரமான கேள்வி கேட்டவரை நோக்கித் திரும்பினார். பிறகு அவர் தன் பார்வையை செர்ஜி இவானோவிச்சை நோக்கித் திருப்பி, இதற்கு ஒருவர் என்ன சொல்ல முடியும் என்பதைப் போல பார்த்தார். ஆனால் செர்ஜி இவானோவிச் பேராசிரியரைப் போல உறுதியாகவும், ஒருதலைப்பட்சமாகவும் பேசாமல், பேராசிரியருக்குப் பதிலளிக்கவும், அதே சமயம் முன்வைக்கப்பட்ட கேள்வியின் எளிய இயல்பான கண்ணோட்டத்தைப் புரிந்துகொள்ளவும் போதுமான பரந்த மனப்பான்மை கொண்டவராக இருந்தார். எனவே அவர் புன்னகையுடன் சொன்னார்.

"அந்தக் கேள்விக்குப் பதிலளிக்க எங்களுக்கு உரிமையில்லை."

"எங்களிடம் எந்த ஆதாரமும் இல்லை" என்று உறுதிப்படுத்திய பேராசிரியர் தன்னுடைய வாதங்களைத் தொடர்ந்தார். "இல்லை, நான் குறிப்பிட விரும்புவது, பிரிபாசோவ் வெளிப்படையாகக் கூறுவது போல, புலனுணர்வு உணர்ச்சியை அடிப்படையாகக் கொண்டது என்றால், இவை இரண்டுக்கும் இடையில் நாம் கண்டிப்பாக வேறுபடுத்திக் காட்ட வேண்டும்."

அதற்கு மேல் கேட்பதற்கு விரும்பாத லெவின் பேராசிரியர் வெளியேறும்வரை காத்திருந்தார்.

8

பேராசிரியர் சென்ற பிறகு செர்ஜி இவோனாவிச் தன் சகோதரரை நோக்கித் திரும்பினார்.

"நீங்கள் வந்ததில் மிக்க மகிழ்ச்சி. நீண்ட நேரமாயிற்றா? விவசாயம் எப்படி உள்ளது?"

தனது மூத்த சகோதரருக்கு விவசாயத்தில் ஆர்வமில்லை என்பது லெவினுக்குத் தெரியும். ஒரு மரியாதை நிமித்தமாக மட்டுமே அவர் அதைக் கேட்கிறார் என்பதை அறிந்த லெவின் கோதுமையை விற்பது பற்றியும், பண விவகாரங்களைப் பற்றியும் சிலவற்றைச் சொன்னார்.

லெவின் தனது சகோதரரிடம் திருமணம் செய்துகொள்ளும் தன் விருப்பத்தைச் சொல்லவும், அவரது ஆலேசனையைக் கேட்கவும் விரும்பினார். அவர் அதில் உறுதியாக இருந்தார். ஆனால் தனது சகோதரர் பேராசிரியருடன் மேற்கொண்ட உரையாடலும், பிறகு அவர் விவசாயத்தைப் பற்றி எழுப்பிய கேள்வியும் (இன்னும் சொத்துக்கள் பிரிக்கப்படவில்லை), லெவின் திருமணத்தைப் பற்றிய தனது முடிவைத் தன் சகோதரருடன் பேசத் தொடங்குவதற்குத் தடையாக இருந்தன. தான் விரும்பியபடி தனது சகோதரர் அதைப் பார்க்கமாட்டார் என்று அவர் உணர்ந்தார்.

"சரி, உங்களுடைய அந்தக் கவுன்சில் எப்படி இருக்கிறது?" என்று செர்ஜி இவானோவிச் கேட்டார். அவர் ஜெம்ஸ்ட்வோவில் மிகவும் ஆர்வமாக இருந்தார், அதற்குப் பெரும் முக்கியத்துவம் கொடுத்தார்.

"எனக்கு உண்மையில் தெரியாது..."

"அது எப்படி? நீங்கள் குழுவில் உறுப்பினராக இல்லையா?"

"இல்லை, நான் இப்போது உறுப்பினராக இல்லை" என்று கான்ஸ்டான்டின் லெவின் பதிலளித்தார். "நான் இனியும் கூட்டங் களுக்குச் செல்ல மாட்டேன்."

"ரொம்ப மோசம்!" என்று செர்ஜி இவானோவிச் முகம் சுளித்த வாறு கூறினார்.

லெவின் தன்னை நியாயப்படுத்த, தனது மாவட்டத்தில் நடந்த கூட்டங்களில் என்ன நடந்தது என்பதை விவரிக்கத் தொடங்கினார்.

"ஆனால் அது எப்போதும் அப்படித்தான்!" என்று செர்ஜி இவானோவிச் இடைமறித்தார். "ரஷ்யர்களாகிய நாங்கள் எப்போதும் அப்படித்தான். ஒருவேளை நம் சொந்தத் தோல்விகளைப் பார்க்கும் இந்தத் திறன், நம்முடைய ஒரு நல்ல அம்சமாக இருக்கலாம் ஆனால் நாம் அதை மிகைப்படுத்தி, கேலி செய்து ஆறுதல் அடைகிறோம். இது எப்போதும் நம் நாக்கு நுனியில் உள்ளது. நமது ஜெம்ஸ்ட் வோவில் உள்ள அதே உரிமைகளை வேறு சில ஐரோப்பிய தேசங் களுக்குக் கொடுத்திருந்தால், அவர்கள் ஜெர்மானியர்களோ அல்லது

ஆங்கிலேயர்களோ தங்களின் சுதந்திரத்திற்கான பாதையில் உழைத் திருப்பார்கள். ஆனால் நாம் வெறுமனே சிரிக்கிறோம்."

"ஆனால் என்ன செய்வது?" என்று லெவின் குற்றவுணர்வுடன் கேட்டார். "இது என் கடைசி முயற்சி. என் முழு ஆத்மாவையும் அதில் ஈடுபடுத்தினேன். என்னால் முடியாது. என்னால் முடியாது..."

"முடியாதவர் அல்ல, ஆனால் இந்த விஷயத்தில் உங்களுக்குச் சரியான பார்வை இல்லை" என்றார் செர்ஜி இவானோவிச்.

"இருக்கலாம்" என்று லெவின் எரிச்சலுடன் பதிலளித்தார்.

"உங்களுக்குத் தெரியுமா? சகோதரர் நிக்கோலாய் மீண்டும் இங்கு வந்திருக்கிறார்."

சகோதரர் நிக்கோலாய் கான்ஸ்டான்டின் லெவினின் மூத்த சகோதரர், செர்ஜி இவானோவிச்சின் ஒன்றுவிட்ட சகோதரர். அவர் தனது செல்வத்தின் பெரும்பகுதியை வீணடித்து, மிகவும் விசித்திர மான மோசமான சமூகத்திற்கிடையே வாழ்ந்தார். அதற்காக தனது சகோதரர்களுடன் சண்டையிட்டார்.

"என்ன சொல்கிறீர்கள்?" என்று லெவின் திகிலுடன் கத்தினார். "உங்களுக்கு எப்படித் தெரியும்?"

"ப்ரோகோபி அவரைத் தெருவில் பார்த்தான்."

"இங்கே மாஸ்கோவில்? அவர் எங்கே இருக்கிறார்? உங்களுக்குத் தெரியுமா?" என்ற லெவின் உடனடியாகப் போவதற்குத் தயாரானவர் போல நாற்காலியிலிருந்து எழுந்தார்.

"நான் உங்களிடம் இதைச் சொன்னதற்கு வருந்துகிறேன்" என்று செர்ஜி இவானோவிச் தனது சகோதரரின் கிளர்ச்சியைக் கண்டு தலையை ஆட்டினார். "அவர் எங்கே வசிக்கிறார் என்பதைக் கண்டுபிடிக்க ட்ரூபினுக்குச் செய்தி அனுப்பினேன். அவர் அளித்த பதில் இதோ."

செர்ஜி இவானோவிச் காகித எடையின் கீழிருந்து ஒரு குறிப்பைத் தனது சகோதரரிடம் கொடுத்தார்.

அந்த விசித்திரமான மிகவும் பரிச்சயமான கையெழுத்தில் இருந்த குறிப்பை லெவின் படித்தார். "என்னைத் தனியாக விட்டு விடுமாறு தாழ்மையுடன் கேட்டுக்கொள்கிறேன். என் கருணையுள்ள சகோதரர்களிடம் நான் கேட்பது அதுதான்–நிக்கோலாய் லெவின்."

லெவின் அதைப் படித்துவிட்டு, கையில் காகிதக் குறிப்புடன், செர்ஜி இவானோவிச் முன்பு தலை குனிந்து நின்றார்.

நற்றிணை பதிப்பகம் ● 43

துரதிர்ஷ்டவசமான தன் சகோதரரை மறக்க வேண்டும் என்ற ஆசைக்கும், அப்படிச் செய்வது தவறு என்ற உணர்வுக்கும் இடையில் அவரது உள்ளம் தவித்தது.

"அவர் வெளிப்படையாக என்னை அவமானப்படுத்த விரும்புகிறார்" என்ற செர்ஜி இவானோவிச் தொடர்ந்தார். "ஆனால் அவர் என்னை அவமதிக்க முடியாது. நான் என் முழு மனதோடு அவருக்கு உதவி செய்ய விரும்புகிறேன். ஆனால் அது சாத்தியமில்லை என்பது எனக்குத் தெரியும்."

"ஆமாம், ஆமாம்" என்று லெவின் திரும்பத் திரும்பச் சொன்னார். "அவரைப் பற்றிய உங்களின் அணுகுமுறையை நான் புரிந்து கொள்கிறேன், பாராட்டுகிறேன். ஆனால் நான் அவரைப் பார்க்கச் செல்கிறேன்."

"நீங்கள் விரும்பினால் போங்கள் ஆனால் நான் அதை அறிவு றுத்தவில்லை" என்றார் செர்ஜி இவானோவிச். "அதாவது என்னைப் பொறுத்தவரை, நான் அதைப் பற்றி பயப்படவில்லை. அவர் நம்மிடையே சண்டையை ஏற்படுத்த மாட்டார். ஆனால் உங்கள் நலனுக்காகப் போக வேண்டாம் என்கிறேன். நீங்கள் உதவ முடியாது. ஆனால் நீங்கள் விரும்பியபடி செய்யுங்கள்."

"ஒருவேளை என்னால் அவருக்கு உதவ முடியாமல் போகலாம். ஆனால் நான் குறிப்பாக இந்த நேரத்தில் உணர்வது... அது வேறு விஷயம் என்றாலும், என்னால் நிம்மதியாக இருக்க முடியாது என்று நினைக்கிறேன்."

"நல்லது, அது எனக்குப் புரியவில்லை" என்றார் செர்ஜி இவானோவிச். "எனக்கு ஒன்று மட்டுமே புரிகிறது. இது பணிவுக்கான ஒரு பாடம். நம் சகோதரர் நிக்கோலாய் எப்படிப்பட்டவராக மாறி விட்டார் என்பதிலிருந்து இழிநிலை என்பதை நான் வேறுவிதமாக, இரக்கத்துடன் பார்க்கத் தொடங்கினேன்... அவர் என்ன செய்தார் தெரியுமா..."

"ஆகா, அது பயங்கரமானது, மிக பயங்கரமானது!" என்றார் லெவின்.

செர்ஜி இவானோவிச்சின் பணியாளரிடம் தனது சகோதரரின் முகவரியைப் பெற்ற பிறகு லெவின் உடனடியாகப் புறப்படத் தயாரானார். ஆனால் அதைப் பற்றி யோசித்த பிறகு அவர் புறப் படுவதை மாலைவரை தள்ளி வைத்தார். அவருக்கு மன அமைதி கிடைக்க வேண்டுமானால் மாஸ்கோவுக்கு அவரை இழுத்து வந்த விஷயத்தை முதலில் தீர்க்க வேண்டும். எனவே லெவின் ஆப்லான்ஸ் கியின் அலுவலகத்திற்குச் சென்று, ஷெர்பாட்ஸ்கிகளைப் பற்றித்

தெரிந்துகொண்டு கிட்டியைக் காண முடியும் என்று சொல்லப்பட்ட இடத்திற்குச் சென்றார்.

9

நான்கு மணியளவில் வண்டியிலிருந்து இறங்கி விலங்கியல் பூங்காவில் நுழைந்த போது, தன் இதயம் வேகமாகத் துடிப்பதை லெவின் உணர்ந்தார். நுழைவாயிலில் ஷெர்பாட்ஸ்கியின் வண்டியைப் பார்த்த அவர் அங்கு அவளைக் கண்டுபிடிக்க முடியும் என்று உறுதியாக நம்பினார்.

அது ஒரு தெளிவான உறைபனி நாள். வண்டிகள், சறுக்கு வண்டிகள், மற்றும் போலீஸ் வாகனங்கள் நுழைவாயிலில் வரிசையாக நின்றிருந்தன. வாயிலுக்கு அருகிலும், வெறிச்சோடிய பாதைகளிலும், சிறிய ருஷ்யக் குடில்களுக்கு மத்தியிலும் வெயிலில் பளபளக்கும் தொப்பிகளுடன் மக்கள் கூட்டமாக நின்றிருந்தனர். தோட்டத்தில் இருந்த பிர்ச் மரங்கள் அனைத்துக் கிளைகளிலும் பனிபடர்ந்து, புதிய பண்டிகை ஆடைகளால் அலங்கரிக்கப்பட்டவை போலத் தோன்றின.

ஸ்கேட்டிங் வளையத்தை நோக்கி நடந்த அவர் தனக்குத்தானே சொல்லிக்கொண்டார். 'பதட்டமடையக் கூடாது, அமைதியாக இருக்க வேண்டும். நீ என்ன செய்கிறாய்? உனக்கு என்ன ஆயிற்று? அமைதி, முட்டாள்!' என்று அவர் தனது இதயத்துடன் பேசினார். அவர் தன்னை எவ்வளவு தூரம் அமைதிப்படுத்த முயன்றாரோ அத்தனைக்கு அவரால் மூச்சுவிட முடியவில்லை. ஒரு அறிமுகமானவர் அவரை அழைத்தார். ஆனால் அவர் யாரென்பது லெவினுக்குத் தெரியவில்லை. அவர் 'ரஷ்ய மலையை' நெருங்கினார். அங்கு பனிச்சறுக்கு வாகனங்கள் மேலும் கீழும் சென்று கொண்டிருந்தன. அவற்றின் இரைச்சல்களுக்கு மத்தியில் மகிழ்ச்சியான குரல்கள் ஒலித்தன. அவர் மேலும் சில அடிகள் நடந்தார். அவருக்கு முன்னாலிருந்த பனிச்சறுக்கு வளையத்தில் வீரர்களிடையே அவர் உடனடியாக அவளை அடையாளம் கண்டு கொண்டார்.

தனது இதயத்தை ஆட்கொண்ட மகிழ்ச்சியிலும் பயத்திலும் அவள் அங்கே இருப்பதை அவர் அறிந்து கொண்டார். அவள் வளையத்தின் மறுமுனையில் நின்று ஒரு பெண்ணுடன் பேசிக் கொண்டிருந்தாள். அவளுடைய உடையிலோ அல்லது தோற்றத்திலோ சிறப்பாக எதுவும் இருப்பதாகத் தெரியவில்லை. ஆனால் லெவினுக்கு அந்தக் கூட்டத்தில் அவளை அடையாளம் காண்பது

எளிதாக இருந்தது. அவள் எல்லாவற்றையும் ஒளிரச் செய்தாள். அவள் புன்னகை அவளைச் சுற்றியுள்ள அனைத்தையும் பிரகாசப் படுத்தியது. 'நான் உண்மையில் பனிக்கட்டியில் இறங்கி அவளிடம் போகலாமா?' என்று அவர் நினைத்தார். அவள் நின்ற இடம் அவருக்குப் புனிதமானதாகத் தோன்றியது. ஒரு கணம் பிரமிப்பினால் அங்கு செல்ல முயன்ற அவர் திடுக்கிட்டு பயந்து போனார். ஆனால் தன்னைத்தானே கட்டுப்படுத்திக்கொண்ட அவர், எல்லா வகை யான மனிதர்களும் அவளுக்கு அருகில் நடக்கிறார்கள் எனவே அவரும் சறுக்குவதற்காக வந்திருக்கிறார் என்று காரணம் கற்பித்துக் கொண்டார். சூரியனை நீண்ட நேரம் பார்க்க முடியாததைப் போல, நேரடியாக அவளைப் பார்ப்பதைத் தவிர்த்து, நடந்தார்.

வாரத்தின் அந்த நாளில், அந்த நேரத்தில், ஒரு குறிப்பிட்ட பிரிவைச் சேர்ந்த மக்கள், ஒருவருக்கொருவர் தெரிந்தவர்கள், அன்று பலரும் அங்கு கூடியிருந்தனர். அங்கு பனிச்சறுக்கு வல்லுநர்கள் தங்கள் திறமையைக் காட்டினர். கத்துக்குட்டிகள், நாற்காலிகளைப் பிடித்துக் கொண்டு பயந்தவர்களாக, விகாரமான அசைவுகளைச் செய்தனர். சிறுவர்களும் முதியவர்களும் தங்கள் உடல் ஆரோக்கியத் திற்காகச் சறுக்கினர். லெவினுக்கு அவர்கள் அனைவரும் தேர்ந் தெடுக்கப்பட்ட, அதிர்ஷ்டசாலிகளாகத் தெரிந்தனர். ஏனெனில் அவர்கள் அங்கு அவளுக்கு நெருக்கமாக இருந்தனர். கச்சிதமான சமநிலையுடன், பனிச்சறுக்கு வீரர்கள் அனைவரும் அவளை முற்றிலும் அலட்சியத்துடன் துரத்தி முந்திச் சென்றதாகத் தோன்றியது. அவர்கள் அவளுடன் பேசியதோடு, அவள் பொருட்டு, தங்களைத் தாங்களே மகிழ்வித்துக் கொண்டு, சிறந்த பனியையும் நல்ல வானிலை யையும் அனுபவித்தனர்.

கிட்டியின் உறவினரான நிக்கோலாய் ஷெர்பாட்ஸ்கி சிறிய மேல்கோட்டும் சிறிய கால்சட்டையும் அணிந்திருந்தார். அவர் தனது பனிச்சறுக்குச் சாதனத்தை அணிந்து ஒரு பெஞ்சில் அமர்ந்திருந்தார். லெவினைப் பார்த்ததும் அவரை அழைத்தார்.

"ஆகா, முன்னனி ரஷ்ய பனிச்சறுக்கு வீரர்! நீண்ட நேரம் இருப்பீர்களா? பனி நன்றாக இருக்கிறது, உங்கள் பனிச்சறுக்குச் சாதனங்களை அணியுங்கள்!"

"என்னிடம் அவை இல்லை" என்று பதிலளித்த லெவின் அவள் முன்னிலையில் இந்தத் தைரியத்தையும் தற்செயலையும் கண்டு வியந்தார். அவர் அவளைத் தன் பார்வையிலிருந்து தவறவிடாமல் ஆனால் அதே சமயம் அவளைப் பார்க்காமல் இருந்தார். சூரியன் நெருங்கி வருவதை அவரால் உணர முடிந்தது. ஒரு மூலையில் இருந்த அவள், தன் மெல்லிய கால்களை உயரமான காலணிகளில் வைத்து, வெளிப்படையான வெட்கத்துடன் அவரை நோக்கிச்

சறுக்கி வந்தாள். ரஷ்ய சட்டை அணிந்த ஒரு சிறுவன், தன் கைகளை வெறித்தனமாக அசைத்து, குனிந்து அவளை முந்திக் கொண்டான். அவள் சீராக சறுக்கவில்லை. ஒரு கயிற்றில் தொங்கிய சிறிய பையிலிருந்து தன் கைகளை வெளியே எடுத்து, பிடித்துக் கொண்டு, சறுக்குவதற்குத் தயாரானாள். லெவினைப் பார்த்து அடையாளம் தெரிந்து கொண்டு, தனக்கிருந்த பயத்திலும், அவரைப் பார்த்துச் சிரித்தாள். அவள் திருப்பத்தை முடித்ததும், கால்களால் உந்தி, ஷெர்பாட்ஸ்கியை நோக்கிச் சறுக்கினாள். ஒரு கையால் அவரைப் பிடித்துக் கொண்டே, லெவினை நோக்கித் தலையசைத்தாள். அவர் கற்பனை செய்ததைவிட அவள் மேலும் அழகாக இருந்தாள்.

அவர் அவளைப் பற்றி நினைக்கும் போது, அவளை முழுமையாக அவருக்குள் கற்பனை செய்ய முடிந்தது. குறிப்பாகப் பொன்னிறச் சுருள் முடியுடன் கூடிய அவளுடைய சிறிய வசீகரமான முகம், ஒரு குழந்தையின் பிரகாசத்தையும் கனிவையும் வெளிப்படுத்தி, அவளது வடிவமான பெண் தோள்களில் மிக எளிதாக அமைந்திருந்தது. அவள் முகத்தின் குழந்தைத்தனத்திலும், அவளது மெல்லிய உடல்வாகிலும் அவளுடைய அழகின் சிறப்பு இருப்பது அவருக்கு நன்றாக நினைவில் இருந்தது. அவள் கண்களில் இருந்த சாந்தமும், அமைதியும், உண்மையும், குறிப்பாக, அந்தப் புன்னகையும் லெவினுக்கு முற்றிலும் எதிர்பாராத வகையில் திகைப்பூட்டியது. அது லெவினை ஒரு மந்திர உலகத்திற்கு இட்டுச் சென்றதோடு, அங்கு அவர் தனது குழந்தைப் பருவத்தின் அரிதான நாட்களை நினைவுகூர்ந்தார்.

"நீங்கள் நீண்ட நேரமாக இங்கு இருக்கிறீர்களா?" என்று அவள் தன் கையை நீட்டிக் கேட்டாள். அவள் மடியிலிருந்து விழுந்த கைக்குட்டையை அவர் எடுத்துக் கொடுத்தபோது அவள், "நன்றி" என்றாள்.

"நானா? நான் இப்போதுதான் வந்தேன், நேற்று, நான்... அதாவது இன்று" என்று பதிலளித்த லெவின் திடீரென அவளது கேள்வியைப் புரிந்துகொள்ள முடியாமல் கிளர்ச்சியடைந்தார். "நான் உன்னைப் பார்க்க விரும்பினேன்" என்ற அவர், உடனடியாக அவளைத் தேடுவதற்கான தனது நோக்கத்தை நினைவு கொண்டார். "நீ சறுக்குவாய் என்று எனக்குத் தெரியாது. நீ அருமையாகச் சறுக்கினாய்."

அவள் அவருடைய சங்கடத்திற்கான காரணத்தைப் புரிந்து கொள்ள விரும்புவதைப் போல அவரை உற்று நோக்கினாள்.

"உங்கள் பாராட்டு மதிக்கத்தக்கது. நீங்கள் ஒரு சிறந்த பனிச் சறுக்கு வீரர் என்று இங்கே ஒரு புராணக் கதை சொல்லப்படுகிறது"

 நற்றிணை பதிப்பகம் ● 47

என்ற அவள் தனது கருப்புக் கையுறை அணிந்த சிறிய கையால் தனது மடியிலிருந்த உறைபனியைத் தட்டிவிட்டாள்.

"ஆம், ஒரு காலத்தில் நான் ஆர்வத்துடன் சறுக்கினேன். நான் அதில் முழுமையடைய விரும்பினேன்."

"நீங்கள் அனைத்தையும் உணர்ச்சிவசப்பட்டு செய்கிறீர்கள் என்று தெரிகிறது" என்று அவள் புன்னகைத்தாள். "நான் நீங்கள் சறுக்குவதை பார்க்க விரும்புகிறேன். நாம் இருவரும் ஒன்றாகச் சறுக்குவோம்."

'ஒன்றாகச் சேர்ந்து! அது சாத்தியமா?' என்று நினைத்த லெவின் அவளை நோக்கினார்.

"நான் உடனே அவற்றை அணிந்து கொள்கிறேன்" என்றார் அவர்.

அவர் அவற்றை அணியச் சென்றார்.

"உங்களை நீண்ட நாட்களாகக் காணவில்லை, ஐயா" என்ற பனிச்சறுக்கு உதவியாளர் லெவினின் பாதத்தைத் தாங்கிப் பிடித்து, குதிகால் மீது ஆணியைத் திருகியபடி கேட்டார். "நீங்கள் சென்ற பிறகு, இங்கே உள்ளவர்களில் யாரும் திறமையானவர்களாக இல்லை. அது சரியாக உள்ளதா?" என்று அவர் பட்டையை இறுக்கியபடி கேட்டார்.

"சரி, சரி, சீக்கிரம்!" என்ற லெவினால் தன்னிச்சையாகத் தன் முகத்தில் தோன்றிய புன்னகையை அடக்க முடியவில்லை. 'ஆம், இதுதான் வாழ்க்கை, இதுதான் மகிழ்ச்சி! ஒன்றாகச் சறுக்குவோம் என்கிறாள்! இப்போது அவளிடம் சொல்லலாமா? ஆனால் அதனால் தான் நான் அவளிடம் சொல்லப் பயப்படுகிறேன். ஏனென்றால் நான் இப்போது மகிழ்ச்சியாக இருக்கிறேன். குறைந்தபட்சம் நம்பிக்கையால் மகிழ்ச்சியாக இருக்கிறேன்... ஆனால் பிறகு சொல்ல வேண்டும்! நிச்சயம் சொல்ல வேண்டும்! எனக்கிருந்த அச்சம் விலகிவிட்டது!'

லெவின் எழுந்து நின்று தனது கோட்டைக் கழற்றிவிட்டு, கொட்டகைக்கு அருகிலிருந்த கரடுமுரடான பனியின் மீது ஓடி, பிறகு மென்மையான பனியின் மீது வேகமாக ஓடி, சுலபமாகச் சறுக்கி வேகமெடுத்துப் பிறகு மெதுவாகச் சறுக்கினார். அவர் பயத்துடன் அவளை நெருங்கினார் ஆனால் அவளது புன்னகை அவரை அமைதிப்படுத்தியது.

அவள் அவருக்குக் கையைக் கொடுக்க, அவர்கள் இருவரும் சேர்ந்து சென்றார்கள். அவர்கள் தங்கள் வேகத்தை அதிகரித்துச் செல்லும்போது அவள் அவர் கையை இறுக்கமாகப் பிடித்துக் கொண்டாள்.

"உங்களுடன் நான் சீக்கிரமாகக் கற்றுக்கொள்வேன். நான் உங்கள் மீது நம்பிக்கை வைத்திருக்கிறேன்" என்றாள் அவள் அவரிடம்.

"நீ என் மீது சாய்ந்திருக்கும் போது என் மீதே எனக்கு நம்பிக்கை பிறக்கிறது" என்றார் அவர். ஆனால் உடனடியாக அவர் தான் சொன்னதைக் கேட்டு வெட்கமடைந்தார். உண்மையில் அவர் இந்த வார்த்தைகளைச் சொன்னதும், மேகங்களுக்குப் பின்னால் மறையும் சூரியனைப் போல அவளுடைய முகம் அதன் பொழிவை இழந்தது. அவள் முகத்தில் ஏற்பட்ட மாற்றத்தைக் கண்ட அவர் அது அவளது சிந்தனையின் வெளிப்பாடு என்பதை அறிந்தார். அவளுடைய மென்மையான நெற்றியில் ஒரு சிறிய சுருக்கம் ஏற்பட்டது.

"உனக்கு ஏதாவது அசௌகரியமாக உள்ளதா? கேட்க எனக்கு உரிமை இல்லை என்றாலும்" என்று அவர் வேகமாகச் சொன்னார்.

"ஏன்...? இல்லை, விரும்பத்தகாத எதுவும் இல்லை" என்று அவள் சாந்தமாகப் பதிலளித்தாள். உடனே அவள், "நீங்கள் திருமதி. லினோனைப் பார்த்தீர்களா?" என்றாள்.

"இன்னும் இல்லை."

"அவரிடம் செல்லுங்கள், அவர் உங்களை மிகவும் விரும்புகிறார்."

'என்ன இது? நான் அவளை வேதனைப் படுத்திவிட்டேன். கடவுளே எனக்கு உதவுங்கள்!' என்று நினைத்த லெவின் ஒரு பெஞ்சில் சாம்பல் நிற மோதிரங்களுடன் அமர்ந்திருந்த வயதான பிரெஞ்சுப் பெண்மணியை நோக்கி ஓடினார். புன்னகைத்துத் தன் பொய்ப் பற்களைக் காட்டிய அவள், பழைய நண்பனைப் போல அவரை வரவேற்றாள்.

"ஆம், அவள் நன்றாக வளர்ந்துவிட்டாள் என்பதை நீங்களே பாருங்கள்" என்று அவரிடம் சொன்ன அந்தப் பிரெஞ்சுப் பெண்மணி, கிட்டியைத் தனது கண்களால் சுட்டிக்காட்டி, "வயதாகி வருகிறது. கரடிக்குட்டி இப்போது பெரிதாகிவிட்டது!" என்று சொல்லி அவள் சிரித்தாள். அவள் ஆங்கில தேவதைக் கதையிலிருந்து மூன்று இளம் பெண்கள் மூன்று கரடிகள் என்று அழைக்கப்பட்ட நகைச் சுவையை அவருக்கு நினைவுபடுத்தினாள். "நீ அதைப் பற்றி என்ன சொல்வாய் என்று தெரியுமா?"

அவருக்கு நிச்சயமாக நினைவில் இல்லை. ஆனால் அவள் பத்து ஆண்டுகளாக இந்த நகைச்சுவையைக் கேட்டுச் சிரித்து அதை அனுபவித்துக் கொண்டிருந்தாள்.

"சரி, போ, போய் சறுக்கி விளையாடு. எங்கள் கிட்டி இப்போது நன்றாக விளையாடுகிறாள் இல்லையா?"

நற்றிணை பதிப்பகம் ● 49

லெவின் மீண்டும் கிட்டியை நோக்கிச் சென்றபோது அவள் முகம் கடுமையாக இல்லை. அவள் கண்களிலிருந்த தோற்றம் முன்னெப்போதையும் போலவே உண்மையாக, மென்மையாக இருந்தது. ஆனால் அவளுடைய மென்மைக்கு ஒரு பிரத்தியேகமான, வேண்டுமென்றே உருவாக்கிய அமைதியான தொனி இருப்பதாக லெவினுக்குத் தோன்றியது. அது அவரைச் சோகத்தில் ஆழ்த்தியது.

தன்னுடைய பழைய பணிப்பெண் மற்றும் அவளுடைய விசித்திரங்களைப் பற்றிப் பேசிய பிறகு கிட்டி அவரது வாழ்க்கையைப் பற்றிக் கேட்டாள்.

"உண்மையில் நீங்கள் நாட்டில் குளிர்காலத்தில் சலிப்படைய வில்லையா?" என்று அவள் கேட்டாள்.

"இல்லை, சலிப்பு ஏற்படாது ஏனெனில் அப்போது நான் அதிக வேலையாக இருப்பேன்" என்றார் அவர். அவள் தனது அமைதியான தொனியால் அவரை அடக்குவதை உணர்ந்தார். குளிர்காலத்தின் தொடக்கத்தில் வீட்டை விட்டு வெளியே வர முடியாதது போல அவரால் அதிலிருந்து வெளியேற முடியவில்லை.

"நீங்கள் இங்கே நீண்ட காலம் இருப்பதற்காக வந்துள்ளீர்களா?" என்று கிட்டி கேட்டாள்.

"எனக்குத் தெரியாது" என்றார் அவர். தான் என்ன சொல்கிறோம் என்பதை அவர் யோசிக்கவில்லை. இந்த அமைதியான நட்பின் தொனிக்கு அடிபணிந்தால், தன்னால் மீண்டும் எதையும் தீர்மானிக்க முடியாது என்று அவருக்குத் தோன்றியது. எனவே அவர் எதிர்க்கத் தொடங்கினார்.

"ஏன் தெரியவில்லை?"

"எனக்குத் தெரியாது, அது உன்னைப் பொறுத்தது" என்று கூறிய அவர் தன் வார்த்தைகளால் திடுக்கிட்டார்.

அவள் அவருடைய வார்த்தைகளைக் கேட்கவில்லை அல்லது கேட்க விரும்பவில்லை. அவள் தன் கால்களை இரு முறை தட்டிய பிறகு, தடுமாறி, அவசரமாக அவரிடமிருந்து விலகிச் சென்றாள். அவள் திருமதி. லினோனிடம் சறுக்கிச் சென்று, அவளிடம் ஏதோ சொல்லிவிட்டு, பெண்கள் தங்கள் பனிச்சறுக்குக் கட்டைகளைக் கழற்றிக் கொண்டிருந்த கொட்டகைக்குச் சென்றாள்.

'கடவுளே! நான் என்ன செய்தேன்! கடவுளே! எனக்கு உதவுங்கள், எனக்குக் கற்பியுங்கள்' என்று லெவின் பிரார்த்தனை செய்த அதே நேரத்தில், உறுதியான முடிவை எடுக்க வேண்டிய அவசியத்தை உணர்ந்தார். அவர் வேகமெடுத்து வளையத்தின் உள்ளும் வெளியும் சறுக்கினார்.

அப்போது புதிய பனிச்சறுக்கு வீரர்களில் சிறந்த ஒரு இளைஞர், பனிச்சறுக்குக் கட்டையோடு, வாயில் சிகரெட்டுடன் காபி ஹவுஸி லிருந்து வெளியே படிகளில் வேகமாகக் கீழே இறங்கினார். பிறகு படிகளிலிருந்து குதித்த அவர் தனது கைகளின் நிலையைக்கூட மாற்றாமல் பனியின் மீது வேகமாகச் சறுக்கி பனிக்கு மேலே மிதந்தார்.

"ஆகா, இது ஒரு புதிய சாகசம்!" என்ற லெவின் உடனடியாக அதை முயற்சிக்க ஓடினார்.

"அடிபட்டுக் கொள்ளாதீர்கள், அதற்குப் பயிற்சி தேவை!" என்று நிக்கோலாய் ஷெர்பாட்ஸ்கி அவரை நோக்கிக் கத்தினார். லெவின் படிகளில் ஏறி, பிறகு வேகமாக கீழே ஓடினார். பழக்க மில்லாத இந்தச் செயலில் சமநிலையைத் தக்கவைக்க தன் கைகளைப் பயன்படுத்தினார். ஒரு தீவிரமான உந்துதலுக்கு முன் கடைசிப் படியில் தடுமாறிய அவர் பனிக்கட்டியில் தன் கைகளை அழுத்தமாக ஊன்றித் தேய்த்து, நிமிர்ந்து சறுக்கி சிரித்தார்.

'இவர் ஒரு நல்ல மனிதர், அன்பான மனிதர்' என்று நினைத்த கிட்டி திருமதி. லினோனுடன் கொட்டகையிலிருந்து வெளியே வந்து அவரைக் கனிவுடன் பார்த்தாள். 'உண்மையில் நான் குற்ற வாளியா? நான் இத்தனை மோசமாக எதையாவது செய்திருக் கிறேனா? நான் அவரை நேசிக்கவில்லை எனினும் அவருடன் கலகலப்பாக இருக்கிறேன். அவர் மிக அற்புதமான மனிதர். அவர் ஏன் அப்படிச் சொன்னார்?' என்று அவள் யோசித்தாள்.

கிட்டி வெளியேறுவதையும் அவளுடைய தாய் அவளைப் படிக் கட்டில் எதிர்கொள்வதையும் கண்ட அவர் நின்று யோசித்தார். அவர் தனது பனிச்சறுக்குக் கட்டைகளைக் கழற்றிவிட்டு தோட்டத்தி லிருந்து வெளியேறும் வாயில் வழியாகத் தாயையும் மகளையும் சந்தித்தார்.

"உங்களைப் பார்த்ததில் மிக்க மகிழ்ச்சி" என்றார் இளவரசி. "வியாழக்கிழமை வழக்கமாக நாங்கள் வீட்டில் இருப்போம்."

"இன்றுதான் வியாழக்கிழமை!"

"நாங்கள் உங்களைப் பார்த்ததில் மிகவும் மகிழ்ச்சியடைகிறோம்" என்று இளவரசி வறண்ட குரலில் கூறினாள்.

இது கிட்டியை வருத்தமடையச் செய்தது. தனது தாயின் உணர்ச்சியற்ற தன்மையைச் சரிசெய்ய வேண்டும் என்ற அவளது விருப்பத்தை அவளால் தடுக்க முடியவில்லை. அவள் தலையைத் திருப்பி ஒரு புன்னகையுடன், "மீண்டும் சந்திப்போம்" என்றாள்.

அந்தச் சமயத்தில் ஸ்டீபன் ஆர்கடியேவிச், தொப்பியைக் கழற்றி, முகமும் கண்களும் பளபளப்பாக ஜொலிக்க, ஒரு மகிழ்ச்சியான வெற்றியாளரைப் போலத் தோட்டத்தில் நுழைந்தான். இருப்பினும் தனது மாமியாரை நெருங்கிய அவன், டோலியின் உடல்நிலை குறித்து அவர் கேட்ட கேள்விக்கு, சோகத்துடன் குற்றவுணர்வோடு பதிலளித்தான். தனது மாமியாருடன் மென்மையாக, துக்கத்துடன் பேசிய பிறகு அவன் தன் தோள்களைத் திருப்பி லெவினுடைய கையைப் பிடித்தான்.

“சரி, நாம் போகலாமா?” என்றான் அவன். “நான் உங்களைப் பற்றியே நினைத்துக் கொண்டிருந்தேன். நீங்கள் இங்கு வந்ததில் நான் மிகவும் மகிழ்ச்சியடைகிறேன்” என்ற அவன் ஒரு குறிப்பிட்ட அர்த்தத்துடன் அவர் கண்களைப் பார்த்தான்.

“போகலாம், போகலாம்” என்று மகிழ்ச்சியுடன் பதிலளித்த லெவினுடைய காதில், ‘மீண்டும் சந்திப்போம்’ என்று அவள் சொன்னது இன்னும் ஒலித்துக்கொண்டிருந்தது. அவள் புன்னகை யுடன் சொல்லிய அதை அவர் தன் மனதில் பத்திரமாகப் பதித்துக் கொண்டார்.

“ஆங்கிலியா அல்லது ஹெர்மிடேஜ்?”

“எனக்கு வித்தியாசம் ஒன்றுமில்லை.”

“அப்படியானால் ஆங்கிலியாவுக்கு” என்ற ஸ்டீபன் ஆர்கடி யேவிச், ஹெர்மிடேஜை விட ஆங்கிலியாவில் அதிகம் கடன்பட்டிருந்த காரணத்தால், அதைத் தவிர்ப்பது நல்லதல்ல என்று கருதினான். “உங்களிடம் வண்டி உள்ளதா? நல்லது, நான் என் வண்டியை அனுப்பிவிட்டேன்.”

வழி முழுவதும் நண்பர்கள் அமைதியாக இருந்தனர். கிட்டியின் முகத்தில் ஏற்பட்ட அந்த மாற்றத்தின் பொருளை லெவின் நினைத்துப் பார்த்தார். முதலில் நம்பிக்கை இருப்பதாகத் தோன்றிய அவருக்கு, சற்றே யோசித்த பிறகு தனது நம்பிக்கை முட்டாள்தனமானது என்பதைத் தெளிவாகக் கண்டார். இருப்பினும் “மீண்டும் சந்திப்போம்” என்ற அவளுடைய வார்த்தைகளுக்கும் புன்னகைக்கும் பிறகு, அவர் முன்பு இருந்ததைப் போல அல்லாமல் தன்னை முற்றிலும் வித்தி யாசமான மனிதனாக உணர்ந்தார்.

வழியில் ஸ்டீபன் ஆர்கடியேவிச் தங்கள் இரவு உணவுக்கான பட்டியலைத் தயாரித்தான்.

“உங்களுக்குத் திருக்கை மீன் பிடிக்குமா?” என்று வண்டியில் செல்லும் போது அவன் அவரிடம் கேட்டான்.

“என்ன?” என்றார் லெவின். “திருக்கை மீனா? ஆமாம், மிகவும் பிடிக்கும்.”

10

ஆப்லான்ஸ்கியுடன் லெவின் உணவகத்திற்குள் நுழைந்தபோது, ஸ்டீபன் ஆர்கடியேவிச்சின் முகத்திலும் அவன் உடல் முழுவதும் வெளிப்பட்ட குறிப்படத்தகுந்த பிரகாசத்தை அவரால் கவனிக்காமல் இருக்க முடியவில்லை. ஆப்லான்ஸ்கி தன் கோட்டைக் கழற்றிவிட்டு தொப்பியோடு உணவகத்திற்குள் நுழைந்தான். நீண்ட அங்கியணிந்து, கையுறை அணிந்திருந்த சர்வரிடம் என்ன வேண்டும் என்பதைத் தெரிவித்தான். எல்லா இடங்களையும் போலவே அங்கும் அவனை மகிழ்ச்சியுடன் வரவேற்ற, இடப்பக்கமும் வலப்பக்கமும் தெரிந்த பல முகங்களுக்குத் தலை வணங்கினான். அவன் மதுக்கூடத்திற்குச் சென்று, ஒரு துண்டு மீனையும் வோட்காவையும் எடுத்துக் கொண்டு, வரவேற்பு மேசைக்குப் பின்னால் இருந்த, முகத்தில் வர்ணம் பூசிய பிரெஞ்சுப் பெண்ணிடம் ஏதோ சொன்னான். அது அந்தப் பிரெஞ்சுப் பெண்ணைக் கூட வெளிப்படையாகச் சிரிக்க வைத்தது.

லெவின் அந்த வோட்காவை மறுத்தார். ஏனெனில் அந்தப் பிரெஞ்சுப் பெண்ணின் தலைமுடி போலி என்பதோடு அவள் அரிசி மாவு மற்றும் கழிவறை வினிகரில் தயாரித்த அலங்காரப் பொருட்களைப் பூசியிருந்தாள். ஒரு அழுக்கடைந்த இடத்திலிருப் பதைப் போல அவளிடமிருந்து உடனடியாக விலகிச் செல்ல முயன்றார். அவருடைய இதயம் முழுவதும் கிட்டியின் நினைவுகளால் நிரம்பி வழிந்தது. வெற்றிப் புன்னகையும் மகிழ்ச்சியும் அவர் கண் களில் பிரகாசித்தன.

“இந்தப் பக்கமாக மேன்மையானவரே, நீங்கள் விரும்பினால், நீங்கள் இங்கு தொந்தரவுக்கு உட்பட வேண்டாம், மேன்மை யானவரே” என்று வெள்ளை முடியுடன், அகலமான இடுப்பில் தொங்கிய நீண்ட துணியுடன் ஒரு வயதான சர்வர் கூறினார். “உங்கள் தொப்பி, தயவுசெய்து மேன்மையானவரே” என்று லெவினிடம் கூறிய அவர், ஸ்டீபன் ஆர்கடியேவிச்சிற்கு மரியாதை செலுத்தும் விதமாக விருந்தினரை வரவேற்றார்.

வெண்கல விளக்கிற்குக் கீழே, ஏற்கனவே துணியால் மூடியிருந்த ஒரு வட்ட மேஜையின் மீது உடனடியாக ஒரு புதிய துணியைப் பரப்பி, வெல்வெட் நாற்காலிகளை வெளியே இழுத்துப் போட்டு, கையுறை அணிந்த கையில் உணவுப் பட்டியலை ஏந்தியவராக ஸ்டீபன் ஆர்கடியேவிச் முன்பு உத்தரவுக்காகக் காத்து நின்றார்.

“நீங்கள் விரும்பினால் இப்போது இளவரசர் கோலிட்சினும் ஒரு பெண்ணும் காலி செய்யும் தனி அறையை ஒதுக்குகிறேன். புதிய சிப்பிகள் வந்துவிட்டன.”

“ஓ, சிப்பிகள்!”

ஸ்டீபன் ஆர்கடியேவிச் யோசித்தான்.

“நம்முடைய திட்டத்தை நாம் மாற்றக் கூடாதா லெவின்?” என்று மெனுவில் கையை வைத்தபடி கேட்டான். அவன் முகத்தில் தீவிரமான குழப்பம் தெரிந்தது. “அவை நல்ல சிப்பிகளா? கவனமாக இருக்க வேண்டும்!”

“பிளென்ஸ்பர்க் இளவரசே, எங்களிடம் ஓஸ்டெண்ட் சிப்பிகள் இல்லை.”

“பிளென்ஸ்பர்க், சரி, அவை புதியவையா?”

“நேற்று வந்தவை.”

“அப்படியானால் சிப்பியுடன் தொடங்கி பிறகு முழு திட்டத்தையும் மாற்றலாமா? ம்?”

“எனக்கு எந்த வித்தியாசமும் இல்லை. நான் முட்டைக்கோஸ் சூப் மற்றும் காஷாவை மிகவும் விரும்புவேன். ஆனால் அவை இங்கே கிடைக்காது.”

“நீங்கள் விரும்பினால் காஷா ஏ லா ரஸ்ஸே?” என்று ஆயா குழந்தையிடம் கேட்பது போல குனிந்து லெவினிடம் கேட்டார் சர்வர்.

“இல்லை, கேலி ஒருபுறம் இருக்க, நீங்கள் எதைத் தேர்வு செய்தாலும் நல்லது. நான் பனிச்சறுக்கு செய்திருக்கிறேன், பசியாக இருக்கிறேன். என்னால் யோசிக்க முடியவில்லை” என்ற அவர் ஆப்லான்ஸ்கியின் முகத்திலிருந்த அதிருப்தியைக் கவனித்து, “உங்கள் தேர்வை நான் பாராட்ட மாட்டேன் எனக் கருத வேண்டாம். நான் ஒரு நல்ல உணவை அனுபவிப்பேன்” என்றார்.

“நிச்சயமாக! நீங்கள் விரும்புவதைச் சொல்லுங்கள், அது வாழ்க்கையின் மகிழ்ச்சிகளில் ஒன்று” என்றான் ஸ்டீபன் ஆர்கடியேவிச். “சரி, என் நல்லவரே, இரண்டு, இல்லை மூன்று டஜன் சிப்பிகள், காய்கறி சூப்...”

“பிரிண்டனியேர்” என்று சர்வர் குறித்தார். ஆனால் ஸ்டீபன் ஆர்கடியேவிச் பிரெஞ்சு மொழியில் உணவுகளுக்குப் பெயரிடும் மகிழ்ச்சியை அவருக்குத் தர விரும்பவில்லை என்பது தெளிவாகத் தெரிந்தது.

"காய்கறி சூப், தெரியுமா? பிறகு திருக்கை மீன், பிறகு... வறுத்த மாட்டிறைச்சி, நல்லதாக இருக்க வேண்டும். பிறகு கோழி மற்றும் சில பழங்கள்."

பிரெஞ்சு மெனுவிலிருந்து உணவுகளின் பெயர்களைக் குறிப்பிடாத ஸ்டீபன் ஆர்கடியேவிச்சின் முறையை நினைவு கூர்ந்த சர்வர், அவற்றை மீண்டும் திருப்பிச் சொல்லவில்லை. ஆனால் மெனுவின்படி முழு ஆர்டரையும் பிரெஞ்சில் வாசித்து திருப்தியடைந்தார். உடனடியாக மெனுவை வைத்துவிட்டு, மதுப்பட்டியலை எடுத்து ஸ்டீபன் ஆர்கடியேவிச்சிடம் நீட்டினார்.

"நாம் என்ன குடிக்கலாம்?"

"உங்களுக்குப் பிடித்தது, கொஞ்சம் ஷாம்பெயின் மட்டும்" என்றார் லெவின்.

"எதில் தொடங்கலாம்? நீங்கள் சொல்வது சரிதான். உங்களுக்கு வெள்ளை முத்திரை பிடிக்குமா?"

"கச்செட் பிளாங்க்" என்றார் சர்வர்.

"சரி, அதைச் சிப்பிகளுடன் கொண்டு வாருங்கள்."

"சரி, ஐயா. உங்களுக்கு எந்த ஒயின் வேண்டும்?"

"எங்களுக்கு நியூட்ஸைக் கொடுங்கள், வேண்டாம், கிளாசிக் சாப்லிஸ்."

"சரி ஐயா, பாலாடைக் கட்டி வேண்டுமா?"

"ஆமாம், பார்மேசன். நீங்கள் மற்றதை விரும்பாவிட்டால்?"

"இல்லை, அதில் எனக்கு எந்த வித்தியாசமும் இல்லை" என்று சொன்ன லெவினால் புன்னகையை அடக்க முடியவில்லை.

தனது அகலமான இடுப்பில் பறந்து கொண்டிருந்த துணியின் நீண்ட வாலுடன் விரைந்து சென்ற சர்வர், ஐந்து நிமிடங்களுக்குப் பிறகு, சிப்பிகளை அதன் ஓடுகளுடன் ஒரு தட்டில் எடுத்துக் கொண்டு, விரல்களுக்கிடையே ஒரு பாட்டிலுடன் ஓடி வந்தார்.

ஸ்டீபன் ஆர்கடியேவிச் துணியைத் தன் இடுப்பில் கட்டிக் கொண்டு, தனது கைகளை மேசை மீது ஓய்வாக வைத்து, சிப்பிகளை விரல்களால் எடுத்தான்.

"மோசமில்லை" என்ற அவன் சிப்பியின் ஓடுகளை முள் கரண்டியால் உரித்து எடுத்துவிட்டு ஒன்றன் பின் ஒன்றாக விழுங்கினான். "மோசமில்லை" என்று மீண்டும் சொன்ன அவன் தனது ஈரமான பிரகாசமான கண்களால் முதலில் லெவினையும் பிறகு சர்வரையும் பார்த்தான்.

லெவின் சிப்பிகளைச் சாப்பிட்டார். ஆனால் வெள்ளை ரொட்டியும் பாலாடைக் கட்டியும் கிடைத்திருந்தால் அவர் மிகவும் விரும்பியிருப்பார். இருந்தாலும் அவர் ஆப்லான்ஸ்கியைப் பாராட்டினார். சர்வரும் பாட்டிலின் கார்க்கை நீக்கி, பளபளப்பான மதுவை மென்மையான ஆழமற்ற கண்ணாடி டம்ளரில் ஊற்றி, தன் வெள்ளை டையைச் சரிசெய்து கொண்டு ஸ்டீபன் ஆர்கடியேவிச்சை நோக்கி மகிழ்ச்சியாகப் புன்னகைத்தார்.

“சிப்பிகள் உங்களுக்கு மிகவும் பிடிக்குமா?” என்று ஸ்டீபன் ஆர்கடியேவிச் குடித்துக் கொண்டே கேட்டான். “நீங்கள் கவலைப் படுகிறீர்களா? ம்?”

லெவின் மகிழ்ச்சியாக இருக்க வேண்டும் என்று அவன் விரும்பினான். லெவின் மகிழ்ச்சியாக இல்லை என்று சொல்ல முடியாது ஆனால் அவர் இறுக்கமாக இருந்தார். உணவகத்தில் தனி அறையில் ஆண்களும் பெண்களும் சாப்பிடும், சலசலப்புக்கு மத்தியில் இருப்பது அவருக்கு வேதனையாகவும் சங்கடமாகவும் இருந்தது. வெண்கலங்கள், கண்ணாடிகள், எரிவாயு விளக்குகள், சர்வர்கள் என்று அந்தச் சூழ்நிலை அனைத்தும் அவருக்கு வெறுப்பைத் தந்தன. தன் உள்ளத்தில் நிரம்பி வழிவது மண்ணாகி விடுமோ என்று அவர் பயந்தார்.

“நானா? ஆமாம், நான் கவலைப்படுகிறேன். கூடவே இவை அனைத்தினாலும் நான் கட்டுப்படுத்தப்பட்டதாக உணர்கிறேன்” என்றார் அவர். “என்னைப் போன்ற ஒரு கிராமத்தானுக்கு இவை எத்தனை பயங்கரமாக இருக்கும் என்பதை உங்களால் கற்பனை செய்ய முடியாது. இவை அனைத்தும் உங்கள் அலுவலகத்தில் நான் பார்த்த அந்த மனிதரின் நகங்களைப் போலவே நாகரிகமற்றவை.”

“ஆமாம், கிரினேவிச்சின் நகங்கள் உங்களை மிகவும் ஈர்த்ததை என்னால் பார்க்க முடிந்தது” என்று சிரித்துக் கொண்டே கூறினான் ஸ்டீபன் ஆர்கடியேவிச்.

“என்னால் முடியவில்லை” என்றார் லெவின். “என்னுடைய இடத்தில் உங்களை வைத்து, ஒரு கிராமத்தானின் பார்வையில் பாருங்கள். நாட்டில் நாங்கள் எங்கள் கைகளை வேலை செய்வதற்கு ஏற்ற வசதியான நிலையில் வைத்திருக்க முயற்சிக்கிறோம். அதற்காக நாங்கள் நகங்களை வெட்டுகிறோம், சில சமயம் சட்டைக் கைகளை மடித்து விடுகிறோம். ஆனால் இங்கே வேண்டுமென்றே மக்கள் நகங்களை வளர விடுகிறார்கள். மேலும் அவர்கள் தங்கள் கைகளால் எதையும் செய்ய முடியாத வகையில் சாஸர்கள் போன்ற சுற்றுப் பட்டை இணைப்பை அணிகிறார்கள்.”

ஸ்டீபன் ஆர்கடியேவிச் மகிழ்ச்சியுடன் சிரித்தார்.

"ஆமாம், அவர்களுக்குக் கடின உழைப்பு தேவையில்லை என்பதற்கான அடையாளம் இது. அவர் மனம் வேலை செய்கிறது."

"இருக்கலாம். ஆனால் எனக்கு விநோதமாகத் தெரிகிறது, இந்த நிமிடத்தில் எனக்கு விசித்திரமாகத் தெரிகிறது. நாங்கள் எங்கள் உணவை விரைந்து முடித்து வேலை செய்வதற்குத் தயாராவோம். ஆனால் இங்கே சாப்பிடுவதற்கு எத்தனை முடியுமோ அத்தனை தாமதிக்கிறோம்."

"நிச்சயமாக" என்று ஸ்டீபன் ஆர்கடியேவிச் ஆட்சேபணை செய்தான். "ஆனால் அதுதான் நாகரிகத்தின் நோக்கம். எல்லா வற்றையும் இன்பமாக்குவது."

"நல்லது, அதுதான் அதன் நோக்கமென்றால் நான் முரட்டுத் தனமாகவே இருப்பேன்."

"நீங்கள் முரடர், லெவின்களாகிய நீங்கள் அனைவரும் காட்டு மிராண்டிகள்."

லெவின் பெருமூச்சு விட்டார். தனது சகோதரர் நிக்கோலாயை நினைவுகூர்ந்த அவர் வெட்கமும் வேதனையும் அடைந்தார். அவர் முகம் சுளித்தார். ஆனால் ஆப்லான்ஸ்கி அவரை உடனடியாகத் திசை திருப்பும் ஒன்றைப் பற்றிப் பேசத் தொடங்கினான்.

"அப்படியனால் நீங்கள் இன்றிரவு எங்கள் மனிதர்களைப் பார்க்கப் போகிறீர்கள், அதாவது ஷெர்பாட்ஸ்கிகள்?" என்ற அவன் சிப்பிகளின் ஓடுகளைத் தள்ளிவிட்டு பாலாடைக் கட்டிகளைத் தன்னை நோக்கி இழுத்தான். அவனுடைய கண்கள் கணிசமாக மின்னின.

"ஆமாம், நிச்சயமாகப் போவேன்" என்றார் லெவின். "இருந் தாலும் இளவரசி என்னைத் தயக்கத்துடன் அழைத்தார் என்று எனக்குத் தோன்றியது."

"என்ன பேசுகிறீர்கள்! முட்டாள்தனம்! அதுதான் அவருடைய சுபாவம்... சரி, நண்பரே சூப்பைப் பரிமாறுங்கள்! அது அவருடைய இயல்பு. பெரிய சீமாட்டி" என்றான் ஸ்டீபன் ஆர்கடியேவிச். "நானும் வருகிறேன். முதலில் நான் கோமகள் பனினின் இசைக் குழுவின் ஒத்திகைக்குப் போக வேண்டும். நீங்கள் எவ்வளவு முரட்டுத்தனமானவர் என்பதைப் பார்க்கவில்லையா? நீங்கள் மாஸ் கோவிலிருந்து உடனடியாக மறைந்து போனதற்கு என்ன விளக்கம் தருவீர்கள்? ஷெர்பாட்ஸ்கிகள் உங்களைப் பற்றி எனக்குத் தெரியும் என்பது போல என்னிடம் கேட்டுக் கொண்டே இருந்தார்கள். ஆனால், எனக்கு ஒரே ஒரு விஷயம் மட்டுமே தெரியும். நீங்கள் எப்போதும் வேறு யாரும் செய்யாததைச் செய்கிறீர்கள்."

“ஆமாம்” என்று மெதுவாகச் சொன்ன லெவின் உணர்ச்சி வசப்பட்டார். “நீங்கள் சொல்வது சரிதான், நான் ஒரு முரடன். நான் முரடனாக இங்கிருந்து செல்லவில்லை மாறாக ஒரு முரடனாக இங்கே திரும்பவும் வந்திருக்கிறேன். நான் இப்போது வந்து விட்டேன்...”

“ஓ, நீங்கள் எத்தனை அதிர்ஷ்டசாலி!” என்ற ஸ்டீபன் ஆர்கடியேவிச் லெவின் கண்களைப் பார்த்துக் கொண்டு எழுந்து நின்றான்.

“ஏன்?”

“தைரியமான குதிரைகளை அதன் தொடைகளைக் கொண்டு என்னால் சொல்ல முடியும், மேலும் இளைஞர்களின் காதலை அவர்களின் கண்களைப் பார்த்துச் சொல்ல முடியும்” என்றான் ஸ்டீபன் ஆர்கடியேவிச். “அனைத்தும் உங்கள் முன் உள்ளன?”

“ஏன், உங்களைப் பொறுத்தவரை அனைத்தும் முடிந்து விட்டதா?”

“இல்லை, இன்னும் முடியவில்லை. ஆனால் எதிர்காலம் உங்களுடையது, நிகழ்காலம் என்னுடையது. ஆனால் நிகழ்காலம் எப்படி இருக்கவேண்டுமோ அப்படி இல்லை.”

“எப்படி இருக்கிறது?”

“ஓ, விஷயங்கள் தவறாகிவிட்டன. ஆனால் என்னைப் பற்றி நான் பேச விரும்பவில்லை, தவிர அனைத்தையும் விளக்க முடியாது” என்றான் ஸ்டீபன் ஆர்கடியேவிச். “சரி, நீங்கள் ஏன் மாஸ்கோவுக்கு வந்தீர்கள்...? ஹே! அப்புறப்படுத்துங்கள்!” என்று அவன் சர்வரை அழைத்தான்.

“உங்களால் யூகிக்க முடியவில்லையா?” என்ற லெவின் ஸ்டீபன் ஆர்கடியேவிச்சின் ஒளிரும் கண்களை நேராக உற்றுப் பார்த்தார்.

“என்னால் முடியும். ஆனால், நான் அதைப் பற்றி முதலில் பேச முடியாது. இதிலிருந்தே நான் யூகித்தது சரியா இல்லையா என்பதை நீங்கள் புரிந்து கொள்ள முடியும்” என்று ஸ்டீபன் ஆர்கடியேவிச் ஒரு நுட்பமான புன்னகையுடன் லெவினைப் பார்த் தான்.

“சரி, நீங்கள் என்ன சொல்கிறீர்கள்?” என்று லெவின் நடுங்கும் குரலில் கேட்டார். தன் முகத்திலிருந்த அத்தனை தசைகளும் நடுங்கு வதை உணர்ந்தார். “அதை எப்படிப் பார்க்கிறீர்கள்?”

ஸ்டீபன் ஆர்கடியேவிச் லெவின் மீதிருந்த பார்வையை எடுக்காமல், தன் குவளையிலிருந்த சாப்லிஸை மெதுவாகக் குடித் தான்.

“நான்?” என்றான் ஸ்டீபன் ஆர்கடியேவிச். “அதைவிடச் சிறந்த எதையும் நான் விரும்பவில்லை. அதுதான் நடக்கக்கூடிய மிகச் சிறந்த விஷயம்.”

“ஆனால், உங்களுக்குத் தவறாகத் தெரியவில்லையா? நாம் என்ன பேசுகிறோம் என்பது உங்களுக்குத் தெரியுமா?” என்ற லெவின் தன்னோடு உரையாடுபவர் மீது அழுத்தமான பார்வையைச் செலுத்தினார். “நீங்கள் அது சாத்தியம் என்று நினைக்கிறீர்களா?”

“நான் அது சாத்தியம் என்று நினைக்கிறேன். அது ஏன் சாத்தியமில்லை?”

“இல்லை, நீங்கள் உண்மையாகவே அது சாத்தியம் என்று நினைக்கிறீர்களா? இல்லை, நீங்கள் நினைப்பதையெல்லாம் சொல்லுங்கள்! சரி, ஆனால்... நான் மறுக்கப்பட்டால் என்ன...? மேலும் நானும் உறுதியாக நம்புகிறேன்...”

“நீங்கள் ஏன் அப்படி நினைக்கிறீர்கள்?” என்று ஸ்டீபன் ஆர்கடியேவிச் தன் நண்பரின் உற்சாகத்தைக் கண்டு புன்னகைத்தான்.

“சில நேரங்களில் எனக்கு அப்படித்தான் தோன்றுகிறது. அனைத்திற்கும் மேலாக அது எனக்கும் அவளுக்கும் மோசமாக இருக்கும்.”

“சரி, எப்படியிருந்தாலும் ஒரு பெண்ணுக்கு இதில் மோசமானது ஒன்றுமில்லை. ஒவ்வொரு பெண்ணும் தான் காதலிக்கப்படுவதை நினைத்துப் பெருமைப்படுகிறாள்.”

“ஆம், ஒவ்வொரு பெண்ணும், ஆனால் அவள் அல்ல.”

ஸ்டீபன் ஆர்கடியேவிச் சிரித்தான். அவன் லெவினின் இந்த உணர்வை நன்கு அறிந்திருந்தான். அவரைப் பொறுத்தவரை உலகில் உள்ள அனைத்துப் பெண்களும் இரு வகையாகப் பிரிக்கப் பட்டுள்ளனர் என்பதை அவன் அறிந்திருந்தான். ஒருவகையினர் அவளைத் தவிர, மனித பலவீனங்கள் அனைத்தையும் கொண்ட சாதாரணமான பெண்கள். மற்றொரு வகையினர் எந்தப் பலவீனமும் இல்லாமல் அனைத்திலும் உயர்ந்தவளான அவளை மட்டுமே கொண்ட பெண்கள்.

“பொறுங்கள், கொஞ்சம் சாஸ் எடுத்துக் கொள்ளுங்கள்” என்ற அவன் சாஸைத் தள்ளிய லெவின் கையைத் தடுத்தான்.

கீழ்ப்படிந்த லெவின் அதை எடுத்துக் கொண்டார். ஆனால், அவர் ஸ்டீபன் ஆர்கடியேவிச்சை சாப்பிட அனுமதிக்கவில்லை.

“இல்லை, பொறுங்கள், பொறுங்கள்!” என்றார் அவர். “என்னைப் பொறுத்தவரை இது வாழ்வா சாவா என்ற கேள்வி என்பதைப் புரிந்து கொள்ளுங்கள். நான் இதைப் பற்றி யாரிடமும் பேசியதில்லை. நான் உங்களைத் தவிர வேறு யாரிடமும் அதைப் பற்றிப் பேச முடியாது. பாருங்கள், இங்கு நாம் எல்லாவற்றிலும் அந்நியர்கள். வெவ்வேறு ரசனைகள், பார்வைகள், எல்லாமும்.

ஆனால் நீங்கள் என்னை நேசிக்கிறீர்கள், என்னைப் புரிந்து கொள் வீர்கள் என்பது எனக்குத் தெரியும். அதன் பொருட்டே நான் உங்களை மிகவும் நேசிக்கிறேன். எனவே கடவுளின் பொருட்டு வெளிப்படையாக இருங்கள்."

"நான் என்ன நினைக்கிறேன் என்பதைச் சொல்கிறேன்" என்ற ஸ்டீபன் ஆர்கடியேவிச் சிரித்தான். "ஆனால் நான் உங்களுக்கு மேலும் சொல்கிறேன். என் மனைவி மிகவும் குறிப்பிடத்தக்க ஒரு பெண்..." என்ற ஸ்டீபன் ஆர்கடியேவிச் பெருமூச்சு விட்டான். தன் மனைவியுடான தன் உறவை நினைத்துப் பார்த்தான். பிறகு சற்றே மௌனத்திற்குப் பிறகு தொடர்ந்தான். "அவளுக்குத் தொலை நோக்குப் பார்வை என்ற வரம் இருக்கிறது. அவளால் மனிதர்களை நேருக்கு நேர் பார்க்க முடியும். ஆனால் அது மட்டுமல்ல, என்ன நடக்கப் போகிறது என்பது அவளுக்குத் தெரியும், குறிப்பாகத் திருமணம் என்று வரும்போது. உதாரணமாக ஷேகோவ்ஸ்கோய், ப்ரென்டெல்லை மணப்பார் என்று அவள் கணித்தாள். யாரும் அதை நம்பவில்லை, ஆனால் அதுதான் நடந்தது. அவள் உங்கள் பக்கம் இருக்கிறாள்."

"என்ன சொல்கிறீர்கள்?"

"அவர் உங்களை நேசிப்பதோடு மட்டுமில்லாமல், கிட்டி உறுதி யாக உங்கள் மனைவியாவாள் என்று உறுதியாகச் சொல்கிறார்."

இந்த வார்த்தைகளைக் கேட்டதும் லெவின் முகம் திடீரென புன்னகையால் பிரகாசித்தது. உணர்ச்சிப் பெருக்கின் கண்ணீருக்கு நிகரான புன்னகை.

"அவர் அப்படியா சொன்னார்?" என்று லெவின் வியப்புடன் கேட்டார். "அவர், உங்கள் மனைவி, உன்னதமானவர் என்று நான் எப்போதும் சொல்வேன். நல்லது, அதுபோதும், அதைப் பற்றிச் சொன்னதே போதும்" என்ற அவர் தன் இருக்கையிலிருந்து எழுந்தார்.

"சரி, உட்காருங்கள், சூப் வருகிறது."

ஆனால், லெவினால் உட்கார முடியவில்லை. அந்தச் சிறிய அறையில் இரண்டு முறை உறுதியான காலடிகளுடன் மேலும் கீழும் நடந்து, கண்ணீர் சிந்தக்கூடாது என்று இமைகளை இமைத்து, பிறகே மேசையில் அமர்ந்தார்.

"புரிந்து கொள்ளுங்கள், இது காதல் அல்ல" என்றார் அவர். "நான் முன்பு காதலித்தேன், இது என்னுடைய உணர்ச்சி வேகம் அல்ல ஆனால் ஏதோ ஒரு வெளிப்புற சக்தி என்னை ஆட்கொண்டு விட்டது. ஏனெனில் நான் அது அப்படி இருக்க முடியாது என்று முடிவு செய்து, பூமியிலிருந்து வராத ஒரு மகிழ்ச்சியாக அதைக்

கருதி முன்னரே விலகிச் சென்று விட்டேன். நீங்கள் புரிந்துகொள்ள வேண்டும். ஆனால் நான் என்னோடு போராடினேன். இப்போது நான் அது இல்லாமல் வாழ்க்கை இல்லை என்பதைக் காண்கிறேன். எனவே அது தீர்மானிக்கப்பட வேண்டும்."

"பிறகு எதற்காக திரும்பிச் சென்றீர்கள்?"

"ஓ, பொறுங்கள்! எனக்குள் பல யோசனைகள்! நான் எதைத் தான் செய்வது! கவனியுங்கள். உங்களுக்குத் தெரியுமா, நீங்கள் இப்போது சொன்ன வார்த்தைகளால், நீங்கள் எனக்குள் என்ன செய்துவிட்டீர்கள் என்பதை உங்களால் கற்பனை செய்ய முடியாது. நான் மிகவும் மகிழ்ச்சியாக உணர்வதுடன் கூடவே அருவருப்பாகவும் உணர்கிறேன். நான் எல்லாவற்றையும் மறந்து விட்டேன்... ஆனால் இன்று நான் கேள்விப்பட்டேன், என் சகோதரர் நிக்கோலாய்... உங்களுக்குத் தெரியும், அவர் இங்கே இருக்கிறார்... நான் அவரை மறந்து விட்டேன். அவரும் மகிழ்ச்சியாக இருப்பதாக நான் நினைக்கிறேன். இது ஒரு வகையில் பைத்தியநிலைக்கு நிகரானது. ஆனால் ஒரு விஷயம் பரிதாபத்திற்குரியது... நீங்கள் திருமணமானவர், இந்த உணர்வு உங்களுக்குத் தெரியும்... கொடுமை என்னவென்றால் வயதான நமக்கு ஏற்கனவே ஒரு கடந்த காலம் இருக்கிறது... காதலால் அல்ல பாவங்களால்... திடீரென நாம் ஒரு குற்றமற்ற, தூய்மையான உயிரினத்துக்கு மிக அருகில் நெருங்கும் போது, அது அருவருப்பானது என்பதால், நான் என்னைத் தகுதியற்றவன் என்று உணராமல் இருக்க முடியவில்லை."

"உங்கள் பாவங்கள் அதிகமல்ல."

"இருந்தாலும் நான் வாழ்ந்த வாழ்க்கையை அருவருப்புடன் நினைத்துப் பார்த்து, நடுங்குகிறேன், சபிக்கிறேன், வருந்துகிறேன்..."

"என்ன செய்ய முடியும்? அப்படித்தான் உலகம் உருவாக்கப் படுகிறது" என்றான் ஸ்டீபன் ஆர்கடியேவிச்.

"என் ஒரே ஆறுதல் நான் எப்போதும் விரும்பும் அந்த ஜெபத்தைப் போன்றது. 'என்னை என் தகுதியின்மையால் அல்ல மாறாக உமது அன்பினால் மன்னியும்.' அவளும் என்னை அப்படித் தான் மன்னிக்க வேண்டும்."

11

லெவின் குடித்து முடித்தார். அவர்கள் சற்று நேரம் அமைதியாக இருந்தனர்.

“நான் மற்றொரு விஷயத்தையும் சொல்ல வேண்டும். உங்களுக்கு விரான்ஸ்கியைத் தெரியுமா?” என்று லெவினிடம் கேட்டான் ஸ்டீபன் ஆர்கடியேவிச்.

“இல்லை, எனக்குத் தெரியாது. ஏன் கேட்கிறீர்கள்?”

“மற்றொன்று” என்று ஸ்டீபன் ஆர்கடியேவிச் சர்வரை நோக்கிச் சொன்னான். அவர்களது டம்ளரை நிரப்பிய சர்வர், மறுபடியும் அவர் அங்கு தேவையில்லாத போதும் அவர்களைச் சுற்றி வந்து கொண்டிருந்தார்.

“நான் எதற்கு விரான்ஸ்கியைத் தெரிந்துகொள்ள வேண்டும்?”

“ஏனென்றால் அவர் உங்கள் போட்டியாளர்களில் ஒருவர்.”

“இந்த விரான்ஸ்கி யார்?” என்று லெவின் கேட்டார். ஆப்லான்ஸ்கி அப்போதுதான் ரசித்த, குழந்தையின் பரவசத்தை வெளிப்படுத்திய அவர் முகம் திடீரென வெறுப்பாகவும் கோபமாகவும் மாறியது.

“விரான்ஸ்கி கோமகன் கிரில் இவானோவிச் விரான்ஸ்கியின் மகன்களில் ஒருவர். பீட்டர்ஸ்பர்க்கின் இளைஞர்களுக்கு மத்தியில் அவர் ஒரு சிறந்த எடுத்துக்காட்டாக இருக்கிறார். நான் அரசாங்கப் பணியில் இருந்தபோது, அவர் கட்டாய இராணுவச் சேவைக்கு வந்தபோது ட்வெரில் அவரை எனக்குத் தெரியும். மிகப் பெரிய பணக்காரர், அழகானவர், செல்வாக்கு மிக்க பல மனிதர்களோடு தொடர்பு கொண்ட மனிதர். ஆனால் அதற்கும் மேலாக இனிமையாகப் பழகும் நல்ல குணமுள்ள மனிதர். இப்போது நான் அவரைப் பற்றி நன்கு அறிந்திருப்பதால், அவர் மெத்தப் படித்தவர் என்பதோடு புத்திசாலியும் கூட. அவர் வெகுதூரம் செல்லக்கூடிய ஒரு மனிதர்.”

லெவின் முகத்தைச் சுளித்து அமைதியாக இருந்தார்.

“சரி, நீங்கள் போனவுடன் அவர் இங்கு வந்தார். நான் புரிந்து கொண்டது சரியானால் அவர் கிட்டியைக் காதலிக்கிறார். அவளுடைய அம்மாவைப் பற்றி உங்களுக்குத் தெரியும்...”

“மன்னிக்கவும், ஆனால் எனக்கு இவை எதுவுமே புரியவில்லை” என்ற லெவின் சினத்துடன் முகத்தைச் சுளித்தார். பிறகு அவர் தன் சகோதரன் நிக்கோலாயை நினைவு கூர்ந்தார். அவரை மறக்க முடிந்ததற்காக அவர் தன்னையே வெறுத்தார்.

“பொறுங்கள், பொறுங்கள்” என்ற ஸ்டீபன் ஆர்கடியேவிச், புன்னகையுடன் அவர் கையைத் தொட்டான். “எனக்குத் தெரிந்ததை நான் உங்களுக்குச் சொல்லிவிட்டேன். இந்த நுட்பமான மென்மையான விஷயத்தில், என்னால் யூகிக்க முடிந்தவரை, வாய்ப்புகள் உங்கள் பக்கம் இருப்பதாகத் தெரிகிறது என்பதை நான் மீண்டும் சொல்கிறேன்.”

லெவின் தனது நாற்காலியில் சாய்ந்தார், அவருடைய முகம் வெளிறிப்போனது.

"ஆனால் இந்த விஷயத்தை எவ்வளவு சீக்கிரம் முடிக்க முடியுமோ அவ்வளவு சீக்கிரம் முடிக்கும்படி நான் உங்களுக்கு ஆலோசனை சொல்கிறேன்" என்று லெவினின் டம்ளரை நிரப்பியபடி ஆப்லான்ஸ்கி சொன்னான்.

"இல்லை, நன்றி, என்னால் இனி குடிக்க முடியாது" என்ற லெவின் தன் டம்ளரைத் தள்ளிவிட்டார். "நான் குடிப்பேன்... சரி, உங்கள் நிலைமை எப்படிப் போகிறது?" என்ற அவர் விஷயத்தை மாற்ற விரும்பினார்.

"இன்னும் ஒரு வார்த்தை. எப்படியிருந்தாலும் விஷயத்தை சீக்கிரம் முடியுங்கள் என்று அறிவுறுத்துகிறேன். இன்றிரவு அதைப் பற்றி பேசாதீர்கள் என்றும் சொல்கிறேன்" என்றான் ஸ்டீபன் ஆர்கடியேவிச். "நாளை காலையில் சென்று, சரியான வழியில் அதைச் செய்யுங்கள். கடவுள் உங்களை ஆசிர்வதிப்பார்..."

"நீங்கள் என்னுடன் வேட்டைக்கு வர விரும்பவில்லையா? வசந்த காலத்தில் வாருங்கள்" என்றார் லெவின்.

தான் இந்த உரையாடலை ஸ்டீபன் ஆர்கடியேவிச்சுடன் தொடங்கியதற்காக இப்போது அவர் வருந்தினார். அவருடைய உன்னதமான உணர்வு, பீட்டர்ஸ்பர்க்கில் உள்ள ஒரு அதிகாரியின் போட்டியைப் பற்றிய பேச்சாலும், ஸ்டீபன் ஆர்கடியேவிச்சின் அனுமானங்கள் மற்றும் ஆலோசனைகளாலும் களங்கப்படுத்தப் பட்டது.

ஸ்டீபன் ஆர்கடியேவிச் சிரித்தார். லெவின் இதயத்தில் என்ன நடக்கிறது என்பதை அவன் புரிந்து கொண்டான்.

"நான் எப்போதாவது வருகிறேன்" என்றான் அவன். "ஆம், நண்பா, பெண்கள், இவர்கள்தான் அனைத்தையும் திருப்பும் மையப்புள்ளி. என் விஷயமும் மோசமானது, மிக மோசமானது. அனைத்தும் இந்தப் பெண்களால்தான். நீங்கள் என்னிடம் வெளிப்படையாகச் சொல்ல வேண்டும்" என்ற அவன் ஒரு சுருட்டை எடுத்துக் கொண்டு, ஒரு கையால் டம்ளரைப் பிடித்தபடி தொடர்ந்தான். "நீங்கள் எனக்கு ஆலோசனை சொல்ல வேண்டும்."

"ஆனால் எதைப் பற்றி?"

"இதைப் பற்றித்தான். நீங்கள் திருமணமாகி உங்கள் மனைவியை நேசிக்கிறீர்கள் என்று வைத்துக் கொள்வோம். ஆனால் நீங்கள் மற்றொரு பெண் மீது மோகம் கொள்கிறீர்கள்..."

"மன்னிக்கவும், ஆனால் நிச்சயமாக இது எப்படி என்று எனக்குப் புரியவில்லை... இப்போது வயிறு நிறைய உண்ட பிறகு நான் நடந்து சென்று ஒரு ரொட்டிக் கடையில் ஒரு ரொட்டியைத் திருட முயல்வதைப் போல, எனக்குப் புரியவில்லை."

ஸ்டீபன் ஆர்கடியேவிச்சின் கண்கள் வழக்கத்தை விட அதிகமாகப் பிரகாசித்தன.

"ஏன் முடியாது? சில நேரங்களில் ஒரு இனிப்பு ரொட்டி மிகவும் வாசனையாக இருந்தால், உங்களாலேயே உங்களைக் கட்டுப்படுத்த முடியாது."

இதைச் சொல்லும்போது, ஸ்டீபன் ஆர்கடியேவிச் நுட்பமாகப் புன்னகைத்தான். லெவினாலும் புன்னகையை அடக்காமல் இருக்க முடியவில்லை.

"ஆனால் நகைச்சுவைக்கு அப்பால்" என்று தொடர்ந்தான் ஸ்டீபன் ஆர்கடியேவிச். "புரிந்துகொள்ளுங்கள், அன்பான, சாந்தமான, தனியான, பாவப்பட்ட இந்தப் பெண் எல்லாவற்றையும் தியாகம் செய்தாள். இப்போது காரியம் முடிந்துவிட்டது. உங்களுக்குப் புரிகிறதா? நான் அவளை எப்படிக் கைவிட முடியும்? என் குடும்ப வாழ்க்கையின் பொருட்டு நாங்கள் பிரிந்து செல்ல வேண்டும் என்று சொல்லலாம். என்னால் எப்படி அவள் மீது பரிதாபப்படாமல், அவளுக்காக எதையும் செய்யாமல், அவளை அமைதிப்படுத்தாமல் இருக்க முடியும்?"

"சரி, நீங்கள் என்னை மன்னிக்க வேண்டும். என்னைப் பொறுத்தவரை இரண்டு வகையான பெண்கள் இருக்கிறார்கள். அதாவது, இல்லை... மாறாக சில பெண்கள் இருக்கிறார்கள் சிலர்... நான் ஒருபோதும் அழகாக விழுந்த உயிரினங்களைப் பார்த்ததில்லை, பார்க்கவும் மாட்டேன். வரவேற்பு மேசையில் இருக்கும் வண்ணம் பூசிய பிரெஞ்சுப் பெண்களைப் போன்றவர்கள் விரியன் பாம்புகள். மேலும் விழுந்த அனைத்துப் பெண்களும் ஒரே மாதிரியானவர்கள்."

"சுவிசேஷங்களில் உள்ள ஒருவர்?"

"ஓ, நிறுத்துங்கள்! அவை எவ்வாறு தவறாகப் பயன்படுத்தப்படும் என்பதை அறிந்திருந்தால் கிறிஸ்து ஒருபோதும் அந்த வார்த்தைகளைக் கூறியிருக்க மாட்டார். அனைத்து சுவிசேஷங்களிலிருந்தும் மக்கள் நினைவில் வைத்திருக்கும் வார்த்தைகள் அது மட்டும்தான். உண்மையில் நான் என்ன உணர்ந்தேனோ அதைச் சொல்கிறேன், நினைப்பதை அல்ல. விழுந்த பெண்கள் மீது எனக்கு வெறுப்பு உண்டு. நீங்கள் சிலந்திகளைக் கண்டு பயப்படுகிறீர்கள், நானோ அந்த விரியன்களைக் கண்டு பயப்படுகிறேன். நீங்கள்

ஒருபோதும் சிலந்திகளைப் பற்றிப் படித்ததில்லை என்பதால் அவற்றின் வழிகள் தெரியாது. எனக்கும் அப்படித்தான்."

"நீங்கள் இப்படிப் பேசுவது நன்றாக உள்ளது. டிக்கன்ஸ் நகரில் ஒரு மனிதர் அனைத்து வகையான சிக்கலான கேள்விகளையும், தனது இடது கையால் தன் வலது தோளில் தூக்கி எறிவதைப் போல. ஆனால் ஒரு உண்மையை மறுப்பது பதில் அல்ல. நான் என்ன செய்யவேண்டும் சொல்லுங்கள். நான் என்ன செய்வது? உங்கள் மனைவிக்கு வயதாகிவிட்டது ஆனால் நீங்கள் இன்னும் வாழ்க்கையால் நிறைந்திருக்கிறீர்கள். நீங்கள் உங்கள் வாழ்க்கையை வாழ்வதற்கு முன்பே, உங்கள் மனைவியை நீங்கள் உயர்வாக மதித் தாலும், அவளைக் காதலுடன் நெருங்க முடியாது என்று உணர்கிறீர் கள். அப்போது திடீரென்று உங்கள் வழியில் காதல் வருகிறது, நீங்கள் உங்களை இழக்கிறீர்கள்!" என்று ஸ்டீபன் ஆர்கடியேவிச் மிகுந்த விரக்தியுடன் கூறினான்.

லெவின் சிரித்தார்.

"ஆம், இழந்துவிட்டேன்" என்ற ஆப்லான்ஸ்கி தொடர்ந்தான். "ஆனால் என்ன செய்வது?"

"இனிப்பு ரொட்டிகளைத் திருடாதீர்கள்"

ஸ்டீபன் ஆர்கடியேவிச் சிரித்தான்.

'ஓ, ஒழுக்கவாதியே! ஆனால் புரிந்துகொள்ளுங்கள். இரு பெண்கள் உள்ளனர். ஒருவர் தனது உரிமைகளை மட்டுமே வலியுறுத்து கிறார். இந்த உரிமைகளில் உங்கள் காதலை நீங்கள் அவளுக்குக் கொடுக்க முடியாது. மற்றவர் உங்களுக்காக அனைத்தையும் தியாகம் செய்கிறார், பதிலுக்கு எதையும் கேட்கவில்லை. நீங்கள் என்ன செய்ய வேண்டும்? எப்படிச் செயல்பட வேண்டும்? இதில் ஒரு பயங்கரமான சோகம் உள்ளது."

"இதைப் பற்றி என் ஒப்புதலை நீங்கள் பெற விரும்பினால், இதில் எந்தச் சோகமும் இருப்பதாக நான் நம்பவில்லை என்று உங்களுக்குச் சொல்கிறேன். என் கருத்துப்படி, காதல்... பிளாட்டோ தனது சிம்போசியத்தில் விவரித்தபடி, இந்த இரு காதல்களும் ஆண்களுக்குச் சோதனையாக இருக்கின்றன. சிலர் ஒன்றை மட்டுமே புரிந்துகொள்கிறார்கள் சிலர் மற்றொன்றை மட்டுமே புரிந்து கொள் கிறார்கள். உடலின்பத்தை மட்டுமே அறிந்தவர்கள் சோகத்தைப் பற்றிப் பேசவேண்டிய அவசியமில்லை. அத்தகைய அன்பில் எந்தவிதமான சோகமும் இருக்க முடியாது. 'மனநிறைவுக்காக நான் மிகவும் கடமைப்பட்டிருக்கிறேன் என் தாழ்மையான நன்றி' அவ்வளவுதான் இதிலுள்ள சோகம். உடலின்பமற்ற காதலிலும்

சோகம் ஏதுமில்லை; ஏனெனில் அந்த அன்பில் அனைத்தும் தெளிவாகத் தூய்மையாக உள்ளன ஏனென்றால்...”

அப்போதுதான் லெவின் தனது சொந்த பாவங்களையும், தான் கடந்துவந்த உள்முகப் போரட்டத்தையும் நினைவு கூர்ந்து எதிர்பாரதவிதமாகச் சொன்னார்.

“இருந்தபோதும் நீங்கள் சொல்வது சரிதான். சாத்தியமானது தான்... ஆனால் உண்மையில் எனக்குத் தெரியவில்லை.”

“இதோ பாருங்கள்” என்றான் ஸ்டீபன் ஆர்கடியேவிச். “நீங்கள் மிகவும் நல்ல மனிதர். இதுவே உங்கள் பலமும் பலவீனமும். உங்கள் நற்குணத்தின் காரணமாக வாழ்க்கை எப்போதும் நல்ல நிகழ்வு களைக் கொண்டிருக்க வேண்டும் என்று விரும்புகிறீர்கள், ஆனால் அப்படி ஒருபோதும் நடக்காது. உதாரணமாகப் பொது சேவையை வெறுக்கும் நீங்கள், விஷயங்கள் எப்போதும் அவற்றின் நோக்கத்திற்கு ஒத்திருக்க வேண்டும் என்று விரும்புகிறீர்கள். ஆனால் அது ஒருபோதும் அப்படி நடக்க முடியாது. தனிப்பட்ட மனிதனின் செயல்பாடு எப்போதும் ஒரு லட்சியத்தைக் கொண்டிருக்க வேண்டும் என்றும், அன்பும் குடும்ப வாழ்க்கையும் எப்போதும் இணைந்திருக்க வேண்டும் என்றும், நீங்கள் விரும்புகிறீர்கள்; ஆனால் அதுவும் ஒருபோதும் நடக்காது. ஏனெனில் வாழ்க்கையில் உள்ள அனைத்துப் பிரிவுகளும், அனைத்து வசீகரமும், அனைத்து அழகும் ஒளி மற்றும் நிழலால் ஆனவை.”

பெருமூச்சு விட்ட லெவின் பதிலேதும் சொல்லவில்லை. அவர் ஆப்லான்ஸ்கி சொல்வதைக் கேட்காமல் தனது சொந்த விஷயங் களைப் பற்றி யோசித்துக் கொண்டிருந்தார்.

திடீரென அவர்கள் இருவரும், அவர்கள் நண்பர்களாக இருந்த போதிலும், ஒன்றாக உணவருந்தி மது அருந்தியிருந்தாலும், ஒவ்வொரு வரும் தங்களின் சொந்த விஷயங்களைப் பற்றி மட்டுமே சிந்தித்துக் கொண்டிருக்கிறோம், மற்றபடி இருவருக்குமிடையே எந்தத் தொடர்பும் இல்லை என்பதை உணர்ந்தனர். இரவு உணவிற்குப் பிறகு நெருக்கத் திற்குப் பதிலாக, இந்தத் தீவிர விலகல் ஏற்படுவதை ஆப்லான்ஸ்கி பலமுறை அனுபவித்திருக்கிறான். மேலும் இதுபோன்ற சந்தர்ப்பங் களில் என்ன செய்யவேண்டும் என்பதும் அவனுக்குத் தெரியும்.

“பில்!” என்று உரக்கக் கத்திய அவன், பக்கத்து அறைக்குச் சென்று அவருக்குப் பரிச்சயமான ஒரு உதவியாளரைச் சந்தித்து, ஏதோ நடிகையைப் பற்றியும், அவளுடைய பாதுகாவலரைப் பற்றியும் அவருடன் உரையாடினான். லெவினுடன் பேசிய பிறகு, அவருடனான உரையாடல் அதிகப்படியான மன அழுத்தத்திலும் பதட்டத்திலும்

இருந்து அவனுக்குப் பெரும் ஆசுவாசத்தையும் நிம்மதியையும் ஏற்படுத்தியது.

சர்வர் இருபத்தாறு ரூபிள்கள் மற்றும் சில சில்லறைக்கான பில்லைக் கொண்டு வந்தபோது, மற்றொரு சந்தர்ப்பமாக இருந்திருந்தால், கிராமவாசி என்ற முறையில், சர்வரின் வெகுமதியையும் சேர்த்துத் தன் பங்கு பதினான்கு ரூபிள்களைக் கண்டு லெவின் திகிலடைந்திருப்பார். ஆனால் அவர் அதைக் கவனிக்காமல் பணத்தைச் செலுத்திவிட்டு, தன் தலைவிதியைத் தீர்மானிக்கும் ஷெர்பாட்ஸ்கிகளைப் பார்க்கும் பொருட்டு, ஆடைகளை மாற்றுவதற்காக வீட்டிற்குச் சென்றார்.

12

இளவரசி கிட்டி ஷெர்பாட்ஸ்கயாவுக்குப் பதினெட்டு வயது. அவளுடைய பெற்றோர் அவளை வெளி உலகிற்கு அறிமுகப்படுத்திய முதல் குளிர்காலம் அது. சமூகத்தில் அவளுடைய வெற்றி, அவளுடைய மூத்த சகோதரிகளை விட அதிகமாக, அவள் தாய் எதிர்பார்த்ததை விட அதிகமாக இருந்தன. மாஸ்கோ நடன அரங்குகளில் நடனமாடிய இளைஞர்கள் அனைவரும் கிட்டியின் மீது காதல் கொண்டதால், இந்த முதல் குளிர்காலத்தில் இரு தீவிரமான காதலர்கள் உருவாகியிருந்தனர். முதலில் லெவின், அவர் உடனடியாக வெளியேறியதற்குப் பிறகு, கோமகன் விரான்ஸ்கி.

குளிர்காலத்தின் தொடக்கத்தில் லெவின் அடிக்கடி கிட்டியைப் பார்க்க வந்ததும், கிட்டியின் மீது அவருக்கு இருந்த வெளிப்படையான காதலும், கிட்டியின் பெற்றோருக்கு இடையே அவளுடைய எதிர்காலம் குறித்து, முதல் தீவிரமான உரையாடல்களுக்கு வழி வகுத்தது. அதைப் பற்றி அவர்களுக்கு இடையில் அடிக்கடி சண்டைகள் நடந்தன. லெவினுக்கு ஆதரவாக இருந்த இளவரசர், கிட்டிக்கு இதைவிடச் சிறந்த எதையும் தான் விரும்பவில்லை என்று சொன்னார். ஆனால் இளவரசி, பெண்களுக்கே உரிய விசித்திரமான குணத்துடன் சுற்றி வளைத்து, கிட்டி மிகவும் இளமையானவள் என்றும், அவளை லெவின் திருமணம் செய்துகொள்ள முடிவு செய்துவிட்டதாக இன்னும் அவள் சொல்லவில்லை என்றும், கிட்டியும் அதை விரும்புவதாகத் தெரியவில்லை என்றும் பல காரணங்களைச் சொன்னாள். ஆனால் தனக்கு லெவினைப் பிடிக்கவில்லை என்பதையோ, அவரைப் புரிந்து கொள்ள முடியவில்லை என்பதையோ, தன் மகளுக்கு வேறு ஒரு சிறந்த ஜோடியைத் தேடுகிறேன் என்பதையோ அவள் வெளிப்படையாகச் சொல்லவில்லை. லெவின்

திடீரென்று புறப்பட்டுச் சென்றதும் இளவரசி மகிழ்ச்சியடைந்து தன் கணவரிடம், ‘நான் சொன்னது சரிதான் என்று உங்களுக்கு இப்போது தெரிந்திருக்கும்’ என்றாள். விரான்ஸ்கி காட்சியில் இடம் பெற்றதும் இளவரசி மேலும் மகிழ்ச்சியடைந்தாள். கிட்டிக்கு ஒரு நல்ல ஜோடியாக இல்லாமல் ஒரு அற்புதமான ஜோடியைத் தேடுகிறேன் என்ற தன் கருத்தை உறுதிப்படுத்தினாள்.

தாயின் பார்வையில் லெவினுக்கும் விரான்ஸ்கிக்கும் இடையில் எந்த ஒப்பீடும் இருக்க முடியாது. லெவினின் விசித்திரமான, சமரசமற்ற கருத்துகளையும், மனிதர்களிடையே அவர் காட்டும் கூச்சத்தையும் அவள் வெறுத்தாள். அவருடைய பெருமையும், விநோதமான வாழ்க்கையும், கால்நடைகளிலும் விவசாயிகளிடமும் மூழ்கிப்போய் விட்டன என்று அவள் நினைத்தாள். தன் மகளைக் காதலித்த அவர் ஆறு வாரங்களாக ஏதோ ஒன்றுக்காக காத்திருப்பது போல, வீட்டிற்கு வருவது அவளுக்குப் பிடிக்கவில்லை. திருமணம் செய்து கொள்வதன் மூலம் அவர்களுக்கு ஒரு பெரிய மரியாதையைச் செய்ய வேண்டியிருக்கும் என்று பயந்தவராகவும், இளம் பெண் இருக்கும் வீட்டிற்குத் தொடர்ந்து வருகை தரும் அவர் அந்தப் பெண்ணைத் திருமணம் செய்துகொள்ள விரும்புவதை அறிவிக்க வேண்டும் என்பதை அறியாதவராகவும் இருக்கிறார் என்று இளவரசி நினைத்தாள். ஆனால் அப்படிச் செய்யாமல் அவர் திடீரென மறைந்துவிட்டார். எனவே ‘கிட்டி அவரைக் காதலிக்கும் அளவுக்கு அவர் அத்தனை பண்பானவர் இல்லை’ என்று அம்மா நினைத்தாள்.

மாறாக விரான்ஸ்கி அவளுடைய அனைத்து ஆசைகளையும் பூர்த்தி செய்தான். பெரிய செல்வந்தன், புத்திசாலி, பிரபுத்துவக் குடும்பத்தைச் சேர்ந்தவன், இராணுவத்திலும் அரசவையிலும் பெரிய பதவி என்பதுடன் ஒரு வசீகரமான மனிதன். இதைவிடச் சிறந்த எதையும் அவளால் எதிர்பார்க்க முடியாது.

விரான்ஸ்கி வெளிப்படையாக நடன அரங்கில் கிட்டியுடன் நெருக்கமாகச் சேர்ந்து நடனமாடினான். மேலும் அடிக்கடி வீட்டிற்கு வந்து அவளைப் பார்த்தான். எனவே அவனது நோக்கத்தில் இருந்த தீவிரத்தைச் சந்தேகிக்க எந்தக் காரணமும் இருப்பதாகத் தெரியவில்லை. இருப்பினும் தாய் அந்தக் குளிர்காலம் முழுவதையும் பயங்கரமான பதட்டத்துடனும் கிளர்ச்சியுடனும் கழித்தாள்.

இளவரசி முப்பது ஆண்டுகளுக்கு முன்பு தனது அத்தையின் முயற்சியால் திருமணம் செய்து கொண்டாள். அவளைப் பற்றி முன்கூட்டியே அறிந்த மணமகன் நேரில் வந்து தன் வருங்கால மனைவியைப் பார்த்தார். அவளும் அவரைப் பார்த்தாள். மணப் பெண்ணின் அத்தை அவர்களின் பரஸ்பர அபிப்பிராயத்தைத் தெரிந்து கொண்டாள். அவர்கள் இருவருக்கும் விருப்பம் இருப்பதை

அறிந்த பிறகு, நிர்ணயிக்கப்பட்ட நாளில், திருமணத்திற்கான முன்மொழிவு அவளுடைய பெற்றோரிடம் சமர்ப்பிக்கப்பட்டு, எதிர்பார்த்த ஒப்புதலைப் பெற்றது. அனைத்தும் மிகச் சுலபமாகவும் எளிமையாகவும் நடந்தது அல்லது இளவரசிக்கு அப்படித் தோன்றியது. ஆனால் தன் மகள்களை மணமுடித்துக் கொடுப்பது அத்தனை சுலபமானதும் எளிமையானதும் அல்ல என்பதை அவள் அறிந்தாள். மூத்த பெண்களான டார்யா, நடாலியா ஆகிய இருவரின் திருமணத்தின் போது, அவள் மனதில் எழுந்த போராட்டமும், பயமும், வீணடிக்கப்பட்ட பணமும், கணவனுடன் ஏற்பட்ட விவாதங்களும் அவளை எப்படிச் சித்திரவதை செய்தன! இப்போது கிட்டியின் திருமணத்தின் போது மீண்டும் அதே பயங்களும் சந்தேகங்களும் அவளை ஆட்கொண்டதுடன், முன்பை விட அதிகமாகத் தனது கணவருடன் அவளைச் சண்டையிட வைத்தது. அனைத்து தந்தையர்களையும் போலவே, வயதான இளவரசரும் தன் மகள்களின் கௌரவம் மற்றும் ஒழுக்கத்தைப் பொறுத்தவரை மிகவும் கவனமாக இருந்தார். அவர் தன் மகள்கள் மீது, குறிப்பாகத் தனக்கு மிகவும் பிடித்த கிட்டியின் வாழ்க்கை மீது அதிக அக்கறை செலுத்தினார். மேலும் அவர் தன் மனைவியுடன் மகளைச் சமரசம் செய்வதற்காக ஒவ்வொரு அடியிலும் ஒரு காட்சியை உருவாக்கினார். இளவரசிக்குத் தன் முதல் இரண்டு மகள்களின் திருமணத்திலிருந்து இவை பழகிவிட்டன. ஆனால் இப்போது இளவரசரின் கண்டிப்புக்கு அதிக காரணங்கள் இருப்பதாக அவள் உணர்ந்தாள். சமீபமாக சமூகத்தின் வழிகளில் பல மாற்றங்கள் நிகழ்ந்திருப்பதையும், ஒரு தாயின் கடமைகள் இன்னும் கடினமாகிவிட்டன என்பதையும் அவள் கண்டாள். கிட்டியின் சமவயதுடைய பெண்கள் கிளப்புகளை உருவாக்கி, சில வகுப்புகளில் கலந்துகொண்டு, ஆண்களுடன் சுதந்திரமாகப் பேசியதோடு தெருக்களில் பாதுகாப்பு இன்றி சவாரி செய்வதற்கும் தயங்கவில்லை. அனைத்திற்கும் மேலாக, ஒரு கணவனைத் தேர்வு செய்வது தங்களது பெற்றோர்களின் வேலையல்ல, மாறாக அது தங்களின் வேலை என்று அவர்கள் உறுதியாக நம்பினார்கள். 'இப்போதெல்லாம் பெண்களுக்கு முன்பு இருந்ததைப் போலத் திருமணம் செய்து கொடுப்பதில்லை' என்று இந்த இளம் பெண்களும் வயதானவர்களும் நினைக்கிறார்கள். ஆனால் இப்போதெல்லாம் ஒரு பெண்ணை எப்படித் திருமணம் செய்வது என்பதை யாரிடமிருந்தும் இளவரசியால் கண்டுபிடிக்க முடியவில்லை. குழந்தைகளின் தலைவிதியைப் பெற்றோர்களே நிர்ணயிக்க வேண்டும் என்ற பிரெஞ்சு வழக்கம் ஏற்றுக்கொள்ளப்படவில்லை என்பதோடு நிந்திக்கவும் பட்டது. பெண்களுக்கு முழுச் சுதந்திரம்

கொடுப்பது என்ற ஆங்கில வழக்கமும் ஏற்றுக்கொள்ளப்படவில்லை என்பதோடு ரஷ்ய சமூகத்தில் அது சாத்தியமற்றது.

ரஷ்ய முறைப்படி திருமணம் செய்து கொள்ளும் பழக்கம் ஒரு வழியில் மூர்க்கத்தனமானது என்று கருதப்பட்டதோடு, இளவரசி உட்பட அனைவராலும் நகைப்புக்குரியதாக இருந்தது. ஆனால் ஒரு பெண் எப்படித் திருமணம் செய்துகொள்ள வேண்டும் அல்லது அவளுக்கு எப்படித் திருமணம் செய்வது என்பது யாருக்கும் தெரியவில்லை. இளவரசியுடன் இதைப் பற்றி விவாதித்த அனைவரும் ஒரே விஷயத்தைச் சொன்னார்கள். 'கடவுளின் பொருட்டு, நாம் அந்தப் பழைய உலகத்தை விட்டு வெளியேற வேண்டிய நேரமிது. எல்லாவற்றுக்கும் மேலாக இளைஞர்கள்தான் திருமணத்தில் நுழைகிறார்கள், அவர்களின் பெற்றோர்கள் அல்ல. எனவே இளைஞர்கள் தங்கள் வாழ்க்கையை அவர்கள் விரும்பியபடி தீர்மானித்துக்கொள்ள விட்டுவிட வேண்டும்.' மகள்கள் இல்லாத பெற்றோர்கள் அப்படிச் சொல்வது எளிது, ஆனால் தங்கள் மகளைச் சுதந்திரமாகப் பிறருடன் பழகுவதற்கு அனுமதித்தால், அவள் காதலில் விழுவதோடு, தன்னைத் திருமணம் செய்துகொள்ளாத ஒருவரை அல்லது நல்ல கணவனாக இல்லாத ஒருவரை அவள் காதலிக்கலாம் என்று இளவரசி நினைத்தாள். நம் காலத்தில் இளைஞர்கள் தங்கள் தலைவிதியைத் தாங்களே தீர்மானித்துக் கொள்ளவேண்டும் என்று அவர்கள் எத்தனை உறுதியாகப் பேசியபோதும், அதை அவளால் ஏற்றுக்கொள்ள முடியவில்லை. ஐந்து வயது குழந்தைக்கு தோட்டா நிரப்பிய கைத்துப்பாக்கி சிறந்த விளையாட்டுப் பொம்மை என்று சொல்வதைப் போல அவளால் அதை ஏற்றுக்கொள்ள முடியவில்லை. எனவே இளவரசி தனது மூத்த மகள்களை விட அதிகமாக கிட்டியைப் பற்றிக் கவலைப்பட்டாள்.

இப்போது அவள், விரான்ஸ்கி தனது மகளைக் காதலிப்பதோடு மட்டும் நின்றுவிட மாட்டார் என்று நினைத்துப் பயந்தாள். கிட்டி ஏற்கனவே அவரைக் காதலிப்பதைக் கண்ட அவள், அவர் நேர்மையானவர் என்பதால் அப்படிச் செய்யமாட்டார் என்று தன்னைத் தானே தேற்றிக் கொண்டாள். அத்தோடு இன்றைய சுதந்திரமான நடத்தையில் ஒரு பெண்ணின் மனதைத் திசை திருப்புவது எத்தனை எளிது என்பதையும், பொதுவாக ஆண்கள் இந்தத் தவறை எத்தனை சாதாரணமாக எடுத்துக் கொள்கிறார்கள் என்பதையும் அவள் அறிந்திருந்தாள். ஒரு வாரத்திற்கு முன்பு கிட்டி மசூர்கா நடனத்தின் போது விரான்ஸ்கியுடன் நடந்த உரையாடல் அனைத்தையும் தன் தாயிடம் சொன்னாள். இந்த உரையாடல் இளவரசிக்கு ஓரளவு நிம்மதியைத் தந்தது. ஆனால் அவளால் முழுமையாக நிம்மதியாக இருக்க முடியவில்லை. தானும் அவனது சகோதரனும் எல்லா

விஷயங்களிலும் தங்கள் தாய்க்குக் கீழ்ப்படிந்து பழகியவர்கள் என்று கிட்டியிடம் குறிப்பிட்ட விரான்ஸ்கி, 'இப்போது நான் பீட்டர்ஸ் பர்க்கிலிருந்து என் அம்மாவின் வருகைக்காக மகிழ்ச்சியுடன் காத்திருக்கிறேன்' என்று சொன்னான்.

இந்த வார்த்தைகளுக்கு எந்த முக்கியத்துவமும் தராமல் கிட்டி அவற்றைத் தன் தாயிடம் விவரித்தாள். ஆனால் அவள் அதை வேறுவிதமாகப் புரிந்து கொண்டாள். அவருடைய அம்மா எந்த நாளிலும் வருவார் என்றும், அவள் தன் மகனின் தேர்வில் மகிழ்ச்சி யடைவார் என்றும் அவள் நினைத்தாள். மேலும் தன் தாயின் மனதைப் புண்படுத்திவிடுவோமோ என்ற பயத்தில் அவன் முன்மொழியாமல் இருப்பது விநோதமாக இருந்தது. எனினும் திருமணத்தைச் செய்து முடிக்க வேண்டும் என்று மட்டும் அவள் விரும்பவில்லை, தன்னுடைய கவலைகளிலிருந்து ஓய்வு பெற வேண்டும் என்றே அவள் விரும்பினாள். தன் கணவனை விட்டுப் பிரிந்து செல்லத் தயாராகும் தன் மூத்த மகள் டோலியின் நிலை அவளுக்குத் துயரத்தைத் தந்தாலும் தனது இளைய மகளின் தலை விதியைத் தீர்மானிக்கும் கவலை அவளுடைய அனைத்து உணர்ச்சி களையும் மரத்துப் போகச்செய்தது. அதே நாளில் லெவின் திரும்பவும் வந்தது அவளுக்கு மேலும் சிக்கலை ஏற்படுத்தியது. ஒரு காலத்தில் லெவினிடம் மிகுந்த நேர்மையுடன் பழகிய தன் மகள், அதன் காரணமாக விரான்ஸ்கியை மறுத்துவிடுவாளோ என்று அவள் பயந்தாள். பொதுவாக லெவினின் வருகை எல்லாவற்றையும் குழப்பி முடிவு எடுப்பதை மேலும் தாமதப்படுத்தும் என்று அவள் பயந்தாள்.

"அவருக்கு என்ன? அவர் முன்பே வந்துவிட்டாரோ?" என்று வீட்டிற்குத் திரும்பும்போது இளவரசி லெவினைப் பற்றிக் கேட்டாள்

"இன்று அம்மா."

"நான் சொல்ல விரும்புவது ஒன்றே…" என்று இளவரசி தொடங்கினாள். அவளுடைய தீவிரமான முகபாவத்திலிருந்து அவள் எதைப் பற்றிச் சொல்லப்போகிறாள் என்பதைக் கிட்டியால் யூகிக்க முடிந்தது.

"அம்மா" என்ற அவள் முகம் சிவந்து, விரைவாக அவளை நோக்கித் திரும்பி, "தயவு செய்து, தயவு செய்து, அதைப் பற்றி எதுவும் சொல்ல வேண்டாம். எனக்குத் தெரியும், எனக்கு எல்லாம் தெரியும்."

அவள் அம்மா விரும்பியதை அவளும் விரும்பினாள் என்றாலும் அவளுடைய தாயின் விருப்பத்திற்கான நோக்கங்கள் அவளைப் புண்படுத்தின.

"நான் அதை மட்டுமே சொல்ல விரும்புகிறேன். ஒருவருக்கு நம்பிக்கை கொடுத்த பிறகு..."

"அம்மா, அன்பே, கடவுளின் பொருட்டுப் பேசாதே. அதைப் பற்றிப் பேசுவது மிக மோசமானது."

"நான் பேசவில்லை, நான் பேசவில்லை" என்றாள் அவள் தன் மகளின் கண்களில் வழியும் கண்ணீரைப் பார்த்து. "ஆனால் ஒன்று, என் அன்பே, என்னிடம் எந்த ரகசியத்தையும் மறைக்க மாட்டேன் என்று நீ வாக்களித்திருக்கிறாய், மறந்துவிடாதே."

"ஒருபோதும் இல்லை அம்மா" என்ற கிட்டி முகம் சிவந்து தன் தாயின் முகத்தை ஏறிட்டாள். "ஆனால் இப்போது சொல்வதற்கு ஒன்றுமில்லை... நான்... நான்... நான் விரும்பினாலும், எனக்கு எப்படிச் சொல்வது என்று தெரியவில்லை... எனக்குத் தெரியாது..."

'இல்லை, அந்தக் கண்களால் அவளால் என்னிடம் பொய் சொல்ல முடியாது' என்று நினைத்த தாய் அவளுடைய கலக்கத்தையும் மகிழ்ச்சியையும் பார்த்துச் சிரித்தாள். தன் ஆன்மாவிற்குள் இப்போது என்ன நடக்கிறது என்பது அந்தப் பாவப்பட்ட குழந்தைக்கு மிகவும் முக்கியமானது, மகத்தானது என்று தோன்ற இளவரசி சிரித்தாள்.

13

இரவு உணவுக்கும் மாலை நேரத்திற்கும் இடையில் கிட்டி போருக்கு முன் இளைஞன் ஒருவன் அனுபவிக்கும் அதே உணர்வு களை அனுபவித்தாள். அவள் இதயம் வேகமாகத் துடிக்க, அவளால் அவளுடைய எண்ணங்களை எதிலும் நிலைநிறுத்த முடியவில்லை.

இன்று மாலையில் அந்த இரண்டு மனிதர்களும் முதல் முறையாகச் சந்திக்கும் போது தன் தலைவிதி முடிவு செய்யப்பட்டு விடும் என்பதை அவள் உணர்ந்தாள். அவர்களைத் தனித்தனியாகவும் பிறகு ஒன்றாகவும் நிற்க வைத்து தன் மனத்திரையில் படம் பிடித் தாள். கடந்த காலத்தைப் பற்றி அவள் யோசித்தபோது, லெவினைப் பற்றிய நினைவுகள் அவளுக்கு மகிழ்ச்சியையும், நெகிழ்ச்சியையும் ஏற்படுத்தின. அவளுடைய குழந்தைப் பருவத்தின் நினைவுகளும், இறந்த தனது சகோதரருடன் லெவினுக்கு இருந்த நட்பின் நினைவு களும், அவளுக்கும் அவருடைய உறவுக்கும் இடையில் ஒரு சிறந்த கவிதையின் வசீகரத்தைக் கொடுத்தன. அவள் மீது அவர் கொண்டி ருந்த அன்பு, நிச்சயமாகப் பாராட்டத் தக்கதாகவும், மகிழ்ச்சிக்குரிய தாகவும் இருந்தது. லெவினைப் பற்றி நினைப்பது அவளுக்கு எளிதாக இருந்தது. ஆனால் விரான்ஸ்கியைப் பற்றிய நினைவுகளில்,

அவர் மிக உயர்ந்த மட்டத்தில் இருந்தாலும் அதி நவீனமானவராக இருந்தாலும் சங்கடமான ஏதோ ஒன்று, ஏதோ ஒரு பொய் இருப்பது போல இருந்தது. ஆனால் அது உண்மையில் அவரிடம் இல்லை, அவர் மிக எளிமையான நல்லவர் எனினும் அவளுக்கு அப்படித் தோன்றியது. லெவினுடன் அவள் எளிமையாகவும் தெளிவாகவும் இருப்பதை உணர்ந்தாள். மறுபுறம் விரான்ஸ்கியுடன் இணைத்து தன்னுடைய எதிர்காலத்தைப் பற்றி நினைத்தவுடன் ஒரு பிரகாசமான மகிழ்ச்சியான எதிர்காலம் அவள் கண்களுக்கு முன்னால் எழுந்தது. ஆனால் லெவினுடனான அவளுடைய எதிர்காலம் இருள் மூடியதாகத் தோன்றியது.

மாலையில் உடை அணிய மாடிக்குச் சென்று கண்ணாடியைப் பார்த்தபோது, இது தன்னுடைய நல்ல நாள் என்பதையும், தனக்கு முன்னால் உள்ளவற்றை எதிர்கொள்ளத் தேவையான அனைத்துச் சக்திகளும் தன்னிடத்தில் முழுமையாக உள்ளன என்பதையும் அவள் மகிழ்ச்சியுடன் கவனித்தாள். அவள் மன அமைதியையும் தனக்கு இருந்த சுதந்திரத்தையும் உணர்ந்தாள்.

ஏழரை மணிக்கு அவள் வரவேற்பு அறைக்கு வந்தவுடன் வேலைக்காரன் பின்வருமாறு அறிவித்தான்: "கான்ஸ்டான்டின் டிமிட்ரிச் லெவின்." இளவரசி இன்னும் தனது அறையில் இருந்தாள், இளவரசரும் வெளியே வரவில்லை. 'அவ்வளவுதான்' என்று கிட்டி நினைத்தாள். இரத்தம் அவள் இதயத்தில் பாய்ந்தது. கண்ணாடியைப் பார்த்த அவள் தன் முகம் வெளிறிப்போனதைக் கண்டு திகிலடைந்தாள்.

அவளைத் தனியாகச் சந்திக்கவும், திருமணம் செய்துகொள்ளும் தன் திட்டத்தைச் செயல்படுத்தவும் அவர் சீக்கிரமாக வந்திருக்கிறார் என்பது அவளுக்கு இப்போதுதான் உறுதியாகத் தெரிந்தது. முதல் முறையாக, முழு விஷயத்தையும் முற்றிலும் மாறுபட்ட மற்றும் புதிய பார்வையிலிருந்து பார்த்தாள். எனவே அவள் யாருடன் மகிழ்ச்சியாக இருப்பாள், அல்லது அவள் யாரை விரும்பினாள் என்பது தன்னை மட்டும் பாதிக்கவில்லை என்பதை அவள் இப்போதுதான் உணர்ந்தாள். ஆனால் இந்த நிமிடமே அவள் தான் நேசித்த ஒரு மனிதனைக் காயப்படுத்த வேண்டும் என்பதை உணர்ந்தாள். அவரைக் கொடூரமாகக் காயப்படுத்தப் போகிறாள். ஏன்? ஏனெனில் அன்புள்ளம் கொண்ட அவர் அவளை நேசித்தார், அவளைக் காதலித்தார். அதற்கு எதுவும் செய்ய முடியாது, அது அப்படியே இருக்கட்டும், அப்படியே இருக்க வேண்டும்.

'கடவுளே, நானே அவரிடம் சொல்ல முடியுமா?' என்று அவள் நினைத்தாள். 'சரி, அவரிடம் நான் என்ன சொல்வது? நான் அவரைக் காதலிக்கவில்லை என்று சொல்ல முடியுமா? அது

உண்மையாக இருக்காது. அப்படியானால் அவரிடம் நான் என்ன சொல்வது? நான் இன்னொருவரை நேசிக்கிறேன் என்றா? இல்லை, அது சாத்தியமில்லை. நான் போக வேண்டும், போயாக வேண்டும்.'

அவருடைய காலடி ஓசையைக் கேட்டபோது அவள் கதவை நெருங்கியிருந்தாள். 'இல்லை, அது நேர்மையற்றது! நான் எதற்குப் பயப்படுகிறேன்? நான் எந்தத் தவறும் செய்யவில்லை. என்ன நடக்கும்! நான் உண்மையைச் சொல்கிறேன். நான் அவருடன் சங்கடமாக உணர முடியாது. இதோ வந்துவிட்டார்' என்று தனக்குள் சொல்லிக் கொண்ட அவள் அவருடைய வலிமையான, கூச்ச சுபாவம் கொண்ட உருவத்தையும், அவருடைய பளபளக்கும் கண்கள் அவளை நேரடியாக உற்று நோக்குவதையும் கண்டாள். அவன் முகத்தை ஏறிட்ட அவள், இரக்கம் காட்டுவது போல, தன் கையைக் கொடுத்தாள்.

"நான் தவறான நேரத்தில், முன்னதாகவே வந்துவிட்டதாகத் தெரிகிறது" என்ற அவர், காலியான வரவேற்பு அறையைச் சுற்றிப் பார்த்தபடி கூறினார். தன்னுடைய எதிர்பார்ப்புகள் நிறைவேறி விட்டதையும், தான் பேசுவதை எதுவும் தடுக்காது என்பதையும் அவர் கண்டபோது, அவருடைய முகத்தில் மேகமூட்டம் படர்ந்தது.

"ஓ, இல்லை" என்ற கிட்டி மேசையில் அமர்ந்தாள்.

"ஆனால் உன்னைத் தனியாகச் சந்திக்க வேண்டும் என்பதே என் விருப்பம்" என்று அவர் தொடங்கினார். தைரியத்தை இழந்து விடக் கூடாது என்பதற்காக அவளைப் பார்க்காமல் இருந்தார்.

"அம்மா இப்போது வருவார். நேற்று அவர் மிகவும் சோர்வாக இருந்தார். நேற்று..."

உதடுகள் என்ன பேசுகின்றன என்று தெரியாமல் அவள் பேசினாள். அவள் அவளது கெஞ்சும் அரவணைப்பான பார்வையை அவன் மீதிருந்து எடுக்காமல் பேசினாள்.

அவர் அவளை உற்று நோக்க, அவள் முகம் சிவந்து மௌன மானாள்.

"நான் நீண்ட நாட்கள் இருப்பதற்காக வந்திருக்கிறேனா என்பது எனக்குத் தெரியாது... அது உன்னைப் பொறுத்தது... என்று சொன்னேன்."

என்ன நடக்கப் போகிறது என்று தெரியாமல், என்ன பதில் சொல்வது என்று தெரியாமல் அவள் மேலும் மேலும் தலையைக் குனிந்து கொண்டாள்.

"அது உன்னைப் பொறுத்தது" என்று அவர் மீண்டும் கூறினார். "நான் சொல்ல விரும்பினேன்... நான் சொல்ல விரும்பினேன்...

நான் அதற்காகவே வந்தேன்... அது... நீ என் மனைவியாக வேண்டும்!" என்றார் அவர். என்ன சொல்கிறோம் என்பதை அறியாமல் பேசிக் கொண்டு சென்ற அவர், மிகவும் மோசமான ஒன்றைச் சொல்லிவிட்டதை உணர்ந்து பேசுவதை நிறுத்திவிட்டு அவளைப் பார்த்தார்.

அவள் அவரைப் பார்க்காமல் நீண்ட பெருமூச்சு விட்டாள். அவள் பரவசத்தில் இருந்தாள். அவளுடைய ஆன்மா மகிழ்ச்சியால் நிரம்பி வழிந்தது. அவருடைய அன்பின் குரல் தன் மீது இத்தனை பெரிய தாக்கத்தை ஏற்படுத்தும் என்று அவள் ஒருபோதும் நினைக்க வில்லை. ஆனால் அது ஒரு கணம் மட்டுமே நீடித்தது. அவளுக்கு விரான்ஸ்கியின் நினைவு வந்தது. லெவினைப் பார்த்து, தன் ஒளி பொருந்திய உண்மையான கண்களை உயர்த்தி, உடனடியாகப் பதிலளித்தாள்.

"அது முடியாது... என்னை மன்னியுங்கள்..."

ஒரு நிமிடத்திற்கு முன்பு அவள் அவனுடன் எவ்வளவு நெருக்க மாக இருந்தாள். அவரது வாழ்க்கைக்கு அது எவ்வளவு முக்கிய மானது! இப்போது அவள் அவரிடமிருந்து எவ்வளவு அந்நியமாக, தூரமாகச் சென்றுவிட்டாள்!

"அது வேறுவிதமாக இருந்திருக்க முடியாது" என்று அவர் அவளைப் பார்க்காமல் கூறினார்.

அவர் தலைவணங்கி, அங்கிருந்து கிளம்பத் தயாரானார்.

14

ஆனால் அந்த நேரத்தில் இளவரசி வெளியே வந்தாள். அவர்கள் தனியாக இருப்பதையும், அவர்களின் கலக்கமடைந்த முகங்களையும் பார்த்து அவளுடைய முகம் திகிலடைந்தது. லெவின் எதுவும் சொல்லாமல் அவளை வணங்கினார். கிட்டி தன் கண்களை உயர்த்தாமல் அமைதியாக இருந்தாள். 'கடவுளுக்கு நன்றி, அவள் அவரை நிராகரித்துவிட்டாள்' என்று தாய் நினைத்தாள். வியாழக் கிழமைகளில் தனது விருந்தினர்களை வரவேற்கும் வழக்கமான புன்னகையால் அவள் முகம் ஒளிர்ந்தது. அவள் உட்கார்ந்து லெவினிடம் நாட்டில் அவனது வாழ்க்கையைப் பற்றி விசாரித்தாள். அவர் மீண்டும் அமர்ந்து, அங்கிருந்து செல்வதற்காக, விருந்தினர்களின் வருகையை எதிர்பார்த்திருந்தார்.

ஐந்து நிமிடங்களுக்குப் பிறகு, கிட்டியின் தோழி, முந்தைய குளிர்காலத்தில் திருமணமான, கோமகள் நோர்ட்ஸ்டன் உள்ளே வந்தாள்.

அவள் மெலிந்து, ஒளிரும் புத்திசாலித்தனமான கருப்புக் கண்களுடன், நோயுற்று பதற்றத்துடன் இருக்கும் ஒரு பெண். திருமணம் ஆன பெண்கள் திருமணம் ஆகாத பெண்கள் மீது காட்டும் அன்பைப் போல அவள் கிட்டியிடம் அன்பு காட்டினாள். தனது சொந்தத் திருமணத்தின் மகிழ்ச்சிக்குப் பிறகு, கிட்டிக்கு ஒரு போட்டியை உருவாக்க வேண்டும் என்ற விருப்பத்தில், கிட்டியை விரான்ஸ்கிக்குத் திருமணம் செய்து வைக்க விரும்பினாள். அவள் லெவினைக் குளிர்காலத்தின் தொடக்கத்தில் அங்கு அடிக்கடி சந்தித்தபோது அவளுக்கு அவர் மீது வெறுப்பாக இருந்தது. எனவே அவள் அவரைச் சந்திக்கும்போது அவளுடைய முக்கிய வேலை அவரைக் கேலி செய்வதாக இருந்தது.

“அவர் தனது மேன்மையின் உச்சத்திலிருந்து என்னைப் பார்ப் பது எனக்கு மிகவும் பிடிக்கும். ஒன்று நான் முட்டாள் என்பதால் அவர் என்னுடன் தனது புத்திசாலித்தனமான உரையாடலை முறித்துக் கொள்கிறார் அல்லது அவர் என்னைச் சிறுமைப்படுத்துகிறார். நான் அதை மிகவும் விரும்புகிறேன். என்னை அவரால் பொறுத்துக் கொள்ள முடிவதில்லை என்பதில் நான் மிகவும் மகிழ்ச்சியடைகிறேன்” என்று அவள் அவரைப் பற்றிக் கூறினாள்.

அவள் சொன்னது சரிதான் ஏனெனில், லெவினால் உண்மை யில் அவளைப் பொறுத்துக்கொள்ள முடியவில்லை. அவளுடைய பதட்டம், அவளுடைய வெறுப்பு, பூமியிலுள்ள கரடுமுரடான அனைத்தையும் அலட்சியம் செய்வதில் அவள் அடையும் பெருமிதம் ஆகியவற்றுக்காக அவர் அவளை வெறுத்தார்.

சமூகத்தில் எப்போதும் காணப்படும் இந்த உறவு கோமகள் நோர்ட்ஸ்டனுக்கும் லெவினுக்கும் இடையே நிலவியது. வெளிப் படையாக அவர்கள் நட்புணர்வுடன் இருந்தாலும், ஒருவருக் கொருவர் அந்த அளவிற்கு இகழ்ச்சியுடன் நடந்து கொண்டார்கள். எனவே அவர்கள் ஒருவரை ஒருவர் தீவிரமாக நடத்தவோ, அவ மதித்துக் கொள்ளவோ கூட முடியாது.

எனவே கோமகள் நோர்ட்ஸ்டன், லெவின் மீது பாய்ந்தாள்.

“ஐயையோ! கான்ஸ்டான்டின் டிமிட்ரிச்! நீங்கள் எங்கள் சீரழிந்த பாபிலோனுக்குத் திரும்ப வந்துவிட்டீர்கள்” என்று அவள் தன் சிறிய மென்மையான கரத்தை அவரிடம் நீட்டி, குளிர்காலத்தின் தொடக்கத்தில் மாஸ்கோவை அவர் பாபிலோன் என்று சொன்னதை நினைவுகூர்ந்தாள். “பாபிலோன் நன்றாகி விட்டதா அல்லது நீங்கள் மோசமாகி விட்டீர்களா?” என்று ஏளனப் புன்னகையுடன் சொல்லிக் கிட்டியை நோக்கித் திரும்பினாள்.

"நான் பெருமையுற்றேன் கோமகளே, நான் சொன்ன வார்த்தை களை நீங்கள் நன்றாக நினைவில் வைத்திருக்கிறீர்கள் என்பதில் நான் மிகவும் மகிழ்கிறேன்" என்று பதிலளித்த லெவின், கோமகள் நோர்ட்ஸ்டன் மீது தனக்குள்ள விரோதப் போக்கிலிருந்து உடனே விலகி, தனது குரோதமான நகைச்சுவை உணர்வை வெளிப்படுத் தினார். "அவை உங்கள் மீது மிகவும் வலுவான தாக்கத்தை ஏற்படுத்தியிருக்க வேண்டும்."

"ஓ, நிச்சயமாக! நான் அதை எழுதி வைத்துள்ளேன். சரி, கிட்டி, நீ மீண்டும் பனிச்சறுக்கு செய்தாயா?"

அவள் கிட்டியுடன் பேச ஆரம்பித்தாள். லெவினுக்கு இப்போது அங்கிருந்து செல்வது சங்கடமாக இருந்தது. அவர் கிட்டியின் பார்வையில் மாலை முழுவதும் இருப்பதை விட, அந்தச் சங்கடத்தைத் தொடர்வது அவருக்கு எளிதானதாக இருந்தது. கிட்டி அவ்வப்போது அவரைப் பார்த்துக் கொண்டிருந்த போதிலும் அவர் கண்களைப் பார்ப்பதைத் தவிர்த்தாள். அவர் எழுவதற்குத் தயாரானார். அவர் மௌனமாக இருப்பதைக் கண்ட இளவரசி, "நீங்கள் மாஸ்கோவுக்கு நீண்ட காலம் இருக்க வந்துள்ளீர்களா? நீங்கள் ஜெம்ஸ்ட்வோவுடன் சம்பந்தப்பட்டிருப்பதால் நீண்ட காலம் இருக்க முடியாது என்று தோன்றுகிறது."

"இல்லை, இளவரசி, இப்போது நான் ஜெம்ஸ்ட்டோவில் இல்லை" என்றார் அவர். "நான் சில நாட்கள் மட்டுமே இருப்பதற்கு வந்துள்ளேன்."

அவருடைய கடுமையான தீவிரமான முகபாவத்தைக் கவனித்த கோமகள் நோர்ட்ஸ்டன், "அவருக்கு விசித்திரமான ஏதோ ஒன்று நடந்திருக்கிறது" என்று நினைத்தாள். "அவர் அவருடைய வழக்க மான வாதங்களில் ஈடுபட முடியாதவாறு ஏதோ ஒன்று அவரைத் தடுக்கிறது. ஆனால் நான் அவரை வெளியே இழுப்பேன். கிட்டிக்கு முன்னால் அவரை முட்டாளாக்குவது எனக்குப் பிடிக்கும் என்பதால் நான் அதைச் செய்வேன்."

"கான்ஸ்டான்டின் டிமிட்ரிச், எல்லாவற்றையும் அறிந்த நீங்கள் தயவு செய்து இதன் பொருள் என்ன என்பதை எனக்கு விளக்குங்கள். எங்கள் கலுகா கிராமத்தில் உள்ள தோட்டத்தில் விவசாயிகளும் அவர்களின் மனைவிகளும் தங்களிடம் இருந்த அனைத்தையும் குடித்துவிட்டு, எங்களுக்குக் கொடுக்க வேண்டிய பணத்தைக் கொடுக்கவில்லை. இதற்கு என்ன அர்த்தம்? நீங்கள் எப்போதும் விவசாயிகளைப் புகழ்பவர்."

அப்போது மற்றொரு பெண் உள்ளே வர, லெவின் எழுந்தார்.

"மன்னிக்கவும் கோமகள். ஆனால் உண்மையில் எனக்கு அதைப் பற்றி எதுவும் தெரியாது, உங்களிடம் சொல்வதற்கு ஒன்று மில்லை" என்ற அவர் அந்தப் பெண்ணைத் தொடர்ந்து வந்த அதிகாரியைப் பார்த்தார்.

'அது விரான்ஸ்கியாகத்தான் இருக்க வேண்டும்' என்று நினைத்த லெவின் அதை உறுதிசெய்யக் கிட்டியைப் பார்த்தார். அவள் விரான்ஸ்கியைப் பார்த்துவிட்டு லெவினைப் பார்த்தாள். அவளுடைய தன்னிச்சையான பிரகாசம் நிறைந்த கண்களின் பார்வை மூலம் இந்த மனிதரை அவள் நேசிக்கிறாள் என்பதை லெவின் புரிந்துகொண்டார். அவள் அதை வார்த்தைகளில் சொன்னது போல லெவின் அதைப் புரிந்து கொண்டார். ஆனால் அவர் எப்படிப்பட்ட மனிதர்?

இப்போது, நல்லதோ அல்லது கெட்டதோ, லெவினால் தங்காமல் இருக்க முடியவில்லை. அவள் எந்த வகையான மனிதரை விரும்புகிறாள் என்பதை அவர் கண்டுபிடிக்க வேண்டியிருந்தது.

சில வகையான மக்கள், ஒரு வெற்றிகரமான போட்டியாளரைச் சந்தித்தவுடன் அவரிடம் உள்ள எல்லா நல்ல அம்சங்களையும் விட்டுவிட்டு, கெட்டதை மட்டுமே பார்க்கத் தயாராக இருக்கிறார்கள். மற்றொரு வகையினர், அதற்கு நேர்மாறாக எல்லாவற்றுக்கும் மேலாக, தங்களைத் தோற்கடித்த வெற்றிகரமான போட்டியாளரின் குணங்களைக் கண்டுபிடிக்க வேண்டும் என்று, இதயத்தில் வேதனை யோடு நல்லதை மட்டுமே பார்க்கிறார்கள். லெவினும் அவர்களில் ஒருவர். ஆனால் விரான்ஸ்கியிடம் எது கவர்ச்சியாகவும் நல்ல தாகவும் இருக்கிறது என்பதைக் கண்டுபிடிப்பது அவருக்குக் கடினமாக இல்லை. அது உடனே அவர் கண்களுக்குத் தென்பட்டது. விரான்ஸ்கி உறுதியான உடலும், கருமையான தலைமுடியும், கொண்ட நடுத்தர உயரமுள்ள மனிதன். அவருக்கு நல்ல அழகான, சுபாவமுள்ள, அமைதியான, உறுதியான முகம். அடர்த்தியாக வெட்டப்பட்ட கருமையான முடி, அப்போதுதான் மழிக்கப்பட்ட கன்னம்முதல் புத்தம் புதிய சீருடைவரை எல்லாமே எளிமையாக அதே சமயத்தில் நேர்த்தியாக இருந்தன. உள்ளே நுழைந்த அந்தப் பெண்ணுக்கு வழிவிட்டு விரான்ஸ்கி இளவரசியிடமும் பின்னர் கிட்டியிடமும் சென்றான்.

அவன் அவளை நோக்கிச் செல்கையில் அவனுடைய அழகிய கண்கள் பிரத்தியேகமான ஒரு மென்மையுடன் பளபளத்தன. மகிழ்ச்சியோடும் வெற்றிப் புன்னகையோடும் (லெவினுக்கு அப்படித் தோன்றியது) மரியாதையுடன் கவனமாகக் குனிந்து, தனது சிறிய ஆனால் அகலமானக் கையை அவளிடம் நீட்டினான்.

எல்லோரிடமும் வணக்கம் சொல்லி சில வார்த்தைகள் பேசி விட்டு, அவன் மீது வைத்த கண் மாறாமலிருந்த லெவினை ஒரு பார்வை கூட பார்க்காமல் அமர்ந்தான்.

"உங்களை அறிமுகப்படுத்த அனுமதியுங்கள்" என்ற இளவரசி லெவினைக் குறிப்பிட்டுச் சொன்னாள். "கான்ஸ்டான்டின் டிமிட்ரிச் லெவின், கோமகன் அலெக்ஸி கிரிலேவிச் விரான்ஸ்கி."

விரான்ஸ்கி எழுந்து லெவின் கண்களை நேசமாகப் பார்த்து, அவருடன் கை குலுக்கினான்.

"இந்தக் குளிர்காலத்தில் நான் உங்களுடன் உணவருந்த முடியும் என்று நம்பினேன்" என்று அவன் தனது எளிமையான வெளிப் படையான புன்னகையுடன் கூறினான். "ஆனால் நீங்கள் எதிர்பாராத விதமாக நாட்டிற்குத் திரும்பி விட்டீர்கள்."

"கான்ஸ்டான்டின் டிமிட்ரிச் நகரத்தையும் நகரவாசிகளையும் வெறுக்கிறார்" என்றாள் கோமகள் நோர்ட்ஸ்டன்.

"என் வார்த்தைகள் உங்கள் மீது வலுவான தாக்கத்தை ஏற்படுத்தியிருக்க வேண்டும். ஏனெனில் அவற்றை நீங்கள் நன்றாக நினைவில் வைத்துள்ளீர்கள்" என்று லெவின் சொன்னார். முன்பே அதைச் சொல்லியிருப்பதை நினைத்த அவர் வெட்கப்பட்டார்.

விரான்ஸ்கி லெவினையும் கோமகள் நோர்ட்ஸ்டனையும் பார்த்துப் புன்னகைத்தான்.

"நீங்கள் ஆண்டு முழுவதும் நாட்டில் வசிக்கிறீர்களா?" என்று அவன் கேட்டான். "குளிர்காலம் சலிப்பைத் தரும் என்று நான் நினைக்கிறேன்."

"நீங்கள் வேலையாக இருந்தால் உங்களுக்குச் சலிப்பு ஏற்படாது" என்று லெவின் கடுப்புடன் சொன்னார்.

"நான் நாட்டை நேசிக்கிறேன்" என்றான் விரான்ஸ்கி. லெவினின் தொனியைக் கவனித்தும் அதைக் கவனியாதவன் போல நடித்தான்.

"ஆனால் கோமகன், நீங்கள் ஆண்டு முழுவதும் நாட்டில் வாழ ஒப்புக்கொள்ள மாட்டீர்கள் என்றே நான் நம்புகிறேன்" என்றாள் கோமகள் நார்ட்ஸ்டன்.

"எனக்குத் தெரியாது, நான் நீண்ட காலமாக அதை முயற்சி செய்து பார்க்கவில்லை. ஒருமுறை நான் ஒரு விநோதமான உணர்வை அனுபவித்தேன்" என்ற அவன் தொடர்ந்து சொன்னான். "மரப் பட்டைக் காலணிகள் அணிந்த விவசாயிகள் நிறைந்த ரஷ்ய நாட்டிற்கு நான் சென்றதில்லை. ஆனால் நான் என் அம்மாவுடன் நீஸில் குளிர்காலத்தைக் கழித்திருக்கிறேன். உங்களுக்குத் தெரியுமா அதுவும் சலிப்பூட்டுவதுதான். உண்மையில் நேப்பிள்ஸ் மற்றும் சோரென்டோ

ஆகியவை குறுகிய காலத்திற்கு மட்டுமே இனிமையானவை. அங்குதான் ஒருவர் ரஷ்யாவைக் குறிப்பாக கிராமப்புறத்தை நினைவு கொள்ள முடியும். அவர்கள் அப்படித்தான்...”

அவன் கிட்டி, லெவின் இருவரையும் பார்த்துப் பேசினான். தனது நுட்பமான பார்வையை ஒருவர் மீதிருந்து மற்றவருக்கு மாற்றினான். அவன் தன் மனதில் பட்டதை வெளிப்படையாகச் சொல்லிக்கொண்டிருந்தான்.

கோமகள் நோர்ட்ஸ்டன் எதையோ சொல்ல விரும்புவதைக் கவனித்த அவன், தான் தொடங்கியதை முடிக்காமல் அவள் சொல்வதைக் கேட்கத் தொடங்கினான்.

அந்த உரையாடல் ஒரு நிமிடம் கூட நீடிக்கவில்லை. அந்த இளவரசி தன்னிடம் பேசுவதற்கு எதுவும் இல்லை என்றாலும் எப்போதும் போல இரு கனரக பீரங்கிகளைச் சேமித்து வைத்திருந் தாள். பாரம்பரியக் கல்வி, நவீனக் கல்வி, உலகளாவிய இராணுவ சேவை ஆகியவற்றை இப்போது வெளியே கொண்டுவர எந்தச் சந்தர்ப்பமும் இல்லை. எனவே கோமகள் நோர்ட்ஸ்டனுக்கு லெவினைக் கிண்டல் செய்ய சந்தர்ப்பம் கிடைக்கவில்லை.

லெவின் விரும்பினார் என்றாலும் பொதுவான உரையாடலில் அவரால் நுழைய முடியவில்லை. ஒவ்வொரு நிமிடமும் ‘இப்போது போகலாம்’ என்று தனக்குள் சொல்லிக் கொண்டாலும் அவர் போகாமல் ஏதோ ஒன்றுக்காகக் காத்திருந்தார்.

உரையாடல் மேசை திருப்பம் மற்றும் ஆவிகளைப் பற்றித் திரும்பியது. மேலும் ஆன்மிகத்தில் நம்பிக்கை கொண்ட கோமகள் நோர்ட்ஸ்டன் தான் கண்ட அதிசயங்களைப் பற்றிச் சொல்லத் தொடங்கினாள்.

“ஆ, கோமகள், கடவுள் பொருட்டு நீங்கள் என்னை எடுத்துக் கொள்ளுங்கள், என்னை அவர்களிடம் அழைத்துச் செல்லுங்கள்! எல்லா இடங்களிலும் தேடியபோதும் அசாதாரணமான எதையும் நான் பார்த்ததில்லை” என்று விரான்ஸ்கி புன்னகைத்தான்.

“நல்லது, அடுத்த சனிக்கிழமை” என்று கோமகள் நோர்ட்ஸ்டன் பதிலளித்தாள். “ஆனால் நீங்கள், கான்ஸ்டான்டின் டிமிட்ரிச், நீங்கள் அதை நம்புகிறீர்களா?” என்று அவள் லெவினிடம் கேட்டாள்.

“என்னை ஏன் கேட்கிறீர்கள்? நான் என்ன சொல்லப் போகிறேன் என்பது உங்களுக்குத் தெரியும்.”

“ஆனால் நான் உங்கள் கருத்தைக் கேட்க விரும்புகிறேன்.”

“என்னுடைய கருத்து என்னவெனில், படித்த சமூகம் என்று சொல்லப்படுபவர்கள் விவசாயிகளை விட உயர்ந்தவர்கள் அல்ல

என்பதை இந்த மேசையைத் திருப்புவது நிரூபிக்கிறது. அவர்கள் மாய மந்திரங்களையும் பில்லி சூனியங்களையும் நம்புகிறார்கள். ஆனால் நாங்கள்...”

“அப்படியானால் நீங்கள் அதை நம்பவில்லையா?”

“என்னால் நம்ப முடியவில்லை கோமகளே.”

“ஆனால் நானே பார்த்திருந்தால்?”

“விவசாயப் பெண்களும் வீட்டு ஆவிகளைப் பார்த்ததைப் பற்றிப் பேசுகிறார்கள்.”

“நான் உண்மையைச் சொல்கிறேன் என்று நீங்கள் நினைக்கவில்லையா?”

அவள் மகிழ்ச்சியாக சிரித்தாள்.

“இல்லை, மாஷா, கான்ஸ்டான்டின் டிமிட்ரிச் அதை நம்ப முடியாது என்று சொல்கிறார்” என்று கிட்டி லெவினைப் பார்த்து வெட்கப்பட்டாள். அதைப் புரிந்துகொண்ட லெவின் மேலும் எரிச்சலடைந்து பதிலளிக்க முற்பட்டார். ஆனால் விரான்ஸ்கி தனது வெளிப்படையான மகிழ்ச்சியான புன்னகையுடன் உடனடியாக, விரும்பத்தகாததாக மாறும் என்று அச்சுறுத்திய அந்த உரையாடலின் உதவிக்கு விரைந்தார்.

“நீங்கள் எந்தச் சாத்தியத்தையும் ஒப்புக்கொள்வில்லையா?” என்று அவன் கேட்டான். “ஏன்? அதைப் பற்றி எங்களுக்கு ஒன்றும் தெரியாது என்றாலும் மின்சாரம் இருப்பதை நாங்கள் ஒப்புக் கொள்கிறோம். நமக்கு இன்னும் தெரியாத ஒரு புதிய சக்தி ஏன் இருக்க முடியாது?”

லெவின் குறுக்கிட்டு, “மின்சாரம் கண்டுபிடிக்கப்பட்டபோது, அது வெறுமனே ஒரு நிகழ்வைக் கண்டுபிடிப்பதாகும். அது எங்கிருந்து வந்தது அல்லது அது என்ன செய்யும் என்பது யாருக்கும் தெரியாது. மக்கள் அதைப் பயன்படுத்த நினைப்பதற்குள் பல நூற்றாண்டுகள் கடந்துவிட்டன. மாறாக ஆன்மிகவாதிகள் மேசைகள் பேசுகின்றன, ஆவிகள் எங்களிடம் வருகின்றன என்று கூறத் தொடங்கினர். பின்னர்தான் அது அறியப்படாத சக்தி என்று சொல்லத் தொடங்கினர்.”

விரான்ஸ்கி லெவின் பேச்சை எப்போதும் போலக் கவனமாக, அவர் சொல்வதில் ஆர்வமுடையவனாகக் கேட்டான்.

“ஆமாம், ஆனால் ஆன்மிகவாதிகள், இப்போது இந்தச் சக்தி என்னவென்று எங்களுக்குத் தெரியாது. ஆனால் சக்தி இருக்கிறது. சில நிலைமைகளின் கீழ் அது செயல்படுகிறது என்று சொல்கிறார்கள். இந்தச் சக்தி என்ன என்பதை விஞ்ஞானிகள் கண்டுபிடிக்கட்டும்.

இல்லை, அது ஏன் ஒரு புதிய சக்தியாக இருக்க முடியாது என்று எனக்குத் தெரியவில்லை... ஏனெனில், மின்சாரத்தைப் பொருத்த வரை, கம்பளியில் ஒவ்வொரு முறை தேய்க்கும்போதும் ஒரு குறிப்பிட்ட நிகழ்வு வெளிப்படுகிறது. ஆனால் இங்கே அது ஒவ்வொரு முறையும் நிகழவில்லை என்பதால் அது இயற்கையான நிகழ்வு அல்ல."

அந்த உரையாடல் ஒரு வரவேற்பறைக்குத் தீவிரத்தன்மையை அளிக்கிறது என்று உணர்ந்த விரான்ஸ்கி அதை ஆட்சேபிக்கவில்லை. ஆனால் விஷயத்தை மாற்ற முயற்சித்து, அவன் மகிழ்ச்சியுடன் புன்னகைத்துப் பெண்களை நோக்கித் திரும்பினான்.

"இப்போது முயற்சி செய்து பார்க்கலாம் கோமகள்" என்று அவன் பேசத் தொடங்கினான். ஆனால் லெவின் தான் நினைத்ததைச் சொல்லி முடிக்க விரும்பினார்.

"நான் நினைக்கிறேன்" என்ற அவர் தொடர்ந்தார். "ஆன்மிக வாதிகள் தங்கள் அதிசயங்களை ஏதோ ஒரு புதிய சக்தியால் விளக்குவதற்கான இந்த முயற்சி இதைவிடப் பயனற்றதாக இருக்க முடியாது. ஆன்மிக சக்தியைப் பற்றி நேரடியாகப் பேசும் அவர்கள், அதைப் பௌதிக பரிசோதனைக்கு உட்படுத்த விரும்புகிறார்கள்."

அவர்கள் அனைவரும் அவர் முடிப்பதற்குக் காத்திருக்கிறார்கள் என்பதை அவர் உணர்ந்தார்.

"நீங்கள் ஒரு சிறந்த ஊடகமாக இருப்பீர்கள் என்று நான் நினைக்கிறேன். உங்களிடம் ஏதோ ஒரு பரவசம் இருக்கிறது" என்றாள் கோமகள் நோர்ட்ஸ்டன்.

எதையோ சொல்ல வாயைத் திறந்த லெவின், முகம் சிவந்து ஒன்றும் சொல்லாமல் அமைதியானார்.

"இளவரசி நீங்கள் விரும்பினால் இப்போது மேசைகளில் முயற்சிக்கலாம்" என்றான் விரான்ஸ்கி. "உங்கள் அனுமதியுடன் மேடம்" என்று அவன் வயதான இளவரசியை நோக்கித் திரும்பினான்.

விரான்ஸ்கி எழுந்து நிற்க, அவன் கண்கள் மேசையைத் தேடின.

கிட்டி தனது சிறிய மேசையிலிருந்து எழுந்து செல்லும்போது அவளுடைய கண்கள் லெவினின் கண்களை எதிர்கொண்டன. அவள் முழு இதயத்துடன் அவர் மீது இரக்கம் காட்டினாள். அவருடைய துயரத்திற்கு அவள்தான் காரணம். 'என்னை மன்னிக்க முடிந்தால் மன்னியுங்கள், என்னை மன்னியுங்கள். நான் மகிழ்ச்சி யடைவேன்' என்றன அவள் கண்கள்.

‘உன்னையும் என்னையும் உட்பட அனைவரையும் நான் வெறுக் கிறேன்’ என்று கண்களால் பதிலளித்த அவர் தனது தொப்பியை எடுத்தார். ஆனால் விதிவசமாக அவர் இன்னும் வெளியேறவில்லை. அவர்கள் அந்தச் சிறிய மேசையைச் சுற்றி அமர்ந்தார்கள். லெவின் கிளம்பும் தருவாயில் இருந்தார். அப்போது இளவரசர் உள்ளே வந்து பெண் களை வாழ்த்திய பிறகு அவரை நோக்கித் திரும்பினார்.

“ஆகா!” என்ற அவர் மகிழ்ச்சியோடு தொடங்கினார். “நீங்கள் நீண்ட நாட்களாக இங்கு இருக்கிறீர்களா? நீங்கள் இங்கிருப்பது எனக்குத் தெரியாது, உங்களைப் பார்த்ததில் மிக்க மகிழ்ச்சி.”

வயதான இளவரசர் லெவினை நீ என்று பரிச்சயமான முறையிலும், நீங்கள் என்று சம்பிரதாயமாகவும் மாறிமாறிப் பேசினார். லெவினைத் தழுவிக் கொண்ட அவர், விரான்ஸ்கியைக் கவனிக்காமல் அவரிடம் பேசினார். அவன் எழுந்து நின்று இளவரசர் தன்னை நோக்கித் திரும்ப அமைதியாகக் காத்திருந்தான்.

நடந்த நிகழ்ச்சிகளுக்குப் பிறகு, தன் தந்தையின் கனிவு லெவினுக்கு எத்தனை கஷ்டத்தைக் கொடுத்திருக்கும் என்பதை கிட்டி உணர்ந்தாள். விரான்ஸ்கியின் வணக்கத்தைக் கண்டு அவர் எவ்வளவு சாதாரணமாகப் பதிலளித்தார் என்பதையும், விரான்ஸ்கி தன் தந்தையைப் பார்த்து, அவர் தன்னிடம் ஏன் நட்பற்ற அணுகு முறையில் நடக்கிறார் என்பதைப் புரிந்துகொள்ள முயற்சித்ததையும் ஆனால் அது முடியவில்லை என்பதையும் கவனித்த அவள் முகம் சிவந்தாள்.

“இளவரசே, கான்ஸ்டான்டின் டிமிட்ரிச்சை எங்களிடம் விடுங் கள்” என்றாள் கோமகள் நோர்ட்ஸ்டன். “நாங்கள் ஒரு பரிசோதனை செய்ய விரும்புகிறோம்.”

“என்ன சோதனை? மேசை திருப்பமா? நல்லது, கனவான்களே பெண்களே என்னை மன்னியுங்கள். ஆனால், மோதிர விளை யாட்டை விளையாடுவது மிகவும் வேடிக்கையாக இருக்கும் என்று நான் நினைக்கிறேன்” என்றார் வயதான இளவரசர் விரான்ஸ்கியைப் பார்த்து. இதற்குப் பின்னால் அவன் இருப்பதாக அவர் யூகித்தார். “மோதிர விளையாட்டு சற்றே அர்த்தமுள்ளதாக இருக்கும்.”

விரான்ஸ்கி தன் உறுதியான கண்களால் இளவரசரை வியப் புடன் பார்த்துப் புன்னகைத்தான். உடனே கோமகள் நோர்ட்ஸ்டன் ஒரு வாரத்தில் நடக்கவிருக்கும் ஒரு நடனத்தைப் பற்றிப் பேசத் தொடங்கினாள்.

“நீ அங்கே இருப்பாய் என்று நம்புகிறேன்?” என்ற அவன் கிட்டியை நோக்கித் திரும்பினான்.

வயதான இளவரசர் லெவினை விட்டு விலகிச் சென்றதும் அவர் அங்கிருந்து நழுவினார். நடனத்தைப் பற்றிய விரான்ஸ்கியின் கேள்விக்குப் பதில் சொன்ன கிட்டியின் புன்னகையும் மகிழ்ச்சியும் நிறைந்த முகமே அன்று மாலையில் லெவின் அவருடன் எடுத்துச் சென்ற கடைசி நினைவு.

15

மாலைக்குப் பிறகு கிட்டி தான் லெவினுடன் பேசியதைப் பற்றித் தனது தாயிடம் சொன்னாள். லெவின் தன்னிடம் முன் மொழிந்ததை நினைத்துக் கிட்டி ஒருபுறம் மகிழ்ந்தாலும் மறுபுறம் அவர் மீது இரக்கம் கொண்டாள். தான் சரியான முடிவை எடுத்தோம் என்பதில் அவளுக்கு எந்தச் சந்தேகமும் இருக்கவில்லை. ஆனால் அவள் படுக்கைக்குச் சென்ற போது அவளால் நீண்ட நேரமாகத் தூங்க முடியவில்லை ஏனெனில் ஒரு உருவம் அவளை இடைவிடாமல் பின்தொடர்ந்தது. அவளையும் விரான்ஸ்கியையும் பார்த்துக் கொண்டு, அவளுடைய அப்பா சொன்னதைக் கேட்டபடி நின்றிருந்த – விரிந்த புருவமும் கனிவான கண்களும் கொண்ட லெவினின் முகம் அவளைப் பார்த்துக் கொண்டிருந்ததை அவளால் மறக்க முடியவில்லை.

அவருக்காக மிகவும் வருந்திய அவள் கண்களிலிருந்து கண்ணீர் சிந்தியது. ஆனால் உடனடியாகத் தான் தேர்ந்தெடுத்த மனிதரைப் பற்றி நினைத்தாள். அந்தத் தைரியமான, உறுதியான முகம், உன்னத மான அமைதி மற்றும் அனைத்தையும் ஒளிரச் செய்த அவரிடம் பிரகாசித்த கனிவு ஆகியவற்றை அவள் தெளிவாக நினைவு கூர்ந்தாள். தான் நேசித்தவரின் அன்பை நினைவுகூர்ந்த அவள் உள்ளத்தில் மீண்டும் மகிழ்ச்சி நிரம்பியது. மகிழ்ச்சியின் புன்னகை யுடன் அவள் தலையணையில் சாய்ந்தாள்.

'இது பரிதாபத்திற்குரியது என்றாலும் என்ன செய்வது? அது என் தவறு அல்ல' என்று அவள் தனக்குள் சொல்லிக் கொண்டாள். ஆனாலும் அவளுடைய உள்மனம் வேறு எதையோ சொல்லிக் கொண்டிருந்தது. லெவினைத் தவறாக வழிநடத்தியதற்காக வருந்து கிறாளா அல்லது அவரை நிராகரித்ததற்காக வருந்துகிறாளா என்று அவளுக்குத் தெரியவில்லை. ஆனால் அவளுடைய மகிழ்ச்சி அவளுடைய சந்தேகங்களால் விஷமானது. 'ஆண்டவரே கருணை காட்டுங்கள், ஆண்டவரே கருணை காட்டுங்கள்!' என்று அவள் தூங்கும் வரையிலும் தனக்குள் திரும்பத் திரும்பச் சொல்லிக் கொண்டாள்.

இதற்கிடையே, கீழே இளவரசரின் சிறிய படிப்பறையில் பெற்றோர்கள் தங்களுக்குப் பிடித்த மகளைப் பற்றி, அடிக்கடி திரும்பத் திரும்ப நடக்கும் காட்சிகளில் ஒன்று அரங்கேறிக் கொண்டிருந்தது.

“என்ன? இதுதான் இங்கே!” என்று இளவரசர் உரக்கக் கத்தினார். கைகளை அசைத்து, தான் அணிந்திருந்த அணில் தோல் அங்கியை மீண்டும் அவிழ்த்தார். “உனக்குப் பெருமையோ, கண்ணியமோ இல்லை. உன் அசிங்கமான முட்டாள்தனமான திருமண பந்தத்தால் உன் மகளைச் சீரழிக்கிறாய் என்பதுதான் உண்மை!”

“கடவுளின் அன்பிற்காக இரக்கம் காட்டுங்கள் இளவரசே. நான் என்ன செய்தேன்?” என்று இளவரசி கண்ணீருடன் கேட்டாள்.

தன் மகளுடன் உரையாடிய பிறகு மகிழ்ச்சியும் திருப்தியும் அடைந்த அவள் இளவரசரிடம் வழக்கம் போல இரவு வணக்கம் சொல்லச் சென்றிருந்தாள். லெவினின் திட்டத்தைப் பற்றியும் கிட்டியின் மறுப்பு பற்றியும் அவரிடம் பேச அவள் விரும்பவில்லை. விரான்ஸ்கியுடான விஷயம் தீர்க்கப்பட்டு விட்டது என்றும், அவனது தாயார் வந்த பிறகு அது குறித்து முடிவு செய்யப்படும் என்றும் அவள் தன் கணவரிடம் சூசகமாகத் தெரிவித்தாள். அந்த வார்த்தைகளைக் கேட்டதும் இளவரசர் கொதிப்புற்றுக் கூச்சலிட்டார்.

“நீ என்ன செய்துவிட்டாய்? இதுதான் இங்கே. முதலாவதாக நீங்கள் ஒரு வரனைக் கவர்ந்திழுக்க முயற்சிக்கிறீர்கள். பிறகு அது மாஸ்கோ முழுவதும் பேசப்படுகிறது. நீங்கள் விருந்துகளை நடத்த விரும்பினால் அனைவரையும் கூப்பிடுங்கள், வரன்களைத் தேர்ந்தெடுப்பதற்காக அதைச் செய்யாதீர்கள். அந்த இளம் குட்டிகள் அனைவரையும், (மாஸ்கோவின் இளைஞர்களை இளவரசர் அப்படித்தான் அழைத்தார்) பியானோ வாசிப்பாளரையும் வரவழைத்து அவர்களை நடனம் ஆடுவதற்கு அனுமதியுங்கள். இப்போது செய்வதைப் போல வரன்களை வேட்டையாடுவதற்காக மட்டும் அதைச் செய்ய வேண்டாம். அதைப் பார்ப்பதும் கேட்பதும் எனக்கு மிக மோசமான அருவருப்பை ஏற்படுத்துகிறது. நீங்கள் பெண்ணின் மனதைத் திருப்பும் காரியத்தைச் செய்கிறீர்கள். லெவின் ஆயிரம் மடங்கு சிறந்த மனிதர். அந்தப் பீட்டர்ஸ்பர்க் நாகரிகம் அனைத்தும் இயந்திரத்தால், அனைத்தும் ஒரே மாதிரியிலிருந்து தயாரானவை. அவை அனைத்தும் பயனற்றவை. இவர் ஒரு வகையில் இரத்த உறவுள்ள இளவரசனாக இருந்தாலும், என் மகளுக்கு அவர் தேவையில்லை!”

“ஆனால் நான் என்ன செய்தேன்?”

"ஏன் நீ..." என்று இளவரசர் கோபத்துடன் கத்தினார்.

இளவரசி குறுக்கிட்டாள். "நீங்கள் சொல்வதைக் கேட்டால் நம் மகளை ஒருபோதும் திருமணம் செய்து வைக்க மாட்டோம் என்பது எனக்குத் தெரியும். அப்படியானால் நாங்கள் நாட்டிற்குச் செல்ல வேண்டியிருக்கும்."

"போவது நல்லது."

"ஆனால் ஒரு நிமிடம் பொறுங்கள். நானா அவர்களைப் பிடிக்க முயற்சித்தேன்? நான் அதற்காக எதையும் செய்யவில்லை. ஒரு இளைஞன், ஒரு நல்ல இளைஞன் அவளிடம் காதலில் விழுகிறான். நானும்..."

"ஓ, ஆமாம், நீங்கள் விரும்புகிறீர்கள்! அவள் உண்மையிலேயே காதலிக்கிறாள் என்றால் என்னைவிடத் திருமணத்தை யோசிப்பவர்கள் யாருமில்லை. ஆனால் எப்படி...! ஓ, நான் அதைப் பார்க்க வாழ வேண்டும்! ஆ! ஆன்மிகம்! ஆ! நல்லது! ஆ! நடனம்!" என்று அவர் தன் மனைவியை நகல்படுத்துவதாகக் கற்பனை செய்து ஒவ்வொரு வார்த்தையையும் சொன்னார். "இப்படித்தான் நாங்கள் மோசமானதைக் கிட்டிக்காகத் தயார் செய்கிறோம். அவள் உண்மையில் அதைத் தன் தலையில் சுமந்தால்..."

"உங்களை அப்படி நினைக்க வைப்பது எது?"

"நான் நினைக்கவில்லை. எனக்குத் தெரியும். அதற்காக எங்கள் தலையில் கண்கள் உள்ளன. ஆனால் பெண்களுக்கு இல்லை. தீவிர நோக்கங்களைக் கொண்ட ஒரு மனிதனை நான் பார்க்கிறேன் என்றால் அது லெவின்தான். நான் இறகுத் தலையைக் கொண்ட ஒரு மயில் தன்னை மகிழ்விக்க மட்டுமே வெளியே வருதைப் போல நான் மற்றவர்களைப் பார்க்கிறேன்."

"சரி, இப்போது நீங்கள்தான் அதைத் தலையில் சுமக்கிறீர்கள்..."

"இப்போது மிகவும் தாமதமாக இதை நினைவு கொள்கிறாய் நம்முடைய டாரியாவைப் போல."

"நல்லது, நல்லது. நாம் அதைப் பற்றிப் பேச வேண்டாம்" என்ற இளவரசி அவரைத் தடுத்து, துரதிர்ஷ்டவசமான டோலியை நினைத்துப் பார்த்தாள்.

"பிரமாதம், குட் நைட்."

ஒருவருக்கொருவர் சிலுவையிட்டு முத்தத்தைப் பறிமாறிக் கொண்டனர். அவர்கள் தங்கள் கருத்துக்களில் ஒருவருக்கொருவர் விட்டுக்கொடுக்காமல் இருப்பதை உணர்ந்து பிரிந்து சென்றனர்.

அன்று மாலை கிட்டியின் தலைவிதி தீர்மானிக்கப்பட்டு விட்டது என்றும், விரான்ஸ்கியின் நோக்கங்களில் எந்தச் சந்தேகமும்

இல்லை என்றும் இளவரசி முதலில் உறுதியாக நம்பினாள். ஆனால் அவளுடைய கணவரின் வார்த்தைகள் அவளை இம்சித்தன. கிட்டியைப் போலவே அறியப்படாத எதிர்காலத்தைப் பற்றிய அச்சத்துடன் தன் அறைக்குத் திரும்பினாள். 'ஆண்டவரே கருணை காட்டுங்கள், ஆண்டவரே இரக்கம் காட்டுங்கள்!' என்று பலமுறை தன் மனதிற்குள் திரும்பத் திரும்பச் சொல்லிக் கொண்டாள்.

16

விரான்ஸ்கி ஒருபோதும் குடும்ப வாழ்க்கையை அறிந்திருக்க வில்லை. அவனது தாயார் இளமையில் ஒரு புத்திசாலியான சமூகப் பெண்மணியாக இருந்தார். திருமணத்தின் போதும், குறிப்பாக அதற்குப் பிறகும், அனைவருக்கும் தெரியும்படி பல காதல்களை அவர் கொண்டிருந்தார். இராணுவப் பள்ளியல் பயின்ற விரான்ஸ்கி தனது தந்தையை அதிகம் நினைவில் வைத்திருக்கவில்லை.

இளம் வயதில் புத்திசாலி அதிகாரியாகப் பள்ளியை விட்டு வெளியேறிய அவன் உடனடியாகப் பீட்டர்ஸ்பர்க்கில் உள்ள பணக் கார அதிகாரிகளுடன் இணைந்தான். அவன் அவ்வப்போது பீட்டர்ஸ்பர்க் சமூகத்திற்கு வந்தாலும் அவனுடைய காதல் ஆர்வங்கள் அனைத்தும் சமூகத்திற்கு வெளியே இருந்தன.

பீட்டர்ஸ்பர்க்கில் ஆடம்பரமான, முரட்டுத்தனமான வாழ்க்கைக்குப் பிறகு, மாஸ்கோவில் அவன் முதல்முறையாகத் தன் காதலில் விழுந்த அப்பாவியான ஒரு பெண்ணின் இனிமையான நெருக்கத்தின் கவர்ச்சியை அனுபவித்தான். கிட்டிக்கும் அவனுக்கும் இடையில் உள்ள உறவில் அசம்பாவிதம் ஏதேனும் நிகழக்கூடும் என்று அவனுக்கு ஒருபோதும் தோன்றவில்லை. நடன அரங்கில் அவன் பெரும்பாலும் அவளுடன் நடனமாடினான், அவர்களின் வீட்டிற்குச் சென்றான். சமூகத்தில் உள்ள மக்கள் வழக்கமாகச் சொல்லும் அனைத்து வகையான முட்டாள்தனங்களையும் அவன் அவளிடம் சொன்னான். அவை முட்டாள்தனங்கள் என்று வேண்டுமென்றே அவன் அவற்றுக்குக் குறிப்பிட்ட முக்கியத்துவத்தைக் கொடுத்தான். எல்லோர் முன்னிலையிலும் சொல்லமுடியாதவை எதையும் அவன் அவளிடம் சொல்லாதபோதும், அவள் தன்னை மேலும் மேலும் சார்ந்திருப்பதை அவன் உணர்ந்தான். அவன் அதை எத்தனை அதிகமாக உணர்ந்தானோ அத்தனைக்கு அது அவனுக்கு இனிமையாக இருந்தது. அவள் மீதான அவனது உணர்வு மேலும் மென்மையானது. கிட்டியிடம் அவன் நடந்துகொள்ளும் முறைக்கு ஒரு பெயர் உண்டு என்பதையும், அது திருமண நோக்கம்

இல்லாமல் ஒரு இளம் பெண்ணைக் கவர்ந்திழுப்பது என்பதையும், தன்னைப் போன்ற புத்திசாலித்தனமான இளைஞர்களிடையே உள்ள பொதுவான மோசமான செயல்களில் இதுவும் ஒன்று என்பதையும் அவன் அறிந்திருக்கவில்லை. இந்த இன்பத்தை முதன் முதலில் அறிந்தவன் என்று நினைத்த அவன், தன் கண்டுபிடிப்பை அனுபவித்துக் கொண்டிருந்தான்.

அன்று மாலை அவளுடைய பெற்றோர்கள் என்ன சொல் கிறார்கள் என்பதை அவன் கேட்டிருந்தால், அவர்களுடைய குடும்பத்தின் பார்வையில் பார்த்திருந்தால், தான் திருமணம் செய்து கொள்ளாவிட்டால் கிட்டி வருத்தப்படுவாள் என்பதைக் கண்டு வியப்புற்று நம்ப மறுத்திருப்பான். எல்லாவற்றுக்கும் மேலாக தனக்கும் அவளுக்கும் மகிழ்ச்சியைத் தந்த ஒன்று தவறானதாக இருக்கும் என்பதையும், தான் அவளைத் திருமணம் செய்துகொள்ள வேண்டும் என்பதையும் அவனால் நம்ப முடியவில்லை.

திருமணம் சாத்தியமான ஒன்றாக அவனுக்கு ஒருபோதும் தோன்றியதில்லை. அவன் குடும்ப வாழ்க்கையை விரும்பவில்லை என்பது மட்டுமில்லாமல், அவன் வாழ்ந்த திருமணமில்லாத உலகத்தைப் பற்றிய பொதுவான பார்வையில், குடும்பம், கணவன் என்பவற்றை அந்நியமாக கேலிக்குரிய ஒன்றாகக் கற்பனை செய்திருந் தான். அவள் பெற்றோர் சொல்வதைப் பற்றி விரான்ஸ்கிக்கு எந்தச் சந்தேகமும் இல்லை என்றாலும், அன்று மாலை அங்கிருந்து சென்றபோது, தனக்கும் கிட்டிக்கும் இருந்த ரகசிய ஆன்மிகப் பிணைப்பு வலுப்பெற்று விட்டதையும், ஏதாவது செய்ய வேண்டும் என்பதையும் அவன் உணர்ந்தான். ஆனால் என்ன செய்ய வேண்டும், என்ன செய்ய முடியும் என்பதை அவனால் யோசிக்க முடியவில்லை.

ஷெர்பார்ட்ஸ்கி குடும்பத்திலிருந்து வீட்டிற்குச் செல்லும் போது, எப்போதும் போல, தூய்மையான புத்துணர்ச்சியைத் தன்னோடு எடுத்துக் கொண்டு செல்வதாக உணர்ந்த அவன் ‘அது அழகானது’ என்று நினைத்தான். உண்மையில் அன்று மாலை முழுவதும் அவன் புகைபிடிக்கவில்லை என்றபோதும், அதே நேரத்தில் அவன் மீது அவள் கொண்டிருந்த காதலில் ஒரு புதிய மென்மையான உணர்வை அனுபவித்தான். ‘அவளும் நானும் ஒரு வார்த்தை கூடப் பேசிக்கொள்ளவில்லை என்றாலும், கண்ணுக்குப் புலப்படாத உரையாடலின் மூலம் நாங்கள் இருவரும் ஒருவருக்கொருவர் நன்றாகப் புரிந்துகொண்டோம். இன்று இரவு அவள் என்னைக் காதலிப்பதை முன்னெப்போதையும் விட தெளிவாக என்னிடம் சொன்னாள். இனிமையாக, எளிமையாக அனைத்திற்கும் மேலாக உண்மையாக! நான் எனக்கு இதயம் இருப்பதையும் அதில் பல

நல்லவை இருப்பதையும் என்னால் உணர முடிகிறது. 'மிகவும்...' என்று அந்த இனிமையான, அன்பான கண்கள் சொன்னது.'

'சரி, பிறகென்ன? சரி, பிறகு எதுவும் இல்லை. அது எனக்கும் நல்லது அவளுக்கும் நல்லது' என்ற அவன் மாலை நேரத்தை எங்கு கழிப்பது என்று யோசித்தான்.

அவன் செல்லக்கூடிய இடங்களை மனதில் நினைத்துப் பார்த்தான். 'கிளப்புக்குப் போகலாமா? இக்னாடோவுடன் சேர்ந்து சீட்டு விளையாட்டும் ஷாம்பெயினும். இல்லை, அங்கு வேண்டாம். சாட்டோ டெஷ் ஃப்ளேயர்ஸ், நான் அங்கு ஆப்லான்ஸ்கியைப் பார்ப்பேன். பிரெஞ்சுப் பாடல்கள், பெண்களின் நடனம், இல்லை, நான் அதை வெறுக்கிறேன். அதனால்தான் நான் குறிப்பாக ஷெர்பார்ட்ஸ்கிகளை விரும்புகிறேன்; ஏனெனில் அவர்களுக்கு முன் நான் என்னை ஒரு சிறந்த மனிதனாக உணர்கிறேன். எனவே நான் வீட்டிற்குச் செல்கிறேன்' என்று அவன் நேராக டுசோல்ட்டில் தன் அறைக்குச் சென்று, இரவு உணவுக்கு உத்தரவிட்டான். அதன் பிறகு ஆடைகளைக் கழற்றிவிட்டு அவன் தலையணையில் தலையைப் புதைத்த கணம், எப்போதும் போல ஒரு நல்ல ஆழ்ந்த அமைதியான உறக்கத்தில் விழுந்தான்.

17

அடுத்த நாள் காலை பதினோரு மணியளவில் விரான்ஸ்கி பீட்டர்ஸ்பர்க் இரயில் நிலையத்திற்குச் சென்று தனது தாயை வரவேற்கச் சென்றான். பிரதானப் படிக்கட்டில் அவன் சந்தித்த முதல் நபர் ஆப்லான்ஸ்கி. அவன் அதே ரயிலில் தனது சகோதரியை எதிர்பார்த்துக் கொண்டிருந்தான்.

"ஆகா! மேதகு அரசே" என்று ஆப்லான்ஸ்கி கத்தினான். "யாருக்காக?"

"என் அம்மா" என்ற விரான்ஸ்கி, ஆப்லான்ஸ்கியைச் சந்திக்கும் அனைவரும் செய்வது போல கையைக் குலுக்கி புன்னகை செய்தான். இருவரும் படிக்கட்டில் ஒன்றாக ஏறிச் சென்றார்கள். "அவர் பீட்டர்ஸ் பர்க்கிலிருந்து இன்று வருகிறார்."

"நான் உங்களுக்காக இரண்டு மணிவரை காத்திருந்தேன். ஷெர்பார்ட்ஸ்களிடமிருந்து நீங்கள் எங்கே சென்றீர்கள்?"

"வீட்டிற்கு" என்றான் விரான்ஸ்கி. "ஷெர்பார்ட்ஸ்களைச் சந்தித்த பிறகு நேற்றிரவு நான் மிகவும் மகிழ்ச்சியாக இருந்ததால்

வேறு எங்கும் செல்ல விரும்பவில்லை என்பதை ஒப்புக் கொள் கிறேன்."

"ஒரு உற்சாகமான குதிரையை அதன் முத்திரையைக் கொண்டும், இளைஞர்களின் காதலை அவர்களின் கண்களைக் கொண்டும் என்னால் சொல்ல முடியும்" என்று ஸ்டீபன் ஆர்கடியேவிச், முன்பு லெவினிடம் சொன்னதையே சொன்னான்.

விரான்ஸ்கி அதை மறுக்கவில்லை என்பதைப் போல புன்ன கைத்தான் என்றாலும் உடனடியாகப் பேச்சை மாற்றினான்.

"யாருக்காகக் காத்திருக்கிறீர்கள்?" என்று அவன் கேட்டான்.

"நானா? ஒரு அழகான பெண்ணுக்காக" என்றான் ஆப்லான்ஸ்கி.

"உண்மையாகவா?"

"என் சகோதரி அன்னா."

"ஓ, நீங்கள் கரீனினாவைச் சொல்கிறீர்களா?" என்றான் விரான்ஸ்கி.

"உங்களுக்கு அவரைத் தெரியுமா?"

"தெரியும் என்று நினைக்கிறேன். இல்லை... எனக்கு உண்மையில் நினைவில்லை" என்று விரான்ஸ்கி சற்றும் யோசிக்காமல் பதிலளித் தான். கரீனினா என்ற பெயரைத் தனக்குள் தெளிவற்ற முறையில் கற்பனை செய்து கொண்டான்.

"ஆனால் என்னுடைய மைத்துனர் புகழ்பெற்ற அலெக்ஸி அலெக்ஸாண்ட்ரோவிச்சை நிச்சயமாக நீங்கள் அறிந்திருப்பீர்கள். உலகம் முழுவதும் அவரை அறியும்."

"அதாவது அவருடைய நற்பெயராலும் அவரைப் பார்த்ததாலும் அறிவேன். அவர் புத்திசாலி, கற்றறிந்தவர், ஏதோ ஒரு வகையில் ஆன்மிகவாதி என்று எனக்குத் தெரியும்... ஆனால் உங்களுக்குத் தெரியும், அது என்னுடைய... என்னுடைய துறையில் இல்லை" என்றான் விரான்ஸ்கி.

"ஆமாம், அவர் மிகவும் குறிப்பிடத்தக்க மனிதர். கொஞ்சம் பழமைவாதி. ஆனால் மிகவும் நல்ல மனிதர்" என்றான் ஸ்டீபன் ஆர்கடியேவிச்.

"நல்லது, மிகவும் நல்லது" என்ற விரான்ஸ்கி "ஓ, நீ இங்கே இருக்கிறாய்" என்று கதவுக்கு அருகில் நின்றிருந்த தனது தாயாரின் உயரமான, வயதான வேலைக்காரனை நோக்கித் திரும்பினான். "உள்ளே வா."

விரான்ஸ்கி சமீபமாக ஸ்டீபன் ஆர்கடியேவிச் மீது பற்றுதல் கொண்டிருந்தான். அவன் அனைவரிடமும் வழக்கமாக ஏற்படுத்தும்

மகிழ்ச்சியைத் தவிர, தான் கிட்டியுடன் கொண்டிருந்த தொடர்பும் அவன் மீது பற்றுதல் ஏற்படக் காரணம் என்று விரான்ஸ்கி நினைத் தான்.

“சரி, அப்படியானால் ஞாயிற்றுக்கிழமை ஓபராவில் இரவு உணவு சாப்பிடலாமா” என்று சிரித்துக் கொண்டே அவன் கையைப் பிடித்தபடி கேட்டான்.

“நிச்சயமாக. ஆ, நேற்றிரவு என் நண்பர் லெவினைச் சந்தித்தீர் களா? என்று ஸ்டீபன் ஆர்கடியேவிச் கேட்டான்.

“ஆமாம். ஆனால் அவர் சீக்கிரமே சென்றுவிட்டார்.”

“அவர் ஒரு நல்ல மனிதர்” என்ற ஆப்லான்ஸ்கி தொடர்ந்தான். “இல்லையா?”

“அது ஏன் என்று எனக்குத் தெரியாது” என்றான் விரான்ஸ்கி. “ஆனால் நான் பேசுபவர்களைத் தவிர, இயல்பாகவே அனைத்து மாஸ்கோவாசிகளிடமும் ஏதோ ஒன்று மோசமாக உள்ளது. ஏதோ ஒரு காரணத்திற்காக அவர்கள் கோபப்பட்டு, உங்களுக்கு ஏதோ ஒன்றை உணரச் செய்வதைப் போல உச்சாணிக்கொம்பில் ஏறிக் கொள்கிறார்கள்” என்றான் கேலியுடன்.

“அது இருப்பது உண்மைதான்” என்று ஸ்டீபன் ஆர்கடியேவிச் மகிழ்ச்சியுடன் சொன்னான்.

“ரயில் சீக்கிரம் வருமா?” என்று விரான்ஸ்கி உதவியாளரிடம் கேட்டான்.

“சிக்னல் விழுந்துவிட்டது” என்று பதிலளித்தார் உதவியாளர்.

ரயிலை எதிர்கொள்வதற்கான ஆயத்தங்களும், உதவியாளர் களின் ஓட்டமும், சுமை தூக்குபவர்கள் மற்றும் காவலரின் வருகையும், ரயிலைப் பிடிக்க வந்த பயணிகளின் கூட்டமும் ரயில் மேலும் நெருங்கி வந்துவிட்டது என்பதைத் தெளிவாகத் தெரிவித்தது. ஆட்டுத்தோல் அங்கியும், மென்மையான காலணியும் அணிந்த தொழிலாளர்கள் உறைபனியையும் பொருட்படுத்தாமல், வளைந்த ரயில் பாதைகளைக் கடந்து செல்வதைக் காண முடிந்தது. மேலும் இஞ்சினின் பலமான விசில் சத்தமும், மனிதர்களின் இரைச்சலும் கேட்டது.

“இல்லை” என்ற ஸ்டீபன் ஆர்கடியேவிச், லெவின் கிட்டியை விரும்புவதைப் பற்றி விரான்ஸ்கியிடம் சொல்ல ஆர்வமாக இருந்தான். “இல்லை, நீங்கள் லெவினைச் சரியாகப் புரிந்து கொள்ள வில்லை. அவர் மிகவும் பதட்டமான மனிதர் என்பதால் சில நேரங் களில் விரும்பத்தகாதவராக நடந்து கொள்கிறார் என்றாலும் அவர் மிகவும் நல்ல மனிதர். அவர் ஒரு நேர்மையான, உண்மையான மனிதர். அவர் பொன்னான மனமும் நல்ல சுபாவமும் உடையவர்.

ஆனால் நேற்று இரவு சில முக்கியக் காரணங்கள் இருந்தன" என்று ஸ்டீவன் ஆர்கடியேவிச் ஓர் அர்த்தமுள்ள புன்னகையுடன் தொடர்ந்தான். நேற்று தனது நண்பர் மீது ஏற்பட்ட உண்மையான அனுதாபத்தை முற்றிலுமாக மறந்துவிட்டு, இப்போது விரான்ஸ்கியின் மீது அதே அனுதாபத்தை உணர்ந்தான். "ஆமாம், அவர் குறிப்பாக மகிழ்ச்சியாக இருப்பதற்கும் அல்லது மகிழ்ச்சியற்று இருப்பதற்கும் ஒரு காரணம் இருந்தது."

நடந்து கொண்டிருந்த விரான்ஸ்கி சட்டென்று நின்று நேரடியாகக் கேட்டான்.

"நீங்கள் என்ன சொல்கிறீர்கள்? அவர் நேற்றிரவு உங்கள் மைத்துனியிடம் முன்மொழிந்தாரா?"

"இருக்கலாம்" என்றான் ஸ்டீபன் ஆர்கடியேவிச். "நேற்று அப்படி ஏதோ ஒன்று நடந்திருக்கலாம் என்று எனக்குத் தோன்றியது. ஆமாம், அவர் நல்ல மனநிலையில் இல்லாமல் சீக்கிரமே கிளம்பி விட்டார் என்றால், அது அப்படித்தான் இருக்க வேண்டும்... அவர் நீண்ட காலமாகக் காதலித்து வருகிறார். நான் அவருக்காக மிகவும் வருந்துகிறேன்."

"அப்படியா? இருந்தாலும் அவள் ஒரு சிறந்த பொருத்தத்தைப் பெற முடியும் என்று நான் நினைக்கிறேன்" என்றான் விரான்ஸ்கி. அவன் தன் மார்பை நிமிர்த்தி மீண்டும் நடக்கத் தொடங்கினான். "உண்மையில் எனக்கு அவரைத் தெரியாது" என்ற அவன் மேலும் சொன்னான். "ஆமாம், இது ஒரு வேதனையான சூழ்நிலை! அதனால் தான் நம்மில் பெரும்பாலோர் ஒழுக்கக்குறைவான பெண்களைத் தேடுகிறார்கள். அதில் நீங்கள் வெற்றி பெறவில்லை என்றால் உங்களிடம் போதிய பணம் இல்லை என்பதை அது காட்டுகிறது. ஆனால் இந்தக் காதல் விஷயத்தில் ஒருவரின் கௌரவம் பாதிக்கப்படுகிறது. இதோ ரயில் வந்துவிட்டது."

அப்போது தூரத்தில் ரயில் இன்ஜினின் விசில் சத்தம் கேட்டது. சில நிமிடங்களுக்குப் பிறகு ரயில் உள்ளே நுழைந்தபோது பிளாட்பாரம் அதிரத் தொடங்கியது. உறைந்திருந்த பனிக்காற்றில் நீராவி தாழ்வாகப் பரவியது. சக்கரத்தின் இணைப்புக் கம்பிகள் மெதுவாகவும் தாளகதியுடனும் திரும்பி உருண்டன. உடல் முழுவதும் உறைபனி சாம்பல் படர்ந்திருந்த இன்ஜின் டிரைவரின் குனிந்த உருவம் தென்பட்டது. மெதுவாக ஸ்டேஷனுக்குள் நுழைந்த இன்ஜின் கொஞ்சம் கொஞ்சமாக வேகத்தைக் குறைத்து, பிளாட்பாரத்தை மேலும் அதிரச் செய்தது. சாமான்களை ஏற்றிய பெட்டி ஒன்று கடந்து சென்றது. அதில் இருந்த ஒரு நாய் குரைத்தது. இறுதியில் பயணிகளின் பெட்டிகள் ஒரு பெரிய குலுக்கலுடன் நின்றன.

ரயிலிலிருந்து நடத்துனர் ஒருவர் விசில் அடித்துக் கொண்டே கீழே குதித்தார். அவருக்குப் பிறகு பொறுமையற்ற பயணிகள் ஒவ்வொருவராகக் கீழே இறங்கத் தொடங்கினர். காவல் அதிகாரி களில் ஒருவர் நிமிர்ந்து நின்று சுற்றிலும் பார்த்துக் கொண்டிருந்தார். ஒரு சுறுசுறுப்பான ஒரு விவசாயி, தோளில் இருந்த சாக்குப் பையுடன் மகிழ்ச்சியாகப் புன்னகைத்தார்.

ஆப்லான்ஸ்கிக்கு அருகிலிருந்த விரான்ஸ்கி வண்டிகளையும் மக்கள் இறங்குவதையும் பார்த்துவிட்டுத் தன் தாயை முற்றிலும் மறந்துவிட்டான். கிட்டியைப் பற்றி இப்போது அவன் தெரிந்து கொண்டது அவனை உற்சாகத்திலும் மகிழ்ச்சியிலும் ஆழ்த்தியது. அவனது மார்பு தன்னிச்சையாக விம்ம, அவனது கண்கள் பிரகாசித் தன. அவன் தன்னை வெற்றியாளனாக உணர்ந்தான்.

“கோமகள் விரான்ஸ்கி இந்தப் பெட்டியில் இருக்கிறார்” என்று விரான்ஸ்கியிடம் வேகமாக வந்த நடத்துனர் கூறினார்.

நடத்துனரின் வார்த்தைகள் அவனை உசுப்பி அவனுடைய தாயையும், அவன் அவளைச் சந்திக்கப்போவதையும் நினைவில் கொள்ளும்படி அவனைக் கட்டாயப்படுத்தியது. உண்மையில் அவன் தன் உள்ளத்தில் தனது தாயை மதிக்கவில்லை. தன்னால் அவளை ஏற்றுக் கொள்ள முடியவில்லை என்பதால் அவன் அவளை நேசிக்கவில்லை. ஆனால் அவன் வாழ்ந்த இடத்திற்கு ஏற்ப, அவனது வளர்ப்பிற்கு ஏற்ப, அவன் தன் தாயிடம் மிகவும் மரியாதையுடனும் கிழ்படிதலுடனும் நடந்துகொள்வதைத் தவிர அவன் வேறு எதையும் கற்பனை செய்து பார்த்ததில்லை. என்னதான் வெளியில் கீழ்ப் படிதலும் மரியாதையும் இருந்தாலும் அவன் அவளைத் தன் இதயத்தில் குறைவாகவே மதிக்கவும், நேசிக்கவும் செய்தான்.

18

நடத்துனரைப் பின்தொடர்ந்து சென்ற விரான்ஸ்கி, ரயில் பெட்டியின் கதவருகே வெளியே வந்துகொண்டிருந்த ஒரு பெண்ணுக்கு வழி விட்டு நின்றான். ஒரு உலக மனிதனின் பழக்கமாக அனுபவத் தோடு விரான்ஸ்கி ஒரே பார்வையில் அந்தப் பெண்ணின் தோற்றத் திலிருந்து அவள் உயர் சமூகத்தைச் சேர்ந்தவள் என்பதைத் தீர்மானித்தான். அவன் மன்னிப்புக் கேட்டுக்கொண்டு பெட்டியில் ஏற முற்பட்ட போது, அவளை மீண்டும் ஒருமுறை பார்க்க வேண்டிய அவசியத்தை உணர்ந்தான். அவள் மிகவும் அழகாக இருந்ததால் அல்ல, அவள் முழு தோற்றத்திலும் இருந்த நேர்த்தி மற்றும் கனிவின் காரணமாகவும் அல்ல, மாறாக அவள் அவனைக் கடக்கும்போது

அவளுடைய இனிமையான தோற்றத்தின் வெளிப்பாட்டில் குறிப்பாக மிருதுவான ஏதோ ஒன்று இருந்ததால் அவளைப் பார்த்தான். அவன் திரும்பிப் பார்த்தபோது அவளும் தலையைத் திருப்பினாள். அடர்த்தியான கண் இமைகளால் கருமையாகத் தெரிந்த அவளுடைய பளபளப்பான, சாம்பல் நிறக் கண்கள் அவனைத் தெரிந்துகொள்ள முயல்வது போல அவன் முகத்தில் நட்புடன், கவனத்துடன் நிலைத்தன. உடனடியாக யாரோ ஒருவரைத் தேடுவது போல நெருங்கி வந்த கூட்டத்தை நோக்கித் திரும்பினாள். இந்தக் குறுகிய நேரத்தில், அவளுடைய ஒளிரும் கண்களுக்கும், அவளுடைய இளஞ்சிவப்பு உதடுகளை வளைத்த மெல்லிய புன்னகைக்கும் இடையில் ஒளிர்ந்த துடிப்பைக் காண விரான்ஸ்கிக்கு நேரம் கிடைத்தது. அவளுடைய விருப்பத்திற்கு மாறாக ஏதோ அதிகப்படியான ஒன்று அவளுக்குள் நிரம்பி வழிந்தது போலிருந்தது. அது முதலில் அவளுடைய பார்வை யின் பளிச்சிடலிலும் பிறகு அவளுடைய புன்னகையிலும் வெளிப் பட்டது. அவள் வேண்டுமென்றே தன் கண்களிலிருந்த பிரகாசத்தை மட்டுப்படுத்தினாள் என்றாலும் அது அவளுடைய விருப்பத்திற்கு எதிராகக் கண்ணுக்குப் புலப்படாத வகையில் புன்னகையில் பிரகாசித் தது.

விரான்ஸ்கி வண்டிக்குள் நுழைந்தான். கருப்புக் கண்களும் சுருண்ட கூந்தலும் கொண்ட அவனது வயதான தாயார், கண்களைச் சுருக்கி, தனது மகனை உற்றுப் பார்த்து, தனது மெலிந்த உதடுகளால் லேசாகப் புன்னகைத்தார். இருக்கையிலிருந்து எழுந்து, பணிப் பெண்ணிடம் தனது சிறிய பையைக் கொடுத்து, தன் உலர்ந்த கையை மகனிடம் கொடுத்து, தன் கைளால் அவன் தலையை உயர்த்தி அவன் முகத்தில் முத்தமிட்டார்.

"என் தந்தி கிடைத்ததா? நீ நலமா? கடவுளுக்கு நன்றி."

"பயணம் நன்றாக இருந்ததா?" என்று அவரது மகன் அவருக்கு அருகில் அமர்ந்து, கதவுக்கு வெளியே கேட்ட ஒரு பெண்ணின் குரலைத் தன்னிச்சையாகச் செவிமடுத்தான். கதவருகே தான் சந்தித்த பெண்ணின் குரல் அது என்பது அவனுக்குத் தெரியும்.

"எப்படியிருந்தாலும் நான் உங்களுடன் உடன்பட முடியாது" என்று அந்தப் பெண்ணின் குரல் சொல்லியது.

"பீட்டர்ஸ்பர்க்கின் பார்வையில் மேடம்."

"பீட்டர்ஸ்பர்க் அல்ல, வெறுமனே அந்தப் பெண்ணின் பார்வை" என்று அவள் பதிலளித்தாள்.

"சரி, உங்கள் கையை முத்தமிட அனுமதியுங்கள்."

"குட் பை இவான் பெட்ரோவிச். என் சகோதரர் இங்கே இருக்கிறாரா என்று பார்த்து, அவரை என்னிடம் அனுப்புங்கள்" என்று சொல்லிவிட்டு அவள் மீண்டும் பெட்டியில் ஏறினாள்.

கோமகள் விரான்ஸ்கி அந்தப் பெண்ணை நோக்கி, "உன் சகோதரனைக் கண்டுபிடித்து விட்டாயா?" என்று கேட்டார்.

அவள்தான் மேடம் கரீனினா என்பது விரான்ஸ்கிக்கு இப்போது தான் நினைவுக்கு வந்தது.

"உங்கள் சகோதரர் இங்கேதான் இருக்கிறார்" என்று அவன் எழுந்து சொன்னான். "மன்னிக்கவும், நான் உங்களை அறியவில்லை. நம் அறிமுகம் சுருக்கமானது" என்று விரான்ஸ்கி தலை வணங்கினான். "நீங்கள் நிச்சயமாக என்னை நினைவில் வைத்திருக்க மாட்டீர்கள்."

"ஓ, இல்லை, நான் உங்களை அடையாளம் கண்டுகொண்டிருப்பேன். ஏனெனில் உங்கள் அம்மாவும் நானும் வழிநெடுக உங்களைத் தவிர வேறெதையும் பேசியதாகத் தெரியவில்லை." அவள் முகத்தில் தோன்றிய புன்னகையை இறுதியில் வெளிப்படுத்த அனுமதித்தாள். "என் சகோதரர் இன்னும் காணவில்லை."

"அவனைக் கூப்பிடு அல்யோஷா" என்றாள் வயதான கோமகள்.

விரான்ஸ்கி நடைபாதைக்கு வெளியே சென்று கத்தினான் "ஆப்லான்ஸ்கி! இந்தப் பக்கம்!"

ஆனால் திருமதி. கரீனினா தன் சகோதரருக்காகக் காத்திருக்கவில்லை. அவனைப் பார்த்ததும் அவள் வண்டியிலிருந்து மெலிதான ஆனால் உறுதியான காலடிகளுடன் நடந்து, அவளை நோக்கி வந்த சகோதரனிடம் சென்றாள். அவளுடைய உறுதியான கம்பீரமான அசைவு விரான்ஸ்கியை வியப்பில் ஆழ்த்தியது. தன் இடது கையைத் தன் சகோதரனின் கழுத்தைச் சுற்றிக்கொண்டு, விரைவாக அவனைத் தன் பக்கமாக இழுத்து, அவனை மென்மையாக முத்தமிட்டாள். விரான்ஸ்கி அவளிடமிருந்து கண்களை விலக்காமல் தன்னையும் அறியாமல் புன்னகைத்தான். தன் அம்மா அவனுக்காகக் காத்திருப்பதை நினைத்து மீண்டும் வண்டியில் ஏறினான்.

"அவள் மிகவும் இனிமையானவள், இல்லையா?" என்று கோமகள் கரீனினாவைப் பற்றிச் சொன்னாள். "அவளுடைய கணவர் அவளை என்னுடன் அமர வைத்ததில் நான் மிகவும் மகிழ்ச்சியடைந்தேன். நானும் அவளும் பயணம் முழுவதும் பேசினோம். சரி, அவர்கள் சொல்கிறார்கள் நீ... நீ தலைகீழாய் மாறிவிட்டாய். எவ்வளவு நல்லது, என் அன்பே, எவ்வளவு நல்லது."

“நீங்கள் எதைச் சுட்டிக்காட்டுகிறீர்கள் என்று எனக்குத் தெரிய வில்லை அம்மா” என்று அவரது மகன் சாந்தமாகப் பதிலளித்தான். “நாம் போகலாம் அம்மா.”

திருமதி. கரீனினா கோமகளிடம் விடைபெறுவதற்காக வண்டிக்குத் திரும்ப வந்தாள்.

“சரி, கோமகள் நீங்கள் உங்கள் மகனையும் நான் என் சகோதர னையும் சந்தித்துவிட்டோம்” என்று அவள் மகிழ்ச்சியுடன் சொன் னாள். “என் கதைகள் அனைத்தும் தீர்ந்துவிட்டன. இதற்கு மேல் சொல்வதற்கு ஒன்றுமில்லை.”

“ஓ, இல்லை அன்பே” என்ற கோமகள் அவளுடைய கையைப் பிடித்துக் கொண்டாள். “நான் உன்னுடன் உலகம் முழுவதும் சுற்றி வந்தாலும் சலிப்படைய மாட்டேன். பக்கத்தில் அமைதியாக அமர்ந் திருப்பதற்கும், பேசுவதற்கும் மகிழ்ச்சியைத் தருகின்ற அன்பான பெண்களில் நீயும் ஒருத்தி. நீ உன் மகனைப் பற்றிக் கவலைப்பட வேண்டாம். உன்னால் அவனை விட்டு ஒருபோதும் பிரிந்திருக்க முடியாது.”

திருமதி. கரீனினா நிமிர்ந்து அசையாமல் நின்றாள். அவள் கண்கள் சிரித்தன.

“அன்னா ஆர்கடியேவ்னாவுக்கு எட்டு வயது மகன் இருக் கிறான். அவள் அவனை விட்டுப் பிரிந்ததே இல்லை என்று நினைக் கிறேன். அவனை விட்டுப் பிரிந்ததில் வருத்தப்படுகிறாள்” என்று கோமகள் தன் மகனிடம் விளக்கினாள்.

“ஆம், கோமகளும் நானும் முழு நேரமும் பேசிக் கொண்டி ருந்தோம். நான் என் மகனைப் பற்றி, அவர் அவருடைய மகனைப் பற்றி” என்ற திருமதி. கரீனினா மீண்டும் ஒரு புன்னகையால் தன் முகத்தைப் பிரகாசிக்கச் செய்தாள். அவள் அவனை நோக்கி மென்மை யாகப் புன்னகைத்தாள்.

“ஒருவேளை நீங்கள் மிகவும் சலிப்படைந்திருக்கலாம்” என்றான் அவன். அவள் அவனை நோக்கி வீசிய வசீகரமான விழத்தட்டும் புன்னகையை அவன் உடனடியாகப் பிடித்துக் கொண்டான். ஆனால் அவள் அந்தத் தொனியில் உரையாடலைத் தொடர விரும்ப வில்லை என்பது தெளிவாகத் தெரிந்தது. அவள் வயதான கோமகள் பக்கம் திரும்பினாள்.

“மிக்க நன்றி. நேற்றைய தினம் எப்படிப் போனது என்றே எனக்குத் தெரியவில்லை. குட் பை கோமகள்.”

“குட் பை தோழி” என்று கோமகள் பதிலளித்தாள். “உன் சிறிய அழகான முகத்தில் முத்தமிடுகிறேன். நான் ஒரு வயதான

பெண்மணி என்பதால் நான் உன்னை மிகவும் நேசிக்கிறேன் என்பதை வெளிப்படையாகச் சொல்கிறேன்."

அந்த வழக்கமான வார்த்தைகளைத் திருமதி. கரீனினா தன் முழு இதயத்துடன் நம்பி, மகிழ்ச்சியடைந்தாள். அவள் முகம் சிவந்து சற்றே முன்னோக்கி குனிந்து கோமகளின் உதடுகளுக்குத் தன் முகத்தைக் கொடுத்த பிறகு எழுந்து நின்றாள். அவள் தன் உதடுகளுக்கும் கண்களுக்கும் இடையில் அலைபாய்ந்த அதே புன்னகையுடன், விரான்ஸ்கியிடம் தன் கையைக் கொடுத்தாள். அவன் அவளுடைய அந்தச் சிறிய கையை அழுத்தினான். அவள் அவனுடைய கையைத் தைரியமாகவும் உறுதியாகவும் குலுக்கியதைக் கண்டு அவன் மகிழ்ந்தான். பிறகு அவள் விரைவான காலடியுடன் வெளியே சென்றாள். அது அவளது முழு உடலையும் இலகுவாகச் சுமந்து சென்றது.

"மிக இனிமை" என்றாள் முதிய பெண்மணி.

அவரது மகனும் அதையே நினைத்தான். அவளுடைய வசீகரமான உருவம் மறையும்வரை தன் கண்களால் அவளைப் பின்தொடர்ந்த அவன் முகத்திலிருந்த புன்னகை மாறாமலிருந்தது. அவள் தன் சகோதரனிடம் சென்று, அவன் கையின் மீது தன் கையை வைத்து அவனுக்கும் அவளுக்கும் சம்பந்தமில்லாத ஏதோ ஒன்றை அவனிடம் சொல்லத் தொடங்கினாள். அது விரான்ஸ்கிக்கு எரிச்சலூட்டுவதாக இருந்தது.

"அம்மா, நீங்கள் நலமா?" என்று அவன் தன் தாயை நோக்கித் திரும்பினான்.

"நான் நலமாக இருக்கிறேன். அலெக்ஸாண்டர் மிகவும் இனிமையானவர். மேரி மிகவும் அழகாக வளர்ந்து விட்டாள். அவள் மிகவும் சுவாரஸ்யமானவள்" என்ற கோமகள், தனக்கு மிகவும் பிடித்தது எது என்பதையும், தன் பேரனுக்குப் பெயர் சூட்டுவதற்காக பீட்டர்ஸ் பர்க் சென்றதையும், தன் மூத்த மகன் மீது பேரரசர் காட்டிய விஷேசமான அக்கறையையும் அவனிடம் சொல்லத் தொடங்கினார்.

"இதோ லாவ்ரென்டி!" என்று ஜன்னல் வழியாகப் பார்த்த விரான்ஸ்கி சொன்னான். "நீங்கள் விரும்பினால் இப்போது போகலாம்."

கோமகளுடன் வந்த வயதான சமையல்காரன் வண்டியில் ஏறி எல்லாம் தயாராகிவிட்டது என்று அறிவித்தான். கோமகள் வண்டியிலிருந்து இறங்குவதற்காக எழுந்தாள்.

"போகலாம், இப்போது கூட்டம் குறைந்துவிட்டது" என்றான் விரான்ஸ்கி.

நற்றிணை பதிப்பகம் ● 97

வேலைக்காரி பையையும் நாயையும் எடுத்துக் கொண்டாள். வேலைக்காரனும் சுமைதூக்குவோனும் மற்ற பைகளை எடுத்துக் கொண்டனர். ஆனால் அவர்கள் பெட்டியிலிருந்து இறங்கிய போது பல ஆண்கள் திகிலடைந்த முகத்துடன் ஓடினார்கள். ஸ்டேஷன் மாஸ்டரும் வித்தியாசமான நிறத்தில் அணிந்திருந்த தொப்பியுடன் ஓடினார்.

ஏதோ அசம்பாவிதம் நடந்திருக்கிறது என்பது தெளிவாகத் தெரிந்தது. ரயிலை விட்டு வெளியேறியவர்கள் திரும்பி ஓடிக் கொண்டிருந்தனர்.

"என்ன...? என்ன... எங்கே... குதித்தார்...! உடல் சிதைந்து விட்டது!" என்று அந்த வழியாகச் சென்றவர்கள் பேசிக்கொள்வதைக் கேட்க முடிந்தது.

ஸ்டீபன் ஆர்கடியேவிச் தன் சகோதரியின் கையைப் பிடித்துக் கொண்டு, பயந்து போன முகங்களுடன் திரும்பி வந்து கொண்டிருந்த கூட்டத்திலிருந்து விலகி கதவுக்கு அருகில் நின்றான்.

பெண்கள் வண்டியில் ஏறிக்கொண்டனர். விரான்ஸ்கியும் ஸ்டீபன் ஆர்கடியேவிச்சும் விபத்து பற்றிய விவரங்களை அறிய கூட்டத்தைத் தொடர்ந்து சென்றனர்.

குடிபோதை அல்லது கடுமையான உறைபனியின் காரணமாக இறுக்கமாகப் போர்த்திக் கொண்டிருந்த ஒரு காவலர் ரயில் நகர்வதைக் கவனிக்காமல் அதன் சக்கரங்களுக்கு இடையில் சிக்கிக் கொண்டார்.

விரான்ஸ்கியும் ஆப்லான்ஸ்கியும் திரும்பி வருவதற்கு முன், பெண்கள் இந்த விவரங்களை வேறு ஒருவரிடமிருந்து தெரிந்து கொண்டனர்.

ஆப்லான்ஸ்கியும் விரான்ஸ்கியும் சிதைந்த சடலத்தைப் பார்த்தனர். ஆப்லான்ஸ்கி துயரப்படுவது தெளிவாகத் தெரிந்தது. அவன் முகத்தைச் சுளித்து அழுவதற்குத் தயாரானவன் போலிருந்தான்.

"ஆஹா, என்ன பயங்கரம்! ஆ, அன்னா, நீங்கள் அதைப் பார்த்திருந்தால்! ஓ, என்ன பயங்கரம்!" என்று அவன் சொல்லிக் கொண்டே இருந்தான்.

விரான்ஸ்கி அமைதியாக இருந்தான். அவனது அழகிய முகம் தீவிரமானது என்றாலும் முற்றிலும் அமைதியாக இருந்தது.

"ஆ, கோமகளே, நீங்கள் அதைப் பார்த்திருந்தால்..." என்றான் ஸ்டீபன் ஆர்கடியேவிச். "அவன் மனைவி இங்கே இருக்கிறாள்... அவளைப் பார்க்கப் பாவமாக உள்ளது... அவனது உடல் மீது விழுந்து

அவள் கதறினாள். அவன் ஒருவன்தான் அந்தப் பெரிய குடும்பத்திற்கு ஆதரவு என்று சொல்கிறார்கள். என்ன பயங்கரம்!"

"அவளுக்கு எதுவும் செய்ய முடியாதா?" என்று திருமதி. கரீனினா பதட்டமாகக் கிசுகிசுத்தாள்.

விரான்ஸ்கி அவளைப் பார்த்துவிட்டு உடனே வண்டியை விட்டு இறங்கினான்.

"நான் திரும்பி வருகிறேன் அம்மா" என்ற அவன் கதவை நோக்கிச் சென்றான்.

சில நிமிடங்களுக்குப் பிறகு அவன் திரும்பி வந்தபோது, ஸ்டீபன் ஆர்கடியேவிச் கோமகளுடன் ஒரு புதிய பாடகியைப் பற்றிப் பேசிக்கொண்டிருந்தான். அதே நேரத்தில் கோமகள் பொறுமை இழந்து, தன் மகனுக்காகக் கதவைப் பார்த்துக் கொண்டிருந்தார்.

"நாம் இப்போது போகலாம்" என்று விரான்ஸ்கி உள்ளே நுழைந்தான்.

அவர்கள் ஒன்றாக வெளியே சென்றனர். விரான்ஸ்கி தனது தாயுடன் முன்னால் செல்ல, திருமதி. கரீனினா தன் சகோதரனுடன் பின்னால் சென்றாள். வெளியேறும் வழியில் ஸ்டேஷன் மாஸ்டர் வேகமாக விரான்ஸ்கியிடம் வந்தார்.

"நீங்கள் என் உதவியாளரிடம் இருநூறு ரூபிள்கள் கொடுத்தீர்கள். அது யாருக்காக என்று தயவு செய்து சொல்ல முடியுமா?"

"விதவைக்கு" என்ற விரான்ஸ்கி தோள்களைக் குலுக்கினான். "நீங்கள் அதைக் கேட்க வேண்டிய அவசியமே இல்லை."

"நீங்கள் கொடுத்தீர்களா?" என்று ஆப்லான்ஸ்கி பின்னாலிருந்து கத்தினான். அவன் தன் சகோதரியின் கையை அழுத்தி, "அவர் மிகவும் இரக்கமுள்ளவர்! உண்மையில் அவர் ஒரு அற்புதமான மனிதர். கோமகளே, நான் அவரை மதிக்கிறேன்" என்றான்.

அவனும் அவனது சகோதரியும் அவளுடைய வேலைக்காரியைத் தேடி நின்றார்கள்.

அவர்கள் வெளியே வந்தபோது, விரான்ஸ்கியின் வண்டி ஏற்கனவே புறப்பட்டுச் சென்றுவிட்டது. வெளியே வந்த மக்கள் என்ன நடந்தது என்பதைப் பற்றிப் பேசிக் கொண்டிருந்தார்கள்.

"என்ன ஒரு பயங்கரமான மரணம்!" என்று அந்த வழியாகச் சென்ற ஒருவர் கூறினார். "உடல் இரு துண்டாகிவிட்டது என்று சொல்கிறார்கள்"

"மாறாக, இது மிகச் சுலபமான, உடனடியான மரணம் என்று நான் நினைக்கிறேன்" என்றார் மற்றொருவர்.

“அவர்கள் ஏன் முன்னெச்சரிக்கையாகச் செயல்படவில்லை?” என்று மூன்றாமவர் கேட்டார்.

திருமதி. கரீனினா வண்டியில் ஏறினாள். அவளுடைய உதடுகள் நடுங்குவதையும், அவளால் கண்ணீரை அடக்க முடியவில்லை என்பதையும் ஸ்டீபன் ஆர்கடியேவிச் வியப்புடன் பார்த்தான்.

“என்ன அன்னா?” என்று அவர்கள் சில நூறு அடி தூரம் சென்றபோது அவன் கேட்டான்.

“ஒரு கெட்ட சகுனம்” என்றாள் அவள்.

“என்ன முட்டாள்தனம்!” என்றான் ஸ்டீபன் ஆர்கடியேவிச். “நீங்கள் வந்துவிட்டீர்கள் அதுதான் முக்கியம். நான் உங்கள் மீது எத்தனை நம்பிக்கை வைத்திருக்கிறேன் என்பதை உங்களால் கற்பனை செய்துகூடப் பார்க்க முடியாது.”

“உங்களுக்கு விரான்ஸ்கியை நீண்ட காலமாகத் தெரியுமா?” என்று அவள் கேட்டாள்.

“ஆம். அவர் கிட்டியைத் திருமணம் செய்து கொள்வார் என்று நாங்கள் நம்புகிறோம்.”

“ஓ?” என்றாள் அன்னா. “சரி, இப்போது உங்களைப் பற்றிப் பேசலாம்” என்ற அவள் அவளைத் தொந்தரவு செய்யும் தேவையற்ற ஒன்றை உடல்ரீதியாக விரட்ட விரும்புவது போல தலையை ஆட்டினாள். “உங்களுடைய பிரச்சினையைப் பற்றிப் பேசலாம். நான் உங்கள் கடிதம் கிடைத்ததும் வந்துவிட்டேன்.”

“ஆமாம், நீங்கள்தான் என் ஒரே நம்பிக்கை” என்றான் ஸ்டீபன் ஆர்கடியேவிச்.

“சரி, எல்லாவற்றையும் சொல்லுங்கள்.”

ஸ்டீபன் ஆர்கடியேவிச் சொல்லத் தொடங்கினான்.

வீட்டிற்குச் சென்ற ஆப்லான்ஸ்கி தனது சகோதரிக்கு உதவி செய்து, பெருமூச்சுடன் அவள் கைகைய அழுத்திவிட்டு தனது அலுவலகத்திற்குச் சென்றான்.

19

அன்னா உள்ளே நுழைந்தபோது, டோலி ஒரு சிறிய வரவேற்பறையில், அவனது தந்தையைப் போன்ற சற்றே பொன்னிறத் தலைமுடியுடன் இருந்த சிறுவனோடு அமர்ந்திருந்தாள். அவள் ஒரு பிரெஞ்சுப் பாடத்தைச் சொல்லிக் கொடுத்துக் கொண்டிருந்தாள். படித்துக் கொண்டிருந்த அவன் ஏற்கனவே விழும் நிலையிலிருந்த

சட்டையின் பொத்தானைத் தனது கையால் முறுக்கிப் பிய்த்து எடுக்க முயன்றான். அவனுடைய அம்மா பலமுறை அவன் கையைத் தடுத்த போதும் அவன் மீண்டும் பொத்தானைப் பிடித்தான். அவன் அம்மா பொத்தானைப் பிய்த்து தனது பாக்கெட்டில் வைத்துக் கொண்டாள்.

“உன் கைகளை அசைக்காதே கிரிஷா” என்று சொல்லிவிட்டு, நீண்ட காலத்திற்கு முன்பே பின்ன ஆரம்பித்த போர்வையைப் பின்னத் தொடங்கினாள். கடினமான தருணங்களில் அவள் எப்போதும் அதை எடுத்துக் கொள்வாள். அவள் இப்போது பதட்டத்துடன் விரல்களால் தையல்களைப் பின்னி, அவற்றை எண்ணினாள். நேற்று அவள் தன் கணவனிடம் அவனது சகோதரி வருகிறாளா இல்லையா என்பதைப் பற்றித் தனக்குக் கவலையில்லை என்று சொல்லியிருந்தாலும், அவள் வருகைக்காக எல்லாவற்றையும் தயார் செய்து உற்சாகத்துடன் காத்திருந்தாள்.

துயரம் டோலியைக் கொன்று அவளை முழுமையாக விழுங்கிக் கொண்டிருந்தது. இருப்பினும் அன்னா, பீட்டர்ஸ்பர்க்கில் மிக முக்கியமான நபர்களில் ஒருவரின் மனைவி என்பதையும், பெரிய சீமாட்டி என்பதையும் அவள் நினைவில் கொண்டாள். இந்தச் சூழ்நிலையில் அவள் தன் கணவனுக்கு உறுதியளித்தபடி, அதாவது தனது மைத்துனி வருவதை அவள் மறக்கவில்லை. ‘ஆம், அன்னாவை எதற்கும் குற்றம் சாட்ட முடியாது’ என்று டோலி நினைத்தாள். ‘எனக்கு அவளைப் பற்றி மிகச் சிறந்தவற்றைத் தவிர வேறு எதுவும் தெரியாது. அவளிடம் நான் அன்பையும் நட்பையும் தவிர வேறெதை யும் காணவில்லை.’ பீட்டர்ஸ்பர்க்கில் கரீனின் வீட்டுக்குச் சென்ற போது அவளுக்கு அவர்களின் வீடு பிடிக்கவில்லை என்பது உண்மை தான். அவர்களின் குடும்ப வாழ்க்கை முழுவதிலும் ஏதோ ஒரு பொய் இருந்தது. ‘ஆனால் நான் ஏன் அவளை வரவேற்கக் கூடாது? அவள் என்னை ஆறுதல்படுத்த முயற்சிக்காதவரை!’ என்று டோலி நினைத்தாள். ‘இந்த ஆறுதலும் அறிவுரைகளும் கிறிஸ்துவ மன்னிப்பு களையும் நான் ஆயிரம் முறை கடந்து வந்துவிட்டேன். அவை அனைத்தும் பயனற்றவை.’

கடந்த சில நாட்களாக டோலி குழந்தைகளுடன் தனியாக இருந்தாள். அவள் தன் துக்கத்தைப் பற்றி அன்னாவிடம் பேச விரும்பவில்லை. இந்தத் துக்கத்தை இதயத்தில் வைத்துக் கொண்டு அவளால் வேறு எதையும் பேச முடியாது. ஏதோ ஒரு வகையில் அவள் அன்னாவிடம் அனைத்தையும் சொல்லிவிடுவாள் என்பது அவளுக்குத் தெரியும். எல்லாவற்றையும் அவளிடம் சொல்லி விடுவோம் என்ற எண்ணத்தால் அவள் மகிழ்ச்சியடைந்த போதும் அவரது சகோதரியிடம் தனக்கு நேர்ந்த அவமானத்தைப் பற்றிப்

பேசவேண்டிய அவசியம் ஏற்பட்டது குறித்தும், அவளிடமிருந்து அறிவுரையும் ஆறுதலும் நிறைந்த வார்த்தைகளைக் கேட்க வேண்டி யிருக்கும் என்பதாலும் சினமடைந்தாள்.

அடிக்கடி நடப்பது போல அவள் கடிகாரத்தைப் பார்த்தபடி எந்த நேரத்திலும் அவள் வருகைக்காகக் காத்திருந்தபோது, தனது விருந்தினர் வந்த சரியான தருணத்தை தவறவிட்டாள், மணி யோசையைக் கூட அவள் கேட்கவில்லை.

வாசலில் ஆடையின் சலசலப்பையும் மெல்லிய காலடி ஓசை யையும் கேட்ட அவள் சுற்றிலும் பார்த்தாள். அவளுடைய வேதனை யான முகம் அவளையும் அறியாமல் மகிழ்ச்சியையும் வியப்பையும் வெளிக்காட்டியது. அவள் எழுந்து தன் மைத்துனியைத் தழுவிக் கொண்டாள்.

"நீங்கள் முன்பே வந்துவிட்டீர்களா?" என்று அவள் அவளை முத்தமிட்டபடி கேட்டாள்.

"டோலி, உங்களைப் பார்த்ததில் எனக்கு மிகவும் மகிழ்ச்சி!"

"எனக்கும் சந்தோஷம்தான்" என்ற டோலி பலவீனமாகச் சிரித்தாள். அன்னாவின் முகபாவத்திலிருந்து அவளுக்குத் தெரியுமா இல்லையா என்பதை ஊகிக்க முயன்றாள். அன்னாவின் முகத்தி லிருந்த அனுதாபத்தைக் கவனித்த அவள், 'அவளுக்குத் தெரிந்திருக்க வேண்டும்' என்று நினைத்தாள். "சரி, வாருங்கள் நான் உங்களை உங்கள் அறைக்கு அழைத்துச் செல்கிறேன்" என்ற அவள் முடிந்த வரை பேசும் தருணத்தை ஒத்திவைக்க முயன்றாள்.

"இது கிரிஷாவா? அடக் கடவுளே, அவன் எப்படி வளர்ந்து விட்டான்!" என்ற அன்னா அவனை முத்தமிட்டு, டோலியிடமிருந்து கண்களை எடுக்காமல், முகம் சிவந்தாள். "வேண்டாம், தயவுசெய்து நாம் எங்கும் போக வேண்டாம்."

அவள் கழுத்திலிருந்த துணியையும் தொப்பியையும் கழற்றி விட்டு, அதில் சிக்கியிருந்த கருமையான சுருள்முடி ஒன்றைப் பிடித்து, தலையை அசைத்து, அதைப் பிரிக்க முயன்றாள்.

"நீங்கள் மகிழ்ச்சியுடனும் ஆரோக்கியத்துடனும் பிரகாசிக் கிறீர்கள்" என்று கிட்டத்தட்ட பொறாமையுடன் சொன்னாள் டோலி.

"நானா...? ஆமாம்" என்றாள் அன்னா. "என் கடவுளே, தான்யா! என் செரியோஷாவின் அதே வயது" என்றாள். அவளை நோக்கி ஓடிவந்த சிறுமியை நோக்கித் திரும்பி, அவளை அணைத்து முத்தமிட்டாள். "அழகான சிறுமி! அனைவரையும் எனக்குக் காட்டுங்கள்."

அவள் அவர்கள் அனைவரையும் பெயர் சொல்லி அழைத்தாள். பெயர்களை மட்டுமின்றி, அனைத்துக் குழந்தைகளின் வயது, மாதங்கள், குணாதிசயங்கள், உடல்நலக்குறைவு ஆகியவற்றை நினைவு வைத்துக் கொண்டிருந்தாள். டோலியால் அதைப் பாராட்டாமல் இருக்க முடியவில்லை.

"சரி, நாம் அவர்களின் அறைக்குச் செல்வோம்" என்றாள் அவள். "வாஸ்யா இப்போது தூங்கிக் கொண்டிருப்பது வருத்த மளிக்கிறது."

குழந்தைகளைப் பார்த்துவிட்டு, வரவேற்பு அறைக்குத் திரும்பிய அவர்கள் காபி குடிப்பதற்காக மேசையின் முன்னால் அமர்ந்தனர். அன்னா காபி கோப்பையை எடுத்துக் கொண்டு தட்டைத் தள்ளி வைத்தாள்.

"டோலி, அவர் என்னிடம் சொன்னார்" என்றாள் அன்னா.

டோலி உணர்ச்சியின்றி அன்னாவைப் பார்த்தாள். அவள் இப்போது அன்னாவின் அனுதாப வார்த்தைகளுக்காகக் காத்திருந் தாள். ஆனால், அன்னா அப்படி எதுவும் சொல்லவில்லை.

"டோலி, அன்பே! நான் அவரைப் பாதுகாக்கவோ அல்லது உங்களை ஆறுதல்படுத்தவோ விரும்பவில்லை, அது சாத்தியமில்லை. ஆனால், அன்பே நான் உங்களுக்காக வருந்துகிறேன், என் முழு மனதோடு வருந்துகிறேன்!"

டோலியின் பிரகாசமான கண்களின் தடித்த இமைகளுக்குப் பின்னால் திடீரென கண்ணீர் வெளிப்பட்டது. அவள் மைத்துனி யிடம் நெருங்கிச் சென்று அவளுடைய கையைத் தன் சிறிய கைகளால் பற்றினாள். டோலி பின்வாங்கவில்லை ஆனால் அவளுடைய முகத்தின் உணர்ச்சியற்ற தோற்றம் மாறவில்லை.

அவள் சொன்னாள். "நீங்கள் என்னை ஆறுதல்படுத்த முடியாது. என்ன நடந்ததோ அதற்குப் பிறகு எல்லாம் தொலைந்துவிட்டது. இது ஒரு பேரழிவு!" என்று அவள் அதைச் சொன்ன மறுகணமே அவள் முகம் சாந்தமானது.

அன்னா டோலியின் மெலிந்த, வாடிப்போன கையைத் தூக்கி முத்தமிட்டு, "ஆனால் என்ன செய்ய வேண்டும்? நாம் என்ன செய்ய வேண்டும்? இந்த மோசமான சூழ்நிலையில் செயல்பட சிறந்த வழி என்ன? அதைத்தான் கருத்தில் கொள்ள வேண்டும்."

"எல்லாம் முடிந்துவிட்டது, அவ்வளவுதான்" என்றாள் டோலி. "இதில் மோசமானது என்னவெனில், உங்களுக்கே புரியும், நான் அவரை விட்டுப் போக முடியாது. நான் குழந்தைகளுக்காகக் கட்டுப்

நற்றிணை பதிப்பகம் ● 103

பட்டிருக்கிறேன். இருந்தாலும் நான் அவருடன் வாழ முடியாது. அவரைப் பார்ப்பது எனக்கு வேதனையாக இருக்கிறது."

"டோலி, அன்பே, அவர் என்னிடம் சொன்னார். ஆனால் நான் அதை உங்களிடமிருந்து கேட்க விரும்புகிறேன். என்னிடம் அனைத்தையும் சொல்லுங்கள்."

டோலி அவளைக் கேள்வியுடன் பார்த்தாள்.

அன்னாவின் முகத்தில் போலித்தனமற்ற அக்கறையும் அன்பும் தெரிந்தது.

"நல்லது" என்று அவள் திடீரென்று சொன்னாள். "ஆனால் நான் அதை ஆரம்பத்திலிருந்து சொல்கிறேன். எனக்கு எப்படித் திருமணம் நடந்தது என்று தெரியுமா? என் அம்மாவின் வளர்ப்பில் நான் அப்பாவியாக மட்டுமில்லாமல் முட்டாளாகவும் இருந்தேன். எனக்கு எதுவும் தெரியாது. கணவர்கள் தன் மனைவியிடம் தங்கள் முந்தைய வாழ்க்கையைச் சொல்வார்கள் என்பது எனக்குத் தெரியும். ஆனால் ஸ்டீவா..." என்ற அவள் திருத்திக்கொண்டாள். "ஸ்டீபன் ஆர்கடியேவிச் என்னிடம் எதுவும் சொல்லவில்லை. நீங்கள் நம்ப மாட்டீர்கள், ஆனால் இதுவரை நான் ஒருத்திதான் அவளுக்குத் தெரிந்த ஒரே பெண் என்று நினைத்தேன். அப்படியாக நான் எட்டு ஆண்டுகள் வாழ்ந்தேன். அவர் துரோகம் செய்வார் என்று நான் நினைத்துக்கூட பார்க்கவில்லை என்பதோடு அது சாத்தியமற்றது என்று நினைத்தேன் என்பதை நீங்கள் புரிந்துகொள்ள வேண்டும். இப்படி இருக்கும்போது திடீரென்று முழு பயங்கரத்தையும் வஞ்சகத்தையும் ஏற்றுக்கொள்வதைக் கற்பனை செய்து பாருங்கள்.... நீங்கள் என்னைப் புரிந்துகொள்ள வேண்டும். நான் என் மகிழ்ச்சியை முழுமையாக நம்பினேன், ஆனால் திடீரென்று..." என்ற டோலி தனது அழுகையை அடக்கிக் கொண்டு தொடர்ந்தாள். "ஒரு கடிதம் கிடைத்தது... அவர் தன் காதலிக்கு, என் வீட்டு ஆசிரியைக்கு எழுதிய கடிதம். இது மிகவும் மோசமானது!" அவள் அவசரமாகத் தனது கைக்குட்டையை எடுத்து அதில் தன் முகத்தை மறைத்துக் கொண்டாள். "அவருடைய மோகத்தை என்னால் புரிந்துகொள்ள முடிகிறது" என்ற அவள் சற்றே மௌனத்திற்குப் பிறகு தொடர்ந்தாள். "ஆனால் வேண்டுமென்றே மறைமுகமாக என்னை ஏமாற்ற... யாருடன்? அவர் என் கணவராக இருந்த அதே நேரத்தில் அவளுடன் சேர்ந்து, தொடர்ந்து... அது மோசமானது! உங்களுக்குப் புரியாது..."

"ஓ, இல்லை, எனக்குப் புரிகிறது! எனக்குப் புரிகிறது அன்பான டோலி, எனக்குப் புரிகிறது" என்று அன்னா தன் கையை அழுத்திய படி சொன்னாள்.

“என் நிலைமையின் பயங்கரம் அனைத்தும் அவருக்குப் புரியும் என்று நினைக்கிறீர்களா?” என்ற டோலி தொடர்ந்தாள். “கொஞ் சமும் இல்லை! அவர் மகிழ்ச்சியாகவும் திருப்தியாகவும் இருக்கிறார்.”

“ஓ, இல்லை!” என்ற அன்னா சட்டெனக் குறுக்கிட்டாள். “அவர் பரிதாபத்திற்குரியவர், மனசாட்சி அவரைக் கொல்கிறது...”

“அவரால் மனம் திருந்த முடியுமா?” என்ற டோலி குறுக்கிட்டு தன் மைத்துனியின் முகத்தை உற்றுப் பார்த்தாள்.

“ஆமாம், அவரை எனக்குத் தெரியும். பரிதாபப்படாமல் என்னால் அவரைப் பார்க்க முடியவில்லை. நாம் இருவரும் அவரை அறிவோம். அவர் நல்லவர் ஆனால் பெருமையுள்ளவர். இப்போது அவர் மிகவும் அவமானப்படுகிறார். என்னை மிகவும் தொட்டது... (எல்லாவற்றுக்கும் மேலாக எது டோலியை அசைக்கும் என்பதை அன்னா இங்கே யூகித்தாள்). இரு விஷயங்கள் அவரை வேதனைப் படுத்துகின்றன. குழந்தைகளின் பொருட்டு அவர் வெட்கப்படுகிறார். அவர் உங்களை விரும்புகிறார்... ஆமாம், ஆமாம், இந்த உலகத்தில் எதையும்விட உங்களை அதிகம் விரும்புகிறார்” என்ற அவள் அதை ஆட்சேபிக்க முயன்ற டோலியைத் தடை செய்து, “நான் அவளைக் காயப்படுத்தி, அழித்துவிட்டேன் என்பதால் அவளால் என்னை ஒருபோதும் மன்னிக்க முடியாது” என்று அவர் தொடர்ந்து கூறி வருகிறார்.”

டோலி தன் மைத்துனியின் வார்த்தைகளைக் கேட்டுச் சிந்தனை யுடன் அவளை உற்றுப் பார்த்தாள்.

“ஆமாம், அவரது நிலை மோசமானது என்பதை நான் புரிந்து கொள்கிறேன். முழு துரதிர்ஷ்டத்திற்கும் தான் குற்றவாளி என்று அவர் உணர்ந்தால், அது நிரபராதியைவிட குற்றவாளிக்கு மோச மானதாக இருக்கும். ஆனால், நான் எப்படி அவரை மன்னிக்க முடியும்? அவளுக்குப் பிறகு நான் எப்படி அவரின் மனைவியாக இருப்பேன்? இப்போது அவரோடு வாழ்வது எனக்குச் சித்திர வதையாக இருக்கும். ஏனெனில் நான் எப்போதும் போல அவரை நேசித்தேன். நான் அவர் மீது வைத்திருந்த கடந்த கால அன்பை இன்னமும் நேசிக்கிறேன்...”

அவளுடைய அழுகை அவளைப் பேசவிடாமல் தடுத்தது.

ஆனால், ஒவ்வொருமுறை அவள் சாந்தமாகும் போதும், அவளுக்கு எரிச்சலூட்டிய விஷயங்களைப் பற்றி மீண்டும் பேசத் தொடங்கினாள்.

“அவள் இளமையாகவும் அழகாகவும் இருக்கிறாள்” என்று டோலி தொடர்ந்தாள். “ஆனால் அன்னா, என் இளமையும் அழகும் பறிபோனது எதனால்? அவரும் அவரது குழந்தைகளும்தான்

அதற்குக் காரணம். நான் அவருக்காக உழைத்தேன், அது என்னிடமிருந்த அனைத்தையும் எடுத்துக் கொண்டது. இப்போது அவர் என்னைவிட புதிய, கவர்ச்சியான ஒரு உயிரினத்தை விரும்புகிறார். அவர்கள் நிச்சயமாக என்னைப் பற்றிப் பேசியிருப்பார்கள் அல்லது அதைவிட மிக மோசமாக என்னைக் கண்டும் காணாமல் சென்று விட்டார்கள். உங்களுக்குப் புரிகிறதா?" என்று கேட்ட அவள் கண்கள் வெறுப்புடன் ஜொலித்தன. "அதற்குப் பிறகு அவர் என்னிடம் என்ன சொல்லப் போகிறார்... நான் அவரை நம்ப வேண்டுமா? அது ஒருபோதும் முடியாது. இல்லை, அந்தக் கடின உழைப்புக்கும் துன்பத்திற்கும் ஆறுதலாகவும் வெகுமதியாகவும் இருந்த அனைத்தும் முடிந்துவிட்டது... உங்களால் அதை நம்ப முடியுமா? நான் கிரிஷாவுக்குப் பாடம் சொல்லிக் கொடுத்தேன். எனக்கு ஒரு மகிழ்ச்சியாக இருந்த அது இப்போது வேதனையாக மாறிவிட்டது. நான் எதற்காகக் கவலைப்பட வேண்டும்? நான் எதற்காக இவ்வளவு கடினமாக உழைக்க வேண்டும்? குழந்தைகளால் என்ன பயன்? இதில் பயங்கரமானது என்னவென்றால் திடீரென என் மனதில் மாற்றம் ஏற்பட்டுவிட்டது. அவர் மீது நான் வைத்திருந்த அன்புக்கும் கனிவுக்கும் பதிலாக இப்போது என்னிடம் இருப்பது வன்மம், ஆமாம், வன்மம். நான் அவரைக் கொன்றுவிடலாம்..."

"அன்பே டோலி, எனக்குப் புரிகிறது, ஆனால் உங்களை நீங்களே துன்புறுத்திக் கொள்ளாதீர்கள். நீங்கள் மிகவும் அவமதிப்புக்கும், பதட்டத்திற்கும் ஆளாகியுள்ளீர்கள். எனவே பலவற்றையும் தவறான பார்வையில் பார்க்கிறீர்கள்."

டோலி அமைதியாக இருந்தாள். ஓரிரு நிமிடங்கள் அவர்கள் அமைதியாக இருந்தனர்.

"நான் என்ன செய்ய முடியும்? நீங்கள் நன்றாக யோசித்து எனக்கு உதவுங்கள். நான் எல்லாவற்றையும் யோசித்தேன். ஆனால் வழி எதையும் காணவில்லை."

அன்னாவால் எதைப் பற்றியும் சிந்திக்க முடியவில்லை. ஆனால் அவளுடைய இதயம் மைத்துனியின் ஒவ்வொரு வார்த்தைக்கும், பார்வைக்கும் பதில் சொல்லியது.

"நான் ஒன்று சொல்கிறேன்" என்று அன்னா ஆரம்பித்தாள். "நான் அவரது சகோதரி அவருடைய குணத்தைப் பற்றி எனக்கு நன்றாகத் தெரியும். எல்லாவற்றையும் மறந்துவிடும் திறமை அவருக்கு இருக்கிறது" என்ற அவள் தன் நெற்றியின் முன் சைகை செய்தாள். "எனவே அவர் முழுமையாக மனம் திருந்துவதற்கான ஆற்றல் அவரிடம் இருக்கிறது. தான் எப்படி இப்படி ஒரு காரியத்தைச்

செய்தோம் என்பதை அவரால் நம்பவோ, புரிந்துகொள்ளவோ முடியவில்லை."

"இல்லை, அவருக்குப் புரிந்தது, முன்பும் புரிந்தது!" என்று டோலி குறுக்கிட்டாள். "ஆனால் நான்... அவர் என்னை மறந்தார்... அது எனக்கு எளிதானதா?"

"பொறுங்கள். அவர் அதைப் பற்றி என்னிடம் சொன்னபோது, உங்களுடைய நிலையின் பயங்கரத்தை இன்னும் என்னால் புரிந்து கொள்ள முடியவில்லை என்பதை ஒப்புக்கொள்கிறேன். நான் பார்த்ததெல்லாம் அவரையும், அவரது குடும்பத்தில் இருந்த குழப்பத்தையும் மட்டுமே. நான் அவருக்காக வருத்தப்பட்டேன். ஆனால் இப்போது நான் உங்களோடு பேசியதில், ஒரு பெண்ணாக, சற்று வித்தியாசமாக உணர்கிறேன். நான் உங்கள் துயரத்தைப் பார்க்கிறேன். உங்களுக்காக நான் எத்தனை வருந்துகிறேன் என்பதைச் சொல்ல முடியாது! ஆனால் டோலி அன்பே, உங்கள் துன்பங்களை நான் முழுமையாகப் புரிந்துகொள்கிறேன். எனக்குத் தெரியாத ஒரே ஒரு விஷயம் உள்ளது. எனக்குத் தெரியாது... உங்கள் இதயத்தில் இன்னும் அவர் மீது எவ்வளவு அன்பு இருக்கிறது என்று எனக்குத் தெரியாது. அது உங்களுக்கு மட்டுமே தெரியும், மன்னிப்பதற்குப் போதுமான அளவு இருக்கிறதா, இருந்தால் அவரை மன்னியுங்கள்!"

"இல்லை" என்று டோலி ஆரம்பிக்க, அன்னா இடைமறித்து, அவளுடைய கையை மீண்டும் முத்தமிட்டாள்.

"நான் உங்களைவிட இந்தச் சமூகத்தை நன்கு அறிவேன்" என்றாள் அவள். "ஸ்டீவாவைப் போன்ற இந்த மனிதர்கள் எப்படி இதைப் பார்க்கிறார்கள் என்பது எனக்குத் தெரியும். நீங்கள் உங்களைப் பற்றி அவளிடம் பேசியதாகச் சொல்கிறீர்கள். அது நடந்திருக்க வாய்ப்பில்லை. இந்த ஆண்கள் உண்மையில்லாதவர்களாக இருக்கலாம். ஆனால் அவர்களின் வீடும் மனைவியும் அவர்களுக்குப் பரிசுத்தமானவர்கள். எப்படியோ, அவர்கள் அவமதிப்புடன் இந்தப் பெண்களை வைத்திருந்தாலும் அவர்களைக் குடும்பங்களில் தலையிட அனுமதிக்க மாட்டார்கள். அவர்கள் தங்கள் குடும்பத்திற்கும் இதற்கும் இடையில் ஒரு மீறாத கோடு வரைகிறார்கள். எனக்குப் புரியவில்லை எனினும் அது அப்படித்தான் இருக்கிறது."

"ஆமாம், ஆனால் அவர் அவளை முத்தமிட்டார்..."

"டோலி, பொறுங்கள். ஸ்டீவா உங்களைக் காதலித்த போது நான் பார்த்தேன். அவர் என்னிடம் வந்து அழுததும், உங்களைப் பற்றியும், நீங்கள் அவருக்கு எத்தகைய கவிதையாக, முன்னுதாரணமாக இருந்தீர்கள் என்பதையும் என்னிடம் பேசியது நினைவிருக்கிறது. அவர் உங்களோடு அதிகமாக இருந்த காலத்தில், நீங்கள் அவர்

பார்வையில் எத்தனை உயர்ந்தவராக இருந்தீர்கள் என்பதை நான் அறிவேன். 'டோலி ஒரு அற்புதமான பெண்' என்று அவர் ஒவ்வொரு முறை சொல்லும்போதும் நாங்கள் அவரைப் பார்த்துச் சிரித்த காலங்கள் அவை. நீங்கள் எப்போதும் அவருக்குத் தெய்வமாக இருந்தீர்கள். இந்த மோகம் அவரது இதயத்திலிருந்து வரவில்லை."

"ஆனால், இந்த மோகம் மீண்டும் தொடர்ந்தால்?"

"எனக்குத் தெரிந்தவரை அது மீண்டும் நடக்காது..."

"உங்களால் அவரை மன்னிக்க முடியுமா?"

"எனக்குத் தெரியவில்லை, என்னால் தீர்மானிக்க முடிய வில்லை... ஆமாம் என்னால் முடியும்" என்று அன்னா சொன்னாள். சிறிது யோசனைக்குப் பிறகு, மனதளவில் நிலைமையைப் புரிந்து கொண்டு, அதைத் தன்னுள்ளே எடைபோட்ட பிறகு அவள் சொன்னாள். "ஆம், என்னால் முடியும், என்னால் முடியும், என்னால் முடியும். ஆம், நான் அவரை மன்னிக்க முடியும். நான் இப்படி இருக்கமாட்டேன். ஆனால் அது நடக்கவில்லை என்பது போல, நடக்காதது போல, அவரை மன்னிக்க முடியும்."

"சரி, நிச்சயமாக" என்ற டோலி விரைவாகக் குறுக்கிட்டு, அவள் பலமுறை நினைத்ததைச் சொல்வது போல, "நீங்கள் ஒருவரை மன்னித்தால் அது முழுமையாக இருக்க வேண்டும். இல்லையெனில் அது மன்னிப்பு அல்ல. போகலாம், நான் உங்களை உங்கள் அறைக்கு அழைத்துச் செல்கிறேன்" என்று அவள் எழுந்து நின்றாள். அவர்கள் சென்றபோது, டோலி அன்னாவை அணைத்துக் கொண்டாள். "என் அன்பே, நீங்கள் வந்ததில் நான் மிகவும் மகிழ்ச்சியடைகிறேன். நான் இப்போது நன்றாக, மிக நன்றாக உணர்கிறேன்."

20

அன்னா, அன்றைய நாள் முழுவதையும் வீட்டில், அதாவது ஆப்லான்ஸ்கியின் வீட்டில் கழித்தாள். அவளுடைய வருகையைப் பற்றி அறிந்த சில நண்பர்கள் அன்றே வந்தார்கள் என்றாலும் அவள் யாரையும் அழைக்கவில்லை. டோலி மற்றும் குழந்தைகளுடன் அன்னா காலை நேரத்தைச் செலவிட்டாள். அவள் தன் சகோதரனுக்கு, வீட்டில் சாப்பிடும்படி ஒரு சிறு குறிப்பை மட்டும் அனுப்பினாள். "வாருங்கள், கடவுள் கருணையுள்ளவர்" என்று அவள் எழுதினாள்.

ஆப்லான்ஸ்கி வீட்டில் உணவருந்தினான். அவர்களின் உரை யாடல் பொதுவானதாக இருந்தது. அவரது மனைவி அவருடன் இதுவரை நடக்காத பழக்கமான 'நீங்கள்' என்ற வார்த்தையைப்

பயன்படுத்தி அவனை அழைத்தாள். கணவன் மனைவிக்கு இடையில் அதே அந்நியத்தன்மை இருந்தது என்றாலும் பிரிவு பற்றிய பேச்சு எழவில்லை. ஸ்டீபன் ஆர்கடியேவிச்சால் விளக்கத்திற்கும் சமர சத்திற்குமான சாத்தியம் இருப்பதைக் காண முடிந்தது.

இரவு உணவிற்குப் பிறகு கிட்டி வந்தாள். அவள் அன்னா ஆர்கடியேவ்னாவைப் பற்றிக் கொஞ்சம் தெரிந்து வைத்திருந்தாள். பீட்டர்ஸ்பர்க் சமூகப் பெண்மணி தன்னை எப்படி வரவேற்பார்களோ என்ற அச்சத்துடன் அவள் தன் சகோதரியின் வீட்டிற்கு வந்தாள். ஆனால் அன்னா ஆர்கடியேவ்னாவுக்கு அவளை மிகவும் பிடித் திருந்தது. அதை அவளால் உடனடியாகப் பார்க்க முடிந்தது. அவளுடைய அழகையும் இளமையையும் அன்னா பெரிதும் நேசித்தாள் என்பது வெளிப்படையாகத் தெரிந்தது. கிட்டிக்கு அது தெரிவதற்கு முன்பே, இளம் பெண்கள் திருமணமான வயதான பெண்களை விரும்புவதுபோலத்தான் அன்னாவை விரும்புவதாக அவள் உணர்ந்தாள். அன்னா ஒரு உயர் சமூகத்தைச் சேர்ந்த பெண்ணைப் போலவோ அல்லது எட்டு வயது குழந்தையின் தாயைப் போலவோ இல்லை. அவளுடைய வசீகரமான உருவமும், அசைவு களும், அவள் கண்களிலும் புன்னகையிலும் வெளிப்பட்ட இயல்பான பாவனைகளும், அவளை இருபது வயதுப் பெண்ணாகக் காட்டியது. இருப்பினும் சில நேரங்களில் அவள் கண்களில் இருந்த தீவிரமும் சோகமும் மட்டுமே அவளை வேறுபடுத்திக் காட்டியது. அது கிட்டியின் மனதைத் தொட்டு, அவளை அன்னாவிடம் ஈர்த்தது. அன்னா மிகவும் எளிமையானவள், எதையும் மறைக்காதவள் என்பதைக் கிட்டி உணர்ந்தாள். ஆனால் கிட்டியால் புரிந்துகொள்ள முடியாத, சிக்கலான, கவித்துவமான, வித்தியாசமான வேறு ஒரு உயர்ந்த உலகத்தில் அன்னா வாழ்கிறாள் என்பதை அவள் உணர்ந் தாள்.

இரவு உணவிற்குப் பிறகு டோலி தனது அறைக்குச் சென்றதும், அன்னா விரைவாக எழுந்து, சுருட்டைப் பற்றவைத்துக் கொண்டிருந்த தன் சகோதரனிடம் சென்றாள்.

“ஸ்டீவா” என்ற அவள் மகிழ்ச்சியுடன் கண்களைச் சிமிட்டி னாள். அவன் மீது சிலுவையிட்டு, தன் கண்களால் கதவைச் சுட்டிக் காட்டி, “போங்கள், கடவுள் உங்களுக்கு உதவுவார்” என்றாள்.

அவன் அவள் சொன்னதைப் புரிந்துகொண்டு, தன் சுருட்டைக் கீழே எறிந்துவிட்டு கதவு வழியாக மறைந்தான்.

ஸ்டீபன் ஆர்கடியேவிச் சென்ற பிறகு அன்னா சோபாவிற்குத் திரும்பினாள். அங்கே அவள் குழந்தைகள் சூழ அமர்ந்தாள். தங்கள் தாய் இந்த அத்தையை விரும்பியதாலோ அல்லது தாங்களாகவே

அவளிடம் ஒரு ஈர்ப்பை உணர்ந்ததாலோ, மூத்தவர்கள் இருவரும், மற்றவர்களும், குழந்தைகளிடம் எப்போதும் நடப்பது போல, இரவு உணவிற்கு முன்பே புதிய அத்தையுடன் ஒட்டிக் கொண்டு, அவளை விட்டு விலகாமல் இருந்தனர். அவர்கள் ஏதோ ஒரு விளையாட்டைக் கண்டுபிடித்து, முடிந்தவரை அத்தைக்கு நெருக்கமாக அமர்ந்து, அவளைத் தொடுவது, அவளுடைய சிறிய கையைப் பிடித்து முத்த மிடுவது, அவளுடைய மோதிரத்துடன் விளையாடுவது அல்லது குறைந்தபட்சம் அவளுடைய ஆடையைத் தெடுவதுமாக இருந்தனர்.

"நல்லது, சரி, நாம் முன்பு உட்கார்ந்தது போல" என்ற அன்னா ஆர்கடியேவ்னா தனது இடத்தில் அமர்ந்தாள்.

மீண்டும் கிரிஷா தன் தலையை அவள் கையின் கீழே வைத்து, அவள் ஆடையின் மீது சாய்ந்து பெருமிதத்துடனும் மகிழ்ச்சியுடனும் பிரகாசித்தான்.

"சரி, நடனம் எப்போது?" என்ற அவள் கிட்டியை நோக்கித் திரும்பினாள்.

"அடுத்த வாரம், ஒரு அற்புதமான நடனம். எப்போதும் மகிழ்ச்சியைத் தரும் நடனங்களில் ஒன்று."

"அப்படியான நடனங்கள் இருக்கிறதா, அங்கே எப்போதும் மகிழ்ச்சியாக இருக்குமா?" என்று அன்னா மெல்லிய கேலியுடன் கேட்டாள்.

"இது விசித்திரமானது என்றாலும் இருக்கிறது. பாப்ரிஷ்செவ்ஸில் இது எப்போதும் மகிழ்ச்சியாக இருக்கும், நிகிதினிலும் அப்படித்தான். ஆனால் மெஷ்கோவ்ஸில் எப்போதும் சலிப்பூட்டுவதாக இருக்கும். நீங்கள் கவனித்ததில்லையா?"

"இல்லை, அன்பே, என்னைப் பொறுத்தவரை இனி மகிழ்ச்சி யான நடனங்கள் இல்லை" என்றாள் அன்னா. இதுவரை கிட்டியின் கண்களுக்குப் புலப்படாத, ஒரு புதிய, விசித்திரமான உலகத்தை அன்னாவிடம் பார்த்தாள். "என்னைப் பொறுத்தவரை சில எளிமை யான, சலிப்பு தரும் நடனங்கள் மட்டுமே உள்ளன."

"ஒரு நடனத்தில் உங்களுக்கு எப்படிச் சலிப்பு ஏற்படும்?"

"ஒரு நடனத்தில் ஏன் சலிப்படைய முடியாது?" என்று கேட்டாள் அன்னா.

அடுத்து வரும் பதில் அன்னாவுக்குத் தெரியும் என்பதைக் கிட்டி கவனித்தாள்.

"ஏனெனில் நீங்கள் எப்போதும் அனைவரையும் விட அழகான வர்."

அன்னா முகம் சிவந்தாள்.

"முதலாவதாக நான் ஒருபோதும் அப்படி இல்லை. அப்படியே இருந்தாலும், அதைப் பற்றி நான் ஏன் கவலைப்பட வேண்டும்?"

"நீங்கள் இந்த நடனத்திற்குச் செல்வீர்களா?" என்று கிட்டி கேட்டாள்.

"போகாமல் இருப்பது இயலாத காரியம் என்று நினைக்கிறேன். அதை எடுத்துக்கொள்" என்று அவள் தான்யாவிடம் சொன்னாள். தான்யா அவளுடைய மெல்லிய வெள்ளை விரலில் இருந்த மோதிரத்தை இழுத்தாள்.

"நீங்கள் சென்றால் நான் மிகவும் மகிழ்ச்சியடைவேன். உங்களை ஒரு நடனத்தில் பார்க்க நான் விரும்புகிறேன்."

"குறைந்தபட்சம் நான் போக நேர்ந்தால் அது உங்களுக்கு மகிழ்ச்சியைத் தரும் என்ற எண்ணத்தில் நான் ஆறுதல் அடைவேன்... கிரிஷா, தயவுசெய்து இழுக்காதே, அது அப்படியே இருக்கட்டும்" என்று தன் கூந்தலைப் பிடித்து இழுத்த கிரிஷாவிடம் சொல்லிவிட்டு, கூந்தலின் தளர்ந்த முடிச்சை மீண்டும் இறுக்கினாள்.

"நீங்கள் நடனத்தில் இளஞ்சிவப்பு உடையில் இருப்பீர்கள் என்று நான் கற்பனை செய்கிறேன்."

"அது ஏன் இளஞ்சிவப்பாக இருக்க வேண்டும்?" என்று அன்னா புன்னகையுடன் கேட்டாள். "சரி, குழந்தைகளே நீங்கள் போங்கள். நீங்கள் கேட்கவில்லையா? மிஸ் ஹல் உங்களைத் தேநீருக்காக அழைக்கிறார்" என்று அவள் சொன்னாள். அவர்களைத் தன்னிடமிருந்து விடுவித்து சாப்பாட்டு அறைக்கு அனுப்பினாள்.

"நீங்கள் ஏன் என்னை நடனத்திற்கு அழைக்கிறீர்கள் என்று எனக்குத் தெரியும். இந்த நடனத்தை நீங்கள் அதிகம் எதிர்பார்க்கிறீர்கள். எல்லோரும் அங்கு இருக்க வேண்டும், எல்லோரும் பங்கேற்க வேண்டும் என்று நீங்கள் விரும்புகிறீர்கள்."

"ஆமாம், உங்களுக்கு எப்படித் தெரியும்?"

"ஓ, உங்கள் வயதில் இருப்பது எத்தனை நல்லது" என்ற அன்னா தொடர்ந்தாள். "ஸ்விட்சர்லாந்தில் உள்ள மலைகளைப் போல காட்சி தரும் அந்த நீல நிற மூடுபனியை நான் நன்றாக நினைவில் வைத்திருக்கிறேன். குழந்தைப் பருவம் முடிவடையும் ஆனந்தமான நேரத்தில், எல்லாவற்றையும் சூழ்ந்திருக்கும் அந்த மூடுபனி முடிவுக்கு வந்து, அந்த மகத்தான மகிழ்ச்சியின் வட்டத்திலிருந்து விலகிச் செல்லும் பாதை குறுகலான பாதையாக மாறுகிறது. அது பிரகாசமாகவும் அழகாகவும் தோன்றினாலும், அதில் நுழைவது வேடிக்கையாகவும் பயங்கரமாகவும் இருக்கும்... அதைக் கடந்து செல்லாதவர்கள் யார்?"

நற்றிணை பதிப்பகம் ● 111

கிட்டி அமைதியாகச் சிரித்தாள். 'ஆனால் அவர் அதை எப்படிக் கடந்து சென்றார்? அவருடைய முழுமையான காதலை நான் தெரிந்துகொள்ள மிகவும் விரும்புகிறேன்' என்று நினைத்த கிட்டி, அன்னாவின் கணவர் அலெக்ஸி அலெக்ஸாண்ட்ரோவிச்சின் மோசமான தோற்றத்தை நினைவு கொண்டாள்.

"எனக்கு ஒன்று தெரியும். ஸ்டீவா என்னிடம் சொன்னார், நான் உங்களை வாழ்த்துகிறேன். நான் அவரை மிகவும் விரும்புகிறேன்" என்ற அன்னா தொடர்ந்தாள். "நான் விரான்ஸ்கியை ரயில் நிலையத்தில் சந்தித்தேன்."

"ஆ, அவர் அங்கே இருந்தாரா?" என்று கிட்டி வெட்கத்துடன் கேட்டாள். "ஆனால் ஸ்டீவா உங்களிடம் என்ன சொன்னார்?"

"ஸ்டீவா அனைத்தையும் சொன்னார். நான் மிகவும் மகிழ்ச்சி யடைந்தேன். நான் நேற்று விரான்ஸ்கியின் அம்மாவுடன் பயணம் செய்தேன். அவரது தாயார் அவரைப் பற்றி இடைவிடாமல் பேசினார். அவர் அவருக்கு மிகவும் பிடித்தவர். தாய்மார்கள் எத்தனை பாரபட்சமானவர்கள் என்று எனக்குத் தெரியும், ஆனால்..."

"அவருடைய அம்மா என்ன சொன்னார்?"

"ஓ, நிறைய! அவர் அவருக்கு மிகவும் பிடித்தவர் என்பது தெளிவாகத் தெரிந்தது. அவர் தைரியமானவர்... உதாரணமாக அவர் தனது சொத்து முழுவதையும் தனது சகோதரருக்குக் கொடுக்க விரும்புவதாக அவருடைய தாயார் என்னிடம் சொன்னார். அவர் குழந்தையாக இருந்தபோது வேறு ஒரு அசாதாரணமான காரியத் தையும் செய்திருக்கிறார். அவர் தண்ணீரில் மூழ்கிய ஒரு பெண்ணைக் காப்பாற்றியிருக்கிறார். சுருக்கமாகச் சொன்னால் அவர் ஒரு ஹீரோ" என்ற அன்னா புன்னகைத்தபடி ஸ்டேஷனில் அவர் கொடுத்த இருநூறு ரூபிள்களை நினைவுகூர்ந்தாள்.

ஆனால் அந்த இருநூறு ரூபிள்களைப் பற்றி அவள் குறிப்பிட வில்லை. ஏதோ ஒரு காரணத்துக்காக அவள் அதை நினைவு கூர்வது அவளுக்கு விரும்பத்தகாததாக இருந்தது. அதில் தன்னைப் பற்றிய ஏதோ ஒன்று இருப்பதாகவும், அப்படி இருக்கக்கூடாது என்பதாகவும் அவள் உணர்ந்தாள்.

"அவர் தாயார் வீட்டிற்கு வரும்படி வற்புறுத்தினார்" என்று அன்னா தொடர்ந்தாள். "அந்த வயதான பெண்மணியைப் பார்ப் பதில் நான் மகிழ்ச்சியடைகிறேன். நாளை நான் அவரைச் சந்திக்கச் செல்கிறேன். நல்லவேளை, ஸ்டீவா நீண்ட காலமாக டோலியுடன் அவளுடைய அறையில் இருக்கிறார்" என்ற அன்னா கிட்டிக்கு ஏதோ அதிருப்தி இருப்பதாக அறிந்து உரையாடலைத் திசைதிருப்பி, எழுந்து நின்றாள்.

"இல்லை, நான் முதலில்! இல்லை நான்!" என்று தேநீர் குடித்துவிட்டு குழந்தைகள் கூச்சலிட்டவாறு அத்தை அன்னாவிடம் விரைந்தனர்.

"எல்லோரும் ஒன்றாக!" என்று அன்னா சிரித்துக் கொண்டே அவர்களை நோக்கி ஓடினாள். ஆரவாரத்துடன் கூக்குரலிட்ட அனைத்துக் குழந்தைகளையும் ஒன்றாகக் கட்டி அணைத்து ஆரத் தழுவிக் கொண்டாள்.

21

டோலி பெரியவர்களுடன் தேநீர் அருந்துவதற்காகத் தனது அறையிலிருந்து வெளியே வந்தாள். ஸ்டீபன் ஆர்கடியேவிச் வெளியே வரவில்லை. அவன் தனது மனைவி அறையின் பின் வாசல் வழியாக வெளியேறியிருக்க வேண்டும்.

"மாடியில் குளிராக இருக்கும் என்று நான் பயப்படுகிறேன்" என்று டோலி அன்னாவிடம் சொன்னாள். "நான் உங்களைக் கீழே தங்க வைக்க விரும்புகிறேன். நாம் ஒருவருக்கொருவர் அருகில் நெருக்கமாக இருப்போம்."

"ஓ, இப்போது தயவுசெய்து என்னைப் பற்றிக் கவலைப்பட வேண்டாம்" என்று அன்னா பதிலளித்தாள். டோலியின் கண்களை உற்றுப் பார்த்து சமரசம் நடந்ததா இல்லையா என்பதை அறிய முயன்றாள்.

"இங்கே வெளிச்சம் அதிகமாக இருக்கிறது" என்று அவளுடைய மைத்துனி பதிலளித்தாள்.

"நான் உங்களுக்குச் சொல்கிறேன், என்னால் எங்கும் எப்போதும் ஒரு குழந்தையைப் போல தூங்க முடியும்."

"இது எதைப் பற்றியது?" என்று ஸ்டீபன் ஆர்கடியேவிச் தனது படிப்பறையிலிருந்து வெளியே வந்து தன் மனைவியை நோக்கிக் கேட்டான்.

அவனது தொனியால் கிட்டியும் அன்னாவும் சமரசம் நடந்திருப்பதை உடனடியாகப் புரிந்து கொண்டனர்.

"நான் அன்னாவை இங்கே கீழே மாற்ற விரும்புகிறேன் ஆனால் திரைச்சீலைகளை மாற்ற வேண்டும். அதை எப்படிச் செய்வது என்று யாருக்கும் தெரியாது. நானே அதைச் செய்ய வேண்டும்" என்று பதிலளித்த டோலி அவனை நோக்கித் திரும்பினாள்.

‘அவர்கள் முழுமையாக சமசரம் ஆகிவிட்டார்களா என்பது கடவுளுக்கே தெரியும்’ டோலியின் உணர்ச்சியற்ற அமைதியான தொனியைக் கேட்ட அன்னா நினைத்தாள்.

“ஓ, போதும் டோலி, நீ தொடர்ந்து சிரமங்களை ஏற்படுத்திக் கொள்கிறாய்” என்றான் அவள் கணவன். “நீ விரும்பினால் நான் அதைச் செய்கிறேன்...”

‘ஆமாம்’ என்று அன்னா நினைத்தாள். ‘அவர்கள் சமரசமாகி விட்டார்கள்.’

“நீங்கள் அதை எப்படிச் செய்வீர்கள் என்று எனக்குத் தெரியும்” என்று டோலி பதிலளித்தாள். “சாத்தியமற்ற ஒன்றைச் செய்யுமாறு நீங்கள் மாத்வேயிடம் சொல்வீர்கள். பின்னர் நீங்கள் வெளியே சென்றுவிடுவீர்கள். அவர் அனைத்தையும் தவறாகப் புரிந்து கொள் வார்” என்று வழக்கமான கேலியுடன் சொல்லிய டோலி புன்ன கைத்தாள்.

‘முழுமையான, முழுமையான சமரசம்’ என்று அன்னா நினைத் தாள். ‘கடவுளுக்கு நன்றி’ என்று நினைத்த அன்னா, அதற்கு அவள் தான் காரணம் என்று மகிழ்ந்து டோலியிடம் சென்று அவளை முத்தமிட்டாள்.

“இல்லவே இல்லை, நீ ஏன் என்னையும் மாத்வேயையும் வெறுக்கிறாய்?” என்ற ஸ்டீபன் ஆர்கடியேவிச் தன் மனைவியை நோக்கித் திரும்பிப் புன்னகைத்தான்.

அன்று மாலை முழுவதும் டோலி வழக்கம் போல தன் கணவனைக் கேலி செய்து கொண்டிருந்தாள். ஸ்டீபன் ஆர்கடியேவிச் திருப்தியாகவும் மகிழ்ச்சியாகவும் இருந்தான். ஆனால், அவன் மன்னிப்பிற்குப் பிறகு தன் குற்றத்தை மறந்துவிட்டான் என்று சொல்ல முடியாது.

ஒன்பது மணியளவில் ஆப்லான்ஸ்கியின் தேநீர் மேசையில், குறிப்பாக மகிழ்ச்சியான மற்றும் இனிமையான குடும்ப உரையாடல் ஒரு சாதாரண நிகழ்ச்சியால் சீர்குலைந்தது. ஆனால், இந்த எளிய நிகழ்வு சில காரணங்களால் அனைவருக்கும் விநோதமாகத் தோன்றி யது. பீட்டர்ஸ்பர்க்கில் அறிமுகமானவர்களைப் பற்றி அன்னா பேசிக் கொண்டிருக்கும்போது சட்டென்று எழுந்து நின்றாள்.

“என் ஆல்பத்தில் அவன் படம் இருக்கிறது” என்றாள் அவள். நான் என் செரியோஷாவை உங்களுக்குக் காண்பிக்கிறேன்” என்று பெருமையுடைய தாயின் புன்னகையுடன் அவள் கூறினாள்.

அவள் எப்போதும் பத்து மணிக்குத் தன் மகனிடம் குட் நைட் சொல்லி, அவனைப் படுக்க வைத்துவிட்டு ஒரு நடனத்திற்குச்

செல்வது வழக்கம். ஆனால், இப்போது அவனிடமிருந்து வெகு தொலைவில் இருப்பது அவளுக்கு வருத்தமாக இருந்தது. அவர்கள் எதைப் பற்றிப் பேசியபோதும், அவளுடைய எண்ணங்கள் அவளுடைய சுருள் தலை செரியோஷாவுக்குத் திரும்புவதை அவளால் தடுக்க முடியவில்லை. அவள் அவனது படத்தைப் பார்த்து அவனைப் பற்றிப் பேச விரும்பினாள். அவள் அந்தக் காரணத்தைப் பயன்படுத்தி எழுந்து மெல்லிய உறுதியான அடிகளுடன் ஆல்பத்தைக் கொண்டு வரச் சென்றாள். அவளுடைய அறைக்குச் செல்லும் பெரிய வெது வெதுப்பான படிகளில் ஏறினாள்.

அவள் வரவேற்பறையிலிருந்து வெளியேறும்போது வாசலில் மணி அடித்தது.

"அது யாராக இருக்கும்?" என்று டோலி கேட்டாள்.

"நான் வீட்டுக்குப் போக இன்னும் நேரமாகவில்லை, வேறு யாருக்கோ தாமதமாகிவிட்டது" என்றாள் கிட்டி.

"அநேகமாகக் கடிதங்கள் கொண்டுவரும் யாரோ ஒருவராக இருக்க வேண்டும்" என்றான் ஸ்டீபன் ஆர்கடியேவிச். அன்னா படிக்கட்டுகளைக் கடந்து சென்றபோது ஒரு வேலைக்காரன் விருந்தினரை அறிவிக்க ஓடி வந்தான். விருந்தினர் ஒரு விளக்கின் அருகே நின்றார். கீழே பார்த்த அன்னா உடனடியாக விரான்ஸ்கியை அடையாளம் கண்டுகொண்டாள். ஒரு விநோதமான திருப்தியும் அதே நேரத்தில் அவளுடைய இதயத்தில் விவரிக்க முடியாத அளவுக்கு அச்சமும் கிளர்ந்தெழுந்தது. சட்டைப் பையிலிருந்து எதையோ எடுத்தபடி அவன் அங்கே நின்று கொண்டிருந்தான். அவள் படிக்கட்டின் நடுவிலிருந்தபோதே அவன் நிமிர்ந்து அவளைப் பார்த்தான். வெட்கமும் பயமும் அவன் முகத்தில் படர்ந்தன. அவள் தலையைச் சற்றுச் சாய்த்துக் கொண்டு மேலே சென்றாள். ஸ்டீபன் ஆர்கடியேவிச் அவனை உள்ளே வரும்படி அழைத்த உரத்த குரல் அவளுக்குக் கேட்டது. விரான்ஸ்கியின் மென்மையான அமைதியான குரல் அதை மறுத்தது.

அன்னா ஆல்பத்துடன் திரும்பி வந்தபோது, அவன் அங்கு இல்லை. விரான்ஸ்கி அடுத்த நாள் ஒரு பிரபலத்திற்குக் கொடுக்கப் போகும் இரவு விருந்திற்கான உணவைப் பற்றி அறிய வந்திருப்பதாக ஸ்டீபன் ஆர்கடியேவிச் சொல்லிக் கொண்டிருந்தான்.

"அவர் ஏதோ ஒரு வகையில் விநோதமாகத் தோன்றினார்" என்று மேலும் சொன்னான் ஸ்டீபன் ஆர்கடியேவிச்.

கிட்டியின் முகம் சிவந்தது. அவர் ஏன் உள்ளே வரவில்லை என்பது தனக்கு மட்டுமே தெரியும் என்று அவள் நினைத்தாள். 'அவர் எங்கள் வீட்டிற்குச் சென்றிருப்பார். அங்கே என்னைக்

காணாமல் நான் இங்கிருப்பதாக நினைத்திருப்பார். ஏற்கனவே தாமதமாகிவிட்டதையும், அன்னா இங்கே இருப்பதையும் அவர் நினைத்திருப்பார் எனவே அவர் உள்ளே வரவில்லை.'

அவர்கள் அனைவரும் எதுவும் பேசாமல் பார்வைகளைப் பரிமாறிக் கொண்டு அன்னாவின் ஆல்பத்தைப் பார்க்கத் தொடங் கினர்.

வரப்போகும் இரவு விருந்திற்காக உணவின் விவரங்களைத் தெரிந்துகொள்ள ஒன்பதரை மணிக்கு ஒருவர் தன் நண்பரைப் பார்க்க வந்ததிலும், உள்ளே வர மறுத்ததிலும் அசாதாரணமாக அல்லது விநோதமாக எதுவுமில்லை. இருப்பினும் அது அனை வருக்கும் விசித்திரமாகத் தோன்றியது. குறிப்பாக அன்னாவுக்கு அது விசித்திரமாகவும் விரும்பத்தகாததாகவும் தோன்றியது.

22

நீண்ட சிவப்பு நிற அங்கி அணிந்து, பொய் முடி தரித்த பணியாளர்களும், வரிசையான விளக்குகளும், வண்ணமிகு பூக்களும், நிரம்பி வழிந்த பிரம்மாண்டமான படிகளில், கிட்டியும் அவளது அம்மாவும், ஏறியபோதுதான் நடனம் தொடங்கியது. அவர்கள் கண்ணாடியின் முன்பு நின்று தங்கள் தலைமுடியையும் உடை களையும் சரிசெய்து கொண்டிருந்தபோது, உள்ளே இருந்து தேனீக் களைப் போல மனிதர்களின் இரைச்சல் கேட்டது. நடன அரங்கி லிருந்து ஆர்க்கெஸ்ட்ராவின் கவனிக்கத்தக்க, தனித்துவமான ஒலிகள் கேட்டன. ஜோடிகளின் முதல் நடனம் தொடங்கியது. மற்றொரு கண்ணாடியின் முன்னால் நின்று தனது சாம்பல் நிற மீசையை முறுக்கிய ஒரு முதியவர், தன் மீது பூசியிருந்த வாசனையை உமிழ்ந்த வராகப் படிக்கட்டுகளில் அவர்கள் மீது மோதி ஒதுங்கினார். யாரென்றே தெரியாத அவர் கிட்டியை வெளிப்படையாக மெச்சினார். சமூகத்தைச் சார்ந்த தாடியற்ற ஒரு இளைஞர், இளவரசர் ஷெர்பாட்ஸ்கி குட்டிகள் என்று அழைத்த இளைஞர்களில் ஒருவர், மிகவும் திறந்த கோட்டை அணிந்து, நடந்து செல்கையில் தனது டையைப் பார்த்தார். அவர்களை வணங்கி கடந்து சென்ற அவர் திரும்பி வந்து கிட்டியிடம் நான்கு ஜோடிகளின் நடனத்திற்கு அழைத்தார். முதல் நடனத்தை ஏற்கனவே விரான்ஸ்கிக்குக் கொடுத்திருந்ததால், அந்த இளைஞ னுக்கு இரண்டாவதை அவள் கொடுக்க வேண்டியிருந்தது. கதவருகில் ஒரு அதிகாரி கையுறையின் பொத்தானைச் சரிசெய்து, மீசையை நீவியபடி கிட்டியைப் பாராட்டினார்.

கிட்டியின் மேலாடை, கூந்தல், நடனத்திற்கான அனைத்து ஆயத்தங்களும் அவளுக்கு மிகுந்த சிரமத்தையும் திட்டமிடலையும் ஏற்படுத்தின. இளஞ்சிவப்பு உள்ளாடையின் மீது நுணுக்கமாக பின்னிய ஜரிகையின் வேலைப்பாடுடன் கூடிய மென்பட்டு ஆடையில் கிட்டி இலகுவாக நடன அரங்கத்திற்குள் நுழைந்தாள். அவள் அந்த உடைகளுடன் பிறந்தவள் போல, அந்த ஆடை அலங்காரங்கள் அனைத்தும் அவளுக்கோ அல்லது அவளுடைய பணிப்பெண் களுக்கோ ஒரு கணம்கூட புதியதாகத் தோன்றவில்லை. அவள் தலைமுடி உயரமாகக் குவிந்திருக்க அதன் மேல் இரு இலைகளுடன் ஒரு ரோஜா வீற்றிருந்தது.

நடன அறைக்குள் நுழைவதற்கு முன் வயதான இளவரசி, கிட்டியின் ரிப்பன் சட்டையின் முறுக்கப்பட்ட முனையைச் சரிசெய்ய விரும்பியபோது கிட்டி மறுத்துவிட்டாள். தனக்குள்ள அனைத்தும் நன்றாகவும் அழகாகவும் இருப்பதாக உணர்ந்த அவள், எதையும் சரிசெய்ய வேண்டிய அவசியமில்லை என்று நினைத்தாள்.

கிட்டி தனது மகிழ்ச்சியான நாட்களில் ஒன்றை அனுபவித்துக் கொண்டிருந்தாள். அவளுடைய ஆடை எங்கும் இறுக்கமாக இல்லை. அவளுடைய கழுத்துப்பட்டையின் நாடா சரியாக இருந்தது. ரிப்பனில் பின்னிய ரோஜா மலர் கசங்கவோ, கீழே விழவோ இல்லை. உயரமான வளைந்த குதிகால் கொண்ட இளஞ்சிவப்புக் காலணிகள் அவள் கால்களைக் கடிக்கவில்லை மாறாக அவளுடைய சிறிய பாதங்களுக்கு இதமாக இருந்தன. பொன்னிற முடியின் அடர்த்தி யான பின்னல் அவளுடைய சிறிய தலையைக் கச்சிதமாகத் தழுவிக் கொண்டன. கைகளின் வடிவத்தை வெளிக்காட்டும் வகையில் பொருந்தியிருந்த அவளது நீளமான கையுறைகள் ஒவ்வொன்றிலும் இருந்த மூன்று பொத்தான்களும் சரியாகப் போடப்பட்டிருந்தன. அவளுடைய நெக்லஸின் கருப்பு வெல்வெட் ரிப்பன் மென்மையாக அவள் கழுத்தைச் சுற்றிப் பிடித்திருந்தது. அந்த வெல்வெட் ரிப்பன் மிகவும் வசீகரமாக இருந்தது. வீட்டில், கண்ணாடியில் தனது கழுத்தைப் பார்த்த கிட்டி, அந்த வெல்வெட் ரிப்பன் என்ன சொல் கிறது என்பதை உணர்ந்தாள். மற்ற அனைத்தையும் குறித்து அவளுக்கு இன்னும் சில சந்தேகம் இருக்கலாம் என்றாலும், கருப்பு வெல்வெட் ரிப்பன் சந்தேகத்திற்கு இடமின்றி அழகாக இருந்தது. இங்கேயும் கிட்டி கண்ணாடியைப் பார்த்துப் புன்னகைத்தாள். தனது வெற்றுத் தோள்களும், கைகளும் குளிர்ந்த பளிங்கு போல இருப்பதை உணர்ந்த கிட்டி அதை மிகவும் ரசித்தாள். பிரகாசிக்கும் கண்களும், ரோஜா நிற உதடுகளும் அவள் எத்தனை வசீகரமானவள் என்பதை உணரச் செய்ய, அவளால் புன்னகைக்காமல் இருக்க முடியவில்லை. நடன அரங்கில் நுழைந்த கிட்டி நடனமாடுவதற்காகக்

காத்திருக்கும் வண்ணமயமான பெண்கள் கூட்டத்தை அடைந்தாள். (கிட்டி அங்கு நீண்ட நேரம் காத்திருக்கவில்லை). சிறந்த நடன ஜோடியும், நடன வரிசையில் முதல்வரும், நடனத்தை நடத்தும் புகழ்பெற்ற நடத்துனர், திருமணமான அழகிய மனிதர், யெகோருஷ்கா கோர்சுன்ஸ்கி, கிட்டியை வால்ட்ஸ் நடனத்திற்கு அழைத்தார். தற்போதுதான் கோமகள் பனீனுடன் முதல் சுற்று நடனத்தை முடித்த அவர், நடனத்திற்காகக் காத்திருக்கும் ஜோடிகளைப் பார்த்தார். கிட்டி உள்ளே வருவதைப் பார்த்த அவர், நடன இயக்குனருக்கே உரித்தான தளர்வான தனித்துவமான தோற்றத்துடன், அவளிடம் விரைந்து சென்று வணங்கி, அவள் விரும்புகிறாளா அல்லது இல்லையா என்பதைக்கூட கேட்காமல், அவளது மெல்லிய இடுப்பைச் சுற்றி வளைப்பதற்காகக் கையை உயர்த்தினார். அவள் தன் விசிறியை யாரிடம் ஒப்படைக்கலாம் என்று சுற்றிலும் பார்த்தாள். வரவேற்கும் பெண் புன்னகைத்து அதைப் பெற்றுக் கொண்டாள்.

“நீங்கள் சரியான நேரத்திற்கு வந்தது மகிழ்ச்சி” என்ற அவர் அவள் இடுப்பைச் சுற்றிப் பிடித்தார். “தாமதமாக வருவது என்ன வழக்கம்?”

அவள் இடது கையை வளைத்து அவர் தோள் மீது வைத்தாள். இளஞ்சிவப்பு நிறக் காலணியிலிருந்த அவள் சிறிய கால்கள் விரைவாக மெல்ல தாளலயத்தோடு, இசைக்கு ஏற்றாற்போல வழுக்கும் தரையில் நகர்ந்தன.

“உங்களுடன் நடனமாடுவது புத்துணர்ச்சியைத் தருகிறது” என்ற அவர் வால்ட்ஸின் முதல் மெதுவான அடியை எடுத்து வைத்தார். “அற்புதம் உங்கள் கால்களில் என்னவொரு மென்மை, மிக நேர்த்தி” என்று தான் அறிந்த அனைத்து அழகிய பெண்களிடமும் வழக்கமாகச் சொல்வதை அவளிடம் கூறினார்.

அவரது பாராட்டைப் பெற்ற அவள் புன்னகைத்தாள். அவரது தோள்களுக்கு மேலே நடன அரங்கை நோட்டம் விட்டாள். அவள் நடனத்திற்குப் புதியவள் அல்ல எனினும் நடன அரங்கில் உள்ள அனைத்து முகங்களும் ஒரு மாய வித்தைபோல ஒன்றுடன் ஒன்று கலந்து தோன்றின. நடன அரங்கிற்கு வரும் ஒவ்வொரு முகமும் பரிச்சயமானதாகவும் சோர்வூட்டுவதாகவும் மாறும் அளவுக்கு அவள் அனைத்து நடனங்களிலும் ஆடியவள் அல்ல. ஆனால் அவள் இந்த இரண்டிற்கும் இடையில் இருந்தாள். அவள் உற்சாகமாக இருந்த அதே நேரத்தில், அனைத்தையும் அவதானிக்கும் சுய உணர்வுடன் இருந்தாள். அறையின் இடது மூலையில் சமூகத்தில் பிரபலமான பலர் அணி திரண்டிருப்பதை அவள் கண்டாள். கோர்சுன்ஸ்கியின் அழகு மனைவி லிடி நம்பமுடியாத அளவுக்கு

வெற்றுத் தோள்களுடன் இருந்தாள். பளபளப்பான வழுக்கைத் தலையுடன் கிரிவின் இருந்தார். அவர் எப்போதும் சமூகத்தின் பிரபலமான புள்ளிகளுடன் காட்சியளிப்பார். அவர்களை நெருங்கு வதற்கு அச்சப்பட்ட இளைஞர்கள் தூரத்திலிருந்தே அங்கு நடப்பதைப் பார்த்தனர். அங்கே அவளுடைய கண்கள் ஸ்டீவாவைக் கண்டு பிடித்தன. பிறகு கருப்பு வெல்வெட் அணிந்த அன்னாவின் அழகிய உருவத்தை அவள் கண்கள் பார்த்தன. அங்கே அவர் இருந்தார். லெவினை மறுத்த அந்த மாலைக்குப் பிறகு கிட்டி அவரைப் பார்க்க வில்லை. தனது துல்லியமான கண்களால் கிட்டி அவரை உடனடி யாக அடையாளம் கண்டு கொண்டாள். அவர் அவளைப் பார்த்துக் கொண்டிருப்பதையும் அவள் கவனித்தாள்.

"இப்போது மீண்டும் ஒரு சுற்று? நீங்கள் சோர்வாக இல்லையே?" என்று மூச்சு வாங்கியபடி கோர்சுன்ஸ்கி கேட்டார்.

"வேண்டாம், நன்றி."

"நான் உங்களை எங்கே அழைத்துச் செல்வது?"

"மேடம் கரீனினா இங்கு இருக்கிறார் என்று நினைக்கிறேன். என்னை அவரிடம் அழைத்துச் செல்லுங்கள்."

"நீங்கள் விரும்பியபடி."

கோர்சுன்ஸ்கி அவளை நேராக நடன அரங்கின் இடது மூலையில் இருந்த கூட்டத்தினரை நோக்கித் திருப்பி, தனது அடியை மெதுவாக நகர்த்தி, "மன்னிக்கவும் பெண்மணிகளே, மன்னிக்கவும் பெண்மணிகளே" என்று திரும்பத் திரும்பச் சொன்னார். அவர் அலுங்காமல் குலுங்காமல் அவளைச் சுழற்ற, அவளுடைய மெல்லிய காலுறை அணிந்த கால்கள் வெளிப்பட்டன. அவளுடைய நீண்ட ஆடை காற்றாடியைப் போலச் சுழன்று, கிரிவினின் முழங்கால்களை மூடியது. கோர்சுன்ஸ்கி குனிந்து தனது பரந்த சட்டையின் முன் பகுதியைப் பார்த்தவாறு, அன்னா ஆர்கடியேவ்னாவிடம் அழைத்துச் செல்ல தனது கையை அவளிடம் நீட்டினார். கிட்டி முகம் சிவந்து தன் நீண்ட ஆடையை கிரிவினின் முழங்காலில் இருந்து விலக்கி னாள். சற்றே தலைசுற்றலுடன் அன்னாவைத் தேடிச் சுற்றிலும் பார்த்தாள். அன்னாவைச் சுற்றிப் பெண்களும் பெரியவர்களும் பேசிக்கொண்டிருந்தனர். கிட்டி விரும்பியதைப் போல அல்லாமல் அன்னா, அவளுடைய நேர்த்தியாக வடிவமைந்த முழு தோள் களையும், மார்பையும் வெளிப்படுத்தும் குட்டையான கருப்பு வெல்வெட் உடையில் இருந்தாள். அவளது வட்டமான தோள்களும், மெல்லிய கைகளும், சிறிய மணிக்கட்டும் தந்தத்தால் செதுக்கப்பட்டது போலத் தோன்றின. அந்த ஆடை முழுவதும் வெனிசிய பட்டால் நெய்யப்பட்டிருந்தது. நீல நிற மலர்களைக் கொண்ட சிறிய மாலை

அவளுடைய தலையில், கருங்கூந்தலில் வீற்றிருக்க, அதே போன்ற மற்றொரு மாலை கருப்பு ரிப்பனில் தொடுக்கப்பட்டு, அவளுடைய வெண்ணிற இடுப்பைச் சுற்றிக் கிடந்தது. அவளுடைய மெல்லிய ஜல்லடை தலைமறைப்பு காற்றில் அலைபாய்ந்து கொண்டிருந்தது. அவளது சுருண்ட முடியில் சில தன்னிச்சையாகத் தப்பித்து, கழுத்திலும் முன்நெற்றியிலும் விழுந்தது வெகுவாக கவனத்தை ஈர்ப்பதாக, வசீகரிப்பதாக இருந்தது. அவளுடைய வடிவழகான கழுத்தைச் சுற்றி முத்துமாலை தொங்கியது.

கிட்டி, அன்னாவை ஒவ்வொரு நாளும் பார்த்ததோடு, அவளை வெகுவாக நேசித்த அவள், தவறாமல் அவளை இளஞ்சிவப்பு ஆடையில் கற்பனை செய்திருந்தாள். ஆனால், இப்போது அவளைக் கருப்பு நிற ஆடையில் பார்த்தபோது, அவளுடைய முழு அழகையும் தான் ஒருபோதும் புரிந்துகொள்ளவில்லை என்று உணர்ந்தாள். இப்போது அவளை முற்றிலும் புதியதாகவும் வியப்பாகவும் பார்த்தாள். அன்னா இளஞ்சிவப்பு உடையில் இருந்திருக்க முடியாது என்றும், இப்போது தான் அணிந்திருக்கும் உடையில் இருப்பதைப் போலில்லாமல், எப்போதும் தனித்து நிற்பதிலேயே அவளது அழகு அடங்கியிருக்கிறது என்பதையும், அவளை இந்த ஆடையில் தான் ஒருபோதும் பார்த்ததில்லை என்பதையும், கிட்டி அறிந்தாள். பகட்டான சரிகை யுடன் கூடிய கருப்பு நிற ஆடை, வெறும் தோற்றம் மட்டுமே என்பதால் அது யார் கண்களுக்கும் தென்படவில்லை, மாறாக எளிமையான, இயற்கையான, வசீகரமான, உற்சாகமான அவள் மட்டுமே தெரிந்தாள்.

அவள் எப்போதும் போல நிமிர்ந்து நின்றாள். கிட்டி அந்தக் குழுவினரிடம் நெருங்கி, விருந்தினருடன் பேசிக் கொண்டிருந்த போது அவள் தலை அவரை நோக்கி லேசாகத் திரும்பியது.

"இல்லை, நான் கற்களை வீசவில்லை" என்று அவர் ஏதோ சொன்னதற்கு அவள் பதிலளித்தாள். "எனக்குப் புரியவில்லை என்றாலும்" என்ற அவள் தனது தோள்களைக் குலுக்கியபடி உடனடி யாக மெல்லிய புன்னகையுடன் கிட்டியை நோக்கித் திரும்பினாள். அவளுடைய ஆடையை விரைவாக நோட்டம் விட்ட அன்னா தன் தலையை லேசாக அசைத்தாள். அன்னாவின் தலையசைவு, அவளுடைய ஆடையையும் அழகையும் அங்கீகரித்தது என்பதைக் கிட்டி புரிந்துகொண்டாள். "நீங்கள் நடனத்திலும் கலந்து கொண்டீர் கள்" என்றாள்.

"இவர் எனது சிறந்த உதவியாளர்" என்று கோர்சுன்ஸ்கி இதுவரைப் பார்த்திராத அன்னா ஆர்கடியேவ்னாவை வணங்கினார். "இளவரசி நடனத்தை அழகாகவும் உற்சாகமாகவும் மாற்ற உதவு

கிறார். அன்னா ஆர்கடியேவ்னா ஒரு நடனம்?" என்று அவர் வணங்கினார்.

"அப்படியானால் உங்கள் இருவருக்கும் அறிமுகம் உள்ளதா?" என்று விருந்தினர் கேட்டார்.

"நாங்கள் யாருடன் பழகவில்லை? நானும் என் மனைவியும் வெள்ளை ஓநாய் போன்றவர்கள். அனைவருக்கும் எங்களைத் தெரியும்" என்று கோர்சுன்ஸ்கி பதிலளித்தார். "வால்ட்ஸின் ஒரு சுற்று, அன்னா ஆர்கடியேவ்னா?"

"என்னால் முடியாத போது நான் நடனமாடுவதில்லை" என்றாள் அவள்.

"அப்படியானால் இன்றிரவு உங்களால் முடியும்" என்றார் கோர்சுன்ஸ்கி.

அப்போது விரான்ஸ்கி நெருங்கி வந்தான்.

"சரி, இன்றிரவு நடனமாடாமல் இருப்பது சாத்தியமில்லை எனில் நாம் ஆடுவோம்" என்ற அவள் விரான்ஸ்கியின் வணக்கத்தைப் பொருட்படுத்தாமல் விரைவாக கோர்சுன்ஸ்கியின் தோளை நோக்கி தனது கையை உயர்த்தினாள்.

'அவர் மீது அவளுக்கு ஏன் கோபம்?' என்று நினைத்த கிட்டி விரான்ஸ்கியின் வணக்கத்திற்கு அன்னா வேண்டுமென்றே பதிலளிக்க வில்லை என்பதைக் கவனித்தாள். விரான்ஸ்கி கிட்டியிடம் சென்று முதல் நான்கு ஜோடிகள் நடனத்தை அவளுக்கு நினைவூட்டினான். இவ்வளவு நேரமாக அவளைப் பார்க்கும் மகிழ்ச்சி தனக்குக் கிட்ட வில்லை என்று அவன் வருத்தம் தெரிவித்தான். கிட்டி அன்னாவின் நடனத்தை வியந்தவளாக அவன் சொல்வதைக் கேட்டாள். அவள் அவனிடம் வால்ட்ஸ் நடனமாடக் கேட்பான் என்று காத்திருந்தாள். ஆனால், அவன் அப்படிச் செய்யாதபோது அவள் ஆச்சரியத்துடன் அவனைப் பார்த்தாள். அவன் முகம் சிவந்து அவசரமாக அவளை நடனத்திற்கு அழைத்து, அவளது மெல்லிய இடுப்பைச் சுற்றி முதல் அடியை எடுத்து வைத்தபோது இசை சட்டென நின்றது. தன்னிட மிருந்து வெகு தொலைவில் இருந்த அவனுடைய பார்வையைக் கிட்டி கவனித்தாள். அதற்குப் பிறகு பல வருடங்களுக்குப் பிறகும் அவளது அன்பு நிறைந்த பார்வைக்கு அவன் பதிலளிக்காதது அவளை அவமானத்தால் கூனிக்குறுகச் செய்து இதயத்தைப் பிழிந்தது போன்ற வேதனையை ஏற்படுத்தியது.

"மன்னியுங்கள், மன்னியுங்கள்! ஒரு நடனம், ஒரு நடனம்!" என்று நடன அரங்கின் மறுபக்கம் கோர்சுன்ஸ்கி, அவர் சந்தித்த இளம் பெண்ணைப் பிடித்துக் கொண்டு நடனமாடத் தொடங்கினார்.

23

விரான்ஸ்கியும் கிட்டியும் வால்ட்ஸின் பல சுற்றுக்களை ஆடினர். நடனத்திற்குப் பிறகு கிட்டி தனது தாயிடம் சென்றாள். கோமகள் நோர்ட்ஸ்டனுடன் சில வார்த்தைகளை மட்டுமே பேசிய போது, விரான்ஸ்கி முதல் நான்கு ஜோடிகள் நடனத்தை ஆட கிட்டியிடம் வந்தான். நடனத்தின் போது அவர்கள் குறிப்பிடத்தக்க வகையில் எதையும் பேசிக்கொள்ளவில்லை. கோர்சுன்ஸ்கியையும் அவர் மனைவியையும் நாற்பது வயதான இனிய குழந்தைகள் என்று விரான்ஸ்கி சொன்னான். லெவின் இங்கு வந்திருக்கிறாரா என்று கேட்ட அவன், அவரைத் தான் மிகவும் விரும்புவதாகச் சொன்னபோது மட்டுமே உரையாடல் அவளைத் தொட்டது. கிட்டி அந்த நடனத்தில் வேறு எதையும் எதிர்பார்க்கவில்லை. அவள் மயங்கும் இதயத்துடன் மசூர்கா நடனத்திற்காகக் காத்திருந்தாள். மசூர்கா நடனத்தின் போது அனைத்தும் முடிவு செய்யப்பட்டுவிடும் என்று அவள் நினைத்தாள். நான்கு ஜோடிகள் நடனத்தின் போது அவன் மசூர்காவைப் பற்றி அவளிடம் பேசவில்லை என்பது அவளுக்குக் கவலையளிக்கவில்லை. முந்தைய நடனங்களைப் போலவே அவள் மசூர்காவை அவனுடன் ஆடுவாள் என்பதில் அவள் உறுதியாக இருந்தாள். மேலும் மசூர்கா நடனமாடத் தன்னிடம் கேட்ட மற்ற ஐந்து பேரை, தான் ஏற்கனவே ஆட முடிவு செய்துவிட்டதாகச் சொல்லி நிராகரித்துவிட்டாள். கிட்டியைப் பொறுத்தவரை, கடைசி நான்கு ஜோடிகள் நடனம்வரையிலும் முழு நடனமும் மகிழ்ச்சி நிறைந்ததாக, வண்ணங்கள், ஒலிகள் மற்றும் அசைவுகளின் மாயக் கனவாக இருந்தது. அவள் மிகவும் சோர்வாக உணர்ந்த போது மட்டுமே நடனம் ஆடாமல் ஓய்வெடுத்துக் கொண்டாள். ஆனால், கடைசி நான்கு ஜோடிகள் நடனத்தை மறுக்க முடியாமல் ஒரு இளைஞனுடன் ஆடிக்கொண்டே, விரான்ஸ்கியையும் அன்னாவை யும் மாறிமாறிப் பார்த்தாள். அன்று மாலை அவள் வந்ததிலிருந்து அன்னாவின் அருகில் செல்லவில்லை. இப்போது திடீரென அவளைப் புதியவளாகவும் வியப்பாகவும் பார்த்தாள். அவளுக்கு மிகவும் பரிச்சயமான ஒரு குணாதிசயத்தை அவளிடம் கண்டாள். அது அவளுடைய வெற்றியைக் குறித்த மகிழ்ச்சி. அவள் பெருமை யெனும் உற்சாகப் போதையில் இருப்பதை அவள் பார்த்தாள். அந்த உணர்வை அதன் அடையாளங்களை அறிந்திருந்த கிட்டி அவற்றை அன்னாவிடம் கண்டாள். அவள் கண்களின் ஒளிரும் பிரகாசம், மகிழ்ச்சியின் புன்னகை, தன்னிச்சையாக உற்சாகத்தில் மடிந்த உதடு கள், துல்லியமான வசீகரம், உறுதி மற்றும் அசைவுகளில் இருந்த லாவகம் அனைத்தையும் அவள் கண்டாள்.

'அதற்கு யார் காரணமாக இருக்கும்? எல்லோருமா அல்லது ஒருவர் மட்டுமா?' என்று அவள் தனக்குள் கேட்டுக் கொண்டாள். இதனால் அவளுடன் நடனமாடிக் கொண்டிருந்த இளைஞன், அவளுடன் பாதியில் நிறுத்திய உரையாடலை மேற்கொண்டு தொடர முடியாமல் தவித்தான் என்றாலும் அவளால் அதற்கு உதவி செய்ய முடியவில்லை. பெரிய சங்கிலித் தொடருக்குள் அனைவரையும் செல்லும்படி கட்டளையிட்ட, கோர்ன்ஸ்கியின் மகிழ்ச்சியான உரத்த குரலுக்கு இயந்திரத்தனமாகக் கீழ்ப்படிந்தாள். அவர்களைக் கவனித்த அவள் இதயம் மேலும் நொறுங்கியது. 'இல்லை, கூட்டத்தின் பாராட்டு அவளை மயக்கவில்லை. ஆனால், அது ஒரு மனிதரின் பாராட்டு. அது அந்த மனிதரா? அது உண்மையில் அவராக இருக்குமோ?' என்று நினைத்தாள். ஒவ்வொரு முறையும் அவர் அவளுடன் பேசும்போதும் அவளுடைய கண்கள் மகிழ்ச்சியான ஒளியுடன் பிரகாசித்தன. அவளுடைய சிவந்த உதடுகளில் மகிழ்ச்சியின் புன்னகை மலர்ந்தது. அதை வெளிக்காட்டாமல் இருக்க அவள் தனக்குள் போராடுவதாகத் தோன்றியது. இருந்தும் அது அவளையும் மீறி அவள் முகத்தில் வெளிப்பட்டது. 'ஆனால் அவருக்கு என்ன ஆயிற்று?' என்று நினைத்த கிட்டி அவனைப் பார்த்துத் திகைத்துப் போனாள். அன்னாவின் முகக்கண்ணாடியில் தெளிவாகப் பார்த்ததை அவள் அவனிடமும் பார்த்தாள். எப்போதும் அமைதியான, உறுதியான, கவலையற்ற, அவனுடைய முகபாவம் எங்கே போயிற்று? ஒவ்வொரு முறை அன்னாவை நோக்கித் திரும்பும் போதும், அவள் முன் மண்டியிட விரும்புவது போல அவன் தலையைக் குனிந்தான். அவன் பார்வையில் கீழ்ப்படிதலும் பயமும் வெளிப்பட்டது. 'நான் உங்களைப் புண்படுத்த விரும்பவில்லை. ஆனால், நான் உங்களிடமிருந்து என்னைக் காப்பாற்ற விரும்புகிறேன். ஆனால், எப்படி என்று தெரியவில்லை' என்று அவன் சொல்வது போல இருந்தது. இதற்கு முன்பு கண்டிராத ஒரு முகபாவத்தை அவள் அவனுடைய முகத்தில் கண்டாள்.

அவர்கள் பரஸ்பரம் அறிமுகமானவர்களைப் பற்றியும், மிக முக்கியமற்ற சிலவற்றையும் பேசினார்கள். ஆனால், அவர்கள் பேசிய ஒவ்வொரு வார்த்தையும் அவர்களின் தலைவிதியையும் தன்னுடைய தலைவிதியையும் தீர்மானிக்கிறது என்று கிட்டிக்குத் தோன்றியது. இதில் விசித்திரமானது என்னவெனில், அவர்கள் உண்மையாக இவான் இவானோவிச்சின் பிரெஞ்சு எத்தனை மோசம், எலெட்ஸ்கயா பெண்ணுக்கு வேறு ஒரு நல்ல ஜோடியைப் பார்த்திருக்கலாம் என்பதைப் பற்றிப் பேசியபோதும் அவை முக்கியத்துவம் வாய்ந்தவையாகக் கிட்டிக்குத் தோன்றியது. கிட்டியைப் போலவே அவர்களும் உணர்ந்தனர். இந்த நடன அரங்கும், இந்த

உலகமும், இன்ன பிறவும் கிட்டியின் உள்ளத்தில் இருந்த மூடுபனியில் தொலைந்து போனது போலத் தோன்றியது. அவள் கடந்து வந்த கண்டிப்பான வளர்ப்பு முறை மட்டுமே அப்போது அவளுக்குக் கைகொடுத்து அவள் என்ன செய்ய வேண்டும் என்பதை அவளுக்கு உணர்த்தியது. அதாவது நடனமாடுவது, கேள்விகளுக்குப் பதிலளிப்பது, பேசுவது, கூடவே புன்னகைப்பது. ஆனால், மசூர்கா தொடங்குவதற்கு முன்பு அவர்கள் நாற்காலிகளை ஒழுங்குபடுத்திய போது, சில ஜோடிகள் சிறிய அறையிலிருந்து நடன அறைக்கு நகர்ந்தபோது, கிட்டியை ஒரு கணம் விரக்தியும் திகிலும் சூழ்ந்தது. அவள் ஏற்கனவே ஐந்து நபர்களைத் தன்னுடன் நடனமாடுவதற்கு மறுத்து விட்டதால் இப்போது மசூர்கா நடனத்தை அவளால் ஆட முடியாது. அவளை நடனமாடுவதற்கு யாரும் அழைப்பார்கள் என்பதற்கு எந்த நம்பிக்கையும் இல்லை. ஏனெனில் அவள் சமூகத்தில் மிகப் பெரிய வெற்றியைப் பெற்றிருப்பதால், அவளை யாரும் இதுவரை நடனத்திற்கு அழைக்கவில்லை என்பது யாருக்கும் தோன்றாது. அவள் தனக்கு உடல்நலமில்லை என்று தன் தாயிடம் சொல்லி வீட்டிற்குச் சென்றிருக்க வேண்டும். ஆனால், அதைச் செய்வதற்கான ஆற்றல் அவளிடம் இல்லை. அவள் நொறுங்கிப் போனாள்.

அவள் மூலையிலிருந்த சிறிய வரவேற்பறைக்குச் சென்று அங்கிருந்த சாய்வு நாற்காலியில் விழுந்தாள். அவளுடைய மெல்லிய உடலைச் சுற்றி ஒரு மேகம் போலக் காற்று நிறைந்த பாவாடை மேலெழுந்தது. மெல்லிய, மென்மையான அவளுடைய கரம் வலிமை யற்று அவளுடைய இளஞ்சிவப்பு ஆடையின் மடிப்புகளில் மூழ்கியது. அவள் தன்னுடைய மற்றொரு கையால் விசிறியைப் பிடித்து, எரியும் முகத்திற்கு நேராக விரைவாக வீசிக்கொண்டாள். புற்களின் நுனியின் மீது ஒரு கணம் அமர்ந்து, பிறகு சிறகுகளை விரித்துப் பறந்து போகும் பட்டாம்பூச்சியின் தோற்றத்தில் அவள் இருந்தபோதும், ஒரு பயங்கரமான விரக்தி அவள் இதயத்தைக் கசக்கிப் பிழிந்தது.

‘ஒருவேளை நான் தவறாக நினைத்திருக்கலாம். அப்படி எதுவும் இல்லையோ?’

அவள் தன் கண்ணால் பார்த்த அனைத்தையும் மீண்டும் நினைவு கூர்ந்தாள்.

“கிட்டி, என்ன இது?” கோமகள் நோர்ட்ஸ்டன் சத்தமின்றி கம்பளத்தின் மீது நடந்து அவளை நெருங்கினாள். “இது எனக்குப் புரியவில்லை.”

கிட்டியின் கீழுதடு நடுங்கியது. அவள் வேகமாக எழுந்தாள்.

“கிட்டி, நீ மசூர்கா நடனம் ஆடவில்லையா?”

“இல்லை, இல்லை” என்று கிட்டி கண்ணீர் மல்க நடுங்கும் குரலில் சொன்னாள்.

“அவர் என் முன்னிலையில் அவளை மசூர்கா நடனத்திற்கு அழைத்தார்” என்ற நோர்ட்ஸ்டன், தான் யாரைச் சொல்கிறோம் என்பதைக் கிட்டி புரிந்துகொள்வாள் என்பதை அறிந்தாள். “நீ ஏன் இளவரசி ஷெர்பாட்ஸ்கியுடன் நடனமாடக் கூடாது?” என்று அவள் கேட்டாள்.

“ஓ, நான் அதைப் பற்றிக் கவலைப்படவில்லை!” என்றாள் கிட்டி.

அவளைத் தவிர வேறு யாரும் அவளுடைய நிலைமையைப் புரிந்து கொள்ளவில்லை. சில நாட்களுக்கு முன் அவள் தான் நேசித்த ஒரு மனிதரை மறுத்துவிட்டாள் என்பதும், அவள் வேறு ஒருவரை நம்பியதால் அவரை மறுத்தாள் என்பதும் யாருக்கும் தெரியாது.

கோமகள் நோர்ட்ஸ்டன், கோர்சுன்ஸ்கியிடம் சென்று, அவருடன் சேர்ந்து மசூர்கா நடனமாடக் கிட்டியை அழைக்கும்படி சொன்னாள்.

கிட்டி முதல் ஜோடியாக அவருடன் நடனமாடினாள். அதிர்ஷ்ட வசமாக கோர்சுன்ஸ்கி தனது குழுவினருக்குக் கட்டளையிட்டுக் கொண்டிருந்ததால் அவளுக்குப் பேச வேண்டிய அவசியம் ஏற்பட வில்லை. விரான்ஸ்கியும் அன்னாவும் அவளுக்கு எதிரில் அமர்ந் திருந்தனர். அவள் அவர்களைத் தூரத்திலிருந்தும், நடனமாடி அவர் களைச் சந்திக்கையில் நெருக்கமாகவும் பார்த்தாள். அவர்களை மேலும் பார்க்கப் பார்க்க, அவள் தனது துரதிர்ஷ்டம் தீர்மானிக்கப் பட்டது உண்மைதான் என்று உறுதியாக நம்பினாள். அந்த நெரிச லான நடன அறையிலும் அவர்கள் தாங்கள் தனிமையாக இருப்பதாக உணர்வதை அவள் தெரிந்து கொண்டாள். எப்போதும் உறுதியான தன்னடக்கத்துடன் காணப்படும் விரான்ஸ்கியின் முகபாவத்தில், தவறு செய்த ஒரு புத்திசாலி நாயின் திகைப்பையும் பணிவையும் கண்டு கிட்டி திகைத்து நின்றாள்.

அன்னா புன்னகைக்க, அவள் புன்னகை அவனிடம் சென்றது. அவள் யோசிப்பதை நிறுத்த அவன் கல்லாய் சமைந்தான். ஏதோ ஒரு அமானுஷ்ய சக்தி அன்னாவின் முகத்தைப் பார்க்கும்படி கிட்டியின் கண்களை இழுத்தது. அவள் தன்னுடைய எளிய கருப்பு உடையில் அற்புதமாக இருந்தாள். வளையல்கள் அவளுடைய கைகளை அற்புதமாக அடித்தன. முத்துமாலை அணிந்த அவளது உறுதியான கழுத்து மயக்குவதாக இருந்தது. சுருண்டிருந்த அவள் கூந்தல் கலைந்து வசீகரமாக இருந்தது. அவளுடைய சிறிய கைகள் மற்றும் கால்களின் லேசான அழகிய அசைவுகள் மயக்குவதாக இருந்தன.

உற்சாகமான அவள் முகம் அற்புதமாக இருந்தது. ஆனால், அவளுடைய வசீகரத்தில் பயங்கரமான மற்றும் குரூரமான ஏதோ ஒன்று இருந்தது.

முன்னெப்போதையும் விட அதிகமாக அவளை நேசித்த கிட்டி, மேலும் மேலும் வேதனைப்பட்டாள். தான் நொறுங்கிப் போனதைக் கிட்டி உணர்ந்தாள். அவளது முகம் அதை அப்பட்டமாக வெளிக் காட்டியது. மசூர்கா நடனத்தில் அவள் வலம் வந்தபோது, அவளைப் பார்த்த விரான்ஸ்கியால் அவளை உடனடியாக அடையாளம் காண முடியாத அளவிற்கு அவள் அத்தனை மாறிவிட்டாள்.

"அற்புதமான நடனம்!" என்று ஏதோ சொல்ல வேண்டும் என்பதற்காக அவன் அவளிடம் சொன்னான். "ஆமாம்" என்றாள் அவள். நடனத்தின் நடுவில், கோர்சுன்ஸ்கி தான் புதிதாகக் கண்டு பிடித்த ஒரு சிக்கலான முயற்சியைக் கூறி, அன்னா வட்டத்தின் நடுவில் காலடி எடுத்து வைக்க, அவர் இரண்டு ஆண்களைத் தேர்ந்தெடுத்து, கிட்டியையும் மற்றொரு பெண்ணையும் அழைத்தார். கிட்டி அவளை நெருங்கியதும் அவளைப் பயத்துடன் பார்த்தாள். கண்களைச் சிமிட்டிய அன்னா, அவளைப் பார்த்துப் புன்னகைத்து, அவள் கையை அழுத்தினாள். ஆனால், அவளுடைய புன்னகைக்குப் பதிலாக, கிட்டியின் முகத்தில் வெளிப்பட்ட விரக்தியையும் வியப் பையும் கவனித்த அவள், விலகிச் சென்று மற்றொரு பெண்ணுடன் மகிழ்ச்சியாகப் பேசத் தொடங்கினாள்.

'ஆமாம் அவளிடம் ஏதோ அந்நியமான, பேய்த்தனமான வசீகரமான ஏதோ ஒன்று உள்ளது' என்று கிட்டி தனக்குள் சொல்லிக் கொண்டாள்.

அன்னா இரவு உணவிற்குத் தங்க விரும்பவில்லை. ஆனால், தொகுப்பாளர் அவளை வலியுறுத்தினார்.

"வாருங்கள் அன்னா ஆர்கடியேவ்னா" என்ற கோர்சுன்ஸ்கி, அவளது கையைத் தன் கையால் இழுத்து, "எனக்கு ஒரு யோசனை, கோடிலியன் நடனம், ஒரு வசீகரம்!" என்றார்.

அவர் சற்றே நகர்ந்து தன்னை நோக்கி அவளை இழுக்க முயன்றார். அவர்களின் விருந்தினர் அதற்கு ஒப்புதல் அளித்து புன்னகைத்தார்.

"இல்லை, நான் போக வேண்டும்" என்று அன்னா புன்ன கையுடன் பதிலளித்தாள். அவள் புன்னகைத்த போதிலும், அவள் இருக்க மாட்டாள் என்று கோர்சுன்ஸ்கியும் தொகுப்பாளரும் அவளுடைய உறுதியான பதிலால் புரிந்து கொண்டனர்.

"இல்லை, பீட்டர்ஸ்பர்க்கில் முழு குளிர் காலத்திலும் நடன மாடியதை விட இங்கே மாஸ்கோவில் உங்கள் நடனத்தில் அதிகமாக நடனமாடி விட்டேன்" என்று அன்னா தன் அருகில் நின்றிருந்த

விரான்ஸ்கியைப் பார்த்துச் சொன்னாள். "நான் பயணம் செய்வ தற்கு முன் ஓய்வெடுக்க வேண்டும்."

"அப்படியானால் நீங்கள் நாளை புறப்படத் தயாரா?" என்று விரான்ஸ்கி கேட்டான்.

"ஆம், அப்படித்தான் நினைக்கிறேன்" என்று அன்னா பதிலளித் தாள். அவனுடைய கேள்வியின் தைரியத்தைக் கண்டு அவள் வியப்புற்றாள். ஆனால், அவள் அதைச் சொன்னபோது அடக்க முடியாமல் அவள் கண்களில் வெளிப்பட்ட பளபளப்பும் புன்ன கையும் அவனைச் சுட்டெரித்தன. அன்னா ஆர்கடியேவ்னா இரவு உணவிற்கு நில்லாமல் சென்றுவிட்டாள்.

24

'ஆமாம், என்னுள் அருவருப்பான வெறுப்பூட்டும் ஏதோ ஒன்று இருக்கிறது' என்று நினைத்துக் கொண்டே ஷெர்பாட்ஸ்கி குடும்பத்தை விட்டுக் கிளம்பிய லெவின், தன்னுடைய சகோதரரின் வீட்டிற்கு நடந்தே சென்றார். 'நான் மற்றவர்களுடன் ஒத்துப் போவ தில்லை என்பதை மற்றவர்கள் தற்பெருமை என்கிறார்கள். இல்லை, எனக்கு எந்தத் தற்பெருமையும் இல்லை. எனக்குள் ஏதேனும் தற்பெருமை இருந்திருந்தால் என்னை நான் இந்த நிலையில் வைத்திருக்க மாட்டேன்.' விரான்ஸ்கி மகிழ்ச்சியாக, கனிவாக, புத்திசாலியாக இருப்பதை அவர் நினைத்துப் பார்த்தார். அவர் அன்று மாலையில் இருந்ததைப் போல ஒரு மோசமான மன நிலையில் இதற்கு முன்னர் ஒருபோதும் இருந்ததில்லை. 'ஆம், அவள் அவரைத் தேர்ந்தெடுத்தது சரிதான், அது அப்படித்தான் இருக்க வேண்டும். நான் யாரையும் அல்லது எதைப் பற்றியும் குறை சொல்ல வேண்டிய அவசியமில்லை. இது முழுக்க முழுக்க என்னு டைய தவறு. அவள் என்னோடு வாழ்க்கையில் இணைய விரும்பு வாள் என்று நினைக்க எனக்கு என்ன உரிமை இருக்கிறது? நான் யார்? நான் எத்தகையவன்? யாருக்கும் எதற்கும் பயன்படாத, மதிப்பில்லாத ஒரு மனிதன்.' அவர் தனது சகோதரர் நிக்கோலாயை நினைவு கூர்ந்து, அந்த நினைவுகளில் மகிழ்ச்சியுடன் திளைத்தார். 'இந்த உலகத்தில் எல்லாம் கெட்டது, இழிவானது என்று அவர் சொல்வது சரியல்லவா? நாங்கள் எங்கள் சகோதரர் நிக்கோலாயை நியாயமாக மதிப்பிடவில்லை. நிச்சயமாக புரோகோஃபியின் பார்வை யில், கிழிந்த உரோமக் கோட்டில் குடிபோதையில் அவரைப் பார்த்த போது அவர் ஒரு வெறுக்கத்தக்க மனிதர்தான். ஆனால், நான் அவரை வேறுவிதமாக அறிவேன். நான் அவருடைய உள்ளத்தையும்,

அவரும் நானும் ஒரே மாதிரியானவர்கள் என்பதையும் நன்கு அறிவேன். ஆனால், நான் அவரைத் தேடிச் செல்வதற்கு மாறாக இரவு உணவுக்குச் சென்றுவிட்டு இங்கே வந்திருக்கிறேன்.' தெரு விளக்கின் அருகே சென்ற லெவின் தன் பணப்பையில் இருந்த தன் சகோதரரின் முகவரியைப் படித்துவிட்டு வண்டியைப் பிடித்தார். சகோதரரின் வீட்டிற்குச் செல்லும் வழி முழுதும், அவருடைய வாழ்க்கையில் நடந்த, தனக்குத் தெரிந்த அனைத்தையும் அவர் நினைவு கூர்ந்தார். பல்கலைக்கழகத்தில் இருந்தபோதும், அதற்குப் பிறகு ஒரு வருடமும், தனது நண்பர்களின் கேலியையும் மீறி ஒரு துறவியைப் போல அவர் வாழ்ந்ததை நினைவுகூர்ந்தார். அனைத்து மதச் சடங்குகளையும் கண்டிப்பாகக் கடைப்பிடித்து, சேவையாற்றி, விரதங்கள் இருந்து, அனைத்து இன்பங்களையும் விலக்கி, குறிப்பாகப் பெண்களைத் தவிர்த்து வாழ்ந்தார். அதன் பிறகு அவரிடம் ஏதோ ஒன்று உடைந்தது போலத் தோன்றியது. மிகவும் இழிவான மனிதர்களுடன் பழகத் தொடங்கி, மிகவும் மோசமான ஒழுங்கீனத் திற்குத் தன்னை அர்ப்பணித்துக் கொண்டார். நாட்டிலிருந்து தான் வளர்ப்பதற்காக அழைத்துச் சென்ற சிறுவனை ஆத்திரத்தில் அடித்து உதைத்து, அதற்காக சட்டரீதியான நடவடிக்கை எடுக்கப்பட்ட கதையை லெவின் அப்போது நினைத்துப் பார்த்தார். உறுதிமொழிப் பத்திரம் கொடுத்த ஒரு மோசடிக்காரனிடம் பணத்தை இழந்த அவர், அவனுக்கு எதிராகப் புகாரளித்து, தான் ஏமாற்றப்பட்டதை நிரூபிக்க முயன்ற கதையையும் லெவின் நினைவு கூர்ந்தார். (அது சொர்ஜி இவானோவிச் கொடுத்த பணம்). பிறகு ஒழுங்கீனமான நடத்தைக்காக அவர் சிறையில் இரவைக் கழித்ததை நினைத்தார். தனது தாயின் பண்ணையிலிருந்து தனக்குரிய பங்கைக் கொடுக்காத தற்கு, தனது சகோதரர் சொர்ஜி இவானோவிச் மீது நிக்கோலாய் தொடுத்த வெட்கக்கேடான நடவடிக்கைகளையும் அவர் நினைத்துப் பார்த்தார். கடைசி விஷயம் என்னவென்றால், அவர் மேற்கு மாவட்டத்திற்குச் சேவை செய்யச் சென்றபோது ஒரு கிராமத்து மூத்தவரை அடித்ததற்காக நீதிமன்றத்திற்குக் கொண்டு செல்லப் பட்டார். இவை அனைத்தும் மிகவும் மோசமானவை என்பதால் நிக்கோலாய் லெவினைத் தெரியாதவர்களுக்கும், அவருடைய முழுக் கதையையும் அறியாதவர்களுக்கும், அவரது இதயத்தைப் புரிந்து கொள்ளாதவர்களுக்கும் கேவலமாகத் தோன்றினாலும் லெவினுக்கு அப்படித் தோன்றவில்லை.

நிக்கோலாய் துறவியைப் போல பக்தி, விரதம், என்று தேவாலய சேவைகளில் இருந்த காலத்தில், அவரது உணர்ச்சிபூர்வமான சுபாவத்திற்கு வடிகாலாக, மதத்தில் அதற்கான வழியைத் தேடிய போது அவரை யாரும் ஆதரிக்கவில்லை என்பதோடு, லெவின்

உட்பட அனைவரும் அவரைப் பார்த்துச் சிரித்ததை இப்போது நினைவு கூர்ந்தார். அவர்கள் அவரை 'நோவா' என்றும் 'துறவி' என்றும் கேலி செய்தனர். அவர் மனம் உடைந்தபோது யாரும் அவருக்கு உதவிசெய்யவில்லை. மாறாக எல்லோரும் அருவருப்போடும் திகிலோடும் திரும்பிக் கொண்டனர்.

அவருடைய சகோதரர் வாழ்க்கையில் இத்தனை குழப்பங்கள் இருந்தபோதிலும், அவரை வெறுத்தவர்களை விடவும் அவர் மோசமான தவறுகள் எதையும் செய்துவிடவில்லை என்பதை லெவின் உள்ளம் அவரிடம் சொன்னது. கட்டுக்கடங்காத முரட்டு சுபாவத்துடனும் இறுக்கமான மனதோடும் பிறந்தது அவருடைய தவறல்ல. ஆனால், எப்போதும் நல்லவராக இருக்க வேண்டும் என்றுதான் அவர் விரும்பினார். 'நான் அவரிடம் அனைத்தையும் சொல்வேன். அவரையும் அவர் மனதில் உள்ள எல்லாவற்றையும் சொல்லச் சொல்லி, நான் அவரை நேசிப்பதைத் தெரியப்படுத்தி, அவருக்குப் புரிய வைப்பேன்' என்று லெவின் முடிவு செய்தார். பத்து மணிக்குப் பிறகு அவர் குறிப்பிட்ட முகவரியில் இருந்த விடுதியை நெருங்கினார்.

"மாடியில் பன்னிரண்டு மற்றும் பதின்மூன்று" என்று லெவின் கேள்விக்குக் காவலாளி பதிலளித்தார்.

"அவர் உள்ளே இருக்கிறாரா?"

"இருக்க வேண்டும்."

அறை எண் 12இன் கதவு பாதி திறந்திருந்தது. அதன் வழியாக வெளிப்பட்ட சிறிது வெளிச்சத்தில், கெட்ட புகையிலையின் அடர்த்தியான புகை வெளிப்பட்டது. உள்ளேயிருந்து ஒரு அறிமுக மில்லாத குரலின் ஓசையும் கேட்டது. ஆனால், லெவின் உடனடியாகத் தன் சகோதரர் அங்கே இருப்பதை அறிந்தார். அவர் அவருடைய இருமலைக் கேட்டார்.

அவர் உள்ளே நுழைந்தபோது அறிமுகமில்லாத குரல் சொல்லியது.

"விவகாரம் எவ்வளவு நியாயமாகவும் மனசாட்சியுடனும் நடத்தப்படுகிறது என்பதைப் பொறுத்தது."

கான்ஸ்டான்டின் லெவின் கதவு வழியாகப் பார்த்தபோது, பரட்டைத் தலையுடன் ஜெர்கின் அணிந்த ஒரு இளைஞனும், கைப் பட்டை அல்லது காலர் இல்லாமல் கம்பளி ஆடை அணிந்து, முகத்தில் தழும்புடன் ஒரு இளம் பெண்ணும் சோபாவில் அமர்ந் திருப்பதைக் கண்டார். அவரால் தன் சகோதரனைப் பார்க்க முடியவில்லை. தனது சகோதரர் அந்நியர்களிடையே வாழ்கிறார் என்பதை நினைத்து லெவின் இதயம் வேதனையுடன் துடித்தது.

ஆனால், அவர் உள்ளே வந்ததை யாரும் கவனிக்கவில்லை. லெவின் தனது காலுறையைக் கழற்றிவிட்டு ஜெர்கினில் இருந்த அந்த மனிதர் சொல்வதைக் கேட்டார். அவர் ஒரு நிறுவனத்தைப் பற்றிப் பேசிக் கொண்டிருந்தார்.

"நல்லது, சலுகை பெற்ற வகுப்பினரைப் பிசாசு எடுத்துக் கொள்ளட்டும்" என்று அவரது சகோதரர் குரல் இருமலுடன் பேசியது. "மாஷா! இரவு உணவிற்கு ஏதாவது கொண்டு வாருங்கள். ஒயினில் ஏதாவது மிச்சமிருந்தால் கொடுங்கள் இல்லையெனில் யாரையாவது அனுப்புங்கள்."

தடுப்புக்குப் பின்னாலிருந்து எழுந்த அந்தப் பெண் வெளியே வந்து லெவினைப் பார்த்தாள்.

"யாரோ ஒரு ஜென்டில்மேன் வந்திருக்கிறார், நிக்கோலாய் டிமிட்ரிச்" என்றாள் அவள்.

"அவருக்கு என்ன வேண்டும்?" என்ற நிக்கோலாய் லெவின் குரல் சினத்துடன் வெளிப்பட்டது.

"நான்தான்" என்று கான்ஸ்டான்டின் லெவின் வெளிச்சத்திற்கு வந்து பதிலளித்தார்.

"நான்தான் என்றால் யார்?" என்று நிக்கோலாயின் குரல் மேலும் சினத்துடன் கேட்டது. அவர் சட்டென எழுந்து நின்று தடுமாறி எதன் மீதோ மோதிக்கொள்வதைக் கேட்க முடிந்தது. லெவின் கதவருகில் தனது சகோதரரின் மிகவும் பரிச்சயமான மற்றும் நோயுற்ற நிலையிலும் வியப்பூட்டும் மூர்க்கத்தனமான, மெலிந்த உருவத்தையும், குனிந்த தோள்களையும், பெரிய பயந்த கண்களையும் பார்த்தார்.

மூன்று ஆண்டுகளுக்கு முன்பு கான்ஸ்டான்டின் லெவின் கடைசியாக அவரைப் பார்த்ததைவிட அவர் இன்னும் மெலிந்திருந் தார். அவர் சிறிய கோட் அணிந்திருந்தார். அவரது இரு கைகளும் அகலமான தோள்களும் மேலும் பெரிதாகத் தெரிந்தன. அவருடைய தலைமுடி மெல்லியதாக இருக்க, அவர் உதடுகளில் அதே நேரான மீசை இருந்தது. அதே கண்கள் உள்ளே நுழைந்த நபரை விநோதமாக, அப்பாவித்தனமாகப் பார்த்தன.

"ஆகா, கோஷ்யா!" என்று திடீரென அவர் தனது சகோதரனை அடையாளம் கண்டு கொண்டபோது அவரது கண்கள் மகிழ்ச்சி யால் ஒளிர்ந்தன. ஆனால், லெவினைப் பார்த்த அதே கணத்தில், லெவினுக்கு மிகவும் பழக்கமான, தலையிலும் கழுத்திலும் வலிப்பை போன்ற ஒரு நடுக்கம் அவருக்கு ஏற்பட்டது. ஏதோ அவருடைய டை அவர் கழுத்தை அழுத்தி மூச்சுத்திணறலை ஏற்படுத்துவது

போல. அவரது முகத்தில் முற்றிலும் மாறுபட்ட, காட்டுத்தனமான, வேதனையுற்ற, குரூரமான வெளிப்பாடு தோன்றியது.

"எனக்கு செர்ஜி இவானோவிச்சையும் உங்களையும் யாரென்று தெரியாது என்றும், தெரிந்து கொள்ளவும் விரும்பவில்லை என்றும் நான் கடிதம் எழுதினேன். உங்களுக்கு என்னதான் வேண்டும்? உங்கள் தேவைதான் என்ன?"

கான்ஸ்டான்டின் கற்பனை செய்ததிலிருந்து அவர் முற்றிலும் வேறுபட்டிருந்தார். அவருடைய குணாம்சத்தின் மிகக் கடிமான மற்றும் மோசமான அம்சம் அவருடன் உரையாடுவது சிரமமானது என்பதைக் கான்ஸ்டான்டின் லெவின் அவரைப் பற்றி நினைக்கும் போது மறந்துவிட்டார். ஆனால், இப்போது அவருடைய முகத்தை, குறிப்பாக அவர் தலையின் நடுக்கமான அசைவைப் பார்த்தபோது அது அவருடைய நினைவுக்கு வந்தது.

"உங்களிடமிருந்து எனக்கு எதுவும் வேண்டாம்" என்று அவர் கூச்சத்துடன் பதிலளித்தார். "நான் உங்களைப் பார்க்கவே வந்தேன்." தன் சகோதரனின் வெட்கம் நிக்கோலாயைச் சாந்தப்படுத்தியது. அவர் உதடுகள் நடுங்கின.

"அவ்வளவுதானா?" என்று அவர் கேட்டார். "நல்லது, உள்ளே வந்து உட்காருங்கள். இரவு உணவு வேண்டுமா? மாஷா, மூன்றாகக் கொண்டு வா. வேண்டாம் பொறு. இவர் யாரென்று உங்களுக்குத் தெரியுமா?" என்று தன் சகோதரனிடம், கையில்லாத மேலங்கி அணிந்த மனிதரைச் சுட்டிக்காட்டிக் கேட்டார். "இவர் மிஸ்டர் கிரிட்ஸ்கி. கீவ் நகரத்திலிருந்த வந்த என் நண்பர். மிகவும் குறிப்பிடத் தக்க ஒரு மனிதர். அவர் ஒரு அயோக்கியர் அல்ல என்பதால் போலீசார் அவரைத் தேடுகிறார்கள்."

அவர் தனக்கு இருந்த பழக்கத்தின்படி அறையில் உள்ள அனைவரையும் சுற்றிப் பார்த்தார். வாசலில் நின்று கொண்டிருந்த அந்தப் பெண் வெளியேற முயற்சிக்க, "பொறுங்கள் என்றேன்" என்று கத்தினார். உரையாடலின் விகாரத்தன்மையை நன்றாக அறிந்த அவர், மீண்டும் அனைவரையும் சுற்றிப் பார்த்துவிட்டு, தன் சகோதரனிடம் கிரிட்ஸ்கியின் கதையைச் சொல்லத் தொடங்கினார். ஏழை சமூகத்தைச் சார்ந்த மாணவர்களுக்காக நிதி ஒதுக்கி ஞாயிறு பள்ளியை ஆரம்பித்ததற்காக அவர் எவ்வாறு பல்கலைக் கழகத்திலிருந்து வெளியேற்றப்பட்டார் என்பதையும், பின்னர் அவர் எவ்வாறு ஒரு விவசாயப் பள்ளியில் ஆசிரியராகச் சேர்ந்தார் என்பதையும், பிறகு அங்கிருந்தும் வெளியேற்றப்பட்ட அவர் எதற்காகவோ நீதிமன்றத்தில் விசாரிக்கப்பட்டதையும் கூறினார்.

“நீங்கள் கீவ் பல்கலைக்கழகத்தில் இருந்தீர்களா?” என்று நீண்ட மோசமான மௌனத்தைக் கலைப்பதற்காக லெவின் கிரிட்ஸ்கியிடம் கேட்டார்.

“ஆமாம், இருந்தேன்” என்றார் கிரிட்ஸ்கி முகத்தில் சினம் வெளிப்பட.

“இந்தப் பெண்” என்று குறுக்கிட்ட நிக்கோலாய் லெவின், அவளைச் சுட்டிக்காட்டி, “என் வாழ்க்கைத் துணை மரியா நிக்கோலேவ்னா. நான் அவளை விபச்சார விடுதியிலிருந்து அழைத்து வந்தேன்” என்று அவர் சொன்னபோது அவருடைய கழுத்து நடுங்கியது. “நான் அவளை நேசிக்கிறேன், மதிக்கிறேன். என்னைப் பற்றித் தெரிந்துகொள்ள விரும்பும் அனைவரையும் நான் கேட்டுக் கொள்கிறேன்” என்று சொல்லிவிட்டுத் தன் குரலை உயர்த்தி, “அவளை நேசிக்கவும் மதிக்கவும் கேட்டுக் கொள்கிறேன். அவள் என் மனைவியைப் போன்றவள், ஏன் என்னுடைய மனைவிதான். இப்போது உங்களுக்கு நீங்கள் யாருடன் தொடர்பு கொள்கிறீர்கள் என்பது தெரிந்திருக்கும். அது உங்களுக்கு இழிவானதாகத் தெரிந்தால் இப்போதே விடைபெற்றுக் கொள்வது நல்லது” என்றார்.

அவரது கண்கள் மீண்டும் அனைவரையும் உற்று நோக்கின.

“என்னை ஏன் எல்லோரும் கேவலமாகப் பார்க்க வேண்டும்? எனக்குப் புரியவில்லை.”

“சரி, மாஷா, மூன்று பேருக்கு இரவு உணவு கொண்டுவரச் சொல். சிறிது வோட்காவும் ஒயினும்... வேண்டாம், பொறு. பராவாயில்லை. போ.”

25

“நீங்களே பாருங்கள்” என்று ஆரம்பித்த நிக்கோலாய் லெவின் முகத்தைச் சுளித்தார். என்ன செய்வது, என்ன சொல்வது என்பதை அவரால் தீர்மானிக்க முடியவில்லை. “அதோ பார்த்தீர்களா?” என்று அறையின் மூலையில் கட்டி வைத்திருந்த சில இரும்புக் கம்பிகளை அவர் சுட்டிக்காட்டினார். “அதைப் பார்த்தீர்களா? இது நாங்கள் மேற்கொள்ளும் ஒரு புதிய வணிகத்தின் தொடக்கம். இந்த வணிகம் ஒரு உற்பத்தி சங்கம்...”

கான்ஸ்டான்டின் எதையும் செவிசாய்க்காமல் நோயுற்றிருந்த தன் சகோதரனின் முகத்தை உற்றுப் பார்த்தார். அவருக்காக மேலும் மேலும் வருந்தினார். கூட்டுறவு சங்கத்தைப் பற்றித் தன் சகோதரர் என்ன சொல்கிறார் என்பதை அவரால் கேட்க முடியவில்லை.

இந்தக் கூட்டுறவு அவனைச் சுய இகழ்ச்சியிலிருந்து காப்பாற்றிக் கொள்ள செய்யும் ஒரு நங்கூரம் என்பதை மட்டுமே அவரால் காண முடிந்தது. நிக்கோலாய் லெவின் தொடர்ந்து பேசினார்.

"முதலாளித்துவம் தொழிலாளர்களை ஒடுக்குகிறது என்பதை நீங்கள் அறிவீர்கள். நமது தொழிலாளர்களான விவசாயிகள், கடின மாக உழைக்கிறார்கள். அவர்கள் எத்தனை கடினமாக உழைத்தாலும் அவர்களின் இழிந்த நிலையிலிருந்து அவர்களால் தப்பிக்க முடியாது. கூலியிலிருந்து கிடைக்கும் வருமானம் அனைத்தையும் அவர்கள் தங்கள் நிலையை மேம்படுத்தவும், கேளிக்கைக்கும், கல்வி கற்கவும் பயன்படுத்துகிறார்கள். அவர்களைச் சுரண்டுவதன் மூலம் அவர்கள் உழைப்பிலிருந்து கிடைத்த எஞ்சிய பலன்களை முதலாளிகள் அவர்களிடமிருந்து பறித்துக்கொள்கிறார்கள். எனவே அவர்கள் எவ்வளவு அதிகமாக வேலை செய்கிறார்களோ அந்த அளவுக்கு வணிகர்களும் நிலவுடமையாளர்களும் அதிக இலாபம் அடைகிறார் கள். அதே நேரத்தில் தொழிலாளர்கள் எப்போதும் மிருகங்களைப் போல வேலை செய்து கொண்டே இருப்பார்கள். இந்த முறையை மாற்ற வேண்டும்" என்று கூறி முடித்த அவர் தனது சகோதரனைக் கேள்வியோடு பார்த்தார்.

"ஆம், நிச்சயமாக" என்று கான்ஸ்டான்டின் தனது சகோதரரின் கன்ன எலும்புகளுக்குக் கீழே தோன்றிய சிவப்பு திட்டுகளைப் பார்த்தார்.

"எனவே நாங்கள் ஒரு உலோகத் தொழிலாளர் சங்கத்தை அமைக் கிறோம். அதில் அனைத்து உற்பத்தியும் இலாபமும், அனைத்திற்கும் மேலாக உற்பத்திக் கருவிகளும் பொதுவான சொத்தாக இருக்கும்."

"சங்கம் எங்கே இருக்கும்?" என்று கான்ஸ்டான்டின் லெவின் கேட்டார்.

"கசான் மாகாணத்தில் உள்ள வோஸ்ட்ரெம் கிராமத்தில்."

"ஏன் ஒரு கிராமத்தில்? கிராமங்களில் செய்ய வேண்டிய வேறு வேலைகள் நிறைய இருக்கிறது என்று நான் நினைக்கிறேன். உலோகத் தொழிலாளர் சங்கம் ஏன் ஒரு கிராமத்தில் இருக்க வேண்டும்?"

"ஏனெனில் இப்போதும் விவசாயிகள் முன்பு போலவே அடிமை களாக இருக்கிறார்கள். அதனால்தான் நீங்களும் செர்ஜி இவானோ விச்சும் அவர்களை அந்த அடிமைத்தனத்திலிருந்து நாங்கள் வெளியே கொண்டு வருவதை விரும்பவில்லை" என்று நிக்கோலாய் லெவின் எரிச்சலுடன் ஆட்சேபித்தார்.

கான்ஸ்டான்டின் லெவின் பெருமூச்சு விட்ட அதே நேரத்தில், அழுக்கடைந்த மோசமான அந்த அறையைச் சுற்றிப் பார்த்தார்.

இந்தப் பெருமூச்சு நிக்கோலாயை மேலும் எரிச்சலடையச் செய்வதாகத் தோன்றியது.

"உங்களுக்கும் செர்ஜி இவானோவிச்சுக்கும் உள்ள பிரபுத்துவ பார்வையை நான் அறிவேன். ஏற்கனவே உள்ள தீமையை நியாயப் படுத்த அவர் தனது மூளையின் அனைத்து சக்திகளையும் பயன் படுத்துகிறார் என்பதை நான் அறிவேன்."

"ஆனால், செர்ஜி இவானோவிச்சைப் பற்றி ஏன் அப்படிச் சொல்கிறீர்கள்?" என்று லெவின் சிரித்தபடி கேட்டார்.

"செர்ஜி இவானோவிச்? ஏனென்றால்!" என்று நிக்கோலாய் லெவின் திடீரென செர்ஜி இவானோவிச்சின் பெயரைச் சொல்லிக் கத்தினார். "இதோ, ஏன்... ஆனால், பேசுவதற்கு என்ன இருக்கிறது? எதுவும் இல்லை ஆனால்... நீங்கள் ஏன் என்னைப் பார்க்க வந்தீர்கள்? நீங்கள் இதையெல்லாம் வெறுக்கிறீர்கள், அது எனக்கு நல்லது! வெளியே போங்கள், உங்களுக்கு நல்வாழ்த்துகள். போங் கள் வெளியே!" என்று அவர் தன் நாற்காலியிலிருந்து எழுந்தார். "போங்கள், போங்கள்!"

"நான் அதை வெறுக்கவில்லை" என்று கான்ஸ்டான்டின் லெவின் பயத்துடன் கூறினார். "நான் வாக்குவாதம் கூட செய்யவில்லை."

அப்போது மரியா நிக்கோலேவ்னா திரும்பி வந்தாள். நிக்கோலாய் லெவின் அவளைச் சினத்துடன் பார்த்தார். அவள் விரைந்து அவரிடம் சென்று ஏதோ கிசுகிசுத்தாள்.

"எனக்கு உடல்நலமில்லை, நான் எரிச்சலடைந்து விட்டேன்" என்று அமைதியாகப் பெருமூச்சுவிட்டபடி நிக்கோலாய் லெவின் சொன்னார். "நீங்கள் செர்ஜி இவானோவிச் மற்றும் அவரது கட்டுரையைப் பற்றிச் சொல்லுங்கள். அது சுத்த முட்டாள்தனம், பொய், சுய ஏமாற்று. நீதியைப் பற்றி எதுவும் தெரியாத ஒரு மனிதன் அதைப் பற்றி என்ன எழுத முடியும்? அவருடைய கட்டுரையைப் படித்தீர்களா?" என்று கிரிட்ஸ்கியிடம் கேட்ட அவர் மீண்டும் மேசையில் அமர்ந்து, அங்கிருந்த சிகரெட்டுகளை ஒதுக்கி இடம் ஏற்படுத்தினார்.

'இல்லை" என்று கிரிட்ஸ்கி மெல்லிய குரலில் கூறினார். அவர் வெளிப்படையாகவே உரையாடலில் நுழைய விரும்பவில்லை.

"ஏன்?" என்று நிக்கோலாய் லெவின் இப்போது கிரிட்ஸ்கியிடம் எரிச்சலுடன் பேசினார்.

"ஏனெனில் அதில் என் நேரத்தை வீணடிக்க வேண்டும் என்று நான் நினைக்கவில்லை."

“மன்னிக்கவும், ஆனால், நீங்கள் உங்கள் நேரத்தை வீணடிக் கிறீர்கள் என்று உங்களுக்கு எப்படித் தெரியும்? கட்டுரை பலரும் அணுக முடியாதது, அதாவது அது அவர்களின் புரிந்து கொள்ளும் ஆற்றலுக்கு மேலே உள்ளது. ஆனால், என்னைப் பொறுத்தவரை அது வேறு விஷயம். என்னால் அவரது சிந்தனையின் ஊடாகப் பார்க்க முடிவதால் அது ஏன் பலவீனமாக உள்ளது என்று எனக்குத் தெரியும்.”

அனைவரும் அமைதியாகி விட்டனர். கிரிட்ஸ்கி மெதுவாக எழுந்து தன் தொப்பியை எடுத்துக் கொண்டார்.

“நீங்கள் இரவு உணவு சாப்பிடவில்லையா? சரி, பிறகு பார்ப் போம். நாளை ஒரு உலோகத் தொழிலாளியுடன் வாருங்கள்.”

கிரிட்ஸ்கி கிளம்பியவுடன் நிக்கோலாய் லெவின் புன்னகைத்துக் கண் சிமிட்டினார்.

“அவரும் மோசமாக இருக்கிறார்” என்றார் அவர். “நான் அதைப் பார்க்கிறேன்...”

ஆனால், அப்போது கிரிட்ஸ்கி வாசலிலிருந்து அவரை அழைத் தார்.

“அவருக்கு வேறென்ன வேண்டும்?” என்ற அவர் வெளியே சென்றார். மரியா நிக்கோலேவ்னாவுடன் தனியாக விடப்பட்ட லெவின் அவளை நோக்கித் திரும்பினார்.

“நீங்கள் என் சகோதரனுடன் நீண்ட காலமாக இருக்கிறீர்களா?” என்று அவர் அவளிடம் கேட்டார்.

“இப்போது ஒரு வருடத்திற்கு மேலாகிறது. அவருடைய உடல்நிலை மிகவும் மோசமாகிவிட்டது. அவர் நிறையக் குடிக்கிறார்” என்றாள் அவள்.

“குடி, என்ன குடிக்கிறார்?”

“அவர் வோட்கா குடிக்கிறார், அது அவருக்கு மிகவும் கெடுதல்.”

“உண்மையில் நிறைய?” லெவின் கிசுகிசுத்தார்.

“ஆமாம்” என்ற அவள் பயத்துடன் கதவைப் பார்த்தாள். நிக்கோலாய் லெவின் உள்ளே வந்தார்.

“நீங்கள் எதைப் பற்றிப் பேசுகிறீர்கள்?” என்று அவர் முகத்தைச் சுளித்தவாறு கேட்டார். திடுக்கிட்ட அவரது கண்கள் மாறிமாறிப் பார்த்தன. “அது என்ன?”

“ஒன்றுமில்லை” என்று கான்ஸ்டான்டின் சங்கடத்துடன் பதிலளித்தார்.

"நீங்கள் சொல்ல விரும்பவில்லை என்றால் வேண்டாம். உங்களுக்கு அவளிடம் மட்டுமே பேசுவதற்கு ஒன்றுமில்லை. அவள் ஒரு விபச்சாரி, நீங்கள் ஒரு ஜென்டில்மேன்" அவர் கழுத்தை ஆட்டியபடி கூறினார். "நீங்கள் எல்லாவற்றையும் புரிந்துகொண்டு மதிப்பிடுகிறீர்கள். என் தவறுகள் அனைத்தையும் வருத்தத்துடன் பார்க்கிறீர்கள் என்பதை என்னால் பார்க்க முடிகிறது" என்று அவர் மீண்டும் தன் குரலை உயர்த்தினார்.

"நிக்கோலாய் டிமிட்ரிச், நிக்கோலாய் டிமிட்ரிச்" மரியா நிக்கோலேவ்னா கிசுகிசுத்தபடி அவரிடம் சென்றாள்.

"சரி, சரி!.. இரவு உணவு என்ன ஆயிற்று? ஆ, இதோ, இங்கே வை" என்று கையில் தட்டுடன் வந்த விடுதி பணியாளிடம் கோபத்துடன் சொன்னார். உடனே வோட்காவை எடுத்து ஒரு டம்ளரில் ஊற்றி வேட்கையுடன் குடித்தார். "குடிக்கிறீர்களா?" என்று அவர் தன் சகோதரனிடம் உற்சாகத்துடன் கேட்டார். "சரி, செர்ஜி இவானோவிச்சைப் பற்றிப் போதும். எப்படியிருந்தபோதும் நான் உங்களைப் பார்த்ததில் மகிழ்ச்சி. நீங்கள் விரும்புவதைச் சொல்லுங்கள், நாம் அந்நியர்கள் அல்ல. சரி, சிறிதே குடியுங்கள். சொல்லுங்கள், நீங்கள் என்ன செய்கிறீர்கள்?" என்ற அவர் வேட்கையுடன் ஒரு ரொட்டித் துண்டை எடுத்து மென்றபடி மற்றொரு டம்ளரை ஊற்றினார். "உங்கள் வாழ்க்கை எப்படிப் போகிறது?"

"நான் முன்பு போலவே நாட்டில் தனியாக வாழ்கிறேன். விவசாயத்தில் மும்முரமாக இருக்கிறேன்" என்று கான்ஸ்டான்டின் பதிலளித்தார். தனது சகோதரர் பேராசையுடன் குடிப்பதையும் சாப்பிடுவதையும் திகிலுடன் பார்த்த அவர் அதை வெளிக்காட்டாமல் இருக்க முயற்சித்தார்.

"நீங்கள் ஏன் திருமணம் செய்துகொள்ளக் கூடாது?"

"அது இன்னும் அமையவில்லை" என்று கான்ஸ்டான்டின் வெட்கத்துடன் பதிலளித்தார்.

"ஏன் முடியாது? எனக்கு எல்லாம் முடிந்துவிட்டன! நான் என் வாழ்க்கையைக் கெடுத்துக்கொண்டேன். நான் இப்போதும் சொல்கிறேன், எனக்குத் தேவைப்பட்ட நேரத்தில் எனக்குரிய பங்கை கொடுத்திருந்தால் என் முழு வாழ்க்கையும் வேறுவிதமாக இருந்திருக்கும்."

கான்ஸ்டான்டின் டிமிட்ரிச் விரைந்து உரையாடலைத் திசை திருப்ப முயன்றார்.

"உங்களுக்குத் தெரியுமா, உங்கள் வான்யுஷ்கா, பொக்ரோவ்ஸ் கோயாவில் என் அலுவலகத்தில் வேலை செய்கிறார்" என்றார் அவர்.

நிக்கோலாய் கழுத்தை ஆட்டியவாறு யோசித்துக் கொண்டிருந்தார்.

"சரி, சொல்லுங்கள், பொக்ரோவ்ஸ்கோயாவில் என்ன நடக்கிறது? வீடும், பிர்ச் மரங்களும், நம்முடைய பள்ளி அறையும் இன்னும் இருக்கின்றனவா? தோட்டக்காரன் ஃபிலிப் இன்னும் உயிரோடு இருக்கிறாரா? மொட்டை மாடியையும் சோபாவையும் நான் நன்றாக நினைவில் வைத்திருக்கிறேன்! நீங்கள் இப்போது வீட்டில் எதையும் மாற்றக்கூடாது என்பதை நினைவில் வையுங்கள். ஆனால் விரைவாகத் திருமணம் செய்துகொள்ளுங்கள். அதற்கான ஏற்பாடுகளை முன்பு போலவே செய்யுங்கள். உங்கள் மனைவி நல்லவளாக இருந்தால் நான் உங்களைப் பார்க்க வருகிறேன்."

"இப்போதே என்னோடு வாருங்கள்" என்றார் லெவின். "நாம் மிக நன்றாகக் குடியேறுவோம்!"

"செர்ஜி இவானோவிச் அங்கே வரமாட்டார் என்று தெரிந்தால் நான் வருவேன்."

"அவர் அங்கு வரமாட்டார். நான் அவரிடமிருந்து விலகி தனியாக வசிக்கிறேன்."

"ஆமாம், ஆனால் நீங்கள் என்ன சொன்னாலும் சரி, எங்கள் இருவரில் ஒருவரை நீங்கள் தேர்வு செய்ய வேண்டும்" என்று அவர் தன் சகோதரன் கண்களை வெட்கத்துடன் பார்த்தார். அந்தக் கூச்சம் கான்ஸ்டான்டினைத் தொட்டது.

"இந்த விஷயத்தில் நீங்கள் என்னுடைய முழு சம்மதத்தையும் தெரிந்துகொள்ள விரும்பினால், செர்ஜி இவானோவிச்சுடனான உங்கள் சண்டையில் நான் எந்தப் பக்கமும் நிற்க மாட்டேன் என்பதை நான் உங்களுக்குச் சொல்கிறேன். நீங்கள் இருவரும் தவறு செய்கிறீர்கள். நீங்கள் வெளிப்புறத்தில் தவறாக இருக்கிறீர்கள். அவரோ உள்ளே தவறாக இருக்கிறார்."

"ஆ, ஆகா! நீங்கள் அதைப் புரிந்துகொண்டீர்கள். நீங்கள் அதைப் புரிந்துகொண்டீர்கள்" என்று நிக்கோலாய் மகிழ்ச்சியுடன் கத்தினார்.

"ஆனால், நீங்கள் தெரிந்துகொள்ள விரும்பினால், தனிப்பட்ட முறையில் உங்களுடைய நட்பை நான் அதிகமாக மதிக்கிறேன் ஏனெனில்..."

"ஏன்? ஏன்?"

நிக்கோலாய் மகிழ்ச்சியற்றவராக, நட்பு தேவைப்படுபவராக இருப்பதால், அவரிடம் தான் அதிக மதிப்பு வைத்திருப்பதாக வெளிப்படையாகக் கான்ஸ்டான்டின் லெவினால் அவரிடம் சொல்ல முடியவில்லை. ஆனால், லெவின் அதைத்தான் சொல்கிறார் என்பதைப்

புரிந்துகொண்ட நிக்கோலாய் முகத்தைச் சுளித்தபடி, மீண்டும் வோட்காவை எடுத்தார்.

"போதும், நிக்கோலாய் டிமிட்ரிச்!" மரியா நிக்கோலேவ்னா தனது பருமனான கையால் அவரைத் தடுத்தாள்.

"விடு! குறுக்கிடாதே! நான் உன்னை அடிப்பேன்!" என்று அவர் கத்தினார்.

மரியா நிக்கோலேவ்னா சுபாவமான, சாந்தமான புன்னகையால் அதை நிக்கோலாய்க்குத் தெரியப்படுத்தி, வோட்காவை எடுத்துக் கொண்டாள்.

"நீங்கள் அவளுக்கு எதுவும் புரியவில்லை என்று நினைக்கிறீர் களா?" என்றார் நிக்கோலாய். "அவள் மற்ற யாரையும் விட அனைத் தையும் மிக நன்றாகப் புரிந்துகொள்வாள். அவளிடம் ஏதோ இனிமையான நல்லது இருக்கிறது, இல்லையா?"

"மிஸ், நீங்கள் இதற்கு முன் மாஸ்கோவுக்கு வந்திருக்கிறீர்களா?" என்று கான்ஸ்டான்டின் அவளிடம் ஏதோ சொல்லவேண்டும் என்பதற்காகக் கேட்டார்.

"அவளிடம் அப்படிப் பேசாதீர்கள். அது அவளைப் பயமுறுத்து கிறது. அவர்கள் அவளை விபச்சார விடுதியை விட்டு வெளியே கொண்டுவர முயன்ற போது நீதிபதிகளைத் தவிர வேறு யாரும் அவளிடம் அப்படிப் பேசவில்லை. அடக் கடவுளே, இந்த உலகத்தில் எவ்வளவு முட்டாள்தனங்கள் உள்ளன!" என்ற அவர் சட்டென உரக்கக் கத்தினார். "இந்தப் புதிய நிறுவனங்கள், நீதிபதிகள், மாவட்டக் கவுன்சில் என்ன அட்டூழியம்!"

அவர் புதிய நிறுவனங்களுடன் தனக்கு உள்ள தொடர்புகளைப் பற்றிச் சொல்லத் தொடங்கினார்.

கான்ஸ்டான்டின் லெவின் அவர் சொல்வதைக் கவனித்தார். அனைத்து சமூக அமைப்புகளைப் பற்றியும், அவர் அடிக்கடி சொல்லி வந்த அவை பயனற்றவை என்ற கருத்தை இப்போது அவரது சகோதரரின் வாயிலிருந்து கேட்பது லெவினுக்கு விரும்பத்தகாததாக இருந்தது.

"மறு உலகத்தில் நாம் இதையெல்லாம் புரிந்துகொள்வோம்" என்று அவர் நகைச்சுவையாகக் கூறினார்.

"மறு உலகமா? ஆகா, நான் மறு உலகத்தை விரும்பவில்லை! இல்லை, விரும்பவில்லை" என்ற அவர் தனது பயந்த முரட்டுத் தனம் நிறைந்த கண்களைத் தனது சகோதரன் முகத்தில் நிலைக்க விட்டார். "எனக்கும் மற்றவர்களுக்குமான இந்த அருவருக்கத்தக்க குழப்பங்களிலிருந்து விடுபடுவது நல்லது என்று ஒருவர் நினைக்கலாம்.

இருந்தும் நான் மரணத்தைக் கண்டு அஞ்சுகிறேன். நான் மரணத்தைக் கண்டு மிக மோசமாக அஞ்சுகிறேன்" என்ற அவர் நடுங்கினார். "ஏதாவது குடியுங்கள். ஷாம்பெயின் வேண்டுமா? இல்லையேல் எங்காவது போவோம். ஜிப்ஸிகளிடம் போவோம்! உங்களுக்குத் தெரியுமா, நான் ஜிப்ஸிகளையும் ரஷ்ய பாடல்களையும் அதிகம் விரும்புகிறேன்."

அவருடைய நாக்கு குழற ஆரம்பித்தது. அவர் ஒன்றிலிருந்து மற்றொரு விஷயத்திற்குச் சம்பந்தமின்றி தாவினார். கான்ஸ்டான்டின், மாஷாவின் உதவியோடு, அவரை எங்கும் செல்லவேண்டாம் என்று வற்புறுத்தி, அதிகமான போதையில் இருந்த அவரைப் படுக்க வைத்தார்.

தேவைப்பட்டால் கான்ஸ்டான்டினுக்குக் கடிதம் எழுதுவ தாகவும், நிக்கோலாய் லெவினை அவருடன் சென்று வாழ்வதற்குச் சம்மதிக்க வைப்பதாகவும் மாஷா அவருக்கு உறுதியளித்தாள்.

26

கான்ஸ்டான்டின் லெவின் காலையில் மாஸ்கோவிலிருந்து புறப்பட்டு மாலையில் வீட்டிற்கு வந்து சேர்ந்தார். ரயில் பயணத்தில் தனது சக பயணியுடன் அரசியலைப் பற்றியும் புதிய ரயில்வேயைப் பற்றியும் பேசினார். மாஸ்கோவில் ஏற்பட்டதைப் போலவே, அவர் பலவிதமான எண்ணங்களால், தன்னைப் பற்றிய அதிருப்தியுடன் ஏதோ ஒன்றைக் குறித்த வெட்கத்தால் மருகினார். அவர் ரயில் நிலையத்தில் இறங்கிய போது, ரயில் நிலையத்தின் மங்கலான ஜன்னல் ஒளியில், குஞ்சங்கள் மணிகளுடன் கூடிய சேணம் பூட்டிய அவருடைய குதிரை வண்டியில், ஒற்றைக்கண் வண்டியோட்டி இக்னாட், தன் சட்டைக் காலரைத் தூக்கிவிட்டுக் கொண்டு வருவதைப் பார்த்தார். அவன் உள்ளே நுழைந்து வண்டியில் சாமான் களை ஏற்றும்போது கிராமத்தின் செய்திகளையும், ஒப்பந்தக்காரரின் வருகையையும், பாவா பசு கன்று ஈன்றதையும் சொன்னபோது அவர் குழப்பம் நீங்கி, வெட்கமும் அதிருப்தியும் தன்னை விட்டு நீங்கியதை உணர்ந்தார். ரயில் நிலையத்தில் இக்னாட்டையும் குதிரைகளையும் பார்த்ததுமே அவர் அதை உணரத் தொடங்கினார். அவருக்காகக் கொண்டுவரப்பட்ட ஆட்டுத்தோல் கோட்டை அணிந்து, வண்டியில் ஏறி, பண்ணையில் உள்ள வேலைகளைப் பற்றி என்ன உத்தரவுகள் கொடுப்பது என்பதை யோசித்தவராக, வண்டியை இழுக்கும் சேணம் பூட்டிய உற்சாகமான டான் குதிரையை நோட்டம் விட்டபோது, அவர் தனக்கு என்ன நடந்தது

என்பதை முற்றிலும் வேறுவிதமாகப் புரிந்துகொள்ளத் தொடங்கினார். தான் எப்போதும் தானாக இருக்க விரும்புவதையும், வேறு யாரைப் போலவும் இருக்க விரும்பவில்லை என்பதையும் அவர் உணர்ந்தார். அவர் தான் முன்பு இருந்ததை விட நன்றாக இருக்க விரும்பினார். முதலாவதாக, திருமணம் போன்ற அசாதாரணமான மகிழ்ச்சியை மீண்டும் எதிர்பார்த்து அதன் விளைவாக நிகழ்காலத்தைப் புறக் கணித்து விடக்கூடாது என்று அவர் முடிவு செய்தார். இரண்டாவ தாக, இத்தகைய அதீத உணர்ச்சிகள் தன்னை ஆக்கிரமிக்க இடமளிக்கக் கூடாது எனவும் முடிவு செய்தார். அவர் முன்மொழியத் தயாரானபோது ஏற்பட்ட கசப்பான நினைவு அவரை வேதனைப் படுத்தியது. பிறகு தன் சகோதரர் நிக்கோலாயை நினைவு கூர்ந்த அவர், அவரை மீண்டும் மறந்துவிடாமல், அவரைத் தொடர்ந்து கண்காணிக்க வேண்டும் என்றும், அவருடைய சூழ்நிலை மோசமாக ஆகும்போது உதவி செய்வதற்குத் தயாராக இருக்க வேண்டும் எனவும் தீர்மானித்தார். அது விரைவில் நடக்கும் என்பதை அவர் உணர்ந்தார். அப்போது அவருடைய சகோதரர் பேசிய கம்யூனிசத்தை சாதாரணமாக எடுத்துக் கொண்ட அவர், இப்போது அதைப் பற்றியும் சிந்திக்கத் தொடங்கினார். பொருளாதார நிலைமைகளை மாற்றியமைப்பது அர்த்தமற்றது என்று அவர் கருதினார் என்றாலும், மக்களின் வறுமையுடன் ஒப்பிடும் போது தன்னிடமிருக்கும் அதிகப் படியானவை அநீதியானது என்பதை அவர் எப்போதும் உணர்ந் திருந்தார். இதற்கு முன்னர் அவர் கடினமாக உழைத்திருந்தாலும் ஆடம்பரமாக வாழ்ந்ததில்லை என்றாலும், இப்போது மேலும் கடினமாக உழைக்க வேண்டும், இன்னும் எளிமையாக இருக்க வேண்டும் என்றும் முடிவு செய்தார். இவை அனைத்தும் அவருக்குச் சுலபமாகத் தோன்றியதால், பயணம் முழுவதையும் உற்சாகத்துடன், பகற்கனவுகளில் கழித்தார். ஒரு புதிய, சிறந்த வாழ்க்கைக்கான நம்பிக்கையோடும், மகிழ்ச்சியான உணர்வோடும் எட்டு மணிக்குப் பிறகு தனது வீட்டை அடைந்தார்.

அவரது வீட்டு நிர்வாகத்தைப் பார்த்துவந்த வயதான பணிப் பெண், அகஃபியா மிகைலோவ்னாவின், அறை ஜன்னல்களிலிருந்து, வீட்டின் முன்னால், பனி மூடிய முற்றத்தில் வெளிச்சம் விழுந்தது. அவள் இன்னும் தூங்கவில்லை. அவள் தூங்கிக் கொண்டிருந்த வேலைக்காரன் குஸ்மாவை எழுப்பினாள். குஸ்மா தூக்கக்கலக்கத்தில், வெறுங்காலுடன் முன்புற படிகளில் இறங்கி ஓடினான். செட்டர் இனப் பெண் நாய் லாஸ்கா, குரைப்பது போல சிணுங்கியவாறு, ஏறக்குறைய குஸ்மாவின் கால்களைத் தட்டிவிட்டு, வெளியே ஓடிவந்து, லெவின் முழங்காலில் முகத்தைத் தேய்த்தது. பின்னங் கால்களில் நின்ற அது, தன் முன்னங்கால்களைத் தூக்கி அவருடைய

இதயத்தின் மீது வைக்க விரும்பினாலும், அப்படிச் செய்யத் துணி யாமல் நின்றது.

"நீங்கள் மிகவும் சீக்கிரமாகத் திரும்பிவிட்டீர்கள் அன்பே" என்றாள் அகஃபியா மிகைலோவ்னா.

"நான் இதைத் தவறவிட்டு விட்டேன் அகஃபியா மிகை லோவ்னா. வீட்டைப் போல ஒரு இடம் இல்லை" என்று பதிலளித்த அவர் தன் படிப்பறைக்குச் சென்றார்.

ஏற்றிவைக்கப்பட்ட மெழுகுவர்த்தியால் அறையில் மெல்ல வெளிச்சம் படர்ந்தது. அவருக்குப் பழக்கமான, மான் கொம்புகள், புத்தக அலமாரிகள், நீண்ட காலத்திற்கு முன்பே சரிசெய்யப்பட வேண்டிய அடுப்பின் மேற்பரப்பு, அவரது தந்தையின் சோபா, ஒரு பெரிய மேசை, அதன் மீது திறந்து கிடந்த ஒரு புத்தகம், உடைந்து போன ஆஸ்ட்ரே மற்றும் அவரது கையெழுத்துடன் கூடிய நோட்டுப் புத்தகம் அனைத்தையும் அவர் பார்த்தார். அவற்றையெல்லாம் பார்த்ததும், வழியில் தான் கண்ட கனவு வாழ்க்கையை வாழ முடியுமா என்று அவர் ஒரு கணம் சந்தேகத்தில் ஆழ்ந்தார். அவரது வாழ்க்கையின் இந்தத் தடயங்கள் அனைத்தும் அவரைப் பிடித்து அவரிடம், 'இல்லை, நீங்கள் எங்களை விட்டு விலக முடியாது, நீங்கள் வித்தியாசமாக இருக்க முடியாது. நீங்கள் உங்கள் சந்தே கங்கள், உங்களைப் பற்றிய நிரந்தர அதிருப்தி, முன்னேற்றத்திற்கான வீணான முயற்சிகள், உங்கள் தோல்விகள் மற்றும் மகிழ்ச்சியைப் பற்றிய நிரந்தர எதிர்பார்ப்பு ஆகியவற்றுடன் முன்பு எப்படி இருந்தீர் களோ, அப்படியேதான் இருப்பீர்கள். புதிய வாழ்க்கை உங்களிடம் ஒருபோதும் வரவே வராது' என்று சொல்வது போலிருந்தது.

ஆனால், அவருடைய சூழல் அவரிடம் அப்படித்தான் சொன்னது. அதே நேரத்தில் அவருடைய ஆன்மாவின் மற்றொரு குரல், அவர் தனது கடந்தகாலத்திற்கு அடிபணியக் கூடாது என்றும், அவரால் எதையும் செய்ய முடியும் என்றும் சொன்னது. அந்தக் குரலைச் செவிமடுத்த அவர் அறையின் மூலைக்கு நடந்து சென்று, முப்பத்தாறு பவுண்டுகள் எடை கொண்ட பழுதூக்கியை எடுத்துத் தூக்கினார். உடற்பயிற்சியினால் தன்னை உற்சாகப்படுத்த முயன்றார். கதவுக்கு வெளியே படிக்கட்டுகளில் ஓசை கேட்டது. அவர் அவசரமாகப் பழுதூக்கியைக் கீழே வைத்தார்.

உள்ளே நுழைந்த மேலாளர், கடவுளுக்கு நன்றி சொல்லி அனைத்தும் நன்றாக இருப்பதாகச் சொன்னான். ஆனால், புதிய உலர்த்தும் சூளையில் கோதுமைகளில் சிறிது எரிந்துவிட்டதாகக் கூறினார். இந்தச் செய்தி லெவினுக்கு எரிச்சலை ஏற்படுத்தியது. இந்தப் புதிய சூளையை லெவின் அவராகவே வடிவமைத்துக்

கட்டினார். இந்தச் சூளையை அந்த மேலாளர் எப்போதும் எதிர்த்து வந்தார். இப்போது மேலாளரின் மறைக்கப்பட்ட வெற்றி, கோதுமை எரிந்துவிட்டதில் வெளிப்பட்டு விட்டது. நூற்றுக்கணக்கான முறை அவர் இட்ட உத்தரவுகளைச் சரியாக செயல்படுத்தாமையே அவை எரிவதற்குக் காரணம் என்று லெவின் உறுதியாக நம்பினார். எரிச்சலடைந்த அவர் மேலாளரைக் கண்டித்தார். ஆனால், ஒரு கால்நடை கண்காட்சியில் வாங்கப்பட்ட அவரது சிறந்த, மிகவும் மதிப்புமிக்க பாவா என்ற பசு கன்று ஈன்ற முக்கியமான, மகிழ்ச்சியான செய்தி அவரை அமைதிப்படுத்தியது

“குஸ்மா, என் ஆட்டுத்தோல் கோட்டை என்னிடம் கொடு” என்றார். “நான் சென்று பார்க்கிறேன்.”

பசுக்களுக்கான கொட்டகை வீட்டின் பின்புறம் இருந்தது. இளஞ்சிவப்பு மலர்கள் அடர்ந்த புதருக்கு அருகிலிருந்த பனிப்பொழிவு நிறைந்த முற்றத்தைக் கடந்து அவர் கொட்டகையை அணுகினார். உறைந்திருந்த கதவைத் திறந்தபோது, சாணத்திலிருந்து வெளியான சூடான ஆவியின் வாசனை வந்தது. லாந்தர் விளக்கின் பழக்கமற்ற ஒளியைக் கண்டு வியந்த பசுக்கள், வைக்கோலின் மீது தங்கள் கால்களால் கிளறின. ஒரு டச்சு பசுவின் மென்மையான, அகலமான, கருப்புவெள்ளை முதுகை அவர் பார்த்தார். மூக்கணாங்கயிறுடன் படுத்திருந்த பெர்குட் காளை எழுந்திருக்க முயற்சித்து, பிறகு மனதை மாற்றிக் கொண்டு அவர்கள் கடந்து செல்லும்போது ஓரிரு முறை சீறியது. நீர்யானையைப் போல பெரியதாக இருந்த அழகிய சிவப்பு நிற பசு பாவா, தன் முதுகைத் திருப்பி பார்வையாளர்களிடமிருந்து கன்றுக்குட்டியை மறைத்து அதை முகர்ந்தது.

லெவின் பட்டிக்குள் நுழைந்து, பாவாவை விலக்கி, சிவப்பு வெள்ளையில், நீண்ட தள்ளாடிய கால்களுடன் இருந்த கன்றுக் குட்டியைத் தூக்கினார். எச்சரிக்கை அடைந்த பாவாவின் முகம் தொங்கிப்போக, அவர் கன்றுக்குட்டியை அதனிடம் தள்ளிவிட்டதும் அமைதியடைந்த அவள் பெருமூச்சுடன் அவளது முரட்டு நாக்கால் கன்றை நக்கத் தொடங்கினாள். கன்றுக்குட்டி தன் தாயின் மடியைத் தேடி மூக்கால் முட்டி, தன் சிறிய வாலை ஆட்டியது.

“எனக்கு வெளிச்சம் வேண்டும், ஃபியோதர், விளக்கை இங்கே கொண்டு வா” என்ற லெவின் கன்றுக்குட்டியைப் பார்த்துவிட்டுக் கூறினார். “அவள் அம்மாவைப் போல! நிறம் மட்டும் மோசமாக அப்பாவைப் போல. மிக நல்லது. நீண்ட அகலமான முதுகு. வாசிலி ஃபியோதர்விச், அவள் நன்றாக இருக்கிறாள் அல்லவா?” என்ற அவர் அந்தக் கன்றுக்குட்டியின் மீது கொண்ட மகிழ்ச்சியின் காரணமாக, கோதுமையைப் பற்றி மறந்துவிட்டு மேலாளரிடம் பேசினார்.

“அவள் அப்படியில்லாமல் வேறு எப்படி இருக்க முடியும்? நீங்கள் சென்ற மறுநாளே ஒப்பந்தக்காரர் செமியோன் வந்தார். நீங்கள் அவருடன் ஒப்பந்தத்தை முடிக்க வேண்டும், கான்ஸ்டான்டின் டிமிட்ரிச்” என்றார் மேலாளர். “நான் முன்னரே எந்திரத்தைப் பற்றிச் சொன்னேன்.”

இந்த ஒரு கேள்வி, பெரியதாகவும், சிக்கலானதாகவும் இருந்த பண்ணையை நிர்வகிப்பதற்கு வேண்டிய பலவற்றையும் குறித்த சிந்தனையை லெவினுக்கு ஏற்படுத்தியது. கொட்டகையிலிருந்து நேராகத் தனது அலுவலகத்திற்குச் சென்ற லெவின் தனது மேலாளரிடமும், ஒப்பந்தக்காரர் செமியோனுடனும் பேசிய பிறகு, வீட்டிக்குச் சென்று நேராக மாடியிலிருந்த தனது வரவேற்பறைக்குச் சென்றார்.

27

லெவின் வசித்த வீடு மிகப் பெரியதாக பழைய பாணியில் இருந்தது. லெவின் தனியாக வாழ்ந்தாலும் அந்த வீடு முழுவதையும் வெப்பப்படுத்தி முழுவதையும் பயன்படுத்தி வந்தார். இது முட்டாள் தனமானது என்பதோடு அவரது புதிய திட்டங்களுக்கு முரணானது என்பது அவருக்குத் தெரியும். ஆனால், லெவினுக்கு இந்த வீடுதான் முழு உலகமாக இருந்தது. அவருடைய தாயும் தந்தையும் வாழ்ந்து மறைந்த உலகம் இது. அவர்கள் வாழ்ந்த வாழ்க்கை லெவினுக்குப் பரிபூரணமான லட்சியமாகத் தோன்றியது. அவர் தனது மனைவியுடனும் தனது குடும்பத்தோடும் சேர்ந்து அதைப் புதுப்பிக்கக் கனவு கண்டார்.

லெவினுக்குத் தன் அம்மாவைப் பற்றி அதிகம் நினைவில்லை. அவளைப் பற்றிய எண்ணம் அவருக்கு ஒரு புனிதமான நினைவாக இருந்தது. அவரது வருங்கால மனைவி அவரது அம்மாவைப் போல ஒரு அற்புதமான பெண்ணாக, புனிதமான லட்சியத்தின் பிரதிபலிப்பாக இருக்க வேண்டும் என்பது அவருடைய கற்பனையாக இருந்தது.

திருமணத்திற்கு வெளியே ஒரு பெண்ணின் மீதான காதலை அவரால் கற்பனை செய்துகூடப் பார்க்க முடியவில்லை என்பதோடு, அவர் முதலில் ஒரு குடும்பத்தைப் பற்றிக் கற்பனை செய்து, அதற்குப் பிறகு அந்தக் குடும்பம் தனக்குக் கொடுக்கும் பெண்ணைப் பற்றிக் கற்பனை செய்தார். எனவே திருமணம் பற்றி அவருடைய கருத்துக்கள் அவருக்குத் தெரிந்த பெரும்பாலான மனிதர்களின் கருத்துக்களை ஒத்திருக்கவில்லை. அவர்களுக்குத் திருமணம் என்பது வாழ்க்கையின் பல சாதாரண விஷயங்களில் ஒன்றாகும். ஆனால், லெவினுக்கு அது

வாழ்க்கையின் முக்கிய அங்கமாக இருந்தது. அதில்தான் அவருடைய முழு மகிழ்ச்சியும் அடங்கியிருந்தது. இப்போது அவர் அதை விட்டுவிட வேண்டியிருந்தது!

அவர் எப்போதும் தேநீர் அருந்தும் சிறிய வரவேற்பறையில் நுழைந்து தனது சாய்வு நாற்காலியில் புத்தகத்துடன் அமர்ந்த போது, அகஃபியா மிகைலோவ்னா அவருக்குத் தேநீர் கொண்டுவந்து வழக்கம்போல, “நான் அமர்கிறேன் ஐயா” என்று சொல்லிவிட்டு ஜன்னலருகே இருந்த நாற்காலியில் அமர்ந்தபோது, தன்னால் தனது கனவுகளை விட்டு விலக முடியாது என்றும் அவை இல்லாமல் தன்னால் வாழமுடியாது என்பதையும் விநோதமாக உணர்ந்தார். அவளுடனோ அல்லது வேறு யாருடனோ ஆனால், அது நடந்தேறும். புத்தகத்தைப் படித்த அவர் தான் என்ன வாசித்தோம் என்பதை யோசித்தார். பிறகு ஓய்வில்லாமல் பேசும் அகஃபியா மிகைலோவ்னாவின் பேச்சைக் கேட்பதற்குச் சற்றே இடைவெளி விட்டார். அதனோடு விவசாயம் மற்றும் எதிர்காலக் குடும்ப வாழ்க்கை பற்றிய பல்வேறு சித்திரங்கள் ஒன்றுக்கொன்று தொடர் பில்லாமல் அவரது கற்பனையில் எழுந்தன. தனது ஆன்மாவின் ஆழத்தில் தன்னை நிலைநிறுத்திக்கொள்ள முயன்ற ஏதோ ஒன்று தணிந்து தங்கிவிட்டதை அவர் உணர்ந்தார்.

லெவின் குதிரை வாங்கக் கொடுத்த பணத்தில் தொடர்ந்து குடித்த புரோகோர் மனைவியைச் சாகும்படி எப்படி அடித்தான் என்பதை அகஃபியா மிகைலோவ்னா சொன்னதை அவர் கேட்டார். அவர் புத்தகத்தைப் படிக்கும் போது வாசிப்பால் எழுந்த தனது சிந்தனையின் முழு போக்கையும் கவனித்துக் கொண்டிருந்தார். அது வெப்பத்தைப் பற்றி டின்டால் எழுதிய புத்தகம். தன் அகந்தை யின் காரணமாக டின்டால் தனது சோதனைகளில் புத்திசாலித் தனத்தையோ அல்லது தத்துவ நுண்ணறிவையோ பயன்படுத்தவில்லை என்ற தனது விமர்சனத்தை நினைவு கொண்டார் லெவின். திடீரென அவருக்குள் ஒரு மகிழ்ச்சியான எண்ணம் தோன்றியது. ‘இரண்டு வருடத்தில் என்னிடம் இரண்டு டச்சு பசுக்கள் இருக்கும். பாவா மேலும் உயிருடன் இருக்கலாம். பெர்குட்டின் ஒரு டஜன் இளம் கன்றுகளும் இந்த மூவரும் எவ்வளவு அழகானவர்கள்!’ அவர் மீண்டும் புத்தகத்தைப் படிக்க ஆரம்பித்தார்.

‘சரி, அப்படியானால் மின்சாரமும் வெப்பமும் ஒன்றுதான். ஆனால், ஒரு சமன்பாட்டைத் தீர்ப்பதற்கு ஒரு அளவை மற்றொன்றுக்கு மாற்ற முடியுமா? இல்லை. எனவே இது என்ன? இயற்கையின் அனைத்து சக்திகளுக்கும் இடையிலான தொடர்பு உள்ளுணர்வாகவே உணரப்படுகிறது... குறிப்பாக பாவாவின் மகள் சிவப்பு வெள்ளைப் புள்ளிகள் கொண்ட பசுவாகப் போகிறாள்

என்பது மிக நல்லது. மேலும் இந்த மூன்றும் சேரும் மந்தை... மிகச் சிறந்தது! என் மனைவியோடும் விருந்தினர்களோடும் வெளியே சென்று மந்தையைப் பார்க்கலாம்... என் மனைவி சொல்வாள், 'கோஷ்யாவும் நானும் இந்தக் கன்றுக்குட்டியை ஒரு குழந்தையைப் போல கவனித்துக் கொண்டோம்.' 'இவையெல்லாம் உனக்கு எப்படிப் பிடிக்கிறது?' என்று ஒரு விருந்தினர் கேட்பார். 'அவருக்கு விருப்பமான அனைத்தும் எனக்கும் பிடிக்கும்....' ஆனால் அந்த அவள் யார்? மாஸ்கோவில் என்ன நடந்தது என்பதை அவர் நினைவு கூர்ந்தார்... 'சரி, என்ன செய்வது...? அது என் தவறு அல்ல. இப்போது எல்லாம் புதிதாகத் தொடங்கப் போகிறது. வாழ்க்கையில், கடந்த காலம் அனுமதிக்காததை எதிர்காலமும் அனுமதிக்காது என்பது முட்டாள்தனம். நான் இன்னும் சிறப்பாக மிகச் சிறப்பாக வாழ முயற்சிக்க வேண்டும்.' அவர் தலையை உயர்த்தி சிந்தனையில் ஆழ்ந்தார். அவருடைய வருகையின் மகிழ்ச்சியை இன்னும் முழுமை யாக ஜீரணிக்காத, வயதான லாஸ்கா முற்றத்தைச் சுற்றி ஓடிக் குரைத்துவிட்டு, வாலை ஆட்டிக்கொண்டு திரும்பிவந்து, வெளிக் காற்றின் வாசனையுடன் அவரிடம் சென்று, தன் தலையை அவரது கையின் கீழ் வைத்துச் சிணுங்கியபடி தன்னைக் கொஞ்சும்படி வேண்டினாள்.

"அவள் பேசுகிறாள்" என்றான் அகஃபியா மிகைலோவ்னா. ஒரு நாய்... ஆனால் தன் எஜமானரின் வருகையைப் புரிந்துகொண்டு அவள் சோகமாக இருக்கிறாள்."

"எதனால் சோகம்?"

"நான் அதைப் பார்க்கவில்லை என்று நினைக்கிறீர்களா? இந்த நேரத்தில் நான் பண்பாளர்களைப் புரிந்து கொள்ள வேண்டும். நான் சிறு வயதிலிருந்தே அவர்கள் மத்தியில் வளர்ந்தவள். உங்கள் உடல் நலமாகவும் உள்ளம் தெளிவாகவும் இருக்கும்வரை கவலை வேண்டாம்."

லெவின் அவளை உற்றுப் பார்த்தார். அவருடைய எண்ணங் களை அவள் எப்படிப் புரிந்துகொண்டாள் என்று வியந்தார்.

"சரி, நான் இன்னும் சிறிது தேநீர் கொண்டு வரவா?" என்ற அவள் கோப்பையை எடுத்துக் கொண்டு வெளியே சென்றாள்.

லாஸ்கா தன் தலையை அவர் கையின் கீழ் திணித்தாள். அவர் அவளைத் தட்டிக் கொடுத்தார். அவள் அவரது காலடியில் சுருண்டு தன் தலையை நீட்டி பின்காலில் வைத்தாள். இப்போது அனைத்தும் சரியாக, நன்றாக இருக்கிறது என்பதன் அடையாளமாக. அவள் வாயை லேசாகத் திறந்து தனது ஒட்டிய உதடுகளைக் கடித்து, அவற்றைத் தன் பற்களைச் சுற்றி நன்கு பதித்து, ஆனந்தமான

அமைதியில் ஆழ்ந்தாள். அவளது அந்தக் கடைசி அசைவுகளை லெவின் கூர்ந்து கவனித்தார்.

'நானும் அதைப் போலவே!' என்று தனக்குள் சொல்லிக் கொண்டார். 'அப்படித்தான்! எதையும் மனதில் வைக்காதே... எல்லாம் சரியாகிவிடும்.'

28

நடனத்திற்குப் பிறகு அன்னா ஆர்கடியேவ்னா, அன்றே மாஸ்கோவிலிருந்து புறப்படுவதாகத் தனது கணவருக்கு ஒரு தந்தி அனுப்பினாள்.

"இல்லை, நான் போக வேண்டும், போயாக வேண்டும்" என்ற அவள் தனக்குச் செய்வதற்கு நிறைய வேலைகள் இருப்பதை நினைவு கொண்டவளைப் போன்ற தொனியில், தன் எண்ணத்தை மாற்றிக் கொண்டுவிட்டதாகத் தன் மைத்துனியிடம் விவரித்தாள். "இல்லை, நான் இன்றே செல்வது நல்லது!"

ஸ்டீபன் ஆர்கடியேவிச் வீட்டில் உணவருந்தவில்லை. ஆனால், ஏழு மணிக்குத் தன் சகோதரியைப் பார்க்க வருவதாக உறுதியளித்தான்.

கிட்டியும் வரவில்லை, அவள் தனக்குத் தலைவலி இருப்பதாக ஒரு குறிப்பை அனுப்பினாள். டோலியும் அன்னாவும் குழந்தைகளோடும் ஆங்கில ஆசிரியையோடும் சேர்ந்து உணவருந்தினர். குழந்தைகள் நிலையற்றவர்கள் அல்லது அதிகமான உணர்திறன் உடையவர்கள் என்பதால், அன்னா முந்திய தினத்தைப் போல இல்லை என்பதையும், அவளை மிகவும் நேசித்த அவர்கள், இனியும் அவளுக்குத் தங்கள் மீது ஆர்வமில்லை என்பதையும் உணர்ந்தனர். திடீரென்று அத்தையுடன் தங்கள் விளையாட்டை நிறுத்தியதோடு அவள் அங்கிருந்து செல்வதைப் பற்றியும் அவர்கள் கவலைப் படவில்லை.

காலை முழுவதும் அன்னா புறப்படுவதற்கான ஆயத்தங்களில் மும்முரமாக இருந்தாள். மாஸ்கோவில் அறிமுகமானவர்களுக்குக் குறிப்புகள் எழுதி, தன் கணக்குகளைக் குறித்துக் கொண்டு, அனைத்தையும் கட்டி வைத்தாள். பொதுவாக அவள் அமைதியான மன நிலையில் இல்லை என்று டோலிக்குத் தோன்றியது. ஆனால், அவள் பதட்டத்தில் இருக்கிறாள் என்பதையும், அது காரணமின்றி வரவில்லை என்பதையும், அவளுக்குள் இருக்கும் அதிருப்தியை மறைப்பதால் வருகிறது என்பதையும் டோலி நன்றாகவே அறிந்தாள்.

இரவு உணவிற்குப் பிறகு அன்னா ஆடையை மாற்றுவதற்காகத் தனது அறைக்குச் சென்றபோது டோலியும் அவள் பின்னே சென்றாள்.

"நீங்கள் இன்று மிகவும் வித்தியாசமாக இருக்கிறீர்கள்!" என்றாள் டோலி அவளிடம்.

"நானா? நீங்கள் அப்படியா நினைக்கிறீர்கள்? நான் வித்தியாச மாக இல்லை, ஆனால், மிக மோசமாக இருக்கிறேன். சில நேரங் களில் எனக்கு அப்படித்தான் நடக்கிறது. நான் அழுவதற்குத் தயாராக இருக்கிறேன். அது மிக முட்டாள்தனமானது என்றாலும் கடந்து போகும்" என்று அவசரமாகச் சொன்ன அன்னா, தன் சிவந்த முகத்தை மறைப்பதற்காக, துணிகளையும் இரவு தொப்பி யையும் வைத்துக்கொண்டிருந்த சிறிய பையை நோக்கித் தலையைக் குனிந்தாள். விசித்திரமாகப் பிரகாசித்த அவள் கண்களில் கண்ணீர் துளிகள் கோர்த்தன. "பீட்டர்ஸ்பர்க்கை விட்டு வரும்போது எனக்குத் தயக்கமாக இருந்தது. ஆனால் இப்போது நான் இங்கிருந்து போவ தற்கு விரும்பவில்லை."

"நீங்கள் இங்கே வந்து ஒரு நல்ல காரியத்தைச் செய்தீர்கள்" என்ற டோலி அவளைக் கூர்ந்து கவனித்தாள்.

அன்னா கண்ணீரால் நனைந்த கண்களுடன் அவளைப் பார்த் தாள்.

"அப்படிச் சொல்லாதீர்கள் டோலி. நான் எதுவும் செய்ய வில்லை, என்னால் எதுவும் செய்ய முடியாது. மனிதர்கள் என்னைக் கெடுக்க ஏன் சதி செய்கிறார்கள் என்று நான் அடிக்கடி வியக்கிறேன். நான் என்ன செய்தேன்? நான் என்ன செய்ய முடியும்? மன்னிக்கும் அளவுக்கு உங்கள் இதயத்தில் அன்பிருக்கிறது."

"நீங்கள் இல்லாவிட்டால் என்ன நடந்திருக்கும் என்பது கடவுளுக்குத்தான் தெரியும்! நீங்கள் மிகவும் அதிர்ஷ்டசாலி அன்னா!" என்றாள் டோலி. "உங்கள் உள்ளம் தெளிவாகவும் தூய்மையாகவும் உள்ளது."

"ஆங்கிலப் பழமொழி சொல்வது போல, ஒவ்வொருவரின் உள்ளத்திலும் ரகசியங்கள் மறைந்துள்ளன."

"உங்களிடம் என்ன ரகசியங்கள் இருக்க முடியும்? நீங்கள் எப்போதும் வெளிப்படையாக இருக்கிறீர்கள்."

"என்னிடமும் சில இருக்கின்றன" என்றாள் அன்னா. எதிர் பாராதவிதமாக அவளிடம் வெளிப்பட்ட கண்ணீருக்குப் பிறகு அவளுடைய உதடுகளில் ஒரு கேலியான தந்திரப் புன்னகை மலர்ந்தது.

"சரி, ஒருவேளை அவை சோகமானவையாக இல்லாமல் வேடிக்கையானவையாக இருக்கும்" என்று டோலி புன்னகைத்தாள்.

"இல்லை, அது சோகமானது. நான் நாளைவரை காத்திருக் காமல் இன்றே புறப்படுவதற்கு என்ன காரணம் என்று உங்களுக்குத் தெரியுமா? குற்றவுணர்வு என்னைப் பாரமாக அழுத்துகிறது. நான் அதை உங்களிடம் சொல்ல விரும்புகிறேன்" என்ற அன்னா சாய்வு நாற்காலியில் அமர்ந்து டோலியின் கண்களை நேருக்கு நேராகப் பார்த்தாள்.

அன்னாவின் காதுகள் சிவப்பதையும், கழுத்தில் சுருண்டு கிடக்கும் கருப்பு நிற முடி வளையங்களையும் கண்டு டோலி வியப் புற்றாள்.

"ஆமாம்" என்று அன்னா தொடர்ந்தாள். "கிட்டி ஏன் இரவு உணவிற்கு வரவில்லை தெரியுமா? அவள் என் மீது பொறாமைப் படுகிறாள். நான் கெடுத்துவிட்டேன்... இந்த நடனம் அவளுக்கு மகிழ்ச்சியை விடவும் வேதனையாக இருந்ததற்கு நான்தான் காரணம். உண்மையில் நான் குற்றவாளி அல்ல அல்லது நான் சிறிய குற்றம் மட்டுமே செய்தேன்" என்றாள் அவள். 'சிறிய' என்பதை அவள் மெல்லிய குரலில் கூறினாள்.

"நீங்கள் ஸ்டீவாவைப் போல அப்படியே சொல்கிறீர்கள்!" என்று டோலி சிரித்தாள்.

அன்னா புண்பட்டாள்.

"ஓ, இல்லை, இல்லை, நான் ஸ்டீவாவைப் போல இல்லை!" என்று அவள் முகத்தைச் சுளித்தபடி சொன்னாள். "இதை நான் உங்களிடம் சொல்வதற்குக் காரணம் ஒரு கணம் கூட என்னை நானே சந்தேகிக்க இடம் கொடுக்கக் கூடாது என்பதற்காகத்தான்."

ஆனால், அவள் அந்த வார்த்தைகளை உச்சரித்த மறுகணமே, அவை தவறு என்பதை உணர்ந்தாள். அவள் தன்னையே சந்தே கித்தது மட்டுமின்றி, விரான்ஸ்கியை நினைத்து அவள் கலக்க மடைந்தாள். இனிமேலும் அவனைச் சந்திக்கக் கூடாது என்பதற் காகவே அவள் விரும்பியதைவிட முன்னதாகவே கிளம்பினாள்.

"நீங்கள் அவருடன் சேர்ந்து மசூர்கா நடனம் ஆடியதை ஸ்டீவா என்னிடம் சொன்னார்."

"அது எவ்வளவு முட்டாள்தனம் என்பதை நீங்கள் கற்பனை செய்து பார்க்க முடியாது. நான் அவர்களை ஜோடி சேர்ப்பதைப் பற்றி மட்டுமே யோசித்தேன். திடீரென்று அனைத்தும் மாறிவிட்டன. ஒருவேளை என் விருப்பத்திற்கு எதிராக நான்..."

அவள் முகம் சிவந்து பேசுவதை நிறுத்தினாள்.

"ஓ, அவர்கள் அதை உடனடியாக உணர்ந்துகொண்டார்கள்!" என்றாள் டோலி.

“ஆனால், அவர் தரப்பில் ஏதாவது தீவிரம் இருந்திருந்தால் நான் விரக்தியடைந்திருப்பேன்” என்று அன்னா அவளைக் குறுக்கிட்டாள். “எல்லாவற்றையும் மறந்து, கிட்டி என்னை வெறுப்பதை விட்டுவிடுவாள் என்று நம்புகிறேன்.”

“எப்படியும் அன்னா, உண்மையைச் சொன்னால், கிட்டியின் இந்தத் திருமணத்தை நான் அதிகம் விரும்பவில்லை. ஒரே நாளில் அவர், விரான்ஸ்கி, உங்களைக் காதலிக்க முடியும் என்றால் அவர்கள் பிரிவதே நல்லது.”

“அடக் கடவுளே, அது முட்டாள்தனம்!” என்றாள் அன்னா. அவளுடைய மனதை ஆக்கிரமித்திருந்த எண்ணத்தை வார்த்தைகளில் கேட்டதும், அவளுடைய முகத்தில் மீண்டும் ஒரு ஆழ்ந்த திருப்தி வெளிப்பட்டது. “இதோ பாருங்கள், நான் மிகவும் நேசித்த கிட்டிக்கு இப்போது நான் எதிரியாகி விட்டேன். அவள் அன்பானவள்! ஆனால், நீங்கள் விஷயங்களைச் சரிசெய்ய வேண்டும். சரியா டோலி?”

டோலியால் புன்னகையை அடக்க முடியவில்லை. அவள் அன்னாவை நேசித்தாள். ஆனால், அவளுக்கும் பலவீனங்கள் உள்ளன என்பதைக் கண்டு மகிழ்ந்தாள்.

“எதிரியா? அப்படி இருக்க முடியாது.”

“நான் உங்கள் அனைவரையும் நேசிப்பது போலவே நீங்களும் என்னை நேசிக்க வேண்டும் என்று நான் விரும்புகிறேன். இப்போது நான் உங்கள் அனைவரையும் இன்னும் அதிகமாக நேசிக்கத் தொடங்கியுள்ளேன்” என்று அவள் கண்களில் கண்ணீருடன் சொன்னாள். “ஆகா, நான் இன்று எத்தனை பெரிய முட்டாளாக இருந்தேன்!”

அவள் தனது கைக்குட்டையால் முகத்தைத் துடைத்துக் கொண்டு ஆடை அணியத் தொடங்கினாள்.

தாமதமாக, அவள் புறப்படுவதற்குச் சற்று முன்பு ஸ்டீபன் ஆர்கடியேவிச் மகிழ்ச்சியான முகத்துடன், மது மற்றும் சுருட்டு வாசனையுடன் வந்தான்.

அன்னாவின் ஆழ்ந்த உணர்வுகள் தெளிவாக டோலியிடம் தெரிவிக்கப்பட்டுவிட்டன. அவள் கடைசியாகத் தன் மைத்துனியைத் தழுவிக்கொண்ட போது அவள் கிசுகிசுத்தாள். “நினைவில் கொள்ளுங்கள் அன்னா, நீங்கள் எனக்காகச் செய்ததை நான் ஒருநாளும் மறக்க மாட்டேன். நான் உங்களை நேசித்தேன், எப்போதும் என் சிறந்த நண்பராக நேசிப்பேன் என்பதை நினைவில் கொள்ளுங்கள்!”

“ஏன் என்று எனக்குப் புரியவில்லை” என்ற அன்னா அவளை முத்தமிட்டுக் கண்ணீரை மறைத்துக் கொண்டாள்.

"நீங்கள் என்னைப் புரிந்துகொள்வீர்கள் என்று எனக்குத் தெரியும். போய் வாருங்கள் என் அழகே!"

29

மூன்றாவது மணி அடிக்கும்வரை ரயில் பெட்டிக்குச் செல்லும் வழியை மறைத்து நின்றிருந்த தனது சகோதரனிடம் கடைசியாக விடைபெற்ற போது, 'சரி, எல்லாம் முடிந்துவிட்டது, கடவுளுக்கு நன்றி!' என்று அன்னா ஆர்கடியேவ்னாவுக்கு முதலில் தோன்றியது. அன்னுஷ்காவுக்குப் பக்கத்தில் அமர்ந்த அவள், அரை இருட்டில் படுக்கை வசதி கொண்ட அந்தப் பெட்டியைச் சுற்றிலும் பார்த்தாள். 'கடவுளுக்கு நன்றி, நாளை நான் செரியோஷாவையும் அலெக்ஸி அலெக்ஸாண்ட்ரோவிச்சையும் பார்ப்பேன். நான் முன்பு போலவே என்னுடைய இயல்பு வாழ்க்கைக்குத் திரும்புவேன்.'

அன்று முழுவதும் இருந்த அதே பதட்ட நிலையில் இருந்த அன்னா, தன்னை மகிழ்ச்சியாக வைக்க, பயணத்தைக் கவனிப்பதில் தன்னை ஈடுபடுத்திக் கொண்டாள். தனது சிறிய கைகளால் தன் சிவப்புப் பையைத் திறந்து தலையணையை வெளியே எடுத்து மடியில் வைத்து, மீண்டும் பையை மூடிவிட்டு, கால்களைச் சுற்றி நேர்த்தியாக ஒரு கம்பளியைப் போர்த்தி அமைதியாகப் பின்னால் சாய்ந்தாள். பெட்டியிலிருந்த ஒரு நோயாளிப் பெண் ஏற்கனவே தூங்குவதற்குத் தயாராகிக் கொண்டிருந்தாள். மேலும் இரண்டு பெண்கள் அன்னா வுடன் பேசுவதற்கு முயன்றனர். ஒரு குண்டான வயதான பெண் தனது கால்களை மூடிக்கொண்டு பெட்டியில் நிலவிய வெப்பத்தைப் பற்றி புகார் சொன்னாள். அன்னா அந்தப் பெண்களிடம் சில வார்த்தைகளில் பதிலளித்தாள். ஆனால், உரையாடலில் எந்த ஆர்வத்தையும் காட்டாத அவள், அன்னுஷ்காவிடம் சிறிய விளக்கைக் கேட்டு வாங்கி, அதை தனது இருக்கையின் கைப்பிடியில் பொருத்தி னாள். தனது கைப்பையில் இருந்து ஒரு காகிதக் கத்தியையும், ஒரு ஆங்கில நாவலையும் எடுத்தாள். முதலில் அவளால் படிக்க முடிய வில்லை. ரயில் நிலையத்தில் சுற்றித் திரியும் மக்களின் ஆரவாரம் அவளைப் படிக்கவிடாமல் தொந்தரவு செய்தது. பிறகு ரயில் நகரத் தொடங்கிய பிறகும் தொடர்ந்து சத்தங்களைக் கேட்காமல் இருக்க முடியவில்லை. அப்போது பனி இடது பக்க ஜன்னலில் மோதி கண்ணாடியில் ஒட்டிக்கொண்டது. தனது உடலின் ஒரு பக்கத்தின் மேல் முழுவதுமாக அப்பியிருந்த பனியுடன் ஒரு காவலாளி நடந்து சென்ற காட்சியும், வெளியே வீசும் பயங்கரமான பனிப்புயலைப்

பற்றிய உரையாடல்களும் அவள் கவனத்தைத் திசை திருப்பியது. சொல்லப் போனால் அதே சலசலப்பும், நடுக்கமும், தட்டும் ஓசையும், ஜன்னலில் மோதிய பனியும், நீராவியின் வெப்பமும், குளிருக்கும் வெப்பத்திற்கும் மாறிமாறிச் செல்வதும், அரை இருளில் பிரகாசித்த அதே முகங்களும் அதே குரல்களும், மாற்றமின்றி மீண்டும் தொடர்ந்தன. ஆனால், அன்னா கடைசியில் ஒருவழியாகத் தான் படித்துக் கொண்டிருப்பதை புரிந்துகொள்ளத் தொடங்கினாள். ஏற்கனவே தூங்கி விழுந்த அன்னுஷ்கா, கையுறை அணிந்த கையினால், சிவப்புப் பையை முழங்கால் மீது வைத்துப் பிடித்தபடி தூங்கிக் கொண்டிருந்தாள். அவளுடைய ஒரு கையுறை கிழிந்திருந்தது. அன்னா படித்ததைப் புரிந்து கொண்டாள் என்றாலும், மற்றவர்கள் வாழ்க்கையைப் படிப்பது அவளுக்கு மகிழ்ச்சி தரவில்லை. அவளுக்குத் தான் வாழ வேண்டும் என்ற அதீத ஆசை இருந்தது. நாவலின் கதாநாயகி ஒரு நோயாளியைக் கவனித்துக் கொள்வதைப் பற்றிப் படித்தபோது, அவள் நோயாளியின் அறையைச் சுற்றிலும் ஓசையின்றி நடந்து செல்ல விரும்பினாள். ஒரு நாடாளுமன்ற உறுப்பினர் உரை நிகழ்த்துவதைப் படிக்கும் போது, அவர் உரையைத் தான் நிகழ்த்த வேண்டும் என்று விரும்பினாள். லேடி மேரி வேட்டை நாய்கள் மீது சவாரி செய்து, தனது மைத்துனியை ஏளனம் செய் வதையும், தனது தைரியத்தால் அனைவரையும் வியக்க வைப்பதையும் பற்றிப் படித்தபோது, அவள் அதைச் செய்வதற்கு ஏங்கினாள். ஆனால், அவள் எதையும் செய்ய முடியாத காரணத்தால், மென்மை யான காகிதக் கத்தியைத் தன் சிறிய கை விரல்களில் வைத்து விளையாடிக் கொண்டே, படிப்பதற்குத் தன்னைக் கட்டாயப் படுத்திக் கொண்டாள்.

நாவலின் கதாநாயகன் ஏறக்குறைய மகிழ்ச்சியுடன் தன் பண்ணை வீட்டை அடையத் தொடங்கினான். அவனுடன் தானும் அந்தப் பண்ணைக்குச் செல்ல வேண்டும் என்று அவள் விரும்பினாள். அப்போது அவன் திடீரென்று வெட்கப்பட வேண்டும் என்றும், அதே விஷயத்திற்காகத் தானும் வெட்கப்பட வேண்டும் என்றும் விரும்பினாள். ஆனால், அவன் எதற்காக வெட்கப்பட வேண்டும்? நான் எதற்கு வெட்கப்பட வேண்டும்? அவள் வியப்புடன் தன்னையே கேட்டுக்கொண்டாள். அவள் புத்தகத்தைக் கீழே வைத்துவிட்டு, தனது இருக்கையில் சாய்ந்து, காகிதக் கத்தியை இரு கைகளிலும் உறுதியாகப் பிடித்தாள். இதில் வெட்கப்பட ஒன்றுமில்லை. அவள் தனது மாஸ்கோ நினைவுகள் அனைத்தையும் வரிசைப்படுத்தினாள். அவை அனைத்தும் நல்லவை, மகிழ்வானவை. விரான்ஸ்கியின் பணிவு மிக்க வசீகரமான முகத்தையும், அவர்களின் நடனத்தையும்

அவள் நினைத்துப் பார்த்தாள். அவனுடன் அவள் நடந்து கொண்ட விதத்தைப் பற்றி நினைத்துப் பார்த்தாள். அதில் வெட்கப்பட ஏதும் இருப்பதாகத் தெரியவில்லை. அதே நேரத்தில் அவளுடைய நினைவு களின் ஒரு கட்டத்தில் அவளது வெட்க உணர்வு தீவிரமடைந்தது. குறிப்பாக விரான்ஸ்கியை நினைவுகூர்ந்த போது ஏதோ ஒரு மனக்குரல் அவளிடம் சொன்னது. 'அழகு, மிக அழகு, நல்ல அழகு!' என்று சொல்வது போல இருந்தது. 'சரி, அதற்கு என்ன?' என்று தனக்குள் கேட்டுக் கொண்ட அவள் இருக்கையில் தான் உட்கார்ந் திருந்த நிலையை மாற்றினாள். 'அதற்கு என்ன அர்த்தம்? அதை நேரடியாகப் பார்ப்பதற்கு எனக்குப் பயமா? சரி, அதைப் பற்றி என்ன? எனக்கும் அந்த அதிகாரிப் பையனுக்கும் இடையில், ஒவ்வொரு அறிமுகத்திற்கும் உள்ள பொதுவான உறவைத் தவிர வேறு என்ன உறவு இருக்கும் அல்லது இருக்க முடியும்?' என்று தன்னையே கேட்டுக்கொண்ட அவள் ஏளனமாகச் சிரித்துவிட்டு மீண்டும் புத்தகத்தை எடுத்தாள். ஆனால், இப்போது அவளால் தான் என்ன படிக்கிறோம் என்பதை நிச்சயமாகப் புரிந்துகொள்ள இயலவில்லை. காகிதக் கத்தியை ஜன்னலில் சொருகிவிட்டு, கண்ணாடி ஜன்னலின் மென்மையான, குளிர்ந்த மேற்பரப்பில் தன் கன்னத்தைப் பதித்தாள். காரணமின்றி திடீரென அவள் மீது படர்ந்த மகிழ்ச்சிப் பெருக்கினால் கிட்டத்தட்ட சத்தமாகச் சிரித்தாள். முறுக்கும் ஆப்பைப் போல, அவளுடைய நரம்புகள் மேலும் மேலும் இறுக்கமடைவதை அவள் உணர்ந்தாள். தன் கண்கள் மேலும் மேலும் அகலமாகத் திறப்பதையும், கை விரல்களும் கால்விரல்களும் பதட்டமாக நடுங்குவதையும், மூச்சு விடுவதற்குச் சிரமமாக இருப்பதையும் அவள் உணர்ந்தாள். அந்த அரை இருட்டிலிருந்த அனைத்து உருவங்களும் ஒலிகளும் அசாதாரணமான தெளிவுடன் அவள் கவனத்தை ஈர்த்தன. ரயில் முன்னோக்கிச் செல்கிறதா அல்லது பின்னோக்கிச் செல்கிறதா அல்லது அசையாமல் நிற்கிறதா என்ற சந்தேகம் அவளுக்குள் ஒரு கணம் எழுந்தது. 'பக்கத்தில் இருப்பது அன்னுஷ்காவா அல்லது வேறு யாரேனுமா? இருக்கையின் கைப்பிடியில் இருப்பது என்ன? உரோமக் கோட்டா அல்லது ஏதேனும் விலங்கா? நான் யார்? நான் நானேதானா அல்லது வேறு யாரேனுமா?' இந்த மறதிக்கு தன்னை ஒப்புக் கொடுப்பது அவளுக்குப் பயமாக இருந்தது. ஆனால், ஏதோ ஒன்று அவளை அந்த நினைவுச்சுழலுக்குள் இழுத்துச் சென்றது. இருந்தும் அவள் விரும்பினால் அதற்குச் சரணடையவோ அல்லது அதை எதிர்க்கவோ முடியும். சுயநினைவை அடைவதற்காக அவள் எழுந்து நின்று, போர்வையை எறிந்துவிட்டு, சூடாகியிருந்த தனது தொப்பியை அகற்றினாள். ஒரு கணம் அவளுடைய மனம்

தெளிவடைய, சில பொத்தான்கள் இல்லாத நீண்ட அங்கியணிந்து உள்ளே வந்த ஒல்லியான விவசாயி, நிலக்கரி நிரப்புபவர் என்பதையும் அவர் வெப்பமானியைப் பார்த்துக் கொண்டிருப்பதையும், அவருக்குப் பின்னால் இருந்த கதவு வழியாகக் காற்றும் பனியும் பலமாக வீசுவதையும் பார்த்தாள். ஆனால், அதற்குப் பிறகு மீண்டும் எல்லாமே குழப்பமாக இருந்தன... நீண்ட அங்கியில் இருந்த அந்த விவசாயி சுவரில் இருந்த ஏதோ ஒன்றை மெல்ல மெல்ல இழுத்தார். வயதான பெண்மணி தன் காலைப் பெட்டியின் முழு நீளத்துக்கும் நீட்டி, கருப்பு மேகத்தைப் போல பெட்டியை நிரப்பினாள். அப்போது யாரோ துண்டு துண்டாகக் கிழிக்கப்படுவதைப் போல பயங்கரமான அலறலும், ஏதோ ஒன்று சத்தமிட்டுப் பலமாக அடிக்கும் ஓசையும் கேட்டது. அப்போது ஒரு சிவப்பு விளக்கு அவள் கண்களைக் குருடாக்க, பிறகு அனைத்தும் ஒரு பெரிய சுவரால் மறைக்கப்பட்டது. அன்னா தான் எங்கோ அதலபாதாளத்தில் விழுவதைப் போல உணர்ந்தாள். ஆனால், இவை அனைத்தும் அச்சமூட்டுவதாக இல்லாமல் அவளுக்கு உற்சாகம் தருவதாக இருந்தது. ஒரு மனிதக் குரல் கத்தும் ஓசை அவள் காதில் கேட்டது. அவள் எழுந்து நின்று தன் சுயநினைவைத் திரும்பப் பெற்றாள். ரயில் நிலையம் வந்து விட்டதையும், அந்த நபர் நடத்துனர் என்பதையும் அவள் உணர்ந்தாள். அன்னுஷ்காவிடமிருந்த தனது தொப்பியையும் சால்வையையும் வாங்கி அணிந்துகொண்டு கதவை நோக்கிச் சென்றாள்.

"நீங்கள் வெளியே போகிறீர்களா?" என்று அன்னுஷ்கா கேட்டாள்.

"ஆம், எனக்கு நல்ல காற்று தேவை. இங்கே வெப்பமாக இருக்கிறது."

அவள் கதவைத் திறந்தாள். பனிப்புயலும் காற்றும் அவளைச் சந்திக்க பெரும் உக்கிரத்துடன் கதவை நோக்கி ஓடி வந்தன. அதுவும் அவளுக்கு மகிழ்ச்சியைக் கொடுத்தது. அவள் கதவைத் திறந்து வெளியே சென்றாள். காற்று அவளுக்காகக் காத்திருப்பதைப் போல மகிழ்ச்சியுடன் விசிலடித்து, அவளைத் தூக்கிச் செல்ல விரும்பியது. ஆனால், அவள் குளிர்ந்த கம்பத்தை உறுதியாகப் பிடித்தபடி, தனது உடையைத் தாழ்வாகப் பிடித்துக் கொண்டு நடைபாதையில் இறங்கி, ரயிலுக்குப் பின்னால் நடந்தாள். படிக்கட்டில் பலமாக இருந்த காற்று, நடைபாதையில் ரயிலுக்குப் பின்னால் அமைதியாக இருந்தது. அவள் மகிழ்ச்சியோடு ரயிலின் அருகில் நின்று பனிப்பொழிவு நிறைந்த காற்றை ஆழமாகச் சுவாசித்துக் கொண்டு, நடைபாதையையும் விளக்கு வெளிச்சத்தில் ஒளிரும் ரயில் நிலையத்தையும் பார்வையிட்டாள்.

30

பயங்கரமான பனிப்புயல் ரயிலின் சக்கரங்களுக்கு இடையேயும், வரிசையாக இருந்த கம்பங்களின் மீதும், ரயில் நிலையத்தின் மூலையிலும் சுழன்று விசிலடித்தது. வண்டிகள், கம்பங்கள், மனிதர்கள் மற்றும் கண்ணுக்குத் தெரிந்த அனைத்தையும் பனி முற்றாக மூடியிருந்தது. மேன்மேலும் பனி அனைத்தையும் சூழ்ந்து கொண்டிருந்தது. ஒரு கணம் புயல் தணிந்ததாகத் தோன்றினாலும் பின்னர், தாங்கமுடியாத அளவுக்கு, மீண்டும் அதிக உக்கிரத்துடன் திரும்பியது. இதற்கிடையில் சிலர் நடைபாதையின் பலகைகள் கீச்சிட ஓடிவந்து, மகிழ்ச்சியுடன் அரட்டை அடித்தனர். ரயில் நிலையத்தின் பெரிய கதவுகளை இடைவிடாமல் மூடுவதும் திறப்பதுமாக இருந்தனர். ஒரு மனிதனின் குனிந்த நிழல் அவள் கால்களுக்குக் கீழே நழுவியது. இரும்பை அடிக்கும் சுத்தியலின் சத்தம் கேட்டது. "தந்தியைக் கொடு" என்று புயல் சூழ்ந்த இருளிலிருந்து ஒரு கரகரப்பான குரல் கேட்டது. "தயவு செய்து இந்த வழியாக!" "இருபத்தி எட்டாம் எண்" என்று பல்வேறு குரல்கள் கூச்சலிட்டன. முணுமுணுத்த மனிதர்கள் பனிமூட்டத்திடையே ஓடினர். வாயில் புகைந்த சிகரெட்டுடன் இரு கனவான்கள் அவளைக் கடந்து சென்றனர். காற்றுக்காக அவள் மீண்டும் ஆழமாக மூச்சை இழுத்து விட்டாள். ரயிலில் ஏறுவதற்காக அங்கியின் பையிலிருந்து கையை எடுத்து, அவள் கைப்பிடியைப் பிடித்து பெட்டியில் ஏற முயன்ற போது அவள் அருகில் வந்த இராணுவ மேலங்கி அணிந்த ஒரு மனிதர் ரயில் நிலையத்தின் மினுமினுக்கும் விளக்கின் ஒளியிலிருந்து அவளை மறைத்துக் கொண்டு நின்றார். அவள் திரும்பிய அதே கணத்தில் விரான்ஸ்கியை அடையாளம் கண்டுகொண்டாள். அவன் தொப்பியின் முனையில் கை வைத்து அவளை வணங்கி, அவளுக்குச் சேவை செய்ய முடியுமெனில், 'ஏதேனும் தேவையா' என்று கேட்டான். அவள் பதில் சொல்லாமல் நீண்ட நேரம் அவனை உற்றுப் பார்த் தாள். நிழல் மறைக்கும் இடத்தில் அவன் நின்றிருந்தபோதும், அவனுடைய முகபாவத்தையும் கண்களையும் அவளால் பார்க்க முடிந்தது அல்லது பார்த்ததாக அவள் நினைத்தாள். பயபக்தியுடன் கூடிய அவனுடைய பரவசத் தோற்றம் நேற்றைய தினத்தைப் போலவே இன்றும் அவளைப் பாதித்தது. எல்லா இடங்களிலும் சந்திக்கும் நூற்றுக்கணக்கான இளைஞர்களைப் போலவே விரான்ஸ் கியும் ஒருவன் என்று அவள் சமீப நாட்களில் சொல்லிக்கொண்டதைப் போல இப்போது மீண்டும் ஒருமுறை தனக்குள் சொல்லிக் கொண்டாள். அவனைப் பற்றி நினைப்பதற்குக் கூட அவள் தன்னை அனுமதிக்கவில்லை. ஆனால் இப்போது, அவனைப் பார்த்த முதல் கணத்திலேயே, அவள் ஒரு மகிழ்ச்சியான பெருமித உணர்வால்

சூழப்பட்டாள். அவன் ஏன் அங்கு வந்தான் என்று கேட்பதற்கு அவளுக்கு அவசியமற்றுப் போனது. அவள் இருக்குமிடத்தில் தான் இருக்க வேண்டும் என்று அவன் அவளிடம் சொன்னது போல, அவளுக்கு அது நிச்சயமாகத் தெரிந்திருந்தது.

"நீங்கள் பயணம் செய்கிறீர்கள் என்பது எனக்குத் தெரியாது. நீங்கள் எதற்காக வந்தீர்கள்?" என்ற அவள் கைப்பிடியைப் பிடிக்காமல் கையைக் கீழே இறக்கினாள். அடக்க முடியாத மகிழ்ச்சியும் உற்சாகமும் அவள் முகத்தில் பிரகாசித்தன.

"நான் ஏன் வருகிறேன்?" என்று கேட்ட அவன் அவள் கண்களை நேருக்கு நேராகச் சந்தித்து மேலும் சொன்னான். "நீங்கள் இருக்கும் இடத்தில் இருப்பதற்காக நான் வந்திருக்கிறேன் என்பது உங்களுக்குத் தெரியும்" என்றான் அவன். "நான் வேறுவிதமாகச் செய்ய முடியாது."

அந்த நொடியில் ஏதோ ஒரு தடையைக் கடந்து வந்ததுபோல, காற்று ரயிலின் மேலிருந்து பனியைப் பொழிந்து, கிழிந்த உலோகத் தகடு ஒன்றைத் தூக்கி எறிந்தது. மேலே எஞ்சினின் தடித்த விசில் சத்தம் சோகமாக அச்சுறுத்தும் வகையில் அலறியது. புயலின் முழு பயங்கரமும் இப்போது அவளுக்கு முன்னைவிட மிக அற்புதமாகத் தோன்றியது. அவள் தன் மனம் விரும்புவதைச் சரியாக யூகித்தாள் என்றாலும் அவளுடைய அறிவு அஞ்சியது. அவள் பதிலேதும் சொல்லவில்லை. அவளுடைய முகத்தில் அவன் ஒரு போராட்டத்தைக் கண்டான்.

"நான் சொன்னது உங்களுக்கு விரும்பத்தகாததாக இருந்தால் என்னை மன்னியுங்கள்" என்று அவன் பணிவுடன் சொன்னான்.

அவன் மிகவும் பணிவு கலந்த மரியாதையுடன். ஆனால், மிக உறுதியாகப் பிடிவாதமாகப் பேசினான். நீண்ட நேரம் அவளால் எந்தப் பதிலும் சொல்ல முடியவில்லை.

"இது தவறு, நீங்கள் சொல்வது தவறு. நான் கெஞ்சிக் கேட்கிறேன். நீங்கள் நல்லவராக இருந்தால், நீங்கள் சொன்னதை மறந்து விடுங்கள். நானும் மறந்துவிடுவேன்" என்று அவள் இறுதியாகச் சொன்னாள்.

"உங்களுடைய ஒவ்வொரு வார்த்தையையும், உங்கள் ஒவ்வொரு அசைவையும் என்னால் ஒருபோதும் மறக்க முடியாது."

"போதும், போதும்!" என்று அவள் கத்தினாள். அவள் தனது முகத்தில் கடுமையான முகபாவத்தைக் காட்ட முயன்றாள். அதை அவன் பேராசையுடன் உற்றுப் பார்த்தான். அவள் குளிர்ந்த கைப்பிடியைப் பிடித்துப் படிகளில் ஏறி விரைவாக ரயிலின் நடைபாதையில் சென்றாள். ஆனால், அவள் நடைபாதையில் நின்று, இப்போது என்ன நடந்தது என்பதைத் தன் கற்பனையில் நினைத்துப் பார்த்தாள்.

அவனுடைய வார்த்தைகளோ அல்லது அவளுடைய வார்த்தைகளோ அவளுக்கு நினைவில் இல்லை என்றாலும், அந்தக் கணநேர உரையாடல் அவர்களை மிகவும் நெருக்கமாகக் கொண்டு வந்திருப்பதை அவள் உணர்ந்தாள். இது அவளுக்கு ஒருசேர மகிழ்ச்சியையும் பயத்தையும் கொடுத்தது. சில வினாடிகள் நின்ற அவள் தன் பெட்டிக்குச் சென்று தனது இருக்கையில் அமர்ந்தாள். இதற்கு முன் அவளை வாட்டி வதைத்த அந்த அதீதமான மனநிலை மீண்டும் திரும்பி வந்தது மட்டுமின்றி, அது மேலும் தீவிரமடைந்து, அவளுக்குள் அதிக பதட்டத்தை ஏற்படுத்தி, அவளைப் பயப்படும் அளவுக்குக் கொண்டு சென்றது. அவள் இரவு முழுவதும் தூங்கவில்லை. இருப்பினும், அவளுடைய கற்பனையை நிரப்பிய கனவிலும், பதற்றத்திலும் விரும்பத்தகாத அல்லது இருண்ட எதுவும் இல்லை. அதற்கு மாறாக, மகிழ்ச்சியும், பரவசமும், பிரகாசமும் நிறைந்த ஏதோ ஒன்று இருந்தது. விடியற்காலையில் தூக்கத்தில் விழுந்த அன்னா தன் இருக்கையில் கண் விழித்தபோது விடிந்திருந்தது. ரயில் பீட்டர்ஸ்பர்க்கை நெருங்கிக் கொண்டிருந்தது. வீடும் கணவரும் மகனும் அன்றும் வரப்போகும் நாட்களுக்கும் செய்ய வேண்டிய பிறவும் உடனடியாக அவள் நினைவுக்கு வந்தன.

பீட்டர்ஸ்பர்க்கில் ரயில் நின்றதும், வெளியே வந்தவுடன் அவளது கவனத்தை ஈர்த்த முதல் முகம் அவளுடைய கணவரின் முகம். 'அடக் கடவுளே, அவருக்கு அந்தக் காதுகள் எங்கிருந்து வந்தன?' என்று அவள் நினைத்தாள். அவருடைய உணர்ச்சியற்ற கம்பீரமான உருவமும், குறிப்பாக அவருடைய காதுகளின் குருத்தெலும்பும், இப்போது அவளை வியப்பில் ஆழ்த்தின. அது அவரது வட்டமான தொப்பியின் விளிம்பை முட்டுக்கொடுத்தது. அவளைப் பார்த்ததும் அவர் அவளை நோக்கி வந்தார். அவர் வழக்கமான வேடிக்கையான புன்னகைக்காகத் தனது உதடுகளை ஒழுங்கமைத்து, தனது பெரிய சோர்வடைந்த கண்களால் அவளை நேராகப் பார்த்தார். அவரது பிடிவாதமான, சோர்வான பார்வையைச் சந்தித்தபோது ஒரு விரும்பத்தகாத உணர்வு, அவரை வித்தியாசமான தோற்றத்தில் எதிர்பார்த்திருந்ததைப் போல, அவள் இதயத்தைக் கிள்ளியது. குறிப்பாக அவரைச் சந்தித்தபோது தனக்குள் ஏற்பட்ட அதிருப்தியான உணர்வைக் கண்டு அவள் பெரிதும் வியப்புற்றாள். இது ஒரு நீண்ட கால உணர்வு. தனது கணவருடனான உறவுகளில் அவள் அனுபவித்த பாசாங்கு நிலைக்கு ஒத்த ஒரு பழக்கமான உணர்வு. ஆனால், இதற்கு முன்பு அவள் இந்த உணர்வைக் கவனித்ததில்லை என்றாலும் இப்போது அவள் அதை வேதனையாக உணர்ந்தாள்.

"ஆம், உன் கணவர், திருமணத்திற்குப் பிறகு முதல் வருடத்தைப் போலவே, இப்போதும் உன்னைப் பார்க்க பொறுமையின்றி தவிக்கிறார்" என்று அவர் வேண்டுமென்றே உரத்த குரலில், எப்போதும்

அவளுடன் பேசும் தொனியில், சொல்வதைத் தீவிரமாகச் சொல்ல வேண்டும் என்ற தொனியில் சொன்னார்.

"செரியோஷா நலமாக இருக்கிறானா?" என்று அவள் கேட்டாள்.

"என் பேராசைக்கு நான் பெறும் வெகுமதி இவ்வளவுதானா" என்று அவர் கேட்டார். "அவன் நலமாக இருக்கிறான், நலமாக இருக்கிறான்..."

31

அன்று இரவு முழுவதும் விரான்ஸ்கி தூங்குவதற்குக் கூட முயற்சி செய்யவில்லை. அவன் தனக்கு முன்னால் வெறித்துப் பார்த்தபடி, ரயிலின் உள்ளேயும் வெளியேயும் செல்லும் மனிதர்களைக் கவனிக்காமல் அமர்ந்திருந்தான். முன்பெல்லாம் அவனுடைய அசைக்க முடியாத அமைதியின் தோற்றம் அவனை அறியாதவர்களைத் திகைக்க வைத்து எரிச்சலூட்டியது என்றால், இப்போது அவன் அவர்களுக்கு மேலும் அதிக பெருமையும், தன்னம்பிக்கையும் கொண்ட ஒரு மனிதனாகத் தோன்றினான். எனவே அவன் மனிதர்களை உயிரற்ற பொருள்களைப் பார்ப்பது போலப் பார்த்தான். அவனுக்கு எதிரில் அமர்ந்திருந்த மாவட்ட நீதிமன்றத்தில் எழுத்தராக இருந்த ஒரு பதட்டமான இளைஞன், அவனுடைய அந்தப் பார்வைக்காக அவனை வெறுத்தான். அந்த இளைஞன் தன் சிகரெட்டைப் பற்றவைக்க அவனிடம் தீப்பெட்டியைக் கேட்டு, ஒரு உரையாடலைத் தொடங்க முயன்றான். மேலும் தான் ஒரு பொருள் அல்ல ஒரு மனிதன் என்பதை உணரச் செய்வதற்காக அவன் விரான்ஸ்கியைக் கையால் தள்ளினான். ஆனால், விரான்ஸ்கி தெருவிளக்கைப் பார்ப்பது போலவே அவனைப் பார்த்தான். தன்னை ஒரு மனிதனாக அங்கீகரிக்க மறுத்ததால் ஏற்பட்ட மனஅழுத்தத்தால், தான் தனது கட்டுப்பாட்டை இழந்து வருவதை உணர்ந்த அந்த இளைஞன் முகம் சுளித்தான்.

விரான்ஸ்கி யாருடனும் பேசும் நிலையிலும் யாரையும் பார்க்கும் நிலையிலும் இல்லை. அவன் தன்னை ஒரு அரசனாக உணர்ந்தான். அவன் அன்னாவின் மீது தான் தாக்கத்தை ஏற்படுத்தியதாக இன்றும் நம்பவில்லை என்றாலும், அவள் அவன் மீது ஏற்படுத்திய தாக்கம் அவனுக்கு மகிழ்ச்சியையும் பெருமையையும் கொடுத்தது.

இதனால் என்ன நடக்கும் என்பது அவனுக்கு உண்மையில் தெரியவில்லை. அவன் அதைப் பற்றிச் சிந்திக்கவும் இல்லை. முன்பு தனித்தனியே சிதறிக்கிடந்த அவனுடைய சக்திகள் அனைத்தும்,

ஒருமுகப்பட்டு அளவற்ற ஆற்றலுடன், ஆனந்தமயமான ஒரே இலக்கை நோக்கிக் குவிக்கப்பட்டிருப்பதாக இந்த நிமிடத்தில் அவன் உணர்ந்தான். அது அவனுக்கு அளவற்ற மகிழ்ச்சியைக் கொடுத்தது. தான் அவளிடம் உண்மையைச் சொல்லியிருக்கிறோம் என்பதையும், அவள் எங்கிருந்தாலும் அவனும் அங்கிருப்பான் என்பதையும், வாழ்க்கையின் மகிழ்ச்சியும், அர்த்தமும் அவளைப் பார்ப்பதிலும் அவளிடம் பேசுவதிலும் மட்டுமே உள்ளது என்பதையும் அவன் நன்றாக அறிந்தான். பொலோகோயே என்ற இடத்தில் ரயிலிலிருந்து இறங்கி தண்ணீர் குடிக்கச் சென்றபோது அன்னாவைப் பார்த்ததும், தன்னிச்சையாக வெளிப்பட்ட அவனுடைய முதல் வார்த்தைகள், அவன் என்ன நினைத்தானோ அதையே அவளுக்குத் தெரியப் படுத்தின. அதை அவளிடம் சொன்னதில் அவன் மகிழ்ச்சியடைந் தான். இப்போது அதைத் தெரிந்துகொண்ட அவள் அதைப் பற்றி யோசித்துக்கொண்டிருப்பாள். அவன் இரவு முழுவதும் தூங்க வில்லை. வண்டிக்குத் திரும்பியதும், அவன் அவளைப் பார்த்த ஒவ்வொரு நிலையையும், அவள் சொன்ன ஒவ்வொரு வார்த்தை யையும் இடைவிடாமல் நினைத்துக் கொண்டிருந்தான். சாத்தியமான எதிர்காலத்தைப் பற்றிய சித்திரங்கள் அவனுடைய கற்பனையில் மிதந்து, அவனுடைய இதயத்தை ஸ்தம்பிக்கச் செய்தன.

பீட்டர்ஸ்பர்க்கில் அவன் வண்டியிலிருந்து இறங்கியபோது, தூக்கமில்லாத இரவுக்குப் பிறகு, குளிர்ச்சியான குளியலுக்குப் பிறகு ஏற்படும், உற்சாகத்தையும் புத்துணர்வையும் அடைந்தான். அவள் வெளியே வரும்வரை அவன் வண்டியில் காத்திருந்தான். 'இன்னொரு முறை' என்று தனக்குத்தானே சொல்லிக்கொண்டு, தனக்குள்ளே சிரித்துக் கொண்டான். 'அவள் நடப்பதை, அவள் முகத்தை நான் பார்ப்பேன். அவள் ஏதாவது சொல்லி தலையைத் திருப்பிக் கொள் வாள். ஒருவேளை புன்னகைப்பாள் பாரேன்.' ஆனால் அவளைப் பார்ப்பதற்கு முன்பே அவன் அவளுடைய கணவனைப் பார்த்தான். அவரை ஸ்டேஷன் மாஸ்டர் தயக்கத்துடன் கூட்டத்தினரிடையே அழைத்துச் சென்றுகொண்டிருந்தார். 'ஆம், கணவர்!' இப்போதுதான் முதன் முறையாக விரான்ஸ்கி, கணவர் என்ற மனிதர் அவளுடன் தொடர்புடையவர் என்பதைத் தெளிவாகப் புரிந்துகொண்டான். அவளுக்கு ஒரு கணவர் இருப்பது அவனுக்குத் தெரியும் என்றாலும் அவன் அவரது இருப்பை நம்பவில்லை. இப்போது அவருடைய உடலைத் தலை, தோள்கள், கருப்பு அங்கியிலிருந்த கால்களோடு அவன் பார்த்தபோது, குறிப்பாக அவர் அமைதியாக அவள் கையைப் பிடித்து சொந்தம் கொண்டாடியதைப் பார்த்தபோது, அவன் அதை முழுமையாக நம்பினான்.

அலெக்ஸி அலெக்ஸாண்ட்ரோவிச்சை அவருடைய புதிய பீட்டர்ஸ்பர்க் முகத்துடன், அவருடைய உறுதியான தன்னம்பிக்கை யான உருவத்துடன், வட்டமான தொப்பி மற்றும் சற்றே வளைந்த முதுகுடன் பார்த்த அவன், அவர் இருப்பதை நம்பினான். தாகத்தால் தவித்த ஒரு மனிதன் ஒரு நீரூற்றுக்கு வருகையில், அதில் ஒரு நாய், ஆடு அல்லது பன்றி தண்ணீரைக் கலங்கடித்து சேறாக்கியதைப் போன்ற ஒரு விரும்பத்தகாத உணர்வை அவன் அடைந்தான். அலெக்ஸி அலெக்ஸாண்ட்ரோவிச் நடந்தபோது அவர் தனது இடுப்பையும் கால்களையும் அசைத்த விதம் விரான்ஸ்கிக்கு எரிச்ச லூட்டுவதாக இருந்தது. அவன் அவளை நேசிப்பதற்கான தனது சந்தேகத்திற்கு இடமற்ற உரிமையை அடையாளம் கண்டு கொண்டான். ஆனால், அவள் இன்னும் அப்படியே இருந்தாள். அவளுடைய தோற்றம் அவனை உடல்ரீதியாகப் பாதித்து, பரவசத்தையும் உற்சாகத் தையும் அளித்து, அவன் உள்ளத்தை மகிழ்ச்சியால் நிரப்பியது. இரண்டாம் வகுப்பிலிருந்து ஓடிவந்த தனது ஜெர்மன் வேலை யாளிடம் தனது பொருட்களை எடுத்துக் கொண்டு போகச் சொன் னான். அவன் அவளை அணுகினான். கணவன் மனைவி இருவரும் சந்தித்துக்கொண்ட காட்சியை அவன் பார்த்தான். அவன் காதலில் மூழ்கியிருக்கும் ஒரு மனிதனின் கூர்மையான பார்வையுடன், அவள் தன் கணவருடன் பேசுவதில் அவளுக்குச் சிறிது தயக்கம் இருப்பதன் அடையாளங்களைக் கவனித்தான். 'இல்லை, அவள் அவரை நேசிக்க வில்லை, நேசிக்கவும் முடியாது' என்று அவன் தனக்குள் முடிவு செய்தான்.

அவன் பின்னாலிருந்து அவளை நெருங்கியபோது, தான் வருவதை அவள் உணர்ந்து சுற்றிலும் பார்த்து அவனை அடையாளம் கண்டு, தன் கணவரிடம் திரும்பியதைப் பார்த்து அவன் மகிழ்ச்சியில் திளைத்தான்.

"உங்களுடைய இரவு நன்றாகக் கழிந்ததா?" என்ற அவன் அவளையும் அவர் கணவனையும் வணங்கி, அந்த வணக்கத்தின் மூலம் அலெக்ஸி அலெக்ஸாண்ட்ரோவிச், தன்னை அடையாளம் காணவோ அல்லது காணாமல் போகவோ ஒரு வாய்ப்பை வழங்க விரும்பினான்.

"மிக நல்லது, நன்றி" என்று அவள் பதிலளித்தாள்.

அவள் முகம் களைத்துப் போயிருந்தது. இப்போது அவளுடைய புன்னகையில், அவளது கண்களில் வெளிப்பட வேண்டும் என்று விரும்பிய, உற்சாகம் எதுவும் காணப்படவில்லை. ஆனால், ஒரு கணம் அவள் அவனைப் பார்த்தபோது, அவளுடைய கண்களில் ஏதோ ஒன்று மின்னலடித்து, உடனடியாக மறைந்த தருணத்தில் அவன் உற்சாகமடைந்தான்.

விரான்ஸ்கியைத் தன் கணவருக்குத் தெரியுமா என்பதை அறிந்துகொள்ள அவள் அவரை ஏறிட்டாள். விரான்ஸ்கியை அதிருப்தியுடன் பார்த்த அலெக்ஸி அலெக்ஸாண்ட்ரோவிச், அவன் யாரென்பதை நினைவுக்குக் கொண்டுவர முயற்சித்தார். அலெக்ஸி அலெக்ஸாண்ட்ரோவிச்சின் தளராத தன்னம்பிக்கைக்கு எதிராக, விரான்ஸ்கியின் நிதானமான தன்னம்பிக்கை, பாறையின் மீது ஈட்டியைப் போல மோதியது.

"கோமகன் விரான்ஸ்கி" என்றாள் அன்னா.

"ஆகா, நாம் அறிந்திருக்கிறோம் என்று நம்புகிறேன்" என்ற அலெக்ஸி அலெக்ஸாண்ட்ரோவிச் அலட்சியத்துடன் தனது கையை நீட்டினார். "அம்மாவுடன் சென்ற நீ மகனுடன் திரும்பி விட்டாய்" என்று அவர் ஒவ்வொரு வார்த்தையையும் அழுத்தி, தெளிவாக உச்சரித்தார். "நீங்கள் விடுப்பிலிருந்து திரும்பி விட்டீர்களா?" என்று கேட்ட அவர் பதிலுக்காகக் காத்திராமல் தனது மனைவியிடம் நகைச்சுவையான தொனிக்கு மாறினார். "சரி, மாஸ்கோவில் பிரிந்த போது ஏராளமான கண்ணீர் சிந்தியதா?"

தன் மனைவியிடம் பேசியதன் மூலம் தான் தனியாக இருக்க விரும்புவதாக விரான்ஸ்கியை உணரச் செய்து, அவனை நோக்கித் திரும்பி தன் தொப்பியைத் தொட்டார். ஆனால், விரான்ஸ்கி அன்னா ஆர்கடியேவ்னாவை நோக்கிச் சொன்னான்:

"உங்களைச் சந்திக்கும் பாக்கியம் கிடைக்கும் என்று நான் நம்புகிறேன்" என்றான் அவன்.

அலெக்ஸி அலெக்ஸாண்ட்ரோவிச் சோர்வுற்ற கண்களால் விரான்ஸ்கியைப் பார்த்தார்.

"நான் மகிழ்ச்சியடைவேன்" என்று உணர்ச்சியற்று அவர் சொன்னார். "நாங்கள் திங்களன்று வீட்டில் இருப்போம்" என்று சொன்ன அவர் பிறகு விரான்ஸ்கியை முற்றாகத் தவிர்த்துவிட்டு, தனது மனைவியிடம் சொன்னார். "உன்னைச் சந்தித்த வெறும் அரைமணி நேரத்தில் நான் என் அன்பை உனக்குக் காட்ட முடிந்தது எவ்வளவு நல்லது" என்று அவர் அதே நகைச்சுவை தொனியில் தொடர்ந்தார்.

"என் மீது நீங்கள் வைத்திருக்கும் அன்பிற்கு நீங்கள் அதிக முக்கியத்துவம் தருகிறீர்கள்" என்று அவளும் அதே நகைச்சுவை தொனியில் சொன்னாள். அவர்களுக்குப் பின்னால் நடந்த விரான்ஸ்கியின் காலடி ஓசையை அவள் அனிச்சையாகக் கேட்டாள். 'ஆனால் அதைப்பற்றி எனக்கு என்ன கவலை?' என்று அவள் நினைத்தாள். செரியோஷா தான் இல்லாமல் நேரத்தை எவ்வாறு செலவிட்டான் என்று தன் கணவரிடம் கேட்கத் தொடங்கினாள்.

“ஓ, அற்புதம்! அவன் மிகவும் நல்ல பையன் என்று மேரியட் சொல்கிறார்... உனக்கு ஏமாற்றத்தைத் தருவதற்கு நான் வருந்து கிறேன்... உன் கணவர் உன்னைப் பிரிந்திருந்ததைவிட அவன் அதிமாகப் பிரிந்திருக்க நேரவில்லை. ஆனால், எனக்கு ஒரு நாளை ஒதுக்கியதற்கு மீண்டும் நன்றி. நம்முடைய அன்புக்குரிய சமோவர் மகிழ்ச்சியடைவார். (புகழ்பெற்ற கோமகள் லிடியா இவானோவ்னாவை அவர் சமோவர் என்று அழைத்தார். ஏனெனில் அவள் எப்போதும் எல்லாவற்றிலும் உற்சாகமாக இருந்தாள்). அவர் உன்னைப் பற்றி கேட்டார். நான் யோசனை சொல்லத் துணிந்தால், நீ இன்று அவரைப் பார்க்கச் செல்ல வேண்டும் என்பேன். அவர் எல்லா வற்றையும் உள்ளத்தில் வைத்திருக்கிறார் என்பது உனக்குத் தெரியும். அவருடைய மற்ற கவலைகளுக்கும் மேலாக, ஆப்லான்ஸ்கியின் சமரசத்தைப் பற்றி அவர் அதிகம் கவலைப்படுகிறார்.”

கோமகள் லிடியா இவானோவ்னா அவளுடைய கணவரின் தோழியாகவும், பீட்டர்ஸ்பர்க் சமூகத்தின் ஒரு குறிப்பிட்ட வட்டத் தின் மையமாகவும் இருந்தாள். தனது கணவர் மூலமாக அன்னா அவரோடு மிக நெருக்கமாகத் தொடர்பு கொண்டிருந்தாள்.

“நான் அவருக்கு எழுதுகிறேன்.”

“ஆனால், அவருக்கு அனைத்தும் விவரமாகத் தேவை. நீ சோர்வாக இல்லாவிட்டால் போய் வா என் அன்பே. சரி, கோண்ட் ராட்டி உன்னை வண்டியில் அழைத்துச் செல்வான், நான் குழுவுக்குச் செல்கிறேன். நான் மீண்டும் தனியாகச் சாப்பிட மாட்டேன்” என்ற அலெக்ஸி அலெக்ஸாண்ட்ரோவிச், நகைச்சுவை தொனியில் இல்லாமல் மேலும் தொடர்ந்தார். “நான் எப்படிப் பழகிவிட்டேன் என்பதை உன்னால் கற்பனை செய்து பார்க்க முடியாது...” என்ற அவர் அவளுடைய கையை நீண்ட நேரம் அழுத்தி, ஒரு புன்னகையுடன் அவளை வண்டியில் ஏறுவதற்கு உதவி செய்தார்.

32

வீட்டில் அன்னாவை முதலில் சந்தித்தது அவளுடைய மகன். பணிப்பெண்ணின் கூச்சலையும் பொருட்படுத்தாமல் அவன் மாடிப்படிகளிலிருந்து ஓடிவந்து, “அம்மா, அம்மா!” என்று பரவசத் துடன் கத்தினான். அவளை நோக்கி விரைந்த அவன் அவளது கழுத்தைக் கட்டிக்கொண்டான்.

“நான் அம்மாதான் என்று சொன்னேன்!” என்று அவன் பணிப்பெண்ணிடம் கத்தினான். “எனக்குத் தெரியும்.”

அவளுடைய கணவனைப் போலவே மகனும் அன்னாவுக்கு ஏமாற்றத்தை ஒத்த உணர்வை ஏற்படுத்தினான். அவள் அவனை நிஜத்தில் இருந்ததைவிட நன்றாகக் கற்பனை செய்திருந்தாள். அவன் எப்படி இருந்தானோ அப்படியே அவனை ஏற்றுக் கொண்டு மகிழ்ச்சியடைய அவள் யதார்த்த நிலைக்கு இறங்க வேண்டியிருந்தது. பொன்நிற சுருள் முடியுடன், நீல நிறக் கண்களுடன், சற்றே பருமனாக, காலுறை அணிந்த சிறிய கால்களுடன் அவன் இருக்கும் விதத்தில் அழகாகவே இருந்தான். அன்னா அவனது அருகாமையிலும் அரவணைப்பிலும் கிட்டத்தட்ட உடல்ரீதியான இன்பத்தை அனுபவித்தாள். அவனுடைய எளிய, நம்பிக்கையான, அன்பான பார்வையை அவள் சந்தித்ததும், அவன் அப்பாவித்தனமாகக் கேட்ட கேள்விகளும் அவளுக்கு நிம்மதியான உணர்வைக் கொடுத்தன. டோலியின் குழந்தைகள் கொடுத்தனுப்பிய பரிசுகளை எடுத்து, மாஸ்கோவில் தான்யா என்ற சிறுமியைப் பற்றி, அவள் தானும் படிப்பதோடு மற்றவர்களுக்கும் கற்றுக் கொடுக்கிறாள் என்பதைச் சொன்னாள்.

"அப்படியானால் நான் அவளைவிட மோசமானவனா?" என்று செரியோஷா கேட்டான்.

"என்னைப் பொறுத்தவரை நீதான் உலகத்தில் சிறந்தவன்."

"எனக்குத் தெரியும்" என்று செரியோஷா புன்னகையுடன் சொன்னான்.

அன்னாவுக்கு காபி குடிப்பதற்கு நேரம் கிடைப்பதற்குள், கோமகள் லிடியா இவானோவ்னா வந்திருப்பதாக அறிந்தாள். கோமகள் லிடியா இவானோவ்னா உயரமான பருமனான உடல்வாகும், வெளிறிய முகமும், அழகிய கருமையான கண்களும் உடையவள். அன்னா அவளை மிகவும் நேசித்தாள் என்றாலும் இப்போதுதான் அவளால் தனக்கிருக்கும் குறைகள் அனைத்தையும் முதல் முறையாகப் பார்க்க முடிந்தது.

"நல்லது, அப்படியானால் நீங்கள் பிரம்பை எடுத்துச் சென்றீர்களா?" என்று கோமகள் லிடியா இவானோவ்னா அறைக்குள் நுழைந்ததும் கேட்டாள்.

"ஆம், எல்லாம் முடிந்து விட்டது. ஆனால், நாம் நினைத்தது போல விவகாரம் அத்தனை தீவிரமானதாக இல்லை" என்று அன்னா பதிலளித்தாள். "பொதுவாகச் சொல்வதென்றால் என் அண்ணி மிகவும் உணர்ச்சிவசப்படுகிறார்."

ஆனால் கோமகள் லிடியா இவானோவ்னா தனக்குச் சம்பந்தமில்லாத அனைத்திலும் ஆர்வம் காட்டினாள். அவள் தனக்கு

விருப்பமானவை என்ன என்பதைப் பற்றி ஒருபோதும் அக்கறை கொண்டதில்லை. அவள் அன்னாவை இடைமறித்தாள்.

"ஆம், இந்த உலகத்தில் எண்ணற்ற துயரங்களும் தீமைகளும் உள்ளன என்றாலும் நான் இன்று மிகவும் சோர்ந்துவிட்டேன்."

"என்ன ஆயிற்று?" என்று புன்னகையை அடக்க முயன்ற அன்னா கேட்டாள்.

"உண்மையின் பொருட்டு வீணாகப் போராடுவதில் நான் சோர்வடையத் தொடங்குகிறேன். சில நேரங்களில் நான் முற்றிலும் சோர்வடைகிறேன். சிறிய சகோதரிகளின் (இது மதம், தேசபக்தி சார்ந்த தொண்டு நிறுவனம்) விவகாரம் அழகாக நடந்திருக்கும். ஆனால், இந்தக் கனவான்களுடன் ஒருவர் எதுவும் செய்ய முடியாது" என்று விதிக்கு அடிபணிந்தவள் போலக் கூறினாள் லிடியா இவானோவ்னா. "அவர்கள் அந்த யோசனையைப் பிடித்து அதைச் சிதைத்து, இப்போது அதை அற்பமான, பயனற்ற முறையில் விவாதிக்கிறார்கள். இரண்டு அல்லது மூன்று பேர், உங்கள் கணவர் உட்பட, இதன் முக்கியத்துவத்தைப் புரிந்துகொள்கிறார்கள். ஆனால் மற்றவர்கள் அதை இழிவுபடுத்துகிறார்கள். நேற்று பிராவ்தின் எனக்குக் கடிதம் எழுதினார்..."

பிராவ்தின் வெளிநாட்டில் வாழ்ந்த நன்கு அறியப்பட்ட அடிமைகள் சங்கத்தைச் சார்ந்தவர். கோமகள் லிடியா இவானோவ்னா அந்தக் கடிதத்தின் உள்ளடக்கங்களை விவரிக்கத் தொடங்கினாள்.

பின்னர் திருச்சபையின் ஒற்றுமைக்கு எதிரான பல இன்னல்களையும் அதற்கு எதிரான திட்டங்களையும் பற்றிச் சொல்லிவிட்டு அவசரமாகப் புறப்பட்டாள். ஏனெனில் அன்று பிற்பகலில் அவள் ஏதோ ஒரு சமூகத்தின் கூட்டத்திலும், அடிமைகள் சங்கத்தின் கமிட்டி கூட்டத்திலும் கலந்துகொள்ள வேண்டியிருந்தது.

'இது எல்லாமே இதற்கு முன்பும் இருந்தது என்றாலும் நான் எப்படி அதையெல்லாம் முன்பே கவனிக்காமல் போனேன்?' என்று அன்னா தனக்குள் சொல்லிக் கொண்டாள். 'அல்லது அவர் இன்று மிகவும் எரிச்சலாக இருக்கிறாரா? உண்மையில் அது அபத்தமானது. அவருடைய குறிக்கோள் நல்லொழுக்கம். அவர் ஒரு கிறிஸ்துவர் என்றாலும் எல்லா நேரத்திலும் கோபப்படுகிறார். கிறிஸ்துவம் மற்றும் நல்லொழுக்கத்தின் காரணமாக அவர்கள் அனைவரும் அவருக்கு எதிரிகள்.'

கோமகள் லிடியா இவானோவ்னா சென்ற பிறகு, தலைமைச் செயலரின் மனைவியான அவள் தோழி வந்தாள். அவள் நகரத்தின் எல்லாச் செய்திகளையும் அவளிடம் கூறினாள். மூன்று மணிக்கு அவளும் இரவு உணவிற்குத் திரும்பி வருவதாக உறுதியளித்துக்

கிளம்பினாள். அலெக்ஸி அலெக்ஸாண்ட்ரோவிச் அமைச்சகத்தில் இருந்தார். தனியாக இருப்பதை உணர்ந்த அன்னா இரவு உணவுக்கு முன் கிடைத்த (அவன் தனியாக உணவருந்தினான்) நேரத்தை மகனுடன் சேர்ந்து, அவளுடைய பொருட்களை அடுக்கி வைத்து விட்டு, தனது மேசையில் குவிந்திருந்த குறிப்புகளையும், கடிதங் களையும் படித்துப் பதிலளிக்கப் பயன்படுத்தினாள்.

தனது பயணத்தில் அவள் உணர்ந்த தேவையற்ற, அவமான உணர்வும் அவளுடைய கிளர்ச்சியும் முற்றாக மறைந்துவிட்டன. தனது வாழ்க்கையின் பழக்கமான சூழ்நிலைகளில் அவள் மீண்டும் தன்னை உறுதியாகவும், மறுக்க முடியாதவளாகவும் உணர்ந்தாள்.

அவள் தனது நேற்றைய நிலையை வியப்புடன் நினைவு கூர்ந்தாள். 'அது என்ன? ஒன்றுமில்லை. விரான்ஸ்கி சொன்ன முட்டாள்தனத்திற்கு முற்றுப்புள்ளி வைப்பது எளிது. நான் என்ன செய்திருக்க வேண்டுமோ அதைத்தான் பதிலாகச் சொன்னேன். என் கணவரிடம் இதைப் பற்றிப் பேசுவது தேவையற்றது என்பதோடு சாத்தியமற்றது. அதைப் பற்றிப் பேசுவது ஒன்றுமில்லாத ஒன்றுக்கு முக்கியத்துவம் கொடுப்பதாக அர்த்தமாகிவிடும்.' பீட்டர்ஸ்பர்க்கில் அவளுடைய கணவனுக்குக் கீழ் வேலை செய்த ஒரு இளைஞன் அவளிடம் அவனுடைய காதலைத் தெரிவித்தபோது, அதை அவள் தன் கணவரிடம் சொன்னாள். அதற்கு அவர், இந்த உலகில் வாழும் எந்தப் பெண்ணும் இத்தகைய நிலைக்கு ஆளாகலாம் என்றும், தனக்கு அவள் அறிவின் மீதும், அவள் மீதும் முழு நம்பிக்கை இருக்கிறது என்றும், பொறாமையால் தன்னையோ அல்லது அவளையோ இழிவுபடுத்தும் காரியத்தைத் தன்னால் ஒருபோதும் செய்ய முடியாது என்றும் சொன்னார். 'ஆக, அவரிடம் சொல்வதற்கு எந்தக் காரணமும் இல்லையா? ஆமாம், கடவுளுக்கு நன்றி, சொல்ல ஒன்றுமில்லை' என்று அவள் தனக்குள் சொல்லிக்கொண்டாள்.

33

அலெக்ஸி அலெக்ஸாண்ட்ரோவிச் நான்கு மணிக்கு அமைச்ச கத்திலிருந்து திரும்பினார். ஆனால், எப்போதும் நடப்பதுபோல அவர் உடனடியாக அவளைப் பார்க்க அவருக்கு நேரம் கிடைக்க வில்லை. அவர் தன் படிப்பறையில் காத்திருக்கும் மனுதாரர்களை வரவேற்கவும், அவரது தலைமைச் செயலாளர் கொண்டுவந்த பல ஆவணங்களில் கையெழுத்திடவும் தொடங்கினார். இரவு உணவிற்கு (எப்போதும் ஒரு சிலர் கரீனின்களுடன் இரவு உணவருந்தினர்)

அலெக்ஸி அலெக்ஸாண்ட்ரோவிச்சின் பழைய உறவினர் ஒருவரும், அவருடைய துறையின் தலைமைச் செயலாளரும் அவர் மனைவியும், அலெக்ஸி அலெக்ஸாண்ட்ரோவிச்சிடம் வேலைக்காகச் சிபாரிசு செய்யப்பட்ட ஒரு இளைஞனும் அன்று வந்திருந்தனர். அன்னா அவர்களை வரவேற்க வரவேற்பறைக்குச் சென்றாள். சரியாக ஐந்து மணிக்கு வெண்கலக் கடிகாரம் ஐந்து முறை அடிப்பதற்கு முன்பு வெள்ளை டையும், இரண்டு நட்சத்திரங்கள் பதித்த மாலை நேரக் கோட்டும் அணிந்து அலெக்ஸி அலெக்ஸாண்ட்ரோவிச் வெளியே வந்தார். ஏனெனில் அவர் இரவு உணவிற்குப் பிறகு உடனடியாக வெளியே செல்ல வேண்டியிருந்தது. அலெக்ஸி அலெக்ஸாண்ட்ரோவிச் வாழ்க்கையின் ஒவ்வொரு நிமிடமும் முன்னதாகவே முடிவுசெய்யப்பட்டுத் திட்டமிடப்பட்டது. ஒவ்வொரு நாளும் அவர் செய்யவேண்டியதைச் செய்வதற்காகக் கண்டிப்புடன் நேரம் தவறாமையைக் கடைப்பிடித்தார். 'அவசரமில்லாமல் ஓய்வில்லாமல்' என்பது அவரது தாரக மந்திரம். அறையில் நுழைந்த அவர் அனைவரையும் வணங்கி, அவசரமாக அமர்ந்து தன் மனைவியைப் பார்த்துப் புன்னகைத்தார்.

"ஆம், என் தனிமை வாழ்க்கை முடிந்துவிட்டது. தனியாக உணவு உண்பது எத்தனை கொடுமை என்பதை உங்களால் நம்ப முடியாது" என்ற அவர் கொடுமை என்ற வார்த்தைக்கு அழுத்தம் கொடுத்தார்.

உணவருந்தும் போது அவர் தன் மனைவியுடன் மாஸ்கோவில் நடந்த விஷயங்களைப் பற்றிப் பேசினார். ஒரு வேடிக்கையான புன்னகையுடன் ஸ்டீபன் ஆர்கடியேவிச்சைப் பற்றி விசாரித்தார். எனினும் இந்த உரையாடல் பெரும்பாலும் பீட்டர்ஸ்பர்க்கின் உத்தியோகபூர்வ மற்றும் பொது விவகாரங்களைப் பற்றியதாக இருந்தது. உணவிற்குப் பிறகு தனது விருந்தினர்களுடன் அரை மணி நேரம் இருந்த அவர், மீண்டும் ஒரு புன்னகையுடன் தன் மனைவியின் கையை அழுத்தி கவுன்சிலுக்குப் புறப்பட்டார். அவள் வந்திருப்பதை அறிந்து அன்று மாலை அவளை அழைத்திருந்தபோதும் இந்த முறை அன்னா இளவரசி பெட்ஸி ட்வெர்ஸ்காயாவைப் பார்க்கவோ, திரை அரங்கத்தில் அவள் விட்டுவந்த பெட்டியை எடுக்கவோ செல்லவில்லை. அவள் எதிர்பார்த்திருந்த அவளுடைய ஆடை தயாராகவில்லை என்பதே அவள் போகாததற்கு முக்கியக் காரணம். விருந்தினர்கள் சென்ற பிறகு தனது அலமாரியை நோக்கித் திரும்பிய அன்னா மிகவும் வருந்தமடைந்தாள். அதிக செலவில்லாமல் சிறந்த முறையில் ஆடை அணிவதில் கைதேர்ந்த அன்னா, மாஸ்கோவுக்குப் புறப்படுவதற்கு முன்பு மூன்று ஆடைகளைத் தையல்காரரிடம் சரிசெய்வதற்காகக் கொடுத்திருந்தாள். ஆடைகளை

அடையாளம் தெரியாத அளவுக்கு மாற்றம் செய்ய வேண்டியிருந்தது. மேலும் அவை மூன்று நாட்களுக்கு முன்னரே தயாராக இருந்திருக்க வேண்டும். இரண்டு ஆடைகள் தயாராக இல்லை என்றும், மூன்றாவது ஆடை அன்னா விரும்பிய விதத்தில் மாற்றம் செய்யப் படவில்லை என்றும் தெரியவந்தது. ஆடை தயாரிப்பவர் நேரில் வந்து அது நன்றாக இருக்கும் என்று அவளிடம் விளக்கியபோது அவள் சினத்தின் வசப்பட்டாள். பிறகு அவள் அதை நினைத்து வெட்கமடைந்தாள். அவள் தன்னை முழுமையாக அமைதிப்படுத்த குழந்தைகள் அறைக்குச் சென்று, மாலை முழுவதையும் அவள் தன் மகனுடன் கழித்தாள். அவள் அவனைப் படுக்கையில் படுக்க வைத்து அவன் மீது சிலுவையிட்டு, அவனைப் போர்வையால் மூடித் தூங்க வைத்தாள். எங்கேயும் செல்லாமல் மாலை இத்தனை நன்றாகக் கழிந்ததை நினைத்து அவள் மகிழ்ச்சியடைந்தாள். அவள் தன் மனம் லேசாகவும், அமைதியாகவும் இருப்பதை உணர்ந்தாள். அவளுக்கு மிக முக்கியமாகத் தோன்றிய, ரயிலில் நடந்த அந்தச் சம்பவம், சமூக வாழ்க்கையில் தினமும் நடக்கும் மிகவும் சாதாரண மான, அற்பமான சம்பவம் என்பதையும், தான் அதில் வெட்கப் படுவதற்கு எதுவும் இல்லை என்பதையும், தன்னைப் பற்றி மற்றவர் கள் குறை சொல்வதற்கு எந்தக் காரணமும் இல்லை என்பதையும் அவள் தெளிவாக அறிந்து கொண்டாள். அன்னா தனது ஆங்கில நாவலுடன் குளிர் காயும் நெருப்புக்கு அருகில் அமர்ந்து தன் கணவருக்காகக் காத்திருந்தாள். சரியாக ஒன்பது மணிக்கு அவர் கதவைத் தட்டும் ஓசையை அவள் கேட்டாள். அவர் அறைக்குள் வந்தார்.

"கடைசியில் வந்துவிட்டீர்கள்!" என்று அவள் தன் கையை அவரிடம் நீட்டினாள்.

அவர் அவளை முத்தமிட்டு, அவள் அருகில் அமர்ந்தார்.

"பொதுவாக, உன் பயணம் வெற்றிகரமாக அமைந்ததாக நான் காண்கிறேன்" என்று அவர் அவளிடம் சொன்னார்.

"ஆம், மிக நன்றாக" என்று பதிலளித்த அவள், ஆரம்பத்திலிருந்து எல்லாவற்றையும் அவரிடம் சொல்லத் தொடங்கினாள். விரான்ஸ்கி யின் தாயார் வருகை, அவருடனான பயணம், ரயில் நிலையத்தில் நடந்த விபத்து ஆகியவற்றைச் சொன்னாள். அதன் பின்னர் அவள் முதலில் தன் சகோதரனுக்காகவும் பிறகு டோலிக்காகவும் தான் வருந்துவதாகச் சொன்னாள்.

"அப்படிப்பட்ட ஒருவரை, அவர் உன் சகோதரனாக இருந் தாலும் மன்னிக்க முடியும் என்று நான் நினைக்கவில்லை" என்று அலெக்ஸி அலெக்ஸாண்ட்ரோவிச் கடுமையாகக் கூறினார்.

அன்னா புன்னகைத்தாள். குடும்பத்தின் காரணமாகத் தன்னுடைய உண்மையான கருத்தைச் சொல்வதிலிருந்து அவரை எதுவும் தடுக்க முடியாது என்பதைக் காட்டவே அவர் அதைச் சொல்கிறார் என்பதை அவள் உணர்ந்தாள். அவளுடைய கணவரின் அந்தப் பண்பை அறிந்திருந்த அவள் அதை விரும்பினாள்.

"எல்லாம் திருப்திகரமாக முடிந்ததில் நான் மகிழ்கிறேன். நீயும் திரும்பி வந்துவிட்டாய்" என்ற அவர் தொடர்ந்தார். "சரி, சபையில் நான் நிறைவேற்றிய புதிய சட்டத்தைப் பற்றி அவர்கள் என்ன சொல்கிறார்கள்?"

அன்னா அந்தச் சட்டத்தைப் பற்றி எதுவும் கேள்விப்படவில்லை. அவருக்கு முக்கியமான ஒன்றைத்தான் அவ்வளவு சுலபமாக மறந்துவிட்டது அவளுக்குக் குற்றவுணர்வை ஏற்படுத்தியது.

"இங்கே, மாறாக அது மிகவும் பரபரப்பை ஏற்படுத்தியது" என்று அவர் ஒரு திருப்தியான புன்னகையுடன் சொன்னார்.

அலெக்ஸி அலெக்ஸாண்ட்ரோவிச் இந்த விஷயத்தைப் பற்றி தனக்கு ஒரு மகிழ்ச்சியான செய்தியைச் சொல்ல விரும்புவதை அவளால் காண முடிந்தது. அவள் தன்னுடைய கேள்விகளால் அவர் அதைச் சொல்வதற்குத் தூண்டினாள். அவர் அதே திருப்தியான புன்னகையுடன், அந்தச் சட்டம் நிறைவேறியதன் விளைவாகத் தனக்குக் கிடைத்த கரவொலியைப் பற்றி அவளிடம் கூறினார்.

"நான் மிகவும் மகிழ்ச்சியாக இருந்தேன். இந்த விஷயத்தில் நாங்கள் இறுதியாக, விவேகமான மற்றும் உறுதியான பார்வையை எட்டியுள்ளோம் என்பதை இது நிரூபிக்கிறது."

கிரீமுடன் கூடிய ரொட்டியைச் சாப்பிட்டு முடித்து, இரண்டாவது கோப்பைத் தேநீரைப் பருகியதும் அலெக்ஸி அலெக்ஸாண்ட்ரோவிச் எழுந்து தனது படிப்பறைக்குச் செல்லத் தொடங்கினார்.

"நீ எங்கேயும் போகவில்லை என்பதால் உனக்குப் போரடித்திருக்கும், நான் சொல்வது சரிதானே?" என்று அவர் கேட்டார்.

"ஓ. இல்லை!" என்று பதிலளித்த அவள் எழுந்து, வரவேற்பு அறை வழியாக அவருடன் சென்றாள். "இப்போது என்ன படிக்கிறீர்கள்?" என்று கேட்டாள்.

"இப்போது நான் 'டக் டி லில்லி' படித்துக் கொண்டிருக்கிறேன்" என்று பதிலளித்தார். "மிகவும் அருமையான புத்தகம்."

தான் நேசிப்பவர்களின் பலவீனங்களைக் கண்டு ஒருவர் புன்னகைப்பது போல அன்னா புன்னகைத்தாள். அவருடன் கைகோர்த்த அவள் அவரது படிப்பறையின் வாசல்வரைக்கும் சென்றாள். மாலை நேரங்களில் வாசிப்பது அவருக்குத் தேவையாகிவிட்டது

என்பதை அவள் அறிவாள். அவருடைய அலுவலகக் கடமைகள் அவரது அனைத்து நேரங்களையும் விழுங்கிவிட்ட போதிலும், அறிவுசார் துறையில் ஏற்படும் குறிப்பிடத்தக்க அனைத்தையும் தொடர்ந்து கடைப்பிடிப்பது தனது கடமை என்று அவர் கருதினார் என்பதை அவள் அறிவாள். அரசியல், தத்துவம், இறையியல் புத்தகங்களில் அவருக்கு உண்மையிலேயே ஆர்வம் உண்டு என்பதும், கலை அவரது இயல்புக்கு முற்றிலும் அந்நியமானது என்பதும் அவளுக்குத் தெரியும். அப்படி இருந்தபோதும் அல்லது அதன் காரணமாக, அலெக்ஸி அலெக்ஸாண்ட்ரோவிச் அந்தத் துறையில் பரபரப்பை ஏற்படுத்தும் எதையும் தவறவிடாமல் அனைத்தையும் படிப்பது தன் கடமை என்று கருதினார். அரசியல், தத்துவம், இறையியல் ஆகியவற்றில் அவருக்குச் சந்தேகங்களும், கேள்விகளும் இருந்தன என்பது அவளுக்குத் தெரியும். ஆனால் கலை, கவிதை குறிப்பாக இசை ஆகியவற்றில் அவருக்கு முற்றிலும் புரிதல் இல்லை என்பதோடு மிகவும் திட்டவட்டமான மற்றும் உறுதியான கருத்துக் களைக் கொண்டிருந்தார் என்பது அவளுக்குத் தெரியும். ஷேக்ஸ்பியர், ரபேல், பீத்தோவன் ஆகியோரைக் குறித்தும், கவிதை மற்றும் இசையின் புதிய சாத்தியங்களைப் பற்றி அவர் பேச விரும்பினார். இவை அனைத்தையும் அவர் மிகத் தெளிவான தர்க்கத்துடன் வகைப்படுத்தினார்.

"சரி, கடவுள் உங்களை ஆசீர்வதிப்பார்" என்றாள் அவள் படிப்பறையின் வாசலில். அங்கே அவரது சாய்வு நாற்காலிக்கு அருகில் ஒரு மெழுகுவர்த்தியும் தண்ணீரும் ஏற்கனவே தயாராக இருந்தன. "நான் மாஸ்கோவுக்கு எழுதுகிறேன்."

அவர் அவள் கையை அழுத்தி மீண்டும் முத்தமிட்டார்.

'அவர் உண்மையாகவே ஒரு நல்ல மனிதர், பொய்யில்லாதவர், தனது சொந்தத் துறையில் மிக முக்கிய மனிதர்' என்ற அன்னா தனது அறைக்குத் திரும்பிய போது தனக்குத்தானே சொல்லிக் கொண்டாள். 'ஆனால் அவரது காதுகள் ஏன் விசித்திரமாக நீண்டி ருக்கின்றன? அல்லது அவர் தனது தலைமுடியை வெட்ட வில்லையா?'

அன்னா தனது மேசையில் அமர்ந்து டோலிக்குக் கடிதம் எழுதி முடிக்கும் போது, சரியாக பன்னிரண்டு மணியளவில், செருப்புகளின் காலடி ஓசை கேட்டது. அலெக்ஸி அலெக்ஸாண்ட் ரோவிச் முகம் கழுவி, தலை சீவி, கையில் புத்தகத்துடன் அவளைப் பார்க்க வந்தார்.

"நேரமாகிவிட்டது, நேரமாகிவிட்டது" என்று குறிப்பிட்ட வகையில் புன்னகைத்த அவர் படுக்கை அறைக்குச் சென்றார்.

'இவரை அப்படிப் பார்க்க அவருக்கு என்ன உரிமை இருக் கிறது?' என்று கேட்டுக்கொண்ட அவள், விரான்ஸ்கி, அலெக்ஸி அலெக்ஸாண்ட்ரோவிச்சை, பார்த்த பார்வையை நினைவுகூர்ந்தாள்.

அவள் தன் ஆடைகளைக் களைந்துவிட்டு படுக்கையறைக்குச் சென்றாள். ஆனால் மாஸ்கோவில் அவள் கண்களிலும் புன்னகை யிலும் வெளிப்பட்ட அந்த உற்சாகம் எதுவும் அவள் முகத்தில் இல்லை. மாறாக, அந்தத் தீ இப்போது அவளுக்குள் அணைந்து விட்டதாக அல்லது தூரத்தில் எங்கோ கனன்று கொண்டிருப்பதாகப் பட்டது.

34

பீட்டர்ஸ்பர்க்கிலிருந்து சென்றபோது, விரான்ஸ்கி மோர்ஸ் காயவில் இருந்த தனது பெரிய குடியிருப்பை, தனது நண்பரும், பிடித்த தோழருமான பெட்ரிட்ஸ்கியிடம் விட்டுச் சென்றிருந்தான்.

பெட்ரிட்ஸ்கி ஒரு இளம் லெப்டினென்ட், குறிப்பாக அவர் உயர் பிரபுத்துவ குடியில் பிறந்தவர் அல்ல. அவர் செல்வந்தராக இல்லை என்பதுடன் அதிகமான கடன் சுமையில் இருந்தார். மாலையில் எப்போதும் குடிபோதையில் இருந்த அவர், பல்வேறு வேடிக்கையான, மோசமான நடத்தைக்காக அடிக்கடி காவலர் இல்லத்திற்குச் சென்றார். ஆனால், அவரது தோழர்களும் மேலதிகாரி களும் அவரை நேசித்தனர். ரயில் நிலையத்திலிருந்து பதினோரு மணிக்குப் பிறகு, தனது குடியிருப்புக்குச் சென்ற விரான்ஸ்கி முன் வாசலில் ஒரு பழக்கமான வண்டியைக் கண்டான். வீட்டிற்குள்ளே ஒரு ஆணின் சிரிப்பும் பிரெஞ்சுப் பெண்ணின் குரலும் கேட்டது. பெட்ரிட்ஸ்கி கத்தினார், "அது அந்த அயோக்கியர்களில் ஒருவராக இருந்தால் அவரை உள்ள அனுமதிக்க வேண்டாம்!" விரான்ஸ்கி தன் வருகையைத் தெரிவிக்காமல் முதல் அறைக்குள் நுழைந்தான். பெட்ரிட்ஸ்கியின் பெண் தோழியான பாரோனெஸ் ஷில்டன், பீச் மற்றும் கிரீம் கலந்த இளஞ்சிவப்பு பட்டு உடையில் பளபளப்பாக, ஜொலித்துக் கொண்டிருந்தாள். ஒரு மஞ்சள் நிறப் பறவையைப் போல, அவளுடைய அரட்டை அறை முழுவதும் நிறைந்திருந்தது. அவள் ஒரு வட்ட மேசையின் முன் அமர்ந்து காபி தயாரித்துக் கொண்டிருந்தாள். அப்போதுதான் அலுவலகத்திலிருந்து திரும்பிய பெட்ரிட்ஸ்கியும், கேப்டன் கமேரோவ்ஸ்கியும் முழுச் சீருடையில் அவளுக்கு இரு புறமும் அமர்ந்திருந்தனர்.

"சபாஷ்! விரான்ஸ்கி!" என்று நாற்காலியிலிருந்து துள்ளிக் குதித்துக் கத்தினார் பெட்ரிட்ஸ்கி. "எஜமானர்! பாரோனெஸ்,

புதிய காபி பாத்திரத்திலிருந்து அவருக்குக் காபியைக் கொடு. நாங்கள் உங்களை எதிர்பார்க்கவில்லை! உங்கள் படிப்புக்கு இந்தப் புதிய புத்தகத்தைக் கண்டு மகிழ்வீர்கள் என்று நம்புகிறேன்" என்று அவர் பாரோனெஸைச் சுட்டிக்காட்டினார். "உங்களுக்குத் தெரியுமா?"

"தெரியாமல் என்ன!" என்று மகிழ்ச்சியுடன் புன்னகைத்த விரான்ஸ்கி அவளது சிறிய கையை அழுத்தினான். "நாங்கள் பழைய நண்பர்கள்!"

"நீங்கள் பயணத்திலிருந்து திரும்பி வந்துள்ளீர்கள்" என்றாள் அவள். "நான் இப்போதே வீட்டிற்கு ஓடிவிடுவேன். ஓ, தயாராக இருந்திருந்தால் நான் இந்த நிமிடமே ஓடிவிடுவேன்."

"நீங்கள் இருக்கும் இடம் வீடுதான் பாரோனெஸ்" என்றான் விரான்ஸ்கி. "எப்படி இருக்கிறீர்கள் கமேரோவ்ஸ்கி?" என்ற அவன் கமேரோவ்ஸ்கியின் கையை உணர்ச்சியின்றி குலுக்கினான்.

"பாருங்கள்! இப்படிப்பட்ட அழகான விஷயங்களை எப்படிச் சொல்வது என்று உங்களுக்குத் தெரியாது" என்ற பாரோனெஸ் பெட்ரிட்ஸ்கியை நோக்கித் திரும்பினாள்.

"ஏன் முடியாது? இரவு உணவுக்குப் பிறகு நான் பல நல்ல விஷயங்களை அவருக்குச் சொல்கிறேன்."

"ஆனால் இரவு உணவிற்குப் பிறகு சொல்வதில் எந்த நன்மையும் இல்லை! நான் உங்களுக்குக் காபி தருகிறேன். பிறகு நீங்கள் குளித்து சுத்தமாகுங்கள்" என்று சொன்ன பாரோனெஸ், புதிய காபி பாத்தி ரத்தின் திருகாணியைக் கவனமாகத் திருகினாள். "பீயர் என்னிடம் காபி பொடியைக் கொடுங்கள்" என்று அவள் பெட்ரிட்ஸ்கியை நோக்கித் திரும்பினாள். அவள் அவருடனான தன் உறவை மறைக்க விரும்பாமல், அவருடைய கடைசிப் பெயராலேயே அவரை அழைத் தாள். "இன்னும் கொஞ்சம் சேர்க்கிறேன்."

"நீ அதைக் கெடுத்துவிடுவாய்."

"இல்லை, மாட்டேன்! சரி, உங்கள் மனைவி?" என்று திடீரென்று அவள் விரான்ஸ்கிக்கும் தன் தோழருக்கும் நடந்த உரையாடலில் குறுக்கிட்டாள். "உங்கள் திருமணத்தைப் பற்றி நாங்கள் இங்கே கற்பனை செய்தோம். உங்கள் மனைவியை அழைத்து வரவில்லையா?"

"இல்லை, பாரோனெஸ். நான் ஒரு நாடோடியாகப் பிறந்தேன், ஒரு நாடோடியாகவே இறப்பேன்."

"எவ்வளவு நல்லது, எவ்வளவு நல்லது. உங்கள் கையைக் கொடுங்கள்."

விரான்ஸ்கியின் கையை விட்டுவிடாமல், தன் வாழ்க்கையில் அவள் மேற்கொள்ளப் போகும் சில திட்டங்களைச் சொல்லத்

தொடங்கினாள். நகைச்சுவையுடன் அதை அவனிடம் சொல்லிய அவள், அதற்கு அவனுடைய ஆலோசனையைக் கேட்டாள்.

"அவர் எனக்கு விவாகரத்து வழங்க மறுத்து வருகிறார்! சரி, நான் என்ன செய்வது? (அவரது கணவர்). நான் நடவடிக்கை எடுக்க விரும்புகிறேன். நீங்கள் எனக்கு எத்தகைய யோசனை சொல்வீர்கள்? கமேரோவ்ஸ்கி, காபி மீது ஒரு கண் வைத்திருங்கள், அது கொதிக்கிறது. நான் வேலையாக இருப்பதைப் பாருங்கள்! நான் சட்டரீதியான நடவடிக்கை எடுக்க விரும்புகிறேன். ஏனெனில் எனக்கு என்னுடைய சொத்துக்கள் திரும்பவும் வேண்டும். இந்த முட்டாள்தனம் உங்களுக்குப் புரிகிறதா? ஏனெனில் நான் அவருக்கு உண்மையாக இல்லை என்கிறார்" என்ற அவள் இகழ்ச்சியுடன் சொன்னாள். "அவர் என் சொத்திலிருந்து ஆதாயம் பெற விரும்பு கிறார்."

விரான்ஸ்கி அந்த அழகிய பெண்ணின் குதூகலமான குரலை மகிழ்ச்சியுடன் கேட்டான். அவளுடன் உடன்பட்ட அவன் அவளுக்குப் பாதி நகைச்சுவை கலந்த யோசனையைச் சொன்னான். பொதுவாக இந்த வகையான பெண்ணிடம் பேசுவதற்கு உடனடியாகத் தனது வழக்கமான தொனியைப் பின்பற்றினான். அவனுடைய பீட்டர்ஸ்பர்க் உலகில், அனைத்து மனிதர்களும் நேரடியாக எதிரெதி ரான இரண்டு வகைகளாகப் பிரிக்கப்பட்டனர். முதலாவதாக கீழ்த்தட்டு வர்க்கத்தைச் சேர்ந்த அருவருக்கத்தக்க முட்டாள்கள். ஒரு கணவன் தான் திருமணம் செய்து கொண்ட ஒரே மனைவியுடன் வாழ வேண்டும் என்று நம்பிய அபத்தமான மக்கள். அந்த இளம் பெண் அப்பாவியாகவும் அடக்கமாகவும் இருக்க வேண்டும். அந்த ஆண் மகன் ஆண்மையுள்ளவனாக, பலசாலியாக இருப்பதுடன் குழந்தைகளை வளர்க்க வேண்டும், பணம் சம்பாதிக்க வேண்டும், கடன்களை அடைக்க வேண்டும். மேலும் இதேபோன்ற பல முட்டாள்தனமான கருத்துடைய கேலிக்குரிய பழமையான மனிதர் கள். ஆனால், உண்மையான மனிதர்கள் என்ற மற்றொரு பிரிவைச் சேர்ந்தவர்கள் உள்ளனர். இவர்கள் நேர்த்தியாகவும் தாரள மன துடனும், துணிச்சலுடனும், உற்சாகத்துடனும், ஒவ்வொரு உணர்வுக் கும் வெட்கப்படாமல் தங்களை வெளிப்படுத்தி, மற்ற அனைத்தையும் பார்த்து ஏளனமாகச் சிரிப்பவர்கள்.

மாஸ்கோவிலிருந்து தான் கொண்டுவந்த முற்றிலும் மாறுபட்ட ஒரு உலகைப் பற்றிய எண்ணங்களால் முதல் ஒரு நிமிடம் மட்டுமே விரான்ஸ்கி திகைத்துப் போயிருந்தான். ஆனால் அவன் தனது செருப்பில் கால்களை நழுவவிட்ட மறுகணமே, அவன் தனது மகிழ்ச்சியான, இனிமையான பழைய உலகத்திற்குத் திரும்பினான்.

காபி ஒருபோதும் தயாராகவில்லை. மாறாக எல்லாவற்றையும் வெளியே சிதறி எல்லோர் மீதும் சிதறித் தெறித்து, விலையுயர்ந்த கம்பளத்திலும் பாரோனெஸின் ஆடையின் மீதும் கொட்டி, தேவையானதை, அதாவது சிரிப்புக்கும் கூச்சலுக்கும் இடம் கொடுத்தது.

"நல்லது, நான் இப்போது கிளம்புகிறேன் இல்லையேல் நீங்கள் ஒருபோதும் குளிக்க முடியாது. ஒரு ஒழுக்கமான மனிதனின் மோசமான குற்றம் அசுத்தம் என்பதை நான் என்னுடைய மன ஆழத்தில் பதிந்து வைத்திருக்கிறேன். அப்படியானால் அவருடைய தொண்டையில் கத்தியால் குத்துவதுதான் உங்கள் ஆலோசனையா?"

"நிச்சயமாக, உங்கள் சிறிய கையை அவரது உதடுகளுக்கு அருகே வையுங்கள். அவர் உங்கள் கையை முத்தமிடுவார். பிறகு எல்லாம் நல்லபடியாக முடிந்துவிடும்" என்று விரான்ஸ்கி சொன்னான்.

"இன்றிரவு, பிரெஞ்சுத் தியேட்டரில்!" என்ற அவள், தன்னுடைய ஆடை சலசலக்க அங்கிருந்து மறைந்தாள்.

கமேரோவ்ஸ்கியும் எழுந்து நின்றார். விரான்ஸ்கி அவர் கிளம்பும்வரை காத்திருக்காமல், கைகுலுக்கிவிட்டு, உடை மாற்றும் அறைக்குச் சென்றான். விரான்ஸ்கி குளியலறையில் இருக்கையில் பெட்ரிட்ஸ்கி அவனிடம் தனது நிலைமையைச் சுருக்கமாக விவரித்தார். விரான்ஸ்கி சென்றதிலிருந்து அவருடைய நிலை மிகவும் மாறிவிட்டது. அவருடைய பணம் அனைத்தும் போய்விட்டது. அவரது தந்தை அவருக்கு எதையும் கொடுக்கவோ அல்லது கடன்களை அடைக்கவோ மாட்டேன் என்று கூறிவிட்டார். தையல்காரர் ஒருவர் அவரைச் சிறையில் அடைக்க விரும்பினார். வேறு யாரோ அவரை உறுதியாகச் சிறையில் அடைப்பதாகப் பயமுறுத்தினார். இவையெல்லாம் நிறுத்தப்படாவிட்டால், அவர் ராஜினாமா செய்ய வேண்டிய கட்டாயம் ஏற்படும் என்று அவரது படைப்பிரிவின் கர்னல் எச்சரித்தார். பாரோனெஸால், குறிப்பாக அவள் அவருக்குப் பணம் கொடுக்க விரும்பியதற்காக, அவர் சலிப்பும் சோர்வும் அடைந்தார். ஆனால் ஒரு அதிசயமான, வசீகரமான, கிழக்கத்திய பாணியில் ஒரு பெண் இருப்பதாகவும், அவர் அவளை விரான்ஸ்கிக்குக் காட்டுவதாகவும் சொன்னார். "நீங்கள் பாருங்கள், அடிமைப் பெண் ரெபேக்காவின் வகை." அவர் நேற்று பெர்கோஷேவுடன் வாக்குவாதத்தில் ஈடுபட்டு, மற்றவர்களை இடைத்தரகர்களாக நியமிக்க விரும்பினார், ஆனால் அது எதிர்பார்த்தபடி எந்தத் தீர்வுக்கும் வழிவகுக்காது என்பது தெளிவாகத் தெரிந்தது. அவரைப் பொருத்தவரை பொதுவாக அனைத்தும் மிகச் சிறந்ததாகவும் மிகவும் ஜாலியாகவும் இருந்தது என்று சொன்னார். தனது நண்பரைத் தன்னுடைய நிலைமையின் விவரங்களின் ஆழங்களுக்குள் செல்ல விடாமல், பெட்ரிட்ஸ்கி தனக்குத் தெரிந்த அனைத்து சுவாரஸ்யமான

செய்திகளையும் சொன்னார். தன்னுடைய குடியிருப்பின் மிகவும் அறிமுகமான சூழலில், தனக்குப் பரிச்சயமான கதைகளைக் கேட்ட விரான்ஸ்கி, கவலையற்ற தனது பீட்டர்ஸ்பர்க் வாழ்க்கைக்குத் திரும்பிய இனிமையான உணர்வை அனுபவித்தான்.

"அப்படியிருக்காது!" என்று கத்திய அவன், கழுவும் தொட்டியின் குழாயைத் திருப்பி, அவனது வலிமையான சிவப்புக் கழுத்தின் மீது தண்ணீரைத் திறந்துவிட்டான். லாரா இப்போது ஃபெர்டின் ஹாஃபை விட்டுவிட்டு, மிலேவுடன் இருக்கிறாள் என்பதைக் கேட்டு, 'அப்படியிருக்காது!' என்று அவன் கத்தினான். "அவர் இன்னும் முட்டாளா அல்லது அகங்காரம் பிடித்தவரா? சரி, புசுலுகோவைப் பற்றி என்ன?"

"ஆகா, புசுலுகோவைப் பற்றி ஒரு முழுக் கதையும் உள்ளது. வெகு சுவாரஸ்யமானது!" என்ற பெட்ரிட்ஸ்கி வியந்தார். "அவரது முக்கிய ஆர்வம் பந்துகள் என்பது உங்களுக்குத் தெரியும். அவர் விளையாட்டில் ஒரு பந்தையும் தவறவிட மாட்டார். அவர் தனது புதிய ஹெல்மெட் அணிந்து பந்தைப் பிடிக்கச் சென்றார். நீங்கள் புதிய தலைக்கவசத்தைப் பார்த்திருக்கிறீர்களா? மிகவும் நன்றாக இருக்கும் என்பதோடு லேசானது கூட. அவர் ஒருவர் மட்டுமே பந்தைப் பிடிக்க அங்கே நிற்கிறார்.. இல்லை, நீங்கள் இதைக் கேட்கவேண்டும்."

"நான் கேட்கிறேன்" என்று துருக்கி துண்டால் தன்னைத் துடைத்துக்கொண்டே பதிலளித்தான் விரான்ஸ்கி.

"ஒரு பெரிய சீமாட்டி ஒரு தூதருடன் நடந்து செல்லும்போது, நம் நண்பரின் துரதிர்ஷ்டத்தால், அவர்களின் உரையாடல் புதிய தலைக்கவசங்களைப் பற்றித் திரும்பியது. அந்தச் சீமாட்டி புதிய தலைக்கவசத்தை அவருக்குக் காட்ட விரும்பினாள்... அவர்கள் நம்முடைய அன்பான பையன் அங்கு நிற்பதைப் பார்த்தார்கள். (பெட்ரிட்ஸ்கி அவர் தலைக்கவசத்துடன் அங்கு எப்படி நின்றுகொண்டிருந்தார் என்பதைக் காட்டினார்). அந்தச் சீமாட்டி தலைக் கவச்தைத் தன்னிடம் கொடுக்கும்படி நம் நண்பரிடம் கேட்டார். ஆனால் நண்பர் கொடுக்கவில்லை. என்ன இது? எல்லோரும் கண்சிமிட்டி, தலையசைத்து அவரைப் பார்த்து முகம் சுளித்து, கொடுக்கும்படி சொன்னார்கள். ஆனால் நண்பர் அதைக் கொடுக் காமல் முற்றிலும் உறைந்துபோய் நின்றார். உங்களால் கற்பனை செய்ய முடிகிறதா...? அந்த ஒருவர்... அவர் பெயர்... நண்பரிடமிருந்து தலைக்கவசத்தை எடுக்க விரும்பினார்... நண்பரோ அதை விடவில்லை! அந்த மனிதர் அதை நண்பரிடமிருந்து பிடுங்கிச் சீமாட்டியிடம் கொடுத்தார். "இதோ புதிய தலைக்கவசம்" என்ற சீமாட்டி, அதைத் திரும்ப, உங்களால் கற்பனை செய்ய முடிகிறதா? பேரோசை!

அதிலிருந்து ஒரு பேரிக்காயும் சில இனிப்புகளும் விழுந்தன. இரண்டு பவுண்ட் எடையுள்ள இனிப்புகள்! நம் நண்பர் அனைத்தையும் அதில் மறைத்து வைத்திருந்தார்!"

விரான்ஸ்கி குலுங்கிக் குலுங்கிச் சிரித்தான். நீண்ட நேரம் கழித்து, மற்ற விஷயங்களைப் பற்றிப் பேசிக் கொண்டிருந்த போதும், தலைக்கவசத்தைப் பற்றி நினைவுகூர்ந்த அவன், பலமான சிரிப்பில், தனது வலுவான உறுதியான பற்களின் வரிசையை வெளிக் காட்டினான்.

அனைத்துச் செய்திகளையும் தெரிந்து கொண்ட விரான்ஸ்கி, தனது பணியாளின் உதவியுடன், தனது சீருடையை அணிந்து கொண்டு அறிக்கை சமர்ப்பிக்கச் சென்றான். அதன் பிறகு அவன் தனது சகோதரரையும், பெட்ஸியையும் சந்திக்க முடிவு செய்தான். அதற்குப் பிறகு திருமதி. கரீனினாவைச் சந்திப்பதற்காகப் பல இடங்களுக்குச் செல்ல வேண்டும் என்றும் முடிவு செய்தான். பீட்டர்ஸ் பார்க்கில் எப்போதும் செய்வது போல, நடு இரவுக்கு முன் திரும்பாத உத்தேசத்துடன் அவன் வீட்டை விட்டுக் கிளம்பினான்.

●

பகுதி இரண்டு

1

குளிர்காலத்தின் முடிவில் ஷெர்பாட்ஸ்கி இல்லத்தில், கிட்டியின் உடல்நிலை குறித்தும், அவளது இழந்துவிட்ட உடல்வலிமையைத் திரும்பப்பெறுவது குறித்தும் என்ன செய்வது என்பதை முடிவு செய்ய, ஒரு ஆலோசனை நடைபெற்றது. நோய்வாய்ப்பட்டிருந்த அவளுடைய உடல்நிலை, வசந்தகாலம் நெருங்கிய போது, மேலும் மோசமடைந்தது. குடும்ப மருத்துவர் அவளுக்கு மீன் எண்ணெய், இரும்புச்சத்து மற்றும் கிருமி நாசினி மருந்துகளைக் கொடுத்தார். ஆனால் இவற்றில் எதுவும் பலன் தரவில்லை என்பதால், வசந்த காலம் வந்ததும், வெளிநாடு செல்லும்படி அவர் யோசனை கூறினார். எனவே அவர்கள் ஒரு பிரபல மருத்துவரை வரவழைத் தனர். பார்ப்பதற்கு இன்னும் இளைஞரைப் போல அழகாக இருந்த அந்தப் பிரபல மருத்துவரிடம் நோயாளியைப் பரிசோதிக்கும்படிக் கேட்டுக்கொண்டனர். கன்னித்தன்மை என்பது காட்டுமிராண்டித் தனத்தின் எச்சம் என்றும், ஓர் இளம் பெண்ணை ஓர் இளைஞன் நிர்வாணமாகப் பரிசோதிப்பதை விட இயல்பானது வேறு எதுவும் இருக்க முடியாது என்றும் அவர் விசித்திரமான திருப்தியுடன் கூறினார். அவர் ஒவ்வொரு நாளும் அதைச் செய்துவந்த காரணத் தால், அதை ஒருபோதும் தவறாக நினைக்கவில்லை என்பதோடு அது வெகு இயல்பானது என்று அவருக்குத் தோன்றியது. எனவே அவர் ஒரு பெண் இதை அவமானமாக நினைப்பது காட்டுமிராண்டித் தனத்தின் எச்சமாக மட்டுமின்றி, தன்னை அவமதிக்கும் செயலாகவும் அவர் கருதினார்.

மருத்துவர்கள் அனைவரும் ஒரே பள்ளியில், ஒரே மருத்து வத்தைப் பயின்றவர்கள் என்றாலும், இந்தப் பிரபல மருத்துவர் ஒரு மோசமான மருத்துவர் என்று சிலர் சொன்னாலும், இளவரசியின் வீட்டில் உள்ளவர்ளும் அவரைச் சேர்ந்தவர்களும், இந்த மருத்துவர் தனித்துவமான ஏதோ ஒன்றை அறிந்தவர் என்றும், கிட்டியைக் காப்பாற்ற அவரால் மட்டுமே முடியும் என்றும் கருதி அதற்கு ஒப்புக்கொண்டனர். சங்கடமும் கலக்கமும் அடைந்த நோயாளியைக்

கவனமாகப் பரிசோதித்த பிறகு தன் கைகளை நன்றாகக் கழுவிய அந்தப் பிரபல மருத்துவர் வரவேற்பறையில் இளவரசரிடம் பேசினார். மருத்துவர் சொன்னதைக் கேட்டதும் இளவரசர் முகத்தைச் சுளித்து இருமினார். வாழ்க்கையைப் பற்றி அறிந்த அவர், ஒரு முட்டாளாகவோ நோயுற்றவராகவோ இல்லாதவர் என்ற முறையில் அவருக்கு மருத்துவத்தின் மீது எந்த நம்பிக்கையும் இல்லை. கிட்டியின் நோய்க்கான காரணத்தை அவர் மட்டுமே முழுமையாகப் புரிந்து கொண்டதால், நடந்த கேலிக்கூத்து அனைத்தையும் அவரால் சகித்துக்கொள்ள முடியவில்லை. தனது மகளின் நோயைப் பற்றிய அறிகுறிகளைப் பிரபல மருத்துவர் விவரித்தபோது, 'அவர் ஒரு வாயாடி' என்று அவர் நினைத்தார். இதற்கிடையில், அந்த நகைப்புக்குரிய கிழவர் மீதான தனது வெறுப்பை வெளிக்காட்டாமல், கிழவருடைய புரிதலுக்கு ஏற்ப தன்னைத் தாழ்த்திக் கொள்வதில் மருத்துவருக்குச் சிரமம் இருந்தது. முதியவரோடு பேசுவது அர்த்த மற்றது என்றும், தாய்தான் இந்த வீட்டின் தலைவி என்றும் அவர் புரிந்து கொண்டார். அவள் முன்னே அவர் தன் முத்துக்களைச் சிதறடிக்க எண்ணினார். அந்தச் சமயத்தில் இளவரசி குடும்ப மருத்துவருடன் வரவேற்பறைக்கு வந்தாள். இந்த மொத்த நகைச்சுவையும் தனக்கு எத்தனை அபத்தமாகத் தெரிகிறது என்பதை வெளிக்காட்டாது, இளவரசர் அங்கிருந்து சென்றார். இளவரசி என்ன செய்வதென்று புரியாமல் திகைத்து நின்றாள். கிட்டிக்கு எதிராகத் தான் பாவம் செய்துவிட்டதாக அவள் உணர்ந்தாள்.

"சரி, டாக்டர், எங்கள் தலைவிதியை முடிவு செய்யுங்கள்" என்றாள் அவள். 'உண்மையைச் சொல்லுங்கள்... ஏதேனும் நம்பிக்கை இருக்கிறதா?' என்று கேட்பதற்கு அவள் விரும்பினாள். ஆனால் அவளுடைய உதடுகள் நடுங்கத் தொடங்க, அவளால் அந்தக் கேள்வியைக் கேட்க முடியவில்லை. "சரி, அது என்ன டாக்டர்?" என்றாள்.

"ஒரு நிமிடம் இளவரசி, நான் தற்போது என் சகாவுடன் பேசுகிறேன். பிறகு என் கருத்தை உங்களிடம் தெரிவிக்கும் பாக்கியம் எனக்குக் கிடைக்கும்."

"அப்படியானால் நாங்கள் செல்லவா?"

"உங்கள் விருப்பம் போல."

இளவரசி பெருமூச்சு விட்டவளாக வெளியே சென்றாள்.

மருத்துவர்கள் தனிமையில் விடப்பட்டதும், குடும்ப மருத்துவர் தயக்கத்துடன் தனது கருத்தை முன்வைக்கத் தொடங்கினார். அதன் படி காசநோயின் அறிகுறி இருப்பதோடு... மேலும் பல சிக்கல்கள் என்று அவர் விளக்கினார். பிரபல மருத்துவர் அவர் பேச்சைக்

கேட்டுக் கொண்டே, இடையில் தனது பெரிய தங்கக் கடிகாரத்தைப் பார்த்தார்.

"உண்மைதான்" என்றார் அவர். "ஆனால்...?"

பேசிக்கொண்டிருந்த குடும்ப மருத்துவர் மரியாதையுடன் பேசுவதை நிறுத்தினார்.

"உங்களுக்குத் தெரியும், ஒரு காசநோயின் ஆரம்பத்தை எங்களால் கண்டறிய முடியாது. குழிப்புண்கள் ஏற்படும்வரை எதையும் உறுதியாகச் சொல்ல முடியாது. இருப்பினும் எங்களுக்குச் சந்தேகங்கள் உள்ளன. மோசமான உடல்நிலை, நரம்புத் தளர்ச்சி மற்றும் பல அறிகுறிகள் உள்ளன. எனவே காசநோய் என்ற சந்தேகத்தின் அடிப்படையில் உடலின் ஊட்டச்சத்தைப் பராமரிக்க என்ன செய்ய வேண்டும் என்பதே எங்களின் கேள்வி."

"ஆனால் எப்போதும் நோயின் பின்புறம் சில தார்மீக மற்றும் ஆன்மிகக் காரணங்கள் உள்ளன என்பது உங்களுக்குத் தெரியும்" என்று குடும்ப மருத்துவர் ஒரு நுட்பமான புன்னகையுடன் குறிப்பிட்டார்.

"ஆமாம், அது புரிந்துகொள்ளக் கூடியதே" என்று சொன்ன பிரபல மருத்துவர் மீண்டும் தன் கைக்கடிகாரத்தைப் பார்த்தார். "மன்னிக்கவும், யௌசா பாலம் முடிந்துவிட்டதா அல்லது சுற்றிச் செல்ல வேண்டுமா?" என்று அவர் கேட்டார். "அட, முடிந்து விட்டதா? அப்படியானால் நான் இருபது நிமிடங்களில் அங்கு செல்ல முடியும். எனவே நான் சொன்னது போல நோயாளிக்கு ஊட்டமளிப்பதுடன், நரம்புகளையும் வலுப்படுத்த என்ன செய்ய வேண்டும் என்பதுதான் கேள்வி. இவை இரண்டும் ஒன்றோடு ஒன்று சம்பந்தப்பட்டவை என்பதால் நாம் இரண்டையும் கவனிக்க வேண்டும்."

"வெளிநாட்டுக்குச் செல்லலாமா?" என்று கேட்டார் குடும்ப மருத்துவர்.

"நான் வெளிநாட்டுப் பயணங்களை எதிர்க்கிறேன். தயவுசெய்து கவனியுங்கள், இது நம்மால் அறிய முடியாத ஒரு காசநோயின் தொடக்கமாக இருந்தால், வெளிநாட்டுப் பயணம் எந்த வகையிலும் உதவாது. நோயாளிக்குத் தீங்கு ஏற்படாத வகையில் ஊட்டச்சத்தைப் பராமரிக்க ஒரு தீர்வு அவசியம்."

பிரபல மருத்துவர் சோடன் தண்ணீர் மூலம் செய்யும் தனது சிகிச்சைத் திட்டத்தை முன்வைத்தார். அதைப் பரிந்துரைப்பதன் முக்கிய நோக்கம் அவற்றால் நோயாளிக்கு எந்தத் தீங்கும் ஏற்படாது என்பதுதான்.

குடும்ப மருத்துவர் கவனமாகவும் மரியாதையுடனும் கேட்டார்.

"ஆனால் வெளிநாட்டுப் பயணத்திற்கு ஆதரவாக, பழக்க வழக்கங்களில் ஏற்படும் மாற்றத்தையும், நினைவுகளைத் தூண்டும் சூழ்நிலையிலிருந்து விலகியிருப்பதையும் நான் சுட்டிக் காட்டுவேன். அப்புறம், அம்மாவும் அதைத்தான் விரும்புகிறார்" என்றார்.

"ஆகா, அப்படியானால் அவர்கள் போகட்டும். அந்த ஜெர்மானிய போலிகள் மட்டுமே தீங்கு செய்வார்கள்... அவர்கள் கேட்க வேண்டும்... சரி, அவர்கள் போகட்டும்."

அவர் திரும்பவும் தன் கடிகாரத்தைப் பார்த்தார்.

"ஓ! நேரமாகிவிட்டது" என்று சொல்லிய அவர் வாசலுக்குச் சென்றார்.

பிரபல மருத்துவர் இளவரசியிடம் (நியாய உணர்வு தூண்ட) நோயாளியை மீண்டும் பார்க்க வேண்டும் என்று சொன்னார்.

"என்ன! மற்றொரு பரிசோதனையா!" என்று தாய் திகிலுடன் கத்தினாள்.

"இல்லை, சில விவரங்கள் தேவை இளவரசி."

"நீங்கள் விரும்பினால்."

இளவரசி மருத்துவர் பின்தொடர வரவேற்பு அறையில் இருந்த கிட்டியிடம் சென்றாள். அவள் அனுபவித்த அவமானத்தின் விளைவாகக் கலங்கிய கண்களும் சிவப்பேறிய கன்னங்களுமாக கிட்டி அறையின் நடுவில் நின்றிருந்தாள். மருத்துவர் உள்ளே நுழைந்ததும் அவளுடைய முகம் மேலும் சிவப்பேற கண்களில் கண்ணீர் சிந்தியது. அவளுடைய நோயும் சிகிச்சையும் அவளுக்கு முட்டாள்தனமாக, அபத்தமானதாகத் தோன்றியது! அவளுக்குரிய சிகிச்சை, உடைந்த குவளையின் துண்டுகளை ஒன்றிணைப்பது போல கேலிக்குரியதாகத் தோன்றியது. அவள் இதயம் நொறுங்கியது. மாத்திரைகளும் மருந்துகளும் கொடுத்து அவளை ஏன் குணப்படுத்த முயல்கிறார்கள்? ஆனால் அவளுடைய தாய் தன் மீதே குற்றம் சுமத்திக்கொண்டதால், எல்லாவற்றுக்கும் மறுப்பு தெரிவித்து, அவளை அவமதிக்கவும் கிட்டியால் முடியவில்லை.

"தயவுசெய்து உட்காருங்கள் மிஸ்" என்றார் பிரபல மருத்துவர்.

புன்னகையுடன் அவள் எதிரே அமர்ந்து, அவளது நாடித் துடிப்பைப் பார்த்த அவர், மீண்டும் சோர்வுதரும் கேள்விகளைக் கேட்கத் தொடங்கினார். அவருக்குப் பதில் சொல்லிக் கொண்டே வந்த கிட்டி திடீரென்று சினமடைந்து எழுந்து நின்றாள்.

"என்னை மன்னியுங்கள் டாக்டர், ஆனால் இது எங்கேயும் கொண்டு சேர்க்காது. இதையே என்னிடம் மூன்று முறை கேட்டு விட்டீர்கள்."

பிரபல மருத்துவர் மனம் புண்படவில்லை.

கிட்டி சென்றதும் வயதான இளவரசியிடம், "நோயுற்ற எரிச்சல்" என்றார். "எப்படியோ முடித்துவிட்டேன்..." என்ற மருத்துவர், இளவரசியை ஒரு விதிவிலக்கான புத்திசாலிப் பெண்ணாகக் கருதி, அவளது மகளின் நிலையை அறிவியல்பூர்வமாக வரையறுத்து, எந்தத் தீங்கும் விளைவிக்காத அந்தத் தண்ணீரை எவ்வாறு குடிக்க வேண்டும் என்பதை விளக்கினார். அவர்கள் வெளிநாடு செல்ல லாமா என்ற கேள்விக்கு, மருத்துவர் ஒரு கடினமான கேள்விக்குப் பதில் சொல்வது போல ஒரு கணம் யோசித்தார். இறுதியில் அவரது முடிவைச் சொன்னார். போகலாம் ஆனால், ஏமாற்றுக்காரர்களை நம்பாதீர்கள், அவர்கள் இருக்கும் திசைக்கே போகாதீர்கள் என்றார்.

மருத்துவர் சென்ற பிறகு ஏதோ மகிழ்ச்சியான ஒன்று நடந்தது போலிருந்தது. தன் மகளிடம் திரும்பிய தாய் ஆரவாரம் செய்து கிட்டியை உற்சாகப்படுத்துவது போல நடித்தாள். இப்போதெல்லாம் அவள் அடிக்கடி இப்படி நடிக்க வேண்டியிருந்தது.

"நான் நன்றாக இருக்கிறேன் அம்மா. ஆனால் நீங்கள் போக விரும்பினால் போகலாம்" என்ற அவள் வரப்போகும் பயணத்தில் ஆர்வம் காட்ட முயன்று, அவர்கள் புறப்படுவதற்கான ஏற்பாடு களைப் பற்றிப் பேசத் தொடங்கினாள்.

2

மருத்துவர் சென்றதும் டோலி வந்தாள். கிட்டியின் உடல் நிலை குறித்து அன்று ஒரு ஆலோசனை நடக்கப்போகிறது என்று அவளுக்குத் தெரியும். அவள் சமீபத்தில்தான் பிரசவத்திலிருந்து மீண்டிருந்தபோதும் (குளிர்காலத்தின் பிற்பகுதியில் அவள் ஒரு பெண் குழந்தையைப் பெற்றெடுத்தாள்), அவளுக்குப் பல துயரங் களும் வேலைகளும் இருந்தபோதும், அவள் தனது பாலூட்டும் குழந்தையையும், நோயுற்ற மகளையும் விட்டுவிட்டு, கிட்டியின் தலைவிதியைப் பற்றித் தெரிந்துகொள்ள வந்தாள்.

"சரி, என்ன ஆயிற்று?" என்று தொப்பியைக் கழற்றாமல் வரவேற்பறைக்குள் நுழைந்த அவள் கேட்டாள். "நீங்கள் அனைவரும் நல்ல மனநிலையில் இருப்பதைப் பார்த்தால் நல்ல செய்தியாகத் தெரிகிறது. நல்ல விஷயமா?" மருத்துவர் சொன்னதை அவர்கள் அவளிடம் சொல்ல முயன்றபோது, அவர் மிகவும் நிதானமாகவும்

விரிவாகவும் பேசியிருந்த போதும், அவர்களால் அவர் சொன்னதை விவரிக்க முடியவில்லை என்பதை அறிந்தனர். இதில் சுவாரஸ்யமான ஒரே விஷயம் வெளிநாடு செல்வதற்கு முடிவு செய்யப்பட்டது என்பதுதான்.

டோலியால் பெருமூச்சு விடாமல் இருக்க முடியவில்லை. ஏனெனில் அவளுடைய நெருங்கிய தோழி, அவளுடைய சகோதரி வெகுதூரம் செல்லப் போகிறாள். அவளுடைய வாழ்க்கை மகிழ்ச்சி யாக இல்லை. கணவன் மனைவிக்கு இடையிலான சமரசத்திற்குப் பிறகு அவளது வாழ்க்கை அவமானகரமானதாக மாறிவிட்டது. அவர்களுக்குள் இருந்த விரிசலைச் சரிசெய்ய அன்னா செய்த முயற்சி பலன் தரவில்லை என்பதால் மீண்டும் குடும்ப உறவு அதே இடத்தில் முறிந்தது. திட்டவட்டமாக எதுவும் நடக்கவில்லை என்றாலும் ஸ்டீபன் ஆர்கடியேவிச் எப்போதும் வீட்டில் தங்கவில்லை. மேலும் வீட்டில் சொற்பமான அளவில் கூட பணம் இல்லை. துரோகத்தின் சந்தேகத்தால் அவள் தொடர்ந்து சித்திரவதைக்கு உள்ளானாள். ஏற்கனவே அறிமுகமான பொறாமையின் வேதனைக்குப் பயந்து அதை விரட்டுவதற்கு முயன்றாள். பொறாமையின் முதல் குமுறல் ஒருமுறை வெளிப்பட்டுவிட்டால் அது மீண்டும் அதே ஆற்றலுடன் திரும்பி வராது. எனவே மீண்டும் துரோகம் தெரியவந்தபோது கூட, முதல் முறை அனுபவித்த அதே வேதனையை அவள் அனுப விக்கவில்லை. அப்படித் தெரியவந்தாலும், அது அவளது குடும்பப் பழக்கவழக்கங்களை மட்டுமே பாதித்தது. இந்தப் பலவீனத்திற்காக அவள் தன்னையும் அவனையும் வெறுத்து, தன்னைத்தானே ஏமாற்றிக் கொண்டாள். எல்லாவற்றுக்கும் மேலாக, ஒரு பெரிய குடும்பத்தின் பராமரிப்பு அவளைத் தொடர்ந்து துன்புறுத்தியது. குழந்தைக்குச் சரியாகப் பாலூட்ட முடியவில்லை அல்லது செவிலியர் சரியாக அமையவில்லை அல்லது இப்போது போல, குழந்தைகளில் யாரோ ஒருவர் எப்போதும் நோயுற்று வந்தனர்.

“எப்படி இருக்கிறாய்?” என்று அம்மா கேட்டாள்.

“ஐயோ அம்மா, உனக்கென்று போதுமான கவலைகள் உள்ளன. லில்லி நோயுற்றிருக்கிறாள். அது ஸ்கார்லெட் காய்ச்சலாக இருக்குமோ என்று நான் பயப்படுகிறேன். கடவுளே, அது ஸ்கார்லெட் காய்ச்சல் என்றால் நான் வீட்டை விட்டு நகர முடியாது என்பதால் இப்போது செய்தியைத் தெரிந்துகொள்வதற்காக வந்தேன்.”

மருத்துவர் கிளம்பிய பிறகு வயதான இளவரசர் தனது படிப் பறையிலிருந்து வெளியே வந்தார். அவர் தன் கன்னத்தை முத்தமிட டோலிக்குக் காட்டி, ஒரு வார்த்தை சொல்லிவிட்டு, தன் மனைவியை நோக்கித் திரும்பினார்.

"என்ன முடிவு? நீ போகிறாயா? சரி, நான் என்ன செய்ய வேண்டுமென நினைக்கிறாய்?"

"நீங்கள் இங்கேயே இருக்க வேண்டும் என்று நினைக்கிறேன் அலெக்ஸாண்டர்" என்றாள் அவர் மனைவி.

"உன் விருப்பம்போல."

"அம்மா, அப்பா ஏன் நம்முடன் வரக்கூடாது?" என்றாள் கிட்டி. "அது அவருக்கும் நமக்கும் மிகவும் மகிழ்ச்சியாக இருக்கும்."

வயதான இளவரசர் எழுந்து கிட்டியின் தலையைக் கோதினார். அவள் தன் முகத்தை உயர்த்தி அவரைப் பார்த்துப் புன்னகைத்தாள். அவர் அவளுடன் குறைவாகப் பேசினாலும், குடும்பத்தில் உள்ள அனைவரையும் விட அவளை அவர் நன்றாகப் புரிந்துகொண்டார் என்று அவளுக்குத் தோன்றியது. இளையவளான அவள் அவளுடைய தந்தைக்கு மிகவும் பிடித்தவள் என்பதோடு, அவள் மீதான அவரது அன்பு அவரது அறிவை விசாலப்படுத்தியதாக அவளுக்குத் தோன்றியது. அவளையே கனிவுடன் பார்த்துக் கொண்டிருந்த, சுருக்கம் விழுந்த முகத்திலிருந்த, அவரது நீல நிறக் கண்களை, அவள் கண்கள் சந்தித்தபோது, அவளுக்குள் நடக்கும் தீமைகள் அனைத்தையும் அவர் சரியாகப் புரிந்துகொண்டார் என்று அவளுக்குத் தோன்றியது. முகம் சிவந்த அவள் அவரை நோக்கிக் குனிந்து ஒரு முத்தத்தை எதிர்பார்த்தாள். ஆனால் அவரோ அவள் தலையைக் கோதியபடி சொன்னார்:

"இந்த முட்டாள்தனமான சிகை அலங்காரங்கள்! நீ உண்மை யாக உன் மகளிடம் கூட நேரத்தைச் செலவிடவில்லை. இது உயிரற்ற பெண்ணின் கூந்தலைத் தொடுவதுபோல உள்ளது. நல்லது, டோலிங்கா" என்று அவர் தன் மூத்த மகளை நோக்கித் திரும்பினார். "உன்னுடைய இளம் நண்பர் என்ன செய்கிறார்?"

"ஒன்றுமில்லை, அப்பா" என்று டோலி பதிலளித்தாள். அவர் தனது கணவரைப் பற்றிக் கேட்கிறார் என்பதை அவள் புரிந்து கொண்டாள். "எப்போதும் வெளியே சென்றுவிடுவதால் நான் அவரைப் பார்ப்பதே இல்லை" என்ற அவளால் கேலியான புன்னகையைச் சேர்க்காமல் இருக்க முடியவில்லை.

"அப்படியானால் மரங்களை விற்க அவர் இன்னும் நாட்டிற்குப் போகவில்லையா?"

"இல்லை, அவர் தயாராகிக் கொண்டிருக்கிறார்."

"உண்மையாகவா!" என்றார் இளவரசர். "நானும் என்னைத் தயார்படுத்திக் கொள்ள வேண்டுமா?" என்று மனைவியின் பக்கம் திரும்பி அமர்ந்தார்.

"ஆனால் இங்கே நான் உன்னிடம் சொல்ல விரும்புவது என்ன வென்றால் காத்யா" என்ற இளவரசி தன் இளைய மகளிடம், "ஒருநாள் இல்லையென்றால் ஒரு நல்ல நாளில், விழித்தெழுந்து, நான் மிகவும் நன்றாகவும் மகிழ்ச்சியாகவும் இருக்கிறேன் என்றும், நானும் அப்பாவும் மீண்டும் அதிகாலையில் உறைபனியில் நடப்பதற்கு வெளியே செல்வோம் என்றும் உனக்கு நீயே சொல்லிக் கொள்வாய், பாரேன்" என்றாள்.

அவளுடைய தந்தை சொன்னது மிகவும் எளிமையாகத் தெரிந்தது. ஆனால் கிட்டி இந்த வார்த்தைகளால் தான் பிடிபட்ட ஒரு குற்றவாளியைப் போல, குழப்பமடைந்தாள். 'ஆமாம் அவருக்கு எல்லாம் தெரியும், எல்லாவற்றையும் புரிந்துகொள்கிறார். அந்த வார்த்தைகளால், இது வெட்கக்கேடானது என்றாலும் ஒருவர் தன் அவமானத்திலிருந்து மீள வேண்டும் என்று அவர் என்னிடம் சொல்கிறார்.' அவளால் எந்தப் பதிலும் சொல்ல முடியவில்லை. பேச முயன்ற அவள் திடீரென்று கண்ணீர் விட்டு அறையை விட்டு ஓடினாள்.

"நீங்களும் உங்களது கேலியும்!" என்று இளவரசி தன் கணவனைக் கண்டித்தாள். "நீங்கள் எப்போதும்..." என்று அவள் சரமாரியாக அவரைத் திட்டத் தொடங்கினாள்.

வெகுநேரம் அவள் சொல்வதைக் கேட்டுக்கொண்டிருந்த இளவரசர் எதுவும் பேசாமல் தன் முகத்தை மேலும் மேலும் சுளித் தார்.

"அவள் பாவப்பட்டவள், பரிதாபத்திற்குரியவள். ஒரு சிறிய காரணத்தாலும் அவள் அதற்காக எவ்வளவு வேதனைப்படுகிறாள் என்பதை நீங்கள் உணரவில்லை. ஆ! அடுத்தவர்களைப் பற்றி மிகவும் தவறாகப் புரிந்துகொள்கிறீர்கள்!" என்று இளவரசி சொன் னாள். அவளுடைய குரலின் தொனியின் மாற்றத்திலிருந்து டோலியும் இளவரசரும், அவள் விரான்ஸ்கியைப் பற்றிப் பேசுகிறாள் என்பதை அறிந்தனர். "இத்தகைய இழிவான, கீழ்த்தரமான மனிதர் களுக்கு எதிராக ஏன் சட்டங்கள் இல்லை என்று எனக்குப் புரிய வில்லை."

"ஆகா, என்னால் கேட்க முடியவில்லை!" என்று இளவரசர் துயரத்துடன் நாற்காலியிலிருந்து எழுந்து புறப்படுவதற்குத் தயாரானவர் வாசலில் நின்றார். "சட்டங்கள் உள்ளன அன்பே. நீ என்னை இதற்குத் தூண்டினால், இது அனைத்தும் உன்னால் ஏற்பட்ட தவறு, உன்னு டைய தவறு மட்டுமே என்று நான் உனக்குச் சொல்வேன். இத்தகைய இளம் பிசாசுகளுக்கு எதிராக எப்போதும் சட்டங்கள் உள்ளன! ஆம், மேடம், ஒருபோதும் நடந்திருக்கக் கூடாத அது நடந்திராவிட்டால்...

சரி, நான் வயதானவன், ஆனால் அவனை, அந்தப் பகட்டுக்காரனை விரட்டியிருப்பேன். ஆமாம், இப்போது சிகிச்சைக்கு வழி தேடி, ஏமாற்றுக்காரர்களை அழைக்கிறீர்கள்."

இளவரசருக்கு இன்னும் நிறையச் சொல்லத் தோன்றியது. ஆனால் தீவிரமான விஷயங்களில் எப்போதும் செய்வது போல, அவர் குரலைக் கேட்டதும் இளவரசி உடனே அதை ஏற்றுக்கொண்டு மனம் வருந்தினாள்.

"அலெக்ஸாண்டர், அலெக்ஸாண்டர்" என்று கிசுகிசுத்தபடி அவரை நெருங்கி, கண்ணீர் விட்டு அழுதாள்.

அவள் அழத்தொடங்கியதும் இளவரசரும் சற்றே தணிந்தவராக அவளிடம் சென்றார்.

"போதும், போதும்! இது உனக்கும் கஷ்டமாக இருக்கும் என்பது எனக்குத் தெரியும். நாம் என்ன செய்ய முடியும்? இது ஒன்றும் பெரிய பேரழிவு அல்ல. கடவுள் இரக்கமுள்ளவர்... நன்றி சொல்..." என்று இளவரசியின் முத்தத்தின் ஈரத்தைத் தன் கையில் உணர்ந்து, அதற்குப் பதில் சொல்லும் விதமாகப் பேசிய அவர், மேற்கொண்டு என்ன பேசுவது என்று தெரியாமல் அறையை விட்டு வெளியேறினார்.

கிட்டி கண்ணீருடன் அறையை விட்டு வெளியேறியவுடன், டோலி தாய்மை உணர்வுடன், இது ஒரு பெண்ணின் வேலை என்பதை உணர்ந்து அதைச் செய்வதற்குத் தயாரானாள். தொப்பியைக் கழற்றிவிட்டு, தன் சட்டைக் கைகளைச் சுருட்டிக் கொண்டு செயல் படுவதற்கு ஆயத்தமானாள். தன் தந்தையின் மீது தாய் தாக்குதல் தொடுத்தபோது, அவள் தனது தாயைக் கட்டுப்படுத்த முயன்றாள். ஆனால் இளவரசரின் கோபத்தின் போது அவள் அமைதியாக இருந்தாள். தன் தாயை நினைத்து வெட்கப்பட்ட அவள், தந்தையின் நல்ல குணத்திற்காக அவரிடம் கனிவு காட்டினாள், ஏனெனில் அவர் உடனடியாகத் தன்னை அமைதிப்படுத்திக் கொண்டார். அவளுடைய தந்தை அறையை விட்டுச் சென்றதும், அவள் கிட்டி யிடம் சென்று, அவளுக்கு ஆறுதல் கூறும் முக்கியக் காரியத்தைச் செய்ய முயன்றாள்.

"நான் எப்போதோ உங்களிடம் சொல்ல விரும்பினேன் அம்மா. லெவின் கடைசியாக இங்கு வந்தபோது கிட்டியிடம் முன்மொழியப் போகிறார் என்பது உங்களுக்குத் தெரியுமா? அவர் ஸ்டீவாவிடம் அதைச் சொல்லியிருக்கிறார்."

"சரி, அதனால் என்ன? எனக்குப் புரியவில்லை..."

"கிட்டி அவரை மறுத்திருப்பாளா...? அவள் உங்களிடம் சொல்லவில்லையா?"

"இல்லை, அவள் எதைப் பற்றியும் என்னிடம் சொல்லவில்லை. அவள் மிகவும் பெருமைப்பட்டாள். ஆனால், இவையெல்லாம் மற்றவரின் காரணமாக என்பது எனக்குத் தெரியும்…"

"ஆமாம், கற்பனை செய்து பாருங்கள், அவள் லெவினை மறுத்திருந்தால்… அந்த மற்றொரு மனிதர் இல்லையெனில் அவள் அவரை மறுத்திருக்க மாட்டாள் என்பது எனக்குத் தெரியும்… ஆனால் அவர் அவளைக் கொடூரமாக ஏமாற்றிவிட்டார்."

தன் மகளுக்கு முன்னால் தான் எந்த அளவுக்குக் குற்றவாளியாகி விட்டோம் என்பதை நினைத்துப் பார்க்க முடியாத அளவிற்கு இளவரசிக்குத் தோன்றவே அவள் சினமடைந்தாள்.

"ஐயோ, எனக்கு ஒன்றுமே புரியவில்லை! இப்போதெல்லாம் அனைவரும் அவரவர் சொந்தக் காரணங்களுக்காக வாழ விரும்பு கிறார்கள். அவர்கள் தங்கள் தாய்மார்களிடம் எதுவும் சொல்வ தில்லை, பிறகு பார்…"

"நான் அவளிடம் போகிறேன் அம்மா."

"போ. நான் உன்னைத் தடுக்கிறேனா?" என்றாள் அம்மா.

3

இளஞ்சிவப்பு நிறத்தில், கிட்டி இரண்டு மாதங்களுக்கு முன்பு புத்துணர்ச்சியுடன் இருந்ததைப் போல இருந்த சிறிய அழகான, அறைக்குள் நுழைந்த டோலி, தாங்கள் இருவரும் சேர்ந்து அந்த அறையை எத்தனை மகிழ்ச்சியோடும் காதலோடும் அலங்கரித்தோம் என்பதை நினைவுகூர்ந்தாள். கதவுக்கு அருகில் உயரம் குறைவான நாற்காலியில் கிட்டி அமர்ந்திருப்பதையும், அவளுடைய உயிரற்ற கண்கள் கம்பளத்தின் மூலையை வெறித்துப் பார்த்துக் கொண்டி ருப்பதையும் பார்த்த அவளுடைய உள்ளம் சில்லிட்டது. கிட்டி தன் சகோதரியைப் பார்த்தபோதும், அவளது உணர்ச்சியற்ற, கடு கடுப்பான முகபாவம் மாறவில்லை.

"இப்போது இங்கிருந்து செல்லும் நான் வீட்டிலேயே முடங்கிக் கிடக்கப் போகிறேன், நீ என்னைப் பார்க்க முடியாது" என்ற டாரியா அலெக்ஸாண்ட்ரோவ்னா அவள் அருகில் அமர்ந்தாள். "நான் உன்னுடன் பேச விரும்புகிறேன்."

"எதைப் பற்றி?" என்று கிட்டி பயத்துடன் கண்களை உயர்த்தி வேகமாகக் கேட்டாள்.

"உன்னுடைய துயரத்தைப் பற்றி இல்லாமல் வேறென்ன?"

"எனக்கு எந்த வருத்தமும் இல்லை."

"போதும் கிட்டி. உண்மையிலேயே எனக்குத் தெரியாது என்று நினைக்கிறாயா? எனக்கு எல்லாம் தெரியும். என்னை நம்பு, இது மிகவும் அற்பமானது... நாம் அனைவரும் இதைக் கடந்து வந்திருக்கிறோம்."

கிட்டி எதுவும் பேசவில்லை. அவள் முகம் இறுக்கமாக இருந்தது.

"நீ அவருக்காகத் துயரப்படும் அளவுக்கு அவர் தகுதியுள்ளவர் அல்ல" என்று டாரியா அலெக்ஸாண்ட்ரோவ்னா நேரடியாக விஷயத்திற்கு வந்தாள்.

"ஆமாம், ஏனெனில் அவர் என்னைப் புறக்கணித்து அவமானப் படுத்தினார்" என்று கிட்டி நடுங்கும் குரலில் சொன்னாள். "அதைப் பற்றிப் பேசாதீர்கள்! தயவு செய்து வேண்டாம்!"

"ஏன்? யார் உனக்கு அப்படிச் சொன்னது? யாரும் அப்படிச் சொல்லவில்லை. அவர் உன்னை விரும்பினார் என்று எனக்கு நிச்சயமாகத் தெரியும். அவர் இன்னும் உன்னைக் காதலிக்கிறார், ஆனால்..."

"ஓ, இந்த ஆறுதல்கள்தான் எனக்கு மோசமானவையாகத் தெரிகின்றன!" என்று கிட்டி திடீரென கோபத்துடன் கத்தினாள். அவள் நாற்காலியில் திரும்பி அமர்ந்து, முகம் சிவக்க, தன் கைவிரல்களால், தான் பிடித்திருந்த தனது இடுப்புப் பட்டையின் கொக்கியை ஒரு கையாலும் பிறகு மற்றொரு கையாலும் பிசையத் தொடங்கினாள். மனக்கிளர்ச்சியின் போது தன் சகோதரி அப்படிச் செய்வது பழக்கம் என்பது டோலிக்குத் தெரியும். அந்தத் தருணத்தில் கிட்டி தன்னை மறந்து, பல தேவையற்ற, விரும்பத்தகாதவற்றைச் சொல்வாள் என்பதையும் அவள் அறிந்திருந்தாள். டோலி அவளை அமைதிப் படுத்த விரும்பினாள் என்றாலும் அது காலம் கடந்து விட்டது.

"என்ன? நான் என்ன நினைக்க வேண்டும் என்று விரும்புகிறீர்கள்?" என்ற கிட்டி வேகமாகப் பேசிக்கொண்டு சென்றாள். "என்னைப் பற்றி துளியும் கவலைப்படாத ஒருவனை நான் காதலித்தேன். அவன் மீதான அன்பால் நான் செத்துக்கொண்டிருக்கிறேன் என்றா? அதை என் சகோதரி என்னிடம் சொல்கிறாள்... அவள் அப்படி நினைக்கிறாள்... அது... அவள் என் மீது அனுதாபப்படுகிறாள் என்றா?... இந்த ஆறுதலும் பாசாங்கும் எனக்கு வேண்டாம்!"

"கிட்டி, நீ இப்படிச் சொல்வது நியாயமல்ல."

"என்னை ஏன் சித்திரவதை செய்கிறீர்கள்?"

"அப்படியல்ல நான்... மாறாக நீ துயரப்படுவதை என்னால் சகித்துக்கொள்ள முடியவில்லை."

ஆனால் சினத்தின் வசப்பட்ட கிட்டி அவள் சொல்வது எதையும் கேட்கவில்லை.

“நான் வருத்தப்படவோ அல்லது ஆறுதல் அடையவோ ஒன்று மில்லை. என்னை நேசிக்காத ஒருவரை நான் ஒருபோதும் காதலிக்க அனுமதிக்க மாட்டேன் என்பதில் நான் பெருமை கொள்கிறேன்.”

“நான் அப்படிச் சொல்லவில்லை... ஒரு விஷயம் உண்மையைச் சொல்” என்ற டாரியா அலெக்ஸாண்ட்ரோவ்னா அவளுடைய கையைப் பிடித்துக்கொண்டாள். “சொல், லெவின் உன்னோடு பேசினாரா?”

லெவினைப் பற்றிக் குறிப்பிட்டது, இறுதியில் அவளை முற்றிலு மாக நிதானத்தை இழக்கச் செய்தது. அவள் நாற்காலியிலிருந்து துள்ளிக் குதித்து, இடுப்புப் பட்டையின் கொக்கியைக் கழற்றிக் கீழே எறிந்துவிட்டு, தன் கைகளை விரைவாக ஆட்டிப் பேசத் தொடங் கினாள்.

“லெவினை ஏன் இதில் இழுக்க வேண்டும்? நீங்கள் என்னை ஏன் வேதனைப்படுத்த வேண்டும் என்று எனக்குப் புரியவில்லை. நான் பெருமைப்படுவதாக இப்போதுதான் சொன்னேன். எனவே நீங்கள் சொல்வதை ஒருபோதும், நான் செய்ய மாட்டேன். மற்றொரு பெண்ணின் காதலில் விழுந்து, உங்களுக்குத் துரோகம் செய்த மனிதரிடம் நீங்கள் செல்லுங்கள். எனக்குப் புரியவில்லை, எனக்கு அது புரியவே இல்லை! ஒருவேளை உங்களால் அது முடியலாம் ஆனால் என்னால் முடியாது!”

இந்த வார்த்தைகளைச் சொல்லிவிட்டு அவள் தன் சகோதரியைப் பார்த்தாள். டோலி எதுவும் பேசாமல் சோகமாகத் தலைகுனிந் தாள். கிட்டி நினைத்தபடி அவள் வெளியே செல்லாமல், கதவுக்கு அருகில் அமர்ந்து கைக்குட்டையால் முகத்தை மூடிக்கொண்டு தலையைக் குனிந்தாள்.

அந்த மௌனம் சில நிமிடங்களுக்கு நீடித்தது. டோலி தன்னைப் பற்றி நினைத்துக் கொண்டிருந்தாள். எப்போதும் அவளுடன் கூடவே இருந்த அவமானம் இப்போது அவளது தங்கை சுட்டிக்காட்டியதும், அது அவளுக்குள் மிக ஆழமாகத் தைத்தது. அவள் தன் தங்கையிட மிருந்து இத்தகைய கொடூரமான வார்த்தைகளை எதிர்பார்க்கவில்லை என்பதால் அவள் கிட்டியின் மீது கோபப்பட்டாள். ஆனால் திடீரென்று, ஆடையின் சலசலக்கும் ஓசையையும், இதயம் துடிக்கும் ஓசையையும், அடக்கப்பட்ட அழுகுரல் வெடித்துக் கிளம்பும் சத்தத்தையும் கேட்டாள். அதைத் தொடர்ந்து, அவள் கழுத்தைச் சுற்றி இரு கைகள் தன்னை அணைப்பதை உணர்ந்தாள். கிட்டி அவளுக்கு முன்னே மண்டியிட்டாள்.

"டோலிங்கா, நான் மிகவும் மகிழ்ச்சியற்றவளாக இருக்கிறேன்" என்று குற்றவுணர்வோடு அவள் கிசுகிசுத்தாள்.

டாரியா அலெக்ஸாண்ட்ரோவ்னாவின் மடியில், கண்ணீரால் நனைந்த தனது முகத்தைப் புதைத்துக் கொண்டாள்.

பரஸ்பர உரையாடல் என்ற இயந்திரம் வெற்றிகரமாக செயல்பட கண்ணீர் என்ற எண்ணெய் அவசியம் தேவை என்பதைப் போல, அந்தக் கண்ணீருக்குப் பிறகு இரு சகோதரிகளும், தாங்கள் எதைப் பற்றிக் கவலைப்படுகிறோம் என்பதை விட்டுவிட்டு, தொடர்பில்லாத பலவற்றையும் பேசத்தொடங்கி, ஒருவரை ஒருவர் நன்கு புரிந்துகொண்டனர். அவளது கணவனின் துரோகத்தையும் அவமானத்தையும் குறித்து உணர்ச்சிவசப்பட்டுப் பேசியது, தன் பாவப்பட்ட சகோதரியின் இதயத்தை ஆழமாகத் தாக்கிக் காயப்படுத்திவிட்டதைக் கிட்டி புரிந்துகொண்டாள். ஆனால் டோலி அதை மன்னித்துவிட்டாள். டோலி தன்னுடைய பங்கிற்குத் தான் அவளிடமிருந்து தெரிந்துகொள்ள வேண்டிய அனைத்தையும் தெரிந்து கொண்டாள். தன்னுடைய யூகங்கள் சரியானவை என்பதில் திருப்தி அடைந்தாள். கிட்டியின் வேதனைக்கும் தீராத துயரத்துக்கும் லெவின் முன்மொழிந்தபோது அவள் அவரை மறுத்துவிட்டதும், விரான்ஸ்கி அவளை ஏமாற்றிவிட்டதுமே காரணம் என்பதை அவள் தெரிந்து கொண்டாள். லெவினை நேசிக்கவும், விரான்ஸ்கியை வெறுக்கவும் அவள் தயாராக இருந்தாள். கிட்டி அதைப் பற்றி ஒரு வார்த்தைகூட வெளிப்படையாகச் சொல்லவில்லை என்றாலும் அவள் தன் மனநிலையைக் குறித்து மட்டுமே பேசினாள்.

"எனக்கு எந்தவிதமான துக்கமும் இல்லை" என்று கிட்டி அமைதியடைந்ததும் சொன்னாள். "ஆனால் அனைத்திற்கும் மேலாக, எனக்கு எல்லாமே எவ்வளவு கேவலமாகவும், அருவருப்பான தாகவும், முரடாகவும் மாறிவிட்டது என்பதை உங்களால் புரிந்து கொள்ள முடிகிறதா? அனைத்தையும் குறித்து எனக்குள் எத்தனை மோசமான எண்ணங்கள் இருந்தன என்பதை உங்களால் கற்பனை செய்ய முடியாது."

"உனக்கு என்ன மாதிரியான தீய எண்ணங்கள் ஏற்பட முடியும்?" என்று சிரித்துக்கொண்டே கேட்டாள் டோலி.

"மிக மோசமானதை, கீழ்த்தரமானதை நான் உங்களிடம் சொல்ல முடியாது. இது வேதனை அல்லது சலிப்பு அல்ல. இது அதைவிட மோசமானது. எனக்குள் இருந்த நல்லவை அனைத்தும் மறைந்து, மிகவும் கீழ்த்தரமானது மட்டுமே எஞ்சியது போல இருந்தது. சரி, நான் எப்படிச் சொல்வேன்?" என்ற அவள் தன் சகோதரியின் கண்களில் தெரிந்த குழப்பத்தைப் பார்த்துவிட்டு மேலே தொடர்ந்தாள்.

“அப்பா இப்போதுதான் என்னிடம் சொல்லத் தொடங்கினார்... நான் திருமணம் செய்துகொள்ள வேண்டும் என்று மட்டுமே அவர் நினைக்கிறார் என்று எனக்குத் தோன்றுகிறது. அம்மா என்னை நடனங்களுக்குக் கூட்டிச் செல்கிறார். என்னை விரைந்து திருமணம் செய்து அனுப்பிவிட வேண்டும் என்பதற்காக மட்டுமே அவர் என்னை அழைத்துச் செல்கிறார் என்று எனக்குத் தோன்றுகிறது. இது உண்மையல்ல என்று எனக்குத் தெரியும். ஆனாலும் என்னால் இந்த எண்ணங்களை விரட்டியடிக்க முடியவில்லை. இந்த மாப்பிள் ளைகள் என்று அழைக்கப்படுபவர்களை என்னால் பொறுத்துக் கொள்ள முடியவில்லை. அவர்கள் என்னைப் பார்வையால் அளவெடுப்பதாக எனக்குத் தோன்றுகிறது. முன்பெல்லாம் நடன அரங்கிற்குச் செல்வது எனக்கு மகிழ்ச்சியளிப்பதாக இருந்தது. முன்பு என்னை நானே ரசித்து மெச்சிக்கொண்ட நான் இப்போது வெட்கப்பட்டு, அதைச் சங்கடமாக உணர்கிறேன். சரி, உங்களுக்கு என்ன வேண்டும்! அந்த மருத்துவர்... சரி...”

கிட்டி தடுமாறினாள். தன்னிடம் இந்த மாற்றம் ஏற்பட்டதி லிருந்து, தன்னால் சகித்துக் கொள்ள முடியாதபடிக்கு ஸ்டீபன் ஆர்கடியேவிச் மீது அதிருப்தி ஏற்பட்டுவிட்டதை அவள் சொல்ல விரும்பினாள். தன் மனதில் ஓடும் மோசமான, அசிங்கமான சித்திரங் கள் இன்றி, தன்னால் அவரைப் பார்க்க முடியவில்லை என்பதைச் சொல்ல விரும்பினாள்.

“ஆமாம், நான் விஷயங்களை மிகவும் முரட்டுத்தனமாக, கீழ்த் தரமாக, மோசமாக பார்க்கத் தொடங்கி விட்டேன்” என்ற அவள் தொடர்ந்தாள். “இது என்னுடைய வியாதி. ஒருவேளை அது கடந்து போகலாம்...”

“ஆனால் யோசிக்காதே...”

“என்னால் முடியவில்லை. நான் உங்கள் வீட்டில் குழந்தை களோடு மட்டுமே நன்றாக இருக்கிறேன்.”

“நீ என்னைப் பார்க்க வராதது வருத்தமளிக்கிறது.”

“இல்லை, நான் வருகிறேன். எனக்கு ஸ்கார்லெட் காய்ச்சல் இருந்தது. நான் அம்மாவிடம் கெஞ்சிக் கேட்கிறேன்.”

கிட்டி தனது சகோதரியின் வீட்டிற்குச் சென்றாள். அங்கு அவளுக்கு ஸ்கார்லெட் காய்ச்சல் வந்தபோதும், குழந்தைகளைக் கவனித்துக் கொண்டாள். சகோதரிகள் இருவரும் ஆறு குழந்தை களையும் வெற்றிகரமாகப் பார்த்துக் கொண்டனர். ஆனால் கிட்டியின் உடல்நலம் மேம்படவில்லை. எனவே, ஈஸ்டர் பண்டி கையின் போது ஷெர்பாட்ஸ்கிகள் வெளிநாட்டிற்குச் சென்றனர்.

4

பீட்டர்ஸ்பர்க்கில், வசிக்கும் உயர் சமூகத்தினரிடையே ஓர் அடிப்படையான வட்டம் இருந்தது. அதிலுள்ள அனைவரும் ஒருவரை ஒருவர் நன்கு அறிந்திருப்பதோடு, அனைவரும் ஒருவருக்கொருவர் சந்தித்துக் கொண்டனர். இருந்தபோதும் இந்தப் பெரிய வட்டத்திற் குள் சில உட்பிரிவுகள் இருந்தன. அன்னா ஆர்கடியேவ்னா கரீனினா மூன்று வெவ்வேறு வட்டங்களில் நண்பர்களையும், நெருங்கிய தொடர்புகளையும் கொண்டிருந்தாள். அதில் அவரது கணவரின் உத்தியோகபூர்வ சேவை வட்டம் ஒன்று. அது அவரது சகாக்கள் மற்றும் கீழ்நிலை ஊழியர்களை உள்ளடக்கியது. அவர்கள் மிகவும் மாறுபட்ட, விசித்திரமான முறையில், சமூக அடிப்படையில் ஒன்றாகப் பிணைக்கப்பட்டு குழுவாகப் பிரிந்திருந்தனர். இவர்கள் அனைவர் மீதும் தான் முதலில் கொண்டிருந்த அக்கறையை இப்போது அவளால் நினைத்துப் பார்க்க முடியவில்லை. ஒரு மாவட்டத்தில் உள்ள மக்கள் ஒருவரை ஒருவர் அறிந்திருப்பது போல அன்னா அவர்கள் அனைவரையும் நன்கு அறிந்து வைத்திருந்தாள். யார் யாருக்கு என்னென்ன பழக்கங்கள் உள்ளன என்பதும், அவர்களின் பலவீனங்கள் என்ன என்பதும், யாருடைய காலணிகள் மிகவும் இறுக்கமாக இருக்கும் என்பதும், அவளுக்குத் தெரியும். அதிகார மையத்தை நோக்கிய அவர்களின் ஒவ்வொரு உறவுகளையும் அவள் அறிந்திருந்தாள். யார் யாரை, எப்படி எதற்காக வீழ்த்துகிறார்கள், யார் யாருடன் எதற்காக ஒத்துப் போகிறார்கள் அல்லது வேறுபடு கிறார்கள் என்பது முதற்கொண்டு அவளுக்குத் தெரியும். ஆனால் கோமகள் லிடியா இவானோவ்னாவின் தூண்டுதல்கள் இருந்த போதும், இந்த அரசாங்க, ஆண் நலன்களின் வட்டம் அவளுக்கு எப்போதும் ஆர்வத்தைத் தரவில்லை என்பதால் அவள் அதைத் தவிர்த்தாள்.

அன்னாவுக்கு நெருக்கமான மற்றொரு வட்டத்தின் மூலம்தான் அலெக்ஸி அலெக்ஸாண்ட்ரோவிச் தனது வாழ்க்கையை அமைத்துக் கொண்டார். இந்த வட்டத்தின் மையமாகக் கோமகள் லிடியா இவானோவ்னா இருந்தாள். அது வயதான, கவர்ச்சியற்ற, நற்பண்பு கள் மிக்க, பக்தியுள்ள பெண்களையும், அறிவார்ந்த, படித்த, இலட்சிய மிக்க, ஆண்களையும் உள்ளடக்கியதாக இருந்தது. இந்த வட்டத்தைச் சார்ந்த அறிவாளிகளில் ஒருவர் அதை "பீட்டர்ஸ்பர்க் சமூகத்தின் மனசாட்சி" என்று அழைத்தார். அலெக்ஸி அலெக்ஸாண்ட்ரோவிச் இந்த வட்டத்தை மிகவும் மதித்தார். தனது பீட்டர்ஸ்பர்க் வாழ்க்கையின் தொடக்கத்தில், அனைவருடனும் பழகுவதில் கைதேர்ந்தவராக இருந்த அன்னா, அதில் தனக்கான நண்பர்களைக் கண்டறிந்தாள். ஆனால் இப்போது மாஸ்கோவிலிருந்து திரும்பியதும்,

இந்த வட்டத்தை அவளால் சகித்துக் கொள்ள முடியவில்லை. அந்த வட்டத்தைச் சார்ந்தவர்கள், அவள் உட்பட, அனைவரும் நடிப்பதாக அவளுக்குத் தோன்றியது. இந்தச் சமூகத்திடையே அவள் சலிப்பையும் சங்கடத்தையும் உணர்ந்தாள். எனவே கோமகள் லிடியா இவானோவ்னாவை முடிந்தவரை அரிதாகவே சந்தித்தாள்.

மூன்றாவது வட்டம், அவள் தொடர்பு கொண்டிருந்த சமூக உறவுகள், நடனங்கள், இரவு உணவுகள், பளிச்சென்ற ஆடைகள் ஆகியவற்றைச் சார்ந்த வட்டம். இந்த உயர் நவநாகரிக வட்டத்தைச் சார்ந்தவர்கள், நீதிமன்றத்திற்குப் பயந்து, மிகவும் கீழ்நிலைக்கு இறங்காமலிருந்தனர். ஆனால் இந்த வட்டத்தின் உறுப்பினர்கள், தாங்கள் இகழ்ந்ததாகக் கருதிய கீழ்நிலைக்கு இறங்காமல், அவர்களை ஒத்த அதே ரசனைகளைப் பகிர்ந்துகொண்டனர். ஒரு லட்சத்து இருபதாயிரம் வருமானம் கொண்ட அவளது உறவினரின் மனைவி, இளவரசி பெட்ஸி ட்வெர்ஸ்காயா மூலமாக இந்த வட்டத்துடனான அவளது உறவுகள் பராமரிக்கப்பட்டன. அன்னா முதன் முதலாக சமூகத்தில் தோன்றியபோதே, அவள் அன்னா மீது தனிப்பட்ட முறையில் அபிமானம் கொண்டிருந்தாள். கோமகள் லிடியா இவானோவ்னாவின் வட்டத்தை ஏளனத்துடன் பார்த்த அவள், அவளை இந்த வட்டத்திற்குள் இழுத்து வந்தாள்.

"எனக்கு வயதாகி, அசிங்கமானதும் நானும் அவரைப் போலவே ஆவேன்" என்றாள் பெட்ஸி. "ஆனால் ஒரு கவர்ச்சியான இளம் பெண்ணாகிய நீங்கள், இப்போதே அந்தச் சத்திரத்திற்குச் செல்ல வேண்டியதில்லை" என்று பெட்ஸி கூறினாள்.

முதலில் இளவரசி ட்வெர்ஸ்காயாவின் இந்தச் சமூகத்தை, அன்னா இயன்றவரை தவிர்த்து வந்தாள். ஏனெனில் அது அவளது சக்திக்கு அப்பாற்பட்ட செலவுடையதாக இருந்தது. மேலும் அவள் இதயபூர்வமாக கோமகள் லிடியா இவானோவ்னாவின் வட்டத்தை விரும்பினாள். ஆனால் மாஸ்கோவுக்குச் சென்று வந்த பிறகு நிலைமை தலைகீழாக மாறிவிட்டது. நற்குணமிக்க நண்பர்களைத் தவிர்த்துவிட்டு அவள் இந்தப் பெரிய உலகத்திற்குள் சென்றாள். அங்கு அவள் விரான்ஸ்கியைச் சந்தித்து, அந்தச் சந்திப்புகளின் மூலம் அளவற்ற ஆனந்தத்தை அடைந்தாள். குறிப்பாக அவள் விரான்ஸ்கியா குடும்பத்தில் பிறந்த விரான்ஸ்கியின் உறவினரான பெட்ஸியின் வீட்டில் அடிக்கடி விரான்ஸ்கியைச் சந்தித்தாள். விரான்ஸ்கி அன்னாவைச் சந்திக்கும் இடங்களிலெல்லாம் தன்னால் இயன்றவரை தன் காதலை அவளிடம் தெரிவித்தான். அவள் அதற்குப் பதில் ஒன்றும் சொல்லவில்லை என்றாலும், ஒவ்வொரு முறையும் அவனைச் சந்திக்கும் போதெல்லாம், அன்று ரயிலில் அவனைச் சந்தித்த போது ஏற்பட்ட அதே உற்சாக உணர்வால்

அவள் இதயம் விம்மியது. அவனைப் பார்த்தபோதெல்லாம் அவள் கண்களில் மகிழ்ச்சி பளிச்சிடுவதை உணர்ந்து, அவளுடைய உதடுகள் தன்னிச்சையாகப் புன்னகையால் விரிந்தன. அந்த மகிழ்ச்சியின் வெளிப்பாட்டை அவளால் மறைக்க முடியவில்லை.

அவன் தன்னைப் பின்தொடர அனுமதித்ததற்காக, அவன் மீது தனக்கு அதிருப்தி இருப்பதாக அன்னா முதலில் மனப்பூர்வமாக நம்பினாள். ஆனால் மாஸ்கோவிலிருந்து திரும்பி, தான் அவனைச் சந்திக்க முடியும் எனக் கருதிய இடத்திற்குச் சென்று, அங்கு அவன் இல்லை என்பதை அறிந்தவுடன், அவள் தன்னைத் தானே ஏமாற்றிக் கொள்கிறோம் என்பதை உணர்ந்தாள். இந்த ஏமாற்றத்தால் தனது தேடல் விரும்பத்தகாதது அல்ல என்பதோடு, அதுவே தனது வாழ்க்கையின் முழு ஆர்வத்தையும் உள்ளடக்கியது என்று அறிந்தாள்.

பிரபல பாடகர் இரண்டாவது முறையாகப் பாடிக் கொண்டிருந் தார். ஒரு பெரிய உலகமே திரையரங்கில் இருந்தது. முன்வரிசையில் இருந்த தனது உறவினரைப் பார்த்த விரான்ஸ்கி, இடைவேளைக் காகக் காத்திராமல் தனது இருக்கைக்குச் சென்றான்.

"நீங்கள் ஏன் இரவு உணவுக்கு வரவில்லை?" என்று கேட்டாள் அவள். "காதலர்களின் அட்டகாசத்தைக் கண்டு நான் ஆச்சரியப் படுகிறேன்" என்று அவனுக்கு மட்டுமே கேட்கும்படி மெல்லிய குரலில் அவள் புன்னகையுடன் சொன்னாள். "அவள் அங்கு இல்லை. ஆனால் ஓபராவுக்கு வருவாள்."

விரான்ஸ்கி ஏன் என்ற கேள்வியோடு அவளைப் பார்த்தான். அவள் தலையைக் குனிந்து கொண்டாள். அவன் நன்றியுடன் புன்னகைத்து அவள் அருகில் அமர்ந்தான்.

"நான் உங்கள் கேலியை இன்னும் நினைவில் வைத்திருக்கிறேன்!" என்று தொடர்ந்த இளவரசி பெட்ஸி, இந்தக் காதலின் வெற்றியைப் பின்தொடர்வதில் குறிப்பிடத்தகுந்த திருப்தி அடைந்தாள். "அதெல்லாம் எங்கே போயிற்று! நீங்கள் மாட்டிக் கொண்டீர்கள் என் அன்பே."

"பிடிபட வேண்டும் என்பதுதான் என் ஒரே ஆசை" என்ற விரான்ஸ்கி தன் அமைதியான, நல்லதொரு புன்னகையை வெளிப் படுத்தினான். "எனக்கு ஏதாவது குறை இருக்குமென்றால் அது இன்னும் பிடிபடாமலிருப்பதுதான். நான் நம்பிக்கை இழக்கத் தொடங்கிவிட்டேன் எனவே உண்மையைச் சொல்லுங்கள்."

"உங்களுக்கு என்ன நம்பிக்கை இருக்க முடியும்?" என்று பெட்ஸி தன் நண்பன் மீது சினம் கொண்டாள். "முதலில் ஒருவரை ஒருவர் புரிந்துகொள்ளுங்கள்..."

அவனுக்கு என்ன மாதிரியான நம்பிக்கைகள் இருக்க முடியும் என்பதை, அவனைப் போலவே, அவளும் நன்றாக உணர்ந்திருக்கிறாள் என்பதை அவள் கண்களில் மின்னிய கோபம் வெளிக்காட்டியது.

“ஒன்றுமில்லை” என்று சிரித்துக் கொண்டே விரான்ஸ்கி தனது உறுதியான பற்களின் வரிசையைக் காட்டினான். “மன்னிக்கவும்” என்ற அவன், அவள் கையிலிருந்த ஓபரா கண்ணாடியை எடுத்து அதன் வழியே, மேல் வரிசையிலிருந்த இருக்கைகளை அவளது வெற்றுத்தோள்களுக்கு மேலே நோட்டம் விட்டான். “நான் கேலிக் குரியவனாக ஆகிவிடுவேனோ என்று பயப்படுகிறேன்.”

பெட்ஸியின் அல்லது சமூகத்தின் பார்வையில் அவன் கேலிக் குரியவனாக இருப்பதற்கு எந்த முகாந்திரமும் இல்லை என்பது அவனுக்கு நன்றாகத் தெரியும். ஒரு இளம்பெண்ணின் மகிழ்ச்சியற்ற காதலன் அல்லது பொதுவாகச் சுதந்திரமான ஒரு பெண்ணின் காதலன் பாத்திரம், இந்த மக்களின் பார்வையில் கேலிக்குரியதாக இருக்கும் என்பதை அவன் அறிவான். ஆனால் திருமணமான ஒரு பெண்ணுடன் தொடர்பு கொண்டு, அவளை விபச்சாரத்தில் ஈடுபடுத்துவதற்காகத் தனது வாழ்க்கையைப் பணயம் வைக்கும் ஒரு ஆணின் பாத்திரம், அழகும் பெருமையும் உடையது என்பதுடன், அது ஒருபோதும் கேலிக்குரியதாக இருக்க முடியாது என்று நினைத் தான். எனவே ஒரு பெருமிதமான, மகிழ்ச்சியான புன்னகையோடு, ஓபரா கண்ணாடியைக் கீழிறக்கித் தன் உறவினரைப் பார்த்தான்.

“நீங்கள் ஏன் இரவு உணவிற்கு வரவில்லை?” என்று கேட்ட அவள் அவனை மரியாதையுடன் பார்த்தாள்.

“நான் அதைப் பற்றிச் சொல்ல வேண்டும். நான் வேலையாக இருந்தேன். எதனால் தெரியுமா? நான் உங்களுக்கு நூறு, ஆயிரம் யூகங்களைத் தரமுடியும் என்றாலும் உங்களால் அதைக் கண்டுபிடிக்க முடியாது. ஒரு கணவனுக்கும் அவரது மனைவியை அவமதித்த ஒரு ஆணுக்கும் இடையே சமரசம் செய்து வைத்தேன். ஆமாம், உண்மைதான்!”

“என்ன? நீங்கள் வெற்றி பெற்றீர்களா?”

“கிட்டத்தட்ட.”

“நீங்கள் அதைப் பற்றிச் சொல்ல வேண்டும்” என்று சொல்லி விட்டு அவள் எழுந்தாள். “இடைவேளையில் சந்திப்போம்.”

“முடியாது, நான் பிரெஞ்சுத் தியேட்டருக்குச் செல்கிறேன்.”

“நில்சன் பாட்டைக் கேட்கவா?” என்று பெட்ஸி திகிலுடன் கேட்டாள். கூட்டாகப் பாடும் பெண்களுக்கும் நில்சனுக்கும் இடையே அவளால் அதிக வித்தியாசத்தைப் பார்க்க முடியவில்லை.

“அதற்கு ஒன்றும் செய்ய முடியாது. நான் அங்கே ஒருவரைப் பார்க்க வேண்டும். இவை அனைத்தும் இந்தச் சமாதானத்தை ஏற்படுத்தும் வேலையுடன் தொடர்புடையவை.”

“சமாதானம் செய்பவர்கள் பாக்கியவான்கள் ஏனெனில் அவர்கள் இரட்சிக்கப்படுவார்கள்” என்ற பெட்ஸி, யாரோ ஒருவரிடமிருந்து இதைப் போலக் கேட்ட ஒன்றை நினைவுகூர்ந்தாள். “அப்படியானால் அமர்கிறேன். அது என்னவென்று என்னிடம் சொல்லுங்கள்.”

அவள் மீண்டும் அமர்ந்தாள்.

5

“இது சற்றே அநாகரிகமானது என்றாலும் வேடிக்கையானது. நான் அதைச் சொல்வதற்குத் தவிக்கிறேன்” என்று விரான்ஸ்கி தனது சிரிக்கும் கண்களால் அவளைப் பார்த்தான். “நான் பெயர்களைச் சொல்ல மாட்டேன்.”

“ஆனால் நான் அவர்களை யூகிப்பேன்.”

“அப்படியானால் கேளுங்கள். இரு உற்சாகமான இளைஞர்கள் வாகனம் ஓட்டிச் செல்கிறார்கள்....”

“உங்கள் படைப்பிரிவைச் சார்ந்த அதிகாரிகள்.”

“நான் அதிகாரிகள் என்று சொல்லவில்லை. மதிய உணவிற்குப் பிறகு இரு இளைஞர்கள்...”

“குடிபோதையில் என்று சொல்லுங்கள்.”

“இருக்கலாம். அவர்கள் இரவு உணவிற்காகத் தங்கள் நண்பரின் வீட்டிற்கு உற்சாகத்துடன் செல்கிறார்கள். ஒரு அழகான இளம் பெண் வண்டியில் அவர்களை முந்திச் செல்வதைப் பார்க்கிறார்கள். அவள் அவர்களைத் திரும்பிப் பார்த்து, குறைந்தபட்சம் அவர்ளைப் பார்த்துத் தலையசைத்துச் சிரிப்பதாக அவர்களுக்குத் தோன்றுகிறது. இயல்பாகவே அவர்கள் அவளைப் பின்தொடர்கிறார்கள். அவர்கள் முழு வேகத்தில் வண்டியை ஓட்டிச் செல்கிறார்கள். அவர்கள் வியப்படையும் வகையில், அவர்கள் செல்லும் அதே வீட்டின் வாயிலுக்கு வெளியே அந்த அழகு நிற்கிறது. அந்த அழகு மாடிக்குச் செல்கிறது. அவள் அணிந்திருந்த குட்டையான முக்காடின் கீழ் அவளது சிவந்த உதடுகளையும், அவளுடைய அற்புதமான சிறிய கால்களையும் மட்டுமே அவர்கள் பார்க்கிறார்கள்.”

“அந்த இருவரில் நீங்களும் ஒருவர் என்று நினைக்கும்படி உணர்ச்சி ததும்பச் சொல்கிறீர்கள்.”

"இப்போது என்னிடம் என்ன சொன்னீர்கள்? சரி, இளைஞர்கள் தங்கள் நண்பரிடம் செல்கிறார்கள். அவர் அவர்களுக்கு விடை பெறும் இரவு விருந்து கொடுக்கிறார். எப்போதும் விடை பெறும் விருந்து களில் நிகழ்வது போல அவர்கள் அதிகமாகக் குடிக்கிறார்கள். உணவு வேளையில் அந்த வீட்டின் மாடியில் வசிப்பது யாரென்று கேட்கிறார்கள். மாடியில் திருமணமாகாத பெண்கள் யாரேனும் வசிக்கிறார்களா என்ற அவர்களின் கேள்விக்கு, அங்கு பலரும் வசிப்பதாகவும், விருந்தினர்களைக் கவனிக்கும் பொறுப்பாளரின் பணியாளுக்கு மட்டுமே தெரியும் என்றும் நண்பர் சொல்கிறார். உணவிற்குப் பிறகு பொறுப்பாளரின் படிப்பறைக்குச் செல்லும் நண்பர்கள் முகம் தெரியாத அந்தப் பெண்ணுக்கு ஒரு கடிதம் எழுதுகிறார்கள். அவர்கள் உணர்ச்சிகரமான ஒரு கடிதத்தையும், ஒரு பிரகடனத்தையும் எழுதி, கடிதத்தில் புரியாதவற்றைத் தெளிவு படுத்துவதற்காகத் தாங்களே கடிதத்தை மாடிக்கு எடுத்துச் செல் கிறார்கள்."

"சரி, ஏன் இப்படிக் கேவலமானவற்றை என்னிடம் சொல் கிறீர்கள்."

"அவர்கள் கதவைத் தட்டுகிறார்கள். ஒரு வேலைக்காரி வெளியே வருகிறாள். கடிதத்தை அவளிடம் கொடுத்து, தாங்கள் இருவரும் அந்தப் பெண்ணைக் காதலிப்பதாகவும், வீட்டு வாசலிலேயே சாகப் போவதாகவும் பணிப்பெண்ணிடம் சொல்கிறார்கள். குழப்பமடைந்த வேலைக்காரி செய்தியைத் தெரிவிக்கிறாள். திடீரென கொத்திறைச்சி போன்ற பெரிய மீசையுடன், நண்டு போலச் சிவப்பு நிறத்தில் ஒரு மனிதர் தோன்றி, தன் மனைவியைத் தவிர வேறு யாரும் வீட்டில் வசிக்கவில்லை என்று கூறி அவர்களைத் துரத்தியடிக்கிறார்."

"நீங்கள் சொல்வது போல அவருக்குக் கொத்திறைச்சி மீசை இருப்பது உங்களுக்கு எப்படித் தெரியும்?"

"சும்மா கேளுங்கள். இன்று நான் அவர்களுக்கிடையே சமா தானம் செய்யச் சென்றேன்."

"சரி, பிறகு என்ன நடந்தது?"

"இதுதான் மிகவும் சுவாரஸ்யமான பகுதி. அவர்கள் ஒரு கவுன்சிலரும் அவரது மனைவியும் என்பது தெரியவந்தது. அந்த கவுன்சிலர் புகாரளிக்க, நான் மத்தியஸ்தனாகப் பொறுப்பேற்றேன். என்ன ஒரு மத்தியஸ்தர்! என்னோடு ஒப்பிடும்போது டாலேராண்ட் ஒன்றுமில்லை."

"அதில் அப்படியென்ன கஷ்டம்?"

"கவனியுங்கள்... 'நாங்கள் விரக்தியில் இருக்கிறோம். துரதிர்ஷ்ட வசமாக நாங்கள் தவறாகப் புரிந்து கொண்டோம் என்பதால்

எங்களை மன்னிக்கும்படி உங்களிடம் கெஞ்சிக் கேட்கிறோம்' என்று நாங்கள் முறையாக அவரிடம் மன்னிப்பு கேட்டோம். கொத்திறைச்சி மீசையுடன் இருந்த கவுன்சிலர் தணிந்தவராகத் தனது உணர்வுகளை வெளிப்படுத்த விரும்பினார். அவர் அதைச் சொல்லத் தொடங்கு கையில் மீண்டும் முரட்டுத்தனமாகப் பேச ஆரம்பித்தார். நான் மீண்டும் எனது சாதுர்யங்கள் அனைத்தையும் பயன்படுத்தினேன். 'அவர்கள் பண்பாக நடந்துகொள்ளவில்லை என்பதை நான் ஒப்புக் கொள்கிறேன். ஆனால் நீங்கள் அவர்கள் தவறாகப் புரிந்து கொண்டதையும், அவர்களின் இளமையையும் கருத்தில் கொள்ள வேண்டும் என்று பணிவுடன் கேட்டுக்கொள்கிறேன். மேலும் அவர்கள் அப்போதுதான் மதிய உணவு உண்டார்கள். நீங்கள் புரிந்துகொள்ளுங்கள்! அவர்கள் தங்கள் முழு மனதோடு அதற்காக வருந்தி, தங்கள் தவறை மன்னிக்கும்படி உங்களிடம் மன்றாடுகிறார்கள்' என்றேன் நான். மீண்டும் அந்தக் கவுன்சிலர் சாந்தமடைந்தார். 'கோமகன் நான் ஒப்புக்கொள்கிறேன். மன்னிக்கத் தயாராக இருக்கிறேன். ஆனால் நேர்மையான பெண்ணான என் மனைவி, இந்த அயோக்கியர்களின் தேடல்களுக்கும், வக்கிரங்களுக்கும், வஞ்சகங்களுக்கும் ஆளாகியிருக்கிறாள் என்பதை நீங்கள் புரிந்துகொள்ள வேண்டும். இந்தக் கேடுகெட்ட....' என்று அவர் சொன்னபோது, நினைவில் கொள்ளுங்கள், அந்த இளைஞர்களில் ஒருவன் அங்கே இருக்கிறான். நான் அவர்களுக்கிடையே சமாதானம் செய்து வைக்க வேண்டும். நான் மீண்டும் என் சாதுர்யத்தைப் பயன்படுத்தினேன். விவகாரம் முடிவுக்கு வரும்போது மீண்டும் அந்தக் கவுன்சிலர் கோபமுற்று முகம் சிவந்தார். அவருடைய கொத்திறைச்சி மீசைகள் துடிக்கின்றன. நான் மீண்டும் என் சாதுர்யத்தில் இறங்கினேன்."

"ஆகா, நான் இதை உங்களிடம் சொல்ல வேண்டும்!" என்று பெட்ஸி சிரித்துக் கொண்டே அவளருகே வந்த ஒரு பெண்ணிடம் பேசினாள். "என்னை இவர் அப்படிச் சிரிக்க வைத்துவிட்டார்!"

"சரி, நல்ல வாய்ப்பு" என்ற அவள், விசிறியைப் பிடித்திராத மற்றொரு கையை விரான்ஸ்கியை நோக்கி நீட்டி, தோள்களை அசைத்து, மேலே ஏறியிருந்த ஆடையை, தோள்கள் முழுமையாகத் தெரியும்படி கீழே இறக்கிவிட்டு, இருக்கையிலிருந்து எழுந்து, விளக்கு வெளிச்சத்தின் கீழே சென்றபோது, அனைவரின் பார்வையும் அவளை நோக்கித் திரும்பின.

விரான்ஸ்கி பிரெஞ்சுத் தியேட்டருக்குச் சென்றான். அங்கு நடக்கும் ஒரு நிகழ்ச்சியைக் கூட தவறவிடாத, தனது படை அணியின் தளபதியைப் பார்த்து, கடந்த மூன்று நாட்களாக அவனை மகிழ்வித்து வந்த, தன்னுடைய சமாதான முயற்சியைப் பற்றிப் பேச வேண்டியிருந்தது. தான் மிகவும் விரும்பிய பெட்ரிட்ஸ்கியும்,

சமீபத்தில் பணியில் சேர்ந்த, மற்றொரு சிறந்த மனிதரான இளம் இளவரசர் கெட்ரோவ் என்பரும் இந்த விவகாரத்தில் சம்பந்தப் பட்டிருந்தனர். ஆனால் எல்லாவற்றுக்கும் மேலாகப் படைப்பிரிவின் நலன்கள் சம்பந்தப்பட்டிருந்தன.

அவர்கள் இருவரும் விரான்ஸ்கியின் படைப்பிரிவில் இருந்தனர். அதிகாரியான கவுன்சிலர் வெண்டன், தனது மனைவியை அவமதித்த தனது படைப்பிரிவைச் சார்ந்த அந்த இருவர் மீதும் தளபதியைப் பார்த்துப் புகார் கொடுத்திருந்தார். திருமணமாகி ஆறு மாதங்களே ஆன அவருடைய இளம் மனைவி தனது தாயாருடன் தேவாலயத் திற்குச் சென்றிருந்தார். மனைவி தனக்கு ஏற்பட்ட திடீர் உடல்நலக் குறைவின் காரணமாக மேற்கொண்டு நிற்க முடியாமல், கிடைத்த முதல் வண்டியைப் பிடித்துத் தன் வீட்டிற்குச் சென்றார். இதைக் கண்ட அதிகாரிகள் அவளைப் பின்தொடர்ந்து சென்றனர். அவர்கள் தன்னைத் தொடர்வதை அறிந்து பயந்துபோன அவள் மேலும் உடல்நலம் மோசமாகிவிட்டதை உணர்ந்து, வீட்டிற்கு விரைந்து சென்று மாடிப்படிகளில் ஏறி உள்ளே சென்றாள். தன்னுடைய அலுவலகத்திலிருந்து திரும்பிய வெண்டன், கதவு தட்டும் ஓசையை யும் குரலோசையையும் கேட்டு வெளியே வந்ததும் குடிபோதையில் இருந்த அவர்கள் தங்கள் கையில் கடிதத்துடன் இருப்பதைப் பார்த்து, துரத்தியடித்தார். எனவே இதற்குக் கடுமையான தண்டனை வழங்க வேண்டும் என்று அவர் தன் தரப்பில் கோரிக்கை வைத்திருந் தார்.

“நீங்கள் சொல்ல விரும்புவதைச் சொல்லுங்கள்” என்று படைத் தளபதி, தன் இருப்பிடத்திற்கு அழைத்திருந்த விரான்ஸ்கியிடம் கேட்டார். “பெட்ரிட்ஸ்கி மோசமாகிவிட்டார். அவரைப் பற்றி ஏதேனும் ஒரு கதை இல்லாத வாரமே இல்லை. இந்த அதிகாரி இந்த விவகாரத்தை விடமாட்டார் என்பதோடு மேலே கொண்டு செல்வார்.”

இந்த விவகாரம் எத்தனை அநாகரிகமானது என்பதையும், அதற்காக இங்கு சண்டை ஏதும் நடக்க முடியாது என்பதையும், இந்தக் கவுன்சிலரைச் சமாதானப்படுத்தவும், சம்பவத்தை மூடி மறைக்கவும் அனைத்து நடவடிக்கைகளையும் எடுக்க வேண்டும் என்பதையும் விரான்ஸ்கி உணர்ந்தான். விரான்ஸ்கி, புத்திசாலியான, மதிப்பு மிக்க, மிக முக்கியமாகப் படைப்பிரிவின் கௌரவத்தைப் போற்றி மதிக்கும் ஒரு மனிதன் என்பதை அறிந்திருந்த காரணத்தால் தளபதி விரான்ஸ்கியை முக்கியமாக அழைத்தார். அவர்கள் திரும்பத் திரும்ப அதைப் பற்றிப் பேசிய பிறகு, பெட்ரிட்ஸ்கியும் கெட்ரோவும், விரான்ஸ்கியுடன் சென்று அந்தக் கவுன்சிலரைப் பார்த்து மன்னிப்பு கேட்கவேண்டும் என்று முடிவு செய்தனர். விரான்ஸ்கியின் பெயரும்

அவனுடைய உயர் பதவியும் அந்தக் கவுன்சிலரை அமைதிப்படுத்த பெரிதும் உதவும் என்று படைத் தளபதியும் அவனும் நினைத்தனர். ஆனால் இந்த இரண்டும் ஓரளவுக்கே பயன் தருவதாக இருந்தன. ஆனால் விரான்ஸ்கி பெட்ஸியிடம் சொன்னது போல, சமாதானம் ஏற்படுவதற்கான வாய்ப்பு குறைவாகவே இருந்தது.

விரான்ஸ்கி பிரெஞ்சுத் தியேட்டருக்கு வந்தவுடன், படைப் பிரிவின் தளபதியை நடைபாதைக்கு அழைத்துச் சென்று, தனது சமாதானத்தின் வெற்றி அல்லது தோல்வியைப் பற்றிய செய்திகளை விவரித்தான். எல்லாவற்றையும் யோசித்த தளபதி, இந்த விவகாரத்தை அப்படியே விட்டுவிட முடிவு செய்தார். ஆனால் நடந்ததைத் தெரிந்து கொள்ளும் ஆர்வத்தின் காரணமாக விரான்ஸ்கியிடம் அவனது சந்திப்பின் விவரங்களைக் கேட்கத் தொடங்கினார். சமாதான முயற்சியில் அந்தக் கவுன்சிலர் அமைதியடைந்த பிறகு மீண்டும் சினமடைந்ததையும், சமாதானத்திற்கான சிறிய அறிகுறி தென்பட்ட போது சூழ்ச்சி செய்த விரான்ஸ்கி, பெட்ரிட்ஸ்கியை முன்னால் விட்டுவிட்டு அவன் பின்வாங்கிய கதையையும் கேட்ட தளபதி, அதைத் திரும்பத் திரும்ப நினைத்து, வெகு நேரம் வரைக்கும் அடக்க முடியாமல் சிரித்தார்.

“இது ஒரு பரிதாபகரமான கதை எனினும் வேடிக்கையானது. கெட்ரோவால் அந்தக் கனவானுடன் சண்டையிட முடியவில்லை! அவருக்கு அவ்வளவு பயங்கரமான கோபம் வந்ததா?” என்று அவர் மீண்டும் சிரித்துக்கொண்டே கேட்டார். “இன்று கிளாரியை எப்படிக் கண்டுபிடிப்பீர்கள்? ஒரு அதிசயம்தான்!” என்று அவர் புதிய பிரெஞ்சு நடிகையைப் பற்றிக் கேட்டார். “அவளை எத்தனை முறை பார்த்தாலும் ஒவ்வொரு நாளும் அவள் புதியவளாகவே இருப்பாள். பிரெஞ்சுக்காரர்களால் மட்டுமே அதைச் செய்ய முடியும்.”

6

இளவரசி பெட்ஸி நாடகத்தின் இறுதிக்காட்சிக்காகக் காத்திராமல் தியேட்டரை விட்டு வெளியேறினாள். தன்னுடைய அலங்கார அறைக்குச் சென்ற அவள் தன் நீண்ட வெளிறிய முகத்தில் பவுடரைப் பூசி, தலைமுடியைச் சரிசெய்த பிறகு, பெரிய வரவேற்பறையில் தேநீர் பரிமாற உத்தரவிட்டபோது, போல்ஷயா மோர்ஸ்கயாவில் உள்ள அவளது பிரம்மாண்டமான வீட்டை நோக்கி வண்டிகள் ஒன்றன் பின் ஒன்றாக வரத் தொடங்கின. அவளுடைய விருந்தினர்கள் விசாலமான முன்புற மண்டபத்தை நோக்கிச் சென்றனர். வழிப்போக்கர்களின் வசதிக்காகக் காலை நேரங்களில்

அறையின் கண்ணாடி கதவுக்குப் பின்னாலிருந்து, செய்தித்தாளைச் சத்தமாகப் படிக்கும் அந்தக் காவலாளி, பெரிய வாசற்கதவை ஓசையில்லாமல் திறந்து, உள்ளே வருபவர்களுக்கு வழிவிட்டான்.

ஏறக்குறைய அதே நேரத்தில், புதிய தலை அலங்காரத்துடன், புத்துணர்ச்சியான முகத்துடன் ஒரு வாசல் வழியாகப் பெட்ஸியும், மற்றொரு வாசல் வழியாக அவளுடைய விருந்தினர்களும் பெரிய வரவேற்பு அறைக்குள் நுழைந்தனர். அந்த அறையில் இருந்த, ஆடம்பரமான தரை விரிப்புகளும், மேசை மீதிருந்த வெள்ளை நிறத் துணி விரிப்பின் மீது எரியும் மெழுகுவர்த்தி வெளிச்சத்தில் பிரகாசமாக ஒளிர்ந்த மேசைகளும், வெள்ளியிலான சமோவர் பாத்திரமும், தேநீர் வழங்குவதற்கான ஒளி ஊடுருவும் பீங்கான் கோப்பைகளும் தட்டுகளும் பளபளத்தன.

பெட்ஸி, சமோவர் அருகே அமர்ந்து தனது கையுறைகளைக் கழற்றினாள். வேலையாட்களின் உதவியோடு நாற்காலிகளை நகர்த்தி அவற்றை இரண்டு குழுவாகப் பிரித்து வைத்தனர். ஒரு குழு தேநீர் வழங்கும் பெட்ஸியைச் சுற்றியிருந்தது. மற்றொரு குழு, வரவேற்பறையின் எதிர்முனையில், கூர்மையான கருப்பு நிறப் புருவங்களுடன், கருப்பு வெல்வெட் ஆடை அணிந்திருந்த தூதரின் மனைவியைச் சுற்றியிருந்தது. தயக்கமும் சந்திப்புகளும் வாழ்த்துகளும் தேநீர் வழங்குதலும் வழக்கம் போல முதல் சில நிமிடங்களில், இரு குழுக்களின் உரையாடல்களிலும் குறுக்கிட்டு, எதை முதலில் செய்வது என்று தெரியாமல் தடுமாறுவது போலத் தோன்றியது.

"ஒரு நடிகையாக அவர் மிகவும் சிறந்தவர். அவர் கௌல்பாக்கைப் படித்திருப்பது தெரிகிறது" என்று தூதரின் மனைவியைச் சுற்றியிருந்த குழுவில் ஒரு ராஜதந்திரி சொன்னார். "அவர் எப்படி விழுந்தார் என்பதை நீங்கள் கவனித்தீர்களா..."

"அட, தயவுசெய்து நில்சனைப் பற்றிப் பேசாதீர்கள்! அவரைப் பற்றி புதியதாக எதுவும் சொல்ல முடியாது" என்று பருமனான உடல்வாகும், புருவங்கள் இல்லாத சிவந்த முகமும், பொன்னிற முடியும் கொண்ட, பழைய பட்டு ஆடை அணிந்த ஒரு பெண் சொன்னாள். இவர் எளிமைக்கும் முரட்டுத்தனத்திற்கும் பெயர் போன, பயங்கரமான குழந்தை என்று செல்லமாக அழைக்கப்பட்ட இளவரசி மியாகாயா. இளவரசி மியாகாயா இரு குழுக்களுக்கும் இடையில் அமர்ந்து இங்கும் அங்குமாகப் பங்கெடுத்துக் கொண்டிருந்தாள். "ஏதோ முன்கூட்டியே பேசி வைத்தது போல, இன்று மூன்று பேர் கௌல்பாக்கைப் பற்றிய இந்த வார்த்தைகளை, என்னிடம் சொல்லிவிட்டார்கள். அது ஏன் அவர்களுக்கு அத்தனை மகிழ்ச்சியைத் தருகிறது என்று எனக்குத் தெரியவில்லை."

இந்தக் கருத்தால் தங்களின் உரையாடல் தடைபட, அவர்கள் ஒரு புதிய தலைப்பைக் கண்டுபிடிக்க வேண்டியிருந்தது.

"வேடிக்கையான, ஆனால் வம்பில்லாத ஒன்றைச் சொல்லுங்கள்" என்றார் தூதரின் மனைவி. ஆங்கிலேயர்கள் 'சிறிய பேச்சு' என்று அழைக்கும் உரையாடலில், கைதேர்ந்த அவளுக்கு இப்போது எதைப் பேசத் தொடங்குவது என்று தெரியாமல், ராஜதந்திரியை நோக்கித் திரும்பினாள்.

"வம்பில்லாதவை மட்டுமே வேடிக்கையானவை என்று அவர்கள் கூறுகிறார்கள். ஆனால், அது மிகவும் கடினம்" என்று அவர் புன்னகையுடன் தொடங்கினார். "ஆனால் நான் முயற்சிக்கிறேன். எனக்கு ஒரு தலைப்பைக் கொடுங்கள். முழு விஷயமும் தலைப்பில் தான் இருக்கிறது. தலைப்பு தீர்மானிக்கப்பட்டதும், அதை வேலைப் பாடு செய்வது எளிது. கடந்த நூற்றாண்டின் புகழ்பெற்ற பேச்சாளர்கள் இப்போது புத்திசாலித்தனமாகப் பேசுவது கடினம் என்று எனக்கு அடிக்கடி தோன்றுகிறது. புத்திசாலித்தனமான அனைத்தும் மிகவும் சலித்துவிட்டன..."

"இது முன்பே சொல்லப்பட்டதுதான்" என்று குறுக்கிட்ட தூதரின் மனைவி இருமினாள்.

உரையாடல் நன்றாகத் தொடங்கியது என்றாலும், அது மிக நன்றாக இருந்த ஒரே காரணத்தால் அது மேற்கொண்டு தொடராமல் நின்றுபோனது. எனவே தீங்கிழைக்கும் கிசுகிசுக்களைப் பேசுவதைத் தவிர அவர்களுக்கு வேறு வழி இருப்பதாகத் தெரியவில்லை.

"அதோ துஷ்கெவிச்சிடம் ஏதோ ஒன்று இருப்பதை உங்களால் காண முடிகிறதா?" என்ற அவர் மேசைக்கு அருகில் நின்றிருந்த ஒரு அழகிய கூந்தல் கொண்ட ஒரு அழகான இளைஞனைத் தன் கண்களால் சுட்டிக்காட்டினார்.

"ஆமாம், அவர் இந்த வரவேற்பு அறையின் அதே பாணியில் இருக்கிறார். அதனால்தான் அவர் இங்கு அடிக்கடி வருகிறார்."

ஆனால் பெட்ஸிக்கும் துஷ்கெவிச்சுக்கும் உள்ள உறவை அவர் கள் சுட்டிக்காட்டியதால், இந்த வரவேற்பறையில் அதைப் பேச முடியாது என்பதால், அந்த உரையாடலும் அப்படி ஒன்றும் பிரமாத மாகத் தொடரவில்லை.

இதற்கிடையில், தேநீர் வழங்கிய பெட்ஸியைச் சுற்றியிருந்த கூட்டத்தில், சமீபத்திய சமூக செய்திகள், நாடகம், பக்கத்து வீட்டுக் காரரைப் பற்றிய விமர்சனம் ஆகிய மூன்று தலைப்புகளில் நடந்த உரையாடல் தட்டுத் தடுமாறி கடைசியில் தீங்கிழைக்கும் கிசுகிசுக் களில் சென்று சேர்ந்தது.

நற்றிணை பதிப்பகம்

“இந்தச் செய்தியைக் கேட்டீர்களா? திருமதி. மால்டிஷ்சேவ், அவருடைய மகள் அல்ல ஆனால் அம்மா, தனக்காகப் பேய்த்தனமான ஒரு இளஞ்சிவப்பு ஆடையைத் தைக்கிறார் என்று தெரிகிறது.”

“அப்படியா, அது மிகவும் சுவாரஸ்யமானது!”

“அவள் அப்படி ஒன்றும் முட்டாள் அல்ல என்பதால், அவள் சற்றே அவளுடைய புத்தியை உபயோகித்து, இதுபோன்ற உடையில் தோன்றுவது எவ்வளவு அபத்தமாக இருக்கும் என்பதை உணராதது எனக்கு ஆச்சரியமாக இருக்கிறது.”

துரதிர்ஷ்டமாக திருமதி. மால்டிஷ்சேவ் குறித்து ஒவ்வொருவரும் இழிவாக, ஏளனமாக ஏதாவது ஒன்றைச் சொன்னார்கள். உரையாடல் எரியும் நெருப்பைப் போல மகிழ்ச்சியாக வெடிக்கத் தொடங்கியது.

இளவரசி பெட்ஸியின் கணவர் நல்ல குணம் உடையவர். புராதன கலைப் பொருட்களையும் சிற்பங்களையும் சேகரிப்பதில் ஆர்வம் உள்ளவர். கிளப்புக்குச் சென்று கொண்டிருந்த அவர், தன் மனைவியின் விருந்தினர்கள் வந்திருப்பதை அறிந்து வரவேற்பு அறைக்குள் நுழைந்து, கம்பளத்தின் மீது மெதுவாக நடந்து சென்று, இளவரசி மியாகாயாவிடம் சென்றார்.

“நில்சனை எப்படி உங்களுக்குப் பிடிக்கிறது?” என்று கேட்டார்.

“ஆகா, நீங்கள் எப்படி ஒரு பூனையைப் போல வரமுடியும்! என்னைப் பயமுறுத்திவிட்டீர்கள்” என்று அவள் பதிலளித்தாள். “தயவு செய்து என்னிடம் ஓபராவைப் பற்றிப் பேசாதீர்கள். உங்களுக்கு இசையைப் பற்றி ஒன்றும் தெரியாது. நான் உங்கள் மட்டத்திற்கு இறங்கி, மண்பாண்டங்கள் மற்றும் சிற்பங்களைப் பற்றிப் பேசுவது நல்லது. சரி, தற்போது ஏலத்தில் என்ன பொக்கிஷத்தை வாங்கினீர்கள்?”

“நான் அதை உங்களுக்குக் காட்ட வேண்டுமா? ஆனால் உங்களுக்கு அதைப் பற்றி ஒன்றும் தெரியாது.”

“எனக்குக் காட்டுங்கள். அவற்றிலிருந்து நான் கற்றுக்கொள்கிறேன். அவற்றின் பெயர்கள் என்ன... புராதான நாணயங்கள்... அவை அற்புதமானவை. அவற்றை எங்களுக்குக் காட்டினார்கள்.”

“என்ன, நீங்கள் ஷுட்ஸ்பர்க்ஸ் கிராமத்திற்குச் சென்றீர்களா?” என்று பெட்ஸி கேட்டாள்.

“நாங்கள் அங்கு சென்றிருந்தோம். அவர்கள் என்னையும் என் கணவரையும் இரவு விருந்துக்கு அழைத்தனர். அந்த இரவு உணவில் சாஸுக்கு மட்டும் ஆயிரம் ரூபிள்கள் செலவு என்று சொன்னார்கள்” என்று இளவரசி மியாகாயா, அனைவரும் தான் சொல்வதை

கேட்டுக்கொண்டிருப்பதை அறிந்து, சத்தமாகச் சொன்னாள். "அது ஏதோ பச்சை நிறத்தில் இருந்த மிகவும் மோசமான சாஸ். நான் அவர்களை விருந்துக்கு அழைத்து, எண்பத்தைந்து கோபெக்குகள் செலவில் சாஸ் தயாரித்தேன். அது எல்லோருக்கும் பிடித்திருந்தது. என்னால் சாஸுக்கு ஆயிரம் ரூபிள்கள் செலவழிக்க முடியாது."

"அவர் அப்படிப்பட்டவர்!" என்றாள் தூதரின் மனைவி.

"அற்புதம்!" என்றார் ஒருவர்.

இளவரசி மியாகாயாவின் பேச்சினால் ஏற்படும் விளைவு எப்போதும் ஒரே மாதிரியாகவே இருந்தது. இப்போது அவை பொருத்தமானவையாக இல்லாவிட்டாலும், அர்த்தமுள்ள எளியவற்றைச் சொல்வதில்தான் அவளது பேச்சின் ரகசியம் அடங்கியிருக்கிறது. அவள் வாழ்ந்த சமூகத்தில் இத்தகைய வார்த்தைகள் புத்திசாலித்தனமான நகைச்சுவை என்ற தோற்றத்தை உருவாக்கின. இளவரசி மியாகாயாவால் அது எப்படி நிகழ்கிறது என்பதைப் புரிந்துகொள்ள முடியவில்லை. ஆனால் அது நடக்கிறது என்பதை அறிந்திருந்த அவள், அதைப் பயன்படுத்திக்கொண்டாள்.

இளவரசி மியாகாயா பேசும்போது அனைவரும் அதைக் கேட்டதால், தூதரின் மனைவியைச் சுற்றி நடந்த உரையாடல் நின்று போனது. பெட்ஸி இரண்டு குழுவையும் ஒன்றிணைக்க விரும்பி தூதரின் மனைவியை நோக்கிச் சொன்னாள்.

"உங்களுக்குக் கண்டிப்பாக தேநீர் வேண்டாமா? நீங்கள் எங்களுடன் கலந்து கொள்ளுங்கள்."

"வேண்டாம், நாங்கள் இங்கே சௌகரியமாக இருக்கிறோம்" என்று புன்னகையுடன் பதிலளித்த தூதரின் மனைவி உரையாடலைத் தொடர்ந்தார்.

அந்த உரையாடல் மிகவும் மகிழ்ச்சியாகச் சென்றது. அவர்கள் கரீனின்களையும், கணவன் மனைவியையும் கண்டித்தார்கள்.

"மாஸ்கோ பயணத்திற்குப் பிறகு அன்னா மிகவும் மாறிவிட்டார். அவரிடம் விநோதமான ஏதோ ஒன்று இருக்கிறது" என்றார் அவளுடைய நண்பர்களில் ஒருவர்.

"முக்கிய மாற்றம் என்னவெனில், அவர் தன்னுடன் அலெக்ஸி விரான்ஸ்கி என்ற ஒரு நிழலைக் கொண்டு வந்துள்ளார்." என்று தூதரின் மனைவி சொன்னார்.

"அதனால் என்ன? எழுத்தாளர் கிரிமின், நிழல் இல்லாத ஒரு மனிதனைப் பற்றிய கதையை, அவன் தன் நிழலை இழந்துவிடும் கதையை எழுதியுள்ளார். அது ஏதோ ஒன்றுக்காக அவருக்குக் கிடைக்கும் தண்டனை. ஆனால் அது ஏன் தண்டனை என்று

எனக்குப் புரியவில்லை. ஆனால் ஒரு பெண் நிழல் இல்லாமல் மகிழ்ச்சியாக இருக்க முடியாது."

"ஆனால் நிழல் தொடரும் பெண்களின் கதை மோசமாக முடிவடைகிறது" என்றாள் அன்னாவின் தோழிகளில் ஒருவர்.

இந்த வார்த்தைகளைக் கேட்ட இளவரசி மியாகாயா, "வாயை மூடுங்கள்" என்றாள். "கரீனினா ஒரு அற்புதமான பெண், அவரை எனக்கு மிகவும் பிடிக்கும் ஆனால் அவர் கணவரை எனக்குப் பிடிக்காது."

"உங்களுக்கு ஏன் அவரைப் பிடிக்கவில்லை? அவர் ஒரு அற்புதமான மனிதர்" என்றாள் தூதரின் மனைவி. "ஐரோப்பாவிலேயே அமைச்சகத்தில் இப்படிப்பட்ட மனிதர்கள் மிகவும் குறைவு என்று என் கணவர் சொல்கிறார்."

"என் கணவரும் அதையே என்னிடம் சொல்கிறார். ஆனால், நான் அதை நம்பவில்லை" என்றார் இளவரசி மியாகாயா. "எங்கள் கணவர்கள் அதைச் சொல்லவில்லை என்றாலும் எங்களால் அதைத் தெரிந்துகொள்ள முடியும். என் கருத்துப்படி அலெக்ஸி அலெக் ஸாண்ட்ரோவிச் ஒரு முட்டாள். நான் இதை ரகசியமாகச் சொல் கிறேன்... இது அனைத்தையும் வெளிச்சம் போட்டுக் காட்ட வில்லையா? அவர் புத்திசாலி என்று என்னிடம் சொன்னபோது நான் அவருடைய புத்திசாலித்தனத்தைத் தேடி, அதைக் கண்டுபிடிக்க முடியாமல் முட்டாளாக ஆனேன். அவர் ஒரு முட்டாள் என்பதை நான் சொன்ன அந்த ரகசியத்திலிருந்து நீங்கள் புரிந்து கொள்ள வில்லையா?"

"இன்று நீங்கள் எத்தனை பொல்லாதவராகி விட்டீர்கள்!"

"இல்லை, வேறு வழியில்லை. நம்மில் ஒருவர் புத்திசாலி அல்ல. இருந்தாலும் ஒருவர் அதை வெளிப்படையாக ஒப்புக்கொள்வது சிரமம் என்பது உங்களுக்கே தெரியும்."

"அவருடைய அதிர்ஷ்டத்தைப் பற்றி நினைத்து யாரும் மகிழ்ச்சி யடைவில்லை. ஆனால் எல்லோரும் அவரது புத்திசாலித்தனத்தைக் கண்டு மகிழ்கிறார்கள்" என்ற ராஜதந்திரி சில மேற்கோள்களைக் காட்டினார்.

"சரியாகச் சொன்னீர்கள்" என்ற இளவரசி மியாகாயா வேகமாக அவர் பக்கம் திரும்பினாள். "ஆனால் நான் அன்னாவைப் பற்றிப் பேச அனுமதிக்க முடியாது. அவள் அன்பானவள், இனிமையானவள். எல்லோரும் அவள் மீது காதல் வயப்பட்டு அவள் பின்னே நிழல் போலத் தொடர்ந்தால், பாவம், அவளால் என்ன செய்ய முடியும்?"

“ஆனால் அவளை விமர்சிக்கும் எண்ணம் எதுவும் எனக்கு இல்லை” என்று அன்னாவின் தோழி மன்னிப்புக் கோரினாள்.

“நம்மை யாரும் நிழல் போலத் தொடரவில்லை என்பதற்காக, அவரை விமர்சிப்பதற்கு நமக்கு உரிமை இருக்கிறது என்று அர்த்த மல்ல.”

அன்னாவின் தோழிக்குச் சரியான பதிலடி கொடுத்த இளவரசி மியாகாயா எழுந்து, தூதரின் மனைவி இருக்குமிடம் சென்றாள். அங்கு பிருஷ்ய மன்னரைப் பற்றி நடந்துகொண்டிருந்த உரையாடலில் கலந்துகொள்வதற்குச் சென்றாள்.

“அங்கே யாரைப் பற்றிப் பழிதூற்றினீர்கள்?” என்று கேட்டாள் பெட்ஸி.

“கரீனின்கள். அலெக்ஸி அலெக்ஸாண்ட்ரோவிச்சின் குணாதி யசத்தைப் பற்றி இளவரசி எங்களிடம் சொல்லிக் கொண்டிருந்தார்” என்று புன்னகைத்த தூதரின் மனைவி அமர்ந்தார்.

“எங்களால் அதைக் கேட்க முடியவில்லை என்பது வருத்தமாக இருக்கிறது” என்று பெட்ஸி வாசலை நோட்டம் பார்த்தவாறு சொன்னாள். “ஆகா, இதோ வந்துவிட்டார்!” என்று விரான்ஸ்கி உள்ளே வந்ததும் அவனைப் பார்த்துப் புன்னகையுடன் சொன்னாள்.

விரான்ஸ்கிக்கு அங்குள்ளவர்கள் அனைவரையும் நன்றாகத் தெரியும் என்பதோடு, ஒவ்வொரு நாளும் அவன் அவர்களைச் சந்தித்தும் வந்தான் என்பதால், அறை முழுவதும் நிரம்பிய மனிதர் களை இப்போதுதான் விட்டு வெளியே சென்றதைப் போன்ற அமைதியான பாவனையில் அவன் உள்ளே வந்தான்.

“நான் எங்கிருந்து வருகிறேன் தெரியுமா?” என்று தூதரின் மனைவியின் கேள்விக்கு அவன் பதில் சொன்னான். “எனக்கு வேறு வழியில்லை என்பதை நான் ஒப்புக் கொள்கிறேன். ஓபரா போஃப் அரங்கிலிருந்து. இது நூறாவது முறை என்றாலும் எப்போதும் போல மகிழ்ச்சியைத் தருகிறது. நான் இதற்காக வெட்கப்பட வேண்டும் என்பது எனக்குத் தெரியும். ஆனால் ஓபராவில் நான் தூங்கி வழிந்தேன். ஓபரா போஃப் அரங்கில் நான் எனது இருக்கையில் கடைசி நிமிடம் வரைக்கும் இருந்து, மகிழ்ச்சியை அனுபவித்தேன். இன்றிரவு...”

அவன் ஏதோ ஒரு பிரெஞ்சு நடிகையின் பெயரைச் சொல்லி, அவரைப் பற்றி சில கதைகளைச் சொல்ல விரும்புவதாகச் சொன் னான். ஆனால் தூதரின் மனைவி அவனைக் கேலியான குரலில் இடைமறித்தார்.

“தயவுசெய்து, அந்தப் பயங்கரத்தைப் பற்றிப் பேசாதீர்கள்.”

“இந்தப் பயங்கரத்தைப் பற்றி அனைவருக்கும் தெரியும் என்பதால் நான் அதைப் பற்றி பேசவில்லை.”

“ஓபராவைப் போலவே இதையும் சரியானதாக ஏற்றுக் கொண்டால் எல்லோரும் அங்கு செல்வார்கள்” என்று இளவரசி மியாகாயா முணுமுணுத்தாள்.

7

வாசலில் காலடி ஓசை கேட்டது. அது அன்னா என்பதை அறிந்த பெட்ஸி, விரான்ஸ்கியை ஓரக்கண்ணால் பார்த்தாள். வாசலைப் பார்த்துக்கொண்டிருந்த அவன் முகத்தில் விசித்திரமானதொரு புதிய பாவனை வெளிப்பட்டது. உள்ளே நுழைந்த பெண்ணை அவன் மகிழ்ச்சியுடன் உற்றுப் பார்த்த அதே சமயத்தில் பயத்துடன் பார்த்துவிட்டு, மெதுவாகத் தன் இருக்கையிலிருந்து எழுந்தான். அன்னா வரவேற்பறைக்குள் நுழைந்தாள். அவள் எப்போதும் போல நிமிர்ந்து வேகமான, உறுதியான, இலகுவான நடையால், மற்ற பெண்களிடமிருந்து தன்னை முற்றிலும் வேறுபட்டவளாகக் காட்டிக் கொண்டு உள்ளே வந்தாள். தன் பார்வையின் திசையை மாற்றாமல், பெட்ஸியை நெருங்கி, சற்றே விலகி நின்று, அவள் கையை அழுத்திப் புன்னகைத்தாள். அதே புன்னகையுடன் அவள் விரான்ஸ்கியை நோக்கித் திரும்பினாள். விரான்ஸ்கி குனிந்து வணங்கி, அவளுக்காக ஒரு நாற்காலியை நகர்த்தினான்.

அன்னா தன் தலையைச் சற்றே அசைத்து அவனுக்குப் பதிலளித்தாள் என்றாலும் உடனடியாக முகம் சிவந்ததுடன் முகத்தைச் சுளிக்கவும் செய்தாள். ஆனால் அவள் உடனடியாகத் தெரிந்தவர்களைப் பார்த்துத் தலையசைத்து, கை குலுக்கிவிட்டு பெட்ஸியை நோக்கித் திரும்பினாள்.

“நான் கோமகள் லிடியாவின் வீட்டிலிருந்தேன். முன்னதாகவே வர விரும்பினேன் எனினும் அங்கு தங்க நேர்ந்தது. சர் ஜான் அங்கிருந்தார். அவர் மிகவும் சுவாரஸ்யமானவர்.”

“ஆகா, அந்த மதபோதகர் வீட்டிலா?”

“ஆமாம், அவர் இந்திய வாழ்க்கையைக் குறித்து மிகவும் சுவாரஸ்யமான தகவல்களைச் சொல்லிக் கொண்டிருந்தார்.”

அவள் வருகையால் ஏற்கனவே நடந்துகொண்டிருந்த உரையாடல் மீண்டும் விளக்கின் சுடர் அணைவது போலத் தடுமாறத் தொடங்கியது.

“சர் ஜான்! ஆமாம், சர் ஜான். நான் அவரைப் பார்த்திருக் கிறேன். அவர் நன்றாகப் பேசுவார். விலாஸ்யேவ், அவரை மனப் பூர்வமாகக் காதலிக்கிறாள்.”

“அவளுடைய தங்கை டோபோவை மணந்து கொள்ளப் போவது உண்மையா?”

“ஆமாம், அது முடிவு செய்யப்பட்டு விட்டதாகச் சொல் கிறார்கள்.”

“நான் அவர்களின் பெற்றோரைப் பார்த்து வியக்கிறேன்! இது காதல் திருமணம் என்கிறார்கள்.”

“காதலா? இன்னும் உங்கள் பழமையான சிந்தனைகள் மாற வில்லை! இப்போதெல்லாம் காதலைப் பற்றிப் பேசலாமா?” என்றாள் தூதரின் மனைவி.

“என்ன செய்வது? இந்த முட்டாள்தனமான பழக்கம் இன்னும் நம்மைவிட்டுப் போகவில்லை” என்றான் விரான்ஸ்கி.

“அதைப் பிடித்துத் தொங்குபவர்களின் நிலை மிக மோசமாக இருக்கும். எனக்குத் தெரிந்து மகிழ்ச்சியான திருமணம் நிச்சயிக்கப் பட்ட திருமணம்தான்.”

“ஆமாம். ஆனால் நிச்சயிக்கப்பட்ட திருமணத்தின் மகிழ்ச்சி எத்தனை முறை மண்ணாகிப் போகிறது. அடிப்படையான காதலு ணர்ச்சியை ஏற்றுக்கொள்ள மறுப்பதால்தான் அப்படி நடக்கிறது” என்றான் விரான்ஸ்கி.

“ஆனால் நிச்சயிக்கப்பட்ட திருமணங்கள் என்று நாம் அழைக்கும் போது, அங்கே இருவருக்கும் ஏற்கனவே கடந்த காலங்கள் இருக் கின்றன. ஸ்கார்லெட் காய்ச்சலைப் போல ஒருவர் அதைக் கடந்து செல்ல வேண்டும்.”

‘அப்படியானால் பெரியம்மை நோயைப் போலக் காதலுக்கு எதிராகச் செயற்கையான ஊசி போட வேண்டும்.”

“நான் சிறுமியாக இருந்தபோது தேவாலயத்தில் பணியாற்றும் ஒருவரைக் காதலித்தேன்” என்றாள் இளவரசி மியாகாயா. “அது எனக்கு ஏதாவது உதவியாக இருந்ததா என்று எனக்குத் தெரியாது.”

“வேண்டாம், நகைச்சுவையை ஒரு பக்கம் வையுங்கள். காதலைப் புரிந்துகொள்ள முதலில் ஒருவர் தவறு செய்துவிட்டுப் பிறகு அதைத் திருத்திக்கொள்ள வேண்டும் என்று நான் நினைக்கிறேன்” என்றாள் இளவரசி பெட்ஸி.

“திருமணத்திற்குப் பிறகும்” என்று தூதரின் மனைவி விளை யாட்டாகச் சொன்னாள்.

"திருந்துவதற்கு எப்போதும் வாய்ப்பிருக்கிறது" என்று ராஜதந்திரி ஒரு ஆங்கிலப் பழமொழியைக் குறிப்பிட்டார்.

"சரியாகச் சொன்னால், ஒருவர் தவறு செய்துவிட்டுத் தன்னைத் திருத்திக்கொள்ள வேண்டும்" என்றாள் பெட்ஸி. "நீங்கள் என்ன நினைக்கிறீர்கள்?" என்று அவள் அன்னாவை நோக்கித் திரும்பினாள். அவள் உறுதியான, யாரும் கவனிக்க முடியாத புன்னகையுடன், அமைதியாக, நடைபெற்ற உரையாடலைக் கேட்டுக்கொண்டிருந்தாள்.

"நான் நினைக்கிறேன்" என்ற அன்னா கழற்றிய கையுறையை அசைத்தபடி, "நான் நினைக்கிறேன்... ஒவ்வொருவருக்கும் ஒவ்வொரு விதமான மனம் இருப்பதைப் போல ஒவ்வொரு இதயத்திற்கும் ஒவ்வொரு விதமான காதல் இருக்கும்."

அன்னா என்ன சொல்லப் போகிறாள் என்பதை அறிய பதை பதைக்கும் இதயத்துடன் விரான்ஸ்கி அவளையே பார்த்துக் கொண்டிருந்தான். அவள் இந்த வார்த்தைகளைச் சொன்ன பிறகு, ஏதோ ஆபத்தைக் கடந்துவிட்டது போல அவன் பெருமூச்சு விட்டான்.

அன்னா சட்டென அவன் பக்கம் திரும்பினாள்.

"மாஸ்கோவிலிருந்து எனக்கு ஒரு கடிதம் வந்துள்ளது. கிட்டி ஷெர்பாட்ஸ்கி மிகவும் நோய்வாய்பட்டிருப்பதாக அவர்கள் எழுதி யிருக்கிறார்கள்."

"அப்படியா?" என்ற விரான்ஸ்கி முகத்தைச் சுளித்தான்.

அன்னா அவனைக் கடுப்புடன் பார்த்தாள்.

"அதில் உங்களுக்கு அக்கறையில்லையா?"

"நிறைய இருக்கிறது. அவர்கள் சரியாக என்ன எழுதியிருக் கிறார்கள்?" என்றான் அவன்.

அன்னா எழுந்து பெட்ஸியிடம் சென்றாள்.

"எனக்கு ஒரு கோப்பைத் தேநீர் கொடுங்கள்" என்ற அவள் நாற்காலிக்குப் பின்னால் நின்றாள்.

இளவரசி பெட்ஸி தேநீர் ஊற்றியபோது, விரான்ஸ்கி அன்னா விடம் வந்தான்.

"அவர்கள் என்ன எழுதியிருக்கிறார்கள்?" என்று அவன் மீண்டும் கேட்டான்.

"எது உயர்வானது, எது இழிவானது என்பதை ஆண்கள் புரிந்து கொள்வதில்லை என்று நான் அடிக்கடி நினைத்துக் கொள்கிறேன். இருந்தாலும் அவர்கள் எப்போதும் அதைப் பற்றியே பேசுகிறார்கள்" என்றாள் அன்னா அவனுக்குப் பதிலளிக்காமல். "நான் எப்போதோ

உங்களிடம் சொல்ல விரும்பினேன்" என்று சொல்லிவிட்டுச் சில அடிகள் தள்ளி, மூலையில் ஆல்பங்கள் இருந்த மேசையின் அருகே அமர்ந்தாள்.

"உங்கள் வார்த்தைகளின் பொருள் எனக்கு விளங்கவில்லை" என்று கோப்பையை அவளிடம் நீட்டினான்.

அவள் அருகிலிருந்த சோபாவைப் பார்த்தாள். அவன் உடனே அதில் அமர்ந்தான்.

"ஆமாம், நான் உங்களிடம் சொல்ல விரும்பினேன்" அவள் அவனைப் பார்க்காமல் சொன்னாள். "நீங்கள் மோசமாக, மிக மிக மோசமாக நடந்து கொண்டீர்கள்."

"நான் மோசமாக நடந்துகொண்டது எனக்குத் தெரியாதா? ஆனால் நான் அப்படி நடந்துகொள்ள காரணம் யார்?"

"அதை ஏன் என்னிடம் சொல்கிறீர்கள்?" என்று அவள் அவனைக் கடுகடுப்புடன் பார்த்தாள்.

"ஏன் தெரியுமா?" என்று அவன் தைரியமாகவும், மகிழ்ச்சி யாகவும் அவள் கண்களைச் சந்தித்துவிட்டுத் தொடர்ந்தான்.

தர்மசங்கடத்திற்கு ஆளானது அவள்தானே தவிர அவனல்ல.

"உங்களுக்கு இதயம் இல்லை என்பதையே இது நிரூபிக்கிறது" என்றான் அவள். ஆனால் அவளுடைய கண்கள் அவனுக்கு இதயம் இருப்பதை அவள் அறிந்திருக்கிறாள் என்பதையும், அதன் காரண மாகவே அவள் அவனைக் கண்டு பயப்படுகிறாள் என்பதையும் பறைசாற்றின.

"நீங்கள் இப்போது பேசிக்கொண்டிருப்பது தவறைப் பற்றித் தானே அன்றி காதலைப் பற்றி அல்ல."

"நினைவில் கொள்ளுங்கள், அந்த வார்த்தையை, இழிவான வார்த்தையை நீங்கள் பேசக்கூடாது என்று கூறியுள்ளேன்" என்று அன்னா நடுக்கத்துடன் சொன்னாள். 'பேசக்கூடாது' என்ற ஒற்றை வார்த்தையின் மூலம் அவன் மீது தனக்குச் சில உரிமைகள் இருப்பதை ஒப்புக்கொள்வதோடு, அதன் மூலம் அவனை அவள் காதலைப் பற்றிப் பேச ஊக்குவிப்பதையும் உடனடியாக உணர்ந்தாள். "நான் எப்போதோ அதைப் பற்றி உங்களிடம் சொல்ல விரும்பினேன்" என்ற அவள் தொடர்ந்தாள். அவள் அவன் கண்களை நேருக்கு நேராகப் பார்த்து, முகத்தைச் சுட்டெரிக்கும் வெட்கத்துடன், "இன்று இரவு நான் உங்களைச் சந்திப்பேன் என்று தெரிந்துதான் வேண்டு மென்றே இங்கு வந்தேன். இது முடிவுக்கு வரவேண்டும் என்று சொல்லவே நான் வந்தேன். நான் யாருக்கு முன்பும் தலைகுனிந்தது

இல்லை. ஆனால் நீங்கள் என்னை ஏதோ ஒரு குற்றவுணர்ச்சிக்கு ஆளாக்குகிறீர்கள்" என்றாள்.

அவள் முகத்தில் வெளிப்பட்ட புதிய பொலிவைக் கண்டு அவன் திகைத்துப் போனான்.

"என்னிடம் என்ன எதிர்பார்க்கிறீர்கள்?" என்று அவன் எளிமையாக அதே சமயம் தீவிரத்துடன் கேட்டான்.

"நீங்கள் மாஸ்கோவுக்குச் சென்று கிட்டியிடம் மன்னிப்புக் கேட்க வேண்டும் என்று நான் விரும்புகிறேன்" என்று சொன்ன அவள் கண்களில் ஒரு சிறிய மின்னல் வெளிப்பட்டது.

"நீங்கள் விரும்புவது அதுவல்ல" என்றான் அவன்.

அவள் சொல்ல விரும்புவதைச் சொல்லாமல், தான் என்ன சொல்ல வேண்டுமென தன்னைத்தானே கட்டாயப்படுத்திக் கொண்டாளோ அதைத்தான் சொல்கிறாள் என்பதை அவன் அறிந்தான்.

"நீங்கள் சொல்வது போல என்னை நேசிப்பது உண்மையானால், என் மனம் அமைதியடைய அதைச் செய்யுங்கள்" என்று அவள் கிசுகிசுத்தாள்.

அவன் முகம் பிரகாசித்தது.

"நீங்கள்தான் என் முழு வாழ்க்கையுமே என்பதை நீங்கள் அறியவில்லையா? அமைதி என்பது நான் அறியாத வார்த்தை எனவே நான் அதை உங்களுக்குத் தர முடியாது. என் காதல்... ஆமாம், நான் உங்களையும் என்னையும் வேறுபடுத்திப் பார்க்க முடியாது. நீங்களும் நானும் எனக்கு ஒன்றே. எனக்கோ அல்லது உங்களுக்கோ அமைதி ஏற்படுவதற்கான சாத்தியக்கூறுகள் இருப்ப தாக நான் நம்பவில்லை. விரக்தி மற்றும் வேதனை ஆகியவற்றின் சாத்தியங்களையே நான் அதிகம் காண்கிறேன்... அல்லது மகிழ்ச்சியை, அத்தகைய மகிழ்ச்சிக்கான சாத்தியத்தையே நான் காண்கிறேன்...! அது முடியாததா?" என்ற அவன் கடைசி வார்த்தையை உதட்டளவில் மட்டுமே சொன்னான். ஆனால் அது அவளுக்குக் கேட்டது.

அவள் தான் சொல்ல வேண்டியதைச் சொல்வதற்காகத் தன் மனதின் அத்தனை ஆற்றலையும் திரட்டினாள். ஆனால் அதற்குப் பதிலாக அவள் அவன் மீது தன் பார்வையை, காதல் கொண்ட பார்வையை மட்டுமே வீசினாளே தவிர வேறு எதுவும் பேசவில்லை.

'இதோ!' அவன் பரவசத்துடன் நினைத்தான். 'ஏற்கனவே விரக்தியில் இருந்த எனக்கு, இதற்கு முடிவே இருக்காது என்று தோன்றியபோது, அது இருக்கிறது! அவள் என்னைக் காதலிக்கிறாள். அவள் அதை ஒப்புக்கொண்டும் விட்டாள்.'

“அப்படியானால் எனக்காக இதைச் செய்யுங்கள். இந்த வார்த்தை களை என்னிடம் சொல்லாதீர்கள். நாம் நல்ல நண்பர்களாக மட்டுமே இருப்போம்” என்று அவள் வார்த்தைகளில் மட்டுமே சொன்னாள். ஆனால் அவள் கண்கள் முற்றிலும் வேறான ஒன்றைச் சொல்லியது.

“நாம் நண்பர்களாக இருக்க முடியாது என்பது உங்களுக்கே நன்றாகத் தெரியும். நாம் மகிழ்ச்சியானவர்களாக இருப்பதோ அல்லது மகிழ்ச்சியற்றவர்களாக இருப்பதோ உங்கள் கைகளில் மட்டுமே உள்ளது.”

அவள் ஏதோ சொல்ல விரும்பினாள் என்றாலும் அவன் அவளை இடைமறித்தான்.

“நான் ஒன்றே ஒன்றுக்காக மட்டுமே மன்றாடுகிறேன். நான் இப்போது இருப்பது போலவே, நம்பிக்கை கொள்ளவும், வேதனைப் படவும் தேவையான உரிமையை மட்டுமே கெஞ்சிக் கேட்கிறேன். ஆனால் அதுவும் இயலாத காரியமானால், என்னைக் காற்றோடு காற்றாகக் கரைந்துபோக கட்டளை இடுங்கள். நான் மறைந்து போகிறேன். என்னுடைய இருப்பு உங்களுக்கு வேதனையாக இருந்தால், நீங்கள் திரும்பவும் என்னைக் காண மாட்டீர்கள்.”

“நான் உங்களை விரட்டியடிக்க விரும்பவில்லை.”

“எதையும் மாற்ற முயற்சிக்காமல் இருப்பதை அப்படியே விட்டு விடுங்கள்” என்று அவன் நடுங்கும் குரலில் சொன்னான். “இதோ உங்கள் கணவர்.”

அப்போது உண்மையாகவே அலெக்ஸி அலெக்ஸாண்ட்ரோவிச் தனது அமைதியான, விகாரமான நடையுடன் வரவேற்பறைக்குள் நுழைந்து கொண்டிருந்தார்.

தன் மனைவியையும் விரான்ஸ்கியையும் அவர் ஒரு பார்வை பார்த்துவிட்டு, பெண் வரவேற்பாளரிடம் சென்று, தனது தேநீருக் காக அமர்ந்தார். எப்போதும் போல தன்னுடைய அவசரமற்ற, சத்தமான குரலில், தனது நகைச்சுவை தொனிக்க, யாரையோ கேலி செய்து பேசத் தொடங்கினார்.

“உங்கள் ராம்பூல்ட் ஆலோசனையின் முழு வீச்சில் இருக்கிறார்” என்ற அவர் அங்கிருக்கும் அனைவரையும் சுற்றிப் பார்த்தார். “சொர்க்கத்தின் தேவதைகள்.”

ஆனால் இளவரசி பெட்ஸியால் அவரது இந்த ஏளனமான தொனியைத் தாங்க முடியவில்லை. அவள் ஒரு புத்திசாலியான பெண்ணாக இருந்ததால், உலகளாவிய கட்டாய இராணுவச் சேவை குறித்த, தீவிரமான உரையாடலுக்கு அவரை உடனடியாக இட்டுச்

சென்றாள். அலெக்ஸி அலெக்ஸாண்ட்ரோவிச் உடனே அந்த உரையாடலில் மூழ்கி, அதை எதிர்த்துப் பேசிய பெட்ஸிக்கு எதிராகத் தன் தரப்பில் தற்காப்புவாதத்தை எடுத்து வைத்தார்.

அன்னாவும் விரான்ஸ்கியும் இன்னும் அங்கிருந்த சிறிய மேசையின் முன் அமர்ந்திருந்தனர்.

"இது அநாகரிகமாகி வருகிறது" என்று கிசுகிசுத்த ஒரு பெண், விரான்ஸ்கி, அன்னா மற்றும் அவள் கணவர் மூவரையும் தன் கண்களால் சுட்டிக்காட்டினாள்.

"நான் உங்களிடம் என்ன சொன்னேன்?" என்று அன்னாவின் தோழி கேட்டாள்.

இந்தப் பெண்கள் மட்டுமின்றி, வரவேற்பறையில் இருந்த இளவரசி மியாகாயா, பெட்ஸி உட்பட அனைவருமே, பொது வட்டத்திலிருந்து விலகியிருந்த இருவரையும் பலமுறை உற்றுப் பார்த்தனர். அலெக்ஸி அலெக்ஸாண்ட்ரோவிச் ஒருவர் மட்டும், ஒருமுறைகூட அவர்கள் இருந்த திசையை நோக்கித் திரும்பிப் பார்க்கவில்லை என்பதோடு, அவர் தொடங்கிய உரையாடலில் கவனத்தைச் சிதறவிடாமல் அதே ஆர்வத்துடன் தொடர்ந்தார்.

அனைவரிடமும் விரும்பத்தகாத அபிப்பிராயம் ஏற்பட்டிருப்பதைக் கவனித்த இளவரசி பெட்ஸி, அலெக்ஸி அலெக்ஸாண்ட்ரோவிச்சின் உரையாடலைக் கேட்பதற்குத் தன் இடத்தில் வேறு ஒருவரைத் தள்ளிவிட்டு, அன்னா இருக்குமிடம் சென்றாள்.

"உங்கள் கணவரின் முகபாவனைகளில் தெளிவும் துல்லியமும் இருப்பதைப் பார்த்து நான் எப்போதும் வியக்கிறேன்" என்று அவள் கூறினாள். "அவர் பேசும்போது மிக உன்னதமான கருத்துக்கள் எனக்குக் கிடைக்கின்றன."

"ஓ, ஆமாம்!" என்று சொன்ன அன்னா, பெட்ஸி தன்னிடம் சொன்னதில் ஒரு வார்த்தையைக் கூட புரிந்துகொள்ளாமல், மகிழ்ச்சிப் புன்னகையோடு பிரகாசித்தாள். அவள் எழுந்து பெரிய மேசைக்கு அருகில் சென்று பொதுவான உரையாடலில் பங்கேற்றாள்.

அலெக்ஸி அலெக்ஸாண்ட்ரோவிச் அரைமணி நேரம் தங்கியிருந்த பிறகு, தனது மனைவியிடம் சென்று இருவரும் வீட்டிற்கு ஒன்றாகச் செல்லலாம் என்று யோசனை தெரிவித்தார். ஆனால் அவள் அவரைப் பார்க்காமல், இரவு உணவிற்குத் தங்கப்போவதாகச் சொன்னாள். அலெக்ஸி அலெக்ஸாண்ட்ரோவிச் குனிந்து வணங்கி விட்டு அங்கிருந்து சென்றார்.

பளபளப்பான தோல் கோட் அணிந்து, பருமனாயிருந்த திருமதி. கரீனின் வயதான வண்டியோட்டி, இடது பக்கத்திலிருந்து வீசிய குளிர்ந்த பனியைத் தடுக்கச் சிரமப்பட்டான். வேலைக்காரன் வண்டியின் கதவைத் திறந்து வைத்து நின்றான். மற்றொருவன் இன்னும் முன்பக்கக் கதவைப் பிடித்துக் கொண்டு நின்றான். அன்னா ஆர்கடியேவ்னா தன் சிறிய கையால், கோட்டின் கொக்கியில் சிக்கியிருந்த ஆடையின் நாடாவை விடுவித்துக் கொண்டிருந்தாள். அவள் தலையைக் குனிந்தபடி, தன்னைப் பார்த்து விரான்ஸ்கி சொல்வதை ஆர்வத்துடன் கேட்டுக் கொண்டிருந்தாள்.

"நீங்கள் ஒன்றும் சொல்லவில்லை. நானும் எதையும் கேட்கவில்லை என்று வைத்துக்கொள்வோம். ஆனால் எனக்குத் தேவையானது நட்பு அல்ல என்பது உங்களுக்கே தெரியும். என்னைப் பொறுத்தவரை வாழ்க்கையில் ஒரே ஒரு சந்தோஷம் மட்டுமே உள்ளது. நீங்கள் மிகவும் வெறுக்கும் அந்த வார்த்தை... ஆமாம், காதல்..."

'காதல்...' என்று அவள் மெதுவாகத் தனக்குள் சொல்லிக் கொண்டாள். அவள் திடீரென தன் ஆடையை விடுவித்துக் கொண்டதும், "அதனால்தான் அந்த வார்த்தை எனக்குப் பிடிக்கவில்லை. ஏனெனில் இது எனக்கு மிகவும் முக்கியமானது. நீங்கள் புரிந்து கொண்டதையும்விட இது மேலானது" என்ற அவள் அவன் முகத்தை உற்றுப் பார்த்தாள். "வருகிறேன்!"

அவள் அவனுக்குக் கையைக் கொடுத்துவிட்டு, நெகிழ்ச்சியுடன் கதவைப் பிடித்துக் கொண்டிருந்த வேலைக்காரனைக் கடந்து, வேகமாக வண்டிக்குள் மறைந்தாள்.

அவள் பார்வையும், கையின் தொடுதலும் அவனைத் தீயாகச் சுட்டெரித்தன. தன் உள்ளங்கையில் அவள் தொட்ட இடத்தை முத்தமிட்ட அவன், கடந்த இரண்டு மாதங்களைவிட, இந்த ஒரு மாலையில், தான் தனது இலக்கை நெருங்கிவிட்ட மகிழ்ச்சியான உணர்வுடன் வீட்டிற்குச் சென்றான்.

8

உண்மையில் அலெக்ஸி அலெக்ஸாண்ட்ரோவிச், தன் மனைவி விரான்ஸ்கியுடன் தனியாக அமர்ந்து ஏதோ ஒன்றைக் குறித்து உற்சாகமாக உரையாடிக் கொண்டிருந்ததில் விநோதமான அல்லது முறையற்ற எதையும் காணவில்லை. ஆனால் வரவேற்பறையில் இருந்த மற்றவர்களுக்கு அது ஏதோ விசித்திரமாக, முறையற்றதாக

நற்றிணை பதிப்பகம் ● 211

தோன்றுவதை அவர் கவனித்தார். எனவே அவருக்கும் அது முறையற்றதாகத் தோன்றியது. தன் மனைவியிடம் அதைப் பற்றிப் பேச வேண்டும் என்று முடிவு செய்தார்.

வீட்டுக்குத் திரும்பியதும் அலெக்ஸி அலெக்ஸாண்ட்ரோவிச் வழக்கம்போல தனது படிப்பறைக்குச் சென்று, நாற்காலியில் சாய்ந்து, ஒரு புத்தகத்தை எடுத்து, காகிதக் கத்தியை அடையாளம் வைத்திருந்த பக்கத்தைத் திறந்து படிக்கத் தொடங்கினார். வழக்கம் போல ஒரு மணிவரை படித்த அவர் அவ்வப்போது தனது முன் நெற்றியைத் தேய்த்து, ஏதோ ஒன்றை விரட்டுவது போல தலையை அசைத்துக் கொண்டிருந்தார். தனது வழக்கமான நேரத்தில் எழுந்த அவர் தனது படுக்கை அறைக்குச் சென்று படுப்பதற்குத் தயாரானார். அன்னா ஆர்கடியேவ்னா இன்னும் வீட்டிற்கு வரவில்லை. அவர் கையில் புத்தகத்துடன் மாடிக்குச் சென்றார். வழக்கமாக மாலையில் நடப்பதைப் போல, அன்று அவருடைய மனதில் வேலை தொடர்பான சிந்தனைகளும், யோசனைகளும் எழவில்லை. மாறாக, அருடைய மனதில் அவரது மனைவியைப் பற்றியும் அவளுடன் தொடர்புடைய விரும்பத்தகாத ஏதோ ஒன்றைப் பற்றியும் பல்வேறு கேள்விகள் எழுந்தன. அவர் வழக்கத்திற்கு மாறாக படுக்கைக்குச் செல் லாமல், கைளை முதுகுக்குப் பின்னால் கட்டிக்கொண்டு குறுக்கும் நெடுக்குமாக அறையில் நடந்தார். முதன் முதலாக புதியதாக எழுந்துள்ள இந்தச் சூழ்நிலையைப் பற்றிச் சிந்திக்க வேண்டும் என்று நினைத்த அவரால் படுக்கைக்குச் செல்ல முடியவில்லை.

அலெக்ஸி அலெக்ஸாண்ட்ரோவிச் தனது மனைவியுடன் இதைப் பற்றிப் பேச வேண்டும் என்று தனக்குள் முடிவு செய்தபோது, அது அவருக்கு எளிதானதாகவும் மிகவும் சுலபமானதாகவும் தோன்றியது. ஆனால் இப்போது, புதிதாக எழுந்துள்ள இந்த நிலை மையைக் குறித்து அவர் சிந்திக்கத் தொடங்கிய போது அது மிகவும் சிக்கலானதாகவும் கடினமானதாகவும் அவருக்குத் தோன்றியது.

அலெக்ஸி அலெக்ஸாண்ட்ரோவிச் பொறாமை கொண்டவர் அல்ல. பொறாமைப்படுவது மனைவியை அவமதிக்கும் செயல் என்றும், ஒரு ஆண் தன் மனைவி மீது நம்பிக்கை வைக்க வேண்டும் என்றும் அவர் கருதினார். உண்மையில் தன் இளம் மனைவி தன்னை எப்போதும் நேசிப்பாள் என்று அவர் கருதியதால், ஒருவர் ஏன் நம்பிக்கை கொள்ள வேண்டும் என்ற கேள்வி அவருக்கு எழவில்லை. இருப்பினும் அவருக்கு முழு நம்பிக்கை இருந்த காரணத்தால் அவர் அவநம்பிக்கை கொள்ளாமல், அது தனக்கு அவசியம் இருக்க வேண்டும் என்று தனக்குத் தானே சொல்லிக் கொண்டார். பொறாமை என்பது வெட்கக்கேடான உணர்வு என்று அவர் உறுதியாக நம்பியதால், அவர் நம்பிக்கை தளரவில்லை

என்றாலும், இப்போது ஏதோ ஒரு முட்டாள்தனமான, பகுத்தறிவற்ற ஒன்றை நேருக்கு நேராக எதிர்கொள்வதை உணர்ந்த அவருக்கு என்ன செய்வதென்று தெரியவில்லை. தன்னைத் தவிர தன் மனைவி மீது வேறு ஒருவர் காதல் கொள்ள வாய்ப்பு இருப்பதற்கான சாத்தியக்கூறுகளை உணர்ந்த அலெக்ஸி அலெக்ஸாண்ட்ரோவிச், வாழ்க்கையை நேருக்கு நேராகச் சந்தித்தார். இது அவருக்கு முட்டாள்தனமானதாகவும் புரிந்துகொள்ள முடியாததாகவும் தோன்றியது, ஏனெனில் இதுதான் வாழ்க்கை. அலெக்ஸி அலெக்ஸாண்ட்ரோவிச் தனது வாழ்நாள் முழுவதும் வாழ்க்கையைப் பிரதிபலிக்கும் துறைகளில் பணியாற்றி வாழ்ந்தார். ஒவ்வொரு முறையும் அவர் வாழ்க்கையை எதிர்கொள்ளும் போதெல்லாம் அவர் அதிலிருந்து பின்வாங்கினார். ஒரு பள்ளத்தாக்கின் மேலிருந்த பாலத்தின் மீது அமைதியாக நடந்துகொண்டிருந்த ஒரு மனிதன், திடீரென தன் கால்களுக்குக் கீழே இருந்த பாலத்தை யாரோ உருவிவிட்டதால், தனக்குக் கீழே முடிவற்ற ஆழம் இருப்பதைக் கண்டு திடுக்கிட்டது போன்ற உணர்வு அவரை ஆட்கொண்டது. அலெக்ஸி அலெக்ஸாண்ட்ரோவிச் வாழ்ந்த செயற்கை வாழ்க்கை தான் பாலம் எனில் இந்த முடிவற்ற ஆழம்தான் நிஜ வாழ்க்கை. முதல் முறையாகத் தன் மனைவி வேறு யாரையாவது காதலிப்பதற் கான சாத்தியக்கூறுகள் குறித்துத் தன்னிடம் கேள்விகள் எழுந்ததைக் கண்டு அவர் அதிர்ச்சி அடைந்தார்.

அவர் ஆடைகளைக் களையாமல், சாப்பாட்டு அறையின் வேலைப்பாடுகள் கொண்ட, எதிரொலிக்கும் சமதளத்தின் மீது தனது வழக்கமான நடையுடன் முன்னும் பின்னும் நடந்தார். கம்பளம் விரிக்கப்பட்ட இருண்ட வரவேற்பறையின் மேற்கூரையில் எரிந்துகொண்டிருந்த ஒரு பெரிய விளக்கின் வெளிச்சம் சோபாவின் மீது தொங்கிய அவருடைய பெரிய புதிய உருவப்படத்தின் மீது பிரதிபலித்தது. அவளுடைய ஒப்பனை அறையில் எரிந்து கொண்டி ருந்த இரண்டு மெழுகுவர்த்திகளின் வெளிச்சம், அவளது பெற்றோர் மற்றும் பெண் நண்பர்களின் உருவப்படங்களை ஒளிரச் செய்தன. அவளுடைய எழுதும் மேசையில் இருந்த விலைமதிப்பற்ற அலங்காரப் பொருட்களை அவருக்கு நீண்டகாலமாகவே நன்றாகத் தெரியும். அவர் அவளுடைய அந்த அறையின் வழியாகப் படுக்கை அறை வாசல்வரை நடந்து மீண்டும் திரும்பினார்.

அவரது நடையின் ஒவ்வொரு திருப்பத்தின் போதும், குறிப்பாக விளக்குகள் நிறைந்த வேலைப்பாடுகள் கொண்ட சாப்பாட்டு அறையில் நின்று தனக்குத்தானே, ‘ஆம், நான் இதை முடிவுக்குக் கொண்டுவர வேண்டும். அதைப் பற்றிய எனது பார்வையையும் முடிவையும் நான் சொல்ல வேண்டும்’ என்று சொல்லிக் கொண்ட

அவர் மீண்டும் திரும்பி நடந்தார். ‘ஆனால் எதைச் சொல்வது? என்ன முடிவு?’ என்று அவர் வரவேற்பறையில் தனக்குத்தானே கேட்டுக் கொண்டார் என்றாலும் அவருக்குப் பதிலேதும் கிடைக்க வில்லை. ‘இப்போது என்ன நடந்துவிட்டது?’ என்று அவளுடைய அலங்கார அறைக்குத் திரும்புவதற்கு முன் அவர் கேட்டுக் கொண்டார். ‘ஒன்றுமில்லை. அவள் அவனுடன் நீண்ட நேரம் பேசினாள். அது என்ன? ஒரு பெண் சமூகத்தில் உள்ள அனைத்து ஆண்களோடும் பேசலாம். தவிரவும் பொறாமைப்படுவது என்னையும் அவளையும் அவமதிப்பதாகும்’ என்று சொல்லிக் கொண்டு அவளுடைய அலங்கார அறைக்குச் சென்றார். இதற்கு முன் பாறாங்கல்லாய் கனத்த இந்தத் தர்க்கம் இப்போது அவருக்குப் பாரமற்றதாக, அர்த்த மற்றதாகத் தோன்றியது. அவர் படுக்கை அறை வாசலிலிருந்து வரவேற்பறைக்குத் திரும்பினார். ஆனால் இருட்டாயிருந்த வரவேற் பறைக்குள் அவர் நுழைந்தவுடனே, ஏதோ ஒரு குரல் இது அப்படி அல்ல, மற்றவர்களும் அதைக் கவனித்திருக்கிறார்கள் எனில் ஏதோ இருக்கிறது என்று அர்த்தம் என்று கூறியது. அவர் மீண்டும் சாப்பாட்டு அறையில், ‘ஆமாம், இதை முடிவுக்குக் கொண்டு வருவதும், என்னுடைய கருத்தைத் தெரிவிப்பதும் அவசியம்...’ என்று தனக்குள் சொல்லிக் கொண்டார். மீண்டும் அவர் வரவேற் பறையிலிருந்து திரும்பிச் செல்வதற்கு முன், ‘அதை எப்படித் தீர்ப்பது?’ என்று தன்னைத்தானே கேட்டுக் கொண்டார். பிறகு ‘என்ன நடந்துவிட்டது?’ என்று மீண்டும் கேட்டுக் கொண்டார். ‘ஒன்றுமில்லை’ என்று பதில் சொல்லிக் கொண்டார். பொறாமை என்பது மனைவியை இழிவுபடுத்தும் உணர்வு என்பதை அவர் நினைவுகூர்ந்தார். ஆனால் அவர் வரவேற்பு அறையில் மீண்டும் ஏதோ நடந்துவிட்டது என்ற முடிவுக்கு வந்தார். அவரது உடலைப் போலவே அவருடைய எண்ணங்களும் புதியதாக எதிலும் திரும்பாமல் வட்டமாகச் சுற்றிச்சுற்றி வந்தன. அதை அறிந்த அவர் தன் புருவத்தைத் தேய்த்தபடி அவளுடைய அறையில் அமர்ந்தார்.

அங்கு மை உறிஞ்சும் தாளும், முடிக்கப்படாத கடிதமும் கிடந்த அவளது மேசையைப் பார்த்தபோது, அவரது எண்ணங்கள் திடீரென மாறின. அவளைப் பற்றியும், அவள் என்ன நினைக்கிறாள், அவள் என்ன உணர்கிறாள் என்பதைப் பற்றியும் அவர் சிந்திக்கத் தொடங்கினார். அவளுடைய தனிப்பட்ட வாழ்க்கை, அவளுடைய எண்ணங்கள், அவளுடைய ஆசைகள், அவளால் ஒரு தனிப்பட்ட வாழ்க்கையை அமைத்துக் கொள்ள முடியும் என்பதையெல்லாம் முதல் முறையாக அவர் தெளிவாகக் கற்பனை செய்து பார்த்தார். அவளுக்குத் தனிப்பட்ட வாழ்க்கை இருக்க வேண்டும் என்ற சிந்தனை அவரைப் பயத்தில் ஆழ்த்த, உடனடியாக அவர் அந்த

எண்ணத்தை விரட்டியடித்தார். அந்த முடிவற்ற ஆழத்தைப் பார்க்கவே அவருக்கு அச்சமாக இருந்தது. மற்றொருவரின் எண்ணங் களையும் உணர்வுகளையும் கற்பனை செய்து பார்த்தது அலெக்ஸி அலெக்ஸாண்ட்ரோவிச்சிற்கு அந்நியமான ஓர் உணர்வை ஏற்படுத் தியது. இந்த மனச்செயல் தீங்கு விளைவிக்கும் ஓர் ஆபத்தான கற்பனை என்று அவர் கருதினார்.

'எல்லாவற்றையும்விட மிகக் கொடுமை என்னவென்றால் இப்போதுதான் என் வேலை முடியும் தருவாயில் இருக்கிறது என்று அவர் தான் மேற்பார்வை செய்துகொண்டிருந்த வேலையைப் பற்றி நினைத்தார். 'சக்தியும் அமைதியும் தேவைப்படும் இந்த நேரத்தில், அர்த்தமற்ற இந்தக் கவலைகள் என் மீது கவிழ்கின்றன. நான் வேறு என்னதான் செய்வது? மன உளைச்சலுக்கும் பீதிக்கும் உள்ளாகி, மற்றவர்களைப் போல அவர்கள் முகத்தைப் பார்க்கும் துணிவு இல்லாதவனல்ல நான்.'

"இதைப் பற்றி நான் நன்கு யோசித்து ஒரு முடிவுக்குக் கொண்டு வர வேண்டும்" என்று அவர் சத்தமாகச் சொன்னார்.

'அவளுடைய உணர்வுகளைப் பற்றியோ, அவள் உள்ளத்தில் என்ன நடந்தது அல்லது என்ன நடக்கப்போகிறது என்பதைப் பற்றியோ யோசிப்பது என்னுடைய வேலையல்ல. அவை அவளு டைய மனசாட்சியின் வேலை, மதம் சம்பந்தப்பட்டவை' என்று தனக்குள் சொல்லிக் கொண்டார். புதிதாக எழுந்துள்ள இந்தச் சூழ்நிலை எத்தகைய நியதிகளின் கீழ் வருகிறதோ அதன்படி அதற்கான சட்டபூர்வமான தீர்வைக் கண்டுபிடித்துவிட்டதை நினைத்து அவர் நிம்மதியடைந்தார்.

'ஆகவே, அவளுடைய உணர்வுகள் பற்றிய கேள்விகள் அவளு டைய மனசாட்சியுடன் தொடர்புடையவை என்பதால் அது எனக்குச் சம்பந்தமற்றவை. என் கடமை தெளிவாக வரையறுக்கப்பட்டுள்ளது. குடும்பத் தலைவன் என்ற முறையில், எனக்கு அந்தப் பொறுப்பு இருப்பதால் நான் அவளை வழிநடத்த கடமைப்பட்டுள்ளேன். நான் காணும் ஆபத்தைச் சுட்டிக் காட்டி அதைத் தவிர்க்க வேண்டும். முடிந்தால் அதற்காக என் அதிகாரத்தைப் பயன்படுத்த வேண்டும். இதையெல்லாம் நான் அவளிடம் சொல்ல வேண்டும்' என்று அவர் தனக்குள் சொல்லிக் கொண்டார்.

அலெக்ஸி அலெக்ஸாண்ட்ரோவிச்சின் மனதில் அவர் தன் மனைவியிடம் சொல்லப்போகும் அனைத்தும் தெளிவாக உருவாயின. அவர் என்ன சொல்வது என்பதற்காகப் பலவற்றையும் யோசித்து, தனது நேரத்தையும் மன ஆற்றலையும் இத்தகைய அற்பமானதொரு வீட்டு உபயோகத்திற்குப் பயன்படுத்த வேண்டியிருந்ததை எண்ணி

வருந்தினார். ஆனால் அதையும் தாண்டி, பேச்சின் வடிவமும் ஒழுங்கும் ஒரு அறிக்கையைப் போல தெளிவாகவும் தனித்துவமாகவும் அவருடைய மனதில் உருவெடுத்தது. 'நான் அவளிடம் இதை யெல்லாம் பேச வேண்டும். முதலாவதாக, சமூகத்தின் பார்வை மற்றும் தனியுரிமையைப் பற்றிச் சொல்வது. இரண்டாவது, திருமணம் என்பதற்கு மதம் சார்ந்த விளக்கத்தைக் கொடுப்பது. மூன்றாவது, தேவையெனில் தங்கள் மகனுக்கு நிகழப்போகும் விரும்பத்தகாதவை பற்றிச் சொல்வது. நான்காவது, அவளுடைய மகிழ்ச்சியின்மையைச் சுட்டிக்காட்டுவது.' அலெக்ஸி அலெக்ஸாண்ட்ரோவிச் கை விரல் களைக் கோர்த்து, கையைக் கீழ்நோக்கி நீட்டி ஓசை எழும்படி நெட்டி முறித்தார்.

இந்தக் கெட்டபழக்கம் அவரை எப்போதும் சாந்தப்படுத்தி, புத்தியைக் கூர்மையாக்கியது. இது அவருக்கு இப்போது மிகவும் தேவையாக இருந்தது. நுழைவாயிலில் வண்டி வரும் ஓசை கேட்டது. அலெக்ஸி அலெக்ஸாண்ட்ரோவிச் வரவேற்பறையின் நடுவில் நின்றார்.

ஒரு பெண்ணின் காலடி ஓசை மாடிப்படிகளில் ஒலித்தது. அலெக்ஸி அலெக்ஸாண்ட்ரோவிச் தனது பேச்சுக்குத் தயாரான போது, தனது கோர்த்த விரல்களை மீண்டும் மடக்கி நெட்டி முறித்தார்.

அவளுடைய மெதுவான காலடி ஓசையிலிருந்து அவளுடைய அணுகுமுறையை அவரால் உணர முடிந்தது. அவர் தனது பேச்சால் திருப்தியடைந்த போதிலும் அவளிடமிருந்து வரப்போகும் விளக்கத்தை நினைத்து அச்சமடைந்தார்.

9

அன்னா தலையைக் குனிந்தபடி, தன் பின்னல்களின் குஞ் சங்களைத் தட்டியவாறு நடந்து வந்தாள். அவள் முகம் பளிச்சென்று ஜொலித்தது. ஆனால் அந்தப் பிரகாசம் மகிழ்ச்சியினால் ஏற்பட்ட தல்ல. மாறாக, அது இருள் சூழ்ந்த இரவில் பிரகாசிக்கும் ஒரு நெருப்பின் பயங்கரமான ஒளியைப் போன்றது. அன்னா தன் கணவனைக் கண்டதும், தன் தலையை நிமிர்த்தி அப்போதுதான் விழித்தவள் போலச் சிரித்தாள்.

"நீங்கள் தூங்கவில்லையா? என்ன அதிசயம்!" என்ற அவள், தன் தொப்பியைக் கழற்றிவிட்டு, நிற்காமல் ஒப்பனை அறைக்குச் சென்றாள். "தாமதமாகிவிட்டது அலெக்ஸி அலெக்ஸாண்ட்ரோவிச்" என்று அவள் மூடிய கதவுக்கு அப்பாலிருந்து சொன்னாள்.

"அன்னா, நான் உன்னிடம் பேச வேண்டும்."

"என்னுடனா?" என்று வியப்புடன் கேட்ட அன்னா கதவைத் திறந்து வெளியே வந்து அவரைப் பார்த்தாள்.

"ஆமாம்."

"என்ன விஷயம்? எதைப் பற்றி?" என்று கேட்ட அவள் நாற்காலியில் அமர்ந்தாள். "சரி, தேவையென்றால் பேசலாம் இல்லையெனில் தூங்கப் போவது நல்லது."

அன்னா தனக்குத் தோன்றியதைச் சொன்னாள். தான் சொன்னதைக் கவனித்த அவள், தன்னால் பொய் சொல்ல முடியும் என்பதைக் கண்டு வியந்தாள். அவளுடைய வார்த்தைகள், தான் இப்போது தூங்க விரும்புகிறேன் என்பதை, எத்தனை எளிமையாக, எத்தனை இயல்பாக வெளிப்படுத்தின! பொய்களின் அசைக்க முடியாத கவசத்தைத் தான் அணிந்திருப்பதை அவள் உணர்ந்தாள். ஏதோ ஒரு கண்ணுக்குப் புலப்படாத ஒரு சக்தி தனக்கு உதவுவதாக, தன்னை ஆதரிப்பதாக அவளுக்குத் தோன்றியது.

"அன்னா, நான் உன்னை எச்சரிக்கிறேன்" என்றார் அவர்.

"என்னை எச்சரிக்கிறீர்களா? எதைப் பற்றி?" என்றாள் அவள்.

அவள் கணவரைப் போல அவளைப் பற்றித் தெரியாத எவரும், அவளுடைய வார்த்தைகளின் தொனியிலோ, அர்த்தத்திலோ அசாதாரணமான எதையும் கண்டுபிடித்திருக்க முடியாது என்ற அளவுக்கு இயல்பான, மகிழ்ச்சியான புன்னகையுடன் அவள் அவரைப் பார்த்தாள். ஆனால் அவளை நன்கு அறிந்த அவருக்கு, வழக்கத்தை விட ஐந்து நிமிடம் தாமதமாக உறங்கச் செல்லும் போது கூட அதைக் கவனித்து அதற்குக் காரணத்தை விசாரித்தவள், தனது ஒவ்வொரு மகிழ்ச்சியையும் துக்கத்தையும் வலியையும் அவரிடம் பகிர்ந்து கொண்டவள், இப்போது அவனது மனநிலையைக் கவனிக்காதது போல ஒரு வார்த்தையும் பேசாமலிருப்பது அவருக்குப் பெரியதாகத் தோன்றியது. முன்பு தன் முன்னால் திறந்திருந்த அவள் உள்ளம் இப்போது மூடிவிட்டதை அவர் அறிந்தார். மேலும் அவளுடைய குரலின் தொனி, அவளுடைய நிலைக்கு அவள் சங்கடப்படவில்லை என்பதைத் தெரிவித்ததோடு, அவளுடைய உள்ளம் உண்மையாக மூடிவிட்டது என்பதையும், இனி எதிர் காலத்திலும் அப்படித்தான் இருக்கும் என்பதையும் நேரடியாக அறிவித்தது. வீடு திரும்பிய ஒருவர் தன் வீடு பூட்டிக் கிடப்பதைக் காண்பதைப் போன்ற ஓர் உணர்வை அவர் அனுபவித்தார். 'ஆனால் சாவியைக் கண்டுபிடிக்கலாம்' என்று அலெக்ஸி அலெக்ஸாண்ட்ரோவிச் நினைத்தார்.

"நான் உன்னை எச்சரிக்க விரும்புகிறேன். விபரீதம் புரியாமல் உன்னுடைய கவனக் குறைவால், இந்தச் சமூகம் உன்னைப் பற்றி தவறாகப் பேசுவதற்கு இடம் கொடுக்க வேண்டாமென நான் உன்னை எச்சரிக்க விரும்புகிறேன். இன்று இரவு கோமகன் விரான்ஸ்கியுடன் நீ மேற்கொண்ட, அளவுக்கு அதிகமான, உற்சாகமான உரையாடல் (உறுதியான இயல்பான குரலில் அந்தப் பெயரை உச்சரித்தார்) அனைவரின் கவனத்தையும் ஈர்த்தது" என்று அவர் மெல்லிய குரலில் சொன்னார்.

அவர் பேசிவிட்டு அவள் கண்களை நோக்கினார். இப்போது அவற்றின் ஊடுருவமுடியாத தன்மை அவரை அச்சுறுத்த, தான் பேசிய வார்த்தைகள் பயனற்றும் பொருளற்றும் போய்விட்டன என்பதை உணர்ந்தார்.

"நீங்கள் எப்போதும் இப்படித்தான்" என்று அவள் அவரைப் புரிந்து கொள்ள முடியவில்லை என்பது போலவும், அவர் சொன்ன கடைசி விஷயத்தை மட்டும் வேண்டுமென்றே புரிந்துகொண்டவள் போலவும் பதிலளித்தாள். "நான் கலகலப்பாக இருந்தாலும் உங்களுக்குப் பிடிக்காது. நான் சோகமாக இருந்தாலும் உங்களுக்குப் பிடிக்காது. இப்போது நான் கலகலப்பாக இருப்பது உங்களைப் புண்படுத்து கிறதா?"

அலெக்ஸி அலெக்ஸாண்ட்ரோவிச் தன் கைகளை நெட்டி முறிக்க முயற்சித்தார்.

"ஆகா, தயவுசெய்து அப்படிச் செய்யாதீர்கள், எனக்கு அது பிடிக்கவில்லை" என்றாள் அவள்.

"அன்னா, இது நீதானா?" என்று மெல்லிய குரலில் சொன்ன அலெக்ஸி அலெக்ஸாண்ட்ரோவிச், முயற்சியுடன் தன் கைகளைக் கட்டுப்படுத்திக் கொண்டார்.

"ஆனால் இவையெல்லாம் என்ன?" என்று அவள் வேடிக்கையும் வியப்பும் கலந்த குரலில் கேட்டாள். "என்னிடமிருந்து உங்களுக்கு என்ன வேண்டும்?"

தயக்கத்துடன் அலெக்ஸி அலெக்ஸாண்ட்ரோவிச், தனது முன் நெற்றியையும் கண்களையும் கையால் தேய்த்துக் கொண்டார்.

அவர் தான் செய்ய விரும்பியதைச் செய்யாமல், அதாவது தன் மனைவி மீது ஏற்படும் சமூகத்தின் தவறான பார்வையைக் குறித்து எச்சரிப்பதற்குப் பதிலாக, அவள் மனசாட்சி சம்பந்தப்பட்ட ஏதோ ஒன்றைப் பற்றி தன்னிச்சையாகக் கவலைப்பட்டு, தான் கற்பனை செய்திருந்த ஏதோ ஒரு சுவருடன் முட்டி மோதிக் கொண்டி ருந்தார்.

"இதோ நான் சொல்ல விரும்புவது இதுதான்" என்று அவர் சாந்தமான உணர்ச்சியற்ற குரலில் தொடர்ந்தார். "நான் சொல்வதைக் கேள். பொறாமையை நான் அவமானமாக, அவமதிப்பாகக் கருது கிறேன் என்பது உனக்கே தெரியும். அதனால் ஒருநாளும் அதன் வழியில் நடப்பதற்கு என்னை நான் அனுமதிக்க மாட்டேன். ஆனால் கண்ணியத்துடன் நடந்து கொள்வதற்குச் சில கட்டுப்பாடுகள் உள்ளன. அவற்றை மீறும் யாரும் தண்டனையிலிருந்து தப்ப முடியாது. இன்று மாலை நான் அதைக் கவனிக்கவில்லை என்றாலும் நீ நடந்துகொண்ட விதத்தைப் பார்த்த அங்கிருந்த அனைவரின் அபிப்பிராயத்தின்படி, நீ அப்படி நடந்துகொள்ளவில்லை."

"நீங்கள் சொல்வது எதுவும் எனக்குச் சுத்தமாகப் புரியவில்லை" என்ற அன்னா தன் தோள்களைக் குலுக்கினாள். 'அவருக்குக் கவலையில்லை. ஆனால் மற்றவர்கள் அதைக் கவனிக்கிறார்கள் என்பதுதான் அவருடைய கவலை' என்று அவள் நினைத்தாள். "எனக்கு உடல்நலமில்லை அலெக்ஸி அலெக்ஸாண்ட்ரோவிச்" என்ற அவள் எழுந்து வெளியே செல்லத் தொடங்கினாள். ஆனால் அவர் அவளைத் தடுப்பது போல ஒரு அடி முன்னால் சென்றார். அன்னா இதுவரையில் கண்டிராத வகையில் அவரது முகம் அழகற்றதாக, இருண்டதாக இருப்பதைப் பார்த்தாள். அவள் நின்று தன் தலையைப் பின்னோக்கி ஒரு புறமாகச் சாய்த்து, கையால் ஹேர்பின்களை வேகமாக வெளியே இழுக்கத் தொடங்கினாள்.

"சரி, அடுத்து என்ன என்பதை நான் கேட்கிறேன்" என்ற அவள் இயல்பான கேலியான குரலில் சொன்னாள். "நான் ஆர்வத் துடன் கேட்கிறேன். ஏனெனில் இவையெல்லாம் என்ன என்பதை நான் புரிந்துகொள்ள விரும்புகிறேன்."

அவள் தனது குரலின் இயல்பான உறுதியான தொனியையும், சொற்களின் தேர்வையும் குறித்து வியந்தாள்.

"உன்னுடைய உணர்ச்சிகளின் சிக்கல்களை ஆராய எனக்கு எந்த உரிமையும் இல்லை. மேலும் அவ்வாறு செய்வது பயனற்றது மட்டுமின்றி தீங்கு விளைவிக்கும் என்று நான் கருதுகிறேன்" என்ற அலெக்ஸி அலெக்ஸாண்ட்ரோவிச் மேலும் தொடர்ந்தார். "நாம் நம் மனதை ஆழமாகத் தோண்டிப் பார்த்தால், அங்கு இதுவரை கவனிக்காமல் இருந்த ஒன்றைத் தோண்டி எடுக்க முடியும். உன்னுடைய உணர்ச்சிகள் உன் மனசாட்சியுடன் சம்பந்தப்பட்டதாக இருந்தாலும், உனக்கும், எனக்கும், கடவுளுக்கும் நீ செய்ய வேண்டிய கடமைகளை உனக்குச் சுட்டிக்காட்டும் பொறுப்பு எனக்குள்ளது. நம்முடைய வாழ்க்கை மனிதர்களால் அல்லாமல் கடவுளால் பிணைக்கப்பட்டது. அந்தப் பிணைப்பை ஒரு குற்றம் செய்வதன்

மூலம் மட்டுமே உடைக்க முடியும். மேலும் அதுபோன்ற குற்றத்திற்குக் கடுமையான தண்டனை கிடைக்கும்."

"என்னால் எதையும் புரிந்துகொள்ள முடியவில்லை. ஓ, கடவுளே, நான் மோசமான தூக்கத்தில் இருக்கிறேன்!" என்ற அவள் விரைவாகத் தன் கையைத் தன் தலைமுடிக்குக் கொண்டு சென்று, எஞ்சிய ஹேர்பின்களைத் தேடினாள்.

"அன்னா, கடவுளின் பொருட்டு அப்படிப் பேசாதே" என்று அவர் பணிவுடன் சொன்னார். "ஒருவேளை நான் தவறாக நினைத் திருக்கலாம். ஆனால் நான் நம் இருவருடைய நலனுக்காகத்தான் அதைச் சொல்கிறேன் என்பதை நீ நம்ப வேண்டும். உன் கணவனான நான் உன்னை மனதார நேசிக்கிறேன்."

ஒருகணம் அவள் முகம் தொங்கிப்போக, கண்களில் இருந்த வேடிக்கை அகன்றது. ஆனால் காதல் என்ற வார்த்தை அவள் கோபத்தைத் தூண்டியது. 'காதலா? உண்மையிலேயே அவரால் காதலிக்க முடியுமா? காதல் என்ற ஒன்று இருக்கிறது என்பதை அவர் கேள்விப்படாமல் இருந்திருந்தால் ஒருபோதும் இந்த வார்த்தையை அவர் பயன்படுத்தியிருக்க மாட்டார். காதல் என்றால் என்னவென்றே அவருக்குத் தெரியாது' என்று அவள் நினைத்தாள்.

"அலெக்ஸி அலெக்ஸாண்ட்ரோவிச், உண்மையில் எனக்குப் புரியவில்லை" என்றாள் அவள். "நீங்கள் என்ன நினைக்கிறீர்கள் என்பதைச் சொல்லுங்கள்..."

"நான் சொல்ல வந்ததைச் சொல்லி முடிக்கிறேன். நான் உன்னை நேசிக்கிறேன். ஆனால் நான் என்னைப் பற்றிப் பேசவில்லை. இங்கே முக்கியமானவர்கள் நீயும் நம்முடைய மகனும்தான். என்னு டைய வார்த்தைகள் உனக்கு முற்றிலும் தேவையற்றதாக, பொருத்த மற்றதாகத் தோன்றலாம். அது என்னுடைய தவறால் ஏற்பட்டதாக இருக்கலாம். அப்படியிருந்தால் என்னை மன்னிக்கும்படி கேட்டுக் கொள்கிறேன். ஆனால் ஏதோ ஒரு சிறிய காரணம் இருப்பதாக நீ நினைத்தால், அதைப் பற்றி யோசிக்க வேண்டும் என்றும், என்னிடம் மனம் திறந்து பேச வேண்டும் என்றும் கேட்கிறேன்..." என்ற அலெக்ஸி அலெக்ஸாண்ட்ரோவிச், தான் தயார் செய்திருந்தவற்றைப் பேசாமல் வேறு எதையோ சொல்கிறோம் என்பதைக் கவனிக்காமல் பேசிக்கொண்டு போனார்.

"நான் சொல்வதற்கு ஒன்றுமில்லை. மேலும்..." என்று வேக மாகச் சொன்ன அன்னா தன் புன்னகையைச் சிரமத்துடன் அடக்கிக் கொண்டாள். "உண்மையில் இப்போது படுக்க நேரமாகி விட்டது."

பெருமூச்சு விட்ட அலெக்ஸி அலெக்ஸாண்ட்ரோவிச் அதற்கு மேல் பேசாமல் படுக்கை அறைக்குச் சென்றார்.

அவள் படுக்கை அறைக்கு வந்தபோது அவர் ஏற்கனவே படுக்கையில் படுத்திருந்தார். அவருடைய உதடுகள் ஆழமாக மடிந்திருக்க, அவருடைய கண்கள் எங்கோ வெறித்திருந்தன. அன்னா தன் படுக்கையில் படுத்து, அவர் மீண்டும் தன்னுடன் பேசுவதற்கு எதிர்பார்த்து ஒவ்வொரு நிமிடமும் காத்திருந்தாள். அவர் பேச ஆரம்பித்துவிடுவாரோ என்று பயந்த அதே நேரத்தில் அவள் அதை விரும்பினாள். ஆனால் அவர் மௌனமாக இருந்தார். நீண்ட நேரம் அசையாமல் படுத்திருந்த அவள் பிறகு அவரை மறந்து விட்டாள். அவள் அவனை நினைத்துக் கொண்டிருந்தாள். அவள் அவனை நினைத்த போது, தன்னுடைய இதயத்தில் குற்றவுணர்வு கலந்த மகிழ்ச்சி நிரம்பி வழிவதை உணர்ந்தாள். திடீரென மெல்லிய குறட்டை ஒலி கேட்டது. ஒரு விநாடி தன்னுடைய குறட்டை ஒலியைக் கேட்டுத் திடுக்கிட்ட அலெக்ஸி அலெக்ஸாண்ட்ரோவிச் அதை நிறுத்தினார். ஆனால் சில சுவாசத்திற்குப் பிறகு மீண்டும் அவரது குறட்டைச் சீரான ஒலியுடன் ஆரம்பித்தது.

“நேரமாகிவிட்டது, நேரமாகிவிட்டது” என்று அவள் புன்னகை யுடன் கிசுகிசுத்தாள். இருளிலும் தன்னால் பார்க்க முடியும் என்று அவளுக்குத் தோன்றியதைப் போல, கண்கள் திறந்த நிலையில் அசையாமல் வெகு நேரம் படுத்திருந்தாள்.

10

அன்று மாலையிலிருந்து அலெக்ஸி அலெக்ஸாண்ட்ரோ விச்சிற்கும் அவர் மனைவிக்கும் ஒரு புதிய வாழ்க்கை தொடங்கியது. குறிப்பிடும்படி ஒன்றும் நடக்கவில்லை. அன்னா எப்போதும் போல வெளியே சென்று, குறிப்பாக இளவரசி பெட்ஸியை அடிக்கடி சந்தித்ததோடு, விரான்ஸ்கியை எல்லா இடங்களிலும் சந்தித்தாள். அலெக்ஸி அலெக்ஸாண்ட்ரோவிச் அதைப் பார்த்தபோதும் அதற்காக அவரால் எதுவும் செய்ய முடியவில்லை. அவளுக்குப் புரியவைக்க முயற்சி செய்த போதெல்லாம், ஏதோ ஒரு ஊடுருவ முடியாத குழப்பமும் மகிழ்ச்சியும் கலந்த சுவரை எழுப்பி அதைத் தடுத்துக் கொண்டாள். வெளியில் அவர்களின் உறவு முன்போலவே இருந்தபோதும், அவர்களுக்குள் அது முற்றிலுமாக மாறிவிட்டது. அரசு விவகாரங்களில் மிகவும் சக்திவாய்ந்த மனிதராக இருந்த அலெக்ஸி அலெக்ஸாண்ட்ரோவிச், இங்கு தன்னைச் சக்தியற்றவராக உணர்ந்தார். தன் தலை மீது ஓங்கிய கோடாரிக்குத் தலை குனிந்து

காத்திருக்கும் ஒரு பணிவுள்ள காளையாக தன்னை உணர்ந்தார். ஒவ்வொரு முறையும் அதைப் பற்றிச் சிந்திக்கும்போதெல்லாம், மீண்டும் ஒரு முயற்சி செய்ய வேண்டுமென்றும், அன்பாலும் மென்மையாலும் வற்புறுத்தலாலும் அவளைக் காப்பாற்ற முடியும் என்ற நம்பிக்கை இன்னும் இருப்பதாகவும் கருதிய அவர், ஒவ்வொரு நாளும் அவளுடன் பேசுவதற்கு முயன்றார். ஆனால் ஒவ்வொரு முறை அவளிடம் பேசத் தொடங்கும் போதெல்லாம், வன்மமும் வஞ்சமும் நிறைந்த ஏதோ ஒரு தீய சக்தி அவளையும் தன்னையும் ஆட்கொண்டிருப்பதை அவர் உணர்ந்தார். அவரால் தான் சொல்ல விரும்பியதைச் சொல்ல வேண்டிய விதத்தில் அவளிடம் சொல்ல முடியவில்லை. தான் வழக்கமாகப் பேசும் கேலியான தொனியில் பேசுவதை அவரால் தவிர்க்க முடியவில்லை. அப்படிப் பேசும்போது அது கேலி செய்வது போல இருந்தது. எனவே அந்தத் தொனியில் அவளிடம் அவர் சொல்ல விரும்பியதைச் சொல்ல முடியவில்லை.

11

விரான்ஸ்கி கிட்டதட்ட ஒரு வருடமாக வேறு எதற்கும் ஆசைப்படாமல், அவனை அலைக்கழித்து வந்த ஒரே ஒரு விஷயத்திற்குத்தான் ஆசைப்பட்டான். அன்னாவைப் பொறுத்தவரை, அந்த விஷயம் சாத்தியமற்றதாகவும், பயங்கரமானதாகவும் இருந்தது என்றாலும், அது ஒரு வசீகரிக்கும் இன்பக் கனவாக இருந்தது. ஆனால் இப்போது அவர்கள் இருவரின் அந்த ஆசை நிறைவேறியது. விரான்ஸ்கி முகம் வெளுத்து, கீழ் தாடை நடுங்க, அசையாமல் நின்றிருந்தான். அவனுக்கு என்ன செய்வது என்று தெரியவில்லை என்றாலும், அவளை அமைதியாக இருக்கும்படி கெஞ்சினான்.

“அன்னா! அன்னா!” என்று அவன் நடுங்கும் குரலில் சொல்லிக் கொண்டே இருந்தான். “அன்னா, கடவுளுக்காக...”

அவன் உரத்த குரலில் பேசியபோது, ஒரு காலத்தில் கர்வத்துடன் தலை நிமிர்ந்து நடந்த அவள், இப்போது வெட்கித் தலைகுனிந்தாள். உடல் முழுவதும் தளர்ந்த நிலையில், அவள் சோபாவிலிருந்து கீழே, அவன் காலடியில் விழுந்தாள். அவன் அவளைப் பிடிக்காமல் இருந்திருந்தால் அவள் தரை விரிப்பில் விழுந்திருப்பாள்.

“கடவுளே! என்னை மன்னித்துவிடு!” என்று அவள் கைகளை மார்பில் அழுத்திக்கொண்டு அழுதாள்.

தன்னைக் குற்றவாளியாகக் கருதி, குற்றவுணர்ச்சியால் மருகிய அவள், தனக்கு இனி மிச்சமிருப்பது, தலை தாழ்த்தி மன்னிப்புக்

கோருவது மட்டுமே என்பதை உணர்ந்தாள். ஆனால் இப்போது அவனைத் தவிர அவளுக்கு வாழ்க்கையில் வேறு யாரும் இல்லாத தால் அவனிடம் மன்னிப்பு கேட்டாள். அவனைப் பார்த்ததும், உடல்ரீதியாகத் தனக்கு ஏற்பட்ட அவமானத்தை உணர்ந்த அவளால் அதற்கு மேல் எதுவும் பேச முடியவில்லை. அதே நேரத்தில், தான் கொலை செய்த உடலைப் பார்க்கும் போது ஒரு கொலைகாரனுக்கு ஏற்படும் அதே உணர்வு அவனுக்கும் ஏற்பட்டது. அவனால் கொலை யுண்ட அந்த உடல் அவர்களின் காதல்தான். இந்த அச்சமூட்டும் அவமானத்தின் விலைக்கு, என்ன வாங்கினோம் என்பதை யோசித்துப் பார்த்த அவள் நினைவுகளில் பயங்கரமான, அருவருக்கத் தக்க ஏதோ ஒன்று இருந்தது. ஆடையில்லாமல் நிற்பது போன்ற அந்த அவமான நிலை, அவள் உள்ளத்தை நொறுங்கடித்து, அவனையும் தொற்றியது. ஆனால் கொலை செய்யப்பட்ட சடலத்தைக் கண்டு கொலையாளி பயந்தாலும், சடலத்தைத் துண்டு துண்டாக வெட்டி அதை மறைக்க வேண்டிய அவசியம் அவனுக்கு இருந்தது. கொலை யாளி இந்தக் கொலையின் மூலம் பெற்ற லாபத்தையே இதற்குப் பயன்படுத்த வேண்டியிருந்தது.

கொலையாளி குரோதத்துடன், சடலத்தைப் பிடித்துத் தூர இழுத்துச் சென்று, அதைத் துண்டு துண்டாக வெட்டுவதற்கு நிகரான காமத்துடன், அவன் அவள் முகத்தையும் தோள்களையும் முத்தங் களால் மூடினான். அவள் அவன் கையைப் பிடித்துக் கொண்டு அசையாமல் இருந்தாள். ‘ஆமாம், இந்த அவமானத்தால் வாங்கியது இந்த முத்தங்கள்தான். ஆமாம், எப்போதும் என்னுடையதாக இருக்கும் இந்தக் கை, என் கூட்டாளியின் கை’ என்று நினைத்த அவள், அந்தக் கையைத் தூக்கி முத்தமிட்டாள். அவன் அவள் முன்னே மண்டியிட்டு அவள் முகத்தைப் பார்க்க முயன்றான். ஆனால் முகத்தை மறைத்துக் கொண்ட அவள் மௌனமாக இருந்தாள். இறுதியில் தன்னைத் தானே உசுப்பிக் கொண்டு, அவள் எழுந்து நின்று அவனைத் தள்ளினாள். இப்போதும் அவள் முகம் அழகாக இருந்தது என்றாலும் அது பரிதாபமாகக் காட்சியளித்தது.

“எல்லாம் முடிந்துவிட்டது” என்றாள் அவள். “எனக்கு உங்களைத் தவிர வேறெதுவும் இல்லை. என்பதை ஞாபகம் வைத்துக் கொள்ளுங் கள்.”

“என் வாழ்வின் அடிப்படையான ஒன்றை நான் எப்படி மறக்க முடியும்? இந்தச் சந்தோஷத்தின் ஒரு நிமிடம்...”

“என்ன சந்தோஷம்?” என்று அவள் திகிலுடனும் வெறுப்புடனும் கேட்டதும், அந்தப் பயங்கரம் அவனை அறியாமலே அவனிடம் தொற்றிக் கொண்டது.

"கடவுளின் பொருட்டு எந்த வார்த்தையும் பேசவேண்டாம்."

அவள் வேகமாக எழுந்து அவனை விட்டு விலகிச் சென்றாள்.

"இனி ஒரு வார்த்தை கூட பேசவேண்டாம்" என்று அவள் முகத்தில் எந்தவித உணர்ச்சியும் இன்றி விரக்தியுடன் சொல்லியது அவனுக்கு விசித்திரமாகத் தோன்றியது. அவள் அவனை விட்டுச் சென்றாள். ஒரு புதிய வாழ்க்கையில் அடியெடுத்து வைக்கும்போது, தனக்கு ஏற்பட்ட அவமானம், மகிழ்ச்சி மற்றும் திகில் உணர்வை வார்த்தைகளில் விவரிக்க முடியாது என்பதை அவள் உணர்ந்தாள். அவள் அதைப் பற்றிப் பேசி, அந்த உணர்வைத் தகாத வார்த்தைகளால் கொச்சைப்படுத்த விரும்பவில்லை. ஆனால் அதற்குப் பிறகும், அடுத்த நாளும், மூன்றாவது நாளும் கூட அவளுடைய உணர்வுகளின் சிக்கலான தன்மையை வெளிப்படுத்த அவளுக்கு எந்த வார்த்தையும் கிடைக்கவில்லை. மேலும் அவள் உள்ளத்தில் உள்ளதையெல்லாம் தெளிவாகப் புரிந்து கொள்ளக்கூடிய எந்த எண்ண ஓட்டங்களையும் அவளால் கண்டுபிடிக்க முடியவில்லை.

அவள் தனக்குத்தானே சொல்லிக் கொண்டாள். 'இல்லை, இப்போது என்னால் அதைப் பற்றி சிந்திக்க முடியாது. ஆனால் நான் அமைதியான பிறகு சிந்திக்க வேண்டும்.' ஆனால் அவள் நினைத்திருந்த அந்த அமைதி ஒருபோதும் வரவில்லை. ஒவ்வொரு முறையும் தான் என்ன செய்தோம், தான் என்ன ஆவோம், தான் என்ன செய்ய வேண்டும் என்பதை யோசிக்கும்போதெல்லாம், ஒரு திகில் அவளை ஆட்கொண்டது. எனவே அவள் அந்த எண்ணங் களை விரட்டினாள்.

'பிறகு, நான் அமைதியான பிறகு' என்று அவள் சொல்லிக் கொண்டே இருந்தாள்.

ஆனால் தூக்கத்தில், அவளுடைய எண்ணங்கள் மீது அவளுக்கு எந்தக் கட்டுப்பாடும் இல்லாதபோது, அவளது நிலை, அதன் அனைத்து அருவருப்பான நிர்வாணக் கோணத்திலும் அவளுக்குக் காட்சியளித்தது. கிட்டத்தட்ட ஒவ்வொரு இரவும் ஒரு கனவு அவளைத் துரத்தியது. அவர்கள் இருவரும் தன் கணவர்கள் என்றும், இருவரும் தன்னை முத்தமிடுவதாகவும் அவள் கனவு கண்டாள். அலெக்ஸி அலெக்ஸாண்ட்ரோவிச் அழுதுகொண்டே அவள் கைகளை முத்தமிட்டு, 'இப்போது எவ்வளவு நன்றாக இருக்கிறது!' என்றார். விரான்ஸ்கியும் அவள் அருகில், அவளுடைய கணவனாக இருந்தான். முன்பு அது சாத்தியமற்றதாகத் தோன்றியதைக் கண்டு வியப்புற்ற அவள், இப்போது, அது எத்தனை சுலபமானது என்பதையும், இப்போது அவர்கள் இருவரும் எவ்வளவு மகிழ்ச்சி யாகவும் திருப்தியாகவும் இருக்கிறார்கள் என்பதையும் அவர்களுக்குச்

சிரித்துக்கொண்டே விளக்கினாள். ஆனால் இந்தக் கனவு, பயங்கர மான ஒரு கனவாக அவளை அழுத்த, அவள் திடுக்கிட்டுக் கண்விழித்தாள்.

12

மாஸ்கோவிலிருந்து திரும்பிய பிறகு, ஆரம்பத்தில் ஒவ்வொரு முறையும் தான் மறுக்கப்பட்ட அவமானத்தை நினைவு கொள்ளும் போதெல்லாம் நடுக்கத்துடன் முகம் சிவந்து வெட்கமுற்ற லெவின், 'இயற்பியலில் மிகக் குறைந்த மதிப்பெண் பெற்று, இரண்டாவது ஆண்டை மீண்டும் படிக்க நேர்ந்தபோது, எல்லாவற்றையும் இழந்துவிட்டதாக நினைத்து நான் இப்படித்தான் வெட்கப்பட்டு நடுங்கினேன். என் சகோதரி என்னிடம் ஒப்படைத்த தொழிலை நான் தொலைத்த பிறகும் கூட நான் அனைத்தையும் இழந்து விட்டதாக நினைத்தேன். பிறகு என்ன நடந்தது? இப்போது அந்தக் காலங்கள் கடந்துவிட்டன. அது என்னை எப்படி அலைக்கழித்தது என்பதை நினைத்து நான் வியப்படைகிறேன். இந்தத் துயரத்திலும் கூட அப்படித்தான் நடக்கும். காலம் கடந்த பிறகு, நான் அதைப் பற்றி அலட்சியமாகக் கருதுவேன்' என்று தனக்குள் சொல்லிக் கொண்டார்.

ஆனால் மூன்று மாதங்கள் கழிந்த பிறகும் அவரால் அதைப் பற்றி அலட்சியமாக இருக்க முடியவில்லை. முதல் சில நாட்களில் இருந்ததைப் போலவே அதைப் பற்றி நினைப்பது அவருக்கு வேதனையாக இருந்தது. குடும்ப வாழ்க்கையைப் பற்றி நெடுங்கால மாகக் கனவு கண்டு அதற்காகத் தன்னைப் பக்குவப்படுத்திக் கொண்ட பிறகும், இன்னும் திருமணம் செய்து கொள்ளாமல், முன்பிருந்ததை விட பின்தங்கிவிட்ட காரணத்தால் அவரால் நிம்மதியாக இருக்க முடியவில்லை. தன்னைச் சுற்றியிருப்பவர்கள் அனைவரும் உணர்ந் ததைப் போல, இந்த வயதில் தனியாக இருப்பது நல்லதல்ல என்று அவரும் தீவிரமாக உணர்ந்தார். மாஸ்கோவுக்குப் புறப்படுவதற்கு முன்பு தனது பசுவை மேய்க்கும், விவசாயியான நிக்கோலாய் என்பவரிடம் பேச விரும்பி, அவரிடம் ஒருமுறை தான் சொன்னதை நினைத்துப் பார்த்தார். 'சரி, நிக்கோலாய் நான் திருமணம் செய்து கொள்ள விரும்புகிறேன்' என்று சொன்னதற்கு அவர் இது சந்தேகத் திற்கு இடமின்றி செய்யவேண்டியது என்பதைப் போல உடனடியாகப் பதில் சொன்னார். 'இது சரியான நேரம் கான்ஸ்டான்டின் டிமிட்ரிச்.' ஆனால் திருமணம் முன்னெப்போதையும் விட அவருக்குக் கைக்கு எட்டாத தூரத்தில் இருந்தது. ஏற்கனவே தீர்மானிக்கப்பட்ட அந்த இடத்தில், இப்போது தனக்குத் தெரிந்த சில பெண்களைக் கற்பனை

செய்து பார்த்த அவர், அது முற்றிலும் சாத்தியமற்றது என்பதை உணர்ந்தார். மேலும் அவர் நிராகரிக்கப்பட்டதும், அதில் அவர் வகித்த இடமும், அவரை அவமானத்தால் கூனிக் குறுகச் செய்தது. இதற்குத் தன்னை எந்தவிதத்திலும் குற்றம் சொல்ல முடியாது என்று அவர் அடிக்கடி தனக்குள் சொல்லிக் கொண்டாலும், இந்த நினைவு அதே போன்ற பிற வெட்கக்கேடான நினைவுகளுடன் சேர்ந்து அவரை வாட்டிவதைத்தது. எந்த ஒரு மனிதனின் கடந்த காலத்தைப் போலவே, அவரது கடந்த காலத்திலும், அவர் செய்த மோசமான செயல்கள் என்று அவர் உணர்ந்தவைகளுக்கு, அவருடைய மனசாட்சி அவரை வேதனைப்படுத்தியிருக்க வேண்டும். ஆனால் இந்த அற்பமான வெட்கக்கேடான நினைவை விட, அவர் செய்த மோசமான செயல்களின் நினைவுகள் அவரை மிகக் குறைந்த அளவிலேயே வேதனைப்படுத்தியது. இந்தக் காயங்கள் எப்போதும் ஆறாது என்றாலும், அன்று மாலை அவர் நிராகரிக்கப்பட்டு, மற்றவர்களுக்கு முன்னால் நின்ற பரிதாபகரமான நிலையும் இப்போது அதனுடன் சேர்ந்துகொண்டது. ஆனால் காலமும் வேலையும் தங்கள் பங்கைச் செய்தன. கிராமிய வாழ்வின் மறக்க முடியாத, ஆனால் முக்கியத்துவம் வாய்ந்த நிகழ்வுகள் அவருடைய வலிமிகுந்த நினைவுகளை மேலும் மேலும் திரையிட்டு மூடின. ஒவ்வொரு வாரமும் கிட்டியைப் பற்றிய அவரது நினைவுகள் குறைந்துகொண்டே வந்தன. கிட்டிக்கு ஏற்கனவே திருமணம் ஆகிவிட்டது அல்லது எந்த நாளிலும் திருமணம் நடக்கப் போகிறது என்ற செய்தி, பல்லைப் பிடுங்கியதைப் போல, தன்னை முழுமையாக வலியிலிருந்து விடுவிக்கும் என்ற நம்பிக்கையில் அவர் பொறுமை யின்றி காத்திருந்தார்.

இதற்கிடையில் அழகான, இணக்கமான, வசந்தத்தின் எதிர் பார்ப்புகள் மற்றும் ஏமாற்றங்கள் ஏதும் இல்லாத, தாவரங்கள், விலங்குகள் மற்றும் மனிதர்களுக்கு மகிழ்ச்சியைத் தரும் அரிதான வசந்த காலம் வந்தது. இந்த அழகிய வசந்தம், தன் தனிமை வாழ்வை உறுதியாகவும் சுதந்திரமாகவும் அமைத்துக் கொள்வதற்காக, முந்தைய எல்லா விஷயங்களையும் துறக்க வேண்டும் என்று மேலும் அவரைத் தூண்டியதோடு அவருக்கு வலிமையையும் தந்தது. அவர் நாடு திரும்பிய பிறகு பல திட்டங்களைச் செயல்படுத்தவில்லை என்றாலும், அவர் முக்கியமாக வாழ்க்கையின் தூய்மையை அவதானித்தார். ஒரு வீழ்ச்சிக்குப் பிறகு, அவரை வழக்கமாக வதைக்கும் அவமானத்தை அவர் அனுபவிக்கவில்லை என்பதோடு, அவர் மனிதர்களின் கண்களைத் தைரியமாக நேருக்கு நேராகச் சந்திக்க முடிந்தது. அவரது சகோதரரின் உடல்நிலை மோசமடைந்து வருவதாகவும், ஆனால் அவர் சிகிச்சை பெற விரும்பவில்லை

என்றும், பிப்ரவரி மாதம் மரியா நிகோலேவ்னாவிடமிருந்து ஒரு கடிதம் வந்தது. இந்தக் கடிதத்தின் விளைவாக லெவின் தனது சகோதரரைப் பார்க்க மாஸ்கோவுக்குச் சென்றார். மேலும் ஒரு மருத்துவரிடம் ஆலோசிக்கவும், வெளிநாட்டில் உள்ள ஒரு நீர்ப் பாசன இடத்திற்கு மருத்துவத்திற்காகச் செல்லவும் அவரை வற்புறுத்தி சம்மதிக்க வைத்து வெற்றி பெற்றார். தன் சகோதரரைச் சம்மதிக்க வைப்பதிலும், அவரைக் கஷ்டப்படுத்தாமல் பயணத்திற்கான பணத்தைக் கடனாகக் கொடுப்பதிலும் அவர் வெற்றி அடைந்தார். இந்த விஷயத்தில் அவர் தன்னைக் குறித்தே மகிழ்ச்சியடைந்தார். வசந்த காலத்தில் பிரத்தியேகக் கவனம் தேவைப்பட்ட பண்ணையை நிர்வகித்ததோடு, வாசிப்பைத் தவிர, அந்தக் குளிர்காலத்தில் விவசாயம் குறித்த ஒரு படைப்பையும் லெவின் எழுதத் தொடங்கினார். விவசாயத்தில் தட்பவெப்ப நிலை, மண் போன்றவற்றோடு, தொழி லாளியின் குணாதிசயங்களையும் ஒரு முழுமையான அம்சமாக ஏற்றுக்கொண்டு, அதன் விளைவாக விவசாய அறிவியலின் அனைத்துக் கோட்பாடுகளும் மண் மற்றும் தட்பவெப்ப நிலையை மட்டும் அடிப்படையாகக் கொள்ளாமல், மாற்ற முடியாத தொழி லாளியின் குணாதிசயத்திலிருந்தும் வரையறுக்கப்பட வேண்டும் என்பதே இதன் அடிப்படையாகும். எனவே தனிமையில் இருந்த போதும் அல்லது அதன் காரணமாக அவரது வாழ்க்கை மிகவும் நிறைவாக இருந்தது. அவ்வப்போது தன் மனதில் அலைந்து திரிந்த எண்ணங்களை அகஃபியா மிகைலோவ்னாவைத் தவிர வேறு யாரிடமாவது சொல்ல வேண்டும் என்ற திருப்தியற்ற உந்துதல் அவருக்கு ஏற்பட்டது. இருப்பினும் அவளுடன் அவர் அடிக்கடி இயற்பியல், விவசாயக் கோட்பாடு மற்றும் குறிப்பாகத் தத்துவம் பற்றி விவாதிக்கச் சந்தர்ப்பம் கிடைத்தது. அகஃபியா மிகைலோவ்னா வுக்குத் தத்துவம் மிகவும் பிடித்த பாடமாக இருந்தது.

வசந்த காலம் நீண்ட நாட்களுக்கு நீடித்தது. நோன்பு பெரு நாளின் கடைசி வாரங்களில் வானிலை தெளிவாகவும் உறை பனியாகவும் இருந்தது. பகலில் வெயிலில் கரைந்த அது இரவில் உறைநிலைக்கும் கீழாக ஏழு டிகிரி குறைந்தது. சாலைகள் இல்லாத இடத்தில் வண்டிகள் செல்லக்கூடிய வகையில் பனியின் மேற்பகுதி உறைந்திருந்தது. ஈஸ்டரின் போது பனி இன்னும் அதிகமாக இருந்தது. பிறகு திடீரென ஈஸ்டர் திங்களன்று சூடான காற்று வீசத் தொடங்க, கருமேகங்கள் திரண்டன. பிறகு மூன்று பகலும் மூன்று இரவும் தொடர்ந்து பலத்த மழை பெய்தது. வியாழனன்று காற்று ஓய்ந்து, இயற்கையில் ஏற்பட்ட மாற்றங்களின் ரகசியங்களை மூடி மறைப்பது போல, அடர்த்தியான சாம்பல் நிற மூடுபனி சூழ்ந்தது. உறைபனியின் ஊடாகப் பாய்ந்து சென்ற தண்ணீர்

பனிக்கட்டிகளை உடைத்துத் தகர்த்து, சேறும் சகதியுமாக இருந்த நுரை பொங்கும் நீரோடைகளில் வேகமாக ஓடியது. கிரான்ஸ்நயா கோர்கா நோன்பு நாளன்று மூடுபனி விலகி, இருண்ட மேகங்கள் வெள்ளை மேகங்களாக உருமாற, வானம் தெளிவடைந்து, நிஜமான வசந்த காலம் தன்னை வெளிக்காட்டியது. காலையில் பிரகாசமான சூரியன் உதித்து தண்ணீரை மூடியிருந்த மெல்லிய பனிக்கட்டிகளைத் தின்றது. புத்துயிர் பெற்ற பூமியின் சுவாசத்தால் வெளியேறிய ஆவியால் நிரம்பிய சூடான காற்று நடுங்கியது. பழைய புற்கள் பச்சை நிறமாக மாறி புதிய அடிப்பாகத்தை வெளியேற்றிக் கொண்டிருந்தன. குயில்டர் ரோஜாக்களிலும், திராட்சை வத்தல்களிலும் மொட்டுக்கள் மலர்ந்தன. பிர்ச் மரங்களில் பிசுபிசுப்பான சாறுகள் நிறைந்தன. தங்க நிற மலர்களால் பூத்துக் குலுங்கிய வில்லோ மரங்களில் புதிதாகக் குஞ்சு பொறித்த தேனீக்கள் ரீங்காரமிட்டன. மிருதுவான, பனித்துளிகள் நிறைந்த பச்சை வயல்களில் கண்ணுக்குப் புலப்படாத குருவிகள் கீச்சிட்டன. பழுப்பு நீரால் நிரம்பிய பள்ளங்களிலும் சதுப்பு நிலங்களிலும் நீர்ப்பறவைகள் சப்தமிட்டன. கொக்குகளும் வாத்துகளும் தங்கள் வசந்த கால ஒலியுடன் மேலே பறந்தன. ஒரு சில இடங்களைத் தவிர மற்ற அனைத்து இடங்களிலும் புல்வெளிகளில் கால்நடைகள் கத்தும் குரல்கள் கேட்டன. ஆட்டுக் குட்டிகள் தங்கள் தாய்மார்களைச் சுற்றி விளையாடின. உலர்ந்த பாதைகளின் மீது வெறும் கால்களில் குழந்தைகள் ஓடினர். குளக்கரையில் துணிகளை ஏந்தியபடி பெண்களின் குதூகலமான குரல்கள் ஒலித்தன. முற்றங்களில் உழவர்கள் தங்களது கலப்பை முதலான உழவுக் கருவிகளைக் கோடாரியினால் பழுது பார்க்கும் சத்தம் கேட்டது. நிஜமான வசந்த காலம் வந்துவிட்டது.

13

லெவின் பெரிய காலணிகள் அணிந்து, முதல் முறையாக உரோமக் கோட்டுக்குப் பதிலாக ஒரு துணியினால் தைத்த மேலங்கி அணிந்து, கண்களைக் கூசச் செய்யும் வெயிலில் பளபளக்கும் நீரோடைகளைக் கடந்து, சேற்றிலும் பனிக்கட்டியிலுமாக அடியெடுத்து வைத்து பண்ணையைச் சுற்றிப் பார்க்க புறப்பட்டார்.

வசந்த காலம் என்பது திட்டங்களுக்கான நேரம். முற்றத்தைத் தாண்டி வெளியே வந்த லெவினுக்கு, தண்ணீர் குடித்து மலர்ந்த மொட்டுக்களில் அடங்கியுள்ள இளம் தண்டுகளும், கிளைகளும் எங்கே எப்படி வளரும் என்று வசந்த காலத்தில் ஒரு மரத்திற்குத் தெரியாததைப் போல, இப்போது பண்ணையில் தனக்குப் பிடித்த எந்தப் பகுதியில் வேலைகளை மேற்கொள்வது என்பது தெரிய

வில்லை. ஆனால் தனக்குள் மிகச் சிறந்த திட்டங்கள் இருப்பதாக அவர் உணர்ந்தார். முதலில் அவர் கால்நடைகளைப் பார்ப்பதற்குச் சென்றார். மாடுகள் கொட்டகைக்குள் இருந்தன. குதிரை மீது போட்டிருந்த துணி சூரிய வெப்பத்தால் சூடான பிறகு, அனைத்துப் பசுக்களின் சின்னச் சின்ன விவரங்களை நன்கு அறிந்த லெவின் அவற்றை ரசித்த பிறகு, அவற்றை மேய்ச்சலுக்குக் கொண்டு செல்லவும், கன்றுகளைக் கொட்டகையில் விடவும் உத்தரவிட்டார். மேய்ச்சலுக்குத் தயாராவதற்காக மாடு மேய்ப்பவர் மகிழ்ச்சியுடன் ஓடினார். பால் பண்ணையில் பணியாற்றும் வேலைக்காரிகள் தங்கள் பாவாடைகளைத் தூக்கிப் பிடித்து, வெயில்படாத தங்களது வெள்ளை நிற, வெற்றுக் கால்களில் சேறுகள் தெளிக்க, கன்றுகளுக்குப் பின்னால் கைத் தடியுடன் ஓடி, வசந்த காலத்தின் மகிழ்ச்சியில் மயங்கியபடி, அவற்றை முற்றத்திற்கு ஓட்டிச் சென்றனர்.

இதற்கு முன் பிறந்த கன்றுகள் ஒரு விவசாயியின் பசுவைப் போல பெரியவை என்றாலும் இப்போது மூன்று மாதங்களே ஆன பாவாவின் மகள் ஒரு வருடம் ஆனதுபோல இருந்தாள். அந்த ஆண்டின் மிகச்சிறந்த இளம்குட்டியான அதைப் பாராட்டிய அவர் ஒரு தொட்டியை வெளியே கொண்டுவரவும், வைக்கோலை அலமாரிகளில் வைக்கவும் உத்தரவிட்டார். ஆனால் முந்திய இலையுதிர் காலத்தில் தயாரிக்கப்பட்டு, குளிர்காலம் முழுவதும் பயன்படுத்தப்படாமல் கொட்டகையில் போடப்பட்டிருந்த அவை கள் உடைந்திருந்தன. அவர் தச்சரை வரச்சொல்லி, கதிரடிக்கும் கருவிகளைப் பழுதுபார்க்கும்படி சொல்லியிருந்தார். ஆனால் அவர் அதைச் செய்யாமல், நோன்பு நாளுக்கு முன்பே பழுதுபார்த்திருக்க வேண்டிய, தரையைச் சமன்படுத்தும் கருவிகளைச் சரிசெய்து கொண்டிருப்பது தெரியவந்தது. இது லெவினுக்கு மிகுந்த மன உளைச்சலை ஏற்படுத்தியது. விவசாய வேலையில் நிரந்தரமாக உள்ள இந்தக் கவனக்குறைவான சோம்பேறித்தனம் திரும்பத் திரும்ப நிகழ்வது அவரை வருத்தமடையச் செய்தது. அவர் அதை எதிர்த்துப் பல ஆண்டுகளாகத் தனது முழு ஆற்றலுடன் கடுமையாகப் போராடி வந்தார். அவருக்குத் தெரிந்து இந்த அலமாரிகள் குளிர்காலத்தில் தேவையில்லை. குதிரைகளின் கொட்டகைக்கு எடுத்துச் செல்லப் பட்ட அவை அங்கு உடைந்து போயிருந்தன. ஏனெனில் அவை கன்றுகளுக்காக மெல்லிய பலகையால் தயாரிக்கப்பட்டவை. இதன் காரணமாகவே அவர் வாங்கியிருந்த அனைத்து வேளாண் கருவிகளையும் ஆய்வு செய்து சரிசெய்வதற்காக அவர் மூன்று தச்சர்களை வேலைக்கு அமர்த்தியிருந்தார். ஆனால் அவை சரிசெய்யப்படவில்லை என்பதோடு, ஏற்கனவே சரிசெய்திருக்க வேண்டிய தரையைச் சமன் செய்யும் கருவிகள் தாறுமாறாகப் பழுது

பார்க்கப் பட்டிருந்தன. தனது மேலாளரை வரச்சொல்லி உத்தர விட்ட லெவின், அவருக்காகக் காத்திராமல் அவராகவே பார்க்கச் சென்றார். அன்று மற்ற எல்லாவற்றையும் போல தோல்கோட்டில் பிரகாசித்த அவர், கதிரடிக்கும் நிலத்திலிருந்து கையில் வைக்கோலுடன் வந்துகொண்டிருந்தார்.

"தச்சர் ஏன் கதிரடிக்கும் இயந்திரத்தைப் பழுதுபார்க்கவில்லை?"

"நான் நேற்று உங்களிடம் சொல்ல நினைத்தேன். தரையைச் சமன் செய்யும் கருவிகளைப் பழுதுபார்க்க வேண்டும். உழவு செய்யும் நேரம் வந்துவிட்டது."

"கடந்த குளிர்காலத்தில் ஏன் அதைச் செய்யவில்லை?"

"தச்சர் எதற்காக வேண்டும்?"

"கன்றுகளின் கொட்டகைகளில் இருந்த அலமாரிகள் எங்கே?"

"நான் அவர்களிடம் அதைச் சரியான இடத்தில் வைக்கச் சொன்னேன். இவர்களை வைத்துக் கொண்டு உங்களால் என்ன செய்ய முடியும்?" என்று மேலாளர் கையை அசைத்தபடி சொன்னார்.

"இவர்களை அல்ல உங்களை வைத்து" என்று லெவின் வெடித்தார். "நான் உங்களை எதற்காக வைத்திருக்கிறேன்?" என்று கத்தினார். ஆனால் இது உதவாது என்பதை உணர்ந்த அவர் பேசுவதை நிறுத்திவிட்டுப் பெருமூச்சுவிட்டார். "சரி, விதைக்கத் தொடங்கலாமா?" என்று சிறிது இடைவெளிக்குப் பிறகு கேட்டார்.

"டர்க்கினோவுக்கு அப்பால் நாளை அல்லது நாளை மறுநாள் விதைக்கலாம்."

"கால்நடைகளுக்கான புல் விதைப்பு என்னவாயிற்று?"

"நான் வாசிலியையும் மிஷ்காவையும் அனுப்பியுள்ளேன். அவர்கள் அதை விதைக்கிறார்கள். ஆனால் அவர்களால் செய்ய முடியுமா என்று எனக்குத் தெரியாது. அது ஈரமாக இருக்கிறது."

"எத்தனை ஏக்கர்?"

"பதினாறு."

"ஏன் முழுவதுமாக விதைக்கவில்லை?" என்று லெவின் கத்தினார்.

ஐம்பது ஏக்கர் முழுவதும் விதைக்கப்படாமல் பதினாறு ஏக்கர் மட்டுமே விதைக்கப்படுவது அவருக்கு மேலும் வேதனையாக இருந்தது. அவரது சொந்த அனுபவத்திலும், எழுத்தளவிலும், முடிந்தவரை விரைவாக, பனி முடியும் முன்னரே அதைச் செய்வது பலனுள்ளதாக இருந்தது. ஆனால் லெவினால் ஒருபோதும் அதைச் செய்ய முடியவில்லை.

"ஆட்கள் இல்லை. இவர்களை வைத்து என்ன செய்ய முடியும்? மூன்று பேர் வரவில்லை. இப்போது செமியோன்..."

"சரி, வைக்கோலை அப்படியே விட்டிருக்கலாம்."

"நான் அதைத்தான் செய்தேன்."

"ஆட்கள் எங்கே இருக்கிறார்கள்?"

"ஐந்து பேர் உரத்தைத் தயார் செய்கிறார்கள். நான்கு பேர் ஓட்ஸ் தானியங்களை, அவை கெடாமல் இருப்பதற்குத் திருப்பிப் போடுகிறார்கள் கான்ஸ்டான்டின் டிமிட்ரிச்."

'அவை கெட்டுப் போகாமல் இருப்பதற்கு' என்றால் அவை ஏற்கனவே கெட்டுப்போய்விட்டன என்று லெவினுக்கு நன்றாகவே தெரியும். மீண்டும் அவர் உத்தரவிட்டது நடக்கவில்லை.

"ஆனால் நான் நோன்பின் போதே சொன்னேன், சரி, அந்தப் புகைப்போக்கிக் குழாய்கள்!" என்று லெவின் கத்தினார்.

"கவலைப்படாதீர்கள், நாங்கள் எல்லாவற்றையும் சரியான நேரத்தில் முடித்துவிடுவோம்."

கோபத்துடன் கையை அசைத்த லெவின் களஞ்சியத்திற்குச் சென்று ஓட்ஸ் தானியங்களைப் பார்வையிட்ட பிறகு லாயத்திற்குத் திரும்பினார். ஓட்ஸ் தானியங்கள் இன்னும் கெட்டுப் போகவில்லை. ஆனால் வேலையாட்கள் மண்வெட்டிகளைக் கொண்டு அவற்றை இடம் மாற்றிக் கொண்டிருந்தனர். அப்படியில்லாமல் அவற்றை நேரடியாகக் கீழே உள்ள தானியக் களஞ்சியத்தில் கொட்டியிருக்க முடியும். அதைப் பற்றி உத்தரவு பிறப்பித்துவிட்டு, அங்கிருந்து இரண்டு தொழிலாளர்களைக் கால்நடைகளின் புல் நடவுக்கு அழைத்துச் சென்ற பிறகு லெவினுக்கு மேலாளரின் மீதிருந்த மனக்கசப்பு தணிந்தது. தவிரவும் மேலும் கோபம் கொள்ள முடியாத அளவுக்கு அந்த நாள் நன்றாக இருந்தது.

கிணற்றருகே, தன் சட்டைக் கைகளை மடித்துவிட்டு, வண்டியைக் கழுவிக் கொண்டிருந்த வண்டியோட்டியிடம், "இக்னாட்!" என்று கத்தினார். "குதிரையைக் கொண்டு வா..."

"உங்களுக்கு எது வேண்டும் ஐயா?"

"சரி, கோல்பிக்கைக் கொண்டு வா."

"சரி, ஐயா."

குதிரைக்குச் சேணம் பூட்டும்வரை, தன் பார்வையில் அகப்பட்ட மேலாளரை அழைத்து அவரைச் சமாதானப்படுத்தும் விதமாக, வரவிருக்கும் வசந்தகாலத்தில் செய்யவேண்டிய வேலைகள் மற்றும்

பண்ணைக்கான தனது திட்டங்களைப் பற்றிச் சொல்லத் தொடங்கினார்.

வைக்கோலுக்காகப் புற்களை வெட்டுவதற்கு முன்பே உரமிடும் வேலையைச் செய்ய வேண்டும். தூரத்திலுள்ள வயலைச் சுத்தமாக வைத்திருக்க தொடர்ந்து உழ வேண்டும். புல்வெளிகளைப் பாதிப் பங்குக்கு வெட்டாமல் கூலித் தொழிலாளர்களைக் கொண்டு சுத்தம் செய்ய வேண்டும்.

கவனமாகக் கேட்ட மேலாளர், எஜமானரின் ஆலோசனைகளை ஏற்றுக்கொள்ள முன்வந்ததாகத் தோன்றினாலும், லெவினுக்கு மிகவும் பரிச்சயமான, எப்போதும் எரிச்சலூட்டும் நம்பிக்கையற்ற தோற்றம் அவரிடம் இருந்தது. 'இவை அனைத்தும் நல்லதுதான். ஆனால், கடவுள் விரும்பினால்' என்று அந்தத் தோற்றம் சொல்வதாகப்பட்டது.

இந்தத் தொனியைப் போல லெவினுக்கு வருத்தமளிப்பது வேறேதுவும் இருக்க முடியாது. அவரைப் போன்ற மேலளார்களுக்கு அப்படிப் பேசுவது அவர்களின் பொதுவான இயல்பாக இருந்தது. அவர்கள் அனைவருமே லெவினுடைய திட்டத்தைச் செயல் படுத்துவதில் ஒரே மாதிரியான அணுகுமுறையைக் கொண்டிருந்தனர் என்பதால், அவர் மேலும் கோபம் கொள்ளவில்லை என்றாலும் வருத்தப்பட்டார். மேலும் இந்தக் 'கடவுள் விரும்பினால்' என்பதைத் தவிர வேறு எந்தப் பெயரும் கிடைக்காத அந்த அடிப்படை சக்தியை எதிர்த்துப் போராடுவதற்குத் தான் தூண்டப்படுவதை அவர் உணர்ந்தார். அது அவரைத் தொடர்ந்து எதிர்த்து வருகிறது.

"நாம் எப்படிச் சமாளிக்கிறோம் என்று பார்ப்போம், கான்ஸ்டான்டின் டிமிட்ரிச்" என்றார் மேலாளர்.

"ஏன் சமாளிக்க முடியாதா?"

"மேலும் பதினைந்து பேரை வேலைக்கு அமர்த்த வேண்டும். ஆனால் அவர்கள் வருவதில்லை. இன்று சிலர் இருந்தார்கள் ஆனால் அவர்கள் தலா எழுபது ரூபிள்கள் கேட்கிறார்கள்."

லெவின் மௌனமாக இருந்தார். மீண்டும் அந்தச் சக்தி அவரை எதிர்க்கிறது. அவர்கள் எத்தனை கடினமாக முயற்சித்தும் முப்பத் தேழு, முப்பத்தெட்டுக்கும் மேல் வேலையாட்களைச் சரியான கூலிக்கு அமர்த்த முடியவில்லை என்பது அவருக்குத் தெரியும். ஆனால் அவர்களால் நாற்பதுக்கு மேற்பட்ட ஆட்களைப் பணியில் அமர்த்த முடியவில்லை என்பதால் அதற்காக அவரால் தொடர்ந்து போராடாமல் இருக்க முடியவில்லை.

"அவர்கள் வராவிட்டால் சூரிக்கும் செஃபிரொவ்காவுக்கும் அனுப்புங்கள். நாம் தேட வேண்டும்."

“நான் செய்கிறேன்” என்றார் வாசிலி பியோதர்விச் மகிழ்ச்சி யற்றவராக. “ஆனால் குதிரைகள் பலவீனமாக உள்ளன.”

“இன்னும் நிறைய வாங்குவோம். ஓ, எனக்குத் தெரியும்” என்ற அவர் சிரித்துக் கொண்டே, “எல்லாம் குறைவாகவும் மோசமாகவும் இருப்பதாக நீங்கள் எப்போதும் சொல்கிறீர்கள். ஆனால் இந்த வருடம் நான் உங்கள் போக்கில் செல்லாமல் எல்லாவற்றையும் நானே செய்யப் போகிறேன்.”

“நீங்கள் நன்றாகத் தூங்குவதாகத் தெரியவில்லை. நாங்கள் எஜமானரின் பார்வையின் கீழ் இருப்பது எங்களுக்கும் மகிழ்ச்சிதான்.”

“அப்படியானால் அவர்கள் பிர்ச் டேலுக்கு அப்பால் விதைக் கிறார்களா? நான் சென்று பார்க்கிறேன்” என்ற அவர் வண்டியோட்டி கொண்டுவந்த சிறிய கோல்பிக் குதிரையில் ஏறினார்.

“உங்களால் நீரோடையைக் கடக்க முடியாது கான்ஸ்டான்டின் டிமிட்ரிச்” என்று வண்டியோட்டி கத்தினார்.

“அப்படியானால் நான் காட்டுவழியாகச் செல்கிறேன்.”

லெவின் தன் நம்பிக்கைக்குரிய அந்தச் சிறிய குதிரையின் மீது ஏறினார். நீண்ட நாட்கள் பயணம் செய்யாமலிருந்த அந்தக் குதிரை உற்சாகத்துடன், தரையில் தேங்கியிருந்த தண்ணீரில் ஓசை எழுப்பிய படி, லெவின் கையிலிருந்த கடிவாளத்தை ஆற்றலுடன் இழுத்துக் கொண்டு ஓடியது. லெவின் சேறும் சகதியுமாக இருந்த முற்றத்தைக் கடந்து, வாயிலைத் தாண்டி, திறந்தவெளியில் நுழைந்தார்.

கால்நடைகள் கொட்டகையிலும் பண்ணை முற்றங்களிலும் மகிழ்ச்சியாக உணர்ந்த லெவின், இப்போது வயல் வெளிகளில் இன்னும் அதிக மகிழ்ச்சியாக உணர்ந்தார். சீரான தாளலயத்தோடு அசைந்து கொண்டிருந்த குதிரையின் மீது, புத்தம் புதிய ஆனால் சூடான பனிக் காற்றின் வாசனையை நுகர்ந்தவாறு, ஆங்காங்கே திட்டுத்திட்டாகச் சிதறிக்கிடந்த பனியின் மீது கரைந்து போகும் காலடித் தடங்களை விட்டுச் சென்றார். ஒவ்வொரு மரத்திலும், மரப்பட்டைகளிலும் உயிர்பெற்றிருந்த பாசியையும் மலர்ந்த மொட்டுக்களையும் கண்டு மகிழ்ந்தார். அவர் காட்டைத் தாண்டிச் சென்றபோது, அவருக்கு முன்னால் பரந்து விரிந்திருந்த நிலப்பரப்பில், ஒரு இடத்தில் கூட சொட்டையாக இல்லாமல், அனைத்தும் பச்சை நிறத்தில் வெல்வெட் கம்பளம் விரிக்கப்பட்டது போல இருந்தது. ஒரு சில இடங்களில் மட்டும் உருகிய பனிப்பொழிவுகள் இருந்தன. ஒரு விவசாயியின் குதிரை தனது இளம்தளிர்களை மிதித்ததைக் கண்டும், (அவற்றை விரட்டுவதற்காக முயன்ற விவசாயியிடம் அவர் சொன்னார்) வழியில் சந்தித்த விவசாயி இபாத்திடம் கேட்ட

கேள்விக்கு அவர் சொன்ன கேலியும் முட்டாள்தனமும் நிறைந்த பதிலைக் கேட்டும் லெவின் கோபப்படவில்லை.

“சரி, இபாத், இது விதைப்பதற்கான நேரமா?”

“முதலில் உழ வேண்டும் கான்ஸ்டான்டின் டிமிட்ரிச்” என்று இபாத் பதிலளித்தார்.

அவர் மேலும் சவாரி செய்தபோது மகிழ்ச்சியாக உணர்ந்த அவருக்குப் பண்ணையைக் குறித்து முன்னைவிடச் சிறந்ததான பல திட்டங்கள் மனதில் எழுந்தன. வயலின் தெற்கு எல்லைகளில் வில்லோ மரங்களை நடுவதன் மூலம் அவற்றின் அடியில் பனி நீண்ட நேரம் தங்காமலிருக்கும். நிலங்களை ஆறு விவசாய நிலங்களாகவும், மூன்று தீவன விளைநிலங்களாகவும் பிரிக்க வேண்டும். வயலின் கடைக்கோடியில் கால்நடைத் தோட்டம் அமைத்து குளம் தோண்ட வேண்டும். வயல்களுக்கு உரமிடுவதற்காக கால்நடைகளுக்குப் பாதுகாப்புத் தடுப்புகளை அமைக்க வேண்டும். எண்ணூறு ஏக்கரில் கோதுமையும், இருநூற்று ஐம்பது ஏக்கரில் உருளைக் கிழங்கும், நானூறு ஏக்கரில் தீவனமும் பயிரிட்டால் ஒரு ஏக்கர் கூட வீணாகாது.

இந்தக் கனவுகளோடு, தன் குதிரை இளம் தளிர்களை மிதித்து விடக் கூடாது என்பதற்காக ஓரமாக ஓட்டிக் கொண்டு கால்நடைகளுக்கான தீவனப் பயிர்களை விதைத்துக் கொண்டிருந்த தொழிலாளர்களிடம் சென்றார். விதைகளை ஏற்றிய வண்டி ஓரமாக இல்லாமல் வயல்வெளியில் நின்றிருந்தது. குதிரையின் காலடியிலும் சக்கரங்களிலும் நசுங்கிய குளிர்கால கோதுமை பயிர்கள் சேதமடைந்திருந்தன. வயல் ஓரமாக அமர்ந்து, ஒரு புகைக்குழாயை இரு தொழிலாளர்கள் பகிர்ந்து கொண்டிருந்தனர். வண்டியிலிருந்த விதைகள் கலந்த மண் நன்றாகக் கலக்கப்படாத காரணத்தால் கட்டிகளாக உறைந்து போயிருந்தன. எஜமானரைக் கண்டதும் வாசிலி வண்டி அருகில் செல்ல, மிஷ்கா விதைக்கத் தொடங்கினான். இது நல்லதல்ல என்றாலும் லெவின் அவர்கள் மீது கோபப்படவில்லை. லெவின் வாசிலியிடம் வண்டியிலிருந்த குதிரையை வயலுக்கு வெளியே கொண்டுசெல்லும்படி கூறினார்.

“பரவாயில்லை ஐயா, அது மீண்டும் வளர்ந்துவிடும்” என்றான் வாசிலி.

“விவாதிக்காமல் தயவுசெய்து சொன்னதைச் செய்” என்றார் லெவின்.

“சரி, ஐயா” என்று சொல்லிவிட்டு வாசிலி குதிரையின் தலையைப் பிடித்துக்கொண்டான். “விதைப்பு முதல்தரமாக நடக்கிறது, கான்ஸ்டான்டின் டிமிட்ரிச்” என்றான் பணிவுடன். “ஆனால் நீங்கள்

வயலில் நடப்பதுதான் கஷ்டம்! உங்கள் காலணிகளில் கிலோ கணக்கில் மண் அப்பியுள்ளது."

"சரி, நீங்கள் ஏன் மண்ணைச் சல்லடையில் சலிக்கவில்லை?" என்று லெவின் கேட்டார்.

"கட்டியாக இருப்பதை நாங்கள் எங்கள் கைகளால் உடைப்போம்" என்ற வாசிலி, கட்டியாக இருந்த மண்ணைக் கையில் எடுத்து உள்ளங்கையில் வைத்துத் தேய்த்தான். வாசிலியின் வண்டியில் உள்ள மண் சரியான முறையில் கலக்கப்படாமல் இருப்பது அவனுடைய தவறு அல்ல என்றாலும் அது எரிச்சலூட்டுவதாக இருந்தது.

லெவின் தனக்கு ஏற்பட்ட கோபத்தைத் தணிப்பதற்கும், மோசமான சூழ்நிலையை நன்றாக மாற்றுவதற்கும் ஒரு குறிப்பிட்ட தீர்வை பலமுறை வெற்றிகரமாகச் சோதித்துப் பார்த்திருந்தார். எனவே அவர் இப்போது அதைப் பயன்படுத்தினார். மிஷ்கா தன்னுடைய ஒவ்வொரு காலிலும் ஒட்டியிருந்த பெரிய மண் கட்டிகளைச் சுமந்து நடப்பதைப் பார்த்த அவர், குதிரையிலிருந்து இறங்கி, வாசிலியிடமிருந்து விதைக் கூடையை வாங்கி விதைக்கத் தொடங்கினார்.

"எங்கே நிறுத்தினீர்கள்?"

வாசிலி தன் காலால் ஒரு இடத்தைச் சுட்டிக் காட்டினான். லெவின் தன்னால் முடிந்தவரை மண்ணுடன் கலந்த விதைகளைத் தூவினார். ஒரு சதுப்பு நிலத்தின் வழியாக நடப்பது போல நடப்பது கடினமாக இருந்தது. லெவின் ஒரு வரிசையை முடித்ததும் வியர்வை வழியத் தூவுவதை நிறுத்திவிட்டுக் கூடையைத் திருப்பிக் கொடுத்தார்.

"சரி, எஜமானரே, கோடைக்காலத்தில் இந்த விதைப்பின் வரிசைக்காக நீங்கள் என்னைத் திட்டாதீர்கள்" என்றான் வாசிலி.

"ஏன்?" என்ற லெவின் தன் செயல் பலனளிக்கத் தொடங்கி விட்டதைக் கண்டு மகிழ்ந்தார்.

"கோடையில் பாருங்கள் அந்த வரிசை வித்தியாசமாக இருக்கும். கடந்த வசந்த காலத்தில் நான் எங்கே விதைத்தேன் என்று பாருங்கள். அது அத்தனை ஒழுங்காக இருக்கும்! கான்ஸ்டான்டின் லெவின், நான் என்னுடைய சொந்த வயலில் அக்கறையுடன் வேலை செய்வது போல இங்கும் வேலை செய்கிறேன். ஒரு வேலையை மோசமாகச் செய்ய என்னால் முடியாது. நான் மற்றவர்களையும் அப்படிச் செய்யும்படி சொல்ல மாட்டேன். எஜமானருக்கு எது நல்லதோ அதுதான் நமக்கும் நல்லது. அங்கே பாருங்கள்" என்ற வாசிலி வயல்வெளியைச் சுட்டிக்காட்டி, "அதைப் பார்த்தால் உங்கள் மனதுக்குச் சந்தோஷமாக இருக்கும்" என்றான்.

“இது ஒரு நல்ல வசந்தகாலம் வாசிலி.”

“ஆமாம், வயதானவர்கள் கூட இதுபோன்ற ஒரு வசந்தத்தை நினைவில் வைத்திருக்க மாட்டார்கள். எங்கள் தந்தை இரண்டு ஏக்கரில் கோதுமையை விதைத்துள்ளார்.”

“நீ உன் தோட்டத்தில் நீண்ட காலமாக கோதுமையை விதைக் கிறாயா?”

“இல்லை, இரண்டு வருடங்களுக்கு முன்னர் நீங்கள்தான் அதற்கான வாய்ப்பைக் கொடுத்தீர்கள். நீங்கள் எனக்குக் கொடுத்த விதைகளில் கால் பங்கை விற்றுவிட்டு மீதியை இரண்டு ஏக்கரில் விதைத்தோம்.”

“சரி, கட்டிகளை உடைக்க மறந்துவிட வேண்டாம். மிஷ்காவின் மீது ஒரு கண் இருக்கட்டும். நன்றாக விளைந்தால் ஏக்கருக்கு ஐம்பது கோபெக்குகள் கொடுப்பேன்” என்ற லெவின் குதிரையை நோக்கிச் சென்றார்.

“மிக்க நன்றி. நாங்கள் உங்களுக்கு நன்றிக்கடன் பட்டிருக்கிறோம்.”

லெவின் குதிரையில் ஏறி கடந்த ஆண்டு தீவனப் பயிர் இருந்த வயலுக்கும், வசந்தகால கோதுமைக்காக உழவு செய்யப்பட்ட வயலுக்கும் சென்றார்.

வயல்வெளியில் தீவனப் பயிர் அற்புதமாக இருந்தது. கடந்த ஆண்டு மிச்சமிருந்த கோதுமைப் பயிரின் உடைந்த தண்டுகளுக்கு மத்தியில் அது உயிர் பெற்று, அடர் பச்சை நிறத்தில் வளர்ந்திருந்தது. குதிரையின் கால்கள் சேற்றில் ஆழமாகப் புதைந்தன. குதிரை தன்னுடைய ஒவ்வொரு காலையும் சேற்றிலிருந்து வெளியே இழுக்கும்போது பலத்த சத்தம் கேட்டது. தரை மிகவும் மிருதுவாக இருந்ததால் குதிரையால் நடக்க முடியவில்லை. குதிரையின் கால்கள் முழங்கால் வரை மூழ்கியதால் ஆழமாக உழவு செய்யப்பட்ட வயலில் சவாரி செய்வது சாத்தியமற்றதாக இருந்தது. உழவு செய்யப் பட்ட நிலம் நல்ல நிலையில் இருந்தது. இன்னும் ஓரிரு நாட்களில் அவர்களால் விதைக்க முடியும். எல்லாமே அழகாகவும் மகிழ்ச்சி தருவதாகவும் இருந்தன. லெவின் திரும்பிச் செல்லும் போது தண்ணீர் குறைந்திருக்கும் என்ற நம்பிக்கையில் ஓடையைக் கடந்தார். அப்போது அவர் கடந்து சென்ற இரண்டு வாத்துக்களைப் பார்த்துத் திடுக்கிட்டார். ‘சதுப்பு நிலப் பறவைகள் இருக்க வேண்டும்’ என்று நினைத்தார். அவர் வழியில் வனக்காப்பாளரைச் சந்தித்தபோது அவர் அவருடைய யூகத்தை உறுதிப்படுத்தினார்.

குதிரையை விரைந்து செலுத்திய லெவின், இரவு உணவைச் சாப்பிடுவதற்கும், துப்பாக்கியைத் தயார் செய்வதற்கும் உரிய நேரம்

கிடைக்கும் வகையில் சரியான நேரத்திற்கு வீட்டிற்குச் சென்று சேர்ந்தார்.

14

மிகுந்த உற்சாகத்துடன் வீட்டை நோக்கிச் சென்ற லெவின், பிரதான சாலையின் பக்கவாட்டிலிருந்து மணி ஒன்று அடிக்கும் ஓசையைக் கேட்டார்.

'ஆமாம், ரயில் பாதையில் யாரோ வருகிறார்கள்' என்று அவர் நினைத்தார். 'மாஸ்கோ ரயில் வரும் நேரம்... அது யாராய் இருக்க முடியும்? அது ஏன் சகோதரர் நிக்கோலாயாக இருக்கக் கூடாது?' என்று நினைத்தார். ஏனெனில் அவருடைய சகோதரர், 'நான் தண்ணீர் இருக்கும் இடத்தைத் தேடிச் செல்வேன் அல்லது உங்களைப் பார்க்க வருவேன்' என்று சொல்லியிருந்தார். தன்னுடைய சகோதரர் அங்கு வருவது தனது மகிழ்ச்சியான வசந்தகால மன நிலையைக் கெடுத்துவிடும் என்ற எண்ணம் அவருக்கு முதலில் பயத்தையும் விரும்பத்தகாத உணர்வையும் ஏற்படுத்தியது. பிறகு அந்த எண்ணத்தைக் குறித்து வெட்கிய அவர், தன் மனக்கதவைத் திறந்து, நெகிழ்ச்சியான மகிழ்ச்சியுடன் அது தனது சகோதரராக இருக்க வேண்டும் என்று விரும்பினார். குதிரையை விரைந்து கருவேல மரத்தைத் தாண்டிச் செலுத்திய அவர், ரயில் நிலையத்திலிருந்து உரோமக் கோட் அணிந்த ஒரு பெரிய மனிதர், தனது மூன்று குதிரைகள் பூட்டிய வண்டியில் வருவதைப் பார்த்தார். அது அவருடைய சகோதரர் அல்ல. 'வருபவர் இனியவராக இருந்தால் மட்டுமே என்னால் அவரோடு பேச முடியும்' என்று நினைத்தார்.

"ஆகா!" என்ற லெவின் இரு கைகளையும் உயர்த்தி மகிழ்ச்சியுடன் கத்தினார். "என்ன ஒரு அருமையான விருந்தாளி! ஓ, அது நீங்கள் என்பதில் நான் மிகவும் மகிழ்ச்சியடைகிறேன்!" என்று உரக்கச் சொன்ன லெவின் ஸ்டீபன் ஆர்கடியேவிச்சை அடையாளம் கண்டுகொண்டார்.

'அவளுக்குத் திருமணம் ஆகிவிட்டதா அல்லது எப்போது ஆகப்போகிறது என்பதை நான் உறுதியாகத் தெரிந்துகொள்வேன்' என்று நினைத்தார்.

அந்த அழகான வசந்த நாளில் அவளைப் பற்றிய நினைவு தனக்கு வேதனையைத் தரவில்லை என்பதை அவர் உணர்ந்தார்.

"என்ன, நீங்கள் என்னை எதிர்பார்க்கவில்லையா?" என்று ஸ்டீபன் ஆர்கடியேவிச் வண்டியிலிருந்து இறங்கி, தனது மூக்கு, கன்னம், புருவம் மீதிருந்த புழுதியைத் துடைத்தபடி, நல்ல உற்சாகத்துடனும் ஆரோக்கியத்துடனும் ஜொலித்தான். "நான் வந்திருப்பது

ஒன்று உங்களைப் பார்ப்பதற்கு” என்ற அவன் அவரைக் கட்டிப் பிடித்து முத்தமிட்டான். “இரண்டாவது வேட்டையாடுவதற்கு. மூன்றாவது எர்குஷோவில் உள்ள மரங்களை விற்பதற்கு.”

“அற்புதம்! என்ன ஒரு வசந்தம்! பிரயாணம் எப்படி இருந்தது?”

“வண்டியில் இன்னும் மோசம் கான்ஸ்டான்டின் டிமிட்ரிச்” என்று லெவினுக்குத் தெரிந்த வண்டியோட்டி பதிலளித்தார்.

“நல்லது, உங்களைப் பார்த்ததில் நான் மிகவும் மகிழ்ச்சி யடைகிறேன்” என்று லெவின் உண்மையாக, ஒரு குழந்தையின் மகிழ்ச்சியான புன்னகையுடன் சொன்னார்.

லெவின் தனது விருந்தாளியை விருந்தினர் அறைக்கு அழைத்துச் சென்றார். ஸ்டீபன் ஆர்கடியேவிச்சிடம் இருந்த பையும், துப்பாக்கிப் பெட்டியும், சுருட்டுப் பையும் அவன் தங்கும் அறையில் வைக்கப் பட்டது. அவனைக் குளிக்கவும் உடை மாற்றவும் சொன்ன லெவின், நிலத்தை உழுவது பற்றி சில உத்தரவுகளைப் பிறப்பிக்க அலுவலகத் திற்குச் சென்றார். வீட்டின் கௌரவத்தின் மீது எப்போதும் அக்கறை கொண்ட அகஃபியா மிகைலோவ்னா, இரவு உணவைப் பற்றிய கேள்விகளுடன், லெவினை வரவேற்பு அறையில் சந்தித்தாள்.

“உங்கள் விருப்பம் போல செய்யுங்கள். சீக்கிரம் செய்ய வேண்டும் அவ்வளவுதான்” என்று சொல்லிவிட்டு அவர் மேலாளரைப் பார்க்கச் சென்றார்.

அவர் திரும்பியபோது, ஸ்டீபன் ஆர்கடியேவிச் குளித்து முடித்து, தலைவாரி, பிரகாசமான புன்னகையுடன் தனது அறையிலிருந்து வெளியே வந்துகொண்டிருந்தான். இருவரும் ஒன்றாக மாடிக்குச் சென்றார்கள்.

“நல்லது, நான் உங்களைப் பார்க்க வந்ததில் மிகவும் மகிழ்ச்சி யடைகிறேன்! இங்கே நீங்கள் செய்யும் மர்மங்கள் என்னவென்று இப்போது எனக்குப் புரிகிறது. ஆனால் உண்மையில் நான் உங்கள் மீது பொறாமைப்படுகிறேன். என்ன ஒரு வீடு! பார்ப்பதற்கு எத்தனை அழகாக, பிரகாசமாக, மகிழ்ச்சியாக உள்ளது” என்றான் ஸ்டீபன் ஆர்கடியேவிச். அது வசந்த காலத்தில் எப்போதும் காணப்படும் தெளிவான வானத்துடன் இருக்கும் ஒருநாளல்ல என்பதை மறந்து விட்டு அவன் சொன்னான், “உங்கள் வயதான செவிலியர் எத்தனை அழகானவர்! மேல் அங்கி அணிந்த அழகான வேலைக்காரி என் ரசனைக்கு ஏற்றவர் என்றாலும் துறவியைப் போல கண்டிப்புடன் இருக்கும் செவிலியர் உங்கள் ரசனைக்கு நன்றாகப் பொருந்துகிறது.”

ஸ்டீபன் ஆர்கடியேவிச் அனைத்துச் சுவாரஸ்யமான செய்தி களையும் லெவினுக்கு விவரித்தான். குறிப்பாக அவரது சகோதரர்

செர்ஜி இவானோவிச், இந்தக் கோடையில், லெவினைச் சந்திக்க வரத் திட்டமிட்டிருப்பதாகச் சொன்னான்.

ஸ்டீபன் ஆர்கடியேவிச் கிட்டியைப் பற்றியோ அல்லது ஷெர்பாட்ஸ்கிகளைப் பற்றியோ பொதுவாக ஒரு வார்த்தைகூட பேசவில்லை. தனது மனைவியின் வாழ்த்துக்களை மட்டுமே அவன் தெரிவித்தான். ஸ்டீபன் ஆர்கடியேவிச்சின் பண்பிற்காக அவனை மெச்சிய லெவின், தனது விருந்தினரைப் பற்றி மிகவும் மகிழ்ச்சியடைந்தார். தனிமையில் இருந்த லெவின் தன்னைச் சுற்றியுள்ளவர்களிடம் பகிர்ந்து கொள்ள முடியாத எண்ணங்களையும் உணர்வுகளையும், தன் மனதில் புதைத்து வைத்திருந்தார். எனவே அவர் கவித்துவமிக்க வசந்தகாலத்தின் மகிழ்ச்சியையும், பண்ணையைக் குறித்த அவரது தோல்விகளையும், எதிர்காலத் திட்டங்களையும், படித்துக் கொண்டிருந்த புத்தகங்களைப் பற்றிய அவரது எண்ணங்களையும் கருத்துக்களையும் கொட்டித் தீர்த்தார். குறிப்பாக, விவசாயத்தைப் பற்றிய பழைய புத்தகங்கள் அனைத்தின் மீதான விமர்சனத்தை அடிப்படையாகக் கொண்டு, அதை அவர் கவனத்தில் கொள்ளவில்லை என்றாலும், தான் எழுதப்போகும் புத்தகத்தைப் பற்றிய தனது கருத்துக்களை வெளிப்படுத்தினார். எப்போதும் இனிமையாகப் பழகும் ஸ்டீபன் ஆர்கடியேவிச், ஒரு சிறு குறிப்பின் மூலம் அனைத்தையும் புரிந்துகொண்டதுடன், இந்த வருகையில் மிகவும் மகிழ்ச்சியாக இருந்தான். அவனிடம் மரியாதையின் ஒரு புதிய பண்பும், ஒருவித கனிவும் இருப்பதை லெவின் கவனித்தார்.

அகஃபியா மிகைலோவ்னாவும் சமையல்காரரும் சேர்ந்து ஒரு நல்ல இரவு உணவைச் செய்ய மேற்கொண்ட முயற்சிகளின் விளைவாக, பசியால் வாடிய இரு நண்பர்களும், வெண்ணெய் ரொட்டியையும், நெருப்பில் வாட்டிய வாத்துக்கறியையும், உப்பிட்ட காளான்களையும் சாப்பிட்டுத் தங்கள் வயிற்றை நிரப்பிக் கொண்டனர். குறிப்பாக சமையல்காரர் விருந்தினரை ஆச்சரியப்படுத்த விரும்பி, மசால் துண்டு இல்லாத சூப்பைப் பரிமாற லெவின் உத்தரவிட்டார். ஸ்டீபன் ஆர்கடியேவிச் வேறு வகையான இரவு உணவுகளைச் சாப்பிட்டுப் பழகியிருந்தாலும், அனைத்து உணவு வகைகளும் சிறப்பாக இருப்பதைக் கண்டான். மூலிகை வோட்கா, ரொட்டி, வெண்ணெய், குறிப்பாக நெருப்பில் வாட்டிய வாத்துக்கறி, காளான்கள், வெள்ளை சாஸுடன் வழங்கப்பட்ட வாட்டிய கோழியும் சிறந்தவையாக, மிக அற்புதமாக இருந்தன.

"அற்புதம், அற்புதம்" என்ற அவன் வறுத்த ரொட்டிக்குப் பிறகு, ஒரு பெரிய சிகரெட்டை எடுத்துப் பற்ற வைத்தான். "நீராவிக் கப்பலின் இரைச்சல் மற்றும் அதிர்வுகளுக்குப் பிறகு, நான் உங்கள் அமைதியான கடற்கரையில் தரையிறங்கியதைப் போல இருக்கிறது.

எனவே விவசாய முறைகளைத் தேர்வு செய்வதில் வழிகாட்டியாகத் தொழிலாளி எனும் முக்கிய உறுப்பை ஆராய்ந்து பயன்படுத்த வேண்டும் என்று நீங்கள் சொல்கிறீர்கள். என்னைப் பொறுத்தவரை இந்த விஷயத்தில் நான் ஒரு பாமரன் என்றாலும் அந்தக் கோட்பாடும் அதன் பயன்பாடும் தொழிலாளியிடம் தாக்கத்தை ஏற்படுத்தும் என்று எனக்குத் தோன்றுகிறது."

"ஆமாம், ஆனால் பொறுங்கள். நான் அரசியல் பொருளாதாரத்தைப் பற்றிப் பேசவில்லை, மாறாக விவசாய அறிவியலைப் பற்றிப் பேசுகிறேன். இது இயற்கை அறிவியலைப் போல, சுற்றியுள்ள சூழ்நிலையைக் கவனிப்பதாகவும், தொழிலாளியின் பொருளாதார, சமூகச் சூழலையும் கருத்தில் கொண்டதாக இருக்க வேண்டும்..."

அப்போது அகஃபியா மிகைலோவ்னா, பழத்துண்டுகளையும் தேநீரையும் கொண்டு வந்தாள்.

"நல்லது, அகஃபியா மிகைலோவ்னா" என்ற ஸ்டீபன் ஆர்கடியேவிச் அவளது பருத்த விரல்களின் நுனியில் முத்தமிட்டு, "என்ன ஒரு அற்புதமான வாட்டிய வாத்துக்கறியும், மூலிகை வோட்காவும்...! ஆனால் சொல்லுங்கள் கோஸ்டியா, இப்போது சரியான நேரமா?" என்று கேட்டான்.

லெவின் ஜன்னலுக்கு வெளியே காட்டிற்கு அப்பால், மரத்தின் உச்சிக்குப் பின்னால், சூரியன் மறைவதைப் பார்த்தார்.

"நேரம் வந்துவிட்டது" என்றார் அவர். "குஸ்மா வண்டியைத் தயார் செய்!" என்று அவர் கீழே ஓடினார்.

கீழே சென்ற ஸ்டீபன் ஆர்கடியேவிச் பளபளப்பான பெட்டியிலிருந்து கித்தான் உறையை நேர்த்தியாகக் கழற்றி, அதைத் திறந்து, தனது விலையுயர்ந்த, புதிய பாணி துப்பாக்கியைப் பொருத்தத் தொடங்கினான். வோட்காவுக்குச் சரியான உணவு கிடைக்கும் என்பதை அறிந்த குஸ்மா, ஸ்டீபன் ஆர்கடியேவிச்சை விட்டு விலகாமல், அவனுடைய காலுறைகளையும் காலணிகளையும் அணிந்துகொள்ள அவனுக்கு உதவினான். அவன் அதற்கு மனமுவந்து ஒப்புக்கொண்டான்.

"கோஸ்டியா வணிகர் ரியாபினின் வந்தால், வேலைக்காரர்களிடம் அவரை வரவேற்றுக் காத்திருக்கும்படி சொல்லச் சொல்லுங்கள். நான் அவரை இன்று வரச்சொல்லியிருந்தேன்..."

"நீங்கள் உண்மையிலேயே மரங்களை ரியாபினுக்கு விற்கிறீர்களா?"

"ஆமாம், அவரை உங்களுக்குத் தெரியுமா?"

"நிச்சயமாக எனக்கு அவரைத் தெரியும். நான் அவருடன் சாதகமாகவும் முடிவாகவும் நடந்து கொண்டேன்."

ஸ்டீபன் ஆர்கடியேவிச் சிரித்தான். 'சாதகமாகவும் முடிவாகவும்' என்பது ரியாபினுக்குப் பிடித்த வார்த்தைகள்.

"ஆமாம். அவர் வேடிக்கையாகப் பேசுகிறார்" என்ற அவன் தொடர்ந்து, "எஜமானர் எங்கே போகிறார் என்பதை அவள் கண்டுபிடித்துவிட்டாள்!" என்று சிணுங்கியபடி லெவினைச் சுற்றி வளைத்து, முதலில் அவர் கையையும் பின்னர் அவரது காலணி களையும், துப்பாக்கியையும் நக்கிய லாஸ்காவைக் குறிப்பிட்டான்.

அவர்கள் வெளியே வந்தபோது வேட்டைக்குச் செல்லும் வண்டி வெளியே நின்றிருந்தது.

"வெகு தொலைவு போக வேண்டியதில்லை என்றாலும் நீங்கள் விரும்பினால் நாம் நடந்தே போகலாம்."

"வேண்டாம், நாம் வண்டியில் போகலாம்" என்று ஸ்டீபன் ஆர்கடியேவிச் வேட்டை வண்டியை நோக்கிச் சென்றான். உள்ளே நுழைந்து தன் கால்களைப் புலித்தோல் விரிப்பில் போர்த்திக் கொண்டு சுருட்டைப் பற்ற வைத்தான். "நீங்கள் எப்படிப் புகைக் காமல் இருக்கிறீர்கள்? சுருட்டு என்பது வெறும் மகிழ்ச்சி மட்டுமல்ல மகிழ்ச்சியின் சிகரமும், திருப்தியின் அடையாளமும் கூட. இதுதான் வாழ்க்கை! எத்தனை நல்லது! நான் இப்படித்தான் வாழ விரும்புகிறேன்!"

"உங்களை யார் தடுக்க முடியும்?" என்றார் லெவின் சிரித்துக் கொண்டே...

"இல்லை, நீங்கள் ஒரு அதிர்ஷ்டசாலி. குதிரைகள், நாய்கள், பண்ணை, வேட்டை என்று நீங்கள் விரும்பும் அனைத்தும் உங்களி டம் உள்ளன."

"என்னிடம் இருப்பதைக் கொண்டு நான் மகிழ்ச்சியாக இருப்ப தாலும், என்னிடம் இல்லாதவைகளைப் பற்றி நான் கவலைப் படுவதில்லை என்பதாலும் உங்களுக்கு அப்படித் தோன்றலாம்" என்று லெவின் கிட்டியை நினைத்துக்கொண்டு கூறினார்.

ஸ்டீபன் ஆர்கடியேவிச் புரிந்துகொண்டு அவரைப் பார்த்தான் என்றாலும் ஒன்றும் சொல்லவில்லை.

லெவின் ஆப்லான்ஸ்கிக்கு நன்றி சொல்லிக் கொண்டார், ஏனெனில் லெவின் ஷெர்பாட்ஸ்கிகளைப் பற்றிப் பேச விரும்ப வில்லை என்பதைப் புரிந்துகொண்ட அவன் அவர்களைப் பற்றிப் பேசுவதைத் தவிர்த்தான். இருப்பினும் என்ன நடந்தது என்பதைத்

தெரிந்துகொள்ள அவர் ஆர்வமாக இருந்தார், ஆனால் அதைப் பற்றிப் பேசுவதற்கு அவருக்குத் தைரியம் வரவில்லை.

"சரி, உங்கள் விவகாரங்கள் எப்படி உள்ளன?" என்று தன்னைப் பற்றி மட்டுமே சிந்திப்பது தவறு என்று நினைத்த லெவின் கேட்டார்.

ஸ்டீபன் ஆர்கடியேவிச்சின் கண்கள் மகிழ்ச்சியாக மின்னின.

"ஒருவர் தினமும் ரொட்டியைச் சாப்பிடுகையில் இனிப்பு ரொட்டிகளை விரும்பலாம் என்பதை நீங்கள் ஏற்றுக்கொள்ள மாட்டீர்கள். உங்கள் கருத்துப்படி அது குற்றம். ஆனால் காதல் இல்லாத வாழ்க்கையை என்னால் ஏற்றுக்கொள்ள முடியாது" என்று லெவின் கேள்வியைத் தனக்கே உரித்தான முறையில் புரிந்து கொண்டு அவன் சொன்னான். "அதற்கு நான் என்ன செய்ய முடியும்? என் பிறவி அப்படி... உண்மையில் அது யாரோ ஒருவருக்கு சிறிய தீங்கை விளைவிக்கிறது என்றாலும் அது அளவற்ற ஆனந்தத்தைத் தருகிறது..."

"அப்படியானால், புதிய ஒன்றா?" என்று லெவின் கேட்டார்.

"இருக்கிறது சகோதரரே! இந்த வகையான பெண்கள் இருப்பது உங்களுக்குத் தெரியும்... நீங்கள் உங்கள் கனவில் காணும் பெண்கள்... ஆனால் இந்தப் பெண்களை நீங்கள் நிஜ வாழ்க்கையிலும் காணலாம்... இந்தப் பெண்கள் பயங்கரமானவர்கள். நீங்களே பாருங்கள், நீங்கள் அவளை எவ்வளவுதான் படித்தாலும், எப்போதும் அவள் புத்தம் புதிய புத்தகமாகவே இருப்பாள்."

"நீங்கள் அவர்களைப் படிக்காமல் இருப்பதே நல்லது."

"அப்படி இல்லை. உண்மையைக் கண்டறிவதில் அல்ல, அதைத் தேடுவதில்தான் இன்பம் என்று சில கணிதவியலாளர்கள் சொல் கிறார்கள்."

மௌனமாகக் கேட்டுக்கொண்டிருந்த லெவினால் எத்தனை முயற்சித்தும், தன் நண்பனின் மனதிற்குள் நுழைந்து, அவனது உணர்வுகளையோ அல்லது அத்தகைய பெண்களைப் பற்றிப் படிப் பதிலுள்ள வசீகரத்தையோ புரிந்துகொள்ள முடியவில்லை.

15

அவர்கள் வேட்டையாடச் சென்ற இடம் வெகு தொலைவில் இல்லை. ஒரு சிறிய ஓடைக்கு அப்பால் கல்நார் மரங்கள் உள்ள காட்டில் இருந்தது. அவர்கள் காட்டிற்குள் நுழைந்ததும், லெவின் குதிரையிலிருந்து இறங்கி ஆப்லான்ஸ்கியைப் பனியில்லாத பாசி படர்ந்த சதுப்பு நிலத்தின் மூலைக்கு அழைத்துச் சென்றார். அவர்

மறுபக்கம் இரட்டை பிர்ச் மரத்தை நெருங்கி அதன் மீது தனது துப்பாக்கியைச் சாய்த்து வைத்தார். பிறகு அவர் தனது நீண்ட கோட்டைக் கழற்றிவிட்டுத் தனது ஆடையின் பெல்ட்டைச் சரிசெய்து, தனது கைகளை நகர்த்துவதற்கு வசதியாக இருப்பதை உறுதி செய்து கொண்டார்.

அவருக்குப் பின்னால் வந்த வயதான, நரைத்த தலைமுடி லாஸ்கா அவருக்கு எதிரே கவனமாக அமர்ந்து தனது காதுகளைக் கூர்தீட்டிக் கொண்டாள். சூரியன் அடர்ந்த காட்டிற்குப் பின்னால் அஸ்தமித்துக் கொண்டிருந்தது. மாலை மயங்கும் வெளிச்சத்தில், கல்நார் மரங்களின் ஊடாகச் சிதறிக் கிடந்த பிர்ச் மரங்கள், அவற்றின் தொங்கும் கிளைகளில் மலர்ந்த மொட்டுக்களுடன் தெளிவாகக் காட்சியளித்தன.

இன்னும் பனி படர்ந்திருந்த அடர்ந்த காட்டில் இருந்த குறுகலான நீரோடைகளில் தண்ணீர் பெருக்கெடுத்து ஓடும் ஓசை கேட்டது. சிறு பறவைகள் கீச்சுக்குரலில் கத்திக்கொண்டே அவ்வப் போது மரத்திலிருந்து மரத்திற்குப் பறந்து சென்றன.

ஆழ்ந்த அமைதியான தருணங்களில், கடந்த ஆண்டு உதிர்ந்த இலையின் சருகுகள் படபடக்கும் ஓசையைக் கேட்க முடிந்தது. தரையிலிருந்த பனி உருகி வழிந்ததாலும், புதிய புற்கள் வளர்ந்து கொண்டிருந்ததாலும் அவை நகர்ந்து ஓசை எழுப்பின.

'கற்பனை செய்து பாருங்கள்! புல் வளர்வதை என்னால் கேட்கவும் பார்க்கவும் முடிகிறது!' என்று மரத்தின் கீழே இருந்த ஈரமான இலை, இளம்புல் வளர்வதால் நகர்வதைக் கவனித்த லெவின் தனக்குள் சொல்லிக் கொண்டார். ஈரமான, பாசி படர்ந்த பூமியையும், கூர்மையான காதுகள் கொண்ட லாஸ்காவையும், கீழே சரிவில் பரந்து விரிந்திருந்த வெற்று மர உச்சிகளையும், வெள்ளை நிற மேகங்களால் மூடப்பட்ட மங்கிய வானத்தையும் லெவின் கவனித்தார். ஒரு பருந்து சோம்பேறித்தனமாகத் தனது சிறகுகளை அசைத்து, தொலைதூரத்திற்கு அப்பாலிருந்த காடுகளுக்கு மேலே பறந்து சென்றது. மற்றொன்று அதே வழியில் அதே திசையில் பறந்து பார்வையிலிருந்து தொலைந்து போனது. அந்த அடர்ந்த கானகத்தில் பறவைகள் மேலும் மேலும் சத்தமாக, ஓய்வின்றி கீச்சிட்டன. எங்கோ சற்றுத் தூரத்தில் ஒரு ஆந்தை அலறியது. உடலைச் சிலிர்த்த லாஸ்கா, எச்சரிக்கையாகச் சில அடிகள் வைத்து, தலையை ஒருபக்கமாக சாய்த்து, உற்றுக் கவனித்தாள். ஓடைக்கு அப்பாலிருந்து ஒரு குயில் கூவும் ஓசை கேட்டது. தனது வழக்கமான குரலில் இருமுறை கூவிய அது, பிறகு மூச்சுத் திணறியது போல, படபடத்துக் குழப்பமடைவது போலத் தோன்றியது.

“கற்பனை செய்து பாருங்கள்! அது ஒரு குயில்!” என்று ஒரு புதருக்குப் பின்னாலிருந்து வெளியே வந்த ஸ்டீபன் ஆர்கடியேவிச் சொன்னான்.

“ஆமாம், நானும் கேட்டேன்” என்று பதிலளித்த லெவின், தனது குரலால் காட்டின் அமைதியைக் குலைத்துவிட்டதில் அதிருப்தி அடைந்தார். “மேலும் அதிக நேரமாகாது.”

ஸ்டீபன் ஆர்கடியேவிச்சின் உருவம் மீண்டும் புதருக்குப் பின்னால் நகர்ந்தது. லெவின் ஒரு தீக்குச்சியின் பிரகாசமான சுடரை மட்டுமே பார்த்தார். பிறகு அதைத் தொடர்ந்து ஒரு சிகரெட்டின் சிவப்பு மற்றும் சாம்பல் கலந்த அடர் நீல நிறப் புகை வெளியேறியது.

கிளிக்! கிளிக்! ஸ்டீபன் ஆர்கடியேவிச் தனது துப்பாக்கியின் விசையை இழுத்தான்.

“அது என்ன அழுகுரல்?” என்று கேட்ட ஆப்லான்ஸ்கி, உரத்த குரலில் கனைக்கும் ஒரு குதிரையின் கூர்மையான ஓசையைப் போலிருந்த சத்தத்தை நோக்கி லெவினின் கவனத்தைத் திருப்பினான்.

“ஆமாம், உங்களுக்குத் தெரியவில்லையா? அது ஒரு ஆண் முயல். பேசாதீர்கள்! கவனியுங்கள் யாரோ வருகிறார்கள்!” என்று கிட்டத்தட்ட கத்திய லெவின், துப்பாக்கியின் விசையை இழுத்தார்.

தூரத்தில் ஒரு விசில் சத்தம் கேட்டது. அதன் பிறகு அதே சரியான இடைவெளியில், இரண்டு விநாடிகளுக்குப் பிறகு, வேட்டைக்காரனுக்கு மிகவும் பரிச்சயமான, இரண்டாவது, மூன்றாவது விசில் சத்தம் கேட்டது. மூன்றாவதுக்குப் பிறகு, தொண்டையிலிருந்து வருவதுபோல ஒரு கரகரப்பான அலறல் சத்தம் கேட்டது.

லெவின் தன் கண்களை வலப்புறமும் இடப்புறமும் திருப்பினார். அங்கு மேக மூட்டமான நீல வானத்தில், மரத்தின் உச்சியில் ஒரு பறவை தோன்றியது. அது அவரை நோக்கி நேராக வந்துகொண்டிருந்தது. இறுக்கமான துணியைக் கிழிப்பது போல தொண்டையிலிருந்து எழுந்த ஒரு சத்தத்ததை அவர் தனது தலைக்கு மேலே நெருக்கமாகக் கேட்டார். அந்தப் பறவையின் நீளமான அலகையும் கழுத்தையும் அவரால் பார்க்க முடிந்தது. அந்த வினாடியில் லெவின் தன் துப்பாக்கியைக் குறிவைத்தபோது, ஆப்லான்ஸ்கி நின்றிருந்த புதருக்குப் பின்னே ஒரு சிவப்பு மின்னல் தோன்றியது. அம்பைப் போல கீழே விழுந்த பறவை மீண்டும் மேலே உயரப் பறந்தது. மீண்டும் மின்னல் வெளிப்பட கூடவே கைதட்டுவது போன்ற ஓசை கேட்டது. காற்றில் நிற்க முயல்வது போல சிறகுகளை அசைத்த

பறவை, சற்றே நின்று, ஒரு கணம் அப்படியே அந்தரத்தில் நின்று, பிறகு புழுதி நிறைந்த நிலத்தில் பலத்த ஓசையுடன் விழுந்தது.

"நான் குறி தவறிவிட்டேன் என்கிறீர்களா?" என்று ஸ்டீபன் ஆர்கடியேவிச் கத்தினான். புகையின் காரணமாக அவனால் பார்க்க முடியவில்லை.

"இதோ அங்கே!" என்ற லெவின் லாஸ்காவைச் சுட்டிக் காட்டினான். லாஸ்கா தன் ஒரு காதை நேராக நிமிர்த்தி, பஞ்சு போன்ற வால்நுனியை உயர்த்தி, தனக்கிருக்கும் திருப்தியை நீட்டிக்க விரும்புவது போல அமைதியாக நடந்து சென்று, ஒரு சிரிப்புடன் இறந்த பறவையை, தன் எஜமானரிடம் கொண்டு வந்தாள். "நல்லது, உங்களுக்கு அது கிடைத்ததில் நான் மகிழ்ச்சியடைகிறேன்" என்று லெவின் கூறினார். அதே நேரத்தில் அந்தச் சதுப்பு நிலப் பறவையைத் தான் கொல்லவில்லை என்பதற்காக அவர் பொறாமைப்பட்டார்.

"வலது பக்க தோட்டாவில் தப்பிவிட்டது" என்ற ஸ்டீபன் ஆர்கடியேவிச் தனது துப்பாக்கியில் தோட்டாவை நிரப்பினான். "ஸ்ஸ்ஸ்... மீண்டும் ஒன்று வருகிறது."

உண்மையில் காதைத் துளைக்கும் விசில் ஓசை ஒன்றன் பின் ஒன்றாக வேகமாகத் தொடர்ந்து எழுந்தன. இரண்டு பறவைகள் ஒன்றுக்கொன்று விளையாடிக் கொண்டு, துரத்தியபடி, சத்தமிடாமல் விசில் ஓசை எழுப்பிக் கொண்டு, வேட்டைக்காரர்களின் தலைக்கு மேலே பறந்து சென்றன. நான்கு குண்டுகள் முழங்கின. பறவைகள் எதையோ விழுங்குவது போல வேகமாக நகர்ந்து, கண்களில் படாமல் மறைந்தன.

வேட்டை பிரமாதமாக இருந்தது. ஸ்டீபன் ஆர்கடியேவிச் மேலும் இரண்டு பறவைகளையும், லெவின் இரண்டு பறவைகளையும் சுட்டுக் கொன்றனர். ஆனால், அதில் ஒன்றைக் கண்டுபிடிக்க முடியவில்லை. கும்மிருட்டு சூழ்ந்துகொள்ளத் தொடங்கியது. மேற்கே வானத்தில் தாழ்வாக இருந்த நிலவு, தனது மென்மையான கதிர்களைப் பிர்ச் மரங்களுக்குப் பின்னால் தவழவிட்டுப் பிரகாசித்துக் கொண்டிருந்தது. கிழக்கே மேல் வானத்தில் விண்மீன்கள் ஏற்கனவே கண்சிமிட்டத் தொடங்கின. லெவினின் தலைக்கு மேலே பெருங்கரடி மண்டலத்திலிருந்த விண்மீன்கள் தோன்றுவதும் மறைவதுமாக இருந்தன. வானத்தில் பறவைகள் பறப்பதை நிறுத்தின. ஆனால் லெவின் நீண்ட நேரம், பிர்ச் மரங்களிடையே தென்பட்ட நிலவு மேல் எழுந்து, பெருங்கரடி மண்டலத்தில் நுழைந்து, தெளிவாகப் பிரகாசிக்கும்வரை, காத்திருக்க முடிவு செய்தார். நிலவு ஏற்கனவே

மெல்ல மேலெழுந்து கொண்டிருந்தது. பெருங்கரடி மண்டலத்தி லிருந்த விண்மீன்களும் அதன் அடிப்பகுதியும் அடர் நீல வானத்தில் முழுமையாகத் தெரிந்தன. ஆனால் லெவின் மேலும் காத்திருந்தார்.

“நேரமாகவில்லையா?” என்றான் ஸ்டீபன் ஆர்கடியேவிச்.

கானகம் அமைதியாக இருக்க, வானத்தில் எந்தப் பறவையும் தென்படவில்லை.

“இன்னும் சற்று நேரம்.”

“உங்கள் விருப்பம் போல.”

இப்போது அவர்கள் பதினைந்து அடி இடைவெளியில் நின்று கொண்டிருந்தார்கள்.

“ஸ்டீவா!” என்று லெவின் திடீரென எதிர்பாராத வகையில் பேசினார். “உங்கள் மைத்துனிக்கு ஏற்கனவே திருமணம் ஆகி விட்டதா அல்லது இனிமேல்தானா என்பதை என்னிடம் சொல்ல மாட்டீர்களா?”

எந்தப் பதிலும் அவரை வருத்தமடையச் செய்ய முடியாது என்பதை உணர்ந்தவரைப் போல, லெவின் மிகவும் உறுதியான அமைதியான மனநிலையில் இருந்தார். ஆனால் ஸ்டீபன் ஆர்கடி யேவிச் சொன்ன பதிலை அவர் எதிர்பார்க்கவே இல்லை.

“அவள் அதைப் பற்றி யோசிக்கவில்லை. அவள் மிகவும் உடல்நிலை சரியில்லாமல் இருக்கிறாள். மருத்துவர்கள் அவளை வெளிநாட்டிற்கு அனுப்பியுள்ளனர். அவளுக்கு ஏதோ ஆகிவிடுமோ என்ற அவர்கள் பயப்படுகிறார்கள்.”

“என்ன அது!” என்று லெவின் கத்தினார். “உடல்நிலை மிகவும் மோசமாக இருக்கிறதா? அவளுக்கு என்ன பிரச்சினை? அவள் எப்படி...”

அவர்கள் பேசிக்கொண்டிருக்கும்போது, லாஸ்கா தன் காது களை மடக்கி வானத்தைப் பார்த்துக் கொண்டிருந்தாள். ‘பேசு வதற்கு இதுதான் நேரமா?’ என்று திட்டுவதுபோல அவர்களைப் பார்த்தாள். ‘ஒன்று வருகிறது... ஆம், அதுதான். அவர்கள் தவறவிட்டு விட்டார்கள்...’ என்று நினைத்தாள் லாஸ்கா.

ஆனால் அடுத்த வினாடி இருவரும் திடீரென காதைக் கிழிக்கும் விசில் ஓசையைக் கேட்டனர். இருவரும் தங்கள் துப்பாக்கி களை ஏந்திப் பிடித்தனர். இரண்டு குண்டுகள் வெடித்த அதே நொடியில் இரண்டு கைதட்டல் ஓசைகள் கேட்டன. உயரமாகப் பறந்து கொண்டிருந்த பறவை உடனடியாகத் தனது சிறகுகளை மடித்து, அடர்ந்த கானகத்தில் விழுந்து, மரங்களின் மெல்லிய கிளைகளை முறித்தது.

"மிக அருமை!" என்று கத்திய லெவின், லாஸ்காவுடன் சேர்ந்து பறவையைக் கண்டுபிடிக்க அடர்ந்த கானகத்திற்குள் ஓடினார். "ஆமாம், அந்த விரும்பத்தகாத செய்தி என்ன?" என்று அவர் நினைவுக்குக் கொண்டு வந்தார். 'ஆமாம், கிட்டிக்கு உடல்நிலை சரியில்லை... ஒன்றும் செய்ய முடியாது' என்று நினைத்தார்.

"ஆகா, கண்டுபிடித்துவிட்டாயா? நல்ல பெண்" என்ற லெவின் லாஸ்காவின் வாயிலிருந்து வெதுவெதுப்பான பறவையை எடுத்துத் தனது பையில் வைத்தார். "நான் கண்டுபிடித்துவிட்டேன் ஸ்டீவா!" என்று கத்தினார்.

16

கிட்டியின் நோய் மற்றும் ஷெர்பாட்ஸ்கிகளின் திட்டங்களைப் பற்றிய அனைத்து விவரங்களையும் வீட்டிற்குத் திரும்பும் வழியில் லெவின் விசாரித்துத் தெரிந்து கொண்டார். அதை ஒப்புக்கொள்வதற்கு அவர் வெட்கப்பட்டாலும், அவர் தெரிந்து கொண்டவை அவருக்கு மகிழ்ச்சியை அளித்தன. ஏனெனில் இன்னும் நம்பிக்கை இருப்பது அவருக்கு மகிழ்ச்சியை ஏற்படுத்தியது. அவரைக் கஷ்டப் படுத்திய அவள், அதற்காகத் தன்னைத்தானே வருத்திக் கொண்டாள் என்பது அதைவிட அதிக மகிழ்ச்சியை அவருக்குக் கொடுத்தது. ஆனால் ஸ்டீபன் ஆர்கடியேவிச் அவளது நோய்க்கான காரணங்களைப் பற்றிப் பேசத் தொடங்கி, விரான்ஸ்கியின் பெயரைக் குறிப்பிட்டபோது லெவின் குறுக்கிட்டுச் சொன்னார்.

"குடும்ப விவரங்களைத் தெரிந்துகொள்ள எனக்கு எந்த உரிமையும் இல்லை. உண்மையைச் சொல்ல வேண்டுமெனில் எனக்கு அதில் எந்த ஆர்வமும் இல்லை."

ஒரு கணத்திற்கு முன்பு மகிழ்ச்சியாக இருந்து மறுகணம் இருண்டதாக மாறிவிட்ட, தனக்கு மிகவும் பரிச்சயமான, அந்த உடனடி மாற்றத்தை லெவின் முகத்தில் கண்ட ஸ்டீபன் ஆர்கடியேவிச், தன்னையும் அறியாமல் புன்னகைத்தான்.

"மரத்தை விற்பதில் ரியாபினினுடன் நீங்கள் வணிகத்தை முழுமையாக முடித்து விட்டீர்களா?"

"ஆமாம். நல்ல விலை, முப்பத்தெட்டாயிரம். எட்டாயிரம் முன்தொகை பிறகு எஞ்சியவை ஆறு ஆண்டுகளில். இதை நான் நீண்ட காலமாகச் செய்து வருகிறேன். அதற்கு மேல் யாரும் தரவில்லை."

“அப்படியானால் நீங்கள் உங்கள் மரங்களை இனாமாகக் கொடுத்துவிட்டீர்கள் என்று அர்த்தம்” என்று லெவின் சோகத்துடன் சொன்னார்.

“நீங்கள் என்ன சொல்கிறீர்கள்?” என்று லெவின் எப்போதும் எல்லாவற்றிலும் குற்றம் கண்டுபிடிப்பார் என்பதை அறிந்த ஸ்டீபன் ஆர்கடியேவிச் நல்ல சுபாவமான புன்னகையுடன் கேட்டான்.

“ஏனென்றால் அந்த மரத்தின் மதிப்பு ஏக்கருக்குக் குறைந்தது இருநூறு ரூபிள்கள்” என்று லெவின் பதிலளித்தார்.

“இந்தப் பண்ணை உரிமையாளர்களை நான் விரும்புகிறேன்!” என்று ஸ்டீபன் ஆர்கடியேவிச் நகைச்சுவையாகச் சொன்னான். “உங்கள் நகரத்து உறவினரை அவமதிக்கும் தொனி இது! ஒரு விஷயத்தை எப்படி முடித்தாலும் அதை நாங்கள் எப்போதும் சிறப்பாகக் கையாள்வோம். என்னை நம்புங்கள், நான் எல்லா வற்றையும் கணக்கிட்டுவிட்டேன்” என்றான் அவன். “மரம் மிகவும் லாபகரமாக விற்கப்பட்டுள்ளது. அவர் அந்த விலைக்கு வாங்க மாட்டார் என்று நான் பயந்தேன். போயும் போயும் அது இளம் மரம்” என்று ஸ்டீபன் ஆர்கடியேவிச் சொன்னான். ‘இளம் மரம்’ என்றதன் மூலம் லெவின் சந்தேகப்படுவது நியாயமற்றது என்று அவன் நம்பவைக்க விரும்பினான். “அது அடுப்பு எரிக்கவே பயன்படும் அது ஏக்கருக்கு ஏழு அடிகளுக்கு மேல் இருக்காது. மேலும் அவர் எனக்கு எழுபத்தைந்து ரூபிள் கொடுக்கிறார்.”

லெவின் ஏளனமாகச் சிரித்தார். ‘எனக்கு அந்த வழி தெரியும்’ என்று அவர் நினைத்தார். ‘பத்து ஆண்டுகளில் இரண்டு முறை மட்டுமே நாட்டிற்கு வரும் அவர் மட்டுமல்ல, அவரைப் போன்ற அனைத்து நகரவாசிகளும் இரண்டு அல்லது மூன்று சொற்களைக் கவனத்தில் வைத்துக் கொண்டு, தங்களுக்கு எல்லாம் தெரியும் என்ற உறுதியான நம்பிக்கையில் அவற்றை எல்லா வழிகளிலும் பயன்படுத்துகிறார்கள்’ என்று அவர் நினைத்தார். ‘இளம் மரம், மகசூல், ஏழு அடி போன்ற வார்த்தைகளை அவர் சொல்கிறார். ஆனால் உண்மையில் அவர் எதையும் புரிந்துகொள்ளவில்லை.’

“உங்கள் அலுவலகத்தில் என்ன எழுத வேண்டும் என்பதை நான் உங்களுக்குக் கற்பிக்கப் போவதில்லை” என்ற அவர், “ஆனால் எனக்குத் தெரியவில்லை என்றால் நான் உங்களிடம் கேட்பேன். ஆனால் ஒரு மரத்தைப் பற்றித் தெரிந்து கொள்ளவேண்டிய அனைத் தையும் தெரிந்துகொண்டோம் என்பதில் நீங்கள் உறுதியாக இருக்கிறீர்கள். அது சாத்தியமில்லை. நீங்கள் மரங்களை எண்ணிப் பார்த்தீர்களா?”

“மரங்களை எப்படி எண்ணுவது?” என்று ஸ்டீபன் ஆர்கடியேவிச் சிரித்துக் கொண்டே கேட்டான். தனது நண்பரை அவரது மோசமான மனநிலையிலிருந்து அவன் மீட்க விரும்பினான். “உயர்ந்த மனதால் கடற்கரை மணல், விண்மீன்கள் ஆகியவற்றையும் கணக்கிடலாம்...”

“ஆமாம், ரியாபினின் உயர்ந்த மனத்தால் அது முடியும். உங்களைப் போல அவற்றை இனாமாகக் கொடுத்தால் தவிர, வேறு எந்த வணிகரும் அவற்றைக் கணக்கிடாமல் வாங்க மாட்டார்கள். உங்கள் மரத்தைப் பற்றி எனக்குத் தெரியும். நான் ஒவ்வொரு ஆண்டும் அங்கு வேட்டைக்குச் செல்கிறேன். உங்கள் மரம் ஐநூறு ரூபிள்கள் விலை மதிப்புடையவை. அதே நேரத்தில் அவர் உங்களுக்கு எழுபத்தைந்து தவணைகளாகப் பணத்தைக் கொடுத்துள்ளார். அதாவது நீங்கள் அவருக்குச் சுமார் முப்பதாயிரம் பரிசாகக் கொடுத் திருக்கிறீர்கள்.”

“போதும் உங்கள் கற்பனை” என்று ஸ்டீபன் ஆர்கடியேவிச் பரிதாபத்துடன் கூறினான். “அப்படியானால் ஏன் யாரும் அந்த விலை தரவில்லை?”

“ஏனெனில் அவர் மற்ற வணிகர்களுடன் கூட்டு வைத்திருக் கிறார். அவர் அவர்களை விலைக்கு வாங்கியுள்ளார். நான் அவர்கள் அனைவருடனும் வணிகம் செய்திருக்கிறேன். நான் அவர்களை நன்கு அறிவேன். அவர்கள் வணிகர்கள் அல்ல ஊக வணிகர்கள். அவர் ஒருபோதும் பத்து அல்லது பதினைந்து சதவீதத்திற்கு மேல் ஒப்பந்தம் செய்துகொள்ள மாட்டார். ஒரு ரூபிளுக்கு இருபது கோபெக்குகள் லாபம் கிடைக்கும்வரை அவர் காத்திருக்கிறார்.”

“போதும் விடுங்கள்! நீங்கள் உங்கள் வசம் இல்லை.”

“கொஞ்ச நஞ்சமல்ல” என்று லெவின் மகிழ்ச்சியற்றவராகக் கூறினார். அவர்கள் வீட்டை நோக்கிச் சென்றனர்.

முன்புற வாசலில் இரும்பினாலும் தோலினாலும் செய்யப்பட்ட ஒரு வண்டியும், அதன் அகலமான நுகத்தடியில் பிணைக்கப்பட்ட நேர்த்தியான ஒரு குதிரையும் நின்றிருந்தன. அந்தச் சிறிய இரு சக்கர வண்டியில், ரியாபினின் ஓட்டுநராகவும் குமாஸ்தாவாகவும் இருந்த ஒருவர் அமர்ந்திருந்தார். வீட்டின் முன் அறையில் இருந்த ரியாபினின் நண்பர்களைச் சந்தித்தார். நடுத்தர வயதில் ஒல்லியாக உயரமாக இருந்த ரியாபினின் மீசையுடன், மழிக்கப்பட்ட கன்னத் தோடு, நீண்ட மந்தமான கண்களுடன் இருந்தார். முதுகுப்புறத்தின் கீழ் நீண்டு வால்போலிருந்த பகுதியில் பட்டன்கள் வைத்துத் தைத்த அடர் நீல வண்ண கோட் அணிந்திருந்தார். கணுக்கால்களைச் சுற்றி வளைந்த உயரமான காலணிகள் அவருடைய காலின் பின்

புறத்தைச் சுற்றிக் கச்சிதமாகப் பிடித்திருந்தன. அதன் மீது அவர் பெரிய காலுறைகளை அணிந்திருந்தார். கைக்குட்டையால் தனது முகத்தைத் துடைத்துக் கொண்டு, ஏற்கனவே நன்றாக இருந்த தனது மேலங்கியைப் சரிசெய்துவிட்டு, உள்ளே நுழைந்தவர்களைப் புன்னகையுடன் வரவேற்று, எதையோ பிடிக்க முயல்வது போல, ஸ்டீபன் ஆர்கடியேவிச்சிடம் கையை நீட்டினார்.

"நீங்கள் வந்துவிட்டீர்கள்" என்று ஸ்டீபன் ஆர்கடியேவிச் கையைக் குலுக்கினான். "பிரமாதம்."

"சாலை மிகவும் மோசமாக இருந்தபோதும், உங்கள் மேலான கட்டளையை மீறுவதற்கு நான் துணியவில்லை. பெரும்பாலும் நடந்தே வந்த நான் கடைசியில் சரியான நேரத்திற்கு வந்துவிட்டேன். கான்ஸ்டான்டின் டிமிட்ரிச் என் வணக்கங்கள்" என்று லெவினைப் பார்த்த அவர் அவருடன் கைகுலுக்க முயன்றார். ஆனால் லெவின் முகம் சுளித்து, அதைக் கவனிக்காதது போல, பறவைகளை வெளியே எடுக்கத் தொடங்கினார். "வேட்டை நன்றாக இருந்ததா? அது என்ன பறவை?" என்று பறவையை ஏளனத்துடன் பார்த்த ரியாபினின் மேலும் கூறினார். "அதைச் சுவைத்துப் பார்க்க வேண்டும்." அதன் தோல் பதனிடுவதற்குத் தகுதியானதா என்று தான் சந்தேகப்படுவது போல பக்கவாட்டில் தலையை ஆட்டினார்.

"நீங்கள் என் படிப்பறைக்குச் செல்ல விரும்புகிறீர்களா?" என்று லெவின் சோகமாக முகம் சுளித்தபடி, ஸ்டீபன் ஆர்கடியேவிச்சிடம் பிரெஞ்சில் கேட்டார். "நீங்கள் படிப்பறைக்குச் சென்று, அங்கு உங்கள் வியாபாரத்தைப் பற்றிப் பேசுங்கள்."

"அப்படியே செய்கிறோம் அல்லது நீங்கள் விரும்பும் இடத்தில் ஐயா" என்று ரியாபினின் ஏளனமான கண்ணியத்துடன் கூறினார். மற்றவர்களுக்கு விஷயங்களை எப்படிச் செய்வது, யாருடன் செய்வது என்பதில் சிரமங்கள் இருக்கலாம். ஆனால் தனக்கு எதிலும் சிரமங்கள் இருக்க முடியாது என்று அவர் சொல்வதைப் போலிருந்தது. படிப்பறைக்குள் நுழைந்த ரியாபினின், தன் பழக்கதோஷத்தால், கிருஸ்துவின் படத்தைத் தேடுவது போல சுற்றிலும் நோட்டம் விட்டார். ஆனால் அதைப் பார்த்தபோது அவர் சிலுவை இடவில்லை. பறவையைப் பற்றித் தனக்கிருந்த அதே சந்தேகத்துடன் புத்தக அலமாரிகளை ஆராய்ந்த அவர், இந்த ஏட்டுச் சுரைக்காய் கறிக்கு உதவாது என்பது போல, வெறுப்புடன் புன்னகைத்து, அதிருப்தியுடன் தலையை ஆட்டினார்.

"சரி, நீங்கள் பணம் கொண்டு வந்தீர்களா?" என்று ஆப்லான்ஸ்கி கேட்டான். "உட்காருங்கள்."

"பணத்திற்காக உங்களை அலைக்கழிக்கப் போவதில்லை. நான் உங்களைச் சந்தித்து இந்த விஷயத்தைப் பற்றி விவாதிக்கவே வந்தேன்."

"விவாதிக்க என்ன இருக்கிறது? தயவுசெய்து உட்காருங்கள்."

"அப்படியே" என்ற ரியாபினின் அமர்ந்து, வேதனைப்படுவது போல நாற்காலியின் பின்புறத்தில் சாய்ந்து கொண்டார். "ஒருவர் விட்டுக்கொடுக்க வேண்டும் இளவரசே. இல்லையென்றால் அது பாவம். கடைசி கோபெக்வரை பணம் அனைத்தும் தயாராகி விட்டது. பணம் ஒருபோதும் விஷயங்களைத் தடுத்து நிறுத்தாது."

இதற்கிடையில் தனது துப்பாக்கியை அலமாரியில் வைத்த லெவின் வாசல் வழியே வெளியேற முயன்றபோது, வணிகரின் வார்த்தைகளைக் கேட்டு நின்றார்.

"உங்களுக்கு மரம் இனாமாகக் கிடைக்கிறது" என்றார் அவர். "அவர் இங்கு வருவதற்குத் தாமதமாகிவிட்டது. இல்லையெனில் நான் விலையை நிர்ணயித்திருப்பேன்."

ரியாபினின் எழுந்து நின்று புன்னகையுடன் மௌனமாக லெவினைக் கீழிருந்து மேலாகப் பார்த்தார்.

"கான்ஸ்டான்டின் லெவின் ஒரு கருமி" என்ற அவர் புன்னகையுடன் ஸ்டீபன் ஆர்கடியேவிச்சிடம் திரும்பினார். "உங்களிடமிருந்து யாரும் எதையும் வாங்க முடியாது. நான் கோதுமைக்கு உங்களுடன் ஒரு ஒப்பந்தம் செய்ய முயன்றேன். அதற்காக நல்ல விலையும் கொடுத்தேன்."

"என் பொருளை நான் ஏன் இனாமாகக் கொடுக்க வேண்டும்? நான் அதைத் திருடவோ அல்லது கண்டெடுக்கவோ இல்லை."

"என்னை மன்னியுங்கள். ஆனால் இப்போதெல்லாம் திருடுவதற்கு எந்த வழியும் இல்லை. இப்போது எல்லாமே இறுதியாக நீதிமன்றங்களுக்குச் செல்கின்றன. இப்போது அனைத்துமே கண்ணியமாக நடக்கின்றன. திருட்டு என்ற பேச்சுக்கே இடமில்லை. நாங்கள் நேர்மையாகப் பேசுகிறோம். மரத்தின் விலை மிக அதிகமாக உள்ளதால் கணக்குகள் ஒத்து வரவில்லை. எனவே விலையைச் சற்றே குறைக்க வேண்டும் என்று மன்றாடுகிறேன்."

"ஆனால் நீங்கள் ஒப்பந்தத்தை முடித்துவிட்டீர்களா இல்லையா? முடித்திருந்தால் பேரம் பேசுவதில் பயனில்லை. இல்லையெனில் நானே மரங்களை வாங்கிக் கொள்கிறேன்" என்றார் லெவின்.

ரியாபினின் முகத்திலிருந்த சிரிப்பு சட்டென்று மறைந்து, சூறையாடும் பருந்தைப் போல கடுகடுப்பான முகபாவம் அவர் முகத்தில் குடியேறியது. தனது நீண்ட விரல்களால் மேலங்கியைத் திறந்து, கால்சட்டைக்கு வெளியே அணிந்திருந்த சட்டையையும்,

சட்டையின் பித்தளை பொத்தான்களையும், கைக்கடிகாரத்தின் சங்கிலியையும் வெளிக்காட்டி, ஒரு பழைய ஆனால் பருமனான பணப்பையை வேகமாக வெளியே எடுத்தார்.

“நீங்கள் விரும்பினால் மரம் என்னுடையது” என்று சொல்லி, சட்டென்று சிலுவையிட்டுக் கையை நீட்டினார். “பணத்தை எடுத்துக் கொள்ளுங்கள். மரம் என்னுடையவை. இப்படித்தான் ரியாபினின் எதையும் கணக்கு பார்க்காமல் வாங்குகிறார்” என்று முகத்தைச் சுளித்தவாறு பணப்பையை அசைத்தார்.

“நானாக இருந்திருந்தால் இப்படி அவசரப்பட்டிருக்க மாட்டேன்” என்றார் லெவின்.

“கருணை” என்றான் ஆப்லான்ஸ்கி வியப்புடன். “நான் அவருக்கு வாக்கு கொடுத்துவிட்டேன்.”

லெவின் கதவைச் சாத்திக் கொண்டு அறையை விட்டு வெளியேறினார். ரியாபினின் கதவைப் பார்த்து புன்னகையுடன் தலையை ஆட்டினார்.

“இளம் ரத்தம். இது கடைசியில் குழந்தைத்தனத்தை விட வேறொன்றுமில்லை. வேறு யாரும் ஆப்லான்ஸ்கியிடமிருந்து மரத்தை வாங்கியதில்லை என்ற புகழுக்காக மட்டுமே இந்த ரியாபினின் இதைச் செய்கிறான். எனக்கு நஷ்டம் ஏதும் வராமலிருக்க கடவுள் கருணை காட்ட வேண்டும். கடவுளை நம்புங்கள். நீங்கள் விரும்பினால் ரசீதை எழுதுங்கள்...”

ஒரு மணி நேரத்திற்குப் பிறகு வணிகர் தனது ஆடையின் நாடாக்களை அழகாகக் கட்டி, தனது கோட்டின் கொக்கிகளை மாட்டிக் கொண்டு, ரசீதைத் தனது சட்டைப்பையில் வைத்துக் கொண்டு, தனது சிறிய வண்டியில் ஏறி வீட்டை நோக்கிச் சென்றார்.

“அட, இந்த மனிதர்கள்! எல்லாம் ஆட்டு மந்தைகள்” என்றார் தன் குமாஸ்தாவிடம்.

“அது அப்படித்தான்” என்ற குமாஸ்தா அவரிடம் கடிவாளத்தைக் கொடுத்துவிட்டு, வண்டியின் தொங்கிய தோல் ஆடையைக் கட்டினார். “வாழ்த்துக்கள் மைக்கேல் இக்னாட்டிச்?”

“நல்லது, நல்லது...”

17

தன்னுடைய பையில் வணிகர் கொடுத்த மூன்று மாதங்களுக்கான முன்பணத்தை வைத்துக்கொண்டு ஸ்டீபன் ஆர்கடியேவிச் மாடிக்கு வந்தான். மரத்தை விற்பது சம்பந்தமான வியாபாரம்

முடிவுக்கு வந்து, அதற்கான பணமும் அவனிடம் இருந்தன. வேட்டை அற்புதமாக அமைந்துவிட, ஸ்டீபன் ஆர்கடியேவிச் உற்சாகமான மனநிலையில் இருந்தான். குறிப்பாக லெவினுக்கு எதிராக இருந்த தன் மனநிலையை மாற்ற விரும்பினான். இனிமையாகத் தொடங்கிய அன்றைய தினத்தை, இரவு உணவுடன் இனிமையாக முடிக்க அவன் விரும்பினான்.

உண்மையில் லெவின் கோபக்காரர் அல்ல. தனது அன்பான விருந்தினரிடம் கனிவாகவும் அன்பாகவும் நடந்துகொள்ள வேண்டும் என்று அவர் எவ்வளவு ஆசைப்பட்ட போதிலும் அவரால் தன்னைக் கட்டுப்படுத்திக்கொள்ள முடியவில்லை. கிட்டிக்கு இன்னும் திருமணம் ஆகவில்லை என்ற செய்தியால் ஏற்பட்ட மன உளைச்சல் கொஞ்சம் கொஞ்சமாக அவரை அரிக்க ஆரம்பித்தது.

கிட்டிக்குத் திருமணம் நடக்கவில்லை என்பதோடு, தன்னை இகழ்ந்த ஒரு ஆணின் காதலால் நோய்வாய்ப்பட்டிருந்தாள். இந்த அவமானம் தன் மீது விழுந்ததைப் போல லெவின் உணர்ந்தார். விரான்ஸ்கி அவளை நிராகரித்துவிட, அவள் அவரை – லெவினை, நிராகரித்து விட்டாள். இதன் காரணமாக லெவினை வெறுப்பதற்கு விரான்ஸ்கிக்கு உரிமை இருப்பதைப் போலவே லெவினுக்கும் இருந்தது. ஆனால் லெவின் அப்படியெல்லாம் நினைக்கவில்லை. இருந்தாலும் அதில் தனக்கு ஏதோ அவமரியாதை இருப்பதாக, ஒரு தெளிவற்ற உணர்வு அவருக்கு இருந்தது. எனவே இப்போது தனக்கு மன உளைச்சலை ஏற்படுத்திய விஷயத்தில் அவர் கோபம் கொள்ளவில்லை ஆனால் அவர் எதிர்கொண்ட அனைத்தின் மீதும் அவர் குற்றம் கண்டார். ஆப்லான்ஸ்கியின் முட்டாள்தனமான விற்பனை, அவரது வீட்டில் நடந்த மோசடி, அவரை எரிச்சலடையச் செய்தது.

"சரி, முடிந்துவிட்டதா?" என்ற லெவின், ஸ்டீபன் ஆர்கடியேவிச்சை மாடியில் சந்தித்தார். "இரவு உணவு சாப்பிடலாமா?"

"ஆமாம், நான் வேண்டாம் என்று சொல்ல மாட்டேன். இந்த நாட்டில் எனக்குப் பயங்கரமாகப் பசிக்கிறது என்பது ஒரு அதிசயம்! நீங்கள் ஏன் ரியாபினினைச் சாப்பிட அழைக்கவில்லை?"

"ஆகா, அவரைப் பிசாசு எடுத்துக் கொள்ளட்டும்."

"இருந்தாலும் நீங்கள் அவரை நடத்தும் விதம்!" என்றான் ஆப்லான்ஸ்கி. "நீங்கள் ஏன் அவருடன் கைகுலுக்கவில்லை. அவருடன் ஏன் கைகுலுக்கக் கூடாது?"

"ஏனெனில் நான் என்னுடைய வேலைக்காரர்களுடன் கை குலுக்குவதில்லை. மேலும் என் வேலைக்காரர்கள் நூறு மடங்கு சிறந்தவர்கள்."

"என்ன ஒரு பிற்போக்குத்தனம் உங்களுக்கு! அப்படியானால் வகுப்புகளை இணைப்பது பற்றி உங்கள் கருத்து என்ன?" என்றான் ஆப்லான்ஸ்கி.

"இணைப்பதை யார் விரும்பினாலும் அவர்களுக்கு என் வாழ்த்துக்கள். ஆனால் எனக்கு அருவருப்பாக இருக்கிறது."

"நீங்கள் நிச்சயமாக ஒரு பிற்போக்குவாதி என்பதை என்னால் பார்க்க முடிகிறது."

"உண்மையில் நான் என்னைப் பற்றி ஒருபோதும் சிந்தித்த தில்லை. நான் கான்ஸ்டான்டின் லெவின் என்பதைத் தவிர வேறு எதுவும் இல்லை."

"மேலும் கான்ஸ்டான்டின் லெவின் அவர்கள் மிகவும் மோச மான மனநிலையில் இருக்கிறார்" என்று ஸ்டீபன் ஆர்கடியேவிச் புன்னகையுடன் சொன்னான்.

"ஆமாம், ஏன் தெரியுமா? ஏனெனில் என்னை மன்னியுங்கள் உங்கள் முட்டாள்தனமான விற்பனை..."

யாரோ ஒருவர் அறியாமையால் தன்னை அவமதித்து வருத்தப் படுத்தியது போல, ஸ்டீபன் ஆர்கடியேவிச் நல்ல சுபாவத்துடன் முகத்தைச் சுளித்தான்.

"போதும்!" என்றான் ஆப்லான்ஸ்கி. "விற்பனை முடிந்த உடனே, 'அது அதைவிட அதிக மதிப்புள்ளது' என்று யாராவது சொல்லாமல் எந்த விற்பனையாவது நடந்திருக்கிறதா? ஒருவர் விற்க முயற்சி செய்யும் போது யாரும் விலை கொடுக்க முன் வருவ தில்லை... இல்லை, இந்தத் துரதிர்ஷ்டவசமான ரியாபினின் மீது உங்களுக்கு உள்ள வெறுப்பை என்னால் பார்க்க முடிகிறது."

"ஒருவேளை அப்படியும் இருக்கலாம். ஏன் தெரியுமா? என்னை ஒரு பிற்போக்குவாதி அல்லது இதைப் போன்ற ஏதோ ஒரு பயங்கர மான வார்த்தையால் நீங்கள் மீண்டும் என்னைச் சாடுவீர்கள். ஆனால் அனைத்துத் திசைகளிலும் நான் சார்ந்துள்ள உயர் குடியினரைச் சுற்றி இருக்கும் இந்த ஏழ்மையைப் பார்ப்பது எனக்கு எரிச்சலாகவும் அவமானமாகவும் இருக்கிறது. மேலும் வர்க்கங்கள் இணைக்கப்பட்ட போதிலும், நான் இருப்பதைக் கொண்டு மகிழ்ச்சியடைவேன். அவர்களிடம் உள்ள வறுமைக்குக் காரணம் ஆடம்பரம் அல்ல. அதனால் ஒன்றும் ஆகிவிடாது. நல்ல முறையில் வாழ்வது என்பதுதான் பிரபுக்களுக்கு உரியது. அதைச் செய்யத் தெரிந்தவர்கள் பிரபுக்கள் மட்டுமே. இப்போது என்னைச் சுற்றியுள்ள விவசாயிகள் நிலத்தை வாங்குவது என்னைப் புண்படுத்தவில்லை. ஏனெனில் விவசாயி வேலை செய்து சோம்பேறியாக இருக்கும் மனிதனை மாற்றுகிறான். அது அப்படித்தான் இருக்க வேண்டும்.

மேலும் விவசாயிகளுக்காக நான் மிகவும் மகிழ்ச்சியடைகிறேன். இருப்பினும் சிலரிடமிருந்து எழும் இந்த ஏழ்மையை, அதை என்ன சொல்வதென்று எனக்குத் தெரியவில்லை, அறியாமையைப் பார்ப்பது எனக்கு வருத்தமாக இருக்கிறது. இங்கே போலந்தைச் சேர்ந்த ஒரு குத்தகைதாரர், நீஸில் வசிக்கும் ஒரு பெண்ணிடமிருந்து அதன் மதிப்பில் பாதி விலைக்கு ஒரு பண்ணையை வாங்கினார். அவர் ஏக்கருக்குப் பத்து ரூபிள் மதிப்புள்ள நிலத்தை ஒரு ரூபிளுக்கு வியாபாரிக்குக் குத்தகைக்கு விடுகிறார். இங்கே நீங்கள் அந்த ஏமாற்றுக்காரனுக்கு எந்தக் காரணமும் இல்லாமல் முப்பதாயிரம் பரிசாகத் தருகிறீர்கள்."

"அப்படியானால் என்ன செய்வது? ஒவ்வொரு மரத்தையும் எண்ணச் சொல்கிறீர்களா?"

"நிச்சயமாக எண்ண வேண்டும். நீங்கள் அவற்றை எண்ண வில்லை. ஆனால் ரியாபினின் அவற்றைச் செய்கிறார். ரியாபினின் சந்ததிகள் வாழ்வதற்கும், கல்வி கற்பதற்கும் செல்வங்கள் இருக்கும். ஆனால் உங்களுடைய சந்ததிக்கு அவை இல்லாமல் போகலாம்!"

"சரி, என்னை மன்னியுங்கள். ஆனால் எண்ணுவது அற்ப மானது என்று நினைக்கிறேன். எங்களுக்கு எங்கள் தொழில்கள் போல அவர்களுக்கு அவர்களது தொழில்கள். அவர்களுக்கு இலாபங்கள் தேவை. எப்படியும் ஒப்பந்தம் முடிந்து விட்டது என்பது தான் கவனிக்க வேண்டிய விஷயம். இங்கே எனக்கு மிகவும் பிடித்த மான வறுத்த முட்டைகள் உள்ளன. அகஃபியா மிகைலோவ்னா அற்புதமான மூலிகை வோட்காவை எங்களுக்குத் தரப்போகிறார்..."

ஸ்டீபன் ஆர்கடியேவிச் மேசையில் அமர்ந்து அகஃபியா மிகைலோவ்னாவை கேலி செய்யத் தொடங்கினான். தான் நீண்ட காலமாக இப்படி ஒரு பகல் உணவையோ அல்லது இரவு உணவையோ சாப்பிட்டதில்லை என்று அவன் உறுதியளித்தான்.

"நீங்களாவது பாராட்டுகிறீர்கள். ஆனால் கான்ஸ்டான்டின் டிமிட்ரிச்சிற்கு என்ன கொடுத்தாலும், அது சிறிய ரொட்டியின் மேற்பகுதியாக இருந்தாலும் ஒன்றும் சொல்லாமல் சாப்பிட்டுவிட்டுச் செல்வார்" என்றாள் அகஃபியா மிகைலோவ்னா.

லெவின் தன்னை எத்தனை கட்டுப்படுத்த முயன்றபோதும், அவர் முகம் இருண்டதாக மாற, அமைதியாக இருந்தார். அவருக்கு ஸ்டீபன் ஆர்கடியேவிச்சிடம் ஒரு கேள்வி கேட்க வேண்டியிருந்தது என்றாலும் அதை எப்படிக் கேட்பது என்பதையோ அல்லது அதற் கான சரியான தருணத்தையோ அவரால் கண்டுபிடிக்க முடிய வில்லை. ஸ்டீபன் ஆர்கடியேவிச் கீழே இருந்த தனது அறைக்குச் சென்று, ஆடைகளைக் களைந்து குளித்துவிட்டு, இரவு உடை

அணிந்து படுக்கையில் படுத்தான். ஆனால் அறையில் இருந்த லெவின் பலவற்றையும் பேசிக்கொண்டிருந்தார் என்றாலும், தான் தெரிந்து கொள்ள விரும்புவதைக் கேட்க முடியாமல் திணறிக் கொண்டிருந்தார்.

"அவர்கள் எத்தனை அற்புதமாகச் சோப்பு தயாரிக்கிறார்கள்" என்றார் அவர். அகஃபியா மிகைலோவ்னா விருந்தினருக்காக வைத்திருந்த, ஆனால் ஆப்லான்ஸ்கி பயன்படுத்தாத நறுமணமிக்க ஒரு சோப்பின் கவரைப் பிரித்து ஆராய்ந்தார். "பாருங்கள், இது ஒரு கலைப் படைப்பு."

"ஆமாம், அனைத்திலும் எல்லாவிதமான முன்னேற்றங்களும் ஏற்பட்டுவிட்டன" என்று ஸ்டீவன் ஆர்கடியேவிச் ஆனந்தமான கொட்டாவியுடன் சொன்னான். "எடுத்துக்காட்டாகத் திரையரங்குகள் மற்றும் கேளிக்கைகள்... ஆஆ!" என்ற அவன் கொட்டாவி விட்டான்.

"ஆமாம், மின்சார விளக்கு" என்றார் லெவின். "சரி, இப்போது விரான்ஸ்கி எங்கே இருக்கிறார்?" என்று திடீரென்று கேட்ட லெவின் சோப்பைக் கீழே வைத்தார்.

"விரான்ஸ்கி?" என்ற ஸ்டீபன் ஆர்கடியேவிச் கொட்டாவியை அடக்கியபடி கேட்டான். "அவர் பீட்டர்ஸ்பர்க்கில் இருக்கிறார். நீங்கள் சென்ற சற்று நேரத்திலேயே அவர் புறப்பட்டுச் சென்று விட்டார். அதன் பிறகு அவர் ஒருமுறைகூட மாஸ்கோவிற்கு வரவில்லை. உங்களுக்குத் தெரியுமா கோஸ்டியா, நான் உண்மையைச் சொல் கிறேன்" என்று அவன் தொடர்ந்தான். அவன் தனது முழங்கையை மேசையின் மீது ஊன்றி, அவனுடைய அழகான சிவந்த முகத்தை உள்ளங்கையில் பதித்தான். அதிலிருந்த அவனுடைய தூக்கக் கலக்க மான கண்கள் நட்சத்திரங்களைப் போலப் பிரகாசித்தன. "அது உங்களுடைய தவறு. நீங்கள் உங்கள் போட்டியாளரைக் கண்டு பயந்தீர்கள். அப்போது நான் சொன்னது போல எந்தப் பக்கம் அதிக வாய்ப்புகள் இருந்தன என்று எனக்குத் தெரியாது. நீங்கள் ஏன் விடாமுயற்சி செய்யவில்லை? ஏன் நீங்கள் தடைகளை உடைக்கவில்லை? நான் அப்போதே சொன்னேன்..." என்ற அவன் வாயைத் திறக்காமல் கொட்டாவி விட்டான்.

'நான் முன்மொழிந்தது அவருக்குத் தெரியுமா இல்லையா?' என்று லெவின் அவனைப் பார்த்தவாறு நினைத்தார். 'ஆமாம், அவர் முகத்தில் ஏதோ தந்திரம் தெரிகிறது' என்று நினைத்த லெவின் தன் முகம் சிவப்பேறியதை உணர்ந்து மௌனமாக, ஸ்டீபன் ஆர்கடியேவிச்சின் கண்களை நேருக்கு நேராகச் சந்தித்தார்.

"அப்போது அவள் அப்படிச் செய்திருந்தால் அதற்கு வெளிப்புற பகட்டின் மீதிருந்த மோகமே காரணம்" என்று ஆப்லான்ஸ்கி

தொடர்ந்தான். "அவர் ஒரு பிரபுத்துவ உயர் வகுப்பைச் சேர்ந்தவராக இருப்பதும், சமூகத்தில் அவருடைய எதிர்கால நிலை பற்றிய சிந்தனையும், அவளை அந்த முடிவை எடுக்கத் தூண்டவில்லை. ஆனால் அது அவளுடைய தாயின் மீது தாக்கத்தை ஏற்படுத்தியது என்பது உங்களுக்குத் தெரியும்."

லெவின் முகம் சுளித்தார். அவர் முன்னர் அனுபவித்த நிராகரிப்பின் அவமானம் இப்போதுதான் புதியதாக ஏற்பட்ட புண்ணைப் போல அவர் இதயத்தைக் குத்திக் கிழித்தது. ஆனால் அவர் வீட்டிலிருந்த காரணத்தால் வீட்டின் சுவர்கள் அவருக்கு ஆசுவாசத்தை ஏற்படுத்தின.

"இருங்கள், இருங்கள்" என்று லெவின் ஆப்லான்ஸ்கியை இடைமறித்தார். "நீங்கள் 'பிரபுத்துவம்' என்கிறீர்கள். ஆனால் விரான்ஸ்கியின் பிரபுத்துவம் அல்லது வேறு யாருடைய பிரபுத் துவமாக இருப்பினும், என்னை ஏளனம் செய்யக்கூடிய உயர்குடியின ராக இருந்தாலும், இந்தப் பிரபுத்துவத்தை உருவாக்குவது எது என்று கேட்பதற்கு என்னை அனுமதியுங்கள். நீங்கள் விரான்ஸ்கியை ஒரு உயர்குடியினராகக் கருதுகிறீர்கள். ஆனால் நான் அப்படி நினைக்க வில்லை. ஒரு மனிதனின் தந்தை சூழ்ச்சிக்காரர் எனில் அவருடைய தாய் யாருடன் தொடர்பு வைத்திருக்கவில்லை என்பது கடவுளுக்கே வெளிச்சம்... இல்லை, மன்னிக்கவும். ஆனால் என்னை நான் ஒரு முழுமையான உயர்குடியினராகக் கருதுகிறேன். என்னைப் போன்ற வர்கள் தங்கள் குடும்பங்களின் கடந்த மூன்று அல்லது நான்கு நேர்மையான தலைமுறைகளைச் சுட்டிக்காட்ட முடியும். அவர்கள் உயர்ந்த கல்வியைப் பெற்றிருந்தனர். (திறமையும் புத்திசாலித்தனமும் வேறு விஷயம்). அவர்கள் யார் முன்பும் தங்களைத் தாழ்த்திக் கொள்ளவில்லை. என்னுடைய தந்தையும் தாத்தாவும் வாழ்ந்ததைப் போல அவர்கள் யாரையும் சார்ந்திருக்கவில்லை. இப்படிப் பலரை எனக்குத் தெரியும். காட்டில் உள்ள மரங்களை நான் கணக்கிடுவதைக் குறையாகக் காணும் நீங்கள் அதே நேரத்தில் ரியாபினினுக்கு முப்பதாயிரம் கொடுக்கிறீர்கள். ஆனால் உங்களுக்கு வாடகை போன்ற இதர வருமானங்கள் உள்ளன. எனக்கு வேறு எதுவும் தெரியாது. நான் வேறு எதையும் செய்யவும் மாட்டேன். எனவே பிறப்பாலும், உழைப்பாலும் உருவாக்கியதை நான் பொக்கிஷமாகப் போற்றுகிறேன்... நாங்கள் உயர்குடியினர். எனவே இந்த உலகின் சக்தி வாய்ந்தவர்களின் ஆதரவில் வாழ்பவர்களோ அல்லது இருபது கோபெக்குகளுக்கு விலைபோகிறவர்களோ அல்ல."

"ஆனால் நீங்கள் யாரைத் தாக்குகிறீர்கள்? நான் உங்களுடன் உடன்படுகிறேன்" என்று ஸ்டீபன் ஆர்கடியேவிச் நேர்மையாக, மகிழ்ச்சியுடன் சொன்னான். இருப்பினும் இருபது கோபெக்குகளுக்கு

வாங்கக்கூடியவர்கள் என்று லெவின் தன்னைக் குறிப்பிடுகிறார் என்பதை அவன் உணர்ந்தான். லெவினின் உற்சாகம் அவனுக்கு மிகவும் பிடித்திருந்தது. "யாரைத் தாக்குகிறீர்கள்? விரான்ஸ்கியைப் பற்றி நீங்கள் சொல்வதில் பலவும் தவறானவை என்றாலும் நான் அதைப் பற்றிப் பேசவில்லை. நான் உங்களிடம் வெளிப்படையாகப் பேசுகிறேன். உங்கள் இடத்தில் நான் இருந்திருந்தால் மாஸ்கோவுக்குச் செல்வேன்..."

"உங்களுக்கு அது தெரியுமா இல்லையா என்பது எனக்குத் தெரியாது. அதைப் பற்றி எனக்குக் கவலையும் இல்லை. நான் உங்களுக்குச் சொல்கிறேன். நான் முன் மொழிந்தேன் ஆனால் நிராகரிக்கப்பட்டேன். என்னைப் பொறுத்தவரை கத்தரீனா அலெக்ஸாண்ட்ரோவ்னா இப்போது ஒரு வலிமிகுந்த, அவமானமான ஒரு நினைவாக மட்டுமே இருக்கிறாள்."

"ஏன்? அது முட்டாள்தனம்!"

"அதைப் பற்றிப் பேச வேண்டாம். நான் உங்களிடம் முரட்டுத் தனமாக நடந்து கொண்டிருந்தால் தயவுசெய்து என்னை மன்னித்து விடுங்கள்" என்றார் லெவின். இப்போது அனைத்தையும் சொல்லி விட்ட அவர் காலையில் எந்த மனநிலையில் இருந்தாரோ அதே மனநிலைக்குத் திரும்பினார். "உங்களுக்கு என் மீது கோபமில்லையே ஸ்டீவா? தயவுசெய்து கோபப்படாதீர்கள்" என்று சிரித்துக்கொண்டே சொன்ன லெவின் அவன் கையைப் பிடித்துக் கொண்டார்.

"இல்லை, கொஞ்சம்கூட இல்லை. கோபப்படுவதற்கு ஒன்று மில்லை. நாம் பேசிக்கொண்டதில் எனக்கு மகிழ்ச்சி. உங்களுக்கே தெரியும் காலை வேட்டை நன்றாக இருக்கும். நாம் ஏன் போகக் கூடாது? எனக்குத் தூக்கம் வராது. நான் நேராக வேட்டை இடத்திலிருந்து ரயில் நிலையத்திற்குச் செல்கிறேன்" என்றான்.

"பிரமாதம்."

18

விரான்ஸ்கியின் உள்முகமான வாழ்க்கை முழுவதும் அவனு டைய ஆசைகளால் நிரம்பியிருந்த போதிலும், அவனது வெளிப்புற வாழ்க்கை, அவனது சமூகம் மற்றும் படைப்பிரிவிலும் அவற்றின் நலன்களிலும் முன்னெப்போதையும் போலவே மாற்றமின்றி தவிர்க்க முடியாத வகையில் உருண்டு சென்றது. விரான்ஸ்கியின் வாழ்க்கை யில் அவனது படைப்பரிவின் நலன்கள் ஒரு முக்கிய இடத்தை வகித்தது ஏனெனில், அவன் தனது படைப் பிரிவை நேசித்தான். அங்கிருந்தவர்களும் அவனை நேசித்ததோடு, அவன் மீது மரியாதை

யும் மதிப்பும் வைத்திருந்தனர். பெரும் செல்வமும் அற்புதமான கல்வியும் திறமையும் கொண்ட அவன், தனது லட்சியத்திற்கும், தற்பெருமைக்கும், அனைத்து வெற்றிகளுக்கும் பல்வேறு பாதைகள் திறந்திருந்த போதும், அதையெல்லாம் நிராகரித்து, படைப்பிரிவிலும் அதன் நலன்களிலும் அக்கறை கொண்டு அவற்றைத் தன் இதயத்திற்கு நெருக்கமாக வைத்துக்கொண்டான் என்பதில் அவர்கள் பெருமிதம் அடைந்தனர். தன்னைப் பற்றி அவர்கள் என்ன நினைக்கிறார்கள் என்பது விரான்ஸ்கிக்குத் தெரியும். மேலும் அவன் அந்த வாழ்க்கையை விரும்பினான் என்பதோடு, தன் மீதான நற்பெயரைத் தக்க வைத்துக்கொள்ள வேண்டிய கட்டாயத்திலும் இருந்தான்.

அவன் தனது காதலைப் பற்றி தன்னுடைய சக நண்பர்கள் யாரிடமும் பேசவில்லை. மோசமான மது விருந்துகளில் கூட அவன் அதைத் தப்பித் தவறிக்கூட நழுவவிடவில்லை (உண்மையில் அவன் ஒருபோதும் தன் கட்டுப்பாட்டை இழக்கும் அளவுக்குக் குடித்த தில்லை). மேலும் தங்களின் கவனக்குறைவால், அவனது தொடர்பைச் சுட்டிக்காட்ட முயன்ற தோழர்களின் வாயையும் அவன் மூடினான் என்பதைச் சொல்ல வேண்டியதில்லை. ஆனால் அதையும் மீறி அவனது காதல் ஊர் முழுவதும் பரவியது. திருமதி. கரீனினாவுக்கும் அவனுக்கும் இருந்த உறவை எல்லோரும் ஏறக்குறைய சரியாக யூகித்தனர். அவனுடைய காதல் சவாலானது என்பதாலும், கரீனினின் உயர்ந்த பதவியில் இருப்பதாலும், அவர்களின் காதல் சமூகத்தில் அனைவரின் கவனத்தை ஈர்த்ததாலும் பெரும்பாலான இளைஞர்கள் அவன் மீது பொறாமை கொண்டனர்.

அன்னா தூய்மையானவள் என்று அழைக்கப்பட்டு வந்ததில் நீண்ட காலமாகக் களைத்துப் போயிருந்த, அன்னாவின் மீது பொறாமை கொண்ட பெரும்பாலான இளம் பெண்கள், தாங்கள் நினைத்தது சரியாயிற்று என்பதைக் கண்டு மகிழ்ச்சியடைந்தனர். தங்கள் வெறுப்பின் முழு ஆற்றலுடன் அவள் மீது பாய்வதற்குத் தயாரான அவர்கள், மக்களின் பொதுக்கருத்து அவளுக்கு எதிராகத் திரும்பு வதை உறுதிப்படுத்தக் காத்திருந்தனர். நேரம் வரும்போது அவள் மீது சேற்றை வாரித் தூற்றுவதற்காக தயாராக இருந்தனர். பெரும் பாலான வயதானவர்களும், உயர் பதவியில் உள்ளவர்களும், எந்த நிமிடமும் வெளிப்படப்போகும் அந்த அவதூறைக் கண்டு அதிருப்தி அடைந்தனர்.

விரான்ஸ்கியின் தாயார், அவனது உறவைப் பற்றி அறிந்ததும் முதலில் மகிழ்ச்சியடைந்தார். ஏனென்றால் உயர் சமூகத்தில் ஒரு புத்திசாலி இளைஞனுக்கு, இறுதியாக இப்படியான ஒரு தொடர்பைப் போலச் சிறந்தது வேறெதுவும் இருக்க முடியாது என்று அவள் நினைத்தாள். மேலும் அவளுக்குத் திருமதி. கரீனினாவை மிகவும்

பிடித்திருந்த காரணத்தாலும், தன் மகனைப் பற்றி அவள் அதிகமும் பேசியிருந்ததாலும், அனைத்திற்கும் மேலாக, மற்ற அனைத்து அழகான, ஒழுக்கமான பெண்களைப் போலவே அன்னா அவளுக்குத் தோன்றியதாலும் அவள் மகிழ்ச்சியடைந்தாள். ஆனால் அன்னாவைப் பார்ப்பதற்காகவே, விரான்ஸ்கி தனக்குக் கிடைத்த முக்கியமான பதவியை மறுத்துவிட்டான் என்பதையும், அதன் காரணமாக உயர் பதவியில் இருப்பவர்கள் அவன் மீது அதிருப்தி கொண்டிருப்பதையும் சமீபத்தில் அறிந்த அவள் தன் எண்ணத்தை மாற்றிக்கொண்டாள். இந்த உறவைப் பற்றி அவள் தெரிந்து கொண்ட வரையில், அது ஒரு புத்திசாலித்தனமான, வசீகரமான தொடர்பு அல்ல; ஆனால், ஒருவித விரக்தியான ஆர்வத்தினால் உருவான தொடர்பு என்று அவள் கருதினாள். அவளிடம் பிறர் சொல்லியதைப் போல, அது அவனை முட்டாள்தனத்திற்கு இட்டுச் செல்லும் என்பதால் அவள் அதை விரும்பவில்லை. மாஸ்கோவிலிருந்து அவன் எதிர்பாராமல் புறப்பட்டுச் சென்ற பிறகு அவள் அவனைப் பார்க்கவில்லை. எனவே தனது மூத்த சகோதரன் மூலம், விரான்ஸ்கி தன்னை வந்து சந்திக்கும் படி கேட்டுக்கொண்டாள்.

அண்ணனும் இளையவன் மீது அதிருப்தி அடைந்தார். அது எந்த வகையான காதல், பெரியதா சிறியதா, உணர்ச்சிகரமானதா உணர்ச்சியற்றதா, ஒழுக்கமானதா ஒழுக்கமற்றதா என்பதைப் பற்றியெல்லாம் அவர் கவலைப்படவில்லை. (ஏனெனில் அவருக்குக் குழந்தைகள் இருந்தபோதும் அவரே ஒரு நடனக்காரியை வைத்திருந்தார் என்பதால் அவர் இதுபோன்ற விஷயங்களில் தயை உள்ளவராக இருந்தார்). எனினும் இது மகிழ்ச்சியாக இருக்க வேண்டியவர்களை மகிழ்விக்காத ஒரு காதல் என்பதை அவர் அறிந்தார். எனவே அவர் தன் சகோதரனின் நடத்தையை ஏற்கவில்லை.

சமூகத்திற்குச் சேவையாற்றுவது என்பதைத் தவிர விரான்ஸ்கிக்கு, அவன் தீவிரமாக விரும்பிய, குதிரைகளில் ஈடுபாடு இருந்தது.

இந்த வருடம் அதிகாரிகளின் குதிரைப் பந்தயம் நடத்துவதற்குத் திட்டமிடப்பட்டிருந்தது. அதற்கான ஒப்பந்தத்தில் கையெழுத்திட்ட விரான்ஸ்கி ஒரு ஆங்கிலக் குதிரையை வாங்கினான். அவன் அவனது காதலையும் மீறி ஆர்வத்துடன், ஆனால் சற்றே ஒதுங்கிய மனப்பான்மையுடன், வரவிருக்கும் பந்தய ஏற்பாடுகளில் ஈடுபட்டான்.

அவனுடைய இந்த இரண்டு ஆர்வங்களும் ஒன்றுக்கொன்று தடையாக இருக்கவில்லை. மாறாக, கிளர்ந்தெழச் செய்யும் வன்முறை உணர்ச்சிகளிலிருந்து தன்னை விடுவித்துக் கொண்டு ஓய்வெடுப்பதற்கு, அவனது காதலைத் தவிர வேறொரு வடிகால் அவனுக்குத் தேவைப்பட்டது.

19

கிராஸ்னோய் செலோ பந்தயங்கள் நடந்த அன்று விரான்ஸ்கி வழக்கத்தைவிட முன்னதாகவே படைப்பிரிவு அதிகாரிகளின் உணவகத்திற்கு மாட்டிறைச்சி சாப்பிட வந்தான். அவனது எடை சரியாக நூற்றி அறுபது பவுண்டுகள் இருந்ததால் அவனுக்கு உணவுக் கட்டுப்பாடுகள் ஏதும் தேவைப்படவில்லை. ஆனால் அவனால் மேற்கொண்டு தன் எடையைக் கூட்டவும் முடியவில்லை. எனவே அவன் மாவுச்சத்து மற்றும் இனிப்புகளைத் தவிர்த்தான். மேலங்கி திறந்து, உள்ளேயிருக்கும் வெள்ளைச் சட்டை தெரியும்படி, இரண்டு கைகளையும் மேசையின் மீது வைத்துத் தன்னுடைய மாட்டிறைச்சிக் காகக் காத்திருந்த அவன், மேசையிலிருந்த பிரெஞ்சு நாவலைப் பார்த்துக் கொண்டிருந்தான். அங்கு வரும் அதிகாரிகளிடம் பேச்சுக் கொடுக்கக் கூடாது என்பதற்காகவே புத்தகத்தைப் பார்த்தபடி யோசித்துக் கொண்டிருந்தான்.

இன்று பந்தயங்கள் முடிந்த பிறகு அன்னா தன்னைச் சந்திப்ப தாக வாக்குறுதியளித்ததை அவன் நினைத்துப் பார்த்தான். அவளுடைய கணவன் வெளிநாட்டிலிருந்து திரும்பிய பிறகு மூன்று நாட்களாக அவளைப் பார்க்காமல் இருந்த அவனுக்கு, இன்று அது சாத்தியமா இல்லையா என்பதும், அதை எப்படித் தெரிந்து கொள்வது என்பதும் தெரியவில்லை. தன் உறவினரான பெட்ஸியின் குடில் வீட்டில்தான் அவன் அவளைக் கடைசியாகப் பார்த்தான். அவன் கரீனின் குடில் வீட்டிற்கு முடிந்தவரை அரிதாகவே சென்று வந்தான். இப்போது அங்கு செல்ல விரும்பிய அவன் அதை எப்படிச் செய்வது என்று யோசித்துக் கொண்டிருந்தான்.

'பெட்ஸி பந்தயத்தைப் பார்க்க வருகிறீர்களா என்று என்னைக் கேட்டுவரச் சொன்னார் என்று நிச்சயமாக என்னால் சொல்ல முடியும். ஆம், கண்டிப்பாகப் போக வேண்டும்' என்று முடிவெடுத்த அவன் புத்தகத்திலிருந்து தலையை உயர்த்தினான். அவளைப் பார்க்கும் மகிழ்ச்சியைத் தெளிவாகத் தனக்குள் கற்பனை செய்தபோது அவன் முகம் மலர்ந்தது.

"என் இருப்பிடத்திற்குச் சென்று சீக்கிரம் வண்டியைத் தயார் படுத்தச் சொல்லுங்கள்" என்று சூடான வெள்ளித்தட்டில் மாட்டி றைச்சியைக் கொண்டுவந்த பணியாளிடம் சொல்லிவிட்டு, தட்டைத் தன் பக்கம் இழுத்துச் சாப்பிடத் தொடங்கினான்.

பக்கத்து அறையிலிருந்து பேச்சும் சிரிப்பும், பில்லியார்ட்ஸ் பந்துகளைத் தட்டும் ஓசையும் கேட்டது. நுழைவாயிலில் இரண்டு அதிகாரிகள் நுழைந்தனர். மிகவும் இளமையான, மென்மையான முகத்துடன், வேறு படைப்பிரிவிலிருந்து சமீபத்தில் இங்கு வந்து

சேர்ந்த இளைஞர் ஒருவர். மற்றொருவர், மணிக்கட்டில் காப்பு அணிந்து, வீங்கிய சிறிய கண்களுடன் குண்டாக இருந்த வயதான அதிகாரி.

அவர்களைப் பார்த்து முகத்தைச் சுளித்த விரான்ஸ்கி, அவர் களைக் கவனிக்காதது போல, புத்தகத்தைப் பக்கவாட்டில் பார்த்து, ஒரே நேரத்தில் சாப்பிடவும் படிக்கவும் தொடங்கினான்.

“வேலைக்கு முன்னர் வலிமை சேர்க்கிறீர்களா?” என்ற குண்டான அதிகாரி அவன் அருகில் அமர்ந்தார்.

“நீங்களே பார்க்கிறீர்கள்” என்ற விரான்ஸ்கி முகத்தைச் சுளித்த வாறு, அவரைப் பார்க்காமல் வாயைத் துடைத்தான்.

“எடை கூடும் என்ற அச்சம் இல்லையா?” என்ற அவர் அந்த இளம் அதிகாரிக்கு நாற்காலியைத் தள்ளினார்.

“என்ன?” என்று கோபத்துடன் கேட்ட விரான்ஸ்கி, தன் முகத்தைச் சுளித்து அருவருப்பை வெளிப்படுத்தித் தனது உறுதியான பற்களைக் காட்டினான்.

“இல்லை, எடை அதிகரிக்கும் என்ற பயமில்லையா?”

“சர்வர் கொஞ்சம் செர்ரி!” என்ற விரான்ஸ்கி பதில் ஏதும் சொல்லாமல் புத்தகத்தைத் தன் பக்கமாக நகர்த்தி தொடர்ந்து படித்தான்.

குண்டான அதிகாரி மதுப்பட்டியலை எடுத்து, அந்த இளம் அதிகாரியை நோக்கித் திரும்பினார்.

“நாம் என்ன குடிக்கலாம் என்பதை நீங்களே தேர்ந்தெடுங்கள்” என்று பட்டியலை அவரிடம் கொடுத்துவிட்டு அவரை ஏறிட்டார்.

“ப்ளீஸ், ஒரு ரைஸ் ஓயின்” என்று வெட்கத்துடன் சொன்ன அந்த இளம் அதிகாரி, விரான்ஸ்கியை நோட்டம் விட்டு, சிறிதே வளர்ந்திருந்த மீசையை முறுக்க முயன்றார். விரான்ஸ்கி திரும்பிப் பார்க்காததைக் கண்ட அந்த இளம் அதிகாரி எழுந்து நின்றார்.

“பில்லியார்ட்ஸ் அறைக்குப் போகலாம்” என்றார்.

குண்டான அதிகாரி அதற்குச் சம்மதித்து எழுந்து வாசலை நோக்கிச் சென்றார்.

அப்போது உயரமான, கம்பீரமான குதிரைப்படைத் தளபதி யஷ்வின் உள்ளே நுழைந்து, இரு அதிகாரிகளையும் பார்த்து இகழ்ச்சி யுடன் தலையசைத்து, விரான்ஸ்கியை நோக்கி நடந்தார்.

“ஆகா, இங்கே இருக்கிறார்!” என்று கத்தியபடி தன் பெரிய கையால் அவன் முதுகில் பலமாக அறைந்தார். விரான்ஸ்கி கோபத் துடன் திரும்பினான். ஆனால், அவன் முகம் உடனடியாக மலர்ந்து,

தனது தனித்துவமான, இயல்பான, உறுதியான மென்மையால் பிரகாசித்தது.

"புத்திசாலித்தனமாகச் செய்தாய் அல்யோஷா" என்று கேப்டன் உரத்த குரலில் கூறினார். "இப்போது சற்றே சாப்பிட்டுக் குடியுங்கள்."

"எனக்குச் சாப்பிட விருப்பமில்லை."

"பிரிக்க முடியாத ஜோடிகள்" என்ற யஷ்வின் அப்போது அறையிலிருந்து வெளியேறிய இரண்டு அதிகாரிகளையும் கேலியாகப் பார்த்தார். அங்கியின் மேலே கயிறுகளால் இறுக்கமாகச் சுற்றியிருந்த தன்னுடைய கால்களை வளைத்து, விரான்ஸ்கியின் அருகில் அமர்ந் தார். அவரது கால்கள் நாற்காலிகளின் உயரத்திற்கு மிக நீளமாக இருந்தன. "நீங்கள் ஏன் நேற்று கிராஸ்னோய் செலோ தியேட்டரில் நிற்கவில்லை? நியூமரோவா அப்படி ஒன்றும் மோசமானவர் அல்ல. நீங்கள் எங்கே இருந்தீர்கள்?"

"ட்வெர்ஸ்கோய்ஸில் நான் அதிக நேரம் தங்க நேர்ந்தது" என்று விரான்ஸ்கி பதிலளித்தான்.

"ஆகா!" என்றார் யஷ்வின்.

யஷ்வின் ஒரு சூதாடி, குடிகாரர், எந்தக் கொள்கையும் இல்லாதவர் என்பது மட்டுமல்ல, ஒழுக்கக்கேடான கொள்கைளை உடையவர். படைப்பிரிவில் விரான்ஸ்கிக்கு யஷ்வின் நெருங்கிய நண்பராக இருந்தார். அவருடைய அசாதாரமாண உடல் வலிமைக்காக விரான்ஸ்கி அவரை நேசித்தான். ஒரு மீனைப் போல குடித்துவிட்டு, தூங்காமல் ஒன்றும் நடக்காதது போல அவரால் இருக்க முடியும். மேலும் தனது மகத்தான செல்வாக்கினால், உயர் அதிகாரிகளிடமும் சக ஊழியர்களிடமும் தனது உறவுகளில் பயத்தையும் மரியாதை யையும் பேணினார். அவர் குடித்த நிலையிலும், எப்போதும் நிலை தடுமாறாமல் நுட்பமாக விளையாடி, சீட்டாட்டத்தில் பலரையும் மண்ணைக் கவ்வ வைத்தார். எனவே ஆங்கிலக் கிளப்பில் அவர் முதன்மையான சூதாடியாகக் கருதப்பட்டார். குறிப்பாக யஷ்வின் தன்னை நேசிப்பது தனது பெயருக்காகவோ அல்லது பணத்திற் காகவோ அல்லாமல் தனக்காகவே என்பதை உணர்ந்த காரணத்தால் விரான்ஸ்கி அவரை மெச்சினான். எல்லோரையும் விட அவரிடம் மட்டுமே தன் காதலைப் பற்றி விரான்ஸ்கி பேச விரும்பினான். யஷ்வின் அனைத்து உணர்வுகளையும் கடந்தவராக இருந்தாலும், அவரால் மட்டுமே இப்போது தனது முழு வாழ்க்கையையும் ஆக்கிரமித்துள்ள, அந்த வலிமையான மோகத்தைப் புரிந்துகொள்ள முடியும் என்று அவன் உணர்ந்தான். தவிரவும் யஷ்வின் கிசுகிசுக்கள் மற்றும் அவதூறுகளைக் கண்டு மகிழ்ச்சியடையவில்லை என்றும், அவனது உணர்வுகளை அவர் சரியான முறையில் புரிந்துகொண்டார்

என்றும், இந்தக் காதல் ஒரு நகைச்சுவையோ அல்லது வெறும் கேளிக்கையோ அல்ல மாறாக, மிகவும் தீவிரமான, முக்கியத்துவம் வாய்ந்த ஒன்று என்பதை அவர் புரிந்துகொண்டர் என்றும் அவன் நம்பினான்.

விரான்ஸ்கி தன் காதலைப் பற்றி அவரிடம் பேசவில்லை என்றாலும், அவருக்கு எல்லாம் தெரியும் என்பதையும், அவர் எல்லாவற்றையும் சரியான முறையில் புரிந்துகொண்டார் என்பதையும் அவருடைய கண்களில் கண்ட அவன் மகிழ்ச்சியடைந்தான்.

“ஆகா, ஆமாம்!” என்று அவர் விரான்ஸ்கி ட்வெர்ஸ்கோய்ஸில் இருந்ததற்குப் பதிலளிக்கும் விதமாகக் கூறினார். மேலும் தனது கருப்பு நிறக் கண்கள் மின்ன, அவருடைய கெட்டபழக்கமான, தனது மீசையின் வலது பக்கத்தைத் தன் வாயில் வைத்துக் கடிக்கத் தொடங்கினார்.

“சரி, நேற்றிரவு என்ன நடந்தது? வெற்றிதானே?” என்று விரான்ஸ்கி கேட்டான்.

“எட்டாயிரம். ஆனால் மூன்று கணக்கில் சேரவில்லை. அவர் அதற்குப் பணம் கொடுக்கப் போவதில்லை.”

“அப்படியானால் நீங்கள் என் பொருட்டு இழக்கலாம்” என்று விரான்ஸ்கி சிரித்தபடி கூறினான். (யஷ்வின் விரான்ஸ்கியிடம் ஒரு பெரிய தொகைக்குப் பந்தயம் கட்டியிருந்தார்).

“நான் எதற்காகவும் இழந்துவிட வாய்ப்பில்லை.”

“மகோட்டின் மட்டுமே ஆபத்தானவர்.”

உரையாடல் அன்றைய பந்தயத்தின் எதிர்பார்ப்புகளைப் பற்றித் திரும்பியது. இப்போது அவனால் அதைப் பற்றி மட்டுமே யோசிக்க முடிந்தது.

“போகலாம், நான் முடித்துவிட்டேன்” என்று சொல்லி எழுந்த விரான்ஸ்கி வாசலை நோக்கி நடந்தான். யஷ்வினும், தனது பெரிய கால்களையும் முதுகையும் நிமிர்த்திவிட்டு எழுந்து நின்றார்.

“எனக்கு இன்னும் சாப்பிடுவதற்கு நேரமாகவில்லை. ஆனால், நான் குடிக்க முடியும். இதோ வருகிறேன். ஏய் ஒயின்!” என்று, கட்டளைக்குப் பெயர் போன தனது அடிக்குரலில் ஜன்னல் கண்ணாடிகள் அதிரும்படி கத்தினார். “இல்லை, வேண்டாம்” என்று உடனே கத்திய அவர், “நீங்கள் வீட்டிற்குச் செல்வதானால் நானும் உங்களுடன் வருகிறேன்” என்று சொன்னார்.

அவரும் விரான்ஸ்கியும் அங்கிருந்து சென்றனர்.

20

இரண்டு பகுதிகளாகப் பிரிக்கப்பட்ட, சுத்தமான, விசாலமான, பின்லாந்து வகை குடில் வீட்டில் விரான்ஸ்கி நின்றிருந்தான். பெட்ரிட்ஸ்கியும் அவனுடன் முகாமில் குடியிருப்பைப் பகிர்ந்து கொண்டார். விரான்ஸ்கியும் யஷ்வினும் குடிலுக்குள் நுழைந்த போது பெட்ரிட்ஸ்கி தூங்கிக்கொண்டிருந்தார்.

"எழுந்திருங்கள், தூங்கியது போதும்" என்று யஷ்வின் தடுப்புக்குப் பின்னால் சென்று, பரட்டைத் தலையுடன் தலையணையில் மூக்கைப் புதைத்திருந்த பெட்ரிட்ஸ்கியின் தோளில் ஒரு அடி கொடுத்தார்.

சட்டென்று திடுக்கிட்டு எழுந்த பெட்ரிட்ஸ்கி சுற்றிலும் பார்த் தார்.

"உங்கள் சகோதரர் இங்கே வந்தார். என்னை எழுப்பிய அவரைப் பிசாசு எடுத்துக் கொள்ளட்டும்" என்று விரான்ஸ்கியிடம் சொன்ன அவர், மீண்டும் போர்வையை இழுத்து மூடிக்கொண்டு, தலை யணையில் விழுந்தார். "ஓ, என்னை விடுங்கள் யஷ்வின்" என்று போர்வையை இழுத்த யஷ்வின் மீது கோபத்தைக் காட்டினார். "என்னைத் தனியே விடுங்கள்" என்று திரும்பிய அவர் தன் கண் களைத் திறந்தார். "என்ன குடிக்கலாம் என்பதை நீங்கள் முடிவு செய்வது நல்லது. என் நாக்கில் இந்த மோசமான சுவை உள்ளது..."

"எல்லாவற்றிலும் சிறந்தது வோட்கா" என்று யஷ்வின் முனகி னார். "யாரங்கே! எஜமானருக்கு வோட்காவும் ஊறுகாயும்" என்று கத்திய அவர் தனது சொந்தக் குரலைக் கேட்க விரும்பினார்.

"வோட்காவா?" என்று பெட்ரிட்ஸ்கி முகத்தைச் சுளித்து, கண்களைத் துடைத்துக் கொண்டே கேட்டார். "நீங்கள் குடிக்கிறீர் களா? எப்போதும் சேர்ந்து குடிப்பதுதான் குடிக்கு அழகு! விரான்ஸ்கி நீங்கள் குடிப்பீர்களா?" என்று எழுந்த பெட்ரிட்ஸ்கி, தனது கைகளுக்குக் கீழே போர்வையால் போர்த்திக் கொண்டார்.

அவர் தடுப்பைத் தாண்டிச் சென்று, கைகளை உயர்த்தி பிரெஞ்சில் பாடத் தொடங்கினார். "ஒரு ஊரில் ஒரு ராஜா இருந் தார்... விரான்ஸ்கி நீங்கள் குடிப்பீர்களா?"

"வெளியே போகிறேன்" என்ற விரான்ஸ்கி, தனது பணியாள் வைத்திருந்த மேல்கோட்டை அணிந்து கொண்டான்.

"நீங்கள் எங்கே போகிறீர்கள்?" என்று விரான்ஸ்கியிடம் கேட்டார் யஷ்வின். வண்டி வருவதைப் பார்த்த அவர், "இதோ வண்டி" என்றார்.

“லாயத்திற்கு குதிரைகள் சம்பந்தமாக நான் பிரையன்ஸ்கியைப் பார்க்க வேண்டும்” என்றான் விரான்ஸ்கி.

பீட்டர்ஹோப்பிலிருந்து சுமார் ஏழு மைல் தொலைவில் உள்ள பிரையன்ஸ்கியின் வீட்டில் அவரைச் சந்தித்து, குதிரைகளுக்கான பணத்தைக் கொடுத்து விட்டு, அங்கு சற்று நேரம் தங்குவதாக அவரிடம் உறுதியளித்திருந்தான். ஆனால் அவன் அங்கு மட்டும் செல்லவில்லை என்பதை அவரது தோழர்கள் உடனே புரிந்து கொண்டனர்.

பெட்ரிட்ஸ்கி தொடர்ந்து பாடிக்கொண்டே, “அது எந்த பிரையன்ஸ்கி என்று எங்களுக்குத் தெரியும்” என்பதுபோல தன் கண்களைச் சிமிட்டி உதட்டைப் பிதுக்கினார்.

“தாமதமாகாமல் பார்த்துக் கொள்ளுங்கள்!”என்று மட்டுமே சொன்ன யஷ்வின் விஷயத்தை மாற்றுவதற்காக, “என் குதிரை நன்றாக வேலை செய்கிறதா?” என்று அவர் தான் விற்ற குதிரையை ஜன்னல் வழியாகப் பார்த்தபடி கேட்டார்.

“பொறுங்கள்” என்று பெட்ரிட்ஸ்கி ஏற்கனவே கிளம்பிவிட்ட விரான்ஸ்கியிடம் கத்தினார். “உங்கள் சகோதரர் உங்களுக்கு ஒரு கடிதத்தையும் குறிப்பையும் கொடுத்தார். நில்லுங்கள், அவை எங்கே?”

விரான்ஸ்கி நின்றான்.

“சரி, அவை எங்கே?”

“அவை எங்கே என்பதுதான் கேள்வி!” என்று தீவிரமாக கேட்டுக்கொண்டே பெட்ரிட்ஸ்கி மூக்கின் மேல் ஆள்காட்டி விரலை வைத்தான்.

“சொல்லுங்கள், இது முட்டாள்தனம்!” என்று விரான்ஸ்கி சிரித்துக் கொண்டே சொன்னான்.

“நான் அவற்றை நெருப்புக்கு உணவாகப் போடவில்லை என்பது நிச்சயம். இங்குதான் எங்காவது இருக்க வேண்டும்.”

“சரி, போதும் வேடிக்கை! கடிதம் எங்கே?”

“இல்லை, நான் மறந்துவிட்டேன். அல்லது நான் கனவு ஏதேனும் கண்டேனா? பொறுங்கள், பொறுங்கள்! கோபத்தினால் என்ன பயன்? நேற்றிரவு என்னைப் போல நீங்களும் நான்கு பாட்டில்கள் குடித்திருந்தால், நீங்கள் எங்கு விழுந்து கிடந்தீர்கள் என்பதை நீங்களும் மறந்து விடுவீர்கள். பொறுங்கள், இதோ ஒரு நொடியில் ஞாபகம் வந்துவிடும்!”

பெட்ரிட்ஸ்கி தடுப்புக்குப் பின்னால் சென்று தனது படுக்கை யில் படுத்துக்கொண்டார்.

"பொறுங்கள்! நான் இப்படிப் படுத்திருந்தேன், அவர் அப்படி நின்று கொண்டிருந்தார். ஆமாம், ஆமாம்... இதோ இங்கே!" என்று பெட்ரிட்ஸ்கி மெத்தையின் அடியில் மறைத்து வைத்திருந்த அந்தக் கடிதத்தை வெளியே எடுத்தார்.

விரான்ஸ்கி அந்தக் கடிதத்தையும் தன் சகோதரனின் குறிப்பை யும் வாங்கிக் கொண்டான். அவன் எதிர்பார்த்ததைப் போல, அவன் வராததற்குக் கண்டித்து அவனது தாயாரிடமிருந்து வந்த கடிதம் அது. பேச வேண்டும் என்ற தன் சகோதரனின் குறிப்பையும் பார்த்தான். விரான்ஸ்கிக்கு அவை இரண்டும் ஒன்று தான் என்பது நன்றாகத் தெரியும். "இது என்ன வேலை அவர்களுக்கு!" என்று நினைத்த அவன் கடிதத்தைச் சுருட்டி கோட்டின் பொத்தான்களுக்கு இடையில் திணித்து, வழியில் அவற்றைக் கவனமாகப் படிப்பதற்காக வைத்துக் கொண்டான். குடிலின் முன் மண்டபத்தில் அவனை இரண்டு அதிகாரிகள் சந்தித்தனர். ஒருவர் அவனுடைய படைப் பிரிவைச் சார்ந்தவர் மற்றவர் வேறு படைப் பிரிவைச் சார்ந்தவர்.

விரான்ஸ்கியின் குடியிருப்புகள் எப்போதும் அனைத்து அதிகாரிகளுக்கும் தங்குமிடமாக இருந்தன.

"நீங்கள் எங்கே போகிறீர்கள்?"

"நான் பீட்டர்ஹோப்பிற்குப் போகிறேன்."

"பந்தயக் குதிரை ஜார்ஸ்கோயேவிலிருந்து வந்ததா?"

"ஆமாம், ஆனால் நான் இன்னும் அவளைப் பார்க்கவில்லை,"

"மகோட்டினின் கிளாடியேட்டர் நொண்டியாகிவிட்டது என்கிறார்கள்."

"இந்தச் சேற்றில் நீங்கள் எப்படிப் போக முடியும்?" என்றார் மற்றொருவர்.

"இதோ என் இரட்சகர்கள் வந்துவிட்டார்கள்!" என்ற பெட்ரிட்ஸ்கி உள்ளே நுழைந்த புதியவர்களைக் கண்டதும் கூவினார். ஒரு தட்டில் வோட்காவும் ஊறுகாயும் ஏந்தி அவரது வேலைக்காரன் அவருக்கு முன்னால் நின்றான். "புத்துணர்ச்சியோடு இருப்பதற்கு யஷ்வின் என்னைக் குடிக்கச் சொல்கிறார்."

"சரி, நேற்று மாலையில் எதற்காக எங்களைக் குடிக்க வைத்தீர் கள்?" என்றார் புதியவர்களில் ஒருவர். "நீங்கள் இரவு முழுவதும் எங்களைத் தூங்கவிடவில்லை."

"ஆனால் அது எப்படி இருந்தது!" என்ற பெட்ரிட்ஸ்கி நேற்று நடந்ததை நினைவு கூர்ந்தார். "வோல்கோவ் கூரையில் ஏறி நின்று தான் சோகமாக இருப்பதாகச் சொன்னார். 'எங்களுக்காகக் கொஞ்சம் பாட்டு பாடுங்கள், ஈமச்சடங்கு ஊர்வலம் நடத்துங்கள்!' என்றேன்

நான். இறுதி ஊர்வலத்திற்காக அவர் கூரை மீது அப்படியே தூங்கி விட்டார்."

"வோட்காவைத் தவறாமல் குடியுங்கள். ஆனால் பிறகு நிறைய எலுமிச்சை கலந்த தண்ணீரைக் குடிக்கவும்" என்று யஷ்வின் ஒரு குழந்தைக்கு மருந்து புகட்டும் தாயைப் போல பெட்ரிட்ஸ்கியின் அருகில் நின்று கூறினார். "அதன் பிறகு கொஞ்சம் ஷாம்பெயின், ஒரு சிறிய பாட்டில்."

"இப்போது அது புத்திசாலித்தனம். பொறுங்கள் விரான்ஸ்கி குடிக்கலாம்."

"இல்லை, கனவான்களே, நான் இன்று குடிக்க மாட்டேன். குட் பை."

"ஏன் உடல் எடை அதிகரிக்காமல் இருக்கவா? சரி, நாங்கள் தனியாகக் குடிக்கிறோம். தண்ணீரும் எலுமிச்சை பழமும் கொண்டு வாருங்கள்" என்றார்.

அவன் அங்கிருந்து முன் அறைக்குச் செல்வதற்கு முன் யாரோ ஒருவர், "விரான்ஸ்கி!" என்று கூச்சலிட்டார்.

"என்ன?"

"உங்கள் தலைமுடியை வெட்ட வேண்டும். குறிப்பாக அது வழுக்கையான இடத்தில் மிக அதிகமாக உள்ளது."

உண்மையில் விரான்ஸ்கி ஏற்கனவே தனது தலைமுடியை இழக்கத் தொடங்கியிருந்தான். அவன் கலகலவென்று சிரித்துவிட்டு, தன் பற்களைக் காட்டி, தொப்பியால் வழுக்கையை மறைத்துக் கொண்டு, வெளியே சென்று வண்டியில் ஏறினான்.

"லாயத்திற்கு!" என்று சொன்ன அவன் அந்தக் கடிதங்களை எடுத்துப் படிக்க முயன்றவன், குதிரையைப் பரிசோதிப்பதற்கு முன்னால் கவனம் சிதறிவிடக் கூடாது என்பதற்காகத் தன் மனதை மாற்றிக்கொண்டான். "பிறகு படிக்கலாம்!"

21

குதிரைப் பந்தயம் நடக்கும் பாதைக்கு அருகில், மரத்தாலான தற்காலிக லாயம் அமைக்கப்பட்டிருந்தது. அவனது குதிரை நேற்றைய தினம் அங்குதான் கொண்டு வரப்பட்டது. அவன் இன்னும் அவளைப் பார்க்கவில்லை. கடந்த சில நாட்களாக அவன் அவளுடன் பயிற்சிக்குச் செல்லாமல், பயிற்சியாளரிடம் ஒப்படைத்திருந்த அவனுக்கு, குதிரை எந்த நிலையில் இங்கு வந்தது, தற்போது என்ன நிலையில் இருக்கிறது என்பது தெரியவில்லை. அவன் வண்டியை

விட்டு இறங்கியதும், தூரத்திலேயே கண்டுகொண்ட அவனது குதிரைக்காரன் பயிற்சியாளரை வரவழைத்தான். உயரமான காலணிகளையும் குட்டையான மேலங்கியும் அணிந்த ஒல்லியான ஆங்கிலேயர், குறுந்தாடியுடன், ஒரு ஜாக்கியின் மோசமான நடையுடன், முழங்கைகளை விரித்து, அசைந்தாடிக் கொண்டே அவனைச் சந்திக்க வெளியே வந்தார்.

"நல்லது, ப்ரூப்ரூ எப்படி இருக்கிறாள்?" என்று விரான்ஸ்கி ஆங்கிலத்தில் கேட்டான்.

"நன்றாக இருக்கிறாள்" என்று தொண்டைக்குள் எங்கிருந்தோ ஆங்கிலேயரின் குரல் கேட்டது. "உள்ளே போகாமலிருப்பதே நல்லது" என்று தொப்பியை உயர்த்தினார். "குதிரை பதட்டமாக இருப்பதால் நான் முகவாய் போட்டிருக்கிறேன். உள்ளே போகாமலிருப்பது நல்லது. அது குதிரையின் மன அமைதியைக் கெடுக்கும்."

"இல்லை, நான் உள்ளே போக விரும்புகிறேன். நான் அவளைப் பார்க்க விரும்புகிறேன்."

"வாருங்கள்" என்று முகம் சுளித்த ஆங்கிலேயர், முன்பு போலவே வாயைத் திறக்காமல் சொல்லிவிட்டு, முழங்கைகளை ஆட்டி, தளர்ந்த நடையில் சென்றார்.

அவர்கள் கொட்டகைக்கு முன்பிருந்த சிறிய முற்றத்திற்குள் நுழைந்தனர். சுத்தமான உடையணிந்து கையில் துடைப்பத்துடன் இருந்த சிறுவன், அவர்கள் உள்ளே வந்ததும், அவர்களைப் பின் தொடர்ந்து சென்றான். கொட்டகையில் ஐந்து குதிரைகள் நின்றிருந்தன. அன்று அங்கு கொண்டுவரப்பட்ட தன்னுடைய முக்கியப் போட்டியாளரான மகோட்டினின் தவிட்டு நிற கிளாடியேட்டர் அங்குதான் நிற்க வேண்டும் என்று நினைத்தான் விரான்ஸ்கி. தனது சொந்தக் குதிரையைத் தவிர தான் ஒருபோதும் பார்த்திராத கிளாடியேட்டரைப் பார்ப்பதற்கு விரான்ஸ்கி விரும்பினான். ஆனால் குதிரைப் பந்தயத்தின் நெறிமுறைகளின்படி, தான் அதைப் பார்க்க முடியாது என்பது மட்டுமல்ல, அதைப் பற்றி விசாரிப்பதும் முறையற்றது என்பது விரான்ஸ்கிக்குத் தெரியும். அவன் நடந்து செல்லும் போது, இடதுபுறத்திலிருந்த இரண்டாவது கதவை சிறுவன் திறந்தபோது, விரான்ஸ்கி வெள்ளைக் கால்களுடன் ஒரு பெரிய தவிட்டு நிறத்தைப் பார்த்தான். அது கிளாடியேட்டர் என்பதை அறிந்த அவன், யாரோ ஒருவரின் கடிதத்தைத் திறந்து பார்த்தது போல உடனடியாகத் திரும்பிக் கொண்டு தன்னுடைய ப்ரூப்ரூ இருந்த தடுப்புக்குச் சென்றான்.

"இந்தக் குதிரை மகோ... மகோ... சொந்தமானது. அந்தப் பெயரை என்னால் சொல்ல முடியாது" என்று அவனுடைய

தோளுக்குப் பின்னால் சொன்ன ஆங்கிலேயர் தனது அழுக்கான கைவிரலால் சுட்டிக்காட்டினார்.

“மகோட்டினா? ஆமாம், அவர்தான் என்னுடைய தீவிர போட்டியாளர்” என்றான் விரான்ஸ்கி.

“நீங்கள் அதை ஓட்டினால் நான் உங்கள் மீது பந்தயம் கட்டு வேன்” என்றார் ஆங்கிலேயர்.

“அது வலிமையானது என்றால் என்னுடைய ப்ரூப்ரூ தைரிய மானவள்” என்று தனது குதிரையைப் பாராட்டிய விரான்ஸ்கி புன்னகைத்தான்.

“செங்குத்தான தடைகளைத் தாண்டுவது ஆற்றலையும் துணி வையும் பொறுத்தது” என்றார் ஆங்கிலேயர்.

விரான்ஸ்கி அந்த ஆற்றலும் துணிவும் தனக்குப் போதுமான அளவு இருப்பதாக உணர்ந்தது மட்டுமின்றி, தன்னைவிட துணிவு இந்த உலகில் வேறு யாரிடமும் இருக்க முடியாது என்று உறுதியாக நம்பினான்.

“இன்னும் கடினமான பயிற்சி தேவையில்லை என்று உறுதியாக நம்புகிறீர்களா?”

“தேவையில்லை” என்றார் ஆங்கிலேயர். “தயவுசெய்து சத்த மாகப் பேசாதீர்கள். குதிரை உணர்ச்சிவசப்படும்” என்று தொடர்ந்த அவர், அவர்கள் நின்றிருந்த தடுப்பு சாத்தியிருப்பதைக் கண்டு தலையசைத்தார். உள்ளே வைக்கோல் மீது குளம்புகள் கிளறும் சத்தம் கேட்டது.

அவர் கதவைத் திறந்ததும் விரான்ஸ்கி உள்ளே நுழைந்தான். சிறிய ஜன்னல் வழியாகக் குறைந்த அளவு வெளிச்சம் உள்ளே வந்து கொண்டிருந்தது. வைக்கோல்களின் மீது தன் கால்களால் கிளறிய அடர்ந்த கருப்பு நிறத்திலிருந்த அவள் முகவாய் பூட்டிய நிலையில் நின்றிருந்தாள். குறைந்த வெளிச்சத்தில் அவளைச் சுற்றிலும் பார்த்த விரான்ஸ்கி, அவளிடம் தனக்குப் பிடித்த அனைத்து அம்சங்களையும் தன்னிச்சையாக ஒரே பார்வையில் முழுமையாக உள்வாங்கினான். ப்ரூப்ரூ சராசரி உயரமுள்ள குதிரை என்றாலும் அவளுடைய மச்சங்களில் குறை ஏதும் சொல்ல முடியாது. அவளது மார்புப் பகுதி நன்றாக வளைந்திருந்தாலும் குறுகலாக இருந்தது. அவளது பிட்டம் சற்றே சரிந்திருக்க, அவளது முன்கால்கள், குறிப்பாக அவளது பின்னங்கால்கள் குறிப்பிடத்தக்க வகையில் உள்நோக்கி வளைந்திருந்தன. அவளது பின்னங்கால் மற்றும் முன்கால்களில் தசைகள் பெரியதாக இல்லை. ஆனால் குதிரை வழக்கத்திற்கு மாறாக அகலமான சுற்றளவைக் கொண்டிருந்தது. இப்போது பயிற்சிக்குப் பிறகு அது கச்சிதமான வடிவத்தில் மெலிந்த வயிற்றுடன் இருந்தது.

முன்பக்கத்திலிருந்து பார்க்கையில் முழங்காலுக்குக் கீழே அவளது கால் எலும்புகள் ஒரு விரலைவிட அதிக தடிமனாகத் தெரியவில்லை. ஆனால் பக்கவாட்டிலிருந்து பார்க்கையில் வழக்கத்திற்கு மாறாக அகலமாக இருந்தது. அவளுடைய விலா எலும்புகளைத் தவிர, அவள் உடலின் அனைத்துப் பாகங்களும் பிழிந்து வெளியே இழுக்கப்பட்டது போல இருந்தது. ஆனால் அவளிடத்தில் இருந்த உயர்ந்த குணம் அவளுடைய அனைத்துக் குறைபாடுகளையும் மறக்கச் செய்தது. இரத்தம் அனைத்தையும் சொல்லும் என்று ஆங்கிலப் பழமொழி சொல்வது போல அது அவளுடைய பிறப்பு. நன்றாகத் திரண்டிருந்த தசைகள் மெல்லிய பட்டின் மென்மைக்கு நிகரான அவளது தோல் முழுவதும் படர்ந்து, எலும்பைப் போல வலிமையாகத் தோன்றியது. அவளது மெலிந்த தலையில், நீண்டு பளபளத்த மகிழ்ச்சியான கண்கள் மூக்கு வரையிலும் விரிந்திருந்தன. அவளுடைய முழு உருவமும் குறிப்பாக அவளுடைய தலை ஆற்றலு டையதாக இருந்த அதே நேரத்தில் மென்மையான தோற்றத்தையும் கொண்டிருந்தது. இயற்கையான அமைந்த வாயின் அமைப்பினால் பேச முடியாத விலங்குகளில் அவளும் ஒருத்தி.

விரான்ஸ்கிக்கு அவளைப் பார்த்து இப்போது தான் உணர்ந்த அனைத்தையும், குறைந்தபட்சம் அவளும் புரிந்து கொண்டாள் என்று தோன்றியது. அவன் உள்ளே வந்ததும் அவள் ஒரு ஆழமான மூச்சை இழுத்து, வெள்ளைக் கண்களை உருட்டி இரத்தம் போல சிவப்பேறிய கண்களைக் காட்டி, எதிரே வந்தவர்களைப் பார்த்து தன் மூக்கை உயர்த்தி, கால்களை மாற்றி வைத்துக் கொண்டு நின்றாள்.

“அவள் எப்படிக் கிளர்ச்சியடைகிறாள் என்று நீங்களே பாருங் கள்” என்றார் ஆங்கிலேயர்.

“ஓ, அன்பே!” என்ற விரான்ஸ்கி அவளைச் சமாதானப்படுத்த நெருங்கினான்.

ஆனால் அவன் அருகில் நெருங்கிய போது அவள் மேலும் பதட்டமடைந்தாள். அவன் அவளது முகத்திற்கு அருகில் நெருங்கிய பிறகு சட்டென்று அவள் அமைதியடைந்தாள். அவளது மெல்லிய மென்மையான தோலின் கீழ் அவளது தசைகள் இழுபட்டன. விரான்ஸ்கி அவளது வலிமையான கழுத்தைத் தடவி, ஒரு பக்கமாக விழுந்திருந்த பிடரி மயிரைச் சரிசெய்து, தன் முகத்தை, வௌவால் இறக்கை போலிருந்த மூக்கின் அருகே கொண்டு சென்றான். அவள் ஓசையுடன் மூச்சை உள்ளிழுத்து, மூக்கு வழியாகக் காற்றை வெளி யேற்றி நடுங்கினாள். அவள் தனது ஒரு காதைத் தொங்கப்போட்டு, தனது வலிமையான கருப்பு உதட்டை, அவன் சட்டையைப் பிடிக்க விரும்புவது போல, விரான்ஸ்கியை நோக்கி நீட்டினாள். முகவாய் பூட்டியிருப்பதை நினைவு கொண்ட அவள் ஒரு குலுங்கலுடன்

தனது மெல்லிய கால்களில் ஒன்றையும் பிறகு மற்றொன்றையும் அசைக்கத் தொடங்கினாள்.

"அமைதி கண்ணே அமைதி!" என்ற அவன் மீண்டும் அவளைத் தட்டிக் கொடுத்தான். குதிரை நல்ல நிலையில் உள்ளது என்ற மனநிறைவோடு அவன் அங்கிருந்து வெளியேறினான்.

குதிரையின் கிளர்ச்சியும் பதட்டமும் விரான்ஸ்கிக்கும் தொற்றியது. இரத்தம் தன் இதயத்தில் பாய்வதை உணர்ந்த அவன் குதிரையைப் போல, நகரவும், கடிக்கவும் விரும்பினான். அது அவனுக்கு அளவற்ற ஆனந்தமாகவும் அச்சம் தருவதாகவும் இருந்தது.

"நல்லது, நான் உங்களைத்தான் நம்பியிருக்கிறேன்" என்று ஆங்கிலேயரைப் பார்த்துத் திரும்பினான். "ஆறரை மணிக்கு அங்கே இருக்க வேண்டும்" என்றான்.

"அனைத்தும் தயாராக உள்ளன" என்றார் ஆங்கிலேயர். "நீங்கள் எங்கே செல்கிறீர்கள் பிரபு?" என்று அவர் எதிர்பாரதவிதமாக 'பிரபு' என்ற பட்டத்தைப் பயன்படுத்தினார்.

விரான்ஸ்கி வியப்புடன் தலை நிமிர்ந்து, அவருடைய கேள்வியின் தைரியத்தைக் கண்டு வியந்து, ஆங்கிலேயரின் கண்களைப் பார்க்காமல், அவருடைய முன்நெற்றியைப் பார்த்தான். ஆனால் அந்த ஆங்கிலேயர் இந்தக் கேள்வியைத் தன்னை ஒரு முதலாளியாக இல்லாமல் ஒரு ஜாக்கியாக முன்வைக்கிறார் என்பதை உணர்ந்த அவன் அவருக்குப் பதிலளித்தான்.

"நான் பிரையன்ஸ்கியின் வீட்டிற்குச் செல்ல வேண்டும். நான் ஒரு மணி நேரத்தில் திரும்பி விடுவேன்."

"இந்தக் கேள்வியை இன்று நான் எத்தனை முறை எதிர்கொண்டு விட்டேன்!" என்று தனக்குள் சொல்லிக்கொண்ட அவன் வெட்க மடைந்தான். அது அவனுக்கு நேர்ந்த ஒரு அபூர்வ நிகழ்வு. ஆங்கிலேயர் அவனை உற்றுப் பார்த்து, அவன் எங்கே செல்கிறான் என்பதை அறிந்தவர் போல மேலும் சொன்னார்:

"பந்தயத்திற்கு முன் அமைதியாக இருக்க வேண்டும் என்பது தான் முதல் பாடம். வெளியே போக வேண்டாம். உங்களை எதற்காகவும் வருத்தப்படுத்திக் கொள்ள வேண்டாம்" என்றார் அவர்.

"நல்லது" என்று புன்னகைத்த விரான்ஸ்கி ஆங்கிலத்தில் பதில் சொல்லிவிட்டு வண்டியில் ஏறி பீட்டர்ஹோப்பிற்குச் செல்லும்படி உத்தரவிட்டான்.

காலை முதலே அச்சுறுத்தி வந்த புயல் மேகங்கள் விலகி மழையைக் கட்டவிழ்த்து விட்டபோது, அவன் வண்டியில் சில அடிகள் மட்டுமே சென்றிருந்தான்.

'இது மோசம்!' என்று நினைத்த விரான்ஸ்கி வண்டியின் முகப்பை மூடினான். 'முன்பு சேறும் சகதியுமாக இருந்த அது இப்போது ஒரு சரியான சதுப்பு நிலமாக இருக்கும்.' மூடிய வண்டியின் தனிமையில் இருந்த அவன், தனது தாயின் கடிதத்தையும், சகோதரனின் குறிப்பையும் எடுத்துப் படித்தான்.

ஆமாம், எல்லாம் திரும்பத் திரும்ப ஒரே விஷயம்தான். அவனது தாயார், அவனது அண்ணன் அனைவரும் தன்னுடைய சொந்த விவகாரத்தில் தலையிட வேண்டும் என்று நினைக்கிறார்கள். இந்தக் குறுக்கீடு அவனது வெறுப்பைத் தூண்டியது. இது அவன் அரிதாகவே அனுபவித்த ஓர் உணர்வு. 'அவர்களுக்கு ஏன் இந்த வேலை? என்னைக் கவனித்துக் கொள்வதை அனைவரும் ஏன் தங்களுடைய கடமையாகக் கருதுகிறார்கள்? அவர்கள் என்னை ஏன் துன்புறுத்துகிறார்கள்? ஏனெனில் இதை அவர்கள் தங்களால் புரிந்துகொள்ள முடியாத ஒன்றாகப் பார்க்கிறார்கள். இது ஒரு சாதாரணமான கொச்சையான ஒரு சமூக உறவாக இருந்தால் அவர்கள் என்னை நிம்மதியாக விட்டுவிடுவார்கள். ஆனால் இது வேறு என்பதையும், இது விளையாட்டு அல்ல என்பதையும், இந்தப் பெண் எனக்கு உயிரை விடவும் பிரியமானவள் என்பதையும், அவர்கள் அறிந்திருக்கிறார்கள். அவர்களால் அதைப் புரிந்துகொள்ள முடியவில்லை என்பதால், அது அவர்களை எரிச்சலடையச் செய்கிறது. எங்கள் விதி எதுவாக இருந்தாலும் நாங்கள் அதைச் செய்தோம் என்பதால் அதைப் பற்றி எங்களுக்கு குறை ஒன்று மில்லை.' அவன் தன்னையும் அன்னாவையும் ஒன்றிணைக்கும் 'நாங்கள்' என்ற வார்த்தையைக் குறிப்பிட்டான். 'இல்லை, நாங்கள் எப்படி வாழ வேண்டும் என்பதை அவர்கள் எங்களுக்குக் கற்றுக் கொடுக்கிறார்கள். அவர்களுக்கு மகிழ்ச்சி என்றால் என்னவென்றே தெரியாது. ஆனால் இந்தக் காதல் இல்லாமல் எங்களுக்கு மகிழ்ச்சியும் இல்லை துன்பமும் இல்லை, ஏன் வாழ்க்கையே இல்லை என்பது அவர்களுக்குத் தெரியாது' என்று அவன் நினைத்தான்.

அவர்கள் அனைவரும் சரியாகவே சொல்கிறார்கள் என்பதைத் தன்னுடைய உள்ளத்தில் உணர்ந்த காரணத்தாலேயே, இதில் தலையிடும் அனைவர் மீதும் அவன் கோபம் கொண்டான். தன்னையும் அன்னாவையும் கட்டிப்போட்ட அன்பு, ஏனைய சமூகத் தொடர்புகளைப் போல, சில இனிமையான அல்லது விரும்பத்தகாத நினைவுகளைத் தவிர வேறு எந்தத் தடயத்தையும் விட்டுச் செல்லாத ஏனைய உறவுகளைப் போல, கடந்து போகும் ஒரு தற்காலிக மோகம் அல்ல என்பதை அவன் உணர்ந்தான். அவர்கள் இருவரும் தங்கள் அன்பை மறைப்பதிலும், அதற்காகப் பொய் பேசுவதிலும், ஏமாற்று வதிலும், மற்றவர்களைப் பற்றித் தொடர்ந்து சிந்திப்பதிலும், உலக

மக்கள் அனைவரின் நேரடிப் பார்வையில் இருப்பதை அவன் உணர்ந்தான். அதனால் தங்களுக்கு ஏற்படும் மனவேதனையையும் சிரமத்தையும் அவன் நன்கு அறிந்தான். அவர்களை ஒன்றிணைத்த மோகம் மிகவும் தீவிரமாக இருக்கும்போது, அவர்கள் இருவரும் தங்கள் அன்பைத் தவிர மற்ற அனைத்தையும் மறந்துவிடுகின்றனர்.

பொய் சொல்வதும் ஏமாற்றுவதும் தன் இயல்புக்கு முரணானவை என்று பல சந்தர்ப்பங்களில் அவன் திரும்பத் திரும்பச் சொன்னாலும் கூட, இந்தப் பொய் மற்றும் ஏமாற்றினால் அவளுக்கு ஏற்படும் அவமான உணர்வைப் பலமுறை கவனித்த அவன் அவற்றைத் தெளிவாக நினைவில் வைத்திருந்தான். அன்னாவுடான தொடர்புக்குப் பிறகு சில நேரங்களில் அவனுக்கு மிகவும் விசித்திரமான ஓர் உணர்வு ஏற்பட்டது. அலெக்ஸி அலெக்ஸாண்ட்ரோவிச் மீதோ அல்லது தன் மீதோ அல்லது இந்த உலகத்தின் மீதோ ஒரு சொல்ல முடியாத வெறுப்பு அவனுக்கு ஏற்பட்டது. ஆனால் என்னவென்று அவனுக்குப் புரியாத இந்த விசித்திர உணர்வை அவன் அவ்வப்போது விரட்டியடித்தான். இப்போது தன்னைத் தானே தட்டி எழுப்பிக் கொண்ட அவன் தன் சிந்தனையில் தொடர்ந்து பயணித்தான்.

'ஆமாம், அவள் முன்பு மகிழ்ச்சியற்றவளாக இருந்தபோதும் கர்வம் உடையவளாகவும் அமைதியாகவும் இருந்தாள். ஆனால் இப்போது அவளால் அமைதியாகவும் கண்ணியமாகவும் இருக்க முடியவில்லை என்றாலும் அவள் அதை வெளிக்காட்டவில்லை. ஆமாம், இதற்கு ஒரு முடிவுகட்ட வேண்டும்' என்று அவன் தனக்குள் தீர்மானித்துக் கொண்டான்.

இந்தப் பொய்யை நிறுத்துவதும், எவ்வளவு முடியுமோ அத்தனை சீக்கிரம் இதற்கு முடிவு கட்டுவதும் அவசியம் என்ற தெளிவான சிந்தனை முதல் முறையாக அவனுக்கு ஏற்பட்டது. 'அவளும் நானும் எல்லாவற்றையும் விட்டுவிட்டு, எங்கேயாவது எங்கள் காதலோடு ஒளிந்துகொள்ள வேண்டும்' என்று அவன் தனக்குள் சொல்லிக் கொண்டான்.

22

அந்த மழை நீண்ட நேரம் நீடிக்கவில்லை. விரான்ஸ்கியின் குதிரை முழு வேகத்தில், சேறும் சகதியுமாக இருந்த சாலையில், காலடித் தடங்களைப் பதித்து, கடிவாளத்தை இழுத்துக்கொண்டு பாய்ந்து சென்றபோது, சூரியன் மீண்டும் வெளியே எட்டிப் பார்த்தான். பிரதான சாலையின் இருபுறமும் உள்ள குடில்களின் கூரைகளும், தோட்டங்களில் இருந்த சிட்ரஸ் மரங்களும் ஈரமாகப் பளபளத்தன.

மேலும் மரங்களின் கிளைகளில் இருந்து கசிந்த தண்ணீர்த் துளிகள் வீட்டுக் கூரைகளில் வழிந்தோடியது. இந்த மழை பந்தயத்தைக் கெடுத்துவிடும் என்பதைப் பற்றிச் சற்றும் கவலைப் படாமல், சமீபத்தில் தண்ணீர் சிகிச்சை முடித்துத் திரும்பிய அலெக்ஸி அலெக்ஸாண்ட்ரோவிச், பீட்டர்ஸ்பர்க்கை விட்டு வெளியேறியிருக்க மாட்டார் என்று நினைத்து, இப்போது அவளை வீட்டில் தனியாகச் சந்திக்க முடியும் என்று மகிழ்ந்து, மழைக்கு நன்றி சொன்னான்.

அவளைத் தனியாகப் பார்க்க முடியும் என்ற நம்பிக்கையில், அவன் சிறிய பாலத்தைக் கடப்பதற்கு முன்பே வண்டியிலிருந்து இறங்கி, குறைந்தபட்சம் அடுத்தவர்களின் கவனத்தை ஈர்க்காமலிருக்க, எப்போதும் போல நடந்து சென்றான். அவன் தெருவின் முன்பக்க வாயில் வழியாகச் செல்லாமல் முற்றத்தின் வழியே உள்ளே நுழைந்தான்.

"உங்கள் எஜமானர் வந்துவிட்டாரா?" என்று தோட்டக் காரனிடம் கேட்டான்.

"இல்லை ஐயா. அவர் மனைவி வீட்டிலிருக்கிறார். ஆனால் நீங்கள் தயவுசெய்து முன்பக்க படிக்கட்டு வழியாகச் செல்லுங்கள். அங்கே வேலையாட்கள் உள்ளனர். அவர்கள் கதவைத் திறப்பார்கள்" என்று பதிலளித்தான் தோட்டக்காரன்.

"இல்லை, நான் தோட்டத்தின் வழியாகச் செல்கிறேன்."

அவள் தனியாக இருக்கிறாள் என்பதை அறிந்த அவன் அவளுக்குத் தெரியாமல் அவளைச் சந்திக்க விரும்பினான். ஏனெனில் அவன் இன்று அவளைச் சந்திக்க வருவதாகச் சொல்லியிருக்க வில்லை. மேலும் பந்தயங்களுக்கு முன் அவன் வருவான் என்று அவள் எதிர்பார்த்திருக்க மாட்டாள் என்பதால், தனது வாளைப் பிடித்துக்கொண்டு, பூக்கள் அடர்ந்த மணல் பாதையின் மீது கவன மாக அடியெடுத்து வைத்து, ஓசையின்றி தோட்டத்தைப் பார்த்த மாடியை நோக்கி நடந்தான். வரும் வழியில் தனக்கிருந்த சிரமத் தையும் வேதனையையும் நினைத்துப் பார்த்த அவன், இப்போது அவை அனைத்தையும் மறந்துவிட்டான். அவளைக் கற்பனையில் இல்லாமல், நிஜத்தில் பார்க்கப் போகிறோம் என்ற ஒரே ஒரு சிந்தனை மட்டுமே அவனுக்கு இருந்தது. ஏற்கனவே மாடியின் தாழ்வான படிக்கட்டில் ஏறி, சத்தம் கேட்பதைத் தவிர்ப்பதற்காக ஒவ்வொரு படியிலும் நிதானமாக காலை வைத்துக் கொண்டிருந்த அவனுக்குத் திடீரென மறந்துவிட்ட ஒன்றைப் பற்றிய நினைவு வந்தது. அவள் மகன் தன்னைக் கேள்விக் கணைகளுடன் பார்ப்பது, அவளுடன் அவன் கொண்டிருந்த உறவில் மிகவும் வேதனை தரும் ஒன்றாக இருந்தது.

இந்தச் சிறுவன் மற்றவர்களை விட அவர்களின் சந்திப்பிற்கு அடிக்கடி இடையூறாக இருந்தான். அவன் இருக்கும்போது விரான்ஸ்கியோ அன்னாவோ, அனைவர் முன்னிலையிலும் பேச முடியாத ஒன்றைப் பற்றிப் பேசுவதற்கு இருவரும் அனுமதிக்கவில்லை என்பது மட்டுமல்ல, அந்தச் சிறுவனுக்குப் புரியாத எதையும் ஜாடையாகக் குறிப்பிடவும் அவர்கள் விரும்பவில்லை. அவர்கள் இதைப் பற்றி விவாதிக்கவில்லை என்றாலும் அது தன்னியல்பாக இருவருக்கும் வந்தது. அந்தக் குழந்தையை ஏமாற்றுவது தங்களுக்கு அவமானம் என்று அவர்கள் கருதினார்கள். அவனுக்கு முன்பாக அவர்கள் தெரிந்தவர்களைப் போல மட்டுமே பேசிக்கொண்டார்கள்.

இந்த ஜாக்கிரதை உணர்வு இருந்தபோதும், அவ்வப்போது தன் மீது குவியும் அந்தக் குழந்தையின் கவனமான, குழப்பமான பார்வையையும், புரியாத கூச்சத்தையும், அமைதியற்ற நிலையையும் கண்டு விரான்ஸ்கி முதலில் அந்தக் குழந்தையின் மீது கனிவு கொண்டான் என்றாலும் பிறகு அது உணர்ச்சியற்றதாக, சங்கடமானதாக மாறியது. இந்த மனிதருக்கும் தனது தாய்க்கும் இடையில், தன்னால் புரிந்துகொள்ள முடியாத, ஏதோ ஒரு முக்கியமான உறவு இருப்பதைக் குழந்தை உணர்ந்துகொண்டது போல விரான்ஸ்கிக்குத் தோன்றியது.

உண்மையில் அந்தச் சிறுவன் தன்னால் அந்த உறவைப் புரிந்துகொள்ள முடியவில்லை என்பதை உணர்ந்து கொண்டான். அவன் எவ்வளவு முயற்சித்தும் அந்த மனிதரைப் பற்றித் தனக்குள் எழும் கேள்விகளுக்கு அவனால் விளக்கம் காண முடியவில்லை. அவனுடைய தாயார் அந்த மனிதரை ஒரு சிறந்த நண்பராகக் கருதியபோதும், அவனது தந்தை, ஆசிரியை, செவிலி ஆகிய அனைவரும் விரான்ஸ்கியை வெறுத்ததோடு, அவனை அருவருப்புடனும் பயத்துடனும் பார்த்தனர் என்றாலும், அவர்கள் அவனைப் பற்றி எதுவும் சொல்லவில்லை என்பதை ஒரு குழந்தைக்கே உரிய உணர்வுத் திறனுடன் அந்தச் சிறுவன் தெளிவாக அறிந்து கொண்டான்.

'இதற்கு என்ன அர்த்தம்? அவர் யார்? அவரை நான் எப்படி நேசிக்க வேண்டும்? எனக்குப் புரியவில்லை என்றால் அது என்னுடைய தவறு. ஒன்று நான் முட்டாளாக இருக்க வேண்டும் அல்லது கெட்ட பையனாக இருக்க வேண்டும்' என்று குழந்தை நினைத்தது. அதிலிருந்து அவனுக்குள் எழுந்த தேடல்கள், கேள்விகள், விரோத பாவம், கூச்சம் அத்துடன் அமைதியற்ற நிலை ஆகியவை விரான்ஸ்கியை மிகவும் சங்கடப்படுத்தியது. இந்தக் குழந்தையின் இருப்பு எப்பொழுதும் தவிர்க்க முடியாதபடி, விரான்ஸ்கியிடம் அண்மைக் காலமாக அவன் அனுபவித்து வந்த, அடிப்படையற்ற வெறுப்பின் விசித்திர உணர்வைக் கிளறியது.

வேகமாகச் செலுத்தும் கப்பல் வழக்கமான திசையிலிருந்து பெரிதும் விலகிச் செல்வதை திசை காட்டும் கருவி மூலமாகக் காணும் கப்பலோட்டி, தன்னால் அதைத் தடுத்து நிறுத்த முடியாது என்பதை உணர்ந்தவனாக, ஒவ்வொரு நிமிடமும் கப்பல் சரியான பாதையிலிருந்து மேலும் மேலும் விலகிச் செல்கிறது என்பதைப் பார்த்தும் ஒன்றும் செய்யாமல், அதை ஒப்புக்கொள்வது தன்னுடைய மரணத்தை ஒப்புக்கொள்வதற்குச் சமம் என்று அறிந்ததைப் போல, அந்தக் குழந்தையின் இருப்பு விரான்ஸ்கி அன்னா இருவரின் உணர்வுகளையும் பாதித்தது.

வாழ்க்கைப் பயணத்தில் தெரிந்தே ஆனால் தெரிந்துகொள்ள விருப்பமின்றி, தாங்கள் எந்த அளவுக்குப் பாதையிலிருந்து விலகிச் செல்கிறோம் என்பதைக் காட்டும் திசைகாட்டியாக அந்த அப்பாவிக் குழந்தையின் தோற்றம் இருந்தது.

இந்த முறை செரியோஷா வீட்டில் இல்லை என்பதால், அவள் தனியாக மேல்தளத்தில் அமர்ந்து, நடைப்பயிற்சிக்குச் சென்று, மழையில் மாட்டிக்கொண்ட, தனது மகனின் வருகையை எதிர்பார்த்துக் காத்திருந்தாள். அவனைத் தேடுவதற்கு ஒரு வேலைக்காரனையும் வேலைக்காரியையும் ஏற்கனவே அனுப்பியிருந்தாள். அகலமான பூ வேலைப்பாடுடைய வெள்ளை நிற உடை அணிந்து, மாடியின் ஒரு மூலையில் இருந்த சில பூஞ்செடிகளுக்குப் பின்னால் அமர்ந்திருந்த அவள் அவன் வந்ததைக் கவனிக்கவில்லை. தனது சுருண்ட கருமையான தலையைக் குனிந்து, தடுப்புச் சுவர் மேலிருந்த குளிர்ந்த தண்ணீர் பாத்திரத்தின் மீது சாய்ந்தாள். மிகவும் பரிச்சயமான மோதிரங்கள் அணிந்த அவளது இரு அழகான கைகளை அதன் மீது வைத்துக் கொண்டாள். அவளது தலை, கழுத்து, கைகள் என்று அவளுடைய ஒட்டுமொத்த அழகும், ஒவ்வொரு முறையும் எதிர்பாராத வகையில் விரான்ஸ்கியை நிலைகுலைய வைத்தது. அவன் அவளையே கண்கொட்டாமல் பார்த்து வியந்து நின்றான். ஆனால் அவன் அவளை நெருங்க ஒரு அடி வைத்தவுடன், அவன் வருகையை அறிந்த அவள், தண்ணீர் பாத்திரத்தைத் தட்டிவிட்டு, தனது சிவந்த முகத்தை அவனை நோக்கித் திருப்பினாள்.

"என்ன ஆயிற்று? உடல்நலமில்லையா?" என்று பிரெஞ்சில் கேட்டபடி அவன் அவளை நெருங்கினான். அவன் அவளிடம் ஓட விரும்பினான் என்றாலும், மற்றவர்கள் அங்கு இருப்பார்கள் என்பதை நினைத்து, பால்கனி வாசலைத் திரும்பிப் பார்த்தான். ஒவ்வொரு முறையும் இப்படிப் பயந்து சுற்றிப் பார்ப்பதை உணர்ந்த அவன் வெட்கமடைந்தான்.

“இல்லை, எனக்கு ஒன்றுமில்லை” என்று சொன்ன அவள் எழுந்து அவனுடைய நீட்டிய கையை அழுத்தினாள். “நான் உங்களை எதிர்பார்க்கவில்லை... நீங்கள்.”

“கடவுளே. கைகள் எப்படிக் குளிர்ந்துள்ளன!” என்றான்.

“நீங்கள் என்னைப் பயமுறுத்தி விட்டீர்கள்” என்றாள். “நான் செரியோஷாவுக்காகக் காத்திருந்தேன். அவன் நடைப்பயிற்சிக்கு சென்றிருக்கிறான். அவர்கள் அந்த வழியாக வருவார்கள்.”

ஆனால் அவள் அமைதியாக இருக்க முயற்சித்த போதும் அவள் உதடுகள் தன்னிச்சையாக நடுங்கின.

“நான் இப்போது இங்கே வந்ததற்காக என்னை மன்னித்து விடுங்கள். ஆனால் என்னால் உங்களைப் பார்க்காமல் ஒருநாள்கூட இருக்க முடியாது” என்று சம்பிரதாயமான ருஷ்ய வார்த்தையான ‘நீங்கள்’ என்பது அவர்களுக் கிடையில் சாத்தியமில்லை என்பதாலும், மரியாதையற்ற ‘நீ’ என்பது ஆபத்தானது என்பதாலும் இரண்டையும் தவிர்த்து, அவன் எப்போதும் போல பிரெஞ்சில் பேசினான்.

“மன்னிப்பதற்கு என்ன உள்ளது? எனக்குச் சந்தோஷமாக இருக்கிறது!”

“ஒருவேளை நீங்கள் உடல்நலமில்லாமல் அல்லது வருத்தமாக இருக்கிறீர்களா?” என்ற அவன் அவளது கையை விட்டுவிடாமல், அவளிடம் நெருங்கிச் சென்று, அவள் மீது குனிந்தான். “நீங்கள் எதைப் பற்றி யோசிக்கிறீர்கள்?”

“எப்போதும் போலத்தான்” என்றாள் அவள் புன்னகையுடன்.

அவள் உண்மையைச் சொன்னாள். எப்போதும் எந்த நேரத்திலும், அவளிடம் யாராவது எதைப் பற்றியாவது யோசனை என்று கேட்டால், அவளால் தவறு இல்லாமல், அது தன்னுடைய மகிழ்ச்சி யையும் துயரத்தையும் பற்றியது என்று பதில் சொல்ல முடியும். குறிப்பாக இப்போது அவனைக் கண்ட பிறகு, மற்றவர்களுக்கு ஏன் அது எளிதாக இருக்கிறது என்பதை யோசித்தாள். உதாரணமாக பெட்ஸிக்கு அது வேதனையாக இருக்கிறதா என்ன? (சமூகத்தின் பார்வையில் மறைக்கப்பட்ட, துஷ்கேவிச்சுடனான அவளது தொடர்பைப் பற்றி அன்னாவுக்குத் தெரியும்). சில காரணங்களால் இந்த எண்ணம் அன்று அவளுக்கு மிகுந்த வேதனையை ஏற்படுத் தியது. அவள் அவனிடம் பந்தயங்களைப் பற்றிக் கேட்டாள். அவள் பதட்டத்திலிருக்கிறாள் என்பதை அறிந்த அவன், பந்தயத்திற்கான ஆயத்தங்களைக் குறித்து இயல்பான தொனியில் விவரித்து அவளை திசை திருப்ப முயன்றான்.

‘அவரிடம் சொல்லலாமா வேண்டாமா?’ என்று அவள் அவனுடைய சாந்தமான கனிவான கண்களைப் பார்த்தபடி யோசித்தாள். ‘மிகவும் மகிழ்ச்சியாக இருக்கும் அவர் தனது பந்தயங்களில் ஆர்வத்துடன் இருக்கிறார். இப்போதிருக்கும் நிலையில் அவர் அதைப் புரிந்து கொள்ள மாட்டார். நாங்கள் இருவருமே அதன் முக்கியத்துவத்தைப் புரிந்துகொள்ள மாட்டோம்.’

“ஆனால் நான் வந்தபோது நீங்கள் என்ன நினைத்துக் கொண்டிருந்தீர்கள் என்பதைச் சொல்லவில்லை” என்று அவன் அவளை இடைமறித்தான். “தயுவுசெய்து சொல்லுங்கள்.”

அவள் பதிலேதும் சொல்லாமல், லேசாகத் தலையைக் குனிந்து, தனது புருவங்களுக்குக் கீழேயிருந்து அவனைக் கேள்வியுடன் நோக்கினாள். அவளது கண்கள் அவளுடைய நீண்ட கண் இமைகளுக்குப் பின்னால் பிரகாசித்தன. பறித்த செடியின் இலையுடன் விளையாடிக் கொண்டிருந்த அவள் கைகள் நடுங்கின. அதைக் கண்ட அவன் முகம் உடனடியாகக் கீழ்ப்படிதலை, அடிமைத்தனமான பக்தியை வெளிக்காட்டியது அவள் மனதைப் பாதித்தது.

“ஏதோ நடந்திருப்பதை என்னால் உணர முடிகிறது. என்னோடு பகிர்ந்துகொள்ள முடியாத துக்கம் உங்களுக்கு இருப்பது தெரிந்தும் நான் ஒரு கணம் கூட அமைதியாக இருக்க முடியுமா? கடவுளின் பொருட்டு சொல்லுங்கள்!” என்று அவன் கெஞ்சினான்.

‘இல்லை, அதன் முக்கியத்துவத்தை அவர் புரிந்துகொள்ளாவிட்டால் என்னால் ஒருபோதும் அவரை மன்னிக்க முடியாது. அதனால் சொல்லாமல் இருப்பதே நல்லது. அவரை ஏன் சோதிக்க வேண்டும்?’ என்று நினைத்த அவள் முன்பு அவனைப் பார்த்தது போலவே இப்போதும் பார்த்தாள். இலையைப் பிடித்திருந்த அவள் கைகள் மேலும் மேலும் நடுங்குவதை அவள் உணர்ந்தாள்.

“கடவுளின் பொருட்டு!” என்று மீண்டும் சொன்ன அவன் அவள் கையைப் பிடித்துக்கொண்டான்.

“நான் சொல்லட்டுமா?”

“ஆமாம், ஆமாம், ஆமாம்.”

“நான் கர்ப்பமாக இருக்கிறேன்” என்று அவள் மெதுவாகச் சொன்னாள்.

அவள் கையிலிருந்த இலை மேலும் பயங்கரமாக நடுங்கிய போதும், அவன் அதை எப்படி எடுத்துக் கொள்வான் என்பதை அறிய, அவன் மீதிருந்த தன் பார்வையை விலக்காமலிருந்தாள். முகம் வெளுத்த அவன் ஏதோ சொல்ல முற்பட்டு, நிறுத்திவிட்டு, அவள் கைகளை விடுவித்து, தலைகுனிந்து நின்றான். ‘ஆம், அவர்

அதன் முக்கியத்துவத்தைப் புரிந்துகொண்டார்' என்று நினைத்த அவள் அவன் கையை நன்றியுடன் அழுத்தினாள்.

ஆனால் ஒரு பெண்ணாகிய தான் அதைப் புரிந்துகொண்ட விதத்தில், அவன் அதன் முக்கியத்துவத்தைப் புரிந்துகொண்டான் என்று அவள் நினைத்தது தவறு. அதைக் கேட்டதும், வெறுப்பு என்ற விசித்திரமான உணர்வு, தன் தலைமீது பத்து மடங்கு ஆற்றலுடன் இறங்கியதை அவன் உணர்ந்தான். ஆனால் அதே நேரத்தில், இப்போது தான் எதிர்பார்த்திருந்த அந்த நெருக்கடி வந்துவிட்டது என்பதையும், இனியும் அவள் கணவனிடமிருந்து மறைக்க முடியாது என்பதையும், இந்த இயற்கைக்கு மாறான சூழ்நிலை ஏதோ ஒரு வகையில் விரைவில் முடிவுக்கு வந்துவிடும் என்பதையும், அவன் புரிந்து கொண்டான். அது மட்டுமின்றி, அவளது பதட்டம் உடல்ரீதியாக அவனையும் தொற்றிக்கொண்டது. அவன் அவள் மீது கனிவான, கீழ்ப்படிந்த பார்வையை வீசி, அவள் கைகளை முத்தமிட்டு, அமைதியாக நடந்தான்.

"ஆம், அப்படித்தான்" என்ற அவன் அவளிடம் உறுதியுடன் திரும்பினான். "நாம் இருவருமே இனிமேல் நம்முடைய உறவை ஒரு விளையாட்டாகப் பார்க்க முடியாது. இப்போது நம்முடைய தலைவிதி நிர்ணயிக்கப்பட்டு விட்டது. முடிவு கட்ட வேண்டியது அவசியம்" என்று தரையைப் பார்த்த அவன், "நாம் வாழும் பொய் யான வாழ்வுக்கு" என்றான்.

"முடிவா? ஆனால் எப்படி விரான்ஸ்கி?" என்று அவள் மென்மையாகக் கேட்டாள். இப்போது அமைதியடைந்த அவள் முகம் மெல்லிய புன்கையுடன் பிரகாசித்தது.

"உங்கள் கணவரை விட்டுப் பிரிந்து, நாம் நம்முடைய வாழ்வை வாழ வேண்டும்."

"நாம் ஏற்கனவே வாழ்ந்து கொண்டுதான் இருக்கிறோம்" என்று அவள் சத்தமின்றி பதிலளித்தாள்.

"ஆமாம், ஆனால் முழுமையாக, முழுமையாகச் செய்ய வேண்டும்."

"ஆனால் எப்படி என்பதை எனக்குச் சொல்லுங்கள் விரான்ஸ்கி" என்று அவள் தன் நிலையின் நம்பிக்கையின்மையைக் கண்டு துயரத்துடன் கேட்டாள். "இந்த நிலையிலிருந்து மீள்வதற்கு ஏதாவது வழி இருக்கிறதா? நான் என் கணவரின் மனைவி அல்லவா?"

"எல்லாவற்றுக்கும் தீர்வு உள்ளது. நாம் நம் மனதை அதில் செலுத்த வேண்டும்" என்றான் அவன். "நீங்கள் இப்போது வாழும் சூழ்நிலையை விட அது எதுவாக இருந்தாலும் நல்லதாகவே இருக்கும். சமூகம், உங்கள் மகன், உங்கள் கணவர் என்று எல்லா

வற்றினாலும் நீங்கள் எவ்வாறு துயரப்படுகிறீர்கள் என்பதை என்னால் பார்க்க முடிகிறது."

"ஆகா, ஆனால் என் கணவரைச் சேர்க்காதீர்கள்" என்று அவள் இயல்பான புன்னகையுடன் சொன்னாள். "எனக்கு அவரைத் தெரியாது என்பதால் நான் அவரைப் பற்றி யோசிப்பதில்லை. என்னைப் பொறுத்தவரை அவர் இல்லை."

"நீங்கள் உண்மையைப் பேசவில்லை. எனக்கு உங்களைத் தெரியும். அவருக்காக நீங்கள் துயரப்படுகிறீர்கள்."

"ஆனால் அவருக்கு எதுவும் தெரியாது" என்று அவள் சொன்னதும் அவள் முகத்தில் திடீரென்று பிரகாசமான மாறுதல் ஏற்பட்டது. அவள் கன்னங்களும், நெற்றியும், கழுத்தும் சிவந்தன. அவள் கண்களில் வெட்கத்துடன் கண்ணீர் வழிந்தது. "அவரைப் பற்றிப் பேச வேண்டாம்."

23

இப்போது போல தீர்க்கமாக இல்லாவிடினும், ஏற்கனவே பலமுறை அவளுடைய நிலையைக் குறித்த விவாதத்திற்கு அவளை இட்டுச் செல்ல விரான்ஸ்கி முயன்றான் என்றாலும் ஒவ்வொரு முறையும் அவள் மேலோட்டமான சுலபமான தீர்வுக்குள் ஓடி ஒளிந்து கொண்டாள் என்பதால் இப்போது அவள் அவனது வேண்டுகோளுக்குச் செவி சாய்த்தாள். இதைப் பற்றிப் பேசத் தொடங்கிய உடனே அதில் அவளால் புரிந்துகொள்ள அல்லது கிரகிக்க முடியாத ஏதோ இருப்பதைப் போல, நிஜமான அன்னா தனக்குள் பின்வாங்கி எங்கோ ஒளிந்துகொள்ள, அந்நியமான, விசித்திரமான, அவன் இதுவரை காதலித்திராத, ஆனால் அவனை அச்சுறுத்திய, அவனை எதிர்த்த, இன்னொரு பெண் வெளியே வந்தாள். ஆனால் இன்று அவன் எல்லாவற்றையும் பேசத் துணிந்தான்.

"அவருக்குத் தெரிந்தாலும் தெரியாவிட்டாலும்" என்று விரான்ஸ்கி தனது வழக்கமான உறுதியான இயல்பான தொனியில் சொன்னான். "அவருக்குத் தெரியுமா இல்லையா என்பது இப்போது நம்முடைய கேள்வி அல்ல. நம்மால் முடியாது... நீங்கள் இப்படியே, அதுவும் குறிப்பாக இப்போதுள்ள நிலையில், தொடர முடியாது."

"அப்படியானால் என்ன செய்வது? உங்கள் யோசனைதான் என்ன?" என்று அவள் அதே மெல்லிய கேலியுடன் கேட்டாள். தான் கருவுற்றிருப்பதை அவன் எளிதில் ஏற்றுக்கொள்ள மாட்டான்

என்று மிகவும் பயந்த அவள், இப்போது அவன் இதிலிருந்து விடுபட ஏதையாவது செய்ய வேண்டும் என்று முடிவு செய்துவிட்டான் என்பதைக் கண்டு எரிச்சலடைந்தாள்.

"எல்லாவற்றையும் அவரிடம் தெரிவித்து அவரைவிட்டுப் பிரிந்து விடுங்கள்" என்றான்.

"நல்லது, நான் அதைச் செய்கிறேன் என்று வைத்துக் கொள்வோம்" என்றாள் அவள். "அதனால் என்ன நடக்கும் என்பது உங்களுக்குத் தெரியுமா? நான் அதை உங்களுக்கு முன்கூட்டியே சொல்லிவிடுகிறேன்" என்ற அவள் கண்களில் ஒரு நிமிடத்திற்கு முன்பிருந்த அமைதி விலகி, வஞ்சகம் நிறைந்த ஒரு மின்னல் தெறித்தது. 'ஆகா, நீ இன்னொருவனைக் காதலித்து அவனுடன் சட்டத்திற்கு விரோதமான கிரிமினல் தொடர்பு வைத்திருக்கிறாயா? (தன் கணவரைப் போல அவள் 'கிரிமினல்' என்ற வார்த்தையை அழுத்தமாக உச்சரித்தாள்). நான் முன்பே மதம், கண்ணியம் மற்றும் குடும்ப விவகாரங்களில் ஏற்படும் விளைவுகளைக் குறித்து எச்சரித்தேன். ஆனால் நீ நான் சொன்னதைக் கேட்கவில்லை. இனி என் பெயருக்குக் களங்கம் ஏற்படுத்துவதையோ இல்லை என் மகனது...' அவளால் தனது மகனைக் குறித்துக் கேலி செய்ய முடியவில்லை. "என் பெயருக்கு ஏற்படும் களங்கம் அல்லது அதைப் போல வேறு ஏதோ ஒன்றைச் அவர் சொல்வார்" என்று தொடர்ந்தாள். "பொதுவாக அவர் என்னை விடுவிக்காமல், இந்த அவதூறைத் தடுப்பதற்குத் தன்னால் இயன்ற நடவடிக்கைகளை எடுப்பேன் என்று தனது அலுவலக பாஷையில் மிகத் தெளிவாகவும் துல்லியமாகவும் கூறுவார். உண்மையில் அதுதான் நடக்கும். அவர் ஒரு மனிதர் அல்ல அவர் ஓர் இயந்திரம். அவர் சினம் கொள்ளும் போது மிகவும் பொல்லாத இயந்திரம்" என்று அவள் அலெக்ஸி அலெக்ஸாண்ட்ரோவிச்சின் உருவம், அவர் பேசும் விதம் மற்றும் அவரது குணாதிசயங்கள் அனைத்தையும் நினைவுகூர்ந்தாள். அவரிடம் அவள் இதுவரை பார்த்த மோசமானவை அனைத்திற்கும் அவர் மீது குற்றம் சுமத்திய அவள் எதற்காகவும் அவரை மன்னிக்கத் தயாராக இல்லை என்றாலும், அவள் அவருக்குச் செய்த மிக மோசமான குற்றத்திற்காக அவள் அவர் முன் குற்றவாளியாக நின்றாள்.

"ஆனால் அன்னா" என்ற விரான்ஸ்கி மென்மையான, இணக்கமான குரலில் அவளை அமைதிப்படுத்த முயன்றான். "அப்படியானால் அவரிடம் சொல்லவேண்டியது அவசியம். அவர் என்ன செய்கிறார் என்பதைத் தெரிந்துகொண்டு பின்னர் அதற்கேற்ப நடக்க வேண்டும்."

"என்ன, ஓடிப்போவதா?"

"ஏன் ஓடிப்போகக் கூடாது? இது இப்படியே தொடர்வது முடியாத காரியம். அது எனக்காக இல்லை என்றாலும் நீங்கள் துயரப்படுவதை என்னால் சகித்துக்கொள்ள முடியவில்லை."

"சரி, ஓடிப்போனால் நான் உங்கள் எஜமானியாகி விடுவேனா?" என்றாள் அவள் வெறுப்புடன்.

"அன்னா!" என்று அவன் கனிவுடன் மறுத்தான்.

"ஆமாம் பிறகென்ன?" என்ற அவள் தொடர்ந்து, "நான் உங்கள் எஜமானியாகி அனைத்தையும் பாழ்படுத்துவேன்" என்றாள்.

அவள் மீண்டும் 'என் மகன்' என்று சொல்ல முற்பட்டாள் என்றாலும் அவளால் அந்த வார்த்தையை உச்சரிக்க முடியவில்லை.

உறுதியான, நேர்மையான சுபாவம் கொண்ட அவளால், இந்த வஞ்சக சூழலிலிருந்து தப்பித்து வெளியேற விரும்பாமல் எப்படிச் சகித்துக்கொள்ள முடிகிறது என்பதை விரான்ஸ்கியால் புரிந்து கொள்ள முடியவில்லை. ஆனால் அதற்கு முக்கியக் காரணம் அவளுடைய மகன்தான் என்பதை அவள் வெளிப்படையாகச் சொல்லவில்லை என்றாலும் அவன் அதைச் சந்தேகத்திற்கு இடமின்றி புரிந்துகொண்டான். அவள் தன் மகனைப் பற்றியும், தந்தையை விட்டுப் பிரிந்த தாயுடன் அவனுடனான எதிர்கால உறவுகளைப் பற்றியும் நினைத்தபோது, தான் செய்துவிட்ட காரியத்தை எண்ணி, அதை எதிர்கொள்ள முடியாமல் பயந்தாள். ஆனால் ஒரு பெண்ணைப் போல, பொய்யான காரணங்களாலும் வார்த்தை களாலும் தன்னை அமைதிப்படுத்திக் கொள்வதற்கு மட்டுமே அவள் முயன்றதால், அனைத்தும் இப்போது முன்பு இருந்ததைப் போலவே மாற்றமின்றி அப்படியே இருந்தன. எனவே தனது மகனுக்கு என்ன நடக்கும் என்ற பயங்கரமான கேள்வியை அவளால் மறக்க முடிந்தது.

"நான் உங்களிடம் மன்றாடுகிறேன்" என்று அவள் திடீரென்று அவன் கையைப் பிடித்துக்கொண்டு, முற்றிலும் மாறுபட்ட, உண்மை யான, மென்மையான தொனியில், "என்னிடம் ஒருபோதும் அதைப் பற்றிப் பேசாதீர்கள்!" என்றாள்.

"ஆனால் அன்னா..."

"வேண்டாம். அதை என்னிடம் விட்டுவிடுங்கள். என் நிலையின் எல்லா இழிவையும் பயங்கரத்தையும் நான் அறிவேன். ஆனால் நீங்கள் நினைப்பது போல அதைத் தீர்ப்பது அத்தனை எளிதல்ல. அதை என்னிடம் விட்டுவிட்டு நான் சொல்வதைக் கேளுங்கள். அதைப் பற்றி இனி என்னிடம் பேச வேண்டாம். நீங்கள் எனக்குச் சத்தியம் செய்வீர்களா...? இல்லை, இல்லை சத்தியம்...!"

“நான் அனைத்திற்கும் சத்தியம் செய்கிறேன். ஆனால் நான் நிம்மதியாக, குறிப்பாக நீங்கள் அப்படிச் சொல்லிய பிறகு என்னால் நிம்மதியாக இருக்க முடியாது. நீங்கள் நிம்மதியாக இருக்க முடியாத போது நானும் நிம்மதியாக இருக்க முடியாது...”

“நானா?” என்றாள் அவள். “ஆமாம், நான் சில நேரங்களில் வேதனைப்படுவேன் என்றாலும் நீங்கள் அதைப்பற்றி என்னிடம் பேசாவிட்டால் அது தானாகவே போய்விடும். அதைப் பற்றி நீங்கள் பேசும்போது மட்டுமே அது என்னைச் சித்திரவதை செய்கிறது.”

“எனக்குப் புரியவில்லை” என்றான் அவன்.

“எனக்குத் தெரியும்” என்று அவள் அவனை இடைமறித்தாள். “உங்கள் நேர்மையான குணத்திற்குப் பொய் சொல்வது எவ்வளவு கடினம் என்பதால் நான் உங்களுக்காக வருந்துகிறேன். எனக்காக உங்கள் வாழ்க்கையை எப்படி நாசம் செய்து கொண்டீர்கள் என்று நான் அடிக்கடி நினைத்துக் கொள்கிறேன்.”

“நானும் இப்போது அதைத்தான் நினைத்துக் கொண்டிருந்தேன்” என்றான் அவன். “எனக்காக எப்படி எல்லாவற்றையும் தியாகம் செய்தீர்கள்? நீங்கள் மகிழ்ச்சியின்றி இருப்பதற்கு என்னை நான் ஒருபோதும் மன்னிக்க முடியாது.”

“நான் மகிழ்ச்சியாக இல்லையா?” என்ற அவள் அவனை நெருங்கி, அன்பின் பரவசப் புன்னகையுடன் அவனை நோக்கினாள். “நான் உணவுக்காகப் பசியால் வாடும் ஒரு மனிதனைப் போன்றவள். ஒருவேளை அவனுடைய ஆடைகள் கிழிந்திருக்கலாம், அவனுக்குக் குளிரலாம், அவனுக்கு வெட்கமாக இருக்கலாம்; ஆனால் அதற்காக அவன் மகிழ்ச்சியாக இல்லை என்று அர்த்தமல்ல. நான் மகிழ்ச்சியாக இல்லை என்று நினைக்கிறீர்களா? இல்லை, இதுதான் என்னுடைய மகிழ்ச்சி...”

அவள் திரும்பி வரும் மகனின் குரலைக் கேட்டு, மாடியிலிருந்து விரைவாகச் சுற்றிலும் எட்டிப் பார்த்து, திடுக்கிட்டு எழுந்தாள். அவள் கண்கள் அவனுக்குப் பழக்கமான நெருப்பால் ஒளிர்ந்தன. அவள் தனது அழகான, மோதிரம் அணிந்த கைகளை விரைவான சைகையால் உயர்த்தி, அவன் முகவாயை நிமிர்த்தி, அவனை ஒரு நீண்ட பார்வை பார்த்து, தன் முகத்தை அவனருகே நெருக்கமாகக் கொண்டு சென்று, விரைவாக அவன் முகத்தையும் கண்களையும் தன்னுடைய புன்னகையால் விரிந்த உதடுகளால் முத்தமிட்டு, அவனைப் பின்னுக்குத் தள்ளினாள். அவள் போக விரும்பினாள். ஆனால் அவன் அவளை இழுத்துப் பிடித்தான்.

"எப்போது?" என்று கிசுகிசுத்த அவன், அவளை மோகத்துடன் பார்த்தான்.

"இன்றிரவு" என்று கிசுகிசுத்த அவள் நீண்ட பெருமூச்சு விட்டு, லேசாக அடிவைத்து, விரைவாக தன் மகனைச் சந்திக்க நடந்தாள்.

தோட்டத்தில் வரும்போது மீண்டும் மழை பிடித்துக் கொண்டது. வேலைக்காரனும் செவிலியும் செரியோஷாவைக் கூடாரத்தில் அமர வைத்தனர்.

"சரி, குட் பை" என்று அவள் விரான்ஸ்கியிடம் சொன்னாள். "நீங்கள் சீக்கிரமாகப் பந்தயத்திற்குப் போக வேண்டும். பெட்ஸி என்னை அழைத்துப் போவதாகச் சொன்னார்."

தன் கைக்கடிகாரத்தைப் பார்த்த விரான்ஸ்கி அங்கிருந்து வேகமாகச் சென்றான்.

24

விரான்ஸ்கி, கரீனின் பால்கனியில் தனது கைக்கடிகாரத்தைப் பார்த்தபோது, மனம் முழுவதும் நிறைந்திருந்த சிந்தனைகளால், அவனால் அது என்ன நேரம் என்பதை நிச்சயிக்க முடியவில்லை. சாலைக்குச் சென்ற அவன், கவனமாகச் சேற்றில் அடியெடுத்து வைத்து வண்டியை நோக்கி நடந்தான். இப்போது என்ன நேரம் என்பதையோ, பிரையன்ஸ்கியைப் பார்க்க இன்னும் நேரம் இருக் கிறதா என்பதையோ யோசிக்க முடியாத அளவுக்கு அவனுடைய மன உணர்வுகள் அன்னாவின் மீது குவிந்திருந்தன. அடிக்கடி நிகழ்வது போல, அவன் தனது நினைவாற்றலின் வெளிப்புற மனத் திறனை மட்டுமே தக்கவைத்துக் கொண்டான். இது அடுத்தடுத்து என்ன செய்வது என்பதற்கு அவனுக்கு உதவியது. மரத்தின் நிழலில் நின்றிருந்த வண்டியை நெருங்கி, வியர்த்திருந்த குதிரையின் மீது பறந்து, வானவில்லின் வண்ணங்களைப் போல ஜொலித்த பூச்சி களைக் கண்டு ரசித்த அவன், தூங்கிக் கொண்டிருந்த வண்டி யோட்டியை எழுப்பி பிரையன்ஸ்கியின் வீட்டிற்குச் செல்லுமாறு கூறினான். சுமார் நான்கு மைல் தூரம் சென்ற பிறகுதான் போது மான அளவுக்கு நேரத்தை அறியும் சுயஉணர்வுக்கு அவன் திரும்பி னான். மணி ஐந்தாகிவிட்டதை அறிந்து தான் தாமதமாகி விட்டதை உணர்ந்தான்.

அன்று பல பந்தயங்கள் இருந்தன. முதல் பந்தயத்திற்குப் பிறகு அதிகாரிகளின் ஒன்றரை மைல் மற்றும் மூன்று மைல் தூரம்

செல்லும் பந்தயங்கள் இருந்தன. அவன் அந்தப் பந்தயத்தில்தான் கலந்துகொள்ளப் போகிறான். இப்போது சென்றால் பந்தயத்திற்குச் சரியான நேரத்தில் சென்றுவிடலாம். ஆனால் பிரையன்ஸ்கியைப் பார்க்கச் சென்றால் சரியான நேரத்தில் திரும்ப முடியாது என்பதோடு, அவன் வருவதற்கு முன்பே அனைவரும் அங்கு கூடிவிடுவார்கள். அது நல்லதல்ல. ஆனால் அவன் பிரையன்ஸ்கியைப் பார்ப்பதாக வாக்கு கொடுத்திருந்ததால் அங்கு செல்ல முடிவு செய்து, வண்டியோட்டியிடம் விரைந்து செல்லும்படி சொன்னான்.

அவன் பிரையன்ஸ்கியின் வீட்டிற்குச் சென்று அங்கு ஐந்து நிமிடங்கள் இருந்துவிட்டுத் திரும்பினான். இந்த அதிவேகப் பயணம் அவன் மனதை அமைதிப்படுத்தியது. அன்னாவுடனான உறவில் அவனுக்கு இருந்த கஷ்டங்கள், அவர்கள் இருவரின் உரையாடலுக்குப் பிறகும் எஞ்சியிருந்த நிச்சயமற்ற தன்மைகள் அனைத்தும் அவன் மனதிலிருந்து மறைந்துவிட்டன. பந்தயங்களைப் பற்றியும், தான் சரியான நேரத்தில் எப்படிச் சென்று சேரப்போகிறோம் என்பதைப் பற்றியும், மகிழ்ச்சியுடனும் உற்சாகத்துடனும் யோசித்தான். அவ்வப்போது கூடவே, அன்று இரவு அவர்கள் சந்திப்பினால் ஏற்படப் போகும் மகிழ்ச்சியின் எதிர்பார்ப்பு அவனது கற்பனையில் பிரகாசமான ஒளியைப் போல மின்னியது.

பந்தயங்களுக்காக வீடுகளிலிருந்தும், பீட்டர்ஸ்பர்க்கிலிருந்தும் வந்திருந்த வண்டிகளை முந்திக்கொண்டு, மேலும் மேலும் பந்தயச் சூழலுக்குள் பயணித்த போது, நிகழப்போகும் பந்தயத்தின் உற்சாகம் அவனை மேன்மேலும் ஆக்கிரமிக்கத் தொடங்கியது.

அவன் திரும்பியபோது அவன் குடியிருப்பில் யாரும் இல்லை. அனைவரும் பந்தயத்திற்குச் சென்றிருந்தனர். அவனுடைய வேலைக்காரன் அவனுக்காக வாசலில் காத்திருந்தான். அவன் உடைகளை மாற்றத் தொடங்கியபோது, ஏற்கனவே இரண்டாவது பந்தயம் தொடங்கிவிட்டது என்பதையும், பலரும் அவனைத் தேடி வந்து போனதையும், லாயத்திலிருந்து குதிரைக்காரச் சிறுவன் இரண்டு முறை ஓடி வந்ததாகவும், வேலைக்காரன் தெரிவித்தான்.

அவசரப்படாமல் உடைகளை மாற்றிக்கொண்ட விரான்ஸ்கி (அவன் ஒருபோதும் அவசரப்பட்டதில்லை அல்லது தன் சுயக் கட்டுப்பாட்டை இழந்ததில்லை), வண்டியை லாயத்திற்கு ஓட்டுமாறு கட்டளையிட்டான். அங்கு கடல்போல திரண்டிருந்த வண்டிகளையும், பாதசாரிகளையும், சுற்றிலும் இருந்த படைவீரர்களையும், அரங்குகளின் நாற்காலிகளில் நிரம்பி வழிந்த கூட்டத்தையும் அவனால் காண முடிந்தது. அவன் லாயத்திற்குள் நுழைந்தபோது ஒரு மணி அடித்ததால், இரண்டாவது பந்தயம் நடந்துகொண்டிருப்பது தெரிந்தது. லாயத்தை நெருங்கிய போது, வெள்ளைக் கால்களைக்

கொண்ட மகோட்டினின் தவிட்டு நிற கிளாடியேட்டரைப் பார்த் தான். ஆரஞ்சு மற்றும் அடர்நீலச் சேணத் துணியால் மூடியிருந்த அது பந்தயப் பாதைக்கு அழைத்துச் செல்லப்பட்டது. நீல நிறத்தால் செதுக்கப்பட்டது போல அதன் காதுகள் மிகப் பெரியதாகத் தோற்றமளித்தன.

"குதிரை எங்கே" என்று குதிரைக்கார சிறுவனிடம் கேட்டான்.

"உள்ளே, சேணம் பூட்டப்படுகிறது,"

லாயம் திறந்திருக்க, ப்ரூப்ரூ ஏற்கனவே சேணம் பூட்டித் தயாராக இருந்தது.

"நான் தாமதமாகி விட்டேனா?"

"சரி, சரி! எல்லாம் சரியாக இருக்கிறது, எல்லாம் சரியாக இருக்கிறது" என்றார் ஆங்கிலேயர். "உணர்ச்சிவசப்படாதீர்கள்."

உடல் முழுவதும் நடுங்கிக் கொண்டிருந்த குதிரையின் அற்புத மான, விரும்பத்தக்க வடிவழகை மீண்டும் ஒருமுறை கண்களால் பருகிய விரான்ஸ்கி, அதைப் பார்ப்பதிலிருந்து தன்னை மிகவும் சிரமப்பட்டு விடுவித்துக் கொண்டு, லாயத்தை விட்டு வெளியேறி னான். அவன் யாருடைய கவனத்தையும் ஈர்க்காமல், சரியான நேரத்தில் அரங்குக்குச் சென்றான். ஒன்றரை மைல் தூரப் பந்தயம் இப்போதுதான் முடிந்திருந்தது. அரங்கத்திலிருந்த அனைவரின் பார்வையும் நிலைகுத்தியவாறு குதிரையின் காவல் அதிகாரி மீதும், அவருக்குப் பின்னாலிருந்த குதிரை வீரர்களையும் நோக்கியே இருந்தன. தங்கள் முழு பலத்தையும் செலுத்திக் குதிரைகளை விரட்டிய அவர்கள் வெற்றிக் கம்பத்தை நெருங்கிக் கொண்டிருந்தனர். பந்தயம் நடக்கும் வட்டத்தின் நடுவிலிருந்தும் வெளியிலிருந்தும் கூட்டம் அலைமோதியபடி அந்தக் கம்பத்தை நோக்கி விரைந்தது. குதிரைக்காவலர்களின் படைவீரர்களும் அதிகாரிகளும் அடங்கிய ஒரு கூட்டம், தங்களைச் சேர்ந்த அதிகாரியும் தோழரும் வெற்றி பெற வேண்டும் என்ற எதிர்பார்ப்புடன் மகிழ்ச்சியுடன் ஆரவாரக் கூச்சலிட்டனர். பந்தயத்தை முடிக்கும் மணி ஒலித்த தருணத்தில் விரான்ஸ்கி அந்தக் கூட்டத்தின் நடுவே நழுவிச் சென்றான். உயர மாக சேறும் சகதியுமாக இருந்த, முதலில் வந்த குதிரைக் காவலர், சாம்பல் நிறத்தில், வியர்வையால் கறுத்துப் போயிருந்த, ஆழ்ந்து சுவாசித்த குதிரையின் கடிவளாத்தை விட்டுவிட்டு, அப்படியே அதன் மீது படுத்துக்கொண்டார்.

பெருமுயற்சி எடுத்து கால்களால் நிலத்தைப் பறித்த குதிரை, தனது பெரிய உடலின் வேகத்தைக் குறைத்தபோது, குதிரைக் காவல் அதிகாரி, ஆழ்ந்த தூக்கத்திலிருந்து விழித்தெழுந்தவரைப்

போலச் சுற்றிலும் பார்த்துச் சிரமத்துடன் புன்னகைத்தார். நண்பர்கள் மற்றும் மக்களின் திரளான கூட்டம் அவரைச் சூழ்ந்து கொண்டது.

அரங்கிற்கு முன்னால் தயக்கத்துடன் அரட்டையடித்துக் கொண்டிருந்த, உயர் சமூகத்தைச் சார்ந்த கூட்டத்தை விரான்ஸ்கி வேண்டுமென்றே தவிர்த்தான். அங்கே திருமதி. கரீனினாவும், பெட்ஸியும், தனது சகோதரரின் மனைவியும் இருப்பதை அறிந்த விரான்ஸ்கி, தனது கவனம் சிதறாமல் இருப்பதற்காக வேண்டு மென்றே அவர்களை நெருங்கவில்லை. ஆனால் அவனை எதிர் கொண்டு சந்தித்தவர்கள் அவனைத் தடுத்து நிறுத்தி, முடிந்த பந்தயங் களின் விவரங்களைச் சொல்லி, அவன் ஏன் தாமதமாக வந்தான் என்று விசாரித்தனர்.

பந்தய வீரர்கள் அனைவரும் பரிசுகளைப் பெறுவதற்காக பெவிலியனுக்கு அழைக்கப்பட்டு, அனைவரும் அங்கு சென்றபோது, நடுத்தர உயரத்தில், மிகவும் அழகாக, சிவந்த நிறத்தில், பருமனாக, சிவந்த மூக்குடன், பதக்கம் தரித்த கர்னல் அலெக்ஸாண்டர், விரான்ஸ்கியின் சகோதரர், அவனை நோக்கி வந்தார்.

“என்னுடைய குறிப்பு கிடைத்ததா?” என்றார் அவர். “உன்னைப் பிடிப்பது குதிரைக்கொம்பாக இருக்கிறது.”

அலெக்ஸாண்டர் விரான்ஸ்கி, ஒழுங்கீனமாக, குறிப்பாக எப்போதும் குடிபோதையில் வாழ்ந்தபோதும் அரசவையில் முக்கிய மான ஒரு நபராக இருந்தார்.

இப்போது தன் அண்ணனிடம் அவனுக்குப் பிடிக்காத ஒரு விஷயத்தைப் பற்றிப் பேசிக்கொண்டிருந்த விரான்ஸ்கி, அனைவரின் பார்வையும் தங்களை நோக்கித் திரும்பக்கூடும் என்பதை அறிந்து, ஏதோ முக்கியமற்ற ஒன்றைக் கேலி செய்வது போல, சிரித்த முகத் துடன் பேசினான்.

“படித்தேன். உண்மையில் நீங்கள் எதைக் குறித்துக் கவலைப் படுகிறீர்கள் என்று எனக்குப் புரியவில்லை” என்றான் விரான்ஸ்கி.

“நீங்கள் திங்களன்று இங்கே இல்லாமல் பீட்டர்ஹோப்பில் இருந்தீர்கள் என்பதை அறிந்து நான் மிகவும் கவலைப்பட்டேன்.”

“நேரடியாகச் சம்பந்தப்பட்டவர்கள் மட்டுமே விவாதிக்கக்கூடிய சில விஷயங்கள் உள்ளன. நீங்கள் கவலைப்படும் விஷயமும் அத்த கையதே...”

“சரி, அப்படியானால் சேவையில் இருக்காதீர்கள், இருக்கா...”

“நீங்கள் தலையிட வேண்டாம் என்று நான் கேட்டுக்கொள் கிறேன், அவ்வளவுதான்.”

அலெக்ஸி விரான்ஸ்கியின் சுளித்த முகம் வெளிறியது. அவருடைய தாடை நடுங்கியது. வெகு சில சமயங்களில் அவருக்கு இப்படி நடக்கும். மிகவும் நல்ல மனம் கொண்ட ஒரு மனிதராக அவர் இருந்ததால், அவர் அரிதாகவே சினம் கொண்டார். ஆனால் அப்படிச் சினத்தின் வசப்பட்டு, அவருடைய கன்னம் இழுபடும் போது அவர் ஆபத்தானவர் என்பது விரான்ஸ்கிக்கு நன்றாகவே தெரியும். அலெக்ஸாண்டர் விரான்ஸ்கி கலகலவென்று சிரித்தார்.

"நான் அம்மாவின் கடிதத்தை மட்டுமே தங்களிடம் கொடுக்க விரும்பினேன். அவருக்குப் பதில் எழுதுங்கள். பந்தயத்திற்கு முன் வருத்தப்பட வேண்டாம். நல்ல வாய்ப்பு!" என்ற அவர் சிரித்துக் கொண்டே அவனை விட்டு விலகிச் சென்றார்.

ஆனால் அப்போது மற்றொரு நட்புரீதியான வாழ்த்து விரான்ஸ்கியை நிறுத்தியது.

"நீங்கள் உங்கள் நண்பர்களைத் தெரிந்துகொள்ள விரும்ப வில்லை! வணக்கம் அன்பரே!" என்றான் ஸ்டீபன் ஆர்கடியேவிச். இங்கே இந்த பீட்டர்ஸ்பர்க் கவர்ச்சிக்கு மத்தியிலும், மாஸ்கோவில் இருந்ததற்குச் சற்றும் குறையாமல், அவனது சிவந்த முகமும், சீவிய பளபளப்பான மீசையும் பிரகாசித்தது. "நான் நேற்று வந்தேன். உங்கள் வெற்றியைக் காண்பதற்கு நான் மகிழ்ச்சியுடன் காத்திருக் கிறேன். நாம் எப்போது சந்திப்போம்?"

"நாளை அதிகாரிகளின் உணவகத்திற்கு வாருங்கள்" என்று சொன்ன விரான்ஸ்கி, மன்னிப்பு கேட்கும் விதமாக ஸ்டீபன் ஆர்கடியேவிச்சின் கைகளை அழுத்திவிட்டு, ஏற்கனவே செங்குத்தான தடகளத்திற்குக் குதிரைகளை அழைத்துவந்திருந்த, பந்தயப் பாதையின் நடுப்பகுதியை நோக்கி நடந்தான்.

பந்தயத்தை முடித்து வியர்வையில் தெப்பலாய் நனைந்து களைத்துப் போன குதிரைகளை, குதிரைக்காரச் சிறுவர்கள் லாயத் திற்கு அழைத்துச் சென்றனர். புதிய குதிரைகள் ஒன்றன்பின் ஒன்றாக அடுத்த பந்தயத்திற்கு மைதானத்திற்குள் வந்தன. பெரும்பாலும் ஆங்கிலக் குதிரைகளான அவை, முக்காடு அணிந்து, வயிற்றுப் பகுதிகள் இறுக்கமாகப் பிணைக்கப்பட்டு, விசித்திரமான பெரிய பறவையைப் போல தோற்றமளித்தன. மெலிந்த அழகியான ப்ரூ ப்ரூ, நீரூற்றுகளில் நடப்பது போல, தனது மிருதுவான குளம்புகளால் அடியெடுத்து வைத்து நடந்து வந்தாள். அவளுக்கு அப்பால் சற்றுத் தொலைவில் பெரிய காதுகளைக் கொண்ட கிளாடியேட்டரின் மீதிருந்த துணியை அகற்றிக்கொண்டிருந்தார்கள். அந்தக் குதிரையின் பெரிய, நேர்த்தியான வடிவமும், அற்புதமான பின்னங்கால்களும், குறுகலான குளம்புகளின் மீது அமர்ந்திருந்தது விரான்ஸ்கியின்

கவனத்தை ஈர்த்தது. அவன் தனது குதிரையை நோக்கிச் செல்ல முயன்றபோது மீண்டும் ஒரு அறிமுகமானவர் அவனைத் தடுத்து நிறுத்தினார்.

"ஆகா, கரீனின்!" என்று சொன்ன அந்த நண்பர் அவனிடம் கூறினார். "அவர் தன் மனைவியைத் தேடுகிறார். ஆனால் அவள் பெவிலியனின் நடுவில் இருக்கிறாள். நீங்கள் அவளைப் பார்க்க வில்லையா?"

"இல்லை, நான் பார்க்கவில்லை" என்று பதிலளித்த விரான்ஸ்கி, அன்னா இருப்பதாகச் சொன்ன பெவிலியன் பக்கம் திரும்பாமல் தன் குதிரையின் அருகில் சென்றான்.

பந்தய வீரர்கள், மைதானத்திற்கு வரவழைக்கப்பட்டு அவர் களுக்கான எண்களை வழங்கி, அவர்களுக்குரிய இடத்திற்குச் செல்லும் படி கூறியபோது, விரான்ஸ்கியால் தன்னிடம் சொல்லப்பட்ட அறிவுரையின்படி குதிரையின் சேணத்தை முறையாக ஆய்வுசெய்ய முடியவில்லை. தீவிரமான, கண்டிப்பான, பெரும்பாலும் வெளிறிய முகங்களுடன், இருந்த பதினேழு அதிகாரிகள் பெவிலியனில் கூடிய குதிரைகளுக்கான எண்களை வரைந்து முடித்தனர். விரான்ஸ்கிக்கு ஏழாம் எண் கிடைத்தது. "குதிரையில் ஏறுங்கள்!" என்ற கட்டளை எழுந்தது.

தானும் மற்ற குதிரை வீரர்களும் அரங்கிலிருந்து ஆயிரக் கணக்கானவர்களின் பார்வைக்கு இலக்காகியிருப்பதை உணர்ந்த விரான்ஸ்கி, பதட்டமான சூழ்நிலையில் வழக்கமாகச் செய்வதைப் போல, மெதுவாக அமைதியாக நடந்து தனது குதிரையை நெருங்கி னான். கஞ்சியிட்ட கருப்பு நிற கோட்டின் விறைப்பான காலர் கன்னங்களை உரச, வட்டவடிவமான கருப்புத் தொப்பியும் உயர மான காலணிகளும் அணிந்து, பந்தயங்களுக்கு மரியாதை செலுத்தும் வகையில் சிறந்த ஆடைகளை உடுத்தியிருந்தார் பயிற்சியாளர். எப்போதும் போல அமைதியாகவும் கம்பீரமாகவும் இருந்த விரான்ஸ்கி, கடிவாளங்களைப் பிடித்துக்கொண்டு ஃப்ரூஃப்ரூவின் முன்னால் நின்றான். ஃப்ரூஃப்ரூ காய்ச்சல் வந்தவள் போல தொடர்ந்து நடுங்கிக் கொண்டே இருந்தாள். விரான்ஸ்கி அவளை நெருங்கிய போது, செக்கச்சிவந்திருந்த தனது ஓரக்கண்களால் அவள் அவனைப் பார்த்தாள். விரான்ஸ்கி தனது கைவிரல்களைச் சேணத்தின் கீழே நழுவவிட்டான். குதிரை மேலும் அவனை முறைத்துப் பார்த்து, தனது பல்லைக் கடித்து, காதுகளைப் பின்னோக்கி அசைத்தது. குதிரையின் சேணம் பரிசோதிக்கப்படுவதைக் கண்டு, புன்னகையைக் காட்ட விரும்பிய ஆங்கிலேயர் தனது உதட்டை மடித்தார்.

"நீங்கள் ஏறுங்கள், உங்கள் பதட்டம் குறையும்."

விரான்ஸ்கி தனது போட்டியாளர்களை இறுதியாக ஒரு பார்வை பார்த்தான். பந்தயத்தின் போது அவர்கள் முகங்களைப் பார்க்க முடியாது என்பது அவனுக்குத் தெரியும். ஏற்கனவே இரண்டு பேர் பந்தயம் நடக்கும் தொடக்க இடத்தை நோக்கிச் சென்று கொண்டிருந்தனர். விரான்ஸ்கியின் நண்பரும், அபாயகரமான போட்டியாளருமான கோலிட்சின், தன் மீது ஏற அனுமதிக்காத அவருடைய குதிரையுடன் போராடிக் கொண்டிருந்தார். ஒரு குட்டையான குதிரை வீரர் இறுக்கமான உடையுடன், குதிரையின் முதுகின் மீது பூனையைப் போல குனிந்து, ஆங்கிலேயர்கள் செய்வதைப் போல குதிரையில் விரைந்தார். இளவரசர் குசோவ்லியோவ், தனது உயர் சாதியைச் சார்ந்த பெண் குதிரையின் மீது முகம் வெளுத்தவராய் அமர்ந்திருக்க, ஒரு ஆங்கிலேயர் அவளை வழிநடத்திக் கொண்டிருந்தார். குசோவ்லியோவின் குணாதிசயமான பயத்தையும், அவருடைய மோசமான தற்பெருமையின் தனித்தன்மையையும் விரான்ஸ்கியும் அவரது நண்பர்களும் நன்கு அறிந்திருந்தனர். அவர் எல்லாவற்றுக்கும் பயப்படுவார், குறிப்பாக, இராணுவக் குதிரையில் சவாரி செய்யப் பயப்படுவார் என்பது அவர்களுக்குத் தெரியும். குதிரையிலிருந்து விழுந்து பலரும் தங்கள் கழுத்தை முறித்துக்கொண்டனர் என்ற அச்சம் அவருக்கு இருந்தபோதும், ஒவ்வொரு தடையிலும் ஒரு மருத்துவரும், சிலுவைக்குறியிட்ட ஒரு ஆம்புலன்ஸ் வண்டியும், செவிலியரும் இருந்த காரணத்தால் அவர் பந்தயத்தில் குதிரைச் சவாரி செய்ய முடிவு செய்திருந்தார். அவர்களுடைய கண்கள் சந்தித்துக் கொண்டன. விரான்ஸ்கி அவரை உற்சாகப்படுத்தும் விதமாகக் கண்சிமிட்டினான். கிளாடியேட்டிரில் இருந்த அவனுடைய முக்கியமான போட்டியாளரான மகோட்டினை மட்டும் அவன் பார்க்கவில்லை.

“அவசரப்பட வேண்டாம்” என்றார் பயிற்சியாளர் விரான்ஸ்கியிடம். “ஒன்றை நன்றாக நினைவில் வையுங்கள். தடைகளில் அவளைத் தடுத்து நிறுத்தவோ, அவளைச் செலுத்தவோ முயலாதீர்கள். அவள் விரும்பியபடி அதைச் செய்யட்டும்” என்றார்.

“நல்லது, மிக நல்லது” என்ற விரான்ஸ்கி கடிவாளத்தைப் பற்றினான்.

“உங்களால் முடிந்தவரை பந்தயத்தைத் தொடருங்கள். ஆனால் நீங்கள் கடைசியில் இருந்தாலும், இறுதி நிமிடம் வரையிலும் மனம் தளராதீர்கள்.”

விரான்ஸ்கி தனது கால்களை உறுதியாக இரும்பு வளையத்தில் ஊன்றி, மெதுவாக தனது கச்சிதமான உடலை, கிரீச்சிட்ட தோல் சேணத்தின் மீது உறுதியாக வைத்தபோது, குதிரை அசையாமல் நின்றது. தனது வலது காலை வளையத்திற்குள் நுழைத்து, இரட்டைக்

கடிவாளங்களைச் சமப்படுத்தியபோது, பயிற்சியாளர் தனது பிடியைத் தளர்த்தினார். எந்தக் காலை முதலில் வைப்பது என்று தெரியாததைப் போல தயங்கிய ப்ரூப்ரூ, தனது நீண்ட கழுத்தினால் கடிவாளத்தை இழுத்து, தன் மிருதுவான முதுகில் சவாரியாளரை ஆட்டி இழுத்துச் சென்றாள்.

பயிற்சியாளர் வேகமாகப் பின்தொடர்ந்து சென்றார். உணர்ச்சி வசப்பட்ட குதிரை மேலிருந்த சவாரியாளரை இந்தப் பக்கமும் அந்தப் பக்கமும் சாய்த்துக் கீழே தள்ள முயன்று, கடிவாளத்தை இப்படியும் அப்படியும் இழுத்தது. விரான்ஸ்கி தனது குரலாலும், கையாலும் வீணாக அவளை அமைதிப்படுத்த முயன்றான்.

அவர்கள் அனைவரும் பந்தயம் தொடங்க வேண்டிய இடத்தை நோக்கிச் சென்றுகொண்டிருந்தனர். விரான்ஸ்கிக்கு முன்னாலும் பின்னாலும் பல போட்டியாளர்கள் சென்றனர். திடீரென்று விரான்ஸ்கி தனக்குப் பின்னால், சேற்றில் பாய்ந்து வரும் ஓசையைக் கேட்டபோது, வெள்ளைக்கால்களுடன், பெரிய காதுகளைக் கொண்ட கிளாடியேட்டரில் மகோட்டின் அவனை முந்திச் சென்றார். மகோட்டின் சிரித்து தனது நீண்ட வெண்ணிறப் பற்களைக் காட்டி னார். ஆனால் விரான்ஸ்கி அவரைப் பார்த்துக் கோபப் பார்வையை வீசினான். பொதுவாகவே அவரை விரும்பாத விரான்ஸ்கி தனக்கு மிகவும் ஆபத்தான போட்டியாளராக அவரைக் கருதினான். எனவே அவர் தன்னை முந்திச் சென்று தனது குதிரையை அச்சுறுத்தியதைக் கண்டு அவன் எரிச்சலடைந்தான். ப்ரூப்ரூ தனது இடது காலை வேகமாக உதைத்து, இரு பாய்ச்சல்கள் பாய்ந்து, இழுத்துப் பிடித்த கடிவாளத்தால் சினமடைந்து, தனது கால்களால் எம்பிக் குதித்து மேலிருப்பவரைத் தூக்கி எறிய முயன்றாள். முகம் சுளித்த பயிற்சி யாளர் கிட்டத்தட்ட குதிரையின் பின்னால் ஓடினார்.

25

மொத்தம் பதினேழு அதிகாரிகள் பந்தயத்தில் கலந்து கொண் டனர். பெவிலியனுக்கு முன்னாலிருந்த மூன்று மைல் தூரமுள்ள நீள்வட்டப் பாதையில் பந்தயம் நடந்தது. அந்தப் பாதையில் ஒன்பது தடைகள் இருந்தன. ஒரு நீரோடை, பெவிலியனுக்கு முன்னால் ஐந்து அடி உயரமான ஒரு தடுப்பு, வறண்ட பள்ளம், நீர் நிறைந்த பள்ளம், ஒரு சரிவு, (மிகவும் கடினமான தடை), மரத்தின் கிளை களைக் கொண்டு ஆற்றின் கரையில் அமைக்கப்பட்ட தடை, அதற்கு அப்பால் குதிரையின் கண்களுக்குப் புலப்படாத வகையில் மற்றொரு பள்ளம், குதிரை ஒரே நேரத்தில் இரண்டு தடைகளையும் தாண்ட

வேண்டும் அல்லது மோசமாக அடிபட்டு இறக்க வேண்டும், அதற்குப் பிறகு ஒரு வறண்ட பள்ளம், தண்ணீர் நிரம்பிய ஒரு பள்ளம். பெவிலியனுக்கு எதிரில் பந்தயம் முடிவடையும் வெற்றிக் கம்பம் இருந்தது. ஆனால் பந்தயத்தின் தொடக்கம் அவர்கள் இருந்த இடத்திற்குப் பக்கவாட்டில் சுமார் இருநூறு அடிகள் தாண்டி, ஏழு அடி அகலமுள்ள தண்ணீர் நிரம்பிய பள்ளத்திற்கு முன்னாலிருந்து ஆரம்பித்தது. பந்தய வீரர்கள் தங்கள் விருப்பத்தின் படி அதில் குதிக்கவோ அல்லது தாண்டிச் செல்லவோ முயற்சிக்கலாம்.

வீரர்கள் மூன்றுமுறை அணிவகுத்து வரிசையாக நின்றனர் என்றாலும், ஒவ்வொரு முறையும் யாரோ ஒருவரின் குதிரை வரிசையைத் தாண்டிச் சென்றது. எனவே அவர்கள் மீண்டும் அணிவகுத்து நிற்கவேண்டியிருந்தது. பந்தயத்தைத் தொடங்குவதில் கைதேர்ந்தவரான கர்னல் செஸ்டர் பொறுமையிழந்து சினம் கொள்ளத் தொடங்க, கடைசியாக நான்காவது முயற்சியில், "போங்கள்!" என்று கூச்சலிட்ட போது, குதிரை வீரர்கள் பாய்ந்து சென்றார்கள்.

அவர்கள் வரிசையாக நின்றபோது, அனைவருடைய கண்களும், பைனாகுலர்களும், அவர்களை நோக்கித் திரும்பின.

"அவர்கள் ஓடுகிறார்கள்!" என்று எதிர்பாராத அமைதிக்குப் பிறகு அனைவரது குரல்களும் ஏககாலத்தில் எல்லாத் திசைகளி லிருந்தும் எதிரொலித்தன.

பந்தயத்தை நன்றாகப் பார்ப்பதற்காக மக்கள் கூட்டமாகவும் தனியாகவும் ஓரிடத்திலிருந்து மற்றொரு இடத்திற்கு ஓடிக்கொண்டி ருந்தனர். முதல் நிமிடத்திற்குப் பிறகு கூட்டமாக இருந்த வீரர்கள், இரண்டு மூன்று பேராகப் பிரிந்து, ஒருவருக்குப் பின் ஒருவராக ஆற்றை நெருங்குவதைக் காண முடிந்தது. பார்வையாளர்களுக்கு அவர்கள் அனைவரும் சமமாக ஓடுவதாகத் தெரிந்தாலும், சவாரி செய்பவர்கள் தங்களுக்குள் சில வினாடிகள் வித்தியாசம் இருப்பதை அறிந்தார்கள். அவர்களைப் பொறுத்தவரை அது மிகவும் முக்கிய மானது.

கிளர்ச்சியடைந்து பதட்டத்திலிருந்த ப்ரூப்ரூ முதல் கணத்தைத் தவறவிட்டதால் பல குதிரைகள் அதற்கு முன்பு கிளம்பிச் சென்றன. ஆனால் நீரோடையை அடைவதற்கு முன்பு, விரான்ஸ்கி தனது முழு ஆற்றலையும் பயன்படுத்தி, எளிதாக மூவரை முந்திச் சென்று விட, இப்போது மகோட்டினின் தவிட்டு நிறக் கிளாடியேட்டர் மட்டுமே அவனுக்கு முன்னால் இருந்தது. தனக்கு முன்னால் அதன் குளம்புகள் சீராகவும் எளிதாகவும் தாவிச் செல்வதை விரான்ஸ்கி யால் பார்க்க முடிந்தது. அவர்கள் அனைவருக்கும் முன்னால்,

உயிருடன் இல்லாமல் ஏறக்குறைய இறந்தவரைப் போலிருந்த குசோவ்லியோவைச் சுமந்து டயானா சென்று கொண்டிருந்தது.

முதல் சில கணங்களில் விரான்ஸ்கியோ அல்லது அவனது குதிரையோ முழுமையாகத் தங்களின் கட்டுப்பாட்டில் இருக்கவில்லை. முதல் தடையான ஓடைவரையிலும் அவனால் தனது குதிரையைக் கட்டுப்படுத்த முடியவில்லை.

கிளாடியேட்டரும் டயானாவும் கிட்டத்தட்ட ஒன்றாகச் சென்று, ஒரே நேரத்தில் ஆற்றின் மேலெழுந்து மறுபக்கத்திற்குப் பறந்து சென்றனர். அவர்களுக்குப் பின்னால் ஃப்ரூஃப்ரூவும் எந்தச் சிரமும் இன்றி பறந்து சென்றது. ஆனால் விரான்ஸ்கி காற்றில் பறந்தபோது உடனடியாகத் தனது குதிரையின் கால்களுக்குக் கீழே, நீரோடைக்கு அப்பால், குசோவ்லியோ தனது டயானாவுடன் தடுமாறிக் கொண்டிருப்பதைக் கண்டான். (குதிரையுடன் தாவிய குசோவ்லியோ தனது கட்டுப்பாட்டை இழந்து கடிவாளத்தை விட்டுவிட, அவரும் குதிரையும் தலைகீழாக அந்தரத்தில் பறந்தனர்). இதை விரான்ஸ்கி பின்னர் அறிந்து கொண்டான். ஆனால் இப்போது ஃப்ரூஃப்ரூ தரையிறங்க வேண்டிய இடத்தில் கீழே விழுந்த, டயானாவின் தலை அல்லது கால்கள் இருப்பதை மட்டுமே அவன் பார்த்தான். ஆனால் ஃப்ரூஃப்ரூ கீழே விழும் ஒரு பூனையைப் போல, கூடுதல் முயற்சி செய்து, கால்களால் எம்பிக் குதித்து, விழுந்து கொண்டிருந்த குதிரையைத் தாண்டிச் சென்றாள்.

"ஓ, அன்பே!" என்றான் விரான்ஸ்கி.

நீரோடையைக் கடந்த பிறகு தனது குதிரையின் மீது முழு ஆதிக்கத்தையும் செலுத்திய விரான்ஸ்கி, அவளை இழுத்துப் பிடித்து, மகோட்டினுக்குப் பின்னால் உள்ள பெரிய தடையைத் தாண்டிச் செல்ல விரும்பினான். பிறகு, அடுத்த ஐநூறு அடி தூரத்தில் அவனை முந்திச் செல்வதற்கு முயற்சித்தான்.

ஜார் அரசரின் பெவிலியனுக்கு நேர் எதிரே ஒரு பெரிய தடை இருந்தது. அரசரும், அரசவையும், மக்களும், பிசாசை நெருங்கிச் சென்ற (அந்த உறுதியான தடை அவ்வாறு அழைக்கப்பட்டது) விரான்ஸ்கியையும் அவனைச் சில அடிகள் தூரத்தில் முந்திச் சென்ற மகோட்டினையும் பார்த்தார்கள். அனைத்துத் திசைகளி லிருந்தும் அவர்களின் கண்கள் தன்னை நோக்கித் திரும்புவதை உணர்ந்த விரான்ஸ்கி அதைக் கவனியாது, குதிரையின் காதுகளை யும் கழுத்தையும், தனக்கு முன்னால் செல்லும் தரையையும், கிளாடி யேட்டரின் வெள்ளைக்கால்களின் குளம்புகள் தாளலயத்துடன் ஓடி, இருவருக்கும் இடையில் குறிப்பிட்ட தூரத்தைத் தக்க வைப் பதையும் மட்டுமே பார்த்தான். பாய்ந்து ஓடிய கிளாடியேட்டர்

எதன் மீதும் மோதாமல், தன் குட்டை வாலை அசைத்து, விரான்ஸ்கியின் பார்வையிலிருந்து மறைந்தது.

"சபாஷ்!" என்ற ஒற்றைக் குரல் கேட்டது.

அதே நேரத்தில் விரான்ஸ்கியின் கண்களுக்கு முன்னால் தடுப்புச்சுவர் பலகைகள் வெயிலில் பளபளத்தன. தனது இயக்கத்தில் சற்றேனும் மாற்றமின்றி, அவனுக்குக் கீழே அவன் கண்களுக்குப் பலகைகள் தெரியாத அளவுக்குக் கால்களை மடித்துச் சுருண்ட குதிரை வேகமாகப் பாய்ந்து செல்ல, அவனுக்குப் பின்னால் ஏதோ ஒன்றைத் தாக்கும் சத்தம் மட்டுமே கேட்டது. தனக்கு முன்னால் செல்லும் கிளாடியேட்டரைக் கண்டு உற்சாகமடைந்த குதிரை, தடுப்புக்கு முன்பாக முன்னதாகவே பாய்ந்ததால் அதன் பின் குளம்பு பலகைளில் மோதியது. ஆனாலும் குதிரை தன்னுடைய வேகத்தைக் குறைக்காமல் சென்றபோது, முகத்தில் சேற்றுக்கட்டி ஒன்றால் தாக்கப்பட்ட விரான்ஸ்கி, கிளாடியேட்டரிடமிருந்து தான் மீண்டும் அதே தூரத்தின் இடைவெளியில் இருப்பதை உணர்ந்தான். அவன் மீண்டும் தனக்கு முன்னால் சென்ற குதிரையின் பிட்டத்தையும், குட்டை வாலையும், வேகமாக நகரும் வெள்ளைக் கால்களையும் அதே தூரத்தில் கண்டான்.

மகோட்டினைத் தாண்டிச் செல்ல வேண்டும் என்று விரான்ஸ்கி நினைத்த அதே நொடியில், ஃப்ரூஃப்ரூ அவன் நினைப்பதைப் புரிந்து கொண்டது போல, எந்த அவசரமும் இல்லாமல், தனக்கு மிகவும் சாதகமான பக்கத்தில், அதாவது பந்தயப் பாதையில் கட்டியிருந்த கயிற்றுப் பக்கத்திலிருந்து மகோட்டினை நெருங்க முற்பட்டது. மகோட்டின் அதற்கு இடம் தராது என்றாலும், ஃப்ரூஃப்ரூ கால்களை மாற்றி அந்த வழியில் சரியாகச் செல்லத் தொடங்கியபோது, விரான்ஸ்கி அதை எப்படிச் சுற்றித் தாண்டிச் செல்ல முடியும் என்பதை மட்டுமே யோசித்தான். ஏற்கனவே வியர்வையால் கறுக்கத் தொடங்கியிருந்த ஃப்ரூஃப்ரூவின் தோள்கள், கிளாடியேட்டரின் பிட்டத்தை நெருங்கிச் சென்றது. இரு குதிரைகளும் அப்படியே சற்றுத் தூரம் வரையிலும் சென்றன. ஆனால் அவர்கள் தடையை நெருங்குவதற்கு முன்னால், விரான்ஸ்கி வெளிவட்டத்தை ஆக்கிரமிக்கக் கூடாது என்பதற்காக, கடிவாளத்தினால் குதிரையைக் கட்டுப்படுத்தி, சரிவில் மகோட்டினைச் சுற்றிச் சென்றான். அப்போது அவன் மகோட்டினின் சேறு படிந்த முகம் பிரகாசிப்பதைக் கண்டான். அவர் சிரித்தார் என்றுகூட அவன் நினைத்தான். மகோட்டினைத் தாண்டிச் சென்ற பிறகும் விரான்ஸ்கி, இப்போதும் தான் அவருக்குப் பின்னால் இருப்பதைப் போல, கிளாடியேட்டரின் மூக்கிலிருந்து இன்னமும் முற்றிலும் புத்துணர்ச்சியான சுவாசத்தையும் அதனுடைய நடையின் ஓசையையும் தொடர்ந்து கேட்க முடிந்தது.

அடுத்த இரண்டு தடைகளான ஒரு பள்ளத்தையும், ஒரு தடுப்பையும் எளிதாகக் கடந்த விரான்ஸ்கி, அருகில் நெருங்கிய கிளாடியேட்டரின் சீற்றத்தையும், நடையின் வேகத்தையும் கேட்டான். தனது குதிரையை வேகமாக விரட்டிய விரான்ஸ்கி, அவள் எளிதாக தனது வேகத்தைக் கூட்டியதைக் கண்டு மகிழ்ந்தான். இப்போதும் கிளாடியேட்டரின் குளம்புகளின் சத்தம் மீண்டும் அதே இடைவெளி யில் கேட்டது.

பந்தயத்தை வழிநடத்திக் கொண்டிருந்த விரான்ஸ்கி, தான் விரும்பியது போல, பயிற்சியாளர் தனக்கு அறிவுறுத்தியபடி, இப்போது வெற்றி கிடைக்கும் என்ற நம்பிக்கையில் இருந்தான். ஃப்ரூஃப்ரூ மீது அவருக்கிருந்த மகிழ்ச்சியும் உற்சாகமும், கனிவும், மேலும் தீவிரமடைந்தன. அவன் திரும்பிப் பார்க்க விரும்பியபோதும், அதற்குத் துணியாமல், தன்னை அமைதிப்படுத்திக் கொண்டு, கிளாடியேட்டரில் இன்னும் எஞ்சியிருப்பதாகத் தான் உணர்ந்த ஆற்றலுக்கு இணையான ஆற்றலைச் சேமிக்கும் உத்தேசத்துடன் தனது குதிரையை விரட்டாமலிருந்தான். இன்னமும் ஒரு தடை, மிகவும் கடிமான தடை இருந்தது. மற்றவர்களைவிட அவன் அதைக் கடந்துவிட்டால், பந்தயத்தில் அவன் முதலில் வருவான். அவன் ஆற்றின் கரையை நோக்கிச் சென்றுகொண்டிருந்தான். அவனும் ஃப்ரூஃப்ரூவும் தூரத்திலிருந்தே அந்தத் தடையைப் பார்க்க முடிந்தது. அவனுக்கும் அவனுடைய குதிரைக்கும் ஒரு கணம் ஒரு சிறிய சந்தேகம் எழுந்தது. குதிரையின் காதுகளில் தெரிந்த நிச்சயமற்ற தன்மையை உடனடியாகக் கவனித்து தனது சாட்டையை உயர்த்திய அவன் தனது சந்தேகம் அடிப்படையற்றது என்பதை உணர்ந்தான். என்ன தேவை என்பதைப் புரிந்துகொண்ட குதிரை தனது வேகத்தை அதிகரித்து, அவன் நினைத்தது போலவே தரையிலிருந்து எம்பிக் குதித்து, பள்ளத்தைத் தாண்டும் ஆற்றலைத் திரட்டிக் கொண்டு அதே தாளலயத்துடன், சிரமமின்றி, அதே நடையில் பந்தயத்தைத் தொடர்ந்தது.

“சபாஷ் விரான்ஸ்கி!” என்று அந்தத் தடையின் அருகில் நின்றிருந்த அவனது படையைச் சேர்ந்தவர்களும் அவனுடைய நண்பர்களும் கத்தும் குரலைக் கேட்டான். யஷ்வினின் குரலை அவனால் அடையாளம் காணாமல் இருக்க முடியவில்லை என்றாலும் அவன் அவரைப் பார்க்கவில்லை.

‘ஓ, என் அருமை செல்லம்!’ என்று தனக்குப் பின்னால் என்ன நிகழ்கிறது என்பதைக் கவனித்துக் கொண்டே ஃப்ரூஃப்ரூவைப் பற்றி நினைத்துக் கொண்டான். தனக்குப் பின்னால் கிளாடியேட்டரின் குளம்படியைக் கேட்ட விரான்ஸ்கி, ‘அவர் தடையைக் கடந்து விட்டார்’ என்று நினைத்தான். இன்னும் ஐந்து அடி அகலமுள்ள

ஒரு சிறிய தண்ணீர் நிரம்பிய பள்ளம் மட்டுமே எஞ்சியிருந்தது. விரான்ஸ்கி அதைப் பார்க்கவே இல்லை என்றாலும், முதலில் வரவேண்டும் என்ற ஆசையில், கடிவாளத்தை முறுக்கி குதிரையின் தலையைச் சரியான நேரத்தில் உயர்த்தி பின் தாழ்த்திய அவன், குதிரை தனது கடைசி ஆற்றலைத் திரட்டி ஓடிக்கொண்டிருப்பதை உணர்ந்தான். அவளுடைய கழுத்தும் தோள்களும் ஈரமாக இருந்த தோடு அல்லாமல், அவள் தலையும், பிடரி மயிர்களும், கூர்மையான காதுகளும் ஆறாகப் பெருகிய வியர்வையில் நனைந்தன. அவளுடைய சுவாசம் கூர்மையாகவும் மெல்லியதாகவும் வெளிப்பட்டது. ஆனால் மீதமிருக்கும் ஐந்நூறு அடிகளுக்கு இந்த ஆற்றல் போது மானது என்று அவன் நினைத்தான். அவளுடைய அசைவுகளில் இருந்த மென்மையாலும், தரைக்கு மிக அருகில் இருப்பதைத் தான் உணர்ந்ததாலும் குதிரை தனது வேகத்தை எத்தனை அதிகரித்துள்ளது என்பதை விரான்ஸ்கியால் உணர முடிந்தது. பள்ளம் இருப்பதைக் கவனிக்காதவள் போல, ஒரு பறவையைப் போல, அதன் மேலே இலகுவாகப் பறந்தாள். ஆனால் குதிரையின் அசைவுக்கு ஈடுகொடுக்க முடியாத விரான்ஸ்கி, எப்படி நடந்தது என்று தெரியாமல், சேணத்தின் மீது தன்னை தாழ்த்திக் கொண்டு ஒரு மன்னிக்க முடியாத தவறைச் செய்தான். அவன் சற்றே தன் உடலை அசைத்தான். அவனது நிலையில் திடீரென்று ஏற்பட்ட மாற்றம் ஏதோ பயங்கரம் நடந்து விட்டது என்பதை அவனுக்கு உணர்த்தியது. அதை என்னவென்று அவன் இன்னும் அறியாத நிலையில், அப்போது தவிட்டு நிறக் குதிரையின் வெள்ளைக் கால்கள் அவனுக்கு அருகில் மின்ன, மகோட்டின் வேகமாகச் சென்றார். விரான்ஸ்கி ஒரு காலால் தரையைத் தொட, குதிரை அந்தக் காலின் மீது கவிழ்ந்து விழுந்தது. அவள் பக்கவாட்டில் விழுவதற்கு முன்னால் அவனால் தனது கால்களை விடுவித்துக்கொள்ள முடியவில்லை. அவள் ஆழமாக மூச்சுவிட்டு, வியர்வைத் துளிகள் பெருகிய கழுத்துடன், காயப்பட்ட பறவையைப் போல தரையில் மிதந்தபடி, எழுந்திருப்பதற்கு வீணான முயற்சிகளை மேற்கொண்டாள். விரான்ஸ்கி செய்த அந்த மோச மான உடல் அசைவினால் அவளுடைய முதுகு உடைந்தது என்பதை அவன் பிறகு அறிந்தான். இப்போது அவன் மகோட்டின் வேகமாக முன்னேறிச் செல்வதை மட்டுமே பார்த்தான். சேறும் சகதியுமாக இருந்த தரையில் ஒரு கற்சிலையைப் போல அவன் அசையாமல் நின்றான். ஃப்ரூஃப்ரூ அவனுக்கு முன்னால் மூச்சிரைத்தபடி, தனது தலையை அவனை நோக்கிச் சாய்த்து, தனது அற்புதமான கண்களால் அவனைப் பார்த்தாள். இன்னும் என்ன நடந்தது என்று புரியாத விரான்ஸ்கி, கடிவாளத்தைப் பிடித்து குதிரையை இழுத் தான். தன் உடல் முழுவதையும் மீனைப் போல அடித்துக் கொண்ட

அவள், சேணத்தை ஆட்டி, தனது முன்னங்கால்களை விடுவித்துக் கொண்டாலும், தன் பின்னங்கால்களால் எழுந்து நிற்க முடியாத அளவிற்குப் பலவீனமாக இருந்தாள். உடனடியாகக் களைப்படைந்த அவள் மீண்டும் பக்கவாட்டில் விழுந்தாள். முகம் வெளிற, கீழ்தாடை நடுங்க, உணர்ச்சிவயப்பட்ட விரான்ஸ்கி, தனது குதிகாலால் அவள் வயிற்றில் உதைத்து, கடிவாளத்தைப் பிடித்து இழுத்தான். அவள் அசையாமல் மூக்கைத் தரையில் புதைத்துக் கொண்டு, கண்களால் பேசுவதுபோல தன் எஜமானரைப் பார்த்தாள்.

"ஆஆஆ!" என்று தலையைப் பிடித்துக் கொண்டு முனகினான் விரான்ஸ்கி. "ஆகா! நான் என்ன செய்துவிட்டேன்!" என்று கதறினான். "தோற்றுவிட்டேன்! எல்லாமே என் தவறு! வெட்கக் கேடான மன்னிக்க முடியாத தவறு! பாவப்பட்ட குதிரை ஒழிந்து விட்டது! ஆகா, நான் என்ன செய்துவிட்டேன்!"

மக்கள் கூட்டமும், ஒரு மருத்துவரும், அவரது படைப்பிரிவைச் சார்ந்த அதிகாரிகளும் அவனை நோக்கி ஓடிவந்தனர். காயம் ஏதும் இல்லாமல் தான் தப்பிவிட்டதை அவன் உணர்ந்தான். குதிரை தனது முதுகை உடைத்துக் கொண்டதால் அவளைச் சுடுவதற்கு முடிவு செய்தனர். விரான்ஸ்கியால் எந்தக் கேள்விக்கும் பதில் சொல்ல முடியவில்லை, யாருடனும் பேச முடியவில்லை. திரும்பிப் பார்த்த அவன், தன் தலையிலிருந்து நழுவிய தொப்பியை எடுக்காமல், பந்தய இடத்திலிருந்து விலகி, எங்கே போகிறோம் என்று தெரியாமல் நடந்தான். அவன் வேதனையிலிருந்தான். தன்னுடைய வாழ்நாளில் முதல் முறையாக அவன் ஒரு மோசமான துரதிர்ஷ்டத்தை, ஈடுசெய்ய முடியாத துரதிர்ஷ்டத்தை அனுபவித் தான். அதற்கு அவனே காரணம்.

கையில் தொப்பியுடன் யஷ்வின் அவனைப் பிடித்து, வீட்டிற்கு அழைத்துச் சென்றார். அரைமணி நேரத்திற்குப் பிறகு விரான்ஸ்கி சுயநினைவுக்குத் திரும்பினான். ஆனால் இந்தப் பந்தயத்தின் நினைவு, அவனது வாழ்க்கையில் நடந்துவிட்ட மிகவும் ஜீரணிக்க முடியாத, வலிமிகுந்த நினைவாக, அவனது இதயத்தில் நீண்ட காலத்திற்கு நிலைத்து நின்றது.

26

அலெக்ஸி அலெக்ஸாண்ட்ரோவிச்சிற்கும் அவர் மனைவிக்கும் வெளிப்புறத்தில் இருந்த உறவு முன்பு போலவே இருந்தது. ஒரே வித்தியாசம் என்னவெனில் அவர் முன்னைவிடவும் அதிக வேலை யாக இருந்தார். முந்தைய ஆண்டுகளைப் போலவே, வசந்தகாலம்

வந்தபோது, ஒவ்வொரு ஆண்டும் குளிரினால் கடுமையாகப் பாதிக்கப் பட்ட தனது உடல்நலத்தைத் திரும்பப் பெறுவதற்குத் தண்ணீர் சிகிச்சைக்காக வெளிநாட்டிற்குச் சென்று வந்தார். ஜூலையில் திரும்பிய அவர், புதிய ஆற்றலுடன், தனது வேலையை வழக்கம் போல செய்யத் தொடங்கினார். வழக்கமாகச் செய்வதைப் போல அவர் பீட்டர்ஸ்பர்க்கில் தங்கியிருந்த போது அவர் மனைவி தங்கள் நாட்டு வீட்டிற்குச் சென்றாள்.

இளவரசி ட்வெர்ஸ்காயாவின் இல்லத்தில் நடந்த சந்திப்பு முடிந்து, அன்று மாலையில் இருவருக்கும் நடந்த உரையாடலுக்குப் பின்னர் அவர் அன்னாவிடம் தனது சந்தேகங்களையும் பொறாமை களையும் பற்றி ஒருபோதும் பேசவில்லை. மேலும் அவரது மனைவி யுடனான அவரது தற்போதைய உறவுக்கு, அவர் எப்போதும் கையாளும் வழக்கமான கேலியான தொனியைவிட வேறெதுவும் சிறந்ததாக இருந்திருக்க முடியாது. அவர் அவள்மீது எந்தவித உணர்ச்சியும் அற்றவராக இருந்தார். அன்று இரவு நடந்த முதல் சண்டையில் அவள் அவரைப் புண்படுத்திய பிறகு, அவர் அவள் மீது சற்றே அதிருப்பதி கொண்டிருப்பதாகத் தெரிந்தது. அவருக்கு அவளுடனான உறவில் ஒரு எரிச்சலைத் தவிர வேறெதுவும் இருக்கவில்லை. ‘நீ எனக்கு விளக்கம்தர விரும்பவில்லை. அது உனக்கு மிக மோசமான விளைவை ஏற்படுத்தும். இனிமேல் நான் உன்னிடம் பேசமாட்டேன், ஆனால் நீதான் என்னிடம் பேசுவதற்குக் கெஞ்ச வேண்டும். இனிமேல் எல்லாமே உனக்கு மோசமாக இருக்கப் போகிறது’ என்று தீயை அணைக்க வீண் முயற்சி செய்த ஒருவன் அந்த வீண் முயற்சியால் சினம் கொண்டவனைப் போல அவளோடு மனதளவில் பேசிக் கொண்டார். ‘நீ இப்போது நெருப்பில் இருக் கிறாய்! அது உன்னை எரிக்கப் போகிறது.’

அரசு அலுவல்களில் நுணுக்கமான புத்திக்கூர்மை உடையவராக இருந்த அவர், தன் மனைவியிடம் இப்படி நடந்து கொள்வதில் உள்ள முட்டாள்தனத்தை உணரவில்லை. அதை அவர் புரிந்து கொள்ளவில்லை, ஏனெனில் அவரது உண்மையான நிலையைப் புரிந்துகொள்வது அவருக்கு மிகுந்த அச்சம் தருவதாக இருந்தது. எனவே அவர் தனது குடும்பத்தின் மீது, அதாவது தனது மனைவி மற்றும் மகன் மீதான தனது உணர்வுகளை மறைத்து வைத்திருந்த பெட்டியைத் தன்னுடைய இதயத்தில் பூட்டி வைத்திருந்தார். ஒரு கவனமான தந்தையாக இருந்த அவர், அந்தக் குளிர்காலத்தின் முடிவிலிருந்தே, தன் மகன் மீது உணர்ச்சியின்றி இருந்தார். மேலும் தன் மனைவியிடம் பேசும்போது பயன்படுத்திய அதே கேலியான தொனியில் அவனிடமும் பேசினார். “ஆகா! இளைஞனே!” என்று அவனை அழைத்தார்.

நற்றிணை பதிப்பகம் ● 299

யோசித்துப் பார்த்த அலெக்ஸி அலெக்ஸாண்ட்ரோவிச், இந்த வருடத்தைப் போல தான் எந்த வருடத்திலும் இத்தனை அலுவலகப் பணிகளை மேற்கொண்டதில்லை என்று நினைத்தார். ஆனால் அந்த ஆண்டில் அவர் தனக்கான கூடுதல் வேலைகளை அவராகவே தேடிக்கொண்டார் என்பதையும், தன்னுடைய மனைவி, மகன் மீதான அவருடைய உணர்வுகளையும், அவர்களைப் பற்றிய எண்ணங்களையும் மறைத்து வைத்திருந்த பெட்டியைத் திறக்காமல் இருப்பதற்கு இது ஒரு வழி என்பதையும் அவர் புரிந்துகொள்ள வில்லை. ஆனால் நீண்ட காலமாக அவற்றைப் பூட்டி வைத்திருப்பது இன்னும் பயங்கரமாக இருந்தது. அலெக்ஸி அலெக்ஸாண்ட் ரோவிச்சிடம் கேள்வி கேட்கும் உரிமையுள்ள யாரேனும், அவரது மனைவியின் நடத்தையைப் பற்றி என்ன நினைக்கிறீர்கள் என்று கேட்டிருந்தால், சாந்தமான, மென்மையான அவர் அதற்குப் பதில் சொல்லாமல் கேட்டவர் மீது சினம் கொண்டிருப்பார். இதன் காரணமாகவே அவரது மனைவியின் உடல்நிலை குறித்து யாராவது அவரிடம் விசாரிக்கும் போதெல்லாம் அவர் முகத்தில் எள்ளும் கொள்ளும் வெடித்தது. தன் மனைவியின் நடத்தையையும் உணர்வு களையும் குறித்து அவர் சிந்திக்க விரும்பவில்லை என்பதுடன் அவர் அதைப் பற்றிச் சிந்திக்கவே இல்லை என்பதுதான் உண்மை.

அலெக்ஸி அலெக்ஸாண்ட்ரோவிச்சின் நிரந்தமான குடில் வீடு பீட்டர்ஹோப்பில் இருந்தது. அங்கு அன்னாவின் அண்டை வீட்டுக்காரராக இருந்த கோமகள் லிடியா இவானோவ்னா, அங்கு தங்கி, வழக்கமாக அன்னாவுடன் கோடையைக் கழித்து வந்தாள். ஆனால் இந்த ஆண்டு பீட்டர்ஹோப்பில் தங்குவதற்கு மறுத்துவிட்ட அவள், அன்னா ஆர்கடியேவ்னாவை ஒருமுறை கூட சந்திக்கவில்லை என்பதுடன், பெட்ஸி மற்றும் விரான்ஸ்கியுடன், அன்னாவின் அரு வருப்பான நெருக்கம் அதிகரித்து வருவதை அலெக்ஸி அலெக் ஸாண்ட்ரோவிச்சுக்கு சுட்டிக்காட்டினாள். ஆனால் அலெக்ஸி அலெக்ஸாண்ட்ரோவிச் அவளைக் கடுமையாகச் சாடியதுடன், தன் மனைவி சந்தேகத்திற்கு அப்பாற்பட்டவள் என்ற கருத்தை வெளிப்படுத்தினார். அதன் பிறகு அவர் கோமகள் லிடியா இவானோவ்னாவைத் தவிர்க்கத் தொடங்கினார். சமூகத்தில் ஏற்கனவே பலரும் தன் மனைவியின் நடத்தையைச் சந்தேகிப்பதை அவர் விரும்பவில்லை, பார்க்கவும் இல்லை. விரான்ஸ்கியின் படைப்பிரிவின் முகாமிலிருந்து வெகு தொலைவில் இல்லாத, பெட்ஸி வசித்த ஜார்ஸ்கோய் செலோவுக்குச் செல்ல வேண்டும் என்று அவரது மனைவி ஏன் தன்னை வற்புறுத்தினாள் என்பதை அவர் புரிந்துகொள்ள விரும்பவில்லை, புரிந்து கொள்ளவும் இல்லை. அதைப் பற்றி யோசிப்பதிலிருந்து தன்னைத்தானே கட்டுப்படுத்திக்

கொண்டதால், அவர் அதைப் பற்றி யோசிக்கவில்லை. ஆனால் அவர் அதை ஒருபோதும் ஒப்புக்கொள்ளவில்லை என்றாலும், எந்த ஆதாரமும் இல்லாமல், சந்தேகத்திற்கு இடமின்றி தான் ஒரு ஏமாற்றப்பட்ட கணவர் என்பதை நிச்சயமாக அறிந்திருந்தார். எனவே அவர் ஆழ்ந்த வருத்தமடைந்தார்.

தன் மனைவியுடன் அவர் வாழ்ந்த எட்டு வருட மகிழ்ச்சியான வாழ்க்கையில், மற்றவர்களின் துரோகம் செய்யும் மனைவிகளையும், ஏமாற்றப்பட்ட கணவர்களையும் பார்த்து அலெக்ஸி அலெக்ஸாண்ட்ரோவிச் எத்தனைமுறை தனக்குள் இப்படிச் சொல்லிக் கொண்டுள் ளார். 'ஒருவர் அதை எப்படி அனுமதிக்க முடியும்? இந்த அசிங்க மான சூழ்நிலையை ஒருவர் எப்படிச் சரிசெய்யாமல் இருக்க முடியும்?' ஆனால் இப்போது பேரழிவு அவரது தலையில் விழுந்தபோது, நிலைமையை எவ்வாறு சரிசெய்வது என்பதைப் பற்றி அவர் சிந்திக்க வில்லை என்பதோடு, அதைப் பற்றி எதையும் தெரிந்துகொள்ள விருப்பமின்றி, அது மிகவும் பயங்கரமானது, இயற்கைக்கு முரணானது என்று நினைத்து, அதைப் பற்றி மேலும் அறிந்துகொள்ள விரும்ப வில்லை.

வெளிநாட்டிலிருந்து திரும்பிய அலெக்ஸி அலெக்ஸாண்ட் ரோவிச் இரண்டுமுறை குடில் வீட்டிற்குச் சென்று வந்தார். ஒரு முறை அவர் இரவு உணவு உண்டார். மற்றொருமுறை விருந்தினர் களுடன் மாலை நேரத்தைக் கழித்தார். ஆனால் முந்தைய வருடங் களில் அவர் வழக்கமாகச் செய்ததைப் போல, அவர் ஒருமுறைகூட அங்கே இரவைக் கழிக்கவில்லை.

பந்தயம் நடந்த நாள் அலெக்ஸி அலெக்ஸாண்ட்ரோவிச்சிற்கு மிகவும் பரபரப்பான நாளாக இருந்தது. அன்று காலை தனக்கென்று ஒரு அட்டவணையைத் தயார் செய்துகொண்ட அவர், காலை உணவிற்குப் பிறகு, தனது மனைவியைப் பார்க்க நேராகக் குடிலுக்குச் செல்லவும், பிறகு அங்கிருந்து பந்தயங்களைப் பார்க்கச் செல்லவும் முடிவு செய்திருந்தார். அங்கு முழு நீதிமன்றமும் இருக்கும் என்பதால் அவரும் அங்கு இருந்தாக வேண்டும். உரிமையாளர் என்ற முறையில், வாரத்திற்கு ஒருமுறையேனும் தனது மனைவியைப் பார்க்கச் செல்ல வேண்டும் என்று அவர் முடிவு செய்திருந்த காரணத்தால் அவளைப் பார்க்கச் சென்றார். மேலும் அவர்களது ஏற்பாட்டின்படி, ஒவ்வொரு மாதமும் பதினைந்தாம் தேதிக்கு முன், தன் மனைவியின் செலவுகளுக்காக, அவர் பணம் கொடுக்க வேண்டியிருந்தது.

வழக்கமான தன்னுடைய மனதைக் கட்டுப்படுத்தும் ஆற்றலால், தன் மனைவியைக் குறித்து இதை மட்டுமே சிந்தித்து, அதற்கும் அப்பால் அவளைப் பற்றி வேறு எதைப் பற்றியும் சிந்திப்பதற்கு, அவர் தன் மனதில் இடம் தரவில்லை.

அன்று காலை அலெக்ஸி அலெக்ஸாண்ட்ரோவிச்சின் அலுவலகம் மிகவும் பரபரப்பாக இருந்தது. சீனாவில் தனது பயணத்தை முடித்துவிட்டு, பீட்டர்ஸ்பர்க்கில் தங்கியிருக்கும் ஒரு பிரபலமான மனிதரிடமிருந்து ஒரு கையேட்டையும், பல்வேறு காரணங்களுக்காக மிகவும் சுவாரஸ்யமான, மற்றும் அவசியமான இந்தப் பயணியை வரவேற்கும்படி ஒரு கடிதத்தையும், முதல் நாள் மாலையில், கோமகள் லிடியா இவானோவ்னா அவருக்கு அனுப்பியிருந்தார். அலெக்ஸி அலெக்ஸாண்ட்ரோவிச்சால் அன்று மாலை முழுவதும் அந்தக் கையேட்டைப் படிக்க முடியவில்லை என்பதால் காலையில்தான் அதைப் படித்தார். பிறகு மனுதாரர்களின் வருகை, அறிக்கைகள், நேர்காணல்கள், நியமனங்கள், நீக்கங்கள், விருதுகள் விநியோகம், ஓய்வூதியங்கள் மற்றும் கடிதங்கள் என்று, அலெக்ஸி அலெக்ஸாண்ட்ரோவிச் குறிப்பிட்டதுபோல, அன்றாடப் பணிகள் அவரது பெரும்பாலான நேரத்தை எடுத்துக்கொண்டன. அதற்குப் பிறகு ஒரு தனிப்பட்ட விஷயமாக ஒரு மருத்துவரும் அவரது தலைமைச் செயலாளரும் வந்தனர். அவருடைய தலைமைச் செயலர் அதிக நேரம் எடுத்துக்கொள்ளவில்லை. அவருக்குத் தேவையான பணத்தையும், அவரது நிலைமை குறித்து, ஒரு சுருக்கமான அறிக்கையையும் மட்டுமே அவர் சமர்ப்பித்தார். அது முற்றிலும் தவறாக இருந்தது ஏனெனில், அந்த ஆண்டு அடிக்கடி வெளியே சென்றதால் அவர்கள் அதிகமாகச் செலவழித்த காரணத்தால் நிதிப் பற்றாக்குறை ஏற்பட்டது. ஆனால் அலெக்ஸி அலெக்ஸாண்ட்ரோவிச்சுடன் நட்பாக இருந்த பிரபலமான பீட்டர்ஸ்பர்க் மருத்துவர் அதிக நேரம் எடுத்துக் கொண்டார். அலெக்ஸி அலெக்ஸாண்ட்ரோவிச் அன்று அவரை எதிர்பார்க்கவில்லை என்பதால் அவருடைய வருகையால் மிகவும் வியப்படைந்தார். மேலும் மருத்துவர் அவரது இதயத்துடிப்பைச் சரிபார்த்து, கல்லீரலைப் பரிசோதித்து, அவரது உடல்நிலை குறித்து மிகவும் கவனமாக விசாரித்தார். அலெக்ஸி அலெக்ஸாண்ட்ரோவிச்சின் உடல்நிலை இந்த ஆண்டு சரியில்லை என்பதைக் கவனித்த அவருடைய தோழி லிடியா இவானோவ்னா, அவரைப் பரிசோதிக்கும்படி கேட்டுக் கொண்டது அலெக்ஸி அலெக்ஸாண்ட்ரோவிச்சிற்குத் தெரியாது.

"எனக்காக இதைச் செய்யுங்கள்" என்று கோமகள் லிடியா இவானோவ்னா மருத்துவரிடம் கேட்டுக்கொண்டாள்.

"கோமகள், ரஷ்யாவுக்காக நான் அதைச் செய்வேன்" என்று மருத்துவர் பதிலளித்தார்.

"அவர் ஒரு விலைமதிக்க முடியாத மனிதர்!" என்று கோமகள் லிடியா இவானோவ்னா சொன்னாள்.

மருத்துவர் அலெக்ஸி அலெக்ஸாண்ட்ரோவிச்சின் உடல்நிலை மீது மிகுந்த அதிருப்தியில் இருந்தார். அவரது கல்லீரல் கணிசமாக விரிவடைந்திருப்பதையும், ஜீரணசக்தி குறைந்திருப்பதையும், எடுத்துக்கொண்ட தண்ணீர் சிகிச்சை பலனளிக்கவில்லை என்பதையும் அவர் கண்டார். அவர் முடிந்தவரை அதிக உடல் உழைப்பைச் செய்து, இயன்றவரைக்கும் மன அழுத்தத்தைக் குறைக்கும்படி பரிந்துரைத்தார். அதைத் தவிர வேறு எந்தச் சிக்கலும் இல்லை என்றார் மருத்துவர். அலெக்ஸி அலெக்ஸாண்ட்ரோவிச்சின் உடலுக்குள் ஏதோ தவறு இருக்கிறது என்பதோடு, அதைச் சரிசெய்வது சாத்திய மற்றது என்ற விரும்பத்தகாத உணர்வை அவரிடம் ஏற்படுத்திவிட்டு மருத்துவர் அங்கிருந்து சென்றார்.

அலெக்ஸி அலெக்ஸாண்ட்ரோவிச்சின் அலுவலகத்திலிருந்து வெளியே வந்ததும் மருத்துவர், முன்வாசலில் தனக்கு நன்கு தெரிந்த, அலெக்ஸி அலெக்ஸாண்ட்ரோவிச்சின் தலைமைச் செயலாளர் ஸ்லியோடினைச் சந்தித்தார். அவர்கள் இருவரும் பல்கலைக்கழகத்தில் நண்பராக இருந்தனர் என்றாலும் அவர்கள் அரிதாகவே சந்தித்துக் கொண்டாலும், அவர்கள் ஒருவருக்கு ஒருவர் மதிப்பளித்து, நல்ல நண்பர்களாக இருந்தனர். எனவேதான் மருத்துவர் நோயாளியின் உடல்நிலை குறித்த தனது வெளிப்படையான கருத்தை ஸ்லியோடினைத் தவிர வேறு யாரிடமும் பகிர்ந்துகொள்ள விரும்பவில்லை.

"நீங்கள் அவரைப் பார்க்க வந்ததில் நான் மிகவும் மகிழ்கிறேன்" என்றார் ஸ்லியோடின். "அவர் நன்றாக இல்லை, எனக்கு என்ன தோன்றுகிறது என்றால்... சரி, என்ன அது?"

"அது இதுதான்" என்ற மருத்துவர், ஸ்லியோடினின் தலைக்கு மேலே சைகை செய்து, வண்டியோட்டியிடம் முன்னால் வரும்படி சொன்னார். "என்னவென்றால்" என்ற மருத்துவர் தனது கையுறையின் விரலைப் பிடித்து, தனது வெள்ளைக் கைகளால் இழுத்தார். "இறுக்க மாக இல்லாத ஒரு கயிற்றை நீங்கள் அறுக்க முயன்றால் அதைச் செய்வது மிகவும் கடினம். ஆனால் அதையே நன்றாக முறுக்கிய பிறகு, உங்கள் விரலால் தொட்டால் போதும் கயிறு அறுபட்டுவிடும். அவர் தனது விடாமுயற்சியாலும், தன்னுடைய வேலையின் மீதுள்ள மனசாட்சியாலும் மிகவும் இறுக்கப்படுகிறார். வெளிச்சூழலிருந்து வரும் அழுத்தம், மிக மோசமான மனஅழுத்தம் அவரைப் பாதிக் கிறது" என்று முடித்த மருத்துவர் தனது புருவங்களைக் கணிசமான அளவிற்கு உயர்த்தினார். "நீங்கள் பந்தயத்தைப் பார்க்கச் சென்றீர் களா?" என்ற மருத்துவர் காத்திருந்த வண்டியை நோக்கிச் சென்றார். "ஆமாம், ஆமாம், இயல்பாகவே அதற்கு அதிக நேரம் எடுக்கும்" என்று மருத்துவர் ஸ்லியோடின் ஏதோ கேட்டதற்கு அது என்ன

வென்றே சரியாகக் காதில் விழாமல் ஏதோ ஒரு பதிலைச் சொன்னார்.

மருத்துவர் மிக அதிகமான நேரத்தை எடுத்துக் கொண்ட பிறகு பிரபலமான பயணி வந்தார். அலெக்ஸி அலெக்ஸாண்ட்ரோவிச், அப்போதுதான் தான் படித்த கையேட்டையும், அந்த விஷயத்தைப் பற்றித் தனக்கு முன்பே இருந்த அறிவாற்றலையும் பயன்படுத்தி, பயணிக்குத் தனது புரிதலின் ஆழத்தையும், தனது அறிவாற்றலின் விசாலத்தையும் வெளிப்படுத்தினார்.

பயணியுடன் கூடவே, பீட்டர்ஸ்பர்க்கிற்கு வந்திருந்த ஒரு மாகாணத்தின் மார்ஷலின் வருகையும், அவருடன் பேசவேண்டும் என்றும் சொல்லப்பட்டது. அதற்குப் பிறகு, அவர் தனது தலைமைச் செயலாளருடன் சேர்ந்து அன்றாட வேலைகளை முடிக்க வேண்டி யிருந்தது. மேலும் தீவிரமான மற்றும் மிக முக்கியமான விஷயங் களைப் பற்றிப் பேச ஒரு முக்கியமான நபரைப் பார்க்கச் செல்ல வேண்டியிருந்தது. ஐந்து மணிவரைக்கும் திரும்பாத அலெக்ஸி அலெக்ஸாண்ட்ரோவிச், உணவு நேரத்திற்குத் திரும்பித் தனது செயலாளருடன் உணவருந்தி முடித்துவிட்டு, தனது குடிலுக்கும், பந்தயங்களுக்கும் தன்னுடன் வரும்படி அவரை அழைத்தார்.

அலெக்ஸி அலெக்ஸாண்ட்ரோவிச் பொதுவாக அப்படிச் செய்வதில்லை என்றாலும், இப்போது தனது மனைவியுடனான சந்திப்புகளில் மூன்றாவது நபர் கலந்துகொள்வதற்கான வாய்ப்பு களைத் தேடினார்.

27

அன்னா, அன்னுஷ்காவின் உதவியுடன் ஆடை அணிந்து, மாடியில் இருந்த அறையில் கண்ணாடி முன்பு நின்று கொண்டி ருந்தபோது, வாசலில் ஜல்லிக்கற்கள் மீது வண்டியின் சக்கரங்கள் உருளும் சத்தம் கேட்டது.

'பெட்ஸி முன்னதாகவே வந்துவிட்டார்' என்று நினைத்து அவள் ஜன்னல் வழியாக எட்டிப் பார்த்தபோது, ஒரு வண்டியையும் அதிலிருந்து கருப்புத் தொப்பியும், அவளுக்கு மிகவும் பரிச்சயமான அலெக்ஸி அலெக்ஸாண்ட்ரோவிச்சின் காதுகளும் தென்பட்டன. 'என்ன இது இந்த நேரத்தில், இரவை இங்கு கழிக்கப் போகிறாரா?' என்று அவள் நினைத்தாள்.

இப்படி ஒரு சந்தர்ப்பம் நேரும் என்ற எண்ணம் அவளுக்கு மிகவும் பயங்கரமானதாக, அச்சம் தருவதாகத் தோன்ற, ஒரு கணம் கூட யோசிக்காமல், மகிழ்ச்சியான பிரகாசமான முகத்துடன் அவரைச்

சந்திக்கச் சென்றாள். ஏற்கனவே தனக்குப் பரிச்சயமான பொய்யும், வஞ்சகமும் கலந்த தீயசக்தி தனக்குள் இருப்பதை உணர்ந்த அவள், உடனடியாக அதனிடம் சரணடைந்து, தான் என்ன சொல்லப் போகிறோம் என்று தெரியாமல் பேசத் தொடங்கினாள்.

"ஆக, இது எத்தனை அருமை!" என்று அவள் கணவனிடம் கையைக் கொடுத்து, தங்கள் குடும்பத்தில் ஒருவரைப் போல இருந்த ஸ்லியோடினைப் புன்னகையுடன் வரவேற்றாள். "நீங்கள் இன்று இரவு இங்கு தங்குவீர்கள் என்று நம்புகிறேன்" என்று அவள் தீய சக்தி தனக்கு முதலில் பரிந்துரைத்ததைப் பேசினாள். "இப்போது நாம் ஒன்றாகச் சேர்ந்து போவோம். நான் பெட்ஸிக்கு உறுதியளித்தது வருத்த மளிக்கிறது. அவர் என்னை அழைத்துப்போக வருகிறார்."

பெட்ஸியின் பெயரைக் கேட்ட அலெக்ஸி அலெக்ஸாண்ட்ரோவிச் முகத்தைச் சுளித்தார்.

"ஓ, பிரிக்க முடியாதவர்களை நான் பிரிக்க மாட்டேன்" என்று அவர் தனது வழக்கமான நகைச்சுவை தொனியில் கூறினார். "நான் மிகையில் வாசிலியேவிச்சுடன் போகிறேன். மருத்துவர்கள் என்னை நடக்கச் சொல்கிறார்கள். சாலையில் நடக்கும்போது நான் உடற் பயிற்சி அரங்கில் இருப்பதாகக் கற்பனை செய்துகொள்கிறேன்."

"அவசரப்படாதீர்கள்" என்றாள் அன்னா. "தேநீர் குடிக்கிறீர் களா?"

அவள் மணி அடித்தாள்.

"தேநீர் கொண்டு வாருங்கள். அப்படியே செரியோஷாவிடம் அலெக்ஸி அலெக்ஸாண்ட்ரோவிச் வந்திருப்பதாகச் சொல்லுங்கள். சரி, மிகையில் வாசிலியேவிச், உங்கள் உடல்நிலை எப்படி இருக்கிறது? நீங்கள் ஒருபோதும் இங்கு வந்ததில்லை. என் பால்கனியில் இருந்து பார்க்கும் போது இன்னும் அற்புதமாக இருக்கும்" என்ற அவள் சுற்றும் முற்றும் பார்த்தாள்.

அவள் மிக இயல்பாகவும், எளிமையாகவும் பேசினாள் என்றாலும் மிக வேகமாகவும் தேவையின்றியும் பேசினாள். மிகையேல் வாசிலியேவிச் அவளைப் பார்த்த விநோதமான பார்வையில், அவர் தன்னைக் கவனிப்பதைக் கண்டு, அவளே அதை உணர்ந்து கொண் டாள்.

மிகையில் வாசிலியேவிச் உடனே பால்கனிக்குச் சென்றார்.

அவள் கணவரின் அருகில் அமர்ந்தாள்.

"உங்களுக்கு உடல்நலமில்லையா?" என்றாள்.

"ஆமாம், மருத்துவர் இன்று வந்து ஒரு மணி நேரம் பரிசோதித்து என் நேரத்தை எடுத்துக்கொண்டார். எனது நண்பர்களில் யாரேனும் அவரை வரச்சொல்லியிருக்க வேண்டும். என் உடல்நலம் அவர்களுக்கு மிகவும் மதிப்புடையது…"

"சரி, அவர் என்ன சொன்னார்?"

அவரது உடல்நலம் மற்றும் வேலை குறித்து விசாரித்த அவள், அவரை ஓய்வெடுக்குமாறும், தன்னுடன் தங்குவதற்கும், வெளியே செல்வதற்கும் வற்புறுத்தினாள். இதையெல்லாம் அவள் மகிழ்ச்சி யாகவும், விரைவாகவும், கண்களில் குறிப்பிடத்தகுந்த பிரகாசத் துடனும் சொன்னாள். ஆனால் அலெக்ஸி அலெக்ஸாண்ட்ரோவிச் அவளுடைய அந்தத் தொனிக்கு எந்த முக்கியத்துவமும் கொடுக்க வில்லை. அவளுடைய வார்த்தைகளை மட்டுமே காதில் வாங்கிய அவர், அவற்றுக்கு இருந்த நேரடி அர்த்தத்தை மட்டுமே எடுத்துக் கொண்டு, அதற்கு எளிமையாகப் பதிலளித்தார். அந்த முழு உரை யாடலிலும் குறிப்பிடத்தக்கதாக எதுவும் இல்லை என்றாலும் அதற்குப் பிறகு, அந்தச் சிறிய சந்திப்பின் காட்சியை, வெட்கமும் வேதனையும் இல்லாமல், அவளால் நினைத்துப் பார்க்க முடிய வில்லை.

ஆசிரியையைப் பின்தொடர்ந்து செரியோஷா வந்தான். அலெக்ஸி அலெக்ஸாண்ட்ரோவிச் கூர்ந்து அவதானித்திருந்தால், செரியோஷா, கூச்சத்துடனும் பிறகு எதையோ இழந்துவிட்டது போலவும், முதலில் தனது தந்தையையும் பிறகு தனது தாயையும் பார்த்ததைக் கவனித்திருப்பார். ஆனால் எதையும் பார்க்க விரும்ப வில்லை என்பதால் அவர் அதைக் கவனிக்கவில்லை.

"ஆகா, இளைஞனே! அவன் வளர்ந்துவிட்டான். உண்மையில் அவன் மனிதனாகி விட்டான். எப்படி இருக்கிறாய் இளைஞனே?"

பயந்திருந்த செரியோஷாவுக்குத் தன் கையைக் கொடுத்தார்.

செரியோஷா இதற்கு முன்பும் தனது தந்தையிடம் கூச்சத்துடனே இருந்தான். அலெக்ஸி அலெக்ஸாண்ட்ரோவிச் அவனை 'இளைஞனே' என்று அழைக்கத் தொடங்கியதிலிருந்து, விரான்ஸ்கி நண்பரா அல்லது எதிரியா என்று புரிந்துகொள்ள முடியாமல் மனம் குழம்பிய அவன், தனது தந்தையிடமிருந்து விலகியே இருந்தான். பாதுகாப்பு கேட்டுக் கெஞ்சுவதுபோல அவன் தன் தாயைப் பார்த்தான். அவன் தனது தாயுடன் மட்டுமே பாதுகாப்பாக இருப்பதாக உணர்ந்தான். இதற்கிடையில், தனது மகனின் தோளைப் பிடித்துக்கொண்டு, அலெக்ஸி அலெக்ஸாண்ட்ரோவிச் ஆசிரியை யிடம் பேசத்தொடங்க, அதை சங்கடமாக உணர்ந்த அவன் அழுவ தற்குத் தயாராகிவிட்டதை அன்னா கவனித்தாள்.

தனது மகன் உள்ளே வந்ததுமே முகம் சிவந்த அன்னா, செரியோஷாவுக்குச் சங்கடமாக இருப்பதைக் கண்டு வேகமாக எழுந்து, சிறுவனின் தோளிலிருந்து அலெக்ஸி அலெக்ஸாண்ட்ரோவிச்சின் கையை எடுத்துவிட்டு, மகனை முத்தமிட்டு, அவனைப் பால்கனிக்கு அழைத்துச் சென்று, உடனே திரும்பி வந்தாள்.

"இப்போது நேரமாகிவிட்டது" என்று கடிகாரத்தைப் பார்த்தாள், "பெட்ஸி ஏன் இன்னும் வரவில்லை...!"

"ஆமாம்" என்ற அலெக்ஸி அலெக்ஸாண்ட்ரோவிச் எழுந்து நின்று, தன் விரல்களை நெட்டி முறித்தார். "தேவதைக் கதைகளில் வானம்பாடிகளுக்குத் தீனி போடுவதில்லை என்பதால் நான் உனக்குப் பணம் கொடுப்பதற்காகவும் வந்தேன்" என்றார் அவர். "உனக்கு அது தேவை என்று நான் நினைக்கிறேன்."

"இல்லை, எனக்கு... ஆமாம்." என்று அவரைப் பார்க்காமல் சொன்னபோது, அவள் முகத்தில் ஏறிய சிவப்பு அவளுடைய உச்சந்தலை வரையிலும் படர்ந்தது. "பந்தயம் முடிந்த பிறகு இங்கு வருவீர்கள் என்று நினைக்கிறேன்."

"ஓ, ஆமாம்!" என்றார் அலெக்ஸி அலெக்ஸாண்ட்ரோவிச். "இதோ பீட்டர்ஹோப்பின் முத்து, இளவரசி ட்வெர்ஸ்காயா, வருகிறார்" என்ற அவர், நெருங்கி வந்த ஆங்கில பாணி வண்டியை ஜன்னல் வழியாகப் பார்த்தார். குதிரைக்குக் கட்டப்பட்டிருந்த கண்களை மறைக்கும் தோல்வார் பெரியதாக இருந்தது. "என்ன ஒரு நேர்த்தி! கவர்ச்சி! சரி, நாமும் போகலாம்."

இளவரசி ட்வெர்ஸ்காயா வண்டியை விட்டு இறங்கவில்லை. ஒரு சிறிய கருப்புத் தொப்பியும், காலணியும் அணிந்த அவளது வேலைக்காரன் மட்டும் இறங்கினான்.

"நான் புறப்படுகிறேன், குட் பை!" என்று சொன்ன அன்னா, மகனை முத்தமிட்டு, அலெக்ஸி அலெக்ஸாண்ட்ரோவிச்சிடம் கையைக் கொடுத்தாள். "நீங்கள் வந்ததில் மிகவும் மகிழ்ச்சி!"

அலெக்ஸி அலெக்ஸாண்ட்ரோவிச் அவள் கையை முத்தமிட்டார்.

"சரி, வருகிறேன். நீங்கள் தேநீர் அருந்த வரவேண்டும். அது அற்புதமாக இருக்கும்!" என்று சொல்லிவிட்டு உற்சாகத்துடன், பிரகாசமாக வெளியே சென்றாள். ஆனால் அவர் அவளது பார்வையிலிருந்து மறைந்தவுடன், அவருடைய உதடுகள் தன் கையைத் தொட்ட இடத்தை உணர்ந்த அவள் திடீரென ஏற்பட்ட வெறுப்பினால் உடலைக் குலுக்கினாள்.

28

அலெக்ஸி அலெக்ஸாண்ட்ரோவிச் பந்தயம் நடந்த இடத்திற்குச் சென்றபோது, அன்னா ஏற்கனவே பெட்ஸிக்கு அருகில் பெவிலியனில் அமர்ந்திருந்தாள். அந்தப் பெவிலியனில் உயர் சமூகத்தைச் சேர்ந்த அனைவரும் கூடியிருந்தனர். அவள் தூரத்திலிருந்தே தன் கணவனைப் பார்த்தாள். கணவன், காதலன் என்ற இரண்டு ஆண்கள் அவளுடைய வாழ்க்கையின் இரண்டு மையங்களாக இருந்தனர். தனது வெளிப்புறப் புலன்களின் உதவியின்றியே அவர்களின் அருகாமையை அவளால் உணர முடிந்தது. தூரத்திலிருந்தே தன் கணவனின் வருகையை உணர்ந்த அவள், நெரிசலான கட்டுக்கடங்காத கூட்டத்திற்கு நடுவில் அவர் நகர்ந்து வருவதை அனிச்சையாகப் பார்த்தாள். அவர் பெவிலியனுக்கு எப்படி வருகிறார் என்பதை அவள் கவனித்தாள். தலைவணங்கி சிரத்தையுடன் மரியாதையாகப் பதிலளித்து வந்த அவர் பிறகு, அசிரத்தையாகத் தனக்குச் சமமானவர்களை வரவேற்றார். அதன் பிறகு, இந்த உலகின் சக்திவாய்ந்தவர்களின் பார்வைக்காகக் காத்திருந்து, காதுகளின் நுனியை அழுத்திய தொப்பியைக் கழற்றி வணங்கினார். அவருடைய வழிமுறைகள் அனைத்தும் அவளுக்கு நன்றாகத் தெரியும். அவை அனைத்தும் அவளுக்கு அருவருப்பைத் தருவதாக இருந்தன. 'வாழ்க்கையில் லட்சியத்தை அடைவதைத் தவிர, எப்போதும் வெற்றி பெறுவதற்கான ஆசையைத் தவிர அவருக்கு வேறெதுவும் முக்கியமில்லை. அதைத் தவிர வேறெதுவும் அவருடைய உள்ளத்தில் இல்லை' என்று அவள் நினைத்தாள். 'உயர்ந்த லட்சியங்கள், அறிவின் தாகம், மதம், ஆகியவை அவருடைய முன்னேற்றத்திற்கான பல கருவிகள்.'

அவர் பெண்களின் பெவிலியன் பக்கம் திரும்பியபோது (அவர் தன் மனைவியை நேராகப் பார்த்தார் என்றாலும் கூட்ட நெரிசலில் அவரால் அவளை அடையாளம் காண முடியவில்லை), அவர் தன்னைத் தேடுவதைப் பார்த்தும் அவள் வேண்டுமென்றே அவரைக் கவனிக்காதது போல நடித்தாள்.

"அலெக்ஸி அலெக்ஸாண்ட்ரோவிச்!" என்று இளவரசி பெட்ஸி அவரை அழைத்தாள். "உங்களால் உங்கள் மனைவியைப் பார்க்க முடியவில்லையா? இதோ இங்கே இருக்கிறாள்!"

அவர் உணர்ச்சியின்றி புன்னகைத்தார்.

"இங்கே இத்தனை அழகுகள் கொட்டிக்கிடப்பதால் என் கண்கள் குருடாகிவிட்டன" என்று சொன்ன அவர் பெவிலியனுக்குள் நுழைந்தார். இப்போதுதான் அவர் தன்னுடைய மனைவியைப் பார்த்திருந்தாலும், மனைவியைச் சந்திக்கும்போது கணவன் புன்னகைக்க வேண்டும் என்பதால் அவர் அவளைப் பார்த்துப் புன்னகைத்து

விட்டு, இளவரசிக்கும், தனக்கு அறிமுகமான மற்றவர்களுக்கும் வாழ்த்துக்களைத் தெரிவித்து, அவர்களுக்கு உரிய மரியாதையைச் செய்தார். அதாவது பெண்களுடன் கேலியாகப் பேசிவிட்டு, ஆண்களுடன் வாழ்த்துக்களைப் பரிமாறிக்கொண்டார். கீழே பெவிலியனுக்கு அருகில் அலெக்ஸி அலெக்ஸாண்ட்ரோவிச் மிகவும் மதித்த, புத்திக் கூர்மைக்கும் பண்பாட்டிற்கும் பெயர் பெற்ற, ஒரு உதவி தளபதி நின்றுகொண்டிருந்தார். அலெக்ஸி அலெக்ஸாண்ட்ரோவிச் அவருடன் பேசுவதற்கு நின்றார்.

அப்போது பந்தயத்திற்கான இடைவேளை என்பதால் அவர்களின் உரையாடலை எதுவும் தடைசெய்யவில்லை. உதவித் தளபதி பந்தயங்களைக் கண்டித்துப் பேசினார். அதற்கு எதிர்ப்பு தெரிவித்த அலெக்ஸி அலெக்ஸாண்ட்ரோவிச், அவற்றைப் பாதுகாக்கும் விதமாகப் பேசினார். அன்னா அவருடைய ஒரே மாதிரியான உரத்த குரலை, ஒரு வார்த்தையையும் தவறவிடாமல் கேட்டாள். அவளுக்குப் பொய்யாகத் தோன்றிய அவருடைய ஒவ்வொரு வார்த்தைகளும் வலி ஏற்படுத்தும் வகையில் அவள் காதுகளில் விழுந்தன.

மூன்று மைலுக்கான செங்குத்தான பந்தயம் தொடங்கியதும், முன்னோக்கி சாய்ந்த அவள், விரான்ஸ்கியின் மீதிருந்து கண்களை எடுக்காமல், அவன் தனது குதிரையில் ஏறிச் செல்வதைப் பார்த்த அதே நேரத்தில், அவள் தனது கணவரின் அருவருப்பான இடைவிடாமல் பேசும் குரலைத் தொடர்ந்து கேட்டாள். விரான்ஸ்கிக்கு ஏதேனும் ஆகிவிடுமோ என்ற அச்சத்தின் வேதனையிலிருந்த அவள், தனது கணவரின் உரத்த இடைவிடாத குரலை, அதன் பழக்கமான உச்சரிப்புகளுடன் கேட்டு, மேலும் அதிகமாக வேதனைப் பட்டாள்.

'நான் மோசமானவள், அனைத்தையும் பாழாக்கியவள்' என்று அவள் நினைத்தாள். 'இருந்தாலும் நான் பொய் சொல்ல விரும்பவில்லை. என்னால் பொய்களைப் பொறுத்துக்கொள்ள முடியாது. அதே நேரத்தில் அவருக்கு (கணவருக்கு) பொய்கள் தான் உணவு. அவருக்கு எல்லாம் தெரியும், அவரால் எல்லாவற்றையும் பார்க்க முடியும். இவ்வளவு அமைதியாகப் பேசும் அவர் என்ன நினைக்கிறார் என்பது யாருக்குத் தெரியும்? அவர் என்னையோ அல்லது விரான்ஸ்கியையோ கொலை செய்தால் கூட நான் அவரை மதிப்பேன். ஆனால் அவருக்குத் தேவையானது பொய்யும், நியாயமும் மட்டுமே' என்று தனக்குள் சொல்லிக் கொண்ட அன்னாவால், அவள் கணவரிடமிருந்து அவளுக்கு என்ன தேவை என்பதையோ அல்லது அவள் அவரை எப்படிப் பார்க்க விரும்புகிறாள் என்பதையோ தெளிவாக யோசிக்க முடியவில்லை. இன்றைய தினம், அலெக்ஸி அலெக்ஸாண்ட்ரோவிச்சின் குறிப்பிடத்தகுந்த இந்த வீண்பேச்சு,

அவளுக்கு மிகவும் எரிச்சலை ஏற்படுத்தியது. கவலையினால் அவர் மனதில் ஏற்பட்ட பதட்டத்தின், சங்கடத்தின் வெளிப்பாடு அந்த உரையாடல் என்பதை அவள் புரிந்துகொள்ளவில்லை. விரான்ஸ்கிக்கும் அவளுக்கும் முன்னிலையில், திரும்பத் திரும்ப அடிபட்ட விரான்ஸ்கியின் பெயர் அவர் கவனத்தை ஈர்த்துக்கொண்டிருந்த நிலையில், அடிபட்ட குழந்தை துள்ளிக் குதித்து வலியைக் குறைக்க தன் தசைகளை அசைப்பதுபோல, அலெக்ஸி அலெக்ஸாண்ட்ரோவிச்சிற்குத் தனது மனைவியைப் பற்றித் தனக்குள் எழுகின்ற எண்ணங்களைத் தணிப்பதற்கு இத்தகையை அறிவார்ந்த செயல்கள் அவருக்கு அவசியமாயின. அவர் சொன்னார்:

"இராணுவம் மற்றும் குதிரைப்படை பந்தயங்களில் ஆபத்து என்பது ஒரு தவிர்க்க முடியாத அம்சம். இங்கிலாந்தின் இராணுவ வரலாற்றில் குதிரைப்படையின் மிகச் சிறந்த சாதனைகளைச் சுட்டிக்காட்ட முடியுமெனில், அது வரலாற்றுரீதியாக விலங்குகள் மற்றும் மனிதர்களில் இருந்த இந்தத் திறனை வளர்த்துக் கொண்டதால் மட்டுமே சாத்தியம். என் கூற்றுப்படி விளையாட்டிற்கு எப்போதும்போல அதிக மதிப்பு உள்ளது என்றாலும் நாம் அதன் வெளிப்புறத்தை மட்டுமே பார்க்கிறோம்."

"இது வெளிப்புற பகுதி மட்டுமல்ல" என்றாள் இளவரசி ட்வெர்ஸ்காயா. "ஒரு அதிகாரிக்கு இரண்டு விலா எலும்புகள் முறிந்துவிட்டன என்கிறார்கள்."

அலெக்ஸி அலெக்ஸாண்ட்ரோவிச் எதுவும் பேசமால் தன் பற்களைக் காட்டி, புன்னகைக்க மட்டுமே செய்தார்.

"இளவரசி, இது வெளிப்புறத் தோற்றம் மட்டுமல்ல உட்புறமானதும் கூட. ஆனால் விஷயம் அதுவல்ல" என்ற அவர் தளபதியை நோக்கித் திரும்பி, அவரிடம் தீவிரமாகப் பேசினார். "பந்தயங்கள் என்பது ராணுவ வீரர்களுக்கானது என்பதை மறந்துவிடாதீர்கள். அவர்கள்தான் அதைத் தேர்ந்தெடுக்கிறார்கள். ஒவ்வொரு நாணயத்திற்கும் மறுபக்கம் இருப்பதை நீங்கள் ஒப்புக் கொள்வீர்கள். அது ஒரு ராணுவ வீரரின் கடமை. குத்துச்சண்டையோ அல்லது ஸ்பானிஷ் மஞ்சுவிரட்டோ காட்டுமிராண்டித்தனத்தின் அடையாளம். ஆனால் ஒரு பிரத்தியேகமான விளையாட்டு என்பது வளர்ச்சியின் அடையாளம்."

"இல்லை, நான் அடுத்த முறை வரமாட்டேன். இது என்னை மிகவும் வேதனைப்படுத்துகிறது" என்றாள் இளவரசி பெட்ஸி. "அப்படித்தானே அன்னா?"

"இது என்னையும் வேதனைப்படுத்துகிறது. ஆனால் ஒருவருக்கு இதைவிட மோசமாகக் காயம் ஏற்பட முடியாது" என்றார் ஒரு

பெண். "நான் ஒரு ரோமானியப் பெண்ணாக இருந்திருந்தால் ஒரு சர்க்கஸைக்கூட தவறவிட மாட்டேன்."

அன்னா ஏதும் பேசாமல் தொலைநோக்கியைத் திருப்பாமல் ஓரிடத்தில் உற்றுப்பார்த்தாள்.

அப்போது ஒரு உயரமான தளபதி பெவிலியன் வழியாகச் சென்றார். பேச்சை நிறுத்திய அலெக்ஸி அலெக்ஸாண்ட்ரோவிச் அவசமாக எழுந்து நின்று, கண்ணியத்துடன் கடந்து சென்ற ராணுவ அதிகாரியை வணங்கினார்.

"நீங்கள் பந்தயத்தில் கலந்து கொள்ளவில்லையா?" என்று அந்த அதிகாரி கேலி செய்தார்.

"என்னுடையது கடினமான பந்தயம்" என்று அலெக்ஸி அலெக்ஸாண்ட்ரோவிச் மரியாதையுடன் பதிலளித்தார்.

அந்தப் பதிலுக்கு எந்த அர்த்தமும் இல்லை என்றாலும், ஒரு புத்திசாலி மனிதரிடமிருந்து ஒரு புத்திசாலித்தனமான சொற் றொடரைக் கேட்டதுபோல அந்த அதிகாரி நடித்தார்.

"இதில் பங்கேற்பவர்கள், பார்வையாளர்கள் என்ற இரண்டு பிரிவினர் உள்ளனர்" என்ற அலெக்ஸி அலெக்ஸாண்ட்ரோவிச் தொடர்ந்தார். "பங்கேற்பதை விட பார்த்து மகிழ்வது, அவர்கள் புத்திசாலிகளாக இருக்க முடியாது என்பதற்குத் தெளிவான அறிகுறி யாகும் என்பதை நான் ஒப்புக்கொள்கிறேன், ஆனால்..."

"இளவரசி உங்களுடன் ஒரு பந்தயம்!" என்று ஸ்டீபன் ஆர்கடியேவிச்சின் குரல் கீழேயிருந்து பெட்ஸியை நோக்கி வந்தது. "நீங்கள் யார் பக்கம்?"

"அன்னாவும் நானும் இளவரசர் குசோவ்லியோவ் மீது பந்தயம் கட்டுகிறோம்" என்ற பெட்ஸி பதிலளித்தார்.

"நான் விரான்ஸ்கியின் பக்கம். ஒரு ஜோடிக் கையுறைகள் பந்தயம்."

"நீங்களுமா?"

"இது ரொம்ப அழகா இருக்கு, இல்லையா?"

அலெக்ஸி அலெக்ஸாண்ட்ரோவிச் தன்னைச் சுற்றியுள்ளவர்கள் பேசியபோது பேசுவதை நிறுத்தினார். ஆனால் உடனடியாக மறு படியும் தொடர்ந்தார்.

"நான் ஒப்புக் கொள்கிறேன் ஆனால் ஆண்களின் விளை யாட்டுகள்..." என்று அவர் மீண்டும் தொடர முயன்றார்.

ஆனால் அந்த நேரத்தில் வீரர்கள் தங்கள் பந்தயத்தை ஆரம்பிக்க, அனைத்து உரையாடல்களும் நின்றன. மௌனமான அலெக்ஸி

அலெக்ஸாண்ட்ரோவிச், எழுந்து நின்று பந்தயப் பாதையை நோக்கித் திரும்பினார். அவர் பந்தயத்தில் ஆர்வம் காட்டவில்லை என்பதால் அவர் பந்தய வீரர்களைப் பார்க்கவில்லை. எனவே அவர் கவனமின்றி தனது சோர்வான கண்களால் பார்வையாளர்களைக் கவனிக்கத் தொடங்கினார். அவர் கண்கள் அன்னாவின் மீது நிலைத்து நின்றன.

அவள் முகம் வெளிறி, இறுக்கமாக இருந்தது. ஒரே ஒரு மனிதரைத் தவிர அவள் வேறு யாரையும் பார்க்கவில்லை. கையால் விசிறியைப் பிடித்துக்கொண்ட அவள் தனது மூச்சை இழுத்துப் பிடித்துக் கொண்டாள். அவளைப் பார்த்த அவர் அவசரமாகத் தனது பார்வையைத் திருப்பி மற்ற முகங்களை உற்றுப் பார்த்தார்.

'ஆமாம், இந்தப் பெண்ணும் மற்றவர்களும் பதட்டத்தில் இருக்கிறார்கள். இது இயற்கையானது' என்று அவர் தனக்குள் சொல்லிக் கொண்டார். அவர் அவளைப் பார்க்க விரும்பவில்லை என்றாலும் அவரது பார்வை அனிச்சையாக அவள் பக்கமாகத் திரும்பியது. அவர் அந்த முகத்தை உற்றுப் பார்த்து, அதில் தெளிவாக எழுதப்பட்டிருந்ததைப் படிக்காமல் இருக்க முயன்றார் என்றாலும், தனது விருப்பத்திற்கு மாறாக, அதில் தான் தெரிந்து கொள்ள விரும்பாததைத் திகிலுடன் படித்தார்.

முதலில் குசோவ்லியோவ் விழுந்தது அனைவரையும் சோகத்தில் ஆழ்த்தியது. ஆனால் அலெக்ஸி அலெக்ஸாண்ட்ரோவிச், அன்னாவின் வெளிறிய, வெற்றி மிதப்பான முகத்தில், அவள் பார்த்துக்கொண்டிருந்த மனிதர் கீழே விழவில்லை என்பதைத் தெளிவாகக் கண்டார். மகோட்டினும் விரான்ஸ்கியும் பெரிய தடையைத் தாண்டிய பிறகு, அடுத்ததாகச் சென்றுகொண்டிருந்த அதிகாரி ஒருவர் அதே இடத்தில் தலைகீழாக விழுந்தபோது, பொதுமக்களிடையே ஒரு திகிலூட்டும் அலை பரவியபோது, அன்னா அதைக் கவனிக்காதது மட்டுமின்றி, தன்னைச் சுற்றியுள்ளவர்கள் என்ன சொல்கிறார்கள் என்பதையும் அவளால் புரிந்து கொள்ள முடியவில்லை என்பதைக் கண்ட அவர், அவளை மேலும் மேலும் தீவிரமாக உற்றுப்பார்க்கத் தொடங்கினார். விரான்ஸ்கியைப் பார்ப்பதில் மூழ்கியிருந்த அன்னா, தனது கணவரின் உணர்ச்சியற்ற கண்கள், நிலைகுத்திய பார்வையுடன், பக்கவாட்டிலிருந்து தன்னையே பார்த்துக் கொண்டிருப்பதை உணர்ந்தாள். உடனடியாக ஒரு கணம் சுற்றிலும் பார்த்த அவள், அவரைக் கேள்வியுடன் ஏறிட்டுப் பார்த்து, முகத்தைச் சுளித்து, திரும்பிக் கொண்டாள்.

'ஓ, எனக்குக் கவலையில்லை' என்று நினைத்த அவள் பிறகு ஒருமுறைகூட அவரைத் திரும்பிப் பார்க்கவில்லை.

பந்தயம் துரதிர்ஷ்டவசமானதாகியது. பதினேழு ஆண்களில் பாதிக்கும் மேலானவர்கள் கீழே விழுந்து மோசமாகக் காயமடைந்தனர். பந்தயம் முடிந்த பிறகு அனைவரும் வருத்தப்பட்டனர் என்றாலும், உண்மையில் சக்கரவர்த்தியின் அதிருப்தியின் காரணமாக அது மேலும் அதிகமானது.

29

ஒவ்வொருவரும் தங்கள் எதிர்ப்பை உரக்க வெளிப்படுத்தினர். "இப்போது நமக்குச் சிங்கங்களைக் கொண்ட சர்க்கஸ் மட்டுமே தேவை" என்று யாரோ சொன்னதை அனைவரும் திரும்பத் திரும்பச் சொன்னார்கள். திகில் அனைவரையும் சூழ்ந்துகொள்ள, விரான்ஸ்கி விழுந்த போது அன்னா சத்தமிட்டு மூச்சுத் திணறியபோது அதில் அசாதாரணமாக எதுவும் இல்லை. ஆனால் அதற்குப் பிறகு அன்னாவின் முகத்தில் ஏற்பட்ட மாற்றம் முற்றிலும் பொருத்தமற்றதாக இருந்தது. அவள் முற்றிலுமாகச் செயலிழந்து போனாள். அவள் பிடிபட்ட பறவையைப் போல போராடினாள். முதலில் அவள் எழுந்து அங்கிருந்து எங்காவது செல்ல விரும்பி, பெட்ஸியை நோக்கித் திரும்பினாள்.

"போகலாம், போகலாம்" என்றாள்.

ஆனால் பெட்ஸி அதைக் கேட்கவில்லை. தன்னை நோக்கி வந்த ஒரு தளபதியிடம் அவள் தலையைக் குனிந்து பேசிக் கொண்டிருந்தாள்.

அலெக்ஸி ஆண்ட்ரோவிச் அன்னாவை நெருங்கி, மரியாதையுடன் தன் கையை அவளிடம் நீட்டினார்.

"நீ விரும்பினால் இப்போது போகலாம்" என்று பிரெஞ்சில் கூறினார். ஆனால் தளபதி சொல்வதைக் கேட்டுக் கொண்டிருந்த அன்னா தன் கணவரைக் கவனிக்கவில்லை.

"அவருக்கும் கால் முறிந்துவிட்டது" என்றார் தளபதி. "இதுவரை இப்படி நடந்ததில்லை."

அன்னா தனது கணவருக்குப் பதில் சொல்லாமல், தனது தொலைநோக்கியை உயர்த்தி, விரான்ஸ்கி விழுந்த இடத்தைப் பார்த்தாள். ஆனால் அது வெகு தொலைவில் இருந்ததாலும், அங்கு ஏராளமான மக்கள் கூடியிருந்ததாலும் அவளால் எதையும் தெளிவாகப் பார்க்க முடியவில்லை. அவள் தனது தொலைநோக்கியைத் தாழ்த்திவிட்டு, அங்கு போவதற்கு முயன்றபோது, ஒரு அதிகாரி

ஓடிவந்து அரசரிடம் ஏதோ சொன்னார். அன்னா முன்னால் சாய்ந்து அதைக் கேட்டாள்.

"ஸ்டீவா! ஸ்டீவா!" என்று அவள் தன் சகோதரனை அழைத்தாள்.

ஆனால் அவள் அழைத்ததை அவன் கேட்கவில்லை. எனவே அவள் மீண்டும் செல்வதற்குத் தயாரானாள்.

"நீ போகவேண்டுமெனில் மீண்டும் நான் என் கையை உனக்குத் தருகிறேன்" என்று அலெக்ஸி அலெக்ஸாண்ட்ரோவிச் அவள் கையைத் தொட்டுச் சொன்னார்.

அவள் வெறுப்புடன் அவரிடமிருந்து பின்வாங்கி, அவர் முகத்தைப் பார்க்காமல் பதிலளித்தாள்.

"வேண்டாம், வேண்டாம். நான் இங்கேயே இருக்கிறேன்."

விரான்ஸ்கி விழுந்த இடத்திலிருந்து பெவிலியனை நோக்கி ஒரு அதிகாரி ஓடிவருவதை அவள் பார்த்தாள். பெட்ஸி அவரை நோக்கி தனது கைக்குட்டையை அசைத்தாள்.

குதிரை வீரருக்குக் காயம் ஏதும் இல்லை. ஆனால் குதிரை தனது முதுகை முறித்துக் கொண்டது என்ற செய்தியை அந்த அதிகாரி கொண்டு வந்தார்.

அதைக் கேட்ட அன்னா சட்டென அமர்ந்து, முகத்தை விசிறியால் மூடிக்கொண்டாள். அலெக்ஸி அலெக்ஸாண்ட்ரோவிச் அவள் அழுவதைப் பார்த்தார். அவளால் தனது கண்ணீரை மட்டுமல்ல, மார்பை விம்மிக் கொண்டு எழுந்த அழுகையையும் அடக்க முடியவில்லை. அவளைத் தன் உடலால் மறைத்து அவளைப் பாதுகாத்த அவர், அவள் ஆசுவாசம் அடையும்வரை காத்திருந்தார்.

"நான் மூன்றாவது முறையாக உனக்கு என் கையைத் தருகிறேன்" என்று சற்று நேரம் கழித்து அவர் அவளைப் பார்த்துச் சொன்னார். அன்னா என்ன சொல்வதென்று தெரியாமல் அவரைப் பார்த்தாள். இளவரசி பெட்ஸி அவளுக்கு உதவி செய்ய வந்தாள்.

"வேண்டாம், அலெக்ஸி அலெக்ஸாண்ட்ரோவிச், நான் அவளை இங்கே அழைத்து வந்து மீண்டும் திரும்ப அழைத்துச் செல்வதாக உறுதியளித்திருக்கிறேன்" என்று பெட்ஸி குறுக்கிட்டாள்.

"என்னை மன்னியுங்கள் இளவரசி" என்று மரியாதையுடன் புன்னகைத்த அவர், அவள் கண்களை உறுதியாக ஏறிட்டுப் பார்த்தார். "ஆனால் அன்னாவுக்கு உடல்நலமில்லை என்பதை என்னால் பார்க்க முடிகிறது. நான் அவளை என்னுடன் அழைத்துச் செல்ல விரும்புகிறேன்."

பயத்துடன் அவளைப் பார்த்த அன்னா கீழ்ப்படிந்தவளாக எழுந்து நின்று தன் கணவரின் கையில் தனது கையை வைத்தாள்.

"நான் ஒருவரை அனுப்பி, என்ன என்பதைத் தெரிந்துகொண்டு உங்களுக்குச் சொல்கிறேன்" என்று பெட்ஸி அன்னாவிடம் கிசு கிசுத்தாள்.

பெவிலியனை விட்டு வெளியே வரும்வழியில், அலெக்ஸி அலெக்ஸாண்ட்ரோவிச், எப்போதும் போல, தான் சந்தித்தவர் களுடன் பேசினார். அன்னாவும் எப்போதும் போல பதிலளித்துப் பேச வேண்டியிருந்தது. ஆனால் அவள் அவளாக இல்லாமல், ஏதோ கனவில் இருப்பவள் போல, தன் கணவரின் பக்கத்தில் நடந்தாள்.

"காயமா அல்லது காயமில்லையா? எது உண்மை? அவர் வருவாரா மாட்டாரா? இன்றிரவு அவரைப் பார்ப்பேனா?" என்று அவள் பலவற்றை யோசித்தாள்.

அவள் அமைதியாக அலெக்ஸி அலெக்ஸாண்ட்ரோவிச்சின் வண்டியில் ஏறினாள். அவர்கள் எதுவும் பேசிக்கொள்ளாமல் வாகனங்களின் கூட்டத்திலிருந்து விலகிச் சென்றனர். இத்தனையும் பார்த்த பிறகும், அலெக்ஸி அலெக்ஸாண்ட்ரோவிச் தன் மனைவியின் உண்மை நிலையை நினைத்துப் பார்க்க முயற்சிக்கவில்லை. அவர் வெளிப்புற அடையாளங்களை மட்டுமே பார்த்தார். அவள் முறை தவறிய வகையில் நடந்து கொண்டதைப் பார்த்த அவர், அதை அவளிடம் சொல்வது தனது கடமை என்று கருதினார். ஆனால் அதைவிட அதிகமாக எதையும் சொல்லாமல் அதை மட்டுமே சொல்வது அவருக்கு மிகவும் கஷ்டமாக இருந்தது. அவள் முறை தவறி நடந்து கொண்டாள் என்பதைச் சொல்ல வாயைத் திறந்த அவர், தன்னிச்சையாக முற்றிலும் வேறு ஏதோ ஒன்றை அவளிடம் சொன்னார்.

"இந்தக் கொடூரமான காட்சிகளை நாம் அனைவரும் எத்தனை ரசிக்கிறோம்" என்றார் அவர். "நான் கவனித்தவரை..."

"என்ன? எனக்குப் புரியவில்லை" என்றாள் அன்னா ஏளனமாக.

புண்பட்ட அவர் உடனே தான் விரும்பியதைச் சொல்லத் தொடங்கினார்.

"நான் உன்னிடம் சொல்ல வேண்டும்" என்றார் அவர்.

'இப்போது விஷயம் வெளியே வரப்போகிறது' என்று அவள் பயந்தாள்.

"இன்று நீ மிகவும் ஒழுங்கீனமாக நடந்து கொண்டாய் என்பதை நான் உனக்குச் சொல்ல வேண்டும்" என்று அவர் அவளிடம் பிரெஞ்சில் சொன்னார்.

"நான் எந்தவிதத்தில் அநாகரிகமாக நடந்து கொண்டேன்?" என்று சத்தமாகக் கேட்ட அவள் சட்டென்று தலையைத் திருப்பி அவர் கண்களை நேராகப் பார்த்தாள். முன்பைப் போல எதை யேனும் மறைக்கும் உத்தேசத்துடன் இல்லாமல் தீர்க்கமான பார்வை யுடன், அச்சமின்றி அவரைப் பார்த்தாள்.

"மறந்துவிடாதே" என்று அவர் வண்டியோட்டிக்குப் பின்னால் திறந்திருந்த ஜன்னலைக் காட்டி, அவளிடம் சொன்னார்.

அவர் எழுந்து ஜன்னல் கண்ணாடியை உயர்த்தினார்.

"முறையற்ற எதை நீங்கள் பார்த்தீர்கள்?" என்று அவள் திரும்பக் கேட்டாள்.

"ஒரு குதிரை வீரர் கீழே விழுந்த போது, உன்னால் மறைக்க முடியாத விரக்தியில் இருந்தாய்."

அவள் மறுப்பு சொல்வதற்கு அவர் காத்திருந்தார். ஆனால் அமைதியாக இருந்த அவள் தனக்கு முன்னால் வெறித்துப் பார்த்தாள்.

"பொல்லாத நாக்குகள் உனக்கு எதிராகப் பேசாதபடி சமூகத்தில் நீ நடந்துகொள்ள வேண்டும் என்று ஏற்கனவே நான் உன்னிடம் கேட்டுக்கொண்டேன். ஒரு காலத்தில் நான் நமக்கு இடையில் உள்ள தனிப்பட்ட உறவுகளைப் பற்றிப் பேசினேன். ஆனால் இப்போது நான் அவற்றைப் பற்றிப் பேசவில்லை. இப்போது நான் நமது வெளிப்புற உறவுகளைப் பற்றியே பேசுகிறேன். நீ மிக மோசமாக முறையில் நடந்து கொண்டாய். மீண்டும் அதுபோல நடக்க நான் விரும்பவில்லை."

அவருடைய வார்த்தைகளில் பாதியைக் கூட அவள் செவி கொடுத்துக் கேட்கவில்லை. அவரைக் கண்டு பயந்திருந்த அவள், விரான்ஸ்கி காயமடையவில்லை என்பது உண்மைதானா என்பதை யோசித்துக் கொண்டிருந்தாள். அவர் நலமாக இருக்கிறார் ஆனால் குதிரை முதுகை முறித்துக் கொண்டதாகச் சொல்கிறார்களே? அவர் பேசி முடித்ததும் பொய்யான கேலியுடன் சிரித்த அவள், அவர் சொன்னது எதையும் கேட்கவில்லை என்பதால் எந்தப் பதிலும் சொல்லவில்லை. அலெக்ஸி அலெக்ஸாண்ட்ரோவிச் தைரியத்துடன் வெளிப்படையாகப் பேசத் தொடங்கினார் என்றாலும், தான் என்ன பேசப்போகிறோம் என்பது தெளிவாகப் புரிந்தவுடன், அவள் அனுபவித்த பயம் அவரையும் தொற்றிக் கொண்டது. அந்தப் புன்னகையைக் கண்ட போது ஒரு விசித்திரமான மாயை அவரை ஆட்கொண்டது.

'அவள் என் சந்தேகத்தைப் பார்த்துச் சிரிக்கிறாள். ஆமாம், என் சந்தேகங்களுக்கு எந்த முகாந்திரமும் இல்லை, அவை அபத்தமானவை

என்று அவள் முன்பு என்னிடம் சொன்னதையே இப்போதும் சொல்லப் போகிறாள்.'

இப்போது எல்லாவற்றையும் வெளிப்படுத்துவது என்ற உத்தேசத்துடன் இருந்த அவருக்கு, தனது சந்தேகங்கள் அபத்த மானவை, ஆதாரமற்றவை என்று அவள் முன்பு பதில் சொன்னது போலவே, தன்னிடம் கேலியாகப் பதிலளிக்க வேண்டும் என்று விரும்பினார். அவருக்குத் தெரிந்தவை எத்தனை பயங்கரமானவை என்பதால், இப்போது அவர் எதையும் நம்புவதற்குத் தயாராக இருந்தார். ஆனால் அச்சத்துடனும் இருண்டும் காணப்பட்ட அவள் முகத்தில் இப்போதிருந்த பாவனை வஞ்சகத்தைக் கூட உறுதி செய்யவில்லை.

"ஒருவேளை நான் தவறாக நினைத்திருக்கலாம்" என்றார் அவர். "அப்படியானால் நான் உன்னிடம் மன்னிப்பு கேட்டுக் கொள்கிறேன்."

"இல்லை, நீங்கள் தவறாக நினைக்கவில்லை" என்று மெல்லிய குரலில் சொன்ன அவள், அவரது உறைந்த முகத்தை விரக்தியுடன் பார்த்தாள். "நீங்கள் தவறாக நினைக்கவில்லை. நான் இருக்கும் நிலையில் என்னால் விரக்தியடையாமல் இருக்க முடியவில்லை. நீங்கள் பேசுவதைக் கேட்டுக்கொண்டிருக்கும் அதே நேரத்தில் நான் அவரைப் பற்றி நினைக்கிறேன். நான் அவரை நேசிக்கிறேன், நான் அவருடைய காதலி. என்னால் உங்களைப் பொறுத்துக்கொள்ள முடியவில்லை. நான் உங்களைக் கண்டு பயப்படுகிறேன். நான் உங்களை வெறுக்கிறேன்... என்னை என்ன செய்ய வேண்டும் என்று விரும்புகிறீர்களோ அதைச் செய்யுங்கள்."

வண்டியின் மூலையில் சாய்ந்த அவள் தனது கைகளால் முகத்தை மூடிக்கொண்டு கதறி அழுதாள். அலெக்ஸி அலெக்ஸாண்ட் ரோவிச் தனது நேரான வெறித்த பார்வையைத் திருப்பவோ மாற்றவோ இல்லை. ஆனால் திடீரென அவரது முகம் ஒரு சடலத்தின் விறைப்புத் தன்மையை அடைந்ததோடு, குடிலைச் சென்று அடையும் வரை யிலும் அவருடைய அந்த முகபாவம் மாறவில்லை. அவர்கள் குடிலை அடைந்ததும் அவர் அதே முகபாவத்துடன் தலையை அவளை நோக்கித் திருப்பினார்.

"அப்படியே ஆகட்டும்! ஆனால் நான் என் கௌரவத்தைப் பாதுகாக்க உரிய நடவடிக்கை எடுக்கும்வரை, அவற்றை உனக்குத் தெரிவிக்கும்வரை, கண்ணியத்தின் வெளிப்புற விதிமுறைகளைக் கடைப்பிடிக்க வேண்டும் என்று கேட்டுக்கொள்கிறேன்" என்ற அவரது குரல் நடுங்கியது.

அவர் முதலில் இறங்கிய பிறகு அவள் இறங்குவதற்கு உதவி செய்தார். வேலையாட்கள் முன்னிலையில் அவர் அமைதியாக அவள் கையை அழுத்திவிட்டு, வண்டியில் ஏறி பீட்டர்ஸ்பர்க்கை நோக்கிப் புறப்பட்டார்.

அவர் சென்ற பிறகு, இளவரசி பெட்ஸியிடமிருந்து ஒரு வேலைக்காரன் அன்னாவுக்குக் குறிப்பு ஒன்றைக் கொண்டு வந்தான்.

"அவரைப் பற்றித் தெரிந்து கொண்டேன். அவர் பாதுகாப்பாகவும் ஆரோக்கியமாகவும் இருக்கிறார். ஆனால் விரக்தியுடன் இருப்பதாக அவர் எனக்கு எழுதியுள்ளார்."

'அப்படியானால் அவர் வருவார்!' என்று அவள் நினைத்தாள். 'நான் எல்லாவற்றையும் சொன்னது எவ்வளவு நல்லதாகப் போயிற்று!'

அவள் கைக்கடிகாரத்தைப் பார்த்தாள். இன்னும் மூன்று மணி நேரம் இருந்தது. அவர்களது கடைசிச் சந்திப்பின் நினைவுகள் அவளுடைய இரத்தத்தைச் சூடேற்றியது.

'கடவுளே என்ன ஒளி! இது அச்சமூட்டுவதாக இருந்தாலும் நான் அவர் முகத்தைப் பார்க்க விரும்புகிறேன். நான் இந்த அற்புதமான ஒளியை நேசிக்கிறேன்... என் கணவர்! ஆமாம்... அவரோடு எல்லாம் முடிந்துவிட்டதற்குக் கடவுளுக்கு நன்றி!'

30

மக்கள் கூடுகின்ற அனைத்து இடங்களையும் போலவே, ஷெர் பாட்ஸ்கிகள் வந்துசேர்ந்த ஜெர்மனியில் உள்ள ஸ்பாவில், அவர் களுக்குக் குறிப்பிட்ட இடத்தை வழங்கும் வழக்கமான நடைமுறை மேற்கொள்ளப்பட்டது. அங்கிருந்த அனைவருக்கும் ஒரு உறுதியான மற்றும் மாற்ற முடியாத ஒரு குறிப்பிட்ட இடம் ஒதுக்கப்பட்டது. பனியில் உறையும் ஒரு நீர்த்துளி தவிர்க்க முடியாமல் ஒரு குறிப்பிட்ட வடிவத்தைப் பெறுவது போல, அங்கு வந்த ஒவ்வொரு புதிய நபரும் உடனடியாக அவருக்குரிய பொருத்தமான இடத்தில் வைக்கப் பட்டனர்.

ஷெர்பாட்ஸ்கியின் குடும்பத்தைச் சார்ந்தவர்கள் தங்கியிருந்த குடியிருப்பின் பிரபலத்தினாலும், அவர்களுக்கிருந்த நண்பர்களின் செல்வாக்காலும், தெரிந்தவர்கள் மூலமாக உடனடியாக அவர்களுக்கு ஒரு இடம் ஒதுக்கப்பட்டது.

இந்த ஆண்டு ஸ்பாவில் ஒரு ஜெர்மானிய இளவரசி வருகை தந்த காரணத்தால் அங்கிருந்தவர்களைப் பிரித்து இடம் ஒதுக்கும் பணி முன்னைவிடத் தீவிரமாக நடைபெற்றது. மேலும் இளவரசி

ஷெர்பாட்ஸ்கயா தனது மகளை ஜெர்மானிய இளவரசிக்கு முன்னர் கொண்டு செல்ல விரும்பியதால், அவர்கள் வந்த மறுநாளே இந்தப் பணிகள் முறையாக நடந்து முடிந்தன. கிட்டி மிகவும் எளிமையான நேர்த்தியான, பாரிஸிலிருந்து வாங்கிய கோடைக்கால உடையை அணிந்து மனோகரமாகக் காட்சியளித்தாள். ஜெர்மானிய இளவரசி, "ரோஜா மலர்கள் விரைவில் இந்த அழகான சிறிய முகத்திற்குத் திரும்பும் என்று நான் நம்புகிறேன்" என்றாள். உடனடியாக ஷெர் பாட்ஸ்கிகளுக்கு அவர்களின் வாழ்க்கையில் சில திட்டவட்டமான நடைமுறைகள் நிர்ணயிக்கப்பட்டதால் இனி அவர்களால் அதிலிருந்து விலகிச் செல்ல முடியாது. ஒரு ஆங்கிலப் பெண்மணியின் குடும்பமும், ஒரு ஜெர்மானிய கோமகளும், இறுதிப் போரில் காய மடைந்த அவருடைய மகனும், ஒரு ஸ்வீடிஷ் அறிஞரும், எம்.கனுட் மற்றும் அவரது சகோதரியும் அவர்களுக்குப் பழக்கமானார்கள். ஆனால் ஷெர்பாட்ஸ்கிகள் தங்கியிருந்த இடத்தில் தவிர்க்க முடி யாமல், ஒரு மாஸ்கோவைச் சார்ந்த பெண்மணி மரியா எவ்கென் யெவ்னா ரித்தேஷ்சேவாவும் அவரது மகளும் இருந்தனர். கிட்டியைப் போலவே அவளும் காதலால் நோயுற்றிருந்த காரணத்தால் கிட்டிக்கு அவளைப் பிடிக்கவில்லை. கிட்டி தனது சிறுவயது முதலே பார்த்து வந்த சீருடையில், சிறிய கண்களுடன், திறந்த கழுத்து வழியாகத் தெரிந்த பிரகாசமான வண்ண டை அணிந்த, மாஸ்கோவைச் சார்ந்த ஒரு கர்னல், அங்கு அசாதாரணமான கேலிக்குரியவராக இருந்தார் என்பதாலும், அவரை விட்டு விலக முடியாததாலும் கிட்டி சோர் வடைந்தாள். இவை அனைத்தும் உறுதியாகிவிட்ட நிலையில் கிட்டிக்குச் சலிப்பு ஏற்படத் தொடங்கியது. குறிப்பாக இளவரசர் கார்ல்ஸ்பாத்திற்குச் சென்றுவிட்டதால் அவள் தனது தாயுடன் தனியாகத் தங்கியிருந்தது அவளது சலிப்பை அதிகப்படுத்தியது. தனக்கு அறிமுகமானவர்களிடம் புதியதாகத் தெரிந்துகொள்ள ஏதுமில்லை என்பதால் அவர்கள் மீது அவள் அதிக ஆர்வம் காட்ட வில்லை. இப்போது ஸ்பாவில் அவளது முக்கிய ஆர்வம், அவளுக்குத் தெரியாதவர்களைக் கவனிப்பதும், அவர்களைப் பற்றிய கற்பனை களைப் பின்னுவதிலும் மட்டுமே இருந்தது. தனது இயல்பான குணத்தின் காரணமாக கிட்டி எப்போதும் மக்களைப் பற்றி, குறிப்பாகத் தனக்குத் தெரியாதவர்களைப் பற்றிப் பலவற்றையும் யோசித்துப் பார்த்தாள். அவர்கள் யார், அவர்களுக்கு இடையே உள்ள உறவு என்ன, அவர்கள் எப்படிப் பட்டவர்கள் என்று ஊகித்து, மிகவும் ஆச்சரியமான மற்றும் அற்புதமான நபர்களாக அவர்களைக் கற்பனை செய்து, தனது ஊகம் சரியானதுதானா என்பதை உறுதிப்படுத்திக் கொண்டாள்.

எல்லோராலும் திருமதி. ஸ்டால் என்று அழைக்கப்பட்ட, நோயுற்ற நிலையில் இருந்த ரஷ்யப் பெண்மணி ஒருவரை அழைத்து வந்த ஒரு இளம்பெண் கிட்டியின் கவனத்தை மிகவும் ஈர்த்தாள். உயர் சமூகத்தைச் சார்ந்த திருமதி. ஸ்டால் நடக்க முடியாத அளவுக்கு நோய்வாய்ப்பட்டிருந்தார். எனவே அவர் எப்போதாவது சில நாட்களில் மட்டுமே சக்கர நாற்காலியில் வலம் வந்தார். இளவரசி சுட்டிக்காட்டியது போல, திருமதி. ஸ்டாலுக்கு ரஷ்யர்கள் யாருடனும் பரிச்சயம் இல்லை என்பது அவரது நோயைக் காட்டிலும் அவருக்குப் பெருமைக்குரிய விஷயமாக இருந்தது. கிட்டி கவனித்தவரையில், அந்த இளம்பெண் திருமதி. ஸ்டாலைக் கவனித்துக் கொண்டதுடன், அங்கு நோயுற்றிருந்த அனைவரின் மீதும் அக்கறை கொண்டு, அவர்கள் அனைவரையும் கனிவுடன் கவனித்துக்கொண்டாள். அந்த இளம்பெண் திருமதி. ஸ்டாலின் உறவினர் அல்ல என்பதோடு அவரைக் கவனித்துக் கொள்ள ஊதியத் திற்காக நியமிக்கப்படவில்லை என்று கிட்டி யூகித்தாள். திருமதி. ஸ்டால் அவளை வரேன்கா என்று அழைக்க, மற்றவர்கள் அவளை செல்வி வரேன்கா என்று அழைத்தனர். திருமதி. ஸ்டாலுடனும் அங்கிருந்த தனக்குத் தெரியாத பலருடனும் அந்தப் பெண்ணுக்கு இருந்த உறவுகளை அறிவதில் கிட்டி ஆர்வமாக இருந்ததாள். அது மட்டுமின்றி அந்தப் பெண் வரேன்கா மீது விவரிக்க முடியாத நேசம் கிட்டிக்கு ஏற்பட்டது. அவர்களின் கண்கள் சந்தித்துக் கொண்டபோது, அவளும் தன்னை நேசிக்கிறாள் என்பதைக் கிட்டி உணர்ந்தாள்.

வரேன்கா தனது இளமையின் ஆரம்பத்தில் இருந்தாள் என்றோ அல்லது அவள் தனது இளமையைக் கடந்து விட்டாள் என்றோ சொல்லமுடியாது. அவளுடைய வயதைப் பத்தொன்பது அல்லது முப்பது என்று மதிப்பிடலாம். அவளுடைய சிறப்பு அம்சங்களை ஆராய்ந்தால், அவள் நோயுற்றவள் போன்ற ஒரு நிறத்தைக் கொண்டி ருந்தாலும், பார்ப்பதற்கு அழகாக இருந்தாள். அவளது உடலின் அதிகப்படியான மெலிவும், நடுத்தர உயரத்திற்கு ஏற்றதைவிடச் சற்றே பெரிய தலையும் இல்லாமல் இருந்திருந்தால் அவளும் நல்ல உடலமைப் புடன் இருந்திருப்பாள். ஆனால் அவள் ஆண்களைக் கவரும் வகையில் இல்லை. இதழ்கள் நிறைந்த ஒரு அழகான பூவைப் போல இருந்தாலும், வாசனையோ அல்லது வண்ணமோ இல்லாத பூவைப் போன்றவள். அதனுடன் கூடவே, கிட்டியிடம் இருந்த உற்சாக உணர்வும், அவளுடைய அழகைப் பற்றிய பெருமித உணர்வும் அவளிடம் இல்லாததால் அவளால் ஆண்களை ஈர்க்க முடியவில்லை.

வெளிப்புற விஷயங்களில் ஆர்வம் இல்லாதவள் போல, அவள் எப்போதும் ஏதாவது ஒன்றை மும்முரமாகச் செய்து கொண்டே

இருந்தாள் என்பதில் எந்தச் சந்தேகமும் இல்லை. தனக்கும் அவளுக்கும் நேர்மாறாக இருந்த இந்த வேறுபாட்டை, கிட்டி மிகவும் வசீகரமான ஒன்றாகப் பார்த்தாள். இப்போது தனக்கு அருவருப்பானதாக, வாங்குபவர்களுக்காகக் காத்திருக்கும் காட்சிப் பொருளாகத் தோன்றிய, இளம்பெண்களுக்கும் ஆண்களுக்கும் இடையிலான சமூக உறவு களுக்கு அப்பால், இப்போது தான் துயரத்துடன் தேடிக் கொண்டி ருக்கும் வாழ்க்கைக்கு ஒரு வடிகாலை, வாழ்க்கையின் ஆர்வங்கள், வாழ்க்கையின் பெருமிதம் ஆகியவற்றுக்கு, ஒரு முன் மாதிரியை வரோன்காவின் வாழ்க்கை முறையில், தன்னால் கண்டுபிடிக்க முடியும் என்று கிட்டி உணர்ந்தாள். கிட்டி தனக்குத் தெரியாத அந்தத் தோழியை எத்தனை அதிகமாகக் கவனித்தாளோ, அந்த அளவுக்கு, தான் இதுவரை கற்பனை செய்து பார்த்ததிலேயே அந்தப் பெண்தான் மிகச் சரியானவள் என்று அவள் உறுதியாக நம்பினாள். எனவே அவளுடன் மிக நெருக்கமாக அறிமுகமாக வேண்டும் என்று விரும்பினாள்.

இரண்டு இளம் பெண்களும் ஒரு நாளைக்குப் பலமுறை சந்தித்துக் கொண்டனர். ஒவ்வொரு சந்திப்பிலும் கிட்டியின் கண்கள், ‘நீங்கள் யார்? நீங்கள் என்ன செய்கிறீர்கள்? நான் கற்பனை செய் திருக்கும் அளவுக்கு நீங்கள் உண்மையிலேயே அற்புதமானவரா? ஆனால் கடவுளின் பொருட்டு, என்னை நானே உங்களிடம் அறிமுகப்படுத்திக் கொள்வேன் என்று நினைக்காதீர்கள். நான் உங்களை ஆராதிக்கிறேன், நேசிக்கிறேன்’ என்றன. ‘நானும் உங்களை நேசிக்கிறேன். நீங்கள் மிக மிக இனிமையானவர். எனக்கு நேர மிருந்தால் நான் உங்களை இன்னும் அதிகமாக நேசிப்பேன்’ என்று அறிமுகமில்லாத அந்தப் பெண்ணின் கண்கள் சொல்லின. அவள் எப்போதும் வேலையாக இருப்பதைக் கிட்டி பார்த்தாள். ஒரு ரஷ்யக் குடும்பத்தின் குழந்தைகளை அவள் ஸ்பாவிலிருந்து வீட்டிற்கு அழைத்துச் செல்வாள் அல்லது ஒரு போர்வையைக் கொண்டு வந்து நோயுற்ற ஒரு பெண்ணுக்குப் போர்த்திவிடுவாள் அல்லது எரிச்சலடைந்த ஒரு நோயாளியின் கவனத்தைத் திசைதிருப்ப முயற்சிப் பாள் அல்லது யாரோ ஒருவருக்குக் காபியுடன் சாப்பிட பிஸ்கட் வாங்கிவந்து கொடுப்பாள்.

ஷெர்பாட்ஸ்கிகள் வந்துசேர்ந்த பிறகு மேலும் இரண்டு பேர் காலை அமர்வுக்கு வந்தனர். அவர்கள் பொதுவாகக் கவனத்தை ஈர்த்தபோதிலும் நட்பற்றவர்களாக இருந்தனர். அவர்களில் மிக உயரமாகக் கூன்விழுந்த தோள்களும், பெரிய கைகளும் கொண்ட ஆண் அவருக்குச் சற்றும் பொருந்தாத மிகச் சிறிய கோட்டை அணிந்திருந்தார். அவருக்கு அப்பாவித்தனமான கருப்பு நிறக் கண்கள் என்றாலும் அவை அச்சம் தருவதாக இருந்தன. அவருடன் இருந்த

பெண் முகத்தில் தழும்புடன், ரசனையற்றவளாக மோசமாக உடை உடுத்தியிருந்தாள். இந்த இருவரையும் ரஷ்யர்கள் என்பதை அறிந்த கிட்டி, அவர்களைப் பற்றி ஒரு அற்புதமான, மனதை நெகிழச்செய்யும் ஒரு நாவலைத் தன் கற்பனையில் எழுதத் தொடங்கினாள். அவர்கள் நிக்கோலாய் லெவினும், மரியா நிகோலேவ்னாவும் என்பதை குர்லிஸ்ட்டிடமிருந்து அறிந்த இளவரசி, அந்த லெவின் எத்தனை மோசமான மனிதர் என்பதைக் கிட்டிக்கு விளக்கினாள். அதைக் கேட்டதும் அந்த இருவரைப் பற்றிய கிட்டியின் கற்பனைகள் அனைத்தும் ஆவியாகப் போயின. அவளது தாயார் அவர் கான்ஸ் டான்டின் லெவின் என்று சொன்ன காரணத்தால் அல்ல என்றாலும் திடீரென்று கிட்டிக்கு அவர்கள் விரும்பத்தகாத மனிதர்களாகத் தோன்றினர். தலையை விலுக்விலுக்கென ஆட்டும் பழக்கத்தால் அந்த லெவின் அவளுக்கு இப்போது தீராத வெறுப்பை ஏற்படுத் தினார்.

இடைவிடாமல் அவளைப் பின்தொடர்ந்த அவரது பெரிய பயமுறுத்தும் கண்கள் வெறுப்பையும் கேலி உணர்வையும் வெளிப் படுத்துவதாகத் தோன்ற, அவள் அவரைச் சந்திப்பதைத் தவிர்க்க முயன்றாள்.

31

காலை முழுவதும் பெய்துகொண்டிருந்த பெரு மழையால், அது ஒரு மோசமான நாளாக இருந்தது. நோயாளிகள் குடைகளுடன் கூடத்தில் குவிந்தனர்.

கிட்டி தனது தாயாருடனும், மாஸ்கோ கர்னலுடனும் நடந்து கொண்டிருந்தாள். அவர் பிராங்பர்ட்டில் ஒரு கடையில் ரெடிமேடாக வாங்கிய தனது சிறிய ஐரோப்பிய ஃபிராக் கோட்டை மகிழ்ச்சியுடன் காண்பித்தார். கூடத்தில் ஒருபுறமாக இருந்த நடைபாதையில் நடந்துகொண்டிருந்த அவர்கள், மறுபுறம் நடந்துகொண்டிருந்த லெவினைத் தவிர்க்க முயன்றனர். வரேன்கா அடர்நிற ஆடையில், முனைகள் கீழ்நோக்கி வளைந்திருந்த தொப்பி அணிந்து, ஒரு பார்வையற்ற பிரெஞ்சுப் பெண்ணுடன், கூடத்தின் முழு நீளத்துக்கும் நடந்து கொண்டிருந்தாள். அவள் ஒவ்வொரு முறை கிட்டியைப் பார்த்த போதும் தோழமையான பார்வையைப் பரிமாறிக் கொண்டாள்.

“அம்மா, நான் அவரிடம் பேசட்டுமா?” என்று தனக்கு அறிமுகமில்லாத தோழியைக் கவனித்த கிட்டி கேட்டாள். அவள் நீர்வீழ்ச்சிக்கு அருகில் நெருங்கிக் கொண்டிருப்பதையும், அங்கு அவர்கள் ஒன்று சேரக்கூடும் என்பதையும் கிட்டி கவனித்தாள்.

"உனக்கு அவரிடம் பேசவேண்டும் என்றால் முதலில் நான் அவரைப் பற்றித் தெரிந்துகொண்டு நானே அவரை அணுகுகிறேன்" என்றாள் அம்மா. "அவரிடம் அப்படி என்ன இருக்கிறது என்று நினைக்கிறாய்? அவர் ஒரு பெண்ணுக்கு ஒத்தாசை செய்பவர். நீ விரும்பினால் நான் உனக்குத் திருமதி. ஸ்டாலை அறிமுகப்படுத்து கிறேன். எனக்கு அவரை நன்றாகத் தெரியும்" என்ற இளவரசி பெரு மிதத்துடன் தலையை உயர்த்தினாள்.

தன்னுடன் அறிமுகம் ஏற்படுத்திக் கொள்வதை திருமதி. ஸ்டால், தவிர்ப்பதாக இளவரசிக்குத் தோன்றியதால், தன் தாய் கோபத்துடன் இருக்கிறாள் என்பது கிட்டிக்குத் தெரியும். எனவே அவள் தனது தாயாரை வற்புறுத்தவில்லை.

"அற்புதம், அவள் எத்தனை அழகாக இருக்கிறாள்!" என்று பிரெஞ்சுப் பெண்ணிடம் வரேன்கா ஒரு டம்ளரைக் கொடுப்பதைப் பார்த்த கிட்டி சொன்னாள்: "பாருங்கள், எல்லாம் எளிமையாகவும், இனிமையாகவும் நடக்கிறது."

"உன்னுடைய இந்த மோகம் எனக்கு மிகவும் வேடிக்கையாக இருக்கிறது" என்றாள் இளவரசி. "போதும், நாம் திரும்பிப் போக லாம்" என்ற அவள், லெவின் தனது மனைவியுடன், ஒரு ஜெர்மன் மருத்துவரிடம் சத்தமாகவும் கோபமாகவும் எதையோ பேசிக் கொண்டு, அவர்களை நோக்கி வருவதைக் கவனித்தாள்.

அவர்கள் திரும்பிச் செல்ல எத்தனித்தபோது, திடீரென்று சத்தமான குரலுக்குப் பதிலாக யாரோ கூச்சலிடுவதைக் கேட்டனர். லெவின் நின்று கத்திக்கொண்டிருக்க, மருத்துவரும் பதட்டத்தி லிருந்தார். அவர்களைச் சுற்றி கூட்டம் கூடியது. இளவரசியும் கிட்டியும் அவசரமாகப் பின்வாங்கினர். என்ன நடந்தது என்பதைத் தெரிந்துகொள்ள கர்னல் கூட்டத்தில் நுழைந்து சென்றார்.

சில நிமிடங்களுக்குப் பிறகு கர்னல் அவர்களிடம் திரும்பி வந்தார்.

"என்ன நடந்தது?" என்று இளவரசி கேட்டாள்.

"வெட்கமும் அவமானமும்!" என்றார் கர்னல். "நீங்கள் ஒரே ஒரு விஷயத்திற்கு மட்டுமே பயப்பட வேண்டுமென்றால், அது ரஷ்யர்களை வெளிநாட்டில் சந்திப்பதுதான். அந்த உயரமான மனிதர் மருத்துவர் சரியாகச் சிகிச்சை தரவில்லை என்று அநாகரிக மானவற்றைச் சொல்லிச் சண்டையிட்டார். மேலும் அவர் தனது தடியையும் உயர்த்திக் காட்டினார். இது அவமானத்தைத் தவிர வேறெதுவுமில்லை."

"ஆகா, இது எத்தனை விரும்பத்தகாதது!" என்றாள் இளவரசி. "சரி, கடைசியில் என்னவாயிற்று?"

நற்றிணை பதிப்பகம் ● 323

"கடவுளுக்கு நன்றி, அந்தப் பெண் தலையிட்டாள்... தொப்பி அணிந்த பெண். அவள் ஒரு ரஷ்யப் பெண் என்று தெரிகிறது" என்றார் கர்னல்.

"செல்வி வரேன்கா?" என்று கிட்டி மகிழ்ச்சியுடன் கேட்டாள்.

"ஆமாம், ஆமாம். மற்றவர்களை விட அவள் அதற்கு எளிதாகத் தீர்வு கண்டுபிடித்தாள். அவள் அந்த மனிதரின் கையைப் பிடித்துத் தூரமாக அழைத்துச் சென்றாள்."

"பாருங்கள் அம்மா, நான் அவரைப் பாராட்டுவது உங்களுக்கு வியப்பாக இருக்கிறது" என்று கிட்டி தனது தாயிடம் கூறினாள்.

அடுத்த நாள் தனது அறிமுகமில்லாத தோழியைப் பார்த்த கிட்டி, வரேன்கா ஏற்கனவே மற்றவர்களிடம் தோழமையுடன் இருந்ததைப் போலவே இப்போது லெவினுடனும் அவரது மனைவியுடனும் பழகுவதைக் கவனித்தாள். அவர்களிடம் சென்ற அவள், பிற மொழிகள் எதுவும் பேசத் தெரியாத அந்தப் பெண்ணுக்கு மொழி பெயர்ப்பில் உதவி செய்தாள்.

கிட்டி தனது தாயிடம் தன்னை வரேன்காவுடன் நட்பு கொள்வதற்கு அனுமதிக்கும்படி கெஞ்சத் தொடங்கினாள். அதைச் செய்வதில் இளவரசிக்கு உடன்பாடில்லை என்றாலும், திருமதி. ஸ்டாலுடன் அறிமுகம் ஏற்படுத்திக்கொள்ள அது முதல்படியாக இருக்கும் என்றும், அந்த அறிமுகத்தில் தான் பெருமைப்படத்தக்க ஏதோ இருக்கும் என்றும் கருதிய இளவரசி, வரேன்காவைப் பற்றி விசாரித்தாள். விசாரணையின் முடிவில் வரேன்காவைப் பற்றித் தெரிந்துகொண்ட இளவரசி, அந்த அறிமுகத்தினால் கெட்டது எதுவும் நடக்காது மாறாகச் சிறிதளவு நன்மையே உண்டு என்ற முடிவுக்கு வந்தபிறகு, அதற்குச் சம்மதித்தாள். அவள் முதலில் வரேன்காவை அணுகி அவளுடன் நெருங்கிப் பழகினாள்.

தனது மகள் நீர்வீழ்ச்சிக்குச் சென்றிருந்தபோது, வரேன்கா பேக்கரியின் முன்பு நின்றிருந்த தருணத்தைத் தேர்ந்தெடுத்த இளவரசி அவளை அணுகினாள்.

"எனக்கு உங்களை அறிமுகப்படுத்த அனுமதியுங்கள்" என்று கண்ணியமான புன்னகையுடன் சொன்னாள். "என் மகள் உங்களை மிகவும் விரும்புகிறாள்" என்றாள். "ஒருவேளை உங்களுக்கு என்னைத் தெரிந்திருக்காது. நான்..."

"இந்த உணர்வு பரஸ்பர அறிமுகத்தை விடவும் மேலானது இளவரசி" என்று வரேன்கா அவசரமாகப் பதிலளித்தாள்.

"பரிதாபத்திற்குரிய எங்கள் தோழருக்காக நீங்கள் நேற்று ஒரு நல்ல காரியத்தைச் செய்தீர்கள்!" என்றாள் இளவரசி.

வரேன்கா முகம் சிவந்தாள்.

"எனக்கு நினைவில்லை. நான் எதுவும் செய்ததாக நான் நினைக்கவில்லை" என்றாள் அவள்.

"ஏன், லெவினை நீங்கள் சாந்தப்படுத்தவில்லையா?"

"அவருடைய மனைவி என்னை அழைத்தார். நான் அவரை அமைதிப்படுத்த என்னால் இயன்றதைச் செய்தேன். மிக மோசமான உடல்நிலையில் இருந்த அவர் மருத்துவர் மீது அதிருப்தியில் இருந்தார். இங்குள்ள நோயாளிகளைக் கவனித்துக் கொள்வது எனக்குப் பழக்கமாகிவிட்டது."

"நீங்கள் மென்டனில் திருமதி. ஸ்டாலுடன் வசிக்கிறீர்கள் என்று நான் கேள்விப்பட்டேன். அவர் உங்கள் அத்தை என்று நினைக்கிறேன். எனக்கு அவரை நன்றாகத் தெரியும்."

"இல்லை, அவர் என் அத்தை இல்லை. நான் அவரை அம்மா என்று அழைத்தாலும் நான் அவருக்கு உறவு இல்லை. நான் அவர்களால் வளர்க்கப்பட்டேன்" என்று வரேன்கா மீண்டும் வெட்கத்துடன் பதிலளித்தாள்.

அதை அவள் மிகவும் எளிமையாகச் சொன்னதோடு, அவளுடைய முகபாவனை இனிமையாகவும் உண்மையாகவும் இருப்பதைக் கண்ட இளரவரசி, கிட்டி ஏன் வரேன்காவை விரும்புகிறாள் என்பதைப் புரிந்துகொண்டாள்.

"சரி, லெவினுக்கு என்ன ஆயிற்று?"

"அவர் இங்கிருந்து செல்கிறார்" என்று பதிலளித்தாள் வரேன்கா.

அந்தத் தருணத்தில், தனது அறிமுகமில்லாத தோழியுடன் தனது தாய் அறிமுகம் செய்துகொள்வதைக் கண்டு மகிழ்ச்சியில் திளைத்த கிட்டி நீர்வீழ்ச்சியிலிருந்து எழுந்து வந்தாள்.

"ஆகா, கிட்டி வந்துவிட்டாய், அறிமுகம் செய்து வைக்க வேண்டும் என்ற உன்னுடைய பெரிய ஆசை நிறைவேறுகிறது. இவர்..."

"வரேன்கா, எல்லோரும் என்னை அப்படித்தான் அழைப்பார்கள்" என்று சிரித்துக்கொண்டே சொன்னாள் வரேன்கா.

மகிழ்ச்சியால் முகம் சிவந்த கிட்டி, நீண்ட நேரம் அமைதியாகத் தன் புதிய தோழியின் கையை அழுத்தினாள். அவள் தனது கையைத் திருப்பி மறு சைகை எதையும் செய்யாமல், தன் கையைக் கிட்டியின் கையிலேயே அசையாமல் வைத்திருந்தாள். அவள் அந்த அழுத்தத்திற்குப் பதிலளிக்கவில்லை என்றாலும் வரேன்காவின் முகம் பிரகாசித்தது. ஆனால் சற்றே சோகமான அவளது புன்னகை அவளுடைய அழகிய பெரிய பற்களை வெளிப்படுத்தியது.

"நானே இதை நீண்ட நாட்களாக விரும்பினேன்" என்றாள் அவள்.

"ஆனால் நீங்கள் வேலையாக இருந்தீர்கள்..."

"ஆகா, நான் வேலையாக இல்லை" என்று பதிலளித்த வரேன்கா, உடனடியாகத் தனது புதிய அறிமுகத்தை விட்டுச் செல்ல வேண்டி யிருந்தது. ஏனெனில் நோயாளி ஒருவரின் மகள்களான இரண்டு ரஷ்யப் பெண்கள் அவளிடம் ஓடி வந்தனர்.

"வரேன்கா, அம்மா கூப்பிடுகிறார்!" என்று அவர்கள் கத்தினார் கள்.

வரேன்கா அவர்களைப் பின்தொடர்ந்து சென்றாள்.

32

வரேன்காவின் கடந்த காலத்தைப் பற்றியும், திருமதி. ஸ்டாலுக்கும் அவளுக்கும் உள்ள உறவைப் பற்றியும், இளவரசி அறிந்துகொண்ட விபரங்கள் பின்வருமாறு.

திருமதி. ஸ்டால், தனது கணவரைத் துன்புறுத்தியதாகச் சிலரும், அவர் தன்னுடைய ஒழுங்கீனமாக நடத்தையால் அவரைத் துன்புறுத்தியதாக வேறு சிலரும் சொன்னார்கள். எப்போதும் நோயுற்றிருந்த அவர் உணர்ச்சிவசப்படுபவராக இருந்தார். ஏற்கனவே அவர் தனது கணவனை விட்டுப் பிரிந்த நிலையில் அவருக்கு முதல் குழந்தை பிறந்தபோது, அந்தக் குழந்தை பிறந்தவுடன் இறந்துவிட்டது. அவர் உணர்ச்சிவசப்படுபவர் என்பதால் அதை அறிந்தவுடன் இறந்துவிடுவார் எனக் கருதிய அவருடைய உறவினர்கள், பீட்டர்ஸ் பர்க்கில் அதே குடியிருப்பில் அன்று இரவில், நீதிமன்றத்தில் சமையல்காரராக இருந்த ஒருவரின் மகளுக்குப் பிறந்த குழந்தையை அவர் குழந்தைக்குப் பதிலாக மாற்றி வைத்தனர். அவள்தான் வரேன்கா. அதற்குப் பிறகு திருமதி. ஸ்டால், வரேன்கா தனது மகள் அல்ல என்பதை அறிந்துகொண்டார். ஆனால் அவளுக்குக் குடும்பம் எதுவும் இல்லை என்பதை அறிந்து அவர் அவளைத் தொடர்ந்து வளர்த்து வந்தார்.

பத்து ஆண்டுகளுக்கு மேலாக தெற்கில், வெளிநாட்டில் வசித்து வந்த திருமதி. ஸ்டால், ஒருபோதும் தனது படுக்கையைவிட்டு எழாமல் இருந்தார். அதைக் கண்ட சிலர், அவர் ஒரு ஒழுக்கமுள்ள, உயர்ந்த மதநம்பிக்கை கொண்ட ஒரு பெண்ணாக, சமூகத்தில் தனக்கென ஒரு நிலைப்பாட்டை எடுத்திருப்பதாகச் சொன்னார்கள். வேறு சிலர், மனதளவில் மிகவும் ஒழுக்கமான அவர், சக மனிதர் களின் நன்மைக்காக அன்றி வேறு எதற்காகவும் வாழவில்லை

என்றும், அதற்காக இப்போது அவர் தன்னை முன்னிறுத்திக் கொண்டார் என்றும் சொன்னார்கள். அவர் ஒரு கத்தோலிக்கரா, எதிர்ப்புவாதியா அல்லது பழமைவாதியா என்பது யாருக்கும் தெரியாது. ஆனால் அவர் அனைத்துத் திருச்சபைகளிலும் இருந்த மிக உயர்ந்த நபர்களுடன் நட்புறவு கொண்டிருந்தார் என்பது மட்டும் நிச்சயம்.

வரேன்கா அவருடன் வெளிநாட்டில் நிரந்தரமாக வசித்து வந்தாள். திருமதி. ஸ்டாலை அறிந்த அனைவரும் செல்வி வரேன் காவையும் அறிந்திருந்தனர்.

இந்த விபரங்கள் அனைத்தையும் தெரிந்துகொண்ட இளவரசி, குறிப்பாக வரேன்காவின் மிகச்சிறந்த வளர்ப்பையும் பண்பான நடத்தையையும் அறிந்த பிறகு, தனது மகள் வரேன்காவுடன் நட்பு கொள்வதில் எந்தத் தவறும் இருப்பதைக் காணவில்லை. அவள் மிகச்சிறந்த முறையில் பிரெஞ்சும் ஆங்கிலமும் பேசினாள். மேலும் அனைத்திற்கும் மேலாக, தனது நோயின் காரணமாக இளவரசியுடன் அறிமுகம் செய்து கொள்ளும் மகிழ்ச்சியைத் தான் இழந்துவிட்டதாக, திருமதி. ஸ்டால் வருத்தம் தெரிவித்ததை அவள் சொன்னாள்.

வரேன்காவின் அறிமுகம் ஏற்பட்டதும் கிட்டி தனது தோழியால் அதிகமாக ஈர்க்கப்பட்டார். ஒவ்வொரு நாளும் அவளிடம் புதிய புதிய நற்பண்புகளைக் கண்டறிந்தாள்.

வரேன்கா நன்றாகப் பாடுவதை அறிந்த இளவரசி, அவளை மாலையில் தங்கள் வீட்டிற்கு வந்து பாடச் சொன்னாள்.

“கிட்டி பியானோ வாசிப்பாள். எங்களிடம் ஒரு பியானோ இருக்கிறது. அது நன்றாக இல்லை என்பது உண்மைதான். ஆனால் நீங்கள் எங்களுக்கு அளவற்ற மகிழ்ச்சியைத் தருகிறீர்கள்” என்று இளவரசி பொய்யான புன்னகையுடன் சொன்னாள். வரேன்கா பாட விரும்பவில்லை என்பதைக் கண்ட கிட்டி, இப்போது இளவரசி சொன்னது மிகவும் விரும்பத்தகாதது என்பதை உணர்ந்தாள். இருந்த போதும் அன்று மாலை வரேன்கா தன்னுடைய இசைப் புத்தகத் தோடு அங்கு வந்தாள். இளவரசி, மரியா எவ்கென்யெவ்னாவையும் அவரது மகளையும், கர்னலையும் அழைத்தாள்.

அங்கு தனக்கு அறிமுகமில்லாத முகங்கள் இருப்பதைக் கண்டும் காணாதவளாக இருந்த வரேன்கா, தயக்கமின்றி பியானோவை நோக்கிச் சென்றாள். அவளால் வாசிக்க முடியவில்லை என்றாலும் அவள் தனது குரலில் மிக அழகாகப் பாடினாள். நன்றாக வாசித்த கிட்டியும் அவளுடன் சேர்ந்துகொண்டாள்.

அவள் முதல் பாடலை அழகாகப் பாடி முடித்ததும், "உங்களிடம் அசாதாரணமான திறமை இருக்கிறது" என்று இளவரசி வரேன்காவிடம் கூறினாள்.

மரியா எவ்கென்யெவ்னாவும் அவரது மகளும் வரேன்காவுக்கு நன்றி சொல்லி அவளைப் பாராட்டினர்.

"பாருங்கள்" என்ற கர்னல் ஜன்னல் வழியாக எட்டிப் பார்த்து, "உங்கள் பாடலைக் கேட்பதற்குப் பார்வையாளர்கள் கூடியிருக்கிறார்கள்" என்றார். உண்மையில் ஜன்னலுக்கு அருகே ஒரு பெரிய கூட்டம் கூடியிருந்தது.

"நான் பாடியது உங்களை மகிழ்வித்தது என்பதில் மகிழ்ச்சி யடைகிறேன்" என்று வரேன்கா எளிமையாகப் பதில் சொன்னாள்.

கிட்டி தனது தோழியைப் பெருமையுடன் பார்த்தாள். அவளு டைய கலைத் திறனையும், குரலின் இனிமையையும், முகபாவத்தையும் அவள் பெரிதும் மெச்சினாள். அனைத்திற்கும் மேலாக அவளுடைய நடத்தையை உயர்வாகப் பாராட்டினாள். ஆனால் உண்மையில் வரேன்கா தான் பாடியதைக் குறித்து எதையும் யோசிக்கவில்லை என்பதோடு அவள் பாராட்டுக்கு அப்பாற்பட்டவளாக இருந்தாள். நான் இன்னும் பாட வேண்டுமா அல்லது போதுமா என்று மட்டுமே அவள் கேட்பதாகத் தோன்றியது.

'அது மட்டும் நானாக இருந்திருந்தால் எத்தனை கர்வப் பட்டிருப்பேன்!' என்று கிட்டி தனக்குள் நினைத்துக் கொண்டாள். 'ஜன்னலுக்கு வெளியே உள்ள கூட்டத்தைப் பார்த்து எத்தனை சந்தோஷப்பட்டிருப்பேன்! ஆனால் அவள் அதைக் கண்டு கொள்ளவே இல்லை. அம்மாவின் மனம் புண்படக் கூடாது என்பதற்காகவே அவள் இதைச் செய்கிறாள். அவளுக்குள் என்ன இருக்கிறது? எல்லாவற்றிலிருந்தும் விலகியிருந்து, அமைதியாக, தனித்துவமாக இருப்பதற்கு அவளுக்கு ஆற்றலைத் தருவது எது? நான் அவளிட மிருந்து அதைத் தெரிந்துகொள்ள விரும்புகிறேன்' என்று கிட்டி அந்த முகத்தை அமைதியாகக் கூர்ந்து பார்த்தபடி நினைத்தாள்.

புத்தகத்தில் அடுத்ததாக ஒரு இத்தாலியப் பாடல் இருந்தது. கிட்டி தனக்கு மிகவும் பிடித்த அதன் முன்பகுதியை வாசித்து, வரேன்காவை நோக்கித் திரும்பினாள்.

"இதைத் தவிர்த்து விடுவோம்" என்று வெட்கத்துடன் சொன் னாள் வரேன்கா.

வியப்படைந்த கிட்டி ஏன் என்ற கேள்வியுடன் வரேன்காவின் முகத்தை ஏறிட்டாள்.

"சரி, அடுத்தது" என்று அவசரமாகப் பக்கங்களைத் திருப்பிய கிட்டி, அந்தப் பகுதியுடன் ஏதோ ஒன்று சம்பந்தப்பட்டிருப்பதை உடனடியாகப் புரிந்துகொண்டாள்.

"வேண்டாம்" என்று சிரித்துக் கொண்டே சொன்ன வரேன்கா, புத்தகத்தில் கையை வைத்து, "வேண்டாம் அதையே பாடுவோம்" என்றாள். அவள் முன்பு போலவே பதட்டமின்றி அமைதியாக நன்றாகப் பாடினாள்.

அவள் பாடி முடித்ததும் எல்லோரும் அவளுக்கு மீண்டும் நன்றி சொல்லிவிட்டு தேநீர் அருந்தச் சென்றனர். கிட்டியும் வரேன்காவும் வீட்டின் அருகிலிருந்த சிறிய தோட்டத்திற்குச் சென்றனர்.

"அந்தப் பாடலுடன் உங்களுக்குத் தொடர்புடைய ஏதோ ஒரு ஞாபகம் இருப்பதாக நான் நினைப்பது சரிதானே?" என்றாள் கிட்டி. "வேண்டாம் என்னிடம் சொல்லாதீர்கள்" என்று அவசரமாக மறுத்த கிட்டி, "நான் நினைப்பது சரியா என்பதை மட்டும் சொல்லுங்கள்" என்றாள்.

"இல்லை, ஏன் சொல்லக்கூடாது? நான் சொல்கிறேன்" என்று சாதாரணமாகச் சொன்ன வரேன்கா, கிட்டியின் பதிலுக்குக் காத்திராமல் சொல்லத் தொடங்கினாள். "ஆமாம், அதனுடன் தொடர்புடைய வலிமிகுந்த ஒரு நினைவு இருக்கிறது. நான் ஒருவரைக் காதலித்தேன், அவருக்காக நான் அந்தப் பகுதியைப் பாடுவேன்."

கிட்டி தன் பெரிய கண்களை அகலத் திறந்து, வரேன்காவை அமைதியாகக் கனிவுடன் ஏறிட்டாள்.

"நான் அவரைக் காதலித்தேன், அவரும் என்னைக் காதலித்தார். ஆனால் அவருடைய தாயார் அதை விரும்பவில்லை என்பதால் அவர் வேறு ஒருவரை மணந்து கொண்டார். இப்போது அவர் நாம் இங்கிருக்கும் இடத்திலிருந்து சற்றுத் தொலைவில் வசிக்கிறார். சில நேரங்களில் நான் அவரைச் சந்திப்பேன். எனக்கும்கூட ஒரு காதல் கதை இருக்கும் என்று நீங்கள் நினைக்கவில்லை இல்லையா?" என்றாள் அவள். ஒரு காலத்தில் கிட்டியின் உடல் முழுவதையும் தகித்த அந்த நெருப்பு வரேன்காவின் அழகிய முகத்தில் இப்போது முழுவதும் வெளிப்படாமல் மங்கிப் பிரகாசிப்பதை கிட்டி உணர்ந்தாள்.

"நான் ஏன் அப்படி நினைக்க வேண்டும்? நான் மட்டும் ஆணாக இருந்திருந்தால், உங்களைச் சந்தித்த பிறகு என்னால் வேறு யாரையும் காதலித்திருக்க முடியாது. தனது அம்மாவின் மகிழ்ச்சிக்காக, உங்களைத் துயரத்தில் தவிக்கவிட்டு, உங்களை மறந்துவிட அவரால் எப்படி முடிந்தது என்பதை மட்டும் என்னால் புரிந்துகொள்ள முடியவில்லை. அவருக்கு இதயம் என்பதே இல்லை."

"ஓ, இல்லை, அவர் ஒரு நல்ல மனிதர். அதனால் நான் மகிழ்ச்சி யற்றவளாக இல்லை என்று சொல்ல முடியாது. நான் மிகவும் மகிழ்ச்சியாக இருக்கிறேன். சரி, இன்றைக்கு நாம் மேற் கொண்டு பாடவில்லைதானே?" என்ற அவள் வீட்டை நோக்கி நடந்தாள்.

"நீங்கள் எத்தனை நல்லவர்!" என்று கிட்டி அழுதபடி அவளைத் தடுத்து நிறுத்தி முத்தமிட்டாள். "என்னால் மட்டும் உங்களைப் போல கொஞ்சமாவது இருக்க முடிந்தால் போதும்!"

"நீங்கள் ஏன் மற்றவர்களைப் போல இருக்க வேண்டும்? நீங்கள் இருக்கும் விதத்திலேயே நன்றாக இருக்கிறீர்கள்" என்றாள் வரேன்கா சாந்தமான, சோர்வான புன்னகையுடன்.

"இல்லை, நான் நன்றாக இல்லை. சரி, சொல்லுங்கள்... பொறுங் கள், சற்றே உட்காரலாம்" என்ற கிட்டி மீண்டும் அவளைத் தன் அருகில் பெஞ்சில் உட்கார வைத்தாள். "ஒரு மனிதர் உங்கள் காதலைத் தூக்கி எறிந்து, உங்களை அவமானப்படுத்தியதை நீங்கள் உண்மையிலேயே பொருட்படுத்தவில்லையா?"

"ஆனால் காதலை அவர் வெறுக்கவில்லை. அவர் என்னைக் காதலித்தார் என்று நான் நம்புகிறேன். ஆனால் அவருடைய தாய்க்கு அவர் ஒரு கடமையுள்ள மகன்..."

"உண்மைதான். ஆனால் அவரது தாயின் விருப்பத்திற்காக இல்லாமல் அவர் தனது சொந்த விருப்பத்தின்படி அப்படிச் செய்திருந்தால்..." என்ற கிட்டி, தான் தன்னுடைய ரகசியத்தை வெளிப்படுத்தி, வெட்கத்தால் சிவந்த முகத்தால் தன்னைக் காட்டிக் கொடுத்து விட்டதை உணர்ந்தாள்.

"அப்படியானால் அவர் மோசமாக நடந்து கொண்டிருப்பார் பிறகு நான் அவரைப் பற்றிக் கவலைப்பட மாட்டேன்" என்ற வரேன்கா, இப்போது பேசுவது தன்னைப் பற்றி அல்ல, கிட்டியைப் பற்றி என்பதை வெளிப்படையாகப் புரிந்து கொண்டாள்.

"ஆனால் அவமானம்?" என்றாள் கிட்டி. "அவமானத்தை அத்தனை சீக்கிரம் மறக்க முடியாது, முடியவே முடியாது" என்ற கிட்டி, கடைசி நடனத்தில் இசை நின்றபோது அவள் எப்படி அவனைப் பார்த்தாள் என்பதை நினைவு கூர்ந்தாள்.

"இதில் அவமானம் எங்கே இருக்கிறது? நீங்கள் ஏதாவது தவறு செய்தீர்களா என்ன?"

"அவமானத்தை விடவும் வெட்கக்கேடானது."

தலையை ஆட்டிய வரேன்கா, கிட்டியின் தலை மீது தன் கையை வைத்தாள்.

"ஆனால் இதில் என்ன வெட்கக்கேடு?" என்று கேட்டாள் வரேன்கா. "உங்கள் மீது அக்கறை இல்லாத ஒருவரிடம் நீங்கள் அவரைக் காதலிப்பதாகச் சொல்ல முடியுமா?"

"நிச்சயமாக முடியாது. நான் ஒரு வார்த்தை கூட பேசவில்லை என்றாலும் அது அவருக்குத் தெரியும். இல்லை, இல்லை, அதற்கென தோற்றமும் நடந்து கொள்ளும் முறையும் உள்ளன. நான் நூறு வருடங்கள் வாழ்ந்தாலும் அதை என்னால் மறக்க முடியாது."

"அப்புறம் என்ன? எனக்குப் புரியவில்லை. நீங்கள் இப்போது அவரைக் காதலிக்கிறீர்களா இல்லையா என்பதுதான் முக்கியம்" என்ற வரேன்கா எல்லாவற்றையும் சாதாரணமாகப் பார்த்தாள்.

"நான் அவரை வெறுக்கிறேன். என்னை நானே மன்னிக்க முடியாது."

"அப்புறம் என்ன?"

"அவமானம், வெட்கம்."

"ஆகா, எல்லோரும் உங்களைப் போல உணர்ச்சி வசப்படுபவர் களாக இருந்தால்" என்றாள் வரேன்கா. "இதையெல்லாம் அனுப விக்காத இளம் பெண்களே இல்லை. அதெல்லாம் முக்கியமில்லை."

"அப்படியானால் எது முக்கியம்?" என்ற கிட்டி, அவள் முகத்தைத் துளைப்பது போல ஆர்வத்துடன் பார்த்தாள்.

"ஆகா, பல விஷயங்கள் இருக்கிறது" என்று சிரித்துக் கொண்டே சொன்னாள் வரேன்கா.

"என்ன அது?"

"ஆகா, பல விஷயங்கள் உள்ளன" என்று வரேன்கா என்ன சொல்வதென்று தெரியாமல் சொன்னாள். ஆனால் அந்தச் சமயத்தில் இளவரசியின் குரல் ஜன்னல் வழியாகக் கேட்டது.

"கிட்டி, குளிராக இருக்கிறது! சால்வையை எடுத்துக்கொள் அல்லது உள்ளே வா."

"உண்மைதான், நேரமாகிவிட்டது!" என்று வரேன்கா எழுந்தாள். நான் திருமதி. பெர்த்தேவைப் பார்க்க வேண்டும். அவர் என்னிடம் கேட்டுக் கொண்டார்."

கிட்டி அவள் கையைப் பிடித்துக் கொண்டாள். அவள் கண்கள் ஆர்வத்தோடு கெஞ்சும் பாவனையில், 'என்ன அது? இவ்வளவு மன அமைதியைத் தரும் அந்த மிக முக்கியமான விஷயம் என்ன? உங்களுக்குத் தெரியும், என்னிடம் சொல்லுங்கள்!' என்று கேட்டன. ஆனால் கிட்டியின் கண்கள் தன்னிடம் என்ன கேட்கின்றன என்பது வரேன்காவுக்குப் புரியவில்லை. அவள் திருமதி. பெர்த்தேவைப்

நற்றிணை பதிப்பகம் ● 331

பார்த்துவிட்டு, சரியாகப் பன்னிரண்டு மணிக்குத் தன் அம்மாவுடன் தேநீர் அருந்த வேண்டும் என்பது மட்டுமே அவள் கவனத்தில் இருந்தது. வீட்டிற்குள் சென்ற அவள் தன் இசைப் புத்தகத்தை எடுத்துக்கொண்டு, அனைவரிடமும் விடைபெற்று, புறப்படத் தயாரானாள்.

"நானும் உங்களுடன் துணைக்கு வருவதற்கு அனுமதியுங்கள்" என்றார் கர்னல்.

"ஆமாம், இந்த இரவு நேரத்தில் தனியாக எப்படிப் போக முடியும்?" என்று ஒப்புக்கொண்ட இளவரசி, "பாராஷாவையாவது அனுப்பி வைக்கிறேன்" என்றாள்.

தன்னுடன் துணைக்கு ஒருவர் வரவேண்டும் என்ற யோசனையைக் கேட்ட வரேன்காவால் தனது புன்னகையைக் கட்டுப்படுத்த முடிய வில்லை என்பதை கிட்டி பார்த்தாள்.

"இல்லை, எப்போதும் நான் தனியாகவே செல்வேன். எனக்கு எதுவும் நடந்துவிடாது" என்று அவள் தொப்பியை எடுத்துக் கொண்டாள். கிட்டியை மீண்டும் ஒருமுறை முத்தமிட்ட அவள், தனது இசைப் புத்தகத்தைத் தன்னுடைய தோளுக்கு அடியில் வைத்துக்கொண்டு விரைந்த நடையில், எது முக்கியம், எது தனக்கு மன அமைதியையும், கண்ணியத்தையும் கொடுத்தது என்ற ரகசியத்தைச் சொல்லாமல் தன்னுடன் எடுத்துக்கொண்டு, கோடை இரவின் அரை இருளில் மறைந்து போனாள்.

33

கிட்டிக்குத் திருமதி. ஸ்டாலின் அறிமுகமும் கிடைத்தது. இதுவும் வரேன்காவுடனான நட்பும் அவளிடம் பெரும் தாக்கத்தை ஏற்படுத்தியது மட்டுமில்லாமல், அவளுடைய துயரத்திற்கு ஆறுத லாகவும் இருந்தது. இந்த அறிமுகத்தின் காரணமாக அவளுடைய கடந்த காலத்துடன் எந்த ஒரு தொடர்பும் இல்லாத முற்றிலும் ஒரு புதிய உலகம் அவளுக்குத் திறந்தது. அழகான உயர்ந்த அந்த உலகத்தின் உச்சியிலிருந்து அவள் தனது கடந்த காலத்தை அமைதியான மனோபாவத்துடன் பார்க்க முடிந்தது. இதுவரை கிட்டி வாழ்ந்து வந்த இயல்பான வாழ்க்கையைத் தவிர, ஆன்மிக வாழ்க்கை என்று ஒன்று இருப்பது அவளுக்குத் தெரியவந்தது. இந்த வாழ்க்கை மதத்தை அடிப்படையாகக் கொண்டிருந்தாலும் கிட்டி குழந்தைப் பருவத்திலிருந்தே அறிந்திருந்த மதத்திற்கும் இதற்கும் எந்தச் சம்பந்தமும் இல்லை. ஏழைகளும், நோயுற்றவர்களும் வயதான விதவைகளும், விதவைகளின் இல்லத்தில், கூட்டமாக மாலைப் பிரார்த்தனை

செய்வதைப் பார்த்தபோது கிட்டிக்கு அது தெரியவந்தது. இங்கு ஒருவர் தனது நண்பர்களைச் சந்திக்கலாம் அல்லது ஸ்லாவோனிக் மொழியில் உள்ள நூல்களைப் பாதிரியாரின் உதவியுடன் மனப்பாடம் செய்யலாம். இது பல அழகான கருத்துக்கள் மற்றும் உணர்வுகளுடன் தொடர்புடைய ஒரு உயர்ந்த, மர்மமான மதம். இதை மற்றவர்கள் சொன்னார்கள் என்பதால் மட்டுமே ஒருவர் நம்ப வேண்டியதில்லை மாறாக, ஒருவர் இதை விருப்பத்துடன் ஏற்றுக்கொள்ள முடியும்.

கிட்டி இதையெல்லாம் வெறும் வார்த்தைகளிலிருந்து மட்டும் தெரிந்துகொள்ளவில்லை. ஒரு அன்பான குழந்தையுடன் பேசுவதைப் போல, ஒருவரின் இளமைப் பருவத்தை நினைவுபடுத்துவது போல, திருமதி. ஸ்டால் கிட்டியுடன் பேசினார். மனிதனின் அனைத்துத் துயரங்களுக்கும் ஆறுதல், நம்பிக்கையாலும் அன்பாலும் மட்டுமே கிடைக்கும் என்றும், எந்த ஒரு சிறிய துயரமும் கிறிஸ்துவின் இரக்கத்திற்கு அப்பாற்பட்டது இல்லை என்றும் ஒரே ஒருமுறை மட்டுமே குறிப்பிட்ட அவர் பிறகு உடனடியாக உரையாடலை வேறு விஷயங்களுக்கு மாற்றினார். இருந்தும் அவருடைய ஒவ்வொரு அசைவிலும், ஒவ்வொரு வார்த்தையிலும், ஒவ்வொரு பார்வையிலும், குறிப்பாக அவருடைய வாழ்க்கைக் கதையிலும், வரேன்கா சொன்ன திலும், கிட்டி தான் இதுவரை அறிய முடியாமலிருந்த 'எது முக்கியம்' என்பதைத் தெரிந்து கொண்டாள்.

ஆனால் திருமதி. ஸ்டாலின் எத்தனை உயர்ந்தவராக இருந் தாலும், அவருடைய கதை மனதைத் தொடுவதாக இருந்தாலும், அவருடைய பேச்சு கனிவாகவும் உயர்வாகவும் இருந்தாலும், அவரிட மிருந்த சில குணாதிசயங்கள் கிட்டியைத் தொந்தரவு செய்பவையாக இருப்பதைக் கவனித்தாள். கிட்டியின் குடும்பத்தைப் பற்றி விசாரிக்கும் போது, கிறிஸ்துவ நற்குணத்திற்கு முரணாக, அவர் ஏளனமாகப் புன்னகைப்பதைக் கிட்டி கவனித்தாள். கத்தோலிக்க பாதிரியார் அவருடன் இருக்கும்போது, திருமதி. ஸ்டால் விளக்கின் நிழலில் கவனமாகத் தன் முகத்தை மறைத்துக் கொண்டு, விசித்திரமான முறையில் புன்னகைப்பதையும் கிட்டி கவனித்தாள். கிட்டியின் இந்த அவதானிப்புகள் பொருட்படுத்தத்தக்கவை அல்ல எனினும், அவை கிட்டியைத் தொந்தரவு செய்ய, அவள் அவரைச் சந்தேகித் தாள். ஆனால் குடும்பம், நண்பர்கள் என்று யாரும் இல்லாமல், சோகத்துடன், ஏமாற்றத்துடன், எதையும் விரும்பாமல், எதைப் பற்றியும் குறை சொல்லாமல், தனிமையில் வாழ்ந்த வரேன்காவின் முழு நிறைவான வாழ்க்கையைப் பற்றியே கிட்டி கனவு கண்டாள். ஒருவர் தன்னை மறந்து மற்றவர்களை நேசித்தால் போதும், ஒருவர் அமைதியாக, மகிழ்ச்சியாக, அழகாக இருக்க முடியும் என்பதை

கிட்டி உணர்ந்து கொண்டாள். கிட்டி தானும் அப்படி இருக்க வேண்டும் என்று ஆசைப்பட்டாள்.

எது மிக முக்கியமானது என்பதை இப்போது தெளிவாக உணர்ந்து கொண்ட கிட்டி, அதைப் பாராட்டுவதோடு திருப்தி யடையாமல், தனக்கு முன்னால் விரிந்த அந்தப் புதிய வாழ்க்கைக்கு உடனடியாகத் தன்னை முழு மனதுடன் அர்ப்பணித்துக் கொள்ள விரும்பினாள். திருமதி. ஸ்டாலும் மற்றவர்களும் என்ன செய்தார்கள் என்பதைப் பற்றி வரேன்கா சொன்ன கதைகளிலிருந்து அறிந்த கிட்டி, தனது எதிர்கால வாழ்க்கைக்கான திட்டத்தை வகுத்துக் கொண்டாள். மேடம் ஸ்டாலினுடைய மருமகள் அலினைப் பற்றி வரேன்கா பலவும் சொல்லியிருந்தாள். எனவே அவளைப் போலவே, தான் எங்கே வாழ்ந்தாலும், துரதிர்ஷ்டசாலிகளைத் தேடிச் சென்று அவர்களுக்குத் தன்னால் முடிந்த உதவிகளைச் செய்ய வேண்டும். மேலும் சுவிசேஷங்களைப் பிறருக்கு விநியோகிக்க வேண்டும். நோயுற்றவர்களுக்கும், குற்றவாளிகளுக்கும், மரணத்தை எதிர் கொள்பவர்களுக்கும் அவற்றை வாசித்துக்காட்ட வேண்டும் என்று விரும்பினாள். அதுவும் குறிப்பாக, குற்றவாளிகளுக்கு நற்செய்தியைப் படித்துக் காண்பிப்பது என்பது கிட்டியை வெகுவாகக் கவர்ந்தது. ஆனால் இவை அனைத்தும் கிட்டியின் ரகசியக் கனவுகளாக இருந்தன. அவள் அவற்றைத் தனது தாயிடமோ அல்லது வரேன் காவிடமோ தெரியப்படுத்தவில்லை.

தனது திட்டங்களைப் பெரிய அளவில் நிறைவேற்றுவதற்கான நேரத்தை எதிர்பார்த்திருந்த கிட்டி, வரேன்காவைப் பின்பற்றி, இப்போதும் கூட, பல நோயுற்ற மற்றும் துரதிர்ஷ்டவசமான மனிதர்கள் தங்கியிருந்த ஸ்பாவில், தனது புதிய திட்டங்களை செயல்படுத்துவதற்கான சந்தர்ப்பங்களை எளிதாகக் கண்டடைந்தாள்.

திருமதி. ஸ்டால், வரேன்கா இருவரின் மீதான கவர்ச்சியின் ஆதிக்கத்தில் கிட்டி இருக்கிறாள் என்பதை மட்டுமே இளவரசி முதலில் கவனித்தாள். கிட்டி தனது நடவடிக்கைகளில் மட்டும் வரேன்காவைப் பின்பற்றுவதோடு நில்லாமல், தன்னுடைய நடை உடை பாவனை அனைத்திலும் அவள் தன்னையும் அறியாமல் வரேன்காவைப் பின்பற்றுவதை இளவரசி பார்த்தாள். ஆனால் போகப்போக இந்த மயக்கத்திலிருந்து முற்றிலும் விடுபட்டு, உள் முகமான, ஒரு தீவிரமான ஆன்மிகத் திருப்பம் தன் மகளிடம் நிகழ்ந்து கொண்டிருப்பதை இளவரசி பின்னர் கவனித்தாள்.

கிட்டி இதற்கு முன் இல்லாதபடி, திருமதி. ஸ்டால் கொடுத்திருந்த பிரெஞ்சு சுவிசேஷத்தை மாலை வேளைகளில் படிப்பதை இளவரசி பார்த்தாள். வெளியுலக அறிமுகங்களைத் தவிர்த்துவிட்டு, வரேன்காவின் அரவணைப்பில் இருந்த நோயுற்ற மனிதர்களுடன், குறிப்பாக

நோயுற்றிருந்த ஓவியர் பெட்ரோவ்வின் ஏழைக் குடும்பத்துடன் அவள் நட்புறவு கொண்டாள். தான் அந்தக் குடும்பத்தில் ஒரு கருணையுள்ள சகோதரியாகத் தனது கடமைகளைச் செய்வதில் கிட்டி பெருமிதம் அடைந்தாள். இவை அனைத்தும் நன்றாக இருந்த காரணத்தால் இளவரசி அதற்கு மறுப்பு தெரிவிக்கவில்லை. குறிப்பாக பெட்ரோவின் மனைவி நற்குணமுள்ள ஒரு பெண் என்பதாலும், ஜெர்மானிய இளவரசி கிட்டியின் நடவடிக்கைகளைச் சுட்டிக்காட்டி, அவளை ஊழியம் செய்யும் தேவதை என்று பாராட்டியதாலும், இளவரசிக்கு அவற்றில் எந்த ஆட்சேபணையும் இருக்கவில்லை. இவை அனைத்தும் மிக அதிகமாகப் போகாமல் இருந்திருந்தால் நன்றாக இருந்திருக்கும். ஆனால் தனது மகள் அதன் உச்சத்திற்குச் செல்வதைக் கவனித்த இளவரசி, அதை அவளுக்குச் சுட்டிக்காட்டினாள்.

"ஒருவர் ஒருபோதும் மிகையாகச் செய்யக் கூடாது" என்று அவளிடம் சொன்னாள்.

ஆனால் அதற்குப் பதில் சொல்லாத மகள், ஒருவர் சேவை யாற்றுவதற்குக் கணக்குவழக்கில்லை என்று மனதிற்குள் நினைத்துக் கொண்டாள். ஒருவர் உங்களை ஒரு கன்னத்தில் அடித்தால் மறு கன்னத்தையும் காட்டவும், ஒருவர் உங்கள் மேலாடையை எடுத்துக் கொண்டால் அவருக்கு உங்கள் சட்டையையும் கொடுங்கள் என்ற போதனைகளைப் பின்பற்றுவதில் அதிகப்படியானது என்ன இருக்க முடியும்? ஆனால் இளவரசிக்கு அது பிடிக்கவில்லை. தனக்குத் தெரிந்தவரை, கிட்டி அவளுடைய மனதில் இருப்பதை முழுமையாகத் தன்னிடம் சொல்ல விரும்பவில்லை என்பதை இளவரசி உணர்ந்து கொண்டாள். உண்மையில் கிட்டி தனது புதிய பார்வைகளையும் உணர்வுகளையும் தனது தாயிடம் இருந்து மறைத்தாள். அவள் தனது தாயை மதிக்கவில்லை அல்லது நேசிக்கவில்லை என்பதால் அல்ல, மாறாக அவள் தன்னுடைய தாய் என்பதால், அவள் அவற்றை மறைத்து வைத்தாள். தன் தாயைத் தவிர வேறு யாரிடமாவது கூடியவிரைவில் அவள் அவற்றை வெளிப்படுத்தத்தான் போகிறாள்.

"ஏன் அன்னா பாவ்லோவ்னா நம்மை வந்து பார்க்கவில்லை என்று எனக்கு வியப்பாக இருக்கிறது" என்று இளவரசி ஒருமுறை திருமதி. பெட்ரோவ் பற்றிச் சொன்னாள். "நான் அவரை அழைத் திருந்தேன் ஆனால் அவர் ஏதோ ஒன்றில் அதிருப்தி அடைந்திருப்ப தாகத் தோன்றுகிறது."

"இல்லை, அம்மா, நான் அதைக் கவனிக்கவில்லை" என்று சொன்ன கிட்டி முகம் சிவந்தாள்.

"நீ சமீபத்தில் அவரைச் சென்று பார்த்தாயா?"

"நாளை நாங்கள் மலைக்குச் சுற்றுலா செல்கிறோம்" என்றாள் கிட்டி.

"சரி, போ" என்று பதிலளித்த இளவரசி, மகளின் வெட்கத்தைக் கண்டு, அவளது சங்கடத்திற்கு என்ன காரணம் என்பதை யூகிக்க முயன்றாள்.

அன்று இரவு சாப்பிடுவதற்கு வந்த வரேன்கா, அன்னா பாவ்லோவ்னா நாளை மலைக்கு வரும் தன் முடிவை மாற்றிக் கொண்டார் என்று அவர்களிடம் தெரிவித்தாள். கிட்டி மீண்டும் வெட்கப்பட்டதை இளவரசி கவனித்தாள்.

"கிட்டி, உனக்கும் பெட்ரோவுக்கும் இடையில் ஏதேனும் விரும்பத்தகாதது நடந்ததா?" என்று இளவரசி அவர்கள் தனியாக இருந்தபோது கேட்டாள். "நம்மை வந்து பார்ப்பதையும், குழந்தை களை வீட்டுக்கு அனுப்புவதையும் அவர் ஏன் நிறுத்திவிட்டார்?"

கிட்டி தங்களுக்கிடையே எதுவும் இல்லை என்றும், அன்னா பாவ்லோவ்னா எதனால் தன் மீது அதிருப்தி அடைந்திருக்கிறார் என்பது தனக்குப் புரியவில்லை என்றும் சொன்னாள். கிட்டி சொன்னது முற்றிலும் உண்மையாக இருந்தது. அன்னா பாவ்லோவ்னா தன்னிடம் ஏன் முன்போல இல்லை என்பது கிட்டிக்குத் தெரிய வில்லை என்றாலும் அவள் அதற்கான காரணத்தை யூகித்தாள். தன் அம்மாவிடம் சொல்ல முடியாத, அவளால் வெளியே சொல்ல முடியாத ஒரு காரணத்தை அவள் யூகித்திருந்தாள். ஒருவருக்குத் தெரிந்திருந்தாலும் அவரால் வெளியே சொல்ல முடியாத அளவுக்கு மிகவும் பயங்கரமான, வெட்கக்கேடான தவறு அது.

அவள் தனக்கும் அந்தக் குடும்பத்திற்கும் இருந்த உறவை மீண்டும் மீண்டும் தனது நினைவுகளில் திரும்பிப்பார்த்தாள். அவர்கள் முதலில் சந்தித்தபோது, அன்னா பாவ்லோவ்னாவின் வட்டமான, நல்ல குணம் நிறைந்த முகத்தில் ஏற்பட்ட அப்பாவித் தனமான சந்தோஷம் அவளுடைய ஞாபகத்திற்கு வந்தது. நோயாளியைப் பற்றி அவர்கள் பேசிக்கொண்ட ரகசியப் பேச்சுக்களும், அவர் செய்யக்கூடாத வேலையைச் செய்வதற்கு அவரைத் திசைதிருப்ப அவர்கள் செய்த செயல்களையும், அவரை நடப்பதற்கு அழைத்துச் சென்றதையும் நினைத்துப் பார்த்தாள். அவளை 'என் கிட்டி' என்று அழைத்ததுடன், அவள் இல்லாமல் படுக்கைக்குச் செல்லாமல் அடம்பிடித்த அவர்களின் சின்னப்பையனின் பாசத்தையும் அவள் நினைத்துப் பார்த்தாள். அவை எத்தனை நன்றாக இருந்தன! பெட்ரோவின் ஒல்லியான உருவமும், பழுப்பு நிற கோட் அணிந்த அவரது நீண்ட கழுத்தும், மெல்லிய சுருண்ட தலைமுடியும், கிட்டிக்கு முதலில் அச்சத்தை ஏற்படுத்திய அவருடைய நீல நிறக்

கண்களும், அவள் முன்னிலையில் உற்சாகமாக, மகிழ்ச்சியாகத் தோற்ற மளிக்க அவர் மேற்கொண்ட முயற்சிகளும், கிட்டியின் நினைவுக்கு வந்தன. காசநோயாளிகள் அனைவரின் மீதும் ஏற்பட்டது போல, அவர் மீது ஏற்பட்ட வெறுப்பைக் களைவதற்குத் தான் மேற்கொண்ட ஆரம்பகால முயற்சிகளையும், அவரிடம் பேசுவதற்குத் தான் மேற்கொண்ட முயற்சிகளையும் அவள் நினைத்துப் பார்த்தாள். அவர் அவளைப் பயத்துடன் கனிவாக பார்த்த பார்வையும், அவருடைய இரக்கமும் சங்கடமும் கலந்த விசித்திரமான உணர்வும், பிறகு அவருக்குள் இருந்த நல்ல குணத்தைப் பற்றிய புரிதலும் அவளுக்கு ஞாபகத்திற்கு வந்தன. இவை அனைத்தும் எத்தனை நன்றாக இருந்தன! ஆனால் இவை அனைத்தும் ஆரம்பத்தில் மட்டுமே இருந்தன. ஆனால் சில நாட்களுக்கு முன்னர் இவை அனைத்தும் மாறி எல்லாமே மோசமாகிவிட்டன. கிட்டியைப் பொய்யான கனிவுடன் பார்க்கத்தொடங்கிய அன்னா பாவ்லோவ்னா, அவளையும் அவரது கணவரையும் தொடர்ந்து கவனித்தாள்.

அவள் அவரைக் கவனித்துக் கொண்ட முறையால் அவர் அடைந்த நெகிழ்ச்சியான மகிழ்ச்சி, அன்னா பாவ்லோவ்னாவின் மாற்றத்திற்குக் காரணமாக இருக்குமா?

'ஆமாம் அப்படித்தான் இருக்க வேண்டும். அன்னா பாவ்லோவ் னாவிடம் இயற்கைக்கு மாறான ஏதோ ஒன்று இருந்தது. இரண்டு நாட்களுக்கு முன்னர், கனிவுடன் பேசும் வழக்கத்திற்கு மாறாக, 'அவர் உங்களுக்காகக் காத்திருக்கிறார். அவர் பலவீனமாக இருந் தாலும், நீங்கள் இல்லாமல் காபி குடிக்க விரும்பவில்லை' என்று அவர் எரிச்சலுடன் கூறியதை நினைத்துப் பார்த்தாள்.

'ஆமாம், நான் அவருக்குப் போர்வை விரிப்பைக் கொடுத்தது அவளுக்குப் பிடிக்காமல் இருந்திருக்கலாம். அது மிகவும் சாதாரண மானது என்றாலும் அவர் அதைச் சங்கடமாக எடுத்துக்கொண்டு, நீண்டதாக எனக்கு நன்றி தெரிவித்தபோது எனக்கும் சங்கடமாக இருந்தது. அப்புறம் அவர் என்னுடைய படத்தை மிகவும் நன்றாக வரைந்திருந்தார். எல்லாவற்றுக்கும் மேலாகச் சங்கடமான அந்தப் பார்வை, அந்தத் தோற்றம்! ஆம், அப்படித்தான் இருக்க வேண்டும்!' என்று கிட்டி திகிலுடன் தனக்குள் திரும்பத் திரும்பச் சொல்லிக் கொண்டாள். 'இல்லை, இருக்காது, அப்படி இருக்கக் கூடாது! அவர் பரிதாபத்திற்கு உரியவர்!' என்று இறுதியாகத் தனக்குள் சொல்லிக் கொண்டாள்.

இந்தச் சந்தேகம் அவளுடைய புதிய வாழ்க்கையின் வசீகரத்தை விஷமாக்கியது.

34

கிட்டியின் சிகிச்சை முடிவதற்குள் கார்ல்ஸ்பாத்திலிருந்து பாடன், கிஸ்ஸிங்கன் முதலிய இடங்களுக்குச் சென்று தனது ரஷ்ய நண்பர்களைச் சந்தித்த இளவரசர் ஷெர்பாட்ஸ்கி (ரஷ்யக் காற்றைச் சுவாசிக்கச் சென்றதாக அவர் குறிப்பிட்டார்) தனது குடும்பத்தினரிடம் திரும்பினார்.

இளவரசரும் இளவரசியும் வெளிநாட்டு வாழ்க்கையைப் பற்றி முற்றிலும் மாறுபட்ட கருத்துக்களைக் கொண்டிருந்தனர். ரஷ்ய சமூகம் உறுதியான நிலையிலிருந்தபோதும், இளவரசி அங்கிருந்த அனைத்தையும் மிகச் சிறந்ததாகக் கருதி, வெளிநாட்டில் ஒரு ஐரோப்பிய பெண்ணைப் போலத் தோற்றமளிக்க முயற்சி செய்தார். அவள் ஒரு ரஷ்யப் பெண்மணி என்பதால் அவளால் அப்படி இருக்க முடியவில்லை. எனவே அதற்காக அவள் நடிக்க வேண்டிய அவசியம் ஏற்பட்டது. அது அவளுக்கு மிகுந்த சங்கடத்தைக் கொடுத்தது. மாறாக இளவரசர் வெளிநாட்டில் உள்ள அனைத்தையும் மோசமானதாக, ஐரோப்பிய வாழ்க்கையை ஒரு சுமையாகக் கருதினார். எனவே அவர் தனது ரஷ்ய பழக்கவழக்கங்களைத் தீவிரமாகப் பின்பற்றி, உண்மையில் இருந்ததை விடவும் வேண்டுமென்றே தன்னைக் குறைந்த அளவில் ஐரோப்பியராகக் காட்டிக் கொள்ள முயன்றார்.

இளவரசர் மிகவும் மெலிந்து, கண்களுக்குக் கீழே சதைகள் தொங்க, ஆனால் மிகவும் மகிழ்ச்சியான மனநிலையில் திரும்பி வந்தார். கிட்டி முழுமையாகக் குணமடைந்ததைக் கண்டதும் அவருடைய மகிழ்ச்சியான மனநிலை மேலும் வலுப்பெற்றது. திருமதி. ஸ்டாலுடனும் வரேன்காவுடனும் கிட்டிக்கு ஏற்பட்ட நட்பையும், அதனால் அவளிடம் ஏற்பட்ட மாற்றங்களையும், அதைப் பற்றிய தனது கருத்துக்களையும் இளவரசி அவரிடம் தெரிவித்தபோது அவர் கவலையில் ஆழ்ந்தார். தன் மகள் தன்னைத் தவிர பிறவற்றின் மீது கொண்ட ஈடுபாடு வழக்கமாக அவரது பொறாமையைத் தூண்ட, தன் மகள் தன்னுடைய செல்வாக்கின் கீழிருந்து நழுவி தான் அணுக முடியாத தூரத்திற்குச் சென்றுவிடுவாளோ என்ற அச்சம் அவருக்கு ஏற்பட்டது. ஆனால் இந்த விரும்பத்தகாத விஷயங்கள், அவருக்குள் எப்போதும் இருந்த நல்ல குணம் மற்றும் நகைச்சுவைக் கடலில் மூழ்கி மறைந்தன. மேலும் கார்ல்ஸ்பாத் ஸ்பாவில் அவர் எடுத்துக்கொண்ட சிகிச்சைக்குப் பிறகு, அவை அவரிடம் முன்னெப்போதையும் விடவும் அதிகமாக வெளிப்பட்டன.

இளவரசர் திரும்ப வந்த மறுநாளே தன்னுடைய நீண்ட கோட்டை அணிந்து, சுருக்கம் விழுந்து வீங்கிய கன்னங்களுடன்,

கஞ்சி போட்ட நிமிர்ந்த காலர் சட்டையுடன், மிகவும் மகிழ்ச்சியான மனநிலையில் தனது மகளுடன் நீர்வீழ்ச்சிக்குச் சென்றார்.

அது ஒரு அற்புதமான காலை நேரம். சிறிய தோட்டங்களைக் கொண்ட மகிழ்ச்சி தரும் வீடுகளும், சிவப்பு முகங்களும், சிவப்புக் கைகளும் கொண்ட ஜெர்மானியப் பணிப்பெண்கள் மகிழ்ச்சியாக வேலை செய்யும் காட்சியும், பிரகாசமான சூரியனும் அவருடைய இதயத்தை மகிழ்வித்தது. ஆனால் அவர்கள் நீரூற்றுக்கு அருகில் சென்றபோது, அவர்கள் அடிக்கடி நோயுற்ற மனிதர்களைப் பார்க்க நேர்ந்தது. ஜெர்மானியர்களின் வாழ்வின் வழக்கமான நிலைமைகளுக்கு மத்தியில் இந்த நோயாளிகளைப் பார்ப்பது அவருக்கு மிகவும் வருத்தம் தருவதாக இருந்தது. இப்போதெல்லாம் இந்த முரண்பாட்டைக் கண்டு கிட்டி அதிர்ச்சி அடையவில்லை. பிரகாசமான சூரியனும், மகிழ்ச்சி தரும் பசுமையான காட்சிகளும், இசை ஒலியும் அவளுக்குப் பழக்கமான முகங்களும் வெகு இயற்கையான ஒன்றாக அவளுக்குத் தோன்றியது. ஆனால் இளவரசருக்கு, ஜூன் மாதத்தின் காலை ஒளியும், அதன் பிரகாசமும், இசைக் கலைஞர்களின் உற்சாக இசை ஒலியும், மகத்தான சேவை செய்யும் பெண்களின் காட்சியோடு, ஐரோப்பாவின் அனைத்து மூலை முடுக்கில் இருந்து, நோயால் இறந்துகொண்டிருக்கும் மக்கள் அங்கு திரண்டிருந்த காட்சியும் இணைந்து, ஏதோ ஒரு வகையில் அரக்கத்தனமாகவும், அநாகரிகமாகவும் தோன்றியது.

தன்னுடைய அன்பு மகள் தன்னுடன் கைகோர்த்து நடந்தபோது இளமை திரும்பியது போன்ற பெருமித உணர்வு இருந்தபோதிலும், இப்போது அவர் தன்னுடைய உறுதியான நடையையும், தனது ஆரோக்கியமான கைகால்களையும் நினைத்து, சங்கடமாகவும் வெட்கமாகவும் உணர்ந்தார். பொது இடத்தில் ஆடையில்லாமல் நிர்வாணமாக நிற்பதைப் போன்ற ஓர் உணர்வு அவருக்கு ஏற்பட்டது.

“என்னை அறிமுகப்படுத்து, உன்னுடைய புதிய நண்பர்களுக்கு என்னை அறிமுகப்படுத்து” என்று அவர் தனது முழங்கையால் மகளை இடித்தார். “இந்த மோசமான இடத்தை நான் விரும்புகிறேன் ஏனெனில் அது உன்னைக் குணப்படுத்தியது. ஆனால் இங்கு சோகத்தைத் தவிர வேறெதுவுமில்லை. யார் இது?”

அவர்கள் சந்தித்த தெரிந்தவர்கள், தெரியாதவர்கள் அனைவரின் பெயரையும் கிட்டி அவருக்குச் சொன்னாள். தோட்டத்தின் நுழைவாயிலில் அவர்கள் பார்வையற்ற திருமதி. பெர்த்தேவை அவளது வழிகாட்டியுடன் சந்தித்தனர். கிட்டியின் குரலைக் கேட்டதும் அந்த வயதான பிரெஞ்சுப் பெண்மணியின் முகத்தில் ஏற்பட்ட கனிவைக் கண்ட இளரவசர் மகிழ்ச்சியடைந்தார். அவள் உடனே பிரெஞ்சு மொழியில் அவரிடம் பேசத் தொடங்கினாள். இத்தனை

அற்புதமான மகளைப் பெற்றதற்காக அவரைப் புகழ்ந்து, கிட்டியை வானளாவப் புகழ்ந்து, அவளை ஒரு பொக்கிஷம், முத்து, ஊழியம் செய்யும் தேவதை என்றாள்.

"அப்படியானால் அவள் இரண்டாவது தேவதை" என்றார் இளவரசர் புன்னகையுடன். "கிட்டி வரேன்காவை முதல் தேவதை என்று அழைக்கிறாள்."

"ஓ, ஆமாம், அவள் ஒரு உண்மையான தேவதை" என்று திருமதி. பெர்த்தே ஒப்புக்கொண்டார்.

அவர்கள் கூடத்தில் வரேன்காவைச் சந்தித்தனர். அவள் ஒரு அழகான சிவப்புக் கைப்பையுடன் அவர்களை நோக்கி வேகமாக வந்தாள்.

"இதோ பாருங்கள், அப்பா வந்துவிட்டார்!" என்று கிட்டி அவளிடம் சொன்னாள்.

எல்லாவற்றையும் எளிமையாகவும் இயல்பாகவும் செய்வதைப் போலவே, வரேன்கா முழங்காலை வளைத்து, குனிந்து அவரை வணங்கினாள். அவள் உடனடியாக எந்தத் தயக்கமும் இன்றி மற்ற அனைவரிடமும் பேசுவது போல, இயல்பாகத் தங்குதடையின்றி, இளவரசரிடம் பேசினாள்.

"எனக்கு உங்களைத் தெரியும், உங்களை நன்றாக எனக்குத் தெரியும்" என்று இளவரசர் புன்னகையுடன் சொன்னார். தனது தந்தை தன்னுடைய தோழியை விரும்புகிறார் என்பதை அறிந்து கிட்டி மகிழ்ச்சியடைந்தாள். "இத்தனை அவசரமாக எங்கே போகிறீர்கள்?"

"அம்மா இங்கே இருக்கிறார்" என்று கிட்டியை நோக்கித் திரும்பினாள். "அவர் இரவு முழுவதும் தூங்கவில்லை. அவரை வெளியே செல்லும்படி மருத்துவர் சொன்னார். நான் அவர் சில கைவேலைகளைச் செய்வதற்குப் பொருட்களைக் கொண்டுவந்தேன்."

"அப்படியானால் அவர்தான் முதல் தேவதை!" என்று இளவரசர், வரேன்கா சென்றதும் கூறினார்.

அவர் வரேன்காவைக் கேலிசெய்ய விரும்புவது கிட்டிக்குத் தெரிந்தது. ஆனால் அவர் அவளை விரும்பியதால் அவரால் அதைச் செய்யமுடியவில்லை.

"சரி, இனி நாம் உனது நண்பர்கள் அனைவரையும் சந்திப்போம்" என்று அவர் மேலும் சொன்னார். "அவர் என்னை அடையாளம் கண்டுகொள்வார் என்றால் திருமதி. ஸ்டாலையும் பார்ப்போம்."

"அவரை உங்களுக்கு முன்பே தெரியுமா அப்பா?" என்று திருமதி. ஸ்டால் என்ற பெயரைக் கேட்டதும் இளவரசரின் கண்களில் கேலியைக் கண்ட கிட்டி பயத்துடன் கேட்டாள்.

"எனக்கு அவர் கணவரைத் தெரியும். திருமதி. ஸ்டால், இறையச்சம் என்ற மத இயக்கத்தில் கையெழுத்திடுவதற்கு முன்பு அவரையும் சிறிது தெரியும்,"

"அது என்ன அப்பா?" என்று கிட்டி கேட்டாள். அவள் மிகவும் உயர்வாக மதிக்கும் திருமதி. ஸ்டாலுக்கு ஒரு பெயர் இருப்பதைக் கண்ட கிட்டி பயந்தாள்.

"அதைப் பற்றி எனக்கு அதிகமாக ஒன்றும் தெரியாது. அவர் எல்லாவற்றுக்கும், ஒவ்வொரு துரதிர்ஷ்டத்திற்கும் கடவுளுக்கு நன்றி சொல்வார் என்பது மட்டும் எனக்குத் தெரியும். அவருடைய கணவர் இறந்ததற்காக அவர் கடவுளுக்கு நன்றி சொன்னார். சரி அது வேடிக்கையானது ஏனெனில் அவர்கள் ஒரு மோசமான வாழ்க்கையை வாழ்ந்தனர். அவர் யார்? அவர் முகம் ஏன் அத்தனை பரிதாபமாக இருக்கிறது?" பழுப்பு நிறக் கோட்டும், வெள்ளைக் கால் சட்டையும் அணிந்து, பெஞ்சில் அமர்ந்திருந்த ஒரு நோயாளியைப் பார்த்து இளவரசர் கேட்டார். அவர் அணிந்திருந்த கால்சட்டை அவரது சதையற்ற கால்களின் மீது விசித்திரமான மடிப்புகளை உருவாக்கியது.

அந்த மனிதர் தனது தொப்பியைத் தலைக்கு மேலே உயர்த்தி, தொப்பி அழுந்தியதால் சிவந்திருந்த தனது அகலமான நெற்றியை வெளிக்காட்டினார்.

"அவர் ஓவியர் பெட்ரோவ்" என்று கிட்டி வெட்கத்துடன் பதிலளித்தாள். "அது அவருடைய மனைவி" என்று அவர்கள் நெருங்கி வருவதைப் பார்த்து, வேண்டுமென்றே, தூரமாக ஓடிய தனது குழந்தையைப் பின்தொடர்ந்து சென்ற அன்னா பாவ்லோவ்னாவைச் சுட்டிக்காட்டி சொன்னாள் கிட்டி.

"எவ்வளவு பரிதாபம், அவருக்கு என்ன அழகான முகம்!" என்றார் இளவரசர். "நீ ஏன் அவரிடம் போகவில்லை. அவர் உன்னிடம் ஏதோ சொல்ல விரும்பினார்."

"சரி, போகலாம்" என்று கிட்டி உறுதியுடன் திரும்பினாள். "இன்று எப்படி இருக்கிறீர்கள்?" என்று கிட்டி பெட்ரோவிடம் கேட்டாள்.

பெட்ரோவ் எழுந்து நின்று, தடியை ஊன்றிக்கொண்டு, இளவரசரைப் பயத்துடன் பார்த்தார்.

"இது என்னுடைய மகள்" என்றார் இளவரசர். "என்னை அறிமுகம் செய்துகொள்ள அனுமதியுங்கள்."

ஓவியர் குனிந்து, புன்னகைத்து, விசித்திரமாகப் பளபளக்கும் தனது வெள்ளைப் பற்களைக் காட்டினார்.

“நேற்று நீங்கள் வருவீர்கள் என்று நாங்கள் எதிர்பார்த்தோம் இளவரசி” என்று அவர் கிட்டியிடம் சொன்னார்.

அதைச் சொல்லும்போது தடுமாறிய அவர், அந்தத் தடுமாற்றத்தின் மூலம் தான் வேண்டுமென்றே அதைச் செய்ததாகக் காட்ட விரும்பினார்.

“நான் வர விரும்பினேன். ஆனால் நீங்கள் போகவில்லை என்று அன்னா பாவ்லோவ்னா சொன்னதாக வரேன்கா என்னிடம் சொன்னார்.”

“அது எப்படி? நாங்கள் போகவில்லையா?” என்று முகம் சிவந்த அவர் தன் மனைவியைக் கண்களால் தேடினார். “அன்னேட்டா, அன்னேட்டா!” என்று அவர் உரக்கக் கத்தினார். அவருடைய மெலிந்த வெள்ளைக் கழுத்தில், நரம்புகள் கயிறுகளைப் போல புடைத்துக் கொண்டு நின்றன.

அன்னா பாவ்லோவ்னா வந்தாள்.

“நாம் போகமாட்டோம் என்று இளவரசிக்கு ஏன் தகவல் அனுப்பினாய்?” என்று சத்தமாகப் பேச முடியாமல் அவர் எரிச்சலுடன் அவளிடம் கிசுகிசுத்தார்.

“காலை வணக்கம், இளவரசி!” என்று போலியான புன்னகையுடன், இதுவரை இல்லாத வகையில் சொன்னாள் அன்னா பாவ்லோவ்னா. “உங்கள் அறிமுகம் எத்தனை மகிழ்ச்சி தருகிறது” என்று அவள் இளவரசரை நோக்கித் திரும்பினாள். “உங்களை நீண்ட நாட்களாக எதிர்பார்த்திருக்கிறோம் இளவரசே.”

“நாங்கள் போகவில்லை என்று எதற்காக இளவரசிக்குச் செய்தி அனுப்பினாய்?” என்று ஓவியர் முன்னைவிட அதிக கோபமான குரலில் முணுமுணுத்தார். அவரது குரல் சரியாக வராத காரணத்தால் அவரால் தான் விரும்பிய கோபத்தைக் காட்ட முடியவில்லை என்று மேலும் எரிச்சலடைந்தார்.

“அடக் கடவுளே! நாம் போகமாட்டோம் என்று நினைத்தேன்” என்று அவரது மனைவி எரிச்சலுடன் பதிலளித்தாள்.

“எப்படி, எப்போது...” என்ற அவர் இருமத் தொடங்கி, கையை அசைத்தார்.

தொப்பியை அசைத்த இளவரசர் தனது மகளுடன் தூரமாகச் சென்றார்.

“ஆகா, எத்தனை துரதிர்ஷ்டமானது!” என்று பெருமூச்சு விட்டார்.

“ஆமாம், அப்பா” என்றாள் கிட்டி. “அவர்களுக்கு மூன்று குழந்தைகள் உள்ளனர் என்பதை நீங்கள் தெரிந்துகொள்ள வேண்டும். வேலைக்காரர்கள் என்று யாரும் இல்லை. கிட்டத்தட்ட வாழ்வதற்கு

வழியில்லை என்ற நிலை. அவருக்கு அகாதமியிலிருந்து ஏதோ உதவி வருகிறது" என்று கிட்டி இயல்பாகப் பேசமுயன்று, அன்னா பாவ்லோவ்னாவின் நடத்தையில் ஏற்பட்ட விசித்திரமான மாற்றத்தால் தனக்குள் ஏற்பட்ட பதட்டத்தை மறைக்க முயன்றாள்.

"இதோ திருமதி. ஸ்டால்" என்று கிட்டி ஒரு சக்கர நாற்காலியைச் சுட்டிக் காட்டினாள். அதில் தலையணைகளை முட்டுக்கொடுத்து, சாம்பல் மற்றும் நீல நிறத்தில், நிழற்குடையின் கீழ், ஏதோ ஒன்று படுத்துக் கிடந்தது.

அவர்தான் திருமதி. ஸ்டால். அவருக்குப் பின்னால் நின்றிருந்த ஆரோக்கியமான ஜெர்மானிய வேலைக்காரன் வண்டியைத் தள்ளினான். அவளுக்குப் பக்கத்தில் கிட்டிக்குத் தெரிந்த, பொன்னிறத்தில் இருந்த ஒரு ஸ்வீடிஷ் கோமகன் நின்றிருந்தார். நோயாளிகள் பலரும் நாற்காலியைச் சுற்றி நின்றுகொண்டு, அந்தப் பெண்ணை ஏதோ அசாதாரணமானவராக, உற்றுப் பார்த்துக் கொண்டிருந்தனர்.

இளவரசர் அவளிடம் சென்றார். உடனடியாக அவர் கண்களில் ஒரு கேலியான மின்னல் தெரிந்ததைப் பார்த்த கிட்டிக்குச் சங்கடமாக இருந்தது. அவர் திருமதி. ஸ்டால் அருகில் சென்று, இப்போது வெகு சிலரே பேசும் அருமையான பிரெஞ்சு மொழியில், மிகவும் மரியாதையுடனும் கனிவுடனும் பேசினார். "நீங்கள் என்னை நினைவில் வைத்திருக்கிறீர்களா இல்லையா என்று எனக்குத் தெரியாது. ஆனால் என் மகளுக்கு நீங்கள் காட்டிய கருணைக்கு நான் நன்றி தெரிவிக்கும் கடமை உள்ளது என்பதை உங்களுக்கு நினைவுபடுத்த விரும்புகிறேன்" என்று சொல்லி தொப்பியைக் கழற்றிய அவர் அதை மீண்டும் அணியவில்லை.

"இளவரசர் அலெக்ஸாண்டர் ஷெர்பாட்ஸ்கி" என்ற திருமதி. ஸ்டால், அவரை நோக்கி தன் பரலோகக் கண்களை உயர்த்தினார். அதில் இருந்த அதிருப்தியைக் கிட்டி கவனித்தாள். "எனக்கு மிகவும் மகிழ்ச்சி. நான் உங்கள் மகளை மிகவும் நேசிக்கிறேன்."

"உங்கள் உடல்நிலை இன்னும் மோசமாக இருக்கிறதா?"

"ஆமாம், எனக்கு அது பழக்கமாகிவிட்டது" என்று சொன்ன அவள் இளவரசரையும், ஸ்வீடிஷ் கோமகனையும் அறிமுகப்படுத்தி வைத்தாள்.

"நீங்கள் இன்னும் மாறவில்லை" என்று இளவரசர் அவளிடம் சொன்னார். "பத்து, பதினோரு வருடமாக உங்களைப் பார்க்கும் பாக்கியம் எனக்குக் கிடைக்கவில்லை."

"ஆமாம், கடவுள் சிலுவையையும் அதைத் தாங்கும் வலிமை யையும் நமக்குக் கொடுக்கிறார். இந்த வாழ்க்கை முடியாமல் ஏன் இன்னும் இழுக்கிறது என்று நான் அடிக்கடி வியக்கிறேன்...

மறுபக்கம்!" தன் கால்களைச் சுற்றி விரிப்பைத் தவறாகச் சுற்றிக் கொண்டிருந்த வரேன்காவிடம் அவள் எரிச்சலுடன் சொன்னாள்.

"நல்லது செய்யவேண்டும் என்பதற்காகத்தான்" என்று கண்களால் சிரித்தபடி சொன்னார் இளவரசர்.

அதைக் கவனித்த திருமதி. ஸ்டால், "அது நாம் தீர்மானிக்க வேண்டியதல்ல" என்றார். "அப்படியானால் நீங்கள் அந்தப் புத்தகத்தை எனக்கு அனுப்புவீர்களா அன்புள்ள கோமகன்? நான் உங்களுக்கு மிகவும் நன்றியுள்ளவளாக இருப்பேன்" என்று அவள் அந்த இளம் ஸ்வீடன் நாட்டவரிடம் திரும்பினாள்.

"ஆகா!" என்று மாஸ்கோவைச் சார்ந்த கர்னல் தன் அருகில் நிற்பதைக் கண்டு இளவரசர் கத்தினார். அவர் திருமதி. ஸ்டாலிடம் வணங்கிவிட்டு, தன் மகளுடனும், தன்னுடன் சேர்ந்துகொண்ட மாஸ்கோ கர்னலுடனும் நடந்தார்.

"அது எங்கள் பிரபுத்துவம் இளவரசே!" என்ற மாஸ்கோ கர்னல், திருமதி. ஸ்டாலைக் கேலி செய்ய விரும்பினார். தான் திருமதி. ஸ்டாலுக்கு அறிமுகமாகவில்லை என்ற வெறுப்பில் அவர் பேசினார்.

"அவர் மாறவில்லை அப்படியேதான் இருக்கிறார்" என்றார் இளவரசர்.

"இளவரசே, அவர் நோயில் விழுவதற்கு முன்பே, அதாவது படுக்கையில் படுப்பதற்கு முன்பே உங்களுக்குத் தெரியுமா?"

"ஆமாம், என் இளமையிலேயே அவள் அதை ஏற்றுக் கொண்டாள்."

"பத்து வருடமாக அவள் எழுந்திருக்கவில்லை என்கிறார்கள்."

"அவள் குள்ளமானவள் என்பதால், மோசமான உடலமைப்பு உள்ளவள் என்பதால் எழுந்திருப்பதில்லை."

"அப்பா, அப்படியிருக்க முடியாது" என்று கிட்டி கத்தினாள்.

"பொல்லாத நாக்குகள் அப்படிப் பேசுகின்றன என் அன்பே. அதை உங்கள் வரேன்கா சகித்துக்கொள்ள வேண்டும்" என்ற அவர் மேலும் தொடர்ந்தார். "ஓ, இந்த நோயுற்ற பெண்கள்!"

"இல்லை, அப்பா!" என்று கிட்டி கடுமையாக எதிர்த்தாள். "வரேன்கா அவரை நேசிக்கிறார். அதுமட்டுமல்ல அவள் எத்தனையோ நல்லது செய்கிறார்! யாரை வேண்டுமானாலும் கேட்டுப் பாருங்கள்! அவளையும் அலின் ஸ்டாலையும் அனைவருக்கும் தெரியும்."

"இருக்கலாம்" என்று தன் முழங்கையால் அவளை இடித்தார். "ஆனால் நீங்கள் நல்லது செய்யும்போது, உங்கள் வலது கை செய்வதை, உங்கள் இடது கை அறியாமலிருப்பது நல்லது."

கிட்டி மௌனமாக இருந்தாள் ஏனெனில் அவளுக்குச் சொல்வதற்கு எதுவும் இல்லை என்பதால் அல்ல ஆனால் அவள் தனது ரகசிய எண்ணங்களைத் தன் தந்தையிடம் கூட சொல்ல விரும்பவில்லை. இதில் விசித்திரமானது என்னவெனில், அவள் தனது தந்தையின் கருத்துக்குப் பணிந்து போகாமல் இருப்பதற்கும், அவரைத் தன்னுடைய சந்நிதிக்குள் அனுமதிக்காமல் இருக்கவும், தன்னைத் தயார்ப்படுத்திக் கொண்டிருந்தாள் என்றாலும், கடந்த ஒரு மாதம் முழுவதும் அவள் தனது இதயத்தில் வைத்திருந்த திருமதி. ஸ்டாலின் அவர்களின் தெய்வீக உருவம், சில பழைய துணிகளால் உருவாக்கிய ஓர் அற்புதமான உருவத்தை ஒருவர், அது கீழே கிடக்கும் துணி என்று பார்க்கும்போது அதிலிருக்கும் உருவம் மறைந்துவிடுவதைப் போல, மீட்க முடியாதபடி மறைந்துவிட்டதை உணர்ந்தாள். தனது மோசமான உருவத்தின் காரணமாக எழுந்திருக்காமல் படுத்துக் கிடந்த, போர்வையைச் சரியாக மூடாதற்காகச் சாதுவான வரேன் காவைத் திட்டிய குள்ளமான பெண் ஒருத்தி மட்டுமே இப்போது அவள் நினைவில் இருந்தாள். எந்தக் கற்பனையான முயற்சியாலும் அவளால் முன்னர் இருந்த திருமதி. ஸ்டாலின் உருவத்தை மீட்டுக் கொண்டு வர முடியவில்லை.

35

இளவரசர் தனது மகிழ்ச்சியான மனநிலையைத் தனது குடும்பத்தினருக்கும், தனக்குத் தெரிந்தவர்களுக்கும், தாங்கள் தங்கியிருந்த குடியிருப்பின் உரிமையாளரான ஜெர்மானிய நிலப்பிரபுவுக்கும் தெரிவிக்க விரும்பினார்.

கிட்டியுடன் நீர்வீழ்ச்சியிலிருந்து திரும்பிய இளவரசர், கர்னல், மரியா எவ்கென்யெவ்னா, வரேன்கா ஆகியோரை விருந்துக்கு அழைத்திருந்தார். தோட்டத்திலிருந்த கஷ்கொட்டை மரத்தின் கீழ் நாற்காலிகள் மற்றும் மேசைகளைப் போட உத்தரவிட்ட இளவரசர் அங்கு மதிய உணவு பரிமாறுவதற்கு ஏற்பாடு செய்தார். அவருடைய மகிழ்ச்சியான மனநிலையின் தாக்கத்தால் நில உரிமையாளரும், வேலையாட்களும் புத்துணர்வு பெற்றனர். அவர்கள் அனைவரும் அவருடைய பெருந்தன்மையை நன்கு அறிந்திருந்தனர். அரைமணி நேரத்துக்குப் பிறகு, ஹாம்பர்க்கிலிருந்து வந்து மாடியில் வசித்துவந்த நோயுற்ற மருத்துவர் ஒருவர் ஜன்னல் வழியாக கஷ்கொட்டை மரத்திற்குக் கீழ் கூடியிருந்த அந்த மகிழ்ச்சியான, ஆரோக்கியமான ரஷ்யக் கூட்டத்தைப் பொறாமையுடன் பார்த்துக் கொண்டிருந்தார். அசையும் மரங்களின் இலைகளின் நிழலில், காபி பாத்திரங்கள், ரொட்டி, வெண்ணெய், பாலாடைக்கட்டி மற்றும் பானைகள்

இருந்த, ஒரு வெள்ளைத் துணியால் மூடப்பட்ட மேசைக்கு அருகில் இருந்த இளவரசி, கருநீல ரிப்பன்களுடன், உயரமான தொப்பி அணிந்து, அனைவருக்கும் காபியும், சாண்ட்விச்சும் கொடுத்துக் கொண்டிருந்தாள். மேசையின் மறுபக்கம் அமர்ந்து இளவரசர் மனமுவந்து சாப்பிட்டுக் கொண்டே, சத்தமாகவும் மகிழ்ச்சியாகவும் பேசிக் கொண்டிருந்தார். இளவரசர் தான் பல்வேறு இடங்களுக்குச் சென்றபோது வாங்கிவந்த பரிசுப் பொருட்களை அனைவருக்கும் கொடுத்தார். வேலைக்காரப் பெண் லிச்சென் மற்றும் வீட்டு உரிமையாளர் உட்பட அனைவருக்கும் கொடுத்தார். கிட்டியைக் குணப்படுத்தியது அங்கிருந்த தண்ணீர் அல்ல மாறாக அவர் வழங்கிய சிறந்த உணவு, அதுவும் குறிப்பாக கத்தரிக்காய் சூப் என்று நகைச்சுவையாகத் தனது மோசமான ஜெர்மன் மொழியில் சொன் னார். தனது கணவரின் ரஷ்ய பழக்கங்களைக் கண்டு சிரித்த இளவரசி, இதுவரை அங்கு தங்கியிருந்தபோது இருந்ததைவிட இப்போது மிகவும் கலகலப்பாகவும் மகிழ்ச்சியாகவும் இருந்தாள். கர்னல் இளவரசரின் நகைச்சுவைகளைக் கேட்டு எப்போதும் போல சிரித்தார். ஆனால் தான் உன்னிப்பாக ஆராய்ந்து கொண்டிருப்பதாக நினைத்த, ஐரோப்பாவைப் பொறுத்தவரை அவர் இளவரசியின் பக்கம் இருந்தார். நல்ல குணமுள்ள மரியா எவ்கென்யெவ்னா இளவரசர் சொன்ன வேடிக்கையான அனைத்திற்கும் குலுங்கிக் குலுங்கிச் சிரித்தாள். வரேன்கா இளவரசரின் நகைச்சுவையாலும், மற்றவர்களிடமிருந்து தொற்றிய சிரிப்பாலும் கட்டுப்படுத்த முடி யாமல் சிரித்தாள். இது வரேன்காவிடம் இதற்கு முன்னர் கிட்டி பார்த்திராத ஒன்று.

இவை அனைத்தும் கிட்டியை உற்சாகப்படுத்தின என்றாலும் அவளால் கவலைப்படாமல் இருக்க முடியவில்லை. தன் நண்பர் களைப் பற்றியும், தான் விரும்பிய வாழ்க்கையைப் பற்றியும், தனது தந்தை தன்னுடைய இயல்பான இலகுவான குணத்தால், தன்னிச் சையாக வெளிப்படுத்திய புதிரை அவளால் அவிழ்க்க முடியவில்லை. அதனுடன் பெட்ரோவுடனான அவளுடைய உறவில் ஏற்பட்ட விரிசலும் சேர்ந்துகொண்டது. அது மிகவும் வெளிப்படையாகவும், விரும்பத்தகாததாகவும் இன்று வெளிப்பட்டு விட்டது. அனைவரும் மகிழ்ச்சியாக இருக்கும்போது தன்னால் அப்படி இருக்க முடிய வில்லை என்பது அவள் வேதனையை மேலும் அதிகப்படுத்தியது. சிறுவயதில் அவளைத் தண்டிக்க அவளது சகோதரிகள் அவளை அவளுடைய அறையில் அவளைப் பூட்டி வைத்து மகிழ்ச்சியாகச் சிரித்தபோது ஏற்பட்ட அதே உணர்வு இப்போது அவளுக்கு ஏற்பட்டது.

“சரி, எதற்காக இத்தனை பொருட்களை வாங்கினீர்கள்?” என்ற இளவரசி சிரித்துக்கொண்டே, தன் கணவருக்குக் காபியைக் கொடுத் தாள்.

"நடந்து செல்லும்போது நான் ஒரு கடையைப் பார்க்கிறேன். அவர்கள் எதையாவது வாங்குமாறு கெஞ்சுகிறார்கள். அவர்கள் 'மேதகு மகாராஜா' என்று அழைத்த பிறகு என்னால் வாங்காமல் இருக்க முடியாது. பத்து டாலர்கள் போய்விட்டன."

"உங்களுக்கு உள்ள சலிப்பினால்தான் அப்படி நடக்கிறது" என்றாள் இளவரசி.

"நிச்சயமாக இதற்குச் சலிப்புதான் காரணம். அன்பே, என்ன செய்வது என்று தெரியாத அளவுக்கு மோசமான சலிப்பு."

"உங்களுக்கு எப்படிச் சலிப்பு ஏற்படும் இளவரசே? ஜெர்மனியில் இப்போது சுவாரஸ்யமான விஷயங்கள் நிறைய உள்ளன" என்று மரியா எவ்கென்யெவ்னா கூறினாள்.

"ஆனால் எனக்கு அனைத்துச் சுவாரஸ்யமான விஷயங்களும் தெரியும். எனக்குக் கத்தரிக்காய் சூப் தெரியும். பட்டாணி வறுவல் தெரியும். எனக்கு அனைத்தும் தெரியும்."

"இல்லை இளவரசே, உங்களுக்குப் பிடித்ததைச் சொல்லுங்கள். அவர்களின் நிறுவனங்கள் சுவாரஸ்யமானவை" என்றார் கர்னல்.

"ஆனால் அதில் என்ன சுவாரஸ்யம் இருக்கிறது? அவர்கள் அனைவரும் பித்தளை நாணயங்களைப் போல மகிழ்ச்சியாக இருக்கிறார்கள். அவர்கள் எல்லோரையும் வென்றுவிட்டார்கள் என்றால் அதில் நான் மகிழ்ச்சியடைய என்ன இருக்கிறது? நான் யாரையும் வெற்றிகொள்ளவில்லை. என் காலணிகளை நானே கழற்றிக் கதவுக்கு வெளியே வைக்க வேண்டும். காலையில் எழுந்து நானே உடை உடுத்திக் கொண்டு, சாப்பாட்டு அறைக்குச் சென்று மோசமான தேநீரைக் குடிக்க வேண்டும். வீடு என்பது வேறு விஷயம்! நீங்கள் அவசரமில்லாமல் எழுந்து, எதன் மீதோ கோபம் கொண்டு, முணுமுணுக்கலாம். சரியாக சுயநினைவுக்குத் திரும்பிய பிறகு, நடந்ததை அவசரப்படாமல் நினைத்துப் பார்க்கலாம்."

"ஆனால் நேரம்தான் பணம் என்பதை நீங்கள் மறந்துவிட்டீர்கள்" என்றார் கர்னல்.

"நேரம் என்பது உண்மையில் ஒன்றைச் சார்ந்தது! ஒரு மாதத்திற்கு ஐம்பது கோபெக்குகள் செலவழிக்க நேரம் கிடைக்கும் உங்களுக்கு, சில நேரங்களில் எந்த விலை கொடுத்தும் அரைமணி நேரத்தை வாங்க முடியாது. அப்படித்தானே கிட்டி? ஏன் இவ்வளவு மந்தமாக இருக்கிறாய்?"

"நான் நன்றாகத்தான் இருக்கிறேன்."

"நீங்கள் எங்கே செல்கிறீர்கள்? இன்னும் சிறிது நேரம் இருங்கள்" என்று அவர் வரேன்காவிடம் சொன்னார்.

"நான் வீட்டிற்குச் செல்ல வேண்டும்" என்று எழுந்த வரேன்கா மீண்டும் சிரித்தாள். தன் ஆடையை ஒழுங்குபடுத்திக்கொண்ட அவள் விடைபெற்றுக் கொண்டு தனது தொப்பியை எடுக்க வீட்டிற் குள் சென்றாள். கிட்டி அவளைத் தொடர்ந்து சென்றாள். இப்போதும் வரேன்கா வித்தியாசமாக இருப்பதாகக் கிட்டிக்குத் தோன்றியது. அவள் மோசமாக இல்லையென்றாலும், அவள் முன்பு கற்பனை செய்ததிலிருந்து வித்தியாசமாக இருந்தாள்.

"ஆகா, நான் இப்படிச் சிரித்து நிறைய நாட்கள் ஆகிவிட்டன!" என்ற வரேன்கா தனது குடையையும் பையையும் எடுத்துக் கொண் டாள். "உங்கள் தந்தை மிக நல்லவர்!"

கிட்டி அமைதியாக இருந்தாள்.

"நாம் மீண்டும் எப்போது சந்திக்கலாம்?" என்று வரேன்கா கேட்டாள்.

"அம்மா பெட்ரோவ்வைச் சந்திக்க விரும்புகிறார். நீங்கள் அங்கு செல்வீர்களா?" என்று கிட்டி வரேன்காவைப் பரிசோதிக்கும் விதமாகக் கேட்டாள்.

"ஆமாம், போக வேண்டும்" என்றாள் வரேன்கா. "அவர்கள் புறப்படத் தயாராகிறார்கள் என்பதால் நான் அவர்களுக்கு உதவி செய்ய வருவதாகச் சொல்லியிருக்கிறேன்."

"நல்லது, நானும் வருகிறேன்."

"வேண்டாம். நீங்கள் ஏன் வரவேண்டும்?"

"ஏன் கூடாது? ஏன் கூடாது? ஏன் வரக்கூடாது?" என்று தன் கண்களை அகலத் திறந்த கிட்டி, வரேன்கா போகாமலிருக்க அவள் குடையைப் பிடித்துக்கொண்டாள். "பொறுங்கள், ஏன் வரக் கூடாது?"

"உங்கள் அப்பா இப்போதுதான் வந்திருக்கிறார். அப்புறம் அவர்களுக்கு உங்கள் மீது சங்கடமாக இருக்கும்."

"இல்லை, என்னவென்று சொல்லுங்கள். நான் அடிக்கடி பெட்ரோவ் வீட்டிற்குச் செல்வது உங்களுக்கு ஏன் பிடிக்கவில்லை? நீங்கள் அதை விரும்பவில்லை இல்லையா? அது ஏன்?"

"நான் அப்படிச் சொல்லவில்லை" என்று வரேன்கா அமைதி யாகச் சொன்னாள்.

"இல்லை, தயவுசெய்து சொல்லுங்கள்!"

"எல்லாவற்றையும் சொல்லட்டுமா?" என்று கேட்டாள் வரேன்கா.

"ஆம், அனைத்தையும், அனைத்தையும்" என்று கிட்டி திரும்பத் திரும்பச் சொன்னாள்.

“குறிப்பாக ஒன்றுமில்லை, அந்த ஓவியர் மிகைல் அலெக்ஸீவிச், முன்பு சீக்கிரமாக இங்கிருந்து செல்ல விரும்பினார். ஆனால் இப்போது அவர் இங்கிருந்து செல்ல விரும்பவில்லை” என்று வரேன்கா புன்னகையுடன் கூறினாள்.

“அப்படியா? சரிதானா?” என்று அவளை அவரசப்படுத்திய கிட்டி, மகிழ்ச்சியற்றவளாகக் கேட்டாள்.

“சரி, சில காரணங்களால் அன்னா பாவ்லோவ்னா, நீங்கள் இங்கே இருப்பதால் தன் கணவர் போக விரும்பவில்லை என்று சொன்னாள். ஆனால் நிச்சயமாக அது பொருத்தமற்றது. ஆனால் அதன் காரணமாக, உங்களைப் பற்றி அவர்களுக்குள் சண்டை ஏற்பட்டது. இந்த நோயுற்றவர்கள் எத்தனை எரிச்சலாக இருக்கிறார் கள் என்பது உங்களுக்கே தெரியும்.”

கிட்டி மேலும் முகம் சுளித்தபடி அமைதியாக இருந்தாள். வரேன்கா மட்டும் தொடர்ந்து பேசி, அவளைத் தேற்றவும் அமைதிப் படுத்தவும் முயன்றாள். அவள் வெடிக்கப் போகிறாள் என்றாலும் அது கண்ணீராகவா அல்லது வார்த்தைகளாகவா என்பது வரேன் காவுக்குத் தெரியவில்லை.

“எனவே நீங்கள் போகாமலிருப்பது நல்லது... உங்களால் புரிந்து கொள்ள முடியும் என்பதால் புண்படமாட்டீர்கள்...”

“அது எனக்கு நல்ல பலனைக் கொடுத்துவிட்டது, அது எனக்கு நல்ல பலனைக் கொடுத்துவிட்டது!” என்று வேகமாகச் சொன்ன கிட்டி, வரேன்காவின் கையிலிருந்த குடையைப் பிடுங்கிக் கொண்டு தனது தோழியின் கண்களை ஏறிட்டாள்.

தனது தோழியின் குழந்தைத்தனமான கோபத்தைப் பார்த்து வரேன்கா புன்னகைக்க முயன்றாள் ஆனால் அப்படிச் செய்து அவளைக் காயப்படுத்த பயந்தாள்.

“அது உங்களுக்கு எப்படிப் பலனளித்தது? எனக்குப் புரியவில்லை” என்றாள் அவள்.

“ஏனெனில் அவை அனைத்தும் போலியானவை. அவை அனைத்தும் இதயத்திலிருந்து வரவில்லை மாறாக செயற்கையாக உருவாக்கப்பட்டவை. ஒரு அந்நியருடன் எனக்கு என்ன வேலை? அவர்களின் சண்டைக்கு நான்தான் காரணம் என்பதும், என்னிடம் யாரும் செய்யும்படி கேட்காத ஒரு காரியத்தை நானாகவே செய்தது முட்டாள்தனம் என்பதும் தெரியவருகிறது. ஏனெனில் அவை அனைத்துமே பாசாங்கு! பாவனை! பாசாங்குத்தனம்...!”

“ஆனால் அப்படி நடிப்பதன் நோக்கம் என்ன?” என்று வரேன்கா மென்மையாகக் கேட்டாள்.

“ஆகா, எத்தனை கேவலமான, முட்டாள்தனமானவை அவை! எனக்குத் தேவையே இல்லை... எல்லாமே போலியானவை...!” என்ற கிட்டி குடையைத் திறந்து மூடினாள்.

“ஆனால் என்ன நோக்கத்திற்காக?”

“நல்வர்களாக வேஷமிட்டு, மனிதர்களையும், என்னையும், கடவுளையும் ஏமாற்றுவதற்கு. இல்லை, இனி நான் அதில் விழ மாட்டேன்! நான் கெட்டவளாக ஆனாலும் குறைந்தபட்சம் பொய் பேசுபவளாக, ஏமாற்றுக்காரியாக இருக்க மாட்டேன்!”

“ஆனால், யார் ஏமாற்றுக்காரர்?” என்ற வரேன்கா மறுத்துப் பேசினாள். “நீங்கள் பேசுவது போல...”

ஆனால் கோபத்தின் உச்சியிலிருந்த கிட்டி அவளைப் பேச விடவில்லை.

“நான் உங்களைப் பற்றிப் பேசவில்லை. உங்களைப் பற்றிப் பேசவே இல்லை. நீங்கள் முழுமையானவர். ஆமாம், ஆமாம், நீங்கள் பரிபூரணமானவர் என்று எனக்குத் தெரியும். ஆனால் நான் கெட்டவளாக இருந்தால் என்ன செய்வது? நான் கெட்டவளாக இல்லாவிட்டால் இது நடந்திருக்காது. எனவே நான் எப்படி இருக்கிறேனோ அப்படியே இருந்துவிட்டுப் போகிறேன். ஆனால் என்னால் நடிக்க முடியாது. அன்னா பாவ்லோவ்னாவைப் பற்றி எனக்கு என்ன கவலை! அவர்கள் அவர்கள் இஷ்டப்படி வாழட்டும், நான் என் இஷ்டப்படி வாழ்கிறேன். நான் வித்தியாசமாக இருக்க முடியாது... இவை அனைத்துமே தவறு, தவறு!”

“எது தவறு?” என்று வரேன்கா குழப்பத்துடன் கேட்டாள்.

“எல்லாமே. என் மனசாட்சியின்படி இல்லாமல் வேறு எப்படியும் என்னால் வாழ முடியாது. ஆனால் நீங்கள் கொள்கைப்படி வாழ்கிறீர்கள். நான் உங்களை நேசித்தேன். ஆனால் நீங்கள் என்னைக் காப்பாற்றவும், என்னை மேம்படுத்தவும் மட்டுமே விரும்பினீர்கள்.”

“நீங்கள் அநியாயமாக நடந்துகொள்கிறீர்கள்” என்றாள் வரேன்கா.

“ஆனால் நான் மற்றவர்களைப் பற்றிப் பேசவில்லை, என்னைப் பற்றி மட்டுமே பேசுகிறேன்.”

“கிட்டி!” என்று அம்மாவின் குரல் கேட்டது. “இங்கே வா, உன்னுடைய பவள மாலையை அப்பாவிடம் காட்டு.”

கர்வத்துடன் இருந்த கிட்டி தனது தோழியுடன் சமாதானம் செய்துகொள்ளாமல், மேசை மீதிருந்த சிறிய பவளமாலை பெட்டியை எடுத்துக் கொண்டு தன் தாயிடம் சென்றாள்.

“என்ன விஷயம்? ஏன் உன் முகம் சிவந்திருக்கிறது?” என்று அவளுடைய அம்மாவும் அப்பாவும் ஒரே குரலில் கேட்டார்கள்.

"ஒன்றுமில்லை" என்றாள் அவள். "நான் இப்போது வந்து விடுவேன்" என்று சொல்லிவிட்டுத் திரும்ப ஓடினாள்.

'அவர் இன்னும் இருக்கிறார்!' என்று கிட்டி நினைத்தாள். 'நான் அவரிடம் என்ன சொல்வேன்? கடவுளே நான் என்ன செய்துவிட்டேன். என்னவெல்லாம் சொல்லிவிட்டேன்! நான் ஏன் அவரைக் காயப்படுத்தினேன்? நான் என்ன செய்வது? அவரிடம் நான் என்ன சொல்வது?' என்று நினைத்த கிட்டி, வாசலில் தயங்கி நின்றாள்.

வரேன்கா தன் தொப்பியை அணிந்து, கையில் குடையுடன் மேசையில் அமர்ந்து, கிட்டி உடைத்துவிட்ட குடையின் கம்பிச் சுருளைப் பார்த்துக் கொண்டிருந்தாள். அவள் தன் தலையை நிமிர்த்தினாள்.

"வரேன்கா, என்னை மன்னியுங்கள், மன்னியுங்கள்!" என்று கிட்டி கிசுகிசுத்தபடி அவள் அருகில் வந்தாள். "எனக்கு என்ன சொல்வதென்றே தெரியவில்லை. நான்..."

"நான் உண்மையில் உங்களை வருத்தமடையச் செய்ய விரும்ப வில்லை" என்ற வரேன்கா புன்னகைத்தாள்.

இருவருக்கும் சமாதானம் ஏற்பட்டது. ஆனால் கிட்டியின் தந்தையின் வருகையால் அவள் இதுவரை வாழ்ந்துவந்த உலகம் முழுவதும் அவளுக்காக மாறிவிட்டது. தான் கற்றுக்கொண்ட அனைத்தையும் அவள் மறக்கவில்லை என்றாலும் தான் விரும்பியபடி ஆகலாம் என்று நினைத்துத் தன்னைத்தானே ஏமாற்றிக் கொண்டோம் என்பதை அவள் புரிந்துகொண்டாள். பாசாங்கும், தற்பெருமையும் இல்லாமல் அவள் விரும்பிய உயரத்திற்குப் பறக்க விரும்பியதில் உள்ள முழு சிரமத்தையும் உணர்ந்து, அவள் விழித்துக்கொண்டது போல இருந்தது. மேலும் துயரம், நோய், இறந்துகொண்டிருக்கும் மனிதர்கள் நிறைந்த அந்த உலகத்தின் பாரம் முழுவதையும் அவள் உணர்ந்து கொண்டாள். அதை நேசிப்பதற்காக அவள் பட்ட சிரமங்கள் அனைத்துமே சித்திரவதை என்பதை அவள் புரிந்து கொண்டாள். அவள் விரைவில் சுத்தமான காற்று வெளிக்கு, ரஷ்யாவின் யெர்குஷோவோவுக்குச் செல்ல விரும்பினாள். அவளுடைய சகோதரி டோலி ஏற்கனவே தன் குழந்தைகளுடன் அங்கு வந்திருப்ப தாகக் கடிதம் மூலம் அறிந்த கிட்டி, உடனடியாகச் செல்ல வேண்டும் என்று ஏங்கினாள்.

ஆனால் அவள் வரேன்கா மீது கொண்டிருந்த அன்பு குறைய வில்லை. அவர்கள் விடைபெற்றுக் கொள்ளும்போது, அவளை ரஷ்யாவுக்கு வந்து தங்களைப் பார்க்கும்படி கிட்டி கெஞ்சி கேட்டுக் கொண்டாள்.

"உங்கள் திருமணத்திற்கு வருகிறேன்" என்றாள் வரேன்கா.

நற்றிணை பதிப்பகம் ● 351

"நான் ஒருபோதும் திருமணம் செய்துகொள்ள மாட்டேன்."

"அப்படியானால் நான் வரமாட்டேன்."

"சரி, நான் அதற்காகவே திருமணம் செய்துகொள்கிறேன். ஜாக்கிரதையாக இருங்கள், உங்கள் வாக்குறுதியை மறக்காதீர்கள்" என்றாள் கிட்டி.

மருத்துவரின் கணிப்புகள் உண்மையாகின. கிட்டி குணமடைந்து ரஷ்யாவுக்குத் திரும்பினாள். அவளால் முன்பு இருந்ததைப் போல உற்சாகமாக, எந்தக் கவலையும் இல்லாமல் இருக்க முடியவில்லை என்றாலும் அமைதியாக இருந்தாள். முன்பு மாஸ்கோவில் அவளுக்கு நடந்த துயரங்கள் இப்போது ஒரு நினைவாக மட்டுமே அவளிடம் எஞ்சியிருந்தன.

●

பகுதி மூன்று

1

செர்ஜி இவானோவிச் கோஸ்னிஷேவ் தன்னுடைய அறிவு சார்ந்த வேலையிலிருந்து ஓய்வெடுக்க விரும்பினார். அவர் எப்போதும் போல வெளிநாட்டிற்குச் செல்லாமல், மே மாத இறுதி யில், நாட்டிலுள்ள தனது சகோதரனுடன் தங்குவதற்குச் சென்றார். நாட்டு வாழ்க்கையே சிறந்தது என்று அவர் நம்பினார். இப்போது அந்த வாழ்க்கையை அனுபவிப்பதற்காகத் தனது சகோதரன் வீட்டிற்கு வந்திருந்தார். அந்தக் கோடையில் இனியும் சகோதரர் நிக்கோலாய் வருவார் என்பதை எதிர்பார்க்காத கான்ஸ்டான்டின் லெவின் இதனால் மிகவும் மகிழ்ச்சியடைந்தார். செர்ஜி இவானோவிச் மீது அவருக்கு அன்பும் மரியாதையும் இருந்தபோதும், நாட்டில் அவருடன் இருப்பதை லெவின் சங்கடமாக உணர்ந்தார். கிராமப்புறங்களைப் பற்றிய தனது சகோதரரின் அணுகுமுறை அவருக்குச் சங்கடமான தாகவும், விரும்பத்தகாததாகவும் இருந்தது. ஆனால் கான்ஸ்டான்டின் லெவினைப் பொறுத்தவரை, அது வாழ்வதற்கான இடமாக, அதாவது மகிழ்ச்சி, துன்பம் மற்றும் உழைப்பு அத்தனையும் உள்ளடக்கியதாக இருந்தது. ஆனால் செர்ஜி இவானோவிச்சிற்கு ஒருபுறம் அது ஓய்வு பெறும் இடமாகவும், மறுபுறம் வஞ்சகம் மற்றும் ஏமாற்றுக்கு மாற்று மருந்தாகவும் இருந்தது. எனவே அவர் அதைத் திருப்தியுடனும், அதனால் ஏற்படும் நன்மையை அறிந்து கொண்ட மகிழ்ச்சியுடனும் அதை அனுபவித்தார். கான்ஸ்டான்டின் லெவினைப் பொறுத்தவரை நாடு அற்புதமானது ஏனெனில், அது சந்தேகத்திற்கு இடமின்றி பயனுள்ள உழைப்புக்கான ஒரு களத்தை அவருக்கு வழங்கியது. செர்ஜி இவானோவிச்சைப் பொறுத்தவரை நாடு நல்லது ஏனெனில் அங்கு ஒருவர் எதுவும் செய்ய முடியாது என்பது மட்டுமல்ல எதையும் செய்யவேண்டியதும் இல்லை. செர்ஜி இவானோவிச் விவசாயிகளை அணுகியமுறை லெவினைச் சற்றே எரிச்சலடையச் செய்தது. தான் அந்த மக்களை நேசிப்பதாகவும், அவர்களுடன் அடிக்கடி உரையாடுவதாகவும், அதைப் பாசாங்கும் வெறுப்பும் இல்லாமல் எப்படிச் சிறப்பாகச் செய்ய முடியும் என்பது தனக்குத்

தெரியும் என்றும் செர்ஜி இவானோவிச் கூறினார். அத்தகைய உரையாடல்களிலிருந்து, அவர் விவசாயிகளுக்குத் தான் சாதகமாக இருப்பதற்கான ஆதாரங்களைத் தந்தார். மேலும் அவர் அவர்களை நன்றாக அறிந்திருப்பதற்கான சான்றாக அவற்றைக் கண்டார். விவசாயிகள் மீதான இத்தகைய அணுகுமுறை கான்ஸ்டான்டின் லெவினுக்குச் சற்றும் பிடிக்கவில்லை. கான்ஸ்டான்டின் லெவினைப் பொறுத்தவரை, விவசாயிகள் உழைப்பில் ஒரு முக்கியப் பங்காக இருந்தனர். விவசாயிகளின் மீது அவருக்கு மரியாதையும் அன்பும் இருந்தபோதிலும், அவரே சொல்வது போல, அது அவருடைய ரத்தத்தில் ஊறியதாக இருக்கலாம். ஒரு பொது நன்மைக்காக விவசாயிகளுடன் சேர்ந்திருந்த அவர், சில நேரங்களில் அவர்களின் ஆற்றல், பணிவு, நியாய உணர்வு ஆகியவற்றால் வெகுவாக ஈர்க்கப் பட்டார். சில நேரங்களில் அந்தப் பொது நோக்கத்திற்கு அதைத் தவிர அவர்களிடம் வேறு குணங்களை எதிர்பார்த்த அவருக்கு, அவர்களின் கவனக் குறைவு, பொய், சோம்பேறித்தனம், குடிப்பழக்கம் ஆகியவற்றால் அவர்கள் மீது மனக்கசப்பு ஏற்பட்டது. நீங்கள் அவர்களை நேசிக் கிறீர்களா என்று யாராவது கான்ஸ்டான்டின் லெவினிடம் கேட்டால் அவரால் அதற்குப் பதில் சொல்ல முடியாது. பொதுவாக அவர் மனிதர்களிடம் நடந்துகொள்வதைப் போல, அவர் விவசாயிகளை நேசித்தார் என்றோ அல்லது நேசிக்கவில்லை என்றோ கூறமுடியாது. இயல்பாகவே அவர் ஒரு நல்ல மனிதராக இருந்ததால், சாமானிய மனிதர்ளை நேசிக்காமல் இருப்பதை விடவும் அதிகமாக நேசித்தார் என்பதால் விவசாயிகளையும் நேசித்தார் என்றே சொல்லவேண்டும். ஆனால் அவர்களை விசேஷமாக நேசிப்பதோ, நேசிக்காமல் இருப்பதோ அவரால் இயலாத காரியம். ஏனெனில், அவர் அவர்களோடு வாழ்ந்தார் என்பதாலும், அவரு டைய நலன்கள் அனைத்தும் அவர்களோடு சம்பந்தப்பட்டிருக்கிறது என்பதாலும் மட்டுமல்ல, அவர் தன்னை அந்த மனிதர்களின் ஒரு பகுதியாகக் கருதியதால், தனக்கும் அவர்களுக்கும் இடையில் எந்தத் தனித்துவமான குணங்களையும் குற்றங்களையும் காணவில்லை. மேலும் அவரால் அவர்களைத் தன்னிலிருந்து வேறுபடுத்திப் பார்க்க முடியவில்லை. மேலும் ஒரு முதலாளியாகவும், மத்தியஸ்தராகவும், அனைத்திற்கும் மேலாக ஆலோசகராகவும் (விவசாயிகள் அவரது ஆலோசனைக்காக இருபது மைல் தூரத்திலிருந்து வருவார்கள்) அவர் அவர்களுடன் மிக நெருக்கமான உறவில், நீண்ட காலமாக வாழ்ந்திருந்தாலும், அவருக்கு அந்த மக்களைப் பற்றி எந்த உறுதியான அபிப்பிராயமும் இல்லை. அவர்களை அவர் நேசிக்கிறாரா என்ற கேள்விக்கு அவரால் பதில் சொல்ல முடியாததைப் போலவே, அவர்களை அவர் அறிந்து வைத்திருக்கிறாரா என்ற கேள்விக்கும்

அவர் பதில் சொல்வது கடினம். அவருக்கு அவர்களைத் தெரியும் என்று சொல்வதும், மனிதர்களைத் தெரியும் என்று சொல்வதும் ஒன்றுதான். விவசாயிகளையும் சேர்த்து, சிறந்தவர்களாக, சுவாரஸ்யமானவர்களாகக் கருதிய மனிதர்கள் உட்பட, அனைத்து வகையான மனிதர்களையும் அவர் தொடர்ந்து கவனித்தும் படித்தும் வந்தார். தொடர்ந்து கவனித்த அவர், அவர்களின் புதிய குணாதிசயங்களைக் கண்டறிந்து, அவர்களைப் பற்றிய தனது முந்தைய அபிப்பிராயங்களை மாற்றி, புதியவற்றைச் சேர்த்துக் கொண்டார். செர்ஜி இவானோவிச் இதற்கு நேர்மாறாக இருந்தார். தனக்குப் பிடிக்காத வாழ்க்கையுடன் ஒப்பிடும்போது அவர் ஒரு நாட்டுப்புற வாழ்க்கையை விரும்பினார், பாராட்டவும் செய்தார். அதே போல அவர் தான் விரும்பாத மனிதர்களுக்கு மாறாக விவசாயிகளை விரும்பினார். எனவே விவசாயிகளைப் பொதுமக்களிடமிருந்து வேறுபட்டவர்கள், எதிரானவர்கள் என்று அவர் கருதினார். அவருடைய பகுத்தறியும் மனதில், விவசாயிகள் வாழ்க்கையின் சில அம்சங்களைக் குறித்து உருவான கருத்துக்கள், ஓரளவுக்கு அவர்களின் வாழ்க்கையிலிருந்து பெறப்பட்டன என்றாலும் அவை முக்கியமாக இந்த முரண்பாட்டிலிருந்து உருவானவை. விவசாயிகளைப் பற்றிய தனது கருத்தையும், அவர்கள் மீதான தன்னுடைய அனுதாப மனப்பான்மையையும் அவர் ஒருபோதும் மாற்றிக் கொள்ளவில்லை.

விவசாயிகளைப் பற்றிய கருத்து வேறுபாடுகளின் போது சகோதரர்களுக்கு இடையில் ஏற்பட்ட விவாதங்களில் செர்ஜி இவானோவிச் எப்போதும் தனது சகோதரரைத் தோற்கடித்தார். ஏனெனில் செர்ஜி இவானோவிச்சிற்கு விவசாயிகளைப் பற்றியும் அவர்களின் குணாதிசயங்கள், பண்புகள் மற்றும் ரசனைகளைப் பற்றியும் திட்டவட்டமான அபிப்பிராயங்களைக் கொண்டிருந்தார். ஆனால் கான்ஸ்டான்டின் லெவினுக்கு அப்படித் திட்டவட்டமான நிலையான அபிப்பிராயங்கள் ஏதும் இல்லை. எனவே இந்த விவாதங்களின் போது கான்ஸ்டான்டின் லெவின் எப்போதும் தனக்குத்தானே முரண்பட்டுக் கொண்டிருந்தார்.

செர்ஜி இவானோவிச்சைப் பொறுத்தவரை அவருடைய தம்பி ஒரு நல்ல மனிதர் (அவர் பிரெஞ்சு மொழியில் கூறியது போல). ஆனால் அவரது மனம் விரைவாகக் கிரகிக்கும் ஆற்றலுடையதாக இருந்தாலும், அந்தந்தத் தருணத்தின் உணர்வுகளால் ஈர்க்கப்பட்டதன் விளைவாக முரண்பாடுகளால் நிறைந்திருந்தது. ஒரு அண்ணனின் அரவணைப்புடன் அவர் சில நேரங்களில் அவருக்கு உண்மையை விளக்கிக் கூறினார். ஆனால் அவர் எளிதில் தோற்றுவிடுவதால் அவருடன் வாதிடுவதில் செர்ஜி இவானோவிச்சிற்கு எந்த மகிழ்ச்சியும் கிட்டவில்லை.

ஆரம்பத்தில் கான்ஸ்டான்டின் லெவின், தனது சகோதரரை மகத்தான அறிவாற்றலும் மேலான கல்வியும் உடையவராக, உன்னத மானவராக, பொது நன்மைக்காக உழைக்கும் திறனுடையவராகக் கருதினார். ஆனால் அவருக்கு வயதான பிறகு, தனது சகோதரருடன் நெருங்கிப் பழகிய போது, தன்னிடம் சற்றேனும் இல்லாத, அவரு டைய அந்தப் பொதுநலனுக்காகச் செயல்படும் திறனில் முற்றிலும் ஏதோ குறைபாடு இருப்பதாக அவருடைய மனதின் ஆழத்தில், அடிக்கடி தோன்றிக்கொண்டே இருந்தது. ஏதோ ஒன்றின் பற்றாக் குறையின் காரணமாக (நற்குணம், நேர்மை, உன்னதமான ஆசைகள் மற்றும் ரசனைகளின் பற்றாக்குறை அல்ல) வாழ்க்கையின் எண்ணி லடங்காப் பாதைகளில் ஒன்றைத் தேர்ந்தெடுப்பதற்கும், அதை மட்டுமே விரும்புவதற்கும் ஒரு மனிதனைத் தூண்டும், இதயம் என்ற அந்த முக்கியமான ஒன்று அவரிடம் இல்லை என்பதை லெவின் அறிந்தார். செர்ஜி இவானோவிச் மட்டுமின்றி பொதுநலனுக்காகப் பாடுபடுவதாகச் சொல்லிக்கொள்ளும் பலரும், தங்கள் இதயத்திலுள்ள அன்பால் பொதுநலனுக்காகப் பாடுபடவில்லை. ஆனால் அதில் ஈடுபடுவது நல்லது என்று தங்கள் மனதை நியாயப்படுத்திக் கொண்டு, அதன் காரணமாகவே அதில் ஈடுபடுகிறார்கள், என்று தனது சகோதரர் செர்ஜி இவானோவிச்சைத் தொடர்ந்து கவனித்தும் அவருடன் பழகியும் லெவின் தெரிந்து கொண்டார். சதுரங்க விளையாட்டு அல்லது ஒரு இயந்திரத்தின் புத்திசாலித்தனமான உருவாக்கம் பற்றிக் கேள்விகளைவிட, தனது சகோதரர் எழுப்பும் பொதுநலன் பற்றிய கேள்விகளும், ஆன்மாவின் அமரத்துவம் பற்றிய கேள்விகளும், உண்மையில் அவருடைய இதயத்திலிருந்து வரவில்லை என்பதைக் கவனித்ததன் மூலம் லெவின் இதை உறுதிப்படுத்திக் கொண்டார்.

எனவே கான்ஸ்டான்டின் லெவின் தனது சகோதரருடன் நாட்டிலும் சங்கடமாக உணர்ந்தார். ஏனெனில் நாட்டில், குறிப்பாக கோடைக் காலத்தில், லெவின் தொடர்ந்து விவசாய வேலைகளில் மும்முரமாக இருந்தார். செர்ஜி இவானோவிச் ஓய்வெடுத்துக் கொண்டிருக்கும்போது, தான் செய்ய வேண்டிய அனைத்து வேலை களையும் செய்ய அவருக்குக் கோடை நாள் நீண்டதாக இருக்கவில்லை. ஓய்வெடுத்த நேரங்களிலும் அவர் தன்னுடைய எழுத்து வேலை களைச் செய்யவில்லை என்றாலும் அறிவார்ந்த செயல்களுக்குப் பழகிவிட்ட அவர், தன் மனதில் ஓடிய எண்ணங்களைச் சுருக்கமாக அழகான வார்த்தைகளில் பேசுவதற்கு விரும்பினார். அவர் சொல்வதை யாராவது கேட்க வேண்டும் என்று அவர் விரும்பினார். இயற்கையாக அவரது பேச்சுக்குக் காது கொடுப்பவராக அவருடைய சகோதரர் இருந்தார். எனவே அவர்கள் உறவில் நட்பும் எளிமையும்

இருந்தபோதிலும், வேலையின் பொருட்டு அவரைத் தனியாக விட்டுச் செல்வதற்கு கான்ஸ்டான்டின் லெவின் சங்கடப்பட்டார். செர்ஜி இவானோவிச் புல்வெளியில் கால்களை நீட்டிப் படுத்து, வெயிலில் காய்ந்துகொண்டு, சோம்பேறித்தனமாக அரட்டை அடிப்பதை விரும்பினார்.

"இப்படி ஒன்றும் செய்யாமலிருப்பது எத்தனை சந்தோஷமாக இருக்கிறது என்பதை உங்களால் நம்பமுடியாது" என்று அவர் தன் சகோதரரிடம் சொன்னார். "என் மனதில் எந்தச் சிந்தனையும் இல்லை. அங்கே ஒருவர் பந்து விளையாடலாம்."

ஆனால் கான்ஸ்டான்டின் லெவினுக்கு அவர் சொல்வதைக் கேட்பது சலிப்பாக இருக்கும். ஏனெனில் அவர் வேலை செய்யும் இடத்தில் இல்லாவிட்டால் உழவு செய்யப்படாத ஒரு வயலுக்கு உரத்தை எடுத்துச் செல்லும் வேலையாட்கள் அதைக் கீழே கொட்டு வார்கள் என்பது அவருக்குத் தெரியும். அதையெல்லாம் பார்ப்பதற்கு அவர் அங்கு இல்லையென்றால் என்ன நடக்கும் என்பது கடவுளுக்கே வெளிச்சம். மேலும் இரும்புக் கலப்பைகளின் ஸ்க்ரூ ஆணியைச் சரியாக முறுக்காமல் அவற்றை எடுத்துவிட்டு, இரும்பு கலப்பைகள் ஒரு பயனற்ற கண்டுபிடிப்பு என்றும், பழைய மரத்தினா லான கலப்பையைப் போல எதுவும் வராது என்றும் சொல்வார்கள். இப்படிப் பலவும் நடக்கும்.

"நீங்கள் வெய்யிலில் அலைந்து திரிந்தது போதும்" என்று சொல்வார் செர்ஜி இவானோவிச்.

"இல்லை, நான் ஒரு நிமிடம் அலுவலகம் வரைக்கும் போய் விட்டு வருகிறேன்" என்று சொல்லிவிட்டு லெவின் வயல்வெளிக்கு ஓடுவார்.

2

ஜூன் மாதத்தின் முதல் வாரத்தில், வயதான செவிலியும், வீட்டுப் பணிப்பெண்ணுமான அகாஃபியா மிகைலோவ்னா, உப்பிட்ட காளான்களின் ஜாடியை நிலவறைக்கு எடுத்துச் சென்ற போது, வழுக்கி விழுந்ததால் அவளுக்கு மணிக்கட்டில் சுளுக்கு ஏற்பட்டது. அப்போதுதான் படிப்பை முடித்திருந்த, வாயாடியான, இளம் மாவட்ட மருத்துவர் அங்கு வந்தார். பரிசோதித்த மருத்துவர் மணிக்கட்டு பிசகவில்லை என்று சொல்லி, இறுக்கமாகக் கட்டு கட்டினார். இரவு உணவுக்கு அங்கு தங்கிய அவர், புகழ்பெற்ற செர்ஜி இவானோவிச் கோஷ்னிஷேவுடன் உரையாடுவதில் மகிழ்ச்சி யடைந்தார். தனது அறிவின் விசாலத்தைக் காட்டுவதற்காக அவர்

உள்ளூர் கிசுகிசுக்கள் அனைத்தையும் அவரிடம் கூறினார். மாவட்ட கவுன்சிலின் மோசமான நிலையைப் பற்றி புகார் சொன்னார். கவனமாகக் கேட்ட செர்ஜி இவானோவிச், கேள்விகளை எழுப்பி னார். புதியதாக ஒருவர் கிடைத்துவிட்ட மகிழ்ச்சியில் உற்சாக மடைந்த அவர் நிறையப் பேசினார். பல கூர்மையான, கடினமான கருத்துக்களை அவர் பேசியபோது, இளம் மருத்துவர் மரியாதையுடன் அவற்றைப் பாராட்டினார். மேலும் அவருடைய சகோதரர், அவருக்கு மிகவும் பரிச்சயமான உற்சாகமான மனநிலையை மீட்டெடுக்க, ஒரு கலகலப்பான, புத்திசாலித்தனமான உரையாடலை நிகழ்த்தினார். மருத்துவர் சென்ற பிறகு, செர்ஜி இவானோவிச் மீன்பிடிப்பதற்கு ஆற்றுக்குச் செல்ல வேண்டும் என்ற தனது விருப்பத்தைத் தெரிவித் தார். இதுபோன்ற முட்டாள்தனமான வேலைகளில் ஈடுபடுவதில் அவர் பெருமிதம் அடைந்தார்.

உழவுக்கும் புல்வெளிக்கும் செல்ல வேண்டிய கான்ஸ்டான்டின் லெவின், தனது சகோதரரை வண்டியில் அழைத்துச் செல்ல முன்வந்தார்.

கோடையின் திருப்புமுனையான அந்தச் சமயத்தில், இந்த ஆண்டிற்கான பயிர் உறுதியாகிவிட்ட நிலையில், கம்பு பயிர்கள் சாம்பல் கலந்த பச்சை நிறத்தில் இன்னும் முழுமையடையாமல் காற்றில் அதன் லேசான இலைகளை அசைக்கும் போது, தாமதமான விதைப்பின் காரணமாக, சீரற்ற முறையில் உதிர்ந்த பச்சை ஓட்ஸ் களும் மஞ்சள் புற்களும் கொத்தாகச் சிதறிக் கிடக்கும் போது, மரக்கோதுமைகள் ஏற்கனவே முழுமையடைந்து புதர் மண்டி, தரை முழுவதும் நிறைந்திருக்கும் போது, பாதி உழவு செய்யப்பட்ட தரிசு நிலங்களில் கால்நடைகள் நடந்த பாதைகள் கல்லைப் போல கடினப்பட்டு, மரக் கலப்பைகளால் உழவு செய்ய முடியாதபோது, சாணக் குவியல்கள் புற்களுடன் சேர்ந்து, விடியற்காலை மற்றும் சூரிய அஸ்தமன நேரத்தில், தேன் கலந்த வாசனை வீசும்போது, தாழ்வான நிலங்களில் ஆற்றங்கரை புல்வெளிகளும் கருமையான களைச் செடிகளும், பெரும் கடலாக வெட்டுவதற்கான நிலையில் இருக்கும் போது, அடுத்த ஆண்டு விதைப்பு குறித்த கவலைகள் எழும்.

அறுவடை துவங்குவதற்கு முன், விவசாய வேலைகளில், ஒரு சிறிய மந்தநிலை உள்ள அந்த நேரம், ஒவ்வொரு ஆண்டும் திரும்பத் திரும்ப வந்து, ஒவ்வொரு வருடமும் விவசாயிகள் அனை வரது உழைப்பையும் கோரியது. குறுகிய பகலும், பனி நிறைந்த இரவுகளும் கொண்ட அந்தத் தெளிவான கோடையில் பயிர்கள் அற்புதமாக இருந்தன.

புல்வெளியை அடைவதற்குச் சகோதரர்கள் ஒரு காட்டைக் கடக்க வேண்டியிருந்தது. இலைகளால் சூழப்பட்ட காடுகளின் அழகை வழிநெடுக செர்ஜி இவானோவிச் ரசித்துக் கொண்டே சென்றார். கருமையாக இருந்த நிழலின் இருளில், இந்த ஆண்டில் வளர்ந்து, பூக்கத் தயாராய் இருந்த ஒரு பழைய எலுமிச்சை மரத்தையும், மரகதம் போல பளபளக்கும் அதன் தண்டுகளையும் தன் சகோதரருக்குச் சுட்டிக் காட்டினார். கான்ஸ்டான்டின் லெவினுக்கு இயற்கையின் அழகைப் பற்றிப் பேசவோ அல்லது கேட்கவோ பிடிக்கவில்லை. ஏனெனில் அவர் கண்ட காட்சிகளின் அழகை வார்த்தைகள் பறித்துக் கொள்கின்றன. தனது சகோதரருக்குத் தலையசைத்த அவர், தன்னையும் அறியாமல் வேறு எதையோ யோசிக்கத் தொடங்கினார். அவர்கள் காட்டைக் கடந்து சென்றபோது, குன்றின் சரிவில் தென்பட்ட தரிசு நிலத்தின் காட்சி அவருடைய முழுக் கவனத்தையும் விழுங்கியது. அங்கு புல்வெளியின் சில இடங்களில், வெட்டிய மஞ்சள் நிறக் குவியல்கள் ஆங்காங்கே திட்டுக்களாகக் குவிக்கப்பட்டிருந்தன. அங்கு உழவு நடந்து கொண்டிருந்தது. வண்டிகள் பல வரிசையாக வயலைக் கடந்து சென்று கொண்டிருந்தன. லெவின் வண்டிகளை எண்ணிப் பார்த்தார். அவற்றில் தேவையான அனைத்தும் கொண்டு வருவதைக் கண்டு அவர் மகிழ்ந்தார். புல்வெளியைக் கண்டதும் அவர் தன்னுடைய சிந்தனைகளை அறுவடைக்குத் திருப்பினார். அறுவடையின் போது வைக்கோல்கள் விரைவாகக் குவியும் காட்சியை அவர் எப்போதும் ரசித்து அனுபவித்தார். மேலும் புல்வெளியில் சென்ற லெவின் குதிரையை நிறுத்தினார்.

புல்வெளியின் அடர்த்தியான அடிப்பகுதியில் இன்னும் காலை பனி எஞ்சியிருந்தது. செர்ஜி இவானோவிச் தன் கால்கள் ஈரமாகாமல் இருக்க, புல்வெளியைத் தாண்டி வில்லோக்களின் நிழலில் உட்காரும் இடத்திற்கு வண்டியைச் செலுத்தும்படி கேட்டுக் கொண்டார். கான்ஸ்டான்டின் லெவின் பயிர்களை நசுக்குவதற்கு வருத்தப்பட்டவராகப் புல்வெளிக்குள் வண்டியைச் செலுத்தினார். நீண்ட பயிர்கள் வண்டியின் சக்கரங்களையும், குதிரையின் கால்களையும் சுற்றி வளைத்து, அவற்றின் விதைகளை ஈரமான சக்கரத்திலும் அதன் மையக் கம்பிகளிலும் விட்டுச் சென்றன.

அவருடைய சகோதரர் நிழலில் அமர்ந்து மீன் பிடிக்கும் கம்பிகளைச் சரிசெய்து கொண்டிருந்தார். லெவின் குதிரையை அவிழ்த்துக் கட்டிவிட்டு, காற்றினால் பாதிக்கப்படாத சாம்பல் மற்றும் பச்சை நிறத்திலிருந்த பரந்த புல்வெளியில் காலெடுத்து வைத்தார். வசந்த காலத்தின் நீர் நிறைந்த இடங்களில், பட்டுப் போன்று பயிர்கள் அதன் பழுத்த விதைகளுடன் அவருடைய இடுப்பு உயரத்திற்கு வளர்ந்திருந்தன.

புல்வெளியைக் கடந்து சாலைக்கு வந்த கான்ஸ்டான்டின் லெவின், வீங்கிய கண்களுடன், தேன்கூட்டைச் சுமந்து வந்த ஒரு முதியவரைச் சந்தித்தார்.

"உங்களால் அதை எடுக்க முடிந்ததா ஃபோமிச்?" என்று கேட்டார்.

"ஆமாம், கான்ஸ்டான்டின் டிமிட்ரிச்! தேனீக்களைக் கட்டுக்குள் வைத்திருப்பது மிகவும் சவாலானது. இரண்டாவது முறையாக அவை திரண்டுள்ளன... நல்லவேளையாக தொழிலாளர்கள் தேனீக் களை விரட்டியடித்தனர். அவர்கள் தற்போது உங்கள் வயலை உழும் பணியில் ஈடுபட்டுள்ளனர். அவர்கள் குதிரையை அவிழ்த்து தேனீக்களைத் துரத்தினார்கள்."

"சரி, என்ன சொல்கிறீர்கள் ஃபோமிச், நாம் அறுவடை செய்யலாமா அல்லது காத்திருக்கலாமா?"

"பாருங்கள்! செயின்ட் பீட்டர்ஸ் வரை காத்திருப்பதே நமது முறை. ஆனால் நீங்கள் எப்போதும் முன்னதாகவே அறுவடை செய்கிறீர்கள். ஏன் கூடாது? கடவுளுக்கு நன்றி, பயிர்கள் நன்றாக இருக்கின்றன. கால்நடைகளுக்கு நிறைய இடம் கிடைக்கும்."

"வானிலை பற்றி நீங்கள் என்ன நினைக்கிறீர்கள்?"

"அது கடவுளின் கையில் உள்ளது. ஒருவேளை அது தொடர்ந்து நீடிக்கலாம்."

லெவின் தன் சகோதரர் இருக்குமிடம் சென்றார். செர்ஜி இவானோவிச் எதையும் பிடிக்கவில்லை என்றாலும் சலிப்படையாமல் உற்சாகமான மனநிலையில் இருந்தார். மருத்துவருடன் உரை யாடியதில் அவர் உற்சாகமடைந்திருக்கிறார் என்பதை லெவின் அறிந்தார். மாறாக லெவின் சீக்கிரமாக வீடு திரும்பவும், நாளைக்குள் அறுவடைக்கு ஆட்களை வரவழைக்கவும், அறுவடை சம்பந்தமான சந்தேகங்களைத் தீர்க்கவும் விரும்பினார். இப்போது அவை மட்டுமே அவர் மனதை முழுமையாக ஆக்கிரமித்திருந்தன.

"சரி, நாம் போகலாம்" என்றார் அவர்.

"என்ன அவசரம்? இங்கே உட்காருங்கள். நீங்கள் எப்படி நனைந்துவிட்டீர்கள்! நான் எதையும் பிடிக்கவில்லை என்றாலும் இங்கே நன்றாக இருக்கிறது. இயற்கையுடன் தொடர்புடைய எந்த வேட்டையும் நன்றாக இருக்கும். இந்தத் தெளிந்த நீரோடை மிக அழகு!" என்றார் அவர். "கரையோரம் இருக்கும் இந்தப் புல்வெளி கள்" என்ற அவர் தொடர்ந்து, "எப்போதும் எனக்கு ஒரு விடுகதையை நினைவூட்டுகின்றன. உங்களுக்கு அது தெரியுமா? தண்ணீரிடம்,

புல் 'நாங்கள் அசைவோம், நாங்கள் அசைவோம்' என்று சொல்கிறது" என்றார்.

"எனக்கு அது தெரியாது" என்று லெவின் சினத்துடன் பதில் சொன்னார்.

3

"உங்களுக்குத் தெரியுமா, நான் உங்களைப் பற்றித்தான் நினைத்துக் கொண்டிருந்தேன்" என்றார் செர்ஜி இவானோவிச். "அந்த மருத்துவர் சொன்னதிலிருந்து, உங்கள் மாவட்டத்தில் என்ன நடக்கிறது என்பதை என்னால் தெரிந்துகொள்ள முடியவில்லை. அவர் நல்ல புத்திசாலி மனிதர். நான் உங்களிடம் முன்பே சொல்லியிருந்தாலும் இப்போதும் சொல்கிறேன். நீங்கள் கூட்டங்களுக்குச் செல்லாமல் இருப்பதும், பொதுவாக மாவட்டக் கவுன்சில் விவகாரங்களிலிருந்து விலகியிருப்பதும் நல்லதல்ல. நல்ல மனிதர்கள் இப்படிப் பின்வாங்கிக் கொண்டால், நிச்சயமாக என்ன நடக்கப் போகிறது என்பது கடவுளுக்கே வெளிச்சம். நாங்கள் கொடுக்கும் பணம் சம்பளம் கொடுக்கப் பயன்படுகிறது. பள்ளிகள் இல்லை, மருத்துவ வசதி இல்லை, மருத்துவச்சிகள் இல்லை, மருந்தகங்கள் இல்லை, ஒன்றுமே இல்லை."

"ஆனால் நான் முயற்சி செய்தேன்" என்று லெவின் தயக்கத்துடன் பதிலளித்தார். "என்னால் முடியாது! அதற்கு நான் என்ன செய்ய முடியும்?"

"ஏன் உங்களால் முடியாது? அது எதனால் என்று எனக்குப் புரியவில்லை என்பதை நான் ஒப்புக்கொள்கிறேன். உங்கள் அலட்சியத்தையோ அல்லது இயலாமையையோ என்னால் ஒப்புக்கொள்ள முடியாது. இது சோம்பேறித்தனம் என்பதைவிட வேறென்ன?"

"நீங்கள் சொல்லும் எதுவும் இல்லை. நான் முயற்சி செய்தேன் ஆனால் என்னால் எதையும் சாதிக்க முடியாது என்பதைப் புரிந்து கொண்டேன்" என்றார் லெவின்.

தன் சகோதரர் என்ன சொல்ல வருகிறார் என்பதை லெவின் காது கொடுத்துக் கேட்கவில்லை. ஆற்றுக்கு அப்பாலிருந்த உழவு செய்யப்பட்ட வயலைக் கூர்ந்து கவனித்தபோது, ஏதோ ஒன்று கருப்பு நிறத்தில் தெரிவதை அவர் பார்த்தார். அது வெறும் குதிரையா அல்லது குதிரையில் வரும் தன் மேலாளரா என்பதை அவரால் சொல்ல முடியவில்லை.

“உங்களால் ஏன் எதையும் செய்ய முடியவில்லை? நீங்கள் முயற்சி செய்தீர்கள் என்றாலும் நீங்கள் விரும்பியபடி வெற்றிபெற முடியவில்லை என்பதால் உங்கள் முயற்சியைக் கைவிட்டு விட்டீர் கள். உங்கள் சுயமரியாதை என்னவாயிற்று?”

“சுயமரியாதை” என்ற லெவின் தன் சகோதரரை இடைமறித்து, “எனக்குப் புரியவில்லை. பல்கலைக்கழகத்தில் என்னிடம் யாராவது மற்றவர்கள் ஒருங்கிணைந்த கால்குலஸைப் புரிந்து கொண்டார்கள் ஆனால் நீங்கள் புரிந்துகொள்ளவில்லை என்று கூறியிருந்தால் அது சுயமரியாதை. ஆனால் இங்கு இந்த விவகாரங்களில் ஒருவருக்கு ஒரு குறிப்பிட்ட திறமை இருக்கிறது என்பதையும், இந்த விவகாரங்கள் அனைத்தும் மிகவும் முக்கியத்துவம் வாய்ந்தவை என்பதையும் ஒருவர் நம்ப வேண்டும்.”

“என்ன? அவை முக்கியமானவை என்று நீங்கள் நினைக்க வில்லையா?” என்று இடையில் குறுக்கிட்ட செர்ஜி இவானோவிச், தனக்குப் பிடித்ததை தன்னுடைய சகோதரர் அற்பமானதாக நினைக்கிறார் என்பதும், தான் சொல்வதை அவர் கேட்க விரும்ப வில்லை என்பதும் அவருக்கு வேதனையை ஏற்படுத்தியது.

“அது எனக்கு முக்கியமாகப்படவில்லை. அதில் எனக்கு ஆர்வமும் இல்லை. உங்களுக்கு என்னதான் வேண்டும்?” என்ற லெவின், தான் பார்த்தது தன்னுடைய மேலாளர் என்பதையும், விவசாயிகள் உழுவதை அவர் நிறுத்தச் சொல்லியிருக்க வேண்டும் என்றும் அறிந்தார். அவர்கள் தங்கள் கலப்பைகளை எடுத்துக் கொண்டிருந்தார்கள். ‘அவர்கள் ஏற்கனவே உழவு செய்து முடித்து விட்டார்களா?’ என்று அவர் யோசித்தார்.

“நான் சொல்வதைக் கேளுங்கள்” என்ற அவர் தன்னுடைய அழகான, புத்திசாலித்தனமான முகத்தைச் சுளித்து, “எல்லாவற்றுக்கும் ஒரு எல்லை உண்டு. நேர்மையானவராக, பொய்யை வெறுப்பவராக இருப்பது நல்லது என்பது எனக்குத் தெரியும். ஆனால் நீங்கள் சொல்வது அர்த்தமற்றது அல்லது மிக மோசமான அர்த்தத்தை அளிக்கிறது. நீங்கள் நேசிப்பதாக உறுதியுடன் சொன்ன விவசாயி களை நீங்கள் முக்கியமற்றவர்கள் என்று நினைத்தால்...”

‘நான் அப்படிச் சொல்லவில்லை’ என்று கான்ஸ்டான்டின் லெவின் நினைத்தார்.

“... உதவியின்றி இறந்துபோக வேண்டுமா? அறிவற்ற விவசாயப் பெண்கள் தங்கள் குழந்தைகளைப் பட்டினியால் சாகவிடுகிறார்கள். அறியாமையில் மூழ்கிய விவசாயிகள் படித்த எழுத்தர்களின் அதிகாரத்தின் கீழ் உள்ளனர். அவர்களுக்கு உதவி செய்ய உங்களுக்கு வழிவகை செய்யப்பட்டுள்ளது. ஆனால் நீங்கள் அவர்களுக்கு உதவி

செய்யவில்லை, ஏனெனில் உங்கள் கருத்துப்படி உங்களுக்கு அது முக்கியமில்லை."

இப்படியாக, செர்ஜி இவானோவிச், ஒன்று நீங்கள் செய்யக் கூடிய அனைத்தையும் பார்க்க முடியாத அளவுக்கு மந்தபுத்தி உடையவராக இருக்கிறீர்கள் அல்லது அதற்காக உங்கள் நிம்மதி, தற்பெருமை அல்லது வேறு எதுவாக இருப்பினும் அதை விட்டுக் கொடுப்பதற்கு நீங்கள் விரும்பவில்லை என்பதாகச் சொல்லி, லெவினுக்கு ஒரு தர்மசங்கடத்தை ஏற்படுத்தினார்.

பொதுநலனுக்காகச் செயல்படுவதில் தனக்கு விருப்பமில்லை என்பதை ஒப்புக்கொள்வதைத் தவிர இப்போது தனக்கு வேறு வழியில்லை என்பதை லெவின் உணர்ந்தார். இது அவருக்கு அவமானத்தையும் வருத்தத்தையும் ஏற்படுத்தியது.

"இரண்டும்தான்" என்று லெவின் உறுதியுடன் சொன்னார். "அது எப்படிச் சாத்தியம் என்பது எனக்குத் தெரியவில்லை…"

"என்ன? பணத்தைச் சரியான முறையில் செலவிட்டால் மருத்துவ உதவி செய்ய முடியாதா?"

"அது முடியாது என்று எனக்குத் தோன்றுகிறது… மூன்றாயிரம் சதுரடி பரப்புள்ள நமது மாவட்டத்தில், சேறு, பனிப்புயல் மற்றும் பருவகால விவசாயம் ஆகியவற்றால் எல்லா இடங்களிலும் மருத்துவ உதவிகளைச் செய்வதற்கான எந்தச் சாத்தியத்தையும் நான் காண வில்லை. தவிரவும் பொதுவாக எனக்கு மருத்துவத்தில் எந்த நம்பிக் கையும் இல்லை."

"மன்னிக்கவும், இது நியாயமற்றது. ஆயிரக்கணக்கான உதாரணங் களை என்னால் கூற முடியும். சரி, பள்ளிகளைப் பற்றி என்ன?"

"பள்ளிக்கூடங்களால் என்ன பயன்?"

"என்ன சொல்கிறீர்கள்? கல்வியினால் விளையும் நன்மை குறித்து ஏதேனும் சந்தேகம் இருக்க முடியுமா? அதனால் உங்களுக்கு நன்மை கிட்டியது எனும்போது, அனைவருக்கும் அது நல்லதுதானே?"

தார்மீகரீதியாக தான் ஒரு மூலையில் தள்ளப்பட்டதை உணர்ந்த கான்ஸ்டான்டின் லெவின், பொதுநலனில் தனது அலட்சி யத்திற்கான முக்கியக் காரணத்தை அனிச்சையாக வெளிப்படுத்தினார்.

"ஒருவேளை அது நல்லதாக இருக்கலாம். ஆனால் நான் ஒருபோதும் பயன்படுத்தாத மருத்துவமனைகளையும், ஒருபோதும் என் குழந்தைகளை அனுப்பாத பள்ளிகளையும் நிறுவுவது குறித்து நான் ஏன் கவலைப்பட வேண்டும். விவசாயிகள் தங்கள் குழந்தை களை அங்கு அனுப்புவதற்கு விரும்பவில்லை என்பதோடு, அவர்கள் தங்கள் குழந்தைகளை அங்கே அனுப்புவார்கள் என்பதற்கு எந்த

உத்தரவாதமும் இருப்பதாக எனக்குத் தெரியவில்லை” என்றார் லெவின்.

இந்த முற்றிலும் எதிர்பாராத பார்வையைக் கண்டு சற்றே திகைத்த செர்ஜி இவானோவிச், உடனடியாக ஒரு புதிய தாக்குதலைத் தொடர்ந்தார்.

ஒரு கணம் பேசுவதை நிறுத்தி, மீன்பிடி தடியை உயர்த்தி, மீண்டும் தண்ணீரில் விட்ட அவர் புன்னகையுடன் தனது சகோதரனை நோக்கித் திரும்பினார்.

“சரி, என்னை மன்னியுங்கள். முதலாவதாக மருத்துவமனைகள் அவசியத் தேவை. இப்போது நாமே, அகாஃபியா மிகைலோவ்னாவுக் காக ஒரு மாவட்ட மருத்துவரை வரவழைத்தோம்.”

“அவருடைய மணிக்கட்டு முறிந்துவிட்டது என்று நான் நினைத் தேன்.”

“அது வேறு விஷயம்... மேலும் கல்வி அறிவுள்ள ஒரு விவசாயி உங்களுக்கு மிகவும் தேவையானவராகவும், மதிப்புமிக்கவராகவும் இருப்பார்.”

“அப்படியில்லை, நீங்கள் யாரிடம் வேண்டுமானாலும் கேட்டுப் பாருங்கள்” என்ற லெவின் தொடர்ந்து, “ஒரு வேலைக்காரனாக ஒரு எழுத்தறிவு பெற்ற மனிதன் மிகவும் மோசமானவன். மேலும் நெடுஞ்சாலைகளை சீர் செய்வது என்பது இயலாத காரியம். ஏனெனில் பாலங்கள் போட்டவுடன் அவை திருடப்பட்டு விடு கின்றன” என்றார் உறுதியுடன்.

“இருப்பினும்” என்று முரண்பாடுகளை விரும்பாத, செர்ஜி இவானோவிச் முகத்தைச் சுளித்து, குறிப்பாக ஒன்றிலிருந்து மற்றொன்றுக்குத் தாவி, எந்தத் தொடர்பும் இல்லாமல், என்ன பதில் சொல்வது என்று தெரியாத, புதிய வாதங்களை முன்னெடுத்து வைத்தார். “ஆனால் விஷயம் அதுவல்ல. மன்னிக்கவும். கல்வி என்பது விவசாயிகளுக்கு நல்லது என்பதை நீங்கள் ஒப்புக் கொள் கிறீர்களா?”

“ஆமாம்” என்ற லெவின், உடனே தான் சொல்ல நினைத்ததைச் சொல்லவில்லை என்பதை நினைத்தார். தான் அதை ஒப்புக் கொண் டால், தான் அர்த்தமில்லாமல் அபத்தமாகப் பேசுகிறோம் என்பது நிரூபணமாகிவிடும் என்பதை அவர் உணர்ந்தார். ஆனால் அதை அவர் எப்படி நிரூபிப்பார் என்பது லெவினுக்குத் தெரியாது. ஆனால் தர்க்கரீதியாக அதை நிரூபிக்க முடியும் என்பதை சந்தேகத் திற்கு இடமின்றி அறிந்த அவர் அதற்காகக் காத்திருந்தார்.

ஆனால் கான்ஸ்டான்டின் லெவின் நினைத்ததை விடவும் அந்த வாதம் மிக எளிமையாக முடிவுக்கு வந்தது.

"நீங்கள் அதை நல்லது என்று ஒப்புக்கொள்வதால், நீங்கள் ஒரு நேர்மையான மனிதராக இருப்பதால், அத்தகைய நோக்கத்தை விரும்புவதையும், அனுதாபம் காட்டுவதையும், அதற்காக உழைப் பதையும் தவிர்க்க முடியாது."

"ஆனால் நான் அதை நல்லது என்று இன்னும் ஒப்புக் கொள்ள வில்லை" என்றார் கான்ஸ்டான்டின் லெவின் வெட்கத்துடன்.

"அது எப்படி? நீங்கள்தான் சொன்னீர்கள்..."

"அதாவது நான் அதை நல்லது என்றோ அல்லது முடியும் என்றோ ஒப்புக்கொள்ளவில்லை."

"முயற்சி இல்லாமல் நீங்கள் அதைத் தெரிந்துகொள்ள முடியாது."

"நல்லது, அப்படியே வைத்துக் கொள்வோம்" என்ற லெவின் உண்மையில் அப்படி நினைக்கவில்லை என்றாலும் "அப்படியே வைத்துக் கொண்டாலும், நான் ஏன் அதைப் பற்றிக் கவலைப்பட வேண்டும் என்பது எனக்குப் புரியவில்லை" என்றார்.

"என்ன சொல்கிறீர்கள்?"

"இப்போது நாம் இந்த உரையாடலைத் தொடங்கி விட்டோம். எனவே அதை ஒரு தத்துவக் கண்ணோட்டத்தில் எனக்கு விளக்குங் கள்" என்றார் லெவின்.

"தத்துவத்திற்கும் இதற்கும் என்ன சம்பந்தம் என்பது எனக்குப் புரியவில்லை" என்றார் செர்ஜி இவானோவிச். அவர் சொன்ன தொனி, அதைப் பற்றி தத்துவரீதியாக விவாதிப்பதற்கான தனது சகோதரரின் உரிமையைத் தான் அங்கீகரிக்கவில்லை என்று சொல்வது போல லெவினுக்குத் தோன்றியது. அது லெவினுக்கு எரிச்சலை ஏற்படுத்தியது.

"ஏனென்றால்" என்று கோபத்துடன் லெவின் பேசத் தொடங் கினார். "அனைத்திற்கும் மேலாக, நமது எல்லாச் செயல்களின் உந்துசக்தியாக இருப்பது தனிப்பட்ட ஒருவரின் மகிழ்ச்சி என்று நான் நினைக்கிறேன். இன்றைய நமது மாவட்டக் கவுன்சில்களில், ஒரு கனவானாக, என்னுடைய நல வாழ்விற்கு நலம் பயக்கும் எதையும் நான் காணவில்லை. சாலைகள் சிறப்பாக இல்லை, அவை சிறப்பாக இருக்கவும் முடியாது. என் குதிரைகள் என்னை மோச மான சாலையில் சுமந்து செல்கின்றன. எனக்கு மருத்துவர்களும் மருத்துவமனைகளும் தேவையில்லை. எனக்குச் சமாதானத்திற்கான நீதிபதி தேவையில்லை. நான் ஒருபோதும் அவரிடம் முறையிட்ட தில்லை. நான் ஒருபோதும் அதைச் செய்யமாட்டேன். நான்

உங்களிடம் சொன்னது போல, பள்ளிகள் எனக்குத் தேவையில்லை என்பது மட்டுமல்ல, அவை தீங்கு விளைவிப்பவை. என்னைப் பொறுத்தவரை, மாவட்டக் கவுன்சில் என்பது, ஒரு ஏக்கருக்கு ஆறு கோபெக்குகள் கொடுப்பது, நகரத்திற்குப் பயணம் மேற்கொள்வது, மூட்டைப்பூச்சிகளுடன் தூங்குவது, மேலும் அனைத்து வகையான முட்டாள்தனமான மற்றும் கீழ்த்தரமான விஷயங்களைக் கேட்பது என்பதைத் தவிர வேறெதுவும் இல்லை. என்னுடைய தனிப்பட்ட விருப்பம் அதைச் செய்வதற்கு என்னைத் தூண்டவில்லை."

"மன்னிக்கவும்" என்ற செர்ஜி இவானோவிச் புன்னகையுடன் குறுக்கிட்டார். "ஆனால் தனிப்பட்ட விருப்பம் விவசாயிகளின் விடுதலைக்காகப் போராடும்படி எங்களைத் தூண்டவில்லை என்றாலும் நாங்கள் அதைச் செய்தோம்!

"இல்லை!" என்று குறுக்கிட்ட கான்ஸ்டான்டின் லெவின் மேலும் சினமடைந்தார். "அடிமைகளின் விடுதலை என்பது முற்றிலும் வேறானது. அதில் தனிப்பட்ட ஆர்வம் இணைந்திருக்கிறது. நம்மையும், நம்மைப் போன்ற பல நல்லவர்களையும் ஒடுக்கிய நுகத்தடியை நாம் தூக்கி எறிய விரும்பினோம். ஆனால் ஒரு கவுன்சில் உறுப்பினராக இருந்தால், நான் வசிக்காத ஒரு ஊரில் சாக்கடைக் குழாய்கள் அமைக்க எத்தனை துப்புரவாளர்கள் தேவை, அவற்றை எவ்வாறு அமைக்க வேண்டும் என்பதைக் குறித்து விவாதிக்க வேண்டும். பன்றி இறைச்சி திருடிய ஒரு விவசாயியை விசாரிக்கும் நீதிபதியாக இருக்க வேண்டும். ஆறு மணி நேரம் இரு தரப்பின் வழக்குரைஞர்களும் தொடர்ந்து நடத்தும் வாதங்களையும் பிரதிவாதங்களையும் கேட்க வேண்டும். தலைமை அதிகாரி முட்டாள் அல்யோஷாவிடம், 'மிஸ்டர் பிரதிவாதி, பன்றி இறைச்சி திருடிய உண்மையை நீங்கள் ஒப்புக் கொள்கிறீர்களா?' என்று கேட்பார். இவர், 'அது எப்படி முடியும்?' என்பார்."

தொடர்ந்து பேசிய கான்ஸ்டான்டின் லெவின், இப்போது தலைமை அதிகாரியையும், முட்டாள் அல்யோஷாவையும் கற்பனை செய்யத் தொடங்கினார். அவரைப் பொறுத்தவரை அது மிகவும் முக்கியமானதாகத் தோன்றியது.

ஆனால் செர்ஜி இவானோவிச் தனது தோள்களைக் குலுக்கினார்.

"சரி, நீங்கள் என்ன சொல்ல வருகிறீர்கள்?"

"நான் எப்போதும் என்னுடைய முழு பலத்தோடு, என் நலனைப் பாதிக்கும் உரிமைகளைப் பாதுகாப்பேன் என்றுதான் சொல்ல விரும்புகிறேன்... அவர்கள் மாணவர்களாகிய எங்களிடம் ஒரு விசாரணை நடத்தியபோது, காவலர்கள் எங்கள் கடிதங்களைப் படித்த போது, என்னுடைய முழு அதிகாரத்தாலும், அந்த உரிமைகளையும்,

என்னுடைய கல்வி மற்றும் சுதந்திரத்திற்கான உரிமைகளையும் பாதுகாக்க, நான் தயாராக இருந்தேன். என் குழந்தைகள், என் சகோதரர்கள் மற்றும் என்னுடைய தலைவிதியைப் பாதிக்கும் இராணுவக் கடமைகளை என்னால் புரிந்துகொள்ள முடிகிறது. என்னைப் பாதிக்கும் எதையும் விவாதிக்க நான் தயாராக இருக்கிறேன். ஆனால் மாவட்டத்தின் நாற்பதாயிரம் பணத்தை எங்கே விநியோகிப்பது என்பதைத் தீர்மானிப்பது அல்லது முட்டாள் அல்யோஷா மீது தீர்ப்பளிப்பது என்பது எனக்குப் புரியவில்லை, என்னால் அதைச் செய்ய முடியாது."

அணை உடைந்தது போல கான்ஸ்டான்டின் லெவின் வார்த்தைகளைக் கொட்டினார். செர்ஜி இவானோவிச் சிரித்தார்.

"உங்களை நாளை விசாரணைக்கு அழைத்துச் சென்றால், பழைய குற்றவியல் நீதிமன்றத்தில் தீர்ப்பளிக்க வேண்டும் என்று விரும்புவீர்களா?"

"நான் நீதிமன்றத்திற்குப் போக வேண்டிய அவசியம் ஏற்படாது. நான் யாரையும் கத்தியால் குத்தப் போவதில்லை. எனக்கு அது தேவையில்லை. இன்னொரு விஷயம்..." என்று தொடர்ந்த அவர் மீண்டும் முக்கிய விஷயத்துடன் எந்தத் தொடர்பும் இல்லாத ஒன்றைப் பேசினார். "நமது மாவட்டக் கவுன்சிலும் அவற்றுடன் தொடர்புடைய அனைத்தும், பண்டிகை நாட்களில் நாம் அமைக்கும் பிர்ச் மரங் களைப் போன்றவை. எனவே அவை ஐரோப்பாவில் உள்ள இயற்கை யான காடுகளைப் போலத் தோற்றமளிக்கின்றன. ஆனால் அந்த பிர்ச் மரங்களை நம்புவதற்கும் அதற்கு நீர் பாய்ச்சுவதற்கும் என் இதயத்தால் முடியாது."

செர்ஜி இவானோவிச் வெறுமனே தோள்களைக் குலுக்கினார். தங்களுடைய விவாதத்தில் இந்தப் பிர்ச்கள் எங்கிருந்து தோன்றின என்ற தன்னுடைய வியப்பை அதன் மூலம் வெளிக்காட்டினார். ஆனால் உடனடியாக அவர் தன் சகோதரர் என்ன சொல்ல வருகிறார் என்பதைப் புரிந்து கொண்டார்.

"மன்னிக்கவும், ஆனால் ஒருவர் அப்படி நியாயப்படுத்த முடியாது" என்று அவர் தன் கருத்தைத் தெரிவித்தார்.

கான்ஸ்டான்டின் லெவின், தனக்குத் தெரிந்தே இருந்த இந்தக் குறையின் மூலம் பொது நலனில் தனக்கிருந்த விருப்பமின்மையை, நிரூபிக்க முற்பட்டவராக மேலும் தொடர்ந்தார்.

"நான் நினைக்கிறேன்" என்ற கான்ஸ்டான்டின் லெவின், "தனிப் பட்ட நலனை அடிப்படையாகக் கொள்ளாவிட்டால் எந்தச் செயலும் உறுதியானதாக இருக்க முடியாது. இது ஒரு பொதுவான, தத்துவரீதியான உண்மை" என்று உறுதியாகச் சொன்ன அவர்,

எல்லோரையும் போலவே, தத்துவத்தைப் பற்றிப் பேச தனக்கும் உரிமை உண்டு என்பதைக் காட்ட விரும்புவது போல, 'தத்துவம்' என்ற வார்த்தையை அழுத்தமாகச் சொன்னார்.

செர்ஜி இவானோவிச் மீண்டும் சிரித்தார். 'தன் முடிவின் மீது சாய்ந்துகொள்ள அவரும் தனக்கென ஒரு தத்துவத்தை வைத்திருக்கிறார்' என்று நினைத்துக் கொண்டார்.

"சரி, நீங்கள் தத்துவத்தைத் தனியாக விட்டுவிடுங்கள்" என்றார் அவர். "எல்லாக் காலங்களிலும் தத்துவத்தின் தலையாயப் பணி, தனிப்பட்ட நலன்களுக்கும், பொது நலன்களுக்கும் இடையே உள்ள தொடர்பைக் கண்டறிவதில்தான் அடங்கியுள்ளது. ஆனால் விஷயம் அதுவல்ல. நான் உங்கள் ஒப்பீட்டைச் சரிசெய்ய வேண்டும் என்பது தான் விஷயம். பிர்ச் மரங்கள் தானாக வளர்வதில்லை, அவை நடப்படுகின்றன, அல்லது விதைக்கப்படுகின்றன. மேலும் அவை கவனமாகப் பராமரிக்கப்பட வேண்டும். தங்கள் நிறுவனங்களில் எது முக்கியம், எது அவசியம் என்ற உணர்வைக் கொண்டுள்ள, அவற்றை மதிக்கும் நாடுகளை மட்டுமே நாம் வரலாற்றுச் சிறப்பு மிக்க நாடுகள் என்று அழைக்க முடியும். அப்படியான நாடுகளுக்கே எதிர்காலம் உள்ளது."

செர்ஜி இவானோவிச், இந்தப் பிரச்சினையை கான்ஸ்டான்டின் லெவின் அணுக முடியாத வகையில் தத்துவம் மற்றும் வரலாற்றுத் தளத்திற்கு மாற்றினார். மேலும் அவருடைய பார்வையின் அனைத்துத் தவறான தன்மையையும் அவருக்குச் சுட்டிக் காட்டினார்.

"உங்களுக்குப் பிடிக்காதது என்பதைப் பொறுத்தவரை, என்னை மன்னிக்கவும், ஆனால் அது நம்முடைய ரஷ்யர்களுக்கே உரிய சோம்பேறித்தனம் மற்றும் திமிர்த்தனம். உங்களிடம் உள்ள இந்தத் தற்காலிக மாயை, விரைவில் கடந்துபோகும் என்று நான் உறுதியாக நம்புகிறேன்."

கான்ஸ்டான்டின் லெவின் அமைதியாக இருந்தார். தான் அனைத்துத் திசைகளிலிருந்தும் சூழப்பட்டதை லெவின் உணர்ந்தார். ஆனால் அத்துடன், தான் சொல்ல விரும்பியதைத் தன் சகோதரர் புரிந்து கொள்ளவில்லை என்பதையும் உணர்ந்தார். அவர் ஏன் புரிந்து கொள்ளவில்லை என்று மட்டும் அவருக்கு விளங்கவில்லை. தான் சொல்ல விரும்பியதைத் தெளிவாகச் சொல்ல முடியாமல் போனதாலா அல்லது அவரது சகோதரர் அவரைப் புரிந்து கொள்ள விரும்பாததாலா அல்லது புரிந்துகொள்ள முடியவில்லை என்பதாலா என்று அவருக்குத் தெரியவில்லை. இருப்பினும் அவர் அந்த எண்ணங்களுக்குள் ஆழமாகச் செல்லாமல், தனது சகோதரருக்கு

மறுப்பு ஏதும் தெரிவிக்காமல், முற்றிலும் வேறான, தனது தனிப்பட்ட விஷயத்தைப் பற்றிச் சிந்திக்கத் தொடங்கினார்.

செர்ஜி இவானோவிச் பேசி முடித்ததும், கான்ஸ்டான்டின் லெவின் மரத்தில் கட்டியிருந்த குதிரையை அவிழ்த்தார். அவர்கள் வண்டியில் ஏறி வீட்டிற்குச் சென்றனர்.

4

தனது சகோதரருடன் பேசிக்கொண்டிருந்த போது, லெவினை ஆக்கிரமித்திருந்த அவருடைய தனிப்பட்ட விஷயம் பின்வருமாறு. சென்ற வருடம் ஒருநாள் லெவின் அறுவடை இடத்திற்கு வந்தபோது, அவருக்குத் தனது மேலாளர் மீது அளவுக்கு அதிகமான கோபம் வந்தது. எனவே அவர் தன்னை அமைதிப்படுத்த, ஒரு விவசாயி யிடமிருந்து அரிவாளை வாங்கி வெட்டத் தொடங்கினார்.

அந்த வேலை அவருக்கு மிகவும் பிடித்திருந்த காரணத்தால் அவர் மேலும் தொடர்ந்து அறுவடை செய்யும் பணியில் ஈடு பட்டார். வீட்டிற்கு முன்பு இருந்த புல்வெளி முழுவதையும் அவர் வெட்டினார். அந்த ஆண்டு வசந்த காலத்திலிருந்து அவர் தனக்கென ஒரு திட்டத்தை வகுத்துக் கொண்டார். நாள் முழுவதும் விவசாயி களுடன் சேர்ந்து அறுவடை செய்ய வேண்டும் என்பதே அது. இப்போது தனது சகோதரர் வந்திருக்கும்போது, தான் அந்தப் பணியில் ஈடுபடலாமா வேண்டாமா என்று அவர் யோசித்தார். தன் சகோதரரை நாள் முழுவதும் தனியாக விட்டுச் செல்ல அவருக்குச் சங்கடமாக இருந்தது. மேலும் அதற்காக அவர் தன்னைக் கேலி செய்வார் என்றும் பயந்தார். ஆனால் புல்வெளி வழியாக நடந்தபோது, முன்பு அறுவடை செய்த நினைவுகள் திரும்ப, தான் அந்தப் பணியைச் செய்வது என்று கிட்டத்தட்ட முடிவு செய்தார். தனது சகோதரருடன் நடந்த கசப்பான உரையாடலுக்குப் பிறகு அவர் தனது அந்த நோக்கத்தை மீண்டும் நினைவு கூர்ந்தார்.

'எனக்கு உடல் உழைப்பு தேவை. இல்லையெனில் அது என் கோபத்தைக் கிளறிவிடும்' என்று நினைத்த அவர், தனது சகோதரர் மற்றும் விவசாயிகளின் முன்னிலையில் எத்தனை சங்கடமாக இருந்தாலும் வெட்டுவது என்று முடிவு செய்தார்.

அன்று மாலை கான்ஸ்டான்டின் லெவின் அலுவலகத்திற்குச் சென்று, வேலைகளைப் பற்றிய உத்தரவுகளைப் பிறப்பித்தார். நாளை மிகச்சிறந்த பெரிய கலினோவ் புல்வெளியை அறுவடை செய்வதற்காக வேலையாட்களை அழைத்து வருவதற்கு வேண்டிய ஏற்பாடுகளைச் செய்யும்படி சொன்னார்.

“என் அரிவாளைக் கூர்தீட்டுவதற்கு டைட்டஸிடம் கொடுத்தனுப்புங்கள். நாளை நானும் அறுவடை செய்ய வேண்டும்” என்ற அவர் சங்கடப்படாமல் இருப்பதற்கு முயன்றார்.

மேலாளர் சிரித்துக் கொண்டே, “சரி ஐயா” என்றார்.

அன்று மாலை தேநீர் அருந்தும் சமயத்தில் லெவின் தனது சகோதரரிடமும் சொன்னார்.

“வானிலை சரியாகிவிட்டதாகத் தெரிகிறது” என்றார் அவர். “நாளை நான் அறுவடையை ஆரம்பிக்க வேண்டும்.”

“எனக்கு அந்த வேலை மிகவும் பிடிக்கும்” என்றார் செர்ஜி இவானோவிச்.

“எனக்கு மிகவும் பிடிக்கும். நான் எப்போதாவது விவசாயிகளுடன் சேர்ந்து வெட்டியிருக்கிறேன். நாளை நான் நாள் முழுவதும் வெட்ட விரும்புகிறேன்.”

தலையை உயர்த்திய செர்ஜி இவானோவிச் தனது சகோதரரை ஆர்வத்துடன் பார்த்தார்.

“அது எப்படி? விவசாயிகளுக்கு இணையாக நாள் முழுவதுமா?”

“ஆமாம், அது மிகவும் இனிமையான உணர்வைத் தருவதாக இருக்கும்” என்றார் லெவின்.

“அது உடற்பயிற்சியைப் போல அற்புதமானது என்றாலும் உங்களால் அதைச் செய்ய முடியாது” என்றார் செர்ஜி இவானோவிச் சிறிதும் கேலி இல்லாமல்.

“நான் முயற்சி செய்தேன். முதலில் கடினமாக இருந்தாலும் பிறகு அது சுலபமாகிவிடும். நான் செய்ய முடியாமல் பாதியில் நிறுத்தி விடுவேன் என்று எனக்குத் தோன்றவில்லை.”

“சரிதான், ஆனால் அதை விவசாயிகள் எப்படிப் பார்ப்பார்கள்? எஜமானரின் ஆசையைக் கண்டு அவர்கள் சிரிப்பார்கள்.”

“இல்லை, நான் அப்படி நினைக்கவில்லை. ஆனால் அது மிகவும் மகிழ்ச்சியான, அதே நேரத்தில் கடினமான உழைப்பு என்பதால் யாருக்கும் யோசிப்பதற்கு நேரமிருக்காது.”

“ஆனால் நீங்கள் அவர்களுடன் சேர்ந்து எப்படிச் சாப்பிடுவீர்கள்? வறுத்த வான்கோழியையும் ஒயினையும் அங்கு அனுப்புவது உங்களுக்குச் சங்கடத்தை ஏற்படுத்தும்.”

“இல்லை, அவர்கள் சாப்பிடும்போது நான் வீட்டிற்கு வருகிறேன்.”

அடுத்த நாள் காலை கான்ஸ்டான்டின் லெவின் வழக்கத்தை விட முன்னதாகவே எழுந்தார் என்றாலும் உடனே கிளம்ப முடியாதபடி பண்ணையிலிருந்த வேலைகள் அவரைத் தாமதப்படுத்தின.

அவர் அறுவடை இடத்திற்கு வந்தபோது, தொழிலாளர்கள் ஏற்கனவே இரண்டாவது வரிசை அறுவடையைத் தொடங்கியிருந்தனர்.

லெவின் மலையிலிருந்து இறங்கியபோது, ஏற்கனவே அறுவடை செய்யப்பட்ட புல்வெளியின் ஒரு பகுதியில், சாம்பல் நிற வரிசையும், முதல் வரிசையைத் தொடங்கிய இடத்தில் தொழிலாளர்கள் கழற்றி வைத்திருந்த மேலங்கியின் குவியலும் அவர் கண்களுக்குத் தெரிந்தன.

அவர் அருகில் சென்றபோது, விவசாயிகள் ஒருவர் பின் ஒருவராக வரிசையாகப் பின்தொடர்வதும், தங்கள் அரிவாளை வித்தியாசமாக ஆட்டுவதும், சிலர் மேலங்கி அணிந்திருப்பதும், சிலர் சட்டை மட்டும் அணிந்திருப்பதும் அவர் கண்களுக்குப் புலப்பட்டன. அவர் நாற்பத்திரண்டு பேரை எண்ணினார்.

பழைய அணை இருந்த புல்வெளியின் சீரற்ற அடிப்பகுதியைக் கடந்து அவர்கள் மெதுவாக நகர்ந்து சென்றனர். லெவின் தன் பணியாட்களில் பலரை அடையாளம் கண்டு கொண்டார். நீண்ட வெள்ளைச் சட்டை அணிந்த எர்மில் முன்னோக்கிக் குனிந்து தன் அரிவாளை ஆட்டிக் கொண்டிருந்தான். லெவினின் ஓட்டுநராக இருந்த இளைஞன் வாஸ்கா, ஒவ்வொரு வரிசையையும் ஒரே வீச்சில் வெட்டிக் கொண்டிருந்தான். லெவினுக்கு அறுவடை கற்றுத்தந்த ஆசிரியர், ஒல்லியான விவசாயி டைட்டஸ், குனிந்து அரிவாளுடன் விளையாடுவது போல, இலாவகமாக தன் முன்னிருந்த பரந்த வரிசையை வெட்டிக் கொண்டு முன்னே நடந்தார்.

லெவின் தன் குதிரையிலிருந்து இறங்கி, அதைச் சாலை ஓரமாக இருந்த மரத்தில் கட்டிவிட்டு, டைட்டஸிடம் சென்றார். அவர் புதரிலிருந்து ஒரு அரிவாளை எடுத்தார்.

"தயாராக இருக்கிறது எஜமான். கூர்மையான அது தானாகவே வெட்ட ஆசைப்படுகிறது" என்று புன்னகையுடன் சொன்ன டைட்டஸ் அரிவாளைக் கொடுத்தார்.

அரிவாளை வாங்கிய லெவின் அதன் கூர்மையை உணர்ந்தார். தங்கள் வரிசையை முடித்த தொழிலாளர்கள் ஒருவர் பின் ஒருவராக சாலையில் ஏறி, புன்னகையுடன் தங்கள் எஜமானரை வரவேற்றனர். அவர்கள் அனைவரும் அவரைப் பார்த்துக் கொண்டிருந்தனர் என்றாலும் யாரும் எதுவும் பேசவில்லை. சுருக்கமான முகத்துடன், மழித்த கன்னங்களுடன், ஆட்டுத்தோல் அங்கியணிந்த ஒரு உயரமான முதியவர் சாலையில் ஏறி, அவரைப் பார்த்துப் பேசினார்.

"கவனம் எஜமான், நீங்கள் ஆரம்பித்துவிட்டால் பிறகு நிறுத்த முடியாது!" என்று அவர் கூறினார். லெவின் தொழிலாளர்களின் அடங்கிய சிரிப்பொலியைக் கேட்டார்.

“நான் தொடர்ந்து முயற்சிக்கிறேன்” என்று டைட்டஸின் பின்னால் நின்று, ஆரம்பிக்கும் தருணத்திற்காகக் காத்திருந்தார் லெவின்.

“கவனமாக இருங்கள்” என்று பெரியவர் மீண்டும் சொன்னார்.

டைட்டஸ் அவருக்கு இடம் தர, லெவின் அவரைப் பின் தொடர்ந்தார். சாலைக்கு அருகிலிருந்த பயிர்கள் உயரம் குறைவாக இருந்தன. நீண்ட காலமாக வெட்டாமலிருந்த லெவின், பலரது கண்களும் தன்னைப் பார்ப்பதை அறிந்து சங்கடப்பட்டார். அவர் ஆற்றலுடன் வெட்டியபோதும், முதல் சில நிமிடங்கள் அவர் மோசமாக வெட்டினார். அவருக்குப் பின்னால் குரல்கள் ஒலித்தன.

“அரிவாள் சரியாக இல்லை, கைப்பிடி மிக நீளமாக இருக்கிறது. அவர் குனிந்து வெட்ட வேண்டும்” என்றது ஒரு குரல்.

“உங்கள் குதிகாலை தரையில் நன்றாக அழுத்துங்கள்” என்று மற்றொருவர் சொன்னார்.

“பரவாயில்லை விடுங்கள், அவர் தன்னைச் சரிசெய்து கொள்வார்” என்ற பெரியவர் தொடர்ந்தார். “பாருங்கள் அவர் முடித்து விட்டார். வரிசையை அகலமாக எடுத்துக் கொண்டதால் நீங்கள் சோர்வடைகிறீர்கள்... அவர் உரிமையாளர் என்பதால் பயப்படத் தேவையில்லை. அவர் தன்னால் முடிந்ததைச் செய்கிறார்! தவறவிட்ட அந்த ஓரத்தைப் பாருங்கள்! எங்களில் ஒருவருக்கு அது சுலபமாக இருக்கும்.”

பயிர்கள் மென்மையாக இருந்தன. லெவின் அவர்கள் பேசிய அனைத்தையும் கேட்டார் என்றாலும் பதில் சொல்லாமல், தன்னால் இயன்றவரை சிறப்பாகச் செய்ய, டைட்டஸைப் பின்தொடர்ந்தார். டைட்டஸ் சற்றும் சோர்வடையாமல் தொடர்ந்து சென்றார். ஆனால் லெவின் தன்னால் முடியாது என்று பயப்படத் தொடங்கினார். ஏனெனில் அவர் மிகவும் சோர்வாக இருந்தார்.

தனது கடைசி ஆற்றலையும் திரட்டி வெட்டுவதை உணர்ந்த அவர் டைட்டஸை நிறுத்தச் சொல்ல முடிவு செய்தார். ஆனால் அப்போது டைட்டஸே நின்று, குனிந்து, சில புற்களை எடுத்துத் தனது அரிவாளைத் துடைத்துக் கூர்மைப்படுத்தினார். நிமிர்ந்த லெவின் ஆழ்ந்த பெருமூச்சுடன் சுற்றிலும் பார்த்தார். அவருக்குப் பின்னால் ஒரு விவசாயி வந்து கொண்டிருந்தார். ஆனால் அவரும் களைத்துப் போயிருந்தார் ஏனெனில் அவர் லெவினை அடைவதற்கு முன்பே, ஓரிடத்தில் நின்று தனது அரிவாளைத் தீட்டத் தொடங்கினார். டைட்டஸ் தன் அரிவாளையும் லெவினின் அரிவாளையும் கூர்மைப்படுத்தினார். பிறகு அவர்கள் தொடர்ந்து வெட்டினர்.

இரண்டாவது முறையும் லெவினுக்கு அப்படித்தான் இருந்தது. டைட்டஸ் இடைவிடாமல், சோர்வடையாமல், அரிவாளை வீசி

வெட்டிக்கொண்டே இருந்தார். அவரைப் பின்தொடர்ந்த லெவின், பின்னால் தங்கிவிடாமல் இருப்பதற்கு முயன்றார் எனினும் வெட்டுவது மேலும் கடினமாகிக் கொண்டே இருந்தது. தன்னிடம் இனி எந்த வலிமையும் எஞ்சியில்லை என்று அவர் உணரும் தருணம் வரும்போது, டைட்டஸ் நின்று அரிவாளைக் கூர்தீட்டினார்.

இப்படியாக அவர்கள் முதல் வரிசையை முடித்தனர். அந்த நீண்ட வரிசையை முடிப்பது லெவினுக்கு மிகவும் கஷ்டமாக இருந்தது. ஆனால் அது முடிந்த பிறகு, டைட்டஸ் தன் அரிவாளைத் தோளில் சுமந்துகொண்டு, மெதுவாக அடியெடுத்து வைத்து, தனது கால் தடத்தைத் தொடர்ந்து திரும்பிச் சென்றார். லெவினும் அதே போல தனது அறுவடை முடித்த தடத்தைத் தொடர்ந்து திரும்பிச் சென்றார். அவர் முகத்திலிருந்து வியர்வை வழிந்து மூக்கிலிருந்து சொட்டுச் சொட்டாக விழுந்தபோதும், தண்ணீரில் குளித்தது போல அவரது முதுகு முழுவதும் நனைந்திருந்த போதும், அவர் மிகவும் மகிழ்ச்சியடைந்தார். குறிப்பாக அவரை மகிழ்வித்தது என்னவென்றால், இப்போது அவர் தன்னாலும் தாக்குப்பிடிக்க முடியும் என்பதை அறிந்து கொண்டார்.

இருந்தும் அவர் வெட்டிய வரிசை ஒழுங்காக இல்லை என்பது அவருக்கு அதிருப்தியை ஏற்படுத்தியது. தான் வெட்டிய ஒழுங்கற்ற வரிசையோடு ஒப்பிடுகையில், டைட்டஸின் வரிசை கோடு போட்டது போல நேராக இருப்பதைக் கண்ட அவர், 'நான் என் கைகளைக் குறைவாகவும், உடலை அதிகமாகவும் பயன்படுத்தி விட்டேன்' என்று நினைத்தார்.

முதல் வரிசை நீண்டதாக இருந்ததோடு, டைட்டஸ் அதை மிக விரைவாக முடித்தார் என்பதைக் கவனித்த லெவின், தன்னைப் பரிசோதிக்கவே அவர் அப்படிச் செய்தார் என்பதை அறிந்தார். அடுத்து வந்த வரிசைகள் சுலபமாக இருந்தன என்றாலும், விவசாயி களைப் பின்தங்கிவிடாமல் இருக்க அவர் தனது முழு ஆற்றலையும் பிரயோகிக்க வேண்டியிருந்தது. அவர் எதைப் பற்றியும் நினைக்காமல், விவசாயிகளைப் பின்தங்காமல் இருப்பதற்குத் தன்னால் இயன்ற சிறந்த பணியைச் செய்வதைத் தவிர வேறு எதையும் அவர் விரும்பவில்லை. அவர் அரிவாள்கள் வெட்டும் ஓசையை மட்டுமே கேட்டார். டைட்டஸின் நிமிர்ந்த உருவம் நகர்வதையும், வெட்டப் பட்ட இடத்தின் அரைவட்டம், புற்களும் பூக்களுமாகத் தலைசாய்த்து, அவரது அரிவாளைச் சுற்றி மெதுவாக அசைவதையும், அவருக்கு முன்னால் வரிசையின் முடிவும், சாலையும் அவருடைய கண்களுக்குத் தென்பட்டன.

அது என்ன, எங்கிருந்து வந்தது என்று புரியாமல், வேலையின் நடுவே, சூடாக வியர்வை சிந்திய தோள்களில் திடீரென அவர்

 நற்றிணை பதிப்பகம் • 373

இனிமையான குளிர்ச்சியை உணர்ந்தார். அரிவாளால் வெட்டிக் கொண்டே வானத்தைப் பார்த்தார். தலைக்கு மேலே மிகவும் தாழ்வாக, அடர்த்தியான மேகம் சூழ்ந்திருக்க, பெரிய மழைத்துளிகள் விழுந்து கொண்டிருந்தன. சில விவசாயிகள் தங்கள் மேலங்கியை எடுத்து அணிந்து கொண்டனர். மற்றவர்கள் லெவினைப் போல, இனிமையான புத்துணர்ச்சியின் கீழ் மகிழ்ச்சியுடன் வெறுமனே தோள்களைக் குலுக்கினர்.

அவர்கள் அடுத்து அடுத்து என்று வரிசைகளை முடித்துக் கொண்டே சென்றனர். அவர்கள் நீண்ட மற்றும் சிறிய வரிசை களையும், மோசமான மற்றும் நல்ல புற்களையும் வெட்டிச் சென்றனர். காலத்தைப் பற்றிய முழு பிரக்ஞையும் இழந்த லெவினுக்கு அது என்ன நேரம் என்பதே தெரியவில்லை. இப்போது அவரது வேலையில் ஒரு மாற்றம் நிகழத்தொடங்க, அது அவருக்கு அபரிமித மான மகிழ்ச்சியைக் கொடுத்தது. வேலையின் நடுவே தான் என்ன செய்கிறோம் என்பதை மறந்து, வேலை செய்த தருணங்களில் அவருடைய வரிசை டைட்டஸின் வரிசையைப் போல ஒழுங்காக சிறப்பாக வெளிப்பட்டது. ஆனால் அவர் தான் என்ன செய்கிறோம் என்பதை நினைத்து, சிறப்பாகச் செய்ய முனைந்தபோது, வேலை எத்தனை கடினமானது என்பதையும் வரிசை மோசமாகிவிட்டதையும், அவரால் உடனடியாக உணர முடிந்தது.

மேலும் ஒரு வரிசையை முடித்துவிட்டு, அவர் திரும்பி நடக்கத் தொடங்கினார். ஆனால் அத்துடன் நிறுத்திய டைட்டஸ், கிழவரிடம் சென்று அவரிடம் ஏதோ சொன்னார். இருவரும் சூரியனைப் பார்த்தார்கள். 'அவர்கள் எதைப் பற்றிப் பேசுகிறார்கள்? அவர் ஏன் மீண்டும் வரிசையில் இறங்கவில்லை?' என்று நினைத்த லெவினுக்கு, விவசாயிகள் தொடர்ந்து நான்கு மணி நேரத்திற்கும் குறையாமல் இடைவிடாமல் அறுவடை செய்வதும், அவர்கள் மதிய உணவு சாப்பிடும் நேரம் வந்துவிட்டதும் தெரியவில்லை.

"மதிய உணவு எஜமான்" என்றார் பெரியவர்.

"நேரமாகிவிட்டதா? சரி, அப்படியானால் சாப்பிடலாம்."

லெவின் அரிவாளை டைட்டஸிடம் கொடுத்துவிட்டு, ரொட்டி சாப்பிடுவதற்காகச் சென்ற விவசாயிகளுடன் சேர்ந்து, மழையில் நனைந்த, வெட்டி முடித்த நீண்ட வரிசையில் நடந்து தன் குதிரை இருந்த இடத்தை நோக்கிச் சென்றார். வானிலை பற்றிய தனது ஊகம் தவறானது என்பதையும், மழை தனது வைக்கோலை நனைக்கிறது என்பதையும் அவர் இப்போதுதான் உணர்ந்தார்.

"வைக்கோல் கெட்டுப் போகும்" என்றார் அவர்.

"கவலைப்படாதீர்கள் எஜமான். மழை வரும்போது அறுவடை செய்ய வேண்டும், நன்றாக இருக்கும்போது வாரி எடுக்க வேண்டும்!" என்றார் பெரியவர்.

லெவின் குதிரையை அவிழ்த்துக் கொண்டு காபி குடிப்பதற்கு வீட்டிற்குச் சென்றார்.

செர்ஜி இவானோவிச் அப்போதுதான் எழுந்திருந்தார். செர்ஜி இவானோவிச் உடையணிந்து சாப்பாட்டு அறைக்கு வருவதற்குள், லெவின் காபியைக் குடித்துவிட்டுத் திரும்பவும் வயலுக்குச் சென்றார்.

5

மதிய உணவுக்குப் பிறகு லெவின் தான் முன்பு இருந்த இடத்தில் இல்லாமல் தன் பக்கத்தில் இருக்கும்படி கேட்டுக் கொண்ட, நகைச்சுவையாகப் பேசும் ஒரு வயதான மனிதருக்கும், இலையுதிர் காலத்தில் திருமணமான, இந்தக் கோடையில் முதல் முறையாக வெட்டும், ஒரு இளம் விவசாயிக்கும் இடையில் வெட்டுவதற்கு இறங்கினார்.

நிமிர்ந்து நின்ற கிழவர், கால்களை விரித்து, நீண்ட, சீரான நடையில் முன்னால் நகர்ந்து, துல்லியமான மற்றும் ஒரே மாதிரியான இயக்கத்தில், கைகளை ஆட்டுவதைத் தவிர வேறெதையும் செய்யாததைப் போல, அதிக முயற்சியின்றி, விளையாடுவதைப் போல நடந்து சென்று, உயரமான சீரான வரிசை ஒன்றை வெட்டினார். அவர் இல்லாமல் அவருடைய கூர்மையான அரிவாள் மட்டுமே அந்தப் புல்வெளியில் பாய்ந்து வெட்டியதைப் போலிருந்தது.

லெவினுக்குப் பின்னால் இளம் மிஷ்கா வந்தான். அவனுடைய தலைமுடியின் மேல் விழுந்த, வெட்டிய புதிய புற்கள், அவனுடைய அழகிய முகத்தைச் சுற்றி வட்டமிட, முழு முயற்சியுடன் அவன் வேலை செய்தான். ஆனால் யாராவது அவனைப் பார்க்கும்போது அவன் சிரித்தான். தனக்குச் சிரமமாக இருக்கிறது என்பதை ஒப்புக் கொள்வதைவிட தான் சீக்கிரமாக இறந்துவிடுவது மேலானது என்று அவன் கருதினான்.

லெவின் அவர்களுக்கு இடையில் சென்றான். மிக மோசமான சூரிய வெப்பத்தில் வெட்டுவது அவருக்கு அத்தனை கடினமாக இல்லை. பெருக்கெடுத்த வியர்வை அவரைக் குளிர்வித்தது. அவருடைய முதுகையும், தலையையும், முழங்கை வரை கைகளையும் சுட்டெரித்த சூரியன், வேலை செய்வதில் அவருக்கு உறுதியையும் விடாமுயற்சியையும் கொடுத்தது. தான் என்ன செய்கிறோம் என்பதைச் சிந்திக்காமல் இருந்தபோது, அந்தச் சுயநினைவற்ற தருணங்களை

அவர் அடிக்கடி அனுபவித்தார். அரிவாள் தன்னிச்சையாக வெட்டிச் சென்றது. அவை மகிழ்ச்சியான தருணங்கள். வரிசையின் முடிவில் நீரோடையை நெருங்கிய தருணங்கள் இன்னும் அதிக ஆனந்தத்தைத் தருவதாக இருந்தன. கிழவர் ஈரமான அடர்த்தியான புல்லால் தன் அரிவாளைத் தேய்த்து, நீரோடையின் சுத்தமான தண்ணீரில் கழுவி அதைத் தகரக் குவளையில் நனைத்து, ஒரு பானத்தை ஊற்றி லெவினுக்குக் குடிக்கக் கொடுத்தார்.

"வீட்டுச் சாராயம், குடித்துப் பாருங்கள்! நன்றாக இருக்கிறதா?" என்று கண்களைச் சிமிட்டினார்.

மிதக்கும் பச்சை நிறத் துண்டுகளுடன், தகரக் குவளையின் துருப்பிடித்த சுவை கலந்த, வெதுவெதுப்பான தண்ணீரைப் போலிருந்த அந்தப் பானத்தை லெவின் இதுவரை குடித்ததில்லை. அவர் ஆறாகப் பெருகிய வியர்வையைத் துடைத்து, மூச்சை இழுத்து நுரையீரலில் காற்றை நிரப்பி, கோடுபோல் நீண்ட அறுவடை செய்பவர்களின் நீண்ட வரிசை முழுவதையும், தன்னைச் சுற்றியும், காடுகளிலும், வயல்களிலும் என்ன நடக்கிறது என்பதையும் பார்த்துக் கொண்டு, கையில் அரிவாளுடன் மெதுவாக ஆனந்தமாக நடந்தார்.

லெவின் எத்தனை அதிகமாக வெட்டினாரோ அத்தனைக்கு, அந்தச் சுயநினைவற்ற தருணங்களை அடிக்கடி உணர்ந்தார். அந்தத் தருணங்களில் அரிவாளைச் சுழற்றுவது தனது கைகள் அல்ல மாறாக, தனது உடல் முழுவதையும் இயக்குவது அரிவாள்தான் என்றுணர்ந்தார். உயிரும் பிரக்ஞையும் நிறைந்த ஓர் உடல், சிந்தனை யின்றி, மந்திரத்தால் கட்டுண்டது போல, வேலையைக் கச்சிதமாகவும் நேர்த்தியாகவும் தானாகவே செய்து முடித்தது. அந்தத் தருணங்கள் மிகவும் ஆனந்தமானவை.

சுயநினைவற்ற இந்த இயக்கத்தை நிறுத்திவிட்டு, சில இடங்களில் கொத்தாகக் குவிந்திருந்த புல் மேடுகளை எப்படி வெட்டுவது என்று யோசித்தபோதுதான் அவருக்குக் கஷ்டமாக இருந்தது. ஆனால் கிழவர் அதை அனாயசமாகச் செய்தார். புல் மேடு வரும்போது கிழவர் தனது இயக்கத்தை மாற்றி, அரிவாளின் அடிப்பகுதி அல்லது நுனியைப் பயன்படுத்தி, அதைச் சுற்றி குறுகிய வீச்சினால் இரு பக்கமும் வெட்டுவார். அவர் அப்படிச் செய்யும்போது, அடுத்து தனக்கு முன்னால் என்ன வரப்போகிறது என்பதைத் தொடர்ந்து கூர்ந்து கவனித்து வந்தார். இப்போது அவர் ஒரு சோளத் தண்டைப் பறித்துச் சாப்பிட்டார் அல்லது அதை லெவினுக்குக் கொடுத்தார். இப்போது அரிவாளின் நுனியால் ஒரு கிளையை ஓரமாகத் தூக்கி எறிந்தார் அல்லது தன் அரிவாளுக்குக் கீழிருந்து கோழி ஒன்று பறந்த பிறகு ஒரு காடையின் கூட்டை ஆராய்ந்தார் அல்லது வழியில் தென்பட்ட ஒரு பாம்பைப் பிடித்து, ஒரு முள் கரண்டியில்

எடுப்பது போல அரிவாளால் அதைத் தூக்கி லெவினுக்குக் காண்பித்து விட்டு தூரமாக எறிந்தார்.

லெவினுக்கும் அவருக்குப் பின்னால் இருந்த இளைஞனுக்கும், இந்த மாற்றங்கள் கடினமானதாக இருந்தன. ஒரே மாதிரியான உடல் அசைவின் தாளலயத்தின் பழக்கத்திலும், வேலையின் ஆர்வத்திலும் சிக்கிக் கொண்ட இருவரும் அதை மாற்ற முடியாமல், அதே நேரத்தில் தங்களுக்கு முன்னால் என்ன நடக்கிறது என்பதைக் கவனிக்கவும் முடியாமல் இருந்தனர்.

நேரம் எப்படிப் போயிற்று என்றே லெவினுக்குத் தெரியவில்லை. எவ்வளவு நேரமாக வெட்டுகிறீர்கள் என்று அவரிடம் கேட்டிருந்தால் அரை மணி நேரம் என்று சொல்லியிருப்பார். ஆனால் அப்போது கிட்டத்தட்ட இரவு உணவு நேரம் நெருங்கிக் கொண்டிருந்தது. வெவ்வேறு திசைகளிலிருந்து, கண்களுக்குப் புலப்படாத வகையில் உயரமான புல்வெளிகளுக்கு இடையிலும், சாலை நெடுகிலும், ரொட்டி மூட்டைகளைத் தங்கள் சிறிய கைகளால் இழுத்துக்கொண்டு, துணியால் மூடிய புளித்த கம்பு பீர் குடங்களைச் சுமந்து, சிறுவர்களும் சிறுமிகளும் வெட்டுபவர்களை நோக்கி வந்து கொண்டிருந்ததைக் காட்டி, கிழவர் லெவினின் கவனத்தைத் திருப்பினார்.

"குஞ்சுகள் ஊர்ந்து வருவதைப் பாருங்கள்!" என்று அவர் அவர்களைச் சுட்டிக் காட்டி, தன் கைக்கு அடியில் சூரியனைப் பார்த்தார்.

அவர்கள் மேலும் இரண்டு வரிசைகளை வெட்டி முடித்தனர். கிழவர் நிறுத்திவிட்டார்.

"சரி, எஜமானரே, இரவு உணவுக்கான நேரம்!" என்றார் அவர்.

தொழிலாளர்கள் நீரோடையை அடைந்ததும், வரிசையைக் கடந்து தங்கள் மேலங்கிகளைக் கழற்றி வைத்திருந்த இடத்திற்குச் சென்றனர். அங்கு இரவு உணவைக் கொண்டு வந்த சிறுவர்களும் சிறுமிகளும் அவர்களுக்காகக் காத்திருந்தனர். விவசாயிகள் ஒன்று கூடினர். தூரத்திலிருந்து வந்தவர்கள் வண்டிகளுக்கு அடியிலும், அருகிலிருந்து வந்தவர்கள் வில்லோ மரங்களின் கீழ் புல்லைக் குவித்து அதன் மீதும் அமர்ந்தனர்.

லெவின் அவர்களோடு சேர்ந்து அமர்ந்தார். அவர் அங்கிருந்து செல்ல விரும்பவில்லை.

எஜமானுக்கு முன்பு அவர்களுக்கு இருந்த சங்கடங்கள் எப்போதோ மறைந்து விட்டன. அவர்கள் இரவு உணவிற்குத் தயாராகிக் கொண்டிருந்தனர். சிலர் கை கால்களைக் கழுவ, இளைஞர்கள் நீரோடையில் குளித்தனர். மற்றும் சிலர் ஓய்வெடுக்க இடத்தைத் தயார் செய்துகொண்டிருந்தனர். ரொட்டி மூட்டையையும், குவாஸ்

குடங்களையும் திறந்தனர். கிழவர் தன் குவளையில் ரொட்டியை நொறுக்கி, கரண்டியின் கைப்பிடியால் நசுக்கி, தனது பாத்திரத்தி லிருந்த தண்ணீரை ஊற்றி, மேலும் சில ரொட்டிகளை நொறுக்கி, உப்பைத் தூவி, கிழக்கு நோக்கிப் பிரார்த்தனை செய்தார்.

"வாருங்கள் எஜமானரே, இதைச் சற்றே ருசி பாருங்கள்" என்ற அவர் கோப்பையின் முன் மண்டியிட்டார்.

ஊறவைத்த ரொட்டி மிகவும் சுவையாக இருக்கவே, இரவு உணவிற்கு வீட்டிற்குச் செல்லும் தன் முடிவை லெவின் மாற்றிக் கொண்டார். கிழவருடன் சாப்பிட்ட அவர், தன்னுடைய வீட்டு விவகாரங்களைப் பற்றிப் பேசத் தொடங்கினார். அவற்றில் மிகுந்த அக்கறையுடன், தன்னைப் பற்றியும், கிழவருக்குப் பிடிக்கக் கூடிய அனைத்தையும் தெரிவித்தார். தன் சகோதரரை விட அவருடன் நெருக்கமாக உணர்ந்த லெவினால் அந்த மனிதர் மீது தனக்கு ஏற்பட்ட கனிவை நினைத்துப் புன்னகைக்காமல் இருக்க முடிய வில்லை. கிழவர் மீண்டும் எழுந்து நின்று பிரார்த்தனை செய்துவிட்டு, சில புற்களைத் தலைக்கு அடியில் தலையணையாக வைத்துக் கொண்டு அங்கே படுத்துக் கொண்டபோது, லெவினும் அவ்வாறே செய்தார். சூரிய ஒளியில் விடாப்பிடியாக ஒட்டிக்கொண்டிருந்த, ஈக்களும் பூச்சிகளும் அவருடைய வியர்வையில் நனைந்திருந்த முகத்தையும் உடலையும் சுற்றிப் பறந்தபோதும் அவர் உடனே தூங்கிவிட்டார். சூரிய ஒளி காட்டைக் கடந்து அவர் மீது விழுந்த போதுதான் அவர் கண் விழித்தார். வெகு நேரத்திற்கு முன்னரே எழுந்துவிட்ட கிழவர் இளைஞர்களின் அரிவாளைக் கூர்தீட்டிக் கொண்டிருந்தார்.

சுற்றிலும் பார்த்த லெவினால் அந்த இடத்தை அடையாளம் காண முடியவில்லை. அனைத்துமே முற்றிலுமாக மாறியிருந்தன. புல்வெளியின் வெட்டி முடிக்கப்பட்ட பரந்து விரிந்த பகுதி, மாலை நேரச் சூரியனின் சாய்வான கதிர்களில், ஏற்கனவே இனிமையான மணம் வீசும் புற்களுடன் சேர்ந்து, ஒரு விநோதமான புதிய பிரகாசத்துடன் ஜொலித்துக் கொண்டிருந்தன. நதியைச் சுற்றியிருந்த புதர்கள் சுத்தமாக வெட்டி முடிக்கப்பட்டன. முன்பு கண்ணுக்குத் தெரியாத நதி இப்போது, அதன் வளைவுகளில் எஃகு போல பிரகாசித்தது. நகர்வதும் எழுவதுமாக இருந்த மனிதர்களும், இன்னும் அறுவடை செய்யப்படாத புல்வெளியின் செங்குத்தான பகுதியும், புல்வெளியின் மேலே வட்டமிட்டுக் கொண்டிருந்த பருந்துகளும் முற்றிலும் வேறாகத் தெரிந்தன. நன்றாகக் கண் விழித்த லெவின், அன்று இதுவரை எவ்வளவு வெட்டி முடிக்கப்பட்டது, இன்னும் எவ்வளவு வெட்ட முடியும் என்று கணக்கிடத் தொடங்கினார்.

நாற்பத்திரண்டு தொழிலாளர்களைக் கொண்டு அவர்கள் செய்து முடித்திருந்த வேலை அசாதாரணமானது. அடிமைத்தனம் இருந்த காலத்தில், முழுமையான புல்வெளியும் முப்பது பேரைக் கொண்டு, இரண்டு நாட்களில் வெட்டி முடிக்கப்பட்டது. மூலை யிலிருந்த சில பகுதிகள் மட்டுமே இன்னும் வெட்டி முடிக்கப்படாமல் இருந்தன. எனவே லெவின் அன்று முடிந்தவரை வெட்ட விரும்பினார். மேலும் இத்தனை சீக்கிரம் மறையத் தொடங்கிய சூரியனைக் கண்டு அவர் எரிச்சலடைந்தார். அவருக்கு எந்தச் சோர்வும் ஏற்படவில்லை என்பதால், முடிந்தவரை விரைவாக முடிக்க வேண்டும் என்று மட்டுமே அவர் விரும்பினார்.

"மாஷ்காவின் மேட்டு நிலத்தை வெட்டலாமா? நீங்கள் என்ன நினைக்கிறீர்கள்?" என்று கிழவரிடம் கேட்டார்.

"சூரியன் உயரத்தில் இல்லை ஆனால் கடவுள் விரும்பினால் வெட்டலாம். பையன்களுக்குச் சிறிது வோட்கா கிடைக்குமா?"

இடைவேளை நேரத்தில் அவர்கள் மீண்டும் ஓய்வு எடுத்தபோது, புகைப்பிடிப்பவர்கள் புகைக்கத் தொடங்கினார்கள். கிழவர் அவர்களிடம், "மாஷ்கா மேட்டு நிலத்தை வெட்டி முடித்தால் வோட்கா கிடைக்கும்" என்று சொன்னார்.

"எங்களால் முடியவில்லை என்றால் பாருங்கள்! டைட்டஸ் வா! கண் சிமிட்டும் நேரத்தில் முடிப்போம்! இன்றிரவு குடிக்கலாம் வாருங்கள்!" என்று கத்தும் குரல்கள் கேட்டன. ரொட்டியைச் சாப்பிட்டு முடித்துவிட்டு, வெட்டுபவர்கள் அதை நோக்கிச் சென்றனர்.

"சரி, பிள்ளைகளே வேகமாக!" என்ற டைட்டஸ் முன்னோக்கி வேகமாகச் சென்றார்.

"போங்கள், போங்கள்!" என்ற கிழவர் அவரை எளிதாக முந்திக் கொண்டார். "நான் உன்னைத் துண்டு துண்டாக வெட்டுவேன். ஜாக்கிரதை!"

வயதானவர்களும் இளைஞர்களும் ஒருவருக்கு ஒருவர் போட்டி போடுவது போல இருந்தது. ஆனால் அவர்கள் எத்தனை வேகமாகச் சென்ற போதும் புற்களைச் சேதப்படுத்தவில்லை. மேலும் வரிசைகள் சுத்தமாகவும் நேர்த்தியாகவும் வெட்டப்பட்டன. ஒரு மூலையில் எஞ்சியிருந்த ஒரு சிறிய பகுதி ஐந்து நிமிடங்களில் அகற்றப்பட்டது. கடைசியில் வெட்டுபவர்கள் தங்கள் வரிசையின் முடிவுக்கு வந்து கொண்டிருந்தபோது, முன்னால் சென்றவர்கள் தங்கள் மேலங்கியைத் தூக்கித் தோளில் போட்டுக்கொண்டு மாஷ்காவின் மேட்டு நிலத் திற்குச் செல்லும் சாலையைக் கடந்து சென்றனர்.

சூரியன் ஏற்கனவே மரங்களின் பின்னால் மறைந்துகொண்டி ருந்தபோது, அவர்கள் தங்களின் சாணைக்கல் பெட்டியைத் தட்டிக்

கொண்டு, மாஷ்காவின் மேட்டு நிலத்தின் காட்டுப் பகுதிக்குள் நுழைந்தனர். பள்ளத்தாக்கின் நடுவில், ஒருவகை மஞ்சள் மலர்ச் செடிகளுடன் மென்மையான, அகலமான அடிப்பகுதியுடன், இடுப்பளவு உயரத்திற்குப் புற்கள் இருந்தன.

வரிசைகளை நீளமாக அல்லது குறுக்காக எடுப்பதா என்ற ஒரு விரைவான ஆலோசனைக்குப் பிறகு, கருப்பு நிறத்தில் ஆஜானுபாகுவாக இருந்த பிரபலமான வெட்டும் தொழிலாளி, புரோகோர் எர்மிலின், முன்னே இறங்கினார். அவர் மேலே சென்று, மீண்டும் திரும்பி வந்து வெட்டத் தொடங்கியதும், அனைவரும் அவருக்குப் பின்னால் வரிசையாகச் சென்றனர். தாழ்வான பகுதியைக் கடந்து காடுகளின் விளிம்பு வரை மேலே சென்றனர். சூரியன் காடுகளுக்குப் பின்னால் மறைந்தது. பனி ஏற்கனவே கொட்டத் தொடங்கியிருந்தது. இப்போது மேட்டுப் பகுதியில் வெட்டுபவர்கள் மட்டுமே வெயிலில் இருந்தனர். அதே நேரத்தில் கீழ்ப் பகுதியில் மூடுபனி மேலெழுந்தது. மறுபக்கத்தில் அவர்கள் புத்தம் புதிய பனியின் நிழலில் நடந்தனர். வேலை முழு வீச்சில் நடைபெற்றது.

காரமான வாசனையுடன், சாறு வெளிப்படும் ஓசையுடன் வெட்டிய புற்கள் உயரமான வரிசைகளில் மலை போல குவிந்தன. குறுகலான வரிசைகளில் நாலாபுறமும் நெருக்கமாக இருந்த வெட்டும் தொழிலாளர்கள், தங்கள் சாணைக்கல் பெட்டியை அசைத்து, அரிவாள்கள் வெட்டும் சத்தத்துடன் சேர்ந்து ஓசை எழுப்பினர் அல்லது அரிவாள்கள் கூர்தீட்டும்போது எழும் விசில் ஓசையுடன் சேர்ந்து சப்தமிட்டனர் அல்லது ஒருவரை ஒருவர் துரத்திக்கொண்டு ஓடி மகிழ்ச்சியாகக் கூக்குரலிட்டனர்.

லெவின் அந்த இளைஞனுக்கும் கிழவருக்கும் இடையில் நகர்ந்துகொண்டிருந்தார். ஆட்டுத்தோல் மேலங்கி அணிந்த அவரும் அவர்களைப் போலவே மகிழ்ச்சியாக, உற்சாகமாக இருந்ததோடு, தனது அசைவுகளில் இலாவகமாக இருந்தார். காடுகளில் அவர்கள் தொடர்ந்து சதைப்பற்றுள்ள புல்லில் முளைத்திருந்த பழுப்புக் காளான்களைத் தங்கள் அரிவாளால் வெட்டிக் கொண்டு சென்றனர். ஆனால் அந்தக் கிழவர் ஒவ்வொருமுறை காளானைப் பார்க்கும் போதெல்லாம் குனிந்து அதை எடுத்துத் தன்னுடைய பையில் வைத்துக் கொண்டார். ‘என் கிழவிக்கு நல்ல விருந்து’ என்று அவர் முணுமுணுத்தார்.

ஈரமான, பலவீனமான புற்களை வெட்டுவது எவ்வளவு எளிதானதோ, அதே அளவுக்கு பள்ளத்தாக்கின் செங்குத்தான சரிவுகளில் ஏறுவதும் இறங்குவதும் கடினமாக இருந்தது. ஆனால் அது அந்த முதியவருக்குத் தடையாக இருக்கவில்லை. தனது அரிவாளை எப்போதும் போல வீசிக்கொண்டு, சிறிய ஆனால் உறுதியாக

அடியெடுத்து வைத்து, பாதங்களை மறைத்த பெரிய காலணிகள் அணிந்த கால்களால் சரிவுகளில் மெதுவாக மேலே ஏறினார். சட்டையை விடக் கீழே தொங்கிய கால்சட்டையும், அவருடைய உடலும், தளர்வாகத் தொங்கிக் கொண்டிருந்த கால்சட்டையும் நடுங்கிய போதிலும், பாதையில் எதிர்பட்ட புல்லையும் அல்லது ஒரு காளானையும் தவறவிடாமல், விவசாயிகளுடனும் லெவினுடனும் வேடிக்கையாகப் பேசிக்கொண்டு சென்றார். அவருக்குப் பின்னால் சென்ற லெவின், அரிவாள் இல்லாமல் ஏறுவதுகூட கடினமாக இருந்த அந்தச் செங்குத்தான சரிவில், தன்னுடைய அரிவாளுடன் நிச்சயமாகக் கீழே விழுந்துவிடுவோம் என்று நினைத்தார். ஆனால் அவர் ஏறியதுடன் என்ன தேவையோ அதையும் செய்து முடித்தார். ஏதோ ஒரு புறச் சக்தி தன்னை உந்தித் தள்ளுவதை அவர் உணர்ந் தார்.

6

மாஷ்காவின் மேட்டு நிலம் முழுவதும் வெட்டி முடிக்கப்பட்டது. அவர்கள் கடைசி வரிசையையும் முடித்துவிட்டு, தங்கள் மேலங்கியை அணிந்து கொண்டு, மகிழ்ச்சியுடன் வீட்டிற்குச் சென்றனர். வருத்தத் துடன் விவசாயிகளிடமிருந்து பிரிந்த லெவின் தன் குதிரையில் ஏறி வீட்டிற்குச் சென்றார். மலை உச்சியிலிருந்து திரும்பிப் பார்த்த அவரால், நிலத்தின் அடிப்பகுதியிலிருந்து எழுந்த பனி மூட்டத்தில், அவர்களைப் பார்க்க முடியவில்லை. அவர்களின் மகிழ்ச்சியான, கரகரப்பான குரல்களையும், உரத்த சிரிப்பையும், அரிவாள்கள் மோதும் ஒலியையும் மட்டுமே அவரால் கேட்க முடிந்தது.

முன்னதாகவே இரவு உணவை முடித்த செர்ஜி இவானோவிச், தனது அறையில் பனிக்கட்டி கலந்த எலுமிச்சை ரசத்தைப் பருகிக் கொண்டிருந்தார். அவர் தபாலில் தனக்குக் கிடைத்த செய்தித் தாள்கள் மற்றும் பத்திரிகைகளைப் பார்த்துக் கொண்டிருந்தார். அப்போது விரைந்து அறைக்குள் நுழைந்த லெவின் மகிழ்ச்சியுடன் பேசத் தொடங்கினார். அவருடைய களைந்த தலைமுடிகள் வியர்வையால் நனைந்து நெற்றியில் ஒட்டிக் கொண்டிருந்தன. அவருடைய முதுகும் மார்பும் ஈரமாகவும் அழுக்காகவும் இருந்தன.

“புல்வெளி முழுவதையும் முடித்துவிட்டோம்! ஆகா, எத்தனை நன்றாக இருந்தது. வியப்பாக இருக்கிறது! நீங்கள் எப்படி இருக் கிறீர்கள்?” என்று லெவின் கேட்டார். முந்தைய நாள் அவர்களுக்கு இடையில் நடந்த விரும்பத்தகாத உரையாடலை அவர் முற்றிலுமாக மறந்துவிட்டார்.

"அடக் கடவுளே! உங்கள் தோற்றம் எப்படி இருக்கிறது!" என்று தன் சகோதரனைப் பார்த்த முதல் கணமே அதிருப்தியுடன் செர்ஜி இவானோவிச் சொன்னார். "கதவை மூடுங்கள், கதவை மூடுங்கள்!" என்று கத்தினார். "நீங்கள் ஏறக்குறைய ஒரு டஜனை உள்ளே விட்டிருக்க வேண்டும்."

செர்ஜி இவானோவிச்சால் ஈக்களைப் பொறுத்துக் கொள்ள முடியாது. எனவே இரவில் மட்டும் தனது அறையின் ஜன்னலைத் திறந்து வைத்த அவர், மற்ற நேரங்களில் கதவுகளைக் கவனமாக மூடி வைத்திருந்தார்.

"கடவுளே! அது எவ்வளவு ஆனந்தம் என்பதை உங்களால் நம்பமுடியாது! உங்கள் நாள் எப்படிப் போயிற்று?"

"மிகவும் நல்லது. ஆனால் நீங்கள் உண்மையில் நாள் முழுவதும் வெட்டினீர்களா? ஒரு ஓநாயைப் போல உங்களுக்குப் பசி எடுக்கும் என்று நினைக்கிறேன். குஸ்மா உங்களுக்காக அனைத்தையும் தயாராக வைத்திருக்கிறான்."

"இல்லை, எனக்கு சாப்பிடத் தோன்றவில்லை. நான் அங்கேயே சாப்பிட்டேன். ஆனால் நான் குளிக்க வேண்டும்."

"சரி, போங்கள், போங்கள். நான் விரைவில் உங்கள் அறைக்கு வருகிறேன்" என்ற செர்ஜி இவானோவிச் தன் சகோதரனைப் பார்த்துத் தலையை ஆட்டினார். "சீக்கிரமாகப் போங்கள்!" என்று புன்னகையுடன் சொன்ன அவர் புத்தகங்களை எடுத்துக்கொண்டு எழுந்தார். திடீரென மிகவும் மகிழ்ச்சியாக உணர்ந்த அவர், தனது சகோதரனை விட்டுப் பிரிந்திருக்க விரும்பவில்லை. "சரி, மழை பெய்தபோது நீங்கள் எங்கே இருந்தீர்கள்?"

"அது என்ன பெரிய மழை? தூறல்தானே? நான் இப்போது வருகிறேன். உங்கள் நாள் நன்றாகக் கழிந்தது, அப்படித்தானே? மகிழ்ச்சி" என்ற லெவின் குளிப்பதற்குச் சென்றார்.

ஐந்து நிமிடங்களுக்குப் பிறகு சகோதரர்கள் சாப்பாட்டு அறைக்கு வந்தனர். லெவினுக்குச் சாப்பிட விருப்பமில்லை என்றாலும் குஸ்மாவைப் புண்படுத்தக்கூடாது என்பதற்காக இரவு உணவு சாப்பிடுவதற்கு அமர்ந்தார். சாப்பிடத் தொடங்கியதும் உணவு அவருக்கு மிகவும் சுவையாகத் தோன்றியது. செர்ஜி இவானோவிச் சிரித்துக் கொண்டே அவரைப் பார்த்தார்.

"ஆமாம், உங்களுக்கு ஒரு கடிதம் வந்திருக்கிறது" என்றார். "குஸ்மா, கீழே இருக்கும் அதைக் கொண்டு வா. தயவுசெய்து கதவை மூட மறந்துவிடாதே."

அது ஆப்லான்ஸ்கியிடமிருந்து வந்த கடிதம். லெவின் சத்தமாகப் படித்தார். ஆப்லான்ஸ்கி பீட்டர்ஸ்பர்க்கிலிருந்து எழுதியிருந்தான். "டோலியிடமிருந்து எனக்கு ஒரு கடிதம் வந்தது. அவள் யெர்குஷோ வில் இருக்கிறாள். அவள் பிரச்சினையில் இருக்கிறாள். அவளைப் போய் பாருங்கள். தயவுசெய்து உங்கள் ஆலோசனையால் அவளுக்கு உதவுங்கள். உங்களுக்கு எல்லாம் தெரியும். அவள் உங்களைப் பார்த்து மிகவும் மகிழ்ச்சியடைவாள். பாவம், அவள் தனிமையில் இருக்கிறாள். என் மாமியாரும், மற்றவர்களும் இன்னும் வெளிநாட்டில் இருக் கிறார்கள்."

"இது பிரமாதம்! நான் நிச்சயமாக அவர்களைச் சென்று பார்க் கிறேன்" என்றார் லெவின். "அல்லது நாம் சேர்ந்து போகலாம். அவள் ஒரு நல்ல பெண். அப்படித்தானே?"

"அது இங்கிருந்து வெகு தொலைவில் உள்ளதா?"

"சுமார் இருபது மைல் தூரத்தில். இருபத்தைந்துகூட இருக்க லாம். ஆனால் சாலைகள் நன்றாக இருக்கும். பயணம் அருமையாக இருக்கும்."

"மகிழ்ச்சி" என்று செர்ஜி இவானோவிச் சிரித்துக்கொண்டே சொன்னார்.

தன் தம்பியைப் பார்த்ததும் அவருக்கு உற்சாகம் வந்துவிட்டது.

"சரி. உங்களுக்குப் பசிக்கிறது!" என்ற அவர் தட்டை நோக்கிக் குனிந்திருந்த அவரது சிவப்பேறிய முகத்தையும், கழுத்தையும் பார்த்தார்.

"அற்புதம்! எல்லா வகையான முட்டாள்தனத்திற்கும் இது நல்ல மருந்து என்பதை நீங்கள் நம்ப மாட்டீர்கள். நான் மருத்துவ அறிவியலை ஒரு புதிய வார்த்தையால் வளப்படுத்த விரும்புகிறேன், 'வேலை சிகிச்சை'."

"சரி, ஆனால் அது உங்களுக்குத் தேவைப்படும் என்று தோன்ற வில்லை."

"இல்லை, ஆனால் பல்வேறு நரம்பு சம்பந்தமான நோயுள்ள வர்களுக்கு."

"ஆமாம், அதைச் செய்துபார்க்க வேண்டும். நான் உங்களைப் பார்க்க வெட்டும் இடத்திற்கு வர விரும்பினேன். ஆனால் தாங்க முடியாத வெப்பத்தினால் நான் காட்டைத் தாண்டி வரமுடிய வில்லை. நான் அங்கு சிறிது நேரம் அமர்ந்திருந்த பிறகு காட்டின் வழியாகக் கிராமத்திற்குச் சென்று, அங்கு உங்கள் செவிலியைச் சந்தித்து, உங்களின் விவசாயிகளைப் பற்றிய பார்வையை அவளிடம் கூறினேன். நான் புரிந்துகொண்டபடி அவர்கள் அதை ஏற்கவில்லை. 'இது எஜமானரின் வேலை அல்ல' என்றாள் அவள். பொதுவாக

விவசாயிகளின் கருத்துப்படி, அவர்கள் சொல்வது போல 'எஜமானர் களின்' நடவடிக்கைக்கான தேவைகள் மிகவும் உறுதியாக வரை யறுக்கப்பட்டுள்ளன என்று எனக்குத் தோன்றுகிறது. மேலும் தங்கள் கருத்துக்களில் தெளிவாக வரையறுக்கப்பட்டுள்ள வரம்பு களுக்கு வெளியே எஜமானர்கள் செல்வதை அவர்கள் அனுமதிப்ப தில்லை."

"இருக்கலாம். ஆனால் என் வாழ்க்கையில் நான் இப்படி ஒரு மகிழ்ச்சியை இதுவரை அனுபவித்ததில்லை. அதில் எந்தக் கெடுதலும் இல்லை. அப்படித்தானே?" என்றார் லெவின். "அவர்களுக்குப் பிடிக்கவில்லையெனில் நான் என்ன செய்ய முடியும்? எப்படியிருந் தாலும் அது சரியானது என்றே நான் நினைக்கிறேன். ம்?"

"என்னால் பார்க்க முடிகிறது" என்ற செர்ஜி இவானோவிச் தொடர்ந்து, "மொத்தத்தில் இன்றைய தினத்தில் நீங்கள் மகிழ்ச்சியாக இருந்தீர்கள்."

"மிகவும் மகிழ்ச்சியாக இருந்தேன். புல்வெளி முழுவதையும் வெட்டினோம். அங்கே எத்தகைய ஒரு கிழவருடன் எனக்கு நட்பு ஏற்பட்டது! எத்தனை உற்சாகமான மகிழ்ச்சியான மனிதர். அத்தகைய ஒருவரை நீங்கள் ஒருபோதும் கற்பனை செய்துகூடப் பார்க்க முடியாது!"

"சரி, இன்றைய தினம் நீங்கள் மகிழ்ச்சியுடன் இருந்தது போலவே நானும் இருந்தேன். முதலில் நான் சதுரங்கத்தின் இரண்டு புதிர்களுக்கு விடை கண்டுபிடித்தேன். அதில் ஒன்று மிகவும் அற்புத மானது. அது ஒரு சிப்பாயின் நகர்த்தலுடன் தொடர்கிறது. நான் உங்களுக்குக் காண்பிக்கிறேன். அதன் பிறகு நான் நேற்று நாம் மேற்கொண்ட உரையாடலைப் பற்றி நினைத்துக் கொண்டிருந்தேன்."

"என்ன? நேற்று நடந்த உரையாடலா?" என்று மகிழ்ச்சியுடன் கண்களைச் சுருக்கிய லெவின், இரவு உணவை முடித்துவிட்டு, நேற்றைய உரையாடல் என்னவென்பதை யோசித்தபோது அதை அவரால் நினைவுக்குக் கொண்டுவர முடியவில்லை.

"நீங்கள் சொல்வது ஓரளவுக்குச் சரியென்று எனக்குத் தோன்று கிறது. நீங்கள் தனிப்பட்ட நலனை ஊக்க சக்தியாகக் கருதுகிறீர்கள். ஆனால் அதே நேரத்தில் கல்விகற்ற ஒவ்வொரு மனிதனும் பொது நலனில் அக்கறை கொள்ள வேண்டும் என்று நான் கருதுகிறேன். பொருள் சார்ந்த ஆர்வத்தை அடிப்படையாகக் கொண்ட செயல்கள் விரும்பத்தக்கவை என்று நீங்கள் சொல்வது சரியாக இருக்கலாம். பிரெஞ்சுக்காரர்கள் சொல்வது போல நீங்கள் முற்றிலும் தன்னிச்சை யானவர். நீங்கள் உணர்ச்சிகரமான சுறுசுறுப்பான செயல்களை விரும்புகிறீர்கள் அல்லது எதையும் விரும்பவில்லை."

லெவின் தன் சகோதரரின் பேச்சைக் கேட்டார் என்றாலும் அவர் எதையும் புரிந்துகொள்ளவில்லை என்பதோடு அவர் அதைப் பொருட்படுத்தவும் இல்லை. அவர் சொன்னதைத் தெளிவுபடுத்தும் விதமாக தன்னிடம் கேள்வி எதையும் கேட்டுவிடுவாரோ என்றுதான் லெவின் பயந்தார். ஏனெனில் அப்போது அவர் எதையும் கவனிக்க வில்லை என்பது வெளிப்பட்டுவிடும்.

"என் நல்ல நண்பரே" என்று செர்ஜி இவானோவிச் அவர் தோளைத் தொட்டுச் சொன்னார்.

"எப்படியிருந்தாலும் நிச்சயமாக நான் எதையும் வற்புறுத்த வில்லை" என்று லெவின், குற்றவுணர்ச்சியுடன், குழந்தைத்தனமான புன்னகையுடன் பதிலளித்தார். 'நான் எதைப் பற்றி விவாதித்தேன்?' என்று அவர் யோசித்தார். 'உண்மையில் நான் சொல்வதும், அவர் சொல்வதும் சரிதான். எல்லாமே அற்புதமானவை. இப்போது நான் அலுவலகத்திற்குச் சென்று செய்ய வேண்டியவை குறித்து உத்தரவிட வேண்டும்' என்று நினைத்தார். எழுந்து நின்று உடலை முறித்த அவர் சிரித்தார்.

செர்ஜி இவானோவிச்சும் சிரித்தார்.

"நீங்கள் நடக்க விரும்பினால் இருவரும் சேர்ந்து செல்வோம்" என்று அவர் கூறினார். புத்துணர்ச்சியையும் சுறுசுறுப்பையும் வெளிப்படுத்திய தன் சகோதரனை விட்டுப் பிரிந்திருக்க அவர் விரும்பவில்லை. "தேவையெனில் உங்கள் அலுவலகத்திற்குச் செல் வோம்."

"அடக் கடவுளே!" என்று செர்ஜி இவானோவிச்சைப் பய முறுத்தும் அளவுக்கு லெவின் உரக்கக் கத்தினார்.

"என்ன? என்ன விஷயம்?"

"அகாஃபியா மிகைலோவ்னாவின் கை எப்படி இருக்கிறது?" என்று லெவின் தன் முன்நெற்றியில் அடித்துக்கொண்டு கேட்டார். "நான் அதைப் பற்றிச் சுத்தமாக மறந்துவிட்டேன்."

"இப்போது நன்றாக உள்ளது."

"சரி, நான் அவரைப் பார்த்துவிட்டு, நீங்கள் தொப்பி அணிவதற் குள் வந்துவிடுகிறேன்" என்ற லெவின் குதிகால்கள் சப்தமிட மாடிப் படிகளில் ஓடினார்.

7

ஸ்டீபன் ஆர்கடியேவிச் வீட்டில் இருந்த பணம் அனைத்தையும் எடுத்துக்கொண்டு, மிகவும் இயல்பான மற்றும் அவசியமான

கடமையை நிறைவேற்ற பீட்டர்ஸ்பர்க் சென்றான். அரசாங்கத்தில் பணியாற்றும் அனைவருக்கும் அது தெரியும் என்றாலும், மற்றவர்களுக்கு அது புரியாது என்றாலும், அது இல்லாமல் வேலை நடப்பது சாத்தியமற்றது. அதாவது அமைச்சகத்திற்குத் தான் வேலை செய்து கொண்டிருக்கிறேன் என்பதைக் காட்டுவதற்கும், பந்தயங் களிலும், கோடைக்கால வீடுகளில் தன்னுடைய நேரத்தை மகிழ்ச்சி யாக, உற்சாகமாக செலவழிக்கவும் சென்றான். செலவுகளை முடிந்த வரை குறைப்பதற்காக டோலி குழந்தைகளுடன் தங்கள் நாட்டு பண்ணை வீட்டிற்கு சென்றாள். அவள் தனக்கு வரதட்சணையாக வந்த தோட்டம் இருந்த யெர்குஷோவ் கிராமத்திற்குச் சென்றாள். வசந்த காலத்தில் மரங்கள் விற்கப்பட்ட இந்த இடம், லெவின் வசித்த பொக்ரோவ்ஸ்கோவிலிருந்து முப்பத்தைந்து மைல் தொலைவில் இருந்தது.

யெர்குஷோவில் இருந்த அந்தப் பெரிய பழைய வீடு எப்போதோ பழுதடைந்துவிட்டது. எனவே இளவரசர் அதைப் புதுப்பித்து விரிவுபடுத்தினார். இருபது ஆண்டுகளுக்கு முன்பு டோலி குழந்தை யாக இருந்தபோது, விரிவுபடுத்திய பகுதி விசாலமாகவும் வசதி யாகவும் இருந்தது. இருந்தாலும் அனைத்து இணைப்புப் பகுதியையும் போல, இது பக்கவாட்டில் அமைந்து, தெற்கு நோக்கி இருந்தது. இப்போது அந்தப் பகுதி மிகவும் பழமையடைந்து, சிதிலமடைந்து கிடந்தது. வசந்த காலத்தில் மரத்தை விற்பதற்காக ஸ்டீபன் ஆர்கடி யேவிச் இங்கு வந்தபோது, வீட்டைப் பார்வையிட்டுத் தேவையான பழுதுபார்ப்புப் பணிகளைச் செய்யும்படி டோலி சொன்னாள். எல்லாக் கணவர்களையும் போல, தனது மனைவியை ஆறுதல் படுத்துவதில் முனைப்பாக இருந்த ஸ்டீபன் ஆர்கடியேவிச், வீட்டைத் தனிப்பட்ட முறையில் கவனித்து, அவசியம் என்று தனக்குத் தோன்றிய அனைத்தையும் மாற்றும்படி உத்தரவிட்டான். எல்லா மரச்சாமான்களையும் மீண்டும் அழகுபடுத்துவது, திரைச்சீலைகளைத் தொங்கவிடுவது, தோட்டத்தைச் சுத்தப்படுத்துவது, குளத்திற்கு அருகில் சிறிய நடை பாலம் அமைப்பது, பூச்செடிகளை வைப்பது என்று பலவும் அவனுடைய மனதில் இருந்தன. ஆனால் அவன் இன்னும் அத்தியாவசியமான பலவற்றை மறந்துவிட்டான். அவை இல்லாதது டாரியா அலெக்ஸாண்ட்ரோவ்னாவை மிகவும் வேதனைப்படுத்தின.

ஸ்டீபன் ஆர்கடியேவிச் என்னதான் ஒரு அன்பான தந்தை யாகவும், நல்ல கணவனாகவும் இருக்க முயற்சித்தாலும், தனக்கு ஒரு மனைவியும் குழந்தைகளும் இருப்பதை அடிக்கடி மறந்து போனான். எப்போதும் தன்னை மணமாகாதவன் என்றே நினைத்த அவன், அந்த ரசனையின் அடிப்படையிலேயே அனைத்தையும்

செய்துவந்தான். மாஸ்கோ திரும்பிய அவன் அனைத்தும் தயாராக இருப்பதாகவும், வீடு இப்போது மகிழ்ச்சியைத் தருவதாக இருக்கும் என்றும் பெருமையுடன் சொல்லி, தனது மனைவி அங்கு செல்ல வேண்டும் என்று சொன்னான். ஸ்டீபன் ஆர்கடியேவிச் தனது மனைவி நாட்டுக்குச் செல்வது எல்லா வகையிலும் மிகவும் ஏற்புடையதாக இருக்கும் என்று நினைத்தான். அது குழந்தைகளுக்கு ஆரோக்கியத்தைத் தரும் என்பதோடு செலவுகளும் கணிசமாகக் குறையும். மேலும் அவனுக்கு அதிக அளவு சுதந்திரம் கிடைக்கும். கோடையில் நாட்டுக்குச் செல்வது குழந்தைகளுக்கு அவசியம் என்று டாரியா அலெக்ஸாண்ட்ரோவ்னா கருதினாள். குறிப்பாக ஸ்கார்லெட் காய்ச்சலில் இருந்து இன்னும் முழுமையாக மீளாத சிறுமிக்கு அவசியம் என்று கருதினாள். மேலும் விறகு வியாபாரி, மீன் வியாபாரி, காலணி தைப்பவர் எனப் பலருக்கும் கொடுக்க வேண்டிய கடன்களாலும், சிறு சிறு அவமானங்களாலும் சோர்வுற்ற அவள், அதிலிருந்து தப்பிக்க விரும்பினாள். முக்கியமாகக் கோடைக் காலத்தின் மத்தியில் வெளிநாட்டிலிருந்து, திரும்பி வரும் அவளுடைய சகோதரி, அவளுடைய சிகிச்சையின் காரணமாக அங்கு தங்க வேண்டும் என்று சொன்னதால், அவளுக்கு அங்கு செல்வது மிகவும் மகிழ்ச்சி தருவதாக இருந்தது. அவர்கள் இருவரின் குழந்தைப் பருவத்தின் நினைவுகள் நிறைந்த யெர்குஷோவில், டோலியுடன் கோடையைக் கழிப்பதை விட தனக்கு மகிழ்ச்சி தருவது வேறெதுவும் இருக்க முடியாது என்று கிட்டி ஸ்பாவிலிருந்து கடிதம் எழுதியிருந் தாள்.

நாட்டுப்புற வாழ்க்கை முதலில் டோலிக்கு மிகவும் கஷ்டமாக இருந்தது. அவள் தன்னுடைய குழந்தைப் பருவத்தில் நாட்டில் வாழ்ந்தாள். எனவே நாட்டு வாழ்க்கை என்பது அழகாக இல்லா விட்டாலும், நகரத்தின் அனைத்துத் துன்பங்களிலிருந்தும் விடுதலை தருவது, (டோலி இப்படியாகத் தன்னை எளிதாகச் சமாதானப்படுத்திக் கொண்டாள்), சிக்கனமானது, வசதியானது என்ற உணர்வு அவளுக்கு இருந்தது. அங்கு அவளுக்கு அனைத்தும் கிடைக்கும். அவளுக்குத் தேவையான அனைத்தையும் எளிதாகப் பெற முடியும். எனவே குழந்தைகள் மகிழ்ச்சியாக இருப்பார்கள் என்றெல்லாம் அவள் நினைத்தாள். இருந்தாலும் இப்போது வீட்டின் எஜமானியாக நாட்டுக்கு வந்தபிறகு, அவள் தான் நினைத்தது போல எல்லாம் நடக்கவில்லை என்பதைக் கண்டாள்.

அவர்கள் வந்த மறுநாளே பலத்த மழை பெய்தது. இரவில் நடைபாதையிலும், குழந்தைகள் அறையிலும் மழை நீர் ஒழுகியதால், படுக்கைகளை வரவேற்பறைக்கு மாற்ற வேண்டியிருந்தது. வீட்டில் சமையல்காரர் யாரும் இல்லை. பசுக்களைக் கவனித்துக்கொள்ளும்

பெண் சொன்னபடி, இருந்த ஒன்பது பசுக்களில் சில கன்று ஈனும் நிலையிலிருந்தன. சில ஏற்கனவே கன்றுக் குட்டிகளுடன் இருந்தன. மேலும் சில வயதானவையாகவும், சில பால் கறக்க முடியாத வையாகவும் இருந்தன. எனவே குழந்தைகளுக்குப் போதுமான வெண்ணெய், பால், முட்டை எதுவும் கிடைக்கவில்லை. கோழிகள் எதுவும் இல்லாததால் அவர்கள் சேவல்களை வேகவைத்து வறுக்க வேண்டியிருந்தது. பெண்கள் அனைவரும் உருளைக்கிழங்கு வயல்களில் வேலை செய்ததால், வீட்டைச் சுத்தம் செய்ய எந்தப் பணிப்பெண்ணும் கிடைக்கவில்லை. இருந்த ஒரு குதிரையும் நடக்க முடியாமல் நொண்டியதால், அவர்களால் வெளியே எங்கும் செல்லவும் முடியவில்லை. ஆற்றங்கரை முழுவதும் கால்நடைகள் மிதித்து, நடைபாதையாக மாறியதால் குளிப்பதற்கு இடமில்லை. உடைந்த வேலி வழியாகக் கால்நடைகள் தோட்டத்திற்குள் நுழைந்த தால், அங்கு நடப்பதற்கும் வெளியே செல்ல முடியவில்லை. மேலும் அங்கு ஒரு காளை பயங்கரமாகக் கத்திக் கூச்சலிட்டது. அநேகமாக அது காயம் பட்டிருக்க வேண்டும். துணிகள் வைப்பதற்குச் சரியான அலமாரிகள் இல்லை. இருந்த சிலவற்றையும் சரியாக மூடமுடிய வில்லை அல்லது யாராவது அதைக் கடந்து செல்லும்போது தானாகவே திறந்துகொண்டது. போதுமான சமையல் பாத்திரங்கள் இல்லை. துணிகளைத் துவைப்பதற்குத் தொட்டி இல்லை. பணிப்பெண்கள் குடியிருப்பில் இஸ்திரி மேசைகூட இல்லை.

அமைதிக்கும் நிம்மதிக்கும் பதிலாக ஒரு பயங்கரமான பேரழிவில் சிக்கிக்கொண்டதாக முதலில் உணர்ந்த டாரியா அலெக்ஸாண்ட் ரோவ்னா விரக்தியடைந்தாள். தன் ஆற்றலைத் திரட்டி பெரும் முயற்சிகளை மேற்கொண்ட போதும், தன்னுடைய சூழ்நிலையின் நிர்க்கதியான நிலையை உணர்ந்த அவள் கண்களில் எப்போதும் வெளிப்படத் தயாராக இருந்த கண்ணீரைக் கட்டுப்படுத்திக் கொண் டாள். தனது அழகான மற்றும் மரியாதைக்குரிய தோற்றத்திற்காக பதவி உயர்வு பெற்ற, ஸ்டீபன் ஆர்கடியேவிச்சிற்கு மிகவும் பிடித்த, முன்னாள் குதிரைப்படை சார்ஜண்ட் மேஜரான அந்த மேலாளர் டாரியா அலெக்ஸாண்ட்ரோவ்னாவுக்கு இருந்த பிரச்சினைகள் எதிலும் தலையிடவில்லை. “சாத்தியமில்லை மேடம், மிகவும் மோசமான மக்கள்” என்ற அவர் எந்த உதவியைச் செய்யவும் முன் வரவில்லை.

நிலைமை நம்பிக்கையற்றதாகத் தோன்றியது. அனைத்து வீடு களிலும் இருப்பதைப் போல ஆப்லான்ஸ்கியின் வீட்டிலும், ஒரு முக்கியமான, பயனுள்ள நபர், மாட்ரியோனா ஃபிலிமோனோவ்னா, இருந்தாள். தன் எஜமானியை அமைதிப்படுத்திய அவள், எல்லாம் மாறிவிடும் என்று உறுதியளித்தாள். (இது அவளுடைய வார்த்தை.

மேத்வே அதை அவளிடமிருந்து எடுத்துக்கொண்டான்). எனவே அவள் அவசரமோ, ஆரவாரமோ இல்லாமல் அனைத்தையும் தானாகவே சரிசெய்ய முன்வந்தாள்.

மாட்ரியோனா உடனடியாக மேலாளரின் மனைவியுடன் நட்பை ஏற்படுத்திக் கொண்டாள். முதல் நாளே கருவேல மரத்தின் கீழ் அவளுடனும், மேலாளருடனும் தேநீர் அருந்திய அவள் பிரச்சினைகள் அனைத்தையும் விவாதித்தாள். விரைவிலேயே மாட்ரியோனா ஃபிலிமோனாவ்னாவின் சங்கம் ஒன்று கருவேல மரத்தின் கீழ் நிறுவப்பட்டது. அங்கே மேலாளரின் மனைவி, கிராமத்துப் பெரியவர், அலுவலக எழுத்தர் ஆகியோரைக் கொண்ட அந்தச் சங்கத்தின் மூலம் அவர்கள் வாழ்க்கையின் சிரமங்கள் அனைத்தையும் மெல்ல மெல்ல சரிசெய்து கொள்ளத் தொடங்கினர். ஒரு வாரத்திற்குப் பிறகு உண்மையிலேயே அனைத்துப் பிரச்சினை களும் தீர்க்கப்பட்டன. ஒழுகும் கூரை சரிசெய்யப்பட்டது. சமையல் காரரை வேலைக்கு அமர்த்தினர். கோழிகளை வாங்க ஏற்பாடு செய்தனர். பசுக்கள் பால் கொடுக்கத் தொடங்கின. தோட்டத்தைச் சுற்றிலும் வேலிகள் அமைக்கப்பட்டது. தச்சர் ஒருவரை வரவழைத்து அலமாரி கதவுகளுக்குக் கொக்கிகளைப் பொருத்தி, தானாகவே திறப்பதைத் தடுத்தனர். தடிமனான துணியால் மூடப்பட்ட இஸ்திரி மேசை, வேலைக்காரியின் அறையில் நாற்காலிக்கும் அலமாரிக்கும் நடுவில் வைக்கப்பட்டது. அங்கிருந்து துணிகளை இஸ்திரி போடும் சூடான இரும்பு வாசனை வீசத் தொடங்கியது.

“இப்போது பாருங்கள்! நீங்கள் இதற்காகவா கவலைப்பட்டீர்கள்” என்று மேட்ரியோனா ஃபிலிமோனோவ்னா, இஸ்திரி மேசையை சுட்டிக் காட்டி சொன்னாள்.

வைக்கோல் பாய்களைப் பயன்படுத்தி ஒரு குளியல் அறையைக் கட்டினர். லில்லி உடல்நலம் பெற்றுக் குளிக்கத் தொடங்கினாள். டாரியா அலெக்ஸாண்ட்ரோவ்னா எதிர்பார்த்திருந்தபடி வசதியாக இல்லாவிட்டாலும், இறுதியில் நாட்டு வாழ்க்கை பற்றிய அவளுடைய எதிர்பார்ப்புகள் ஓரளவுக்கு நிறைவேறின. ஆறு குழந்தைகளை வைத்துக்கொண்டு டாரியா அலெக்ஸாண்ட்ரோவினால் ஒருபோதும் நிம்மதியாக இருக்க முடியாது. ஒருவர் நோயுற்றால் மற்றவரும் நோயுறும் நிலை ஏற்படலாம். மூன்றாமவருக்கு ஏதாவது தேவைப்பட, நான்காவது குழந்தை மோசமாக நடந்துகொள்ளலாம். இப்படியாக அதற்கு முடிவே இல்லாமலிருந்தது. வெகு அரிதாகவே சில நேரம் குறைந்த கால அளவு நீடிக்கும் ஒரு சிறிய நிம்மதி கிட்டும். சொல்லப் போனால் இந்தக் கஷ்டங்களும், கவலைகளும்தான் டாரியா அலெக்ஸாண்ட்ரோவ்னாவின் ஒரே மகிழ்ச்சியாக இருந்தன. அவர் களைப் பற்றிய இந்தக் கவலைகள் இல்லையென்றால், தன்னை

நேசிக்காத தன் கணவனைப் பற்றிய எண்ணங்களுடன் அவள் தனித்திருப்பாள். ஒரு தாயாக குழந்தைகளின் நோய்கள் குறித்த பயம் அவளுக்குத் துயரம் தருவதாக இருந்தாலும், நோயினால் குழந்தைகளின் நடத்தையில் ஏற்படும் மோசமான மாற்றங்கள் மன உளைச்சலைக் கொடுத்தாலும், இப்போதும் குழந்தைகளே சின்னச் சின்ன மகிழ்ச்சிகளைக் கொடுத்து அவளுடைய துயரங்களுக்கு மருந்தாக இருந்தார்கள். ஆனால் அந்த மகிழ்ச்சிகள் சிறியவை என்பதால் மணலில் தங்கத்தைப் போல அவை கவனிக்கப்படாமல் கடந்து சென்றன. மோசமான தருணங்களில், அவளால் வலியைத் தவிர வேறு எதையும் பார்க்க முடியவில்லை எனும்போது மணல் மட்டுமே இருந்தது. நல்ல தருணங்களில் அவளால் மகிழ்ச்சியைத் தவிர வேறு எதையும் பார்க்க முடியவில்லை எனும்போது தங்கம் மட்டுமே இருந்தது.

இப்போது நாட்டின் தனிமையில், இந்த மகிழ்ச்சியை அவள் அடிக்கடி உணரத் தொடங்கினாள். பெரும்பாலும் அவர்களைப் பார்க்கும்போது, தான் தவறு செய்துவிட்டதாகவும், ஒரு தாயாக தன்னுடைய குழந்தைகளிடம் தான் பாரபட்சம் காட்டுவதாகவும் தன்னைச் சமாதானப்படுத்திக்கொள்ள அனைத்து முயற்சிகளையும் செய்தாள். இருந்தாலும், தனக்கு மிக அழகான குழந்தைகள் உள்ளனர் என்றும், அவர்கள் ஆறு பேரும் வெவ்வேறு வகையான வர்கள் என்றும், வழக்கமாக அப்படியான குழந்தைகளைப் பார்க்க முடியாது என்றும், அவர்களுடன் இருப்பது தனக்கு மகிழ்ச்சியாகவும் பெருமையாகவும் இருக்கிறது என்றும் அவள் தனக்குத் தானே சொல்லிக் கொண்டாள்.

8

வீட்டிலுள்ள அசௌகரியங்கள் குறித்து டோலி தனது கணவரிடம் முறையிட்டதற்கு, ஏறக்குறைய அனைத்துப் பிரச்சினைகளும் தீர்க்கப்பட்ட நிலையில், மே மாத இறுதியில் பதில் கிடைத்தது. எல்லாவற்றையும் யோசிக்காததற்கு மன்னிப்புக் கேட்டு, கிடைக்கும் முதல் சந்தர்ப்பத்தில் உடனே வருவதாக உறுதியளித்து கடிதம் எழுதியிருந்தான். ஆனால் அந்தச் சந்தர்ப்பம் கிட்டவில்லை என்பதால் ஜூன் தொடக்கம்வரை டாரியா அலெக்ஸாண்ட்ரோவ்னா தனி யாகவே வசித்தாள்.

ஞாயிறன்று புனித பேதுருவின் போது, தேவாலயத்திற்குச் சென்ற டாரியா அலெக்ஸாண்ட்ரோவ்னா, குழந்தைகளைத் திருப்பலி செய்யச் செய்தார். டோலி மதம் தொடர்பான தனது சிந்தனைகளால்

தன்னுடைய சகோதரியுடனும், தாயுடனும், அவளுடைய நண்பர் களுடனும், நெருக்கமாக மேற்கொண்ட தத்துவ விவாதங்களில் அவர்களை அடிக்கடி ஆச்சரியப்படுத்தி வந்தாள். எனவே அவள் தனக்கென ஒரு விசித்திரமான மதத்தைப் பின்பற்றி, அதை உறுதியாக நம்பியதுடன், திருச்சபையின் கோட்பாடுகளைப் பற்றிச் சிறிதும் கவலைப்படவில்லை. ஆனால் குடும்பத்தைப் பொறுத்தவரை, திருச்சபையின் அனைத்துத் தேவைகளையும் அவள் கண்டிப்பாக நிறைவேற்றினாள். அவள் முழு மனதுடன் அவற்றில் ஈடுபட்டதோடு, தான் ஒரு முன்னுதாரணமாக இருக்க வேண்டும் என்று விரும்பி னாள். மேலும் குழந்தைகள் ஒரு வருடத்திற்கு மேலாகத் திருப்பலி பெறவில்லை என்ற உண்மை அவளை வெகுவாக வாட்டியது. எனவே மேட்ரியோனா ஃபிலிமோனோவ்னாவின் முழு சம்மதத் தோடும், ஆதரவோடும் கோடையில் அதைச் செய்ய முடிவு செய்தாள்.

டாரியா அலெக்ஸாண்ட்ரோவ்னா பல நாட்களுக்கு முன்பே, குழந்தைகளுக்கு எப்படி உடை அணிவது என்று யோசித்தாள். எனவே அதற்காகத் தைக்கப்பட்ட ஆடைகளைத் துவைத்து, இஸ்திரி போட்டதுடன், ரிப்பன்களும் தைக்கப்பட்டன. ஆங்கில ஆசிரியை தயாரித்த தான்யாவின் ஆடைகளைத் திருத்திய பிறகும், திருப்தியாக அமையாமல் அவளது மனவேதனையை நீட்டித்தது. அதைத் திரும்பவும் தைக்கும் போது, அவர் மடிப்புகளைத் தவறான இடத்தில் வைத்து, கை துளைகளை மிகவும் பெரியதாக வெட்டி, ஆடையை முற்றிலுமாகப் பாழாக்கினார். தான்யாவின் தோள்கள் மிக இறுக்கமாக இருப்பதைப் பார்க்க வேதனையாக இருந்தது. ஆனால் மேட்ரியோனா ஃபிலிமோனோவ்னா லைனிங் கொடுத்து, கைகளைத் தொங்கவிடும் படி ஆலோசனை சொன்னாள். எனவே பிரச்சினை தீர்க்கப்பட்டது என்றாலும், ஆசிரியையுடன் ஏறக்குறைய ஒரு சண்டையே நடந்தது. விடியற்காலையில் அனைத்தும் சரியாகி, ஒன்பது மணியளவில், தாங்கள் வரும்வரை பாதிரியாரைத் திருப்பலி வழிபாட்டிற்குக் காத்திருக்கும்படி சொன்னார்கள். உடையணிந்து மகிழ்ச்சியில் திளைத்த குழந்தைகள், வண்டியின் முன்னால் நின்று அம்மாவுக்காகக் காத்திருந்திருந்தனர்.

மாட்ரியானா ஃபிலிமோனோவ்னாவின் அறிவுரையின்படி, நொண்டும் குதிரை ராவனுக்குப் பதிலாக, மேலாளரின் குதிரை பிரவுனியை வண்டியில் பூட்டியிருந்தனர். டாரியா அலெக்ஸாண்ட் ரோவ்னா, தன் உடையின் மீது காட்டிய அக்கறையால், வெள்ளை மஸ்லின் ஆடையை அணிந்து, வண்டியில் வந்து ஏறுவதற்குத் தாமதமாகியது. டாரியா அலெக்ஸாண்ட்ரோவ்னா தனது தலை முடியை அழகாகச் சீவி, கவனத்துடன் ஆடையை உடுத்தியிருந்தாள்.

ஒரு காலத்தில் அழகாகத் தோற்றம் தருவதற்காக நேர்த்தியாக உடையணிந்து அனைவரின் கவனத்தையும் ஈர்த்த அவள், பின்னாளில், வயதான பிறகு ஆடை அணிவதில் அதிக சிரத்தைக் காட்டவில்லை. ஏனெனில் தான் தன்னுடைய தோற்றப் பொலிவை இழந்துவிட்டதை அவளால் உணர முடிந்தது. ஆனால் இப்போது அவள் மீண்டும் மகிழ்ச்சியுடனும், உற்காசத்துடனும் ஆடை அணிந்தாள். அவள் தான் அழகாகத் தோற்றமளிக்க வேண்டும் என்று உடை உடுத்தவில்லை மாறாக அழகான குழந்தைகளின் தாயாக, ஒட்டுமொத்த தோற்றத்தையும் கெடுத்துவிடக் கூடாது என்பதற்காவே உடை உடுத்தினாள். அவள் கடைசியாக ஒருமுறை கண்ணாடியில் பார்த்துத் தன்னைத் தானே மெச்சிக் கொண்டாள். அவள் அழகாக இருந்தாள். ஒரு காலத்தில் அவள் நடன அரங்கில் இருக்க விரும்பியதைப் போல அழகாக இல்லை என்றாலும், மனதில் இருந்த நோக்கத்திற்கு ஏற்ப அழகாக இருந்தாள்.

தேவாலயத்தில் சில விவசாயிகளும், வேலையாட்களும் அவர்களைச் சேர்ந்த சில பெண்களையும் தவிர வேறு யாரும் இல்லை. ஆனால் டாரியா அலெக்ஸாண்ட்ரோவ்னா தானும் தனது குழந்தைகளும் அங்கு இருந்தவர்கள் மீது ஏற்படுத்திய தாக்கத்தைப் பார்த்தாள் அல்லது பார்த்ததாக நினைத்தாள். குழந்தைகள் தங்கள் நேர்த்தியான ஆடைகளில் அழகாகத் தோற்றமளித்தது மட்டுமின்றி, தங்கள் நடத்தையாலும் மிகவும் இனிமையாக நடந்து கொண்டார்கள். அல்யோஷா நேராக நிற்காமல் அடிக்கடி தனது ஆடையின் பின்புறத்தைப் பார்க்க முயற்சித்துக் கொண்டிருந்தான் என்பது உண்மை தான் என்றாலும், அவனும் வழக்கத்திற்கு மாறாக இனிமையாக நடந்துகொண்டான். பெரியவளைப் போல நின்ற தான்யா மற்ற குழந்தைகளைக் கவனித்துக் கொண்டாள். ஆனால் கடைக்குட்டியான லில்லி, அனைத்தையும் அப்பாவித்தனமான வியப்புடன் பார்த்துக் கொண்டு, வசீகரமாக இருந்தாள். திருப்பலி எடுத்தபோது, “தயவு செய்து இன்னும் கொஞ்சம்” என்று அவள் ஆங்கிலத்தில் சொன்ன போது, அனைவருக்கும் சிரிப்பை அடக்குவது சிரமமாக இருந்தது.

வீடு திரும்பும் வழியில் குழந்தைகள் புனிதமான ஏதோ ஒன்று நடந்ததை உணர்ந்தவர்களாக மிகவும் அமைதியாக இருந்தனர்.

வீட்டிலும் அனைத்தும் நல்லபடியாக நடந்தது. ஆனால் மதிய உணவின் போது கிரிஷா விசில் அடிக்கத் தொடங்கினான். அதை விட மோசம் என்னவெனில் அவன் ஆங்கில ஆசிரியை சொன்னதற்குக் கீழ்ப்படியாததால், அவனுக்கு இனிப்பு திண்பண்டங்கள் கொடுக்க வேண்டாமென ஆசிரியை தண்டனை வழங்கினார். டாரியா அலெக்ஸாண்ட்ரோவ்னா இருந்திருந்தால், அத்தகைய ஒருநாளில், தண்டனைவரை சென்றிருக்க மாட்டாள். இருப்பினும்

அவள் ஆங்கில ஆசிரியையின் அதிகாரத்தை ஏற்க வேண்டியிருந்தது. எனவே கிரிஷா இனிப்பு சாப்பிடக்கூடாது என்ற அவரது முடிவை உறுதிப்படுத்தினாள்.

இதனால் அழுத கிரிஷா, நிகோலென்காவும் விசில் அடித்தான் என்றாலும் அவனுக்குத் தண்டனை ஏதும் கொடுக்கவில்லை என்றும், தான் அழுவது இனிப்புக்காக அல்லவென்றும், அதைப் பற்றித் தனக்கு கவலை இல்லை என்றும், ஆனால் தான் நியாயமாக நடத்தப் படவில்லை என்பதற்காக அழுவதாகச் சொன்னான். இதனால் வருத்தமடைந்த டாரியா அலெக்ஸாண்ட்ரோவ்னா, கிரிஷாவை மன்னிக்கத் தீர்மானித்து, ஆசிரியையைப் பார்க்கச் சென்றாள். ஆனால் அங்கு வரவேற்பறையைக் கடந்து செல்லும் போது, அவள் கண்களில் கண்ணீர் வரும் அளவுக்கு அவள் உள்ளத்தை மகிழ்ச்சி யால் நிரப்பிய ஒரு காட்சியைக் கண்டு, அவளாகவே அவனை மன்னித்துவிட்டாள்.

தண்டிக்கப்பட்ட சிறுவன் வரவேற்பறையின் மூலையில் ஜன்னல் ஓரம் அமர்ந்திருக்க, அவனுக்குப் பக்கத்தில் தான்யா ஒரு தட்டுடன் நின்றிருந்தாள். தனது பொம்மைகளுக்கு உணவளிக்க விரும்புவதாகச் சொல்லி தனது இனிப்பைத் தங்கள் அறைக்கு எடுத்துச் செல்ல ஆசிரியையிடம் அனுமதி பெற்ற அவள், அதைத் தன் சகோதரனிடம் கொடுத்துக் கொண்டிருந்தாள். தான் அனுப வித்து வரும் தண்டனையின் அநியாயத்தை நினைத்து அழுது கொண்டே, அவள் கொடுத்த கேக்கைச் சாப்பிட்ட அவன், "நீயும் சாப்பிடு, நாம் சேர்ந்து சாப்பிடுவோம்... ஒன்றாக" என்றான்.

தான்யா முதலில் கிரிஷாவின் மீது இரக்கம் கொண்டாள். ஆனால் தான் செய்யும் நல்ல காரியத்தை நினைத்துப் பார்த்து உணர்ச்சிவசப்பட்ட அவளுடைய கண்களிலும் கண்ணீர் வழிந்தது. ஆனால் அவள் மறுக்காமல் தனக்குரிய பங்கைச் சாப்பிட்டுக் கொண்டிருந்தாள்.

அம்மாவைக் கண்ட குழந்தைகள் பயந்தார்கள். ஆனால் அவள் முகத்தை உற்றுப் பார்த்த அவர்கள், தாங்கள் ஒரு நல்ல காரியம் செய்கிறோம் என்பதைப் புரிந்துகொண்டார்கள். எனவே வாய் முழுவதும் நிறைந்த கேக்குடன் சிரித்த அவர்கள், உதடுகளைத் தங்கள் கைகளால் துடைத்து, கண்ணீரால் தங்கள் பிரகாசமான முகத்தை நனைத்தார்கள்.

"அடக் கடவுளே! உங்கள் புதிய வெள்ளை உடை! தான்யா! கிரிஷா!" என்று அவர்களின் ஆடையைக் காப்பாற்ற முயன்ற தாய், கண்களில் கண்ணீருடன், ஆனந்தமான பரவசப் புன்னகையுடன் சொன்னாள்.

புதிய ஆடைகளைக் கழற்றிவிட்டு, சிறுமிகளும் சிறுவர்களும் மாற்று ஆடைகளை அணியும்படி டோலி சொன்னாள். இடை வேளை நேரத்தில், காளான்களை எடுப்பதற்கும், பிறகு குளியல் இல்லத்திற்குச் செல்வதற்கும் புறப்பட்டபோது அவர்கள் மீண்டும் பிரவுனியைப் பூட்டிய வண்டியில் சென்றனர். குழந்தைகளின் குதூகலமான கூச்சல், அவர்கள் குளிக்கும் இல்லத்திற்குச் செல்லும் வரையிலும் ஓயாமல் கேட்டது.

அவர்கள் ஒரு முழு கூடை நிறைய காளான்களைச் சேகரித்தனர். லில்லி கூட ஒரு பிர்ச் காளானைக் கண்டுபிடித்தாள். இதற்கு முன் திருமதி. ஹல் ஒன்றைக் கண்டுபிடித்து லில்லியிடம் சொல்வார். ஆனால் இப்போது அவளாகவே பெரிய பழுப்பு நிறக் காளானைக் கண்டுபிடித்தாள். “லில்லி ஒரு காளானைக் கண்டுபிடித்து விட்டாள்!” என்று பரவசமான கூக்குரல் எழுந்தது.

பின்னர் ஆற்றுக்குச் சென்ற அவர்கள், குதிரைகளைப் பிர்ச் மரங்களின் அடியில் விட்டுவிட்டு, குளியல் இல்லத்திற்குச் சென்றனர். வண்டியோட்டி குதிரைகளை ஒரு மரத்தில் கட்டினான். அங்கு நின்ற குதிரைகள் அங்கிருந்த பூச்சிகளை விரட்டியடித்தன. பிர்ச் மரங்களின் நிழலில், புற்களைப் பரப்பி அதன்மீது படுத்துக்கொண்டு, அவன் புகைபிடிக்கத் தொடங்கிய போது, குளியல் இல்லத்திலிருந்து வந்த குழந்தைகளின் இடைவிடாத குதூகலக் கூச்சல் அவன் காது களைத் துளைத்தது.

எல்லாக் குழந்தைகளையும் கவனித்து, அவர்களின் குறும்பு களைத் தடுப்பதும், அவர்களின் வெவ்வேறு அளவுகளில் உள்ள காலுறைகள், கால்சட்டைகள் மற்றும் காலணிகளை நினைவு கொள்வதும், ஒன்றோடு ஒன்று கலந்துவிடுவதைத் தடுப்பதும், ஒவ்வொன்றிலும் உள்ள பொத்தான்களைக் கழற்றி மீண்டும் போட்டுவிடுவதும், டாரியா அலெக்ஸாண்ட்ரோவ்னாவுக்குச் சிரம மாக இருந்தது. இருந்தாலும், குளிப்பதை விரும்பிய அவள், அது குழந்தைகளுக்கு மிகவும் நல்லது என்று நினைத்து, அனைத்துக் குழந்தைகளுடன் சேர்ந்து குளிப்பதை விடவும், தனக்குப் பெரிய மகிழ்ச்சி வேறு எதுவும் இல்லை என்று நினைத்தாள். அவள் தனது கைவிரல்களால் அவர்களின் பருத்த சிறிய கால்களைத் தொட்டு காலுறைகளைக் கழற்றுவதும், அவர்களைத் தனது கைகளில் ஒன்றாகச் சேர்த்து, அவர்களின் நிர்வாண உடல்களைத் தண்ணீரில் நனைப்பதும், அவர்களின் மகிழ்ச்சியான அல்லது பயந்த கூச்சலைக் கேட்பதும், மூச்சுத்திணறும் களங்கமற்ற முகங்களுடன், விரிந்து பயந்த, குதூகலமான அவர்களின் சின்னஞ்சிறிய கண்களை இமை கொட்டாமல் பார்ப்பதும் அவளுக்கு அளவுகடந்த ஆனந்தத்தைக் கொடுத்தது.

குழந்தைகளுக்கு ஆடை அணிவித்துக் கொண்டிருந்த போது, பால் சுரக்கும் செடியையும், சமையலுக்கும் மருந்துக்கும் பயன்படும் நறுமணச் செடியையும் சேகரிக்கச் சென்ற விவசாயப் பெண்கள், குளியல் இல்லத்தை நெருங்கியதும் பயத்துடன் தயங்கி நின்றனர். மேட்ரியோனா ஃபிலிமோனோவ்னா அவர்களில் ஒருத்தியை அழைத்துத் தண்ணீரில் விழுந்துவிட்ட சட்டையையும் துண்டையும் எடுக்கும்படி சொன்னாள். டாரியா அலெக்ஸாண்ட்ரோவ்னா அந்தப் பெண்களுடன் பேசினாள். முதலில் அவர்கள் தங்கள் முகத்தைக் கைகளால் மூடிக்கொண்டு சிரித்தனர். ஆனால் அதற்குப் பிறகு தைரியமாகப் பேசத் தொடங்கினர். டாரியா அலெக்ஸாண்ட் ரோவ்னா தன் குழந்தைகள் மீது செலுத்திய உண்மையான அன்பினால் அவர்களைக் கவர்ந்தாள்.

"சர்க்கரையைப் போல வெண்மையான அழகு" என்ற ஒருத்தி தனேச்காவைப் பார்த்துத் தலையை ஆட்டினாள். "ஆனால் ஒல்லி..."

"ஆமாம், அவளுக்கு உடல்நலமில்லை."

"இதோ பார், அவனும் குளிக்கிறான்" என்று மற்றொருத்தி ஒரு குழந்தையைச் சுட்டிக்காட்டினாள்.

"அவனுக்கு மூன்று மாதங்களே ஆகின்றன" என்ற டாரியா அலெக்ஸாண்ட்ரோவ்னா பெருமையுடன் சொன்னாள்.

"அதைப் பாருங்கள்!"

"உங்களுக்குக் குழந்தைகள் இருக்கிறார்களா?"

"நான்கு குழந்தைகளில் இப்போது ஒரு பையனும் ஒரு பெண்ணும் மட்டுமே உள்ளனர். கடந்த திருவிழாவுக்கு முன்பு வரை நான் அவளுக்குப் பாலூட்டினேன்."

"அவளுக்கு என்ன வயது?"

"ஒரு வருடத்திற்கு மேலிருக்கும்."

"நீங்கள் ஏன் இன்னும் பாலூட்டுகிறீர்கள்?"

"அது எங்கள் வழக்கம். மூன்று விரதங்கள்வரை பாலூட்டு வோம்."

அந்த உரையாடல் டாரியா அலெக்ஸாண்ட்ரோவ்னாவுக்கு மிகவும் சுவாரஸ்யமாக இருந்தது. குழந்தைகளின் பிறப்பு எப்படி இருந்தது? அவர்களுக்கு என்ன நோய்கள் இருந்தன? கணவர் எங்கே? அவர் அடிக்கடி வருவாரா?

அவர்களுடன் பேசுவது அவளுக்கு மகிழ்ச்சியாக இருந்த காரணத்தால், டாரியா அலெக்ஸாண்ட்ரோவ்னா அந்தப் பெண் களைப் பிரிவதற்கு விரும்பவில்லை. அவர்களும் தன்னைப் போலவே

இருப்பது அவளுக்கு மகிழ்ச்சியை ஏற்படுத்தியது. அவளுக்கு நிறைய குழந்தைகள் இருப்பதையும், அவர்கள் அழகாக இருப்பதையும், அந்தப் பெண்கள் வெளிப்படையாகப் பாராட்டியதால் அவள் மிகவும் மகிழ்ந்தாள். டாரியா அலெக்ஸாண்ட்ரோவ்னாவைச் சிரிக்க வைத்த அந்தப் பெண்கள், ஆங்கில ஆசிரியையைப் புண்படுத்தினார் கள். அவர்கள் தன்னைப் பார்த்து ஏன் சிரிக்கிறார்கள் என்பது ஆசிரியைக்குப் புரியவில்லை. அவளையே உற்றுப் பார்த்த ஒரு இளம் பெண், அவள் மூன்றாவது பாவாடையை அணிந்தபோது, அந்தப் பெண்ணால் பேசாமல் இருக்க முடியவில்லை. “அதைப் பாருங்கள், அவர் போடுகிறார், போடுகிறார், போட்டுக் கொண்டே இருக்கிறார். அவர் ஒருபோதும் போட்டு முடிக்க மாட்டார்!” என்று சொல்ல எல்லோரும் ‘கொல்’லென்று சிரித்தார்கள்.

9

குளித்து முடித்து ஈரத் தலையுடன் இருந்த குழந்தைகளுடன், தன் தலையைத் துண்டால் முடிந்து கொண்டு, டாரியா அலெக் ஸாண்ட்ரோவ்னா வீட்டை நோக்கிச் சென்ற போது, வண்டியோட்டி சொன்னான்:

“யாரோ ஒரு கனவான், பொக்ரோவ்ஸ்கோயேவிலிருந்து வருவ தாகத் தெரிகிறது.”

தலையை வெளியே நீட்டிப் பார்த்த டாரியா அலெக்ஸாண்ட் ரோவ்னா, சாம்பல் நிறத் தொப்பியும், சாம்பல் நிற கோட்டும் அணிந்த லெவினின் பரிச்சயமான உருவம் தங்களை நோக்கி வருவதைக் கண்டு மகிழ்ந்தாள். அவள் எப்போதும் அவரைக் காண்பதில் மகிழ்ச்சி யடைந்தாள். ஆனால் இப்போது அவளை அவர் அவளுடைய முழுமையான பெருமித உணர்வில் காண்பதைக் கண்டு அவள் குறிப்பிடத்தக்க வகையில் மகிழ்ந்தாள். அவளுடைய மதிப்பை லெவினைவிட யாராலும் நன்றாகப் புரிந்துகொள்ள முடியாது.

அவளைப் பார்த்ததும் அவர் தனக்கென கற்பனை செய்து கொண்ட, எதிர்கால குடும்ப வாழ்க்கையின் ஒரு சித்திரத்தைக் கண்டார்.

“நீங்கள் ஒரு தாய்க்கோழி மாதிரி இருக்கிறீர்கள் டாரியா அலெக்ஸாண்ட்ரோவ்னா.”

“ஆகா, எனக்கு மிகுந்த மகிழ்ச்சியாக இருக்கிறது!” என்று கையைக் கொடுத்தாள்.

“மகிழ்ச்சி, ஆனால் நீங்கள் என்னிடம் சொல்லவேயில்லை. என் சகோதரர் என்னுடன் இருக்கிறார். நீங்கள் இங்கே இருப்பதாக ஸ்டீவாவிடமிருந்து எனக்கு ஒரு குறிப்பு வந்தது.”

“ஸ்டீவாவிடமிருந்தா?” என்று டாரியா அலெக்ஸாண்ட்ரோவ்னா வியப்புடன் கேட்டாள்.

“ஆமாம், நீங்கள் இங்கே வந்துவிட்டீர்கள் என்று அவர் எழுதியிருந்தார். உங்களுக்கு ஏதாவது ஒரு வகையில் உதவிசெய்ய, நீங்கள் என்னை அனுமதிப்பீர்கள் என்று அவர் நினைத்தார்” என்று சொன்ன லெவின், அதைச் சொன்னதும் திடீரென சங்கடப் பட்டு ஏதும் பேசாமல், தடுப்பு வரையிலும் நடந்து சென்று, எலுமிச்சை மரத்தின் தண்டைக் கிழித்து வாயில் போட்டு மென்றார். ஒரு கணவர் செய்யவேண்டிய காரியத்தில், ஒரு மூன்றாம் மனிதர் உதவுவது விரும்பத்தகாததாக இருக்கும் என்பதை உணர்ந்த அவர் சங்கடப்பட்டார். உண்மையில் ஸ்டீபன் ஆர்கடியேவிச், தனது குடும்ப விவகாரங்களை மற்றவர்கள் மீது திணிப்பது டாரியா அலெக்ஸாண்ட்ரோவ்னாவுக்குப் பிடிக்கவில்லை. லெவின் இதைப் புரிந்து கொண்டார் என்பதை உடனடியாக உணர்ந்த அவள், லெவினை அவருடைய இந்த நுட்பமான புரிதலுக்காக நேசித்தாள்.

“நிச்சயமாக எனக்குப் புரிகிறது” என்ற லெவின், “நீங்கள் என்னைப் பார்க்க மட்டுமே விரும்புகிறீர்கள். நான் அதற்காக மிகவும் மகிழ் கிறேன். ஒரு பெரு நகரத்தின் குடும்பத் தலைவியான உங்களுக்கு இப்படியான ஒரு கிராமம், மிகக் கொடுமையாக இருக்கும் என்பதை என்னால் கற்பனை செய்ய முடிகிறது. ஏதேனும் தேவைப்பட்டால், நான் உங்கள் சேவைக்காகக் காத்திருக்கிறேன்.”

“ஓ, அப்படியில்லை!” என்றாள் டோலி. “ஆரம்பத்தில் அசௌ கரியமாக இருந்தது என்றாலும் இப்போது அனைத்தும் மிக அழகாக அமைந்துவிட்டன. அதற்காக என்னுடைய வயதான செவிலிக்கு நன்றி சொல்ல வேண்டும்” என்ற அவள் மேட்ரியோனா ஃபிலிமோ னோவ்னாவைச் சுட்டிக் காட்டினாள். அவர்கள் தன்னைப் பற்றிப் பேசுகிறார்கள் என்பதை உணர்ந்த அவள் லெவினிடம் மகிழ்ச்சியாக, நட்பாகப் புன்னகைத்தாள். அவரை அறிந்திருந்த அவள், அந்த இளம் பெண்ணுக்கு அவர் நல்ல பொருத்தம் என்பதை அறிந்து, அது நல்லவிதமாக முடிய வேண்டும் என்று விரும்பினாள்.

“நீங்களும் அமருங்கள், நாங்கள் இடம் கொடுக்கிறோம்” என்றாள் அவள் அவரிடம்.

“வேண்டாம், நான் நடக்கிறேன். குழந்தைகளே யார் என்னுடன் சேர்ந்து குதிரையோடு போட்டிக்கு வருகிறீர்கள்?”

குழந்தைகளுக்கு லெவினை நன்றாகத் தெரியாது என்றாலும், அவர்களுக்கு அவரைப் பார்த்ததாக நினைவில் இல்லை என்றாலும், பெரும்பாலும் பாசாங்கு செய்யும் பெரியவர்களிடம் காட்டும் விசித்திரமான தயக்கத்தையும் வெறுப்பையும் அவர்கள் அவரிடம் காட்டவில்லை. இது பெரும்பாலும் பெரியவர்களுக்கு வலியை ஏற்படுத்துகிறது. மிகவும் புத்திசாலி மனிதனைக் கூட பாசாங்கு செய்வது சில நேரங்களில் ஏமாற்றுகிறது. ஆனால் மிகவும் தயக்கம் காட்டும் குழந்தைகூட, எத்தனை திறமையாக அதைச் செய்தாலும், அதை அடையாளம் கண்டு விலகிச் சென்றுவிடும். லெவினிடம் வேறு எந்தக் குறைகள் இருந்தபோதும், பாசாங்குத்தனம் என்பது ஒரு குண்டுமணி அளவு கூட இல்லை. எனவே குழந்தைகள் தங்கள் தாயின் முகத்தில் வெளிப்பட்ட அதே நட்புறவை அவரிடம் காட்டினார்கள். அவரது அழைப்பை ஏற்ற மூத்தவர்கள் இருவரும் உடனே கீழே குதித்து, தங்கள் செவிலியர் மிஸ். ஹல் அல்லது அவர்கள் தாயுடன் செல்வது போல அவருடன் ஓடினர். லில்லியும் அவருடன் செல்லவேண்டும் என்று சொல்ல, அவள் தாய் அவளை அவரிடம் கொடுத்தாள். அவர் அவளைத் தன் தோள் மீது சுமந்து கொண்டு ஓடினார்.

"பயப்படாதீர்கள், பயப்படாதீர்கள், டாரியா அலெக்ஸாண்ட்ரோவ்னா!" என்று தாயைப் பார்த்து மகிழ்ச்சியுடன் சிரித்தார். "நான் அவளைக் காயப்படுத்தவோ அல்லது கீழே விட்டுவிடவோ வாய்ப்பில்லை."

அவருடைய சாதுர்யமான, வலிமையான, எச்சரிக்கையான, அசைவுகளைக் கண்ட தாய் அமைதியடைந்து, அவரைப் பார்த்து மகிழ்ச்சியுடனும், ஆமோதிக்கும் பாவனையிலும் சிரித்தாள். குழந்தைகளுடனும், டாரியா அலெக்ஸாண்ட்ரோவ்னாவுடனும் மிகவும் இணக்கமாக இருப்பதை உணர்ந்த லெவின், அடிக்கடி அவரை ஆட்கொள்ளும் அந்தக் குழந்தைத்தனத்தின் மகிழ்ச்சியான மனநிலைக்குச் சென்றார். மேலும் டாரியா அலெக்ஸாண்ட்ரோவ்னா அவருடைய அந்த மனநிலையை மிகவும் நேசித்தாள். குழந்தை களுடன் ஓடியபோது அவர் அவர்களுக்கு ஜிம்னாஸ்டிக்ஸ் கற்றுக் கொடுத்தார். மிஸ். ஹல்லைத் தனது மோசமான ஆங்கிலத்தால் சிரிக்க வைத்தார். மேலும் டாரியா அலெக்ஸாண்ட்ரோவ்னாவிடம் தனது வேலைகளைப் பற்றி விவரித்தார்.

இரவு உணவிற்குப் பிறகு அவருடன் பால்கனியில் தனியாக அமர்ந்த டாரியா அலெக்ஸாண்ட்ரோவ்னா கிட்டியைப் பற்றிப் பேசத் தொடங்கினாள்.

"உங்களுக்குத் தெரியுமா? கிட்டி என்னுடன் கோடையைக் கழிக்க இங்கு வருகிறாள்."

“அப்படியா?” என்று திடுக்கிட்டு கேட்ட அவர் உடனடியாக விஷயத்தை மாற்றுவதற்காக, “அப்படியானால் நான் உங்களுக்கு இரண்டு பசுக்களை அனுப்பட்டுமா? நீங்கள் விரும்பினால், நீங்கள் வெட்கப்படவில்லை என்றால், எனக்கு மாதத்திற்கு ஐந்து ரூபிள்கள் கொடுக்கலாம்.”

“வேண்டாம், நன்றி. நீங்கள் மிகவும் அன்பானவர். எங்களிடம் போதியவை உள்ளன.”

“அப்படியானால், நான் உங்கள் அனுமதியுடன் உங்கள் பசுக்களைப் பார்த்து, அவற்றுக்கு எப்படி உணவு கொடுப்பது என்று சொல்கிறேன். முழு விஷயமும் உணவு கொடுப்பதில்தான் உள்ளது.”

லெவின் உரையாடலைத் திசை திருப்புவதற்காகவே பால் பண்ணையைப் பற்றிப் பேச ஆரம்பித்தார். பசு என்பது உணவைப் பாலாக மாற்றும் ஒரு யந்திரம் மட்டுமே என்பது போன்ற பலவும் தான் அவற்றின் சாராம்சம்.

கிட்டியைப் பற்றிய விவரங்களைக் கேட்பதற்கு ஆர்வமாக இருந்த அதே சமயத்தில் அவர் அவற்றையெல்லாம் பயத்துடன் பேசிக் கொண்டிருந்தார். இத்தனை காலம் கஷ்டப்பட்டுக் கண்டடைந்த நிம்மதி எங்கே சீர்குலைந்து விடுமோ என்று அவர் பயந்தார்.

“சரிதான், ஆனால் இதையெல்லாம் யார் பார்த்துக் கொள்வார்கள்?” என்று டாரியா அலெக்ஸாண்ட்ரோவ்னா ஆர்வமற்றவளாகக் கேட்டாள்.

இப்போது அவள் மேட்ரியோனா ஃபிலிமோனோவ்னா மூலம் தனது அனைத்து வீட்டு வேலைகளுக்கும் ஏற்பாடு செய்து விட்டதால், அவள் அதை மாற்றுவதற்கு விரும்பவில்லை. உண்மையில் அவள் லெவினின் விவசாயத்தைப் பற்றிய அறிவை நம்பவில்லை. பசு என்பது பால் தயாரிக்கும் யந்திரம் என்ற அவரது கருத்து அவளுக்குச் சந்தேகத்திற்குரியதாக இருந்தது. இதுபோன்ற கருத்துக்கள் விவசாயத்திற்கு இடையூறாகவே இருக்கும் என்று அவள் கருதினாள். அவளைப் பொறுத்தவரை எல்லாமே மிகவும் எளிமையானவை. அவள் செய்ய வேண்டியது என்று மேட்ரியோனா ஃபிலிமோனோவ்னா விளக்கியபடி, ஸ்பாட்டி மற்றும் ஒயிட்ரம்ப் பசுக்களுக்குச் சாப்பிடுவதற்கும் குடிப்பதற்கும் நிறையக் கொடுக்க வேண்டும். மேலும் சமையல்காரர் சமையலறை துணுக்குகளை அவற்றுக்குக் கொடுக்காமல் பார்த்துக்கொள்ள வேண்டும். அது தெளிவாக இருந்தது. ஆனால் லெவினுடைய உணவு மற்றும் புல் தீவனம் பற்றிய கருத்துக்கள் தெளிவற்றும், சந்தேகப்படும்படியும் இருந்தன. அனைத்திற்கும் மேலாக அவள் கிட்டியைப் பற்றிப் பேச விரும்பினாள்.

10

"தனிமையையும் அமைதியையும் தவிர வேறு எதையும் தான் இப்போது விரும்பவில்லை என்று கிட்டி எனக்கு எழுதியிருந்தாள்" என்று டோலி நீண்ட இடைவெளிக்குப் பிறகு சொன்னாள்.

"அவரது உடல்நிலையில் முன்னேற்றம் ஏற்பட்டுள்ளதா?" என்று லெவின் ஆவலுடன் கேட்டார்.

"நல்லவேளை, அவள் நன்றாகக் குணமடைந்து விட்டாள். அவளுடைய நுரையீரலில் ஏதேனும் கோளாறு இருப்பதாக நான் ஒருபோதும் நம்பவில்லை."

"ஆகா, எனக்கு மிகவும் மகிழ்ச்சியாக இருக்கிறது!" என்று சொன்ன லெவின், அவளுடைய முகத்தை அமைதியாக ஏறிட்டுப் பார்த்தபோது, அதில் ஏதோ நெகிழ்ச்சியும், உதவியற்ற தன்மையும் இருப்பதாக டோலிக்குத் தோன்றியது.

"கேளுங்கள், கான்ஸ்டான்டின் டிமிட்ரிச்" என்ற டாரியா அலெக்ஸாண்ட்ரோவ்னா, கனிவான புன்னகையுடன் அதே சமயம் லேசான கேலியுடன், "உங்களுக்கு கிட்டி மீது என்ன கோபம்?" என்று கேட்டாள்.

"எனக்கா? எனக்குக் கோபம் எதுவுமில்லை" என்றார் லெவின்.

"இல்லை, உங்களுக்குக் கோபமிருக்கிறது. நீங்கள் மாஸ்கோவில் இருந்தபோது எங்களைப் பார்க்கவோ அல்லது அவர்களைப் பார்க்கவோ ஏன் வரவில்லை?"

"டாரியா அலெக்ஸாண்ட்ரோவ்னா" என்று தனது தலையின் உச்சிவரை சிவந்த லெவின், "உங்களுடைய கனிவான இதயத்தினால் நீங்கள் அதை உணராமலிருப்பது எனக்கு வியப்பைத் தருகிறது. உங்களுக்குத் தெரியும் என்பதால், என் மீது உங்களுக்கு எந்த அனுதாபமும் இல்லையா..."

"எனக்கு என்ன தெரியும்?"

"நான் முன்மொழிந்தேன் ஆனால் நிராகரிக்கப்பட்டேன் என்பது உங்களுக்கு நன்றாகத் தெரியும்" என்று லெவின் சொன்னார். ஒரு கணத்திற்கு முன்பு கிட்டி மீது அவர் கொண்ட கனிவு, அந்த அவமானத்தை நினைத்து, கோப உணர்வாக மாறியது.

"எனக்குத் தெரியும் என்று உங்களுக்கு எதனால் தோன்றுகிறது?"

"ஏனெனில் அனைவருக்கும் தெரியும்."

"அங்கேதான் நீங்கள் தவறு செய்கிறீர்கள். நான் ஊகித்தாலும் என்னால் அதைக் கண்டுபிடிக்க முடியாது."

"ஆகா! சரிதான், இப்போது உங்களுக்குத் தெரிந்துவிட்டது."

"ஏதோ நடந்திருக்கிறது என்று மட்டுமே எனக்குத் தெரியும் ஆனால் அது என்ன என்பதைக் கிட்டி என்னிடம் ஒருபோதும் சொல்லவில்லை. ஏதோ ஒன்று அவளை மிகவும் வாட்டி வதைக்கிறது என்பது எனக்குத் தெரியும். அவள் அதைப் பற்றி ஒன்றும் பேசவேண்டாம் என்று என்னிடம் கேட்டுக் கொண்டாள். அவள் என்னிடம் சொல்லவில்லை என்றால் வேறு யாரிடமும் சொல்லி யிருக்க முடியாது. ஆனால் உங்கள் இருவருக்கும் இடையில் என்ன நடந்தது? என்னிடம் சொல்லுங்கள்."

"என்ன நடந்தது என்பதை நான் சொல்லிவிட்டேன்."

"எப்போது?"

"நான் கடைசியாக உங்களைச் சந்தித்தபோது."

"நான் என்ன சொல்லப்போகிறேன் என்பது உங்களுக்கே தெரியும்" என்றாள் டாரியா அலெக்ஸாண்ட்ரோவ்னா. "நான் அவளுக்காக மிகவும், மிகவும் வருந்துகிறேன். ஆனால் நீங்கள் உங்கள் கர்வத்தால் மட்டுமே அவதிப்படுகிறீர்கள்..."

"இருக்கலாம்" என்ற லெவின். "ஆனால்..."

அவள் அவரை இடைமறித்தாள்.

"ஆனால் அவள் பாவம். அவளுக்காக நான் மிகமிக வருந்து கிறேன். இப்போது எனக்கு எல்லாம் புரிகிறது."

"சரி, டாரியா அலெக்ஸாண்ட்ரோவ்னா நீங்கள் என்னை மன்னித்துவிடுங்கள்" என்று அவர் எழுந்தார். "நான் வருகிறேன்!"

"இல்லை, பொறுங்கள்" என்ற அவள் அவர் கையைப் பிடித்துக் கொண்டாள். "பொறுங்கள், உட்காருங்கள்."

"தயவுசெய்து, தயவுசெய்து அதைப் பற்றிப் பேச வேண்டாம்" என்ற லெவின் உட்கார்ந்தார். அதேசமயம், தனது உள்ளத்தில் புதைந்துபோன நம்பிக்கை மீண்டும் கிளர்ந்து எழுவதை அவரால் உணர முடிந்தது.

"நான் உங்களைப் பற்றிக் கவலைப்படவில்லை என்றால்" என்ற டாரியா அலெக்ஸாண்ட்ரோவ்னாவின் கண்களில் கண்ணீர் துளிகள் உருண்டோடின. "நான் உங்களை நெருக்கமாக அறிந்திருக்கவில்லை என்றால்..."

அவர் இறந்துவிட்டதாக நினைத்திருந்த உணர்வுகள் மெல்ல மெல்ல புத்துயிர் பெற்று எழுந்து லெவினின் இதயத்தை ஆட் கொண்டது.

"ஆமாம், இப்போது எனக்கு எல்லாம் புரிகிறது" என்ற டாரியா அலெக்ஸாண்ட்ரோவ்னா மேலும் தொடர்ந்தாள். "உங்களுக்கு

அது புரியாது. சுதந்திரமாக எதையும் தேர்வு செய்யும் ஆண்களாகிய உங்களுக்கு, நீங்கள் யாரை நேசிக்கிறீர்கள் என்பது எப்போதும் தெளிவாக இருக்கும். ஆனால் எதிர்பார்ப்புடன் இருக்கும் ஒரு இளம்பெண், நாணம் எனும் இயல்பான குணத்தினால் தூரத்தி லிருந்து ஆண்களைப் பார்க்கும் பெண், எல்லாவற்றையும் நம்பிக்கை யுடன் எடுத்துக் கொள்ளும் பெண், சில நேரங்களில் தான் யாரைக் காதலிக்கிறோம் என்பதையும், என்ன சொல்வது என்பதையும் அறியாமல் போகிறாள்."

"ஆமாம், அவள் இதயம் பேசவில்லை என்றால்..."

"இல்லை, அவள் இதயம் பேசுகிறது. ஆனால் யோசித்துப் பாருங்கள். ஆண்களாகிய நீங்கள் ஒரு பெண் மீது கண் வைத்து, அவள் வீட்டிற்குச் சென்று, அவளுடன் நட்பு கொண்டு, தொடர்ந்து கவனித்து, நீங்கள் அவளை நேசிக்கிறீர்கள் என்று உறுதியான பிறகு முன்மொழிகிறீர்கள்..."

"ஆனால் அப்படியெல்லாம் இல்லை."

"எப்படியிருந்தாலும், உங்கள் காதல் பழுக்கும்போது அல்லது உங்களுடைய இரண்டு தேர்வுகளில் ஒன்றை நோக்கி முள் சாயும் போது, நீங்கள் முன்மொழிகிறீர்கள். ஆனால் அந்தப் பெண்ணிடம் கேட்பதில்லை. அவளே தேர்வு செய்வாள் என்று எதிர்பார்க்கப் படுகிறது. ஆனால் அவளால் தேர்வு செய்ய முடியாது. ஆம் அல்லது இல்லை என்று மட்டுமே அவள் பதில் சொல்கிறாள்."

'ஆமாம், எனக்கும் விரான்ஸ்கிக்கும் இடையில் ஒரு தேர்வு' என்று லெவின் நினைத்தார். அவரது இதயத்தில் உயிர்த்தெழுந்த மனிதன் மீண்டும் இறந்து போனான். இப்போது பெரும் பாரம் சுமையாக அவருடைய இதயத்தை அழுத்தியது.

"டாரியா அலெக்ஸாண்ட்ரோவ்னா, ஒருவர் ஆடையை வேண்டுமானால் அப்படித் தேர்ந்தெடுக்கலாம் அல்லது எதை அப்படி வாங்கலாம் என்பது எனக்குத் தெரியவில்லை ஆனால் காதலை அல்ல. தேர்வு முடிவாகிவிட்டது மிகவும் நல்லது... ஆனால் இரண்டாவது முறை நிச்சயமாக முடியாது."

"ஓ, சுய கௌரவம், கௌரவம்!" என்றாள் டாரியா அலெக் ஸாண்ட்ரோவ்னா. பெண்களால் மட்டுமே புரிந்துகொள்ளக் கூடிய உணர்ச்சிகளுக்கு மாறாக அவரிடம் வெளிப்பட்ட அற்பத்தனமான உணர்வுக்காக அவரை வெறுப்பது போலச் சொன்னாள். "நீங்கள் கிட்டியிடம் முன்மொழிந்த சமயத்தில், அவள் பதில் சொல்லமுடியாத நிலையில் இருந்தாள். அவள் தயங்கினாள். உங்களுக்கும் விரான்ஸ் கிக்கும் இடையில் அவள் ஊசலாடினாள். அவள் அவரைத் தினமும் பார்த்து வந்தாள். ஆனால் அவள் உங்களை நீண்ட நாட்களாகப்

பார்க்கவில்லை. அவள் வயது முதிர்ந்தவள் என்று வைத்துக்கொள்வோம்... உதாரணமாக நான் அவளுடைய இடத்தில் இருந்திருந்தால், எனக்கு எந்தத் தயக்கமும் இருந்திருக்காது. ஏனெனில் நான் எப்போதும் அவரை வெறுத்தேன் என்பதால் அங்கே அது முடிந்திருக்கும்."

'இல்லை, அது முடியாது...' என்று கிட்டி சொன்ன பதிலை லெவின் நினைத்துப் பார்த்தார்.

"டாரியா அலெக்ஸாண்ட்ரோவ்னா நீங்கள் என் மீது வைத்திருக்கும் நம்பிக்கையைப் பாராட்டுகிறேன். ஆனால் நீங்கள் தவறு செய்வதாக நான் நினைக்கிறேன். நான் சொல்வது சரியாகவோ அல்லது தவறாகவோ இருக்கலாம். ஆனால் நீங்கள் வெறுக்கும் இந்தச் சுயகௌரவம், கிட்டியைப் பற்றி எதையும் நினைத்துப் பார்ப்பதற்கு இடம் தரவில்லை என்பதை நீங்கள் புரிந்துகொள்ள வேண்டும். அது முற்றிலும் சாத்தியமற்றது."

"நான் மேலும் ஒன்றே ஒன்றை மட்டும் சொல்கிறேன். என் சொந்தக் குழந்தையாகப் பாவித்து நேசிக்கும் என் சகோதரியைப் பற்றி நான் பேசுகிறேன் என்பதை நீங்கள் புரிந்துகொள்ள வேண்டும். அவள் உங்களைக் காதலிக்கிறாள் என்று நான் சொல்லவில்லை. ஆனால் அந்த நேரத்தில் அவள் மறுப்பு தெரிவித்தது எதையும் நிரூபணம் செய்யவில்லை என்பதை மட்டுமே நான் சொல்ல விரும்புகிறேன்."

"எனக்குத் தெரியாது" என்ற லெவின் துள்ளி எழுந்தார். "நீங்கள் எத்தனை மோசமாக என்னைக் காயப்படுத்துகிறீர்கள் என்பது உங்களுக்குத் தெரிந்தால்! உங்கள் குழந்தை இறந்தபோது யாரோ ஒருவர் உங்களிடம், 'அவன் எப்படியெல்லாம் இருந்திருப்பான், அவன் நன்றாக வாழ்வதைக் கண்டு நீங்கள் மிகவும் மகிழ்ச்சி அடைந்திருப்பீர்கள். ஆனால் துரதிர்ஷ்டவசமாக அவன் இறந்து விட்டான்' என்று சொல்வதைப் போல இருக்கிறது..."

"நீங்கள் சொல்வது வேடிக்கையாக இருக்கிறது" என்று டாரியா அலெக்ஸாண்ட்ரோவ்னா லெவினின் பதட்டத்திற்கு இடையிலும் சோகமான புன்னகையுடன் சொன்னாள். "ஆமாம், இப்போது எனக்கு எல்லாம் புரிகிறது" என்று அவள் கவலையுடன் தொடர்ந்து சொன்னாள். "அப்படியானால் கிட்டி இங்கே இருக்கும்போது, எங்களைப் பார்க்க வரமாட்டீர்களா?"

"இல்லை, வரமாட்டேன். நான் வேண்டுமென்றே கிட்டியைத் தவிர்க்கப் போவதில்லை. ஆனால் முடிந்தவரை, என்னுடைய இருப்பின் சுமையிலிருந்து அவளை விடுவிக்க முயற்சிப்பேன்."

"நீங்கள் மிகவும் வேடிக்கையானவர்" என்ற டாரியா அலெக்ஸாண்ட்ரோவ்னா அவரது முகத்தைக் கனிவுடன் ஆராய்ந்தாள்.

“சரி, சரி, நாம் அதைப் பற்றிப் பேசவே இல்லை என்பதாக இருக் கட்டும். என்ன தான்யா?” என்று உள்ளே வந்த பெண்ணிடம் பிரெஞ்சில் கேட்டாள்.

“என் மண்வெட்டி எங்கே அம்மா?”

“நான் பிரெஞ்சில் பேசினால் நீயும் அவ்வாறே பேச வேண்டும்.”

அந்தச் சிறுமியும் அவ்வாறே பேச விரும்பியபோதும் மண்வெட்டி என்பதை பிரெஞ்சில் எப்படிச் சொல்வது என்பதை அவள் மறந்துவிட்டாள். அதை அவளிடம் சொன்ன அவளுடைய அம்மா மண்வெட்டி எங்கே இருக்கிறது என்பதைப் பிரெஞ்சில் சொல்லத் தொடங்கினாள். லெவினுக்கு அது ஏற்புடையதல்ல என்று தோன்றி யது.

முன்பு அவருக்கு அழகாகத் தோன்றிய டாரியா அலெக்ஸாண்ட் ரோவ்னாவின் வீடும், அவளுடைய குழந்தைகளும் இப்போது அவருக்கு அத்தனை அழகாகத் தெரியவில்லை.

‘அவர் ஏன் குழந்தைகளுடன் பிரெஞ்சில் பேசுகிறார்?’ என்று அவர் நினைத்தார். ‘இது எத்தனை செயற்கையானது, பொய்யானது! குழந்தைகளால் அதை உணர முடியும். பிரெஞ்சு மொழியைக் கற்றுக் கொண்டு, நேர்மையை மறந்துவிடுவது’ என்று லெவின் தனக்குள் நினைத்துக் கொண்டார். டாரியா அலெக்ஸாண்ட்ரோவ்னா இதையெல்லாம் ஏற்கனவே இருபது தடவைக்கு மேல் யோசித்தாள் என்றாலும், கொஞ்சம் நேர்மையை இழந்தாவது குழந்தைகளுக்கு பிரெஞ்சு மொழியைக் கற்பிப்பது அவசியம் என்று அவள் நினைத் தாள்.

“நீங்கள் இப்போதே போக வேண்டுமா? இன்னும் சற்று நேரம் இருங்கள்.”

லெவின் தேநீர் அருந்தும்வரை அங்கேயே இருந்தார் என்றாலும் அவருடைய உற்சாகம் முற்றாக வற்றிப்போனது என்பதோடு, அவர் சங்கடமாக உணரத் தொடங்கினார்.

லெவின் தேநீர் அருந்திவிட்டு, தன் குதிரைகளைக் கொண்டுவரச் சொல்வதற்காக முன்மண்டபத்திற்குச் சென்றார். அவர் திரும்பி வந்தபோது, டாரியா அலெக்ஸாண்ட்ரோவ்னா கலங்கிய முகத்துடன் கண்களில் கண்ணீர் மல்கக் காட்சியளித்தாள். லெவின் வெளியே இருந்த சமயத்தில் ஒரு சம்பவம் நிகழ்ந்தது. அது அவளுடைய அன்றைய தினத்தின் மகிழ்ச்சி அனைத்தையும், அவளுடைய குழந்தைகள் மீதான பெருமிதத்தையும் அடித்து நொறுக்கியது. கிரிஷாவும் தான்யாவும் ஒரு பந்துக்காகச் சண்டையிட்டுக் கொண் டனர். குழந்தைகளின் அறையில் அழுகுரலைக் கேட்டு அங்கு சென்ற அவள், அவர்கள் மிக மோசமான நிலையில் இருப்பதைக்

கண்டாள். தான்யா கிரிஷாவின் தலைமுடியைப் பிடித்து இழுத்துக் கொண்டிருந்தான். கோபத்தால் முகம் சிவந்த அவன் தன்னால் முடிந்த இடங்களில் எல்லாம் அவளை முஷ்டியால் அடித்துக் கொண்டிருந்தான். இதைப் பார்த்ததும் அவள் உள்ளத்தில் ஏதோ ஒன்று சுக்குநூறாக உடைந்தது. அவள் வாழ்க்கையில் இருள் சூழ்ந்தது போல இருந்தது. அவள் மிகவும் பெருமைப்பட்ட தனது குழந்தைகள் மிகவும் சாதாரணமான, மோசமாக வளர்க்கப்பட்ட, பொல்லாத குழந்தைகள். முரட்டுத்தனமான, மிருகத்தனமான இச்சை உடையவர்கள் என்பதை அவள் புரிந்துகொண்டாள்.

அவளால் எதைப் பற்றியும் சிந்திக்கவோ அல்லது பேசவோ முடியவில்லை. அவளால் லெவினிடம் தனது வருத்தத்தைச் சொல்லாமல் இருக்க முடியவில்லை.

அவள் மகிழ்ச்சியாக இல்லை என்பதைக் கண்ட லெவின் எல்லாக் குழந்தைகளும் சண்டையிடுவது இயல்பு என்றும், இது மோசமான எதையும் நிரூபிக்கவில்லை என்றும் அவளைத் தேற்ற முயன்றார். ஆனால் அவர் அதைச் சொன்னபோது தனக்குள், ‘இல்லை, நான் செயற்கையாக இருக்க மாட்டேன். மேலும் குழந்தை களுடன் பிரெஞ்சில் பேச மாட்டேன். ஆனால் என் குழந்தைகள் அப்படியிருக்க மாட்டார்கள். ஒருவர் தனது குழந்தைகளைக் கெடுக்கவோ அவர்களின் இயல்புகளைச் சிதைக்கவோ கூடாது. அப்படியிருந்தால் அவர்கள் அற்புதமாக இருப்பார்கள். நிச்சயமாக என் குழந்தைகள் இப்படியிருக்க மாட்டார்கள்’ என்று நினைத்துக் கொண்டார்.

அவர் விடைபெற்றுக் கொண்டு அங்கிருந்து கிளம்பினார். அவரை இருக்கும்படி அவள் வற்புறுத்தவில்லை.

11

ஜூலை மாதத்தின் நடுவில், பொக்ரோஸ்கோயேவிலிருந்து பதினைந்து மைல் தொலைவில் இருந்த லெவினின் சகோதரியின் கிராமத்தைச் சேர்ந்த கிராமத்து மூத்தவர், புல்வெளியை வெட்டுவது குறித்த செய்திகளைத் தெரிவிப்பதற்கு வந்தார். அவரது சகோதரிக்கு முதன்மையான வருமானம் அவளுடைய பண்ணையின் புல்வெளி களிலிருந்து கிடைத்து வந்தது. முன்பெல்லாம் ஏக்கருக்கு எட்டு ரூபிள்கள் வீதம் வைக்கோலை எடுத்துச் சென்ற விவசாயிகள், லெவின் அவற்றின் நிர்வாகத்தை ஏற்றபிறகு, புல்வெளிகளை ஆய்வுசெய்து, அவற்றின் மதிப்பு அதிகம் என்பதைக் கண்டறிந்து ஏக்கருக்குப் பத்து ரூபிள் என்று விலையை நிர்ணயித்தார். விவசாயிகள்

அந்த விலை கொடுக்க மாட்டார்கள் என்று லெவின் சந்தேகித்தபடி, அவர்கள் அந்த விலைக்கு வாங்கவில்லை என்பதோடு, வாங்குபவர்களையும் தடுத்தனர். பிறகு லெவின் அங்கு நேரில் சென்று, புல்வெளியின் ஒரு பாதியைக் கூலிக்கும், மறுபாதியைப் பங்குகளின் பேரிலும் வெட்டுவதற்கு ஏற்பாடு செய்தார். விவசாயிகள் அவருடைய அந்தப் புதிய முறையைத் தடுப்பதற்கு அனைத்து வழிகளையும் கையாண்டனர். ஆனால் வியாபாரம் தொடங்கிய நிலையில், முதல் ஆண்டிலேயே புல்வெளி கிட்டத்தட்ட இரண்டு மடங்கு சம்பாதித்தது. மூன்றாவது வருடமும், அதற்கு முந்தைய வருடமும் விவசாயிகள் இதே எதிர்ப்பைத் தொடர்ந்து வந்தனர். ஆனால் வெட்டும் பணியும் அதே வழியில்தான் நடந்தது. இந்த ஆண்டு விவசாயிகள் புல்வெளியை வெட்டி, மூன்றில் ஒரு பங்கு வைக்கோலை எடுத்துக் கொண்டார்கள். இப்போது வைக்கோல் சேகரித்து வைக்கப்பட்டுள்ளதாகவும், மழை பெய்யும் அச்சம் இருப்பதால் பண்ணையின் எழுத்தரை வரவழைத்து, அவர் முன்னிலையில் வைக்கோலைப் பிரித்து எஜமானருக்காகப் பதினோரு அடுக்குகளை குவித்து வைத்திருப்பதாகவும் தெரிவிப்பதற்குக் கிராமத்துப் பெரியவர் வந்திருந்தார். பிரதான புல்வெளியில் எவ்வளவு வைக்கோல் இருந்தது என்ற கேள்விக்கு அவர் அளித்த தெளிவற்ற பதில்களிலிருந்தும், அனுமதி இன்றி வைக்கோலைப் பிரித்த அவசரத்திலிருந்தும், அவர் சொன்ன தொனியிலிருந்தும், அதில் ஏதோ தவறு இருப்பதாக லெவினுக்குத் தோன்றியது. எனவே அவர் நேரில் சென்று அதை ஆய்வு செய்வதற்கு முடிவு செய்தார்.

இரவு உணவு நேரத்தில் கிராமத்திற்கு வந்து சேர்ந்த லெவின், தனக்குத் தெரிந்த ஒரு பெரியவரிடம் குதிரையை விட்டுவிட்டு, வைக்கோல் அறுவடை குறித்த விவரங்களைத் தெரிந்துகொள்ள, தேனீ பண்ணையில் இருக்கும் தனது சகோதரரின் செவிலியின் கணவரைப் பார்க்கச் சென்றார். நல்ல தோற்றம் கொண்ட முதியவரான பார்மெனிச், லெவினை மகிழ்ச்சியுடன் வரவேற்று, தனது தேனீ பண்ணையைக் காட்டி, தன் தேனீக்களைப் பற்றிய அனைத்து விவரங்களையும், இந்த ஆண்டில் திரண்ட தேன்கூடுகளைப் பற்றிய விவரங்களையும் விவரித்தார். ஆனால் புல்வெளியை வெட்டியது குறித்த லெவினின் கேள்விக்கு அவர் நிச்சயமற்றும், தயக்கத்துடனும் பதிலளித்தார். இது லெவினின் சந்தேகத்தை உறுதிப்படுத்தியது. அவர் நேரடியாக வயலுக்குச் சென்று வைக்கோல் அடுக்குகளை ஆய்வு செய்தார். ஒவ்வொரு வைக்கோற்போரிலும் தலா ஐம்பது வண்டிகளுக்கு மேல் இருக்க முடியாது. விவசாயிகளின் திருட்டுத்தனத்தைக் கண்டுபிடிக்க லெவின், வைக்கோலைக் கொண்டு செல்லப் பயன்படுத்தும் வண்டிகளைக் கொண்டுவரச் சொல்லி, ஒரு அடுக்கை

ஏற்றி களஞ்சியத்திற்குக் கொண்டு செல்ல உத்தரவிட்டார். ஒரு அடுக்கில் முப்பத்திரண்டு வண்டி வைக்கோல் மட்டுமே இருந்தன. வைக்கோலின் பஞ்சு போன்ற தன்மை காரணமாக அடுக்குகளில் வித்தியாசம் இருக்கலாம் என்று உறுதியளித்த கிராமத்து மூத்தவர், எல்லாமே அங்குதான் மேலேயும் கீழேயுமாக உள்ளன என்றும் சத்தியம் செய்தார். தன் அனுமதியின்றி வைக்கோல்கள் பிரிக்கப் பட்டதைச் சுட்டிக்காட்டிய லெவின், அந்த வைக்கோலை ஐம்பது வண்டிகள் என்ற கணக்கில் ஏற்றுக்கொள்ள முடியாது என்றார். நீண்ட விவாதத்திற்குப் பிறகு, அந்தப் பதினோரு அடுக்குகளை ஐம்பது வண்டிகளாகக் கணக்கிட்டு, தங்கள் பங்கிற்கு எடுத்துக் கொண்ட அவர்கள், எஜமானருக்குப் புதியதாகப் பங்கிடுவது என்று முடிவு செய்தனர். இந்தப் பேச்சுவார்த்தையும், புதியதாகப் பங்கிடுவதும் பிற்பகல் வரை நீடித்தது. கடைசி வண்டி விநியோகிக்கப்பட்டதும், மீதமுள்ளவற்றை மேற்பார்வையிடும் பணியை எழுத்தரிடம் ஒப்படைத்த லெவின், வில்லோ மரக்கிளையின் உயரத்திற்கு அடுக்கியிருந்த வைக்கோல் மீது அமர்ந்து, விவசாயிகளால் நிரம்பி வழிந்த புல்வெளியைக் கண்டு ரசித்தார்.

அவருக்கு முன்னால், ஆற்றின் ஒரு வளைவில், சதுப்பு நிலத்துக்கு அப்பால், வண்ணமயமாக நகர்ந்து சென்ற விவசாயப் பெண்களின் உற்சாகமான குரல்கள் கேட்டன. தொழிலாளர்கள் புல்வெளி முழுவதும் சிதறிக் கிடந்த வைக்கோல்களை ஒன்று சேர்த்துக் கட்டி வரிசையாக அடுக்கி வைத்தனர். பெண்களுக்குப் பின்னால் கையில் வைக்கோல் வாரியுடன் சிலர் வந்தனர். அந்த வரிசை படிப்படியாக உயரமாக வளர்ந்தது. இடப்புறமிருந்து, ஏற்கனவே அகற்றப்பட்ட புல்வெளியின் மீது வண்டிகள் ஓசையுடன் சென்றன. பெரிய முள் கரண்டியினால் தூக்கி வீசிய வைக்கோல் மூட்டைகள் ஒன்றன் பின் ஒன்றாக வண்டிகளில் ஏற்றப்பட்டன. நறுமணம் வீசும் வைக்கோல்கள் குதிரைகளின் முதுகுவரையிலும் தொங்கின.

"அறுவடைக்கு நல்ல வானிலை! எத்தனை அற்புதமான வைக்கோல்!" என்று லெவினுக்கு அருகில் அமர்ந்த ஒரு கிழவர் சொன்னார். "அது தேநீர், வைக்கோல் அல்ல! வாத்துகளுக்குத் தானியம் வீசுவது போல அவர்கள் அதை எடுக்கும் விதம் அடடா!" என்று அவர் உயர்ந்து வரும் வைக்கோல் வரிசைகளைச் சுட்டிக் காட்டினார். "இரவு உணவு நேரத்திலிருந்து அவர்கள் அதில் பாதியை எடுத்துச் சென்றுவிட்டனர்."

"கடைசி வண்டி இல்லையா?" என்று கிழவர் அந்த வழியாக, வண்டியின் முன்புறம் நின்று, குதிரையின் கடிவாளக் கயிற்றின் நுனியை அசைத்தபடி சென்றுகொண்டிருந்த ஒரு இளைஞனை நோக்கிக் கத்தினார்.

“கடைசிதான் அப்பா!” என்ற கத்திய அவன், குதிரையின் கடிவாளத்தை இழுத்துப் பிடித்து, புன்னகைத்தவாறு, வண்டியில் அமர்ந்து உற்சாகத்துடன் மகிழ்ச்சியாகப் புன்னகைத்த, சிவந்த கன்னம் உடைய பெண்ணைப் பார்த்துவிட்டு, வண்டியைச் செலுத்தினான்.

“அது யார்? உங்கள் மகனா?” என்றார் லெவின்.

“என் இளைய மகன்” என்றார் கிழவர் கனிவான புன்னகையுடன்.

“நல்ல இளைஞன்!”

“மோசமில்லை.”

“திருமணமாகிவிட்டதா?”

“ஆமாம், இரண்டு ஆண்டுகளுக்கு முன்பு திருவருகைக் காலத்தில்.”

“குழந்தைகள் உள்ளனவா?”

“குழந்தைகளா! ஆஆ! ஒரு வருடம் முழுக்க அவனுக்கு எதுவும் புரியவில்லை. கூச்ச சுபாவம் உள்ளவன்” என்றார் கிழவர். “ஓ, என்ன ஒரு வைக்கோல்! அது உண்மையான தேநீர்!” என்ற அவர் விஷயத்தை மாற்ற விரும்பினார்.

இவான் பர்மெனோவையும் அவன் மனைவியையும் லெவின் கூர்ந்து கவனித்தார். அவர்கள் அவருக்குச் சற்றுத் தொலைவில் வைக்கோல் மூட்டைகளை ஏற்றிக் கொண்டிருந்தார்கள். இவான் பர்மெனோவ் வண்டியில் நின்று, தன்னுடைய அழகான இளம் மனைவி, சாமர்த்தியமாகத் தன்னிடம் கொடுத்த பெரிய வைக்கோல் மூட்டைகளை வண்டியில் ஏற்றிச் சீராக அடுக்கிக் கொண்டிருந்தான். அவள் முதலில் கைகளினாலும் பிறகு வைக்கோல் வாரியினாலும் அவற்றை அவனுக்குக் கொடுத்துக் கொண்டிருந்தாள். அந்த இளம் பெண் எளிதாகவும், மகிழ்ச்சியாகவும், திறமையாகவும் வேலை செய்தாள். மிகவும் இறுக்கமாகக் கட்டப்பட்ட வைக்கோல் மூட்டைகளில் ஒன்றுகூட அவள் முள் கரண்டியிலிருந்து கீழே விழவில்லை. அவள் முதலில் அவற்றை ஒன்றாகச் சேர்த்துப் பிறகு வைக்கோல் வாரியினால் அதைக் குத்தி, பின்னர் வேகமான இலாவகமான அசைவுடன் தன் உடலின் முழு எடையால் அதைத் தாங்கி, சிவப்புப் புடவையாலும், கச்சையாலும் இறுகச் சுற்றியிருந்த தன் முதுகை வளைத்து, தளர்ந்த உள்ளாடையின் வழியே அவளுடைய முழு மார்பகமும் வெளிப்பட, சமார்த்தியமாக வைக்கோல் வாரியினால் மூட்டையை வண்டியை நோக்கித் தூக்கினாள். தேவையில்லாமல் அவள் அதைத் தூக்கிக் கொண்டு நிற்பதைத் தவிர்க்க இவான், அவசரஅவசரமாகத் தன் கைளை விரித்து, மூட்டையைப் பிடித்து

வண்டியில் வைத்தான். அவள் கடைசி வைக்கோல் மூட்டையையும் எடுத்துக் கொடுத்த பிறகு, தன் கழுத்தில் இருந்த வைக்கோல் தூசியை உதறி, சூரிய வெளிச்சம் படாத தன் வெள்ளை நிற முன் நெற்றியில் வளைந்து கிடந்த சிவப்புக் கைக்குட்டையைத் தூக்கிவிட்டு, வண்டிக்கு அடியில் சென்று சுமையைக் கட்டுவதற்குச் சென்றாள். வண்டியின் குறுக்குத் தண்டுடன் கயிற்றை எப்படிக் கட்டுவது என்று அவளுக்கு விளக்கிய இவான், அவள் சொன்ன ஏதோ ஒன்றைக் கேட்டு வாய்விட்டுச் சிரித்தான். இருவர் முகத்திலும் துடிப்பான, இளமையான, புத்துணர்ச்சியுடன் கூடிய காதல் வெளிப்பட்டது.

12

மூட்டைகளைக் கயிற்றால் கட்டியதும், வண்டியிலிருந்து துள்ளிக் குதித்த இவான், வயிறு முட்டச் சாப்பிட்டிருந்த ஒரு கொழுத்த குதிரையின் கடிவாளத்தைப் பிடித்து இழுத்துவந்து வண்டியில் பூட்டினான். அந்தப் பெண் வைக்கோல் வாரியை வண்டியில் தூக்கி எறிந்துவிட்டு, அனாயாசமாக அடியெடுத்து வைத்து, கைகளை ஆட்டி நடந்து சென்று, நடனமாடிக் கொண்டிருந்த பெண்கள் கூட்டத்தில் சேர்ந்தாள். வண்டியை ஓட்டிக்கொண்டு சாலைக்கு வந்த இவான், சுமைகளைச் சுமந்து சென்ற வண்டிகளின் வரிசை யோடு சேர்ந்து கொண்டான். வைக்கோல் வாரியைத் தங்கள் தோள் களில் சுமந்து, வண்ணமயமாக ஜொலித்த பெண்கள், மணி ஒலிப்பது போல, மகிழ்ச்சியாக அரட்டை அடித்துக் கொண்டு, வண்டிகளுக்குப் பின்னால் நடந்தார்கள். காட்டுக் கத்தலாகப் பாடிய ஒரு பெண் குரல், பாடல் நடுவில் சிக்கிக்கொண்டு மேலே செல்லமுடியாமல் ஒன்றையே திரும்பத் திரும்பப் பாடியது. அதன் பிறகு ஆரம்பத்தி லிருந்து பாடலை எடுத்துக் கொண்ட சுமார் ஐம்பது வெவ்வேறு கரகரப்பான, ஓங்கிய குரல்கள், ஒரே குரலில் அந்தப் பாடலைப் பாடின.

அந்தப் பெண்களும், அவர்களின் பாடலும் லெவினை நெருங்கி வந்துகொண்டிருந்தன. நல்ல இடியுடன் கூடிய மேகம் ஒன்று தலைக்கு மேலே நகர்ந்து, தன்னை நோக்கி வருவது போல லெவினுக்குத் தோன்றியது. அது அவருக்கு அருகில் வந்து அவரைச் சூழ்ந்து கொண்டது. அவர் படுத்திருந்த வைக்கோல், வைக்கோல் வண்டிகள் மற்றும் தொலைதூர வயல் வெளியுடன் சேர்ந்த அந்தப் புல்வெளி முழுவதும், அந்தக் கூச்சல்கள், விசில்கள் மற்றும் கைதட்டல் களுடன் இணைந்து, அந்தக் காட்டுப் பாடலின் தாளத்திற்கு ஏற்ப நகரத் தொடங்கின. லெவின் இந்த ஆத்மார்த்தமான நல்ல உற்சாகத்தைக்

கண்டு பொறாமை கொண்டார். மேலும் வாழ்க்கையின் இத்தகைய மகிழ்ச்சியை வெளிப்படுத்துவதில் அவர் பங்கேற்க விரும்பினார். ஆனால், அங்கேயே படுத்துக் கொண்டு பார்ப்பதையும், கேட்பதையும் தவிர அவரால் வேறு எதுவும் செய்ய முடியவில்லை. ஜனங்களும் அவர்களது பாடலும் பார்வையிலிருந்தும், செவியிலிருந்தும் மறைந்த போது, அவருடைய தனிமையைப் பற்றிய கனத்த சோகமும், சோம் பேறித்தனமும், இந்த உலகத்தின் மீது அவருக்கு இருந்த பகைமை உணர்வும் லெவினை ஆட்கொண்டன.

வைக்கோல் சம்பந்தமாக அவருடன் அதிகமாக வாக்குவாதம் செய்த விவசாயிகளில் சிலரும், அவரைப் புண்படுத்தியவர்கள் அல்லது அவரை ஏமாற்ற முயன்ற விவசாயிகளும் அவரை மகிழ்ச்சி யுடன் வணங்கினார்கள். அவர்கள் அனைவருக்கும் வெளிப்படையாக லெவின் மீது எந்தவிதக் காழ்ப்புணர்ச்சியோ அல்லது அவரை ஏமாற்ற நினைத்ததற்கான வருத்தமோ அல்லது தாங்கள் அவரை ஏமாற்ற முயன்றோம் என்ற நினைவுகூட இல்லை. அவை அனைத்துமே அந்த மகிழ்ச்சியினான பொது உழைப்பின் கடலில் கரைந்துவிட்டன. கடவுள் அந்த நாளையும், பலத்தையும் அவர் களுக்குக் கொடுத்தார். அந்த நாளும் அவர்களின் சக்தியும் உழைப் பிற்காக அர்ப்பணிக்கப்பட்டதும், அதற்கான வெகுமதி கிடைத்து விட்டது. யாருக்காக இந்த உழைப்பு? அதன் பலன் என்ன? இந்தக் கேள்விகள் பொருத்தமற்றவை என்பதோடு முக்கியமற்றவை.

லெவின் எப்போதும் இந்த வாழ்க்கையை மதித்து வந்தார். இந்த வாழ்க்கை வாழ்ந்த மக்கள் மீது அவர் அடிக்கடி பொறாமைப் பட்டார். ஆனால் அன்று முதல்முறையாக, குறிப்பாக இவான் பர்மெனோவையும் அவன் இளம் மனைவியையும் பார்த்தபோது, அவர்களின், உழைப்பு நிறைந்த, தூய்மையான, அழகான வாழ்க்கை யுடன் ஒப்பிடும்போது மிகவும் சுமையான, சோம்பேறித்தனமான, செயற்கையான, தனிமையான தன்னுடைய வாழ்க்கையை மாற்ற வேண்டியது அவசியம் என்ற தெளிவான எண்ணம் அவருக்கு ஏற்பட்டது.

அவருடன் அமர்ந்திருந்த கிழவர் எப்போதோ வீட்டிற்குச் சென்றுவிட்டார். விவசாயிகள் அனைவரும் கலைந்து சென்று விட்டனர். அருகில் வசித்தவர்கள் அவர்களின் வீட்டுக்குச் சென்று விட, தூரத்திலிருந்து வந்தவர்கள் இரவு உணவு சாப்பிடவும், அந்தப் புல்வெளியில் இரவைக் கழிக்கவும் ஒன்றாகக் கூடினர். வைக்கோல் மீது படுத்துக் கொண்டு, பலவற்றையும் யோசித்தபடி, அனைத்தையும் பார்த்தும் கவனித்தும் கொண்டிருந்த லெவினை யாரும் கவனிக்க வில்லை. புல்வெளியில் இரவைக் கழிக்கும் விவசாயிகள் அனைவரும் கிட்டத்தட்ட இரவு முழுவதையும் தூங்காமல் கழித்தனர். உணவு

நேரத்தின்போது முதலில் பொதுவாக, மகிழ்ச்சியாகப் பேசிக் கொண்டும் உரத்த குரலில் சிரித்துக் கொண்டும் இருந்த அவர்கள் பிறகு மீண்டும் பாடவும் சிரிக்கவும் செய்தனர்.

நீண்ட கடுமையான உழைப்பு நிறைந்த அந்த நாள், மகிழ்ச்சியைத் தவிர வேறெந்த அடையாளத்தையும் அவர்களிடம் விட்டுச் செல்லவில்லை. விடிவதற்குச் சற்று முன்பு அனைத்தும் அடங்கி எங்கும் நிசப்தம் நிலவியது. சதுப்பு நிலத்தில் ஓயாமல் கத்தும் தவளைகளின் சத்தத்தையும், மூடுபனி நிறைந்த புல்வெளியில், அதிகாலையில் எழுந்த குதிரைகள் மூச்சுவிடும் ஒலியையும் தவிர வேறு எந்தச் சப்தமும் கேட்கவில்லை. கண்களைத் திறந்த லெவின் வைக்கோல் மேலிருந்து இறங்கி, நட்சத்திரங்களை ஆராய்ந்து, இரவு கடந்துவிட்டதை உணர்ந்தார்.

'நான் என்ன செய்யப்போகிறேன்? அதை நான் எப்படிச் செய்யப் போகிறேன்?' என்று தன்னைத்தானே கேட்டுக்கொண்ட அவர், அந்தக் குறுகிய இரவில் தான் யோசித்ததையும் சிந்தித்ததையும் தனக்குத்தானே தெளிவுபடுத்திக்கொள்ள முயன்றார். அவர் யோசித்ததையும் உணர்ந்தவற்றையும் மூன்று தனித்தனிப் பகுதிகளாகப் பிரிக்கலாம். ஒன்று யாருக்கும் எந்த நன்மையும் செய்யாத அவருடைய பயனற்ற அறிவையும், கல்வியையும் துறப்பது. அவற்றைத் துறப்பது அவருக்கு மிகவும் மகிழ்ச்சியைக் கொடுத்தது என்பதுடன், அது அவருக்கு மிக எளிதாகவும் இலகுவாகவும் இருந்தது. இரண் டாவது, அவர் இப்போது வாழ விரும்பும் வாழ்க்கையைக் குறித்த எண்ணங்களும் யோசனைகளும், அந்த வாழ்க்கையில் இருந்த எளிமையையும், தூய்மையையும், நியாயத்தன்மையும் அவருக்கு உணர்த்தியது. இப்போது அவர் வாழும் வாழ்க்கையில் மனநிறைவும், மரியாதையும், கண்ணியமும் இல்லாததை வேதனையுடன் உணர்ந்த அவர், அவற்றையெல்லாம் அந்த வாழ்க்கையில் காண முடியும் என்று உறுதியாக நம்பினார். ஆனால் மூன்றாவது விஷயம், பழைய வாழ்க்கையிலிருந்து புதிய வாழ்க்கைக்குத் திரும்பும் இந்த மாற்றத்தை எப்படிச் செய்வது என்ற கேள்வியை நோக்கித் திரும்பியது. இங்கே அவருக்குத் தெளிவாக எதுவும் புலப்படவில்லை. 'மனைவி தேவையா? வேலை செய்வது அவசியமா? பொக்ரோவ்ஸ்கோவை விட்டுப் போகவேண்டுமா? நிலம் வாங்கலாமா? கம்யூனில் சேரலாமா? ஒரு விவசாயப் பெண்ணைத் திருமணம் செய்யலாமா? ஆனால் நான் அதை எப்படிச் செய்வேன்?' என்று மீண்டும் மீண்டும் அவர் தன்னைத்தானே கேட்டுக்கொண்டும் அதற்குப் பதில் கிடைக்கவில்லை. 'உண்மையில் நான் இரவு முழுவதும் தூங்காததால் என்னால் தெளிவாகச் சிந்திக்க முடியவில்லை' என்று தனக்குள் சொல்லிக் கொண்டார். 'நான் இவை அனைத்தையும் பிறகு தெளிவுபடுத்துவேன்.

இன்றைய இரவு என் தலைவிதியைத் தீர்மானித்துவிட்டது என்பது மட்டும் நிச்சயம். குடும்ப வாழ்க்கை பற்றிய என்னுடைய முந்தைய கனவுகள் அனைத்தும் தவறானவை, பொய்யானவை' என்று அவர் சொல்லிக் கொண்டார். 'இவை அனைத்தும் மிக எளிமையானவை, சிறந்தவை...''

'எத்தனை அழகு!' என்று நினைத்த அவர், வானத்தின் நடுவில், தலைக்கு மேலே நின்ற வெள்ளையும் ஊதாவும் கலந்த கிளிஞ்சல்கள் போன்ற விசித்திரமான மேகக்கூட்டத்தைப் பார்த்தார். 'இந்த அழகான இரவில் எல்லாமே அழகாக இருக்கிறது! அந்த மேகக்கூட்டம் உருவாக எப்போது நேரம் கிடைத்தது? சிறிது நேரத்திற்கு முன்பு வானத்தைப் பார்த்தபோது, அங்கு இரு வெள்ளைக் கீற்றுக்களைத் தவிர வேறெதுவும் இல்லை. ஆமாம், அதேபோல கண்டறிய முடியாத வழியில் வாழ்க்கையைப் பற்றிய எனது பார்வைகளும் மாறிவிட்டன!'

லெவின் புல்வெளியை விட்டு வெளியேறி நெடுஞ்சாலை வழியாகக் கிராமத்தை நோக்கி நடந்தார். மிதமாக காற்று வீசியது. வானிலை சாம்பல் நிறம் பெற்று இருண்டதாக மாறியது. இருளை முழுமையாக வெற்றிகொண்ட வெளிச்சம் வெளிப்படும் விடியலுக்கு முன், இருள் சூழ்ந்த ஒரு கணம் வந்துபோனது.

குளிருக்கு எதிராகத் தலையைக் குனிந்து கொண்டு லெவின் வேகமாக நடந்தார். 'அது என்ன? யாரோ வருகிறார்கள்' என்று மணியோசையைக் கேட்ட லெவின் தலையை உயர்த்தினார். அவர் நடந்து சென்ற பிரதான சாலையில், நாற்பது அடி தூரத்தில், நான்கு பேரைக் கொண்ட ஒரு வண்டி வந்து கொண்டிருந்தது. தேய்ந்து பள்ளமான பாதையைத் தவிர்ப்பதற்காக வண்டியின் நுகத்தடி அழுந்தும்படி குதிரைகள் சாய்ந்து சென்றன. ஆனால் சாதுர்யமான வண்டியோட்டி, வண்டியின் பக்கவாட்டில் அமர்ந்து வண்டியை ஓட்டினார். எனவே வண்டியின் சக்கரங்கள் சமதளத்தில் சீராக ஓடின.

வண்டியில் வருவது யாராக இருக்கும் என்பதை யோசிக்காமல் அதை மட்டுமே கவனித்த லெவின், அசிரத்தையாக வண்டி யோட்டியைப் பார்த்தார்.

வண்டியின் மூலையில் ஒரு வயதான பெண்மணி அமர்ந் திருந்தாள், ஜன்னல் ஓரமாக அமர்ந்திருந்த இளம்பெண் அப்போது தான் கண்விழித்து, தன் வெள்ளைத் தொப்பியின் ரிப்பன்களை இரு கைகளாலும் பிடித்துக்கொண்டு, பிரகாசமான முகத்துடன், லெவினுக்கு முற்றிலும் அந்நியமான, சிக்கல் நிறைந்த வாழ்க்கை

குறித்த சிந்தனையுடன், அவரைத் தாண்டி தூரத்தில் தெரிந்த சூரிய உதயத்தைப் பார்த்துக் கொண்டிருந்தாள்.

இந்தக் காட்சி மறையத் தொடங்கிய தருணத்தில், சுயநினைவு பெற்ற அவள் கண்கள் அவரைப் பார்த்தன. அவரை அடையாளம் கண்டுகொண்ட அவள் முகம் வியப்புடன், மகிழ்ச்சியாகப் பிரகாசித்தது.

அவர் தவறாக நினைத்திருக்க முடியாது. இந்த உலகத்தில் இதைப் போன்ற கண்கள் வேறெதுவும் இருக்க முடியாது. அவருடைய வாழ்க்கைக்கு ஒளியையும், அர்த்தத்தையும் தரக்கூடிய ஆற்றல் மிக்க ஒரே ஒரு ஜீவன்தான் இந்த உலகில் இருக்க முடியும். அது அவள் தான். அது கிட்டி. அவள் ரயில் நிலையத்திலிருந்து யெர்குஷோவோவுக்குச் செல்கிறாள் என்பதை அவர் அறிந்தார். தூக்கமில்லாத அந்த இரவில் லெவினுக்குத் தொல்லை கொடுத்த நினைவுகளும் அவர் எடுத்த முடிவுகளும் திடீரென்று காணாமல் போயின. ஒரு விவசாயப் பெண்ணைத் திருமணம் செய்துகொள்ள வேண்டும் என்ற தன் கனவை அவர் வெறுப்புடன் பார்த்தார். சமீப காலமாக அவரை மிகவும் வாட்டி வதைத்த, வாழ்க்கையின் விடுகதையைத் தீர்ப்பதற்கான ஒரே வாய்ப்பு, இதோ அவரைக் கடந்து சென்று, சாலையின் மறுபக்கத்தில் வேகமாகச் செல்லும் அந்த வண்டியில் இருக்கிறது.

அவள் மீண்டும் வெளியே பார்க்கவில்லை. வண்டியின் சக்கரங்கள் உருளும் ஓசையும், மணியோசையும் தேய்ந்து கொண்டே சென்றது. நாய்கள் குரைக்கும் ஓசை அந்த வண்டி ஊருக்குள் நுழைந்துவிட்டதை உணர்த்தியது. இப்போது அவரைச் சுற்றிலும் இருந்தது காலியான வயல்வெளிகளும் முன்னால் இருந்த கிராமமும் மட்டுமே. தனிமையை உணர்ந்த அவர், எல்லாவற்றிற்கும் அந்நியனாக, அந்த வெறிச்சோடிய நெடுஞ்சாலையில் தனியாக நடந்து சென்றார்.

கடந்த இரவில் அவருடைய அனைத்து எண்ணங்களையும், உணர்வுகளின் போக்கையும் அவருக்காக உள்வாங்கிக் கொண்ட, அவர் மிகவும் ரசித்த, அந்தக் கிளிஞ்சல் இன்னமும் அங்கேயிருக்கும் என்ற நம்பிக்கையில் அவர் வானத்தைப் பார்த்தார். அங்கு தொலைதூர உயரத்தில் ஒரு மர்மமான மாற்றம் நிகழ்ந்திருந்தது. கிளிஞ்சல் இருந்ததற்கான எந்தத் தடயமும் அங்கு இல்லை. வானத்தில் ஒரு பாதி முழுவதும் சிறிய சிறிய மேகக்கூட்டங்கள் கம்பளம் விரித்தது போல ஒரே மாதிரியாகப் படர்ந்திருந்தன. வானம் நீல நிறம் பெற்றுப் பிரகாசித்தது. அதே கனிவுடன், ஆனால் தொலைதூரத்திலிருந்து, அவரது பார்வையின் விசாரிப்புக்கு அது பதிலளித்தது.

'இல்லை' என்று அவர் தனக்குள் சொல்லிக் கொண்டார். 'எளிமையும் உழைப்பும் நிறைந்த இந்த வாழ்க்கை எத்தனை நல்லதாக இருந்தாலும் என்னால் அதற்குள் திரும்பிச் செல்ல முடியாது. நான் அவளைக் காதலிக்கிறேன்.'

13

உணர்ச்சிகளை வெளிக்காட்டாத தோற்றமும், புத்திக்கூர்மையும் உள்ள அலெக்ஸி அலெக்ஸாண்ட்ரோவிச்சிற்கு, ஒரு பலவீனம் இருப்பது அவருக்கு நெருக்கமானவர்களைத் தவிர வேறு யாருக்கும் தெரியாது. ஒரு பெண்ணின் அல்லது குழந்தையின் கண்ணீரைப் பார்த்துச் சகித்துக்கொண்டிருக்க அவரால் முடியாது. கண்ணீரைக் கண்டதும் ஒரு பெரும் துயரம் அவரைச் சூழ்ந்து கொள்வதோடு, யோசிக்கும் திறனையும் அவர் முற்றாக இழந்து விடுவார். அவரு டைய தலைமை எழுத்தரும் செயலாளரும் இதை நன்கு அறிந் திருந்தனர். எனவே அவர்கள் பெண் மனுதாரர்கள் தங்கள் வழக்கில் வெற்றிபெற வேண்டுமெனில் எந்தக் காரணத்தைக் கொண்டும் அழக்கூடாது என்று அவர்களை முன்கூட்டியே எச்சரித்தனர். "அப்படிச் செய்தால் அவர் சினம் கொள்வார், நீங்கள் சொல்வதையும் கேட்க மாட்டார்" என்று அவர்கள் சொல்லி வைத்தனர். உண்மை யில் அத்தகைய சந்தர்ப்பங்களில் அலெக்ஸி அலெக்ஸாண்ட் ரோவிச்சிற்குக் கண்ணீரால் ஏற்படும் குழப்பம் விரைவில் அவரைக் கோபத்தில் தள்ளிவிடும். "என்னால் எதுவும் செய்ய முடியாது, முடியவே முடியாது. தயவுசெய்து வெளியே போங்கள்" என்று கத்துவார்.

பந்தயத்திலிருந்து வீடு திரும்பும் வழியில், தனக்கும் விரான்ஸ் கிக்கும் இருந்த உறவைக் கூறிய அன்னா, உடனடியாகத் தன் கைகளால் முகத்தை மூடிக்கொண்டு அழுதபோது, அலெக்ஸி அலெக்ஸாண்ட் ரோவிச்சிற்கு அவள் மீது கோபம் ஏற்பட்ட அதே நேரத்தில், அவருக்குள் எப்போதும் கண்ணீர் உண்டாக்கும் அந்த மனக் குழப்பத்தை அவர் உணர்ந்தார். அந்தத் தருணத்தில் தன் உணர்வுகளின் வெளிப் பாடு சூழ்நிலைக்குப் பொருந்தாது என்பதை அறிந்த அவர், வாழ்வின் எந்த வெளிப்பாட்டையும் அடக்க முயல்வது போல, அவளைப் பார்க்கவோ அல்லது அசையவோ இல்லை. இதனால், ஒரு பிணத்தைப் போல விசித்திரமாக வெளிப்பட்ட அவரது முகபாவம் அன்னாவைத் திடுக்கிட வைத்தது.

அவர்கள் வீட்டை அடைந்ததும், அவள் வண்டியிலிருந்து இறங்க அவர் உதவினார். அவர் பெரும் முயற்சி செய்து, தனது

வழக்கமான மரியாதையுடன் அவளிடமிருந்து விடைபெற்றார். அவர் தன்னை எதற்கும் கட்டுப்படுத்தாத சில வார்த்தைகளைச் சொல்லி, நாளை தனது முடிவைத் தெரிவிப்பதாக அவளிடம் சொன்னார்.

அவரது மிக மோசமான சந்தேகத்தை உறுதிப்படுத்திய அவருடைய மனைவியின் வார்த்தைகள் அலெக்ஸி அலெக்ஸாண்ட்ரோவிச்சின் இதயத்தில் ஒரு கொடூரமான வலியை ஏற்படுத்தியது. அவளுடைய கண்ணீரால், அவருக்குள் உடல் ரீதியாக அவள் மீது ஏற்பட்ட விசித்திரமான பரிதாப உணர்வால், அவருடைய அந்த வலி மேலும் தீவிரமானது. ஆனால் வண்டியில் தனியாக இருந்த அலெக்ஸி அலெக்ஸாண்ட்ரோவிச், அவரே வியப்பும் மகிழ்ச்சியும் அடையும் வகையில், சமீபமாகத் தன்னை வாட்டி வதைத்த சந்தேகத்திலிருந்தும், பொறாமையின் வேதனையிலிருந்தும் முழுமையான விடுதலை பெற்றதை உணர்ந்தார்.

நீண்ட காலமாக வலியை ஏற்படுத்தி வந்த பல்லைப் பிடுங்கிய ஒரு மனிதைப் போல அவர் ஆசுவாசம் அடைந்தார். வலியால் அவதிப்பட்ட ஒரு மனிதன் அவனது தலையை விடப் பெரியதான ஏதோ ஒன்றை, தன்னுடைய தாடையிலிருந்து வெளியே எடுத்தது போன்ற உணர்வுக்குப் பிறகு, தன்னுடைய வலி போய்விட்டது என்று நம்ப முடியாதவனாக இருக்கிறான். ஆனால் அவன் திடீரென்று இத்தனை காலமாக தன் வாழ்க்கையை விஷமாக்கிய ஒன்று, தன் முழுக் கவனத்தையும் கோரிய ஒன்று, இனி இல்லை என்று உணர்கிறான். எனவே இனிமேல் அதைப் பற்றிய சிந்தனையின்றி, மீண்டும் வழக்கம் போல வாழவும், சிந்திக்கவும், மற்ற விஷயங்களில் ஆர்வம் காட்டவும் முடியும் என்று மகிழ்கிறான். இப்போது அலெக்ஸி அலெக்ஸாண்ட்ரோவிச் அனுபவித்த உணர்வும் இதைப் போன்றதே. விசித்திரமாகவும் கொடூரமாகவும் இருந்த அந்த வலி இப்போது இல்லை. இப்போது மீண்டும் அவரால் தன் வாழ்க்கையை வாழவும், தன் மனைவியைத் தவிர வேறு எதைப்பற்றியும் சிந்திக்கவும் முடியும் என்பதை உணர்ந்தார்.

'மானம், அவமானம், இதயம், மதம் எதுவுமே இல்லாத ஒரு கேடுகெட்ட பெண்! அவள் மீதுள்ள பரிதாபத்தால் என்னை நானே ஏமாற்றிக் கொண்டேன். இருந்தாலும் எனக்குத் தெரியும், அதை என்னால் உணர முடிந்தது' என்று அவர் நினைத்தார். அவர் அதை எப்பொழுதும் அவளிடம் பார்த்து வந்தது போல அவருக்குத் தோன்றியது. அவர்களின் கடந்த கால வாழ்க்கையை அவர் நினைத்துப் பார்த்தார். அப்போது நடந்த பலவும் முன்பு அவருக்கு மோசமாகத் தெரியவில்லை, இப்போது அவை அனைத்தும் அவள் முன்னரே சீரழிந்து போயிருந்தாள் என்பதை அவருக்குத் தெளிவாக

எடுத்துக் காட்டியது. 'என் வாழ்க்கையில் நான் செய்த மிகப்பெரிய தவறு அவளைத் திருமணம் செய்து கொண்டதுதான். ஆனால் என்னுடைய இந்தத் தவறில் குற்றம் சாட்டுவதற்கு எதுவும் இல்லை. எனவே நான் மகிழ்ச்சியற்றவனாக இருக்க வேண்டியதில்லை. அவள்தான் குற்றவாளியே தவிர நான் அல்ல. இனி எனக்கும் அவளுக்கும் எந்தச் சம்மந்தமும் இல்லை. என்னைப் பொறுத்தவரை அவள் இறந்துவிட்டாள்' என்று அவர் தனக்குள் சொல்லிக் கொண்டார்.

அவள் மீது அவருக்கிருந்த உணர்வுகள் மாறிவிட்டது போல, அவர் மகன் மீதான அவருடைய உணர்வுகளும் மாறிவிட்டன. இனி அவளுக்கும் அவனுக்கும் என்ன நடக்கும் என்ற கவலை அவரை விட்டு நீங்கிவிட்டது. இப்போது அவருடைய கவன மெல்லாம், அவருக்கு மிகச் சிறந்ததாகவும் கண்ணியமாகவும், வசதியாகவும் தோன்றியவற்றின் மீதே இருந்தது. அவளுடைய வீழ்ச்சியால், அவள் தன் மீது வாரி இறைத்த சேற்றைத் துடைத்து விட்டு, சுறுசுறுப்பான, நேர்மையான, பயனுள்ள வாழ்க்கைப் பாதையில் தொடர்ந்து பயணிக்க வேண்டும் என்பதைக் குறித்த சிந்தனை மட்டுமே இப்போது அவருக்கு இருந்தது.

'ஒரு இழிவான பெண் தவறு செய்தாள் என்பதற்காக நான் வருத்தப்பட முடியாது. அவள் எனக்கு ஏற்படுத்திய இந்த இக்கட்டான சூழலில் இருந்து விடுபட நான் சிறந்த தீர்வைக் கண்டுபிடிக்க வேண்டும். நிச்சயமாக அதைக் கண்டுபிடிப்பேன்' என்று நினைத்த அவர் முகத்தைச் சுளித்தார். 'இந்த விவகாரத்தில் நான் முதலோ அல்லது கடைசியோ அல்ல.' வரலாற்று உதாரணங் களை விட்டுவிட்டால், லா பெல்லி ஹெலீன் எழுதிய மெனலாஸ் தொடங்கி, உயர் சமூகத்தில் உள்ள மனைவிகள் தங்கள் கணவன்மார் களுக்குத் துரோகம் செய்யும் சமகாலத் தொடர் நிகழ்வுகள் அனைத்தும் அலெக்ஸி அலெக்ஸாண்ட்ரோவிச்சின் கற்பனையில் விரிந்தன. 'டர்யாலோவ், போல்டாவ்ஸ்கி, இளவரசர் கரிபனோவ், கோமகன் பாஸ்குடின், டிராம்... ஆமாம் டிராம் கூட... அப்படி ஒரு நேர்மையான மனிதர் அவர்... செமியோனோவ், ஷாகின், சிகோனின்' என்று பல பெயர்களை அவர் நினைவு கூர்ந்தார். 'நியாயமில்லாத ஏளனம் அந்த மனிதர்கள் மீது விழுகிறது என்பது உண்மைதான். ஆனால் அதில் நான் துரதிர்ஷ்டத்தைத் தவிர வேறு எதையும் பார்க்கவில்லை. நான் எப்போதும் அவர்கள் மீது அனுதாபம் காட்டுகிறேன்' என்று அவர் தனக்குள் சொல்லிக் கொள்ள லாம் அது உண்மையல்ல. அவர் அந்த வகையான துரதிர்ஷ்டங்கள் மீது ஒருபோதும் அனுதாபம் காட்டியதில்லை. ஆனால் தன்னை

உயர்ந்தவராக மதிப்பிட்ட அவருக்கு, பெண்கள் தங்கள் கணவர்களுக்குத் துரோகம் செய்யும் உதாரணங்கள் எளிதாகக் கிடைத்தன. 'யாருக்கு வேண்டுமானாலும் நிகழக்கூடிய இந்த வகையான துரதிர்ஷ்டம் இப்போது எனக்கு நேர்ந்திருக்கிறது. இந்த நிலைமையை எப்படிச் சிறப்பாகக் கையாள்வது என்பதுதான் முக்கியம்' என்று நினைத்த அவர், அதே நிலையிலிருந்த மற்றவர்கள் மேற்கொண்ட நடவடிக்கைகளின் பட்டியலை யோசிக்கத் தொடங்கினார்.

'டர்யாலோவ் சண்டையிட்டார்...'

இளமைப் பருவத்தில் அவருக்குச் சண்டையின் மீது அதிக ஈர்ப்பு ஏற்பட்டது, ஏனெனில் உடல் ரீதியாக மோதுவதில் தான் ஒரு கோழை என்பது அவருக்கு நன்றாகத் தெரியும். தன்னை நோக்கி நீட்டப்படும் துப்பாக்கியை அவரால் பயமின்றி எதிர்கொள்ள முடியாது. அவர் தன் வாழ்நாளில் இதுவரை எந்த ஆயுதத்தையும் உபயோகப்படுத்தியது இல்லை. இளமைப் பருவத்தில் சண்டை மீது அவருக்கு இருந்த அச்சம் அவரை அதைப் பற்றி அதிகமாக யோசிக்க வைத்தது. அது அவரை அவருடைய உயிருக்கு ஆபத்து ஏற்படும் சூழ்நிலைக்கு எதிராக நிற்க வைத்து கற்பனை செய்து பார்க்க கட்டாயப்படுத்தியது. வாழ்க்கையில் வெற்றியும் நிலையான இடத்தையும் அடைந்த அவர் அந்த உணர்வை எபோதோ மறந்து விட்டார். இருப்பினும் உணர்ச்சியின் இந்தப் பழக்கம் மேலோங்கி, அவரது கோழைத்தனத்தைப் பற்றிய இந்தப் பயம் இப்போது மேலும் வலுப்பெற்றது. ஏற்கனவே அதைப் பற்றி நீண்ட காலமாக, அனைத்துக் கோணங்களிலும் ஆராய்ந்து, எந்தச் சந்தர்ப்பத்திலும் தன்னால் சண்டையிட முடியாது என்று முன்கூட்டியே தெரிந்திருந்த அவர் தன்னைத்தானே தேற்றிக்கொண்டார்.

'நமது சமூகம் இன்னும் காட்டுமிராண்டித்தனமாகவே (இங்கிலாந்து போல அல்ல), உள்ளது என்பதில் சந்தேகமில்லை. இன்னும் ஒரு சிலர் அப்படித்தான் உள்ளனர். அவர்கள் சண்டையைச் சாதகமாக நினைத்தார்கள். ஆனால் சண்டையின் முடிவில் என்ன கிடைக்கும்? உதாரணமாக நான் அவருக்குச் சவால் விடுகிறேன் என்று வைத்துக் கொள்வோம்' என்று நினைத்துப் பார்த்தார். சவாலுக்குப் பிறகு தான் எதிர்கொள்ளப் போகும் இரவையும், தன்னை நோக்கி குறிவைக்கும் துப்பாக்கியையும் தெளிவாகக் கற்பனை செய்து பார்த்து நடுங்கிய அவர், தன்னால் ஒருபோதும் அதைச் செய்யமுடியாது என்பதை உணர்ந்தார். 'நான் துப்பாக்கி சுடுவதை கற்றுக்கொண்டு அவரைச் சண்டைக்கு அழைக்கிறேன் என்று வைத்துக் கொள்வோம். நான் பிஸ்டலை அழுத்துகிறேன்' என்று கண்களை மூடிக்கொண்டு தனக்குள் சொல்லிக்கொண்ட அவர், 'நான் அவரைக் கொன்றுவிடுகிறேன்' என்று நினைத்தார். ஆனால்

அவர் உடனடியாக அந்த முட்டாள்தனமான எண்ணத்தை விரட்ட தலையை ஆட்டினார். 'குற்றவாளியான மனைவி மீதும், மகன் மீதும் உள்ள உரிமையை நிலைநாட்ட ஒரு மனிதனைக் கொல்வதில் என்ன அர்த்தமிருக்கிறது? அவளை என்ன செய்ய வேண்டும் என்பதை நான் இன்னும் தெளிவாக முடிவு செய்ய வேண்டும். நான் சண்டையிட்டால் ஒன்று கொல்லப்படுவேன் அல்லது காய மடைவேன். இரண்டில் ஒன்று நிச்சயமாக நடக்கும். ஒரு தவறும் செய்யாத நான் கொல்லப்படுவதோ அல்லது காயம் அடைவதோ அர்த்தமற்றது. அதுமட்டுமின்றி, என் தரப்பில் சண்டைக்குச் சவால் விடுவது நேர்மையற்ற செயலாகும். என் நண்பர்கள் என்னை ஒரு சண்டை வரை செல்ல அனுமதிக்க மாட்டார்கள் என்பது எனக்கு முன்கூட்டியே தெரியாதா என்ன? ரஷ்யாவுக்கு அவசியமான, ஒரு மாநிலத்தைச் சேர்ந்த ஒரு முக்கியமான மனிதன் உயிருக்கு ஆபத்து ஏற்பட அனுமதிப்பார்களா? அப்போது என்ன நடக்கும்? என்ன நடக்கும் என்றால் இந்த விவகாரம் ஒருபோதும் அபாய கட்டத்தை எட்டாது என்று முன்கூட்டிய அறிந்த நான், இந்தச் சவாலை நான் என் மீது கவனத்தை ஈர்ப்பதற்கு மட்டுமே பயன்படுத்தினேன் என்று ஆகிவிடும். அப்படிச் செய்வது நேர்மையற்றது, தவறானதும் கூட. அது என்னையும் மற்றவர்களையும் ஏமாற்றும் செயல். ஆக, சண்டை என்பதை நினைத்துப் பார்க்க முடியாது. மேலும் யாரும் அதை என்னிடமிருந்து எதிர்பார்க்கவும் இல்லை. என்னுடைய நற்பெயரைப் பாதுகாப்பதே எனது குறிக்கோள். எனது நடவடிக்கை களைத் தடையின்றி செய்ய இது எனக்கு மிகவும் அவசியம்.' அலெக்ஸி அலெக்ஸாண்ட்ரோவிச்சின் பார்வையில் முன்னர் பெரும் முக்கியத்துவம் பெற்றிருந்த அவரது உத்தியோகபூர்வ நடவடிக் கைகள், இப்போது அவருக்கு மிகவும் குறிப்பிடத்தக்க வகையில் முக்கியத்துவம் வாய்ந்தவையாகத் தோன்றின.

சண்டையைப் பற்றிப் பரிசீலித்து அதை நிராகரித்த அலெக்ஸி அலெக்ஸாண்ட்ரோவிச் விவாகரத்தைப் பற்றி யோசித்தார். அவர் நினைவில் வைத்திருந்த சில கணவர்கள் தேர்ந்தெடுத்த மற்றொரு தீர்வு. அவர் நினைவில் வைத்திருந்த விவாகரத்து வழக்குகள் அனைத்தையும் ஆராய்ந்த போது (உயர் சமூகத்தில் இருந்த பலரை அவருக்குத் தெரியும்), விவாகரத்து செய்வதால் கிடைக்கும் பலன்கள் என்று அவர் கருதிய எதுவும் அதில் இருப்பதாக அவருக்குத் தெரிய வில்லை. இந்த வழக்குகள் அனைத்திலும் துரோகம் செய்த மனைவியைக் கணவன் விட்டுக்கொடுத்து விட்டான் அல்லது விற்று விட்டான். மேலும் குற்றவாளியாக இருக்கும் அந்தத் தரப்பினருக்கு மறுமணம் செய்துகொள்ளும் உரிமை இல்லை என்பதால், அவர்கள் தேர்ந்தெடுத்த வாழ்க்கைத் துணையுடன் போலியான திருமண

உறவுகளை ஏற்படுத்திக் கொண்டனர். தனது சொந்த வழக்கைப் பொருத்தவரை, சட்டபூர்வ விவாகரத்து பெறுவது, அதாவது குற்றம் செய்த மனைவியை வெறுமனே நிராகரிப்பது சாத்தியமற்றது என்பதை அலெக்ஸி அலெக்ஸாண்ட்ரோவிச் கண்டார். அவர்கள் இருவரும் வாழ்ந்த சிக்கலான வாழ்க்கைச் சூழ்நிலை, அவரது மனைவியின் குற்றத்தை நிரூபிக்க, சட்டத்திற்குத் தேவையான போதுமான ஆதாராங்களைத் தரவில்லை என்பதை அவர் கண்டார். அவர்கள் வாழ்ந்த வாழ்க்கையிலிருந்த தெளிவு, குற்றத்தை நிரூபிக்க, அத்தகைய சான்றுகளைப் பயன்படுத்த அனுமதிக்கவில்லை என்பதையும், அப்படி ஏதேனும் சான்றுகள் இருந்தாலும், அதைப் பயன்படுத்துவது, சமூகத்தின் பார்வையில் அது அவளைவிட தனக்கே அதிக தீங்கு விளைவிக்கும் என்பதையும் அவர் கண்டார்.

விவாகரத்துக்கு முயற்சிப்பது ஒரு இழிவான விசாரணைக்கு மட்டுமே வழிவகுக்கும். அது அவரது எதிரிகளுக்கும், கிசுகிசுக் களுக்கும், உலகில் அவரது உயர்ந்த அந்தஸ்தைக் குறைப்பதற்கும் ஒரு வரப்பிரசாதமாக அமையும். குறைந்த மன உளைச்சலுடன் இந்த விவகாரத்தைத் தீர்ப்பது என்பதுதான் அவரது முக்கிய நோக்கம் எனும்போது, விவாகரத்து அதற்கு வகை செய்யவில்லை. மேலும் விவாகரத்து முயற்சி வெற்றி பெற்றாலும், அவர் மனைவி கணவருடனான உறவை முறித்துக்கொண்டு காதலனுடன் சேர்ந்து கொள்வாள் என்பது தெளிவாகத் தெரிகிறது. அவர் நினைத்தது போல, இப்போது தன் மனைவி மீது அவருக்கு வெறுப்பும் அலட்சியமும் இருந்தபோதிலும், அவருடைய உள்ளத்தின் ஆழத்தில் அவள் மீது அவருக்கு ஏதோ ஒரு உணர்வு இருந்தது. எனவே அவள் செய்த குற்றம் அவளுக்குச் சாதகமாக அமைந்து, அவள் விரான்ஸ்கியுடன் சேர்ந்து கொள்வதில் அவருக்கு விருப்பமில்லை. இந்த ஒரு எண்ணம் அலெக்ஸி அலெக்ஸாண்ட்ரோவிச்சை மிகவும் வாட்டி வதைத்தது. அவர் அதைக் கற்பனை செய்து பார்த்தபோது, தன் உள்ளத்தில் ஏற்பட்ட வலியின் வேதனையால் முனகினார். அவர் வண்டியில் சற்றே அசைந்து தான் அமர்ந்திருந்த நிலையை மாற்றினார். அதன் பிறகு, முகத்தைச் சுளித்த அவர், பனியில் குளிர்ந்த தன் கால்களைப் போர்வையால் மூடுவதில் அதிக நேரத்தைச் செலவிட்டார்.

‘சம்பிரதாயமான விவாகரத்தைத் தவிர, கரிபனோவ், பாஸ்குடின், டிராம் ஆகியோர் செய்ததைப் போலச் செய்ய முடியும். அதாவது என் மனைவியை விட்டுப் பிரிவது’ என்று அவர் சற்றே அமைதி யடைந்த பிறகு நினைத்தார். ஆனால் அதுவும் கூட விவாகரத்தைப் போல அவமானத்தின் அசௌகரியத்தை முன் வைத்தது. அனைத் திற்கும் மேலாக, சம்பிரதாய விவாகரத்தைப் போலவே, அது தன்

மனைவியை விரான்ஸ்கியின் கைகளில் தூக்கி எறியும். 'இல்லை, அது முடியாத காரியம், முடியவே முடியாது!' என்று உரக்கச் சொன்ன அவர் மீண்டும் போர்வையுடன் போராடத் தொடங்கினார். 'நான் மகிழ்ச்சியாக இல்லாவிட்டால், அவளும் அவனும் மகிழ்ச்சி யாக இருக்கக் கூடாது.'

இருவருக்கும் இருந்த தொடர்பு உறுதியாகத் தெரியாத நிலையில், அவரை வாட்டி வதைத்த பொறாமை உணர்வு, அவர் மனைவி சொன்ன வார்த்தைகளால், வலியுள்ள பல்லைப் பிடுங்கியது போல, அப்போதே மறைந்து விட்டது. ஆனால் இந்த உணர்வுக்கு மாறாக இப்போது வேறோர் உணர்வு அவருக்குள் எழுந்தது. அவள் வெற்றி பெறக்கூடாது என்பதோடு, அவள் செய்த குற்றத்திற்கு அவளைப் பழிவாங்க வேண்டும் என்ற ஆசையும் அவருக்கு ஏற்பட்டது. அது அவருக்கு ஏற்புடையதாக இல்லை என்றாலும், தனது மன அமைதியையும், கௌரவத்தையும் குலைத்ததற்காக, அவள் துன்பப்பட வேண்டும் என்று அவர் மனப்பூர்வமாக விரும்பினார். சண்டை, விவாகரத்து, பிரிவு ஆகியவற்றை மீண்டும் யோசித்து, அவற்றை நிராகரித்த அலெக்ஸி அலெக்ஸாண்ட்ரோவிச், அவளைத் தன் கூடவே வைத்திருந்து, சமூகத்தின் பார்வையில் நடந்ததை மறைத்து, அவர்களின் தொடர்பை நிறுத்துவற்குச் சாத்திய மான அனைத்து நடவடிக்கைகளையும் எடுப்பதும், எல்லாவற்றுக்கும் மேலாக, (அவருக்கு அது ஏற்புடையது இல்லை) அவளைத் தண்டிப் பதும் மட்டுமே ஒரே தீர்வு என்ற முடிவுக்கு அவர் வந்தார். 'அவள் குடும்பத்திற்கு ஏற்படுத்திய இந்த வேதனையான சூழ்நிலையைச் சிந்தித்துப் பார்த்தால், வேறு எந்தத் தீர்வும் இருவருக்கும் மோசமான தாக இருக்கும் என்று நான் எனது முடிவைச் சொல்ல வேண்டும். ஆனால் அவள் என் விருப்பத்திற்குக் கீழ்ப்படிந்து, தனது காதலனு டனான உறவை முடிவுக்குக் கொண்டுவர வேண்டும் என்ற கண்டிப்பான நிபந்தனையின் பேரில் இதைச் சொல்ல வேண்டும்.' அலெக்ஸி அலெக்ஸாண்ட்ரோவிச், இறுதியாக இந்த முடிவை எடுத்தபோது, அவருக்கு மேலும் ஒரு முக்கியமான யோசனை தோன்றியது. 'இந்தத் தீர்வின் மூலமே நான் மதத்திற்கு ஏற்பச் செயல்படுகிறேன்' என்று அவர் தனக்குத்தானே சொல்லிக் கொண்டார். 'இந்த முடிவின் மூலம் நான் குற்றம் செய்த மனைவியை நிராகரிக்க வில்லை என்பதோடு அவளுக்குத் திருந்துவதற்கான வாய்ப்பைக் கொடுக்கிறேன். இது எனக்கு எத்தனை கஷ்டத்தைத் தருவதாக இருந்தாலும், அவளைத் திருத்துவதற்கும் காப்பாற்றுவதற்கும் என் சக்தியின் ஒரு பகுதியை அர்ப்பணிக்கிறேன்.' தன் மனைவியின் மீது தன்னால் எந்த வகையிலும் தாக்கத்தை ஏற்படுத்த முடியாது என்பதையும், இந்தத் திருத்தும் முயற்சியின் மூலம் பொய் மற்றும்

பாசங்குத்தனம் இவற்றைத் தவிர வேறெதுவும் வெளிப்படாது என்பதையும் அலெக்ஸி அலெக்ஸாண்ட்ரோவிச் நன்கு அறிந்திருந் தார். கடந்த காலங்களில் அவர் வேதனையுடன் வாழ்ந்தபோதும், மதத்தின் வழிகாட்டுதலைப் பெறவேண்டும் என்று அவர் ஒருபோதும் நினைத்ததில்லை. ஆனால் இப்போது அவரது முடிவு மதத்தின் தேவைகளுடன் ஒத்துப்போவதால், அவர் எடுத்த முடிவுக்கு இந்த மத அங்கீகாரம் அவருக்கு முழுத் திருப்தியையும் ஓரளவு ஆறுதலையும் அளித்தது. இவ்வளவு முக்கியமான வாழ்க்கை விஷயத்திலும், எப்போதும் அவர் உயர்த்திப் பிடித்த அந்த மத விதிகளின்படி தான் நடந்து கொள்ளவில்லை என்று யாரும் தன்னைக் குற்றம் சாட்ட முடியாது என்பதை எண்ணி அவர் மகிழ்ச்சியடைந்தார். இவ்வளவு யோசித்த அலெக்ஸி அலெக்ஸாண்ட்ரோவிச்சால், தனது மனைவியுடன் தனது உறவுகள் முன்பு இருந்ததைப் போல ஏன் இருக்கவில்லை என்ற எளிய விஷயத்தைப் புரிந்துகொள்ள முடியவில்லை. சந்தேகத்திற்கு இடமின்றி அவள் ஒருபோதும் அவரது இழந்துவிட்ட மரியாதையைத் திருப்பித் தர முடியாது. ஆனால் அவர் தனது வாழ்க்கையில் தன்னை வருத்திக்கொள்வதற்கும், துயரப்படுவதற்கும், அவள் மோசமான, நம்பிக்கை துரோகம் செய்யும் ஒரு மனைவியாக இருந்ததைத் தவிர வேறெந்தக் காரணங் களும் இல்லை, இருக்கவும் முடியாது. 'ஆமாம், காலம் அனைத்தையும் குணப்படுத்தும். எங்கள் பழைய உறவுகள் மீண்டு வரும். இதுவும் கடந்து போகும்' என்று அலெக்ஸி அலெக்ஸாண்ட்ரோவிச் தனக்குத் தானே சொல்லிக் கொண்டார். 'இதுவரை நான் என் வாழ்க்கையில் எந்த நெருக்கடிக்கும் ஆளாகவில்லை என்று உணராத அளவிற்கு வாழ்க்கை மீண்டு வரும். அவள் மகிழ்ச்சியற்றவளாக இருப்பாள். ஆனால் நான் குற்றவாளி அல்ல என்பதால் நான் துயரப்பட முடியாது.'

14

பீட்டர்ஸ்பர்க்கை நெருங்கும்போது, தன் முடிவில் உறுதியாக இருந்த அலெக்ஸி அலெக்ஸாண்ட்ரோவிச், தனது மனைவிக்கு எழுதப்போகும் கடிதத்தைத் தனது மனத்திரையில் எழுதி வைத்துக் கொண்டார். வாயில் காப்போன் அறைக்குள் நுழைந்ததும், அமைச்சகத்திலிருந்து வந்திருந்த கடிதங்களையும், ஆவணங்களையும் பார்வையிட்ட, அலெக்ஸி அலெக்ஸாண்ட்ரோவிச் அவற்றைத் தனது படிப்பறைக்குக் கொண்டு வரும்படி உத்தரவிட்டார்.

"குதிரையை அவிழ்த்து விடுங்கள். யாரையும் அனுமதிக்காதீர்கள்" என்று வாயில்காப்போன் கேள்விக்கு ஒருவித மகிழ்ச்சியுடன்

பதிலளித்த அவர், தனது நல்ல மனநிலையைக் குறிக்கும் விதமாக, 'யாரையும் அனுமதிக்காதீர்கள்' என்பதை வலியுறுத்திச் சொன்னார்.

தனது படிப்பறையில் மேலும் கீழுமாக இரண்டுமுறை நடந்த அலெக்ஸி அலெக்ஸாண்ட்ரோவிச் பெரிய மேசையின் அருகில் நின்றார். அதில் வேலைக்காரி ஏற்கனவே ஆறு மெழுகுவர்த்திகளை ஏற்றி வைத்திருந்தாள். தன் விரல்களை நெட்டி முறித்த அவர் அதில் அமர்ந்து, தனது எழுதுபொருட்களை ஒழுங்குபடுத்தினார். மேசையின் மீது முழங்கையை ஊன்றி, தலையை ஒருபுறமாகச் சாய்த்து, ஒரு கணம் யோசித்துவிட்டு, ஒரு விநாடிகூட நிறுத்தாமல் எழுதத் தொடங்கினார். வாழ்த்துக்கள் எதையும் கூறாமல், 'நீங்கள்' என்ற பன்மைச் சொல்லைப் பயன்படுத்தி பிரெஞ்சு மொழியில் எழுதினார். அது ருஷ்ய மொழியில் உள்ளது போல நெருக்கத்தைக் காட்டும் சொல் அல்ல.

'நமது கடைசி உரையாடல் தொடர்பாக, நான் எனது முடிவை உங்களுக்குத் தெரிவிக்க விரும்புகிறேன். எல்லாவற்றையும் கவனமாகப் பரிசீலித்த பிறகு, நான் என்னுடைய வாக்குறுதியை நிறைவேற்றும் நோக்கில் இப்போது இந்தக் கடிதத்தை எழுதுகிறேன். நான் எடுத்திருக்கும் முடிவு பின்வருமாறு: உங்கள் நடத்தை எப்படி யிருந்தாலும், ஓர் உயர்ந்த சக்தியால் பிணைக்கப்பட்ட நம்முடைய உறவை முறிப்பதை நான் நியாயமானதாகக் கருதவில்லை. கணவன் மனைவி இருவரில் ஒருவரின் துரோகத்தாலும் அடக்குமுறையாலும் அல்லது குற்றத்தாலும் ஒரு குடும்பத்தை அழிக்க முடியாது. எனவே நம் வாழ்க்கை கடந்த காலங்களைப் போலவே தொடர வேண்டும். அது எனக்கும், உங்களுக்கும், நம்முடைய மகனுக்கும் அவசியம். தற்போது இந்தக் கடிதத்தை எழுதக் காரணமாக இருந்த நீங்கள் மனம் திருந்துவீர்கள் என்றும், நம்முடைய கருத்துவேறுபாட்டின் காரணங்களை அகற்றுவதற்கும், கடந்த காலத்தை மறப்பதற்கும் நீங்கள் எனக்கு உதவுவீர்கள் என்றும் நான் முழுமையாக நம்புகிறேன். இல்லையெனில் உங்களுக்கும் உங்கள் மகனுக்கும் என்ன காத்திருக் கிறது என்பதை நீங்களே யூகிக்க முடியும். இதையெல்லாம் ஒரு தனிப்பட்ட சந்திப்பின்போது விரிவாகப் பேசுவேன் என்று நம்புகிறேன். கோடைக்காலம் முடிவடையப் போவதால், சீக்கிரமாக, செவ்வாய் கிழமைக்கு முன்னதாக, பீட்டர்ஸ்பர்க்கிற்குத் திரும்பி வரும்படி நான் உங்களைக் கேட்டுக் கொள்கிறேன். நீங்கள் வருவதற் கான அனைத்து ஏற்பாடுகளும் செய்யப்படும். எனது இந்த வேண்டு கோளுக்கு நான் எவ்வளவு முக்கியத்துவம் கொடுக்கிறேன் என்பதைக் கவனத்தில் கொள்ளும்படி கேட்டுக்கொள்கிறேன்.

ஏ. கரீனின்.

பின்குறிப்பு: இந்தக் கடிதத்துடன் இணைக்கப்பட்ட பணம், உங்கள் செலவுகளுக்குத் தேவைப்படலாம்.

கடிதத்தைப் படித்துப் பார்த்த அவர் மகிழ்ச்சியடைந்தார். குறிப்பாகப் பணத்தை இணைக்க மறக்கவில்லை என்பதை நினைத்து மகிழ்ந்தார். எந்தவிதமான கொடூரமான வார்த்தைகள் இல்லை; நிந்தனை இல்லை; கனிவும் இல்லை. எல்லாவற்றுக்கும் மேலாக திருந்துவதற்கான ஒரு வாய்ப்பு இருந்தது. எழுத்து உபகரணங்களைக் கையாள்வதில் எப்போதும் அவருக்குள்ள மகிழ்ச்சியுடன் அவர் கடிதத்தை மடித்து, கவரில் பணத்தைப் போட்டு, மணியை அடித்தார்.

"இதைத் தபாலில் சேருங்கள். அன்னா ஆர்கடியேவ்னாவிடம் நாளை கொடுக்க வேண்டும்" என்று சொல்லிவிட்டு எழுந்து நின்றார்.

"உங்கள் விருப்பப்படி, மேன்மையானவரே. உங்களுக்குத் தேநீர் கொண்டு வரவா?"

அலெக்ஸி அலெக்ஸாண்ட்ரோவிச் தேநீர் கொண்டுவரும்படி சொல்லிவிட்டு, கையில் அந்தப் பெரிய காகிதக் கத்தியுடன், தனது சாய்வுநாற்காலி இருந்த இடத்திற்குச் சென்றார். அங்கு மேசை மீது ஒரு விளக்கும், அவர் படிக்கத் தொடங்கியருந்த 'பழங்கால எகிப்தியரின் சித்திர வடிவ எழுத்துக்கள்' என்ற பிரெஞ்சுப் புத்தகமும் இருந்தன. நாற்காலிக்கு மேலே சுவரில் பிரபலமான ஓவியர் வரைந்த அன்னாவின் தங்கமுலாம் சட்டமிட்ட நீள்வட்ட உருவப்படம் இருந்தது. அலெக்ஸி அலெக்ஸாண்ட்ரோவிச் அதைப் பார்த்தார். அன்று மாலை அவர்கள் பேசிக்கொண்ட போது இருந்ததைப் போலவே, அவளுடைய ஊடுருவ முடியாத கண்கள், ஏளனத்துடனும், வஞ்சகத்துடனும் அவரைப் பார்த்துக் கொண்டிருந்தன. அவளுடைய கருப்பு நிறக் கூந்தலையும், அதிலிருந்த கருப்பு ரிப்பனையும், மோதிரம் அணிந்த நடுவிரலுடன் கூடிய அவளது வெள்ளை நிறக் கையையும் ஓவியர் மிக அற்புதமாகத் தீட்டியிருந்த விதம், அலெக்ஸி அலெக்ஸாண்ட்ரோவிச்சின் கவனத்தை ஈர்த்து, அவருக்கு அளவுகடந்த ஆத்திரத்தை ஏற்படுத்தியது. அதையே ஒரு நிமிடம் உற்றுப் பார்த்த அவருடைய உதடுகள் நடுக்கத்துடன் 'பிர்' என்ற ஓசையை ஏற்படுத்தின. அவர் வேகமாகத் திரும்பி நாற்காலியில் அமர்ந்து புத்தகத்தைத் திறந்தார். அவர் அதை வாசிக்க முயன்றார் என்றாலும், முன்பு ஒரு காலத்தில் அதன் மீது அவர் கொண்டிருந்த ஆர்வத்தை இப்போது அவரால் திரும்பக் கொண்டுவர முடியவில்லை. அவர் புத்தகத்தைப் பார்த்தபடி, பல்வேறு விஷயங்களை யோசிக்கத் தொடங்கினார். அவர் தனது மனைவியைப் பற்றி அல்லாமல், அவரது அரசு விவகாரங்களில் சமீபத்தில் ஏற்பட்ட ஒரு குறிப்பிட்ட

சிக்கலைப் பற்றி யோசித்தார். அது இப்போது அவருடைய வேலைக்கு முக்கியத் தேவையாக இருந்தது. முன்னெப்போதையும் விட இப்போது அந்தச் சிக்கலுக்குள் தனது மனம் மிகவும் ஆழமாக ஊடுருவி விட்டதை அவர் உணர்ந்தார். இப்போது அவர் மனதில் உருவாகியிருக்கும் அந்த யோசனையை, அவர் தற்பெருமையின்றி சொல்லிக்கொள்ள முடியாது. அது இந்தச் சிக்கல் அனைத்திற்கும் தீர்வாகவும், உத்தியோகபூர்வ வாழ்க்கையில் தன்னை வலுப்படுத்தவும், அவரது எதிரிகளை முறியடிக்கவும் பயன்படும். மேலும் அதன் மூலம் அரசாங்கத்திற்கும் மிகப் பெரிய நன்மை கிட்டும் என்று யோசித்தார். வேலைக்காரன் தேநீரை வைத்துவிட்டுச் சென்றதும், அலெக்ஸி அலெக்ஸாண்ட்ரோவிச் எழுந்து தனது எழுதும் மேசைக்குச் சென்றார். தனது அலுவலக ஆவணங்களை மேசையின் நடுவில் வைத்து, சுயதிருப்தியின் புன்சிரிப்பு வெளிப்பட, பென்சிலை எடுத்துக்கொண்டு, எதிர்கொள்ளப் போகும் பிரச்சினையுடன் தொடர்புடைய, ஒரு சிக்கலான ஆவணத்தைப் படிப்பதில் மூழ்கினார். சிக்கல் இதுதான். ஒரு திறமையான அரசாங்க அதிகாரி என்ற முறையில் அலெக்ஸி அலெக்ஸாண்ட்ரோவிச்சிற்கு மட்டுமே உரிய குணாதிசயமான (ஒவ்வொரு வளர்ந்து வரும் அதிகாரிக்கும் அத்தகைய ஒரு அம்சம் உள்ளது), விடாமுயற்சி, லட்சியம், கட்டுப்பாடு, நேர்மை மற்றும் தன்னம்பிக்கை ஆகியவற்றுடன், அலுவலக ஆவணங்களின் பாரத்தைக் குறைத்து, சுருக்கமான தகவல் பரிமாற்றத்தை மேற்கொண்டு, பிரச்சினையை முடிந்தவரை நேரடியாக அணுகித் தீர்வு காண்பது, சிக்கனத்தைக் கடைப்பிடிப்பது போன்ற பண்புகள் அவருடைய வாழ்க்கையை உருவாக்கியது. அலெக்ஸி அலெக்ஸாண்ட்ரோவிச்சின் அமைச்சகத்தின் கீழ் வரும் ஜராய்ஸ்க் மாகாணத்தில் உள்ள வயல்களின் நீர்ப்பாசனம் குறித்து, ஜூன் 2ஆம் தேதி புகழ்பெற்ற ஆணையம் விசாரணையைத் தொடங்கியது. இந்த வழக்கிற்காக மேற்கொள்ளப்பட்ட காகித ஆவணங்கள் மற்றும் தேவையற்ற செலவுகளை அவர் நன்றாக அறிந்தார். இந்த வழக்கு அவருக்கு முன்னர் பதவியில் இருந்த ஒருவர் தொடங்கியது. ஆனால் உண்மையில், இந்த வழக்கிற்காக ஏற்கனவே ஒரு பெரிய தொகை செலவழிக்கப்பட்டதோடு, இப்போதும் தொடர்ந்து பயனற்ற முறையில் செலவிடப்பட்டு வந்தது. மேலும் இந்த வழக்கினால் எந்தப் பலனும் இல்லை என்பது தெளிவாகத் தெரிந்தது. அதைப் பதவி ஏற்றதும் உடனடியாகப் புரிந்துகொண்ட அலெக்ஸி அலெக்ஸாண்ட்ரோவிச், நீர்ப்பாசன வாரியத்தின் மீது நடவடிக்கை எடுக்க விரும்பினார். ஆனால் அவர் தனது நிலையில் இன்னும் பாதுகாப்பாக உணராதபோது, அது பலரது நலனையும் பாதிப்பதுடன் அது நியாயமற்றதாக இருக்கும் என்று கருதினார். பின்னாளில்

மற்ற வழக்குகளில் தீவிரமாக மூழ்கியிருந்த அவர் அதை மறந்து விட்டார். எல்லா வழக்குகளையும் போலவே ஊசலாடிக் கொண்டிருந்த இந்த வழக்கு மீண்டும் உயிர் பெற்றது. (இந்த நீர்ப்பாசன வாரியத்தினால் பலர் தங்கள் வாழ்வாதாரத்தைப் பெற்றனர். குறிப்பாக, இசைக் குடும்பத்தைச் சார்ந்த, இரு வயலின் வாசிக்கும் சகோதரிகள். அலெக்ஸி அலெக்ஸாண்ட்ரோவிச்சிற்கு அந்தக் குடும்பத்தை நன்றாகத் தெரியும். மூத்தவளுக்குத் திருமணம் நடந்த போது அவர் உதவி செய்தார்.) இந்த வழக்கை முன்வைக்கும் துறையின் இந்த விரோத மனப்பான்மை நியாயமற்றது என்பது அலெக்ஸி அலெக்ஸாண்ட்ரோவிச்சின் கருத்து, ஏனெனில் ஒவ்வொரு துறையிலும் இப்படி இதுபோன்ற மோசமான பல வழக்குகள் உள்ளன. ஆனால் உத்தியோகபூர்வமான கண்ணியத்தின் காரணமாக அவற்றை யாரும் கண்டுகொள்வதில்லை. இப்போது அந்தப் பொறுப்பு அவர் மீது சுமத்தப்பட்டதால், அவர் தைரியமாக அதைக் கையில் எடுத்தார். ஜராய்ஸ்க் மாகாணத்தில் உள்ள வயல்களின் நீர்ப்பாசன வாரியத்தின் செயல்பாட்டை விசாரிக்கவும் ஆய்வுசெய்யவும் ஒரு சிறப்பு ஆணையத்தை நியமிக்க வேண்டும் என்று அவர் கோரினார். ஆனால் இழப்பீடாக அவர் எதிராளிக்கு எதையும் கொடுக்கவில்லை. மேலும் பூர்வீகப் பழங்குடியினரை நடத்துவது குறித்து விசாரிக்க மற்றொரு சிறப்பு ஆணையத்தையும் நியமிக்க வேண்டும் என்று அவர் கோரினார். பூர்வீக மக்களை நடத்துவது பற்றிய வழக்கு தற்செயலாக ஜூன் 2ஆம் தேதி குழுவில் கொண்டு வரப்பட்டது. பூர்வீக மக்களின் பரிதாபகரமான நிலையின் காரணமாக, காலதாமதமின்றி அலெக்ஸி அலெக்ஸாண்ட்ரோவிச் அதைத் தீவிரமாக ஆதரித்தார். இந்த விவகாரம் பல துறைகளுக்கு இடையில் சச்சரவு ஏற்பட வழிகோலியது. அலெக்ஸி அலெக்ஸாண்ட்ரோவிச்சின் எதிர்த்தரப்பினர், பழங்குடியினரின் நிலைமை மிகவும் செழிப்பாக இருப்பதாகவும், இப்போது முன்மொழியப்பட்ட மறுசீரமைப்பு அவர்களின் செழிப்பை அழிக்கக்கூடும் என்றும் வாதிட்டது. மேலும் அதில் ஏதேனும் தவறு இருந்தால், அது அலெக்ஸி அலெக்ஸாண்ட்ரோவிச்சின் துறை, சட்டத்தால் பரிந்துரைக்கப்பட்ட நடவடிக்கைகளை முறையாகச் செயல்படுத்தத் தவறியதன் விளைவால் ஏற்பட்டது என்று கூறியது. இப்போது அலெக்ஸி அலெக்ஸாண்ட்ரோவிச் சில கோரிக்கைகளை முன் வைத்தார். முதலாவதாக, ஒரு புதிய ஆணையம் அமைக்கப்பட வேண்டும். அது சம்பவ இடத்திலேயே பழங்குடியினரின் பிரச்சினைகளை விசாரிக்கும் பொறுப்பை ஏற்க வேண்டும். இரண்டாவது, குழுவின் கைகளில் உள்ள அதிகாரபூர்வத் தகவல்களின் அடிப்படையில் பூர்வீக மக்களின் நிலை இருப்பது தெரிந்தால், 1) அரசியல்,

2) நிர்வாகம், 3) பொருளாதாரம், 4) இனவரைவியல், 5) பொருள்வாதம், 6) மதக் கண்ணோட்டம் ஆகியவற்றின் அடிப்படையில், பழங் குடியினரின் மோசமான நிலைக்கான காரணங்களை ஆராய மற்றொரு புதிய நிபுணர் குழுவை அமைக்க வேண்டும். மூன்றாவது, இப்போது பழங்குடியினர் இருக்கும் நிலைக்குக் காரணமான, அவர்களின் சாதகமற்ற நிலைமைகளைச் சரிசெய்ய, கடந்த பத்து ஆண்டுகளில் அந்தத் துறை எடுத்த நடவடிக்கைகளைப் பற்றிய தகவல்களை எதிரி அமைச்சகம் வழங்க வேண்டும். நான்காவது, குழுவின், டிசம்பர் 5, 1863, தேதியிட்ட அறிக்கை எண் 1715, மற்றும் ஜூன் 7, 1864, தேதியிட்ட அறிக்கை எண் 18308 ஆகியவற்றில் தெளிவாகக் காணப்படுவது போல, அமைச்சகம் அடிப்படை உரிமைகள் சட்டத்திற்கு எதிராக ஏன் செயல்பட்டது என்பது தெளிவாகிறது. இந்த விவரங்களை அவர் குறித்துக்கொண்டபோது, அலெக்ஸி அலெக்ஸாண்ட்ரோவிச்சின் முகத்தில் உற்சாகம் ஏற்பட்டது. அவர் தான் எழுதியவற்றை மூடிவிட்டு எழுந்து, மணியை அடித்து, தனக்குத் தேவையான அறிக்கைகளைப் பெறுவது குறித்துத் தலைமைச் செயலாளருக்கு ஒரு குறிப்பை அனுப்பினார். அவர் எழுந்து நின்று சுற்றிலும் பார்த்துவிட்டு மீண்டும் அன்னாவின் உருவப் படத்தைப் பார்த்து முகத்தைச் சுளித்து, இகழ்ச்சியுடன் சிரித்தார். 'பழங்கால எகிப்தியரின் சித்திர வடிவ எழுத்துக்கள்' புத்தகத்தை, சற்று நேரம் படித்த அவர், அதன் மீது தனது ஆர்வத்தைப் புதுப்பித்துக் கொண்டு, பதினோரு மணிக்குப் படுக்கைக்குச் சென்றார். அவர் படுத்துக் கொண்டு தனது மனைவியுடன் நடந்த சம்பவத்தை நினைத்துப் பார்த்தபோது, அது அவருக்கு அத்தனை இருண்டதாகத் தெரியவில்லை.

15

அன்னா தனது சிக்கலான நிலைமையைத் தன் கணவனிடம் சொல்லும்படி விரான்ஸ்கி அவளை வற்புறுத்தியபோது, அவள் கசப்புடனும், பிடிவாதத்துடனும் விரான்ஸ்கி சொல்வதை மறுத்தாள் என்றாலும், அவளுடைய உள்ளத்தின் ஆழத்தில், தனது நிலைமை பொய்யானது, நேர்மையற்றது என்று கருதி, அதை மாற்ற வேண்டும் என்று மனப்பூர்வமாக விரும்பினாள். பந்தயங்கள் முடிந்து அவள் கணவனுடன் வீடு திரும்பியபோது, ஒரு கணம் ஏற்பட்ட பதட்டத்தில் எல்லாவற்றையும் அவரிடம் சொல்லி விட்டாள். அவள் அதைச் சொன்னபோது அவளுடைய உள்ளத்தில் வலி ஏற்பட்டது என்றாலும், அப்படிச் சொன்னதை நினைத்து மகிழ்ந்தாள். கணவன் சென்ற பிறகு, இனி அனைத்தும் முடிவுக்கு வந்துவிடும் என்றும், குறைந்த

பட்சம் பொய்யும் வஞ்சகமும் இருக்காது என்றும் அவள் தனக்குள் மகிழ்ச்சியுடன் சொல்லிக் கொண்டாள். இனி தன் இக்கட்டான நிலைமை முடிவுக்கு வந்து விடும் என்று அவள் சந்தேகத்திற்கு இடமின்றி நினைத்தாள். இந்தப் புதிய சூழ்நிலை மோசமானது என்றாலும் அது முடிவுக்கு வந்துவிட்டது என்பதால் இனி அதில் எந்த நிச்சயமற்ற தன்மையும் பொய்யும் இருக்காது. அவள் தன் கணவனிடம் அதைச் சொன்னபோது தனக்கும் அவருக்கும் ஏற்பட்ட மனவேதனைக்கு இப்போது முடிவாக ஒரு தீர்வு கிடைத்து விட்டது என்று நினைத்தாள். அவள் அன்று மாலை விரான்ஸ்கியைச் சந்தித்தபோது, தனக்கும் தன் கணவருக்கும் இடையில் என்ன நடந்தது என்பதை அவனிடம் சொல்லவில்லை. இருப்பினும் அவளுடைய சிக்கல் தீர்க்கபட வேண்டுமெனில் அவள் அதை அவனிடம் சொல்ல வேண்டியது அவசியம்.

அவள் மறுநாள் காலையில் கண்விழித்தபோது, தன் கணவரிடம் பேசிய வார்த்தைகள்தான் முதலில் அவளுடைய நினைவுக்கு வந்தன. இப்போது அவை அவளுக்கு மிகவும் பயங்கரமாகத் தோன்றியது. அந்த விசித்திரமான, கொடுமையான வார்த்தைகளைத் தன்னால் எப்படிச் சொல்லமுடிந்தது என்பதை அவளால் புரிந்துகொள்ள முடியவில்லை. அதனால் என்ன நடக்கப்போகிறது என்பதையும் அவளால் கற்பனை செய்ய முடியவில்லை. ஆனால் அந்த வார்த்தை களைக் கேட்டு அலெக்ஸி அலெக்ஸாண்ட்ரோவிச் எதுவும் பேசாமல் சென்று விட்டார். 'நான் விரான்ஸ்கியைப் பார்த்தபோது அவரிடம் நான் இதைச் சொல்லவில்லை. அவர் புறப்படும் தருணத்தில் கூட, அவரை அழைத்து அதைச் சொல்ல விரும்பினேன். ஆனால் நான் என் முடிவை மாற்றிக் கொண்டேன். ஏனெனில் அவரைச் சந்தித்த முதல் கணத்தில் நான் அவரிடம் அதைச் சொல்லவில்லை என்பது விநோதமாக இருந்தது. நான் அதைச் சொல்ல வேண்டும் என்று விரும்பியபோதும், நான் ஏன் அதை அவரிடம் சொல்லவில்லை?' இந்தக் கேள்விக்கான பதிலாக, வெட்கம் அவளைப் பிடுங்கித் தின்றது. எது தன்னைச் சொல்லவிடாமல் தடுத்து நிறுத்தியது என்பது அவளுக்குப் புரிந்தது. நேற்று இரவு, தெளிந்ததாகத் தோன்றிய அவள் நிலைமை திடீரென்று இப்போது நம்பிக்கை யற்றதாகத் தோன்றியது. அவள் இதுவரை நினைத்துப் பார்த்திராத தனது அவமானத்தைக் கண்டு பயந்தாள். தன் கணவர் தன்னை என்ன செய்யப்போகிறார் என்பதை நினைத்தபோது, மிகப் பயங்கரமான எண்ணங்கள் அவளுக்குத் தோன்றின. கணக்காளர் இப்போது அவளை வீட்டைவிட்டு வெளியேற்ற வருவார் என்றும், அவளுடைய அவமானம் உலகம் முழுவதற்கும் அறிவிக்கப்படும் என்றும் அவளுக்குத் தோன்றியது. அவள் வீட்டை விட்டு வெளி

யேறியதும் எங்கே போவது என்று தனக்குத் தானே கேட்டுக் கொண்டபோது அவளுக்கு எந்தப் பதிலும் கிடைக்கவில்லை.

விரான்ஸ்கியைப் பற்றி நினைத்த அவள், அவன் தன்னை நேசிக்கவில்லை என்றும், அவன் ஏற்கனவே தன் மீதான ஈர்ப்பை இழந்துவிட்டான் என்றும், அவனுக்குத் தன்னை முழுமையாக அர்ப்பணிக்க முடியவில்லை என்ற காரணத்தால், அவன் மீது தான் கசப்புணர்வு கொண்டிருப்பதாகவும் அவள் கற்பனை செய்து கொண்டாள். அவள் தன் கணவரிடம் பேசிய வார்த்தைகளைத் திரும்பத் திரும்ப நினைத்துப் பார்த்தபோது, தான் அதை எல்லோரிடமும் சொன்னதாகவும், எல்லோரும் அதைக் கேட்டதாகவும் நினைத்தாள். இனிமேல் தன்னுடன் வாழ்பவர்களின் கண்களை ஏறிட்டுப் பார்க்க முடியாது என்று முடிவு செய்தாள். அவளால் வேலைக்காரியைக் கூப்பிடவும், தன் மகனையும், ஆசிரியையும் பார்ப்பதற்கும் கீழே செல்ல முடியவில்லை.

நீண்ட நேரமாகக் கதவுக்கு வெளியே நின்றிருந்த வேலைக்காரி தானாகவே அறைக்குள் வந்தாள். அன்னா அவள் கண்களைக் கேள்வியுடன் நோக்கி முகம் சிவந்தாள். உள்ளே வந்ததற்காக மன்னிப்புக் கேட்டுக் கொண்ட அவள், மணியோசை அழைப்பைத் தான் கேட்டதாக நினைத்தேன் என்று சொன்னாள். அவள் ஆடையையும் ஒரு குறிப்பையும் கொடுத்தாள். அந்தக் குறிப்பு பெட்ஸியிடமிருந்து வந்தது. இன்று காலை லிசா மெர்கலோவாவும், பாரோனஸ் ஸ்டோல்ஸும் தங்கள் அபிமானிகளான கலுஸ்கியும் வயதான ஸ்ட்ரெமோவ்வும் புல்வெளியில் பந்து விளையாடுவதற்குத் தன்னுடைய வீட்டிற்க்கு வருகிறார்கள் என்பதை பெட்ஸி அன்னாவுக்கு நினைவூட்டியிருந்தாள். ‘நீங்கள் அதைப் பார்க்க வாருங்கள். நான் உங்களை எதிர்பார்க்கிறேன்’ என்று அந்தக் குறிப்பு சொல்லியது.

அதைப் படித்த அன்னா நீண்ட பெருமூச்சு விட்டாள்.

“வேண்டாம், எனக்கு எதுவும் வேண்டாம்” என்று அன்னுஷ்காவிடம் சொன்ன அவள், அலங்கார மேசையிலிருந்த பொருட்களை அடுக்கி வைத்தாள். “போ, நான் உடை உடுத்திக் கொண்டு வருகிறேன். எனக்கு எதுவும் வேண்டாம்.”

அன்னுஷ்கா வெளியே சென்றபிறகும் உடை மாற்றுவதற்குத் தோன்றாமல், கைகளையும் தலையையும் தொங்கப்போட்ட அதே நிலையில் உட்கார்ந்திருந்தாள். ஏதோ அசைவைச் செய்ய விரும்புவது போலவும், எதையோ சொல்ல விரும்புவது போலவும் அவள் உடல் மீண்டும் மீண்டும் நடுங்கி பிறகு தளர்ந்தது. ‘என் கடவுளே! என் கடவுளே!’ என்று அவள் திரும்பத் திரும்பச் சொல்லிக் கொண்டாள். ஆனால் அவளைப் பொறுத்தவரை ‘என்’ அல்லது ‘கடவுள்’ என்பதற்கு

எந்த அர்த்தமும் இல்லை. தான் வளர்க்கப்பட்ட மதத்தைப் பற்றி அவளுக்கு எந்தச் சந்தேகமும் இல்லை என்றாலும், தனது இக்கட்டான நிலைக்கு மதத்தின் உதவியை நாடுவது, அலெக்ஸி அலெக்ஸாண்ட்ரோவிச்சிடம் உதவிகோருவதைப் போல அவளுக்கு அந்நியமாக இருந்தது. தன்னுடைய வாழ்க்கையின் முழு அர்த்தத்தையும் துறந்தால் மட்டுமே மதத்தின் உதவி சாத்தியம் என்பதை அவள் முன்கூட்டியே அறிந்திருந்தாள். அது அவளுக்கு வேதனையாக இருந்தது மட்டுமின்றி, இதுவரை அவள் ஒருபோதும் அனுபவித்திராத புதிய சூழ்நிலையை எதிர்கொண்டபோது அவளுக்குப் பயமாக இருந்தது. மங்கலான பார்வைக்கு முன்னால் பொருட்கள் இரட்டையாகத் தெரிவதுபோல, அவள் மனதில் எழும் எண்ணங்கள் இரட்டிப்பாகப் பெருகுவதை அவளால் உணர முடிந்தது. சில நேரங்களில் தான் என்ன விரும்புகிறோம் அல்லது எதற்காக அச்சப்படுகிறோம் என்பதே அவளுக்குத் தெரியவில்லை. அவள் பயப்படுவதோ அல்லது விரும்புவதோ என்னவாக இருக்கும், அவள் குறிப்பாக எதை விரும்புகிறாள் என்ற எதுவும் அவளுக்குத் தெரியவில்லை.

'ஆகா, நான் என்ன செய்துவிட்டேன்!' என்று தனக்குள் சொல்லிக் கொண்ட அவள் திடீரென்று தனது தலையின் இருபுறமும் வலியை உணர்ந்தாள். அவள் சிந்திப்பதை நிறுத்தியபோது, தன் இரு கைகளிலும் தலைமுடியைப் பிடித்து, தன் மேற்புறக் கன்னச் சதையுடன் சேர்த்து முறுக்கிக் கொண்டிருப்பதை அறிந்தாள். அவள் துள்ளி எழுந்து தன்னைத் தானே சமாதானம் செய்துகொள்ளத் தொடங்கினாள்.

"காபி தயாராக இருக்கிறது. ஆசிரியையும் செரியோஷாவும் காத்திருக்கிறார்கள்" என்று மீண்டும் திரும்பி வந்து சொன்ன அன்னுஷ்கா, அன்னாவை அதே நிலையில் பார்த்தாள்.

"செரியோஷாவா? செரியோஷாவுக்கு என்ன?" என்று கேட்ட அவள், அன்று காலையில், முதல் முறையாகத் தன் மகனைப் பற்றி நினைத்து, உணர்ச்சிவசப்பட்டுக் கேட்டாள்.

"அவன் குறும்புக்காரனாகி விட்டான்" என்று சிரித்துக் கொண்டே அன்னுஷ்கா பதில் சொன்னாள்.

"அவன் அப்படி என்ன செய்தான்?"

"அலமாரி மூலையில் பிளம்ஸ் பழங்கள் கிடந்தன. அவன் ஒன்றைச் சாப்பிட்டிருப்பான் என்று நினைக்கிறேன்."

மகனின் நினைவு திடீரென அன்னாவை அவள் இருந்த நம்பிக்கையற்ற நிலையிலிருந்து வெளியே கொண்டு வந்தது. தன் மகனுக்காக வாழும் தாயின் பாத்திரம் ஓரளவு நேர்மையானது, மிகைப்படுத்தப்பட்டது என்றாலும், சமீப ஆண்டுகளில் அவள்

அதை ஏற்றுக்கொண்டிருப்பதை நினைவு கொண்டாள். மேலும் இப்போது அவள் இருந்த சூழ்நிலையில், அவளுடைய கணவரிடமிருந்தும் விரான்ஸ்கியிடமிருந்தும் விடுபட்டு, தனக்கென ஒரு ஆதரவு இருப்பதை மகிழ்ச்சியுடன் நினைத்துப் பார்த்தாள். அந்த ஆதரவு அவளுடைய மகன். அவள் எந்த நிலையில் இருந்தாலும், அவளால் தன் மகனைக் கைவிட முடியாது. அவள் கணவர் அவளை உதாசீனப்படுத்தி வெளியே விரட்டினாலும், விரான்ஸ்கி அவளை விட்டு விலகி அவனுடைய சுதந்திரமான வாழ்க்கையைத் தொடர்ந்தாலும், (மீண்டும் அவள் அவனைக் கசப்புடனும் நிந்தனையுடனும் நினைத்தாள்), அவளால் தன் மகனைக் கைவிட முடியாது. அவனை அவளிடமிருந்து பிரித்துவிடாமல் இருப்பதற்கும், அவனுடன் தனது நிலையைப் பாதுகாத்துக் கொள்ளவும் தான் செயல்பட வேண்டும் என்ற ஒரு குறிக்கோள் அவளுக்கு இருந்தது. அவனை அவளிடமிருந்து பிரிப்பதற்கு முன்பாக அவள் காரியங்களைச் செய்ய வேண்டும். சீக்கிரமாக அவனை அழைத்துக் கொண்டு அங்கிருந்து சென்றுவிட வேண்டும். இப்போது அவள் செய்ய வேண்டிய ஒரே காரியம் அதுதான். அவள் அமைதியடைந்து, இந்த வேதனையான சூழ்நிலையிருந்து விடுபட வேண்டும். அவள் தன் மகனுடன் எங்கேயாவது போய்விட வேண்டும் என்ற எண்ணம் அவளை அமைதியடையச் செய்தது.

அவள் விரைவாக ஆடை அணிந்து, படிகளில் இறங்கி, உறுதியாக அடியெடுத்து வைத்து நடந்து வரவேற்பறைக்குச் சென்றாள். அங்கு வழக்கம்போல, காபியும், ஆசிரியையும், செரியோஷாவும் அவளுக்காகக் காத்திருந்தனர். செரியோஷா வெண்ணிற ஆடையில், கண்ணாடிக்குக் கீழே, மேசையின் அருகே நின்று, முதுகையும் தலையையும் குனிந்து, அவளுக்குப் பரிச்சயமான, அவன் தந்தையைப் போல, தீவிரமான முகபாவத்துடன், அவன் கொண்டுவந்த பூக்களை வைத்து ஏதோ செய்து கொண்டிருந்தான்.

ஆசிரியை கண்டிப்பான முகபாவத்துடன் இருந்தார். அவன் அடிக்கடி செய்வது போல, "அம்மா!" என்று கத்திய பிறகு தயங்கி நின்றான். பூக்களை விட்டுவிட்டு அம்மாவிடம் சென்று வணக்கம் சொல்வதா அல்லது பூ மாலையை முடித்து அவளிடம் எடுத்துச் செல்வதா?

அவளை வரவேற்ற ஆசிரியை, செரியோஷாவின் தவறுகளைப் பற்றி விரிவாகச் சொல்லத் தொடங்கினாள். ஆனால் அன்னா அவள் சொன்னது எதையும் காதில் கேட்டுக்கொள்ளவில்லை. அவனைத் தன்னுடன் அழைத்துச் செல்வதா அல்லது வேண்டாமா என்று அவள் யோசித்துக் கொண்டிருந்தாள். 'இல்லை, என்னால்

முடியாது என்று அவள் முடிவு செய்தாள். 'நான் அவனை அழைத்துக் கொண்டு போகிறேன்.'

"ஆமாம், அது மோசமானது" என்று அவள் மகனின் தோளைப் பிடித்துக் கொண்டு, கடுமையாக அல்லாமல் கனிவுடன் அவனைப் பார்த்தாள். அது சிறுவனைச் சங்கடப்படுத்தி மகிழ்வித்தது. அவள் அவனை முத்தமிட்டாள். "அவனை என்னிடம் விடுங்கள்" என்று ஆசிரியையிடம் சொல்லிவிட்டு, மகனின் கையை விட்டுவிடாமல், காபி வைக்கப்பட்டிருந்த மேசையில் அமர்ந்தாள்.

"அம்மா! நான்... நான்... இல்லை..." என்று அவன் தன் தவறுக்கு எப்படித் தண்டிக்கப்படுவோம் என்பதை அவள் முகபாவத்திலிருந்து யூகிக்க முயன்றான்.

ஆசிரியை அறையைவிட்டு வெளியேறியதும், "செரியோஷா, அது நல்லதல்ல, ஆனால் மீண்டும் நீ அப்படிச் செய்ய மாட்டாய், இல்லையா...? நீ என்னை நேசிக்கிறாயா?"

அவள் தன் கண்களில் கண்ணீர் பெருக்கெடுப்பதை உணர்ந்தாள். 'நான் எப்படி அவனை நேசிக்காமல் இருக்க முடியும்?' என்று அவள் தனக்குள் சொல்லிக் கொண்டு மகிழ்ச்சியான அவன் கண்களைப் பயத்துடன் உற்றுப் பார்த்தாள். 'அவன் தன் தகப்பனோடு சேர்ந்துகொண்டு என்னைத் தண்டிப்பானா? அவன் எனக்காக பரிதாபப்படுவானா?' அவள் கன்னங்களில் கண்ணீர் வழிந்தோடியது. அவள் அதை மறைக்க விரைவாக எழுந்து பால்கனிக்குச் சென்றாள்.

கடந்த சில நாட்களாக இடியுடன் கூடிய மழை பெய்ததால், குளிர்ந்த, தெளிவான வானிலை நிலவியது. மழையில் நனைந்த இலைகள் வழியாகப் பிரகாசமான சூரியனின் கதிர்கள் ஊடுருவின என்றாலும், காற்றில் குளிர் இருந்தது.

புத்துணர்ச்சியான காற்றில் இருந்த குளிராலும் அவள் உள்ளத்தைக் கவ்விப்பிடித்த பயங்கரத்தாலும் அவள் நடு நடுங்கினாள்.

"போ, மரியாட்டியிடம் போ" என்று தனக்குப் பின்னால் வந்த செரியோஷாவிடம் சொல்லிவிட்டு, பால்கனியின் கூரையில் தொங்கிய வைக்கோலைப் பிடித்து ஆட்டினாள். 'அவர்கள் என்னை மன்னிக்க மாட்டார்களா? இதெல்லாம் வேறுவிதமாக இருந்திருக்க முடியாது என்பதை அவர்கள் புரிந்து கொள்ள மாட்டார்களா?" என்று தன்னைத்தானே கேட்டுக் கொண்டாள்.

காட்டரசு மரத்தின் உச்சியில், அவற்றின் நனைந்த இலைகள், குளிர்ந்த வெயிலில் பிரகாசமாகப் பளபளப்பதை அவள் பார்த்தாள். இனி எல்லோரும் இந்த வானத்தைப் போல, இந்தப் பசுமையைப் போல தன்னிடம் இரக்கமின்றி நடந்து கொள்வார்கள் என்பதை அவள் புரிந்துகொண்டாள். மீண்டும் அவள் தன் உள்ளத்தில்

சிந்தனைகள் இரட்டிப்பாகப் பெருகுவதை உணர்ந்தாள். 'நான் யோசிக்கக்கூடாது, யோசிக்கக்கூடாது' என்று தனக்குள் சொல்லிக் கொண்டாள். 'நான் போவதற்குத் தயாராக வேண்டும். எங்கே? எப்போது? யாரை உடன் அழைத்துச் செல்வது? ஆமாம், அன்னுஷ்காவையும் செரியோஷாவையும், மிகவும் அவசியமானவற்றையும் எடுத்துக் கொண்டு, மாலை ரயிலில் மாஸ்கோவுக்குச் செல்ல வேண்டும். ஆனால் நான் முதலில் இருவருக்கும் கடிதம் எழுத வேண்டும்.' அவள் விரைவாக வீட்டிற்குள் சென்று, மேசையின் முன் அமர்ந்து தன் கணவருக்குக் கடிதம் எழுதினாள்.

'நடந்த சம்பவத்திற்குப் பிறகு, இனி நான் உங்கள் வீட்டில் இருக்க முடியாது. நான் என் மகனை அழைத்துக் கொண்டு செல்கிறேன். எனக்குச் சட்டங்கள் தெரியாது என்பதால், பெற்றோரில் யாரிடம் மகன் இருக்கவேண்டும் என்பது தெரியவில்லை. நான் அவனை என்னுடன் அழைத்துச் செல்கிறேன். ஏனெனில் அவன் இல்லாமல் என்னால் வாழ முடியாது. பெருந்தன்மையுடன் அவனை என்னுடன் விட்டு விடுங்கள்.'

இதுவரை அவள் வேகமாகவும் இயல்பாகவும் எழுதினாள். ஆனால் அவள் அவரிடம் உணராத அவரது பெருந்தன்மையை நினைத்தபோது, கடிதத்தை உள்ளத்தைத் தொடும்படி முடிக்க வேண்டிய அவசியம் அவளை மேற்கொண்டு எழுத விடாமல் தடுத்தது.

'என் குற்றத்தையும், நான் மனம் திருந்துவதையும் குறித்து என்னால் பேச முடியாது, ஏனென்றால்...'

அவள் தன் எண்ணங்களில் எந்தக் கோர்வையும் இல்லாததைக் கண்டு யோசிப்பதை நிறுத்தினாள். 'இல்லை, எதுவும் தேவையில்லை' என்று சொல்லிக் கடிதத்தைக் கிழித்துவிட்டு, பெருந்தன்மை என்பதை நீக்கிவிட்டு மீண்டும் எழுதி அதை முத்திரையிட்டாள்.

மற்றொரு கடிதத்தை அவள் விரான்ஸ்கிக்கு எழுதினாள். 'நான் என் கணவரிடம் சொல்லிவிட்டேன்' என்று எழுதிவிட்டு, அதற்கு மேல் எதுவும் எழுத முடியாமல் வெகுநேரம் அமர்ந்திருந்தாள். அது கொடூரமாகவும், பெண் தன்மையற்றதாகவும் இருக்கும். 'அப்படியானால் நான் அவருக்கு என்ன எழுதுவது?' என்று தனக்குள் கேட்டுக்கொண்டாள். மீண்டும் அவள் முகத்தில் வெட்கத்தின் சிவப்பு ஏறியது. அவள் அவனுடைய அமைதியான குணத்தை நினைத்து, அவன் மீது ஏற்பட்ட எரிச்சலால் கடிதத்தைச் சுக்கு நூறாகக் கிழித்தாள். 'எதுவும் தேவையில்லை' என்று சொல்லிக்கொண்டாள். அவள் மை உறிஞ்சும் அட்டையை மடித்து வைத்து, மாடிக்குச் சென்று, ஆசிரியையிடமும், வேலையாட்களிடமும் தான் மாஸ்கோ

செல்வதாகச் சொல்லிவிட்டு, உடனே தனது பொருட்களைக் கட்டத் தொடங்கினாள்.

16

சுமை தூக்குபவர்கள், தோட்டக்காரர்கள், வேலையாட்கள் அனைவரும் அறையிலிருந்த பொருட்களை வெளியே கொண்டு வந்தனர். அலமாரிகளும், ஆடைகள் இருந்த பெட்டிகளும் திறந்து கிடந்தன. அவர்கள் கட்டுவதற்கான கயிறை இரண்டுமுறை கடைகளுக்குச் சென்று வாங்கி வந்தனர். செய்தித்தாள்கள் தரையில் கிடந்தன. இரண்டு பெட்டிகளும், பல பைகளும், கட்டிய மூட்டை களும் முன் அறையில் வைக்கப்பட்டன. அவளுடைய வண்டியும், இரண்டு வாடகை வண்டிகளும் வாசலில் நின்றன. பொருட்களைக் கட்டுவதில் தன் கவலையை மறந்த அன்னா, தனது பயணப் பையைக் கட்டிவிட்டு, மேசையின் அருகில் நின்றிருந்தபோது, ஒரு வண்டி வரும் ஓசையைக் கேட்ட அன்னுஷ்கா அன்னாவிடம் சொன்னாள். ஜன்னல் வழியாக எட்டிப்பார்த்த அன்னா, அலெக்ஸி அலெக்ஸாண்ட்ரோவிச்சின் கடிதத்தைக் கொண்டுவந்த நபர், முன்வாசல் படியில் நின்று மணி அடிப்பதைக் கண்டாள்.

"அது என்னவென்று பார்த்து வா" என்று சொன்ன அவள், எதற்கும் தயாராகத் தன்னை அமைதிப்படுத்திக் கொண்டு, முழங் காலில் கைகளைக் கட்டியபடி சாய்வு நாற்காலியில் அமர்ந்தாள். அலெக்ஸி அலெக்ஸாண்ட்ரோவிச்சின் கையெழுத்துடன் கூடிய ஒரு கடிதத்தை வேலைக்காரன் கொண்டுவந்து கொடுத்தான்.

"பதில் கடிதம் வேண்டுமாம்" என்றான் அவன்.

"நல்லது" என்ற அவள், வேலைக்காரன் சென்றதும் நடுங்கும் விரல்களால் கடிதத்தைப் பிரித்தாள். சீல் வைக்கப்பட்ட கவரிலிருந்து பண நோட்டுக்கள் கீழே விழுந்தன. அவள் கடிதத்தை எடுத்துக் கடைசியிலிருந்து படித்தாள். 'நான் கிளம்புவதற்கான ஏற்பாடுகளைச் செய்துள்ளேன். எனது வேண்டுகோளை நிறைவேற்றுவதற்கு நான் முக்கியத்துவம் அளிக்கிறேன்.' அவள் பின்னாலிருந்து அனைத்தையும் படித்துவிட்டு, மீண்டும் கடிதம் முழுவதையும் ஆரம்பத்திலிருந்து படித்தாள். அவள் அதைப் படித்து முடித்ததும், தான் எதிர்பார்க்காத ஒரு பயங்கரமான பேரழிவு தன் தலை மீது இறங்கிவிட்டதை உணர்ந்து கற்சிலையென சமைந்தாள்.

அவள் காலையில் தன் கணவரிடம் அனைத்தையும் சொன்ன பிறகு, தான் அவரிடம் சொல்லாமல் இருந்திருக்க வேண்டும் என்பதை மட்டுமே திரும்பத் திரும்ப நினைத்து மனம் வருந்தினாள்.

இப்போது அந்த வார்த்தைகள் சொல்லப்படவே இல்லை என்பது போல, அவள் விரும்பியதை நிறைவேற்ற ஒரு கடிதம் வந்திருக்கிறது. ஆனால் இப்போது இந்தக் கடிதம் அவள் கற்பனை செய்து பார்த்ததை விடவும் பயங்கரமாக இருந்தது.

'அவர் சொல்வது சரிதான்! அவர் சொல்வது சரிதான்!' என்றாள். 'நிச்சயமாக அவர் எப்போதும் சரியானவர்; அவர் ஒரு கிறிஸ்துவர்; அவர் பெருந்தன்மையானவர்! அடிப்படையில் அவர் ஒரு கீழ்த்தரமான மனிதர்! அது எனக்கு மட்டுமே தெரியும். ஆனால் நான் அதை விளக்க முடியாது. அவர் ஒரு மதவாதி, நேர்மையானவர், புத்திசாலி, என்று கூறுகிறார்கள். ஆனால் அவரிடம் நான் பார்த்ததை மற்றவர்கள் பார்க்கவில்லை. கடந்த எட்டு ஆண்டுகளாக என் வாழ்க்கையை நசுக்கி, எனக்குள் இருந்த அனைத்தையும் அடக்கி வைத்ததுடன், ஒரு உயிருள்ள ஜீவனான எனக்கும் அன்பு தேவை என்பதை அவர் ஒருபோதும் நினைத்துப் பார்த்ததில்லை என்பது அவர்களுக்குத் தெரியாது. தன்னுடைய மகிழ்ச்சிக்காக அவர் ஒவ்வொரு விஷயத்திலும் என்னை எப்படி அவமானப் படுத்தினார் என்பது அவர்களுக்குத் தெரியாது. என் வாழ்க்கைக்கு அர்த்தம் கண்டுபிடிக்க என்னால் முடிந்தவரை நான் முயற்சி செய்யவில்லையா? என் கணவரை நேசிக்க முடியாதபோது, அவரை நேசிக்கவும், என் மகனை நேசிக்கவும் நான் முயற்சிக்கவில்லையா? ஆனால் இனிமேலும் என்னை நானே ஏமாற்றிக்கொள்ள முடியாது. நான் ஒரு உயிருள்ள மனுஷி, குற்றவாளி அல்ல. நேசிப்பதற்கும் வாழ்வதற்குமே என்னைக் கடவுள் படைத்துள்ளார் என்பதை நான் அறியும் நேரம் வந்துவிட்டது. இப்போது அவர் என்ன செய்வார்? அவர் என்னைக் கொலை செய்திருந்தால் அல்லது அவர் தற்கொலை செய்துகொண்டிருந்தால் கூட என்னால் அதைத் தாங்கிக்கொள்ள முடிந்திருக்கும். நான் அனைத்தையும் மன்னித்திருப்பேன். ஆனால் அவர்...'

'அவர் என்ன செய்வார் என்பதை நான் எப்படி யோசிக்காமல் போனேன்? தனது கீழ்த்தரமான குணத்திற்கு ஏற்றதை அவர் செய்வார். அவர் சரியானவராக இருப்பினும் என்னைப் பொறுத்த வரை அனைத்தையும் பாழாக்கியவர். அவர் என் அழிவை மேலும் மோசமாக்குவார். இன்னும் மோசமான...'

'உங்களுக்கும் உங்கள் மகனுக்கும் என்ன காத்திருக்கிறது என்பதை நீங்களே கற்பனை செய்து பாருங்கள்' என்ற கடிதத்தின் வார்த்தைகளை நினைவுகூர்ந்தாள். 'அது என் மகனை என்னிடமிருந்து பிரித்துவிடுவார் என்பதற்கான அச்சுறுத்தல். அவர்களின் முட்டாள் தனமான சட்டத்தினால் அவரால் அதைச் செய்ய முடியும். ஆனால் அவர் ஏன் இப்படிச் சொல்கிறார் என்பது எனக்குத் தெரியாதா?

எனக்கு என் மகன் மீது இருக்கும் அன்பை அவர் நம்பவில்லை அல்லது அதை வெறுக்கிறார் (அவர் எப்போதும் கேலி செய்வது போல). என்னுடைய அந்த உணர்வை அவர் வெறுக்கிறார். ஆனால் நான் என் மகனைக் கைவிடமாட்டேன், கைவிட முடியாது, என் மகன் இல்லாமல் நான் நேசிக்கும் ஒருவருடன் என்னால் வாழ முடியாது என்பதை அவர் நன்கு அறிவார். ஆனால் நான் என் மகனைக் கைவிட்டு, அவரையும் விட்டு ஓடினால், நான் மிகவும் அவமானகரமான, கீழ்த்தரமான பெண்ணாவேன் என்பது அவருக்குத் தெரியும். என்னால் அப்படிச் செய்யமுடியாது என்பதும் அவருக்குத் தெரியும்.

'நம் வாழ்க்கை முன்பு போலவே தொடர வேண்டும்' என்ற கடிதத்தின் மற்றொரு வரியை நினைவு கூர்ந்தாள். 'அந்த வாழ்க்கை முன்பும் வேதனையாக இருந்தது, சமீப காலமாக அது முன்னைவிட பயங்கரமாக இருக்கிறது. இனிமேல் அது எப்படி இருக்கும்? நான் உயிரோடு இருக்கிறேன், நான் நேசிக்கிறேன் என்ற உண்மைக்காக நான் மனம் திருந்த முடியாது என்பது அவருக்குத் தெரியும். எனவே பொய்யையும் வஞ்சகத்தையும் தவிர வேறெதுவும் இருக்க முடியாது என்பது அவருக்குத் தெரியும். இருந்தும் அவர் என்னைத் துன்புறுத்திக் கொண்டே இருக்க வேண்டும். தண்ணீரில் உள்ள மீனைப் போல, அவர் பொய்யில் நீந்தி மகிழ்கிறார் என்பது எனக்குத் தெரியும். ஆனால் நான் அவருக்கு அந்த மகிழ்ச்சியைத் தர மாட்டேன். எது வந்தபோதும் நான் என்னைச் சுற்றி அவர் விரிக்கும் இந்தப் பொய் வலையைக் கிழித்தெறிவேன். பொய்யையும் வஞ்சகத்தையும் விட வேறு எதுவும் மேலானதாக இருக்கும்.

'ஆனால் எப்படி? கடவுளே! கடவுளே! என்னைப் போல எந்தப் பெண்ணும் இந்த உலகில் மகிழ்ச்சியற்றவளாக இருந்திருக் கிறாளா...?'

'நான் அதை மாற்றுவேன், மாற்றிக் காட்டுவேன்!' என்று அவள் துள்ளி எழுந்து, தன் கண்ணீரை அடக்கிக் கொண்டாள். அவள் அவருக்கு மற்றொரு கடிதத்தை எழுதுவதற்காக மேசைக்கு அருகில் சென்றாள். ஆனால் எதையும் உடைக்கும் சக்தி தன்னிடம் இல்லை என்பதையும், அது எவ்வளவு பொய்யாகவும் நேர்மையற்ற தாகவும் இருந்தாலும், பழைய நிலையிலிருந்து தன்னை விடுவித்துக் கொள்ளும் சக்தி தன்னிடம் இல்லை என்பதையும் அவள் நன்றாகத் தெரிந்து கொண்டாள்.

எழுதுவதற்கு மேசையின் முன்னால் அமர்ந்த அவள், எழுத முடியாமல், மேசையின் மீது கைகளை மடித்து வைத்து, அதில் தலையைப் புதைத்து, அழத் தொடங்கினாள். தன் இதயம் முழுவதும் பெரும் பாரமாக கனக்க, குழந்தைகள் அழுவதுபோல அழுதாள்.

தனது நிலையை வரையறுத்து தெளிவுபடுத்த வேண்டும் என்ற தனது கனவு எப்போதைக்குமாக அழிக்கப்பட்டுவிட்டதை நினைத்து அவள் அழுதாள். எல்லாமே அப்படியே இருக்கும் என்பதும், சொல்லப்போனால் முன்பு இருந்ததைவிட மோசமாக இருக்கும் என்பதும் அவளுக்குத் தெரியும். அன்று காலையில் அவளுக்கு மிகவும் அற்பமாகத் தோன்றிய அவளுடைய சமூக அந்தஸ்து விலைமதிப்பற்றது என்றும், அதற்காகக் கணவனையும், மகனையும் துறந்து, காதலனுடன் சேர்ந்துவிட்ட ஒரு வெட்கக்கேடான பெண்ணின் நிலைக்குத் தான் செல்ல முடியாது என்றும், எவ்வளவு தான் போராடினாலும் அதைச் செய்வதற்கான ஆற்றல் தன்னிடம் இல்லை என்றும் அவள் உணர்ந்தாள். இனி அவள் ஒருபோதும் காதலைச் சுதந்திரமாக அனுபவிக்க முடியாது. இனி அவள், ஒவ்வொரு கணமும் பிடிபட்டுவிடும் அச்சத்துடன், அந்நிய ஆடவனின் கள்ளத்தொடர்புக்காகக் கணவனை ஏமாற்றிய ஒரு குற்றவாளியான மனைவியாகவே என்றென்றும் இருப்பாள். இனி அவளுடைய வாழ்க்கையை அவளால் ஒருபோதும் பிறரிடம் பகிர்ந்துகொள்ள முடியாது. அது அப்படித்தான் இருக்கும் என்று அவளுக்குத் தெரியும். ஆனால் அதே சமயத்தில் அது எப்படி முடியும் என்பதை அவளால் கற்பனை செய்து பார்க்க முடியாத அளவுக்குப் பயங்கரமாக இருந்தது. தண்டிக்கப்பட்ட குழந்தைகள் அழுவதுபோல தன்னைக் கட்டுப்படுத்தாமல் அழுதாள்.

வேலைக்காரனின் காலடியோசையைக் கேட்டு, தன் நினைவுக்குத் திரும்பிய அவள், முகத்தை மறைத்துக் கொண்டு எழுதுவது போல நடித்தாள்.

"தபால்காரர் பதில் கேட்கிறார்" என்றான் வேலைக்காரன்.

"பதில்? ஆமாம்" என்ற அன்னா, "அவரைக் காத்திருக்கச் சொல்லுங்கள். நான் கூப்பிடுகிறேன்" என்றாள்.

'நான் என்ன எழுதுவது?' என்று அவள் யோசித்தாள். 'நான் சுயமாக என்ன முடிவு செய்ய முடியும்? எனக்கு என்ன தெரியும்? எனக்கு என்ன வேண்டும்? நான் எதை விரும்புகிறேன்?' மீண்டும் தன் உள்ளத்தில் சிந்தனைகள் பல்கிப் பெருகுவதை அவள் உணர்ந்தாள். அதைக் கண்டு பயந்த அவள், தன்னைப் பற்றி எழும் எண்ணங்களின் சிக்கலிலிருந்து விடுபடுவதற்கு அவள் ஒரு சாக்கைக் கண்டு பிடித்தாள். 'நான் அலெக்ஸியைப் பார்க்க வேண்டும் (அவள் தன் மனதில் விரான்ஸ்கி என்று சொல்லிக் கொண்டாள்). நான் என்ன செய்ய வேண்டும் என்பதை அவரால் மட்டுமே முடிவு செய்ய முடியும். நான் பெட்ஸியைப் பார்க்கச் செல்கிறேன். ஒருவேளை அங்கே அவரைப் பார்க்கலாம்' என்று தனக்குள் சொல்லிக் கொண்டாள். நேற்று அவள் அவரிடம் இளவரசி ட்வெர்ஸ்காயாவின்

வீட்டிற்குச் செல்ல மாட்டேன் என்று சொன்னபோது, அவனும் அங்கு போக மாட்டேன் என்று சொல்லியிருந்ததை அவள் மறந்து விட்டாள். 'உங்கள் கடிதம் கிடைத்தது அ' என்று எழுதி வேலைக் காரனை அழைத்து அதை அவனிடம் கொடுத்தாள்.

"நாம் போகப்போவதில்லை" என்று உள்ளே வந்த அன்னுஷ் காவிடம் சொன்னாள்.

"போகவே இல்லையா?"

"இல்லை. பெட்டிகள் எதையும் நாளைவரை திறக்க வேண்டாம். வண்டியைக் கூப்பிடு, நான் இளவரசியைப் பார்க்கச் செல்ல வேண்டும்."

"நான் எந்த ஆடையை எடுத்து வைப்பது?"

17

பீட்டர்ஸ்பர்க் வட்டத்தின் தலைமைப் பிரதிநிதிகளாக இருந்த இரண்டு பெண்களும் அவர்களின் அபிமானிகளும் விளையாடும் பந்து விளையாட்டைப் பார்ப்பதற்காக, இளவரசி ட்வெர்ஸ்காயா அன்னாவை அழைத்திருந்தாள். அவர்கள் இருவரும் சில சாயல் களைப் பின்பற்றி லெஸ் செப்டம்பர், மெர்வைல்ஸ் டு மோண்டே என்ற புனைபெயரில் அழைக்கப்பட்டனர். இந்தப் பெண்கள் உயர்ந்த சமூகத்தைச் சேர்ந்தவர்களாக இருந்தாலும், அன்னா இருக்கும் வட்டத்திற்கு எதிரானவர்கள். மேலும், பீட்டர்ஸ்பர்க்கில் மிகவும் செல்வாக்கு மிக்க நபர்களில் ஒருவரும், லிசா மெர்கலோவாவின் மூத்த அபிமானியுமான ஸ்ட்ரெமோவ், அலெக்ஸி அலெக்ஸாண்ட் ரோவிச்சிற்கு அரசியல் எதிரியாக இருந்தார். இதைக் கருத்தில் கொண்டே அன்னா அங்கு செல்வதற்கு விரும்பவில்லை. அவள் வரவில்லை என்று சொன்னதற்குத்தான் இளவரசி ட்வெர்ஸ்காயா குறிப்பு அனுப்பியிருந்தாள். ஆனால் அவள் விரான்ஸ்கியைச் சந்திக்க முடியும் என்ற நம்பிக்கையில் அங்கு செல்ல விரும்பினாள்.

மற்ற விருந்தினர்களுக்கு முன்னதாகவே அன்னா, இளவரசி ட்வெர்ஸ்காயாவின் வீட்டிற்குச் சென்றாள்.

அவள் உள்ளே நுழையும்போது, பக்கவாட்டில் நீண்ட மீசை யுடன், விரான்ஸ்கியின் வேலைக்காரன் உள்ளே சென்றான். வாசலில் நின்ற அவன் தொப்பியைக் கழற்றி மரியாதையுடன் அவளுக்கு வழிவிட்டான். அவனை அடையாளம் கண்டுகொண்ட போதுதான், நான் வரமாட்டேன் என்று விரான்ஸ்கி நேற்று சொன்னது அவளுக்கு நினைவு வந்தது. ஒருவேளை அவன் அதற்கான குறிப்பை அனுப்பி யிருக்கலாம்.

முன்புற வரபேற்பறையில், அவள் தன் மேலங்கியைக் கழற்றிக் கொண்டிருந்தபோது, "கோமகனிடமிருந்து இளவரசிக்கு" என்று சொல்லி அவன் ஒரு குறிப்பைக் கொடுத்தான்.

அவள் அவனிடம் அவனுடைய எஜமான் எங்கே என்று கேட்பதற்கு விரும்பினாள். அவள் வீட்டிற்குத் திரும்பிச் சென்று, அவனை வரச்சொல்லி அல்லது அவளை அழைத்துக் கொண்டு செல்லும்படி அவனுக்கு ஒரு குறிப்பை அனுப்ப விரும்பினாள். ஆனால் அவை எதுவுமே சாத்தியமின்றிப் போனது. ஏனெனில் அவள் வரவைத் தெரிவிக்கும் மணியோசை ஏற்கனவே அவளுக்கு முன்னால் ஒலித்துக் கொண்டிருந்தது. இளவரசி ட்வெர்ஸ்காயாவின் வேலைக்காரன் கதவைத் திறந்து வைத்து, அவள் உள்ளே இருந்த அறைகளுக்குச் செல்வதற்காகக் காத்திருந்தான்.

"இளவரசி தோட்டத்தில் இருக்கிறார். இப்போது அவளுக்குத் தெரிவிப்பார்கள். தயவுசெய்து தோட்டத்திற்குச் செல்கிறீர்களா?" என்று அடுத்த அறையில் இருந்த மற்றொரு வேலைக்காரன் கேட்டான்.

அவளுடைய முடிவெடுக்க முடியாத, நிச்சயமற்ற நிலை, வீட்டில் இருந்ததைப் போலத்தான் இப்போதும் இருந்தது. இப்போது அதைவிட மோசமாக, எதுவும் செய்ய முடியாமலும், விரான்ஸ் கியைப் பார்க்க முடியாமலும் ஆகிவிட்டது. அவளுடைய மனநிலைக்கு முற்றிலும் அந்நியமான ஒரு சமூகத்தில் அவள் இருக்க நேர்ந்து விட்டது. ஆனால் தான் அணிந்திருந்த ஆடை தனக்குப் பொருத்த மாக இருப்பதை அறிந்தாள். அவள் தனியாக இல்லை என்பதோடு அவளைச் சுற்றி சோம்பேறித்தனத்தின் வழக்கமான பண்டிகைச் சூழ்நிலை நிலவியது. மேலும் வீட்டை விட இங்கு அவள் ஆசுவாச மாக இருப்பதாக உணர்ந்தாள். அவள் என்ன செய்ய வேண்டும் என்பதைத் திட்டமிட வேண்டியதில்லை. எல்லாம் அதுவாகவே நடக்கும். வெள்ளை நிற உடையில் பிரமிக்கத்தக்க அழகுடன் உள்ளே வந்த பெட்ஸியை வாழ்த்திய அன்னா, எப்போதும் போல அவளைப் பார்த்துச் சிரித்தாள். இளவரசி ட்வெர்ஸ்காயாவுடன் துஷ்கே விச்சும் ஒரு இளம்பெண்ணும் வந்தனர். மாகாணத்தில் உள்ள தனது பெற்றோரின் மகிழ்ச்சிக்காக, இளவரசியுடன் கோடையைக் கழிப்ப தற்கு அந்த உறவுக்கார இளம்பெண் வந்திருந்தாள்.

அன்னாவிடம் ஏதோ அசாதாரணமான ஒன்று இருந்திருக்க வேண்டும் ஏனெனில் பெட்ஸி அதை உடனடியாகக் கவனித்தாள்.

"நான் சரியாகத் தூங்கவில்லை" என்று பதிலளித்த அன்னா, விரான்ஸ்கியின் குறிப்புடன் தங்களை நோக்கி வந்த அல்லது வந்த தாகத் தோன்றிய வேலைக்காரனை உற்றுப் பார்த்தாள்.

“நீங்கள் வந்ததில் எனக்கு மிகவும் மகிழ்ச்சி” என்றாள் பெட்ஸி. “நான் சோர்வாக இருப்பதால் அவர்கள் வருவதற்கு முன் ஒரு கோப்பைத் தேநீர் பருக வேண்டும். ஆனால் நீங்கள் மாஷாவுடன் சேர்ந்து வெட்டிய புல்வெளியின் தரையைச் சோதித்துப் பாருங்கள்” என்று அவள் துஷ்கேவிச்சிடம் சொன்னாள். “நீங்களும் நானும் தேநீர் அருந்தியபடி, மனம்விட்டுப் பேசுவதற்கு நேரமிருக்கிறது. நாம் ஜாலியாக அரட்டை அடிப்போம் என்ன?” என்று ஆங்கிலத்தில் சொன்ன அவள் அன்னாவை நோக்கித் திரும்பி, குடையைப் பிடித்துக்கொண்டிருந்த அன்னாவின் கையை அழுத்தினாள்.

“நான் திருமதி. ஃபிராலின் வரேடைப் பார்க்கச் செல்ல வேண்டும் என்பதால் நான் அதிக நேரம் உங்களுடன் இருக்க முடியாது. நான் அவர் வீட்டிற்கு வருவதாக நீண்ட நாட்களுக்கு முன்பே அவரிடம் சொல்லியிருந்தேன்” என்ற அன்னா தன் இயல்பையும் மீறி பொய் சொன்னாள். அது எளிமையாகவும் இயல்பாகவும் இருந்தது மட்டுமின்றி அவளுக்கு மகிழ்ச்சியையும் கொடுத்தது.

ஒரு வினாடிகூட யோசித்திராத ஒன்றை அவள் ஏன் சொன்னாள் என்பதற்கு அவளால் விளக்கம் கண்டுபிடிக்க முடியவில்லை. விரான்ஸ்கி வராத காரணத்தால், எப்போதும் செல்வதற்குத் தயாரான நிலையில், எப்படியாவது விரான்ஸ்கியைப் பார்க்கச் செல்ல வேண்டும் என்ற எளிய எண்ணத்தில்தான் அவள் அப்படிச் சொன்னாள். ஆனால் அவள் குறிப்பாக ஏன் வயதான ஃபிராலின் வரேடைச் சொன்னாள் என்பதற்கு விளக்கம் தர முடியவில்லை. ஏனெனில் மற்ற அனைவரையும் விட அவள் முக்கியமாக அவரைப் பார்க்க வேண்டியிருந்தது. அதே சமயம் விரான்ஸ்கியைச் சந்திப்பதற்கான புத்திசாலித்தனமான வழியைக் கண்டுபிடிக்க முயன்றபோது, இதை விடச் சிறந்த எதையும் அவளால் செய்திருக்க முடியாது என்பது பின்னாளில் அவளுக்குத் தெரியவந்தது.

“இல்லை, நான் உங்களை எக்காரணம் கொண்டும் போக விட மாட்டேன்” என்ற பெட்ஸி அன்னாவின் முகத்தை உற்றுப் பார்த்தாள். “உண்மையில் நான் உங்களை நேசிக்கவில்லை என்றால் வருத்தப்படுவேன். என் சமூகத்தில் உள்ளவர்கள் உங்களைச் சமரசம் செய்துவிடுவார்கள் என்று நீங்கள் பயப்படுவது போல இருக்கிறது” என்ற அவள் வேலைக்காரனிடம் திரும்பி, “சிறிய வரவேற்பறைக்குத் தேநீர் கொண்டு வா” என்று சொன்னபோது, வழக்கம்போல தன் கண்களைச் சுருக்கினாள். அவள் அவனிடமிருந்து ஒரு குறிப்பை வாங்கிப் படித்தாள். “அலெக்ஸி நம்மிடம் விளையாடுகிறார்” என்று அவள் பிரெஞ்சில் சொன்னாள். “அவர் வரமுடியாது என்று எழுதியிருக்கிறார்.” அன்னா விரான்ஸ்கியை ஒரு புல்வெளி பந்து விளையாட்டு வீரராக மட்டுமே பார்க்கிறாள் என்பதைத் தவிர

வேறு எதுவும் இல்லை என்பதைப் போன்ற இயல்பான குரலில் அவள் சொன்னாள்.

பெட்ஸிக்கு எல்லாமே தெரியும் என்பது அன்னாவுக்குத் தெரியும். ஆனால் தனக்கு முன்னால் விரான்ஸ்கியைப் பற்றி அவள் பேசிய விதத்தைக் கேட்டதும், பெட்ஸிக்கு அதைப் பற்றி எதுவும் தெரியாது என்று ஒரு கணம் தன்னைச் சமாதானப்படுத்திக் கொண்டாள்.

"ஆகா!" அதில் சிறிதும் அக்கறை இல்லாதது போல அலட்சிய மாகச் சொல்லிவிட்டு புன்னகையுடன் தொடர்ந்தாள். "உங்கள் சமூகத்தில் உள்ளவர்கள் எப்படி யாரையும் சமரசம் செய்ய முடியும்?" இந்த வார்த்தை விளையாட்டும், ரகசியத்தை மூடி மறைக்கும் வார்த்தைகளும், எல்லாப் பெண்களையும் போலவே அன்னாவையும் ஈர்த்தது. மறைக்க வேண்டிய அவசியமோ அல்லது மறைப்பதற்கான காரணமோ அல்ல, மறைக்கும் செயல்முறையே அவளை வெகுவாகக் கவர்ந்தது. "போப்பைவிட நான் கத்தோலிக்காக இருக்க முடியாது" என்றாள் அவள். "ஸ்ட்ரெமோவ், லிசா மெர்கலோவ் இருவரும் இந்தச் சமூகத்தில் சிறந்தவர்களில் சிறந்தவர்கள். அவர்கள் எங்கும் வரவேற்கப்படுகிறார்கள். ஆனால் நான் (நான் என்ற வார்த்தைக்கு அதிக அழுத்தம் கொடுத்தாள்), ஒருபோதும் கண்டிப்பாகவும், சகிப்புத்தன்மை இல்லாதவளாகவும் இருந்ததில்லை. எனக்கு அதற்கெல்லாம் நேரமில்லை."

"இல்லை, ஒருவேளை உங்களுக்கு ஸ்ட்ரெமோவைச் சந்திப்பதில் விருப்பமில்லையா? அவரும் அலெக்ஸி அலெக்ஸாண்ட்ரோவிச்சும் குழுவில் ஒருவருக்கொருவர் சண்டையிட்டுக் கொள்ளட்டும் அதைப் பற்றி எங்களுக்குக் கவலையில்லை. ஆனால் இந்த உலகத்தில் அவர் எனக்குத் தெரிந்த மிகவும் நல்ல மனிதர். நல்ல பந்து விளையாட்டு வீரர். நீங்கள் பொறுத்திருந்து பாருங்கள். லிசாவைக் காதலிக்கும் ஒரு அபத்தமான நிலையில் அவர் இருந்தபோதும், அவர் அந்த அபத்தமான நிலையிலிருந்து தன்னை விடுவித்துக்கொள்ள முயற்சிக் கிறார் என்பதை நீங்கள் பார்க்க வேண்டும்! அவர் மிகவும் நல்லவர். சாப்போ ஸ்டோல்ஸை உங்களுக்குத் தெரியுமா? அவர் முற்றிலும் புதிய வகையானவர்."

பெட்ஸி இதையெல்லாம் சொல்லிக்கொண்டிருந்த அதே நேரத்தில், தனது இக்கட்டான நிலையை அறிந்து, அதற்கு உதவியாக, அவளுடைய நல்ல நகைச்சுவையான பேச்சாலும் புத்திசாலித்தனமான பார்வையாலும், எதையோ செய்ய முயற்சிப்பதை அன்னா உணர்ந் தாள். அவர்கள் அவளுடைய சிறிய அறையில் இருந்தார்கள்.

'எப்படியும் நான் அலெக்ஸிக்குக் கடிதம் எழுத வேண்டும்' என்று பெட்ஸி தனது மேசையின் முன் அமர்ந்து சில வரிகளை

எழுதிக் கடிதத்தை உறையில் வைத்தாள். "அவர் இரவு உணவுக்கு வர வேண்டும் என்று எழுதியுள்ளேன். இங்கு இரவு உணவுக்கு வந்திருக்கும் ஒரு பெண் ஆண் துணையில்லாமல் இருக்கிறாள். இதைப் பாருங்கள், இது போதுமானதாக இருக்கிறதா? என்னை மன்னியுங்கள், நான் உங்களை ஒரு நிமிடம் தனிமையில் விட வேண்டும். தயவு செய்து அதை முத்திரையிட்டு அனுப்புங்கள்" என்று வாசலுக்குச் சென்ற அவள், "நான் சில ஏற்பாடுகளைக் கவனிக்க வேண்டும்" என்றாள்.

ஒரு கணமும் தயங்காமல் பெட்ஸியின் கடிதத்துடன் மேசைக்கு முன் அமர்ந்த அன்னா அதைப் படிக்காமல் சில வரிகளைச் சேர்த்தாள். 'நான் உங்களைப் பார்க்க வேண்டும். திருமதி. ஃபிராலின் வரேடேவின் தோட்டத்திற்கு வாருங்கள். நான் ஆறு மணிக்கு அங்கு இருப்பேன்' என்று எழுதி சீல் வைத்தாள். திரும்பி வந்த பெட்ஸி அவள் முன்னிலையில் கடிதத்தைக் கொடுத்து அனுப்பினாள்.

குளிர்ச்சியான சிறிய வரவேற்பறையில் ஒரு தட்டில் மேசை மீது வைக்கப்பட்ட தேநீரை அருந்தியபடி, இளவரசி ட்வெர்ஸ்காயா உறுதியளித்தபடி இரு பெண்களும் விருந்தினர்கள் வரும்வரை உண்மையில் ஒரு 'இனிமையான அரட்டையில்' ஈடுபட்டனர். அவர்கள் தாங்கள் எதிர்பார்த்திருந்த விருந்தினர்களைப் பற்றிப் பேசினார்கள். உரையாடல் லிசா மெர்கலோவ் மீது திரும்பியது.

"அவர் ஒரு இனிய பெண்மணி. எனக்கு எப்போதும் அவர் மீது அனுதாபம் உண்டு" என்றாள் அன்னா.

"நீங்கள் அவரை நேசிக்க வேண்டும். அவர் உங்களை நேசிக்கிறார். நேற்று பந்தயம் முடிந்தபோது என்னிடம் வந்த அவர் உங்களைக் காணாத விரக்தியில் இருந்தார். நீங்கள் ஒரு நாவலின் உண்மையான கதாநாயகி என்றும், நீங்கள் ஒரு ஆணாக இருந்திருந்தால் உங்களுக்காக அவர் ஆயிரம் முட்டாள்தனங்களைச் செய்திருப்பேன் என்றும் சொன்னார். ஸ்ட்ரெமோவ் அவரிடம், அவர் ஏற்கனவே அதைச் செய்துகொண்டிருப்பதாகச் சொன்னார்."

"ஆனால் தயவுசெய்து சொல்லுங்கள், என்னால் ஒருபோதும் புரிந்துகொள்ள முடியவில்லை" என்று சிறிது மௌனத்திற்குப் பிறகு பேசிய அன்னா, தான் ஒரு வீணான கேள்வியைக் கேட்கவில்லை, வேறெதையும் விடவும் அதைக் கேட்பது தனக்கு மிக முக்கியம் என்பதை அவள் பேசிய தொனி வெளிப்படுத்தியது. "தயவுசெய்து சொல்லுங்கள், மிஷ்கா என்று அழைக்கப்படும் இளவரசர் கலுஸ்கிக்கும் அவளுக்கும் என்ன தொடர்பு? நான் அவர்களை அரிதாகவே சந்தித்திருக்கிறேன். அது என்ன விவகாரம்?"

கண்களால் சிரித்த பெட்ஸி புன்னகைத்து அன்னாவை உற்று நோக்கினாள்.

"அது ஒரு புது வழி" என்றாள் அவள். "அவர்கள் அனைவரும் அந்த வழியைத் தேர்ந்தெடுத்துள்ளனர். அவர்கள் தடயங்களை அழித்துவிட்டனர். ஆனால் அதைச் செய்வதற்கு வெவ்வேறு வழிகள் உள்ளன."

"ஆமாம், ஆனால் கலுஸ்கியுடன் அவளுக்கு என்ன உறவு?"

எதிர்பாராமல் சிரித்த பெட்ஸி, அடக்க முடியாமல் மகிழ்ச்சியுடன், எப்போதும் இல்லாத வகையில் சிரித்தாள்.

"நீங்கள் இளவரசி மியாக்கியின் எல்லைக்குள் நுழைகிறீர்கள். இது ஒரு குழந்தைத்தனமான கேள்வி" என்று சொன்ன பெட்ஸி, வெளிப்படையாகத் தன்னைக் கட்டுப்படுத்த முயன்றும் முடியாமல், மனிதர்களிடம் அரிதாகவே தொற்றிக்கொள்ளும் பலத்த சிரிப்பை வெளிப்படுத்தினாள். "நீங்கள் அவர்களிடம்தான் கேட்கவேண்டும்" என்று சொல்லி கண்களில் கண்ணீர் வழிய சிரித்தாள்.

"இல்லை, நீங்கள் சிரிக்கிறீர்கள்" என்ற அன்னாவும் தன்னைத் தொற்றிக்கொண்ட சிரிப்பால் தன்னிச்சையாகச் சிரித்தாள். "ஆனால் என்னால் புரிந்துகொள்ள முடியவில்லை. இதில் ஒரு கணவரின் பங்கு என்ன என்பது எனக்குப் புரியவில்லை."

"கணவரா? லிசா மெர்கலோவின் கணவர் அவளுடைய ஆடைகளைச் சுமந்தபடி எப்போதும் அவளுக்குச் சேவை செய்கிறார். அதன் பின்னால் என்ன இருக்கிறது என்பதை யாரும் அறிய விரும்புவதில்லை. இங்கே பாருங்கள், ஒரு நல்ல சமுதாயத்தில் யாரும் ஒருவரின் கழிப்பறை பற்றிய விவரங்களைப் பேசவோ அல்லது நினைக்கவோ செய்வதில்லை. இதுவும் அப்படித்தான்."

"நீங்கள் ரோலந்தகியின் விழாவுக்கு வருவீர்களா?" என்று அன்னா பேச்சை மாற்றினாள்.

"என்னால் வரமுடியும் என்று தோன்றவில்லை" என்ற பெட்ஸி, ஒளி ஊடுருவும் கோப்பைகளில் நறுமணமிக்க தேநீரைக் கவனமாக ஊற்றினாள். அன்னாவிடம் ஒரு கோப்பையை நகர்த்திவிட்டு, ஒரு சிகரெட்டை எடுத்து அதை வெள்ளிக்குழாயில் வைத்துப் பற்ற வைத்தாள்.

"இதோ பாருங்கள், நான் ஒரு அதிர்ஷ்டவசமான நிலையில் இருக்கிறேன்" என்று தனது கோப்பையை எடுத்த அவள் சிரிக்காமல் பேசத் தொடங்கினாள். "என்னால் உங்களையும் லிசாவையும் புரிந்துகொள்ள முடிகிறது. தனக்கு எது நல்லது கெட்டது என்று புரியாத ஒரு குழந்தையின் அப்பாவித்தனமான மனப்பான்மையில்

இருப்பவர் லிசா. குறைந்தபட்சம் சிறுவயதிலிருந்தே அவள் அதைப் புரிந்துகொள்ளவில்லை. அந்தப் புரிந்துகொள்ள முடியாத நிலை இப்போது தனக்கு மிகவும் பொருந்திப்போவது அவளுக்குத் தெரியும். இப்போது அவள் வேண்டுமென்றே புரிந்துகொள்ள விரும்பவில்லை" என்று பெட்ஸி நுட்பமான புன்னகையுடன் சொன்னாள். "இருந்தாலும் அது அவளுக்குப் பொருந்துகிறது. நீங்களே பாருங்கள், ஒருவர் ஒரு விஷயத்தைத் துயரமாகக் கருதி வேதனையை அனுபவிக்கலாம் அல்லது அதை எளிமையாகப் பார்த்து மகிழ்ச்சியுடன் சிரிக்கலாம். ஒருவேளை நீங்கள் விஷயங்களை மிகவும் சோகமாகப் பார்க்க விரும்பலாம்."

"என்னை நான் தெரிந்துகொண்டது போல மற்றவர்களையும் தெரிந்துகொள்ள விரும்புகிறேன்" என்று அன்னா வருத்தத்துடனும் கவலையுடனும் சொன்னாள். "நான் மற்றவர்களை விடச் சிறந்தவளா அல்லது மோசமானவளா? மோசமானவள் என்றே நினைக்கிறேன்."

"நீங்கள் ஒரு மோசமான குழந்தை, மோசமான குழந்தை!" என்று திரும்பத்திரும்பச் சொன்னாள் பெட்ஸி. "ஆனால் அவர்கள் வந்துவிட்டார்கள்."

18

காலடி ஓசையும், ஒரு ஆணின் குரலும், அதைத் தொடர்ந்து ஒரு பெண்ணின் குரலும், சிரிப்புச் சத்தமும் அவர்களுக்குக் கேட்டது. எதிர்பார்த்திருந்த விருந்தினர்கள் உள்ளே வந்தனர். சாப்போ டால்ஸும், ஆரோக்கியமான, செழிப்பான உடல்நலத்துடன் பிரகாசித்த வாஸ்கா என்று அழைக்கப்படும் ஒரு இளைஞனும் வந்தனர். அரியவகை மாட்டிறைச்சியும் காளான்களும், பர்கண்டி மதுவும் அவன் உடலைச் செழிப்பாக அடித்திருந்தன என்பது தெளிவாகத் தெரிந்தது. வாஸ்கா அந்தப் பெண்களை வணங்கிவிட்டு, அவர்களை ஒரு வினாடி மட்டுமே உற்று நோக்கினான். பிறகு சாப்போவைத் தொடர்ந்து, அவளுடன் கட்டிப்போட்டது போல, வரவேற்பறைக்குள் வந்த அவன், அவளை விழுங்கிவிடுவது போல தன் பளபளக்கும் கண்களை அவள் மீதிருந்து எடுக்காமலிருந்தான். சாப்போ டால்ஸ் பொன்னிற முடியில் கருப்பு நிறக் கண்களுடன் இருந்தாள். உயரமான குதிகால் காலணிகளில், குறுகிய ஆனால் விரைவான காலடிகளில் சுறுசுறுப்பாக உள்ளே நுழைந்த அவள், ஒரு ஆணைப் போல, உறுதி யாக அழுத்தமாகப் பெண்களுடன் கை குலுக்கினாள்.

அன்னா இதற்கு முன்னர் அந்தப் பிரபலத்தைப் பார்த்ததில்லை. அவளுடைய அழகும், அவளுடைய ஆடம்பரமான நவநாகரிக

நற்றிணை பதிப்பகம் ● 443

ஆடையும், அவளுடைய தைரியமும் அன்னாவை வெகுவாக ஈர்த்தன. அவளுடைய மிருதுவான பொன்னிறத் தலைமுடியுடன் செயற்கை முடியும் சேர்ந்து, அவளுடைய தலை, நன்கு வடிவாக அமைந்த அவளுடைய மார்பகத்தைப் போல பெரியதாக எடுத்துக் காட்டியது. அவள் காலடி வைத்து நடந்த ஒவ்வொரு அடியிலும், அவளது முழங்கால்களும் தொடைகளும், அவளுடைய குட்டையான ஆடையின் கீழ் தெளிவாகத் தெரிந்தன. இந்த அசைந்தாடும் செழித்த அழகுக்குப் பின்னால், அவளுடைய உண்மையான, சிறிய, வடிவழகான உடல் எங்கே முடிவடைகிறது என்ற கேள்வி அனிச்சையாக எழுந்தது. அந்த அளவுக்கு மேலே அப்பட்டமாகத் தெரிந்த அது பின்புறத்திலும் கீழேயும் மறைக்கப்பட்டிருந்தது.

பெட்ஸி அவளை அன்னாவுக்கு அறிமுகப்படுத்த விரைந்தாள்.

“கற்பனை செய்து பாருங்கள்! நாங்கள் கிட்டத்தட்ட இரண்டு சிப்பாய்களைத் தாண்டி ஓடினோம்” என்று கண் சிமிட்டி, புன்னகையுடன் கதையை ஆரம்பித்தாள். “நான் வாஸ்காவுடன் வண்டியில் சென்றேன்... ஆமாம், உங்களுக்குப் பரிச்சயம் இல்லை.” அவன் குடும்பப் பெயரைச் சொல்லி, அந்த இளைஞனை அறிமுகப் படுத்திவிட்டு, வெட்கத்துடன் தான் செய்த தவறுக்காக, அதாவது வாஸ்காவை அந்நியன் என்று அழைத்ததற்காக, பலமாகச் சிரித்தாள்.

மீண்டும் அன்னாவை வணங்கிய வாஸ்கா அவளிடம் எதுவும் பேசவில்லை. அவன் சாப்போவை நோக்கித் திரும்பினான்.

“நீங்கள் பந்தயத்தில் தோற்றுவிட்டீர்கள். நாங்கள் முதலில் வந்தோம். பணத்தை எடுங்கள்” என்று சொல்லி அவன் சிரித்தான்.

சாப்போ இன்னும் குதூகலமாகச் சிரித்தாள்.

“ஆனால் நிச்சயமாக இப்போது இல்லை” என்றாள்.

“பரவாயில்லை, பிறகு வாங்கிக்கொள்கிறேன்.”

“சரி! சரிதான்! ஆமாம்!” என்று சொன்ன அவள், திடீரென்று பெட்ஸியை நோக்கி, “நான் மறந்துவிட்டேன். நான் உங்களுக்காக ஒரு விருந்தாளியை அழைத்து வந்துள்ளேன். இதோ அவர்” என்றாள்.

எதிர்பாராமல் சாப்போ அழைத்து வந்து மறந்துபோன இளம் விருந்தாளியை, மிகவும் முக்கியமான விருந்தாளியை, அவரது இளமையான வயதையும் மீறி அவரைச் சந்திக்க இரு பெண்களும் எழுந்து நின்றனர்.

அவன் சாப்போவின் புதிய ரசிகன். வாஸ்காவைப் போலவே அவனும் அவளது குதிகால்களைப் பின்தொடர்ந்து நடந்தான்.

சிறிது நேரத்தில், இளவரசர் கலுஸ்கியும் லிசா மெர்கலோவும் ஸ்ட்ரெமோவுடன் வந்தனர். லிசா மெர்கலோவ் மெலிந்த உடல் வாகுடன், மாநிறத்தில், கிழக்கத்திய முகத்துடன், அனைவரும் சொல்வதுபோல, மிக அழகான கண்களுடன் இருந்தாள். அவளுடைய அடர் வண்ண உடை (அன்னா அதைக் கவனித்து மெச்சினாள்) அவளுடைய அழகுக்கு முற்றிலும் பொருத்தமாக இருந்தது. சாப்போ உறுதியாகவும் இருக்கமாகவும் இருக்க, லிசா மென்மையாகவும் தளர்வாகவும் இருந்தாள்.

அன்னாவின் ரசனைக்கேற்ப லிசா மிகவும் கவர்ச்சியாக இருந்தாள். அவள் ஒரு அறியாத குழந்தை என்று பெட்ஸி அவளைப் பற்றி அன்னாவிடம் சொல்லியிருந்தாள் என்றாலும் அவளைப் பார்த்த அன்னாவுக்கு அது உண்மையல்ல என்று தோன்றியது. அவள் உண்மையிலேயே ஒரு கெட்டுப்போன பெண்ணாக இருந்தாலும் இனிமையான, பொறுப்பற்ற பெண். சாப்போவைப் போலவே அவளும் இருந்தாள். அவளுடைய இரண்டு அபிமானிகள், ஒரு இளைஞனும் ஒரு வயதானவரும், அவளுடன் ஒட்டிக்கொண்டு, அவளைத் தங்கள் கண்களால் விழுங்கியவாறு அவளைப் பின்தொடர்ந்து வந்தனர். ஆனால் அவளைச் சுற்றியிருந்த வெளிப்புறத்தை விடவும், மேலான ஏதோ ஒன்று, கண்ணாடி டம்ப்ளரில் பளபளக்கும் தூய்மையான தண்ணீரைப் போன்ற வைரத்தின் ஜொலிப்பு அவளிடம் இருந்தது. அவளுடைய அற்புதமான, உண்மையிலேயே புரிந்துகொள்ள முடியாத கண்களிலிருந்து இந்தப் பிரகாசம் ஜொலித்தது. சோர்வுற்ற ஆனால் அதே சமயத்தில், கருவளையம் சூழ்ந்த கண்களின் உணர்ச்சிகரமான பார்வையில் தெரிந்த நேர்மை பிரமிக்க வைத்தன. அந்தக் கண்களைப் பார்க்கும் ஒவ்வொரு ஆணும் அவளைப் பற்றிய அனைத்தையும் அறிந்துகொண்டதாக நினைத்து, அவளைக் காதலிக்காமல் இருக்க முடியாது என்று உணர்ந்தனர். அன்னாவைக் கண்டதும் அவள் முகம் முழுவதும் மகிழ்ச்சியான புன்னகையால் மலர்ந்தது.

"ஆகா, உங்களைப் பார்த்ததில் எனக்கு எவ்வளவு மகிழ்ச்சி!" என்று அவள் அருகில் சென்றாள். "நேற்று பந்தயத்திடலில் நான் உங்களைப் பார்க்க வந்தேன், ஆனால் நீங்கள் சென்றுவிட்டீர்கள். நேற்று நான் உங்களைப் பார்க்க வேண்டும் என்று மிகவும் ஆசைப்பட்டேன். அது பயங்கரமாக இல்லையா?" என்று அன்னாவின் உள்ளத்தை ஊடுருவுவது போன்ற கண்களால் அவள் பார்த்தாள்.

"ஆமாம், அது அப்படி நடக்கும் என்று நான் எதிர்பார்க்கவில்லை" என்றாள் அன்னா வெட்கத்துடன்.

அவர்கள் தோட்டத்திற்குச் செல்ல எழுந்தனர்.

“நான் போகவில்லை” என்ற லிசா சிரித்தபடி அன்னாவின் பக்கத்தில் அமர்ந்தாள். “நீங்களும் போகவில்லையா? பந்து விளையாட யார் விரும்புவார்கள்!”

“இல்லை, எனக்குப் பிடிக்கும்” என்றாள் அன்னா.

“நீங்களே சொல்லுங்கள், சலிப்படையாமல் எப்படி இருக்க முடியும்? ஒருவர் உங்களைப் பார்த்ததும் உற்சாகமடைகிறார். நீங்கள் துடிப்புடன் இருக்கிறீர்கள் ஆனால் நான் சலிப்படைகிறேன்.”

“சலிப்பா? பீட்டர்ஸ்பர்க்கில் மிகச் சிறந்த நண்பர்கள் வட்டம் உங்களுடையதுதான்” என்றாள் அன்னா.

“எங்கள் வட்டத்தில் இல்லாதவர்களுக்கு அதிக சலிப்பு ஏற்படும். ஆனால் எங்களைப் பொறுத்தவரை, குறிப்பாக எனக்கு நிச்சயமாக மோசமான சலிப்பாக இருக்கும்.”

சிகரெட்டைப் பற்றவைத்த சாப்போ தன் இரு வாலிபர்களுடன் தோட்டத்திற்குச் சென்றாள். பெட்ஸியும் ஸ்ட்ரெமோவும் தேநீர் அருந்திக் கொண்டிருந்தனர்.

“சலிப்பா?” என்றாள் பெட்ஸி. “நேற்று அவர்கள் உங்களுடன் மிகவும் உற்சாகமாக இருந்ததாக சாப்போ சொன்னார்.”

“ஆகா, அது வேதனையாக அல்லவா இருந்தது!” என்றாள் லிசா மெர்கலோவ். “பந்தயம் முடிந்த பிறகு அனைவரும் என் வீட்டிற்குச் சென்றோம். எல்லா மனிதர்களும் ஒரே மாதிரியானவர்கள், அனைவரும் ஒரே மாதிரியானவர்கள்தான்! இரவு முழுவதும் நாங்கள் சோபாவில் படுத்திருந்தோம். இதில் என்ன உற்சாகம்? இல்லை, இதில் சலிப்படையாமல் எப்படி இருப்பது?” என்ற அவள் அன்னாவின் பக்கம் திரும்பினாள். “ஒருவர் உங்களைப் பார்த்தால் நீங்கள் மகிழ்ச்சியாகவோ அல்லது சோகமாகவோ இருக்கலாம் என்றாலும் சலிப்படையவில்லை என்பதை அறிவார். என்னிடம் சொல்லுங்கள் உங்களால் அது எப்படி முடிகிறது?”

“நான் ஒன்றும் செய்வதில்லை” என்ற அன்னா அந்தக் கேள்வியால் வெட்கமடைந்தாள்.

“அதுதான் சிறந்த வழி” என்று ஸ்ட்ரெமோவ் உரையாடலில் பங்கேற்றார்.

ஐம்பது வயது மதிக்கத்தக்க ஸ்ட்ரெமோவ், பாதித் தலை வெளுத்திருக்க இன்னும் புத்துணர்ச்சியுடன், வெளிப்படையான ஆனால் புத்திசாலித்தனம் நிறைந்த முகபாவத்துடன் இருந்தார். லிசா மெர்கலோவா அவருடைய மனைவியின் மருமகள். அவர் தனது ஓய்வு நேரம் முழுவதையும் அவளுடன் கழித்தார். அவர் அன்னா கரீனினாவிடம், உலகின் புத்திசாலி மனிதனைப் போல, பணியில்

அலெக்ஸி அலெக்ஸாண்ட்ரோவிச்சுக்கு எதிரியாக இருந்த அவர், எதிரியின் மனைவியான அவளுடன் இணக்கமாக இருக்க முயன்றார்.

"எதுவும் செய்யாதே" என்று திரும்பச் சொன்ன அவர் ஒரு நுட்பமான புன்னகையுடன், "அதுதான் சிறந்த வழி. நான் நீண்ட காலமாக உங்களுக்கு அதைத்தான் சொல்லி வருகிறேன்" என்ற அவர் லிசா மெர்கலோவை நோக்கித் திரும்பினார். "நீங்கள் தூங்க விரும்பினால் தூக்கம் வரவில்லை என்று பயப்படக் கூடாது. நீங்கள் சலிப்பு ஏற்படக் கூடாது என்று விரும்பினால் சலிப்பை எதிர்பார்க்கக் கூடாது. இதைத்தான் அன்னா ஆர்கடியேவ்னா உங்களுக்குச் சொல்கிறார்."

"நான் அப்படிச் சொல்லியிருந்தால் மிகவும் மகிழ்ந்திருப்பேன் ஏனெனில் அது புத்திசாலித்தனமானது மட்டுமல்ல உண்மையும் கூட" என்று அன்னா புன்னகையுடன் சொன்னாள்.

"இல்லை, சொல்லுங்கள், ஏன் ஒருவரால் தூங்க முடிவதில்லை, ஏன் ஒருவரால் சலிப்படையாமல் இருக்க முடியவில்லை?"

"தூங்குவதற்கும் உற்சாகமாக இருப்பதற்கும் நீங்கள் வேலை செய்ய வேண்டும்."

"என் வேலை யாருக்கும் தேவையில்லை எனில் நான் ஏன் வேலை செய்ய வேண்டும்? நான் வேண்டுமென்றே நடிக்க முடியாது என்பதோடு அதற்கு விருப்பமும் இல்லை."

"உங்களைத் திருத்த முடியாது" என்று ஸ்ட்ரெமோவ் அவளைப் பார்க்காமல் சொல்லிவிட்டு அன்னாவை நோக்கித் திரும்பினார்.

அவர் அன்னாவை அரிதாகவே சந்தித்திருந்தபடியால், அவரால் அற்பமானதைத் தவிர வேறு எதையும் சொல்ல முடியவில்லை. அவளிடம் தன்னை இனிமையானவன் என்பதைக் காட்டவும், தனது மரியாதையைக் காட்டவும், மனப்பூர்வமாக விரும்பும் முகபாவத்துடன், அவள் பீட்டர்ஸ்பர்க்கிற்குத் திரும்பிய போது கோமகள் லிடியா இவானோவ்னா அவளை எப்படி நேசித்தார் என்ற அற்பமான விஷயத்தைச் சொன்னார்.

உள்ளே வந்த துஷ்கேவிச், பந்து விளையாடும் வீரர்களுக்காக அனைவரும் காத்திருப்பதாக அறிவித்தார்.

"வேண்டாம், தயவுசெய்து போகாதீர்கள்" என்று அன்னா போகப்போவதை அறிந்த லிசா மெர்கலோவ் கெஞ்சினாள். ஸ்ட்ரெமோவும் அவளுடன் சேர்ந்து கொண்டார்.

"இந்த வட்டத்திலிருந்து வயதான திருமதி. வரேடைப் பார்க்கச் செல்வது மிகப் பெரிய முரண்பாடு. தவிர, தீமை விளைவிக்கும் கிசுகிசுக்களைப் பேசுவதற்கு அவருக்கு ஒரு வாய்ப்பாகிவிடும். ஆனால்

இங்கே நீங்கள் தீங்கிழைக்கும் கிசுகிசுக்களுக்கு மாறாக நல்ல உணர்வுகளைத் தூண்டுகிறீர்கள்" என்று அவளிடம் சொன்னார்.

அன்னா ஒரு கணம் தயக்கத்துடன் யோசித்தாள். இந்தப் புத்திசாலி மனிதரின் புகழ்ச்சியான பேச்சு, லிசா மெர்கலோவ் அவள் மீது காட்டிய அப்பாவித்தனமான, குழந்தைத்தனமான அனுதாபம், இந்த ஒட்டுமொத்த பழக்கப்பட்ட சமூக சூழ்நிலையும் மிக எளிதானதாக இருக்க, அவளுக்காகக் காத்திருந்ததோ மிகவும் சிக்கலானதாக இருந்தது. எனவே இங்கேயே இருந்து, எதிர்கொள்ளப்போகும் அந்தச் சிக்கலான தருணத்தை மேலும் தள்ளிப் போடலாமா என்று ஒரு கணம் தயங்கினாள். ஆனால் ஏதாவது முடிவு எடுக்காவிட்டால் வீட்டின் தனிமையில் தனக்குக் காத்திருப்பது என்ன என்பதையும், இரு கைகளாலும் தனது தலைமுடியைப் பிடித்து இழுத்துக்கொண்ட அந்தப் பயங்கர செயலையும் நினைவுகூர்ந்து அவள் அங்கிருந்து விடைபெற்றுச் சென்றாள்.

19

தனக்கு வெளிப்படையான பொறுப்பற்ற சமூக வாழ்க்கை இருந்தபோதிலும் விரான்ஸ்கி ஒழுங்கீனத்தை வெறுத்த ஒரு மனிதனாக இருந்தான். படைப்பிரிவில் ஒரு இளைஞனாக இருந்த காலத்தில், கடனில் சிக்கித் தவித்த அவன் மேலும் கடன் வாங்க முயன்றபோது, பலரிடம் அவமானப்பட்டிருக்கிறான். அன்றிலிருந்து அவன் மீண்டும் தான் அத்தகைய நிலைக்குத் தள்ளப்படுவதைக் கவனமாகத் தவிர்த்து வந்தான்.

எல்லா நேரங்களிலும் தன் காரியங்களை ஒழுங்காக வைத்துக் கொள்வதற்காக, சூழ்நிலைக்கேற்ப வருடத்திற்கு ஐந்து முறை அடிக்கடி தனிமையில் சென்று தன் காரியங்களை நிறைவேற்றிக் கொள்வான். அவன் இதைக் கணக்கு தீர்ப்பது அல்லது சுத்தப் படுத்துவது என்று குறிப்பிட்டான்.

பந்தயங்கள் முடிந்த மறுநாள் தாமதமாக எழுந்த விரான்ஸ்கி, முகத்தை மழிக்காமலும் குளிக்காமலும் சட்டையை அணிந்து, தனது பணம் மற்றும் கடிதங்களை மேசைமீது வைத்து எதையோ எழுதத் தொடங்கினான். கண்விழித்து எழுந்த பெட்ரிட்ஸ்கி, மேசையின் முன்னால் அமர்ந்திருந்த நண்பரைப் பார்த்தார். அத்தகைய சந்தர்ப்பங்களில் அவன் எரிச்சலடைவான் என்பதை அறிந்த அவர், அவனைத் தொந்தரவு செய்யாமல் அமைதியாக உடையணிந்து வெளியே சென்றார்.

ஒருவர் தன்னுடைய சொந்தப் பிரச்சினைகளை நன்றாக அறிந்து கொள்ளும்போது, அந்தப் பிரச்சினைகள் தங்களுக்கு மட்டுமே உரியவை என்றும், அவற்றைத் தீர்ப்பது சவாலானது என்றும் நினைக்கிறார்கள். ஆனால் அவர்கள் மற்றவர்களுக்கும் அதே போன்ற பிரச்சினைகள் இருக்கும் என்பதை மறந்து விடுகிறார்கள். விரான்ஸ்கிக்கும் அப்படித்தான் தோன்றியது. இதுபோன்ற இக்கட்டான சூழ்நிலையில் சிக்கித் தவிக்கும் வேறு எந்த மனிதனும் எப்போதோ கஷ்டங்களில் சிக்கி மோசமாக நடந்துகொள்ள வேண்டிய நிலைக்குத் தள்ளப்பட்டிருப்பான் என்று அவன் தற்பெருமையுடனும் கர்வத்துடனும் எண்ணியதற்குக் காரணம் இல்லாமல் இல்லை.

விரான்ஸ்கி எடுத்துக்கொண்ட முதல் விஷயம் மிகவும் எளிதான அவனுடைய பணப் பிரச்சினை. அவன் தான் கொடுக்க வேண்டிய கடன்களை ஒரு காகிதத்தில் சிறிய கையெழுத்தில் எழுதிக் கூட்டிப் பார்த்தபோது, பதினேழாயிரத்திற்கும் அதிகமாக சில நூறுகள் இருப்பதைப் பார்த்தான். அவன் தன்னிடமிருந்த பணத்தையும் வங்கிப் புத்தகத்தையும் பார்த்தபோது, மொத்தமாக ஆயிரத்து எண்ணூறு ரூபிள்கள் இருப்பதைப் பார்த்தான். புத்தாண்டிற்கு முன்னர் மேலும் பணம் வருவதற்கான வாய்ப்பில்லை. அவன் தன் கடன்பட்டியலை மீண்டும் படித்து, அதை மூன்று பிரிவுகளாகப் பிரித்து எழுதினான். முதலாவது உடனடியாகச் செலுத்தவேண்டிய கடன்கள் அல்லது எந்தச் சந்தர்ப்பத்திலும் ஒரு கணம் கூட தாமதம் இல்லாமல் தேவைக்கேற்ப செலுத்தத் தயாராக பணம் வைத்திருக்க வேண்டிய கடன்கள். அத்தகைய கடன்கள் சுமார் நான்காயிரம் இருந்தன. குதிரைக்காக ஆயிரத்து ஐந்நூறும், விரான்ஸ்கியின் முன்னிலையில் சீட்டு விளையாட்டில் பணத்தை இழந்த அவனுடைய இளம்தோழன் வெனெவ்ஸ்கிக்காகச் செலுத்தவேண்டிய உத்திரவாதப் பணம் இரண்டாயிரத்து ஐந்நூறும் அதில் அடங்கும். அப்போது விரான்ஸ்கி அந்தப் பணத்தைக் கொடுக்க விரும்பினான் (அப்போது அவனிடம் பணம் இருந்தது) ஆனால் வெனெவ்ஸ்கியும் யஷ்வினும், விளையாட்டில் கலந்து கொள்ளாத விரான்ஸ்கி கொடுக்கக்கூடாது, தாங்களே கொடுக்க வேண்டும் என்று வற்புறுத்தினர். அது சொல்வதற்கு நன்றாக இருந்தாலும், இந்த அசிங்கமான தொழிலில், வாய்மொழியாக வெனெவ்ஸ்கிக்காகத் தான் கொடுத்த உத்திரவாதப் பணமான இரண்டாயிரத்து ஐந்நூறை அந்த ஏமாற்றுக்காரன் முகத்தில் வீசுவதற்குத் தயார் நிலையில் வைத்திருக்க வேண்டும் என்பதிலும் அவனுடன் மேற்கொண்டு எந்த விவாதமும் செய்யக் கூடாது என்பதிலும் விரான்ஸ்கி உறுதியாக இருந்தான். எனவே இந்த முக்கியமான முதல் பிரிவுக்கு அவனுக்கு நான்காயிரம்

வேண்டும். இரண்டாவது பிரிவில் முக்கியமற்ற கடன்கள் எட்டாயிரம் இருந்தன. இவை பெரும்பாலும் பந்தயக் கொட்டகைகளுக்கும், ஓட்ஸ் மற்றும் வைக்கோல் கொடுத்தவர்களுக்கும், ஆங்கிலேயருக்கும் மேலும் பலருக்குமான கடன்கள். இந்தக் கடன்களில் இரண்டாயிரத்தை அவன் முழுமையாகச் செலுத்த வேண்டியிருந்தது. மூன்றாவது பிரிவில், இறுதியாகக் கடைகள், ஹோட்டல்கள், தையல்காரர்கள் ஆகியோருக்குக் கொடுக்கவேண்டிய, அதிகமாகக் கவலைப்பட வேண்டியிராத கடன்கள் இருந்தன. ஆக, அவனுக்குக் குறைந்தது ஆறாயிரம் தேவைப்பட்டது, ஆனால் அவனிடம் ஆயிரத்து எண்ணூறு மட்டுமே இருந்தது. விரான்ஸ்கியின் சொத்தை மதிப்பிடும் எவருக்கும், ஒரு லட்சம் வருமானம் கொண்ட ஒரு மனிதனுக்கு, இத்தகைய கடன்கள் பெரும் சுமையாக இருக்க முடியாது என்றே தோன்றும். ஆனால் உண்மையில் அவனிடம் லட்சத்திற்கும் குறைவாகவே பணம் இருந்தது. ஒன்று முதல் இரண்டு லட்சம்வரை ஆண்டுக்கு வருமானம் ஈட்டித்தந்த அவனது தந்தையின் மகத்தான சொத்துக்கள் இன்னும் சகோதரர்களுக்கிடையே பாகம் பிரிக்கப்படாமல் இருந்தது. அவனுடைய அண்ணன் கடன் சுமையில் சிக்கித் தவித்தபோது, எந்த வசதியும் இல்லாத டெசெம்பரிஸ்ட்டின் மகளான இளவரசி வர்யா சிர்கோவைத் திருமணம் செய்துகொள்ள, விரான்ஸ்கி தன் தந்தையின் சொத்துக்களிலிருந்து கிடைத்த வருமானத்தில் ஆண்டுக்கு இருபத்தைந்தாயிரத்தை மட்டுமே எடுத்துக்கொண்டு, மீதியைத் தன் சகோதரனுக்குக் கொடுத்தான். தான் திருமணம் செய்துகொள்ளும் வரை தனக்கு அந்தப் பணம் போதும் என்று அவன் தன் சகோதரனிடம் சொல்லியிருந்தான், ஆனால் அது அநேகமாக நடக்காத ஒன்றாக இருந்தது. தனக்கான செலவுகளைச் சொந்தமாகப் பார்த்துக் கொள்ளும் விலையுயர்ந்த படைப்பிரிவின் தளபதியாகவும், சமீபத்தில் திருமணம் செய்தவராகவும் இருந்த அவனது சகோதரரால் அந்தப் பரிசை ஏற்றுக் கொள்ளாமல் இருக்க முடியவில்லை. தனக்குக் கிடைத்த இருபத்தைந்தாயிரத்தையும், அவனுடைய தாயார் அவளுடைய சொந்தப் பணத்திலிருந்து அவனுக்குக் கொடுத்த இருபதாயிரத்தையும் விரான்ஸ்கி முழுமையாகச் செலவழித்தான். சமீபமாக அவனுக்கு அன்னாவுடன் இருந்த தொடர்பினாலும், அவன் மாஸ்கோவை விட்டு வெளியேறுவது சம்பந்தமாக அவனுக்கும் அவனுடைய தாயாருக்கும் இடையில் ஏற்பட்ட வாக்குவாதத்தாலும் அவர் பணம் அனுப்புவதை நிறுத்திவிட்டார். இதன் விளைவாக ஆண்டுக்கு நாற்பத்து ஐந்தாயிரம் வருமானத்தில் வாழப் பழகிய விரான்ஸ்கி, இந்த ஆண்டு இருபத்து ஐந்தாயிரத்தை மட்டுமே பெற்று, இப்போது சிரமத்தில் இருக்கிறான். அவன் இந்தக் கஷ்டங்களிலிருந்து மீள்வதற்காக

அவனது தாயாரிடமிருந்த பணம் கேட்க முடியவில்லை. நேற்று அவரிடமிருந்து வந்த சமீபத்திய கடிதம், குறிப்பாக அவனை எரிச்சல டையச் செய்தது. ஏனெனில், சமூகத்திலும் சேவையிலும் வெற்றி பெற அவனுக்கு உதவுவதற்குத் தயாராக இருப்பதாகவும், ஆனால் அனைத்து நல்ல சமூகத்தையும் இழிவுபடுத்தும் ஒரு வாழ்க்கைக்காக அல்ல என்றும் அதில் குறிப்பிட்டிருந்தது. அவனை விலைக்கு வாங்க வேண்டும் என்ற அவனது தாயின் ஆசை அவன் உள்ளத்தைக் காயப்படுத்தி, அவர் மீது அவனுக்கு அதிக வெறுப்பை உண்டாக்கியது. தன் சகோதரனிடம் பெருந்தன்மையுடன் பேசிய அவனால் அவரிடம் சொன்ன வார்த்தைகளிலிருந்து பின்வாங்க முடியவில்லை. ஆனால் அவனுக்கும் திருமதி. கரீனினாவுக்கும் ஏற்பட்ட உறவுக்குப் பிறகு, அந்தப் பெருந்தன்மையான வார்த்தைகள் அவரசப்பட்டுப் பேசியவை என்பதையும், திருமணம் ஆகாத தனக்கும் ஒரு லட்சம் தேவைப்படுகிறது என்பதையும் உணர்ந்தான். ஆனால் அவனால் அதைத் திரும்பப் பெறுவது இயலாத காரியம். அவனுடைய அண்ண னின் மனைவி வர்யா, ஒவ்வொரு சந்தர்ப்பத்திலும் அவனுடைய பெருந்தன்மையை நினைவுகூர்ந்து, அதைப் பாராட்டுவதை நினைத்துப் பார்த்த அவன், கொடுத்ததைத் திரும்பப் பெறுவது சாத்தியமற்றது என்பதைப் புரிந்து கொண்டான். திருடுவது, பொய் சொல்வது, பெண்ணை அடிப்பது போல அது அவனுக்குச் சாத்தியமில்லாதது. இப்போது தன்னால் ஒன்றை மட்டுமே செய்ய முடியும், செய்ய வேண்டும் என்று நினைத்த விரான்ஸ்கி, ஒரு கணம்கூட தயங்காமல் அதைச் செய்ய முடிவு செய்தான். கடன் கொடுப்பவரிடம் வட்டிக்குப் பத்தாயிரம் கடன் வாங்க வேண்டும் என்றும், அது எந்தச் சிரமத்தையும் ஏற்படுத்தாத வகையில் பொதுவாகத் தனது செலவுகளைக் குறைத்துக் கொள்ள வேண்டும் என்றும், தனது பந்தயக் குதிரைகளை விற்க வேண்டும் என்றும் முடிவு செய்தான். அவன் அதை முடிவு செய்த வுடன், குதிரைகளை வாங்குவதாக ஒன்றுக்கு மேற்பட்ட முறை அவனிடம் கேட்டிருந்த, ரோலண்டகிக்கு ஒரு குறிப்பை எழுதினான். பிறகு ஆங்கிலேயருக்கும், கந்துவட்டிக்காரருக்கும் குறிப்புகளை எழுதினான். தன்னிடமிருந்த பணத்தை உரியவர்களுக்குக் கொடுப்ப தற்குப் பிரித்து வைத்தான். அவன் அதைச் செய்து முடித்த பிறகு, தன் தாயின் கடிதத்திற்குக் கூர்மையான, முரட்டுத்தனமான பதிலை எழுதினான். பிறகு அவன் தன்னுடைய பணப்பையிலிருந்து அன்னா வின் மூன்று குறிப்புகளை எடுத்து மீண்டும் படித்து, எரித்துவிட்டு, நேற்று அவளுடன் நடந்த உரையாடலை நினைவுகூர்ந்து சிந்தனை யில் ஆழ்ந்தான்.

20

விரான்ஸ்கியின் வாழ்க்கை மகிழ்ச்சியாக இருந்தது ஏனெனில் செய்யவேண்டியதையும், செய்யக்கூடாததையும் சந்தேகத்திற்கு இடமின்றி வரையறுக்கும் ஒரு விதியை அவன் கடைப்பிடித்தான். அந்த எல்லைக்கோடு தற்செயல்களின் ஒரு சிறிய வட்டத்திற்கு உட்பட்டது என்றாலும் கேள்விக்கு அப்பாற்பட்டவை. அவன் ஒருபோதும் அந்த வட்டத்தைவிட்டு வெளியே சென்றதில்லை என்பதுடன் அவன் செய்யவேண்டியதைச் செய்வதற்கு ஒரு கணம் கூட தயக்கம் காட்டியதில்லை. சூதாட்டத்திற்குப் பணம் கொடுக்க வேண்டும் ஆனால் தையல்காரருக்குப் பணம் கொடுக்க வேண்டிய தில்லை. ஆண்களிடம் பொய் சொல்லக்கூடாது ஆனால் பெண் களிடம் சொல்ல வேண்டும். யாரை வேண்டுமானாலும் ஏமாற்றுவது தவறு, ஆனால் ஒரு கணவனை ஏமாற்றலாம். அவமதிப்பை மன்னிப்பது தவறு. ஆனால் மற்றவரை அவமதிக்கலாம் என்பது போன்று பல விதிகள். இந்த விதிகள் அனைத்தும் நியாயமானதாகவும், நல்லதாகவும் இருக்காது என்றாலும் சந்தேகத்திற்கு இடமில்லாதவை. அவன் அவற்றை நிறைவேற்றுவதன் மூலம் நிம்மதியாக உணர்ந்த துடன், அவனால் தலை நிமிர்ந்து நடக்க முடிந்தது. ஆனால் அன்னாவுடனான அவனது உறவைப் பொறுத்தவரை, அவனுடைய விதிகள் அனைத்துச் சூழ்நிலைகளையும் வரையறுக்கவில்லை என்றும், எதிர்காலம் தனக்கு வழிகாட்டும் விதிகள் இல்லாத, பல சந்தேகங்களையும் சிரமங்களையும் முன்வைக்கிறது என்றும் அவன் உணரத் தொடங்கினான்.

அன்னா மற்றும் அவளது கணவருடான அவனுடைய தற்போதைய உறவுகள் எளிமையாகவும், தெளிவாகவும் இருந்தன. அவனுடைய வழிகாட்டும் நெறிமுறைகளில் அவை தெளிவாகவும் துல்லியமாகவும் வரையறுக்கப்பட்டிருந்தன.

ஒரு மரியாதைக்குரிய பெண்ணாகிய அவள் தன் அன்பை அவனுக்குத் தர, அவனும் அவளை நேசித்தான். எனவே அவள் ஒரு சட்டபூர்வமான மனைவிக்கு நிகரானவளாகவும் அதைவிட அதிக மரியாதைக்குரிய ஒரு பெண்ணாகவும் இருந்தாள். அவளை வார்த்தையால் காயப்படுத்துவதற்கு முன்னால் அல்லது சூசகமாக அவளை அவமதிப்பதற்கு முன்னால், அல்லது ஒரு பெண் விரும்பும் அனைத்து மரியாதையையும் அவளுக்குக் காட்டத் தவறுவதற்கு முன்னால், அவன் தனது கையை இழக்கத் தயாராக இருந்தான்.

சமூகத்துடனான அவனது உறவுகளும் தெளிவாக இருந்தன. அவர்களின் தொடர்பு அனைவருக்கும் தெரிந்திருக்கலாம் அல்லது அதைப் பற்றி சந்தேகப்படலாம் என்றாலும் யாரும் அவர்களைப் பற்றி பேசத் துணியக்கூடாது. இல்லையெனில் அப்படிப் பேசுபவர்களின்

வாயை அடைக்கவும், தான் நேசிக்கும் பெண்ணின் மானத்தை மதிக்கும்படி கட்டாயப்படுத்தவும் அவன் தயாராக இருந்தான்.

எல்லாவற்றையும் விட அவளது கணவருடனான அவனது உறவு மிகத் தெளிவாக இருந்தது. அன்னா அவனை விரும்பிய கணத்தில் இருந்தே, அவள் மீது தனக்கு அசைக்க முடியாத உரிமை இருப்பதாக அவன் நினைத்தான். அவள் கணவர் தேவையில்லாத வராக, தலையிடும் ஒரு நபராக மட்டுமே இருந்தார். அவரது நிலை பரிதாபத்திற்குரியது என்பதில் சந்தேகமில்லை. ஆனால் அதற்கு என்ன செய்ய முடியும்? கணவனுக்கு உள்ள ஒரே உரிமை கையில் ஆயுதம் ஏந்தி திருப்தியடைவதுதான். முதல் நாளிலிருந்தே விரான்ஸ்கி அதற்குத் தயாராக இருந்தான்.

இருப்பினும் சமீபகாலமாக அவளுக்கும் அவருக்கும் இடையில் தோன்றியுள்ள புதிய உறவுமுறை அதன் நிச்சயமற்ற தன்மையின் காரணமாக விரான்ஸ்கியைப் பயமுறுத்தியது. அவள் தான் கர்ப்பமாக இருப்பதாக நேற்று அவனிடம் தெரிவித்தாள். இந்தச் செய்தியும், அவள் அவனிடம் எதிர்பார்ப்பதும், அவன் வாழ்க்கையில் அவனை வழிநடத்திய விதிகளுக்கு முற்றிலும் புறம்பான ஒன்றைக் கோருவதாக அவன் உணர்ந்தான். உண்மையில் அவன் தன்னையும் அறியாமல் அதற்குள் இழுத்துச் செல்லப்பட்டான். அவள் தனது நிலையைத் தெரிவித்த முதல் கணத்தில், அவள் அவளுடைய கணவனை விட்டுப் பிரியவேண்டும் என்று அவன் உள்ளம் அவனிடம் சொன்னது. அவன் அப்போது அதை அவளிடம் சொன்னான் என்றாலும், இப்போது அதைப் பற்றி யோசித்தபோது, அதைச் செய்யாமலிருப்பது நல்லது என்று அவனுக்குத் தெளிவாகத் தெரிந்தது. இருந்தாலும் அவன் அதைத் தனக்குத்தானே சொல்லிக் கொண்டபோது, அது தவறாகப் போய்விடுமோ என்று அவன் பயந்தான்.

'அவள் கணவனை விட்டுப் பிரிய வேண்டும் என்று நான் சொன்னால், அவள் என்னுடன் சேர்ந்து வாழவேண்டும் என்று அர்த்தம். அதற்கு நான் தயாரா? இப்போது பணம் இல்லாத சூழ்நிலையில் நான் எப்படி அவளை அழைத்துச் செல்ல முடியும்? நான் ஏற்பாடு செய்ய முடியும் என்று வைத்துக் கொண்டாலும்... ஆனால் நான் பணியில் உள்ள நிலையில் அவளை எப்படி அழைத்துச் செல்ல முடியும்? நான் அதைச் செய்யவேண்டுமெனில் நான் அதற்குத் தயாராக இருக்க வேண்டும். அதாவது பணத்தை வைத்துக் கொண்டு, பணியிலிருந்து விலக வேண்டும்.'

அவன் ஆழ்ந்த சிந்தனையில் இறங்கினான். ராணுவத்திலிருந்து விலகுவதா வேண்டாமா என்ற கேள்வி, அவனுக்கு மட்டுமே தெரிந்த மற்றொரு தனிப்பட்ட ரகசிய விஷயத்திற்கு அவனை இட்டுச் சென்றது.

விரான்ஸ்கி ஒப்புக்கொள்ளவில்லை என்றாலும், லட்சியம் என்பது அவனது குழந்தைப் பருவத்திலும், இளமைப் பருவத்திலும் இருந்த ஒரு பழைய கனவு. ஆனால் இப்போது அது அவனது காதலுடன் மோதும் அளவுக்கு மிகவும் ஆற்றல் மிக்கதாக இருந்தது. சமூகத்திலும் பணியிலும் அவனது முதல் படிகள் வெற்றிகரமாக இருந்தன. ஆனால் இரண்டு ஆண்டுகளுக்கு முன்னால் அவன் ஒரு பெரிய தவறைச் செய்தான். தனது சுதந்திரத்தை நிரூபிக்கவும், முன்னேறவும் விரும்பிய அவன், தனது மறுப்பு தன்னுடைய மதிப்பை அதிகரிக்கும் என்ற நம்பிக்கையில் தனக்கு வழங்கப்பட்ட பதவியை நிராகரித்தான். அதன் மூலம் அவன் மிகவும் தைரிய மானவன் என்று அனைவருக்கும் தெரியவந்தது. அப்போது அந்த நிலையைக் கடந்து சென்ற அவனுக்கு, தான் ஒரு சுதந்திரமான மனிதன் என்ற பாத்திரத்தை ஏற்க வேண்டிய நிர்ப்பந்தம் ஏற்பட்டது. எனவே அவன் யாரிடமும் கோபப்படாதவன் போலவும், நிம்மதி யாக, மகிழ்ச்சியாக இருப்பது போலவும் மிகுந்த சாமர்த்தியத்துடனும், புத்திசாலித்தனத்துடனும் நடந்து கொண்டான். ஆனால் உண்மை யில் ஒரு வருடத்திற்கு முன்பு அவன் மாஸ்கோவுக்குச் சென்றபோது, வாழ்க்கை மகிழ்ச்சியானதாக இல்லை என்பதைக் கண்டான். எதையும் செய்யக்கூடிய ஆனால் எதையும் விரும்பாத ஒரு மனிதன் என்ற தனது பிம்பம் தேய்ந்து வருவதை அவன் உணர்ந்தான். அவன் ஒரு நேர்மையான நல்ல மனிதனாக இருப்பதைத் தவிர வேறு எதுவும் செய்ய முடியாது என்று பலரும் நினைக்கத் தொடங் கினர். அப்போதுதான் பெரும் பரபரப்பை ஏற்படுத்தி, அனைவரின் கவனத்தையும் ஈர்த்து, அவனுடைய வாழ்க்கைக்கு ஒரு புதிய பொலிவைத் திருமதி. கரீனினாவுடனான அவனது உறவு ஏற்படுத்திக் கொடுத்தது. அது அவனைத் தின்று கொண்டிருந்த லட்சியப் புழுவைச் சற்றே அமைதிப்படுத்தியது. ஆனால் ஒரு வாரத்திற்கு முன்பு இந்தப் புழு மீண்டும் புதிய ஆற்றலுடன் விழித்தெழுந்தது. அவனது குழந்தைப் பருவ விளையாட்டுத் தோழரும், படைப்பிரிவில் அவனது சக மாணவருமான செர்புகோவ்ஸ்கோய் அதே சமூக வட்டத்தைச் சேர்ந்தவர். அவனைப் போல அதே ஆண்டில் படிப்பை முடித்து, வகுப்பறையில், உடற்பயிற்சியில், குறும்புத்தனத்தில், லட்சியக் கனவுகளில் அவனுக்குப் போட்டியாளராக இருந்த அவர் மத்திய ஆசியாவிலிருந்து அப்போது தான் திரும்பினார். அங்கு அவருக்கு இரண்டு பதவி உயர்வுகளும், மிகவும் இளம்தளபதிக்கு அரிதாகவே வழங்கப்படும் சிறப்பு அந்தஸ்தும் வழங்கப்பட்டது.

அவர் பீட்டர்ஸ்பர்க்கிற்கு வந்தவுடனே மக்கள் அவரை வானத்தில் புதியதாக உதயமான முதல் நட்சத்திரம் என்று பேசத் தொடங்கினர். விரான்ஸ்கியின் பள்ளித் தோழராக இருந்த அவருக்கு அதே வயதுதான் என்றாலும், அவர் ஒரு ஜெனரலாக இருந்ததோடு,

அரசு விவகாரங்களின் போக்கைப் பாதிக்கக்கூடிய ஒரு பெரும் நியமனத்தை எதிர்பார்த்திருந்தார். அதே நேரத்தில் விரான்ஸ்கி, சுதந்திர மனிதனாக, புத்திகூர்மை உடையவனாக, ஒரு அழகான பெண்ணின் காதலனாக இருந்தபோதிலும், அவன் விரும்பிய அளவுக்குச் சுதந்திரமாக இருக்கக்கூடிய ஒரு குதிரைப் படையின் தளபதியாக மட்டுமே இருந்தான். 'இயல்பாகவே நான் செர்பு கோவ்ஸ்கோய் மீது பொறாமை கொள்ளவில்லை, அப்படிச் செய்யவும் என்னால் முடியாது, என்றாலும் ஒருவர் தனது நேரத்தைச் சரியாகப் பயன்படுத்தினால், என்னைப் போன்ற ஒரு மனிதன் வாழ்க்கை விரைவாக உயர்ந்துவிடும் என்பதையே அவரது உயர்வு எனக்குக் காட்டுகிறது. மூன்று ஆண்டுகளுக்கு முன்பு அவர் இப்போது நான் இருக்கும் நிலையில்தான் இருந்தார். நான் பணியிலிருந்து ஓய்வு பெற்றுவிட்டால் என்னால் எதையும் சாதிக்க முடியாது. பதவியில் இருப்பதன் மூலம் எனக்கு எந்த இழப்பும் இல்லை. தனது நிலையை மாற்ற விரும்பவில்லை என்று அவளே சொல்லிவிட்டாள். அவளுடைய அன்புக்குப் பாத்திரமான நான் செர்புகோவ்ஸ்கோய் மீது பொறாமை கொள்ள முடியாது.' மெதுவாக மீசையை முறுக்கிய அவன் மேசையிலிருந்து எழுந்து அறையைச் சுற்றி நடந்தான். அவனது கண்கள் பிரகாசமாக ஒளிர்ந்தன. தனது விவகாரங்களைத் தெளிவுபடுத்திய பிறகு எப்போதும் தன்னை ஆட்கொள்ளும் தெளிவான, அமைதியான மற்றும் மகிழ்ச்சியான மனநிலையை அவன் உணர்ந்தான். இப்போது அனைத்தையும் தெளிவாகவும், சரி யாகவும் இருந்தன. அவன் முகத்தை மழித்து, குளிர்ந்த நீரில் குளித்து, உடை உடுத்திக்கொண்டு வெளியே சென்றான்.

21

"நான் உங்களை அழைத்துப்போக வந்தேன். நீங்கள் குளித்து முடிக்க இன்று நீண்ட நேரமாகிவிட்டது போலிருக்கிறது" என்றார் பெட்ரிட்ஸ்கி. "சரி, முடிந்ததா?"

"ஆமாம்" என்று பதிலளித்த விரான்ஸ்கி தன் கண்களால் மட்டுமே சிரித்து, தனது பிரச்சினைகளுக்கு ஒரு தீர்வு கண்ட பிறகு, எந்தவொரு தீவிரமான அல்லது விரைவான செயலும் அவற்றைச் சீர்குலைத்துவிடும் என்பதுபோல மீசையின் நுனியைக் கவனமாக முறுக்கினான்.

"குளித்த பிறகு, ஒரு ரஷ்யக் குளியலில் இருந்து வெளியே வந்ததைப் போலப் புத்துணர்ச்சியோடு இருக்கிறீர்கள்" என்றார் பெட்ரிட்ஸ்கி. "நான் கிரிட்ஸ்காவிலிருந்து வருகிறேன் (அவர்கள்

 நற்றிணை பதிப்பகம் ● 455

தங்கள் படைப்பிரிவின் அதிகாரியை அப்படித்தான் அழைத்தார்கள்). “அவர்கள் உங்களை எதிர்பார்க்கிறார்கள்.”

பதில் சொல்லாமல் தன் தோழரைப் பார்த்த விரான்ஸ்கி வேறு எதையோ யோசித்துக் கொண்டிருந்தான்.

“ஆமாம், அந்தக் குடியிருப்பில் இசை ஒலி கேட்கிறதே?” என்று கேட்ட அவன் நடன அரங்கில் ஒலிக்கும் இசைக் கருவிகளின் ஒலியைக் கேட்டான். “எதற்காக இந்தக் கொண்டாட்டம்?”

“செர்புகோவ்ஸ்கோய் வந்திருக்கிறார்.”

“ஆகா, எனக்குத் தெரியாதே!” என்று வியந்தான் விரான்ஸ்கி.

அவன் கண்களில் வெளிப்பட்ட புன்னகை மேலும் பிரகாசித்தது.

தன் காதலில் தான் மகிழ்ச்சியாக இருப்பதாக முடிவு செய்து அதற்காகத் தன் லட்சியத்தைத் தியாகம் செய்தபின் அல்லது குறைந்த பட்சம் அந்தப் பாத்திரத்தை ஏற்றுக்கொண்ட பிறகு விரான்ஸ்கியால் செர்புகோவ்ஸ்கோய் மீது பொறாமை கொள்ளவோ, அவர் படைப் பிரிவுக்கு வந்ததும் நேராகத் தன்னை வந்து பார்க்கவில்லை என்பதற் காக அவர் மீது கோபம் கொள்ளவோ முடியவில்லை. செர்புகோவ்ஸ் கோய் ஒரு நல்ல நண்பர் என்பதால் அவன் அவரைப் பார்ப்பதில் மகிழ்ச்சி அடைந்தான்.

“ஆகா, நான் மிகவும் மகிழ்கிறேன்.”

படையணி தளபதி டெமின் ஒரு பெரிய நில உரிமையாளரின் வீட்டை விருந்துக்காக ஆக்கிரமித்திருந்தார். விசாலமாக இருந்த கீழ் பால்கனியில் அனைவரும் கூடியிருந்தனர். முற்றத்தில் விரான்ஸ் கியின் கண்களை முதலில் கவர்ந்தது, சீருடை அணிந்து வோட்கா பீப்பாய் அருகில் நின்றிருந்த பாடகர்களும், அதிகாரிகளால் சூழப் பட்டிருந்த படைப்பிரிவு கமாண்டரின் வலிமையான, மகிழ்ச்சியான உருவமும் தான். அவர் பால்கனியின் முதல் படியில் ஏறி நின்று, நான்கு ஜோடிகள் ஆடும் நடனத்தின் ஓஃபென்பாக் இசையை இசைத்துக் கொண்டிருந்த இசைக்குழுவினரை நோக்கி உரத்த குரலில் கத்தி, ஒருபுறமாக நின்றிருந்த படையணி வீரர்கள் சிலரைச் சுட்டிக்காட்டி கையசைத்தார். சில சிப்பாய்கள், குதிரைப்படை சார்ஜன்ட் மேஜர்கள் மற்றும் சில அதிகாரிகள், விரான்ஸ்கியுடன் பால்கனியை நோக்கி நடந்தனர். பிறகு தன் இருக்கைக்குத் திரும்பிய படைப்பிரிவு கமாண்டர் கையில் ஏந்திய ஷாம்பெயின் கோப்பை யுடன் முன்வந்து சிற்றுண்டியை அறிவித்தார். “எங்கள் முன்னால் தோழரும், துணிச்சல்மிக்க தளபதியுமான இளவரசர் செர்புகோவ்ஸ் கோயின் ஆரோக்கியத்திற்காக. ஹுர்ரே!”

படைப்பிரிவு தளபதிக்குப் பிறகு செர்புகோவ்ஸ்கோய் கையில் மதுக்கோப்பை ஏந்தி புன்னகையுடன் வெளியே வந்தார்.

"நீங்கள் இளமையாகிக் கொண்டே போகிறீர்கள் பொண்டா ரென்கோ" என்று இப்போது இரண்டாவது முறையாகப் பதவி வகித்துக் கொண்டிருக்கும், சிவந்த கன்னமுடைய, அவருக்கு நேர் எதிரே நின்றிருந்த சார்ஜன்ட் மேஜரை நோக்கிப் பேசினார்.

விரான்ஸ்கி மூன்று ஆண்டுகளாக செர்புகோவ்ஸ்கோயைப் பார்க்கவில்லை. மீசையைப் பெரிதாக வளரவிட்டு முதிர்ச்சியான தோற்றத்துடன் இருந்தார் என்றாலும் அவர் இன்னும் ஒல்லியாகவே இருந்தார். அவர் அத்தனை அழகானவர் இல்லை என்றாலும், அவரது முகத்தின் மென்மை மற்றும் மேன்மையால் அவருடைய தோற்றமும் கவர்ச்சியாகத் தோன்றியது. வெற்றி பெற்ற ஒரு மனிதர் தனது வெற்றியை ஒவ்வொருவரும் அங்கீகரிப்பார்கள் என்பதில் உறுதியான நம்பிக்கையுடன் இருக்கும்போது, அவர் முகத்தில் நிரந்தரமாகத் தங்கிவிடும் பிரகாசம் மட்டுமே தற்போது அவரிடம் ஏற்பட்டிருக்கும் ஒரே மாற்றம் என்பதை விரான்ஸ்கி கண்டறிந்தான். அந்தப் பிரகாசத்தை அறிந்திருந்த விரான்ஸ்கி அதை உடனடியாக செர்புகோவ்ஸ்கோயின் முகத்திலும் பார்த்தான்.

படிகளில் இறங்கிய செர்புகோவ்ஸ்கோய் விரான்ஸ்கியைப் பார்த்தார். அவர் முகத்தில் மகிழ்ச்சிப் புன்னகை மலர்ந்தது. அவர் தலையைத் தூக்கி, கோப்பையை உயர்த்தி விரான்ஸ்கியை வாழ்த்தி னார். ஏற்கனவே உதட்டைக் குவித்து முத்தமிடத் தயாராக இருந்த சார்ஜென்ட் மேஜரை முதலில் நெருங்குவதைத் தவிர தனக்கு வேறு வழியில்லை என்பதை அவர் அந்தச் சைகையின் மூலம் விரான்ஸ் கிக்கு உணர்த்தினார்.

"இதோ வந்துவிட்டார்" என்று கத்தினார் படைத்தளபதி. "நீங்கள் நல்ல மனநிலையில் இல்லை என்று யஷ்வின் என்னிடம் சொன்னார்."

சார்ஜென்ட மேஜரின் ஈரமான, புத்துணர்ச்சியான உதடுகளில் முத்தமிட்ட செர்புகோவ்ஸ்கோய், தன் கைக்குட்டையால் வாயைத் துடைத்துக்கொண்டு விரான்ஸ்கியிடம் சென்றார்.

"நான் மிகவும் மகிழ்ச்சியடைகிறேன்!" என்று விரான்ஸ்கியின் கையைக் குலுக்கிய அவர் அவனை ஓரமாக இழுத்துச் சென்றார்.

"அவரைக் கவனியுங்கள்!" என்று விரான்ஸ்கியைச் சுட்டிக் காட்டி யஷ்வினிடம் கத்திவிட்டு, படைவீரர்களுடன் சென்றார் படைத் தளபதி.

“நீங்கள் ஏன் பந்தயங்களைப் பார்க்க வரவில்லை? நான் உங்களை அங்கு சந்திப்பேன் என்று நினைத்தேன்” என்று விரான்ஸ்கி செர்புகோவ்ஸ்கோயைப் பார்த்துச் சொன்னான்.

“நான் வந்தேன் ஆனால் தாமதமாக வந்தேன். அது என்னுடைய தவறு” என்று சொல்லிவிட்டு அவர் தன் உதவியாளரை நோக்கித் திரும்பினார்.

“தயவுசெய்து இதை அவர்களுக்குப் பகிர்ந்து கொடுக்கச் சொல்லுங்கள்” என்ற அவர் சட்டென தன் பணப்பையிலிருந்து முன்னூறு ரூபிள்களை எடுத்துக் கொடுத்து முகம் சிவந்தார்.

“விரான்ஸ்கி உங்களுக்குச் சாப்பிடவோ குடிக்கவோ ஏதேனும் வேண்டுமா?” என்று யஷ்வின் கேட்டார். “ஏய், கோமகன் சாப்பிட ஏதாவது கொண்டு வா! இதோ உங்களுக்காக ஒரு பானம்.”

படைப்பிரிவு தளபதியின் வீட்டில் மது அருந்தும் கொண்டாட்டம் நீண்ட நேரம் நீடித்தது.

அவர்கள் அதிகமாகக் குடித்துக் கும்மாளமிட்டார்கள். அவர்கள் செர்புகோவ்ஸ்கோயைப் பலமுறை காற்றில் தூக்கி எறிந்தனர். பிறகு அவர்கள் படைப்பிரிவு தளபதியையும் தூக்கிச் சுற்றினார்கள். அதன் பிறகு பெட்ரிட்ஸ்கியும் படைப்பிரிவு தளபதியும் பாடகர்கள் முன்னிலையில் நடனம் ஆடினார்கள். பின்னர் சோர்ந்துபோன படைப்பிரிவு தளபதி வெளியே ஒரு பெஞ்சில் அமர்ந்து, பிரஷ்யாவின் மீது, குறிப்பாக குதிரைப்படை தாக்குதலில், ரஷ்யாவுக்கு உள்ள அனுகூலங்களை யஷ்வினுக்கு நிரூபிக்கத் தொடங்க, கொண்டாட்டம் மெல்ல முடிவுக்கு வந்தது. கைகளைக் கழுவுவதற்காக உடை மாற்றும் அறைக்குச் சென்ற செர்புகோவ்ஸ்கோய் அங்கு விரான்ஸ்கியைப் பார்த்தார். விரான்ஸ்கி முகத்தில் தண்ணீரைத் தெளித்துக் கொண்டிருந்தான். அவன் தனது மேலங்கியைக் கழற்றிவிட்டு, தன் சிவந்த கழுத்தைக் குழாயின் அடியில் வைத்து, தலையையும் முகத்தையும் தேய்த்தான். கழுவி முடித்த பின்னர் அவனும் செர்பகோவ்ஸ்கோயும் ஒரு சிறிய சோபாவில் அமர்ந்தனர். இருவருக்கும் இடையில் ஓர் உரையாடல் தொடங்கியது. அது அவர்கள் இருவருக்கும் மிகவும் சுவாரஸ்யமாக இருந்தது.

“உங்களைப் பற்றிய அனைத்தையும் நான் என் மனைவி மூலமாகவே தெரிந்துகொண்டேன்” என்றார் செர்புகோவ்ஸ்கோய். “நீங்கள் அடிக்கடி அவளைச் சந்திப்பது எனக்கு மகிழ்ச்சி.”

“அவர்கள் வர்யாவுடன் நட்பாக இருக்கிறார். பீட்டர்ஸ்பர்க்கில் நான் பார்க்க விரும்பும் ஒரே பெண் அவர்கள்தான்” என்று விரான்ஸ்கி புன்னகையுடன் சொன்னான். உரையாடல் எந்த விஷயத்தை

நோக்கித் திரும்பும் என்பதை அவன் முன்கூட்டியே யூகித்ததால் புன்னகைத்தான். அது அவனுக்கும் மகிழ்ச்சியைத் தந்தது.

"ஒரே ஒருவர்தானா ?"

செர்புகோவ்ஸ்கோய் புன்னகையுடன் கேட்டார்.

"ஆமாம், உங்களைப் பற்றி எனக்குத் தெரியும் என்றாலும் அது உங்கள் மனைவி மூலமாக மட்டுமல்ல" என்ற விரான்ஸ்கி கடுமை யான முகபாவத்தின் மூலம் அவர் குறிப்பாகச் சொன்னதை சரி பார்த்தான். "உங்கள் முன்னேற்றத்தைக் கண்டு நான் மிகவும் மகிழ்ச்சி யடைந்தேன் எனினும் சிறிதும் வியப்படையவில்லை. நான் இன்னும் அதிகமாக எதிர்பார்த்தேன்."

செர்புகோவ்ஸ்கோய் சிரித்தார். தன்னைப் பற்றிய இந்த அபிப் பிராயத்தைக் கேட்டு மகிழ்ந்த அவர் அதை மறைக்கவேண்டிய அவசியமில்லை என்று நினைத்தார்.

"நான் அதற்கு மாறாக குறைவாகவே எதிர்பார்த்தேன் என்பதை மனப்பூர்வமாக ஒப்புக்கொள்கிறேன். இருந்தாலும் எனக்கு மகிழ்ச்சி, மிகவும் மகிழ்ச்சி. நான் ஒரு லட்சியவாதி என்பதுதான் என் பலவீனம் என்பதை நான் ஏற்றுக்கொள்கிறேன்.

"நீங்கள் வெற்றி பெறவில்லை எனில் அதை ஒப்புக்கொள்ள மாட்டீர்கள்" என்றான் விரான்ஸ்கி.

"நான் அப்படி நினைக்கவில்லை" என்றார் செர்புகோவ்ஸ்கோய் மீண்டும் புன்னகைத்தபடி. "அது இல்லாமல் வாழ்க்கை பயனுள்ள தாக இருக்காது என்று நான் சொல்ல மாட்டேன் என்றாலும் அது சலிப்பு தருவது. நிச்சயமாக நான் சொல்வது தவறாக இருக்கலாம் ஆனால் நான் தேர்ந்தெடுத்த துறையில் எனக்குச் சில திறமைகள் இருப்பதாக எனக்குத் தோன்றுகிறது. என் கைகளில் உள்ள அதிகாரம், அது எந்த வடிவத்தில் இருந்தாலும், அது என்னிடம் இருக்கும்வரை, அது எனக்குத் தெரிந்த பலரின் கைகளில் இருப்பதைவிடச் சிறப்பாக இருக்கும்" என்று செர்புகோவ்ஸ்கோய் தனது வெற்றியின் பெருமித உணர்வு வெளிப்படக் கூறினார். "எனவே நான் அதை நெருங்கும் போது மிகவும் மகிழ்ச்சியடைகிறேன்."

"ஒருவேளை உங்களுக்கு அப்படி இருக்கலாம். ஆனால் எல்லோருக்கும் அப்படி இருக்காது. நானும் அப்படித்தான் நினைத்து இங்கே வாழ்ந்து கொண்டிருக்கிறேன். ஆனால் இதற்காக மட்டும் வாழ்வது பயனற்றது" என்றான் விரான்ஸ்கி.

"இதோ! இதோ உண்மை வெளியே வருகிறது!" என்றார் செர்புகோவ்ஸ்கோய் சிரித்துக் கொண்டே. "நான் உங்களைப் பற்றி, நீங்கள் மறுத்ததைப் பற்றிக் கேள்விப்பட்டதும் நான் நினைத்தேன்...

நிச்சயமாக நீங்கள் செய்ததை நான் அங்கீகரித்தேன். ஆனால் எல்லா வற்றையும் செய்வதற்குச் சரியும் தவறுமான பல வழிகள் உள்ளன. நீங்கள் செய்தது நல்லது என்றாலும் நீங்கள் செய்ய வேண்டிய வழியில் அதைச் செய்யவில்லை."

"நடந்தது நடந்துவிட்டது, அதை மாற்றமுடியாது என்பது உங்களுக்கே தெரியும். நான் எடுத்த முடிவை என்னால் மாற்ற முடியாது. தவிர, நான் நன்றாக இருக்கிறேன்."

"நன்றாக உள்ளீர்கள் தற்காலிகமாக. ஆனால் நீங்கள் வெறுமனே அதனுடன் மட்டுமே திருப்தியடைய முடியாது. நான் அதை உங்கள் சதோதரரிடம் சொல்லவில்லை. அவர் ஒரு இனிய குழந்தை எங்கள் வரவேற்பாளரைப் போல. இதோ அவர்!" என்ற அவர் "ஹுர்ரே" என்ற சத்தத்தைச் செவிமடுத்து மேலும் தொடர்ந்தார். "அவர் மகிழ்ச்சி யாக இருக்கிறார் ஆனால் அது உங்களைத் திருப்திபடுத்தாது."

"அது எனக்குத் திருப்தியளிப்பதாக நான் சொல்லவில்லை."

"அதுமட்டுமின்றி, உங்களைப் போன்றவர்கள் தேவை."

"யாருக்கு?"

"யாருக்கா? சமூகத்திற்கு. ரஷ்யாவுக்கு ஆட்கள் தேவை. அதற்கு ஒரு கட்சி தேவை. இல்லையெனில் எல்லாம் நாய்களுக்குப் போய் விடும்.

"என்ன சொல்ல வருகிறீர்கள்? ரஷ்ய கம்யூனிஸ்டுகளுக்கு எதிரான பெர்டெனேவின் கட்சி?"

"இல்லை" என்ற செர்புகோவ்ஸ்கோய் அத்தகைய முட்டாள் தனத்தைச் சந்தேகித்ததைக் கண்டு எரிச்சலுடன் முகத்தைச் சுளித்தார். "அது அழுகலைத் தவிர வேறில்லை. அது எப்போதும் இருக்கிறது, எப்போதும் இருக்கும். கம்யூனிஸ்டுகள் என்று யாரும் இல்லை. ஆனால் சூழ்ச்சியில் ஈடுபடுபவர்கள் எப்போதும் ஏதாவது ஒரு தீங்கு விளைவிக்கும் ஆபத்தான கட்சியை உருவாக்குவார்கள். அது ஒரு பழைய தந்திரம். இல்லை, உங்களையும் என்னையும் போன்ற சுதந்திரமான மனிதர்களைக் கொண்ட ஒரு அதிகாரக் கட்சி எங்களுக்குத் தேவை."

"ஆனால் ஏன்?" என்று விரான்ஸ்கி அதிகாரத்தில் உள்ள பலரின் பெயர்களைக் குறிப்பிட்டான். "ஏன் அவர்கள் சுதந்திரமான மனிதர் களாக இல்லையா?"

"ஏனெனில் நம்மைப்போல பண்ணையோ, பெயரோ, நாம் பிறந்ததைப் போன்ற சூழ்நிலையோ அவர்களுக்கு இல்லை. அவர் களைப் பணத்தாலோ அல்லது சலுகைகள் மூலமோ எளிதாக வாங்க முடியும். எனவே அவர்கள் தங்கள் பதவிகளைத் தக்கவைக்க

ஒரு அரசியல் கோட்பாட்டைக் கண்டுபிடிக்க வேண்டும். அரசாங்க குடியிருப்புகளையும் சம்பளத்தையும் பெறுவதற்காக ஒரு வழிமுறை யாக அவர்கள் சில யோசனைகளையும் சில கோட்பாடுகளையும் (அவர்களே நம்பாத மற்றும் தீங்கு விளைவிக்கும்) முன்வைக்கிறார்கள். நீங்கள் அவர்களின் பணி அட்டைகளைப் பார்க்க நேர்ந்தால் அதை விட சூட்சுமமானது எதுவும் இல்லை என்பது புரியும். ஒருவேளை நான் அவர்களைவிட மோசமானவனாக அல்லது முட்டாளாக இருக்கலாம் என்றாலும் நான் அப்படி என்ன மோசமானவன் என்று எனக்குத் தெரியவில்லை. ஆனால் உங்களுக்கும் எனக்கும் நிச்சயமாக ஒரு முக்கியமான சாதகமான அம்சம் உள்ளது எனில் நம்மை யாரும் விலைக்கு வாங்க முடியாது என்பதுதான். முன்னெப்போதையும் விட இப்போது இத்தகைய மனிதர்கள் அதிகமாகத் தேவைப்படுகிறார் கள்."

கவனமாகக் கேட்ட விரான்ஸ்கிக்கு அவரது வார்த்தைகளின் உண்மையான உள்ளடக்கம் அவ்வளவாகப் பிடிக்கவில்லை என்றாலும், ஏற்கனவே அதிகாரத்துடன் ஒரு போராட்டத்தை நடத்த யோசித்துக் கொண்டிருந்த, இந்த உலகில் தனக்கென்று சில அனுதாபங்களையும் எதிர்ப்புகளையும் கொண்டிருந்த செர்புகோவ்ஸ்கோய் இந்த விஷயத்தில் எடுத்த அணுகுமுறைதான் மிகவும் பிடித்திருந்தது. அவனைப் பொறுத்தவரை சேவையில் அவனது படைப்பிரிவின் நலன்களைத் தவிர வேறு எதுவும் முக்கியமில்லை. செர்புகோவ்ஸ் கோய் எத்தனை ஆற்றல்மிக்கவர் என்பதையும், விஷயங்களை எடைபோடுவதிலும், புரிந்துகொள்வதிலும் சந்தேகத்திற்கு இட மில்லாத அவரது புத்திசாலித்தனத்தையும், அவர் வாழ்ந்த வட்டத்தில் மிகவும் அரிதாகவே காணும் பேச்சுத்திறனையும் விரான்ஸ்கி உணர்ந்தான். இதனால் வெட்கமுற்ற அவன் அவர் மீது பொறாமை கொண்டான்.

"இருப்பினும் இதற்கான ஒரு முக்கியமான விஷயம் என்னிடம் இல்லை" என்று அவன் பதில் சொன்னான். "எனக்கு அதிகார மோகம் இல்லை. எனக்கு முன்பு இருந்தது என்றாலும் நான் அதைக் கடந்துவிட்டேன்."

"மன்னிக்கவும், ஆனால் அது உண்மையல்ல" என்றார் செர்பு கோவ்ஸ்கோய் புன்னகையுடன்.

"இல்லை, உண்மை, உண்மைதான்...! இப்போது" என்ற விரான்ஸ்கி நேர்மையாக இருக்க வேண்டும் என்பதற்காக கடைசி வார்த்தையைச் சேர்த்தான்.

"ஆமாம், இப்போது அது உண்மை என்பது வேறு விஷயம். ஆனால் அந்த இப்போது எப்போதும் நிலைத்திருக்காது."

"இருக்கலாம்" என்றான் விரான்ஸ்கி.

"நீங்கள் இருக்கலாம் என்கிறீர்கள்" என்ற செர்புகோவ்ஸ்கோய் விரான்ஸ்கியின் எண்ணங்களைப் படித்தவர்போல தொடர்ந்தார். "ஆனால் நான் உறுதியாகச் சொல்கிறேன். அதனால்தான் நான் உங்களைப் பார்க்க விரும்பினேன். நீங்கள் எப்படி நடந்துகொள்ள வேண்டுமோ அப்படியே நடந்து கொண்டீர்கள் என்பது எனக்கு நன்றாகப் புரிகிறது. ஆனால் நீங்கள் விடாப்பிடியாக இருக்கக் கூடாது. நான் உங்களிடம் எனக்குக் கை கொடுங்கள் என்று மட்டுமே கேட்கிறேன். நான் உங்கள் பாதுகாவலன் அல்ல. இருந்தாலும் நான் ஏன் இருக்கக் கூடாது? நீங்கள் என்னைப் பலமுறை காப்பாற்றி யிருக்கிறீர்கள்! நம்முடைய நட்பு அதையும் தாண்டி உயரவேண்டும் என்று நான் விரும்புகிறேன். ஆமாம்" என்று விரான்ஸ்கியைப் பார்த்துப் புன்னகைத்தவாறு ஒரு பெண்ணைப் போல மென்மையாகச் சொன்னார். "எனக்குக் கை கொடுங்கள். படைப்பிரிவை விட்டு வெளியேறுங்கள். நான் உங்களைக் கண்களுக்குப் புலப்படாமல் அழைத்துச் செல்கிறேன்."

"ஆனால் பாருங்கள், எல்லாம் அப்படியே இருக்க வேண்டும் என்பதைத் தவிர எனக்கு வேறு எதுவும் தேவையில்லை" என்றான் விரான்ஸ்கி.

எழுந்த நின்ற செர்புகோவ்ஸ்கோய் அவனை நேருக்கு நேராகப் பார்த்தார்.

"எல்லாம் இருக்கும்படியே இருக்க வேண்டும் என்று நீங்கள் சொல்கிறீர்கள். அதன் பொருள் எனக்குப் புரிகிறது. ஆனால் கவனியுங்கள். நம் இருவருக்கும் ஒரே வயது. என்னைவிட அதிகமான பெண்களை நீங்கள் அறிந்திருக்கலாம்." செர்புகோவ்ஸ்கோயின் புன்னகையும், சைகைகளும் விரான்கியிடம் அவன் கவலைப்பட வேண்டாம் என்றும், அவனுடைய புண்பட்ட இடத்தை மென்மை யாகவும் கவனமாகவும் தொடுவேன் என்றும் தெரிவித்தன. "ஆனால் நான் திருமணமானவன் என்பதால் என்னை நம்புங்கள். நீங்கள் நேசிக்கும் உங்கள் மனைவியை (யாரோ ஒரு முறை எழுதியது போல) நீங்கள் அறிந்தால் அனைத்துப் பெண்களையும் அறியலாம் என்பது நீங்கள் ஆயிரம் பெண்களை அறிவதை விடவும் மேலானது."

படைப்பிரிவின் தளபதியின் அழைப்பை அவர்களுக்குத் தெரி விக்க அறைக்குள் எட்டிப்பார்த்த அதிகாரியிடம், "நாங்கள் வருகி றோம்!" என்று விரான்ஸ்கி கத்தினான்.

இப்போது முடிவு என்ன என்பதைத் தெரிந்துகொள்ளவும், செர்புகோவ்ஸ்கோய் தன்னிடம் என்ன சொல்லப் போகிறார் என்பதை அறிந்துகொள்ளவும் விரான்ஸ்கி விரும்பினான்.

"நான் என்னுடைய அபிப்பிராயத்தைச் சொல்கிறேன். ஒரு ஆணின் வாழ்க்கையில் பெண்கள் முக்கிய முட்டுக்கட்டையாக இருக்கிறார்கள். ஒரு பெண்ணைக் காதலிப்பதும் காதலித்த பிறகு எதையும் சாதிப்பதும் கடினம். இதற்கு வசதியாக தடையின்றி காதலிக்க ஒரு வழி உள்ளது எனில் அதுதான் திருமணம். நான் என்ன நினைக்கிறேன் என்பதை உங்களுக்குச் சொல்ல நான் ஒரு வழியைக் கண்டுபிடிக்கிறேன்" என்று ஒப்பீடுகளை நேசித்த செர்பு கோவ்ஸ்கோய் கூறினார். "பொறுங்கள், பொறுங்கள்! ஆமாம், ஒரே நேரத்தில் நீங்கள் சுமைகளைச் சுமப்பதற்கும், உங்கள் கைகளால் நீங்கள் எதையும் செய்வதற்கும் சாத்தியமான ஒரே வழி, நீங்கள் சுமையை உங்கள் முதுகில் கட்டிக் கொள்வதுதான் அதுதான் திருமணம். நான் திருமணம் ஆனபிறகே அதைத் தெரிந்து கொண் டேன். உடனடியாக என் கைகள் விடுதலை பெற்றன. ஆனால் நீங்கள் திருமணம் இன்றி சுமையைத் தூக்கினால், வேறு எதுவும் செய்ய முடியாதபடி உங்கள் கைகள் நிறைந்திருக்கும். மசான்கோ, க்ருபோ இவர்களைப் பாருங்கள்! பெண்கள் காரணமாக அவர்கள் தங்கள் வாழ்க்கையைப் பாழாக்கிக் கொண்டார்கள்."

"என்ன பெண்கள் அவர்கள்!" என்று விரான்ஸ்கி, குறிப்பிடப் பட்ட அந்த இரு ஆண்களும் தொடர்புகொண்ட பிரெஞ்சுப் பெண் ணையும், நடிகையையும் நினைத்துப் பார்த்தான்.

"அதைவிட மோசம்! சமூகத்தில் பெண்ணின் நிலை எவ்வளவு உறுதியாக உள்ளதோ அந்த அளவுக்கு அது மோசமடைகிறது! அது வெறுமனே கைகளால் சுமைகளை இழுப்பது போன்றது அல்ல அதை வேறு ஒருவரிடமிருந்து பிடுங்குவது போன்றது."

"நீங்கள் ஒருபோதும் காதலித்ததில்லை" என்று மென்மையாகச் சொல்லி அவரை உற்றுப் பார்த்த விரான்ஸ்கி அன்னாவை நினைத் தான்.

"இருக்கலாம். ஆனால் நான் சொன்னதை நினைவில் வையுங் கள். மேலும் பெண்கள் அனைவரும் ஆண்களை விட அதிகமாகப் பொருளைச் சார்ந்தவர்கள். நாம் அன்பிலிருந்து மகத்தான ஒன்றைக் கட்டி எழுப்புகிறோம் ஆனால் அவர்கள் எப்போதும் பூமிக்குக் கீழே இருக்கிறார்கள்."

"வருகிறோம், வருகிறோம்!" என்று உள்ளே நுழைந்த வேலைக் காரனிடம் சொன்னான் விரான்ஸ்கி. ஆனால் அவன் நினைத்தது போல அவன் அவர்களை அழைக்க வரவில்லை. வேலைக்காரன் அவனிடம் ஒரு குறிப்பைக் கொடுத்தான்.

"இளவரசி ட்வெர்ஸ்காயாவிடமிருந்து ஒருவர் அதைக் கொண்டு வந்தார்."

அந்தக் கடிதத்தைப் பிரித்துப் பார்த்த விரான்ஸ்கி முகம் சிவந் தான்.

“எனக்குத் தலை வலிக்கிறது, நான் வீட்டிற்குச் செல்கிறேன்” என்று அவன் செர்புகோவ்ஸ்கோயிடம் சொன்னான்.

“அப்படியானால் சென்று வாருங்கள். நீங்கள் எனக்குக் கை கொடுப்பீர்களா?”

“நாம் பிறகு பேசுவோம். நான் உங்களைப் பீட்டர்ஸ்பர்க்கில் சந்திக்கிறேன்.

22

ஐந்து மணிக்கு மேல் ஆகிவிட்டதால், இனியும் தாமதிக்கக் கூடாது என்பதற்காகவும், அதே நேரத்தில் தனது குதிரையை எடுக்கக்கூடாது என்பதற்காகவும் விரான்ஸ்கி யஷ்வினின் வாடகை வண்டியை எடுத்துக்கொண்டு, முடிந்தவரை வேகமாகச் செல்லும்படி வண்டியோட்டிக்கு உத்தரவிட்டான். நான்கு இருக்கைகள் கொண்ட அந்த வண்டி விசாலமாக இருந்தது. வண்டியின் ஓரத்தில் அமர்ந்து, தன் கால்களை முன்புற இருக்கையில் நீட்டி வைத்து, அவன் யோசிக்கத் தொடங்கினான்.

தன்னுடைய பிரச்சினைகள் எப்படி ஒழுங்குபடுத்தப்பட்டன என்பதைப் பற்றிய தெளிவற்ற உணர்வும், தன்னைத் தேவையான ஒரு மனிதனாகக் கருதிய செர்புகோவ்ஸ்கோயின் நட்பு மற்றும் அவரது முகஸ்துதி பற்றிய தெளிவற்ற நினைவும், அனைத்திற்கும் மேலாக, அவருடன் மேற்கொள்ளப்போகும் உரையாடலைப் பற்றிய எதிர்பார்ப்பும் ஒன்றாகக் கலந்து அவனுடைய மகிழ்ச்சியான வாழ்க்கையைப் பற்றிய ஒரு பொதுவான தோற்றத்தை உருவாக்கின. இந்த உணர்வு அவனுக்குள் தீவிரமாக வலுப்பெற்றதால் அவன் தன்னையும் மீறி சிரித்தான். கால்களைத் தாழ்த்தி, கால்மேல் கால் போட்டு, ஒரு கையால் முழங்காலைப் பிடித்தபோது, நேற்றுக் கீழே விழுந்ததில் கணுக்கால் தசையில் அடிபட்டிருந்த வலியை உணர்ந்து, பின்னோக்கிச் சாய்ந்து, பெருமூச்சு விட்டான்.

“நல்லது, மிக நல்லது!” என்று தனக்குத்தானே சொல்லிக் கொண்டான். இதற்கு முன்னரும் அவன் தன் உடலில் எழுந்த அந்த மகிழ்ச்சியான உணர்வை அனுபவித்திருக்கிறான் என்றாலும் இப்போது போல அவன் தன்னை, தன் உடலை ஒருபோதும் நேசித்த தில்லை. தன்னுடைய வலிமையான காலில் இருந்த லேசான வலியையும், ஆழமாக மூச்சை இழுத்துவிட்ட போது மார்பின் தசைகள் அசைவதையும் அவன் அனுபவித்தான். அன்னாவுக்கு

நம்பிக்கையற்றதாகத் தோன்றிய அதே தெளிவான குளிர்ச்சியான ஆகஸ்ட் நாள் அவனுக்கு உற்சாகமூட்டுவதாகத் தோன்றியது. தண்ணீரால் கழுவிய பிறகு அவனது முகமும் கழுத்தும் குளிர்ந்து புத்துணர்ச்சியடைந்தன. அந்தச் சுத்தமான காற்றில் கலந்து வீசிய, நறுமணத் தைலம் பூசிய அவன் மீசையின் வாசனை அவனுக்கு மிகவும் இனிமையாக இருந்தது. வண்டியின் ஜன்னலுக்கு வெளியே அவன் பார்த்த அனைத்தும், இந்தக் குளிர்ந்த, சுத்தமான காற்றில், சூரிய அஸ்தமனத்தின் வெளிறிய ஒளியில், அவனைப்போலவே புத்துணர்வோடும், மகிழ்ச்சியோடும், உறுதியோடும் இருந்தன. அஸ்தமனச் சூரியனின் கதிர்களில் பிரகாசித்த வீடுகளின் கூரைகள், வேலிகளின் மேற்புறங்கள், கட்டிடங்களின் மூலைகள், அரிதாகவே வரும் பாதசாரிகள் மற்றும் வண்டிகளின் உருவங்கள், இன்னும் பசுமையாகக் காணப்பட்ட மரங்கள் மற்றும் புல்வெளிகளும், உருளைக்கிழங்கு செடிகளின் துல்லியமான வரிசைகளைக் கொண்ட வயல்வெளிகள், வீடுகள், மரங்கள், புதர்கள் மற்றும் உருளைக்கிழங்கு செடிகளின் வரிசையின் சாய்ந்த நிழல்களும், இப்போதுதான் பளபளப்பான மேற்பூச்சு பூசிய ஒரு சிறிய நிலப்பரப்பைப் போல அழகாக இருந்தன.

“வேகம்! வேகம்!” என்று வண்டியோட்டியிடம் சொல்லிவிட்டு, ஜன்னல் வழியாகத் தலையை நீட்டி, தன் சட்டைப்பையிலிருந்து மூன்று ரூபிள் நோட்டை, திரும்பிப் பார்த்த வண்டியோட்டியிடம் திணித்தான். வண்டியின் விளக்கின் அருகே வண்டியோட்டியின் கை எதையோ தேடிய பிறகு, சாட்டையின் சொடுக்கும் ஓசை கேட்டது. வண்டி அந்த நெடுஞ்சாலையில் வேகமாக உருண்டது.

‘எனக்கு இந்த மகிழ்ச்சியைத் தவிர வேறு எதுவும் தேவையில்லை’ என்று நினைத்தான். ஜன்னல்களுக்கு இடையில் உள்ள இடைவெளியில் இருந்த தந்தத்தினாலான மணியின் கைப்பிடியைப் பார்த்ததும் அவன் கடைசியாக அன்னாவைப் பார்த்ததை நினைவு கூர்ந்தான். ‘நான் எவ்வளவு தூரம் விலகியிருக்கிறேனோ அந்த அளவுக்கு நான் அவளை நேசிக்கிறேன். இங்கேதான் திருமதி. வரேடின் அரசாங்க வீட்டுத் தோட்டம் உள்ளது. அவள் எங்கே இருக்கிறாள்? எங்கே எப்படியிருக்கிறாள்? பெட்ஸியின் கடிதத்தின் மூலம் அவள் இங்கே சந்திப்பதற்கு ஏன் ஏற்பாடு செய்தாள்?’ அவன் இப்போதுதான் அதைப்பற்றி எண்ணி வியந்தான் என்றாலும் மேலும் சிந்திப்பதற்கு அவகாசமில்லை. வீதியை அடைவதற்கு முன்னே வண்டியை நிறுத்தி கதவைத் திறந்து, வண்டி நகர்ந்து கொண்டிருக்கும்போதே வெளியே குதித்து வீட்டுக்குச் செல்லும் பாதையில் நடந்தான். வீதியில் யாரும் இல்லை. ஆனால் வலப்புறம் பார்த்தபோது அவன் அவளைப் பார்த்தான். அவள் முகம் திரையால் மூடப்பட்டிருந்தது.

ஆனால் அவனது மகிழ்ச்சி நிரம்பிய பார்வை, அவளது தனித்துவ மான அசைவையும், அவளுடைய நடையையும், தோள்களின் வளைவையும், நிமிர்ந்த தலையையும் ஒருசேரப் படம் பிடித்து, சட்டென்று அவன் உடலில் மின்சாரம் பாய்ந்தது போன்ற அதிர்வை ஏற்படுத்தியது. கால்களிலிருந்து தலை வரைக்கும் புதியதோர் ஆற்றலுடன் அவன் தன்னுடைய சுயத்தை அறிந்தான். மேலும் ஏதோ ஒன்று அவன் உதடுகளை நடுங்க வைத்தது.

அவர்கள் சந்தித்தபோது அவள் அவன் கையைப் பலமாக அழுத்தினாள்.

"நான் உங்களை வரச்சொன்னதற்காக உங்களுக்குக் கோபம் இல்லையே? நான் உங்களைப் பார்ப்பது அவசியம்" என்றாள். முக் காடுக்குப் பின்னால் அவனுக்குத் தெரிந்த இறுக்கமான, தீவிரமான அவளுடைய உதடுகள் அவன் மனநிலையை உடனடியாக மாற்றின.

"எனக்கா, கோபமா? ஆனால் நீங்கள் எப்படி இங்கே? நீங்கள் எங்கே போகிறீர்கள்?"

"அது முக்கியமல்ல" என்ற அவள் தன் கையை அவன் கைக்குள் வைத்தாள். "நாம் நடக்கலாம். நான் ஒரு விஷயத்தைப் பற்றி விவாதிக்க வேண்டும்."

ஏதோ நடந்திருக்கிறது என்றும், இந்தச் சந்திப்பு மகிழ்ச்சியாக இருக்காது என்றும் அவன் புரிந்து கொண்டான். அவள் முன்னி லையில் அவனுக்கென்று எந்த விருப்பமும் இல்லை. அவளுடைய கவலைக்கான காரணத்தை அறியாமலே, அவன் அதே கவலை தன்னையும் தொற்றிக் கொண்டதை உணர்ந்தான்.

"அது என்ன? என்ன?" என்ற அவன் முழங்கையால் அவள் கையை அழுத்தி, அவள் முகத்திலிருந்து அவள் எண்ணங்களை அறிய முயன்றான்.

மௌனமாகச் சில அடிகள் நடந்த அவள் தைரியத்தைத் திரட்டிக் கொண்டு, சட்டென்று நின்றாள்.

"நான் நேற்றே உங்களிடம் சொல்லவில்லை" என்று ஆரம்பித்த அவள் வேகமாகவும் ஆழமாகவும் மூச்சுவிடத் தொடங்கினாள். "வீடு திரும்பும் வழியில் நான் அலெக்ஸி அலெக்ஸாண்ட்ரோவிச்சிடம் அனைத்தையும் சொல்லிவிட்டேன்... நான் அவருக்கு மனைவியாக இருக்க முடியாது என்பதை... நான் அவரிடம் அனைத்தையும் சொல்லி விட்டேன்."

அவள் சொல்வதைக் கேட்டுக்கொண்டே, அவளுடைய நிலை மையின் கஷ்டத்தைத் தணிக்க விரும்புவது போல, அவன் தன்னிச் சையாகத் தன் உடலை அவளை நோக்கிச் சாய்த்துக் கொண்டான்.

ஆனால் அவள் சொன்னவுடனே சட்டென்று நிமிர்ந்து நின்ற அவன் முகத்தில் பெருமிதமும் கடுமையும் தெரிந்தது.

"ஆமாம், ஆமாம், அது நல்லது. ஆயிரம் மடங்கு நல்லது! அது எத்தனை கஷ்டமாக இருக்கும் என்பது எனக்குப் புரிகிறது" என்று அவன் சொன்னான்.

ஆனால் அவள் அவன் சொன்னதைக் கவனிக்காமல், அவன் முகபாவனையில் அவனது எண்ணவோட்டத்தைப் படித்துக் கொண்டிருந்தாள். ஆனால் இப்போது சண்டை நிகழ்வதைத் தவிர்க்க முடியாது என்ற முதல் எண்ணம் அவன் முகத்தில் பிரதிபலித்ததை அவள் அறியவில்லை. சண்டை பற்றிய எண்ணமே அவளுக்கு ஒருபோதும் தோன்றவில்லை என்பதால் அவள் அவனுடைய அந்தக் கடுமையான முகபாவத்தை வேறுவிதமாக எடுத்துக் கொண்டாள்.

அவள் தன் கணவரின் கடிதம் கிடைத்ததும், எல்லாமே முன்பு போலவே பழையபடி நடக்கும் என்பதையும், அவள் தன் நிலையிலிருந்து இறங்கி, மகனைக் கைவிட்டுக் காதலுடன் இணைவதற்குத் தனக்குச் சக்தியில்லை என்பதையும் அறிந்து கொண்டாள். இளவரசி ட்வெர்ஸ்காயாவுடன் அன்று கழித்த காலை இதை இன்னும் உறுதிப்படுத்தியது. இருப்பினும் இந்தச் சந்திப்பு அவளுக்கு மிகவும் முக்கியமானதாக இருந்தது. இந்தச் சந்திப்பு தங்கள் நிலையை மாற்றி தன்னைக் காப்பாற்றும் என்று அவள் நம்பினாள். அவன் இதைக் கேட்டதும் ஒரு கணம்கூட தயங்காமல் அவளிடம் தீர்க்கமாக, உணர்வுபூர்வமாக, 'எல்லாவற்றையும் விட்டுவிட்டு என்னுடன் வந்து விடு' என்று சொன்னால், அவள் தன் மகனைக் கைவிட்டு அவனுடன் செல்வதற்குத் தயாராக இருந்தாள். ஆனால் இந்தச் செய்தி அவள் எதிர்பார்த்தபடி அவனிடம் மாற்றத்தை ஏற்படுத்தவில்லை. ஆனால் அவன் ஏதோ ஒன்றினால் புண்பட்டதாக அவளுக்குத் தோன்றியது.

"அது அத்தனை கஷ்டமாக இல்லை. அது தானாகவே நடந்து விட்டது" என்று அவள் எரிச்சலுடன் சொன்னாள். "இதோ" என்ற அவள் தன்னிடமிருந்த, அவள் கணவர் எழுதிய கடிதத்தை எடுத் தாள்.

"புரிகிறது, புரிகிறது" என்று இடைமறித்தவன், கடிதத்தை வாங்கிப் படிக்காமல் அவளை அமைதிப்படுத்த முயன்றான். "நான் ஏங்கிய ஒரு விஷயம், நான் பிரார்த்தனை செய்த ஒரே விஷயம், இந்த நிலையை முடிவுக்குக் கொண்டுவந்து, உங்களுடைய மகிழ்ச்சிக் காக, என் வாழ்க்கையை அர்ப்பணிக்க வேண்டும் என்பதே."

"ஏன் அப்படிச் சொல்கிறீர்கள்?" என்றாள். "நான் சந்தேகப் படுகிறேன் என்று நினைக்கிறீர்களா? எனக்குச் சந்தேகமிருந்தால்..."

“அங்கே வருவது யார்?” என்ற விரான்ஸ்கி திடீரென தங்களை நோக்கி நடந்துவந்த இரு பெண்களைச் சுட்டிக்காட்டினான். “ஒருவேளை அவர்களுக்கு நம்மைத் தெரிந்திருக்கலாம்” என்ற அவன் வேகமாகத் திரும்பி, அவளைப் பக்கப்பாதையில் இழுத்துக்கொண்டு நடந்தான்.

“ஓ, எனக்குக் கவலையில்லை!” என்றாள். அவள் உதடுகள் நடுங்கின. அவள் கண்கள் முக்காடுக்குப் பின்னாலிருந்து விசித்திர மான கோபத்துடன் தன்னைப் பார்ப்பதாக அவன் நினைத்தான். “நான் சொன்னது போல விஷயம் அதுவல்ல. நான் அதைச் சந்தேகிக்க முடியாது. ஆனால் அவர் எனக்கு என்ன எழுதியிருக்கிறார் என்பதைப் பாருங்கள். அதைப் படியுங்கள்” என்ற அவள் மீண்டும் நின்றாள்.

அவள் தன் கணவரிடம் அனைத்தையும் பேசிய செய்தியைக் கேட்ட முதல் கணத்தைப் போலவே, கடிதத்தைப் படித்த விரான்ஸ்கி அவமதிக்கப்பட்ட கணவரையும், அவருக்கும் தனக்கும் உள்ள உறவையும் நினைத்து, தனக்குள் எழுந்த இயல்பான உணர்வைத் தன்னிச்சையாகப் பின்தொடர்ந்தான். இப்போது கையில் இந்தக் கடிதம் கிடைத்திருக்கும் நிலையில், இன்றோ அல்லது நாளையோ நடக்கப்போகும் சவாலையும், அந்தச் சண்டையின் போது இப்போது முகத்தில் உள்ள அதே பெருமித உணர்வுடன், அவமதிக்கப்பட்ட கணவரின் துப்பாக்கி சூட்டுக்குக் காத்திருப்பதை, அவனால் கற்பனை செய்து பார்க்காமல் இருக்க முடியவில்லை. அதே சமயத்தில் செர்பு கோவ்ஸ்கோய் தன்னிடம் என்ன சொன்னார், அன்று காலையில் தான் என்ன நினைத்தோம் என்பதை நினைத்துப் பார்த்த அவன், தன்னைக் குழப்பிக் கொள்ளாமல் இருப்பதே நல்லது என்று கருதி னான். இதை அவளிடம் சொல்ல முடியாது என்பதும் அவனுக்குத் தெரியும்.

கடிதத்தைப் படித்துவிட்டு அவளை நிமிர்ந்து பார்த்த அவன் பார்வையில் எந்த உறுதியும் இல்லை. அவன் ஏற்கனவே அதைப் பற்றி யோசித்திருக்கிறான் என்பதை அவள் உடனே புரிந்து கொண்டாள். அவன் அவளிடம் அனைத்தையும் பேசினாலும், அவன் தான் நினைப்பதை எல்லாம் அவளிடம் சொல்லமாட்டான் என்பது அவளுக்குத் தெரியும். தன்னுடைய கடைசி நம்பிக்கையும் கைவிட்டுப் போனதை அவள் புரிந்து கொண்டாள். இதை அவள் எதிர்பார்க்கவில்லை.

“அவர் எப்படிப்பட்ட மனிதர் என்பதைப் பாருங்கள்” என்று அவள் நடுங்கும் குரலில் சொன்னாள். “அவர்...”

“என்னை மன்னிக்கவும் ஆனால் எனக்கு மகிழ்ச்சிதான்” என்று விரான்ஸ்கி குறுக்கிட்டான். “கடவுளுக்காக நான் முடித்து வைக்கிறேன்”

என்றான். அவன் கண்கள் தான் சொல்வதை விளக்க அவகாசம் கொடு என்று அவளிடம் கெஞ்சின. "எனக்கு மகிழ்ச்சி தான் ஏனெனில் அது அப்படியிருக்க முடியாது. அது அவர் சொல்வதுபோல இருக்க முடியாது."

"ஏன் இருக்க முடியாது?" என்று அன்னா கண்ணீரை அடக்கிக் கொண்டு கேட்டாள். அவன் என்ன சொல்லப்போகிறான் என்பதற்கு அவள் எந்த முக்கியத்துவத்தையும் கொடுக்கவில்லை. தன்னுடைய தலைவிதி தீர்மானிக்கப்பட்டதை அவள் உணர்ந்தாள்.

சண்டைக்குப் பிறகு, இது அப்படியே இருக்க முடியாது என்று தன்னுடைய அபிப்பிராயத்தை அவன் சொல்வதற்கு விரும்பினான் என்றாலும், அவன் வேறு ஒன்றைச் சொன்னான்.

"அது அப்படியே தொடர முடியாது. இப்போது நீங்கள் அவரை விட்டு விலகுவீர்கள் என்று நான் நம்புகிறேன். நான்..." அவன் குழப்பமும் வெட்கமும் அடைந்தான். "நம்முடைய வாழ்க்கையை ஒழுங்குபடுத்தவும் யோசிக்கவும் என்னை அனுமதிப்பீர்கள் என்று நம்புகிறேன். நாளை..."

அவனை மேற்கொண்டு பேசுவதற்கு அவள் விடவில்லை.

"என் மகனா?" என்று அவள் கத்தினாள். "அவர் என்ன எழுதியிருக்கிறார் என்பதைப் பார்த்தீர்கள் அல்லவா? நான் அவனை விட்டுப் போக வேண்டும். என்னால் அதைச் செய்ய முடியாது, செய்யவும் மாட்டேன்."

"ஆனால் கடவுளின் பொருட்டு கேட்கிறேன், எது நல்லது? உங்கள் மகனை விட்டுப் பிரிவதா அல்லது இந்த அவமானகரமான நிலையைத் தொடருவதா?"

"யாருக்கு அவமானம்?"

"எல்லோருக்கும். எல்லாவற்றுக்கும் மேலாக உங்களுக்கு."

"நீங்கள் 'அவமானம்' என்கிறீர்கள்... அப்படிச் சொல்லாதீர்கள். இதுபோன்ற வார்த்தைகளுக்கு எனக்கு எந்த அர்த்தமும் இல்லை" என்று அவள் நடுங்கும் குரலில் சொன்னாள். அவன் இப்போது பொய் சொல்வதை அவள் விரும்பவில்லை. அவளிடம் எஞ்சி யிருப்பது அவனுடைய அன்பு மட்டுமே. அவள் அவனை நேசிக்க விரும்பினாள். "நான் உங்களைக் காதலிக்கத் தொடங்கிய நாளிலிருந்து எனக்கு எல்லாமே மாறிவிட்டன. எனக்கிருக்கும் ஒன்றே ஒன்று உங்கள் காதல் மட்டுமே. அது என்னுடையது என்பதால் நான் மிகவும் உயர்ந்தவளாக, உறுதியானவளாக உணர்வதால் எனக்கு எதுவும் அவமானமாக இருக்க முடியாது. எனது நிலையைக் குறித்து நான் பெருமைப்படுகிறேன். ஏனெனில்... பெருமிதம்... பெருமிதம்..."

அவள் எதைக்குறித்துப் பெருமைப்படுகிறாள் என்பதை அவளால் சொல்ல முடியவில்லை. வெட்கமும் விரக்தியும் கலந்த கண்ணீர் அவள் குரலை அடக்கியது. அவள் பேசாமல் கதறி அழுதாள்.

அவன் ஏதோ ஒன்று தனது தொண்டையை அடைப்பதையும், மூக்கை உறுத்துவதையும் உணர்ந்தான். அவன் தன்னுடைய வாழ்க் கையில் முதல் முறையாக தான் அழுவதற்குத் தயாரானதை உணர்ந் தான். அவனை அதற்குத் தூண்டியது எது என்பதை அவனால் துல்லியமாகச் சொல்ல முடியவில்லை. அவன் அவள் மீது பரிதாபப் பட்டான் என்றாலும் தன்னால் அவளுக்கு உதவ முடியவில்லை என்று உணர்ந்தான். அதே நேரத்தில் அவளுடைய துயரத்திற்குத் தான்தான் காரணம் என்றும், தான் ஏதோ தீமை செய்துவிட்டதும் அவனுக்குத் தெரிந்தது.

“விவாகரத்து உண்மையிலேயே சாத்தியமில்லையா?” என்று அவன் பலவீனமான குரலில் கேட்டான். அவள் பதில் சொல்லாமல் தலையை ஆட்டினாள். “நீங்கள் உங்கள் மகனுடன் அவரைவிட்டு வரமுடியாதா?”

“முடியும், ஆனால் எல்லாமே அவரைப் பொறுத்திருக்கிறது. இப்போது நான் அவரிடம்தான் போக வேண்டும்” என்றாள் அவள் வறண்ட குரலில். எல்லாம் பழையபடியே நடக்கும் என்ற அவளது எண்ணம் அவளை ஏமாற்றவில்லை.

“செவ்வாய்க்கிழமை நான் பீட்டர்ஸ்பர்க்கில் இருப்பேன். அங்கு அனைத்தையும் முடிவு செய்வோம்.”

“சரி” என்றாள். “ஆனால் இனி இதைப் பற்றிப் பேச வேண் டாம்.”

தூரமாக நிற்கச் சொல்லியிருந்த வண்டியை வரேடேவின் தோட்டத்து வாயிலுக்கு வரச்சொன்ன அன்னா அதில் ஏறினாள். அவள் அவனிடம் விடைபெற்றுக் கொண்டு வீட்டிற்குச் சென்றாள்.

23

திங்கள்கிழமை ஜூன் இரண்டாம் தேதியன்று ஆணையத்தின் வழக்கமான கூட்டம் நடைபெற்றது. அலெக்ஸி அலெக்ஸாண்ட் ரோவிச் கூட்டம் நடைபெற்ற அறைக்குள் நுழைந்து உறுப்பினர் களையும், தலைவர்களையும் வழக்கம் போல வரவேற்று, தன் இருக் கையில் அமர்ந்து, தனக்கு முன்னால் தயாராக இருந்த ஆவணங் களையும் காகிதங்களையும் பார்த்தார். அவற்றில் அவருக்குத் தேவையான அறிக்கைகளும், அவர் வெளியிட உத்தேசித்துள்ள

அறிக்கையின் சுருக்கமும் இருந்தன. சொல்லப் போனால் அவருக்கு அறிக்கைகள், குறிப்புகள் எதுவும் தேவையில்லை. எல்லாவற்றையும் நினைவில் வைத்திருந்த அவருக்கு, தான் என்ன சொல்லப்போகிறோம் என்பதை மீண்டும் நினைவுக்குக் கொண்டு வரவேண்டிய அவசியம் இல்லை என்று நினைத்தார். நேரம் வரும்போது, அலட்சியபாவத்தைக் காட்ட வீணாக முயற்சிக்கும் தன் எதிராளியின் முகத்தைக் கண்டதும், அவருடைய பேச்சு இப்போது தயாராவதைக் காட்டிலும் சரளமாக வெளிப்படும் என்பது அவருக்குத் தெரியும். அவரது உரையின் உள்ளடக்கம் மிகச் சிறப்பானது என்பதுடன், ஒவ்வொரு வார்த்தைக்கும் முக்கியத்துவம் இருக்கும் என்று அவர் உணர்ந்தார். இதற்கிடையில் அவர் ஒரு சாதாரண அறிக்கையைக் கேட்டபோது, மிகவும் அப்பாவித்தனமான, உணர்ச்சியற்ற பாவத்தை அவருடைய முகம் வெளிக்காட்டியது. நரம்புகள் புடைத்த அவருடைய வெண்ணிறக் கைகளையும், தன் முன்னால் கிடந்த வெள்ளைக் காகிதத்தின் இரு விளிம்புகளையும் அவருடைய நீண்ட விரல்கள் மென்மையாக வருடுவதையும், சோர்வின் வெளிப்பாட்டால் ஒரு பக்கமாகச் சாய்ந்திருக்கும் அவரது தலையையும் பார்க்கும் எவரும், அவர் வாயிலிருந்து பயங்கரமான புயலை வீசும் வார்த்தைகள் வெளிப்படும் என்பதையும், அதைக் கேட்கும் உறுப்பினர்கள் கூச்சலிட்டு ஒருவருக்கொருவர் குறுக்கிடுவார்கள், அவை ஒழுங்கிற்கு வர வேண்டும் என்று தலைவர் கோருவார் என்பதையும், நினைத்துப் பார்த்திருக்க மாட்டார்கள். அறிக்கை முடிந்ததும் அலெக்ஸி அலெக்ஸாண்ட்ரோவிச் தனது அமைதியான, மெல்லிய குரலில் பூர்வீக மக்களின் குடியேற்றம் தொடர்பாகத் தனக்குள்ள யோசனை களை அறிக்கையிடப் போவதாக அறிவித்தார். அனைவரின் கவனமும் அவர் பக்கமாகத் திரும்பியது. அவர் தொண்டையைக் கனைத்து, தன் எதிராளியைப் பார்க்காமல், உரை நிகழ்த்தும் போது எப்போதும் செய்வது போல தனக்கு முன்னால் அமர்ந்திருந்த முதல் நபரைப் பார்த்து (ஆணையத்தில் எந்தக் கருத்தையும் வெளிப் படுத்தாத ஒரு முதியவர்) தன் கருத்துக்களை விளக்கத் தொடங்கி னார். அடிப்படை மற்றும் கரிம சட்டம் என்று வரும்போது எதிராளி துள்ளிக் குதித்து ஆட்சேபிக்கத் தொடங்கினார். ஆணையத்தில் உறுப்பினராக இருந்த ஸ்ட்ரெமோவ் தன் கருத்தை நியாயப்படுத்தத் தொடங்க, கூட்டம் சூறாவளியாக மாறியது. ஆனால் அலெக்ஸி அலெக்ஸாண்ட்ரோவிச் வெற்றி பெற, அவருடைய முன்மொழிவுகள் ஏற்றுக்கொள்ளப்பட்டன. மூன்று புதிய ஆணைக்குழுக்கள் நியமிக் கப்பட்டன. அடுத்த நாள் பீட்டர்ஸ்பர்க் வட்டத்தில் இந்தக் கூட்டத்தைப் பற்றிய பேச்சைத் தவிர வேறு எந்தப் பேச்சும் இல்லை.

அலெக்ஸி அலெக்ஸாண்ட்ரோவிச்சின் வெற்றி அவர் எதிர் பார்த்ததை விட மகத்தானதாக இருந்தது.

அடுத்த நாள் செவ்வாய்க்கிழமை காலையில் எழுந்த அலெக்ஸி அலெக்ஸாண்ட்ரோவிச் நேற்றைய தினத்தின் வெற்றியைத் திருப்தி யுடன் நினைவு கூர்ந்தார். அதை நினைத்துப் பார்த்த அவரால் புன்னகைக்காமல் இருக்க முடியவில்லை. ஆனால் அலுவலக மேலாளர் ஆணையத்தில் என்ன நடந்தது என்பதைக் குறித்து தான் கேள்விப்பட்ட வதந்திகளைப் பற்றிச் சொல்லி அவரைப் புகழ்ந்து பேசியபோது அவர் அலட்சியமாக இருக்க விரும்பினார்.

அலுவலக மேலாளருடன் வேலையாக இருந்த அலெக்ஸி அலெக்ஸாண்ட்ரோவிச், செவ்வாய்க்கிழமையான இன்று அன்னா ஆர்கடியேவ்னாவின் வருகைக்காக அவர் குறித்திருந்த நாள் என்பதை முற்றிலுமாக மறந்துவிட்டார். வேலைக்காரன் அவளுடைய வருகையை அவரிடம் தெரிவிக்க வந்தபோது அவர் மகிழ்ச்சியற்ற வியப்பெய் தினார்.

அன்னா அதிகாலை பீட்டர்ஸ்பர்க் வந்து சேர்ந்தாள். அவள் அனுப்பியிருந்த தந்தியின்படி அவளை அழைத்துப்போக ஒரு வண்டி வந்திருந்தது. எனவே அலெக்ஸி அலெக்ஸாண்ட்ரோவிச் அவளுடைய வருகையை அறிந்திருக்கலாம். ஆனால் அவள் வந்தபோது அவர் அவளைச் சந்திக்கவில்லை. அவர் இன்னும் வெளியே வரவில்லை என்றும், அவர் அலுவலக மேலாளருடன் வேலையாக இருக்கிறார் என்றும் கூறப்பட்டது. அவள் தான் வந்திருப்பதைத் தன் கணவரிடம் தெரிவிக்கும்படி சொல்லிவிட்டு, தன் அறைக்குச் சென்று, அவரை எதிர்பார்த்தவளாகத் தனது பொருட்களை எடுத்துவைக்கத் தொடங்கினாள். ஆனால் ஒரு மணி நேரமாகியும் அவர் வரவில்லை. அவள் கட்டளை இடும் பாவனையில் சாப்பாட்டு அறைக்குச் சென்று, அவர் அங்கு வருவார் என்று எதிர்பார்த்து வேண்டுமென்றே சத்தமாகப் பேசினாள். அப்போதும் அவர் வரவில்லை என்றாலும், அலுவலக மேலாளரைப் பார்ப்பதற்கு அவர் படிப்பறையின் வாசல்வரை செல்லும் அவருடைய காலடி ஓசையைக் அவள் கேட்டாள். அவர் வழக்கம் போல சீக்கிரத்தில் வேலைக்குப் போய்விடுவார் என்பது அவளுக்குத் தெரியும். எனவே அவள் அவர்களின் உறவுகளைப் பற்றித் தீர்மானிக்க அவரை அதற்கு முன்பாகப் பார்க்க விரும்பினாள்.

அவள் வரவேற்பறையைச் சுற்றிச் சில அடிகள் நடந்த பிறகு, தீர்மானத்துடன் அவரைப் பார்க்கச் சென்றாள். அவள் அவரது படிப்பறையில் நுழைந்தபோது, சீருடையில் அமர்ந்திருந்த அவர் கிளம்புவதற்குத் தயாராக இருந்தார். சிறிய மேசையின் மீது முழங் கைகளை ஊன்றித் தனக்கு முன்னால் விரக்தியுடன் பார்த்துக்

கொண்டிருந்தார். அவர் அவளைப் பார்ப்பதற்கு முன்பே அவள் அவரைப் பார்த்தாள். அவர் தன்னைப் பற்றி யோசித்துக் கொண்டிருந்கிறார் என்பதை அவள் அறிந்தாள்.

அவளைக் கண்டதும் எழ முயன்ற அவர் எழுவதற்கு மாறாக, அன்னா இதுவரை பார்த்திராத வகையில் செக்கச் சிவப்பாக முகம் சிவந்தார். அவர் விரைவாக எழுந்து அவளை நோக்கி நடந்து, அவள் கண்களைப் பார்க்காமல் அவள் நெற்றியையும், கூந்தலையும் பார்த்தார். அவள் அருகில் சென்று அவள் கையைப் பிடித்து உட்காரும்படி சொன்னார்.

"நீ வந்ததில் எனக்கு ரொம்ப சந்தோஷம்" என்று சொல்லி அவள் அருகில் அமர்ந்த அவர், ஏதோ சொல்ல வேண்டும் என்று நினைத்துச் சொல்ல முடியாமல் தடுமாறினார். அவர் பலமுறை பேச முயற்சித்தபோதும் அவரால் பேச முடியவில்லை.

அவள் இந்தச் சந்திப்பின் போது அவரை இகழ்ந்து குற்றம் சாட்டுவதற்குத் தன்னைத் தயார்படுத்திக் கொண்டாள் என்றாலும், அவரைப் பார்த்தபிறகு என்ன சொல்வதென்று தெரியாமல் அவர் மீது பரிதாபப்பட்டாள். எனவே அந்த மௌனம் நீண்ட நேரமாக நீடித்தது. "செரியோஷா நலமாக இருக்கிறானா?" என்று கேட்ட அவர் அவளது பதிலுக்குக் காத்திராமல், "நான் இன்று வீட்டில் சாப்பிட மாட்டேன். நான் உடனடியாகக் கிளம்ப வேண்டும்" என்றார்.

"நான் மாஸ்கோ செல்வதற்கு விரும்பினேன்" என்றாள்.

"இல்லை, நீ இங்கே வந்தது மிகவும் நல்லது" என்று சொன்ன அவர் மீண்டும் மௌனமானார்.

அவருக்குப் பேச்சைத் தொடங்குவதற்கான ஆற்றல் இல்லை என்பதைக் கண்டு அவளே பேசத் தொடங்கினாள்.

"அலெக்ஸி அலெக்ஸாண்ட்ரோவிச்" என்று அவள் அவரை நிமிர்ந்து பார்த்தாள். அவள் உச்சந்தலையில் நிலைத்திருந்த அவர் பார்வைக்குக் கீழாகத் தன் கண்களைத் தாழ்த்தாமல், "நான் குற்றவாளியான ஒரு பெண், நான் ஒரு மோசமான பெண் என்றாலும், நான் அப்போது உங்களிடம் சொன்னது போல இப்போதும் நான் அப்படியேதான் இருக்கிறேன். என்னால் எதையும் மாற்ற முடியாது என்பதை உங்களிடம் சொல்லவே வந்தேன்" என்றாள்.

"நான் அதைப் பற்றி உன்னிடம் கேட்கவில்லை" என்று திடீரெனச் சொன்ன அவர் வெறுப்புடன் அவள் கண்களை நேருக்கு நேராகச் சந்தித்தார். "நான் எதிர்பார்த்தேன்." சினத்தின் வசப்பட்ட அவரது அனைத்துப் புலன்களும் விழித்துக்கொள்ள, அவர் தனது இயல்பு நிலைக்குத் திரும்பிவிட்டார் என்பது தெளிவாகத் தெரிந்தது. "ஆனால்

நான் உன்னிடம் அப்போது சொன்னதையும், பிறகு கடிதத்தில் எழுதியதையும் மீண்டும் சொல்கிறேன்” என்று அவர் மெல்லிய, கட்டைக்குரலில் தொடர்ந்தார். “நான் அதைத் தெரிந்து கொள்ள வேண்டிய அவசியமில்லை என்று மீண்டும் நான் சொல்கிறேன். அதை நான் தள்ளி வைக்கிறேன். எல்லா மனைவியரும் இப்படியான இனிமையான செய்தியைத் தங்கள் கணவர்களுக்குத் தெரிவிக்க உங்களைப் போல இரக்கமுள்ளவர்கள் அல்ல.” ‘இனிமையான’ என்ற வார்த்தையை அதிக அழுத்தம் கொடுத்துச் சொன்னார். “சமூகத்திற்கு அது தெரியும்வரை, என் பெயருக்குக் களங்கம் ஏற்படும் வரை நான் அதைத் தள்ளி வைக்கிறேன். எனவே நம்முடைய உறவுகள் எப்போதும் போலவே இருக்க வேண்டும் என்று நான் உனக்கு எச்சரிக்கிறேன். ஒருவேளை நீ சமரசம் செய்துகொள்ள முன்வந்தால் மட்டுமே எனது கௌரவத்தைப் பாதுகாக்க உரிய நடவடிக்கை எடுக்க நான் கடமைப்பட்டுள்ளேன்.”

“ஆனால் நம்முடைய உறவுகள் எப்போதும் போல இருக்க முடியாது” என்று அன்னா அச்சத்துடன் அவரைப் பார்த்து பயந்த குரலில் பேசத் தொடங்கினாள்.

அவரிடம் வெளிப்பட்ட அமைதியான அசைவையும், காதைத் துளைக்கும் குழந்தையின் கேலியான குரலையும் கேட்டதும், அவர் மீது அவளுக்கு இருந்த வெறுப்பு, அவர் மீது சற்று முன் ஏற்பட்ட பரிதாபத்தை விரட்டியடித்தது. ஆனால் என்ன நடந்தாலும் எப்படியாவது தனது நிலையைத் தெளிவுபடுத்திக் கொள்ள வேண்டும் என்ற பயத்தையும் பதட்டத்தையும் தவிர அவளிடம் வேறு எதுவும் இல்லை.

“நான் உங்கள் மனைவியாக இருக்க முடியாது...” என்று ஆரம்பித்தாள்.

குரூரமான, உணர்ச்சியற்ற குரலில் அவர் சிரித்தார்.

“நீ தேர்ந்தெடுத்த வாழ்க்கை உன்னுடைய சிந்தனைகளில் பிரதிபலிக்கிறது என்று நினைக்கிறேன். நான் இரண்டையும் மதிக் கிறேன் அல்லது வெறுக்கிறேன்... நான் உன் கடந்த காலத்தை மதிக்கிறேன் ஆனால் உன் நிகழ்காலத்தை வெறுக்கிறேன்... என் வார்த்தைகளுக்கு நீ கொடுக்கும் விளக்கம், என் எண்ணங்களுக்கு வெகு தொலைவில் இருக்கிறது!”

அன்னா பெருமூச்சுவிட்டுத் தலை குனிந்தாள்.

“உன்னுடைய சுதந்திரமான மனப்பான்மையால்” என்று கோபத்தோடு சொன்ன அவர் தொடர்ந்து, “உன் துரோகத்தை உன் கணவரிடம் நேரடியாகத் தெரிவிக்கும் நீ அதில் அநாகரிகமான எதையும் காணவில்லை எனும்போது, கணவனுக்கு மனைவியாக

நீ ஆற்ற வேண்டிய கடமைகளை நிறைவேற்றுவதை மட்டும் ஏன் அநாகரிகமாகக் கருத வேண்டும் என்று எனக்குப் புரியவில்லை" என்றார்.

"அலெக்ஸி அலெக்ஸாண்ட்ரோவிச்! என்னிடம் உங்களுக்கு என்னதான் வேண்டும்?"

"நான் விரும்புவது என்னவெனில், நீ அந்த மனிதரை இங்கே சந்திக்கக் கூடாது என்பதுடன், இந்தச் சமூகமோ அல்லது வேலை யாட்களோ உன் மீது பழிச்சொல் சொல்லாத வகையில் நீ நடந்து கொள்ள வேண்டும்... நீ அவரைப் பார்க்கக் கூடாது. இது அதிகம் இல்லை என்று நான் நினைக்கிறேன்! பதிலுக்கு ஒரு மனைவியின் கடமைகளை நிறைவேற்றாமல் அதற்கான அத்தனை சௌகரியங் களையும் நீ அனுபவிக்கலாம். நான் சொல்ல விரும்புவது அவ்வளவு தான்! நான் இப்போது போக வேண்டும்... நான் இரவு உணவுக்கு வரமாட்டேன்."

அவர் எழுந்து கதவுக்கு அருகில் சென்றார். அன்னாவும் எழுந்தாள். மௌனமாகத் தலைகுனிந்த அவர் முதலில் அவளை வெளியேற அனுமதித்தார்.

24

லெவின் வைக்கோல் போரில் கழித்த இரவு அதன் தாக்கத்தை அவர் மீது ஏற்படுத்தாமல் போகவில்லை. அவர் தான் செய்து கொண்டிருந்த விவசாயத் தொழிலின் மீது வெறுப்புற்று அதன் மீது இருந்த ஆர்வத்தை இழந்தார். அற்புதமான விளைச்சல் இருந்த போதிலும், அந்த வருடத்தைப் போல அவருக்கும் விவசாயிகளும் இடையே இத்தனை தடைகளும் சண்டைகளும் இருந்ததில்லை. இந்தத் தோல்விகளுக்கும் விரோதங்களுக்கும் காரணம் இப்போது அவருக்கு முழுமையாகப் புரிந்தது. அவர் அந்த வேலையில் அனுபவித்த இன்பம், அதன் விளைவாக விவசாயிகளுடன் ஏற்பட்ட நெருக்கம், அவர் அவர்கள் மீதும் அவர்கள் வாழ்க்கை மீதும் கொண்டிருந்த பொறாமை, அந்த வாழ்க்கையைத் தழுவிக்கொள்ள வேண்டும் என்ற வேட்கை அனைத்தும் (அன்று இரவு அவருக்கு அது வெறும் கனவாக இல்லாமல் லட்சியமாக இருந்ததால், அதை எப்படி அடைவது என்று விரிவாக யோசித்துக்கொண்டிருந்தார்), ஒன்று சேர்ந்து விவசாயத்தைப் பற்றிய அவரது பார்வையை மாற்றிவிட்டது. எனவே தனக்கு அதிலிருந்த ஆர்வம் இப்போது முற்றிலுமாகக் குறைந்துவிட்டதை அவர் அறிந்து கொண்டார். மேலும் அவர் விவசாயிகளை நடத்திய விதம் அவருக்குச் சுத்தமாகப்

பிடிக்கவில்லை என்பதே அவரது மாற்றத்திற்கு முக்கியக் காரணமாக இருந்தது. பாவாவைப் போன்ற சிறந்த பசுக்களின் மந்தை, இரும்புக் கலப்பையால் உழுப்பட்ட வளமான நிலம், வில்லோ புதர்களால் சூழப்பட்ட ஒன்பது சமதளமான வயல்கள், உரமிட்டு ஆழமாக உழவு செய்யப்பட்ட முந்நூறு ஏக்கர் நிலங்கள் மற்றும் மேலும் பலவும் அவர் மட்டும் தனியாகவோ அல்லது அவரைப் புரிந்து கொண்டவர்களின் துணையுடன் சேர்ந்து செய்திருந்தால் அற்புதமாக இருந்திருக்கும். ஆனால் இப்போது அவருக்குத் தெளிவாகப் புரிந்தது (அவருடைய விவசாயத்தைப் பற்றிய புத்தகத்தில், விவசாயத்தின் அடிப்படைக் கூறு தொழிலாளர்கள் என்று அவர் எழுதியது இதற்குப் பெரிதும் உதவியது) என்னவெனில், அவர் செய்து கொண்டிருந்த விவசாயம் அவருக்கும் அவரது தொழிலாளர்களுக்கும் இடையில் நடந்துவந்த ஒரு குரூரமான, தொடர்ச்சியான போரட்டத்தைத் தவிர வேறில்லை என்பதுதான். அதில் ஒருபுறம் அனைத்தையும் சீரமைத்து சிறந்த மாதிரியை உருவாக்க வேண்டும் என்ற அவரது தொடர்ச்சியான, தீவிரமான விருப்பமும், மறுபுறம் இயற்கையின் ஒழுங்குமுறையும் இருந்தன. இந்தப் போராட்டத்தில், அவர் தரப்பில் பெரும் முயற்சியும் ஆற்றலும் செலவிடப்பட்டது என்றால், எந்த முயற்சியும் அல்லது எந்த நோக்கமும் இல்லாத மறுதரப்பால் விவசாயம் யாருக்கும் பிடிக்கவில்லை என்பதையும், அற்புதமான கருவிகள், அற்புதமான கால்நடைகள் மற்றும் நிலம் அனைத்தும் முடிவில்லாமல் பாழாகிக்கொண்டே செல்வதையும் லெவின் கண்கூடாகப் பார்த்தார். மிக முக்கியமாக இதற்காகச் செலவழிக்கப்பட்ட ஆற்றல் விழலுக்கு இரைத்த நீராகிவிட்டது என்பதுடன், விவசாயத்திற்கு அவர் அளித்த முக்கியத்துவத்தின் பொருளும் அவருக்கு விளங்கிவிட்டதால், அதற்கான தனது முயற்சியும் நோக்கமும் தகுதியற்றது என்று உணர்வதைத் தவிர அவரால் வேறொன்றும் செய்ய முடியவில்லை. உண்மையில் இந்தப் போராட்டம் எதற்காக? அவர் தன்னிடமிருந்து ஒவ்வொரு கோபெக்கிற்காவும் போராடிய அதே நேரத்தில் (அதை அவரால் செய்யாமல் இருக்க முடியாது. ஏனெனில் அவர் தனது ஆற்றலை இழந்து தளர்ந்து உட்காரும்போது தொழிலாளர்களுக்குக் கொடுக்கப் பணம் இருக்காது) அவர்கள் அவர்களின் பழக்கப்படி, நிம்மதியாகவும் மகிழ்ச்சியாகவும் வேலை செய்ய மட்டுமே போராடினார்கள். எனவே ஒவ்வொரு தொழிலாளியும் இயன்றவரை வேலை செய்வது, வேலை செய்யும்போது அதில் கவனத்துடன் இருப்பது, இயந்திரங் களையும் மற்ற கருவிகளையும் உடைக்காமல் இருப்பது, தாங்கள் என்ன செய்கிறோம் என்பதை உணர்ந்து செய்வது ஆகியவற்றில் லெவின் அக்கறை காட்டினார். எனினும் தொழிலாளர்கள் முடிந்த வரை மகிழ்ச்சியாகவும், ஓய்வு நேரத்துடனும், எல்லாவற்றிற்கும்

மேலாக எதைப் பற்றியும் சிந்திக்காமல் கவனக்குறைவாகவும் அசிரத்தையாகவும் வேலை செய்ய முயன்றனர். அந்தக் கோடையில் லெவின் ஒவ்வொரு படியிலும் அதைக் கண்கூடாகப் பார்த்தார். வைக்கோலுக்காகப் புல்வெளியை வெட்ட முயன்றபோது, புல்லும், செடிகளும் அதிகமாக முளைத்து விதைப்புக்குப் பயனற்ற தாழ்வான நிலத்தை அவர் தேர்ந்தெடுத்தார். ஆனால் அவர்கள் அதற்குப் பதிலாக நன்றாக, விதைப்புக்கு ஏற்றதாக இருந்த நிலத்தில் வெட்டினார்கள். அங்கு வைக்கோல் நன்றாக இருக்கும் என்று மேலாளர் சொன்னதாகச் சொல்லி அவர்கள் தங்களைத் தற்காத்துக் கொண்டனர். ஆனால் அவற்றை வெட்டுவது சுலபமானது என்பதால் அது நடந்தது என்பது அவருக்குத் தெரியும். வைக்கோலை எடுத்துப் போடுவதற்கு அவர் ஒரு இயந்திரத்தை அனுப்பினார். ஆனால் அது முதல் சில வரிசைகளை எடுப்பதற்குள் உடைந்தது. ஏனெனில் சுழலும் இறக்கைகளின் கீழே உள்ள இருக்கையில் ஒன்றும் செய்யாமல் அமர்ந்திருப்பது விவசாயிக்கு மந்தமான வேலையாக இருந்தது. அதற்கு அவர்கள் அவரிடம், “பயப்படாதீர்கள், பெண்கள் அதைவிட நன்றாக, விரைவாகச் செய்வார்கள்” என்றனர். இயந்திரக் கலப்பைகள் பயனற்றுப் போயின. ஏனெனில், தூக்கிய பிளேடைக் கீழே இறக்க வேண்டும் என்பது ஒருபோதும் விவசாயியின் தலைக்குள் நுழையவில்லை. மேலும் அதை வலுக்கட்டாயமாகக் கீழே அழுத்தி, குதிரைகளைச் சித்திரவதை செய்ததோடு நிலத்தைப் பாழாக்கியதுடன், அவர்கள் அவரை அமைதியாக இருக்கும்படியும் கேட்டுக்கொண்டனர். விவசாயிகளில் ஒருவர்கூட இரவு நேரத்தில் வயலைக் காவல்காக்க விரும்பவில்லை என்பதால் கோதுமை வயலுக்குள் குதிரைகள் புகுந்தன. அதற்கு நேர்மாறாக அவர்கள் இரவில் குதிரைகளை ஒருவர் மாற்றி ஒருவராகப் பார்த்துக் கொண்டனர். எனவே நாள் முழுவதும் வேலை செய்துவிட்டு இரவில் தூங்கிய வான்கா, அதைக் கவனிக்காமல் விட்ட தன்னுடைய தவறுக்காக வருந்தி, “நீங்கள் என்னை என்ன வேண்டுமானாலும் செய்யுங்கள்” என்றான். வெட்டப்பட்ட புல்வெளியில் விடப்பட்ட மூன்று சிறந்த கன்றுகள் அதிகப்படியாகச் சாப்பிட்டு தண்ணீர் இல்லாமல் இறந்துவிட்டன. ஆனால் அதை ஒருபோதும் ஏற்றுக்கொள்ளாத அவர்கள், தங்கள் பக்கத்து வீட்டுக்காரர் மூன்று நாளில் நூற்றிப் பன்னிரண்டு கால் நடைகளை இழந்துவிட்டார் என்பதை ஆறுதலாகச் சொன்னார்கள். இவையெல்லாம் லெவினுக்கோ அல்லது அவரது விவசாயத்திற்கோ யாரும் தீங்கு விளைவிக்க விரும்பிச் செய்யவில்லை. மாறாக அவர்கள் அவரை நேசிக்கிறார்கள் என்பதும், அவர்கள் அவரை ஒரு எளிய கனவான் (மிக உயர்ந்த பாராட்டு) என்று நினைத்து விரும்புகிறார்கள் என்பதும் அவருக்கு நன்றாகத் தெரியும். அவர்கள் மகிழ்ச்சியாகவும் அக்கறையின்றியும் வேலை செய்ய விரும்புவதால்

மட்டுமே இவைகள் நடக்கின்றன. அவர்களுக்கு லெவினுடைய அக்கறைகள் அந்நியமானவை, புரிந்துகொள்ள முடியாதவை மட்டுமல்ல, மாறாக அவர்களின் மிகவும் நியாயமான நலன்களுக்கு முற்றிலும் எதிரானவை. நீண்ட காலமாக லெவினுக்கு விவசாயத்தின் மீதான அவரது அணுகுமுறையில் அதிருப்தி இருந்து வந்தது. அவர் தனது படகில் கசிவு இருப்பதை அறிந்த போதிலும் அதைக் கண்டுபிடிக்கவோ தேடவோ முயற்சி செய்யவில்லை. ஒருவேளை அவர் வேண்டுமென்றே தன்னை ஏமாற்றிக் கொண்டிருக்கலாம். ஆனால் இனியும் அவரால் தன்னை ஏமாற்றிக்கொள்ள முடியாது. இதுவரை விவசாயம் செய்துவந்த முறையின் மீது ஆர்வத்தை இழந்துவிட்ட அவருக்கு, அது வெறுப்பாக மாறிய காரணத்தால், இனியும் அதில் தன்னுடைய மனதைச் செலுத்த முடியும் என்று தோன்றவில்லை.

இதனுடன், இருபது மைல்களுக்கு அப்பால் இருந்த கிட்டி ஷெர்பாட்ஸ்கியை அவர் பார்க்க விரும்பினார் என்றாலும் பார்க்க முடியவில்லை என்பதும் சேர்ந்துகொண்டது. அவர் டாரியா அலெக்ஸாண்ட்ரோவ்னாவைச் சந்தித்தபோது, அவரை வீட்டிற்கு வருமாறு அழைத்து, அவளுடைய சகோதரியிடம் அவரது காதலைப் புதுப்பித்துக் கொள்ளும்படியும் சொன்னாள். இப்போது கிட்டி அவரை ஏற்றுக்கொள்வாள் என்று அவள் நினைத்தாள். லெவின் கிட்டி ஷெர்பாட்ஸ்கியைப் பார்த்தபோது, தான் இன்னும் அவளை நேசிக்கிறோம் என்றுணர்ந்தார். ஆனால் அவள் அங்கே இருப்பது தெரிந்தும் அவரால் அங்கு செல்ல முடியவில்லை. அவர் ஏற்கனவே முன்மொழிந்ததும் அவள் மறுத்ததும் அவர்களுக்கு இடையில் கடக்க முடியாத பெரும் தடையாக இருந்தது. ‘அவள் விரும்பிய ஆணுக்கு அவள் மனைவியாக இருக்க முடியவில்லை என்பதற்காக அவளை என் மனைவியாகும்படிச் சொல்ல முடியாது’ என்று லெவின் தனக்குத் தானே சொல்லிக் கொண்டார். அதை நினைத்ததும் அவருக்கு அவள் மீது வெறுப்பும் சினமும் எழுந்தது. ‘அவளைத் திட்டாமலும் அவள் மீது கோபம் இல்லாமலும் அவளைப் பார்க்கும் வலிமை எனக்கு இல்லை என்பதால் அவள் என்னை இன்னும் அதிகமாக வெறுப்பாள். அதுவும் டாரியா அலெக்ஸாண்ட்ரோவ்னா என்னிடம் சொன்ன பிறகு நான் எப்படி அவர்களைப் பார்க்கச் செல்ல முடியும்? அவள் என்னிடம் என்ன சொன்னாள் என்பதை வெளிக்காட்டாமல் என்னால் எப்படி இருக்க முடியம்? நான் பெருந்தன்மையுடன் அவளுக்கு இரக்கம் காட்டி அவளை மன்னிப்ப தற்குச் செல்ல வேண்டும்! அவளை மன்னித்து என் காதலை அவளிடம் காட்டத் துடிப்பவனாக அவள் முன் நிற்க வேண்டும்!

டாரியா அலெக்ஸாண்ட்ரோவ்னா ஏன் அதை என்னிடம் சொன் னாள்? ஒருவேளை நான் அவளைத் தற்செயலாகச் சந்தித்திருந்தால் எல்லாம் இயல்பாக நடந்திருக்கலாம். ஆனால் இப்போது அது சாத்தியமில்லை!'

டாரியா அலெக்ஸாண்ட்ரோவ்னா கிட்டிக்குக் குதிரையின் சேணம் ஒன்று வேண்டுமெனக் கேட்டு ஒரு குறிப்பை அனுப்பி யிருந்தாள். 'உங்களிடம் ஒரு சேணம் இருப்பதாகக் கேள்விப்பட்டேன். அதை நீங்களே கொண்டுவந்து கொடுப்பீர்கள் என்று நம்புகிறேன்' என்று அவள் அவருக்கு எழுதியிருந்தாள்.

அதை அவரால் தாங்கிக்கொள்ளவே முடியவில்லை. புத்திசாலி யான ஒரு பெண்ணால் எப்படித் தன் தங்கையை இப்படி அவமானப் படுத்த முடியும்! அவர் பத்துக் குறிப்புகளை எழுதி, அனைத்தையும் கிழித்து எறிந்துவிட்டு சேணத்தை மட்டும் அனுப்பி வைத்தார். வருகிறேன் என்று எழுத முடியாது ஏனெனில் அவர் போகப்போவ தில்லை. ஏதோ ஒன்று என்னைத் தடுக்கிறது என்றோ நான் வெளியே போகிறேன் வரமுடியவில்லை என்றோ எழுதுவது அதை விட மோசம். எனவே அவர் எதுவும் எழுதாமல் சேணத்தை மட்டும் அனுப்பிவிட்டு, வெட்கக்கேடான காரியத்தைச் செய்துவிட்ட உணர்வுடன், அடுத்த நாளே, தனக்கு வெறுப்பாக இருந்த விவசாயத்தை மேலாளரிடம் ஒப்படைத்துவிட்டு, தனது நண்பர் ஸ்வியாஸ்கியைப் பார்க்கத் தொலைதூரத்தில் இருந்த மாவட்டத்திற்குப் புறப்பட்டுச் சென்றார். நீண்ட அலகு கொண்ட பறவைகள் நிறைந்த அற்புதமான சதுப்பு நிலங்களுக்கு மத்தியில் வாழ்ந்த அவர், தன்னுடன் வந்து சிறிது காலம் தங்கி, தனது நீண்ட கால விருப்பத்தை நிறைவேற்ற வேண்டுமென, சமீபத்தில் லெவினுக்குக் கடிதம் எழுதியிருந்தார்.

சுரோவ்ஸ்க் மாவட்டத்தில் உள்ள ஸ்னைப் சதுப்பு நிலங்கள் நீண்ட காலமாக லெவினைக் கவர்ந்தன என்றாலும் விவசாய வேலை களுக்காக அவர் அந்தப் பயணத்தைத் தள்ளிப்போட்டு வந்தார். ஷெர்பாட்ஸ்கிகளுக்கு அருகிலிருந்தும், அதைவிட மேலாக, விவசாயத்தை விட்டு விலகி வேட்டையாடும் நோக்கத்திற்காக இந்தப் பயணம் மேற்கொள்வதில் அவர் மகிழ்ச்சியடைந்தார். இது அவருக்கு எல்லாத் துக்கங்களிலிருந்தும் நிவாரணம் தரும் அருமருந்தாக இருந்தது.

25

சுரோவ்ஸ்க் மாவட்டத்திற்கு இரயில் பாதையோ அல்லது நெடுஞ்சாலையோ இல்லை என்பதால் லெவின் குதிரைகள் பூட்டிய நான்கு சக்கர வண்டியில் அங்கு சென்றார்.

பாதி வழியில் ஒரு பணக்கார விவசாயியின் வீட்டில் சாப்பிடுவ தற்காக வண்டியை நிறுத்தினார். வழுக்கைத்தலையும், கன்னங்களைச் சுற்றி வெள்ளை நிறத்தில் படர்ந்த சிவப்புத் தாடியுடன் இருந்த ஒரு முதியவர் வண்டி உள்ளே வருவதற்குக் கதவுகளைத் திறந்து கம்பத்தை ஒட்டி அழுத்திப் பிடித்தார். ஒரு பெரிய, சுத்தமான, நேர்த்தியாக, புதியதாக இருந்த முற்றத்தில், மரக்கலப்பைகள் இருந்த இடத்தில் வண்டியோட்டிக்கு இடத்தைக் காண்பித்த பெரியவர் லெவினை வீட்டிற்குள் வருமாறு அழைத்தார். சுத்தமான உடையணிந்த ஒரு இளம்பெண் தனது கால்களில் காலுறைகளுடன் அந்தப் பாதையில் தரையைத் துடைத்துக் கொண்டிருந்தாள். லெவினுக்குப் பின்னால் ஓடிவந்த நாயைக் கண்டு திடுக்கிட்ட அவள் சத்தமிட்டாள். ஆனால் அவள் அந்த நாய் ஒன்றும் செய்யவில்லை என்பதைக் கண்டதும் தான் பயப்பட்டதை எண்ணிச் சிரித்தாள். அவள் சுருட்டிய சட்டைக் கையை நீட்டி வரவேற்பறைக் கதவைச் சுட்டிக்காட்டிவிட்டு, மீண்டும் குனிந்து தன் அழகான முகத்தை மறைத்துக் கொண்டு, தரையைத் துடைத்தாள்.

"தேநீர் கொண்டுவரவா?"

"ஆமாம், தயவுசெய்து."

அந்த அறை பெரியதாக ஒரு டச்சு அடுப்புடன் இருந்தது. அந்த அறை தடுப்புச் சுவரால் இரண்டு பகுதிகளாகப் பிரிக்கப் பட்டிருந்தது. உருவச்சிலைகள் இருந்த அலமாரிக்குக் கீழே வண்ணம் தீட்டிய அலங்கார மேசையும், ஒரு நீண்ட இருக்கையும் இரு நாற் காலிகளும் இருந்தன. கதவுக்கு அருகில் பாத்திரங்களுடன் கூடிய சிறிய அலமாரி இருந்தது. ஜன்னல்கள் கதவுகள் மூடியிருந்த காரணத் தால் அறையில் குறைவான ஈக்களே இருந்ததுடன், அறை பளிச் சென்று சுத்தமாக இருந்தது. சாலையில் ஓடி, குட்டைகளில் விழுந்து, அழுக்காக இருந்த லாஸ்கா, தரையை அசுத்தப்படுத்தக் கூடாது என்று கவலைப்பட்ட லெவின், அதைக் கதவுக்கு அருகிலிருந்த மூலையில் உட்கார வைத்தார். அறையைப் பார்வையிட்ட லெவின் பின்கட்டுக்குச் சென்றார். பெரிய காலணிகள் அணிந்த அழகிய இளம்பெண் தன் நுகத்தடியில் வெற்று வாளிகளை ஆட்டியபடி, தண்ணீர் எடுக்க அவரைத் தாண்டிக் கிணற்றை நோக்கி ஓடினாள்.

"ஜாக்கிரதை!" என்று கிழவர் அவளை நோக்கி உற்சாகமாகக் கத்திவிட்டு லெவினிடம் வந்தார். "சரி, நீங்கள் நிக்கோலாய் இவானோவிச் ஸ்வியாஸ்கியைப் பார்க்கப் போகிறீர்களா? அவரும் இங்கே வருவார்" என்று மண்டபத்தின் தூணில் சாய்ந்துகொண்டு பேசத் தொடங்கினார்.

ஸ்வியாஸ்கியுடனான அறிமுகத்தைப் பற்றிய கிழவரின் கதைக்கு இடையில் மீண்டும் வாசல் கதவுகள் கிரீச்சிடும் சத்தம் கேட்டது.

வயல்களிலிருந்து திரும்பிய தொழிலாளர்கள் தங்கள் கலப்பை களுடனும், மண்கட்டிகளை உடைக்கும் கருவிகளுடனும் முற்றத்திற்கு வந்தனர். உழவுக்குப் பயன்படுத்தப்பட்ட குதிரைகள் கொழுத்தும் பெரியதாகவும் இருந்தன. அந்தத் தொழிலாளர்கள் அந்த வீட்டைச் சேர்ந்தவர்கள் என்பது தெளிவாகத் தெரிந்தது. இரு இளம் வயதினர் பருத்தி ஆடையும், தொப்பியும் அணிந்திருந்தனர். மேலும் வேலைக்கு அமர்த்தப்பட்ட இருவர் நூற்கப்பட்ட நூலாடை அணிந்திருந்தனர். அதில் ஒருவர் இளமையாகவும் மற்றவர் வயதானவராகவும் இருந்தனர். வீட்டின் எஜமானரான கிழவர் மண்டபத்தை விட்டிறங்கி குதிரைகளின் சேணங்களை அவிழ்க்கச் சென்றார்.

"அவர்கள் என்ன உழுதார்கள்?" என்று லெவின் கேட்டார்.

"உருளைக்கிழங்கு. எங்களுக்கும் சிறிது நிலம் உள்ளது. ஃபெடோட் அதை வெளியே விடாதே, தொட்டிக்கு அழைத்துச் செல். நாம் மற்றொன்றைப் பயன்படுத்திக் கொள்வோம்."

"சொல்லுங்கள் அப்பா, நான் உங்களிடம் கேட்ட உழவுப் பொருட்கள் என்ன ஆயிற்று? அவற்றை வாங்கி வந்தீர்களா?" என்று ஒரு உயரமான, திடகாத்திரமான இளைஞன் கேட்டான். அது அந்த முதியவரின் மகன் என்பது தெரிந்தது.

"அங்கே... கொட்டகையில்" என்று சொன்ன முதியவர், தான் கழற்றிய கயிறுகளைச் சுருட்டி தரையில் எறிந்தார். "இரவு உணவு சாப்பிடும் முன்னர் அவற்றைச் சரிசெய்யுங்கள்."

அழகிய இளம் மனைவி வாளியின் முழு எடையும் தன் தோள் களில் அழுந்த வீட்டுக்குள் சுமந்து வந்தாள். மேலும் சில பெண்கள் எங்கிருந்தோ தோன்றினார்கள். அவர்களில் அழகும் இளமையும் உடைய பெண்கள், நடுத்தர வயதுப் பெண்கள், வயதான பெண்கள், குழந்தைகளுடன் இருந்த பெண்கள் என்று பலரும் இருந்தனர்.

கொதித்த தேநீர்ப் பாத்திரத்தின் விசில் ஓசை கேட்டது. தொழி லாளிகளும், குடும்ப உறுப்பினர்களும் குதிரைகளுக்கு வேண்டியதைச் செய்துவிட்டு, இரவு உணவு உண்பதற்குச் சென்றனர். லெவின் தனது வண்டியிலிருந்து தேவையான உணவுப் பொருட்களை எடுத்துக்கொண்டு கிழவரைத் தன்னுடன் தேநீர் அருந்த அழைத்தார்.

"நல்லது, ஆனால் நான் ஏற்கனவே தேநீர் அருந்திவிட்டேன்" என்ற முதியவர் வெளிப்படையான மகிழ்ச்சியுடன் அழைப்பை ஏற்றுக் கொண்டார். "வேண்டுமானால் துணைக்குக் கொஞ்சம்."

தேநீரின் போது லெவின் முதியவரின் பண்ணையைப் பற்றிய கதையை அறிந்தார். பத்து ஆண்டுகளுக்கு முன்னர் அந்த முதியவர் ஒரு பெண் நில உரிமையாளரிடமிருந்து முன்னூற்று இருபது ஏக்கர் நிலத்தைக் குத்தகைக்கு எடுத்திருந்தார். கடந்த ஆண்டு அவர்

அவற்றை வாங்கியதுடன், உள்ளூர் நில உரிமையாளரிடமிருந்து மேலும் எண்ணூறு ஏக்கர் நிலத்தைக் குத்தகைக்கு எடுத்தார். அதில் மோசமான ஒரு சிறிய பகுதியை அவர் மறுகுத்தகைக்கு விட்டார். மேலும் அவரும் அவருடைய குடும்பத்தாரும் சேர்ந்து நூறு ஏக்கரில், வேலைக்கு அமர்த்திய இரு ஆட்களுடன் நிலத்தை உழுதுவந்தனர். இப்போது நிலைமை மோசமாகிவிட்டது என்று அவர் லெவினிடம் குறை கூறினார். தன்னுடைய பண்ணை செழித்து வளர்ந்த போதிலும், அவர் உரிமையாளர் என்ற முறையில் மட்டுமே குறை சொல்கிறார் என்பதை லெவின் புரிந்து கொண்டார். உண்மையில் அத்தனை மோசமாக இருந்திருந்தால் அவர் ஏக்கருக்கு நாற்பது ரூபிள்கள் விலையில் நிலத்தை வாங்கியிருக்க முடியாது. தனது மூன்று மகன்களுக்கும், மருமகனுக்கும் திருமணம் செய்திருக்க முடியாது. இரண்டு தீ விபத்துகள் நடந்தபிறகும் வீட்டை முன்னை விடவும் சிறப்பாக மறுகட்டுமானம் செய்திருக்க முடியாது. என்ன தான் முதியவர் குறை கூறினாலும் அவர் தன்னுடைய செழிப்பைக் குறித்தும், தனது மகன்கள், மருமகன், மருமகள்கள், குதிரைகள் மற்றும் பசுக்கள் ஆகியவற்றையும், பண்ணை முழுவதையும் தான் நிர்வகித்து வருவதையும் நினைத்து அவர் பெருமைப்பட்டார் என்பது வெளிப்படையாகத் தெரிந்தது. லெவின் முதியவருடன் மேற்கொண்ட உரையாடலிலிருந்து அவர் புதுமைகளை எதிர்க்க வில்லை என்பதை அறிந்தார். வரும் வழியில் அவருடைய வயலைப் பார்த்த லெவின், அவர் அதிக அளவில் உருளைக்கிழங்குகளைப் பயிரிட்டிருந்தார் என்பதுடன் அவை ஏற்கனவே பூத்து முடித்துக் காய்க்கத் தொடங்கியிருப்பதை அறிந்தார். ஆனால் லெவினுடைய உருளைக்கிழங்கு செடிகள் இப்போதுதான் பூக்கத் தொடங்கியிருந்தன. ஒரு நில உரிமையாளரிடமிருந்து கடன் வாங்கிய இரும்புக் கலப்பை யால் அவர் அவற்றை உழவு செய்திருந்தார். அவர் கோதுமை பயிரிட்டிருந்தார். முதியவர் கம்புப் பயிர்களை எப்போது எப்படிக் களையெடுத்து அவற்றைக் குதிரைகளுக்குத் தீவனமாகக் கொடுத்தார் என்ற மிகச் சிறிய விவரம் லெவினை வியப்பில் ஆழ்த்தியது. லெவின் இந்த அற்புதமான தீவனம் வீணாவதைக் கண்டு எத்தனை முறை அவற்றைச் சேகரிக்க விரும்பினார் என்றாலும் அது எப்போதுமே சாத்தியமற்றதாக இருந்தது. ஆனாலும் அவர் தனது விவசாயிகளுடன் அதைச் செய்தார். ஆனால் அது அவர் மெச்சும்படியான தீவனமாக அமையவில்லை.

“பெண்களுக்கு அங்கு என்ன வேலை? அவர்கள் மூட்டைகளைச் சுமந்து சாலையோரம் கொண்டு செல்கிறார்கள். ஒரு வண்டி வந்து அவற்றை எடுத்துச் செல்கிறது.”

“நில உரிமையாளர்களாகிய நாங்கள் தினமும் இந்தக் கூலித் தொழிலாளிகளுடன் போராடுகிறோம்” என்ற லெவின் அவருக்கு ஒரு குவளைத் தேநீரைக் கொடுத்தார்.

“நன்றி” என்ற கிழவர் குவளையை எடுத்துக் கொண்டு, சர்க்கரையை மறுத்து, தன்னிடமிருந்த மிச்சத்தைச் சுட்டிக்காட்டினார். “கூலித் தொழிலாளர்களை வைத்து எப்படி வேலை செய்ய முடியும்? இது அழிவுக்கான காலம்! ஸ்வியாஸ்கியைப் பாருங்கள், அவருடைய நிலம் எப்படிப்பட்டது என்று எங்களுக்குத் தெரியும். ஆனால் விளைச்சல் மெச்சும்படி இல்லை. காரணம் அதை யாரும் கவனிப்பதில்லை.”

“ஆமாம், ஆனால் நீங்கள் கூலித் தொழிலாளர்களைக் கொண்டு வேலை செய்யவில்லையா?”

“எங்களுடையது விவசாயிகளின் தொழில். எல்லாவற்றையும் நாங்களே பார்த்துக் கொள்கிறோம். ஒரு தொழிலாளி நன்றாக வேலை செய்யவில்லை எனில் அனுப்பிவிடுவோம்! நாங்களே அனைத்தையும் பார்த்துக் கொள்வோம்.”

“அப்பா, ஃபினோஜென் கொஞ்சம் எண்ணெய் கொண்டு வரச் சொல்கிறாள்” என்று காலுறை அணிந்த பெண் உள்ளே வந்தாள்.

“அது அப்படித்தான் ஐயா!” என்ற முதியவர் எழுந்து நின்று, நீண்ட நேரம் சிலுவையிட்டு, லெவினுக்கு நன்றி சொல்லிவிட்டுப் புறப்பட்டார்.

லெவின் தனது வண்டியோட்டியை அழைக்க, சமையலறையைத் தாண்டி பின்னாலிருந்த கூடத்திற்குச் சென்றபோது, சாப்பாட்டு மேசையில் குடும்பத்து ஆண்கள் அனைவரும் இருப்பதைக் கண்டார். பெண்கள் நின்றுகொண்டு அனைவருக்கும் பரிமாறினார்கள். திடகாத்திரமான உடலுடன் இருந்த மூத்த மகன் வாய் நிறைய மரக்கோதுமை உணவுடன் வேடிக்கையாக ஏதோ கதையைச் சொல்ல, அவர்கள் அனைவரும் மனதாரச் சிரித்தனர். குறிப்பாக, காலுறை அணிந்த பெண், முட்டைக்கோஸ் சூப்பைக் கிண்ணத்தில் நிரப்பிய போது, அனைவரையும் விட அதிக மகிழ்ச்சியாகச் சிரித்தாள்.

அநேகமாக நன்றாக வாழ்ந்த அந்த விவசாயக் குடும்பம், லெவின் மீது ஏற்படுத்திய தாக்கத்திற்கு, காலுறை அணிந்த அந்த அழகான இளம்பெண்ணின் முகம் பெரிதும் உதவியிருக்கலாம் என்றாலும் அதிலிருந்து விடுபட முடியாத, வலிமையான தாக்கத்தை அது அவர் மீது ஏற்படுத்தியது. தன்னிடம் ஏற்பட்ட அந்தத் தாக்கம் ஏதோ ஒரு சிறப்புக் கவனத்தைக் கோருவது போல, கிழவர்

வீட்டிலிருந்து ஸ்வியாஸ்கியின் வீட்டை அடையும் வரை வழி நெடுக, அந்தக் குடும்பத்தைப் பற்றி லெவின் நினைத்துக் கொண்டே இருந்தார்.

26

ஸ்வியாஸ்கி தனது மாவட்டத்தில் மரியாதைக்குரிய ஒரு மார்ஷலாக இருந்தார். லெவினை விட ஐந்து வயது மூத்தவரான அவர் நீண்ட காலத்திற்கு முன்பே திருமணமானவர். லெவின் மிகவும் கவர்ச்சியான பெண்ணாகக் கருதிய அவரது மைத்துனி அவர்களுடன் வாழ்ந்து வந்தாள். ஸ்வியாஸ்கியும் அவரது மனைவியும் அந்தப் பெண்ணைத் தனக்குத் திருமணம் செய்து வைக்க விரும்பு கிறார்கள் என்பது லெவினுக்குத் தெரியும். திருமணத்திற்குத் தகுதி யான இளைஞர்கள் அனைவருக்கும் எப்போதும் இது தெரியும் என்றாலும், அவர்கள் அதைப் பிறரிடம் சொல்ல முடியாது. அப்படியே அவர் திருமணம் செய்துகொள்ள விரும்பினாலும், எல்லா வகையிலும் மிகவும் கவர்ச்சியான அந்தப் பெண் ஒரு நல்ல மனைவியாக இருப்பாள் என்றாலும், அவர் கிட்டியைக் காதலிக்க வில்லை என்றாலும், அவளைத் திருமணம் செய்துகொள்வது வானத்தில் பறப்பது போலத் தன் சக்திக்கு அப்பாற்பட்டது என்று அவருக்குத் தெரியும். தன்னை வேட்டையாட அழைத்த ஸ்வியாஸ்கி யின் கடிதத்தைப் பெற்றவுடன் லெவின் உடனடியாக இதைப் பற்றி யோசித்தார். ஆனால் ஸ்வியாஸ்கி தன் மீது கொண்டிருந்த அந்த அபிப்பிராயம் ஆதாரமற்றது என்று முடிவு செய்த அவர் அதை அப்படியே விட்டுவிடுவது என்று முடிவு செய்தார். இருந்தாலும் அவர் தன்னைச் சோதித்துப் பார்க்க அந்தப் பெண்ணை நேருக்கு நேர் சந்திக்க விரும்பினார். ஸ்வியாஸ்கியின் இல்லற வாழ்க்கை மிகவும் இனிமையானது. லெவின் அறிந்த மாவட்டக் குழுத் தலைவர்களில் மிகச் சிறந்தவரான ஸ்வியாஸ்கி வெவினுக்கு எப்போதும் மிகவும் சுவாரஸ்யமானவராக இருந்தார்.

லெவினுக்கு எப்போதும் ஆச்சரியத்தை ஏற்படுத்தக்கூடிய மனிதர்களில் ஒருவராக ஸ்வியாஸ்கி இருந்தார். அவருடைய நம்பிக்கைகள் மிகவும் தர்க்கரீதியானவை என்றாலும், ஒருபோதும் சுயமானவையாக இல்லாமல் தம் போக்கில் செல்லக்கூடியவையாக இருந்தன. அதே நேரத்தில் அவருடைய வாழ்க்கை தெளிவாக வரையறுக்கப்பட்டு, அதற்கான பாதையில் சீராகத் தம் போக்கில் பயணித்தது எனினும் முற்றிலும் சுயமானதாக அவருடைய

நம்பிக்கைகளுக்கு எப்போதும் முரணாகச் சென்றது. ஸ்வியாஸ்கி மிகவும் தாராள மனப்பான்மை உடையவர். பிரபுக்களை வெறுத்த அவர், அவர்களின் பெரும்பகுதியினர் கொத்தடிமை முறைக்கு ரகசியமாக ஆதரவு தருவதாக நம்பினார். மேலும் தங்கள் கோழைத் தனத்தினால் அவர்கள் அதை மறைப்பதாகக் கருதினார். துருக்கியைப் போல ரஷ்யாவும் ஒரு தொலைந்துபோன நாடு என்றும், ரஷ்ய அரசாங்கம் மிக மோசமானது என்றும் அவர் கருதினார். அவர் அதன் செயல்பாடுகள் மீது ஒருபோதும் கடுமையான விமர்சனத்தை முன்வைத்ததில்லை. ஏனெனில் அவர் அரசாங்கத்திற்குச் சேவை செய்து வந்தார். ஒரு முன்மாதிரியான மார்ஷலாக இருந்த அவர் பயணம் செய்யும்போது எப்போதும் சிவப்புப் பட்டையும் முத்திரை தொப்பியும் அணிந்தார். வெளிநாட்டில் மட்டுமே மனித வாழ்க்கை சாத்தியம் என்று அவர் கருதினார். அவர் தனக்குக் கிடைத்த ஒவ்வொரு சந்தர்ப்பத்திலும் அங்கு சென்று வந்தார். இருப்பினும் அவர் ரஷ்யாவில் மிகவும் சிக்கலான மற்றும் மேம்பட்ட பண்ணையை வைத்திருந்தார். அவர் ரஷ்யாவில் நடக்கும் அனைத்தையும் மிகுந்த ஆர்வத்துடன் கவனித்து, அவற்றைத் தெளிவாக அறிந்து வைத்திருந்தார். வளர்சிதை மாற்றத்தில் குரங்கிற்கும் மனிதனுக்கும் இடைப்பட்ட நிலையில் ரஷ்ய விவசாயி உள்ளதாக அவர் கருதினார். இருப்பினும் மாவட்டக் கவுன்சில் தேர்தல்களில் மற்றவர்களை விட அதிக ஆர்வமாக விவசாயிகளிடம் கைகுலுக்கவும் அவர்களின் கருத்துக்களைக் கேட்கவும் தயாராக இருந்தார். அவர் கடவுளையோ அல்லது சாத்தானையோ நம்பவில்லை என்றாலும் மதகுருமார்களின் நிலையை மேம்படுத்துவதிலும் தேவாலயங்களைக் கட்டுப்படுத்துவதிலும் மிகுந்த அக்கறை கொண்டிருந்தார். குறிப்பாகத் தனது கிராமத்தில் ஒரு தேவாலயத்தைத் தக்கவைத்துக் கொள்வதில் அவர் சிறப்புக் கவனம் செலுத்தினார்.

பெண்களின் பிரச்சினையில் அவர்களுக்கு முழுமையான சுதந்திரமும், குறிப்பாக வேலை செய்வதற்கான உரிமையை வலியுறுத்தி அவர்களின் தீவிர ஆதரவாளர்களுக்குச் சார்பாகக் குரல் கொடுத்தார். இருந்தபோதிலும் குழந்தைகள் இல்லாத அவரது இல்லற வாழ்க்கையின் இணக்கத்தைப் பலரும் பாராட்டும் வகையில் அவர் தனது மனைவியுடன் வாழ்க்கை நடத்தினார். தன்னுடைய மனைவி எதையும் செய்ய வேண்டியதில்லை என்ற விதத்தில் அவளுடைய வாழ்க்கையை அவர் அமைத்துக் கொடுத்தார். எனவே அவள் தன் கணவனுடன் சேர்ந்து முடிந்தவரை மகிழ்ச்சியாகவும் இனிமையாகவும் நேரத்தைக் கழிப்பதைத் தவிர வேறு எதையும் செய்வதற்கு அவசியம் இல்லாதிருந்தது.

மனிதர்களை அவர்களது உயர்ந்த குணத்திலிருந்து புரிந்து கொள்ளும் இயல்பு லெவினிடம் இல்லை எனில், ஸ்வியாஸ்கியின் பாத்திரம் அவருக்கு எந்தச் சிரமத்தையும் சிக்கலையும் கொடுத்திருக் காது. அவரை ஒரு முட்டாள் அல்லது ஒரு மோசடிப் பேர்வழி என்று கருதியிருப்பார், பிறகு எல்லாமே தெளிவாக இருந்திருக்கும். ஆனால் ஸ்வியாஸ்கியை ஒரு முட்டாள் என்று அவரால் சொல்ல முடியவில்லை ஏனெனில் ஸ்வியாஸ்கி சந்தேகத்திற்கு இடமின்றி அறிவாளி மட்டுமல்ல மிகுந்த அடக்கத்துடன் மெத்தப் படித்தவர். அவருக்குத் தெரியாதது எதுவுமில்லை என்றாலும் கட்டாயம் இருந்தால் மட்டுமே அவர் தனது அறிவை வெளிக்காட்டினார். அவர் ஒரு ஏமாற்றுக்காரர் என்றும் லெவினால் கூறமுடியாது. ஏனெனில், ஸ்வியாஸ்கி கேள்விக்கு அப்பாற்பட்ட நேர்மையான, நல்ல உள்ளம் கொண்ட, விவேகமான மனிதர். தனது வேலையில் நகைச்சுவை உணர்வுடன், ஆர்வத்துடன், விடாமுயற்சியுடன் பணி யாற்றி, தன்னைச் சுற்றியுள்ள அனைவரும் பாராட்டத்தக்க காரியங் களை இடைவிடாமல் செய்து வந்தார். எனவே அவர் நிச்சயமாக வேண்டுமென்றே ஒருபோதும் எந்தத் தீமையையும் செய்யவில்லை அல்லது செய்யவும் முடியாது.

லெவின் அவரைப் புரிந்துகொள்ள முயன்றார் என்றாலும் அவரால் புரிந்துகொள்ள முடியவில்லை. அவரும் அவருடைய வாழ்க்கையும் லெவினுக்குப் புரியாத புதிராகவே இருந்தது.

லெவினும் அவரும் நட்பாக இருந்தனர் என்பதால் ஸ்வியாஸ்கி யின் கருத்துக்களைப் பற்றிக் கேள்வி எழுப்பவும், வாழ்க்கையைப் பற்றிய அவரது பார்வையின் அடித்தளத்தை அறியவும் லெவின் முயன்றார். ஆனால் லெவினின் அந்த முயற்சி எப்போதும் தோல்வியில் முடிந்தது. ஒவ்வொரு முறையும் ஸ்வியாஸ்கியின் மனக் கதவுகளைத் தாண்டி தான் ஊடுருவ முயன்றபோது, ஸ்வியாஸ்கி சங்கடப்படுவதை லெவின் கவனித்தார். எங்கே லெவின் தன்னைப் புரிந்துகொண்டு விடுவாரோ என்று அஞ்சுவது போல, அவருடைய கண்கள், யாரும் கவனிக்க முடியாத, பயத்தை வெளிப்படுத்தின. உடனே அவர் ஒரு நல்ல சுபாவமான, மகிழ்ச்சியான மறுப்பை வெளிக்காட்டினார்.

விவசாயத்தின் மீது தனக்கு ஏற்பட்ட ஏமாற்றத்திற்குப் பிறகு, இப்போது ஸ்வியாஸ்கியைப் பார்ப்பது லெவினுக்கு மிகவும் மகிழ்ச்சியாக இருந்தது. இந்தக் காதல் புறாக்கள் மகிழ்ச்சியாக இருந்தன என்பதைத் தவிர, தங்கள் வசதியான கூட்டில் வசித்துக் கொண்டு, தாங்களும் மகிழ்ந்து, மற்றவர்களோடும் மகிழ்ச்சியாக இருந்தன. தன் வாழ்க்கையின் மீது அதிருப்பதியை உணர்ந்த

லெவினுக்கு அவர்கள் வாழ்க்கை உற்சாகம் தருவதாக இருந்ததால், ஸ்வியாஸ்கியின் வாழ்க்கைக்குத் தெளிவையும், உறுதியையும், மகிழ்ச்சியையும் கொடுத்த அந்த வாழ்க்கையின் ரகசியத்தை அறிவது இப்போது லெவினுக்கு அவசியமாக இருந்தது. மேலும் ஸ்வியாஸ்கிக்கு அருகில் உள்ள நில உரிமையாளர்களைத் தான் சந்திக்க முடியும் என்பதை லெவின் அறிந்தார். அறுவடை செய்வது, ஆட்களை வேலைக்கு அமர்த்துவது முதற்கொண்டு பலவற்றையும் அவர்களுடன் பேசுவதற்கும், அவர்களின் கருத்துக்களைக் கேட்பதற்கும் லெவின் ஆர்வமாக இருந்தார். ஆனால் ஏதோ ஒரு காரணத்திற்காக அவற்றைப் பேசுவது ஆபாசம் என்று கருதிய லெவினுக்கு இப்போது அது முக்கியமானதாகத் தோன்றியது. 'கொத்தடிமை காலத்தில் இந்த விஷயங்கள் அவ்வளவு முக்கியத்துவம் வாய்ந்ததாக இல்லாமல் இருந்திருக்கலாம், ஒருவேளை இங்கிலாந்திலும் முக்கியமற்றதாக கருதியிருக்கலாம். இந்த இரண்டு சந்தர்ப்பங்களிலும் நிலைமைகள் தீர்மானமாக வரையறுக்கப்பட்டிருந்தன. ஆனால் இவை அனைத்தும் தலைகீழாக மாற்றம் செய்யப்பட்டு, இப்போதுதான் சரிசெய்யத் தொடங்கியிருக்கும் நிலையில், இந்த நிலைமைகள் எவ்வாறு சீரமைக்கப்படும் என்ற கேள்வி ரஷ்யாவில் ஒரு முக்கியமான கேள்வியாக உள்ளது' என்று லெவின் நினைத்தார்.

லெவின் எதிர்பார்த்ததை விட வேட்டை மோசமாக இருந்தது. சதுப்பு நிலம் முற்றிலும் வறண்டு போயிருக்க, ஸ்னைப் பறவைகள் எங்கும் இல்லை. ஒருநாள் முழுவதும் காத்திருந்து மூன்றை மட்டுமே வேட்டையாட முடிந்தது. இருப்பினும் வேட்டை முடிந்த பிறகு அவர் எப்போதும்போல அகோர பசியுடன், அற்புதமான மன நிலையில், கடுமையான உடல் உழைப்பிற்குப் பிறகு எழும் சிறந்த மனநிலையுடன் திரும்பினார். வேட்டையின்போது, தான் எதைப் பற்றியும் சிந்திக்கவில்லை என்பதாக அவருக்குத் தோன்றினாலும், மீண்டும் அந்த முதியவரும் அவருடைய குடும்பமும் ஆழ்மனதில் தன்னைத் தொடர்வதைக் கண்டார். அந்த எண்ணம் தனது கவனத்தை மட்டும் கோரவில்லை, அதன் தொடர்பான ஏதோ ஒரு தீர்வையும் வேண்டுகிறது என்று அவருக்குத் தோன்றியது.

அன்று மாலையில், ஏதோ ஒரு விஷயமாக வந்திருந்த இரு நில உரிமையாளர்களுடன் சேர்ந்து தேநீர் அருந்திய வேலையில், லெவின் எதிர்பார்த்திருந்த அந்தச் சுவாரஸ்யமான உரையாடல் எழுந்தது.

தேநீர் மேசையில் வீட்டு எஜமானியின் அருகில் அமர்ந்திருந்த லெவின் அவளுடனும், தனக்கு எதிரே அமர்ந்திருந்த அவளது சகோதரியுடனும் உரையாட வேண்டிய கட்டாயத்தில் இருந்தார்.

திருமதி. ஸ்வியாஸ்கயா வட்டமான முகமும், பொன்னிற முடியும், புன்னகையால் பிரகாசிக்கும் குழிந்த கன்னங்களும் கொண்ட, சற்றே உயரம் குறைவான பெண். அவள் கணவர் தன் மனதில் விதைத்த ரகசியத்தை அவள் மூலமாக அறிவதற்கு லெவின் முயன்றார். ஆனால் அதைப் பற்றி சுதந்திரமாகச் சிந்திக்க முடியாத ஒரு இக்கட்டான சங்கடத்தில் அவர் மாட்டியிருந்தார். அவருக்கு எதிரே அமர்ந்திருந்த அவளுடைய சகோதரி, செவ்வக வடிவில் தாழ்ந்த கழுத்துடைய ஆடையை, தனக்காவே பிரத்தியேகமாக அணிந்திருந்தாள் என்று லெவினுக்குத் தோன்றியதால் அவர் சங்கடப்பட்டார். அவள் மார்பகம் வெண்ணிறமாக இருந்தபோதிலும் அல்லது குறிப்பாக அது வெண்ணிறமாக இருந்ததால், அந்தச் செவ்வக வடிவக் கழுத்து அவருடைய சுதந்திரமாகச் சிந்திக்கும் திறனை மழுங் கடித்தது. தனக்காகவே அவள் அந்த ஆடையை அணிந்திருக்கிறாள் என்று தவறாக நினைத்த அவர், அதைப் பார்க்க தனக்கு எந்த உரிமையும் இல்லை என்று கருதி, அதைப் பார்க்காமல் இருக்க முயன்றார். ஆனாலும் அந்த ஆடை அணிவதற்குத் தானே காரணம் என்று நினைத்து, தான் மற்றவரைத் தவறாக வழிநடத்துவதாகவும் ஆனால் அதற்கு விளக்கம் தருவதற்கு வழியில்லை என்றும் நினைத்து, அதன் காரணமாகத் தொடர்ந்து வெட்கப்பட்ட அவர், அசௌகரிய மாகவும், சங்கடமாகவும் உணர்ந்தார். அவருடைய அந்தச் சங்கட உணர்வு அவளது அழகான மைத்துனியையும் தொற்றிக்கொண்டது. ஆனால் திருமதி. ஸ்வியாஸ்கயா, அதைக் கவனிக்கவில்லை என்றாலும், வேண்டுமென்றே அவளை உரையாடலுக்குள் இழுப்பதாகத் தோன்றி யது.

"நீங்கள் சொல்கிறீர்கள்" என்று தொடர்ந்த அவள், "என் கணவரால் ரஷ்ய விவகாரங்களில் ஆர்வம் காட்ட முடியாது. மாறாக அவர் வெளிநாடுகளில் மகிழ்ச்சியாக இருந்தாலும், இங்கே இருப்பதைப்போல அங்கு ஒருபோதும் அவரால் மகிழ்ச்சியாக இருக்க முடியாது. இது அவருடைய சொந்த உலகம். இங்கே அவர் செய்வதற்கு நிறைய இருக்கிறது. எல்லாவற்றிலும் ஆர்வமாகச் செயல்படுவதற்கான வரம் அவரிடம் உள்ளது. ஓ! நீங்கள் எங்கள் பள்ளியைப் பார்க்கவில்லையே!"

"நான் பார்த்தேன்... அந்தத் திராட்சைக் கொடி மூடிய அந்தச் சின்ன வீடு?"

"ஆமாம், அது நாஸ்தியாவின் வேலை" என்ற அவள் தன் சகோதரியைச் சுட்டிக் காட்டினாள்.

"நீங்களே சொல்லித் தருகிறீர்களா?" என்று கேட்ட லெவின் கழுத்தைப் பார்க்காமல் இருக்க முயன்றார் ஆனால் அந்தத் திசையில்

எங்கு பார்த்தாலும், தன்னால் அதைத் தவிர வேறெதையும் பார்க்க முடியாது என்பதை அவர் உணர்ந்தார்.

“ஆமாம், நான் இப்போதும் சொல்லித் தருகிறேன். ஆனால் எங்களிடம் ஒரு அற்புதமான பெண் ஆசிரியை இருக்கிறார். நாங்கள் ஜிம்னாஸ்டிக்ஸையும் அறிமுகப்படுத்தியுள்ளோம்.”

“வேண்டாம், நன்றி. எனக்குத் தேநீர் போதும்” என்ற லெவின், தான் மரியாதைக்குறைவாக நடப்பதை உணர்ந்து, மேற்கொண்டு உரையாடலைத் தொடரும் மனம் இல்லாமல் வெட்கத்துடன் எழுந்து நின்றார். “நான் மிகவும் சுவாரயஸ்மான உரையாடலைக் கேட்கிறேன்” என்று சொன்ன அவர், ஸ்வியாஸ்கி இரு நில உரிமையாளர்களுடன் உரையாடிக் கொண்டிருந்த, மேசையின் மறுமுனைக்கு நடந்து சென்றார். ஸ்வியாஸ்கி பக்கவாட்டில் அமர்ந்து, மேசையின் மீது முழங்கையை ஊன்றி, ஒரு கையால் கோப்பையைச் சுற்றியபடி, மற்றொரு கையால் அவரது தாடியைத் திரட்டி தன் உள்ளங்கையில் வைத்து, அதை முகர்ந்து பார்ப்பது போல அவரது மூக்கு அருகே கொண்டு சென்று, கீழே விட்டார். அவருடைய பிரகாசமான கருப்பு நிறக் கண்கள், வெள்ளை மீசையுடன் இருந்த நில உரிமையாளரை நேருக்கு நேராகச் சந்தித்தன. அவர் சொல்லிக் கொண்டிருந்தது ஸ்வியாஸ்கிக்கு வேடிக்கையாக இருந்தது. நில உரிமையாளர் விவசாயிகளைப் பற்றிக் குறை கூறிக் கொண்டிருந்தார். நில உரிமையாளரின் கேள்விக்கு, ஸ்வியாஸ்கிக்கு என்ன பதில் சொல்வதென்று தெரியும். அந்தப் பதில் நில உரிமையாளரின் புகார் குறித்த உரையாடல் முழுவதையும் அர்த்தமற்றதாக்கி விடும். ஆனால் ஸ்வியாஸ்கியால் அவர் கொண்டிருந்த நிலைப்பாட்டின் காரணமாகப் பதில் சொல்ல முடியவில்லை என்பதோடு, நில உரிமையாளரின் வேடிக்கைப் பேச்சைக் கேட்பதில் அவர் மகிழ்ச்சி அடைகிறார் என்று லெவினுக்குத் தெரிந்தது.

வெள்ளை மீசையுடன் இருந்த நில உரிமையாளர் ஒரு வயதான, ஆர்வமுள்ள விவசாயி என்பதும், கொத்தடிமை முறையை ஆதரிப்பவர் என்பதும் வெளிப்படையாகத் தெரிந்தது. லெவின் அவரது உடைகளிலும் (இதுவரை அணிந்து பழக்கமில்லாத, பழைய பாணியிலான மோசமான ஃபிராக் கோட்) மேலும் அவரது புத்திசாலித்தனமான பளபளப்பான கண்களிலும், அவரது சரளமான ரஷ்ய மொழியிலும், நீண்ட அனுபவத்தின் மூலம் தேர்ச்சி பெற்ற அவரது அதிகாரத் தொனியிலும், மோதிர விரலில் பழமையான ஒற்றைத் திருமண மோதிரம் அணிந்த, சூரிய ஒளியில் காய்த்துப்போன அவரது பெரிய அழகிய கைகளின் தீர்க்கமான அசைவுகளிலும் லெவின் அதன் அடையாளங்களைக் கண்டார்.

27

“தொடங்கியதை விட்டுவிட நான் வருத்தப்படவில்லை எனில்... அதற்கு எவ்வளவு முயற்சிகள் நடந்துள்ளன... நான் அனைத்திற்கும் கையசைத்து விடை கொடுத்துவிட்டு, எல்லாவற்றையும் விற்றுவிட்டு, நிக்கோலாய் இவானோவிச் போல எங்காவது போவேன்... ‘லா பெல்லா ஹெலேனா’ இசை நாடகத்திற்குப் போவேன்” என்ற நில உரிமையாளரின் புத்திசாலித்தனமான முகத்தில் மகிழ்ச்சியான புன்னகை ஒளிர்ந்தது.

“உண்மைதான், ஆனால் நீங்கள் அதைக் கைவிடவில்லையே” என்றார் நிக்கோலாய் இவானோவிச். “அப்படியானால் ஏதோ பலனிருக்க வேண்டும்.”

“ஒரே நன்மை என்னவெனில் நான் என் சொந்த வீட்டில் வசிக்கிறேன். நான் அதை வாங்கவோ அல்லது வாடகைக்கு விடவோ இல்லை. தவிர, இந்த மக்களுக்குப் புத்தி வரும் என்ற நம்பிக்கை எப்போதும் இருக்கிறது. ஆனால் அதற்குப் பதிலாக என்ன நடக்கிறது என்பதை உங்களால் ஒருபோதும் நம்ப முடியாது. குடிப்பழக்கம், ஒழுக்கக்கேடு! எல்லாக் குடும்பங்களும் பிரிந்து தனியாகப் போய்விட்டன. அவர்களிடம் ஒரு குதிரையோ, பசுவோ எதுவுமே இல்லை. அவர்கள் பட்டினியால் சாகிறார்கள். ஆனால் அவர்களில் ஒருவனை வேலைக்கு எடுத்தால் அவன் தன்னால் முயன்ற தீங்கை உங்களுக்குச் செய்வான். பிறகு உங்களை நீதிமன்றத்தின் முன் நிறுத்து வான்.”

“அப்படியானால் நீங்களும் நீதிமன்றத்தில் முறையிடலாம்” என்றார் ஸ்வியாஸ்கி.

“புகார் செய்வதா? உலகத்தில் எதற்கும் நான் அதைச் செய்ய மாட்டேன்! ஒருவர் அதைச் செய்தால் வருத்தப்படும் அளவுக்குப் புரளிகள் கிளம்பும். அங்கே ஆலையில் அவர்கள் முன்பணத்தைத் திருப்பிக் கொடுக்காமல் சென்றுவிட்டனர். நீதியரசர் என்ன செய்தார்? அவர்களை விடுவித்தார்! கிராமத் தீர்ப்பாயம் மற்றும் கிராமத்து மூத்தவர் இவர்களால்தான் அனைத்தும் நல்லபடியாக நடந்து கொண்டிருக்கின்றன. அவர் அவர்களுக்குப் பழைய பாணியில் தண்டனை தருகிறார். அது மட்டும் இல்லையெனில் எல்லாவற்றையும் விட்டுவிட்டு இந்தப் பூமியின் எல்லைக்கு ஓடிவிடுவது நல்லது.”

நில உரிமையாளர் வெளிப்படையாகவே ஸ்வியாஸ்கியை ஏளனம் செய்துகொண்டிருந்தார். ஆனால் ஸ்வியாஸ்கி சினமடைய வில்லை என்பதோடு அதைக் கேட்டு மகிழ்ந்தார்.

“ஆனால் நீங்களே பாருங்கள், அப்படி எந்த நடவடிக்கையும் எடுக்காமல் நாங்கள் எங்கள் விவசாயத்தைச் செய்கிறோம்” என்று சிரித்த ஸ்வியாஸ்கி, “நானும் லெவினும் அவரும்” என்றார்.

அவர் மற்றொரு நில உரிமையாளரைச் சுட்டிக்காட்டினார்.

“ஆமாம், மிகையில் பெட்ரோவிச்சுக்கு எல்லாம் நன்றாக நடக்கிறது. ஆனால் எப்படி என்று கேளுங்கள்! அது பகுத்தறிவுக்கு ஏற்ற விவசாயமா?” என்ற நில உரிமையாளர் ‘பகுத்தறிவு’ என்ற வார்த்தையைக் குறித்துப் பெருமிதமடைந்தார்.

“என்னுடைய விவசாயம் மிக எளிமையானது” என்றார் மிகையில் பெட்ரோவிச். “கடவுளுக்கு நன்றி. இலையுதிர்கால வரிகளைச் செலுத்துவதற்குப் போதிய பணம் இருப்பதை உறுதி செய்வதே என் வழிமுறை. விவசாயிகள் என்னிடம் வந்து, ‘அன்புத் தந்தையே எங்களுக்கு உதவுங்கள்’ என்பார்கள். இந்த விவசாயிகள் அனைவரும் அண்டை வீட்டுக்காரர்கள் என்பதால் நான் அவர்கள் மீது பரிதாபப்பட்டு அவர்களுக்கு வேண்டியதைக் கடனாகக் கொடுத்து, மூன்றில் ஒரு பங்கைத் திருப்பிக்கொடுத்தால் போதும் என்பேன். ஆனால் நான் அவர்களிடம், ‘நினைவில் வையுங்கள், நான் உங்களுக்கு உதவுகிறேன் அதேபோல நீங்களும் எனக்குத் தேவைப்படும் போது, ஓட்ஸ் விதைத்தாலும், வைக்கோல் வெட்டினாலும், அறுவடையாக இருந்தாலும் உதவி செய்ய வேண்டும்’ என்பேன். ஒவ்வொரு குடும்பத்திலிருந்தும் ஒருவர் வேலைக்கு ஒப்புக் கொள்வார்கள். ஆனால் அவர்களில் சிலர் நேர்மையற்றவர்களாக உள்ளனர் என்பது உண்மைதான்.”

இந்த ஆணாதிக்க முறைகளை நீண்ட காலமாக அறிந்திருந்த லெவின், ஸ்வியாஸ்கியுடன் பார்வையைப் பரிமாறிக் கொண்டு, மைக்கேல் பெட்ரோவிச்சை இடைமறித்து, வெள்ளை மீசையுடன் இருந்த நில உரிமையாளரிடம் பேசினார்.

“அப்படியானால் நீங்கள் என்ன நினைக்கிறீர்கள்?” என்று கேட்டார். “இப்போது எப்படி விவசாயம் செய்ய வேண்டும்?”

“ஏன், மிகையில் பெட்ரோவிச் செய்வது போலத்தான். ஒன்று விளைச்சலுக்குப் பாதி நிலத்தைப் பயன்படுத்துங்கள் அல்லது விவசாயிகளுக்குக் குத்தகைக்கு விடுங்கள். இது சாத்தியமானது என்றாலும் ஒட்டுமொத்த சமூகத்தின் செல்வமும் இத்தகைய முறைகளால் நாசமாகிறது. எனது நிலம் நல்ல நிர்வாகத்துடன் கொத்தடிமை வேலையாட்களின் கீழ் ஒன்பது மடங்கு மகசூல் அளித்து வந்த நிலையில், இப்போது விவசாயிகளைக் கூலிக்கு அமர்த்தும்போது மூன்று மடங்கு மகசூல் கிடைக்கிறது. விடுதலை ரஷ்யாவை நாசமாக்கிவிட்டது.”

கண்களில் சிரிப்புடன், நில உரிமையாளரைக கேலி செய்யும் பாவனையில் ஸ்வியாஸ்கி லெவினைப் பார்த்தார் ஆனால் லெவின் அவர் வார்த்தைகளைக் கேலிக்குரியதாகக் கருதவில்லை என்பதோடு, ஸ்வியாஸ்கியை விடவும் அவர்களை நன்றாகப் புரிந்துகொண்டார். விடுதலையால் ரஷ்யா ஏன் சீரழிந்தது என்பதை நிரூபிக்கும் வகையில் நில உரிமையாளர் சொன்னவற்றில் பெரும்பாலானவை லெவினுக்கு உண்மையாகவும், புதியதாகவும், மறுக்க முடியாததாகவும் தோன்றின. நில உரிமையாளர் தனது சொந்த எண்ணத்தை வெளிப்படையாகத் தெரிவித்தார். இது மிகவும் அரிதாகவே நிகழும் ஒன்று என்பதோடு, வெட்டியாக இருக்கும் மனத்திற்கு தீனிபோடும் ஆசையினால் சொல்லப்பட்டதல்ல, மாறாக அவரது சொந்த வாழ்க்கைப் பாடத்திலிருந்தும், கிராமப்புற வாழ்வின் தனிமையில், அதன் ஒவ்வொரு அம்சத்தையும் சீர்தூக்கிப் பார்த்த சிந்தனை களிலிருந்தும் கற்றவை.

“அதிகாரத்தால் மட்டுமே முன்னேற்றத்தை அடைய முடியும் என்பதுதான் உண்மை” என்ற அவர் தான் கல்விக்குப் புதியவர் அல்ல என்பதைக் காட்ட விரும்பினார். “உதாரணமாக, பீட்டர், கேத்தரின், அலெக்சாண்டர் ஆகியோரின் சீர்திருத்தங்களை எடுத்துக் கொள்ளுங்கள். ஐரோப்பிய வரலாற்றை எடுத்துக் கொள்ளுங்கள். குறிப்பாக விவசாய வாழ்க்கையில் அதிக அளவிலான முன்னேற்றம் ஏற்பட்டுள்ளது. உருளைக்கிழங்கைக் கூட அவர்கள் நம்மீது திணிக்க வேண்டியிருந்தது. நாம் நம்முடைய பழமையான மரக்கலப்பையைக் கூட எப்போதும் பயன்படுத்தவில்லை. அது ஜார் அரசருக்கு முன்னர், அதுவும் பலவந்தமாக அறிமுகம் செய்யப்பட்டிருக்க வேண்டும். இப்போது, எங்கள் காலத்தில், கொத்தடிமை முறையின் கீழ், நில உரிமையாளர்களாகிய நாங்கள் மேம்பட்ட விவசாய முறைகளைக் கையாள்கிறோம். உலர்த்துதல், பதர்களைப் பிரித்தல், சாணம் எடுத்தல் அனைத்திற்கும் கருவிகளை எங்கள் அதிகாரத்தால் அறிமுகம் செய்தோம். முதலில் எதிர்த்த விவசாயிகள் பிறகு எங்களைப் பின் பற்றினார்கள். ஆனால் இப்போது கொத்தடிமை ஒழிக்கப்பட்ட பிறகு, எங்கள் அதிகாரம் பறிக்கப்பட்டுவிட, உயர்ந்த நிலையை எட்டிய எங்கள் விவசாயம், மிகவும் காட்டுமிராண்டித்தனமான, தொன்மையான நிலைக்குச் சென்றுகொண்டிருக்கிறது. நான் அப்படித் தான் பார்க்கிறேன்.”

“ஆனால் ஏன்? உங்கள் விவசாயம் பகுத்தறிவு மிக்கதாக இருந் தால் கூலித் தொழிலாளர்களைக் கொண்டு அதைச் செய்யலாமே?” என்றார் ஸ்வியாஸ்கி.

“ஆனால் எனக்கு அதிகாரம் இல்லை என்றால் நான் யாரைக் கொண்டு அதைச் செய்வது?

‘இங்கேதான், உழைப்புச் சக்தி விவசாயத்தின் முக்கிய அம்ச மாகிறது’ என்று லெவின் நினைத்தார்.

“கூலித் தொழிலாளர்கள்” என்று பதிலளித்தார் ஸ்வியாஸ்கி.

“தொழிலாளர்கள் நன்றாக வேலை செய்யவோ அல்லது நல்ல கருவிகளைக் கொண்டு வேலை செய்யவோ விரும்புவதில்லை. நம்முடைய தொழிலாளர்களுக்கு, பன்றியைப் போல குடிப்பதும், குடித்த பிறகு கையில் கிடைக்கும் எதையும் நாசமாக்குவதையும் தவிர வேறு ஒன்றும் தெரியாது. அதிகமான தண்ணீரால் குதிரை களை நோயுறச் செய்வது, நல்ல சேணத்தை உடைப்பது, குடிப்பதற் காக வண்டியின் சக்கரத்தைக் கழற்றி விற்பது, கதிரடிக்கும் இயந்திரத் தில் ஆணியைப் போட்டு அதை உடைப்பது இப்படிப் பலவற்றையும் அவர்கள் செய்வார்கள். தங்கள் புத்திக்கு எட்டாத எதையும் அவர்கள் வெறுக்கிறார்கள். அதனால்தான் விவசாயத்தின் தரம் குறைந்துவிட்டது. நிலங்கள் கைவிடப்பட்டு எங்கும் புதர்கள் மண்டுகிறது அல்லது விவசாயிகளால் பகுதி பகுதியாகப் பிரிக்கப் படுகிறது. மில்லியன் கணக்கான புதர்கள் வளர்ந்த இடங்களில் நடந்த விவசாயம் இப்போது சில லட்சமாகக் குறைந்துவிட்டன. நாட்டின் வளங்கள் குறைந்து வருகின்றன. அதே நடவடிக்கையை உரிய கவனத்துடன் எடுத்திருந்தால்...”

இந்த அசௌகரியங்களை நீக்கக்கூடிய தனது சொந்த விடுதலை திட்டத்தை அவர் விளக்கத் தொடங்கினார்.

அது லெவினுக்கு ஆர்வத்தைத் தரவில்லை. ஆனால் அவர் சொல்லி முடித்தும், தனது முதல் யோசனைக்குத் திரும்பிய அவர், அதைப் பற்றிய ஸ்வியாஸ்கியின் தீவிரமான பார்வையைச் சொல்லும் படி, அவரைத் தூண்டினார்.

“நமது விவசாயம் மூழ்கிக் கொண்டிருக்கிறது என்பதும், தொழி லாளர்களுடன் எங்கள் உறவுகளைப் பார்க்கும்போது, ஒரு பண்ணையைப் பகுத்தறிவுடன் நடத்துவதற்கான சாத்தியக்கூறுகள் இல்லை என்பதும், முற்றிலும் நியாயமானது” என்றார்.

“நான் அப்படி நினைக்கவில்லை” என்று கடுமையாக ஆட்சே பித்தார் ஸ்வியாஸ்கி. “எங்களுக்கு விவசாயம் செய்யத் தெரியாது என்பது ஒருபுறமிருக்க, நாங்கள் கொத்தடிமை முறையின் கீழ் மேற்கொண்ட விவசாயம் பெரிய அளவில் இல்லை, மிகக் குறைவு தான் என்பது மட்டும் எனக்குத் தெரியும். எங்களிடம் இயந்திரங் களோ, நல்ல கால்நடைகளோ, சரியான நிர்வாகமோ, கணக்கு வழக்குகளோ இல்லை. எந்தப் பண்ணை உரிமையாளரிடமும் கேட்டுப் பாருங்கள், எது லாபகரமானது, எது லாபகரமானது அல்ல என்பதை அவரால் சொல்ல முடியாது.”

“இத்தாலிய வரவுசெலவு” என்று நில உரிமையாளர் கேலியாகச் சொன்னார். “நீங்கள் என்னதான் கணக்குப் பார்த்தாலும், அவர்கள் அனைத்தையும் நாசம் செய்த பிறகு எந்த லாபமும் எஞ்சியிருக்காது.”

“ஏன் உடைக்கிறார்கள்? உங்கள் பயனற்ற கதிரடிக்கும் இயந்திரம், அந்த ரஷ்ய ஓடுபொறி அவற்றை உடைக்கிறார்கள். ஆனால் அவர்களால் என் கதிரடிக்கும் நீராவி இயந்திரத்தை உடைக்க முடியாது. பாவம் அந்த ரஷ்யக் குதிரை, அதை என்ன சொல்வது? வாலைப் பிடித்து இழுக்கவேண்டிய இனம், அதை நாசம் செய்கிறார்கள். ஆனால் பெர்செரோன்கள் அல்லது நல்ல ரஷ்ய வண்டிக் குதிரைகளைக் கொண்டு வாருங்கள், அவர்கள் அப்படிச் செய்ய மாட்டார்கள். எல்லாவற்றிலும் அப்படித்தான். நாம் நமது விவசாயத்தின் தரத்தை உயர்த்த வேண்டும்”

“என்னால் முடிந்தது அவ்வளவுதான் நிக்கோலாய் இவானோவிச்! உங்களுக்கு எல்லாம் நல்லபடியாக அமைந்துள்ளன. ஆனால் என்னுடைய ஒரு மகன் பல்கலைக்கழகத்தில் படிக்கிறான். இளைய மகன் பள்ளியில் தங்கிப் படிக்கிறான். எனவே என்னால் பெர்செரோன்களை வாங்க முடியாது.”

“அதற்குத்தான் வங்கிகள் உள்ளன.”

“சரிதான், கடைசியாக நான் அனைத்தையும் ஏலத்திற்கு விற்றுவிடவேண்டும்…! வேண்டாம், நன்றி.”

“விவசாயத்தின் தரத்தை உயர்த்துவது அவசியமானது அல்லது சாத்தியமானது என்பதில் எனக்கு உடன்பாடு இல்லை” என்றார் லெவின். “நான் அதைப் பற்றிப் படித்து வருகிறேன். என்னிடம் வழிமுறைகளும் உள்ளன. ஆனாலும் என்னால் ஒன்றும் செய்ய முடியவில்லை. வங்கிகள் யாருக்குப் பயன்படுகின்றன என்று தெரியவில்லை. என்னைப் பொறுத்தவரை, முன்னேற்றத்திற்காக விவசாயத்தில் நான் செலவழித்த பணம் அத்தனையும் நஷ்டம்தான். கால்நடைகள், இயந்திரங்கள் உட்பட எல்லாமே நஷ்டம்.”

“அது உண்மைதான்!” என்று வெள்ளை நிற மீசையுன் இருந்த நில உரிமையாளர் ஒப்புக் கொண்டார்.

“நான் ஒருவன் மட்டுமல்ல” என்ற லெவின் தொடர்ந்தார். பகுத்தறிவுடன் வியாபாரம் செய்யும் அனைத்து விவசாயிகளையும் என்னால் குறிப்பிட முடியும். அரிதான விதிவிலக்கைத் தவிர, ஒவ்வொருவரும் நஷ்டத்தில் இருக்கிறார்கள். இப்போது சொல்லுங்கள், உங்கள் விவசாயம் லாபகரமானதாக இருக்கிறதா?” என்று கேட்டார் லெவின். உடனடியாக ஸ்வியாஸ்கியை நோக்கிய லெவின், அவரது மனக் கதவைத் தாண்டி தான் ஊடுருவ முற்பட்ட ஒவ்வொரு

முறையும் அவருடைய கண்களில் ஒரு கணம் பளிச்சிட்ட அந்த பயத்தைக் கவனித்தார்.

இருப்பினும் இந்தக் கேள்வியை லெவின் மனசாட்சியுடன் கேட்கவில்லை. தேநீர் அருந்திய வேளையில், திருமதி. ஸ்வியாஸ்கி, அந்தக் கோடையில் மாஸ்கோவிலிருந்து கணக்கு வழக்குகளில் திறமை வாய்ந்த ஜெர்மானியர் ஒருவரை வரவழைத்ததாகவும், அவர் ஐநூறு ரூபிள் கட்டணத்தில் தங்கள் பண்ணையின் வரவு செலவு கணக்குகளைப் பார்வையிட்டு, மூவாயிரம் மற்றும் சில ரூபிள்கள் நட்டத்தில் இயங்குவதைக் கண்டறிந்ததாகவும் லெவினிடம் சொல்லியிருந்தாள். அவளுக்கு அது எவ்வளவு தொகை என்பது சரியாகத் தெரியவில்லை. ஆனால் ஜெர்மானியர் அதை நான்கில் ஒரு கோபெக்கின் கால் பங்காகக் கணக்கிட்டிருந்தார்.

ஸ்வியாஸ்கியின் பண்ணையின் இலாபத்தைப் பற்றி லெவின் கேட்டபோது, நில உரிமையாளர் புன்னகைத்தார். தனது அண்டை வீட்டுக்காரரும் மார்ஷலுமான அவருக்கு என்ன இலாபம் கிடைக்கும் என்பது அவருக்குத் தெரியும்.

"அது லாபகரமானதாக இல்லை" என்றார் ஸ்வியாஸ்கி. "இது நான் ஒரு மோசமான நிர்வாகி அல்லது வாடகை வருமானத்தை அதிகரிக்க மூலதனத்தைச் செலவிடுகிறேன் என்பதை மட்டுமே நிரூபிக்கிறது."

"ஆகா, உங்கள் வாடகை!" என்று லெவின் திகிலுடன் கத்தினார். "வாடகை என்பது ஐரோப்பாவில் மட்டுமே உண்மையாக இருக்க முடியும். அங்கு வேலை செய்யும் தொழிலாளர்களால் விவசாயத் திற்கான நிலம் மேம்பட்டுள்ளது. ஆனால் இங்குள்ள தொழிலாளர் களால் அனைத்து நிலங்களும் மோசமாகிவிட்டன அதாவது அவர் கள் உழவு செய்வதன் மூலம். எனவே வாடகை என்பது ஒரு மாயை மட்டுமே" என்றார்.

"என்ன சொல்கிறீர்கள், வாடகை வருமானம் இல்லையா? அதற்கென சட்டம் உள்ளது."

"அப்படியானால் நாம் சட்டத்திற்கு அப்பாற்பட்டவர்கள். உண்மையில் வாடகை நமக்கு எதையும் தெளிவுபடுத்தாது. மாறாக, அது விஷயங்களை மேலும் குழப்பும். வேண்டாம், நீங்களே சொல்லுங்கள், வாடகை என்ற கோட்பாடு எப்படி இருக்க முடியும்..."

"உங்களுக்குத் தயிர் வேண்டுமா? மாஷா, இங்கே கொஞ்சம் தயிர் அல்லது ராஸ்பெர்ரிகளை அனுப்பு" என்று தன் மனைவியை நோக்கித் திரும்பினார். "இந்த வருடம் ராஸ்பெர்ரிகள் தாமதமாகி விட்டன."

மிகவும் இனிமையான மனநிலையில் எழுந்த ஸ்வியாஸ்கி, உரையாடல் முடிந்துவிட்டதாக நினைத்து வெளியேறினார். ஆனால் லெவின் இப்போதுதான் உடையாடல் தொடங்குவதாக நினைத்தார்.

அவர் சென்றதும் லெவின் நில உரிமையாளருடன் தனது விவாதத்தைத் தொடர்ந்தார். நாம் நமது தொழிலாளர்களின் குணாதிசயங்களையும், பழக்க வழக்கங்களையும் தெரிந்து கொள்ள விரும்புவதில்லை என்ற உண்மையிலிருந்தே அனைத்துச் சிக்கல்களும் எழுகின்றன என்பதை அவருக்கு நிரூபிக்க முயன்றார். ஆனால் நில உரிமையாளர் தனிமையில் சுயமாகச் சிந்திக்கும் எல்லா மனிதர் களையும் போலவே, மற்றவர்களது கருத்துக்களைப் புரிந்துகொள் வதற்குச் செவிமடுக்காதவராக இருந்தார். மேலும் அவர் தன் கருத்துக் களில் பிடிவாதமாக இருந்தார். ரஷ்ய விவசாயி ஒரு பன்றி என்றும், பன்றி வளர்ப்பை நேசிப்பவர் என்றும், அவரை அதிலிருந்து வெளியேற்ற தனக்கு அதிகாரம் தேவை என்றும் ஆனால் அத்தகைய அதிகாரம் இல்லை என்றும், அவர் வலியுறுத்தினார். ஆனால் நாம் தாராள மனப்பான்மையுடன் ஆயிரம் ஆண்டுகள் பழமையான அதிகாரத்தை வழக்கறிஞர்களுக்கும் சிறைச்சாலைகளுக்கும் விட்டுக் கொடுத்து விட்டோம். அங்கு தவறு செய்யும் விவசாயிகளுக்கு நல்ல சூப் வழங்கப்படுகிறது. நிலையான சில சதுரடி இடமும் கொடுக்கப்படுகிறது.

“ஏன் அப்படி நினைக்கிறீர்கள்?” என்ற லெவின் தன் கேள்விக்குத் திரும்ப முயன்றார். “தொழிலாளர்களுடன் சுமுகமான உறவை ஏற்படுத்தி, உற்பத்தியைப் பெருக்குவது சாத்தியமற்றது என்று ஏன் நினைக்கிறீர்கள்?”

“அதிகாரம் இல்லாமல் ரஷ்ய விவசாயிகளிடம் அதைச் செய்ய முடியாது! எங்களுக்கு எந்த அதிகாரமும் இல்லை” என்று பதிலளித் தார் நில உரிமையாளர்.

“புதிய நிலைமைகளை எப்படிக் கண்டுபிடிப்பது?” என்று தயிரை சாப்பிட்டு முடித்து, சிகரெட்டைப் பற்ற வைத்துக் கொண்டு, விவாதத்தில் ஈடுபட்டவர்களிடம் வந்த ஸ்வியாஸ்கி கேட்டார். “தொழிலாளர்களுடன் சாத்தியமான அனைத்து உறவுகளும் ஏற்கனவே வரையறுக்கப்பட்டு, ஆய்வு செய்யப்பட்டுள்ளன” என்றார் அவர். “காட்டுமிராண்டித்தனத்தின் எச்சமான பழங்கால கம்யூன், கொத் தடிமை முறை ஒழிக்கப்படும்போது தானாகவே அழிந்துவிடும். பிறகு எஞ்சியிருப்பது சுதந்திரமான உழைப்பு மட்டுமே. இப்போது அதன் வடிவங்கள் வரையறுக்கப்பட்டு தயார் நிலையில் உள்ளன. நாம் செய்ய வேண்டியது அவற்றை ஏற்றுக்கொள்வதுதான். தொழி லாளி, தினக்கூலி, விவசாயி இந்த அமைப்பிலிருந்து நீங்கள் வெளியேற முடியாது.”

"ஆனால் ஐரோப்பா இந்த அமைப்பின் மீது அதிருப்தி அடைந்துள்ளது."

"அதிருப்தியடைந்து புதியவற்றைத் தேடுகிறார்கள். அநேகமாக அவர்கள் அதைக் கண்டுபிடிப்பார்கள்."

"அதைத்தான் நான் சொல்கிறேன்" என்றார் லெவின். "நாமே ஏன் அவற்றைத் தேடக்கூடாது?"

"ஏனெனில் அது ரயில் பாதைகளுக்காக புதிய வழித்தடங்களைக் கண்டுபிடிப்பதற்குச் சமமானது. அவை ஏற்கனவே அமைக்கப் பட்டுத் தயாராக உள்ளன."

"ஆனால் அவை நமக்கு ஒத்துவரவில்லை என்றால் என்ன செய்வது? ஒருவேளை அவர்கள் முட்டாள்களாக இருந்தால்?" என்றார் லெவின்.

அவர் மீண்டும் ஸ்வியாஸ்கியின் கண்களில் பயத்தின் சாயையைக் கண்டார்.

"நாம் நம்முடைய சட்டைக் காலரைத் தூக்கிவிட்டுக் கொள்ள லாம். ஏனெனில் ஐரோப்பா தேடுவதை நாம் கண்டுபிடித்து விட்டோம்! அதெல்லாம் எனக்குத் தெரியும், ஆனால் என்னை மன்னியுங்கள், தொழிலாளர்களை ஒழுங்கமைக்கும் பிரச்சினையில் ஐரோப்பாவில் மேற்கொள்ளப்பட்ட நடவடிக்கைகள் அனைத்தும் உங்களுக்குத் தெரியுமா?"

"இல்லை, கொஞ்சம் தெரியும்."

"இந்தக் கேள்வி இப்போது ஐரோப்பாவிலுள்ள தலைசிறந்த சிந்தனையாளர்களால் ஆய்வு செய்யப்படுகிறது. ஜெர்மானிய பொருளாதார நிபுணரும் கூட்டுறவு இயக்கத்தின் நிறுவனருமான, ஃபிரான்ஸ் ஹெர்மனின் சூல்ஸ்டெலிட்ஸ்ச் இயக்கம்... தொழிலாளர் கள் பிரச்சினை குறித்த மாபெரும் இலக்கியம், கூட்டுறவு சங்கத்தை அமைத்த ஜெர்மானிய சோசலிஸ்ட் பெர்டினாண்ட் லாஸ்ஸேலின் லாஸ்ஸேல் இயக்கம்... தொழிலாளர்களுக்கு மலிவான வீட்டுவசதியை வழங்கிய முல்ஹவுஸ் அமைப்பு அதைப் பற்றி உங்களுக்கு ஏற்கனவே தெரியும் என்று நினைக்கிறேன்."

"எனக்கு ஒரு யோசனை உள்ளது என்றாலும் அது தெளிவற்றது."

"இல்லை, நீங்கள் அப்படிச் சொல்லிய போதும் இதெல்லாம் என்னைப் போலவே உங்களுக்கும் நிச்சயமாகத் தெரியும். நிச்சயமாக நான் சமூகவியல் பேராசிரியர் அல்ல, ஆனால் ஒரு காலத்தில் எனக்கு அதில் ஆர்வமிருந்தது. அது உங்களுக்கு ஆர்வமாக இருந்தால் நீங்கள் உண்மையில் அதைப் படிக்க வேண்டும்."

"ஆனால் அவர்கள் என்ன முடிவுக்கு வந்தார்கள்?"

"மன்னிக்கவும்..."

நில உரிமையாளர்கள் எழுந்தனர். தன்னுடைய மனத்திரையை ஊடுருவ முயன்ற லெவினின் விரும்பத்தகாத பழக்கத்தை மீண்டும் தடுத்து நிறுத்திய ஸ்வியாஸ்கி விருந்தினர்களை வழியனுப்பச் சென்றார்.

28

அன்று மாலையில் அந்தப் பெண்களுடன் லெவினுக்கு அளவிடமுடியாத சலிப்பு ஏற்பட்டது. தன் விவசாயத்தின் மீது இப்போது ஏற்பட்டிருக்கும் அதிருப்தி தனக்கு மட்டுமே உரியதல்ல, மாறாக ரஷ்யாவின் பொதுவான நிலையும் அதுதான் என்பதையும், வரும் வழியில் தான் சந்தித்த விவசாயியைப் போல, அனைத்து விவசாயிகளும் வேலை செய்வதற்கான ஏற்பாடுகளைச் செய்வது ஒரு கனவு மட்டுமின்றி, அது தீர்க்கப்பட வேண்டிய பிரச்சினை என்பதையும் உணர்ந்த லெவின் முன்னெப்போதும் இல்லாத வகையில் கலக்கமடைந்தார். மேலும் இந்தப் பிரச்சினையைத் தீர்க்க முடியும் என்றும், அதற்காகத் தான் முயற்சிக்க வேண்டும் என்றும் அவருக்குத் தோன்றியது.

மறுநாள் முழுவதும் தங்கியிருந்து, காட்டிற்குச் சென்று சுவாரஸ்யம் தரும் நிலச்சரிவைக் காண அவர்களுடன் குதிரையில் பயணம் செய்வதாக உறுதியளித்து, பெண்களிடம் விடைபெற்று படுக்கச் சென்ற லெவின், ஸ்வியாஸ்கியின் படிப்பறைக்குச் சென்றார். படுக்கச் செல்வதற்கு முன், ஸ்வியாஸ்கி தன்னிடம் எழுப்பிய தொழிலாளர்களின் பிரச்சினை குறித்த புத்தகங்களை வாங்குவதற்காக அவருடைய படிப்பறைக்குச் சென்றார். ஸ்வியாஸ்கியின் படிப்பறை மிகப் பெரியதாக, வரிசையாகப் புத்தக அலமாரிகள் நிரம்பியதாக, ஒரு பெரிய எழுதும் மேசையும் மற்றொரு மேசையும் அறையின் நடுவில் இருந்தது. விளக்கு பொருத்தப்பட்ட மற்றொரு வட்ட மேசையில், சமீபத்திய பல்வேறு மொழிப் பத்திரிகைகளும், செய்தித் தாள்களும், விளக்கைச் சுற்றி, நட்சத்திரக் கதிர்களைப் போலக் கிடந்தன. எழுதும் மேசையில், மினுமினுக்கும் தங்க நிற எழுத்துக்களால் குறியிட்டு, வகைப்படுத்திய பல்வேறு கோப்புகளின் பெட்டிகள் இருந்தன.

அலமாரியிலிருந்து புத்தகங்களை எடுத்த ஸ்வியாஸ்கி சுழலும் நாற்காலியில் அமர்ந்தார்.

“என்ன பார்க்கிறீர்கள்?” என்று வட்ட மேசையின் அருகில் நின்று அதிலிருந்த பத்திரிகைகளைப் பார்த்துக் கொண்டிருந்த லெவினிடம் கேட்டார் ஸ்வியாஸ்கி.

“ஓ, ஆமாம், அதில் ஒரு சுவாரஸ்யமான கட்டுரை உள்ளது” என்று லெவின் கையில் வைத்திருந்த பத்திரிகையிலிருந்த ஒரு விமர்சனத்தைக் குறிப்பிட்டார் ஸ்வியாஸ்கி. “அது மாறிவிட்டது” என்று உற்சாகத்துடன் தொடர்ந்த அவர், “போலந்தின் பிரிவினைக்கு பிரெடெரிக் முக்கியக் காரணம் அல்ல என்று தெரிகிறது. அது நிரூபணமாகிவிட்டது...”

இந்தப் புதிய, மிக முக்கியமான மற்றும் சுவாரஸ்யமான கண்டு பிடிப்புகளை அவர் தனித்துவமான தெளிவுடன் சுருக்கமாக விவரித் தார். தற்சமயம் வேறு எதையும் விட விவசாயத்தில் ஆர்வம் கொண்டிருந்த லெவின், அவர் சொன்னதைக் கவனித்துக் கொண்டே, ‘அவருக்குள் என்ன இருக்கிறது? ஏன் போலந்துப் பிரிவினை அவருக்கு ஆர்வத்தைத் தருகிறது?’ என்று லெவின் தனக்குள் கேட்டுக் கொண்டார். ஸ்வியாஸ்கி சொல்லி முடித்ததும், “சரி, அது என்ன?” என்று லெவினால் கேட்காமல் இருக்க முடியவில்லை. ஆனால் ஸ்வியாஸ்கியிடம் எந்தப் பதிலும் இல்லை. ஒரே சுவாரஸ்யமான விஷயம் ‘அது மாறிவிட்டது’ என்பதுதான். ஆனால் அது ஏன் தனக்கு சுவாரஸ்யமாக இருந்தது என்பதை விளக்கவோ அல்லது விளக்க வேண்டிய அவசியத்தையோ ஸ்வியாஸ்கி உணரவில்லை.

“ஆமாம், ஆனால் அந்தக் கோபக்கார நில உரிமையாளர் ஆர்வமூட்டுபவராக இருந்தார்” என்று பெருமூச்சுடன் சொன்னார் லெவின். “அவர் புத்திசாலி, பல உண்மைகளைச் சொன்னார்.”

“அடப்பாவி! எல்லோரையும் போலவே அவரும் ரகசியமாக அடிமைத்தனத்தை ஆதரிப்பவர்!” என்றார் ஸ்வியாஸ்கி.

“நீங்கள் அவர்களின் மார்ஷல்.”

“ஆமாம், நான் மட்டுமே அவர்களை வேறு திசையில் வழி நடத்துகிறேன்” என்று ஸ்வியாஸ்கி சிரித்துக் கொண்டே சொன்னார்.

“எனக்கு மிகவும் பிடித்தது இதுதான்” என்றார் லெவின். “நமது லட்சியம் அதாவது பகுத்தறிவு விவசாயம் உதவாது. ஆனால் அந்த சாந்தமாகத் தோற்றமளித்த கனவானைப் போன்ற கந்துவட்டி வியாபாரம் அல்லது எளிமையான பண்ணை விவசாயம் மட்டுமே உதவும் என்று அவர் சொல்வது சரிதான். அதற்கு யார் காரணம்?”

“நிச்சயமாக நாம்தான். தவிர, அது உதவாது என்பது உண்மை யல்ல. வசில்ச்சிகோவ் அதை வெற்றிகரமாக நடத்துகிறார்.”

“ஆனால் அது ஒரு தொழிற்சாலை...”

“ஆனால் நீங்கள் எதைக் கண்டு ஆச்சரியப்படுகிறீர்கள் என்று எனக்குத் தெரியவில்லை. சாமானிய மக்கள் பொருளாதார நிலையிலும் ஒழுக்கத்திலும் கீழ் மட்டத்தில் உள்ளனர். எனவே அவர்கள் தங்களுக்கு அந்நியமான எதையும் எதிர்க்க வேண்டிய கட்டாயத்தில் இருக்கிறார்கள் என்பது தெளிவு. ஐரோப்பாவில் பகுத்தறிவு விவசாயம் வெற்றி பெற்றுள்ளது ஏனெனில் அங்குள்ள மக்கள் படித்தவர்கள். ஆக, நாம் மக்களுக்குக் கல்வி கற்பிக்க வேண்டும் அவ்வளவுதான்.”

“மக்களுக்கு எப்படிக் கல்வி கற்பிப்பது?”

“மக்களுக்குக் கல்வி கற்பிக்க மூன்று விஷயங்கள் தேவை: பள்ளிகள், பள்ளிகள், பள்ளிகள்.”

“ஆனால் மக்கள் பொருளாதார நிலையில் பின்தங்கியிருப்பதாக நீங்களே சொன்னீர்கள் அப்படியிருக்க பள்ளிகள் எப்படி உதவ முடியும்?”

“உங்களுக்குத் தெரியுமா? ஒரு நோயாளிக்கு ஆலோசனை வழங்கிய சம்பவத்தை நீங்கள் எனக்கு நினைவூட்டுகிறீர்கள். ‘நீங்கள் ஏன் மலமிளக்கியை முயற்சிக்கக் கூடாது?’ ‘முயற்சித்தேன் ஆனால் மோசமாகிவிட்டது.’ ‘நல்லது, அப்படியானால் நீங்கள் கடவுளைப் பிரார்த்தனை செய்யுங்கள்.’ ‘முயற்சித்தேன் ஆனால் மோசமாகி விட்டது.’ அதே போலத்தான் நானும் நீங்களும். நான் அரசியல் பொருளாதாரம் என்று சொல்ல, நீங்கள் அது மோசமாக இருக்கிறது என்கிறீர்கள். நான் சோசலிசம் என்று சொல்ல, நீங்கள் மோசம் என்கிறீர்கள். கல்வி, அது இன்னும் மோசம்.”

“ஆமாம், ஆனால் பள்ளிகள் எப்படி உதவ முடியும்?”

“பள்ளிகள் அவர்களுக்கு மற்ற தேவைகளை ஏற்படுத்தும்.”

“இது எனக்குப் புரியவில்லை” என்று சூடாக ஆட்சேபித்தார் லெவின். “பள்ளிகள் எந்த வகையில் பொருளாதார நிலையை மேம் படுத்த உதவும்? பள்ளியும், கல்வியும் அவர்களுக்குப் புதிய தேவை களை ஏற்படுத்தும் என்று சொல்கிறீர்கள். அது மேலும் மோசம் ஏனெனில், அவை அவர்களைத் திருப்திப்படுத்த முடியாது. கூட்டல், கழித்தல், பெருக்கல் ஆகியவற்றை அறிவது அவர்களின் பொருளாதர நிலையை எந்த வகையில் மேம்படுத்த உதவும் என்பதை என்னால் ஒருபோதும் புரிந்துகொள்ள முடியவில்லை. நேற்று முன்தினம் மாலை, கைக்குழந்தையுடன் சென்று கொண்டிருந்த ஒரு விவசாயப் பெண்ணைச் சந்தித்தபோது, எங்கே போகிறாய் என்று கேட்டேன். ‘என் குழந்தைக்கு வயிற்று வலி எனவே அவவைக் குணப்படுத்த அந்த ‘ஞானப் பெண்ணை’ சந்திக்கப் போகிறேன்’ என்றாள். ஞானி எப்படி வயிற்று வலியைக் குணப்படுத்துகிறாள் என்று கேட்டேன்.

'குழந்தையைக் கோழிகளுடன் கூண்டில் வைத்து மந்திரம் ஓதுகிறாள்' என்றாள்."

"இதோ நீங்களே சொல்லிவிட்டீர்கள்! குழந்தையைக் கோழிகளுடன் கூண்டில் அடைக்காமல் இருக்க நமக்குப் பள்ளிகள் தேவை..." என்றார் ஸ்வியாஸ்கி மகிழ்ச்சியுடன் சிரித்தபடி.

"ஓ! அப்படி இல்லை!" என்றார் லெவின் சினத்துடன். "என்னைப் பொறுத்தவரை அந்தச் சிகிச்சையும் மக்களுக்குக் கல்வி கற்பிப்பதும் ஒன்றுதான். குழந்தை அழுவதால் அது நிச்சயமாக நோயுற்றிருக்கிறது என்பதை அந்தப் பெண் அறிவதுபோல, மக்கள் அறியாமையிலும் ஏழ்மையிலும் உள்ளனர் என்பதை நாம் அறிகிறோம். ஆனால் அறியாமைக்கும் ஏழ்மைக்கும் பள்ளிகள் எந்த வகையில் உதவமுடியும் என்பது, கோழிக் கூண்டு வலியை எப்படிப் பாதிக்கிறது என்பதைப் போலவே புரிந்துகொள்ள முடியாதது. ஆக, வறுமைக்கு எது காரணமாக உள்ளதோ அதுதான் அதை நீக்குவதற்கு உதவ முடியும்."

"சரி, இதிலாவது நீங்கள் வெறுக்கும், ஆங்கில மெய்யியலாளரும் சமூகக் கோட்பாட்டாளருமான, ஹெர்பர்ட் ஸ்பென்சருடன் உடன்படுகிறீர்கள். கல்வி என்பது வாழ்க்கையின் செழிப்பு மற்றும் வாழ்க்கைத் தரம் உயர்ந்ததன் விளைவாக இருக்கலாம். ஆனால் எழுதப் படிக்கத் தெரியாததன் விளைவாக அல்ல என்று அவர் சொல்கிறார்."

"அப்படியானால் நான் மிகவும் மகிழ்கிறேன் அல்லது நான் ஸ்பென்சருடன் உடன்படுகிறேன் என்பதில் அதிகமாக மகிழவில்லை. ஆனால் பள்ளிகள் உதவாது என்பதை நான் நீண்ட காலமாக அறிவேன். மக்கள் வளமாகவும் அதிக ஓய்வாகவும் வாழ ஒரு பொருளாதார அமைப்பு அவசியம். அப்போது பள்ளிகளும் இருக்கும்."

"இருப்பினும், ஐரோப்பா முழுவதும் இப்போது பள்ளிகள் கட்டாயமாக உள்ளன."

"ஆனால் உங்களுக்கு எப்படி? நீங்கள் ஸ்பென்சருடன் உடன்படுகிறீர்களா?" என்று கேட்டார் லெவின்.

ஸ்வியாஸ்கியின் கண்களில் பயம் பளிச்சிட்டது. அவர் சிரித்துக் கொண்டே, "இல்லை, நீங்கள் சொன்ன கதை அற்புதம்! உண்மையில் நீங்களாகவே அதைக் கேட்டீர்களா?" என்றார்.

இந்த மனிதரின் வாழ்க்கைக்கும் அவரது சிந்தனைகளுக்கும் இடையிலான தொடர்பை ஒருபோதும் கண்டுபிடிக்க முடியாது என்பதை லெவின் உணர்ந்தார். இந்த விவாதம் எங்கு சென்றது என்பதில் அவருக்கு எந்த அக்கறையும் இல்லை என்பது தெளிவாகியது. அவருக்குத் தேவைப்பட்டது விவாதம் மட்டுமே. விவாதம் அவரை ஒரு முட்டுச் சந்துக்கு இழுத்துச் சென்றபோது அது அவருக்குப் பிடிக்கவில்லை. அவரிடமிருந்த இந்த ஒன்றை மட்டுமே

வெறுத்த லெவின் அதைத் தவிர்த்துவிட்டு, உரையாடலை இனிமை யான, மகிழ்ச்சியான ஒன்றாக மாற்றினார்.

அந்த வயதான விவசாயியிடம் லெவினுக்கு ஏற்பட்ட தாக்கமே, அவருடைய அன்றைய தினத்தின் அனைத்து உணர்வுகளுக்கும், அபிப்பிராயங்களுக்கும், சிந்தனைகளுக்கும், விவாதங்களுக்கும் அடித்தளமாக செயல்பட்டு, லெவின் உள்ளத்தில் மாபெரும் கொந்தளிப்பை ஏற்படுத்தி, அவரை உற்சாக வெள்ளத்தில் தள்ளியது. தனது சிந்தனைகளைப் பொதுப் பயன்பாட்டுக்கு மட்டுமே சேமித்து வைத்திருந்த இந்த நல்லவரான ஸ்வியாஸ்கி, வெளிப்படையாகவே வேறு சில வாழ்க்கைத் தளங்களை லெவினுக்குத் தெரியாமல் மறைத்து வைத்திருந்தார். அதே நேரத்தில் லெஜியன் என்ற பெயரு டைய கூட்டத்தோடு சேர்ந்து கொண்ட அவர், தனக்கு அந்நியமான சிந்தனைகளின் மூலம் மக்களின் பொதுக் கருத்தை திசை திருப்ப முயன்றார். மனம் நொந்துபோன அந்த நில உரிமையாளர், வாழ்க் கையில் தான் அனுபவித்த வேதனைகளிலிருந்து வெளிப்படுத்திய அவருடைய வாதங்கள் முற்றிலும் சரியானவை. ஆனால் ஒரு முழு வர்க்கத்திற்கு எதிராகவும், ரஷ்யாவின் மிகச்சிறந்த வர்க்கத்தின் மீதும் அவர் கொண்டிருந்த கசப்புணர்வு சரியானது அல்ல. தன் சொந்த செயல்பாட்டின் மீது லெவினுக்கு இருந்த அதிருப்தியும், இவை அனைத்திற்கும் ஒரு தீர்வைக் கண்டுபிடிக்கும் அவரது தெளிவற்ற நம்பிக்கையும், ஒன்றாகக் கலந்து மனக் கொந்தளிப்பை ஏற்படுத்தி, விரைவான தீர்வு கிடைக்கும் என்ற எதிர்பார்ப்பை ஏற்படுத்தியது.

லெவின் அவருக்கு ஒதுக்கப்பட்ட அறையில், கம்பிச் சுருள் மெத்தையில் படுத்திருந்தபோது ஒவ்வொருமுறை திரும்பிப் படுத்தபோதும், எதிர்பாராதவிதமாக கைகளும் கால்களும் தூக்கிப் போட்டதால் நீண்ட நேரமாகத் தூங்க முடியாமல் அவஸ்தைப் பட்டார். ஸ்வியாஸ்கியுடன் அவர் மேற்கொண்ட ஒரு உரையாடல் கூட, அவர் புத்திசாலித்தனமான பலவற்றையும் சொன்னபோதும், லெவினுக்கு ஆர்வத்தை ஏற்படுத்தவில்லை. ஆனால் நில உரிமை யாளரின் விவாதங்கள் லெவினை விவாதத்தில் ஈடுபடுவதற்குத் தூண்டியது. லெவின் அப்போது தன்னிச்சையாகத் தான் சொல்லிய வற்றை நினைவு கூர்ந்து, தன்னுடைய கற்பனையில் அதிலிருந்த தவறுகளைத் திருத்திக் கொண்டார்.

'ஆம், நான் அவரிடம் இப்படிச் சொல்லியிருக்க வேண்டும். எங்கள் பண்ணைகள் நன்றாகச் செயல்படவில்லை என்று நீங்கள் சொல்கிறீர்கள் ஏனெனில் அதிகாரத்தால் திணிக்கப்படும் அனைத்துச் சீர்திருத்தங்களையும் விவசாயி வெறுக்கிறான். ஆனால் இப்போது இந்தச் சீர்திருத்தங்கள் இல்லாமல் விவசாயம் இல்லை என்று நீங்கள்

சொல்வது சரிதான். நான் வரும் வழியில் சந்தித்த ஒரு விவசாயியைப் போல, அவர்கள் தங்கள் சொந்த பழக்கவழக்கங்களுக்கு ஏற்பட செயல்படும் போது மட்டுமே அது நடக்கும். விவசாயத்தின் மீது நமக்குள்ள அதிருப்தி, நாமோ அல்லது தொழிலாளர்களோ தவறு செய்கிறோம் என்பதையே நிரூபிக்கிறது. நாம் தொழிலாளர்களின் குணங்களைப் பற்றித் தெரிந்துகொள்ளாமல், நீண்ட காலமாக, நாம் நமது சொந்த வழியில், ஐரோப்பிய வழியில், பயணித்து வருகிறோம். உழைக்கும் ஆற்றலை ஒரு லட்சியத் தொழிலாளியாகப் பார்க்காமல், ரஷ்ய விவசாயியை அவனுடைய உள்ளுணர்வோடு பார்த்து, அதற்கேற்ப நமது விவசாயத்தை ஒழுங்கமைக்க முயற்சிப்போம். நான் குறிப்பிட்ட அந்த முதியவரின் பண்ணையைப் போலவே உங்கள் பண்ணை நடக்கிறது என்று கற்பனை செய்து பாருங்கள். தொழிலாளர்களுக்கு அவர்களின் வேலையின் வெற்றியில் ஆர்வத்தை ஏற்படுத்த நீங்கள் ஒரு வழியை, அதாவது அவர்கள் ஏற்றுக்கொள்ளக் கூடிய சீர்திருத்தங்களைச் செய்கிறீர்கள். அப்போது மண்ணின் தரத்தை இழக்காமல், நீங்கள் முன்னைவிட இரண்டு அல்லது மூன்று மடங்கு அதிகமாக விளைச்சலை எடுக்க முடியும். அவற்றை உங்களுக்கும் தொழிலாளர்களுக்கும் சரிபாதியாகப் பிரித்துக் கொள்ளுங்கள். இருவருக்கும் அதிகமாகக் கிடைக்கும். இதைச் செய்ய நாம் சாகுபடி அளவைக் குறைத்து அதன் வெற்றியில் விவசாயிகளுக்கு ஆர்வத்தை ஏற்படுத்த வேண்டும். இதை எப்படிச் செய்ய முடியும் என்பது சில விபரங்களுக்கு உட்பட்டது என்றாலும் நிச்சயமாகச் சாத்தியமாகும்.'

இந்த எண்ணம் லெவினை பெரும் கொந்தளிப்பில் ஆழ்த்தியது. அந்த எண்ணத்தை நனவாக்குவதற்கான யோசனைகளால் பாதி இரவுவரை அவர் தூங்கவில்லை. அடுத்த நாள் தங்குவதாக இருந்த அவர், அதிகாலையில் வீட்டுக்குச் செல்ல முடிவு செய்தார். அது மட்டுமின்றி, ஏதோ தவறு செய்து, அவமானமும், வருத்தமும் அடைந்ததான ஓர் உணர்வை, தாழ்ந்த கழுத்துடன் இருந்த அந்த மைத்துனி, அவருக்கு ஏற்படுத்தினாள். எல்லாவற்றிற்கும் மேலாக, அவர் தாமதிக்காமல் செல்ல வேண்டிய அவசியம் இருந்தது. குளிர்காலத்திற்கான கோதுமை விதைக்கப்படுவதற்கு முன்னர் தனது புதிய திட்டத்தை விவசாயிகளுக்கு முன்மொழிய அவருக்குக் கால அவகாசம் தேவையாக இருந்தது. இதனால் புதிய முறையின் அடிப்படையில் விதைப்பு செய்ய முடியும். அவர் தனது பழைய முறை அனைத்தையும் மாற்ற முடிவு செய்தார்.

தன்னுடைய திட்டத்தைச் செயல்படுத்துவதில் லெவினுக்கு பல்வேறு சிக்கல்கள் ஏற்பட்டன. அவர் தனது முழு ஆற்றலையும் திரட்டி முயற்சித்தும், தான் விரும்பியதை அடையவில்லை எனினும்,

தன்னையே ஏமாற்றிக் கொள்ளாமல், தன்னுடைய முயற்சி மதிப்புக் குரியது என்று அவர் நம்பக்கூடிய ஒன்றைச் செய்து முடித்தார். ஒரு முக்கியமான சிக்கல் என்னவெனில் வேலை ஏற்கனவே நடந்து கொண்டிருந்த நிலையில், அனைத்தையும் நிறுத்திவிட்டு, ஆரம்பத்தி லிருந்து தொடங்க முடியவில்லை என்பதால், இயந்திரம் இயங்கும் போதே அவர் அதை மாற்றிப் பொருத்த வேண்டியிருந்தது.

லெவின் அன்றிரவே வீட்டுக்கு வந்துசேர்ந்து, தன் திட்டங்களை மேலாளரிடம் தெரிவித்த போது, இதுவரை செய்த அனைத்தும் அர்த்தமற்றும் பலனற்றும் போய்விட்டது என்பதைக் காட்டும் அவரது பேச்சின் ஒரு பகுதியை மேலாளர் வெளிப்படையான திருப்தியுடன் ஒப்புக் கொண்டார். தான் நீண்ட காலமாக அதைச் சொல்லி வருவதாகவும், ஆனால் தான் சொன்னதை யாரும் கேட்க விரும்பவில்லை என்றும் மேலாளர் கூறினார். ஆனால் தொழிலாளர் களுடன் சேர்ந்து ஒரு பங்குதாரராக, முழு விவசாயத் தொழிலையும் மேற்கொள்ள வேண்டும் என்று லெவின் சொன்னதற்கு மேலாளர் ஏமாற்றத்துடனும், திட்டவட்டமான அபிப்பிராயம் ஏதுமின்றியும் பதிலளித்தார். உடனடியாக, அவர் பேச்சை திசை திருப்பி, மீத மிருக்கும் கம்பு மூட்டைகளை மறு உழவுக்காக, அடுத்த நாள் வண்டியில் அனுப்ப வேண்டிய அவசியத்தைப் பற்றிப் பேச ஆரம்பித் தார். ஆனால் இது அதற்கான நேரம் இல்லை என்று லெவினுக்குத் தோன்றியது.

அவர் அதைப் பற்றி விவசாயிகளிடம் பேசி, புதிய நிபந்தனை களுக்கு நிலத்தைக் குத்தகைக்கு விட முன்வந்தபோது, அவர்கள் அன்றைய தினத்தின் வேலையில் மும்முரமாக இருந்ததால், அவர் களால் அந்த முயற்சியின் நன்மை தீமைகளைச் சிந்திக்க அவர்களுக்கு நேரமில்லை என்ற முக்கியமான மற்றொரு சிக்கலையும் அவர் எதிர்கொண்டார்.

லெவின் சொன்னதை முழுமையாகப் புரிந்துகொண்டதாகத் தோன்றிய இவான் என்ற மாடு மேய்க்கும் ஒரு எளிய விவசாயி, தனது குடும்பத்துடன், கால்நடைகளிலிருந்து கிடைக்கும் லாபத்தில் பங்கெடுப்பதாக ஒப்புக் கொண்டு, அந்த முயற்சியின் மீது முழுமை யாக அனுதாபம் காட்டினான். ஆனால் லெவின் அவனுக்குக் கிடைக்கும் அவனுடைய எதிர்கால நன்மைகளைப் பற்றிக் கூறிய போது, அதைக் கடைசி வரை தன்னால் கேட்க முடியவில்லை என்ற வருத்தமும் கவலையும் அவன் முகத்தில் வெளிப்பட்டது. ஏனெனில் தள்ளிப்போட முடியாத சில வேலைகளைச் செய்வதற்கு அவன் அவசரமாகக் கிளம்பிச் சென்றான். கால்நடைகளின் முற்றத் தில் கிடந்த வைக்கோலை அள்ளுவதற்கு வைக்கோல் வாரியை

எடுக்கச் சென்றான் அல்லது தண்ணீர் எடுக்கச் சென்றான் அல்லது தரையில் கிடந்த சாணத்தை அள்ளச் சென்றான்.

மற்றொரு சிக்கல் என்னவென்றால், நில உரிமையாளரின் நோக்கம் முடிந்தவரை தங்களைக் கொள்ளையடிக்க வேண்டும் என்ற ஆசையைத் தவிர வேறு ஒன்றும் இருக்க முடியாது என்ற விவசாயிகளின் அசைக்க முடியாத நம்பிக்கை. அவர் என்னதான் சொன்னாலும் அவருடைய உண்மையான நோக்கம், அவர் தங்களிடம் சொல்லாத ஒன்றாகவே இருக்கும் என்று அவர்கள் உறுதியாக நம்பினார்கள். பலவற்றையும் பேசிய அவர்கள், தங்களின் உண்மையான நோக்கம் என்ன என்பதை ஒருபோதும் சொல்ல வில்லை. அதுமட்டுமின்றி (அந்த நில உரிமையாளர் சொன்னது சரிதான் என்று லெவின் கருதினார்), விவசாயிகள், புதிய விவசாய முறைகளைப் பயன்படுத்தவோ அல்லது புதிய கருவிகளைப் பயன் படுத்தவோ, அதைப் பயன்படுத்தும்படி தங்களைக் கட்டாயப் படுத்தவோ கூடாது என்பதை ஒப்பந்தத்தின் முதலாவதும் மாற்ற முடியாததுமான நிபந்தனையாக விதித்தனர். இரும்புக் கலப்பை நன்றாக வேலை செய்கிறது என்றும் அந்தக் கிளறுபடை நல்ல பலனைத் தருகிறது என்றும் அவர்கள் ஒப்புக் கொண்டனர். ஆனால் அந்த இரண்டையும் பயன்படுத்த முடியாததற்கு ஆயிரம் காரணங் களை அவர்கள் கண்டறிந்தனர். விவசாயத்தின் தரம் குறையும் என்றாலும் அதை ஏற்றுக் கொண்ட அவர், அதனால் கிட்டும் வெளிப்படையான நன்மைகளைத் துறப்பதற்காக பெரிதும் வருந்தி னார். இத்தனை சிரமங்கள் இருந்தபோதிலும், அவர் விரும்பியது அவருக்குக் கிடைத்தது. இலையுதிர் காலத்தில் அந்த விஷயங்கள் நடந்து கொண்டிருந்தது அல்லது குறைந்தபட்சம் அவ்வாறு அவருக்குத் தோன்றியது.

லெவின் ஆரம்பத்தில் பண்ணை முழுவதையும், விவசாயிகள், தொழிலாளர்கள் மற்றும் மேலாளருக்கு புதிய கூட்டாண்மை நிபந்தனைகளுக்கு குத்தகைக்கு விட நினைத்தார். ஆனால் விரை விலேயே அது சாத்தியமற்றது என்பதை அவர் உணர்ந்தார். எனவே பண்ணையை பல உட்பிரிவுகளாகப் பிரிக்க அவர் முடிவு செய்தார். கால்நடை தொழுவம், பழத் தோட்டம், சமையலறைத் தோட்டம், புல்வெளிகள், வயல்கள் என்று பிரித்து, ஒவ்வொன்றையும் தனித்தனிப் பகுதிகளாகக் கருதினார். லெவின் நினைத்தது போல, மற்றவர்களை விட இவற்றை நன்கு புரிந்துகொண்ட இவான், தன் குடும்ப அங்கத்தினர்களைத் திரட்டி, கால்நடை தொழுவத்தைத் தன் பொறுப்பின் கீழ் எடுத்துக் கொண்டான். புத்திசாலி தச்சரான ஃபியோதர் ரெசுனோவின், ஆறு விவசாயக் குடும்பங்களுடன் சேர்ந்து, எட்டு ஆண்டுகளாக தரிசாகக் கிடந்த ஒரு தொலைதூர

வயலை, இந்தப் புதிய கூட்டாண்மையில் இணைத்துக் கொண்டார். மேலும் விவசாயி ஷுரேவ் அனைத்துச் சமையலறைத் தோட்டங் களையும் அதே நிபந்தனைகளில் குத்தகைக்கு எடுத்துக் கொண்டார். மற்றவை அப்படியே இருந்தன என்றாலும் இந்த மூன்றும் புதிய அமைப்பின் தொடக்கமாக அமைந்து, லெவினை முழுமையாக ஆக்ரமித்துக் கொண்டன.

மாட்டுத் தொழுவத்தில் நிலைமை முன்பைவிடச் சிறப்பாக இல்லை என்பது உண்மைதான். பசுக்களின் கொட்டகையை எப்போதும் வெப்பமாக வைத்திருப்பதையும், புதிய பாலேடுகளி லிருந்து வெண்ணெய் தயாரிப்பதையும் இவான் கடுமையாக ஆட்சேபித்தான். குளிர்ச்சியாக இருந்தால் பசுவுக்கு குறைந்த தீவனம் தேவை என்றும் புளித்த பாலேடு வெண்ணெய்க்கு நல்லது என்றும் கூறி, பழைய முறையைப் போலவே தனக்குக் கூலி தரும்படி கேட்டான். அவனுக்குக் கொடுத்தவை கூலி அல்ல அது அவனுடைய லாபத்திலிருந்து கிடைக்கும் பங்குக்கான முன்பணம் என்பதில் அவன் எந்த அக்கறையும் காட்டவில்லை.

ஃபியோதர் ரெசுனோவின் ஆட்கள், ஒப்பந்தத்தின்படி, விதைப் பதற்கு முன் நிலத்தை மறு உழவு செய்யவில்லை என்பது உண்மை தான் என்றாலும் அவர் நேரம் குறைவாக உள்ளது என்று கூறி தன்னை நியாயப்படுத்திக் கொண்டார். அந்தக் குழுவைச் சேர்ந்த விவசாயிகள், புதிய முறைப்படி ஒப்பந்தம் செய்திருந்த போதும், நிலத்தைப் பொதுவானதாகக் கருதாமல், பகிரப்பட்ட நிலமாகக் குறிப்பிட்டனர் என்பது உண்மைதான். மேலும் அந்தக் குழுவைச் சேர்ந்த விவசாயிகளும் ரெசுனோவும் லெவினிடம், “நீங்கள் நிலத்திற் காக சற்று பணம் பெற்றுக் கொண்டால் நீங்கள் நிம்மதியாக இருப்பீர்கள் என்பதோடு நாங்களும் சுதந்திரமாக இருப்போம்” என்றனர். அதுமட்டுமின்றி அந்த விவசாயிகள். தாங்கள் ஒப்புக் கொண்டபடி, அந்த நிலத்தில் கால்நடைத் தொழுவம் கட்டுவதையும், கொட்டகை கட்டுவதையும், பல்வேறு காரணங்களைக் கூறித் தள்ளிப்போட்டு, குளிர்காலம் வரை இழுத்தடித்து வந்தனர்.

ஷரேவ் தனக்குக் குத்தகைக்கு விடப்பட்ட சமையலறைத் தோட்டங்களைப் பல பகுதிகளாக விவசாயிகளுக்குக் கொடுக்க விரும்பினார் என்பது உண்மைதான். நிலம் அவருக்குக் குத்தகைக்கு விடப்பட்டது தொடர்பான நிபந்தனைகளை அவர் முற்றிலும் தவறாகப் புரிந்து கொண்டதாகத் தோன்றியது அல்லது வேண்டு மென்றே அவ்வாறு புரிந்து கொண்டதாகத் தோன்றியது.

லெவின் அவ்வப்போது விவசாயிகளுடன் பேசியபோது, அந்த உறுதிமொழியின் அனைத்து நன்மைகளையும் அவர்களுக்கு விளக்கிக் கூறியபோது, அவர்கள் தனது குரலோசையை மட்டுமே கேட்கிறார் கள் என்று லெவின் உணர்ந்தார். தான் என்ன சொன்னாலும்

அவர்கள் தனது தந்திரத்தில் சிக்க மாட்டார்கள் என்பதை லெவின் நன்றாக அறிந்திருந்தார். விவசாயிகளில் மிகவும் புத்திசாலியான ரெசுனோவுடன் பேசியபோது லெவின் அதைக் குறிப்பாக உணர்ந்து கொண்டார். ரெசுனோவின் கண்களில் வெளிப்பட்ட அந்த பாவம், லெவினைக் கேலி செய்வதையும், யாராவது ஏமாறப் போகிறார்கள் எனில் அது தானல்ல என்ற அவரது உறுதியான நம்பிக்கையையும் தெளிவாகக் காட்டுவதாக இருந்தது.

ஆனால் இவை அனைத்தையும் மீறி காரியங்கள் நடந்து கொண்டிருக்கின்றன எனவும், கணக்குகளை முறையாக வைத்திருப் பதன் மூலமும், தான் மனம் தளராமல் உறுதியாக நிற்பதன் மூலமும், எதிர்காலத்தில் இந்த ஏற்பாட்டின் நன்மைகளை அவர்களுக்கு நிரூபிக்க முடியும் எனவும், அதன் பிறகு அனைத்தும் தானாகவே நடக்கும் எனவும் லெவின் நினைத்தார்.

இந்தப் புது முயற்சிக்கான வேலைகளும், அவருடைய கையில் எஞ்சியிருந்த நிலத்தின் நிர்வாகமும், அவரது புத்தகத்தின் எழுத்து வேலைகளும், லெவினின் கோடைக்காலத்தை முழுவதுமாக ஆக்கிரமித்துக் கொண்டன. எனவே, அவர் ஒருபோதும் வேட்டைக்குச் செல்லவில்லை. ஆகஸ்ட் மாத இறுதியில், சேணத்தைத் திரும்பக் கொண்டு வந்த வேலைக்காரனிடமிருந்து, ஆப்லான்ஸ்கிகள் மாஸ் கோவுக்குப் புறப்பட்டுச் சென்று விட்டதை அறிந்தார். டாரியா அலெக்ஸாண்ட்ரோவ்னாவின் கடிதத்திற்கு பதில் அளிக்காமல் இருந்ததன் மூலம், வெட்கம் இல்லாமல் நினைவில் கொள்ள முடியாத தன்னுடைய அந்த முரட்டுத்தனத்தால், தன் படகுகளை எரித்து விட்டதாகவும், மீண்டும் அவர்களிடம் செல்ல முடியாது என்றும் அவர் உணர்ந்தார். சொல்லாமல் கொள்ளாமல் திரும்பி வந்ததன் மூலம் ஸ்வியாஸ்கியிடமும் அவர் இதையே செய்தார். ஆனால் அவர் இனிமேல் அவர்களைப் பார்க்கச் செல்ல மாட்டார். இப்போது அது அவருக்கு ஒரு பொருட்டல்ல. முன்னெப்போதும் இல்லாத அளவுக்கு அவரது வாழ்க்கையில் புதிய விவசாய முறை அவரை முழுமயாக ஆக்கிரமித்துக் கொண்டது. ஸ்வியாஸ்கி கொடுத்த புத்தகங்களைப் படித்ததோடு, தன்னிடம் இல்லாதவற்றையும் லெவின் புதியதாக வாங்கினார். அரசியல் பொருளாதாரம் மற்றும் சோசலிசம் பற்றிய புத்தகங்களையும் படித்தார். அவர் எதிர்பார்த்தது போலவே, அவர் மேற்கொண்டிருக்கும் விவசாயத்துடன் தொடர் புடைய எதையும் அவற்றில் காண முடியவில்லை. அரசியல் பொருளாதார புத்தகங்களில், உதாரணமாக மில்லின் புத்தகங்களை அவர் முதலில் மிகுந்த ஆர்வத்துடன் படித்தார். ஐரோப்பிய விவசாயத்தின் நிலைமையிலிருந்து பெறப்பட்ட சட்டங்களை அறிந்த

அவர், எந்த நேரத்திலும் தன்னை ஆக்கரமித்துள்ள பிரச்சினைகளுக்கு ஒரு தீர்வு கிடைக்கும் என்ற நம்பிக்கையில் அவற்றைப் படித்தார். ஆனால் ரஷ்யாவுக்குப் பொருந்தாத இந்தச் சட்டங்கள் ஏன் உலகளாவியதாக இருக்க வேண்டும் என்பதை அவரால் புரிந்து கொள்ள முடியவில்லை. சோசலிசப் புத்தகங்களிலும் அவர் இதையே கண்டார். மாணவராக இருந்தபோதே ஆர்வத்தை ஏற்படுத்திய இவை அழகான, ஆனால் பயன்படுத்த முடியாத கற்பனைகள் அல்லது ஐரோப்பாவில் ஏற்கனவே நடைமுறையில் இருந்தவற்றின் மாற்றங்கள் மற்றும் திருத்தங்கள் என்பதுடன், ரஷ்யாவின் விவசாயத்துடன் எந்த வகையிலும் ஒற்றுமை இல்லாதவை. எந்த சட்டங்களினால் ஐரோப்பாவின் செல்வங்கள் வளர்ந்து வருகின் றனவோ அவை சந்தேகத்திற்கு இடமின்றி உலகளாவியவை என்று அரசியல் பொருளாதாரம் கூறியது. இந்தச் சட்டங்களின்படி ஏற்படும் முன்னேற்றம் அழிவுக்கு வழி வகுக்கும் என்று சோசலிச போதனைகள் சொன்னது. இவற்றில் சரியான பதில் கிட்டவில்லை என்பதோடு, லெவினும், ரஷ்ய விவசாயிகளும், நில உரிமையாளர் களும், பொதுநலனுக்காக, தங்கள் மில்லியன் கணக்கான கைகளையும், ஏக்கர்களையும், உற்பத்தித் திறன் மிக்கவைகளாக மாற்ற என்ன செய்ய வேண்டும் என்பதற்கான ஒரு சிறு குறிப்பைக் கூட காட்டவில்லை.

அந்தக் கேள்வியைக் கையில் எடுத்த அவர், அது தொடர்பான அனைத்தையும் கவனமாகப் படித்தார். அவருடைய பல்வேறு பிரச்சினைகளில் அடிக்கடி நடந்தது போல, தன்னுடைய இந்தக் கேள்வியிலும் நடந்துவிடக் கூடாது என்பதற்காக, இதைக் குறித்து மேலும் ஆராய்வதற்கு இலையுதிர் காலத்தில் வெளிநாடு செல்வ தற்குத் திட்டமிட்டார். தன்னோடு பேசுபவரின் சிந்தனையின் போக்கைப் புரிந்து கொண்டு, தனது சொந்த விளக்கத்தைக் கொடுக்கத் தொடங்கும் போது யாரேனும் அவரிடம் திடீரென்று, "ஆனால், காஃப்மேன், ஜோன்ஸ், டுபாய்ஸ் மற்றும் மிக்செல்லி பற்றி என்ன? நீங்கள் அவர்களைப் படிக்கவில்லையா? அவர்கள் இந்தப் பிரச் சினையை ஏற்கனவே கையாண்டுள்ளனர்" என்று சொல்வார்கள்.

காஃப்மேன், மிக்செல்லி இருவரும் தன்னிடம் சொல்வதற்கு ஒன்றுமில்லை என்பதை அவர் இப்போது தெளிவாகக் கண்டார். அவருக்கு என்ன வேண்டும் என்பது நன்றாகத் தெரியும். ரஷ்யாவில் சிறந்த நிலங்களும், சிறந்த தொழிலாளர்களும் இருக்கிறார்கள் என்பதையும், சில சந்தர்ப்பங்களில், பாதிவழியில் தான் சந்தித்த விவசாயியைப் போலவே, விவசாயிகளும் நிலங்களும் அதிக உற்பத் தியைத் தருகின்றன என்பதையும் அவர் கண்டுபிடித்தார். ஆனால் பெரும்பாலான சந்தர்ப்பங்களில், மூலதனம் ஐரோப்பிய பாணியில் பயன்படுத்தும் போது, உற்பத்தித் திறன் குறைகிறது. இதற்குக் காரணம்,

தொழிலாளர்கள் வேலை செய்ய விரும்புகிறார்கள், இயற்கையான வழியில் நன்றாக வேலை செய்கிறார்கள் என்பதையே அவர்களுக்குக் காட்டுகிறது. அவர்கள் காட்டும் எதிர்ப்பு தற்செயலானது அல்ல மாறாக நிலையானது என்பதுடன் விவசாயிகளின் உணர்வில் வேரூன்றியது. ஆக்கிரமிக்கப்படாத பெரும் நிலப்பரப்பில் குடியேற்றம் செய்து விவசாயம் செய்வதையே நோக்கமாகக் கொண்ட ரஷ்ய மக்கள், அந்த நோக்கத்திற்குத் தேவையான வழிமுறைகளை, அனைத்து நிலங்களும் ஆக்கிரமிக்கப்படும்வரை தொடர்ந்து கடைப்பிடித்து வந்தனர் என்பதால், பொதுவாக நினைப்பது போல அந்த முறைகள் மோசமானவை அல்ல என்று அவர் நினைத்தார். இதை அவர் கோட்பாட்டு ரீதியாகவும், நடைமுறையில் தனது விவசாயத்தின் மூலமும் நிரூபிக்க விரும்பினார்.

30

செப்டம்பர் மாத இறுதியில் உழவர் சங்கத்திற்கு ஒதுக்கப்பட்ட இடத்தில் கால்நடை தொழுவம் கட்டுவதற்காக மரங்களை வண்டியில் எடுத்து வந்தனர். பசுக்களின் வெண்ணெய் விற்கப்பட்ட லாபத்தின் பங்கு பிரித்துக் கொடுக்கப்பட்டது. பண்ணையின் நடைமுறையில் அனைத்தும் சிக்கலின்றி மிகச் சிறப்பாக நடந்தன அல்லது குறைந்தபட்சம் லெவின் அப்படி நினைத்தார். அதைக் கோட்பாட்டு ரீதியாக ஆராய்ந்து, தனது புத்தகத்தை நிறைவு செய்வதற்கு அவர் காத்திருந்தார். அவருடைய கனவுப்படி அது வெறுமனே, அரசியல் பொருளாதாரத்தில் ஒரு புரட்சியை ஏற்படுத்துவது மட்டுமின்றி, அந்த அறிவியலை முற்றிலுமாக அழித்து, மண்ணுக்கும் மக்களுக்கும் உள்ள உறவைப் பற்றி ஒரு புதிய அறிவியலுக்கு அடித்தளம் அமைப்பதுமாகும். அதன் பொருட்டு, வெளிநாடுகளுக்குச் சென்று, அந்த விஷயங்களில் என்ன செய்யப்பட்டுள்ளது என்பதை ஆராய்ந்து, அங்கு நடந்தவை அனைத்தும் தவறு என்பதற்கு உறுதியான ஆதாரங்களைக் கண்டுபிடிப்பது அவசியம். எனவே வெளிநாடு செல்வதற்குத் தயாராக இருந்த லெவின், பணத்தைப் பெற்றுக் கொண்டு, கோதுமையை அனுப்புவதற்கு மட்டுமே காத்திருந்தார். ஆனால் மழை பெய்ததன் காரணமாக மீதமுள்ள தானியங்களின் அறுவடையும், உருளைக் கிழங்கு அறுவடையும் தடைப்பட்டு, கோதுமை விநியோகம் உட்பட அனைத்துப் பணிகளும் முடங்கின. சாலைகள் பயணம் செய்ய முடியாத வகையில் சேறும் சகதியுமாக இருந்தன. இரண்டு ஆலைகள் மழை வெள்ளத்தில் அடித்துச் செல்லப்பட்டன. வானிலை மேலும் மேலும் மோசமடைந்து வந்தது.

செப்டம்பர் 30ஆம் தேதி சூரியன் வெளியே வந்தது. நல்ல வானிலையை எதிர்பார்த்த லெவின், தனது பயணத்திற்கான இறுதி ஏற்பாடுகளைச் செய்யத் தொடங்கினார். அவர் கோதுமையை அனுப்புவதற்கு ஏற்பாடு செய்ய உத்தரவிட்ட பிறகு, மேலாளரை பணத்தை வாங்குவதற்கு வியாபாரியிடம் அனுப்பிவிட்டு, புறப்படுவதற்கு முன் இறுதியாக சில உத்தரவுகளை வழங்கப் பண்ணைக்குச் சென்றார்.

தன்னுடைய தோல் கோட்டிலும், முதுகிலும், காலணிகளிலும் வழிந்தோடிய மழை நீரோடு, லெவின் எல்லா வேலைகளையும் முடித்துவிட்டு, மிக மகிழ்ச்சியான, உற்சாகமான மனநிலையில், மாலையில் வீட்டிற்குத் திரும்பினார். மாலையில் வானிலை மேலும் மோசமடைந்தது. ஏற்கனவே மழையில் நனைந்திருந்த குதிரையை ஆலங்கட்டி மழை கொடூரமாகத் தாக்கியது. எனவே அது காது களையும் தலையையும் அசைத்தபடி பக்கவாட்டில் சென்றது. ஆனால் முக்காடு அணிந்ததால் லெவின் பாதுகாப்பாக இருந்தார். அவர் உற்சாகத்துடன் சுற்றிலும் பார்த்துக்கொண்டு சென்றார். தனக்கு மிகவும் பழக்கப்பட்ட பாதையில், சேறும் சகதியுமாக ஓடிய நீரோடைகளையும், ஒவ்வொரு மரக்கிளையிலும் தொங்கிய மழைத் துளிகளையும், பாலத்தின் கைப்பிடிப் பலகைகளில் உருகாத ஆலங் கட்டியின் வெண்மையையும், இலைகள் இல்லாமல் மொட்டையாக இருந்த ஆயாமரத்தைச் சுற்றி, விழுந்து கிடந்த, சாறு நிறைந்த, புத்தம் புதிய இலைகளின் குவியல்களையும் அவர் மகிழ்ச்சியுடன் பார்த்தார். தன்னைச் சுற்றியிருந்த இயற்கையில் எங்கும் இருள் சூழ்ந்திருந்த போதிலும் அது அவருக்கு விசித்திரமான ஆர்வத்தைக் கொடுத்தது. தொலைதூர கிராமத்தில் இருந்த விவசாயிகளுடன் அவர் மேற்கொண்ட உரையாடல்கள், அவர்கள் தங்கள் புதிய நிலைக்குப் பழகத் தொடங்கியிருப்பதைக் காட்டியது. லெவின் தன்னை உலர்த்திக்கொள்ள நின்ற இடத்தில் இருந்த, வயதான விடுதிக்காப்பாளர், லெவினின் திட்டத்தை வெளிப்படையாக ஏற்றுக்கொண்டார். மேலும் கால்நடைகளை வாங்குவதன் மூலம் கூட்டாண்மையில் சேர முன் வந்தார்.

'நான் பிடிவாதமாக என் இலக்கை நோக்கிச் சென்றால் போதும், நான் விரும்பியதை அடைவேன்' என்று லெவின் நினைத்தார். 'இது சிரமத்தைப் பாராமல், கடுமையாக வேலை செய்ய வேண்டிய ஒன்று. இது தனிப்பட்ட விஷயமல்ல மாறாக, பொது நன்மை குறித்த கேள்வி. ஒட்டுமொத்த விவசாயமும், எல்லாவற்றுக் கும் மேலாக ஒட்டுமொத்த விவசாயிகளின் நிலையும் முற்றிலுமாக மாற வேண்டும். வறுமைக்குப் பதிலாக, செழிப்பும் மனநிறைவும், பகைமைக்குப் பதிலாக, நல்லிணக்கமும் நலன்களின் ஒற்றுமையும்.

சுருங்கச் சொன்னால் இரத்தம் சிந்தாத புரட்சி, ஆனால் ஒரு மகத்தான புரட்சி. முதலில் எங்கள் மாவட்டத்தின் சிறிய வட்டத்தில் தொடங்கி பிறகு மாகாணம், பிறகு ரஷ்யா, அதன் பிறகு உலகம் முழுவதும். ஏனெனில் ஒரு நியாயமான யோசனை பலன் தராமல் இருக்க முடியாது. ஆம், இது வேலை செய்ய வேண்டிய ஒரு குறிக்கோள். நான்தான் கோஸ்டியா லெவின். கருப்பு நிற உடையில் ஒரு நடனத்திற்குச் சென்று, மிஸ் ஷெர்பாட்ஸ்கியால் நிராகரிக்கப் பட்டு, இயல்பாகவே மிகவும் பரிதாபகரமான, பயனற்ற, தன்னை நிரூபிக்க எதையும் செய்யாத ஒரு ஜந்து. நிச்சயமாக பெஞ்சமின் ஃபிராங்க்ளின் தன்னையும் பயனற்றவராக உணர்ந்து, தன் சுயத்தைத் திரும்பிப் பார்த்து, தன் மீதே அவநம்பிக்கை கொண்டவராக இருந் திருப்பார் என்பதில் சந்தேகமில்லை. அதற்கெல்லாம் எந்த அர்த்தமும் இல்லை. அவருக்கும் ஒரு அகாஃபியா மிகைலோவ்னா இருந்திருக்க வேண்டும். அவர் தனது ரகசியங்களை அவளிடம் பகிர்ந்து கொண்டி ருக்கலாம்.'

இத்தகைய நினைவுகளுடன் பயணம் செய்த அவர் இருட்டிய பிறகு வீட்டை அடைந்தார்.

வியாபாரியைப் பார்க்கச் சென்ற மேலாளர் கோதுமைக்கான பணத்தில் ஒரு தவணையை வாங்கிக் கொண்டு வந்திருந்தார். விடுதிக் காப்பாளருடன் ஒரு உடன்பாடு செய்யப்பட்டது. மேலாளர் தான் வந்த வழிநெடுகிலும் அனைத்து இடங்களிலும், கோதுமைகள் இன்னும் வயல்வெளிகளில் இருப்பதைக் கண்டார். எனவே வயல்வெளிகளில் இன்னமும் இருந்த லெவினின் நூற்றி அறுபது குவியல்கள் மற்றவர்களின் இழப்புடன் ஒப்பிடுகையில் ஒன்றுமில்லை.

சாப்பிட்டு முடித்ததும், லெவின் வழக்கம்போல ஒரு புத்தகத் துடன் சாய்வு நாற்காலியில் அமர்ந்தார். புத்தகத்தைப் படிக்கும் போது, தனது புத்தகம் தொடர்பாகத் தான் மேற்கொள்ளப் போகும் பயணத்தைப் பற்றி தொடர்ந்து சிந்தித்தார். அவரது புத்தகத்தின் முக்கியத்துவம் இன்று அவருக்கு மிகத் தெளிவாகப் புலப்பட்டது. மேலும் அவரது எண்ணங்களின் சாராம்சத்தை வெளிப்படுத்தும் வகையில் ஒவ்வொரு பத்திகளும் அவருடைய மனதில் தங்களைத் தாங்களே வடிவமைத்துக் கொண்டன. 'இதை நான் எழுத வேண்டும்' என்று நினைத்தார். 'நான் முன்பு தேவையில்லை எனக் கருதிய இதை ஒரு முன்னுரையாக வைக்க வேண்டும்.' அவர் தனது எழுதும் மேசைக்குச் செல்ல எழுந்தார். அவர் காலடியில் படுத்திருந்து லாஸ்காவும் உடம்பை முறித்து எழுந்து நின்று, எங்கே போக வேண்டும் என்று கேட்பதைப் போல அவரைப் பார்த்தாள். ஆனால் தலைமை விவசாயிகள் அவரைப் பார்க்க வந்ததால், அவர் எழுந்து

முன் அறைக்குச் சென்றார். எனவே அதை எழுதுவதற்கு அவருக்கு நேரம் கிடைக்கவில்லை.

தன்னுடன் வியாபாரம் செய்த அனைத்து விவசாயிகளையும் பார்த்து, அடுத்த நாள் வேலைக்கான உத்தரவுகளைக் கொடுத்து விட்டு, தனது படிப்பறைக்குச் சென்ற லெவின் எழுதுவதற்கு அமர்ந்தார். லாஸ்கா மேசையின் கீழ் படுத்துக்கொள்ள, அகாஃபியா மிகைலோவ்னா தனது வழக்கமான இடத்தில் அமர்ந்து காலுறை பின்னத் தொடங்கினாள்.

லெவின் சிறிது நேரம் எழுதிக் கொண்டிருந்தபோது, திடீரென்று கிட்டியும், அவளுடைய நிராகரிப்பும், அவர்களின் கடைசி சந்திப்பும் அசாதாரணமான பிரகாசத்துடன் அவர் நினைவில் எழுந்தது. எழுந்து நின்ற அவர் அறை முழுவதையும் சுற்றிப் பார்த்தார்.

"சோகமாக இருப்பதால் எதுவும் நடக்காது" என்ற அகாஃபியா மிகைலோவ்னா அவரிடம் சொன்னாள். "சரி, ஏன் வீட்டில் இருக்கிறீர்கள்? நீங்கள் தயாராகிவிட்ட பிறகு கிளம்ப வேண்டியதுதானே?"

"நான் நாளை மறுநாள் போகிறேன் அகாஃபியா மிகை லோவ்னா. முடிக்க வேண்டிய வேலை இன்னும் இருக்கிறது."

"ஓ, உங்களுக்கு என்னதான் வேலை!" விவசாயிகளுக்குப் போது மான சன்மானம் தரவில்லையா! அதற்காக உங்களுக்கு ஜார் அரசரின் அருள் கிட்டும் என்று சொல்கிறார்கள். இது விநோதமாக உள்ளது. நீங்கள் ஏன் விவசாயிகளைப் பற்றிக் கவலைப்பட வேண்டும்?"

"நான் அவர்களைப் பற்றிக் கவலைப்படவில்லை. நான் இதை எனக்காகச் செய்கிறேன்."

அகாஃபியா மிகைலோவ்னாவுக்குப் பண்ணையைப் பற்றிய லெவினின் அனைத்துத் திட்டங்களும் தெரியும். லெவின் அடிக்கடி தன்னுடைய கருத்துக்களை அவற்றின் அனைத்துச் சிக்கல்களிலும் அவள் முன் வைத்து, அவளுடன் வாதிட்டு, அதற்கான அவளுடைய விளக்கங்களை மறுத்து வந்தார். ஆனால் இந்தச் சந்தர்ப்பத்தில் அவர் சொன்னதை அவள் முற்றிலும் தவறாகப் புரிந்துகொண்டாள்.

"ஒருவர் அனைத்தையும் விட தன் ஆன்மாவைப் பற்றி அதிகம் சிந்திக்க வேண்டும்" என்று பெருமூச்சுடன் சொன்னாள். "பார்பி யோன் டெனிச் அறிஞர் அல்ல என்றாலும் அவரைப் போலவே அனைவரும் இறக்க கடவுள் அருள்புரிவாராக!" என்று சமீபத்தில் இறந்த ஒரு வேலைக்காரனைப் பற்றி அவள் சொன்னாள். "அவர் பரிசுத்த திருப்பலியையும் அன்பையும் பெற்றார்."

"நான் அதைப் பற்றிப் பேசவில்லை" என்றார். "நான் இதை என் சொந்த நலனுக்காகச் செய்கிறேன். விவசாயிகள் எத்தனை

நன்றாக வேலை செய்கிறார்களோ அந்த அளவுக்கு எனக்கு நன்மை ஏற்படும்."

"ஓ, நீங்கள் என்னதான் செய்தாலும், அவர் சோம்பேறியாக இருந்தால், அவர் தடுமாறிக் கொண்டேதான் இருப்பார். அவருக்கு மனசாட்சி இருந்தால் அவர் வேலை செய்யப் போகிறார். அப்படி இல்லையெனில் நீங்கள் செய்வதற்கு ஏதுமில்லை."

"சரி, ஆனால் இவான் கால்நடைகளை நன்றாகப் பராமரிக் கிறான் என்று நீங்களே சொன்னீர்கள்."

"நான் ஒன்றே ஒன்று சொல்கிறேன்" என்றாள் அகாஃபியா மிகைலோவ்னா. அவள் தற்செயலாக அதைச் சொல்லவில்லை மாறாக நன்றாக யோசித்துக் கண்டிப்புடன் சொன்னாள். "நீங்கள் திருமணம் செய்துகொள்ள வேண்டும். அவ்வளவுதான்!"

தான் நினைத்துக் கொண்டிருந்ததை அகாஃபியா மிகை லோவ்னா குறிப்பிட்டது அவர் உள்ளத்தைக் காயப்படுத்தி, அவரை வருத்தத்தில் தள்ளியது. முகத்தைச் சுளித்த அவர், அவளுக்குப் பதில் சொல்லாமல், தன் படைப்பின் முக்கியத்துவத்தைக் குறித்து நினைத்த வற்றைத் தனக்குள் திரும்பத் திரும்பச் சொல்லிக் கொண்டு, வேலையைத் தொடர்ந்தார். அமைதியின் ஊடே அவள் தைக்கும் ஊசிகளின் ஓசையை எப்போதாவது காதில் வாங்கிய அவர், நினைவு படுத்த விரும்பாததை நினைவுகூர்ந்து மீண்டும் முகம் சுளித்தார்.

ஒன்பது மணியளவில் ஒரு வண்டியின் மணியோசையும், சேற்றில் புரளும் சக்கரங்களின் கனத்த ஓசையும் அவருக்குக் கேட்டது.

"அதோ! விருந்தினர்கள் வருகிறார்கள்" என்ற அகாஃபியா மிகைலோவ்னா எழுந்து வாசலை நோக்கிச் சென்றாள். "இனி நீங்கள் மந்தமாக இருக்க மாட்டீர்கள்." ஆனால் லெவின் அவளை முந்திச் சென்றார். இப்போது அவரது வேலை சரியாக நடக்காத நிலையில், வரும் விருந்தினர் யாராக இருந்தாலும் மகிழ்ச்சியடைய லெவின் தயாராக இருந்தார்.

31

படிகளில் பாதி தூரம் ஓடிய லெவின், முன்புற அறையில் தனக்குப் பழக்கமான இருமல் சத்தத்தைக் கேட்டார். ஆனால் அவர் தனது காலடி ஓசையின் காரணமாக அதைத் தெளிவாகக் கேட்கவில்லை என்பதால் தான் நினைப்பது தவறாக இருக்கும் என்று கருதினார். பிறகு அவர் அந்த உயரமான, எலும்பும் தோலு மான, தனக்குப் பரிச்சயமான உருவத்தைக் கண்டார். இனியும்

தன்னை ஏமாற்றிக்கொள்ள முடியாது என்று அவருக்குத் தோன்றி யது. ஆனாலும் தான் நினைப்பது தவறு என்று எண்ணிய அவர், உரோமக் கோட்டைக் கழற்றிவிட்டு, இருமிக் கொண்டிருந்த அந்த உயரமான மனிதர் தன் சகோதரனாக இருக்க முடியாது என்று உறுதியாக நம்பினார்.

லெவின் தனது சகோதரரை நேசித்தார் என்றாலும் எப்போதும் அவருடன் கூட இருப்பது வேதனை தருவதாக இருக்கும் என்று கருதினார். தன்னை ஆக்ரமித்திருந்த எண்ணங்களாலும் அகாஃபியா மிகைலோவ்னா நினைவுபடுத்தியதாலும், இப்போது லெவின் ஒரு தெளிவற்ற, குழப்பமான மனநிலையில் இருந்தார். எனவே இப்போது அவரது சகோதரருடன் நிகழும் சந்திப்பு அவருக்கு மிகவும் கடின மாகத் தோன்றியது. உற்சாகமான, மகிழ்ச்சியான, தனது உணர்ச்சிக் குழப்பத்திலிருந்து தன்னைத் திசைதிருப்பக் கூடிய ஒரு அந்நியருக்குப் பதிலாக, தன் சகோதரரைப் பார்க்க வேண்டுமே என்று அவர் நினைத்தார். தன்னை முன்னும் பின்னும் நன்றாக அறிந்த அவர், தன் ஆழ்மனதிலுள்ள எல்லா எண்ணங்களையும் வெளிப்படுத்தி, தன்னுடைய மனக் கதவை திறந்து காட்டும்படி தன்னைக் கட்டாயப் படுத்துவார் என்று அவர் நினைத்தார். ஆனால் இப்போது அவர் அதைச் செய்யும் மனநிலையில் இல்லை.

இந்த இழிவான உணர்வினால், தன் மீதே கோபம் கொண்ட லெவின் முன் வாசலுக்கு விரைந்து ஓடினார். தனது சகோதரரைப் பார்த்தவுடன், அவருடைய தனிப்பட்ட விரக்தி உடனே ஆவியாக மறைந்து, அதற்குப் பதிலாக அவருடைய உள்ளத்தில் இரக்கம் பிறந்தது. முன்பு அவருடைய சகோதரருக்கு எவ்வளவோ மோசமான மனச் சோர்வும், உடல்நலக்குறைவும் இருந்தபோதிலும், அதைவிட மோசமாக, இப்போது அவர் மேலும் மெலிந்து, சோர்வாகக் காணப் பட்டார். அவர் தோலால் மூடப்பட்ட எலும்புக் கூடாகக் காட்சி யளித்தார்.

முன் அறையில் நின்றிருந்த அவர், தன் நீண்ட மெலிந்த கழுத்தைக் கோணியபடி, அதைச் சுற்றியிருந்த கைக்குட்டையை இழுத்துக் கொண்டிருந்தார். அவர் முகத்தில் வருத்தம் தோய்ந்த விசித்திரமான சிரிப்பு வெளிப்பட்டது. சாந்தமான, பணிவான அந்தப் புன்னகையைக் கண்டதும் லெவினுக்குத் தொண்டை அடைத்தது.

"இதோ, நான் உங்களைப் பார்க்க வந்துவிட்டேன்" என்று மந்தமான குரலில் சொன்ன நிகோலாய், தன் கண்களைத் தனது சகோதரன் மீது நிலைக்க விட்டார். "நான் நீண்ட காலமாக வரலாம் என்று நினைத்தேன் ஆனால் எனக்கு உடல்நிலை மோசமாக

இருந்தது. இப்போது பரவாயில்லை" என்ற அவர் தன் அகலமான, மெல்லிய உள்ளங்கையால் தாடியை வருடினார்.

"ஆமாம், ஆமாம்!" என்று லெவின் பதிலளித்தார். லெவின் அவரை முத்தமிடுகையில், அவரது உடலின் வறட்சியை உணர்ந்த துடன், அவரது பெரிய விசித்திரமான பளபளக்கும் கண்களை மிக அருகில் கண்டு பயந்தார்.

சில வாரங்களுக்கு முன்பு, லெவின் அவருக்கு எழுதிய கடிதத்தில், அவர்களுக்கிடையே இன்னும் பாகப்பிரிவினை செய்யாம லிருந்த வீட்டின் சிறிய பகுதியை விற்பதன் மூலம், தனது சகோதர ருக்கு அவருடைய பங்காகச் சுமார் இரண்டாயிரம் ரூபிள்கள் கிடைக்கும் என்று குறிப்பிட்டிருந்தார். அந்தப் பணத்தை வாங்கவும், மிக முக்கியமாகத் தங்கள் குடும்ப வீட்டில் சிறிது காலம் தங்கவும், தனது எதிர்காலச் சாகசங்களுக்காக, வலிமைமிக்க வீரர்களைப் போல, சொந்த மண்ணைத் தொட்டுத் தனது ஆற்றலைத் திரும்பப் பெறுவ தற்காகத் தான் வந்திருப்பதாக நிகோலாய் சொன்னார். அவர் முன்னைவிட வளைந்த தோள்களுடன் மிக உயரமாக இருந்ததால், அவரது உடலின் மெலிந்த தோற்றம் திடுக்கிட வைத்தது. அவரது அசைவுகள் முன்னைப் போலவே விரைவாகவும் திடீரெனவும் வெளிப்பட்டன. லெவின் அவரைப் படிப்பறைக்கு அழைத்துச் சென்றார்.

அவரது சகோதரர், எப்போதும் இல்லாத வகையில், மிகுந்த கவனத்துடன் உடைகளை மாற்றிக் கொண்டார். தனது மெலிந்த நேரான முடியைச் சீவி, சிரித்துக்கொண்டே மாடிக்குச் சென்றார்.

லெவின் சிறுவயதில் அவரைப் பார்த்தது போல, கனிவான, மகிழ்ச்சியான மனநிலையில் அவர் இருந்தார். கோபப்படாமல் செர்ஜி இவானோவிச்சைப் பற்றி விசாரித்தார். அகாஃபியா மிகை லோவ்னாவைப் பார்த்ததும், அவளிடம் கேலியாகப் பேசி, பழைய வேலைக்காரர்களைப் பற்றிக் கேட்டார். பார்பியோன் டெனிச்சின் மரணச் செய்தி அவரிடம் விரும்பத்தகாத விளைவை ஏற்படுத்தியது. அப்போது தன்னுடைய முகத்தில் பரவிய பீதியுணர்வை அவர் உடனடியாக விரட்டியடித்தார்.

"சரி, அவருக்கு வயதாகிவிட்டது" என்ற அவர் பேச்சை மாற்றினார். "ஆக, நான் உங்களுடன் ஓரிரு மாதங்கள் தங்கியிருந்து பிறகு மாஸ்கோவுக்குச் செல்கிறேன். உங்களுக்குத் தெரியுமா, மியாக் கோவ் எனக்கு ஒரு பதவியை பெற்றுத் தருவதாக உறுதியளித்துள்ளார். நான் சேவைக்குச் செல்வேன். இனி என் வாழ்க்கையை மிகவும் வித்தியாசமாக அமைத்துக் கொள்வேன்" என்ற அவர் தொடர்ந்து

சொன்னார். "உங்களுக்குத் தெரியுமா, நான் அந்தப் பெண்ணை அனுப்பிவிட்டேன்" என்றார்.

"மரியா நிகோலோவ்னா? ஏன், எதற்காக?"

"அவள் ஒரு கேவலமான பெண்! அவள் எனக்குப் பல தொல்லைகளை ஏற்படுத்தினாள்" என்று சொன்னார். ஆனால் அது என்ன என்பதை அவர் சொல்லவில்லை. தேநீர் திடமாக இல்லை என்பதற்காகவும், தன்னை அவள் ஒரு நோயாளியைப் போல நடத்தினாள் என்பதற்காகவும் துரத்தினேன் என்பதை அவரால் சொல்ல முடியவில்லை. "இப்போது நான் என்னுடைய வாழ்க்கையை முற்றிலுமாக மாற்றியமைக்க விரும்புகிறேன். மற்ற வர்களைப் போலவே நானும் சில முட்டாள்தனங்களைச் செய்திருக் கிறேன். ஆனால் இதில் பணம் அற்பமான விஷயம். அதற்காக நான் வருத்தப்படவில்லை. ஆரோக்கியம் உள்ளவரை, இப்போது என் ஆரோக்கியம் மேம்பட்டுள்ளதற்குக் கடவுளுக்கு நன்றி."

அதைக் கேட்ட லெவின் என்ன சொல்வது என்று யோசித்தார் ஆனால் முடியவில்லை. நிகோலாயும் அதை உணர்ந்திருக்க வேண்டும். அவர் லெவினிடம் அவருடைய விவகாரங்களைப் பற்றிக் கேட்கத் தொடங்கினார். லெவினும் தன்னைப் பற்றிப் பேசுவதில் மகிழ்ச்சி யடைந்தார். ஏனெனில் அவரால் பாசாங்கு இல்லாமல் பேச முடியும். அவர் தன்னுடைய திட்டங்களையும் செயல்களையும் சகோதரரிடம் கூறினார்.

அவரது சகோதரர் அதைக் கேட்டார் என்றாலும் அவர் வெளிப்படையாகவே அதில் ஆர்வம் காட்டவில்லை.

இருவரும் மிகவும் நெருக்கமானவர்கள், மிகவும் பிரியமானவர்கள் என்பதால், வார்த்தைகளில் சொல்லப்படும் எதையும்விட அவர் களின் சிறிய அசைவும், குரலின் தொனியும் அவர்களிடம் அதிகம் பேசின.

இப்போது அவர்கள் இருவரையும் ஒரே ஒரு எண்ணம் மட்டுமே ஆக்கிரமித்திருந்தது. அது நிகோலாயின் நோயும், அவரை நெருங்கி வந்த மரணமும். அது அவர்களின் மற்ற எண்ணங்களை அடக்கி வைத்தது. இருவருமே அதைப் பற்றிப் பேசுவதற்கு பயந்தார்கள். தங்கள் மனதை ஆக்கிரமித்திருந்ததை வெளிக்காட்டாமல் அவர்கள் பேசிய அனைத்தும் பொய்தான். எனவே எப்போது மாலை நேரம் வரும், எப்போது படுக்கலாம் என்று நினைத்திருந்த லெவின், அந்த நேரம் வந்தபோது இதுவரை இல்லாத அளவுக்கு மகிழ்ச்சியடைந்தார். அந்நியரோ அல்லது அறிந்தவரோ யாருடனும், அன்று இருந்ததைப் போல அவர் இயற்கைக்கு மாறாகவும் பொய் யாகவும் இருந்ததில்லை. இந்த இயற்கைக்கு மாறான உணர்வும்,

அதைக் கண்டு அவர் அடைந்த வருத்தமும் அவரை மேலும் இயற்கைக்கு மாறானவராக ஆக்கியது. இறந்து கொண்டிருக்கும் தனது அருமை சகோதரனை நினைத்து அழ வேண்டும் என்று அவர் விரும்பினார். எனவே அவர் எப்படி வாழ விரும்புகிறார் என்பதைக் கேட்கவும் பேசவும் வேண்டிய கட்டாயத்தில் இருந்தார்.

வீடு ஈரப்பதமாக இருந்ததாலும், ஒரே ஒரு அறை மட்டுமே வெப்பமாக இருந்ததாலும், லெவின் தனது சகோதரரைத் தனது படுக்கையறையில் ஒரு திரைக்குப் பின்னால் தூங்க ஏற்பாடு செய்தார்.

படுக்கையில் படுத்த அவர் தூங்கினாலும் இல்லாவிட்டாலும், ஒரு நோயுற்ற மனிதனைப் போல தொடர்ந்து இருமியபடி, உடல் தூக்கித்தூக்கிப் போட படுக்கையில் கிடந்தார். அவரால் தனது தொண்டையைச் சரிசெய்ய முடியாதபோது ஏதோ சிலவற்றை அவர் முணுமுணுத்தார். சில சமயம் மூச்சுவிடுவது சிரமமாக இருக்கையில், "அடக் கடவுளே!" என்றார். சில சமயம் கபம் அவர் தொண்டையை அடைக்கும்போது, "ஐயோ! நரகம்!" என்று விரக்தியுடன் சொன்னார். அவர் புலம்புவதைக் கேட்டுக் கொண்டே லெவின் நீண்ட நேரம் தூங்காமல் இருந்தார். லெவினின் எண்ணங்கள் பல்வேறு திசைகளில் ஓடின என்றாலும் இறுதியில் 'மரணம்' என்ற ஒற்றைச் சொல்லில் சென்று முடிந்தது. முதல் முறையாகத் தவிர்க்க முடியாத, முடிவான மரணம், எதிர்க்க முடியாத ஆற்றலுடன் அவர் எதிரில் வந்து நின்றது. அரைத் தூக்கத்தில் முனகிக் கொண்டு, பழக்கத்தினால் கடவுளையும் பிசாசையும் பாகுபாடின்றி அழைக்கும், அன்புச் சகோதரனை நெருங்கிவிட்ட மரணம், இப்போது வெகு தொலைவில் இல்லாமல், தனக்குள்ளேயே இருக்கிறது என்பதை லெவின் உணர்ந்தார். இன்று இல்லையெனில் நாளை, நாளை இல்லையெனில் இன்னும் முப்பது ஆண்டுகளில் என்றாலும் எல்லாம் ஒன்றுதானே! இந்தத் தவிர்க்க முடியாத மரணம் என்ன என்பதைப் பற்றி அவருக்குத் தெரியாது, அதைப் பற்றி அவர் ஒருபோதும் யோசித்ததில்லை. மேலும் அதைப் பற்றி அவரால் சிந்திக்க முடியவில்லை, அதைச் சிந்திப்பதற்குரிய ஆற்றலும், துணிவும் அவருக்கு இல்லை.

'நான் வேலை செய்கிறேன், நான் எதையாவது சாதிக்க முயற்சி செய்கிறேன் என்றாலும் எல்லாவற்றையும் முடிவுக்குக் கொண்டு வந்துவிடும் மரணம் இருப்பதை நான் மறந்து விட்டேன்.'

இருட்டில் படுக்கையில் உட்கார்ந்து, குனிந்து முழங்கால்களைக் கட்டிக்கொண்டு, சிந்தனையின் அழுத்தத்தினால், மூச்சைப் பிடித்துக் கொண்டு யோசித்தார். ஆனால் அவர் எத்தனை தீவிரமாக யோசித்தாரோ அத்தனைக்கு அது தவிர்க்க முடியாது என்பதை திட்ட

வட்டமாகப் புரிந்து கொண்டார். மரணம் அனைத்தையும் முடிவுக்குக் கொண்டு வந்துவிடும் என்பதால், எதைச் செய்வதும் அர்த்தமற்றது என்பதுடன், அதிலிருந்து தப்பிக்க எந்த மார்க்கமும் இல்லை என்ற சிறிய உண்மையை அவர் மறந்து விட்டார். ஆம், அது பயங்கரமானது என்றாலும் அதுதான் உண்மை.

'ஆனால் நான் இன்னும் உயிரோடு இருக்கிறேன். எனவே நான் என்ன செய்ய வேண்டும்? நான் என்ன செய்ய வேண்டும்?' என்று விரக்தியுடன் கேட்டுக் கொண்டார். மெழுகுவர்த்தியை ஏற்றிய அவர், ஜாக்கிரதையாக எழுந்து நடந்து சென்று கண்ணாடி முன்னால் நின்று, முகத்தையும், முடியையும் ஆராய்ந்தார். ஆம், அவரது பக்கவாட்டு முன்நெற்றியில் நரை முடிகள் தெரிந்தன. அவர் தன் வாயைத் திறந்தார். அவருடைய பின் பற்கள் சிதையத் தொடங்கியிருந்தன. அவர் தனது தசை மிகுந்த கைகளை முறுக்கினார். ஆம், நல்ல வலிமை. ஆனால் இப்போது நுரையீரலில் எஞ்சி யுள்ள காற்றைக் கொண்டு சுவாசிக்கும் நிகோலாய்க்கும் முன்பு ஆரோக்கியமான உடல் இருந்தது. அவர்கள் குழந்தைகளாக இருந்தபோது, ஒரே நேரத்தில் படுக்கைக்குச் சென்று, பியோதர் போக்டானிச் புறப்படுவதற்காக மட்டுமே காத்திருந்து, அவர் சென்ற பிறகு ஒருவருக்கொருவர் தலையணைகளை எறிந்து, விவரிக்க முடியாத வகையில் எப்படிச் சிரித்தனர் என்பது அவருக்கு திடீரென்று நினைவுக்கு வந்தது. இதனால் பியோதர் போக்டானிச்சிடம் இருந்த பயம்கூட, வாழ்க்கையின் இந்த மகிழ்ச்சியால் நிரம்பி வழியும் பரவசமான உணர்வைத் தடுக்க முடியவில்லை. 'இப்போது இந்த வளைந்த வெற்று மார்பு... எனக்கு என்ன நடக்கப் போகும் என்பதோ, ஏன் நடக்கும் என்பதோ எனக்குத் தெரியாது...'

"அட பிசாசு! எதற்காக அலைந்து திரிகிறீர்கள்? நீங்கள் ஏன் இன்னும் தூங்கவில்லை?" என்று அவருடைய சகோதரன் குரல் கேட்டது.

"எனக்குத் தெரியவில்லை, தூக்கம் வரவில்லை."

"நான் நன்றாகத் தூங்கினேன். எனக்கு இப்போது வியர்க்க வில்லை. என் சட்டையைப் பாருங்கள் வியர்வை இருக்கிறதா?"

ஈரமாக இருப்பதை உணர்ந்த லெவின் தடுப்புக்குப் பின்னால் சென்று மெழுவர்த்தியை அணைத்தார். ஆனாலும், அவர் தூங்கு வதற்கு நீண்ட நேரம் பிடித்தது. அவர் எப்படி வாழ்வது என்ற கேள்விக்கு ஓரளவுக்குத் தெளிவை எட்டியிருந்த நிலையில் மரணம் என்ற ஒரு புதிய, தீர்க்க முடியாத பிரச்சினை அவர் முன்னால் எழுந்தது.

'இறந்து கொண்டிருக்கும் அவர் வசந்த காலத்தில் இறந்து விடுவார். எனவே நான் அவருக்கு எவ்வாறு உதவ முடியும்? நான் அவருக்கு என்ன சொல்ல முடியும்? அதைப் பற்றி எனக்கு என்ன தெரியும்? அப்படி ஒன்று இருப்பதைக் கூட நான் இதுவரை மறந்திருந்தேன்.'

32

அதிகப்படியான பிடிவாதமும், சாந்தகுணமும், கொண்ட மனிதர்களிடம் இருப்பது, சங்கடமாக மாறும்போது, அவர்கள் தங்களின் அதிகப்படியான கோரிக்கையாலும், தவறுகளைக் கண்டறியும் குணத்தாலும், மிக விரைவில் பொறுத்துக் கொள்ள முடியாதவர்களாக ஆகிவிடுகிறார்கள் என்பதை லெவின் நீண்ட காலத்திற்கு முன்பே கவனித்திருந்தார். தன் சகோதரருக்கும் இப்படி நடக்கும் என்று லெவின் எதிர்பார்த்தார். உண்மையில் அவருடைய சகோதரரின் சாந்த குணம் நீண்ட காலம் நீடிக்கவில்லை. அடுத்த நாள் காலையே எரிச்சலடைந்த அவர் லெவின் மீது குற்றம் கண்ட துடன், அவரது நுட்பமான உணர்வுகளைக் காயப்படுத்தினார்.

குற்றவுணர்வுக்கு ஆளான லெவின் அதிலிருந்து விடுபட முடியாமல் தவித்தார். அவர்கள் இருவரும் பாசாங்கு இல்லாமல், தங்கள் இதயத்திலிருந்து, அதாவது, அவர்கள் தாங்கள் உண்மையில் நினைத்ததையும் உணர்ந்ததையும் மட்டும் பேசியிருந்தால், அவர்கள் ஒருவருக்கொருவர் கண்களை மட்டுமே பார்த்து, அதில் என்ன இருக்கிறது என்பதை அறிந்திருப்பார்கள் என்று லெவின் நினைத்தார். அப்போது லெவின், 'நீங்கள் இறந்துவிடுவீர்கள், இறந்துவிடுவீர்கள்!' என்று மட்டுமே கூறியிருப்பார். 'நான் இறந்துவிடுவேன் என்று எனக்குத் தெரியும். ஆனால் எனக்குப் பயமாக இருக்கிறது, பயமாக இருக்கிறது!' என்று மட்டுமே நிகோலாய் கூறியிருப்பார். அவர்கள் மனதில் உள்ளதை மட்டும் பேசியிருந்தால் அதற்கு மேல் பேசுவதற்கு எதுவும் இருந்திருக்காது. ஆனால் யாரும் அப்படி வாழ முடியாது என்பதால் லெவின், தன்னுடைய வாழ்நாள் முழுவதும் முயன்றும், வெற்றிகரமாகச் செய்ய முடியாததை, பலரும் அதைச் சிறப்பாகச் செய்வதைக் கவனித்திருந்த அவர், அது இல்லாமல் வாழ முடியாது என்பதால், தான் நினைப்பதைச் சொல்லாமல் வேறு ஒன்றைச் சொல்ல முயன்றார். அது பொய் என்பதையும், தன் சகோதரர் அதை அறிந்து எரிச்சலடைகிறார் என்பதையும் லெவின் உணர்ந்தார்.

மூன்றாம் நாள், நிகோலாய் தன் சகோதரனிடம் அவருடைய திட்டத்தை மீண்டும் விளக்கும்படி கேட்டு, அதைக் குறை கூறிய துடன் வேண்டுமென்றே அதைக் கம்யூனிசத்துடன் குழப்பத் தொடங்கினார்.

"நீங்கள் மற்றவர்களின் சிந்தனையை எடுத்துத் திரித்துவிட்டீர்கள். இப்போது அது பொருந்தாத இடங்களில் அதைப் பயன்படுத்த விரும்புகிறீர்கள்."

"ஆனால் அதற்கும் இதற்கும் எந்தச் சம்பந்தமும் இல்லை. கம்யூனிஸ்டுகள் சொத்து, மூலதனம், வாரிசுரிமை ஆகியவற்றின் நீதியை மறுக்கிறார்கள். அதே நேரத்தில் இந்த முக்கிய தூண்டுதலை (லெவினுக்கு இத்தகைய சொற்களைப் பயன்படுத்துவதில் வெறுப்பு ஏற்பட்டது. ஆனால் தனது வேலையைத் தொடங்கியதிலிருந்து, தன்னையும் அறியாமல் ரஷ்யன் அல்லாத சொற்களை அவர் அடிக் கடி பயன்படுத்தினார்) மறுக்காமல் நான் உழைப்பை ஒழுங்குபடுத்த விரும்புகிறேன்."

"அதைத்தான் நான் சொல்கிறேன். நீங்கள் மற்றவரின் சிந்தனையை எடுத்து, அதற்கு வலு சேர்க்கும் அனைத்தையும் புறந்தள்ளிவிட்டு, அது ஏதோ புதியது என்று நம்ப வைக்க விரும்புகிறீர்கள்" என்று கோபமாகச் சொன்ன நிகோலாய் தனது கழுத்தை வெட்டி இழுத் தார்.

"ஆனால் என் யோசனைக்கும் அதற்கும் எந்த ஒற்றுமையும் இல்லை..."

"அதில்" என்ற நிகோலாய் லெவின், பளபளக்கும் கண்களுடன், கேலியான புன்னகையுடன் சொன்னார். "அதில் குறைந்தபட்சம் ஒரு வடிவியல் வசீகரம், அதாவது தெளிவும், உறுதியும் உள்ளது. ஒருவேளை அது கற்பனாவாதமாக இருக்கலாம். கடந்த காலம் முழுவதையும் சொத்து, குடும்பம் எதுவும் இல்லாத, ஒரு சுத்தமான சிலேட்டாக மாற்ற முடியும் என்று வைத்துக் கொள்வோம். அப்போது உழைப்பு தானாகவே தன்னைக் கண்டுபிடித்துக் கொள்ளும். ஆனால் உங்களிடம் ஒன்றுமில்லை..."

"நீங்கள் ஏன் விஷயங்களைக் குழப்புகிறீர்கள்? நான் ஒருபோதும் கம்யூனிஸ்டாக இருந்ததில்லை."

"ஆனால் நான் அப்படி இருந்தேன். அது முதிர்ச்சியற்றது என்றாலும் நியாயமானது என்று இப்போது நினைக்கிறேன். முதல் நூற்றாண்டுகளில் கிறிஸ்தவம் இருந்ததைப் போலவே அதற்கும் ஒரு எதிர்காலம் உள்ளது."

“உழைப்புச் சக்தியை அறிவியல் பூர்வமாகப் பரிசோதித்துப் பார்க்க வேண்டும் என்றுதான் நான் நினைக்கிறேன். அதையும், அதன் குணாதிசயங்களையும் ஆய்வு செய்ய வேண்டும்...”

“ஓ, அது முற்றிலும் அர்த்தமற்றது. இந்தச் சக்தி அதன் வளர்ச்சி யின் அளவைப் பொறுத்து தனக்கென ஒரு குறிப்பிட்ட செயல்பாட்டு முறையைக் கண்டுபிடிக்கிறது. முன்பு எங்கும் அடிமைகள் இருந்தனர் பிறகு குத்தகை விவசாயிகள். நம்மிடம்கூட பங்கு, பயிரிடுதல், வாடகை, தினக்கூலி முறைகள் உள்ளன. நீங்கள் எதைக் கண்டுபிடிக்க முயற்சிக்கிறீர்கள்?”

அதைக் கேட்ட லெவின் தனது கட்டுப்பாட்டை இழந்து திடீரென சினத்தின் வசப்பட்டார். ஏனெனில் தன்னுடைய உள்ளத்தின் ஆழத்தில் அது உண்மை என்பதை அறிந்திருந்த காரணத்தால் அவர் பயந்தார். கம்யூனிசத்துக்கும் தற்போதுள்ள வாழ்க்கை முறைக ளுக்கும் இடையே சமநிலையை ஏற்படுத்த அவர் விரும்பினார் என்பதும் அது சாத்தியமில்லை என்பதும் உண்மை.

“எனக்காகவும் தொழிலாளர்களுக்காகவும் ஆக்கபூர்வமாக வேலை செய்வதற்கான வழிகளைக் கண்டுபிடிக்க நான் முயற்சிக் கிறேன். நான் ஒரு அமைப்பை உருவாக்க விரும்புகிறேன்...” என்று அவர் கோபத்துடன் சொன்னார்.

“நீங்கள் எதையும் அமைக்க விரும்பவில்லை. உங்கள் வாழ்நாள் முழுவதும் நீங்கள் வாழ்ந்த விதம் அதுதான். அசலாக இருக்க விரும்பும் நீங்கள் விவசாயிகளைச் சுரண்டவில்லை என்பதைக் காட்ட விரும்பு கிறீர்கள். ஆனால் அப்படிக் காட்டிக் கொள்ள உங்களுக்கு ஒரு வழி தேவைப்படுகிறது.”

“ஆகா, நீங்கள் அப்படித்தான் நினைக்கிறீர்கள். அப்படியானால் அதை விட்டுவிடுவோம்!” என்ற லெவின், தனது இடது பக்க கன்னச் சதை கட்டுக்கடங்காமல் நடுங்குவதை உணர்ந்தார்.

“உங்களுக்கு எந்த நம்பிக்கையும் இருந்ததில்லை. நீங்கள் உங்கள் தற்பெருமையைப் போற்ற மட்டுமே விரும்புகிறீர்கள்.”

“ஆகா, அற்புதம்! ஆனால் என்னை விட்டுவிடுங்கள்!”

“செய்கிறேன்! அதைச் செய்யும் நேரம் வந்துவிட்டது. நீங்கள் பிசாசுடன் போங்கள்! நான் இங்கே வந்ததற்கு வருந்துகிறேன்.”

அதற்குப் பிறகு லெவின் தனது சகோதரரைச் சாமாதானப்படுத்த எவ்வளவோ முயன்றபோதும் நிகோலாய் அதைக் கேட்கவில்லை. ஆனால் பிரிவது இருவருக்குமே மிகவும் நல்லது என்று கூறினார்.

தன் சகோதரனுக்கு வாழ்க்கை சகித்துக் கொள்ள முடியாததாகி விட்டதை லெவின் கண்டார்.

லெவின் மீண்டும் அவரைப் பார்க்க மாடிக்குச் சென்றபோது, நிகோலாய் புறப்படுவதற்குத் தயாராக இருந்தார். தான் அவரை எந்த விதத்திலாவது புண்படுத்தியிருந்தால் மன்னிக்கும்படி தயக்கத்துடன் கேட்டுக் கொண்டார்.

"ஆகா, பெருந்தன்மை!" என்று சொன்ன நிகோலாய் சிரித்தார். "நீங்கள் சரியாக இருக்க விரும்பினால், நான் அந்தத் திருப்தியை உங்களுக்குக் கொடுக்க முடியும். நீங்கள் சொல்வது சரிதான் என்றாலும் நான் போகிறேன்!"

புறப்படுவதற்கு சற்று முன்னர்தான் நிகோலாய் அவருடன் முத்தங்களைப் பரிமாறிக் கொண்டு, தன் சகோதரனை நோக்கி விசித்திரமான, தீவிரமான ஒரு பார்வையை வீசினார்.

"தயவுசெய்து என்னைப் பற்றித் தவறாக நினைக்காதீர்கள் கோஸ்டியா!" என்று நடுங்கும் குரலில் சொன்னார்.

அவர்கள் பேசிக்கொண்டதில் இவை மட்டுமே உண்மையாகப் பேசிய வார்த்தைகள். 'நான் ஒரு மோசமான பாதையில் இருக்கிறேன்' என்பது உங்களுக்குத் தெரியும். ஒருவேளை நாம் மீண்டும் சந்திக்க மாட்டோம்' என்று அந்த வார்த்தைகள் சொல்வதாக லெவின் உணர்ந்தார். அவர் கண்களில் கண்ணீர் வழிந்தோடியது. தன் சகோதரனை மீண்டும் முத்தமிட்ட லெவினால் பேசமுடியவில்லை. அவருக்கு என்ன பேசுவதென்று தெரியவில்லை.

தன் சகோதரர் சென்ற மூன்று நாட்களுக்குப் பிறகு லெவின் வெளிநாட்டிற்குச் சென்றார். ரயில் நிலையத்தில் கிட்டியின் உறவினரான ஷெர்பார்ட்ஸ்கியைச் சந்தித்தபோது லெவின் தனது மனச்சோர்வைக் கண்டு பெரிதும் வியந்தார்.

"உங்களுக்கு என்ன ஆயிற்று?" என்று கேட்டார் ஷெர்பார்ட்ஸ்கி.

"ஒன்றுமில்லை, வாழ்க்கை சந்தோஷமாக இல்லை."

"கொஞ்சம் கூடவா? ஏதாவது ஒரு முல்ஹவுஸுக்குப் போவதற்கு பதிலாக என்னுடன் பாரிஸுக்கு வாருங்கள். எப்படியெல்லாம் மகிழ்ச்சியாக இருக்க முடியும் என்று பார்ப்பீர்கள்!"

"இல்லை, நான் எல்லாவற்றையும் செய்து விட்டேன். நான் இறக்கும் நேரம் வந்துவிட்டது."

"சரி, அது நல்ல விஷயம்!" என்று சிரித்துக் கொண்டே சொன் னார் ஷெர்பாட்ஸ்கி. "நான் இப்போதுதான் வாழ ஆரம்பித்திருக் கிறேன்."

"ஆமாம், சமீப காலம்வரை நானும் அப்படித்தான் நினைத்தேன். ஆனால் நான் விரைவில் இறந்துவிடுவேன் என்று இப்போது எனக்குத் தோன்றுகிறது."

லெவின் தான் சமீப காலமாக உண்மையில் என்ன நினைத்துக் கொண்டிருந்தாரோ அதைத்தான் சொன்னார். எல்லாவற்றிலும் மரணத்தையும், மரணத்தை நோக்கிச் செல்வதையும் தவிர வேறு எதையும் அவரால் பார்க்க முடியவில்லை. ஆனால் எல்லாவற்றையும் விட அவர் ஆரம்பித்த வேலை அவரை மேலும் கவர்ந்து இழுத்தது. மரணம் வரும்வரை எப்படியும் அவர் தன் வாழ்க்கையை வாழ்ந்தாக வேண்டும். அவரைச் சுற்றியிருந்த அனைத்துமே இருளில் மூழ்கி யிருந்தன. ஆனால் இருட்டின் காரணமாக, அந்த இருளில் தனக்கு வழி காட்டும் ஒரே விளக்கு தனது வேலை மட்டுமே என்று உணர்ந்த அவர், அதைத் தனது முழு பலத்துடன் இறுகப் பற்றிக் கொண்டார்.

பகுதி நான்கு

1

கணவனும் மனைவியுமான கரீனின்கள், ஒரே வீட்டில் தொடர்ந்து வசித்து வந்தனர். அவர்கள் ஒவ்வொரு நாளும் சந்தித்தனர் என்றாலும் அவர்கள் ஒருவருக்கொருவர் முற்றிலும் அந்நியர்களாக இருந்தனர். அலெக்ஸி அலெக்ஸாண்ட்ரோவிச் தனது மனைவியை ஒவ்வொரு நாளும் பார்ப்பதை ஒரு விதியாகக் கடைப்பிடித்து வந்தார் என்பதால் வேலைக்காரன் எதையும் அனுமானம் செய்வதற்கு வாய்ப்பில்லாதிருந்தது. ஆனால் அவர் வீட்டில் இரவு உணவைத் தவிர்த்து வந்தார். அலெக்ஸி அலெக்ஸாண்ட்ரோவிச்சின் வீட்டிற்கு ஒருபோதும் விரான்ஸ்கி வரவில்லை. ஆனால் அன்னா அவரை வெளியில் சந்தித்து வந்தாள். இது அவளது கணவருக்கும் தெரியும்.

இந்த நிலைமை அவர்கள் மூவருக்கும் வேதனையாக இருந்தது. இந்த நிலைமை ஒரு தற்காலிகமான துயரம் மட்டுமே, சீக்கிரமாக மாறிவிடும், என்று அவர்கள் எதிர்பார்க்காமல் இருந்திருந்தால் அவர்களில் எவரும் ஒருநாள்கூட உயிர் வாழ முடியாது. எல்லாம் ஒருநாள் கடந்து செல்வது போல இந்தத் துன்பமும் கடந்து போகும், எல்லோரும் அதை மறந்து விடுவார்கள், தனக்கும் அவப்பெயர் ஏற்படாது என்று அலெக்ஸி அலெக்ஸாண்ட்ரோவிச் நம்பினார். இந்த நிலைமைக்குக் காரணமான, மற்ற யாரையும்விட அதிக வேதனையை அனுபவித்த அன்னா அதைச் சகித்துக் கொண்டாள் ஏனெனில், அது மாறிவிடும் என்று அவள் எதிர்பார்த்தது மட்டுமின்றி, மிக விரைவில் அனைத்தும் சரியாகிவிடும் என்று உறுதியாக நம்பினாள். இப்போதிருக்கும் நிலைமைக்கு எது தீர்வாக அமையும் என்பது அவளுக்குத் தெரியவில்லை எனினும், ஆனால் ஏதோ ஒன்று விரைவில் வரும் என்று அவள் உறுதியாக எதிர்பார்த்தாள். விரான்ஸ்கி தனது விருப்பத்திற்கு மாறாக அல்லது அவளது வழியைப் பின்தொடரும் விருப்பத்துடன், தன்னுடைய நடவடிக்கையால் அன்றி வேறு ஏதோ ஒன்றினால் அனைத்தும் தீர்க்கப்பட்டுவிடும் என்று நம்பினான்.

குளிர் காலத்தின் மத்தியில் விரான்ஸ்கி மிகவும் சலிப்பான ஒரு வாரத்தைக் கழித்தான். பீட்டர்ஸ்பர்க்கைச் சுற்றிப் பார்க்க வருகை தந்த ஒரு வெளிநாட்டு இளவரசருக்கு வழிகாட்டும் பணி விரான்ஸ்கியிடம் ஒப்படைக்கப்பட்டது. தனித்துவமான தோற்றம் கொண்ட விரான்ஸ்கி, கண்ணியமாகவும், மரியாதையாகவும், நடந்துகொள்ளும் கலையில் கைதேர்ந்தவன் என்பதுடன், அத்தகைய நபர்களைத் திறமையாகக் கையாளும் பழக்கம் உள்ளவன் என்பதால், இளவரசரைக் கவனிக்கும் பொறுப்பு அவனிடம் ஒப்படைக்கப்பட்டது. ஆனால் அந்தப் பணி அவனுக்கு பெரும் சுமையாக கனத்தது. வீடு திரும்பியதும், தன்னிடம் யாரும் ரஷ்யாவில் அதைப் பார்த்தீர்களா என்று கேட்டுவிடக் கூடாது என்பதற்காக, அங்குள்ள அனைத்தையும் பார்க்க விரும்பிய அவர், எந்த இடத்தையும் தவறவிட்டுவிட விரும்பவில்லை. மேலும் ரஷ்யாவில் உள்ள கேளிக்கைகள் அனைத்தையும் அனுபவிக்கவும் அவர் விரும்பினார். எனவே இந்த இரண்டிலும் வழிகாட்ட வேண்டிய கடமை விரான்ஸ்கிக்கு இருந்தது. காலை வேளையில் வெளியில் சுற்றித் திரிந்த அவர்கள், மாலை வேளையில் கேளிக்கைகளில் பங்கெடுத்தனர். இளவரசர்களுடன் சேர்ந்து உடற்பயிற்சியில் ஈடுபட்ட அவர், தனது உடலை நன்கு பராமரித்ததுடன், உடல் ஆரோக்கியத்தின் மகிழ்ச்சியையும் அனுபவித்தார். அவருடைய அளவுக்கதிகமான புலன் இன்பங்களையும் மீறி, ஒரு பெரிய பளபளப்பான பச்சை நிற டச்சு வெள்ளரிக்காயைப் போல புத்துணர்ச்சியாகத் தோன்றும் அளவுக்கு, அவர் தனது உடல் ஆரோக்கியத்தைப் பேணி வந்தார். அதிக அளவு பயண அனுபவம் பெற்றிருந்த அந்த இளவரசர், எல்லா தேசங்களின் கேளிக்கைகளையும் எளிதாக அணுக முடிவதை, நவீனத் தகவல் தொடர்பு வசதியின் முக்கிய நன்மைகளில் ஒன்றாகக் கருதினார். ஸ்பெயினுக்குச் சென்றிருந்த அவர் அங்கு இசைப் பாடல்கள் பாடி, மாண்டலின் வாசித்த ஒரு ஸ்பானிஷ் பெண்ணுடன் நெருக்கமானார். சுவிட்சர்லாந்தில் அவர் ஆடு போன்ற ஒரு விலங்கினத்தைச் சுட்டுக் கொன்றார். இங்கிலாந்து சென்றபோது, சிவப்பு நிற வேட்டை அங்கி அணிந்து, குதிரை மீதேறி வேலியைத் தாண்டிச் சென்று காடை போன்ற இருநூறு பறவைகளை, பந்தயத்திற்காகச் சுட்டுக் கொன்றார். துருக்கியில் அவர் ஒரு அரண்மனையைப் பார்க்கச் சென்றார். இந்தியாவில் அவர் ஒரு யானை மீது பயணம் செய்தார். இப்போது ரஷ்யாவுக்கு வந்திருந்த அவர் அனைத்து ரஷ்ய இன்பங்களையும் சுவைக்க விரும்பினார்.

இளவரசரின் விழாக்கள் அனைத்திற்கும் தலைமை வகித்த விரான்ஸ்கி, பல்வேறு நபர்களால் வழங்கப்பட்ட அனைத்து ரஷ்யக் கேளிக்கைகளையும் இளவரசருக்கு ஏற்பாடு செய்வதில் மிகுந்த

சிரமப்பட்டான். ஓட்டப் பந்தயங்கள், கரடி வேட்டை, பிளினி என்ற பான்கேக்குகள், மூன்று குதிரைகள் பூட்டிய வண்டிகள், நாடோடிகள், தட்டுகளை உடைத்தல் இப்படிப் பல. ரஷ்ய உணர்வை மிக எளிதாக உள்வாங்கிக் கொண்ட இளவரசர், உற்சாகத்துடன் பாத்திரங்கள் நிறைந்த தட்டுகளை உடைத்தார். நாடோடி பெண் களை மடியில் அமர வைத்தார். அனைத்தையும் செய்து முடித்து விட்டு, 'அடுத்து என்ன? ரஷ்யாவில் இவ்வளவுதானா?' என்று கேட்பது போலப் பார்த்தார்.

உண்மையில் ரஷ்யாவின் அனைத்துக் கேளிக்கைகளிலும், பிரெஞ்சு நடிகைகள், பாலே நடன அழகிகள் மற்றும் வெள்ளை முத்திரை ஷாம்பெயின் ஆகியவை இளவரசருக்கு மிகவும் பிடித் திருந்தன. இவையெல்லாம் ஏற்கனவே விரான்ஸ்கிக்கு நன்கு பழக்கமானவை என்றாலும், சமீபகாலமாக அவன் மாறிவிட்டான் என்பதாலோ அல்லது அந்த இளவரசருடன் மிக நெருக்கமாக இருந்ததாலோ, அந்த வாரம் அவனுக்குப் பயங்கர சோர்வு தருவதாகத் தோன்றியது. ஏதோ ஒரு ஆபத்தான பைத்தியக்காரனிடம் பிணைக் கப்பட்ட ஒரு மனிதன், அந்தப் பைத்தியக்காரனுக்கு பயப்படும் அதே சமயம், அவனுடைய அருகாமை காரணமாக, தனது மனநிலை குறித்தும் பயப்படுவது போன்ற ஓர் உணர்வு, அந்த வாரம் முழுவதும் அவனை அலைக்கழித்தது. தான் அவமதிக்கப்படலாம் என்ற அச்சத்தால், தனது கடுமையான உத்தியோகபூர்வ மரியாதையின் பாதையிலிருந்து விலகிச் செல்லாமல், முழு நேரமும் அவன் விழிப் புடன் இருக்க வேண்டிய கட்டாயத்தில் இருந்தான். விரான்ஸ்கியே வியப்படையும் வகையில், எந்த ஆழத்திற்கும் இறங்கிச் சென்று, ரஷ்ய கேளிக்கைகளை வழங்குவதற்கு முன்வந்த மனிதர்களை இளவரசர் இழிவாக நடத்தினார். தான் ஆராய விரும்பிய ரஷ்ய பெண்களைப் பற்றிய இளவரசரின் விமர்சனங்களால் விரான்ஸ்கி ஒன்றுக்கு மேற்பட்டமுறை கோபத்தினால் முகம் சிவந்தான். விரான்ஸ்கியால் இளவரசரை ஏற்றுக்கொள்ள முடியாததற்கு முக்கியக் காரணம், அவரிடத்தில் அவனால் தன்னைப் பார்க்காமல் இருக்க முடியவில்லை என்பதுதான். அந்தக் கண்ணாடியில் அவன் பார்த்தது அவனது சுயமரியாதைக்கு மனநிறைவு தருவதாக இல்லை. அந்த இளவரசர் ஒரு மடையன், உடல் ஆரோக்கியமானவர், புறத் தோற்றத்தில் சுத்தமானவர் என்பதற்கு மேல் வேறெதுவும் இல்லை. அவர் உண்மையில் ஒரு ஜென்டில்மேன் என்பதை விரான்ஸ்கியால் மறுக்க முடியவில்லை. அவர் தனது மேலதிகாரிகளிடம் அமைதி யாகவும் அடக்கமாகவும், தனக்குச் சமமானவர்களிடம் சுதந்திர மாகவும் எளிமையாகவும், தனக்கும் கீழே உள்ளவர்களிடம் இகழ்ச்சி யாகவும் நடந்து கொண்டார். விரான்ஸ்கியும் அப்படித்தான்

இருந்தான் என்பதுடன், அப்படி இருப்பது ஒரு பெரிய தகுதி என்றும் கருதினான். ஆனால் அந்த இளவரசருக்கு விரான்ஸ்கி தாழ்ந்தவன் என்பதால் அவன் மீதான அவரது அவமதிப்பும் அணுகுமுறையும் அவனை மூர்க்கனாக்கியது.

“மூடப் பிறவி! உண்மையிலேயே நான் அப்படியா?” என்று அவன் நினைத்தான்.

எது எப்படியோ, ஏழாம் நாள் அவர் மாஸ்கோ புறப்படுவதற்கு முன்பு, அவரிடம் விடைபெற்று, அவரது நன்றியைப் பெற்றபோது, அவன் தனது இக்கட்டான சூழ்நிலையிலிருந்தும், விரும்பத்தகாத கண்ணாடியின் பிரதிபலிப்பிலிருந்தும் விடுபட்டதில் மகிழ்ச்சியடைந் தான். ரஷ்ய வீரத்தை வெளிப்படுத்தும் வகையில், இரவு முழுவதும் கரடி வேட்டையாடிய அவர்கள், அதை முடித்துத் திரும்பும் வழியில், ரயில் நிலையத்தில், விரான்ஸ்கி அவரிடமிருந்து விடைபெற்றான்.

2

விரான்ஸ்கி வீட்டிற்குத் திரும்பியதும் தனது அறையில் அன்னாவின் குறிப்பு ஒன்றைக் கண்டான். “நான் நோயுற்று, மகிழ்ச்சி யின்றி இருக்கிறேன். என்னால் வெளியே போக முடியாது ஆனால் நான் உங்களைப் பார்க்காமல் இனிமேல் வெளியே செல்ல முடியாது. இன்று மாலை வாருங்கள். இன்று ஏழு மணிக்கு கூட்டத்திற்குச் செல்லும் அலெக்ஸி அலெக்ஸாண்ட்ரோவிச் இரவு பத்து மணிவரை அங்கேதான் இருப்பார்” என்று அவள் எழுதியிருந்தாள். தன்னை நேராக அவளுடைய வீட்டுக்கு வரச்சொல்லியிருக்கும் விசித்திரத்தை ஒரு கணம் யோசித்த அவன், அவனை வீட்டிற்கு வரக்கூடாது என்ற அவள் கணவனின் கட்டளையையும் மீறி, அங்கு போவதற்கு முடிவு செய்தான்.

அந்தக் குளிர் காலத்தில் கர்னலாக பதவி உயர்வு பெற்ற விரான்ஸ்கி, படையணி குடியிருப்புகளை விட்டுத் தனியாக வசித்து வந்தான். மதிய உணவுக்குப் பிறகு உடனே அவன் சோபாவில் படுத்துக் கொண்டான். ஐந்து நிமிடங்களில், கடந்த சில நாட்களாக அவன் கண்ட மூர்க்கத்தனமான காட்சிகளின் நினைவுகள், அவன் மனதில் இருந்த அன்னாவின் உருவத்தோடும், கரடி வேட்டையில் முக்கிய பங்கு வகித்த விவசாயியின் உருவத்தோடும் ஒன்றாகக் கலந்து குழப்பமடைய அவன் அப்படியே தூங்கிப் போனான். இருட்டில் விழித்தெழுந்த அவன், பயத்தால் நடுங்கி, அவசரமாக ஒரு மெழுகு வர்த்தியை ஏற்றினான். ‘என்ன இது? என்ன? என் கனவில் நான் கண்ட அந்தப் பயங்கரம் என்ன? ஆமாம்.. ஆமாம்.. பரட்டை

தாடியுடன், குள்ளமாக, அசிங்கமாக இருந்த அந்த வேட்டைக்கார விவசாயி குனிந்து எதையோ செய்து கொண்டிருந்தான் என்று நினைக்கிறேன். அவன் திடீரென பிரெஞ்சு மொழியில் ஏதோ சில விசித்திரமான வார்த்தைகளைச் சொன்னான். 'ஆமாம், கனவு அவ்வளவுதான்' என்று தனக்குள் சொல்லிக் கொண்டான். 'ஆனால் அது ஏன் அத்தனை பயங்கரமாக இருந்தது?' அவன் மீண்டும் அந்த விவசாயியை, அவன் சொன்ன புரியாத பிரெஞ்சு வார்த்தை களை நினைவுக்குக் கொண்டுவர, அவனுடைய முதுகுத்தண்டு சில்லிட்டது.

'இது என்ன முட்டாள்தனம்!' என்று நினைத்த விரான்ஸ்கி தன் கைக்கடிகாரத்தைப் பார்த்தான்.

அப்போது மணி எட்டரை. அவசர கதியில் உடை உடுத்திக் கொண்டு, தன் வேலைக்காரனை வரச்சொல்லிவிட்டு, தனது கனவை முற்றிலுமாக மறந்து, தாமதமாகிவிட்டதை மட்டுமே நினைத்துக் கொண்டு முன் வாசலுக்குச் சென்றான். அவன் கரீனின்களின் வீட்டை அடைந்து, தனது கைக்கடிகாரத்தைப் பார்த்தபோது சரியாக பத்து மணி ஒன்பது நிமிடங்கள். நுழைவாயிலில், ஒரு ஜோடி வெள்ளை நிற குதிரைகள் பூட்டிய உயரமான, அகலம் குறைவான வண்டி நின்றிருந்தது. அவன் அன்னாவின் வண்டியை அடையாளம் கண்டு கொண்டான். 'அவள் என்னைப் பார்க்க வருகிறாள்' என்று நினைத்தான் விரான்ஸ்கி. 'அதுதான் நல்லது. எனக்கு அந்த வீட்டிற்குள் போக அருவருப்பாக இருக்கிறது. ஆனால் அது ஒரு பொருட்டல்ல எனினும் என்னால் ஒளிந்துகொள்ள முடியாது' என்று தனக்குள் சொல்லிக் கொண்டான். ஒருவர் எதற்காகவும் வெட்கப்பட வேண்டியதில்லை என்பதைச் சிறுவயது முதலே பழக்கமாகக் கொண்டிருந்த விரான்ஸ்கி வண்டியை விட்டு இறங்கி வாசலை நோக்கி நடந்தான். கதவைத் திறந்து, கையில் போர்வையுடன் வெளியே வந்த வேலைக்காரன், வண்டியோட்டியை அழைத்தான்.

விரான்ஸ்கி நுட்பமாக எதையும் கவனித்துப் பழக்கமில்லை என்றாலும், தன்னை வியப்புடன் நோக்கிய அந்த வேலைக்காரனின் முகபாவத்தைக் கவனித்தான். அவன் வாசலை நோக்கிச் சென்ற போது ஏறக்குறைய அலெக்ஸி அலெக்ஸாண்ட்ரோவிச்சின் மீது மோதிக் கொண்டான். கருப்பு நிற தொப்பிக்குக் கீழே, கரீனின் இரத்தம் உறைந்து வெளுத்துப் போன முகமும், அவரது உரோம மேலங்கியின் கீழ் பளபளத்த வெள்ளை கழுத்துப் பட்டையும் எரிந்துகொண்டிருந்த எரிவாயு விளக்கின் வெளிச்சத்தில் பளபளத்தது. கரீனின் உணர்ச்சி யற்ற, நிலைகுத்திய பார்வை விரான்ஸ்கியின் மீது நிலைத்து நின்றது. விரான்ஸ்கி தலையைக் குனிய, கரீனின் ஓசையின்றி உதடுகளை முணுமுணுத்தபடி, தொப்பியின் மீது கையை வைத்து, வேகமாக

நடந்து சென்றார். திரும்பிப் பார்க்காமல் வண்டியில் ஏறிய அவர், ஜன்னல் ஓரத்தில் இருந்த விரிப்பையும், ஓபரா கண்ணாடியையும் எடுத்துக் கொண்டு மறைவதை விரான்ஸ்கி பார்த்தான். விரான்ஸ்கி முன் அறைக்குச் சென்றான். அவன் புருவங்கள் சுளித்தன. அவன் கண்களில் பெருமிதமும், கோபமும் கலந்த பிரகாசம் வெளிப்பட்டது.

'இதுதான் நிலைமை!' என்று நினைத்தான். 'அவர் போராடினால், தன் கௌரவத்திற்காக எதிர்த்து நின்றால், நான் ஏதாவது செய்ய முடியும். என் உணர்வுகளைக் காட்ட முடியும். ஆனால் இந்தப் பலவீனம் அல்லது கீழ்த்தரம்... அவர் என்னை ஒரு ஏமாற்றுக் காரன் என்ற நிலையில் வைத்திருக்கிறார். நான் ஒருபோதும் அப்படி இருக்க விரும்பவில்லை.'

திருமதி. வரேடின் தோட்டத்தில் அன்னாவுடன் பேசியதிலிருந்து விரான்ஸ்கியின் சிந்தனையில் பெரிய மாற்றம் ஏற்பட்டிருந்தது. தன்னை முழுமையாக அவனிடம் ஒப்படைத்துவிட்டு, தன் தலை விதியின் முடிவை அவனிடமிருந்து மட்டுமே எதிர்பார்த்து, எல்லா வற்றையும் முன்கூட்டியே ஏற்றுக்கொண்ட அன்னாவின் பலவீனத் திற்கு அனிச்சையாக அடிபணிந்த அவன், தான் முன்பே நினைத்தது போல, இந்த உறவு முடிவுக்கு வந்துவிடும் என்று எப்போதோ நினைத்தான். அவனுடைய லட்சியத் திட்டங்கள் மீண்டும் பின் புலத்தில் மறைந்தன. எல்லாம் திட்டவட்டமாக இருந்த செயல்பாட்டு வட்டத்திலிருந்து தான் வெளியே வந்துவிட்டதை உணர்ந்த அவன், தன் உணர்ச்சிக்கு முற்றிலும் அடிபணிந்தான். அந்த உணர்ச்சி அவனை மேலும் மேலும் வலிமையாக அவளிடம் பிணைத்தது.

அவன் முன் அறையில் இருந்தபோது, அவள் பின்வாங்கிச் செல்லும் காலடி ஓசை கேட்டது. அவள் எதிர்பார்த்து, அவன் வருகையைக் கவனித்துக் கொண்டிருக்கிறாள் என்பதை உணர்ந்த அவன், இப்போது அவள் வரவேற்பு அறைக்குச் சென்றிருப்பதை அறிந்தான்.

"இல்லை" என்று அவள் அவனைப் பார்த்ததும் கதறினாள். அவள் பேசத் தொடங்கியபோதே அவள் கண்களில் கண்ணீர் வழிந்தோடியது. "இல்லை, இப்படியே போனால், அது வெகு சீக்கிரம் நடக்கும்!"

"என்ன அன்பே?"

"என்னவா? இரண்டு மணி நேரமாக நான் வேதனையுடன் காத்திருந்தேன்... இல்லை, என்னால் முடியாது...! என்னால் உங்களோடு சண்டையிட முடியாது. உங்களால் நிச்சயமாக உதவ முடியாது. இல்லை, மாட்டேன்!"

அவள் தன் இரு கைகளையும் அவன் தோள்களில் வைத்து, ஆழ்ந்த பரவசத்துடன், அதே சமயம் தேடும் பார்வையுடன், நீண்ட நேரம் அவனைப் பார்த்தாள். அவள் அவனைப் பார்க்காத நேரத்தை ஈடுகட்ட அவன் முகத்தை உன்னிப்பாகக் கவனித்தாள். அவனுடன் நிகழும் ஒவ்வொரு சந்திப்பிலும் செய்ததைப் போல, அவள் அவனைப் பற்றித் தன் மனதில் வரைந்து வைத்திருந்த (உண்மையில் இருப்பதுடன் ஒப்பிட முடியாத, சாத்தியமற்ற) பிம்பத்தை, அவனது உண்மையான சுயத்துடன் ஒப்பிட்டுப் பார்த்தாள்.

3

விளக்கின் கீழிருந்த மேசையின் அருகே அவர்கள் அமர்ந்த போது, "அவரைச் சந்தித்தீர்களா?" என்று கேட்டாள். "நீங்கள் தாமதமாக வந்ததற்கு அதுதான் தண்டனை."

"ஆமாம், ஆனால் எப்படி? அவர் கவுன்சிலுக்குப் போக வில்லையா?"

"அவர் கவுன்சிலுக்குச் சென்றுவிட்டு திரும்பி வந்து மீண்டும் எங்கோ சென்று விட்டார். ஆனால் அது ஒரு பொருட்டல்ல. அதைப் பற்றிப் பேச வேண்டாம். நீங்கள் எங்கே இருந்தீர்கள்? இளவரசருடன் இருந்தீர்களா?"

அவனுடைய வாழ்க்கையின் அனைத்து விவரங்களும் அவளுக்குத் தெரியும். தான் இரவு முழுவதும் தூங்கவில்லை என்றும், அதனால் தூங்கிவிட்டேன் என்றும் அவன் சொல்ல விரும்பினான். ஆனால் அவளுடைய உற்சாகமான, மகிழ்ச்சியான முகத்தைக் கண்ட அவனுக்கு குற்றவுணர்வு ஏற்பட்டது. இளவரசர் சென்றதைக் குறித்து அறிக்கை சமர்ப்பிக்கச் சென்றதாக அவன் சொன்னான்.

"ஆனால் இப்போது அது முடிந்துவிட்டதா? அவர் போய் விட்டாரா?"

"ஆமாம், கடவுளுக்கு நன்றி. அது எந்த அளவுக்கு சகிக்க முடியாததாக இருந்தது என்பதை உங்களால் நம்ப முடியாது."

"ஏன்? இளைஞர்களாகிய நீங்கள் நடத்தும் வாழ்க்கை அது தானே?" என்று அவள் முகத்தைச் சுளித்தபடி கேட்டாள். அவள் மேசையின் மேலிருந்த எம்பிராய்டரி சட்டத்தை எடுத்து, விரான்ஸ் கியைப் பார்க்காமல், அதிலிருந்து கொக்கியை வெளியே எடுக்கத் தொடங்கினாள்.

"நான் எப்போதோ அந்த வாழ்க்கையை விட்டுவிட்டேன்" என்ற அவன் அவள் முகத்தில் ஏற்பட்ட மாற்றத்தைக் கண்டு வியந்து,

அதன் காரணத்தை அறிய முயன்றான். "நான் ஒப்புக் கொள்கிறேன்" என்ற அவன் புன்னகையுடன் தனது உறுதியான வெள்ளை பற்களைக் காட்டினான். "இந்த வாரம் முழுவதும் அந்த வாழ்க்கையைப் பார்த்த எனக்கு, என்னை நானே கண்ணாடியில் பார்த்துக் கொள்வது போல இருந்தது. எனக்கு அது பிடிக்கவில்லை."

அவள் எம்பிராய்டரி சட்டத்தைக் கையில் பிடித்துக் கொண்டு அதைப் பின்னாமல், மின்னும் கண்களுடன், விசித்திரமான, நட்பற்ற பார்வையுடன் அவனைப் பார்த்தாள்.

"இன்று காலை லிசா என்னைப் பார்க்க வந்தாள். கோமகள் லிடியா இவானோவ்னா இருந்தபோதிலும் அவர்கள் இன்னும் என்னைச் சந்திக்கிறார்கள். அவள் உங்கள் அத்தேனிய இரவைப் பற்றி என்னிடம் சொன்னாள். எத்தனை அருவருப்பானது!"

"நான் என்ன சொல்கிறேன் என்றால்..."

அவள் அவனை இடைமறித்தாள்.

"அங்கே உங்களுக்குப் பழக்கமான அந்த தெரேஸ் இருந்தாளா?"

"நான் சொல்ல வருவது..."

"நீங்கள் எத்தனை கேவலமானவர்! இதையெல்லாம் ஒரு பெண்ணால் மறக்கவே முடியாது என்பதை நீங்கள் ஏன் புரிந்து கொள்ளவில்லை?" என்ற அவள் கோபம் தலைக்கேற, தன் எரிச்சலுக்கான காரணத்தை வெளிப்படுத்தினாள். "நான் உங்கள் வாழ்க்கையைப் பற்றித் தெரிந்துகொள்ள முடியாத பெண் என்பதால் எனக்கு என்ன தெரியும்? எப்போதாவது எதையாவது நான் தெரிந்து கொண்டேனா?" என்ற அவள் தொடர்ந்து, "நீங்கள் சொல்வது மட்டும்தான் தெரியும். நீங்கள் சொல்வது உண்மை என்று எனக்கு எப்படித் தெரியும்..."

"அன்னா! நீங்கள் என்னைக் காயப்படுத்துகிறீர்கள். நீங்கள் என்னை நம்பவில்லையா? நான் உங்களிடம் எதையாவது மறைக்க வேண்டும் என்று எப்போதாவது நினைத்திருக்கிறேனா?"

"ஆமாம், ஆமாம்" என்ற அவள் தன் பொறாமை உணர்வை விரட்டியடிக்க முயன்றாள். "ஆனால் அது எனக்கு எத்தனை வேதனையைத் தருகிறது என்பது உங்களுக்குத் தெரிந்தால்! நான் உங்களை நம்புகிறேன், நம்புகிறேன்...! சரி, நீங்கள் என்னதான் சொல்கிறீர்கள்?"

ஆனால் அவனால் தான் சொல்ல விரும்பியதை உடனே சொல்ல முடியவில்லை. அண்மைக் காலமாக, அடிக்கடி அவளிடம் தோன்றும் இந்தப் பொறாமை உணர்வுகள் அவனை அச்சுறுத்தி வந்தன. அவன் எவ்வளவுதான் உண்மையை மறைக்க முயன்றாலும், அவள் தன் மீது கொண்ட அன்புதான் அவளுடைய பொறாமைக்குக்

காரணம் என்று அவனுக்குத் தெரிந்தாலும், அவனுக்கு அவள் மீது சிநேகமற்ற உணர்வு எற்பட்டது. அவளுடைய காதல்தான் தன்னுடைய ஒரே சந்தோஷம் என்று அவன் எத்தனை முறை தனக்குள் சொல்லிக் கொண்டான்! அவள் இப்போது தனக்கு வாழ்க்கையில் கிடைக்கும் வேறு எதையும் விட அன்புதான் முக்கியம் எனும் அளவிற்கு அவனைக் காதலித்தாள். ஆனால் அவன் மாஸ்கோவிலிருந்து அவளைப் பின்தொடர்ந்து வந்தபோது இருந்ததை விட இப்போது மகிழ்ச்சிக்கு வெகு தொலைவில் இருப்பதாக நினைத்தான். அவன் அப்போது தன்னை மகிழ்ச்சியற்றவனாகக் கருதி, மகிழ்ச்சி எதிர்காலத்தில் இருப்பதாக நினைத்தான். ஆனால் மிகச்சிறந்த மகிழ்ச்சி தனக்கு ஏற்கனவே கடந்த காலத்தில் இருந்தது என்பதை இப்போது அவனால் உணர முடிகிறது. அவளை அவன் முதன் முதலில் பார்த்தபோது இருந்ததைப் போலில்லாமல் இப்போது முற்றிலுமாக மாறியிருந்தாள். மன ரீதியாகவும் உடல் ரீதியாகவும் அவள் மிக மோசமாக மாறியிருந்தாள். நடிகையைப் பற்றி அவள் பேசியபோது அவளுடைய அழகிய முகம் வெறுப்பினால் கோரமாகியது. பறித்துச் சென்ற பிறகு வாடிப்போன ஒரு பூவைப் பார்ப்பது போல அவன் அவளைப் பார்த்தான். அவன் எந்த அழகுக்காக அந்தப் பூவைப் பறித்தானோ அந்த அழகை இப்போது அவனால் காண முடியவில்லை. அவனுடைய காதல் வலிமையாக இருந்தபோது, அவன் விரும்பியிருந்தால், அந்த அன்பை அவனுடைய இதயத்திலிருந்து கிழித்து எறிந்திருக்க முடியும். ஆனால் இப்போது அவள் மீது அவனால் எந்த அன்பையும் உணர முடியவில்லை என்றாலும், தங்கள் உறவை முறித்துக்கொள்வது சாத்தியமற்றது என்பதை அவன் உணர்ந்தான்.

"சரி, இளவரசரைப் பற்றி நீங்கள் என்ன சொல்லப் போகிறீர்கள்? நான் அவனை, அந்த அரக்கனை விரட்டி விட்டேன்" என்றாள். அவர்கள் பொறாமைக்கு வைத்திருந்த பெயர் அரக்கன். "ஆமாம், நீங்கள் இளவரசனைப் பற்றி என்னிடம் என்ன சொல்லத் தொடங்கினீர்கள்? அது ஏன் உங்களுக்கு அத்தனை கஷ்டமாக இருந்தது?"

"ஓ, என்னால் சகித்துக்கொள்ள முடியவில்லை!" என்ற அவன் தொலைந்து போன தனது சிந்தனையின் நூலைப் பிடிக்க முயன்றான். "நெருக்கமான அறிமுகத்தால் அவர் தன்னை மேம்படுத்திக் கொள்ளவில்லை. நான் அவரைப் பற்றிச் சொல்ல வேண்டுமானால், விலங்குகள் கண்காட்சியில் பரிசு பெறுவதற்காகப் பெருந்தீனியிட்டு வளர்க்கப்பட்ட ஒரு மிருகம் என்பதைத் தவிர வேறொன்றுமில்லை" என்று அவன் எரிச்சலுடன் சொன்னான்.

"இல்லை, ஆனால் எப்படி?" என்று அவள் இடைமறித்தாள். "அவர் அதிக அனுபவம் உள்ளவர், படித்தவர் இல்லையா?"

“இது முற்றிலும் வேறுவகையான கல்வி, அது அவர்களின் கல்வி. மிருக இச்சையைத் தவிர மற்ற அனைத்தையும் வெறுப்பதைப் போல, கல்வியை வெறுக்கும் உரிமையைப் பெறுவதற்காகவே அவர் கல்வி கற்றுள்ளார் என்பதைக் காண முடியும்.”

“ஆனால் நீங்கள் அனைவரும் அந்த மிருக இன்பங்களை நேசிக்கிறீர்கள்” என்றாள் அவள். மீண்டும் அவன் அவளது இருண்ட கண்களைக் கவனித்தான். அவை அவனைப் பார்ப்பதைத் தவிர்த்தன.

“நீங்கள் ஏன் அவருக்காக வாதாடுகிறீர்கள்?” என்று அவன் சிரித்துக் கொண்டே கேட்டான்.

“நான் அவரை ஆதரிக்கவில்லை. அதைப் பற்றி எனக்கு கவலையில்லை. ஆனால் அந்த இன்பங்களை விரும்பவில்லை எனில் நீங்கள் மறுத்திருக்கலாம் என்று நான் நினைக்கிறேன். ஆனால் ஏவாளின் உடையில் தெரேஸைப் பார்ப்பது உங்களுக்கு மகிழ்ச்சியைத் தருகிறது...”

“மீண்டும், மீண்டும் அந்த அரக்கன்!” என்ற விரான்ஸ்கி, மேசையின் மீது வைத்த அவள் கையை எடுத்து முத்தமிட்டான்.

“ஆமாம், ஆனால் என்னால் தாங்கமுடியவில்லை! உங்களுக்காகக் காத்திருந்த நான் எத்தனை வேதனைப்பட்டேன் என்பது உங்களுக்குத் தெரியாது! நான் பொறாமைப்படுவதாக நினைக்கவில்லை. எனக்குப் பொறாமை இல்லை. நீங்கள் இங்கே என் அருகில் இருக்கும்போது நான் உங்களை நம்புகிறேன். ஆனால் நீங்கள் என்னைவிட்டு விலகி, உங்களுக்கான வாழ்க்கையை வாழும்போது, என்னால் அதைப் புரிந்துகொள்ள முடியவில்லை...”

அவள் அவனிடமிருந்து விலகி, பின்னல் வேலையைத் தொடங்கி, கொக்கியை எடுத்து, வேகமாக தனது ஆள்காட்டி விரலின் உதவியுடன், விளக்கு வெளிச்சத்தில் வெள்ளை நிறமாக ஜொலித்த கம்பளியை ஒன்றன் பின் ஒன்றாக வளையத்தில் கோத்து, வேகமாக பதட்டத்துடன் தனது மணிக்கட்டை அதன் எம்பிராய்டரி சுற்றுப் பட்டைக்குள் சுழற்றினாள்.

“சரி, பிறகு என்ன? அலெக்ஸி அலெக்ஸாண்ட்ரோவிச்சை எங்கே சந்தித்தீர்கள்?” திடீரென அவள் குரல் இயற்கைக்கு மாறாக ஒலித்தது.

“வாசலில் நாங்கள் ஒருவர் மீது ஒருவர் மோதிக்கொள்ள இருந்தோம்.”

“அவர் உங்களை இப்படி வணங்கினாரா?” என்று கேட்ட அவள் முகத்தைத் தொங்கப்போட்டு, கண்களைப் பாதி மூடி, விரைவாக முகபாவனையை மாற்றிக் கொண்டு கைகளைக் கூப்பினாள்.

அலெக்ஸி அலெக்ஸாண்ட்ரோவிச் தன்னை வணங்கியபோது வெளிப்படுத்திய அதே முகபாவனையை, அவளுடைய அழகிய முகத்தில் விரான்ஸ்கி பார்த்தான்.

"என்னால் தீர்மானமாக அவரைப் புரிந்துகொள்ள முடிய வில்லை" என்றான் விரான்ஸ்கி. "நீங்கள் அவருடன் பேசிய பிறகு அவர் உறவை முறித்துக் கொண்டிருந்தால், அவர் என்னிடம் சண்டைக்கு சவால் விட்டிருந்தால்... ஆனால் இது எனக்கு சுத்தமாகப் புரியவில்லை. இப்படி ஒரு நிலைமையை அவரால் எப்படித் தாங்கிக் கொள்ள முடிகிறது? அவர் கஷ்டப்படுகிறார் என்பது தெளிவாகத் தெரிகிறது.

'அவரா?" என்ற அவள் சிரித்தாள். "அவர் திருப்தியாக இருக் கிறார்."

"எல்லாம் நல்லபடியாக இருக்கும்போது, நாம் அனைவரும் நம்மை நாமே ஏன் சித்திரவதை செய்துகொள்ள வேண்டும்?"

"அவருக்கு அப்படி இல்லை. எனக்கு அவரையும் அவருடைய பொய்யையும் தெரியாதா...? அவருக்கு ஏதாவது உணர்ச்சி இருந் தால், இப்போது அவர் என்னுடன் வாழ்வது போல அவரால் வாழ முடியுமா? அவரால் எதையும் புரிந்துகொள்ளவோ, உணரவோ முடியாது. உணர்ச்சியுள்ள எந்த ஆணாவது தனது 'கிரிமினல்' மனைவியுடன் ஒரே வீட்டில் வசிக்க முடியுமா? அவளுடன் பேச முடியுமா? அவளை 'என் அன்பே' என்று கூப்பிட முடியுமா?"

மீண்டும் அவள் தன்னிச்சையாக அவரைப் போல நடித்தாள். "என் அன்பே அன்னா!"

"அவர் ஒரு மனுஷனோ, உயிரினமோ இல்லை, உயிரற்ற ஒரு ஜடம்! அது வேறு யாருக்கும் தெரியாது ஆனால் எனக்கு மட்டுமே தெரியும். ஓ, நான் மட்டும் அவரது இடத்தில் இருந்திருந்தால், என்னைப் போன்ற ஒரு மனைவியை எப்போதோ கொன்றிருப்பேன். 'என் அன்பே அன்னா' என்று அவளிடம் சொல்ல மாட்டேன் மாறாக, அவளைத் துண்டு துண்டாக வெட்டியிருப்பேன். அவர் ஒரு மனிதரே அல்ல, அவர் ஒரு நிர்வாக இயந்திரம். நான் உங்கள் மனைவி என்பதை, அவர் ஒரு அந்நியர், தேவையற்ற ஒருவர் என்பதை, அவர் புரிந்து கொள்ளவில்லை... வேண்டாம், அவரைப் பற்றிப் பேச வேண்டாம்..."

"நீங்கள் சொல்வது சரியில்லை, சரியில்லை என் அன்பே" என்று அவளை அமைதிப்படுத்த முயன்றான் விரான்ஸ்கி. "ஆனால் பரவாயில்லை, அவரைப் பற்றிப் பேச வேண்டாம். நீங்கள் என்ன செய்கிறீர்கள்? உங்களுக்கு என்ன ஆயிற்று? உடம்புக்கு என்ன? மருத்துவர் என்ன சொன்னார்?"

அவள் அவனைப் பரிகாசம் கலந்த மகிழ்ச்சியுடன் பார்த்தாள். அவள் தன் கணவனிடம் இன்னும் பல அபத்தமான, அசிங்கமான அம்சங்களைக் கண்டறிந்து, அவற்றை வெளிப்படுத்தும் தருணத்திற் காகக் காத்திருந்தாள்.

ஆனால், அவன் தொடர்ந்தான்.

"இது நோய் அல்ல, உங்கள் உடலில் ஏற்படும் மாற்றங்கள் என்று நினைக்கிறேன். எப்போது?"

அவள் கண்களில் இருந்த கேலியான ஒளி மங்கியது. ஆனால் வேறு வகையான ஒரு புன்னகை, அவனுக்குத் தெரியாத ஒன்றைப் பற்றிய அறிவும், மெல்லிய சோகமும், அவளுடைய முந்திய முகபாவனையை மாற்றியது.

"சீக்கிரம், சீக்கிரம். நாம் இப்போது இருக்கும் நிலைமை துயர மானது, அதற்கு முற்றுப்புள்ளி வைக்க வேண்டும் என்று சொல் கிறீர்கள். ஆனால், எனக்கு அது எவ்வளவு கஷ்டம் என்று உங்களுக்குத் தெரிந்தால்! உங்களைச் சுதந்திரமாகவும் தைரியமாகவும் நேசித்ததற் காக நான் என்னதான் கொடுக்க மாட்டேன்! நான் என்னுடைய பொறாமையால் என்னை நானே வருத்திக்கொண்டு, உங்களையும் துன்புறுத்த மாட்டேன்... அது விரைவில் நடக்கும் ஆனால் நாம் நினைக்கும் விதத்தில் அல்ல."

அது எப்படி நடக்கப்போகிறது என்ற யோசனையால், தன்னை நினைத்து வருந்திய அவளுடைய கண்களில் கண்ணீர் வழிந்தது. அவளால் மேற்கொண்டு பேச முடியவில்லை. விளக்கு வெளிச்சத்தில் மின்னிய மோதிரம் அணிந்த அவளுடைய வெண்ணிற கையை, அவள் அவன் தோள் மீது வைத்தாள்.

"அது நாம் நினைப்பது போல இருக்காது. அதை நான் உங்களிடம் சொல்ல விரும்பவில்லை ஆனால் நீங்கள் அதைச் செய்யும் நிலைக்கு என்னைத் தள்ளிவிட்டீர்கள். விரைவில், வெகு விரைவில் அனைத்தும் சீராகி, நாம் அனைவரும் நிம்மதியாக இருக்க முடியும். இனிமேல் யாருக்கும் எந்தத் துன்பமும் இருக்காது."

"எனக்குப் புரியவில்லை" என்றான் அவன். அவன் அப்படிச் சொன்னாலும் அவனுக்குப் புரிந்தே இருந்தது.

"நீங்கள் எப்போது என்று கேட்டீர்கள். விரைவில். நான் அதி லிருந்து தப்பிக்க மாட்டேன். குறுக்கே பேசாதீர்கள்!" என்ற அவள் வேகமாகப் பேசிக்கொண்டு போனாள். "அது எனக்குத் தெரியும், நிச்சயமாகத் தெரியும். நான் இறந்துவிடுவேன். நான் இறந்து உங்களை யும் என்னையும் விடுவிப்பதில் எனக்கு மகிழ்ச்சிதான்."

அவள் கண்களில் வழிந்த கண்ணீர் துளிகள் கன்னங்களில் உருண்டோடியது. அவன் அவள் மீது சாய்ந்து அவள் கையை முத்தமிடத் தொடங்கினான். அவன் எந்தக் காரணமும் இல்லாத தன்னுடைய பதற்றத்தை, மறைக்க முயன்றான். ஆனால், அவனால் அதைக் கட்டுப்படுத்த முடியவில்லை.

"அதுதான் சரி, அதுதான் நல்லது" என்று அவள் அவன் கையை அழுத்தினாள். "அது ஒன்றே ஒன்றுதான் நமக்குள்ள ஒரே தீர்வு."

அவன் தன்னைச் சாமாளித்துக் கொண்டு தலையை உயர்த்தினான்.

"என்ன முட்டாள்தனம்! அர்த்தமற்றப் பேச்சு!"

"இல்லை, அதுதான் உண்மை."

"என்ன, என்ன உண்மை?"

"நான் இறப்பது. நான் ஒரு கனவு கண்டேன்."

"கனவா?" என்ற விரான்ஸ்கி தன் கனவில் வந்த விவசாயியை மீண்டும் நினைத்துப் பார்த்தான்.

"ஆமாம், கனவுதான்" என்றாள். "நீண்ட நாட்களுக்கு முன்பே நான் அந்தக் கனவைக் கண்டேன். நான் என் படுக்கை அறைக்கு ஓடிச் சென்று அங்கு எதையோ தேடுவதாகக் கனவு கண்டேன். கனவுகளில் என்ன நடக்கிறது என்பது உங்களுக்குத் தெரியும்" என்ற அவள் திகிலுடன் தன் கண்களை அகலத் திறந்தாள். "படுக்கை அறையின் மூலையில் ஏதோ ஒன்று நின்றிருந்தது."

"ஓ, சுத்த முட்டாள்தனம்! அதை எப்படி உங்களால் நம்ப முடியும்…"

ஆனால், அவள் அவன் குறுக்கிடுவதை விரும்பவில்லை. அவளுக்குத் தான் சொல்லப்போவது மிகவும் முக்கியமானதாக இருந்தது.

"அந்த ஏதோ ஒன்று என்னை நோக்கித் திரும்பியது. அது குள்ளமாக, பரட்டை தாடியுடன், அச்சமூட்டுவதாக இருந்த ஒரு விவசாயி என்பதைக் கண்டேன். நான் அங்கிருந்து ஓடிப்போக விரும்பினேன். ஆனால் அவன் ஒரு சாக்கு மூட்டையை நோக்கிக் குனிந்து, அதில் தன் கைகளால் துழாவிக் கொண்டிருந்தான்…"

அவன் எப்படிச் சாக்கு மூட்டையில் தேடிக்கொண்டிருந்தான் என்பதை அவள் காட்டினாள். அவள் முகம் பேயறைந்தது போல இருந்தது. தன்னுடைய கனவை நினைவு கூர்ந்த விரான்ஸ்கி, அதே திகில் தன் உள்ளத்தை ஆக்கிரமிப்பதை உணர்ந்தான்.

"அவன் தேடிக்கொண்டே பிரெஞ்சு மொழியில் வேகவேகமாக ஏதோ பேசினான். பிரெஞ்சில் 'ஆர்' என்ற வார்த்தையை உச்சரிக்கையில் வாய் கொப்பளிப்பது போல இருக்கும் என்பது உங்களுக்குத் தெரியும். அவன் பிரெஞ்சில், 'நீங்கள் இரும்பை அடிக்க வேண்டும், அதைத் தட்ட வேண்டும், அதைப் பிசைய வேண்டும்' என்றான். பயத்தில் உறைந்திருந்த நான் எழுந்திருக்க விரும்பினேன்... ஆனால் நான் விழித்துக் கொண்ட பிறகும் கனவில் இருந்தேன். அதன் பொருள் என்னவாக இருக்கும் என்று நான் வியந்தேன். வேலைக்காரன் கோர்னி என்னிடம், 'நீங்கள் பிரசவத்தில் இறந்துவிடுவீர்கள், பிரசவத்தில்...' என்றான். பிறகு நான் கண் விழித்துக் கொண்டேன்."

"என்ன முட்டாள்தனம், என்ன முட்டாள்தனம்!" என்றான் விரான்ஸ்கி. ஆனால் தன் குரலில் இருந்த அவநம்பிக்கையை அவனால் உணர முடிந்தது.

"சரி, அதைப் பற்றிப் பேச வேண்டாம். மணியை அடித்து தேநீர் கொண்டுவரும்படி சொல்கிறேன். பொறுங்கள், நீண்ட நேரமாகாது. நான்..."

ஆனால் உடனே அவள் பேசுவதை நிறுத்தினாள். அவள் முகபாவம் சட்டென்று மாறியது. பயங்கரமும், பதட்டமும் நீங்கி, திடீரென்று அமைதியான, தீவிரமான, ஆனந்தமான முகபாவம் அவளிடம் வெளிப்பட்டது. இந்த மாற்றத்திற்கான காரணத்தை அவனால் புரிந்துகொள்ள முடியவில்லை. தனக்குள் ஒரு புதிய வாழ்க்கை உத்வேகமெடுப்பதை அவள் உணர்ந்தாள்.

4

விரான்ஸ்கியைத் தனது வீட்டு வாசலில் சந்தித்த பிறகு அலெக்ஸி அலெக்ஸாண்ட்ரோவிச் இத்தாலிய ஓபராவுக்குச் சென்றார். அங்கு இரு நிகழ்ச்சிகளைக் கண்டுகளித்த அவர், தான் பார்க்க வேண்டிய அனைவரையும் அங்கு சந்தித்தார். அவர் வீட்டுக்குத் திரும்பியதும் கோட் ஸ்டாண்டை கவனமாகப் பார்த்து, ராணுவ கோட் எதுவும் அங்கு மாட்டியிருக்கவில்லை என்பதைக் கண்ட பிறகு, வழக்கம் போல தனது அறைக்குச் சென்றார். ஆனால் வழக்கத்திற்கு மாறாக அவர் படுக்கை அறைக்குச் செல்லாமல், காலை மூன்று மணிவரை குறுக்கும் நெடுக்குமாக தனது படிப்பு அறையில் நடந்தார். நியாயங்களைக் கடைப்பிடிக்க விரும்பாத தன் மனைவி மீது அவருக்கு ஏற்பட்ட கோபம், தன் காதலனை வீட்டிற்கு வரவழைக்கக் கூடாது என்று அவர் விதித்த ஒரே நிபந்தனையை நிறைவேற்றாத கோபம், அவரது நிம்மதியைக் குலைத்தது. அவள் அவரது வேண்டுகோளை

நிறைவேற்றவில்லை என்பதால், அவர் அவளைத் தண்டிக்க வேண்டும். விவாகரத்து செய்வதாகவும், அவள் மகனை அவளிடமிருந்து பிரிப்பதாகவும் சொல்லி, அவளை அச்சுறுத்த வேண்டும். இதனுடன் தொடர்பான அனைத்து சிக்கல்களும் அவருக்குத் தெரியும் என்றாலும், அவர் முன்னரே அப்படிச் செய்வதாகச் சொல்லி யிருந்ததால், இப்போது அதைச் சொல்லி அவளைப் பயமுறுத்த வேண்டும் என்று நினைத்தார். அவர் தனது சிக்கல்களிலிருந்து விடுபட அதுவே சிறந்து வழி என்று கோமகள் லிடியா இவானோவ்னா அவருக்குச் சூசகமாக தெரிவித்திருந்தாள். மேலும் அண்மைக் காலமாக விவாகரத்து நடைமுறைகளில் பல மாற்றங்கள் ஏற்பட்டி ருப்பது அவருக்குத் தெரியும். எனவே அதிலிருந்த சம்பிரதாயச் சிக்கல்களைக் களைவதற்கான வழியை அவர் கண்டறிந்தார். தவிர, துரதிர்ஷ்டங்கள் ஒருபோதும் தனியாக வருவதில்லை என்பதால், ஜராய்ஸ்க் மாகாணத்தில், சிறுபான்மை இனத்தவர்களின் குடியேற்றம் மற்றும் வயல்களின் நீர்ப்பாசனம் குறித்த வழக்குகள் அலெக்ஸி அலெக்ஸாண்ட்ரோவிச்சிற்கு வேலையில் பல சிக்கல்களைக் கொண்டுவந்தன. எனவே சமீப காலமாக அவர் அதிகமான மன உளைச்சலுக்கு ஆளாகியிருந்தார்.

அன்று இரவு முழுவதும் அவர் தூங்கவில்லை. மிக வேகமாக அதிகரித்து வந்த அவருடைய கோபம், விடியற்காலையில் உச்ச கட்டத்தை எட்டியிருந்தது. அவர் அவசர அவசரமாக உடை அணிந்து, கோபம் நிறைந்த கோப்பையைச் சுமப்பது போலவும், அதைக் கொட்டிவிடுவோமோ என்ற பயத்துடனும், தன் மனைவி யுடன் பேசுவதற்கான ஆற்றலை இழந்துவிடுவோமோ என்ற அச்சத்துடனும் அவள் அறைக்குச் சென்றார்.

தனது கணவரைத் தனக்கு நன்றாகத் தெரியும் என்று நினைத் திருந்த அன்னா, அவர் அவளுடைய அறைக்குள் நுழைந்தபோது, அவரது தோற்றத்தைக் கண்டு திகைத்துப் போனாள். வளைந்த புருவத்திற்குக் கீழிருந்த அவருடைய கண்கள், அவளைப் பார்ப்பதைத் தவிர்த்து, வேறெங்கோ சோகத்துடன் வெறித்துப் பார்த்தன. அவருடைய உதடுகள் இகழ்ச்சியை வெளிப்படுத்தும் பாவனையில் இறுக்கமாக மூடியிருந்தன. அவரது நடையில், அவரது அசைவில், அவரது குரல் ஒலியில், இதுவரை அவர் மனைவி முன்னர் பார்த்தி ராத உறுதியும் தீவிரமும் வெளிப்பட்டன. அவள் அறைக்குள் நுழைந்த அவர் ‘குட் மார்னிங்’ என்று சொல்லாமல் நேராக அவள் எழுதும் மேசைக்குச் சென்று சாவியை எடுத்து இழுப்பறையைத் திறந்தார்.

“உங்களுக்கு என்ன வேண்டும்?” என்று அவள் கத்தினாள்.

“உன் காதலனின் கடிதங்கள்” என்றார்.

"அங்கு எதுவும் இல்லை" என்ற அவள் இழுப்பறையை மூடி னாள். ஆனால் அவள் அப்படிச் செய்ததன் மூலம், தான் யூகித்தது சரிதான் என்பதைப் புரிந்து கொண்ட அவர் முரட்டுத்தனமாக அவள் கையைத் தள்ளிவிட்டு, அவள் மிக முக்கியமான ஆவணங் களை வைத்திருப்பாள் என்று நினைத்த ஒரு கோப்பை வேகமாக வெளியே எடுத்தார். அவள் அதை அவரிடமிருந்து பிடுங்க முயல, அவர் அவளைத் தூரமாகத் தள்ளிவிட்டார்.

"உட்கார்! நான் உன்னுடன் பேச வேண்டும்" என்ற அவர் கோப்பை தன் கையில் வைத்து, அதைத் தன் முழங்கையால் அழுத்திக்கொண்டு தோளை நிமிர்த்தினார்.

ஆச்சரியமும் பயமும் அடைந்த அவள் அமைதியாக அவரைப் பார்த்தாள்.

"உன் காதலனை வீட்டிற்கு வரவழைக்காதே என்று சொன்னேன்."

"நான் அவரைப் பார்க்க வேண்டும்..."

அவள் எந்தக் காரணத்தைச் சொல்வது என்று தெரியாமல் அமைதியாக நின்றாள்.

"ஒரு பெண் தன் காதலனை ஏன் பார்க்க வேண்டும் என்ற விவரங்கள் எனக்குத் தேவையில்லை."

"நான் விரும்பினேன், நான் மட்டும்..." என்று முகம் சிவந்தபடி சொன்னாள். அவரது முரட்டுத்தனம் அவளுக்கு எரிச்சலையும் தைரியத்தையும் ஏற்படுத்தியது. "என்னை அவமதிப்பது உங்களுக்கு எத்தனை சுலபமாக இருக்கிறது என்று உங்களுக்குத் தோன்ற வில்லையா?"

"ஒருவரால் ஒரு நேர்மையான ஆணை அல்லது ஒரு நேர்மை யான பெண்ணை மட்டுமே அவமதிக்க முடியும். ஆனால் ஒரு திருடனைத் திருடன் என்று சொல்வது ஒரு உண்மையான கூற்று மட்டுமே."

"நான் இதுவரை உங்களிடம் அறிந்திராத ஒரு புதிய குரூரம்."

"ஒரு கணவன் தன் மனைவிக்கு முழு சுதந்திரம் கொடுத்து, தன் பெயரின் கௌரவமான புகலிடத்தை அவளுக்குக் கொடுப்பது, அவள் நியாய தர்மங்களைக் கடைப்பிடிக்க வேண்டும் என்ற ஒரே நிபந்தனையின் பேரில்தான். இதுவா குரூரம்?"

"இது குரூரத்தைவிட மோசமானது. நீங்கள் உண்மையில் தெரிந்துகொள்ள விரும்பினால், இது கீழ்த்தரமானது!" என்று கோபத்தில் வெடித்த அன்னா அங்கிருந்து போவதற்கு எழுந்தாள்.

"இல்லை!" என்று அவர் கீச்சிடும் குரலில் கத்தினார். இப்போது அவர் குரல் வழக்கத்தைவிட அதிகமாக உயர்ந்தது. அவருடைய

நற்றிணை பதிப்பகம் ● 539

பெரிய கைகள் அவள் கையை மிகவும் ஆக்ரோஷத்துடன் பற்றிப் பிடிக்க, அவர் அழுத்திய வேகத்தில், வளையல் ஏற்படுத்திய சிவப்பு அடையாளங்கள் அவள் கையில் பதிந்தன. அவர் அவளை வலுக்கட்டாயமாக உட்கார வைத்தார்.

"கீழ்த்தரமானதா? நீ அந்த வார்த்தையைப் பயன்படுத்த விரும்பினால், கணவனின் உணவைச் சாப்பிட்டுக்கொண்டே, காதலனுக்காக கணவனையும் மகனையும் கைவிடுவதுதான் கீழ்த்தரமானது!"

அவள் தலை குனிந்தாள். நேற்று அவள் தன் காதலனிடம், விரான்ஸ்கிதான் தனது உண்மையான கணவர், தன் உண்மையான கணவர் தேவையற்றவர் என்று சொன்னதை, இப்போது அவள் அவரிடம் சொல்ல நினைக்கவில்லை என்பதோடு, அதைப் பற்றி யோசிக்கவும் இல்லை. அவருடைய வார்த்தைகளின் அத்தனை நியாயங்களையும் உணர்ந்தவள் மென்மையாகச் சொன்னாள்.

"என் நிலையை நான் புரிந்து கொண்டதை விடவும் மோசமாக உங்களால் விவரித்துவிட முடியாது. ஆனால் இதையெல்லாம் இப்போது எதற்காகச் சொல்கிறீர்கள்?"

'நான் எதற்காகச் சொல்கிறேன்? எதற்காக?" என்று கோபத் துடன் தொடர்ந்தார். "ஒழுக்கத்தைக் கடைப்பிடிப்பது தொடர்பான எனது கோரிக்கைகளை நீ கடைப்பிடிக்கவில்லை என்பதால், இந்த நிலைமையை முடிவுக்குக் கொண்டுவர நான் நடவடிக்கை எடுக்கப் போகிறேன் என்பதை நீ தெரிந்து கொள்ள வேண்டும்."

"சீக்கிரம், வெகு சீக்கிரம், அது எப்படியோ முடிந்துவிடும்" என்று முணுமுணுத்த அவள், இப்போது தான் விரும்பிய மரணம் நெருங்கிவிட்டதை நினைத்ததும், அவள் கண்களில் கண்ணீர் வழிந்தது.

"நீயும் உன் காதலனும் நினைத்ததைவிட சீக்கிரம் முடிந்துவிடும்! உன் மிருகத்தனமாக இச்சையைத் திருப்திபடுத்த உனக்கு அது தேவை..."

"அலெக்ஸி அலெக்ஸாண்ட்ரோவிச்! இது பெருந்தன்மை அல்ல என்று நான் சொல்ல மாட்டேன், ஆனால் ஏற்கனவே தாழ்ந்த நிலையில் உள்ளவரை அடிப்பது அநாகரிகமானது."

"சரிதான், நீ உன்னைப் பற்றி மட்டுமே கவலைப்படுகிறாய் ஆனால் உன் கணவனாக இருந்தவனின் துன்பங்களைப் பற்றி உனக்கு அக்கறையில்லை. அவனுடைய முழு வாழ்க்கையும் நாசமாகி விட்டதையும், அவன் அனுபவி... அனுபவி... அனுபவித்த துயரங் கள்."

மிக வேகமாகப் பேசிக்கொண்டு சென்ற அவரால் அந்த வார்த்தையை உச்சரிக்க முடியாமல் குழம்பி கடைசியில் 'அனுபவித்த' என்று முடித்தார். அவள் அதைப் பார்த்துச் சிரிக்க முயன்ற அதே நேரத்தில், அத்தகைய ஒரு தருணத்தில் தன்னால் சிரிக்க முடியும் என்பதை நினைத்து வெட்கினாள். அவள் முதல் முறையாக, ஒரு நொடி அவர் மீது பரிதாபப்பட்டு, அவர் இடத்தில் தன்னை பொருத்திப் பார்த்து, அவர் மீது இரக்கம் கொண்டாள். ஆனால் அவளால் என்ன சொல்ல முடியும் அல்லது செய்ய முடியும்? அவள் தலை குனிந்து மௌனமாக இருந்தாள். அவரும் சிறிது நேர மௌனத்திற்குப் பிறகு, உணர்ச்சியற்ற, மெல்லிய கீச்சுக் குரலில், எந்த முக்கியத்துவமும் இல்லாத தோராயமாக தேர்ந்தெடுக்கப்பட்ட வார்த்தைகளை வலியுறுத்தி பேசத் தொடங்கினார்.

"நான் சொல்ல வந்தது..." என்றார்.

அவள் அவரைப் பார்த்தாள். 'இல்லை, நான் அப்படிக் கற்பனை செய்தேன்.' 'அனுபவித்த' என்ற வார்த்தையை அவர் சொல்லத் தடுமாறியபோது, வெளிப்பட்ட அவரது முகபாவத்தை நினைவுகூர்ந்து, 'இல்லை, மந்தமான கண்களும், மனநிறைவான அமைதியும் உடைய ஒருவரால் எதைத்தான் உணர முடியும்?' என்று நினைத்தாள்.

"என்னால் எதையும் மாற்ற முடியாது" என்று அவள் கிசுகிசுத்தாள்.

"நான் நாளை மாஸ்கோவுக்குச் செல்கிறேன். நான் மீண்டும் இந்த வீட்டிற்குத் திரும்பி வரமாட்டேன். என்னுடைய முடிவை என் வழக்கறிஞர் மூலம் உனக்குத் தெரிவிப்பேன். நான் அவரிடம் நம்முடைய விவாகரத்தை ஒப்படைப்பேன். என் மகன் என் சகோதரியின் வீட்டிற்குச் செல்வான். இதைச் சொல்லவே நான் வந்தேன்" என்று சொன்ன அலெக்ஸி அலெக்ஸாண்ட்ரோவிச், தன்னுடைய மகனைப் பற்றித் தான் சொல்ல விரும்பியதை நினைவுக்குக் கொண்டுவர கடுமையாகப் போராடினார்.

"என்னைக் காயப்படுத்த உங்களுக்கு செரியோஷா தேவை" என்ற அவள் கடுகடுத்த முகத்துடன் அவரைப் பார்த்தாள். "நீங்கள் அவனை நேசிக்கவில்லை. செரியோஷாவை என்னிடம் விட்டு விடுங்கள்!"

"ஆமாம், நான் என் மகன் மீதான பாசத்தைக் கூட இழந்து விட்டேன் ஏனென்றால், உன் மீதான என் வெறுப்புடன் அவனும் சம்பந்தப்பட்டவன். ஆனாலும் நான் அவனை அழைத்துச் செல்வேன். குட்பை!"

அவர் போவதற்குத் தயாரானார் ஆனால் அவள் அவரைத் தடுத்தாள்.

"அலெக்ஸி அலெக்ஸாண்ட்ரோவிச்! செரியோஷாவை என்னிடம் விட்டுவிடுங்கள்!" என்று கிசுகிசுத்தாள். "அதைத் தவிர நான் சொல்வதற்கு எதுவுமில்லை. என்னிடம் விடுங்கள் செரியோ ஷாவை நான்... நான் விரைவில் குழந்தை பெற்றுக்கொள்ளப் போகிறேன். அவனை என்னிடம் விடுங்கள்!"

முகம் சிவந்த அலெக்ஸி அலெக்ஸாண்ட்ரோவிச், அவளிட மிருந்து கையை விடுவித்துக் கொண்டு, ஒரு வார்த்தையும் பேசாமல் அறையை விட்டு வெளியேறினார்.

5

அலெக்ஸி அலெக்ஸாண்ட்ரோவிச் உள்ளே நுழைந்தபோது புகழ்பெற்ற பீட்டர்ஸ்பர்க் வழக்கறிஞரின் காத்திருப்பு அறை நிரம்பி வழிந்தது. அங்கு ஏற்கனவே மூன்று பெண்களும், ஒரு வயதான மனிதரும், ஒரு இளம் பெண்ணும், ஒரு வணிகரின் மனைவியும், மூன்று பெரிய மனிதர்களும் இருந்தனர். ஒரு ஜெர்மன் வங்கியாளர் விரலில் எழுத்து பொறித்த மோதிரம் அணிந்திருந்தார். மற்றொருவர் தாடியுடன் இருந்த ஒரு வணிகர். மூன்றாவது அலங்கார கழுத்துடன், சிவில் சீருடையில் கடுகடுத்த முகத்துடன் இருந்த ஒரு அதிகாரி. அவர் ஏற்கனவே நீண்ட நேரமாகக் காத்திருந்தது வெளிப்படையாகத் தெரிந்தது. இரண்டு உதவியாளர்கள் தங்கள் மேசைகளில் அமர்ந்து எழுதிக்கொண்டிருக்க, அவர்கள் பேனாக்கள் சப்தமிட்டன. எழுது பொருட்கள் மீது பெரும் காதல் கொண்ட அலெக்ஸி அலெக்ஸாண்ட் ரோவிச், அந்த எழுது கருவிகள் விதிவிலக்காக நன்றாக இருப்பதைக் கண்டதும், அவரால் அதைக் கவனிக்காமல் இருக்க முடியவில்லை. உதவியாளர்களில் ஒருவர், எழுந்து நிற்காமல், கண்களைச் சுருக்கிக் கொண்டு அலெக்ஸி அலெக்ஸாண்ட்ரோவிச்சிடம் கோபத்துடன் கேட்டார்.

"நான் உங்களுக்கு என்ன செய்ய வேண்டும்?"

"நான் வக்கீலைப் பார்க்க வேண்டும்."

"அவர் வேலையாக இருக்கிறார்" என்று அவர் முரட்டுத் தனமாகச் சொல்லிவிட்டு, தனது பேனாவால் அங்கு காத்திருந்தவர் களைச் சுட்டிக் காட்டிவிட்டு தொடர்ந்து எழுதினார்.

"நான் அவரைச் சந்திக்க முடியுமா?" என்று கேட்டார் அலெக்ஸி அலெக்ஸாண்ட்ரோவிச்.

"அவர் இப்போது ஓய்வாக இல்லை, தயவுசெய்து காத்திருங்கள்."

"அப்படியானால் என் அடையாள அட்டையை நீங்கள் அவரிடம் கொடுங்கள்" என்று கண்ணியத்துடன் சொன்ன அவர், தான் யார் என்பதை மறைப்பது சாத்தியமில்லை என்பதைக் கண்டார்.

அட்டையைப் பெற்றுக் கொண்ட உதவியாளர் அதில் தான் படித்ததை ஏற்றுக்கொள்ள முடியாதவராக உள்ளே சென்றார்.

அலெக்ஸி அலெக்ஸாண்ட்ரோவிச் கொள்கையளவில் திறந்த நீதிமன்றங்களுக்கு ஆதரவாக இருந்தார் என்றாலும், சில உயர் அதிகாரிகளின் மனப்பான்மை காரணமாக, ரஷ்யாவில் இந்தக் கோட்பாட்டைப் பயன்படுத்துவதை அவர் விரும்பவில்லை. எனவே அவர் சக்ரவர்த்தியின் அதிகாரத்தால் நிறுவப்பட்ட எதையும் கண்டிக்கும் அளவுக்கு இதையும் கண்டித்தார். அவர் தன்னுடைய வாழ்நாள் முழுவதும் நிர்வாகப் பணியில் இருந்த காரணத்தால், அவரால் ஒரு விஷயத்தை ஏற்க முடியாதபோது, தவறுகளின் தவிர்க்க முடியாத தன்மையையும், ஒவ்வொரு துறையிலும் மேற் கொள்ள வேண்டிய சீர்திருத்தங்களுக்கான சாத்தியத்தையும், அங்கீகரிப்பதன் மூலம் தனது அதிருப்தியைத் தணித்துக் கொண்டார். புதியதாக அமைக்கப்படும் பொது நீதிமன்றங்களில் வழக்கறிஞர்கள் வகிக்கும் இடத்தை அவர் ஏற்கவில்லை. ஆனால் அவர் இதுவரை வழக்கறிஞர்களுடன் பழகியதில்லை என்பதால் அவருடைய மறுப்பு, வெறும் கோட்பாட்டு அளவில் மட்டுமே இருந்தது. அதே நேரத்தில் இப்போது வழக்கறிஞரின் காத்திருப்பு அறையில் அவருக்கு ஏற்பட்ட விரும்பத்தகாத எண்ணத்தால் அது அதிகரித்தது.

"அவர் இப்போது வருவார்" என்றார் உதவியாளர். இரண்டு நிமிடங்களுக்குப் பிறகு, வழக்கறிஞருடன் ஆலோசித்துக் கொண்டி ருந்த ஒரு வயதான சட்ட வல்லுநரின் நெடிய உருவம், வழக்கறிஞ ருடன் சேர்ந்து அறை வாசலில் தோன்றியது.

அந்த வக்கீல் வழுக்கைத் தலையுடன், பருத்துக் குள்ளமாக, முன் துருத்திய நெற்றியுடன், அடர்ந்த துருப்பிடித்த நிறத்தில் தாடியும், நீண்ட வெள்ளை நிற புருவங்களுடன் இருந்தார். அவர் அணிந்திருந்த கழுத்துப் பட்டையும், இரட்டை கடிகாரச் சங்கிலியும், உயர்தர தோல் காலணிகளும் அவரை ஒரு மணமகனைப் போலக் காட்டியது. அவர் அறிவார்ந்த விவசாயியின் முகத்தோற்றத்தைக் கொண்டிருந்தார் என்றாலும் அவருடைய ஆடை பகட்டாக, மோசமான ரசனை உடையதாக இருந்தது.

"தயவுசெய்து உள்ளே வாருங்கள்!" என்ற வழக்கறிஞர், அலெக்ஸி அலெக்ஸாண்ட்ரோவிச்சைப் பணிவுடன் அறைக்குள் அழைத்துச் சென்று கதவைச் சாத்தினார்.

"நீங்கள் விரும்பினால்?" என்ற அவர் காகிதங்கள் குவிந்திருந்த மேசைக்கு அருகில் இருந்த ஒரு சாய்வு நாற்காலியைச் சுட்டிக் காட்டிவிட்டு தன்னுடைய இருக்கையில் அமர்ந்தார். அவர் வெண்ணிற முடிகள் அடர்ந்த தனது குட்டையான விரல்களால், சிறிய கைகளைத் தேய்த்தபடி தலையை ஒரு பக்கமாகச் சாய்த்தார். அவர் ஒருவழியாக அந்த நிலையில் அமர்ந்து முடித்தவுடன், ஒரு விட்டிற் பூச்சி மேசையின் மீது பறந்தது. அவர் திடீரென்று யாரும் எதிர்பாரத வேகத்தில், கைகளை விரித்து, விட்டிற் பூச்சியைப் பிடித்து நசுக்கிவிட்டு, மீண்டும் தன் பழைய நிலைக்குத் திரும்பினார்.

"நான் என்னுடைய வழக்கை பேசத் தொடங்குவதற்கு முன்" என்ற அலெக்ஸி அலெக்ஸாண்ட்ரோவிச், வழக்கறிஞரின் அசைவுகளை வியப்புடன் கவனித்து, "நான் உங்களுடன் விவாதிக்கும் விஷயம் ரகசியமாக இருக்க வேண்டும் என்பதை நான் குறிப்பிட விரும்புகிறேன்" என்றார்.

சற்றும் வெளியே தெரியாத வழக்கறிஞரின் புன்னகை அவருடைய சிவந்த தொங்கு மீசையை அசைத்தது.

"என்னிடம் சொல்லப்படும் ரகசியங்களை என்னால் காப்பாற்ற முடியாவிட்டால் நான் வழக்கறிஞராக இருக்க முடியாது! ஆனால் நீங்கள் அதை உறுதிப்படுத்த விரும்பினால்..."

அலெக்ஸி அலெக்ஸாண்ட்ரோவிச் அவர் முகத்தை ஏறிட்ட போது, அவருடைய புத்திசாலித்தனமான சாம்பல் நிறக் கண்கள், அவருக்கு அனைத்தும் முன்பே தெரியும் என்பதைப் போல, சிரிப்பதைக் கண்டார்.

"நான் யார் என்பது உங்களுக்குத் தெரியுமா?" என்று அலெக்ஸி அலெக்ஸாண்ட்ரோவிச் கேட்டார்.

"எனக்கு உங்களையும் உங்கள் பயனுள்ள" என்ற அவர் மீண்டும் ஒரு விட்டிற் பூச்சியைப் பிடித்தார். "செயல்களும், ஒவ்வொரு ரஷ்யர் களுக்கும் தெரிவது போல எனக்கும் தெரியும்" என்ற வழக்கறிஞர் தலை வணங்கினார்.

அலெக்ஸி அலெக்ஸாண்ட்ரோவிச் மூச்சை இழுத்து, தன் தைரியத்தைத் திரட்டிக் கொண்டார். ஆனால் முடிவு செய்த பிறகு, சிறிதும் பயப்படாமல், தடுமாறாமல், சில வார்த்தைகளை வலியுறுத்தி, கீச்சிடும் குரலில் தொடர்ந்தார்.

"என்னை துரதிர்ஷ்டம் பிடித்துக் கொண்டது" என்று ஆரம்பித் தார் அலெக்ஸி அலெக்ஸாண்ட்ரோவிச். "நான் ஒரு ஏமாற்றப்பட்ட கணவனாக இருப்பதால், சட்டரீதியாக என் மனைவியுடனான உறவை முறித்துக்கொள்ள விரும்புகிறேன், அதாவது விவாகரத்து

பெற விரும்புகிறேன். ஆனால் என் மகன் அவன் தாயுடன் இருக்கக் கூடாது."

வழக்கறிஞரின் சாம்பல் நிறக் கண்கள் சிரிக்காமல் இருக்க முயன்றும் அடக்க முடியாத மகிழ்ச்சியில் துள்ளிக் குதித்தன. அது ஒரு இலாபகரமான வேலையைப் பெற்ற ஒரு மனிதனின் மகிழ்ச்சி மட்டுமின்றி, அதில் வெற்றியும் மகிழ்ச்சியும் இருப்பதோடு, தன் மனைவியின் கண்களில் காணப்படும் வஞ்சனையும் கபடமும் நிறைந்த பிரகாசத்தைப் போன்றதொரு பிரகாசம் இருப்பதை அலெக்ஸி அலெக்ஸாண்ட்ரோவிச்சால் பார்க்க முடிந்தது.

"நீங்கள் விவாகரத்துப் பெற என் உதவியை நாடுகிறீர்களா?"

"அப்படித்தான்! ஆனால் நான் உங்கள் நேரத்தை வீணடிக்கும் அபாயம் இருப்பதைச் சுட்டிக்காட்ட விரும்புகிறேன். ஏனென்றால் நான் ஆரம்பகட்ட ஆலோசனைக்காக மட்டுமே வந்துள்ளேன். நான் விவாகரத்துப் பெற விரும்புவது உண்மைதான் என்றாலும் அது எந்த விதத்தில் எனக்குக் கிடைக்கும் என்பது எனக்கு முக்கியம். ஒருவேளை அது என் தேவைகளுடன் ஒத்துப் போகவில்லை என்றால், நான் சட்டபூர்வ விவாகரத்தைக் கைவிடுவேன்."

"ஓ, அது எப்போதும் அப்படித்தான்" என்றார் வழக்கறிஞர். "அது எப்போதும் உங்கள் விருப்பம்தான்."

தன்னிடம் வெளிப்படும் அடக்க முடியாத மகிழ்ச்சியினால், தான் தனது கட்சிக்காரரைப் புண்படுத்தக்கூடும் என்பதை உணர்ந்த வழக்கறிஞர் அலெக்ஸி அலெக்ஸாண்ட்ரோவிச்சின் கால்களை நோக்கி தனது பார்வையைத் தாழ்த்தினார். அவர் தனது மூக்கின் முன்னால் ஒரு விட்டிற் பூச்சி பறப்பதைக் கண்டதும் அவருடைய கைகள் அதைப் பிடிப்பதற்கு துடித்தன என்றாலும் அலெக்ஸி அலெக்ஸாண்ட்ரோவிச்சிற்கு மரியாதை செலுத்தும் விதமாக அதைச் செய்யவில்லை.

"இது தொடர்பான நம்முடைய சட்டங்களின் பொதுவான அம்சங்கள் எனக்குத் தெரிந்திருந்தாலும்" என்ற அலெக்ஸி அலெக்ஸாண்ட்ரோவிச் தொடர்ந்து, "நடைமுறையில் இதுபோன்ற வழக்குகள் எந்த விதத்தில் நடத்தப்படுகின்றன என்பதை நான் அறிய விரும்புகிறேன்" என்றார்.

"நீங்கள் விரும்பியபடி" என்ற வழக்கறிஞர் நிமிர்ந்து பார்க்காமல், தன் கட்சிக்காரரின் கருத்துக்களைக் குறிப்பிட்ட மகிழ்ச்சியுடன், ஏற்றுக்கொண்டு, "நீங்கள் விரும்புவதை அடைவதற்கான அனைத்து வழிமுறைகளையும் நான் உங்கள் முன் வைக்கிறேன் சரிதானே?" என்றார்.

அலெக்ஸி அலெக்ஸாண்ட்ரோவிச்சிடமிருந்து தலையசைப்பைப் பெற்ற வழக்கறிஞர், திட்டுத்திட்டாகச் சிவந்திருந்த அலெக்ஸி அலெக்ஸாண்ட்ரோவிச்சின் முகத்தை அரிதாகவே பார்த்தவாறு பேசத் தொடங்கினார்.

"நமது சட்டங்களின் கீழ்" என்ற அவர் அந்தச் சட்டங்கள் மீது சிறியதாக தனக்கிருக்கும் அதிருப்தியின் சாயை வெளிப்பட பேசினார், "விவாகரத்து என்பது பின்வரும் சந்தர்ப்பங்களில் வழங்கப்படலாம் என்பதை நீங்கள் அறிவீர்கள். கொஞ்சம் பொறுங்கள்!" என்ற அவர், கதவைத் திறந்து எட்டிப் பார்த்த தன் உதவியாளரிடம் எழுந்து சென்று அவரிடம் சில வார்த்தைகள் பேசிவிட்டு, மீண்டும் அமர்ந்தார். "பின்வரும் சந்தர்ப்பங்களில் விவாகரத்து சாத்தியம்: கணவன் அல்லது மனைவியின் உடல் குறைபாடு, பிறகு எந்தத் தொடர்பும் இன்றி ஐந்து ஆண்டுகள் பிரிந்து வாழ்தல்" என்ற அவர் தனது குட்டையான முடி அடர்ந்த விரல்களில் ஒன்றை மடித்து, "அல்லது விபச்சாரம்" (அவர் அந்த வார்த்தையை வெளிப்படையான மகிழ்ச்சியுடன் உச்சரித்தார்). "அதன் உட்பிரிவுகள் பின்வருமாறு" (அந்த மூன்று சந்தர்ப்பங்களையும் அதன் உட்பிரிவுகளையும் வெளிப்படையாக ஒன்றாக வகைப்படுத்த முடியாவிட்டாலும், அவர் தொடர்ந்து தனது பருமனான கை விரல்களை மடித்தார்) "கணவன் அல்லது மனைவியின் உடல் குறைபாடு, பிறகு கணவன் அல்லது மனைவியின் விபச்சாரம்." அனைத்து விரல்களையும் மடித்து முடித்த அவர் விரல்களை நிமிர்த்திவிட்டுத் தொடர்ந்தார், "இதுவே எழுதப்பட்ட சட்டம். ஆனால் அதன் நடைமுறை பயன்பாட்டை அறிந்து கொள்வதற்காக நீங்கள் என்னுடன் கலந்தாலோசிப்பதன் மூலமாக அதற்குரிய பெருமையை எனக்கு அளித்துள்ளீர்கள் என்று நினைக்கிறேன். எனவே முன்னுதாரணங்களைப் பின்பற்றி, விவாகரத்து வழக்குகள் அனைத்தும் பின்வருமாறு நடக்கின்றன என்பதை நான் உங்களுக்குத் தெரிவிக்க விரும்புகிறேன். உங்கள் வழக்கில், உடல் குறைபாடுகள் எதுவும் இல்லை, சரிதானே? ஐந்து வருட பிரிவும் இல்லை அப்படித்தானே?"

அலெக்ஸி அலெக்ஸாண்ட்ரோவிச் ஆம் என்று தலையசைத்தார்.

"விவாகரத்துப் பெறும் வழிமுறையைச் சுருக்கமாக இப்படிச் சொல்லலாம்: கணவன் அல்லது மனைவியின் விபச்சாரம். இதில் கணவன் மனைவி இருவரும் பரஸ்பர ஒப்புதல் மூலம் குற்றவாளியை அம்பலப்படுத்துதல் அல்லது அத்தகைய ஒப்புதல் இல்லாமல் யாரோ ஒருவர் தன்னிச்சையாகக் குற்றவாளியை வெளிப்படுத்துதல். பிந்தையது நடைமுறையில் அரிதாகவே வருகிறது என்பதை நான் சொல்ல வேண்டும்" என்ற வழக்கறிஞர், அலெக்ஸி அலெக்ஸாண்ட்ரோவிச்சை

ஒரு கண நேரம் பார்த்துவிட்டு, இரண்டு ஆயுதங்களின் நன்மைகளை விவரித்த பிறகு, வாங்குபவரின் தேர்வுக்காகக் காத்திருக்கும் துப்பாக்கி விற்பனையாளரைப் போல அமைதியானார். ஆனால் அவர் அமைதியாக இருப்பதைப் பார்த்த வழக்கறிஞர் தொடர்ந்தார். "மிகவும் வழக்கமான, எளிமையான மற்றும் விவேகமான வழி பரஸ்பர ஒப்புதலுடன் விபச்சாரம் என்று நான் கருதுகிறேன். நிச்சயமாகக் கல்வியறிவு இல்லாத ஒருவருடன் நான் இப்படிப் பேச மாட்டேன்" என்ற வழக்கறிஞர் தொடர்ந்து, "ஆனால் நீங்கள் இதைப் புரிந்து கொள்வீர்கள் என்று நம்புகிறேன்." என்றார்.

அலெக்ஸி அலெக்ஸாண்ட்ரோவிச் மிகவும் வருத்தமடைந்தார்.

பரஸ்பர ஒப்புதலால் விபச்சாரம் என்ற நியாயத்தை உடனடியாக அவர் புரிந்து கொள்ளவில்லை என்பதால் அவருடைய கண்கள் குழப்பத்தை வெளிப்படுத்தின. ஆனால் உடனடியாக வழக்கறிஞர் அவருக்கு உதவினார்.

"இனிமேல் இருவரும் ஒன்றாகச் சேர்ந்து வாழ முடியாது என்பது உண்மையானால், அதை இருவரும் ஒப்புக் கொண்டால், விவரங்களும் சம்பிரதாயங்களும் முக்கியமற்றதாகிவிடும். அதே நேரத்தில் இது எளிமையான, உறுதியான வழியாகும்."

இப்போது அலெக்ஸி அலெக்ஸாண்ட்ரோவிச் முழுமையாகப் புரிந்து கொண்டார். ஆனால் அதைச் செயல்படுத்த அவருக்கு மதக் கட்டுப்பாடுகள் தடையாக இருந்தன.

"இப்போதைய சூழ்நிலையில் அது சாத்தியமில்லை" என்றார் அவர். "தன்னிச்சையாக வெளிப்படுத்துவது, அதாவது என்னிடம் உள்ள கடிதங்கள் மூலம் உறுதிப்படுத்துவது ஒன்றுதான் இப்போது சாத்தியம்."

கடிதங்களைப் பற்றிக் கேட்டதும், வழக்கறிஞர் உதட்டைப் பிதுக்கி, இரக்கமும் அவமதிப்பும் கலந்த பலத்த ஒலியை எழுப்பினார்.

"தயவுசெய்து யோசித்துப் பாருங்கள்" என்று அவர் ஆரம்பித்தார். "இதுபோன்ற வழக்குகளை மதத் துறைதான் முடிவு செய்கிறது என்பது உங்களுக்கே தெரியும். அருட்தந்தையர்கள் மிகச்சிறிய விவரங்களை அதிகம் நேசிப்பவர்கள்" என்று கூறிய அவர், மரியாதைக்குரிய பாதிரியார்களின் ரசனைக்கு தன்னுடைய அனுதாபத்தை வெளிப்படுத்தும் வகையில் புன்னகைத்தார். "கடிதங்களால் சந்தேகத்திற்கு இடமின்றி ஓரளவு உறுதிப்படுத்த முடியும் என்றாலும், அந்த சாட்சியங்கள் நேரடியாக அதாவது, கண்ணால் கண்ட சாட்சிகளின் மூலம் பெறப்பட வேண்டும். பொதுவாக, இந்த வழக்கை நான் ஏற்று நடத்தும் கௌரவத்தை நீங்கள் எனக்கு வழங்க விரும்பினால், அதற்காக மேற்கொள்ள வேண்டிய நடவடிக்கைகளைத் தேர்வு

செய்யும் பொறுப்பை என்னிடம் ஒப்படைத்து விடுங்கள். தீர்வை விரும்பும் ஒருவர் அதற்கான வழிமுறைகளை அனுமதிக்க வேண்டும்."

"அப்படியானால்..." என்ற அலெக்ஸி அலெக்ஸாண்ட்ரோவிச்சின் முகம் திடீரென்று வெளுத்துப் போனது. ஆனால் அந்தச் சமயத்தில் மீண்டும் குறுக்கிட்ட உதவியாளரிடம் பேசுவதற்கு வழக்கறிஞர் எழுந்து சென்றார்.

"கட்டணத்திற்காக பேரம் பேச வேண்டாம் என்று அவரிடம் சொல்லுங்கள்!" என்று சொல்லிவிட்டு அவர் அலெக்ஸி அலெக்ஸாண்ட்ரோவிச்சிடம் திரும்பினார்.

அவர் இருக்கைக்குத் திரும்பியபோது, தான் கவனிக்காமல் விட்ட மற்றொரு விட்டிற் பூச்சியை அவர் பிடித்தார். 'கோடைக் காலத்தில் என் வீடு பயங்கரமாக இருக்கும்!' என்று நினைத்து முகத்தைச் சுளித்தார்.

"ஆமாம், நீங்கள் சொன்னீர்கள்..." என்றார்.

"நான் என்னுடைய முடிவை எழுத்துப்பூர்வமாக உங்களுக்குத் தெரிவிக்கிறேன்" என்ற அலெக்ஸி அலெக்ஸாண்ட்ரோவிச் எழுந்து மேசையைப் பிடித்துக்கொண்டு நின்றார். சிறிது நேரம் மௌனமாக நின்ற பிறகு, "நீங்கள் சொன்னதிலிருந்து விவாகரத்துப் பெற முடியும் என்ற முடிவுக்கு நான் வரலாமா? உங்கள் விதிமுறைகள் என்ன என்பதை எனக்குத் தெரிவிக்கும்படி கேட்டுக்கொள்கிறேன்."

"எனக்கு முழு சுதந்திரம் கொடுத்தால் எல்லாம் சாத்தியம்" என்று அவர் கேட்ட கேள்விக்குப் பதில் சொல்லாமல் வழக்கறிஞர் பேசினார். "உங்களிடமிருந்து எப்போது பதிலை எதிர்பார்க்கலாம்?" என்று கேட்ட வழக்கறிஞர் கதவை நோக்கி நடந்தார். அவருடைய கண்களும், உயர்தர காலணிகளும் பளபளத்தன.

"இன்னும் ஒரு வாரத்தில். நீங்கள் இந்த வழக்கை எடுத்துக் கொள்கிறீர்களா என்பதையும், எந்த நிபந்தனைகளின் அடிப்படையில் எடுப்பீர்கள் என்பதையும் தெரியப்படுத்தினால் நலமாக இருக்கும்."

"மிகவும் நல்லது."

மரியாதையுடன் தலைவணங்கிய வழக்கறிஞர், தன் கட்சிக் காரரை வெளியே அனுப்பிவிட்டு, தனியாக இருந்தபோது, அவரை அதிகப்படியான மகிழ்ச்சி ஆக்ரமித்துக்கொள்ள நல்ல மனநிலைக்குத் திரும்பினார். எனவே தனது விதிகளுக்கு மாறாக, பேரம் பேசிய பெண்மணிக்குத் தள்ளுபடி கொடுத்ததுடன், விட்டிற் பூச்சிகளைப் பிடிப்பதையும் நிறுத்தினார். அடுத்த குளிர் காலத்திற்கு முன்பு, சிகோனின் வீட்டைப் போல தன்னுடைய வீட்டையும் நல்லவிதமாக புதுப்பிக்க வேண்டும் என்று உறுதியாக முடிவு செய்தார்.

6

ஆகஸ்ட் 17ஆம் தேதி நடந்த ஆணையத்தின் கூட்டத்தில் அலெக்ஸி அலெக்ஸாண்ட்ரோவிச் ஓர் அபாரமான வெற்றியைப் பெற்றார். ஆனால் அந்த வெற்றியின் விளைவுகள் அவரை முடக்கின. பூர்வீக மக்கள் வாழ்க்கையின் அனைத்து அம்சங்களையும் விசாரிக்கும் புதிய ஆணையம் அமைக்கப்பட்டு, அலெக்ஸி அலெக்ஸாண்ட்ரோவிச்சின், அசாதாரணமான வேகத்தாலும், ஆற்றலாலும் தூண்டப்பட்டு பரிசீலனைக்கு அனுப்பப்பட்டது. மூன்று மாதங்களுக்குப் பிறகு ஓர் அறிக்கை சமர்ப்பிக்கப்பட்டது. பூர்வீக மக்களின் வாழ்க்கை அதன் அரசியல், நிர்வாகம், பொருளா தாரம், இனவரைவியல், பொருளியல் மற்றும் மதம் ஆகிய அனைத்து அம்சங்களிலும் ஆராயப்பட்டன. இக்கேள்விகள் அனைத்திற்கும், சந்தேகத்திற்கு இடமளிக்காத, அற்புதமான சிறந்த பதில்கள் கிடைத்தன. ஏனெனில் அவை மனித சிந்தனையின் விளைபொருள் அல்ல, மாறாக உத்தியோகபூர்வ உழைப்பின் விளைவு என்பதால் எப்போதும் பிழைக்கு உட்பட்டவை. இந்தப் பதில்கள் அனைத்தும், மாவட்ட அதிகாரிகளின் அறிக்கைகளின் அடிப்படையில் அமைந்த, ஆளுநர்கள் மற்றும் தேவாலயங்களின் தலைவர்களின் அறிக்கைகள், மேலும் கிராம நிர்வாக அலுவலர்கள் மற்றும் திருச்சபை பாதிரியார் களின் அறிக்கைகளின் அடிப்படையில் அமைந்த, திருச்சபை கண்காணிப்பாளர்களின் அறிக்கைகள் ஆகிய அதிகாரபூர்வ தரவுகளை அடிப்படையாகக் கொண்டவை. எனவே இந்தப் பதில்கள் அனைத்தும் தயக்கமற்றவை என்பதுடன் உறுதியானவை. உதாரண மாக, பயிர்ச் சேதங்கள் ஏன் ஏற்பட்டன, மக்கள் ஏன் தங்கள் நம்பிக் கைகளில் ஒட்டிக் கொண்டுள்ளனர் போன்ற பல கேள்விகளுக்கு அதாவது, அதிகாரபூர்வ நிர்வாக இயந்திரம் இல்லாமல் பல நூற்றாண்டுகளாகத் தீர்க்கப்படாத மற்றும் தீர்க்க முடியாத கேள்வி களுக்கு இப்போது ஒரு தெளிவான மற்றும் தீர்க்கமான பதில்கள் கிடைத்துள்ளன. முடிவுகள் அலெக்ஸி அலெக்ஸாண்ட்ரோவிச்சின் கருத்துக்கு ஆதரவாக இருந்தன. ஆனால் கடந்த கூட்டத்தில் தான் விரைவாக தோற்கடிக்கப்பட்டதை உணர்ந்த ஸ்ட்ரெமோவ், ஆணையத்தின் அறிக்கைகள் கிடைத்தபோது, அலெக்ஸி அலெக் ஸாண்ட்ரோவிச் முற்றிலும் எதிர்பாராத ஒரு தந்திரத்தைக் கையாண் டார். அவர் தன்னுடன் பல உறுப்பினர்களை அழைத்துக் கொண்டு திடீரென்று அலெக்ஸி அலெக்ஸாண்ட்ரோவிச்சின் பக்கம் சேர்ந்தார். மேலும் கரீனின் பரிந்துரைத்த நடவடிக்கைகளை செயல் படுத்துவதை ஆதரித்தது மட்டுமின்றி, தீவிரமான கூடுதல் நடவடிக் கைகள் சிலவற்றை அதே உத்வேகத்துடன் முன்மொழிந்தார். அலெக்ஸி அலெக்ஸாண்ட்ரோவிச்சின் அடிப்படைக் கருத்துக்களுடன்

ஒப்பிடும்போது, இந்த நடவடிக்கைகள் தீவிரமானவை என்பதால் உடனே அங்கீகரிக்கப்பட்டன. இதன் பிறகே ஸ்ட்ரெமோவின் தந்திரம் வெளிப்பட்டது. ஆனால் இந்த நடவடிக்கைகள் அவற்றின் உச்சகட்டத்திற்குக் கொண்டு செல்லப்பட்டபோது, திடீரென்று மிகவும் முட்டாள்தனமானதாகத் தோன்றின. ஒரே நேரத்தில் அரசு அதிகாரிகளும், பொது மக்களும், அறிவுஜீவிப் பெண்களும், செய்தித் தாள்களும் இந்த நடவடிக்கைகளைக் கடுமையாக எதிர்த்தனர். எனவே, ஒவ்வொருவரும் இந்த நடவடிக்கைகள் மீதும், அதன் தந்தையான அலெக்ஸி அலெக்ஸாண்ட்ரோவிச் மீதும் தங்கள் கோபத்தை வெளிப்படுத்தி, இந்த நடவடிக்கைகளை முறியடித்தனர். இதனால் பின்வாங்கிய ஸ்ட்ரெமோவ், தான் கரீனின் திட்டத்தைக் கண்மூடித்தனமாகப் பின்பற்றியதுபோல நடித்து, இப்போது நடந்த வைகளைக் கண்டு அவரே ஆச்சரியமும் கோபமும் அடைந்தார். இது அலெக்ஸி அலெக்ஸாண்ட்ரோவிச்சை முடக்கியது. ஆனால் அவர் தனது உடல் நலம் சீர்கெட்ட நிலையிலும், குடும்பக் கஷ்டங்கள் இருந்தபோதிலும் விட்டுக் கொடுக்கவில்லை. எனவே ஆணையத்தில் பிளவு ஏற்பட்டது. ஸ்ட்ரெமோவைத் தலைவராகக் கொண்ட சில உறுப்பினர்கள், அறிக்கை சமர்ப்பித்த அலெக்ஸி அலெக்ஸாண்ட்ரோவிச் தலைமையிலான ஆய்வுக் குழுவின் மீது நம்பிக்கை வைத்து தாங்கள் தவறு செய்துவிட்டதாக, தங்கள் தவறை நியாயப்படுத்தினர். மேலும் அந்த ஆணையத்தின் அறிக்கை முட்டாள்தனமானது என்றும் அது வீணான காகிதத்தைத் தவிர வேறில்லை என்றும் கூறினர். உத்தியோகபூர்வ ஆவணங்கள் மீது, இத்தகைய புரட்சிகர அணுகுமுறையின் அபாயத்தைக் கண்ட ஒரு குழுவும், அலெக்ஸி அலெக்ஸாண்ட்ரோவிச்சும், ஆய்வு ஆணையம் வழங்கிய தரவுகளைத் தொடர்ந்து ஆதரித்தனர். இதன் விளைவாக, உயர் துறைகளிலும், சமூகத்திலும் அனைத்தும் குழப்பமடைந்தன. அனைத்துத் தரப்பிலும் இதைப் பற்றி ஆர்வம் இருந்தபோதும், பூர்வீக மக்கள் உண்மையிலேயே வறுமையில் வாழ்கிறார்களா அல்லது அழிந்து வருகிறார்களா அல்லது செழித்து வளர்கிறார்களா என்பதை யாராலும் சொல்ல முடியவில்லை. இதனாலும், அவரது மனைவியின் துரோகத்தின் காரணமாக அவர் மீது விழுந்த அவமதிப்பினாலும், அலெக்ஸி அலெக்ஸாண்ட்ரோவிச் நிலை தடுமாறினார். அந்த நிலையில் அவர் ஒரு முக்கியமான முடிவை எடுத்தார். அந்த ஆணையத்தை ஆச்சரியப்படுத்தும் வகையில், சம்பவ இடத்திற்கு நேரில் சென்று விசாரணை நடத்த அனுமதி கோரப்போவதாக அறிவித்தார். அவர் அதற்காக அனுமதியைப் பெற்ற பிறகு தொலை தூர மாகாணங்களுக்குப் பயணப்பட்டார்.

அலெக்ஸி அலெக்ஸாண்ட்ரோவிச்சின் பயணம் பெரும் பரபரப்பை ஏற்படுத்தியது. குறிப்பாக, அவர் புறப்படுவதற்கு முன்பு, பயணத்திற்குத் தேவையான பன்னிரண்டு குதிரைகளுக்கு ஒதுக்கப்பட்ட பணத்தை அதிகாரபூர்வமாகப் பெற்றுக்கொண்டு திரும்பியதும், எங்கும் அதே பேச்சாயிருந்தது.

"இது அவருக்கு வழங்கப்பட்ட கௌரவம் எனக் கருதுகிறேன்" என்று பெட்ஸி, இளவரசி மியாக்கியிடம் சொன்னாள். "இப்போது எல்லா இடங்களிலும் ரயில்கள் இருப்பது அனைவருக்கும் தெரியும் எனும்போது ஏன் குதிரைகளுக்குப் பணம் கொடுக்க வேண்டும்?"

ஆனால் இளவரசி மியாக்கி அதை ஏற்கவில்லை என்பதும் இளவரசி ட்வெர்ஸ்காயாவின் கருத்தும் அவளை எரிச்சலடையச் செய்தன.

"நீங்கள் பேசுவது எல்லாம் சரிதான்" என்றாள் அவள். "உங்களிடம் எத்தனை கோடி இருக்கிறது என்பது எனக்குத் தெரியாது. ஆனால் என் கணவர் கோடையில் ஆய்வுக்காக வண்டியில் சுற்றுப்பயணம் செல்வது எனக்கு மிகவும் பிடிக்கும். அது அவரது ஆரோக்கியத்திற்கு நல்லது என்பதுடன் அவர் பயணத்தை மிகவும் ரசிப்பார். மேலும் அந்தப் பணத்தை வண்டிக்கும், வண்டியோட்டிக்கும் செலவிட வேண்டும் என்பதை நான் ஒரு விதியாகக் கடைப்பிடிக்கிறேன்."

தொலைதூர மாகாணங்களுக்குச் செல்லும் வழியில், அலெக்ஸி அலெக்ஸாண்ட்ரோவிச் மாஸ்கோவில் மூன்று நாட்கள் தங்கினார்.

அவர் மாஸ்கோ வந்த மறுநாளே கவர்னர் ஜெனரலைச் சந்திக்கச் சென்றார். வண்டிகளும் ஓட்டுநர்களுமாக எப்போதும் கூட்டமாக இருக்கும் கசெட்னி தெருவின் சந்திப்பில், திடீரென்று யாரோ தன் பெயரை மிகவும் உரத்த, மகிழ்ச்சியான குரலில் அழைப்பதைக் கேட்டதும் அவரால் திரும்பிப் பார்க்காமல் இருக்க முடியவில்லை. நடைபாதையின் மூலையில், குட்டையான, நவநாகரிகமான கோட் அணிந்து, ஒரு பக்கம் சாய்ந்த தொப்பியுடன், சிவந்த உதடுகளுக்கு இடையில் வெள்ளைப் பற்கள் மின்னும் புன்னகையுடன், மகிழ்ச்சியாகவும் இளமையாகவும் ஜொலித்தபடி ஸ்டீபன் ஆர்கடியேவிச் நின்று கொண்டிருந்தான். உறுதியான, அழுத்தமான குரலில் கூச்சலிட்ட அவன் அவரை நிற்கும்படி கேட்டுக் கொண்டான். சாலையின் ஓரத்தில் நின்றிருந்த வண்டியின் ஜன்னல் மீது ஒரு கையை வைத்து, வண்டியிலிருந்த வெல்வெட் தொப்பி அணிந்த பெண்ணையும், இரண்டு குழந்தைகளையும் பார்த்துக் கொண்டிருந்த அவன், மறுகையால் தன் மைத்துனரை நோக்கி சிரித்துக் கொண்டே கையசைத்தான். அந்தப் பெண் கனிவான புன்னகையுடன் அலெக்ஸி

அலெக்ஸாண்ட்ரோவிச்சை நோக்கிக் கையசைத்தாள். அது குழந்தை களுடன் இருந்த டோலி.

அலெக்ஸி அலெக்ஸாண்ட்ரோவிச் மாஸ்கோவில் யாரையும், குறைந்தபட்சம் அவரது மனைவியின் சகோதரரைப் பார்க்க விரும்பவில்லை. எனவே அவர் தன் தொப்பியை உயர்த்திவிட்டு மேற்கொண்டு செல்ல முற்பட்டார். ஆனால், ஸ்டீபன் ஆர்கடியேவிச் தன் வண்டியை நிறுத்தச் சொல்லிவிட்டு, அவரை நோக்கி பனியின் மீது ஓடினான்.

"உங்கள் வரவை எங்களுக்குத் தெரியப்படுத்தாமல் இருப்பது எத்தனை அவமானம்! வந்து நீண்ட நாட்கள் ஆயிற்றா? நேற்று நான் டஸ்ஸோட்ஸில் இருந்தபோது பார்வையாளர்கள் பட்டியலில் 'கரீனின்' என்று இருப்பதைப் பார்த்தேன் என்றாலும் அது நீங்கள்தான் என்று எனக்குத் தோன்றவே இல்லை!" என்று ஸ்டீபன் ஆர்கடியேவிச் வண்டிக்குள் தலையைத் திணித்தபடி கூறினான். "இல்லையேல் உங்களை அழைத்திருப்பேன். உங்களைப் பார்த்ததில் மிகவும் மகிழ்ச்சி!" என்ற அவன் ஒரு காலை மற்றொரு காலால் தட்டி பனியை உதறினான். "எங்களுக்குத் தெரியப்படுத்தாமல் இருப்பது எவ்வளவு அவமானம்!" என்று அவன் திரும்பவும் சொன் னான்.

"எனக்கு நேரமில்லை, நான் வேலையாக இருந்தேன்" என்று அலெக்ஸி அலெக்ஸாண்ட்ரோவிச் உலர்ந்த குரலில் சொன்னார்.

"வாருங்கள் என் மனைவியிடம் பேசுங்கள், அவள் உங்களைப் பார்க்க விரும்புகிறாள்."

தனது குளிர்ந்த கால்களை மூடியிருந்த போர்வையை விலக்கிய, அலெக்ஸி அலெக்ஸாண்ட்ரோவிச், வண்டியிலிருந்து இறங்கி, பனியைக் கடந்து டாரியா அலெக்ஸாண்ட்ரோவ்னாவை நோக்கிச் சென்றார்.

"என்ன விஷயம் அலெக்ஸி அலெக்ஸாண்ட்ரோவிச்? எங்களை ஏன் இப்படித் தவிர்க்கிறீர்கள்?" என்று டோலி சோகமாகச் சிரித்துக் கொண்டே கேட்டாள்.

"நான் முக்கியமான வேலையாக இருந்தேன். உங்களைப் பார்த்த தில் மிக்க மகிழ்ச்சி" என்று அவர் சொன்ன தொனியில், தான் மனமுடைந்து போயிருப்பதைத் தெளிவாகக் காட்டினார். "நீங்கள் எப்படி இருக்கிறீர்கள்?"

"நன்றாக இருக்கிறேன். என் அன்பு அன்னா எப்படி இருக் கிறார்?"

அலெக்ஸி அலெக்ஸாண்ட்ரோவிச் ஏதோ முணுமுணுத்துக் கொண்டு புறப்படத் தயாரானார். ஆனால், ஸ்டீபன் ஆர்கடியேவிச் அவரைத் தடுத்தான்.

"இதோ, நாளை நாம் இதைத்தான் செய்யப்போகிறோம். டோலி அவரை இரவு உணவுக்குக் கூப்பிடு! நாம் கோஸ்னிஷேவையும் பெஸ்ட்சோவையும் அழைப்போம். மாஸ்கோ அறிவுஜீவிகளோடு அவருக்கு விருந்தளிப்போம்."

"ஆமாம், தயவுசெய்து வாருங்கள்" என்றாள் டோலி. நீங்கள் விரும்பினால் ஐந்து அல்லது ஆறு மணிக்கு நாங்கள் உங்களை எதிர்பார்க்கிறோம். சரி, என் அன்பு அன்னா எப்படி இருக்கிறார்? நீண்ட காலமாயிற்று..."

"அவள் நலமாக இருக்கிறாள்" என்ற அலெக்ஸி அலெக்ஸாண்ட்ரோவிச் முகத்தைச் சுளித்து முணுமுணுத்தார். "உங்களைப் பார்த்ததில் மிக்க மகிழ்ச்சி!" என்ற அவர் வண்டியை நோக்கி நடந்தார்.

"வருவீர்கள்தானே?" என்று டோலி கேட்டாள்.

அலெக்ஸி அலெக்ஸாண்ட்ரோவிச் ஏதோ சொன்னார் என்றாலும் நகரும் வண்டிகளின் இரைச்சலில் டோலியால் எதையும் புரிந்துகொள்ள முடியவில்லை.

"நான் நாளைக்கு வருகிறேன்!" என்று ஸ்டீபன் ஆர்கடியேவிச் அவருக்குப் பின்னால் கத்தினான்.

தனது வண்டியில் ஏறிய அலெக்ஸி அலெக்ஸாண்ட்ரோவிச், யாரும் பார்க்காமல், யாரையும் பார்க்காமல், இருக்கும்படி அதன் கடைசி வரைக்கும் நகர்ந்து, தன்னைப் புதைத்துக் கொண்டார்.

"ஒரு விசித்திரப் பறவை!" என்று ஸ்டீபன் ஆர்கடியேவிச் தன் மனைவியிடம் சொல்லிவிட்டு, தன் கைக்கடிகாரத்தைப் பார்த்து, தன் மனைவிக்கும் குழந்தைகளுக்கும் தன் அன்பைத் தெரிவிக்கும் வகையில் முகத்திற்கு நேரே கையால் சைகை செய்துவிட்டு நடைபாதையில் இறங்கினான்.

"ஸ்டீவா! ஸ்டீவா!" என்று டோலி வெட்கத்துடன் அழைத்தாள்.

அவன் திரும்பினான்.

"நான் கிரிஷாவுக்கும் தான்யாவுக்கும் கோட் வாங்க வேண்டும். பணம் கொடுங்கள்!"

"தேவையில்லை. நான் தருகிறேன் என்று சொல்" என்று சொல்லிவிட்டு, அந்த வழியாக வந்த நண்பர் ஒருவரைப் பார்த்து மகிழ்ச்சியுடன் தலையசைத்துவிட்டு அங்கிருந்து மறைந்தான்.

7

அடுத்த நாள் ஞாயிற்றுக் கிழமை. இம்பீரியல் தியேட்டரில் ஒரு பாலே நடன ஒத்திகைக்குச் சென்ற ஸ்டீபன் ஆர்கடியேவிச், அவனுடைய ஆதரவின் மூலம் நடித்த, மாஷா சிபிசோவா என்ற புதிய நடன அழகியிடம், முந்தைய நாள் இரவு அவன் அவளுக்கு வாக்குறுதியளித்த, பவள நெக்லஸைக் கொடுத்தான். திரைக்குப் பின்னால், தியேட்டரின் மதிய நேர இருளில், அவளுடைய அழகிய முகம் அவன் கொடுத்த பரிசினால் பிரகாசிக்கவே அவனால் அவளை முத்தமிட முடிந்தது. அவளுக்கு நெக்லஸைக் கொடுத்த துடன் நில்லாமல், பாலேவுக்குப் பிறகு அவளைச் சந்திக்கவும் அவன் விரும்பினான். நிகழ்ச்சி தொடங்கியதும் தன்னால் வர முடியாது என்ற அவன், கடைசி நிகழ்ச்சிக்கு வருவதாகவும் பிறகு அவளை இரவு உணவுக்கு அழைத்துச் செல்வதாகவும் உறுதி யளித்தான். தியேட்டரிலிருந்து ஒகோட்னி சந்தைக்குச் சென்ற ஸ்டீபன் ஆர்கடியேவிச் இரவு உணவுக்கு மீனையும் தண்ணீர் விட்டான் கிழங்கையும் வாங்கிக் கொண்டு பன்னிரண்டு மணிக்கு டஸ்ஸோட்டிற்கு வந்தான். அங்கு அவன் மூன்று வெவ்வேறு நபர்களைப் பார்க்க வேண்டியிருந்தது. அதிர்ஷ்டவசமாக அவர்கள் அனைவரும் ஒரே விடுதியில் தங்கியிருந்தனர். சமீபத்தில் வெளிநாட்டி லிருந்து திரும்பிய லெவின் அங்கு தங்கியிருந்தார். அங்கு தங்கியிருந்த அவனுடைய புதிய மேலதிகாரி, அந்த உயர்பதவியை ஏற்றுக் கொண்டு மாஸ்கோவை ஆராய்ந்து கொண்டிருந்தார். மேலும் அங்கு தங்கியிருக்கும் அவனது மைத்துனர் கரீனினைத் தவறாமல் இரவு உணவிற்கு அழைத்துச் செல்ல வேண்டும்.

ஸ்டீபன் ஆர்கடியேவிச் உணவை விரும்பி, உண்பதை விடவும் பிறருக்கு விருந்து கொடுப்பதை மிகவும் விரும்பினான். பெரிய விருந்து இல்லை என்றாலும் தேர்ந்தெடுத்த உணவு மற்றும் பானங் களையும், விருந்தினர்களையும் கொண்ட சிறிய விருந்து கொடுப்பதை விரும்பினான். அன்றைய இரவு உணவுகளின் பட்டியல் அவனுக்கு மிகவும் பிடித்திருந்தது. மீன், தண்ணீர் விட்டான் கிழங்கு, தரமான ஆனால் எளிமையாக வறுத்த மாட்டிறைச்சி மற்றும் அதற்கேற்ப பொருத்தமான ஒயின்கள். உண்பதற்கும் குடிப்பதற்கும் அவ்வளவு தான். விருந்தினர்களைப் பொறுத்தவரை கிட்டியும் லெவினும் இருப்பார்கள். அவர்கள் இருவரை மட்டும் அழைப்பது வெளிப் படையாகத் தெரியாமல் இருப்பதற்காக அவர்களுடன் ஒரு பெண் உறவினரையும், இளம் ஷெர்பாட்ஸ்கி ஒருவரையும் அவன் அழைத்திருந்தான். மற்றொரு புறம் மிகவும் முக்கியமான மாஸ்கோவின் தத்துவஞானி செர்ஜி இவானோவிச், பீட்டர்ஸ்பர்க்கின் நடைமுறை

அரசியல்வாதி அலெக்ஸி அலெக்ஸாண்ட்ரோவிச் ஆகிய இருவர். இவர்களைத் தவிர, அவன் அழைத்திருந்த, தாராளவாதியும், சிறந்த பேச்சாளரும், இசைக் கலைஞரும், வரலாற்று ஆசிரியரும், ஐம்பது வயது இளைஞர்களுக்கு மிகவும் பிரியமானவரும், கோஸ்னிஷேவுக்கும் கரீனினுக்கும் சுவையூட்டியாக இருக்கக் கூடியவருமான, மிகவும் பிரபலமான பெஸ்ட்சோவ். அவன் அவர்கள் அனைவரையும் தூண்டிவிட்டு, ஒருவருக்கொருவர் எதிராக விளையாட வகை செய்தான்.

மரங்களை விற்றுக் கிடைத்த இரண்டாவது தவணைத் தொகை பணம் இன்னும் முழுவதுமாக செலவாகவில்லை. மேலும் டோலி சமீபகாலமாக மகிழ்ச்சியாகவும் நன்றாகவும் இருந்தாள். எனவே இந்த இரவு உணவைப் பற்றிய யோசனை ஸ்டீபன் ஆர்கடியேவிச்சை எல்லா வகையிலும் உற்சாகப்படுத்தியது. அவன் மிகவும் மகிழ்ச்சி யான மனநிலையில் இருந்தான். அவன் சற்றும் விரும்பாத இரு விஷயங்கள் இருந்தன என்றாலும், அவன் உள்ளத்தில் பொங்கி வழிந்த மகிழ்ச்சிக் கடலில் அவை மூழ்கிப் போயின. அதில் முதலாவது, நேற்று அவன் அலெக்ஸி அலெக்ஸாண்ட்ரோவிச்சை வீதியில் சந்தித்தபோது, தன் மீது அவருக்குக் கோபமும் வெறுப்பும் இருப்பதை அவன் கவனித்தான். எனவே அவரது முகபாவத்தையும், அவர் அவர்களைப் பார்க்க வராததையும், அவர் தன் வரவை அவர்களிடம் தெரியப்படுத்தாததையும், அவன் அன்னாவையும் விரான்ஸ்கியையும் குறித்துக் கேள்விப்பட்ட வதந்திகளுடன் இணைத்துப் பார்த்தபோது, கணவன் மனைவிக்கு இடையில் ஏதோ பிரச்சினை இருப்பதை ஸ்டீபன் ஆர்கடியேவிச் யூகித்தான். இது ஒரு விரும்பத்தகாத விஷயம்.

மற்றொரு சிறிய விரும்பத்தகாத விஷயம் என்னவெனில், அவனது புதிய மேலதிகாரி, எல்லா புதிய மேலதிகாரிகளையும் போலவே, மோசமான மனிதர் என்ற புகழை ஏற்கனவே பெற்றிருந் தார். அவர் காலை ஆறு மணிக்கு எழுந்து ஒரு குதிரையைப் போல வேலை செய்தார். அவர் தனக்குக் கீழே பணியாற்றுபவர்களும் அதே போல வேலை செய்ய வேண்டும் என்று நினைத்தார். தவிர, இந்தப் புதிய மேலதிகாரி தன்னுடைய குணத்தில் ஒரு கரடி என்ற நற்பெயரையும் பெற்றிருந்தார். வதந்திகளின்படி அவர் அவருக்கு முன்பு பதவியில் இருந்தவருக்கு முற்றிலும் எதிரான போக்கைக் கொண்ட ஒரு மனிதராக இருந்தார். இதுவரை ஸ்டீபன் ஆர்கடியேவிச் அப்படியே நடந்து வந்தான். நேற்று முன்தினம் ஸ்டீபன் ஆர்கடியேவிச் தனது சீருடையில் வேலைக்குச் சென்றான். அந்தப் புதிய மேலதிகாரி மிகவும் இணக்கமாக இருந்ததுடன், அறிமுகமானவர் ஒருவரிடம் பேசுவதுபோல ஆப்லான்ஸ்கியுடன்

பேசினார். இப்போது அவன் அலுவல் சாராத உடையில் அவரைச் சந்திக்கச் சென்றபோது, அந்தப் புதிய மேலதிகாரி அதை விரும்ப மாட்டார் என்று நினைத்து கவலைப்பட்டது இரண்டாவது விரும்பத்தகாத விஷயம். ஆனால் எல்லாம் அற்புதமாக மாறிவிடும் என்று ஆப்லான்ஸ்கி இயல்பாக நினைத்தான். "அவர்களும் மனிதர் களே, நம்மைப் போன்ற பாவிகளே. கோபமும் சண்டையும் எதற்கு?" என்று நினைத்துக் கொண்டு விடுதிக்குள் சென்றான்.

"வணக்கம் வாசிலி" என்று தனக்கு அறிமுகமான வேலைக் காரனிடம் சொல்லி, தன் தொப்பியை உயர்த்திவிட்டு நடைபாதையில் நடந்தான். "நீ உனது பக்க மீசைகளை வளர விடுகிறாயா? லெவின் இருப்பது ஏழாம் எண் அறைதான், இல்லையா? தயவுசெய்து என்னை அழைத்துச் செல். ஓ, கோமகன் அனிச்கின் (அவர்தான் புதிய மேலதிகாரி) என்னை எதிர்பார்க்கிறாரா என்பதை அறிய வேண்டும்."

"நல்லது சார்" என்ற வாசிலி புன்னகைத்தான். "உங்களை நீண்ட நாட்களாக இங்கே காணவில்லை."

"நான் நேற்று இங்கேதான் இருந்தேன். நான் வேறு நுழைவாயில் வழியாக வந்தேன். இது ஏழுதானா?"

ஸ்டீபன் ஆர்கடியேவிச் அறைக்குள் நுழைந்தபோது, திவேரி லிருந்து வந்திருந்த விவசாயியுடன் லெவின் தனது அறையின் நடுவில் நின்று, ஒரு புதிய கரடித் தோலை அளந்து கொண்டிருந்தார்.

"ஆகா, நீங்கள் அதைக் கொன்றீர்களா?" என்று ஸ்டீபன் ஆர்கடியேவிச் வியந்தான். "அற்புதம்! அம்மா கரடியா? எப்படி இருக்கிறாய் அர்கிப்?"

அவன் விவசாயியுடன் கைகுலுக்கிவிட்டு, தனது தொப்பி, கோட் எதையும் கழற்றாமல் நாற்காலியில் அமர்ந்தான்.

"ஓ, அதைக் கழற்றுங்கள். சற்று நேரம் இருங்கள்!" என்று லெவின் ஸ்டீவாவின் தொப்பியை எடுத்தார்.

"இல்லை, எனக்கு நேரமில்லை, நான் ஒரு நொடிதான் இருப்பேன்" என்ற ஸ்டீபன் ஆர்கடியேவிச் தனது கோட்டைத் திறந்துவிட்டான். பிறகு அதைக் கழற்றிய அவன், ஒரு மணி நேரம் லெவினுடன் வேட்டை குறித்தும், தனிப்பட்ட விஷயங்கள் குறித்தும் பேசினான்.

"நீங்கள் வெளிநாட்டில் என்ன செய்தீர்கள், எங்கே இருந்தீர்கள் என்று இப்போது தயவுசெய்து சொல்லுங்கள்" என்று விவசாயி சென்றதும் ஆப்லான்ஸ்கி கேட்டான்.

"சரி, நான் ஜெர்மனி, பிரஷ்யா, பிரான்ஸ், இங்கிலாந்து ஆகிய நாடுகளில் தலைநகரங்களில் அல்லாமல் உற்பத்தி மையங்களில்

தங்கினேன். நான் அங்கு பல புதிய விஷயங்களைப் பார்த்தேன். நான் அங்கு சென்றதில் மகிழ்ச்சியடைகிறேன்."

"ஆமாம், உழைப்பை மறுசீரமைப்பது பற்றிய உங்கள் யோசனை எனக்குத் தெரியும்."

"இல்லை, ரஷ்யாவில் தொழிலாளர் பிரச்சினை இருக்க முடியாது. இங்கு உழைக்கும் மக்களுக்கும் நிலத்துக்கும் இடையிலான உறவில்தான் பிரச்சினை. அது அங்கேயும் இருக்கிறது என்றாலும், அங்கு அது பழுதான ஒன்றைச் சரிசெய்வது போன்றது, ஆனால் இங்கு..."

ஸ்டீபன் ஆர்கடியேவிச் லெவின் சொல்வதைக் கவனமாகக் கேட்டான்.

"ஆமாம், ஆமாம்!" என்றான். "நீங்கள் சொல்வது சரியாக இருக்கலாம்" என்றான். "கரடி வேட்டை, வேலை, உற்சாகமாக இருப்பது என்று நீங்கள் மனநிறைவோடு இருப்பதில் எனக்கு மகிழ்ச்சி. ஆனால் நீங்கள் ஒருவித விரக்தியில் இருப்பதாக, மரணத்தைப் பற்றி பேசுவதாக, உங்களைச் சந்தித்த ஷெர்பாட்ஸ்கி என்னிடம் கூறினார்..."

"அதனால் என்ன? இப்போது கூட நான் மரணத்தைப் பற்றி சிந்திப்பதை நிறுத்தவில்லை" என்றார் லெவின். "சாகும் நேரம் வந்துவிட்டது என்பது உண்மைதான். இவையெல்லாம் சுத்த அபத்தம். நான் உங்களிடம் வெளிப்படையாகச் சொல்கிறேன், நான் என் சிந்தனைகளையும், வேலையையும் மிகவும் மதிக்கிறேன். ஆனால் உண்மையில்... யோசித்துப் பாருங்கள். நம்முடைய இந்த உலகம் முழுவதும் ஒரு சிறிய கிரகத்தில் முளைத்த ஒரு சிறிய பூஞ்சை மட்டுமே. அப்படியிருந்தும் நம்மிடம் ஏதோ பெரிய எண்ணங்களும் செயல்களும் இருக்க முடியும் என்று நினைக்கிறோம்! இவை அனைத்தும் மணல் துகள்களேயன்றி வேறில்லை."

"இது மலையைப் போல பழமையானது, தம்பி!"

"பழையது, சரிதான். ஆனால் அதை ஒருமுறை தெளிவாகப் புரிந்துகொண்டால் எல்லாமே அர்த்தமற்றதாகி விடும். இன்றோ நாளையோ இறந்துவிடுவோம், எதுவும் மிச்சமிருக்காது என்பதைப் புரிந்து கொள்ளும்போது அனைத்துமே அற்பமானதாகி விடும்! என்னுடைய சிந்தனைகள் மிகவும் முக்கியமானவை என்று நான் கருதுகிறேன். ஆனால் அவற்றை நிறைவேற்ற முடிந்தாலும் கூட, இந்தக் கரடியைச் சுற்றி இருப்பதைப் போல அவையும் அர்த்தமற்றதாக மாறிடும். எனவே மரணத்தைப் பற்றி நினைக்காமல் இருக்க வேட்டை, வேலை என்று கவனத்தை திசைதிருப்பி வாழ்க்கையை வாழ வேண்டியிருக்கிறது."

லெவின் சொன்னதைக் கேட்டு ஸ்டீபன் ஆர்கடியேவிச் நுட்பமாக, மென்மையாகச் சிரித்தான்.

“ஆமாம், நிச்சயமாக! இப்போது நீங்கள் என் கருத்தை ஏற்றுக் கொள்கிறீர்கள். வாழ்க்கையில் இன்பம் தேடி அலைந்த என்னை நீங்கள் கண்டித்தது நினைவிருக்கிறதா? ஒழுக்கவாதியே இவ்வளவு கடுமையாக நடந்து கொள்ளாதே...!”

“இல்லை, ஆனாலும் வாழ்க்கையில் எது நல்லது...” என்ற லெவின் குழம்பிப் போனார். “உண்மையில் எனக்குத் தெரியவில்லை. அனைவரும் விரைவில் இறக்கப் போகிறோம் என்பது மட்டுமே எனக்குத் தெரியும்.”

“ஏன் அவ்வளவு சீக்கிரம்?”

“மரணத்தைப் பற்றி நினைக்கும்போது வாழ்க்கையில் வசீகரம் குறையும் என்றாலும் அது மிகவும் அமைதியானது என்று உங்களுக்குத் தெரியுமா?”

“மாறாக, அது முடிவை நோக்கிச் செல்கையில் இன்னும் பிரகாசமாக இருக்கும்! சரி, நான் போக வேண்டிய நேரம் வந்து விட்டது” என்ற ஸ்டீபன் ஆர்கடியேவிச் பத்தாவது முறையாக எழுந்தான்.

“இல்லை, இருங்கள்!” என்ற லெவின் அவனைப் பிடித்து நிறுத்தினார். நாம் மீண்டும் எப்போது சந்திப்போம்? நான் நாளை புறப்படுகிறேன்.”

“சரி, நான் எதற்காக வந்தேன் என்றால்... இன்று நீங்கள் இரவு உணவிற்கு என் வீட்டிற்கு வர வேண்டும். உங்கள் சகோதரரும், என் மைத்துனர் கரீனினும் வருகிறார்கள். ”

“அவர் இங்கே இருக்கிறாரா?” என்று கேட்ட லெவின் கிட்டியைப் பற்றிக் கேட்க விரும்பினான். ஒரு இராஜதந்திரியை மணந்திருந்த அவளுடைய சகோதரியைப் பார்ப்பதற்காக, குளிர் காலத்தின் தொடக்கத்தில், அவள் பீட்டர்ஸ்பர்க் சென்றதாக அவர் கேள்விப்பட்டிருந்தார். அவள் திரும்பி வந்துவிட்டாளா என்பது அவருக்குத் தெரியாது. ஆனால் மனம் மாறிய அவர், ‘அவள் வந்தாலும் வராவிட்டாலும் எதுவும் மாறப்போவதில்லை’ என்று நினைத்தார்.

“நீங்கள் வருவீர்கள்தானே?”

“நிச்சயமாக.”

“ஐந்து மணிக்கு, மாலை உடையில் அல்ல.”

ஸ்டீபன் ஆர்கடியேவிச் தனது புதிய மேலதிகாரியைப் பார்க்கக் கீழே சென்றான். ஸ்டீபன் ஆர்கடியேவிச்சின் உள்ளுணர்வு அவனைத்

தவறாக வழிநடத்தவில்லை. அவனுடைய திகிலூட்டும் புதிய மேலதிகாரி மிகவும் கண்ணியமான மனிதர் என்பதை நிரூபித்தார். ஸ்டீபன் ஆர்கடியேவிச் அவருடன் மதிய உணவு உண்ட பிறகு, நீண்ட நேரம் அவருடன் இருந்தான். அவன் அலெக்ஸி அலெக்ஸாண்ட்ரோவிச்சைச் சந்திக்கச் செல்லும்போது நான்கு மணி ஆகிவிட்டது.

8

அலெக்ஸி அலெக்ஸாண்ட்ரோவிச் தேவாலயத்திற்குச் சென்று திரும்பியதும், காலை முழுவதையும் விடுதியில் கழித்தார். அன்று அவருக்கு இரண்டு வேலைகள் இருந்தன. ஒன்று, இப்போது மாஸ்கோவில் உள்ள பூர்வ பழங்குடிகளிடமிருந்து ஒரு தூதுக் குழுவினரை வரவழைத்து, அவர்களை பீட்டர்ஸ்பர்க்கிற்கு அனுப்புவது. இரண்டு, வழக்கறிஞரிடம் சொல்லியிருந்தபடி அவருக்கு கடிதம் எழுதுவது. அவருடைய முயற்சியினால் தூதுக்குழு அழைக்கப்பட்ட போதிலும், அதில் பல அசௌகரியங்களும், ஆபத்துக்களும் இல்லாமல் இல்லை. அவர்களை மாஸ்கோவில் கண்டுபிடிக்க முடிந்தது குறித்து அலெக்ஸி அலெக்ஸாண்ட்ரோவிச் மிகவும் மகிழ்ச்சியடைந்தார். இந்த தூதுக்குழு உறுப்பினர்களுக்கு அவர்களின் வேலையைப் பற்றியோ, பொறுப்புகளைப் பற்றியோ ஒன்றும் தெரியாது. தங்களுடைய தேவைகளையும், உண்மை நிலையையும் எடுத்துச் சொல்லி அரசாங்கத்திடமிருந்து உதவி பெறுவதே தங்கள் நோக்கம் என்று அவர்கள் அப்பாவித்தனமாக நம்பினார்கள். அவர்களுடைய சில அறிக்கைகளும் கோரிக்கைகளும் எதிர்க் கட்சிக்கு சாதகமாக இருக்கின்றன என்பதையும், அது எல்லாவற்றையும் நாசமாக்கிவிடும் என்பதையும் அவர்கள் புரிந்துகொள்ளத் தவறிவிட்டனர். அவர்களுடன் அதிக நேரம் செலவிட்ட அலெக்ஸி அலெக்ஸாண்ட்ரோவிச், அவர்கள் தன்னிச்சையாக மீறிச் செல்லாத வகையில் ஒரு திட்டத்தை வகுத்தார். பிறகு அவர்களை அனுப்பிவிட்டு தூதுக்குழுவின் வழிகாட்டுதலுக்காக பீட்டர்ஸ்பர்க்கிற்கு கடிதங்களை எழுதினார். இதில் கோமகள் லிடியா இவானோவ்னா அவருக்குப் பெரும் உதவியாக இருந்தாள். தூதுக்குழுக்களைக் கையாளும் விஷயத்தில் அவள் மிகவும் கைதேர்ந்தவளாக இருந்தாள். அவளைப் போல யாராலும் தூதுக்குழுக்களை நிர்வகிக்கவும், அவர்களுக்கு உண்மையான வழிகாட்டுதலை வழங்கவும் முடியாது. இதை முடித்த பிறகு அலெக்ஸி அலெக்ஸாண்ட்ரோவிச் வழக்கறிஞருக்கு கடிதம் எழுதினார். சிறிதும் தயக்கமின்றி அவரை அவருடைய விருப்பப்படி செயல்பட அனுமதி கொடுத்தார். அவர் அந்தக் கடிதத்துடன், கோப்பிலிருந்து எடுத்த,

விரான்ஸ்கி அன்னாவுக்கு எழுதிய, மூன்று குறிப்புகளையும் இணைத்தார்.

அலெக்ஸி அலெக்ஸாண்ட்ரோவிச், வழக்கறிஞரைப் பார்த்து, அவரிடம் மட்டும் தனது நோக்கத்தைத் தெரிவித்த பிறகு, குறிப்பாக அவருடைய வாழ்க்கையை, காகித விவகாரமாக மாற்றிய பிறகு, வீட்டிற்குத் திரும்பக் கூடாது என்ற உத்தேசத்துடன் வீட்டை விட்டு வெளியேறியிருந்த அவர் தனியாக இருப்பதற்குப் பழகிக் கொண்டார். எனவே அவருக்கு அதை நடைமுறைப்படுத்த முடியும் என்ற நம்பிக்கை ஏற்பட்டது.

வழக்கறிஞருக்கு எழுதிய கடிதத்தை முடித்து சீல் வைத்தபோது, அவர் ஸ்டீபன் ஆர்கடியேவிச்சின் உரத்த குரலைக் கேட்டார். ஸ்டீபன் ஆர்கடியேவிச், அலெக்ஸி அலெக்ஸாண்ட்ரோவிச்சின் வேலைக்காரனுடன் வாக்குவாதம் செய்துகொண்டிருந்தான். அவன் தான் வந்திருப்பதைத் தெரிவிக்க வேண்டும் என்று கேட்டுக் கொண்டிருந்தான்.

'பரவாயில்லை!' என்று அலெக்ஸி அலெக்ஸாண்ட்ரோவிச் நினைத்தார். 'அது இன்னும் நல்லது. இப்போது நான் அவரது சகோதரியைப் பற்றிய எனது நிலைப்பாட்டை தெரிவித்து, நான் ஏன் அவருடைய வீட்டில் சாப்பிட முடியாது என்பதை விளக்கு வேன்.'

"அவரை உள்ளே அனுப்புங்கள்!" என்று சத்தமாகச் சொன்ன அவர் காகிதங்களை ஒன்றாகச் சேகரித்து கோப்பில் வைத்தார்.

"இதோ பார்த்தாயா? நீ பொய் சொல்கிறாய், அவர் உள்ளே தான் இருக்கிறார்!" என்று தன்னை உள்ளே அனுமதிக்காத வேலைக் காரனிடம் சொன்ன ஸ்டீபன் ஆர்கடியேவிச், உள்ளே நுழையும் போதே கோட்டைக் கழற்றிவிட்டு அறைக்குள் நுழைந்தான். "நீங்கள் இருக்கிறீர்கள் என்பதில் மகிழ்ச்சி. எனவே நான் நம்புகிறேன்..." என்று மகிழ்ச்சியுடன் அவன் ஆரம்பித்தான்.

"என்னால் வர முடியாது" என்று நின்றுகொண்டே, உணர்ச்சி யின்றி சொன்ன அலெக்ஸி அலெக்ஸாண்ட்ரோவிச், தனது விருந் தாளியை உட்காரச் சொல்லவில்லை. தான் விவாகரத்து தொடுக்கும் தனது மனைவியின் சகோதரன் என்ற அந்தக் கசப்பான உறவுக்குள் உடனடியாகச் செல்ல நினைத்தார். ஆனால் ஸ்டீபன் ஆர்கடியே விச்சின் இதயத்தில் பொங்கி வழிந்த கருணைக் கடலை, அலெக்ஸி அலெக்ஸாண்ட்ரோவிச் கணக்கில் எடுத்துக் கொள்ளவில்லை.

ஸ்டீபன் ஆர்கடியேவிச் தனது பிரகாசமான, தெளிவான கண்களை அகலத் திறந்தான்.

“ஏன் முடியாது? என்ன சொல்கிறீர்கள்?” என்று பிரெஞ்சு மொழியில் குழப்பத்துடன் கேட்டான். “நீங்கள் வருவதாகச் சொன்னீர்கள், நாங்கள் அனைவரும் உங்களை எதிர்பார்த்திருக் கிறோம்.”

“உங்கள் வீட்டுக்கு என்னால் வர முடியாது ஏனெனில் நமக்குள் இருந்த குடும்ப உறவுகள் முறிந்துவிட்டன.”

“என்ன? எப்படி? ஏன்?” என்று ஸ்டீபன் ஆர்கடியேவிச் புன்னகையுடன் கேட்டான்.

“ஏனெனில் நான் உங்கள் சகோதரி, என் மனைவிக்கு எதிராக விவாகரத்து வழக்கு தொடுத்திருக்கிறேன். நான் கட்டாயமாக அதைச் செய்யவேண்டிய நிலை ஏற்பட்டுவிட்டது...”

அலெக்ஸி அலெக்ஸாண்ட்ரோவிச் பேசி முடிப்பதற்குள், ஸ்டீபன் ஆர்கடியேவிச் அவனே சற்றும் எதிர்பார்க்காத வகையில் நடந்து கொண்டான். அவன் முனகிக்கொண்டே சாய்வு நாற்காலி யில் விழுந்தான்.

“அலெக்ஸி அலெக்ஸாண்ட்ரோவிச் நீங்கள் என்ன சொல்கிறீர் கள்?! என்று ஆப்லான்ஸ்கி கத்தினான். அவன் முகத்தில் துயரம் அப்பட்டமாகத் தெரிந்தது.

“உண்மைதான்.”

“என்னை மன்னியுங்கள், ஆனால் என்னால் நம்பவே முடிய வில்லை...”

தன்னுடைய வார்த்தைகள் தான் எதிர்பார்த்த பலனைத் தரவில்லை என்றும், அவர் தன் தரப்பை விளக்கிச் சொல்வது அவசியம் என்றும், தன்னுடைய விளக்கங்கள் எதுவாக இருப்பினும், தன் மைத்துனருக்கும் தனக்கும் உள்ள உறவு அப்படியே இருக்கும் என்றும் உணர்ந்த அலெக்ஸி அலெக்ஸாண்ட்ரோவிச் நாற்காலியில் அமர்ந்தார்.

“ஆமாம், விவாகரத்து கோர வேண்டிய, இக்கட்டான ஆனால் அவசியமான நிலைக்கு நான் தள்ளப்பட்டு விட்டேன்” என்றார் அவர்.

“ஒன்று மட்டும் சொல்கிறேன், அலெக்ஸி அலெக்ஸாண்ட் ரோவிச். நீங்கள் ஒரு சிறந்த, நேர்மையான மனிதர் என்பதை நான் அறிவேன். அன்னாவையும் எனக்குத் தெரியும், அவள் ஒரு அற்புத மான, சிறந்த பெண். மன்னிக்கவும், அவளைப் பற்றிய கருத்தை என்னால் மாற்றிக்கொள்ள முடியாது. எனவே இதில் சில தவறான புரிதல்கள் உள்ளன” என்றான் அவன்.

“ஆகா, இது மட்டும் தவறான புரிதலாக இருந்தால்...!”

“ஒரு நிமிடம் பொறுங்கள்... எனக்குப் புரிகிறது” என்று ஸ்டீபன் ஆர்கடியேவிச் இடைமறித்தான். “ஆனால் ஒன்று நீங்கள் அவசரப் படக்கூடாது. நீங்கள் அவசரப்படவே கூடாது!”

“நான் அவசரப்படவில்லை” என்று அலெக்ஸி அலெக்ஸாண்ட்ரோவிச் கசப்புடன் சொன்னார். “மேலும் ஒருவர் இது போன்ற விஷயங்களில் யாருடைய ஆலோசனையையும் பெற முடியாது. நான் உறுதியாக முடிவு செய்துவிட்டேன்.”

“இது பயங்கரமானது!” என்று ஸ்டீபன் ஆர்கடியேவிச் ஆழ்ந்த பெருமூச்சுடன் சொன்னான். “நான் ஒரு காரியம் செய்கிறேன் அலெக்ஸி அலெக்ஸாண்ட்ரோவிச். நீங்கள் அதைச் செய்ய வேண்டும் என்று கெஞ்சிக் கேட்கிறேன்!” என்றான் அவன். “நான் புரிந்துகொண்டபடி நடவடிக்கைகள் இன்னும் தொடங்கப்பட வில்லை. நீங்கள் அதைச் செய்வதற்கு முன் என் மனைவியைச் சந்தித்து அவளுடன் பேசுங்கள். அன்னாவை ஒரு சகோதரியைப் போல நேசிக்கும் அவள் உங்களையும் நேசிக்கிறாள். அவள் ஒரு அற்புதமான பெண். கடவுளின் பொருட்டு அவளிடம் பேசுங்கள்! நம்முடைய நட்புக்காக நீங்கள் இதைச் செய்யுங்கள் என்று நான் மன்றாடுகிறேன்!”

அலெக்ஸி அலெக்ஸாண்ட்ரோவிச் அதைப் பற்றி யோசித்தார். ஸ்டீபன் ஆர்கடியேவிச் அவரது மௌனத்திற்கு இடையூறு செய்யாமல் அவரையே கவலையுடன் பார்த்தான்.

“நீங்கள் அவளைச் சந்திப்பீர்களா?”

“எனக்குத் தெரியாது. அதனால்தான் நான் உங்களைப் பார்க்க வரவில்லை. நமது உறவுகள் மாற வேண்டும் என்று நினைக்கிறேன்.”

“ஆனால் ஏன்? நான் அப்படிப் பார்க்கவில்லை. நம்முடைய குடும்ப உறவுகளைத் தவிர, ஓரளவாவது நான் உங்கள் மீது வைத் திருக்கும் அதே இணக்கமான உணர்வுகள் உங்களிடமும் உள்ளன என்று நான் நினைப்பதற்கு அனுமதியுங்கள்” என்ற ஸ்டீபன் ஆர்கடி யேவிச் அவருடைய கையை அழுத்தினான். “நீங்கள் சொல்வது உண்மையாக இருந்தால்கூட, ஒரு தரப்பினரை அல்லது மற்றொரு தரப்பினரைக் கண்டிக்கும் பொறுப்பை என்னால் ஒருபோதும் ஏற்க முடியாது. எனவே நம்முடைய உறவுகள் மாற வேண்டும் என்பதற் கான எந்தக் காரணத்தையும் நான் காணவில்லை. ஆனால் இப்போது இதைச் செய்யுங்கள், என் மனைவியைப் பார்க்க வாருங் கள்.”

“சரி, இந்த விஷயத்தில் நம்மிடையே வெவ்வேறு கருத்துக்கள் உள்ளன” என்று அலெக்ஸி அலெக்ஸாண்ட்ரோவிச் கசப்புடன் கூறினார். “இருந்தாலும் அதைப் பற்றிப் பேச வேண்டாம்” என்றார்.

“இல்லை, நீங்கள் ஏன் வரக்கூடாது? இன்று இரவு உணவுக்கு ஏன் வரக்கூடாது? என் மனைவி உங்களை எதிர்பார்க்கிறாள். தயவுசெய்து வாருங்கள். அனைத்திற்கும் மேலாக அதை அவளிடம் பேசுங்கள். அவள் ஒரு அற்புதமான பெண். கடவுளுக்காக நான் உங்களிடம் மண்டியிடுகிறேன்!”

“உங்களுக்கு மிகவும் அவசியம் என்றால் நான் வருகிறேன்” என்று அலெக்ஸி அலெக்ஸாண்ட்ரோவிச் நீண்ட பெருமூச்சுடன் கூறினார்.

பேச்சை மாற்ற விரும்பிய அவர், அவர்கள் இருவருக்கும் பிடித்தமான, இளம் வயதில் திடீரென இத்தனை உயர்ந்த பதவியைப் பெற்ற, ஸ்டீபன் ஆர்கடியேவிச்சின் புதிய மேலதிகாரியைப் பற்றிக் கேட்டார்.

அலெக்ஸி அலெக்ஸாண்ட்ரோவிச், இதற்கு முன்பும் கோமகன் அனிச்கினை விரும்பியதில்லை. அவர் எப்போதும் அவருடன் கருத்து வேறுபாடு கொண்டிருந்தார். சேவையில் தோல்வியைச் சந்தித்த ஒரு மனிதன் பதவி உயர்வைப் பெற்றால், பதவியில் இருக்கும் எவருக்கும் ஏற்படும் அந்த வெறுப்பிலிருந்து அவரால் விடுபட முடியவில்லை.

“நல்லது, நீங்கள் அவரைப் பார்த்தீர்களா?” என்று அலெக்ஸி அலெக்ஸாண்ட்ரோவிச் விஷம் தோய்ந்த சிரிப்புடன் கேட்டார்.

“பார்த்தேன். அவர் நேற்று எங்கள் அலுவலகத்திற்கு வந்திருந்தார். அவர் தனது வேலையை நன்கு அறிந்தவராகவும், மிகவும் சுறுசுறுப்பானவராகவும் தெரிகிறது.”

“ஆமாம், ஆனால் எந்தத் திசையில்?” என்றார் அலெக்ஸி அலெக்ஸாண்ட்ரோவிச். “புதியதாக காரியங்களைச் செய்வதிலா அல்லது ஏற்கனவே செய்ததை மாற்றுவதிலா? நமது மாநிலத்தின் சாபக்கேடு அதன் சிவப்பு நாடா நிர்வாகமாகும். அதில் அவர் ஒரு தகுதியான பிரதிநிதி.”

“உண்மையில் அவர் மீது எந்தத் தவறும் இருப்பதாக எனக்குத் தெரியவில்லை. அவருடைய குறிக்கோள் என்ன என்பது எனக்குத் தெரியாது என்றாலும் அவர் ஒரு சிறந்த மனிதர் என்பது மட்டும் எனக்குத் தெரியும்” என்றான் ஸ்டீபன் ஆர்கடியேவிச். “நான் இப்போதுதான் அவரைச் சந்தித்துவிட்டு வருகிறேன். உண்மையில் அவர் ஒரு சிறந்த மனிதர். நாங்கள் மதிய உணவு முடித்த பிறகு, நான் அந்த பானத்தைத் தயாரிக்க அவருக்குக் கற்றுக் கொடுத்தேன். உங்களுக்குத் தெரியுமா, ஆரஞ்சுப் பழங்களுடன் ஒயின். அது மிகவும் புத்துணர்ச்சியைத் தரும். அது அவருக்குத் தெரியாதது

ஆச்சரியமாக இருக்கிறது. அது அவருக்கு மிகவும் பிடித்திருந்தது. உண்மையில் அவர் ஒரு நல்ல மனிதர்."

ஸ்டீபன் ஆர்கடியேவிச் தன் கைக்கடிகாரத்தைப் பார்த்தான்.

"அடக் கடவுளே, மணி நான்கைத் தாண்டிவிட்டது. நான் இன்னும் டோல்கோஷினைப் பார்க்க வேண்டும்! தயவுசெய்து இரவு உணவுக்கு வாருங்கள். இல்லையெனில் நானும் என் மனைவியும் எவ்வளவு வருத்தப்படுவோம் என்பது உங்களுக்குத் தெரியாது."

அலெக்ஸி அலெக்ஸாண்ட்ரோவிச் தனது மைத்துனரை அவர் வரவேற்ற விதத்திலிருந்து முற்றிலும் வித்தியாசமாகப் பார்த்தார்.

"நான் வாக்குறுதி அளித்தேன், வருவேன்" என்று அவர் சோர்வுடன் பதிலளித்தார்.

"என்னை நம்புங்கள். நான் அதைப் பாராட்டுகிறேன். அதற்காக நீங்கள் வருத்தப்பட மாட்டீர்கள் என்று நம்புகிறேன்" என்று ஸ்டீபன் ஆர்கடியேவிச் புன்னகையுடன் சொன்னான்.

புறப்படும்போது கோட்டை அணிந்து, தன் கையால் வேலைக் காரன் தலையைத் தட்டிக் கொடுத்துவிட்டு, சிரித்துக்கொண்டே வெளியே சென்றான்.

"ஐந்து மணிக்கு, தயவுசெய்து மாலை உடை அணிந்து வர வேண்டாம்!" என்று கதவை நோக்கித் திரும்பி மீண்டும் கத்தினான்.

9

மணி ஐந்தைத் தாண்டியிருந்தது. ஸ்டீபன் ஆர்கடியேவிச் வீட்டிற்கு வந்தபோது ஏற்கனவே சில விருந்தினர்கள் வந்திருந்தனர். ஸ்டீபன் ஆர்கடியேவிச் வீட்டு வாசலுக்கு வந்தபோது, அவன் அங்கு ஒரே நேரத்தில் வந்துசேர்ந்த செர்ஜி இவானோவிச் கோஸ்னிஷேவுடனும், பெஸ்ட்சோவுடனும் வீட்டிற்குச் சென்றான். ஆப்லான்ஸ்கி குறிப்பிட்டதுபோல அவர்கள் இருவரும் மாஸ்கோ அறிவுஜீவிகள் வட்டத்தின் முக்கியப் பிரதிநிதிகள். இருவருமே தங்கள் குணத்திற்காகவும் அறிவாற்றலுக்காகவும் மதிக்கப்பட்டவர்கள். அவர்கள் ஒருவரை ஒருவர் மதித்தனர் என்றாலும் கிட்டத்தட்ட ஒவ்வொரு விஷயத்திலும் முற்றிலும் நம்பிக்கையற்ற வகையில் கருத்து வேறுபாடு கொண்டிருந்தனர். ஏனெனில் அவர்கள் வெவ்வேறு சிந்தனைப் பிரிவுகளைச் சேர்ந்தவர்கள் என்பதால் அல்ல மாறாக அவர்கள் ஒரே முகாமைச் சேர்ந்தவர்கள். (அவர்களின் எதிரிகள் அவர்களைக் குழப்பினர்). ஆனால் அந்த முகாமில் இருந்த ஒவ்வொருவருக்கும் தனிப்பட்ட கருத்து இருந்தது. அரைகுறை

கருத்துகளில் எழும் கருத்து வேறுபாடு, ஒத்துப் போவதற்கு வழி வகுக்கும் என்பதால், அவர்கள் தங்கள் கருத்துக்களில் ஒருபோதும் உடன்படவில்லை என்பதுடன், கோபப்படாமல், அடுத்தவரின் மன்னிக்க முடியாத தவறை வெறுமனே கேலி செய்வது அவர்களுக்கு எப்போதோ பழக்கமாகிவிட்டது.

அவர்கள் நடந்து கொண்டே வானிலையைப் பற்றிப் பேசிக் கொண்டிருந்தபோது ஸ்டீபன் ஆர்கடியேவிச் அவர்களை முந்திச் சென்றான். ஆப்லான்ஸ்கியின் மாமனார் இளவரசர் அலெக் ஸாண்டர் டிமிட்ரிவிச்சும், இளம் ஷெர்பாட்ஸ்கி துரோவ்ட்சினும், கிட்டியும், கரீனினும் ஏற்கனவே வரவேற்பறையில் அமர்ந்திருந்தனர்.

தான் இல்லாமல் வரவேற்பறையில் விஷயங்கள் மோசமாக நடப்பதை ஸ்டீபன் ஆர்கடியேவிச் உடனே கவனித்தான். டாரியா அலெக்ஸாண்ட்ரோவ்னா வழக்கம் போல சாம்பல் நிற பட்டு உடை அணிந்திருந்தாள். தங்கள் அறையில் இரவு உணவைத் தனியாகச் சாப்பிட வேண்டிய குழந்தைகளை நினைத்து அவள் வெளிப்படையாகவே கவலையுடன் இருந்தாள். மேலும் வந்திருக்கும் விருந்தினர்களைத் தன் கணவன் இல்லாமல் எப்படிக் கவனிப்பது என்று தெரியாமல் தவித்துக்கொண்டிருந்தாள். பூசாரியின் மகள் களைப் போல (வயதான இளவரசர் சொன்னது போல) அமர்ந் திருந்த விருந்தினர்கள் அனைவரும், தாங்கள் ஏன் இங்கு வந்திருக் கிறோம் என்று குழப்பமடைந்து, அமைதியாக இருக்கக் கூடாது என்பதற்காக வலிந்து பேசிக்கொண்டிருந்தனர். நல்ல சுபாவமுள்ள துரோவ்ட்சின் சந்தேகத்திற்கு இடமின்றி தான் தண்ணீரிலிருந்து தூக்கி வீசப்பட்ட ஒரு மீன் என்பதை உணர்ந்தார். எனவே ஸ்டீபன் ஆர்கடியேவிச்சைப் பார்த்ததும், அவரது தடித்த உதடுகளில் வெளிப் பட்ட புன்னகை, ‘சரி, சகோதரா, என்னை ஏன் நீ இந்தப் புத்திசாலி களுக்கு மத்தியில் கொண்டுவந்து சிறை வைத்தாய்? இதற்குப் பதிலாக ஏதாவது சிற்றுண்டி விடுதியில் மது அருந்துவது எனக்கு ஏற்றதாக இருக்கும்’ என்று சொல்வது போலிருந்தது. மௌனமாக அமர்ந்திருந்த வயதான இளவரசர், தனது பிரகாசமான சிறிய கண்களால் கரீனினைப் பக்கவாட்டில் உற்றுப் பார்த்தார். விருந்துக் குரிய ஒரு பெரிய மீனைப் போல, விருந்துக்கு அழைத்திருந்த, அந்த அரசியல்வாதியைப் பற்றிச் சொல்வதற்கு ஏதோ ஒரு சொற்றொடரை அந்த வயதான இளவரசர் தன்னுடைய மனதில் யோசித்திருக்கிறார் என்பதை அவனால் காண முடிந்தது. வாசற் கதவையே பார்த்துக் கொண்டிருந்த கிட்டி, கான்ஸ்டான்டின் லெவின் நுழைவாயிலில் தோன்றியதும், தான் முகம் சிவந்துவிடக் கூடாது என்பதற்காக தன் தைரியத்தைத் திரட்டிக் கொண்டிருந்தாள். இதுவரை கரீனினுக்கு அறிமுகமாகாத இளம் ஷெர்பாட்ஸ்கி, இதனால் தான்

சிறிதும் சங்கடப்படவில்லை என்பதாகக் காட்டிக்கொள்ள முயற்சித்தார். கரீனின், பெண்களுடன் சேர்ந்து விருந்து உண்பதற்காக, பழைய பீட்டர்ஸ்பர்க் வழக்கப்படி, நீண்ட கோட்டும் வெள்ளை டையும் அணிந்திருந்தார். தான் சொன்ன வார்த்தைக்காக மட்டுமே வந்திருப்பதாகவும், அதன் மூலம் தான் வலிமிகுந்த ஒரு காரியத்தைச் செய்வதாகவும் அவருடைய முகபாவம் சொல்வதை ஸ்டீபன் ஆர்கடியேவிச் கவனித்தான். ஸ்டீபன் ஆர்கடியேவிச் வருவதற்கு முன்பு விருந்தினர்கள் அனைவரும் கல்லாய் சமைந்ததற்கு அவர்தான் முக்கியக் காரணம்.

வரவேற்பறைக்குள் நுழைந்ததும் ஸ்டீபன் ஆர்கடியேவிச் தனது தாமதத்திற்கு மன்னிப்புக் கேட்டுக்கொண்டு, அதற்கான காரணத்தைச் சொன்னான். அவன் தாமதமாகவோ அல்லது வரமுடியாதபோதோ அவன் எப்போதும் பலிகடாவாக ஆக்கும் ஒரு இளவரசரைக் குறிப்பிட்டு அவர் தன்னைப் பிடித்துக் கொண்டார் என்று சொன்னான். பிறகு அவன் ஒரே நிமிடத்தில் விருந்தினர்கள் அனைவரையும் ஒருவருக்கொருவர் அறிமுகம் செய்து வைத்தான். அலெக்ஸி அலெக்ஸாண்ட்ரோவிச், செர்ஜி கோஸ்னிஷேவ் இருவரிடமும் போலந்தின் ருஸ்ஸிஃபிகேஷன் பற்றிய பேச்சை ஆரம்பித்து வைத்தான். அவர்கள் இருவரும் உடனடியாக அதைப் பிடித்துக் கொள்ள, பெட்சோவும் அவர்களுடன் சேர்ந்தார். துரோவ்ட்சின் தோளைத் தட்டிய அவன் அவருடைய காதில் வேடிக்கையான எதையோ கிசுகிசுத்து, அவரை டோலிக்கும் வயதான இளவரசருக்கும் அருகில் அமர வைத்தான். பிறகு அவன் கிட்டியிடம் அவள் மிகவும் அழகாக இருக்கிறாள் என்று கூறிவிட்டு, இளம் ஷெர்பாட்ஸ்கியை கரீனினுக்கு அறிமுகம் செய்தான். அவன் ஒரே நிமிடத்தில், வரவேற்பறை மிகவும் கலகலப்பாக மாறி, அறை முழுவதும் உற்சாகக் குரல்கள் எழும் வண்ணம் அங்குள்ள அனைவரையும் மிகச்சிறந்த முறையில் ஒன்றிணைத்தான்.

கான்ஸ்டான்டின் லெவின் மட்டும் வரவில்லை. சாப்பாட்டு அறைக்குச் சென்ற ஸ்டீபன் ஆர்கடியேவிச், போர்ட் மற்றும் ஷெர்ரி ஒயின்கள், லெவெட்டில் வாங்காமல் டெப்ரெஸ்ஸில் வாங்கியிருப்பதைக் கண்டு அதிர்ச்சியடைந்தான். எனவே அவன் வண்டியோட்டியிடம் அவற்றை லெவெட்டிலிருந்து வேகமாக வாங்கி வரும்படி உத்தரவிட்ட பிறகு வரவேற்பறைக்குத் திரும்பினான்.

அப்போது அவன் வாசலில் லெவினைப் பார்த்தான்.

"நான் தாமதமாகி விட்டேனா?"

"உங்களால் ஒருபோதும் தாமதமாக வராமல் இருக்க முடியாது!" என்ற ஸ்டீபன் ஆர்கடியேவிச் அவர் கையைப் பிடித்தான்.

“இங்கு நிறைய பேர் இருப்பார்கள் போல. யாரெல்லாம் இருக்கிறார்கள்?” என்று வெட்கத்துடன் கேட்ட லெவின், தன் கையுறையால் தொப்பியிலிருந்த பனியைத் தட்டிவிட்டார்.

“எல்லாம் நம்மவர்கள். கிட்டி இங்கே இருக்கிறாள். போவோம், நான் உங்களுக்குக் கரீனினை அறிமுகம் செய்கிறேன்.”

ஸ்டீபன் ஆர்கடியேவிச் ஒரு தாராளவாதியாக இருந்தபோதிலும், கரீனினுடனான அறிமுகம் வெறும் முகஸ்துதியாக இருக்க முடியாது என்பதை அறிந்திருந்தான். எனவே தனது சிறந்த நண்பர்களுக்கு அந்த கௌரவத்தைக் கொடுக்க விரும்பினான். ஆனால் அந்த நேரத்தில் கான்ஸ்டான்டின் லெவின் அத்தகைய அறிமுகத்தின் மகிழ்ச்சியை முழுமையாக உணரும் நிலையில் இல்லை. அவர் விரான்ஸ்கியைச் சந்தித்த அந்த மறக்க முடியாத மாலைப் பொழுதிலிருந்து, உயரமான சாலையில் வண்டியில் இருந்த அவளைப் பார்த்த ஒரு கணத்தைத் தவிர, வேறெங்கும் கிட்டியைப் பார்க்கவில்லை. அவர் தன்னுடைய உள்ளத்தின் ஆழத்தில், அவளை இன்று இரவு இங்கே உறுதியாகப் பார்க்க முடியும் என்பதை உணர்ந்திருந்தார். ஆனால் அவர் தன்னை இயல்பாக வைத்துக் கொள்ள முயன்று, அது தனக்குத் தெரியாது என்று தன்னைத் தானே சமாதானப்படுத்திக் கொண்டார். இப்போது அவள் இங்கே இருக்கிறாள் என்பதைக் கேட்டதும் திடீரென அவரை ஆட்கொண்ட மகிழ்ச்சியும், பய உணர்வும் அவரை மூச்சுத் திணறடித்த காரணத்தால், தான் சொல்ல விரும்பியதை அவரால் சொல்ல முடியாமல் போனது.

‘அவள் எப்படி இருக்கிறாள்? எப்படி? முன்பு எப்படி இருந்தாளோ அப்படியா? அல்லது வண்டியில் பார்த்த மாதிரியா? டாரியா அலெக்ஸாண்ட்ரோவ்னா சொன்னது உண்மையாக இருந்தால் என்ன செய்வது? அது ஏன் உண்மையாக இருக்கக் கூடாது?’ என்று அவர் நினைத்தார்.

“ஆகா, தயவுசெய்து என்னைக் கரீனினுக்கு அறிமுகம் செய்து வையுங்கள்” என்று அவர் வார்த்தை அளவில் பேசினார். அவர் தீவிரமாக உறுதியாகக் காலடி வைத்து நடந்து வரவேற்பறைக்குச் சென்றதும் அவளைப் பார்த்தார்.

அவள் முன்பு இருந்த மாதிரியும் இல்லாமல், வண்டியில் பார்த்த மாதிரியும் இல்லாமல் முற்றிலும் வித்தியாசமாக இருந்தாள்.

அவள் பயந்தவளாக, கூச்சமுடையவளாக, வெட்கப்பட்டவளாக, அனைத்திற்கும் மேலாக மிகவும் அழகாக இருந்தாள். அவர் அறைக்குள் நுழைந்த மறுநொடியே அவள் அவரைப் பார்த்தாள். அவள் அவரை எதிர்பார்த்துக் காத்திருந்தாள். அவள் அவரைப் பார்த்ததும் மிகவும் மகிழ்ச்சியடைந்தாள். அவர் அவளுடைய சகோதரியை

நெருங்கி அவளிடம் பேசிவிட்டு, மீண்டும் அவளைப் பார்த்தபோது, அவளுக்கும், அவருக்கும், அனைத்தையும் பார்த்துக் கொண்டிருந்த டோலிக்கும், அவள் தன்னைக் கட்டுப்படுத்த முடியாமல் அழுதுவிடுவாள் என்று தோன்றிய போது, அவள் தனக்கேற்பட்ட மகிழ்ச்சியை நினைத்து ஒரு கணம் குழப்பமடைந்தாள். அவள் முகம் சிவந்து, பிறகு வெளிறி, பிறகு மீண்டும் சிவந்து உறைந்து போனவளாய் லேசாக நடுங்கும் உதடுகளுடன் அவருக்காகக் காத்திருந்தாள். அவர் அவள் அருகில் சென்று, தலைவணங்கி, மௌனமாக அவளிடம் தன் கையை நீட்டினார். அவளுடைய உதடுகளின் லேசான நடுக்கமும், கண்களின் ஈரமும் அவளுக்குக் கூடுதல் பிரகாசத்தைத் தந்ததே தவிர, அவளுடைய புன்னகை கிட்டத்தட்ட அமைதியாகவே இருந்தது. "நாம் ஒருவரை ஒருவர் பார்த்து எத்தனை நாட்களாகி விட்டன!" என்று சொல்லிய அவள், அவநம்பிக்கையோடு தன் குளிர்ந்த கையால் அவருடைய கையை அழுத்தினாள்.

"நீ என்னைப் பார்க்கவில்லை ஆனால் நான் உன்னைப் பார்த் தேன்" என்று சொன்ன லெவின், தன் முகத்தில் வெளிப்பட்ட மகிழ்ச்சியான புன்னகையால் பிரகாசித்தார். "ரயில் நிலையத்திலிருந்து யெர்குஷோவோவுக்குப் போய்க் கொண்டிருந்தபோது உன்னைப் பார்த்தேன்."

"எப்போது?" என்று அவள் வியப்புடன் கேட்டாள்.

"நீ யெர்குஷோவோவுக்குப் போனபோது" என்று சொன்ன லெவின், தன் உள்ளத்தில் பெருக்கெடுத்து ஓடிய மகிழ்ச்சி வெள்ளத் தால் மூச்சுத் திணறுவதை உணர்ந்தார். 'கள்ளம் கபடமில்லாத இந்த அப்பாவிப் பெண்ணுடன் கண்டதையும் இணைத்துப் பார்க்க எனக்கு எப்படித் தைரியம் வந்தது! ஆமாம், டாரியா அலெக்ஸாண்ட் ரோவ்னா சொன்னது உண்மைதான்' என்று அவர் நினைத்தார்.

ஸ்டீபன் ஆர்கடியேவிச் அவர் கையைப் பிடித்துக் கரீனினை நோக்கி அழைத்துச் சென்றான்.

"உங்களை அறிமுகப்படுத்த அனுமதியுங்கள்" என்ற அவன் அவர்களின் பெயர்களைக் குறிப்பிட்டான்.

"உங்களை மீண்டும் சந்திப்பதில் மிக்க மகிழ்ச்சி" என்று உணர்ச்சி யின்றி சொன்ன அலெக்ஸி அலெக்ஸாண்ட்ரோவிச் லெவின் கையைக் குலுக்கினார்.

"நீங்கள் இருவரும் ஏற்கனவே அறிமுகமானவர்களா?" என்று ஸ்டீபன் ஆர்கடியேவிச் வியப்புடன் கேட்டான்.

"நாங்கள் ரயிலில் மூன்று மணி நேரம் ஒன்றாகப் பயணம் செய்தோம்" என்று லெவின் புன்னகையுடன் சொன்னார். "ஆனால்

முகமூடி நடன அரங்கிலிருந்து பிரிவது போல நாங்கள் அறிமுகமின்றி பிரிந்தோம். நான் அப்படித்தான் செய்தேன்."

"முட்டாள்தனம்! தயவுசெய்து இந்த வழியில்" என்று ஸ்டீபன் ஆர்கடியேவிச் சாப்பாட்டு அறையைக் காட்டினான்.

ஆண்கள் சாப்பாட்டு அறைக்குள் நுழைந்து, ஆறு வகையான வோட்கா, பாலாடைக் கட்டிகள், மீன் முட்டைகள், ஹெர்ரிங்ஸ் மீன்கள், டின்களில் அடைக்கப்பட்ட பதார்த்தங்கள் மற்றும் பிரெஞ்சு ரொட்டித் துண்டுகள், அனைத்தும் நிரம்பிய உணவு மேசையை நோக்கி நடந்தனர்.

நறுமணம் கமழும் வோட்கா மற்றும் காரசாரமான உணவு வகைகளின் அருகில் ஆண்கள் நின்றனர். கோஸ்னிஷேவ், கரீனின், பெஸ்ட்சோவ் ஆகியோருக்கு இடையில் நடந்த போலந்தின் ருஸ்ஸிஃபிகேஷன் பற்றிய உரையாடல் இரவு உணவின் எதிர் பார்ப்பில் படிப்படியாகத் தொய்வடைந்தது.

மிகவும் சூடான, தீவிரமான ஒரு விவாதத்தின் முடிவில் எதிர்பாராமல் ஒரு சிட்டிகை உலர்ந்த உப்பை எப்படிச் சேர்ப்பது என்பதையும், அதன் மூலம் உடன் பேசுபவர்களின் மனநிலையை எப்படி மாற்றுவது என்பதையும் மற்றவர்களைவிட நன்றாக அறிந்திருந்த செர்ஜி இவானோவிச் இப்போது அதைச் செய்தார்.

ரஷ்ய அரசாங்கம் மேற்கொள்ளும் உயர்ந்த கொள்கைகளால் மட்டுமே போலந்தின் ருஸ்ஸிஃபிகேஷனை நிறைவேற்ற முடியும் என்று அலெக்ஸி அலெக்ஸாண்ட்ரோவிச் வாதிட்டார்.

ஒரு நாடு அதிக மக்கள்தொகை கொண்டதாக இருக்கும்போது மட்டுமே மற்றொரு நாட்டை உள்வாங்க முடியும் என்று பெட்சோவ் வலியுறுத்தினார்.

கோஸ்னிஷேவ் இரண்டையும் சில வரம்புகளுக்கு உட்பட்டு ஏற்றுக் கொண்டார்.

அவர்கள் வரவேற்பறையை விட்டு வெளியேறும் போது, உரை யாடலை முடிப்பதற்காக அவர் சிரித்துக் கொண்டே சொன்னார்:

"எனவே பூர்வீக மக்களின் ருஸ்ஸிஃபிகேஷனுக்கு ஒரே ஒரு வழிதான் உள்ளது. முடிந்தவரை அதிகக் குழந்தைகளைப் பெற்றுக் கொள்வது. இதில் நானும் என் சகோதரனும் எல்லோரையும்விட மோசமாக நடந்து கொள்கிறோம். நீங்கள் திருமணம் ஆனவர்கள், குறிப்பாக நீங்கள், ஸ்டீபன் ஆர்கடியேவிச், மிகுந்த தேசபக்தியுடன் செயல்படுகிறீர்கள். உங்களுக்கு எத்தனை குழந்தைகள்?" என்று அவனை நோக்கித் திரும்பி, அன்பாகப் புன்னகைத்தபடி, ஒரு சிறிய டம்ளரை அவனிடம் நீட்டினார்.

எல்லோரும் சிரித்தார்கள். ஸ்டீபன் ஆர்கடியேவிச் மிகுந்த உற்சாகத்துடன் சிரித்தான்.

"ஆமாம், அதுதான் மிகச் சிறந்த வழி" என்று கூறி, பாலாடைக் கட்டியை மென்றவாறு, ஓர் உயர்தர வோட்காவை டம்ளரில் ஊற்றினான். இந்த நகைச்சுவையால் உரையாடல் ஒரு முடிவுக்கு வந்தது.

"இந்தப் பாலாடைக்கட்டி மோசமானது அல்ல, கொஞ்சம் தரட்டுமா?" என்று கேட்ட ஸ்டீபன் ஆர்கடியேவிச், தனது இடது கையால் லெவினுடைய கைகளுடைய தசையின் உறுதியை உணர்ந்து, "அப்படியானால் மீண்டும் உடற்பயிற்சியைத் தொடங்கி விட்டீர்களா?" என்று லெவினை நோக்கித் திரும்பினான். லெவின் புன்னகைத்துக் கையை மடக்கினார். ஸ்டீபன் ஆர்கடியேவிச்சின் விரல்களின் கீழே, அவருடைய கோட்டின் மெல்லிய துணியின் கீழே லெவினின் தசைகள் பாலாடைக்கட்டியைப் போல புடைத்து நின்றது.

"அற்புதமான வலிமை!"

"கரடியை வேட்டையாட பெரும் பலம் தேவை என்று நினைக் கிறேன்" என்று வேட்டையாடுவதைப் பற்றி எதுவும் தெரியாத அலெக்ஸி அலெக்ஸாண்ட்ரோவிச் சொன்னார். அவர் பாலாடைக் கட்டியைப் பரப்பி அதன் மேல் வெட்டிய ரொட்டித் துண்டை வைக்க அது சிலந்தி வலையைப் போல இருந்தது.

லெவின் சிரித்தார்.

"அப்படி ஒன்றும் இல்லை. ஒரு குழந்தையால் கூட கரடியைக் கொல்ல முடியும்" என்ற லெவின், அவர்கள் இருந்த மேசையை நோக்கி வீட்டு எஜமானியுடன் வந்துகொண்டிருந்த பெண்களை நோக்கிச் சற்றே குனிந்து வணங்கி வழி விட்டார்.

"நீங்கள் கரடியைக் கொன்றீர்களா?" என்று கேட்ட கிட்டி, வழுக்கும் காளான் துண்டு ஒன்றைத் தனது முள் கரண்டியால் எடுக்க முயன்று கையை அசைத்தபோது அவளுடைய கைச்சட்டை விலகி அதனூடே அவளுடைய வெண்ணிற கை வெளிப்பட்டது. "அங்கே உண்மையிலேயே கரடிகள் இருக்கின்றனவா?" என்று கேட்ட அவள் தன் அழகிய முகத்தை ஒரு பக்கமாக சாய்த்து, அவனை நோக்கிச் சிரித்தாள்.

அவள் சொன்னதில் அசாதாரணமானது எதுவுமில்லை என்றாலும், அவள் அதைச் சொன்னபோது அவள் உதடுகளிலும் கண்களிலும், கைகளிலும், அவளின் ஒவ்வொரு அசைவுகளிலும் அவருக்கு ஏதோ ஒரு விவரிக்க முடியாத அர்த்தம் இருந்தது! அதில் அவளுடைய மன்னிப்புக்கான வேண்டுகோளும், அவன் மீது அவள்

வைத்திருந்த நம்பிக்கையும், நேசமும், கனிவும், அவரால் நம்பவே முடியாத, மகிழ்ச்சியால் அவரை மூச்சுத் திணறடிக்கும் அவளுடைய காதலும் இருந்தது.

"இல்லை, நாங்கள் திவேர் மாகாணத்திற்குச் சென்றோம். திரும்பும் வழியில் உன் மைத்துனரை அல்லது மைத்துனரின் மைத்துனரை ரயிலில் சந்தித்தேன்" என்று சொல்லிச் சிரித்தார். "அது ஒரு வேடிக்கையான சந்திப்பு."

அவர் ஆட்டுத்தோல் கோட் அணிந்து, அலெக்ஸி அலெக்ஸாண்ட்ரோவிச்சின் பெட்டிக்குள் நுழைந்ததையும், இரவு முழுவதும் தூங்காமல் கழித்ததையும் மகிழ்ச்சியுடன் வேடிக்கையாக விவரித்தார்.

"அந்த நடத்துனர் பழமொழிக்கு மாறாக, என் ஆடைகளைப் பார்த்து என்னைப் பெட்டியிலிருந்து வெளியேற்ற நினைத்தார். ஆனால் அந்த நேரத்தில் நான் சுத்தமான மொழியில் பேசத் தொடங்கினேன்... நீங்களும்" கரீனின் பெயரை மறந்த லெவின் அவரை நோக்கித் திரும்பி, "என் ஆடைகளைப் பார்த்து என்னைத் துரத்த விரும்பினீர்கள் என்றாலும் பிறகு என் பக்கம் நின்றீர்கள். அதற்காக நான் உங்களுக்கு நன்றியுள்ளவனாக இருப்பேன்."

"பொதுவாக இருக்கையைத் தேர்ந்தெடுப்பதில் பயணிகளுக்கு உள்ள உரிமைகள் மிகவும் தெளிவற்றவையாக உள்ளன" என்ற அலெக்ஸி அலெக்ஸாண்ட்ரோவிச் தன் விரல் நுனியைக் கைக் குட்டையால் துடைத்தார்.

"நீங்களும் என்னைக் கணிக்க முடியாதவராக இருந்தீர்கள் என்பதை என்னால் பார்க்க முடிந்தது" என்ற லெவின் நல்ல சுபாவத்துடன் சிரித்தார். "ஆனால் மோசமான ஆடையில் இருந்த நான் என்னை வெளிக்காட்ட விரும்பி, உடனடியாக ஒரு புத்திசாலித் தனமான உரையாடலில் இறங்கினேன்."

வீட்டு எஜமானியுடன் பேசிக் கொண்டிருந்த செர்ஜி இவானோவிச், தனது சகோதரன் சொல்வதைக் கேட்டு அவரை நோக்கித் திரும்பி, 'இன்று அவருக்கு என்ன ஆயிற்று? ஏன் எதையோ வெற்றி கொண்டவர் போல நடந்து கொள்கிறார்?' என்று நினைத்தார். லெவின் தனக்கு ஒரு ஜோடி சிறகுகள் முளைத்துவிட்டதாக உணர்வதை அவர் அறிந்திருக்கவில்லை. அவள் தான் சொல்வதைக் கேட்டுக் கொண்டி ருக்கிறாள் என்பதும் அவள் அவன் சொல்வதைக் கேட்க விரும்புகிறாள் என்பதும் லெவினுக்குத் தெரியும். எனவே அவர் வேறு எதைப் பற்றியும் கவலைப்படவில்லை. இந்த அறையில் மட்டுமின்றி இந்த உலகம் முழுவதிலும், மகத்தான முக்கியத்துவத்தைப் பெற்ற, தன்னையும் அவளையும் தவிர வேறு யாருமில்லை என்று அவர் நினைத்தார். அவர் தான் தலையைச் சுற்ற வைக்கும் வெகு உயரத்தில்

இருப்பதாக உணர்ந்த அதே நேரத்தில், எங்கோ அதல பாதாளத்தில் கனிவும் அன்பும் கொண்ட கரீனின்களும், ஆப்லான்ஸ்கிகளும், உலகத்தின் பிற பகுதிகளும் இருப்பதாக நினைத்தார்.

ஸ்டீபன் ஆர்கடியேவிச், அவர்களின் கவனத்தை ஈர்க்காமலும் அவர்களைப் பார்க்காமலும், அவர்களை உட்கார வைக்க வேறு எந்த இடமும் இல்லை என்பது போல, லெவினையும் கிட்டியையும் அருகருகே அமர வைத்தான்.

"சரி, நீங்கள் ஏன் இங்கே உட்காரக் கூடாது?" என்று அவன் லெவினிடம் கேட்டான்.

உணவைப் பரிமாறிய தட்டுக்களைப் போலவே இரவு உணவும் நன்றாக இருந்தது. அதில் ஸ்டீபன் ஆர்கடியேவிச் ஒரு தேர்ந்த ரசிகனாக இருந்தான். சூப் மிகப்பிரமாதமாக இருந்தது. சிறிய இனிப்பு பதார்த்தங்கள் வாயில் வைத்ததும் கரையும் வகையில் குற்றம்குறை சொல்லமுடியாததாக இருந்தது. இரு வேலையாட்களும், மாத்வேயும், வெள்ளை நிற கழுத்துப்பட்டை அணிந்து, உணவையும் மதுவையும் அனைவருக்கும் அமைதியாக, தடையின்றி, திறமையுடன் பரிமாறினர். உணவு வகைகளைப் பொறுத்தவரை இரவு உணவு வெற்றியடைந்தது எனில், விருந்தாளிகளின் மனங்களைப் பொறுத்த வரையும் அது வெற்றிகரமாக அமைந்தது. பொதுவாக உரையாடல் கள் தங்குதடையின்றி, ஒருபோதும் முடிவடையாமல் உற்சாகமாக நடந்தது. உணவை முடித்த பிறகும் ஆண்கள் நின்று பேசிக் கொண்டே இருந்தனர். அலெக்ஸி அலெக்ஸாண்ட்ரோவிச்கூட மிகவும் உற்சாக மாக இருந்தார்.

10

செர்ஜி இவானோவிச் சொன்னதில் திருப்தியடையாத பெஸ்ட்சோவ் இறுதிவரை வாதிட விரும்பினார். அதே நேரத்தில் அவர் தான் சொன்ன கருத்தில் இருந்த தவறையும் திருத்த விரும்பி னார்.

"நான் மக்கள்தொகையை மட்டும் குறிப்பிடவில்லை" என்று அவர் சூப் அருந்திய வேளையில் அலெக்ஸி அலெக்ஸாண்ட் ரோவிச்சிடம் சொன்னார். "ஆனால் அது அடிப்படை கருத்துக் களுடன் இணைந்ததாக இருக்க வேண்டுமே தவிர கொள்கைகளுடன் இணைந்ததாக அல்ல."

"எனக்குத் தோன்றுகிறது" என்ற அலெக்ஸி அலெக்ஸாண்ட் ரோவிச், அவசரமின்றி ஆனால் சலிப்புடன், "அவை இரண்டுமே ஒன்றுதான் என்று. என் கருத்துப்படி மிகவும் வளர்ச்சியடைந்த

நாடு மட்டுமே மற்றொரு நாட்டின் மீது செல்வாக்கு செலுத்த முடியும். அதாவது...”

“ஆனால் கேள்வி என்னவென்றால்” என்று பெஸ்ட்சோவ் தன் கட்டைக் குரலில் குறுக்கிட்டார். எப்போதும் பேசுவதற்கு அவசரப்பட்ட அவர், தான் பேசும் கருத்தில் தனது முழு மனதையும் செலுத்துவது போலத் தோன்றினார். “இந்த வளர்ச்சி என்னவாக இருக்க வேண்டும்? ஆங்கிலேயர்கள், ஜெர்மானியர்கள், பிரெஞ்சுக்காரர்கள் இவர்களில் யார் உச்சகட்ட வளர்ச்சியை அடைந்துள்ளனர்? யார் யாரை ஆட்சிசெலுத்தப் போகிறார்கள்? ரைன் நதி பிரெஞ்சு மயமாக்கப்பட்டதை நாம் அறிவோம், ஆனால் ஜெர்மானியர்கள் தாழ்ந்த நிலையில் இல்லையே!” என்று அவர் கத்தினார். “இங்கே வேறு ஒரு விதி வேலை செய்கிறது.”

“ஆனால் செல்வாக்கு எப்போதும் உண்மையான கல்வியின் பக்கம் இருப்பதாக எனக்குத் தெரிகிறது” என்ற அலெக்ஸி அலெக்ஸாண்ட்ரோவிச் தனது புருவங்களைச் சற்றே உயர்த்தினார்.

“ஆனால் உண்மையான கல்வியின் அடையாளங்கள் என்ன?” என்று கேட்டார் பெட்ஸ்சோவ்.

“இந்தக் கல்வியின் அடையாளங்கள் பொதுவாக நன்கு அறியப்பட்டவை என்று நான் நினைக்கிறேன்” என்றார் அலெக்ஸி அலெக்ஸாண்ட்ரேவாவிச்.

“அப்படியானால் அவர்கள் அவற்றை முழுமையாக அறிந்திருக்கிறார்களா?” என்ற செர்ஜி இவானோவிச் நுட்பமாகப் புன்னகைத்தார். “உண்மையான கல்வி முற்றிலும் செவ்வியல் சார்ந்ததாக இருக்க வேண்டும் என்பது இப்போது பொதுவாக ஏற்றுக் கொள்ளப்படுகிறது. ஆனால் நாங்கள் பிரச்சினையின் ஒவ்வொரு பக்கத்திலும் மிகவும் தீவிரமான சர்ச்சைகள் இருப்பதைக் காண்கிறோம். எதிர்முகாம் அதற்கு ஆதரவாக வலுவான ஆதாரங்களைக் கொண்டுள்ளது என்பதை மறுப்பதற்கில்லை.”

“நீங்கள் ஒரு செவ்வியல்வாதி செர்ஜி இவானோவிச்! நான் உங்களுக்குச் சிறிது சிவப்பு ஒயின் ஊற்றட்டுமா?” என்று கேட்டான் ஸ்டீபன் ஆர்கடியேவிச்.

“எந்த வகையான கல்வியைக் குறித்தும் நான் என்னுடைய சொந்தக் கருத்தைச் சொல்லவில்லை” என்று அலட்சியம் கலந்த புன்னகையுடன் சொன்ன செர்ஜி இவானோவிச் ஒரு குழந்தையைப் போல டம்ளரை நீட்டினார். “இரு தரப்பிலும் தீவிரமான வாதங்கள் உள்ளன என்பதையே நான் சுட்டிக் காட்டினேன்” என்ற அவர் அலெக்ஸி அலெக்ஸாண்ட்ரோவிச்சை நோக்கித் திரும்பினார். “நான் செம்மொழிக் கல்வி பயின்றேன் என்றாலும் நான் தனிப்பட்ட

முறையில் இந்தச் சர்ச்சையில் எந்த இடத்தையும் வகிக்கவில்லை. நவீனக் கல்வியைவிட செவ்வியல் கல்விக்கு முக்கியத்துவம் அளிக்கப் படுகிறது என்பதற்குத் தெளிவான வாதங்கள் எதுவும் இருப்பதாக எனக்குத் தெரியவில்லை.”

“இயற்கை அறிவியலுக்கு ஒரு பெரிய மதிப்பு உள்ளது” என்றார் பெட்ஸ்சோவ். “வானியல், தாவரவியல், விலங்கியல் ஆகியவற்றை அதன் பொது விதிகளுடன் எடுத்துக் கொள்ளுங்கள்!”

“என்னால் அதை முழுமையாக ஏற்றுக்கொள்ள முடியாது” என்று சொன்னார் அலெக்ஸி அலெக்ஸாண்ட்ரோவிச். “ஒரு மொழி யின் வடிவங்களைப் படிக்கும் செயல்முறை ஆன்மிக வளர்ச்சியில் குறிப்பாக நன்மை பயக்கும் என்ற உண்மையை நம்மால் ஒப்புக் கொள்ளாமல் இருக்க முடியாது என்று நினைக்கிறேன். தவிரவும், செவ்வியல் எழுத்தாளர்களின் மிக உயர்ந்த செல்வாக்கு நியாயமான தாக இருக்கும் அதே நேரத்தில், இயற்கை அறிவியலைக் கற்பிப்பது துரதிர்ஷ்டவசமாக தீங்கு விளைவிக்கும் ஆபத்தான, தவறான கற்பித்தல்களுடன் இணைந்து, நம் காலத்தின் மிகப்பெரிய சாபக் கேடாக உள்ளது என்பதையும் நாம் மறுப்பதற்கில்லை.”

செர்ஜி இவானோவிச் ஏதோ சொல்ல முற்பட்டபோது, பெட்ஸ் சோவ் தனது தடித்த கட்டைக் குரலில் குறுக்கிட்டார். அவர் அந்தக் கருத்திலுள்ள அநீதியை நிரூபிக்க தன்னுடைய சூடான வாதத்தைத் தொடங்க முயன்றார். செர்ஜி இவானோவிச் அமைதி யாக, அதே வேளையில் ஒரு வெற்றிகரமான பதிலுடன் தன் முறைக் காகக் காத்திருந்தார்.

“இருப்பினும்” என்ற செர்ஜி இவானோவிச் ஒரு நுட்பமான புன்னகையுடன் கரீனினை நோக்கித் திரும்பினார். “செவ்வியல் மற்றும் அறிவியல் கல்வியில் உள்ள அனைத்து நன்மைகளையும் தீமைகளையும் எடைபோடுவது கடினம் என்பதையும், நீங்கள் இப்போது குறிப்பிட்ட அனைத்து நன்மைகளும் செவ்வியல் கல்வியில் இல்லை எனில், எந்த வகையான கல்விக்கு முக்கியத்துவம் கொடுக்க வேண்டும் என்ற கேள்விக்கான பதிலை அத்தனை எளிதாகவும் தீர்மானமாகவும் பெற்றுவிட முடியாது என்பதையும், ஒருவர் கட்டாயம் ஒப்புக்கொள்ள வேண்டும்.”

“சந்தேகமே இல்லை.”

“செவ்வியல் கல்விக்கு ஆத்திகர்கள் ஆதரவாக இல்லாமல் இருந்திருந்தால், நாம் இந்த விஷயத்தை இன்னும் அதிகமாக கருத்தில் கொண்டு, இரு தரப்பிலும் உள்ள வாதங்களை எடைபோட்டிருப் போம்” என்று செர்ஜி இவானோவிச் ஒரு நுட்பமான புன்னகையுடன் தொடர்ந்தார். “இரண்டு பக்கத்திற்கும் ஒரு சுதந்திரமான களத்தை

நாம் அமைத்துக் கொடுத்திருக்க வேண்டும். ஆனால் இப்போது இந்தப் பாரம்பரியக் கல்வி எனும் மாத்திரைகளில், ஆத்திகத்தின் குணப்படுத்தும் மருந்து உள்ளது என்பதை நாங்கள் அறிவோம். எனவே அவற்றை எங்கள் நோயாளிகளுக்குத் தைரியமாக வழங்கு கிறோம். ஆனால் அந்தக் குணப்படுத்தும் மருந்து இல்லையென்றால் என்ன செய்வது?" என்று அவர் ஒரு சிட்டிகை உலர்ந்த உப்பைத் தெளித்துப் பேச்சை முடித்தார்.

செர்ஜி இவானோவிச்சின் மாத்திரைகளைக் கண்டு அனைவரும் சிரித்தார்கள். குறிப்பாக துரோவ்ட்சின் அடக்க முடியாமல் உரத்த குரலில் மகிழ்ச்சியுடன் சிரித்தார். அவர்களின் உரையாடலைக் கேட்டுக்கொண்டிருந்ததற்குப் பலனாக அவருக்கு இறுதியில் ஏதோ ஒரு வேடிக்கையான விஷயம் கிடைத்தது.

பெட்ஸ்சோவை விருந்துக்கு அழைத்ததன் மூலம் ஸ்டீபன் ஆர்கடியேவிச் ஒரு சரியான காரியத்தைச் செய்தான். அவருடைய புத்திசாலித்தனமான உரையாடல் ஒரு கணம்கூட நிற்காமல் தொடர்ந்து கொண்டே இருந்தது. செர்ஜி இவானோவிச் நகைச் சுவையுடன் உரையாடலை முடித்ததும் பெஸ்ட்சோவ் ஒரு புதிய உரையாடலைத் தொடங்கினார்.

"அரசாங்கத்திற்கு அத்தகைய நோக்கம் இருந்தது என்பதை என்னால் ஒப்புக்கொள்ள முடியாது" என்றார் அவர். "அரசாங்கம் பொதுவான கருத்துக்களால் வழிநடத்தப்படுவதும், அதன் நட வடிக்கைகள் ஏற்படுத்தும் தாக்கத்தைப் பற்றி அலட்சியமாக இருப்பதும் தெளிவாகத் தெரிகிறது. உதாரணமாக, பெண் கல்வி என்பது இயற்கையாகவே தீங்கு விளைவிக்கும் என்று கருதப்படுகிறது. ஆனால் அரசாங்கம் பெண்களுக்காகப் பள்ளிகளையும் பல்கலைக் கழகங்களையும் திறக்கிறது."

எனவே உரையாடல் பெண் கல்வி என்ற புதிய விஷயத்திற்குத் திரும்பியது.

அலெக்ஸி அலெக்ஸாண்ட்ரோவிச், பெண் கல்வி பொதுவாகப் பெண்விடுதலையுடன் சேர்த்துக் குழப்பப்படுகிறது என்றும் அதன் காரணமாகவே அது தீங்கு விளைவிக்கும் ஒன்றாகக் கருதப்படலாம் என்றும் கூறினார்.

'ஆனால் இந்த இரண்டும் பிரிக்க முடியாதபடி இணைந்துள்ளன என்று நான் கருதுகிறேன்" என்றார் பெட்ஸ்சோவ். "இது ஒரு விஷ வட்டம். கல்வியின்மை காரணமாகப் பெண்களின் உரிமைகள் மறுக்கப்படுகின்றன என்றால் அவர்களின் கல்வியின்மை என்பது அவர்களுக்கு உரிமைகள் இல்லாததால் ஏற்படுகிறது. பெண் அடிமை என்பது தொன்றுதொட்டு மிகப் பரவலாக இருந்துவரும் ஒன்று

என்பதை நாம் மறந்துவிடக் கூடாது. இதனால் அவர்களை நம்மிட மிருந்த பிரிக்கும் படுகுழியை நாம் பெரும்பாலும் அடையாளம் காண மறுக்கிறோம்."

"நீங்கள் 'உரிமைகள்' என்று சொன்னீர்கள்" என்ற செர்ஜி இவானோவிச் பெட்ஸ்சோவ் பேசி முடிக்கும்வரை காத்திருந்தார். "அதாவது நீதிபதிகள், கவுன்சிலர்கள், அரசு ஊழியர்கள், நாடாளு மன்ற உறுப்பினர்கள் போன்ற பதவிகளை வகிப்பதற்கான உரிமையா..."

"சந்தேகமே இல்லை."

"ஆனால், சில அரிதான விதிவிலக்காகப் பெண்கள் இந்தப் பதவிகளை வகிக்க முடியும் என்றால், நீங்கள் 'உரிமைகள்' என்ற வார்த்தையைத் தவறாகப் பயன்படுத்துகிறீர்கள் என்று எனக்குத் தோன்றுகிறது. 'கடமைகள்' என்று சொல்வது பொருத்தமாக இருக்கும். நடுவர், கவுன்சிலர், தந்தி எழுத்தர் போன்றவர்கள் தங்கள் வேலையைச் செய்யும்போது, அவர்கள் கடமையைச் செய்கிறார்கள் என்பதை நாம் அனைவரும் ஒப்புக் கொள்வோம். எனவே பெண்கள் தங்கள் கடமையைத் தேடுகிறார்கள் என்று சொல்வது அதிகப் பொருத்தமாகவும் நியாயமாகவும் இருக்கும். எனவே ஆண்களின் பொதுப் பணியில் உதவ வேண்டும் என்ற பெண்களின் இந்த விருப்பத்திற்கு மட்டுமே ஒருவர் அனுதாபம் காட்ட முடியும்."

"முற்றிலும் உண்மை" என்று அலெக்ஸி அலெக்ஸாண்ட்ரோவிச் ஒப்புக் கொண்டார். "அத்தகைய கடமைகளைச் செய்ய அவர்கள் தகுதியானவர்களா என்பதுதான் கேள்வி என்று நான் நினைக் கிறேன்."

"அவர்கள் அதற்குத் தகுதியானவர்கள்" என்ற ஸ்டீபன் ஆர்கடி யேவிச் தொடர்ந்து, "கல்வி அவர்களிடையே பரவியதும் அதை நம்மால் கண்கூடாகப் பார்க்க முடியும்..." என்றான்.

"பழமொழி நினைவிருக்கிறதா?" என்று நீண்ட நேரம் அமைதி யாக விவாதத்தைக் கேட்டுக் கொண்டிருந்த வயதான இளவரசர் கேட்டபோது, அவருடைய கேலி நிறைந்த கண்கள் பளபளத்தன. "என் மகள்களின் முன்னாலும் என்னால் 'பெண்களுக்கு முடி நீளம் ஆனால் மூளை மந்தம்' என்று சொல்ல முடியும்..."

"விடுதலைக்கு முன் நீக்ரோக்களைப் பற்றியும் அப்படித்தான் நினைத்தார்கள்!" என்று பெட்ஸ்சோவ் கோபத்துடன் சொன்னார்.

"பெண்கள் புதிய கடமைகளைத் தேட வேண்டும் என்பது எனக்கு விசித்திரமாகத் தோன்றுகிறது" என்றார் செர்ஜி இவானோவிச். "அதே நேரத்தில் ஆண்கள் துரதிர்ஷ்டவசமாகத் தங்கள் கடமைகளை நிறைவேற்றுவதை தவிர்க்கிறார்கள் என்பதை நம்மால் பார்க்க முடிகிறது."

“கடமைகள் உரிமைகளோடு இணைந்தவை என்பதால், அதிகாரம், பணம், கௌரவம் இதைத்தான் பெண்கள் தேடுகிறார்கள்” என்றார் பெட்ஸ்சோவ்.

“நான் முலைப்பால் ஊட்டும் செவிலியாக இருப்பதற்கு உரிமை கோருவது போலவும், ஆனால் எனக்கு யாரும் அந்தப் பணியைத் தர முன்வராத நிலையில், அந்த வேலையைச் செய்யும் பெண்களுக்கு ஊதியம் கொடுப்பதைப் பார்த்து, நான் வருத்தப்படுவது போலவும் இருக்கிறது இது” என்றார் வயதான இளவரசர்.

துரோவ்ட்சின் அடக்க முடியாமல் வெடித்துச் சிரித்தார். செர்ஜி இவானோவிச் தான் இதைச் சொல்லவில்லையே என்று வருந்தினார். அலெக்ஸி அலெக்ஸாண்ட்ரோவிச்கூட சிரித்தார்.

“ஆமாம், ஒரு ஆண் பாலூட்ட முடியாது” என்றார் பெட்ஸ் சோவ். “அதே நேரத்தில் ஒரு பெண்...”

“இல்லை, ஒரு ஆங்கிலேயர் கப்பலில் தன் குழந்தைக்குப் பாலூட்டினார்” என்ற இளவரசர், தன் மகள்களின் முன்னிலையில் அதைப் பேசுவதற்கான உரிமையை எடுத்துக் கொண்டார்.

“அரசுப் பணியாளர்களாகப் பெண்கள் இருப்பதைப் போல ஆண்களும் இருக்கிறார்கள்” என்று செர்ஜி இவானோவிச் இந்த முறை கூறினார்.

“சரி, ஆனால் ஒரு பெண்ணுக்குக் குடும்பம் இல்லை என்றால் அவள் என்ன செய்வாள்?” என்று இடைமறித்த ஸ்டீபன் ஆர்கடியேவிச், பெட்ஸ்சோவ் மீது அனுதாபம் கொண்டு அவர் சொல்வதை ஆதரித்தான். மேலும் அவன் தன் மனதில் எப்போதும் மாஷா சிபிசோவாவை நினைத்துக்கொண்டிருந்தான்.

“அந்தப் பெண்ணின் கதையைக் கவனமாகப் பார்த்தால், அவள் தன் குடும்பத்தையோ அல்லது தன் சகோதரியின் குடும்பத்தையோ விட்டுச் சென்றிருக்கிறாள் என்பதை உங்களால் பார்க்க முடியும். அங்கு அவள் ஒரு பெண்ணுக்குரிய வேலையைச் செய்திருக்கலாம்” என்று எரிச்சலுடன் சொன்ன டோலி, எதிர்பாராமல் உரையாடலில் குறுக்கிட்டாள். ஸ்டீபன் ஆர்கடியேவிச்சின் மனதில் எந்தப் பெண் இருக்கிறாள் என்பதை அவள் யூகித்திருக்கலாம்.

“ஆனால் நாம் ஒரு கொள்கைக்காக, லட்சியத்திற்காக நிற்கிறோம்!” என்று பெட்ஸ்சோவ் உரத்த கட்டைக் குரலில் ஆட்சேபணை தெரிவித்தார். “பெண்கள் சுதந்திரமாக, படித்தவர்களாக இருக்க வேண்டும் என்று விரும்புகிறார்கள் என்றாலும் அது முடியாது என்ற உள்ளுணர்வால் அவர்கள் அடக்கி ஒடுக்கப்படுகிறார்கள்.”

“அனாதை இல்லத்தில் பாலூட்டும் செவிலியாக என்னை வேலைக்கு அமர்த்த முடியாத அளவுக்கு நான் அடக்கி ஒடுக்கப் பட்டுள்ளேன்” என்று வயதான இளவரசர் மீண்டும் கூறினார். சாப்பிட்டுக் கொண்டிருந்த தண்ணீர் விட்டான் கிழங்கின் துண்டை, கீழே போட்டுவிடும் அளவுக்கு துரோவ்ட்சின் மகிழ்ச்சியாகச் சிரித்தார்.

11

கிட்டியும் லெவினையும் தவிர மற்ற அனைவரும் உரையாடலில் பங்கேற்றனர். முதலில் அவர்கள் ஒரு தேசம் மற்றொரு தேசத்தின் மீது ஆதிக்கம் செலுத்துவதைப் பற்றிப் பேசிக்கொண்டிருந்தபோது, இந்த விஷயத்தில் தான் என்ன சொல்ல வேண்டும் என்பதை லெவின் யோசித்தார். ஆனால், ஒரு காலத்தில் அவர் பார்வையில் அதிக முக்கியத்துவம் வாய்ந்ததாக இருந்த அந்தச் சிந்தனைகள், ஒரு கனவைப் போல அவர் மனதில் தோன்றியதே அல்லாமல், அவை மீது இப்போது அவருக்கு லவேசமும் ஆர்வம் ஏற்படவில்லை. யாருக்கும் பயன்படாத அவற்றைப் பேசுவதற்கு அவர்கள் அத்தனை ஆர்வமாக இருப்பதுகூட அவருக்கு மிகவும் விசித்திரமாகத் தோன்றி யது. அதேபோல, பெண்களின் உரிமைகளையும் கல்வியையும் குறித்து அவர்கள் பேசியவை கிட்டிக்கு ஆர்வத்தை ஏற்படுத்தியிருக்க வேண்டும். வெளிநாட்டில் உள்ள தன் தோழி வரேன்காவையும், அவள் வாழ்ந்த விரக்தியான நிலையையும் நினைத்து, அவள் அதைப் பற்றி எத்தனை முறை யோசித்திருக்கிறாள். தான் திருமணம் செய்து கொள்ளாவிட்டால் தன் கதி என்னவாகும் என்பதை நினைத்து, அவள் அதைப் பற்றி எத்தனைமுறை யோசித்திருக்கிறாள். தன் சகோதரியுடன் அதைப் பற்றி எத்தனை முறை விவாதித்திருக்கிறாள். ஆனால் இப்போது அது அவளுக்குச் சிறிதளவும் ஆர்வம் தருவதாக இல்லை. லெவினும் கிட்டியும் அவர்களின் சொந்த உரையாடலில் ஈடுபட்டிருந்தனர். அதை ஓர் உரையாடல் என்று சொல்ல முடியாது. ஆனால் ஒரு வகையான மர்மமான, கண்ணுக்குப் புலப்படாத தொடர்பு அவர்களுக்குள் நிகழ்ந்துகொண்டிருந்தது. ஒவ்வொரு நிமிடமும் அது அவர்களை மேலும் மேலும் நெருக்கமாகப் பிணைத்தது. அவர்கள் இதுவரை அறிந்திராத ஒன்றில் நுழைவதற்கு முன் அவர்கள் இருவரையும் ஒரு மகிழ்ச்சி கலந்த திகிலுணர்வு ஆட்கொண்டது.

கடந்த ஆண்டு தன்னை எப்படி வண்டியில் பார்த்திருக்க முடியும் என்ற கிட்டியின் கேள்விக்குப் பதிலளித்த லெவின், புல்வெளியை வெட்டிய இடத்திலிருந்து வீட்டிற்கு நடந்து செல்லும்

போது, உயரமான சாலையில் அவளைப் பார்த்ததைச் சொல்லத் தொடங்கினார்.

"அது ஒரு அதிகாலை நேரம். நீ அப்போதுதான் விழித்திருக்க வேண்டும். உன் அம்மா வண்டியின் மூலையில் தூங்கிக் கொண்டிருந்தார். அது ஒரு அற்புதமான காலைப் பொழுது. நடந்து கொண்டிருந்த நான், நான்கு குதிரைகள் பூட்டிய, மணிகள் ஒலிக்கும் வண்டியில் வருவது யாராக இருக்கும் என்று யோசித்தேன். அப்போது வண்டியின் ஜன்னல் வழியே ஒரு நொடி உன் உருவம் பளிச்சிட்டதைக் கண்டேன். உன் தொப்பியின் இருபக்க கயிறுகளை இரண்டு கைகளிலும் பிடித்துக் கொண்டு, எதைப் பற்றியோ ஆழமாக யோசித்துக் கொண்டிருந்தாய்" என்று சொன்ன அவர் சிரித்தார். "அப்போது நீ என்ன யோசித்துக் கொண்டிருந்தாய் என்பதை அறிய நான் எப்படித் தவித்தேன்? அது அத்தனை முக்கியமானதா?"

'அப்போது நான் அசிங்கமாக இருந்தேனா?' என்று அவள் யோசித்தாள். ஆனால் அந்த நினைவுகள் அவருக்கு ஏற்படுத்திய பரவசப் புன்னகையைப் பார்த்தபோது, அவள் அப்போது தன்னுடைய தோற்றம் நன்றாக இருந்திருக்க வேண்டும் என்பதை அறிந்து, முகம் சிவந்து, மகிழ்ச்சியுடன் சிரித்தாள்.

"உண்மையில் எனக்கு நினைவில்லை."

"துரோவ்ட்சின் எத்தனை அழகாகச் சிரிக்கிறார்!" என்ற லெவின் அவருடைய ஈரமான கண்களையும், குலுங்கும் உடலையும் ரசித்தார்.

"அவரை உங்களுக்கு நீண்ட காலமாகத் தெரியுமா?" என்று கிட்டி கேட்டாள்.

"அவரைத் தெரியாதவர்கள் யார்!"

"அவர் நல்லவரல்ல என்று நீங்கள் நினைப்பது எனக்குத் தெரியும்.

"அப்படியல்ல ஆனால் பயனற்றவர்."

"அது உண்மையல்ல! நீங்கள் அப்படி நினைக்காதீர்கள்!" என்றாள் கிட்டி. "நான் அவரைப் பற்றி அதிகமாக யோசித்ததில்லை என்றாலும் அவர் மிகவும் பிரியமான மனிதர் என்பதுடன் இரக்கமுள்ளவர். அவருக்குத் தங்கமான மனசு."

"அவர் மனதைப் பற்றி உனக்கு எப்படித் தெரியும்?"

"நானும் அவரும் நல்ல நண்பர்கள். எனக்கு அவரை நன்றாகத் தெரியும். கடந்த குளிர்காலத்தில் நீங்கள்... பிறகு அவர் எங்களைப் பார்க்க வந்தார்" என்ற அவள் குற்றவுணர்வுடன் ஆனால் நம்பிக்கையின் புன்னகையுடன் சொன்னாள். "ஒருமுறை டோலியின்

அனைத்துக் குழந்தைகளுக்கும் ஸ்கார்லெட் காய்ச்சல் வந்தது. அப்போது அவர் அவளைப் பார்க்கச் சென்றார். உங்களால் கற்பனை செய்ய முடிகிறதா" என்ற அவள் கிசுகிசுத்தாள், "அவர் அங்கேயே தங்கியிருந்து குழந்தைகளைக் கவனித்துக் கொள்வதற்கு உதவினார். ஆமாம், அவர் மூன்று வாரங்கள் அவர்கள் வீட்டில் தங்கி குழந்தை களை ஒரு செவிலியைப் போல கவனித்துக் கொண்டார்."

"ஸ்கார்லெட் காய்ச்சலின் போது துரோவ்ட்சின் உதவியதை நான் கான்ஸ்டான்டின் டிமிட்ரிச்சிடம் சொல்கிறேன்" என்று கிட்டி அவள் சகோதரியை நோக்கிச் சாய்ந்து சொன்னாள்.

"அது ஆச்சரியமானது, நம்பமுடியாதது!" என்ற டோலி, துரோவ்ட்சினைப் பார்த்தாள். அவர்கள் தன்னைப் பற்றிப் பேசு கிறார்கள் என்பதை உணர்ந்த அவர் லெவினைப் பார்த்துப் புன்ன கைத்தார். மீண்டும் துரோவ்ட்சினைப் பார்த்த லெவின், அந்த மனிதரின் நல்ல குணங்களை முன்னரே அறியாமல் போனது எப்படி என்று வியந்தார்.

"மன்னிக்கவும், மன்னிக்கவும். நான் இனி ஒருபோதும் யாரையும் தவறாக நினைக்க மாட்டேன்!" என்றார் அவர். அவர் அந்த நேரத் தில் என்ன உணர்ந்தாரோ அதைத்தான் உண்மையாக வெளிப்படுத் தினார்.

12

பெண்களின் உரிமைகளைப் பற்றிப் பேசத் தொடங்கிய உரை யாடலில், திருமண உறவில் ஆண், பெண் இருவருக்கும் உள்ள ஏற்றத்தாழ்வுகள் குறித்து, பெண்களின் முன்னிலையில் சுதந்திரமாக விவாதிக்க முடியாத, சில கேள்விகள் எழுப்பப்பட்டன. இந்தக் கேள்விகளை பெட்ஸ்சோவ் பலமுறை எழுப்பினார் என்றாலும் செர்ஜி இவானோவிச்சும், ஸ்டீபன் ஆர்கடியேவிச்சும் அவரைக் கவனமாகத் திசைதிருப்பினர்.

இருப்பினும் அவர்கள் எழுந்து நின்றதும், பெண்கள் அங்கிருந்து வெளியேறியபோது, பெட்ஸ்சோவ் அவர்களைத் தொடர்ந்து செல்லாமல், அலெக்ஸி அலெக்ஸாண்ட்ரோவிச்சிடம் திரும்பி, சமத்துவம் இல்லாமைக்கு முக்கியக் காரணத்தை விளக்கத் தொடங் கினார். இல்வாழ்க்கையில் கணவன் செய்யும் துரோகமும், மனைவி செய்யும் துரோகமும் சட்டத்தின் முன்பும், பொதுக்கருத்தின் முன்பும் சமமற்ற முறையில் வெவ்வேறு விதமாகத் தண்டிக்கப்படுவதே கணவன் மனைவிக்கு இடையில் சமத்துவம் இல்லாததற்குக் காரணம் என்று அவர் சொன்னார்.

ஸ்டீபன் ஆர்கடியேவிச், அலெக்ஸி அலெக்ஸாண்ட்ரோவிச்சிடம் விரைந்து சென்று அவருக்கு ஒரு சுருட்டைக் கொடுத்தான்.

"வேண்டாம், நான் புகைபிடிப்பதில்லை" என்று அவர் அமைதியாகப் பதிலளித்தார். அவர் தான் அந்த உரையாடலுக்குப் பயப்படவில்லை என்பதை வேண்டுமென்றே காட்ட விரும்புவது போல, உணர்ச்சியற்ற புன்னகையுடன் பெட்ஸ்சோவை நோக்கித் திரும்பினார்.

"நடைமுறையில் உள்ள இந்த அபிப்பிராயங்களுக்குக் காரணம் அவற்றின் அடிப்படை இயல்பிலேயே உள்ளன என்று நான் நினைக்கிறேன்" என்ற அலெக்ஸி அலெக்ஸாண்ட்ரோவிச் வரவேற்பறைக்குச் செல்ல முயன்றார். ஆனால் அப்போது தூரோவ்ட்சின் திடீரென்று அவரை நோக்கிப் பேசினார்.

"ப்ரியாச்னிகோவ் என்பவரைக் கேள்விப்பட்டிருக்கிறீர்களா?" என்று அவர் தான் குடித்த ஷாம்பெயினால் உற்சாகமடைந்து, தன்னை இதுவரை ஒடுக்கிய மௌனத்தை உடைப்பதற்குச் சந்தர்ப்பத்தை எதிர்பார்த்து நீண்ட நேரம் காத்திருந்தவர் போல கேட்டார். "வாஸ்யா ப்ரியாச்னிகோவ்" என்று ஈரத்துடன் சிவந்திருந்த தனது உதடுகளில் கனிவான புன்னகை வெளிப்பட, முக்கியமாகத் தலைமை விருந்தினரான அலெக்ஸி அலெக்ஸாண்ட்ரோவிச்சை நோக்கிப் பேசினார். "திவேர் என்ற இடத்தில் அவர் க்விட்ஸ்கியுடன் சண்டையிட்டு அவரைக் கொன்றுவிட்டார் என்று கேள்விப்பட்டேன்."

பட்ட காலிலேயே படும் என்பதற்கேற்ப, துரதிர்ஷ்டவசமாக அந்த மாலை நேர உரையாடல், அலெக்ஸி அலெக்ஸாண்ட்ரோவிச்சை அவரது புண்பட்ட இடத்திலேயே தொடர்ந்து தாக்குவதை ஸ்டீபன் ஆர்கடியேவிச் உணர்ந்தான். எனவே மீண்டும் அவன் தனது மைத்துனரை அங்கிருந்து அழைத்துச் செல்ல முயன்றான். ஆனால் அவர் ஆர்வத்துடன் கேட்டார்.

"ப்ரியாச்னிகோவ் எதற்காகச் சண்டையிட்டார்?"

"அவர் மனைவிக்காக. ஒரு உண்மையான மனிதன் போல நடந்து கொண்டார்! சவாலுக்கு அழைத்து அவரைக் கொன்றுவிட்டார்!"

"ஆகா!" என்று தன் புருவங்களை உயர்த்திபடி அலட்சியமாகச் சொன்ன அலெக்ஸி அலெக்ஸாண்ட்ரோவிச், வரவேற்பறைக்குச் சென்றார்.

"நீங்கள் வந்ததில் எனக்கு மிகவும் மகிழ்ச்சி" என்ற டோலி பயம் கலந்த புன்னகையுடன் அவரை முன்அறையில் சந்தித்தாள். "நான் உங்களிடம் பேச வேண்டும். இங்கேயே உட்காரலாம்."

புருவங்களை உயர்த்திய, அதே அலட்சிய முகபாவத்துடன், அலெக்ஸி அலெக்ஸாண்ட்ரோவிச் அவள் அருகில் அமர்ந்து பொய்யாக ஒரு புன்னகையை உதிர்த்தார்.

“குறிப்பாக” என்ற அவர் தொடர்ந்து, “நான் உடனே போக வேண்டும் என்பதற்காக உங்களிடம் மன்னிப்பு கேட்பதற்கு விரும்பினேன். நான் இங்கிருந்து நாளை கிளம்புகிறேன்” என்றார்.

அன்னா குற்றமற்றவள் என்று டாரியா அலெக்ஸாண்ட்ரோவ்னா உறுதியாக நம்பினாள். அவன் தன் அப்பாவி தோழியை நாசம் செய்ய நினைக்கும் அந்த உணர்ச்சியற்ற மனிதரைப் பார்த்து, தன் முகம் வெளுப்பதையும், கோபத்தால் உதடுகள் நடுங்குவதையும் உணர்ந்தாள்.

“அலெக்ஸி அலெக்ஸாண்ட்ரோவிச்” என்ற அவள் அவருடைய கண்களைத் தீர்மானமாகப் பார்த்தாள். “நான் அன்னாவைப் பற்றிக் கேட்டதற்கு நீங்கள் பதில் சொல்லவில்லை. அவள் எப்படி இருக்கிறாள்?”

“அவள் நலமாக இருப்பதாகத் தெரிகிறது டாரியா அலெக்ஸாண்ட்ரோவ்னா” என்று அவர் அவளைப் பார்க்காமல் பதிலளித்தார்.

“என்னை மன்னியுங்கள் அலெக்ஸி அலெக்ஸாண்ட்ரோவிச். எனக்கு எந்த உரிமையும் இல்லை... ஆனால் நான் அன்னாவை ஒரு சகோதரியைப் போல நேசிக்கிறேன். நான் கெஞ்சிக் கேட்கிறேன். உங்களுக்கு இடையில் என்ன பிரச்சினை? அவள் என்ன குற்றம் செய்தாள்?”

அலெக்ஸி அலெக்ஸாண்ட்ரோவிச் கண்களை மூடி தலையைக் குனிந்து கொண்டார்.

“அன்னா ஆர்கடியேவ்னாவுடன் என் உறவைத் துண்டித்துக் கொள்வது அவசியம் என்று நான் கருதுவதற்கான காரணங்களை உங்கள் கணவர் உங்களுக்குத் தெரியப்படுத்தியிருப்பார் என்று நினைக்கிறேன்” என்று அவள் கண்களைப் பார்க்காமல் சொன்ன அவர், வரவேற்பறை வழியாகச் சென்ற ஷெர்பாட்ஸ்கியை அதிருப்தியுடன் பார்த்தார்.

“என்னால் நம்ப முடியவில்லை, நம்பவே முடியவில்லை!” என்ற டோலி, எலும்புகள் துருத்திய தனது கைகளை வேகத்துடன் அவளுக்கு முன்னால் கோர்த்துப் பிடித்துக் கொண்டாள். வேகமாக எழுந்த அவள் அலெக்ஸி அலெக்ஸாண்ட்ரோவிச்சின் கைச் சட்டையைப் பிடித்தாள். “இங்கு நமக்குத் தொந்தரவாக இருக்கும். தயவு செய்து வாருங்கள் நாம் அங்கு போகலாம்.” டோலியின் பதட்டம் அவரையும் பாதித்தது. அவர் எழுந்து நின்று, அவளுக்குக்

கீழ்ப்படிந்தவராக அவளைப் பின்தொடர்ந்து குழந்தைகளின் பள்ளி அறைக்குச் சென்றார். கத்தியால் அங்குமிங்கும் துளையிடப்பட்டிருந்த, தோல் துணியால் மூடியிருந்த மேசைக்கு அருகில் அவர்கள் அமர்ந்தனர்.

"என்னால் நம்ப முடியவில்லை, என்னால் நம்ப முடியவில்லை!" என்று அவளைப் பார்ப்பதைத் தவிர்த்த அவருடைய கண்களைப் பிடிக்க முயன்ற டோலி சொன்னாள்.

"உண்மையை நம்பாமல் இருக்க முடியாது டாரியா அலெக்ஸாண்ட்ரோவ்னா" என்ற அவர் உண்மை என்ற வார்த்தைக்கு அழுத்தம் கொடுத்தார்.

"ஆனால் அவள் என்ன செய்தாள்?" என்று கேட்டாள் டாரியா அலெக்ஸாண்ட்ரோவ்னா. "அவள் செய்ததுதான் என்ன?"

"அவள் தன் கடமைகளைப் புறக்கணித்து, கணவனுக்குத் துரோகம் செய்துவிட்டாள். அவள் அதைத்தான் செய்தாள்" என்றார் அவர்.

'இல்லை, இருக்க முடியாது! இல்லை, நீங்கள் நினைப்பது தவறு!' என்று சொன்ன டோலி தன் முன்நெற்றியைக் கைகளால் பிடித்துக்கொண்டு கண்களை மூடிக்கொண்டாள்.

அவர் தன் உதடுகளில் கசப்பான புன்னகையைத் தவழவிட்டு, அதன் மூலம் அவருடைய நம்பிக்கையின் உறுதியை அவளுக்கு உணர்த்த முயன்றார். அவர் மேற்கொண்ட இந்தத் தற்காப்பு அவரை நிலைகுலையச் செய்யாமல் தடுத்தது எனினும், அது அவருடைய வெந்த புண்ணில் வேலைப் பாய்ச்சியது. எனவே அவர் கோபத்துடன் பேசத் தொடங்கினார்.

"ஒரு மனைவியே தன் கணவரிடம் உண்மையைத் தெரிவிக்கும் போது, தவறாகப் புரிந்து கொள்வதற்கு என்ன இருக்கிறது? தன் மகன் உட்பட, தன்னுடைய எட்டு வருட வாழ்க்கையும் தவறு என்றும், எல்லாமே தவறு என்றும், இனி தான் ஒரு புதிய வாழ்க்கை வாழ விரும்புவதாகவும் அவளே சொல்கிறாள்" என்று அவர் கோபத்துடன் மூக்கை உறிஞ்சினார்.

"அன்னாவாவும் அவளுடைய பாவமும்... என்னால் அதைக் கற்பனை செய்ய முடியவில்லை, என்னால் நம்ப முடியவில்லை."

"டாரியா அலெக்ஸாண்ட்ரோவ்னா!" என்ற அவர் இப்போது டோலியின் கனிவான, கலங்கிய முகத்தை நேருக்கு நேராகப் பார்த்தார். பேச முடியாமல் நாக்கு குழறுவதை அவரால் உணர முடிந்தது. "சந்தேகம் உறுதிப்படாமலிருக்க நான் என்ன விலையும் கொடுக்கத் தயாராக இருந்தேன். நான் சந்தேகப்பட்ட போது

துயரப்பட்டேன் என்றாலும் இப்போது இருப்பதைப் போல இல்லை. நான் சந்தேகப்பட்ட போது ஒரு நம்பிக்கை இருந்தது என்றாலும் இப்போது எந்த நம்பிக்கையும் இல்லை என்பதுடன், நான் எல்லாவற்றையும் சந்தேகப்படுகிறேன். என்னுடை சொந்த மகனையே வெறுக்கும் அளவுக்கு நான் அனைத்தையும் சந்தேகப்படுகிறேன். சில சமயங்களில் அவன் என் மகன்தான் என்பதை என்னால் நம்பமுடியவில்லை. நான் மிகவும் மகிழ்ச்சியற்றவனாக இருக்கிறேன்."

அவர் அதைச் சொல்ல வேண்டிய அவசியமே இல்லாமல், அவளுடைய முகத்தைப் பார்த்த அவர் பார்வையிலேயே அவளுக்கு எல்லாம் விளங்கி விட்டது. அவள் அவர்மீது பரிதாபப்பட்டாள். தன் தோழியின் மீது அவளுக்கிருந்த நம்பிக்கை நாசமடைந்தது.

"இல்லை, இது மோசம், மிகமிக மோசம்! ஆனால் நீங்கள் விவாகரத்து செய்ய தீர்மானித்தது உண்மையா?"

"நான் முடிவு செய்துவிட்டேன். எனக்கு வேறு வழியில்லை."

"வேறு வழியில்லை, வேறு வழியில்லை" என்று கண்களில் கண்ணீர் வழிய அவள் சொன்னாள். "இல்லை, வேறு ஏதாவது செய்ய வேண்டும்."

"இழப்பு அல்லது மரணம் ஆகிய துன்பங்களை எதிர்கொள்வது போல, இந்த வகையான துன்பங்களை எதிர்கொள்ள முடியாது என்பதுதான் மிகப் பெரிய சோகம். அதில் நீங்கள் உங்கள் சிலுவையைச் சுமக்க வேண்டுமெனில், இதில் நீங்கள் செயல்பட வேண்டும்" என்று அவர் அவள் நினைப்பதை யூகித்தவர் போல சொன்னார். "ஒருவர் தான் இருக்கும் அவமானகரமான நிலையில் இருந்து வெளியே வர வேண்டும். இதில் மூவரும் ஒன்றாகச் சேர்ந்து வாழ்வது முடியாத காரியம்."

"எனக்குப் புரிகிறது, அது நன்றாகப் புரிகிறது" என்ற டோலி தலை குனிந்தாள். தன்னைப் பற்றி, தன் குடும்பத்தின் துயரத்தைப் பற்றி நினைத்து அசையாமல் நின்றாள். திடீரென்று வேகமாகத் தலையை உயர்த்தி மன்றாடும் தோரணையில் தன் கைகளைக் குவித்து, "ஆனால் காத்திருங்கள்! நீங்கள் ஒரு கிறிஸ்தவர். அவளை நினைத்துப் பாருங்கள்! நீங்கள் அவளை விட்டுப்போனால் அவள் கதி என்னவாகும்?"

"நான் யோசித்தேன் டாரியா அலெக்ஸாண்ட்ரோவ்னா. நான் அதைப் பற்றியும் நிறைய யோசித்தேன்" என்றார் அவர். அவர் முகம் சிவந்து அங்கங்கே இரத்தத் திட்டுக்களாகத் தெரிந்தன. அவருடைய மேகமூட்டமான கண்கள் அவளை நேராகச் சந்தித்தன. இப்போது அவள் தன்னுடைய முழு மனதோடு அவர் மீது இரக்கம் கொண்டாள். "என் கேவலமான நிலையை அவளே என்னிடம்

சொன்ன பிறகு நான் அதைத்தான் செய்தேன். நான் அனைத்தையும் அப்படியே இருக்கும்படி விட்டுவிட்டேன். அவள் மனம் திருந்த ஒரு வாய்ப்புக் கொடுத்தேன். நான் அவளைக் காப்பாற்ற முயன்றேன். ஆனால் என்ன நடந்தது? நியாய தர்மங்களைக் கடைப்பிடித்து நடக்க வேண்டும் என்ற எனது எளிய வேண்டுகோளைக் கூட அவள் நிறைவேற்றவில்லை" என்று அவர் சினத்துடன் சொன்னார். "அழிய விரும்பாத ஒருவனைக் காப்பாற்ற முடியும். ஆனால் சுத்த மாகக் கெட்டுச் சீரழிந்து, அழிந்து போவதே அவளுக்கு இரட்சிப் பாகத் தோன்றினால் என்னதான் செய்ய முடியும்?"

"விவாகரத்தைத் தவிர எதுவும்!" என்றாள் அவள்.

"அதைத் தவிர வேறென்ன இருக்கிறது?"

"இல்லை, இது மோசம்! அவள் யாருடைய மனைவியாகவும் இல்லாமல் அழிந்து போவாள்!"

"அதற்கு நான் என்ன செய்ய முடியும்?" என்ற அவர் தனது தோள்களைக் குலுக்கி புருவங்களை உயர்த்தினார். அவர் தனது மனைவியின் சமீபத்திய அத்துமீறலை நினைத்து மிகவும் வேதனைக் குள்ளானார். அவர்கள் உரையாடலைத் தொடங்கிய போது அவர் இருந்த அதே நிலைக்குத் திரும்பினார். "உங்கள் அக்கறைக்கு நன்றி. ஆனால் நான் போக வேண்டும்" என்று அவர் எழுந்தார்.

"இல்லை, பொறுங்கள்! நீங்கள் அவள் வாழ்வைப் பாழாக்க வேண்டாம். நான் என்னைப் பற்றிச் சொல்கிறேன். என் கணவர் எனக்குத் துரோகம் செய்தார். பொறாமையும், ஆத்திரமும் அடைந்த நான் அனைத்தையும் விட்டுவிட விரும்பினேன்... ஆனால் நான் யோசித்துப் பார்த்தேன். அப்போது என்னைக் காப்பாற்றியது யார்? அன்னா என்னைக் காப்பாற்றினார். எனவே நான் வாழ்கிறேன். என் குழந்தைகள் வளர்ந்து வருகிறார்கள். என் கணவர் மீண்டும் குடும்பத்தைப் பார்த்துக்கொள்கிறார். இப்போது அவர் தன் தவறை உணர்ந்து திருந்திவிட்டார். நானும் வாழ்கிறேன்... நான் அவரை மன்னித்தேன், நீங்களும் அன்னாவை மன்னிக்க வேண்டும்."

அலெக்ஸி அலெக்ஸாண்ட்ரோவிச் அவள் சொல்வதைக் கேட்டார் ஆனால் அவளுடைய வார்த்தைகள் அவரை எந்த வகையிலும் பாதிக்கவில்லை. அவர் விவாகரத்து செய்ய முடிவு செய்த தினம் அவருக்கு ஏற்பட்ட அதே கோபமும் ஆக்ரோஷமும் இப்போது மீண்டும் ஏற்பட்டது. அவர் தன்னை உலுக்கியபடி உரத்த குரலில் பேசினார்.

"என்னால் மன்னிக்க முடியாது, மன்னிக்கவும் விரும்பவில்லை. அப்படிச் செய்வது அநியாயம் என்று நினைக்கிறேன். நான் அவளுக் காக எல்லாவற்றையும் செய்தேன் ஆனால் அவள் அவளுடைய

குணத்திற்கு ஏற்ப அனைத்தையும் காலில் போட்டு மிதித்து சாக்கடையில் தள்ளிவிட்டாள். நான் பொல்லாதவன் அல்ல. நான் யாரையும் வெறுத்ததில்லை. ஆனால் இப்போது நான் என் உடலின் ஒவ்வொரு அணுவிலும் அவளை வெறுக்கிறேன். நான் அவளை மன்னிக்க முடியாது ஏனெனில் அவள் எனக்குச் செய்த எல்லாத் தீமைகளுக்கும் அவளை வெறுக்கிறேன்!" என்று கோபக்குரலில் கண்களில் கண்ணீர் மல்க கூறினார்.

"உங்களை வெறுப்பவர்களை நேசியுங்கள்..." என்று டாரியா அலெக்ஸாண்ட்ரோவ்னா வெட்கத்துடன் கிசுகிசுத்தாள்.

அலெக்ஸி அலெக்ஸாண்ட்ரோவிச் ஏளனமாகச் சிரித்தார். அதை அவர் நீண்ட காலமாக அறிவார் என்றாலும் அதை அவருடைய வழக்கில் பயன்படுத்த முடியாது.

"உங்களை வெறுப்பவர்களை நேசியுங்கள். ஆனால் நீங்கள் வெறுப்பவர்களை நேசிப்பது சாத்தியமற்றது. உங்களைத் தொந்தரவு செய்ததற்கு மன்னியுங்கள். ஒவ்வொருவருக்கும் அவரவர் துக்கம் போதுமானது!" என்று சொன்ன அலெக்ஸி அலெக்ஸாண்ட்ரோவிச், தன்னைக் கட்டுப்படுத்திக்கொண்டு, அவளிடம் அமைதியாக விடைபெற்று, அங்கிருந்து வெளியேறினார்.

13

அவர்கள் உணவு மேசையிலிருந்து எழுந்தபோது, லெவின் கிட்டியைத் தொடர்ந்து வரவேற்பறைக்குச் செல்ல விரும்பினார். ஆனால், அவர் தான் அவள் மீது அதிகப்படியான கவனத்தைச் செலுத்துவதை அவள் விரும்பமாட்டாள் என்று நினைத்துப் பயந்தார். எனவே அவர் ஆண்கள் பேசிக் கொண்டிருப்பதைக் கவனித்து, அவர்களுடைய பொதுவான உரையாடலில் கலந்து கொண்டார். ஆனால் கிட்டியைப் பார்க்காமலே, அவளுடைய அசைவையும், அவளுடைய பார்வையையும், அவள் வரவேற்பறையில் எங்கு இருக்கிறாள் என்பதையும் அவரால் உணர முடிந்தது.

உடனடியாக அவர் எந்தத் தயக்கமும் இன்றி, யாரையும் தவறாக நினைக்காமல் அனைவரையும் நேசிக்க வேண்டும் என்று கிட்டியிடம் சற்று முன்னர் சொன்னதை நிறைவேற்ற ஆரம்பித்தார். உரையாடல் கிராமங்களில் உள்ள மக்கள் குழுக்களைப் பற்றித் திரும்பியபோது, பெட்ஸ்சோவ் அதைக் 'கூட்டாகப் பாடுதல்' என்ற சிறப்புப் பெயரிட்டு அழைத்தார். பெட்ஸ்சோவும் அவரது சகோதரரும் சொன்னதை லெவின் ஏற்றுக்கொள்ளவில்லை. இருந்தாலும் லெவின் தன்னுடைய சொந்த வழியில், ரஷ்ய கம்யூனின் முக்கியத்துவத்தைப் பட்டும்

படாமலும் பேசினார். எனவே அவர் அவர்களுடன் பேசி, அவர்களைச் சமாதானப்படுத்தவும், அவர்களின் சூடான விவாதத்தைச் சுமுகமாகக் கொண்டு செல்லவும் மட்டுமே முயன்றார். அவர் தான் என்ன சொல்கிறோம் என்பதிலும் மற்றவர்கள் என்ன சொல்கிறார்கள் என்பதிலும் ஆவேசமும் ஆர்வமும் காட்டவில்லை. அவர் விரும்பியதெல்லாம் எல்லோரும் மனநிறைவுடனும் மகிழ்ச்சியாகவும் இருக்க வேண்டும் என்பதுதான். இப்போது ஒன்றே ஒன்றுதான் மிகவும் முக்கியம் என்பது அவருக்குப் புரிந்திருந்தது. அந்த ஒன்று முதலில் வரவேற்பறையில் இருந்து, பிறகு நகரத்தொடங்கி, இப்போது கதவுக்கு அருகில் நிற்கிறது. அவர் திரும்பிப் பார்க்காமலே அவள் பார்வையும் புன்னகையும் தன்னை நோக்கி இருப்பதை உணர்ந்து கொண்டார். எனவே அவரால் திரும்பிப் பார்க்காமல் இருக்க முடியவில்லை. ஷெர்பாட்ஸ்கியுடன் வாசலில் நின்றிருந்த அவள் அவரையே பார்த்துக் கொண்டிருந்தாள்.

“நீ பியானோவைத் தேடுகிறாய் என்று நினைக்கிறேன்” என்று அவர் அவளை நோக்கிச் சென்றார். “நாட்டில் எனக்குக் கிடைக்காதது இசைதான்.”

“இல்லை, நாங்கள் உங்களைக் கூப்பிடத்தான் வந்தோம். நீங்கள் வந்ததற்காக நான் உங்களுக்கு நன்றி சொல்ல வேண்டும்” என்ற அவள் அவருக்குப் பரிசாக ஒரு புன்னகையை வீசினாள். “இந்த விவாதங்களின் மீது ஏன் இத்தனை காதல்? யாரும் யாரையும் திருப்திப்படுத்த முடியாது.”

“ஆமாம், அதுதான் உண்மை” என்றார் லெவின். “உங்கள் எதிராளி எதை நிரூபிக்க விரும்புகிறார் என்பதைச் சரியாகப் புரிந்துகொள்ள முடியாத போதுதான், நீங்கள் தீவிரமாக விவாதம் செய்ய நேர்கிறது.”

புத்திசாலி மனிதர்கள் தங்களுக்குள் நிகழும் விவாதங்களில், பெரும் முயற்சி செய்து, தர்க்கரீதியான, நுட்பமான சொற்களை ஏராளமாக உபயோகித்து விவாதம் செய்து, ஒருவருக்கொருவர் நீண்ட விவாதங்களுக்குப் பிறகு நிரூபிக்க முயன்றதை, விவாதத்தின் ஆரம்பத்திலேயே அறிந்திருக்கிறோம் என்ற புரிதலுக்கு இறுதியாக வந்து சேர்கிறார்கள், என்பதை லெவின் அடிக்கடி கவனித்திருக்கிறார். ஆனால் அவர்கள் வெவ்வேறு விஷயங்களை நேசித்தார்கள் என்பதால் தாங்கள் நேசித்தவற்றின் பெயரை, அது விவாதத்தில் தாக்குதலுக்கு உட்படுத்தப்படலாம் என்ற அச்சத்தால் சொல்ல விரும்புவதில்லை. சில நேரங்களில் விவாதத்தின் போது திடீரென்று எதிராளி என்ன விரும்புகிறார் என்பதைப் புரிந்து கொண்டு, வாதிடுபவரும் அதையே விரும்பிய பிறகு அனைத்து வாதங்களும்

பயனற்றவையாக மாறிவிடுகின்றன என்பதை லெவின் அனுபவித் திருக்கிறார். ஆனால் சில சமயங்களில் இதற்கு நேர் மாறாகவும் நடக்கும். ஒருவர் இறுதியில் தனக்குப் பிடித்ததைச் சொல்லி அதற்கான வாதங்களை முன்வைக்கும் போது, அவர் அதைச் சிறப்பாகவும், நேர்மையாகவும் செய்தால், அவருடைய எதிராளி அதை ஒப்புக்கொண்டு வாதிடுவதை நிறுத்துகிறார். இதைத்தான் லெவின் சொல்ல விரும்பினார்.

அதைப் புரிந்து கொள்ள முயல்வது போல அவள் நெற்றியைச் சுருக்கினாள். ஆனால் அவர் விளக்கத் தொடங்கியதும் அவள் புரிந்து கொண்டாள்.

"எனக்குப் புரிகிறது. அவர் எதற்காக வாதிடுகிறார், எதை விரும்புகிறார் என்பதை நீங்கள் கண்டுபிடிக்க வேண்டும். பிறகு நீங்கள்..."

அவர் சொன்னதை அவள் தன்னுடைய உள்ளுணர்வால் முழுமையாகப் புரிந்து கொண்டாள். லெவின் மகிழ்ச்சியாகச் சிரித்தார். அவர் பெட்ஸ்சோவுடனும் அவருடைய சகோதரருடனும் மேற்கொண்ட குழப்பமான வார்த்தைகளின் விவாதத்திலிருந்து, இந்தச் சுருக்கமான, தெளிவான, கிட்டத்தட்ட வார்த்தைகளற்ற எண்ணப் பரிமாற்றத்திற்கு மாறியதில் திடுக்கிட்டார்.

ஷெர்பாட்ஸ்கி அவர்களை விட்டு விலகிச் சென்றதும் கிட்டி சீட்டு விளையாடத் தயார் செய்யப்பட்ட மேசையின் அருகில் சென்று உட்கார்ந்து, ஒரு சுண்ணாம்புக்கட்டியை எடுத்து, மேசையின் மீதிருந்த புதிய பச்சை நிறத் துணியில் வட்டவட்டமாக வரையத் தொடங்கினாள்.

அவர்கள் பெண்களின் சுதந்திரத்தைப் பற்றியும், வேலையைப் பற்றியும் நடந்த உரையாடலைத் தொடர்ந்தனர். திருமணம் செய்துகொள்ளாத ஒரு பெண் தனது குடும்பத்தில் தனக்குள்ள வேலையைச் செய்யலாம் என்று டாரியா அலெக்ஸாண்ட்ரோவ்னா சொன்னதை லெவின் ஏற்றுக்கொண்டார். எந்த ஒரு குடும்பமும் பிறர் உதவியின்றி இயங்க முடியாது என்பதால், ஒவ்வொரு குடும்பத்திலும் ஊதியம் பெறும் செவிலியர்கள் அல்லது குடும்பத்தைச் சேர்ந்த பெண்கள் இருப்பார்கள் என்ற நோக்கில் அவர் அதை ஆதரித்தார்.

"இல்லை" என்று கிட்டி வெட்கத்துடன் சொன்னாள். ஆனால் அவள் தன் கண்களில் உண்மையுடன் அவரைத் தைரியமாகப் பார்த்தாள். "ஒரு பெண் சுயகௌரவத்தை இழக்காமல், குடும்பத்தில் வாழ முடியாத சூழ்நிலைக்கு ஆளாகலாம், அவளே..."

அவர் அவளுடைய அந்தக் குறிப்பைப் புரிந்து கொண்டார்.

"ஓ! ஆமாம்!" என்றார் அவர். "ஆமாம், நீ சொல்வது சரிதான்!"

உணவு வேளையில், பெட்ஸ்சோவ் பெண்களின் சுதந்திரத்தைப் பற்றி நிரூபிக்க முயன்றது ஏன் என்பதை லெவின் புரிந்து கொண்டார். கிட்டியின் உள்ளத்தில் ஒரு வயதான பணிப்பெண்ணாக இருப்பதிலுள்ள அச்சத்தை அவர் அறிந்து கொண்டார். அவர் அவளை விரும்பியதால் அதே பயத்தையும் அவமான உணர்வையும் உணர்ந்தார் என்பதால் தன்னுடைய வாதத்தைக் கைவிட்டார்.

ஒரு மௌனம் நிலவியது. அவள் இன்னும் மேசையின் மீதிருந்த துணியில் சுண்ணாம்புக் கட்டியால் வரைந்து கொண்டிருந்தாள். அவள் கண்கள் மென்மையான ஒளியால் பிரகாசித்தன. அவளது மனநிலைக்கு அடிபணிந்த அவர், தன் உடல் முழுவதும் மகிழ்ச்சியின் பரவசம் பொங்கிப் பிரவகிப்பதை உணர்ந்தார்.

"ஆகா! நான் மேசை முழுவதும் கிறுக்கி விட்டேன்!" என்ற அவள் சுண்ணாம்புக் கட்டியைக் கீழே போட்டுவிட்டுத் தான் எழுந்திருக்க விரும்புவது போல ஓர் அசைவைச் செய்தாள்.

"நான் எப்படி வீட்டில் தனியாக... அவளில்லாமல் இருக்க முடியும்?" என்று திகிலுடன் நினைத்துப் பார்த்த அவர், எழுந்து சுண்ணாம்புக் கட்டியை எடுத்தார். "பொறு" என்ற சொன்ன அவர் மீண்டும் அமர்ந்தார். "உன்னிடம் நீண்ட காலமாக நான் ஒன்றைக் கேட்க விரும்பினேன்!"

அவர் அவளுடைய அச்சம் நிறைந்த மென்மையான கண்களை நேராகப் பார்த்தார்.

"சொல்லுங்கள்."

"இதோ" என்ற அவர் எழுதிக் காட்டினார். அவர் வார்த்தைகளின் முதல் எழுத்தை மட்டும் அ, மு, எ, நீ, சொ, ஒ, இ, எ, அ, எழுதினார். அதன் பொருள் 'அது முடியாது என்று நீ சொன்னதற்கு ஒருபோதும் இல்லை என்று அர்த்தமா?' இந்தச் சிக்கலான சொற்றொடரை அவள் புரிந்து கொள்ள வாய்ப்பில்லை என்றாலும் இந்த வார்த்தைகளை அவள் புரிந்து கொள்வதைப் பொறுத்தே தன் வாழ்க்கை அமையும் என்பது போல அவர் அவளைப் பார்த்தார்.

அவள் அவரை உற்றுப் பார்த்துவிட்டுத் தன் புருவங்களைச் சுருக்கி அவற்றைப் படித்தாள். எப்போதாவது நிமிர்ந்து அவரைப் பார்த்து பார்வையால், 'நான் இதைத்தான் நினைக்கிறேனா?' என்றாள்.

"புரிகிறது" என்றாள் வெட்கத்துடன்.

“இது என்ன வார்த்தை?” என்ற அவர் ஒருபோதும் என்பதைக் குறிக்கும் ‘ஓ’ என்ற எழுத்தைச் சுட்டிக்காட்டினார்.

“அது ஒருபோதும் என்ற வார்த்தை. ஆனால் அது உண்மையல்ல!” என்றாள்.

அவர் சட்டென்று தான் எழுதியதை அழித்துவிட்டுச் சுண்ணாம்புக் கட்டியை அவளிடம் கொடுத்துவிட்டு எழுந்தார்.

அவள் அ, நா, வே, ப, சொ, மு, என்று எழுதினாள்.

டாரியா அலெக்ஸாண்ட்ரோவ்னாவின் பார்வையில் அவர்கள் இருவரும் பட்டபோது, அலெக்ஸி அலெக்ஸாண்ட்ரோவிச்சுடன் பேசியதால் அவளுக்கு ஏற்பட்ட துயரத்திலிருந்து முற்றிலுமாக விடுபட்டிருந்தாள். கிட்டி கையில் சுண்ணாம்புக்கட்டியுடன் அச்சம் நிறைந்த புன்னகையுடன் லெவினைப் பார்த்துக் கொண்டிருந் தாள். அவருடைய அழகிய உருவம் மேசையை நோக்கிக் குனிந்திருக்க, அவரது உற்று நோக்கிய கண்கள் இப்போது மேசையிலிருந்து கிட்டியை நோக்கித் திரும்பின. சட்டென்று அவர் முகம் பிரகாசிக்க, அவர் புரிந்து கொண்டார். ‘அப்போது நான் வேறுவிதமாகப் பதில் சொல்லியிருக்க முடியாது.’

அவர் அவளைப் பயம் கலந்த கேள்வியுடன் பார்த்தார்.

“அப்போது மட்டும்தான்?”

‘ஆமாம்’ என்று அவள் புன்னகை சொன்னது.

“அப்படியானால்... இப்போது?” என்று கேட்டார்.

“சரி, இதோ, இதைப் படியுங்கள். என் முழு மனதோடு நான் விரும்புவதைச் சொல்கிறேன்!” என்று அவள் முதல் எழுத்துக்களை எழுதினாள் நீ, ந, ம, ம, வே. அதன் பொருள் ‘நீங்கள் நடந்ததை மறந்து மன்னிக்க வேண்டும்.’

அவர் தனது பதட்டமான நடுங்கும் விரல்களால் சுண்ணாம்புக் கட்டியை எடுத்து உடைத்துப் பின்வரும் வாக்கியத்தின் முதல் எழுத்துக்களை எழுதினார். ‘நான் மன்னிக்கவும் மறக்கவும் எதுவும் இல்லை, நான் உன்னை நேசிப்பதை ஒருபோதும் நிறுத்தவில்லை.’

அவள் தன் உதட்டில் நிலைத்த புன்னகையுடன் அவரைப் பார்த்தாள்.

“எனக்குப் புரிகிறது” என்று அவள் கிசுகிசுத்தாள்.

அவர் அமர்ந்து ஒரு நீண்ட வாக்கியத்தை எழுதினார். அவள் அதைப் புரிந்து கொண்டதுடன் சரியா தவறா என்று அவரிடம் கேட்காமல், உடனடியாகப் பதிலை எழுதிக்காட்டினாள்.

அவர் வெகு நேரம் அவள் என்ன எழுதியிருக்கிறாள் என்று புரியாமல் அவள் கண்களையே பார்த்துக் கொண்டிருந்தார். அவர் முகத்தில் இருந்த மகிழ்ச்சி விலகி இருள் குடிகொண்டது. அவள் மனதில் எண்ணியிருந்த வார்த்தைகளை அவரால் கண்டுபிடிக்க முடியவில்லை. ஆனால் அவர் மகிழ்ச்சியால் பிரகாசித்த அவளுடைய அழகிய கண்களிலிருந்து தெரிந்துகொள்ள வேண்டிய அனைத்தையும் தெரிந்து கொண்டார்! அவர் மூன்று வார்த்தைகளை எழுதினார். ஆனால் அவர் அதை எழுதி முடிக்கும் முன்பே அதைப் புரிந்துகொண்ட அவள், "ஆமாம்" என்று எழுதினாள்.

"என்ன விளையாட்டா?" என்று கேட்டுக் கொண்டே இளவரசர் அவர்களை நெருங்கினார். "சரி, நாங்கள் தியேட்டருக்குச் சரியான நேரத்தில் செல்ல விரும்பினால் இப்போதே கிளம்ப வேண்டும்."

லெவின் எழுந்து கிட்டியுடன் வாசலுக்குச் சென்றார்.

அவர்களின் உரையாடலில், அவள் அவரைக் காதலிப்பதையும், அவள் தன் பெற்றோரிடம் சொல்லப்போவதையும், நாளை காலை அவரை வரும்படியும் சொல்லியிருந்தாள்.

14

கிட்டி சென்றதும் தனிமையில் இருந்த லெவின், அவள் இல்லாமல் அமைதியின்றி தவித்தார். எத்தனை சீக்கிரம் முடியுமோ அத்தனை சீக்கிரம் நாளை காலை வந்துவிட வேண்டும் என்ற பொறுமையற்ற ஏக்கம் அவரை வாட்டியது. அவர் மீண்டும் அவளைப் பார்த்து, அவளுடன் என்றென்றைக்குமாக இணையும் வரை, அவளில்லாமல் தனிமையில் கழிக்கும் பதினான்கு மணிநேரம் அவருக்கு மரணத்தைப் போல அச்சம் தருவதாக இருந்தது. எனவே அவர் தனிமையில் இருப்பதைத் தவிர்க்கவும், நேரத்தைக் கடத்தவும் யாருடனாவது இருப்பதும் பேசுவதும் அவசியமாக இருந்தது. ஸ்டீபன் ஆர்கடியேவிச் அவருக்கு மிகச்சிறந்த இணக்கமான தோழமையாக இருந்திருப்பான் என்றாலும் அவன் வெளியே புறப்பட்டுக் கொண்டிருந்தான். அவன் விருந்துக்குப் போவதாகச் சொன்னாலும் உண்மையில் நடனத்திற்குச் சென்றான். எனவே தான் மகிழ்ச்சியாக இருப்பதையும், அவனை நேசிப்பதையும், அவன் செய்த உதவியைத் தன்னால் ஒருபோதும் மறக்க முடியாது என்பதையும் அவனிடம் சொல்வதற்கு மட்டுமே லெவினுக்கு நேரம் இருந்தது. ஸ்டீபன் ஆர்கடியேவிச்சின் கண்களும் புன்னகையும்,

அந்த உணர்வை அவன் சரியாகப் புரிந்துகொண்டான் என்பதை லெவினுக்குக் காட்டியது.

"அப்படியானால் சாவதற்கான நேரம் வரவில்லையா?" என்ற ஸ்டீபன் ஆர்கடியேவிச் லெவினின் கையை அன்போடு அழுத்தினான்.

"இல்லை!" என்றார் லெவின்.

அவரிடம் விடைபெற்ற டாரியா அலெக்ஸாண்ட்ரோவ்னாவும் அவரை வாழ்த்துவது போலச் சொன்னாள்.

"நீங்கள் கிட்டியை மீண்டும் பார்த்ததில் எனக்கு எத்தனை மகிழ்ச்சி! ஒருவர் பழைய நட்பைப் பேண வேண்டும்."

ஆனால் அவளது இந்த வார்த்தைகள் விரும்பத்தகாதவை என்று லெவினுக்குத் தோன்றின. அது எவ்வளவு உயர்ந்தது, அணுக முடியாதது என்பதை அவள் புரிந்துகொள்ளவில்லை என்பதால் அவள் அதைச் சொல்லத் துணிந்திருக்கக் கூடாது.

லெவின் அவர்களிடம் விடைபெற்றுக் கொண்ட பிறகு தனியாக இருக்க விரும்பாமல் தன் சகோதரரிடம் ஒட்டிக் கொண்டார்.

"நீங்கள் எங்கே செல்கிறீர்கள்?"

"கவுன்சில் கூட்டத்திற்கு."

"சரி, நானும் உங்களோடு வருகிறேன். நான் வரலாமா?"

"தாராளமாக என்னோடு வாருங்கள்" என்றார் செர்ஜி இவானோவிச் புன்னகையுடன். "இன்று இரவு உங்களுக்கு என்ன ஆயிற்று?"

"எனக்கா? நான் மகிழ்ச்சியாக இருக்கிறேன்!" என்ற லெவின் வண்டியின் ஜன்னலைத் திறந்து வைத்தார். "மூச்சுவிட முடியவில்லை, உங்களுக்கு ஆட்சேபணை இல்லையே? நான் மிகவும் மகிழ்ச்சியாக இருக்கிறேன். நீங்கள் ஏன் திருமணம் செய்து கொள்ளவில்லை?"

செர்ஜி இவானோவிச் புன்னகைத்தார்.

"எனக்கு ரொம்ப சந்தோஷம். அவள் நல்லவளாகத் தெரிகிறாள்..." என்று செர்ஜி இவானோவிச் பேச ஆரம்பித்தார்.

"பேச வேண்டாம், பேச வேண்டாம்!" என்று கத்திய லெவின் அவருடைய உரோமக் கோட்டின் இரு காலரையும் தன் கைகளால் சேர்த்துப் பிடித்துக் கொண்டார். 'அவள் நல்ல பெண்' என்பது சாதாரணமான வார்த்தை என்பதால் அது லெவினின் உணர்வுக்கு ஏற்புடையதாக இல்லை.

செர்ஜி இவானோவிச் மகிழ்ச்சியாக வாய்விட்டுச் சிரித்தார். எப்போதும் அவரில் அரிதாகவே நிகழும் சிரிப்பு அது.

"சரி, எப்படியிருந்தாலும், எனக்கு மிகவும் மகிழ்ச்சி."

"நீங்கள் நாளை, நாளை, அதைச் சொல்லலாம் ஆனால் வேறு எதுவும் இல்லை! ஒன்றுமில்லை, ஒன்றுமில்லை அமைதி...!" என்ற லெவின் மீண்டும் அவரது கோட்டை இழுத்துப் பிடித்துச் சொன்னான். "நான் உங்களை மிகவும் நேசிக்கிறேன்! நான் உங்கள் கூட்டத்தில் கலந்துகொள்ளலாமா?"

"நிச்சயமாக, தாராளமாகச் செய்யுங்கள்."

"இப்போது நீங்கள் எதைப் பற்றி விவாதிக்கிறீர்கள்?" என்று கேட்ட லெவினால் புன்னகையை அடக்க முடியவில்லை.

அவர்கள் கூட்டத்திற்குச் சென்று சேர்ந்தனர். கூட்டத்தின் நடவடிக்கைக் குறிப்பைச் செயலாளர் மிக நிதானமாக வாசித்தபோதே அவர் அதைப் புரிந்துகொள்ளவில்லை என்பது வெளிப்படையாகத் தெரிந்தது. ஆனால் அவருடைய முகத்தைப் பார்த்த லெவின், அவர் எத்தனை இனிய, கனிவான மனிதர் என்பதைத் தெரிந்து கொண்டார். அவர் படிக்கும் போது அவர் குழப்பமும் சங்கடமும் அடைந்த விதத்திலிருந்து அதைத் தெரிந்து கொள்ள முடிந்தது. அதன் பிறகு உரைகள் தொடங்கின. அவர்கள் குறிப்பிட்ட தொகையை ஒதுக்குவது குறித்தும், சில குழாய்கள் பதிப்பது குறித்தும் விவாதித்தனர். இரு உறுப்பினர்களைக் காயப்படுத்திப் பேசிய செர்ஜி இவானோவிச் நீண்ட நேரம் வெற்றிகரமாகப் பேசினார். மற்றொரு உறுப்பினர் தான் காகிதத்தில் எழுதி வைத்திருந்த எதையோ முதலில் வெட்கத்துடன் படித்தார் என்றாலும் போகப்போக ஆக்ரோஷமாகவும் இனிமையாகவும் பதிலளித்தார். பிறகு ஸ்வியாஸ்கி (அவரும் அங்கே இருந்தார்) மிக அழகாகவும் அட்டகாசமாகவும் ஏதோ சொன்னார். அவர்கள் சொல்வதைக் கேட்ட லெவின் ஒதுக்கப்பட்ட தொகைகளோ குழாய்களோ எதுவும் இல்லை என்பதையும், யாருமே கோபப்படவில்லை என்பதையும், அவர்கள் அனைவரும் கனிவும் அன்பும் உடையவர்கள் என்பதையும், அவர்களிடையே விஷயங்கள் மிக அழகாகவும் இனிமையாகவும் நடைபெற்றன என்பதையும் தெளிவாகக் கண்டார். அவர்கள் யாருக்கும் தீங்கு செய்யாமல் தங்கள் நேரத்தை இனிமையாக அனுபவித்துக் கொண்டிருந்தனர். இன்று அவர்களைக் கண்ணால் கண்டதிலிருந்தும், கண்களுக்குப் புலப்படாத நுட்பமான அடையாளங்களிலிருந்தும் அவர்கள் ஒவ்வொருவரின் உள்ளத்தையும் அடையாளம் கண்டுகொண்ட லெவினால் அவர்கள் அனைவரும் நல்லவர்கள் என்பதைத் தெளிவாகக் காண முடிந்தது. குறிப்பாக லெவினுக்கு அந்த நாள் மிகவும் பிடித்திருந்தது. அவர்கள் அவரிடம் பேசியதிலிருந்தும், அவருக்குத் தெரியாதவர்கள் கூட அவரோடு நட்பாகவும் அன்பாகவும் பழகியதிலிருந்தும் அது தெளிவாகத் தெரிந்தது.

“சரி, உங்களுக்கு மகிழ்ச்சிதானே?” என்று செர்ஜி இவானோவிச் கேட்டார்.

“மகிழ்ச்சிதான். இது இத்தனை சுவாரஸ்யமாக இருக்கும் என்று நான் ஒருபோதும் நினைக்கவில்லை! அற்புதம்!”

ஸ்வியாஸ்கி லெவினிடம் அவரைத் தன் வீட்டிற்குத் தேநீர் அருந்துவதற்கு அழைத்தார். ஸ்வியாஸ்கி மீது எதனால் தனக்கு அதிருப்தி ஏற்பட்டது என்பதை அல்லது அவரிடம் தான் என்ன குறை கண்டோம் என்பதை லெவினால் புரிந்து கொள்ளவோ அல்லது நினைவுக்குக் கொண்டு வரவோ முடியவில்லை. அவர் ஒரு புத்திசாலியான நல்ல மனிதர் என்பதை மட்டும் அவர் நினைத் தார்.

“மகிழ்ச்சி” என்று சொன்ன லெவின் அவருடைய மனைவி மற்றும் மைத்துனியைப் பற்றிக் கேட்டார். லெவின் மனதில் ஸ்வியாஸ்கியின் மைத்துனி பற்றிய நினைவு திருமணத்துடன் சம்பந்தப்பட்டு இருந்ததால், இப்போது தனது மகிழ்ச்சியைப் பகிர்ந்து கொள்ள, ஸ்வியாஸ்கியின் மனைவியையும் அவரது மைத்துனியையும் தவிர சிறந்தவர்கள் யாரும் இருக்க முடியாது என்று தோன்றியது. எனவே அவர் அவர்களைச் சென்று பார்ப்பதில் மிகவும் மகிழ்ச்சி யடைந்தார்.

லெவினிடம் அவருடைய பண்ணை நிலவரங்களைப் பற்றி விசாரித்த ஸ்வியாஸ்கி, எப்போதும்போல, ஐரோப்பாவில் செய்யாத எதையும் இங்கு செய்ய வாய்ப்பில்லை என்ற முன் முடிவோடு அவரிடம் அதைக் குறித்துக் கேட்டார். இது லெவினுக்குச் சற்றேனும் எரிச்சலை ஏற்படுத்தவில்லை. அதற்கு மாறாக அவர் ஸ்வியாஸ்கி சொல்வது சரிதான் என்றும், இந்த விவசாயத் தொழிலுக்கு எந்த மதிப்பும் இல்லை என்றும் உணர்ந்தார். மேலும் ஸ்வியாஸ்கி தனது சரியான கருத்தை முழுமையாக வெளிப்படுத்துவதைத் தவிர்த்த போது அதிலிருந்த வியக்கத்தக்க மென்மையையும் இனிமையையும் கண்டார். ஸ்வியாஸ்கியின் வீட்டுப் பெண்கள் மிகவும் மகிழ்ச்சியாக இருப்பதைக் கண்ட லெவின், அவர்களுக்கு அனைத்தும் முன்பே தெரியும் என்றும், தன் மீதிருந்த அனுதாபத்தின் காரணமாகவும், நாகரிகம் கருதியும் அவர்கள் தன்னிடம் அதைப் பற்றிப் பேசவில்லை என்றும் லெவினுக்குத் தோன்றியது. அவர்களுடன் பல மணி நேரம் பலவற்றைப் பேசியபோதும், அவர் தன் உள்ளத்தை மகிழ்ச்சி யால் நிரப்பியிருந்த ஒன்றே ஒன்றைப் பற்றி மட்டுமே சிந்தித்தார். ஆனால் அவர் அவர்களைச் சலிப்படையச் செய்கிறார் என்பதையோ, அவர்கள் தூங்கும் நேரத்தைத் தாண்டி வெகு நேரமாகிவிட்டது என்பதையோ அவர் கவனிக்கவில்லை.

லெவினுடன் வாசலுக்குச் சென்ற ஸ்வியாஸ்கி, தன் நண்பனின் விசித்திரமான நகைச்சுவை உணர்வைக் கண்டு வியந்தவராகக் கொட்டாவி விட்டார். மணி ஒன்றைத் தாண்டிவிட்டது. விடுதிக்குத் திரும்பிய லெவின், தனது தனிமையை நினைத்துத் திகைத்து, இன்னும் மீதமிருக்கும் பத்து மணி நேரத்தைக் கழிக்கும் பொறுமையின்றி தவித்தார். இரவு முழுவதும் விழித்திருக்க வேண்டிய விடுதிச் சிப்பந்தி மெழுகுவர்த்திகளை ஏற்றிவிட்டுப் புறப்பட்ட போது லெவின் அவனைத் தடுத்தார். இதற்கு முன்னர் லெவின் கவனித்திராத அந்தச் சிப்பந்தி எகோர் இப்போது மிகப் புத்திசாலியாகவும், நல்ல வனாகவும், அதற்கும் மேலாக, அன்பானவராகவும் மாறினார்.

"எகோர், தூங்காமல் இருப்பது கடினமாக இல்லையா?"

"அதற்கு என்ன செய்ய முடியும்? அதுதான் எங்கள் வேலை. வீட்டு வேலை எளிதாக இருக்கும் என்றாலும் இங்கு சம்பளம் அதிகம்."

எகோருக்கு மூன்று பையன்களும் தையல் வேலை தெரிந்த ஒரு மகளும் இருந்தனர். குதிரைகள் சேணம் விற்கும் கடையில் உதவியாளராக இருக்கும் ஒருவருக்கு அவன் தன் மகளை மணமுடிக்க விரும்பினான்.

திருமணத்தில் முக்கியமானது காதல் என்ற லெவின், காதலால் ஒருவன் எப்போதும் மகிழ்ச்சியாக இருக்க முடியும். ஏனெனில் மகிழ்ச்சி ஒருவருக்குள் மட்டுமே உள்ளது என்ற தனது எண்ணத்தை எகோரிடம் தெரிவிக்க இந்தச் சந்தர்ப்பத்தைப் பயன்படுத்திக் கொண்டார்.

மிகவும் கவனமாகக் கேட்ட எகோர், லெவினின் எண்ணங்களை நன்றாகப் புரிந்து கொண்டான். ஆனால் அதை உறுதிப்படுத்தும் விதமாக லெவினுக்கு ஆச்சரியமளிக்கும் ஒரு கருத்தை அவன் வெளியிட்டான். அவன் நல்ல மனிதர்களிடம் வேலை செய்த போது எப்போதும் தனது முதலாளியுடன் திருப்தியாக இருந்தான் என்றும், இப்போது தனது எஜமானர் ஒரு பிரெஞ்சுக்காரராக இருந்தபோதிலும் அவருடன் தான் திருப்தியாக இருப்பதாகவும் சொன்னான்.

'மிகவும் கனிவான மனிதர்' என்று லெவின் நினைத்தார்.

"சரி, எகோர், உனக்குத் திருமணமானபோது நீ உன் மனைவியைக் காதலித்தாயா?"

"நிச்சயமாக, நான் அவளை நேசித்தேன்" என்றான் எகோர்.

எகோரும் ஒரு மகிழ்ச்சியான மனநிலையில் இருப்பதையும், அவன் தனது மிக நெருக்கமான உணர்வுகள் அனைத்தையும் தன்னிடம் பகிர்ந்துகொள்ள விரும்புவதையும் லெவின் கண்டார்.

"என் வாழ்க்கையும் அற்புதமானது. நான் சிறுவனாக இருந்த போதே..." என்று ஆரம்பித்த அவனுடைய கண்கள் பளபளத்தன. ஒருவர் விடும் கொட்டாவி மற்றவரையும் தொற்றிக் கொள்வது போல லெவினுடைய மகிழ்ச்சி அவனையும் தொற்றிக் கொண்டது வெளிப்படையாகத் தெரிந்தது.

ஆனால் அந்த நேரத்தில் மணி அடித்தது. எனவே எகோர் அங்கிருந்து சென்றதும் லெவின் தனியாக இருந்தார். இரவு அவர் எதையும் சாப்பிடவில்லை. அவர் ஸ்வியாஸ்கியின் வீட்டிலும் எதையும் சாப்பிடவில்லை. இருந்தும் அவரால் உணவைப் பற்றி சிந்திக்க முடியவில்லை. லெவின் நேற்று இரவு தூங்கவில்லை என்றாலும் இப்போது தூக்கத்தைப் பற்றியும் அவரால் யோசிக்க முடியவில்லை. அவருடைய அறை குளிர்ச்சியாக இருந்த போதும், அவரை வெப்பம் வாட்டியது. அவர் அறையிலிருந்த இரு ஜன்னல் களையும் திறந்து வைத்து அங்கிருந்த நாற்காலியில் அமர்ந்தார். பனி மூடிய கட்டிடங்களின் கூரைகளுக்கு அப்பால், தேவாலயத்தின் மீது இரும்பினால் வடிவமைக்கப்பட்ட சிலுவையையும், அதற்கு மேல் மஞ்சள் நிறத்தில் பிரகாசிக்கும் பெரிய நட்சத்திரத்தைத் தேரோட்டியாகக் கொண்டு செல்லும் விண்மீன்களின் பெர்முடா முக்கோணத்தையும் அவரால் பார்க்க முடிந்தது. அவர் சிலுவையைச் சற்று நேரம் உற்றுப் பார்த்த பிறகு நட்சத்திரங்களைப் பார்த்தார். அறைக்குள் ஒரே சீராக நுழைந்த புதிய உறைபனிக் காற்றைச் சுவாசித்தார். அதன் பிறகு ஒரு கனவைப் போல, அவருடைய கற்பனையில் எழுந்த பிம்பங்களையும் நினைவுகளையும் பின் தொடர்ந்தார். நான்கு மணியளவில் நடைபாதையில் காலடிச் சத்தம் கேட்டு வாசலை எட்டிப் பார்த்தார். அவருக்குப் பழக்கமான சூதாட்டக்காரர் மியாஸ்கின் கிளப்பில் இருந்து திரும்பியிருந்தான். அவன் முகத்தைச் சுளித்தபடி, இருமலுடன் சோகமாக நடந்து சென்றான். 'பாவம், துரதிர்ஷ்டசாலி!' என்று லெவின் நினைத்த போது அந்த மனிதன் மீதுள்ள அன்பினாலும் இரக்கத்தினாலும் அவர் கண்களில் கண்ணீர் வழிந்தது. அவர் அவனிடம் பேசி அவனை ஆறுதல் படுத்த விரும்பினார் என்றாலும் இரவு உடையில் இருப்பதை நினைத்து தன் மனதை மாற்றிக் கொண்டார். குளிர்ந்த காற்றின் இதத்தை அனுபவிக்கவும், சிலுவையின் அற்புதமான வடிவத்தைப் பார்ப்பதற்கும், அமைதியாக இருந்தாலும் அவருக்கு ஆயிரம் அர்த்தங்களைத் தரும் மஞ்சள் நிறத்தில் ஒளிரும் நட்சத்திரம் மேலெழுவதைப் பார்ப்பதற்கும் மீண்டும் ஜன்னலருகே இருந்த

நாற்காலியில் அமர்ந்தார். ஆறு மணிக்குப் பிறகு தரையைக் கூட்டு பவர்கள் சத்தம் செய்யத் தொடங்கினர். ஏதோ ஒரு சேவைக்காக மணிகள் ஒலித்தன. லெவின் தனக்கு குளிரத் தொடங்கியதை உணர்ந்து, ஜன்னல்களைச் சாத்திவிட்டு, குளித்து உடை உடுத்திக் கொண்டு வெளியே சென்றார்.

15

தெருக்கள் இன்னமும் வெறிச்சோடிக் கிடந்தன. லெவின் ஷெர்பாட்ஸ்கியின் வீட்டை நோக்கி நடந்தார். முன் வாசல் கதவு சாத்தியிருக்க, அனைவரும் உறங்கிக் கொண்டிருந்தனர். அவர் மீண்டும் விடுதி அறைக்குத் திரும்பி காபி கொண்டுவரும்படி சொன்னார். எகோர் இல்லை என்பதால், பகல் நேரப் பணியாளன் காபியைக் கொண்டு வந்தான். லெவின் அவனுடன் பேசத் தொடங்கிய போது, மணி அடித்ததும் அவன் அங்கிருந்து சென்று விட்டான். லெவின் ஒரு வாய்க் காபியைக் குடித்து விட்டு ரொட்டியை வாயில் வைத்தார். ஆனால் அவருடைய வாய்க்கு அதை என்ன செய்வ தென்று தெரியவில்லை. லெவின் ரொட்டியைத் துப்பிவிட்டு, கோட்டை அணிந்து மீண்டும் வெளியே சென்று நடக்கத் தொடங்கினார். அவர் இரண்டாவது முறை ஷெர்பாட்ஸ்கியின் வீட்டை அடைந்த போது மணி ஒன்பதுக்கு மேல் ஆகியிருந்தது. அப்போதுதான் அவர்கள் எழுந்திருக்கத் தொடங்கியிருந்தனர். வேலைக்காரன் பொருட்களை வாங்குவதற்கு கடைக்குச் சென்று கொண்டிருந்தான். அவர் இன்னும் குறைந்தது இரண்டு மணி நேரமாவது காத்திருக்க வேண்டும்.

லெவின் நேற்று இரவிலிருந்து இன்று காலைவரை முற்றிலும் தன் நினைவின்றியே வாழ்ந்தார். ஜட வாழ்க்கையின் இருப்பிலிருந்து அவர் தன்னை முற்றிலுமாகத் துண்டித்துக் கொண்டார். அவர் ஒரு நாள் முழுவதும் சாப்பிடாமலும், இரண்டு இரவுகள் தூங்காமலும் இருந்ததுடன், இரவு உடையில் உறைபனிக் குளிரில் பல மணி நேரத்தைக் கழித்தார். முன்னெப்போதும் இல்லாத வகையில் அவர் புத்துணர்ச்சியாக ஆரோக்கியமாக உணர்ந்தது மட்டுமின்றி, தனது உடலிலிருந்து முற்றிலுமாக விடுபட்டு சுதந்திரமாக இருப்பதை உணர்ந்தார். அவர் எந்த ஒரு பெரு முயற்சியும் இன்றி தன் உடலை இலகுவாக அசைக்க முடிந்ததைக் கண்டு, தன்னால் எதையும் சாதிக்க முடியும் என்று நினைத்தார். தேவையெனில் தன்னால் வானத்தில் பறக்க முடியும் அல்லது மூலையில் உள்ள அந்த கட்டிடத்தை நகர்த்த முடியும் என்று உறுதியாக நம்பினார். அவர்

அக்கம் பக்கம் பார்த்துக் கொண்டு தெருக்களில் நடந்தபோது அடிக்கடி தன் கைக்கடிகாரத்தைப் பார்த்துக் கொண்டு மீதமிருந்த நேரத்தைக் கழித்தார்.

அப்போது அவர் ஒருமுறை பார்த்ததை மறுமுறை பார்க்க வில்லை. குறிப்பாகப் பள்ளிக்குச் செல்லும் குழந்தைகள், வீட்டுக் கூரையிலிருந்து நடைபாதையின் குறுக்காகப் பறந்த சாம்பலும் நீலமும் கலந்த புறாக்கள், கண்ணுக்குத் தெரியாத ஏதோ ஒரு கை, பேக்கரியின் ஜன்னலில் வைத்த ரொட்டித் துண்டுகள் ஆகியன அவர் இதயத்தைத் தொட்டன. இந்த ரொட்டியும், புறாக்களும், இரு சிறுவர்களும் இந்த பூமியைச் சேர்ந்தவர்கள் இல்லை என்று அவருக்குத் தோன்றியது. சிறுவர்களில் ஒருவன் ஒரு புறாவின் பின்னால் ஓடிவந்து லெவினைப் பார்த்துப் புன்னகைத்தான். புறா தன் சிறகுகளை விரித்து, காற்றில் நடுங்கும் பனித் துகள்களுக்கு இடையில் வெய்யிலில் பளபளத்தது. அப்போது புதிதாகச் சுட்ட ரொட்டியின் வாசனை ஜன்னல் வழியாகக் காற்றில் மிதந்து வந்தது. இவை எல்லாமே ஒரே நேரத்தில் நடந்தன. இவை அனைத்தும் வழக்கத்திற்கு மாறாக மிக அற்புதமாக இருந்ததால், லெவின் மகிழ்ச்சியோடு சிரித்து, ஆனந்தக் கண்ணீர் வடித்தார். அவர் கசெட்னி தெருவிலிருந்து கிஸ்லோவ்கா தெரு வரை சென்று ஒரு பெரிய வட்டத்தை நடந்து முடித்து, மீண்டும் விடுதிக்குத் திரும்பினார். அவர் கடிகாரத்தை தன் முன்னால் வைத்துக் கொண்டு, பன்னிரண்டு மணி ஆகும் வரை காத்திருந்தார். அடுத்த அறையில் இருந்தவர்கள் இயந்திரங்களைப் பற்றியும், மோசடி களைப் பற்றியும் ஏதோ பேசிக் கொண்டு, காலையில் மனிதர்கள் வழக்கமாகச் செய்வதைப் போல, இருமிக் கொண்டிருந்தார்கள். கடிகார முள் பன்னிரண்டை நெருங்குவதை அவர்கள் அறியவில்லை. ஆனால் சரியாகப் பன்னிரண்டு மணிக்கு லெவின் விடுதியிலிருந்து வெளியேறினார். வெளியே இருந்த வண்டி ஓட்டுனர்களுக்கு எல்லாம் தெரியும் என்பதால், அவர்கள் சிரித்த முகத்துடன் லெவினைச் சூழ்ந்து கொண்டு, தங்களுக்குள் சண்டையிட்டுக் கொண்டு லெவினுக்கு வண்டியோட்ட முன்வந்தனர். யாரையும் புண்படுத்த விரும்பாத லெவின், அனைவருக்கும் வாய்ப்புத் தருவதாக உறுதியளித்து, ஒரு வண்டியை அமர்த்திக் கொண்டு ஷெர்பாட்ஸ்கிகள் வீட்டிற்குச் செல்லும்படி சொன்னார். வண்டியோட்டி அவனுடைய வெள்ளை சட்டையில் வசீகரமாக இருந்தான். அவனுடைய சட்டையின் காலர் கோட்டிற்கு வெளியே நீட்டிக் கொண்டு, அவனது வலிமையான, சிவப்புத் தசைகள் நிறைந்த கழுத்தைச் சுற்றி நன்றாகப் பொருந்தியிருந்தது. ஒருபோதும் அந்த வண்டியில் மீண்டும் பயணிக்க முடியாத அளவுக்கு அந்த வண்டி உயரமாகவும் வசதி யாகவும் இருந்தது. அது நல்ல குதிரை என்பதால் வேகமாக ஓட

முயன்றது என்றாலும் அது இருந்த இடத்தை விட்டு நகரவில்லை. ஷெர்பாட்ஸ்கியின் வீட்டை அறிந்த வண்டியோட்டி, தன்னுடைய கட்டணத்திற்கு மரியாதை கொடுக்கும் விதமாக, "ஓஹோ!" என்று கத்தி தனது கைகளைச் சுற்றி வளைத்து, நுழை வாயிலில் வண்டியை நிறுத்தினான். விருந்தினர் வரவைத் தெரிவிக்கும் ஷெர்பாட்ஸ்கியின் முன் வாசல் பணியாளுக்கு நிச்சயமாக எல்லாம் தெரியும். அவன் கண்களில் தெரிந்த புன்னகையும், அவன் விருந்தினர் வரவைத் தெரிவித்த விதத்திலும் அதைக் காண முடிந்தது.

"நீங்கள் இங்கு வந்து நீண்ட நாட்கள் ஆகிவிட்டன கான்ஸ் டான்டின் டிமிட்ரிச்!"

அனைத்தும் தெரிந்த அவன் வெளிப்படையாக மகிழ்ந்தாலும், தனது மகிழ்ச்சியை வெளிக்காட்டாமலிருக்க முயற்சித்தான். அவன் கண்களைப் பார்த்த லெவினுக்கு அவனுடைய மகிழ்ச்சியில் ஏதோ ஒரு புதிய விஷயம் இருப்பது புரிந்தது.

"அவர்கள் எழுந்துவிட்டார்களா?"

"தயவு செய்து உள்ளே வாருங்கள்! அதை இங்கேயே விட்டு விடுங்கள்" என்று லெவின் மீண்டும் தன் தொப்பியை எடுக்க திரும்பியபோது அவன் புன்னகையுடன் சொன்னான். அதற்கு நிச்சயமாக ஏதோ அர்த்தமிருக்கிறது.

"உங்கள் வருகையை யாரிடம் அறிவிப்பது?" என்று ஒரு வேலைக் காரன் கேட்டான்.

அந்த வேலைக்காரன் இளைஞனாகவும் புதியவனாகவும் இருந்த போதும், மிகவும் கனிவான, நல்ல மனிதனாக இருந்தான். அவன் அனைத்தையும் புரிந்து கொண்டான்.

"இளவரசி... இளவரசி... இளம் இளவரசி..." என்றார் லெவின்.

அவர் உள்ளே சென்றதும் பார்த்த முதல் நபர் திருமதி. லினோன். அவள் பிரகாசமான முகத்துடன் வரவேற்பறையைக் கடந்து சென்று கொண்டிருந்தாள். அவளுடைய கைவிரல் மோதிரங்கள் மின்னின. லெவின் அவளுடன் பேசத் தொடங்கிய போது, அறையின் கதவுக்குப் பின்னாலிருந்து ஆடைகள் சலசலக்கும் ஓசை கேட்டது. லெவின் பார்வையிலிருந்து திருமதி. லினோன் மறைந்ததும், லெவின் உள்ளத்தைப் பயம் கலந்த மகிழ்ச்சி ஆட்கொண்டது. லெவினை அங்கேயே விட்டுவிட்டு திருமதி. லினோன் மறு வாசல் வழியாக வெளியே சென்றாள். அவள் வெளியே சென்றதும், அழகிய வேலைப் பாடுகள் அமைந்த தரையின் மீது வேகமாக அடியெடுத்து வரும் இலகுவான காலடி ஓசை கேட்டது. அவருடைய மகிழ்ச்சி, அவருடைய வாழ்க்கை, அவருடைய சுயம், அவர் இத்தனை காலமாகத் தேடி

ஏங்கிக் கொண்டிருந்தது, அவரை நோக்கி மிக வேகமாக முன்னேறிக் கொண்டிருந்தது. அவள் தானாகவே நடக்காமல், கண்ணுக்குப் புலப்படாத ஏதோ ஒரு சக்தியால் இயக்கப்படுவது போல அவரை நோக்கி மிதந்து வந்தாள்.

அவளுடைய உண்மை நிறைந்த தெளிவான கண்களைத் தவிர வேறெதையும் அவர் பார்க்கவில்லை. அவர் தன்னுடைய இதயத்தில் நிறைந்திருந்த அன்பின் மகிழ்ச்சிக்குப் பயந்தார். மேலும் மேலும் பிரகாசம் பெற்ற அவளுடைய கண்கள், காதலின் ஒளியால் அவர் கண்களைக் குருடாக்கின. அவள் அவர் அருகில் நின்று அவரைத் தொட்டாள். அவள் கைகள் மேலெழுந்து அவர் தோள்களில் படிந்தன.

அவளால் முடிந்த அனைத்தையும் அவள் செய்துவிட்டாள். அவள் அவரிடம் ஓடிவந்து, வெட்கம் கலந்த மகிழ்ச்சியுடன் தன்னை முழுமையாக அவரிடம் ஒப்படைத்து விட்டாள். அவர் அவளது இடையைப் பற்றி, தனது கைகளால் அவளைச் சுற்றி வளைத்து, தனது முத்தத்திற்காகக் காத்திருந்த அவள் உதடுகளில் தன் உதடு களைப் பதித்தார்.

அவளும் இரவு முழுவதும் தூங்காமல் அவருக்காகக் காத்திருந் தாள். எவ்விதத் தயக்கமும் இன்றி அவள் சொன்னதை ஏற்றுக் கொண்ட அவளது பெற்றோர்கள் தாங்களும் சேர்ந்து அவளுடைய மகிழ்ச்சியில் திளைத்தனர். அவள் அவருக்காகவே காத்திருந்தாள். இந்த மகிழ்ச்சியான செய்தியை அவளே முதலில் அவரிடம் தெரிவிக்க வேண்டும் என்று விரும்பினாள். எனவே அவள் அவரைத் தனிமையில் சந்திப்பதற்காக தன்னை ஆயத்தப்படுத்திக் கொண்டி ருந்தாள். அவள் அதை நினைத்து மகிழ்ச்சியும் வெட்கமும் அடைந் தாள். ஆனால் அவளுக்கு என்ன செய்வதென்று தெரியவில்லை. அவள் அவருடைய காலடி ஓசையையும் குரலையும் கேட்டதும், திருமதி. லினோன் வெளியே செல்லும்வரை கதவுக்குப் பின்னால் காத்திருந்தாள். லினோன் சென்றதும் அவள் எதையும் யோசிக்காமல், ஏன் எப்படி என்று தன்னையே கேட்டுக் கொள்ளாமல், நேராக அவரிடம் சென்று, தன்னை அவரிடம் ஒப்படைத்தாள்.

"அம்மாவிடம் போகலாம்!" என்று அவள் அவருடைய கையைப் பிடித்துக் கொண்டாள். வெகு நேரம் அவரால் எதையும் பேச முடியவில்லை. அவர் தன் உணர்வுகளின் உன்னதத்தை வார்த் தைகள் சிதைத்து விடுமோ என்று பயப்படவில்லை, ஆனால் ஒவ்வொரு முறையும் அவர் எதையாவது சொல்ல முயன்ற போதெல் லாம், வார்த்தைகளுக்குப் பதிலாக கண்களில் ஆனந்தக் கண்ணீர்

பெருக்கெடுப்பதை உணர்ந்தார். அவர் அவள் கையை எடுத்து முத்தமிட்டார்.

"இது நிஜமா?" என்று அவர் கடைசியில் மெல்லிய குரலில் கேட்டார். "நீ என்னைக் காதலிக்கிறாய் என்பதை என்னால் நம்பவே முடியவில்லை!" என்று அவர் சொன்னதைக் கேட்டுப் புன்னகைத்த அவள், தன்னை நோக்கிய அவர் பார்வையிலிருந்த கூச்சத்தை அறிந்து கொண்டாள்.

"ஆமாம்!" என்று உறுதியுடன் மெதுவாகச் சொன்னாள். "நான் மிகவும் மகிழ்ச்சியாக இருக்கிறேன்!"

அவள் அவர் கையைப் பிடித்துக் கொண்டே வரவேற்பறைக்குச் சென்றாள். அவர்களைப் பார்த்ததும் ஆழமாக மூச்சை இழுத்துவிட்ட இளவரசியிடம் கண்ணீரும் சிரிப்பும் ஒரு சேர வெளிப்பட்டன. லெவின் சற்றும் எதிர்பாராத வகையில் வேகமாக அவரிடம் ஓடிச் சென்று, அவரைக் கட்டிப்பிடித்து முத்தமிட்டு, அவர் கன்னங்களைக் கண்ணீரால் நனைத்தாள்.

"எல்லாம் முடிந்துவிட்டது! எனக்கு மகிழ்ச்சி. அவளை நேசியுங்கள். எனக்கு மிக்க மகிழ்ச்சி... கிட்டி!"

"எப்படியோ அதைச் சீக்கிரம் முடிவுக்குக் கொண்டு வந்துவிட்டீர்கள்!" என்ற வயதான இளவரசர் இயல்பாக இருக்க முயன்றார். ஆனால் லெவின் அவரை நோக்கித் திரும்பிய போது அவரது கண்கள் ஈரமாக இருப்பதைக் கவனித்தார்.

"நான் இத்தனை நாட்களாக இதற்குத்தான் ஆசைப்பட்டேன்" என்ற அவர் லெவின் கையைப் பிடித்துத் தன் பக்கம் இழுத்தார். "இந்தச் சின்ன இறகுத் தலை ஆசைப்பட்டபோது கூட..."

"அப்பா!" என்று கத்திய கிட்டி அவர் வாயைத் தன் கைகளால் மூடினாள்.

"சரி, சரி, மாட்டேன்!" என்றார் அவர். "எனக்கு மிக மிக மகிழ்ச்சி... ஆ! நான் ஒரு முட்டாள்."

அவர் கிட்டியைக் கட்டிப்பிடித்து அவள் முகத்திலும் கைகளிலும் முத்தமிட்ட பிறகு மீண்டும் முகத்தில் முத்தமிட்டு, அவள் மீது சிலுவைக் குறியிட்டார்.

எத்தனை மெதுவாகவும் மென்மையாகவும் அவருடைய வலிமையான கைகளைக் கிட்டி முத்தமிட்டாள் என்பதைக் கண்ட போது, இதுவரை அதிகம் அறிந்திராத அந்த மனிதர் மீது லெவினுக்கு ஒரு புதிய நேசம் ஏற்பட்டது.

16

இளவரசி மௌனமாகச் சிரித்துக் கொண்டே சாய்வு நாற்காலியில் அமர்ந்தாள். இளவரசர் அவளுக்கு அருகில் அமர்ந்தார். கிட்டி தன் தந்தையின் நாற்காலிக்கு அருகில் அவருடைய கையைப் பிடித்துக் கொண்டு நின்றாள். எல்லோரும் அமைதியாக இருந்தார்கள்.

இளவரசி முதலில் மௌனத்தைக் கலைத்து, அவர்கள் அனைவரின் எண்ணங்களையும் உணர்வுகளையும் வார்த்தைகளாக மாற்றி நிஜ வாழ்க்கைக்கு அவர்களைத் திருப்பினாள். முதல் சில நிமிடங்களுக்கு அவர்கள் அனைவருக்கும் அந்தச் சூழ்நிலை மிகவும் விசித்திரமானதாகத் தோன்றியதுடன், மிகுந்த வேதனை தருவதாகவும் இருந்தது.

"அப்படியானால் எப்போது? நிச்சயதார்த்தம் செய்து உங்களை மணமக்களாக அறிவிக்க வேண்டும். எப்போது திருமணம்? நீங்கள் என்ன நினைக்கிறீர்கள் அலெக்ஸாண்டர்?"

"இதோ" என்ற வயதான இளவரசர் லெவினைச் சுட்டிக்காட்டி, "அவர்தான் இங்கே முக்கியமான நபர்" என்றார்.

"எப்போது?" என்றார் லெவின் வெட்கத்துடன். "நாளை. என்னைக் கேட்டால் இன்று நிச்சயதார்த்தம், நாளை திருமணம்."

"வேண்டாம் அன்பரே! இது என்ன முட்டாள்தனம்!"

"சரி, ஒரு வாரத்தில்."

"அவர் மிகவும் பைத்தியமாக இருக்கிறார்."

"அவர் மீது கொஞ்சம் கருணை காட்டுங்கள்!" என்று லெவினுடைய பொறுமையின்மையைக் கண்டு தாய் சிரித்தாள். "மணமகளுக்கு ஆடைகள் தயாராக வேண்டாமா?"

'மணமகளின் ஆடைகளும் அதைப் போன்ற ஏற்பாடுகளும் தேவையா?' என்று லெவின் திகிலுடன் நினைத்தார். 'மணமகள் உடை, திருமண நிச்சயதார்த்த விழா ஆகியவை என் மகிழ்ச்சியைக் கெடுத்துவிடும்! இல்லை எதுவும் அதைக் கெடுக்க முடியாது' என்று நினைத்த அவர் கிட்டியைப் பார்த்தார். அவள் ஆடைகளைப் பற்றிச் சிறிதும் அதிருப்தி அடையவில்லை என்பதை அறிந்து, 'சரிதான் அவை அவசியம் எனத் தெரிகிறது' என்று நினைத்தார்.

"எனக்கு அதைப் பற்றியெல்லாம் ஒன்றும் தெரியாது. நான் விரும்பியதை மட்டுமே சொன்னேன்" என்று லெவின் மன்னிப்புக் கேட்டார்.

“அதைப் பற்றி பிறகு பார்க்கலாம். இப்போது நாம் நிச்சய தார்த்தம் முடித்து அறிவிப்பை வெளியிடலாம். அதுதான் சரி.”

இளவரசி தன் கணவரிடம் சென்று அவரை முத்தமிட்டு திரும்பிப் போக எத்தனித்தாள். ஆனால் அவர் அவளை இழுத்துப் பிடித்து அணைத்து, ஒரு இளம் காதலனைப் போல, பலமுறை அவளை மென்மையாக முத்தமிட்டுப் புன்னகைத்தார். மீண்டும் காதலிப்பது அவர்களா அல்லது தங்கள் மகளா என்று சொல்ல முடியாதபடி, அந்த வயதான தம்பதிகள் ஒரு கணம் குழம்பிப் போனார்கள். அவர்கள் கிளம்பியதும் லெவின் தன் வருங்கால மனைவியின் அருகில் சென்று அவள் கையைப் பிடித்தார். இப்போது தன் உணர்ச்சிகளைக் கட்டுப்படுத்திக் கொண்ட அவர் பேசும் நிலையில் இருந்தார். அவளிடம் சொல்ல வேண்டியவை அவருக்கு ஏராளமாக இருந்தன. ஆனாலும் அவர் தான் என்ன சொல்ல நினைக்கிறார் என்பதைச் சொல்லவில்லை.

“இது நடக்கும் என்று எனக்கு நன்றாகத் தெரியும்! எனக்கு நம்பிக்கை இல்லை என்றாலும் என் இதயத்தில் நான் அதைப் பற்றி உறுதியாக இருந்தேன்” என்றார் அவர். “இது முன்கூட்டியே தீர்மானிக்கப்பட்டது என்று நான் நம்புகிறேன்.”

“நானா?” என்றாள். “அப்போது கூட...” என்ற அவள் சற்றே நிறுத்தி, கண்களில் உண்மையுடன் அவரை உறுதியுடன் உற்று நோக்கி விட்டுத் தொடர்ந்தாள். “நான் என் மகிழ்ச்சியைத் தூரமாக ஒதுக்கி வைத்திருந்த போது கூட நான் எப்போதும் உங்களை மட்டுமே நேசித்தேன் என்றாலும் நான் திசைதிருப்பப் பட்டேன். நான் அதைச் சொல்லியே ஆக வேண்டும்... உங்களால் அதை மறக்க முடியுமா?”

“ஒருவேளை அது நல்லதுக்காக இருக்கலாம். நீ என்னைப் பல விஷயங்களுக்காக மன்னிக்க வேண்டும். நான் சொல்லியே ஆக வேண்டும்...”

அவர் அவளிடம் சொல்ல முடிவு செய்த விஷயங்களில் இதுவும் ஒன்று. முதல் நாளிலேயே அவர் அவளிடம் இரண்டு விஷயங்களைச் சொல்லத் தீர்மானித்திருந்தார். ஒன்று அவர் அவளைப் போல தூய்மையானவர் அல்ல என்பது, மற்றொன்று அவர் கடவுள் நம்பிக்கை அற்றவர் என்பது. அது வேதனை தருவதாக இருந்தாலும் இந்த இரண்டையும் அவளிடம் சொல்ல வேண்டும் என்று நினைத்தார்.

“இல்லை, இப்போது வேண்டாம், பிறகு!” என்றார்.

“நல்லது, ஆனால் நீங்கள் பிறகு கண்டிப்பாக என்னிடம் சொல்ல வேண்டும். நான் எதற்கும் பயப்படவில்லை. எனக்கு எல்லாம் தெரிந்திருக்க வேண்டும். இப்போது அது முடிந்துவிட்டது.”

அவர் தொடர்ந்தார். "நான் எப்படி இருந்தேனோ அப்படியே என்னை ஏற்றுக் கொள்ள முடிவு செய்துவிட்டாய். நீ என்னை நிராகரிக்க மாட்டாய் அப்படித்தானே?"

"ஆமாம், ஆமாம்."

அவர்களின் உரையாடல் திருமதி. லினோனின் வருகையால் தடைப்பட்டது. அவள் தனக்குப் பிடித்தமானவரை வாழ்த்த ஒரு செயற்கையான புன்னகையுடன் உள்ளே வந்தாள். அவள் வெளியேறு வதற்குள் வேலையாட்கள் அவர்களை வாழ்த்த வந்தனர். அதன் பிறகு உறவினர்கள் ஒவ்வொருவராக வரத் தொடங்கியதும், அந்த மகிழ்ச்சியான, சலிப்பான சடங்குகள் திருமணத்திற்கு அடுத்த நாள் வரையிலும் ஓயவில்லை. லெவினின் சலிப்பும் சங்கடமும் அதிகரித்துக்கொண்டே சென்றது எனினும் அவரது மகிழ்ச்சியும் மேலும் மேலும் அதிகரித்துக் கொண்டே சென்றது. தனக்குத் தெரியாத பலவும் தன்னிடமிருந்து எதிர்பார்க்கப்படுவதாகத் தொடர்ந்து உணர்ந்த லெவின், என்னவென்றே தெரியாத பலவற் றையும் அவர்கள் சொன்னபடி செய்தார். அவையெல்லாம் அவருக்கு அளவற்ற மகிழ்ச்சியைக் கொடுத்தன. அவர் தனது நிச்சயதார்த்தம் மற்றவர்களைப் போல நடக்காது என்றும், அவற்றின் வழக்கமான சம்பிரதாயங்கள் தனது மகிழ்ச்சியைக் கெடுத்துவிடும் என்றும் நினைத்தார். ஆனால் அது மற்றவர்களுக்கு நடந்ததைப் போல நடந்தது மட்டுமின்றி, அவரது மகிழ்ச்சியும் இதனால் பன்மடங்காகப் பெருகியது. அவர் அதைப் போன்ற எதையும் இதுவரை அறிந்திருக்க வில்லை என்பதால் அவருடைய மகிழ்ச்சி இரட்டிப்பாகியது.

"இப்போது நாம் சில இனிப்புகளைச் சாப்பிடுவோம்" என்றார் திருமதி. லினோன். எனவே லெவின் அவற்றை வாங்கக் கடைக்குச் சென்றார்.

"எனக்கு மிகவும் மகிழ்ச்சி" என்றார் ஸ்வியாஸ்கி. "பூங்கொத்து களை ஃபோமினிடம் வாங்குங்கள், நன்றாக இருக்கும்."

"ஓ, அவை தேவையா?" என்ற அவர் ஃபோமினிடம் சென்றார்.

பல செலவுகளும் பரிசுப் பொருட்களும் வாங்க வேண்டும் என்பதால் கடன் வாங்க வேண்டியிருக்கும் என்று அவருடைய சகோதரர் சொன்னார்.

"ஓ, பரிசுப் பொருட்கள் தேவையா?" என்ற அவர் அவற்றை வாங்க ஃபௌல்டேவிடம் சென்றார்.

ஃபோமின் மிட்டாய் கடையிலும், ஃபௌல்டேவின் நகைக் கடையிலும், அவர்கள் தன்னை எதிர்பார்த்திருக்கிறார்கள் என்பதை அவர் தெரிந்து கொண்டார். அந்த நாட்களில் அவருடன் பழகிய அனைவரையும் போலவே அவர்களும் அவரைக் கண்டு மகிழ்ந்து

அவரது மகிழ்ச்சியில் பங்கேற்றனர். இதில் அசாதாரணமானது என்னவெனில், எல்லோரும் அவரை நேசித்தது மட்டுமின்றி, கடந்த காலத்தில், சகிப்புத்தன்மை அற்றவர்களாக, கசப்புணர்வு கொண்ட வர்களாக, அலட்சியமாக இருந்த ஒவ்வொருவரும் இப்போது அவரைப் பாராட்டி, அவர் சொல்லுக்குக் கீழ்ப்படிந்தனர். அவர்கள் அவருடைய உணர்வுக்கு மதிப்புக் கொடுத்து மென்மையாகவும் இனிமையாகவும் நடந்து கொண்டனர். மேலும் அவருடைய வருங்கால மனைவி பரிபூரணத்தின் உச்சம் என்பதால், இந்த உலகில் தான் ஒரு மகிழ்ச்சியான மனிதர் என்ற தனது நம்பிக்கையை அவர் களிடம் பகிர்ந்து கொண்டார். கிட்டியும் அதையே உணர்ந்தாள். கோமகள் நோர்ட்ஸ்டன் இதைவிடச் சிறந்த ஒன்றைத் தான் எதிர் பார்ப்பதாகச் சூசகமாகச் சொல்லிய போது, கிட்டி மிகவும் கோப மடைந்து, லெவினை விட இந்த உலகில் சிறந்தவர் வேறு எவரு மில்லை என்பதை உறுதியாக நிரூபித்தாள். கோமகள் நோர்ட்ஸ்டன் அதை ஒப்புக் கொண்டாள். அதன் பிறகு கிட்டியின் முன்னிலையில் மகிழ்ச்சியின் புன்னகை இல்லாத லெவினை அவளால் ஒருபோதும் பார்க்க முடியவில்லை.

அவர் வாக்குறுதி அளித்தபடி, தன்னைப் பற்றிய அனைத்தையும் கிட்டியிடம் தெரிவித்தது அந்த நேரத்தில் நடந்த ஒரு வேதனையான நிகழ்வு. அவர் வயதான இளவரசரிடம் அதைப் பற்றி விவாதித்து, அவரது அனுமதியுடன், தனது நாட்குறிப்பைக் கிட்டியிடம் கொடுத்தார். அதில் அவரைத் துன்புறுத்திய உண்மைகள் பலவும் இருந்தன. அவர் அந்த நாட்குறிப்பைத் தனது வருங்கால மனைவிக்குக் காட்ட வேண்டும் என்று நினைத்தே அதை எழுதினார். அவரது நாத்திகவாதம் பற்றிய சிந்தனைகள் கிட்டியிடம் எந்தப் பாதிப்பையும் ஏற்படுத்தவில்லை. அவள் ஒரு மதவாதியாக இருந்தாலும், அவள் தனது மதத்தைக் குறித்து ஒருபோதும் சந்தேகப்படவில்லை என்றாலும், அவரிடம் மதம் சம்பந்தமாக எந்தவித வெளிப்புறத் தோற்றமும் இல்லை என்பது அவளைப் பாதிக்கவில்லை. அவள் தன் அன்பின் மூலம் அவனது ஆன்மாவை அறிந்து, அதில் தான் விரும்பியதைக் கண்டு கொண்டாள். எனவே அந்த ஆன்மிக நிலை நாத்திகவாதம் என்று அழைக்கப்படுவதை அவள் பொருட்படுத்தவில்லை. ஆனால் அவருடைய மற்றொரு வாக்குமூலம் அவளைக் கண்ணீர் விட்டுக் கதறி அழ வைத்தது.

லெவின் அந்த நாட்குறிப்பைப் பெரும் மனப் போராட்டத்திற்குப் பிறகே அவளிடம் கொடுத்தார். அவர் தங்களுக்குள் எந்த ரகசியமும் இருக்க முடியாது, இருக்கவும் கூடாது என்று நினைத்து, தன்னைப் பற்றிய உண்மையை அவளுக்குத் தெரிவிப்பது தனது கடமை என்று நினைத்தார். ஆனால், அவர் தன்னை அவள் இடத்தில் பொருத்திப்

பார்க்கத் தவறியதால், அது அவளிடம் இத்தகைய பாதிப்பை ஏற்படுத்தும் என்பதை அவர் உணராமல் போனார். அவர் அன்று மாலை தியேட்டருக்குப் போவதற்கு முன்பு, அவள் அறைக்குள் நுழைந்து, கண்ணீரால் கறை படிந்த அவள் முகத்தைப் பார்த்த போதுதான், தன்னால் ஏற்பட்ட மீள முடியாத துயரத்தில் ஆழ்ந் திருந்த அவளது பரிதாபத்திற்குரிய இனிய முகத்திலிருந்து, தனது வெட்கக்கேடான கடந்த காலத்தையும், அவளுடைய மாசுமருவற்ற தூய்மையை வேறுபடுத்திக் காட்டிய படுகுழியின் பயங்கரத்தையும் உணர்ந்தார். தான் எத்தகைய ஒரு காரியத்தைச் செய்து விட்டோம் என்பதை அறிந்ததும் அவரைத் திகில் சூழ்ந்தது.

“அதைத் தூக்கிப் போடுங்கள், அந்த பயங்கரமான நாட்குறிப்பை எடுத்துச் செல்லுங்கள்!” என்ற அவள் தனக்கு முன்னால் இருந்த நாட்குறிப்பு நோட்டுகளை மேசையிலிருந்து கீழே தள்ளிவிட்டாள். “எதற்காக அவற்றை என்னிடம் கொடுத்தீர்கள்...? இருந்தாலும் பரவாயில்லை” என்ற அவள் அவருடைய விரக்தியடைந்த முகத்தைக் கண்டு பரிதாபம் கொண்டாள். “ஆனால் இது பயங்கரம், மிக பயங்கரம்!”

அவர் தலை குனிந்து அமைதியாக இருந்தார். அவரால் எதையும் சொல்ல முடியவில்லை.

“நீ என்னை மன்னிக்கமாட்டாய்” என்று அவர் கிசுகிசுத்தார்.

“இல்லை, நான் உங்களை மன்னிக்கிறேன் என்றாலும் அது பயங்கரமானது!”

இருந்தாலும் அவருடைய மகிழ்ச்சி வெள்ளம் கரை புரண்டு ஓடியதால், இந்த ஒப்புதல் வாக்குமூலம் அதைப் பாதிக்கவில்லை எனினும் அதற்கு ஒரு புதிய சாயத்தைப் பூசியது. அவள் அவரை மன்னித்து விட்டாள் என்றாலும் அதற்குப் பிறகும், தான் அவளுக்கு எந்தவிதத்திலும் தகுதியற்றவன் என்று எண்ணினார். எனவே மனதளவில் அவள் முன்னே அவர் தலை குனிந்து நின்றார். தனக்குக் கிடைத்த தகுதியற்ற மகிழ்ச்சியை மேன்மேலும் அதிகமாகப் போற்றத் தொடங்கினார்.

17

அலெக்ஸி அலெக்ஸாண்ட்ரோவிச் இரவு உணவின் போதும் அதற்குப் பிறகும் நடந்த உரையாடல்களைத் தன்னை அறியாமலேயே மனதில் அசைபோட்டுக் கொண்டு, தனது அறைக்குத் திரும்பினார். டாரியா அலெக்ஸாண்ட்ரோவ்னாவின் மன்னிப்பு பற்றிய வார்த்தை கள் அவருக்கு எரிச்சலைத் தவிர வேறெதையும் ஏற்படுத்தவில்லை.

அவருடைய விஷயத்தில் கிறிஸ்துவக் கோட்பாடு பொருந்துமா அல்லது பொருந்தாதா என்பதை முடிவு செய்வது மிகவும் கடினமான கேள்வி என்பதால் அதைப் பற்றி ஒருவர் சுலபமாக முடிவு செய்து விட முடியாது. அதனால்தான் அலெக்ஸி அலெக்ஸாண்ட்ரோவிச் அந்தக் கேள்வியை முன்னரே ஒதுக்கி வைத்தார். அங்கு நடந்த உரையாடல்களில் நல்ல குணம் உள்ள முட்டாள், துரோவ்ட்சின் 'அவரை சண்டைக்குச் சவால் விட்டு அவரைக் கொன்று ஒரு உண்மையான ஆண் மகனைப் போல நடந்து கொண்டார்' என்று சொன்னதுதான் அவருக்கு அதிகமும் நினைவில் வந்தது. அவர்கள் அனைவரும் அதற்கு அனுதாபம் தெரிவித்தனர் என்றாலும் மரியாதை நிமித்தமாக அதைச் சொல்வதற்கு அவர்கள் தயங்கினர்.

'ஆனால் இந்த விஷயம் தீர்க்கப்பட்டு விட்டது என்பதால் அதைப் பற்றி யோசிப்பதில் எந்த அர்த்தமும் இல்லை' என்று அலெக்ஸி அலெக்ஸாண்ட்ரோவிச் தனக்குள் சொல்லிக் கொண்டார். இங்கிருந்து புறப்படுவதையும், தனது ஆய்வுப் பணியையும் குறித்து யோசித்தவராக அறைக்குச் சென்ற அவர், தன்னுடன் வந்த சுமை தூக்குபவனிடம், தன் வேலைக்காரன் எங்கே என்று கேட்டார். வேலைக்காரன் இப்போதுதான் சென்றதாக அவன் சொன்னான். அலெக்ஸி அலெக்ஸாண்ட்ரோவிச் அவனிடம் தேநீர் பரிமாறும்படி சொல்லிவிட்டு மேசைக்கு முன்னால் அமர்ந்து, ரயில் பயணிகளுக் கான வழிகாட்டியை எடுத்து, தனது பயண திட்டத்தை வகுக்கத் தொடங்கினார்.

"இரண்டு தந்திகள்" என்று சொல்லியபடி வேலைக்காரன் அறைக்குள் வந்தான். "மன்னிக்கவும் மேன்மையானவரே, நான் இப்போதுதான் வெளியே சென்றேன்."

அலெக்ஸி அலெக்ஸாண்ட்ரோவிச் தந்திகளை வாங்கிப் பிரித்தார். முதலாவது கரீனின் விரும்பிய அதே பதவிக்கு ஸ்ட்ரெமோவ் நியமிக்கப்பட்ட செய்தி. அவர் தந்தியைக் கீழே எறிந்துவிட்டு, முகம் சிவக்கக் கோபத்துடன் எழுந்து அறையின் குறுக்கும் நெடுக்கும் நடந்தார். "கடவுள் யாரை அழிக்க நினைக்கிறாரோ அவர்களைப் பைத்தியமாக்குகிறான்" என்ற அவர் இந்த நியமனத்திற்குப் பொறுப் பான நபர்களைக் குறித்துச் சொன்னார். அவர் தனக்குப் பதவி கிடைக்கவில்லை என்றோ, அல்லது தனக்குப் பதவி மறுக்கப்பட்டது என்றோ நினைத்துக் கோபப்படவில்லை. ஆனால் யாரையும் விடவும் சற்றும் திறமையற்ற கடைசி மனிதரான அந்த ஸ்ட்ரெமோவ் அதற்குப் பொருத்தமானவர் என்பதை அவரால் ஜீரணித்துக் கொள்ள முடியவில்லை என்பதுடன் புரியாத புதிராகவும் இருந்தது. இந்த நியமனத்தின் மூலம் அவர்கள் தங்களை எவ்வாறு சீரழித்துக்

கொள்கிறோம் என்பதையும் தங்கள் கௌரவத்தை எவ்வாறு குறைத்துக் கொள்கிறோம் என்பதையும் எப்படிப் பார்க்காமல் இருக்க முடிந்தது?

'அதே போல இது மற்றொன்று' என்று கசப்புடன் நினைத்த அவர் இரண்டாவது தந்தியைப் பிரித்தார். தந்தி அவருடைய மனைவியிடமிருந்து வந்திருந்தது. நீல நிற பென்சிலில் 'அன்னா' என்றிருந்த அவள் கையொப்பம்தான் முதலில் அவர் கண்களில் பட்டது. 'நான் செத்துக் கொண்டிருக்கிறேன். நீங்கள் வர வேண்டும் என்று கெஞ்சுகிறேன். உங்கள் மன்னிப்பால் நான் அமைதியாக இறப்பேன்.' அவர் இகழ்ச்சியுடன் சிரித்து தந்தியைக் கசக்கி கீழே எரிந்தார். முதல் கணத்திலேயே சந்தேகம் இல்லாமல் இது ஒரு ஏமாற்று வேலை, தந்திரம் என்று அவருக்குத் தோன்றியது.

'அவள் செய்யாத தந்திரம் எதுவும் மிச்சமில்லை. ஒருவேளை அவளுக்குப் பிரசவ நோயாக இருக்கலாம். ஆனால் அவர்களின் நோக்கம் என்ன? குழந்தையைச் சட்டபூர்வமாக்கி, என்னைச் சமரசம் செய்து, விவாகரத்தைத் தடுப்பதாக இருக்கலாம். ஆனால் தந்தி நான் செத்துக் கொண்டிருக்கிறேன் என்றல்லவா சொல்கிறது' என்று நினைத்த அவர் தந்தியை எடுத்து மீண்டும் படித்த போது, சட்டென அதன் நேரடியான அர்த்தம் அவரைத் தாக்கியது. 'அது உண்மையாக இருக்குமோ?' என்று தனக்குள் கேட்டுக் கொண்டார். 'வேதனை யிலும் மரணத்தை நெருங்கும் தருணத்திலும் அவள் உண்மையிலேயே பாவமன்னிப்பு வேண்டுகிறாள் எனில், அதைத் தந்திரமாக நினைத்து நான் போகாமல் இருப்பது கொடூரமானது மட்டுமல்ல, நான் அனைவரின் நிந்தனைக்கும் ஆளாவேன். ஆனால் என் தரப்பில் அது சுத்த முட்டாள்தனமாக இருக்கும்.'

"பீட்டர் வண்டியைக் கூப்பிடு! நான் பீட்டர்ஸ்பர்க்கிற்குப் போகிறேன்" என்று அவர் வேலைக்காரனிடம் சொன்னார்.

அலெக்ஸி அலெக்ஸாண்ட்ரோவிச் பீட்டர்ஸ்பர்க் சென்று தன் மனைவியைப் பார்க்க முடிவு செய்தார். அவள் நோய் ஒரு ஏமாற்று வேலையாக இருந்தால் அவர் ஏதும் சொல்லாமல் திரும்பி விடுவார். உண்மையிலேயே இறப்பதற்கு முன் அவள் அவரைப் பார்க்க விரும்பினால், அவள் உயிருடன் இருக்கையில் அங்கு சென்று சேர முடிந்தால், அவளை மன்னிப்பார். ஒருவேளை தாமதமானால் அவர் அவளுக்கு தனது இறுதிக் கடமைகளைச் செய்வார்.

அவர் போகும் வழியில் தான் என்ன செய்வது என்பதைப் பற்றி மீண்டும் யோசிக்கவே இல்லை.

பீட்டர்ஸ்பர்க்கின் அதிகாலை மூடுபனியில், வெறிச்சோடிய நெவ்ஸ்கி தெருவில், இரவு ரயில் பயணத்தினால் ஏற்பட்ட அசதி யிலும் அழுக்கிலும், வண்டியில் சென்ற அலெக்ஸி அலெக்ஸாண்ட்

ரோவிச், தனக்கு என்ன காத்திருக்கிறது என்பதைப் பற்றி சிறிதும் யோசிக்காமல் நேராக தனக்கு முன்னால் வெறித்துப் பார்த்துக் கொண்டிருந்தார். என்ன நடந்திருக்கும் என்பதை அவர் கற்பனை செய்தபோது, அவளுடைய மரணம் தன்னுடைய அனைத்துக் கஷ்டங்களையும் ஒரே கணத்தில் தீர்த்துவிடும் என்ற நினைப்பை அவரால் தன் மனதிலிருந்து விரட்ட முடியவில்லை என்பதால் அவர் அதைப் பற்றி யோசிக்கவில்லை. பேக்கரிகள், மூடிய கடைகள், இரவு நேரக் காவலர்கள், நடைபாதைகளைச் சுத்தம் செய்யும் தொழிலாளர்கள் என்று தன் முன்னால் கடந்து சென்ற அனைத்தையும் பார்த்துக் கொண்டிருந்த அவர், தனக்கு என்ன காத்திருக்கிறது அல்லது தனக்கு என்ன தேவை என்ற நினைப்பைக் கட்டுப்படுத்த முயன்றார் என்றாலும், உண்மையில் அதை விரும்பாமல் இருக்க முடியவில்லை. வண்டி முன்புற வாசலில் நின்றது. வாசலில் இருந்த வண்டியில் வண்டியோட்டி தூங்கிக் கொண்டிருந்தான். ஒரு வேலைக்காரன் நுழைவாயிலில் நின்று கொண்டிருந்தான். உள்ளே நுழைந்ததும் அலெக்ஸி அலெக்ஸாண்ட்ரோவிச், தன் மூளையின் கடைக்கோடியில் இருந்த தனது முடிவை வெளியே எடுத்து அதைப் பரிசீலித்தார். 'இது ஒரு ஏமாற்று வேலை எனில் வெறுப்பை அடக்கிக் கொண்டு வெளியேறுவது. இல்லை அது உண்மையெனில் நியாயத்தைக் கடைப்பிடிப்பது.'

அலெக்ஸி அலெக்ஸாண்ட்ரோவிச் மணியை அடிக்கும் முன்னரே, கபிடோனிச் என்று அழைக்கப்படும் வேலைக்காரன் பெட்ரோவ் கதவைத் திறந்தான். அவன் அவனுடைய பழைய ஃபிராக் கோட்டில், டை இல்லாமல், செருப்பு அணிந்து விசித்திரமாக காட்சியளித்தான்.

"எஜமானி எப்படி இருக்கிறாள்?"

"நேற்று வெற்றிகரமாக பிரசவம் முடிந்தது."

திடுக்கிட்ட அலெக்ஸி அலெக்ஸாண்ட்ரோவிச்சின் முகம் வெளுத்துப் போனது. தான் அவளுடைய மரணத்தை எத்தனை தூரம் விரும்பினோம் என்பதை இப்போது அவரால் உணர முடிந்தது.

"உடல்நிலை?"

காலை உடையில் இருந்த கோர்னி மாடிப்படிகளில் ஓடி வந்தான்.

"மிக மோசம்" என்றான் அவன். "நேற்று ஒரு ஆலோசனை நடந்தது. இப்போது ஒரு மருத்துவர் வந்திருக்கிறார்."

"பொருட்களை எடுத்து வை" என்ற அலெக்ஸி அலெக்ஸாண்ட் ரோவிச் அவள் இறப்பதற்கு இன்னும் சாத்தியமிருக்கிறது என்ற

செய்தியைக் கேட்டு நிம்மதி அடைந்தவராக முன் அறைக்குச் சென்றார்.

அவர் கோட் ஸ்டாண்டில் ஒரு மிலிட்டரி கோட் இருப்பதைக் கவனித்தார்.

"இங்கு யாரெல்லாம் இருக்கிறார்கள்?"

"மருத்துவர், மருத்துவச்சி, கோமகன் விரான்ஸ்கி."

அலெக்ஸி அலெக்ஸாண்ட்ரோவிச் உள்ளே சென்றார்.

வரவேற்பு அறையில் யாரும் இல்லை. அவரது காலடி ஓசையைக் கேட்டதும் மருத்துவச்சி வயலட் ரிப்பன் தொப்பியுடன் அன்னாவின் அறையிலிருந்து வெளியே வந்தாள்.

அவள் அலெக்ஸி அலெக்ஸாண்ட்ரோவிச்சிடம் சென்று, நெருங்கி வரும் மரணத்தை அறிந்து கொண்ட முகபாவத்துடன், அவர் கையைப் பிடித்து அவரைப் படுக்கை அறைக்கு அழைத்துச் சென்றாள்.

"கடவுளுக்கு நன்றி, நீங்கள் வந்துவிட்டீர்கள்! அவர் உங்களைப் பற்றி மட்டுமே பேசுகிறார்" என்றாள்.

"சீக்கிரம் ஐஸ் கொண்டு வா!" என்று படுக்கை அறையிலிருந்து மருத்துவரின் குரல் கேட்டது.

அலெக்ஸி அலெக்ஸாண்ட்ரோவிச் அவளுடைய அறைக்குள் சென்றார். அவளுடைய மேசையின் முன்பு, குட்டையான நாற்காலியில் பக்கவாட்டில் அமர்ந்திருந்த விரான்ஸ்கி கைகளில் முகத்தைப் புதைத்தபடி அழுது கொண்டிருந்தான். மருத்துவரின் குரலைக் கேட்டதும், முகத்திலிருந்து கைகளை எடுத்துவிட்டு துள்ளிக் குதித்து எழுந்த அவன், அலெக்ஸி அலெக்ஸாண்ட்ரோவிச்சைப் பார்த்தான். அவன் அவரைப் பார்த்ததும் மிகவும் மனம் நெகிழ்ந்தவனாக, தான் அங்கிருந்து மறைந்துவிட விரும்புவது போல, தன் தலையைக் குனிந்து மீண்டும் நாற்காலியில் அமர்ந்தான். ஆனால் அவன் பெரு முயற்சி செய்து எழுந்து நின்று அவரிடம் சொன்னான்.

"அவர் செத்துக் கொண்டிருக்கிறார். மருத்துவர்கள் நம்பிக்கை தரவில்லை. நான் முற்றிலும் உங்கள் தயவில் இருப்பதால் என்னை இங்கே இருக்க அனுமதியுங்கள்... இல்லை நீங்கள் விரும்பியபடி செய்கிறேன். நான்..."

அவர் விரான்ஸ்கியின் கண்ணீரைப் பார்த்ததும், பிறருடைய துன்பத்தைக் கண்டதும் தனக்குள் வழக்கமாக எழும் மனக் குழப்பத்தை உணர்ந்து, அவன் சொல்லி முடிக்கும் வரை காத்திராமல், அவன் முகத்தைப் பார்க்காமல் அவசரமாக வெளியே சென்றார். படுக்கை அறையில் அன்னாவின் குரல் ஏதோ சொன்னது. அவளுடைய

குரல் உற்சாகமாக, அதே சமயம், அசாதாரணமான துல்லியமான உச்சரிப்புகளுடன் ஒலித்தது. அலெக்ஸி அலெக்ஸாண்ட்ரோவிச் மீண்டும் அறைக்குள் சென்று அவள் படுக்கை அருகே சென்றார். அவள் அவரை நோக்கித் திரும்பிப் படுத்தாள். அவளுடைய கன்னங்கள் சிவந்திருந்தன. அவள் கண்கள் பளபளத்தன. அவளுடைய ஜாக்கெட்டின் கைப்பகுதி மேலே சுருண்டிருக்க, அவளது சிறிய வெண்ணிறக் கைகள், வெளியே நீட்டிக் கொண்டிருந்தன. அவள் கை விரல்கள் போர்வையின் மூலையைப் பிடித்து முறுக்கிக் கொண்டிருந்தன. அவள் புத்துணர்ச்சி நிறைந்த உடல் ஆரோக்கியத்துடன் இருந்தது மட்டுமின்றி, உற்சாகமான மனநிலையில் இருப்பதாகவும் தோன்றினாள். வார்த்தைகளை அசாதாரணமான, துல்லியமான உச்சரிப்புடனும், உணர்ச்சிப் பெருக்குடனும் உரத்த குரலில் வேகவேகமாகப் பேசினாள்.

"ஏனென்றால் அலெக்ஸி, நான் என் கணவரைப் பற்றிப் பேசுகிறேன், (அவர்கள் இருவரும் அலெக்ஸி என்பது ஒரு விசித்திரமான, பயங்கரமான விதி இல்லையா?) என்னை மறுக்க மாட்டார். நான் எல்லாவற்றையும் மறந்துவிடுவேன், அவரும் என்னை மன்னிப்பார்... ஆனால் அவர் ஏன் இன்னும் வரவில்லை? அவர் மிகவும் நல்லவர். அவர் எவ்வளவு நல்லவர் என்பது அவருக்குத் தெரியாது. ஆ, என் கடவுளே, என்ன வேதனை! எனக்குக் கொஞ்சம் தண்ணீர் கொடுங்கள். சீக்கிரம்! ஓ, அது அவளுக்கு, என் குழந்தைக்கு நல்லதல்ல! ஓ, சரி, அவளை செவிலியிடம் கொடுங்கள். அதுதான் அவளுக்கு மிகவும் நல்லது என்பதை நான் ஒப்புக் கொள்கிறேன். அவர் நிச்சயம் வருவார். அவருக்கு அவளைப் பார்ப்பது வேதனையாக இருக்கும். அவளை எடுத்துச் செல்லுங்கள்."

"அன்னா ஆர்கடியேவ்னா, அவர் வந்துவிட்டார். இதோ உங்கள் கணவர் வந்துவிட்டார்!" என்ற மருத்துவச்சி அன்னாவின் கவனத்தை அவர் பக்கம் திருப்ப முயன்றாள்.

"என்ன முட்டாள்தனம்!" என்ற அன்னா தன் கணவனைப் பார்க்காமல் தொடர்ந்தாள். "ஆனால் அவளை என்னிடம் கொடுங்கள். என் மகளைக் கொடுங்கள்! அவர் இன்னும் வரவில்லை. அவரைப் பற்றி உங்களுக்குத் தெரியாததால் அவர் என்னை மன்னிக்க மாட்டார் என்கிறீர்கள். அவரை யாருக்கும் தெரியாது. எனக்கு மட்டுமே தெரியும் என்றாலும் நானும் அவரைப் புரிந்து கொள்ள மிகவும் கஷ்டப்பட்டேன். உங்களுக்குத் தெரியுமா? அவருடைய கண்கள், செரியோஷாவுக்கு உள்ள அதே கண்கள் என்பதால் என்னால் அவற்றை நேருக்கு நேராகச் சந்திக்க முடியவில்லை. செரியோஷா இரவு உணவு சாப்பிட்டானா? எல்லோரும் அவனை மறந்து விடுவார்கள் என்று எனக்குத் தெரியும். ஆனால்

அவர் மறக்க மாட்டார். செரியோஷாவை, மூலையில் உள்ள அறைக்கு மாற்றி, அவனுடன் மேரியட்டைப் படுக்கச் சொல்ல வேண்டும்."

அவள் திடீரென பேசுவதை நிறுத்திவிட்டு, தன் உடலை முறுக்கி, ஏதோ பலமான அடி தன் மீது விழுவது போல பயந்து, அதிலிருந்து தன்னைத் தற்காத்துக் கொள்வது போல, முகத்திற்கு நேரே கைகளை உயர்த்தினாள். அப்போது அவள் தன் கணவனைப் பார்த்தாள்.

"இல்லை, இல்லை" என்று மீண்டும் பேசத் தொடங்கினாள். "நான் அவரைக் கண்டு அஞ்சவில்லை ஆனால், மரணத்தைக் கண்டு அஞ்சுகிறேன். அலெக்ஸி அருகில் வாருங்கள். சீக்கிரம் வாருங்கள், எனக்கு நேரமில்லை. நான் நீண்ட நேரம் உயிரோடு இருக்க மாட்டேன். விரைவில் எனக்குக் காய்ச்சல் வந்துவிடும், பிறகு என்னால் எதையும் புரிந்து கொள்ள முடியாது என்பதால் நான் அவசரப்படுகிறேன். இப்போது எனக்குப் புரிகிறது, எல்லாமே எனக்குப் புரிகிறது, எல்லாவற்றையும் என்னால் பார்க்க முடிகிறது."

அலெக்ஸி அலெக்ஸாண்ட்ரோவிச்சின் சுருங்கிய முகம் வேதனையை வெளிக்காட்டியது. அவர் அவளுடைய கையைப் பிடித்து, கீழுதடு நடுங்க, எதையோ சொல்ல முயன்றார் என்றாலும் அவர் வாயிலிருந்து வார்த்தைகள் வெளிவரவில்லை. இன்னும் தனது உணர்ச்சிகளுடன் போராடிக் கொண்டிருந்த அவர் அவ்வப் போது அவளைப் பார்த்தார். ஒவ்வொருமுறை அவளைப் பார்க்கும் போதும் அவர் அவளுடைய கண்களைப் பார்த்தார். அவை அவர் இதுவரை பார்த்திராத நெகிழ்ச்சியான பரவசம் கலந்த மென்மை யுடன் அவரைப் பார்த்தன.

"கொஞ்சம் பொறுங்கள், உங்களுக்குத் தெரியாது... பொறுங்கள், பொறுங்கள்..." என்ற அவள் தன் நினைவுகளின் அடுக்குகளில் துழாவினாள். "ஆமாம், ஆமாம், ஆமாம்! நான் இதைத்தான் சொல்ல விரும்பினேன். என்னைப் பார்த்து ஆச்சரியப்பட வேண் டாம். நான் அப்படியேதான் இருக்கிறேன்... ஆனால் எனக்குள் வேறு ஒரு பெண் இருக்கிறாள். நான் அவளைப் பார்த்து பயப் படுகிறேன். அவள் அந்த மனிதரைக் காதலித்தாள். நான் உங்களை வெறுக்க விரும்பினேன், ஆனால் எனக்குப் பழக்கமான அந்தப் பெண்ணை மறக்க முடியவில்லை. நான் அவள் இல்லை. இப்போதி ருக்கும் நான்தான் உண்மையான அன்னா. நான் இறந்து கொண்டி ருக்கிறேன், இறந்து விடுவேன் என்பது எனக்குத் தெரியும், வேண்டு மானால் அவரிடம் கேட்டுப் பாருங்கள். இப்போது நான் என் கைகளிலும், கால்களிலும், விரல்களிலும் பெரும் பாரத்தை உணர் கிறேன். என் விரல்கள் எத்தனை பெரியதாகவிட்டது என்பதைப் பாருங்கள். ஆனால் அது சீக்கிரமாக முடிவுக்கு வந்துவிடும்... நான்

விரும்புவது ஒன்றுதான். என்னை மன்னியுங்கள். என்னை முழுமையாக மன்னிக்க வேண்டும்! நான் மோசமானவள் என்றாலும், என் செவிலி என்னிடம் சொன்னபடி, அந்தப் புனித மேரி, அவள் பெயர் என்ன? அவளும் மோசமானவள். நான் பாலைவனங்கள் உள்ள ரோமுக்குச் செல்வேன். அங்கு மடாலயங்கள் உள்ளன. நான் யாரையும் தொந்தரவு செய்ய மாட்டேன். நான் செரியோஷாவையும் என் சிறிய பெண்ணையும் அழைத்துச் செல்வேன்... இல்லை, உங்களால் என்னை மன்னிக்க முடியாது! இது மன்னிக்க முடியாதது என்று எனக்குத் தெரியும்! இல்லை, இல்லை, இங்கிருந்து போய்விடுங்கள். நீங்கள் மிகவும் நல்லவர்!" என்று அவள் ஒரு கையால் அவர் கையைப் பிடித்து மறு கையால் அவரைத் தள்ளி விட்டாள்.

அலெக்ஸி அலெக்ஸாண்ட்ரோவிச்சின் மனக் குழப்பம், தொடர்ந்து அதிகரித்துக் கொண்டே சென்றது. அவர் மேற்கொண்டு அதனுடன் போராடுவதைக் கைவிடும் நிலையை அடைந்தார். அவர் அனுபவித்த உணர்வுபூர்வமான துயரம் உண்மையில் தன்னுடைய மனக் குழப்பம் அல்ல. ஆனால் அது தனது ஆன்மாவின் ஆனந்த நிலை என்பது திடீரென்று அவருக்குப் புரிந்தது. அவர் இதுவரை அனுபவித்து அறிந்திராத பேரானந்தத்தை அது அவருக்குக் கொடுத்தது. அவர் தன் வாழ்நாள் முழுவதும் பின்பற்ற விரும்பிய கிறிஸ்தவ போதனைகள், எதிரிகளை மன்னித்து அன்பு செலுத்த வேண்டும் என்று கட்டளையிட்டதாக அவர் நம்பவில்லை. ஆனால் அந்தக் கணத்தில் எதிரிகளிடம் அன்பும் மன்னிப்பும் செலுத்த வேண்டும் என்ற உணர்வு அவரை ஆட்கொண்டது. அவர் மண்டியிட்டு, நெருப்பைப் போல அவரைச் சுட்ட அவள் வளைந்த கையின் மீது தலையைச் சாய்த்து, ஒரு குழந்தையைப் போல அழுதார். அவள் தன் கைகளை அவர் தலையைச் சுற்றி வளைத்து, அவரை நோக்கி நகர்ந்து, வெளிப்படையான பெருமித உணர்வுடன் கண்களை உயர்த்தினாள்.

"எனக்குத் தெரியும், இதுதான் நீங்கள்! என்னை மன்னியுங்கள், எல்லோரும் என்னை மன்னியுங்கள்...! அவர்கள் மீண்டும் வந்து விட்டார்கள். அவர்கள் ஏன் போகவில்லை...? ஓ, இந்தப் போர்வையை எடுங்கள்!"

மருத்துவர் அவள் கைகளை விலக்கி, அவள் முதுகைக் கவனமாக தலையணை மீது வைத்து, அவள் தோள்கள் வரை மூடினார். அவள் பணிவுடன் படுத்துக் கொண்டு தனது பிரகாசமான கண்களால் தனக்கு நேரே வெறித்துப் பார்த்தாள்.

"நினைவில் கொள்ளுங்கள் எனக்கு வேண்டியது மன்னிப்பு மட்டுமே. வேறு எதுவும் எனக்குத் தேவையில்லை. எதுவுமே தேவையில்லை... அவர் ஏன் அருகில் வரவில்லை?" என்று அவள்

விரான்ஸ்கியை அழைத்தாள். "இங்கே வாருங்கள்! உங்கள் கையைக் கொடுங்கள்"

கட்டிலின் அருகில் வந்த விரான்ஸ்கி அவளைப் பார்த்ததும், மீண்டும் தன் கைகளால் முகத்தை மூடிக் கொண்டான்.

"கண்களைத் திறந்து அவரைப் பாருங்கள். அவர் ஒரு மகான்" என்றாள். "இல்லை, முகத்தைக் காட்டுங்கள்! முகத்தைக் காட்டுங்கள்" என்றாள் கோபமாக. "அலெக்ஸி அலெக்ஸாண்ட்ரோவிச் அவர் முகத்தைத் திறந்து காட்டுங்கள்! நான் அவரைப் பார்க்க வேண்டும்."

அலெக்ஸி அலெக்ஸாண்ட்ரோவிச், முகத்தை மூடியிருந்த விரான்ஸ்கியின் கைகளை விலக்கினார். துயரமும் அவமானமும் கலந்த அவன் முகம் பார்ப்பதற்கு பயங்கரமாக இருந்தது.

"அவருக்குக் கை கொடுங்கள். அவரை மன்னியுங்கள்."

அலெக்ஸி அலெக்ஸாண்ட்ரோவிச், தன் கண்களில் வழிந்த கண்ணீரை அடக்க முயலாமல் அவனுக்குக் கையைக் கொடுத்தார்.

"கடவுளுக்கு நன்றி, கடவுளுக்கு நன்றி" என்றாள் அவள். "இப்போது எல்லாம் சரியாகிவிட்டது. என் கால்களை மட்டும் கொஞ்சம் நீட்டி விடுங்கள். அவ்வளவுதான். போதும் இப்போது நன்றாக உள்ளது. நிஜமான வயலட் பூக்களைப் போல இந்த மலர்கள் அத்தனை அழகானவை அல்ல" என்ற அவள் சுவரில் மாட்டியிருந்த ஓவியங் களைக் காட்டினாள். "என் கடவுளே, என் கடவுளே, அது எப்போது முடியும்? எனக்குக் கொஞ்சம் ஓபியம் கொடுங்கள் டாக்டர், ஓபியம் கொடுங்கள்! ஓ, கடவுளே, கடவுளே!"

அவள் உடல் தூக்கித் தூக்கிப் போட்டது.

இது பிரசவக் காய்ச்சல் என்றும், இது நூற்றுக்கு தொண்ணூற்று ஒன்பது விழுக்காடு மரணத்தில்தான் முடியும் என்றும் மருத்துவரும் அவருடைய சகாக்களும் தெரிவித்தனர். நாள் முழுவதும் காய்ச்சலும் ஜன்னியும் மயக்கமும் மாறி மாறி வந்தன. அவள் நள்ளிரவில் வெகு நேரம் நாடித் துடிப்பு ஏதுமின்றி உணர்ச்சியின்றி படுத்துக் கிடந்தாள்.

எந்த நேரத்திலும் முடிவு வரும் என்று எதிர்பார்க்கப்பட்டது.

விரான்ஸ்கி வீட்டிற்குச் சென்றுவிட்டு மீண்டும் மறுநாள் காலையில் வந்தான். அவனை முன்புற அறையில் சந்தித்த அலெக்ஸி அலெக்ஸாண்ட்ரோவிச், "இங்கேயே இருங்கள், அவள் உங்களைக் கேட்கலாம்" என்று சொல்லி அவனை அவளுடைய படுக்கை அறைக்குக் கூட்டிச் சென்றார். காலையில் அவளிடம் உற்சாகமும், விரைந்த சிந்தனை ஓட்டமும், பேச்சும் இருந்தன என்றாலும் இறுதி யில் மயக்கத்தில் முடிந்தது. மூன்றாவது நாளும் இதே நிலை நீடிக்க, மருத்துவர்கள் நம்பிக்கை இருப்பதாகத் தெரிவித்தனர். அன்று

அலெக்ஸி அலெக்ஸாண்ட்ரோவிச், விரான்ஸ்கி இருந்த அறைக்குச் சென்று கதவைச் சாத்திக் கொண்டு அவனுக்கு எதிரே அமர்ந்தார்.

"அலெக்ஸி அலெக்ஸாண்ட்ரோவிச்" என்ற விரான்ஸ்கி இருவரும் பேசும் நேரம் நெருங்கிவிட்டதை உணர்ந்தான். "என்னால் பேச முடியவில்லை, எதுவும் புரியவும் இல்லை. என்னை விட்டு விடுங்கள் ! என்னை நம்புங்கள், இது உங்களுக்கு எத்தனை வேதனையாக இருக்கிறதோ அதைவிட எனக்கு இன்னும் பயங்கரமாக இருக்கிறது."

அவன் எழுந்திருக்க முயன்றான். ஆனால் அலெக்ஸி அலெக்ஸாண்ட்ரோவிச் அவன் கையைப் பிடித்துக் கொண்டு சொன்னார்.

"நான் சொல்வதைத் தயவுசெய்து கேளுங்கள். நீங்கள் என்னைத் தவறாகப் புரிந்து கொள்ளாமலிருக்க, என் உணர்வுகளை, என்னை வழிநடத்திய, எதிர்காலத்திலும் வழிகாட்டும் உணர்வுகளை, உங்களிடம் சொல்வது அவசியம். நான் விவாகரத்து செய்வதற்கு முடிவு செய்து அதற்கான நடவடிக்கைகளைத் தொடங்கி விட்டேன் என்பது உங்களுக்குத் தெரியும். அதைச் செய்வதற்கு நான் தயங்கினேன், வேதனைப்பட்டேன் என்பதை உங்களிடம் மறைக்க விரும்பவில்லை. உங்கள் இருவரையும் பழிவாங்கும் ஆசை என்னைப் பாடாய்ப் படுத்தியது என்பதை நான் உங்களிடம் ஒப்புக் கொள்கிறேன். தந்தி கிடைத்ததும் அதே உணர்வோடுதான் நான் இங்கு வந்தேன். சொல்லப் போனால், அவள் சாகவேண்டும் என்று நான் ஆசைப்பட்டேன். ஆனால்..." என்று பேச்சை நிறுத்திய அவர் சொல்லலாமா வேண்டாமா என்று யோசித்தார். "ஆனால் நான் அவளைப் பார்த்ததும் அவளை மன்னித்து விட்டேன். அந்த மன்னிப்பால் எனக்கு ஏற்பட்ட மகிழ்ச்சி எனக்கு என் கடமையை நினைவூட்டியது. நான் முழு மனதோடு அவளை மன்னித்துவிட்டேன். நான் மறு கன்னத்தைக் காட்டவும், என் மேலங்கியை எடுத்தால் என் சட்டையைக் கொடுக்கவும் தயாராக இருக்கிறேன். மன்னிப்பினால் எனக்கு ஏற்பட்ட மகிழ்ச்சியை என்னிடமிருந்து யாரும் பறித்து விடக்கூடாது என்று மட்டுமே நான் கடவுளிடம் மன்றாடுகிறேன் !" என்ற அவர் கண்களில் கண்ணீர் பெருகியது. அவற்றில் இருந்த பிரகாசமும், அமைதியும் விரான்ஸ்கியைத் தாக்கியது. "இதுதான் என் நிலைப்பாடு. நீங்கள் என்னைச் சேற்றில் தள்ளி, சமூகத்தின் முன்னால் என்னை ஒரு கோமாளியாக மாற்றினாலும், நான் அவளைக் கைவிட மாட்டேன். உங்களைக் கண்டித்து ஒரு வார்த்தையும் பேச மாட்டேன்" என்று அவர் மேலும் தொடர்ந்தார். "என்னுடைய கடமை என்ன என்பது எனக்குத் தெளிவாகப் புரிந்துவிட்டது. நான் அவளுடன் இருக்க வேண்டும், இருப்பேன். அவள் உங்களைப் பார்க்க விரும்பினால் நான் உங்களுக்குத் தெரிவிக்கிறேன். ஆனால்

இப்போதைக்கு நீங்கள் அவளிடமிருந்து விலகியிருப்பதுதான் நல்லது என்று நான் நினைக்கிறேன்.”

அவர் எழுந்து நின்றார். அழுகை அவரது பேச்சைத் தடை செய்தது. எழுந்து நின்ற விரான்ஸ்கியும், முதுகை வளைக்காமல் சற்றே குனிந்து அவர் முகத்தைப் பார்த்தான். அவருடைய உணர்வுகளை அவனால் புரிந்து கொள்ள முடியவில்லை. ஆனால் அவன் அது மிக உன்னதமானது என்பதையும், வாழ்க்கையைப் பற்றித் தனக்குள்ள பார்வையால் அதை அடைய முடியாது என்பதையும் புரிந்து கொண்டான்.

18

அலெக்ஸி அலெக்ஸாண்ட்ரோவிச்சுடன் பேசிய பிறகு வீட்டை விட்டு வெளியே வந்த விரான்ஸ்கி வாசலில் நின்றான். தான் எங்கே இருக்கிறோம், எங்கு போகிறோம் என்பதை நினைவுக்குக் கொண்டு வருவது அவனுக்குச் சிரமமாக இருந்தது. அவனை வெட்கமும், அவமானமும், குற்றவுணர்வும் ஆட்டிப்படைத்தது. அவமானத்தைத் துடைத்து எறிவதற்கான அனைத்து வாய்ப்பும் தன்னிடமிருந்து பறிபோய்விட்டதை உணர்ந்தான். அவன் இதுவரை பெருமையுடனும், இலகுவாகவும் நடந்து வந்த பாதையிலிருந்து தூக்கி எறியப்பட்டதைப் போல உணர்ந்தான். அவன் இதுவரை கடைப்பிடித்து வந்த, மிகவும் உறுதியானவை என்று நினைத்த பழக்கங்களும் விதிகளும் திடீரென்று தவறானதாக, பொருத்தமற்றதாக மாறிவிட்டன. இதுவரை பரிதாபத்திற்குரியவராக, பொருந்தாதவராக, கேலிக்குரியவராக, தனது மகிழ்ச்சிக்கு இடையூறாக இருந்த ஏமாற்றப்பட்ட கணவரை, வரவழைத்த அன்னா அவரை வானளவுக்கு உயர்த்திவிட்டாள். அவர் முன்பு கொடூரமானவராக, பொய்யானவராக அல்லது கேலிக்குரியவராக இருந்தாலும், இப்போது அந்த உயரத்தில் வைக்கப் பட்டதும் இரக்கமுள்ள, எளிய, கண்ணியமுள்ள மனிதராக மாறி விட்டார். விரான்ஸ்கியால் இதை உணராமல் இருக்க முடியவில்லை. வேடங்கள் திடீரென மாறிவிட்டன. கரீனின் மகத்துவத்தையும், தன் அவமானத்தையும், கரீனின் நியாயத்தையும், தன் தவறையும் விரான்ஸ்கி உணர்ந்தான். தனது துக்கத்திலும் கணவர் பெருந்தன்மை யுடன் நடந்து கொண்டார் என்பதையும், ஏமாற்றுவதிலும் தான் அற்பமாகவும் கீழ்த்தரமாகவும் நடந்து கொண்டதை அவன் நினைத்துப் பார்த்தான். ஆனால் அவன் அநியாயமாக இகழ்ந்த அந்த மனிதருக்கு முன்னால், அவன் தன்னுடைய அற்பத்தனத்தை

உணர்ந்து கொண்டது, அவனுடைய ஒட்டுமொத்த வேதனையில் ஒரு சிறிய பகுதி மட்டுமே. அவன் சமீபகாலமாக தனக்கு அன்னாவின் மீதிருந்த காதல் குறைந்துவிட்ட தாக நினைத்தான். ஆனால் அவன் இப்போது அவளை என்றென்றும் இழந்துவிட்டதை உணர்ந்ததும், அவள் மீது அவனுக்கிருந்த காதல் முன்னை விட அதிகமாக வலுப் பெற்றதால், அவன் விவரிக்க முடியாத அளவுக்கு பரிதாபத்திற்குரிய வனாக ஆனான். அவன் பிரசவக் காலத்தில் அவள் அருகில் இருந்து, அவளை முழுமையாகப் புரிந்து கொண்டு, அவளுடைய ஆன்மாவை நெருங்கியபோது, அவனுக்குத் தான் இதுவரை அவளைக் காதலிக்க வில்லை என்று தோன்றியது. ஆனால் அந்தச் சந்தர்ப்பத்தில் அவன் அவளைப் புரிந்துகொண்டு, சரியான முறையில் அவளை நேசிக்கத் தொடங்கிய போது, அவள் முன்னிலையில் அவனுக்குப் பெருத்த அவமானம் ஏற்பட்டுவிட்டது. இப்போது அவன் அவளை என்றென்றைக்குமாக இழந்துவிட்ட நிலையில், தன்னைப் பற்றிய அவமானகரமான நினைவுகளைத் தவிர அவளிடம் வேறெதுவும் எஞ்சியிருக்காது. வெட்கத்தால் மூடிய அவனுடைய கைகளை, அலெக்ஸி அலெக் ஸாண்ட்ரோவிச் விலக்கியபோது, காட்சியளித்த அவனுடைய அபத்தமான, வெட்கக்கேடான நிலை மிகப் பயங்கர மானது. அவன் என்ன செய்வதென்று தெரியாமல், தொலைந்துபோன ஒரு மனிதனைப் போல கரீனின் வீட்டு வாசலில் நின்றான்.

"நான் ஒரு வண்டியை அழைக்கட்டுமா?" என்று முன்னாலிருந்த வேலைக்காரன் கேட்டான்.

"ஒரு வண்டி, ஆமாம்."

மூன்று தூக்கமில்லாத இரவுகளுக்குப் பிறகு வீட்டிற்கு வந்த விரான்ஸ்கி, உடைகளைக் கழற்றாமல் சோபாவில் விழுந்து, கைகளில் தலையைச் சாய்த்துக் கொண்டான். அவன் தலை கனத்தது. அவன் மனத்திரையில், அவன் நோயாளிக்கு ஊற்றிய மருந்து கரண்டி நிரம்பி வழிந்ததும், மருத்துவச்சியின் வெண்ணிறக் கைகளும், அன்னாவின் படுக்கைக்கு அருகில் தரையில், அலெக்ஸி அலெக் ஸாண்ட்ரோவிச் விநோதமாக அமர்ந்திருந்த காட்சியும், நினைவுகளும், எண்ணங்களும், ஒன்றன் பின் ஒன்றாக, நம்ப முடியாத வேகத்துடன், தெளிவாகத் தோன்றிய வண்ணம் இருந்தன.

'மறந்துவிட்டு தூங்கு!' என்று தனக்குத் தானே சொல்லிக் கொண்ட அவன், களைத்தும் தூக்கமின்றியும் இருப்பதால் உடனே தூங்கிவிடுவோம் என்று நம்பினான். ஆனால் அடுத்த ஒரு நொடியில் அவனுடைய எண்ணங்கள் குழப்பமடைய, அவன் மறதியின் முடிவற்ற ஆழத்தில் விழத் தொடங்கினான். மயக்கம் எனும் கடல் அலைகள் அவன் தலைக்குள் நுழையத் தொடங்கியதும், அவனைத் திடீரென்று ஒரு சக்திவாய்ந்த மின்சாரம் தாக்கியது போல, அவன்

முழு உடலும் கம்பிச் சுருள் போல சோபாவில் துள்ளிக் குதிக்க, கைகளை முட்டுக் கொடுத்து, மண்டியிட்டு அமர்ந்தான். அவன் தூங்கவே இல்லை என்பது போல அவன் விழிகள் அகலத் திறந் திருந்தன. ஒரு கணம் முன்பு அவன் அனுபவித்த தலையின் கனமும், கைகால்களின் சுரணையற்ற உணர்வும் திடீரென்று மறைந்து போயின.

'நீங்கள் என்னை சேற்றில் தள்ளலாம்' என்ற அலெக்ஸி அலெக்ஸாண்ட்ரோவிச்சின் வார்த்தைகள் நினைவுக்கு வந்ததும், அவருடைய உருவம் அவன் கண் முன்னே எழுந்தது. அன்னாவின் காய்ச்சலினால் சிவந்த முகமும், பிரகாசமான கண்களும் அவனைப் பார்க்காமல் அவள் கணவரைக் கனிவோடும் அன்போடும் பார்த்துக் கொண்டிருப்பதைக் கண்டான். அலெக்ஸி அலெக்ஸாண்ட்ரோவிச் அவன் கைகளை அவன் முகத்திலிருந்து விலக்கியபோது, அவன் முட்டாளாக, கேலிக்குரியவனாகக் காட்சியளித்தான் அல்லது அவனுக்கு அப்படித் தோன்றியது. அவன் தன் கால்களை நீட்டிவிட்டு, சோபாவில் சாய்ந்து தான் முன்பு இருந்த நிலைக்குத் திரும்பி கண் களை மூடிக் கொண்டான்.

'தூங்கு தூங்கு!' என்று அவன் திரும்பத் திரும்பச் சொல்லிக் கொண்டான். ஆனால் கண்கள் மூடி நிலையில், பந்தயம் நடந்த அந்த மறக்க முடியாத மாலைப் பொழுதில் பார்த்த அன்னாவின் முகத்தை, இன்னும் தெளிவாக அவனால் பார்க்க முடிந்தது.

"எல்லாம் முடிந்துவிட்டது. இனி ஒருபோதும் நடக்காது. அவள் தன் நினைவிலிருந்து என்னை அகற்ற விரும்புகிறாள். ஆனால் என்னால் அவள் இல்லாமல் வாழ முடியாது. நாங்கள் எப்படி சமசரம் செய்துகொள்ள முடியும்? எப்படி?" என்று சத்தமாகச் சொன்ன அவன், அந்த வார்த்தைகளைத் தன்னையும் அறியாமல் திரும்பத் திரும்பச் சொன்னான். அந்த அவனது வலியுறுத்தல், அவனுடைய மூளையில் குவிந்து கொண்டிருந்த நினைவுகளை எழ விடாமல் தடுத்துக் கொண்டிருந்தது. ஆனால் அப்படித் திரும்பத் திரும்பச் சொல்லிக் கொண்டது அவன் மனத் திரையில் நினைவுகள் எழுவதைச் சற்று நேரத்திற்கே ஒத்தி வைத்தது. எனவே மறக்க முடியாத சில நினைவுகளும் அவனுடைய சமீபத்திய அவமானமும், மீண்டும் அசாதாரணமான வேகத்துடன் ஒன்றன் பின் ஒன்றாக அவன் மனதில் அணிவகுத்துச் சென்றன. 'உங்கள் கைகளை எடுங்கள்' என்றது அன்னாவின் குரல். கைகளை விலக்கிய அவன் தன் முகத்தில் வெளிப்பட்ட அவமானத்தையும், முட்டாள்தனத்தையும் கண்டான்.

தூக்கம் வரும் என்ற நம்பிக்கை சற்றேனும் இல்லை என்றாலும், தூங்குவதற்கு முயன்று, அவன் அங்கேயே படுத்துக் கிடந்தான். கட்டின்றி பெருகிய நினைவுகளின் வெள்ளத்தை அணையிட்டுத்

தடுக்க விரும்பியவனாக, ஏதோ ஒரு சிந்தனையிலிருந்து தற்செயலாகத் தோன்றிய வார்த்தைகளைத் திரும்பத் திரும்ப முணுமுணுத்தான். அவ்வாறு அவன் சொல்லிக் கொண்டே போன அந்த விசித்திரமான, முட்டாள்தனமான வார்த்தைகளை அவன் காது கொடுத்துக் கேட்டான். 'அதை நான் சரியாக மதிக்கவில்லை, போதுமான முயற்சி செய்யவில்லை. அதை நான் சரியாக மதிக்கவில்லை, போதுமான முயற்சி செய்யவில்லை.'

'என்ன முட்டாள்தனம்? எனக்குப் பைத்தியமா என்ன?' என்று தனக்குள் சொல்லிக் கொண்டான். 'இருக்கலாம். ஏன் மனிதர்கள் பைத்தியமாகிறார்கள்? ஏன் தங்களைத் தாங்களே சுட்டுக் கொள் கிறார்கள்?' என்று அவனே கேள்வியும் கேட்டு பதிலும் சொல்லிக் கொண்டான். அவன் கண்களைத் திறந்து பார்த்தபோது, தன் அருகில் இருந்த, தன் சகோதரனின் மனைவி வர்யா செய்த பூ வேலைப்பாடு தலையணையைக் கண்டு ஆச்சரியப்பட்டான். அதன் நுனியைத் தொட்டு, வர்யாவைத் தான் கடைசியாகப் பார்த்ததை நினைவுக்குக் கொண்டுவர முயன்றான். ஆனால் அவனுக்குத் தொடர்பில்லாத எதையும் நினைப்பது அவனுக்கு வேதனையாக இருந்தது. 'இல்லை, நான் தூங்க வேண்டும்!' என்று அவன் தலையணையை அருகில் இழுத்து அதில் முகத்தைப் புதைத்தான் என்றாலும் அவன் கண்களை மூடுவதற்கு முயற்சி செய்ய வேண்டி யிருந்தது. அவன் துள்ளிக் குதித்து எழுந்தான். 'அது முடிந்துவிட்டது' என்று தனக்குள் சொல்லிக் கொண்டான். 'நான் என்ன செய்ய வேண்டும் என்பதை யோசிக்க வேண்டும். என்ன மிச்சமிருக்கிறது?' என்று நினைத்துப் பார்த்த அவன் மனதில் அன்னாவின் காதலைத் தாண்டி தன் வாழ்க்கையில் என்ன இருக்கிறது என்ற சிந்தனை வேகமாக ஓடியது.

'லட்சியம்? செர்புகோவ்ஸ்கோய்? சமூகம்? நீதிமன்றம்?' அவனால் எதையும் முடிவு செய்ய முடியவில்லை. அவையெல்லாம் ஒரு காலத்தில் அர்த்தமுள்ளதாக இருந்தது. ஆனால் இப்போது இல்லை. அவன் சோபாவிலிருந்து எழுந்து, கோட்டைக் கழற்றிவிட்டு, பெல்ட்டைத் தளர்த்தி, எளிதாக சுவாசிக்க மூச்சை இழுத்துவிட்டு, அறையில் குறுக்கும் நெடுக்குமாக நடந்தான்.

'இப்படித்தான் ஒருவன் பைத்தியமாகி' என்று மீண்டும் சொன்ன அவன், 'அவமானம் தாங்காமல் சுட்டுக் கொள்கிறான்' என்று மெதுவாகச் சொன்னான்.

அவன் கதவைச் சாத்திவிட்டுத் திரும்பி, நிலைகுத்திய பார்வை யுடன், பற்களைக் கடித்துக் கொண்டே, மேசை அருகில் சென்று கைத் துப்பாக்கியை எடுத்துப் பரிசோதித்துவிட்டு, சிந்தனையில் ஆழ்ந்தான். அவன் ஆழ்ந்த சிந்தனையின் வெளிப்பாடாக தலையைக்

குனிந்து யோசித்துக் கொண்டு கையில் துப்பாக்கியுடன் சில நிமிடங்களுக்கு அசையாமல் நின்றான். பிறகு 'நிச்சயமாக' என்று அவன் தன்னுடைய தர்க்கரீதியான, தொடர்ச்சியான, தெளிவான சிந்தனைப் போக்கு ஒரு திட்டவட்டமான முடிவுக்கு அழைத்துச் சென்றதைப் போல தனக்குள் சொல்லிக் கொண்டான். உண்மையில் 'நிச்சயமாக' என்று அவன் செய்த முடிவு, கடந்த ஒரு மணி நேரமாக அவனுடைய மனத் திரையில் பலமுறை கடந்து சென்ற, என்றென்றும் தொலைந்துபோன சந்தோஷ நினைவுகள், அர்த்தமற்ற எதிர்கால வாழ்க்கை பற்றிய கற்பனைகள், அவமானத்தைப் பற்றிய விழிப் புணர்வு போன்ற சித்திரங்களும் நினைவுகளும் திரும்பத் திரும்ப வந்ததன் விளைவு மட்டுமே. இந்த மனச் சித்திரங்களும், உணர்வு களும் வரிசை மாறாமல் ஒரே மாதிரியாகத் திரும்பத் திரும்ப வந்தன.

நினைவுகளும் எண்ணங்களும் அதே நச்சுவட்டத்தின் ஊடாக மூன்றாவது முறையாகத் திரும்பியபோது, 'நிச்சயமாக' என்று அவன், கைத் துப்பாக்கியை மார்பின் இடது பக்கத்தில் வைத்து, தன் கையால் அழுத்திப் பிடித்து, துப்பாக்கியின் விசையை அழுத்தி னான். அவனுக்குத் துப்பாக்கிச் சத்தம் கேட்கவில்லை, ஆனால் அவனுடைய மார்பில் விழுந்த பலத்த அடி அவன் கால்களைத் தட்டிவிட்டது. அவன் மேசையின் முனையைப் பற்றிக் கொள்ள முயன்று, துப்பாக்கியைக் கீழே நழுவவிட்டு, தட்டுத் தடுமாறி தரையில் அமர்ந்து வியப்புடன் சுற்றிலும் பார்த்தான். மேசையின் வளைந்த கால்களையும், குப்பைக் கூடையையும், புலித்தோல் விரிப்பையும் கீழிருந்து மேல் நோக்கிப் பார்த்த போது அவனுடைய அறையை அவனால் அடையாளம் தெரிந்து கொள்ள முடியவில்லை. வரவேற்பறை வழியாக வேகமாக வரும் வேலைக்காரனின் காலடி ஓசை அவனை சுயநினைவுக்குக் கொண்டு வந்தது. அவன் பெரு முயற்சி செய்து யோசித்து, தான் தரையில் கிடப்பதையும், புலித்தோல் விரிப்பிலும் தன் கையிலும் இரத்தக் கறைகள் இருப்பதையும் பார்த்து, தன்னைத்தானே சுட்டுக் கொண்டதை அறிந்தான்.

'முட்டாள்! தவறிவிட்டது' என்று முணுமுணுத்துக் கொண்டே துப்பாக்கியைத் தேடினான். அது அவனுக்கு அருகில் கிடந்தது என்றாலும் அவன் தூரமாகத் தேடினான். அவன் தொடர்ந்து தேடியபோது, மறுபக்கமாகச் சாய்ந்து, சமநிலை இழந்து ரத்த வெள்ளத்தில் கீழே விழுந்தான்.

தனக்கிருக்கும் நரம்புத் தளர்ச்சியைப் பற்றி தனது நண்பர்களிடம் அடிக்கடி முறையிட்ட, பெரிய மீசையுடன் இருந்த அந்த வேலைக் காரன், தனது எஜமானர் தரையில் கிடப்பதைக் கண்டு பீதி அடைந்து, மேலும் பெருக்கெடுத்த ரத்த வெள்ளத்தில் அவனை அப்படியே விட்டுவிட்டு உதவிக்காக வெளியே ஓடினான். ஒரு

மணி நேரத்திற்குப் பிறகு, அவனுடைய சகோதரன் மனைவி வர்யா, அக்கம்பக்கத்திலிருந்து ஒரே நேரத்தில் வந்து சேர்ந்த, மூன்று மருத்து வர்களுடன் அங்கு வந்தாள். அவர்கள் காயமடைந்த விரான்ஸ்கியைப் படுக்கையில் கிடத்தி சிகிச்சை செய்தனர். அவனுக்குப் பணிவிடை செய்வதற்காக அவள் அங்கேயே தங்கினாள்.

19

அலெக்ஸி அலெக்ஸாண்ட்ரோவிச் தன் மனைவியைப் பார்க்கச் செல்வதற்கு முடிவு செய்த போது, அவள் உண்மையாக மனம் திருந்துவாள் என்பதையோ அல்லது அவர் அவளை மன்னிப்பார் என்பதையோ அல்லது அவள் இறக்க மாட்டாள் என்பதையோ நினைத்துப் பார்க்கவில்லை. எனவே அவர் தான் செய்த அந்தத் தவறின் விளைவை, மாஸ்கோவிலிருந்து திரும்பிய இரண்டு மாதங் களுக்குப் பிறகு எதிர் கொண்டார்.

அவர் இப்படியெல்லாம் நடக்கும் என்று எதிர்பார்க்கவில்லை என்பது மட்டுமே அவருடைய அந்தத் தவறுக்குக் காரணமல்ல, மாறாக உண்மையாகச் சொல்ல வேண்டுமெனில், இறக்கும் தருவாயில் உள்ள தன் மனைவியைப் பார்ப்பதற்கு முன்புவரை, அவர் தன்னுடைய இதயத்தைப் பற்றி முழுமையாக அறிந்திருக்க வில்லை என்பதாலும் அந்தத் தவறு நிகழ்ந்தது. மனைவியின் படுக்கை அருகில், தன்னுடைய வாழ்நாளில் முதல்முறையாக, பிறருடைய துன்பம் அவருக்குள் ஏற்படுத்திய கனிவு நிறைந்த இரக்க உணர்வுக்கு, இதற்கு முன்பு அவர் பலவீனமாகக் கருதி வெட்க மடைந்த உணர்வுக்கு, அவர் தன்னை முழுமையாக அர்ப்பணித்துக் கொண்டார். அவர் அவள் மீது இரக்கப்பட்டு, அவள் சாகவேண்டும் என்று விரும்பியதற்கு வருத்தப்பட்டு, குற்றம் செய்தவரை மன்னிக்கும் மகிழ்ச்சி தன் துயரங்களுக்கு நிவாரணமாக இருக்கும் என்பதை அறிந்து கொண்டார். எனவே அவர் இதுவரைத் தன் வாழ்நாளில் அனுபவித்திராத மன அமைதியை அடைந்தார். ஒரு காலத்தில் தன் துன்பங்களுக்கு ஆதாரமாக இருந்த பொருளே இப்போது தனது ஆன்மிக மகிழ்ச்சிக்கு அடித்தளமாக அமைந்து விட்டதையும், கண்டிப்பினாலும், வெறுப்பினாலும் தீர்க்க முடியாத சிக்கல்கள் பலவும் மன்னிப்பாலும், நேசிப்பாலும் எளிமையாகவும் தெளிவாகவும் மாறிவிட்டதை அவர் திடீரென்று உணர்ந்து கொண்டார்.

அவர் தன் மனைவியை மன்னித்து, அவள் படும் வேதனை களைக் கண்டு இரக்கப்பட்டார். விரக்தியடைந்த விரான்ஸ்கி தற்கொலை செய்துகொள்ள முயன்றதைக் கேள்விப்பட்ட அவர்,

அவனை மன்னித்து அவன் மீது பரிதாபப்பட்டார். அவர் முன்னெப் போதும் இல்லாத வகையில் தன் மகன் மீது அனுதாபம் கொண்டு, அவன் மீது அதிகக் கவனம் செலுத்தவில்லை என்பதற்காகத் தன்னைத் தானே கடிந்து கொண்டார். ஆனால் புதியதாகப் பிறந்த அந்தப் பெண் குழந்தை மீது இரக்கமும் கனிவும் கலந்த ஒரு விநோதமான உணர்வு அவருக்கு ஏற்பட்டது. முதலில் அந்தச் சிசுவின் மீது ஏற்பட்ட அனுதாபம் மட்டுமே அவரை அதன்பால் ஈர்த்தது. தாய்க்கு இருந்த நோயினால் புறக்கணிக்கப்பட்ட அந்த ஜீவன், அவரது மகள் இல்லை என்றாலும்கூட அவருடைய அக்கறை இல்லையெனில் கண்டிப்பாக இறந்திருக்கும். அவர் அந்த ஜீவனை எப்படி விரும்பினார் என்பது அவருக்கே தெரியாது. ஒரு நாளில் பலமுறை குழந்தைகள் அறைக்குச் சென்ற அவர், அங்கு நீண்ட நேரம் இருந்தார். அவர் முன்னிலையில் வெட்கப்பட்ட செவிலியர்கள் பிறகு அவருக்கு நன்கு பழக்கமாகிவிட்டனர். சில சமயம் அரை மணி நேரம் உட்கார்ந்து, குங்குமப்பூ நிறத்தில், பட்டுப் போன்ற சருமத்துடன், சுருக்கம் விழுந்த சிறிய முகத்துடன் தூங்கும் குழந்தையைப் பார்த்துக் கொண்டிருப்பார். முகம் சுளிக்கும் போது ஏற்படும் சின்ன... சிறிய நெற்றியின் அசைவையும், சிறிய கண்களையும் மூக்கையும் தேய்க்கும், மடித்த விரல்களுடன் இருந்த கொழுத்த கைகளின் அசைவையும் பார்த்துக் கொண்டிருப்பார். அவர் அத்தகைய தருணங்களில் மனக் குழப்பங்கள் ஏதுமின்றி தான் முற்றிலும் அமைதியாக இருப்பதை உணர்ந்தார். மேலும் இப்போது இருக்கும் நிலையில் அசாதாரணமான எதுவும், மாற்றுவதற்கு அவசியம் உள்ள எதுவும் இருப்பதாக அவர் நினைக்கவில்லை.

ஆனால் நாட்கள் செல்லச்செல்ல, அவருடைய நிலை இயல்பாக இருப்பதாகத் தோன்றினாலும், தான் அந்த நிலையில் தொடர்ந்து நீடித்து இருக்க முடியாது என்பதை அவர் தெளிவாக அறிந்தார். தனது ஆன்மாவை வழிநடத்தும் நல்ல ஆற்றலைத் தவிர, தன் வாழ்க்கையைக் கட்டுப்படுத்தும், அதைவிடச் சக்திவாய்ந்த மற்றொரு மிருகத்தனமான ஆற்றல் இருப்பதாகவும், இது தான் விரும்பும் அமைதியைத் தராது எனவும் உணர்ந்தார். சுற்றி உள்ள அனைவரும் அவரைப் புரிந்து கொள்ளாமல், வியப்புடன் பார்த்து, அவரிடமிருந்து எதையோ எதிர்பார்ப்பதுபோல அவருக்குத் தோன்றியது. குறிப்பாக, அவர் தனது மனைவிக்கும் தனக்கும் இடையில் உள்ள உறவில் உள்ள நிச்சயமற்ற, இயற்கைக்கு மாறான தன்மையை உணர்ந்தார்.

மரணத் தருவாயில் அவளுக்குள் கனிந்த மென்மை உணர்வு மெல்ல மெல்ல மறைந்ததும், அவள் தன்னைக் கண்டு அஞ்சுவதையும், அவள் தன்னுடன் இயல்பாக இருக்கவில்லை என்பதையும், அவளால் தன்னுடைய கண்களை நேருக்கு நேராகச் சந்திக்க முடியவில்லை

என்பதையும் அவர் கவனித்தார். அவள் அவரிடம் ஏதோ சொல்ல விரும்பினாலும் அவள் அதைச் சொல்லத் துணியவில்லை. இப்போது உள்ளது போல அவர்களால் தங்கள் உறவைத் தொடர முடியாது என்பதை முன்கூட்டியே கணித்தவள் போல, அவரிட மிருந்து எதையோ எதிர்பார்ப்பது போலத் தோன்றியது.

பிப்ரவரி மாத இறுதியில், அன்னா என்று பெயரிடப்பட்ட அன்னாவின் புதிய குழந்தைக்கு உடல்நலக்குறைவு ஏற்பட்டது. காலையில் குழந்தைகள் அறைக்குச் சென்ற அவர், மருத்துவரை அனுப்பும்படி உத்தரவிட்ட பிறகு வேலைக்குச் சென்றார். வேலை களை முடித்துவிட்டு நான்கு மணிக்கு அவர் வீட்டிற்குத் திரும்பினார். முன்புற அறையில், பணியாளுக்குரிய ஆடையும், கரடித் தோல் தொப்பி அணிந்த ஒரு அழகான வேலைக்காரன், அமெரிக்க ஓநாயின் தோலினால் ஆன வெண்ணிற மேல் கோட்டைக் கையில் ஏந்தி நின்றிருந்தது அவர் கவனத்தை ஈர்த்தது.

"யார் வந்திருப்பது?" என்று கேட்டார் அலெக்ஸி அலெக் ஸாண்ட்ரோவிச்.

"இளவரசி எலிசபெத் ஃபெடரோவ்னா ட்வெர்ஸ்காயா" என்று பதில் சொன்ன அவன் புன்னகைத்ததாக அவருக்குத் தோன்றியது.

இந்த இக்கட்டான காலகட்டத்தில், தனக்குத் தெரிந்தவர்கள், குறிப்பாகப் பெண்கள், தன் மீதும் தன் மனைவி மீதும் தனிப்பட்ட அக்கறை செலுத்துவதை அலெக்ஸி அலெக்ஸாண்ட்ரோவிச் கவனித்து வந்தார். வழக்கறிஞர் கண்களிலும், இப்போது அந்த வேலைக்காரன் கண்களிலும் தென்பட்ட ஏதோ ஒரு மகிழ்ச்சியை மறைக்க சிரமப் படும் அதே புன்னகையை, அவருக்குப் பழக்கமான அனைவரிடமும் இருப்பதை அவர் கவனித்தார். அவர்கள் அனைவரும் யாரையோ திருமணம் செய்து கொள்வது போல மகிழ்ச்சியாக இருந்தனர். அவர்கள் அனைவரும் அவரைச் சந்திக்கும் போது, மறைக்க முடியாத மகிழ்ச்சியுடன் அவருடைய மனைவியின் உடல்நலத்தைக் குறித்து விசாரித்தார்கள்.

அலெக்ஸி அலெக்ஸாண்ட்ரோவிச், பொதுவாக இளவரசி ட்வெர்ஸ்காயாவை விரும்பவில்லை என்பதாலும், அவளுடன் தொடர்புடைய விரும்பத்தகாத நினைவுகளாலும், அவளுடைய வருகை அவருக்குச் சுத்தமாகப் பிடிக்கவில்லை. எனவே அவர் நேராகக் குழந்தைகள் அறைக்குச் சென்றார். முதல் அறையில் செரியோஷா மேசையில் படுத்து, கால்களை நாற்காலி மீது வைத்து, எதையோ வரைந்து கொண்டு உற்சாகமாகப் பேசிக் கொண்டிருந் தான். அவன் அருகில் அமர்ந்து சால்வை பின்னிக் கொண்டிருந்த, அன்னா நோயுற்ற போது, பிரெஞ்சு ஆசிரியைக்குப் பதிலாக வந்து

சேர்ந்த ஆங்கிலேய ஆசிரியை, அவசரமாக எழுந்து செரியோஷாவை இழுத்தாள்.

தன் கையால் அவனுடைய தலை முடியைக் கோதிய அலெக்ஸி அலெக்ஸாண்ட்ரோவிச், மனைவியின் உடல் நலம் குறித்துக் கேட்ட ஆசிரியைக்குப் பதிலளித்தார். மேலும் குழந்தையைப் பற்றி மருத்துவர் என்ன சொன்னார் என்று அவளிடம் கேட்டார்.

"ஆபத்தானது எதுவும் இல்லை, மருத்துவர் குழந்தையைக் குளிப்பாட்டச் சொன்னார்."

"ஆனால் அவள் இன்னும் கஷ்டப்படுகிறாள்" என்ற அவர் பக்கத்து அறையில் குழந்தையின் அழுகுரலைக் கேட்டார்.

"பாலூட்டும் செவிலி சரியில்லை என்று நினைக்கிறேன்" என்று ஆசிரியை உறுதியுடன் சொன்னாள்.

"ஏன் அப்படி நினைக்கிறீர்கள்?" என்று கேட்டார்.

"கோமகள் பவுல் வீட்டிலும் அப்படித்தான் நடந்தது. குழந்தைக்கு உடல்நலமில்லை என்று மருத்துவரிடம் காட்டினார்கள். ஆனால் அதற்குப் பசி என்றும், செவிலித் தாயிடம் பால் இல்லை என்றும் தெரிந்தது."

அவர் அதைப் பற்றி யோசித்துக் கொண்டே அங்கே சில வினாடிகள் நின்ற பிறகு, மற்றொரு கதவு வழியாக வெளியே சென்றார். செவிலியின் கைகளில் நெளிந்து, தலையைப் பின்னுக்குத் தள்ளிப் படுத்திருந்த அந்தக் குழந்தை, திணிக்கப்பட்ட செவிலியின் கொழுத்த மார்பகத்தை வாயில் வைக்காமலும், செவிலி அவளை நோக்கிக் குனிந்து சமாதானப்படுத்துவதைக் கேட்காமலும், தொடர்ந்து அழுது கொண்டிருந்தாள்.

"இன்னும் சரியாகவில்லையா?" என்று கேட்டார் அலெக்ஸி அலெக்ஸாண்ட்ரோவிச்.

"அவள் அமைதியின்றி இருக்கிறாள்" என்று செவிலித்தாய் கிசுகிசுத்தாள்.

"பாலூட்டும் செவிலிக்குப் பால் இல்லை என்று மிஸ். எட்வர்ட் சொல்கிறார்" என்றார்.

"அலெக்ஸி அலெக்ஸாண்ட்ரோவிச் நானும் அப்படித்தான் நினைத்தேன்."

"அப்படியானால் நீங்கள் ஏன் அதைச் சொல்லவில்லை?"

"நான் அதை யாரிடம் சொல்வது? அன்னா ஆர்கடியேவ்னா இன்னும் உடல் நலமின்றி இருக்கிறார்" என்றாள் செவிலித்தாய் அதிருப்தியுடன்.

செவிலித்தாய் குடும்பத்தின் பழைய வேலைக்காரி. அவளுடைய எளிய வார்த்தைகளில் அலெக்ஸி அலெக்ஸாண்ட்ரோவிச்சிற்குத் தன் நிலையைக் குறித்த ஒரு குறிப்பு இருப்பதாகத் தோன்றியது.

சத்தமாக அழத் தொடங்கிய குழந்தை மூச்சுவிடுவதற்குச் சிரமப் பட்டது. குழந்தையைப் பாலூட்டும் செவிலியிடமிருந்து வாங்கிய செவிலித்தாய் தன் கைகளில் வைத்துக்கொண்டு நடக்கத் தொடங் கினாள்.

"பாலூட்டும் செவிலியை மருத்துவரிடம் பரிசோதிக்கச் சொல்லுங் கள்" என்றார் அலெக்ஸி அலெக்ஸாண்ட்ரோவிச்.

ஆரோக்கியமான தோற்றமும், நேர்த்தியான உடையும் அணிந்த பாலூட்டும் செவிலி தனக்கு வேலை போய்விடுமோ என்ற பயத்தில், எதையோ முணுமுணுத்தபடி, தன் பெரிய மார்பகத்தை மறைத்துக் கொண்டு, தன் மீது சந்தேகம் கொண்டதை நினைத்து இகழ்ச்சியாகச் சிரித்தாள். அந்தப் புன்னகை அவருடைய நிலையைக் கேலி செய்வது போலத் தோன்றியது.

"பாவம் குழந்தை!" என்ற செவிலித்தாய் தொடர்ந்து நடந்து குழந்தையைச் சமாதானப்படுத்தினாள்.

அங்கிருந்த நாற்காலியில் அமர்ந்த அலெக்ஸி அலெக்ஸாண்ட் ரோவிச், வேதனையுடன், கலங்கிய முகத்துடன், செவிலித்தாய் முன்னும் பின்னும் நடப்பதைப் பார்த்தார்.

ஒருவழியாக அமைதியடைந்த குழந்தையைச் செவிலித்தாய், தலையணையைச் சரிசெய்து, தொட்டிலில் கிடத்திவிட்டுத் தூரமாகச் சென்றாள். அலெக்ஸி அலெக்ஸாண்ட்ரோவிச் மெல்ல கால் நுனியில் நடந்து தொட்டிலுக்கு அருகில் சென்றார். அவர் ஒரு நிமிடம் அதே விரக்தியான முகத்துடன் அசையாமல் நின்று குழந்தையைப் பார்த்தார். ஆனால் உடனடியாக அவர் முகத்தில் அரும்பிய புன்னகை அவருடைய தலைமுடியையும், முன்புற நெற்றியையும் சற்றே அசைத்தது. அவர் தன் முகத்தில் மலர்ந்த புன்னகையுடன் அமைதியாக அறையை விட்டு வெளியேறினார்.

அவர் சாப்பாட்டு அறைக்குச் சென்று வேலைக்காரனிடம் மீண்டும் மருத்துவரை அழைத்து வரும்படிச் சொன்னார். அவர் அந்த அழகான குழந்தையைக் கவனித்துக் கொள்ளாத தன் மனைவி மீது கோபப்பட்டார். எனவே அவர் அந்த எரிச்சலூட்டும் மனநிலை யில் அவளை அல்லது இளவரசி பெட்ஸியைப் பார்க்க விரும்பவில்லை. ஆனால் அவர் வழக்கம் போல தன்னைப் பார்ப்பதற்கு இன்னும் வரவில்லை என்று தன் மனைவி ஆச்சரியப்படுவாள் என்று நினைத்து, பெரு முயற்சியுடன் அவளுடைய படுக்கை அறைக்குச் சென்றார். அவர் மென்மையான கம்பளத்தின் மீது நடந்து அவளு

டைய அறையை நோக்கிச் சென்றபோது, கேட்க விரும்பாத ஒரு உரையாடலைத் தன்னையும் அறியாமல் கேட்டார்.

"அவர் போகவில்லை என்றால், உங்கள் மறுப்பையும், அவரது மறுப்பையும் என்னால் புரிந்துகொள்ள முடியும். ஆனால் அனைத்திற்கும் உன் கணவர் காரணமாக இருக்க வேண்டும்" என்று பெட்ஸி சொல்லிக் கொண்டிருந்தாள்.

"என் கணவருக்காக அல்ல, என் சொந்த நலனுக்காக நான் அதை விரும்பவில்லை. அதைப் பற்றிப் பேசாதீர்கள்!"

"சரி, ஆனால் உங்கள் பொருட்டு தன்னைத்தானே சுட்டுக் கொண்ட ஒரு மனிதனிடம் நீங்கள் விடைபெற விரும்பவில்லை..."

"அதனால்தான் நான் விரும்பவில்லை."

பயமும் குற்றவுணர்வும் கவ்விப்பிடிக்க அசையாமல் நின்ற அலெக்ஸி அலெக்ஸாண்ட்ரோவிச், யாருக்கும் தெரியாமல் அங்கிருந்து திரும்பிச் செல்லத் தயாரானார். ஆனால் அது தன் தகுதிக்கு அழகல்ல என்று கருதி, மீண்டும் திரும்பி, ஒரு இருமலுடன் படுக்கை அறையை நோக்கிச் சென்றார். பேசிக் கொண்டிருந்தவர்கள் மௌனமானதும், அவர் உள்ளே நுழைந்தார்.

சாம்பல் நிறத்தில் நீண்ட கவுன் அணிந்த அன்னா படுக்கையில் அமர்ந்திருந்தாள். அவளது குட்டையாக வெட்டிய கருப்பு நிற தலைமுடி, இப்போது நன்றாக அடர்த்தியான பிரஷ் போல வளர்ந்து சுருண்டிருந்தது. எப்போதும் போல அவள் கணவரைக் கண்டதும் அவள் முகத்திலிருந்த உற்சாகம் சட்டென்று மறைந்தது. அவள் தலையைக் குனிந்து, பெட்ஸியை அசௌகரியத்துடன் பார்த்தாள். பெட்ஸி சமீபத்திய பாணியில் அமைந்த நவநாகரிகமான உடை உடுத்தியிருந்தாள். விளக்கின் நிழல்போல தலைக்கு மேலே அந்தரத்தில் தொங்கிய தொப்பியில், உடலின் மேற்பகுதியில் ஒரு பக்கமும், கீழ்ப்பகுதியில் மற்றொரு பக்கமும் சாய்ந்த ஊதா நிறக் கோடுகள் நிறைந்த நீலநிற உடையில், அன்னாவுக்கு அருகில் பெட்ஸி முதுகை நிமிர்த்தி நேராக அமர்ந்திருந்தாள். அவள் தலையைக் குனிந்து ஒரு கேலியான புன்னகை வெளிப்பட அவரை வரவேற்றாள்.

"ஆகா!" என்று ஏதோ வியப்படைந்தவள் போலச் சொன்னாள். "நீங்கள் வீட்டில் இருப்பது எனக்கு மகிழ்ச்சியாக இருக்கிறது. அன்னாவுக்கு உடல்நலமில்லாமல் போனதிலிருந்து என்னால் உங்களைப் பார்க்க முடியவில்லை. நான் எல்லாவற்றையும் கேள்விப் பட்டேன்... ஆமாம், நீங்கள் உண்மையிலேயே ஓர் அற்புதமான கணவர்!" என்று அவர் அவரது மனைவியிடம் நடந்துகொண்ட விதத்திற்காக அவரைப் பாராட்டுவது போல, அர்த்தமுள்ள கனிவு நிறைந்த முகபாவத்துடன் சொன்னாள்.

அலெக்ஸி அலெக்ஸாண்ட்ரோவிச் குனிந்து மனைவியின் கையை முத்தமிட்டு, அவளது உடல்நலம் குறித்து விசாரித்தார்.

"நான் நன்றாக இருப்பதாக நினைக்கிறேன்" என்ற அவள் அவர் கண்களைப் பார்ப்பதைத் தவிர்த்தாள்.

"ஆனால் உன் முகம் காய்ச்சல் கண்டது போல இருக்கிறது" என்ற அவர் 'காய்ச்சல்' என்ற வார்த்தையை அழுத்தமாக உச்சரித்தார்.

"சரி, நாம் நிறையப் பேசிவிட்டோம்" என்றாள் பெட்ஸி. "அது என் சுயநலம் என்று எனக்குத் தெரியும். நான் கிளம்புகிறேன்."

அவள் போவதற்காக எழுந்து நின்றாள். ஆனால் திடீரென்று வெட்கமுற்ற அன்னா அவள் கையைப் பிடித்தாள்.

"இல்லை, தயவுசெய்து ஒரு நிமிஷம் இருங்கள். நான் பேச வேண்டும்... இல்லை, நீங்கள்" என்று அலெக்ஸி அலெக்ஸாண்ட்ரோவிச்சை நோக்கித் திரும்பிய அவள் கழுத்திலும் நெற்றியிலும் சிவப்பு நிறம் பரவியது. "உங்களிடமிருந்து எதையும் மறைக்க என்னால் முடியாது, மறைக்கவும் நான் விரும்பவில்லை" என்றாள்.

அலெக்ஸி அலெக்ஸாண்ட்ரோவிச் தன் விரல்களை நெட்டி முறித்து, தலையைக் குனிந்தார்.

"கோமகன் விரான்ஸ்கி தாஷ்கண்ட் புறப்படுவதற்கு முன்னர் இங்கு வந்து விடைபெற விரும்புவதாக பெட்ஸி சொன்னாள்." அவள் தன் கணவரைப் பார்க்காமல், தனக்கு எத்தனை கஷ்டமாக இருந்தாலும், எல்லாவற்றையும் சொல்லிவிட வேண்டும் என்று அவசரப்பட்டாள். "நான் அதை ஏற்க முடியாது என்று சொல்லி விட்டேன்."

"அது அலெக்ஸி அலெக்ஸாண்ட்ரோவிச்சைப் பொறுத்தது என்று நீங்கள் சொன்னீர்கள்" என்று பெட்ஸி அவள் சொன்னதைத் திருத்தினாள்.

"இல்லை, என்னால் அதை அனுமதிக்க முடியாது. அதில் எந்த அர்த்தமும் இல்லை..." என்று சொன்ன அவள் சட்டென்று நிறுத்தி, தன் கணவரை (அவர் அவளைப் பார்க்கவில்லை) கேள்வியுடன் பார்த்தாள். "நான் அதை விரும்பவில்லை..."

அலெக்ஸி அலெக்ஸாண்ட்ரோவிச் முன்னால் நகர்ந்து அவள் கையைப் பிடிக்க முயன்றார். அவளை நோக்கி நீண்ட, நரம்புகள் புடைத்த அவருடைய ஈரமான கையை விலக்குவதுதான் அவளுடைய முதல் உந்துதலாக இருந்தது என்றாலும் அவள் தன்னைக் கட்டுப்படுத்திக் கொண்டு முயற்சி செய்து அவர் கையை அழுத்தினாள்.

நற்றிணை பதிப்பகம் ● 627

"உன்னுடைய நம்பிக்கைக்கு நான் மிகவும் நன்றியுள்ளவனாக இருக்கிறேன். ஆனால்..." என்ற அவர் சமூகத்தின் பார்வையில் தன் வாழ்வை வழிநடத்தும் சக்தியின் உருவகமாகத் தோன்றிய இளவரசி ட்வெர்ஸ்காயாவின் முன்னிலையில் தன்னால் என்ன முடிவு செய்ய முடியும் என்று நினைத்து, சங்கடத்துடனும், எரிச்சலுடனும் இளவரசி ட்வெர்ஸ்காயாவைப் பார்த்துக் கொண்டு பேசாமல் நின்றார்.

"சரி, நான் புறப்படுகிறேன்" என்ற பெட்ஸி எழுந்தாள். அன்னாவை முத்தமிட்ட அவள் வெளியே சென்றாள். அலெக்ஸி அலெக்ஸாண்ட்ரோவிச் அவளைப் பார்த்தார்.

"அலெக்ஸி அலெக்ஸாண்ட்ரோவிச் நீங்கள் உண்மையிலேயே ஒரு பெருந்தன்மையான மனிதர் என்று எனக்குத் தெரியும்" என்ற பெட்ஸி அவருடைய கையை அழுத்தினாள். "நான் மூன்றாம் மனுஷி என்றாலும் நான் அவளை நேசிப்பதாலும், உங்களை மதிப்பதாலும் நான் உங்களுக்கு ஒரு யோசனை சொல்கிறேன். அவர் விடை பெற்றுக் கொள்ள அனுமதியுங்கள். விரான்ஸ்கி மரியாதைக்கு உரிய ஒரு மனிதர். அவர் தாஷ்கண்ட் புறப்படுகிறார்."

"உங்கள் அக்கறைக்கும் ஆலோசனைக்கும் நன்றி இளவரசி. ஆனால் ஒருவரை வரவேற்க வேண்டுமா, வேண்டாமா என்பதை என் மனைவிதான் முடிவு செய்வாள்."

அவர் பழக்கத்தின் காரணமாக கண்ணியமாக புருவங்களை உயர்த்தி இதைச் சொன்னார். ஆனால் தான் என்ன சொன்னாலும் தனது நிலையில் கண்ணியம் என்ற பேச்சுக்கே இடமில்லை என்பதை உடனடியாக நினைவில் கொண்டார். தான் அதைச் சொன்ன போது, அவரைப் பார்த்த பெட்ஸியின் அடக்கப்பட்ட குரூரமான, கேலியான புன்னகை அதை உறுதிப்படுத்துவதை அவர் கண்டார்.

20

அலெக்ஸி அலெக்ஸாண்ட்ரோவிச் பெட்ஸியை அனுப்பிவிட்டு, தன் மனைவியிடம் சென்றார். படுத்துக் கொண்டிருந்த அவள் அவருடைய காலடி ஓசையைக் கேட்டு அவசர அவசரமாக எழுந்து உட்கார்ந்து அவரை அச்சத்துடன் பார்த்தாள். அவள் அழுது கொண்டிருப்பது தெரிந்தது.

"நீ என் மீது வைத்திருக்கும் நம்பிக்கைக்கு நான் மிகவும் நன்றியுள்ளவனாக இருப்பேன்" என்று அவர் பெட்ஸி இருக்கும்போது பிரெஞ்சில் சொன்னதை இப்போது ரஷ்ய மொழியில் மீண்டும் கூறிவிட்டு, அவள் அருகில் அமர்ந்தார். நெருக்கமும் பாசமும்

மிகுந்த ரஷ்ய மொழியில் அவர் 'நீ' என்ற வார்த்தையைப் பயன் படுத்தியது அன்னாவுக்குத் தாங்க முடியாத எரிச்சலை ஏற்படுத்தியது. "நீ எடுத்த முடிவை நான் பாராட்டுகிறேன். கோமகன் விரான்ஸ்கி போவதால், அவர் இங்கு வர வேண்டிய அவசியம் இல்லை என்றே நானும் நினைக்கிறேன். ஆனாலும்..."

"ஆனால் நான் ஏற்கனவே சொல்லிவிட்டேன். மீண்டும் அதைப் பற்றி ஏன் பேசவேண்டும்?" என்று அன்னா அடக்க முடியாத கோபத்துடன் குறுக்கிட்டாள். 'அதற்கு எந்த அவசியமும் இல்லை. ஒரு ஆண் தான் நேசிக்கும் பெண்ணிடம் விடைபெற வேண்டிய அவசியமில்லை. அவளுக்காகவே தன்னை அழித்துக் கொள்ள விரும்பும் அவனில்லாமல் ஒரு பெண்ணால் வாழ முடியாது என்று நினைத்தாள். அவள் உதட்டைப் பிதுக்கி, ஒன்றையொன்று தேய்த்துக் கொண்டிருந்த நரம்புகள் புடைத்த அவர் கைகளை நோக்கிப் பளபளக்கும் தன் கண்களைத் தாழ்த்தினாள்.

"அதைப் பற்றிப் பேச வேண்டாம்" என்று அவள் அமைதியாகச் சொன்னாள்.

"இந்த விஷயத்தில் முடிவு எடுக்கும் பொறுப்பை உன்னிடமே விட்டுவிட்டேன். அதில் எனக்கு என்ன மகிழ்ச்சி என்றால்..." என்று அவர் பேசத் தொடங்கினார்.

"இருவரின் விருப்பமும் ஒத்துப் போகிறது" என்று அவள் அவர் சொல்லப்போவதை முன்கூட்டியே அறிந்து, அவர் மிகவும் மெதுவாகப் பேசியதால் எரிச்சலடைந்து, அந்த வாக்கியத்தை வேகமாக முடித்து வைத்தாள்.

"ஆமாம்" என்று அவர் ஒப்புக் கொண்டார். "இளவரசி ட்வெர்ஸ்காயா தேவையில்லாமல் குடும்ப விஷயங்களில் தலையிடு கிறார். குறிப்பாக அவர்..."

"அவளைப் பற்றி மற்றவர்கள் சொல்வதை நான் நம்பவில்லை" என்று சட்டென்று சொன்னாள் அன்னா. "அவர் என் மீது வைத்தி ருக்கும் அன்பு உண்மையானது என்று எனக்குத் தெரியும்."

பெருமூச்சு விட்ட அலெக்ஸி அலெக்ஸாண்ட்ரோவிச் எதுவும் பேசாமல் மௌனமானார். அவள் பதட்டத்துடன் தன் ஆடையின் குஞ்சங்களை ஆட்டினாள். தன் உடலின் ஒவ்வொரு அணுவிலும் கிளர்ந்தெழுந்த வெறுப்புணர்வுடன் அவள் அவரைப் பார்த்துக் கொண்டிருந்தாள். அதற்காக தன் மீதே குற்றம் கூறிக் கொண்டாள் என்றாலும் அவளால் அதைச் சமாளிக்க முடியவில்லை. இப்போது அவள், வெறுப்பூட்டும் அவரது அருகாமையிலிருந்து விடுபட வேண்டும் என்ற ஒன்றை மட்டுமே விரும்பினாள்.

"நான் மருத்துவரை வரச்சொல்லியிருக்கிறேன்" என்றார் அலெக்ஸி அலெக்ஸாண்ட்ரோவிச்.

"நான் நன்றாக இருக்கும் போது எதற்கு மருத்துவர்?"

"இல்லை, குழந்தை அழுது கொண்டே இருக்கிறது. செவிலியிடம் போதுமான பால் இல்லை என்று அவர்கள் சொல்கிறார்கள்."

"எப்படியும் அவள் ஒரு குழந்தை என்று நான் உங்களிடம் கெஞ்சியபோது, நீங்கள் ஏன் அவளுக்குப் பாலூட்ட சம்மதிக்க வில்லை?" (இந்த 'எப்படியும்' என்று அவள் சொன்னதன் அர்த்தம் அவருக்குப் புரிந்தது). "அவர்கள் அவளைக் கொன்று விடுவார்கள்" என்ற அவள் மணியடித்து குழந்தையைக் கொண்டு வரும்படி உத்தரவிட்டாள். "நான் அவளுக்குப் பாலூட்ட கேட்டபோது மறுப்பு தெரிவித்த நீங்கள் இப்போது என்னைக் குற்றம் சொல்கிறீர் கள்."

"நான் உன்னைக் குற்றம் சொல்லவில்லை..."

"ஆமாம், நீங்கள் என்னைக் குற்றம் சாட்டுகிறீர்கள்! ஓ, கடவுளே! நான் ஏன் இன்னும் உயிரோடு இருக்கிறேன்!" என்று அவள் கதறி அழுதாள். "என்னை மன்னியுங்கள், நான் பதட்டமாக இருப்பதால் அநியாயமாக நடந்து கொண்டேன்" என்ற அவள் தன்னைக் கட்டுக்குள் கொண்டு வந்தாள். "ஆனால் நீங்கள் போங்கள்..."

'இல்லை, இது இப்படியே தொடர முடியாது என்று அலெக்ஸி அலெக்ஸாண்ட்ரோவிச் தனது மனைவியின் அறையை விட்டுச் செல்லும்போது, தீர்மானமாகத் தனக்குள் சொல்லிக் கொண்டார்.

அவரைப் பற்றிய சமூகத்தின் பார்வையும், அவர் மனைவிக்கு அவர் மீதுள்ள வெறுப்பும், அவருக்குள் இருந்த மிருகத்தனமான புதிரான ஆற்றல், அவரை அவரது ஆன்மிக மனநிலைக்கு எதிராக, திசை திருப்பி, அதனுடைய விருப்பத்தை நிறைவேற்றும்படி அவரைத் தூண்டிவிட்டு, அவருக்கும் அவர் மனைவிக்கும் இடையில் உள்ள உறவில் மாற்றத்தை ஏற்படுத்தும்படி, கட்டாயப்படுத்துவதை, முன் எப்போதும் இல்லாத வகையில் இன்று அவர் வெளிப்படையாக உணர்ந்தார். இந்தச் சமூகமும், அவருடைய மனைவியும் தன்னிடம் எதையோ எதிர்பார்க்கிறார்கள் என்பது அவருக்குத் தெளிவாகத் தெரிந்தது என்றாலும், அது என்ன என்பதைச் சரியாக அவரால் புரிந்து கொள்ள முடியவில்லை. இது தன் கோபத்தைத் தூண்டி, தன் மன அமைதியையும், தான் செய்த நல்ல காரியத்தின் பலனையும் கெடுத்துக் கொண்டிருப்பதை அவர் உணர்ந்தார். அன்னாவைப் பொறுத்தவரை, விரான்ஸ்கியுடன் அவளுக்கு உள்ள அனைத்து உறவுகளையும் துண்டித்துக் கொள்வது நல்லது என்று அவர் நம்பினார். ஆனால் இது சாத்தியமற்றது என்று எல்லோரும்

நினைத்தால், குழந்தைகளுக்கு அவப்பெயர் ஏற்படவில்லை என்றால், அவர்களைத் தன்னிடமிருந்து பிரிக்கவில்லை என்றால், அந்த உறவுகளை மீண்டும் தொடர்வதற்கு அனுமதி தரவும் அவர் தயாராக இருந்தார். அது எவ்வளவு மோசமானதாக இருந்தாலும், அது பிரிந்து செல்வதை விடவும் நல்லது. அது அவளை நம்பிக்கையற்ற, வெட்கக்கேடான நிலையில் வைத்திருக்கும் என்றாலும், அவர் தான் நேசித்தவற்றை இழக்க நேரிடும் என்றாலும், அதற்காக தான் ஒன்றும் செய்ய முடியாது என்று அவர் நினைத்தார். எல்லோரும் தனக்கு எதிரானவர்கள் என்பதால், தனக்கு மிகவும் இயல்பானது, சரியானது என்று தோன்றுவதைச் செய்ய அனுமதிக்க மாட்டார்கள் என்பதையும், அவர்கள் தன்னைக் கெட்டதைச் செய்யக் கட்டாயப் படுத்துவார்கள் ஏனெனில் அவர்களுக்கு அது சரியென்று தோன்றுகிறது என்பதையும், அவர் முன்கூட்டியே உணர்ந்தார்.

21

யெலிசேவின் கடைக்கு புத்தம் புதிய சிப்பிகள் வந்திருப்பதை அறிந்து, அதைப் பார்த்துவிட்டு அன்னாவின் வீட்டிற்கு வந்த ஸ்டீபன் ஆர்கடியேவிச், வரவேற்பறையில் பெட்ஸியைச் சந்தித்தான்.

"ஆகா, இளவரசி! என்ன ஒரு மகிழ்ச்சியான சந்திப்பு!" என்று ஆரம்பித்தான். நான் உங்கள் வீட்டில்தான் இருந்தேன்."

"நான் போக வேண்டும், எனக்கு நேரமில்லை" என்று புன்னகையுடன் சொன்ன பெட்ஸி தன் கையுறையை அணிந்து கொண்டாள்.

"பொறுங்கள் இளவரசி, நீங்கள் கையுறை அணியும் முன், உங்கள் சிறிய கையை நான் முத்தமிட விரும்புகிறேன். அந்தப் பழைய முறைக்கு நான் எப்போதும் நன்றியுள்ளவனாக இருக்கிறேன்" என்ற அவன் அவள் கையை முத்தமிட்டான். "சரி, நாம் எப்போது சந்திக்கலாம்?"

"நீங்கள் அதற்குத் தகுதியற்றவர்" என்று சொல்லி பெட்ஸி புன்னகைத்தாள்.

"இல்லை, நான் அதற்குத் தகுதியானவன் ஏனெனில் நான் இப்போது விளையாட்டுத்தனமாக இல்லை. நான் என் சொந்தப் பிரச்சினைகளை மட்டுமின்றி மற்றவர்களின் குடும்ப விவகாரங்களையும் தீர்த்து வைக்கிறேன்" என்ற அவன் அவளை உற்று நோக்கினான்.

"ஆகா, மிக்க மகிழ்ச்சி!" என்ற அவள், அவன் அன்னாவைப் பற்றிப் பேசுகிறான் என்பதை உடனே புரிந்து கொண்டாள். எனவே அவர்கள் வரவேற்பறைக்குச் சென்று ஒரு மூலையில் நின்றனர்.

“அவர்தான் அவளுக்கு எமன்” என்று பெட்ஸி அர்த்தம் நிறைந்த கிசுகிசுப்புடன் சொன்னாள். “அது முடியாது, முடியவே முடியாது...”

“நீங்கள் அப்படி நினைப்பது எனக்கு மகிழ்ச்சியாக இருக்கிறது” என்ற ஸ்டீபன் ஆர்கடியேவிச் அனுதாபம் கலந்த வேதனையுடன் தலையை ஆட்டினான். “நான் அதற்காகத்தான் பீட்டர்ஸ்பர்க் வந்திருக்கிறேன்.”

“இந்த ஊரே இதைப் பற்றிப் பேசுகிறது” என்றாள் அவள். “இது சாத்தியமற்ற ஒரு சூழ்நிலை. அவள் வெறுமனே விலகிப் போகிறாள். தங்கள் உணர்வுகளை வெளிப்படுத்த முடியாத பெண்களில் அவளும் ஒருத்தி என்பது அவருக்குப் புரியவில்லை. இரண்டில் ஒன்று நடக்க வேண்டும். ஒன்று அவர் அவளை அழைத்துச் செல்லட்டும் அல்லது இவர் அவளுக்கு விவாகரத்துக் கொடுக்கட்டும். ஆனால் இப்போதுள்ள சூழ்நிலை அவளை வாட்டி வதைக்கிறது.”

“ஆமாம், ஆமாம்... சரிதான்...” என்ற ஆப்லான்ஸ்கி பெருமூச்சு விட்டான். “அதனால்தான் நான் வந்தேன். முழுக்க முழுக்க அதற்காக மட்டும் அல்ல... பிரபுக்களின் வீட்டின் நீதிமன்ற விவகாரங்களைக் கவனிப்பதற்கு நான் நியமிக்கப்பட்டிருப்பதற்கு நன்றி சொல்ல வேண்டும். ஆனால் இதைத் தீர்த்து வைப்பதுதான் முக்கிய வேலை” என்றான்.

“நல்லது, உங்களுக்குக் கடவுள் துணை இருக்கட்டும்!” என்றாள் பெட்ஸி.

மீண்டும் அவள் கையுறை அணிந்த கையை முத்தமிட்ட அவன், அவளிடம் கோபப்படுவதா சிரிப்பதா என்று தெரியாத அளவுக்கு அநாகரிமாக சிலவற்றைச் சொல்லிவிட்டுத் தன் சகோதரியைப் பார்க்கச் சென்றபோது, அவள் அழுது கொண்டிருப்பதைப் பார்த்தான்.

அவன் மிகவும் மகிழ்ச்சியான மனநிலையில் இருந்த போதிலும், இயல்பான தன் மனநிலைக்கு ஏற்ற இரக்கமுள்ள கவித்துவமான தொனிக்கு உடனடியாக மாறினான். அவளது உடல் நலம் குறித்தும், இரவு எப்படிக் கழிந்தது என்பதையும் கேட்டறிந்தான்.

“மிக, மிக மோசமாகக் கழிந்தன. மதியமும், காலையும், கடந்த நாட்களும், வரப்போகும் நாட்களும்” என்றாள்.

“நீங்கள் மனச்சோர்வுக்கு அடிபணிந்து விட்டீர்கள் என்று நினைக்கிறேன். துணிவுடன் எழுந்து நின்று வாழ்க்கையை நேருக்கு நேர் பார்க்க வேண்டும். அது கஷ்டம் என்பது எனக்குத் தெரியும் இருந்தாலும்...”

“பெண்கள் தங்களுக்குத் தீமை நடக்கும் என்று தெரிந்தே ஆண்களை நேசிக்கிறார்கள் என்று கேள்விப்பட்டுள்ளேன்” என்று

அன்னா திடீரென்று ஆரம்பித்தாள். "ஆனால் அவரது நற்பண்பு களுக்காக நான் அவரை வெறுக்கிறேன். என்னால் அவரோடு வாழ முடியாது. உங்களுக்குப் புரிகிறதா? அவரது தோற்றம் என்னை உடல் ரீதியாகப் பாதித்து, என்னை எனக்குள் ஒடுங்க வைக்கிறது. அவரோடு என்னால் வாழ முடியாது, வாழவே முடியாது. நான் என்னதான் செய்வது? மகிழ்ச்சியின்றி வாழ்ந்த நான், இதைவிட மகிழ்ச்சியற்று இருக்க முடியாது என்று நினைத்தேன். ஆனால் நான் இப்போது வாழும் வாழ்க்கை நரகத்தைத் தவிர வேறில்லை. அவர் ஒரு சிறந்த, நல்ல மனிதர் என்று தெரிந்தாலும், நான் அவரது விரல் நகத்திற்கு ஈடாக மாட்டேன் என்று தெரிந்தாலும், நான் அவரை வெறுக்கிறேன் என்றால் நீங்கள் நம்புவீர்களா? அவருடைய பெருந்தன்மைக்காக நான் அவரை வெறுக்கிறேன். எனக்கு வேறு வழியில்லை அதைத் தவிர…"

அவள் 'மரணம்' என்று சொல்ல முயன்ற போது ஸ்டீபன் ஆர்கடியேவிச் அவளை முடிக்க விடாமல் தடுத்தான்.

"உங்களுக்கு உடல்நலமில்லை என்பதால் அதிக மனச்சோர்வுக்கு ஆளாகிவிட்டீர்கள்" என்றான் அவன். "என்னை நம்புங்கள், நீங்கள் மிகைப்படுத்துகிறீர்கள். அதில் அத்தனை கொடுமை எதுவும் இல்லை."

ஸ்டீபன் ஆர்கடியேவிச் சிரித்தான். மிகுந்த மனவேதனையைத் தரும் இந்தச் சூழலை, ஸ்டீபன் ஆர்கடியேவிச்சிற்கு பதிலாக வேறு ஒருவர் சமாளிக்க முயன்றிருந்தால், கண்டிப்பாகச் சிரித்திருக்க முடியாது, ஏனென்றால் சிரிப்பது அப்போது இரக்கமற்றதாகத் தோன்றியிருக்கும். ஆனால் அவனது புன்னகையில் மிகுந்த இரக்கமும், கனிவும், கிட்டத் தட்ட பெண்மையின் மென்மையும் இருந்தன என்பதால் அது புண் படுத்துவதற்கு மாறாக ஆறுதலைத் தந்தது. அவனுடைய வார்த்தைகளும், புன்னகையும் பாதாம் வெண்ணெய் போல அவள் உள்ளத்தில் மென்மையாக, இனிமையாக வேலை செய்தன. அன்னா மிக விரைவில் அதை உணர்ந்தாள்.

"இல்லை, ஸ்டீவா" என்றாள். "நான் தொலைந்தேன், தொலைந்து விட்டேன்! அதைவிட மோசம். எல்லாம் முடிந்துவிட்டது என்று என்னால் சொல்ல முடியாது. ஆனால் அது இன்னும் முடியவில்லை என்பதை நான் உணர்கிறேன். நான் முறுக்கப்பட்ட கயிறைப் போன்றவள் என்பதால் நான் அறுபட வேண்டும். ஆனால் எல்லாம் இன்னும் முடியவில்லை… ஆனால் ஏதோ ஒரு பயங்கரமான வகையில் அது முடிந்துவிடும்."

"ஓ, அப்படி இல்லை. கயிறைத் தளர்த்துங்கள். தீர்வு இல்லாத எந்தப் பிரச்சினையும் இல்லை."

நற்றிணை பதிப்பகம்

"நான் யோசித்து, யோசித்துப் பார்த்தேன். ஒரே ஒரு தீர்வு..."

அவளுடைய திகிலூட்டும் பார்வையிலிருந்து, மரணம் ஒன்று தான் தீர்வு என்று அவள் நம்புவதை உணர்ந்த அவன், அவளைப் பேசி முடிக்க விடவில்லை.

"இல்லவே இல்லை, என்னை மன்னியுங்கள். நான் உங்கள் நிலையைப் பார்ப்பது போல நீங்கள் பார்க்கவில்லை. நான் என் கருத்தை வெளிப்படையாகச் சொல்ல அனுமதியுங்கள்" என்ற அவன் மீண்டும் பாதாம் வெண்ணெய் தடவிய புன்னகையைத் தவழவிட்டான். "நான் ஆரம்பத்திலிருந்து வருகிறேன். நீங்கள் உங்களைவிட இருபது வயது மூத்தவரை மணந்து கொண்டீர்கள். காதல் என்றால் என்னவென்றே தெரியாமல் திருமணம் செய்து கொண்டீர்கள். அது ஒரு தவறு என்றே வைத்துக் கொள்வோம்."

"மிக மோசமான தவறு!" என்றாள் அன்னா.

"ஆனால் நான் மீண்டும் சொல்கிறேன், அது ஒரு நடந்த உண்மை. எனவே உங்கள் கணவரைத் தவிர வேறு ஒருவரைக் காதலிக்கும் துரதிர்ஷ்டம் உங்களுக்கு ஏற்பட்டது என்று வைத்துக் கொள்வோம். அதுவும் ஒரு துரதிர்ஷ்டம் என்றாலும் நடந்த உண்மை. உங்கள் கணவர் அதை ஏற்றுக் கொண்டு உங்களை மன்னித்து விட்டார்." ஒவ்வொரு வாக்கியத்தையும் நிறுத்தி நிதானமாகச் சொன்ன அவன், அவளுடைய மறுப்புக்காகக் காத்திருந்தான் என்றாலும் அவள் ஒன்றும் சொல்லவில்லை. "சரி, அது அப்படித்தான். இப்போது கேள்வி என்னவெனில் நீங்கள் உங்கள் கணவருடன் சேர்ந்து வாழ முடியுமா என்பதுதான். நீங்கள் அதை விரும்புகிறீர்களா? அவரும் அதை விரும்புகிறாரா?"

"எனக்குத் தெரியவில்லை."

"ஆனால் அவரைச் சகித்துக்கொள்ள முடியாது என்று நீங்களே சொன்னீர்கள்."

"இல்லை, நான் அப்படிச் சொல்லவில்லை. நான் அந்த வார்த்தை களைத் திரும்பப் பெறுகிறேன். எனக்கு எதுவும் தெரியவில்லை, எதுவும் புரியவில்லை.

"சரி, நான் சொல்ல..."

"உங்களுக்குப் புரியாது. ஏதோ ஒரு படுகுழியில் நான் தலை கீழாக விழுந்து கொண்டிருப்பதாக உணர்கிறேன் என்றாலும் என்னை நான் காப்பாற்றிக் கொள்ள முயற்சிக்கவில்லை. என்னால் அதைச் செய்ய முடியாது."

"சரி, விடுங்கள், நாங்கள் கீழே ஒரு வலையை விரித்து உங்களைக் காப்பாற்றி விடுவோம். நான் உங்களைப் புரிந்து கொள்கிறேன்.

உங்கள் விருப்பங்களையும், உணர்வையும் குறித்துப் பேசுவதை நீங்களே ஏற்கவில்லை என்பது எனக்குப் புரிகிறது."

"நான் எதையும் விரும்பவில்லை, எதையும்... இவையெல்லாம் சீக்கிரம் முடிவுக்கு வர வேண்டும் என்றுதான் விரும்புகிறேன்."

"ஆனால் அவருக்கும் அதெல்லாம் தெரியும். உங்கள் துன்பத்திற்கு அவருடைய துன்பம் குறைந்தது என்று நீங்கள் நினைக்கிறீர்களா? அவருக்கும் வேதனை, உங்களுக்கும் வேதனை என்றால் யாருக்கு என்ன லாபம்? விவாகரத்து எல்லாச் சிக்கல்களையும் தீர்த்து விடும்" என்று பெரும் முயற்சி இன்றி தன் எண்ணத்தை வெளிப்படுத்திய ஸ்டீபன் ஆர்கடியேவிச், அவளை ஒரு அர்த்தமுள்ள பார்வை பார்த்தான்.

அவள் பதிலேதும் சொல்லாமல் வேண்டாம் என்பது போல தலையை ஆட்டினாள். ஆனால் திடீரென்று அவள் முகம் முன்பிருந்த பொலிவைப் பெற்றதைக் கண்ட அவன், அவளுக்கு அதில் விருப்ப மில்லை என்பதை உணர்ந்தான். ஏனெனில் அது அவளுக்கு நிறைவேற முடியாத ஒரு மகிழ்ச்சியாகத் தோன்றியது.

"உங்கள் இருவருக்காகவும் நான் மிகவும் வருந்துகிறேன்! இதை மட்டும் என்னால் தீர்க்க முடிந்தால் நான் எத்தனை மகிழ்ச்சி யடைவேன்" என்று சொன்ன ஸ்டீபன் ஆர்கடியேவிச் தைரியமாகச் சிரித்தான். "இல்லை, எதுவும் சொல்ல வேண்டாம்! நான் நினைப் பதைச் சொல்ல எனக்குக் கடவுள் உதவினால் போதும். நான் அவரைப் பார்க்கிறேன்."

கலங்கிய பளபளக்கும் கண்களுடன் அவனைப் பார்த்த அன்னா ஒன்றும் பேசவில்லை.

22

ஸ்டீபன் ஆர்கடியேவிச் வழக்கமாகத் தனது அலுவலகத்தில் நாற்காலியில் அமர்ந்திருக்கும் கம்பீரமான முகபாவத்துடன், அலெக்ஸி அலெக்ஸாண்ட்ரோவிச்சின் படிப்பறைக்குச் சென்றான். அவர் தன் கைகளை முதுகுக்குப் பின்னால் கட்டிக்கொண்டு, ஸ்டீபன் ஆர்கடியேவிச் அன்னாவிடம் பேசிய அதே விஷயத்தைப் பற்றி யோசித்தபடி, அறையில் குறுக்கும் நெடுக்கும் நடந்து கொண்டிருந் தார்.

"நான் உங்களைத் தொந்தரவு செய்யவில்லையே?" என்று கேட்ட ஸ்டீபன் ஆர்கடியேவிச்சிற்குத் தன் மைத்துனரைப் பார்த்ததும், அவனுக்குப் பழக்கமில்லாத சங்கட உணர்வு ஏற்பட்டது. அவன்

அதை மறைப்பதற்காகத் தான் புதியதாக வாங்கிய சிகரெட் பெட்டியை எடுத்து, அதை முகர்ந்து பார்த்துவிட்டு, ஒரு சிகரெட்டை வெளியே எடுத்தான்.

"இல்லை, உங்களுக்கு ஏதாவது தேவையா?" என்று அலெக்ஸி அலெக்ஸாண்ட்ரோவிச் தயக்கத்துடன் கேட்டார்.

"ஆமாம், நான் வந்து... அதை... ஆமாம், நான் உங்களுடன் பேச வேண்டும்" என்ற ஸ்டீபன் ஆர்கடியேவிச் தனக்குப் பழக்கமற்ற கூச்சத்தை உணர்ந்து வியந்தான்.

இந்த உணர்வு அவனுக்கு மிகவும் ஆச்சரியமானதாகவும் விசித்திரமானதாகவும் இருந்தது. ஏனெனில், தான் செய்யப்போவது தவறு என்று அவன் மனசாட்சியின் குரல் சொல்வதை அவனால் நம்பமுடியவில்லை. அவன் பெருமுயற்சி செய்து தனக்குள் இருந்த அந்த உணர்வை விரட்டியடித்தான்.

"என் சகோதரி மீது எனக்குள்ள பாசத்தையும், உங்கள் மீது எனக்குள்ள நேசத்தையும், மரியாதையையும் நீங்கள் மதிப்பீர்கள் என்று நான் நம்புகிறேன்" என்று சொன்ன அவன் வெட்கப்பட்டான்.

நடப்பதை நிறுத்திய அலெக்ஸி அலெக்ஸாண்ட்ரோவிச், பதிலேதும் சொல்லாமல் அவனைப் பார்த்தார். அவர் முகபாவத்தில் வெளிப்பட்ட அவருடைய மனம் தளராத தியாக உணர்வு ஸ்டீபன் ஆர்கடியேவிச்சைத் தாக்கியது.

"என் சகோதரியைப் பற்றியும் உங்கள் பரஸ்பர நிலையைக் குறித்தும் நான் உங்களிடம் பேச விரும்புகிறேன்" என்ற ஸ்டீபன் ஆர்கடியேவிச் இன்னும் அவனுக்குப் பழக்கமற்ற கூச்சத்துடன் போராடிக் கொண்டிருந்தான்.

அலெக்ஸி அலெக்ஸாண்ட்ரோவிச் சோகமாகச் சிரித்துவிட்டு பதிலேதும் சொல்லாமல் மேசை அருகில் சென்று, தான் எழுத ஆரம்பித்திருந்த கடிதத்தை எடுத்து, தன் மைத்துனரிடம் கொடுத்தார்.

"நான் அதைப் பற்றியே நினைத்துக் கொண்டிருக்கிறேன். அதை நான் எழுத்தில் நன்றாகச் சொல்ல முடியும் என்பதாலும், நான் அவள் அருகிலிருப்பது அவளுக்கு எரிச்சலைத் தருகிறது என்பதாலும் நான் எழுத ஆரம்பித்தேன்" என்ற அவர் கடிதத்தை அவனிடம் கொடுத்தார்.

கடிதத்தை வாங்கிய ஸ்டீபன் ஆர்கடியேவிச், தன்னை உற்றுப் பார்த்துக் கொண்டிருந்த அவருடைய மந்தமான கண்களைக் குழப்பத்துடன் பார்த்துவிட்டு, கடிதத்தைப் படித்தான்.

"நான் அருகில் இருப்பதை உன்னால் பொறுத்துக் கொள்ள முடியவில்லை என்பது எனக்குத் தெரியும். அதை நினைத்து எனக்கு

நானே ஆறுதல் சொல்லிக்கொள்வது கடினமாக இருந்தாலும், அது அப்படி இருப்பதையும், வேறு விதமாக இருக்க முடியாது என்பதையும் என்னால் உணர முடிகிறது. நான் உன்னைக் குறை சொல்லவில்லை. நோயுற்ற போது நீ இருந்த நிலையைப் பார்த்து, நமக்குள் இருந்த அனைத்தையும் மறந்துவிட்டு ஒரு புதிய வாழ்க்கையைத் தொடங்க நான் முழு மனதோடு தீர்மானித்தேன் என்பதற்கு அந்தக் கடவுளே சாட்சி. நான் செய்த செயலுக்காக நான் வருத்தப்படவில்லை, என்னால் வருத்தப்படவும் முடியாது. ஆனால் உன் நன்மையையும், உன் ஆன்மாவின் நன்மையையும் மட்டுமே நான் விரும்பினேன். ஆனால் அதை என்னால் நிறைவேற்ற முடியவில்லை என்பதை இப்போது காண்கிறேன். எது உன்னுடைய ஆன்மாவுக்கு உண்மை யான மகிழ்ச்சியையும் அமைதியையும் கொடுக்கும் என்று நீயே சொல். உன் விருப்பத்திற்கும் உன் நியாய உணர்வுக்கும் நான் முழுமையாக அடிபணிகிறேன்."

ஸ்டீபன் ஆர்கடியேவிச் கடிதத்தைத் திருப்பிக் கொடுத்துவிட்டு, என்ன சொல்லுவதென்று தெரியாமல் தன் மைத்துனரைக் குழப்பத் துடன் பார்த்துக்கொண்டிருந்தான். அவர்களிடையே நிலவிய மௌனம் இருவருக்கும் மிகவும் சங்கடமாக இருந்தது. கரீனின் முகத்திலிருந்து தனது கண்களை விலக்காமல் அமைதியாக அமர்ந் திருந்த ஸ்டீபன் ஆர்கடியேவிச்சின் உதடுகளில் ஒரு வலிமிகுந்த துடிப்பு ஏற்பட்டது.

"அதைத்தான் நான் அவளிடம் சொல்ல விரும்பினேன்" என்ற அலெக்ஸி அலெக்ஸாண்ட்ரோவிச் தூரத்தில் எங்கோ பார்த்தார்.

"ஆமாம், ஆமாம்" என்ற ஸ்டீபன் ஆர்கடியேவிச் தனது கண்களில் பெருகிய கண்ணீரால் பதில் சொல்ல முடியாமல் திணறினான். "ஆமாம், ஆமாம், என்னால் உங்களைப் புரிந்துகொள்ள முடிகிறது" என்று கடைசியாகச் சொன்னான்.

"அவளுக்கு என்ன வேண்டும் என்பதை நான் தெரிந்துகொள்ள விரும்புகிறேன்" என்றார் அவர்.

"அவளுக்கு என்ன செய்வதென்றே தெரியவில்லை. அவளால் தீர்மானிக்க முடியவில்லை" என்றான் தன் நிலைக்குத் திரும்பிய ஸ்டீபன் ஆர்கடியேவிச். "உங்களுடைய பெருந்தன்மையால் அவள் நொறுங்கிப் போய்விட்டாள். இந்தக் கடிதத்தைப் படித்தால் எதுவும் சொல்ல முடியாமல் அவள் தலையைக் குனிந்து கொள்வாள்."

"ஆமாம், ஆனால் என்ன செய்வது? எப்படிப் புரியவைப்பது...? அவள் விருப்பத்தை எப்படித் தெரிந்து கொள்வது?"

"நீங்கள் நான் சொல்வதைக் கேட்க விரும்பினால், இந்த நிலை மையை முடிவுக்குக் கொண்டுவர தேவையான நடவடிக்கைகளை

நேரடியாக அவருக்குச் சுட்டிக் காட்டுவது உங்கள் கையில்தான் உள்ளது என்பேன்."

"அதாவது அதை முடிவுக்குக் கொண்டுவர வேண்டும் என்று நினைக்கிறீர்களா?" என்று அலெக்ஸி அலெக்ஸாண்ட்ரோவிச் குறுக்கிட்டார். "ஆனால் எப்படி?" என்ற அவர் தன் கண்களுக்கு முன்னே சைகை செய்து கையை ஆட்டினார். "எனக்கு எந்த வழியும் தெரியவில்லை."

"ஒவ்வொரு இக்கட்டான சூழ்நிலைக்கும் ஒரு தீர்வு உள்ளது" என்ற ஸ்டீபன் ஆர்கடியேவிச் உற்சாகத்துடன் எழுந்து நின்றான். "நீங்கள் முன்பு பிரிந்து செல்ல விரும்பினீர்கள்... இப்போது நீங்கள் இருவரும் சேர்ந்து மகிழ்ச்சியாக வாழ முடியாது என்று நம்பினால்..."

"மகிழ்ச்சி என்பதைப் பலவிதமாகப் புரிந்துகொள்ளலாம். இருப்பினும் எனக்கு எதுவும் வேண்டாம் என்று அனைத்திற்கும் நான் சம்மதிக்கிறேன் என்று வைத்துக் கொள்வோம். எங்கள் நிலையிலிருந்து நாங்கள் மீள்வதற்கு என்ன வழி?"

"நீங்கள் என் கருத்தை அறிய விரும்பினால்" என்று ஸ்டீபன் ஆர்கடியேவிச் அன்னாவிடம் பேசிய அதே பாதாம் வெண்ணெய் கலந்த மென்மையான புன்னகையுடன் சொன்னான். அவனது கனிவான புன்னகை அலெக்ஸி அலெக்ஸாண்ட்ரோவிச்சிற்கு நம்பிக்கை ஏற்படுத்த, தன் பலவீனத்தை உணர்ந்த அவர், தன்னையும் அறியாமல், ஸ்டீபன் ஆர்கடியேவிச் சொல்வதை நம்புவதற்குத் தயாரானார். "அவர் அவராகவே முன்வந்து இதைச் சொல்ல மாட்டார் என்றாலும் ஒன்றே ஒன்றுதான் சாத்தியம், அந்த ஒன்றை மட்டுமே அவர் விரும்புகிறார்" என்ற ஸ்டீபன் ஆர்கடியேவிச் தொடர்ந்து சொன்னான். "உங்கள் உறவையும், அதை நினைவுபடுத்தும் அனைத்தையும் முறித்துக்கொள்வது. என்னுடைய அபிப்பிராயம் என்னவெனில், இப்போது இருக்கும் சூழ்நிலையில் உங்கள் இரு வருக்கும் இடையில் ஒரு புதிய உறவை ஏற்படுத்திக் கொள்வது அவசியம். மேலும் இரு தரப்பினரும் சுதந்திரமாக இருந்தால் மட்டுமே அந்த உறவை ஏற்படுத்த முடியும்."

"விவாகரத்து" என்று அலெக்ஸி அலெக்ஸாண்ட்ரோவிச் வெறுப்புடன் குறுக்கிட்டார்.

"ஆம், விவாகரத்து மட்டுமே தீர்வு என்று நான் நம்புகிறேன்" என்று ஸ்டீபன் ஆர்கடியேவிச், வெட்கத்துடன் மீண்டும் கூறினான். "நீங்கள் இப்போது இருக்கும் சூழ்நிலையில் தள்ளப்பட்ட திருமண மான தம்பதிகள் அனைவருக்கும் இது எல்லா வகையிலும் மிகவும் விவேகமான தீர்வாகும். திருமணமான தம்பதியர் சேர்ந்து வாழ்வது சாத்தியமற்றது என்று உணரும் போது என்னதான் செய்ய முடியும்?

அதுதான் எப்போதும் நடக்கும்." அலெக்ஸி அலெக்ஸாண்ட்ரோவிச் பெருமூச்சுடன் கண்களை மூடிக் கொண்டார். "இங்கு கருத்தில் கொள்ள வேண்டியது ஒன்றே ஒன்றுதான். இரு தரப்பினரும் வேறு திருமணம் செய்து கொள்ள விரும்புகிறார்களா? அப்படி இல்லை யெனில் அது மிகவும் சுலபம்" என்றான் ஸ்டீபன் ஆர்கடியேவிச். அவன் தனது சங்கடத்திலிருந்து மேன்மேலும் விடுபட்டதாக உணர்ந் தான்.

உணர்ச்சியின் பிடியில் சிக்கிய அலெக்ஸி அலெக்ஸாண்ட்ரோவிச் தனக்குள் ஏதோ முணுமுணுத்துக் கொண்டாரே தவிர எந்தப் பதிலும் சொல்லவில்லை. அவர் ஸ்டீபன் ஆர்கடியேவிச்சுக்கு மிகவும் சுலபமாகத் தோன்றிய அனைத்தையும் ஏற்கனவே ஆயிரம் முறைக்கு மேல் நன்றாக யோசித்துவிட்டார். அது அவருக்கு மிகவும் எளிதாகத் தோன்றவில்லை என்பது மட்டுமின்றி, முற்றிலும் முடியாத ஒன்றாகத் தோன்றியது. அவர் விவாகரத்து பற்றிய விவரங்களை ஏற்கனவே அறிந்த காரணத்தால் இப்போது அது அவருக்குச் சாத்தியமானதாகத் தெரியவில்லை. ஏனெனில் அவரது கண்ணிய உணர்வும், மதத்தின் மீது அவர் கொண்டிருந்த மரியாதையும், அவர் மனைவி மீது விபச்சாரம் என்ற கற்பனையான குற்றச்சாட்டைச் சுமத்துவதையும், அவர் மன்னித்து ஏற்றுக்கொண்ட மனைவிக்கு அவமானம் ஏற்படுத்து வதையும் தடுத்தது. ஆனால் அதைவிட முக்கியமான மற்ற காரணங் களுக்காகவும் விவாகரத்து அவருக்குச் சாத்தியமற்றதாகத் தோன்றியது.

விவாகரத்து நடந்தால் அவருடைய மகனின் கதி என்ன? அவனை அவனது தாயுடன் விட்டுவிடுவது என்பது கேள்விக்கு அப்பாற்பட்டது. மேலும் விவாகரத்தான தாய்க்கு அவளுக்குச் சொந்தமான முறைகேடான குடும்பமும், அதில் வளர்ப்பு மகனின் நிலையும், வளர்ப்பும் மிகவும் மோசமாக இருக்கும். அவனைத் தன்னுடன் வைத்துக் கொள்ளலாமா என்றால், இது பழிவாங்கும் செயல் என்பதுடன், அதை அவர் விரும்பவும் இல்லை. ஆனால் அனைத்திற்கும் மேலாக அவருக்கு விவாகரத்து சாத்தியமற்றதாகத் தோன்றுவதற்கு முக்கியக் காரணம், விவாகரத்துக்கு ஒப்புக் கொள்வதன் மூலம் அவர் அன்னாவின் அழிவுக்குக் காரணமாகி விடுவார். முன்பு விவாகரத்து செய்ய அவர் முடிவு செய்தபோது, அவர் தன்னைப் பற்றி மட்டுமே யோசித்தார் என்பதால், அது அன்னாவின் அழிவுக்கு வழிவகுக்கும் என்பதை அவர் நினைத்துப் பார்க்கவில்லை. ஆனால் மாஸ்கோவில் டாரியா அலெக்ஸாண்ட் ரோவ்னா அவரிடம் சொன்னது பசுமரத்து ஆணி போல ஆழமாக அவர் மனதில் தங்கிவிட்டது. அவள் சொன்னதையும், தனது மன்னிப்பையும், குழந்தைகள் மீது தான் கொண்ட அன்பையும்

இணைத்துப் பார்த்து, இப்போது தனக்கே உரிய வகையில் அனைத்தையும் அவர் புரிந்து கொண்டார். விவாகரத்துக்கு ஒப்புக்கொண்டு அவளைச் சுதந்திரமாக விடுவது என்பது, தான் நேசித்த குழந்தைகளின் மீதான கடைசிப் பிடியையும் விட்டு விடுவதாகும் என்பதுடன், நல்வழியில் நடப்பதற்கான அவளுடைய ஊன்றுகோலைப் பிடுங்கி, அவளை அழிவின் பாதையில் தள்ளுவதாகும் என்று நினைத்தார். அவள் விவாகரத்தான பிறகு விரான்ஸ்கியுடன் சேர்ந்து கொள்வாள் என்பதால் அந்த உறவு சட்டவிரோதமானது என்பதுடன் குற்றமாகும். ஏனெனில் தேவாலயச் சட்டத்தின்படி ஒரு மனைவி தன் கணவர் உயிருடன் இருக்கும்வரை வேறு திருமணம் செய்து கொள்ள முடியாது. 'அவனுடன் சேரும் அவளை அவன் ஓரிரு ஆண்டுகளில் கைவிட்டு விடுவான் அல்லது அவள் ஒரு புதிய உறவை ஏற்படுத்திக் கொள்வாள்' என்று அவர் நினைத்தார். 'முறைகேடான விவாகரத்துக்கு ஒப்புக்கொண்டதன் மூலம் அவளுடைய அழிவுக்கு நானே காரணமாவேன்.' இதையெல்லாம் ஆயிரம் முறைக்கு மேல் யோசித்த அவர், தனது மைத்துனர் சொன்னது போல விவாகரத்து அத்தனை எளிதானது அல்ல என்பது மட்டுமின்றி, முற்றிலும் சாத்தியமற்றது என்று நினைத்தார். எனவே ஸ்டீபன் ஆர்கடியேவிச் சொன்ன ஒரு வார்த்தையைக் கூட அவர் ஏற்றுக் கொள்ளவில்லை என்பதோடு அதையெல்லாம் மறுப்பதற்கு அவரிடம் ஆயிரம் காரணங்கள் இருந்தன. ஆனால் தன்னுடைய வாழ்க்கையைக் கட்டுப்படுத்தி வழிநடத்தும், அந்தச் சக்திவாய்ந்த மிருகத்தனமான ஆற்றல், அவர் சொல்லும் வார்த்தைகளைக் கேட்க வைக்கிறது என்றும், அதற்குத் தான் அடிபணிய வேண்டும் என்றும் அவர் உணர்ந்தார்.

"எந்த நிபந்தனைகளின் அடிப்படையில் விவாகரத்துக்கு சம்மதிப்பீர்கள் என்பதுதான் கேள்வி. அவள் உங்களிடம் எதையும் கேட்பதற்கு விரும்பவில்லை அல்லது கேட்பதற்கு அஞ்சுகிறாள். ஆனால் அவள் உங்கள் பெருந்தன்மைக்கே அனைத்தையும் விட்டுவிட்டாள்."

'அடக் கடவுளே! என்ன இது?' என்று நினைத்த அலெக்ஸி அலெக்ஸாண்ட்ரோவிச், விவாகரத்து பற்றிய விவரங்களை நினைவு கூர்ந்து, பழியை ஏற்றுக் கொண்ட கணவனாக, விரான்ஸ்கி செய்ததைப் போல வெட்கத்தால் தன் முகத்தைக் கைகளால் மூடிக் கொண்டார்.

"உங்களுக்கு வேதனையாக இருக்கும் என்பது எனக்குப் புரிகிறது. ஆனால் யோசித்துப் பாருங்கள்..."

'ஒரு கன்னத்தில் அறைந்தால் மறு கன்னத்தைக் காட்டுங்கள். மேலாடையைப் பிடுங்கினால் சட்டையையும் கொடுங்கள்' என்பதை அவர் நினைத்துப் பார்த்தார்.

"ஆமாம், ஆமாம்" என்று அவர் உரத்த குரலில் கத்தினார். "அவமானத்தை நானே சுமக்கிறேன். என் மகனையும் விட்டுக் கொடுக்கிறேன். ஆனால்... இதை இப்படியே விட்டுவிடுவது நல்லது அல்லவா? இருந்தாலும், நீங்கள் விரும்புவதைச் செய்யுங்கள்."

தனது மைத்துனர் முகத்தைப் பார்க்க முடியாதபடி திரும்பிய அவர், ஜன்னல் அருகில் இருந்த நாற்காலியில் அமர்ந்தார். இது அவருக்குக் கசப்பான, வெட்கக்கேடான விஷயமாக இருந்தது. ஆனால் இந்தக் கசப்பும் அவமானமும் இருந்தபோதும், அவர் தன்னுடைய உயர்ந்த பணிவை நினைத்து, மகிழ்ச்சியும் பிரமிப்பும் அடைந்தார்.

மனம் நெகிழ்ந்த ஸ்டீபன் ஆர்கடியேவிச் சற்று நேரம் மௌன மானான்.

"என்னை நம்புங்கள் அலெக்ஸி அலெக்ஸாண்ட்ரோவிச் அவள் உங்கள் பெருந்தன்மையைப் பாராட்டுவாள்" என்றான் அவன். "ஆனால் இது கடவுளின் சித்தம் போலத் தெரிகிறது" என்று தொடர்ந்து சொன்ன அவன், அப்படிச் சொன்னது முட்டாள்தனம் என்பதை உணர்ந்தான். மேலும் தன்னுடைய முட்டாள்தனத்தைக் கண்டு தனக்குள் எழுந்த புன்னகையைத் தடுக்கச் சிரமப்பட்டான்.

அலெக்ஸி அலெக்ஸாண்ட்ரோவிச் ஏதோ சொல்வதற்கு முயன்றார் என்றாலும் கண்ணீர் அவரைப் பேச விடாமல் தடுத்தது.

"இது விதியால் விதிக்கப்பட்ட துரதிர்ஷ்டம் என்பதால் நாம் இதை ஏற்றுக்கொள்வதைத் தவிர வேறு வழியில்லை. இந்த துரதிர்ஷ்டத்தை நான் ஒரு நடந்துவிட்ட உண்மையாக நினைத்து, உங்களுக்கும் அவருக்கும் உதவ முயற்சிக்கிறேன்" என்றான் ஸ்டீபன் ஆர்கடியேவிச்.

ஸ்டீபன் ஆர்கடியேவிச் தனது மைத்துனரின் அறையை விட்டு வெளியேறிய போது மனம் நெகிழ்ந்தான் என்றாலும், அது அவனுடைய வேலையை வெற்றிகரமாக முடித்ததால் அவனுக்கு ஏற்பட்ட மகிழ்ச்சியைத் தடுக்கவில்லை, ஏனெனில் அலெக்ஸி அலெக்ஸாண்ட்ரோவிச் தனது வார்த்தைகளிலிருந்து பின்வாங்க மாட்டார் என்பது அவனுக்கு உறுதியாகத் தெரியும். இந்த மனநிறைவுடன், தனது வெற்றிகரமான சாதனையின் தொடர்பாக அவனுக்கு ஒரு யோசனை தோன்றியது. இந்த விவகாரம் முடிவுக்கு வந்ததும் அவன் தன் மனைவியிடமும் நெருங்கிய நண்பர்களிடமும் இப்படிக் கேட்கலாம்: 'எனக்கும் சக்கரவர்த்திக்கும் என்ன வித்தி யாசம்? அவர் கூட்டணிகளை உருவாக்குகிறார். ஆனால் யாருக்கும் எந்தப் பயனும் இல்லை. நான் கூட்டணிகளை உடைக்கிறேன் மூன்று பேர் பயனடைகிறார்கள்... அல்லது எனக்கும் சக்கரவர்த்திக்

கும் என்ன ஒற்றுமை? எப்போது... எது எப்படியோ, இதைவிடச் சிறந்த ஒன்றை யோசிப்பேன்' என்று சொல்லி தனக்குள் சிரித்துக் கொண்டான்.

23

விரான்ஸ்கிக்கு ஏற்பட்ட காயம் ஆபத்தானது என்றாலும் அவன் இதயம் தப்பிவிட்டது. வாழ்வுக்கும் மரணத்திற்கும் இடையில் பல நாட்களாக அவன் உயிர் ஊசலாடிக் கொண்டிருந்தது. முதல் முறையாக அவனால் பேச முடிந்தபோது, அவரது சகோதரரின் மனைவி வர்யா மட்டுமே அவனுடன் இருந்தாள்.

"வர்யா!" என்ற அவன் அவளை உணர்ச்சி ததும்ப பார்த்தான். "நான் தற்செயலாக என்னை நானே சுட்டுக் கொண்டேன். நடந்ததை வெளியே சொல்லாதீர்கள். இதையே எல்லோரிடமும் சொல்லுங்கள் இல்லையெனில் அது சுத்த பைத்தியக்காரத்தனமாக இருக்கும்!"

அவள் அவனுக்குப் பதில் சொல்லாமல் அவனை நெருங்கி அவன் முகத்தை மகிழ்ச்சி கலந்த புன்னகையுடன் பார்த்தாள். அவன் கண்கள் தெளிவாக இருந்தன, காய்ச்சலும் இல்லை. இருப்பினும் அவன் முகத்தில் கடுகடுப்பு தெரிந்தது.

"கடவுளுக்கு நன்றி!" என்றாள். "இன்னும் வலிக்கிறதா?"

"இங்கே கொஞ்சம்" என்ற அவன் தன் மார்பைச் சுட்டிக் காட்டினான்.

"அப்படியானால் உங்கள் துணிக்கட்டை மாற்றுகிறேன்."

அவள் அதை மாற்றும்போது, அவன் மௌனமாகத் தன் பல்லைக் கடித்துக்கொண்டு, அவளைப் பார்த்தான். அவள் முடித்ததும் அவன் பேசினான்.

"எனக்கு நினைவு திரும்பிவிட்டது. வேண்டுமென்றே என்னை நானே சுட்டுக் கொண்டேன் என்ற பேச்சு வராமல் பார்த்துக் கொள்ளுங்கள்."

"அப்படி யாரும் சொல்லவில்லை. இனியும் நீங்கள் தற்செயலாக உங்களை நீங்களே சுட்டுக்கொள்ள மாட்டீர்கள் என்று நம்புகிறேன்" என்றாள் அவள் புன்சிரிப்புடன்.

"நிச்சயமாக மாட்டேன். ஆனால் அது நடந்திருந்தால் நன்றாக இருந்திருக்கும்..."

அவன் துயரத்துடன் சிரித்தான்.

அவனுடைய வார்த்தைகளும் புன்னகையும் வர்யாவுக்குப் பயத்தைக் கொடுத்தன என்றாலும், காயத்தின் வீக்கம் குறைந்து அவன் குணமடையத் தொடங்கியபோது, அவன் தன் துன்பத்தின் ஒரு பகுதியிலிருந்து முற்றிலும் விடுபட்டதாக உணர்ந்தான். அவன் தன் செயலின் மூலம் தனக்கு ஏற்பட்ட அவமானத்தையும் சிறுமையையும் துடைத்துவிட்டதாக நினைத்தான். இப்போது அவனால் அலெக்ஸி அலெக்ஸாண்ட்ரோவிச்சைப் பற்றி அமைதியாக நினைத்துப் பார்க்க முடிந்தது. அவருடைய பெருந்தன்மையை உணர்ந்த அவன், தான் அவமானப்பட்டதாக நினைக்கவில்லை. இருந்தாலும் அவன் மீண்டும் தனது பழைய வாழ்க்கைச் சுழலில் விழுந்தான். தன்னால் வெட்கப்படாமல் மனிதர்களை நேருக்கு நேராகப் பார்க்க முடியும் என்பதை உணர்ந்த அவன், தான் நிர்ணயித்த பழக்கவழக்கங்களின் வழிகாட்டுதலின்படி தன்னால் வாழ முடியும் என்று நம்பினான். இந்த மனப் போராட்டங்கள் தொடர்ந்து ஒருபுறம் இருந்தாலும், அவனால் தன் இதயத்திலிருந்து தூக்கி எறிய முடியாத ஒரு விஷயமாக, அவளை என்றைக்குமாக இழந்துவிட்டோம் என்ற வருத்தம் அவனை விரக்தியில் ஆழ்த்தியது. அவள் கணவனுக்கு இழைத்த குற்றத்திற்குப் பரிகாரமாக, அவளை விட்டுவிலகி அவள் மனம் திருந்தியதற்கு குறுக்கே நிற்காமலும், அவளுக்கும் அவள் கணவனுக்கும் இடையில் நிற்காமலும் இருக்க வேண்டும் என்ற உறுதியான முடிவை அவன் எடுத்தான். ஆனால் அவள் காதலை இழந்துவிட்ட வருத்தம் அவன் இதயத்தை விட்டு அகலவில்லை. அவளுடன் அவன் அனுபவித்த மகிழ்ச்சியான தருணங்களின் நினைவை அவனால் தன் மனதிலிருந்து அழிக்க முடியவில்லை. அந்த நேரத்தில் அவன் அதைப் பெரிதாக மதிக்கவில்லை என்றாலும் இப்போது அது அத்தனை வசீகரத்துடன் அவனை வாட்டி வதைத்தது.

செர்புகோவ்ஸ்கோய், தாஷ்கண்டில் அவனுக்கு ஒரு வேலை இருப்பதாகச் சொன்னார். விரான்ஸ்கி சிறிதும் தயக்கமின்றி அந்த வேலையை ஏற்றுக்கொண்டான். ஆனால் அவன் புறப்படும் நேரம் நெருங்கியபோது, தான் கடமை என்று கருதிய தியாகத்தை நிறை வேற்றுவது அவனுக்குக் கடினமாக இருந்தது.

அவனுடைய காயம் முழுமையாகக் குணமாகிவிட்டதால், அவன் தாஷ்கண்ட் புறப்படுவதற்கான ஏற்பாடுகளைச் செய்துகொண்டி ருந்தான்.

அவன் அனைவரிடமும் விடைபெற்றுக் கொண்டிருந்த போது, 'அவளை ஒரே ஒருமுறை மட்டும் பார்த்துவிட்டுப் பிறகு சாக வேண்டும்' என்று நினைத்தான். எனவே தன் எண்ணத்தைப் பெட்ஸியிடம் தெரிவித்தான். இதற்காக அன்னாவிடம் சென்ற அவள் அவனுக்குச் சாதகமான பதிலைக் கொண்டு வரவில்லை.

அதைக் கேட்ட விரான்ஸ்கி, 'அதுவும் நல்லதுதான்' என்று நினைத்தான். 'அந்தப் பலவீனம் என் கடைசி ஆற்றலையும் அழித்து விடும்.'

அடுத்த நாள் காலை நேரடியாக அவனைப் பார்க்க வந்த பெட்ஸி, அலெக்ஸி அலெக்ஸாண்ட்ரோவிச், விவாகரத்துக்குச் சம்மதித்து விட்டதாக, ஆப்லான்ஸ்கியிடமிருந்து தனக்குச் சாதகமான செய்தி வந்திருப்பதைத் தெரிவித்து, இதனால் அவன் அவளைப் பார்க்க முடியும் என்பதைத் தெரிவித்தாள்.

அவன் பெட்ஸியை வழியனுப்புவதற்கு மறந்து, தன்னுடைய தீர்மானங்கள் அனைத்தையும் மறந்து, அவளை எப்போது பார்க்க முடியும், அவள் கணவர் எங்கு இருப்பார் என்பதையெல்லாம் யோசிக்காமல் அன்னாவின் வீட்டை நோக்கிச் சென்றான். யாரையும் பார்க்காமல், எதையும் கவனிக்காமல், மாடிப்படிகளில் ஏறி, ஓடுவதைக் கட்டுப்படுத்த முடியாதவனாக, வேகமாக அவள் அறைக்குள் நுழைந்தான். அறையில் வேறு யாரும் இருக்கிறார்களா இல்லையா என்று கூட யோசிக்காமல், தன் கைகளால் அவளை வளைத்துப் பிடித்து, அவள் முகத்தையும், கைகளையும், கழுத்தையும் முத்தங்களால் நிரப்பினான்.

இந்தச் சந்திப்புக்குத் தன்னை ஆயத்தப்படுத்திக் கொண்டிருந்த அன்னா, தான் என்ன சொல்ல வேண்டும் என்பதைப் பற்றி யோசித்துக் கொண்டிருந்தாள். ஆனால் இப்போது அவளால் எதையும் சொல்ல முடியவில்லை. அவனுடைய மோகம் அவளையும் ஆட்கொண்டது. அவள் தன்னையும் அவனையும் அமைதிப்படுத்த முயன்றாள் என்றாலும், அது காலம் கடந்துவிட்டது. அவனுடைய உணர்ச்சிகளின் வேகம் அவளையும் தொற்றிக்கொண்டது. பேச முடியாதபடி அவளுடைய உதடுகள் நீண்ட நேரமாக நடுங்கிக் கொண்டிருந்தன.

"ஆமாம், நீங்கள் என்னைக் கைப்பற்றி விட்டீர்கள். இனி நான் உங்களுடையவள்" என்று சொல்லிய அவள் அவனுடைய கையைத் தன் மார்பில் வைத்து அழுத்தினாள்.

"அப்படித்தான் இருக்க வேண்டும்!" என்றான் அவன். "நாம் வாழும் காலம்வரை இது நீடிக்க வேண்டும். இப்போது எனக்கு நிச்சயமாகத் தெரிகிறது."

"உண்மைதான்" என்று முகம் வெளிறச் சொன்ன அவள் அவன் தலையைத் தழுவிக் கொண்டாள். "இருந்தும் இத்தனையும் நடந்த பிறகு, இதில் ஏதோ விபரீதம் இருப்பதாகத் தெரிகிறது."

"அது கடந்து போகும், எல்லாம் கடந்து போகும், நாம் மகிழ்ச்சியாக இருப்போம்! நம் காதல் வலிமையாக இருந்தால், அந்த ஏதோ விபரீதமானது அதை இன்னும் வலிமையாக்கும்" என்ற அவன்

தன் தலையை நிமிர்த்தி, புன்னகையுடன் தன் வலிமையான பற்களை வெளிக்காட்டினான்.

அவன் சொன்னதற்குப் பதிலாக அவளால் புன்னகைக்காமல் இருக்க முடியவில்லை. இருந்தாலும் அந்தப் புன்னகை அவன் சொல்லிய வார்த்தைகளுக்காக அல்ல மாறாக அவனுடைய அன்பான கண்களுக்காக. அவள் அவன் கையை எடுத்துத் தன் குளிர்ந்த கன்னங்கள் மீதும், தன் குட்டையான கூந்தல் மீதும் தடவிக் கொண்டாள்.

"இந்தக் குட்டையான கூந்தலால் நான் உங்களை அடையாளம் காண முடியவில்லை. நீங்கள் இன்னும் அழகாக மாறிவிட்டீர்கள். ஒரு பையனைப் போல. ஆனால் உங்கள் முகம் ஏன் இப்படி வெளிறிப் போயிருக்கிறது?"

"ஆமாம், நான் பலவீனமாக இருக்கிறேன்" என்று அவள் புன்னகைத்தாள். அவள் உதடுகள் மீண்டும் நடுங்கின.

"நாம் இத்தாலிக்குச் செல்வோம். அங்கு உங்கள் உடல்நலம் தேறும்" என்றான்.

"உண்மையில் நாம் கணவன் மனைவியாக, ஒரு குடும்பமாக இருக்க முடியுமா?" என்று அவன் கண்களை ஆழமாக ஊடுருவிப் பார்த்துக் கேட்டாள்.

"அது அப்படியில்லாமல் வேறு எப்படி இருக்க முடியும் என்பது எனக்கு வியப்பாக இருக்கிறது."

"அவர் எதற்கும் சம்மதிப்பதாக ஸ்டீவா என்னிடம் சொன்னார். ஆனால் அவரது பெருந்தன்மையை என்னால் ஏற்றுக் கொள்ள முடியாது" என்று அவன் முகத்தைப் பார்த்து ஏதோ சிந்தனையுடன் சொன்னாள். "எனக்கு விவாகரத்து வேண்டாம். இப்போது எனக்கு எதுவும் முக்கியமில்லை. செரியோஷாவைக் குறித்து அவர் என்ன முடிவு செய்வார் என்று எனக்குத் தெரியவில்லை."

அவர்கள் மீண்டும் இணையும் இந்தத் தருணத்தில், அவள் வேறு எதுவும் முக்கியமல்ல என்பது போல, தன் மகனைப் பற்றியும், விவாகரத்தைப் பற்றியும் யோசிப்பதை அவனால் புரிந்துகொள்ள முடியவில்லை.

"அதைப் பற்றிப் பேசவோ அல்லது யோசிக்கவோ வேண்டாம்" என்ற அவன், பிடித்திருந்த அவள் கையைத் தன் கைக்குள் திருப்பி, அவள் கவனத்தைத் திசைதிருப்ப முயன்றான். ஆனால் அவள் அவனைப் பார்க்கவில்லை.

"ஆகா, நான் ஏன் இன்னும் சாகவில்லை! முன்னரே செத்துப் போயிருந்தால் நன்றாக இருந்திருக்கும்" என்று அவள் சொன்னதும், அவள் கண்களிலிருந்து தாரைதாரையாகக் கண்ணீர் வழிந்தது.

ஆனால் அவனை வேதனைப்படுத்த விரும்பாத அவள் புன்னகைக்க முயன்றாள்.

ஆபத்து நிறைந்ததாக இருந்த தாஷ்கண்டில், ஒரு பதவியின் நியமனத்தை மறுப்பது அவமானமாகவும் சாத்தியமற்றதாகவும் முன்பு விரான்ஸ்கிக்குத் தோன்றியது என்றாலும் இப்போது அவன் சற்றும் தயங்காமல் அதை மறுத்தான். அவனுடைய மறுப்புக்கு மேலதிகாரிகளிடம் அதிருப்தி இருப்பதைக் கண்ட அவன் உடனடியாகத் தன் பதவியை ராஜினாமா செய்தான்.

ஒரு மாதத்திற்குப் பிறகு அலெக்ஸி அலெக்ஸாண்ட்ரோவிச் தனது மகனுடன் தன்னுடைய வீட்டில் தனியாக வசித்தார். அன்னா விவாகரத்துப் பெற்றுக்கொள்ளாமல் விரான்ஸ்கியுடன் வெளிநாடு சென்றாள். மேலும் அவள் அந்த யோசனையை முற்றிலுமாகக் கைவிட்டாள்.

●

பகுதி ஐந்து

1

நோன்பு பெருநாளுக்கு இன்னும் ஐந்து வாரங்களே உள்ள நிலையில், அதற்கும் முன்பாக திருமணத்தை நடத்துவது சாத்தியமற்றது என்று இளவரசி ஷெர்பார்ட்ஸ்கி நினைத்தார்; ஏனெனில் அப்போது திருமணத்திற்கான உடைகளில் பாதி கூட தைத்து முடிந்திருக்காது. ஆனால் மிகவும் நோய்வாய்ப்பட்டிருந்த இளவரசி ஷெர்பாட்ஸ்கியின் வயதான அத்தை எந்த நேரத்திலும் இறக்கக்கூடும் என்பதாலும், பிறகு அதற்கான காரியங்களாலும், திருமணம் மேலும் தள்ளிப் போக வாய்ப்புள்ளதாக லெவின் சொன்னதை இளவரசியால் மறுக்க முடியவில்லை. எனவே ஆடைகளை இரண்டு பகுதிகளாகத் தைக்கச் சொன்ன இளவரசி நோன்புக்கு முன் திருமணத்தை நடத்த சம்மதித்தாள். ஆடைகளில் ஒரு பகுதி ஏற்கனவே தயாராக இருந்த நிலையில், மற்றவற்றைப் பிறகு தைத்து அனுப்பலாம் என்று அவள் முடிவு செய்தாள். ஆனால் லெவின் இந்த ஏற்பாட்டை ஒப்புக் கொள்வதாகவோ அல்லது மறுப்பதாகவோ எந்தத் தெளிவான பதிலையும் சொல்லவில்லை என்பதால் இளவரசிக்கு லெவின் மீது கோபம் ஏற்பட்டது. திருமணத்திற்குப் பிறகு ஜோடிகள் நாட்டிற்குச் செல்ல விரும்பியதால், ஆடையின் மற்ற பகுதிகள் தேவைப்படாது என்பதால், இந்த ஏற்பாடு மிகவும் பொருத்தமானதாக இருந்தது.

தன்னுடைய சந்தோஷமே உலக உயிர்களின் ஒரே குறிக்கோளாக இருப்பதால், எல்லாவற்றையும் பிறர் தனக்காகச் செய்கிறார்கள் என்பதால், தான் எதைப் பற்றியும் யோசிக்கவோ, கவலைப்படவோ தேவையில்லை, என்று நினைத்த லெவின், அதே பைத்தியக்கார மனநிலையில் தொடர்ந்து இருந்தார். எல்லாம் நல்லபடியாக நடக்கும் என்று நம்பிய அவர், எதிர்காலம் குறித்து தனக்கென எந்தத் திட்டமும் இலக்கும் வைத்துக் கொள்ளாமல், அனைத்தையும் மற்றவர்களின் பொறுப்பில் விட்டார். எனவே அவருடைய சகோதரர் செர்ஜி இவானோவிச், ஸ்டீபன் ஆர்கடியேவிச், இளவரசி ஆகியோர் அவர் செய்ய வேண்டியதைச் செய்வதற்கு அவருக்கு வழிகாட்டினர். அவர் அவர்கள் சொன்ன அனைத்தையும் முழுமையாக ஏற்றுக் கொண்டார். அவருடைய சகோதரர் அவருக்காக கடன் வாங்கிக் கொடுத்தார். இளவரசி திருமணத்திற்குப் பிறகு மாஸ்கோவை

விட்டுச் செல்லும்படி யோசனை கூறினாள். ஆப்லான்ஸ்கி வெளிநாடு செல்லும்படி சொன்னான். லெவின் எல்லாவற்றுக்கும் சம்மதித்தார். 'உங்களுக்கு மகிழ்ச்சி தரக்கூடிய எதையும் நீங்கள் செய்யுங்கள். நான் ஏற்கனவே மகிழ்ச்சியாக இருப்பதால், நீங்கள் எதைச் செய் தாலும் அது என் மகிழ்ச்சியைக் கூட்டவோ குறைக்கவோ போவ தில்லை' என்று அவர் நினைத்தார். ஸ்டீபன் ஆர்கடியேவிச் வெளி நாட்டிற்குச் செல்லும்படி சொன்ன யோசனையை அவர் கிட்டியிடம் தெரிவித்தபோது, அவள் அதை ஏற்கவில்லை என்பதையும், அவர் களின் எதிர்கால வாழ்க்கையைப் பற்றி அவளுக்கென்று திட்ட வட்டமான யோசனைகள் இருப்பதையும் கண்டு அவர் மிகவும் ஆச்சரியப்பட்டார். லெவினுக்கு மிகவும் பிடித்த வேலை நாட்டில் தான் இருக்கிறது என்பதை அவள் அறிந்திருந்தாள். அவர் செய்து வந்த வேலை அவளுக்குப் புரியவில்லை என்பதும், அவள் அதைப் புரிந்து கொள்ள விரும்பவில்லை என்பதும் லெவினுக்குத் தெரியும். இருந்தாலும் அவள் அது மிகவும் முக்கியமான வேலை என்று கருதினாள். அவள் தங்களுடைய வீடு நாட்டில்தான் இருக்கப் போகிறது என்று கருதியதால், வெளிநாடு செல்வதற்கு விரும்ப வில்லை. அவள் அங்கு வசிக்கப்போவதில்லை என்பதால் அவளுடைய வீடு இருக்கும் இடத்திற்குச் செல்ல விரும்பினாள். அவளுடைய அந்த உறுதியான முடிவு லெவினுக்கு ஆச்சரியத்தை ஏற்படுத்தியது. ஆனால் எங்கே இருந்தாலும் ஒன்றுதான் என்று நினைத்த லெவின், உடனடியாக அது தன் கடமை என்பது போல, ஸ்டீபன் ஆர்கடியே விச்சிடம், அவனை நாட்டிற்குச் சென்று அவனுடைய ரசனைக்கு ஏற்ப அனைத்து ஏற்பாடுகளையும் செய்யும்படி கூறினார்.

"கவனியுங்கள், நீங்கள் ஒப்புதல் வாக்குமூலம் பெற்றதற்கான சான்றிதழ் உங்களிடம் இருக்கிறதா?" என்று ஸ்டீபன் ஆர்கடியேவிச், இளம் ஜோடிகளுக்கு வேண்டிய அனைத்து ஏற்பாடுகளையும் நாட்டில் செய்து முடித்து விட்டுத் திரும்பியதும் லெவினிடம் கேட்டான்.

"இல்லை, ஏன்?"

"அது இல்லாமல் திருமணம் செய்து கொள்ள முடியாது."

"ஓ, இல்லை!" என்று லெவின் கத்தினார். "நான் தேவாலயத் திற்குச் சென்று ஒன்பது ஆண்டுகள் ஆகிவிட்டன என்று நினைக் கிறேன்! நான் அதைப் பற்றி யோசிக்கவில்லை."

"நீங்கள் ஒரு நல்ல மனிதர்!" என்று ஸ்டீபன் ஆர்கடியேவிச் சிரித்துக் கொண்டே சொன்னான். "நீங்கள் என்னை ஆன்மிகவாதி என்று நினைக்கலாம் ஆனால் இது சரிப்படாது. நீங்கள் அதைச் செய்தாக வேண்டும்."

"ஆனால் எப்போது? இன்னும் நான்கு நாட்களே உள்ளன."

ஸ்டீபன் ஆர்கடியேவிச் அதற்கும் ஏற்பாடு செய்தான். லெவினும் அதற்குத் தயாரானார். மற்றவர்களின் நம்பிக்கைகளை மதிக்கும் எந்த நாத்திகவாதியையும் போல, தேவாலய சடங்குகளில் கலந்து கொள்வதும், பங்கேற்பதும் லெவினுக்கு மிகுந்த கஷ்டத்தைக் கொடுத்தது. அவர் எல்லாவற்றுக்கும் உணர்ச்சிவசப்படும் மனநிலையில் உள்ள இந்தத் தருணத்தில், தவிர்க்க முடியாத இந்தப் பாசாங்குத்தனம் அவருக்கு வேதனையாக மட்டுமின்றி, முற்றிலும் சாத்தியமற்றதாகத் தோன்றியது. இப்போது, இப்போது அவருடைய வாழ்க்கை பூத்து மலரத் தொடங்கிய நிலையில், பொய் சொல்ல வேண்டும் அல்லது தெய்வ நிந்தனை செய்ய வேண்டும். அவர் தன்னால் இந்த இரண்டையும் செய்ய முடியாது என்பதை உணர்ந்தார். எனவே தேவாலயத்திற்குச் செல்லாமல் சான்றிதழைப் பெற வழி இருக்கிறதா என்று லெவின் ஆப்லான்ஸ்கியைத் துளைத்தெடுத்தார். ஆனால் ஸ்டீபன் ஆர்கடியேவிச் அது சாத்தியமில்லை என்று உறுதியாகச் சொன்னான்.

"அதுமட்டுமல்ல, இரண்டு நாளில் என்ன ஆகிவிடப் போகிறது? அந்த பாதிரியார் வயதான நல்ல மனிதர். உங்களுக்கு வலிக்காமல் பல்லைப் பிடுங்கி விடுவார்."

தேவாலயத்தில் பிரார்த்தனை செய்ய நின்ற லெவின், தனது இளமையில் பதினாறு அல்லது பதினேழாவது வயதில், தனக்கு இருந்த தீவிரமான மத உணர்வுகளை இப்போது புதுப்பித்துக் கொள்ள முயன்றார். ஆனால் அது தன்னால் முடியாத காரியம் என்பதை அவர் உடனடியாக உணர்ந்தார். அவர் அதை ஒரு அர்த்தமற்ற வெற்றுச் சடங்காக, உறவினர் வீட்டுக்கு விருந்தாளியாகச் சென்றது போல கற்பனை செய்ய முயன்றார் என்றாலும், அதையும் அவரால் செய்ய முடியவில்லை. அவருடைய சமகாலத்தவர்களில் பெரும்பாலோரைப் போல, மதத்தைப் பொறுத்தவரை லெவின் இரண்டுங்கெட்டானாக தவித்தார். அவரால் நம்ப முடியவில்லை என்றாலும் அவை முற்றிலும் பொய் என்றும் அவரால் தள்ளிவிடவும் முடியவில்லை. எனவே அவர் தான் செய்து கொண்டிருக்கும் செயலின் முக்கியத்துவத்தை நம்ப முடியாமலும், அதை வெற்றுச் சம்பிரதாயமாகக் கருத முடியாமலும், பிரார்த்தனைக்கு ஆயத்தமாகிக் கொண்டிருந்த நேரம் முழுவதும், தனக்குப் புரியாத ஒன்றைச் செய்வதில் சங்கடமும் வெட்கமும் அடைந்தார். எனவே அவருடைய மனக்குரல் சொன்னது போல அது பொய்யானதாகவும் தவறானதாகவும் இருக்க வேண்டும்.

பிரார்த்தனையின் போது முதலில் ஜெபங்களைக் கேட்ட அவர், தனது சொந்தக் கருத்துக்களுடன் முரண்படாமல் அவற்றுக்குச் சில அர்த்தங்களைக் கற்பித்துக் கொள்ள முயன்றார். பின்னர்

அவற்றைத் தன்னால் புரிந்துகொள்ள முடியவில்லை என்றும், அவை கண்டிக்கத்தக்கவை என்றும் உணர்ந்து, அவற்றுக்குச் செவி சாய்க்காமல் இருக்க முயன்றார். ஆனால் தேவாலயத்தில் வெறுமனே நின்று கொண்டிருந்த அந்த நேரத்தில், அசாதாரணமான தெளிவுடன் தன்னுடைய மனதில் திரண்ட எண்ணங்கள் மற்றும் நினைவுகளில் தன்னுடைய கவனத்தைச் செலுத்த முயன்றார்.

லெவின் பிரார்த்தனை, மாலை ஆராதனை, நள்ளிரவு ஆராதனை என அனைத்தும் முடிந்த பிறகு, மறுநாள் காலை முன்னதாகவே எழுந்து, தேநீர் அருந்தாமல், காலை எட்டு மணிக்கு ஆராதனைக் காகவும் ஒப்புதல் வாக்குமூலத்திற்காகவும் தேவாலயத்திற்குச் சென்றார்.

தேவாலயத்தில் ஓர் ஆதரவற்ற சிப்பாயும், இரு வயதான பெண்களும், மதகுருமார்களையும் தவிர வேறு யாரும் இல்லை.

தனது நீண்ட முதுகு இரண்டு பகுதிகளாகத் தெளிவாகத் தெரியும்படி, பாதிரியாரின் நீண்ட அங்கி அணிந்த ஒரு இளம் உதவியாளர் அவரை வரவேற்று, நேராக சுவரருகே இருந்த சிறிய மேசைக்கு அழைத்துச் சென்று பிரார்த்தனைகளைப் படிக்க ஆரம்பித்தார். அவர் படித்துக் கொண்டிருந்த போது, குறிப்பாக, 'ஆண்டவரே கருணை காட்டுங்கள்' என்று அடிக்கடி திரும்பத் திரும்பச் சொன்னபோது எழுந்த எதிரொலியைச் செவிமடுத்த லெவின், தன் மனம் மூடிவிட்டதையும், இப்போது அதைக் கிளறினால் குழப்பத்தைத் தவிர வேறெதுவும் விளையாது என்பதையும் உணர்ந் தார். எனவே அவர் உதவியாளரின் பின்னால் நின்று கொண்டு, அவர் சொன்னது எதையும் காதில் வாங்காமல் அல்லது புரிந்து கொள்வதற்கு முயற்சி செய்யாமல், தன்னுடைய சிந்தனைகளில் மூழ்கினார். 'அவளுடைய கைகள் எத்தனை எத்தனை பாவங்களைக் காட்டுகின்றன என்பதை நினைக்கும் போது வியப்பாக இருக்கிறது' என்று நினைத்த அவர், நேற்று மேசைக்கு முன் அவர்கள் அமர்ந் திருந்ததை நினைவு கூர்ந்தார். அந்த நேரத்தில் எப்போதும் போல அவர்களுக்குப் பேசுவதற்கு எதுவும் கிடைக்காத போது, அவள் மேசையின் மீது கையை வைத்து அதைத் திறந்து திறந்து மூடிக் கொண்டிருந்தாள். தான் செய்து கொண்டிருந்ததைப் பார்த்து அவள் தனக்குத் தானே சிரித்துக் கொண்டாள். அந்தக் கைகளை முத்தமிட்ட அவர், இளஞ்சிவப்பு உள்ளங்கையில் இருந்த ரேகைகளை ஆராய்ந்ததை நினைத்துப் பார்த்தார். 'ஆண்டவரே மீண்டும் எங்கள் மீது கருணை காட்டுங்கள்!' என்று நினைத்த லெவின் சிலுவையிட்டு வணங்கினார். தனக்கு முன்னால் குனிந்து குனிந்து நிமிரும் உதவியாளரின் முதுகின் அசைவுகளைப் பார்த்தார். 'பிறகு அவள் என் கையைப் பிடித்து அதிலுள்ள ரேகைகளை ஆராயந்து, உங்களுக்கு அதிர்ஷ்டமான கை' என்றாள். அவர் உதவியாளரின் தடிமனான

கைகளையும் தன் கைகளையும் பார்த்தார். 'சரி சீக்கிரம் முடிந்து விடும்' என்று நினைத்தார். 'இல்லை இப்போதைக்கு முடியாது. அது மீண்டும் தொடங்கி விட்டது என்று நினைத்த அவர் ஜெப ஒலியைக் கேட்டார். 'ஆமாம், முடிந்துவிட்டது. அவர் தரையில் விழுந்து வணங்குகிறார். முடிவதற்கு முன்பு கடைசியாக அதைத்தான் செய்வார்கள்.'

லெவின் கொடுத்த மூன்று ரூபிள் நோட்டை, விலைமதிப்புள்ள வெல்வெட் போர்த்திய உதவியாளரின் கை தயக்கமின்றி பெற்றுக் கொண்டது. அவர் லெவின் பெயரைப் பதிவேட்டில் பதிவதாகச் சொல்லி, தேவாலயத்தின் நடைபாதையில் தனது புதிய காலணிகள் சப்திக்க வேகமாக நடந்து வழிபாட்டு மேடை மீது ஏறி உள்ளே சென்றார். அவர் ஒரு நிமிடம் கழித்து எட்டிப் பார்த்து லெவினிடம் சைகை செய்தார். அதுவரை லெவினுடைய மனதில் புதைந்திருந்த எண்ணங்கள் அப்போது மேலெழுந்தன. ஆனால் அவர் அதை அவசர அவசரமாக விரட்டியடித்தார். 'அது எப்படியாவது சரியாகி விடும்' என்று நினைத்துக்கொண்டு அவர் மேடையை நோக்கிச் சென்றார். படிகளில் ஏறி வலது பக்கம் திரும்பியபோது அவர் பாதிரியாரைப் பார்த்தார். நரைத்த தாடியும், சோர்வுற்ற கண்களையும் கொண்ட ஒரு முதியவர் உயரமான சாய்வு மேசைக்கு அருகில் நின்று, ஜெபப் புத்தகத்தின் பக்கங்களைத் திருப்பிப் படித்துக் கொண்டிருந்தார். அவர் லெவினைப் பார்த்துத் தலைகுனிந்து வணங்கிவிட்டு உடனே தனது வழக்கமான குரலில் ஜெபங்களை ஓதத் தொடங்கினார். அவர் ஓதி முடித்ததும் குனிந்து தரையை வணங்கிவிட்டு லெவினை நோக்கித் திரும்பினார்.

"இங்கே கண்ணுக்குத் தெரியாமல் இருக்கும் கிறிஸ்து உங்கள் பாவமன்னிப்பைப் பெற்றுக் கொள்கிறார்" என்ற அவர் சிலுவையைச் சுட்டிக் காட்டினார். "பரிசுத்த அப்போஸ்தல திருச்சபை போதிக்கும் அனைத்தையும் நீங்கள் நம்புகிறீர்களா?" என்ற பாதிரியார் லெவின் முகத்திலிருந்து கண்களைத் திருப்பிக் கொண்டு தன் கைகளைக் கூப்பினார்.

"நான் சந்தேகப்படுகிறேன். நான் எல்லாவற்றையும் சந்தேகப் படுகிறேன்" என்று நடுங்கிய குரலில் சொன்ன லெவின் மௌன மானார்.

லெவின் மேலும் ஏதேனும் சொல்வதற்காக சில விநாடிகள் காத்திருந்த பாதிரியார், பிறகு கண்களை மூடிக் கொண்டு அழுத்த மான உச்சரிப்புடன் வேகமாகச் சொன்னார்:

"சந்தேகப்படுவது மனிதனின் இயல்பான பலவீனம், ஆனால் இரக்கமுள்ள இறைவன் நம்மைப் பலப்படுத்த வேண்டும் என்று

நாம் ஜெபிக்க வேண்டும். உங்களுடைய குறிப்பிடத்தகுந்த பாவங்கள் என்ன?" என்று சிறிதும் இடைவெளியின்றி, நேரத்தை வீணடிக்க விரும்பாதவராகக் கேட்டார்.

"என்னுடைய முதன்மையான பாவம் சந்தேகம். நான் எல்லா வற்றையும் சந்தேகப்படுகிறேன். எப்போதும் நான் சந்தேகத்தில் உழல்கிறேன்."

"சந்தேகப்படுவது மனிதனின் இயல்பான பலவீனம்" என்று திரும்பவும் சொன்னார் பாதிரியார். "உங்களுடைய முக்கியமான சந்தேகம் என்ன?"

"நான் அனைத்தையும் சந்தேகப்படுகிறேன். சிலசமயம் கடவுள் இருக்கிறாரா என்று கூட நான் சந்தேகப்படுகிறேன்" என்று லெவினால் சொல்லாமல் இருக்க முடியவில்லை. அவர் தான் தவறாகச் சொல்லி விட்டோமா என்று நினைத்து திகிலடைந்தார். ஆனால் அவை பாதிரியாரிடம் எந்த விளைவையும் ஏற்படுத்தியதாகத் தெரியவில்லை.

"கடவுள் இருக்கிறார் என்பதில் என்ன சந்தேகம் இருக்க முடியும்?" என்று அவர் மெல்லிய புன்னகையுடன் கேட்டார்.

லெவின் பதில் சொல்லாமல் நின்றார்.

"சிருஷ்டிகர்த்தாவின் படைப்பை உங்கள் கண்களால் நீங்கள் பார்க்கும் போது, அவர் மீது உங்களுக்கு என்ன சந்தேகம் இருக்க முடியும்?" என்று பாதிரியார் வேகமாக சம்பிரதாயமாக பேசிக் கொண்டு சென்றார். "அப்படியானால் வானவெளியை நட்சத்திரங் களால் அலங்கரித்தவர் யார்? பூமியை அதன் அழகால் மூடியவர் யார்? ஒரு படைப்பாளி இல்லாமல் இது எப்படிச் சாத்தியமாகும்?" என்று கேட்ட அவர் லெவினை விசாரிக்கும் தோரணையில் பார்த் தார்.

ஒரு பாதிரியாருடன் தத்துவ விவாதத்தில் ஈடுபடுவது பொருத்த மற்றது என்று கருதிய லெவின், அவரது கேள்விக்கு நேரடியாகத் தொடர்புடையதை மட்டுமே பேசினார்.

"எனக்குத் தெரியவில்லை" என்றார் அவர்.

"உங்களுக்குத் தெரியவில்லையா? அப்படியானால் கடவுள்தான் எல்லாவற்றையும் படைத்தார் என்பதில் உங்களுக்கு என்ன சந்தேகம் இருக்க முடியும்?" என்று வியப்புடன் கேட்டார் பாதிரியார்.

"எனக்கு ஒன்றும் புரியவில்லை" என்று லெவின் வெட்கத்துடன் சொன்னார். தனது இந்த வார்த்தைகள் முட்டாள்தனமானவை என்பதையும், இந்தச் சூழ்நிலையில் அவை முட்டாள்தனமாக இருப் பதைத் தவிர வேறு எப்படியும் இருக்க முடியாது என்பதையும் அவர் உணர்ந்தார்.

"இறைவனிடம் பிரார்த்தனை செய்து அவரிடம் மன்றாடுங்கள். பரிசுத்த பிதாக்களுக்கும்கூட இந்தச் சந்தேகம் இருந்தது. அவர்கள் தங்கள் நம்பிக்கையை வலுப்படுத்தும்படி கடவுளிடம் கேட்டனர். சாத்தானுக்கு அதிக ஆற்றல் உண்டு என்றாலும் நாம் அவனிடம் சரணடையக்கூடாது. கடவுளிடம் பிரார்த்தனை செய்யுங்கள். அவரிடம் மன்றாடி கேட்டுக் கொள்ளுங்கள். கடவுளிடம் பிரார்த்தனை செய்யுங்கள்" என்று அவர் வேகமாகத் திரும்பத் திரும்பச் சொன்னார்.

ஏதோ சிந்தனையில் மூழ்கியது போல பாதிரியார் சற்று நேரம் அமைதியாக இருந்தார்.

"என் திருச்சபையைச் சேர்ந்தவரும் ஆன்மிக மகனுமான இளவரசர் ஷெர்பாட்ஸ்கியின் மகளுடன் நீங்கள் புனிதமான திருமண பந்தத்தில் ஈடுபடப் போகிறீர்கள் என்று கேள்விப்படுகிறேன்?" என்று பாதிரியார் புன்னகையுடன் கேட்டார். "அவள் ஒரு அற்புதமான பெண்!"

"ஆமாம்" என்று லெவின் வெட்கத்துடன் பாதிரியாருக்குப் பதிலளித்தார். 'இதற்கும் ஒப்புதல் வாக்குமூலத்திற்கும் என்ன சம்பந்தம்?' என்று அவர் நினைத்தார்.

அவர் சந்தேகத்திற்குப் பதில் சொல்வது போல பாதிரியார் அவரிடம் சொன்னார்:

"புனிதமான திருமண பந்தத்தில் நுழையப் போகும் உங்களுக்கு, கடவுள் சந்ததிகளைப் பரிசளிப்பார் இல்லையா? உங்களை அவ நம்பிக்கைக்குள் தள்ளும் சாத்தானின் சோதனைகளிலிருந்து நீங்கள் மீண்டு வராவிட்டால், உங்கள் குழந்தைகளுக்கு என்ன மாதிரியான வளர்ப்பை உங்களால் கொடுக்க முடியும்?" என்று அவர் சற்றே கண்டிக்கும் குரலில் கேட்டார். "நீங்கள் உங்கள் குழந்தைகளுக்கு ஒரு நல்ல தந்தையாக இருக்க விரும்பினால், உங்கள் குழந்தைகளுக்கு செல்வம், ஆடம்பரம், பகட்டு, அந்தஸ்து இவை மட்டுமே போதும் என்று கருத மாட்டீர்கள். அவர்களின் இரட்சிப்பையும், சத்திய ஒளியின் உதவியுடன் அவர்களின் ஆன்மிக ஞானத்தையும் விரும்புவீர்கள், சரிதானே? ஒன்றும் அறியாத அப்பாவிக் குழந்தை உங்களிடம், 'அப்பா! பூமி, நீர், சூரியன், பூக்கள், புற்கள் அனைத்தையும் படைத்தவர் யார்' என்று கேட்டால் நீங்கள் அதற்கு என்ன பதில் சொல்வீர்கள்? 'எனக்குத் தெரியாது' என்று சொல்ல முடியுமா? தேவனாகிய கர்த்தர் தம்முடைய எல்லையற்ற கிருபையால் அதை உங்களுக்கு எப்போது வெளிப்படுத்தினார் என்பதை நீங்கள் அறியாமல் இருக்க முடியாது. அல்லது உங்கள் குழந்தை உங்களிடம் 'மரணத்திற்குப் பிறகு என்ன?' என்று கேட்கும்போது உங்களுக்கு எதுவும் தெரியாவிட்டால் குழந்தைக்கு என்ன பதில் சொல்வீர்கள்? இந்த

உலக இன்பங்களும் சாத்தானும் உங்கள் குழந்தையை நாசமாக்க விட்டுவிடுவீர்களா? அது தவறு!" என்று சொன்ன அவர் சற்று நேரம் நிறுத்திவிட்டு, தலையை ஒரு பக்கமாகச் சாய்த்து, கனிவும் மென்மையும் கலந்த பார்வையுடன் லெவினை நோக்கினார்.

லெவினால் இப்போது எந்தப் பதிலும் சொல்ல முடியவில்லை, ஏனெனில் அவர் பாதிரியாருடன் வாக்குவாதத்தில் ஈடுபட விரும்பவில்லை என்பதால் அல்ல, மாறாக அவரிடம் இதுவரை யாரும் அத்தகைய கேள்விகளைக் கேட்டதில்லை. அவருடைய குழந்தைகள் அவரிடம் இந்தக் கேள்விகளைக் கேட்கும்போது, அதற்கு என்ன பதில் சொல்வது என்பதை யோசிப்பதற்கு அவருக்குப் போதுமான நேரம் கிடைக்கும்.

"நீங்கள் வாழ்க்கையில் ஒரு புதிய அடியெடுத்து வைக்கிறீர்கள்" என்று சொன்ன பாதிரியார் தொடர்ந்து சொன்னார். "அப்போது நீங்கள் ஒரு பாதையைத் தேர்ந்தெடுத்து அதைப் பின்பற்ற வேண்டும். இறைவன் தன் கிருபையால் உங்களுக்கு உதவி செய்து உங்களை அருள்புரிய பிரார்த்திக்கிறேன்" என்று சொல்லி முடித்தார். "நம்முடைய கர்த்தரும் தேவனுமான யேசுகிறிஸ்து மனித குலத்தின் மீதான அவரது அன்பின் கிருபையாலும் அருளாலும் மகனே உன்னை மன்னிப்பாராக…" என்று பரிகார ஜெபத்தை முடித்த பிறகு, பாதிரியார் அவரை ஆசீர்வதித்து வெளியேற்றினார்.

அன்று வீடு திரும்பிய லெவின், ஒரு இக்கட்டான, விரும்பத்தகாத சூழ்நிலையில், ஒருவழியாக பொய் சொல்ல வேண்டிய நிர்ப்பந்தம் இன்றி தப்பிவிட்டதை நினைத்து நிம்மதியடைந்தார். அதுமட்டுமின்றி, தான் முதலில் நினைத்தது போல அந்த அன்பான நல்ல கிழவர் சொன்னது முட்டாள்தனமானது அல்ல என்றும், அதில் புரிந்து கொள்ள வேண்டிய ஏதோ ஒன்று இருக்கிறது என்றும் ஒரு தெளிவற்ற சிந்தனை அவருக்கு ஏற்பட்டது.

'நிச்சயமாக இப்போது வேண்டாம், ஆனால் சிறிது காலத்திற்குப் பிறகு' என்று லெவின் நினைத்தார். லெவின் தன்னுடைய ஆன்மாவில் தெளிவற்ற அசுத்தமான ஏதோ ஒன்று இருப்பதை முன்னெப்போதையும் விட இப்போது அதிகமாக உணர்ந்தார். மதத்தைப் பொறுத்தவரை அவர் அதே பிடிக்காத மனநிலையில்தான் இருந்தார். அதில் அவர் தெளிவாக இருந்தார். மற்றவர்களிடம் உள்ள பிடிக்காத விஷயமாக அதைப் பார்த்தார். அதற்காக அவர் தனது நண்பர் ஸ்வியாஸ்கியைக் குற்றம் சாட்டினார்.

அந்த மாலை நேரத்தைத் தனது வருங்கால மனைவியுடன் டோலியின் வீட்டில் கழித்த லெவின் மிகவும் உற்சாகமான மன நிலையில் இருந்தார். எனவே தான் இருக்கும் உற்சாகமான மனநிலையைச்

சொல்ல விரும்பினார். ஒரு வளையத்தின் வழியாக தாவிக் குதிப்ப தற்குக் கற்றுக் கொண்ட ஒரு நாய், அதை வெற்றிகரமாகச் செய்து முடித்த பிறகு, வாலை ஆட்டிக் குரைத்துக் கொண்டு, மேசைகள் மீதும், ஜன்னல்கள் மீதும் துள்ளிக் குதித்து சந்தோஷப்படுவது போல தான் சந்தோஷப்படுவதாக லெவின், ஸ்டீபன் ஆர்கடியே விச்சிடம் தெரிவித்தார்.

2

திருமண நாளன்று சம்பிரதாயத்தின்படி, லெவின் (இளவரசியும் டாரியா அலெக்ஸாண்ட்ரோவ்னாவும் அனைத்து சம்பிரதாயங் களையும் கட்டாயம் கடைப்பிடிக்க வேண்டும் என்று வலியுறுத்தினர்), தனது வருங்கால மனைவியைப் பார்ப்பதைத் தவிர்த்து, விடுதியில் தங்கினார். அப்போது அங்கு கூடிய திருமணம் ஆகாத மூன்று நண்பர்களுடன் சேர்ந்து உணவகத்தில் சாப்பிட்டார். ஒருவர் செர்ஜி இவானோவிச். மற்றொருவர் அவருடைய பல்கலைக்கழகத் தோழரான கட்டாவாசோவ். தற்போது இயற்கை அறிவியல் துறையில் பேராசிரியராக உள்ள அவரைத் தெருவில் சந்தித்த லெவின், தனது அறைக்கு அழைத்துச் சென்றார். மூன்றாமவர் அவருடைய சிறந்த நண்பரான சிரிகோவ். மாஸ்கோவில் நீதிபதியாக இருந்த அவர் கரடி வேட்டையில் லெவினுக்கு உற்ற தோழராக இருந்தார். அவர்கள் மகிழ்ச்சியுடன் இரவு உணவைச் சாப்பிட்டனர். செர்ஜி இவானோவிச் உற்சாகமான மனநிலையில் இருந்தார். எனவே அவர் கட்டாவா சோவின் தனித்துவமான அசலான பார்வையை ரசித்தார். அவர் தனது சிந்தனைக்கு மதிப்பும் மரியாதையும் கிடைப்பதை உணர்ந்து, அதைப் பெருமிதத்துடன் வெளிப்படுத்தினார். அங்கு நடந்த அனைத்து வகையான உரையாடல்களுக்கும் சிரிகோவ் தனது கலகலப்பான, நகைச்சுவையான ஆதரவைக் கொடுத்தார்.

"இப்போது பாருங்கள்" என்று மாணவர்களுக்கு உரை நிகழ்த்தும் பாவனையில் வார்த்தைகளைத் தேர்ந்தெடுத்த கட்டாவாசோவ், "அனைத்திற்கும் மேலாக, நமது நண்பர் கான்ஸ்டான்டின் டிமிட்ரிச் எத்தனை திறமையானவர் என்பதை நினைத்துப் பாருங்கள். நான் குறிப்பிடும் அந்த நபர் இப்போது நம்முடன் இல்லை. அவர் பல்கலைக்கழகத்தை விட்டு வெளியேறிய போது அறிவியலை நேசித்தார். அவர் சமூகத்தின் மீதும், மனிதர்கள் மீதும் அக்கறை கொண்டிருந்தார். ஆனால் இப்போது அவருடைய திறமைகளில் ஒரு பாதி தன்னையே ஏமாற்றிக் கொள்வதற்கும், மற்றொரு பாதி அந்த ஏமாற்று வேலைகளை நியாயப்படுத்தவும் மட்டுமே பயன் படுகிறது."

"முன்பு உங்களைவிட அதிகமாக திருமணத்தை எதிர்த்தவர்களை நான் பார்க்கவில்லை" என்றார் செர்ஜி இவானோவிச்.

"இல்லை, நான் திருமணத்திற்கு எதிரி இல்லை. நான் உழைப்பைப் பகுதி பகுதியாகப் பிரிப்பதை ஆதரிக்கிறேன். மனிதர்களில் எதுவும் செய்ய முடியாதவர்கள் சந்ததிகளை உருவாக்க வேண்டும். மற்றவர்கள் அவர்களின் மகிழ்ச்சிக்கும் அறிவுக்கும் வழிகாட்ட வேண்டும். நான் அப்படித்தான் புரிந்துகொள்கிறேன். ஆர்வமுள்ள ஒரு கூட்டத்தினர் இந்த இரண்டையும் கலந்து செய்கிறார்கள் என்றாலும் நான் அவர்களில் ஒருவன் அல்ல."

"நீங்கள் காதலில் விழும்போது நான் அதைக் கண்டு மகிழ்ச்சியடைவேன்!" என்றார் லெவின். "தயவு செய்து உங்கள் திருமணத்திற்கு என்னை அழைக்கவும்."

"நான் ஏற்கனவே காதலிக்கிறேன்."

"ஆமாம், மீன்கள்!" என்ற லெவின் தன் சகோதரரிடம் திரும்பி, "கட்டாவாசோவ் ஊட்டச்சத்து குறித்து ஒரு புத்தகம் எழுதிக் கொண்டிருக்கிறார்…"

"சரி, விஷயங்களைக் குழப்ப வேண்டாம்! நான் எதைப் பற்றி எழுதுகிறேன் என்பது முக்கியமில்லை. உண்மையில் மீன்களை நான் மிகவும் விரும்புகிறேன் என்பதுதான் முக்கியம்."

"ஆனால் அது உங்கள் மனைவியை நேசிப்பதற்குத் தடையாக இருக்காது!"

"அதனால் எனக்கு எந்தத் தடையும் இல்லை. ஆனால் மனைவி அதற்குத் தடையாக இருப்பாள்."

"ஏன்?"

"சீக்கிரம் நீங்களே தெரிந்து கொள்வீர்கள். உதாரணமாக உங்களுக்கு வேட்டையும் விவசாயமும் பிடிக்கும்… சரி, பொறுத்திருந்து பாருங்கள்!"

"இன்று இங்கு வந்திருந்த அர்கிப் பிருட்னோவில் நிறைய காட்டு மான்களும், இரண்டு கரடிகளும் இருப்பதாகச் சொன்னார்" என்றார் சிரிகோவ்.

"சரி, நான் இல்லாமல் நீங்கள் அதை வேட்டையாடச் செல்ல வேண்டும்."

"அதுதான் கசப்பான உண்மை" என்றார் செர்ஜி இவானோவிச். "இனிமேல் நீங்கள் வேட்டையைக் கைவிடும்படி இருக்கும். உங்கள் மனைவி அதற்குச் சம்மதிக்க மாட்டார்!"

லெவின் சிரித்தார். தன் மனைவி தன்னை அதற்கு அனுமதிக்க மாட்டாள் என்ற எண்ணம் லெவினுக்கு மகிழ்ச்சியைத் தந்தது. கரடிகளை வேட்டையாடும் இன்பத்தை என்றென்றைக்குமாக கைவிட அவர் தயாராக இருந்தார்.

"இருந்தாலும் நீங்கள் இல்லாமல் அந்தக் கரடிகள் அவர்களுக்குக் கிடைப்பது பரிதாபத்திற்குரியது. கடந்த முறை கபிலோலோவில் நடந்தது நினைவிருக்கிறதா? அது அற்புதமான வேட்டை!" என்றார் சிரிகோவ்.

அவள் இல்லாமல் தனக்கு எங்கும் மகிழ்ச்சியில்லை என்ற எண்ணத்தை லெவின் தன்னிடமிருந்து மறைக்க விரும்பவில்லை என்பதால் எதுவும் பேசாமல் மௌனமாக இருந்தார்.

"திருமணம் செய்து கொள்பவர்கள் தங்கள் பிரம்மச்சாரி வாழ்க்கைக்கு விடை கொடுப்பதில் ஏதோ ஒரு அர்த்தம் இருக்கிறது" என்றார் செர்ஜி இவானோவிச். "நீங்கள் எவ்வளவு மகிழ்ச்சியாக இருந்தாலும், நீங்கள் உங்கள் சுதந்திரத்தை இழந்துவிட்டதை நினைத்து வருத்தப்படாமல் இருக்க முடியாது."

"வாருங்கள், அதை ஒப்புக்கொள்ளுங்கள். கோகோலின் நாடகத்தில் மணமகன் ஜன்னல் வழியாகக் குதிக்க விரும்புவதைப் போல உங்களுக்கும் தோன்றுகிறதா?"

"நிச்சயமாக அப்படித்தான் என்றாலும் அவர் அதை ஒப்புக் கொள்ள மாட்டார்!" என்று சொல்லிவிட்டு கட்டாவாசோவ் உரக்கச் சிரித்தார்.

"சரி, ஜன்னல் திறந்திருக்கிறது... நாம் இப்போது திவேருக்குப் போகலாம்! கரடிகளில் ஒன்று பெண் கரடி என்பதால் நாம் நேராக குகைக்குப் போவோம். ஆமாம், நாம் ஐந்து மணி ரயிலைப் பிடிக்கலாம்! அவர்கள் இங்கே தங்களுக்கு விருப்பமானதைச் செய்து கொள்ளட்டும்" என்றார் சிரிகோவ் புன்னகையுடன்.

"நான் கடவுள் மீது சத்தியமாகச் சொல்கிறேன்" என்றார் லெவின் புன்னகையுடன். "என் சுதந்திரத்தை இழந்துவிட்ட வருத்தத்திற்கான சுவடு எதுவும் என் உள்ளத்தில் இல்லை!"

"ஆகா, இப்போது உங்கள் உள்ளத்தில் எதையும் கண்டுபிடிக்க முடியாத அளவுக்கு அங்கே குழப்பம் நிறைந்துள்ளது" என்றார் கட்டாவாசோவ். "விஷயங்கள் முடிவுக்கு வரும்வரை காத்திருங்கள். அதன் பிறகு உங்களால் அதைக் கண்டுபிடிக்க முடியும்!"

"இல்லை, அப்படி இருந்திருந்தால், என் உணர்வுகளைத் தவிர... (காதல் என்ற வார்த்தையை அவருக்கு முன்னால் பயன்படுத்த லெவின் விரும்பவில்லை), என் மகிழ்ச்சியையும், சுதந்திரத்தையும்

இழந்துவிட்டதற்கு அடையாளமாக ஒரு சிறு வருத்தத்தையாவது நான் என்னுடைய உள்ளத்தில் நிச்சயமாக உணர்ந்திருப்பேன்... ஆனால் அந்தச் சுதந்திரம் பறிபோனதை நினைத்து நான் மகிழ்ச்சியடைகிறேன்."

"இது மோசம்! இது தேறாது!" என்றார் கட்டாவாசோவ். "சரி, அவர் குணமடைய குடிப்போம். அல்லது அவருடைய கனவுகளில் நூறில் ஒரு பகுதியாவது நனவாக வேண்டும் என்று அவரை வாழ்த்துவோம். அதுவும் கூட பூமியில் இதுவரை பார்த்திராத ஒரு சுகமாக இருக்கும்!"

இரவு உணவுக்குப் பிறகு விருந்தினர்கள் தங்களைத் திருமணத் திற்கு தயார்படுத்திக் கொள்ளச் சென்றனர்.

தனிமையில் இருந்த லெவின், நண்பர்களுடன் நடந்த உரை யாடலை நினைவு கூர்ந்து, தன்னைத்தானே கேட்டுக் கொண்டார். அவர்கள் சொன்னது போல சுதந்திரத்தை இழந்துவிட்ட வருத்தம் உண்மையில் தனக்கு இருக்கிறதா? அந்தக் கேள்வி அவருக்குச் சிரிப்பை வரவழைத்தது. 'சுதந்திரமா? எனக்கு ஏன் சுதந்திரம் வேண்டும்? அவள் விரும்புவதை நேசிப்பதிலும், அவள் நினைப்பதை யோசிப்பதிலும், அவள் யோசிப்பதை நினைப்பதிலும் மட்டுமே என் மகிழ்ச்சி அடங்கியிருக்கிறது. சொல்லப் போனால் எனக்கு எந்த சுதந்திரமும் இல்லை என்பதே மகிழ்ச்சிதான்!'

'ஆனால் அவளுடைய ஆசைகள், எண்ணங்கள், உணர்வுகள் என்ன என்று எனக்குத் தெரியுமா?' என்று ஒரு குரல் திடீரென்று அவரிடம் கிசுகிசுத்தது. அவர் முகத்தில் இருந்த புன்னகை மறைந்தது. அவர் சிந்தனையில் ஆழ்ந்தார். திடீரென்று ஒரு விசித்திரமான உணர்வு அவரை ஆட்கொண்டது. அவருக்குத் தன்னைச் சுற்றியுள்ள அனைத்தின் மீதும் பயமும் சந்தேகமும் ஏற்பட்டது.

'அவள் என்னைக் காதலிக்கவில்லை என்றால் என்ன செய்வது? திருமணத்திற்காக மட்டும் என்னை மணந்து கொண்டால் என்ன செய்வது? அவள் என்ன செய்கிறாள் என்பது அவளுக்கே நினைவில் இல்லாவிட்டால் என்ன செய்வது?' என்று அவர் தன்னைத்தானே கேட்டுக் கொண்டார். 'ஒருவேளை அவள் சுயநினைவுக்குத் திரும்ப லாம். அவள் என்னைக் காதலிக்கவில்லை என்பதையும் காதலிக்க முடியாது என்பதையும் திருமணத்திற்குப் பிறகுதான் உணர்ந்து கொள்ள முடியும்.' அவளைப் பற்றிய விசித்திரமான இழிவான பல எண்ணங்கள் அவர் மனதில் வரத் தொடங்கின. ஒரு வருடத் திற்கு முன்பு அவளை விரான்ஸ்கியுடன் பார்த்த அந்த மாலை நேரம், நேற்றுதான் என்பது போல, அவர் விரான்ஸ்கி மீது பொறாமை கொண்டார். அவள் தன்னிடம் அனைத்தையும் சொல்லவில்லை என்று அவர் சந்தேகப்பட்டார்.

அவர் வேகமாக எழுந்தார். 'இல்லை, இப்படியே யோசித்துக் கொண்டிருக்க முடியாது!' என்று அவர் துயரத்துடன் தனக்குள் சொல்லிக் கொண்டார். 'இப்போது சுதந்திரமாக இருக்கும் நாம் அப்படியே இருப்பது நல்லது அல்லவா? என்று நான் அவளிடம் கடைசித் தடவையாகக் கேட்டுவிட வேண்டும். முடிவில்லாத துன்பம், அவமானம், துரோகம் ஆகியவற்றைவிட அது மேலானது!' அவர் விரக்தியும் கசப்பும் நிறைந்த உள்ளத்தோடு, அனைவர் மீதும், அவள் மீதும், தன் மீதும் கோபம் கொண்டவராக விடுதியை விட்டு வெளியேறி, அவள் வீட்டுக்குச் சென்றார்.

அவர் வந்ததை யாரும் கவனிக்கவில்லை. அவள் பின்புற அறையில் இருப்பதை லெவின் பார்த்தார். நாற்காலிகளின் பின் புறத்திலும் தரையிலும் விழுந்து கிடந்த பல வண்ண ஆடைகளை, ஒரு பெட்டியின் மீது அமர்ந்து வரிசைப்படுத்திக் கொண்டிருந்த அவள் வேலைக்காரியிடம் ஏதோ சொல்லிக் கொண்டிருந்தாள்.

"ஆ!" என்று அவரைக் கண்டதும் கூச்சலிட்ட அவள் முகம் மகிழ்ச்சியால் பிரகாசித்தது. "நீ ஏன்... நீங்கள் ஏன் இங்கு வந்தீர்கள்?" என்றாள். (முதலில் ஒருமையில் பேசிய அவள் பிறகு பன்மைக்கு மாறினாள்). "நான் எதிர்பார்க்கவே இல்லை! நான் என் பழைய உடைகளைப் பிறருக்குக் கொடுப்பதற்காக ஒழுங்குபடுத்திக் கொண்டி ருக்கிறேன்..."

"ஆகா! ரொம்ப நல்லாயிருக்கு!" என்ற அவர் பணிப்பெண்ணை வெறித்துப் பார்த்தார்.

"நீ போ, துன்யாஷா. நான் பிறகு கூப்பிடுகிறேன்" என்றாள் கிட்டி. "உங்களுக்கு என்ன ஆயிற்று?" என்று வேலைக்காரி அங்கிருந்து சென்றதும் அவள் அவனிடம் கேட்டாள். அவனது விசித்திரமான முகபாவத்தைக் கவனித்ததும் அவள் மனதில் கலக்கம் ஏற்பட்டு, பீதி அவளை ஆட்கொண்டது.

"கிட்டி, நான் சித்திரவதை அனுபவிக்கிறேன்! என்னால் தனியாக அந்த வேதனையைத் தாங்க முடியவில்லை" என்று விரக்தியுடன் சொன்ன அவர், அவளுக்கு முன்னால் நின்று, கெஞ்சிக் கேட்கும் பாவனையில் அவள் கண்களைப் பார்த்தார். தான் சொல்ல நினைத் ததை அவளிடம் சொல்வதால் எதுவும் நடக்காது என்பதை, அவளுடைய அன்பான, உண்மையான கண்களிலிருந்து அவரால் உணர முடிந்தது. இருந்தும் அவர் அவளிடமிருந்து அதை உறுதியாகத் தெரிந்து கொள்ள விரும்பினார். "இன்னும் நமக்கு நேரம் இருக்கிறது என்பதைச் சொல்ல வந்தேன். திருமணத்தை நிறுத்தி நாம் அனைத்தையும் சரி செய்து விடலாம்" என்றார்.

"என்ன? எனக்கு ஒன்றும் புரியவில்லை. என்ன ஆயிற்று?"

"நான் ஆயிரம் முறைக்கு மேல் திரும்பத் திரும்பச் சொல்லிக் கொண்டதை, நான் உனக்குத் தகுதியானவன் அல்ல என்பதை, என்னால் நினைத்துப் பார்க்காமல் இருக்க முடியவில்லை.... நீ முதலில் என்னைத் திருமணம் செய்து கொள்ள சம்மதிக்கவில்லை. கொஞ்சம் யோசித்துப் பார். நீ தவறு செய்கிறாய். நன்றாக யோசித்துப் பார். நீ என்னைக் காதலிக்க முடியாது... அப்படி யானால்... சொல்லிவிடுவது நல்லது" என்று அவர் அவளைப் பார்க்காமல் சொன்னார். நான் வருத்தப்படுவேன் என்றாலும் ஒவ்வொருவரும் தங்களுக்கு என்ன வேண்டும் என்பதைத் தெளிவாக முடிவு செய்ய வேண்டும். மகிழ்ச்சியில்லாமல் வாழ்வதை விட அது வேறு எதுவாக இருந்தாலும் நல்லது... இப்போது இன்னும் நேரம் இருப்பது ஒருவகையில் நல்லது."

"எனக்குப் புரியவில்லை" என்றாள் அவள் அச்சத்துடன். "நீங்கள் வேண்டாம் என்கிறீர்களா...? நாம் திருமணம் செய்யக் கூடாது என்கிறீர்களா?"

"ஆமாம், நீ என்னைக் காதலிக்கவில்லை என்றால்."

"உங்களுக்குப் பைத்தியம் பிடித்துவிட்டது!" என்று சினத்தின் வசப்பட்டுக் கத்திய அவள் முகம் சிவந்தது.

ஆனால் பரிதாபமாகக் காட்சியளித்த அவர் முகத்தைப் பார்த்து, தன்னுடைய கோபத்தை அடக்கிக் கொண்டு, நாற்காலியில் இருந்த ஆடைகளைத் தள்ளிவிட்டு அவன் அருகில் அமர்ந்தாள்.

"நீங்கள் என்ன நினைக்கிறீர்கள்? என்னிடம் அனைத்தையும் சொல்லுங்கள்."

"நீ என்னைக் காதலிக்க முடியாது என்று நினைக்கிறேன். நீ எதற்காக என்னைக் காதலிக்க முடியும்?"

"கடவுளே நான் என்ன செய்வேன்?" என்று சொன்ன அவள் கண்ணீர் விட்டு அழுதாள்.

"ஐயோ, நான் என்ன செய்துவிட்டேன்!" என்று கதறிய அவர் அவள் முன் மண்டியிட்டு, அவள் கைகளை முத்தமிடத் தொடங் கினார்.

ஐந்து நிமிடங்களுக்குப் பிறகு அந்த அறைக்குள் வந்த இளவரசி, அவர்கள் இணக்கமாக இருப்பதைப் பார்த்தாள். தான் அவரைக் காதலிப்பதை உறுதிப்படுத்திய கிட்டி, அவருடைய கேள்விக்குப் பதில் சொல்லும் விதமாக, அவரை எதற்காகக் காதலிக்கிறாள் என்பதை அவருக்கு விளக்கினாள். அவள் அவரை நன்றாகப் புரிந்து கொண்டதால், அவரைக் காதலிப்பதாக அவள் சொன்னாள். மேலும், அவர் எதையெல்லாம் விரும்புவார் என்பதும், அவர் விரும்பும்

அனைத்தும் நல்லவை என்பதும் தனக்குத் தெரியும் என்று அவள் சொன்னாள். இது அவருக்குப் பொருத்தமாகத் தோன்றியது. இளவரசி உள்ளே வந்தபோது, அவர்கள் அருகருகே அமர்ந்து, ஆடைகளைப் பிரித்து வைத்து விவாதித்துக் கொண்டிருந்தனர். முன்பு லெவின் தன்னிடம் முன்மொழிந்த போது, அவள் அணிந்திருந்த பழுப்பு நிற ஆடையை துன்யாஷாவுக்குக் கொடுக்க வேண்டும் என்று கிட்டி விரும்பினாள். அந்த ஆடையை யாருக்கும் கொடுக்கக் கூடாது என்றும், அதற்குப் பதிலாக துன்யாஷாவுக்கு நீல நிற ஆடையைக் கொடுக்கும்படியும் லெவின் அவளிடம் வலியுறுத்தினார்.

"உனக்கு ஏன் புரியவில்லை? அவள் மாநிறம் என்பதால் அது அவளுக்குப் பொருத்தமாக இருக்காது... நான் அதை யோசித்துப் பார்த்தேன்."

அவரைக் கண்ட இளவரசி பாதிக் கோபத்துடனும், பாதிக் கேலி யுடனும் அவரைக் கடிந்து கொண்டாள். கிட்டியின் தலைமுடியை அலங்கரிக்க சார்லஸ் வருவதாகச் சொன்ன அவள், லெவினைத் திருமணத்திற்குத் தயாராகும்படி சொல்லி அனுப்பி வைத்தாள்.

"அவள் சரியாகச் சாப்பிடவில்லை என்பதால் பார்ப்பதற்கு மோசமாக இருக்கிறாள். நீங்கள் இங்கு வந்து உங்களுடைய முட்டாள் தனத்தால் அவளைத் தொந்தரவு செய்கிறீர்கள்!" என்றாள் இளவரசி. "போங்கள், போங்கள் என் அன்பே!"

லெவின் குற்றவுணர்வோடும் வெட்கத்தோடும் விடுதிக்குத் திரும்பினார் என்றாலும் இப்போது அவர் சந்தேகம் நீங்கி நம்பிக்கை யுடன் இருந்தார். அவருடைய சகோதரரும், டாரியா அலெக்ஸாண்ட் ரோவ்னாவும், ஸ்டீபன் ஆர்கடியேவிச்சும் மாலை உடையில் அவரை ஆசீர்வதிக்க கையில் கிறிஸ்துவின் சிலையுடன் காத்திருந்தனர். மேலும் காலம் தாழ்த்த நேரமில்லை. டாரியா அலெக்ஸாண்ட் ரோவ்னாவின் மகன் எண்ணெய் தேய்த்து சுருட்டை தலைமுடியுடன், மணமகளை ஆசீர்வதிக்கும் சிலையுடன், மணமகளின் வண்டியில் காத்திருப்பதால், அவனை அழைத்து வருவதற்கு அவள் வீட்டுக்குச் செல்ல வேண்டும். பிறகு மணமகனை அழைத்து வர ஒரு வண்டியும், செர்ஜி இவானோவிச்சை அழைத்துச் செல்லும் வண்டியை மீண்டும் திருப்பி அனுப்ப வேண்டும். மொத்தத்தில் இன்னும் செய்வதற்கு பல முக்கியமான வேலைகள் இருந்தன. மேற்கொண்டு கால தாமதம் செய்யக்கூடாது என்ற ஒன்று மட்டும் நன்றாகத் தெரிந்தது, ஏனெனில் இப்போதே மணி ஆறு ஆகிவிட்டது.

புனிதச் சிலையுடன் ஆசீர்வாதம் வழங்கும் சம்பிரதாயத்தில் குறிப்பிடும்படி எதுவும் நடக்கவில்லை. தனது மனைவிக்கு அருகில்

நகைச்சுவையான, கம்பீரமான தோற்றத்தில் நின்ற ஸ்டீபன் ஆர்கடி யேவிச், சிலையைக் கையில் எடுத்து, லெவினைக் குனிந்து தரையை வணங்கச் சொல்லிவிட்டு, தனது கனிவான புன்னகையுடன் அவரை ஆசீர்வதித்து, மூன்றுமுறை அவரை முத்தமிட்டான். டாரியா அலெக்ஸாண்ட்ரோவ்னாவும் அதையே செய்தாள். உடனே அவசர மாகப் புறப்பட்ட அவள், வண்டிகள் எங்கெல்லாம் போக வேண்டும் என்ற குழப்பத்தில் மீண்டும் சிக்கிக் கொண்டாள்.

“நாம் இப்படித்தான் செய்ய வேண்டும். நீங்கள் சென்று அவரை வண்டியில் ஏற்றிக் கொள்ளுங்கள். செர்ஜி இவானோவிச் நீங்கள் முதலில் சென்று வண்டியைத் திருப்பி அனுப்புங்கள்.”

“நிச்சயமாக நான் மகிழ்ச்சியுடன் செய்கிறேன்.”

“நாம் உடனடியாக அவரைப் பின்தொடர்வோம்... உங்களு டைய பொருட்களை அனுப்பியாகி விட்டதா?” என்று கேட்டான் ஸ்டீபன் ஆர்கடியேவிச்.

“ஆமாம்” என்ற லெவின் குஸ்மாவிடம் தான் அணிய வேண்டிய ஆடைகளை எடுத்து வைக்கும்படி சொன்னார்.

3

திருமணத்திற்காக பளபளப்பாக ஜொலித்த தேவாலயத்தைச் சுற்றிலும் மக்கள், முக்கியமாக பெண்களின் கூட்டம் அலைமோதியது. தாமதமாக வந்தவர்கள், பிரதான நுழைவாயிலில் செல்ல முடியாமல், ஜன்னல்களைச் சுற்றி நின்று கொண்டு, ஒருவரை ஒருவர் தள்ளிக் கொண்டும், சண்டையிட்டுக் கொண்டும், கம்பிகளுக்கு இடையில் எட்டிப் பார்க்க முயன்றனர்.

ஏற்கனவே இருபதுக்கும் மேற்பட்ட வண்டிகளை போலீசார் அந்த வீதியில் நிறுத்தி வைத்திருந்தனர். உறைபனியைப் பொருட் படுத்தாமல் ஒரு போலீஸ் அதிகாரி தனது பளபளக்கும் நீல நிறச் சீருடையில் பிரகாசமாக நுழைவாயிலில் நின்றிருந்தார். வண்டிகள் தொடர்ந்து வந்து கொண்டிருந்தன. தலையில் மலர் சூடிய பெண்கள், தரையில் புரளும் தங்கள் ஆடைகளைத் தூக்கிப் பிடித்துக் கொண்டும், ஆண்கள் தங்கள் ராணுவத் தொப்பி அல்லது கருப்புத் தொப்பியைக் கழற்றிக் கையில் வைத்துக் கொண்டும், தேவாலயத் திற்குள் நுழைந்து கொண்டிருந்தனர். தேவாலயத்தின் உள்ளே இரு சரவிளக்குகளில் இருந்த மெழுகுவர்த்திகளும், உருவச் சிலைகளுக்கு முன்னால் இருந்த அனைத்து மெழுகுவர்த்திகளும் ஏற்கனவே எரிந்து கொண்டிருந்தன. நடுக்கூடத்தில் சிவப்பு நிறப் பின்னணியில் தங்கமயமாக ஜொலித்த நடுப்பகுதி, செதுக்கிய உருவச் சிலைகளின்

முலாம் பூசிய ஆபரணங்கள், சரவிளக்குகள், மெழுகுவர்த்திகள், தரையில் பதித்த கற்கள், தரை விரிப்புகள், பாடகர் குழுவுக்கு மேலே உள்ள பதாகைகள், மேடையின் படிக்கட்டுகள், கருப்பு நிறத்தில் இருந்த பழங்கால புத்தகங்கள், பாதிரியின் நீண்ட அங்கி ஆகிய அனைத்தும் ஒளி வெள்ளத்தில் பிரகாசித்தன. வெதுவெதுப்பான தேவாலயத்தின் வலப்புறத்தில் கூடியிருந்த கூட்டத்தின் மத்தியி லிருந்து, அடங்கிய ஆனால் உயிரோட்டம் மிக்க உற்சாகமான குரல்கள் கேட்டன. உயரமாக குவிந்திருந்த மாடத்தில் முட்டிய அந்தக் குரல்கள் விசித்திரமாக எதிரொலித்தன. ஒவ்வொரு முறையும் கதவு திறக்கும் ஓசை கேட்டதும் எல்லோரும் பேசுவதை நிறுத்திவிட்டு, மணமகளை யும் மணமகனையும் எதிர்பார்த்து சுற்றும்முற்றும் பார்த்தனர். ஆனால் கதவு பத்து முறைக்கு மேல் திறந்து திறந்து மூடியது. ஒவ்வொரு முறையும் தாமதமாக வந்த ஒரு விருந்தினர் அல்லது விருந்தினர்கள் உள்ளே வந்து வலதுபுறத்தில் இருந்த கூட்டத்தோடு இணைந்தனர் அல்லது போலீஸ் அதிகாரியை ஏமாற்றிய அல்லது அவருடன் சமரசமாகப் பேசிய ஒரு பார்வையாளர் இடதுபுறத்தில் இருந்த பொதுமக்களின் கூட்டத்தோடு சேர்ந்து கொள்வதற்குச் சென்றார். உறவினர்களும் பொதுமக்களும் எதிர்பார்ப்பின் அனைத்துக் கட்டத்தையும் கடந்து பொறுமை இழந்தனர்.

முதலில் மணமகனும் மணமகளும் உடனே வருவார்கள் என்று நினைத்த அவர்கள், காலதாமதம் ஏற்படுவதைப் பற்றிக் கவலைப்பட வில்லை. ஆனால் அதன் பிறகு அடிக்கடி கதவை நோக்கித் திரும்பி கவனித்த அவர்கள், ஏதாவது நடந்திருக்கலாம் என்று பேசத் தொடங்கினார்கள். பின்னர் அந்த நீண்ட தாமதம் அவர்களுக்கு அசௌகரியமாக மாறியது. எனவே உறவினர்களும் விருந்தினர்களும் மணமக்களைப் பற்றி யோசிக்கவில்லை என்பது போல பாசாங்கு செய்ய முயன்று உரையாடலில் மூழ்கினார்கள்.

தன்னுடைய நேரத்தின் மதிப்பை அனைவருக்கும் நினைவு படுத்துவது போல பாதிரியார், ஜன்னல் கண்ணாடிகள் அதிரும்படி, பொறுமையின்றி அடிக்கடி இருமிக் கொண்டே இருந்தார். பாடகர் குழுவில் இருந்த சலிப்படைந்த பாடகர்கள் தங்கள் குரலைப் பரிசோதித்து, மூக்கை உறிஞ்சும் சத்தத்தைக் கேட்க முடிந்தது. மணமகன் வந்துவிட்டாரா என்பதை அறிய பாதிரியார் தனது பணியாளையும், உதவியாளரையும் தொடர்ந்து அனுப்பிக் கொண்டே இருந்தார். ஊதா நிற அங்கியும், எம்ராய்டரி பெல்ட்டும் அணிந்த அவர் மணமகனை எதிர்பார்த்து அடிக்கடி பக்கவாட்டுக் கதவு வழியாக வெளியே வந்து பார்த்தார். இறுதியில் அங்கிருந்த ஒரு இளம்பெண் தன் கைக்கடிகாரத்தைப் பார்த்து, "இது விசித்திரமாக இருக்கிறது!" என்று சொல்ல, பதட்டமடைந்த விருந்தினர்கள் அனைவரும்,

தங்கள் வியப்பையும் அதிருப்தியையும் உரக்க வெளிப்படுத்தத் தொடங்கினர். அவர்களில் ஒரு மனிதர் என்ன நடந்தது என்பதைத் தெரிந்துகொள்ள வெளியே சென்றார். இதற்கிடையில் எப்போதோ தயாராக இருந்த கிட்டி, வெள்ளை நிற உடையும், நீண்ட பர்தாவும், ஆரஞ்சு மலர் கிரீடமும் அணிந்து, தனது சகோதரி திருமதி. லோவோவாவுடன் ஷெர்பாட்ஸ்கியின் வீட்டு வரவேற்பறையில் நின்று கொண்டிருந்தாள். ஜன்னல் வழியாக வெளியே பார்த்துக் கொண்டிருந்த அவள், மணமகன் தேவாலயத்திற்கு வந்துவிட்டார் என்ற செய்தியைக் கேட்பதற்காக அரைமணி நேரத்திற்கும் மேலாக ஆவலுடன் காத்திருந்தாள்.

இதற்கிடையில் கால்சட்டை அணிந்த லெவின், மேல் கோட் எதுவும் அணியாமல் விடுதியின் அறையில் குறுக்கும் நெடுக்கும் நடந்து, அடிக்கடி கதவுக்கு வெளியே தலையை நீட்டி நடைபாதையை மேலும் கீழுமாகப் பார்த்துக் கொண்டிருந்தார். ஆனால் நடை பாதையில் அவர் எதிர்பார்த்திருந்த மனிதர் வருவதற்கான எந்த அறிகுறியும் இல்லை. அவர் விரக்தியுடன் அமைதியாக புகை பிடித்துக் கொண்டிருந்த ஸ்டீபன் ஆர்கடியேவிச்சை நோக்கிக் கைகளை ஆட்டிப் பேசினார்.

"இப்படி ஒரு முட்டாள்தனமான சூழ்நிலையில் எந்த மனிதனாவது இருந்திருப்பானா?" என்று அவர் கேட்டார்.

"ஆமாம், இது சுத்த முட்டாள்தனம்" என்று ஒப்புக் கொண்ட ஸ்டீபன் ஆர்கடியேவிச் ஆறுதலுடன் புன்னகைத்தான். "ஆனால் அமைதியாக இருங்கள், அவர்கள் எந்த வினாடியும் அதைக் கொண்டு வரலாம்."

"நான் எப்படிக் கவலைப்படாமல் இருக்க முடியும்?" என்று லெவின் கோபத்தை அடக்கிக் கொண்டு கேட்டார். "இந்த முட்டாள்தனமான மேல் கோட்டும் ஆடையும்!" என்ற லெவின் தன்னுடைய சட்டையின் சுருண்டிருந்த முன்பகுதியைப் பார்த்தார். "அவர்கள் ஏற்கனவே அனைத்தையும் ரயில் நிலையத்திற்கு எடுத்துச் சென்றிருந்தால் என்ன செய்வது?" என்று விரக்தியுடன் கேட்டார்.

"அப்படியானால் நீங்கள் என் உடையை அணிந்து கொள்ளுங்கள்."

"அதை நான் முன்னரே செய்திருக்க வேண்டும்."

"கேலிக்கூத்தாகக் காட்சியளிப்பது நல்லதல்ல... பொறுங்கள்! எல்லாம் சரியாகிவிடும்."

உண்மை என்னவென்றால், லெவின் உடை அணிய முடிவு செய்தபோது, அவருடைய வேலைக்காரன் குஸ்மா அனைத்து உடைகளையும் கொண்டு வந்து வைத்தான்.

“சட்டை எங்கே?” என்று லெவின் கத்தினார்.

“நீங்கள் ஏற்கனவே அதை அணிந்திருக்கிறீர்கள்” என்று குஸ்மா அமைதியான புன்னகையுடன் சொன்னான்.

விடுதியில் உள்ள எல்லாவற்றையும் ஷெர்பாட்ஸ்கியின் வீட்டிற்கு அனுப்பி வைக்கும்படியும், அன்று மாலை அவர்கள் எங்கிருந்து கிளம்ப வேண்டும் என்றும் உத்தரவைப் பெற்ற குஸ்மா, ஒரு சுத்தமான சட்டையை எடுத்து வைக்க வேண்டும் என்று தோன்றாமல், மணமகன் உடையைத் தவிர அனைத்தையும் கட்டி அனுப்பி விட்டான். லெவின் காலையிலிருந்து அணிந்திருந்த சட்டை, நவநாகரிகமான திறந்த இடுப்பு கோட்டுடன் நினைத்துப் பார்க்க முடியாத அளவுக்கு சுருண்டு கிடந்தது. ஷெர்பாட்ஸ்கியின் வீடு நீண்ட தொலைவில் இருந்ததால், புது சட்டை ஒன்றைக் கடையில் வாங்கிவர வேலைக்காரனை அனுப்பினார்கள். ஆனால் அன்று ஞாயிற்றுக் கிழமை என்பதால் அனைத்துக் கடைகளும் முன்கூட்டியே சாத்தியிருந்தன. அவர்கள் ஸ்டீபன் ஆர்கடியேவிச்சின் வீட்டிலிருந்து ஒரு சட்டையை எடுத்து வரும்படி சொன்னார்கள். ஆனால் அது மிக அகலமாகவும் குட்டையாகவும் இருந்தது. எனவே ஷெர்பாட்ஸ்கியின் வீட்டில் கட்டி வைத்திருந்த பெட்டியைத் திறக்க வேண்டிய கட்டாயம் ஏற்பட்டது. இதற்கிடையில் தேவாலயத்தில் எல்லோரும் மணமகனை எதிர்பார்த்துக் காத்திருக்கும் நிலையில், கூண்டில் அடைபட்ட மிருகத்தைப் போல, அறையின் குறுக்கும் நெடுக்குமாக நடந்து, அடிக்கடி வெளியே எட்டிப் பார்த்து, தன்னை அமைதிப்படுத்த முயன்ற மணமகன், திகிலுடனும் விரக்தியுடனும், தான் கிட்டியிடம் சொன்னதையும், இப்போது அவள் என்ன நினைப்பாள் என்பதையும் யோசித்துப் பார்த்தார்.

கடைசியில் குற்றவாளியான குஸ்மா மூச்சிரைக்க வேகமாக சட்டையுடன் ஓடி வந்தான்.

“நான் சரியான நேரத்தில் சென்றேன். அவர்கள் ஏற்கனவே பெட்டியை வண்டியில் ஏற்றிக் கொண்டிருந்தார்கள்” என்றான் குஸ்மா.

மூன்று நிமிடங்களுக்குப் பிறகு, தனது வேதனை அதிகமாகக் கூடாது என்பதற்காக கடிகாரத்தைப் பார்ப்பதைத் தவிர்த்தவராக லெவின் நடைபாதையில் தலைதெறிக்க ஓடினார்.

“இப்போது அது உதவாது” என்று புன்னகையுடன் சொன்ன ஸ்டீபன் ஆர்கடியேவிச், அவருக்குப் பின்னால் எந்தத் தயக்கமும் இன்றி ஓடினான். “எல்லாம் சரியாகும், எல்லாம் சரியாகும்... நான் சொல்கிறேன்.”

4

"அவர்கள் வந்துவிட்டார்கள்! அதோ அவர் இருக்கிறார்! யார்? அந்த இளையவரா? ஆனால் அவளைப் பாருங்கள், பாவம் அவள் முகத்தில் சவக்களை தெரிகிறது!" என்று கூட்டத்தில் இருந்தவர்கள், லெவின் ஏற்கனவே வெளியே இருந்த மணமகளைச் சந்தித்து அவளுடன் தேவாலயத்திற்குள் நுழைந்தபோது பேசிக் கொண்டார்கள்.

ஸ்டீபன் ஆர்கடியேவிச் தனது மனைவியிடம் தாமதத்திற்கான காரணத்தைச் சொன்னான். விருந்தினர்கள் புன்சிரிப்புடன் கிசுகிசுக்களைப் பரிமாறிக் கொண்டார்கள். லெவின் யாரையும், எதையும் கவனிக்கவில்லை. அவர் மணப்பெண் மீது வைத்த கண்களை எடுக்காமல் அவளையே உற்றுப் பார்த்துக் கொண்டிருந்தார்.

கடந்த சில நாட்களில் அவளுடைய தோற்றம் மிகவும் மாறி விட்டது என்றும், எப்போதும் போல அவள் அழகாக இல்லை என்றும் அனைவரும் பேசிக் கொண்டார்கள். ஆனால் லெவின் அப்படி நினைக்கவில்லை. நீளமான வெண்ணிற முக்காடுக்கும், வெண்ணிற மலர்களுக்கும் அடியில் உயரமாக இருந்த அவளுடைய தலைமுடியையும், அவளுடைய நீண்ட கழுத்தைப் பக்கவாட்டில் மறைத்த ஆடையின் கழுத்துப் பகுதி முன்புறமாக திறந்து அவளுடைய பெண்மையை எடுத்துக் காட்டியதையும், அவளுடைய அற்புதமான மெல்லிய இடையையும் பார்த்த லெவினுக்கு, முன்னெப்போதையும் விட அவள் மிக அழகாக இருப்பதாகத் தோன்றியது. ஆனால் இந்தப் பூக்களும், முக்காடும், பாரிஸிலிருந்து வரவழைத்த ஆடையும் எந்தவிதத்திலும் அவளுடைய அழகுக்கு மெருகூட்டவில்லை. ஏனெனில் அவளுடைய ஆடை ஆடம்பரமாக இருந்தபோதிலும், அவளுடைய இனிய முகம், அவளுடைய கண்கள், அவளுடைய உதடுகள், ஆகியவையே அவளது தனித்துவமான, எளிமை யான, உண்மையான தோற்றத்தை வெளிக்காட்டின.

"நீங்கள் ஓடி விட்டீர்கள் என்று நினைத்தேன்" என்ற அவள் அவனைப் பார்த்துச் சிரித்தாள்.

"அப்படி ஒரு முட்டாள்தனமான காரியம் நடந்தது! அதைச் சொல்லவே எனக்கு வெட்கமாக இருக்கிறது" என்று வெட்கத்துடன் கூறிய லெவின், தன்னை நெருங்கி வந்த செர்ஜி இவானோவிச்சை நோக்கித் திரும்ப வேண்டிய கட்டாயம் ஏற்பட்டது.

"உங்களுடைய சட்டையைப் பற்றிய கதை அருமையாக இருந்தது!" என்ற செர்ஜி இவானோவிச் தலையை ஆட்டிச் சிரித்தார்.

“ஆமாம், ஆமாம்” என்ற லெவின் அவர்கள் என்ன சொல்கிறார்கள் என்பதைப் புரிந்து கொள்ளாமலே பதில் சொன்னார்.

“சரி, கோஸ்டியா, இப்போது நீங்கள் ஒரு முக்கியமான விஷயத்தை முடிவு செய்ய வேண்டும்” என்று ஸ்டீபன் ஆர்கடியேவிச் பரிகாசம் கலந்த பயத்துடன் சொன்னான். “ஒரு முக்கியமான கேள்வி. இப்போதுதான் நீங்கள் அதன் முக்கியத்துவத்தை முழுமையாகப் புரிந்து கொள்ள முடியும். பயன்படுத்திய அல்லது புதிய மெழுகு வர்த்திகள் இவற்றில் எதை ஏற்றி வைக்கலாம் என்று என்னிடம் கேட்டார்கள். இது ஒரு பத்து ரூபிள் விஷயம்” என்ற அவன் உதட்டைப் புன்னகையாக நீட்டினான். “நான் முடிவு செய்து விட்டேன். ஆனால் நீங்கள் அதற்குச் சம்மதிக்க மாட்டீர்கள் என்று பயப்படுகிறேன்.”

இது ஒரு நகைச்சுவை என்பதை லெவின் அறிந்து கொண்டார் என்றாலும் அவரால் சிரிக்க முடியவில்லை.

“அப்படியானால் எது? பழையதா அல்லது புதியதா? இதுதான் கேள்வி.”

“ஆமாம், ஆமாம், புதியது!”

“ஆகா, மிகவும் மகிழ்ச்சி. கேள்விக்குப் பதில் கிடைத்து விட்டது!” என்றான் ஸ்டீபன் ஆர்கடியேவிச் புன்னகையுடன். “இந்த நேரத்தில் ஆண்களின் புத்தி மழுங்கிப் போவதை நினைக்கும் போது வியப்பாக இருக்கிறது” என்று அவன் சிரிகோவிடம் சொன்னான். லெவின் அவரைப் பார்க்காமல் மணமகள் அருகில் சென்றார்.

“கிட்டி, நீதான் முதலில் கம்பளத்தில் அடியெடுத்து வைக்க வேண்டும் என்பதை மறந்துவிட வேண்டாம்” என்று கோமகள் நோர்ட்ஸ்டன் கிட்டியின் அருகில் சென்று சொன்னாள். “நீங்கள் நல்லவர்!” என்று அவள் லெவினிடம் சொன்னாள்.

“என்ன, பயமாக இருக்கிறதா?” என்றாள் வயதான அத்தை மரியா டிமிட்ரிவ்னா.

“உனக்குக் குளிர் எடுக்கிறதா? உன் முகம் வெளிறிப் போய் விட்டது. ஒரு நிமிஷம் நில்” என்று சொன்ன கிட்டியின் சகோதரி திருமதி. லோவோவா, தன் அழகான பருத்த கைகளால் புன்னகையுடன் கிட்டியின் தலையில் இருந்த பூக்களைச் சரி செய்தாள்.

கிட்டியின் அருகில் வந்த டோலி அவளிடம் ஏதோ சொல்ல முயன்றாள். ஆனால் அவளால் பேச முடியவில்லை. இயல்புக்கு மாறாக அவளிடம் அழுகையும் சிரிப்பும் வெளிப்பட்டது.

கிட்டியும் லெவினைப் போல யாருடைய கண்களையும் சந்திக்காமல் வெறித்துப் பார்த்தாள். தன்னிடம் பேசிய யாருக்கும்

பதில் சொல்லாமல், அவளிடம் இயற்கையாக வெளிப்பட்ட மகிழ்ச்சி யான புன்னகையைப் பதிலாக அளித்தாள்.

இதற்கிடையில் தங்கள் உடைகளை அணிந்த பாதிரியாரும் அவருடைய உதவியாளரும் தேவாலயத்தின் மேடை மீது ஏறி உயரமான சாய்வு மேசையின் முன்பு நின்றனர். லெவினை நோக்கித் திரும்பிய பாதிரியார் அவரிடம் எதையோ சொன்னார். லெவினுக்கு அவர் என்ன சொல்கிறார் என்பது புரியவில்லை.

“மணமகளின் கையைப் பிடித்து அழைத்துச் செல்லுங்கள்” என்று ஒருவர் லெவினிடம் சொன்னார்.

தான் என்ன செய்ய வேண்டும் என்பதைப் புரிந்து கொள்ள லெவினுக்கு நீண்ட நேரம் பிடித்தது. நீண்ட நேரமாக அவர்கள் அவர் செய்வதைத் திருத்திக் கொண்டே இருந்தனர். அவர் தவறான கையைப் பயன்படுத்தினார் அல்லது தவறான கையைப் பிடித்தார் என்பதால் அவர்கள் அதைச் செய்யாமல் விட்டுவிட முடிவு செய்தார்கள். ஆனால் கடைசியில் ஒருவழியாக அவர், தான் நிற்கும் நிலையிலிருந்து மாறாமல், அவளுடைய வலது கையைத் தனது வலது கையால் பிடிக்க வேண்டும் என்பதைப் புரிந்து கொண்டார். கடைசியில் அவர் அவள் கையைச் சரியான முறையில் பிடித்தபோது, பாதிரியார் அவர்களுக்கு முன்னால் சில அடிகள் நடந்து, சாய்வு மேசைக்கு முன்னால் நின்றார். உறவினர்களும் நண்பர்களும் அவர்களைப் பின்தொடர்ந்து சென்றனர். பேச்சுக் குரல்களும், ஆடைகள் சரசரக்கும் ஓசையும் கேட்டன. யாரோ ஒருவர் குனிந்து மணப் பெண்ணின் ஆடையைத் தூக்கிப் பிடித்தார். உருகும் மெழுகுவர்த்தி துளிகள் கீழே விழும் ஓசை கேட்கும் அளவுக்கு தேவாலயம் திடீரென அமைதியானது.

வட்ட வடிவமான வெல்வெட் தொப்பி அணிந்த அந்த வயதான பாதிரியார், வெள்ளியைப் போல பளபளத்த தனது நரைத்த தலை முடியைக் காதுகளுக்குப் பின்னால் தள்ளிவிட்டு, தங்க நிறத்தாலான சிலுவை பொறித்த, தடித்த வெள்ளி வஸ்திரத்தின் கீழிருந்த தனது கைகளை எடுத்து சாய்வு மேசையிலிருந்த புத்தகத்தின் பக்கங்களைத் திருப்பினார்.

ஸ்டீபன் ஆர்கடியேவிச், எச்சரிக்கையுடன் எழுந்து சென்று, லெவின் காதில் எதையோ கிசுகிசுத்து, அவரிடம் சைகை செய்து விட்டுத் திரும்பினான்.

பூக்களால் அலங்கரித்த இரண்டு மெழுகுவர்த்திகளை ஏற்றிய பாதிரியார், அவற்றை இடது கையால், மெழுகு உருகி மெதுவாக சொட்டும்படி பிடித்து, இளம் ஜோடியை நோக்கித் திரும்பினார். அதே பாதிரியார்தான் லெவினின் ஒப்புதல் வாக்குமூலத்தைக்

கேட்டார். அவர் களைப்பும் சோகமும் நிறைந்த கண்களுடன் மணமக்களைப் பார்த்து ஒரு பெருமூச்சு விட்டு, தன் வலது கையை வஸ்திரத்திலிருந்து வெளியே எடுத்து, முதலில் மணமகனை ஆசிர்வதித்து, பிறகு குனிந்த கிட்டியின் தலை மீது பட்டும் படாமல் மெதுவாக தன் விரல்களை வைத்தார். அதன் பிறகு அவர் மெழுகுவர்த்திகளை அவர்களிடம் கொடுத்துவிட்டு, தூபக்காலை எடுத்துக்கொண்டு மெதுவாக அவர்களிடமிருந்து நகர்ந்தார்.

'இது நிஜமா?' என்று நினைத்த லெவின் தன்னுடைய மணப் பெண்ணைப் பார்த்தார். அவர் அவளைக் குனிந்து பார்த்தபோது அவள் முகம் தெரிந்தது. தன் கண்கள் அவள் மீது நிலைத்திருப்பதை அவள் உணர்ந்திருக்கிறாள் என்பதை, அவளுடைய உதடுகள் மற்றும் கண் இமைகளின் சிறிய நடுக்கத்திலிருந்து அவர் அறிந்து கொண்டார். அவள் திரும்பிப் பார்க்கவில்லை என்றாலும் அவளுடைய சிறிய இளஞ்சிவப்பு நிறக் காதைத் தொட்டுக் கொண்டிருந்த ஆடையின் நீண்ட கழுத்துப் பகுதி லேசாக நடுங்கியது. அவள் தன் மார்புக்குள் மூச்சை இழுத்துப் பிடித்திருப்பதையும், மெழுவர்த்தியைப் பிடித் திருந்த நீண்ட கையுறை அணிந்த அவளது சிறிய கை நடுங்குவதையும் அவர் கவனித்தார்.

சட்டையைப் பற்றிய தன்னுடைய கவலை, அதனால் ஏற்பட்ட கால தாமதம், உறவினர்களின் அதிருப்தி, அவர் இருந்த சங்கடமான நிலைமை அனைத்தும் திடீரென்று அவருடைய மனதிலிருந்து மாயமாய் மறைந்தன. மேலும் பயமும் மகிழ்ச்சியும் கலந்த ஒரு விநோதமான உணர்வை அவர் அனுபவித்தார்.

நடுவகிடு எடுத்து தலையின் இரண்டு பக்கமும் சுருண்டு விழுந்த தலைமுடியுடன், வெள்ளை நிற அங்கி அணிந்த அந்த அழகான பாதிரியார், இரு விரல்களில் தன்னுடைய வஸ்திரத்தைப் பிடித்துக் கொண்டு, சுறுசுறுப்பாக நடந்து வந்து பெரிய பாதிரியின் முன்னால் நின்றார்.

"ஆண்டவரின் நாமம் ஸ்தோத்திரம்" என்ற மந்திர உச்சாடனங் கள் ஒன்றன் பின் ஒன்றாக எழுந்து, காற்றில் கலந்து, தேவாலயத்தின் கூரைகளை அதிரச் செய்தன.

"இப்போதும் மறுமையிலும் என்றென்றும் கடவுள் நம்மை ஆசீர்வதிக்கட்டும்!" என்று பாடும் குரலில் பணிவுடன் சொன்ன பெரியவர், தொடர்ந்து சாய்வு மேசையின் மீது எதையோ திருப்பிக் கொண்டிருந்தார். பின்னர் தேவாலயம் முழுவதும், ஜன்னல்கள் முதல் மேற்கூரை வரையிலும் எதிரொலித்த பாடகர் குழுவின் இசை காற்றில் மிதந்து, ஒரு கணம் அங்கேயே ஸ்தம்பித்து நின்று, பிறகு மெதுவாக ஓய்ந்தது.

அவர்கள் எப்போதும் போல, மேலுள்ள உலகத்திற்காகவும், உலக மக்களின் இரட்சிப்பிற்காகவும், செனட் சபைக்காகவும், சக்கர வர்த்திக்காகவும், அன்று திருமணம் செய்துகொண்ட கடவுளின் ஊழியர்களான கான்ஸ்டான்டினுக்காகவும், கேத்தரீனுக்காகவும், ஜெபங்களை ஓதினார்கள்.

"கர்த்தர் அவர்களுக்குப் பரிபூரண அன்பையும், சமாதானத் தையும், உதவியையும் அனுப்ப வேண்டும் என்று பிரார்த்திப்போம்!" என்று சொன்ன மூத்த பாதிரியாரின் குரலால் அந்த தேவாலயம் முழுவதும் சுவாசிப்பதாகத் தோன்றியது.

லெவின் அந்த வார்த்தைகளைக் கேட்டு வியப்படைந்தார். 'எனக்கு உதவி தேவை என்பதை அவர்கள் எப்படி யூகித்தார்கள்?' என்று நினைத்த அவர், தன்னுடைய சமீபத்திய அச்சங்களையும், சந்தேகங்களையும் யோசித்துப் பார்த்தார். 'எனக்கு என்ன தெரியும்? உதவி இல்லாமல் இந்தப் பயமுறுத்தும் தொழிலில் நான் என்ன சாதிக்க முடியும்? ஆமாம், இப்போது எனக்குத் தேவை உதவிதான்.'

உதவியாளர் வழிபாட்டை முடித்ததும், பாதிரியார் தனது புத்தகத்துடன், மணமக்களை நோக்கித் திரும்பினார்.

"நித்திய தேவனே! நீயே முன்பு பிரிந்து இருந்தவர்களை இப்போது அன்பால் ஒன்றிணைத்தாய்" என்று பாதிரியார் தனது மிருதுவான பாடும் குரலில் தொடர்ந்தார். "ஈசாக்கையும், ரெபெக்காவையும் அவர்களின் வாரிசையும் உமது பரிசுத்த உடன்படிக்கையின்படி ஆசீர்வதித்த நீயே, பிரிக்க முடியாத இந்தப் பரிசுத்த திருமண பந்தத்தை நிர்ணயித்தாய். உமது ஊழியர்களான கான்ஸ்டான்டின், கேத்தரீனா ஆகியோரை ஆசீர்வதித்து, அவர்களை எல்லா நற்செயல்களின் பாதை யிலும் வழி நடத்துங்கள். எங்கள் ஆண்டவராகிய நீர் கிருபையும் இரக்கமும் உடையவர். பிதாவும் குமாரனும் பரிசுத்த ஆவியுமான உமக்கு இப்போதும் எப்போதும் மகிமை உண்டாவதாக."

"ஆமென்" என்ற பாடகர் குழுவின் குரல் மீண்டும் காற்றில் கலந்தது.

'முன்பு பிரிந்து இருந்தவர்களை ஒன்றிணைத்தவர் யார்? இந்த வார்த்தைகள் எத்தனை ஆழமானவை. இந்த நேரத்தில் எனக்குள் எழும் உணர்வுகளுக்கு அவை எத்தனை நன்றாகப் பொருந்திப் போகின்றன!' என்று லெவின் நினைத்தார். 'அவளுக்கும் அப்படித் தான் இருக்குமோ?'

அவர் திரும்பிப் பார்த்தபோது அவர்களின் கண்கள் சந்தித்துக் கொண்டன.

அவளுடைய முகபாவத்தைக் கவனித்த அவர், அவளும் தன்னைப் போலவே அதைப் புரிந்துகொண்டாள் என்று நினைத்தார். ஆனால்

அது உண்மை இல்லை. அந்தச் சேவையின் வார்த்தைகள் எதையும் அவள் புரிந்து கொள்ளவில்லை. நிச்சயதார்த்த விழாவின் போது கூட அவள் அவற்றைக் காது கொடுத்துக் கேட்கவில்லை. அவளால் அவற்றைக் கேட்கவோ அல்லது புரிந்துகொள்ளவோ முடியவில்லை. அந்த அளவுக்கு ஒரே ஒரு உணர்ச்சி மட்டுமே மேலும் மேலும் தீவிரமாக அவளுடைய இதயத்தை ஆக்கிரமித்துக் கொண்டிருந்தது. கடந்த ஒன்றரை மாதங்களுக்கு முன்பு அவளுடைய இதயத்தில் நுழைந்து, கடந்த ஆறு வாரங்களாக அவளுக்கு மகிழ்ச்சியையும், வேதனையையும் ஏற்படுத்திய மனப்போராட்டம் நல்லபடியாக முடிந்து விட்டதில் கிட்டிய மகிழ்ச்சிதான் அது. அர்பாத் வீதியில் தன்னுடைய வீட்டின் அறையில், பழுப்பு நிற உடையில், அவள் தன்னை அவரிடம் ஒப்படைத்தபோது, அவளுக்குப் பழைய வாழ்க்கையிலிருந்து விடுதலை கிடைத்தது. அப்போது முதல் முற்றிலும் புதிய, மாறுபட்ட, அறியப்படாத ஒரு வாழ்க்கை அவளுக்கு ஆரம்பித்தது. ஆனால் உண்மையில் அவளுடைய பழைய வாழ்க்கை அவளை நிழலாகப் பின்தொடர்ந்தது. அந்த ஆறு வாரங்கள் அவளுக்கு அளவற்ற ஆனந்தத்தையும், அளவற்ற துயரத்தையும் ஒருசேரக் கொடுத்தது. அவளுடைய வாழ்க்கையும், அவளுடைய ஆசைகளும், அவளுடைய நம்பிக்கைகளும், அவளால் புரிந்துகொள்ள முடியாத அந்த மனிதரை மையமாகக் கொண்டு சுழல்வதை அவள் உணர்ந்தாள். அந்த மனிதரைவிடப் புரிந்து கொள்ள முடியாத ஏதோ ஒரு அசாத்தியமான சக்தி அவளை அவரிடம் உந்தித் தள்ளியது. இருந்தும் அவள் தனது வெளிப்புற வாழ்க்கையை மாற்ற முடியாமல் அப்படியே தொடர்ந்து வாழ்ந்து வந்தாள். அப்படி வாழ்ந்து கொண்டிருந்த போது, அவள் திடீரென தன்னையும், கடந்த காலத்தின் எல்லாவற்றின் மீதும் (பொருள்கள், பழக்கவழக்கங்கள், அவளை நேசித்தவர்கள், அவளால் நேசிக்கப்பட்ட வர்கள், கருத்து வேற்றுமையால் அலட்சியப்படுத்திய அம்மா, உலகில் வேறு யாரையும்விட அதிகமாக நேசித்த அன்பான அப்பா) தனக்கு இருந்த முழுமையான அதீதமான அலட்சியத்தை எண்ணிப் பார்த்துத் திகைத்தாள். ஒரு கணம் இந்த அலட்சியத்தைக் கண்டு திகைத்துப் போன அவள், மறுகணம் அந்த அலட்சியத்துக்கான காரணத்தைக் கண்டு மகிழ்ந்தாள். அந்த மனிதருடன் சேர்ந்து வாழ்வதைத் தவிர வேறு எதையும் சிந்திக்கவோ, விரும்பவோ அவளால் முடியவில்லை. ஆனால் அந்தப் புதிய வாழ்க்கை இன்னும் தொடங்கவில்லை. அவளால் அதைப் பற்றித் தெளிவாகக் கற்பனை செய்து பார்க்கவும் முடியவில்லை. புதியவை மற்றும் தெரியாதவை பற்றிய எதிர்பார்ப்பும், பயமும், மகிழ்ச்சியும் மட்டுமே அவளிடம் இருந்தன. இப்போது எந்த நேரத்திலும் இந்த எதிர்பார்ப்பும், நிச்சயமற்ற

தன்மையும், அவளுடைய பழைய வாழ்க்கையைத் துறப்பதற்கான மன உளைச்சலும், முடிவுக்கு வந்து ஒரு புதிய வாழ்க்கை தொடங்கி விடும். இந்தப் புதிய வாழ்க்கை இன்னும் அவளுக்கு அனுபவமாக வில்லை என்பதால் அவள் பயந்தாள். ஆனால் பயம் இருந்தாலும் இல்லாவிட்டாலும் அது அவளுடைய இதயத்தில் ஆறு வாரங்களுக்கு முன்பே உறுதியாகி விட்டது. எனவே அதைப் புனிதப்படுத்தும் சடங்கு மட்டுமே இப்போது நடந்தது.

மறுபடியும் வாசிப்பு மேசையை நோக்கித் திரும்பிய பாதிரியார் சற்று சிரமப்பட்டு கிட்டியின் சிறிய மோதிரத்தை எடுத்து, லெவினைக் கையை நீட்டச் சொல்லி, மோதிரத்தை அவர் விரலில் அணிவித்து, முதல் மூட்டுவரை அதை நகர்த்தினார். "தேவனுடைய ஊழியரான கான்ஸ்டான்டின், தேவனுடைய ஊழியரான கேத்தரீனா என்பவரைத் திருமணம் செய்கிறார்" என்ற அவர், இளஞ்சிவப்பு நிறத்தில் மிருதுவாக இருந்த கிட்டியின் சுண்டு விரலில் பெரிய மோதிரத்தை அணிவித்து, மீண்டும் அதே வார்த்தைகளைத் திரும்பச் சொன்னார்.

மணமக்கள் இருவரும் பலமுறை என்ன செய்ய வேண்டும் என்பதை யூகிக்க முயன்று, ஒவ்வொரு முறையும் தவறு செய்தார்கள். பாதிரியார் கிசுகிசுப்பான குரலில் அவர்களைத் திருத்தினார். கடைசியில் அவர்கள் சரியானதைச் செய்து முடித்ததும், பாதிரியார் மோதிரங்களில் சிலுவையிட்டு, சடங்கை முறைப்படி செய்து, பெரிய மோதிரத்தைக் கிட்டியிடமும், சிறிய மோதிரத்தை லெவினிடமும் கொடுத்தார். அவர்கள் மீண்டும் குழப்பமடைந்து எதைச் செய்ய வேண்டுமோ அதைச் செய்யாமல் மோதிரங்களை ஒருவர் கையி லிருந்து மற்றொருவர் கையில் கொடுத்தனர்.

டோலி, சிரிகோவ், ஆப்லான்ஸ்கி மூவரும் அவர்களுக்கு உதவி செய்ய முன்வந்தனர். குழப்பங்களும், கிசுகிசுப்புகளும், புன்னகைகளும் அதன் விளைவாக எழுந்தன. ஆனால் இளம் தம்பதியினரின் முகத்தில் இருந்த பெருமித உணர்வு சற்றேனும் மாறவில்லை. மாறாக, தங்கள் கைகளைப் பற்றிக் குழப்பத்தில், அவர்கள் முன்னைவிட அதிகமாகவும் ஆழமாகவும் நெகிழ்ந்து போனார்கள். அவர்கள் தங்கள் சொந்த மோதிரத்தை அணிய வேண்டும் என்று கிசுகிசுப்பாக சொன்ன ஸ்டீபன் ஆர்கடியேவிச்சின் உதடுகளில் அரும்பிய புன்னகை உடனே மறைந்தது. எந்தப் புன்னகையும் அவர்களைப் புண்படுத்தும் என்பதை அவன் உணர்ந்தான்.

"ஆதியில் நீ அவர்களை ஆணாகவும் பெண்ணாகவும் படைத்தாய்" என்று அவர்கள் மோதிரத்தை மாற்றிக் கொண்ட பிறகு பாதிரியார் படித்தார். "ஒரு பெண்ணை ஆணின் உதவிக்காவும், மனித இனத்தின் தொடர்ச்சிக்காகவும் நீ இணைத்திருக்கிறாய். எங்கள் தேவனாகிய ஆண்டவரே, உமது பரம்பரையின் மீது உமது

சத்தியத்தை இறக்கி, தலைமுறை தலைமுறையாக எங்கள் பிதாக் களுக்கு உமது வாக்குறுதியை அளித்து, உமது ஊழியன் கான்ஸ்டான் டினையும் உமது ஊழியர் கேத்தரீனாவையும் ஆசீர்வதித்து, விசுவாசத் தினாலும், மன நிம்மதியாலும், அன்பினாலும், அவர்களைப் பலப் படுத்துவீராக...”

திருமணத்தைப் பற்றிய தனது எண்ணங்கள், வாழ்க்கையை ஒழுங்கமைப்பது பற்றிய தனது கனவுகள் ஆகிய அனைத்தும் குழந்தைத்தனமானவை என்றும், அதைத் தான் இன்னும் சரியாகப் புரிந்து கொள்ளவில்லை என்றும், இப்போது தனக்குத் திருமணம் முடிந்து விட்டாலும், தான் அதைப்பற்றி மிகக் குறைவாகவே புரிந்து கொண்டிருப்பதாகவும் லெவின் உணர்ந்தார். அவருடைய அடி வயிற்றிலிருந்து கிளம்பிய விம்மல் அவரது தொண்டையை அடைக்கவும், கட்டுக்கடங்காத கண்ணீர் அவர் கண்களில் வழிந் தோடியது.

உறவினர்கள், நண்பர்கள் உட்பட மாஸ்கோ முழுவதும் தேவால யத்தில் கூடியிருந்தது. திருமண விழாவின் போது, தேவாலயத்தின் பிரகாசமான வெளிச்சத்தில், வெள்ளை டையும், நீண்ட கோட்டும், சீருடையும் அணிந்த ஆண்களுக்கும், நேர்த்தியாக உடையணிந்த பெண்களுக்கும், சிறுமிகளுக்கும் மத்தியில் கிசுகிசுப்பான குரலில் நடந்த உற்சாகமான உரையாடல் இடைவிடாமல் தொடர்ந்து நடந்தது. பெரும்பாலும் ஆண்களே இந்த உரையாடல்களில் ஈடுபட்டனர். அதே நேரத்தில் பெண்கள் தாங்கள் எப்போதும் நெகிழ்ச்சியாக உணரும் புனித சடங்குகளைக் கவனிப்பதில் மூழ்கினார்கள்.

மணமகளுக்கு அருகில் இருந்த கூட்டத்தில் அவளுடைய இரண்டு சகோதரிகள் இருந்தனர். வெளிநாட்டிலிருந்து வந்திருந்த அமைதியும் அழகும் கொண்ட மூத்த சகோதரி இளவரசி லோவோவும், மற்றொரு சகோதரி டோலியும் இருந்தனர்.

“மேரி ஏன் திருமணத்தில் கிட்டத்தட்ட கருப்பு நிறமாக இருக்கும் ஊதா நிற ஆடையை அணிந்திருக்கிறாள்?” என்று கேட்டாள் திருமதி. கோர்சுன்ஸ்கயா.

“அவளுடைய நிறத்திற்கு அதைவிட்டால் வேறு கதி இல்லை” என்றாள் துருபெட்ஸ்கயா. “வியாபாரிகளைப் போல இவர்கள் மாலையில் திருமணத்தை நடத்துவதைக் கண்டு நான் ஆச்சரியப் படுகிறேன்...”

“அதுதான் அழகாக இருக்கும். எனக்கும் மாலையில்தான் திருமணம் நடந்தது...” என்று சொன்ன திருமதி. கோர்சுன்ஸ்கயா, தான் அப்போது எத்தனை அழகாக இருந்தோம் என்பதையும், தன் கணவர் தன் மீது எப்படிப் பைத்தியமாக இருந்தார் என்பதையும்,

இப்போது அது எத்தனை மாறிவிட்டது என்பதையும் நினைத்துப் பெருமூச்சு விட்டாள்.

"ஒரு ஆண் பத்து முறைக்கு மேல் மாப்பிள்ளை தோழனாக இருந்தால் அவன் ஒருபோதும் திருமணம் செய்து கொள்ள மாட்டான் என்கிறார்கள். என்னைப் பாதுகாத்துக் கொள்ள நான் பத்தாவது முறையாக இருக்க விரும்பினேன். ஆனால் அந்த இடத்தை மற்றொருவர் எடுத்துக் கொண்டார்" என்று கோமகன் சின்யாவின், அழகான இளவரசி சார்ஸ்கயாவிடம் கூறினார்.

அதற்குப் பதிலளிக்கும் விதமாக இளவரசி சார்ஸ்கயா புன்னகைத்தாள். கிட்டியைப் பார்த்துக் கொண்டிருந்த அவள், தான் கிட்டியின் இடத்தில் கோமகன் சின்யாவினுடன் எப்போது நிற்கப் போகிறோம் என்பதையும், அப்போது அவன் தன்னிடம் சொன்ன இந்த நகைச்சுவையை அவனிடம் நினைவுபடுத்துவதைப் பற்றியும் யோசித்துக் கொண்டிருந்தாள்.

கிட்டியின் தலையில் கிரீடத்தை வைத்து அவளை மகிழ்விக்க விரும்புவதாக வயதான பணிப்பெண் திருமதி. நிக்கோலேவாவிடம் ஷெர்பாட்ஸ்கி சொன்னார்.

"அது அவசியம் இல்லை" என்று பதில் சொன்னாள் திருமதி. நிக்கோலேவா. விதவையான அவர் கிட்டியின் திருமணம் மிகவும் எளிமையாக இருக்க வேண்டும் என்று எப்போதோ முடிவு செய்திருந்தாள். "இந்த ஆடம்பரமான சடங்குகளில் எனக்கு நம்பிக்கையில்லை."

புதுமணத் தம்பதிகள் எப்போதும் வெட்கப்படும் காரணத்தால், திருமணத்திற்குப் பிறகு அவர்கள் குடும்பத்தை விட்டு விலகிச் செல்லும் பழக்கம் அதிகமாகிவிட்டது என்று செர்ஜி இவானோவிச், டாரியா டிமிட்ரிவ்னாவிடம் வேடிக்கையாகச் சொன்னார்.

"உங்கள் சகோதரர் பெருமைபட்டுக் கொள்ளலாம். அவள் மிகவும் அழகாக இருக்கிறாள். நீங்கள் பொறாமைப்படுகிறீர்கள் என்று நினைக்கிறேன்?"

"நான் அதையெல்லாம் ஏற்கனவே கடந்து வந்துவிட்டேன் டாரியா டிமிட்ரிவ்னா" என்று சொன்ன அவர் முகத்தில் திடீரென ஒரு சோகம் கலந்த தீவிரமான முகபாவம் வெளிப்பட்டது.

ஸ்டீபன் ஆர்கடியேவிச் தன் அண்ணியிடம் விவாகரத்து பற்றிய ஒரு நகைச்சுவையைச் சொல்லிக் கொண்டிருந்தான்.

அவள், அவன் சொன்னதைக் கவனிக்காமல், "நான் அவளுடைய மாலையை நேராக வைக்க வேண்டும்" என்றாள்.

"அவள் உற்சாகமாக இல்லை என்பதைப் பார்க்கும்போது பரிதாபமாக இருக்கிறது" என்று நடாலியா லோவோவிடம், கோமகள்

நோர்ட்ஸ்டன் சொன்னாள். "அவர் அவளுடைய சுண்டுவிரலுக்குக் கூட தகுதியற்றவர். நீங்கள் என்ன நினைக்கிறீர்கள்?"

"நான் அப்படி நினைக்கவில்லை. எனக்கு அவரை மிகவும் பிடிக்கும். அவர் என் மைத்துனராகப் போகிறார் என்பதற்காக மட்டுல்ல" என்று இளவரசி பதில் சொன்னாள். "அவர் எத்தனை நல்லவிதமாக நடந்து கொள்கிறார்! இந்தச் சூழ்நிலையில் ஒருவர் கேலிக்கு ஆளாகாமல் நடந்துகொள்வது கஷ்டம். ஆனால் அவர் கேலிக்குரியவர் அல்ல. அவர் பதற்றமின்றி வெகு இயல்பாக நடந்து கொள்கிறார்."

"நீங்கள் அதை எதிர்பார்த்தது போலத் தெரிகிறதே?"

"கிட்டத்தட்ட. அவள் எப்போதும் அவரை நேசிக்கிறாள்."

"சரி, யார் கம்பளத்தின் மீது முதலில் அடியெடுத்து வைக்கிறார் கள் என்பதைப் பார்ப்போம். நான் ஏற்கனவே கிட்டியிடம் சொல்லி யிருக்கிறேன்."

"அதனால் என்ன நடந்துவிடப் போகிறது?" என்றாள் இளவரசி லோவோ. "நாம் அனைவரும் கீழ்ப்படிந்து நடக்கும் மனைவிகள். அது நம்முடைய இரத்தத்தில் ஊறியது."

"நான் வேண்டுமென்றே வாசிலிக்கு முன்பாகவே காலடி எடுத்து வைத்தேன். நீ டோலி?"

அவர்கள் அருகில் நின்று அவர்கள் பேசுவதைக் கேட்டுக் கொண்டிருந்த டோலி பதில் சொல்லவில்லை. அவளுடைய கண்கள் கலங்கியிருந்தன. அழுவதற்குத் தயாராக இருந்த அவளால் பதில் சொல்ல முடியவில்லை. கிட்டி லெவின் இருவரையும் பார்த்து பூரிப்பால் அவள் இதயம் விம்மியது. தன்னுடைய திருமணத்தைப் பற்றி நினைத்துப் பார்த்த அவள், பளபளப்பாகப் பிரகாசித்துக் கொண்டிருந்த ஸ்டீபன் ஆர்கடியேவிச்சைப் பார்த்தாள். அவள் தனது நிகழ்காலத்தை மறந்து, வெகுளித்தனமான தன்னுடைய காதலை மட்டும் நினைத்துப் பார்த்தாள். அவள் தன்னை மட்டு மின்றி, தனக்கு நெருக்கமான, அல்லது அறிமுகமான அனைத்துப் பெண்களையும் நினைத்துப் பார்த்தாள். கிட்டியைப் போலவே அவர்கள் தங்கள் இதயத்தில் காதலுடனும், நம்பிக்கையுடனும், பயத்துடனும் திருமண பந்தத்தில் நுழைந்து, தங்கள் கடந்த காலத்தைத் துறந்து, புதிரான எதிர்காலத்தில் காலடி வைத்துபோது, அவர்கள் வெற்றிப் பெருமிதத்தில் திளைத்த அந்த நாளை நினைத்துப் பார்த்தாள். அவளுடைய நினைவுக்கு வந்த பல பெண்களில், தன்னுடைய அன்புக்குரிய அன்னாவையும், சமீபத்தில் தான் கேள்விப்பட்ட, நிலுவையிலுள்ள அவளுடைய விவாகரத்தையும் நினைத்துப் பார்த்தாள். ஆரஞ்சு நிற மலர்களைத் தலையில் சூடி,

முக்காடு அணிந்து அவளும் அப்படித்தான் ஒரு அப்பாவிப் பெண்ணாக நின்றிருந்தாள். ஆனால் இப்போது?

"இது விநோதமாக உள்ளது" என்று அவள் தனக்குள் சொல்லிக் கொண்டாள்.

மணப்பெண்ணின் சகோதரிகள் மட்டுமின்றி, அவளது பெண் சிநேகிதிகள், பெண் உறவினர்கள் ஆகிய அனைவரும் திருமணத்தின் ஒவ்வொரு சடங்கையும் உன்னிப்பாகப் பார்த்துக் கொண்டிருந்தனர். முற்றிலும் அந்நியர்களாக இருந்த பெண் பார்வையாளர்கள், கேலி யாகவும் பொருத்தமற்றதையும் பேசிய ஆண்களுக்குக் கோபத்துடன் பதிலடி கொடுக்காமல், அவர்கள் சொல்வதையும் காது கொடுத்துக் கேளாமல், மணமக்களின் அசைவை அல்லது முகபாவத்தைப் பார்க்காமல் போய்விடுவோம் என்ற பயத்தில் மூச்சைப் பிடித்துக் கொண்டு கூர்ந்து பார்த்தனர்.

"அவள் ஏன் அழுகிறாள்? அவள் விருப்பத்திற்கு மாறாக திருமணம் செய்து கொள்கிறாளா?"

"இவ்வளவு ஒரு நல்ல இளைஞனை விருப்பமில்லாமல் அவளால் எப்படித் திருமணம் செய்து கொள்ள முடியும்? இளவரசர் அல்லவா?"

"வெள்ளை நிறச் சட்டையில் இருப்பது அவளுடைய சகோதரியா...? 'மனைவிகளே உங்கள் கணவர்களுக்குக் கீழ்ப்படியுங்கள்' என்று இப்போது பாதிரியார் கர்ஜிப்பதைக் கேளுங்கள்!"

"பாடுவது சுடோவ்ஸ்கி பாடகர் குழுவா?"

'இல்லை, சினடல்."

"வேலைக்காரனைக் கேட்டேன். மணமகன் அவளை நேராக தன்னுடைய நாட்டுப் பண்ணைக்கு அழைத்துச் செல்வதாக அவன் சொன்னான். பெரிய பணக்காரர் என்கிறார்கள். அதனால்தான் அவளை அவருக்குக் கொடுக்கிறார்கள்."

"இல்லை, அவர்கள் மிக நல்ல ஜோடி."

"மரியா வாசலியேவ்னா, அந்தப் பெண்கள் ஆடையில் மடிப்பு களைத் தூக்கிக் காட்டும் கிரினோலைன்களை அணியவில்லை என்று சொன்னீர்கள். கவுன் அணிந்திருக்கும் அந்தப் பெண் தூதரின் மனைவி என்கிறார்கள். அவள் உடையின் மடிப்புகள் அப்படியும் இப்படியும் ஆடுவதைப் பாருங்கள்."

"மணமகள் எத்தனை அழகு! கழுத்தில் பூமாலை சூடிய பலி கிடாவைப் போல! நீங்கள் என்னதான் சொன்னாலும் அந்தப் பெண்ணுக்காக இரக்கப்பட வேண்டும்."

தேவாலயக் கதவு வழியாக நழுவி எப்படியோ உள்ளே வந்த பெண் பார்வையாளர்கள் கூட்டத்தில் இப்படியாகப் பேசிக் கொண்டார்கள்.

6

திருமண விழாவின் முதல் பகுதி முடிந்ததும், பாதிரியார் ஒரு இளஞ்சிவப்பு நிறப் பட்டுக் கம்பளத்தை வாசிப்பு மேசைக்கு முன்னால் விரித்தார். பாடகர் குழு ஒரு விரிவான, சிக்கலான கடவுள் துதியைப் பாடியது. கட்டைக்குரலிலும் மெல்லிய குரலிலுமாக இரு குரல்கள் மாறிமாறிப் பாடின. பாதிரியார் மணமக்களை நோக்கித் திரும்பி பட்டுக் கம்பளத்தைச் சுட்டிக் காட்டினார். அதன் மீது முதலில் அடியெடுத்து வைப்பவர் வீட்டில் ஆதிக்கம் செலுத்துவார் என்ற பழமொழியை அவர்கள் அடிக்கடி கேட்டிருந்தாலும், அவர்கள் அதை நோக்கிச் சில அடிகள் நடந்தபோது, இருவருக்கும் அது நினைவுக்கு வரவில்லை. லெவின் முதலில் அடியெடுத்து வைப்பார் என்று சிலரும், இருவரும் சேர்ந்து வைப்பார்கள் என்று சிலரும் உரத்த குரலில் விவாதம் செய்துகொண்டதையும் அவர்கள் காது கொடுத்துக் கேட்கவில்லை.

அவர்கள் திருமணம் செய்துகொள்ள விரும்புகிறார்களா, அவர்கள் வேறு யாருக்கேனும் வாக்குறுதி அளித்திருக்கிறார்களா என்ற வழக்கமான கேள்விகளுக்கு, அவர்கள் சொன்ன பதில் அவர்களுக்கே விசித்திரமாகத் தோன்றியது. அதன் பிறகு சேவையின் இரண்டாம் பகுதி தொடங்கியது. பிரார்த்தனையின் வார்த்தைகளைக் காதில் வாங்கிய கிட்டி, அதன் அர்த்தத்தைப் புரிந்துகொள்ள முயன்றபோதும் அவளால் முடியவில்லை. வெற்றிப் பெருமித உணர்வும், மகிழ்ச்சியும் அவள் உள்ளத்தில் கரைபுரண்டு ஓடியதால், அவளால் அவற்றில் கவனம் செலுத்த முடியவில்லை.

“கருப்பையில் உருவாகும் கனியின் நன்மைக்காக அவர்கள் கற்புடன் வாழ வேண்டும். மகன்களையும் மகள்களையும் பெற்று மகிழ வேண்டும்” என்று அவர்கள் பிரார்த்தனை செய்தனர். கடவுள் ஆதாமின் விலா எலும்பிலிருந்து பெண்ணைப் படைத்தார் என்றும், அதற்காகவே ஒருவன் தன் தகப்பனையும் தாயையும் விட்டுப் பிரிந்து, மனைவியிடம் சேர்ந்து ஈருயிர் ஒருடலாக வேண்டும் என்றும், இது ஒரு புரியாத புதிர் என்றும், ஈசாக்கு, ரெபேக்கா, யோசேப்பு, மோசஸ், சிப்போரா ஆகியோருக்கு நன்மை செய்து ஆசீர்வதித்தது போல, தங்கள் மகன்களின் மகன்களைக் காணும்படி அவர்களை ஆசீர்வதிக்க வேண்டும் என்றும் அவர்கள் ஜெபித்தனர். அந்த

வார்த்தைகளைக் கேட்ட கிட்டி, 'இவை எல்லாம் அழகாக இருக்கின்றன. எல்லாம் அப்படியே நடக்க வேண்டும்' என்று நினைத்ததால் அவள் முகத்தில் ஏற்பட்ட பிரகாசமான மகிழ்ச்சிப் புன்னகை, அனிச்சையாக அவளிடமிருந்து, அவளைப் பார்த்த அனைவரையும் தொற்றிக் கொண்டது.

அவர்கள் தலையில் பாதிரியார் கிரீடங்களை வைத்ததும், தன்னுடைய கையுறை அணிந்த கை நடுங்க, ஷெர்பாட்ஸ்கி கிட்டியின் தலைக்கு மேலே கிரீடத்தை உயர்த்திப் பிடித்தார். "அப்படியே தலையில் சூடுங்கள்" என்று அப்போது கூட்டத்திலிருந்து யாரோ சொன்னார்கள்.

"போடுங்கள்" என்று அவள் சிரித்துக் கொண்டே கிசுகிசுத்தாள்.

அவளைத் திரும்பிப் பார்த்த லெவின், அவள் முகத்தில் வெளிப்பட்ட மகிழ்ச்சியின் பிரகாசத்தைக் கண்டு திகைத்தார். அவளுடைய அந்த உணர்வு அனிச்சையாக அவரையும் தொற்றிக் கொண்டது. அவளைப் போலவே அவரும் மகிழ்ச்சியின் உற்சாகத்தில் திளைத்தார்.

மிகுந்த உற்சாகத்துடன் எதிர்பார்த்துக் காத்திருந்த பொதுமக்கள் திருமுகம் வாசிக்கப்பட்டதும், அதன் கடைசி வசனத்தில் எதிரொலித்த பாதிரியாரின் குரலைக் கேட்டு மகிழ்ந்தனர். வெதுவெதுப்பான சிவப்புத் திராட்சை ரசத்தையும், தண்ணீரையும் கோப்பையில் குடித்த அவர்கள் மகிழ்ச்சியடைந்தனர். பாதிரியார் தன்னுடைய வஸ்திரத்தைத் தூக்கி எறிந்துவிட்டு, "கடவுளுக்கு மகிமை" என்று பாடகர் குரல்கள் கோஷமிட, மணமக்களின் கைகளைப் பிடித்து, மேசையைச் சுற்றி அழைத்துச் சென்றபோது அவர்கள் மேலும் மகிழ்ச்சியடைந்தனர். மணமக்களின் கிரீடங்களைத் தாங்கிப் பிடித்து, தரையில் புரண்ட மணமகளின் ஆடை கால்களைத் தடுக்க, தட்டுத் தடுமாறி நடந்த ஷெர்பாட்ஸ்கியும், சிரிகோவும், பாதிரியார் நின்றபோதெல்லாம் அவர்களும் நின்று, மணமக்களின் மீது மோதியவர்களாக, எதையோ நினைத்துச் சிரித்து மகிழ்ந்தனர். கிட்டியின் உள்ளத்தில் பொங்கிப் பிரவகித்த மகிழ்ச்சிக் கடலில் தேவாலயத்தில் உள்ள ஒவ்வொருவரும் நீந்தித் திளைத்தனர். பாதிரியாரும் அவருடைய உதவியாளரும் தன்னைப் போலவே புன்னகைக்க விரும்புவதாக லெவினுக்குத் தோன்றியது.

மணமக்களின் தலையில் இருந்த கிரீடங்களைக் கழற்றிய பிறகு பாதிரியார் கடைசி பிரார்த்தனையை வாசித்து இளம் தம்பதிகளை வாழ்த்தினார். லெவின் கிட்டியைப் பார்த்தார். அவள் முகத்தில் வெளிப்பட்ட மகிழ்ச்சியின் புதிய பிரகாசத்தால், அவள் வசீகரமாக இருந்தாள். இதற்கு முன் லெவின் அவளை அப்படிப் பார்த்ததில்லை. அவளிடம் ஏதோ சொல்ல வேண்டும் என்று லெவினுக்குத் தோன்றியது

என்றாலும் சடங்குகள் முடிந்து விட்டதா என்பது அவருக்குத் தெரிய வில்லை. பாதிரியார் அவரைச் சிரமத்திலிருந்து மீட்டார். அவர் தன்னுடைய கனிவான புன்னகையுடன், "உங்கள் மனைவியை முத்தமிடுங்கள், உங்கள் கணவரை முத்தமிடுங்கள்" என்று மிருதுவான குரலில் சொல்லி, அவர்களிடம் இருந்த மெழுகுவர்த்திகளை வாங்கிக் கொண்டார்.

புன்னகை தவழ்ந்த அவள் உதடுகளைக் கவனமாக முத்தமிட்ட லெவின், தன் கையை அவளிடம் நீட்டி, ஒரு புதிய, விசித்திரமான நெருக்கத்தை உணர்ந்து, அவளுடன் தேவாலயத்தை விட்டு வெளியே செல்லத் தொடங்கினார். அது உண்மை என்பதை அவரால் நம்பவே முடியவில்லை. வியப்பும் பயமும் நிறைந்த அவர்களுடைய கண்கள் சந்தித்துக் கொண்ட போதுதான் அவர் அதை நம்பினார், ஏனென்றால் அவர்கள் ஏற்கனவே ஒன்றாக இருப்பதை அவர் உணர்ந்தார்.

அன்று இரவு விருந்துக்குப் பிறகு இளம் ஜோடிகள் நாட்டிற்குப் புறப்பட்டனர்.

7

ஐரோப்பாவில் மூன்று மாதங்கள் ஒன்றாகப் பயணம் செய்த விரான்ஸ்கியும் அன்னாவும் வெனிஸ், ரோம், நேப்பிள்ஸ் ஆகிய இடங்களுக்குச் சென்றனர். அதன் பிறகு இத்தாலியில் உள்ள ஒரு சிறிய நகரத்திற்கு வந்த அவர்கள், அங்கு சிறிது காலம் தங்குவதற்கு விரும்பினார்கள்.

அடர்த்தியான தலைமுடியும், நீண்ட கோட்டும், அகலமான வெள்ளை நிறச் சட்டையும் அணிந்து அழகாகத் தோற்றமளித்த விடுதியின் தலைமைச் சிப்பந்தி, தனது கைகளைச் சட்டைப் பையில் திணித்துக் கொண்டு, இகழ்ச்சியான பார்வையுடன் தனக்கு முன்னால் நின்றிருந்த ஒரு பெரிய மனிதருக்கு, பதிலளிக்கும் விதமாகக் கடுமையான குரலில் எதையோ சொல்லிக் கொண்டிருந்தான்.

நுழைவாயிலின் மறுபக்கத்திலிருந்த படிகளில் யாரோ ஏறி வரும் காலடி ஓசையைக் கேட்ட தலைமைச் சிப்பந்தி திரும்பிப் பார்த்தான். தங்கள் விடுதியின் சிறந்த அறைகளை ஆக்கிரமித்துக் கொண்ட ருஷ்ய கோமகனைப் பார்த்த அவன், மரியாதையுடன் சட்டைப்பையிலிருந்து கைகளை எடுத்து, தலையைக் குனிந்து, கடிதம் வந்திருப்பதாகவும், பலாஸோ எனப்படும் வீட்டை வாடகைக்கு விடும் பணி முடிந்துவிட்டதாகவும் சொன்னான். விடுதியின் மேலாளர் ஒப்பந்தத்தில் கையெழுத்திட தயாராக இருந்தார்.

"ஆகா! மிக்க மகிழ்ச்சி" என்றான் விரான்ஸ்கி. "அந்தப் பெண்மணி உள்ளே இருக்கிறாரா?"

"அவர் நடைப்பயிற்சிக்கு வெளியே சென்றிருந்தார். ஆனால் இப்போது திரும்பி விட்டார்" என்றான் தலைமைச் சிப்பந்தி.

தான் அணிந்திருந்த மிருதுவான அகலமான விளிம்பைக் கொண்ட தொப்பியைக் கழற்றிய விரான்ஸ்கி, வியர்த்திருந்த நெற்றியையும், தலையையும் கைக்குட்டையால் துடைத்தான். களைந்த தலைமுடியைக் காதுகளுக்கு மேலாக இழுத்துவிட்டு, தனது வழுக்கையை மறைக்கும்படி மீண்டும் சீவிக் கொண்டான். அங்கே நின்று அவனையே பார்த்துக் கொண்டிருந்த அந்தப் பெரிய மனிதரை ஒரு பார்வை பார்த்துவிட்டு அவன் உள்ளே செல்ல எத்தனித்தான்.

"இந்தப் பெரிய மனிதர் ஒரு ரஷ்யர். அவர் உங்களைப் பற்றி விசாரித்தார்" என்றான் தலைமைச் சிப்பந்தி.

தனக்குத் தெரிந்தவர்களிடமிருந்து தப்ப முடியவில்லை என்ற வருத்தமும், வாழ்க்கையில் தனக்கு ஏற்பட்ட சலிப்பிலிருந்து விடுதலை பெற வேண்டும் என்ற ஏக்கமும் கலந்த உணர்வுடன் விரான்ஸ்கி, அங்கிருந்து திரும்ப எத்தனித்துப் பிறகு நின்ற அந்தப் பெரிய மனிதரை மீண்டும் பார்த்தான். அதே நேரத்தில் அவரும் அவனைப் பார்க்க, இருவர் கண்களும் பிரகாசித்தன.

"கோலெனிஷ்சேவ்!"

"விரான்ஸ்கி!"

அது உண்மையில் கோலெனிஷ்சேவ்தான். கோலெனிஷ்சேவ் இராணுவப் பயிற்சிப் பள்ளியில் விரான்ஸ்கியுடன் பயின்றவர், அவனுடைய சக நண்பர். அப்போது தாராளவாதக் கட்சியைச் சேர்ந்திருந்த அவர் அகாதமியை விட்டு வெளியேறிய பிறகு இராணுவத்தின் எந்தப் பிரிவிலும் பணியாற்றவில்லை. இரு நண்பர்களும் அகாதமியை விட்டு வெளியேறிய போது தனித்தனி வழிகளில் பயணித்தனர். அதன் பிறகு அவர்கள் ஒரே ஒருமுறை மட்டுமே சந்தித்துக் கொண்டனர்.

அந்தச் சந்திப்பின் போது, ஏதோ ஒரு உயர்ந்த எண்ணத்துடன் சில தாராளவாத நடவடிக்கைகளில் கோலெனிஷ்சேவ் தீவிரமாக ஈடுபட்டுள்ளதை விரான்ஸ்கி புரிந்து கொண்டான். இதன் காரணமாக விரான்ஸ்கியின் பணியையும், அவனுடைய தகுதியையும் அவர் குறைத்து மதிப்பிட்டார். எனவே அத்தகைய மனிதர்களுக்கு எப்படிப் பதிலடி கொடுப்பது என்பதை நன்றாக அறிந்த விரான்ஸ்கி கர்வத்துடன் அவரை எதிர்கொண்டான். அதாவது 'என் வாழ்க்கைமுறை உங்களுக்குப் பிடிக்கலாம் அல்லது பிடிக்காமல் போகலாம், ஆனால் அதைப் பற்றி எனக்கு எந்தக் கவலையும்

இல்லை. நீங்கள் என்னைப் பற்றி அறிந்துகொள்ள விரும்பினால் முதலில் நீங்கள் என்னை மரியாதையுடன் நடத்த வேண்டும்' என்ற தோரணையில் பேசினான். அவர் விரான்ஸ்கியின் அந்தத் தோரணையை அலட்சியப்படுத்தினார். எனவே அவர்களின் இந்த இரண்டாவது சந்திப்பு அவர்களிடம் மேலும் பிரிவினையை ஏற்படுத்தும் என்று ஒருவர் நினைக்கலாம். ஆனால் அதற்கு மாறாக ஒருவரை ஒருவர் அடையாளம் கண்டுகொண்ட மகிழ்ச்சியில் அவர்கள் கூச்சலிட்டு ஆரவாரம் செய்தனர். அவரைக் கண்டு தான் இத்தனை மகிழ்ச்சி அடைவோம் என்று விரான்ஸ்கியே எதிர்பார்க்கவில்லை. ஆனால் உண்மையில் தான் எந்த அளவுக்குச் சலிப்படைந்து இருக்கிறோம் என்பதை அவனே உணர்ந்து கொள்ள வில்லை. தங்களின் கடைசி சந்திப்பில் ஏற்பட்ட கசப்புணர்வை மறந்த விரான்ஸ்கி, மலர்ந்த மகிழ்ச்சியான முகத்துடன் தனது முன்னால் தோழரை நோக்கிக் கையை நீட்டினான். சற்று முன்பு கோலெனிஷ்சேவின் முகத்தில் இருந்த சங்கடம் நீங்கி, அதற்குப் பதிலாக அதே மகிழ்ச்சியான உணர்வு அவருடைய முகத்தில் வெளிப் பட்டது.

"உங்களைப் பார்த்ததில் மிக்க மகிழ்ச்சி!" என்ற விரான்ஸ்கி பளிச்சென்று தனது வெள்ளைப் பற்கள் தெரிய புன்னகைத்தான்.

"நான் இங்கு விரான்ஸ்கி என்ற பெயரைக் கேள்விப்பட்டேன் ஆனால் எந்த விரான்ஸ்கி என்று எனக்குத் தெரியாது. உங்களைச் சந்தித்ததில் நான் மிக்க மகிழ்ச்சியடைகிறேன்!"

"வாருங்கள் உள்ளே போகலாம். நீங்கள் இப்போது என்ன செய்கிறீர்கள்?"

"நான் இரண்டு ஆண்டுகளாக இங்கே வசிக்கிறேன். நான் வேலைக்குப் போகிறேன்."

"அப்படியா?" என்றான் விரான்ஸ்கி அனுதாபத்துடன். "சரி, வாருங்கள் உள்ளே போகலாம்."

வேலைக்காரர்களிடமிருந்து மறைப்பதற்காக ரஷ்யர்கள் எப்போதும் வழக்கமாக ரஷ்ய மொழியில் பேசுவார்கள். ஆனால் அவன் அதற்குப் பதிலாக பிரெஞ்சில் பேசத் தொடங்கினான்.

"உங்களுக்குத் திருமதி. கரீனினாவைத் தெரியுமா? நாங்கள் இருவரும் ஒன்றாகச் சேர்ந்து பயணம் செய்கிறோம். நான் இப்போது அவர்களைப் பார்க்கப் போகிறேன்" என்று பிரெஞ்சில் சொன்ன விரான்ஸ்கி, கோலெனிஷ்சேவின் முகத்தை உற்றுப் பார்த்தான்.

"ஆகா! எனக்குத் தெரியாதே" என்று கோலெனிஷ்சேவ் இயல் பான தொனியில் பதிலளித்தார். (இருந்தாலும் அவருக்குத் தெரியும்). "நீங்கள் இங்கு நீண்ட காலமாக இருக்கிறீர்களா?" என்று கேட்டான்.

"நானா? மூன்று நாட்கள்" என்ற விரான்ஸ்கி மீண்டும் தன் தோழரின் முகத்தை உற்று நோக்கினான்.

'அவர் ஒரு கண்ணியமான மனிதர் என்பதால் இந்த விஷயத்தைச் சரியாகப் புரிந்து கொள்கிறார்' என்று விரான்ஸ்கி தனக்குத்தானே சொல்லிக் கொண்டான். அவருடைய முகபாவத்திலிருந்து அதைப் புரிந்து கொண்ட அவன் பேச்சை மாற்றினான். 'அவர் சரியான முறையில் புரிந்து கொள்வதால், அன்னாவுக்கு அவரை அறிமுகம் செய்து வைக்கலாம்' என்று நினைத்தான்.

அன்னாவுடன் வெளிநாட்டில் கழித்த அந்த மூன்று மாதங ்களில், விரான்ஸ்கி புதிய மனிதர்களைச் சந்திக்கும் போதெல்லாம், அன்னாவுக்கும் தனக்கும் உள்ள உறவை அந்த மனிதர் எப்படிப் பார்க்கிறார் என்று தன்னைத்தானே கேட்டுக் கொண்டான். பெரும்பாலும் ஆண்கள் அதைச் 'சரியான முறையில்' புரிந்து கொள்கிறார்கள் என்பதை அவன் அறிந்தான். ஆனால் அவனிடமும், சரியாகப் புரிந்து கொண்டவர்களிடமும், அது என்ன புரிதல் என்று கேட்டிருந்தால், அவர்களும் அவனும் கூட அதற்குப் பதிலளிக்க முடியாமல் தடுமாறுவார்கள்.

அதைச் சரியான முறையில் புரிந்து கொண்டவர்கள் என்று விரான்ஸ்கி நினைத்த யாரும், உண்மையில் அதைச் சரியான முறையில் புரிந்து கொள்ளவில்லை. ஆனால் அனைத்து திசைகளிலிருந்தும் வாழ்க்கையைப் பாதிக்கும் மிகவும் சிக்கலான, மற்றும் தீர்க்க முடியாத பிரச்சினைகளை எதிர்கொள்வதில் பக்குவப்பட்ட மனிதர்கள் நடந்து கொள்வதைப் போலவே அவர்கள் பொதுவாக நடந்துகொண்டனர். அவதூறுகளையும் விரும்பத்தகாத கேள்விகளையும் தவிர்ப்பதற்காக அவர்கள் கண்ணியத்துடன் நடந்து கொண்டனர். தற்போது விரான்ஸ்கி உள்ள சூழ்நிலையின் முக்கியத்துவத்தையும், பொருளையும் முழுமையாகப் புரிந்து கொண்டது போலவும், அதை ஏற்றுக் கொள்வதுடன் அங்கீகரிப்பது போலவும் அவர்கள் நடித்தனர். ஆனால் அதையெல்லாம் விளக்குவது பொருத்தமற்றது என்றும் தேவையற்றது என்றும் அவர்கள் கருதினர்.

அந்த மனிதர்களில் கோலெனிஷ்சேவும் ஒருவர் என்று யூகித்த விரான்ஸ்கி, அவரைக் கண்டு இரட்டிப்பு மகிழ்ச்சியடைந்தான். அன்னாவிடம் கோலெனிஷ்சேவை அழைத்துச் சென்றபோது, உண்மையில் விரான்ஸ்கி விரும்பியதைப் போலவே அவர் நடந்து கொண்டார். உரையாடலில் சங்கடமாகத் தோன்றக்கூடிய அனைத்தையும் அவர் பெரும் முயற்சி இன்றி மிகச் சுலபமாகத் தவிர்த்தார் என்பது வெளிப்படையாகத் தெரிந்தது.

இதற்கு முன்பு அவர் அன்னாவைப் பார்த்ததில்லை என்பதால் அவர் அவளுடைய ஒப்பற்ற அழகைக் கண்டு திகைத்து நின்றார். மேலும் தன்னுடைய நிலையை அவள் மிக எளிதாக ஏற்றுக் கொண்டதைப் பார்த்து அவர் வியப்படைந்தார். விரான்ஸ்கி, கோலெனிஷ்சேவை உள்ளே அழைத்து வந்தபோது அவள் வெட்க மடைந்தாள். அப்போது அவளுடைய கபடமில்லாத அழகிய முகத்தில் படர்ந்த அந்தக் குழந்தைத்தனமான வெட்கம் அவரை வசீகரித்தது. அந்நியர்கள் முன்னிலையில் தவறான புரிதல் ஏற்பட்டு விடக்கூடாது என்பதற்காக, அவள் வேண்டுமென்றே விரான்ஸ்கியை வெறுமனே அலெக்ஸி என்று அழைத்த விதம் அவருக்கு மிகவும் பிடித்திருந்தது. தாங்கள் வாடகைக்கு எடுத்த, பலாஸோ என்று அழைக்கப்படும் வீட்டிற்குச் செல்வதாக அவள் சொன்னாள். இந்த நேரடியான, எளிமையான அணுகுமுறை, அவளுடைய அந்தச் சூழ்நிலையில் கோலெனிஷ்சேவுக்கு மிகவும் பிடித்திருந்தது. அலெக்ஸி அலெக்ஸாண்ட்ரோவிச்சையும் விரான்ஸ்கியையும் நன்கு அறிந்திருந்த அவர், அன்னாவின் நல்ல குணத்தையும், சுறுசுறுப்பான நடத்தை யையும் கவனித்து, தன்னால் அவளை முழுமையாகப் புரிந்து கொள்ள முடிகிறது என்று நினைத்தார். அவளுக்குப் புரியாத ஒன்றைத் தான் புரிந்துகொண்டதாக அவர் நினைத்தார். அதாவது தனது கணவரைத் துயரத்தில் ஆழ்த்தி, அவரையும் மகனையும் பிரிந்து, தனது நற்பெயருக்குக் களங்கம் ஏற்படுத்திக் கொண்ட பிறகும், எப்படித் தன்னால் இத்தனை உற்சாகமாகவும் மகிழ்ச்சியாகவும் இருக்க முடிகிறது என்பதை அவள் புரிந்து கொள்ளவில்லை என்று அவர் நினைத்தார்.

"வழிகாட்டி புத்தகத்தில் அனைத்தும் உள்ளன" என்று கோலெனிஷ்சேவ் அவர்கள் வாடகைக்கு எடுத்திருந்த வீட்டைப் பற்றிச் சொன்னார். "அங்கே டின்டோரெட்டோ என்ற இத்தாலிய ஓவியரின் அற்புதமான ஓவியங்கள் உள்ளன. அவருடைய இறுதிக் காலத்தைச் சேர்ந்தவை."

"உங்களுக்குத் தெரியுமா? இது ஒரு அருமையான நாள். அங்கு சென்று மீண்டும் சுற்றிப் பார்க்கலாம்" என்ற விரான்ஸ்கி அன்னாவை நோக்கித் திரும்பினான்.

"நானும் அதற்கு ஆவலாகக் காத்திருக்கிறேன். நான் சென்று தொப்பியை அணிந்து கொள்கிறேன். நீங்கள் வெப்பமாக இருக்கும் என்கிறீர்களா?" என்று கதவுக்கு அருகே சென்று நின்ற அவள், விரான்ஸ்கியைக் கேள்வியுடன் பார்த்தாள். அவளுடைய முகத்தில் மீண்டும் அந்தப் பிரகாசமான வெட்கம் படர்ந்தது.

தான் எந்த அடிப்படையில் கோலெனிஷ்சேவுடன் பழகுகிறோம் என்பது அவளுக்குத் தெரியாது என்பதால், தான் விரும்புகிற

நற்றிணை பதிப்பகம் ● 683

முறையில் நடந்து கொள்ளாமல் போய்விடுவோம் என்று நினைத்து அவள் பயப்படுகிறாள் என்பதை அவளுடைய கண்களிலிருந்து விரான்ஸ்கி தெரிந்து கொண்டான்.

அவன் ஆழமான, மென்மை கலந்த பார்வையுடன் அவளைப் பார்த்தான்.

"இல்லை, அப்படியொன்றும் அதிகமில்லை" என்றான்.

தான் எல்லாவற்றையும் புரிந்து கொண்டோம் என்று அவளுக்குத் தோன்றியது. எல்லாவற்றுக்கும் மேலாக அவன் தன்னுடன் மகிழ்ச்சி யாக இருப்பதை அவள் உணர்ந்தாள். அவனைப் பார்த்துப் புன்ன கைத்த அவள் விரைவான நடையில் வெளியே சென்றாள்.

நண்பர்கள் ஒருவரை ஒருவர் பார்த்துக் கொண்டனர். இருவர் முகங்களிலும் சங்கடமும் குழப்பமும் பிரதிபலித்தது. சந்தேகத்திற்கு இடமின்றி அன்னாவைப் பாராட்டிய அவர், அவளைப் பற்றி எதையோ சொல்ல விரும்பினார் என்றாலும், அது என்ன என்பதை அவரால் தீர்மானிக்க முடியவில்லை. விரான்ஸ்கியும் அதைப் பற்றி நினைத்தே பயப்பட்டான்.

"அப்படியானால்" என்ற விரான்ஸ்கி மேற்கொண்டு உரை யாடலைத் தொடங்கும் விதமாகப் பேசினான். "நீங்கள் இங்கேயே குடிபெயர்ந்து விட்டீர்களா? நீங்கள் இன்னும் அதே வேலையைச் செய்கிறீர்களா?" என்ற விரான்ஸ்கி அவர் ஏதோ புத்தகம் எழுதிக் கொண்டிருப்பதாகச் சொன்னதை நினைவு கூர்ந்தான்.

"ஆமாம், 'இரண்டு கொள்கைகள்' புத்தகத்தின் இரண்டாம் பாகத்தை எழுதிக் கொண்டிருக்கிறேன்" என்று விரான்ஸ்கியின் கேள்விக்கு அவர் மகிழ்ச்சியுடன் பதில் சொன்னார். "சரியாகச் சொல்ல வேண்டுமானால் நான் இன்னும் அதை எழுத ஆரம்பிக்க வில்லை. ஆனால் அதற்கான தகவல்களைச் சேகரித்துக் கொண்டிருக் கிறேன். இது மிகவும் விரிவானதாக அனைத்துப் பிரச்சினைகளையும் உள்ளடக்கியதாக இருக்கும். ரஷ்ய மக்கள் தாங்கள் பைசாந்தியத்தின் (பழமையான கிரேக்க நகரம்) வாரிசுகள் என்பதைப் புரிந்துகொள்ள விரும்பவில்லை" என்ற அவர் நீண்ட விவாதத்திற்குரிய ஒரு விளக் கத்தைச் சொல்ல ஆரம்பித்தார்.

இரண்டு கொள்கைகளின் முதல் புத்தகம் மிகப் பிரபலமானது என்று குறிப்பிட்டு நூலாசிரியர் பேசியதைக் கேட்டதும், அதைத் தான் அறிந்திருக்கவில்லை என்பதால் முதலில் விரான்ஸ்கி சங்கட மாக உணர்ந்தான். ஆனால் கோலெனிஷ்சேவ் தனது கருத்துக்களைச் சொல்லத் தொடங்கியதும், அவர் நன்றாகப் பேசிய காரணத்தால், இரண்டு கொள்கைகளைப் படிக்காமலே, அவர் சொல்வதைப் புரிந்து கொண்ட விரான்ஸ்கி, அவர் சொல்வதைச் சற்று நேரம்வரை

ஆர்வத்துடன் கேட்டான். ஆனால் அவர் தான் உள்வாங்கிக் கொண்ட விஷயத்தை, எரிச்சலூட்டும் உற்சாகத்துடன் பேசியதைக் கண்ட விரான்ஸ்கி, வியப்பும் ஏமாற்றமும் அடைந்தான். அவர் பேசப்பேச அவரது கண்கள் மேலும் மேலும் கோபத்துடன் பளபளத்தன. அவர் தன் கண் முன் இல்லாத எதிரிகளுக்குப் பதில் சொல்லும் விதமாக அவசரமாகப் பேசிக்கொண்டு போனார். அவருடைய முகத்தில் இருந்த பதட்டமும், கவலையும் மேலும் மேலும் அதிகரித்தன. கோலெனிஷ்சேவ் ஒல்லியாக இருந்தாலும் சுறுசுறுப்பான, கலகலப் பான, நல்ல குணம் கொண்ட, ஒழுக்கமான ஒரு பையனாக இருந்த தால், எப்போதும் வகுப்பில் அவர்தான் முதல் மாணவனாக இருந்தார் என்பதை விரான்ஸ்கி நினைத்துப் பார்த்தான். எனவே அவருடைய எரிச்சலுக்கான காரணத்தை அவனால் புரிந்து கொள்ள முடிய வில்லை என்பதுடன் அவன் அதை விரும்பவும் இல்லை. ஒரு நல்ல சமூகத்தைச் சேர்ந்த அவர், தன்னை எரிச்சலடையச் செய்த சில எழுத்தாளர்களின் மட்டத்திற்குத் தன்னைத் தாழ்த்திக் கொண்டு, அவர்கள் மீது சினம் கொள்வது விரான்ஸ்கிக்குச் சுத்தமாகப் பிடிக்கவில்லை. அப்படிச் செய்வது மதிப்புக்குரியதா? விரான்ஸ்கிக்கு அது பிடிக்கவில்லை என்றாலும், கோலெனிஷ்சேவ் மகிழ்ச்சியற்று இருக்கிறார் என்பதை உணர்ந்த அவன், அவர் மீது பரிதாபப்பட்டான். அன்னா உள்ளே வந்ததைக் கூட கவனிக்காமல், தனது கருத்துக்களை அவர் தீவிரமாக வெளிப்படுத்திக் கொண்டிருந்த போது, அவருடைய உடலசைவில், மகிழ்ச்சியின்மையும், மன உளைச்சலின் உச்சமும் வெளிப்படையாகத் தெரிந்தது.

அன்னா தன் தொப்பியை அணிந்து, அவன் அருகில் நின்று அவளுடைய அழகான குடையை விரைவாக அசைத்து விளையாடிய போது, விரான்ஸ்கி நிம்மதியான உணர்வுடன், தன் மீது நிலைத் திருந்த கோலெனிஷ்சேவின் துயரம் கௌவிய கண்களிலிருந்து தன்னை விடுவித்துக் கொண்டான். புத்துணர்வும் மகிழ்ச்சியும் நிரம்பிய கண்களுடன் தனது வசீகரமான நண்பரைப் பார்த்தான். ஒரு பெரும் முயற்சிக்குப் பிறகு தன் நிலைக்குத் திரும்பிய கோலெனிஷ் சேவ், முதலில் பெரும் விரக்திக்கும் மனச்சோர்வுக்கும் ஆளானார். ஆனால் அனைவரிடமும் அன்பாக நடந்து கொண்ட அன்னா (அந்த நேரத்தில் அவள் அப்படித்தான் இருந்தாள்), தன்னுடைய எளிமையான மற்றும் உற்சாகமான பேச்சால் அவரை விரைவாக புத்துணர்ச்சி அடையச் செய்தாள். அவள் பல்வேறு விஷயங்களைப் பேச முயற்சித்து இறுதியில் அவரை ஓவியத்தைப் பற்றிய உரை யாடலுக்கு அழைத்துச் சென்றாள். அதைப் பற்றி அவர் ஆர்வத் துடன் பேசத் தொடங்கியதும், அவர் சொல்வதை அவள் கூர்ந்து

கவனித்தாள். அவர்கள் அதன் பிறகு வாடகைக்கு எடுத்த வீட்டிற்குச் சென்று அதைச் சுற்றிப் பார்த்தார்கள்.

"ஒரு விஷயத்தில் நான் மிகவும் மகிழ்ச்சியடைகிறேன்" என்று அவர்கள் விடுதிக்குத் திரும்பிய வழியில் அன்னா கோலெனிஷ் சேவிடம் சொன்னாள். "அலெக்ஸிக்கு ஒரு நல்ல ஓவிய அறை கிடைக்கும். நீங்கள் கண்டிப்பாக அந்த அறையை எடுத்துக்கொள்ள வேண்டும்" என்று விரான்ஸ்கியிடம் அவள் ரஷ்ய மொழியில் சொன்னாள். தனிமையில் உள்ள தங்களுக்கு கோலெனிஷ்சேவ் நல்ல துணையாக இருப்பார் என்று நினைத்த அவள், அவருக்கு முன்னால் எதையும் மறைக்க வேண்டிய அவசியமில்லை என்று நினைத்து, நெருக்கமான உறவை வெளிப்படுத்தும் ரஷ்ய மொழியைப் பயன்படுத்தினாள்.

"நீங்கள் ஓவியம் வரைவீர்களா?" என்று கேட்ட கோலெனிஷ் சேவ் சட்டென்று விரான்ஸ்கியை நோக்கித் திரும்பினார்.

"ஆமாம், நீண்ட காலத்திற்கு முன்பு நான் அதைப் படித்தேன். இப்போது கொஞ்சம் வரைய ஆரம்பித்திருக்கிறேன்" என்றான் விரான்ஸ்கி வெட்கத்துடன்.

"அவரிடம் நல்ல திறமை இருக்கிறது" என்றாள் அன்னா மகிழ்ச்சிப் புன்னகையுடன். "எனக்கு அதைப் பற்றி ஒன்றும் தெரியாது. ஆனால் தெரிந்தவர்கள் அப்படிச் சொல்கிறார்கள்."

8

அன்னா சுதந்திரப் பறவையாகி, தனது துயரங்களிலிருந்து விரைவாக மீண்டெழுந்த அந்த முதல் காலகட்டத்தில், அவள் மன்னிக்க முடியாத அளவுக்கு வாழ்க்கையின் மகிழ்ச்சியையும் ஆனந்தத்தையும் அனுபவித்தாள். தன்னுடைய கணவரின் துயரத்தை நினைத்துப் பார்த்து, அவள் தனது சந்தோஷத்தைக் கெடுத்துக் கொள்ளவில்லை. ஒருபுறம் அந்தப் பழைய நினைவுகள் நினைத்துப் பார்க்க முடியாத அளவுக்குப் பயங்கரமாக இருந்தன. மறுபுறம், அவளுடைய கணவனின் அந்தத் துயரம் அவளுக்கு வருத்தப்பட முடியாத அளவுக்கு மகிழ்ச்சியைக் கொடுத்தது. தன்னுடைய உடல்நிலை மோசமான பிறகு நடந்த அனைத்தும், கணவனுடன் ஏற்பட்ட சமரசம், பிரிவு, விரான்ஸ்கிக்கு ஏற்பட்ட காயம், அவனுடைய தோற்றம், விவாகரத்துக்கான ஏற்பாடுகள், கணவரின் வீட்டை விட்டு வெளியேறியது, மகனை விட்டுப் பிரிந்தது ஆகியவை ஒரு கெட்ட கனவாகவும், அவள் அதிலிருந்து விழித்துக் கொண்டு வெளிநாட்டில் விரான்ஸ்கியுடன் தனியாக இருப்பதாகவும்

தோன்றியது. நீரில் மூழ்கும் ஒரு மனிதன் தன்னைப் பற்றிக் கொள்ள முயலும் மற்றொரு மனிதனை உந்தித் தள்ளும் போது அவனுக்கு ஏற்படுவது போன்ற ஒரு வெறுப்பு உணர்வு, தன் கணவனுக்கு நேர்ந்த துயரத்தை நினைத்துப் பார்த்தபோது அவளுக்கு ஏற்பட்டது. இப்போது அந்த மற்றொரு மனிதன் நீரில் மூழ்கிவிட்டான். நிச்சயமாக அது மோசமானதுதான் என்றாலும் அவள் தப்பிக்க இருந்த ஒரே வழி அதுதான். மேலும் அந்தப் பயங்கரமான செயலை மீண்டும் நினைவுபடுத்திக் கொள்ளாமல் இருப்பது நல்லது.

இப்போது அவள் கடந்த காலத்தைத் திரும்பிப் பார்த்தபோது, பிரிவினை ஏற்பட்ட முதல் கணத்தில், அவள் செய்த செயலும், அவளுக்கு ஆறுதலைக் கொடுத்த ஓர் எண்ணமும், மீண்டும் நினைவுக்கு வந்தது. 'தவிர்க்க முடியாத காரணத்தால் நான் அந்த மனிதருக்குத் துயரத்தை ஏற்படுத்தி விட்டேன். ஆனால் நான் அந்தத் துயரத்தைப் பயன்படுத்திக்கொள்ள விரும்பவில்லை. நிச்சயமாக நானும் துயரப்படுகிறேன், துயரப்படுவேன். நான் ஒரு காலத்தில் மிகவும் உயர்வாக மதித்த என் நல்ல பெயரையும், என் மகனையும் இழந்துவிட்டேன். நான் ஒரு மோசமான காரியத்தைச் செய்து விட்டேன் என்பதால் எனக்கு மகிழ்ச்சி வேண்டாம், விவாகரத்து வேண்டாம். நான் என்னுடைய அவமானத்தையும், என் மகனின் பிரிவுத் துயரத்தையும் அனுபவிப்பேன்' என்று அப்போது நினைத் தாள். ஆனால் உண்மையாக அவள் என்னதான் துயரப்பட விரும்பி னாலும் அவளால் துயரப்பட முடியவில்லை. அவள் தன் நிலையின் சீரழிவைச் சற்றும் உணரவில்லை. அவர்கள் இருவரும் தங்களுக்கு இருந்த சமார்த்தியத்தினாலும், வெளிநாட்டில் கூடியவரை ரஷ்யப் பெண்களைச் சந்திப்பதைத் தவிர்த்து வந்ததாலும், ஒருபோதும் அவர்கள் தங்களைத் தவறான நிலையில் வைக்க இடம் தரவில்லை. அவர்கள் எப்போதும் தங்கள் இருவரின் பரஸ்பர உறவையும் முழுமையாகப் புரிந்து கொண்டவர்களை விட, புரிந்து கொண்டது போல நடித்தவர்களை மட்டும் சந்தித்தனர். ஆரம்ப நாட்களில் தான் நேசித்த மகனைப் பிரிந்தது கூட அவளுக்குத் துயரத்தை ஏற்படுத்தவில்லை. ஆனால் அந்த இனிய பெண் குழந்தை, அவனு டைய குழந்தை, அவளுடைய இதயம் கவர்ந்த குழந்தை மட்டுமே அவளுடைய நினைவுகளில் எஞ்சியிருந்தது. எனவே அன்னா தன் மகனைப் பற்றி அரிதாகவே நினைத்தாள்.

உடல்நலம் தேறியதும் வாழவேண்டும் என்ற வேட்கை அன்னாவிடம் தீவிரமடைந்தது. இப்போது அவளுடைய வாழ்க்கைச் சூழல் முற்றிலும் புதியதாகவும் இனிமையாகவும் இருந்தன என்பதால், மன்னிக்க முடியாத மகிழ்ச்சியை அன்னா தனக்குள் உணர்ந்தாள். விரான்ஸ்கியைப் பற்றி எவ்வளவு அதிகமாகத் தெரிந்து கொண்டாளோ

அந்த அளவுக்கு அவள் அவனை நேசித்தாள். தனக்காகவும், தன் மீது அவன் கொண்ட காதலுக்காகவும் அவள் அவனை நேசித்தாள். அவனை அவள் முழுமையாகத் தனது உடமையாக்கிக் கொண்டது அவளுக்கு நிரந்தரமான மகிழ்ச்சியைக் கொடுத்தது. அவன் எப்போதும் அவள் அருகில் இருப்பது அவளுக்கு இனிமையான உணர்வை ஏற்படுத்தியது. அவனுடைய அனைத்து குணாதிசயங் களையும் அவள் நன்றாகத் தெரிந்து கொண்டபோது, அவை அனைத்தும் வார்த்தைகளில் விவரிக்க முடியாத அளவுக்கு அவளுக்கு மிகவும் பிரியமானவையாக இருந்தன. பொதுமக்கள் உடையில் இருந்த அவனுடைய வசீகரத் தோற்றம், காதலில் விழுந்த ஒரு இளம் பெண்ணைப் போல அவளுடைய உள்ளத்தைக் கவர்ந்தது. அவனுடைய எண்ணம், சொல், செயல் அனைத்திலும் அவள் உன்னதமான, உயர்வான ஒன்றைக் கண்டாள். அவன் மீது அவள் கொண்டிருந்த அபிமானம் சிலசமயங்களில் அவளையே அச்சுறுத்தியது. அவள் என்னதான் முயன்றாலும் அவனிடம் இருந்த விரும்பத்தகாத எதையும் அவளால் கண்டுபிடிக்க முடியவில்லை. அவனுடன் ஒப்பிடும் போது தனக்கிருக்கும் அற்பத்தனத்தை அவனிடம் காட்டு வதற்கு அவள் பயந்தாள். அது அவனுக்குத் தெரிந்தால், அவன் தன்னைக் காதலிப்பதை சீக்கிரம் நிறுத்தி விடுவான் என்று அவளுக்குத் தோன்றியது. அவனுடைய காதலை இழப்பதைத் தவிர, அப்படி நடப்பதற்கு எந்தக் காரணமும் இல்லை என்றாலும், இப்போது அவள் பயப்படுவதற்கு எதுவும் இல்லை. இருந்தாலும் அவன் அவளிடம் நடந்துகொண்ட முறையும், அதை நினைத்து அவள் எத்தனை தூரம் பெருமைப்படுகிறாள் என்பதையும் அவனுக்குக் காட்டாமல் இருக்க அவளால் முடியவில்லை. பொது சேவைக்கு ஒரு திட்டவட்டமான தொழிலைக் கொண்டிருந்த அவன், அதில் ஒரு முக்கிய பங்கை வகித்திருக்க வேண்டும் என்றாலும், அதைப் பற்றிச் சிறிதும் வருத்தப்படாமல், அவளுக்காக அவன் தனது லட்சியத்தைத் தியாகம் செய்தான் என்று அவள் அவனைப் பற்றி உயர்வாக நினைத்தாள். முன்னெப்போதையும்விட அவள் மீது அன்பும் மரியாதையும் வைத்திருந்த அவன், அவள் தனது இக்கட்டான நிலையை நினைத்துச் சங்கடப்படக் கூடாது என்பதில் ஒவ்வொரு கணமும் கவனத்துடன் இருந்தான். வீரமுள்ள ஆண்மகனான அவன், அவளைப் பொறுத்தவரை, அவளுடன் ஒருபோதும் முரண்பட வில்லை. அவன் தனக்கென்று எந்த விருப்பமும் இல்லாதவனாக அவளுடைய ஒவ்வொரு விருப்பத்தையும் நிறைவேற்றுவதில் மட்டுமே அதிக அக்கறை கொண்டவனாக இருந்தான். அவன் அவள் மீது கொண்டிருந்த காதலின் தீவிரமும், அவளைச் சுற்றியுள்ள சூழ்நிலை யில் அவன் காட்டிய அதிக அக்கறையும், சில சமயங்களில் அவள்

மனதை பாரமாக அழுத்தினாலும், அவளால் அதைப் பாராட்டாமல் இருக்க முடியவில்லை.

இதற்கிடையில், விரான்ஸ்கி நீண்ட காலமாக விரும்பியது முழுமையாக நிறைவேறிய போதிலும், முற்றிலும் மகிழ்ச்சியாக இல்லை. மலை அளவு எதிர்பார்த்த மகிழ்ச்சிக்குப் பதிலாக ஒரு மணல் துகள் அளவு மகிழ்ச்சியே தனக்குக் கிடைத்திருக்கிறது என்பதை அவன் விரைவில் உணர ஆரம்பித்தான். தங்கள் ஆசைகளை நிறை வேற்றிக் கொள்வதில்தான் மகிழ்ச்சி அடங்கியிருக்கிறது என்று நினைத்துக் காலங்காலமாக மனிதர்கள் செய்யும் தவறை அந்த உணர்வு அவனுக்குச் சுட்டிக்காட்டியது. தனது வாழ்க்கையை அவளுடன் இணைத்துக் கொண்டு, பொதுமக்கள் உடையை அணிந்த ஆரம்ப காலத்தில், அவன் இதுவரை அறிந்திராத சுதந் திரத்தின் மகிழ்ச்சியையும், தன் காதலின் சுதந்திரத்தையும் முழுமை யாக அனுபவித்தான். அவன் திருப்தியாக இருந்தான் என்றாலும் அது நீண்ட காலம் நீடிக்கவில்லை. அவன் மிக விரைவில் தன் இதயத்தில் வேறு ஆசைகளும், மனச்சோர்வும், ஏக்கமும் எழுவதை உணர்ந்தான். அவன் தன்னுடைய விருப்பத்திற்கு மாறாகத் தன் மனதில் தோன்றிய தற்செயலான ஒவ்வொரு யோசனையையும் பின்பற்றத் தொடங்கினான். அவையே தனது குறிக்கோள், விருப்பம் என்று நினைத்தான். முழு நேரத்தையும் ஆக்கிரமித்துக் கொண்ட பீட்டர்ஸ்பர்க்கின் சமூக வாழ்க்கைச் சூழலிலிருந்து முற்றிலும் விலகி, வெளிநாட்டில் அவர்கள் முழு சுதந்திரத்துடன் வாழ்ந்த காரணத் தால், தினமும் பதினாறு மணி நேரத்தை ஏதோ ஒன்றினால் நிரப்ப வேண்டியிருந்தது. அவன் பிரம்மச்சாரியாக இருந்தபோது மேற் கொண்ட வெளிநாட்டுப் பயணங்களில், அவன் அனுபவித்த இன்பங் களை இப்போது அவனால் நினைத்துக் கூட பார்க்க முடியவில்லை. ஏனெனில் தனக்குத் தெரிந்த நண்பர்களுடன் இரவு நேரத்தில் உணவருந்த அவன் எடுத்த அப்படியான ஒரு முயற்சி, எந்தக் காரணமும் இன்றி, அன்னாவிடம் எதிர்பாராத மனச்சோர்வை ஏற்படுத்தியது. இருவருக்கும் இடையில் நிலவிய உறவின் காரணமாக உள்ளூர் அல்லது ரஷ்ய சமூகத்துடன் அவர்களால் உறவுகொள்ள முடியவில்லை. அங்குள்ள இடங்களைச் சுற்றிப் பார்ப்பதைப் பொறுத்தவரை அவன் எல்லாவற்றையும் முன்பே பார்த்துவிட்டான் என்பதைச் சொல்ல வேண்டியதில்லை. ஒரு அறிவார்ந்த ரஷ்யனாக, ஆங்கிலேயர்கள் அதற்குக் கொடுக்கும் விவரிக்க முடியாத முக்கியத் துவம் அவனுக்குப் பிடிக்கவில்லை.

பசியால் வாடும் விலங்கு தான் பார்க்கும் ஒவ்வொரு பொருளை யும் கைப்பற்றி, அதில் உணவு கிடைக்கும் என்று நம்பிக்கையுடன் தேடுவதைப் போல, விரான்ஸ்கி தன்னையும் அறியாமல் முதலில்

அரசியலையும், பிறகு புத்தகங்களையும், அதன் பிறகு ஓவியங்களையும் பற்றிப் படித்தான்.

சிறு வயது முதலே அவனுக்கு ஓவியம் வரைவதில் ஆர்வம் இருந்ததால், பணத்தை எதில் செலவழிப்பது என்று தெரியாமல், அவன் சிற்பங்களைச் சேகரிக்கத் தொடங்கி, கடைசியில் ஓவியம் வரைவதில் கவனத்தைச் செலுத்தி, அதில் தன்னை ஈடுபடுத்திக் கொண்டான். தன் மன ஆழத்தில் மூடி வைத்திருந்த நிறைவேறாத ஆசைகளை அதன் மூலம் நிறைவேற்றிக் கொள்ள முயன்றான்.

ஒரு கலைஞனுக்குத் தேவையான ஓவித்தைப் புரிந்து கொள்ளும் ஆற்றலும், உண்மையான ரசனையுடன் அதைப் பின்பற்றும் திறமையும் தன்னிடம் இருப்பதாக அவன் நம்பினான். மதம், வரலாறு, யதார்த்தம் ஆகியவற்றில் எந்த வகை பாணியைத் தேர்ந்தெடுப்பது என்பதில் சிறிது நேரம் எழுந்த தயக்கத்திற்குப் பிறகு, அவன் வரையத் தொடங்கினான். அவன் அனைத்து வகை ஓவியங்களையும் புரிந்து கொண்டதால் அவற்றில் ஏதேனும் ஒன்றினால் உத்வேகம் பெற்றிருக்கலாம். ஆனால் ஒருவர் எந்த வகையான ஓவியங்களைப் பற்றியும் எதுவும் தெரியாமல், வரையப்பட்ட ஓவியம் எந்த வகையைச் சேர்ந்தது என்று கவலைப்படாமல், தன்னுடைய உள்ளுணர்வால் ஓவியம் வரைவதில் ஈர்க்கப்படலாம் என்பதை அவனால் நம்ப முடியவில்லை. இதைப் பற்றி அவனுக்கு எதுவும் தெரியாது என்பதால், அவனது வாழ்க்கையின் நேரடி அனுபவங்களிலிருந்து இல்லாமல், கலையில் பொதிந்திருக்கும் வாழ்க்கையிலிருந்து கிடைத்த மறைமுக தூண்டு தலால், ஓவியம் வரைவது விரைவாகவும் எளிதாகவும் அவனுக்குக் கை கூடியது. அவன் பின்பற்ற விரும்பிய ஓவிய பாணியைப் போல ஒரு ஓவியத்தை வரைவதில் விரைவாகவும் எளிதாகவும் வெற்றி பெற்றான்.

மற்ற எல்லா பாணிகளையும்விட, அழகும் பயன்பாடும் நிறைந்த, பிரெஞ்சு பாணி ஓவியத்தை அவன் அதிகமாக விரும்பினான். எனவே இத்தாலிய உடையணிந்த அன்னாவின் உருவத்தை அந்தப் பாணியில் வரையத் தொடங்கினான். வரைந்து முடித்த பிறகு அவனும், அந்த உருவப்படத்தைப் பார்த்த அனைவரும், அதை ஒரு பெரிய வெற்றியாகக் கருதினார்கள்.

9

சிற்ப வேலைப்பாடுகள் நிறைந்த உயரமான கூரை, சுவரோவி யங்கள், மொசைக் கல் பாவிய தரை, உயரமான ஜன்னல்களில் மஞ்சள் நிறத் திரைச்சீலைகள், தூண்களில் தொங்கிய பூந்தொட்டிகள்,

செதுக்கிய கதவுகள், ஓவியங்கள் நிறைந்த இருண்ட வரவேற்பு அறைகள் ஆகியவற்றுடன் அந்தப் பழமையான பலாஸோ வீடு பராமரிப்பு இன்றிக் கிடந்தது. அவர்கள் அங்குக் குடிபெயர்ந்த பிறகு அதன் தோற்றத்தைக் கண்ட விரான்ஸ்கி, தான் ஒரு ரஷ்ய நில உரிமையாளர் அல்ல மாறாக பதவி இல்லாத ஒரு குதிரைப்படை வீரன், கலைகளை ஆதரிக்கும் அறிவார்ந்த காதலன், காதலித்த பெண்ணுக்காக உலகத்தையும், சுற்றத்தையும், லட்சியத்தையும் துறந்த ஒரு பணிவுள்ள சாதாரண ஓவியன் என்ற இனிமையான மாயைக்குத் தன்னை ஒப்புக் கொடுத்தான்.

பலாஸோவுக்குச் சென்றதும், விரான்ஸ்கி தேர்ந்தெடுத்த கதாபாத்திரம் ஒரு மகத்தான வெற்றியைப் பெற்றது. கோலெனிஷ்சேவ் மூலமாக சில சுவாரஸ்யமான மனிதர்களைச் சந்தித்த அவன், ஆரம்பத்தில் நிம்மதியாக இருந்தான். ஒரு இத்தாலிய ஓவியப் பேராசிரியரின் வழிகாட்டுதலின்படி அவன் இயற்கைக் காட்சிகள் சிலவற்றை வரைந்தான். இடைக்கால இத்தாலியின் வரலாற்றைப் படித்தான். எனவே சமீபமாக அவனுக்கு இடைக்கால இத்தாலிய வாழ்க்கை அதிக வசீகரமானதாகத் தோன்றியது. அவன் தனது தொப்பியையும், தோளின் மீது ஒரு போர்வையையும் இடைக்கால பாணியில் அணியத் தொடங்கினான். உண்மையில் அது அவனுக்கு மிகவும் பிடித்திருந்தது.

"இங்கே வசிக்கும் எங்களுக்குச் சுற்றிலும் என்ன நடக்கிறது என்பதைப் பற்றி ஒன்றும் தெரியாது" என்று ஒருநாள் காலையில் தன்னைப் பார்க்க வந்த கோலெனிஷ்சேவிடம் விரான்ஸ்கி சொன்னான். "நீங்கள் மிகைலோவின் ஓவியத்தைப் பார்த்தீர்களா?" என்று கேட்ட அவர், அன்று காலையில் தனக்குக் கிடைத்த ஒரு ரஷ்யப் பத்திரிகையை அவனிடம் கொடுத்து, அதே நகரத்தில் வசிக்கும், ஒரு ரஷ்யக் கலைஞரைப் பற்றி வெளியான ஒரு கட்டுரையைச் சுட்டிக் காட்டினார். நீண்ட காலமாக வதந்திகளுக்கு ஆளான, முன்கூட்டியே வாங்கப்பட்ட ஒரு ஓவியத்தை அவர் வரைந்து முடித்துவிட்டார். இத்தகைய ஒரு கலைஞனுக்கு ஊக்கமும் ஆதரவும் தராத அரசாங்கத்தையும் அகாதமியையும் அந்தக் கட்டுரை சாடியது. "நான் ஓவியத்தைப் பார்த்தேன்" என்றார் கோலெனிஷ்சேவ். "நிச்சயமாக அவரிடம் திறமை இல்லாமல் இல்லை. ஆனால் அது தவறான திசையில் உள்ளது. கிறிஸ்துவையும் மத சம்பந்தமான ஓவியங் களையும் தெய்வீகமாகப் பார்க்காமல் ஒரு வரலாற்று நிகழ்வாக வலியுறுத்தும் ஓவியர் இவானோவ், இறையியலாளர் ஸ்ட்ராஸ், வரலாற்று ஆசிரியர் எர்னெஸ்ட் ரெனன் ஆகியோரின் அணுகு முறையில் அமைந்த ஓவியம்தான் அது."

"அந்த ஓவியம் எதைக் காட்டுகிறது?" என்று அன்னா கேட்டாள்.

“பிலாத்துவுக்கு முன் நிற்கும் கிறிஸ்து. கிறிஸ்து ஒரு யூதராக அனைத்து யதார்த்தவாதத்துடன் சித்தரிக்கப்பட்டுள்ளார்.”

மேலும் ஓவியத்தின் உள்ளடக்கம் பற்றிய கேள்வி, அவருக்குப் பிடித்த ஒரு கோட்பாட்டை நோக்கி அவரை இழுத்துச் சென்றது. எனவே அவர் அதைப் பற்றி விளக்கத் தொடங்கினார்.

“அவர்கள் எப்படி இவ்வளவு பெரிய தவறைச் செய்கிறார்கள் என்று எனக்குப் புரியவில்லை. பழைய ஓவிய வல்லுநர்களின் கை வண்ணத்தில் கிறிஸ்து ஏற்கனவே தனக்கென ஒரு குறிப்பிட்ட உருவத்தைக் கொண்டுள்ளார். கடவுளுக்குப் பதிலாக ஒரு புரட்சி யாளரை அல்லது ஒரு ஞானியை அவர்கள் சித்தரிக்க விரும்பினால், வரலாற்றிலிருந்து சாக்ரடீஸ், பிராங்க்ளின் அல்லது சார்லோட் கோர்டே இவர்களில் ஒருவரைத் தேர்ந்தெடுக்கலாம். ஆனால் நிச்சயமாக கிறிஸ்துவை அல்ல. ஓவியத்தின் பொருட்டு தேர்வு செய்யக் கூடாத ஒருவரைத் தேர்வு செய்கிறார்கள், பிறகு...”

“ஆனால் அந்த மிகைலோவ் வறுமையில் வாடுவது உண்மையா?” என்று கேட்டான் விரான்ஸ்கி. ஒரு ரஷ்ய கலைவள்ளல் என்ற முறையில், அவருடைய படம் நல்லதா கெட்டதா என்பதைப் பொருட் படுத்தாமல், அவருக்கு உதவுவது தன்னுடைய கடமை என்று அவன் நினைத்தான்.

“இல்லை என்றுதான் சொல்ல வேண்டும். உருவப்படத்தை வரைவதில் அவர் ஒரு குறிப்பிடத்தகுந்த ஓவியர். நீங்கள் திருமதி. வசில்ச்சிகோவாவின் உருவப்படத்தைப் பார்த்திருக்கிறீர்களா? இனி அவர் உருவப்படங்களை வரைய விரும்பவில்லை என்று தெரிகிறது. எனவே அவருக்கு உதவி தேவைப்படலாம். நான் சொல்வது...”

“அன்னா ஆர்கடியேவ்னாவின் உருவப்படத்தை வரையும்படி அவரைக் கேட்கலாமா?” என்று கேட்டான் விரான்ஸ்கி.

“என்னுடைய படம் எதற்கு?” என்றாள் அன்னா. “நீங்கள் வரைந்த ஓவியத்திற்குப் பிறகு எனக்கு வேறு எதுவும் வேண்டாம். அன்னியை ஓவியமாக வரைந்தால் நன்றாக இருக்கும்” (அவள் தன் குழந்தையைச் சொன்னாள்). “இதோ அவள்” என்று குழந்தையைத் தோட்டத்திற்கு எடுத்துச் சென்ற அழகான இத்தாலிய செவிலித்தாயை ஜன்னல் வழியாகப் பார்த்துவிட்டுச் சொன்ன அன்னா, உடனே விரான்ஸ்கியை நோக்கித் திரும்பி, அவன் கவனிக்காதபடி அவனை உற்றுப் பார்த்தாள். தனது ஓவியத்திற்காக விரான்ஸ்கி அந்த அழகான செவிலியை வரைந்து கொண்டிருந்தான். அன்னாவின் வாழ்க்கையில் உள்ள ஒரே ரகசியமான துயரம் அந்த அழகான செவிலிதான். அவளை ஓவியமாகத் தீட்டும்போது அவன் அவளுடைய அழகைப் போற்றிப் புகழ்ந்தான். எனவே அவள் அந்தச் செவிலியைப் பார்த்துப்

பொறாமைப்படுவதாக அவளால் ஒப்புக்கொள்ள முடிய வில்லை. அதனால் அவள் அவளிடமும் தனது பையனிடமும் அன்பாக நடந்து கொண்டு அவர்களைக் கெடுத்துவிட்டாள்.

ஜன்னல் வழியாகப் பார்த்த விரான்ஸ்கி, அன்னாவின் கண் களையும் பார்த்துவிட்டு, உடனே கோலெனிஷ்சேவை நோக்கித் திரும்பினான்.

"இந்த மிகைலோவ் உங்களுக்குப் பழக்கமா?"

"நான் அவரைச் சந்தித்திருக்கிறேன். அவர் ஒரு விசித்திரமான மனிதர். அவர் படிப்பறிவு இல்லாதவர். இப்போதெல்லாம் அடிக்கடி சந்திக்க நேரும் பண்பாடற்ற புதிய மனிதர்களை உங்களுக்கு நன்றாகத் தெரியும். அவநம்பிக்கை, நாத்திகவாதம், பொருள்முதல்வாதம் போன்ற கருத்துக்களின் அடிப்படையில் வளர்ந்த சுதந்திரச் சிந்தனையாளர்களில் அவரும் ஒருவர்" என்ற கோலெனிஷ்சேவ், அன்னாவும் விரான்ஸ்கியும் பேச முற்படுவதைக் கவனிக்காமல் அல்லது கவனிக்க விரும்பாமல் தொடர்ந்து பேசிக்கொண்டு சென்றார். "முன்பெல்லாம் ஒருவர் மதம், சட்டம், ஒழுக்கம் போன்ற சிந்தனைகளின் அடிப்படையில் வளர்ந்து, தனது கடின உழைப் பாலும் போராட்டத்தாலும் சுதந்திரச் சிந்தனையாளராக மாறினார். ஆனால் இப்போது ஒரு புதிய வகையான சுதந்திரச் சிந்தனையாளர் கள் தோன்றியுள்ளனர். அறம் அல்லது மதம் அல்லது அதிகார மையங்கள் ஆகியவற்றைக் கூட கேள்விப்படாமல், ஆரம்பத்திலிருந்தே எதையும் மறுக்க வேண்டும் என்ற எண்ணத்துடன் வளர்ந்து வரும் அவர்களைக் காட்டுமிராண்டிகள் எனலாம். அவர்களில் அவரும் ஒருவர். அவர் மாஸ்கோவைச் சேர்ந்த ஒரு வேலைக்காரனின் மகன். அவர் எந்தவிதமான கல்வியும் பயிலவில்லை என்று தெரிகிறது. அவர் ஓவிய அகாதமியில் நுழைந்து, தனக்கென ஒரு நற்பெயரைப் பெற்றபோது, முட்டாளாக இருக்க விரும்பாமல் கல்வி கற்க விரும்பி னார். எனவே கல்வியின் அடித்தளமாகத் தோன்றிய பத்திரிகைகளை நோக்கி அவருடைய கவனம் திரும்பியது. ஒரு காலத்தில், பிரெஞ் சுக்காரர் ஒருவர் கல்வி கற்க விரும்பினால், இறையியலாளர், நாடக ஆசிரியர், வரலாற்று ஆசிரியர், தத்துவவாதி ஆகியோரின் கிளாசிக்கு களையும், தான் கடந்து செல்லும் அனைத்து வகையான அறிவுசார் எழுத்துக்களையும் படிக்கத் தொடங்குவார் என்பது உங்களுக்குத் தெரியும். ஆனால் இப்போது நம்மில் உள்ள மற்றவர்களைப் போல, அவர் நேரடியாக நாத்திகவாதம் என்ற இலக்கியத்தில் நுழைந்து, அதன் அனைத்து சாராம்சத்தையும் விரைவாக உள்வாங்கிக் கொண்டு, தன்னைத் தயார்படுத்திக் கொண்டார். அது மட்டுமின்றி, இருபது ஆண்டுகளுக்கு முன்பு அந்த இலக்கியங்களில் இருந்த பல நூற்றாண்டுகள் பழமை வாய்ந்த பார்வையையும், அதிகார வர்க்கத்துடன்

நடந்த போராட்டத்தின் சுவடுகளையும் அவரால் கண்டுபிடித்திருக்க முடியும். அந்தப் போராட்டத்திலிருந்து வேறு ஏதோ ஒரு சாத்தியம் இருப்பதை அவர் புரிந்து கொண்டிருப்பார். ஆனால் இப்போது அவர் அந்தப் பழமையான பார்வையைக் கூட விவாதிக்க விரும்பாமல், நேரடியாக அந்த இலக்கியத்தில் நுழைந்தார். பரிணாமம், இயற்கைத் தேர்வு, இருத்தலுக்கான போராட்டம் ஆகியவற்றைத் தவிர வேறு எதுவும் இல்லை என்று அது நேரடியாகச் சொல்கிறது. நான் என்னுடைய கட்டுரையில்..."

"நான் என்ன சொல்கிறேன் தெரியுமா?" என்று நீண்ட நேரமாக ஜாக்கிரதையாக விரான்ஸ்கியுடன் பார்வையைப் பரிமாறிக் கொண்டிருந்த அன்னா கேட்டாள். அந்த ஓவியரின் கல்வியைப் பற்றி விரான்ஸ்கிக்கு எந்த ஆர்வமும் இல்லை என்பதோடு, அவருக்கு உதவி செய்வதும், அவரிடமிருந்து உருவப்படத்தை வாங்குவதும் மட்டுமே அவனுடைய குறிக்கோள் என்பதை அவள் அறிந்திருந்தாள். "நான் என்ன சொல்கிறேன் தெரியுமா?" என்று அவள் மீண்டும் உறுதியான தொனியில் அவரை இடைமறித்தாள். "நாம் அவரைப் போய்ப் பார்க்கலாம்!"

பேச்சிலிருந்து தன்னை மீட்டுக் கொண்ட கோலெனிஷ்சேவ், மனமுவந்து அதற்கு ஒப்புக் கொண்டார். இருந்தாலும் அந்த ஓவியர் தூரத்தில் வசிப்பதால், ஒரு வாடகை வண்டியை அமர்த்த அவர்கள் முடிவு செய்தனர்.

ஒரு மணி நேரத்திற்குப் பிறகு, வண்டியில் கோலெனிஷ்சேவ் அருகில் அன்னாவும், முன் இருக்கையில் விரான்ஸ்கியும் அமர்ந்த படி, நகரத்தின் கடைக்கோடியில் இருந்த ஒரு கவர்ச்சியற்ற புதிய வீட்டை நோக்கிச் சென்றனர். அவர்களைப் பார்க்க வெளியே வந்த வேலைக்காரனின் மனைவி மூலம், மிகைலோவ் பார்வையாளர்களைத் தனது ஓவிய அறையில் சந்திப்பதாகவும், ஆனால் இப்போது அவர் சில அடிகள் தொலைவில் இருந்த தனது வீட்டிற்குச் சென்றுவிட்டார் என்பதையும் தெரிந்து கொண்டனர். அவருடைய ஓவியங்களைப் பார்க்க அனுமதி கோரி, அவர்கள் தங்கள் அடையாள அட்டையை அந்தப் பெண்ணிடம் கொடுத்தனுப்பினர்.

10

கோமகன் விரான்ஸ்கி, கோலெனிஷ்சேவ் இருவரின் அடையாள அட்டையை அந்தப் பெண் அவரிடம் கொண்டு வந்தபோது, ஓவியர் மிகைலோவ் வழக்கம் போல வேலை செய்து கொண்டிருந்தார். காலை முழுவதும் அவர் தனது ஓவிய அறையில் ஒரு

பெரிய ஓவியத்தை வரைந்து கொண்டிருந்தார். வீட்டிற்கு வந்த அவர், பணம் கேட்டு வந்த வீட்டு உரிமையாளரைச் சமாளிக்க முடியாத தன் மனைவி மீது கோபப்பட்டார்.

“எந்த விளக்கமும் தராதே என்று நான் இருபது தடவைக்கு மேல் உன்னிடம் சொல்லி விட்டேன். ஆனால் நீ எப்போதும் முட்டாளாகவே இருக்கிறாய். நீ இத்தாலிய மொழியில் விளக்கம் தரும்போது, மூன்று மடங்கு முட்டாளாக இருக்கிறாய்” என்று அவர் நீண்ட விவாதத்திற்குப் பிறகு அவளிடம் சொன்னார்.

“அப்படியானால் நீங்கள் இத்தனை நாளாக அவருக்குப் பணம் கொடுக்காமல் இருந்திருக்கக் கூடாது. அது என்னுடைய தவறு அல்ல. என்னிடம் பணம் இருந்தால்...”

“கடவுளின் பொருட்டு என்னை அமைதியாக விடு!” என்று கண்களில் கண்ணீர் மல்க கத்திய மிகைலோவ், தனது காதுகளைக் கைகளால் மூடிக் கொண்டு, தடுப்புக்குப் பின்னாலிருந்த, தனது வேலை செய்யும் அறைக்குச் சென்று கதவை சாத்திக் கொண்டார். ‘மூடப் பெண்’ என்று தனக்குள் சொல்லிக் கொண்ட அவர், மேசையின் அருகில் அமர்ந்து, ஒரு கோப்பைத் திறந்து, தான் தொடங்கிய ஒரு ஓவியத்தை விசித்திரமான ஆர்வத்துடன் பார்த்து விட்டு, மேலும் வரையத் தொடங்கினார்.

தன்னுடைய நிலைமை மோசமாகும் போது, குறிப்பாக மனைவி யுடன் சண்டையிட்ட பிறகு, அவர் ஒருபோதும் இத்தனை தீவிர மாகவும் வெற்றிகரமாகவும் வேலை செய்ததில்லை. ‘ஓ, நான் எங்காவது கண்காணாத இடத்திற்குச் சென்றுவிட வேண்டும்!’ என்று நினைத்துக் கொண்டு அவர் தன்னுடைய வேலையைத் தொடர்ந்தார். கோபத்தில் கொதிக்கும் ஒரு மனிதனின் உருவப்படத்தை அவர் ஓவியமாகத் தீட்டிக் கொண்டிருந்தார். இதற்கு முன்பு வரைந்த ஒரு ஓவியம் அவருக்குத் திருப்தியைத் தரவில்லை. ‘இல்லை, அது நன்றாக இருந்தது... எங்கே அது?’ என்று நினைத்த அவர் வெளியே சென்று தன் மனைவியைப் பார்க்காமல் முகத்தைச் சுளித்துக் கொண்டு, தன் மூத்த மகளிடம் தான் கொடுத்த காகிதம் எங்கே என்று கேட்டார். தூக்கி வீசப்பட்ட அந்தக் காகிதம் கிடைத்தது என்றாலும் அது மெழுகுவர்த்தி எண்ணெய் படிந்து அழுக்காக இருந்தது. இருந்தாலும் ஓவியத்தை எடுத்துத் தன் மேசையின் மீது வைத்த அவர், சற்றே பின்னகர்ந்து ஓவியத்தை ஆராய்ந்தார். உடனே அவர் மகிழ்ச்சியுடன் சிரித்துக் கொண்டே கைகளை மேலே உயர்த்தினார்.

“அவ்வளவுதான், அவ்வளவுதான்!” என்று சொன்ன அவர் உடனே பென்சிலை எடுத்து வேகமாக வரையத் தொடங்கினார்.

காகிதத்தில் படிந்திருந்த எண்ணெய்க் கறை அந்த மனிதன் முகத்திற்கு ஒரு புதிய பரிமாணத்தைக் கொடுத்திருந்தது.

அவர் அதை வரைய ஆரம்பித்தபோது, திடீரென்று தான் சுருட்டு வாங்கிய கடைக்காரரின் கம்பீரமான முகமும் அவரது துருத்திய தாடையும் அவருடைய நினைவில் எழுந்தது. தான் வரைந்து கொண்டிருந்த மனிதனுக்கு அந்த முகத்தையும் தாடையையும் வரைந்தார். பிறகு அவர் மகிழ்ச்சியுடன் உரக்கச் சிரித்தார். உயிரற்ற கற்பனை உருவம், மாற்றம் எதுவும் செய்ய முடியாத வகையில் திடீரென உயிர் பெற்றது. இப்போது அந்த உருவம் உயிரோட்டத்துடன், தெளிவாகவும் சந்தேகத்திற்கு இடமின்றியும் அமைந்துவிட்டது. அதன் தேவைக்கேற்ப அதில் சில திருத்தங்களைச் செய்யலாம். அவசியம் என்றால் கால்களைச் சற்றே தூரமாக வைக்கவும், இடது கையின் நிலையை முற்றிலும் மாற்றவும், தலைமுடியைப் பின்னோக்கித் தள்ளவும் செய்யலாம். ஆனால் அந்தத் திருத்தங்களைச் செய்யும் போது அவர் உருவத்தை மாற்றாமல், உருவத்தை மறைக்கும் சிலவற்றை மட்டும் அகற்ற வேண்டும். அவர் அந்தத் திருத்தங்களைச் செய்தபோது, ஓவியம் தெளிவாகப் புலப்படுவதற்குத் தடையாக இருந்த போர்வையை அகற்றியது போல இருந்தது. எண்ணெய்க் கறையிலிருந்து திடீரென அந்த யோசனை அவருக்குத் தோன்றியதால், தூரிகையின் ஒவ்வொரு தீட்டலும் அந்த உருவத்தை அதன் முழு வீரியத்துடன் வெளிக் கொணர்ந்தது. அந்தப் பெண் அடையாள அட்டையை அவரிடம் கொண்டு வந்தபோது, அவர் கவனமாக ஓவியத்திற்கு இறுதி வடிவம் கொடுத்துக் கொண்டிருந்தார்.

"வருகிறேன், வருகிறேன்!"

அவர் தன் மனைவியிடம் சென்றார்.

"சாஷா, கோபப்படாதே!" என்று அவர் பயந்த குரலில் கனிவுடன் சொல்லிவிட்டுப் புன்னகைத்தார். "நாம் இருவரும் அதற்குக் காரணம். எல்லாவற்றையும் சரி செய்கிறேன்" என்றார். மனைவியுடன் சமாதானம் செய்து கொண்ட அவர், வெல்வெட் காலர் வைத்த சட்டையும், தொப்பியுடன் சேர்ந்த ஆலிவ்பச்சை நிற மேல்கோட்டும் அணிந்து ஓவிய அறைக்குச் சென்றார். அவர் வெற்றிகரமாக வரைந்து முடித்த ஓவியத்தை மறந்துவிட்டு, வண்டியில் வந்த அந்த மகத்தான ரஷ்யர்களுடன் சேர்ந்து ஓவிய அறைக்குச் செல்வதில் மகிழ்ச்சியும் உற்சாகமும் அடைந்தார்.

இப்போது அவர் வரைந்து கொண்டிருந்த, வரைபலகையில் உள்ள ஓவியத்தைப் பொருத்தவரை, யாரும் இப்படி ஒரு ஓவியத்தை இதுவரை வரைந்ததில்லை என்ற ஒரு தீர்மானம் அவருடைய உள்ளத்தில் இருந்தது. தன்னுடைய ஓவியம் ரஃபேலின் ஓவியம்

எதையும்விடச் சிறந்தது என்று அவர் நினைக்கவில்லை. ஆனால் தான் வெளிப்படுத்த விரும்பியதை, அந்த ஓவியத்தின் மூலம் சொல்லவந்ததை இதுவரை யாரும் வெளிப்படுத்தவில்லை என்பது அவருக்குத் தெரியும். நீண்ட காலத்திற்கு முன்பு, அதை வரையத் தொடங்கிய கணத்திலிருந்தே அதைப் பற்றி அவர் உறுதியாக இருந்தார். இருப்பினும் மற்றவர்களின் மதிப்பீடு எதுவாக இருந்தாலும், அது அவருக்கு மிகவும் முக்கியமாக இருந்தது. மேலும் அது அவரை ஆழமாக பாதித்தது. ஓவியத்தைப் பற்றிய விமர்சகர்களின் எந்தவொரு மதிப்பீடும், ஓவியத்தில் அது ஒரு சிறு பகுதியாக இருந்தாலும், அது மிக அற்பமானது என்றாலும், அது அவரை ஆழமாக பாதித்தது. அவர் எப்போதும் தன்னைவிட ஆழமான புரிதலை வெளிப்படுத்தும் விமர்சகரின் கருத்துக்கு அதிக மதிப்பளித்தார். ஓவியத்தில் தான் பார்க்காத ஒன்றை அவர் அவர்களிடமிருந்து எதிர்பார்த்தார். அவர் அதைப் பெரும்பாலும் பார்வையாளர்களின் விமர்சனங்களிலிருந்து கண்டு கொண்டார்.

அவர் தனது ஓவிய அறையின் வாசலை நோக்கி வேகமாக நடந்தார். அவர் உற்சாகமாக இருந்த காரணத்தால், நுழைவாயிலின் நிழலில் நின்று, கோலெனிஷ்சேவ் ஆவேசமாக ஏதோ சொன்னதைக் கேட்டுக் கொண்டு, அதே சமயத்தில் தங்களை நோக்கி வரும் ஓவியரைப் பார்க்க விரும்பிய அன்னாவின் உருவத்தில் இருந்த பிரகாசத்தைக் கண்டு வியப்படைந்தார். சுருட்டை விற்ற கடைக்காரரின் தாடையும் கன்னமும் அவரையும் அறியாமல் அவர் மனதில் ஆழமாகப் பதிந்து, தேவைப்படும் போது வெளிப்பட்டது போல, அவர்களை நோக்கிச் சென்ற போது தன்னை ஆக்கிரமித்த அந்த உணர்வை, தன்னுடைய மனம் கிரகித்துக் கொண்டதை அவர் அறியவில்லை. ஓவியரைப் பற்றி கோலெனிஷ்சேவ் சொன்ன விவரங்களிலிருந்து ஏற்கனவே ஏமாற்றமடைந்திருந்த பார்வையாளர்கள், அவருடைய தோற்றத்தைக் கண்டு மேலும் ஏமாற்றமடைந்தனர். அகலமான உடம்புடன், நடுத்தர உயரத்தில், தளர்ந்த நடையுடன் இருந்த மிகைலோவ், பழுப்பு நிறத் தொப்பியும், ஆலிவ்பச்சை நிற மேல்கோட்டும், (அகலமான கால்சட்டைகள் பழக்கத்திற்கு வந்த பிறகும்) குறுகிய கால்சட்டையும் அணிந்திருந்தார். குறிப்பாக அவரது அகலமான முகத்தின் சாதாரணத் தோற்றத்துடன், தன்னுடைய கௌரவத்தை நிலைநாட்டும் முயற்சியில் அவர் முகத்தில் வெளிப்பட்ட கூச்சமும் பதட்டமும் சேர்ந்து, ஒரு விரும்பத்தகாத தோற்றத்தை அவருக்குக் கொடுத்தது.

"தயவுசெய்து உள்ளே வாருங்கள்" என்று சொன்ன அவர், முகத்தில் அலட்சிய பாவம் காட்ட முயன்று, வரவேற்பறையில்

நுழைந்து, சட்டைப் பையிலிருந்து சாவியை எடுத்துக் கதவைத் திறந்தார்.

11

ஓவிய அறைக்குள் சென்றபோது, ஓவியர் மிகைலோவ் தனது பார்வையாளர்களை மீண்டும் ஒருமுறை கூர்ந்து நோக்கினார். விரான்ஸ்கியின் முகபாவத்தை, குறிப்பாக அவனுடைய தாடையைத் தன் மனதில் பதித்துக் கொண்டார். அவருடைய கலை உணர்வு எப்போதும் விழிப்புணர்வுடன் தன்னைச் சுற்றியுள்ள விவரங்களைச் சேகரித்துக் கொண்டிருந்தாலும், தன்னுடைய ஓவியம் விமர்சனத்திற் குள்ளாகும் நேரம் நெருங்கியபோது, அவர் மேலும் பதட்டமாக உணர்ந்தாலும், கண்ணுக்குப் புலப்படாத நுட்பமான விவரங்களி லிருந்து, அந்த மூன்று நபர்களின் பிம்பத்தைத் தனது மனத்திரையில் விரைவாகவும் நுட்பமாகவும், வரைந்து கொண்டார். அந்த நபர் (கோலெனிஷ்சேவ்) உள்ளூரைச் சேர்ந்த ரஷ்யர். ஆனால் அவருக்கு அவருடைய பெயரும், அவரை எங்கு சந்தித்தோம் என்பதும், அவருடன் என்ன பேசினோம் என்பதும் நினைவில்லை. ஆனால் தான் இதுவரை பார்த்த அத்தனை முகங்களையும் நினைவில் வைத்திருப்பது போல அவருடைய முகத்தை மட்டும் நினைவில் வைத்திருந்தார். பொய்யான, பாவனையற்ற முகங்கள் என்று மனதளவில் ஒதுக்கி வைத்திருந்த முகங்களில் அதுவும் ஒன்று என்பதை அவர் நினைவில் வைத்திருந்தார். அடர்த்தியான தலைமுடியும், பெரிய நெற்றியும் அவருடைய முகத்திற்கு மேலோட்டமான ஈர்ப்பைக் கொடுத்தது. அந்த முகத்தில் ஒரு சிறிய, குழந்தைத்தனமான, கவலை நிறைந்த பாவனை அவரது குறுகிய மூக்குத்தண்டின் மீது குவிந்திருந்தது. மிகைலோவின் கணிப்பின்படி, விரான்ஸ்கியும் திருமதி. கரீனினாவும், எல்லாப் பணக்கார ரஷ்யர்களையும் போல, கலையைப் பற்றி எதுவும் தெரியாத போதும், அதில் ஆர்வம் இருப்பது போல காட்டிக் கொள்ளும் புகழ்பெற்ற பணக்கார ரஷ்யர்கள். ‘அநேகமாக அவர்கள் அனைத்துப் பழங்கால கலைப் பொருட்களை யும் பார்த்திருப்பார்கள். இப்போது அவர்கள் நவீன ஓவியர்களையும், வஞ்சகர்களான ஜெர்மானியர்களையும், ரஃபேலுக்கு முந்தைய முட்டாள் ஆங்கிலேயர்களையும் ஒரு சுற்றுப் பார்த்துவிட்டு, அந்தத் தொடரை முடிப்பதற்காக என்னையும் பார்க்க வந்திருக்கிறார்கள்’ என்று அவர் நினைத்தார். கலையைப் பொழுதுபோக்காக நினைப்ப வர்கள் (புத்திசாலிகளாக இருக்கும் அளவுக்கு அவர்கள் முட்டாள் கள்), கலை சீரழிந்துவிட்டது என்றும் நவீன ஓவியர்களுடன் ஒப்பிடும் போது பழைய ஓவிய மேதைகள் ஒப்பற்றவர்கள் என்றும்

சொல்ல வேண்டும் என்ற ஒரே நோக்கத்துடன், நவீன கலைஞர்களின் ஓவியங்களைப் பார்க்கிறார்கள் என்பது அவருக்குத் தெரியும். இதையெல்லாம் முன்கூட்டியே அவர் எதிர்பார்த்தார். எனவே அவர்கள் முகத்திலிருந்தும், அவர்கள் தங்களுக்குள் அலட்சியமாகப் பேசிக் கொண்டதிலிருந்தும், அவர்கள் மனித உடலின் மாதிரியையும், மார்பளவு சிலைகளையும் பார்த்த பார்வையிலிருந்தும், ஓவியர் தனது ஓவியத்தைத் திறப்பதற்காக காத்திருந்த போது, அவர்கள் சாதாரணமாக அங்குமிங்கும் நடந்த விதத்திலிருந்தும் அவர் அதை உறுதிப்படுத்திக் கொண்டார். ஆனால் அதையும் மீறி, அவர் தனது ஓவியங்களைத் திருப்பி அவற்றை மூடியிருந்த திரையை விலக்கிய போது, அவர் அளவுகடந்த, தீவிரமான உற்சாகத்தை உணர்ந்தார். ஏனெனில் புகழ்பெற்ற பணக்கார ரஷ்யர்கள் அனைவரும் அவருடைய பார்வையில் முட்டாளாகவும், முரடர்களாகவும் இருந்தாலும், அவருக்கு விரான்ஸ்கியை, குறிப்பாக அன்னாவை மிகவும் பிடித்திருந்தது.

“இதோ பாருங்கள்” என்ற அவர் தளர்ந்த நடையுடன் விலகி நின்று, ஓவியத்தைக் காட்டினார். “இது பிலாத்துவின் உபதேசம். மத்தேயு அத்தியாயம் 27” என்று சொன்ன அவர், தன்னுடைய உதடுகள் உணர்ச்சிப் பெருக்கால் நடுங்குவதை உணர்ந்தார். அவர் அங்கிருந்து நகர்ந்து அவர்களுக்குப் பின்னால் நின்றார்.

பார்வையாளர்கள் சில விநாடிகள் அந்த ஓவியத்தை அமைதியாகப் பார்த்துக் கொண்டிருந்த போது, மிகைலோவும் ஒரு மூன்றாவது மனிதரைப் போல அலட்சியத்துடன், பாரபட்சமின்றி அதைப் பார்த்தார். ஒரு கணத்திற்கு முன்பு அவர் மிகவும் வெறுத்த அந்தப் பார்வையாளர்கள், அந்த சில விநாடிகளுக்குப் பிறகு, நிச்சயமாக நியாயமான, ஒரு உயர்ந்த விமர்சனத்தை முன்வைப்பார்கள் என்று அவர் உறுதியாக எதிர்பார்த்தார். ஓவியத்தை வரைந்து கொண்டிருந்த மூன்று ஆண்டுகளாக, ஓவியத்தைப் பற்றி நினைத்த அனைத்தையும் மறந்துவிட்டு, ஓவியத்தில் சந்தேகத்திற்கு இடமின்றி முக்கியம் என்று கருதிய அனைத்து சிறப்பு அம்சங்களையும் மறந்துவிட்டு, அலட்சியமான, பாரபட்சமற்ற, புதிய பார்வையுடன், அவர்களின் கண்களால் ஓவியத்தைப் பார்த்தபோது, அதில் அவர் எந்தச் சிறப்பையும் காணவில்லை. ஓவியத்தின் அண்மைக் காட்சியில், பிலாத்துவின் கலங்கிய முகத்தையும், கிறிஸ்துவின் அமைதியான முகத்தையும், சேய்மைக் காட்சியில் பிலாத்துவின் வேலைக்காரர்கள் உருவத்தையும், என்ன நடக்கிறது என்பதை உற்றுப் பார்த்துக் கொண்டிருக்கும் யோவானின் முகத்தையும் அவர் பார்த்தார். ஓவியத்தில் உள்ள ஒவ்வொரு முகமும், பல தேடல்களுக்கும், பல பிழைகளுக்கும், பல திருத்தங்களுக்குப் பிறகு, ஒவ்வொன்றும் தனக்னெ ஒரு குறிப்பிட்ட தனித்தன்மையுடன் இருந்தது. அவருக்கு மிகுந்த வேதனையையும் மகிழ்ச்சியையும்

தந்த ஒவ்வொரு முகமும், முழு ஓவியத்தின் இசைவுக்காகப் பலமுறை மாற்றி அமைக்கப்பட்டது. ஓவியத்தின் வண்ணங்களிலும் தொனியிலும் இருந்த நுணுக்கங்கள் பலவும் அவர் தனது கடின உழைப்பால் சாதித்தவை. இவை அனைத்தையும் அவர்களின் கண்களால் பார்த்த போது, அவருக்குச் சாதாரணமாகத் தோன்றியது. அவர் மிக முக்கியமானதாக நினைத்த, ஓவியத்தின் மையமாகக் கருதிய கிறிஸ்துவின் முகத்தை வரைந்தது அவருக்கு அளவற்ற மகிழ்ச்சியைக் கொடுத்தது. இப்போது ஓவியத்தை அவர்களின் கண்களால் பார்த்தபோது அதுவும் தொலைந்து போனது. திதியன், ரஃபேல், ரூபன்ஸ் ஆகியோரும், படை வீரர்களும், பிலாத்துவும், முடிவில்லாத மக்கள் கூட்டமும் நன்றாக வரையப்பட்டிருப்பதை அவர் பார்த்தார். (இல்லை, அதுவும் நன்றாக இல்லை. இப்போது அவர் அதில் பல குறைபாடுகளைக் கண்டார்). இவை அனைத்தும் அற்பமானது, சாதாரணமானது, பழமையானது, இரண்டாம் தரமானது, மோசமாக வரையப்பட்டது. அவர்கள் ஓவியரின் முன்னிலையில் பொய்யான, கண்ணியமான சொற்களைப் பேசிவிட்டு, அவர்கள் தனியாக இருக்கும்போது, அவர் மீது பரிதாபப்படுவதும், அவரைப் பார்த்துக் கேலியாகச் சிரிப்பதும் பொருத்தமாக இருக்கும்.

அறையில் நிலவிய மௌனத்தை (ஒரு நிமிடத்திற்கு மேல் நீடிக்கவில்லை என்றாலும்) அவரால் சகித்துக்கொள்ள முடியவில்லை. எனவே அதை முறியடிக்கவும், தான் பதட்டமாக இல்லை என்பதைக் காட்டவும், கோலெனிஷ்சேவுடன் பேசுவதற்கு முயன்றார்.

"உங்களைச் சந்திக்கும் பாக்கியம் எனக்குக் கிடைத்தது என்று நினைக்கிறேன்" என்று பதட்டத்துடன் சொன்ன அவர், அவர்கள் முகத்தில் வெளிப்படும் சிறிய முகபாவத்தையும் தவறவிடக் கூடாது என்பதற்காக அன்னாவையும் பிறகு விரான்ஸ்கியையும் கூர்ந்து கவனித்தார்.

"நிச்சயமாக! நாம் ரோஸியின் வீட்டில் சந்தித்தோம். அந்த மாலைப் பொழுதில் இத்தாலியப் பெண்மணி ரேச்சல் பாடியது உங்களுக்கு நினைவிருக்கிறதா?" என்று சகஜமாகப் பேசிய கோலெனிஷ்சேவ் சிறிதும் வருத்தமின்றி ஓவியத்திலிருந்து பார்வையை விலக்கி, ஓவியரை நோக்கித் திரும்பினார்.

இருந்தாலும், மிகைலோவ் ஓவியத்தைப் பற்றிய விமர்சனத்தை எதிர்பார்க்கிறார் என்பதைக் கவனித்த அவர் சொன்னார்:

"நான் கடைசியாகப் பார்த்ததிலிருந்து உங்கள் ஓவியத்தில் முன்னேற்றம் தெரிகிறது. அப்போது போலவே இப்போதும் என்னை வசீகரிப்பது பிலாத்துவின் உருவம்தான். நீங்கள் அந்த மனிதரை நன்றாகப் புரிந்து கொண்டீர்கள். அவர் ஒரு நல்ல அன்பான மனிதர்

என்றாலும், என்ன செய்கிறோம் என்பதைப் புரிந்துகொள்ளாத ஒரு விசுவாசமான அதிகாரி. ஆனால் எனக்குத் தோன்றுகிறது..."

மிகைலோவின் முகபாவத்தில் சட்டென்று ஒரு மின்னல் தெறித்தது. அவர் கண்கள் பிரகாசித்தன. அவர் எதையோ சொல்ல விரும்பினார். ஆனால் உற்சாக மிகுதியில் அவரால் பேச முடிய வில்லை. அதற்குப் பதிலாக தொண்டையைச் சரிசெய்வது போல அவர் நடித்தார். ஓவியத்தைப் புரிந்து கொள்ளும் கோலெனிஷ்சேவின் திறமையைப் பற்றி அவர் குறைத்து மதிப்பிட்டிருந்தாலும், ஒரு அதிகாரியாக பிலாத்துவின் முகத்தில் காணப்பட்ட முகபாவத்தைப் பற்றிய அவரது நியாயமான கருத்து எத்தனை அற்பமானதாக இருந்தாலும், மிக முக்கியமானதை விட்டுவிட்டு, இந்தச் சிறிய அற்பமான கருத்தை அவர் முதலில் சொன்னது ஆட்சேபணைக் குரியது என்றாலும், மிகைலோவ், அந்தக் கருத்தைக் கேட்டுச் சிலிர்த்துப் போனார். பிலாத்துவைப் பற்றி கோலெனிஷ்சேவ் சொன்னதையே அவரும் நினைத்தார். கோடிக்கணக்கான மற்ற விமர்சனங்களைப் போல அதுவும் ஒரு நல்ல விமர்சனம் என்பதை மிகைலோவ் உறுதியாக அறிந்த காரணத்தால், கோலெனிஷ்சேவ் கருத்தின் முக்கியத்துவத்தை அவர் குறைத்து மதிப்பிட வில்லை. அதைச் சொன்னதற்காக கோலெனிஷ்சேவை அவர் நேசித்தார். மனச் சோர்வில் புதைந்திருந்த அவர் திடீரென்று பரவசத்தில் ஆழ்ந்தார். வாழும் அனைத்து உயிர்களுக்கும் உள்ள விவரிக்க முடியாத சிக்கலான தன்மையுடன் சட்டென்று முழு ஓவியமும் அவருக்கு முன்னால் உயிர் பெற்று எழுந்தது. பிலாத்துவை நானும் இப்படித் தான் புரிந்து கொண்டேன் என்று மிகைலோவ் மீண்டும் சொல்ல முயன்றார். ஆனால் கட்டுப்படுத்த முடியாத வகையில் அவருடைய உதடுகள் நடுங்கியதால் அவரால் பேச முடியவில்லை. ஓவியரைப் புண்படுத்தாமல் இருக்கவும், ஓவியத்தைப் பற்றிப் பேசும்போது, மிக எளிதாக சொல்லக்கூடிய, அபத்தமான எதையும் சத்தமாகச் சொல்லாமல் இருக்கவும், விரான்ஸ்கியும் அன்னாவும் அடங்கிய குரலில், வழக்கமாக ஓவியக் கண்காட்சியில் மக்கள் பேசுவது போல, ஏதோ பேசினார்கள். ஓவியம் அவர்களிடமும் ஏதோ தாக்கத்தை ஏற்படுத்தியிருக்க வேண்டும் என்று மிகைலோவ் நினைத்தார். அவர் அவர்களிடம் சென்றார்.

"கிறிஸ்துவின் முகபாவம் மிக அற்புதம்!" என்றாள் அன்னா. ஓவியத்தில் இருந்த மற்ற அனைத்தையும் விட, கிறிஸ்துவின் முகபாவம் அவளுக்கு மிகவும் பிடித்திருந்தது. அது ஓவியத்தின் மையம் என்பதை அவள் உணர்ந்தாள். எனவே அதைப் புகழ்வது ஓவியரை மகிழ் விக்கும் என்று நினைத்தாள். "அவர் பிலாத்துவுக்காக இரக்கப்படு வதைப் பாருங்கள்."

அவரது ஓவியத்திலும், கிறிஸ்துவின் தோற்றத்திலும் காணக் கூடிய கோடிக்கணக்கான கருத்துகளில் மீண்டும் ஒன்று. பிலாத்து வுக்காக கிறிஸ்து இரக்கப்படுவதாக அவள் சொன்னாள். கிறிஸ்துவின் முகபாவத்தில் நிச்சயமாக இரக்கம் இருக்க வேண்டும் ஏனென்றால் அதில் அன்பும், உலகளாவிய சமாதானமும், மரணத்திற்கான ஆயத்தமும், வார்த்தைகளின் பயனற்ற தன்மை குறித்த அறிவும் அடங்கியிருந்தது. நிச்சயமாக பிலாத்துவிடம் ஒரு அதிகாரியின் தோரணை இருப்பது போல கிறிஸ்துவிடம் இரக்கம் உள்ளது. ஏனென்றால் ஒன்று உடலுக் குரியது மற்றொன்று ஆன்மாவிற்குரியது. இவையும் இன்னும் பலவும் மிகைலோவின் மனதில் பளிச்சிட, அவர் முகம் மீண்டும் பரவசத்தால் பிரகாசித்தது.

"ஆமாம், அந்த உருவம் வரையப்பட்ட விதம், அதிலுள்ள நிறைய வெற்றிடம்! அதில் ஒருவர் நடக்கலாம்" என்று சொன்னார் கோலெனிஷ்சேவ். அந்த அவதானிப்பின் மூலம் அந்த உருவத்தின் உள்ளடக்கத்தையும் கருத்தையும் தான் ஏற்கவில்லை என்பதை அவர் வெளிப்படையாக உணர்த்தினார்.

"ஆமாம், அற்புதமான கலைத்திறன்!" என்றான் விரான்ஸ்கி. "பின்னணியில் அந்த உருவங்கள் எப்படித் தனித்து நிற்கின்றன! அதுதான் கலை நுட்பம்!" என்ற அவன் கோலெனிஷ்சேவை நோக்கித் திரும்பி, அத்தகைய நுட்பத்தை அடைவதில் உள்ள சிரமங்களைக் குறித்துத் தங்களுக்குள் நடந்த முந்தைய உரையாடலைக் குறிப் பிட்டான்.

"ஆமாம், ஆமாம், அற்புதம்!" என்று கோலெனிஷ்சேவும் அன்னாவும் ஒப்புக் கொண்டனர். மிகைலோவ் உற்சாகமான மனநிலையில் இருந்த போதிலும், விரான்ஸ்கியின் அந்தக் கருத்து அவர் இதயத்தில் ரணத்தை ஏற்படுத்தியது. அவர் கோபத்துடன் விரான்ஸ்கியைப் பார்த்து முகத்தைச் சுளித்தார். நுட்பம் என்ற வார்த்தையை அவர் அடிக்கடி கேள்விப்பட்டிருந்தாலும், அது எதைக் குறிக்கிறது என்று அவருக்குப் புரியவில்லை. உள்ளடக்கத்தை வைத்துக் கொண்டு முற்றிலும் தன்னிச்சையாக வண்ணம் தீட்டவும் வரையவும் தேவைப்படும் ஒரு இயந்திரத் திறனை இந்த வார்த்தை குறிக்கிறது என்பது அவருக்குத் தெரியும். சிலர் உண்மையாகப் பாராட்டும் போது கூட, மோசமான ஒன்றை ஒருவர் நன்றாக வரைய முடியும் என்பது போல, நுட்பம் என்ற வார்த்தையை ஓவியத்திற்கு அவசியமான திறமைக்கு மாற்றாகப் பயன்படுத்துவதை அவர் அடிக்கடி கவனித்திருக்கிறார். ஓவியத்திற்கு பாதிப்பு ஏற்படாத வகையில், ஓவியத்தை மறைத்துள்ள திரைகளை அகற்றவும், அனைத்து திரைகளையும் நீக்கவும் அதிக கவனமும் எச்சரிக்கையும் தேவை என்பது அவருக்குத் தெரியும். ஆனால் ஓவியக் கலையில்

நுட்பம் என்ற வார்த்தைக்கு இடமில்லை. அவருக்குத் தெரிந்ததை ஒரு குழந்தையிடமோ அல்லது தன்னுடைய சமையல்காரரிடமோ சொல்லியிருந்தால் அவர்களாலும் தாங்கள் பார்த்தவற்றிலிருந்து உமியை அகற்ற முடியும். மிகவும் அனுபவம் வாய்ந்த, திறமையான ஓவியர், தொழில்நுட்ப வல்லுநர் கூட, முதலில் ஓவியத்தின் உள்ளடக்கத்தைக் கண்டுபிடிக்காவிட்டால், இயந்திரத்திறனுடன் மட்டுமே எதையும் வரைந்துவிட முடியாது. தவிரவும் நுட்பத்தைப் பற்றிப் பேசினால், அதற்காக அவரைப் பாராட்டுவது இயலாத காரியம் என்பது அவருக்குத் தெரியும். அவர் இதுவரை வரைந்த அனைத்து ஓவியங்களிலும், திரைகளை முழுமையாக அகற்றாமல் விட்ட அவருடைய கவனக்குறைவால் விளைந்த வெளிப்படையான தவறுகளை அவரால் காண முடிந்தது. இப்போது முழு ஓவியத்தையும் மாற்றாமல் அதை மட்டுமே அவரால் சரிசெய்ய முடியாது. கிட்டத் தட்ட ஓவியத்திலுள்ள அனைத்து உருவங்களிலும், ஓவியத்தைப் பாழாக்கிய, இன்னும் முழுமையாக அகற்றப்படாத திரைகளின் எச்சங்கள் அவர் கண்களுக்குப் புலப்பட்டது.

"நீங்கள் என்னை அனுமதித்தால் நான் ஒன்று சொல்கிறேன்..." என்ற கோலெனிஷ்சேவ், ஓவியத்தைப் பார்த்தார்.

"ஓ, தயவுசெய்து சொல்லுங்கள். நான் மிக்க மகிழ்ச்சி அடைவேன்" என்ற மிகைலோவ், வலிந்து புன்னகைத்தார்.

"கடவுளாக இருந்த அவரை நீங்கள் மனிதக் கடவுளாக சித்தரித் துள்ளீர்கள். ஆனால் நீங்கள் அதைத்தான் செய்ய நினைத்தீர்கள் என்று எனக்குத் தெரியும்."

"என் ஆன்மாவில் இல்லாத கிறிஸ்துவை என்னால் வரைய முடியவில்லை" என்று மிகைலோவ் முரட்டுத்தனமாகச் சொன்னார்.

"ஆமாம், ஆனால் நான் சொல்ல விரும்புவதை சொல்ல அனுமதித்தால்... உங்கள் ஓவியம் மிக நன்றாக வந்திருப்பதால் என்னுடைய தனிப்பட்ட அபிப்பிராயம் அதற்கு குந்தகம் விளை விக்காது. தவிர இது என்னுடைய தனிப்பட்ட கருத்து மட்டுமே. இது உங்களுக்கு வித்தியாசமானது. இதன் கருப்பொருள் வேறு. உதாரணத்திற்கு இவானோவை எடுத்துக்கொள்வோம். கிறிஸ்துவை ஒரு வரலாற்று ஆளுமை என்ற நிலைக்குத் தாழ்த்த விரும்பினால், வேறு ஒரு வரலாற்றுக் கருப்பொருளை, முற்றிலும் புதிய ஒன்றைத் தேர்வு செய்வது பொருத்தமாக இருக்கும்."

"ஆனால் கலைக்குக் கிடைத்த மிகச்சிறந்த கருப்பொருள் இதுதான் என்றால் என்ன செய்வது?"

"ஒருவர் தேடினால் மற்றதும் கிடைக்கும். ஆனால் கலை சந்தேகத்திற்கும், சச்சரவுக்கும் ஆளாகக் கூடாது என்பதுதான்

விஷயம். இவானோவின் உருவம் நாத்திகர் ஆத்திகர் இருவருக்கும், இது கடவுளா அல்லது கடவுள் இல்லையா, என்ற கேள்வியை முன் வைக்கிறது. இது ஒட்டுமொத்த எண்ணத்தின் ஒற்றுமையைச் சிதைக்கிறது."

"ஏன் அப்படி இருக்க வேண்டும்? படித்தவர்களிடம் இது போன்ற கேள்விகள் இனிமேல் எழாது என்று நான் நினைக்கிறேன்" என்றார் மிகைலோவ்.

கோலெனிஷ்சேவ் அதை ஏற்றுக் கொள்ளவில்லை. கலையில் கருத்து ஒற்றுமை இன்றியமையாதது என்ற தன்னுடைய முதல் வாதத்தை முன்வைத்து மிகைலோவைக் குழப்பினார். இதனால் கலக்கமுற்ற அவருக்குத் தன் கருத்தை ஆதரித்து என்ன சொல்வது என்று தெரியவில்லை.

12

அன்னாவும் விரான்ஸ்கியும் நீண்ட நேரமாக தங்கள் பார்வை களைப் பரிமாறிக் கொண்டு, தங்கள் நண்பரின் புத்திசாலித்தனமான செயலுக்காக வருந்தி, ஓவியருக்காகக் காத்திராமல் மற்றொரு சிறிய படத்தைப் பார்க்க நகர்ந்தனர்.

"ஆகா, என்ன அழகு, எத்தகைய அழகு! அற்புதம்!" என்று ஒரே குரலில் சொன்னார்கள்.

'அவர்களுக்கு எந்த ஓவியம் அப்படிப் பிடித்திருக்கிறது?' என்று மிகைலோவ் நினைத்தார். மூன்று ஆண்டுகளுக்கு முன்பு வரைந்த அந்தப் படத்தை அவர் மறந்துவிட்டார். பல மாதங்களாக இரவும் பகலும் தன்னை வாட்டி வதைத்த எண்ணங்களையும், அந்த ஓவியத் துடன் சேர்ந்து தான் அனுபவித்த துயரங்களையும், பரவசங்களையும் அவர் மறந்து விட்டார். வரைந்து முடித்த ஓவியங்களை எப்போதும் மறந்துவிடுவது போல அவர் அந்த ஓவியத்தையும் மறந்துவிட்டார். அவர் மீண்டும் அதைப் பார்ப்பதற்கு விரும்பவில்லை. அவர் அதை வாங்க விரும்பும் ஒரு ஆங்கிலேயரை எதிர்பார்த்து வெளியில் வைத் தார்.

"அது ஒரு பழைய ஓவியம்" என்றார்.

"எத்தனை நன்றாக இருக்கிறது!" என்ற கோலெனிஷ்சேவ், ஓவியத்தின் அழகில் மயங்கி நின்றார்.

இரண்டு சிறுவர்கள் வில்லோ மர நிழலில் அமர்ந்து மீன் பிடித்துக் கொண்டிருந்தனர். மூத்த சிறுவன் அப்போதுதான் தூண்டிலை வீசிவிட்டு, தான் செய்யும் காரியத்தில் முழு மூச்சுடன்

மூழ்கி, புதருக்குப் பின்னாலிருந்த மிதவையைக் கவனமாக இழுத்துக் கொண்டிருந்தான். இளையவன் புல்தரையில் கவிழ்ந்து படுத்துக் கொண்டு, பொன்னிற சுருள் முடி நிறைந்த தலையைக் கையின் மீது வைத்து, சிந்தனையில் ஆழ்ந்த நீல நிறக் கண்களுடன் தண்ணீரைப் பார்த்துக் கொண்டிருந்தான். அவன் எதை நினைத்துக் கொண்டிருக்கிறான்?

அவர்களிடமிருந்து அந்த ஓவியத்திற்குக் கிடைத்த பாராட்டு மிகைலோவின் உள்ளத்தில் பழைய நினைவுகளைக் கிளறியது. ஆனால் அவர் கடந்த காலத்தைப் பற்றிய அந்த அர்த்தமற்ற உணர்வைக் கண்டு பயந்து, அதை வெறுத்தார். அவர் அந்தப் பாராட்டினால் மகிழ்ந்தாலும், தனது பார்வையாளர்களின் கவனத்தை மூன்றாவது ஓவியத்தை நோக்கித் திருப்ப விரும்பினார்.

ஆனால் விரான்ஸ்கி அந்த ஓவியம் விற்பனைக்கு உள்ளதா என்று கேட்டான். பார்வையாளர்களால் உற்சாகமடைந்த அந்த நேரத்தில் பணத்தைப் பற்றிப் பேசுவது மிகைலோவுக்கு அருவருப்பாக இருந்தது.

"அது விற்பதற்காகவே வரையப்பட்டது" என்று சோகத்துடன் சொல்லி முகம் சுளித்தார்.

பார்வையாளர்கள் சென்றதும், மிகைலோவ் பிலாத்து மற்றும் கிறிஸ்துவின் படத்திற்கு எதிரில் அமர்ந்து, பார்வையாளர்கள் சொன்னதையும், சொல்லாமல் விட்டதையும், மறைமுகமாகச் சொன்னதையும் நினைத்துப் பார்த்தார். அவர்கள் அங்கு இருந்த போதும், அவர்களுடைய பார்வையில் அவர் ஓவியத்தைப் பார்த்த போதும், பெரும் பாரமாக அவரை அழுத்திய சுமை, திடீரென்று அனைத்து முக்கியத்துவத்தையும் இழந்துவிட்டதை விசித்திரம் என்றுதான் சொல்ல வேண்டும். அவர் தனது விரிவான கலை நோக்குப் பார்வையுடன் ஓவியத்தைப் பார்க்கத் தொடங்கி, விரைவில் தன்னுடைய ஓவியத்திற்கு வேண்டிய முழுமையையும், அதற்கான முக்கியத்துவத்தையும் தன்னால் மட்டுமே தர முடியும் என்ற நம்பிக்கையான மனநிலைக்கு வந்தார். மற்ற அனைத்தையும் விட, ஓவியத்தை வரைவதற்கான தீவிரமான உத்வேகத்திற்கு இன்றியமை யாத அந்த நம்பிக்கை இருந்தால் மட்டுமே அவரால் வேலை செய்ய முடியும்.

கிறிஸ்துவின் பாதத்தைச் சிறியதாக வரைந்தது தவறு. அவர் வண்ணங்கள் நிறைந்த தட்டை எடுத்துக்கொண்டு வரைவதற்குச் சென்றார். அவர் பாதத்தைச் சரிசெய்யும் போது, பின்னணியில் இருந்த யோவானின் உருவத்தைத் தொடர்ந்து உற்றுப் பார்த்தார். அதைப் பார்வையாளர்கள் யாரும் கவனிக்கவில்லை என்றாலும்

அது பரிபூரணத்தின் உச்சம் என்பது அவருக்குத் தெரியும். பாதத்தை முடித்த பிறகு அந்த உருவத்தில் திருத்தம் செய்வதற்கு அவர் விரும்பி னார். ஆனால் அதை நினைத்ததும் அவர் அதிகமாகக் கிளர்ச்சி யடைந்தார். அவர் ஆர்வமின்றி இருக்கும் போதும், மிகவும் உணர்ச்சிவசப்பட்டு அனைத்தையும் தெளிவாகப் பார்க்கும் போதும் அவரால் வேலை செய்ய முடிவதில்லை. இந்த ஆர்வமின்மை உத்வேகமாக மாறும் போது அந்த இரண்டுக்கும் இடைப்பட்ட ஒரு நிலையில் மட்டும்தான் வேலை செய்வது அவருக்குச் சாத்திய மாக இருந்தது. ஆனால் இன்று அவர் கொந்தளிப்பான மனநிலையில் இருந்தார். அவர் ஓவியத்தை மூடுவதற்கு முன்பு, கையில் விரிப்புடன், பரவசப் புன்னகையுடன் யோவானின் உருவத்தைப் பார்த்தார். அவர் நீண்ட நேரம் அதையே பார்த்துக் கொண்டிருந்துவிட்டு, அதிலிருந்து தன்னை வருத்தத்துடன் விடுவித்துக் கொண்டு, விரிப்பினால் ஓவியத்தை மூடிவிட்டு, களைப்புடன் ஆனால் மகிழ்ச்சியாக வீட்டிற்குச் சென்றார்.

விரான்ஸ்கி, அன்னா, கோலெனிஷ்சேவ் மூவரும் வீட்டிற்குத் திரும்பும் வழியில் கலகலப்பாகவும் உற்சாகமாகவும் இருந்தனர். மிகைலோவையும் அவருடைய ஓவியத்தையும் பற்றி அவர்கள் பேசினார்கள். 'திறமை' என்பது மூளையையும் இதயத்தையும் தவிர, பிறவியிலேயே உடல்ரீதியாக அமைந்த ஒரு தகுதி என்பதாக அவர்கள் புரிந்து கொண்டார்கள். கலைஞர்கள் அவர்களுடைய வாழ்க்கையில் அனுபவப்பட்ட அனைத்திற்கும் அந்த வார்த்தையைப் பயன்படுத்திய அவர்கள், அதை அடிக்கடி தங்கள் உரையாடலில் வெளிப்படுத்தினர். ஏனெனில் அவர்களால் புரிந்து கொள்ள முடியாத, ஆனால் விவாதிக்க விரும்பிய ஒரு விஷயத்திற்கு ஒரு பெயர் தேவைப்பட்டது. அவருக்குத் திறமை இருப்பதை மறுப்பதற் கில்லை என்றாலும், கல்வியின்மை காரணமாக அவரால் தனது திறமையை மேம்படுத்திக் கொள்ள முடியவில்லை என்றும், இது பொதுவாக ரஷ்ய கலைஞர்களிடம் காணப்படும் ஒரு குறைபாடு என்றும் பேசிக் கொண்டார்கள். ஆனால் அந்தச் சிறுவர்களின் ஓவியம் அவர்கள் நினைவை விட்டு நீங்காமல் அவர்களிடம் ஒட்டிக் கொண்டது. எனவே அது அவர்கள் நினைவுக்கு மீண்டும் திரும்பத் திரும்ப வந்துகொண்டே இருந்தது.

"அது எத்தனை அழகு! அவர் அதை எத்தனை எளிமையாக ஆனால் திறமையாக வரைந்திருக்கிறார்! அது எத்தனை நன்றாக இருக்கிறது என்பதைக் கூட அவர் உணரவில்லை. ஆமாம், நாம் வாய்ப்பைத் தவறவிடக் கூடாது. அதை நிச்சயமாக வாங்க வேண்டும்" என்றான் விரான்ஸ்கி.

13

மிகைலோவ் தனது சிறிய ஓவியத்தை விரான்ஸ்கிக்கு விற்கவும், அன்னாவின் உருவப்படத்தை வரையவும் ஒப்புக் கொண்டார். அவர் ஒரு குறிப்பிட்ட நாளில் வீட்டிற்கு வந்து தன் வேலையை ஆரம்பித்தார்.

ஐந்தாவது அமர்வுக்குப் பிறகு அந்த ஓவியம் உருவ ஒற்றுமையால் மட்டுமின்றி அதன் அழகாலும் அனைவரையும் கவர்ந்தது. அன்னாவின் பிரத்தியேக அழகை மிகைலோவ் வெளிக்கொணர்ந்தது விசித்திரமாக இருந்தது. 'அவளுடைய ஆத்மார்த்தமான இனிய தோற்றத்தை வெளிக்கொணர, ஒருவர் என்னைப் போலவே அவளை அறியவும், நேசிக்கவும் வேண்டும்' என்று விரான்ஸ்கி நினைத்தான். இருந்தாலும் அந்த உருவப்படத்தின் மூலம் அவளுடைய ஆத்மார்த்தமான இனிய தோற்றத்தை விரான்ஸ்கி அறிந்துகொண்டான். ஆனால் அந்தத் தோற்றம் உண்மையாக இருந்தது, அது அவனுக்கும் மற்றவர்களுக்கும் நீண்ட காலமாகத் தெரியும் என்று தோன்றியது.

"நான் இவ்வளவு காலமாகப் போராடியும் என்னால் அதைச் சாதிக்க முடியவில்லை" என்று தான் வரைந்த அவளுடைய ஓவியத்தைப் பற்றிச் சொன்னான் விரான்ஸ்கி. "அவர் பார்த்ததும் வரைந்து விட்டார். அதுதான் நுட்பம் என்பது."

"அது வரும்" என்று அவனுக்கு ஆறுதல் சொன்ன கோலெனிஷ்சேவ், விரான்ஸ்கியிடம் திறமையும், முக்கியமாக கலையைப் பற்றிய உயர்ந்த பார்வையைத் தரும் கல்வியும் இருப்பதாக நம்பினார். தன்னுடைய கட்டுரைகளுக்கும் யோசனைகளுக்கும் விரான்ஸ்கியின் அனுதாபமும் பாராட்டும் தேவை என்பதாலும், பராட்டும் ஆதரவும் பரஸ்பரம் இருக்க வேண்டும் என்று உணர்ந்ததாலும், விரான்ஸ்கியின் திறமை மீது கோலெனிஷ்சேவ் வைத்த நம்பிக்கை அதிகரித்தது.

மற்றொருவரின் வீட்டில் குறிப்பாக விரான்ஸ்கியின் பலாஸோவில், மிகைலோவ் தனது ஸ்டுடியோவில் இருந்ததை விட முற்றிலும் மாறுபட்ட மனிதராக இருந்தார். தான் மதிக்காத மனிதர்களுடன் நெருக்கமாக இருப்பதற்கு பயந்தவரைப் போல, நட்பற்ற முறையில் நடந்து கொண்டார். அவர் விரான்ஸ்கியை "மேதகு" என்று அழைத்ததுடன், அன்னாவும் விரான்ஸ்கியும் வற்புறுத்திய போதும், இரவு உணவு சாப்பிடுவதற்காகவும் அல்லது ஓவியத்தை வரைவதைத் தவிர வேறு எதற்காகவும் அங்கு வரவில்லை. மற்றவர்களை விட அன்னா அவருடன் அதிக நட்புடன் பழகினாள். அவள் தனது ஓவியத்திற்காக அவருக்கு நன்றியுள்ளவளாக இருந்தாள். அவரிடம் மிகவும் மரியாதையாக நடந்து கொண்ட விரான்ஸ்கி, தனது ஓவியத்தைப் பற்றி அவருடைய கருத்தைத் தெரிந்து கொள்வதில்

ஆர்வமாக இருந்தான். மிகைலோவின் மனதில் கலையைப் பற்றிய சரியான கருத்துக்களை விதைக்கும் சந்தர்ப்பத்தை கோலெனிஷ்சேவ் ஒருபோதும் நழுவவிடவில்லை. ஆனால் மிகைலோவ் அவர்கள் அனைவரிடமும் ஒரே மாதிரியாக நட்பற்றவராக இருந்தார். அவர் தன்னைப் பார்ப்பதை விரும்புகிறார் என்பதை அவர் கண்களிலிருந்து அன்னா தெரிந்து கொண்டாள். இருந்தாலும் அவர் அவளுடன் பேசுவதைத் தவிர்த்தார். விரான்ஸ்கி தன்னுடைய ஓவியத்தைப் பற்றி அவருடன் பேசியபோது, அவர் பிடிவாதமாக மௌனமாக இருந்தார். விரான்ஸ்கி அவரிடம் ஓவியங்களைக் காட்டிய போதும், அவர் அதே பிடிவாதத்தைத் தொடர்ந்து கடைப்பிடித்தார். அவர் கோலெனிஷ்சேவின் உரையாடலால் சந்தேகத்திற்கு இடமின்றி சலிப்படைந்தார் என்றாலும், அதை மறுத்துப் பேசுவதற்கு முயற்சிக்க வில்லை.

மிகைலோவின் சகஜமாகப் பழகாத, விரும்பத்தகாத, விரோத மனப்பான்மையை நன்றாக தெரிந்து கொண்ட பிறகு, அவர்கள் அவரை வெறுத்தனர். அவர் ஓவியத்தை முடித்து, அழகான உருவப் படத்தை அவர்களிடம் கொடுத்த பிறகு, அங்கு வருவதை நிறுத்தி யதும் அவர்கள் மகிழ்ச்சியடைந்தனர்.

அவர்கள் அனைவரிடமும் இருந்த ஒரு எண்ணத்தை, அதாவது மிகைலோவ் விரான்ஸ்கி மீது பொறாமைப்படுகிறார் என்பதை முதன்முதலில் கோலெனிஷ்சேவ் தெரிவித்தார்.

"அவரிடம் திறமை இருப்பதால் அதைப் பொறாமை என்று சொல்ல முடியாது. ஆனால் உயர் சமூகத்தைச் சேர்ந்த செல்வந்தரும், கோமகனும் (அவரைப் போன்றவர்கள் அதை வெறுக்கிறார்கள்) எந்தக் குறிப்பிட்ட முயற்சியும் பயிற்சியும் இல்லாமல், தனது வாழ்நாள் முழுவதையும் அதற்காக அர்ப்பணித்த அவரைவிடச் சிறப்பாக வரைய முடியும் என்பது அவருக்கு எரிச்சலூட்டுகிறது. எல்லா வற்றுக்கும் மேலாக முக்கியமானது அவருக்குக் கல்வியறிவு இல்லை என்பது."

விரான்ஸ்கி மிகைலோவுக்கு ஆதரவாகப் பேசினாலும் தன் மன ஆழத்தில் அதை ஏற்றுக் கொண்டான். ஏனெனில் அவனைப் பொருத்தவரை, தாழ்ந்த சமூகத்தைச் சேர்ந்த ஒருவர் நிச்சயம் தன்னைப் பார்த்துப் பொறாமைப்பட வேண்டும் என்று நினைத்தான்.

இருவரும் வரைந்த ஒரே கருப்பொருளான, அன்னாவின் உருவப்படம், தனக்கும் மிகைலோவுக்கும் இடையிலான வித்தி யாசத்தை விரான்ஸ்கிக்குக் காட்டியிருக்க வேண்டும், ஆனால் அவன் அதைப் பார்க்கத் தவறி விட்டான். அன்னாவின் படத்தை மிகைலோவ் வரைந்த பிறகு, தானும் அதை வரைவது தேவையற்றது

என்று முடிவு செய்த அவன், அவள் படத்தை வரைவதை நிறுத்தி விட்டான். இருந்தாலும் இடைக்கால வாழ்க்கை குறித்த தனது ஓவியத்தை அவன் தொடர்ந்துவரைந்தான். அது மிகைலோவின் ஓவியத்தைவிடப் புகழ்பெற்ற மற்ற ஓவியங்களைப் போல இருந்ததால், கோலெனிஷ்சேவும், அவனும், குறிப்பாக அன்னாவும், அது நன்றாக வந்திருப்பதாக நினைத்தார்கள்.

இதற்கிடையில் அன்னாவின் உருவப்படம் மிகைலோவை மிகவும் கவர்ந்திருந்தாலும், ஓவியம் முடிந்ததும் அவர் அவர்களை விட அதிகமாக மகிழ்ச்சியடைந்தார். ஏனெனில் இனிமேலும் அவர் கலையைப் பற்றிய கோலெனிஷ்சேவின் பேச்சைக் கேட்க வேண்டிய தில்லை. மேலும் அவரால் விரான்ஸ்கியின் ஓவியங்களையும் மறக்க முடியும். விரான்ஸ்கியை ஓவியம் வரைவதிலிருந்து தன்னால் தடுக்க முடியாது என்பதும், தனக்கும் மற்ற ஒவ்வொருவருக்கும் அவர்கள் விரும்பியதை வரைய முழு உரிமை உண்டு என்பதும் அவருக்குத் தெரியும் என்றாலும் அது அவருக்குச் சுத்தமாகப் பிடிக்கவில்லை. ஒருவர் தன்னுடைய உருவத்தைப் பெரிய மெழுகு பொம்மையாகச் செய்து அதை முத்தமிடுவதை யாராலும் தடுக்க முடியாது. ஆனால் அந்த மனிதர் தன்னுடைய பொம்மையுடன், காதலில் இருக்கும் ஒரு ஆணின் முன்னால் அமர்ந்து, காதலன் காதலியைக் கொஞ் சுவது போல, தனது பொம்மையைக் கொஞ்சினால், காதலனுக்கு அது அருவருப்பாக இருக்கும். விரான்ஸ்கியின் ஓவியத்தைப் பார்த்ததும் மிகைலோவுக்கும் அதே போன்ற ஒரு வெறுப்பு ஏற் பட்டது. அது அவருக்குக் கேலிக்குரியதாக, எரிச்சலூட்டுவதாக, பரிதாபத்திற்குரியதாக, அருவருக்கத்தக்கதாக இருந்தது.

ஓவியத்தின் மீதும் இடைக்கால வாழ்க்கை மீதும் விரான்ஸ்கிக்கு இருந்த ஆர்வம் தொடர்ந்து நீடிக்கவில்லை. தன் ஓவியத்தை முடிக்க முடியாத அளவுக்குக் கலையின் மீது அவனுக்கு ரசனை இருந்தது. ஓவியம் பாதியில் ஸ்தம்பித்து நின்றது. ஆரம்பத்தில் பெரிதாகத் தெரியாத ஓவியத்தின் குறைகள், அதைத் தொடர்ந்து வரைந்தால் வெளிப்படையாகத் தெரியும் என்பதை அவன் தெளிவற்ற முறையில் உணர்ந்தான். அவனுக்கு ஏற்பட்ட அதே கதிதான் கோலெனிஷ் சேவுக்கும் ஏற்பட்டது. அவர் தன்னிடம் எழுதுவதற்கு ஒன்றுமில்லை என்பதை உணர்ந்து, தனது கருத்துக்கள் இன்னும் முதிர்ச்சி அடையவில்லை என்றும், அதற்குத் தேவையான தகவல்களைச் சேகரித்து வருவதாகவும் தொடர்ந்து தன்னை ஏமாற்றிக் கொண்டார். இதனால் கோலெனிஷ்சேவ் எரிச்சலும் வேதனையும் அடைந்த அதே நேரத்தில் அதற்காக வேதனைப்படவோ, தன்னைத் தானே ஏமாற்றிக் கொள்ளவோ விரான்ஸ்கியால் முடியவில்லை. எதையும் தீர்மானமாக முடிவு செய்யும் தனது தனித்துவமான குணத்தால்,

எந்த விளக்கமும் காரணமும் சொல்லாமல் ஓவியம் வரைவதை நிறுத்திக் கொண்டான்.

ஆனால் அதையும் செய்யாமல், அவனுடைய வாழ்க்கையும், அவனுடைய விரக்தியைக் கண்டு வியப்புற்ற அன்னாவின் வாழ்க் கையும், இத்தாலிய நகரத்தில் சகித்துக் கொள்ள முடியாத அளவுக்குச் சலிப்பை ஏற்படுத்தியது. திடீரென்று பலாஸோ மிகவும் பழைய தாகவும் அழுக்காகவும் மாறியது. திரைச்சீலைகளில் இருந்த கறைகள், தரையில் இருந்த விரிசல்கள், விதானங்களில் கண்ணுக்குப் புலப் படாத விரிசல்களில் பூசியிருந்த பூச்சுகள், இத்தாலிய பேராசிரியர் கோலெனிஷ்சேவ் மற்றும் ஜெர்மானியப் பயணி இருவரின் மாறாத சகவாசம் ஆகிய அனைத்தும் ஒரு மாற்றம் வேண்டும் என்பதை வலியுறுத்தின. எனவே அவர்கள் ரஷ்யாவுக்குத் திரும்பி அங்கே நாட்டில் வசிக்க முடிவு செய்தார்கள். பீட்டர்ஸ்பர்க்கில், விரான்ஸ்கி தனது சகோதரருடன் சொத்துக்களைப் பிரித்துக் கொடுக்கத் திட்ட மிட்ட அதே நேரத்தில், அன்னா தன் மகனைப் பார்க்க விரும்பி னாள். ஆனால் அவர்கள் கோடைக்காலத்தை விரான்ஸ்கியின் பெரிய குடும்பப் பண்ணையில் கழிக்கத் திட்டமிட்டனர்.

14

லெவினின் திருணம் முடிந்து மூன்று மாதங்கள் கழிந்தன. அவர் மகிழ்ச்சியாக இருந்தார் என்றாலும் அவர் எதிர்பார்த்த வழியில் இல்லாமல் முற்றிலும் மாறுபட்ட வழியில் மகிழ்ச்சியாக இருந்தார். அவர் ஒவ்வொரு அடியிலும் தான் கற்பனை செய்துவைத் திருந்த பலவற்றில் ஏமாற்றத்தைச் சந்தித்த அதே வேலையில் பல புதிய எதிர்பாராத, மகிழ்ச்சியான ஆச்சரியங்களைச் சந்தித்தார். லெவின் மகிழ்ச்சியாக இருந்தாலும், குடும்ப வாழ்க்கையில் ஈடு பட்டதும், அவர் கற்பனை செய்ததிலிருந்து அது முற்றிலும் வேறாக இருப்பதை அதன் ஒவ்வொரு அடியிலும் கண்டு கொண்டார். ஒரு நதியில் சீராகவும் மகிழ்ச்சியாகவும் செல்லும் ஒரு சிறிய படகை ரசித்த பிறகு, அதில் தானே ஏறிக்கொள்ளும் ஒரு மனிதன் அனுப விக்கும் உணர்வுக்கு நிகரானதை, வாழ்வின் ஒவ்வொரு அடியிலும் அவர் அனுபவித்தார். அப்படியும் இப்படியும் அசையாமல் நேராக நிமிர்ந்து உட்கார்ந்திருந்தால் மட்டும் போதாது, ஒவ்வொரு கணமும் தான் எங்கே போகிறோம் என்பதை மறக்காமல் நினைவில் கொள்ள வேண்டும். தன் கால்களுக்குக் கீழே தண்ணீர் இருப்பதால், பழக்க மில்லாத அவருடைய கைகள் வலித்தாலும், அவர் தொடர்ந்து துடுப்பை வலிக்க வேண்டும். பார்ப்பதற்கு அது எளிதாகவும்,

அதைச் செய்வது மகிழ்ச்சியாகவும் இருந்தாலும், அது அத்தனை சுலபமல்ல.

லெவின் பிரம்மச்சாரியாக இருந்தபோது, மற்றவர்கள் மண வாழ்க்கையைக் கவனித்து, அவர்களின் சின்னச் சின்ன கவலைகள், சண்டைகள், பொறாமைகள் ஆகியவற்றைப் பார்த்துத் தனக்குத் தானே இகழ்ச்சியுடன் சிரிப்பார். தனது எதிர்கால தாம்பத்திய வாழ்க்கையில் அப்படி எதுவும் இருக்காது என்பது மட்டுமின்றி, தனது திருமண வாழ்வின் வெளிப்புறத் தோற்றம்கூட மற்றவர்களைப் போல இருக்காது என்று அவர் உறுதியாக நம்பினார். திடீரென்று அதற்குப் பதிலாக மனைவியுடனான அவருடைய வாழ்க்கை எந்த விதத்திலும் வேறுவிதமாக இல்லாமல், முன்பு அவர் வெறுத்த அதே அற்ப விஷயங்களால் ஆனதாகவும், இப்போது அவரது விருப்பத்திற்கு மாறாக, அசாதாரணமான, முக்கியத்துவத்தைப் பெற்றுவிட்ட அதை எதிர்த்துப் போராடுவது பயனற்றதாகவும் இருந்தது. இந்த விவகாரங்கள் அனைத்தையும் ஒழுங்கமைப்பது தான் நினைப்பது போல அத்தனை சுலபமல்ல என்பதை அவர் உணர்ந்தார். எல்லா மனிதர்களையும் போல, குடும்ப வாழ்க்கை பற்றி தெளிவான கருத்து தனக்கு இருப்பதாக லெவின் நம்பினாலும், குடும்ப வாழ்க்கையைக் காதலின் இன்பமாகவும், அதற்கு எதுவும் தடையாக இல்லாமலும், அற்ப விசயங்களால் அது திசை திருப்பப்படாமலும் இருக்க வேண்டும் என்று நினைக்காமல் இருக்க முடியவில்லை. அதைப் புரிந்துகொண்ட அவர், தன் வேலையைச் செய்துவிட்டு, காதல் இன்பங்களில் இளைப்பாற வேண்டும் என்று நினைத்தார். அவர் அவளை நேசிக்க வேண்டும் என்பதற்கு மேல் எதுவும் இல்லை. ஆனால் எல்லா ஆண்களையும் போல அவளும் வேலை செய்ய வேண்டும் என்பதை அவர் மறந்து விட்டார். கவித் துவமான வசீகரமான கிட்டி, திருமண வாழ்வின் முதல் வாரத்தில் இல்லாமல், முதல் நாளிலிருந்தே, மேசை விரிப்புகள், தட்டுமுட்டுச் சாமான்கள், துணிமணிகள், விருந்தினரின் மெத்தைகள், சமையலறைப் பாத்திரங்கள், சமையல்காரர், இரவு உணவு ஆகியவற்றையும் இன்னும் பலவற்றையும் பற்றி சிந்திக்கவும், நினைவில் கொள்ளவும், கவலைப் படவும் முடியும் என்பது அவருக்கு ஆச்சரியமாக இருந்தது. நிச்சய தார்த்தம் நடந்த போது, வெளிநாட்டுப் பயணத்தை நிராகரித்துவிட்டு, தேவையான ஒன்றைச் செய்ய வேண்டும் என்பது போலவும், தங்கள் காதலைத் தவிர வேறு விஷயங்களையும் தன்னால் யோசிக்க முடியும் என்பதைப் போலவும், நாட்டிற்குச் செல்ல அவள் தீர்மான மாக முடிவு செய்ததைக் கண்டு அவர் வியப்படைந்தார். அப்போது அதை நினைத்துக் கவலைப்பட்ட அவர், இப்போது அவளுடைய சில்லறை கவலைகளும் அற்ப அக்கறைகளும் தன்னைப் பலவிதமாக

அலைக்கழிப்பதை நினைத்து வருந்தினார். ஆனால் அவளைப் பொறுத்தவரை அது அவளுக்கு அவசியம் என்பதை அவர் உணர்ந் தார். அவரால் அதையெல்லாம் புரிந்துகொள்ள முடியவில்லை என்றாலும், அதற்காக அவளைக் கேலி செய்தாலும், அவர் அவளை நேசித்ததால், அவளுடைய அந்தக் கவலைகளைப் பாராட்டத் தவறவில்லை. மாஸ்கோவிலிருந்து அவர்கள் கொண்டுவந்த தள பாடங்களை அவள் ஏற்பாடு செய்ததையும், தங்களுடைய அறை களை முழுமையாக மாற்றி அமைத்ததையும், ஜன்னல்களில் திரைச் சீலைகளைத் தொங்கவிட்டதையும், விருந்தினர்களுக்கும், டோலிக்கும் அறைகளை ஒதுக்கியதையும், தன் புதிய பணிப்பெண்ணுக்கு அறையை ஏற்பாடு செய்ததையும், பழைய சமையல்காரருக்கு இரவு உணவுக்குத் தேவையானதை உத்தரவிட்டதையும், அகாஃபியா மிகைலோவ்னாவுடன் வாக்குவாதம் செய்து, மளிகைப் பொருட்களை நிர்வகிக்கும் பொறுப்பிலிருந்து அவளை நீக்கியதையும், பார்த்து அவர் சிரித்தார். அவளது அனுபவமற்ற, நிறைவேற்ற முடியாத உத்தரவுகளைக் கேட்டு வயதான சமையல்காரர் புன்னகைத்ததையும், சமையலறையில் இளம் எஜமானியின் புதிய ஏற்பாடுகளைப் பார்த்துவிட்டு அகாஃபியா மிகைலோவ்னா, வருத்தமும் அன்பும் கலந்த பாவனையில் தலையை ஆட்டியதையும் அவர் பார்த்தார். வேலைக்காரி மாஷா தன்னை ஒரு சிறுமியைப் போல நடத்துவதால், யாரும் தான் சொல்வதைக் கேட்பதில்லை என்று சொல்லி சிரிப்பும் அழுகையுமாகக் கிட்டி அவரிடம் வந்தபோது, அவள் மிகவும் இனியவளாக இருப்பதை அவர் பார்த்தார். அது அவருக்கு இனிமை யாகவும் அதே சமயம் விசித்திரமாகவும் தோன்றியது. அவை யெல்லாம் இல்லாமல் இருந்திருந்தால் நன்றாக இருக்கும் என்று அவர் நினைத்தார்.

அவள் தன் வாழ்க்கையில் எத்தனை பெரிய மாற்றத்தை அனுபவிக்கிறாள் என்பது அவருக்குத் தெரியவில்லை. தன் வீட்டில் அவள் சில நேரங்களில், தனக்குப் பிடித்த உணவை இனிப்புடன் சாப்பிட விரும்பினால், இரண்டும் அவளுக்குக் கிடைக்காது. ஆனால் இப்போது அவளால் தான் விரும்பியதைச் சாப்பிடவும், விரும்பும் இனிப்புகளை வாங்கவும், தாராளமாக பணத்தைச் செலவழிக்கவும், விரும்பிய கேக்குகளை வாங்கவும் முடிகிறது.

அவள் இப்போது மகிழ்ச்சியுடன், டோலி குழந்தைகளுடன் வீட்டிற்கு வருவதையும், குறிப்பாகக் குழந்தைகளுக்குப் பிடித்த கேக்குகளை வாங்கிக் கொடுப்பதையும், வீட்டில் தான் செய்திருக்கும் புதிய ஏற்பாடுகளுக்குக் கிடைக்கும் டோலியின் பாராட்டையும், நினைத்துக் கனவு கண்டு கொண்டிருந்தாள். ஏன் என்று அவளுக்கே தெரியாமல், வீட்டின் பாராமரிப்பு மீது அவளுக்கு ஒரு தவிர்க்க

முடியாத ஈர்ப்பு ஏற்பட்டது. வசந்த காலம் நெருங்கி வருவதை அறிந்த அவள், மழை நாட்களும் வரும் என்பதை அறிந்து தன்னால் இயன்றவரைக் கூடு கட்டிக் கொண்டிருந்தாள். அவசரமாக அதைக் கட்டும் நேரத்தில் கூடவே அதை எப்படிச் செய்வது என்பதையும் கற்றுக் கொண்டாள்.

கிட்டிக்குச் சில்லறை விஷயங்களில் இருந்த ஈடுபாடு, லெவினின் உன்னதமான மகிழ்ச்சி என்ற ஆரம்ப கால லட்சியத்திற்கு முற்றிலும் முரணாக இருந்தது, அவருக்குப் பெரிய ஏமாற்றத்தைக் கொடுத்தது. தன்னால் புரிந்து கொள்ள முடியாத, ஆனால் நேசிக்காமல் இருக்க முடியாத, அந்த ஈடுபாடு அவருடைய புதிய ஆச்சரியங்களில் ஒன்றாகும்.

அவர்களுக்கு இடையில் ஏற்பட்ட சண்டை அவருக்கு மற்றொரு ஏமாற்றமாகவும் ஆச்சரியமாகவும் இருந்தது. தனக்கும் தன் மனைவிக் கும் இடையில் அன்பான, மரியாதையான உறவைத் தவிர வேறு எதுவும் இருக்க முடியும் என்று லெவின் கற்பனை செய்துகூடப் பார்க்கவில்லை. ஆனால் திடீரென்று முதல் சில நாட்களில் அவர் கள் சண்டையிட்டுக் கொண்டார்கள். அவர் அவளைப் பற்றிக் கவலைப்படவில்லை என்றும், அவருக்கு அவரைத் தவிர யாரைப் பற்றியும் கவலை இல்லை என்றும் அவள் கைகளை வீசியபடி அவரிடம் சொல்லி, கண்ணீர் விட்டு அழுதாள்.

ஒரு புதிய பண்ணை வீட்டிற்குச் சென்றிருந்த லெவின், குறுக்கு வழியில் வீட்டிற்குத் திரும்பியபோது, வழி தவறிச் சென்று, அரை மணி நேரம் தாமதமாக வீட்டிற்குத் திரும்பியதால் அந்த முதல் சண்டை நடந்தது. அவர் அவளையும், அவளுடைய காதலையும், மகிழ்ச்சியையும் தவிர வேறு எதையும் நினைக்காமல் வீட்டை நெருங்கியபோது, அவருடைய காதல் வேட்கை தீவிரமானது. எனவே அவர் அதே வேகத்துடன் சொல்லப்போனல், ஷெர்பாட்ஸ் கியின் வீட்டிற்கு முன்மொழியச் சென்ற போது இருந்ததை விட தீவிரமான காதலுணர்வுடன் அவள் அறைக்குள் நுழைந்தார். ஆனால் அவர் இதுவரை பார்த்திராத ஒரு கடுகடுப்பான முகபாவத்தை அவளிடம் பார்த்தார். அவர் அவளை முத்தமிட முயன்ற போது, அவள் அவரைத் தூரமாகத் தள்ளி விட்டாள்.

“என்ன ஆயிற்று?”

“நீங்கள் மகிழ்ச்சியாக இருங்கள்...” என்று ஆரம்பித்த அவள் கோபத்தை அடக்க முயன்றாள்.

ஆனால் அவள் பேசத் தொடங்கியதும், அரைமணி நேரமாக ஜன்னல் ஓரத்தில் சலனமின்றி அமர்ந்திருந்த அவளை வாட்டி வதைத்த அனைத்தும் பழிச்சொல்லாகவும் அர்த்தமற்ற பொறாமை

வார்த்தைகளாகவும் அவளிடமிருந்து வெடித்துக் கிளம்பியது. திருமணத்திற்குப் பிறகு தேவாலயத்திற்கு வெளியே அவளை அழைத்துச் சென்றபோது அவருக்குப் புரியாத ஒரு விஷயம் முதல் முறையாகத் தெளிவாகப் புரிந்தது. அப்போது அவள் அவருடன் மிகவும் நெருக்கமாக இருந்தாள் என்பது மட்டுமல்ல, அவர் தொடங்கியதை அவள் எங்கு முடித்தாள், என்று அவரால் இப்போது சொல்ல முடியாது. அந்த வினாடி அவர் அனுபவித்த பிரிவின் வலிமிகுந்த உணர்விலிருந்து அதைப் புரிந்து கொண்டார். அவர் ஒரு கணம் கோபமடைந்தார் என்றாலும், தன்னைக் காரணம் காட்டி, அவளிடம் கோபப்பட முடியாது என்பதை உடனே அறிந்து கொண்டார். பின்னாலிருந்து திடீரென்ற ஒரு கடுமையான அடி விழுந்த பிறகு, கோபத்துடன் தன்னைத் தாக்கியவரைக் கண்டுபிடிக்கத் திரும்பி, தான் தற்செயலாக இடித்துக் கொண்டதையும், யாரையும் கோபிக்க முடியாது என்றும், சகித்துக்கொண்டு வலியைத் தணிக்க முயற்சிக்க வேண்டும் என்று உணரும் ஒரு மனிதனைப் போல, அந்த முதல் கணத்தில் அவர் உணர்ந்தார்.

அந்த முதல் முறையைப் போல அவர் அத்தனை தீவிரமாக அதை உணரவில்லை என்றாலும் அதிலிருந்து மீண்டு வர அவருக்குச் சற்று நேரம் பிடித்தது. அவருடைய இயல்பான உணர்வு, தன்னைத் தற்காத்துக் கொள்ளவும், அவள் நினைப்பது தவறு என்பதை அவளிடம் நிரூபிக்கவும் அவரைத் தூண்டியது. ஆனால் அவள் நினைப்பது தவறு என்று நிரூபிப்பது அவளை மேலும் எரிச்சலடையச் செய்யும் என்பதுடன் எல்லாப் பிரச்சினைகளுக்கும் காரணமான விரிசலையும் அதிகப்படுத்தும். அவருடைய இயற்கையான ஒரு உந்துதல், தான் தவறு செய்யவில்லை என்றும் அவள்தான் தவறு செய்கிறாள் என்றும் சொல்லத் தூண்டியது. ஆனால் அதைவிட வலிமையான மற்றொரு உணர்வு, அந்த விரிசல் மேலும் விரிவடைவதற்கு முன்னதாக முடிந்தவரை விரைந்து சரிசெய்ய அவரை வற்புறுத்தியது. இத்தகைய அநியாயமான குற்றச்சாட்டைச் சகித்துக் கொள்வது அவருக்கு வேதனையாக இருந்தாலும், தன்னை நியாயப் படுத்தி, அவளைக் காயப்படுத்துவது அதைவிட மோசமாக இருக்கும். அரைத் தூக்கத்தில் வலியால் துடித்து, வலிக்கும் இடத்தை அகற்ற விரும்பிய ஒருவன், சுயநினைவுக்குத் திரும்பியதும் வலிமிகுந்த அந்த இடம் தன் உடலில்தான் இருக்கிறது என்று உணர்வதைப் போல இருந்தது. அவரால் முடிந்தது வலியைத் தணிக்கவும், பொறுத்துக் கொள்ளவும் முயற்சி செய்வதுதான் என்பதால் அவர் அதைச் செய்ய முயன்றார்.

அவர்கள் சமாதானம் செய்து கொண்டனர். தான் செய்தது தவறு என்பதை அறிந்தும் அவள் அதை ஒப்புக் கொள்ளாமல்,

அவரிடம் அன்பாக நடந்து கொண்டாள். அவர்கள் தங்கள் காதலில் ஒரு புதிய, இரட்டிப்பு மகிழ்ச்சியை அனுபவித்தனர். ஆனால் மிகவும் எதிர்பாராத வகையில், அற்ப காரணங்களுக்காக இது போன்ற மோதல்கள் அடிக்கடி எழுவதைத் தடுக்க முடியவில்லை. அவர்கள் இருவரும் ஒருவருக்கொருவர் எது முக்கியம் என்பதை இன்னும் அறியாததாலும், ஆரம்ப நாட்களில் அவர்கள் இருவரும் அடிக்கடி மோசமான மனநிலையில் இருந்ததாலும், இந்த மோதல்கள் பெரும்பாலும் நிகழ்ந்தன. ஒருவர் நல்ல மனநிலையிலும் மற்றொருவர் மோசமான மனநிலையிலும் இருக்கும்போது, சண்டைகள் ஏதும் நடக்கவில்லை. ஆனால் இருவரும் மோசமான மனநிலையில் இருக்கும் போது, அவர்கள் எதற்காக சண்டையிட்டார்கள் என்பதைப் பின்னர் நினைவில் வைத்திருக்க முடியாத அளவுக்குப் புரிந்து கொள்ள முடியாத அற்ப காரணங்களுக்காகச் சண்டைகள் நடந்தன. அவர்கள் இருவரும் நல்ல மனநிலையில் இருக்கும் போது, அவர்களின் வாழ்க்கை இன்பம் இரட்டிப்பாகியது என்பது உண்மைதான். இருப்பினும் திருமண வாழ்க்கையின் ஆரம்ப நாட்கள் அவர்களுக்கு மிகவும் சவாலாக இருந்தன.

அந்த ஆரம்ப நாட்கள் முழுவதும், தங்களைக் கட்டியிருந்த சங்கிலி எதிரெதிர் திசையில் இழுக்கப்படுவதைப் போல ஒரு பதட்டமான உணர்வை அவர்கள் இருவரும் நன்றாக உணர்ந்தனர். மொத்தத்தில் லெவின் ஆவலுடன் எதிர்பார்த்த அவர்களின் தேனிலவு (திருமணத்திற்குப் பிறகு முதல் மாதம்), அத்தனை மகிழ்ச்சியாக இல்லை. அது அவர்கள் வாழ்க்கையில் நடந்த மிகவும் கசப்பான, மிகவும் அவமானகரமான நாட்களாக அவர்கள் இருவரின் நினைவுகளிலும் தங்கியிருந்தது. அவர்கள் தங்கள் இயல்பான மனநிலையிலும், அரிதாகவே அவர்கள் அவர்களாகவே இருந்த அந்த ஆரோக்கியமற்ற காலத்தின் அசிங்கமான, வெட்கக்கேடான சம்பவங்களைத் தங்கள் நினைவுகளிலிருந்து அகற்றுவதற்கு இருவரும் பிற்கால வாழ்க்கையில் முயன்றனர்.

திருமணமான மூன்றாவது மாதத்தில், மாஸ்கோவுக்குச் சென்று அங்கு ஒரு மாதம் தங்கிவிட்டு திரும்பிய பிறகுதான், அவர்கள் வாழ்க்கை சுமூகமாக மாறியது.

15

அவர்கள் அப்போதுதான் மாஸ்கோவிலிருந்து திரும்பி வந்து, தங்கள் தனிமையை அனுபவித்துக் கொண்டிருந்தனர். அவர் தன்னுடைய படிப்பறையில் மேசையின் முன்னால் அமர்ந்து எழுதிக்

கொண்டிருந்தார். கிட்டி திருமணத்திற்குப் பிறகு முதல் சில நாட்களில் அணிந்திருந்த, லெவின் நினைவில் வைத்திருந்த அவருக்கு மிகவும் பிடித்த, அடர்வண்ண ஊதா உடையில், அவரது அப்பா, தாத்தா காலத்திலிருந்து படிப்பறையில் இருந்த அதே பழைய பாணி தோல் சோபாவில் அமர்ந்து, எம்பிராய்டரி சட்டத்தில் பின்னிக் கொண்டிருந்தாள். லெவின் எதையோ யோசித்து எழுதிக் கொண்டி ருந்தபோது, அவள் இருப்பதை ஒவ்வொரு கணமும் உணர்ந்து மகிழ்ந்தார். புதிய விவசாய முறையின் கொள்கைகளை நடைமுறைப் படுத்தும் பண்ணை வேலைகளையும், அதை விளக்கும் விதமாக எழுதிக் கொண்டிருந்த புத்தகத்தின் வேலையையும் அவர் கைவிட வில்லை. ஆனால் அந்த வேலையும் சிந்தனையும், இதற்கு முன்பு அவர் வாழ்க்கையில் இருந்த இருளுடன் ஒப்பிடும்போது, அற்பமான தாகவும், முக்கியமற்றதாகவும் அவருக்குத் தோன்றியதைப் போலவே, இப்போது, அவரது வாழ்க்கையில் பொங்கி வழியும் மகிழ்ச்சியின் பிரகாசமான ஒளியுடன் ஒப்பிடும்போது அவை அற்பமானதாகவும், முக்கியமற்றதாகவும் தோன்றின. அவர் தனது வேலையைத் தொடர்ந்து செய்தபோதும், தன்னுடைய கவனம் வேறு இடத்திற்குத் திசை மாறி விட்டதை உணர்ந்தார். இதன் விளைவாக அவர் தனது வேலையை மிகவும் வித்தியாசமாகவும், அதிக தெளிவுடனும் பார்த்தார். முன்பு இந்த வேலை அவருக்கு வாழ்க்கையிலிருந்து தப்பிக்க ஒரு மார்க்க மாக இருந்தது. அந்த வேலையில் இல்லாவிட்டால் தன் வாழ்க்கை மிகவும் துயரமாக இருக்கும் என்று முன்பு நினைத்தார். இருப்பினும், இப்போது அவரது வாழ்க்கை தொடர்ந்து மகிழ்ச்சியாக மாறுவதைத் தடுக்க அந்தச் செயல்பாடு அவருக்குத் தேவைப்பட்டது. அவர் எழுதியதை எடுத்து மீண்டும் படித்தபோது, அந்த வேலை மதிப்புக் குரியது என்பதைக் கண்டு மகிழ்ச்சியடைந்தார். அவருடைய கருத்துக்கள் புதியதாகவும் பயனுள்ளதாகவும் இருந்தன. அவருடைய முந்தைய யோசனைகள் பலவும் இப்போது தேவையற்றதாகவும், தீவிரமானதாகவும் தோன்றியது. ஆனால் அவர் அதைப் புதிய பார்வையில் பார்த்தபோது பல விஷயங்கள் விடுபட்டது அவருக்குத் தெளிவாகப் புலப்பட்டது. அவர் ரஷ்யாவில் விவசாயம் ஏன் லாப கரமாக இல்லை என்பதைப் பற்றி ஒரு புதிய அத்தியாயத்தை எழுதிக் கொண்டிருந்தார். ரஷ்யாவின் வறுமைக்கு நில வளங்களின் தவறான பகிர்வும், தவறான கொள்கைகளும் மட்டுமே காரணம் அல்ல, ஆனால் சமீப காலமாக அந்தத் தீமைகள் ரஷ்யாவின் மீது செயற்கையாக திணிக்கப்பட்ட வெளிநாட்டு நாகரிகத்தால், குறிப்பாக தகவல் தொடர்பு சாதனங்களாலும் இரயில் பாதைகளாலும் ஊக்கம் பெற்றன. இது நகரங்களில் மையப்படுத்துதலுக்கும், ஆடம்பர வளர்ச்சிக்கும் காரணமாக அமைந்தன. அதன் விளைவாக தொழிற்

சாலைகளும், அதனோடு தொடர்புடைய கடன் நடவடிக்கைகளும், பங்குச் சந்தைகளும் வளம் பெற்றன. இவை அனைத்தும் ஒட்டு மொத்தமாகச் சேர்ந்து விவசாயத்திற்குக் கேடு விளைவித்தன என்று அவர் வாதிட்டார். ஒரு நாட்டின் செல்வம் இயல்பான முறையில் பெருகும்போது, இந்த நிகழ்வுகள் அனைத்தும், ஏற்கனவே விவசாயத்தில் கணிசமான உழைப்பு முதலீடு செய்யப்பட்டு, அது சரியான அல்லது குறைந்தபட்சம் திட்டவட்டமான நிலையில் இருக்கும்போது மட்டுமே எழுகிறது என்று அவருக்குத் தோன்றியது. ஒரு நாட்டின் செல்வம் சீரான விகிதத்தில், குறிப்பாக ஏனைய செல்வ ஆதாரங்கள் விவசாயத்தை மிஞ்சாத வகையில், அதிகரிக்க வேண்டும். ஒரு குறிப்பிட்ட விவசாய நிலைக்கு ஏற்ப அதற்குரிய தகவல் தொடர்பு சாதனங்கள் இருக்க வேண்டும். நிலங்களை நாம் முறையற்ற முறையில் பயன்படுத்தியதால், பொருளாதாரத் தேவையை விட அரசியல் தேவையால் கொண்டுவரப்பட்ட இரயில் பாதைகள் முன்கூட்டியே வந்துவிட்டன. மக்கள் எதிர்பார்த்தது போல விவசாயத்திற்கு உதவுவதற்குப் பதிலாக, அவர்கள் விவசாயத்தைப் புறந்தள்ளிவிட்டு, விலங்கின் ஒரு உறுப்பு மட்டும் ஒருதலைப்பட்சமாக வளர்வதும், முன்கூட்டியே வளர்வதும், அதன் ஒட்டுமொத்த வளர்ச்சியைத் தடுப்பதைப் போல தொழில்களுக்கும் கடன் வளர்ச்சிக்கும் அழைப்பு விடுத்து, விவசாயத்தை ஸ்தம்பிக்கச் செய்துவிட்டனர். கடன், தகவல் தொடர்பு சாதனங்கள், தொழிற்சாலைகள் ஆகிய வற்றை வலுப்படுத்துவது சந்தேகத்திற்கு இடமின்றி ஐரோப்பாவில் அவசியம். ஏனென்றால் அவர்களுக்கு அதற்கான நேரம் வந்து விட்டது. ஆனால் இங்கே ரஷ்யாவில் மிக முக்கியமான உடனடிப் பிரச்சினையான விவசாயத்தை ஒழுங்கமைப்பதை ஒதுக்கி வைப்பதன் மூலம் நாட்டின் செல்வத்தின் பொதுவான வளர்ச்சிக்குக் குந்தகம் நேர்ந்து விட்டது.

அவர் தனது கருத்துக்களை எழுதிக்கொண்டிருந்த போது, மாஸ்கோவை விட்டு புறப்படுவதற்கு முன் தினம், தன்னுடன் மிகவும் சாதுர்யமாக உல்லாசமாகப் பேசிக்கொண்டிருந்த இளம் இளவரசர் சார்ஸ்கியுடன், தன் கணவர் இயற்கைக்கு மாறான நட்புணர்வுடன் நடந்து கொண்டதை அவள் நினைத்துப் பார்த்தாள். 'அவருக்குப் பொறாமை' என்று அவள் நினைத்தாள். 'கடவுளே, அவர் இனிமையானவர் என்றாலும் முட்டாள்! சமையல்காரன் பியோட்டரும் மற்ற எல்லோரும் எனக்கு ஒன்றுதான் என்பது அவருக்குத் தெரிந்தால் போதும்' என்று நினைத்த அவள், தனக்கு மிகவும் விசித்திரமாகத் தோன்றிய உணர்வுடன், அவருடைய தலையின் பின்புறத்தையும் சிவந்த கழுத்தையும் உற்றுப் பார்த்தாள். 'அவருடைய வேலையில் குறுக்கிடுவது பாவம் என்றாலும் (ஆனால்

அதைச் செய்ய அவருக்கு நேரம் இருக்கும்!) நான் அவருடைய முகத்தைப் பார்க்க வேண்டும். நான் அவரைப் பார்க்கிறேன் என்பதை அவரால் உணர முடியுமா? அவர் திரும்பிப் பார்க்க வேண்டும்... திரும்புங்கள்!' என்று நினைத்த அவள் தன் பார்வையின் வீச்சை அதிரிக்க கண்களை அகலத் திறந்தாள்.

'ஆமாம், அவர்கள் எல்லாவற்றையும் உறிஞ்சிக் கொண்டு, செல்வச் செழிப்பின் பொய்யான பளபளப்பைத் தருகிறார்கள்' என்று முணுமுணுத்த அவர், எழுதுவதை நிறுத்திவிட்டு, அவள் தன்னைப் பார்த்துப் புன்னகைப்பதை உணர்ந்து, அவளை நோக்கித் திரும்பினார்.

"என்ன?" என்று சிரித்துக் கொண்டே அவர் எழுந்தார்.

'அவர் திரும்பி விட்டார்' என்று அவள் நினைத்தாள்.

"ஒன்றுமில்லை, நீங்கள் என்னை நோக்கித் திரும்ப வேண்டும் என்று விரும்பினேன்" என்று சொன்ன அவள், தன்னுடைய குறுக்கீட்டைக் கண்டு அவர் எரிச்சலடைகிறாரா என்பதைக் காண அவரை உற்றுப் பார்த்தாள்.

"நாம் இருவரும் தனியாக இருப்பது எவ்வளவு மகிழ்ச்சியாக இருக்கிறது! எனக்கு அப்படித்தான் இருக்கிறது..." என்று அவளை நெருங்கிய அவர் மகிழ்ச்சிப் புன்னகை உதிர்த்தார்.

"இது எனக்கும் மகிழ்ச்சிதான்! நான் இனி எங்கேயும் போக மாட்டேன், குறிப்பாக மாஸ்கோவுக்குப் போகமாட்டேன்!"

"சரி, நீ என்ன யோசித்துக் கொண்டிருந்தாய்?"

"நானா? நான் யோசித்துக் கொண்டிருந்தேன்... இல்லை, வேண்டாம், நீங்கள் எழுதுங்கள். கவனத்தைச் சிதற விடாதீர்கள்" என்று அவள் உதடுகளை மடித்து, "நான் இப்போது இந்தச் சிறிய துளைகளை வெட்ட வேண்டும், பாருங்கள்."

அவள் கத்தரியை எடுத்து வெட்டத் தொடங்கினாள்.

"இல்லை, அது என்னவென்று சொல்" என்ற அவர், அவள் அருகில் அமர்ந்து கத்தரிக்கோல் வட்டமாகச் சுற்றுவதைப் பார்த்தார்.

"ஓ, நான் என்ன நினைத்தேன்? நான் மாஸ்கோவை, உங்கள் தலையின் பின்புறத்தை நினைத்தேன்."

"எனக்கு ஏன் இவ்வளவு மகிழ்ச்சி! இது இயற்கைக்கு மாறானது, மிக நல்லது" என்ற அவர் அவள் கையை முத்தமிட்டார்.

"அது எவ்வளவு நல்லதோ அவ்வளவு இயல்பாக எனக்குத் தெரிகிறது."

“உன் தலைமுடியில் சிக்கு உள்ளது” என்ற அவர் கவனமாக அவள் தலையைத் திருப்பினார். “ஒரு சிறிய சிக்கு. இதோ இங்கே. இல்லை, இல்லை அதை எடுக்க வேண்டிய முக்கியமான வேலை உள்ளது.”

ஆனால் அவர்கள் தொடங்கிய வேலை மேற்கொண்டு நடக்க வில்லை. தேநீர் தயாராக இருப்பதாக குஸ்மா தெரிவிக்க வந்தபோது, அவர்கள் குற்றவுணர்வுடன் துள்ளி விலகினர்.

“அவர்கள் நகரத்திலிருந்து வந்தவர்களா?” என்று லெவின் குஸ்மாவிடம் கேட்டார்.

“அவர்கள் இப்போதுதான் வந்தார்கள். அவர்கள் பொருட்களை எடுத்து வைக்கிறார்கள்.”

“சீக்கிரம் வாருங்கள்” என்று கிட்டி அவரிடம் சொல்லிவிட்டு படிப்பறையை விட்டு வெளியே சென்றாள். “இல்லையெனில் நீங்கள் இல்லாமல் உங்கள் கடிதங்களைப் படிப்பேன்.”

தனியாக இருந்த அவர், அவள் புதிதாக வாங்கிய பெட்டியில் தனது நோட்டுப் புத்தகங்களை வைத்துவிட்டு, அவள் கொண்டு வந்த பல புதிய நேர்த்தியான சாதனங்களில் ஒன்றான புதிய பேசினில் கைகளைக் கழுவத் தொடங்கினார். அவர் அப்போது தனக்குள் எழுந்த எண்ணங்களைக் கண்டு சிரித்து, அதை ஏற்றுக் கொள்ள முடியாது என்பதாகத் தலையை ஆட்டினார். குற்றவுணர்வுக்கு நிகரான ஒரு வருத்தம் அவரை வாட்டி வதைத்தது. அவர் தன்னுடைய தற்போதைய வாழ்க்கை முறையில் வெட்கக்கேடான, அருவருப்பான ஏதோ ஒன்று இருப்பதாக நினைத்துத் தன்னைக் கபுவான் என்று அழைத்துக் கொண்டார். ‘இப்படி வாழ்வது நல்லதல்ல’ என்று அவர் நினைத்தார். ‘நான் உருப்படியாக வேலை செய்து மூன்று மாதங்கள் ஆகிவிட்டன. நான் இன்றுதான் முதல் முறையாக ஒரு தீவிரமான வேலையில் இறங்கினேன், ஆனால் என்ன நடந்தது? ஆரம்பித்த நான் மீண்டும் அதை ஒதுக்கி வைத்து விட்டேன். நான் என்னுடைய வழக்கமான வேலைகளைக் கூட செய்யாமல் விட்டுவிட்டேன். நான் பண்ணைக்குச் சென்று அதைப் பார்ப்பது கூட அரிதாகி விட்டது! ஒன்று நான் அவளை விட்டு விலகாமல் அவளுடன் ஒட்டிக் கொண்டுள்ளேன் அல்லது அவள் தனிமையில் சலிப்புடன் இருப்பதைப் பார்க்கிறேன். திருமணத்திற்கு முன்பு என்னுடைய வாழ்க்கை குறைவற்றதாக இருந்தாலும் அதைச் சுமாரான வாழ்க்கையாக நினைத்த நான் அதைக் கணக்கில் எடுத்துக் கொள்ளாமல், திருமணத்திற்குப் பிறகுதான் நிஜ வாழ்க்கை தொடங்கப் போகிறது என்று நினைத்தேன். இப்போது கிட்டத்தட்ட மூன்று மாதங்கள் ஆகிவிட்டது என்றாலும் நான் இதுவரை என் நேரத்தை இப்படிச் சோம்பேறித்தனமாகவும், பயனற்றதாகவும்

செலவிட்டதில்லை. இல்லை, இது இப்படியே தொடரக் கூடாது. நான் ஆரம்பிக்க வேண்டும். நிச்சயமாக இது அவளுடைய தவறு அல்ல, அதற்காக அவளைக் குறை சொல்வதற்கு ஒன்றுமில்லை. நான் இன்னும் உறுதியாக, ஒரு ஆணாக எனக்கான சுதந்திரத்தை எடுத்துக் கொள்ள வேண்டும். இல்லையெனில் நான் இந்த மோசமான பழக்கத்திற்கு அடிமையாவதுடன் அவளையும் அதற்குப் பழக்கப் படுத்திவிடுவேன்... நிச்சயமாக அது அவளுடைய தவறு அல்ல' என்று அவர் தனக்குள் சொல்லிக் கொண்டார்.

ஆனால் அதிருப்தியில் இருக்கும் ஒருவர், தனது அதிருப்திக்குக் காரணமாக மற்றொருவரை, குறிப்பாக அவருக்கு நெருக்கமான ஒருவரை, குற்றம்சாட்டாமல் இருப்பது கடினம். அதற்குக் காரணம் அவள் அல்ல (அவளை எதற்காகவும் குற்றம் சொல்ல முடியாது), ஆனால் அவளுடைய மேம்போக்கான, அற்பமான கல்வியும், அவளுடைய வளர்ப்பும் காரணம் என்று லெவின் சொல்லிக் கொண்டார். ('அந்த முட்டாள் சார்ஸ்கி! அவள் அவனைத் தடுக்க விரும்பினாள் என்று எனக்குத் தெரியும். ஆனால் எப்படி என்று அவளுக்குத் தெரியவில்லை.'). 'வீட்டைப் பராமரிப்பது தவிர, (நிச்சயமாக அவளுக்கு அதில் ஈடுபாடு இருக்கிறது) அவளுடைய ஆடை அலங்காரங்கள், எம்பிராய்டரி ஆகியவற்றைத் தவிர, அவளுக்குத் தீவிரமாக எதன் மீதும் ஈடுபாடு இல்லை. நான் செய்யும் வேலையிலும், பண்ணையிலும், விவசாயிகளிடமும், இசையிலும், அது அவளுக்கு நன்றாக வந்தாலும், படிப்பிலும் அவளுக்கு ஆர்வமில்லை. அவள் எதுவும் செய்யாமல் முழு மனநிறைவுடன் இருக்கிறாள்.' லெவின் அதைக் கடுமையாகக் கண்டித்தார். ஆனால் அவள் தன் கணவனுக்கு மனைவியாகவும், வீட்டின் எஜமானியாகவும் இருக்கும் அதே நேரத்தில், குழந்தைகளைச் சுமக்கவும், பாலூட்டவும், வளர்க்கவும் வேண்டிய செயல்களில் ஈடுபடத் தயாராகிக் கொண்டிருக்கிறாள் என்பதை அவர் புரிந்து கொள்ளவில்லை. அவள் தன்னுடைய உள்ளுணர்வால் அதை அறிந்திருக்கிறாள் என்பதும், அந்த மகத்தான பணிக்குத் தன்னைத் தயார்படுத்திக் கொள்ளும் அதே வேளையில், அவள் தன் எதிர்கால கூட்டை மகிழ்ச்சியுடன் கட்டிக் கொண்டிருக்கும் போது, காதலில் கவலையின்றியும் மகிழ்ச்சி யாகவும் இருக்கும் தருணங்களுக்காகத் தன்னைத் தானே குறைகூறிக் கொள்ளவில்லை என்பதும் அவருக்குத் தெரியாது.

16

லெவின் மாடிக்குச் சென்றபோது, அவருடைய மனைவி வெள்ளியிலான புதிய சமோவரின் அருகில் அமர்ந்து, வயதான

அகாஃபியா மிகைலோவ்னாவை சிறிய மேசைக்கு முன்னால் அமரவைத்து, அவருக்கு ஒரு கோப்பைத் தேநீர் ஊற்றிக் கொடுத்து விட்டு, டோலியிடமிருந்து வந்த கடிதத்தைப் படித்துக் கொண்டிருந் தாள். டோலியுடன் அடிக்கடி கடிதத் தொடர்பு கொள்வதை அவள் வழக்கமாகக் கொண்டிருந்தாள்.

"பாருங்கள், உங்கள் மனைவி என்னை அவளுடன் உட்கார வைத்துவிட்டார்" என்று சொன்ன அவள் கிட்டியைப் பார்த்து அன்புடன் புன்னகைத்தாள்.

அகாஃபியா மிகைலோவ்னாவின் அந்த வார்த்தைகளிலிருந்து, அவருக்கும் கிட்டிக்கும் இடையில் அரங்கேறிக் கொண்டிருந்த நாடகத்தின் இறுதிக் காட்சியை லெவின் பார்த்தார். புதிய எஜமானி தன்னுடைய கையிலிருந்த அதிகாரத்தைப் பறித்துக் கொண்டதால், அகாஃபியா மிகைலோவ்னாவின் உணர்வுகள் புண்பட்டாலும், அந்த மூதாட்டி தன்னை நேசிக்கும்படி செய்து கிட்டி வென்று விட்டதை அறிந்தார்.

"இதோ! உங்களுக்கு வந்த கடிதத்தைப் படித்துவிட்டேன்" என்று கிட்டி, மிக மோசமான கையெழுத்தில் கிறுக்கியிருந்த ஒரு கடிதத்தை அவரிடம் கொடுத்தாள். "அது அந்தப் பெண்ணிடம் இருந்து வந்தது, உங்கள் சகோதரருடையது..." என்றாள் அவள். "இல்லை, நான் அதைப் படிக்கவில்லை. இது என்னுடைய உறவுக் காரர்களிடமிருந்தும் டோலியிடமிருந்தும் வந்தது. டோலி தான் யாவையும் கிரிஷாவையும் சர்மாட்ஸ்கிஸில் உள்ள ஒரு குழந்தைகள் நடனத்திற்கு அழைத்துச் சென்றுள்ளார். தான்யா ஒரு கோமகளாக அங்கு சென்றாள் என்பதைக் கற்பனை செய்து பாருங்கள்!"

ஆனால் லெவின் அவள் சொன்னதைக் கவனிக்காமல், முகம் சிவந்து, தன் சகோதரன் நிக்கோலாயின் முன்னாள் மனைவி மரியா நிகோலேவ்னாவிடமிருந்து வந்த கடிதத்தைப் படிக்கத் தொடங்கினார். இது மரியா நிக்கோலேவ்னாவிடமிருந்து வந்த இரண்டாவது கடிதம். அவள் தனது முதல் கடிதத்தில், தான் எந்தத் தவறும் செய்யாமல் அவரது சகோதரர் தன்னை விரட்டியடித்தார் என்றும், தான் மீண்டும் ஆதரவற்றவளாகி விட்டபோதும், தான் அதைப் பற்றி எதையும் கேட்கவோ விரும்பவோ இல்லை என்றும், மோசமான உடல்நிலையில் இருக்கும் நிக்கோலாய் டிமிட்ரிச், தன்னுடைய உதவி இல்லாமல் எப்படிச் சமாளிப்பார் என்ற எண்ணம் தன்னை வாட்டுவதாகவும், அவர் அவருடைய சகோதரரைக் கண்காணிக்க வேண்டும் என்றும், நெகிழ்ச்சியுடன் குறிப்பிட்டிருந்தாள். இந்த முறை அவள் முற்றிலும் வேறான ஒன்றை எழுதியிருந்தாள். தான் நிக்கோலாய் டிமிட்ரிச்சைக் கண்டுபிடித்து, மீண்டும் அவருடன் சேர்ந்து மாஸ்கோவில் வசித்ததாகவும், அவருடன் அங்குள்ள ஒரு

மாகாண நகரத்திற்குச் சென்றபோது, அங்கு உள்ளூர் நிர்வாகத்தில் அவருக்கு ஒரு வேலை கிடைத்ததாகவும், அங்கு அவர் தனது மேலதிகாரியுடன் சண்டையிட்டதால் மீண்டும் மாஸ்கோவுக்குத் திரும்பியதாகவும், பயணத்தின் போது அவர் உடல்நிலை மோசமாகி விட்டதால், மீண்டும் அவர் படுக்கையிலிருந்து எழுந்திருக்க வாய்ப்பில்லை என்றும் எழுதியிருந்தாள். ‘அவர் உங்களைக் கேட்டுக் கொண்டே இருக்கிறார். இப்போது அவரிடம் உள்ள பணமும் தீர்ந்து விட்டது.’

“இதைப் படியுங்கள், டோலி உங்களைப் பற்றி எழுதியிருக்கிறார்” என்று சொல்லி புன்னகைக்க முயன்ற கிட்டி, தன் கணவர் முகத்தில் வெளிப்பட்ட மாறுதலைக் கவனித்தாள்.

“என்ன ஆயிற்று? என்ன அது?”

“என் சகோதரர் நிக்கோலாய் இறந்து கொண்டிருப்பதாக அவர் எழுதியிருக்கிறார். நான் போக வேண்டும்.”

கிட்டியின் முகம் சட்டென்ற மாறியது. தான்யா, டோலியைப் பற்றி அனைத்து எண்ணங்களும் மாயமாக மறைந்தன.

“நீங்கள் எப்போது புறப்படுகிறீர்கள்?”

“நாளை.”

“நானும் உங்களோடு வரட்டுமா?” என்று கேட்டாள் கிட்டி.

“கிட்டி! நீ என்ன நினைத்துக் கொண்டிருக்கிறாய்?” என்று அவர் கோபத்துடன் கேட்டார்.

“ஏன் கூடாது?” என்று அவள் கேட்டாள். தன் யோசனையை ஏற்றுக் கொள்வதில் அவருக்கிருந்த தயக்கத்தையும், எரிச்சலையும் கண்டு அவள் புண்பட்டாள். “நான் ஏன் உங்களுடன் வரக்கூடாது? நான் உங்களைத் தொந்தரவு செய்ய மாட்டேன். நான்...”

“என் சகோதரர் இறந்து கொண்டிருப்பதால் நான் போகிறேன்” என்றார் லெவின். “ஆனால் நீ எதற்கு...?”

“ஏனா? நீங்கள் எதற்காகப் போகிறீர்களோ அதற்குத்தான்.”

‘எனக்கு மிக முக்கியமான இந்த நேரத்தில், தான் தனியாக இருக்க வேண்டும் என்பதைப் பற்றி மட்டுமே நினைத்து அவள் கவலைப்படுகிறாள்’ என்று லெவின் நினைத்தார். எனவே இந்த முக்கியமான தருணத்தில் அந்தப் பாசாங்கு அவருக்குக் கோபத்தை ஏற்படுத்தியது.

“அது முடியாது” என்று அவர் கண்டிப்புடன் சொன்னார்.

ஒரு சண்டை நடப்பதற்கான ஆயத்தங்களைக் கண்ட அகாஃபியா மிகைலோவ்னா, ஓசையின்றி தன் கோப்பையை வைத்துவிட்டு

வெளியேறினாள். கிட்டி அவள் சென்றதைக் கவனிக்கவில்லை. கடைசி வார்த்தைகளை அவள் கணவர் பேசிய தொனி அவளைக் காயப்படுத்தியது. ஏனெனில் தான் சொன்னதை அவர் வெளிப்படையாக நம்பவில்லை என்பது அவளுக்குத் தெளிவாகத் தெரிந்தது.

"நீங்கள் போனால் நானும் உங்களோடு வருவேன், நான் நிச்சயமாக வருவேன்" என்று அவள் அவசரமாகக் கோபத்துடன் சொன்னாள். "அது ஏன் முடியாது என்கிறீர்கள்? எதனால் அது முடியாது என்று சொல்கிறீர்கள்?"

"ஏனெனில் எங்கே, எந்தெந்த வழிகளில் செல்வது என்பதும், எந்த விடுதியில் தங்குவது என்பதும் கடவுளுக்கே வெளிச்சம்! எனவே நீ எனக்கு இடையூறாக இருப்பாய்" என்ற லெவின் சாந்தமாக இருக்க முயன்றார்.

"இல்லவே இல்லை. நான் எதையும் எதிர்பார்க்கவில்லை. நீங்கள் எங்கே இருந்தாலும் என்னாலும் அங்கே இருக்க முடியும்..."

"சரி, அங்குள்ள அந்தப் பெண்ணுடன் நீ பழக முடியாது என்ற காரணம் போதுமா?"

"அங்கே யார் இருக்கிறார்கள், என்ன இருக்கிறது என்பதைப் பற்றி எனக்குத் தெரியாது, நான் அதைப் பற்றிக் கவலைப்படவும் இல்லை. என் கணவரின் சகோதரர் சாகக் கிடக்கிறார் என்பதும், என் கணவர் அவரைப் பார்க்கப் போகிறார் என்பதும் எனக்குத் தெரியும். எனவே நானும் என் கணவருடன் போகவேண்டும்..."

"கிட்டி! கோபப்படாதே. ஆனால் யோசித்துப் பார். இது மிகவும் முக்கியமான விஷயம். ஆனால் அதைத் தனியாக இருக்கத் தயங்கும் உன்னுடைய பலவீனத்தால் நீ குழம்புவதை நினைக்கும் போது எனக்கு வேதனையாக இருக்கிறது. சரி, உனக்குத் தனியாக இருப்பது சலிப்பாக இருக்கும் என்றால் நீ மாஸ்கோவுக்குப் போ!"

"இதோ பாருங்கள்! நீங்கள் எப்போதும் மோசமான, கீழ்த்தரமான மனப்பான்மை கொண்ட காரணங்களை என் மீது சுமத்துகிறீர்கள்" என்று அவள் வெறுப்பும் கோபமும் கலந்த கண்ணீருடன் சொன்னாள். "நான் அது என்னுடைய பலவீனம் என்ற அர்த்தத்தில் பேசவில்லை, அது என்னுடைய பலவீனமும் அல்ல... என் கணவர் ஒரு துயரத்தில் இருக்கும் போது, அவருடன் நானும் இருப்பது என்னுடைய கடமை என்று நினைக்கிறேன். ஆனால் நீங்கள் வேண்டுமென்றே என்னைக் காயப்படுத்த விரும்புகிறீர்கள், நீங்கள் வேண்டுமென்றே புரிந்து கொள்ள விரும்பவில்லை..."

"இல்லை, இது கொடுமை... ஒரு அடிமையாக இருப்பது!" என்று கதறிய லெவின் தன்னுடைய கோபத்தைக் கட்டுப்படுத்த

நற்றிணை பதிப்பகம் ● 723

முடியாமல் எழுந்து நின்றார். ஆனால் அடுத்த வினாடி அவர் தன்னைத் தானே வருத்திக் கொண்டதை உணர்ந்தார்.

"அப்படியானால் என்னை எதற்குத் திருமணம் செய்து கொண்டீர்கள்? நீங்கள் சுதந்திரமாக இருந்திருக்கலாம்! இப்போது ஏன் வருத்தப்படுகிறீர்கள்?" என்று சொன்ன அவள், துள்ளிக் குதித்து வரவேற்பறைக்கு ஓடினாள்.

அவர் அங்கு சென்றபோது, அவள் அழுது கொண்டிருந்தாள்.

உண்மையில் அவள் அழுவதைத் தடுக்க முடியாவிட்டாலும், குறைந்தபட்சம் அவளை அமைதிப்படுத்தும் வார்த்தைகள் கிடைக்கும் என்ற நம்பிக்கையில் அவர் பேசத் தொடங்கினார். ஆனால் அவள் அவர் சொன்னது எதையும் கேட்கவில்லை, எதற்கும் சம்மதிக்கவில்லை. அவர் அவள் மீது சாய்ந்து, பிடிகொடுக்காத அவள் கையைப் பிடித்தார். அவர் அவளுடைய கையை, உச்சந்தலையை முத்தமிட்ட பிறகு மீண்டும் முத்தமிட்டார். அவள் ஆடாமல் அசையாமல் இருந்தாள். ஆனால் அவர் அவளுடைய முகத்தை இரு கைகளிலும் ஏந்தி, "கிட்டி!" என்று அழைத்ததும், அவள் மீண்டும் கொஞ்சம் அழுதுவிட்டுச் சட்டென்று சமாதானமானாள்.

மறுநாள் இருவரும் சேர்ந்து செல்வது என்று முடிவானது. அவருக்கு உதவி செய்வதற்காக மட்டுமே அவள் தன்னோடு வருகிறாள் என்பதை நம்புவதாகத் தன் மனைவியிடம் சொன்ன லெவின், மரியா நிக்கோலேவ்னா தனது சகோதரன் வீட்டில் இருப்பது முறையற்றதாக இருக்காது என்று ஒப்புக் கொண்டார். ஆனால் அவருடைய உள்ளத்தின் ஆழத்தில், அவள் மீதும் தன் மீதும் அவருக்கு அதிருப்தி ஏற்பட்டது. மிகவும் அவசியமான போது கூட, அவளால் தன்னை விட்டுவிட முடியாத அவளது மனோபாவத்தைக் கண்டு அவர் அவள் மீது அதிருப்தி அடைந்தார். (தன்னைக் காதலிப்பதில் அவள் மகிழ்ச்சியாக இருக்கிறாள் என்பதை இதற்கு முன்னர் நம்ப முடியாமல் இருந்த அவர், இப்போது அவள் தன்னை அதிகமாக நேசிக்கிறாள் என்பதை நினைத்து வருத்தப்படுவது விசித்திரமாக இருக்கிறது!) அவர் தன்னுடைய முடிவில் உறுதியாக நிற்க முடியாமல் போனதற்காகத் தன் மீது அதிருப்தி அடைந்தார். தன் சகோதரனுடன் இருக்கும் பெண் அவளுக்கு ஒரு பொருட்டல்ல என்பதை அவரால் இன்னும் உறுதியாக ஒப்புக் கொள்ள முடியவில்லை. அவர்கள் சந்திப்பதால் ஏற்படும் மோதல்களை நினைத்து அவர் கலக்கமடைந்தார். அவரது மனைவி, அவரது கிட்டி, தெருக்களில் அலையும் ஒரு வேசியுடன் ஒரே அறையில் இருப்பதை நினைக்கும் போதே அவர் அருவருப்பாலும் திகிலாலும் நடுங்கினார்.

17

நிக்கோலாய் லெவின் நோயுற்று படுத்திருந்த மாகாண நகரத்தி லிருந்த அந்த உணவகம், தூய்மை, வசதி மற்றும் செய்நேர்த்தி போன்ற நோக்கங்களுடன், நவீன மோஸ்தரில் கட்டப்பட்ட உணவகங்களில் ஒன்றாகும். ஆனால் அதைப் பயன்படுத்திய பொது மக்களால், அசுர வேகத்தில் மோசமான உணவகமாக மாறிய அது, நவீன விடுதி என்ற போர்வையில், ஏற்கனவே அசுத்தமாக இருந்த பழைய விடுதி களை விட மோசமாக இருந்தது. வரவேற்பு அறையில் எடுபிடியாக இருக்கத் தகுதியான, அழுக்கான சீருடை அணிந்த சிப்பாய் நுழை வாயிலில் நின்று புகைபிடிப்பதும், வார்ப்பு இரும்பினால் செய்யப் பட்ட, வழுக்கும், இருண்ட படிகளும், மோசமான உடையில் சாதாரணத் தோற்றத்திலிருந்த சிப்பந்தியும், தூசியும் அழுக்கும் படிந்த செயற்கையான மெழுகுப் பூக்களால் அலங்கரித்த மேசை யுடன் இருந்த பொதுவான சாப்பாட்டு அறையும், எங்கும் நீக்கமற நிறைந்திருந்த அசுத்தமும், ஆபாசமும், ரயில்நிலையத்திற்குரிய சந்தடியும், அந்த விடுதி ஏற்கனவே மோசமான நிலையில் இருப்பதை பறைசாற்றியது. லெவின் தன்னுடைய புதிய திருமண வாழ்க்கைக்குப் பிறகு இதையெல்லாம் பார்த்தபோது மோசமான மனச்சோர்வுக்கு ஆளானார். குறிப்பாக அந்த விடுதி உருவாக்கிய செயற்கையான தோற்றம், அவர்களுக்கு அங்குக் காத்திருக்கும் விஷயத்திற்கு முற்றிலும் பொருத்தமற்றதாக இருந்தது.

எப்போதும் போல என்ன வாடகையில் அறை வேண்டும் என்ற கேள்விக்குப் பிறகு, ஒரு நல்ல அறைகூட இல்லை என்பது தெரிய வந்தது. மூன்று நல்ல அறைகளில் ஒன்றை ரயில்வே இன்ஸ்பெக்டரும், மற்றொன்றை மாஸ்கோவைச் சேர்ந்த ஒரு வழக்கறிஞரும், மூன்றா வதை இளவரசி அஸ்டாஃபியேவாவும் எடுத்துக் கொண்டனர். ஒரே ஒரு அழுக்கான அறை மட்டுமே இருந்தது. ஆனால் அதற்கு அருகிலுள்ள அறை மாலைக்குள் காலியாகிவிடும் என்று உறுதி யளித்தனர். தான் எதிர்பார்த்தது நடந்துவிட்டது என்று லெவின் தன் மனைவி மீது கோபப்பட்டார். அதாவது தன் சகோதரன் எப்படி இருக்கிறார் என்ற கவலையுடன் அங்கு வந்து சேர்ந்ததும், உடனே அவரைப் பார்க்கச் செல்வதற்குப் பதிலாக அவளைக் கவனித்துக் கொள்ள வேண்டியிருப்பதை நினைத்துக் கோபப்பட்ட லெவின் அவளை அவர்களுக்கு ஒதுக்கிய அறைக்கு அழைத்துச் சென்றார்.

“போங்கள், போங்கள்” என்ற அவள் வெட்கம் கலந்த குற்ற வுணர்வுடன் அவரை ஒரு பார்வை பார்த்தாள்.

அவர் மௌனமாக அறையை விட்டு வெளியே வந்தபோது, தன் வருகையை அறிந்து அங்கு வந்து அறைக்குள் நுழைவதற்கு பயந்து நடைபாதையில் நின்றிருந்த மரியா நிக்கோலேவ்னாவைப் பார்த்தார். அவர் அவளை மாஸ்கோவில் பார்த்தபோது எப்படி இருந்தாளோ அப்படியே இருந்தாள். அதே கம்பளி ஆடையும், வெற்றுக் கைகளும் கழுத்தும், அதே கனிவான, தழும்புடன் கூடிய ஆனால் சற்றே பருமனாகியிருந்த முகம்.

"சரி, இப்போது என்ன நிலைமை? அவர் எப்படி இருக்கிறார்?"

"இப்போது மிக மோசம். படுத்த படுக்கை. அவர் உங்களை எதிர்பார்த்துக் கொண்டிருக்கிறார். அவர்... நீங்கள்... மனைவியுடன் வந்தீர்களா?"

அவளுக்கு என்ன சங்கடம் என்பது முதலில் லெவினுக்குப் புரியவில்லை என்றாலும் அவள் உடனடியாக அதை அவருக்கு விளக்கினாள்.

"நான் போகிறேன், சமையலறையில் வேலை இருக்கிறது" என்றாள். "அவர் மகிழ்ச்சியடைவார். அவருக்கு அவரைத் தெரியும். அவரை வெளிநாட்டில் பார்த்ததை நினைவில் வைத்திருக்கிறார்."

அவள் தன் மனைவியைப் பற்றிக் குறிப்பிடுகிறார் என்பதைப் புரிந்து கொண்ட லெவினுக்கு என்ன பதில் சொல்வதென்று தெரியவில்லை.

"போகலாம், போகலாம்!" என்றார் அவர்.

ஆனால் அவர் புறப்படும் போது, அவருடைய அறைக் கதவைத் திறந்து கிட்டி வெளியே எட்டிப் பார்த்தாள். லெவின் தன்னையும் அவளையும் இந்த இக்கட்டான நிலையில் தள்ளியதை நினைத்து வெட்கத்தாலும் வேதனையாலும் மருகினார். ஆனால் மரியா நிக்கோலேவ்னா இன்னும் அதிகமாக வெட்கப்பட்டாள். கண்ணீர் வரும் அளவுக்கு முகம் சிவந்துபோன அவள், என்ன சொல்வது, என்ன செய்வது என்று தெரியாமல், தன் சால்வையின் நுனியைக் கையால் பிடித்து, தன் சிவந்த விரல்களால் முறுக்கத் தொடங்கினாள்.

புரிந்து கொள்ளவும், விரும்பவும் முடியாத அந்தப் பெண்ணைப் பார்த்த முதல் கணத்தில், கிட்டியின் கண்களில் தெரிந்த ஆர்வத்தை லெவின் கவனித்தார். ஆனால் அது ஒரு கணம் மட்டுமே நீடித்தது.

"சரி, அவர் எப்படி இருக்கிறார்?" என்று கேட்ட அவள் முதலில் தன் கணவனையும் பிறகு அந்தப் பெண்ணையும் பார்த்தாள்.

"நடைபாதையில் பேச முடியாது!" என்று லெவின், ஏதோ வேலையாக நடைபாதையின் குறுக்கே தடுமாறி நடந்து சென்ற ஒரு முதியவரைப் பார்த்துக் கோபமாகச் சொன்னார்.

“சரி, அப்படியானால் உள்ளே வாருங்கள்” என்று கிட்டி சகஜ நிலைக்குத் திரும்பிய மரியா நிக்கோலேவ்னாவைப் பார்த்துச் சொல்லி விட்டு, தன் கணவரின் பயந்த முகத்தைக் கண்டு தொடர்ந்து சொன்னாள். “அல்லது நீங்கள் முதலில் போங்கள், பிறகு என்னை அழைத்துச் செல்லுங்கள்” என்று சொல்லிவிட்டு அறைக்குள் சென்றாள். லெவின் தன் சகோதரரைப் பார்க்கச் சென்றார்.

லெவின் தன்னுடைய சகோதரன் இருந்த அறைக்குச் சென்ற போது, அங்கு தன் கண்களால் கண்டதையும், உள்ளத்தால் உணர்ந்த தையும் அவரால் சிறிதும் நம்பமுடியவில்லை. அவர் இலையுதிர் காலத்தில் தன்னுடைய சகோதரனைச் சந்தித்தபோது தன்னை மிகவும் பாதித்த, காசநோயால் அடிக்கடி ஏற்படும் என்று கேள்விப் பட்ட, தன்னைத்தானே ஏமாற்றிக் கொள்ளும் அதே மனநிலை இப்போதும் அவரிடம் இருக்கும் என்று லெவின் எதிர்பார்த்தார். மரணம் நெருங்குவதற்கான உடல் ரீதியான அறிகுறிகளான, அதிக பலவீனம், அதிக சோர்வு ஆகியவை இப்போது இன்னும் தீவிரமாக இருக்கும் என்று லெவின் எதிர்பார்த்தார், ஆனால் அவருடைய நிலையில் கிட்டத்தட்ட எந்த மாற்றமும் இல்லை. அன்பு சகோதரனை இழந்துவிடும் துயரத்தையும், அச்சுறுத்தும் மரணத்தின் திகிலையும் முன்பே அனுபவித்திருந்த அவர், அதைவிடப் பெரிய அளவில் அதை எதிர்பார்த்தார். எனவே அதற்காக அவர் தன்னைத் தயார் படுத்திக் கொண்டார், ஆனால் அங்கு அவர் முற்றிலும் வித்தியாச மான ஒன்றைக் கண்டார்.

அழுக்கான அந்தச் சிறிய அறையில், வர்ணம் பூசிய சுவர்கள் மீது ஆங்காங்கே எச்சில் துப்பிய கறைகள் இருந்தன. அறையை இரண்டாகப் பிரித்திருந்த மெல்லிய திரைக்கு அப்பாலிருந்து பேச்சுக் குரல் கேட்டது. அறை முழுவதும் வியாபித்து மூச்சைத் திணறடித்த துர்நாற்றம் மிகுந்த அந்த இறுக்கமான சூழலில், அறையின் சுவரிலிருந்து சற்றுத் தள்ளியிருந்த ஒரு கட்டில் மீது போர்வையால் மூடிய ஒரு உடல் கிடந்தது. அந்த உடலின் ஒரு கை, போர்வைக்கு வெளியே ஒரு பெரிய வைக்கோல் வாரியைப் போலக் கிடந்தது. மணிக்கட்டு முதல் முழங்கைவரை மெலிந்து நீண்டிருந்த அது புரிந்து கொள்ள முடியாத வகையில் தோள்பட்டை எலும்புடன் இணைந்திருந்தது. தலையணையின் மீதிருந்த தலை ஒரு பக்கமாகச் சாய்ந்து கிடந்தது. நெற்றிப் பொட்டில் கிடந்த வியர்வை அரும்பிய மெல்லிய முடியையும், மெலிந்து வெளிப்படையாகத் தெரிந்த நெற்றியையும் லெவினால் பார்க்க முடிந்தது.

‘இந்தக் கொடூரமான உடல் என் சகோதரன் நிக்கோலாயாக இருக்க முடியாது’ என்று லெவின் நினைத்தார். ஆனால் அருகில் சென்று முகத்தைப் பார்த்த பிறகு அவரால் மேலும் சந்தேகப்பட

முடியவில்லை. லெவின் உள்ளே நுழைந்தபோது, இறந்து கொண்டி ருந்த அந்த உடல் தனது உயிருள்ள சகோதரர்தான் என்ற அச்சம் தரும் உண்மையை அறிவதற்காக, அடையாளம் காண முடியாதவாறு முகம் பயங்கரமாக மாறியிருந்தாலும், தன்னை நோக்கி அசைந்த அந்த ஒளி மிகுந்த கண்களையும், வாயுடன் ஒட்டியிருந்த மீசையின் கீழே லேசாக அசைந்த உதடுகளையும் கவனிக்க வேண்டியிருந்தது.

அவருடைய மின்னும் கண்கள் உள்ளே நுழைந்த சகோதரனைக் கடுமையாக நிந்தனை செய்யும் பாவனையில் பார்த்தன. அந்தப் பார்வை உடனடியாக அந்த உயிருள்ள மனிதர்களுக்கிடையே ஒரு உயிருள்ள உறவை ஏற்படுத்தியது. லெவின் சட்டென்று தன்னைப் பார்த்த அந்தப் பார்வையிலிருந்த நிந்தனையையும், தான் மகிழ்ச்சி யாக இருப்பதையும் உணர்ந்து வருந்தினார்.

கான்ஸ்டான்டின் அவருடைய கையைப் பிடித்தபோது, நிக்கோலாய் புன்னகைத்தார். அவருடைய புன்னகை கண்ணுக்குத் தெரியாத வகையில் இருந்தபோதிலும், அவர் கண்களில் இருந்த கடுமை சற்றும் மாறவில்லை.

"என்னை இந்த நிலையில் பார்ப்போம் என்று நீங்கள் எதிர் பார்த்திருக்க மாட்டீர்கள்" என்று அவர் மிகுந்த சிரமத்துடன் பேசினார்.

"ஆமாம்... இல்லை" என்ற லெவின் வார்த்தைகளுக்கு இடையில் தடுமாறினார். "இதற்கு முன், அதாவது என் திருமணத்தின் போது ஏன் எனக்குத் தெரியப்படுத்தவில்லை. நான் உங்களைப் பற்றி எல்லா இடங்களிலும் விசாரித்தேன்."

மௌனமாக இருக்கக் கூடாது என்பதற்காக அவர் பேச வேண்டி யிருந்தது என்றாலும், அவருக்கு என்ன பேசுவது என்று தெரிய வில்லை. குறிப்பாக அவரது சகோதரர் பதில் எதுவும் சொல்லாமல், ஒவ்வொரு வார்த்தையின் அர்த்தத்தையும் புரிந்து கொள்ள முயல்வது போல அவரையே உற்றுப் பார்த்தார். லெவின் அவரிடம் தன் மனைவி தன்னுடன் வந்திருப்பதாகச் சொன்னார். நிக்கோலாய் அதற்காக மகிழ்ந்தாலும் தன் நிலைமை அவளை பயமுறுத்தக் கூடும் என்று கூறினார். அதைத் தொடர்ந்து நீண்ட அமைதி நிலவியது. திடீரென்று கிளர்ச்சியடைந்த நிக்கோலாய் ஏதோ சொல்லத் தொடங்கினார். அவருடைய முகபாவத்திலிருந்து ஏதோ அர்த்தமுள்ள, முக்கியமான ஒன்றை லெவின் எதிர்பார்த்தார், ஆனால், நிக்கோலாய் தனது உடல்நிலையைப் பற்றிப் பேசினார். அவர் மருத்துவரைக் குற்றம் சாட்டியதுடன், மாஸ்கோவைச் சேர்ந்த ஒரு பிரபல மருத்துவர் கூட இங்கு இல்லை என்று புலம்பினார். அவருக்கு இன்னும் நம்பிக்கை இருப்பதை லெவின் உணர்ந்தார்.

மௌனத்தின் முதல் வினாடியைப் பயன்படுத்திக் கொண்ட லெவின், தன்னை வாட்டும் வேதனையான உணர்விலிருந்து ஒரு கணமாவது தப்பித்துக் கொள்ளும் ஆவலுடன், தன் மனைவியை அழைத்து வருவதாகச் சொன்னார்.

"நல்லது, நான் அதற்குள் அறையைச் சுத்தம் செய்து வைக்கச் சொல்கிறேன். இங்கே ஒரே அசுத்தமாக, துர்நாற்றம் வீசுகிறது என்று நினைக்கிறேன். மாஷா! இங்கே சுத்தம் செய்" என்று நோயாளி சிரமத்துடன் சொன்னார். "சுத்தம் செய்துவிட்டு நீ வெளியே இரு" என்ற அவர், தன் சகோதரனைக் கேள்வியுடன் பார்த்தார்.

லெவின் எந்தப் பதிலும் சொல்லவில்லை. அவர் வெளியே சென்று நடைபாதையில் நின்றார். அவர் தன் மனைவியை அழைத்து வருவதாகச் சொல்லியிருந்தாலும், இப்போது அவர் அனுபவித்த வேதனையை உணர்ந்து, அவள் நேயாளியைப் பார்க்க இங்கு வரவேண்டாம் என்பதை வற்புறுத்திச் சொல்ல வேண்டும் என்று முடிவு செய்தார். 'என்னைப் போல அவளும் ஏன் கஷ்டப்பட வேண்டும்?' என்று அவர் நினைத்தார்.

"சரி, அவர் எப்படி இருக்கிறார்?" என்று கிட்டி பயத்துடன் கேட்டாள்.

"ஓ, மிக மோசம். நீ ஏன் வந்தாய்?" என்றார் லெவின்.

சில வினாடிகள் மௌனமாக இருந்த கிட்டி, தன் கணவனை பயமும் பரிதாபமும் கலந்த பார்வையுடன் பார்த்தாள். பிறகு அவர் அருகில் சென்று இரு கைகளாலும் அவரது முழங்கையைப் பிடித்தாள்.

"கோஸ்டியா, என்னை அவரிடம் அழைத்துச் செல்லுங்கள். இருவரும் ஒன்றாக இருந்தால் நம்மால் அதை எளிதாகச் சகித்துக் கொள்ள முடியும். தயவுசெய்து என்னை அவரிடம் அழைத்துச் செல்லுங்கள். வாருங்கள் போகலாம்!" என்றாள். "நான் அவரைப் பார்க்காமல் இருப்பதும் உங்கள் துயரத்தைப் பகிர்ந்து கொள்ளாமல் இருப்பதும் எனக்கு வேதனையாக இருக்கும் என்பதைப் புரிந்து கொள்ளுங்கள். அங்கே உங்களுக்கும் அவருக்கும் என்னால் ஏதேனும் செய்ய முடியலாம். தயவுசெய்து என்னை அழைத்துச் செல்லுங்கள்!" என்று தன் மகிழ்ச்சி அதைப் பொருத்தே இருக்கிறது என்பதைப் போல தன் கணவரிடம் கெஞ்சினாள்.

லெவினுக்கு அதை ஒப்புக்கொள்ள வேண்டிய கட்டாயம் ஏற்பட்டது. அவர் தன்னை ஆசுவாசப்படுத்திக் கொண்டு, மரியா நிக்கோலேவ்னாவைப் பற்றிய அனைத்தையும் மறந்துவிட்டு, கிட்டியுடன் தன் சகோதரனைப் பார்க்கச் சென்றார்.

இலகுவான நடையில் தன் கணவனைத் தொடர்ந்து சென்ற அவள், அடிக்கடி தன் கணவரின் முகத்தைப் பார்த்து, துணிவும், பரிவும் நிறைந்த முகபாவத்துடன், நோயாளியின் அறைக்குச் சென்று, நிதானமாகத் திரும்பி, சத்தமின்றிக் கதவை மூடினாள். அவள் ஓசையின்றி அடியெடுத்து வைத்து படுக்கையை நோக்கிச் சென்று, அவர் தலையைத் திருப்பக் கூடாது என்பதற்காக படுக்கையைச் சுற்றிச் சென்று, எலும்பும் தோலுமாக இருந்த அவருடைய பெரிய கையைத் தன் சிறிய இளமையான கையால் பிடித்து அழுத்தினாள். அவள் பெண்களுக்கு மட்டுமே உரித்தான கனிவோடும் இரக்கத் தோடும் அவருடன் பேசத் தொடங்கினாள்.

"நாம் சோடனில் சந்தித்தோம், ஆனால் அறிமுகமாகவில்லை" என்றாள். "நான் உங்களுக்குத் தங்கையாக வருவேன் என்று நீங்கள் நினைக்கவில்லை இல்லையா?"

"என்னை உங்களுக்கு அடையாளம் தெரிகிறதா?" என்று அவர் புன்னகையுடன் கேட்டார்.

"ஆமாம், தெரிந்து கொண்டேன். நீங்கள் எங்களுக்குத் தெரியப் படுத்தியது மிக நல்ல விஷயம். கோஸ்டியா உங்களைப் பற்றி நினைத்துக் கவலைப்படாத நாளே இல்லை."

ஆனால் நோயாளியின் ஆர்வம் நீண்ட நேரம் நீடிக்கவில்லை.

அவள் பேசி முடிப்பதற்கு முன்னர், இறந்து கொண்டிருக்கும் மனிதனுக்கு உயிரோடு இருப்பவர்கள் மீது பொறாமையால் ஏற்படும் துவேஷமும் நிந்தனையும் வெளிப்படையாக அவர் முகத்தில் பிரதிபலித்தது.

"உங்களுக்கு இங்கே அத்தனை சௌகரியமாக இல்லை என்று நினைக்கிறேன்" என்ற அவள் அவருடைய கூரிய பார்வையிலிருந்து தன்னை விலக்கிக் கொண்டு, அறையைச் சுற்றிப் பார்த்தாள். "விடுதிக் காப்பாளரிடம் வேறு ஒரு நல்ல அறையைக் கேட்டுப் பெற வேண்டும். நாமும் அருகில் இருக்கும்படி ஒரு அறையை எடுக்க வேண்டும்" என்று அவள் தன் கணவரிடம் சொன்னாள்.

18

லெவினால் தன்னுடைய சகோதரனை அமைதியாகப் பார்த்துக் கொண்டு, அவர் முன்னிலையில் இயல்பாகவும், சாந்தமாகவும் இருக்க முடியவில்லை. நோயாளியை நெருங்கிய போது, அவருடைய கண்களும் கவனமும் அவரையும் அறியாமல் மங்கின. எனவே தன் சகோதரர் எந்த நிலையில் இருக்கிறார் என்பதையும், அவருடைய

தற்போதைய நிலையை ஆழமாகப் பார்க்கவும் அவரால் முடிய வில்லை. அவர் காற்றிலிருந்த மோசமான துர்நாற்றத்தை நுகர்ந்தும், அழுக்கையும் ஒழுங்கின்மையையும், பரிதாபமான நிலையையும் பார்த்தும், வேதனையால் முனகும் ஒலியைக் கேட்டும், அதற்காகத் தன்னால் எதுவும் செய்ய முடியாது என்பதை உணர்ந்தார். நோயுற்ற வரின் நிலையைப் பற்றிய அனைத்து விவரங்களையும் புரிந்து கொள்ள வேண்டும் என்பதும், போர்வையின் அடியில் கிடக்கும் அந்த உடலின் கால்களும், முழங்காலும், இடுப்பும், முதுகும் எப்படிக் கிடக்கிறது என்பதும், அவற்றை இன்னும் வசதியாக வைக்க வழி இருக்கிறதா என்பதும், அவருடைய வேதனையைக் குறைக்க ஏதாவது செய்ய முடியுமா என்பதும் அவருடைய தலையில் ஏறவில்லை. அவர் அதை நினைத்துப் பார்த்தபோதே அவருடைய முதுகுத்தண்டு சில்லிட்டது. அவரால் தன் சகோதரனின் ஆயுளை நீட்டிக்கவோ, அவருடைய துன்பத்தைப் போக்கவோ எதுவும் செய்ய முடியாது என்பதில் உறுதியாக இருந்தார். ஆனால், அனைத்து உதவிகளும் பயனற்றது என்று அவர் நினைப்பதை உணர்ந்து கொண்ட அந்த நோயுற்ற மனிதர் அதனால் எரிச்சலடைந்தார். அது லெவினுடைய வேதனையை மேலும் அதிகப்படுத்தியது. நோயாளியின் அறையில் இருப்பது அவருக்குச் சித்திரவதையாக இருந்தது என்றால், அங்கு இல்லாமல் இருப்பது அதைவிட மோசமாகத் தோன்றியது. எனவே பல காரணங்களைச் சொல்லி வெளியே சென்ற அவர், தனியாக இருக்க முடியாமல் மீண்டும் அறைக்குத் திரும்பினார்.

    ஆனால் நோயாளியின் நிலையை உணர்ந்த கிட்டி, யோசித்து வேறுவிதமாகச் செயல்பட்டாள். கிட்டி நோயுற்ற மனிதரைக் கண்டதும் அவளுக்கு அவர் மீது இரக்கம் ஏற்பட்டது. அவளிடம் இருந்த பெண்மையின் இரக்க குணம், அவள் கணவருக்கு ஏற்பட்ட அதே திகிலையும், வெறுப்பையும் ஏற்படுத்தாமல், நோயாளி இருக்கும் நிலையை முழுமையாக உணரச்செய்து, அவருக்கு உதவி செய்ய வேண்டும் என்ற எண்ணத்தைக் கொடுத்தது. அவருக்கு உதவுவது தன் கடமை என்பதில் அவளுக்குச் சிறிதும் சந்தேகம் இல்லை என்பதால் அவள் உடனடியாக அதைச் செய்ய முன் வந்தாள். அவள் கணவரை பயமுறுத்திய அதே எண்ணங்கள் அவளுடைய கவனத்தை ஈர்த்தன. அவள் தன்னுடன் வந்திருந்த வேலைக்காரியிடம் மருத்துவரை அழைத்து வரவும், மருந்துகளை வாங்கி வரவும் உத்தரவிட்டாள். மரியா நிக்கோலேவ்னாவிடம் நோயாளியைச் சுத்தம் செய்து தண்ணீரால் துடைக்கும்படி சொன்னாள். அவளும் சிலவற்றைக் கழுவி துடைத்து, நோயாளியின் போர்வைக்கு அடியில் எதையோ விரித்தாள். அவள் சொன்னபடி நோயாளியின் அறையிலிருந்து சில

பொருட்கள் வெளியேற்றப்பட்டன, சில பொருட்கள் உள்ளே வைக்கப்பட்டன. நடைபாதையில் நடந்த ஆண்களைப் பொருட்படுத்தாமல் அவளே பலமுறை தன் அறைக்குச் சென்று, படுக்கை விரிப்புகளையும், தலையணை உறைகளையும், துண்டு மற்றும் சட்டைகளையும் கொண்டு வந்தாள்.

சாப்பாட்டு அறையில் பொறியாளர்கள் சிலருக்கு உணவு பரிமாறிக் கொண்டிருந்த சர்வர், கடுகடுத்த முகத்துடன் பலமுறை கிட்டியின் அழைப்பைக் கேட்டு அறைக்கு வந்தான். இருப்பினும் அவள் மிகவும் கனிவாக, யாரும் அவற்றை மறுக்க முடியாத வகையில் வற்புறுத்தியதால், அவளது உத்தரவுகளை அவனால் நிறைவேற்றாமல் இருக்க முடியவில்லை. ஆனால் லெவினால் அதையெல்லாம் ஏற்றுக் கொள்ள முடியவில்லை. அதனால் நோயாளிக்கு ஏதாவது பலன் கிடைக்கும் என்பதை அவர் நம்ப வில்லை. அனைத்திற்கும் மேலாக நோயாளி அதைக் கண்டு கோபப்படுவார் என்று லெவின் பயந்தார். ஆனால் நோயாளி அதையெல்லாம் பொருட்படுத்தவில்லை என்றாலும் கோபம் கொள்ளவில்லை. ஆனால் அவர் அதனால் சங்கடப்பட்டதுடன், அவள் தனக்கு என்ன செய்கிறாள் என்பதை அறிவதில் ஆர்வமாக இருந்தார். கிட்டி சொன்னபடி மருத்துவரைப் பார்த்துவிட்டுத் திரும்பி வந்து அறைக் கதவைத் திறந்த லெவின், கிட்டியின் கட்டளைப்படி, மரியா நிக்கோலேவ்னாவும் வேலைக்காரியும் நோயாளியின் உடைகளை மாற்றிக் கொண்டிருந்த போது நோயாளியைப் பார்த்தார். வெண்ணிறத்தில் இருந்த நீண்ட முதுகும், பெரிய தோள்பட்டை எலும்பும், விலா எலும்பும், முதுகு எலும்பும் நிர்வாணமாகக் காட்சியளித்தன. மரியா நிக்கோலேவ்னாவும் வேலைக்காரியும் அவருக்குச் சட்டை அணிவிக்க முயன்றபோது அவருடைய நீண்ட தொங்கும் கையைச் சட்டையில் நுழைக்க முடியவில்லை. லெவின் உள்ளே வந்தபோது திறந்த கதவை அவசரமாக மூடிய கிட்டி, அந்தத் திசையில் திரும்பிப் பார்க்கவில்லை. ஆனால் நோயாளி வேதனையில் முனகியதால் அவள் அவர் அருகில் சென்றாள்.

"சீக்கிரம் ஆகட்டும்" என்றாள்.

"அருகில் வர வேண்டாம்" என்று நோயாளி சினத்துடன் முணுமுணுத்தார். "நானே..."

"என்ன சொல்கிறீர்கள்?" என்று கேட்டாள் மரியா நிக்கோ லேவ்னா.

ஆனால் தனக்கு முன்னால் ஆடையில்லாமல் இருப்பது அவருக்கு சங்கடமாகவும் வெட்கமாகவும் இருக்கிறது என்பதை கிட்டி புரிந்து கொண்டாள்.

“நான் பார்க்கவில்லை, நான் பார்க்கவில்லை” என்று சொல்லிக் கொண்டே கிட்டி அவர் கையைச் சரியாக சட்டையில் நுழைத்தாள். “மரியா நிக்கோலேவ்னா நீங்கள் அந்தப் பக்கம் சென்று அதைச் சரி செய்யுங்கள்” என்றாள்.

“என் கைப்பையில் ஒரு சிறிய பாட்டில் இருக்கிறது” என்று அவள் தன் கணவரை நோக்கித் திரும்பினாள். “உங்களுக்குத் தெரியும், அது பக்கவாட்டு பையில் உள்ளது. தயவுசெய்து அதைக் கொண்டு வாருங்கள். அதற்குள் அவர்கள் இங்கே சுத்தம் செய்து முடிப்பார்கள்.”

பாட்டிலுடன் திரும்பிய லெவின், நோயாளி சௌகரியமாகப் படுத்திருப்பதையும், அவரைச் சுற்றியுள்ள அனைத்தும் முற்றிலும் மாறிவிட்டதையும் பார்த்தார். கிட்டி தன் உதடுகளைக் குவித்து, சிவந்த கன்னங்கள் உப்ப சிறிய குழாயை வாயில் வைத்து ஊதி, அறை முழுவதும் வினிகரைத் தெளித்துக் கொண்டிருந்தாள். இப்போது அங்கிருந்த துர்நாற்றம் மறைந்து நறுமண வாசனை வீசியது. இப்போது அறையில் எங்கேயும் தூசி இல்லை. கட்டிலுக்கு அடியில் ஒரு விரிப்பு இருந்தது. மேசையின் மீது மருந்து பாட்டில் களும், குடுவைகளும் ஒழுங்காக அடுக்கி வைக்கப்பட்டிருந்தன. தேவையான துணிகளும் அங்கே மடித்து வைத்திருந்தன. அத்துடன் கிட்டியின் எம்பிராய்டரி பின்னும் சட்டமும் இருந்தது. நோயாளியின் படுக்கைக்கு அருகிலிருந்த மற்றொரு மேசையில் குடிதண்ணீரும், மெழுகுவர்த்தியும், அவர் குடிக்கும் பவுடர்களும் இருந்தன. நோயுற்ற வர் கழுவித் துடைத்த சுத்தமான உடலுடன், தலையைச் சீவி, இயற்கைக்கு மாறாக மெலிந்த கழுத்தில் வெள்ளை காலர் சட்டை அணிந்து, சுத்தமான விரிப்பில், உயரமான தலையணையில் படுத்து, முகத்தில் ஒரு புதிய நம்பிக்கை வெளிப்பட, கிட்டியை உற்றுப் பார்த்தார்.

லெவின் கண்டுபிடித்து அழைத்து வந்த மருத்துவர் ஏற்கனவே நிக்கோலாயிக்குச் சிகிச்சை அளித்தவர் அல்ல. முன்பு அவருக்கு சிகிச்சை அளித்த ஒரு மருத்துவரிடம் நிக்கோலாய் அதிருப்தி கொண்டிருந்தார். புதிய மருத்துவர் ஸ்டெதஸ்கோப்பை வைத்து, நோயாளியைப் பரிசோதித்து, தலையை ஆட்டி, சில மருந்துகளைப் பரிந்துரைத்தார். மருத்துவர் அந்த மருந்தை எப்படி உட்கொள்வது என்பதை முதலில் கவனமாக விளக்கிய பிறகு, எந்தெந்த உணவு களைச் சாப்பிட வேண்டும் என்பதைச் சொன்னார். பச்சையான அல்லது பாதி வேகவைத்த முட்டை சாப்பிடும்படியும், சோடா தண்ணீரை ஒரு குறிப்பிட்ட வெப்பநிலையில் வெதுவெதுப்பான பாலுடன் கலந்து குடிக்கும்படியும் அறிவுறுத்தினார். மருத்துவர் சென்ற பிறகு நோயாளி தன் சகோதரனிடம் ஏதோ சொன்னார்.

ஆனால் அவர் சொன்னதில் கடைசி வார்த்தைகளான “உங்கள் காத்யா” என்பதை மட்டுமே லெவினால் புரிந்துகொள்ள முடிந்தது. கிட்டியைப் பார்த்த அவருடைய முகபாவத்திலிருந்து அவர் அவளைப் புகழ்வதை லெவின் அறிந்து கொண்டார். லெவின் கிட்டியை காத்யா என்று அழைப்பதுபோல அவரும் அழைத்தார்.

“முன்பு இருந்ததைவிட இப்போது பரவாயில்லை” என்றார். “நீங்கள் என்னுடன் இருந்திருந்தால் நான் எப்போதோ குணமாகி இருப்பேன். இது எத்தனை சந்தோஷமாக இருக்கிறது!” என்று சொன்ன அவர், அவள் கையை எடுத்து முத்தமிடுவதற்காகத் தன் உதடுகளை நோக்கிக் கொண்டு சென்றார். ஆனால் அதை அவள் விரும்பமாட்டாள் என்று பயந்து, தன் மனதை மாற்றிக் கொண்டு, அதைத் தடவிக் கொடுத்தார். கிட்டி அவருடைய கையைத் தன் இரு கையாலும் எடுத்து அழுத்தினாள்.

“இப்போது என்னை இடப்புறம் திருப்புங்கள், நான் படுக்கப் போகிறேன்” என்றார்.

அவர் சொன்னதை யாராலும் புரிந்து கொள்ள முடியவில்லை, கிட்டியால் மட்டுமே அதைப் புரிந்துகொள்ள முடிந்தது. அவருக்கு என்ன தேவை என்பதை அவள் தொடர்ந்து கவனித்து வந்ததால் அவளால் புரிந்துகொள்ள முடிந்தது. “அந்தப் பக்கம்” என்று அவள் தன் கணவரிடம் சொன்னாள். “அவர் எப்போதும் அந்தப் பக்க மாகத் திரும்பித் தூங்குவார். அவரைத் திருப்ப வேண்டும். வேலை யாட்களை அழைப்பது நல்லதல்ல. என்னால் அதைச் செய்ய முடியாது. உங்களால் முடியுமா?” என்று கிட்டி, மரியா நிக்கோலேவ் னாவை நோக்கித் திரும்பினாள்.

“எனக்குப் பயமாக இருக்கிறது” என்றாள் மரியா நிக்கோ லேவ்னா.

லெவினுக்கு அந்தக் கொடூரமான உடலைச் சுற்றிக் கைகளை வைப்பதும், அவர் நினைவில் வைத்துக்கொள்ள விரும்பாத, போர்வையின் கீழுள்ள நோயாளியின் உறுப்புகளைப் பிடிப்பதும் பயங்கரமானதாகத் தோன்றியது. ஆனாலும் தன் மனைவிக்கு அடிபணிந்து, அவளுக்குத் தெரிந்த உறுதியான முகபாவத்துடன், தன் கைகளைப் போர்வைக்கு அடியில் கொண்டு சென்றார். அவருக்குப் பலம் இருந்த போதிலும், அந்த மெலிந்த உடலின் அசாத் தியமான பாரத்தைக் கண்டு வியப்படைந்தார். அவர் அவரைத் திருப்பியபோது, லெவின் கழுத்தைச் சுற்றி அவரது பெரிய கை கிடப்பதைப் பார்த்த கிட்டி, வேகமாக, சத்தமின்றி தலையணையைத் திருப்பி, நோயாளியின் தலையை அதில் சாய்த்து, முன்நெற்றியில் ஒட்டியிருந்த தலைமுடியைச் சரி செய்தாள்.

நோயாளி தன் சகோதரனின் கையைத் தன் கையால் பிடித்துக் கொண்டார். லெவினின் கையால் எதையோ செய்ய வேண்டும் என்பதுபோல நோயாளி அதைப் பிடித்து இழுத்தார். லெவின் ஆழ்ந்த துயரத்துடன் அதற்குச் சம்மதித்தார். ஆமாம், அவர் அதைத் தன் வாயருகில் கொண்டு சென்று முத்தமிட்டார். கதறி அழுத லெவின் எதுவும் பேச முடியாதவராக அறையை விட்டு வெளி யேறினார்.

19

'நீர் இவற்றை ஞானிகளிடமிருந்தும் விவேகிகளிடமிருந்தும் மறைத்து, குழந்தைகளுக்கும் முட்டாள்களுக்கும் வெளிப்படுத்தினீர்' என்று லெவின் அன்று மாலை தன் மனைவியிடம் பேசிக் கொண்டிருந்தபோது, தன் மனைவியைப் பற்றி நினைத்தார்.

லெவின் தன்னை ஞானியாகக் கருதி அந்த சுவிசேஷத்தை நினைத்துப் பார்க்கவில்லை. அவர் தன்னை ஞானியாகக் கருத வில்லை என்றாலும் தன் மனைவியையும், அகாஃபியா மிகை லேவ்னாவையும் விட, தான் புத்திசாலி என்பதை அறிந்தார். அவர் மரணத்தைப் பற்றி நினைக்கும் போது, தன் புத்தியின் முழு ஆற்றலுடன் அதைப் பற்றி சிந்தித்திருக்கிறோம் என்பதையும், அதைப் பற்றி சிந்தித்த மாமனிதர்கள் பலருடைய சிந்தனைகளைப் படித் திருப்பதால், அதில் நூறில் ஒரு பகுதி கூட தன் மனைவிக்கும் அகாஃபியா மிகைலேவ்னாவுக்கும் தெரியாது என்பதையும் அவர் அறிந்திருந்தார். அகாஃபியா மிகைலேவ்னா, காத்யா என்ற இரு பெண்களும் வேறானவர்கள் என்றாலும் (அவரது சகோதரர் நிக்கோலாய் அவளை அழைத்தது போல, லெவினும் அவளை அப்படி அழைக்க விரும்பினார்) இதில் அவர்கள் இருவரும் ஒரே மாதிரியாக இருந்தனர். அவர்கள் இருவருக்குமே வாழ்க்கை என்றால் என்ன என்பதும், மரணம் என்றால் என்ன என்பதும் சந்தேகத்திற்கு இடமின்றி தெரியும். ஆனால் மரணத்தைப் பற்றி லெவினிடம் எழும் பல கேள்விகளுக்கு அவர்களால் பதில் சொல்லவோ அல்லது அவற்றைப் புரிந்து கொள்ளவோ முடியாது என்றாலும், அந்த நிகழ்வின் முக்கியத்துவத்தைப் பற்றி இருவருக்கும் எந்தச் சந்தேகமும் இல்லை. அவர்கள் இருவரும் அதை ஒரே மாதிரியாகப் பார்த்தார்கள் என்பது மட்டுமில்லாமல், கோடிக்கணக்கான மக்களைப் போலவே அவர்களும் அதைப் பார்த்தார்கள். மரணம் என்றால் என்னவென்று அவர்களுக்கு நிச்சயமாகத் தெரியும் என்பதற்கு, இறந்து கொண்டி ருக்கும் மனிதர்களுடன் எப்படி நடந்து கொள்ள வேண்டும் என்பதை ஒரு வினாடிகூட தயக்கமின்றி அவர்கள் அறிந்திருந்தார்கள்

என்பதும், அவர்களைக் கண்டு பயப்படவில்லை என்பதும் சான்றாகும். ஆனால் லெவினும் அவரைப் போன்றவர்களும் மரணத்தைப் பற்றி நிறையச் சொல்ல முடியும் என்றாலும், உண்மையில் அவர்களுக்கு அதைப் பற்றி தெரியாது. ஏனெனில் அவர்கள் மரணத்தைக் கண்டு பயந்தார்கள் என்பதுடன், மனிதர்கள் இறக்கும்போது என்ன செய்வது என்பதும் அவர்களுக்கு உறுதியாகத் தெரியாது. லெவின் தன் சகோதரன் நிக்கோலாயுடன் தனியாக இருந்திருந்தால் அவர் அவரைப் பயத்துடன் பார்த்துக் கொண்டு, வேறு என்ன செய்வது என்று தெரியாமல் மேலும் அதிகமான பயத்துடன் காத்துக் கொண்டிருந்திருப்பார்.

அவருக்கு என்ன பேசுவது, எப்படிப் பார்ப்பது, எப்படி நடப்பது என்று தெரியவில்லை. வேறு எதையாவது பேசுவது அருவருப்பானதாக, சாத்தியமற்றதாக அவருக்குத் தோன்றியது. மரணத்தையும், மனச்சோர்வு தரும் விஷயங்களையும் பேசுவது சாத்தியமற்றது என்று அவருக்குத் தோன்றியது. மௌனமாக இருப்பதும் இயலாத காரியம். 'நான் அவரைப் பார்த்தால், அவர் உள்ளத்தை நான் ஊடுருவிப் பார்ப்பதாக நினைப்பார் என்று அஞ்சுகிறேன். நான் அவரைப் பார்க்காமல் இருந்தால், அவரை விட்டுவிட்டு நான் வேறு எதையோ யோசிக்கிறேன் என்று நினைப்பார். நான் கால் நுனியில் ஓசையின்றி நடந்தால் அவர் அதிருப்தி அடைவார். ஆனால் சகஜமாக நடப்பது எனக்குச் சங்கடமாக இருக்கிறது' என்று நினைத்தார். ஆனால் கிட்டி தன்னைப் பற்றி சிந்திக்கவில்லை, அதற்கு அவளுக்கு நேரமும் இல்லை. அவள் ஏதோ ஒரு நம்பிக்கையால் உந்தப்பட்டு, அவருக்கு அனைத்தையும் செய்தாள். அவள் தன்னைப் பற்றியும், தன் திருமணத்தைப் பற்றியும் அவரிடம் சொன்னாள். அவள் அவரைப் பார்த்துப் புன்னகைத்து, அவர் மீது பரிதாபப்பட்டு, பல குணமடைந்த நோயாளிகளைப் பற்றிப் பேசினாள். எல்லாம் நல்லபடியாக நடந்தது. எனவே அவள் எதைப் பற்றி பேச வேண்டும் என்பது அவளுக்குத் தெளிவாகத் தெரிந்தது. கிட்டியும், அகாஃபியா மிகைலேவ்னாவும் நடந்து கொண்ட விதம் இயல்பானதும், அறிவுக்கு ஏற்றதும் அல்ல என்பதற்கு, இறந்து கொண்டிருக்கும் மனிதரின் உடலைக் கவனிப்பதைவிட, அதிக முக்கியத்துவம் வாய்ந்த ஒன்றை, அதற்கும் அவரது உடல் நிலைமைக்கும் எந்தச் சம்பந்தமும் இல்லை என்றாலும், செய்ய வேண்டும் என்று அவர்கள் கருதினார்கள் என்பதே சான்றாகும். இறந்த ஒரு முதியவரைப் பற்றி அகாஃபியா மிகைலேவ்னா கூறும்போது, “கடவுளுக்கு நன்றி! அவர் எண்ணெய் ஸ்நானம் செய்து பரிசுத்த ஆவியைப் பெற்றார். நாம் அனைவரும் அப்படி இறப்பதற்குக் கடவுள் அருள் புரிவாராக” என்றாள். காத்யாவும் அதே வழியில், துணி, படுக்கை விரிப்பு, குடிநீர்

போன்றவற்றில் காட்டிய அக்கறையைத் தவிர, நோயுற்றவர் திருப்பலி எடுத்து திருமுழுக்கு செய்ய வேண்டியதன் அவசியத்தை, முதல் நாளிலிருந்தே வற்புறுத்தினாள்.

இரவு நேரத்தில் நோயுற்றவரின் அறையிலிருந்து தங்கள் அறைக்குத் திரும்பிய லெவின், என்ன செய்வதென்று தெரியாமல் தலையைக் குனிந்து அமர்ந்திருந்தார். அவருக்கு இரவு உணவைப் பற்றியும், தூங்குவதைப் பற்றியும், அடுத்து என்ன செய்வது என்பதைப் பற்றியும் தன் மனைவியிடம் பேசுவதற்கு வெட்கமாக இருந்தது. ஆனால் கிட்டி வழக்கத்தை விட அதிக உற்சாகமாகவும், சுறுசுறுப் பாகவும் இருந்தாள். அவளே இரவு உணவுக்குச் சொல்லி விட்டு, தாங்கள் கொண்டு வந்த பொருட்களை எடுத்து படுக்கையைத் தயார் செய்தாள். அவள் படுக்கையில் கிருமிநாசினி பொடியைத் தெளிக்கவும் மறக்கவில்லை. போருக்குப் புறப்படுவதற்கு முன் அல்லது வாழ்க்கையில் ஆபத்தான, தீர்க்கமான முடிவு எடுக்க வேண்டிய தருணங்களில் மனிதர்களிடம் வெளிப்படும் எச்சரிக்கை உணர்வுடனும், வேகத்துடனும் செயல்பட்டாள். அவள் தன்னுடைய கடந்த காலங்கள் வீணாகவில்லை மாறாக, தன்னுடைய மதிப்பை வெளிப்படுத்தும் இந்தத் தருணத்திற்கான ஆயத்தங்களே அவை என்பதைப் போல செயல்பட்டாள்.

நள்ளிரவுக்குள் எல்லாம் ஒழுங்காகவும், சுத்தமாகவும், நேர்த்தி யாகவும் முடிந்து, அவர்கள் வீட்டிலுள்ள அவளுடைய அறையைப் போலவே, அந்த விடுதி அறையும் மாறியது. படுக்கைகள், சீப்புகள், பிரஷ்கள், முகம் பார்க்கும் கண்ணாடி, தரைவிரிப்புகள் அனைத்தும் அந்த அறையில் தோன்றின.

லெவினுக்குச் சாப்பிடுவது, தூங்குவது, பேசுவது அனைத்தும் மன்னிக்க முடியாத குற்றங்கள் என்று தோன்றியது. அவர் தன்னு டைய ஒவ்வொரு உடல் அசைவும் அநாகரிகமானது என்று உணர்ந் தார். ஆனால் அவள் அதில் எந்தத் தவறும் இல்லை என்பதுபோல அனைத்தையும் செய்தாள்.

ஆனால் அவர்களால் எதுவும் சாப்பிட முடியவில்லை, நீண்ட நேரமாகியும் தூங்க முடியவில்லை. உண்மையில் அவர்கள் நீண்ட நேரமாக படுக்கைக்குச் செல்லவில்லை.

"நாளை திருமுழுக்கு செய்வதற்கு அவரைச் சம்மதிக்க வைத்தது எனக்கு மகிழ்ச்சி தருகிறது" என்று அவள் கண்ணாடி முன்னால் அமர்ந்து, மிருதுவான, நறுமணமுள்ள கூந்தலைச் சீப்பினால் சீவினாள். "நான் அதை இதுவரை பார்த்ததில்லை, ஆனால் அதில் குணமடைய பிரார்த்தனைகள் உள்ளன என்பது எனக்குத் தெரியும். அம்மா என்னிடம் கூறியுள்ளார்."

“உண்மையில் அவரால் குணமடைய முடியும் என்று நீ நினைக் கிறாயா?” என்று அவள் வட்டமான சிறிய தலையின் பின்புறத்தில் கூந்தல் இரண்டாகப் பிரிவதையும், அவள் சீப்பை முன்னோக்கி இழுக்கும்போது அது மூடுவதையும் பார்த்துக் கொண்டு கேட்டார்.

“நான் மருத்துவரிடம் கேட்டேன். அவர் மூன்று நாட்களுக்கு மேல் தாங்காது என்கிறார். ஆனால் உண்மையில் அவர்களுக்குத் தெரியுமா? இருந்தாலும் நான் அவரைச் சம்மதிக்க வைத்ததில் மகிழ்ச்சி” என்று சொல்லி தலையைச் சற்றே திருப்பி, கூந்தல் வழியே தன் கணவரைப் பார்த்தாள். “எது வேண்டுமானாலும் நடக்கலாம்” என்று அவள் மதத்தைப் பற்றிப் பேசும்போது எப்போதும் வெளிப் படும் விசித்திரமான, தந்திரமான முகபாவத்துடன் சொன்னாள்.

நிச்சயதார்த்தத்தின்போது மதத்தைப் பற்றிப் பேசிய பிறகு, அவர்கள் இருவரும் மீண்டும் அதைப் பற்றிப் பேசவில்லை. ஆனால் அவள் தேவாலயத்திற்குச் செல்வது, பிரார்த்தனை செய்வது போன்ற அனைத்து சடங்குகளையும், அது எப்போதும் அப்படித்தான் இருக்க வேண்டும் என்ற அசைக்க முடியாத நம்பிக்கையுடன் செய்தாள். அவர் அதற்கு மாறாக இருந்தாலும், அவரும் தன்னைப் போலவே ஒரு கிறிஸ்துவர், உண்மையில் மிகச் சிறந்த கிறிஸ்துவர் என்றும், மதத்தைப் பற்றி அவர் சொன்னவை அனைத்தும் வழக்கமாக ஆண்கள் செய்யும் வேடிக்கைகளில் ஒன்று என்றும், தன்னுடைய எம்பிராய்டரி பின்னலில் தேவை கருதி அவள் ஓட்டை செய்த போது, நல்லவர்கள் ஓட்டைகளைச் சரிசெய்வார்கள் என்று அவர் வேடிக்கையாகச் சொன்னதைப் போல என்றும் அவள் உறுதியாக நினைத்தாள்.

“ஆமாம், பாவம் அந்த மரியா நிக்கோலேவ்னாவால் எல்லா வற்றையும் ஏற்பாடு செய்திருக்க முடியாது” என்றார் லெவின். “அப்புறம்... நீ என்னுடன் வந்ததில் எனக்கு மிகவும் மகிழ்ச்சி என்பதை நான் ஒப்புக்கொள்ள வேண்டும். நீ அத்தனை தூய்மையானவள்...” என்று அவர் அவள் கையைப் பிடித்து, முத்தமிடாமல் (இப்போது அதைச் செய்வது அவருக்கு அநாகரிகமாகத் தோன்றியது) அவள் பிரகாசமான கண்களைப் பார்த்து, குற்ற உணர்ச்சியுடன் அதை அழுத்தினார்.

“நீங்கள் தனியாக இருந்திருந்தால் இன்னும் கஷ்டமாக இருக்கும்” என்று சொன்ன அவள், மகிழ்ச்சியால் சிவந்திருந்த கன்னங்களை மறைத்திருந்த கைகளை உயர்த்தி, தன் ஜடையை முறுக்கி தலையின் பின்னால் சொருகினாள். “இல்லை அவளுக்குத் தெரியாது... அதிர்ஷ்ட வசமாக நான் சோடனில் நிறையக் கற்றுக் கொண்டேன்.”

“அங்கே இப்படியான நோயாளிகள் இல்லையா?”

"அதைவிட மோசம்."

"என்னைப் பொறுத்தவரை பயங்கரமானது என்னவெனில், அவர் இளமையாக இருந்தபோது எப்படி இருந்தார் என்பதை என்னால் நினைத்துப் பார்க்காமல் இருக்க முடியவில்லை... அவர் எத்தனை அழகான இளைஞன் என்பதை உன்னால் கற்பனை செய்ய முடியாது. ஆனால் நான் அப்போது அவரைப் புரிந்துகொள்ள வில்லை."

"நான் அதை நம்புகிறேன். நாங்கள் நல்ல நண்பர்களாக இருந்திருப்போம் என்று நினைக்கிறேன்" என்று சொன்ன அவள், தான் சொன்னதை நினைத்து பயந்து, தன் கணவரைப் பார்த்தாள். அவள் கண்களில் கண்ணீர் வழிந்தது.

"ஆமாம், இருந்திருக்கலாம்" என்று அவர் வருத்தத்துடன் சொன்னார். "தாங்கள் இந்த உலகத்திற்கேற்ற மனிதர்கள் அல்ல என்று சொல்பவர்களில் அவரும் ஒருவர்."

"நமக்கு இன்னும் பல நாட்கள் உள்ளன என்பதால் நாம் படுக்கைக்குச் செல்ல வேண்டும்" என்று கிட்டி தன் சிறிய கடிகாரத்தைப் பார்த்துச் சொன்னாள்.

20

அடுத்த நாள் நோயாளி திருப்பலி எடுத்து பரிசுத்த திருமுழுக்கு பெற்றார். பிரார்த்தனையின் போது நிக்கோலாய் லெவின் உருக்கமாக ஜெபித்தார். வண்ண துணியால் மூடிய ஒரு சிறிய மேசையின் மீது இருந்த கிறிஸ்துவின் உருவச் சிலை மீது நிலைத்து நின்று, தீவிரமான ஜெபத்தையும் நம்பிக்கையையும் வெளிப்படுத்திய, அவருடைய பெரிய கண்களைப் பார்ப்பது லெவினுக்கு அச்சம் தருவதாக இருந்தது. இந்தத் தீவிரமான ஜெபமும், நம்பிக்கையும் அவர் மிகவும் நேசித்த வாழ்க்கையை விட்டுப் பிரிவதை மேலும் கடினமாக்கும் என்பது லெவினுக்குத் தெரியும். லெவின் தன் சகோதரனையும் அவர் சிந்தனை செல்லும் திசையையும் அறிந்திருந்தார். அவருக்கு இருந்த அவநம்பிக்கை, நம்பிக்கை இல்லாமல் வாழ்வது அவருக்கு சுலபமாக இருக்கும் என்பதால் ஏற்பட்டது அல்ல என்பது லெவினுக்குத் தெரியும். ஆனால் உலகில் நடந்த சமகால அறிவியல் விளக்கங்கள் படிப்படியாக நம்பிக்கையின் சாத்தியத்தை நசுக்கிய காரணத்தால் அவருடைய அவநம்பிக்கை வளர்ந்தது என்பதையும், அவருக்கு இப்போது ஏற்பட்ட நம்பிக்கை நியாயமானது அல்ல, மாறாக அவருடைய புத்தியின் அதே செயல்பாட்டின் மூலம் பெறப்பட்டது என்பதையும், அது தற்காலிகமான, சுயநலமான,

உயிர் பிழைப்பதற்கான ஒரு பைத்தியக்கார நம்பிக்கை மட்டுமே என்பதையும் லெவின் அறிந்திருந்தார். கிட்டி நோயாளிகளை அசாதாரணமாக குணப்படுத்தும் கதைகளைச் சொன்னதன் மூலம் அந்த நம்பிக்கையை மேலும் வலுப்படுத்தியிருக்கிறாள் என்பதும் லெவினுக்குத் தெரியும். அதையெல்லாம் அறிந்த லெவின், நம்பிக்கை நிறைந்த அந்தக் கெஞ்சும் கண்களையும், நீண்ட தோள்கள் தெரியும்படி, இறுகிய புருவத்தின் மத்தியில் சிலுவையிடும் முயற்சியில் உயர்ந்த மெலிந்த மணிக்கட்டையும், நோயாளி கெஞ்சும் உயிரை இனியும் தாங்கிப் பிடிக்க முடியாத மூச்சுத் திணறும் மார்பையும் பார்ப்பது மிகுந்த வேதனையாக இருந்தது. திருப்பலியின் போது, நாத்திகரான லெவின், தன் சகோதரர் செய்ததைத் தானும் ஆயிரம் முறை செய்தார். அவர் கடவுளிடம், "நீங்கள் இருந்தால் இந்த மனிதரைக் காப்பாற்றுங்கள்" (இதுவே பலமுறை திரும்பத் திரும்பச் சொல்லப்பட்டது). "நீங்கள் அவரையும் என்னையும் காப்பாற்றுங்கள்" என்றார்.

நோயாளி திருமுழுக்கு செய்த பிறகு திடீரென்று நன்றாக இருப்பதாக உணர்ந்தார். கடந்த ஒரு மணி நேரமாக ஒருமுறை கூட அவருக்கு இருமல் வரவில்லை. அவர் புன்னகையுடன் கிட்டியின் கையை முத்தமிட்டு, கண்ணீருடன் நன்றி சொல்லி, தான் நலமாக இருப்பதாகவும், எங்கும் வலியில்லை என்றும், பசி எடுப்பதாகவும் ஆற்றலுடன் இருப்பதாகவும் சொன்னார். அவருக்காக சூப் கொண்டு வந்தபோது அவராகவே எழுந்து உட்கார்ந்து, கட்லெட் வேண்டும் என்று கேட்டார். அவருடைய நிலைமை நம்பிக்கையற்றதாக இருந் தாலும், அவரால் மீள முடியாது என்பது முதல் பார்வையிலேயே தெளிவாகத் தெரிந்தாலும், தவறாக நினைப்பார்கள் என்ற பயத் துடன், லெவினும் கிட்டியும் அந்த நேரத்தில் மகிழ்ச்சியாக, உற்சாக மாக இருந்தனர்.

"அவர் நலமாக இருக்கிறாரா?"

"ஆமாம், இருக்கிறார்."

"இது அதிசயம்."

"இதில் அதிசயம் எதுவும் இல்லை."

"எப்படியிருந்தாலும், அவர் நலமாக இருக்கிறார்" என்று அவர் கள் ஒருவருக்கொருவர் புன்னகைத்து, கிசுகிசுத்த குரலில் பேசிக் கொண்டனர்.

ஆனால் அந்த மாயை நீண்ட நேரம் நீடிக்கவில்லை. நோயுற்ற வர் அமைதியாகத் தூங்கினார். ஆனால் அரை மணி நேரத்துக்குப் பிறகு இருமல் அவரை எழுப்பியது. உடனே அவரிடமும், அவரைச் சுற்றி இருந்தவர்களிடமும் இருந்த நம்பிக்கைகள் மறைந்தன.

துன்பத்தின் யதார்த்த நிலை, லெவினுக்கும் கிட்டிக்கும் நோயாளிக்கும் இருந்த அனைத்து நம்பிக்கைகளையும், முன்பிருந்த நம்பிக்கைகளின் சுவடுகளையும், சந்தேகத்திற்கு இடமின்றி அழித்துவிட்டது.

அரைமணி நேரத்திற்கு முன்பு தான் சொல்லியதைக் கூட மறந்துவிட்டு, அதை நினைவில் வைத்துக் கொள்வது சங்கடமாக இருப்பதுபோல, மூச்சு விடுவதற்காகத் துளையிட்ட காகிதத்தால் மூடிய அயோடின் குப்பியைக் கொடுக்கும்படி கேட்டார். லெவின் அதை அவரிடம் எடுத்துக் கொடுத்தார். திருமுழுக்கு நடந்தபோது அவருக்கு ஏற்பட்ட அதே தீவிரமான நம்பிக்கை இப்போது அவருடைய சகோதரனிடம் தெரிந்தது, ஏனெனில் அயோடினை உள்ளிழுப்பது அற்புதங்களைச் செய்யும் என்ற மருத்துவரின் வார்த்தைகளை உறுதிப்படுத்துமாறு அவர் லெவினைக் கேட்டுக் கொண்டார்.

"காத்யா இங்கே இல்லையா?" என்ற அவர் மூச்சிரைத்து சுற்று முற்றும் பார்த்தார். லெவின் தயக்கத்துடன் மருத்துவர் சொன்னதை உறுதி செய்தார். "சரி, நான் சொல்கிறேன்... நான் அவளுக்காகத்தான் அந்தக் கேலிக்கூத்தை ஒப்புக் கொண்டேன். அவள் மிக இனிமையானவள். ஆனால் நீங்களும் நானும் நம்மை நாமே ஏமாற்றிக்கொள்ள முடியாது. அதைத்தான் நான் நம்புகிறேன்" என்று சொல்லிவிட்டு, குப்பியைத் தன் எலும்புக் கையால் பிடித்துக் கொண்டு, அதில் வாயை வைத்து சுவாசிக்கத் தொடங்கினார்.

இரவு எட்டு மணியளவில் லெவினும் அவர் மனைவியும் தங்கள் அறையில் தேநீர் அருந்திக் கொண்டிருந்தபோது, மரியா நிக்கோலேவ்னா மூச்சிரைக்க ஓடி வந்தாள். அவள் முகம் வெளுத்திருக்க, அவள் உதடுகள் நடுங்கின.

"அவர் இறந்து கொண்டிருக்கிறார்!" என்று அவள் கிசுகிசுத்தாள். "அவர் எப்போது வேண்டுமானாலும் இறக்கலாம் என்று நான் அஞ்சுகிறேன்."

இருவரும் அவரிடம் ஓடினார்கள். அவர் கட்டிலில் அமர்ந்து, முழங்கையால் முட்டுக் கொடுத்து, நீண்ட முதுகை வளைத்து தலை குனிந்து உட்கார்ந்திருந்தார்.

"எப்படி இருக்கிறது?" என்று சிறிது நேரத்திற்குப் பிறகு லெவின் கிசுகிசுப்பாகக் கேட்டார்.

"நான் போகிறேன்" என்று நிக்கோலாய் சிரமத்துடன் வார்த்தைகளைத் தன்னிடமிருந்து பிழிந்தெடுத்தார். அவர் தன் தலையைத் தூக்காமல், கண்களை மட்டும் உயர்த்தினார். ஆனால் அது அவருடைய சகோதரன் முகத்தை எட்டவில்லை. "காத்யா, போய்விடு" என்றார்.

லெவின் துள்ளிக் குதித்து, மெல்லிய குரலில் அவளை வெளியே போகச் சொன்னார்.

"நான் போகிறேன்" என்று அவர் மீண்டும் சொன்னார்.

"ஏன் அப்படி நினைக்கிறீர்கள்?" என்று லெவின் ஏதோ சொல்ல வேண்டும் என்பதற்காகக் கேட்டார்.

"ஏனெனில் நான் போகிறேன்" என்று அந்தச் சொற்றொடர் அவருக்குப் பிடித்திருந்ததுபோல மீண்டும் சொன்னார்.

மரியா நிக்கோலேவ்னா அவர் அருகில் சென்றாள்.

"படுங்கள், நன்றாக இருக்கும்" என்றாள்.

"நான் சீக்கிரம் நிரந்தரமாகப் படுத்து விடுவேன்" என்றார். "மரணம்" என்று ஏளனம் கலந்த கோபத்துடன் சொன்னார். "நீங்கள் விரும்பினால் என்னைப் படுக்க வையுங்கள்."

லெவின் தன் சகோதரனைப் படுக்க வைத்து, அவர் அருகில் அமர்ந்து, மூச்சைப் பிடித்துக் கொண்டு அவர் முகத்தை உற்றுப் பார்த்தார். இறந்து கொண்டிருந்த மனிதரின் கண்கள் மூடியிருந்தன என்றாலும், ஆழ்ந்த சிந்தனையில் உள்ள ஒரு மனிதனைப் போல அவர் நெற்றியில் இருந்த தசைகள் அவ்வப்போது துடித்தன. லெவின் தன்னிச்சையாக இப்போது அவருக்குள் என்ன நடக்கிறது என்பதை யோசித்தார். ஆனால் அவருடைய மனதின் அத்தனை முயற்சி களையும் தாண்டி, அந்த அமைதியான இறுக்கமான முகபாவத்தை யும், புருவத்தின் மேலிருந்த தசைகளின் துடிப்பையும் பார்த்தபோது, இறந்து கொண்டிருக்கும் மனிதனுக்கு மேலும் மேலும் தெளிவாகிக் கொண்டு வரும் ஏதோ ஒன்று தனக்கு எப்போதும் போல தெளிவற்ற தாக இருப்பதைக் கண்டார்.

"ஆமாம், ஆமாம், அவ்வளவுதான்" என்று இறந்து கொண்டிருந்த மனிதர் மெதுவாக நிறுத்தி நிறுத்திப் பேசினார். "கொஞ்சம் பொறுங்கள்" என்று முணுமுணுத்தார். அவர் மீண்டும் அமைதியாக இருந்தார். "அவ்வளவுதான்!" என்று திடீரென்று தனக்கு எல்லாம் முடிந்துவிட்டதைப் போன்ற நிம்மதியுடன் கத்தினார். "கடவுளே!" என்று பெருமூச்சுடன் முணுமுணுத்தார்.

மரியா நிக்கோலேவ்னா அவர் கால்களைத் தொட்டுப் பார்த் தாள்.

"குளிர்ந்துவிட்டது" என்று கிசுகிசுத்தாள்.

நோயுற்றவர் மிக நீண்ட நேரம் அசைவற்றுக் கிடப்பதாக லெவினுக்குத் தோன்றியது. ஆனால் இன்னும் உயிருடன் இருந்த அவர், நீண்ட இடைவெளியில் பெருமூச்சு விட்டார். தொடர்ந்த சிந்தனையால் சோர்வடைந்த லெவின், எவ்வளவு சிந்தித்தாலும்

தன்னால் அதைப் புரிந்து கொள்ள முடியவில்லை என்பதையும், இறந்து கொண்டிருக்கும் மனிதரிடமிருந்து தான் வெகுதூரம் பின்தங்கி விட்டோம் என்பதையும் உணர்ந்து கொண்டார். மரணம் என்ன என்பதைப் பற்றி அவரால் தொடர்ந்து யோசிக்க முடிய வில்லை. ஆனால் அடுத்து என்ன செய்ய வேண்டும் என்ற எண்ணங் கள், அதாவது, அவர் கண்களை மூட வேண்டும், ஆடை அணிவிக்க வேண்டும், சவப்பெட்டிக்கு ஏற்பாடு செய்ய வேண்டும் போன்ற பலவும் அவரிடம் தன்னிச்சையாக வந்தன. முற்றிலும் வெறுமையை உணர்ந்த அவரால், துக்கத்தையோ, இழப்பின் துயரத்தையோ அனுபவிக்க முடியவில்லை. அவருக்குத் தன் சகோதரன் மீதிருந்த இரக்க உணர்வும் குறைந்திருந்தது. அந்தத் தருணத்தில் அவருக்குத் தன் சகோதரன் மீது, தன்னால் அடைய முடியாத, ஆனால் இறந்து கொண்டிருக்கும் மனிதன் இப்போது பெற்றிருந்த அறிவின் மீதுள்ள பொறாமை உணர்வைத் தவிர வேறெந்த உணர்வும் இல்லை.

லெவின் முடிவை எதிர்பார்த்து நீண்ட நேரம் அவர் அருகில் அமர்ந்திருந்தார். ஆனால் முடிவு சீக்கிரம் வரவில்லை. கதவைத் திறந்து கொண்டு கிட்டி உள்ளே வந்தாள். லெவின் அவளைத் தடுத்து நிறுத்துவதற்காக எழுந்தார். ஆனால் அவர் எழுந்திருக்கும் போது இறந்து கொண்டிருந்தவர் அசையும் சத்தம் கேட்டது.

"போக வேண்டாம்" என்று நிக்கோலாய் கையை நீட்டினார். லெவின் தன் கையை அவரிடம் கொடுத்துவிட்டு, தன் மனைவியைப் போகச் சொல்லி கோபத்துடன் கை அசைத்தார். இறந்து கொண்டிருந்த மனிதரின் கையைப் பிடித்துக் கொண்டு லெவின் மணிக்கணக்காகக் காத்திருந்தார். இப்போது அவர் மரணத்தைப் பற்றி யோசிக்கவில்லை. கிட்டி என்ன செய்கிறாள், அடுத்த அறையில் யார் இருக்கிறார்கள், மருத்துவருக்குச் சொந்த வீடு இருக்கிறதா என்றெல்லாம் யோசித்துக் கொண்டிருந்தார். அவர் சாப்பிடவும் தூங்கவும் விரும்பினார். அவர் கவனமாகக் கையை விடுவித்துக் கொண்டு, தன் சகோதரன் கால் களைத் தொட்டுப் பார்த்தார். கால்கள் குளிர்ச்சியாக இருந்தன, ஆனால் நோயாளி சுவாசித்துக் கொண்டிருந்தார். லெவின் கால் நுனியில் நடந்து வெளியே செல்ல முயன்றார் ஆனால் நோயாளி மீண்டும் சொன்னார்.

"போக வேண்டாம்."

பகல் மறைந்த பிறகும் நோயாளியின் நிலையில் எந்த மாற்றமும் இல்லை. லெவின் அவரைப் பார்க்காமல் கையை விடுவித்துக் கொண்டு, தன் அறைக்குச் சென்று தூக்கத்தில் விழுந்தார். லெவின் கண்விழித்த போது, அவர் எதிர்பார்த்த தன் சகோதரனின் மரணச்செய்திக்குப் பதிலாக, நோயாளி தனது பழைய நிலைக்குத் திரும்பியதை அறிந்தார். அவர் மீண்டும் எழுந்து உட்கார்ந்து, இருமவும், சாப்பிடவும், பேசவும்

தொடங்கினார். அவர் மரணத்தைப் பற்றிப் பேசுவதை நிறுத்தி விட்டு, மீண்டும் குணமடைவதைப் பற்றி நம்பிக்கையுடன் பேசினார். அவர் முன்னை விட அதிக எரிச்சலுடனும், மனச்சோர்வுடனும் இருந்தார். அவரைக் கிட்டியாலும் அல்லது யாராலும் சமாதானப்படுத்த முடியவில்லை. அவர் எல்லோர் மீதும் கோபம் கொண்டு, எல்லோரையும் தகாத வார்த்தைகளால் திட்டி, தன் துயரத்திற்கு அனைவரையும் குற்றம் சாட்டி, மாஸ்கோவிலிருந்து ஒரு பிரபல மருத்துவரை அழைத்து வர வேண்டும் என்றார். அவர் எப்படி இருக்கிறார் என்று கேட்கும் போதெல்லாம் கோபத்தோடும் எரிச்சலோடும் ஒரே பதிலைச் சொன் னார்.

"நான் சகிக்க முடியாத சித்திரவதையை அனுபவிக்கிறேன்!"

நோயுற்ற அந்த மனிதர் மேலும் மேலும் துன்பத்தை அனுபவித் தார். குறிப்பாக தொடர்ந்து படுக்கையில் கிடந்ததால், முதுகில் ஏற்பட்டிருந்த, சிகிச்சையளிக்க முடியாத புண்களால் வேதனைப் பட்டார். அவர் தன்னைச் சுற்றியுள்ள அனைவர் மீதும் மேலும் மேலும் எரிச்சலடைந்து, எல்லாவற்றுக்கும் அவர்கள் மீது குற்றம் சுமத்தினார். குறிப்பாக மாஸ்கோவிலிருந்து மருத்துவரை அழைத்து வரவில்லை என்பதற்காக அவர் ஆத்திரமடைந்தார். கிட்டி தன்னால் இயன்ற உதவிகளைச் செய்து அவரை அமைதிப்படுத்த முயன்றாள் என்றாலும் அதெல்லாம் பலனளிக்கவில்லை. கிட்டி உடல் ரீதியாகவும் மனரீதியாகவும் சோர்ந்து போயிருப்பதை லெவின் பார்த்தார், ஆனால் அவள் அதை ஒப்புக்கொள்ளவில்லை. தன் சகோதரனை வரவழைத்த அன்று இரவே நோயாளி தன் வாழ்க் கைக்கு விடை கொடுத்து விட்டதால் அவர்கள் அனைவருக்கும் இருந்த மரணபயம் போய்விட்டது. ஏற்கனவே பாதி உயிர் போய் விட்டதால், தவிர்க்க முடியாதபடி விரைவில் அவர் இறந்துவிடுவார் என்பது அவர்கள் அனைவருக்கும் தெரியும். அவர்கள் எல்லோரும் அவர் விரைவில் இறக்க வேண்டும் என்பதைத் தவிர வேறெதையும் விரும்பவில்லை. ஆனால் அவர்கள் அதை மறைத்து, அவருக்கு மருந்துகள் கொடுப்பதும், மருத்துவர்களைத் தேடுவதுமாக அவரை யும், தங்களையும், ஏமாற்றிக் கொண்டனர். எல்லாமே பொய், அருவருப்பு, அநாகரிகமான வஞ்சகம். தன்னுடைய இயல்பான குணத்தின் காரணமாகவும், மற்றவர்களை விட இறந்து கொண்டி ருக்கும் மனிதரைத் தான் அதிகமாக நேசித்ததாலும், லெவினுக்கு அந்தப் பொய்களைத் தாங்கிக் கொள்வது அதிக வேதனையைக் கொடுத்தது.

நிக்கோலாய் இறப்பதற்கு முன்பாக தனது சகோதரர்களைச் சமரசம் செய்து வைக்க வேண்டும் என்று நீண்ட காலமாக நினைத்த லெவின், சகோதரர் செர்ஜி இவானோவிச்சிற்குக் கடிதம் எழுதியிருந்தார்.

அந்தக் கடிதத்திற்குக் கிடைத்த பதில் கடிதத்தை, லெவின் நோயாளி யிடம் படித்துக் காட்டினார். செர்ஜி இவானோவிச் தன்னால் வர முடியாது என்று எழுதியிருந்தார். ஆனால் நெகிழ்ச்சியான வார்த்தை களில் தன் சகோதரனிடம் மன்னிப்புக் கோரியிருந்தார்.

அதைக் கேட்ட நோயாளி ஒன்றும் பேசவில்லை.

"அவருக்கு நான் என்ன எழுதுவது?" என்று லெவின் கேட்டார். "அவர் மீது உங்களுக்குக் கோபம் இல்லை என்று நான் நம்புகிறேன்."

"இல்லை, கொஞ்சம் கூட இல்லை!" என்று அந்தக் கேள்வியால் எரிச்சலடைந்த நிக்கோலாய் பதில் சொன்னார். "ஒரு மருத்துவரை அனுப்பி வைக்கும்படி அவருக்கு எழுதுங்கள்."

நோயாளியின் வேதனை மேலும் மூன்று நாட்களுக்குத் தொடர்ந்து நீடித்தது. நோயுற்றவர் இன்னும் அதே நிலையில்தான் இருந்தார். சர்வர்களும், விடுதி உரிமையாளரும், அங்கு தங்கியிருந்தவர்களும், மருத்துவரும், மரியா நிக்கோலோவ்னாவும், லெவினும், கிட்டியும், அவரைப் பார்த்த ஒவ்வொருவரும் அவரது மரணத்தை விரும்பினார் கள். ஆனால் நோயுற்ற அந்த மனிதர் மட்டும் அதை விரும்பவில்லை. அவர் அதற்கு மாறாக மருத்துவரை அழைத்து வரவில்லை என்பதற் காகக் கோபமடைந்து, தொடர்ந்து மருந்தை உட்கொண்டு, வாழ்வதைப் பற்றிப் பேசினார். சில அபூர்வமான தருணங்களில், ஓபியம் அவரது இடைவிடாத வேதனையை ஒரு கணம் மறக்கச் செய்யும் போது, சில நேரங்களில் பாதித் தூக்கத்தில், மற்றவர்களைவிடத் தீவிரமாகத் தன் உள்ளத்தில் உள்ளதை வெளிப்படுத்தினார். "ஓ, இது மட்டும் முடிவாக இருந்தால்!" அல்லது "இது எப்போது முடியும்?" என்பார்.

அவருடைய வேதனை படிப்படியாக அதிகரித்து, தன் வேலையைச் செய்து, அவரை மரணத்திற்கு ஆயத்தப்படுத்தியது. அவர் எந்தப் பக்கம் திரும்பினாலும் வலி அவரைக் கொன்றது. அவர் தன்னை மறந்து ஒரு கணம்கூட இருக்க முடியவில்லை. அவர் உடலில் உச்சந்தலை முதல் உள்ளங்கால்வரை வலியும் வேதனையும் இல்லாத இடம் எதுவுமே இல்லை. இப்போது அவருடைய உடலைப் போலவே அவர் உடலைப் பற்றிய நினைவுகளும், எண்ணங்களும் கூட, அவருக்கு வெறுப்பைத் தந்தது. மற்றவர்களின் பார்வையும் பேச்சும் மட்டுமின்றி அவருடைய நினைவுகளும் அவருக்கு வலியைத் தவிர வேறெதையும் தரவில்லை. அவரைச் சுற்றியிருந்தவர்களும் அதை உணர முடிந்தது. எனவே அவர்கள் தங்களையும் அறியாமல் சுதந்திரமாக நடமாடு வதையும், பேசுவதையும், தங்கள் விருப்பங்களை வெளிப்படுத்து வதையும் தவிர்த்தனர். அவர் தன்னுடைய துன்பத்திலிருந்தும் அதை உணரும் வலியிலிருந்தும் விடுபட வேண்டும் என்ற ஆசை அவருடைய வாழ்க்கையை விழுங்கிக்கொண்டிருந்தது.

மரணத்தைத் தன் ஆசைகளை நிறைவேற்றும் கருவியாகவும், மகிழ்ச்சியாகவும் பார்க்கும் மாற்றம் அவருக்குள் நிகழ்ந்து கொண்டிருப்பது தெளிவாகத் தெரிந்தது. பசி, களைப்பு, தாகம் போன்ற ஒவ்வொரு தனித்தனி உணர்வும் முன்பு ஏதேனும் ஒரு உடல் இயக்கத்தால் பூர்த்தி செய்யப்பட்டு இன்பம் கிடைத்தது. ஆனால் இப்போது அவற்றைப் பூர்த்தி செய்வதற்கான எந்த முயற்சியும் புதிய துன்பத்தைக் கொடுத்தது. எனவே அனைத்துத் தனித்தனி ஆசைகளும் ஒன்றிணைந்து, எல்லாத் துன்பங்களுக்கும் மூலமான உடலிலிருந்து விடுதலை பெற வேண்டும் என்ற ஒரே ஆசையாக மாறியது. ஆனால் அந்த விடுதலை வேட்கையை வெளிப்படுத்த அவரிடம் எந்த வார்த்தைகளும் இல்லை என்பதால் அவர் அதைப் பற்றிப் பேசவில்லை. ஆனால் பழக்கத்தின் காரணமாக இனி எப்போதும் நிறைவேற்ற முடியாத ஆசைகளை நிறைவேற்றும்படி கேட்டார். “என்னை மறுபக்கம் திருப்பிப் படுக்க வையுங்கள்” என்று சொல்லிவிட்டு, உடனே முன்பு இருந்த நிலையில் படுக்க வைக்கும்படி கேட்பார். “கொஞ்சம் சூப் கொடுங்கள். இல்லை, சூப் வேண்டாம். ஏதாவது பேசுங்கள். ஏன் மௌனமாக இருக்கிறீர்கள்?” என்பார். அவர்கள் பேசத் தொடங்கியதும் கண்களை மூடிக் கொண்டு, சோர்வையும், வெறுப்பையும், அலட்சியத்தையும் வெளிக் காட்டுவார்.

அவர்கள் அங்கு வந்த பத்தாவது நாள் கிட்டிக்கு உடல்நலக் குறைவு ஏற்பட்டது. அவளுக்குத் தலைவலியும் குமட்டலும் இருந்ததால் காலை முழுவதும் அவளால் படுக்கையிலிருந்து எழுந்திருக்க முடியவில்லை.

அது சோர்வினாலும் கவலையாலும் ஏற்பட்டது என்று விளக்கிய மருத்துவர் ஓய்வு எடுக்கும்படி அறிவுறுத்தினார்.

இரவு உணவிற்குப் பிறகு கிட்டி எம்பிராய்டரி பின்னலை எடுத்துக் கொண்டு வழக்கம் போல நோயுற்ற மனிதரைப் பார்க்கச் சென்றாள். அவள் உள்ளே வந்ததும் அவர் அவளைக் கடுகடுத்த முகத்துடன் பார்த்தார். அவள் தனக்கு உடல்நலமில்லை என்று சொன்னபோது அவர் இகழ்ச்சியுடன் சிரித்தார். அன்று அவர் தொடர்ந்து மூக்கை உறிஞ்சிக்கொண்டும் பரிதாபமாக முனகிக் கொண்டும் கிடந்தார்.

“எப்படி இருக்கிறீர்கள்?” என்று கேட்டாள்.

“மோசம்” என்றார் சிரமத்துடன். “வலிக்கிறது!”

“எங்கே வலிக்கிறது?”

“எல்லா இடத்திலும்.”

"நீங்களே பாருங்கள், அது இன்றோடு முடிந்துவிடும்" என்று மரியா நிக்கோலோவ்னா கிசுகிசுத்தாள். அவருடைய செவித்திறன் கூர்மையானது என்பதை அறிந்திருந்த லெவின் அது அவருக்குக் கேட்டிருக்க வேண்டும் என்று நினைத்தார். "உஷ்" என்று அவளை அடக்கிய லெவின் தன் சகோதரனைப் பார்த்தார். அவர் அதைக் கேட்டார் என்றாலும் அந்த வார்த்தைகள் அவரிடம் எந்தப் பாதிப்பையும் ஏற்படுத்தவில்லை. அவர் கண்களில் இன்னும் அதே தீவிரமான வெறுப்பு இருந்தது.

"நீங்கள் ஏன் அப்படி நினைக்கிறீர்கள்?" என்று லெவின், நடை பாதையில் தன்னைப் பின்தொடர்ந்து வந்த அவளிடம் கேட்டார்.

"அவர் தன்னைத் தானே இறுக்கிப் பிடித்துக் கொள்ள ஆரம்பித் திருக்கிறார்" என்றாள் மரியா நிக்கோலோவ்னா.

"இறுக்கிப் பிடிப்பதா, எப்படி?"

"இப்படி" என்று அவள் தன் உடையின் மடிப்புகளைப் பிடித்து இழுத்துக் காட்டினாள்.

உண்மையில் அன்று முழுவதும் நோயுற்றவர் எதையோ இழுக்க விரும்புவது போல தன்னைத் தானே பிடித்துக் கொள்வதை லெவின் கவனித்திருந்தார்.

மரியா நிக்கோலேவ்னாவின் கணிப்பு சரியாக இருந்தது. இரவு நேரத்தில் நோயுற்றவரால் கைகளைத் தூக்க முடியவில்லை. கண்களில் இருந்த அதே தீவிர பாவத்துடன் தனக்கு முன்னால் வெறித்துப் பார்த்துக் கொண்டிருந்தார். லெவினும் கிட்டியும் அவர் தங்களைப் பார்க்கிறாரா என்பதை அறிய அவர் மீது குனிந்தபோது கூட, அவரது தோற்றம் மாறாமல் அப்படியே இருந்தது. இறந்து கொண்டி ருப்பவருக்கான பிரார்த்தனையைப் படிக்க கிட்டி ஒரு பாதிரியாரை அழைத்து வரச் சொன்னாள்.

பாதிரியார் ஜெபங்களைப் படித்துக் கொண்டிருந்தபோது, இறந்து கொண்டிருந்த மனிதரிடம் உயிர் இருப்பதற்கான எந்தச் சலனமும் இல்லை, அவர் கண்கள் மூடியிருந்தன. லெவின், கிட்டி, மரியா நிக்கோலேவ்னா மூவரும் கட்டிலுக்கு அருகில் நின்றனர். பாதிரியார் ஜெபத்தைப் படித்து முடிப்பதற்குள், இறந்து கொண்டி ருந்தவர் பெருமூச்சு விட்டுக் கண்களைத் திறந்தார். பாதிரியார் ஜெபங்களை முடித்து, சிலுவையை அவரது குளிர்ந்த நெற்றி மீது வைத்து, பின்னர் மெதுவாக அதைத் தன் வஸ்திரத்தில் சுற்றிப் பிடித்துக் கொண்டு, சில நிமிடங்கள் மௌனமாக நின்ற பிறகு, குளிர்ந்திருந்த, இரத்த ஓட்டமில்லாத பெரிய கையைத் தொட்டுப்பார்த்தார்.

"எல்லாம் முடிந்துவிட்டது" என்று சொன்ன பாதிரியார் புறப் படுவதற்குத் தயாரானார். ஆனால் திடீரென்று இறந்த மனிதரின்

மீசை மெல்ல அசைந்தது. அந்த நிசப்தத்தில், அவரது விலா எலும்பின் ஆழத்திலிருந்து, கூர்ந்த வித்தியாசமான ஒலிகள் எழுவது தெளிவாகக் கேட்டது.

"இல்லை... விரைவில்."

ஒரு நிமிடத்திற்குப் பிறகு, அவருடைய தெளிந்த முகத்தில், மீசைக்கு அடியில் ஒரு புன்னகை விரிந்தது. கூடியிருந்த பெண்கள் கவனமாகச் சடலத்தைக் கீழே கிடத்தினர்.

அந்த இலையுதிர்கால மாலையில் தன் சகோதரர் வருகை தந்தபோது லெவினை ஆட்கொண்ட மரணத்தின் புரிந்துகொள்ள முடியாத தன்மையும், அதன் அருகாமையும், அதன் தவிர்க்க முடியாத தன்மையும் அவரிடம் ஏற்படுத்திய திகில் உணர்வு, இப்போது சகோதரனுக்கு நேர்ந்த மரணத்தைக் கண்டதும் மீண்டும் புத்துயிர் பெற்று எழுந்தது. அந்த உணர்வு முன்னைவிட இப்போது அதிக வலிமையுடன் அவரைத் தாக்கியிருந்தாலும், மரணத்தின் அர்த்தத்தைப் புரிந்து கொள்ளும் ஆற்றல் தன்னிடம் குறைந்து விட்டதை அவர் உணர்ந்தார். மேலும் அதன் தவிர்க்க முடியாத தன்மை இன்னும் பயங்கரமாகத் தோன்றியது. ஆனால் இப்போது அவரது மனைவி அருகில் இருந்ததால், அந்த உணர்வு அவரை விரக்தியின் எல்லைக்கு இட்டுச் செல்லவில்லை. இறப்பைத் தவிர்க்க முடியாது என்றாலும், வாழ வேண்டிய அவசியத்தையும் அன்பு செலுத்த வேண்டிய அவசியத்தையும் அவர் உணர்ந்தார். மரணத்தின் விரக்தியிலிருந்து அன்பு தன்னைக் காப்பாற்றி விட்டதாகவும், விரக்தியின் அச்சுறுத்தலின் கீழ் அந்த அன்பு, மேலும் வலிமையாக, தூய்மையாக மாறிவிட்டதையும் அவர் உணர்ந்தார்.

அவரது கண்களுக்கு முன்னால் கடந்து சென்ற மரணம் என்ற புரியாத புதிருக்கு விடை காணும் முன்பே, அதைப் போன்றே விடை காண முடியாத மற்றொரு புரியாத புதிர் அவர் முன்னால் தோன்றி, காதலுக்கும் வாழ்க்கைக்கும் அழைப்பு விடுத்தது.

கிட்டியின் உடல்நலக் குறைவு பற்றி தனக்கிருந்த சந்தேகத்தை, கர்ப்பத்தின் அறிகுறி என்று மருத்துவர் உறுதி செய்தார்.

21

பெட்ஸி, ஸ்டீபன் ஆர்கடியேவிச் ஆகியோருடன் அலெக்ஸி அலெக்ஸாண்ட்ரோவிச் பேசியதிலிருந்து, அவர்கள் தன்னிடம் எதிர்பார்ப்பது, தான் தன் மனைவிக்குப் பாரமாக இல்லாமல், அவளை நிம்மதியாக விட்டுச் செல்ல வேண்டும் என்பதைப் புரிந்து கொண்டார். அவர் மனைவியே அதை விரும்பியதாலும், இப்போது தனக்கு

என்ன வேண்டும் என்பதை அவரால் தீர்மானிக்க முடியாததாலும், எதையும் சுயமாக முடிவு செய்ய முடியாத அளவுக்கு ஏற்பட்ட குழப்பத்தாலும், தன்னுடைய விவகாரங்களைக் கவனிப்பதில் அதிகளவு மகிழ்ச்சி அடையும் மனிதர்களின் கைகளில் தன்னை ஒப்படைத்து, எல்லாவற்றுக்கும் சம்மதம் தெரிவித்தார். அன்னா வீட்டை விட்டு வெளியேறிய பிறகு, ஆங்கில ஆசிரியை அவருடன் சேர்ந்து உணவருந்துவதா அல்லது தனியாக சாப்பிடுவதா என்று கேட்டபோதுதான், அவர் முதல் முறையாகத் தன்னுடைய நிலையைத் தெளிவாகப் புரிந்து கொண்டு, திகைத்து நின்றார்.

அந்தச் சூழ்நிலையில் மிகவும் கஷ்டமானது என்னவெனில், அவரால் தனது கடந்த காலத்தை இப்போதுள்ள வாழ்க்கையுடன் எந்தவகையிலும் தொடர்புபடுத்தவோ சமரசம் செய்யவோ முடிய வில்லை என்பதுதான். அவர் தனது மனைவியுடன் மகிழ்ச்சியாக வாழ்ந்த கடந்தகால நினைவுகள் அவருக்குத் துன்பத்தை ஏற்படுத்த வில்லை. ஆனால் கடந்த காலத்தில் தன் மனைவியின் துரோகத்தை அறிந்த பிறகு அவர் ஏற்கனவே போதுமான அளவுக்கு வேதனையை அனுபவித்து விட்டார். அந்த நிலை அவருக்கு வேதனையாக இருந்தது என்றாலும் புரிந்துகொள்ளக் கூடியதாக இருந்தது. அப்போது தான் செய்த துரோகத்தை ஒப்புக்கொண்ட அவள், அவரை விட்டுப் பிரிந்திருந்தால் அவர் நிச்சயமாக வருத்தமும் வேதனையும் அடைந் திருப்பார். ஆனால் அவர் இப்போது தான் இருப்பதாக உணரும் நம்பிக்கையற்ற, புரிந்துகொள்ள முடியாத நிலையில் இருந்திருக்க மாட்டார். அவர் அவளை மன்னித்து, அவள் மீதும், அவளுடைய காதலன் குழந்தை மீதும் வைத்த அன்பிற்கும் பாசத்திற்கும் பிரதி பலனாக, இப்போது அவர் எல்லோருடைய அவமானத்திற்கும், கேலிக்கும், வெறுப்புக்கும் ஆளாகி, தனிமைப்படுத்தப்பட்டு, யாருக்கும் தேவையற்றவராகி விட்டதை அவரால் எந்த விதத்திலும் சமரசம் செய்துகொள்ள முடியவில்லை.

தனது மனைவி சென்ற பிறகு முதல் இரு நாட்கள், அலெக்ஸி அலெக்ஸாண்ட்ரோவிச், வழக்கம் போல மனுதாரர்களையும், அவரது தலைமைச் செயலாளரையும் சந்திக்கவும், குழுக் கூட்டங்களில் கலந்து கொள்ளவும், சாப்பாட்டு அறையில் இரவு உணவு சாப்பிடவும் செய்தார். தான் எதனால் அப்படிச் செய்கிறோம் என்பதை யோசிக் காமல், அந்த இரு நாட்களும் தன் முழு ஆற்றலையும் திரட்டி, தான் அமைதியாக, அலட்சியமாக இருப்பது போல நடித்தார். அன்னா ஆர்கடியேவ்னாவின் அறைகளையும் உடைமைகளையும் என்ன செய்வது என்ற கேள்விக்குப் பதில் சொல்லும்போது, நடந்ததில் எதிர்பாராததும் வழக்கத்திற்கு மாறானதும் எதுவும் இல்லை என்று நினைக்கும் ஒரு மனிதனின் தோற்றத்தில் காட்சியளிக்க அவர்

பெருமுயற்சி செய்தார். மேலும் அவர் அதில் வெற்றி பெற்றார் ஏனெனில் அவர் விரக்தியில் இருக்கிறார் என்பதற்கான எந்த அறிகுறிகளையும் யாராலும் கண்டுபிடிக்க முடியவில்லை. ஆனால் அவள் சென்ற மூன்றாவது நாள், வேலைக்காரன் கோர்னி அவரிடம் ஒரு ரசீதைக் கொடுத்து, அன்னா பணம் கொடுக்க மறந்துவிட்ட கடையின் உதவியாளர் நேரில் வந்திருப்பதாகச் சொன்னபோது, அலெக்ஸி அலெக்ஸாண்ட்ரோவிச் அவரை உள்ளே அனுப்பும்படி சொன்னார்.

"உங்களைச் சிரமப்படுத்துவதற்கு மன்னிக்கவும். ஆனால் நான் அவரைப் பார்க்க வேண்டும் என்று நீங்கள் விரும்பினால், தயவு செய்து அவருடைய முகவரியைத் தெரிவியுங்கள்."

அலெக்ஸி அலெக்ஸாண்ட்ரோவிச் அவர் சொல்வதை யோசிப்பது போல சிந்தனையில் ஆழ்ந்தார். திடீரென்று திரும்பிய அவர் மேசையின் மீது அமர்ந்தார். தலையைக் கைகளில் புதைத்துக் கொண்டு நீண்ட நேரம் அதே நிலையில் அமர்ந்திருந்தார். அவர் பல முறை பேசுவதற்கு முயன்று, ஒவ்வொரு முறையும் பேசாமல் நிறுத்திக் கொண்டார்.

தன் எஜமானர் என்ன நினைக்கிறார் என்பதைப் புரிந்து கொண்ட கோர்னி உதவியாளரை மற்றொரு நாள் வரச் சொன்னான். மீண்டும் தனிமையில் இருந்த அலெக்ஸி அலெக்ஸாண்ட்ரோவிச், இனியும் தான் நிதானமாகவும் உறுதியாகவும் இருப்பதாக நடிக்க முடியாது என்பதை உணர்ந்தார். வெளியே செல்வதற்காகக் காத்திருந்த வண்டியை நிறுத்தச் சொல்லிவிட்டு, தன்னைப் பார்க்க யாரையும் அனுமதிக்க வேண்டாம் என்று உத்தரவிட்ட அவர், இரவு உணவுக்குக் கூட வர வில்லை.

வேலைக்காரன் கோர்னியிடமும், கடையின் உதவியாளரிடமும், அந்த இரண்டு நாட்களில் அவர் சந்தித்த அனைவரிடமும் வெளிப் படையாகத் தெரிந்த, தன் இதயத்தைப் பெரும் சுமையாக அழுத்திய, அவமதிப்பையும் வெறுப்பையும் தன்னால் தாங்கிக் கொள்ள முடிய வில்லை என்பதையும், மற்றவரின் வெறுப்பைத் தன்னால் தடுக்க முடியாது என்பதையும் அவர் உணர்ந்து கொண்டார், ஏனெனில் அந்த வெறுப்பு அவர் கெட்டவர் என்பதிலிருந்து வரவில்லை (அப்படி யிருந்தால் அவர் நல்லவராக இருக்க முயற்சி செய்திருப்பார்), மாறாக அவருக்கு நேர்ந்த இழிவான வெறுப்பூட்டும் துயரத்தால் ஏற்பட்டது. தன் மீது அவர்கள் இரக்கமற்றவர்களாக இருப்பதற்கு அதுதான் காரணம் என்பதை அறிந்து அவருடைய இதயம் நொறுங்கிப் போனது. அடிபட்ட நாய் வலியால் கதறினால் அடித்துக் கொல்லப் படுவது போல அவர்கள் தன்னை அழித்து விடுவார்கள் என்று அவர் நினைத்தார். எனவே அவர்களிடமிருந்து தப்பிக்க ஒரே வழி

தனக்கு ஏற்பட்ட காயங்களை மறைப்பதுதான் என்று முடிவு செய்த அவர் தன்னையும் அறியாமல் இரண்டு நாட்களாக அதைத்தான் செய்ய முயன்றார். ஆனால் இப்போது அவர் சரிநிகர் சமானமாக இல்லாத அந்தப் போராட்டத்தைத் தன்னால் தொடர முடியவில்லை என்பதை உணர்ந்து கொண்டார்.

தன்னுடைய துக்கத்திற்குத் தோள்கொடுப்பார் யாருமின்றி அவர் மட்டும் தனிமையில் இருக்கும் உணர்வால் அவரது விரக்தி மேலும் தீவிரமானது. அவரை ஒரு மூத்த அதிகாரியாகவோ அல்லது உடன் பணியாற்றும் ஒருவராகவோ நினைக்காமல், வெறுமனே துயரத்தில் தத்தளிக்கும் ஒரு ஜீவனாக, அவர் அனுபவித்த துயரங்களை மனம் விட்டுப் பேசக்கூடிய, அவர் மீது பரிதாபப்படக்கூடிய ஒருவர்கூட பீட்டர்ஸ்பர்க்கிலும் மட்டுமல்ல வேறு எங்கும் இல்லை.

அலெக்ஸி அலெக்ஸாண்ட்ரோவிச் அனாதையாக வளர்ந்தார். அவருக்கு உடன்பிறந்த சகோதரர் ஒருவர் இருந்தார். அவர்களுக்கு அவருடைய தந்தையை நினைவில் இல்லை. அவருக்குப் பத்து வயதாக இருக்கும்போது அவர்களின் தாயார் இறந்துவிட்டார். அவர்களுக்குச் சொற்ப அளவில் சொத்து இருந்தது. உயர் அதிகாரியும், மறைந்த பேரரசருக்கு மிகவும் பிடித்த, அவர்களின் மாமா கரீனின் அவர்களை வளர்த்தார்.

கரீனின் பள்ளியிலும், பல்கலைக்கழகத்திலும் பதக்கம் வென்று படிப்பை முடித்த பிறகு, தனது மாமாவின் உதவியுடன் சிவில் சர்வீஸில் தன் வாழ்க்கையைத் தொடங்கினார். அன்றிலிருந்து முழுமையாக உத்தியோகத்தில் முன்னேறும் லட்சியத்திற்காகத் தன்னை அர்ப் பணித்துக் கொண்டார். அவர் பள்ளியிலும், பல்கலைக்கழகத்திலும், அதன் பிறகு உத்தியோகத்திலும் யாருடனும் நட்புறவு வைத்துக் கொள்ளவில்லை. அவருடைய சகோதரர் அவருக்கு மிகவும் நெருக்கமாக இருந்தாலும் வெளியுறவு அமைச்சகத்தில் பணியாற்றிய அவர் எப்போதும் வெளிநாட்டில் வாழ்ந்து வந்தார். அலெக்ஸி அலெக்ஸாண்ட்ரோவிச்சிற்குத் திருமணம் முடிந்த சிறிது காலத்திற்குப் பிறகு அவர் அங்கேயே இறந்துவிட்டார்.

அவர் ஒரு மாகாணத்தின் ஆளுநராக இருந்தபோது, அன்னாவின் பணக்கார அத்தை, மாகாணப் பெண்மணி, இளைஞனாக இல்லா விட்டாலும், இளம் ஆளுநராக இருந்த அவரைத் தனது மருமகளுக்கு அறிமுகப்படுத்தி, அவளைத் திருமணம் செய்து கொள்ள வேண்டும் அல்லது ஊரை விட்டு வெளியேற வேண்டும் என்ற இக்கட்டான சூழ்நிலைக்கு அவரைத் தள்ளினாள். அலெக்ஸி அலெக்ஸாண்ட் ரோவிச் அதற்குத் தயங்கினார். அதற்கு எதிராகவும் ஆதரவாகவும் அவருக்குப் பல காரணங்கள் இருந்தன என்றாலும் அவர் தான் கடைப்பிடிக்கும் 'சந்தேகம் இருந்தால் செய்ய வேண்டாம்' என்ற

விதியை மாற்றிக் கொள்ள வேண்டிய கட்டாயம் ஏற்படுவதற்கு எந்த உறுதியான காரணமும் இல்லை. ஆனால் அன்னாவின் அத்தை, தான் ஏற்கனவே அவளைச் சம்மதிக்க வைத்துவிட்டதாகவும், அந்த மரியாதைக்காக அவர் அவளிடம் முன்மொழிய வேண்டும் என்று பரஸ்பரம் அறிமுகமான ஒருவர் மூலம் அவரிடம் தெரிவித்தாள். அவர் தன்னால் முடிந்த அனைத்து உணர்வுகளையும், வருங்கால மனைவியிடம் வெளிப்படுத்தி அவளை முன்மொழிந்தார்.

அன்னாவின் மீது அவர் கொண்டிருந்த நெருக்கமும் பாசமும், மற்றவர்களுடன் நெருக்கமான உறவை ஏற்படுத்திக் கொள்ள வேண்டும் என்ற அவசியத்தை அவருக்கு ஏற்படுத்தவில்லை. இப்போது அவருக்குத் தெரிந்தவர்களில் அவருக்கு நெருங்கிய ஒரு நண்பர்கூட இல்லை. அவருக்கு எண்ணற்ற தொடர்புகள் இருந்தன என்றாலும் நண்பர்கள் இல்லை. தன் வீட்டுக்கு இரவு விருந்துக்கு அழைக்கக்கூடிய பல பெரிய மனிதர்களை அவருக்குத் தெரியும். தனக்கு ஆர்வமுள்ள ஒரு விஷயத்தில் அவர்களைப் பங்கேற்கும்படி செய்யலாம் அல்லது ஏதேனும் ஒரு மனுதாரருக்கு முன்னுரிமை அளிக்கலாம் அல்லது அவர்களுடன் மற்றவர்களின் உத்தியோகபூர்வமான செயல்களையும் அரசு விவகாரங்களையும் பற்றி வெளிப்படையாக விவாதிக்கலாம். ஆனால் அந்த உறவுகள் சம்பிரதாயத்தாலும் பழக்கத்தாலும் முற்றிலும் வரையறுக்கப்பட்ட வட்டத்திற்குள் மட்டுமே சாத்தியம் என்பதால் அதிலிருந்து விலகிச் செல்ல முடியாது. பல்கலைக்கழகத்தில் அவருடன் படித்த சக மாணவர் ஒருவருடன் அவருக்குப் பின்னாளில் நட்பு ஏற்பட்டது. அவர் அவரிடம் தன் துக்கத்தைப் பேசியிருக்கலாம். ஆனால் அவர் இப்போது தொலைதூர மாவட்டத்தில் கல்வித் துறையில் பதவியில் இருந்தார். பீட்டர்ஸ்பர்க்கில் உள்ளவர்களில் அவருக்கு மிகவும் நெருக்கமானவர்கள் அவரது மருத்துவரும், அவரது தலைமைச் செயலாளரும் மட்டுமே.

அவரது தலைமைச் செயலாளர் மிகைல் வாசிலியேவிச் ஸ்லியுடின் ஒரு எளிமையான, புத்திசாலியான, ஒழுக்கமான நல்ல மனிதர். தனிப்பட்ட முறையில் அவருக்குத் தன் மீது நல்ல அபிப்பிராயம் இருப்பதை அலெக்ஸி அலெக்ஸாண்ட்ரோவிச் உணர்ந்தார். ஆனால் அவர்களின் ஐந்து வருட தொழில்முறை உறவு அவர்களுக்கு இடையே மனம்விட்டுப் பேசுவதற்குத் தடையாக இருந்தது.

ஆவணங்களில் கையெழுத்திட்ட பிறகு, நீண்ட மௌனத்தில் ஆழ்ந்து, அவ்வப்போது மிகைல் வாசிலியேவிச்சைப் பார்த்துக் கொண்டிருந்த அலெக்ஸி அலெக்ஸாண்ட்ரோவிச், அவரிடம் பலமுறை பேசுவதற்கு முயன்றார் என்றாலும் முடியவில்லை. அவரிடம் பேசுவதற்காக, 'என்னுடைய துயரம் உங்களுக்குத் தெரியுமா?' என்ற சொற்றொடரை அவர் ஏற்கனவே தயாரித்து வைத்திருந்தார்.

ஆனால் அவர் வழக்கம்போல, "நீங்கள் எனக்காக அதைத் தயார் செய்யுங்கள்" என்று சொல்லி அவரை அனுப்பி வைத்தார்.

மற்றொருவரான மருத்துவரும் அவரிடம் நல்ல அபிமானம் உடையவர் என்றாலும் இருவரும் எப்போதும் வேலையில் மூழ்கி யிருப்பதால் இருவருக்கும் வேறு எதற்கும் நேரம் இல்லை என்ற ஒரு மறைமுகமான புரிதலுக்கு அவர்கள் நீண்ட காலத்திற்கு முன்பே வந்திருந்தனர்.

அவருடைய பெண் நண்பர்களில் முக்கியமான கோமகள் லிடியா இவானோவ்னாவை, அலெக்ஸி அலெக்ஸாண்ட்ரோவிச் நினைத்துப் பார்க்கவில்லை. ஏனெனில் எல்லாப் பெண்களும் அவருக்குப் பயங் கரமாகவும் வெறுப்பாகவும் தோன்றினார்கள்.

22

அலெக்ஸி அலெக்ஸாண்ட்ரோவிச், கோமகள் லிடியா இவா னோவ்னாவை மறந்துவிட்டாலும், அவள் அவரை மறக்கவில்லை. அவர் விரக்தியின் உச்சத்தில் தனிமையில் இருந்த அந்தத் தருணத்தில், அவருடைய வீட்டிற்கு வந்த அவள், முன்னறிவிப்பின்றி அவருடைய படிப்பறைக்குள் நுழைந்தாள். அவர் இரு கைகளிலும் தலையைப் புதைத்துக் கொண்டு நீண்ட நேரமாக அசையாமல் உட்கார்ந்திருந்த கோலத்தில் அவரைப் பார்த்தாள்.

"நான் வலுக்கட்டாயமாக உள்ளே நுழைந்து விட்டேன்" என்று சொல்லிக் கொண்டே அவள் வேகமாக நடந்து வந்தாள். அந்த வேகமான நடையாலும் பதட்டத்தாலும் அவளுக்கு மூச்சிரைத்தது. "நான் எல்லாவற்றையும் கேள்விப்பட்டேன்! அலெக்ஸி அலெக்ஸாண்ட் ரோவிச்! என் அருமை நண்பரே!" என்று சொன்ன அவள் அவரு டைய கைகளைத் தன்னுடைய இரு கைகளாலும் இறுக்கமாகப் பிடித்துக் கொண்டு, அவளுடைய அழகிய கண்களால் ஏக்கத்துடன் அவரை உற்றுப் பார்த்தாள்.

அலெக்ஸி அலெக்ஸாண்ட்ரோவிச் முகத்தைச் சுளித்தபடி எழுந்து, தன் கையை அவளிடமிருந்து விடுவித்துக் கொண்டு அவளுக்கு ஒரு நாற்காலியை நகர்த்தினார்.

"உட்காருங்கள் கோமகள். எனக்கு உடல்நலமில்லை என்பதால் நான் யாரையும் பார்க்கும் நிலையில் இல்லை" என்று சொன்ன அவருடைய உதடுகள் நடுங்கின.

"என் அருமை நண்பரே!" என்று அவர் மீதிருந்த கண்களை விலக்காமல் அவள் திரும்பவும் சொன்னாள். சட்டென்று அவளுடைய

புருவங்களின் நுனி உயர்ந்து நெற்றியில் ஒரு முக்கோணத்தை ஏற்படுத்தியது. அவளுடைய அழகற்ற மஞ்சள் நிற முகம் மேலும் அழகற்றதாக மாறியது. ஆனால் அவள் தன் மீது இரக்கப்பட்டு அழுவதற்குத் தயாராக இருப்பதை அலெக்ஸி அலெக்ஸாண்ட்ரோவிச் உணர்ந்தார். அதனால் மனம் நெகிழ்ந்த அவரும் அவளுடைய பருமனான கையைப் பிடித்து முத்தமிட ஆரம்பித்தார்.

"என் அருமை நண்பரே!" என்று உணர்ச்சிவசப்பட்ட குரலில் திரும்பவும் சொன்னாள். "நீங்கள் துயரத்திற்கு அடிபணியக் கூடாது. உங்களுக்கு நேர்ந்த துயரம் தாங்க முடியாதது என்றாலும் அதற்காக மனம் தளர்ந்துவிடக் கூடாது."

"நான் உடைந்து நொறுங்கிவிட்டேன். நான் இனியும் ஒரு மனிதனாக வாழ முடியாது" என்ற அவர் அவளுடைய கையை விட்டுவிட்டு, கண்ணீர் வழிந்த அவள் கண்களையே பார்த்துக் கொண்டிருந்தார். "இதில் கொடுமை என்னவென்றால், நான் எனக்கு உள்ளேயும் அல்லது எங்கேயும் காலூன்றி நிற்க இடமில்லை."

"உங்களுக்கு ஆதரவு கிடைக்கும், தேடுங்கள். என் நட்பின் மீது நீங்கள் நம்பிக்கை வையுங்கள் என்று நான் சொன்னாலும், நீங்கள் அதை என்னிடம் தேட முடியாது" என்று அவள் பெரு மூச்சுடன் சொன்னாள். "நமக்கு அன்புதான் உறுதியான அடித்தளம். அவர் நமக்கு அருளிய அன்பு. அவரது சுமை இலகுவானது" என்று அவருக்கு நன்றாகத் தெரிந்த பரவசமான புன்னகையுடன் அவள் சொன்னாள். "அவர் உங்களுக்கு உறுதுணையாக இருந்து உதவி செய்வார்!"

அவள் அவளுடைய ஆன்மிக உணர்வுகளைத் தொட்டு உருக்கமாகப் பேசினாள் என்றாலும், அவளுடைய வார்த்தைகள் தற்போது பீட்டர்ஸ்பர்க்கில் பரவியிருந்த புதிய, பரவசமான, உற்சாகமான மனநிலையை வெளிப்படுத்தியது என்றாலும், அந்த வார்த்தைகள் அலெக்ஸி அலெக்ஸாண்ட்ரோவிச்சிற்கு மிகவும் அதீதமாகப் பட்டன என்றாலும், அப்போது அதைக் கேட்பது அவருக்கு ஆனந்தமாக இருந்தது.

"நான் பலவீனமானவன். நான் அழிந்து போனவன். என்னால் எதையும் முன்கூட்டி பார்க்க முடியவில்லை. இப்போது எனக்கு எதுவும் புரியவில்லை."

"என் அருமை நண்பரே" என்று லிடியா இவானோவ்னா மீண்டும் சொன்னாள்.

"இப்போது நான் இழந்தது இழப்பு அல்ல, அது அல்ல இழப்பு" என்ற அலெக்ஸி அலெக்ஸாண்ட்ரோவிச் தொடர்ந்தார். "எனக்கு அதில் எந்த வருத்தமும் இல்லை. ஆனால் நான் வகிக்கும் பதவியின்

காரணமாக மக்கள் முன்னால் நான் வெட்கப்பட்டு தலை குனியாமல் இருக்க முடியாது. அதுதான் மோசமானது. ஆனால் அதற்காக என்னால் எதுவும் செய்ய முடியவில்லை. நான் எதுவும் செய்ய முடியவில்லை."

"என்னையும் மற்றவர்களையும் பரவசத்தில் ஆழ்த்திய அந்த மகத்தான மன்னிக்கும் காரியத்தைச் செய்தது நீங்கள் அல்ல, உங்கள் இதயத்தில் குடிகொண்டிருக்கும் அவர்தான்" என்ற கோமகள் லிடியா இவானோவ்னா பரவசத்துடன் நிமிர்ந்து பார்த்தாள்.

அலெக்ஸி அலெக்ஸாண்ட்ரோவிச் முகத்தைச் சுளித்தபடி, கைகளைப் பின்னோக்கி வளைத்து விரல்களில் நெட்டி முறிக்கத் தொடங்கினார்.

"ஒருவருக்கு எல்லா விவரங்களும் தெரிந்திருக்க வேண்டும்" என்று மெல்லிய குரலில் சொன்னார். "கோமகளே, ஒரு மனிதனின் வலிமைக்கு எல்லை உண்டு. நான் என் எல்லையை அடைந்து விட்டேன். இன்று நாள் முழுவதையும் என்னுடைய தனிமைச் சூழ்நிலையால் ஏற்பட்ட தேவைக்கேற்ப வீட்டைப் பராமரிப்பதில் நான் செலவிட்டேன். (ஏற்பட்ட என்ற வார்த்தைக்கு அவர் அழுத்தம் கொடுத்தார்). வேலையாட்கள், ஆசிரியைகள், கணக்குவழக்குகள்... அந்த அற்பமான தீப்பிழம்புகளில் நான் தீய்ந்து போனேன். அதைத் தாங்கும் சக்தி எனக்கு இல்லை. இரவு உணவின் போது... நேற்று நான் சாப்பிடாமல் எழுந்து சென்று விட்டேன். என் மகன் என்னைப் பார்த்த பார்வையை என்னால் தாங்கிக்கொள்ள முடியவில்லை. அவன் இதற்கெல்லாம் என்ன அர்த்தம் என்று கேட்கவில்லை என்றாலும் அதைக் கேட்பதற்கு விரும்பினான். அவனுடைய அந்தத் தோற்றத்தை என்னால் தாங்கிக்கொள்ள முடியவில்லை. அவன் என்னைப் பார்ப்பதற்குப் பயப்படுகிறான். ஆனால் அதுமட்டுமல்ல..."

பணம் கொடுக்காமல் அன்னா வாங்கிய பொருளுக்கு வந்த ரசீதைப் பற்றி அலெக்ஸி அலெக்ஸாண்ட்ரோவிச், அவளிடம் சொல்ல விரும்பினார். ஆனால் அவருடைய குரல் நடுங்கியதால் அவர் பேசுவதை நிறுத்திக் கொண்டார். நீல நிறக் காகிதத்தில், ரிப்பன் சுற்றிய உறையுடன் இருந்த அந்த ரசீதை, சுயபச்சாதாபம் இன்றி அவரால் நினைவுகூற முடியவில்லை.

"எனக்குப் புரிகிறது நண்பரே" என்றாள் கோமகள் லிடியா இவானோவ்னா. "என்னால் எல்லாவற்றையும் புரிந்துகொள்ள முடிகிறது. என்னிடமிருந்து உங்களுக்கு எந்த உதவியும் ஆறுதலும் கிடைக்காது, ஆனால் என்னால் முடிந்தவரை உங்களுக்கு உதவி செய்யவே வந்திருக்கிறேன். இந்த அற்பமான, சில்லறை கவலைகளி லிருந்து உங்களை விடுவிக்க வேண்டும் என்றால்... ஒரு பெண்ணின்

அதிகாரமும் வார்த்தையும் தேவை என்பதை என்னால் புரிந்து கொள்ள முடிகிறது. அதை என்னிடம் நம்பிக்கையுடன் ஒப்படைப் பீர்களா?"

அலெக்ஸி அலெக்ஸாண்ட்ரோவிச் மௌனமாக நன்றியுடன் அவள் கையை அழுத்தினார்.

"நாம் இருவரும் செரியோஷாவைப் பார்த்துக் கொள்வோம். நடைமுறை விவகாரங்களில் எனக்கு அதிக அனுபவம் இல்லை என்றாலும் நான் அதை எடுத்துக் கொண்டு, உங்கள் வீட்டு வேலைக் காரியாக இருப்பேன். எனக்கு நன்றி சொல்லாதீர்கள். நான் அதைச் செய்யவில்லை..."

"நான் உங்களுக்கு நன்றி சொல்லாமல் இருக்க முடியாது."

"ஆனால் என் அருமை நண்பரே, நீங்கள் எந்த உணர்வுடன் பேசினீர்களோ அந்த உணர்வுக்கு அடிபணிய வேண்டாம். தன்னைத் தாழ்த்திக் கொள்பவன் உயர்த்தப்படுவான் என்பதே கிறிஸ்துவத்தின் உயர்ந்த லட்சியம் என்பதால் நீங்கள் அது குறித்து வெட்கப்பட வேண்டியதில்லை. நீங்கள் எனக்கு நன்றி சொல்லக் கூடாது. நீங்கள் அவருக்கு நன்றி சொல்லி, அவரிடம் உதவி கேளுங்கள். அவரிடம் மட்டுமே நீங்கள் அமைதியையும், ஆறுதலையும், இரட்சிப்பையும் பெற முடியும்!" என்ற அவள், கண்களை ஆகாயத்தை நோக்கி உயர்த்தினாள். அவளுடைய மௌனத்திலிருந்து அவள் பிரார்த்தனை செய்கிறாள் என்பதை அலெக்ஸி அலெக்ஸாண்ட்ரோவிச் புரிந்து கொண்டார்.

அலெக்ஸி அலெக்ஸாண்ட்ரோவிச் அந்த நேரத்தில் அவள் சொல்வதைக் கேட்டுக் கொண்டார். முன்பு அவளிடம் அவர் கண்ட, அவருக்கு வெறுப்பைத் தராவிட்டாலும், நிச்சயமாக அதீதமாகத் தோன்றிய அந்த ஆன்மிக வெளிப்பாடு, இப்போது வெகு இயல்பாகவும், ஆறுதலாகவும் தோன்றியது. தற்போதுள்ள அந்தப் புதிய பரவசம் அவருக்குப் பிடிக்கவில்லை என்பது உண்மை தான். ஒரு ஆத்திகரான அவர், அரசியல் பார்வையுடன் மதத்தை அணுகுவதில் அக்கறை காட்டினார். ஆனால் அந்தப் புதிய போதனை முறை சில புதிய விளக்கங்களை ஏற்றுக் கொண்டதுடன், முக்கியமாக அதன் காரணமாக, வாதத்திற்கும் பகுப்பாய்வுக்கும் வழிவகுத்ததால், கொள்கைரீதியாக அது அவருக்குப் பிடிக்கவில்லை. முன்பு அவர் அந்தப் புதிய போதனையின் மீது வெறுப்பும் விரோதமும் கொண்டிருந்தார். அந்தப் புதிய போதனையைத் தீவிர உற்சாகத்துடன் பின்பற்றிய கோமகள் லிடியா இவானோவ்னாவுடன் அவர் ஒருபோதும் வாதிட்டதில்லை. ஆனால், அவரை வாதத்திற்குத் தூண்டிவிட அவள் மேற்கொண்ட முயற்சிகளை அவர் மௌனமாகத் தவிர்த்தார்.

இப்போதுதான் முதல் முறையாக அவள் சொன்ன வார்த்தைகளை எந்த ஆட்சேபணையும் இன்றி மகிழ்ச்சியுடன் கேட்டுக் கொண்டார்.

அவள் பிரார்த்தனையை முடித்ததும், "உங்கள் செயல்களுக்கும், வார்த்தைகளுக்கும் நான் நன்றியுள்ளவனாக இருப்பேன்" என்று சொன்னார்.

கோமகள் லிடியா இவானோவ்னா மீண்டும் தன் நண்பரின் இரு கைகளையும் அழுத்தினாள்.

"இப்போது நான் என் வேலையை ஆரம்பிக்கிறேன்" என்று புன்னகையுடன் சொன்ன அவள், கன்னங்களில் வழிந்த கடைசித் துளி கண்ணீரைத் துடைத்துக் கொண்டாள். "நான் முதலில் செரியோஷாவைப் பார்க்கிறேன். மிகவும் அவசியம் என்றால் மட்டும் நான் உங்களிடம் வருவேன்" என்ற அவள் எழுந்து அறையை விட்டு வெளியேறினாள்.

வீட்டில் செரியோஷா இருந்த பகுதிக்குச் சென்ற அவள், பயந்திருந்த சிறுவனின் கன்னங்களைக் கண்ணீரால் நனைத்து, அவனது தந்தை ஒரு மகான் என்றும், அவனது தாயார் இறந்து விட்டதாகவும் கூறினாள்.

கோமகள் லிடியா இவானோவ்னா தனது வாக்குறுதியை நிறைவேற்றினாள். அலெக்ஸி அலெக்ஸாண்ட்ரோவிச்சின் வீட்டை நிர்வகிக்கும் பொறுப்பை அவள் ஏற்றுக் கொண்டாள். ஆனால் நடைமுறை விவகாரங்களில் தனக்கு அதிக அனுபவம் இல்லை என்று அவள் காரணமின்றி கூறவில்லை. ஏனெனில் அவளுடைய எந்த உத்தரவையும் மாற்றமின்றி அப்படியே செயல்படுத்துவது சாத்தியமற்றதாக இருந்தது. எனவே அலெக்ஸி அலெக்ஸாண்ட்ரோவிச்சின் வேலைக்காரன் கோர்னி அவற்றில் தேவையான மாறுதல்களைச் செய்து, யாருக்கும் தெரியாமல் மறைமுகமாக வீட்டை நிர்வகித்து வந்தான். எஜமானர் அமைதியாகவும் கவனமாகவும் ஆடை அணியும் வேளையில் அவருக்குத் தேவையான விஷயங்களை அவன் அவரிடம் தெரிவித்தான். ஆனால் கோமகள் லிடியா இவானோவ்னாவின் உதவி மிகவும் பயனுள்ளதாக இருந்தது. அலெக்ஸி அலெக்ஸாண்ட்ரோவிச்சின் மீது தான் வைத்திருக்கும் அன்பையும் மரியாதையையும் உணர்ந்திருந்த அவள், அதன் மூலம் மனதளவில் அவருக்குத் தைரியத்தைக் கொடுத்தாள். சொல்லப் போனால், அக்கறையின்றியும் அலட்சியமாகவும் கடவுள் நம்பிக்கை கொண்டிருந்த அவரை, பீட்டர்ஸ்பர்க்கில் சமீபத்தில் பரவியிருந்த புதிய கிறிஸ்தவ போதனையைத் தீவிரமாகவும் உறுதியாகவும் பின்பற்றுபவராக மாற்றி விட்டோம் என்று நம்புவது அவளுக்கு ஆறுதலைக் கொடுத்தது. அலெக்ஸி அலெக்ஸாண்ட்ரோவிச்சிற்கு

அந்தப் போதனையை நம்புவது சுலபமாக இருந்தது. லிடியா இவானோவ்னாவையும், தங்கள் நம்பிக்கைகளைப் பகிர்ந்து கொண்ட மற்றவர்களையும் போலவே அலெக்ஸி அலெக்ஸாண்ட்ரோவிச்சும் ஒரு எல்லைக்குட்பட்ட கற்பனைத் திறனைக் கொண்டிருந்தார். எனவே கற்பனையான எண்ணங்கள் மற்ற கருத்துக்களுடனும் யதார்த்தத்துடனும் ஒத்துப்போக வேண்டும் என்ற கருத்தை அவரால் முழுமையாகப் புரிந்துகொள்ள முடியவில்லை. நாத்திகர்களுக்கு ஏற்படும் மரணம் தனக்கு ஏற்படாது என்பது அவருக்கு முற்றிலும் நியாயமானதாகத் தோன்றியது. ஏனெனில் அவருடைய முழு நம்பிக்கை தன் ஆத்மாவைச் சுத்தப்படுத்திவிட்டதாக அவர் நம்பினார். அவர் இந்தப் பூமியில் ஏற்கனவே முழுமையான இரட்சிப்பை அனுபவிப்பதாக உணர்ந்தார்.

தனது நம்பிக்கையைப் பற்றிய இந்தப் பார்வையிலுள்ள அற்பத் தனத்தையும், பொய்மையையும் அவர் தெளிவற்ற முறையில் உணர்ந்தார் என்பது உண்மைதான். ஏனெனில் கிறிஸ்து தனது ஆன்மாவில் வாழ்கிறார் என்றும், தன் மூலமாக அவர் தனது சித்தத்தை நிறை வேற்றுகிறார் என்றும் திரும்பத் திரும்ப நினைத்துக் கொண்டிருப்பதை விட, மன்னிப்பு என்பது ஒரு உயர்ந்த சக்தியின் செயல் என்பதை அறியாமல், தன்னிடம் தன்னிச்சையாக வெளிப்பட்ட அந்த உணர் விடம் அவர் சரணடைந்தபோது, தான் அதிக மகிழ்ச்சி அடைந்ததை அவரால் உணர முடிந்தது. ஆனால் அவர் அப்படிச் சிந்தித்துப் பார்ப்பது மிகவும் அவசியமாக இருந்தது. ஏனெனில் எல்லோராலும் வெறுக்கப்படும் அவர், பிறரை இகழ்ச்சியாகப் பார்க்கக்கூடிய அந்த உன்னத நிலை, அது எவ்வளவு கற்பனையாக, போலியாக இருந் தாலும், அந்தப் போலி இரட்சிப்பைப் பற்றிக் கொள்வது அவருக்கு அவசியமாக இருந்தது.

23

கோமகள் லிடியா இவானோவ்னா, மகிழ்ச்சியாகத் துள்ளித் திரிந்த மிக இளம் வயதிலேயே, பிரபுத்துவ குடும்பத்தைச் சேர்ந்த, உயர் பதவி வகித்த, நல்ல குணம் உடைய ஆனால் எப்போதும் நண்பர்களுடன் உல்லாசமாக ஊர் சுற்றும் ஒரு செல்வந்தரைத் திருமணம் செய்து கொண்டாள். திருமணமான இரண்டாவது மாதத்தில், அவள் பாசத்துடன் காட்டிய சிறிய எதிர்ப்புகளைக் கூட ஏளன மாகவும் குரோதமாகவும் பார்த்த அவன், அவளை விட்டுப் பிரிந்து சென்றான். கோமகளின் உள்ளத்தையும் உணர்ச்சிவசப்படும் அவளு டைய குணத்தையும் அறிந்தவர்கள் லிடியாவிடம் எந்தக் குறையையும் காணவில்லை என்றாலும், அதைப் புரிந்துகொள்ள முடியாமல்

தவித்தனர். அன்றிலிருந்து விவாகரத்துப் பெறாவிட்டாலும், அவர்கள் பிரிந்து வாழ்ந்தனர். இருந்தாலும், கணவன் மனைவியைச் சந்திக்கும் போதெல்லாம் அதே கொடூரமான கேலியுடன் அவளை நடத்தினான். ஆனால் அதற்கான காரணத்தைப் புரிந்துகொள்ள முடியவில்லை.

தன் கணவன் மீதிருந்த காதலை எப்போதோ தூக்கி எறிந்த அவள், காதலிப்பதை மட்டும் நிறுத்தவில்லை. ஒரே நேரத்தில் ஆண் பெண் என்ற வித்தியாசமின்றி எல்லோரையும் அவள் காதலித் தாள். ஏதோ ஒரு வகையில் தனித்துவம் மிக்கவர்களாக இருந்த அனைவரையும் அவள் காதலித்தாள். ஜார் மன்னரின் குடும்பத்தில் புதியதாகத் திருமணம் செய்து கொண்ட அனைத்து இளவரசி களையும் இளவரசர்களையும் காதலித்தாள். பிஷப், பாதிரியார், பத்திரிகையாளர், அடிமைகள், விவசாயி, மந்திரி, மருத்துவர், ஆங்கில மத போதகர், ஆகியோரையும் கரீனினையும் காதலித்தாள். அவளு டைய அந்தக் காதல்கள் அனைத்தும் சந்திரனைப் போல வளர்வதும் தேய்வதுமாக இருந்தாலும், அரசவையிலும் சமூகத்திலும் நிலவும் மிகவும் விரிவான, சிக்கலான உறவுகளைப் பேணுவதிலிருந்து அவளைத் தடுக்கவில்லை. ஆனால் கரீனினுக்கு நேர்ந்த துரதிர்ஷ்டமான சூழ்நிலைக்குப் பிறகு, தனது பிரத்தியேகமான அரவணைப்பில் அவரை வைத்துக் கொண்டதும், அவர் வீட்டில் வேலை செய்யத் தொடங் கியதும், அவர் வாழ்க்கையைக் கவனித்துக் கொள்ளத் தொடங்கியதும், மற்ற காதல்கள் அனைத்தும் உண்மையானவை அல்ல என்றும், இப்போது கரீனினை மட்டுமே உண்மையாகக் காதலிப்பதையும் உணர்ந்தாள். முன்பு அவளுக்கு இருந்த காதல் உணர்வுகள் அனைத் தையும் விட, கரீனின் மீது வைத்திருக்கும் காதல் உணர்வு வலிமை யானதாக அவளுக்குத் தோன்றியது. எனவே அவளுடைய பழைய காதல்களை ஆராய்ந்து, கரீனின் மீது ஏற்பட்ட காதலுடன் ஒப்பிட்டுப் பார்த்தாள். கோமிசரோவ் மன்னரின் உயிரைக் காப்பாற்றாமல் இருந்திருந்தால் அவரைக் காதலித்திருக்க முடியாது என்பதையும், அடிமைகள் பிரச்சினை இல்லையென்றால் ரிஸ்டிச் குட்ஜிட்ஸ்கியைக் காதலித்திருக்க முடியாது என்பதையும் தெளிவாக அறிந்தாள். ஆனால் கரீனினை அவள் தனக்காகவும், அவரது உயர்ந்த ஆனால் தவறாகப் புரிந்து கொள்ளப்பட்ட ஆன்மாவுக்காகவும், அவள் மிகவும் இனிமையாகக் கருதிய, முற்றிலும் வேறுபட்ட குரல் ஓசைக்காகவும், அவரது சோர்வுற்ற தோற்றத் திற்காகவும், அவரது குணத்திற்காகவும், நரம்புகள் புடைத்த அவரது வெள்ளைக் கைகளுக்காகவும் காதலித்தாள். அவர்கள் சந்தித்துக் கொண்டபோது, அவள் மகிழ்ச்சியடைந்தது மட்டுமின்றி, தான் அவர் மீது ஏற்படுத்திய தாக்கத்தின் அடையாளங்களை அவர் முகத்தில் தேடினாள். தன்னுடைய பேச்சால் மட்டுமின்றி, தன்

முழு உருவத்தாலும் அவரை மகிழ்விக்க வேண்டும் என்று அவள் ஆசைப்பட்டாள். இப்போது அவருக்காக அவள் முன்னை விட தனது உடைகளில் அதிக கவனம் செலுத்தினாள். தனக்குத் திருமணம் ஆகாமலும், அவர் சுதந்திரமாகவும் இருந்திருந்தால் என்ன நடந்திருக்கும் என்று பகல் கனவு கண்டாள். ஒவ்வொரு முறை அவர் அறைக்குள் நுழையும்போதும் உற்சாக மிகுதியில் அவள் முகம் சிவந்தாள். அவர் அவளிடம் அன்பாக எதையாவது பேசும் போது, அவளால் தனது பரவசப் புன்னகையை அடக்க முடியவில்லை.

சமீபமாக கோமகள் லிடியா இவானோவ்னா கடும் மன உளைச்சலில் இருந்தாள். அன்னாவும் விரான்ஸ்கியும் பீட்டர்ஸ்பர்க்கில் இருப்பது அவளுக்குத் தெரியவந்தது. எனவே அலெக்ஸி அலெக்ஸாண்ட்ரோவிச் அவளைச் சந்திப்பதையும், அந்த மோசமான பெண் அதே நகரத்தில் இருப்பதால் எந்த நேரத்திலும் அவளைச் சந்திப்பதால் அவருக்கு ஏற்படும் வலிமிகுந்த உணர்விலிருந்தும் அவரைக் காப்பாற்ற வேண்டும் என்று நினைத்தாள்.

'அருவருப்பான மனிதர்கள்' என்று அவள் அழைத்த, விரான்ஸ்கியும் அன்னாவும் என்ன செய்கிறார்கள் என்பதை தனது நண்பர்கள் மூலம் லிடியா இவானோவ்னா அறிந்து கொண்டாள். எனவே அந்த நாட்களில் தனது நண்பர் அவர்களைச் சந்திக்காமல் இருப்பதற்காக அவரது ஒவ்வொரு அசைவையும் கண்காணித்து வழிநடத்த முயன்றாள். கோமகள் லிடியா இவானோவ்னா செல்வாக்கின் மூலம் ஒரு உதவியைப் பெற முடியும் என்று நம்பிய, விரான்ஸ்கியின் நண்பரான ஒரு இளம் உதவியாளர், அவர்கள் தங்கள் வேலையை முடித்துவிட்டு மறுநாள் பீட்டர்ஸ்பர்க்கை விட்டுச் செல்கிறார்கள் என்பதை அவளிடம் தெரிவித்தார். இதனால் நிம்மதியடைந்து பெருமூச்சுவிட்ட லிடியா இவானோவ்னாவுக்கு மறுநாள் காலையில் ஒரு கடிதம் கிடைத்தது. அவள் திகிலுடன் அதிலிருந்த கையெழுத்தை அடையாளம் தெரிந்து கொண்டாள். அது அன்னா கரீனினாவின் கையெழுத்து. கடிதத்தின் உறை மரத்தின் பட்டை போல தடிமனாக இருந்தது. மஞ்சள் நிறக் காகிதத்தில் பெரிய முத்திரையுடன் இருந்த அந்தக் கடிதத்திலிருந்து மனதுக்கு இனிய நறுமணம் வெளிப்பட்டது.

"கடிதத்தைக் கொண்டு வந்தது யார்?"

"விடுதியைச் சேர்ந்த ஒரு வேலைக்காரன்."

நீண்ட நேரமாக அவளால் கடிதத்தைப் படிக்க முடியவில்லை. ஏற்கனவே ஆஸ்துமாவினால் பாதிக்கப்பட்ட அவள், மனப் போராட்டத்தின் காரணமாக மூச்சுத்திணறலுக்கு ஆளானாள். அவள் சகஜ நிலைக்குத் திரும்பியதும் பிரெஞ்சில் இருந்த அந்தக் கடிதத்தைப் படித்தாள்.

திருமதி. கோமகளுக்கு,

உங்கள் இதயத்தில் கிறிஸ்தவ உணர்வு நிறைந்திருக்கும் தைரியத் தில் நான் உங்களுக்கு இந்தக் கடிதத்தை எழுதுகிறேன். என் மகனைப் பிரிந்ததற்காக நான் வருத்தப்படுகிறேன். நான் இங்கிருந்து செல்வ தற்கு முன்பு ஒருமுறை அவனைப் பார்க்க உங்களிடம் அனுமதி கேட்கிறேன். என்னை உங்களுக்கு நினைவுபடுத்தியதற்காக என்னை மன்னித்து விடுங்கள். நான் அலெக்ஸி அலெக்ஸாண்ட்ரோவிச்சிற்குப் பதிலாக உங்களுக்கு எழுதுவதற்குக் காரணம், என்னை ஞாபகப் படுத்துவதன் மூலம் பெருந்தன்மையான அந்த மனிதருக்குக் கஷ்டத்தைக் கொடுக்க விரும்பவில்லை. அவருடன் உங்களுக்குள்ள நட்பை நினைவில் கொண்டு நீங்கள் என்னைப் புரிந்து கொள்வீர்கள் என்று நினைக்கிறேன். செரியோஷாவை என்னிடம் அனுப்பி வையுங்கள் அல்லது நான் ஒரு குறிப்பிட்ட நேரத்தில் வீட்டிற்கு வருகிறேன் அல்லது நான் அவனை வெளியில் எங்கு எப்போது பார்க்க முடியும் என்பதை எனக்குத் தெரிவிப்பீர்களா? இது யாரால் முடியுமோ அவருடைய பெருந்தன்மையை அறிந்த நான், என் கோரிக்கை மறுக்கப்படும் என்று எதிர்பார்க்கவில்லை. அவனைப் பார்க்க வேண்டும் என்று எனக்குள்ள ஏக்கத்தை உங்களால் கற்பனை செய்து பார்க்க முடியாது. எனவே நீங்கள் செய்யும் உதவிக்கு நான் காட்டும் நன்றியுணர்வை கற்பனை செய்ய முடியாது.

அன்னா.

அந்தக் கடிதத்தில் இருந்த அனைத்தும் கோமகள் லிடியா இவானோவ்னாவை எரிச்சலடையச் செய்தன. உள்ளடக்கமும் பெருந்தன்மை பற்றிய குறிப்பும், குறிப்பாக அது மிகச் சுலபம் என்பதாக அவளிடம் வெளிப்பட்ட தொனியும் எரிச்சலைக் கொடுத்தது.

"அதற்குப் பதில் கடிதம் இல்லை" என்ற கோமகள், உடனே அலெக்ஸி அலெக்ஸாண்ட்ரோவிச்சிற்குக் கடிதம் எழுதினாள். அரண் மனையில் நடக்கும் பிறந்தநாள் பாராட்டு விழாவில் பன்னிரண்டு மணிக்குப் பிறகு அவரைப் பார்க்க விரும்புவதாக எழுதினாள்.

'நான் ஒரு முக்கியமான, துயரமான விஷயத்தை உங்களுடன் விவாதிக்க வேண்டும். அங்கு நாம் எங்கே சந்திப்போம் என்பதை முடிவு செய்வோம். அதற்கு என்னுடைய வீடுதான் நல்ல இடம் என்பதால் அங்கு உங்களுக்காக நான் தேநீர் வழங்க ஏற்பாடு செய்கிறேன். அது அவசியம். அவர் சிலுவையின் பாரத்தையும் அதைத் தாங்கும் சக்தியையும் நமக்குத் தருகிறார் என்று குறிப்பிட்ட அவள் அவரை முன்கூட்டியே ஆயத்தப்படுத்தினாள்.

கோமகள் லிடியா இவானோவ்னா வழக்கமாக அலெக்ஸி அலெக்ஸாண்ட்ரோவிச்சிற்கு ஒரு நாளைக்கு இரண்டு அல்லது

மூன்று குறிப்புகளை எழுதினாள். அவருடன் நேரடியாகத் தொடர்பு கொள்வதில் இல்லாத நேர்த்தியும் ரகசியமும் அதிலிருப்பது அவளுக்குப் பிடித்திருந்தது.

24

அரண்மனையில் வாழ்த்துக்கள் சொல்வது முடிவுக்கு வந்து கொண்டிருந்தன. அவர்கள் வெளியே செல்லும் வழியில் ஒருவருக் கொருவர் சந்தித்தபோது, சமீபத்திய செய்திகள், புதிதாக வழங்கப் பட்ட கௌரவங்கள் மற்றும் உயர் அதிகாரிகளின் பதவிகளில் ஏற்படும் மாற்றங்கள் குறித்துக் கிசுகிசுத்தனர்.

“கோமகள் மரியா போரிசோவ்னா போர் மந்திரியாகவும், இளரவசி வாட்கோவ்ஸ்கயா தலைமைத் தளபதியாகவும் இருந்திருந்தால்” என்று எம்பிராய்டரி செய்த சீருடை அணிந்த நரைத்த தலை முதியவர், இடமாற்றங்களைப் பற்றிக் கேட்ட ஒரு அழகான உயர மான பெண்மணியைப் பார்த்துச் சொன்னார்.

“நான் உதவியாளராக நியமிக்கப்பட்டேன்” என்று அந்தப் பெண்மணி புன்னகையுடன் சொன்னாள்.

“கரீனினை உங்கள் உதவியாளராகக் கொண்டு திருச்சபைத் துறையில் ஏற்கனவே உங்களுக்கு பதவி ஒதுக்கப்பட்டுள்ளது.”

“எப்படி இருக்கிறீர்கள் இளவரசே!” என்று அந்த முதியவர் தன்னிடம் வந்தவரிடம் கைகுலுக்கினார்.

“கரீனினைப் பற்றி என்ன சொன்னீர்கள்?” என்று இளரவசர் கேட்டார்.

“அவரும் புத்யாடோவும் அலெக்ஸாண்டர் நெவ்ஸ்கியின் விருதைப் பெற்றுள்ளனர்.”

“அது ஏற்கனவே அவருக்குக் கிடைத்திருக்கும் என்று நான் நினைத்தேன்.”

“இல்லை, அவரைப் பாருங்கள்” என்று நீதிமன்றச் சீருடையில், தோளில் புதிய சிவப்புப் பட்டையுடன், மாநில கவுன்சிலின் செல்வாக்கு மிக்க உறுப்பினருடன் மண்டபத்தின் வாயிலில் நின்றிருந்த கரீனினைத் தனது தொப்பியால் சுட்டிக்காட்டினார் முதியவர். “பித்தளை நாணயத்தைப் போல மகிழ்ச்சியாகவும் மனநிறைவாகவும் இருக் கிறார்” என்று சொன்ன அவர், திடகாத்திரமான உடலுடன் இருந்த அரண்மனை காரியஸ்தருடன் கைகுலுக்குவதை நிறுத்தினார்.

“இல்லை, அவருக்கு வயதாகிவிட்டது” என்றார் காரியஸ்தர்.

“மன அழுத்தம். அவர் இப்போதும் விடாமல் திட்டங்களைத் தயாரிக்கிறார். அவர் எல்லாவற்றையும் புள்ளி விவரத்துடன் விளக்கும் வரை அந்தப் பாவப்பட்ட மனிதரை விடமாட்டார்.”

“வயதாகிவிட்டதா? அவர் இப்போதும் உணர்ச்சிகளைத் தூண்டுகிறார். கோமகள் லிடியா இவானோவ்னா இப்போது அவருடைய மனைவி மீது பொறாமைப்படுகிறாள் என்று நான் நினைக்கிறேன்.”

“ஓ, வேண்டாம்! தயவுசெய்து கோமகள் லிடியா இவானோவ்னாவைப் பற்றித் தவறாகப் பேசாதீர்கள்.”

“ஆனால் அவள் கரீனினைக் காதலிப்பது தவறா?”

“திருமதி. கரீனினா இங்கே இருப்பது உண்மையா?”

“இங்கே அரண்மையில் இல்லை ஆனால் பீட்டர்ஸ்பர்க்கில் இருக்கிறாள். நான் நேற்று அவர்களைச் சந்தித்தேன். அவளும் விரான்ஸ்கியும் கைகோர்த்துச் செல்வதை மோர்ஸ்கயாவில் பார்த்தேன்.”

“அவருக்குக் கொஞ்சம் கூட...” என்று ஆரம்பித்த காரியஸ்தர், அரச குடும்பத்தைச் சேர்ந்த ஒருவருக்கு வழிவிடவும், தலை வணங்கவும் பேச்சை நிறுத்தினார்.

இப்படியாக அவர்கள் இடைவிடாமல் அலெக்ஸி அலெக்ஸாண்ட்ரோவிச்சைப் பற்றிப் பேசிக் கொண்டிருந்தார்கள். அவர் மீது குற்றம் கண்டுபிடித்து அவரைப் பார்த்துச் சிரித்தார்கள். அதே நேரத்தில் அவர் தன்னால் தடுத்து நிறுத்தப்பட்ட மாநில கவுன்சில் உறுப்பினர் தப்பித்து விடுவார் என்ற பயத்துடன் தனது புதிய நிதித் திட்டத்தை மூச்சுவிடாமல் விளக்கிக் கொண்டிருந்தார்.

அலெக்ஸி அலெக்ஸாண்ட்ரோவிச்சின் மனைவி அவரை விட்டுப் பிரிந்து சென்ற அதே நேரத்தில், ஒரு அதிகாரியின் வாழ்க்கையில் நிகழக்கூடிய அந்தக் கசப்பான தருணம் வந்தது. அவருடைய உத்தியோகபூர்வ வாழ்க்கையின் முன்னேற்றம் தடைப்பட்டு நின்றது. அவரது முன்னேற்றம் நின்றது உண்மை என்பதை அனைவரும் தெளிவாகப் பார்த்தனர். ஆனால் அவர் தனது உத்தியோகபூர்வ வாழ்க்கை முடிந்துவிட்டது என்பதை ஒப்புக் கொள்ளவில்லை. அவருக்கும் ஸ்ட்ரெமோவுடன் நிகழ்ந்த மோதல் அல்லது அவரது மனைவியுடன் ஏற்பட்ட பிரிவு அல்லது அவர் முன்னரே நிர்ணயிக்கப்பட்ட வரம்பை அடைந்துவிட்டார் என்று எது காரணமாக இருந்தாலும், எப்படியிருந்தாலும், அந்த ஆண்டு அவருடைய தொழில் வாழ்க்கை முடிந்துவிட்டது என்பது அனைவருக்கும் தெளிவாகத் தெரிந்தது. அவர் இன்னும் முக்கியமான பதவியை வகித்தாலும் பல ஆணையங்களிலும் குழுக்களிலும் உறுப்பினராக

இருந்தாலும் காலாவதியானவராக இருந்ததால் அவரிடமிருந்த புதியதாக எதையும் எதிர்பார்க்க முடியவில்லை. அவர் எந்த யோசனை சொன்னாலும், எதை முன்மொழிந்தாலும், அது முன்பே தெரிந்தது, அது தேவையற்றது என்பது போல அவர் சொல்வதைக் கேட்டார்கள்.

ஆனால் அலெக்ஸி அலெக்ஸாண்ட்ரோவிச் இதை உணர்ந்து கொள்ளவில்லை. மாறாக அரசாங்கத்தின் நடவடிக்கைகளில் நேரடியாகப் பங்கேற்பதிலிருந்து விலக்கப்பட்டதன் மூலம், அவரால் மற்றவர்களின் நடவடிக்கைகளில் உள்ள குறைபாடுகளையும் தவறு களையும் முன்னெப்போதையும் விட தெளிவாகக் காண முடிந்தது. அவற்றைத் திருத்துவதற்கான வழிமுறைகளைச் சுட்டிக்காட்டுவது தனது கடமை என்று அவர் நினைத்தார். தனது மனைவியைப் பிரிந்த சிறிது காலத்திற்குப் பிறகு, புதிய நீதித்துறையின் நடைமுறை களைப் பற்றி ஒரு துண்டுப் பிரசுரத்தை எழுதத் தொடங்கினார். ஒவ்வொரு நிர்வாகத்தைப் பற்றியும் அவர் எழுதத் திட்டமிட்ட துண்டுப் பிரசுரங்களில் இது முதலாகும்.

அலெக்ஸி அலெக்ஸாண்ட்ரோவிச் அரசியல் உலகில் தனது நம்பிக்கையற்ற நிலையையும், அதனால் ஏற்பட்ட வலியையும் கவனிக்கவில்லை என்பது மட்டுமின்றி, முன்னெப்போதையும் விட அவர் தனது செயல்பாட்டில் அதிக திருப்தி அடைந்தார்.

'திருமணம் ஆகாதவன் கர்த்தருக்குச் சொந்தமான விஷயங்களை நினைத்து, அவரை எப்படிச் சந்தோஷப்படுத்துவது என்று கவலைப் படுகிறான். ஆனால் திருமணம் ஆனவன் உலக விஷயங்களை நினைத்து, மனைவியை எப்படி மகிழ்ச்சியாக வைப்பது என்று கவலைப்படுகிறான்' என்று அப்போஸ்தலன் பவுல் சொல்கிறார். இப்போது தனது எல்லாச் செயல்களிலும் வேதவசனங்களைப் பின்பற்றிய அலெக்ஸி அலெக்ஸாண்ட்ரோவிச் இந்த வசனத்தை அடிக்கடி நினைவு கூர்ந்தார். அவருடைய மனைவி இல்லாமல் போனதிலிருந்து, தான் செய்யும் பணியால் முன்னைவிட சிறப்பாக இறைவனுக்குச் சேவை செய்வதாக அவருக்குத் தோன்றியது.

தன்னிடமிருந்து தப்பித்துச் செல்ல விரும்பிய மாநில கவுன்சில் உறுப்பினரின் வெளிப்படையான பொறுமையின்மை அலெக்ஸி அலெக்ஸாண்ட்ரோவிச்சை சங்கடப்படுத்தவில்லை. மன்னரின் குடும்பத்தைச் சேர்ந்த ஒருவரின் வருகையைப் பயன்படுத்திக் கொண்டு கவுன்சில் உறுப்பினர், அங்கிருந்து நழுவிய போதுதான் அவர் தனது விளக்கத்தை நிறுத்தினார்.

தனியாக இருந்த அலெக்ஸி அலெக்ஸாண்ட்ரோவிச் தலையைக் குனிந்து, தனது எண்ணங்களைத் திரட்டிக் கொண்டு, ஏதோ

யோசனையுடன் சுற்றும் முற்றும் பார்த்துவிட்டு, வாசலை நோக்கி நடந்தார். அங்கு கோமகள் லிடியா இவானோவ்னாவைச் சந்திக்க முடியும் என்று நம்பினார்.

'அவர்கள் எவ்வளவு வலிமையாக, கட்டுக்கோப்பான உடலுடன் இருக்கிறார்கள்' என்று அலெக்ஸி அலெக்ஸாண்ட்ரோவிச், தான் வழியில் கடந்து சென்ற, திடகாத்திரமான மனிதரின் பெரிய நறுமண திரவியம் பூசிய மீசையையும், சீருடையில் இருந்த இளவரசரின் சிவந்த கழுத்தையும் பார்த்து நினைத்தார். 'இந்த உலகத்தில் உள்ளவை எல்லாமே தீயவை என்று சொல்வது சரிதான்' என்று நினைத்த அவர், மீண்டும் திடகாத்திரமான மனிதரின் காலின் பின்பகுதியைப் பார்த்தார்.

அலெக்ஸி அலெக்ஸாண்ட்ரோவிச் மெதுவாக அடியெடுத்து வைத்து நடந்து, தன்னைப் பற்றிப் பேசிய அந்த மனிதர்களைத் தனது வழக்கமான சோர்வடைந்த கண்களால் பார்த்து, கண்ணியத்துடன் தலை வணங்கி, வாசலை நோக்கிப் பார்த்தார். அவரது கண்கள் கோமகள் லிடியா இவானோவ்னாவைத் தேடி அலைந்தன.

"ஆகா! அலெக்ஸி அலெக்ஸாண்ட்ரோவிச்!" என்ற கரீனின் தலை குனிந்து நடந்து சென்றபோது, அந்த முதியவர் கண்களில் விசமத்தனமான பிரகாசம் வெளிப்பட கத்தினார். அவர் அருகில் சென்ற கரீனின் உணர்ச்சியற்ற முகபாவத்துடன் தலையை அசைத் தார். "நான் இன்னும் உங்களை வாழ்த்தவில்லை" என்ற அவர் புதிதாகப் பெற்ற ரிப்பனைச் சுட்டிக் காட்டினார்.

"நன்றி" என்றார் அலெக்ஸி அலெக்ஸாண்ட்ரோவிச். "இன்று மிக அழகான நாள்" என்று தொடர்ந்து சொன்ன அவர், 'அழகான' என்ற வார்த்தைக்கு அழுத்தம் கொடுத்தார்.

அவர்கள் தன்னைப் பார்த்துச் சிரிக்கிறார்கள் என்பது அவருக்குத் தெரியும் ஆனால் அவர்களிடமிருந்து பகைமையைத் தவிர வேறெதை யும் அவர் எதிர்பார்க்கவில்லை. அவருக்கு அதெல்லாம் ஏற்கனவே பழக்கமாகி விட்டது.

கோமகள் லிடியா இவானோவ்னா உள்ளே நுழையும்போதே அவளுடைய மஞ்சள் நிறத் தோள்களையும், தனக்கு அழைப்பு விடுத்த அவளது அழகான கண்களையும் பார்த்த அலெக்ஸி அலெக் ஸாண்ட்ரோவிச், புன்னகைத்து, தன்னுடைய அப்பழுக்கற்ற வெள்ளை நிறப் பற்களை வெளிக்காட்டி, அவளை நோக்கிச் சென்றார்.

லிடியா இவானோவ்னாவின் உடை அவளுக்குப் பெரும் சிரமத்தை ஏற்படுத்தியது. முப்பது ஆண்டுகளுக்கு முன்பு அவள் அணிந்த ஆடைகளுக்குத் தலைகீழாக இப்போது அவள் அணியும் ஆடைகள் இருந்தன. அப்போது அவள் தன்னை எப்படியாவது

அலங்கரித்துக் கொள்ள வேண்டும், எவ்வளவு முடியுமோ அவ்வளவு ஒப்பனை இருந்தால் நல்லது என்று நினைத்தாள். ஆனால் இப்போது அதற்கு மாறாக, தனது வயதுக்கும் உருவத்துக்கும் பொருந்தாத வகையில் தன்னை அலங்கரித்துக் கொள்ள வேண்டிய கட்டாயத்தில் இருந்தாள், ஆனால் ஒப்பனைக்கும் நிஜமான தோற்றத்திற்கும் இடையில் உள்ள வேறுபாடு அதிர்ச்சியூட்டும் வகையில் இருக்கக் கூடாது என்பதே அவளுடைய ஒரே கவலையாக இருந்தது. அலெக்ஸி அலெக்ஸாண்ட்ரோவிச்சைப் பொறுத்தவரை அதில் வெற்றி பெற்ற அவள், அவருக்குக் கவர்ச்சியாகத் தோன்றினாள். அவரைச் சூழ்ந்திருந்த பகைமையும் கேலியும் கலந்த கடலில் அவள் மட்டுமே அன்பும் பாசமும் கொண்ட ஒரு தனித் தீவாக இருந்தாள்.

கேலி செய்யும் கண்களின் வரிசைகளைக் கடந்து, சூரியனை நோக்கி வளரும் ஒரு செடியைப் போல அவளது வசீகரமான பார்வையை நோக்கி அவர் இயல்பாகவே ஈர்க்கப்பட்டார்.

“வாழ்த்துக்கள்” என்ற அவள் தன் கண்களால் அவர் தோளில் இருந்த ரிப்பனைப் பார்த்தாள்.

அவர் அதனால் தனக்கு எந்த மகிழ்ச்சியும் இல்லை என்பது போல தன்னிடம் வெளிப்பட்ட மகிழ்ச்சிப் புன்னகையை அடக்கி, கண்களை மூடி, தோள்களைக் குலுக்கினார். கோமகள் லிடியா இவானோவ்னாவுக்கு அது அவருடைய முக்கியமான மகிழ்ச்சிகளில் ஒன்று என்பது நன்றாகத் தெரியும். ஆனால் அவர் அதை ஒரு போதும் ஒப்புக்கொள்ள மாட்டார்.

“நம்முடைய தேவதூதன் எப்படி இருக்கிறான்?” என்று கோமகள் லிடியா இவானோவ்னா செரியோஷாவைக் குறித்துக் கேட்டாள்.

“நான் அவனைப் பார்த்து முழுமையாக மகிழ்கிறேன் என்று சொல்ல முடியாது” என்ற அலெக்ஸி அலெக்ஸாண்ட்ரோவிச், புருவங்களை உயர்த்தி, கண்களைத் திறந்தார். “சிட்னிகோவுக்கும் அவன் மீது அவ்வளவாக திருப்தி இல்லை.” (சிட்னிகோவ் செரியோஷாவின் மதச்சார்பற்ற கல்விக்கு ஆசிரியர்). “நான் உங்களிடம் குறிப்பிட்டது போல, ஒவ்வொரு மனிதனின், குழந்தையின் இதயத்தைத் தொட வேண்டிய மிக முக்கியமான கேள்விகளுக்கு அவனிடம் ஒருவித வெறுப்பு உள்ளது...” என்ற அலெக்ஸி அலெக்ஸாண்ட்ரோவிச் தனது வேலையைத் தவிர தனக்கு ஆர்வமுள்ள ஒரே பிரச்சினை குறித்து, தன் மகனின் கல்வியைப் பற்றி, தனது கருத்துக்களை விளக்கத் தொடங்கினார்.

லிடியா இவானோவ்னாவின் உதவியால் அவர் மீண்டும் தன் வாழ்க்கைக்குத் திரும்பி போது, தனது மகனின் கல்வியில் கவனம் செலுத்துவது தன்னுடைய கடமை என்பதை உணர்ந்தார். இதற்கு

முன்பு கல்வி சார்ந்த விஷயங்களில் தன்னை ஈடுபடுத்திக் கொள்ளாத அவர், அந்த விஷயத்தைக் கோட்பாட்டுரீதியாக ஆய்வு செய்வதில் சிறிது நேரம் செலவிட்டார். அவர் மானுடவியல், கற்பித்தல், கல்வி பற்றிய பல புத்தகங்களைப் படித்த பிறகு, ஒரு கல்வித் திட்டத்தை உருவாக்கினார். அதைச் செயல்படுத்த அவர் பீட்டர்ஸ்பர்க்கிலிருந்து ஒரு சிறந்த ஆசிரியரை நியமித்து, அதற்கான ஏற்பாடுகளைச் செய்தார். மேலும் அந்த வேலை அவரைத் தொடர்ந்து ஈடுபாட்டுடன் வைத்திருந்தது.

"ஆமாம், ஆனால் அவனுடைய உள்ளம்? அவனுடைய தந்தையின் உள்ளம் அவனுக்கு. அத்தகைய உள்ளம் கொண்ட ஒரு குழந்தை கெட்டவனாக இருக்க முடியாது" என்று கோமகள் லிடியா இவா னோவ்னா பரவசத்துடன் கூறினாள்.

"ஆமாம், இருக்கலாம். என்னைப் பொறுத்தவரை நான் என் கடமையைச் செய்கிறேன். அவ்வளவுதான் என்னால் செய்ய முடியும்."

"நீங்கள் என் வீட்டிற்கு வர வேண்டும்" என்று அவள் சிறிது நேர மௌனத்திற்குப் பிறகு சொன்னாள். "உங்களுக்கு வேதனையான ஒரு விஷயத்தைப் பற்றி நாம் பேச வேண்டும். சில நினைவுகளிலிருந்து உங்களை விடுவிக்க நான் எதையும் செய்வேன் என்றாலும் மற்றவர்கள் வித்தியாசமாக நினைக்கிறார்கள். அவரிடமிருந்து எனக்கு ஒரு கடிதம் வந்தது. அவர் இங்கே பீட்டர்ஸ்பர்க்கில் இருக்கிறார்."

அலெக்ஸி அலெக்ஸாண்ட்ரோவிச் தன் மனைவியைப் பற்றிய செய்தியைக் கேட்டு நடுங்கினார். ஆனால் உடனே அவரது முகம் பேயறைந்தது போல ஆயிற்று. இந்த விஷயத்தில் அவர் முற்றிலும் உதவியற்ற நிலையில் இருப்பதை அது பறைசாற்றியது.

"நான் அதை எதிர்பார்த்தேன்" என்றார்.

கோமகள் லிடியா இவானோவ்னா அவரைப் பரவசத்துடன் பார்த்தாள். அவருடைய ஆன்மாவின் மகிமையைக் கண்டு அவள் கண்களில் ஆனந்தக் கண்ணீர் வழிந்தது.

25

புராதன பீங்கான் பாண்டங்களால் அலங்கரிக்கப்பட்டு, சுவர் ஓவியங்கள் தொங்கிய, கோமகள் லிடியா இவானோவ்னாவின் சிறிய வசதியான அறைக்குள் அலெக்ஸி அலெக்ஸாண்ட்ரோவிச் நுழைந்தபோது, அவள் உடை மாற்றுவதற்குச் சென்றிருந்தாள்.

துணியால் மூடியிருந்த வட்டமான மேசையின் மீது தேநீர் வழங்கும் சீன கோப்பையும், வெள்ளித் தேநீர் கெட்டிலும், ஒரு

விளக்கும் இருந்தன. படிப்பறையின் சுவரை அலங்கரித்த பரிச்சய மான உருவப்படங்களைப் பார்த்துவிட்டு, மேசையில் அமர்ந்து, அதன் மீது கிடந்த புதிய ஏற்பாட்டைத் திறந்தார். அப்போது உள்ளே வந்த கோமகளின் ஆடையின் சரசரக்கும் ஓசை அவரைத் திசை திருப்பியது.

"சரி, இங்கே நாம் நிம்மதியாக உட்கார்ந்து கொள்ளலாம்" என்று பதட்டமாகச் சொல்லி புன்னகைத்த கோமகள் லிடியா இவா னோவ்னா அவசரமாக நாற்காலியில் அமர்ந்தாள். "தேநீர் அருந்திக் கொண்டே பேசுவோம்" என்றாள்.

முன்னேற்பாடாக சில வார்த்தைகளைப் பேசிவிட்டு, பெருமூச்சு விட்டு, முகம் சிவந்து, தனக்குக் கிடைத்த கடிதத்தை அலெக்ஸி அலெக்ஸாண்ட்ரோவிச்சின் கைகளில் கொடுத்தாள்.

அவர் அந்தக் கடிதத்தைப் படித்த பிறகு வெகுநேரம் மௌன மாக இருந்தார்.

"அவள் மகனைப் பார்க்கக் கூடாது என்று சொல்ல எனக்கு எந்த உரிமையும் இல்லை" என்று அவர் அச்சத்துடன் கண்களை உயர்த்தினார்.

"என் அருமை நண்பரே, உங்களால் யாரிடமும் கெட்டதைப் பார்க்க முடியாது!"

"மாறாக, நான் எல்லாவற்றையும் கெட்டதாகப் பார்க்கிறேன். ஆனால் இது நியாயமா...?"

தன்னால் முடிவெடுக்க முடியாத ஒரு விஷயத்தில் தனக்கு ஆலோசனையும், ஆதரவும், வழிகாட்டுதலும் தேவை என்ற ஆதங்கம் அவர் முகத்தில் வெளிப்பட்டது.

"இல்லை" என்று கோமகள் லிடியா இவானோவ்னா குறுக்கிட் டாள். "எல்லாவற்றுக்கும் ஒரு எல்லை உண்டு. ஒழுக்கக்கேட்டை என்னால் புரிந்துகொள்ள முடிகிறது" என்றாள். அவள் சொன்னது உண்மையில்லை, ஏனெனில் பெண்கள் ஒழுக்கம் கெட்டுப்போவதற்கு என்ன காரணம் என்பதை அவளால் ஒருபோதும் புரிந்துகொள்ள முடியவில்லை. "ஆனால் இந்தக் கொடுமையைப் புரிந்துகொள்ள முடியவில்லை.... யாருக்கு? உங்களுக்கு! நீங்கள் இருக்கும் ஊரில் அவளால் எப்படி இருக்க முடிகிறது? ஒருவர் எவ்வளவு காலம் வாழ்கிறாரோ அவ்வளவு அதிகமாகக் கற்றுக் கொள்கிறார் என்று சொல்வது உண்மைதான். நான் உங்கள் மேன்மையையும் அவரு டைய கீழ்மையையும் புரிந்து கொள்கிறேன்."

"ஆனால் கல்லை யார் வீசுவது?" என்ற அலெக்ஸி அலெக்ஸாண்ட் ரோவிச் தான் ஏற்றுக் கொண்டிருக்கும் பாத்திரத்தை நினைத்து

வெளிப்படையாக மகிழ்ந்தார். "நான் அவளை மன்னித்து விட்டேன் என்பதால் அவள் தன் மகன் மீது வைத்திருக்கும் அன்பை நான் மறுக்க முடியாது."

"ஆனால் அது அன்பா நண்பரே? அது நேர்மையானதா? நீங்கள் அவளை மன்னித்துக் கொண்டே இருப்பீர்கள். ஆனால் அந்தத் தேவதூதனின் உணர்வுகளைப் பாதிக்க நமக்கு உரிமை உண்டா? அவன் தன் அம்மா இறந்து விட்டதாக நினைக்கிறான். அவன் தன் அம்மாவுக்காக ஜெபித்து அவருடைய பாவங்களை மன்னிக்கும் படி கடவுளிடம் வேண்டுகிறான்... அதை அப்படியே விட்டுவிடுவது நல்லது. இல்லையென்றால் அவன் என்ன நினைப்பான்?"

"நான் அதை யோசிக்கவில்லை" என்று அலெக்ஸி அலெக்ஸாண்ட்ரோவிச் வெளிப்படையாக ஒப்புக்கொண்டார்.

கோமகள் லிடியா இவானோவ்னா தன் கைகளால் முகத்தை மூடிக்கொண்டு மௌனமாக இருந்தாள். அவள் ஜெபித்துக் கொண்டிருந்தாள்.

"நீங்கள் என்னுடைய யோசனையைக் கேட்டால்" என்று பிரார்த்தனையை முடித்து முகத்தைத் திறந்த அவள் சொன்னாள்: "நீங்கள் அதைச் செய்ய வேண்டாம் என்பேன். நான் உங்கள் காயங்களையும், அதைச் செய்தால் உங்கள் காயங்கள் மீண்டும் ரணமாகும் என்பதையும் அறியாதவளா? ஆனால் எப்போதும் போல நீங்கள் அனைத்தையும் மறந்து விடுவீர்கள் என்றே வைத்துக் கொள்வோம். அது எதற்கு வழிவகுக்கும்? உங்களுக்கு ஒரு புதிய துன்பம் என்றால் குழந்தைக்குச் சித்திரவதையா? அவரிடம் ஏதாவது மனிதாபிமானம் மிச்சமிருந்தால், அதைச் செய்வதற்கு அவர் முன்வந்திருக்கக் கூடாது. அதற்கு எதிராக ஆலோசனை சொல்வதில் எனக்கு எந்தத் தயக்கமும் இல்லை. நீங்கள் அனுமதித்தால் நான் அவருக்கு ஒரு கடிதம் எழுதுகிறேன்."

அலெக்ஸி அலெக்ஸாண்ட்ரோவிச் சம்மதித்தார். கோமகள் லிடியா இவானோவ்னா பின்வரும் கடிதத்தை பிரெஞ்சில் எழுதினாள்.

'அன்புள்ள அம்மையீர்,

உங்கள் மகனுக்கு உங்களைப் பற்றி நினைவூட்டுவது, அவன் புனிதமாக நினைக்க வேண்டிய ஒன்றைப் பற்றி எதிர்மறையான உணர்வை ஏற்படுத்தாமல், பதிலளிக்க முடியாத பல கேள்விகளுக்கு வழிவகுக்கும். எனவே உங்கள் கணவர் கிறிஸ்தவ அன்பின் உணர்வில் அதை மறுக்கிறார் என்பதைப் புரிந்து கொள்ளுமாறு கேட்டுக் கொள்கிறேன். எல்லாம் வல்ல இறைவன் உங்கள் மீது கருணை காட்ட வேண்டும் என்று பிரார்த்திக்கிறேன்.

கோமகள் லிடியா.'

கோமகள் லிடியா இவானோவ்னா தனக்குள் மறைத்து வைத்திருந்த ரகசிய இலக்கை அந்தக் கடிதம் தாக்கியது. அது அன்னாவின் இதயத்தை ஆழமாகத் துளைத்தது.

லிடியா இவானோவ்னாவின் வீட்டிலிருந்து வீடு திரும்பிய அலெக்ஸி அலெக்ஸாண்ட்ரோவிச்சால் அன்று முழுவதும் தனது வழக்கமான வேலைகளில் கவனம் செலுத்தவோ அல்லது இரட்சிப்பை அடைந்த விசுவாசியின் அமைதியைக் காணவோ முடியவில்லை.

தனக்கு எதிராகப் பெரும் பாவம் செய்த மனைவியும், அவர் அவளை மன்னித்து ஒரு புனிதராக நடந்து கொண்டதும், அவரது நினைவுக்கு வந்தபோது, கோமகள் லிடியா இவானோவ்னா சொன்னது போல, நியாயமாக அவர் மனம் கலங்கியிருக்கக் கூடாது. ஆனால் அவரால் அமைதியாக இருக்க முடியவில்லை. படித்துக் கொண்டிருந்த புத்தகத்தை அவரால் புரிந்து கொள்ள முடியவில்லை. அவர் தனக்கும் தன் மனைவிக்கும் இடையில் இருந்த உறவுகளின் கசப்பான நினைவுகளையும், (இப்போது அவர் உணர்ந்த), அவளுக்குச் செய்த தவறுகளையும் அவரால் மறக்க முடியவில்லை. பந்தயம் முடிந்து வீடு திரும்பும் வழியில் துரோகத்தின் ஒப்புதலைத் தன் மனைவியிடமிருந்து அவர் எப்படிப் பெற்றார் என்ற நினைவால் (குறிப்பாக அவர் தன் மனைவி வெளிப்புற ஒழுக்கத்தைக் கடைப்பிடிக்க வேண்டும் என்பதை மட்டுமே வலியுறுத்தினார், எந்தச் சண்டைக்கும் சவால் விடவில்லை), எழுந்த குற்ற உணர்வு அவரைச் சித்திரவதை செய்தது. அவளுக்கு அவர் எழுதிய கடிதத்தின் நினைவும் அவரை வாட்டியது. முக்கியமாக யாரும் விரும்பாத அவரது மன்னிப்பும், மற்றொரு மனிதனின் குழந்தை மீதான அவரது அக்கறையும் அவரது இதயத்தை வெட்கத்தாலும், வேதனையாலும் சுட்டெரித்தது.

அவர் தனக்கும் அவளுக்கும் இருந்த கடந்த கால வாழ்க்கையையும், அவர் மிகுந்த தயக்கத்திற்குப் பிறகு அவளைத் திருமணம் செய்துகொள்வதாகச் சொன்ன விகாரமான வார்த்தைகளையும் நினைத்தபோது, இப்போது அவர் அனுபவிக்கும் அதே அவமானமும் வருத்தமும் ஏற்பட்டது.

"ஆனால் நான் என்ன குற்றம் செய்தேன்?" என்று மீண்டும் மீண்டும் தனக்குத்தானே கேட்டுக் கொண்டார். இந்தக் கேள்வி எப்போதும் மற்றொரு கேள்வியை எழுப்பியது. அந்த மற்றவர்கள், விரான்ஸ்கிகளும், ஆப்லான்ஸ்கிகளும், அந்தத் திடகாத்திரமான மனிதர்களும், வித்தியாசமாக உணர்கிறார்களா? வித்தியாசமாகக்

காதலிக்கிறார்களா? வித்தியாசமாகத் திருமணம் செய்து கொண்டார் களா? எப்போதும் தன்னிச்சையாகத் தனது ஆர்வத்தையும் கவனத்தை யும் ஈர்த்த துடிப்பும், வலிமையும், தன்னம்பிக்கையும் நிறைந்த மனிதர்களின் முழு பட்டியலும் அவரது மனக்கண்ணில் விரிந்தது. அவர் அந்த எண்ணங்களைத் தன்னிடமிருந்து விரட்டியடித்து, இந்த நிலையற்ற உலக வாழ்க்கைக்காக வாழாமல், நித்திய ஜீவனுக்காக வாழ்வதாகவும், தன் இதயத்தில் அமைதியும் அன்பும் இருப்பதாகவும் தன்னைத் தானே சமாதானப்படுத்திக் கொண்டார். ஆனால் தான் நம்பிய நித்திய இரட்சிப்பு என்ற ஒன்று இல்லை என்பது போல, இந்தத் தற்காலிக அற்பமான வாழ்க்கையில், அவர் செய்த சில அற்பமான தவறுகள் அவரை வாட்டி வதைத்தது. ஆனால் அந்தச் சஞ்சலம் நீண்ட நேரம் நீடிக்கவில்லை. விரைவில் அலெக்ஸி அலெக்ஸாண்ட்ரோவிச்சின் உள்ளத்தில் மீண்டும் அமைதியும், உயர்ந்த மனப்பான்மையும் குடி கொண்டது. இதன் மூலம் அவர் நினைவில் கொள்ள விரும்பாத எதையும் எளிதாக மறக்க முடிந்தது.

26

செரியோஷா பிறந்தநாளுக்கு முன்தினம் நடைப்பயிற்சியை முடித்துவிட்டு, சிவந்த கன்னங்களுடன், உற்சாகமாக வீட்டிற்குத் திரும்பியபோது, தன்னைக் குனிந்து பார்த்துப் புன்னகைத்த அந்த வயதான உயரமான காவலாளியிடம், "நல்லது, கபிடோனிச்" என்று தனது கோட்டைக் கொடுத்தான். "கையில் கட்டுடன் அந்த அதிகாரி இன்று வந்தாரா? அப்பா அவரைப் பார்த்தாரா?"

"பார்த்தார். தலைமைச் செயலாளர் வெளியே சென்ற அடுத்த நிமிடமே அவர் வந்திருப்பதை தெரியப்படுத்தினேன்" என்ற காவலாளி கண் சிமிட்டினான். "நீங்கள் விரும்பினால் நான் அதைக் கழற்று கிறேன்."

"செரியோஷா!" என்று அவனுடைய ஆசிரியர் முன்வாசலைக் கடந்து மற்றொரு அறைக்குச் செல்லும்போது அழைத்தார். "அதை நீங்களே கழற்றுங்கள்."

ஆனால் செரியோஷா ஆசிரியரின் பலவீனமான குரலைக் கேட்டபோது, அவன் அதைக் கவனிக்கவில்லை. அவன் காவலாளி யின் இடுப்புப் பட்டையைப் பிடித்து, அவன் முகத்தை உற்றுப் பார்த்தான்.

"அப்பா, அவருக்கு என்ன வேண்டுமோ அதைச் செய்தாரா?"
காவலாளி ஆமாம் என்று தலையசைத்தார்.

நற்றிணை பதிப்பகம் ● 771

அலெக்ஸி அலெக்ஸாண்ட்ரோவிச்சிடம் ஏதோ ஒன்றைக் கேட்பதற்காக ஏழு முறை வந்திருந்த அந்த அதிகாரியின் மீது காவலாளியும் செரியோஷாவும் ஆர்வம் காட்டினர். தானும் தன் குழந்தைகளும் மரணத்தின் விளிம்பில் இருப்பதாகவும், தன்னைப் பார்க்க அனுமதிக்கும்படியும் பரிதாபத்துடன் அந்த அதிகாரி காவலாளியிடம் கேட்டதை செரியோஷா பார்த்தான்.

மீண்டும் இரண்டாவது முறை அந்த அதிகாரியை செரியோஷா பார்த்தான். எனவே அப்போதிருந்து அவன் அவர் மீது ஆர்வம் காட்டினான்.

"அவர் மகிழ்ச்சியடைந்தாரா?"

"அவர் எப்படி மகிழ்ச்சியடையாமல் இருக்க முடியும்? போகும் போது அவர் மகிழ்ச்சியில் துள்ளிக் குதித்தார்."

"ஏதாவது வந்திருக்கிறதா?" என்ற சற்று மௌனத்திற்குப் பிறகு செரியோஷா கேட்டான்.

"ஆமாம்" என்ற காவலாளி தலையை அசைத்துக் கிசுகிசுப்பான குரலில், "கோமகளிடமிருந்து வந்திருக்கிறது" என்றான்.

கோமகள் லிடியா இவானோவ்னாவிடமிருந்து தனக்கு வந்திருக்கும் பிறந்த நாள் பரிசைப் பற்றி காவலாளி பேசுகிறார் என்பதை செரியோஷா அறிந்து கொண்டான்.

"உண்மையாகவா? எங்கே அது?"

"கோர்னி அதை அப்பாவிடம் கொடுத்து விட்டான். ஏதேனும் சிறந்ததாக இருக்க வேண்டும்.

"அது எத்தனை பெரியது? இவ்வளவு?"

"அதைவிடச் சிறியது, ஆனால் நல்லது."

"புத்தகமா?"

"இல்லை, வேறு ஒன்று. போங்கள், போங்கள், வாசிலி லூகிச் உங்களை அழைக்கிறார்" என்று ஆசிரியரின் காலடி ஓசை நெருங்கி வருவதைக் கேட்ட காவலாளி, தன் இடுப்புப் பட்டையைப் பற்றி யிருந்த, பாதி கழற்றிய கையுறையில் இருந்த சிறிய கையைக் கவன மாக விடுவித்து, ஆசிரியரை நோக்கித் தலையசைத்து கண்களைச் சிமிட்டினான்.

"வருகிறேன், வாசிலி லூகிச்!" என்ற செரியோஷா மகிழ்ச்சியும் அன்பும் கலந்த புன்னகையுடன் பதிலளித்தான். எப்போதும் கடமை யில் கண்ணும் கருத்துமாக இருக்கும் வாசிலி லூகிச்சை அந்தப் புன்னகை வென்றது.

செரியோஷா மிகுந்த மகிழ்ச்சியாகவும் உற்சாகமாகவும் இருந்தான். கோடைக்கால தோட்டத்தில், நடைப்பயிற்சிக்குச் சென்றபோது, லிடியா இவானோவ்னாவின் மருமகளிடமிருந்து அவன் கேள்விப்பட்ட மகிழ்ச்சியான செய்தியை அவனது நண்பரான காவலாளியிடம் பகிர்ந்து கொள்ள முடியாத அளவுக்கு செரியோஷா மிகுந்த உற்சாகத்தில் இருந்தான். அந்த மகிழ்ச்சி அவனுக்கு மிகவும் முக்கியமானதாகத் தோன்றியது ஏனெனில் கையில் கட்டு போட்டிருந்த அந்த அதிகாரியின் மகிழ்ச்சியும், தனக்குப் பிறந்தநாள் பரிசுகள் வந்த மகிழ்ச்சியும், அதனுடன் ஒத்துப்போனது. எல்லோரும் மகிழ்ச்சியாகவும் உற்சாகமாகவும் இருக்க வேண்டிய நாள் இது என்று செரியோஷாவுக்குத் தோன்றியது.

"அலெக்ஸாண்டர் நெவ்ஸ்கியின் விருது அப்பாவுக்குக் கிடைத்திருப்பது உங்களுக்குத் தெரியுமா?"

"எனக்கு எப்படித் தெரியாமல் இருக்கும்? அவருக்கு வாழ்த்துச் சொல்ல பலரும் வருகிறார்கள்."

"அப்படியானால், அவர் மகிழ்ச்சியாக இருக்கிறாரா?"

"ஜார் மன்னரின் அருளைக் கண்டு அவர் எப்படி மகிழ்ச்சியடையாமல் இருக்க முடியும்! அவர் அதற்குத் தகுதியானவர் என்பதை இது காட்டுகிறது" என்று காவலாளி உறுதியான தீவிரமான குரலில் சொன்னார்.

காவலாளியின் முகத்திலுள்ள நுட்பமான அம்சங்களைக் கூட நன்றாக அறிந்திருந்த செரியோஷா அவர் முகத்தை உற்றுப் பார்த்தான். குறிப்பாக நீளமாக இருந்த அவரது வெள்ளை நிற மீசைகளுக்கு இடையில் தொங்கிய அவரது கன்னத்தை, அவனைத் தவிர வேறு யாரும் கவனித்திருக்க முடியாது, ஏனெனில் அவன் எப்போதும் கீழிருந்து தலையை உயர்த்தி அதைப் பார்த்தான்.

"சரி, உங்கள் மகள் சமீபத்தில் உங்களைப் பார்க்க வந்தாரா?"

காவலாளியின் மகள் ஒரு பாலே நடனக் கலைஞர்.

"வார நாட்களில் அவரால் எப்படி வர முடியும்? அவர் படிக்கவும் வேண்டும். உங்களுக்கு உங்கள் வேலை. நீங்கள் போய்ப் பாருங்கள்!"

அவள் பள்ளி அறைக்குள் நுழைந்து, பாடத்தைக் கவனிப்பதற்குப் பதிலாகத் தனக்கு வந்த பரிசுப் பொருள் ரயிலாக இருக்கும் என்ற தன் யூகத்தை ஆசிரியரிடம் தெரிவித்தான்.

"நீங்கள் என்ன நினைக்கிறீர்கள்?" என்று கேட்டான்.

ஆனால் வாசிலி லுகிச், அவனுடைய இலக்கண ஆசிரியர் இரண்டு மணிக்கு வருவதால் அவன் அதற்குத் தயாராக வேண்டும் என்று நினைத்தார்.

"ஆனால் வாசிலி லுகிச், என்னிடம் சொல்லுங்கள்" என்று அவர் கையில் புத்தகத்துடன் மேசையின் முன் அமர்ந்தபோது, அவன் கேட்டான். "அலெக்ஸாண்டர் நெவ்ஸ்கி விருதை விட பெரியது எது? அப்பாவுக்கு அந்த விருது கிடைத்தது தெரியுமா?"

அலெக்ஸாண்டர் நெவ்ஸ்கி விருதை விட பெரியது அலெக்ஸாண்டர் விளாடிமிர் விருது என்று வாசிலி லுகிச் சொன்னார்.

"அதைவிடப் பெரியது?"

"அனைத்தையும் விடப் பெரியது முதலாமவர் எனப்படும் ஆண்ட்ரே விருது."

"அதைவிடப் பெரியது?"

"எனக்குத் தெரியாது."

"என்ன? உங்களுக்குத் தெரியாதா?" என்ற செரியோஷா தலையை முழங்கையில் புதைத்து சிந்தனையில் ஆழ்ந்தான்.

அவனுடைய சிந்தனைகள் மிகச் சிக்கலானவை என்பதுடன் மாறுபட்ட தன்மை கொண்டவை. தனது தந்தை புனித விளாடிமிர் மற்றும் புனித ஆண்ட்ரே விருதுகளைப் பெறுவார் என்றும், தான் பாடத்தில் அதிக கவனம் செலுத்த வேண்டும் என்றும், வளர்ந்த பிறகு அனைத்து விருதுகளையும் பெற வேண்டும் என்றும், அவர்கள் உயர்ந்த விருதான ஆண்ட்ரே விருதை விட எதைக் கண்டுபிடிக்க முடியும் என்றும் அவன் கற்பனை செய்தான். அவர்கள் அதைக் கண்டுபிடித்ததும் அவன் அதைப் பெறுவான். அப்போது அவர்கள் அதைவிட உயர்ந்த ஒன்றைக் கண்டுபிடிப்பார்கள், அவன் உடனடியாக அதையும் பெறுவான்.

இத்தகைய சிந்தனைகளில் காலம் கடந்து சென்றது. எனவே ஆசிரியர் பாடம் நடத்த வந்தபோது, பாடம் நடத்தும் சூழ்நிலை இல்லாததைக் கண்டு அதிருப்தியும் வருத்தமும் அடைந்தார். தன் ஆசிரியர் வருத்தப்படுவதைப் பார்த்து செரியோஷா மனம் நெகிழ்ந்தான். பாடம் கற்கவில்லை என்ற குற்றவுணர்வு அவனுக்கு ஏற்படவில்லை, ஏனெனில் எவ்வளவு முயற்சி செய்தும் அதைச் செய்ய அவனால் முடியவில்லை. ஆசிரியர் விளக்கிய போது, அனைத்தும் புரிந்து விட்டது என்று அவன் நம்பினான். ஆனால் தனியாக இருந்தபோது, எளிமையான அவனுக்குப் பழக்கமான 'திடீரென்று' என்ற வார்த்தை, செயல் முறையை விவரிக்கும் ஒரு துணைச்சொல் என்பதை அவனால் நினைவில் வைத்துப் புரிந்து

கொள்ள முடியவில்லை. இருந்தாலும் தன் ஆசிரியர் வருத்தப் படுவதைக் கண்டு அவருக்கு ஆறுதல் சொல்ல விரும்பினான்.

ஆசிரியர் மௌனமாக புத்தகத்தைப் பார்த்துக் கொண்டிருந்த ஒரு தருணத்தை அவன் தேர்ந்தெடுத்தான்.

"மிகைல் இவானோவிச், உங்கள் பிறந்தநாள் எப்போது?" என்ற அவன் திடீரென்று கேட்டான்.

"உங்கள் வேலையைப் பற்றி நீங்கள் சிந்திப்பது நல்லது. பகுத் தறிவு உள்ளவருக்குப் பிறந்தநாள் ஒரு பொருட்டல்ல. அது மற்ற நாட்களைப் போல ஒருவர் வேலை செய்ய வேண்டிய நாள்."

செரியோஷா ஆசிரியரையும் அவரது சிறிய தாடியையும், மூக்கின் மேலிருந்த கீழே இறங்கிய கண்ணாடியையும், கவனமாக உற்றுப் பார்த்தான். அவன் ஆசிரியர் சொன்னது எதையும் கேட்க முடியாத அளவுக்கு ஆழ்ந்த சிந்தனையில் ஆழ்ந்தான். அவன் ஆசிரியர் சொல்வதை அவரே நம்பவில்லை என்பதை, அவர் சொன்ன தொனியிலிருந்து புரிந்து கொண்டான். 'ஆனால் அவர்கள் எல்லோரும் ஏன் ஒரே மாதிரியாக, எப்போதும் சலிப்பூட்டும், பயனற்ற விஷயங்களைச் சொல்கிறார்கள்? அவர் ஏன் என்னை ஒதுக்கி வைக்கிறார்? அவருக்கு ஏன் என்னைப் பிடிக்கவில்லை?' என்று அவன் வேதனையுடன் தனக்குத்தானே கேட்டுக் கொண்டும் அவனுக்குப் பதிலேதும் கிடைக்கவில்லை.

27

ஆசிரியரின் பாடத்திற்குப் பிறகு செரியோஷாவுக்கு அவனது அப்பாவுடன் ஒரு பாடம் இருந்தது. அவனுடைய அப்பா வருவதற்கு முன்பு அவன் மேசையில் அமர்ந்து பேனாக்கத்தியுடன் விளையாடிக் கொண்டு, யோசிக்கத் தொடங்கினான். நடைப்பயிற்சிக்குச் செல்லும் போது, தனது அம்மாவைத் தேடுவது செரியோஷாவுக்கு மிகவும் பிடித்த விஷயங்களில் ஒன்று. லிடியா இவானோவ்னா அவனிடம் சொன்ன போதிலும், அவனது அப்பா அதை உறுதிப்படுத்திய போதிலும், அவன் பொதுவாக மரணத்தை நம்பவில்லை என்பதால், அவள் இறந்து விட்டாள் என்பதை அவன் நம்பவில்லை. எனவே அவள் இறந்து விட்டாள் என்று சொன்ன பிறகும், அவன் நடைப் பயிற்சியின் போது அவளைத் தேடினான். கருமையான கூந்தலும், வசீகரமான அழகும் உடைய எந்தப் பெண்ணும் அவனுக்கு அம்மாதான். அப்படி ஒரு பெண்ணைப் பார்க்கும் போதெல்லாம் அவனுடைய உள்ளம் நெகிழ்ந்து, மூச்சுத் திணறி, கண்களில் கண்ணீர் சிந்தியது. எந்த நேரத்திலும் அவள் அவன் அருகில் வந்து, பர்தாவைத்

தூக்கி தன் முகத்தைக் காட்டுவாள் என்று அவன் எதிர்பார்த்தான். ஒருநாள் மாலை அவள் அவனை மடியில் படுக்க வைத்து, அவனுக்குக் கிச்சுகிச்சு மூட்டிய போது, அவன் சிரித்துக் கொண்டே, விரல்களில் மோதிரம் அணிந்த அவளது வெண்ணிறக் கையைக் கடித்தபோது, அவள் தன் அழகிய முகம் புன்னகையால் விரிய அவனைக் கட்டி அணைத்ததையும், அவன் அவளது வாசனையை நுகர்ந்து, அவள் கையின் மென்மையை உணர்ந்து, கண்களில் கண்ணீர் வெளிப்பட மகிழ்ச்சியாகச் சிரித்ததையும் நினைத்தான். பின்னர் அவன் தற்செயலாக அவனுடைய செவிலியிடமிருந்து தனது அம்மா இறக்கவில்லை என்பதை அறிந்தபோது, அவள் கெட்டவள் என்பதால் அவள் இறந்துவிட்டாள் (அவன் அவளை நேசித்ததால் அவனால் அதை நம்ப முடியவில்லை) என்று அவனது அப்பாவும், லிடியா இவானோவ்னாவும் அவனுக்கு விளக்கம் கொடுத்தனர். எனவே அன்று முதல் அவன் அவளைத் தேடி அவளுக்காகக் காத்திருந்தான். அன்று கோடைக்கால தோட்டத்தில், ஊதா நிறப் பர்தா அணிந்த ஒரு பெண்ணைப் பார்த்து, அது தன்னுடைய அம்மாதான் என்று நம்பிய அவன், துயரம் கவிந்த இதயத்துடன், அவள் வரும் பாதையைப் பார்த்துக் கொண்டிருந்தான். ஆனால் அவள் அந்தப் பாதையில் வராமல் எங்கோ மறைந்து போனாள். எனவே இன்று வழக்கத்தை விட அவள் மீதுள்ள அன்பைத் தீவிரமாக உணர்ந்த அவன், தன் அப்பாவுக்காகக் காத்திருந்த போது, மேசையைக் கத்தியால் கீறி, கண்களில் பிரகாசத்துடன் வெறித்துப் பார்த்தபடி, அவளைப் பற்றி யோசித்தான்.

"அப்பா வருகிறார்!" என்ற வாசிலி லுகிச் அவன் கவனத்தைத் திசை திருப்பினார்.

துள்ளிக் குதித்த செரியோஷா, தன் தந்தையிடம் சென்று, அவர் கையை முத்தமிட்டு, அலெக்ஸாண்டர் நெவ்ஸி விருது பெற்ற மகிழ்ச்சியின் அறிகுறியை அவர் முகத்தில் கவனமாகத் தேடினான்.

"நடைப்பயிற்சி நன்றாகப் போயிற்றா?" என்று கேட்ட அலெக்ஸி அலெக்ஸாண்ட்ரோவிச், சாய்வு நாற்காலியில் அமர்ந்து, பழைய ஏற்பாடு புத்தகத்தை எடுத்து அதைத் திறந்தார். ஒவ்வொரு கிறிஸ்து வரும் புனித வரலாற்றை முழுமையாக அறிந்திருக்க வேண்டும் என்று அவர் பலமுறை செரியோஷாவிடம் கூறியிருந்தாலும், அவர் பழைய ஏற்பாட்டை அடிக்கடி பார்ப்பதை அவன் கவனித்தான்.

"ஆமாம், அது மிக நன்றாக, வேடிக்கையாக இருந்தது அப்பா" என்ற செரியோஷா நாற்காலியின் பக்கவாட்டில் அமர்ந்து, அப்படிச் செய்யக்கூடாது என்றாலும், அதை அசைத்தான். "நான் நாதென் காவைச் சந்தித்தேன்" (லிடியா இவானோவ்னாவின் மருமகள், அவள் தன் அத்தை வீட்டில் தங்கிப் படித்துக் கொண்டிருந்தாள்).

"உங்களுக்குப் புதிய பதக்கம் கொடுத்திருப்பதாக அவர் சொன்னார். உங்களுக்குச் சந்தோஷமா அப்பா?"

"முதலில் தயவுசெய்து நாற்காலியை ஆட்டாதே" என்றார் அலெக்ஸி அலெக்ஸாண்ட்ரோவிச். "இரண்டாவது, வேலைதான் முக்கியமே தவிர வெகுமதி அல்ல. அதை நீ நன்றாகப் புரிந்து கொள்ள வேண்டும் என்று விரும்புகிறேன். வெகுமதியைப் பெறுவதற்காகப் படித்தால் அது உனக்குக் கஷ்டமாகத் தெரியும். ஆனால் படிக்கும் போது" (அன்று அவர் நூற்று பதினெட்டு ஆவணங்களில் கையெழுத்திடும் சலிப்பான வேலையைச் செய்யும்போது, கடமை உணர்வாகக் கருதி அதை எப்படிச் செய்து முடித்தார் என்பதை நினைவு கொண்டார்) படிப்பை நேசித்தால் அதில் உனக்கான வெகுமதியைக் காண முடியும்."

செரியோஷாவின் கண்களில் இருந்த பாசமும் பரவசமும், அவனுடைய தந்தையின் கூர்மையான பார்வையில் மங்கி மறைந்து போனது. அவனுடன் பேசும்போது அவனது தந்தை நீண்ட காலமாகப் பின்பற்றிய அதே பழக்கமான தொனியைத்தான் கடைப் பிடித்தார். எனவே செரியோஷா அதை எப்படி எதிர்கொள்வது என்பதை ஏற்கனவே கற்றுக்கொண்டிருந்தான். அவனைப் போல இல்லாமல் புத்தகங்களில் காணப்படும் ஒரு கற்பனை சிறுவனிடம் பேசுவது போல அவர் தன்னிடம் பேசுவதாக செரியோஷாவுக்குத் தோன்றியது. எனவே அவனும் அந்தப் புத்தகப் பையனாக அவர் முன்னால் நடித்தான்.

"உனக்குப் புரியும் என்று நினைக்கிறேன்?" என்றார் அப்பா.

"ஆமாம், அப்பா" என்று செரியோஷா அந்தக் கற்பனை பையனைப் போல நடித்தான்.

சுவிஷேசங்களிலிருந்து சில வசனங்களை மனனம் செய்வதும், பழைய ஏற்பாட்டின் ஆரம்பத்தை மீண்டும் சொல்வதும் அன்றைய பாடம். சுவிஷேசத்தின் அந்த வசனங்கள் அவனுக்கு நன்றாகத் தெரியும். ஆனால் அவன் தன் தந்தையின் நெற்றிப் பொட்டு எலும்பு எப்படிக் கூர்மையாக வளைந்துள்ளது என்பதைப் பார்த்துக் கொண்டே சொன்னபோது, நினைவின் சரடைத் தவறவிட்டு, ஒரே வார்த்தையில் அமைந்த ஒரு வசனத்தின் முடிவை மற்றொரு வசனத்தின் தொடக்கத்துடன் இணைத்துக் குழப்பினான். அலெக்ஸி அலெக்ஸாண்ட்ரோவிச்சிற்கு அவன் என்ன சொல்கிறான் என்பது புரியவில்லை என்பது தெளிவாகத் தெரிந்தது. அதனால் அவர் எரிச்சலடைந்தார்.

அவர் முகத்தைச் சுளித்து, இதற்கு முன்பு அவன் பலமுறை கேட்டும் அவனால் நினைவில் வைத்திருக்க முடியவில்லை

ஏனெனில், 'திடீரென்று' என்பது ஒரு துணைச் சொல் என்பதைப் புரிந்து கொண்டது போல, அவன் அதையும் புரிந்து கொண்டான் என்று விளக்கத் தொடங்கினார். செரியோஷா பயத்துடன் தன் தந்தையைப் பார்த்தான். சில சமயங்களில் நடப்பது போல, அவர் இப்போது கேட்டதை மீண்டும் திரும்பவும் சொல்லச் சொல்வாரா இல்லையா என்பதைத் தவிர வேறு எதையும் அவனால் யோசிக்க முடியவில்லை. அந்த எண்ணம் அவனை மிகவும் பயமுறுத்தியதால் அவனுக்கு ஒன்றுமே புரியவில்லை. ஆனால் அவர் அப்படிச் செய்யாமல் பழைய ஏற்பாட்டிலிருந்த ஒரு பாடத்தை அவனுக்குக் கொடுத்தார். செரியோஷா அந்த நிகழ்வுகளை நன்றாக விவரித்தான். ஆனால் அவன் சில நிகழ்வுகள் எதைக் குறிக்கின்றன என்ற கேள்விக்குப் பதிலளிக்கும் போது, அந்தப் பாடத்திற்காக ஏற்கனவே தண்டனை பெற்றிருந்த போதிலும் அவனுக்கு எதுவும் தெரிய வில்லை. நீரினால் ஏற்பட்ட பிரளயத்திற்கு முன் இருந்த மூதாதை யர்களைப் பற்றிய பகுதியைப் பேச வேண்டிய அவன், எதுவும் சொல்ல முடியாமல் தடுமாறி, மேசையைக் கீறி, நாற்காலியை அசைத்தான். பரலோகத்திற்கு உயிரோடு கொண்ட செல்லப்பட்ட ஏனோக் ஒருவரைத் தவிர அவனுக்கு வேறு யாரையும் தெரிய வில்லை. இதற்கு முன்பு அவன் அனைத்துப் பெயர்களையும் நன்றாக நினைவில் வைத்திருந்தான் ஆனால் இப்போது அவற்றை அவன் முற்றிலுமாக மறந்துவிட்டான். ஏனென்றால் பழைய ஏற்பாடு முழுவதிலும் அவனுக்கு மிகவும் பிடித்த நபராக ஏனோக் இருந்தார். மேலும் ஏனோக் உயிருடன் பரலோகத்திற்கு அழைத்துச் செல்லப் பட்டது அவன் மனதில் ஒரு நீண்ட சிந்தனை ஓட்டத்துடன் இணைந்திருந்தது. இப்போது அவனது கண்கள் தந்தையின் கைக்கடிகாரச் சங்கிலியையும், பாதி திறந்த கோட்டின் பட்டனையும் உற்றுப் பார்த்தபோது, அந்தச் சிந்தனை அவனை ஆக்கிரமித்துக் கொண்டது.

மனிதர்கள் அவனிடம் அடிக்கடி மரணத்தைப் பற்றிக் குறிப் பிட்டபோதும் செரியோஷா அதை நம்பவில்லை. தான் நேசித்தவர் கள் இறந்து விடுவார்கள் என்றும், அனைத்திற்கும் மேலாக தானும் இறந்து விடுவோம் என்றும் அவன் ஒருபோதும் நம்பவில்லை. அது முற்றிலும் சாத்தியமற்றது, புரிந்துகொள்ள முடியாதது என்று அவனுக்குத் தோன்றியது. ஆனால் எல்லோரும் இறந்துவிடுவார்கள் என்று பலரும் அவனிடம் சொன்னார்கள். அவன் தனக்கு நம்பிக்கை யான சிலரிடம் அதைப் பற்றிக் கேட்டபோது, அவர்களும் அதை உறுதி செய்தனர். அவனுடைய வயதான செவிலியும் அதைத்

தயக்கத்துடன் சொன்னாள். ஆனால் ஏனோக் சாகவில்லை என்பதால் எல்லோரும் இறப்பதில்லை. 'ஏன் அவரைப் போல மற்றவர்களும் இறைவனுக்குச் சேவை செய்து, உயிருடன் பரலோகத்திற்குப் போகக்கூடாது?' என்று செரியோஷா நினைத்தான். கெட்ட மனிதர்கள், அவனுக்குப் பிடிக்காதவர்கள் இறக்கலாம் ஆனால் நல்லவர்கள் அனைவரும் ஏனோக்கைப் போல இருக்கலாம்.

"சரி, அப்போது இருந்த மூதாதையர்கள் யார்?"

"ஏனோக், ஏனோஸ்."

"சரி, அதை ஏற்கனவே சொல்லிவிட்டாய். இது மோசமானது செரியோஷா, மிகவும் மோசமானது. ஒரு கிறிஸ்துவருக்கு எது மிக முக்கியமானது என்பதை நீ கற்றுக் கொள்ளாவிடில்" என்ற அவர் எழுந்து நின்றார். "வேறு எதுதான் உனக்கு ஆர்வம் தருவதாக இருக்கும்? எனக்கு உன் மீதும், பீட்டர் இக்னாட்டிச் (அவனது முதன்மை ஆசிரியர்) மீதும் அதிருப்தி ஏற்படுகிறது... நான் உன்னைத் தண்டிக்க வேண்டும்."

அவனுடைய அப்பாவும் ஆசிரியரும் அவன் மீது அதிருப்தி அடைந்தனர். அவன் படிப்பில் மிக மோசமாக இருந்தான் என்பது உண்மைதான். ஆனால் அவன் திறமையற்ற பையன் என்று நிச்சயமாகச் சொல்ல முடியாது. அதற்கு மாறாக, அவன் ஆசிரியர் அவனுக்கு முன்னுதாரணமாகக் கருதிய பல மாணவர்களை விட அவன் புத்திசாலியாக இருந்தான். ஆசிரியர்கள் கற்றுக் கொடுப்பதை அவன் கற்றுக்கொள்ள விரும்பவில்லை என்று அவனுடைய தந்தை கருதினார். ஆனால் அதை அவனால் கற்றுக்கொள்ள முடியவில்லை என்பதே உண்மை. ஏனென்றால் அவனது தந்தையும் ஆசிரியரும் முன்வைத்த கோரிக்கைகளை விட முக்கியமான கோரிக்கைகள் அவன் இதயத்தில் இருந்தன. அந்தக் கோரிக்கைகள் ஒன்றுக்கொன்று முரண்பட்டதால், தனக்குக் கல்வி கற்பித்தவர்களுடன் அவன் போராடினான்.

அவன் ஒன்பது வயதான ஒரு குழந்தை என்றாலும் அவன் தன் உள்ளத்தை நன்றாகப் புரிந்து வைத்திருந்தான். அதை விலைமதிப்பற்றதாகக் கருதிய அவன் கண்ணை இமை காப்பது போல அதைப் பாதுகாத்தான். அன்பு எனும் திறவுகோல் இல்லாமல் வரும் யாரையும் அவன் தன் உள்ளத்தில் அனுமதிக்கவில்லை. அவன் படிக்க விரும்பவில்லை என்று ஆசிரியர்கள் அவன் மீது குறை கூறினார்கள். ஆனால் உண்மையில் அவனுடைய உள்ளம் அறிவு தாகத்தால் நிரம்பி வழிந்தது. அவன் கபிடோனிச், நாதென்கா, வாசிலி லுகிச், அவனது செவிலி ஆகியோரிடமிருந்து கற்றுக் கொண்டான். ஆனால் அவன் தனது ஆசிரியர்களிடமிருந்து கற்றுக்

கொள்ளவில்லை. தங்கள் ஆலையின் சக்கரங்களைச் சுழற்றுவதற்காக ஆசிரியர்களும் அவனது தந்தையும் எதிர்பார்த்த தண்ணீர் எப்போதோ மடை திறந்து வேறு திசையில் பாய்ந்து கொண்டிருந்தது.

லிடியா இவானோவ்னாவின் மருமகள் நாதென்காவைப் பார்க்கச் செல்லக் கூடாது என்று அவனது தந்தை அவனைத் தண்டித்தார். ஆனால் அந்தத் தண்டனை செரியோஷாவுக்கு மகிழ்ச்சியான ஒன்றாக அமைந்தது. நல்ல மனநிலையில் இருந்த வாஸிலி லுகிச், காற்றாலைகளை எவ்வாறு தயாரிப்பது என்று அவனுக்குக் காட்டினார். அன்று மாலை நேரம் முழுவதும் அந்த வேலையில் கழிந்தது. சுழலும் காற்றாடிகளில் ஒன்றைப் பிடித்துக் கொண்டு அல்லது தன்னை அதனுடன் கட்டிக் கொண்டு சுழல்வதன் மூலம், சவாரி செய்யும் காற்றாலையை எப்படி உருவாக்குவது என்று அவன் கனவு கண்டான். அன்று மாலை முழுவதும் அவன் தனது அம்மாவைப் பற்றி நினைக்கவில்லை. ஆனால் அவன் படுக்கையில் படுக்கும் போது, திடீரென்று அவளை நினைவு கூர்ந்து, அவள் மறைந்திருப்பதை விட்டுவிட்டு, நாளை தன்னுடைய பிறந்தநாளுக்கு, தன்னைப் பார்ப்பதற்கு வர வேண்டும் என்று உருக்கமாகப் பிரார்த்தனை செய்தான்.

“வாசிலி லுகிச், நான் கூடுதலாக என்ன ஜெபித்தேன் என்று தெரியுமா?”

“நன்றாகப் படிக்க வேண்டும் என்றா?”

“இல்லை.”

“பொம்மை வேண்டும் என்றா?”

“இல்லை, உங்களால் யூகிக்க முடியாது. அது அற்புதமானது ஆனால் ரகசியமானது! அது உண்மையாக நடந்தால், உங்களிடம் சொல்கிறேன். உங்களால் யூகிக்க முடியவில்லையா?”

“இல்லை, என்னால் முடியவில்லை. நீங்களே சொல்லுங்கள்” என்று அவர் எப்போதும் மிக அரிதாகவே வெளிப்படும் புன்னகையுடன் சொன்னார். “படுங்கள், நான் மெழுகுவர்த்தியை அணைக்கிறேன்.”

“ஆனால் மெழுகுவர்த்தி இல்லாமல் நான் எதற்காகப் பிரார்த்தனை செய்தேன் என்பதை என்னால் தெளிவாகப் பார்க்க முடியும். இப்போது நான் அந்த ரகசியத்தை உங்களிடம் சொல்லி விட்டேன்!” என்று செரியோஷா மகிழ்ச்சியுடன் சிரித்தான்.

ஆசிரியர் மெழுகுவர்த்தியை எடுத்துச் சென்றதும், செரியோஷா தன் தாயை, அவள் அருகாமையை உணர்ந்தான். அவள் அவனுக்கு மேலாகத் தோன்றி அன்பான கண்களால் அவனை வருடினாள்.

ஆனால் பிறகு காற்றாலைகளும், பேனாக் கத்தியும் தோன்றியதைத் தொடர்ந்து எல்லாமே ஒன்றுடன் ஒன்று கலந்து குழப்பமடைய, அவன் ஆழ்ந்த தூக்கத்தில் விழுந்தான்.

28

விரான்ஸ்கியும் அன்னாவும் பீட்டர்ஸ்பர்க் வந்து சேர்ந்ததும், ஒரு உயர்தர விடுதி ஒன்றில் தங்கினர். கீழ்த் தளத்தில் தனியாக விரான்ஸ்கியும், மாடியில் நான்கு அறைகளைக் கொண்ட ஒரு பெரிய அறையில் அன்னாவும், குழந்தையும், பாலூட்டும் செவிலியும், பணிப் பெண்ணும் தங்கினார்கள்.

அவர்கள் வந்த அன்றே விரான்ஸ்கி தன் சகோதரனைப் பார்க்கச் சென்றார். மாஸ்கோவிலிருந்து தொழில் நிமித்தமாக அங்கு வந்திருந்த தனது தாயாரை அவன் பார்த்தான். அவனது அம்மாவும் அண்ணியும் வழக்கமான முறையில் அவனை வரவேற்று, வெளிநாட்டுப் பயணத்தைப் பற்றி விசாரித்தார்கள். பரஸ்பரம் தெரிந்தவர்களைப் பற்றிப் பேசிய அவர்கள், அவனுக்கு அன்னாவுடன் இருந்த உறவைப் பற்றி ஒரு வார்த்தையும் பேசவில்லை. மறுநாள் காலையில் விரான்ஸ்கியைப் பார்க்க வந்த அவரது சகோதரர் அவளைப் பற்றிக் கேட்டார். அவன் அவரிடம் திருமதி. கரீனினாவுடன் தனக்குள்ள உறவை ஒரு திருமணமாகக் கருதுவதாகவும், விவாகரத்து பெற்ற பிறகு அவளைத் திருமணம் செய்துகொள்ள விரும்புவதாகவும் வெளிப் படையாகத் தெரிவித்தான். அதுவரை அவளை அவன் தனது மனைவியாகக் கருதுவதாகவும், அதை அவரது தாயாரிடமும் அண்ணியிடமும் தெரிவிக்க வேண்டும் என்றும் விரான்ஸ்கி அவரிடம் கேட்டுக் கொண்டான்.

"அதை இந்தச் சமூகம் ஏற்றுக்கொள்ளவில்லை என்றால் அதைப் பற்றி எனக்குக் கவலையில்லை. ஆனால் உறவினர்கள் என்னுடன் குடும்ப உறவைப் பேண விரும்பினால், அவர்கள் என் மனைவியிடமும் அதே போல நடந்து கொள்ள வேண்டும்."

தன்னுடைய தம்பியின் கருத்துக்களை எப்போதும் மதிக்கும் அண்ணனுக்கு, இந்தச் சமூகம் முடிவெடுக்கும்வரை, அவன் சொல்வது சரியா தவறா என்பதை அவரால் தீர்மானிக்க முடியவில்லை. ஆனால் அவரைப் பொறுத்தவரை அதில் அவருக்கு எந்த ஆட்சேபணையும் இல்லை என்பதால், அவர் விரான்ஸ்கியுடன் அன்னாவைப் பார்க்கச் சென்றார்.

எல்லோர் முன்னிலையிலும் நடந்து கொள்வது போல விரான்ஸ்கி தன் சகோதரர் முன்பும், அன்னாவை 'நீங்கள்' என்ற

சம்பிரதாய வார்த்தையைப் பயன்படுத்தி, அவளை ஒரு நெருங்கிய நண்பரைப் போல நடத்தினான். ஆனால் அவரது சகோதரருக்கு அவர்களின் உறவைப் பற்றித் தெரியும் என்பது அவர்களுக்கிடையில் மறைமுகமாகப் புரிந்து கொள்ளப்பட்டது. மேலும் அன்னா, விரான்ஸ்கியின் பண்ணைக்குச் செல்வதைப் பற்றி அவர்கள் பேசிக் கொண்டார்கள்.

விரான்ஸ்கிக்கு உலக அனுபவங்கள் இருந்த போதிலும், இப்போது அவன் இருக்கும் நிலையில், ஒரு மோசமான தவறைச் செய்து கொண்டிருந்தான். அவன் அன்னாவுக்கும் தனக்கும் சமூகத்தின் கதவுகள் மூடிவிட்டன என்பதைப் புரிந்து கொள்ள வேண்டும் என்று ஒருவர் நினைக்கலாம். ஆனால் முன்பு அப்படித் தான் இருந்தது என்றாலும், இப்போது இவ்வளவு முன்னேற்றம் ஏற்பட்ட பிறகு (தன்னையறியாமல் எந்தவிதமான முன்னேற்றத்தையும் ஆதரிப்பவனாக அவன் மாறிவிட்டான்) மக்களின் கருத்து மாறிவிட்டதால் அது சமூகத்தில் ஏற்றுக்கொள்ளப்படுவதற்கான சாத்தியக்கூறுகள் உள்ளன என்ற ஒரு தெளிவற்ற சிந்தனையில் அவன் இருந்தான். 'நிச்சயமாக அவர்கள் அவளை அரசவையில் வரவேற்க மாட்டார்கள். ஆனால் நெருக்கமான நண்பர்கள் விஷயங் களைச் சரியான வழியில் பார்க்க முடியும், பார்க்க வேண்டும்' என்று அவன் நினைத்தான்.

நீங்கள் ஒரே நிலையில் அமர்ந்திருப்பதைத் தடுக்க எதுவும் இல்லை என்று உங்களுக்குத் தெரிந்தால், பல மணி நேரம் நீங்கள் கால்மேல் கால்களைப் போட்டு உட்கார்ந்திருக்க முடியும். ஆனால் அப்படித்தான் உட்கார வேண்டும் என்ற கட்டாயம் ஒருவருக்கு ஏற்பட்டால், அவருக்குத் தசைப்பிடிப்பு ஏற்படும் என்பதோடு, அவரது கால்கள் அந்த நிலையிலிருந்து விடுபட்டு, நீட்ட விரும்பும் திசையில் அசைந்து சிரமப்படும். சமூகத்தைப் பொறுத்தவரை விரான்ஸ்கி இதைத்தான் அனுபவித்தான். சமூகத்தின் கதவுகள் தங்களுக்கு மூடிவிட்டன என்பதை அவன் உள்ளம் அறிந்திருந்தாலும், சமூகம் மாறுமா, தங்களை ஏற்றுக் கொள்ளுமா என்பதை அவன் பரிசோதித்துப் பார்த்தான். ஆனால் சமூகத்தின் கதவுகள் தனிப்பட்ட முறையில் தனக்காகத் திறந்தாலும், அன்னாவுக்குத் திறக்காது என்பதை அவன் மிக விரைவில் உணர்ந்து கொண்டான். பூனை, எலி விளையாட்டைப் போல, அவன் உள்ளே நுழைவதற்குத் திறந்த கதவு, அன்னா நுழைவதைத் தடுப்பதற்காக மூடிவிட்டது.

பீட்டர்ஸ்பர்க் சமூகத்தில் விரான்ஸ்கி சந்தித்த பெண்களில் முதலாமவர் அவனது உறவினர் பெட்ஸி.

"கடைசியில்!" என்று அவள் அவனை மகிழ்ச்சியுடன் வரவேற் றாள். "அன்னாவுமா? எனக்கு மிக்க மகிழ்ச்சி! நீங்கள் எங்கு

தங்கியுள்ளீர்கள்? அழகான வெளிநாட்டுப் பயணத்திற்குப் பிறகு பீட்டர்ஸ்பர்க் உங்களுக்கு எவ்வளவு மோசமாகத் தோன்றும் என்பதை என்னால் கற்பனை செய்ய முடிகிறது. ரோமில் நடந்த உங்கள் தேனிலவை நான் கற்பனை செய்து பார்க்கிறேன். விவாகரத்து என்ன ஆயிற்று? அதற்கான ஏற்பாடுகள் செய்யப்பட்டதா?"

இன்னும் விவாகரத்து ஆகவில்லை என்பதை அறிந்ததும் பெட்ஸியின் உற்சாகம் குறைந்துவிட்டதை விரான்ஸ்கி கவனித்தான்.

"அவர்கள் என் மீது கற்களை வீசுவார்கள் என்று எனக்குத் தெரியும்" என்றாள் அவள். "ஆனால் நான் அன்னாவைப் பார்க்கப் போகிறேன். ஆமாம், நான் நிச்சயமாகப் போவேன். நீங்கள் நீண்ட காலம் இருப்பீர்களா?"

உண்மையில் அவள் அன்றே அன்னாவைப் பார்க்கச் சென்றாள். ஆனால் அவளுடைய நடத்தை முன்பு இருந்ததை விட மிகவும் வித்தியாசமாக இருந்தது. அன்னாவின் துணிச்சலை நினைத்து சந்தேகத்திற்கு இடமின்றி பெருமிதம் கொண்ட அவள், தனது ஆத்மார்த்தமான நட்பை அன்னா பாராட்ட வேண்டும் என்று விரும்பினாள். பத்து நிமிடங்களுக்கும் குறைவாகவே இருந்த அவள், சமூகத்தின் கிசுகிசுக்களைப் பேசிவிட்டு, புறப்படும் போது சொன்னாள்: "எப்போது விவாகரத்து என்று நீங்கள் சொல்லவில்லையே? நிச்சயமாக நான் சமூகத்தின் விதிகளை மீறினேன் என்றாலும், மற்றவர்கள், ஒழுக்கவாதிகள் என்பவர்கள் நீங்கள் திருணம் செய்து கொள்ளும்வரை உங்களிடம் முகம் கொடுத்துப் பேசமாட்டார்கள். இப்போதெல்லாம் அது மிகச் சுலபம்! வினாடியில் முடிந்துவிடும். ஆக, நீங்கள் வெள்ளிக்கிழமை புறப்படுகிறீர்கள் இல்லையா? நாம் மீண்டும் ஒருவரை ஒருவர் சந்தித்துக் கொள்ள முடியாததற்கு வருந்துகிறேன்!"

பெட்ஸி பேசிய தொனியிலிருந்து, தான் சமூகத்திடமிருந்து என்ன எதிர்பார்க்க வேண்டும் என்பதை விரான்ஸ்கி உணர்ந்து கொண்டிருக்கலாம். ஆனால் அவன் தனது சொந்தக் குடும்பத்தில் மற்றொரு முயற்சியைச் செய்தான். அவன் தன் அம்மாவைக் கணக்கில் எடுத்துக் கொள்ளவில்லை. அன்னாவுடன் ஏற்பட்ட முதல் அறிமுகத்தின் போது அவளைப் பாராட்டிய அவள், இப்போது தன் மகனின் வாழ்க்கையை நாசம் செய்ததற்காக அவளை மன்னிக்கத் தயாராக இல்லை என்பதை அவன் அறிந்தான். ஆனால் தன் சகோதரன் மனைவி வர்யா மீது அவன் அதிக நம்பிக்கை வைத்திருந்தான். அவள் கற்களை வீசாமல், தயக்கமின்றி உறுதியாக அன்னாவைச் சந்தித்து அவளை வீட்டிற்கு வரவேற்பாள் என்று அவன் நினைத்தான்.

விரான்ஸ்கி வந்த மறுநாளே, அவளைப் பார்க்கச் சென்றான். அவள் தனியாக இருப்பதை அறிந்து, அவளிடம் தன் விருப்பத்தை நேரடியாகத் தெரிவித்தான்.

"அலெக்ஸி, நான் உங்களை எவ்வளவு நேசிக்கிறேன் என்பது உங்களுக்குத் தெரியும்" என்று அவன் சொன்னதைக் கேட்ட அவள் சொன்னாள். "நான் உங்களுக்காக எதையும் செய்யத் தயாராக இருக்கிறேன். ஆனால் அன்னா ஆர்கடியேவ்னாவுக்கும் உங்களுக்கும் என்னால் எதுவும் செய்ய முடியாது என்பதால் நான் மௌனமாக இருக்கிறேன்" என்ற அவள் 'அன்னா ஆர்கடியேவ்னா' என்று சொல்வதில் குறிப்பாக கவனம் செலுத்தினாள். "தயவு செய்து நான் அவளைக் கண்டிக்கிறேன் என்று நினைக்க வேண்டாம். என்னால் அதைச் செய்ய முடியாது! ஒருவேளை நான் அவள் இடத்தில் இருந்திருந்தால் நானும் அதைத்தான் செய்திருப்பேன். நான் விவரங்களின் ஆழங்களுக்குப் போக முடியாது, போகவும் மாட்டேன்" என்ற அவள், அவன் இருண்ட முகத்தைப் பயத்துடன் பார்த்தாள். "ஆனால் மண்வெட்டியை மண்வெட்டி என்றுதான் சொல்ல வேண்டும். நான் அவளை வீட்டிற்கு அழைத்து, சமூகத்தில் மறுவாழ்வு அளிக்க வேண்டும் என்ற எண்ணத்துடன் அவளைப் போய்ப் பார்க்க வேண்டும் என்று நீங்கள் விரும்புகிறீர்கள். ஆனால் என்னால் அதைச் செய்ய முடியாது என்பதை நீங்கள் புரிந்து கொள்ள வேண்டும். என்னுடைய மகள்கள் வளர்ந்து வருகிறார்கள். நான் என் கணவருடன் சேர்ந்து இந்தச் சமூகத்தில் நடமாட வேண்டும். நான் அன்னா ஆர்கடியேவ்னாவைப் பார்க்கிறேன் என்று வைத்துக் கொண்டாலும், நான் அவளை இங்கே அழைத்து வர முடியாது என்பதை அவள் புரிந்து கொள்வாள். இல்லையெனில் விஷயங்களை வித்தியாசமாகப் பார்க்கும் யாரையும் அவள் சந்திக்காத வகையில் நான் அதைச் செய்ய வேண்டும் என்பதை அவள் புரிந்துகொள்வாள். அது அவளை அவமதிப்பதாகும். என்னால் அவளைத் தூக்கிவிட முடியாது..."

"ஆனால் உங்கள் வீட்டிற்கு வரும் நூற்றுக்கணக்கான பெண்களை விட அவள் தாழ்ந்தவள் என்று நான் கருதவில்லை!" என்று விரக்தியுடன் இடைமறித்துச் சொன்ன விரான்ஸ்கி, தன் அண்ணியின் முடிவை மாற்ற முடியாது என்பதை உணர்ந்து மௌனமாக எழுந்தான்.

"அலெக்ஸி! என் மீது கோபம் கொள்ளாதீர்கள். அதில் என்னுடைய தவறு எதுவும் இல்லை என்பதைத் தயவுசெய்து புரிந்து கொள்ளுங்கள்" என்று அவள் அச்சம் கலந்த புன்னகையுடன் சொன்னாள்.

"எனக்கு உங்கள் மீது கோபம் இல்லை" என்று அவன் விரக்தி யுடன் சொன்னான். "ஆனால் நீங்கள் சொன்னதில் என் வேதனை அதிகமாகி விட்டது. இது நம்முடைய நட்பை முறித்துக் கொள்ள வழிகோலும் என்று நான் வேதனைப்படுகிறேன். சரி, ஒருவேளை அது முறியவில்லை என்றாலும் பலவீனமாகிறது. என்னைப் பொறுத்தவரை அது வேறுவிதமாக இருக்க முடியாது என்பதை நீங்கள் புரிந்து கொள்ள வேண்டும்."

அத்துடன் அவன் அவளை விட்டுப் பிரிந்தான்.

மேற்கொண்டு செய்யும் எந்த முயற்சியும் வீண் என்பதை உணர்ந்த விரான்ஸ்கி, பீட்டர்ஸ்பர்க்கில் இருக்கும் அந்தச் சில நாட்களை ஒரு அந்நிய நகரத்தில் இருப்பதைப் போல கழிக்க வேண்டும் என்பதையும், தனக்கு மிகவும் வேதனையைத் தரும் விரும்பத்தகாத அவமானங்களை அனுபவிக்காமல் இருப்பதற்கு, சமூகத்தில் தனக்கு ஏற்கனவே அறிமுகமானவர்களுடன் எந்தத் தொடர்பும் வைத்துக்கொள்ளக் கூடாது என்பதையும் உணர்ந்து கொண்டான். பீட்டர்ஸ்பர்க்கில் உள்ள சூழ்நிலையில் அவனால் ஏற்றுக்கொள்ள முடியாத அம்சங்களில் ஒன்று, அலெக்ஸி அலெக் ஸாண்ட்ரோவிச்சும் அவருடைய பெயரும் எல்லா இடங்களிலும் இருப்பதாகத் தோன்றியது. அவரைப் பற்றிப் பேசாமல் எந்த உரை யாடலைத் தொடங்குவதும், அவரைச் சந்திக்காமல் எந்த இடத் திற்குப் போவதும் சாத்தியமற்றதாக இருந்தது. ஒருவன் அடிபட்ட விரலால் வேண்டுமென்றே எல்லாவற்றின் மீதும் தட்டிக் கொண்டி ருப்பது போல விரான்ஸ்கிக்குத் தோன்றியது.

பீட்டர்ஸ்பர்க்கில் தங்கியிருப்பது விரான்ஸ்கிக்குக் கஷ்டமாக இருந்ததற்கு மற்றொரு காரணம், அன்னா எப்போதும் ஒரு புதிய, தன்னால் புரிந்து கொள்ள முடியாத மனநிலையில் இருப்பதை அவன் கவனித்தான். அவள் ஒரு கணம் அவனைக் காதலிப்பது போலத் தோன்றும். ஆனால் அடுத்த கணம் உணர்ச்சியற்றவளாக, எரிச்சலூட்டுபவளாக, ஊடுருவ முடியாதவளாக மாறிவிடுவாள். அவள் எதையோ நினைத்துக் கவலைப்பட்டுக் கொண்டு, அதை அவனிடமிருந்து மறைப்பதற்கு முயற்சி செய்தாள். அவன் வாழ்க்கையை விஷமாக்கிய அவமானங்களை அவள் கவனித்ததாகத் தெரியவில்லை. அவளது மென்மையான உள்ளுணர்வின் காரணமாக அவளுக்கு அது மேலும் அதிக வேதனையைக் கொடுத்திருக்க வேண்டும்.

29

அன்னா ரஷ்யாவுக்குத் திரும்பியதின் முக்கியக் காரணம் தன் மகனைப் பார்க்க வேண்டும் என்பது. அவள் இத்தாலியை விட்டு

வெளியேறிய முதல் நாளிலிருந்து, அவனைப் பார்க்க வேண்டும் என்ற எண்ணம் அவளைத் தொடர்ந்து அலைக்கழித்தது. அவள் பீட்டர்ஸ்பர்க்கை நெருங்க நெருங்க அந்தச் சந்திப்பின் முக்கியத் துவமும் அதனால் கிட்டும் மகிழ்ச்சியும் அவளிடம் அதிகரித்தது. அவளால் அந்தச் சந்திப்பு எப்படிச் சாத்தியம் என்பதைக் கூட யோசிக்க முடியவில்லை. ஒரே ஊரில் இருக்கும் தன் மகனைப் பார்ப்பது வெகு இயல்பானது சுலபமானது என்று அவளுக்குத் தோன்றியது. ஆனால், அவள் பீட்டர்ஸ்பர்க்கை அடைந்ததும் சமூகத்தில் தன் நிலை என்ன என்பது அவளுக்குத் தெளிவாகத் தெரிந்தது. எனவே அவள் அவனைச் சந்திப்பது கஷ்டம் என்பதை உணர்ந்து கொண்டாள்.

அவள் பீட்டர்ஸ்பர்க் வந்து சேர்ந்து இரண்டு நாட்கள் ஆன நிலையில், தன் மகனைப் பற்றிய சிந்தனை ஒரு கணம்கூட அவளை விட்டு அகலவில்லை. ஆனால் அவளால் இன்னும் அவனைப் பார்க்க முடியவில்லை. அவள் தனக்கு அந்த வீட்டிற்குச் செல்ல உரிமையில்லை என்றும், அங்கு அலெக்ஸி அலெக்ஸாண்ட்ரோவிச்சைச் சந்திக்க நேரலாம் என்றும், ஒருவேளை அங்குள்ளவர்கள் தன்னை வீட்டிற்குள் அனுமதிக்காமல் அவமானப்படுத்தலாம் என்றும் நினைத்தாள். கணவருக்கு எழுதுவதும் அவரைத் தொடர்பு கொள் வதும் அவளுக்கு வேதனையாக இருந்தது. அவள் தன் கணவரைப் பற்றி நினைக்காமல் இருந்தால்தான் அவளால் நிம்மதியாக இருக்க முடியும். தன் மகன் எங்கு எப்போது நடைப்பயிற்சிக்குச் செல்கிறான் என்பதைக் கண்டுபிடித்து அங்கு அவனைச் சந்திப்பது மட்டுமே அவளுக்குப் போதுமானதாக இல்லை. அவள் அந்தச் சந்திப்பை மிகுந்த ஆவலுடன் எதிர்பார்த்து, அவனிடம் நிறையப் பேச வேண்டும் என்றும், அவனை அணைத்து முத்தமிட வேண்டும் என்றும் ஏங்கினாள். செரியோஷாவின் வயதான செவிலித் தாய் அவளுக்கு உதவி செய்யவும் ஆலோசனை சொல்லவும் முடியும் என்றாலும் அவள் அலெக்ஸி அலெக்ஸாண்ட்ரோவிச்சின் வீட்டில் வசிக்க வில்லை. இந்தத் தயக்கத்திலும், செவிலியைத் தேடுவதிலும் இரண்டு நாட்கள் கழிந்து விட்டன.

கோமகள் லிடியா இவானோவ்னா தன் கணவருடன் நெருக்க மான நட்புறவில் இருக்கிறாள் என்பதைக் கேள்விப்பட்ட அன்னா, மூன்றாவது நாள் அவளுக்கு ஒரு கடிதம் எழுத முடிவு செய்தாள். அதை எழுதுவதற்கு அவளுக்குப் பெரும் முயற்சி தேவைப்பட்டது. அதில் தனது மகனைப் பார்க்க அனுமதி தருவது தன் கணவரின் பெருந்தன்மையைப் பொறுத்தது என்று அவள் வேண்டுமென்றே குறிப்பிட்டாள். அந்தக் கடிதத்தை லிடியா இவானோவ்னா தனது கணவரிடம் காண்பித்தால், அவர் தன்னுடைய பெருந்தன்மையைத்

தக்கவைத்துக் கொள்ளும் பொருட்டு, மகனைப் பார்க்கும் தன் வேண்டுகோளை மறுக்க மாட்டார் என்பது அவளுக்குத் தெரியும்.

ஆனால், அந்தக் கடிதத்திற்குப் 'பதில் இல்லை' என்ற மிகக் கொடூரமான எதிர்பாராத பதிலை வேலைக்காரன் கொண்டு வந்தான். அவன் பதிலுக்காகக் காத்திருந்ததையும், பதில் இல்லை என்பது அவனுக்குத் தெரிவிக்கப்பட்ட விதத்தையும் பற்றிய முழு விவரங்களை அவனிடமிருந்து தெரிந்து கொண்ட தருணத்தில் அவளுக்கு ஏற்பட்ட அவமானத்தைப் போல எப்போதும் ஏற்பட்டதில்லை. அன்னா தான் அவமதிக்கப்பட்டதாக உணர்ந்தாலும், கோமகள் லிடியா இவானோவ்னாவின் பார்வையில் அவள் சொல்வது சரிதான் என்பதைப் புரிந்து கொண்டாள். அவளது துக்கம் அவளுக்குப் பெரும் பாரமாக இருந்தது. ஏனெனில் அவள் அதைத் தனியாகச் சுமக்க வேண்டியிருந்தது. அவள் அதை விரான்ஸ்கியுடன் பகிர்ந்து கொள்ள முடியவில்லை என்பதோடு அவள் அதை விரும்பவும் இல்லை. தன் துயரத்திற்கு அவன்தான் முக்கியக் காரணம் என்றாலும், தன் மகனைப் பார்ப்பது அவனுக்கு முக்கியமற்றதாகத் தோன்றும் என்று அவளுக்குத் தெரியும். அவனால் தன் துயரத்தின் ஆழத்தை ஒருபோதும் புரிந்து கொள்ள முடியாது என்பதும், அவள் அதைப் பற்றிச் சொன்னால், அவனிடம் வெளிப்படும் அக்கறையற்ற தன்மை, தனக்கு அவன் மீது வெறுப்பை ஏற்படுத்தும் என்பதும் அவளுக்குத் தெரியும். இந்த உலகில் வேறெதையும் விட அவள் அதற்கு அதிகம் பயந்தாள். எனவே அவள் தன் மகன் சம்பந்தப்பட்ட அனைத்தையும் அவனிடமிருந்து மறைத்தாள்.

அவள் நாள் முழுவதும் விடுதி அறையில் கழித்த பிறகு, தன் மகனைப் பார்ப்பதற்கு என்ன வழி என்று யோசித்தாள். அவள் தன் கணவருக்கு ஒரு கடிதம் எழுத முடிவு செய்தாள். லிடியா இவானோவ்னாவின் கடிதம் கிடைத்த போதே அவள் அந்தக் கடிதத்தை எழுதத் தொடங்கினாள். கோமகள் பதில் இல்லை என்று சொன்னபோது அவள் அடங்கியிருந்தாள். ஆனால் அவளிடமிருந்து வந்த கடிதமும், வரிகளுக்கு இடையில் இருந்த புலப்படாத பலவும் அவளுக்கு எரிச்சலையும் கோபத்தையும் ஏற்படுத்தியது. தன் மகன் மீது அவளுக்கு இருந்த தாய்மையின் நியாயமான பாசத்துடன் ஒப்பிடும்போது அந்தப் பழிவாங்கும் குணம் அவளுக்கு மிகவும் மூர்க்கத்தனமாகத் தோன்றியது. அவள் மற்றவர்கள் மீது ஆத்திரப்பட்டு, தன் மீதே குற்றம் காண்பதை நிறுத்திக் கொண்டாள்.

'அவர்களின் அலட்சியமும் பாசாங்கும்' என்று அன்னா தனக்குள் சொல்லிக் கொண்டாள். 'அவர்கள் என்னை அவமானப்படுத்தவும் என் குழந்தையைச் சித்திரவதை செய்யவும் விரும்புகிறார்கள். நான் அவர்களுக்கு அடிபணிய வேண்டுமா? எதற்காகவும் அதைச் செய்ய

மாட்டேன்! அவள் என்னைவிட மோசமானவள். குறைந்தபட்சம் நான் பொய் சொல்ல மாட்டேன்.' அவள் மறுநாள் செரியோஷாவின் பிறந்தநாளன்று, நேராக வீட்டுக்குச் சென்று, வேலையாட்களுக்கு லஞ்சம் கொடுத்து அல்லது ஏமாற்றி எப்படியாவது தன் மகனைப் பார்க்க வேண்டும் என்றும், துரதிர்ஷ்டவசமான அந்தக் குழந்தையைச் சூழ்ந்திருக்கும் கொடூரமான வஞ்சகத்தை அழிக்க வேண்டும் என்றும் முடிவு செய்தாள்.

அவள் ஒரு பொம்மைக் கடைக்குச் சென்று சில பொம்மைகளை வாங்கிக் கொண்டு, என்ன செய்ய வேண்டும் என்று யோசித்தாள். அலெக்ஸி அலெக்ஸாண்ட்ரோவிச் படுக்கையை விட்டு எழுந்திருப்ப தற்கு முன்பு, காலை எட்டு மணிக்கு அங்கு செல்ல வேண்டும். காவலாளிக்கும் வேலையாட்களுக்கும் கொடுப்பதற்குப் பணம் எடுத்துக் கொள்ள வேண்டும். பணத்தைக் கொடுப்பதன் மூலம் அவர்கள் அவளை உள்ளே அனுமதிப்பார்கள். மூடியுள்ள பர்தாவை உயர்த்தாமல், செரியோஷாவின் பாதிரியாரிடமிருந்து அவனை வாழ்த்துவதற்கு வந்திருப்பதாகவும், பொம்மைகளை அவனுடைய படுக்கைக்கு அருகில் வைப்பதாகவும் சொல்ல வேண்டும். அவள் தன் மகனிடம் என்ன பேச வேண்டும் என்பதற்கு மட்டும் தயாராக வில்லை. அவள் அதைப் பற்றி எவ்வளவு யோசித்தும் என்ன பேசுவது என்பதை அவளால் தீர்மானிக்க முடியவில்லை.

அன்னா மறுநாள் காலை எட்டு மணிக்கு, வாடகை வண்டியி லிருந்து இறங்கி, தனது பழைய வீட்டின் வாசலுக்குச் சென்று மணியை அடித்தாள்.

"அவருக்கு என்ன வேண்டும் என்று பாருங்கள். யாரோ ஒரு பெண் போலத் தெரிகிறது" என்று அப்போதுதான் ஆடைகளை அணியத் தொடங்கிய கபிடோனிச், ஜன்னல் வழியாக, வாசலில் பர்தா அணிந்து நின்றிருந்த ஒரு பெண்ணைப் பார்த்துவிட்டுச் சொன்னான்.

அன்னாவுக்குத் தெரியாத, காவலாளியின் உதவியாளரான ஒரு வேலைக்கார இளைஞன் அவளுக்காகக் கதவைத் திறந்தான். அவள் தன் கைப்பையிலிருந்து மூன்று ரூபிள் நோட்டை எடுத்து அவசர அவசரமாக அவன் கையில் திணித்தாள்.

"செரியோஷா... செர்ஜி அலெக்ஸேயிச்" என்று சொல்லிவிட்டு, அவள் உள்ளே சென்றாள். அவள் கொடுத்த நோட்டை ஆராய்ந்த அவன் மற்றொரு கண்ணாடி கதவு அருகே அவளைத் தடுத்து நிறுத்தினான்.

"யாரைப் பார்க்க விரும்புகிறீர்கள்?" என்று கேட்டான்.

அவள் அவன் சொன்னதைக் காதில் வாங்காமல் பதில் சொல்லாமல் மௌனமாக நின்றாள்.

அடையாளம் தெரியாத அந்தப் பெண்ணின் குழப்பத்தைக் கண்ட கபிடோனிச், அங்கே வந்து கதவைத் திறந்து அவளை உள்ளே அனுமதித்து, அவளுக்கு என்ன வேண்டும் என்று கேட்டான்.

"நான் இளவரசர் ஸ்கோரோடுமோ அவர்களிடமிருந்து செர்ஜி அலெக்ஸேயிச்சைப் பார்க்க வந்திருக்கிறேன்" என்றாள் அவள்.

"அவர் இன்னும் எழுந்திருக்கவில்லை" என்றார், அவள் முகத்தைக் கவனமாக ஆராய்ந்த காவலாளி.

ஒன்பது ஆண்டுகளாகத் தான் வசித்த வீட்டின் உட்புறம் இன்னும் அப்படியே இருப்பது தன்னை அத்தனை தீவிரமாகப் பாதிக்கும் என்று அன்னா எதிர்பார்க்கவில்லை. மகிழ்ச்சியும் வேதனையும் நிறைந்த நினைவுகள் ஒன்றன்பின் ஒன்றாக அவள் உள்ளத்தில் எழுந்தன. ஒரு கணம் அவள் தான் எதற்காக அங்கு வந்தோம் என்பதை மறந்தாள்.

"தயவு செய்து காத்திருக்கிறீர்களா?" என்ற கபிடோனிச் அவளது உரோமக் கோட்டைக் கழற்றுவதற்கு உதவினான்.

கோட்டைக் கழற்றிய பிறகு, அவளை அடையாளம் கண்டுகொண்ட கபிடோனிச், அமைதியாக அவளுக்குத் தலை வணங்கினான்.

"உள்ளே வாருங்கள் மேன்மையானவரே" என்று அவன் அவளிடம் சொன்னான்.

அவள் எதையோ சொல்ல விரும்பினாள், ஆனால் அவள் தொண்டையிலிருந்து குரல் எழும்பவில்லை. அவள் குற்றவுணர்வுடன் அந்த முதியவரைப் பார்த்துவிட்டு, வேகமாக மாடிப்படிகளில் ஏறினாள். கபிடோனிச் தன் மேலங்கியைத் தூக்கிப் பிடித்துக் கொண்டு முதுகை வளைத்துப் படிகளில் வேகமாக ஏறி அவளைத் தாண்டி முன்னால் செல்ல முயன்றான்.

"அங்கே இருக்கும் ஆசிரியர் இன்னும் உடை அணியாமல் இருக்கலாம், நான் பார்க்கிறேன்" என்றான் அவன்.

அன்னா அவன் என்ன சொல்கிறான் என்று புரியாமல், தனக்குப் பழக்கமான படிகளில் வேகமாக ஏறிக்கொண்டே இருந்தாள்.

"இதோ தயவுசெய்து இடப்புறம். என்னை மன்னியுங்கள், அது சுத்தமாக இல்லை. இப்போது அவர்கள் பழைய அறையில் இருக்கிறார்கள்" என்றான் காவலாளி மூச்சிரைத்து. "ஒரு நிமிடம் அனுமதியுங்கள், நான் உள்ளே பார்க்கிறேன்" என்ற அவன் உயரமான கதவைத் திறந்து உள்ளே மறைந்தான். அன்னா காத்திருந்தாள்.

“அவர் இப்போதுதான் விழித்திருக்கிறார்” என்று கதவைத் திறந்து வெளியே வந்த அவன் சொன்னான்.

அவன் அதைச் சொன்னபோது, ஒரு குழந்தை கொட்டாவி விடும் ஓசை அன்னாவுக்குக் கேட்டது. கொட்டாவியின் ஓசையைக் கேட்டுத் தன் மகனை அடையாளம் கண்டதும், அவன் உருவம் தெளிவாக அவள் மனக்கண்ணில் விரிந்தது.

“என்னை உள்ளே விடுங்கள், என்னை விடுங்கள், நீங்கள் போங்கள்!” என்று சொல்லிவிட்டு அவள் உயரமான கதவைத் திறந்து உள்ளே சென்றாள். கதவின் வலப்புறம் ஒரு படுக்கை இருந்தது. அப்போதுதான் அவன் படுக்கையிலிருந்து எழுந்து உட்கார்ந்திருந்தான். இரவு உடையில் இருந்த அவன், தனது உடலை வளைத்து சோம்பல் முறித்து, கொட்டாவி விடுவதை நிறுத்தினான். அவன் உதடுகள் ஒன்று சேர்ந்த கணத்தில், அவை தூக்கம் கலந்த ஒரு ஆனந்தப் புன்னகையை வெளிப்படுத்தியது. அவன் அந்தப் புன்னகையுடன் மெதுவாக படுக்கையில் பின்னோக்கி விழுந்தான்.

“செரியோஷா!” என்று முணுமுணுத்த அவள், ஓசையின்றி அவனை நோக்கி நடந்தாள்.

அவர்கள் பிரிந்திருந்த காலத்திலும், அண்மைக் காலமாக அவன் மீது அவளுடைய அன்பு தீவிரமான போதும், தான் மிகவும் நேசித்த நான்கு வயதுக் குழந்தையாகவே அவனை அவள் கற்பனை செய்திருந்தாள். அவள் அவனை விட்டுப் பிரிந்து சென்றபோது இருந்ததைப் போல இப்போது அவன் இல்லை. நான்கு வயதுக் குழந்தையிலிருந்து உயரமாக வளர்ந்திருந்த அவன் முன்னைவிட மெலிந்திருந்தான். என்ன அது! அவன் முகம் எத்தனை மெலிந் துள்ளது! அவன் தலைமுடி எவ்வளவு குட்டையாக உள்ளது! அவன் கைகள் எவ்வளவு நீளமாக உள்ளன! அவள் அவனை விட்டுப் பிரிந்த பிறகு எப்படி மாறிவிட்டான்! ஆனால் தலை, உதடுகள், மென்மையான கன்னம், அகலமான சிறிய தோள்கள், அந்த உருவம், அது அவன்தான்.

“செரியோஷா!” என்று அவள் குழந்தையின் காதுக்கு அருகில் திரும்பத் திரும்பச் சொன்னாள்.

அவன் முழங்கை மீது சாய்ந்து படுத்து, எதையோ தேடுவது போல தலையை அப்படியும் இப்படியும் அசைத்து, கண்களைத் திறந்தான். அவன் தன் முன்னால் அசைவற்று நிற்கும் அம்மாவை சில விநாடிகள் கேள்வி நிறைந்த கண்களுடன் உற்றுப் பார்த்துவிட்டு, திடீரென்று ஆனந்தமாகப் புன்னகைத்து, இன்னும் தூக்கம் நிறைந்த கண்களை மீண்டும் மூடிக் கொண்டு, பின்நோக்கி விழாமல், முன்னோக்கி அவள் கைகளை நோக்கி விழுந்தான்.

“செரியோஷா! என் செல்லமே!” என்ற அவள் பெருமூச்சுடன் தன் மகனின் மென்மையான உடலை அணைத்துக் கொண்டாள்.

“அம்மா!” என்ற அவன் அவள் கைகளில் புரண்டு, அவள் ஸ்பரிஸத்தைத் தன் உடலின் பல்வேறு அங்கங்களில் உணர்ந்தான்.

அவன் இன்னும் தூக்கம் மாறாத புன்னகையுடன், கண்களைத் திறக்காமல், கட்டிலின் பின்னாலிருந்த தன் சிறிய கைகளை அவள் தோள்களுக்கு நகர்த்தி, அவள் மீது சாய்ந்து, அவளைக் கட்டி அணைத்து, குழந்தைகளுக்கு மட்டும் உரித்தான தூக்கத்தின் வாசனையும், கதகதப்பும் அவளைச் சூழ்ந்துகொள்ள, அவள் கழுத்திலும் தோள் களிலும் தன் முகத்தைத் தேய்க்கத் தொடங்கினான்.

“எனக்குத் தெரியும்” என்று அவன் கண்களைத் திறந்தான். “இன்று என்னுடைய பிறந்தநாள். நீங்கள் வருவீர்கள் என்று எனக்குத் தெரியும். நான் இப்போது எழுந்திருக்கிறேன்.”

அவன் அதைச் சொல்லிவிட்டு மீண்டும் தூக்கத்தில் விழுந்தான்.

அன்னா விழுங்கும் கண்களுடன் அவனைப் பார்த்தாள். அவள் இல்லாதபோது அவன் எப்படி வளர்ந்து விட்டான், எப்படி மாறி விட்டான் என்பதைப் பார்த்தாள். அவன் போர்த்தியிருந்த போர்வையிலிருந்து வெளிப்பட்ட, இப்போது மிக நீளமாக இருந்த அவனுடைய அடையாளம் தெரியாத வெற்றுக் கால்களையும், அடையாளம் காண முடிந்த அவனது மெலிந்த கன்னங்களையும், அடிக்கடி முத்தமிட்ட குட்டையான தலைமுடி இருந்த கழுத்தின் பின்புறத்தையும் அவள் பார்த்தாள். அதையெல்லாம் தொட்டுப் பார்த்து உணர்ந்த அவளால் எதுவும் பேச முடியவில்லை. கண்களில் பெருகிய கண்ணீர் அவளை மூச்சுத் திணறடித்தது.

“எதற்காக அம்மா அழுகிறாய்?” என்று கேட்ட அவன் இப்போது விழித்துக் கொண்டான். “அம்மா, எதற்காக அழுகிறாய்?” என்று கண்ணீர் மல்க கேட்டான்.

“நானா? நான் அழவில்லை... நான் சந்தோஷத்தில் அழுகிறேன். இத்தனை நாளாக உன்னைப் பார்க்க வரவில்லை. இனிமேல் நான் உன்னை விட்டுப் போக மாட்டேன், போகவே மாட்டேன்” என்று கண்ணீரை அடக்கிக் கொண்டு சொன்னாள். “சரி, நீ உடை அணிய வேண்டிய நேரம் வந்துவிட்டது” என்று அவள் சிறிது நேரத்திற்குப் பிறகு சகஜ நிலைக்குத் திரும்பியதும் சொன்னாள். அவன் கையை விட்டுவிடாமல், அவன் கட்டிலுக்கு அருகில் தயாராக உடைகள் இருந்த நாற்காலியில் அமர்ந்தாள்.

“நான் இல்லாமல் நீ எப்படி உடை உடுத்துகிறாய்? எப்படி...?” என்று அவள் மகிழ்ச்சியாகவும் உற்சாகமாகவும் பேசுவதற்கு முயன்று, முடியாமல் மீண்டும் அழுவதற்குத் தயாரானாள்.

“நான் குளிர்ந்த நீரில் குளிப்பதில்லை, அப்பா வேண்டாம் என்று சொன்னார். வாசிலி லுகிச்சைப் பார்த்திருக்கிறீர்களா? அவர் வரப் போகிறார். ஓ, நீங்கள் என் ஆடைகள் மீது அமர்ந் துள்ளீர்கள்!” என்று செரியோஷா வாய்விட்டுச் சிரித்தான்.

அவள் அவனைப் பார்த்துச் சிரித்தாள்.

“அம்மா, என் செல்லம்!” என்று கத்திய அவன் அவள் மீது பாய்ந்து அவளை மீண்டும் அணைத்துக் கொண்டான். அவள் முகத்தில் வெளிப்பட்ட புன்னகையைப் பார்த்த பிறகுதான் இப்போது என்ன நடந்தது என்பது அவனுக்குத் தெளிவாகப் பிடிபட்டது. “அது தேவையில்லை” என்ற அவன் அவளுடைய தொப்பியைக் கழற்றினான். அது இல்லாமல் அவளைப் பார்த்த அவன், இப்போது தான் அவளைப் பார்த்தது போல மீண்டும் அவளுக்கு முத்த மழை பொழியத் தொடங்கினான்.

“நீ என்னைப் பற்றி என்ன நினைத்தாய்? நான் இறந்துவிட்ட தாக நீ நினைக்கவில்லையா?”

“நான் அதை ஒருபோதும் நம்பவில்லை.”

“அப்படியா, என் செல்லம்?”

“எனக்குத் தெரியும், எனக்குத் தெரியும்!” என்ற அவன் தனக்குப் பிடித்த வாக்கியத்தைத் திரும்பத் திரும்பச் சொல்லி, தன் தலை முடியைத் தடவிக் கொண்டிருந்த அவள் கையைப் பிடித்து, உள்ளங் கையில் முத்தமிட்டான்.

30

இதற்கிடையில் அந்தப் பெண் யார் என்பதை முதலில் அறியாத வாசிலி லுகிச், தனது கணவரை விட்டுப் பிரிந்து சென்ற அந்தச் சிறுவனின் தாய் அவர்தான் என்பதை அவர்கள் பேசிக் கொண்டதி லிருந்து தெரிந்து கொண்டார். அவள் வீட்டை விட்டுச் சென்றபிறகு வேலைக்கு வந்த காரணத்தால் தனக்கு அவளைத் தெரியாது என்பதை அறிந்த அவர், உள்ளே செல்வதா அல்லது அலெக்ஸி அலெக்ஸாண்ட்ரோவிச்சிடம் தெரிவிப்பதா என்று தயங்கினார். குறிப்பிட்ட நேரத்தில் செரியோஷாவை எழுப்புவது தன் கடமை என்றும், அங்கே யார் இருந்தாலும், அது அவனது அம்மாவாக இருந்தாலும், அதை விசாரிப்பது அவசியமில்லை என்றும் முடிவு செய்து, தன் கடமையைச் செய்ய வேண்டும் என்பதற்காகக் கதவைத் திறந்தார்.

ஆனால் அவர் தாயும் மகனும் கட்டி அணைத்து, ஒருவருக்கு ஒருவர் பாச மழை பொழிந்து, பேசிக் கொண்டதைப் பார்த்த பிறகு தன் மனதை மாற்றிக் கொண்டார். அவர் தலையை அசைத்துப் பெருமூச்சுடன் கதவைச் சாத்தினார். 'இன்னும் பத்து நிமிடம் காத்திருப்போம்' என்று தொண்டையைக் கனைத்து, கண்களில் வழிந்த கண்ணீரைத் துடைத்துக் கொண்டார்.

அதே நேரத்தில் வீட்டில் வேலைக்காரர்கள் மத்தியில் பெரும் சலசலப்பு ஏற்பட்டது. எஜமானி வந்திருப்பதையும், கபிடோனிச் அவரை உள்ளே அனுமதித்ததையும் அவர் இப்போது பள்ளி அறையில் இருப்பதையும் அனைவரும் அறிந்தனர். ஆனால் எஜமானர் எப்போதும் ஒன்பது மணிக்கே பள்ளி அறைக்குச் செல்வார் என்பது அவர்களுக்குத் தெரியும். அவரும் அவர் மனைவியும் சந்திப்பது நினைத்துப் பார்க்க முடியாதது என்பதால் அதைத் தடுக்க வேண்டும் என்பதை அனைவரும் புரிந்து கொண்டனர். அவரை யார் எப்படி உள்ளே அனுமதித்தார்கள் என்பதை விசாரிக்க கோர்னி காவலாளியின் அறைக்குச் சென்றான். முதியவர் அவரை உள்ளே அனுமதித்தார் என்பதை அறிந்ததும் அவன் கபிடோனிச்சைக் கண்டித்தான். அதற்கு அவர் பதில் சொல்லாமல் மௌனமாக இருந்தார். ஆனால் அவரைப் பணிநீக்கம் செய்ய வேண்டும் என்று கோர்னி சொன்னபோது, அவர் துள்ளிக் குதித்து, கோர்னியின் முகத்திற்கு நேராகக் கைகளை ஆட்டிப் பேசத் தொடங்கினார்.

"ஆமாம், நீ அவரை உள்ளே விடமாட்டாய் என்று எனக்கு நிச்சயமாகத் தெரியும்! இந்தப் பத்து வருட சேவையில் அவரிடம் நான் அன்பைத் தவிர வேறெதையும் கண்டதில்லை. நீயே அவரிடம் சென்று 'தயவுசெய்து வெளியே போங்கள்' என்று சொல்வாய் அப்படித்தானே? நீ எத்தனை பெரிய புத்திசாலியான அரசியல்வாதி என்பதை இப்படித்தான் காட்டுவாய்! ஓ, ஆமாம். எஜமானரை எப்படி ஏமாற்றுவது, அவருக்கு எப்படி குல்லாய் போடுவது என்று உனக்கு சொல்லித்தர வேண்டியதில்லை!"

"சிப்பாய்!" என்று ஏளனமாகச் சொன்ன கோர்னி, அப்போது உள்ள வந்த செவிலியை நோக்கித் திரும்பினான். "நீங்கள் என்ன நினைக்கிறீர்கள் மரியா எஃபிமோவ்னா. அவர் யாரிடமும் சொல் லாமல் அவரை உள்ளே அனுதித்தார்" என்று கோர்னி அவரைப் பார்த்துச் சொன்னான். "இப்போது எஜமானர் கீழே இறங்கி பள்ளி அறைக்குச் செல்வார்!"

"இப்படியெல்லாம் நடக்கிறது!" என்றாள் செவிலி. "கவனியுங்கள் கோர்னி வாசிலியேவிச், நீங்கள் எஜமானரைச் சற்றே தாமதம் செய்யுங்கள், நான் அவரை எப்படியாவது அங்கிருந்து அழைத்துச் செல்கிறேன். இப்படியெல்லாம் நடக்கிறது!"

செவிலி பள்ளி அறைக்குச் சென்றபோது, செரியோஷா, நாதென்காவும் அவனும் பனிச்சருக்குக் கட்டையிலிருந்து எப்படி மூன்று முறை குட்டிக்கரணம் போட்டு உருண்டு விழுந்தோம் என்பதைத் தன் தாயிடம் சொல்லிக் கொண்டிருந்தான். அவன் குரலின் ஓசையையும், அவன் முகத்தையும், அதன் பாவத்தையும் பார்த்தபடி, அவன் கையைப் பிடித்திருந்த அவளால் அவன் என்ன சொல்கிறான் என்பதைக் கிரகித்துக் கொள்ள முடியவில்லை. அவள் அங்கிருந்து போக வேண்டும், அவனை விட்டுப் போக வேண்டும் என்பதை மட்டுமே அவளால் சிந்திக்கவும் உணரவும் முடிந்தது. அவள் கதவு அருகே வந்து நின்ற வாசிலி லுகிச்சின் இருமல் ஓசையையும், காலடி சத்தத்தையும் அதைத் தொடர்ந்து, உள்ளே நுழைந்த செவிலியின் காலடி ஓசையையும் கேட்டாள். ஆனால் அவள் எழுவதற்கோ பேசுவதற்கோ சக்தியற்றவளாகக் கற்சிலையாக அமர்ந்திருந்தாள்.

"என் அன்பே!" என்ற செவிலி அன்னாவிடம் சென்று அவள் கைகளையும் தோள்களையும் முத்தமிட்டாள். "எங்கள் பையனின் பிறந்தநாளில் கடவுள் எப்படியான ஒரு மகிழ்ச்சியை அவனுக்குக் கொடுத்தார் என்பதைப் பாருங்கள். நீங்கள் கொஞ்சம் கூட மாறவில்லை."

"ஆகா, பாட்டி, நீங்கள் வீட்டில் இருப்பது எனக்குத் தெரியாது" என்ற அன்னா தன் சுயநினைவுக்குத் திரும்பினாள்.

"நான் இங்கே வசிக்கவில்லை, என் மகளுடன் வசிக்கிறேன். அன்பே அன்னா ஆர்கடியேவ்னா, நான் அவனுக்குப் பிறந்தநாள் வாழ்த்து சொல்வதற்கு வந்தேன்!"

திடீரென்று கண்ணீர் விட்டு அழ ஆரம்பித்த செவிலி, அன்னாவின் கைகளை மீண்டும் முத்தமிட்டாள்.

செரியோஷா பிரகாசமான கண்களுடனும், சிரிப்புடனும், ஒரு கையால் தன் தாயையும் மறுகையால் செவிலியையும் பிடித்துக் கொண்டு, தனது பருமனான வெற்றுக்கால்களால் கம்பளத்தின் மீது துள்ளிக் குதித்தான். தனது அன்புக்குரிய செவிலி தன் தாயிடம் காட்டிய கனிவு அவனைப் பரவசத்தில் ஆழ்த்தியது.

"அம்மா! அவர் அடிக்கடி என்னைப் பார்க்க வருவார். வரும் போது…" என்று சொல்ல ஆரம்பித்த அவன் பேசுவதை நிறுத்தி விட்டு, செவிலி தன் தாயிடம் கிசுகிசுப்பதையும், அவள் முகத்திற்குச் சற்றும் பொருந்தாத பயமும், வெட்கமும் கலந்த ஒரு தோற்றம் அதில் வெளிப்படுவதையும் கவனித்தான்.

அவள் அவனிடம் சென்றாள்.

"என் அன்பே!" என்றாள்.

அவளால் அவனை விட்டுப் பிரிய முடியவில்லை. ஆனால் அவள் முகபாவம் அதை அவனுக்குப் புரிய வைத்தது. "என் அன்பு குட்டி" என்று அவள் சிறுவயதில் அவனை அழைத்த செல்லப் பெயரால் அழைத்தாள். "நீ என்னை மறந்துவிட மாட்டாய் இல்லையா? நீ..." என்ற அவளால் மேற்கொண்டு பேச முடியவில்லை.

அவள்தான் அவனிடம் என்னென்ன பேசியிருக்கலாம் என்று பின்னாளில் நினைத்துப் பார்த்தாள்! ஆனால் இப்போது அவளால் எதையும் யோசிக்கவோ பேசவோ முடியவில்லை. ஆனால் செரியோஷா தன்னிடம் அவள் சொல்ல விரும்பிய அனைத்தையும் புரிந்து கொண்டான். அவள் மகிழ்ச்சியின்றி இருக்கிறாள் என்பதையும், தன்னை நேசிக்கிறாள் என்பதையும் அவன் புரிந்து கொண்டான். செவிலி அவளிடம் கிசுகிசுப்பான குரலில் சொன்னதையும் அவன் புரிந்து கொண்டான். "எப்போதும் ஒன்பது மணிக்குள்" என்ற வார்த்தைகளைக் கேட்ட அவன் அது தன் தந்தையைக் குறிக்கிறது என்றும், அப்பாவும் அம்மாவும் சந்திக்கக்கூடாது என்றும் அவனுக்குப் புரிந்தது. அதைப் புரிந்து கொண்ட அவனால், அவள் முகத்தில் பயமும் வெட்கமும் எதனால் தோன்றியது என்பதைப் புரிந்துகொள்ள முடியவில்லை... அவள் தவறு செய்திருக்க முடியாது என்றாலும் அவள் அவரைக் கண்டு பயந்து, எதற்காகவோ வெட்கப்பட்டாள். அவன் தனது சந்தேகங்களைத் தீர்க்கும் ஒரு கேள்வியை அவளிடம் கேட்க விரும்பினான் என்றாலும் அதைக் கேட்பதற்கு அஞ்சினான். அவள் துன்பப்படுவதைக் கண்டு, அவள் மீது அவன் பரிதாபப் பட்டான். அவன் அவளை நெருங்கி, "அவர் வருவதற்கு இன்னும் நேரமாகும், போக வேண்டாம்" என்று கிசுகிசுத்தான்.

அவன் உண்மையில் தான் சொல்வதை நம்புகிறானா என்பதை அறிய அவள் அவனைத் தன்னிடமிருந்து விலக்கி, அவன் முகத்தை ஏறிட்டாள். அவன் முகத்தில் தெரிந்த பயத்திலிருந்து, அவன் தன் அப்பாவைப் பற்றிப் பேசியது மட்டுமின்றி, அவரைப் பற்றி தான் என்ன நினைக்க வேண்டும் என்று அவளிடம் கேட்பதையும் அவள் புரிந்து கொண்டாள்.

"செரியோஷா, என் செல்லம்! நீ அவரை நேசிக்க வேண்டும். அவர் என்னைவிட மேலானவர், இரக்கம் உள்ளவர். அவர் முன்னால் நான் ஒரு குற்றவாளி. நீ வளர்ந்த பிறகு அதை முடிவு செய்" என்றாள்.

"உங்களை விட மேலானவர் யாரும் இல்லை...!" என்று அவன் கண்ணீர் விட்டுக் கதறினான். அவன் அவள் தோள்களைப் பிடித்து, தன் முழு ஆற்றலுடன் இறுகத் தழுவிக் கொண்டான். அவன் கைகள் வலியால் நடுங்கின.

“என் செல்லம், என் குட்டிப் பையா!” என்ற அன்னா, அவனைப் போல, ஒரு குழந்தையைப் போல கதறி அழத் தொடங்கினாள்.

அப்போது கதவைத் திறந்து வாசிலி லுகிச் உள்ளே வந்தார். மற்றொரு கதவு வழியாகக் காலடிச் சத்தம் கேட்டது. செவிலி பயந்த குரலில் முணுமுணுத்தாள்.

“அவர் வருகிறார்” என்று அன்னாவிடம் தொப்பியைக் கொடுத் தாள்.

செரியோஷா கட்டிலில் சாய்ந்து தன் கைகளால் முகத்தை மூடிக் கொண்டு அழுதான். அன்னா அவன் கைகளை விலக்கி, ஈரமாக இருந்த அவன் முகத்தில் மீண்டும் முத்தமிட்டு, வேகமாக வெளியே சென்றாள். அலெக்ஸி அலெக்ஸாண்ட்ரோவிச் எதிர்த் திசையில் அவளை நோக்கி வந்து கொண்டிருந்தார். அவளைக் கண்டதும் நின்று தலைகுனிந்தார்.

அவர் தன்னை விட மேலானவர், இரக்கம் உள்ளவர் என்று அவள் சொல்லியிருந்தாலும், அவரைப் பார்த்த விரைவான பார்வை யில், அனைத்து நுட்பமான விவரங்களுடன் அவரை முழுமையாக உள்வாங்கிக் கொண்டதும், அவர் மீதான வெறுப்பும் கோபமும், தன் மகன் மீதான பொறாமையும் அவளை ஆட்கொண்டது.

அவள் விரைந்து தன் பர்தாவைத் தாழ்த்திக் கொண்டு, வேகமாக நடந்து, ஏறக்குறைய அறையை விட்டு வெளியே ஓடினாள். முன் தினம் கடையில் அன்போடும், சோகத்தோடும் வாங்கிய பொம்மை களைக் கூட அவளால் வெளியே எடுக்க முடியாமல், அவற்றைத் தன்னுடன் எடுத்துச் சென்றாள்.

31

அன்னா தன் மகனைப் பார்க்க ஆசைப்பட்டதும், அதைப் பற்றி பலமுறை யோசித்து, அதற்காகத் தன்னைத் தயார்படுத்திக் கொண்டாள். ஆனால் அவள் அந்தச் சந்திப்பு இவ்வளவு ஆழமாகத் தன்னைப் பாதிக்கும் என்பதைச் சற்றும் எதிர்பார்க்கவில்லை. அவள் விடுதியில் உள்ள தனது தனிமையான அறைக்குத் திரும்பிய பிறகு, தான் எதனால் அங்கு இருக்கிறோம் என்பதை அவளால் வெகுநேரம் புரிந்துகொள்ள முடியவில்லை. ‘ஆமாம், எல்லாம் முடிந்துவிட்டது, நான் மீண்டும் தனியாக இருக்கிறேன்’ என்று தனக்குள் சொல்லிக் கொண்டாள். அவள் தன் தொப்பியைக் கூட கழற்றாமல் கனப்பு அடுப்புக்கு அருகில் இருந்த சாய்வு நாற்காலியில் அமர்ந்தாள். இரண்டு ஜன்னல்களுக்கு இடையில் மேசை மீதிருந்த

வெண்கலக் கடிகாரத்தை வெறித்துப் பார்த்துக் கொண்டு, அவள் சிந்தனையில் ஆழ்ந்தாள்.

வெளிநாட்டிலிருந்து அழைத்து வந்த பிரெஞ்சு வேலைக்காரி அவளிடம் வந்து அவள் ஆடை மாற்ற வேண்டும் என்று சொன்னாள். அன்னா அவளைத் திகைப்புடன் பார்த்துவிட்டுச் சொன்னாள்.

"அப்புறம்."

வேலைக்காரன் அவளுக்குத் தேநீர் கொண்டு வந்தான்.

"அப்புறம்" என்றாள்.

இத்தாலியச் செவிலி குழந்தையைச் சுத்தம் செய்து எடுத்துக் கொண்டு அன்னாவிடம் வந்தாள். நன்றாகக் கொழுகொழுவென்று இருந்த அந்தக் குழந்தை தன் தாயைப் பார்த்ததும் எப்போதும் போல, மணிக்கட்டுகளில் கயிறுகள் கட்டியது போலிருந்த தன் சிறிய கைகளை உள்ளங்கை கீழ்நோக்கி இருக்கும்படி திருப்பி, பொக்கை வாய் சிரிப்புடன், துடுப்புகளை அசைக்கும் மீனைப் போல தன் விரல்களை மேலும் கீழும் அசைத்து, தன் பாவாடையின் மடிப்புகளில் ஓசை எழுப்பினாள். அந்தக் குழந்தையைப் பார்த்து சிரிக்காமலும், முத்தமிடாமலும் இருக்க முடியாது. சத்தமிட்டும் தன் முழு உடலை நெளித்தும் அவள் பற்றிப் பிடித்துக் கொண்ட ஒரு விரலை அவளுக்குக் கொடுக்காமல் இருக்க முடியாது. முத்தமிடுவதற்காக அவள் தன் சிறிய வாயை வைத்துச் சப்பும் உதடுகளை அவளுக்குக் கொடுக்காமல் இருக்க முடியாது. அன்னா அதையெல்லாம் செய்தாள். அன்னா அவள் தோளைப் பிடித்து மேலும் கீழுமாக ஆட்டி, அவளது சிறிய மிருதுவான கன்னங்களையும், வெறுமையான சிறிய முழங்கைகளையும் முத்தமிட்டாள். ஆனால் அந்தக் குழந்தையைப் பார்த்ததும், அதன் மீது தனக்கு ஏற்பட்ட உணர்வுகளை, செரியோஷாவின் மீது ஏற்பட்ட உணர்வுகளுடன் ஒப்பிடும்போது அதை அன்பு என்று கூட சொல்ல முடியாது என்பது அவளுக்குத் தெளிவாகத் தெரிந்தது. அந்தச் சிறுமியைப் பற்றிய அனைத்தும் இனிமை தருவதாக இருந்தன என்றாலும் சில காரணங்களால் அவை எதுவும் அவள் இதயத்தைத் தொடவில்லை. தான் காதலிக்காத ஒரு ஆணின் குழந்தையாக இருந்தாலும், ஒருபோதும் திருப்தி அடையாத தன் அன்பு முழுவதையும் அவள் முதல் குழந்தையின் மீது குவித்து வைத்திருந்தாள். அந்தப் பெண் குழந்தை மிகவும் துயரமான ஒரு சூழ்நிலையில் பிறந்தது. தன் முதல் குழந்தையை அவள் கவனித்துக் கொண்டதில் காட்டிய அக்கறையில் நூறில் ஒரு பகுதியைக் கூட அவள் அந்தக் குழந்தை மீது காட்டவில்லை. தவிர, அந்தச் சிறிய குழந்தைக்கு எல்லாமே எதிர்காலத்தில்

இருந்தது என்றால், செரியோஷா ஏற்கனவே ஒரு வளர்ந்த சிறுவனாக, அன்பான சிறுவனாக இருந்தான். ஏற்கனவே அவனுக்கு உணர்வு களும் எண்ணங்களும் இருந்தன. அவன் சொன்ன வார்த்தைகளையும் அவன் தோற்றத்தையும் நினைவு கூர்ந்த அவள், அவன் தன்னைப் புரிந்து கொண்டு நேசித்தான் என்பதை அறிந்தாள். அவள் உடல் ரீதியாக மட்டுமின்றி, ஆன்மிக ரீதியாகவும் அவனிடமிருந்து நிரந்தர மாகப் பிரிந்து விட்டாள். அதைச் சரிசெய்வது சாத்தியமற்றது.

அன்னா குழந்தையைச் செவிலியிடம் கொடுத்து அவளை அனுப்பிவிட்டு, சிறுமியின் அதே வயதிலிருந்த செரியோஷாவின் படம் இருந்த ஒரு பேழையைத் திறந்தாள். அவள் எழுந்து தன் தொப்பியைக் கழற்றிவிட்டு, மேசையின் இழுப்பறையிலிருந்து வெவ்வேறு வயதிலிருந்த தனது மகனின் புகைப்பட ஆல்பத்தை எடுத்தாள். அவற்றை ஒப்பிட்டுப் பார்க்க விரும்பிய அவள், படங்களை ஆல்பத்திலிருந்து வெளியே எடுத்து வைத்தாள். அவற்றில் கடைசியில் இருந்த, சமீபத்திய, மிகச்சிறந்த புகைப்படத்தைத் தவிர மற்ற அனைத் தையும் வெளியே எடுத்தாள். அதில் அவன் வெள்ளைச் சட்டையுடன், நாற்காலியில் சாய்ந்து, புருவங்களைச் சுளித்து, புன்னகையுடன் அமர்ந்திருந்தான். அந்தப் படம் அவனது தனித்துவமான சிறந்த தோற்றத்தைக் காட்டும் புகைப்படம். அந்தப் புகைப்படத்தின் ஒரு மூலையை அவள் தனது மிருதுவான கைவிரல்களால் பிடிக்க பலமுறை முயன்றாள். ஆனால் அன்று அவளது மெல்லிய வெண்ணிற விரல்களை அசைப்பது அவளுக்குக் கடினமாக இருந்தது. எனவே புகைப்படம் ஒவ்வொரு முறையும் அவள் விரல்களுக்கு அகப்படாமல் நழுவிச் சென்றது. அவளால் அதை வெளியே எடுக்க முடியவில்லை. மேசையின் மீது அட்டைக் கத்தி எதுவும் இல்லை என்பதால் அதன் அருகில் இருந்த மற்றொரு புகைப்படத்தின் மூலம் (வட்ட வடிவமான தொப்பியில் நீண்ட தலைமுடியுடன் விரான்ஸ்கி ரோமில் எடுத்த புகைப்படம்), தனது மகனின் புகைப்படத்தை வெளியே எடுத்தாள். ‘இதோ அவர்!’ என்று சொன்ன அவள் விரான்ஸ்கியின் புகைப்படத்தைப் பார்த்தாள். திடீரென்று அவளுக்குத் தனது தற்போதைய துன்பத்திற்கு அவன்தான் காரணம் என்பது நினைவுக்கு வந்தது. அன்று காலை முழுவதும் அவள் அவனைப் பற்றி ஒருமுறை கூட நினைத்துப் பார்க்கவில்லை. ஆனால் அவள் திடீரென்று தனக்குப் பிரியமான அந்த ஆண்மை மிக்க முகத்தைப் பார்த்தபோது, எதிர்பாராத வகையில் அவன் மீது தனக்குள்ள அன்பை உணர்ந்தாள்.

‘ஆனால் அவர் எங்கே? என் துன்பங்களோடு என்னைத் தனியே தவிக்கவிட்டு அவர் எங்கு சென்றார்?’ என்று அவள் அவன் மீது கோபம் கொண்ட அதே நேரத்தில், தன் மகன் சம்பந்தப்பட்ட

அனைத்தையும் அவனிடமிருந்து மறைத்ததை மறந்துவிட்டாள். அவனை உடனே வரச்சொல்லி வேலைக்காரனை அனுப்பினாள். அவள் அவனிடம் எல்லாவற்றையும் சொல்லப் போவதையும், அவன் அவளுக்கு ஆறுதல் சொல்லும் விதமாக அவன் காட்டும் அன்பையும் தனக்குத்தானே ஒத்திகை பார்த்துக் கொண்டு, துடிக்கும் இதயத்துடன் அவனுக்காகக் காத்திருந்தாள். ஒரு விருந்தாளி வந்திருப்பதாகவும் ஆனால் உடனே வருவதாகவும், இப்போதுதான் பீட்டர்ஸ்பார்க்கிற்கு வந்திருக்கும் இளவரசர் யஷ்வினைத் தன்னுடன் அழைத்து வரலாமா என்றும் கேட்டு பதில் அவன் அனுப்பினான். 'நேற்று இரவு உணவிற்குப் பிறகு அவர் என்னைப் பார்க்கவில்லை என்றாலும் அவர் தனியாக வரவில்லை' என்று அவள் நினைத்தாள். 'அவர் தனியாக வந்தால் அவரிடம் நான் எல்லாவற்றையும் சொல்ல முடியும் ஆனால் யஷ்வினுடன் வருகிறார்' என்று நினைத்த அவளுக்கு ஒரு விசித்திரமான எண்ணம் எழுந்தது. 'அவர் என்னை நேசிப்பதை நிறுத்திவிட்டால் என்ன செய்வது?'

அவள் கடந்த சில நாட்களில் நடந்தவற்றை நினைத்துப் பார்த்தபோது, இந்தப் பயங்கரமான எண்ணம் அவனது அனைத்து நடவடிக்கைகளிலும் உறுதிப்படுவதை அவளால் உணர முடிந்தது. அவன் நேற்று அவளுடன் சேர்ந்து சாப்பிடாமல் வெளியே சாப்பிட்டான். பீட்டர்ஸ்பார்க்கில் அவர்கள் தனித்தனியாக இருக்க வேண்டும் என்பதை அவன் வற்புறுத்தியிருந்தான். இப்போது அவளைச் சந்திப்பதைத் தவிர்ப்பது போல அவன் அவளைப் பார்க்கத் தனியாக வரவில்லை.

'ஆனால் அவர்தான் அதை என்னிடம் சொல்ல வேண்டும். நான் அதைத் தெரிந்துகொள்ள வேண்டும். நான் அதைத் தெரிந்து கொண்டால், அடுத்து என்ன செய்வது என்று எனக்குத் தெரியும்' என்று நினைத்த அவள் அவனது அலட்சியத்தை உணர்ந்தபோது, தனது கதி என்னவாகும் என்பதை அவளால் கற்பனை செய்து பார்க்க முடியவில்லை. அவள் அவன் தன்னைக் காதலிப்பதை நிறுத்தி விட்டதாக நினைத்துக் கிட்டத்தட்ட விரக்தி அடைந்தாள். அதன் விளைவாக அவள் அதிகப்படியான மனச்சோர்வுக்கு ஆளானாள். வேலைக்காரியை வரச்சொல்லி மணி அடித்துவிட்டு, அவள் ஒப்பனை அறைக்குச் சென்றாள். அவன் அவளை நேசிப்பதை நிறுத்தியிருந்தாலும், அவள் அணியும் ஆடையைப் பார்த்து மீண்டும் நேசிக்க வேண்டும் என்பது போல, அவள் உடை அணியும் போது, கடந்த சில நாட்களில் செய்ததை விட, தன் தோற்றத்தில் அதிக கவனம் செலுத்தினாள். அவள் தனக்கு மிகவும் பிடித்தமான விதத்தில் உடை அணிந்து, தன் கூந்தலையும் அதற்கேற்ப அலங்கரித்தாள்.

அவள் தயாராவதற்கு முன்பே மணியோசை கேட்டது.

அவள் வரவேற்பறையை விட்டு வெளியே வந்தபோது, அவளைச் சந்தித்தது விரான்ஸ்கியின் கண்கள் அல்ல யஷ்வினின் கண்கள். அவள் மேசையின் மீது விட்டுச் சென்ற தன் மகனின் புகைப்படங்களைப் பார்த்துக் கொண்டிருந்த விரான்ஸ்கி அவளைப் பார்க்க அவசரப்படவில்லை.

"நாம் ஏற்கனவே சந்தித்திருக்கிறோம்" என்ற அன்னா சங்கடத்துடன் (அவர் உயரத்துக்கும் தோற்றத்திற்கும் அது மிகவும் விசித்திரமாக இருந்தது) கையை நீட்டிய யஷ்வினின் பெரிய கையில் தனது சிறிய கையை வைத்தாள். "கடந்த ஆண்டு பந்தயத்தில் சந்தித்தோம். அவற்றை என்னிடம் கொடுங்கள்" என்று சொன்ன அன்னா, விரான்ஸ்கி பார்த்துக் கொண்டிருந்த தன் மகனின் புகைப்படங்களை அவனிடமிருந்து வேகமாக எடுத்துக் கொண்டு, பளபளக்கும் கண்களுடன் அவனை உற்றுப் பார்த்தாள். "இந்த வருடம் பந்தயம் நன்றாக இருந்ததா? நான் அதற்குப் பதிலாக ரோமில் உள்ள கோர் சோவில் நடந்த பந்தயங்களைப் பார்த்தேன். ஆனால் உங்களுக்கு வெளிநாட்டு வாழ்க்கையைப் பற்றிக் கவலையில்லை" என்று இனிமையான புன்னகையுடன் மேலும் தொடர்ந்தாள். "நாம் இருவரும் அரிதாகவே சந்தித்திருந்தாலும் எனக்கு உங்களையும் உங்கள் ரசனைகளையும் தெரியும்."

"அதற்காக நான் மிகவும் வருந்துகிறேன், ஏனென்றால் என் ரசனைகள் பெரும்பாலும் மோசமானவை" என்று யஷ்வின் தன் இடப்பக்க மீசையை வாயில் கடித்தபடி சொன்னார்.

அவர்கள் சிறிது நேரம் பேசிய பிறகு, விரான்ஸ்கி தன் கடிகாரத்தைப் பார்ப்பதைக் கவனித்த யஷ்வின், பீட்டர்ஸ்பர்க்கில் நீண்ட நாட்கள் இருப்பீர்களா என்று கேட்டார். மேலும் அவர் தன் பெரிய உருவத்தை நிமிர்த்தி தனது தொப்பியை எடுத்தார்.

"நீண்ட காலத்துக்கு இல்லை என்று நினைக்கிறேன்" என்ற அவள் குழப்பத்துடன் விரான்ஸ்கியைப் பார்த்தாள்.

"அப்படியானால் நாம் மீண்டும் சந்திக்க மாட்டோமா?" என்ற யஷ்வின் எழுந்து நின்று விரான்ஸ்கியை நோக்கித் திரும்பினார். "எங்கே சாப்பிடப் போகிறீர்கள்?"

"எங்களுடன் சாப்பிடுங்கள்" என்று உறுதியாகச் சொன்ன அன்னா, தனக்கு ஏற்பட்ட சங்கடத்திற்குத் தன் மீதே கோபப்படுவது போலவும், தன் நிலையை ஒரு புதிய நபருக்குத் தெரியப்படுத்தும் போது எப்போதும் அவளுக்கு ஏற்படும் வெட்கத்துடனும் சொன்னாள். "இங்கே இரவு உணவு நன்றாக இல்லை. ஆனால் குறைந்த பட்சம் நீங்கள் ஒருவருக்கொருவர் பார்த்துக் கொள்ள முடியும்.

படைப்பிரிவில் உள்ள நண்பர்களில் உங்களைப் போல அவருக்கு நெருக்கமானவர்கள் யாரும் இல்லை.”

“எனக்கு மிக்க மகிழ்ச்சி” என்று யஷ்வின் புன்னகையுடன் சொன்னார். அதிலிருந்து அவருக்கு அன்னாவை மிகவும் பிடித்திருக்கிறது என்பதை விரான்ஸ்கியால் உணர முடிந்தது.

யஷ்வின் குனிந்து வணங்கிவிட்டு வெளியே சென்றார். விரான்ஸ்கி அங்கேயே நின்றான்.

“நீங்களும் போகிறீர்களா?” என்று அன்னா கேட்டாள்

“ஏற்கனவே எனக்கு நேரமாகிவிட்டது” என்றான் அவன். “நீங்கள் போங்கள் நான் பின்னாலேயே வருகிறேன்” என்று யஷ்வினிடம் சொன்னான்.

அவள் அவன் கையைப் பிடித்து நிறுத்தி, அவன் போகாமல் இருக்க ஏதாவது சொல்ல வேண்டும் என்று தன் மூளையைக் கசக்கினாள்.

“பொறுங்கள், நான் உங்களிடம் ஒன்று சொல்ல வேண்டும்” என்று சொல்லி அவன் கையை எடுத்துத் தன் கழுத்தில் வைத்தாள். “அப்படியானால் நான் அவரைச் சாப்பிட அழைத்தது சரிதானே?”

“செய்தது சரிதான்” என்று அவன் தன் பற்களைக் காட்டிப் புன்னகைத்து, அவள் கையை முத்தமிட்டான்.

“அலெக்ஸி நீங்கள் மாறிவிடவில்லையே?” என்று கேட்ட அவள் அவன் கையைத் தன் இரு கைகளாலும் அழுத்தினாள். “அலெக்ஸி, இங்கே இருப்பது எனக்கு வேதனையாக இருக்கிறது. நாம் எப்போது இங்கிருந்து செல்கிறோம்?”

“சீக்கிரம், வெகு சீக்கிரம். இங்கே நாம் வாழும் வாழ்க்கை எனக்கு எவ்வளவு வேதனையைத் தருகிறது என்பதை உங்களால் நம்ப முடியாது” என்று சொன்ன அவன் தன் கையை விடுவித்துக் கொண்டான்.

“சரி, போங்கள்! போங்கள்!” என்று அவள் கோபத்துடன் சொல்லிவிட்டு, வேகமாக அவனை விட்டு அகன்றாள்.

32

விரான்ஸ்கி திரும்பி வந்தபோது அன்னா அவளது அறையில் இல்லை. தான் சென்ற சிறிது நேரத்தில் ஒரு பெண் அவளைப் பார்க்க வந்ததாகவும், அவர்கள் இருவரும் சேர்ந்து ஒன்றாக வெளியே சென்றதாகவும் அறிந்தான். எங்கே என்று சொல்லாமல் வெளியே சென்ற அவள் இன்னும் திரும்பி வராததும், காலையில்

எதுவும் சொல்லாமல் அவள் எங்கேயோ சென்றிருந்ததும், இன்று காலை அவள் முகத்தில் தெரிந்த விசித்திரமான, பதட்டமான முகபாவமும், யஷ்வின் முன்னிலையில் அவள் தன் மகனின் புகைப்படங்களை அவன் கைகளிலிருந்து கிட்டத்தட்ட கோபத்துடன் பிடுங்கியதும் விரான்ஸ்கியைச் சிந்தனையில் ஆழ்த்தியது. அவளுடன் வெளிப்படையாகப் பேச வேண்டும் என்று முடிவு செய்த அவன், அவளுக்காக வரவேற்பறையில் காத்திருந்தான். ஆனால் அன்னா தனியாகத் திரும்பி வராமல், திருமணம் செய்து கொள்ளாத தனது வயதான அத்தை இளவரசி ஆப்லான்ஸ்காயாவை தன்னுடன் அழைத்து வந்தாள். அன்று காலையில் வந்த அதே பெண்மணியுடன் அன்னா கடைக்குச் சென்றிருந்தாள். விரான்ஸ்கியின் கவலையும் கேள்வியும் நிறைந்த முகபாவத்தைக் கவனிக்காமல், அன்னா தான் வாங்கிய பொருட்களைப் பற்றி மகிழ்ச்சியுடன் அவனிடம் விவரித்தாள். அவளுக்குள் அசாதாரணமான ஒன்று நடப்பதை அவன் அறிந்தான். அவள் பளபளக்கும் கண்கள் அவன் மீது சற்றே இளைப்பாறிய போது, அதிலிருந்த கூர்ந்த பார்வையும், அவளது பேச்சிலும் அசைவுகளிலும் இருந்த பதட்டத்துடன் கூடிய வேகமும் இலாவகமும், ஆரம்ப காலத்தில் அவனுக்கு மிகவும் வசீகரமாக இருந்தது என்றாலும் இப்போது அது அவனுக்குக் கவலையையும் பீதியையும் ஏற்படுத்தியது.

இரவு உணவு நான்கு பேருக்கு ஏற்பாடு செய்யப்பட்டது. அவர்கள் அனைவரும் சிறிய சாப்பாட்டு அறைக்குச் செல்வதற்குத் தயாரான போது, இளவரசி பெட்ஸியிடமிருந்து துஷ்கேவிச் அன்னாவுக்கு ஒரு செய்தியைக் கொண்டு வந்தார். தனக்கு உடல்நலமில்லை என்பதால் அவளிடம் விடைபெற்றுக் கொள்ள வரமுடியவில்லை என்றும், ஆனால் ஆறு மணி முதல் ஒன்பது மணிக்குள் தன்னைப் பார்க்க வர வேண்டும் என்றும் பெட்ஸி அன்னாவிடம் கேட்டாள். அந்த நேரக் குறிப்பு, அன்னா அங்கு யாரையும் சந்திக்காமல் இருப்பதில் கவனமாக இருந்ததைச் சுட்டுவதை அறிந்த விரான்ஸ்கி அன்னாவைப் பார்த்தான், ஆனால் அன்னா அதைக் கவனித்ததாகத் தெரியவில்லை.

"அந்த நேரத்தில் என்னால் வரமுடியாது என்பதை வருத்தத்துடன் தெரிவித்துக் கொள்கிறேன்" என்றாள் அன்னா சற்றே புன்னகைத்து.

"இளவரசி மிகவும் வருத்தப்படுவார்."

"நானும்தான்."

"நீங்கள் பட்டியின் ஓபராவுக்குப் போகிறீர்களா?" என்று கேட்டார் துஷ்கேவிச்.

“பட்டி? நீங்கள் சொன்னதால் எனக்கும் அந்த யோசனை தோன்றுகிறது. ஆனால் பால்கனியில் இடம் கிடைத்தால் நான் போவேன்.”

“என்னால் அதைச் செய்ய முடியும்” என்று துஷ்கேவிச் தானாக முன்வந்து சொன்னார்.

“அப்படிச் செய்தால் நான் உங்களுக்கு நன்றியுள்ளவளாக இருப்பேன்” என்றாள் அன்னா. “நீங்கள் ஏன் எங்களுடன் சாப்பிடக் கூடாது?”

விரான்ஸ்கி சற்றே தன் தோள்களைக் குலுக்கினான். அன்னா என்ன செய்யப்போகிறாள் என்பது அவனுக்குப் பிடிபடவில்லை. அவள் ஏன் வயதான இளவரசியை அழைத்துவர வேண்டும்? அவள் ஏன் இரவு உணவுக்கு துஷ்கேவிச்சை அழைக்க வேண்டும்? அனைத்துக்கும் மேலாக ஓபராவில் பால்கனியைப் பெற அவரை ஏன் அனுப்ப வேண்டும்? அவள் இருக்கும் நிலையில், அவளது சமூகத்தைச் சேர்ந்த அனைவரும் கூடியிருக்கும் பட்டியின் சந்தாதாரர் நிகழ்ச்சிக்குப் போவதைப் பற்றி அவள் ஏன் யோசிக்க வேண்டும்? அவன் அவளைத் தீவிரமாக ஒரு பார்வை பார்த்தான், ஆனால் மகிழ்ச்சிக்கும் விரக்திக்கும் இடைப்பட்ட, எதிர்த்து கலகம் செய்யும் பார்வையில் அவள் பதிலளித்தாள். அந்தப் பார்வையின் பொருளை அவனால் புரிந்து கொள்ள முடியவில்லை. உணவு சாப்பிடும் வேளையில், அன்னா ஆக்ரோஷமான உற்சாகத்துடன் இருந்தாள். துஷ்கேவிச், யஷ்வின் இருவருடனும் அவள் சில்மிஷம் செய்வதாகத் தோன்றியது.

இரவு உணவுக்குப் பின்னர் துஷ்கேவிச் பால்கனியில் இடம் பிடிக்கச் செல்ல, யஷ்வின் புகைபிடிக்கச் சென்றார். விரான்ஸ்கி யஷ்வினுடன் தன்னுடைய அறைக்குச் சென்று அவருடன் சற்று நேரம் இருந்துவிட்டு, மீண்டும் மாடிக்கு ஓடினான். அன்னா பாரிஸில் அவள் தயாரித்த, லேசான பட்டும் வெல்வெட்டும் கலந்து தாழ்ந்த கழுத்துடன் தைக்கப்பட்ட, வெளிர் நிறத்திலிருந்த கவுனை அணிந்திருந்தாள். அவள் தலையில் அணிந்திருந்த விலையுயர்ந்த வெள்ளை சரிகை நாடா, அவளது முகத்தை அழகாக வடிவமைத்து, அவளது வசீகரமான அழகுக்கு மெருகூட்டியது.

“அன்னா, நீங்கள் நிஜமாகவே தியேட்டருக்குப் போகிறீர்களா?” என்று கேட்ட அவன், அவளைப் பார்க்காமல் இருப்பதற்கு முயன் றான்.

“நீங்கள் ஏன் இவ்வளவு பயப்படுகிறீர்கள்?” என்று கேட்ட அவள், அவன் தன்னைப் பார்க்கவில்லை என்பதற்காக மீண்டும் அவனிடம் கோபம் கொண்டாள். “நான் ஏன் போகக் கூடாது?”

அவன் வார்த்தைகளின் அர்த்தம் அவளுக்குப் புரியவில்லை போலிருந்தது.

"ஆகா, எந்தக் காரணமும் இல்லை" என்று அவன் முகத்தைச் சுளித்தான்.

"அதைத்தான் நான் சொல்கிறேன்" என்று அவன் தொனியின் கிண்டலைப் பொருட்படுத்தாமல், அமைதியாகத் தன் நீண்ட நறுமணம் கமழும் கையுறையைக் கழற்றினாள்.

"அன்னா, கடவுளின் பொருட்டு, உங்களுக்கு என்ன ஆயிற்று?" என்று அவள் கணவன் அவளிடம் பேசியது போல, அவளை சுயநினைவுக்குக் கொண்டுவர முயன்றான்.

"நீங்கள் கேட்பது எனக்குப் புரியவில்லை."

"உங்களால் போக முடியாது என்று உங்களுக்குத் தெரியும்."

"ஏன் முடியாது? நான் தனியாகப் போகவில்லை. இளவரசி வர்வரா ஆடை அணியச் சென்றிருக்கிறார். அவர் என்னுடன் வருகிறார்."

அவன் திகைப்பும் விரக்தியும் கலந்த பார்வையுடன் தன் தோள்களைக் குலுக்கினான்.

"ஆனால் உங்களுக்குத் தெரியாதா...?" என்று அவன் ஆரம்பித்தான்.

"ஆனால் நான் தெரிந்துகொள்ள விரும்பவில்லை!" என்று அவள் கிட்டத்தட்ட கத்தினாள். "எனக்குக் கவலையில்லை. நான் செய்த செயலுக்காக வருந்துகிறேனா? இல்லை, இல்லவே இல்லை! அது மீண்டும் ஆரம்பத்திலிருந்து தொடங்க வேண்டும் என்றால் நான் அதையே திரும்பவும் செய்ய வேண்டும். நமக்கும், உங்களுக்கும், எனக்கும் நாம் ஒருவரை ஒருவர் காதலிக்கிறோமா என்பதுதான் முக்கியம். மற்றவர்களை நாம் கருத்தில் கொள்ளத் தேவையில்லை. நாம் ஏன் ஒருவரை ஒருவர் பார்க்காமல் பிரிந்து வாழ்கிறோம்? நான் ஏன் போக முடியாது? நான் உங்களை நேசிக்கிறேன் என்பதால் எனக்கு வேறு எதைப் பற்றியும் கவலையில்லை" என்று அவள் ரஷ்ய மொழியில் சொன்ன போது, அவனால் புரிந்துகொள்ள முடியாத வகையில் அவள் கண்கள் விசித்திரமாகப் பளபளத்தன. "நீங்கள் இன்னும் மாறவில்லை என்றால், நீங்கள் ஏன் என்னைப் பார்க்கக் கூடாது?"

அவன் அவளைப் பார்த்தான். அவள் முகத்தின் அழகையும், உடையின் அழகையும் அவன் பார்த்தான். அது அவளுக்கு எப் போதும் போல மிகவும் பொருத்தமாக இருந்தது. ஆனால் இப்போது அவளது அந்த அழகும் நேர்த்தியும்தான் அவனுக்கு எரிச்சலூட்டியது.

“என் உணர்வுகள் மாறவில்லை என்று உங்களுக்கே தெரியும். ஆனால் நீங்கள் போக வேண்டாம் என்று கெஞ்சிக் கேட்கிறேன்!” என்று அவன் பிரெஞ்சில் மென்மையான வேண்டுதலுடன், ஆனால் உணர்ச்சியற்ற பார்வையுடன் அவளிடம் பேசினான்.

அவள் அவன் வார்த்தைகளைச் செவிமடுக்கவில்லை. ஆனால் அவன் உணர்ச்சியற்ற பார்வையைக் கண்டு எரிச்சலுடன் பதில் சொன்னாள்.

“நான் ஏன் போகக் கூடாது என்று நீங்கள் சொல்கிறீர்கள்?”

“ஏனெனில் அதனால் உங்களுக்கு...” என்ற அவன் சொல்ல முடியாமல் தடுமாறினான்.

“எனக்கு ஒன்றும் புரியவில்லை. யஷ்வினும் இளரசி வர்வரா இருவரும் மற்றவர்களை விட மோசமானவர்கள் அல்ல. இதோ அவர் வந்துவிட்டார்.”

33

அன்னா வேண்டுமென்றே தனது நிலையைப் புரிந்து கொள்ள மறுத்ததற்காக விரான்ஸ்கி முதன்முறையாக அவள் மீது விரக்தியும் கோபமும் அடைந்தான். தன் மன உளைச்சலுக்கான காரணத்தை அவளிடம் சொல்ல முடியாமல் போனதால் அந்த உணர்வு மேலும் அதிகரித்தது. அவன் தான் நினைத்ததை அவளிடம் வெளிப்படையாகச் சொல்லியிருந்தால், ‘அவள் அந்த உடையில், அனைவருக்கும் நன்றாகத் தெரிந்த இளவரசியுடன் தியேட்டருக்குச் செல்வது, வீழ்ந்த பெண்ணாக உங்கள் நிலையை ஒப்புக்கொள்வது மட்டுமின்றி, சமூகத்தை நோக்கிச் சவால் விடுவதைப் போல, அதாவது அதனுடன் தொடர்பு கொள்வதை என்றென்றைக்குமாக துண்டித்துக் கொள்வதைப் போன்றது’ என்று சொல்லியிருக்க வேண்டும்.

அவனால் அதை அவளிடம் சொல்ல முடியவில்லை. ‘ஆனால் அவளுக்கு எப்படி அது புரியாமல் இருக்க முடியும்? அவளுக்குள் அப்படி என்னதான் நடக்கிறது?’ என்று அவன் வியந்தான். அவள் அழகைப் பற்றிய பிரக்ஞை அதிகரித்த அதே நேரத்தில் அவள் மீதான மரியாதை குறைந்து வருவதை விரான்ஸ்கி உணர்ந்தான்.

அவன் முகத்தைச் சுளித்தபடி தன் அறைக்குத் திரும்பி, நாற்காலியின் மீது தனது நீண்ட கால்களை நீட்டி வைத்து, பிராந்தியும் சோடாவும் குடித்துக் கொண்டிருந்த யஷ்வினுக்கு அருகில் அமர்ந்து, தனக்கும் கொண்டுவரும்படி சொன்னான்.

“நீங்கள் லான்கோவ்ஸ்கியின் ஆற்றல் மிக்க மைட்டி என்ற குதிரையைப் பற்றிச் சொன்னீர்கள். அது ஒரு சிறந்த குதிரை என்ப

தால் அதை வாங்கும்படி நான் உங்களுக்குச் சொல்கிறேன்" என்று தன் நண்பரின் இருண்ட முகத்தைப் பார்த்து யஷ்வின் சொன்னார். "அதன் முதுகுப் பகுதி சாய்வானது என்றாலும் கால்களும் தலையும் அற்புதம், அதைவிடச் சிறந்த எதையும் நீங்கள் பார்க்க முடியாது."

"நான் அதை வாங்குவேன் என்று நினைக்கிறேன்" என்றான் விரான்ஸ்கி.

குதிரைகளைப் பற்றிய உரையாடல் அவனுக்கு ஆர்வத்தை ஏற்படுத்தியது. ஆனால் அன்னாவை ஒரு கணம் கூட மறக்காமல், நடைபாதையில் எழும் காலடி ஓசைகளை அனிச்சையாகக் கேட்டுக் கொண்டே, மாடத்திலிருந்த கடிகாரத்தைப் பார்த்தான்.

"அன்னா ஆர்கடியேவ்னா தியேட்டருக்குப் போயிருப்பதை உங்களிடம் சொல்லச் சொன்னார்" என்று உள்ளே வந்த ஒரு வேலைக்காரன் தெரிவித்தான்.

டம்ளரிலிருந்த ஜொலிக்கும் தண்ணீரில் மேலும் கொஞ்சம் பிராந்தியைக் கலந்து குடித்த யஷ்வின், தன் கோட்டுப் பொத்தான்களைப் போட்டுக் கொண்டு எழுந்து நின்றார்.

"சரி, நாம் போகலாமா?" என்று மீசைக்கு அடியிலிருந்து புன்னகைத்த யஷ்வின், விரான்ஸ்கியின் கவலைக்கான காரணத்தைப் புரிந்து கொண்டதாகவும், ஆனால் அதற்கு எந்த முக்கியத்துவமும் இல்லை என்பதையும் அந்தப் புன்னகையில் வெளிப்படுத்தினார்.

"நான் வரவில்லை" என்று விரான்ஸ்கி சோகத்துடன் சொன்னான்.

"ஆனால் நான் உறுதியளித்தேன், போக வேண்டும். சரி, குட்பை. நீங்கள் கடைக்கு வந்து கிராசின்ஸ்கியின் இருக்கையில் அமரலாம்" என்ற யஷ்வின் வெளியே சென்றார்.

"இல்லை, எனக்கு வேலை இருக்கிறது."

'மனைவி ஒரு கவலை, ஆனால் மனைவி அல்லாதவள் அதைவிட மோசமானவள்' என்று நினைத்த அவர் விடுதியை விட்டு வெளியேறினார்.

தனிமையில் விடப்பட்ட விரான்ஸ்கி அறையில் குறுக்கும் நெடுக்கும் நடந்தான்.

'இன்று என்ன? நான்காவது சந்தா... அலெக்ஸாண்டர் தனது மனைவியுடன் அங்கே இருப்பார், அநேகமாக என் அம்மாவும் அங்கே இருப்பார். அதாவது பீட்டர்ஸ்பர்க் முழுவதும் அங்கே கூடியிருக்கும். அவள் அங்கே சென்று தன் மேல் கோட்டைக் கழற்றிவிட்டு வெளிச்சத்திற்கு வருவாள். அவளுடன் துஷ்கேவிச், யஷ்வின், வர்வரா' என்ற விரான்ஸ்கி அந்தக் காட்சியை மனதில் படம் பிடித்தான். 'எனக்கு என்ன ஆயிற்று? நான் பயப்படுகிறேனா?

அல்லது அவளைப் பாதுகாக்கும் உரிமையை துஷ்கேவிச்சிடம் கொடுத்துவிட்டேனா? எப்படியிருந்தாலும் அது முட்டாள்தனம், முட்டாள்தனம்... அவள் என்னை ஏன் இந்த நிலைக்கு ஆளாக்கினாள்?' என்று அவன் விரக்தியுடன் கையை அசைத்துக் கேட்டுக் கொண்டான்.

அப்படி அவன் கையை அசைத்த போது, தண்ணீர் பாட்டிலும், சோடாவும், பிராந்தியும் இருந்த சிறிய மேசையின் விளிம்பைப் பிடித்து, கிட்டத்தட்ட அதைத் தட்டிவிட்டான். அதைப் பிடிக்க முயன்று முடியாமல், ஆத்திரத்துடன் மேசையைக் காலால் எட்டி உதைத்துவிட்டு, அழைப்பு மணியை அடித்தான்.

"நீ என்னிடம் வேலை செய்ய விரும்பினால், வேலையில் கண்ணும் கருத்துமாக இருப்பது நல்லது. இப்படி நடக்கக் கூடாது. அதைச் சுத்தம் செய்" என்று அவன் உள்ளே வந்த வேலைக்காரனிடம் சொன்னான்.

அது தன் தவறு இல்லை என்று அறிந்து, அவன் தன்னைத் தற்காத்துக் கொள்ள விரும்பி தன் எஜமானரை ஒருமுறை திரும்பிப் பார்த்தபோது, அவர் பார்த்த பார்வையிலிருந்து, தான் அமைதியாக இருப்பது நல்லது என்பதை உணர்ந்தான். அவன் விரைவாகக் குனிந்து, கம்பளத்தில் மண்டியிட்டு, உடைந்த கண்ணாடி பாட்டில்களைச் சுத்தம் செய்தான்.

"அது உன் வேலை இல்லை, ஒரு சிப்பந்தியை வரச்சொல்லி அதைச் சுத்தம் செய்யச் சொல். நீ என்னுடைய கோட்டை எடுத்து வை."

விரான்ஸ்கி எட்டு மணிக்கு தியேட்டரில் நுழைந்த போது, நிகழ்ச்சி முழுவீச்சில் அரங்கேறிக் கொண்டிருந்தது. ஒரு வயதான வாயில் காப்போன் விரான்ஸ்கியின் மேல் கோட்டைக் கழற்றி, அவனை அடையாளம் கண்டு, "பிரபு" என்றான். கோட்டுக்கு டிக்கெட் எடுக்கத் தேவையில்லை. ஆனால் அது தேவைப்படும் போது 'தியோடரை' அழையுங்கள் என்று அவன் சொன்னான். பிரகாசமாக ஒளிரும் நடைபாதையில் கதவைத் திறப்பதற்கு ஒருவனும் இரு வேலையாட்களையும் தவிர வேறு யாரும் இல்லை. அவர்கள் தங்கள் எஜமானர்களின் கோட்டுகளைக் கையில் வைத்துக் கொண்டு கதவின் வழியாக உள்ளேயிருந்து வரும் இசையைக் கேட்டுக் கொண்டிருந்தனர். மூடிய கதவுக்குப் பின்னாலிருந்து விட்டுவிட்டு ஒலிக்கும் இசைக் கருவிகளின் ஓசையுடன், ஒரு பாடலைத் துல்லியமாகப் பாடும் பெண் குரலும் கேட்டது. பாதி திறந்திருந்த கதவின் வழியாக அந்தப் பாடல் அதன் முடிவை நெருங்குவதை விரான்ஸ்கி தெளிவாகக் கேட்டான். உடனே கதவு மூடிக்கொண்டதால், பாடலின் முடிவையும் அதற்குப் பிறகு வரும்

இசையின் அதிர்வையும் விரான்ஸ்கி கேட்கவில்லை என்றாலும் கதவுக்குப் பின்னால் இருந்து கேட்ட கரகோசத்தின் இடியோசையில் பாடல் முடிந்து விட்டதை அறிந்தான். சரவிளக்குகளும் வெண்கல எரிவாயு விளக்குகளும் அற்புதமாக ஒளிர்ந்த அரங்கத்திற்குள் விரான்ஸ்கி நுழைந்தபோது, ஆரவார ஓசை இன்னும் அடங்க வில்லை. மேடையில் நின்றிருந்த பாடகி, வைரங்கள் ஜொலித்த வெற்றுத்தோள்களுடன் குனிந்து சிரித்தபடி, தனக்குக் கை கொடுத்தவரின் உதவியுடன், நடுவகிடு எடுத்து, நறுமண எண்ணெய் பூசி பளபளப்பாக மின்னிய தலைமுடியுடன் இருந்த ஒரு பெரிய மனிதரிடம் சென்றாள். மேடையின் கீழிருந்த அவர் தன் நீண்ட கைகளை நீட்டி அவளிடம் எதையோ கொடுத்தார். அரங்கத்தில் கூடியிருந்த அனைவரும் உற்சாகத்துடன் முன்னோக்கிச் சென்று கூச்சலிட்டு, கைதட்டி ஆரவாரம் செய்தனர். உயரமான இருக்கையில் இருந்த இசை நடத்துனர் அதைக் கொடுக்க உதவி செய்துவிட்டு தன் வெள்ளை டையைச் சரிசெய்தார். விரான்ஸ்கி கடைகள் இருந்த பகுதிக்குச் சென்று அதைச் சுற்றிப் பார்க்கத் தொடங்கினான். அந்தப் பழக்கமான சூழல், அரங்க மேடை, இரைச்சல், பரபரப்பான பார்வையாளர்கள் கூட்டம், என்று தனக்குப் பரிச்சயமான அனைத் தின் மீதும் முன்னெப்போதையும் விட அன்று இரவு அவன் குறைந்த கவனத்தையே செலுத்தினான்.

எப்போதும் போல பால்கனியின் பின்புறத்தில் அதே போன்ற சில பெண்கள், அதே போன்ற சில அதிகாரிகள், பிரகாசமான வண்ண ஆடைகள் அணிந்த அதே பெண்கள், அதே சீருடைகள், அதே மேலங்கிகள், அதே அசிங்கமான மனிதர்கள். அவர்கள் எல்லோரும் யார் என்பது அந்தக் கடவுளுக்கே வெளிச்சம். அந்தக் கூட்டத்திற்கு மத்தியில் பால்கனியிலும் முதல் வரிசையிலும் நாற்பது உண்மையான ஆண்களும் பெண்களும் இருந்தனர். விரான்ஸ்கி அந்தப் பாலைவனச் சோலைகள் மீது உடனடியாகத் தன் கவனத்தைத் திருப்பினான்.

அவன் உள்ளே சென்றபோது காட்சி முடிந்துவிட்டது. எனவே அவன் நேராக தன் சகோதரர் இருந்த இடத்திற்குச் செல்லாமல், முன்வரிசைக்குச் சென்று மேடை அருகில் சென்றான். ஒரு காலை உயர்த்தி குதிகாலை மேடையின் மீது வைத்து நின்றிருந்த செர்பு கோவ்ஸ்கோய், விரான்ஸ்கியைப் பார்த்துப் புன்னகைத்து அவனை நோக்கி கை அசைத்தார்.

விரான்ஸ்கி இன்னும் அன்னாவைப் பார்க்கவில்லை. அவன் வேண்டுமென்றே அவள் இருக்கும் திசையைப் பார்ப்பதைத் தவிர்த் தான். ஆனால் அங்குள்ள மனிதக் கண்கள் மொய்க்கும் திசையி லிருந்து அவள் எங்கே இருக்கிறாள் என்பதை அவன் அறிந்தான். அவன் அவளைத் தேடாமல் திருட்டுத்தனமாகச் சுற்றும் முற்றும்

பார்த்தான். அவன் கண்கள் மோசமான எதையோ எதிர்பார்ப்பது போல அலெக்ஸி அலெக்ஸாண்ட்ரோவிச்சைத் தேடின. அவனுடைய நல்ல காலமாக, அன்று அவர் தியேட்டரில் இல்லை என்பது அவனுக்குப் பெரும் ஆசுவாசத்தைக் கொடுத்தது.

"உங்களிடம் உள்ள ராணுவ வீரன் மறைந்து விட்டான் போலிருக்கிறது!" என்றார் செர்புகோவ்ஸ்கோய். "இப்போது நீங்கள் ஒரு இராஜதந்திரி, ஒரு கலைஞர் அல்லது அதைப் போன்ற ஏதோ ஒருவர்."

"ஆமாம், நான் வீடு திரும்பியதும் மாலை உடை அணிந்து கொண்டேன்" என்று புன்னகையுடன் சொன்ன விரான்ஸ்கி, மெதுவாக தன் ஓபரா கண்ணாடியை வெளியே எடுத்தான்.

"அந்த விஷயத்தில் நான் உங்களைப் பார்த்து பொறாமைப் படுகிறேன் என்பதை ஒப்புக் கொள்கிறேன். வெளிநாட்டிலிருந்து திரும்பி வந்து நான் இதை அணிந்தபோது" என்ற அவர் தன் சீருடையின் தோள்பட்டையைச் சுட்டிக்காட்டி, "இழந்துவிட்ட என் சுதந்திரத்தை நினைத்து வருந்துகிறேன்" என்றார்.

செர்புகோவ்ஸ்கோய் எப்போதோ விரான்ஸ்கியின் அரசியல் வாழ்க்கை மீது தனக்கிருந்த நம்பிக்கையை இழந்துவிட்டார் என்றாலும் அவர் இன்னும் அவனை நேசித்தார், இப்போதும் அவனுடன் நட்பாக இருந்தார்.

"முதல் காட்சிக்கு நீங்கள் தாமதமாக வந்தது வருத்தம் தருகிறது."

அவர் சொன்னதைக் கேட்டுக் கொண்டே விரான்ஸ்கி தனது ஓபரா கண்ணாடியைக் கடைகள் இருந்த பகுதியிலிருந்து திருப்பி பால்கனியை ஆராய்ந்தான். ஓபரா கண்ணாடியில் தலைப்பாகை அணிந்த ஒரு பெண்ணும் அவரைத் தொடர்ந்து, கோபத்துடன் கண் சிமிட்டும் ஒரு வழுக்கைத்தலை முதியவரும் வந்தபோது, விரான்ஸ்கி சட்டென்று அன்னாவின் கர்வத்துடன் நிமிர்ந்த தலையையும், வியக்கத்தக்க வகையில் அழகாக இருந்த அவள் முகத்தையும், அதிலிருந்த புன்னகையையும் பார்த்தான். அவள் ஐந்தாவது பால்கனியில், அவனிடமிருந்து இருபது அடி தூரத்தில் இருந்தாள். முன் இருக்கையில் இருந்த அவள் யஷ்வினிடம் ஏதோ சொல்வதற்காகச் சற்றே திரும்பினாள். அவளுடைய அழகான, அகலமான தோள்களில் சாய்ந்த அவள் தலையும், அவளுடைய கண்களிலும் முகத்திலும் தெரிந்த அடக்கப்பட்ட உற்சாகமும், அவளுடைய முழு முகமும், மாஸ்கோவின் நடன அரங்கில் அவளைப் பார்த்ததை அவனுக்கு நினைவூட்டியது. ஆனால் அந்த அழகை அவன் இப்போது முற்றிலும் வேறு விதமாக உணர்ந்தான். இப்போது அவள் மீது அவனுக்கு இருந்த உணர்வுகளில் எந்த மர்மமும் இல்லை என்பதால், அவள் அழகு அவனை முன்னைவிட

இன்னும் அதிகமாக வசீகரித்தாலும், அது அவனைப் புண்படுத்தியது. அவன் இருந்த திசையில் அவள் பார்க்கவில்லை என்றாலும் அவள் ஏற்கனவே தன்னைப் பார்த்திருப்பாள் என்பதை அவனால் உணர முடிந்தது.

விரான்ஸ்கி தனது ஓபரா கண்ணாடியை மீண்டும் அந்த திசையை நோக்கித் திருப்பியபோது, இளவரசி வர்வரா முகம் சிவந்து, இயற்கைக்கு மாறாகச் சிரித்து, பக்கத்து பால்கனியில் இருப்பவர்களைப் பார்த்துக் கொண்டிருப்பதைக் கண்டான். இதற்கிடையில் அன்னா தனது மடித்த விசிறியால் பால்கனியின் சிவப்பு வெல்வெட் விளிம்பைத் தட்டியவாறு, தூரத்தில் எதையோ வெறித்துப் பார்த்துக் கொண்டிருந்தாள். ஆனால் அடுத்த பால்கனி யில் என்ன நடக்கிறது என்பதை அவள் பார்க்கவில்லை என்பது வெளிப்படையாகத் தெரிந்தது. யஷ்வின் முகத்தில் சீட்டாட்டத்தில் தோற்கும் போது வழக்கமாகக் காணப்படும் முகபாவம் தென்பட்டது. முகத்தைச் சுளித்த அவர் மீசையின் இடது பக்கத்தை மேலும் மேலும் வாய்க்குள் இழுத்தபடி, பக்கத்து பால்கனியைப் பார்த்துக் கொண்டிருந்தார்.

அந்தப் பால்கனியின் இடப்புறம் கணவனும் மனைவியுமான கர்தசோவ்கள் இருந்தார்கள். விரான்ஸ்கிக்கு அவர்களைத் தெரியும். அவர்கள் அன்னாவுக்கும் அறிமுகமானவர்கள் என்பது அவனுக்குத் தெரியும். திருமதி. கர்தசோவா என்ற ஒல்லியான பெண் அன்னாவுக்கு முதுகைக் காட்டி நின்று கொண்டிருந்தாள். அவள் தன் கணவன் தனக்காக வைத்திருந்த கையற்ற மேலாடை அணிந்திருந்தாள். அவள் முகம் வெளிறி, கோபம் கொப்பளிக்க பதட்டத்துடன் ஏதோ சொல்லிக் கொண்டிருந்தாள். கர்தசோவ் என்ற குண்டான வழுக்கைத் தலை மனிதர் தன் மனைவியைச் சமாதானப்படுத்த முயன்று, அன்னாவை அடிக்கடி பார்த்தார். அவர் மனைவி வெளியே சென்றதும், கணவன் அன்னாவை நோக்கித் தலை வணங்குவதற்காக வெகு நேரமாக அவள் கண்களைச் சந்திக்க முயன்று கொண்டிருந்தார். ஆனால் அன்னா வேண்டுமென்றே அவரைக் கவனிக்காமல், வலது பக்கம் திரும்பி, தன்னை நோக்கி தலையைச் சாய்த்த யஷ்வினிடம் ஏதோ சொன்னாள். கர்தசோவ் தலை வணங்காமல் வெளியேற பால்கனி காலியானது.

கர்தசோவ்களுக்கும் அன்னாவுக்கும் இடையில் என்ன நடந்தது என்று விரான்ஸ்கிக்குப் புரியவில்லை. ஆனால் அது அன்னாவுக்கு அவமதிப்பு என்பதை அவன் புரிந்து கொண்டான். தான் பார்த்ததிலிருந்து, குறிப்பாக அன்னாவின் முகத்திலிருந்து, அவன் அதைப் புரிந்து கொண்டான். ஏனெனில் தான் ஏற்றுக் கொண்ட பாத்திரத்தைத் தக்கவைத்துக் கொள்ள அவள் தன் கடைசி ஆற்றலையும் திரட்டிப் போராடியதிலிருந்து அவனால் அதைப் புரிந்து கொள்ள

முடிந்தது. வெளிப்புறத்தில் அந்த நிதானத்தைக் கடைப்பிடிப்பதில் அவள் முழுமையாக வெற்றி பெற்றாள். சமூகத்தில் தோன்றுவதற்கு, குறிப்பாக தனது உடையிலும் தோற்றத்திலும் இவ்வளவு அழகாகத் தோன்றுவதற்கு, தனக்கான முழுமையான சுதந்திரத்தை அவள் எடுத்துக் கொண்டதை உணரும் பெண்களிடமிருந்து வெளிப்படும் வெறுப்பையும், ஆத்திரத்தையும், வியப்பையும் பார்க்காத எவரும், அவளையும் அவள் வட்டத்தையும் அறியாத எவரும், அந்தப் பெண்ணின் அமைதியையும் அழகையும் கண்டு வியப்பார்களே தவிர, அவள் அவமதிக்கப்பட்ட உணர்வை அனுபவிக்கிறாள் என்று சந்தேகப்பட மாட்டார்கள்.

ஏதோ நடந்திருக்கிறது என்று தெரிந்தும் அது என்னவென்று தெரியாமல் மிகவும் கொந்தளிப்பான மனநிலையில் இருந்த விரான்ஸ்கி, எதையாவது தெரிந்துகொள்ள வேண்டும் என்ற எண்ணத்தில் தன் சகோதரன் இருந்த பால்கனிக்குச் சென்றான். அவன் வேண்டுமென்றே அன்னா இருந்த பால்கனியின் எதிரில் இருந்த வழியைத் தேர்ந்தெடுத்து அதில் நடந்து சென்றபோது, அவனுக்குத் தெரிந்த இருவருடன் பேசிக் கொண்டிருந்த, அவனது முன்னாள் படைப் பிரிவின் தளபதி மீது மோதினான். திருமதி. கரீனினா என்ற பெயர் அடிபடுவதையும், படைத் தளபதி அவனை அழைப்பதையும் கவனித்த விரான்ஸ்கி, அவருடன் பேசிக் கொண்டிருந்தவர்களை உற்றுப் பார்த்தான்.

‘ஆகா, விரான்ஸ்கி! நீங்கள் எப்போது எங்களைப் பார்க்க படைப்பிரிவுக்கு வருகிறீர்கள்? விருந்து இல்லாமல் நாங்கள் உங்களை அனுமதிக்க முடியாது. நீங்கள் எங்கள் குழுவில் ஒருவர்” என்றார் தளபதி.

“எனக்கு நேரமில்லை... மன்னிக்கவும்! இன்னொரு முறை பார்க்கலாம்” என்ற விரான்ஸ்கி தன் சகோதரன் இருந்த பால்கனியின் மாடிப் படிகளில் விரைந்து ஏறினான்.

வயதான கோமகள், விரான்ஸ்கியின் தாயார், தனது ஓபரா கண்ணாடியுடன் அவனது சகோதரனின் பால்கனியில் இருந்தார். வர்யாவையும், இளவரசி சொரோகினாவையும் அவன் நடை பாதையில் சந்தித்தான்.

இளவரசி சொரோகினாவை விரான்ஸ்கியின் தாயிடம் அழைத்துச் சென்ற பிறகு, வர்யா தன் மைத்துனரிடம் கையை நீட்டி, அவனுக்குப் பிடித்ததைப் பேசத் தொடங்கினாள். அவளை இத்தனை உற்சாகத்துடன் அவன் இதுவரை பார்த்ததில்லை.

“அது அசிங்கமாகவும் அநாகரிகமாகவும் எனக்குத் தோன்றுகிறது. அதைச் செய்ய திருமதி. கர்தசோவாவுக்கு எந்த உரிமையும் இல்லை! திருமதி. கரீனினா...” என்று அவள் ஆரம்பித்தாள்.

“ஆனால் என்ன நடந்தது? எனக்கு எதுவும் தெரியாது.”

“என்ன, உங்களுக்குத் தெரியாதா?”

“அதைத் தெரிந்து கொள்ளும் கடைசி மனிதன் நானாகத்தான் இருப்பேன்.”

“திருமதி. கர்தசோவாவை விட கேவலமான பிராணி இருக்க முடியுமா?

“அவள் என்ன செய்தாள்?”

“என் கணவர் சொன்னார்... அவள் திருமதி. கரீனினாவை அவமதித்தாள். அவள் கணவர் தன் பால்கனியிலிருந்து திருமதி. கரீனினாவுடன் பேச முயன்றார். உடனே அவள் ஒரு காட்சியை அரங்கேற்றி, சத்தமிட்டு அவமரியாதையாக எதையோ பேசிவிட்டு வெளியே போனதாகச் சொல்கிறார்கள்.”

“கோமகன், உங்களை அம்மா அழைக்கிறார்” என்று இளவரசி சொரோகினா பால்கனியின் கதவு வழியாக எட்டிப் பார்த்தாள்.

“உனக்காகக் காத்திருக்கிறேன்” என்று சொன்ன அவன் தாயார் ஏளனமாகச் சிரித்தாள். “உன்னைப் பார்க்கவே முடியவில்லை.”

அவளால் தனது மகிழ்ச்சியான புன்னகையை அடக்க முடியவில்லை என்பதை மகன் பார்த்தான்.

“மாலை வணக்கம் அம்மா. நான் உங்களிடம் வந்து விட்டேன்” என்றான் விரான்ஸ்கி வறண்ட குரலில்.

“நீ ஏன் திருமதி. கரீனினாவின் பாதுகாப்புக்குப் போகக்கூடாது?” என்ற அவள், இளவரசி சொரோகினா அங்கிருந்து சென்றதும் மேலும் தொடர்ந்தாள். “அவள் அனைவரின் கவனத்தையும் ஈர்த்து பரபரப்பை ஏற்படுத்துகிறாள். அவளால் மக்கள் பட்டியைக் கூட மறந்துவிட்டார்கள்.”

“அம்மா, அதைப் பற்றி என்னிடம் பேச வேண்டாம் என்று சொல்லியிருக்கிறேன்” என்றான் அவன் முகத்தைச் சுளித்து.

“எல்லோரும் சொல்வதைத்தான் நானும் சொல்கிறேன்” என்றாள்.

அவன் எதுவும் சொல்லாமல் வெளியேறி, இளவரசி சொரோகினாவிடம் சில வார்த்தைகள் பேசிவிட்டு அங்கிருந்து சென்றான். அவன் வாசலில் தன் சகோதரனைச் சந்தித்தான்.

“ஆகா, அலெக்ஸி!” என்றார் அவன் சகோதரர்.

“என்ன ஒரு அவமரியாதை! அந்தப் பெண் ஒரு முட்டாள், அவ்வளவுதான்... நான் அவளைப் பார்க்கப் போகிறேன்! நாம் ஒன்றாகப் போகலாம்.”

விரான்ஸ்கி அதைக் கேட்காமல் வேகமாகப் படிகளில் இறங்கிச் சென்றான். அவன் ஏதாவது செய்ய வேண்டும் என்று நினைத்தான். ஆனால் என்ன செய்வதென்று அவனுக்குத் தெரியவில்லை. தன்னையும் அவளையும் இப்படி ஒரு இக்கட்டான சூழ்நிலையில் தள்ளியதற்கு அவள் மீது ஏற்பட்ட கோபமும், அவள் படும் துன்பங்களால் ஏற்பட்ட பரிதாப உணர்வும் அவனைக் கொந்தளிக்கச் செய்தன. அவன் கீழே இறங்கி நேராக அன்னாவின் பால்கனியை நோக்கிச் சென்றான். அங்கு அவளுடன் ஸ்ட்ரெமோவ் பேசிக் கொண்டிருந்தார்.

"இனிமேலும் தவணைகள் இல்லை. அவர்களின் அச்சு முறிந்து விட்டது."

அவளை நோக்கிக் குனிந்த விரான்ஸ்கி, ஸ்ட்ரெமோவை வரவேற்பதற்காக நின்றான்.

"நீங்கள் தாமதமாக வந்தீர்கள் என்று நினைக்கிறேன். ஒரு சிறந்த பாடலைக் கேட்பதற்குத் தவறிவிட்டீர்கள்" என்று அன்னா விரான்ஸ்கியிடம் சொன்னாள். அவள் தன்னைக் கேலியாகப் பார்ப்பது போல அவனுக்குத் தோன்றியது.

"நான் ஒரு பரிதாபத்திற்குரிய இசை ரசிகன்" என்ற அவன் அவளை முறைத்துப் பார்த்தான்.

"இளவரசர் யஷ்வினைப் போல" என்று அவள் சிரித்தாள். "பட்டி சத்தமாகப் பாடுவதாக அவர் சொல்கிறார்."

விரான்ஸ்கி தனக்காகத் தேர்ந்தெடுத்த நிகழ்ச்சிநிரலைத் தன் கையுறை அணிந்த தன் சிறிய கையால் எடுத்துக் கொண்டு, "நன்றி" என்றாள். அந்த நொடியில் திடீரென்று அவள் அழகான முகம் நடுங்கியது. அவள் எழுந்து பால்கனியின் பின்புறம் சென்றாள்.

அடுத்த நிகழ்ச்சி ஆரம்பித்தபோது தன்னுடைய பால்கனியில் தன்னைத் தவிர யாருமில்லை என்பதைக் கவனித்த விரான்ஸ்கி, பார்வையாளர்கள் மத்தியில் கோபத்தைக் கிளறிய மெல்லிசைப் பாடலுக்கு நடுவில், அங்கிருந்து வெளியேறி விடுதிக்குச் சென்றான்.

அன்னா ஏற்கனவே அங்கே இருந்தாள். விரான்ஸ்கி அறையில் நுழைந்தபோது, அவள் தியேட்டரில் அணிந்திருந்த அதே ஆடையுடன் இருந்தாள். சுவரின் அருகில் இருந்த சாய்வு நாற்காலியில் அமர்ந்து, தனக்கு முன்னால் வெறித்துப் பார்த்துக் கொண்டிருந்தாள். உள்ளே நுழைந்த அவனை அவள் ஒரு பார்வை பார்த்துவிட்டு மீண்டும் தன் பழைய நிலைக்குத் திரும்பினாள்.

"அன்னா" என்றான்.

நற்றிணை பதிப்பகம் ● 813

"இதற்கெல்லாம் நீங்கள்தான் காரணம்!" என்று எழுந்த அவள் விரக்தியால் வெளிப்பட்ட கண்ணீருடன் அழுது கொண்டே, குரலில் கோபம் கொப்பளிக்கக் கத்தினாள்.

"நான் உங்களிடம் கேட்டுக் கொண்டேன், போக வேண்டாம் என்று கெஞ்சினேன். அது விரும்பத்தகாததாக இருக்கும் என்று எனக்குத் தெரியும்!"

"விரும்பத்தகாதது!" என்று கதறினாள். "பயங்கரம்! நான் உயிரோடு இருக்கும்வரை என்னால் அதை மறக்க முடியாது. என் அருகில் அமர்ந்திருப்பது அவமானம் என்று சொன்னாள்."

"ஒரு முட்டாள் பெண்ணின் வார்த்தைகள் அவை" என்றான். "ஆனால் ஏன் வேதனையை விலை கொடுத்து வாங்க வேண்டும். அந்தத் தூண்டுதலை..."

"உங்கள் அமைதியான சுபாவத்தை நான் வெறுக்கிறேன். நீங்கள் என்னை அதற்குத் தள்ளியிருக்கக் கூடாது. நீங்கள் என்னைக் காதலித்தால்..."

"அன்னா! இதில் என் காதலைப் பற்றிய கேள்வி எதற்கு?"

"ஆமாம், நான் உங்களைக் காதலிப்பதைப் போல நீங்களும் என்னைக் காதலித்தால், நான் வேதனைப்படுவது போல நீங்களும் வேதனைப்பட்டால்..." என்று அவள் பயத்துடன் அவனைப் பார்த்துச் சொன்னாள்.

அவன் அவளுக்காகப் பரிதாபப்பட்டான் என்றாலும் அவன் கோபம் இன்னும் தணியவில்லை. அவன் தன் காதலை அவளிடம் உறுதி செய்தான், ஏனெனில் இப்போது அது ஒன்றுதான் அவளை அமைதிப்படுத்தும் என்பதை அவன் அறிந்தான். மேலும் அவன் வார்த்தைகளால் அவளைத் திட்டவில்லை என்றாலும் தன் மனதில் அவளைத் திட்டினான்.

அவனுக்குத் தன் காதலை உறுதிப்படுத்தும் வார்த்தைகளைச் சொல்வது ஆபாசமாகத் தோன்றியதால் அதைச் சொல்வதற்கு அவன் வெட்கப்பட்டான். அவள் அவனுடைய காதலின் உறுதி மொழிகளைக் குடித்துவிட்டு அமைதியானாள். மறுநாள் அவர்கள் முற்றிலும் சமாதானமடைந்து நாட்டுக்குப் புறப்பட்டனர்.

●

பகுதி ஆறு

1

டாரியா அலெக்ஸாண்ட்ரோவ்னா தன் குழந்தைகளுடன் பொக்ரோவ்ஸ்கோயேவில் உள்ள தன்னுடைய சகோதரி கிட்டி லெவினின் இல்லத்தில் கோடைக்காலத்தை கழித்தாள். அவளது பண்ணை வீடு முழுவதும் பாழடைந்து விட்டதால், கோடையில் தங்களுடன் வந்து தங்கும்படி லெவினும் கிட்டியும் அவளை வற்புறுத்தினர். ஸ்டீபன் ஆர்கடியேவிச் அந்த ஏற்பாட்டை மிக மகிழ்ச்சியுடன் ஏற்றுக் கொண்டான். அங்கு தங்குவது தனக்கு மிகப்பெரிய மகிழ்ச்சியாக இருக்கும் என்றாலும் வேலை தன்னைத் தடுக்கிறது என்று சொல்லி அவன் வருத்தப்பட்டான். மாஸ்கோவில் தங்கியிருந்த அவன் அவ்வப்போது அங்கு வந்து ஒன்றிரண்டு நாட்கள் தங்கிச் சென்றான். மேலும் குழந்தைகளும், ஆசிரியைகளும், வயதான இளவரசியும் அங்கு தங்கினார்கள். இப்போதுதான் திருமணமான தனது அனுபவமற்ற மகளைக் கண்காணிப்பது தனது கடமை என்று இளவரசி கருதினாள். அதுமட்டுமின்றி, வெளிநாட்டி லிருந்து வந்து தங்கிய கிட்டியின் தோழி வரேன்காவும், கிட்டிக்குத் திருமணம் முடிந்த பிறகு அவளைப் பார்ப்பதற்கு வருவேன் என்று சொன்ன சொல்லைக் காப்பாற்றினாள். தன் மனைவியின் உறவினரும் நண்பர்களுமான அவர்களை லெவின் நேசித்தாலும், அவர் தனக்குத் தானே சொல்லிக் கொண்ட, 'ஷெர்பாட்ஸ்கிகள் உலகம்' விரிந்து தன்னுடைய தனிப்பட்ட உலகம் சுருங்கிவிட்டதை நினைத்து அவர் வருத்தப்பட்டார். செர்ஜி இவானோவிச் ஒருவர் மட்டுமே அந்தக் கோடையில் அவர் குடும்பத்தைச் சேர்ந்த விருந்தின ராக இருந்தார் என்றாலும் அவரும் கூட லெவினாக இல்லாமல் கோஸ்னிஷேவாக இருந்தார். இதனால் லெவினுடைய உற்சாகம் முற்றிலும் வற்றிப்போனது.

நீண்ட காலமாக வெறிச்சோடிக் கிடந்த லெவின் வீட்டில் இப்போது ஆட்கள் நிரம்பி வழிந்தார்கள். கிட்டத்தட்ட வீட்டின் அனைத்து அறைகளும் ஆக்கிரமிக்கப்பட்டன. ஒவ்வொரு நாளும் சாப்பிட அமரும்போது இளவரசி எல்லோரையும் எண்ணி, பதிமூன்றாவது பேரனை அல்லது பேத்தியைத் தனியாக ஒரு சிறிய மேசையில் அமர வைக்க வேண்டியிருந்தது. வீட்டை மிகுந்த

சிரமத்துடன் கவனித்துக் கொண்ட கிட்டிக்கு, கோழிகள், வான் கோழிகள் மற்றும் வாத்துக்களை வாங்குவதில் நிறைய சிக்கல்கள் இருந்தன. விருந்தினர்கள் மற்றும் குழந்தைகளின் கோடைக்கால பசியைக் கருத்தில் கொண்டு அவை அதிகமாகத் தேவைப்பட்டன.

உணவு சாப்பிடும் வேளையில் குடும்ப உறுப்பினர்கள் அனை வரும் ஒன்றாகக் கூடினார்கள். டோலியின் குழந்தைகள் காளான் களைச் சேகரிக்க எங்கு செல்வது என்பதைப் பற்றி தங்கள் ஆசிரியை யுடனும் வரேன்காவுடனும் சேர்ந்து திட்டங்களை வகுத்தனர். தனது அறிவாலும் கற்றலாலும் அனைவரிடமும் மரியாதையைப் பெற்ற செர்ஜி இவானோவிச், காளான்கள் பற்றிய விவாதத்தில் நுழைந்து அனைவரையும் வியப்பில் ஆழ்த்தினார்.

“என்னையும் உங்களுடன் அழைத்துச் செல்லுங்கள். காளான் சேகரிப்பது எனக்கு மிகவும் பிடிக்கும்” என்று அவர் வரேன்காவை பார்த்துச் சொன்னார். “நான் அதை ஒரு நல்ல வேலையாகக் கருது கிறேன்.”

“நிச்சயமாக, நாங்கள் அதனால் அதிக மகிழ்ச்சியடைவோம்” என்று வரேன்கா வெட்கத்துடன் சொன்னாள். கிட்டியும் டோலியும் அர்த்தமுள்ள பார்வைகளைப் பரிமாறிக் கொண்டனர். அறிவார்ந்த செர்ஜி இவானோவிச், வரேன்காவுடன் சேர்ந்து காளான்களைச் சேகரிப்பதற்கு முன்வந்தபோது, கிட்டியின் மனதில் சமீப காலமாக எழுந்த சில சந்தேகங்கள் உறுதியானது. கிட்டி தன் பார்வையைக் கவனித்துவிடக் கூடாது என்பதற்காக அவசரமாகத் தன் அம்மாவிடம் பேச ஆரம்பித்தாள். இரவு உணவிற்குப் பிறகு செர்ஜி இவானோவிச், வரவேற்பறை ஜன்னல் அருகில் காபி கோப்பையுடன் அமர்ந்து, காளான்களைச் சேகரிக்கச் செல்வதற்காக குழந்தைகள் வெளியே வரும் வாசலை நோட்டமிட்டவராக, தனது சகோதரருடன் ஆரம்பித்த விவாதத்தைத் தொடர்ந்தார். லெவின் தனது சகோதரனுக்கு அருகில் ஜன்னல் ஓரத்தில் அமர்ந்திருந்தார்.

கிட்டி தன் கணவர் அருகில் நின்று, அவரிடம் எதையோ சொல்வதற்காக, அவர்களின் சுவாரஸ்யமற்ற உரையாடல் முடிவதற்குக் காத்திருந்தாள்.

“நீங்கள் திருமணத்திற்குப் பிறகு நிறைய மாறிவிட்டீர்கள்” என்ற செர்ஜி இவானோவிச் கிட்டியைப் பார்த்துப் புன்னகைத்தார். அவர் தொடங்கிய உரையாடலில் அவருக்கு ஆர்வமில்லை என்பது வெளிப்படையாகத் தெரிந்தது. “ஆனால் மிகவும் முரண்பாடான கருத்துக்களைப் பாதுகாப்பதற்கான உங்கள் ஆர்வத்திற்கு நீங்கள் உண்மையாக இருந்தீர்கள்.”

“காத்யா, நீ நின்றுகொண்டே இருப்பது நல்லதல்ல” என்று அவளுக்காக ஒரு நாற்காலியை இழுத்த லெவின் அவளை அர்த்த முள்ள பார்வை பார்த்தான்.

“ஆமாம், சரி, இப்போது நேரமில்லை” என்ற செர்ஜி இவானோவிச் குழந்தைகள் வெளியே ஓடிவருவதைப் பார்த்தார்.

இறுக்கமான காலுறையில் இருந்த தான்யா அனைவரையும் முந்திக் கொண்டு, ஒரு கூடையையும், செர்ஜி இவானோவிச்சின் தொப்பியையும் அசைத்தபடி அவரை நோக்கி ஓடி வந்தாள்.

அவள் தைரியமாக செர்ஜி இவானோவிச்சிடம் ஓடிவந்து, அவளது தந்தையைப் போல பளபளத்த கண்களுடன், தொப்பியை அவருக்கு அணிவிப்பது போல நடித்து, அதை அவரிடம் நீட்டினாள். அவளது வெட்கமும் மென்மையான புன்னகையும் அவளது தைரியத்திற்கு மெருகூட்டியது.

“வரேன்கா காத்திருக்கிறார்” என்று சொன்ன அவள், செர்ஜி இவானோவிச் புன்னகைப்பதைப் பார்த்து அதைச் செய்யலாம் என்று, தொப்பியைக் கவனமாக அவர் தலையில் வைத்தாள்.

வரேன்கா மஞ்சள் நிறப் பருத்தி ஆடை அணிந்து, தலையில் கட்டிய வெள்ளை நிறத் தலைக்குட்டையுடன் வாசலில் நின்றிருந்தாள்.

“நான் வருகிறேன், வருகிறேன், வர்வரா ஆண்ட்ரேவ்னா” என்ற செர்ஜி இவானோவிச் காபியைக் குடித்துவிட்டு, தனது தலைக் குட்டையையும் சுருட்டுப் பெட்டியையும் வெவ்வேறு பாக்கெட்டு களில் வைத்துக் கொண்டார்.

“வரேன்கா அழகானவள், இல்லையா?” என்று செர்ஜி இவானோவிச் எழுந்தவுடன் கிட்டி தனது கணவரிடம் கேட்டாள். செர்ஜி இவானோவிச்சின் காதில் அது விழ வேண்டும் என்ற நோக்கத்திலேயே அவள் அதைச் சொன்னாள். “அவள் எத்தனை அழகாக இருக்கிறாள்? எவ்வளவு உன்னத அழகு! வரேன்கா!” என்று கிட்டி கத்தினாள். “நீங்கள் மில்லரின் காட்டில் இருப்பீர்களா? நாம் அங்கே சந்திப்போம்.”

“நீ உன் நிலைமையை மறந்துவிட்டாய் கிட்டி” என்று இளவரசி அவசரமாக அறையிலிருந்து வெளியே வந்தாள். “நீ அப்படிக் கத்தக்கூடாது.”

கிட்டி சொன்னதையும், இளவரசி அவளைக் கண்டிப்பதையும் கேட்ட வரேன்கா வேகமாக நடந்து கிட்டியிடம் வந்தாள். அவள் அசைவில் இருந்த வேகமும், அவள் முகத்தில் படர்ந்த சிவப்பும் அதிலிருந்த உற்சாகமும், அவளுக்குள் ஏதோ அசாதாரணமான ஒன்று நிகழ்கிறது என்பதைக் காட்டிக் கொடுத்தது. அது என்ன

என்பதை அறிந்த கிட்டி அவளை உன்னிப்பாகக் கவனித்தாள். அன்று இரவு உணவுக்குப் பிறகு காட்டில் ஒரு முக்கியமான நிகழ்வு நடக்கப் போகிறது என்று நினைத்த கிட்டி, வரேன்காவை வாழ்த்து வதற்காகவே இப்போது அழைத்தாள்.

“வரேன்கா, ஏதாவது நடந்தால் நான் மிகவும் மகிழ்வேன்” என்று அவளிடம் கிசுகிசுத்து அவளை முத்தமிட்டாள்.

“அப்படியானால் நீங்களும் வருகிறீர்களா?” என்று வரேன்கா கிட்டி சொன்னதை கவனிக்காதவள் போல வெட்கத்துடன் லெவினிடம் கேட்டாள்.

“நான் வருவேன், ஆனால் களஞ்சியம்வரை மட்டுமே வருவேன். நான் அங்கே காத்திருப்பேன்.”

“இப்போது உங்களுக்கு அங்கு என்ன வேலை?” என்று கிட்டி கேட்டாள்.

“நான் புதிய பொதி வண்டிகளைப் பார்த்து அவற்றைக் கணக்கெடுக்க வேண்டும்” என்றார் லெவின். “நீ எங்கே இருப்பாய்?”

“மொட்டை மாடியில்.”

2

வீட்டுப் பெண்கள் அனைவரும் மொட்டை மாடியில் கூடினர். பொதுவாக இரவு உணவுக்குப் பிறகு அங்கு உட்காருவதற்கு அவர்கள் விரும்பினார்கள் என்றாலும், அன்று அவர்களுக்கு அங்கே வேலை இருந்தது. குழந்தைகளுக்குச் சட்டை தைப்பது, போர்வைகள் தயாரிப்பது போன்ற வேலைகளை எப்போதும் அங்கே மும்முரமாக செய்து வந்த அவர்கள், இன்று அகாபிஃயா மிகைலோவ்னாவுக்கு மிகவும் புதியதாகத் தோன்றிய, தண்ணீர் சேர்க்காமல் ஜாம் தயாரிக்கும் பணியில் ஈடுபட்டிருந்தனர். கிட்டி தன் வீட்டில் பயன்படுத்திய அந்தப் புதிய முறையை அங்கு அமல்படுத்தினாள். ஆனால் முன்பு அந்த வேலையைச் செய்துவந்த அகாஃபியா மிகைலோவ்னா, லெவின் வீட்டில் நடக்கும் எதுவும் தவறாக இருக்க முடியாது என்றும், வேறு எப்படியும் அதைத் தயாரிக்க முடியாது என்றும் நினைத்து, கிட்டி சொன்னதையும் மீறி ஸ்ட்ராபெர்ரி பழங்களில் தண்ணீரைச் சேர்த்தாள். அவள் அதைச் செய்து பிடிபட்டதால், தண்ணீர் இல்லாமலும் நன்றாக ஜாம் தயாரிக்க முடியும் என்பதை அகாஃபியா மிகைலோவ்னாவுக்குக் காட்டுவதற்காக, இப்போது அனைவர் முன்னிலையிலும் ஜாம் தயாரிக்கும் பணி நடந்து கொண்டிருந்தது.

அகாஃபியா மிகைலோவ்னா, தலைமுடிகள் கலைந்து, முகத்தில் வெடித்த கோபத்துடன், முழங்கைவரை வெறுமையாக இருந்த கைகளால், அடுப்பின் மேலிருந்த கடாயைத் திருப்பிக் கொண்டிருந் தாள். ராஸ்பெர்ரிகள் ஒட்டிக்கொண்டு சரியாக வேகாது என்று அவள் முழு மனதுடன் நம்பினாள். ராஸ்பெர்ரி ஜாம் தயாரிப்பதில் முக்கிய ஆலோசகரான தன் மீது அகாஃபியா மிகைலோவ்னாவின் கோபம் திரும்பும் என்பதை உணர்ந்த இளவரசி, தான் மற்ற விஷயங்களில் மும்முரமாக இருப்பது போலவும், ஜாம் தயாரிப்பதில் ஆர்வம் இல்லாதவள் போலவும் காட்டிக் கொண்டு, மற்ற விஷயங் களைப் பற்றிப் பேசினாள் என்றாலும் ஓரக்கண்ணால் அடுப்பைப் பார்த்துக் கொண்டிருந்தாள்.

"நான் எப்போதும் பணிப்பெண்களுக்குத் தேவையான ஆடைகளைத் தள்ளுபடி விலையில் வாங்குவேன்" என்று இளவரசி ஆரம்பித்த உரையாடலைத் தொடர்ந்தாள். "மேலே மிதக்கும் நுரையை இப்போது அகற்ற வேண்டாமா என் அன்பே?" என்று அகாஃபியா மிகைலோவ்னாவை நோக்கிச் சொன்னாள். "நீ அதைச் செய்ய வேண்டாம், அது மிகவும் சூடாக இருக்கிறது" என்று அவள் கிட்டியைத் தடுத்தாள்.

"நான் அதைச் செய்கிறேன்" என்ற டோலி எழுந்து, நுரைத்த பாகின் மீது கரண்டியைக் கவனமாகச் சுழற்றி, கரண்டியில் ஒட்டிக் கொண்டதை, ஏற்கனவே மஞ்சள் கலந்த இளஞ்சிவப்பு நிறத்தில் அழுக்கு படிந்த தட்டில் அவ்வப்போது தட்டினாள். தட்டில் இருந்த ஓட்டைகள் வழியாக இரத்த நிறத்தில் சிவப்பான பாகு வழிந்தது. 'தேநீருடன் அதை எப்படி நக்கி மகிழ்வார்கள்' என்று அவள் தன் குழந்தைகளைப் பற்றி நினைத்துக் கொண்டாள். பெரியவர்கள் அதைச் சாப்பிடுவதில்லை என்பதைப் பார்த்துத் தான் சிறு வயதில் வியந்ததை அவள் நினைவு கூர்ந்தாள். ஆனால் உண்மையில் அதுதான் ஜாமின் மிகச்சிறந்த பகுதி.

"அவர்களுக்குப் பணம் கொடுப்பது சிறந்தது என்று ஸ்டீவா சொல்கிறார்" என்று இதற்கிடையில் வேலையாட்களுக்குப் பரிசு களை வழங்குவதற்கான சிறந்த வழியைப் பற்றி அவர்கள் ஆரம்பித்த உரையாடலை டோலி தொடர்ந்தாள். "ஆனால்..."

"ஆனால் அவர்களுக்கு எப்படிப் பணமாகத் தர முடியும்!" என்று இளவரசியும் கிட்டியும் ஒரே குரலில் சொன்னார்கள். "அவர்கள் பரிசுப் பொருட்களை அதிகம் மதிப்பார்கள்."

"உதாரணமாக நான் சென்ற வருடம், பாப்லின் துணி கிடைக்க வில்லை என்பதால் அதைப் போன்ற ஒரு ஆடையை மேட்ரியோனா செமியோனோவ்னாவுக்காக வாங்கினேன்" என்றாள் இளவரசி.

“ஆமாம், அவள் அதை உங்களுடைய பிறந்தநாள் விழாவின் போது அணிந்தாள் என்பது எனக்கு நினைவிருக்கிறது.”

“அது சாதாரணமானது என்றாலும் மிக அழகாக இருந்தது. அது அவளுக்குக் கிடைத்திருக்கவில்லை என்றால் நானே ஏதோ ஒன்றைத் தயார் செய்திருப்பேன். அது வரேன்கா அணிந்திருக்கும் உடையைப் போலவே இருந்தது. மலிவானது எனினும் அழகானது.”

“சரி, அது இப்போது தயாராகிவிட்டது என்று நினைக்கிறேன்” என்ற டோலி கரண்டியிலிருந்து பாகை ஊற்றினாள்.

“அது கரண்டியிலிருந்து நூலாக விழுந்தால் தயாராகிவிடும். அதை இன்னும் கொஞ்சம் சூடுபடுத்த வேண்டும் அகாஃபியா மிகைலோவ்னா.”

“அடடா, இந்த ஈக்கள்!” என்று அகாஃபியா மிகைலோவ்னா கோபத்துடன் கத்தினாள். “எப்போதும் அவை அப்படித்தான்.”

“ஓ, அது எத்தனை அழகாக உள்ளது, அதைப் பயமுறுத்தாதே!” என்று மாடிப்படியில் இறங்கிய கிட்டி தன் அலகால் ராஸ்பெர்ரி துண்டைத் திருப்பி அதைக் கடித்த சிட்டுக்குருவியைப் பார்த்துச் சொன்னாள்.

“ஆனால் நீ அடுப்புக்கு அருகில் நிற்காதே” என்றாள் அவளது அம்மா.

“வரேன்காவிடம் ஒரு முன்மொழிவு” என்று கிட்டி பிரெஞ்சு மொழியில் சொன்னாள். அகாஃபியா மிகைலோவ்னா புரிந்து கொள்ளக்கூடாது என்பதற்காக அவர்கள் இவ்வளவு நேரமாக அந்த மொழியில் பேசிக் கொண்டார்கள். “அம்மா, உங்களுக்குத் தெரியுமா? இன்று ஒரு முடிவு தெரிந்துவிடும் என்று நான் எதிர் பார்க்கிறேன். நான் என்ன சொல்கிறேன் என்று உங்களுக்குப் புரியும். அது மட்டும் நடந்தால் எத்தனை நல்லது!”

“நீங்கள் ஒரு திறமையான கல்யாண புரோக்கர்!” என்று கேலி செய்தாள் டோலி. “நீ எவ்வளவு தந்திரமாகவும் கவனமாகவும் அவர்களை ஒன்று சேர்க்கிறாய்...”

“அம்மா நீங்கள் சொல்லுங்கள்! அதைப் பற்றி நீங்கள் என்ன நினைக்கிறீர்கள்?”

“யோசிப்பதற்கு என்ன இருக்கிறது? அவர் (செர்ஜி இவானோவிச்), ரஷ்யாவில் உள்ள யாருக்கும் இப்போதும் அவர் ஒரு போட்டியாள ராக வரலாம். அவர் நிச்சயமாக இளமையாக இல்லை என்றாலும் இப்போதும் அவரைத் திருமணம் செய்து கொள்ள பலர் இருக் கிறார்கள் என்று எனக்குத் தெரியும். அவள் மிகவும் நல்ல பெண், ஆனால் அவர்...”

"ஓ, ஆனால் அம்மா, அவருக்கோ அல்லது அவளுக்கோ இதை விட நல்லது எதுவும் இருக்க முடியாது என்பதைப் புரிந்து கொள்ளுங்கள். முதலாவது அவள் வசீகரமானவள்!" என்று கிட்டி ஒரு விரலை உயர்த்தினாள்.

"அவர் அவளை மிகவும் நேசிக்கிறார் என்பது உண்மைதான்" என்று டோலி உறுதிப்படுத்தினாள்.

"அப்புறம், இரண்டாவது, செல்வமும், அந்தஸ்தும் உள்ள மனைவி தேவையில்லை எனும் அளவுக்கு அவருக்குச் சமூகத்தில் ஒரு இடம் இருக்கிறது. அவருக்குத் தேவையானது ஒரு நல்ல, இனிமையான, அமைதியான மனைவி மட்டும்தான்."

"ஆமாம், நிச்சயமாக அவர் அவளுடன் அமைதியான வாழ்க்கை நடத்த முடியும்" என்று டோலி உறுதி செய்தாள்.

"மூன்றாவதாக, அவள் அவரை நேசிக்க வேண்டும். அவள் நேசிக்கிறாள் என்பது தெரிகிறது... அதாவது அது ஒரு நல்ல விஷயமாக இருக்கும்...! அவர்கள் காட்டிலிருந்து திரும்பி வரும்போது அனைத்தும் முடிவாகிவிடும் என்று நான் எதிர்பார்க்கிறேன். நான் அதை அவர்களின் கண்களிலிருந்து நேரடியாகத் தெரிந்து கொள்ளக் காத்திருக்கிறேன். அது நடந்தால் நான் மிகவும் மகிழ்வேன். நீங்கள் என்ன நினைக்கிறீர்கள் டோலி?"

"நீ உணர்ச்சிவசப்படாதே, நீ உணர்ச்சிவசப்படக் கூடாது" என்றாள் அம்மா.

"நான் உணர்ச்சிவசப்படவில்லை அம்மா. அவர் இன்று முன்மொழிவார் என்று நினைக்கிறேன்."

"ஒரு மனிதன் எப்போது, எப்படி முன்மொழிகிறான் என்பது விசித்திரமானது... அப்போது ஏதோ ஒரு தடை திடீரென உடைகிறது" என்ற டோலி, தன் கடந்த காலத்தை நினைவு கூர்ந்து சோகமாகப் புன்னகைத்தாள்.

"அம்மா, அப்பா உங்களிடம் எப்படி முன்மொழிந்தார்?" என்று திடீரென்று கிட்டி கேட்டாள்.

"வழக்கத்திற்கு மாறானது எதுவும் இல்லை. அது மிகவும் எளிமையாக இருந்தது" என்று இளவரசி பதிலளித்தாள். ஆனால் அந்த நினைவால் அவளுடைய முகம் பிரகாசித்தது.

"ஆனால் எப்படி...? நீங்கள் ஒருவருக்கொருவர் பேசிக் கொள்ள அனுமதி கிடைப்பதற்கு முன்பே நீங்கள் அவரை நேசித்தீர்களா?"

ஒரு பெண்ணின் வாழ்க்கையில் நடந்த அந்த மிக முக்கியமான விஷயங்களைத் தன் தாயுடன் இப்போது சமமாகப் பேச முடிவதை நினைத்துக் கிட்டி மகிழ்ச்சி அடைந்தாள்.

“நிச்சயமாக நான் அவரை நேசித்தேன். அவர் எங்களைப் பார்க்க நாட்டுக்கு வருவார்.

“அம்மா, அது எப்படி முடிவு செய்யப்பட்டது?”

“உங்களால் புதியதாக எதையாவது கண்டுபிடிக்க முடியும் என்று நினைக்கிறீர்களா? எல்லோருக்கும் நடப்பது போலத்தான். அது எங்கள் பார்வையாலும் புன்னகையாலும் தீர்மானிக்கப் பட்டது...”

“ஓ, அம்மா, எவ்வளவு அழகாகச் சொன்னீர்கள்! பார்வையாலும் புன்னகையாலும்!” என்றாள் டோலி.

“ஆனால், அவர் சொன்ன வார்த்தைகள் என்ன?”

“கான்ஸ்டான்டின் உன்னிடம் என்ன வார்த்தைகள் சொன்னார்?”

“அவர் சுண்ணாம்புக்கட்டியால் எழுதினார். அது அற்புதமாக இருந்தது.... எத்தனை நாட்கள் ஆகிவிட்டன!” என்றாள் அவள்.

மூன்று பெண்களும் அதையே நினைத்துக் கொண்டிருந்தனர்.

கிட்டிதான் முதலில் மௌனத்தைக் கலைத்தாள். தனது திருமணத்திற்கு முந்தைய குளிர் காலத்தையும், விரான்ஸ்கியின் மீது தனக்கு ஏற்பட்ட மோகத்தையும் அவள் நினைவு கூர்ந்தாள்.

“ஒரு விஷயம்... வரேன்காவின் அந்தப் பழைய காதல் விவகாரம்” என்று அவள் சொன்னாள். அவள் சிந்தனை ஓட்டம் அவளை இயல்பாக அந்த இடத்திற்குக் கொண்டு வந்தது. “செர்ஜி இவானோவிச்சிடம் அதைச் சொல்லி அவரைத் தயார்படுத்த வேண்டும் என்று நினைத்தேன். ஏனெனில் ஆண்களான அவர்கள் எப்போதும் பெண்களான எங்களின் கடந்த காலத்தை நினைத்துப் பொறாமைப் படுபவர்கள்” என்றாள் அவள்.

“அப்படியெல்லாம் இல்லை” என்றாள் டோலி. “நீங்கள் உங்கள் கணவனை வைத்துச் சொல்கிறீர்கள். விரான்ஸ்கியின் நினைவு அவரை இன்னும் வேதனைப்படுத்துகிறது. ம்? நான் சொல்வது சரிதானே?”

“ஆமாம்” என்று சொன்ன கிட்டியின் கண்களில் ஒரு சோக மான புன்னகை வெளிப்பட்டது.

“ஆனால், நான் அப்படி நினைக்கவில்லை” என்று குறுக்கிட்ட இளவரசி, ஒரு தாயாக தன் மகளை அரவணைத்துக் கொண்டாள். “அவர் வருந்தும் அளவுக்கு உன்னுடைய கடந்த காலத்தில் என்ன இருக்கிறது? அந்த விரான்ஸ்கி உன்னை நேசித்தாரா என்ன? அது ஒவ்வொரு பெண்ணுக்கும் நடக்கக் கூடியதுதான்.”

"ஆனால் இப்போது நாம் பேசுவது அதைப்பற்றி அல்ல" என்று கிட்டி வெட்கத்துடன் சொன்னாள்.

"இல்லை, என்னை மன்னித்துவிடு!" என்ற அவளது அம்மா மேலும் தொடர்ந்தாள். "நீ அப்போது விரான்ஸ்கியுடன் பேச என்னை விடவில்லை என்பது உனக்கு நினைவிருக்கிறதா?"

"ஓ, அம்மா!" என்று கிட்டி வேதனையான பார்வையுடன் சொன்னாள்.

"இப்போதெல்லாம் பெண்களை உள்ளே வைத்திருக்க முடியாது. அவருடன் நீ வைத்திருந்த உறவு எல்லை தாண்டி சென்றிருக்க முடியாது. இல்லையெனில் நானே அவரிடம் பேசியிருப்பேன். எப்படியிருந்தாலும் என் அன்பே, இப்போது நீ உணர்ச்சிவசப் படுவது நல்லதல்ல. அதை மனதில் வைத்து அமைதியாக இரு." என்றாள்.

"அம்மா, நான் அமைதியாகத்தான் இருக்கிறேன்."

"அப்போது அங்கே அன்னா வந்தது கிட்டியின் அதிர்ஷ்டம்" என்றாள் டோலி. "ஆனால் அன்னாவின் துரதிர்ஷ்டம். எல்லாமே தலைகீழாக மாறிவிட்டது" என்று சொன்ன அவள், அந்தத் தனது சிந்தனையைக் கண்டு திகைத்தாள். "அப்போது அன்னா மிகவும் மகிழ்ச்சியாக இருந்தாள். ஆனால் கிட்டி மிகவும் சோகமாக இருந் தாள். இப்போது அது நேர்மாறாகி விட்டது. நான் அடிக்கடி அவளை நினைத்துக் கொள்வேன்."

"அவள் நினைப்பதற்குத் தகுதியற்றவள்! இதயம் என்பதே இல்லாத ஒரு பயங்கரமான, அருவருப்பான பெண்" என்றாள் அம்மா. கிட்டி விரான்ஸ்கிக்குப் பதிலாக லெவினைத் திருமணம் செய்து கொண்டாள் என்பதை அவளால் மறக்க முடியவில்லை.

"அதைப் பற்றி இப்போது பேசி என்ன பிரயோஜனம்?" என்று கிட்டி கோபத்துடன் சொன்னாள். "நான் அதைப் பற்றி யோசிக்க விரும்பவில்லை, யோசிக்கவும் இல்லை" என்று சொன்ன அவள், மாடிப்படியில் தன் கணவரின் காலடி ஓசையைக் கேட்டாள். "நான் அதைப் பற்றி யோசிக்க விரும்பவில்லை."

"எதைப் பற்றி யோசிக்க விரும்பவில்லை?" என்று அவர் மேலே வந்ததும் கேட்டார்.

யாரும் பதிலளிக்கவில்லை, அவரும் அதைத் திரும்பக் கேட்க வில்லை.

"மன்னிக்கவும், பெண்களின் எல்லைக்குள் நுழைந்ததற்கு நான் வருந்துகிறேன்" என்று சொன்ன அவர் அனைவரையும் அதிருப்தியுடன்

பார்த்து, அவர்கள் தன் முன்னால் பேச விரும்பாத ஒன்றைப் பேசுகிறார்கள் என்பதை உணர்ந்தார்.

தண்ணீர் இல்லாமல் ராஸ்பெர்ரி ஜாம் தயாரிப்பதில் அகாஃபியா மிகைலோவ்னாவுக்கு உள்ள அதிருப்தியைப் போல, எங்கும் நிறைந்த ஷெர்பாட்ஸ்கி தன்மையின் மீது தனக்கும் அதிருப்தி இருப்பதை அவர் ஒரு கணம் உணர்ந்தார். இருந்தாலும் அவர் புன்னகையுடன் கிட்டியிடம் சென்றார்.

"சரி, உன்னுடைய விவகாரங்கள் எப்படி உள்ளது?" என்ற அவர், எல்லோரும் அவளைப் பார்த்த அதே முகபாவத்துடன் பார்த்தார்.

"நன்றாக உள்ளது. உங்கள் விவகாரங்கள்?" என்று கிட்டி புன்னகையுடன் கேட்டாள்.

"பழைய வண்டிகளை விட புதிய வண்டிகள் மூன்று மடங்கு அதிகமாகப் பொதிகளைச் சுமக்கின்றன. சரி, நாம் குழந்தைகளை அழைத்து வரச் செல்லலாமா? நான் வண்டியைப் பூட்டச் சொல்லி விட்டேன்."

"என்ன? கிட்டியை வண்டியில் அழைத்துச் செல்கிறீர்களா?" என்று அம்மா கோபத்துடன் கேட்டாள்.

"நடந்து செல்லும் வேகத்தில்தான் இளவரசி"

மருமகன்கள் மாமியாரை அம்மா என்று அழைப்பது போல ஒருபோதும் லெவின் தன்னை அழைத்ததில்லை என்பது இளவரசிக்கு அதிருப்தியை ஏற்படுத்தியது. ஆனால் இளவரசி மீது அவருக்கு அன்பும் மரியாதையும் இருந்தாலும், இறந்த தனது தாயின் மீதிருந்த உணர்வுகளைக் கொச்சைப்படுத்த நேரும் என்பதால் அவரால் அப்படி அழைக்க முடியவில்லை.

"அம்மா, நீங்களும் எங்களுடன் வாருங்கள்" என்றாள் கிட்டி.

"நான் அந்த முட்டாள்தனத்தைப் பார்க்க விரும்பவில்லை."

"நான் நடந்தே போகிறேன். அப்படிச் செய்வது நல்லது" என்ற கிட்டி எழுந்து தன் கணவரின் கையைப் பிடித்தாள்.

"நல்லது, ஆனால் நீண்ட தூரம் வேண்டாம், ஜாக்கிரதை" என்றாள் இளவரசி.

"சரி, அகாஃபியா மிகைலோவ்னா, ஜாம் எப்படி இருக்கிறது?" என்ற லெவின் அகாஃபியா மிகைலோவ்னாவைப் பார்த்துப் புன்னகைத்து, அவளை உற்சாகப்படுத்த முனைந்தார். "புதிய முறையில் நன்றாக வந்திருக்கிறதா?"

“அநேகமாக நல்லதுதான். ஆனால் நாங்கள் அதை அதிகமாக வேகவைப்போம்.”

“இப்படிச் செய்வது நல்லது அகாஃபியா மிகைலோவ்னா. இப்படிச் செய்தால் அது புளிக்காது. இப்போது பனி உருகிவிட்டதால் அதைக் கெடாமல் பாதுகாக்க நமக்கு இடமில்லை” என்ற கிட்டி தனது கணவரின் நோக்கத்தை உணர்ந்து, அதே உணர்வுடன் அவளைப் பார்த்துப் பேசினாள். “தவிர, உங்கள் ஊறுகாய் அற்புதமாக இருக்கிறது. எங்கேயும் இதுவரை அப்படி ஒரு ருசியைக் கண்டதில்லை என்று அம்மா சொல்கிறார்” என்று கிட்டி சிரித்துக் கொண்டே, கலைந்திருந்த அவளது கூந்தலைச் சரிசெய்தாள்.

அகாஃபியா மிகைலோவ்னா கோபத்துடன் கிட்டியைப் பார்த்தாள்.

“எஜமானி, நீங்கள் எனக்கு ஆறுதல் சொல்ல வேண்டாம். உங்களையும் அவனையும் பார்ப்பதால் மட்டுமே நான் சந்தோஷம் அடைவேன்” என்று அவள் தன் எஜமானரை ஒருமையில் குறிப்பிட்டது கிட்டியின் இதயத்தைத் தொட்டது.

“நீங்களும் எங்களுடன் வாருங்கள். காளான்கள் விளையும் நல்ல இடங்களை நீங்கள் எங்களுக்குக் காட்ட முடியும்.”

‘நான் உங்கள் மீது கோபம் கொள்ள விரும்பினாலும் என்னால் அதைச் செய்ய முடியாது’ என்று சொல்வது போல அகாஃபியா மிகைலோவ்னா, தலையை அசைத்துப் புன்னகைத்தாள்.

“என் ஆலோசனைப்படி செய்யுங்கள்” என்றாள் இளவரசி. “ரம்மில் நனைத்த காகிதத்தால் ஜாமை மூடி வையுங்கள். பனிக் கட்டி இல்லாமலும் ஜாம் புதியதைப் போல அப்படியே இருக்கும்.”

3

கிட்டி தன் கணவருடன் தனிமையில் இருக்கும் வாய்ப்புக் கிடைத்ததை நினைத்து மிகவும் மகிழ்ந்தாள். ஏனெனில் அவர் மொட்டை மாடிக்கு வந்து அவர்கள் என்ன பேசுகிறார்கள் என்று கேட்டதற்கு எந்தப் பதிலும் கிடைக்காதபோது அவர் முகத்தில் படர்ந்த வேதனையின் நிழல் அனைத்தையும் தெளிவாகப் பிரதி பலித்ததை அவள் கவனித்தாள்.

அவர்கள் மற்றவர்களை விட முன்னதாகவே நடந்து சென்று, வீட்டின் பார்வையிலிருந்து மறைந்து, வண்டிச் சக்கரங்களின் தடம் பதிந்த, சோளத் தானியங்கள் சிதறிக்கிடந்த, புழுதி படிந்த சாலைக்கு வந்தபோது, அவள் அவர் தோள்மீது சாய்ந்து தன்னை அவர் மீது

அழுத்தினாள். இப்போது அவளுடன் தனிமையில் இருந்த அவர், அவரிடம் கணநேரம் எழுந்த அந்த விரும்பத்தகாத எண்ணத்தை மறந்துவிட்டு, அவரை விட்டு ஒரு கணமும் அகலாத அவள் தாய்மையின் நினைவுடன், அவருக்கு மிகவும் புதுமையாக இருந்த, காம உணர்வற்ற ஓர் இனிய இன்பத்தை, தான் காதலித்த பெண்ணின் நெருக்கத்தில் அனுபவித்தார். அவர்கள் பேசிக் கொள்ள எதுவும் இல்லை என்றாலும், அவள் தோற்றத்தைப் போலவே, தாய்மையின் காரணமாக மாறியிருந்த அவள் குரலின் ஓசையை அவர் கேட்பதற்கு விரும்பினார். இப்போது அவள் தோற்றத்திலும் குரலிலும், விரும்பிய வேலையைத் தீவிரமாகச் செய்பவரிடம் காணப்படும் மென்மையும் தீவிரமும் இருந்தது.

"உனக்குக் களைப்பாக இல்லையே? என் மீது நன்றாகச் சாய்ந்து கொள்."

"இல்லை, உங்களுடன் தனியாக இருக்க சந்தர்ப்பம் கிடைத்தது மகிழ்ச்சியாக இருக்கிறது. என்னதான் அவர்களுடன் இருப்பது மகிழ்ச்சியாக இருந்தாலும், உங்களுடன் சேர்ந்து இருக்க முடியாத குளிர்கால மாலைப் பொழுதை நினைத்து வருந்துகிறேன்."

"அது நன்றாக இருந்தது என்றாலும் இது அதைவிட நன்றாக இருக்கிறது. இரண்டுமே நன்றாக இருக்கிறது" என்று அவர் அவள் கையை அழுத்தினார்.

"நீங்கள் மேலே வந்தபோது நாங்கள் என்ன பேசிக் கொண்டிருந் தோம் தெரியுமா?"

"ஜாம்."

"ஆமாம், அதனுடன் ஆண்கள் எப்படி முன்மொழிகிறார்கள் என்பதைப் பற்றி பேசினோம்."

"ஆகா!" என்ற லெவின் அவள் சொன்னதைவிட அவள் குரல் ஓசையைக் கேட்டுக் கொண்டு, அவள் தடுமாறக் கூடாது என்பதற் காக, காட்டின் வழியாகச் செல்லும் பாதையில் கவனம் செலுத்தி னார்.

"நீங்கள் செர்ஜி இவானோவிச்சையும் வரேன்காவையும் கவனித் தீர்களா...? நான் அதை மிகவும் விரும்புகிறேன்" என்ற அவள் மேலும் தொடர்ந்தாள். "அதைப் பற்றி நீங்கள் என்ன நினைக் கிறீர்கள்?" என்று அவள் அவர் முகத்தைப் பார்த்தாள்.

"எனக்கு என்ன நினைப்பது என்று தெரியவில்லை" என்ற லெவின் புன்னகையுடன் பதிலளித்தார். "இந்த விஷயத்தில் நான் செர்ஜி இவானோவிச்சை மிகவும் விநோதமாகப் பார்க்கிறேன். நான் ஏற்கனவே சொல்லியிருப்பது உனக்குத் தெரியும்..."

"ஆமாம், அவர் விரும்பிய பெண் இறந்துவிட்டாள்."

"நான் சிறுவனாக இருந்தபோது அது நடந்தது. மற்றவர்கள் சொன்னதிலிருந்து நான் அதைத் தெரிந்து கொண்டேன். அப்போது அவர் எப்படி இருந்தார் என்பதை நான் நினைத்துப் பார்க்கிறேன். அப்போது அவர் அசாதாரணமான அழகுடன் வசீகரமாக இருந்தார். ஆனால் அப்போதிருந்து நான் அவர் பெண்களுடன் இருப்பதைக் கவனித்திருக்கிறேன். அவர்களுடன் நட்பாக இருந்த அவர், அவர்களில் சிலரை விரும்பினார். ஆனால் அவரைப் பொறுத்தவரை அவர்களைப் பெண்களாகப் பார்க்காமல் மனிதர்களாக மட்டுமே பார்த்தார் என்பதை என்னால் உணர முடிகிறது."

"சரி, ஆனால் இப்போது வரேன்காவுடன்... ஏதோ இருக்கிறது என்று நான் நினைக்கிறேன்..."

"இருக்கலாம்... ஆனால் நீ அவரைத் தெரிந்து கொள்ள வேண்டும்... அவர் ஒரு அசாதாரணமான, அற்புதமான ஒரு மனிதர். அவருடைய வாழ்க்கை ஆன்மிகமானது. அவர் மிகவும் தூய்மையான, உயர்ந்த மனப்பான்மை கொண்டவர்."

"என்ன சொல்ல வருகிறீர்கள்? உண்மையில் அது அவரது மதிப்பைக் குறைத்துவிடும் என்கிறீர்களா?"

"இல்லை, ஆனால் அவர் யதார்த்த வாழ்க்கையுடன் ஒத்துப் போக முடியாத, ஒரு தனிப்பட்ட ஆன்மிக வாழ்க்கையை வாழ்வதற்குப் பழகிவிட்டார். மேலும் அனைத்திற்கும் மேலாக வரேன்கா யதார்த்த வாழ்க்கை வாழ்பவள்!"

லெவின் இப்போதெல்லாம் வார்த்தைகளில் தடுமாற்றம் இல்லாமல் துல்லியமாக, தைரியமாகத் தன் எண்ணங்களை வெளிப்படுத்தப் பழகி விட்டார். இதுபோன்ற அன்பான தருணங்களில் தான் சொல்ல விரும்புவதைத் தன் மனைவி ஒரு குறிப்பிலிருந்து புரிந்து கொள்வாள் என்று அவருக்குத் தெரியும். அவள் அதைப் புரிந்து கொண்டாள்.

"அவரால் என்னைப் போன்ற ஒரு பெண்ணை ஒருபோதும் நேசிக்க முடியாது என்பது எனக்குத் தெரியும். ஆனால் அவள் என்னைப் போல யதார்த்த வாழ்க்கை வாழவில்லை, அவளும் ஒரு ஆன்மிகவாதிதான்."

"இல்லை, அவருக்கு உன்னைப் பிடிக்கும். என் குடும்பத்தைச் சேர்ந்தவர்கள் உன்னை நேசிப்பது எனக்கு மகிழ்ச்சியைத் தருகிறது."

"ஆமாம், அவர் என்னிடம் அன்பாக இருக்கிறார், ஆனால்..."

"ஆனால் மறைந்த நிகோலாய் லெவினைப் போல இல்லை... நீயும் அவரும் மிகவும் இணக்கமாக இருந்தீர்கள்" என்று அவள்

சொல்ல முயன்றதை லெவின் முடித்தார். "ஏன் அதைப் பற்றிப் பேசக்கூடாது?" என்று கேட்ட அவர் மேலும் தொடர்ந்தார். "நான் அவரை மறந்து வருகிறேன் என்பதை நினைத்து, சில நேரங்களில் என் மீதே நான் கோபம் கொள்கிறேன். ஆகா, என்ன ஒரு அற்புதமான, பயங்கரமான மனிதர் அவர்... இப்போது நாம் எதைப் பற்றிப் பேசிக் கொண்டிருந்தோம்?" என்று லெவின் சற்று நேர மௌனத்திற்குப் பிறகு கேட்டார்.

"அவரால் காதலிக்க முடியாது என்று நீங்கள் நினைக்கிறீர்கள்" என்று அவர் சொன்னதைத் தன் வார்த்தைகளில் சொன்னாள்.

"அவரால் காதலிக்க முடியாது என்பதல்ல" என்று லெவின் புன்னகையுடன் சொன்னார். "ஆனால் உங்களுக்குத் தேவையான பலவீனம் அவரிடம் இல்லை. நான் எப்போதும் அவரைப் பார்த்துப் பொறாமைப்படுகிறேன். மேலும் இப்போது, நான் மகிழ்ச்சியாக இருந்தாலும், இன்னும் அவர் மீது பொறாமைப்படுகிறேன்."

"அவர் காதலில் விழவில்லை என்பதால் பொறாமைப்படுகிறீர் களா?"

"அவர் என்னைவிடச் சிறந்தவர் என்பதால் பொறாமைப் படுகிறேன்" என்றார் லெவின் புன்னகையுடன். "அவர் தனக்காக வாழவில்லை. தன் வாழ்நாள் முழுவதையும் அவர் கடமைக்காக அர்ப்பணித்து விட்டார். அதனால்தான் அவரால் அமைதியாகவும் மனநிறைவுடனும் இருக்க முடிகிறது."

"சரி, நீங்கள்?" என்று கிட்டி குறும்புப் புன்னகையுடன் கேட்டாள்.

அவள் புன்னகைக்குக் காரணமான எண்ண ஓட்டத்தை அவளால் ஒருபோதும் விளக்க முடியாது. ஆனால் தன்னுடைய சகோதரனைப் பாராட்டுவதிலும், அவர் முன் தன்னைக் குறைத்து மதிப்பிடுவதிலும், தனது கணவர் உண்மையாக இல்லை என்ற முடிவுக்கு அவள் வந்தாள். சகோதரன் மீது அவர் வைத்திருந்த அன்பும், தான் மிகவும் மகிழ்ச்சியாக இருக்கிறோம் என்ற குற்ற உணர்வும், அனைத்திற்கும் மேலாக தான் எப்போதும் சிறப்பாக செயல்பட வேண்டும் என்ற மனம் தளராத அவரது ஆசையுமே அந்த உண்மையற்ற மதிப்பீட்டிற்குக் காரணம் என்பதை அவள் அறிந்தாள். அவரது அந்தக் குணத்தை அவள் நேசித்தாள், எனவே புன்னகைத்தாள்.

"உங்களுக்கு என்ன அதிருப்தி?" என்று அவள் அதே புன்ன கையுடன் கேட்டாள்.

தன் மீது தனக்கிருந்த அதிருப்தியில் அவளுக்கு நம்பிக்கை இல்லை என்பது அவரை மகிழ்ச்சியில் ஆழ்த்தியது. அவர் தன்னையும்

அறியாமல், அவளுக்கு ஏன் அதில் அவநம்பிக்கை என்பதற்கான காரணங்களைச் சொல்லும்படி அவளைத் தூண்டி விட்டார்.

"நான் மகிழ்ச்சியாக இருக்கிறேன் என்றாலும் அதிருப்தியாக இருக்கிறேன்..." என்றார் அவர்.

"நீங்கள் மகிழ்ச்சியாக இருந்தால் எப்படி அதிருப்தி அடைய முடியும்?"

"சரி, நான் அதை உனக்கு எப்படிப் புரிய வைப்பது...? நீ தடுமாறாமல் நடக்க வேண்டும் என்பதைத் தவிர எனக்கு இப்போது வேறு எந்தச் சிந்தனையும் இல்லை. ஆகா, நீ அப்படிக் குதிக்கக் கூடாது!" என்று கோபத்துடன் அவளைக் கடிந்து கொண்ட அவர் தன் பேச்சை நிறுத்தினார். ஏனெனில் அந்தப் பாதையில் கிடந்த ஒரு கிளையின் மீது அவள் வேகமாக அடியெடுத்து வைக்க முயன்றாள். "ஆனால் நான் என்னைப் பற்றி யோசிக்கும் போது, மற்றவர்களுடன், குறிப்பாக என் சகோதரருடன் என்னை ஒப்பிடும் போது, நான் மோசமாக இருப்பதாக உணர்கிறேன்."

"ஆனால் எதில்?" என்று கிட்டி அதே புன்னகையுடன் கேட்டாள். "நீங்கள் பிறருக்காக எதையும் செய்யவில்லையா? உங்கள் பண்ணை, உங்கள் விவசாய முறைகள், உங்கள் புத்தகம் இவை யெல்லாம் என்ன?"

"இல்லை, அதற்கு நீதான் காரணம் என்பதை இப்போது நான் குறிப்பாக உணர்கிறேன்" என்ற அவர் அவள் கையை அழுத்தினார். "ஆனால் நான் அதைத் தீவிரமாகச் செய்யவில்லை. அரைகுறை மனதுடன் செய்கிறேன். நான் உன்னைக் கவனிப்பது போல அவற்றையும் கவனிக்க முடிந்தால்... ஆனால் சமீபமாக நான் ஏதோ வீட்டுப்பாடம் போல அவற்றைச் செய்து வருகிறேன்."

"சரி, அப்பாவைப் பற்றி என்ன சொல்வீர்கள்?" என்று கேட்டாள் கிட்டி. "பொதுநலனுக்காக எதுவும் செய்யாத அவரும் கெட்டவரா?"

"இல்லை, அவர் அப்படியில்லை. அவரிடம் உள்ள எளிமையும், தெளிவும், நல்ல குணமும் ஒருவருக்கு இருக்க வேண்டும். அது என்னிடம் இருக்கிறதா? நான் எதுவும் செய்யவில்லை என்பது என்னைச் சித்திரவதை செய்கிறது. இது எல்லாம் நீ வந்த பிறகுதான். நீ இல்லாத போதும், இது இல்லாத போதும்" என்ற அவர் அவள் வயிற்றைப் பார்த்துச் சொல்ல, அவள் புரிந்து கொண்டாள். "நான் என் முழு ஆற்றலையும் வேலையில் செலுத்தினேன், ஆனால் இப்போது என்னால் முடியவில்லை. அதற்காக நான் வெட்கப் படுகிறேன். நான் கடமைக்காக அதைச் செய்கிறேன், செய்வதாக நடிக்கிறேன்."

"சரி, இப்போது நீங்கள் செர்ஜி இவானோவிச்சின் இடத்தில் இருக்க வேண்டும் என்று விரும்புகிறீர்களா?" என்றாள் கிட்டி. "நீங்களும் அந்தப் பொதுப்பணியைச் செய்ய விரும்புகிறீர்களா? அவரைப் போலவே அவற்றை நேசிக்க விரும்புகிறீர்களா? அதற்கு மேல் வேறு எதுவும் இல்லையா?"

"நிச்சயமாக இல்லை!" என்றார் லெவின். "உண்மையில் எனக்கு எதுவும் புரியாத அளவுக்கு நான் சந்தோஷமாக இருக்கிறேன். ஆனால் இன்று அவர் முன்மொழிவார் என்று நீ நினைக்கிறாயா?" என்று அவர் சிறிது மௌனத்திற்குப் பிறகு கேட்டார்.

"நான் நினைக்கிறேனோ இல்லையோ ஆனால், அது நடக்க வேண்டும் என்பதில் நான் மிகவும் ஆவலாக இருக்கிறேன். இங்கே, பொறுங்கள்" என்ற அவள் குனிந்து சாலை ஓரத்தில் கிடந்த காட்டு மலர் ஒன்றை எடுத்தாள். "சரி, எண்ணுங்கள், அவர் முன்மொழிவார், அவர் முன்மொழிய மாட்டார்" என்று அவள் அவரிடம் பூவைக் கொடுத்தாள்.

"அவர் முன்மொழிவார், அவர் முன்மொழிய மாட்டார்" என்று சொல்லிக் கொண்டே லெவின் பூவின் மெல்லிய வெள்ளை இதழ்களை ஒவ்வொன்றாக எடுத்தார்.

"இல்லை, இல்லை!" என்று ஆவலுடன் அவர் விரல்களைப் பார்த்துக் கொண்டிருந்த கிட்டி அவர் கையைப் பிடித்துத் தடுத்தாள். "நீங்கள் இரண்டு இதழ்களை எடுத்து விட்டீர்கள்."

"ஆமாம், ஆனால் இந்தச் சிறிய இதழ் கணக்கில் வராது" என்ற லெவின் அரைகுறையாக வளர்ந்த இதழை எடுத்தார். "இதோ வண்டி வந்துவிட்டது."

"உனக்குக் களைப்பாக இல்லையா கிட்டி" என்று இளவரசி கத்தினாள்.

"கொஞ்சமும் இல்லை."

"சரி, குதிரைகள் மெதுவாகப் போகும் என்றால் நீ வண்டியில் ஏறிக்கொள்."

ஆனால் இடம் நெருங்கிவிட்டதால் அதற்கு அவசியமில்லை என்று அவர்கள் தொடர்ந்து நடந்தனர்.

4

கருப்புத் தலைமுடியின் மீது வெள்ளை நிறத் தலைக்குட்டை அணிந்து, தன்னைச் சூழ்ந்திருந்த குழந்தைகளுடன் அன்பாகவும் மகிழ்ச்சியாகவும் இருந்த வரேன்கா, தனக்குப் பிடித்த ஒரு ஆணிடமிருந்து

காதலுக்கான அறிவிப்பு வரும் என்ற எதிர்பார்ப்பின் உற்சாகத்தால், மிகவும் வசீகரமாகத் தோன்றினாள். அவள் அருகில் நடந்த செர்ஜி இவானோவிச், ஒரு கணம் கூட அவளைப் பாராட்டுவதை நிறுத்தவில்லை. அவளைப் பார்த்ததும் அவருக்கு அவள் சொன்ன அத்தனை அழகான விஷயங்களும், அவளைக் குறித்து அவர் அறிந்த அத்தனை நல்ல விஷயங்களும் நினைவுக்கு வந்தன. அவர் அவள் மீது தனக்கு ஏற்படும் உணர்வு ஏதோ ஒரு வகையில் விசேஷமானது, நீண்ட காலத்திற்கு முன்பு, ஒரே ஒரு முறை மட்டும் தன் இளமையில் அனுபவித்தது என்பதைத் தீவிரமாக உணர்ந்தார். அவள் அருகில் இருப்பதால் அவருடைய மகிழ்ச்சி தொடர்ந்து அதிகரித்துக் கொண்டே சென்றது. மெல்லிய தண்டுடன், சுருண்ட இதழுடன் கூடிய ஒரு பெரிய மரக்காளானை அவர் அவளுடைய கூடையில் வைத்து, அவள் கண்களைச் சந்தித்து, அவள் முகத்தில் நிறைந்த மகிழ்ச்சியும் பயமும் கலந்த கிளர்ச்சியைக் கவனித்து, அவர் வெட்கத் துடன் அவளை நோக்கி ஒரு மௌனப் புன்னகை உதிர்த்த போது, அவருடைய மகிழ்ச்சி அதன் உச்சத்தைத் தொட்டது.

'நிலைமை இதுதான் என்றால், நான் அதைப் பற்றி நன்றாகச் சிந்தித்து முடிவெடுக்க வேண்டுமே தவிர, ஒரு கணத்தின் உந்துதலுக்கு அடிபணிந்து ஒரு சிறுவனைப் போல நடந்து கொள்ளக் கூடாது' என்று அவர் தனக்குள் சொல்லிக் கொண்டார்.

"நான் தனியாகச் சென்று காளான்களைச் சேகரிக்கிறேன். இல்லையெனில் நான் என்ன சேகரித்தேன் என்பது யாருக்கும் தெரியாது" என்ற அவர், அவர்கள் நடந்து கொண்டிருந்த, வயதான பிர்ச் மரங்களுக்குக் கீழே குட்டையாக வளர்ந்திருந்த பட்டுப் போன்ற புல்வெளியிலிருந்து விலகி நடந்து, வெள்ளை பிர்ச் மரங் களுக்கு இடையில், சாம்பல் நிற கல்நார் மரங்களும், காட்டுச் செடிகளின் இருண்ட புதர்களும் இருந்த அடர்ந்த கானகத்தின் நடுப்பகுதிக்குத் தனியாகச் சென்றார். சுமார் நாற்பது அடிகள் நடந்து சென்றதும், இளஞ்சிவப்பும் சிவப்பும் கலந்த நிறத்தில் காதணி வடிவத்திலிருந்த மலர்களின் அடர்ந்த புதரைத் தாண்டி காலடி வைத்து, தன்னை இனி யாரும் பார்க்க முடியாது என்பதை அறிந்து, சற்றே தயங்கி நின்றார். அவரைச் சுற்றி மயான அமைதி நிலவியது. அவர் நின்றிருந்த பிர்ச் மரங்களிலிருந்து தேனீக்களின் கூட்டத்தைப் போல ரீங்காரமிட்ட ஈக்களின் ஓசை மட்டும் தொடர்ந்து ஒலித்தது. அவ்வப்போது குழந்தைகளின் குரலோசை அவரை வந்தடைந்தது. திடீரென்று தூரத்தில், மரங்களின் மத்தியிலிருந்து கிரிஷாவை அழைக்கும் வரேன்காவின் குரல் கேட்டதும், செர்ஜி இவானோ விச்சின் முகத்தில் பிரகாசமான புன்னகை மலர்ந்தது. அவர் தன்னிடம் எழுந்த புன்னகையை உணர்ந்து, தன் மனநிலையை

ஏற்றுக்கொள்ள முடியாத பாவனையில் தலையை ஆட்டி, ஒரு சுருட்டை எடுத்துப் பற்ற வைக்கத் தொடங்கினார். அவர் நீண்ட நேரம் தீக்குச்சியைப் பிர்ச் மரத்தின் பட்டை மீது உரசியபோதும், மரப்பட்டையின் துகள்கள் தீக்குச்சியில் ஒட்டிக் கொண்டு எரியவிடாமல் செய்தது. இறுதியாக ஒரு தீக்குச்சி பற்றிக் கொண்டது. சுருட்டின் நறுமணப் புகை, ஒரு அகலமான அசையும் காகிதத்தைப் போல, பிர்ச் மரத்தின் கிளைகளின் கீழிருந்த புதரின் மேல் முன்னும் பின்னுமாக அலைந்தது. அவர் அந்தப் புகைப்படலத்தைப் பார்த்தபடி தன் மனநிலையைக் குறித்து யோசித்துக் கொண்டே மெதுவாக நடந்து சென்றார்.

'நான் ஏன் அதைச் செய்யக் கூடாது?' என்று அவர் நினைத்தார். 'நான் மட்டும் அவள் மீது அந்த ஈர்ப்பை உணரவில்லை மாறாக அவளும் அதை உணர்கிறாள் (என்னால் அதைச் சொல்ல முடியும்). ஆனால் அது என் முழு வாழ்க்கை முறைக்கும் எதிரானது அல்ல என்றும், அதைச் செய்வதன் மூலம் நான் என் வாக்குறுதியையும், கடமையையும் மீறுவேன் என்றும் நினைக்கவில்லை... ஆனால் அப்படி எதுவும் இல்லை. அதற்கு எதிராக நான் சொல்லக் கூடிய ஒரே காரணம் நான் மேரியை இழந்தபோது, அவளுடைய நினைவுக்கு நான் என்றென்றும் உண்மையாக இருப்பேன் என்று எனக்கு நானே சொல்லிக் கொண்டதுதான். இப்போது என்னிடம் எழும் உணர்வுக்கு அது ஒன்றுதான் தடையாக இருக்கிறது... அதுதான் முக்கியம்' என்று செர்ஜி இவானோவிச் தனக்குள் சொல்லிக் கொண்டார். அவர் அப்படிச் சொல்லிக் கொண்ட அதே நேரத்தில், தனிப்பட்ட முறையில் தனக்கு அது அத்தனை முக்கியமானது அல்ல என்றாலும் மற்றவர்களின் பார்வையில் தன்னைப் பற்றிய காதல் பிம்பம் சிதைந்துவிடும் என்று நினைத்தார். 'ஆனால் அதைத் தவிர நான் எவ்வளவு தேடினாலும், என் உணர்வுக்கு எதிராகச் செல்வதற்கு எதுவும் கிடைக்கவில்லை. நான் பகுத்தறிவால் மட்டும் சிந்தித்து தேர்வு செய்தால் இதைவிடச் சிறந்தது எதையும் என்னால் காண முடியாது!'

அவர் தனக்குத் தெரிந்த அத்தனை பெண்களையும் நினைத்துப் பார்த்தபோது, தன் மனைவியிடம் தான் காண விரும்பும் அத்தனை குணங்களும் உடைய ஒரு பெண்ணைக் கூட அவரால் நினைவில் கொள்ள முடியவில்லை. முதலாவது, அவளிடம் இளமையின் அத்தனை வசீகரமும் புத்துணர்வும் இருந்தது என்றாலும் அவள் ஒரு குழந்தை அல்ல என்பதால் ஒரு பெண்ணைப் போல உணர்வுபூர்வமாக அவரை நேசித்தாள். மற்றொன்று, அவள் உயர் சமூகத்தைச் சேர்ந்த உலகத்திலிருந்து விலகியிருந்தது மட்டுமின்றி, அதன் மீது அவளுக்கு வெளிப்படையான வெறுப்பு இருந்தது.

இருப்பினும் அவளுக்கு உயர் சமூகத்துடன் நல்ல அறிமுகம் இருப்பது தெளிவாகத் தெரிந்தது. அவளிடம் நல்ல சமூகத்தைச் சேர்ந்த ஒரு பெண்ணின் அனைத்து நடத்தைகளும் இருந்தன. அது இல்லாமல் செர்ஜி இவானோவிச்சால் ஒரு வாழ்க்கைத் துணையை நினைத்துப் பார்க்க முடியாது. மூன்றாவது, அவள் ஒரு குழந்தையைப் போல கருணை உள்ளத்துடன், கிட்டியைப் போல ஒரு மதவாதியாக இருந்தாள். ஆனால் அவளுடைய வாழ்க்கை மதநம்பிக்கைகளை அடிப்படையாகக் கொண்டது. செர்ஜி இவானோவிச் ஒரு மனைவி யிடம் தான் எதிர்பார்க்கும் அனைத்தும் அவளிடம் இருப்பதைக் கண்டார். அவள் ஏழையாகவும் தனியாகவும் இருப்பதால், கிட்டியைப் போல உறவினர்களையும் அவர்களின் செல்வாக்கையும் தன் கணவரின் வீட்டிற்குக் கொண்டு வரமாட்டாள். ஆனால் அவள் தன் கணவனுக்கு முற்றிலும் கட்டுப்பட்டவளாக இருப்பாள். தன்னுடைய எதிர்கால குடும்ப வாழ்க்கையில் எப்போதும் அவர் விரும்பிய ஓர் அம்சம் அது. இந்தக் குணங்கள் அனைத்தும் கொண்ட வரேன்கா அவரைக் காதலிக்கிறாள். அவர் ஒரு அடக்கமான மனிதராக இருந்தாலும் அவரால் அதைப் பார்க்காமல் இருக்க முடியவில்லை. அவர் அவளை நேசித்தார் என்றாலும் அவரது வயது அவருக்கு ஒரு தடையாகத் தெரிந்தது. ஆனால் அவர் நீண்ட காலம் வாழ்ந்த மனிதர்களின் ஒரு பாரம்பரியத்திலிருந்து வந்தவர் என்பதால் அவருக்கு இன்னும் ஒரு நரைத்த தலைமுடி கூட இல்லை. அவரைப் பார்க்கும் யாரும் அவருக்கு நாற்பது வயது என்று சொல்ல மாட்டார்கள். ரஷ்யாவில்தான் ஐம்பது வயதான ஆண்கள் தங்களை வயதானவர்களாகப் பார்க்கிறார்கள். ஆனால் பிரான்சில் ஐம்பது வயதுள்ள ஒருவர் தன்னை ஒரு முக்கிய மனிதராகவும், நாற்பது வயதுள்ள ஒருவர் தன்னை ஒரு இளைஞராகவும் கருதுவார் என்று வரேன்கா சொன்னதை அவர் நினைவு கூர்ந்தார். அவர் தனது உள்ளத்தில் இருபது ஆண்டுகளுக்கு முன்பு இருந்ததைப் போல இளமையாக இருப்பதாக உணர்வதால் வயதைக் கணக்கிட்டு என்ன பயன்? அவர் காட்டின் மறுபக்கத்திலிருந்து வெளியே வந்து, சூரியனின் சாய்வான பிரகாசமான ஒளியில், மஞ்சள் நிற உடையில், கையில் ஒரு கூடையுடன், ஒரு வயதான பிர்ச் மரத்தின் கிளையைத் தாண்டி மெதுவாக அடியெடுத்து வைத்த வரேன்காவின் அழகிய உருவத்தைக் கண்டபோது, அவர் அனுபவித்துக் கொண்டிருந்த உணர்வு இளமை அல்லவா? அவரை வசீகரித்த வரேன்காவின் அந்த அழகிய காட்சியுடன், சூரியனின் சாய்வான ஒளியில் குளித்துக் கொண்டிருந்த பழுத்த ஓட்ஸின் வயல்வெளியும், அதற்கும் அப்பால் தொலைதூரத்தில் இருந்த காடுகளின் வியக்கத்தக்க அற்புதக் காட்சியும் ஒன்றிணைந்தபோது, அவர் உள்ளம் மகிழ்ச்சியால் துள்ளியது.

ஒரு மென்மை உணர்வு அவரை ஆட்கொண்டது. தான் முடிவு செய்துவிட்டோம் என்பதை அவர் உணர்ந்தார். அப்போது காளான் எடுக்கக் குனிந்த வரேன்கா ஒரு துள்ளலுடன் எழுந்து சுற்றிலும் பார்த்தாள். செர்ஜி இவானோவிச், தன் சுருட்டைத் தூக்கி எறிந்து விட்டு, உறுதியாக அடியெடுத்து வைத்து அவளை நோக்கி நடந்தார்.

5

'வர்வரா ஆண்ட்ரேவ்னா, நான் நேசிக்கும் பெண்ணை என் மனைவி என்று சொல்வதில் நான் மகிழ்ச்சியடைய வேண்டும் என்ற நோக்கம் எனக்கு இளமையில் இருந்தது. நான் பல ஆண்டு களாகத் தேடியதை இப்போது முதல் முறையாக உன்னிடம் கண்டு கொண்டேன். நான் உன்னை நேசிக்கிறேன், உன் கையை என்னிடம் கொடு.'

செர்ஜி இவானோவிச், வரேன்கா இருந்த இடத்திலிருந்து பத்து அடி தொலைவில் இருந்தபோது தனக்குத் தானே இதைச் சொல்லிக் கொண்டார். வரேன்கா நிலத்தில் மண்டியிட்டு, கிரிஷாவிடமிருந்த காளானைக் கவனமாக வாங்கிக் கொண்டு, குட்டி மாஷாவை அழைத் தாள்.

"இங்கே வாருங்கள் குழந்தைகளே! இங்கே நிறைய காளான்கள் உள்ளன!" என்று இனிய குரலில் கத்தினாள்.

செர்ஜி இவானோவிச் வருவதைப் பார்த்த அவள் எழுந்திராமல், இருந்த நிலையிலிருந்து மாறாமல் அப்படியே இருந்தாள் என்றாலும், தான் அவளை நெருங்கும் காரணத்தைப் புரிந்து கொண்டு அவள் மகிழ்கிறாள் என்பதை அவர் உணர்ந்தார்.

"உங்களுக்கு ஏதாவது கிடைத்ததா?" என்று கேட்டு, வெள்ளைத் தலைக்குட்டையில் இருந்த தன் அழகான சிரித்த முகத்தோடு அவரை நோக்கித் திரும்பினாள்.

"ஒன்றும் கிடைக்கவில்லை" என்றார் அவர். "உனக்கு?"

அவள் அவருக்குப் பதில் சொல்லாமல் அவளைச் சுற்றியிருந்த குழந்தைகளுடன் வேலையாக இருந்தாள்.

"கிளைக்கு அருகில் இன்னொரு காளான் இருக்கிறது" என்று குட்டி மாஷாவிடம் சொன்ன அவள், ஒரு சிறிய ருசுலா காளானைச் சுட்டிக் காட்டினாள். உலர்ந்த புல் அதன் இளஞ்சிவப்பு நிறத் தொப்பியை இரண்டாகப் பிளந்திருக்க, அதன் இடையிலிருந்து அது மேலே முட்டிக் கொண்டு நின்றது. மாஷா காளானை எடுத்து இரண்டு வெள்ளைப் பகுதிகளாக உடைத்தபோது, வரேன்கா எழுந்து நின்றாள்.

“இது என் குழந்தைப் பருவத்தை நினைவு படுத்துகிறது” என்ற அவள் குழந்தைகளிடமிருந்து விலகி செர்ஜி இவானோவிச்சுடன் சென்றாள்.

அவர்கள் மௌனமாக சில அடிகள் நடந்தனர். அவர் பேச விரும்புவதை அறிந்த வரேன்கா, அது என்ன என்பதை யூகித்து, மகிழ்ச்சியாலும் பயத்தாலும் பதட்டமடைந்தாள். யாரும் அவர்கள் பேசுவதைக் கேட்க முடியாத தூரத்திற்குச் சென்ற பிறகும் அவர் எதையும் பேசவில்லை. வரேன்கா அமைதியாக இருந்திருந்தால் நன்றாக இருந்திருக்கும். காளான்களைப் பற்றிப் பேசுவதை விட, சிறிது மௌனத்திற்குப் பிறகு, அவர்கள் சொல்ல விரும்புவதைச் சொல்வது எளிதாக இருந்திருக்கும். ஆனால் அவளுடைய விருப்பத்திற்கு மாறாக, தற்செயலாக, வரேன்கா சொன்னாள்:

“அப்படியானால் உங்களுக்கு எதுவும் கிடைக்கவில்லையா? ஆனால் காட்டின் உள்ளே எப்போதும் குறைவாகவே இருக்கும்.”

பெருமூச்சு விட்ட செர்ஜி இவானோவிச் எந்தப் பதிலும் சொல்ல வில்லை. அவள் காளான்களைப் பற்றிப் பேசியது அவருக்கு எரிச்ச லாக இருந்தது. தன் குழந்தைப் பருவத்தைப் பற்றி அவள் குறிப்பிட்ட முதல் வார்த்தைகளுக்கு அவளை மீண்டும் கொண்டு செல்ல அவர் விரும்பினார். ஆனால் சிறிது நேரம் அமைதியாக இருந்த அவர், தன்னுடைய விருப்பத்திற்கு மாறாக, அவளுடைய கடைசி வார்த்தை களுக்குப் பதிலளித்தார்.

“வெள்ளைக் காளான்கள் பெரும்பாலும் காடுகளின் ஓரத்தில் வளர்கிறது என்று நான் கேள்விப்பட்டேன். ஆனால் என்னால் அதை அடையாளம் காண முடியவில்லை.”

மேலும் சில நிமிடங்கள் மௌனமாகச் சென்றன. அவர்கள் மேலும் சற்றுத் தூரம் நடந்து சென்று குழந்தைகளிடமிருந்து விலகி தனிமையில் இருந்தனர். வரேன்காவின் இதயம் வேகமாகத் துடித்தது. அதன் துடிப்பை அவளால் கேட்க முடிந்தது. தன் முகம் சிவந்து வெளிறியதை அவளால் உணர முடிந்தது.

திருமதி. ஸ்டாலுடன் இருந்த பிறகு, கோஸ்னிஷேவ் போன்ற ஒருவரின் மனைவியாக இருப்பது அவளுக்கு மகிழ்ச்சியின் உச்சமாகத் தோன்றியது. அதுமட்டுமின்றி, அவள் அவரைக் காதலிப்பது கிட்டத் தட்ட உறுதியான நிலையில், இப்போது ஒரு கணத்தில் அது தீர்மானிக்கப்பட வேண்டும். அவள் பயந்தாள். அவர் என்ன சொல்லப் போகிறார் என்பதை நினைத்து அவள் பயந்தாள்.

இப்போது இல்லை என்றால் எப்போதும் இல்லை என்று செர்ஜி இவானோவிச் உணர்ந்தார். வரேன்காவின் தோற்றம், அவள் சிவந்த முகம், அவள் கலங்கிய கண்கள் என அனைத்தும் எதிர்பார்ப்பின்

வேதனையைக் காட்டின. அதைப் பார்த்த செர்ஜி இவானோவிச், அவள் மீது பரிதாபப்பட்டார். அவர் இப்போது எதுவும் சொல்லாமல் இருப்பது அவளை அவமதிப்பதற்குச் சமம் என்றுகூட நினைத்தார். அவர் தன் முடிவுக்கு ஆதரவான வாதங்கள் அனைத்தையும் மீண்டும் தன் மனதில் திரட்டினார். தான் அவளைக் காதலிப்பதை அவளிடம் எப்படிச் சொல்வது என்றும் ஒத்திகை பார்த்தார். ஆனால் அதைச் சொல்வதற்குப் பதிலாக, அவர் எதிர்பாராத ஏதோ ஒரு சிந்தனையால் ஈர்க்கப்பட்டு திடீரென்று கேட்டார்.

"வெள்ளைக் காளானுக்கும் பிர்ச் காளானுக்கும் என்ன வித்தி யாசம்?"

வரேன்கா பதில் சொல்ல முயன்றபோது அவளது உதடுகள் உணர்ச்சிப் பெருக்கால் நடுங்கின.

"மேற்புறத்தில் இரண்டுக்கும் எந்த வித்தியாசமும் இல்லை ஆனால் தண்டுகளில் மட்டும் வித்தியாசம் இருக்கிறது."

அவள் அந்த வார்த்தைகளைப் பேசியதும் எல்லாம் முடிந்து விட்டது, இனி சொல்ல வேண்டியதைச் சொல்ல முடியாது என்று அவரும் அவளும் உணர்ந்து கொண்டனர். அதுவரை தொடர்ந்து தீவிரமடைந்து வந்த அவர்களின் உணர்ச்சி வேகம் குறையத் தொடங்கியது.

"பிர்ச் காளானின் தண்டு இரண்டு நாட்கள் முகம் மழிக்காத ஆணின் கன்னத்தைப் போல இருக்கும்" என்று செர்ஜி இவானோவிச் அமைதியாகச் சொன்னார்.

"ஆமாம், அது உண்மை" என்று வரேன்கா புன்னகையுடன் பதில் சொன்னாள்.

அவர்கள் அறியாமலே அவர்களின் நடை திசை மாறியது. அவர்கள் குழந்தைகளை நோக்கிச் சென்றனர். வரேன்கா வலியையும் அவமானத்தையும் உணர்ந்த அதே நேரத்தில் ஒரு நிம்மதியான உணர்வை அனுபவித்தாள். செர்ஜி இவானோவிச் வீட்டிற்குத் திரும்பியதும் தனது எல்லாக் காரணங்களையும் மீண்டும் அலசி ஆராய்ந்தபோது, தான் நினைத்தது தவறு என்ற முடிவுக்கு வந்தார். மேரியின் நினைவுக்கு அவரால் துரோகம் செய்ய முடியவில்லை.

"மெதுவாக, குழந்தைகளே மெதுவாக!" என்று கோபத்துடன் குழந்தைகளைப் பார்த்துக் கத்தினார் லெவின். அவர்களைப் பார்த்த தும் உற்சாகத்துடன் கத்தியபடி ஓடிவந்த குழந்தைகள் தன் மனைவி யின் மீது மோதிவிடாமல் இருக்க அவளுக்கு முன்னால் நின்றார்.

குழந்தைகளைத் தொடர்ந்து செர்ஜி இவானோவிச்சும் வரேன்காவும் காட்டிலிருந்து வெளியே வந்தனர். கிட்டிக்கு வரேன்

காவிடம் கேட்க வேண்டிய அவசியம் ஏற்படவில்லை. ஏனெனில் இருவர் முகங்களிலும் காணப்பட்ட அமைதியான, சற்றே சங்கட மான முகபாவத்திலிருந்து தன்னுடைய திட்டம் நிறைவேறவில்லை என்பதை அவள் புரிந்து கொண்டாள்.

“சரி, என்ன ஆயிற்று?” என்று வீட்டிற்குச் செல்லும் வழியில் அவள் கணவன் கேட்டார்.

“அது ஒட்டவில்லை” என்று கிட்டி சொன்ன விதமும் அவளது புன்னகையும், அவள் தந்தையை நினைவுபடுத்துவதை லெவின் மகிழ்ச்சியுடன் கவனித்தார்.

“ஒட்டவில்லை என்றால்?”

“இப்படி” என்று தன் கணவனின் கையை எடுத்து வாயருகே கொண்டு சென்று, மூடிய உதடுகளால் அதைத் தொட்டாள். “பாதிரியாரின் கையை முத்தமிடுவது போல.”

“ஆனால் அவர்களில் யார் ஒட்டவில்லை?” என்று லெவின் சிரித்துக் கொண்டே கேட்டார்.

“இரண்டு பேரும். அது இப்படி இருக்க வேண்டும்...”

“சரி, சரி, யாரோ விவசாயிகள் வருகிறார்கள்.”

“ஓ, அவர்கள் நம்மைப் பார்க்கவில்லை.”

குழந்தைகளின் தேநீர் வேளையின் போது பெரியவர்கள் பால்கனியில் அமர்ந்து எதுவும் நடக்காதது போல அரட்டை அடித்தனர். இருப்பினும் அவர்கள் அனைவரும், குறிப்பாக செர்ஜி இவானோவிச்சும் வரேன்காவும் மிகவும் முக்கியமான ஒன்று எதிர்மறையாக நடந்துவிட்டது என்பதை அறிந்தனர். தேர்வில் தோல்வியடைந்த மாணவன் தொடர்ந்து ஒரே வகுப்பில் படிக்க வேண்டும் அல்லது பள்ளியை விட்டு வெளியேற வேண்டும் என்று உணர்வதைப் போன்ற நிலையில் அவர்கள் இருவரும் இருந்தனர். அங்கிருந்த அனைவரும் ஏதோ நடந்ததை உணர்ந்து, சம்பந்தமில்லாத விஷயங்களை உற்சாகத்துடன் பேசிக் கொண்டனர். அந்த மாலை நேரத்தில் லெவினும் கிட்டியும் காதலின் நெருக்கத்தை உணர்ந்து மகிழ்ச்சியாக இருந்தனர். அவர்கள் தங்கள் காதலில் மகிழ்ச்சியாக இருந்தாலும், காதலில் தோல்வியடைந்த மற்றவர்களுக்கு அது விரும்பத்தகாததாக இருக்கும் என்ற நினைவு அவர்களை வெட்கப்பட வைத்தது.

“நான் சொல்வதைக் குறித்துக் கொள், அலெக்ஸாண்டர் வரமாட்டார்” என்றாள் இளவரசி.

அன்று மாலை ஸ்டீபன் ஆர்கடியேவிச் அங்கு வருவான் என்று அனைவரும் எதிர்பார்த்தனர். நான் வந்தாலும் வருவேன் என்று இளவரசர் எழுதியிருந்தார்.

"ஏன் என்று எனக்குத் தெரியும்" என்ற இளவரசி தொடர்ந்து சொன்னாள். "இளம் ஜோடிகளைச் சிறிது காலம் தனியாக விட்டு விட வேண்டும் என்கிறார் அவர்."

"ஆமாம், உண்மையில் அப்பா எங்களைக் கைவிட்டுவிட்டார். நாங்கள் அவரைப் பார்க்க முடியவில்லை" என்றாள் கிட்டி. "நாங்கள் என்ன இளம் ஜோடிகளா? எங்களுக்கு வயதாகி விட்டது."

"அவர் வராவிட்டால், நான் சீக்கிரம் இங்கிருந்து போக வேண்டியிருக்கும்" என்ற இளவரசி சோகத்துடன் பெருமூச்சு விட்டாள்.

"அம்மா, அப்படிச் சொல்லாதே" என்று இரு மகள்களும் ஏககாலத்தில் அவளைச் சாடினர்.

"அவருக்கு எப்படி இருக்கும் என்று யோசித்துப் பாருங்கள். எல்லாவற்றுக்கும் மேலாக இப்போது..."

சற்றும் எதிர்பாராமல் இளவரசியின் குரல் திடீரென்று நடுங்கியது. அவளுடைய மகள்கள் அதற்கு மேல் எதுவும் பேசாமல் ஒருவரை ஒருவர் பார்த்துக் கொண்டனர். 'எப்போதும் வருத்தப்பட அம்மாவுக்கு ஏதாவது இருக்கும்' என்று அவர்கள் பார்வை சொன்னது. அவளுக்குத் தன் மகளுடன் தங்குவது மகிழ்ச்சியாக இருந்தாலும், தான் அங்கு இருப்பது அவசியம் என்று நினைத்தாலும், தங்கள் கடைசி அன்பு மகளைத் திருமணம் செய்து கொடுத்த பிறகு தங்கள் கூடு காலியாகி விட்டதை நினைத்து, அவளும் அவள் கணவரும் தாங்க முடியாத துயரத்தை அனுபவிக்கிறார்கள் என்பதை அவர்கள் அறியவில்லை.

"என்ன அகாஃபியா மிகைலோவ்னா?" என்று கிட்டி புதிரான, முக்கியமான ஒன்றைத் தெரிவிக்கும் முகபாவத்துடன் நின்ற அவளிடம் திடீரென்று கேட்டாள்.

"இரவு உணவுக்கு என்ன செய்வது?"

"சரி, அதுவும் நல்லது" என்றாள் டோலி. "நீங்கள் அதை ஏற்பாடு செய்யுங்கள். நான் கிரிஷா படிக்கிறானா என்று பார்க்கிறேன். இல்லையெனில் அவன் இன்று எதையும் செய்ய மாட்டான்."

"டோலி நான் அதைச் செய்கிறேன். நான் போகிறேன்" என்று லெவின் துள்ளிக் குதித்தார்.

உயர்நிலைப் பள்ளியில் படித்துக் கொண்டிருந்த கிரிஷாவுக்கு கோடை விடுமுறையில் செய்ய வேண்டிய வீட்டுப் பாடங்கள் இருந்தன. அவள் மாஸ்கோவில் இருந்தபோது, அவனுடன் சேர்ந்து

டோலி லத்தீன் மொழியைக் கற்று வந்தாள். இங்கு வந்ததும் ஒரு நாளைக்கு ஒரு முறையாவது லத்தீன் மொழியிலும் எண்கணிதத்திலும் மிகவும் கடினமான பாடங்களை அவனுடன் சேர்ந்து படிப்பதை ஒரு விதியாகக் கடைப்பிடித்தாள். லெவின் அவளுடைய இடத்தைப் பிடிக்க முன்வந்தார். ஆனால் ஒருநாள் லெவின் பாடம் எடுப் பதைப் பார்த்த தாய், மாஸ்கோவில் இருந்த ஆசிரியரைப் போல அவர் பயிற்சி அளிக்கவில்லை என்பதைக் கவனித்து, அவரைக் காயப்படுத்தக் கூடாது என்று, ஆசிரியரைப் போல பாடத்தைச் சொல்லிக் கொடுப்பது அவசியம் என்றும், அதைத் தானே செய்வதாக அவரிடம் சொன்னாள். சிறுவன் படிக்கும் படிப்பைப் புரிந்துகொள்ள முடியாத அவன் தாயிடம் அதைக் கவனித்துக் கொள்ளும் பொறுப்பை அலட்சியத்துடன் விட்டுச் சென்றதற்காக ஆப்லான்ஸ்கியின் மீதும், குழந்தைகளுக்கு மிகவும் மோசமாகக் கற்பித்த ஆசிரியர் மீதும் லெவின் கோபப்பட்டார். ஆனால் லெவின் தனது மைத்துனியிடம் அவள் விரும்பிய வழியில் பாடங்களைக் கொடுப்பதாக உறுதியளித்தார். எனவே அவர் தனது சொந்த வழியில் இல்லாமல் புத்தகத்தில் உள்ளபடி, அரைகுறை மனதுடன் பாடங்களைக் கற்பித்தார். ஆனால் அவர் அடிக்கடி பாடம் நடத்தும் நேரத்தை மறந்துவிடுகிறார். அன்றும் அதுதான் நடந்தது.

"இல்லை, நான் போகிறேன். டோலி, நீங்கள் உட்காருங்கள்" என்றார். "புத்தகத்தில் உள்ளபடி அனைத்தையும் ஒழுங்காகச் செய்வோம். ஸ்டீவா வந்ததும் நான் அவருடன் வேட்டைக்குச் சென்று விடுவேன். அப்போது நான் பாடம் எடுக்க முடியாது."

லெவின் கிரிஷாவிடம் சென்றார்.

வரேன்காவும் கிட்டியிடம் அதையே சொன்னாள். லெவினின் மகிழ்ச்சியான வசதியான வீட்டில் கூட, வரேன்கா தான் பயனுள்ள வளாக இருக்க விரும்பினாள்.

"நான் இரவு உணவுக்கு ஏற்பாடு செய்கிறேன், நீங்கள் அமருங்கள்" என்ற அவள் அகாஃபியா மிகைலோவ்னாவுடன் செல்வதற்கு எழுந்தாள்.

"ஆமாம், அதுவும் சரி. அவர்களால் கோழிகளைக் கண்டுபிடிக்க முடியாது எனில் நாம்..."

"அகாஃபியா மிகைலோவ்னாவும் நானும் அதைப் பார்த்துக் கொள்கிறோம்" என்ற வரேன்கா அவளுடன் அங்கிருந்து சென்றாள்.

"எவ்வளவு நல்ல பெண்!" என்றாள் இளவரசி.

"அம்மா, அவள் நல்ல பெண் மட்டுமல்ல, அவளைப் போல யாரும் இருக்க முடியாது எனும் அளவுக்கு வசீகரமானவள்!"

“அப்படியானால் இன்று நீங்கள் ஸ்டீபன் ஆர்கடியேவிச்சை எதிர்பார்க்கிறீர்களா?” என்று செர்ஜி இவானோவிச் கேட்டார். அவர் வரேன்காவைப் பற்றிய உரையாடலை நீட்டிப்பதற்கு விரும்ப வில்லை. “உங்களுடைய இரு மருமகன்களைப் போல வேறு யாரையும் பார்க்க முடியாது” என்று அவர் நுட்பமான புன்னகை யுடன் சொன்னார். “ஒருவர், எப்போதும் ஓடிக் கொண்டு, தண்ணீரில் உள்ள மீனைப் போல இந்தச் சமூகத்தில் வாழ்கிறார். மற்றொருவர், எங்கள் கோஸ்டியா, விழிப்புடன், துடிப்புடன், சுறுசுறுப்புடன் இருந்தாலும், சமூகத்தில் இருக்கும் போது, உறைந்து போகிறார் அல்லது வறண்ட நிலத்தில் விழுந்த மீனைப் போல தத்தளிக்கிறார்.”

“ஆமாம், அவர் பொறுப்பற்றவர்” என்று இளவரசி செர்ஜி இவானோவிச்சை நோக்கித் திரும்பினாள். “அவளால் இங்கே இருக்க முடியாது என்பதை நீங்கள் அவரிடம் சொல்ல வேண்டும் என்று கேட்டுக் கொள்கிறேன்” என்று அவள் கிட்டியைச் சுட்டிக் காட்டினாள். “அவள் பிரசவத்திற்கு நிச்சயமாக மாஸ்கோவுக்கு வர வேண்டும். ஆனால் அவர் மருத்துவரை இங்கு வரவழைக்கலாம் என்று சொல்கிறார்...”

“அம்மா, அவர் அனைத்தையும் செய்வார், எல்லாவற்றிற்கும் சம்மதிப்பார்” என்றாள் கிட்டி. இந்த விஷயத்தில் செர்ஜி இவானோ விச்சை நுழைத்ததற்காக அவள் தனது தாயின் மீது கோபம் கொண் டாள்.

அவர்களின் உரையாடலின் நடுவில் குதிரைகளின் கனைக்கும் ஓசையும், வண்டியின் சக்கரங்கள் ஜல்லிக்கற்களின் மீது புரளும் ஓசையும் கேட்டது.

டோலி எழுந்து சென்று தன் கணவரைப் பார்ப்பதற்குள், கீழே கிரிஷா படித்துக் கொண்டிருந்த அறையின் ஜன்னல் வழியாகக் குதித்த லெவின், கிரிஷாவும் வெளியே வருவதற்கு உதவி செய்தார்.

“அது ஸ்டீவா!” என்று லெவின் கத்தினார். “டோலி, நாங்கள் பாடத்தை முடித்து விட்டோம், கவலைப்பட வேண்டாம்!” என்ற அவர் ஒரு சிறுவனைப் போல வண்டியை நோக்கி ஓடினார்.

“அவன், அவள், அது, அவனுடையது, அவளுடையது, அது” என்று கிரிஷா வழிநெடுகிலும் பாடத்தைக் கத்திக் கொண்டே ஓடினான்.

“வேறு ஒருவரும் இருக்கிறார், அது அப்பாவாகத்தான் இருக்க வேண்டும்!” என்று கத்திய லெவின் நுழைவாயிலின் அருகே நின்றார். “கிட்டி, சுற்றிக் கொண்டு வா, செங்குத்தான படிகளில் இறங்க வேண்டாம்.”

ஆனால் ஆப்லான்ஸ்கியுடன் வண்டியில் அமர்ந்திருப்பவர் வயதான இளவரசர் என்று லெவின் நினைத்தது தவறு. லெவின் வண்டியை நெருங்கியதும், ஸ்டீபன் ஆர்கடியேவிச்சின் அருகில் இளவரசருக்குப் பதிலாக, ஸ்காட்ச் தொப்பி அணிந்து அழகாக, பருமனாக இருந்த ஓர் இளைஞனைக் கண்டார். பீட்டர்ஸ்பர்க் மற்றும் மாஸ்கோவைச் சேர்ந்த புத்திசாலி இளைஞர்களில் ஒருவரான அவர் ஷெர்பாட்ஸ்கிகளின் தூரத்து உறவினரான வசென்கா வெஸ்லோவ்ஸ்கி. "மிகச் சிறந்த மனிதர் மட்டுமல்ல ஆர்வமுள்ள வேட்டைக்காரர்" என்று ஸ்டீபன் ஆர்கடியேவிச் அவரை லெவினுக்கு அறிமுகப்படுத்தினான்.

வயதான இளவரசருக்குப் பதிலாகத் தான் அங்கு வந்ததால் ஏற்பட்ட ஏமாற்றத்தைப் பொருட்படுத்தாத வெஸ்லோவ்ஸ்கி, லெவினை உற்சாகத்துடன் வரவேற்று, அவர்கள் ஏற்கனவே அறிமுகமானவர்கள் என்பதை நினைவுபடுத்தி, கிரிஷாவை வண்டியில் ஏற்றி, ஸ்டீபன் ஆர்கடியேவிச் தன்னுடன் கொண்டுவந்திருந்த நாயின் மேலாக அவனைத் தூக்கினார்.

லெவின் வண்டியில் ஏறாமல் வண்டியைப் பின்தொடர்ந்து நடந்தார். தான் மிகவும் நேசித்த வயதான இளவரசர் வரவில்லை என்பதையும், முற்றிலும் தேவையற்ற, அந்நிய மனிதரான இந்த வசென்கா வெஸ்லோவ்ஸ்கி வந்திருப்பதையும் நினைத்து லெவின் எரிச்சலடைந்தார். பெரியவர்களும் குழந்தைகளும் கூடியிருந்த முன் மண்டபத்தை லெவின் அடைந்தபோது, வசென்கா வெஸ்லோவ்ஸ்கி, கிட்டியின் கையைப் பாசத்துடனும், துணிச்சலுடனும் முத்தமிடுவதைக் கண்டதும், அந்த மனிதர் மேலும் அந்நியமானவராக, தேவையற்றவராகத் தோன்றினார்.

"நானும் உங்கள் மனைவியும் உறவினர்கள் என்பதுடன் பழைய நண்பர்கள்" என்ற வசென்கா வெஸ்லோவ்ஸ்கி மீண்டும் லெவின் கையை அழுத்தமாகக் குலுக்கினார்.

"சரி, பறவைகள் ஏராளமாக இருக்கிறதா?" என்று ஸ்டீபன் ஆர்கடியேவிச், மற்றவர்களிடம் பேசுவதற்கு முன்பே லெவினைப் பார்த்துக் கேட்டான். "அவரும் நானும் வேட்டையாடும் வெறியுடன் வந்திருக்கிறோம்... நிச்சயமாக அம்மா, அவர்கள் மாஸ்கோவில் இல்லை... இதோ தான்யா, இது உனக்காக! தயவுசெய்து அதை வெளியே எடுங்கள், அது வண்டியின் பின்புறத்தில் உள்ளது" என்று அவன் எல்லாத் திசைகளிலும் பேசினான். "நீ எவ்வளவு புத்துணர்ச்சியாக இருக்கிறாய் டோலி" என்று தன் மனைவியிடம் சொன்ன அவன், அவள் கையை முத்தமிட்டு, அதை ஒரு கையால் பிடித்துக் கொண்டு, மற்றொரு கையால் அவள் தலைமுடியை வருடினான்.

ஒரு நிமிடத்திற்கு முன்பு உற்சாகத்துடன் இருந்த லெவின், இப்போது அனைவரையும் கோபத்துடன் பார்த்தார். அவருக்கு எதுவும் பிடிக்கவில்லை.

'அந்த உதடுகளால் நேற்று அவன் யாரை முத்தமிட்டான்?' என்று நினைத்த லெவின், ஸ்டீபன் ஆர்கடியேவிச் தன் மனைவியிடம் காட்டும் கனிவைப் பார்த்தார். டோலியைப் பார்த்த லெவின், அவள் மீதும் கோபப்பட்டார்.

'அவன் காதலில் அவளுக்கு நம்பிக்கையில்லை. பிறகு ஏன் இவ்வளவு மகிழ்ச்சியாக இருக்கிறாள்? அருவருப்பாக உள்ளது!' என்று லெவின் நினைத்தார்.

சற்று நேரத்திற்கு முன்பு தனக்கு மிகவும் பிடித்தவளாக இருந்த இளவரசியை லெவின் பார்த்தார். அவள் தனது சொந்த வீட்டில் இருப்பதைப் போல வசென்காவை வரவேற்றது அவருக்குப் பிடிக்க வில்லை.

மண்டபத்திற்கு வந்த செர்ஜி இவானோவிச் கூட, ஸ்டீபன் ஆர்கடியேவிச்சைப் போலியான நட்புடன் வரவேற்றதால், அவர் மீதும் லெவினுக்குக் கோபம் ஏற்பட்டது. ஏனெனில் தனது சகோதரன் ஆப்லான்ஸ்கியை நேசிக்கவோ மதிக்கவோ இல்லை என்பது லெவினுக்குத் தெரியும்.

வரேன்காவும் அவருக்கு அருவருப்பாகத் தோன்றினாள். ஏனெனில், ஒரு புனிதமான பெண் எனும் தோற்றத்துடன், அந்த மாமனிதரின் அறிமுகத்தைப் பெற்ற அவள், அவரைத் திருமணம் செய்து கொள்வதைப் பற்றி மட்டுமே சிந்தித்தாள்.

எல்லாவற்றுக்கும் மேலாக கிட்டி நடந்து கொண்ட விதம் அவருக்கு அருவருப்பாக இருந்தது. ஏனெனில் அவரது வருகை தனக்கும் மற்றவர்களுக்கும் திருவிழாவுக்கான ஒரு சந்தர்ப்பம் போல மகிழ்ச்சியானது என்று அவள் கருதியதும், அவரது புன்னகைக்கு பதிலாக அவள் பரிமாறிய சிறப்புப் புன்னகையும் மிகவும் விரும்பத் தகாததாக இருந்தது.

அவர்கள் அனைவரும் சத்தமாகப் பேசிக்கொண்டு வீட்டிற்குள் சென்றனர். ஆனால் அவர்கள் அனைவரும் அமர்ந்தவுடன் லெவின் வெளியே சென்றார்.

கிட்டி தன் கணவரிடம் ஏதோ தவறாக இருப்பதைக் கண்டாள். அவள் ஒரு நிமிடம் அவருடன் தனியாகப் பேச விரும்பினாள், ஆனால் அலுவலகத்திற்குச் செல்ல வேண்டும் என்று சொல்லி அவர் அங்கிருந்து வேகமாக அவளை விட்டு விலகிச் சென்றார். வெகு நாட்களுக்குப் பிறகு அந்த மாலை நேரத்தில், முன்பு இருந்ததைப் போலவே பண்ணை வேலைகள் அவருக்கு மிகவும் முக்கியமானவையாகத்

தோன்றின. 'அவர்களுக்கு எல்லா நாளும் விடுமுறைதான் எனினும் இங்குள்ள வேலைகள் விடுமுறையில் செய்ய வேண்டியவை அல்ல, தள்ளிப்போட முடியாதவை. அது இல்லாமல் வாழ்க்கை சாத்திய மில்லை' என்று அவர் நினைத்தார்.

7

லெவினை இரவு உணவுக்கு வரச்சொல்லி ஆளை அனுப்பிய பிறகே அவர் வீட்டிற்குத் திரும்பினார். கிட்டியும், அகாஃபியா மிகைலோவ்னாவும் மாடிப்படிகளில் நின்று, என்ன ஒயின் பரிமாறுவது என்று விவாதித்துக் கொண்டிருந்தனர்.

"எதற்காக இவ்வளவு கவலைப்படுகிறீர்கள்? நாம் வழக்கமாக என்ன செய்வோமோ அதைச் செய்யுங்கள்."

"இல்லை, ஸ்டீவா குடிக்க மாட்டார்... கோஸ்டியா, நில்லுங்கள், என்ன ஆயிற்று?" என்ற கிட்டி லெவினைப் பின்தொடர விரைந் தாள். ஆனால் அவர் அவளுக்காகக் காத்திராமல் ஈவிரக்கமின்றி வேகமாகச் சாப்பாட்டு அறைக்குள் நுழைந்தார். வசென்கா வெஸ் லோவ்ஸ்கியும், ஸ்டீபன் ஆர்கடியேவிச்சும் பேசிக் கொண்டிருந்த பொதுவான உரையாடலில் உடனே கலந்து கொண்டார்.

"சரி, அதைப் பற்றி என்ன? நாம் நாளை வேட்டைக்குச் செல்வோமா?" என்றான் ஸ்டீபன் ஆர்கடியேவிச்.

"ஆமாம், தயவுசெய்து போகலாம்" என்ற வெஸ்லோவ்ஸ்கி எழுந்து மற்றொரு நாற்காலிக்குச் சென்று, பக்கவாட்டில் அமர்ந்து, தன் கொழுத்த கால்களை நாற்காலிக்குக் கீழே குறுக்காக வைத்துக் கொண்டார்.

"ஆமாம், போகலாம், அதனால் நான் மகிழ்ச்சியடைவேன். இந்த வருடத்தில் நீங்கள் வேட்டைக்குச் சென்றீர்களா?" என்ற லெவின், வெஸ்லோவ்ஸ்கியின் கால்களைக் கவனமாக ஆராய்ந்து, தனக்குச் சற்றும் பொருந்தாத, கிட்டி இதுவரை அவரிடம் பார்த்தி ராத நட்புணர்வற்ற தொனியில் சொன்னார். "ஏராளமான சதுப்பு நிலப் பறவைகள் இருக்கின்றன என்றாலும் பெரியதாக ஒன்றைக் கண்டுபிடிக்க முடியுமா என்று எனக்குத் தெரியவில்லை. நாம் வேட்டைக்குச் சீக்கிரம் போக வேண்டும். உங்களுக்குச் சோர்வாக இல்லையே? ஸ்டீவா உங்களுக்குக் களைப்பாக இல்லையே?"

"நானா? நான் வாழ்க்கையில் ஒருபோதும் சோர்வுற்றதில்லை. முழு இரவும் விழித்திருப்போம்! வாருங்கள் நடக்கலாம்."

“ஆமாம், அப்படியே செய்வோம்! அற்புதம்!” என்று வெஸ் லோவ்ஸ்கி ஒப்புக் கொண்டார்.

“ஓ, உங்களால் தூங்காமல் அதைச் செய்ய முடியும், மற்றவர் களையும் தூங்கவிடாமல் வைத்திருக்க முடியும் என்பது எங்களுக்குத் தெரியும்” என்று டோலி தன் கணவரிடம் எப்போதும் பேசும், கேலியான தொனியில் சொன்னாள். “சரி, நான் தூங்கும் நேரமாகி விட்டது... நான் போகிறேன். எனக்கு இரவு உணவு வேண்டாம்.”

“இல்லை, பொறு, டோலி” என்ற ஸ்டீபன் ஆர்கடியேவிச், பெண்கள் இரவு உணவு சாப்பிட்டுக் கொண்டிருந்த பெரிய மேசை யின் பக்கமாகச் சென்றான். “நான் உன்னிடம் நிறையப் பேச வேண்டும்!”

“அநேகமாக முக்கியமானது எதுவும் இருக்காது.”

“உனக்குத் தெரியுமா, வெஸ்லோவ்ஸ்கி அன்னாவுடன் தங்கப் போகிறார். அவர் மீண்டும் அவர்களைப் பார்க்கப் போகிறார். அவர்கள் இங்கிருந்து சுமார் ஐம்பது மைல் தூரத்தில் உள்ளனர். நானும் அவருடன் நிச்சயமாகப் போகிறேன். வெஸ்லோவ்ஸ்கி, இங்கே வாருங்கள்!”

வசென்கா அந்தப் பெண்களிடம் சென்று கிட்டியின் அருகில் அமர்ந்தார்.

“ஓ, நீங்கள் அவளைப் பார்க்கச் சென்றீர்களா? அவள் எப்படி இருக்கிறாள்?” என்று டோலி அவனை நோக்கித் திரும்பினாள்.

மேசையின் மறுமுனையில் இருந்த லெவின், இளவரசியுடனும் வரேன்காவுடனும் பேசிக் கொண்டே, கிட்டி, டோலி, வெஸ் லோவ்ஸ்கி ஆகிய மூவருக்கும் இடையில் ஒரு பரபரப்பான, ரகசிய மான உரையாடல் நடப்பதைக் கவனித்தார். அது ஒரு ரகசியமான உரையாடல் என்பது மட்டுமின்றி, உற்சாகமாக எதையோ சொல்லிக் கொண்டிருந்த வசென்காவின் அழகிய முகத்தைப் பார்த்துக் கொண்டிருந்த தன் மனைவியின் முகத்தில் வெளிப்பட்ட தீவிரமான முகபாவத்தையும் அவர் கவனித்தார்.

“அவர்கள் வீட்டில் இருப்பது மிக நன்றாக இருந்தது” என்று வெஸ்லோவ்ஸ்கி, அன்னாவையும் விரான்ஸ்கியையும் பற்றிப் பேசினார். “நான் நிச்சயமாகச் சொல்ல முடியாது, ஆனால் நீங்கள் அவர்கள் வீட்டில் ஒரு குடும்பத்தில் இருப்பதைப் போல உணர முடியும்.”

“அவர்கள் என்ன செய்ய உத்தேசித்திருக்கிறார்கள்?”

“அவர்கள் குளிர்காலத்தில் மாஸ்கோ செல்ல விரும்புவதாகத் தெரிகிறது.”

“நாம் எல்லோரும் சென்று அவர்களைப் பார்ப்பது நன்றாக இருக்கும் அல்லவா! நீங்கள் எப்போது போகிறீர்கள்?” என்று ஸ்டீபன் ஆர்கடியேவிச், வசென்காவிடம் கேட்டான்.

“நான் ஜூலை மாதத்தை அவர்களுடன் கழிக்கலாம் என்றிருக் கிறேன்.”

“நீ போகிறாயா?” என்று ஸ்டீபன் ஆர்கடியேவிச் தன் மனைவியிடம் திரும்பினான்.

“நான் போக வேண்டும் என்று நீண்ட நாட்களாக விரும்பி னேன், கண்டிப்பாகப் போவேன்” என்றாள் டோலி. “நான் அவளுக் காக வருத்தப்படுகிறேன். எனக்கு அவளை நன்றாகத் தெரியும். அவள் ஒரு அற்புதமான பெண். நீங்கள் சென்றதும் நான் தனியாக அங்கு போகிறேன். நான் யாரையும் சங்கடப்படுத்த விரும்பவில்லை. நீங்கள் இல்லாமல் இன்னும் நன்றாக இருக்கும்.”

“நல்லது, அற்புதம்” என்றான் ஸ்டீபன் ஆர்கடியேவிச். “கிட்டி, நீங்கள்?

“நானா? நான் எதற்குப் போக வேண்டும்?” என்ற கிட்டி முகம் சிவந்தாள். அவள் தன் கணவரைப் பார்த்தாள்.

“உங்களுக்கு அன்னா ஆர்கடியேவ்னாவைத் தெரியுமா?” என்று வெஸ்லோவ்ஸ்கி கிட்டியிடம் கேட்டார். “அவள் மிகவும் கவர்ச்சி யான பெண்.”

“ஆமாம்” என்ற கிட்டி மேலும் முகம் சிவந்து, எழுந்து தன் கணவரிடம் சென்றாள்.

“அப்படியானால் நீங்கள் நாளை வேட்டைக்குச் செல்கிறீர் களா?” என்றாள் கணவரிடம்.

வெஸ்லோவ்ஸ்கியிடம் அவள் பேசியபோது, அவள் கன்னங் களை மூடியிருந்த வெட்கத்தைப் பார்த்த அந்தச் சில நிமிடங்களில் அவருடைய பொறாமை எண்ணங்கள் வெகுதூரம் பயணித்தன. எனவே அவள் சொன்னதைக் கேட்ட அவர், இப்போது தனக்கே உரிய மொழியில் அதைப் புரிந்து கொண்டார். அதைப் பற்றி அவர் பின்னால் யோசித்தபோது அது விசித்திரமாக இருந்தது என்றாலும், அவர் வேட்டைக்குப் போகிறாரா என்று அவள் கேட்பது, வேட்டையாடும் மகிழ்ச்சியை அவர் வசென்கா வெஸ்லோவ்ஸ்கிக்குக் கொடுப்பாரா என்பதைத் தெரிந்து கொள்ளும் ஆர்வத்தில்தான் என்று அவருக்குத் தெளிவாகத் தெரிந்தது. அவள் அவனைக் காதலிக்கிறாள் என்று அவர் ஏற்கனவே கற்பனை செய்திருந்தார்.

"ஆமாம், நான் போகிறேன்" என்று முற்றிலும் இயல்புக்கு மாறான குரலில், அவராலேயே ஏற்றுக்கொள்ள முடியாத குரலில் பதிலளித்தார்.

"இல்லை, டோலி தன் கணவரைப் பார்க்கவே இல்லை என்பதால் நாளை இங்கேயே பொழுதைக் கழிப்பது நன்றாக இருக்கும். நாளை மறுநாள் வேட்டைக்குப் போங்கள்" என்றாள் கிட்டி.

கிட்டி சொன்ன வார்த்தைகளுக்கு அவர், 'வசென்காவை என்னிடமிருந்து பிரிக்காதீர்கள். நீங்கள் போனாலும் எனக்குக் கவலையில்லை, ஆனால் அந்த அழகான இளைஞனின் சகவாசத்தை நான் அனுபவிக்க வேண்டும்' என்று விளக்கம் சொல்லிக் கொண்டார்.

"ஆகா, நீ விரும்பினால், நாளை நாங்கள் வீட்டிலேயே இருப்போம்" என்று லெவின் கூடுதல் மகிழ்ச்சியுடன் சொன்னார்.

இதற்கிடையில் வசென்கா, தனது வருகை ஏற்படுத்திய துன்பங்களைப் பற்றிச் சிறிதும் சந்தேகப்படாமல், கிட்டிக்குப் பின்னால் மேசையிலிருந்து எழுந்து, புன்னகையுடன் கூடிய மென்மையான பார்வையுடன் அவளைப் பின்தொடர்ந்தார்.

அந்தப் பார்வையைக் கண்ட லெவின் ஒரு கணம் மூச்சு விட முடியாமல் திணறினார். 'என் மனைவியை இப்படிப் பார்க்க அவனுக்கு எப்படித் தைரியம் வந்தது!' என்று அவருக்கு ஆத்திரம் பொங்கியது.

"அப்படியானால் நாளை? தயவுசெய்து போகலாம்" என்று அவர் நாற்காலியில் சாய்ந்து, வழக்கம் போல கால்களைக் கீழே புதைத்துக் கொண்டார்.

லெவினுடைய பொறாமை உணர்வு மேலும் அதிகரித்தது. தன்னுடைய மனைவிக்கும் அவள் காதலனுக்கும் வாழ்க்கையின் வசதிகளையும், இன்பங்களையும் வழங்குவதற்கு மட்டுமே தேவைப்பட்ட ஒரு ஏமாற்றப்பட்ட கணவராக அவர் தன்னைக் கற்பனை செய்து கொண்டார். ஆனால் அதையும் மீறி, வசென்காவிடம், அவருடைய துப்பாக்கிகள், வேட்டைகள், காலணிகள் ஆகியவற்றைக் குறித்து அன்போடு விசாரித்துவிட்டு, மறுநாள் வேட்டைக்குச் செல்ல ஒப்புக் கொண்டார்.

அதிர்ஷ்டவசமாக இளவரசி எழுந்து கிட்டியைப் படுக்கச் செல்லும்படி சொன்னதன் மூலம் அவரது வேதனைக்கு ஒரு முற்றுப்புள்ளி வைத்தாள். ஆனால் அப்போதும் லெவினுக்கு ஒரு புதிய துன்பம் ஏற்படாமல் இல்லை. கிட்டியிடம் விடைபெறும் போது, வசென்கா மீண்டும் அவள் கையை முத்தமிட விரும்பினான். ஆனால் கிட்டி முகம் சிவந்து, தன் கையை இழுத்துக் கொண்டு,

அப்பாவித்தனமாக, "அது எங்கள் வீட்டில் பழக்கமில்லை" என்றாள். அதற்காக அவளுடைய அம்மா பிறகு அவளைக் கடிந்து கொண்டாள்.

லெவினின் பார்வையில் அவள் அத்தகைய செயலை அனு மதித்ததற்காகவும், அதைவிட அது அவளுக்குப் பிடிக்கவில்லை என்பதை வெளிப்படையாக மோசமான முறையில் காட்டியதற் காகவும் குற்றம் சாட்டப்பட்டாள்.

"சரி, தூக்கத்தைப் பற்றி யாருக்குக் கவலை!" என்றான் ஸ்டீபன் ஆர்கடியேவிச். இரவு உணவின் போது அதிகமாகக் குடித்த மதுவுக்குப் பிறகு, அவன் தனது இனிமையான, கவித்துவமான மனநிலையில் இருந்தான். "இதோ, பாருங்கள் கிட்டி!" என்று அவன் எலுமிச்சை மரங்களுக்குப் பின்னால் உதிக்கும் சந்திரனைச் சுட்டிக் காட்டினான். "எவ்வளவு அழகு! வெஸ்லோவ்ஸ்கி, இது பாட்டு பாடுவதற்கான நேரம். உங்களுக்குத் தெரியுமா, அவர் அருமையான குரல் வளம் உடையவர். நானும் அவரும் வரும் வழியில் ஒன்றாகப் பாடினோம். அவர் அழகான பாடல்களை, இரண்டு புதிய பாடல்களைக் கொண்டு வந்திருக்கிறார். அவரும் வரேன்காவும் பாட வேண்டும்."

எல்லோரும் கலைந்து சென்ற பிறகு, ஸ்டீபன் ஆர்கடியேவிச், வெஸ்லோவ்ஸ்கியுடன் வீதியில் நீண்ட தூரம் நடந்து சென்றான். அவர்களின் குரல்கள் ஒன்றாகச் சேர்ந்து ஒரு புதிய பாடலைப் பாடுவதைக் கேட்க முடிந்தது. லெவின் மனைவியின் படுக்கைறையில் நாற்காலியில் அமர்ந்து, அவர்கள் பாடுவதைக் கேட்டு முகத்தைச் சுளித்தார். கிட்டி என்ன ஆயிற்று என்று கேட்டதற்குப் பதில் சொல் லாமல் பிடிவாதமாக மௌனமாக இருந்தார். ஆனால் இறுதியில் அவள் பயம் கலந்த புன்னகையுடன், "உங்களுக்கு வெஸ்லோவ்ஸ் கியைப் பிடிக்கவில்லையா?" என்று கேட்டபோது, அவர் மனம் குமுறி எல்லாவற்றையும் அவளிடம் சொன்னார். அவளிடம் அதைச் சொன்னபோது அவமானத்தால் கூனிக் குறுகிய அவர், மேலும் எரிச்சலடைந்தார்.

அவர் கண்கள் பளபளக்க, தன் வலிமையான கைகளை மார்பின் குறுக்கே கட்டிக்கொண்டு, தன்னைக் கட்டுப்படுத்த அனைத்து முயற்சிகளையும் செய்வதுபோல அவள் முன்பு நின்று கொண்டிருந்தார். அவருடைய கடுமையான முகபாவத்தில் துயரமும் கலந்து வெளிப்படாமல் இருந்திருந்தால் அது மிகவும் கொடூரமாக இருந்திருக்கும். அது அவள் மனதைத் தொட்டது. அவருடைய தாடை நடுங்கியது, குரல் தடுமாறியது.

"எனக்குப் பொறாமை இல்லை என்பதை நீ புரிந்து கொள்ள வேண்டும். அது ஒரு கேவலமான வார்த்தை. எனக்குப் பொறாமையும்

இல்லை, நம்பிக்கையும் இல்லை... நான் என்ன உணர்கிறேன் என்பதை என்னால் சொல்ல முடியவில்லை. ஆனால் அது பயங்கர மானது... எனக்குப் பொறாமை இல்லை என்றாலும் யாரேனும் உன்னைப் பற்றி நினைத்தால், அத்தகைய கண்களால் உன்னைப் பார்த்தால், யாரும் கற்பனை செய்யத் துணியாத அளவுக்கு எனக்குள் கோபமும், அவமான உணர்வும் எழுகிறது..."

"என்ன மாதிரியான கண்கள்?" என்று கேட்டாள் கிட்டி. அன்று மாலையில் நடந்த அனைத்தையும், பேசிய ஒவ்வொரு வார்த்தைகளையும், அசைவுகளையும் அவற்றின் பொருளையும் தன்னால் முடிந்தவரை நினைவுக்குக் கொண்டுவர முயன்றாள். மேசையின் மறுமுனையிலிருந்து வெஸ்லோவ்ஸ்கி தன்னைப் பின்தொடர்ந்து வந்த சமயத்தில் ஏதோ ஒன்று நடந்திருப்பதை அவள் ஆழ்மனம் உணர்ந்து கொண்டது. ஆனால் அதை அவள் அவரிடம் சொல்லி அவருடைய துன்பத்தை அதிகப்படுத்துவது ஒருபுறமிருக்க, அவளே கூட அதை ஒப்புக்கொள்ளத் துணியவில்லை.

"நான் இப்போது இருக்கும் நிலையில் என்னிடம் அப்படி என்ன கவர்ச்சியாக இருக்க முடியும்...?"

"ஐயோ!" என்று அவர் தலையைப் பிடித்துக் கொண்டு கத்தினார். "நீ எதுவும் பேசாமல் இருப்பதே நல்லது... அப்படியானால் நீ கவர்ச்சியாக இருந்திருந்தால்..."

"வேண்டாம் கோஸ்டியா, நிறுத்துங்கள். நான் சொல்வதைக் கொஞ்சம் கேளுங்கள்!" என்று அவள் வேதனையோடும் இரக்கத் தோடும் அவரைப் பார்த்தாள். "எனக்கு உங்களைத் தவிர வேறு யாரும் இல்லை என்பதை அறிந்தும் உங்களால் எப்படி இப்படி யோசிக்க முடிகிறது...? நான் யாரையும் பார்க்காமல் குருடாக இருக்க வேண்டும் என்கிறீர்களா?"

அவர் பேசிய முதல் கணமே அவரது பொறாமை அவளைக் காயப்படுத்தியது. வெகுளித்தனமான அற்பத்தனமான சில சந்தோஷங்களைக் கூடத் தான் அனுபவிக்கக் கூடாது என்பதை நினைத்து அவள் வருந்தினாள். ஆனால் இப்போது அவருடைய மன அமைதிக்காகவும், அவருடைய துன்பத்தைப் போக்கவும், அவள் மகிழ்ச்சியுடன் அந்தச் சின்னச் சின்ன விஷயங்களை மட்டு மின்றி எல்லாவற்றையும் மனமுவந்து தியாகம் செய்ய முன்வந்தாள்.

"என் நிலையின் பயங்கரத்தையும் அபத்தத்தையும் நீ புரிந்து கொள்ள வேண்டும்" என்று அவர் விரக்தியான முணுமுணுப்புடன் தொடர்ந்தார். "என் வீட்டில் அவர் தனது கால்களை நாற்காலிக்கு அடியில் புதைத்துக் கொண்டு, இயல்பாகவும், சுதந்திரமாகவும் இருப்பதைத் தவிர வேறெந்தத் தவறையும் செய்யவில்லை! அவர்

அப்படி இருப்பதை மிகச்சிறந்த ரசனையாகக் கருதுகிறார் என்பதால் நான் அவரிடம் மரியாதையாக நடந்துகொள்ள வேண்டும்."

"ஆனால், கோஸ்டியா நீங்கள் மிகைப்படுத்துகிறீர்கள்" என்று சொன்ன கிட்டி, தன் மீது அவர் வைத்திருக்கும் அன்பின் ஆழம், இப்போது அவரது பொறாமையில் வெளிப்படுவதைக் கண்டு தன் உள்ளத்தின் ஆழத்தில் மகிழ்ச்சியடைந்தாள்.

"மிகவும் கொடுமையான விஷயம் என்னவென்றால், நீங்கள் எப்போதும் எப்படி இருக்கிறீர்களோ அப்படியே மாறாமல் இருக்கிறீர்கள். நான் உங்களை மிக உயர்ந்த இடத்தில் வைத்து, நாம் இருவரும் மிகவும் மகிழ்ச்சியாக, நம்ப முடியாத வகையில் மகிழ்ச்சியாக இருக்கும் நிலையில், திடீரென்று ஏன் இந்தக் குப்பை... அவர் குப்பை இல்லை, நான் எதற்காக அவரைத் திட்ட வேண்டும்? அவரைப் பற்றி எனக்குக் கவலையில்லை. ஆனால் நம்முடைய சந்தோஷம் ஏன் மண்ணாக வேண்டும்...?"

"இது ஏன் நடந்தது என்று எனக்குப் புரிகிறது. உங்களுக்கும் அது தெரியும்" என்று கிட்டி ஆரம்பித்தாள்.

"ஏன்? ஏன்?"

"இரவு உணவின் போது நாங்கள் பேசிக் கொண்டிருப்பதை நீங்கள் கவனித்துக் கொண்டிருப்பதை நான் பார்த்தேன்."

"ஆமாம், உண்மைதான்!" என்று லெவின் பயத்துடன் சொன்னார்.

அவர்கள் என்ன பேசிக் கொண்டார்கள் என்பதை அவள் அவரிடம் சொன்னாள். அவள் அதைச் சொல்லும் போது உணர்ச்சிப் பெருக்கால் மூச்சுத் திணறினாள். மௌனமாகக் கேட்டுக் கொண்டிருந்த லெவின், அவளுடைய வெளிறிய, பயந்த முகத்தை உற்றுப் பார்த்துவிட்டு, திடீரென்று தன் தலையைப் பிடித்துக் கொண்டார்.

"காத்யா, நான் உன்னைச் சித்திரவதை செய்கிறேன்! அன்பே என்னை மன்னித்துவிடு! இது பைத்தியக்காரத்தனம்! எல்லாம் என் தவறு. இப்படிப்பட்ட முட்டாள்தனத்தால் நான் எப்படி இவ்வளவு வேதனைப்பட முடியும்?"

"இல்லை, நான் உங்களுக்காக வருந்துகிறேன்."

"எனக்காகவா? எனக்கு? நான் யார்? நான் ஒரு பைத்தியக்காரன்...! ஆனால் நீ ஏன் துயரப்பட வேண்டும்? எந்த அந்நியனும் நம் மகிழ்ச்சியைச் சீர்குலைக்க முடியும் என்று நினைக்கும்போது பயங்கரமாக இருக்கிறது!"

"உண்மைதான். அதுதான் என்னைப் புண்படுத்துகிறது..."

நற்றிணை பதிப்பகம் ● 849

“அப்படியானால் நான் வேண்டுமென்றே அவரைக் கோடை முழுவதும் நம்முடன் தங்கவைத்து, அவருக்குப் பாராட்டு மழை பொழிகிறேன்” என்று லெவின் அவள் கைகளை முத்தமிட்டார். “நீயே பார். நாளை... ஆமாம், நாளை புறப்படுகிறோம்.”

8

மறுநாள், பெண்கள் அனைவரும் எழுவதற்கு முன்னரே, அவர்கள் வேட்டைக்குச் செல்வதற்காகப் பொறிகளும் வண்டியும் தயாராக இருந்தன. அவர்கள் வேட்டைக்குச் செல்கிறார்கள் என்பதைக் காலை முதலே உணர்ந்து கொண்ட லாஸ்கா மகிழ்ச்சியாகக் குரைத்து, துள்ளிக் குதித்து வண்டியில் ஓட்டுநருக்கு அருகில் அமர்ந்து, அவர்களை எதிர்பார்த்து உற்சாகத்துடன் அதே சமயம் அவர்களின் தாமதத்தைக் கண்டு அதிருப்தியுடன் வாசலைப் பார்த்துக் கொண்டிருந்தாள். தனது கொழுத்த தொடைகளைப் பாதிவரை மறைத்த புதிய உயரமான காலணிகளும், பச்சை நிறச் சட்டையும், புதிய தோல் வாசனை வீசிய தோட்டாக்கள் நிரம்பிய இடுப்பு பெல்ட்டும், ரிப்பன்களுடன் கூடிய தொப்பியும் அணிந்து, புத்தம் புதிய தோல்வார் இல்லாத ஆங்கிலத் துப்பாக்கியுடன் வசென்கா வெஸ்லோவ்ஸ்கி முதலில் வெளியே வந்தார். துள்ளிக் குதித்து அவரை வரவேற்ற லாஸ்கா, மற்றவர்கள் எப்போது வருவார்கள் என்று தனக்கே உரிய பாணியில் அவரிடம் கேட்டாள். ஆனால் எந்தப் பதிலும் வராததால், மீண்டும் தன் இருக்கைக்குத் திரும்பி, தலையைப் பக்கவாட்டில் திருப்பி, ஒரு காதை நிமிர்த்தி, பழையபடி அமர்ந்து கொண்டாள். இறுதியில் ஒருவழியாக கதவு கிரீச்சிட்டுத் திறந்துகொள்ள, வெண்மையும் பொன் நிறமும் கலந்த, ஸ்டீபன் ஆர்கடியேவிச்சின் நாய் கிராக் பாய்ந்து வெளியே வந்தது. அதைத் தொடர்ந்து கையில் துப்பாக்கி ஏந்தி, வாயில் எரியும் சுருட்டுடன் ஸ்டீபன் ஆர்கடியேவிச் வெளியே வந்தான். தன் கால்களைத் தூக்கி அவன் வயிற்றிலும் மார்பிலும் வைத்து, அவன் தோளில் தொங்கிய பையைப் பிடித்த நாயைப் பார்த்து, “இரு, இரு, கிராக்!” என்று அன்புடன் கத்தினான். ஸ்டீபன் ஆர்கடியேவிச் பதனிடப்படாத தோல் காலணியும், காலுறையும், கிழிந்த கால்சட்டையும், குட்டையான மேல்கோட்டும் அணிந்திருந்தான். அவன் தலையில் தொப்பி என்ற பெயரில் ஏதோ அலங்கோலமான ஒன்று இருந்தது. ஆனால் புதிய பாணியில் இருந்த அவனுடைய துப்பாக்கி வசீகரமாக இருந்தது. மேலும் அவன் தோளில் தொங்கிய பையும், தோட்டா நிரம்பிய இடுப்பு பெல்ட்டும் பழையதாக இருந்தாலும் தரமானவை.

ஒரு உண்மையான வேட்டைக்காரன் எப்போதும் தனது உடைகளில் கவனம் செலுத்தாமல், மிகச் சிறந்த தரமான வேட்டை உபகரணங்களை வைத்திருப்பதில் அக்கறை காட்டுவான் என்பதை வசென்கா வெஸ்லோவ்ஸ்கி இதற்கு முன்பு அறியவில்லை. ஸ்டீபன் ஆர்கடியேவிச் தனது கந்தல் உடைகளிலும் கம்பீரமாக, உற்சாகத் துடன் தோற்றமளிப்பதைக் கண்டு அதைப் புரிந்து கொண்ட அவர், அடுத்த வேட்டையில் தானும் அவ்வாறே தோற்றமளிக்க வேண்டும் என்று முடிவு செய்தார்.

"சரி, நம்முடைய வீட்டுக்காரர் என்ன ஆனார்?" என்று அவர் கேட்டார்.

"அவருக்கு இளம் மனைவி இருக்கிறார்" என்ற ஸ்டீபன் ஆர்கடியேவிச் புன்னகைத்தான்.

"ஆமாம், அழகான மனைவி."

"அவர் ஆடை அணிந்து ஏற்கனவே தயாராக இருந்தார். அவர் அவளைப் பார்க்க ஓடியிருப்பார்."

ஸ்டீபன் ஆர்கடியேவிச் நினைத்து சரிதான். நேற்று தான் முட்டாள்தனமாக நடந்து கொண்டதற்கு தன்னை மன்னித்து விட்டாயா என்று கேட்பதற்கும், ஜாக்கிரதையாக இருக்குமாறு அவளைக் கேட்டுக் கொள்ளுவதற்கும் அவர் தன் மனைவியிடம் சென்றார். முக்கியமாக அவள் குழந்தைகளிடமிருந்து விலகி இருக்க வேண்டும் ஏனெனில் அவர்கள் எந்த நேரத்திலும் அவளை இடித்து விடலாம் என்று எச்சரித்தார்.

மேலும் அவர் இரண்டு நாட்கள் அவளை விட்டுப் பிரிந்து செல்வதற்காகத் தன் மீது அவளுக்குக் கோபம் இல்லை என்பதை உறுதிப்படுத்திக் கொள்ளவும், மறுநாள் காலையில் அவள் நலமாக இருப்பதாக இரண்டு வார்த்தைகளாவது குறிப்பு எழுதி வேலைக் காரனிடம் கொடுத்து அனுப்ப வேண்டும் என்பதை உறுதி செய்யவும் அவளிடம் சென்றார். தன் கணவரை விட்டு இரண்டு நாட்கள் பிரிந்திருக்க வேண்டும் என்பது கிட்டிக்கு வேதனையாக இருந்தது என்றாலும், உயரமான வேட்டைக் காலணியிலும், வெள்ளைச் சட்டையிலும், பெரியதாகவும் வலிமையாகவும் இருந்த அவரது உற்சாகமான உருவத்தையும், தன்னால் புரிந்து கொள்ள முடியாத அந்த வேட்டையின் உற்சாகத்தையும் பார்த்து, அவரது மகிழ்ச்சியில் தனது சோகத்தை மறந்து மகிழ்ச்சியுடன் அவரை வழியனுப்பி வைத்தாள்.

"மன்னிக்கவும் நண்பர்களே!" என்று சொல்லிக் கொண்டே லெவின் படிகளில் இறங்கி ஓடி வந்தார். "மதிய உணவு எடுத்து வைத்தாயிற்றா? தவிட்டு நிறக் குதிரை ஏன் வண்டியின் வலது

புறத்தில் பூட்டியுள்ளது? சரி, பரவாயில்லை! லாஸ்கா, அமைதி! போய் உட்கார்!"

"அவற்றைக் கறவை மாடுகளுடன் வெளியே விடுங்கள்" என்று லெவின் ஆட்டுக்குட்டிகளைப் பற்றி தன்னிடம் எதையோ கேட்ப தற்கு மாடிப்படிகளில் நின்றிருந்த ஆடு மேய்ப்பவரிடம் சொன்னார்.

"மன்னிக்கவும், இதோ மற்றொரு விஷமி வருகிறார்" என்ற லெவின் ஏற்கனவே ஏறியிருந்த வண்டியிலிருந்து கீழே இறங்கி, கையில் அளவுகோலுடன் வந்த தச்சரிடம் சென்றார்.

"இதோ பாருங்கள்! நேற்றிரவு நீங்கள் அலுவலகத்திற்கு வராமல், இப்போது நான் வெளியே செல்லும்போது வந்துள்ளீர்கள். சரி, என்ன விஷயம்?"

"இன்னும் மூன்று படிகள் சேர்த்து மற்றொரு வளைவைச் சேர்க்க வேண்டும் அப்போதுதான் வசதியாக இருக்கும். அதற்கு அனுமதி வேண்டும்."

"நீங்கள் நான் சொல்வதைக் கேட்டிருக்க வேண்டும்" என்று லெவின் எரிச்சலுடன் சொன்னார். "நான் முதலில் அடித்தளத்தை அமைத்த பிறகு படிகளை வெட்டச் சொன்னேன். இப்போது நீங்கள் அதைச் சரி செய்ய முடியாது. எனவே நான் சொன்னபடி செய்து புதிதாகப் படிகளை அமையுங்கள்."

பிரச்சினை என்னவென்றால், வீட்டை இணைத்துப் புதிதாகக் கட்டும் பகுதிக்கு, தச்சர் படிகளின் உயரங்களைக் கணக்கிடாமல் அவற்றைத் தனித்தனியாகச் செய்து, ஒன்றாகப் பொருத்தியதில் அனைத்துப் படிகட்டுகளும் சாய்ந்து நின்றன. இப்போது தச்சர் அதில் மேலும் மூன்று படிகளைச் சேர்க்க வேண்டும் என்கிறார்.

"அது இன்னும் நன்றாக இருக்கும்."

"ஆனால் கூடுதலாக மூன்று படிகளைச் சேர்த்தால் அது எங்கே சென்று முடியும்?"

"என்னை மன்னியுங்கள்" என்ற தச்சர் புன்னகையுடன் சொன்னார். "அது சரியான இடத்தில் முடியும்" என்ற அவர் கையால் சைகை செய்து, "அது அடிமட்டத்திலிருந்து தொடங்கி மேல்நோக்கிச் சென்று சரியான இடத்தில் முடியும்" என்றார்.

"ஆனால் அந்த மூன்று படிகளும் நீளத்தை அதிகரிக்கும் என்பதால் அது எங்கிருந்து தொடங்கும்?"

"அது கீழே தரையிலிருந்து தொடங்கி மேலே உச்சியில் சென்று முடியும்" என்று தச்சர் பிடிவாதமாகவும் அழுத்தமாகவும் சொன்னார்.

"அது கூரையையும் சுவரையும் முட்டும்."

“நீங்கள் என்னை மன்னிக்க வேண்டும். அது சரியாக அடியி லிருந்து தொடங்கி மேலே கச்சிதமாகச் சென்று முடியும்”

லெவின் ஒரு கம்பியை எடுத்துத் தரையிலிருந்த புழுதியில் அவருக்குப் படிகட்டுகளை வரைந்து காட்டினார்.

“இப்போது புரிகிறதா?”

“உங்கள் இஷ்டப்படி” என்ற தச்சரின் கண்கள் திடீரென்று பிரகாசித்தன. இறுதியில் அவர் சிக்கலைப் புரிந்து கொண்டதாகத் தெரிந்தது. “நாம் புதியதாகச் செய்ய வேண்டும்.”

“சரி, சொன்னபடி செய்யுங்கள்!” என்று கத்திக் கொண்டே லெவின் வண்டியில் ஏறினார். “பிலிப், வண்டியை எடு! நாய்களைப் பிடி!”

இப்போது குடும்பத்தையும் பண்ணையையும் பற்றிய அனைத்துக் கவலைகளையும் ஒதுக்கிவிட்டு, வாழ்க்கையின் மகிழ்ச்சியையும் எதிர்பார்ப்பையும் தீவிரமாக உணர்ந்த லெவின் பேசுவதற்கு விரும்பவில்லை. அது மட்டுமின்றி, ஒவ்வொரு வேட்டைக்காரரும் வேட்டை இடத்தை நெருங்கும்போது அனுபவிக்கும் அந்த மனம் ஒருமுகப்பட்ட தீவிரமான உற்சாகத்தை அவர் அனுபவித்தார். கோல்பென்ஸ்கி சதுப்பு நிறத்தில் தங்களால் ஏதேனும் பறவைகளைக் கண்டுபிடிக்க முடியுமா, லாஸ்காவுக்கும் கிராக்குக்கும் உள்ள அம்சங்களை எவ்வாறு ஒப்பிட முடியும், இன்று தன்னால் எவ்வளவு நன்றாகச் சுட முடியும் போன்ற கேள்விகள் மட்டுமே இப்போது அவரை ஆக்கிரமித்திருந்தன. அந்தப் புதிய மனிதரின் முன்னிலையில் தான் அவமானப்பட நேருமா? வேட்டையில் ஆப்லான்ஸ்கி தன்னை மிஞ்சிவிடுவாரா? போன்ற கேள்விகளும் அவருக்கு இருந்தன.

ஆப்லான்ஸ்கியும் இதேபோன்ற உணர்வுகளை அனுபவித்து வந்ததால் அவனும் மௌனமாக இருந்தான். ஆனால் வசென்கா வாஸ்லோவ்ஸ்கி மட்டும் இடைவிடாமல் குதூகலமாகப் பேசிக் கொண்டிருந்தார். இப்போது அவர் சொல்வதைக் கேட்டுக் கொண்டி ருந்த லெவின், நேற்று அவரிடம் எவ்வளவு தூரம் அநியாயமாக நடந்து கொண்டோம் என்பதை நினைத்து வெட்கப்பட்டார். உண்மையில் அவர் நல்ல உள்ளம் கொண்ட, நகைச்சுவையாகப் பேசும் ஒரு மனிதர். லெவின் திருமணத்திற்கு முன்னரே அவரைச் சந்தித்திருந் தால் இருவரும் நெருக்கமான நண்பர்களாக இருந்திருப்பார்கள். வாழ்க்கையை ஒரு விடுமுறையைப் போல அவர் கையாண்ட விதமும், நேர்த்தியாக இருப்பது வெகு சுலபம் என்ற அவரது அனுமானமும் லெவினுக்குப் பிடிக்கவில்லை. நீளமான நகங்களும், தொப்பியும், அதனுடன் இணைந்த பிறவும் தன்னிடம் இருப்பதால், தன்னை உயர்ந்தவராக, சந்தேகத்திற்கு இடமின்றி முக்கியமானவராக

அவர் கருதினார். ஆனால் அவரது நல்ல குணத்திற்காகவும் ஒழுக்கத்திற்காகவும் அதை மன்னித்து விடலாம். அவரது நடத்தை, ஆங்கிலம் மற்றும் பிரெஞ்சு மொழியின் துல்லியமான உச்சரிப்பு, மேலும் அவர் தனது உலகத்தைச் சேர்ந்த மனிதர் போன்றவை காரணமாக லெவின் அவரை விரும்பினார்.

வண்டியின் இடது புறம் இருந்த டான் ஸ்டெப்பி குதிரையை வசென்கா மிகவும் ரசித்தார். அவர் அதன் பெருமையைப் பாராட்டிக் கொண்டே இருந்தார்.

"ஸ்டெப்பி குதிரையில் புல்வெளி மீது சவாரி செய்வது எவ்வளவு நன்றாக இருக்கும்! நான் சொல்வது சரிதானே?" என்று கேட்டார் அவர்.

ஸ்டெப்பி குதிரையில் சவாரி செய்வதில் ஏதோ வசீகரமான, கவித்துவமான ஒன்று இருப்பதாக அவர் கற்பனை செய்தார் ஏனெனில் அவர் ஒருபோதும் அதைச் செய்ததில்லை. ஆனால் அவருடைய அப்பாவித்தனத்துடன், அவரது நல்ல தோற்றமும், அவரது இனிய புன்னகையும், வசீகரமான உடல் அசைவுகளும் இணைந்து அவருக்கு மிகவும் கவர்ச்சிகரமான தோற்றத்தைக் கொடுத்தன. அவருடைய சுபாவம் லெவினுக்கு இணக்கமாக இருந்ததாலோ அல்லது நேற்று மாலை அவர் செய்த பாவத்திற்குப் பிராயச்சித்தமாக, அவருக்குள் இருந்த நல்லவற்றை மட்டுமே பார்க்க முயன்றதாலோ லெவின் அவருடன் இருப்பதை ரசித்தார்.

அவர்கள் சுமார் இரண்டு மைல் தூரம் சென்றதும், வெஸ் லோவ்ஸ்கி தனது சுருட்டுப்பெட்டியும், பணப்பையும் தன்னிடம் இல்லை என்பதை அறிந்தார். அவை தொலைந்து விட்டனவா அல்லது வீட்டில் மேசை மீது வைத்து விட்டோமோ என்று அவருக்குத் தெரியவில்லை. அவரது பணப்பையில் முன்னூறு ரூபிள்கள் இருந்தன என்பதால் அதை அப்படியே விட்டுவிட முடியாது.

"லெவின், நான் இடது பக்கம் வண்டியுடன் ஓடிவரும் குதிரையில் வீட்டிற்குச் செல்கிறேன். அது பிரமாதமாக இருக்கும்" என்று சொல்லிவிட்டு, குதிரை மீது ஏறுவதற்கு ஆயத்தமானார்.

"வேண்டாம், நீங்கள் ஏன் போக வேண்டும்?" என்ற லெவின் வசென்காவின் எடை இருநூறு பவுண்டுகள் இருக்கும் என்று கணித்தார். "நான் என் வண்டியோட்டியை அனுப்புகிறேன்."

வண்டியோட்டி அதில் ஏறிச் செல்ல லெவின் தானே வண்டியை ஓட்டினார்.

9

"சரி, நமது திட்டம் என்ன? அதைப் பற்றி எங்களுக்குச் சொல்லுங்கள்" என்று கேட்டான் ஸ்டீபன் ஆர்கடியேவிச்.

"இதுதான் திட்டம். இப்போது நாம் குவோஸ்தேவோவுக்குச் செல்கிறோம். அதற்கு அருகில் பறவைகள் நிறைந்த சதுப்பு நிலம் உள்ளது. குவோஸ்தேவோவுக்கும் அப்பால் உள்ள அற்புதமான சதுப்பு நிலத்தில் அவ்வப்போது பெரிய பறவைகள் காணப்படும். இப்போது வெப்பமாக இருக்கிறது. நாம் மாலையில் (பதினைந்து மைல்) அங்கு சென்று சேர்ந்ததும் சிறிது வேட்டையாடுவோம். நாம் அங்கேயே இரவைக் கழித்துவிட்டு, நாளை பெரிய சதுப்பு நிலப் பகுதிக்குச் செல்வோம்."

"ஆனால் வழியில் எதுவும் இல்லையா?"

"இருக்கிறது, ஆனால் அது நம் பயணத்தைத் தாமதப்படுத்தும் என்பதுடன் இப்போது அதிக வெப்பமாக இருக்கிறது. இரண்டு சிறிய இடங்கள் உள்ளன. ஆனால் அங்கு பறவைகள் இருக்குமா என்பது சந்தேகமாக இருக்கிறது."

அந்தச் சிறிய இடங்களில் நிற்பதற்கு லெவின் விரும்பினார். ஆனால் அந்த இடங்கள் வீட்டிற்கு அருகில் இருந்ததால் அவர் எந்த நேரத்திலும் அங்கு சென்று வேட்டையாட முடியும். அவை சிறியவை என்பதால் மூன்று பேர் சுடுவதற்குப் போதுமான இட மில்லை என்பதால் அங்கு பறவைகள் இருப்பது சந்தேகம் என்று அவர் அவர்களிடம் பொய் சொன்னார். அவர்கள் சிறிய சதுப்பு நிலத்திற்கு வந்தபோது லெவின் வேகமாக அதைக் கடந்து செல்ல விரும்பினார். ஆனால் வேட்டையில் அனுபவம் வாய்ந்த ஸ்டீபன் ஆர்கடியேவிச்சின் கண்கள், சாலையிலிருந்து தெரியும் சதுப்பு நிலத்தைக் கவனித்தன.

"நாம் அங்கே நிறுத்தப் போவதில்லையா?" என்று அவன் சதுப்பு நிலத்தைச் சுட்டிக்காட்டிக் கேட்டான்.

"லெவின், தயவுசெய்து நிறுத்துங்கள். எவ்வளவு அருமையாக இருக்கிறது!" என்று வசென்கா வெஸ்லோவ்ஸ்கி கெஞ்சிக் கேட்டும், லெவினால் அதற்கு ஒப்புக் கொள்ளாமல் இருக்க முடியவில்லை.

அவர்கள் வண்டியை நிறுத்துவதற்கு முன்னரே, நாய்கள் ஒன்றையொன்று முந்திக் கொண்டு சதுப்பு நிலத்தை நோக்கி ஓடின.

"கிரேக், லாஸ்கா...!"

நாய்கள் திரும்பி வந்தன.

“இது சிறிய இடம் என்பதால் நாம் மூவரும் வேட்டையாட முடியாது. நான் இங்கேயே இருக்கிறேன்” என்றார் லெவின். நாய்களைப் பார்த்து பயந்து, சதுப்பு நிலத்தின் மீது வட்டமிட்டுப் புலம்பும் நீர்ப்பறவைகளைத் தவிர வேறெதுவும் அவர்களுக்குக் கிடைக்காது என்ற நம்பிக்கையில் லெவின் அவ்வாறு சொன்னார்.

“இல்லை, வாருங்கள், நாம் ஒன்றாகப் போவோம்” என்றார் வெஸ்லோவ்ஸ்கி.

“உண்மையில் அங்கு இடமிருக்காது! லாஸ்கா... லாஸ்கா... திரும்பி வா. உங்களுக்கு இரண்டு நாய்கள் தேவையில்லையே?”

அவர்களுடன் செல்லாமல் வண்டியில் இருந்த லெவின் அவர்களைப் பொறாமையுடன் பார்த்துக் கொண்டிருந்தார். ஆனால் அவர்கள் சதுப்பு நிலம் முழுவதும் சென்று பார்த்த போதும், நீர்ப்பறவைகளைத் தவிர வேறு எதுவும் அந்தச் சதுப்பு நிலத்தில் இல்லை. அவற்றில் ஒன்றை வெஸ்லோவ்ஸ்கி சுட்டுக் கொன்றார்.

“வாருங்கள் போகலாம், நான் அப்போதே சொன்னேன்” என்றார் லெவின். “இது கால விரயம்.”

“இல்லை, அது வேடிக்கையாக இருந்தது. இதோ பாருங்கள்” என்ற வெஸ்லோவ்ஸ்கி துப்பாக்கியையும் நீர்ப்பறவையையும் கையில் வைத்து, தடுமாறிக் கொண்டு வண்டியில் ஏறினார்.

“நான் இதைச் சுட்டேன்! சரி, நாம் இங்கிருந்து உண்மையான வேட்டை இடத்திற்கு எவ்வளவு சீக்கிரம் செல்ல முடியும்?”

திடீரென்று குதிரைகள் முன்னோக்கி நகர்ந்தன. யாரோ ஒருவரின் துப்பாக்கியின் குழல் லெவின் தலையைத் தாக்கியதைத் தொடர்ந்து, துப்பாக்கி வெடிக்கும் ஓசை கேட்டது. துப்பாக்கி முதலில் வெடித்த பிறகே அது அவரது தலையில் இடித்தது என்றாலும் லெவினுக்கு அப்படித் தோன்றவில்லை. வெஸ்லோவ்ஸ்கி தன் துப்பாக்கியைக் கீழே இறக்கி வைத்தபோது, அவர் தவறுதலாகத் துப்பாக்கி விசையை அழுத்தினார். ஆனால் துப்பாக்கி குண்டு தரையில் பட்டதால் யாருக்கும் எந்தப் பாதிப்பும் ஏற்படவில்லை. ஸ்டீபன் ஆர்கடியேவிச் தலையை அசைத்து, வெஸ்லோவ்ஸ்கியைப் பார்த்துச் சிரித்தார். ஆனால் லெவினுக்கு அவரைத் திட்டுவதற்கு மனம் வரவில்லை. முதலாவதாக, அவருக்கு ஏற்பட இருந்த ஆபத்தாலும் நெற்றியில் ஏற்பட்ட வீக்கத்தாலும் அவரைத் திட்டுவதாகத் தோன்றும். இரண்டாவதாக, வெஸ்லோவ்ஸ்கி மிகவும் அப்பாவித் தனமாக அதற்காக வருத்தப்பட்டார் என்றாலும் அவர்களிடம் ஏற்பட்ட பீதியைப் பார்த்து, மிகவும் நல்ல குணத்துடன் சிரித்ததாலும், லெவினால் அவர்களின் சிரிப்பில் கலந்து கொள்ளாமல் இருக்க முடியவில்லை.

அவர்கள் இரண்டாவது சதுப்பு நிலத்தை அடைந்தபோது, அது சற்றே பெரியது என்பதால் அதைக் கடப்பதற்குச் சற்று நேரம் ஆகும் என்றாலும், அங்கு நிற்காமல் செல்லலாம் என்று லெவின் அவர்களை வற்புறுத்தினார். ஆனால் மீண்டும் வெஸ்லோவ்ஸ்கி லெவினிடம் மன்றாடிக் கேட்டதால், சதுப்பு நிலம் குறுகியதாக இருந்ததால், அவர்களை அனுப்பிவிட்டு லெவின் வண்டியில் இருந்தார்.

கிராக் நேராக புல்மேடு இருந்த இடத்தை நோக்கிச் சென்றான். வசென்கா வெஸ்லோவ்ஸ்கி முதலில் நாயின் பின்னே ஓடினார். ஸ்டீபன் ஆர்கடியேவிச் அதை நெருங்குவதற்குள் ஒரு பறவை வானத்தில் பறந்து சென்றது. வெஸ்லோவ்ஸ்கி சுட்டபோது அவரது குறி தப்பியதால், அது வெட்டப்படாத புல்வெளியில் இறங்கியது. அதைச் சுடும் பொறுப்பை வெஸ்லோவ்ஸ்கி எடுத்துக் கொண்டார். அது மீண்டும் மேலே பறந்தபோது, கிராக் அதை மீண்டும் கண்டுபிடித்துச் சுட்டிக்காட்ட, வெஸ்லோவ்ஸ்கி அதைச் சுட்டு வீழ்த்தி விட்டு வண்டிக்குத் திரும்பினார்.

“இப்போது நீங்கள் போங்கள், நான் வண்டியில் இருக்கிறேன்” என்றார் அவர் லெவினிடம்.

வேட்டைக்காரர்களின் பொறாமை லெவினை ஆக்கிரமித்தது. அவர் வெஸ்லோவ்ஸ்கியிடம் வண்டியை ஒப்படைத்து விட்டு, சதுப்பு நிலத்தை நோக்கிச் சென்றார்.

வெகுநேரமாகக் குரைத்து வேட்டைக்குச் செல்லவில்லை என்பதை முறையிட்டுக் கொண்டிருந்த லாஸ்கா, நேராக லெவினுக்குப் பரிச்சயமான, கிராக் இன்னும் சென்றிருக்க முடியாத, ஒரு நம்பக மான புல்மேட்டை நோக்கி விரைந்தாள்.

“நீங்கள் ஏன் அவளைத் தடுத்து நிறுத்தவில்லை?” என்று ஸ்டீபன் ஆர்கடியேவிச் கத்தினான்.

“அவள் பறவைகளைப் பயமுறுத்த மாட்டாள்” என்ற லெவின், தனது நாயை மகிழ்ச்சியுடன் பார்த்து, அதைப் பின்தொடர்ந்து சென்றார்.

பழக்கமான புல்மேட்டை நெருங்கியபோது, லாஸ்காவின் தேடல் மேலும் தீவிரமடைந்தது. ஒரு சிறிய சதுப்பு நிலப் பறவை அவளை ஒரு கணம் திசை திருப்பியது. அவள் நாணல் கூட்டத்தை ஒருமுறை சுற்றிவிட்டு, மீண்டும் இரண்டாவது சுற்றுத் தொடங்கிய போது, திடீரென்று உறைந்து நின்றாள்.

“ஸ்டீவா இங்கே வாருங்கள்!” என்று கத்திய லெவின் தன் இதயம் வேகமாகத் துடிப்பதை உணர்ந்தார். திடீரென்று அவரது அடைத்திருந்த காது திறந்து கொண்டது போல, அந்த ஒலிகள்

அனைத்தும் தூரத்தைக் கடந்து, ஒழுங்கற்ற முறையில், ஆனால் மிகத் தெளிவாக அவர் காதுகளை வந்தடைந்தன. ஸ்டீபன் ஆர்கடியேவிச்சின் காலடி ஓசையைக் கேட்ட அவர், தூரத்தில் உள்ள குதிரைகளின் குளம்படி ஓசை எனக் கருதினார். அவர் புல்மேட்டில் நடந்தபோது காலடியில் மிதிபட்டு வேரோடு முறிந்த புற்களின் ஓசையை, பறவையின் சிறகடிக்கும் ஓசை எனக் கருதினார். அவருக்குப் பின்னால் தண்ணீர் தெறிக்கும் ஓசையை அவர் செவிமடுத்தார் எனினும் அது என்ன என்பதை அவரால் நிதானிக்க முடியவில்லை. அவர் ஜாக்கிரதையாக அடியெடுத்து வைத்து, தன் நாயை நோக்கி நடந்தார்.

"அதைப் பிடி!"

நாயின் காலடியிலிருந்து பறந்து சென்ற அது ஒரு பெரிய பறவை அல்ல என்றாலும் பொதுவான ஒரு பறவை. லெவின் தன் துப்பாக்கியை உயர்த்தி, இலக்கை நோக்கிக் குறி பார்த்தபோது, அந்தத் தண்ணீர் தெறிக்கும் ஓசை மேலும் தீவிரமடைந்தது. விசித்திரமான உரத்த குரலில் எதையோ கத்திக் கொண்டிருந்த வெஸ்லோவ்ஸ்கியின் குரலும் அதனுடன் இணைந்தது. லெவின் தன் குறி தப்பிவிடும் என்று தெரிந்தும் சுடுவதை நிறுத்தவில்லை.

தன் குறி தப்பிவிட்டதை உணர்ந்து லெவின் சுற்றிலும் பார்த்த போது, குதிரைகள் சாலையில் இல்லாமல் சதுப்பு நிலத்தில் இறங்கி விட்டதைக் கண்டார்.

துப்பாக்கி சுடுவதைப் பார்க்க விரும்பிய வெஸ்லோவ்ஸ்கி, சதுப்பு நிலத்தில் வண்டியை ஓட்டிவந்தபோது குதிரைகள் சேற்றில் சிக்கிக் கொண்டன.

"எந்தப் பிசாசு அவரை இங்கே கொண்டு வந்தது!" என்று தனக்குள் சொல்லிக் கொண்ட லெவின், சேற்றில் சிக்கியிருந்த வண்டியை நோக்கிச் சென்றார். "நீங்கள் ஏன் வண்டியை ஓட்டி வந்தீர்கள்?" என்று கோபத்துடன் கேட்ட லெவின், குதிரைகளைச் சேற்றிலிருந்து இழுக்க வண்டியோட்டியை அழைத்தார்.

தான் சுடுவது தடைப்பட்டதாலும், குதிரைகள் சேற்றில் சிக்கிக் கொண்டதாலும் லெவின் எரிச்சலடைந்தார். இதில் குறிப்பாக, ஸ்டீபன் ஆர்கடியேவிச் அல்லது வெஸ்லோவ்ஸ்கி இருவரும், குதிரைகளை விடுவிக்க எந்த உதவியும் செய்யவில்லை ஏனெனில் அவர்களுக்குக் குதிரைகளை எப்படிக் கையாளுவது என்பதைப் பற்றி சிறிதும் தெரியவில்லை. அங்கு நிலம் முற்றிலும் வறண்டிருந்தது என்று உறுதியாக வசென்கா சொன்னதற்கு லெவின் எந்த வார்த்தையும் பேசாமல் வண்டியோட்டியுடன் சேர்ந்து குதிரைகளை விடுவிப்பதில் கவனமாக இருந்தார். அவர்கள் அதைச் செய்வதில் தீவிரமாக இருந்தபோது, வெஸ்லோவ்ஸ்கி மிகுந்த பிரயாசையுடன்

வண்டியைப் பின்னால் இழுக்க முயற்சி செய்து அதன் மட்கார்டை உடைத்தார். நேற்று நடந்த சம்பவத்தை ஒட்டி தான் அவரிடம் கோபமாக நடந்து கொண்டதற்கு லெவின் தன்னைத் தானே கடிந்து கொண்டார். எனவே அவரைச் சமாதானப்படுத்தும் விதமாக லெவின் அவரிடம் கனிவுடன் நடந்து கொண்டார். எல்லாம் சரியான பிறகு வண்டி மீண்டும் சாலைக்கு வந்தபோது லெவின் மதிய உணவு வழங்க உத்தரவிட்டார்.

"நல்ல பசி என்றால் நல்ல மனம் என்று பொருள். நான் இந்தக் கோழியை ரசித்துச் சாப்பிடுவேன்" என்று இரண்டாவது கோழியைச் சாப்பிட்ட வசென்கா மகிழ்ச்சியுடன் சொன்னார். "இப்போது நம்முடைய கஷ்டங்கள் தீர்ந்து விட்டன. இனி எல்லாம் நல்லபடியாக நடக்கும். நான் செய்த தவறுக்காக நான் இந்தப் பெட்டியின் மீது அமர வேண்டும். சரிதானே? ஆகா இல்லை, இல்லை, நான் உங்கள் வண்டியோட்டியாக இருப்பேன். நான் உங்களை எப்படி அழைத்துச் செல்கிறேன் என்பதை நீங்கள் பாருங்கள்" என்ற அவர் வண்டியை ஓட்ட முயற்சித்த போது, வண்டியோட்டி வண்டியை ஓட்ட அனுமதிக்குமாறு லெவின் கெஞ்சிக் கேட்டுக் கொண்டார். "இல்லை, நான் என் தவறுக்குப் பிராயசித்தம் செய்ய வேண்டும். பெட்டியின் மீது அமர்வது எனக்கு வசதியாக இருக்கும்" என்று அவர் வண்டியை ஓட்டினார்.

வெஸ்லோவ்ஸ்கி குதிரைகளை, குறிப்பாக இடது புறத்தில் உள்ள தவிட்டு நிறக் குதிரையைச் சோர்வடையச் செய்து விடுவாரோ என்று லெவின் கொஞ்சம் பயந்தார். ஏனெனில் அதை எப்படிக் கட்டுப்படுத்துவது என்பது அவருக்குத் தெரியவில்லை. ஆனால் வெஸ்லோவ்ஸ்கி பெட்டியின் மீது அமர்ந்து உற்சாகத்துடன் பாடிய பாடல்களையும் கதைகளையும் அல்லது ஆங்கில பாணியில் எப்படி வண்டியை ஓட்டுவது என்பதையும் சொன்னபோது, லெவினால் அவரைத் தடுக்க முடியாமல் அவரது உற்சாகத்திற்குச் சரணடைந்தார். மதிய உணவுக்குப் பிறகு அவர்கள் அனைவரும் மிகவும் மகிழ்ச்சியான மனநிலையில் குவாஸ்தேவோ சதுப்பு நிலத்தை அடைந்தனர்.

10

வசென்கா குதிரைகளை மிகவும் சாமர்த்தியமாக ஓட்டியதால், அவர்கள் வெகு சீக்கிரம், சூரியனின் வெப்பம் இருக்கும் போதே சதுப்பு நிலத்திற்கு வந்து சேர்ந்தனர்.

பயணத்தின் முக்கிய இலக்கான சதுப்பு நிலத்தை நோக்கி அவர்கள் சென்றபோது, மேலும் தடையின்றி பயணிப்பதற்கு

வண்டியைத் தானே ஓட்டிச் செல்ல வேண்டும் என்று லெவின் விரும்பினார். வேட்டை தொடங்குவதற்கு முன்பு ஓர் உண்மையான வேட்டைக்காரனுக்கு எப்போதும் இருக்கும் அக்கறையும், நல்ல எண்ணம் கொண்ட தந்திரமும் ஸ்டீபன் ஆர்கடியேவிச்சின் முகத்தில் பிரதிபலிப்பதைக் கண்ட லெவின், அவனும் அதையே விரும்புவதை அறிந்தார்.

"நாம் எப்படித் தொடர்ந்து செல்வது? இது ஒரு அற்புதமான சதுப்பு நிலம் என்பதை என்னால் பார்க்க முடிகிறது. பருந்துகள் ஏராளமாக உள்ளன" என்ற ஸ்டீபன் ஆர்கடியேவிச், வண்டியின் மீது பறந்த இரண்டு பெரிய பறவைகளைச் சுட்டிக் காட்டினான். "பருந்துகள் இருக்கும் இடத்தில், நிச்சயமாக நல்ல வேட்டை இருக்கும்."

"சரி, நண்பர்களே" என்ற லெவின் தனது காலணிகளை நன்றாக இழுத்துவிட்டு, தனது துப்பாக்கி விசையின் மூடியை ஆராய்ந்து, இருள் கவிந்த முகத்துடன். "அந்த நாணல்களைப் பார்த்தீர்களா?" என்று ஆற்றின் வலது கரையில் பரந்து விரிந்து கிடந்த பாதி ஈரமான புல்வெளியில் கருப்பு நிறத் தாவரங்கள் மூடிய, இருண்ட ஒரு தீவுப் பகுதியைச் சுட்டிக் காட்டினார். "இங்கே நமக்கு முன்னால் பசுமையாக இருக்கும் இடத்திலிருந்து சதுப்பு நிலம் தொடங்கி, அது இங்கிருந்து வலப்புறம் நீண்டு செல்கிறது. அங்கே நீங்கள் புல்மேடுகளையும் பறவைகளையும் பார்க்க முடியும். சில நேரங்களில் அங்கே பெரிய பறவைகளையும் பார்க்கலாம். அது அந்த நாணல்களைச் சுற்றிச் சென்று அந்த மரங்களைத் தாண்டி ஆலை வரை செல்கிறது. அந்தச் சிற்றோடை எங்கே இருக்கிறது என்று பாருங்கள். அதுதான் வேட்டைக்குச் சிறந்த இடம். நான் ஒருமுறை அங்கு பதினேழு பறவைகளைச் சுட்டேன். நாம் இரண்டு நாய்களுடன் வெவ்வேறு திசையில் பிரிந்து சென்று, பின்னர் ஆலையில் சந்திப்போம்."

"சரி, யார் இடதுபுறம் போவது, யார் வலதுபுறம் போவது?" என்று ஸ்டீபன் ஆர்கடியேவிச் கேட்டான். "வலப்புறம் பாதை அகலமாக இருக்கிறது என்பதால் நீங்கள் இருவரும் அந்த வழியில் செல்லுங்கள், நான் இடதுபுறம் செல்கிறேன்" என்று அவன் தயக்கமின்றி வெளிப்படையாகச் சொன்னான்.

"அற்புதம்! நாம் அவரை மிஞ்சுவோம். நாம் போகலாம் வாருங்கள்!" என்றார் வசென்கா.

லெவின் வேறுவழியின்றி அதற்கு ஒப்புக் கொண்டார். அவர்கள் தனித்தனி வழிகளில் சென்றனர்.

அவர்கள் சதுப்பு நிலத்தில் நுழைந்ததும், இரண்டு நாய்களும் ஒன்றாகச் சேர்ந்து வேட்டையாடத் தொடங்கி, பச்சை நிறம் படர்ந்து மூடியிருந்த குளத்தை நோக்கிச் சென்றன. லெவினுக்கு லாஸ்காவின் வேட்டை நுணுக்கங்கள் தெரியும். எச்சரிக்கையுடன் செயல்படும் அவள் எதற்கும் விட்டுக் கொடுக்க மாட்டாள். அந்தப் பகுதியை நன்றாக அறிந்த லெவினும் ஒரு பறவையை எதிர்பார்த்திருந்தார்.

"வெஸ்லோவ்ஸ்கி என் அருகில் வாருங்கள், என் அருகில்!" என்று அவர் மெதுவான குரலில், தனக்குப் பின்னால் தண்ணீரில் நடந்து வந்த தன் தோழரிடம் சொன்னார். கோப்பென்ஸ்கி சதுப்பு நிலத்தில் தற்செயலாகத் துப்பாக்கி வெடித்த பிறகு லெவின் அனிச்சை யாக எச்சரிக்கையுடன் இருக்க விரும்பினார்.

"இல்லை, நான் உங்கள் வழியில் வரமாட்டேன், என்னைப் பற்றிக் கவலைப்பட வேண்டாம்."

ஆனால் அவர் கிட்டியை விட்டுப் பிரிந்தபோது, 'நீங்கள் ஒருவருக்கொருவர் சுடாமல் பார்த்துக் கொள்ளுங்கள்' என்று அவள் சொன்ன வார்த்தைகளை லெவின் நினைவு கூர்ந்தார். நாய்கள் தங்களின் சொந்தப் பாதையைத் தேர்ந்தெடுத்துச் சென்ற போது, இரண்டும் ஒன்றை ஒன்று நெருங்கியும், மற்றவர்களின் பாதையிலிருந்து விலகியும் சென்றன. சேற்றிலிருந்து தனது கால்களை வெளியே எடுத்து வைக்கும்போது ஏற்படும் ஓசை லெவினுக்குச் சதுப்பு நிலப் பறவையின் அழுகுரலைப் போலக் கேட்கும் அளவுக்கு அவரிடம் வேட்டையின் எதிர்பார்ப்பு மிகத் தீவிரமாக இருந்தது. அவர் தனது துப்பாக்கியின் கைப்பிடியை இறுக்கிப் பிடித்தார்.

"டமால்! டமால்" என்று லெவின் காதுக்கு மேலே துப்பாக்கி வெடிக்கும் ஓசை கேட்டது. சதுப்பு நிலத்தின் மேலே வெகு தூரத்தில் வட்டமிட்டுக் கொண்டிருந்த வாத்துக்கள், அவர்களின் தலைக்கு மேலே பறந்த நேரத்தில் வசென்கா துப்பாக்கியால் சுட்டார். லெவின் திரும்பிப் பார்ப்பதற்குள், வரிசையாக ஒன்று இரண்டு மூன்று பறவைகளின் ஓசையைத் தொடர்ந்து, எட்டுப் பறவைகள் வானத்தில் ஒன்றன் பின் ஒன்றாக எழுந்தன.

ஒரு பறவை வளைந்து வளைந்து பறந்து சென்றபோது, ஸ்டீபன் ஆர்கடியேவிச் அதைச் சுட்டான். அது ஒரு கல்லைப் போல 'தொபீர்' என்று சேற்றில் விழுந்தது. நாணலை நோக்கித் தாழ்வாகப் பறந்து கொண்டிருந்த ஒரு பறவையை ஆப்லான்ஸ்கி குறி வைத்தான். துப்பாக்கி வெடிக்கும் ஓசையைத் தொடர்ந்து, சேற்றில் விழுந்த அது 'படபட' என்று அடியில் வெண்மையாக இருந்த அதன் இறக்கையை அடித்து, சேற்றிலிருந்து வெளியே வர முயன்றது.

லெவினுக்கு அன்று அதிர்ஷ்டமில்லை. முதல் பறவையை அவர் மிக அருகிலிருந்து சுட்டும் அது தப்பிச் சென்றது. அது உயரப் பறக்கத் தொடங்கியதும் அவர் மீண்டும் குறி வைத்தார். ஆனால் அந்த நேரத்தில் அவர் கால்களுக்கு அடியிலிருந்து மற்றொரு பறவை பறந்து வந்து அவரைத் திசை திருப்பியது. எனவே அவர் மீண்டும் தவறவிட்டார்.

அவர்கள் தங்கள் துப்பாக்கியில் தோட்டாக்களை நிரப்பிக் கொண்டிருந்தபோது, மற்றொரு பறவை வானத்தில் எழுந்ததும், தோட்டாவை நிரப்பிய வெஸ்லோவ்ஸ்கி இரண்டு தடவை தண்ணீரின் மீது சுட்டார். ஸ்டீபன் ஆர்கடியேவிச் தான் வீழ்த்திய பறவைகளை எடுத்துக் கொண்டு, பளபளக்கும் கண்களுடன் லெவினைப் பார்த்தான்.

"சரி, இப்போது நாம் பிரிந்து செல்வோம்" என்ற ஸ்டீபன் ஆர்கடியேவிச் தனது இடது காலை நொண்டியபடி, கையில் துப்பாக்கியைப் பிடித்து, தன் நாயை நோக்கி விசில் அடித்துக் கொண்டே ஒரு திசையில் நடந்தான். வெஸ்லோவ்ஸ்கியும் லெவினும் மற்றொரு திசையில் நடக்கத் தொடங்கினர்.

தனது முதல் குறி தோல்வியடையும் போதெல்லாம் லெவின் பொறுமையிழந்து, கோபப்பட்டு, நாள் முழுவதும் மோசமாகச் சுடுவது எப்போதும் நடப்பதுதான். இன்றும் அப்படித்தான் நடந்தது. ஏராளமான பறவைகள் இருந்தன. அவை நாய்களுக்கு முன்பும், வேட்டையாடும் அவர்களின் கால்களுக்குக் கீழிருந்தும் பறந்து கொண்டே இருந்தன. லெவின் அதிலிருந்து மீண்டு வந்திருக்கலாம். ஆனால் அவர் எந்த அளவுக்குச் சுட்டாரோ அந்த அளவுக்கு அவர் வெஸ்லோவ்ஸ்கியின் முன்னால் தனக்கு அவமானத்தைத் தேடிக் கொண்டார். துப்பாக்கியால் குறி வைத்தும் குறி வைக்காமலும் மகிழ்ச்சியுடன் அங்குமிங்கும் சுட்ட வெஸ்லோவ்ஸ்கி, எதையும் வேட்டையாடவில்லை என்றாலும் அவர் வெட்கப்படவில்லை. பொறுமையிழந்த லெவின் தன்னைக் கட்டுப்படுத்திக் கொள்ள முடியாமல், மேலும் மேலும் கோபத்துடன், எதையும் வேட்டையாடும் நம்பிக்கையின்றி சுடும் நிலைக்கு வந்தார். லாஸ்காவும் அதைப் புரிந்து கொண்டதாகத் தோன்றியது. சோம்பேறித்தனமாகத் தேடத் தொடங்கிய அவள், வேட்டைக்காரர்களைக் குழப்பமாக அல்லது திட்டுவது போலத் திரும்பிப் பார்த்தாள். வெடிக்கு மேல் வெடி சத்தம் ஒன்றன் பின் ஒன்றாகத் தொடர்ந்து கேட்டன. வேட்டைக்காரர்களைச் சுற்றி வெடிமருந்து புகை சூழ்ந்து கொண்டது. ஆனால் அவர்களின் வேட்டைப்பையில் மூன்று சிறிய பறவைகள் மட்டுமே இருந்தன. அதில் ஒன்று வெஸ்லோவ்ஸ்கியாலும் மற்றொன்று அவர்கள் இருவரும் சேர்ந்து வேட்டையாடியவை. இதற்கிடையில் சதுப்பு

நிலத்தின் மறுபக்கத்திலிருந்து ஸ்டீபன் ஆர்கடியேவிச்சின் துப்பாக்கி ஓசை கேட்டது. அது அடிக்கடி கேட்கவில்லை என்றாலும், ஒவ்வொன்றும் குறி தவறாதவை என்று லெவின் நினைத்தார். ஏனெனில் கிட்டத்தட்ட ஒவ்வொரு முறையும் அவர்கள் "கிராக், கிராக், அதைப் பிடி" என்ற சத்தத்தைக் கேட்டனர்.

இது லெவினுக்கு மேலும் வருத்தத்தை ஏற்படுத்தியது. நாணல்களுக்கு மேலே வானத்தில் பறவைகள் தொடர்ந்து வட்டமிட்டன. பூமிக்கு அருகில் அவற்றின் க்றீச்சிடும் ஓசையும் வானத்தில் அவற்றின் கூக்குரலும் இடைவிடாமல் நாலாபுறமும் கேட்டன. ஏற்கனவே வானத்தில் பறந்து கொண்டிருந்த சில பறவைகள் வேட்டைக்காரர்களுக்கு முன்னால் தரையில் இறங்கின. இரண்டு பருந்துகளுக்குப் பதிலாக இப்போது டஜன் கணக்கான பருந்துகள் கூச்சலிட்டுக் கொண்டே சதுப்பு நிலத்திற்கு மேல் வட்டமிட்டன.

லெவினும் வெஸ்லோவ்ஸ்கியும், சதுப்பு நிலத்தில் பாதிக்கும் மேலாக நடந்த பிறகு, நீண்ட பாதையாகப் பிரிந்து கிடந்த, கால்களால் மிதிபட்டிருந்த அல்லது வெட்டிய நாணல்கள் சூழ்ந்த விவசாயிகளின் புல்வெளியை அடைந்தனர். அங்கு ஏற்கனவே பாதி புல்வெளிகள் வெட்டி முடிக்கப்பட்டிருந்தன.

இன்னும் வெட்டி முடிக்கப்படாத புல்வெளிகளில் அதிக பறவைகள் இருப்பதற்கான சாத்தியம் இல்லை என்றாலும், ஸ்டீபன் ஆர்கடியேவிச்சுடன் இணைவதாக லெவின் சொல்லியிருந்தார். எனவே அவர் தனது தோழருடன் இன்னும் வெட்டாமலும் ஏற்கனவே வெட்டியும் இருந்த புல்வெளிகள் வழியாக மேலும் நடந்து சென்றார்.

"ஹேய் வேட்டைக்காரர்களே!" என்று குதிரைகள் இல்லாமல் வெறுமனே நின்றிருந்த வண்டியில் அமர்ந்திருந்த விவசாயிகளில் ஒருவர் அவர்களை நோக்கிக் கத்தினார். "எங்களுடன் சேர்ந்து உணவு சாப்பிடுங்கள்! மது அருந்துங்கள்!"

லெவின் திரும்பினார்.

"வாருங்கள், பராவாயில்லை!" என்று சிவந்த முகத்துடன், வெள்ளைப் பற்களைக் காட்டி, வெய்யிலில் பளபளக்கும் பச்சை நிற வோட்கா பாட்டிலை உயர்த்திக் காட்டினார் தாடியுடன் இருந்த விவசாயி.

"அவர்கள் என்ன சொல்கிறார்கள்?" என்று வெஸ்லோவ்ஸ்கி கேட்டார்.

"அவர்கள் நம்மை வோட்கா குடிப்பதற்கு அழைக்கிறார்கள். அவர்கள் புல்வெளிகளைப் பிரித்துக் கொண்டிருக்க வேண்டும். நானும் அவர்களுடன் சேர்ந்து குடித்திருக்கிறேன்" என்ற லெவின்

வெஸ்லோவ்ஸ்கி வோட்காவால் ஈர்க்கப்பட்டு அவர்களிடம் செல்வார் என்று நினைத்தார்.

"சரி, அவர்கள் நம்மை ஏன் அழைக்கிறார்கள்?"

"ஓ, அவர்கள் மகிழ்ச்சியாக இருக்கிறார்கள். உண்மையில் நீங்கள் அவர்களுடன் சேர்ந்து கொள்ளுங்கள். உங்களுக்குச் சுவாரஸ்யமாக இருக்கும்."

"வாருங்கள், அது சுவாரஸ்யமாக இருக்கும்."

"போங்கள், போங்கள், அங்கிருந்து ஆலைக்குச் செல்வதற்கு வழியிருக்கிறது!" என்று லெவின் கத்தினார்.

வெஸ்லோவ்ஸ்கி சோர்வுற்ற கால்களால் தடுமாறியபடி, கையில் துப்பாக்கியைப் பிடித்துக் கொண்டு, சதுப்பு நிலத்தில் இருந்த விவசாயிகளை நோக்கிச் செல்வதைக் கண்டு லெவின் மகிழ்ச்சியடைந்தார்.

"நீங்களும் வாருங்கள்!" என்று விவசாயிகளில் ஒருவர் லெவினிடம் கத்தினார். "வாருங்கள், கொஞ்சம் ரொட்டி சாப்பிடுங்கள்!"

லெவின் வோட்கா குடிக்கவும், ரொட்டி சாப்பிடவும் மிகவும் விரும்பினார். மிகவும் களைத்திருந்த லெவின், சேற்றில் தடுமாறும் தனது கால்களை வெளியே இழுப்பது சிரமமாக இருப்பதை உணர்ந்து, ஒரு கணம் தயங்கி நின்றார். ஆனால் நாய் பறவை இருப்பதைச் சுட்டிக் காட்டியது. அவர் உடனடியாகச் சோர்வை விரட்டியடித்து விட்டு, சதுப்பு நிலத்தின் மீது நடந்து நாயை நோக்கிச் சென்றார். அப்போது அவர் காலின் கீழிருந்து ஒரு பறவை பறந்து சென்றது. அவர் அதைத் துப்பாக்கியால் சுட்டு வீழ்த்தினார். ஆனால் நாய் தொடர்ந்து சுட்டிக் காட்டியது. மற்றொரு பறவை நாயின் முன்னால் பறந்து சென்றது. லெவின் துப்பாக்கியால் சுட்டார். ஆனால் அன்று அவருக்கு அதிர்ஷ்டம் இல்லை என்பதால் குறி தவறியது. அவர் சுட்டு வீழ்த்திய பறவையைத் தேடியபோது அதையும் அவரால் கண்டுபிடிக்க முடியவில்லை. அவர் சதுப்பு நிலத்தின் அந்தப் பகுதி முழுக்க அங்குமிங்கும் தேடினார். ஆனால் அவர் சுட்டு வீழ்த்தினார் என்பதை லாஸ்கா நம்பவில்லை. எனவே லெவின் அவளைத் தேடுவதற்கு அனுப்பியபோது, அவள் தேடுவதாக நடித்தாள்.

தனது துரதிர்ஷ்டத்திற்குக் காரணமாக லெவின் நினைத்த வெஸ்லோவ்ஸ்கி இல்லாமல் கூட, அவருடைய நிலைமை மேம்பட வில்லை. இங்கும் ஏராளமான பறவைகள் இருந்தன என்றாலும், லெவின் ஒன்றன் பின் ஒன்றாகத் தவறவிட்டார்.

சூரியனின் சாய்ந்த கதிர்களில் இன்னும் வெப்பம் இருந்தது. வியர்வையில் தெப்பலாய் நனைந்த அவரது ஆடைகள் அவர்

உடலோடு ஒட்டிக் கொண்டன. தண்ணீர் இறங்கியிருந்த அவரது இடது காலணி கனமாகவும், சேறும் சகதியுமாகவும் இருந்தது. வெடிமருந்துத் தூள் படிந்த அவர் முகத்தில் வியர்வைத் துளிகள் ஆறாகப் பெருகின. அவர் வாய் முழுவதும் கசப்பின் சுவை இருந்தது. வெடிமருந்தின் வாசனையும், தேங்கி நின்றிருந்த தண்ணீரின் வாசனையும் அவர் மூக்கில் ஏறியது. அவர் காதுகளில் இடைவிடாமல் பறவைகள் கத்தும் ஓசை கேட்டது. தொட முடியாத அளவுக்குத் துப்பாக்கியின் குழல்கள் சூடாக இருந்தன. அவரது இதயம் வேகமாகத் துடித்தது. பதட்டத்தில் அவரது கைகள் நடுங்கின. சோர்வடைந்த அவர் கால்கள் சதுப்பு நிலத்தின் மீது தடுமாறின. ஆனாலும் அவர் நடப்பதையும் துப்பாக்கியால் சுடுவதையும் நிறுத்தவில்லை. இறுதியில் ஒரு வெட்கக்கேடான தோல்விக்குப் பிறகு, அவர் விரக்தியுடன் தனது துப்பாக்கியையும் தொப்பியையும் தரையில் வீசி எறிந்தார்.

'இல்லை, நான் பொறுமையாகவும் உறுதியாகவும் செயல்பட வேண்டும்!' என்று அவர் தனக்குள் சொல்லிக் கொண்டார். அவர் துப்பாக்கியையும் தொப்பியையும் எடுத்துக் கொண்டு, லாஸ்காவையும் அழைத்துக் கொண்டு சதுப்பு நிலத்தை விட்டு வெளியேறினார். அவர் வறண்ட நிலப்பகுதிக்கு வந்து, ஒரு புல்மேட்டில் அமர்ந்து, காலணிகளைக் கழற்றி தண்ணீரை வெளியேற்றிவிட்டு, சதுப்பு நிலத்திற்குச் சென்று, துருவின் சுவையுள்ள தண்ணீரால் தாகத்தைத் தணித்து, சூடேறிய துப்பாக்கியின் குழலைத் தண்ணீரில் நனைத்து, முகத்தையும் கைகளையும் கழுவிக் கொண்டார். புத்துணர்வு பெற்ற அவர், அவசரப்படக் கூடாது என்ற உறுதியுடன், சதுப்பு நிலப் பறவை பறந்த இடத்திற்குத் திரும்பினார்.

அவர் அமைதியாக இருக்க விரும்பினார், ஆனால் மீண்டும் அதுதான் நடந்தது. பறவையைக் குறி பார்ப்பதற்கு முன்னரே அவர் விரல் துப்பாக்கி விசையை இழுத்தது. எனவே நிலைமை மேலும் மேலும் மோசமானது.

ஸ்டீபன் ஆர்கடியேவிச்சைச் சந்திப்பதற்காக, சதுப்பு நிலத்தை விட்டு வெளியேறி, தோப்பை நோக்கிச் சென்றபோது லெவின் பையில் ஐந்து பறவைகள் மட்டுமே இருந்தன.

அவர் ஸ்டீபன் ஆர்கடியேவிச்சைச் சந்திப்பதற்கு முன்பு அவனுடைய நாயைப் பார்த்தார். சதுப்பு நிலத்தின் துர்நாற்றம் வீசும் சேற்றிலிருந்து முற்றிலும் கருப்பு நிறமாக வெளிப்பட்ட கிராக், துள்ளிக் குதித்து வெற்றிப் பார்வையுடன் லாஸ்காவை முகர்ந்து பார்க்கத் தொடங்கினான். கிராக்கிற்குப் பின்னால், அடர்ந்த மரங்களின் நிழலிலிருந்து ஸ்டீபன் ஆர்கடியேவிச்சின் கம்பீரமான உருவம் வெளிப்பட்டது. முகம் சிவந்து, வியர்வையில் தெப்பலாய் நனைந்து,

திறந்த சட்டையுடன், தடுமாறியபடி அவன் லெவினை நோக்கி வந்தான்.

"சரி, வேட்டை எப்படி? பலமுறை வேட்டுச் சத்தம் கேட்டது" என்று அவன் கலகலவென்று சிரித்தான்.

"உங்களுக்கு எப்படி?" என்று லெவின் கேட்டார். ஆனால் கேட்க வேண்டிய அவசியமே இல்லாமல் அவன் பை நிறைய பறவைகளை வைத்திருப்பதை அவர் பார்த்தார்.

'ஓ, மோசமில்லை!'

அவனிடம் பதினான்கு பறவைகள் இருந்தன.

"அருமையான சதுப்பு நிலம்! வெஸ்லோவ்ஸ்கி உங்களுக்குத் தடையாக இருந்திருக்க வேண்டும். ஒரு நாயுடன் இரண்டு பேர் வேட்டைக்குச் செல்வது அசௌகரியமானது" என்று ஸ்டீபன் ஆர்கடியேவிச் தனது வெற்றியைக் குறைத்து மதிப்பிட்டான்.

11

லெவின் எப்போதும் வழக்கமாகத் தங்கும் விவசாயியின் குடிலுக்கு ஸ்டீபன் ஆர்கடியேவிச்சுடன் வந்தபோது அங்கு ஏற்கனவே வெஸ்லோவ்ஸ்கி இருந்தார். குடிசையின் நடுவில் இரு கைகளாலும் ஒரு பெஞ்சைப் பிடித்துக் கொண்டு அவர் அமர்ந்திருக்க, சிப்பாயான வீட்டு எஜமானியின் சகோதரன் சேறும் சகதியுமாக இருந்த அவரது காலணிகளைக் கழற்றுவதற்குப் போராடிக் கொண்டிருந்தான். வெஸ்லோவ்ஸ்கி கலகலவென்று உற்சாகத்துடன் சிரித்துக் கொண்டிருந்தார்.

"இப்போதுதான் வந்தேன். இவர்கள் இனிமையானவர்கள். இவர்கள் எனக்கு மதுவும் உணவும் கொடுத்தார்கள். ஆகா, அந்த ரொட்டி எத்தனை அருமை! எவ்வளவு சுவையானது! அந்த வோட்கா, அதைப் போன்ற ருசியான ஒன்றை நான் இதுவரை எங்கும் குடித்த தில்லை. அவர்கள் அதற்காக என்னிடம் பணம் வாங்க மறுத்து விட்டனர். 'தவறாக நினைக்காதே' அல்லது அதைப் போன்ற ஏதோ ஒன்றை அவர்கள் சொல்லிக் கொண்டே இருந்தார்கள்."

"அவர்கள் ஏன் உங்களிடம் பணம் வாங்க வேண்டும். அவர்கள் உங்களுக்கு விருந்தளித்தார்கள். அவர்கள் விற்பனை செய்வதற்காக வோட்காவை வைத்திருக்கிறார்களா என்ன?" என்று கேட்ட அந்தச் சிப்பாய் ஈரமான காலணியையும் கருத்துப்போன காலுறையையும் ஒருவழியாகக் கழற்றினான்.

வேட்டைக்காரர்களின் காலணிகளாலும், தங்களை நக்கிக் கொண்டிருந்த அழுக்கடைந்த நாய்களாலும் அந்தக் குடில் அசுத்த மாக இருந்த போதிலும், சதுப்பு நிலத்தின் துர்நாற்றமும் வெடிமருந்து

நெடியும் வீசிய போதிலும், சாப்பிடுவதற்குக் கத்தியும், முள்கரண்டியும் இல்லாத போதிலும், அவர்கள் தங்கள் தேநீரைக் குடித்துவிட்டு, வேட்டைக்காரர்கள் மட்டுமே அனுபவிக்கும் மகிழ்ச்சியுடன் இரவு உணவை உண்டனர். அதன் பிறகு அவர்கள் கழுவி சுத்தமாக இருந்த வைக்கோல் கொட்டகைக்குச் சென்றனர். அங்கு வண்டியோட்டி அவர்களுக்குப் படுக்கைகளைத் தயார் செய்து வைத்திருந்தார்.

இருள் கவியத் தொடங்கியபோதும், அவர்களில் யாரும் தூங்கவில்லை.

அவர்கள் தற்போதைய வேட்டையைப் பற்றியும், நாய்களைப் பற்றியும், கடந்த காலத்தில் நடந்த வேட்டைகளைப் பற்றியும் பேசிய பிறகு, அனைவருக்கும் ஆர்வத்தை ஏற்படுத்திய ஒரு விஷயத்தைப் பற்றிப் பேசினார்கள். அவர்கள் தங்கியிருந்த இடத்தின் வசீகரம், வைக்கோல் வாசனை, உடைந்த வண்டி (அதன் முன்சக்கரங்கள் அகற்றப்பட்டதால் அவர் அப்படித்தான் நினைத்தார்) தனக்கு உணவும் வோட்காவும் கொடுத்த விவசாயிகளின் கனிவு, ஆகியவற்றை வெஸ்லோவ்ஸ்கி உற்சாகத்துடன் பலமுறை திரும்பத் திரும்பச் சொல்லிக் கொண்டிருந்தார். தங்கள் எஜமானரின் காலடியில் நாய்கள் படுத் திருந்தன.

கடந்த கோடையில் மால்தஸ் என்பவரின் வீட்டில் தங்கி மகிழ்ச்சி யாக வேட்டையாடிய அனுபவத்தை ஆப்லான்ஸ்கி சொல்லத் தொடங்கினான். மால்தஸ் ஒரு பிரபலமான ரயில்வே அதிபர். திவேர் மாகாணத்தில் மால்தஸ் வாங்கிய சதுப்பு நிலங்களைப் பற்றியும், அவை எவ்வாறு பாதுகாக்கப்படுகிறது என்பதையும், வேட்டைக்காரர்களை ஏற்றிச் செல்லும் நாய்கள் இழுக்கும் வண்டி களைப் பற்றியும், மதிய உணவுக்காக சதுப்பு நிலத்தின் அருகில் அமைந்த கூடாரத்தையும் அவர்களிடம் சொன்னான்.

"எனக்கு ஒரு விஷயம் புரியவில்லை" என்று சொன்ன லெவின் வைக்கோல் மீது அமர்ந்தார். "அவர்கள் மீது உங்களுக்கு ஏன் வெறுப்பு ஏற்படவில்லை. "சிவப்பு மதுவுடன் மதிய உணவு உண்பது மிகவும் நன்றாக இருக்கும் என்பதை என்னால் புரிந்து கொள்ள முடிகிறது. ஆனால் அந்த ஆடம்பரம் அனைத்தும் அருவருப்பானவை என்பதை நீங்கள் உணரவில்லையா? கடந்த காலத்தில் நம்முடைய வோட்கா ஏகபோகவாதிகள் செய்ததைப் போல, பொது மக்களின் வெறுப்பைச் சம்பாதிக்கும் வழிகளில் அவர்கள் பணத்தை ஈட்டு கிறார்கள். மற்றவர்கள் தங்களைப் பற்றி என்ன நினைக்கிறார்கள் என்பதைப் பற்றி அவர்கள் கவலைப்படுவதில்லை. அவர்கள் நேர்மை யற்ற முறையில் சம்பாதித்த பணத்தைக் கொண்டு தங்கள் மரியாதையை வாங்குகிறார்கள்."

“முற்றிலும் உண்மை!” என்று வசென்கா வெஸ்லோவ்ஸ்கி முணுமுணுத்தார். “முற்றிலும் உண்மை! ஆப்லான்ஸ்கி அதை தோழமை உணர்வுடன் செய்கிறார் என்றாலும் மற்றவர்கள், ‘சரிதான், ஆப்லான்ஸ்கி அங்கே போகிறார்....’ என்று பேசுவார்கள்.”

“இல்லவே இல்லை” என்று ஆப்லான்ஸ்கி சொன்னபோது அவன் புன்னகைப்பதை லெவின் உணர்ந்தார். “வேறு எந்தப் பணக் கார வியாபாரியையும் பிரபுக்களையும் விடவும் அவர் நேர்மை யற்றவர் என்று நான் நினைக்கவில்லை. அவர்கள் அனைவருமே தங்கள் கடின உழைப்பாலும் புத்திக்கூர்மையாலும் பணம் சம்பாதிக் கிறார்கள்.”

“சரி, இதில் உழைப்பு எங்கே வந்தது? ஒரு சலுகையைப் பெற்று அதை மறுவிற்பனை செய்வது கடின உழைப்பா?”

“நிச்சயமாக அது கடின உழைப்புதான். அவரும் அவரைப் போன்றவர்களும் இல்லையென்றால் இரயில் பாதைகள் வந்திருக்காது என்ற அர்த்தத்தில் அது உழைப்பு.”

“ஆனால் அது ஒரு விவசாயியின் அல்லது ஒரு அறிஞரின் உழைப்புக்கு ஈடானதல்ல.”

“இருக்கலாம். ஆனால் அவரது செயல்பாடு இரயில்வே பாதை களைக் கொண்டுவரும் ஒரு விளைவை ஏற்படுத்துகிறது என்ற பொருளில் அதுவும் கடின உழைப்புதான். ஆனால் இரயில் பாதைகள் பயனற்றவை என்று நீங்கள் நினைக்கிறீர்கள்.”

‘இல்லை, அது வேறு விஷயம். அவை பயனுள்ளவை என்பதை ஒப்புக்கொள்ள நான் தயாராக இருக்கிறேன். ஆனால் உழைப்பின் தகுதிக்கு மிஞ்சிய எந்த இலாபமும் நேர்மையற்றது.”

“ஆனால் அதை எப்படித் தீர்மானிப்பது?”

“நேர்மையற்ற வழிகளில், தந்திரத்தின் மூலம் இலாபம் ஈட்டுவது” என்ற லெவின், நேர்மைக்கும் நேர்மையின்மைக்கும் இடையில் ஒரு தெளிவான எல்லையை வரையறுக்க முடியாது என்பதை உணர்ந்து மேலும் கூறினார். “வங்கிகள் இலாபம் ஈட்டுவதைப் போல. அது தீமையானது. வேலை செய்யாமல் பெரும் செல்வத்தைச் சம்பாதிப்பது வோட்கா ஏகபோகங்களைப் போன்றது. ஆனால் அதன் வடிவம் மட்டுமே மாறியுள்ளது. பழைய மன்னர் இறந்துவிட்டார், புதிய மன்னர் வாழ்க! வோட்கா ஏகபோக உரிமை ஒழிக்கப்பட்டதும் இரயில்வேயும் வங்கிகளும் நடைமுறைக்கு வந்துவிட்டன. அதுவும் வேலை எதுவும் செய்யாமல் பணம் சம்பாதிக்கும் ஒரு வழிதான்.”

“சரி, நீங்கள் சொல்வது அனைத்தும் மிகவும் சரியாகவும் புத்திசாலித்தனமாகவும் இருக்கலாம்... படு கிராக்!” என்று தன்னைத்

தானே சொறிந்து கொண்டு, வைக்கோல் முழுவதையும் தலைகீழாகப் புரட்டிய நாயைப் பார்த்து ஸ்டீபன் ஆர்கடியேவிச் கத்தினான். தன் கருத்திலுள்ள நியாயத்தை உறுதியாக நம்பிய ஸ்டீபன் ஆர்கடியேவிச் தயக்கமின்றி நிதானத்தோடு பேசினான். "ஆனால் நேர்மையான உழைப்புக்கும் நேர்மையில்லாத உழைப்புக்கும் இடையில் ஒரு தெளிவான எல்லையை நீங்கள் வரையறுக்கவில்லை. என் தலைமை எழுத்தருக்கு என்னைவிட நன்றாக வேலை தெரியும் என்றாலும் நான் அவரைவிட அதிகச் சம்பளம் வாங்குவது நேர்மை யற்றதா?"

"எனக்குத் தெரியவில்லை."

"சரி, நான் சொல்கிறேன். பண்ணையில் உங்கள் வேலைக்கு நீங்கள் ஐந்தாயிரம் ரூபிள்களை இலாபமாகப் பெறுகிறீர்கள் என்று வைத்துக்கொள்வோம். ஆனால் அதே நேரத்தில் நம்மைக் கவனித்த இந்த விவசாயி எவ்வளவு முயன்று உழைத்தாலும் ஐம்பது ரூபிள்களுக்கு மேல் பெற முடியாது. இது என் தலைமை எழுத்தரை விட நான் அதிகமாகச் சம்பளம் வாங்குவதைப் போல நேர்மையற்றது. அதே போல மால்தஸ் ரயில்வேயில் பணிபுரியும் ஒரு பொறியாளரை விட அதிகமாகச் சம்பாதிக்கிறார். சொல்லப் போனால் பொது மக்களுக்கு இவர்கள் மீது நியாமற்ற விரோதம் இருப்பதை நான் காண்கிறேன். அது பொறாமையைத் தவிர வேறில்லை என்று எனக்குத் தோன்றுகிறது..."

"இல்லை, அது அநியாயம்" என்றார் வெஸ்லோவ்ஸ்கி. "பொறாமை இருக்க முடியாது என்றாலும் இதிலெல்லாம் ஏதோ அசிங்கமான ஒன்று இருக்கிறது."

'இல்லை, என்னை மன்னியுங்கள்" என்று லெவின் தொடர்ந்தார். "ஒரு விவசாயிக்கு ஐம்பது ரூபிள்கள் மட்டுமே கிடைக்கும் போது, எனக்கு ஐந்தாயிரம் கிடைப்பது அநியாயம் என்று சொல்கிறீர்கள். அது உண்மை, நியாயமற்றது என்பதை நான் உணர்கிறேன். ஆனால்..."

"ஆமாம், உண்மைதான். அவர் எப்போதும் வேலை செய்து கொண்டிருக்கும்போது நாம் ஏன் சாப்பிட வேண்டும், குடிக்க வேண்டும், வேட்டைக்குப் போக வேண்டும்?" என்று கேட்டார் வசென்கா. அவர் தன் வாழ்க்கையில் முதல் முறையாக மிகவும் தெளிவாக, மிகவும் நேர்மையாக யோசித்தார்.

"ஆமாம், நீங்கள் அதை உணர்ந்தாலும் உங்கள் சொத்துக்களை அவருக்குத் தரமாட்டீர்கள்" என்று ஸ்டீபன் ஆர்கடியேவிச் வேண்டு மென்றே லெவினைத் தூண்டிவிடுவதுபோலப் பேசினான்.

சமீப காலமாக இரு மைத்துனர்களுக்கும் இடையே ஒருவித மறைமுகமான உரசல் உருவானது போலிருந்தது. அவர்கள் சகோதரி

களைத் திருமணம் செய்து கொண்டதால், தங்கள் வாழ்க்கையைச் சிறப்பாக வாழ்பவர்கள் யார் என்ற போட்டி அவர்களுக்குள் உருவானது போல, இப்போது அந்த உரசல் உரையாடலில் வெளிப்பட்டு, தனிப்பட்ட விஷயத்தைத் தொட்டது.

"நான் அதைக் கொடுக்கவில்லை ஏனெனில் நான் அதைக் கொடுக்க வேண்டும் என்று யாரும் என்னிடம் கேட்கவில்லை. நான் விரும்பினாலும் என்னால் அதைச் செய்ய முடியவில்லை" என்றார் லெவின். "அதைக் கொடுக்க எனக்கு யாருமில்லை."

"இந்த விவசாயியிடம் அதைக் கொடுங்கள். அவர் அதை மறுக்க மாட்டார்."

"சரி, ஆனால் நான் அதை அவரிடம் எப்படிக் கொடுப்பது? அவருடன் ஒரு கொள்முதல் பத்திரம் பதிந்து கொள்வதா?"

"எனக்குத் தெரியாது. ஆனால் அதற்கு உங்களுக்கு எந்த உரிமையும் இல்லை என்று நீங்கள் நினைக்கிறீர்களா..."

"அப்படி இல்லை, மாறாக அதைக் கொடுக்க எனக்கு உரிமை இல்லை என்றும், நிலத்தின் மீதும் குடும்பத்தின் மீதும் எனக்குச் சில பொறுப்புகள் உள்ளன என்றும் நான் நினைக்கிறேன்."

"இல்லை, என்னை மன்னியுங்கள். இந்த ஏற்றத்தாழ்வுகள் நியாயமற்றது என்று நீங்கள் கருதினால், நீங்கள் ஏன் அதற்கு ஏற்ப நடந்து கொள்ளக் கூடாது...?"

"நான் அதைச் செய்கிறேன் என்றாலும் அதை எதிர்மறையான வழியில் செய்கிறேன். அதாவது நான் எனது நிலைக்கும் அவரது நிலைக்கும் இடையிலான இடைவெளியை மேலும் அதிகரிக்க முயற்சி செய்ய மாட்டேன்."

"இல்லை, என்னை மன்னிக்கவும். நீங்கள் சொல்வது முரண்பாடானது."

"ஆமாம், அது ஒரு தவறான விளக்கம்" என்று வசென்கா வெஸ்லோவ்ஸ்கி உறுதிப்படுத்தினார். "ஆகா, நம் வீட்டுக்காரர்!" என்று கதவை ஓசையுடன் திறந்து உள்ளே வந்த விவசாயியைப் பார்த்து அவர் சொன்னார். "நீங்கள் இன்னும் தூங்கவில்லையா?"

"இல்லை, இன்னும் தூங்கவில்லை. நான் நீங்கள் தூங்குவீர்கள் என்று நினைத்தேன். ஆனால் நீங்கள் பேசுவதைக் கேட்டதும் வந்தேன். நான் இங்குள்ள ஒரு கொக்கியை எடுக்க வேண்டும். அவள் கடிப்பாளா?" என்ற அவர் எச்சரிக்கையுடன் அடியெடுத்து வைத்தார்.

"நீங்கள் எங்கே தூங்குவீர்கள்?"

"இன்றிரவு நாங்கள் குதிரைகளை மேய்ச்சலுக்குக் கொண்டு செல்கிறோம்."

“ஆகா, என்ன ஒரு இரவு!” என்று சொன்ன வெஸ்லோவ்ஸ்கி, குடிசையின் கூரையையும், பிறகு திறந்த கதவின் வழியாக, ஒரு சட்டகத்தில் உள்ள புகைப்படம் போல, மங்கலான அந்தி வெளிச்சத்தில் தெரிந்த வண்டியையும் பார்த்தார். “கேளுங்கள், பாடும் பெண்களின் குரல்கள் அவ்வளவு மோசமில்லை. யார் பாடுவது?”

“அவர்கள் அருகிலுள்ள வீட்டுப் பணிப் பெண்கள்.”

“நாம் நடக்கலாம்! எப்படியும் தூங்கப் போவதில்லை. ஆப்லான்ஸ்கி, போகலாம்!”

“இப்படியே படுத்துக் கொண்டு போக முடிந்தால்” என்ற ஆப்லான்ஸ்கி சோம்பல் முறித்தான். “இப்படிப் படுத்திருப்பது அற்புதமாக இருக்கிறது.”

“சரி, நான் தனியாகப் போகிறேன்” என்ற வெஸ்லோவ்ஸ்கி உற்சாகமாக எழுந்து தனது காலணிகளை அணிந்தார். “குட் பை நண்பர்களே. ஏதாவது வேடிக்கையாக இருந்தால் உங்களை அழைக்கிறேன். எனக்கு இந்த நல்ல சந்தர்ப்பத்தைக் கொடுத்த உங்களை நான் மறக்க மாட்டேன்.”

வெஸ்லோவ்ஸ்கி வெளியே சென்றதும் விவசாயி கதவை மூடிய போது, “அவர் ஒரு நல்ல மனிதர் இல்லையா?” என்று ஆப்லான்ஸ்கி கேட்டான்.

“ஆமாம்” என்ற லெவின் அவர்கள் சற்று முன்பு பேசியதைக் குறித்து யோசித்துக் கொண்டிருந்தார். அவர் தன் எண்ணங்களையும் உணர்வுகளையும் தன்னால் முடிந்த வரையில் தெளிவாக வெளிப்படுத்தியிருப்பதாக அவருக்குத் தோன்றியது. ஆனால் அவர்கள் இருவரும் புத்திசாலிகள், நேர்மையானவர்கள் என்பதால் தன்னுடைய வாதத்தை நேர்மையற்றதாக விமர்சித்தனர். அது அவரைக் கலக்கமடையச் செய்தது.”

“அது அப்படித்தான் நண்பா! நாம் இரண்டில் ஒன்றை மட்டுமே தேர்ந்தெடுக்க முடியும். ஒன்று சமூகத்தின் தற்போதைய ஏற்பாடு நியாயமானது என்பதை ஒப்புக் கொண்டு உங்கள் உரிமைகளை நிலைநாட்ட வேண்டும். அல்லது என்னைப் போல அநியாயமான அனுகூலங்களைப் பயன்படுத்திக் கொள்கிறீர்கள் என்பதை ஒப்புக் கொண்டு அவற்றை மகிழ்ச்சியுடன் அனுபவிக்க வேண்டும்.”

“இல்லை, அது அநியாயமாக இருந்தால், அந்த நன்மைகளை நீங்கள் மகிழ்ச்சியுடன் அனுபவிக்க முடியாது, குறைந்தபட்சம் என்னால் முடியாது. என்னைப் பொறுத்தவரை குற்ற உணர்வு இல்லாமல் இருப்பதுதான் முக்கியம்.”

“ஏன் நாமும் போகக் கூடாது?” என்று கேட்டான் ஸ்டீபன் ஆர்கடியேவிச். சிந்தனைகளின் அழுத்தம் தாங்க முடியாமல் அவன் களைத்திருந்தான். “எப்படியும் தூக்கம் வராது, நிஜமாக நாம் போகலாம்!”

லெவின் பதில் சொல்லவில்லை. எதிர்மறையான அர்த்தத்தில் மட்டுமே நியாயமாக நடந்து கொள்வதாக அவர் சொன்னது அவருடைய மனதை ஆக்கிரமித்துக் கொண்டது. ‘எதிர்மறையாக நியாயமாக நடந்துகொள்வது சாத்தியமா?’ என்று அவர் தன்னையே கேட்டுக் கொண்டார்.

“புதிய வைக்கோல் வாசனை மூக்கில் ஏறுகிறது!” என்ற ஸ்டீபன் ஆர்கடியேவிச் எழுந்து நின்றான். “என்னால் எப்படியும் தூங்க முடியாது. அங்கே வசென்கா ஏதோ செய்கிறார். அவருடைய சிரிக்கும் குரல் கேட்கிறதா? வாருங்கள், நாமும் போகலாம்!”

“இல்லை, நான் வரவில்லை” என்றார் லெவின்.

“ஒருவேளை, அதுவும் கொள்கைக்கு அப்பாற்பட்டதாக இருக்குமோ?” என்று இருட்டில் தொப்பியைத் தேடிய ஸ்டீபன் ஆர்கடியேவிச் சிரித்தான்.

“கொள்கைக்கு அப்பாற்பட்டது அல்ல, ஆனால் நான் ஏன் போக வேண்டும்?”

“உங்களுக்கே தெரியும், உங்களுக்கு நீங்களே கஷ்டத்தை ஏற்படுத்திக் கொள்கிறீர்கள்” என்ற ஸ்டீபன் ஆர்கடியேவிச் தொப்பியைக் கண்டுபிடித்து எடுத்தான்.

“எப்படி?”

“நீங்கள் உங்கள் மனைவியுடன் எப்படி நடந்து கொண்டீர்கள் என்பது எனக்குத் தெரியாது என்று நினைக்கிறீர்களா? இரண்டு நாட்கள் வேட்டைக்குச் செல்வதா அல்லது வேண்டாமா என்பதை மிக முக்கியமான விஷயமாக நீங்கள் விவாதித்தீர்கள் என்பதை நான் அறிந்தேன். அது நன்றாக இருந்தாலும் வாழ்நாள் முழுமைக்கும் அது நீடிக்காது. ஒரு ஆண்மகன் சுதந்திரமாக, அவனுக்கே உரித்தான செயல்களைச் செய்ய வேண்டும். ஓர் ஆண் பேராண்மையுடன் இருக்க வேண்டும்” என்ற ஆப்லான்ஸ்கி கதவைத் திறந்தான்.

“அதற்கு என்ன அர்த்தம்? வேலைக்காரப் பெண்களைப் பின் தொடர வேண்டும் என்பதா?” என்று கேட்டார் லெவின்.

“அது வேடிக்கையாக இருந்தால் ஏன் செய்யக்கூடாது? அதனால் என் மனைவிக்கு எந்தக் கெடுதலும் இல்லை, நான் மகிழ்ச்சியாக இருப்பேன். வீட்டின் புனிதத்தைக் காப்பதுதான் முக்கியம்! வீட்டில்

அசம்பாவிதம் எதுவும் நடக்கக் கூடாது. அதனால் உங்கள் கைகளைக் கட்டிக் கொள்ளாதீர்கள்."

"இருக்கலாம்" என்று எரிச்சலுடன் சொல்லிவிட்டு லெவின் திரும்பிக் கொண்டார். "நாளை அதிகாலை நான் வேட்டைக்குச் செல்கிறேன். நான் யாரையும் எழுப்ப மாட்டேன்."

"நண்பர்களே வாருங்கள்!" என்று வெஸ்லோவ்ஸ்கியின் குரல் தங்களை அழைப்பதைக் கேட்டனர். "நான் ஒரு அழகியைக் கண்டுபிடித்தேன். நானும் அவளும் நண்பர்களாகி விட்டோம். அவள் உண்மையில் மிகவும் அழகாக இருக்கிறாள்!" என்று அவள் தனக்காகவே அழகாகப் படைக்கப்பட்டது போலவும், தனக்காக அவளை உருவாக்கியவரிடம் மகிழ்ச்சியுடன் தனது திருப்தியைத் தெரிவிப்பது போலவும் சொன்னார்.

லெவின் தூங்குவது போல நடித்தார். ஆப்லான்ஸ்கி தனது காலணிகளை அணிந்து, சுருட்டைப் பற்றவைத்துக் கொண்டு, கொட்டகையை விட்டு வெளியேறினான். விரைவில் அவர்களின் குரல்கள் தேய்ந்து மறைந்தன.

லெவினுக்கு நீண்ட நேரம் தூக்கம் வரவில்லை. தன் குதிரைகள் வைக்கோலை மென்று சாப்பிடும் ஓசையையும், வீட்டு எஜமானரும் அவரது மூத்த பையனும் அந்த இரவில் குதிரைகளை மேய்ச்சலுக்கு அழைத்துச் செல்லும் ஓசையையும், கொட்டகையின் மறுபக்கம், விவசாயியின் இளைய மகன் தனது மருமகனுடன் படுக்கையைத் தயார் செய்யும் ஓசையையும் கேட்டார். அந்தச் சிறுவன் தனக்குப் பெரியதாகவும் பயங்கரமாகவும் தோன்றிய நாய்களைப் பற்றிய தன் கருத்தைச் சிலிர்ப்புடன் தன் மாமாவிடம் விவரிப்பதும், மறுநாள் அந்த நாய்கள் என்ன வேட்டையாடப் போகின்றன என்று அவன் கேட்பதும், அவன் அதற்குத் தன் கரகரப்பான, தூக்கக்கலக்கமான குரலில் வேட்டைக்காரர்கள் காலையில் சதுப்பு நிலத்திற்குச் சென்று தங்கள் துப்பாக்கிகளால் சுடப் போவதாகச் சொல்வதும் லெவினுக்குக் கேட்டது. பிறகு சிறுவனின் கேள்விகளுக்கு முற்றுப்புள்ளி வைக்கும் விதமாக, "வாஸ்கா தூங்கு அல்லது பேசாமல் இரு!" என்ற அவன் குறட்டை விடத் தொடங்கினான். குதிரைகளின் கனைப்பு ஒலியும், சதுப்பு நிலப் பறவையின் கத்தலையும் தவிர அனைத்தும் நிசப்தமாக இருந்தன. 'எதிர்மறையான அர்த்தத்தில் மட்டுமே அதைச் செய்ய முடியுமா?' என்று லெவின் மீண்டும் தனக்குள் கேட்டுக் கொண்டார். 'சரி, அதனால் என்ன? அது என்னுடைய தவறு அல்ல' என்று அடுத்த நாளைப் பற்றி யோசிக்கத் தொடங்கினார்.

'நாளை அதிகாலை கிளம்பும் நான் பதட்டமடையக் கூடாது என்பதில் உறுதியாக இருக்க வேண்டும். ஏராளமான பறவைகள்,

பெரிய பறவைகள் உள்ளன. நான் திரும்பி வரும்போது கிட்டியிட மிருந்து குறிப்பு வந்திருக்கும். ஒருவேளை ஸ்டீவா சொல்வது சரிதான்! நான் அவளிடம் ஆணுக்குரிய கம்பீரத்துடன் இல்லாமல், பெண் தன்மையுடன் நடந்து கொள்கிறேன்... ஆனால் என்ன செய்வது? மீண்டும் எதிர்மறை!"

தூக்கத்தில் ஆழ்ந்த அவர், ஸ்டீபன் ஆர்கடியேவிச், வெஸ் லோவ்ஸ்கி இருவரின் சிரிப்பையும் மகிழ்ச்சியாக பேசும் குரலையும் கேட்டார். ஒரு கணம் கண்களைத் திறந்த லெவின், திறந்திருந்த கதவின் வழியாக, வானத்தில் இருந்த நிலவையும், அதன் பிரகாசிக்கும் ஒளியில் அவர்கள் இருவரும் கதவுக்கு அருகில் நின்று பேசிக் கொண்டிருப்பதையும் பார்த்தார். ஸ்டீபன் ஆர்கடியேவிச் ஒரு பெண்ணின் புத்துணர்ச்சியைப் பற்றி, அவளைக் கொட்டையிலிருந்து புதியதாக எடுத்த பருப்புக்கு ஒப்பிட்டுப் பேசிக் கொண்டிருந்தான். விவசாயி ஒருவர் தன்னிடம் சொன்னதை வெஸ்லோவ்ஸ்கி பரவச மான சிரிப்புடன் திரும்பத் திரும்பச் சொன்னார். "நீங்கள் உங்களுக் கென்று ஒரு மனைவியைப் பெறுவதற்குப் பாடுபட வேண்டும்!"

"நண்பர்களே, நாளை அதிகாலை!" என்று முணுமுணுத்த லெவின் ஆழ்ந்த தூக்கத்தில் விழுந்தார்.

12

அதிகாலையில் எழுந்த லெவின் தன் நண்பர்களை எழுப்ப முயன்றார். கவிழ்ந்து படுத்து ஒரு காலை நீட்டி, ஆழ்ந்த உறக்கத்தில் இருந்த வசென்காவிடமிருந்து எந்தப் பதிலும் வரவில்லை. தான் இப்போது வரவில்லை என்று ஆப்லான்ஸ்கி தூக்கத்திலேயே பதில் சொன்னான். வைக்கோலின் ஓரத்தில் சுருண்டு படுத்திருந்த லாஸ் காவும், தயக்கத்துடன் எழுந்து பின்னங்கால்களை ஒவ்வொன்றாக மெதுவாக நீட்டி சோம்பல் முறித்தாள். லெவின் காலணிகளை அணிந்து, துப்பாக்கியை எடுத்துக் கொண்டு, ஓசையின்றி கொட்டகைக் கதவைத் திறந்து வெளியே சென்றார். வண்டியோட்டி வண்டியின் அருகில் தூங்கிக் கொண்டிருக்க, குதிரைகளும் தூங்கிக் கொண்டி ருந்தன. ஒரே ஒரு குதிரை மட்டும் ஓட்ஸை சாப்பிட்டு, மூக்கினால் சீறி தானியங்களைத் தொட்டியின் மீது சிதறடித்துக் கொண்டிருந்தது. வெளியே இன்னும் இருள் மூடியிருந்தது.

"எதற்காக இவ்வளவு சீக்கிரம் அன்பே?" என்று ஒரு நல்ல, நீண்ட கால நண்பரைப் போல குடிசையிலிருந்து வெளியே வந்த வீட்டுக்காரப் பெண்மணி அன்புடன் கேட்டாள்.

“எதற்கா? வேட்டைக்குத்தான் பாட்டி. இந்த வழியாக சதுப்பு நிலத்துக்குப் போக முடியுமா?”

“பின்புற முற்றத்தின் வழியாக நேராகச் சென்று, எங்கள் கதிர டிக்கும் நிலத்தைத் தாண்டி, சணல் வயல்களைக் கடந்து சென்றால் ஒரு நடைபாதை உள்ளது.”

வெய்யிலில் காய்த்திருந்த தன் வெற்றுக் கால்களால் கவனமாக அடியெடுத்த வைத்த கிழவி, அவருக்கு வழியைக் காட்டி, கதிரடிக்கும் நிலத்தில் இருந்த வேலியை அவருக்காகத் தூக்கினாள்.

“நேராகச் செல்லுங்கள், அது உங்களைச் சதுப்பு நிலத்திற்குக் கொண்டு செல்லும். நேற்றிரவு எங்கள் பையன்கள் குதிரைகளை அங்கு ஓட்டிச் சென்றனர்.”

லாஸ்கா உற்சாகத்துடன் பாதையில் முன்னேறிச் சென்றாள். லெவின் அவளைத் தொடர்ந்து வேகமாக, இலகுவாக காலடி வைத்து, வானத்தைப் பார்த்துக் கொண்டே நடந்து சென்றார். அவர் சதுப்பு நிலத்தை அடைவதற்கு முன்னேரே சூரியன் உதிப்பதை விரும்ப வில்லை. ஆனால் வானத்தில் சூரியன் மெதுவாக எட்டிப் பார்த்தான். அவன் வெளியே வந்தபோது இன்னும் பிரகாசமாக ஜொலித்துக் கொண்டிருந்த நிலவு ஒரு துளி பாதரசத்தைப் போல வானத்தில் மின்னியது. முன்பு வானத்தில் சிதறிக்கிடந்த விடிவெள்ளி நட்சத் திரத்தை இப்போது தேட வேண்டியிருந்தது. தொலைதூரத்தில் தெளிவற்ற புள்ளிகளாகத் தெரிந்த வயல்வெளி இப்போது தெளிவாகத் தெரியத் தொடங்கியது. அவை கம்பு பயிர்கள். சூரியனின் வெளிச்சம் இல்லாமல் லெவினால் பார்த்திருக்க முடியாத, ஏற்கனவே மகரந்தத்தை இழந்துவிட்ட மணம் வீசும் உயரமான சணல் செடிகளின் மீது இருந்த பனி, அவரது கால்களையும், சட்டையையும் இடுப்புக்கும் மேலாக நனைத்தது. அந்த விடியற்காலை நிசப்தத்தில் சிறிய ஓசையைக் கூட அவரால் தெளிவாகக் கேட்க முடிந்தது. ஒரு தேனீ லெவினின் காதுக்கு அப்பால் பறந்து ஒரு தோட்டாவைப் போல விசில் அடித்தது. அவர் நன்றாக கூர்ந்து பார்த்தபோது, மேலும் இரண்டு தேனீக்களை அவர் பார்த்தார். அவை அனைத்தும் வேலிக்குப் பின்னால் இருந்த தேனீக்கள் கூட்டிலிருந்து வெளியே வந்து, சதுப்பு நிலத்தை நோக்கிப் பறந்து மறைந்தன. லெவின் நடந்து சென்ற பாதை நேராக சதுப்பு நிலத்தை நோக்கிச் சென்றது. அந்தப் பாதையிலிருந்து எழும் மூடுபனியிலிருந்து சதுப்பு நிலம் எங்கே இருக்கிறது என்பதை லெவினால் அறிந்துகொள்ள முடிந்தது. மூடுபனி சில இடங்களில் அடர்த்தியாகவும் சில இடங்களில் அடர்த்தி குறைந்தும் காணப்பட்டது. எனவே நாணல்களும் வில்லோ புதர்களும் அந்த மூடுபனியில் சிறு தீவுகளைப் போல அசைந்தன. நேற்று இரவு குதிரைகளை மேய்த்த சிறுவர்களும் விவசாயிகளும்,

விடியற்காலையில் சதுப்பு நிலத்தின் ஓரத்திலும், பாதையிலும் படுத்துக் கிடந்தனர். அவர்களுக்குச் சற்றுத் தொலைவில் மூன்று குதிரைகள் நின்று கொண்டிருந்தன. அதில் ஒன்று அதன் சங்கிலியை வாயால் கவ்விக் கொண்டிருந்தது. தன் எஜமானரின் அருகில் நடந்த லாஸ்கா முன்னால் செல்வதற்கு அனுமதி கேட்டுச் சுற்றிலும் பார்த்தாள். லெவின் தூங்கிக் கொண்டிருந்த விவசாயிகளைக் கடந்து ஈரமாக இருந்த நிலத்தை அடைந்தபோது, துப்பாக்கியைப் பரிசோதித்து விட்டு, லாஸ்காவை முன்னால் செல்ல அனுமதித்தார். அடர் பழுப்பு நிறத்தில், நேர்த்தியாக இருந்த மூன்று வயது குதிரை, நாயைப் பார்த்து, பதற்றமடைந்து, வாலை உயர்த்தி சீறியது. மற்ற குதிரைகளும் பயந்து, தங்கள் கால்களைத் தண்ணீரில் அடித்து, கை தட்டல் போன்ற சத்தத்தை எழுப்பி, சதுப்பு நிலத்திலிருந்து வெளி யேறத் தொடங்கின. குதிரைகளை ஏளனமாகப் பார்த்த லாஸ்கா, லெவினைக் கேள்வியுடன் பார்த்துக் கொண்டு நின்றாள். லெவின் லாஸ்காவைத் தட்டிக் கொடுத்து, அவள் போகலாம் என்பதற்கு அடையாளமாக விசில் அடித்தார்.

லாஸ்கா உற்சாகத்துடன் சதுப்பு நிலத்தின் மீது ஓடினாள்.

லாஸ்கா சதுப்பு நிலத்தில் ஓடி, அவளுக்கு மிகவும் பரிச்சயமான சதுப்பு நிலத்தின் புற்கள், தேங்கி நிற்கும் தண்ணீர் ஆகியவற்றின் வாசனைகளுக்கு மத்தியில், சதுப்பு நிலம் முழுவதும் தீர்க்கமாகப் பரவியிருந்த பறவைகளின் வாசனையை உடனடியாக மோப்பம் பிடித்தாள். அந்த வாசனை மற்ற அனைத்தையும் விட அவளை அதிகமாக உற்சாகப்படுத்தியது. ஆங்காங்கே இருந்த பாசிகளுக்கும், சதுப்பு நிலப் புற்களுக்கும் மத்தியில் அந்த வாசனை மிகவும் தீர்க்க மாக வீசியது என்றாலும், அது எந்தத் திசையிலிருந்து அதிகமாகவும் குறைவாகவும் வருகிறது என்பதை அவளால் தீர்மானிக்க முடிய வில்லை. அதைக் கண்டுபிடிக்க காற்றின் திசையில் அவள் மேலும் செல்ல வேண்டியிருந்தது. லாஸ்கா தனக்கு கால்கள் இருப்பதை மறந்து, பதட்டத்துடன் வேகமாக நகர்ந்து, தேவைப்பட்டால் ஒவ்வொரு பாய்ச்சலிலும் நிற்கும் உத்தேசத்துடன், கிழக்கிலிருந்து வீசும் காலைக் காற்றிலிருந்து விலகி அதற்கு எதிர்த்திசையில், வலது பக்கமாக ஓடினாள். அவள் தன் விரிந்த மூக்குத் துவாரங்களில் காற்றை உள்ளிழுத்து, அவற்றின் வாசனையை மட்டுமின்றி, ஒன்றுக்கும் மேற்பட்ட பறவைகள் தனக்கு முன்னால் இருப்பதை உணர்ந்தாள். அவள் வேகத்தைக் குறைத்து மெதுவாக நடந்தாள். அவளுக்குப் பறவைகள் அங்கே இருப்பது தெரிந்தது என்றாலும், எந்த இடத்தில் என்பதை அவளால் தீர்மானிக்க முடியவில்லை. சரியான இடத்தைக் கண்டுபிடிக்க அவள் வட்டமாகச் சுற்றியபோது, திடீரென்று அவளது எஜமானரின் குரல் அவள் கவனத்தைச் சிதறடித்தது.

"லாஸ்கா! அங்கே!" என்று அவர் மற்றொரு திசையைச் சுட்டிக் காட்டினார். அவள் தான் ஆரம்பித்த தேடுதலை முடிப்பது நல்ல தல்லவா என்று கேட்பது போல சற்றே தயங்கி நின்றாள். ஆனால் கோபமான குரலில் மீண்டும் கட்டளையிட்ட அவர், எந்தப் பறவையும் இருப்பதற்கு சாத்தியமில்லாத தண்ணீரால் சூழப்பட்ட ஒரு மேட்டுப் பகுதியைச் சுட்டிக்காட்டினார். அவள் அவருடைய கட்டளைக்குக் கீழ்ப்படிந்து, அவரை மகிழ்விப்பதற்காகத் தேடுவது போல நடித்து, மேட்டுப்பகுதியைச் சுற்றிவிட்டு, மீண்டும் பழைய இடத்திற்குத் திரும்பி, பறவைகள் இருப்பதை மீண்டும் மோப்பம் பிடித்தாள். இப்போது அவர் அவளைத் தடுக்கவில்லை என்பதால் அவளுக்கு என்ன செய்ய வேண்டும் என்பது தெரிந்தது. அவள் தன் கால்களுக்குக் கீழே என்ன இருக்கிறது என்பதைப் பார்க்காமல், உயரமான புல்மேடுகளில் ஏறும்போது தடுமாறி தண்ணீரில் விழுந்து, தனது வலிமையான கால்களால் தடைகளைத் தாண்டி, எல்லா வற்றையும் தெளிவுபடுத்திக் கொள்ளும் விதமாகச் சுற்றிச் சுற்றி வந்தாள். பறவைகளின் வாசனை மேலும் மேலும் தீர்க்கமாக அவள் நாசியைத் தாக்கியது. பறவைகளில் ஒன்று தனக்கு முன்னால் ஐந்தடி தூரத்தில், புல் மேட்டுக்கு அப்பால் இருப்பது அவளுக்குத் தெளிவாகத் தெரிந்தது. அவள் தன் முழு உடலும் உறைந்துபோக அசையாமல் நின்றாள். அவளுக்கு முன்னால் எதுவும் இல்லை என்றாலும், ஐந்தடி தூரத்தில் பறவை அமர்ந்திருப்பதை அவள் வாசனையால் உணர்ந்து கொண்டாள். பறவை இருப்பதை உறுதியாக அறிந்த அவள் எதிர்பார்ப்பின் மகிழ்ச்சியில் அசையாமல் நின்றாள். அவளு டைய விறைப்பான வால் நீண்டு, அதன் நுனி மட்டும் லேசாக நடுங்கியது. அவள் வாய் லேசாகத் திறந்திருக்க, காதுகள் நிமிர்ந்து நின்றன. அவள் ஓடியபோது பின்னோக்கி மடிந்த ஒரு காது இன்னும் அப்படியே இருந்தது. அவள் ஆழமாக ஆனால் கவனமாக மூச்சு விட்டாள். அவள் அதைவிடக் கவனமாக சுற்றிலும் பார்த்து, தலையைத் திருப்பாமல் கண்களால் தனது எஜமானரைப் பார்த்தாள். அவர் எப்போதும் போல வழக்கமான முகபாவத்துடன் ஆனால் பயம் கலந்த பார்வையுடன், புல் மேடுகளில் தடுமாறியவராக, வழக்கத்திற்கு மாறாக மெதுவாக நடந்து வருவதாக அவளுக்குத் தோன்றியது. அவளுக்கு அப்படித் தோன்றியது என்றாலும், உண்மையில் அவர் ஓடி வந்தார்.

லாஸ்கா விசித்திரமான தேடுதலுடன், தன் உடல் முழுவதும் தரையில் அழுந்த, பின்னங்கால்களால் நீண்ட அடியெடுத்து வைத்து, வாயை லேசாகத் திறப்பதைக் கவனித்த லெவின், அவள் பறவையைச் சுட்டிக்காட்டுவதை உணர்ந்து, தனது வெற்றிக்காக, குறிப்பாக முதல் பறவைக்காக கடவுளிடம் வேண்டிக் கொண்டு அவளிடம் ஓடினார்.

அவர் அவள் அருகில் சென்றதும் தன் உயரத்தின் காரணமாக அவளைத் தாண்டி, அவள் தன் மூக்கினால் உணர்ந்ததை அவர் தன் கண்களால் பார்த்தார். சில அடிகள் தூரத்தில் இரண்டு திட்டு களுக்கு இடையில் இருந்த குறுகிய இடைவெளியில் ஒரு பெரிய பறவை இருந்தது. அது தலையைத் திருப்பிச் சுற்றிலும் கவனித்துக் கொண்டிருந்தது. பின்னர் அது தன் சிறகுகளை லேசாக விரித்து மீண்டும் மடித்து, அதன் பின்புறத்தை நகர்த்தி ஒரு மூலையில் ஒளிந்து கொண்டது.

"பிடி! பிடி!" என்று லாஸ்காவைப் பின்னாலிருந்து தள்ளிக் கொண்டே லெவின் கத்தினார்.

'அது என்னால் முடியாது. நான் எங்கே போவது? இங்கிருந்து நான் அதை வாசனையால் உணர முடிகிறது. ஆனால் நான் முன்னோக்கி நகர்ந்தால் அது எங்கே இருக்கிறது அல்லது அது என்ன செய்யும் என்பதை என்னால் சொல்ல முடியாது' என்ற பாவனையில் அவள் அமைதியாக இருந்தாள். அவர் அவளை முழங்காலால் தள்ளிவிட்டு, "லாஸ்கா அதைப் பிடி!" என்று கிளர்ச்சியுடன் கிசுகிசுத்தார்.

'சரி, அவர் விரும்பினால் நான் அதைச் செய்கிறேன். ஆனால் விளைவுகளுக்கு நான் பொறுப்பல்ல' என்று அவள் நினைத்தாள். அவள் இரண்டு திட்டுகளுக்கு இடையில் முழு வேகத்துடன் முன்னோக்கி ஓடினாள். இப்போது அவளுக்கு எந்த வாசனையும் தெரியவில்லை. அவளால் எதையும் புரிந்து கொள்ளாமல், பார்க்கவும் கேட்கவும் மட்டுமே முடிந்தது.

அவள் முன்பு இருந்த இடத்திலிருந்து பத்தடி தூரத்தில், ஒரு கூக்குரலுடன், சிறகுகளின் விசித்திரமான ஓசையுடன், ஒரு பெரிய சதுப்புநிலப் பறவை வானத்தில் பறந்தது. துப்பாக்கி வெடிக்கும் ஓசையைத் தொடர்ந்து, அந்தப் பறவை கனத்த ஓசையுடன் ஈரமான சதுப்பு நிலத்தில் விழுந்து சேற்றைத் தெளித்தது. நாய் வரும்வரை காத்திராமல், மற்றொரு பறவை உடனடியாக லெவினுக்குப் பின்னால் பறந்தது.

லெவின் அதை நோக்கித் திரும்பிய போது அது ஏற்கனவே வானத்தில் வெகுதூரம் சென்றிருந்தது. ஆனாலும் அவரது குறி தப்பவில்லை. சுமார் இருபது அடிகள் பறந்து, செங்குத்தாக மேல் நோக்கி உயர்ந்த அந்த இரண்டாவது பறவை, வீசப்பட்ட பந்தைப் போல வறண்ட நிலத்தில் பலத்த ஓசையுடன் விழுந்தது.

'இனி எல்லாம் நல்லபடியாக நடக்கும்' என்று நினைத்த லெவின், இன்னும் வெதுவெதுப்பாக இருந்த அந்தக் கொழுத்த பறவையைத் தன் பையில் வைத்துக் கொண்டார். "லாஸ்கா என் அன்பே, எல்லாம் சரியாக நடக்குமா?"

லெவின் துப்பாக்கியில் தோட்டாவை நிரப்பிக் கொண்டு அங்கிருந்து நகர்ந்தபோது, சூரியன் வானத்தில் உதித்திருந்தான். இருந்தாலும் மேகங்கள் அதை மறைத்திருந்தன. நிலவு தன் பிரகாசத்தை இழந்து வானில் ஒரு சிறிய வெண்ணிற மேகம் போலக் காட்சியளித்தது. இப்போது வானத்தில் ஒரு நட்சத்திரம் கூடத் தென்படவில்லை. முன்பு பனியில் நனைந்து வெள்ளி போல ஜொலித்த சதுப்பு நிலம் இப்போது தங்க நிறத்தில் பிரகாசித்தது. தேங்கி நின்ற தண்ணீர் முழுவதும் மஞ்சள் நிறமாக இருந்தது. நீல நிறத்திலிருந்த புற்கள் மஞ்சள் கலந்த பச்சை நிறமாக மாறியது. நீரோடையின் அருகில் நீண்ட நிழல்களைத் தந்து, பனியால் ஜொலித்த, தாழ்வான புதர்களைச் சுற்றி சிறிய சதுப்பு நிலப் பறவைகள் கூட்டம் கூட்ட மாகச் சென்றன. விழித்துக் கொண்ட ஒரு பருந்து, வைக்கோல் மீது அமர்ந்து தலையை ஒரு பக்கமாகத் திருப்பி சதுப்பு நிலத்தை அதிருப்தியுடன் பார்த்தது. காகங்கள் வயல்வெளிகளில் பறந்து சென்றன. வெறுங்காலுடன் இருந்த சிறுவன், அப்போதுதான் எழுந்து உட்கார்ந்து தன்னைத் தானே சொறிந்து கொண்டிருந்த முதியவரிடம் குதிரைகளை ஓட்டிச் சென்றான். துப்பாக்கிச் சூட்டி னால் வெளிப்பட்ட புகை, பச்சைப் புற்களின் மீது பால்போல வெண்மையாகப் பரவியது.

ஒரு சிறுவன் லெவினிடம் ஓடி வந்தான்.

"மாமா, நேற்று இங்கே வாத்துக்கள் இருந்தன!" என்று அவன் கத்திக் கொண்டே, அவரைப் பின்தொடர்ந்து சென்றான்.

அந்தச் சிறுவன் முன்னிலையில் தனது வேட்டைக்கான அங்கீ காரம் கிடைக்கப் பெற்ற லெவின் இரட்டிப்பு மகிழ்ச்சி அடைந்தார். உடனே அவர் மேலும் மூன்று பறவைகளை ஒன்றன் பின் ஒன்றாகச் சுட்டு வீழ்த்தினார்.

13

முதல் மிருகத்தை அல்லது முதல் பறவையைத் தவறாமல் சுட்டுவிட்டால் அந்த நாள் அதிர்ஷ்டமாக இருக்கும் என்று வேட்டையர்கள் கூறுவது அன்று உண்மையாகியது.

பத்தொன்பது பறவைகளை பையிலும், இடமில்லாத காரணத் தால் ஒரு வாத்தைத் தன் இடுப்பு பெல்ட்டிலும் சுமந்து, சுமார் இருபது மைல் தூரம் நடந்து, களைப்பும், பசியும் அடைந்த லெவின் மகிழ்ச்சியுடன் பத்து மணிக்குத் தான் தங்கியிருந்த குடிலுக்குத் திரும்பினார். வெகு நேரத்திற்கு முன்பே எழுந்த அவரது நண்பர்கள் பசியின் காரணமாக தங்கள் காலை உணவை முடித்திருந்தனர்.

“சற்று பொறுங்கள், பத்தொன்பதுதான்” என்ற லெவின் மீண்டும் இரண்டாவது முறை பையிலிருந்த பறவைகளை எண்ணினார். இப்போது அந்தப் பெரிய பறவை முன்பு உயிருடன் இருந்ததைப் போல இல்லாமல், உலர்ந்து, ரத்தம் படிந்து, தலையை ஒரு பக்கமாகச் சாய்த்துக் கிடந்தது.

எண்ணிக்கை சரியாக இருந்தது. ஸ்டீபன் ஆர்கடியேவிச்சின் பொறாமையைக் கண்டு லெவின் மகிழ்ந்தார். கிட்டியிடமிருந்து செய்தி கொண்டுவந்த வேலைக்காரன் அங்கு இருப்பதைக் கண்டு அவர் மேலும் மகிழ்ச்சியடைந்தார்.

‘நான் நலமாக மகிழ்ச்சியுடன் இருக்கிறேன். என்னைப் பற்றி கவலையின்றி நீங்கள் அமைதியாக இருங்கள். எனக்கு இப்போது ஒரு புதிய பாதுகாவலர், மரியா விலாஸ்யெவ்னா இருக்கிறார். (மருத்துவச்சியான இவர் லெவினின் குடும்ப வாழ்க்கையில் ஒரு புதிய, முக்கியமான நபர்). நான் எப்படி இருக்கிறேன் என்பதைப் பார்க்க வந்த அவர், நான் ஆரோக்கியமாக இருப்பதைத் தெரிந்து கொண்டார். நீங்கள் திரும்பி வரும்வரை நாங்கள் அவரை இங்கு தங்க வைக்கிறோம். எல்லோரும் மகிழ்ச்சியாக இருக்கிறார்கள். எனவே நீங்கள் அவசரப்பட வேண்டாம். வேட்டை நன்றாக இருந்தால் மேலும் ஒருநாள் இருங்கள்.’

வேட்டையில் கிடைத்த வெற்றி, தன் மனைவியிடமிருந்து கிடைத்த செய்தி ஆகிய இரண்டும் அவருக்குப் பெரியதாக இருந்ததால், அதற்குப் பிறகு லெவின் அறிந்து கொண்ட இரண்டு சிறிய விரும்பத்தகாத விஷயங்களை அவர் எளிதாக எடுத்துக் கொண்டார். நேற்று அதிகமாக வேலை செய்த தவிட்டு நிறக் குதிரை தீவனம் எதுவும் சாப்பிடாமல் மிகவும் சோர்ந்து காணப் பட்டது. அது மன உளைச்சலுக்கு ஆளாகியிருப்பதாக வண்டியோட்டி சொன்னார்.

“நேற்று அவன் மிக அதிகமாக ஓடினான் கான்ஸ்டான்டின் டிமிட்ரிச்! நிச்சயமாக, அந்தப் பத்து மைல்களுக்கு அவன் முரட்டுத் தனமாக ஓடினான்!”

ஒரு வாரத்தில் சாப்பிட்டு முடிக்க முடியாது என்று தோன்றும் அளவுக்குக் கிட்டி கொடுத்தனுப்பிய உணவுப் பொருட்கள் சுத்தமாக தீர்ந்து விட்டன என்ற மற்றொரு விரும்பத்தகாத விஷயம், ஒரு கணம் லெவினை வருத்தமடையச் செய்தது. ஆனால் அவர் அதன் பிறகு மகிழ்ச்சியுடன் சிரித்தார். வேட்டை முடிந்து பசியுடனும் களைப்புடனும் திரும்பிய லெவின், லாஸ்கா வேட்டையில் மோப்பம் பிடிப்பது போல, இறைச்சி துண்டுகளைச் சுவைக்கும் கனவுடன், குடிலை நெருங்கி தனக்கு உணவு பரிமாறும்படி பிலிப்பிடம்

கட்டளையிட்டார். இறைச்சித் துண்டுகள் மட்டுமின்றி கோழிகளும் மிச்சமில்லை என்பது அப்போது அவருக்குத் தெரிய வந்தது.

“இவருடைய பசி பயங்கரமானது!” என்று சிரித்த ஸ்டீபன் ஆர்கடியேவிச், வெஸ்லோவ்ஸ்கியைச் சுட்டிக் காட்டினான். “எனக்கெல்லாம் ஒருநாளும் இப்படிப் பசித்ததில்லை, ஆனால் உண்மையில் இவர் ஓர் அற்புதமான மனிதர்...”

“இது நல்ல ருசி” என்று வெஸ்லோவ்ஸ்கி தான் சாப்பிட்ட மாட்டிறைச்சியைப் புகழ்ந்தார்.

“சரி, அதற்கு என்ன செய்ய முடியும்?” என்ற லெவின் விரக்தியுடன் வெஸ்லோவ்ஸ்கியைப் பார்த்தார். “பிலிப், எனக்கு மாட்டிறைச்சியைக் கொடுங்கள்.”

“மாட்டிறைச்சியும் தீர்ந்துவிட்டது, எலும்பை நாய்களுக்கு கொடுத்து விட்டேன்” என்றான் பிலிப்.

“எனக்காக நீ எதையாவது மிச்சம் வைத்திருக்க வேண்டும்” என்று கோபத்துடன் சொன்ன லெவினுக்கு அழ வேண்டும் போலத் தோன்றியது.

“சரி, பையிலுள்ள பறவைகளை எடுத்து இலைகளின் மீது காயப்போடு” என்று நடுங்கும் குரலில் பிலிப்பிடம் சொன்ன லெவின், வசென்காவைப் பார்க்காமல் இருப்பதற்கு முயற்சித்தார். “எனக்குக் கொஞ்சம் பாலாவது கொண்டு வா.”

லெவின் பாலைக் குடித்து முடித்த பிறகு, அந்நியர்கள் முன்னிலையில் தனது கோபத்தை வெளிக்காட்டியதற்காக வெட்கமடைந்தார். பசியால் தனக்கு ஏற்பட்ட எரிச்சலை நினைத்து சிரிக்கத் தொடங்கினார்.

அன்று மாலை அவர்கள் மீண்டும் வேட்டையாடினர். அங்கு வெஸ்லோவ்ஸ்கியும் பல பறவைகளைச் சுட்டு வீழ்த்தினார். இரவில் அவர்கள் வீட்டிற்குத் திரும்பினர்.

அவர்கள் வீட்டிலிருந்து கிளம்பியது எவ்வளவு மகிழ்ச்சியாக இருந்ததோ, அதே அளவுக்கு வீட்டை நோக்கிச் சென்றதும் மகிழ்ச்சியாக இருந்தது. வழியில் வெஸ்லோவ்ஸ்கி பாட்டுப் பாடினார். அதன் பிறகு வோட்காவைக் கொடுத்து, ‘தவறாக நினைக்க வேண்டாம்’ என்று சொல்லி தன்னை மகிழ்வித்த விவசாயிகளோடும், பிறகு இரவில் குடிசையிலும், விவசாயப் பெண்ணுடனும், நேர்ந்த அனுபவங்களை நினைவு கூர்ந்தார். திருமணம் ஆகிவிட்டதா என்று தன்னிடம் கேட்ட விவசாயி, தனக்குத் திருமணம் ஆகவில்லை என்பதை அறிந்து, ‘நீங்கள் மற்றவர்களின் மனைவிகளைப் பார்க்காதீர்கள் அதற்குப் பதிலாக நீங்கள் திருமணம் செய்து கொள்வது

நல்லது என்று சொன்ன வார்த்தைகளை நினைத்து வெஸ்லோவ்ஸ்கி மகிழ்ந்தார்.

"மொத்தத்தில் இந்தப் பயணத்தில் நான் மிகவும் மகிழ்ச்சியாக இருந்தேன். லெவின், உங்களுக்கு எப்படி?"

"எனக்கும் மகிழ்ச்சியாக இருந்தது" என்று லெவின் உண்மையைச் சொன்னார். முன்பு வீட்டில் வெஸ்லோவ்ஸ்கி மீது அவருக்கு ஏற்பட்ட கசப்புணர்வு இப்போது சுத்தமாக இல்லை என்பதுடன், அவருடன் ஒரு இணக்கமான நட்புணர்வை லெவின் உணர்ந்தார்.

14

மறுநாள் காலை பண்ணையைச் சுற்றிப் பார்த்துவிட்டுத் திரும்பிய லெவின், பத்து மணியளவில் வசென்கா தங்கியிருந்த அறையின் கதவைத் தட்டினார்.

"வாருங்கள்" என்று வெஸ்லோவ்ஸ்கி அவரை உள்ளே அழைத்தார். "மன்னிக்கவும், நான் இப்போதுதான் குளித்தேன்" என்ற அவர் தனது உள்ளாடைகளை மட்டும் அணிந்து லெவின் முன்னால் நின்று புன்னகைத்தார்.

"தயவுசெய்து சங்கடப்பட வேண்டாம்" என்ற லெவின் ஜன்னல் அருகே அமர்ந்தார். "இரவு நன்றாகத் தூங்கினீர்களா?"

"செத்துப்போனவனைப் போலத் தூங்கினேன். இன்று வேட்டைக்கு ஏற்ற நாளா?"

"டீ அல்லது காபி என்ன வேண்டும்?"

"இரண்டுமே வேண்டாம். மதிய உணவு வரைக்கும் எதுவும் வேண்டாம். உண்மையில் எனக்கு வெட்கமாக இருக்கிறது. பெண்கள் எழுந்துவிட்டார்கள் என்று நினைக்கிறேன். இப்போது வெளியே நடப்பது நன்றாக இருக்கும். நீங்கள் எனக்கு உங்கள் குதிரைகளைக் காட்டுங்கள்."

அவர்கள் தோட்டத்தின் வழியாக நடந்து, குதிரை லாயங்களைப் பார்வையிட்டு, ஒன்றாக சில உடற்பயிற்சிகளைச் செய்துவிட்டு, வீட்டிற்குத் திரும்பி வரவேற்பறைக்குச் சென்றனர்.

"எங்களுக்கு மறக்க முடியாத சில வேட்டை அனுபவங்கள் கிடைத்தன!" என்று வெஸ்லோவ்ஸ்கி, சமோவாரின் அருகில் அமர்ந்திருந்த கிட்டியிடம் சென்று சொன்னார். "பெண்களுக்கு அத்தகைய அனுபவங்கள் கிடைப்பதில்லை என்பது பெரிய சோகம்!"

‘சரி, அதனால் என்ன? அவருக்கு அவளிடம் பேசுவதற்கு ஏதாவது வேண்டும்’ என்று லெவின் தனக்குள் சொல்லிக் கொண் டார். அவரது அந்தப் புன்னகையில், கிட்டியிடம் பேசிய போது வெளிப்பட்ட அந்த வெற்றிகரமான முகபாவத்தில், ஏதோ இருப்ப தாக மீண்டும் லெவினுக்குத் தோன்றியது.

மேசையின் மறுமுனையில் மரியா விலாஸ்யேவ்னா, ஸ்டீபன் ஆர்கடியேவிச் ஆகியோருடன் அமர்ந்திருந்த இளவரசி, லெவினை அழைத்து, பிரசவத்திற்கு கிட்டியை மாஸ்கோவுக்கு அழைத்துச் செல்வது பற்றியும், அங்கு ஒரு வீட்டை வாடகைக்கு எடுப்பதைப் பற்றியும் பேசத் தொடங்கினாள். திருமணத்தில் நடந்ததைப் போல, அந்த அற்பத்தனமான ஏற்பாடுகள், நடக்கப் போகும் நிகழ்வின் முக்கியத்துவத்தை அவமதிக்கும் செயல் என்பதால் லெவின் அவற்றை வெறுத்தார். பிரசவத்திற்கான ஏற்பாடுகளும், அந்த நாளை அவர்கள் விரல்விட்டு எண்ணிக் கொண்டிருந்ததும், அவருக்கு மேலும் கொடுமையாகத் தோன்றியது. எனவே குழந்தையைப் பெறுவதற்குரிய சிறந்த வழிகளைக் குறித்து, அவர்கள் பேசுவதைக் கேட்காமல் இருப்பதற்கு அவர் முயற்சி செய்தார். மேலும் அவருக்குப் புதிராக இருந்த, குழந்தைக்கு வேண்டிய சில முக்கோணத் துணிகளில், கிட்டி அதிக அக்கறை காட்டியதும் அவருக்குப் பிடிக்கவில்லை, இப்படி மேலும் பல இருந்தன. தனக்கு ஒரு மகன் பிறக்கப் போகிறான் என்பதை (மகன் என்று அவர் உறுதியாக நம்பினார்) அவரால் இன்னும் நம்ப முடியவில்லை, ஏனெனில் அது மிகவும் அசாதாரணமான ஒன்றாக அவருக்குத் தோன்றியது. ஒருபுறம், அது ஒரு மகத்தான நிகழ்வு என்பதால், சாத்தியமில்லாத ஒரு மகிழ்ச்சி அவருக்கு ஏற்பட்டது. மறுபுறம், அது மிகவும் மர்மமான ஒரு நிகழ்வு என்பதால், என்ன நடக்கப் போகிறது என்பதை, தங்கள் அறிவினால் அறிந்து கொண்டவர்களைப் போல மனிதர்கள் செயல்படுவதும், அதன் விளைவாக ஒரு சாதாரணப் பொருளைத் தயாரிப்பது போல, அதற்கான ஏற்பாடுகளைச் செய்வதும், அதன் புனிதத்தை இழிவுபடுத்தும் செயல் என்பதாக அவருக்குத் தோன்றியது.

ஆனால் இளவரசி அவருடைய உணர்வுகளைப் புரிந்து கொள்ளவில்லை. அவருடைய அக்கறையின்மையும், அலட்சிய மனப்பான்மையும் அதற்குக் காரணம் என்று கருதிய இளவரசி, அவரை நிம்மதியாக இருக்கவிடவில்லை. ஒரு வீட்டை ஏற்பாடு செய்யும் பொறுப்பை ஸ்டீபன் ஆர்கடியேவிச்சிடம் ஒப்படைத்த அவள், அதைப் பற்றிப் பேசுவதற்கு லெவினை அழைத்தாள்.

“இளவரசி எனக்கு அதைப் பற்றி எதுவும் தெரியாது. நீங்கள் விரும்பியபடி செய்யுங்கள்” என்றார் அவர்.

“எப்போது செல்வது என்பதை நீங்கள்தான் முடிவு செய்ய வேண்டும்.”

“உண்மையில் எனக்குத் தெரியவில்லை. மாஸ்கோவுக்குப் போகாமலும், மருத்துவர்கள் இல்லாமலும் மில்லியன் கணக்கான குழந்தைகள் பிறக்கின்றன என்பது எனக்குத் தெரியும்... அதனால் ஏன்...”

“அப்படியென்றால்...”

“கிட்டி விரும்புவது போலச் செய்யுங்கள்.”

“நான் இதைப் பற்றி கிட்டியிடம் பேச முடியாது! நான் அதைப் பேசி, கிட்டியைப் பயமுறுத்த வேண்டும் என்கிறீர்களா? இந்த வசந்த காலத்தில் நடாலியா கோலிட்சினா, ஒரு மோசமான மருத்துவரால் இறந்து விட்டாள்.”

“நீங்கள் என்ன சொன்னாலும் நான் செய்கிறேன்” என்று லெவின் முரட்டுத்தனமாகச் சொன்னார்.

இளவரசி அவரிடம் பேசத் தொடங்கியபோது அவர் அதைக் காது கொடுத்துக் கேட்கவில்லை. இளவரசி பேசுவது அவரை வருத்தமடையச் செய்தாலும், தேநீர் வழங்கும் இடத்தில் அவர் கண்ட காட்சி அவரை விரக்தியடையச் செய்தது.

‘இல்லை, இது சாத்தியமில்லை’ என்று லெவின் நினைத்தார். அவ்வப்போது வெஸ்லோவ்ஸ்கியைக் கவனித்துக் கொண்டிருந்த லெவின், அவர் கிட்டியை நோக்கிச் சாய்ந்து, தனது வசீகரமான புன்னகையுடன் அவளிடம் ஏதோ சொல்ல, அவள் வெட்கத்தால் முகம் சிவந்து, கலங்கினாள்.

வசென்காவின் நடத்தையில், பார்வையில், புன்னகையில் முறையற்ற ஏதோ ஒன்று இருந்தது. லெவின், கிட்டியின் அணுகு முறையிலும் தோற்றத்திலும் கூட முறையற்ற ஒன்றைக் கண்டார். மீண்டும் அவர் கண்கள் இருண்டன. நேற்று நடந்தது போலவே அவர் மகிழ்ச்சி, அமைதி மற்றும் சுயமரியாதையின் உச்சத்திலிருந்து, விரக்தி, கோபம் மற்றும் அவமானத்தின் படுகுழியில் திடீரென்று தள்ளப்பட்டதாக உணர்ந்தார். மீண்டும் எல்லோர் மீதும், எல்லா வற்றின் மீதும் அவருக்கு வெறுப்பு ஏற்பட்டது.

“இளவரசி, நீங்கள் விரும்பியதைச் செய்யுங்கள்” என்ற லெவின் மீண்டும் அவர்களைப் பார்த்தார்.

“ஏதேச்சதிகாரியின் கிரீடம் கனமானது!” என்று ஸ்டீபன் ஆர்கடியேவிச், இளவரசியின் உரையாடலை மட்டுமின்றி, லெவினின் சங்கடத்தைக் கவனித்து, அதையும் குறிக்கும் விதமாக கேலியாகச் சொன்னான். “டோலி, இன்று ஏன் இவ்வளவு தாமதம்?”

எல்லோரும் எழுந்து டாரியா அலெக்ஸாண்ட்ரோவ்னாவை வரவேற்றனர். வசென்கா ஒரு கணம் எழுந்து நின்றான். பெண்களிடம் மரியாதை இல்லாமல், நவீன இளைஞர்களுக்கே உரிய இயல்புடன் குனிந்தும் குனியாமலும் வணங்கி, எதையோ நினைத்துச் சிரித்து, பேசிக் கொண்டிருந்த உரையாடலை மீண்டும் தொடர்ந்தார்.

"மாஷாவை நினைத்துக் கவலையாக இருக்கிறது. அவள் சரியாகத் தூங்காமல் இன்று மிகவும் சோர்வாக இருக்கிறாள்" என்றாள் டோலி.

வசென்கா கிட்டியிடம், முதல் தினத்தைப் போல மீண்டும் அன்னாவைக் குறித்தும், சமூக நியதிகளுக்கும் அப்பால் காதல் இருக்க முடியுமா என்பதைக் குறித்தும் பேசினார். கிட்டிக்கு அந்த உரையாடல் வெறுப்பை ஏற்படுத்தியது. அந்த உரையாடலின் உள்ளடக்கமும், அது நடத்தப்பட்ட தொனியிலும் சங்கடப்பட்ட கிட்டி, அது தன் கணவரை எவ்வாறு பாதிக்கும் என்பதை நினைத்துக் கலங்கினாள். ஆனால் அந்த உரையாடலை எப்படி நிறுத்துவது என்றும், அந்த இளைஞன் வெளிப்படையாகத் தன் மீது காட்டிய கவனத்தால், தனக்குக் கிடைத்த மேலோட்டமான மகிழ்ச்சியை எப்படி மறைப்பது என்றும் தெரியாத அளவுக்கு அவள் மிகவும் எளிமையானவளாகவும் அப்பாவியாகவும் இருந்தாள். அவள் அந்த உரையாடலை நிறுத்த விரும்பினாலும் அவளுக்கு என்ன செய்வது என்று அவளுக்குத் தெரியவில்லை. தான் எதைச் செய்தாலும் அதைத் தன் கணவர் கவனிப்பார் என்பது அவளுக்கு நன்றாகத் தெரியும். எனவே அவர் அதைத் தவறாக எடுத்துக் கொள்வார் என்பதும் அவளுக்குத் தெரியும். மாஷாவுக்கு என்ன ஆயிற்று என்று அவள் டோலியிடம் கேட்டபோது, அந்தப் பேச்சால் சோர்வுற்ற வசென்கா, அது முடியும்வரை காத்திருந்து, டோலியை அலட்சியமாகப் பார்க்கத் தொடங்கியதும், கிட்டியின் கேள்வி இயற்கைக்கு மாறானதாக, அருவருக்கத்தக்க தந்திரமாக லெவினுக்குத் தோன்றியது.

"சரி, நாம் இன்று காளான்கள் சேகரிக்கச் செல்லலாமா?" என்று டோலி கேட்டாள்.

"போகலாம். நானும் வருகிறேன்" என்ற சொன்ன கிட்டியின் முகம் சிவந்தது. ஒரு மரியாதை நிமித்தமாக வசென்காவிடம் கேட்பதற்குக் கிட்டி விரும்பினாள் என்றாலும் அவள் அதைக் கேட்க வில்லை. "எங்கே போகிறீர்கள் கோஸ்டியா?" என்று அவள் உறுதி யான நடையில் அவளைக் கடந்து சென்ற தன் கணவரிடம் குற்ற வுணர்வுடன் கேட்டாள். அந்தக் குற்றவுணர்வு அவரது சந்தேகத்தை உறுதிப்படுத்தியது.

"நான் இல்லாத போது மெக்கானிக் வந்தார். நான் அவரைப் பார்க்க வேண்டும்" என்று அவர் அவளைப் பார்க்காமல் பதில் சொன்னார்.

கீழே சென்ற அவர் தனது படிப்பறையைத் தாண்டும் முன்னர், தன் மனைவியின் பரிச்சயமான காலடி ஓசை தன்னை வேகமாகப் பின்தொடர்வதைக் கேட்டார்.

"உனக்கு என்ன வேண்டும்?" என்று வறண்ட குரலில் கேட்டார். "நாங்கள் வேலையாக இருக்கிறோம்."

"என்னை மன்னியுங்கள்" என்ற அவள் ஜெர்மன் மெக்கானிக்கை நோக்கித் திரும்பினாள். "நான் என் கணவரிடம் சில வார்த்தைகள் பேச வேண்டும்."

ஜெர்மானியர் அங்கிருந்து புறப்படத் தயாரானார்.

"பரவாயில்லை, இருங்கள்" என்றார் லெவின்.

"ரயில் மூன்று மணிக்கு வருகிறதா?" என்று ஜெர்மானியர் கேட்டார். "நான் அதைத் தவறவிடக் கூடாது."

லெவின் அவருக்குப் பதில் சொல்லாமல் தன் மனைவியுடன் வெளியே சென்றார்.

"சரி, என்னிடம் என்ன சொல்ல விரும்பினாய்?" என்று அவர் பிரெஞ்சில் கேட்டார். அவர் அவள் முகத்தைப் பார்க்கவில்லை. அவள் உடல் நடுங்க, மிகவும் பரிதாபமாக, நொறுங்கிப் போன நிலையில் இருப்பதை அவர் கவனிக்கவில்லை.

"நான்... நாம் இப்படி வாழ முடியாது. இது வேதனை, சித்திர வதை..."

"இங்கே சமையலறையில் வேலையாட்கள் இருக்கிறார்கள்" என்று அவர் கோபத்துடன் சொன்னார். "இங்கே நாடகம் போடாதே."

"அப்படியானால் இங்கே போகலாம்!"

அவர்கள் நடைபாதையில் நின்று கொண்டிருந்தனர். கிட்டி பக்கத்திலிருந்த அறைக்குச் செல்ல விரும்பினாள். ஆனால் அங்கு ஆசிரியை தான்யாவுக்குப் பாடம் நடத்திக் கொண்டிருந்தாள்.

"அப்படியானால் தோட்டத்திற்குப் போகலாம்!"

தோட்டத்தில் ஒரு விவசாயி பாதைகளைச் சுத்தம் செய்து கொண்டிருந்தான். அவளுடைய கண்ணீர் கறை படிந்து கலங்கிய கண்களையும், பதட்டம் நிறைந்த முகத்தையும், அந்த விவசாயி பார்க்கிறார் என்ற கவலையின்றி, ஏதோ பேரழிவிலிருந்து தப்பிச் செல்பவர்களைப் போன்ற தோற்றத்தில் தாங்கள் இருக்கிறோம் என்ற கவலையின்றி, மனதில் உள்ளதை வெளிப்படையாகப் பேச

வேண்டும், தவறான புரிதலைத் துடைக்க வேண்டும், இருவரும் தனியாக இருக்க வேண்டும், தாங்கள் அனுபவிக்கும் வேதனையி லிருந்து விடுபட வேண்டும் என்ற எண்ணத்துடன் அவர்கள் வேகமாக நடந்து சென்றனர்.

"நம்மால் இப்படி வாழ முடியாது! இது வேதனை! நாம் இருவரும் துயரப்படுகிறோம். எதற்காக?" என்று அவர்கள் இறுதியாக தோட்டத்தின் மூலையில் தனியாக இருந்த ஒரு பெஞ்சுக்கு வந்தபோது அவள் கேட்டாள்.

"ஆனால் ஒன்றை மட்டும் சொல். அவரது குரலில் அநாகரிக மான, முறைகேடான, அவமானகரமான ஏதாவது இருந்ததா?" என்று கேட்ட அவர், அன்று இரவு அவள் முன் நின்ற அதே நிலையில், மார்பின் மீது முஷ்டிகளை அழுத்திக் கொண்டு நின்றார்.

"ஆமாம்" என்று அவள் நடுங்கும் குரலில் சொன்னாள். "ஆனால் கோஸ்டியா, அதில் என் தவறு எதுவும் இல்லை என்று நீங்கள் நம்புகிறீர்களா? நான் காலையிலிருந்து ஒரு குறிப்பிட்ட மனநிலையில் இருக்க என்னை நான் தயார்படுத்திக் கொண்டேன். ஆனால் இந்த மனிதர்கள்... அவர் ஏன் இங்கே வந்தார்? நாம் எத்தனை மகிழ்ச்சியாக இருந்தோம்!" என்று அவள் கதறி அழுத போது அவள் உடல் முழுவதும் குலுங்கியது.

அவர்களை எதுவும் துரத்தவில்லை என்றாலும், அவர்கள் பயந்து தப்பி ஓடுவதற்கு எதுவும் இல்லை என்றாலும், அவர்களால் அந்தத் தோட்டத்துப் பெஞ்சில் மகிழ்ச்சியான எதையும் காண முடியவில்லை என்றாலும், அவர்கள் அமைதியான, பிரகாசமான முகங்களுடன் தன்னைக் கடந்து வீட்டிற்குத் திரும்பிச் சென்றதை அந்தத் தோட்டக்காரர் ஆச்சரியத்துடன் பார்த்தார்.

15

மனைவியை மாடிக்கு அழைத்துச் சென்ற பிறகு, லெவின் டோலி தங்கியிருந்த பகுதிக்குச் சென்றார். அன்று டோலி மிகுந்த மன உளைச்சலுக்கு ஆளாகியிருந்தாள். அந்த அறையில் மேலும் கீழுமாக நடந்த அவள், மூலையில் நின்று கத்திக் கொண்டிருந்த சிறுமியிடம் கோபத்துடன் பேசிக்கொண்டிருந்தாள்.

"நீ நாள் முழுவதும் அந்த மூலையில் நிற்க வேண்டும். இரவு உணவைத் தனியாகச் சாப்பிட வேண்டும். பொம்மைகளை எடுத்து விளையாடக் கூடாது. நான் உனக்குப் புதிய ஆடையைத் தைத்துத் தர மாட்டேன்" என்று அவள் சொல்லிக் கொண்டிருந்தாள். அவளை வேறு எப்படித் தண்டிப்பது என்று அவளுக்குத் தெரியவில்லை.

"இவள் ஒரு மோசமான குழந்தை!" என்று அவள் லெவினை நோக்கித் திரும்பினாள். "இப்படி மோசமாக நடப்பதற்கு இவள் எங்கிருந்து கற்றுக் கொண்டாள்?"

"அவள் என்ன செய்தாள்?" என்று லெவின் ஆர்வமின்றிக் கேட்டார், ஏனெனில் அவர் அவளிடம் ஆலோசனை கேட்பதற்கு விரும்பினார். தான் தவறான நேரத்தில் அங்கு வந்ததை நினைத்து அவர் எரிச்சலடைந்தார்.

"அவளும் கிரிஷாவும் ராஸ்பெர்ரி புதருக்குள் சென்றார்கள். அங்கு... அவள் என்ன செய்தாள் என்பதை என்னால் சொல்லக் கூட முடியவில்லை. அவ்வளவு மோசமான விஷயங்கள். எலியட் இல்லாமல் போனது பரிதாபம். இந்தப் புதியவள் எதையும் பார்ப்பதில்லை, அவள் ஒரு இயந்திரத்திற்குச் சமம். இவள் என்ன செய்தாள்..."

டாரியா அலெக்ஸாண்ட்ரோவ்னா மாஷா செய்த தவறை விவரித்தாள்.

"அட, அது ஒன்றுமில்லை. அது மோசமான நடத்தை அல்ல, ஆனால் குழந்தைகளுக்கே உரிய குறும்புத்தனம்" என்று லெவின் அவளுக்கு ஆறுதல் கூறினார்.

"நீங்கள் எதையோ நினைத்து வருந்துகிறீர்களா? எதற்காக வந்தீர்கள்?" என்று டோலி கேட்டாள். "அவர்கள் என்ன செய்கிறார்கள்?"

அவள் கேள்வியின் தொனியிலிருந்து லெவினுக்கு தான் சொல்ல வந்ததை அவளிடம் சொல்வது சுலபமாக இருக்கும் என்று தோன்றியது.

"தெரியவில்லை, நானும் கிட்டியும் தோட்டத்தில் தனியாக இருந்தோம். ஸ்டீவா வந்த பிறகு நாங்கள் இரண்டாவது முறையாக சண்டையிட்டுக் கொண்டோம்."

டோலி தனது புத்திசாலித்தனமான, புரிந்துகொள்ளும் கண்களால் அவரைப் பார்த்தாள்.

"சரி, உண்மையைச் சொல்லுங்கள்... கிட்டியிடம் அல்ல ஆனால் அந்த இளைஞரின் நடத்தையில் விரும்பத்தகாத அல்லது ஒரு கணவனை அவமதிக்கும் மோசமான ஏதோ ஒன்று இருக்கிறதா?"

"நான் என்ன சொல்கிறேன் என்றால், நான் அதை எப்படிச் சொல்வது... நீ மூலையை விட்டு நகராதே!" என்று அவள் மாஷா விடம் சொன்னாள். அவள் தன் அம்மாவின் முகத்தில் அரும்பிய மெல்லிய புன்னகையைக் கண்டு அங்கிருந்து நகர முற்பட்டாள்.

"எல்லா இளைஞர்களையும் போல அவர் நடந்து கொள்கிறார் என்றுதான் இந்த உலகம் சொல்லும். அவர் ஓர் அழகான இளம்

பெண்ணைச் சுற்றிச் சுற்றி வருகிறார் என்பதை ஒரு கணவர் பாராட்டாக எடுத்துக்கொண்டு மகிழ வேண்டும்."

"ஆமாம், ஆமாம்" என்று லெவின் இருண்ட முகத்துடன் சொன்னார். "ஆனால் நீங்கள் அதைக் கவனித்தீர்களா?"

"நான் மட்டுமல்ல, ஸ்டீவாவும் அதைக் கவனித்தார். தேநீருக்குப் பிறகு அவர் என்னிடம், 'வெஸ்லோவ்ஸ்கி கிட்டியிடம் சில்மிஷம் செய்கிறார் என்று நினைக்கிறேன்' என்று சொன்னார்."

"நல்லது, இப்போது எனக்கு நிம்மதியாக இருக்கிறது. நான் அவரை வெளியே துரத்துகிறேன்" என்றார் லெவின்.

"என்ன சொல்கிறீர்கள்? உங்களுக்குப் பைத்தியமா?" என்று டோலி பயத்துடன் கேட்டாள். "வேண்டாம், கோஸ்டியா, அமைதியாக இருங்கள்!" என்றாள் அவள் சிரித்துக் கொண்டே. "சரி, இப்போது நீ ஃபானியிடம் போ" என்று அவள் மாஷாவிடம் சொன்னாள். "நீங்கள் அதை விரும்பினால் நான் ஸ்டீவாவிடம் பேசுகிறேன். அவர் அவரை அழைத்துச் செல்வார். எப்படியும் அவர் நம்முடைய வீட்டுக்குப் பொருத்தமானவர் அல்ல."

"வேண்டாம், வேண்டாம் நானே அதைச் செய்கிறேன்."

"அவருடன் சண்டையிடப் போகிறீர்களா?"

"அப்படி எதுவும் இல்லை. அது எனக்கு வேடிக்கையாக இருக்கும்" என்ற லெவின் கண்கள் மகிழ்ச்சியுடன் பிரகாசித்தன. "டோலி அவளை மன்னித்து விடுங்கள்! இனிமேல் அவள் அப்படிச் செய்ய மாட்டாள்" என்று ஃபானியிடம் போகாமல் தன் தாயின் முகத்தை ஆவலுடன் பார்த்து, அவள் பார்வைக்காகக் காத்திருந்த சிறுமியைப் பற்றிச் சொன்னார்.

அம்மா அவளைப் பார்த்ததும், அவள் அழுது கொண்டே தன் தாயின் மடியில் முகத்தைப் புதைத்துக் கொண்டாள். டோலி தனது மெலிந்த மென்மையான கையால் அவள் தலையை வருடினாள்.

'எனக்கும் அவருக்கும் உள்ள ஒற்றுமை என்ன?' என்று நினைத்த லெவின் வெஸ்லோவ்ஸ்கியைத் தேடிச் சென்றார்.

வராண்டாவைத் தாண்டிய அவர், ரயில் நிலையத்திற்குச் செல்ல வண்டியைத் தயார் செய்யும்படிக் கட்டளையிட்டார்.

"நேற்று ஒரு நீரோடை உடைந்துவிட்டது" என்றான் வேலைக்காரன்.

"சரி, வண்டி சீக்கிரம் தயாராகட்டும். விருந்தினர் எங்கே?"

"அவர் அவருடைய அறைக்குச் சென்றுவிட்டார்."

சில புதிய பாடல்களைப் பாடிக் கொண்டு, பெட்டியிலிருந்து பொருட்களை வெளியே வைத்து, குதிரைச் சவாரி செய்வதற்காகத் தனது காலுறையை அணிந்து கொண்டிருந்த நேரத்தில், லெவின் வெஸ்லோவ்ஸ்கியைப் பார்த்தார்.

லெவின் முகத்தில் அசாதாரணமான ஏதோ ஒன்று இருந்ததா, அல்லது தான் ஆரம்பித்த விஷயம் இந்தக் குடும்பத்திற்குப் பொருந் தாது என்று வசென்காவே உணர்ந்தாரோ என்னவோ, லெவின் வருகையால் அவர் சங்கடப்பட்டார்.

"நீங்கள் சவாரி செய்யும்போது காலுறை அணிவீர்களா?"

"ஆமாம், இது மிகவும் சுத்தமாக இருக்கிறது" என்ற வசென்கா தன் கொழுத்த காலை ஒரு நாற்காலி மீது வைத்து, கீழ் கொக்கியை மாட்டி, மகிழ்ச்சியாக, இனிமையாகப் புன்னகைத்தார்.

அவர் சந்தேகத்திற்கு இடமின்றி ஒரு நல்ல மனிதர். வசென்காவின் தோற்றத்தில் இருந்த கூச்சத்தைக் கவனித்த போது, லெவின் அவர் மீது பரிதாபப்பட்டார். அதே சமயம் ஒரு குடும்பத் தலைவர் என்ற முறையில் தன்னைக் குறித்து வெட்கப்பட்டார்.

அன்று காலை உடற்பயிற்சியின் போது அவர்கள் தங்கள் வலிமையைச் சோதித்தபோது உடைந்த குச்சியின் ஒரு பகுதி மேசையின் மீது கிடந்தது. எப்படி ஆரம்பிப்பது என்று தெரியாமல் லெவின் அதைக் கையில் எடுத்து உடைக்கத் தொடங்கினார்.

"நான்..." என்று ஆரம்பித்த அவர் பேசுவதை நிறுத்தினார். ஆனால் திடீரென்று கிட்டியையும், நடந்தவற்றையும் நினைவு கூர்ந்து, வெஸ்லோவ்ஸ்கியின் கண்களை நேருக்கு நேராகப் பார்த்து, "உங்களுக்காகக் குதிரைகளைத் தயார் செய்யும்படி சொல்லியுள்ளேன்" என்றார்.

"நீங்கள் என்ன சொல்கிறீர்கள்?" என்று வசென்கா வியப்புடன் கேட்டார். "நாம் எங்கே போகிறோம்?"

"நீங்கள் ரயில் நிலையத்திற்குச் செல்ல" என்று இருண்ட முகத்துடன் சொன்ன லெவின், குச்சியின் நுனியை உடைத்தார்.

"நீங்கள் வெளியே செல்கிறீர்களா அல்லது ஏதாவது நடந்ததா?"

"என்ன நடந்தது என்றால் நான் விருந்தினர்களை எதிர்பார்க் கிறேன்" என்றார் லெவின். அவரது வலிமையான விரல்கள் குச்சியை மேலும் மேலும் வேகமாக உடைத்தன. "அல்லது நான் விருந்தினர் களை எதிர்பார்க்கவில்லை. மற்றபடி எதுவும் நடக்கவில்லை, ஆனால் நான் உங்களை இங்கிருந்து செல்லுமாறு கேட்டுக் கொள் கிறேன். என் அநாகரிகமான செயலுக்கு நீங்கள் எப்படி வேண்டு மானாலும் விளக்கம் கொடுத்துக் கொள்ளுங்கள்."

வசென்கா நிமிர்ந்து உட்கார்ந்தார்.

"நீங்கள் எனக்கு விளக்கம் தர வேண்டும்" என்று அவர் கண்ணியத்துடன், புரிந்து கொண்டு கேட்டார்.

"என்னால் விளக்கம் தர முடியாது" என்று மென்மையாகச் சொன்ன லெவின் தன் தாடையின் நடுக்கத்தை மறைக்க முயன்றார். "நீங்கள் கேட்காமல் இருப்பதே நல்லது."

குச்சியின் பிளவுபட்ட முனைகள் அனைத்தும் உடைந்து விட்டதால், லெவின் குச்சியை இரண்டாக உடைத்து, அது கீழே விழும்போது கவனமாகப் பிடித்தார்.

லெவினின் பதட்டத்துடன் நடுங்கும் விரல்களையும், அன்று காலை உடற்பயிற்சியின் போது பார்த்த அவரது கைகளின் அதே தசைகளையும், பளபளக்கும் கண்களையும், கம்மிய குரலையும், நடுங்கும் தாடைகளையும் பார்த்த வசென்கா வார்த்தைகளை விட அதிகமாகப் புரிந்து கொண்டார். அவர் குனிந்து வணங்கி, தோள்களைக் குலுக்கி இகழ்ச்சியுடன் சிரித்தார்.

"நான் ஆப்லான்ஸ்கியைப் பார்க்க முடியாதா?"

அவரது தோள்களின் குலுக்கலும் புன்னகையும் லெவினுக்கு எரிச்சலை ஏற்படுத்தவில்லை. 'அவரால் வேறு என்ன செய்ய முடியும்?' என்று நினைத்தார்.

"அவரை இப்போதே அனுப்பி வைக்கிறேன்."

"இது என்ன முட்டாள்தனம்?" என்று தனது நண்பர் வீட்டை விட்டு விரட்டப்படுவதை அறிந்த ஸ்டீபன் ஆர்கடியேவிச், லெவினைத் தோட்டத்தில் சந்தித்துக் கேட்டான். அங்கு நடந்து கொண்டிருந்த லெவின், தனது விருந்தினர் புறப்படுவதற்காகக் காத்திருந்தார். "இது அபத்தம்! எந்த எறும்பு உங்களைக் கடித்தது? இது சுத்த அபத்தம்! நீங்கள் என்ன நினைத்தீர்கள், ஒரு இளைஞன்..."

ஆனால் அந்த எறும்பு கடித்த இடம் இன்னும் லெவினுக்கு வேதனையைக் கொடுத்தது. ஆப்லான்ஸ்கி காரணத்தைக் கூற முற்பட்டபோது மீண்டும் முகம் வெளிறிய லெவின், அவசர அவசரமாக அவனை இடைமறித்தார்.

"தயவு செய்து, காரணம் சொல்ல வேண்டாம்! மற்றபடி என்னால் முடியவில்லை! உங்களுக்கும் அவருக்கும் முன்னால் நான் வெட்கப்படுகிறேன். ஆனால் இங்கிருந்து செல்வது அவருக்குப் பெரிய வருத்தமாக இருக்காது என்று நினைக்கிறேன். அவரது வருகையை நானும் என் மனைவியும் விரும்பவில்லை."

"ஆனால் அது அவரை அவமதிக்கும் செயல்! சுத்த அபத்தம்!"

“ஆனால் எனக்கு அவமானமாக, வேதனையாக இருக்கிறது! நான் எந்தத் தவறும் செய்யாதபோது, நான் கஷ்டப்பட வேண்டிய அவசியம் இல்லை.”

“நான் உங்களிடம் இதை எதிர்பார்க்கவில்லை! பொறாமை இருக்கலாம். ஆனால் இந்த நிலைக்குச் செல்வது அபத்தத்தின் உச்சம்!”

லெவின் வேகமாகத் திரும்பி, அவனை விட்டு விலகி, தெருவில் இறங்கி தனியாக நடந்தார். சற்று நேரத்தில் வண்டி வரும் ஓசையைக் கேட்டார். வஸென்கா தன் ஸ்காட்ச் தொப்பியை அணிந்து வண்டியில் வைக்கோல் மீது அமர்ந்திருப்பதை லெவின் மரங்களின் ஊடாகப் பார்த்தார். (துரதிர்ஷ்டவசமாக அந்த வண்டியில் இருக்கைகள் இல்லை). மேலும் வண்டி குண்டும் குழியுமாக இருந்த சாலையில் சென்றபோது அவரது உடல் குலுங்கியது.

ஒரு வேலைக்காரன் வீட்டிலிருந்து ஓடிவந்து வண்டியை நிறுத்தியபோது, லெவின் ஒன்றும் புரியாமல், ‘என்ன ஆயிற்று?’ என்று நினைத்தார். லெவின் சுத்தமாக மறந்துவிட்ட மெக்கானிக் வீட்டிலிருந்து வெளியே வந்தான். வெஸ்லோவ்ஸ்கியிடம் குனிந்து அவன் ஏதோ சொல்லிவிட்டு வண்டியில் ஏறிக்கொள்ள, இருவரையும் சுமந்து கொண்டு வண்டி சென்றது.

லெவினின் நடத்தையால் ஸ்டீபன் ஆர்கடியேவிச்சும், இளவரசியும் ஆத்திரமடைந்தனர். தன்னைக் கேலிக்குரியவனாக மட்டுமின்றி, தன்னைக் குற்றவாளியாகவும், தனக்கு அவமானம் ஏற்பட்டு விட்டதாகவும் அவன் உணர்ந்தான். அவன் தானும் தன் மனைவியும் அனுபவித்த துன்பங்களை நினைத்துப் பார்த்தான். மீண்டும் அப்படி நடந்தால் என்ன செய்ய வேண்டும் என்பதை யோசித்தான். தானும் அவ்வாறே செய்ய வேண்டும் என்று அவன் தனக்குள் சொல்லிக் கொண்டான்.

இதையெல்லாம் மீறி லெவினின் நடத்தையை மன்னிக்காத இளவரசியைத் தவிர மற்ற அனைவரும் வழக்கத்திற்கு மாறாகத் தண்டனையை முடித்த குழந்தைகளைப் போலவும், சோர்வு தரும் வரவேற்புப் பணியை முடித்த பெரியவர்களைப் போலவும், கலகலப்பாகவும், உற்சாகமாகவும் இருந்தனர். அன்று மாலை, இளவரசி இல்லாத நேரத்தில், வஸென்காவின் வெளியேற்றத்தை, ஒரு வரலாற்று நிகழ்வாக அவர்கள் புகழ்ந்து பேசினார்கள். வேடிக்கையாகப் பேசும் கலையைத் தன் தந்தையிடமிருந்து பெற்ற டோலி, வஸென்காவை நினைவுபடுத்தும் வகையில் ரிப்பன்களைத் தலையில் அணிந்து, நான்காவது முறையாக, ஒவ்வொரு தடவையும் புதிய நகைச்சுவையைச் சேர்த்து, வரவேற்பறையில் நுழைந்து,

வரேன்காவை வயிறு குலுங்கச் சிரிக்க வைத்தபோது, வீட்டு வாசலில் அந்தப் பழைய வண்டியின் இரைச்சல் கேட்டது. தனது ஸ்காட்ச் தொப்பியுடன், தனது பாடலுடன், தனது காலுறையுடன், வைக்கோல் மீது அமர்ந்து அந்தப் பழைய வண்டியில் சென்றது வசென்காவைத் தவிர வேறு யாராக இருக்க முடியும்.

"பாவம், வேறு நல்ல வண்டியில் அனுப்பியிருக்கலாம்! ஆனால் வண்டியை நிறுத்தச் சொன்னதும் அவர்கள் மனம் மாறிவிட்டார்கள் என்று நான் நினைத்தேன். அப்போது கொழுத்த ஜெர்மானியர் வண்டியில் அவர் அருகில் அமர்ந்து கொண்டார். பிறகு அவர்களை விரட்டியடித்து விட்டார்கள்... என் அழகான ரிப்பன்கள் எல்லாம் வீணாகிவிட்டன...!"

16

டாரியா அலெக்ஸாண்ட்ரோவ்னா, அன்னாவைப் பார்க்கச் செல்ல வேண்டும் என்ற தன் எண்ணத்தை நிறைவேற்ற முடிவு செய்தாள். தன் சகோதரிக்குக் கோபத்தை ஏற்படுத்தி, லெவினுக்கு விருப்பமில்லாத ஒன்றைச் செய்வதற்காக அவள் வருந்தினாள். லெவின் குடும்பத்தினர் விரான்ஸ்கியுடன் எந்தத் தொடர்பும் வைத்துக்கொள்ள விரும்பாதது நியாயமானது என்பதை அவள் புரிந்து கொண்டாள். இருப்பினும் அன்னாவைச் சந்தித்து, அவள் நிலைமை மாறியிருந்தாலும் தன் உணர்வுகள் மாறவில்லை என்பதைக் காட்டுவது தன் கடமை என்று அவள் நினைத்தாள்.

இந்தப் பயணத்தில் தான் லெவினைச் சார்ந்திருக்கக் கூடாது என்பதற்காக வண்டியை வாடகைக்கு எடுக்க கிராமத்திற்கு ஆள் அனுப்பினாள். ஆனால் அதை அறிந்த லெவின் கோபத்துடன் அவளிடம் சென்றார்.

"நீங்கள் செல்வது எனக்குப் பிடிக்கவில்லை என்று ஏன் நினைக் கிறீர்கள்? எனக்குப் பிடிக்கவில்லை என்றாலும், நீங்கள் வண்டியை வாடகைக்கு எடுப்பதை நான் விரும்பவில்லை" என்றார் அவர். "நீங்கள் போவதற்கு முடிவு செய்திருப்பதாக இதுவரை என்னிடம் சொல்லவில்லை. முதலில் வண்டியை வாடகைக்கு அமர்த்துவதில் எனக்கு உடன்பாடில்லை. அதைவிட முக்கியமானது, அவர்கள் உங்களை அங்கு அழைத்துச் செல்வதாகச் சொன்னாலும் அதைச் செய்ய மாட்டார்கள். என்னிடம் வண்டிகள் உள்ளன. நீங்கள் என்னைக் காயப்படுத்த விரும்பவில்லை எனில் அதை எடுத்துச் செல்லுங்கள்."

வேறுவழியின்றி டாரியா அலெக்ஸாண்ட்ரோவ்னா அதற்கு ஒப்புக் கொண்டாள். குறிப்பிட்ட நாளில் லெவின் வண்டியையும் குதிரைகளையும் தயார் செய்து வைத்தார். பண்ணையில் வேலை செய்யும் குதிரைகளிலிருந்து நான்கு குதிரைகளை இதற்காகக் கொண்டு வந்தார். அவை வசீகரமான குதிரைகள் அல்ல எனினும் ஒரே நாள் பயணத்தில் டாரியா அலெக்ஸாண்ட்ரோவ்னாவை அங்கு அழைத்துச் செல்லும் வலிமையுடையவை. இளவரசியும் மருத்துவச்சியும் செல்வதற்குக் குதிரைகள் தேவைப்பட்டதால், இதைச் செய்வது லெவினுக்குச் சிரமமாக இருந்தது என்றாலும், டாரியா அலெக்ஸாண்ட்ரோவ்னா தன் வீட்டில் விருந்தாளியாக இருக்கும் நிலையில், அவள் வாடகைக்குக் குதிரை வண்டியை அமர்த்துவதை தன்னால் அனுமதிக்க முடியாது என்று லெவின் நினைத்தார். அதுமட்டு மின்றி அந்தப் பயணத்திற்காக வாடகை வண்டியை அமர்த்தினால் செலவாகும் இருபது ரூபிள்கள் டாரியா அலெக்ஸாண்ட்ரோவ்னா வுக்குச் சிரமத்தை ஏற்படுத்தும் என்பதும் அவருக்குத் தெரியும். லெவின் அவளுடைய நிதி நிலைமை மோசமாக இருப்பதை உணர்ந்து, அதைத் தன்னுடைய சொந்த நிலைமையைப் போல எடுத்துக் கொண்டார்.

லெவினின் ஆலோசனைப்படி, டோலி விடிவதற்கு முன்பே கிளம்பினாள். சாலை நன்றாகவும் வண்டி வசதியாகவும் இருந்தது. எனவே குதிரைகள் உற்சாகத்துடன் ஓடின. வண்டியில் ஓட்டுநரைத் தவிர, லெவினின் குமாஸ்தா ஒருவனும் இருந்தான். வேலைக்காரனுக்குப் பதிலாக, பாதுகாப்புக்காக லெவின் அவனை அனுப்பியிருந்தார். பயணத்தில் நன்றாகத் தூங்கிய டாரியா அலெக்ஸாண்ட்ரோவ்னா, குதிரைகளை மாற்றுவதற்காக வண்டி சாலையோர விடுதியில் நின்றபோதுதான் கண்விழித்தாள்.

டாரியா அலெக்ஸாண்ட்ரோவ்னா, ஸ்வியாஸ்கியின் வீட்டிற்குச் செல்லும் வழியில் லெவின் சந்தித்த அதே பணக்கார விவசாயியுடன் தேநீர் அருந்தி, அந்த முதியவரிடம் அவர் மிகவும் பாராட்டிய கோமன் விரான்ஸ்கியைப் பற்றியும், அந்தப் பெண்களிடம் அவர் களுடைய குழந்தைகளைப் பற்றியும் பேசிவிட்டு, பத்து மணிக்கு பயணத்தைத் தொடர்ந்தாள். அவள் எப்போதும் வீட்டில் குழந்தை களைக் கவனித்துக் கொண்டதால் அவளுக்கு எதைப் பற்றியும் யோசிப்பதற்கு நேரம் கிடைக்கவில்லை. ஆனால் இப்போது இந்த நான்கு மணி நேரப் பயணத்தின் போது, அவளுக்குள் அடக்கி வைத் திருந்த எண்ணங்கள் அனைத்தும் மேலெழுந்து அவள் சிந்தனை களைக் கிளறியது. அவள் தன் வாழ்நாளில் முன்னெப்போதும் இல்லாத வகையில், பல்வேறு கோணங்களில் சிந்தித்தாள். அவளுக்கே அவளுடைய எண்ணங்கள் மிகவும் விசித்திரமாகத் தோன்றின.

முதலில் அவள் தன் குழந்தைகளைப் பற்றியும், இளவரசியைப் பற்றியும், மிக முக்கியமாகக் கிட்டியைப் (அவள் கிட்டி மீது அதிக நம்பிக்கை வைத்திருந்தாள்) பற்றியும் யோசித்தாள். கிட்டி அவர் களைக் கவனித்துக் கொள்வதாக உறுதியளித்திருந்தாலும், அவள் கவலைப்பட்டாள். 'மாஷா மீண்டும் குறும்பு செய்யாதவரை, கிரிஷா குதிரையால் உதை வாங்காத வரை, லில்லியின் வயிறு மீண்டும் தொந்தரவு செய்யாத வரை கவலையில்லை' என்று நினைத்தாள். ஆனால் அதன் பிறகு நிகழ்காலம் பற்றிய கவலைகளுக்குப் பதிலாக எதிர்காலம் பற்றிய கேள்விகள் எழுந்தன. அடுத்த குளிர்காலத்திற்கு மாஸ்கோவில் ஒரு புதிய குடியிருப்பை வாடகைக்கு எடுப்பது பற்றியும், வரவேற்பறையில் உள்ள மரச்சாமான்களை மாற்றுவது பற்றியும், தனது மூத்த மகளுக்கு ஒரு கதகதப்பான கோட் தைக்க வேண்டும் என்பதைப் பற்றியும் அவள் யோசிக்கத் தொடங்கினாள். அதன் பிறகு வெகுதூரம் உள்ள எதிர்காலம் பற்றிய சிந்தனைகள் அவளுக்கு எழுந்தன. 'தன் குழந்தைகளை வளர்த்து ஆளாக்குவது எப்படி? பெண் குழந்தைகளைப் பற்றிக் கூட கவலையில்லை ஆனால் இந்தப் பையன்கள்?'

'சரி, இப்போது என்னால் கிரிஷாவுக்குப் பாடங்களைக் கற்பிக்க முடிகிறது ஏனெனில் எனக்குக் கைக்குழந்தை இல்லாமல் நான் சுதந்திரமாக இருக்கிறேன். நான் எதற்கும் ஸ்டீவாவை நம்ப முடியாது. நல்லவர்களின் உதவியோடு நான் அவர்களை வளர்த்து ஆளாக்குவேன் என்றாலும் இன்னொரு குழந்தை பிறந்தால்...' வலியின் வேதனையில் குழந்தை பெற்றுக் கொள்ள வேண்டும் என்பது பெண்களுக்கே உள்ள சாபம் என்று சொல்வது எவ்வளவு தவறானது என்று அவளுக்குத் தோன்றியது. 'பிரசவிப்பது வலி நிறைந்தது என்றாலும் குழந்தைகளை வயிற்றில் சுமப்பதுதான் அதைவிடக் கொடுமையானது' என்று அவள் நினைத்தாள். அவள் தான் கடைசியாகக் கருவுற்றதையும், குழந்தை இறந்து போனதையும் நினைவு கூர்ந்தாள். அவள் விடுதியில் அந்த இளம் விவசாயப் பெண்ணுடன் பேசியதை நினைத்துப் பார்த்தாள். உங்களுக்குக் குழந்தைகள் இருக்கிறார்களா என்ற கேள்விக்கு அந்த இளம்பெண் மகிழ்ச்சியுடன், "எனக்கு ஒரு பெண் குழந்தை இருந்தது. ஆனால் கடவுள் என்னை விடுவித்தார். நான் அவளை நோன்பு நாளன்று அடக்கம் செய்தேன்" என்றாள்.

"அவளை நினைத்து நீங்கள் வருத்தப்படவில்லையா?" என்றாள் டோலி.

"ஏன் வருத்தப்பட வேண்டும்? முதியவருக்கு நிறைய பேரக் குழந்தைகள் உள்ளனர். எனவே அது மற்றொரு கவலையைத் தவிர வேறில்லை. உங்களால் வேலை செய்யவோ அல்லது வேறு எதையும்

செய்யவோ முடியாது. குழந்தைகள் நம்மைக் கட்டிப்போடும் சங்கிலிகள்.”

அந்த இளம்பெண்ணுக்குக் கனிவான, அழகான தோற்றம் இருந்தபோதிலும், அந்தப் பதில் டோலிக்கு இழிவானதாகத் தோன்றி யது. ஆனால் இப்போது அவளால் அந்த வார்த்தைகளை நினைக் காமல் இருக்க முடியவில்லை. அவள் சொன்ன அந்த வார்த்தைகளில் கொஞ்சம் உண்மையும் இருந்தது.

‘பொதுவாக கர்ப்பம், குமட்டல், மந்தபுத்தி, அலட்சியம், அசிங்கம் இதைத் தவிர வேறு என்ன?’ என்று தன் பதினைந்து ஆண்டு திருமண வாழ்க்கையைத் திரும்பிப் பார்த்த டோலி நினைத்தாள். ‘அழகான கிட்டியும் கூட தன் நல்ல தோற்றத்தை இழந்துவிட்டாள். ஆனால் நான் கர்ப்பமாக இருந்தபோது எத்தனை அசிங்கமாக இருந்தேன் என்பது எனக்குத் தெரியும். பிரசவம், வேதனை, வலி, அந்தக் கடைசி நிமிடம்... பிறகு பாலூட்டுவது, தூக்கமில்லாத இரவுகள், பயங்கர மான வலிகள்...”

அவள் தனக்கு ஒவ்வொரு குழந்தை பிறந்தபோதும், தான் அனுபவித்த புண்ணான முலைக்காம்புகளின் வலியை நினைத்து இப்போதும் நடுங்கினாள். ‘பிறகு குழந்தைகளின் நோய்கள், நிரந்தர பயம், அவர்களின் வளர்ப்பு, அவர்களின் தீய பழக்கங்கள், (ராஸ் பெர்ரி புதரில் மாஷா செய்த குற்றத்தை நினைத்தாள்), அவர்களின் கல்வி, லத்தீன் மொழி இவை எல்லாமே புரிந்து கொள்ள முடியாத அளவுக்குக் கடினமானவை. எல்லாவற்றுக்கும் மேலாக குழந்தைகளின் மரணம்.’ அவளது கடைசிக் குழந்தை மூச்சுத்திணறல் நோயால் இறந்த அந்தக் கொடூரமான, ஒரு தாயின் உள்ளத்தைப் பதற வைக்கும், நினைவு அவளுக்கு மீண்டும் வந்தது. அவள் அவனது இறுதி, இளஞ்சிவப்பு சவப்பெட்டியையும் பார்த்து நொறுங்கிய இதயத்துடன், அவனுடைய வெளிறிய சிறிய புருவத்தில் சுருண்டிருந்த மென் மயிர்களையும், சிலுவை பொறித்த இளஞ்சிவப்பு மூடியால் சவப் பெட்டியை மூடுவதற்கு முன்பு, குழந்தையின் திறந்து குவிந்திருந்த சிறிய வாயையும் பார்த்தபோது ஏற்பட்ட வேதனையை நினைத்துப் பார்த்தாள்.

‘இது எல்லாம் எதற்கு? இதனால் கிடைக்கப் போவது என்ன? எப்போதும் கர்ப்பமாக இருப்பதிலும், பாலூட்டுவதிலும், கோபம் கொள்வதிலும், சண்டையிடுவதிலும், மற்றவர்களையும் என்னையும் சித்திரவதை செய்து கொள்வதிலும், என் கணவரை வெறுப்பதிலும், ஒரு கணம்கூட நிம்மதி இல்லாமல், நான் என் வாழ்நாள் முழுவதையும் செலவழிக்கிறேன். என் குழந்தைகள் மகிழ்ச்சியின்றி, மோசமாக கல்வி கற்று, போதிய வசதிகள் இல்லாமல் வளர்ந்து வருகிறார்கள். இப்போதும்கூட இந்தக் கோடையில் நாங்கள் லெவின்

வீட்டில் இல்லையெனில், எப்படி வாழ்ந்திருப்போம் என்பது அந்தக் கடவுளுக்கே வெளிச்சம். கோஸ்டியாவும் கிட்டியும் நாங்கள் சங்கடமாக உணராத வகையில் சாதுர்யமாக நடந்து கொள்கிறார்கள் என்றாலும் அது இப்படியே தொடர முடியாது. அவர்களுக்குக் குழந்தை பிறந்த பிறகு அவர்களால் மேற்கொண்டு உதவி செய்ய முடியாது. இப்போதும் அவர்கள் இக்கட்டான சூழ்நிலையில் உள்ளனர். தனக்காக எதையும் வைத்துக் கொள்ளாத அப்பா எங்களுக்கு உதவி செய்வாரா? என் குழந்தைகளை என்னால் தனியாக வளர்க்க முடியாது என்பதால் எனக்கு மற்றவர்களின் உதவி தேவைப்படுகிறது. ஆனால் அது வெட்கக்கேடானது. சரி, ஏன் மோசமானதை நினைக்க வேண்டும், நல்லதை நினைப்போம். இனி என் குழந்தைகளில் எதுவும் இறக்காது. நான் எப்படியும் கஷ்டப்பட்டு அவர்களை ஓரளவுக்கு நல்லபடியாக வளர்க்க முடியும். குறைந்தபட்சம் அவர்கள் அயோக்கியர்களாக வளர மாட்டார்கள். அவ்வளவுதான் என்னால் எதிர்பார்க்க முடியும். இவ்வளவு வேதனையை அனுபவித்தும், கஷ்டப்பட்டும்... என் வாழ்க்கையே பாழாகி விட்டது!' அவள் மீண்டும் அந்தப் பெண் சொன்னதை நினைத்துப் பார்த்தாள். மீண்டும் அந்த நினைவு அவளுக்கு இழிவானதாகத் தோன்றியது. இருந்தாலும் அந்த வார்த்தைகளில் அப்பட்டமான உண்மை இருப்பதை அவளால் ஒப்புக்கொள்ளாமல் இருக்க முடியவில்லை.

"இன்னும் எவ்வளவு தூரம் மைக்கேல்? என்று கேட்ட அவள், தன்னை அச்சுறுத்திய எண்ணங்களிலிருந்து மனதை விடுவித்துக் கொண்டாள்.

"இந்தக் கிராமத்திலிருந்து ஐந்து மைல் தூரம் என்கிறார்கள்."

வண்டி கிராமத்தின் வீதி வழியாக ஒரு சிறிய பாலத்தின் மீது சென்றது. அந்தப் பாலத்தின் மீது விவசாயப் பெண்கள் கூட்டம் ஆரவாரமான, குதூகலமான குரலில் பேசியபடி, வைக்கோலைக் கட்டுவதற்காக முறுக்கிய கயிறுகளைத் தங்கள் தோள்களில் சுமந்து சென்றனர். அவர்கள் பாலத்தின் மீது ஒரு கணம் நின்று வண்டியை ஆர்வத்துடன் கவனித்தனர். டோலியை நோக்கித் திரும்பிய அந்த முகங்கள் அனைத்தும் ஆரோக்கியமாகவும் மகிழ்ச்சியாகவும் இருந்தன. வாழ்க்கையின் மகிழ்ச்சியால் நிறைந்த அந்த முகங்கள் அவளைக் கேலி செய்வது போலத் தோன்றியது. 'அவர்கள் அனைவரும் நிஜமாக வாழ்கிறார்கள், அவர்கள் அனைவரும் வாழ்க்கையை அனுபவிக்கிறார்கள்' என்று அவள் வண்டி அந்தப் பெண்களைக் கடந்து மேலே சென்ற பிறகும் யோசித்துக் கொண்டே இருந்தாள். வண்டி ஒரு மலையின் மீது வேகமாக ஏறிக் கொண்டிருந்த போது, அந்தப் பழைய வண்டியின் கம்பிச் சுருள் இருக்கை மீது அவள் உடல் குலுங்கியது. 'சிறையிலிருந்து விடுதலையான ஒரு கைதியைப்

போல, கவலைகள் என்னைத் தின்று கொண்டிருந்த உலகத்திலிருந்து, இப்போதுதான் நான் ஒரு கணம் சுயநினைவுக்கு வந்திருக்கிறேன். என்னைத் தவிர, அந்த விவசாயப் பெண்கள், என் சகோதரி நாடாலியா, வரேன்கா, நான் பார்க்கச் செல்லும் அன்னா ஆகிய அனைவரும் உயிருடன் வாழ்கிறார்கள்.'

'எல்லோரும் அன்னாவின் மீது பாய்கிறார்கள். எதற்காக? நான் அவளை விடச் சிறந்தவளா? குறைந்தபட்சம் நான் நேசிக்கும் ஒரு கணவர் எனக்கு இருக்கிறார். நான் நேசிக்க விரும்பும் விதத்தில் அவர் இல்லை என்றாலும் நான் அவரை நேசிக்கிறேன். ஆனால் அன்னா அவள் கணவரை நேசிக்கவில்லை. அவள் என்ன குற்றம் செய்தாள்? அவள் ஜீவனுடன் வாழ விரும்புகிறாள். கடவுள் அதை நம் இதயத்தில் வைத்திருக்கிறார். அநேகமாக நானும் அதையே செய்திருக்க வேண்டும். அவள் என்னைப் பார்க்க மாஸ்கோவுக்கு வந்த அந்த மோசமான நேரத்தில், அவள் என்னிடம் சொல்லியதை நான் செய்தது சரியா என்று இன்றுவரை எனக்குத் தெரியவில்லை. அப்போதே நான் என் கணவரைப் பிரிந்து என் வாழ்க்கையைப் புதியதாகத் தொடங்கியிருக்க வேண்டும். அப்போது நான் சரியான வழியில் நேசித்திருக்கலாம், நேசிக்கப்பட்டும் இருக்கலாம். இப்போது என் வாழ்க்கை மேம்பட்டிருக்கிறதா என்ன? நான் அவரை மதிப்பதில்லை என்றாலும் அவர் எனக்குத் தேவைப்படுகிறார் என்பதால் நான் அவரைச் சகித்துக் கொண்டேன். உண்மையில் இது சிறந்ததா? அப்போது நான் கவர்ச்சியாக, நல்ல தோற்றத்துடன் இருந்தேன்' என்று நினைத்த அவளுக்குத் தன்னைக் கண்ணாடியில் பார்க்க வேண்டும் என்று தோன்றியது. தன் கைப்பையில் வைத்திருக்கும் பயணத்தின் போது எடுத்துச் செல்லும் ஒரு சிறிய கண்ணாடியை எடுக்க வேண்டும் என்று அவள் விரும்பினாள். ஆனால் அவள் வண்டி ஓட்டியின் முதுகையும், தனக்குப் பக்கத்தில் அமர்ந்து அசைந்து ஆடிக் கொண்டிருந்த குமாஸ்தாவையும் பார்த்து, அவர்களில் யாராவது திரும்பிப் பார்த்தால் தனக்கு வெட்கமாக இருக்கும் என்று கண்ணாடியை வெளியே எடுக்கவில்லை.

அவள் கண்ணாடியைப் பார்க்காமலே இப்போதும் காலம் கடந்து விடவில்லை என்று நினைத்தாள். தன்னிடம் அன்பாகப் பழகும் செர்ஜி இவானோவிச், ஸ்கார்லெட் காய்ச்சலின் போது தன் குழந்தைகளைப் பார்த்துக் கொள்ள உதவிய கனிவும் இரக்கமும் கொண்ட, தன்னைக் காதலித்த ஸ்டீவாவின் நண்பர் துரோவ்ட்சின் ஆகிய இருவரையும் நினைத்துப் பார்த்தாள். அவளுடைய கணவன் நகைச்சுவையாகச் சொல்வது போல, சகோதரிகளில் எல்லோரையும் விட அவளை அழகியாகப் பார்க்கும் ஒரு இளைஞனும் இருக்கிறார். அவள் உணர்ச்சிகரமான, சாத்தியமற்ற காதல்களைத் தன் கற்பனையில் சித்தரித்தாள். 'அன்னா செய்தது நூற்றுக்கு நூறு சரியானது.

என்னால் ஒருபோதும் அவளைக் குறை சொல்ல முடியாது. அவள் மகிழ்ச்சியாக இருப்பதுடன், மற்றொரு நபரை மகிழ்விக்கிறாள். அவள் என்னைப் போல மனம் உடைந்து போகவில்லை. ஆனால் எப்போதும் போல புத்துணர்ச்சியுடன், புத்திசாலியாகவும், எல்லா வற்றுக்கும் திறந்த மனதுடனும் இருக்கிறாள்' என்று அவள் நினைத் தாள். அன்னாவின் காதலைப் பற்றி நினைத்த போது, அவள் உதடுகளில் ஒரு குறும்பு புன்னகை மலர்ந்தது. ஏனென்றால் அவள் தன்னைக் காதலிக்கும் ஒரு கற்பனையான மனிதனுடன், கிட்டத்தட்ட அதே மாதிரியான ஒரு காதலைக் கற்பனை செய்தாள். அன்னாவைப் போல அவளும் தன் கணவனிடம் எல்லாவற்றையும் ஒப்புக் கொண் டாள். அதனால் ஸ்டீபன் ஆர்கடியேவிச் அடைந்த அதிர்ச்சியும் குழப்பமும் அவளைச் சிரிக்க வைத்தது.

அவள் அத்தகைய பகல் கனவுகளில் மூழ்கியவாறு, வோஸ்ட்வி ஜென்ஸ்கோ செல்லும் பிரதான சாலையின் திருப்பத்தை அடைந் தாள்.

17

வண்டியோட்டி வண்டியை நிறுத்திவிட்டு, வலது பக்கம் உள்ள கம்பு வயலில், வண்டியின் அருகில் அமர்ந்திருந்த சில விவசாயிகளைப் பார்த்தார். வண்டியிலிருந்து கீழே இறங்க முயன்ற குமாஸ்தா, பிறகு மனதை மாற்றிக் கொண்டு, அவர்களை நோக்கிக் கூச்சலிட்டுக் கையை ஆட்டினார். வண்டி ஓடியபோது அவர்கள் உணர்ந்த தென்றல் காற்று, வண்டி நின்ற பிறகு மாயமாய் மறைந்து போனது. வியர்வை சிந்திய குதிரைகள் மீது ஈக்கள் மொய்த்தன. குதிரைகள் கோபத்துடன் அவற்றை விரட்ட முயன்று தங்கள் முதுகை அசைத்தன. வண்டியின் அருகிலிருந்து வந்த அரிவாளைக் கூர் தீட்டும் ஓசை நின்றது. விவசாயிகளில் ஒருவன் எழுந்து வண்டியை நோக்கி நடந்து வந்தான்.

"அட, சீக்கிரம்!" என்று குமாஸ்தா, கரடுமுரடான சாலையின் மீது வெறுங்காலில் மெதுவாக நடந்து வந்த விவசாயியைப் பார்த்துக் கோபத்துடன் கத்தினான். "வா, சீக்கிரம்!"

தலையில் முண்டாசு கட்டியிருந்த அந்தச் சுருட்டைத்தலை முதியவர், வியர்வையில் நனைந்த முதுகுடன், வேகமாக நடந்து வண்டியின் அருகில் வந்து, வெய்யிலால் காய்த்துப் போன தன் கையைச் சக்கரத்தின் மீது வைத்தார்.

"வோஸ்ட்விஜென்ஸ்கோவில் உள்ள எஜமானர் வீட்டுக்கா? கோமகன் வீட்டுக்கா?" என்று அந்த முதியவர் திரும்பத் திரும்பக் கேட்டார். "இந்தப் பாதையில் சென்று, இடது பக்கம் திரும்பி,

நேரான பாதையில் சென்றால் அங்கு போய்ச்சேர்வீர்கள். நீங்கள் யாரைப் பார்க்க வேண்டும்? கோமகன்தானே?"

"சரி, அவர்கள் வீட்டில் இருக்கிறார்களா?" என்று டோலி, அந்த விவசாயியிடம் அன்னாவைப் பற்றி எப்படிக் கேட்பது என்று தெரியாமல் பொதுவாகக் கேட்டாள்.

"இருப்பார்கள் என்றுதான் நினைக்கிறேன்" என்ற அவர் சற்றே தள்ளி நின்றார். தரையின் தூசியில் அவர் பாதம் பதிந்த அச்சு தெளிவாகத் தெரிந்தது. "கண்டிப்பாக இருப்பார்கள்" என்ற அவர், பேசுவதில் ஆர்வம் காட்டினார். "நேற்று அதிகமாக விருந்தினர்கள் வந்தார்கள். அளவில்லாத விருந்தினர்கள்... உனக்கு என்ன வேண்டும்?" என்று வண்டியின் அருகிலிருந்து அவரைப் பார்த்துக் கத்திய ஒரு இளைஞனை நோக்கித் திரும்பினார். "ஓ! ஆமாம், சற்று நேரத்திற்கு முன்புதான் அறுவடை இயந்திரத்தைப் பார்ப்பதற்கு அவர்கள் குதிரையில் வெளியே சென்றனர். இப்போது அவர்கள் வீட்டிற்குத் திரும்பியிருப்பார்கள். நீங்கள் எங்கிருந்து வருகிறீர்கள்?"

"நாங்கள் வெகு தொலைவிலிருந்து வருகிறோம்" என்ற வண்டி யோட்டி வண்டியில் ஏறினார். "அது தூரம் இல்லையே?"

"இங்கேதான் பக்கத்தில், நான் சொன்னபடி போங்கள்" என்ற முதியவர் வண்டியிலிருந்து கையை எடுத்தார்.

அப்போது ஒரு இளைஞன் அங்கே வந்தான்.

"அப்படியானால் அறுவடையின் போது ஏதாவது வேலை இருக்குமா?" என்று அவன் கேட்டான்.

"எனக்குத் தெரியவில்லை பையா"

"இடது புறம் சென்று பிறகு நேராக" என்று அந்த முதியவர் கத்தினார். பேசுவதில் ஆர்வமாக இருந்த அவருக்குப் பயணிகளை விட்டுவிட மனமில்லை.

ஓட்டுநர் குதிரைகளை முடுக்கி வண்டியைத் திருப்பியபோது, அந்த முதியவர் கூச்சலிட்டார்.

"நிறுத்துங்கள்! நிறுத்துங்கள்!" என்று இரண்டு குரல்கள் கூச்ச லிட்டன.

ஓட்டுநர் வண்டியை நிறுத்தினார்.

"அவர்கள் வருகிறார்கள்! அதோ அவர்கள் அங்கே!" என்று கத்திய முதியவர், சாலையில் குதிரையின் மீது சென்ற நான்கு பேரையும், வண்டியில் சென்ற இரண்டு பேரையும் சுட்டிக்காட்டி னார்.

விரான்ஸ்கி, அவருடைய ஜாக்கி, வெஸ்லோவ்ஸ்கி, அன்னா ஆகிய நால்வரும் குதிரை மீதும், இளவரசி வர்வரா, ஸ்வியாஸ்கி இருவரும் வண்டியிலும் சென்றனர். அறுவடைக்குப் புதியதாக வந்த இயந்திரத்தைப் பார்ப்பதற்காக அவர்கள் சென்றிருந்தனர்.

வண்டி நின்றதும், அவர்கள் மெதுவாகச் சென்றனர். முன் வரிசையில் வெஸ்லோவ்ஸ்கிக்கு அருகில் அன்னா சென்றாள். குட்டையான வாலும், வெட்டிய பிடரி மயிரும் கொண்ட அதிகம் உயரம் இல்லாத ஒரு வலிமையான ஆங்கிலக் குதிரையின் மீது அன்னா மெதுவாகச் சென்றாள். அன்னாவின் அழகான தலைக்கு மேலிருந்த தொப்பியிலிருந்து தப்பி அடியில் சுருண்டு தொங்கிய கருப்பு நிற முடியும், அவளது தோள்களும், மெலிந்த இடுப்பும், அவளுடைய அழகான சாந்தமான தோரணையும் டோலியை வெகுவாகக் கவர்ந்தன.

அன்னா குதிரை சவாரி செய்வதைப் பார்த்த முதல் கணத்தில் டோலிக்கு அது பொருத்தமற்றதாகத் தோன்றியது. டோலிக்குப் பெண்களின் குதிரையேற்றம் என்பது காதல் உணர்வைத் தூண்டும் செயல் என்ற எண்ணம் இருந்ததால், அது அன்னாவுக்குப் பொருத்த மற்றது என்று அவள் கருதினாள். ஆனால் அவளை நெருக்கமாக உற்றுப் பார்த்தபோது அவள் தன் கருத்து தவறு என்பதைப் புரிந்து கொண்டாள். அன்னாவின் தோற்றத்தில் வசீகரம் இருந்த போதிலும், அவள் ஆடையும், அவள் உடல் அசைவும் மிக எளிமையானதாக, கண்ணியம் மிக்கதாக இருந்தது. இதைவிட இயல்பாக வேறு எப்படியும் இருக்க முடியாது.

அன்னாவின் அருகில், வெள்ளை நிறக் குதிரையில் வசென்கா வெஸ்லோவ்ஸ்கி, தன் பருத்த கால்களை முன்னால் நீட்டி, தன்னைத் தானே வெளிப்படையாக மெச்சிக் கொண்டு, ஸ்காட்ச் தொப்பியில் பறக்கும் ரிப்பன்களுடன் சவாரி செய்தார். டாரியா அலெக்ஸாண்ட் ரோவ்னா அவரை அடையாளம் கண்டுகொண்ட போது, அவளால் புன்னகைக்காமல் இருக்க முடியவில்லை. அவர்களுக்குப் பின்னால் விரான்ஸ்கி சென்றான். அவன் சவாரி செய்த அந்த உயர்தரக் குதிரை வேகமாக ஓடுவதில் முனைப்பாக இருந்தது. விரான்ஸ்கி அதைக் கட்டுப்படுத்த கடிவாளத்தை இழுத்துப் பிடித்தான்.

அவனுக்குப் பின்னால் ஜாக்கி உடை அணிந்த ஒருவர் அமர்ந் திருந்தார். ஒரு புதிய வண்டியில் சென்ற ஸ்வியாஸ்கியும், இளவரசி வர்வராவும், குதிரைச் சவாரி செய்பவர்களை முந்திச் சென்றனர்.

பழைய வண்டியின் மூலையில் அமர்ந்திருந்த அந்தச் சிறிய உருவம் டோலி என்பதை அடையாளம் கண்டதும் அன்னாவின் முகத்தில் மகிழ்ச்சிப் புன்னகை அரும்பியது. அவள் கத்திக்

கொண்டே, குதிரையின் மீது நிமிர்ந்து அமர்ந்து அதை விரட்டினாள். வண்டிக்கு அருகில் வந்ததும், யாருடைய உதவியும் இன்றி குதிரையிலிருந்து குதித்து, தன் ஆடையை உயர்த்திப் பிடித்துக் கொண்டு டோலியைச் சந்திக்க ஓடினாள்.

"நீங்கள்தான் என்று நினைத்தேன் ஆனால் என்னால் நம்ப முடியவில்லை. எவ்வளவு சந்தோஷமாக இருக்கிறது! எவ்வளவு சந்தோஷமாக இருக்கிறது என்பதை உங்களால் கற்பனை செய்து பார்க்க முடியாது!" என்ற அன்னா டோலியின் கன்னத்தை அழுத்தி, முத்தமிட்டு, அவள் தோள்களை தன் இரு கையாலும் பிடித்து, புன்னகையுடன் அவளை ஆராய்ந்தாள்.

"அலெக்ஸி, என்ன ஒரு மகிழ்ச்சியான ஆச்சரியம்!" என்று அவள் கீழே இறங்கி, குதிரையிலிருந்து இறங்கி அவர்களை நோக்கி நடந்து வந்த விரான்ஸ்கியைப் பார்த்தாள்.

விரான்ஸ்கி தன் தொப்பியைக் கழற்றிவிட்டு டோலியை நோக்கிச் சென்றான்.

"உங்கள் வருகையால் நாங்கள் எவ்வளவு மகிழ்கிறோம் என்பதை நீங்கள் நம்ப மாட்டீர்கள்!" என்று அவன் தன் வார்த்தைகளுக்கு முக்கியத்துவம் கொடுத்து, புன்னகையுடன் தன் வலிமையான வெண்ணிறப்பற்களைக் காட்டினான்.

வசென்கா வெஸ்லோவ்ஸ்கி குதிரையிலிருந்து இறங்காமல் தொப்பியை எடுத்து, தலைக்கு மேலே அசைத்து மகிழ்ச்சியுடன் டோலியை வரவேற்றார்.

"அது இளவரசி வர்வரா!" என்று வண்டி அருகில் வந்தபோது, டோலியின் கேள்வி நிறைந்த பார்வைக்கு அன்னா பதில் சொன்னாள்.

"ஆகா!" என்ற டோலியின் முகம் தன்னிச்சையாக அதிருப்தியை வெளிக்காட்டியது.

இளவரசி வர்வரா அவள் கணவரின் அத்தை. அவரை நீண்ட காலமாக டோலிக்குத் தெரியும் என்றாலும் அவளுக்கு அவர் மீது பெரியதாக எந்த மரியாதையும் இல்லை. இளரவசி வர்வரா எப்போதும் பணக்கார உறவினர்களுடன் உல்லாசமாக வாழ்ந்தார் என்பது அவளுக்குத் தெரியும். ஆனால் இப்போது அவர் அவருக்குச் சொந்தமில்லாத விரான்ஸ்கியின் வீட்டில் வசிப்பது, தன் கணவரின் குடும்பத்தின் சார்பாக டோலியின் மனதைப் புண்படுத்தியது. டோலியின் முகபாவத்தைக் கவனித்த அன்னா, வெட்கமடைந்து, முகம் சிவந்து, குழம்பித் தடுமாறினாள்.

டாரியா அலெக்ஸாண்ட்ரோவ்னா வண்டிக்கு அருகில் சென்று இளவரசி வர்வராவை உணர்ச்சியின்றி வரவேற்றாள். அவளுக்கு

ஸ்வியாஸ்கியையும் தெரியும். தனது விசித்திரமான நண்பரும் அவரது இளம் மனைவியும் எப்படி இருக்கிறார்கள் என்று அவர் விசாரித்தார். டோலியின் பழைய வண்டியையும் பொருத்தமற்ற குதிரைகளையும் நோட்டம் விட்ட அவர், பெண்களைத் தன் வண்டியில் ஏறும்படி கேட்டுக் கொண்டார்.

"நான் அந்த வண்டியில் போகிறேன்" என்றார் அவர். "குதிரைகள் அமைதியானவை. இளவரசி ஒரு நல்ல ஓட்டுனர்."

"இல்லை, நீங்கள் அங்கேயே இருங்கள். நாங்கள் அந்த வண்டியில் போகிறோம்" என்று அன்னா டோலியின் கையைப் பிடித்து அழைத்துச் சென்றாள்.

டோலியின் கண்கள் அவள் இதுவரை பார்த்திராத நேர்த்தியான வண்டியையும், அற்புதமான குதிரைகளையும், அவளைச் சுற்றியுள்ள பிரகாசமான மனிதர்களையும் கண்டு வியப்பால் விரிந்தன. ஆனால் அதைவிட முக்கியமாக, தனக்கு மிகவும் பரிச்சயமான, பிரியமான அன்னாவிடம் ஏற்பட்டிருந்த மாற்றம் அவளை வெகுவாகக் கவர்ந்தது. கூர்ந்து கவனிக்கும் திறனில்லாத, அன்னாவை இதற்கு முன் அறிந்திராத, குறிப்பாக வரும் வழியில் டோலி யோசித்ததைப் போல யோசித்திராத எந்தப் பெண்ணும், அன்னாவிடம் விசேஷமாக எதையும் கவனித்திருக்க முடியாது. ஆனால் காதலிக்கும் தருணங்களில் மட்டுமே பெண்களிடம் ஒரு கணம் தோன்றி மறையும் அந்த அழகு இப்போது அன்னாவின் முகத்தில் இருப்பதைக் கண்டு டோலி வியந்தாள். அவள் கன்னங்களில், முகவாயில் இருந்த குழிவும், அவள் உதடுகளின் மடிப்பும், அவள் முகத்தைச் சுற்றிப் பிரகாசித்த புன்னகையும், அவள் கண்களின் பளபளப்பும், அவளுடைய அசைவுகளில் இருந்த அழகும் லாவகமும், அவளுடைய குரலின் தொனியும், இப்படி ஒவ்வொன்றும் ஒரு குறிப்பிட்ட வசீகரத்தையும் அழகையும் கொண்டிருந்தன. வண்டியில் அவளுடன் சவாரி செய்வதற்கு வெஸ்லோவ்ஸ்கி அனுமதி கேட்டபோது, அவள் கோபமும் நட்பும் கலந்த தொனியில் பதில் சொன்ன விதமும் கூட வசீகரமாக இருந்தது. அவளுக்கே அது தெரியும் என்றும் அதனால் அவள் மகிழ்கிறாள் என்றும் தோன்றியது.

இரண்டு பெண்களும் வண்டியில் அமர்ந்தபோது, திடீரென இருவருக்கும் ஒரு சங்கடம் ஏற்பட்டது. டோலி தன்னைக் கூர்ந்து கவனித்ததைக் கண்டு அன்னா சங்கடப்பட்டாள். ஸ்வியாஸ்கி டோலி பயணம் செய்த வண்டியை ஏளனமாகப் பார்த்த பிறகு, அந்த அழுக்கான பழைய வண்டியில் அன்னா தன்னுடன் அமர்ந்திருப்பதை நினைத்து அவளால் வெட்கப்படாமல் இருக்க முடியவில்லை என்பதால் அவளுக்குச் சங்கடமாக இருந்தது. வண்டி யோட்டி ஃபிலிப்பும், குமாஸ்தாவும் இதே உணர்வுக்கு ஆளானார்கள்.

குமாஸ்தா தனது சங்கடத்தை மறைக்க பெண்கள் இருவருக்கும் உதவி செய்தார். ஆனால் ஃபிலிப் இந்த வெளிப்புற விஷயங்கள் தன்னைப் பாதிக்க அனுமதிக்கக் கூடாது என்று முரட்டுத்தனமாக முடிவு செய்தார். ஸ்வியாஸ்கி வண்டியில் உள்ள கருப்புக் குதிரை களை நோட்டம் விட்ட அவன், அவை நடைப் பயணத்தைத் தவிர வேறு எதற்கும் லாயக்கில்லை என்றும், ஒரு வெப்பமான நாளில் ஒரே மூச்சில் முப்பது மைல்களுக்கு மேல் அவற்றால் செல்ல முடியாது என்றும் நினைத்து கேலியாகச் சிரித்தான்.

வண்டிக்கு அருகில் அமர்ந்திருந்த விவசாயிகள் அனைவரும் எழுந்து, விருந்தினர்கள் அனைவரையும் ஆர்வத்துடன் பார்த்து, தங்கள் சொந்தக் கருத்துக்களைப் பரிமாறிக் கொண்டனர்.

"அவர்கள் வெகுகாலமாக ஒருவரை ஒருவர் பார்க்கவில்லை போலும். இப்போது அவர்கள் மகிழ்ச்சியாக இருக்கிறார்கள்" என்று சுருட்டை முடி முண்டாசு முதியவர் சொன்னார்.

"கெராசிம் மாமா! இதோ, அந்தக் கருப்புக் குதிரை ஒரு நொடி யில் வைக்கோல் மூட்டைகளைச் சுமந்து சென்று விடும்."

"அதோ பாருங்கள், அந்தக் கால்சட்டை அணிந்திருப்பது ஒரு பெண்ணா?" என்று அவர்களில் ஒருவர், பெண்களுக்குரிய சேணத்தைக் குதிரை மீது வைத்திருந்த வெஸ்லோவ்ஸ்கியைச் சுட்டிக் காட்டினார்.

"இல்லை, அது ஆண்தான். பாருங்கள், அவர் எத்தனை எளிதாகக் குதிரை மீது ஏறுகிறார்!"

"சரி, இன்று நம்மால் தூங்க முடியாது போலிருக்கிறது."

"இனி என்ன தூக்கம்?" என்று சூரியனைப் பார்த்துவிட்டு முதியவர் சொன்னார். "பாருங்கள், மதியம் கடந்து விட்டது! கொக்கி களை எடுத்துக் கொண்டு கிளம்புங்கள்!"

18

டோலியின் மெலிந்த, களைத்துப் போன முகத்தையும், அதன் சுருக்கங்களில் படிந்திருந்த தூசியையும் பார்த்த அன்னா, டோலி மெலிந்துவிட்டாள் என்று நினைத்து, அதை அவளிடம் சொல்ல முற்பட்டாள். ஆனால் தான் அழகாகி விட்டதையும், டோலியின் கண்கள் அதைச் சொல்வதையும் உணர்ந்து பெருமூச்சு விட்டு, தன்னைப் பற்றிப் பேசத் தொடங்கினாள்.

"நீங்கள் என்னைப் பார்க்கும் பார்வையில், நான் இருக்கும் சூழ்நிலையில் என்னால் மகிழ்ச்சியாக இருக்க முடியுமா என்று நீங்கள் யோசிப்பது எனக்குத் தெரிகிறது. நான் என்ன சொல்வது!

நான் அதை ஒப்புக்கொள்வதற்கு வெட்கப்படுகிறேன். ஆனால்... நான் மட்டற்ற மகிழ்ச்சியில் இருக்கிறேன். எனக்குள் ஏதோ ஒரு மாயாஜாலம் நடந்திருக்கிறது. ஒரு பயங்கரமான கனவு கண்டு பயந்து நடுங்கும்போது, திடீரென்று விழிப்பு வந்ததும் பயம் போய்விட்டதை உணரும் கனவைப் போன்றது இது. நான் கனவிலிருந்து விழித்துக் கொண்டேன். நான் இதுவரை மிகவும் வேதனையான பயங்கரமான ஒன்றை அனுபவித்து வந்தேன். இப்போது நீண்ட காலமாக, குறிப்பாக நாங்கள் இங்கே வந்ததிலிருந்து நான் மிகவும் மகிழ்ச்சியாக இருக்கிறேன்" என்று வெட்கத்துடன் சொன்ன அன்னா, ஒரு கேள்விப் புன்னகையை உதிர்த்தாள்.

"கேட்பதற்கு மிகவும் சந்தோஷமாக இருக்கிறது!" என்றாள் டோலி புன்னகையுடன். ஆனால் அவள் அதை முழு மனதுடன் சொல்லவில்லை. "நான் உங்களைக் கண்டு மகிழ்கிறேன். நீங்கள் ஏன் எனக்குக் கடிதம் எழுதவில்லை?"

"ஏனா? ஏனெனில் எனக்குத் தைரியம் வரவில்லை... நான் இருக்கும் நிலையை மறந்து விட்டீர்கள்..."

"எனக்குக் கடிதம் எழுத உங்களுக்குத் தைரியமில்லையா? அப்படியானால் நீங்கள் என்னைச் சரியாகப் புரிந்து கொள்ளவில்லை... நான் நினைக்கிறேன்..."

டோலி அன்று காலையில் தனக்குள் எழுந்த எண்ணங்களை அன்னாவிடம் சொல்வதற்கு முயன்றாள். ஆனால் இப்போது அதைச் சொல்வது பொருத்தமாக இருக்காது என்று அவளுக்குத் தோன்றியது.

"எது எப்படியோ, அதைப் பற்றி பிறகு பேசலாம். அந்தக் கட்டிடங்கள் எல்லாம் என்ன?" என்று பேச்சை மாற்ற விரும்பி, செடிகளும் மரங்களும் அடர்ந்த வேலிக்குப் பின்னால் தெரியும் சிவப்பும் பச்சையுமான கூரைகளைச் சுட்டிக் காட்டினாள். "ஒரு சின்ன ஊர் மாதிரி இருக்கிறது."

ஆனால் அன்னா அதற்குப் பதில் சொல்லவில்லை.

"இல்லை, பேச்சை மாற்றாதீர்கள்! என்னைப் பற்றி உங்கள் கருத்து என்ன? நீங்கள் என்ன நினைக்கிறீர்கள்?" என்று அன்னா கேட்டாள்.

"நான் நினைக்கிறேன்..." என்று டோலி சொல்ல ஆரம்பித்த போது, வெஸ்லோவ்ஸ்கி, குதிரையின் வேகத்தை அதிகரிக்க அதை வலது காலால் உதைத்து, சேணத்தின் மீது ஒரு பக்கமாக பலமாக மோதிக் கொண்டார்.

"ஒன்றுமில்லை, அன்னா ஆர்கடியேவ்னா!" என்று கத்தினார்.

அன்னா அவரைத் திரும்பிப் பார்க்கவே இல்லை. வண்டியில் அதைப் பற்றி விரிவாகப் பேசுவது டோலிக்குச் சங்கடமாக இருந்தது. எனவே அவள் சுருக்கமாகத் தன் கருத்தைச் சொன்னாள்.

"நான் எதுவும் நினைக்கவில்லை" என்றாள் டோலி. "நான் அப்போதும் இப்போதும் உங்களை நேசிக்கிறேன். நீங்கள் ஒருவரை நேசித்தால், நீங்கள் விரும்பும் விதத்தில் இல்லாமல், அவர் இருக்கும் விதத்தில் முழுமையாக அவரை நேசிக்க வேண்டும்."

தோழியின் முகத்திலிருந்து பார்வையை விலக்கிய அன்னா, கண்களைச் சுருக்கியபடி (இது அவளிடம் தொற்றிக் கொண்ட டோலிக்குத் தெரியாத ஒரு புதிய பழக்கம்), அந்த வார்த்தைகளின் முழு அர்த்தத்தையும் புரிந்து கொள்ள விரும்பியவளாக அதைப் பற்றி யோசித்தாள். அவள் விரும்பிய விதத்தில் அதைப் புரிந்து கொண்டதும், அவள் டோலியைப் பார்த்தாள்.

"உங்களிடம் ஏதேனும் பாவங்கள் இருந்தால், அவை அனைத்தும் நீங்கள் என்னைப் பார்க்க வந்ததற்காவும், நீங்கள் சொன்ன வார்த்தைகளுக்காகவும் மன்னிக்கப்பட வேண்டும்" என்றாள் அன்னா.

அவள் கண்களிலிருந்து கண்ணீர் வழிவதை டோலி பார்த்தாள். அவள் அமைதியாக அன்னாவின் கையை இறுகப் பற்றினாள்.

"சரி, அந்தக் கட்டிடங்கள் என்ன? நிறைய கட்டிடங்கள் உள்ளன!" என்று ஒரு நிமிட மௌனத்திற்குப் பிறகு டோலி தன் கேள்வியை மீண்டும் கேட்டாள்.

"வேலையாட்களின் வீடுகளும், களஞ்சியங்களும், குதிரை லாயங்களும் அங்கு உள்ளன" என்றாள் அன்னா. "அதோ, அங்கே இருந்துதான் பூங்கா ஆரம்பிக்கிறது. அவை எல்லாம் பாழாகிப் போயிருந்தன. ஆனால் அலெக்ஸி அனைத்தையும் புதுப்பித்தார். அவர் இந்தப் பண்ணையை மிகவும் நேசிக்கிறார். அவர் அதை நிர்வகிப்பதில் தீவிர ஆர்வம் காட்டுவார் என்று நான் எதிர்பார்க்கவில்லை. ஆனால் அவருடைய ஆளுமைக்குப் பல பரிமாணங்கள் உள்ளன! அவர் எதில் கையை வைத்தாலும் அதை அற்புதமாகச் செய்கிறார். அவர் சலிப்படையவில்லை என்பது மட்டுமின்றி, ஆர்வத்துடன் வேலை செய்கிறார். எனக்குத் தெரிந்தவரை, பண்ணையை நிர்வகிப்பதில் அவர் நிபுணராகி விட்டார். பண்ணையின் நிர்வாக விஷயத்தில் மட்டும் அவர் கஞ்சத்தனமாக இருக்கிறார். ஆனால் ஆயிரக்கணக்கில் செலவாகும் இடத்தில் அவர் கணக்கு பார்ப்பதில்லை" என்று அன்னா மகிழ்ச்சியுடன், ஆனால் தந்திரப் புன்னகையுடன் சொன்னாள். தாங்கள் நேசிக்கும் ஆணிடம் கண்டறிந்த ரகசிய குணாதிசயங்களைப் பெண்கள் பேசிக்கொள்வது போல அவள் பேசினாள். "அதோ, அந்தப் பெரிய கட்டிடத்தைப்

பார்த்தீர்களா? அது புதியதாக கட்டிய மருத்துவமனை. அதற்கு ஒரு லட்சத்திற்கும் மேல் செலவானது என்று நினைக்கிறேன். அதுதான் இப்போது அவருடைய பொழுதுபோக்கு. அதை அவர் ஏன் ஆரம்பித்தார் தெரியுமா? சில புல்வெளிகளைக் குறைந்த வாடகைக்குத் தங்களுக்கு விடும்படி விவசாயிகள் அவரிடம் கேட்டனர். ஆனால் அதற்கு அவர் மறுத்துவிட்டார். அவருடைய கஞ்சத்தனத் திற்காக நான் அவரைக் கண்டித்தேன். உண்மையில் அதற்காக மட்டுமின்றி வேறு பல காரணங்களுக்காகவும், தான் கருமி அல்ல என்று நிரூபிக்க அவர் அந்த மருத்துவமனையைத் தொடங்கினார். அதற்காக நான் அவரை மிகவும் நேசிக்கிறேன். இன்னும் ஒரு நிமிடத்தில் வீடு வந்துவிடும். அது அவரது தாத்தாவின் பழமையான வீடு, வீட்டின் வெளிப்புறத்தில் எந்த மாற்றமும் செய்யவில்லை."

"ஆகா, எவ்வளவு அழகாக இருக்கிறது!" என்று தோட்டத்தில் இருந்த பலவகையான மரங்களின் பசுமைகளுக்கு மத்தியில், பெரிய தூண்களுடன் நின்றிருந்த அந்த அழகான வீட்டைப் பார்த்து டோலி வியந்தாள்.

"ரொம்ப அழகா இருக்கு இல்லையா? மாடியிலிருந்து பார்த் தால் கண்கொள்ளாக் காட்சியாக இருக்கும்."

தரையில் ஜல்லிக் கற்கள் பாவிய, சுற்றிலும் பூஞ்செடிகள் சூழ்ந்த ஒரு முற்றத்திற்குள் அவர்கள் சென்றனர். இரண்டு தொழி லாளர்கள் பூந்தொட்டிகளின் தளர்வான மண்ணைச் சுற்றி கற்களை நிரப்பிக் கொண்டிருந்த, கூரை வேய்ந்த முன் மண்டபத்திற்கு அவர்கள் சென்றனர்.

"ஆகா? அவர்கள் ஏற்கனவே வந்துவிட்டார்கள்!" என்ற அன்னா, வேலையாட்கள் முன் மண்டபத்திலிருந்து குதிரைகளை அழைத்துச் செல்வதைப் பார்த்தாள். "அது ஒரு அழகான குதிரை என்று நீங்கள் நினைக்கவில்லையா? எனக்கு மிகவும் பிடித்த குதிரை... அதை இங்கே கொண்டு வா, அப்படியே கொஞ்சம் சர்க்கரையும். கோமகன் எங்கே?" என்று வெளியே ஓடிவந்த இரு நேர்த்தியான வேலை யாட்களிடம் கேட்டாள். "ஆகா, அங்கே இருக்கிறார்!" என்ற அன்னா தன்னைப் பார்க்க வெளியே வந்து கொண்டிருந்த விரான்ஸ்கியையும், வெஸ்லோவ்ஸ்கியையும் நோக்கி நடந்தாள்.

"இளவரசியை எங்கே தங்க வைப்பது?" என்று விரான்ஸ்கி பிரெஞ்சு மொழியில் அன்னாவிடம் கேட்டான். பதிலுக்குக் காத்தி ராமல் அவன் மீண்டும் டோலியை வரவேற்றான். இந்த முறை அவன் அவள் கையை முத்தமிட்டான். "பால்கனியுடன் கூடிய பெரிய படுக்கை அறையில் சரிதானே?"

“இல்லை, அது தூரமாக இருக்கிறது! மூலையில் உள்ள அந்த அறை நன்றாக இருக்கும். நாங்கள் அடிக்கடி பார்த்துக் கொள்ள முடியும். சரி, போகலாம்” என்ற அன்னா வேலைக்காரன் கொண்டு வந்த சர்க்கரையைத் தனக்குப் பிடித்த அந்தக் குதிரைக்குக் கொடுத்தாள்.

“நீங்கள் உங்கள் கடமையை மறந்து விட்டீர்கள்” என்று அவள் படிக்கட்டில் இறங்கி வந்த வெஸ்லோவ்ஸ்கியிடம் சொன்னாள்.

“மன்னிக்கவும், என் பைகள் நிரம்பியுள்ளன” என்று சிரித்துக் கொண்டே சொன்ன அவர் தன் சட்டைப் பைக்குள் விரல்களை நுழைத்தார்.

“ஆனால் நீங்கள் மிகவும் தாமதமாக வந்துள்ளீர்கள்” என்ற அன்னா, குதிரைக்குச் சர்க்கரையைக் கொடுத்தபோது ஈரமான தன் கையைக் கைக்குட்டையால் துடைத்துக் கொண்டாள்.

அன்னா டோலியை நோக்கித் திரும்பி, “நீங்கள் நீண்ட காலம் தங்குவீர்களா? ஒருநாள் மட்டுமா? அது முடியாத காரியம்!”

“நான் அப்படித்தான் சொல்லியுள்ளேன், குழந்தைகள்...” என்ற டோலி வண்டியிலிருந்த தனது பையை எடுக்க வேண்டும் என்பதாலும், தன் முகம் முழுவதும் தூசு படிந்திருப்பதாலும் வெட்கமடைந்தாள்.

“டோலி, என் அன்பே...! சரி, அதைப் பிறகு பார்ப்போம். வாருங்கள்! என்னோடு வாருங்கள்!” என்று அன்னா டோலிக்கு ஒதுக்கப்பட்ட அறைக்கு அவளை அழைத்துச் சென்றாள்.

அந்த அறை விரான்ஸ்கி சொன்ன ஆடம்பரமான அறை இல்லை என்ற அன்னா, அதற்காக தன்னை மன்னிக்க வேண்டும் என்று கேட்டுக் கொண்டாள். ஆனால் அந்த அறையும் கூட, டோலி இதுவரை வசித்திராத ஆடம்பரத்தால் நிரம்பியிருந்தது. அது வெளிநாட்டில் உள்ள சிறந்த ஹோட்டல்களை நினைவு படுத்தியது.

“அன்பே, டோலி, எனக்கு மிகவும் சந்தோஷமாக இருக்கிறது!” என்ற அன்னா டோலியின் அருகில் அமர்ந்தாள். “உங்களைப் பற்றிச் சொல்லுங்கள். நான் எப்போதாவது ஸ்டீவாவைப் பார்ப்பேன். ஆனால் அவரால் குழந்தைகளைப் பற்றிப் பேச முடியாது. எனக்கு மிகவும் பிடித்த தான்யா எப்படி இருக்கிறாள்? இப்போது அவள் பெரிய பெண்ணாக வளர்ந்திருப்பாள் என்று நினைக்கிறேன்.”

“ஆமாம், உயரமாக வளர்ந்து விட்டாள்” என்ற டோலி தன் பெண்ணைப் பற்றி உணர்ச்சி ஏதுமின்றி சொன்னதை நினைத்து வியந்தாள். “லெவின் வீட்டில் தங்கியுள்ள நாங்கள் மகிழ்ச்சியாக இருக்கிறோம்.”

"என் மீது உங்களுக்கு வெறுப்பு எதுவும் இல்லை என்பது மட்டும் எனக்குத் தெரிந்திருந்தால்..." என்றாள் அன்னா. "நீங்கள் குடும்பத்துடன் இங்கு வந்திருக்கலாம். ஸ்டீவாவும் அவரும் சிறந்த நண்பர்கள் என்பது உங்களுக்குத் தெரியும்" என்ற அன்னா திடீரென்று முகம் சிவந்தாள்.

"ஆமாம், ஆனால் நாம் அனைவரும்..." என்று டோலி குழப்பத் துடன் சொன்னாள்.

"என் மகிழ்ச்சி என்னை முட்டாள்தனமாகப் பேச வைக்கிறது! ஆனால் அன்பே, உங்களைப் பார்த்ததில் நான் உண்மையாகவே மகிழ்கிறேன்" என்ற அன்னா அவளை மீண்டும் முத்தமிட்டாள். "நீங்கள் என்னைப் பற்றி என்ன நினைக்கிறீர்கள் என்பதை நீங்கள் இன்னும் என்னிடம் சொல்லவில்லை. நான் எல்லாவற்றையும் தெரிந்துகொள்ள விரும்புகிறேன். நான் எப்படி இருக்கிறேனோ அப்படியே நீங்கள் என்னைப் பார்ப்பது எனக்கு மகிழ்ச்சியைத் தருகிறது. அனைத்திற்கும் மேலாக, நான் எதையோ நிரூபிக்க விரும்புவதாக நீங்கள் நினைப்பதை நான் விரும்பவில்லை. நான் எதையும் நிரூபிக்க விரும்பவில்லை. நான் வெறுமனே வாழ விரும்புகிறேன். எனக்கு நானே தீங்கிழைத்துக் கொண்டாலும், யாருக்கும் தீங்கு செய்யக்கூடாது என்றே நான் விரும்புகிறேன். எனக்கு அந்த உரிமை இருக்கிறது, இல்லையா? உண்மையில் அது ஒரு நீண்ட விவாதம் என்பதால் நாம் அதைப் பிறகு பேசுவோம். இப்போது நான் சென்று ஆடை மாற்றிக் கொண்டு, உங்களுக்கு ஒரு வேலைக்காரியை அனுப்புகிறேன்."

19

டோலி தனியாக அந்த அறையில் இருந்தபோது ஒரு குடும்பத் தலைவியின் பார்வையில் அதை ஆராய்ந்தாள். வீட்டிற்கு வெளியில் இருந்தும், வீட்டிற்குள் நுழைந்தும், அறைக்குள் நுழைந்தும் அவள் பார்த்தவை எல்லாம் செல்வச் செழிப்பு மற்றும் ஆடம்பரம் பற்றிய ஒரு தோற்றத்தை அவளுக்குக் கொடுத்தது. அந்த நவீன ஐரோப்பிய ஆடம்பரத்தைப் பற்றி அவள் ஆங்கில நாவல்களில் மட்டுமே படித்திருந்தாள். ஆனால் அதை அவள் ரஷ்யாவில் குறிப்பாகக் கிராமப்புறங்களில் இதற்கு முன்பு பார்த்ததில்லை. சுவர்களில் ஒட்டியிருந்த வர்ணக் காகிதங்கள் முதல் தரை முழுவதும் மூடியிருந்த கம்பளம் வரை அனைத்தும் புதியதாக இருந்தன. கட்டிலில் கம்பிச் சுருள் மெத்தையும், பட்டு உறை போட்ட தலையணைகளும்

இருந்தன. சலவைக் கற்கள் பதித்த முகம் கழுவும் தொட்டி, அலங் காரக் கண்ணாடி, சோபா, மேசைகள், சுவரில் இருந்த வெண்கலக் கடிகாரம், ஜன்னல் கதவுகளில் இருந்த திரைச்சீலைகள் ஆகிய அனைத்தும் விலை உயர்ந்தவை, புதியவை.

உதவி செய்வதற்கு வந்த வேலைக்காரியின் தோற்றமும் உடையும் டோலியை விட நாகரிகமாகவும், பகட்டாகவும், அந்த அறையில் இருந்த அனைத்தையும் போலப் புதியதாகவும் விலை உயர்ந்ததாகவும் இருந்தது. அவளுடைய பணிவும், நிதானமும், நடத்தையும் டோலிக்குப் பிடித்திருந்தது என்றாலும் அவளுடன் இருப்பதை டோலி சங்கடமாக உணர்ந்தாள். துரதிர்ஷ்டவசமாக தவறுதலாக எடுத்து வந்த ஒட்டுப் போட்ட ஜாக்கெட்டை நினைத்து அவள் சங்கடப்பட்டாள். அவள் வீட்டில் இருந்தபோது நன்றாக இருப்பதாக தன்னைத் தானே மெச்சிக் கொண்ட அந்த ஒட்டுப் போட்டு தைத்த இடங்களை நினைத்து சங்கடப்பட்டாள். ஆறு ஜாக்கெட்டுகள் தைக்க தேவை யான பதினேழு கஜ துணிகளுக்குப் பதினைந்து ரூபிள்கள் தேவைப் பட்டன. அதற்கு மேல் வெட்டுவது தைப்பது போன்ற செலவுகள். இந்தப் பதினைந்து ரூபிள்களை அவள் மிச்சம் பிடித்தாள். எனவே அவள் அதை நினைத்து வெட்கப்படவில்லை என்றாலும் வேலைக் காரியின் முன்னால் அவளுக்குச் சங்கடமாக இருந்தது.

டோலிக்கு நன்கு பழக்கமான அன்னுஷ்கா அந்த அறைக்குள் வந்ததும் அவளுக்குப் பெரும் ஆசுவாசமாக இருந்தது. அந்தப் பகட்டான வேலைக்காரிக்கு எஜமானியிடம் வேலை இருந்தது. அன்னுஷ்கா டோலியுடன் தங்கினாள்.

டோலியின் வருகையால் மகிழ்ச்சியடைந்த அன்னுஷ்கா இடை விடாமல் பேசிக் கொண்டிருந்தாள். தன் எஜமானியின் நிலையைப் பற்றி, குறிப்பாக அன்னாவின் மீது கோமகன் வைத்திருக்கும் அன்பையும் பக்தியையும் பற்றி தனது கருத்தை அவள் வெளிப்படுத்த விரும்புவதை டோலி கவனித்தாள். ஆனால் அவள் ஒவ்வொரு முறை அதைப் பற்றிப் பேசத் தொடங்கும் போதெல்லாம் டோலி அவளைக் கவனமாக இடைமறித்தாள்.

“நானும் அன்னா ஆர்கடியேவ்னாவும் ஒன்றாக வளர்ந்தோம். அவர் எல்லாவற்றையும் விட எனக்குப் பிரியமானவர். நாம் அதைப் பற்றி எந்தக் கருத்தும் சொல்ல வேண்டியதில்லை. அப்படிக் காதலிப்பது என்பது...”

“ஆமாம், தயவுசெய்து கொஞ்சம் தண்ணீர் ஊற்று, நான் கழுவ வேண்டும்” என்று டோலி குறுக்கிட்டாள்.

“சரி மேடம். பாத்திரங்களைக் கழுவுவதற்கு இரண்டு பெண்கள் உள்ளனர். ஆனால் துணிகள் அனைத்தும் இயந்திரத்தால் துவைக்கப்

படுகிறது. எல்லாவற்றையும் கோமகன்தானே பார்த்துக் கொள்கிறார். எப்படிப்பட்ட ஒரு கணவர்...!"

அன்னா உள்ளே வந்ததும் டோலி மகிழ்ச்சியடைந்தாள். அவள் வருகை அன்னுஷ்காவின் அரட்டைக்கு முற்றுப்புள்ளி வைத்தது.

அன்னா மிகவும் எளிமையான கவுனுக்கு மாறியிருந்தாள். டோலி அந்த எளிமையான உடையைக் கவனமாகப் பார்த்தாள். அந்த எளிமையின் பொருள் என்ன, அத்தகைய எளிமைக்கு என்ன விலை கொடுக்க வேண்டும் என்பது அவளுக்குத் தெரியும்.

"என் பழைய தோழி" என்று அன்னா, அன்னுஷ்காவைப் பற்றிச் சொன்னாள்.

அன்னா இப்போது சங்கடப்படவில்லை. அவள் இயல்பாக, சுதந்திரமாக இருந்தாள். டோலியின் வருகையால் ஏற்பட்ட தாக்கத்தி லிருந்து இப்போது தான் முழுமையாக மீண்டு விட்டது போலவும், தன் உணர்வுகளையும், அந்தரங்க எண்ணங்களையும் வைத்திருந்த பெட்டியின் கதவைப் பத்திரமாகப் பூட்டி விட்டது போலவும், ஒரு மேலோட்டமான, அலட்சியமான தொனியை அவள் பின்பற்றுவதை டோலியால் பார்க்க முடிந்தது.

"சரி, உங்கள் சிறிய குழந்தை எப்படி இருக்கிறாள்?" என்று டோலி கேட்டாள்.

"அன்னி? (தன் மகளுக்கு அன்னா வைத்த பெயர்). அவள் ஆரோக்கியமாக, நன்றாக இருக்கிறாள். நீங்கள் அவளைப் பார்க்க விரும்புகிறீர்களா? போகலாம், நான் அவளை உங்களுக்குக் காட்டுகிறேன். செவிலியர்களால் ஏகப்பட்ட பிரச்சினை" என்ற அவள் விவரிக்கத் தொடங்கினாள். "பாலூட்டும் செவிலியாக ஒரு இத்தாலியப் பெண் இருந்தாள். அவள் நல்லவள் என்றாலும் ஒரு முட்டாள்! நாங்கள் அவளைத் திருப்பி அனுப்ப முடிவு செய்தோம். ஆனால் குழந்தை அவளுடன் நன்றாகப் பழகி விட்டதால் அவளைத் தொடர்ந்து வைத்திருக்கிறோம்."

"சரி, நீங்கள்...?" என்ற டோலி அந்தக் குழந்தையின் பெயர் என்ன என்று அன்னாவிடம் கேட்க முயன்றாள். ஆனால் திடீரென்று அவள் முகம் சுளிப்பதைக் கண்டு டோலி தன் கேள்வியை மாற்றிக் கொண்டாள். "அப்படியானால் நீங்கள் எல்லாவற்றையும் எப்படி ஏற்பாடு செய்தீர்கள்? நீங்கள் அவளுக்குப் பாலுட்டுவதை நிறுத்தி விட்டீர்களா?"

ஆனால் அன்னா புரிந்து கொண்டாள்.

"நீங்கள் கேட்க விரும்பியது அதுவல்ல. அவள் குடும்பப் பெயரைக் கேட்க நினைத்தீர்கள், சரிதானே? அது அலெக்ஸியை

வேதனைப்படுத்துகிறது. அவளுக்குக் குடும்பப் பெயர் கிடையாது. அவள் வெறுமனே கரீனினா" என்ற அன்னா கண் இமைகளைத் தவிர வேறு எதையும் பார்க்க முடியாதவாறு கண்களை மூடிக் கொண்டாள். "இருந்தாலும் அதைப் பற்றி நாம் பிறகு பேசலாம்" என்ற அவள் முகம் சட்டென்று பிரகாசித்தது. "வாருங்கள், நான் அவளைக் காண்பிக்கிறேன். அவள் மிக இனிமையானவள். அவள் ஏற்கனவே தவழ்ந்து செல்ல ஆரம்பித்துவிட்டாள்."

வீடு முழுவதையும் ஆக்கிரமித்திருந்த அதே ஆடம்பரம் குழந்தைகள் அறையில் இன்னும் அதிகமாக டோலியைத் தாக்கியது. இங்கிலாந்திலிருந்து இறக்குமதி செய்யப்பட்ட சிறிய வண்டிகள், நடை வண்டிகள், குழந்தை தவழ்வதற்கு பில்லியாட் மேசை போல அமைக்கப்பட்ட படுக்கை, ஊஞ்சல்கள், குளியல் தொட்டிகள் போன்றவை அங்கே இருந்தன. அவை அனைத்தும் இங்கிலாந்தில் தயாரிக்கப்பட்டவை, தரமானவை, விலை உயர்ந்தவை. அந்த அறை பெரியதாக, உயரமான கூரையுடன், நல்ல வெளிச்சத்துடன் பிரகாசமாக இருந்தது.

அவர்கள் உள்ளே நுழைந்தபோது, சிறிய சட்டை மட்டும் அணிந்த குழந்தை, ஒரு சிறிய நாற்காலியில் அமர்ந்து, தன் சிறிய மார்பின் மீது உணவைச் சிந்தியபடி சாப்பிட்டுக் கொண்டிருந்தது. ரஷ்ய செவிலிப் பெண் குழந்தைக்கு உணவளித்த அதே நேரத்தில் அவளும் சாப்பிட்டுக் கொண்டிருந்தாள். பாலுட்டும் செவிலியோ, தலைமைச் செவிலியோ அங்கு இல்லை. அவர்கள் அடுத்த அறையில் இருந்தார்கள். அவர்களால் மட்டுமே புரிந்து கொள்ளக் கூடிய விநோதமான உச்சரிப்பில் அவர்கள் பிரெஞ்சு மொழியில் பேசிக் கொள்வதைக் கேட்க முடிந்தது.

அன்னாவின் குரலைக் கேட்டதும், விரும்பத்தகாத முகமும், வெறுக்கத்தக்க தோற்றமும் கொண்ட உயரமான ஆங்கிலேயப் பெண் அறைக்குள் நுழைந்து, அன்னா அவளை எதுவும் குறை சொல்லவில்லை என்றாலும், உடனடியாகச் சாக்குபோக்குகளைச் சொல்லத் தொடங்கினாள். அன்னா சொன்ன எல்லாவற்றுக்கும் அந்த ஆங்கிலப் பெண் அவசர அவசரமாக, "ஆமாம், எஜமானி!" என்று திரும்பத் திரும்பச் சொன்னாள்.

கருமையான கூந்தலும், புருவமும், ரோஜா நிறக் கன்னங்களும், ஆரோக்கியமான சிவந்த உடலும் கொண்ட அந்தக் குழந்தை, புதிய நபரைக் கடுமையான முகபாவத்துடன் பார்த்தபோதும், டோலிக்கு அவளை மிகவும் பிடித்திருந்தது. அவளுடைய புஷ்டியான தோற்றத்தைக் கண்டு டோலி பொறாமைப்பட்டாள். அவள் தவழ்ந்து சென்ற விதம் டோலிக்கு மிகவும் பிடித்திருந்தது. அவள் குழந்தைகளில் யாரும் அப்படித் தவழ்ந்து சென்றதில்லை. பின் புறத்தில் நன்றாகச்

சொருகப்பட்ட ஆடையுடன் அவளைக் கம்பளத்தின் மீது உட்கார வைத்தபோது அவள் மிகவும் அழகாக இருந்தாள். ஒரு சிறிய மிருகத்தைப் போல, தன் பெரிய பளபளக்கும் கண்களால், பெரியவர் களைச் சுற்றிப் பார்த்து, அனைவரும் தன்னைப் பார்ப்பதை அறிந்து மகிழ்ச்சியுடன் சிரித்தாள். அவள் தன் கால்களைப் பக்க வாட்டில் நீட்டி, சுறுசுறுப்பாக கைகளை ஊன்றி சாய்ந்து, வேகமாக தன் பின் புறத்தை இழுத்து, பிறகு தன் சிறிய கைகளால் முன்னோக்கித் தவழ்ந் தாள்.

ஆனால் டோலி அந்த அறையின் பொதுவான சூழலையும், குறிப்பாக அந்த ஆங்கிலப் பெண்ணையும் பெரிதும் வெறுத்தாள். மனிதர்களைப் பற்றிய தன் அறிவைக் கொண்டு, ஒரு மதிப்பற்ற, சகிப்புத்தன்மையற்ற ஆங்கிலப் பெண்ணைத் தன் குழந்தையைப் பார்த்துக் கொள்ள அன்னா எவ்வாறு நியமித்தாள் என்று வியந்த டோலி, அன்னாவைப் போன்ற ஒரு முறையற்ற குடும்பத்தில் வேலை செய்ய நல்லவர்கள் வரமாட்டார்கள் என்பதுதான் காரணம் என்று தனக்குத் தானே விளக்கம் சொல்லிக் கொண்டாள். மேலும் அவர்கள் பேசிக் கொண்ட ஒரு சில வார்த்தைகள் மூலம், அன்னாவும், பாலூட்டும் செவிலியும், மற்றொரு செவிலியும், குழந்தையும் இதுவரை ஒன்றாக இருந்து பழக்கமில்லை என்பதையும், தாயின் வருகை ஒரு அதிசயமான நிகழ்வு என்பதையும் டோலி புரிந்து கொண்டாள். அன்னா தன் மகளுக்குப் பொம்மை ஒன்றை எடுத்துக் கொடுக்க விரும்பினாள், ஆனால் அவளால் அது எங்கே இருக்கிறது என்பதைக் கண்டுபிடிக்க முடியவில்லை.

எல்லாவற்றையும் விட ஆச்சரியமானது என்னவென்றால், குழந்தைக்கு எத்தனை பற்கள் முளைத்துள்ளன என்று கேட்டபோது, அன்னா தவறாகப் பதில் சொன்னாள். குழந்தைக்குக் கடைசி இரண்டு பற்கள் முளைத்திருப்பதுகூட அவளுக்குத் தெரியவில்லை.

“இங்கே அதிக நேரம் இருப்பது சில நேரங்களில் எனக்கு வேதனையாக இருக்கிறது” என்று அந்த அறையை விட்டு வெளி யேறிய அன்னா, கதவுக்கு அருகில் கிடந்த பொம்மையை மறைப் பதற்கு தன் கவுனைத் தூக்கிப் பிடித்தாள். “ஆனால் என் முதல் குழந்தையிடம் எனக்கு அப்படி இல்லை.”

“நான் அதற்கு மாறாக நினைத்தேன்” என்று டோலி தயக்கத் துடன் சொன்னாள்.

“உங்களுக்குத் தெரியுமா, நான் செரியோஷாவைப் பார்த்தேன்!” என்ற அன்னா தூரத்தில் உள்ள எதையோ உற்றுப் பார்ப்பது போல கண்களைச் சுருக்கினாள். “ஆனால் நாம் அதைப் பிறகு பேசுவோம். பட்டினியால் வாடிய ஒருவருக்குத் திடீரென்று விருந்து

உணவு கிடைத்தால், எதை முதலில் சாப்பிடுவது என்று தெரியாமல் தவிப்பதைப் போன்ற நிலையில் நான் இருக்கிறேன். நீங்களும், உங்களுடன் நான் பேசப் போகும் பேச்சுக்களும்தான் எனக்கு கிடைத்த விருந்து. உங்களைத் தவிர வேறு யாருடனும் என்னால் அதைப் பேச முடியாது. எதை முதலில் பேசுவது என்று எனக்குத் தெரியவில்லை. நான் எல்லாவற்றையும் உங்களிடம் சொல்ல வேண்டும். முதலில் இங்கே உள்ளவர்களைப் பற்றி நீங்கள் தெரிந்து கொள்ள வேண்டும்" என்று அவள் சொல்லத் தொடங்கினாள். "முதலில் பெண்களைப் பற்றிச் சொல்கிறேன். இளவரசி வர்வரா. அவரை உங்களுக்குத் தெரியும், நீங்களும் ஸ்டீவாவும் அவரைப் பற்றி என்ன நினைக்கிறீர்கள் என்பதும் எனக்குத் தெரியும். தனது அத்தை கத்தரீனா பாவ்லோவ்னாவை விட தான் மேலானவர் என்பதை நிரூபிப்பதே அவரது முழு வாழ்க்கையின் நோக்கம் என்பார் ஸ்டீவா. அது உண்மைதான் என்றாலும் அவர் அன்புள்ளம் கொண்டவர். நான் அவருக்கு நன்றியுள்ளவளாக இருக்கிறேன். பீட்டர்ஸ்பர்க்கில் இருந்த போது எனக்கு ஒரு துணை தேவைப் பட்டது. அப்போது சரியான சமயத்தில் அவர் என்னிடம் வந்து சேர்ந்தார். அவர் உண்மையில் அன்பானவர். என் கஷ்டத்தைப் போக்க அவர் உதவி செய்தார். என்னுடைய இக்கட்டான சூழ்நிலை அனைத்தையும் உங்களால் புரிந்துகொள்ள முடியாது என்று எனக்குத் தெரியும்... அங்கே பீட்டர்ஸ்பர்க்கில்" என்ற அவள் மேலும் தொடர்ந்தாள். "இங்கே நான் நிம்மதியாக, மகிழ்ச்சியாக இருக்கிறேன். சரி, அதைப் பிறகு பேசுவோம். நான் மற்றவர்களைப் பற்றிச் சொல்ல வேண்டும். அடுத்து ஸ்வியாஸ்கி. அவர் ஒரு மார்ஷல், ஒழுக்கமான மனிதர். ஆனால் அவர் அலெக்ஸியிடமிருந்து எதையோ எதிர் பார்க்கிறார். இப்போது நாங்கள் இங்கே குடியேறிய பிறகு, அலெக்ஸி தனது செல்வத்தைக் கொண்டு பெரும் செல்வாக்குடன் இருக்கிறார். பிறகு துஷ்கேவிச். அவர் பெட்ஸியுடன் இருந்தபோது நீங்கள் அவரைப் பார்த்திருப்பீர்கள். அவர்களால் கைவிடப்பட்ட அவர் இப்போது எங்களிடம் வந்திருக்கிறார். அலெக்ஸி சொல்வது போல ஒருவர் எப்படி இருக்க முயற்சி செய்கிறாரோ, அதற்காக அவரை ஏற்றுக் கொண்டால், அவரும் மிகவும் இனிமையான மனிதர்களில் ஒருவர். இளவரசி வர்வரா சொல்வது போல அவர் கண்ணிய மானவர், நன்கு வளர்க்கப்பட்டவர். அடுத்து வசென்கா வெஸ் லோவ்ஸ்கி. உங்களுக்கு அவரைத் தெரியும். அவர் ரொம்ப நல்ல பையன்" என்று அவள் சொன்னபோது அவள் உதடுகளில் குறும்புப் புன்னகை தவழ்ந்தது. "அவருக்கு லெவினுடன் என்ன பிரச்சினை? வெஸ்லோவ்ஸ்கி, அலெக்ஸியிடம் சொன்னபோது, எங்களால்

அதை நம்ப முடியவில்லை. அவர் மிகவும் அப்பாவி, இனிமை யானவர்" என்றாள் அவள் அதே புன்னகையுடன். "ஆண்களுக்குப் பொழுதுபோக்கு அவசியம் என்பதால், அலெக்ஸிக்கு அவரைச் சுற்றி ஒரு வட்டம் தேவை. எனவே நான் இங்குள்ள அனைவரையும் மதிக்கிறேன். இங்கே அனைவரும் கலகலப்பாக, மகிழ்ச்சியாக இருக்க வேண்டும் என்பதால் அலெக்ஸி புதிதாக எதையும் விரும்ப மாட்டார். அதன் பிறகு மேலாளர். அவர் ஒரு ஜெர்மானியர், நல்ல மனிதர், தொழில் தெரிந்தவர். அலெக்ஸி அவரை மிகவும் உயர்வாக மதிக்கிறார். பிறகு ஒரு இளம் மருத்துவர். அவர் ஒரு நாத்திகர் என்று சொல்ல முடியாது ஆனால் அவருக்குக் கத்தியால் சாப்பிடும் பழக்கம் உள்ளது... ஆனால் அவர் ஒரு நல்ல மருத்துவர். பிறகு ஒரு கட்டிடக் கலைஞர்..."

20

"இளவரசி, இதோ நீங்கள் பார்க்க விரும்பிய டோலி" என்று அன்னா டோலியுடன், மொட்டை மாடிக்கு வந்தாள். அங்கு இளவரசி வர்வரா தனது எம்பிராய்டரி சட்டத்துடன் நிழலில் அமர்ந்திருந்தாள். கோமகன் விரான்ஸ்கியின் சாய்வு நாற்காலிக்கு உறை தயாரிக்கும் வேலையைச் செய்து கொண்டிருந்தாள். "இரவு உணவுக்கு முன் எதுவும் வேண்டாம் என்று அவர் சொல்கிறார். ஆனால் நீங்கள் அவருக்கு மதிய உணவு பரிமாறச் சொல்லுங்கள். நான் சென்று அலெக்ஸி எங்கே இருக்கிறார் என்று பார்த்து, மற்றவர்களையும் அழைத்து வருகிறேன்."

இளவரசி வர்வரா டோலியை அன்போடும், கனிவோடும் வரவேற்று, தன் சகோதரி கத்தரீனா பாவ்லோவ்னாவை விடவும் தான் அன்னாவை அதிகமாக நேசிப்பதால், அவளுடன் சேர்ந்து வசிப்பதாகவும், அன்னாவை அனைவரும் கைவிட்ட இந்த இக்கட்டான நேரத்தில் அவளுக்கு உதவுவது தன்னுடைய கடமை என்று கருதுவதாகவும் உடனடியாக விளக்கம் கொடுக்கத் தொடங் கினாள்.

"அவளுடைய கணவர் அவளுக்கு விவாகரத்து கொடுத்த பிறகு நான் மீண்டும் தனியாக சென்று வசிப்பேன். ஆனால் அதுவரை நான் உதவியாக இருக்க முடியும். மற்றவர்களைப் போல இல்லாமல் எனக்கு எத்தனை கஷ்டமாக இருந்தாலும் நான் என் கடமையைச் செய்வேன். நீங்கள் எவ்வளவு பிரியமானவர். நீங்கள் இங்கே வந்தது எவ்வளவு சரியானது! அவர்கள் மிகச் சிறந்த தம்பதிகளைப் போல வாழ்கிறார்கள். கடவுள்தான் அவர்களை நியாயந்தீர்க்க வேண்டும், நாம் அல்ல. பிர்யுசோவ்ஸ்கி, திருமதி. அவெனியேவா... பிறகு

நிகண்ட்ரோவ், வாசலியேவ், திருமதி. மாமோனோவா, லிசா நெப்துனோவா... ஆகிய யாரும் எதுவும் பேசவில்லை, இல்லையா? அனைவரும் அதை ஏற்றுக் கொண்டதன் மூலம் அது முடிவுக்கு வந்துவிட்டது. இது எவ்வளவு அழகான வீடு. முற்றிலும் ஆங்கில பாணியில் அமைந்த வீடு. நாங்கள் காலை உணவுக்காக ஒன்று கூடுவோம், அதன் பிறகு நாங்கள் தனித்தனி வழிகளில் பிரிந்து செல்வோம். இரவு உணவுவரை ஒவ்வொருவரும் தங்களுக்குப் பிடித்ததைச் செய்கிறார்கள். ஏழு மணிக்கு இரவு உணவு சாப்பிடு வோம். ஸ்டீவா உங்களை அனுப்பி ஒரு நல்ல காரியத்தைச் செய்தார். அவருக்கு அவர்களின் ஆதரவு தேவை. தன்னுடைய அம்மா, அண்ணன் மூலம் அவரால் எதையும் செய்ய முடியும் என்று உங்களுக்குத் தெரியுமா? அப்போது அவர்கள் அதிக அளவில் நன்மைகளைச் செய்வார்கள். அவர் தனது மருத்துவமனையைப் பற்றி உங்களிடம் சொல்லவில்லையா? அது பாராட்டத்தக்கது. எல்லாமே பாரிஸிலிருந்து வருகிறது."

ஆண்கள் அனைவரும் பில்லியர்ட் அறையில் இருப்பதை அறிந்து அவர்களை அழைத்துக் கொண்டு மொட்டை மாடிக்கு வந்த அன்னாவால் அவர்களின் உரையாடல் தடைப்பட்டது. இரவு உணவுக்கு இன்னும் நீண்ட நேரம் இருந்ததாலும், வானிலை நன்றாக இருந்ததாலும், அடுத்த இரண்டு மணி நேரத்தை என்ன செய்யலாம் என்று பல்வேறு யோசனைகள் சொல்லப்பட்டன. பொக்ரோவ்ஸ்கோவை விடவும் வோஸ்ட்விஜென்ஸ்கோவில் பொழுதைப் போக்க பல வழிகள் இருந்தன.

"புல்வெளியில் டென்னிஸ் விளையாடலாம்" என்று வெஸ லோவ்ஸ்கி தன் அழகான புன்னகையுடன் சொன்னார். "நாம் மீண்டும் ஜோடிகளாக விளையாடலாம் அன்னா ஆர்கடியேவ்னா."

"இல்லை, வெய்யிலாக உள்ளது. தோட்டத்தைச் சுற்றி நடந்து, படகில் சவாரி செய்து, டாரியா அலெக்ஸாண்ட்ரோவ்னாவுக்கு ஆற்றங்கரையைக் காட்டலாம்" என்றான் விரான்ஸ்கி.

"நான் அதற்குச் சம்மதிக்கிறேன்" என்றார் ஸ்வியாஸ்கி.

"டோலி நடப்பதை விரும்புவார் என்று நினைக்கிறேன், சரி தானே? அதன் பிறகு படகு சவாரி போகலாம்" என்றாள் அன்னா.

எனவே அவ்வாறே முடிவு செய்யப்பட்டது. துஷ்கேவிச்சும், வெஸ்லோவ்ஸ்கியும், குளிக்கும் இடத்திற்குச் சென்று படகைத் தயார் செய்து அவர்களுக்காகக் காத்திருப்பதாகச் சொன்னார்கள்.

ஸ்வியாஸ்கியுடன் அன்னாவும், விரான்ஸ்கியுடன் டோலியும் இரண்டு ஜோடிகளாகத் தோட்டத்தின் பாதையில் நடந்தனர். முற்றிலும்

புதிய சூழலின் காரணமாக டோலி பதட்டமாகவும் அசௌகரிய மாகவும் இருந்தாள். அவள் கோட்பாட்டளவில் அன்னாவின் செயலை நியாயப்படுத்தியது மட்டுமின்றி, அதை அங்கீகரிக்கவும் செய்தாள். ஏதோ ஒரு கட்டத்தில் தங்கள் ஒழுக்கமான வாழ்க்கையின் மீது சலிப்பும் சோர்வும் அடையும் ஒழுக்கமுள்ள பெண்களிடம் நடப்பது போல, டோலி தூரத்திலிருந்து அன்னாவின் கள்ளக் காதலை மன்னித்தது மட்டுமின்றி, அதன் மீது பொறாமையும் கொண்டாள். தவிர, அவள் அன்னாவை மனப்பூர்வமாக நேசித்தாள். ஆனால் நிஜ வாழ்க்கையில், அந்த மனிதர்களுக்கு மத்தியில் அன்னாவைப் பார்த்தபோது அவள் தன்னை மிகவும் அந்நியமாக உணர்ந்தாள். அவளுக்கு முற்றிலும் புதியதாக இருந்த அந்தச் சூழ்நிலையால் அவள் சங்கடப்பட்டாள். குறிப்பாக இளவரசி வர்வராவைப் பார்ப்பது அவளுக்குப் பிடிக்கவில்லை என்றாலும், அவள் தற்போது அனுபவித்த நிம்மதிக்காக அனைத்தையும் மன்னித்தாள்.

பொதுவாக டோலி அன்னாவின் செயலை அங்கீகரித்தாள் என்றாலும், அவள் யாருக்காக அதைச் செய்தாளோ அவரைப் பார்த்து டோலி மகிழ்ச்சியடையவில்லை. மேலும் அவளுக்கு ஒருபோதும் விரான்ஸ்கியைப் பிடிக்கவில்லை. அவன் திமிர் பிடித்தவன் என்றும், அவனது செல்வத்தைத் தவிர அவனிடம் பெருமைக்குரிய வேறு எதுவும் இல்லை என்றும், அவள் நினைத்தாள். ஆனால் அவள் நினைத்ததற்கு மாறாக, இங்கே அவனுடைய சொந்த வீட்டில், முன்னைவிட அதிகமாக அவன் அவளைக் கவர்ந்தான். அவனுடன் இருக்கும் போது அவளால் அமைதியாக இருக்க முடியவில்லை. வேலைக்காரியின் முன்னால் தன் ஜாக்கெட்டைப் பார்த்தபோது உணர்ந்த அதே கூச்சத்தை அவன் முன்னிலையில் அவள் அனுபவித்தாள். வேலைக்காரி முன்னால் வெட்கப்படாமல் சங்கடப்பட்டது போல, அவனுடன் இருப்பதில் அவள் வெட்கப்பட வில்லை என்றாலும் தனக்கு அசௌகரியமாக இருப்பதை உணர்ந் தாள்.

தனது சங்கடத்தைப் போக்க எதையாவது பேச வேண்டும் என்று நினைத்தாள். அவனுடைய தற்பெருமையின் காரணமாக, அவனது வீட்டையும் தோட்டத்தையும் புகழ்ந்து பேசுவது அவனுக்குப் பிடிக்காது என்று நினைத்தாள். ஆனால் வேறு எதைப் பற்றிப் பேசுவது என்று தெரியாமல், அவனுடைய வீடு தனக்கு மிகவும் பிடித்திருப்பதாகச் சொன்னாள்.

"ஆமாம், இது பழைய பாணியில் அமைந்த ஒரு அழகான கட்டிடம்" என்றான் அவன்.

"மண்டபத்தின் முன்னால் உள்ள முற்றம் எனக்கு மிகவும் பிடித்தது. இதற்கு முன்பும் அப்படித்தான் இருந்ததா?"

“ஓ, இல்லை!” என்று சொன்னதும் அவன் முகம் மகிழ்ச்சியால் பிரகாசித்தது. “நீங்கள் வசந்த காலத்தில் அந்த முற்றத்தைப் பார்த் திருக்க வேண்டும்.”

முதலில் சற்று தயக்கம் காட்டிய அவன், போகப் போக மிகவும் உற்சாகமாக வீடு மற்றும் தோட்டத்தின் அலங்காரம் குறித்த பல்வேறு விவரங்களின் மீது அவளுடைய கவனத்தை ஈர்க்கத் தொடங்கினான். தன் வீட்டை மேம்படுத்துவதற்கும் அழகுபடுத்துவதற்கும் பெரும் உழைப்பை அர்ப்பணித்த விரான்ஸ்கி, ஒரு புதிய நபரின் முன்னிலை யில் அதைப் பற்றி பெருமைப்பட வேண்டிய அவசியத்தை உணர்ந் தான். மேலும் அவன் டாரியா அலெக்ஸாண்ட்ரோவ்னாவின் பாராட்டைக் கேட்டு மனப்பூர்வமாக மகிழ்ச்சியடைந்தான்.

“நீங்கள் மருத்துவமனையைப் பார்க்க விரும்பினால், சோர்வாக இல்லை என்றால், அது வெகு தொலைவில் இல்லை, போகலாமா?” என்ற அவன் அவள் முகத்தைப் பார்த்து, அவளுக்குச் சலிப்பு ஏற்படவில்லை என்பதை உறுதி செய்தான்.

“அன்னா, நீங்களும் வருகிறீர்களா?” என்று கேட்ட அவன் அவளை நோக்கித் திரும்பினான்.

“ஆமாம், நாங்கள் வருகிறோம். நாம் போகிறோம் இல்லையா?” என்று அவள் ஸ்வியாஸ்கியை நோக்கித் திரும்பினாள். “ஆனால் வெஸ்லோவ்ஸ்கியையும், துஷ்கேவிச்சையும் வெகுநேரம் படகில் காத்தி ருக்கும்படி செய்யக் கூடாது. யாரையாவது அனுப்பி அவர்களுக்குத் தெரியப்படுத்துங்கள். இது அவர் இங்கே எழுப்பியுள்ள நினைவுச் சின்னம்” என்று அவள் முன்பு மருத்துவமனையைப் பற்றிப் பேசிய போது வெளிப்படுத்திய அதே தந்திரப் புன்னகையுடன் டோலியிடம் சொன்னாள்.

“ஆமாம், இது ஒரு பெரிய திட்டம்!” என்றார் ஸ்வியாஸ்கி. ஆனால் விரான்ஸ்கியுடன் தான் உடன்படவில்லை என்பதைக் காட்ட உடனடியாக ஒரு விமர்சனத்தைச் சேர்த்தார். “ஆனால் பொது மக்களின் ஆரோக்கியத்திற்காக இவ்வளவு செய்யும் நீங்கள் பள்ளி களை அலட்சியமாகக் கருதுவது எனக்கு ஆச்சரியமாக இருக்கிறது” என்றார் அவர்.

“பள்ளிகள் நிறைய இருக்கின்றன என்பதால் நான் அதில் அக்கறை காட்டவில்லை. அதை நீங்கள் புரிந்து கொள்ள வேண்டும். இதுதான் மருத்துவமனைக்குப் போகும் வழி” என்ற விரான்ஸ்கி, டோலியை நோக்கித் திரும்பி, பிரதான பாதையிலிருந்து பிரியும் ஒரு பாதையைக் காட்டினான்.

பெண்கள் தங்கள் விசிறியை எடுத்துக் கொண்டு அந்தப் பாதையில் சென்றனர். பாதையில் பல இடங்களில் திரும்பி ஒரு பெரிய

வாயிலைக் கடந்த பிறகு, டோலி தனக்கு முன்னால், ஒரு பெரிய, நவீன முறையில் வடிவமைக்கப்பட்ட, கிட்டத்தட்ட முடிவடைந்த, சிவப்பு நிறக் கட்டிடத்தைப் பார்த்தாள். இன்னும் வர்ணம் தீட்டப் படாத இரும்புக் கூரை வெய்யிலில் பளபளத்தது. கட்டி முடிக்கப் பட்ட கட்டிடத்தின் அருகில் சாரக்கட்டுகளால் சூழப்பட்ட மற்றொரு கட்டிடம் கட்டப்பட்டுக் கொண்டிருந்தது. பலகையின் மீது நின்ற தொழிலாளர்கள் செங்கற்களை அடுக்கி, வாளியிலிருந்து சுண்ணாம்புக் கலவையை எடுத்து, கரண்டியால் பூசி, கட்டிடத்தை எழுப்பிக் கொண்டி ருந்தனர்.

"உங்களுடைய வேலை எவ்வளவு விரைவாக நடக்கிறது!" என்றார் ஸ்வியாஸ்கி. "கடந்த முறை நான் இங்கு வந்தபோது கூரை இல்லாமலிருந்தது."

"இலையுதிர் காலத்தில் எல்லாம் தயாராகிவிடும். இப்போது ஏறக்குறைய எல்லா வேலைகளும் முடிந்துவிட்டன" என்றாள் அன்னா.

"இந்தப் புதுக் கட்டிடம் என்ன?"

"இங்குதான் மருத்துவரும் மருந்தகமும் இருக்கும்" என்ற விரான்ஸ்கி, குட்டையான மேலங்கி அணிந்த கட்டிடக் கலைஞர் அவர்களை நோக்கி வருவதைப் பார்த்து, பெண்களிடம் மன்னிப்பு கேட்டுக் கொண்டு அவரை நோக்கிச் சென்றார்.

தொழிலாளர்கள் சுண்ணாம்பு எடுத்துக் கொண்டிருந்த சுண்ணாம்புக்குழியின் அருகில் நின்று இருவரும் ஏதோ சூடான விவாதத்தில் ஈடுபட்டனர்.

"கட்டிடத்தின் முன்பகுதி இன்னும் தாழ்வாக உள்ளது" என்று கட்டிடக் கலைஞர், என்ன பிரச்சினை என்று கேட்ட அன்னாவிடம் சொன்னார்.

"அஸ்திவாரம் உயரமாக இருக்க வேண்டும் என்று நான் அப்போதே சொன்னேன்" என்றாள் அன்னா.

"ஆம், அப்படிச் செய்திருந்தால் அது இன்னும் நன்றாக இருந் திருக்கும் அன்னா ஆர்கடியேவ்னா" என்றார் கட்டிடக் கலைஞர். "ஆனால் இப்போது அது முடிந்துவிட்டது."

"ஆமாம், நான் அதில் ஆர்வமாக இருக்கிறேன்" என்று அன்னா, தனக்குக் கட்டிடக் கலையில் உள்ள அறிவைப் பற்றி வியந்த ஸ்வியாஸ்கியிடம் சொன்னாள். "புதிய கட்டிடம் மருத்துவமனைக்கு இணையாக இருக்க வேண்டும். ஆனால் அது பின்னர் தோன்றிய யோசனை என்பதால் சரியாகத் திட்டமிட முடியவில்லை."

கட்டிடக் கலைஞருடன் பேசி முடித்ததும், விரான்ஸ்கி பெண்களை மருத்துவமனைக்கு அழைத்துச் சென்றான்.

கீழ்த்தளத்தில் மேற்கூரையை அழகுபடுத்தும் வேலையும், சுவரில் வர்ணம் பூசும் வேலையும் நடந்து கொண்டிருந்தாலும், மாடியில் எல்லாமே கிட்டத்தட்ட முடிந்துவிட்டது. அகலமான இரும்புப் படிகளில் ஏறிப் பெரியதாக இருந்த முதல் அறைக்குள் நுழைந்தனர். பளிங்குக் கற்கள் என்று தோன்றும்படி சுவர்களில் வர்ணம் பூசப்பட்டிருந்தது. பெரிய கண்ணாடி வைத்த ஜன்னல்கள் பொருத்தப்பட்டிருந்தன. அழகிய வேலைப்பாடுகளுடன் கூடிய தரையில் மட்டும் இன்னும் வேலைகள் முடியவில்லை. அதன் ஒரு பகுதியைத் திட்டமிட்டுக் கொண்டிருந்த தச்சர்கள் தங்கள் வேலையை நிறுத்தி விட்டு, தங்கள் தலைமுடியைக் கட்டியிருந்த நாடாவை எடுத்துவிட்டு, அவர்களை வரவேற்றனர்.

"இது வரவேற்பு அறை" என்றான் விரான்ஸ்கி. "இங்கே மேசை, நாற்காலி, அலமாரி, இருக்கை முதலியன இருக்கும்."

"இதோ, இப்படி வாருங்கள். ஜன்னல் அருகே போக வேண்டாம்" என்ற அன்னா பெயிண்ட் உலர்ந்து விட்டதா என்று தொட்டுப் பார்த்தாள். "அலெக்ஸி, பெயிண்ட் உலர்ந்துவிட்டது."

அவர்கள் வரவேற்பு அறையிலிருந்து நடைபாதை வழியாக நடந்தார்கள். அங்கு நிறுவப்பட்டிருந்த புதிய காற்றோட்ட அமைப்பை விரான்ஸ்கி அவர்களுக்குக் காட்டினான். பிறகு பளிங்குக்கற்கள் பதித்த குளியலறைகளையும், தண்ணீர் படுக்கைகளையும் காட்டினான். பிறகு பொருட்களையும், துணிகளையும் வைக்கும் அறைகளையும், புதிய வகையில் அமைக்கப்பட்ட அடுப்புகளையும் காட்டினான். பிறகு நடைபாதை வழியாக தேவையான பொருட்களை எடுத்துச் செல்லுவதற்காக, ஓசை எழுப்பாத தள்ளுவண்டிகளையும் இன்ன பிறவற்றையும் அவர்களுக்குக் காட்டினான். எல்லா நவீன வசதிகளையும் அறிந்தவரைப் போல ஸ்வியாஸ்கி அனைத்தையும் பாராட்டினார். டோலி இதற்கு முன் பார்த்திராத பலவற்றையும் கண்டு வியந்து, எல்லாவற்றையும் புரிந்து கொள்ள வேண்டும் என்ற ஆர்வத்தில் எல்லாவற்றையும் கேட்டுத் தெரிந்து கொண்டாள். அது விரான்ஸ்கிக்கு மிகுந்த மனநிறைவைக் கொடுத்தது.

"ரஷ்யாவில் முறையாக அமைக்கப்பட்ட ஒரே மருத்துவமனை இதுவாகத்தான் இருக்கும் என்று நான் நினைக்கிறேன்" என்றார் ஸ்வியாஸ்கி.

"மகப்பேறுக்குத் தனிப் பகுதி இருக்கிறதா?" என்று டோலி கேட்டாள். "இது கிராமப்புறத்தில் மிகவும் அவசியம். நான் அடிக்கடி..."

மரியாதைக் குறைவாக இருக்கும் என்றாலும் விரான்ஸ்கி இடைமறித்தான்.

"இது ஒரு மகப்பேறு இல்லம் அல்ல. ஆனால் ஒரு மருத்துவ மனை. தொற்று நோயைத் தவிர அனைத்து நோய்களுக்கும் இங்கு சிகிச்சையளிக்கப்படும்" என்றான் அவன். "இதைப் பாருங்கள்..." என்று அவன் அப்போதுதான் வெளிநாட்டிலிருந்து வந்திருந்த நோயாளிகளுக்கான நாற்காலியை டோலியிடம் நகர்த்தினான். "பாருங்கள்" என்ற அவன் நாற்காலியில் அமர்ந்து அதை நகர்த்தினான். "நடக்க முடியாத, பலவீனமான நோயாளிகளும், நோயினால் கால்கள் பாதிக்கப்பட்டு நடக்க முடியாதவர்களும், வெளியே சென்று காற்று வாங்கலாம்..."

டோலி எல்லாவற்றையும் ஆர்வமாகப் பார்த்தாள். அவள் அனைத்தையும் விரும்பினாள். ஆனால் எல்லாவற்றிற்கும் மேலாக, அந்த இயல்பான, அப்பாவித்தனமான உற்சாகத்தைக் காட்டிய விரான்ஸ்கியை அவள் விரும்பினாள். 'ஆமாம், அவர் மிகவும் இனிமையான நல்ல மனிதர்' என்று அவள் சில நேரங்களில் நினைத்தாள். அவன் சொன்னதைக் காதில் வாங்காமல், அவனை உற்றுப் பார்த்து, அவனது முகபாவத்தை ஊடுருவ முயன்று, மனதளவில் அன்னாவின் இடத்தில் தன்னைப் பொருத்திப் பார்த்தாள். இப்போது அந்த உற்சாகமான நிலையில் அவனை அவளுக்கு மிகவும் பிடித்திருந்தது. அன்னா எதனால் அவனைக் காதலித்தாள் என்பதை அவள் புரிந்து கொண்டாள்.

21

"இல்லை, இளவரசி சோர்வாக இருக்கிறார். அவருக்குக் குதிரை களில் ஆர்வமில்லை என்று நான் நினைக்கிறேன்" என்று அன்னா குதிரை லாயங்களுக்குச் செல்ல விரும்பியபோது, விரான்ஸ்கி சொன்னான். ஸ்வியாஸ்கி அங்குள்ள புதிய குதிரையைப் பார்க்க விரும்பினார். "நீங்கள் செல்லுங்கள், நான் இளவரசியை வீட்டிற்கு அழைத்துச் செல்கிறேன். நாங்கள் அரட்டை அடிக்கிறோம்" என்ற அவன் டோலியை நோக்கித் திரும்பி, "அது உங்களுக்குப் பிடித்திருந் தால்" என்றான்.

"குதிரைகளைப் பற்றி எனக்கு ஒன்றும் தெரியாது என்பதால் அப்படிச் செய்வது எனக்கு மகிழ்ச்சியளிக்கிறது" என்று டோலி சற்றே ஆச்சரியத்துடன் சொன்னாள்.

விரான்ஸ்கியின் முகபாவத்திலிருந்து தன்னிடமிருந்து அவனுக்கு ஏதோ தேவைப்படுகிறது என்பதை அவள் புரிந்து கொண்டாள்.

அவள் நினைத்தது சரியாயிற்று. அவர்கள் பின்புற வாசல் வழியாக தோட்டத்திற்குள் சென்றதும், அன்னா சென்ற திசையைப் பார்த்த அவன், அவர்கள் பார்க்கவோ கேட்கவோ முடியாது என்று முடிவு செய்த பிறகு பேசத் தொடங்கினான்.

"நான் உங்களோடு பேச விரும்பினேன் என்பதை யூகித்தீர்களா?" என்று அவன் கண்களில் சிரிப்புடன் அவளைப் பார்த்தான். "நீங்கள் அன்னாவின் நெருங்கிய தோழி என்பது எனக்குத் தெரியும்" என்ற அவன் தொப்பியைக் கழற்றிவிட்டு, கைக்குட்டையால், வழுக்கை விழத் தொடங்கிய தன் தலையைத் துடைத்துக் கொண்டான்.

டாரியா அலெக்ஸாண்ட்ரோவ்னா பதில் சொல்லாமல் அவனைப் பயத்துடன் பார்த்தாள். அவனுடன் தனியாக விடப்பட்டதும் அவளுக்குத் திடீரென்று பயம் ஏற்பட்டது. அவனது பளபளக்கும் கண்களும், கடுமையான முகபாவமும் அவளை அச்சுறுத்தியது.

அவன் தன்னிடம் என்ன பேசப் போகிறான் என்பதைப் பற்றி பலவிதமான யூகங்கள் அவள் மனதில் எழுந்தன. 'என்னைக் குழந்தை களுடன் இங்கே வந்து தங்கும்படி சொல்லப் போகிறான். நான் அதை மறுக்க வேண்டும்... அல்லது மாஸ்கோவில் உள்ள அன்னாவின் வட்டத்தில் நானும் சேர வேண்டும்... அல்லது வசென்கா வெஸ் லோவ்ஸ்கிக்கும் அன்னாவுக்கும் உள்ள உறவைப் பற்றியதா?... ஒருவேளை கிட்டியைப் பற்றிய அவனுடைய குற்றவுணர்வாக இருக்கலாம்...' இப்படி விரும்பத்தகாத பலவற்றை அவள் யோசித் தாள் என்றாலும் அவன் தன்னிடம் என்ன பேசப்போகிறான் என்பதை அவளால் யூகிக்க முடியவில்லை.

"அன்னாவின் மேல் உங்களுக்கு அளவுகடந்த செல்வாக்கு உள்ளது. அன்னா உங்களை மிகவும் நேசிக்கிறார்" என்றான் அவன். "எனக்கு உதவுங்கள்!"

எலுமிச்சை மரங்களுக்கு இடையில் ஊடுருவிய சூரிய ஒளியால், நிழலும் வெளிச்சமும் மாறிமாறி விழுந்த அவன் முகத்தை வெட்கத்துடனும் கேள்வியுடனும் அவள் பார்த்தாள். அவன் மேலும் பேசுவதற்காக அவள் காத்திருந்தாள். ஆனால் அவன் அவள் அருகில் தன் கைத்தடியை ஜல்லிக் கற்கள் மீது இழுத்தபடி அமைதி யாக நடந்தான்.

"இளவரசி வர்வராவை கணக்கில் சேர்க்காமல், அன்னாவின் பழைய நண்பர்களில் நீங்கள் ஒருவர்தான் எங்களைப் பார்க்க வந்திருக்கிறீர்கள். எங்கள் நிலையை இயல்பானது என்று கருதி நீங்கள் இங்கே வரவில்லை. ஆனால் எங்கள் நிலையின் அனைத்துச் சிரமங்களையும் உணர்ந்து, எப்போதும் போலவே அன்னாவை நேசிக்கும் நீங்கள் அவளுக்கு உதவி செய்ய விரும்புகிறீர்கள் என்று

நான் நினைக்கிறேன். நான் உங்களைச் சரியாகப் புரிந்து கொண்டேனா?" என்று கேட்டுவிட்டு அவளைப் பார்த்தான்.

"ஓ, ஆமாம்" என்ற டாரியா அலெக்ஸாண்ட்ரோவ்னா தன் விசிறியை மடித்து, "ஆனால்..." என்றாள்.

"இல்லை" என்று குறுக்கிட்ட அவன், அவளை ஒரு இக்கட்டான நிலையில் வைக்கிறோம் என்பதைப் பொருட்படுத்தாமல் சட்டென்று நின்றான். எனவே அவளும் நிற்க வேண்டியதாயிற்று. "அன்னாவின் சூழ்நிலையில் உள்ள அத்தனை சிரமங்களையும் என்னைவிட ஆழமாகவும் தீவிரமாகவும் வேறு யாராலும் உணர முடியாது. என்னை இதயம் உள்ள ஒரு மனிதனாகக் கருதும் கௌரவத்தை நீங்கள் எனக்குத் தந்தால் அது நன்றாகப் புரியும். அவளுடைய இந்த நிலைமைக்கு நான்தான் காரணம் என்பதால் அதை என்னால் உணர முடிகிறது."

"எனக்குப் புரிகிறது" என்றாள் டாரியா அலெக்ஸாண்ட்ரோவ்னா. அவன் அதை நேர்மையாகவும் உறுதியாகவும் சொன்னதற்காக அவள் அவனைப் பாராட்டினாள். "ஆனால் நீங்கள்தான் அதற்குக் காரணம் என்று உணரும் நீங்கள் அதை மிகைப்படுத்துவதாக எனக்குத் தோன்றுகிறது" என்றாள் அவள். "சமூகத்தில் அவருடைய நிலைமை கடினமானது என்பதை நான் புரிந்து கொள்கிறேன்."

"சமூகம் ஒரு நரகம்!" என்று வேகமாகச் சொன்ன அவன் முகத்தைச் சுளித்தான். "பீட்டர்ஸ்பர்க்கில் இருந்த அந்த இரண்டு வாரங்களில் அன்னா அனுபவித்ததை விட மோசமான மன வேதனையை நீங்கள் கற்பனை செய்ய முடியாது... அதை நீங்கள் நம்ப வேண்டும் என்று கெஞ்சுகிறேன்."

"சரி, ஆனால் இங்கே இதுவரை அன்னாவோ... அல்லது நீங்களோ சமூகத்தின் தேவையை உணரவில்லை..."

"சமூகம்!" என்று ஏளனமாகச் சொன்னான். "எனக்குச் சமூகத்தின் தேவை என்ன இருக்கிறது?"

"அப்படியானால் நீண்ட காலத்துக்கு, எப்போதைக்குமாக, நீங்கள் மகிழ்ச்சியாகவும் நிம்மதியாகவும் இருப்பீர்கள். அன்னா மகிழ்ச்சியாக, முற்றிலும் மகிழ்ச்சியாக இருப்பதை என்னால் பார்க்க முடிகிறது. அவர் ஏற்கனவே அதை என்னிடம் சொல்லிவிட்டார்" என்ற டாரியா அலெக்ஸாண்ட்ரோவ்னா புன்னகைத்தாள். இப்போது அதைச் சொன்னபோது, அன்னா உண்மையில் மகிழ்ச்சியாக இருக்கிறாளா என்ற சந்தேகம் அவளுக்கு ஏற்பட்டது.

ஆனால் விரான்ஸ்கி அதைச் சந்தேகிக்கவில்லை என்று தோன்றியது.

“ஆமாம், ஆமாம்” என்றான் அவன். “அவள் தான் அனுபவித்த துன்பங்களுக்குப் பிறகு புத்துயிர் பெற்றிருக்கிறாள் என்று எனக்குத் தெரியும். அவள் மகிழ்ச்சியாக இருக்கிறாள். அவள் நிகழ்காலத்தில் மகிழ்ச்சியாக இருக்கிறாள். ஆனால் நான்...? எங்களுக்கு என்ன காத்திருக்கிறதோ என்று நான் பயப்படுகிறேன்... மன்னிக்கவும், உங்களுக்கு நடப்பதற்கு சிரமமாக இல்லையே?”

“இல்லை, பரவாயில்லை.”

“சரி, இங்கேயே உட்காரலாம்.”

டோலி பாதையின் திருப்பத்தில் ஒரு இருக்கையில் அமர்ந்தாள். அவன் அவளுக்கு முன்னால் நின்றான்.

“அவர் சந்தோஷமாக இருக்கிறார் என்பது எனக்குத் தெரியும்” என்று அவன் மீண்டும் சொன்னான். டாரியா அலெக்ஸாண்ட்ரோவ்னாவின் மனதில் அன்னா மகிழ்ச்சியாக இருக்கிறாளா என்ற சந்தேகம் இன்னும் வலுப்பட்டது. “ஆனால் இது இப்படியே தொடர முடியுமா? நாங்கள் செய்தது சரியா அல்லது தவறா என்பது வேறு கேள்வி என்றாலும் நாங்கள் காலடி வைத்து விட்டோம்” என்ற அவன் ரஷ்ய மொழியிலிருந்து பிரெஞ்சுக்கு மாறினான். “நாங்கள் வாழ்நாள் முழுவதும் ஒன்றாக வாழ்வதற்காக இணைந்துள்ளோம். நாம் மிகவும் புனிதமாகக் கருதும் அன்பின் பிணைப்பால் நாங்கள் ஒன்றாக இணைந்திருக்கிறோம். எங்களுக்கு ஒன்றுக்கும் மேற்பட்ட குழந்தைகள் பிறக்கலாம். இருப்பினும் சட்டத்திலும், எங்கள் சூழ்நிலையின் அனைத்து நிலைமைகளிலும் ஆயிரக்கணக்கான சிக்கல்கள் தற்போது எழுகின்றன. தாங்க முடியாத துன்பங்களுக்கும் சோதனைகளுக்கும் பிறகு இப்போதுதான் அவள் நிம்மதியாக இருக்கும் நிலையில் அவள் அவற்றையெல்லாம் பார்க்கவில்லை, பார்க்கவும் விரும்பவில்லை. இது இயற்கையானது என்றாலும் என்னால் அவற்றைப் பார்க்காமல் இருக்க முடியவில்லை. சட்டப்படி என் மகள் என்னுடைய மகள் அல்ல கரீனின் மகள். நான் இந்தப் பொய்யை வெறுக்கிறேன்!” என்று சைகையால் மறுத்து இருண்ட முகத்துடன் சென்ன அவன், டாரியா அலெக்ஸாண்ட்ரோவ்னாவைக் கேள்வியுடன் பார்த்தான்.

அவள் பதில் சொல்லாமல் அவனைப் பார்த்தாள். அவன் தொடர்ந்து சொன்னான்.

“நாளைக்கு எனக்கு ஒரு மகன் பிறந்தால் சட்டப்படி என் மகன் ஒரு கரீனின் என்பதால் அவன் எனக்கும் என்னுடைய சொத்துக்கும் வாரிசாக இருக்க மாட்டான். எங்கள் குடும்ப வாழ்க்கையில் நாங்கள் எத்தனை மகிழ்ச்சியாக இருந்தாலும், எனக்கும் அவர்களுக்கும் இடையில் எந்தப் பந்தமும் இருக்காது. அவர்கள்

கரீனின்களாக இருப்பார்கள். இந்தச் சூழ்நிலையின் கஷ்டத்தையும் பயங்கரத்தையும் கற்பனை செய்து பாருங்கள்! நான் இதைப் பற்றி அன்னாவிடம் பேச முயன்றேன், ஆனால் அது அவளை எரிச்சலடையச் செய்கிறது. அவளுக்குப் புரியவில்லை என்பதுடன் நான் அவளிடம் இதையெல்லாம் விளக்கமாகப் பேச முடியாது. இதன் இன்னொரு பக்கத்தையும் பாருங்கள். அவளுடைய அன்பினால் நான் மகிழ்ச்சி யாக இருக்கிறேன், ஆனால் நான் ஒரு தொழில் செய்ய வேண்டும். அதற்காகத்தான் நான் இதை ஆரம்பித்தேன். நான் அதை நினைத்துப் பெருமைப்படுகிறேன். அரசவையிலும் இராணுவத்திலும் பணி யாற்றும் என் முன்னால் தோழர்களின் தொழில்களை விட இது உன்னதமானது என்று நான் நினைக்கிறேன். எனவே நான் நிச்சய மாக அவர்கள் செய்யும் வேலைக்குத் திரும்பிச் செல்ல மாட்டேன். வேறு எங்கும் செல்லாமல் என் சொந்த இடத்தில் வேலை செய்யும் நான், மகிழ்ச்சியாகவும் திருப்தியாகவும் இருக்கிறேன். எங்கள் மகிழ்ச்சிக்கு இதைவிட வேறு எதுவும் தேவையில்லை. நான் செய்யும் வேலையை நேசிக்கிறேன். இது கடைசிப் புகலிடம் அல்ல, மாறாக...”

தனது விளக்கத்தின் இந்தக் கட்டத்தில் விரான்ஸ்கி குழப்ப மடைந்ததை டாரியா அலெக்ஸாண்ட்ரோவ்னா கவனித்தாள். அவன் ஏன் ஒரு விஷயத்திலிருந்து மற்றொன்றுக்குத் தாவினான் என்பதை அவளால் புரிந்துகொள்ள முடியவில்லை. ஆனால் அன்னாவுடன் பேச முடியாத அந்தரங்க விஷயங்களை அவன் அவளிடம் பேசத் தொடங்கிய பிறகு, எல்லாவற்றையும் அவன் தன்னிடம் சொல்ல விரும்புகிறான் என்றும், அன்னாவுடன் அவனுக் குள்ள உறவைப் போல, அங்கு அவன் செய்யும் வேலையும் அவன் மனதுக்கு நெருக்கமான சிந்தனைகளின் அதே வகையைச் சேர்ந்தது என்றும் அவள் உணர்ந்தாள். “சரி, சொல்கிறேன்!” என்ற அவன் சகஜ நிலைக்குத் திரும்பினான். “முக்கியமானது என்னவென்றால், நான் செய்யும் இந்த வேலை என்னுடன் அழிந்து போகாமல் அதை என் வாரிசுகளும் தொடர்வார்கள் என்ற நம்பிக்கை எனக்கு வேண்டும். ஆனால் அந்த நம்பிக்கை எனக்கு இல்லை. தான் நேசிக்கும் பெண்ணும், தன் குழந்தைகளும் தனக்குச் சொந்தமில்லை மாறாக அவர்களை வெறுக்கும், அவர்களைப் பற்றித் தெரிந்துகொள்ள விரும்பாத, மற்றொருவருடையது என்பதை முன்கூட்டியே அறிந்த ஒரு ஆணின் நிலையைக் கற்பனை செய்து பாருங்கள். அதன் பயங்கரம் உங்களுக்கே புரியும்!”

பெரும் மனக்கொந்தளிப்பில் இருந்த அவன் பேச முடியாமல் மௌனமானான்.

"ஆமாம், எனக்குப் புரிகிறது. ஆனால் அன்னாவால் என்ன செய்ய முடியும்?" என்ற டாரியா அலெக்ஸாண்ட்ரோவ்னா கேட்டாள்.

"நான் முக்கியமாக அதைக் குறித்தே உங்களிடம் பேச விரும்பினேன்" என்ற அவன் பெருமுயற்சி செய்து தன்னைக் கட்டுப்படுத்திக் கொண்டான். "அன்னாவால் முடியும், அது அவளைப் பொறுத்தே இருக்கிறது. குழந்தையைத் தத்தெடுக்க மன்னரிடம் மனு கொடுப்பதற்குக் கூட விவாகரத்து அவசியம். ஆனால் அது அன்னாவைப் பொறுத்தே இருக்கிறது. முன்பே அவள் கணவர் விவாகரத்துக்கு ஒப்புக் கொண்டார். அந்த நேரத்தில் உங்கள் கணவர் அதற்கான ஏற்பாடுகளைச் செய்திருந்தார். இப்போதும் அவர் மறுக்க மாட்டார் என்று எனக்குத் தெரியும். அவருக்கு ஒரு கடிதம் எழுதினால் போதும். அவள் தனது விருப்பத்தைத் தெரிவித்தால் அதை மறுக்க மாட்டேன் என்று அவர் அப்போது உறுதியாகச் சொன்னார். இயல்பாக, இதயமற்ற மனிதர்களால் மட்டுமே செய்ய முடியும் கொடூரங்களில் இதுவும் ஒன்று" என்று அவன் இருண்ட முகத்துடன் சொன்னான். "அவரைப் பற்றிய எந்த ஒரு நினைவும் அவளுக்கு வேதனையை ஏற்படுத்தும் என்பது அவருக்குத் தெரியும். அவளைப் பற்றித் தெரிந்தும் அவர் அவளிடமிருந்து ஒரு கடிதத்தைக் கேட்கிறார். அது அவளுக்கு வேதனையாக இருக்கிறது என்பதை என்னால் புரிந்து கொள்ள முடிகிறது. ஆனால் இந்த விஷயம் மிகவும் முக்கியமானது என்பதால் ஒருவர் இந்த மென்மையான உணர்வுகளைக் கடந்து செல்வது அவசியம். அன்னாவின் மகிழ்ச்சியும், அவளது குழந்தைகளின் மகிழ்ச்சியும் அதைப் பொறுத்தே இருக்கிறது. நான் என்னைப் பற்றிப் பேசவில்லை என்றாலும் அது எனக்குக் கஷ்டமாக, மிகவும் கஷ்டமாக இருக்கிறது" என்று இந்த விஷயத்தை மிகவும் சிக்கலாக்கியதற்காக யாரையோ மிரட்டுவது போன்ற தொனியில் அவன் சொன்னான். "எனவே இளவரசி, நான் வெட்கமின்றி, உங்களை என் நம்பிக்கையின் கடைசிப் புகலிடமாகப் பிடித்துக் கொண்டேன். அன்னாவை வற்புறுத்தி விவாகரத்துக் கேட்டு அவருக்குக் கடிதம் எழுதும்படி செய்யுங்கள். தயவு செய்து எனக்கு இந்த உதவியைச் செய்யுங்கள்!"

"ஆமாம், நிச்சயமாகச் செய்கிறேன்" என்ற டாரியா அலெக்ஸாண்ட்ரோவ்னா, அலெக்ஸி அலெக்ஸாண்ட்ரோவிச்சுடன் தான் கடைசியாகப் பேசியதை நினைவு கூர்ந்தாள். "ஆமாம், நிச்சயமாக" என்று அன்னாவை நினைத்து உறுதியுடன் சொன்னாள்.

"உங்கள் செல்வாக்கை அவளிடம் உபயோகித்து, அவளைக் கடிதம் எழுதச் சொல்லுங்கள். நான் அதைப் பற்றி அவளிடம் பேச விரும்பவில்லை, பேசவும் முடியவில்லை."

“சரி, நான் அவளிடம் பேசுகிறேன். ஆனால் அவள் ஏன் அதைப் பற்றி யோசிக்கவில்லை?” என்று கேட்ட டாரியா அலெக்ஸாண்ட் ரோவ்னாவுக்கு, திடீரென்று அன்னாவின் விசித்திரமான கண்களைச் சுருக்கும் புதிய பழக்கம் நினைவுக்கு வந்தது. அவளுடைய வாழ்க் கையின் மிகவும் அந்தரங்கமான பகுதிகளைத் தொடும்போது அவள் அதைச் செய்வது அவளுடைய நினைவுக்கு வந்தது. ‘அதையெல் லாம் அவள் பார்க்க விரும்பவில்லை என்பதுபோல அவள் கண் களைச் சுருக்கி மூடுகிறாள்’ என்று டோலி நினைத்தாள். “எனக் காகவும் அவளுக்காகவும் நான் கண்டிப்பாக அதைப் பற்றி அவளிடம் பேசுவேன்” என்று டாரியா அலெக்ஸாண்ட்ரோவ்னா, அவனது நன்றியுணர்வு மிகுந்த பார்வைக்குப் பதில் சொன்னாள்.

அவர்கள் எழுந்து வீட்டை நோக்கிச் சென்றனர்.

22

டோலி தனக்கு முன்னால் வீட்டிற்குத் திரும்பிவிட்டதைக் கண்ட அன்னா, அவள் விரான்ஸ்கியுடன் பேசியது என்ன என்று கேட்பது போல அவள் கண்களை ஊடுருவிப் பார்த்தாள் என்றாலும் எதையும் கேட்கவில்லை. “இரவு உணவுக்கு நேரமாகிவிட்டது. நாம் இருவரும் இதுவரை ஒருவரையொருவர் பார்த்துக் கொள்ளவில்லை. சாப்பாட்டுக்குப் பிறகு பேசலாம் என்று நினைக்கிறேன். இப்போது நான் உடை மாற்ற வேண்டும். நீங்களும் மாற்ற வேண்டும் என்று நினைக்கிறேன். நாம் அனைவரும் கட்டிடம் கட்டும் இடத்தில் அழுக்காகி விட்டோம்” என்றாள்.

தன் அறைக்குச் சென்ற டோலிக்குச் சிரிக்கத் தோன்றியது. அவள் ஏற்கனவே தன்னிடமிருந்த நல்ல உடையை அணிந்து கொண்டதால் அவளிடம் மாற்றுவதற்கு எந்த உடையும் இல்லை. இரவு உணவுக்குத் தயாரானதைப் போல ஒரு தோற்றத்தை ஏற்படுத்த, அவள் வேலைக்காரியிடம் தன் ஆடையில் உள்ள தூசுகளைத் துடைக்கச் சொல்லி, கைப்பட்டையையும், கழுத்துப்பட்டையும் மாற்றினாள். தலையில் மெல்லிய ஜல்லடை முக்காட்டை அணிந் தாள்.

“அவ்வளவுதான் என்னால் முடிந்தது” என்று அசாதாரணமான வகையில் எளிமையாக இருந்த கவுனை அணிந்து வந்த அன்னாவிடம் அவள் புன்னகையுடன் சொன்னாள்.

“ஆமாம், இங்கே நாங்கள் மிகவும் சம்பிரதாயமாக நடந்து கொள்கிறோம்” என்று தன் உடைக்கு மன்னிப்பு கேட்பது போல அன்னா சொன்னாள். “வேறு எதையும் விட நீங்கள் வந்ததில்

அலெக்ஸி மிகவும் மகிழ்ச்சியாக இருக்கிறார். அவர் உங்களை நேசிக்கிறார். உங்களுக்குச் சோர்வாக இல்லையே?”

சாப்பாட்டிற்கு முன் எதையும் பேச அவர்களுக்கு நேரமில்லை. அவர்கள் வரவேற்பறைக்கு வந்தபோது, இளவரசி வர்வராவும், கருப்பு நிற கோட் அணிந்து ஆண்களும் தயாராக இருந்தனர். கட்டிடக் கலைஞர் நீண்ட கோட் அணிந்திருந்தார். விரான்ஸ்கி மருத்துவரையும், மேலாளரையும் டோலிக்கு அறிமுகம் செய்தான். அவன் ஏற்கனவே கட்டிடக் கலைஞரை மருத்துவமனையில் அவளுக்கு அறிமுகம் செய்து வைத்தான். மழிக்கப்பட்ட வட்டமான முகத்துடன், பருமனாக இருந்த பட்லர், தன் வெள்ளை டை பிரகாசிக்க, இரவு உணவு தயாராக இருப்பதைத் தெரிவித்தார். பெண்கள் எழுந்தனர். ஸ்வியாஸ்கியை அன்னாவுடன் செல்லும்படி கேட்டுக் கொண்ட விரான்ஸ்கி, டோலியுடன் சென்றான். துஷ்கேவிச் இளவரசி வர்வராவிடம் கையைக் கொடுப்பதற்கு முன்பு வெஸ்லோவ்ஸ்கி அவளிடம் கையை நீட்டினார். எனவே துஷ்கேவிச், மேலாளர், மருத்துவர் மூவரும் தனியாகச் சென்றனர்.

சாப்பாட்டு மேசை, சாப்பாட்டு அறை, பரிமாறிய விதம், வேலையாட்கள், மது, உணவு அனைத்துமே வீட்டின் புத்தம் புதிய ஆடம்பரத்துடன் பொருந்தியது மட்டுமின்றி, எல்லா வகையிலும் புதியதாகவும் மிகவும் ஆடம்பரமாகவும் இருந்தன. தனக்கு முற்றிலும் புதியதாக இருந்த அந்த ஆடம்பரத்தை டாரியா அலெக்ஸாண்ட்ரோவ்னா கவனித்தாள். தான் காணும் எதையும் தன் சொந்த வீட்டில் பயன்படுத்த முடியும் என்ற நம்பிக்கை அவளுக்கு இல்லை என்றாலும், எல்லாவற்றின் ஆடம்பரமும் தன் வாழ்க்கை முறைக்கு அப்பாற்பட்ட ஆடம்பரமாக இருந்ததால், ஒரு வீட்டின் எஜமானி என்ற முறையில், எல்லாவற்றையும் கூர்ந்து கவனித்து, ஒவ்வொன்றையும் யார், எப்படிச் செய்தார்கள் என்று தன்னையே கேட்டுக் கொண்டாள். வசென்கா வெஸ்லோவ்ஸ்கி, ஸ்வியாஸ்கி, அவளுடைய கணவர், மேலும் அவளுக்குத் தெரிந்த பலரும் கூட இதைப்பற்றியெல்லாம் ஒருபோதும் யோசித்திருக்க மாட்டார்கள். ஒரு மரியாதைக்குரிய வீட்டுக்காரர் தன் வீட்டில் விருந்தினர்களுக்கு மிகவும் சிறப்பாக ஏற்பாடு செய்த அனைத்தும், அவருக்கு எந்தப் பிரச்சினையும் இல்லாமல் தானாகவே சுமுகமாக நடந்தது என்ற உணர்வை விருந்தினருக்கு ஏற்படுத்த வேண்டும் என்று விரும்புகிறார் என்று டோலி நினைத்தாள். ஆனால் குழந்தைகளின் காலை உணவுக்கான கஞ்சிகூட தானாக வராது என்பதை அறிந்த டாரியா அலெக்ஸாண்ட்ரோவ்னாவுக்கு, இந்த அற்புதமான அதிநவீனமான ஏற்பாட்டிற்கு நிச்சயமாக ஒருவரின் தீவிர கவனம் தேவை என்பது தெரிந்தது. விரான்ஸ்கியின் தோற்றம், அவன் மேசையை ஆராய்ந்து,

பட்லரிடம் தலையசைத்து, அவளிடம் சூடான அல்லது குளிர்ந்த சூப் எது வேண்டும் என்று கேட்டு பட்லரிடம் சமிக்ஞை காட்டிய அனைத்தையும் கவனித்து, வீட்டு எஜமானரின் கவனிப்பு மூலம் அனைத்தும் செய்யப்படுகின்றன, பராமரிக்கப்படுகின்றன என்பதை அவள் புரிந்து கொண்டாள். இவையனைத்திலும் வெஸ்லோவ்ஸ்கிக்கு இருந்ததை விடவும் அன்னாவுக்கு எந்தத் தொடர்பும் இல்லை என்பது வெளிப்படையாகத் தெரிந்தது. ஸ்வியாஸ்கியும், இளவரசியும், வெஸ்லோவ்ஸ்கியும் போல அன்னாவும் ஒரு விருந்தாளியாக இருந்தாள். அவர்களுக்கு வழங்கப்பட்டதை அவர்கள் மகிழ்ச்சியுடன் ரசித்து உண்டனர்.

உரையாடலை நடத்துவதில் மட்டுமே அன்னா வீட்டு எஜமானியாக இருந்தாள். தங்களுக்கு அறிமுகமில்லாத ஆடம்பரத்தைக் கண்டு மிரண்டு, பொதுவான உரையாடலில் பெரிய ஈடுபாடு இன்றிச் சிரமப்பட்ட, முற்றிலும் வேறுபட்ட உலகத்தைச் சேர்ந்த மேலாளர், கட்டிடக் கலைஞர் போன்றவர்களுடன் அந்தச் சிறிய மேசையில் உரையாடுவது வீட்டு எஜமானிக்குச் சிரமமாக இருந்தது. ஆனால் அந்த உரையாடலை அன்னா தனது வழக்கமான சாதுர்யம் மற்றும் இயல்பான தன்மையுடன், மிகவும் மகிழ்ச்சியுடன் வழிநடத்தியதை டாரியா அலெக்ஸாண்ட்ரோவ்னா கவனித்தாள்.

உரையாடல் துஷ்கேவிச்சும் வெஸ்லோவ்ஸ்கியும் தனியாகப் படகு சவாரிக்குச் சென்றதைப் பற்றித் திரும்பியது. பீட்டர்ஸ்பர்க் யாட் கிளப்பில் கடைசியாக நடந்த பந்தயத்தைப் பற்றி துஷ்கேவிச் அவர்களிடம் சொல்லத் தொடங்கினார். ஆனால் அன்னா சற்று இடைவெளிக்குப் பிறகு, கட்டிடக் கலைஞரிடம் திரும்பி, அவரை மௌனத்திலிருந்து வெளியே கொண்டு வந்தாள்.

“நிகோலாய் இவானிச்” என்ற அன்னா, ஸ்வியாஸ்கியைக் குறிப்பிட்டு, “அவர் கடைசியாகச் சென்று பார்த்ததை விட இப்போது கட்டிடம் வேகமாக வளர்ந்துள்ளதைக் கண்டு ஆச்சரியப்படுகிறார். ஒவ்வொரு நாளும் அங்கு சென்று பார்க்கும் நான், ஒவ்வொரு நாளும் கட்டிடம் வளரும் வேகத்தைப் பார்த்து வியக்கிறேன்” என்றாள்.

“உங்களுடன் பணிபுரிவதில் நான் மகிழ்ச்சியடைகிறேன்” என்ற கட்டிடக் கலைஞர் புன்னகையுடன் சொன்னார். (அவர் தன் சொந்த மதிப்பை உணர்ந்த ஒரு நிதானமான அமைதியான ஒரு மனிதர்.) “இது மாவட்ட அதிகாரிகளுடன் வேலைசெய்வது போன்றது அல்ல. அவர்கள் டஜன் கணக்காக காகிதங்களைப் பயன்படுத்தி முடிவெடுப்பதைத் தாமதப்படுத்துவார்கள். ஆனால் இங்கே நான் நேரடியாக கோமகன் அவர்களிடம் பேசுகிறேன். மூன்று வார்த்தைகளில் நாங்கள் எதையும் முடிவு செய்கிறோம்.”

“அமெரிக்க முறை” என்றார் ஸ்வியாஸ்கி புன்னகையுடன்.

“ஆமாம், அங்கே அவர்கள் பகுத்தறிவுடன் கட்டிடங்களை எழுப்புகிறார்கள்.”

அந்த உரையாடல் அமெரிக்க அரசாங்கத்தின் அதிகாரத் துஷ் பிரயோகத்திற்கு நகர்ந்தது. ஆனால் மேலாளரை மௌனத்திலிருந்து விடுவிக்க, அன்னா அதை வேறு திசைக்குக் கொண்டு சென்றாள்.

“நீங்கள் அறுவடை இயந்திரத்தை எப்போதாவது பார்த்திருக் கிறீர்களா?” என்று அவள் டாரியா அலெக்ஸாண்ட்ரோவ்னாவிடம் கேட்டாள். “நாங்கள் அதைப் பார்த்துவிட்டுத் திரும்பிய போதுதான் உங்களைச் சந்தித்தோம். நான் முதல் முறையாக அப்போதுதான் அதைப் பார்த்தேன்.”

“அவை எப்படி வேலை செய்கின்றன?” என்று டோலி கேட்டாள்.

“கத்தரிக்கோல் மாதிரி. ஒரு பலகையில் பல சிறிய கத்தரிக்கோல் பொருத்தப்பட்டுள்ளன. இப்படி” என்ற அன்னா மோதிரங்கள் அணிந்த தன் அழகான வெண்ணிறக் கைகளில் ஒரு சிறிய கத்தியையும், முள்கரண்டியையும் எடுத்து இயந்திரம் எவ்வாறு செயல்படுகிறது என்பதைக் காட்டினாள். தான் கொடுக்கும் விளக்கத்திலிருந்து எதுவும் புரிந்துகொள்ள முடியாது என்பது அவளுக்கு நன்றாகத் தெரியும். ஆனால் தன் குரலின் இனிமையையும், கைகளின் அழகையும் உணர்ந்த அவள், அதைத் தொடர்ந்து செய்தாள்.

“அது சிறிய பேனாக்கத்தியைப் போன்றது” என்ற வெஸ் லோவ்ஸ்கி அன்னாவிடமிருந்து கண்களை எடுக்காமல், அவளையே உற்றுப் பார்த்தான்.

அன்னா யாரும் கவனிக்க முடியாத வகையில் புன்முறுவல் செய்தாள் என்றாலும் அவருக்குப் பதில் சொல்லவில்லை.

“கார்ல் ஃபெடோரிச், நீங்கள் சொல்லுங்கள், அது கத்தரிக் கோலைப் போன்றதுதானே?” என்று அவள் மேலாளரிடம் கேட்டாள்.

“ஓ, ஆமாம்” என்ற ஜெர்மானியர் பதில் சொன்னார். “அது மிக எளிமையானது” என்ற அவர் அந்த இயந்திரத்தின் கட்டுமானத்தைப் பற்றி விளக்கத் தொடங்கினார்.

“ஆனால் அவை ஒன்றாகப் பிணைக்கப்படவில்லை என்பது ஒரு குறைதான். நான் வியன்னா கண்காட்சியில் கம்பியால் பிணைக்கப்பட்ட ஒன்றைப் பார்த்தேன்” என்றார் ஸ்வியாஸ்கி. “அதை வாங்குவது லாபகரமாக இருக்கும்.”

“அப்படிச் சொல்ல முடியாது. நாம் கம்பிகளின் விலையைக் கணக்கில் எடுத்துக்கொள்ள வேண்டும்” என்று மௌனத்திலிருந்து விழித்தெழுந்த ஜெர்மானியர் விரான்ஸ்கியை நோக்கிச் சொன்னார்.

"அதை நாம் கணக்கிடலாம், மேன்மையானவரே" என்ற அவர் தன் சட்டைப் பையில் வைத்திருந்த சிறிய நோட்டையும் பென் சிலையும் எடுக்க முயன்றார். ஆனால் அவர் இரவு உணவு மேசையில் இருப்பதையும், விரான்ஸ்கியின் உணர்ச்சியற்ற பார்வையையும் கவனித்து அப்படிச் செய்யாமல் விட்டார். "அது அதிக சிக்கலானது என்பதால், அதிக சிரமத்தைக் கொடுக்கும்" என்று முடித்தார்.

"லாபத்தை விரும்பும் ஒருவர் சிரமத்தை ஏற்றுக்கொள்ள வேண்டும்" என்று வெஸ்லோவ்ஸ்கி ஜெர்மானியரைக் கேலி செய்யும் வகையில் ஜெர்மன் பழமொழியைச் சொன்னார். "நான் ஜெர்மன் மொழியை நேசிக்கிறேன்" என்று அவர் மீண்டும் அதே புன்னகை யுடன் அன்னாவை நோக்கித் திரும்பினார்.

"நிறுத்துங்கள்" என்று அன்னா கேலியும் கடுமையும் கலந்த குரலில் சொன்னாள்.

"வாசலி செமியோனிச், நீங்கள் மருத்துவமனையில் இருப்பீர்கள் என்று நினைத்தோம்" என்று அவள் நோயாளியைப் போல தோற்றமளித்த மருத்துவரை நோக்கித் திரும்பினாள். "நீங்கள் அங்கே இருந்தீர்களா?"

"நான் அங்குதான் இருந்தேன். ஆனால் அவசரமாகச் சென்று விட்டேன்" என்று அவர் வருத்தம் தோய்ந்த நகைச்சுவையுடன் சொன்னார்.

"அப்படியானால் உங்களுக்கு நல்ல நடைப்பயிற்சி கிடைத்ததா?"

"பிரமாதம்!"

"அந்த வயதான பெண்ணின் உடல்நிலை எப்படி இருக்கிறது? அது டைபஸ் காய்ச்சல் இல்லை என்று நம்புகிறேன்."

"அது டைபஸாக இருந்தாலும் இல்லாவிட்டாலும் அவரது உடல்நிலையில் எந்த முன்னேற்றமும் இல்லை."

"பரிதாபம்!" என்ற அன்னா வெளியாட்களிடம் பேசி அவர் களுக்கு உரிய மரியாதையைக் கொடுத்த பிறகு தன் நண்பர்களை நோக்கித் திரும்பினாள்.

"அன்னா ஆர்கடியேவ்னா, நீங்கள் தந்த விளக்கத்திலிருந்து ஒரு இயந்திரத்தை உருவாக்குவது கடினம்" என்று ஸ்வியாஸ்கி வேடிக்கையாகச் சொன்னார்.

"ஓ, ஏன் முடியாது?" என்று புன்னகையுடன் கேட்ட அன்னா, இயந்திரத்தின் செயல்பாட்டைத் தான் விவரித்த விதத்தில் ஏதோ சுவாரஸ்யமான ஒன்று இருந்திருக்கிறது என்பதையும், ஸ்வியாஸ்கி அதைக் கவனித்திருக்கிறார் என்பதையும் புரிந்து கொண்டாள்.

இளமைக்குரிய அந்தச் சில்மிஷம் டோலியை விரும்பத்தகாத வகையில் பாதித்தது.

"ஆனால் அன்னா ஆர்கடியேவ்னாவின் கட்டிடக்கலை அறிவு வியக்கும்படி உள்ளது" என்றார் துஷ்கேவிச்.

"நிச்சயமாக, அன்னா ஆர்கடியேவ்னா, நேற்று கூம்பு, பீடம், என்று பேசியதை நான் கேட்டேன்" என்றார் வெஸ்லோவ்ஸ்கி. "நான் சொல்வது சரிதானே?"

"நான் அதிகமாகப் பார்த்தும் கேட்டும் அதைப் புரிந்து கொண்டேன் என்பதால் அதில் ஆச்சரியப்படுவதற்கு எதுவும் இல்லை" என்றாள் அன்னா. "வீடுகள் எதனால் கட்டப்படுகின்றன என்பது கூட உங்களுக்குத் தெரியாது என்று நான் நினைக்கிறேன்!"

வெஸ்லோவ்ஸ்கிக்கும் தனக்கும் இடையில் சில்மிஷமான உரையாடல் தொனி இருப்பதை நினைத்து அன்னா சங்கடப்படுவதை டாரியா அலெக்ஸாண்ட்ரோவ்னா கவனித்தாள். இருந்தாலும் அவள் அனிச்சையாக அதில் விழுந்தாள்.

இந்த விஷயத்தில் விரான்ஸ்கி லெவினைப் போல இல்லாமல் மிகவும் வித்தியாசமாக நடந்து கொண்டான். அவன் வெஸ்லோவ்ஸ்கியின் பேச்சுக்கு எந்த முக்கியத்துவமும் கொடுக்கவில்லை, மாறாக அவன் அதை ஊக்குவித்தான்.

"அப்படியானால் சொல்லுங்கள் வெஸ்லோவ்ஸ்கி, செங்கற்களை ஒன்றாக இணைப்பது எது?"

"சிமெண்ட்."

"அற்புதம்! சிமெண்ட் என்றால் என்ன?"

"அது ஒரு பசை... இல்லை கலவை" என்று சொல்லி வெஸ்லோவ்ஸ்கி, அனைவரின் சிரிப்பையும் தூண்டிவிட்டார்.

மருத்துவர், கட்டிடக் கலைஞர், மேலாளர் மூவர் மட்டும் மௌனத்தைக் கடைப்பிடிக்க, மற்றவர்களிடையே உரையாடல் ஓயாமல் நடந்தது. சுமூகமாகச் சென்ற உரையாடல், திடீரென அங்குமிங்கும் அலை பாய்ந்து, அவர்களில் யாரோ ஒருவரின் உணர்வுகளைப் பாதிக்கும் விதமாகச் சென்றது. ஒரு சந்தர்ப்பத்தில் டாரியா அலெக்ஸாண்ட்ரோவ்னா மிகவும் கோபப்பட்டு முகம் சிவந்தாள். அதன் பிறகு தேவையில்லாத அல்லது விரும்பத்தகாத எதையாவது பேசினோமா என்று அவள் யோசித்தாள். லெவினைப் பற்றிப் பேசத் தொடங்கிய ஸ்வியாஸ்கி, இயந்திரங்கள் ரஷ்ய விவசாயத்திற்குத் தீங்கு மட்டுமே விளைவிக்கும் என்ற அவரது விசித்திரமான கருத்துகளைக் கூறினார்.

“அவரைப் பற்றித் தெரிந்துகொள்வதில் எனக்கு மகிழ்ச்சியில்லை” என்று விரான்ஸ்கி புன்னகையுடன் சொன்னான். “அவர் குறை சொல்லும் அந்த இயந்திரங்களை அவர் ஒருபோதும் பார்த்திருக்க மாட்டார். ஆனால் அப்படியே அவர் எதையாவது பார்த்திருந்தாலும், அது வெளிநாட்டு இயந்திரமாக இல்லாமல் ரஷ்யாவில் தாயாரித்த தாக இருக்கும். எனவே அவருக்கு இதில் என்ன மாதிரியான அபிப்பிராயங்கள் இருக்க முடியும்?”

“பொதுவாக துருக்கியக் கருத்துக்கள்” என்ற வெஸ்லோவ்ஸ்கி புன்னகையுடன் அன்னாவை நோக்கித் திரும்பினார்.

“அவருடைய கருத்துக்களை என்னால் நியாயப்படுத்த முடியாது” என்றாள் டாரியா அலெக்ஸாண்ட்ரோவ்னா. “ஆனால் அவர் மெத்தப் படித்தவர் என்பதை என்னால் சொல்ல முடியும். அவர் இங்கே இருந்திருந்தால் உங்களுக்கு எப்படிப் பதில் சொல்வது என்று அவருக்குத் தெரியும், ஆனால் எனக்குத் தெரியவில்லை.”

“நான் அவரை மிகவும் நேசிக்கிறேன், நாங்கள் சிறந்த நண்பர் கள்” என்ற ஸ்வியாஸ்கி புன்முறுவல் செய்தார். “ஆனால் மன்னிக்கவும், அவர் விநோதமானவர். மாவட்டக் கவுன்சில், நீதி மன்றங்கள் இரண்டும் பயனற்றவை என்றும் அவர் எதிலும் பங்கேற்க விரும்பவில்லை என்றும் அவர் சொல்கிறார்.”

“இது நம்முடைய ரஷ்ய அலட்சியம்” என்றான் விரான்ஸ்கி. பனிக்கட்டி இருந்த குடுவையிலிருந்து கண்ணாடி டம்ளரில் தண்ணீரை ஊற்றினான். “நமது உரிமைகள் நம் மீது சுமத்தும் கடமைகளை உணராமல், அந்தக் கடமைகளை மறுப்பது.”

“தனது கடமைகளை நிறைவேற்றுவதில் அவரைப் போல கண்டிப்பாக உள்ள வேறு ஒரு மனிதரை நான் பார்த்ததில்லை” என்ற விரான்ஸ்கியின் மேலாதிக்கத் தொனியால் எரிச்சலடைந்த டாரியா அலெக்ஸாண்ட்ரோவ்னா சொன்னாள்.

இந்த உரையாடலால் ஏதோ காரணத்திற்காகப் பெரிதும் பாதிக்கப்பட்ட விரான்ஸ்கி தொடர்ந்து சொன்னான். “அதற்கு மாறாக, என்னை நீதித்துறை அதிகாரியாகத் தேர்ந்தெடுத்து, எனக்கு அளித்த மரியாதைக்கு நிக்கோலாய் இவானிச்சுக்கு நான் நன்றி செலுத்துகிறேன்.” (அவன் ஸ்வியாஸ்கியைச் சுட்டிக் காட்டினான்). “மாவட்டக் கவுன்சில் கூட்டங்களுக்குச் செல்வதும், குதிரையைப் பற்றிய ஒரு விவசாயியின் வழக்கைத் தீர்ப்பதும், நான் செய்யக்கூடிய எல்லாவற்றையும் போலவே முக்கியமானது என்று நான் கருது கிறேன். என்னை மாவட்டக் கவுன்சில் உறுப்பினராக தேர்ந்தெடுத் தால் அதை நான் ஒரு கௌரவமாக நினைப்பேன். ஒரு நில உரிமை யாளராக நான் அனுபவிக்கும் அனைத்து நன்மைகளையும் திருப்பிச்

செலுத்துவதற்கான ஒரே வழி இதுதான். துரதிர்ஷ்டவசமாக அரசின் நிர்வாகத்தில் பெரிய நில உரிமையாளர்களுக்கு இருக்க வேண்டிய முக்கியத்துவத்தை மக்கள் புரிந்து கொள்ளவில்லை."

தன்னுடைய கருத்துக்கள் சரியானவை என்பதில் அவன் எவ்வளவு உறுதியாக இருக்கிறான் என்பதைக் கேட்பது, டாரியா அலெக்ஸாண்ட்ரோவ்னாவுக்கு விசித்திரமாக இருந்தது. அதற்கு நேர்மாறாகச் சிந்தித்த லெவின், தனது கருத்துக்களில் உறுதியாக இருந்ததை அவள் நினைத்துப் பார்த்தாள். ஆனால் அவள் லெவினை நேசித்த காரணத்தால் அவர் பக்கம் இருந்தாள்.

"அப்படியானால் அடுத்த அமர்வில் உங்களை அங்கே சந்திக்கலாமா கோமகன்?" என்று ஸ்வியாஸ்கி கேட்டார். "ஆனால் நீங்கள் எட்டாம் தேதி அங்கே இருக்க வேண்டும். நீங்கள் என்னுடன் தங்கும் பாக்கியம் எனக்குக் கிடைக்குமா?"

"அதே அளவுக்கு இல்லாவிட்டாலும் நான் உங்கள் மைத்துனருடன் உடன்படுகிறேன்" என்று அன்னா புன்னகையுடன் சொன்னாள். "சமீப காலமாக இந்தச் சமூகப் பொறுப்புகள் நமக்கு அதிகமாக உள்ளதை நினைத்து நான் பயப்படுகிறேன். முன்பெல்லாம் ஒவ்வொரு நடைமுறை செயல்களுக்கும் ஒரு அதிகாரி தேவை என்ற அளவுக்குப் பல அதிகாரிகள் இருந்ததைப் போல இப்போது ஒவ்வொருவரும் ஏதோ ஒரு பொதுக் கடமையைச் செய்கிறார்கள். அலெக்ஸி கடந்த ஆறு மாதங்களாக இங்கே இருக்கிறார். அவர் ஐந்து அல்லது ஆறு வெவ்வேறு பொது அமைப்புகளில் உறுப்பினராக இருக்கிறார். அறங்காவலர், நீதித்துறை அதிகாரி, கவுன்சிலர், அறங்கூறுநர், பிறகு குதிரையுடன் தொடர்புடைய ஏதோ ஒன்று. இப்படியே போனால் அவருக்கு இதற்கே நேரம் சரியாக இருக்கும். இந்தப் பதவிகளின் எண்ணிக்கை அதிகரிக்கும் போது, அவை வெறும் அலங்காரமாக மாறிவிடும் என்று நான் பயப்படுகிறேன். நிக்கோலாய் இவானிச், நீங்கள் எத்தனை அமைப்புகளில் உறுப்பினராக இருக்கிறீர்கள்?" என்று அவள் ஸ்வியாஸ்கியை நோக்கித் திரும்பினாள். "இருபதுக்கு மேல் இல்லையா?"

அன்னா விளையாட்டாக அதைச் சொன்னாலும் அவள் குரலில் இருந்த எரிச்சலைக் காண முடிந்தது. அன்னாவையும் விரான்ஸ்கியையும் உன்னிப்பாகப் பார்த்துக் கொண்டிருந்த டாரியா அலெக்ஸாண்ட்ரோவ்னா உடனே அதைக் கவனித்தாள். அவள் பேசியபோது விரான்ஸ்கியின் முகத்தில் சட்டென்று வெளிப்பட்ட தீவிரமான, பிடிவாதமான முகபாவத்தை அவள் கவனித்தாள். இதைக் கவனித்த இளவரசி வர்வரா, விஷயத்தை மாற்றுவதற்காக, பீட்டர்ஸ்பர்க்கில் தனக்குத் தெரிந்த சிலரைப் பற்றி அவசர அவசரமாகப் பேசத் தொடங்கினாள். தன் விருப்பங்களைப் பற்றி

தோட்டத்தில் விரான்ஸ்கி பேசியதை நினைவு கூர்ந்த டோலி, இந்தச் சமூக செயல்பாடு குறித்த பிரச்சினைக்குக் காரணம், அன்னாவுக்கும் விரான்ஸ்கிக்கும் இடையில் இருக்கும் ஏதோ ஒரு தனிப்பட்ட பிரச்சினையுடன் தொடர்புடையது என்பதைப் புரிந்து கொண்டாள்.

இரவு உணவு, ஒயின், உணவு பரிமாறிய விதம் எல்லாம் நன்றாக இருந்தன என்றாலும், டாரியா அலெக்ஸாண்ட்ரோவ்னாவுக்கு அதிகம் பழக்கமில்லாத, மிகப்பெரிய சம்பிரதாய விருந்துகளிலும், நடனங்களிலும் பார்த்ததைப் போல, மிகவும் இறுக்கமான தன்மையைக் கொண்டிருந்தன. எனவே ஒரு சாதாரண நாளில், ஒரு சிறிய வட்டத்தில் அவை அனைத்தும் அவள் மீது விரும்பத்தகாத தாக்கத்தை ஏற்படுத்தின.

இரவு உணவுக்குப் பிறகு அனைவரும் மொட்டை மாடியில் சிறிது நேரம் அமர்ந்தனர். அதன் பிறகு அவர்கள் புல்வெளியில் டென்னிஸ் விளையாடத் தொடங்கினர். அவர்கள் இரண்டு அணிகளாகப் பிரிந்து, கவனமாகச் சமன் செய்யப்பட்ட மைதானத்தில் இரு கம்பங்களுக்கு இடையில் நடப்பட்டிருந்த வலையின் எதிரெதிர் பக்கங்களில் நின்றனர். டாரியா அலெக்ஸாண்ட்ரோவ்னா விளையாட முயன்றாள் என்றாலும் அவள் விளையாட்டைப் புரிந்துகொள்வதற்கு நீண்ட நேரம் ஆனது. அவள் அதைப் புரிந்து கொண்டபோது, அவள் சோர்வடைந்து விட்டாள். எனவே அவள் இளவரசி வர்வராவுடன் அமர்ந்து அவர்கள் விளையாடுவதைப் பார்த்தாள். அவளுடைய கூட்டாளியான துஷ்கேவிச்சும் விளையாட முடியாமல் வெளியேறினார். ஆனால் மற்றவர்கள் நீண்ட நேரம் விளையாடினர். ஸ்வியாஸ்கியும், விரான்ஸ்கியும் சிறப்பாகவும், தீவிரமாகவும் விளையாடினர். அவர்கள் தங்களை நோக்கி வரும் பந்தைக் கூர்ந்து கவனித்து, அவசரப்படாமல் அதே நேரத்தில் தாமதிக்காமல், பந்து எம்பிக் குதிக்கும் வரை காத்திருந்து, அதைச் சாமர்த்தியமாகவும் துல்லியமாகவும் அடித்து வலையின் மறுபக்கம் அனுப்பினர். வெஸ்லோவ்ஸ்கி மற்றவர்களை விட மோசமாக விளையாடினார். அவர் பொறுமையின்றி விளையாடினார் என்றாலும் அவரது உற்சாகம் அவர்களுக்கு உத்வேகத்தை அளித்தது. அவரது சிரிப்பும் கூச்சலும் ஓயவே இல்லை. மற்ற ஆண்களைப் போல, அவரும் பெண்களின் அனுமதியுடன் தனது மேல்கோட்டைக் கழற்றினார். கையில்லாத வெள்ளைச் சட்டை அணிந்த அவரது பெரிய அழகான உருவமும், சிவந்து வியர்வையில் நனைந்திருந்த முகமும், அவரது சுறுசுறுப்பான அசைவுகளுடன் அனைவரின் மனங்களிலும் பதிந்தது.

அன்று இரவு டோலி படுக்கைக்குச் சென்று, கண்களை மூடிய வுடன், வசென்கா வெஸ்லோவ்ஸ்கி டென்னிஸ் புல்வெளியில் ஓடுவதைக் கண்டாள்.

அவர்கள் விளையாடிக் கொண்டிருந்தபோது டோலி மகிழ்ச்சி யடையவில்லை. வசென்கா வெஸ்லோவ்ஸ்கிக்கும் அன்னாவுக்கும் இடையில் எப்போதும் இருந்துவந்த கேலியான உறவும், குழந்தைகள் விளையாடும் விளையாட்டை, குழந்தைகள் இல்லாமல் பெரியவர்கள் விளையாடும் இயற்கைக்கு மாறான தன்மையும் அவளுக்குப் பிடிக்கவில்லை. ஆனால் மற்றவர்களைச் சிரமப்படுத்தக் கூடாது என்பதற்காகவும், நேரத்தைப் போக்க ஏதாவது செய்ய வேண்டும் என்பதற்காகவும், சற்று ஓய்வுக்குப் பிறகு மீண்டும் விளையாட்டில் கலந்து கொண்டு அதை ரசிப்பது போல நடித்தாள். அன்று முழுவதும் அவள் தன்னை விட சிறந்த நடிகர்களுடன் ஒரு நாடகத்தில் நடிப்ப தாகவும், தனது மோசமான நடிப்பால் ஒட்டுமொத்த நிகழ்ச்சியையும் கெடுப்பதாகவும் அவளுக்குத் தோன்றியது.

எல்லாம் நல்லபடியாகச் சென்றால் இரண்டு நாட்கள் தங்கும் உத்தேசத்துடன் அவள் வந்திருந்தாள். ஆனால் அன்று மாலை, விளையாட்டு நேரத்தில், அவள் மறுநாள் புறப்பட முடிவு செய்தாள். இங்கு வரும்போது ஒரு தாயாக அவளால் சகித்துக் கொள்ள முடியாததாகத் தோன்றிய அந்தக் கவலைகள் இல்லாமல் ஒரு நாளைக் கழித்த பிறகு, இப்போது அவை மிகவும் வித்தியாசமான ஒரு பரிமாணத்தில் அவளிடம் தங்களை வெளிப்படுத்தி, அவளை வீட்டை நோக்கி கவர்ந்து இழுத்தன.

மாலை தேநீருக்குப் பிறகு படகு சவாரியை முடித்துவிட்டு, டாரியா அலெக்ஸாண்ட்ரோவ்னா தனியாகத் தன் அறைக்குச் சென்று, ஆடைகளைக் களைந்து, தனது மெல்லிய கூந்தலை அவிழ்த்தபோது, அவளுக்குப் பெருத்த நிம்மதி ஏற்பட்டது.

இன்னும் சற்று நேரத்தில் அன்னா தன்னைப் பார்க்க வருவாள் என்பதை நினைக்கவே அவளுக்குப் பிடிக்கவில்லை. அவள் தன் எண்ணங்களுடன் தனியாக இருக்க விரும்பினாள்.

23

அன்னா இரவு உடையில் அறைக்குள் வந்தபோது டோலி படுப்பதற்குத் தயாராக இருந்தாள்.

பகலில் பலமுறை அன்னா தனது அந்தரங்க விஷயங்களைப் பற்றிப் பேசத் தொடங்கினாள் என்றாலும், ஒவ்வொரு முறையும் சில வார்த்தைகளுக்குப் பிறகு பேசமுடியாமல், "பிறகு நாம் தனியாக

இருக்கும்போது அதைப் பேசுவோம். நான் உங்களிடம் சொல்ல வேண்டியது நிறைய இருக்கிறது!" என்றாள்.

இப்போது அவர்கள் தனியாக இருந்தபோது அன்னாவுக்கு என்ன பேசுவது என்று தெரியவில்லை. அவள் ஜன்னல் ஓரமாக அமர்ந்து எதுவும் பேசாமல் டோலியைப் பார்த்துக் கொண்டிருந்தாள். என்றென்றும் வற்றாதவை என்று அவள் நினைத்த அந்தரங்க விஷயங்கள் அனைத்தையும் மன அடுக்குகளில் தேடினாள் என்றாலும் அவளுக்கு எதுவும் கிடைக்கவில்லை. அந்தக் கணத்தில் அனைத்தும் சொல்லப்பட்டு விட்டதாக அவளுக்குத் தோன்றியது.

"சரி, கிட்டி எப்படி இருக்கிறாள்?" என்று பெருமூச்சுடன் கேட்டுவிட்டு, குற்றவுணர்ச்சியுடன் டோலியைப் பார்த்தாள். "டோலி, உண்மையைச் சொல்லுங்கள். கிட்டிக்கு என் மீது கோபம் இல்லையே?"

"கோபமா? இல்லை" என்றாள் டோலி புன்னகையுடன்.

"ஆனால் அவள் என்னை வெறுக்கிறாள், அப்படித்தானே?"

"ஓ, இல்லை! ஆனால் அதை யாராலும் மன்னிக்க முடியாது என்று உங்களுக்கே தெரியும்!"

"ஆமாம், எனக்குத் தெரியும்" என்று முகத்தைத் திருப்பிய அன்னா திறந்திருந்த ஜன்னல் வழியாக வெளியே பார்த்தாள். "அனால் அது என் தவறு அல்ல. அது யாருடைய தவறு? 'தவறு' என்பதற்கு என்ன அர்த்தம்? அது வேறுவிதமாக இருந்திருக்க முடியுமா? நீங்கள் என்ன நினைக்கிறீர்கள்? நீங்கள் ஸ்டீவாவின் மனைவியாகாமல் இருந்திருக்க முடியுமா?"

"உண்மையில் எனக்குத் தெரியவில்லை. ஆனால் இதைச் சொல்லுங்கள்..."

'சரி, ஆனால் நாம் கிட்டியைப் பற்றி இன்னும் பேசி முடிக்க வில்லை. அவள் சந்தோஷமாக இருக்கிறாளா? அவர் ஒரு நல்ல மனிதர் என்கிறார்கள்."

"அவர் நல்லவர் என்று சொன்னால் மட்டும் போதாது. அவரை விடச் சிறந்த மனிதரை எனக்குத் தெரியாது."

"எனக்கு ரொம்ப சந்தோஷம்! எனக்கு ரொம்ப சந்தோஷம்! அவரை நல்லவர் என்று சொன்னால் மட்டும் போதாது" என்று திரும்பத் திரும்பச் சொன்னாள்.

டோலி புன்னகைத்தாள்.

"ஆனால் உங்களைப் பற்றிச் சொல்லுங்கள். உங்களிடம் பேசு வதற்கு நிறைய இருக்கிறது. நான் அவருடன்..." டோலிக்கு விரான்ஸ் கியை எப்படி அழைப்பது என்று தெரியவில்லை. அவனைக்

கோமகன் அல்லது அலெக்ஸி கிரிலோவிச் என்று அழைப்பது அவளுக்குச் சங்கடமாக இருந்தது.

"அலெக்ஸியுடன்" என்றாள் அன்னா. "நீங்கள் என்ன பேசினீர்கள் என்பது எனக்குத் தெரியும். ஆனால் நான் உங்களிடம் வெளிப்படையாகக் கேட்க விரும்புகிறேன். என்னைப் பற்றி, என் வாழ்க்கையைப் பற்றி நீங்கள் என்ன நினைக்கிறீர்கள்?"

"நான் எப்படிச் சொல்ல முடியும்? உண்மையில் எனக்குத் தெரியவில்லை."

"இல்லை, நீங்கள் எப்படியும் என்னிடம் சொல்லத்தான் வேண்டும்... நீங்கள் நான் வாழும் வாழ்க்கையைப் பார்க்கிறீர்கள். ஆனால் இந்தக் கோடையில், நாங்கள் தனியாக இல்லாதபோது, நீங்கள் என்னைப் பார்க்க வந்திருக்கிறீர்கள் என்பதை மறந்துவிட வேண்டாம்... ஆனால் வசந்த காலத்தின் ஆரம்பத்தில் இங்கே வந்தபோது, யாருமின்றி நாங்கள் தனிமையில் வாழ்ந்து கொண்டிருந்தோம். எதிர்காலத்திலும் நாங்கள் தனியாக வாழப் போகிறோம். இதைவிடச் சிறந்த எதையும் நான் விரும்பவில்லை. ஆனால் அவர் இல்லாமல் நான் தனியாக வாழ்வதை நீங்கள் கற்பனை செய்து பாருங்கள். அது நடக்கப் போகிறது... அது அடிக்கடி நடக்கும் என்பதற்கான அறிகுறிகளை நான் காண்கிறேன். அவர் வீட்டிலிருப்பதை விட அதிகமான நேரத்தை வெளியே செலவிடுகிறார்" என்ற அன்னா எழுந்து டோலிக்கு அருகில் அமர்ந்தாள்.

"நிச்சயமாக அது நடக்கும்" என்று அன்னா இடைமறித்துப் பேச முயன்ற டோலியிடம் சொன்னாள். "நிச்சயமாக நான் அவரை அவரது விருப்பத்திற்கு மாறாக வைத்திருக்க மாட்டேன்! நான் அவரைப் பிடித்து வைத்திருக்கவில்லை. இனி பந்தயங்கள் நடக்கப் போகின்றன. அதில் அவரது குதிரைகள் ஓடுவதால் அவரும் போகப் போகிறார். எனக்கு ரொம்ப சந்தோஷம். ஆனால் என்னை நினைத்துப் பாருங்கள். என் நிலையைக் கற்பனை செய்து பாருங்கள்... ஆனால் அதைப் பற்றி ஏன் பேச வேண்டும்!" என்று அவள் சிரித்தாள். "அவர் உங்களிடம் என்ன பேசினார்?"

"அவர் உங்களிடம் கேட்க விரும்பியதைப் பற்றி என்னிடம் பேசினார். எனவே அவர் சார்பாக உங்களிடம் பேசுவது எனக்குச் சுலபம் ஆனால் அது உங்களால் முடியுமா முடியாதா என்பதைப் பற்றி..." என்ற டோலி தயங்கினாள். "நீங்கள் இருக்கும் சூழ்நிலையைச் சரி செய்யுங்கள்... நான் என்ன நினைக்கிறேன் என்றால்... முடிந்தால் நீங்கள் திருமணம் செய்து கொள்ள வேண்டும்..."

"அதாவது விவாகரத்து?" என்றாள் அன்னா. "நான் பீட்டர்ஸ் பர்க்கில் இருந்தபோது என்னைப் பார்க்க வந்த ஒரே பெண் பெட்ஸி

ட்வெர்ஸ்காயா என்பது உங்களுக்குத் தெரியுமா? அவரை உங்களுக்குத் தெரியும் இல்லையா? உண்மையில் அவள்தான் மிகவும் மோசமான பெண். துஷ்கேவிச்சுடன் தொடர்பு வைத்திருந்த அவள் தன் கணவனை மிகவும் கீழ்த்தரமான முறையில் ஏமாற்றினாள். என் நிலை ஒழுங்கற்றதாக இருக்கும்வரை என்னைப் பார்க்க விரும்ப வில்லை என்று அவள் என்னிடம் சொன்னாள். நான் ஒப்பிடுகிறேன் என்று நினைக்க வேண்டாம்... எனக்கு உங்களை நன்றாகத் தெரியும். ஆனால் என்னால் நினைவு கூராமல் இருக்க முடியவில்லை... சரி, அவர் உங்களிடம் என்ன சொன்னார்?" என்று அவள் மீண்டும் கேட்டாள்.

"அவர் தனக்காகவும் உங்களுக்காகவும் கஷ்டப்படுவதாகச் சொன்னார். ஒருவேளை நீங்கள் அதைச் சுயநலம் என்று சொல்ல லாம். ஆனால் அது ஒரு நியாயமான, உன்னதமான சுயநலம்! முதலில் தன் மகளைச் சட்டபூர்வமாக்கவும், உங்கள் கணவராக இருக்கவும், உங்களுக்குச் சட்டபூர்வ உரிமை அளிக்கவும் அவர் விரும்புகிறார்."

"நான் இருக்கும் நிலையில் எந்த மனைவி, எந்த அடிமை என்னைப் போல ஒரு அடிமையாக இருக்க முடியும்?" என்று அவள் விரக்தியுடன் குறுக்கிட்டாள்.

"அவர் விரும்பும் முக்கிய விஷயம்... நீங்கள் கஷ்டப்படக் கூடாது என்பதுதான்."

"அது முடியாத காரியம்! அப்புறம்?"

"அப்புறம் மிகவும் நியாயமான விஷயம், உங்கள் குழந்தைகளுக்குப் பெயர் வேண்டும் என்று அவர் விரும்புகிறார்."

"எந்தக் குழந்தைகள்?" என்ற அன்னா டோலியைப் பார்க்காமல் கண்களைச் சுருக்கிக் கொண்டாள்.

"அன்னியும், பிறக்கப் போகும்..."

"இனி எனக்குக் குழந்தைகள் பிறக்காது என்பதால் அவர் கவலைப்படத் தேவையில்லை."

"பிறக்காது என்று எப்படிச் சொல்ல முடியும்?"

"எனக்கு வேண்டாம், ஏனெனில் நான் அதை விரும்பவில்லை."

டோலியின் முகத்தில் வெளிப்பட்ட ஆர்வமும், ஆச்சரியமும், திகிலும் கலந்த அப்பாவித்தனமான முகபாவத்தைக் கண்டு அன்னா புன்னகைத்தாள். "பிரசவத்தின் போது என் உடல்நிலை சரியில்லாமல் போன பிறகு மருத்துவர் சொன்னார்..."

"அது சாத்தியமில்லை!" என்று டோலி விரிந்த கண்களுடன் சொன்னாள். அவளைப் பொறுத்தவரை குழந்தை பிறக்காது என்பது

மிகப் பெரிய விளைவுகளையும் முடிவுகளையும் ஏற்படுத்தும் ஒரு அரிய கண்டுபிடிப்பாகும். அதைக் கேட்ட முதல் கணத்தில் அவை அனைத்தையும் தன்னால் புரிந்து கொள்வது சாத்தியமில்லை என்றும், பின்னர் அதைப் பற்றி நிதானமாக யோசிக்க வேண்டும் என்றும் அவள் நினைத்தாள்.

இந்தக் கண்டுபிடிப்பு, இதுவரை அவளுக்குப் புரியாத ஒன்றாக இருந்த ஒன்றிரண்டு குழந்தைகள் இருக்கும் குடும்பங்களின் மீது திடீரென்று ஒரு புதிய வெளிச்சத்தைப் பாய்ச்சியது. அது பல எண்ணங்களையும், சிந்தனைகளையும், முரண்பாடான உணர்வுகளையும் அவளுக்குள் தூண்டிவிட்டது. அவள் எதுவும் பேசமுடியாத வளாக அன்னாவை விரிந்த கண்களுடன் வியப்புடன் பார்த்தாள். இதைப் பற்றித்தான் அவள் நீண்ட நாட்களாகக் கனவு கண்டு கொண்டிருந்தாள். ஆனால் இப்போது அது சாத்தியம் என்பதை அறிந்து அவள் திகைத்து நின்றாள். மிகவும் சிக்கலான ஒரு பிரச்சினைக்கு இது மிகவும் எளிமையான ஒரு தீர்வு என்று அவள் உணர்ந்தாள்.

"இது ஒழுக்கக்கேடானது இல்லையா?" என்று சிறிது நேர மௌனத்திற்குப் பிறகு அவள் கேட்டாள்.

"இதில் என்ன ஒழுக்கக்கேடு? யோசித்துப் பாருங்கள், ஒன்று நான் கர்ப்பமாக இருக்க வேண்டும், அதாவது குழந்தைப்பேறு என்ற நோயில் விழ வேண்டும் அல்லது என் கணவருக்கு நல்ல நண்பராக இருக்க வேண்டும். இந்த இரண்டில் ஒன்றை நான் தேர்வு செய்ய வேண்டும். மேலும் நடைமுறையில் அவர் என் கணவர்" என்ற அன்னா வேண்டுமென்றே அலட்சியமான தொனியில் அதைச் சொன்னாள்.

"ஆமாம், நிச்சயமாக" என்ற டோலி, அன்னா தனக்குத் தானே முன்வைத்த வாதங்களைக் கேட்டாள். ஆனால் அவை முன்னைப் போல நம்பத்தகுந்தவையாகத் தெரியவில்லை.

"உங்களுக்கும் மற்றவர்களுக்கும்" என்ற அன்னா, டோலியின் எண்ணங்களை யூகிப்பது போலச் சொன்னாள். "இன்னும் சில சந்தேகங்கள் இருக்கலாம், ஆனால் எனக்கு... நான் அவருடைய மனைவி அல்ல என்பதை நீங்கள் புரிந்து கொள்ள வேண்டும். என்னைக் காதலிக்கும் வரை அவர் என்னை நேசிப்பார். ஆனால் நான் அவருடைய அன்பை எப்படித் தக்க வைப்பது? இப்படியா?"

அன்னா தன் வெண்ணிறக் கைகளைத் தன் வயிற்றின் முன்னால் வளைத்துக் காட்டினாள்.

டாரியா அலெக்ஸாண்ட்ரோவ்னாவின் மனதில் எண்ணங்களும் நினைவுகளும், மனம் கிளர்ச்சியடையும் தருணங்களில் நடப்பது

போல, மிகவும் அசாதாரணமான வேகத்துடன் முட்டி மோதிக் கொண்டன. 'நான் கவர்ச்சியாக இல்லை என்பதற்காக ஸ்டீவா என்னை விட்டு மற்றொருத்தியிடம் ஓடினார். ஆனால் எனக்குத் துரோகம் செய்த முதல் பெண் அழகாகவும் கவர்ச்சியாகவும் இருந்த போதும், அவளால் அவரைப் பிடித்து வைக்க முடியவில்லை. அவர் அவளை விட்டுவிட்டு வேறொருத்தியிடம் சென்றார். உண்மை யில் கோமகன் விரான்ஸ்கியை அதைப் போன்ற ஒரு வழியில் அன்னாவால் தன்னிடம் ஈர்த்து வைத்திருக்க முடியுமா? அவரும் அப்படித் தேடினால், ஆடைகளும் பழக்கவழக்கங்களும் இன்னும் கவர்ச்சிகரமாகவும் வசீகரமாகவும் இருக்கும் வேறு பெண்களைத் தேடிச் செல்வார். அவளுடைய வெற்றுக் கைகள் எவ்வளவு வெண்ணிறமாக, எவ்வளவு அழகாக இருந்தாலும், அவளுடைய முழு உருவமும், சுருண்ட கருப்பு முடியின் கீழ் உள்ள அவளது சிவந்த முகமும் எவ்வளவு அழகாக இருந்தாலும், என்னுடைய மோசமான, பரிதாபத்திற்குரிய கணவரைப் போல, மேலும் ஒரு அழகான, வசீகரமான பெண்ணை அவர் தேடிக் கண்டுபிடிப்பார்.'

டோலி பதில் எதுவும் சொல்லாமல் பெருமூச்சு விட்டாள். கருத்து வேறுபாட்டைத் தெரிவிக்கும் விதமாக வெளிப்பட்ட அவளது பெருமூச்சைக் கவனித்த அன்னா தொடர்ந்து சொன்னாள். பதில் சொல்ல முடியாத அளவுக்கு வலிமையான வாதங்கள் அவளிடம் இருந்தன.

"நீங்கள் அது தவறு என்கிறீர்களா? ஆனால் நீங்கள் அதைப் பரிசீலிக்க வேண்டும்" என்று அன்னா தொடர்ந்தாள். "நீங்கள் நான் இருக்கும் நிலையை மறந்து விட்டீர்கள். என்னால் எப்படிக் குழந்தைகளை விரும்ப முடியும்? பிரசவத்தினால் ஏற்படும் துன்பத்தைப் பற்றி நான் பேசவில்லை. ஏனெனில் நான் அதை நினைத்துப் பயப்பட வில்லை. ஆனால் யோசித்துப் பாருங்கள், என் குழந்தைகள் யாராக இருப்பார்கள்? வேறு ஒருவரின் பெயரைச் சுமக்கும் துரதிர்ஷ்ட வசமான குழந்தைகள். தங்களுடைய பிறப்பின் காரணமாக, தங்கள் தாயையும், தந்தையையும், பிறப்பையும் நினைத்து அவர்கள் வெட்கப் பட வேண்டிய நிலை ஏற்படும்!"

"அதனால்தான் விவாகரத்து மிகவும் அவசியம்!"

ஆனால் அன்னா அவள் சொன்னதைச் செவிமடுக்கவில்லை. பல சந்தர்ப்பங்களில் அவள் தன்னைத் தானே சமாதானப்படுத்திக் கொண்ட அதே வாதங்களைப் பேச விரும்பினாள்.

"மகிழ்ச்சியற்ற ஜீவன்களை இந்த உலகத்திற்கு கொண்டு வரக் கூடாது என்பதற்காக நான் அதைப் பயன்படுத்த வேண்டாம் என்றால், எனக்கு ஏன் சிந்திக்கும் அறிவு கொடுக்கப்பட்டது?"

நற்றிணை பதிப்பகம் ● 941

டோலியைப் பார்த்த அவள், பதிலுக்காகக் காத்திராமல் தொடர்ந்து சொன்னாள்.

"அந்தத் துரதிர்ஷ்டவசமான குழந்தைகள் மீது எனக்கு எப்போதும் குற்றவுணர்வு இருக்கும்" என்றாள் அவள். "அவர்கள் இல்லை யென்றால், குறைந்தபட்சம் அவர்கள் துயரப்படாமல் இருப்பார்கள். ஆனால் அவர்கள் பிறந்து மகிழ்ச்சியற்றவர்களாக இருந்தால் அதற்கு நான்தான் காரணமாக இருப்பேன்."

டாரியா அலெக்ஸாண்ட்ரோவ்னா தனக்குள் யோசித்த வாதங்கள் இவைதான் என்றாலும் இப்போது அவள் அவற்றைப் புரிந்து கொள்ளாமல் வெறுமனே கேட்டுக் கொண்டிருந்தாள். 'இல்லாத உயிர்கள் மீது அவளுக்கு எப்படிக் குற்றவுணர்வு ஏற்படும்?' என்று அவள் நினைத்தாள். சட்டென்று அவள் மனதில் ஒரு கேள்வி எழுந்தது. அன்னாவுக்கு மிகவும் பிடித்த கிரிஷா இல்லை யென்றால், அது அவளுக்கு நல்லதாக இருந்திருக்குமா? அது அவளுக்கு மிகவும் பயங்கரமாகவும் விசித்திரமாகவும் தோன்றியது. அவள் மூளையில் சுழன்று கொண்டிருந்த பைத்தியக்கார எண்ணங் களின் குழப்பத்தைப் போக்க அவள் தலையை ஆட்டினாள்.

"இல்லை, எனக்குத் தெரியவில்லை ஆனால் அது சரியல்ல" என்று சொன்ன அவள் முகத்தில் வெறுப்பு வெளிப்பட்டது.

"ஆமாம்" என்ற அன்னா அது சரியல்ல என்பதை வெளிப்படை யாக ஒப்புக் கொண்டாள். "ஆனால் நானும் நீங்களும் ஒரே மாதிரியான நிலையில் இல்லை என்ற முக்கியமான விஷயத்தை நீங்கள் மறந்துவிட வேண்டாம். இனிமேல் குழந்தைகள் வேண்டாம் என்பதுதான் உங்களுடைய நிலை என்றால், குழந்தைகள் வேண்டுமா என்பதுதான் என்னுடைய நிலை. அது ஒரு மிகப்பெரிய வித்தியாசம். நான் இருக்கும் நிலையில் அதை விரும்பவில்லை என்பதை நீங்கள் புரிந்துகொள்ள வேண்டும்."

டாரியா அலெக்ஸாண்ட்ரோவ்னா எந்த ஆட்சேபணையும் தெரிவிக்கவில்லை. தான் அன்னாவிடமிருந்து வெகு தொலைவில் இருப்பதாகவும், தங்கள் இருவருக்கும் இடையில் ஒருபோதும் ஒத்துவராத பல விஷயங்கள் இருப்பதாகவும், அதைப் பற்றி பேசாமல் இருப்பதே நல்லது என்பதாகவும் அவளுக்குத் திடீரென்று தோன்றி யது.

24

"அப்படியானால், முடிந்தால் உங்கள் நிலையை முறைப்படுத்த வேண்டியது அவசியம்" என்றாள் டோலி.

“ஆமாம், முடிந்தால்” என்று அன்னா திடீரென்று முற்றிலும் வேறுபட்ட அமைதியான, சோகமான குரலில் சொன்னாள்.

“விவாகரத்து சாத்தியமற்றதா? உங்கள் கணவர் அதற்குச் சம்மதம் தெரிவித்திருப்பதாக என்னிடம் சொன்னார்கள்.”

“டோலி! அதைப் பற்றி நான் பேச விரும்பவில்லை.”

“சரி, நாம் அதைப் பற்றிப் பேச வேண்டாம்” என்று அன்னா வின் முகத்தில் வெளிப்பட்ட வேதனையைக் கவனித்த டோலி அவசர அவசரமாகச் சொன்னாள். “நீங்கள் விஷயங்களை மிகவும் மோசமாகப் பார்க்கிறீர்கள் என்று நான் நினைக்கிறேன்.”

“நானா? எப்போதும் இல்லை! நான் மிகவும் மகிழ்ச்சியாகவும் திருப்தியாகவும் இருக்கிறேன். நீங்கள் கவனித்திருப்பீர்கள், ஆண்கள் என் மீது காதல் வயப்படுகிறார்கள். வெஸ்லோவ்ஸ்கி...”

“ஆமாம், உண்மையைச் சொல்ல வெண்டும் என்றால், வெஸ் லோவ்ஸ்கியின் நடத்தை எனக்குப் பிடிக்கவில்லை” என்ற டாரியா அலெக்ஸாண்ட்ரோவ்னா பேச்சை மாற்ற விரும்பினாள்.

“ஓ, அப்படியில்லை! அது அலெக்ஸியை உற்சாகப்படுத்துகிறது, அவ்வளவுதான். ஆனால் அவர் இன்னும் ஒரு பையன்தான். என் கட்டுப்பாட்டில் உள்ள அவரை நான் என் இஷ்டப்படி ஆட்டு விக்கிறேன். அவர் உன்னுடைய கிரிஷா மாதிரிதான்... டோலி!” என்ற அவள் சட்டென்று தன் குரலின் தொனியை மாற்றிக் கொண்டு சொன்னாள். “நான் விஷயங்களை மிகவும் மோசமாகப் பார்ப்பதாக நீங்கள் நினைக்கிறீர்கள்! உங்களால் அதைப் புரிந்துகொள்ள முடியாது. அது மிகவும் பயங்கரமானது. கூடியவரை நான் அதைப் பார்க்காமல் இருக்க முயற்சி செய்கிறேன்!”

“ஆனால் நீங்கள் அதைப் பார்க்க வேண்டும் என்று நான் நினைக்கிறேன். அதற்காக உங்களால் முடிந்த அனைத்தையும் நீங்கள் செய்ய வேண்டும்.”

“ஆனால் நான் என்ன செய்ய முடியும்? நான் செய்வதற்கு ஒன்றுமில்லை! நான் அலெக்ஸியைத் திருமணம் செய்துகொள்ள வேண்டும் என்கிறீர்கள். நான் அதைப் பற்றி யோசிக்கவில்லை. நான் அதைப் பற்றி யோசிக்கவில்லை!” என்று அவள் திரும்பத் திரும்ப அதைச் சொன்ன போது அவள் முகம் சிவந்தது. அவள் எழுந்து நின்று, தோள்களை நிமிர்த்தி பெருமூச்சு விட்டாள். அவள் அறையில் அங்குமிங்கும் மெதுவாக நடந்து கொண்டும் அவ்வப்போது நின்றும் பேசினாள். “நான் அதை யோசிக்கவில்லையா? நான் அதைப் பற்றி யோசிக்கவில்லை என்பதற்காக என்னை நானே திட்டிக்கொள்ளாத நாளே இல்லை. ஏனென்றால் அதைப் பற்றிய அந்த எண்ணங்கள் எனக்குப் பைத்தியம் பிடிக்கப் போதுமானவை!

என்னைப் பைத்தியமாக்க!" என்று அவள் திரும்பத் திரும்பச் சொன்னாள். "நான் அதைப் பற்றி யோசித்தால் அன்று மார்பின் இல்லாமல் என்னால் தூங்க முடியாது. ஆனால் நாம் அதைப் பற்றிப் பேசுவது மிகவும் நல்லது. விவாகரத்தைப் பற்றி பலரும் என்னிடம் சொல்கிறார்கள். முதலாவதாக, அவர் எனக்கு விவாக ரத்து தர மாட்டார். அவர் இப்போது கோமகள் லிடியா இவானோவ் னாவின் கட்டுப்பாட்டின் கீழ் இருக்கிறார்."

நாற்காலியில் நிமிர்ந்து உட்கார்ந்த டாரியா அலெக்ஸாண்ட் ரோவ்னா, வேதனையும் அனுதாபமும் நிறைந்த முகத்துடன், அன்னா அறையில் அங்குமிங்கும் நடப்பதற்கு ஏற்ப தலையைத் திருப்பிக் கொண்டிருந்தாள்.

"நீங்கள் முயற்சி செய்து பாருங்கள்" என்றாள் அவள்.

"நான் முயற்சி செய்கிறேன் என்றே வைத்துக் கொள்ளுங்கள். அதற்கு என்ன அர்த்தம்?" என்ற அவள் ஆயிரம் முறைக்கு மேல் மனப்பூர்வமாக யோசித்த ஒன்றை வெளிப்படையாகச் சொன்னாள். "அவரை வெறுக்கும் நான், அப்படிச் செய்யும்போது, அவர் முன்னால் என்னைக் குற்றவாளியாக ஒப்புக் கொண்டு, அவரைப் பெருந்தன்மை உடையவராக ஏற்றுக் கொள்வதாக ஆகும். அவருக்குக் கடிதம் எழுதுவதன் மூலம் என்னை நானே அவமானப்படுத்திக் கொள்ள வேண்டும்... சரி, நான் முயற்சி செய்து அதைச் செய்கிறேன் என்று வைத்துக் கொள்வோம். அவரிடமிருந்து ஒரு அவமதிப்பான பதிலை அல்லது அவரது ஒப்புதலை நான் பெறுவேன். நான் அவரது ஒப்புதலைப் பெறுகிறேன் என்று வைத்துக் கொள்வோம்..." என்ற அன்னா அறையின் மறுமுனைக்குச் சென்று ஜன்னல் ஓரத்தில் நின்று, ஜன்னல் திரையைப் பிடித்துக் கொண்டு நின்றாள். "நான் அவரது ஒப்புதலைப் பெறுகிறேன். ஆனால் என்... மகன்? அவர் அவனை என்னிடம் அனுப்ப மாட்டார். அவன் நான் கைவிட்ட அவனது தந்தையுடன் சேர்ந்து கொண்டு என்னிடம் வெறுப் புணர்வை வளர்த்துக் கொள்வான். செரியோஷா, அலெக்ஸி இரு வரையும் நான் சமமாக ஆனால் என்னைவிட அதிகமாக நேசிக் கிறேன் என்பதை நீங்கள் புரிந்து கொள்ள வேண்டும்."

அவள் அறையின் நடுப்பகுதிக்கு வந்து, கைகளை மார்பின் மீது கட்டிக் கொண்டு டோலியின் முன்னால் நின்றாள். வெள்ளை நிற கவுனில் அவள் உருவம் வழக்கத்தை விட அகலமாகவும் உயர மாகவும் காட்சியளித்தது. அவள் தலையைக் குனிந்து, உணர்ச்சி வேகத்தில் நடுங்கியபடி, புருவங்களுக்கு அடியில் இருந்து பளபளக்கும் ஈரமான கண்களுடன், தன் இரவு உடையில் பரிதாபமாகத் தோன்றிய மெலிந்த டோலியைப் பார்த்தாள்.

“நான் அந்த இரு உயிர்களை மட்டுமே நேசிக்கிறேன். இரு துருவங்களாக ஒன்று மற்றொன்றை ஒதுக்குகிறது! என்னால் அவர் களை ஒன்றிணைக்க முடியவில்லை என்றாலும், நான் அதைத்தான் விரும்புகிறேன். என்னால் அதைச் செய்ய முடியவில்லை என்பதால் நான் வேறு எதைப் பற்றியும் கவலைப்படவில்லை. அது ஏதோ ஒரு வழியில் முடிவுக்கு வரும் என்பதால் நான் அதைப் பற்றிப் பேச முடியாது, பேச விரும்பவும் இல்லை. எனவே என்னைக் குற்றம் சொல்லாதீர்கள். என்னைப் பற்றிய எதிலும் ஒரு முடிவுக்கு வராதீர்கள். நீங்கள் உங்களுடைய தூய்மையான உள்ளத்தினால் நான் படும் துன்பங்களையெல்லாம் புரிந்து கொள்ள முடியாது.”

அவள் நடந்து சென்று டோலியின் அருகில் அமர்ந்து, குற்ற வுணர்வுடன் அவள் முகத்தைப் பார்த்து, அவள் கையைப் பிடித் தாள்.

“நீங்கள் என்ன நினைக்கிறீர்கள்? நீங்கள் என்னைப் பற்றி என்ன நினைக்கிறீர்கள்? நீங்கள் என்னை இழிவாக நினைக்க வேண் டாம். உங்கள் இகழ்ச்சிக்கு நான் தகுதியானவள் அல்ல. நான் இருப்பது துரதிர்ஷ்டவசமானது. இந்த உலகத்தில் யாராவது துரதிர்ஷ்டசாலி இருந்தால் அது நான்தான்” என்று சொன்ன அன்னா முகத்தைத் திருப்பிக் கொண்டு அழத் தொடங்கினாள்.

தனியாக இருந்த டாரியா அலெக்ஸாண்ட்ரோவ்னா பிரார்த்தனை செய்துவிட்டு படுக்கச் சென்றாள். அன்னாவுடன் பேசிக் கொண்டிருந்தபோது அவள் மனப்பூர்வமாக அவளுக்காகப் பரிதாபப்பட்டாள். ஆனால் இப்போது அவளால் அவளைப் பற்றி சிந்திக்க முடியவில்லை. அவள் மனதில் வீட்டைப் பற்றிய நினைவு களும், குழந்தைகளைப் பற்றிய நினைவுகளும் வசீகரமான ஒரு புதிய பிரகாசத்துடன் எழுந்தன. அவளுடைய அந்த உலகம் இப்போது அவளுக்கு மிகவும் விலைமதிப்பற்றதாகவும், அழகான தாகவும் தோன்றியது. எனவே அதற்கு வெளியே மேலும் ஒரு நாளைக் கூட கழிக்க அவள் விரும்பவில்லை. அடுத்த நாள் கண்டிப் பாக அங்கிருந்து செல்ல வேண்டும் என்று அவள் முடிவு செய்தாள்.

இதற்கிடையில் தன் அறைக்குத் திரும்பிய அன்னா, ஒரு டம்ளரில் மார்ஃபினையும் சில சொட்டு மருந்துகளையும் விட்டாள். அதைக் குடித்துவிட்டு சிறிது நேரம் அசையாமல் அமர்ந்திருந்த பிறகு, அவள் அமைதியாகவும் மகிழ்ச்சியாகவும் படுக்கை அறைக்குச் சென்றாள்.

படுக்கை அறையில் நுழைந்த அவளை விரான்ஸ்கி கூர்ந்து கவனித்தான். அவள் இவ்வளவு நேரம் டோலியின் அறையில் இருந்ததிலிருந்து அவர்கள் இருவருக்கும் இடையில் நடந்த உரை

யாடலில் தனக்கு வேண்டியதைத் தேடிக் கண்டுபிடிக்க முயன்றான். ஆனால் அவனிடமிருந்து எதையோ மறைக்க முயற்சித்த அவளுடைய முகபாவத்தில், அவளுடைய வசீகரமான அழகையும், அதைப் பற்றிய அவளுடைய பெருமித உணர்வும், அது தன் மீது தாக்கத்தை ஏற்படுத்த வேண்டும் என்ற அவளின் ஆசையையும் தவிர அவனால் வேறு எதையும் காண முடியவில்லை. அது அவனுக்குப் பழக்க மானதுதான் என்றாலும் அது அவனைக் கவர்ந்து இழுத்தது. அவர்கள் என்ன பேசினார்கள் என்பதை அவன் அவளிடம் கேட்க விரும்பவில்லை என்றாலும் அவளாக ஏதாவது சொல்வாள் என்று அவன் எதிர்பார்த்தான். ஆனால் அவள், "உங்களுக்கு டோலியைப் பிடித்திருப்பது எனக்கு மகிழ்ச்சியைத் தருகிறது. உங்களுக்கு அவளைப் பிடிக்கிறது இல்லையா?" என்று மட்டும் கேட்டாள்.

"ஆனால் அவரை எனக்கு நீண்ட காலமாகத் தெரியும். அவர் மிகவும் நல்ல குணமுடையவர் என்று நான் நினைக்கிறேன். அவரைப் பார்த்ததில் நான் மிகவும் மகிழ்ச்சியடைகிறேன்."

அவன் அன்னாவின் கையைப் பிடித்து அவள் கண்களைக் கேள்வியுடன் ஏறிட்டான்.

அவன் பார்வையின் பொருளை வேறுவிதமாகப் புரிந்து கொண்ட அவள் அவனைப் பார்த்துச் சிரித்தாள்.

அடுத்த நாள் காலை அவர்கள் அனைவரும் சொல்லியும் கேட்காமல் டாரியா அலெக்ஸாண்ட்ரோவ்னா வீட்டிற்குப் புறப்பட ஆயத்தமானாள். லெவினின் வண்டியோட்டி அதே பழைய கோட்டும் தொப்பியும் அணிந்து, இறுகிய முகபாவத்துடன் பொருத்த மற்ற குதிரைகளைப் பூட்டிய வண்டியை, ஜல்லிக் கற்கள் பாவிய முற்றத்தில் ஓட்டிச் சென்றான்.

இளவரசி வர்வராவிடமும் அங்கு தங்கியிருந்த ஆண்களிடமும் விடை பெறுவதை டாரியா அலெக்ஸாண்ட்ரோவ்னா விரும்ப வில்லை. அவர்களுடன் ஒரு நாளைக் கழித்த பிறகு, அவளும் அங்கிருந்தவர்களும் தாங்கள் ஒன்றாகச் சேர்ந்து இருக்க முடியாது என்பதையும், தாங்கள் சந்திக்காமல் இருப்பதே நல்லது என்பதையும் தெளிவாகப் புரிந்து கொண்டனர். அன்னாவுக்கு மட்டுமே வருத்தமாக இருந்தது. டோலி அங்கிருந்து சென்ற பிறகு, இந்தச் சந்திப்பு தனக்குள் ஏற்படுத்திய உணர்வுகளை மீண்டும் தன் உள்ளத்தில் யாரும் கிளறிவிட மாட்டார்கள் என்பது அவளுக்குத் தெரியும். அந்த உணர்வுகளைத் தூண்டுவது அவளுக்கு வேதனை தருவதாக இருந்தாலும், அது அவளுடைய ஆன்மாவின் மிகச் சிறந்த பகுதி என்பதையும், அவள் வாழும் வாழ்க்கையில் அந்தப்

பகுதி வேகமாக மூச்சுத் திணறிக் கொண்டிருப்பதையும் அவள் அறிந்து கொண்டாள்.

அவர்கள் வயல்வெளியில் சென்றபோது டோலிக்குப் பெருத்த நிம்மதி ஏற்பட்டது. விரான்ஸ்கியின் வீட்டில் இருந்தது அவர்களுக்குப் பிடித்திருந்ததா என்று அவள் அவர்களிடம் கேட்க நினைத்தபோது வண்டியோட்டி ஃபிலிப் சொன்னார்.

"அவர்கள் செல்வந்தர்களாக இருந்தபோதும் குதிரைகளுக்கு மூன்று பானை ஓட்ஸ் மட்டுமே கொடுத்தனர். அவை அனைத்தையும் குதிரைகள் காலி செய்துவிட்டன! மூன்று பானைகள் எதற்காகும்? ஒரே ஒரு வாய்தான். இப்போது விடுதிகளில் ஓட்ஸ் நாற்பத்தைந்து கோபெக்குகளுக்குக் கிடைக்கிறது. ஆனால் எங்களிடம் வருபவர்களுக்கு அவர்களின் குதிரைகள் எவ்வளவு சாப்பிட முடியுமோ அவ்வளவு கொடுக்கிறோம்."

"கஞ்சத்தனமான கனவான்கள்" என்று குமாஸ்தா உறுதிப்படுத்தினார்.

"சரி, அவர்களின் குதிரைகள் உங்களுக்குப் பிடித்திருக்கிறதா?" என்று டோலி கேட்டாள்.

"அவை குதிரைகள் என்பதைத் தவிர வேறென்ன சொல்ல? உணவு நன்றாக இருந்தது. ஆனால் அங்கே இருப்பது சலிப்பாக இருந்தது டாரியா அலெக்ஸாண்ட்ரோவ்னா. ஆனால் நீங்கள் என்ன நினைக்கிறீர்கள் என்பது எனக்குத் தெரியவில்லை" என்ற வண்டியோட்டி தன் அழகிய முகத்தை அவளை நோக்கித் திருப்பினான்.

"ஆமாம், நானும் அப்படித்தான் நினைத்தேன். சரி, மாலைக்குள் வீட்டிற்குச் சென்றுவிடலாமா?"

"போக வேண்டும்."

வீடு திரும்பிய டாரியா அலெக்ஸாண்ட்ரோவ்னா அனைவரும் நலமாக இருப்பதைப் பார்த்து, தனது பயணத்தைப் பற்றியும், தனக்குக் கிடைத்த வரவேற்பைப் பற்றியும், விரான்ஸ்கியின் ஆடம்பரத்தையும் ரசனையைப் பற்றியும், அவர்களின் கேளிக்கைகளைப் பற்றியும், மிகவும் உற்சாகமாக விவரித்தாள். அவர்களுக்கு எதிராக யாரும் ஒரு வார்த்தை கூடப் பேச அவள் அனுமதிக்கவில்லை.

"அன்னாவையும் விரான்ஸ்கியையும் நீங்கள் அறிந்திருக்க வேண்டும். அவர்கள் எவ்வளவு நல்லவர்கள், எவ்வளவு அன்பானவர்கள் என்பதை நான் இப்போது புரிந்து கொண்டேன்" என்று அவள் நேர்மையாகச் சொன்னாள். அங்கு அவள் அனுபவித்த தெளிவற்ற அதிருப்தியையும் சங்கடத்தையும் மறந்துவிட்டாள்.

25

விரான்ஸ்கியும் அன்னாவும் கோடைக்காலம் முழுவதையும், இலையுதிர் காலத்தின் ஒரு பகுதியையும் அங்கு கழித்தனர். விவாகரத்து பெறுவற்கு எந்த நடவடிக்கையும் எடுக்காமல் அதே போல தொடர்ந்து வாழ்ந்தனர். தாங்கள் எங்கும் செல்லக்கூடாது என்று அவர்களுக்குள் முடிவு செய்து கொண்டனர். ஆனால் அவர்கள் இருவரும் நீண்ட காலம், குறிப்பாக இலையுதிர் காலத்தில் விருந்தினர்கள் யாரும் இல்லாமல், தனியாக வாழ்ந்ததால் இனியும் அந்த வாழ்க்கையைப் பொறுத்துக்கொள்ள முடியாது என்றும், அதை மாற்ற வேண்டியது அவசியம் என்றும் உணர்ந்தனர்.

அவர்களுடைய வாழ்க்கை அவர்களுக்கு வெறுமையாகத் தோன்றியது. அவர்களுக்குப் போதுமான வசதிகளும், ஆரோக்கிய மான உடலும், ஒரு குழந்தையும், இருவருக்கும் சொந்தமான தொழில்களும் இருந்தன. விருந்தினர்கள் யாரும் இல்லாத நிலை யிலும் அன்னா நாவல்களையும் தீவிரமான புத்தகங்களையும் வாசிப்பதில் அதிகமாக ஈடுபட்டாள். தங்களுக்குக் கிடைத்த வெளி நாட்டுப் பத்திரிகையும் இதழ்களும் பாராட்டும் பெற்ற அனைத்துப் புத்தகங்களையும் வாங்கி, தனிமையில் மட்டுமே படிக்கக் கூடிய அந்தப் புத்தகங்களைக் கவனத்துடன் படித்தாள். மேலும் விரான்ஸ் கிக்கு ஆர்வமுள்ள விஷயங்கள் இடம்பெற்ற அனைத்துப் புத்தகங் களையும் சிறப்பு இதழ்களையும் படித்தாள். இதனால் விவசாயம், கட்டிடக் கலை மற்றும் குதிரைகள் வளர்ப்பு போன்றவற்றில் தனக்கு எழும் சந்தேகங்களுக்கு விரான்ஸ்கி அன்னாவை நாடினான். அவன் அவளுடைய அறிவையும் நினைவாற்றலையும் கண்டு வியந்தான். ஆனால் முதன்முதலில் அவள் அவற்றைச் சொன்ன போது அவன் சந்தேகப்பட்டு அவற்றை உறுதி செய்துகொள்ள விரும்பினான். அவள் தான் படித்த புத்தகங்களிலிருந்து அவற்றை அவனுக்குக் காண்பித்தாள். மருத்துவமனைக்கான அனைத்து ஏற்பாடுகளும் அவளை வெகுவாகக் கவர்ந்தன. அவள் பல விஷயங்களில் ஆலோசனை சொன்னதுடன், பல புதிய விஷயங்களை அவளாகவே திட்டமிட்டு ஏற்பாடு செய்தாள். இருந்தாலும் அவளுடைய பிரதான சிந்தனை அவளைப் பற்றியதாகவே இருந்தது. விரான்ஸ்கி தன்னை எந்த அளவுக்கு நேசிக்கிறான், அவன் தனக்காக விட்டுக் கொடுத்த அனைத்தையும் தான் எவ்வாறு ஈடுசெய்ய முடியும் என்பதிலேயே அவள் அதிக கவனத்தைச் செலுத்தினாள். தன் வாழ்க்கையின் ஒரே குறிக்கோளாக இருந்த அந்த ஆசையை விரான்ஸ்கி வெகுவாகப் பாரட்டினான். அவள் அவனை மகிழ்விப்பது மட்டுமின்றி, அவனுக்குச் சேவை செய்ய வேண்டும் என்ற ஆசையும் அதில் அடங்கியிருந்தது.

ஆனால் அதே நேரத்தில் அவள் அவனை இறுக்கமாகப் பிடித்துக் கொள்ள முயன்ற அந்த அன்பின் வலைகளிலிருந்து தப்பிக்க முடியாமல் அவன் சோர்வடைந்தான். காலப்போக்கில் அந்த வலைகள் தன்னை மேலும் மேலும் இறுக்கிப் பிடிப்பதை உணர்ந்த அவன் அவற்றிலிருந்து தப்பித்துச் செல்ல விரும்பவில்லை என்றாலும், அவை உண்மையில் தனது சுதந்திரத்தைக் கட்டுப்படுத்துகிறதா என்பதைத் தெரிந்து கொள்ள விரும்பினான். தான் சுதந்திரமாக இருக்க வேண்டும் என்ற அவனது வேட்கை அதிகரிக்காமல் இருந்திருந்தால், அவன் ஒவ்வொரு முறையும் கூட்டத்திற்கும் பந்தயத்திற்கும் செல்லும் போது ஏதாவது ஒரு காட்சி அரங்கேறாமல் இருந்திருந்தால் விரான்ஸ்கி தன் வாழ்க்கையில் முழுமையாக திருப்தி அடைந்திருப்பான். அவன் தேர்ந்தெடுத்த ரஷ்ய பிரபுத்துவத்தின் மையமாகத் திகழும் பணக்கார நில உடைமையாளரின் பாத்திரம், அவனுடைய ரசனைக்கு முற்றிலும் பொருந்தியது மட்டுமில்லாமல், அவன் ஆறு மாதங்கள் அப்படி வாழ்ந்த காரணத்தால், அது அவனுக்கு அதிக மனநிறைவைக் கொடுத்தது. காலப்போக்கில் அவனை மேலும் மேலும் ஆக்கிரமித்து உள்வாங்கிக் கொண்ட அந்தப் பணி மிகவும் சிறப்பாக நடந்து கொண்டிருந்தது. மருத்துவ மனை, இயந்திரங்கள், சுவிட்சர்லாந்திலிருந்து இறக்குமதி செய்த மாடுகள் எனப் பலவற்றிற்கு அவன் பெரும் தொகை செலவழித்த போதும், தான் பணத்தை வீணடிக்காமல் தன் சொத்துக்களை அதிகரித்துக் கொள்வதாக அவன் நம்பினான். மரம், கோதுமை, போன்றவற்றின் விற்பனையிலும் நிலங்களைக் குத்தகைக்கு விடுவது போன்ற வருமானத்தைப் பாதிக்கும் அனைத்து விஷயங்களிலும் விரான்ஸ்கி அதிகக் கவனத்துடன் இருந்தான். மேலும் விலைகளை எவ்வாறு நிர்ணயிப்பது என்பதை அவன் நன்றாக அறிந்திருந்தான். அனைத்துப் பெரிய அளவிலான நடவடிக்கைகளிலும், பண்ணை சம்பந்தப்பட்ட விவகாரங்களிலும் மிகவும் எளிமையான, ஆபத்து அதிகம் இல்லாத முறைகளை அவன் கடைப்பிடித்தான். மேலும் வீட்டு விவகாரங்கள் என்று வரும்போது அவன் அதிக அளவில் சிக்கனமாகவும், கவனமாகவும் இருந்தான். ஒவ்வொரு முறையும் அதிக அளவில் முதலீடு செய்வது இலாபகரமாக இருக்கும் என்று ஜெர்மானிய மேலாளர் தந்திரமாகவும் சாதுர்யமாகவும் சொன் னாலும், அதே விஷயத்தைக் குறைந்த முதலீட்டில் செய்து உடனடியாக இலாபம் ஈட்டலாம் என்பதை பின்னர் கண்டறிந்த அவன், ஒருபோதும் அதற்கு இணங்கவில்லை. தனது மேலாளரின் ஆலோசனையைக் கேட்ட விரான்ஸ்கி அவற்றை வெளியே விசாரித்து, தேவைப்படும் பொருட்கள் அல்லது கருவிகள் ரஷ்யாவில் இதுவரை அறியப்படாத புதியவை, வியப்பானவை என்ற பட்சத்தில்

மட்டுமே அவருடைய ஆலோசனையை ஏற்றுக் கொண்டான். மேலும் உபரியாக பணம் உள்ள நிலையில் மட்டுமே பெரிய அளவில் செலவு செய்வதற்கு அவன் ஒப்புக் கொண்டான். அவன் அனைத்து விவரங்களையும் நன்றாக ஆராய்ந்து, தான் செலவழிக்கும் பணத்திற்கு மிகச் சிறந்ததைப் பெற வேண்டும் என்பதை வலியுறுத்தினான். எனவே அவன் தனது விவகாரங்களை நிர்வகித்த விதத்திலிருந்து, அவன் பணத்தை வீணாக்கவில்லை ஆனால் தனது சொத்துக்களைப் பெருக்கிக் கொண்டான் என்பது தெளிவாகத் தெரிந்தது.

அக்டோபர் மாதத்தில் காஷின் மாகாணத்தின் பிரபுக்கள் தேர்தல் நடைபெற்றது. விரான்ஸ்கி, ஸ்வியாஸ்கி, கோஸ்னிஷேவ், ஆப்லான்ஸ்கி, லெவின் ஆகியோருக்குச் சொந்தமான பண்ணையின் சிறிய பகுதிகள் அங்கு இருந்தன.

அந்தத் தேர்தல் பல்வேறு காரணங்களாலும் அதில் போட்டி யிடும் தனிநபர்களின் காரணமாகவும் பொதுமக்களின் கவனத்தை ஈர்த்தது. எனவே அந்தத் தேர்தலைப் பற்றி அதிகமாக விவாதிக்கப் பட்டு அதற்கான ஏற்பாடுகள் மும்முரமாக நடந்தன. மாஸ்கோவிலும் பீட்டர்ஸ்பர்க்கிலும் வசிக்கும் மக்களும், இதுவரை தேர்தலில் கலந்துகொள்ளாத வெளிநாட்டவர்களும் அங்கே கூடினார்கள்.

நீண்ட காலத்திற்கு முன்பே விரான்ஸ்கி தேர்தலில் கலந்து கொள்வதாக ஸ்வியாஸ்கியிடம் சொல்லியிருந்தான்.

தேர்தலுக்கு முன்பு அடிக்கடி வோஸ்ட்விஜென்ஸ்கோவுக்கு விஜயம் செய்த ஸ்வியாஸ்கி, விரான்ஸ்கியை அழைத்துச் செல்வதற் காக அவனுடைய வீட்டிற்குச் சென்றார்.

அதற்கு முன்தினம் அந்தப் பயணத்தைக் குறித்து அன்னாவும் விரான்ஸ்கியும் கிட்டத்தட்ட சண்டையிட்டுக் கொண்டனர். நாட்டில் மிகவும் மந்தமாகவும், மனச்சோர்வைத் தருவதாகவும் இருந்த இலையுதிர்கால காலநிலை அது. எனவே ஒரு போராட்டத்திற்குத் தன்னைத் தயார்படுத்திக் கொண்ட விரான்ஸ்கி, இதுவரை அன்னாவிடம் பேசாத வகையில் கடுமையான, உணர்ச்சியற்ற முகபாவத்துடன் தன் பயணத்தைப் பற்றித் தெரிவித்தான். ஆனால் அவனே வியப்படையும் வகையில் அதைச் சாதாரணமாக எடுத்துக் கொண்ட அவள், அவன் எப்போது திரும்புவான் என்று மட்டும் கேட்டாள். அவன் அவளுடைய அந்த அமைதியைப் புரிந்துகொள்ள முடியாமல் அவளை உற்றுப் பார்த்தான். அவனுடைய பார்வைக்கு அவள் புன்னகையைப் பதிலாக உதிர்த்தாள். அவள் தனக்குள் பின்வாங்கும் அவளுடைய அந்தத் திறமையை அவன் நன்றாக அறிந்திருந்தான். அவள் அவனிடம் சொல்லாமல் தன் மனதிற்குள் ஏதோ ஒரு முடிவு செய்திருந்தால்தான் அவ்வாறு நடக்கும் என்பது

அவனுக்குத் தெரியும். எனவே அவன் அதைக் கண்டு பயந்தான் என்றாலும், ஒரு காட்சி அரங்கேறுவதைத் தவிர்ப்பதற்காக அவளை நம்புவது போல நடித்தான். அவள் தரப்பில் உள்ள நியாயத்தை தான் ஓரளவு நம்ப வேண்டும் என்று அவன் விரும்பினான்.

“உங்களுக்கு அலுப்பூட்டாது என்று நான் நம்புகிறேன்.”

“ஆமாம்” என்றாள் அன்னா. “நேற்று மாஸ்கோ புத்தகக் கடை உரிமையாளர் கௌட்டியரிடமிருந்து எனக்கு ஒரு பார்சல் கிடைத்தது. எனவே எனக்கு அலுப்பு உண்டாகாது.”

‘சரி, அவள் அந்தத் தொனியைக் கடைப்பிடிக்க விரும்புகிறாள் எனில் அதுவும் நல்லதுதான். இல்லையெனில் அது வழக்கம் போல ஆகிவிடும்’ என்று அவன் நினைத்தான்.

எனவே அவன் அவளிடமிருந்து வெளிப்படையாக விளக்கம் எதுவும் கேட்காமல் தேர்தலுக்குப் புறப்பட்டுச் சென்றான். அவர்கள் உறவு தொடங்கிய நாளிலிருந்து இப்படி எதுவும் பேசாமல் அவன் அவளை விட்டுப் பிரிந்து செல்வது இதுவே முதல் முறை. இது ஒருபுறம் அவனைத் தொந்தரவு செய்தது என்றாலும் மறுபுறம் அது ஒரு சிறந்த வழியாக அவனுக்குத் தோன்றியது. ‘இப்போது இருப்பதைப் போல, முதலில் அது ஏதோ தெளிவற்றதாகவும், எதையோ மறைப்பதாகவும் தோன்றினாலும், போகப்போக அதற்கு அவள் பழகிவிடுவாள். நான் எதை வேண்டுமானாலும் அவளுக்குக் கொடுக்க முடியும். ஆனால் ஒரு மனிதனாக எனது சுதந்திரத்தை விட்டுக்கொடுக்க முடியாது’ என்று அவன் நினைத்தான்.

26

செப்டம்பர் மாதத்தில் கிட்டியின் பிரசவத்திற்காக லெவின் மாஸ்கோவுக்குச் சென்றார். அவர் மாஸ்கோவில் ஒரு மாதம் முழுவதும் எந்த வேலையும் செய்யாமல் பொழுதைக் கழித்தார். அப்போது காஷின் மாகாணத்தில் ஒரு பண்ணை வைத்திருந்த, அங்கு நடக்கப்போகும் தேர்தல் பிரச்சினையில் முக்கியப் பங்காற்றிய செர்ஜி இவானோவிச் அங்கு செல்வதற்குத் தயாரானார். செலெஸ்னேவ் மாவட்டத்தில் வாக்குரிமை உள்ள தன் சகோதரனைத் தன்னுடன் வருமாறு அவர் அழைத்தார். தவிர, லெவினுக்கு காஷினில் ஒரு முக்கிய வேலையும் இருந்தது. வெளிநாட்டில் வசிக்கும் தன் சகோதரியின் பொருட்டு விவசாயிகளுக்கு நிலத்தை மாற்றிக் கொடுத்ததில் வரவேண்டிய பணத்தை வாங்கும் வேலை அவருக்கு இருந்தது.

லெவின் அங்கு செல்வதைப் பற்றி முடிவு எடுக்க முடியாமல் தயங்கியபோது, மாஸ்கோவில் அவன் சலிப்படைந்திருப்பதைக் கவனித்த கிட்டி அவரைப் போகச் சொல்லி வற்புறுத்தினாள். அவள் அவரிடம் சொல்லாமல் அந்த நிகழ்ச்சிக்குத் தேவையான சீருடையை எண்பது ரூபிள்களுக்கு வாங்கினாள். சீருடைக்காக செலவழித்த அந்த எண்பது ரூபிள்கள் அவர் அங்கு செல்வதற்கு முக்கியக் காரணமாக அமைந்தது. எனவே அவர் காஷினுக்குச் சென்றார்.

ஐந்து நாட்கள் காஷினில் இருந்த லெவின், ஒவ்வொரு நாளும் கூட்டங்களில் கலந்து கொண்டார். இன்னும் முடியாமல் இழுத் தடித்த தன் சகோதரியின் வேலையை முடிப்பதில் தீவிரம் காட்டி னார். மார்ஷல்கள் அனைவரும் தேர்தலில் மும்முரமாக இருந்ததால் அந்த வேலையைச் சீக்கிரம் முடிக்க முடியவில்லை. இதனால் பணத்தைப் பெறுவதிலும் சிக்கல் ஏற்பட்டது. சட்டபூர்வமான விவரங்கள் குறித்து நீண்ட பேச்சுவார்த்தைக்குப் பிறகு விவசாயிகள் பணம் கொடுப்பதற்கு முன்வந்தனர். வழக்கறிஞர் உதவி செய்யும் மனப்பான்மையுடன் இருந்தார் என்றாலும், தலைவரின் கையொப்பம் இல்லாமல் அந்த வேலை தடைப்பட்டது. தலைவர் தன் பணியைத் துணைத் தலைவரிடம் ஒப்படைக்காமல் தேர்தல் பணியில் ஈடுபட்டி ருந்தார். இதற்காக மேற்கொண்ட பேச்சுவார்த்தைகள், அங்குமிங்கும் முடிவில்லாமல் அலைந்தது, மனுதாரரின் நிலையைப் புரிந்து கொண்டும் அவருக்கு உதவி செய்ய முடியாத மிகவும் அன்பான மனிதர்களுடன் பேசியது, ஆகிய அனைத்தும் பலனின்றி வீணாயிற்று. கனவில் கைகால்கள் அசைக்க முயன்றும் முடியாமல் தவிக்கும் ஒரு மனிதனைப் போல ஒரு வேதனையான உணர்வை லெவின் அனுபவித்தார். நல்ல குணம் கொண்ட தனது சட்ட ஆலோசகரிடம் பேசும்போது லெவின் அதை அடிக்கடி அனுபவித் தார். லெவினை அவருடைய இக்கட்டான நிலையிலிருந்து விடுவிக்க அந்த வழக்கறிஞர் தன்னால் இயன்ற அனைத்தையும் செய்வதாகத் தோன்றியது. "இதோ நீங்கள் அதை முயற்சி செய்து பாருங்கள்" என்று அவர் லெவினிடம் பலமுறை கூறினார். "அங்கே போங்கள், இங்கே போங்கள்" என்று எல்லாவற்றுக்கும் இடையூறாக இருந்த ஒரு முக்கியமான அம்சத்தை முறியடிப்பதற்கு அந்த வழக்கறிஞர் திட்டம் வகுத்தார். ஆனால் உடனடியாக அவர், "எப்படியும் அவர்கள் உடனடியாக அதைச் செய்ய மாட்டார்கள் என்றாலும் நீங்கள் முயற்சி செய்து பாருங்கள்!" என்றார். லெவின் மீண்டும் மீண்டும் முயற்சி செய்தார். அனைவரும் அவரிடம் அன்பாகவும் கனிவாகவும் பேசினார்கள் என்றாலும் எதுவும் பலன் தராமல் அவரது முன்னேற்றத்தைத் தடுத்தது. தான் யாரை எதிர்த்துப்

போராடுகிறோம் என்பதையும், இந்த விஷயம் முடிவுக்கு வராமல் இழுத்தடிப்பதால் ஆதாயம் அடைபவர் யார் என்பதையும் லெவினால் புரிந்துகொள்ள முடியவில்லை. இது வேறு யாருக்கும், அவரது வழக்கறிஞருக்கும் கூட தெரிந்ததாகத் தெரியவில்லை. ரயில் டிக்கெட்டைப் பெறுவதற்கு ஏன் வரிசையில் காத்திருக்கிறோம் என்பதற்கான காரணத்தை லெவின் புரிந்து கொண்டிருந்தால் அவருக்கு இவ்வளவு தூரம் வருத்தமோ எரிச்சலோ ஏற்பட்டிருக்காது. ஆனால் அவரது வேலையை முடிப்பதில் இத்தனை தடைகள் எதனால் ஏற்பட்டன என்பதற்கு யாராலும் விளக்கம் தர முடியவில்லை.

இருந்தாலும் லெவின் திருமணத்திற்குப் பிறகு நிறைய மாறிவிட்டதால் பொறுமையாக இருந்தார். இவையெல்லாம் ஏன் இப்படி நடக்கின்றன என்பது அவருக்குப் புரியவில்லை என்றாலும், எல்லாவற்றையும் தெரிந்து கொள்ளாமல் தான் எதையும் முடிவு செய்யக்கூடாது என்றும், அநேகமாக அது அப்படித்தான் நடக்கும் என்றும் அவர் தனக்குத் தானே சமாதானம் செய்து கொண்டார். எனவே அவர் கோபப்படாமல் இருக்க முயற்சி செய்தார்.

இப்போது லெவின் தேர்தலில் கலந்து, அவற்றில் பங்கெடுத்துக் கொண்டதால், அவர் அவர்களைக் குறை சொல்லாமல், தான் மதிக்கும் நேர்மையான நல்ல மனிதர்கள், இவ்வளவு தீவிரமாகவும், ஆர்வமாகவும் மேற்கொண்ட அந்தச் செயலைத் தன்னால் இயன்ற வரை முழுமையாகப் புரிந்துகொள்ள முயன்றார். திருமணத்திற்குப் பிறகு வாழ்க்கையில் எதிர்கொள்ள வேண்டிய பல புதிய தீவிரமான அம்சங்கள் லெவினுக்குப் புலப்படத் தொடங்கின. முன்பு அவருக்கு அதிகப் பழக்கமில்லாத காரணத்தால் அவை அவருக்கு முக்கிய மற்றதாகத் தோன்றியது. இப்போது நடக்கும் தேர்தலும் ஏதோ ஒரு வகையில் முக்கியத்துவம் வாய்ந்ததாக அவருக்குத் தோன்றியது.

தேர்தலின் விளைவாக எதிர்பார்க்கப்படும் மாற்றங்களின் முக்கியத்துவத்தை செர்ஜி இவானோவிச் அவருக்கு விளக்கினார். மாகாணத்தில் பிரபுக்களின் மார்ஷல்களாக இருப்பவர்கள் சட்டப்படி பல முக்கியமான பொதுப் பணிகளைத் தங்கள் கைகளில் வைத்திருந்தனர். அறங்காவலர் பதவிகளும் (லெவினுக்குத் தொல்லை கொடுத்த அதே துறையைச் சேர்ந்தவர்கள்), மாகாணத்தில் பிரபுக்கள் சந்தாவாகச் செலுத்திய பெரும் நிதியும், ஆண்கள் பெண்கள் இருவருக்குமான உயர்நிலைப் பள்ளிகளும், புதிய ஆட்சியின் கீழ் பிரபலமான கல்வியும் அவர்கள் வசம் இருந்தன. இறுதியாகப் பழைய பிரபுக்களில் ஒருவராக இருந்த மாகாணத்தின் மார்ஷல் ஸ்னெட்கோவ், ஒரு அன்பான நேர்மையான மனிதராக இருந்தாலும் இன்றைய தேவைகளைப் புரிந்துகொள்ள முடியாதவராக இருந்தார். எல்லா

விஷயங்களிலும் அவர் பிரபுக்களுக்கு ஆதரவாகச் செயல்பட்டார். பொதுக் கல்வி மக்களிடம் பரவுவதை அவர் வெளிப்படையாக எதிர்த்தார். மிகவும் முக்கியத்துவம் வாய்ந்ததாகக் கருதப்பட்ட மாவட்ட கவுன்சிலை சமூகத்திலுள்ள வர்க்கத்தின் அடிப்படையில் வகைப்படுத்துவதன் மூலம் அவர் சிறுமைப்படுத்தினார். அவருக்குப் பதிலாக சமகால கருத்துடைய, ஒரு புதிய திறமையான மனிதரை நியமிக்க வேண்டிய அவசியம் எழுந்தது. பிரபுக்களுக்கு வழங்கப்பட்ட அனைத்து உரிமைகளிலிருந்தும், பிரபுக்களாக அல்லாமல், மாவட்ட கவுன்சிலின் ஒரு அங்கமாக, தன்னாட்சியின் ஒவ்வொரு நன்மை யையும் பெறக்கூடிய வகையில் காரியங்களைச் செய்பவராக அவர் இருக்க வேண்டும். மற்ற மாகாணங்களை விட எல்லாவற்றிலும் எப்போதும் முன்னணியில் இருந்த செல்வச் செழிப்பான காஷினில் இப்போது அத்தகைய சக்திகள் ஒன்று குவிந்தன. அங்கு என்ன நடந்தாலும் அது மற்ற மாகாணங்களுக்கும், முழு ரஷ்யாவுக்கும் ஒரு முன்மாதிரியாக இருக்கும். எனவே இந்த விவகாரம் மிகவும் முக்கியத்துவம் வாய்ந்ததாக இருந்தது. ஸ்னெட்கோவுக்குப் பதிலாக ஸ்வியாஸ்கி அல்லது அவரை விடச் சிறந்த அறிவாற்றல் மிக்க முன்னாள் பல்கலைக்கழகப் பேராசிரியரும், செர்ஜி இவானோவிச்சின் மிகச்சிறந்த நண்பருமான நெவிடோவ்ஸ்கியை மார்ஷலாக நியமிக்க அவர்கள் முன்மொழிந்தனர்.

பேரவையைத் திறந்து வைத்த ஆளுநர் பிரபுக்களிடம் உரை யாற்றினார். தனிப்பட்ட விருப்பத்தின் அடிப்படையில் இல்லாமல் தகுதியின் அடிப்படையிலும், தாய்நாட்டின் நலனுக்காகவும் அதிகாரி களைத் தேர்ந்தெடுக்க வேண்டும் என்றும், கடந்த தேர்தலைப் போல காஷினின் பிரபுக்கள் தங்கள் கடமையைச் சரியாக நிறை வேற்றுவார்கள் என்றும், அரசரின் உயர்ந்த நம்பிக்கையை அவர்கள் நிறைவேற்றுவார்கள் என்றும் அவர் நம்பிக்கை தெரிவித்தார்.

ஆளுநர் தனது உரையை முடித்ததும் அறையை விட்டு வெளியேறினார். பிரபுக்கள் உற்சாகத்துடன் கூச்சலிட்டுக் கொண்டு அவரைப் பின்தொடர்ந்து சென்றனர். சிலர் உற்சாகத்துடன் அவரைச் சூழ்ந்து கொண்டனர். அவர் மாகாணத்தின் மார்ஷலுடன் இணக்கமாகப் பேசிக்கொண்டிருந்தார். எல்லாவற்றையும் பார்க்க வேண்டும் என்ற ஆவலில் லெவினும் கூட்டத்துடன் சேர்ந்து கொண்டார். “என் மனைவி அனாதை இல்லத்திற்குச் செல்வதால் வீட்டிற்கு வரமுடியவில்லை என்று வருந்துகிறார் என்பதை மரியா இவானோவ்னாவிடம் சொல்லுங்கள்” என்று ஆளுநர் சொல்வதை லெவின் கேட்டார். அதன் பிறகு பிரபுக்கள் உற்சாகத்துடன் முண்டி யடித்துக் கொண்டு தேவாலயத்தை நோக்கிச் சென்றனர்.

தேவாலயத்தில் லெவின் மற்றவர்களுடன் சேர்ந்து கையை உயர்த்தி, பாதிரியாரின் வார்த்தைகளைத் திரும்பத் திரும்பச் சொல்லி, ஆளுநர் எதிர்பார்த்த அனைத்தையும் நிறைவேற்றுவேன் என்று பயங்கரமான உறுதிமொழிகளுடன் சத்தியம் செய்தார். தேவாலயத்தில் செய்யப்படும் ஆராதனைகள் எப்போதும் லெவினிடம் ஒரு தாக்கத்தை ஏற்படுத்தின. "நான் சிலுவையை முத்தமிடுகிறேன்" என்ற வார்த்தைகளை உச்சரித்த அவர், அதை அங்கு கூடியிருந்த இளைஞர்களும் வயதானவர்களும் திரும்பத் திரும்பச் சொல்வதைப் பார்த்து மனம் நெகிழ்ந்தார்.

இரண்டாவது மற்றும் மூன்றாவது நாட்களில் பிரபுக்கள் திரட்டிய நிதி மற்றும் பெண்களின் உயர்நிலைப் பள்ளி தொடர்பான விஷயங்கள் அவையில் பேசப்பட்டன. செர்ஜி இவானோவிச் அவை முக்கியத்துவம் வாய்ந்தவை அல்ல என்று விளக்கினார். லெவின் தனது சொந்த வேலைக்காக ஒவ்வொரு அலுவலகத்திற்கும் ஏறி இறங்கியதால் அதில் அக்கறை காட்டவில்லை. நான்காவது நாளில் மாகாணத்தின் நிதி தொடர்பான கணக்குகள் ஆய்வு செய்யப்பட்டது. அப்போது முதல் முறையாக பழைய கட்சிக்கும் புதிய கட்சிக்கும் இடையில் மோதல் ஏற்பட்டது. நிதியைத் தணிக்கை செய்ய நியமிக்கப்பட்ட குழு நிதி அனைத்தும் சரியாக இருப்பதாக அறிக்கை அளித்தது. மாகாணத்தின் மார்ஷல் எழுந்து பிரபுக்களின் நம்பிக்கைக்கு நன்றி தெரிவித்து கண்ணீர் விட்டு அழுதார். பிரபுக்கள் அவரை உற்சாகப்படுத்தி அவருடன் கை குலுக்கினார்கள். ஆனால் அந்த நேரத்தில் செர்ஜி இவானோவிச்சின் கட்சியைச் சேர்ந்த ஒருவர், அந்தக் குழு உண்மையில் நிதியைத் தணிக்கை செய்யவில்லை என்று தான் கேள்விப்பட்டதாகவும், அவ்வாறு தணிக்கை செய்வது மாகாணத்தின் மார்ஷலை அவமதிப்பதாகும் என்றும் கூறினார். ஆணையத்தின் உறுப்பினர் ஒருவர் அதை உறுதிப்படுத்தினார். அப்போது மிகவும் இளமையான தோற்றமுடைய, ஆனால் தீய எண்ணம் கொண்ட ஒருவர், மாகாணத்தின் மார்ஷல் நிதிநிலை குறித்த அறிக்கையைக் கொடுப்பதில் எல்லா வகையிலும் மகிழ்ச்சியடைவார் என்றும், ஆணையத்தின் உறுப்பினர்களின் அதீத பணிவு அந்தத் தார்மீக திருப்தியைப் பறிக்கிறது என்றும் கூறத் தொடங்கினார். அதன் பிறகு குழுவின் உறுப்பினர்கள் தங்கள் அறிக்கையைத் திரும்பப் பெற்றனர். மேலும் நிதிகள் தணிக்கை செய்யப்பட்டதா இல்லையா என்பதை அவர்கள் ஒப்புக்கொள்ள வேண்டும் என்று செர்ஜி இவானோவிச் ஒரு தர்க்கரீதியான வாதத்தை வைத்து, அந்தக் குழப்பத்தை மேலும் விரிவாக்கினார். எதிரணியைச் சேர்ந்த ஒருவர் செர்ஜி இவானோவிச் சொன்னதை ஆட்சேபித்தார். அதன் பிறகு ஸ்வியாஸ்கியும், அந்த இளைஞனும் பேசினார்கள். நீண்ட

நேரமாக நடந்த அந்த விவாதம் எந்தப் பலனும் இல்லாமல் ஒரு முடிவுக்கு வந்தது. அவர்கள் அதைப் பற்றி இவ்வளவு நேரம் விவாதித்தது லெவினுக்கு ஆச்சரியமாக இருந்தது. குறிப்பாக பணம் மோசடி செய்யப்பட்டது என்று நீங்கள் சந்தேகப்படுகிறீர்களா என்று செர்ஜி இவானோவிச்சிடம் கேட்கப்பட்ட போது, “இல்லை! அவர் ஒரு நேர்மையான மனிதர். ஆனால் பிரபுக்களின் விவகாரங்களை நிர்வகிக்கும் இந்தப் பழமையான, ஆணாதிக்க குடும்ப முறையை ஒழிக்க வேண்டும்” என்று அவர் சொன்னார்.

ஐந்தாம் நாள் பிரபுக்களின் மாவட்ட மார்ஷல்களின் தேர்தல் நடைபெற்றது. அன்று சில மாவட்டங்களில் கடுமையான புயல் வீசியது. செலெஸ்னேவ் மாவட்டத்தில் ஸ்வியாஸ்கி வாக்கெடுப்பு இல்லாமல் ஒருமனதாகத் தேர்ந்தெடுக்கப்பட்டார். அன்று இரவு அவர் அனைவருக்கும் இரவு விருந்து அளித்தார்.

27

ஆறாவது நாளில் மாகாணத்தின் மார்ஷலுக்கான தேர்தல் நடந்தது. அங்கிருந்த பெரிய, சிறிய அறைகள் அனைத்தும் சீருடை அணிந்த பிரபுக்களால் நிரம்பி வழிந்தது. பலரும் அன்றுதான் வந்திருந்தனர். பல ஆண்டுகளாகத் தங்கள் நண்பர்களைச் சந்திக்கா மலிருந்த பலரும் கிரிமியாவிலிருந்தும், பீட்டர்ஸ்பர்க்கிலிருந்தும், வெளிநாட்டிலிருந்தும் வந்திருந்தனர். அவர்கள் அனைவரும் மகிழ்ச்சியுடன் சந்தித்து ஒருவருக்கொருவர் வாழ்த்துக்களைத் தெரிவித்துக் கொண்டனர். மன்னரின் உருவப்படத்தின் கீழ் இருந்த ஆளுநரின் மேசையைச் சுற்றி விவாதங்கள் நடந்தன.

பெரிய மற்றும் சிறிய அறைகளில் இருந்த பிரபுக்கள் அனைவரும் இரண்டு குழுக்களாகப் பிரிந்திருந்தனர். அவர்கள் விரோத மான, சந்தேகமான பார்வையிலிருந்தும், அந்நியர் தங்களை நெருங்கும் போதெல்லாம் அவர்கள் மௌனமாக இருந்ததிலிருந்தும், அவர்களில் சிலர் தூரத்திலிருந்த நடைபாதையில் தங்களுக்குள் கிசுகிசுத்துக் கொண்டிருந்ததிலிருந்தும், ஒவ்வொரு தரப்பினரும் மற்றவரிடமிருந்து ரகசியங்களை மறைப்பது தெளிவாகத் தெரிந்தது. வெளித் தோற்றத்தைப் பொருத்தமட்டில் அவர்கள் வயதானவர்கள் இளைஞர்கள் என்று இரண்டு பிரிவாக பிரிந்திருந்தனர். வயதானவர்கள் பெரும்பாலும் பிரபுக்களின் பழைய பாணியில் சீருடை அணிந்து, வாளையும் தொப்பியையும் வைத்திருந்தனர் அல்லது அவர்கள் அவர்களுக்கு உரிமையுள்ள, பழைய பாணியில் அமைந்த சிறப்பு கடற்படை, குதிரைப் படை அல்லது காலாட்படை சீருடைகளை அணிந்திருந்தனர்.

அவை அவர்களின் இடுப்பில் இறுக்கமாகவும் குட்டையாகவும் இருந்த காரணத்தால் அவர்கள் பெரியவர்களாக வளர்ந்துவிட்டதைப் போலத் தோற்றமளித்தனர். இளைஞர்கள் அகன்ற தோள்களை உடைய, இடுப்பில் தளர்வாக உள்ள நீண்ட வெள்ளை நிறச் சீருடைகளை அணிந்திருந்தனர் அல்லது நீதியின் சின்னமான லாரல் இலைகள் எம்பிராய்டரி செய்த கருப்பு காலர்களைக் கொண்ட சீருடைகளை அணிந்திருந்தனர். அங்குமிங்கும் கூட்டத்தை அலங்கரித்த அரசவைச் சீருடைகளை அணிந்த அனைவரும் இளைஞர்களாக இருந்தனர்.

ஆனால் இளைஞர்கள் முதியவர்கள் என்ற அந்தப் பிரிவினை கட்சிகளாகப் பிரிந்திருக்கவில்லை. லெவின் கருத்துப்படி இளைஞர்களில் சிலர் பழைய கட்சியைச் சேர்ந்தவர்களாக இருந்தனர். அதற்கு மாறாக ஸ்வியாஸ்கியுடன் கிசுகிசுப்பான குரலில் பேசிக்கொண்டிருந்த வயதானவர்களில் சிலர் புதிய கட்சியின் தீவிர ஆதரவாளர்கள் என்பது தெளிவாகத் தெரிந்தது.

லெவின் அந்தச் சிறிய அறையில் தங்களைப் புத்துணர்ச்சியுடன் வைத்திருக்க புகைபிடித்து சிற்றுண்டி சாப்பிட்டுக் கொண்டிருந்த தனது குழுவினருடன் நின்று, அவர்கள் சொல்வதைக் கவனமாகக் கேட்டு, அவற்றைப் புரிந்து கொள்ளும் வீணான முயற்சியில் தன் அறிவாற்றல் அனைத்தையும் பிரயோகித்துக் கொண்டிருந்தார். செர்ஜி இவானோவிச் அந்தக் குழுவின் மையமாகத் திகழ, அவரைச் சுற்றி மற்றவர்கள் சிறு குழுக்களாகக் கூடியிருந்தனர். தங்கள் கட்சியைச் சேர்ந்த மற்றொரு மாவட்டத்தின் மார்ஷல்களான ஸ்வியாஸ்கியும், கிலியுஸ்டோவும் பேசுவதை அவர் கேட்டுக் கொண்டிருந்தார். தன் மாவட்டத்தின் சார்பாக ஸ்னெட்கோவை மீண்டும் மார்ஷல் பதவிக்கு நிற்கச் சொல்வதற்கு கிலியுஸ்டோவ் மறுத்துவிட்டார். ஆனால் ஸ்வியாஸ்கி அவரை அவ்வாறு செய்யும்படி வற்புறுத்திக் கொண்டிருந்தார். செர்ஜி இவானோவிச்சும் அந்தத் திட்டத்தை ஒப்புக் கொண்டார். மார்ஷலைத் தோற்கடிக்க வேண்டும் என்ற எதிர்க்கட்சிகள் ஏன் அவரை நிற்கச் சொல்கின்றன என்று லெவினுக்குப் புரியவில்லை.

அப்போதுதான் சிற்றுண்டி சாப்பிட்டு பானம் ஒன்றைப் பருகிய ஸ்டீபன் ஆர்கடியேவிச், நறுமணம் கமழும் கைக்குட்டையால் வாயைத் துடைத்துக் கொண்டு, தனக்குரிய அரசவை உடையில் அவர்களிடம் வந்தான்.

“நாம் ஏதாவது செய்ய வேண்டும் செர்ஜி இவானோவிச்!” என்ற அவன் தன் மீசையைத் தடவினான்.

அவன் அவர்கள் பேசிக் கொண்டதைக் கேட்ட பிறகு ஸ்வியாஸ்கி சொன்னதை ஆதரித்தான்.

"ஸ்வியாஸ்கி ஏற்கனவே எதிர்க்கட்சியில் இருக்கிறார் என்பதால் மேலும் ஒரு மாவட்டம் இருந்தால் போதும்" என்றான். லெவினைத் தவிர மற்ற அனைவரும் அவன் சொன்னதைப் புரிந்து கொண்டனர்.

"அப்படியானால் கோஸ்டியா, உங்களுக்கும் இதெல்லாம் பிடிக் கிறதா?" என்ற அவன் லெவின் கையைப் பிடித்துக் கொண்டான். லெவினுக்கும் அதில் விருப்பம் இருந்தாலும், என்ன நடக்கிறது என்று அவரால் புரிந்துகொள்ள முடியவில்லை. எனவே அவர் பேசிக் கொண்டிருந்தவர்களிடமிருந்து ஸ்டீபன் ஆர்கடியேவிச்சுடன் சில அடிகள் தூரம் விலகிச் சென்று, மாகாணத்தின் மார்ஷலை ஏன் மீண்டும் நிற்கச் சொல்ல வேண்டும் என்று தனக்கிருந்த குழப்பத்தை அவனிடம் வெளிப்படுத்தினார்.

"எல்லாம் சுலபமாக முடியத்தான்" என்ற ஸ்டீபன் ஆர்கடி யேவிச், லெவினிடம் விஷயம் என்னவென்பதைச் சுருக்கமாகவும் தெளிவாகவும் விளக்கினான்.

"முந்தைய தேர்தல்களைப் போல அனைத்து மாவட்டங்களும் மாகாணத்தின் மார்ஷலை ஆதரித்தால், அவர் வாக்கெடுப்பு இல்லாமல் தேர்ந்தெடுக்கப்படுவார். இப்போதும் அப்படி நடக்கக் கூடாது என்று எதிர்க்கட்சிகள் நினைத்தன. இப்போது எட்டு மாவட்டங்கள் அவரை ஆதரிக்கின்றன. இரண்டு மாவட்டங்கள் அவ்வாறு செய்ய மறுத்தால் ஸ்னெட்கோவ் தேர்தலில் நிற்பதற்கு மறுப்பு தெரிவிப்பார். அப்போது பழைய கட்சி தங்கள் கட்சியின் சார்பாக வேறு ஒருவரைத் தேர்ந்தெடுக்கும். ஆனால் ஸ்வியாஸ்கியின் மாவட்டம் மட்டும் ஸ்னெட்கோவை ஆதரிக்கவில்லை என்றால், அவர் மீண்டும் அந்தப் பதவிக்குப் போட்டியிடுவார். அப்போது எதிர்க்கட்சியினர் அவரை ஆதரிப்பது போல நடித்து, தங்கள் வேட்பாளர்களில் ஒருவரை நிறுத்தி, அவரை வெற்றி பெறச் செய்வார்கள்."

லெவினுக்குப் புரிந்தது என்றாலும் முழுமையாகப் புரியவில்லை. அவர் மேலும் சில கேள்விகளைக் கேட்க முற்பட்டபோது, திடீரென்று எல்லோரும் பேசத் தொடங்கி, கூச்சலிட்டுக் கொண்டு பெரிய அறையை நோக்கிச் சென்றனர்.

"என்ன நடக்கிறது? என்ன? யார்? யாருக்காக? என்ன ஆணை? எதற்காக? அவர்கள் நிராகரித்துவிட்டார்களா? எந்த ஆணையும் இல்லையா? ஃப்ளெரோவுக்கு அனுமதி இல்லையா? அவர் மீது வழக்கு தொடர்ந்தால் என்ன செய்வது? அதாவது அவர்கள் யாரையும் அனுமதிக்க மாட்டார்கள். இது அர்த்தமற்றது. இதுதான்

சட்டம்!" என்று நாலாபக்கத்திலிருந்தும் அவர்கள் பேசிக் கொண்டார்கள். என்ன நடக்கிறது என்பதைப் பார்க்க வேண்டும் என்பதற்காக அனைவரும் அவசர அவசரமாகப் பெரிய அறைக்குள் நுழைந்த போது லெவினும் அவர்களுடன் சென்றார். கூட்டத்தில் முண்டியடித்துச் சென்ற லெவின், மாவட்டத்தின் மார்ஷல் ஸ்வியாஸ்கியும், மற்ற தலைவர்களும் ஏதோ ஒன்றைக் குறித்து சூடாக விவாதித்துக் கொண்டிருந்த ஆளுநரின் மேசைக்கு அருகில் சென்றார்.

28

லெவின் சற்றுத் தூரத்தில் நின்று கொண்டிருந்தார். அவருக்கு அருகில் இருந்த ஒருவரின் பெருமூச்சினாலும், மற்றொருவரின் தடித்த காலணிகளின் இரைச்சலாலும் அவர்கள் பேசிக் கொண்டதை அவரால் தெளிவாகக் கேட்க முடியவில்லை. தூரத்தில் இருந்த மார்ஷலின் மென்மையான குரலையும், அந்த விஷமக்கார இளைஞரின் மெல்லிய குரலையும், பிறகு ஸ்வியாஸ்கியின் குரலையும் மட்டுமே அவரால் கேட்க முடிந்தது. அவருக்குத் தெரிந்தவரை அவர்கள் சட்டத்தின் ஒரு பிரிவைப் பற்றியும், 'குற்றவியல் விசாரணையின் கீழ்' என்ற வார்த்தைகளின் பொருளைப் பற்றியும் விவாதித்துக் கொண்டிருந்தனர்.

செர்ஜி இவானோவிச் மேசையை நெருங்கியபோது கூட்டம் இரண்டாகப் பிரிந்து அவருக்கு வழிவிட்டது. அந்த இளைஞர் பேசி முடிக்கும் வரை காத்திருந்த செர்ஜி இவானோவிச் சட்டத்தின் பிரிவைப் பரிசீலிப்பதே சரியான தீர்வு என்று தான் கருதுவதாகச் சொல்லி அதைக் கடைப்பிடிக்குமாறு செயலாளரைக் கேட்டுக் கொண்டார். கருத்து வேறுபாடு ஏற்பட்டால் வாக்கெடுப்பு நடத்த வேண்டும் என்று சட்டத்தில் கூறப்பட்டுள்ளது.

செர்ஜி இவானோவிச் அந்தச் சட்டப்பிரிவை உரக்கப் படித்து அதன் பொருளை விளக்கத் தொடங்கியபோது, உயரமாக, பருமனாக, சாயம் பூசிய மீசையுடன், இறுக்கமான சீருடையில் இருந்த ஒரு நில உரிமையாளர் கழுத்துக்குப் பின்னால் சட்டையின் காலர் அழுந்த அவரை இடைமறித்தார். மேசையை நெருங்கிய அவர், தன் மோதிரம் அணிந்த கையால் மேசையைத் தட்டிக் கூச்சலிடத் தொடங்கினார்.

"வாக்களியுங்கள்! அதை வாக்கெடுப்புக்கு விடுங்கள்! விவாதிக்க ஒன்றுமில்லை! வாக்களிப்போம்!"

அதைக் கேட்டதும் பல குரல்கள் ஒரே நேரத்தில் பேசத் தொடங்கின. அதனால் கோபமடைந்த அந்த மனிதர் மேலும்

உரக்கக் கத்தினார். ஆனால் அவர் என்ன சொல்கிறார் என்பதை யாராலும் புரிந்துகொள்ள முடியவில்லை.

செர்ஜி இவானோவிச் பரிந்துரைத்த அதே கருத்தைத்தான் அந்த மனிதரும் சொல்லிக் கொண்டிருந்தார். ஆனால் அந்த மனிதர் செர்ஜி இவானோவிச்சையும் அவரது கட்சியையும் வெறுத்தார் என்பது தெளிவாகத் தெரிந்தது. அந்த வெறுப்புணர்வு அந்த மனிதரின் கட்சியைச் சேர்ந்த அனைவரிடமும் தொற்றிக்கொள்ள, அவர்கள் தங்கள் கோபத்தைப் பிரதிபலிக்க சற்றே கண்ணியத்துடன் கத்தினார்கள். கூச்சலும் குழப்பமும் அதிகரிக்க மாகாணத்தின் மார்ஷலை உத்தரவிட அழைக்க வேண்டியிருந்தது.

"வாக்களியுங்கள்! வாக்களியுங்கள்! எந்த ஒரு பிரபுவும் அதைப் புரிந்துகொள்ள முடியும். நாங்கள் ரத்தம் சிந்துகிறோம்... மன்னரின் நம்பிக்கை... மார்ஷல் நிதியைத் தணிக்கை செய்ய வேண்டியதில்லை. அவர் ஒரு கடையின் உதவியாளர் அல்ல...! ஆனால் விஷயம் அதுவல்ல...! தயவு செய்து வாக்கெடுப்பு நடத்துங்கள்...! இது மிகவும் மோசமானது!" என்று நாலாபுறமும் ஆவேசமான கூச்சல்கள் எழுந்தன. அவர்கள் பேசியதை விடவும் அவர்களின் தோற்றமும் முகமும் மேலும் அதிகமான கசப்பையும், கோபத்தையும் வெளிக் காட்டின. சமரசம் செய்துகொள்ள முடியாத வெறுப்பை அவர்கள் உமிழ்ந்தனர். விஷயம் என்னவென்று லெவினுக்குச் சிறிதும் புரியவில்லை. ஃப்ளெரோவ் பற்றிய கருத்தை வாக்கெடுப்புக்கு விடலாமா வேண்டாமா என்ற கேள்வியை அவர்கள் அவ்வளவு ஆர்வத்துடன் விவாதித்ததைக் கண்டு அவர் வியப்படைந்தார். பொதுநலனுக்காக மாகாணத்தின் மார்ஷலை அகற்றுவது அவசியம் என்றாலும் மார்ஷலைத் தோற்கடிக்க பெரும்பான்மை வாக்குகள் அவசியம். அந்தப் பெரும்பான்மையைப் பெறுவதற்கு ஃப்ளெரோவுக்கு வாக்களிக்கும் உரிமையைப் பெறுவது அவசியம். ஃப்ளெரோவின் வாக்களிக்கும் உரிமையைப் பெறுவதற்கு சட்டத்தில் உள்ள விதிகளை விளக்குவது அவசியம். செர்ஜி இவானோவிச் அதைப் பின்னர் லெவினுக்கு விளக்கினார் என்றாலும் அவர் அதை மறந்துவிட்டார்.

"ஒரே ஒரு வாக்கினால் எல்லாவற்றையும் தீர்மானிக்க முடியும். எனவே பொதுநலனுக்காகச் சேவை செய்ய விரும்பினால் நீங்கள் தீவிரமாகவும் உறுதியாகவும் இருக்க வேண்டும்" என்று முடித்தார் செர்ஜி இவானோவிச்.

ஆனால் லெவின் அதையெல்லாம் மறந்துவிட்டார். தான் உயர்வாக மதிக்கும் அந்த மனிதர்கள் இப்படி விரும்பத்தகாத, வக்கிரமான கோபத்துடன் இருப்பதைப் பார்ப்பது அவருக்கு வேதனையாக இருந்தது. அந்த வேதனையான உணர்விலிருந்து தப்பிக்க அவர் மற்றொரு அறைக்குச் சென்றார். அங்கு பஃபேயைச்

சுற்றி வெயிட்டர்களைத் தவிர வேறு யாரும் இல்லை. அவர்கள் தட்டுக்களையும் கண்ணாடி டம்ளர்களையும் கழுவுவதில் மும்மு ரமாக இருப்பதையும், அவர்களின் உற்சாகமான அமைதியான முகங்களையும் பார்த்தபோது லெவினுக்கு எதிர்பாராத ஒரு நிம்மதி ஏற்பட்டது. மூச்சுவிட முடியாமல் திணறிய நெரிசலான அறையி லிருந்து வெளியே வந்து புதிய காற்றை சுவாசிப்பது போல உணர்ந் தார். அவர்களை மகிழ்ச்சியுடன் பார்த்துக் கொண்டு அறையில் அங்குமிங்கும் நடந்தார். சாம்பல் நிற மீசையுடன் இருந்த ஒரு வயதான வெயிட்டர் நாப்கின்களை எப்படி மடிப்பது என்று இளைஞர்களுக்கு சொல்லிக் கொடுத்தபோது, தன்னைக் கேலி செய்த அவர்களின் மீது அவர் ஏளனப் பார்வையை வீசிய விதம் லெவினுக்கு மிகவும் பிடித்திருந்தது. லெவின் அந்த வயதான வெயிட்டரிடம் பேச முயன்றபோது, மாகாணத்தில் உள்ள அனைத்து பிரபுக்களின் பெயர்களையும் அறிந்த, பிரபுக்களின் அறக்கட்டளையின் செயலாளர் அவரை அழைத்தார்.

“தயவுசெய்து வாருங்கள் கான்ஸ்டான்டின் டிமிட்ரிச். உங்கள் சகோதரர் உங்களைத் தேடுகிறார். வாக்கெடுப்பு நடக்கிறது” என்றார் அவர்.

லெவின் அறைக்குள் நுழைந்து ஒரு வெள்ளைப் பந்தை பெற்றுக்கொண்டு தன் சகோதரன் செர்ஜி இவானோவிச்சைத் தொடர்ந்து, தாடியை கையில் எடுத்து முகர்ந்து பார்த்தபடி இறுகிய முகபாவத்துடன் ஸ்வியாஸ்கி நின்றிருந்த மேசைக்கு அருகில் சென்றார். செர்ஜி இவானோவிச் அங்கிருந்த பெட்டிக்குள் கையை விட்டுத் தன் பந்தை வைத்துவிட்டு லெவினுக்கு இடமளித்து அசையாமல் நின்றார். முன்னே சென்ற லெவின் தான் என்ன செய்ய வேண்டும் என்பதை மறந்துவிட்டு, சங்கடத்துடன் செர்ஜி இவானோவிச்சை நோக்கி, ‘அதை நான் எங்கே வைப்பது?’ என்று மெல்லிய குரலில் கேட்டார். தன்னைச் சுற்றிலும் இருந்தவர்கள் பேசிக்கொண்டிருந்ததால் தான் பேசுவது கேட்காது என்ற நம்பிக்கையில் அவர் மெதுவாகக் கேட்டார். ஆனால் அப்போது பேசிக் கொண்டிருந்தவர்கள் அமைதியானதும், அவர் கேட்ட அபத்தமான கேள்வி அனைவருக்கும் கேட்டது. செர்ஜி இவானோவிச் முகத்தைச் சுளித்தார்.

“அது ஒருவரின் சொந்த முடிவு” என்று அவர் கடுமையாகச் சொன்னார்.

பலரும் சிரித்தனர். முகம் சிவந்த லெவின் அவசர அவசரமாகத் தன் கையைப் பெட்டிக்குள் விட்டு, பந்து தனது வலது கையில் இருந்ததால் அதை வலது பக்கத்தில் போட்டார். தான் இரண்டு கையையும் உள்ளே வைத்து இடது புறமும் பந்தைப் போட்டிருக்கலாம்

என்று அவருக்கு ஞாபகம் வந்தது என்றாலும் காலம் கடந்துவிட்டது. அவர் மேலும் குழப்படைந்து அவசரமாகப் பின்வாங்கினார்.

“நூற்று இருபத்தாறு பேர் ஆதரவாகவும், தொண்ணூற்று எட்டு பேர் எதிராகவும் வாக்களித்துள்ளனர்” என்று செயலாளரின் குரல் கேட்டது. வாக்குப் பெட்டியில் ஒரு பொத்தானும் இரண்டு கொட்டைகளும் காணப்பட்டதைத் தொடர்ந்து சிரிப்புச் சத்தம் கேட்டது. ஃப்ளெரோவுக்கு வாக்களிக்கும் உரிமை வழங்கப்பட்டது. அந்த விஷயத்தில் புதிய கட்சி வெற்றி பெற்றது.

இருப்பினும் இதனால் தாங்கள் தோற்றுப் போய்விட்டதாக பழைய கட்சி நினைக்கவில்லை. அவர்கள் ஸ்னெட்கோவை நிற்கும் படி சொல்வதைக் கேட்ட லெவின், ஏதோ பேசிக் கொண்டிருந்த மார்ஷலைச் சுற்றி பிரபுக்கள் கூட்டம் கூடுவதைக் கண்டார். லெவின் அவர்கள் அருகில் சென்றார். பிரபுக்களுக்குப் பதிலளித்த ஸ்னெட்கோவ் பிரபுக்கள் தன் மீது வைத்திருக்கும் நம்பிக்கையையும், பாசத்தைப் பற்றியும் அதற்கு தான் தகுதியற்றவர் என்றும் கூறினார். ஏனென்றால் பன்னிரண்டு ஆண்டுகள் சேவை செய்த அவர் பிரபுக்கள் மீது கொண்ட பற்று மட்டுமே அவரது ஒரே தகுதியாக இருந்தது. “சத்தியத்துடனும் நல்ல எண்ணத்துடனும் என்னால் இயன்றவரை நான் சேவை செய்தேன். நான் உங்கள் முடிவை மதிக்கிறேன், நன்றி” என்ற வார்த்தைகளை அவர் பலமுறை திரும்பத் திரும்பச் சொன் னார். திடீரென்று பேச முடியாமல் மூச்சுத்திணறிய அவர், கண்ணீருடன் அறையை விட்டு வெளியேறினார். அந்தக் கண்ணீர் அவருக்கு இழைக்கப்பட்ட அநீதியினால் ஏற்பட்டதா அல்லது அவர் பிரபுக்கள் மீது வைத்திருந்த அன்பினால் ஏற்பட்டதா அல்லது தான் எதிரிகளால் சூழப்பட்டிருப்பதை உணர்ந்த நெருக்கடியான சூழ்நிலையால் ஏற்பட்டதா என்பது தெரியவில்லை என்றாலும் பெரும்பாலான பிரபுக்கள் மனம் நெகிழ்ந்து போனார்கள். ஸ்னெட் கோவ் மீது லெவினுக்கும் கனிவு ஏற்பட்டது.

வேகமாக வெளியேறிய மார்ஷல் வாசலில் லெவின் மீது மோதிக் கொண்டார்.

“தயவுசெய்து என்னை மன்னியுங்கள்” என்று அவர் ஒரு அந்நியரைப் போல லெவினிடம் கூறினார். ஆனால் அவர் லெவினை அடையாளம் கண்டுகொண்டதும் வெட்கத்துடன் சிரித்தார். லெவினுக்கு ஏதோ சொல்ல வேண்டும் என்று தோன்றியது என்றாலும் உணர்ச்சி வேகத்தில் வார்த்தைகள் வெளியே வரவில்லை. சிலுவை பொறித்த சீருடையிலும், சரிகைகள் பதித்த வெள்ளைக் கால்சட்டையிலும் இருந்த அவரது உருவமும் முகபாவமும், அவர் வேகமாக வெளி யேறிய விதமும், லெவினுக்கு வேட்டையாடப்பட்ட ஒரு மிருகத்தை நினைவூட்டியது. மார்ஷலின் முகபாவம் லெவினின் மனதைத்

தொட்டது. ஏனெனில் லெவின் தன் பிரச்சினைக்காக நேற்றுதான் அவரை அவரது வீட்டில் சந்தித்தார். அங்கு ஒரு கருணையுள்ள குடும்பத் தலைவரின் கண்ணியத்துடன் அவரை லெவின் பார்த்தார். பழைய பாணியில் அமைந்த அவருடைய பெரிய வீடும், அடிமை களாக இருந்து தங்கள் எஜமானருடன் ஒட்டிக்கொண்ட, சுத்த மில்லாத ஆனால் மரியாதைக்குரிய வயதான வீட்டு வேலைக்காரர்களும், பருமனான உடல்வாகுடன், துருக்கிய சால்வையும் தொப்பியும் அணிந்த, நல்ல குணமுடைய, தனது பேரக்குழந்தையான மகளின் மகளை செல்லமாக வளர்க்கும் அவரது மனைவியும், வீட்டுக்குத் திரும்பி தன் தந்தையை வாழ்த்தி அவரது பெரிய கையை முத்தமிட்ட, உயர்நிலைப் பள்ளியில் ஆறாம் வகுப்பு படிக்கும் இளைய மகனும், மார்ஷலின் அன்பான கலகலப்பான வார்த்தைகளும், உடல் அசைவு களும் தன்னிச்சையாக லெவினிடம் அவர் மீது மரியாதையையும் அனுதாபத்தையும் ஏற்படுத்தியிருந்தன. மனம் நெகிழ்ந்து அவருக்காக வருந்திய லெவின் அவரிடம் ஏதாவது நல்ல வார்த்தைகளைப் பேச வேண்டும் என்று விரும்பினார்.

"நீங்கள் மீண்டும் மார்ஷலாக வருவீர்கள்" என்று அவர் கூறினார்.

"சிரமம்" என்ற மார்ஷல் பயத்துடன் சுற்றிலும் பார்த்தார். "எனக்கு வயதாகிவிட்டதால் நான் களைப்படைந்து விட்டேன். என்னைவிடத் தகுதியும் இளமையும் உள்ளவர்கள் இருக்கிறார்கள். அவர்கள் சேவை செய்யட்டும்" என்ற மார்ஷல் பக்கவாட்டு வாசல் வழியாக மறைந்தார்.

மிக முக்கியமான தருணம் வந்தது. அவர்கள் உடனடியாகத் தேர்தலை நடத்த வேண்டியிருந்தது. இரு கட்சித் தலைவர்களும் வெள்ளை, கருப்பு பந்துகளை எண்ணிக் கொண்டிருந்தனர்.

ஃப்ளெரோவ் பற்றிய விவாதம் புதிய கட்சிக்கு ஃப்ளெரோவின் வாக்கை மட்டுமின்றி சிறிது கால அவகாசத்தையும் பெற்றுத் தந்தது. இதனால் தேர்தலில் வாக்களிப்பதைத் தடுப்பதற்காக, பழைய கட்சியினர் பிடித்து வைத்திருந்த மூன்று பிரபுக்களை மீட்டு வர முடிந்தது. மதுப்பிரியர்களாக இருந்த இருவரை ஸ்னெட்கோவின் கூட்டாளிகள் மதுவின் போதையில் மூழ்கடித்திருந்தனர். மூன்றாம வரின் சீருடையை யாரோ திருடிச் சென்றிருந்தனர்.

இதை அறிந்த புதிய கட்சியினர் ஃப்ளெரோவ் பற்றிய விவாதத்தின் போது, தங்கள் உறுப்பினர் சிலரை வாடகை வண்டி யில் அனுப்பி அந்த மூவரையும் அழைத்துக் கொண்டு வருவதற்கு நேரம் கிடைத்தது.

"நான் ஒருவர் மீது தண்ணீரை ஊற்றி அவரை அழைத்துக் கொண்டு வந்தேன். அவரால் வாக்களிக்க முடியும்" என்று ஒரு நில உரிமையாளர் ஸ்வியாஸ்கியிடம் சொன்னார்.

"அவர் குடிபோதையில் இல்லை, கீழே விழ மாட்டார் என்று நீங்கள் உறுதியாக நம்புகிறீர்களா?" என்ற ஸ்வியாஸ்கி தலையை ஆட்டினார்.

"இல்லை, அவர் நன்றாக இருக்கிறார். இங்கே அவருக்குக் குடிக்க எதுவும் கொடுக்காத வரை... எந்தக் காரணத்தைக் கொண்டும் அவருக்கு மது தரக்கூடாது என்று பாரில் இருப்பவர்களிடம் சொல்லியிருக்கிறேன்."

29

அந்தச் சிறிய குறுகலான அறை, சாப்பிட்டுக் கொண்டும் புகைபிடித்துக் கொண்டும் இருந்த பிரபுக்களால் நிரம்பி வழிந்தது. அனைவரும் பதட்டத்துடன் இருந்தனர். அங்கிருந்த ஒவ்வொருவர் முகத்திலும் வெளிப்படையாகக் கவலை தெரிந்தது. குறிப்பாக அனைத்து விவரங்களையும் வாக்குகளின் எண்ணிக்கையையும் அறிந்த தலைவர்களிடம் பதட்டம் அதிகமாகக் காணப்பட்டது. நிகழப்போகும் போரின் தளபதிகள் அவர்கள்தான். போருக்கு முன்னால் உள்ள வீரர்களைப் போல தொண்டர்கள் சண்டைக்குத் தயாராகிக் கொண்டிருந்தாலும், தற்போதைக்கு அவர்கள் தங்களை ஆசுவாசப்படுத்திக் கொண்டார்கள். சிலர் எழுந்து நின்று அல்லது மேசையில் அமர்ந்து சாப்பிட்டார்கள், குடித்தார்கள். மற்றவர்கள் புகைபிடித்தபடி, நீண்ட காலமாகப் பார்க்காத தங்கள் நண்பர்களுடன் பேசிக் கொண்டு அறையில் அங்குமிங்கும் நடந்து கொண்டிருந் தார்கள்.

லெவின் சாப்பிடவும் புகைபிடிக்கவும் விரும்பவில்லை. மேலும் அவர் தன் சொந்தக் குழுவினர்களான ஆப்லான்ஸ்கியுடனும், ஸ்வியாஸ்கியுடனும் மற்றவர்களுடனும் சேர்ந்து கொள்ள விரும்ப வில்லை. ஏனென்றால் விரான்ஸ்கி தனது சீருடையில் அவர்களுடன் ஆர்வத்துடன் பேசிக் கொண்டிருந்தான். லெவின் நேற்றுத் தேர்தலின் போது அவனைப் பார்த்தார், ஆனால் அவர் அவனைச் சந்திக்க விருப்பமின்றி கவனமாகத் தவிர்த்தார். ஜன்னல் ஓரமாக அமர்ந்து, பல்வேறு குழுக்களைப் பார்வையிட்டு, தன்னைச் சுற்றியுள்ளவர்கள் என்ன பேசிக் கொள்கிறார்கள் என்பதைக் கேட்டுக் கொண்டிருந்தார். எல்லோரும் கலகலப்பாகவும் சுறுசுறுப்பாகவும் இருப்பதைக் கண்டு அவர் வருத்தப்பட்டார். அதே நேரத்தில் அவரும், அவருக்கு அருகில்

கடற்படை சீருடை அணிந்து, எதையோ முணுமுணுத்துக் கொண்டிருந்த பற்கள் இல்லாத ஒரு முதியவரும் மட்டும் ஆர்வமில்லாமலும், எதுவும் செய்யாமலும் இருந்தனர்.

"அவன் ஒரு அயோக்கியன்! நான் அவனிடம் அதைச் சொன்னாலும் எந்தப் பிரயோஜனமும் இல்லை. யோசித்துப் பாருங்கள்! மூன்று வருடங்களாக அவனால் அதைச் சேகரிக்க முடியவில்லை!" என்று குள்ளமாக இருந்த நில உரிமையாளர் ஒருவர் சொன்னார். நறுமண எண்ணெய் பூசிய அவரது தலைமுடி அவருடைய எம்பிராய்டரி சீருடையின் காலர் வரை தொங்கியது. தேர்தலுக்காக அவர் புதியதாக அணிந்திருந்த காலணிகளின் குதிகால்கள் ஓசை எழும்பும்படி பலமாகத் தட்டினார். லெவினை அதிருப்தியுடன் பார்த்த அவர் சட்டென்று திரும்பிக் கொண்டார்.

"ஆமாம், இது ஒரு அசிங்கமான தொழில் என்பதை மறுப்பதற்கில்லை" என்று மற்றொரு நில உரிமையாளர் மெல்லிய குரலில் சொன்னார்.

அப்போது ஒரு கொழுத்த தளபதியைச் சூழ்ந்திருந்த நில உரிமையாளர்களின் கூட்டம் அவசர அவசரமாக லெவினை நோக்கி வந்தது. தாங்கள் பேசுவதை யாரும் கேட்காமல் இருப்பதற்காக அவர்கள் இடம் தேடிக் கொண்டிருந்தனர்.

"அவனுடைய சீருடையைத் திருடும்படி நான்தான் சொன்னேன் என்று சொல்ல அவனுக்கு எப்படி தைரியம் வந்தது! குடிப்பதற்காக அவன் அவற்றை அடமானம் வைத்திருப்பான். அவன் மீதும் அவன் இளவரசர் பட்டத்தின் மீதும் நான் காறி உமிழ்கிறேன். அப்படிச் சொல்ல அவனுக்கு என்ன தைரியம்? பன்றி!"

"மன்னிக்கவும், அவர்கள் சட்டத்தின் பிரிவுக்கு உட்பட்டு நடக்கிறார்கள். மனைவியையும் பிரபுக்களைச் சேர்ந்தவளாகப் பதிவு செய்ய வேண்டும்" என்று மற்றொரு குழுவில் யாரோ சொன்னார்கள்.

"எனக்கு சட்டத்தைப் பற்றி என்ன கவலை? நான் வெளிப்படையாகப் பேசுகிறேன். அதற்காகத்தான் பிரபுக்கள் இருக்கிறார்கள். ஒருவர் அதை நம்ப வேண்டும்."

"வாருங்கள் மேன்மையானவரே! ஒரு டம்ளர் நல்ல ஷாம்பெயின் குடியுங்கள்!" என்று உரக்கக் கூச்சலிட்டுக் கொண்டிருந்த ஒரு பிரபுவின் பின்னால் மற்றொரு குழு பின்தொடர்ந்து சென்றது. குடிபோதையில் இருந்த மூவரில் அவரும் ஒருவர்.

"மரியா செமினோவ்னாவிடம் நிலத்தைக் குத்தகைக்கு விடும்படி நான் யோசனை சொன்னேன் ஏனெனில் அதிலிருந்து அவளால் ஒருபோதும் லாபம் ஈட்ட முடியாது" என்று வெள்ளை நிற

நற்றிணை பதிப்பகம் ● 965

மீசையுடன் கர்னலின் சீருடையில் இருந்த நில உரிமையாளர் ஒருவர் இனிமையான குரலில் சொன்னார். ஸ்வியாஸ்கியின் வீட்டில் லெவின் சந்தித்த நில உரிமையாளர் இவர்தான். லெவின் அவரைப் பார்த்ததும் அடையாளம் கண்டு கொண்டார். அந்த நில உரிமை யாளரும் லெவினை அடையாளம் கண்டு கொள்ள, இருவரும் கைகுலுக்கினார்கள்.

"உங்களைப் பார்த்ததில் மிக்க மகிழ்ச்சி. சென்ற வருடம் மார்ஷல் ஸ்வியாஸ்கியின் வீட்டில் நாம் சந்தித்தது எனக்கு நன்றாக நினை விருக்கிறது."

"சரி, உங்கள் விவசாயம் எப்படிப் போகிறது?" என்று லெவின் கேட்டார்.

"ஓ, இன்னும் அதே நஷ்டத்தில்தான்" என்று நில உரிமையாளர் பணிவான புன்னகையுடன் பதில் சொன்னார். விஷயங்கள் எப்போதும் அப்படித்தான் நடக்கும் என்ற சாந்தமான முகபாவம் அவரிடம் வெளிப்பட்டது. "நீங்கள் எங்கள் மாகாணத்திற்கு எப்படி வந்தீர்கள்? எங்களுடைய ஆட்சிக் கவிழ்ப்பில் பங்கேற்க வந்தீர்களா?" என்ற அவர் பிரெஞ்சு வார்த்தைகளை உறுதியாக ஆனால் மோச மாக உச்சரித்தார். "அமைச்சர்களைத் தவிர அரண்மனை காரியஸ்தர் வரை எல்லா ரஷ்யர்களும் இங்கே கூடியிருக்கிறார்கள்" என்ற அவர் வெள்ளை நிற அரசவை சீருடையில் தளபதியுடன் நடந்து சென்ற ஸ்டீபன் ஆர்கடியேவிச்சின் கம்பீரமான உருவத்தைச் சுட்டிக் காட்டினார்.

"இந்தப் பிரபுக்களின் தேர்தல்களின் முக்கியத்துவத்தை நான் இன்னும் சரியாகப் புரிந்து கொள்ளவில்லை என்பதை நான் ஒப்புக்கொள்ள வேண்டும்" என்றார் லெவின்.

நில உரிமையாளர் லெவினைப் பார்த்தார்.

"இதில் புரிந்துகொள்ள என்ன இருக்கிறது? அதற்கு எந்த அர்த்தமும் இல்லை. அது ஒரு முடங்கிப்போன காலாவதியான அமைப்பு. இது நீதிபதிகள் மற்றும் நீதிமன்றத்தின் நிரந்தர உறுப்பினர்களின் கூட்டம் என்பது அவர்களின் சீருடைகளைப் பார்த்தாலே புரியும். இது பிரபுக்களின் கூட்டம் அல்ல."

"அப்படியானால் நீங்கள் ஏன் இங்கு வந்தீர்கள்?" என்று லெவின் கேட்டார்.

"பழக்கம்தான் காரணம். மேலும் நான் எனக்குள்ள தொடர்பு களைப் பராமரிக்க வேண்டும். இது ஒரு வகையான தார்மீகக் கடமை என்று வைத்துக்கொள்ளுங்கள். மேலும் உண்மையைச் சொல்ல வேண்டும் என்றால் இதில் ஒருவரின் சொந்த நலன்களும் இருக்கின்றன. என் மருமகன் நிரந்தர உறுப்பினராக நிற்க

விரும்புகிறார். அவர் செல்வந்தர் அல்ல என்பதால் அவர் வெற்றி பெற உதவி செய்வதற்காக நான் வந்திருக்கிறேன். ஆனால் இவர்கள் ஏன் வருகிறார்கள்?" என்று ஆளுநரின் மேசையில் பேசிக் கொண்டிருந்த அந்த விஷமக்கார இளைஞரைச் சுட்டிக் காட்டினார்.

"அது பிரபுக்களின் புதிய தலைமுறை."

"அவர்கள் புதிய தலைமுறையினராக இருக்கலாம் ஆனால் அவர்கள் பிரபுக்கள் அல்ல. அவர்களுக்குச் சொந்தமாக சொத்து இருக்கலாம். ஆனால் நாங்கள் பரம்பரையாக நில உரிமையாளர்கள். அவர்கள் பிரபுக்கள் என்று சொல்லிக் கொண்டு தங்கள் கழுத்தைத் தாங்களே வெட்டிக்கொள்கிறார்கள்."

"ஆனால் அது காலாவதியான அமைப்பு என்று நீங்கள் சொன்னீர்கள்."

"இருக்கலாம் ஆனால் இன்னும் கொஞ்சம் மரியாதையுடன் நடத்த வேண்டும். ஸ்னெட்கோவை எடுத்துக் கொள்ளுங்கள்... நல்லதோ நல்லது இல்லையோ நாம் ஆயிரம் ஆண்டுகளாக வளர்ந்து வருகிறோம். நீங்கள் உங்கள் வீட்டின் முன் தோட்டம் அமைக்க வேண்டும் என்றால் நீங்கள் அதற்காகத் திட்டமிட வேண்டும். அந்த இடத்தில் நூறாண்டுகள் பழமையான ஒரு மரம் இருந்தால்... அது வயதானதாக இருந்தாலும் நீங்கள் அதை ஒரு கட்டில் செய்வதற்காக வெட்ட மாட்டீர்கள். ஆனால் அந்த மரத்தைப் பயன்படுத்தும் வகையில் உங்கள் கட்டிலைச் செய்யத் திட்டமிடுவீர்கள்! அப்படி ஒரு மரத்தை நீங்கள் ஒரு வருடத்தில் வளரச் செய்ய முடியாது!" என்று எச்சரிக்கையுடன் சொன்ன அவர் உடனடியாகப் பேச்சை மாற்றினார். "சரி, உங்கள் விவசாயம் எப்படி நடக்கிறது?"

"சரியில்லை. ஏதோ ஐந்து சதவீதம் கிடைக்கும்."

"சரிதான், ஆனால் நீங்கள் உங்கள் சொந்த உழைப்பைக் கணக்கிடவில்லை. ஏதோ ஒரு வகையில் நீங்களும் மதிப்புடையவர். நான் சொல்வது சரிதானே? நான் என்னைப் பற்றிச் சொல்கிறேன். முன்பு விவசாயம் செய்யாமல் சேவையில் இருந்தபோது நான் மூவாயிரம் சம்பாதித்தேன். நான் சேவையில் வேலை செய்ததை விட இப்போது அதிகமாக உழைக்கிறேன். உங்களைப் போலவே எனக்கும் ஐந்து சதவீதம்தான் கிடைக்கிறது. அதுவும் நான் அதிர்ஷ்ட சாலியாக இருந்தால் மட்டுமே கிடைக்கும். ஆனால் என் உழைப்புக்கு எந்த மதிப்பும் இல்லை."

"அது நஷ்டம் என்று அப்பட்டமாகத் தெரிந்த பிறகும் நீங்கள் ஏன் அதைச் செய்ய வேண்டும்?"

"செய்யாமல் என்ன செய்வது? அது ஒரு பழக்கம் என்பதால் அதை உங்களால் கைவிட முடியாது. நான் உங்களிடம் மேலும்

சிலவற்றைச் சொல்கிறேன்” என்ற அவர் ஜன்னல் ஓரத்தில் முழங்கையைச் சாய்த்து வைத்துக் கொண்டு தொடர்ந்து சொன்னார். “என் மகனுக்கு அதில் எந்த ஈடுபாடும் இல்லை என்பதை நான் உங்களிடம் சொல்ல வேண்டும். அவன் ஒரு அறிவியல் யுக மனிதன் என்பதில் எந்தச் சந்தேகமும் இல்லை. எனவே என்னுடைய வேலையைத் தொடர யாரும் இருக்க மாட்டார்கள். ஆனால் நீங்கள் இன்னமும் அதைச் செய்கிறீர்கள். இப்போதுதான் நான் ஒரு பழத்தோட்டம் போட்டேன்.”

“ஆமாம், ஆமாம் அது சரிதான்” என்றார் லெவின். “நான் செய்யும் விவசாயத்தில் லாபம் இல்லை என்பது எனக்குத் தெரியும். ஆனால் அதைச் செய்தாக வேண்டும்... அது நிலத்திற்குச் செய்யும் ஒரு வகையான கடமை.”

“இங்கே மற்றொரு விஷயமும் உள்ளது” என்று நில உரிமையாளர் தொடர்ந்தார். “என் பக்கத்து வீட்டுக்காரர் ஒரு வியாபாரி. நாங்கள் இருவரும் விவசாய நிலங்கள் வழியாகவும் தோட்டத்தின் வழியாகவும் நடந்து சென்றோம். ‘ஸ்டீபன் வாசிலிச், உங்கள் விவசாயம் நல்ல படியாக உள்ளது என்றாலும் உங்கள் தோட்டத்தில் மேலும் சில வேலைகளைச் செய்ய வேண்டும்’ என்று அவர் சொன்னார். ஆனால் உண்மையில் என் தோட்டம் நல்ல முறையில் இருந்தது. ‘நான் ஆலோசனை சொல்ல வேண்டும் என்றால், அந்த எலுமிச்சை மரங்களை வெட்டிவிடுங்கள் என்பேன். ஆனால் பழங்களில் சாறு நன்றாகத் திரண்டிருக்கும்போது அதைச் செய்ய வேண்டும். மேலும் உங்களிடம் ஆயிரக்கணக்கான எலுமிச்சை மரங்கள் உள்ளதால் அவை ஒவ்வொன்றிலிருந்தும் அபரிமிதமான மரப்பட்டைகள் கிடைக்கும். இப்போதெல்லாம் அதற்கு நல்ல விலை கிடைக்கிறது. நானாக இருந்தால் அனைத்தையும் வெட்டிவிடுவேன்’ என்று அவர் சொன்னார்.”

“ஆமாம், அவர் அந்தப் பணத்தில் கால்நடைகளை வாங்குவார் அல்லது நிலங்களை வாங்கி விவசாயிகளுக்குக் குத்தகைக்கு விடுவார்” என்று லெவின் புன்னகையுடன் கதையை முடித்தார். இதைப் பலரும் தன்னிடம் சொல்வதை லெவின் கேட்டிருக்கிறார். “அவர் பணத்தைச் சம்பாதிக்கும் அதே நேரத்தில் நம்மிடம் என்ன இருக்கிறதோ அதை நாம் நம்முடைய பிள்ளைகளிடம் விட்டுவிட கடவுள் நமக்கு உதவுவார்.”

“உங்களுக்குத் திருமணம் ஆகிவிவிட்டதா?” என்று கேட்டார் நில உரிமையாளர்.

“ஆமாம்” என்ற லெவின் பெருமிதத்துடன் சொன்னார். “ஆமாம், இது மிகவும் விசித்திரமாக இருக்கிறது” என்ற லெவின்

தொடர்ந்து சொன்னார். "லாபம் ஈட்ட முடியும் என்ற நம்பிக்கை இன்றி, ஏதோ ஒரு புனித நெருப்பைப் பாதுகாக்க நியமிக்கப்பட்ட பழங்காலத்து கன்னிப் பெண்களைப் போல நீங்களும் நானும் வாழ்கிறோம்."

நில உரிமையாளர் தனது வெள்ளை மீசையின் கீழ் சிரித்தார்.

"ஆமாம், நம்மிடையே அப்படிச் சிலர் இருக்கிறார்கள். உதாரண மாக ஸ்வியாஸ்கி அல்லது சமீபத்தில் இங்கு குடியேறிய, விவ சாயத்தை ஒரு தொழிற்சாலை போல நடத்த முற்படும் கோமகன் விரான்ஸ்கி. ஆனால் எல்லாமே மூலதன இழப்பிற்கு மட்டுமே வழிவகுக்கிறது."

"ஆனால் நாம் ஏன் அந்த வியாபாரியைப் போல நடந்து கொள்ளக் கூடாது? மரப்பட்டைகளுக்காக நாம் ஏன் எலுமிச்சை மரங்களை வெட்டக் கூடாது?" என்று லெவின் தன்னைத் தாக்கிய சிந்தனைக்குத் திரும்பினார்.

"ஏனென்றால் நீங்கள் சொன்னது போலத்தான். நாம் நெருப்பைப் பாதுகாக்கிறோம்! அது பிரபுக்களுக்கான வேலை அல்ல. ஒரு பிரபு தன் வேலையை இங்கு தேர்தலில் செய்வதில்லை. ஆனால் வீட்டில் செய்கிறார். நாம் என்ன செய்ய வேண்டும், என்ன செய்யக்கூடாது என்ற வர்க்க உள்ளுணர்வு நம்மிடம் உள்ளது. விவசாயிகளும் அப்படித்தான் இருக்கிறார்கள். சில நேரங்களில் நான் அவர்களைப் பார்த்து ஆச்சரியப்படுகிறேன். கடினமாக உழைக்கும் ஒரு விவசாயி தன்னால் இயன்ற அளவு நிலத்தைக் குத்தகைக்கு எடுக்க முயற்சிக் கிறார். நிலம் எவ்வளவு மோசமாக இருந்தாலும், அவர் அதை உழு கிறார். அது அவருக்கு லாபத்தைத் தராமல் நஷ்டத்தை ஏற்படுத்து கிறது."

"நம்மைப் போல" என்றார் லெவின்.

"உங்களைப் பார்த்ததில் நான் மிகவும் மகிழ்ச்சியடைகிறேன்" என்ற அவர் ஸ்வியாஸ்கி தன்னை நோக்கி வருவதைப் பார்த்தார்.

"உங்கள் வீட்டில் சந்தித்த பிறகு முதல் முறையாக இங்கே சந்தித்ததால் நாங்கள் பேசிக் கொண்டிருந்தோம்" என்று நில உரிமை யாளர் ஸ்வியாஸ்கியிடம் சொன்னார்.

"சரி, நீங்கள் புதிய உத்தரவுக்கு எதிராகக் குரல் கொடுக்கிறீர் களா?" என்று ஸ்வியாஸ்கி புன்னகையுடன் கேட்டார்.

"நாங்கள் அதைச் செய்யக் கடமைப்பட்டுள்ளோம்."

"எங்கள் மனதின் பாரம் குறைந்தது!"

30

ஸ்வியாஸ்கி லெவினின் கையைப் பிடித்துக் கொண்டு அவருடைய நண்பர்களிடம் சென்றார்.

இப்போது லெவினால் விரான்ஸ்கியைத் தவிர்க்க முடியவில்லை. ஸ்டீபன் ஆர்கடியேவிச், செர்ஜி இவானோவிச் ஆகியோருடன் நின்றிருந்த விரான்ஸ்கி, தங்களை நெருங்கி வந்த லெவினை நேருக்கு நேராகப் பார்த்தான்.

“மகிழ்ச்சி! இளவரசி ஷெர்பாட்ஸ்கியின் வீட்டில் பார்த்த பிறகு... இப்போது உங்களைச் சந்திப்பதில் நான் மிகுந்த மகிழ்ச்சியடைகிறேன்” என்று அவன் லெவினிடம் கையை நீட்டினான்.

“ஆமாம், நம்முடைய சந்திப்பு எனக்கு நன்றாக நினைவிருக்கிறது” என்ற லெவின் உடனே முகம் சிவந்து தன் சகோதரரிடம் திரும்பி பேசத் தொடங்கினார்.

விரான்ஸ்கி லேசாகச் சிரித்துவிட்டு, ஸ்வியாஸ்கியுடன் பேசத் தொடங்கினான். அவனுக்கு லெவினுடன் பேச விருப்பமில்லை என்பது தெளிவாகத் தெரிந்தது. ஆனால் லெவின் தன் சகோதரனுடன் பேசும்போது அவ்வப்போது விரான்ஸ்கியை நோட்டம் விட்டுக் கொண்டிருந்தார். தன் முரட்டுச் சுபாவத்தை மட்டுப்படுத்த அவனுடன் என்ன பேசுவது என்பதை யோசித்துக் கொண்டிருந்தார்.

“நாம் இப்போது எதற்காகக் காத்திருக்கிறோம்?” என்று ஸ்வியாஸ்கியையும் விரான்ஸ்கியையும் பார்த்துக் கேட்டார் லெவின்.

“ஸ்னெட்கோவுக்காகக் காத்திருக்கிறோம். அவர் போட்டியிடுவதிலிருந்து விலக வேண்டும் அல்லது நிற்பதற்கு ஒப்புக்கொள்ள வேண்டும்.”

“அப்படியானால் அவர் சம்மதித்தாரா இல்லையா?”

“விஷயம் என்னவென்றால் அவர் இரண்டையும் செய்யவில்லை” என்றான் விரான்ஸ்கி.

“ஆனால் அவர் மறுத்தால், யார் நிற்பார்கள்?” என்று கேட்ட லெவின், விரான்ஸ்கியைப் பார்த்தார்.

“விருப்பமுள்ள யார் வேண்டுமானாலும்” என்றார் ஸ்வியாஸ்கி.

“நீங்கள் நிற்பீர்களா?” என்று கேட்டார் லெவின்.

“நிச்சயமாக என்னால் முடியாது” என்ற ஸ்வியாஸ்கி சங்கடத்துடன் செர்ஜி இவானோவிச்சின் அருகில் நின்றிருந்த விஷமக்கார இளைஞரைப் பயத்துடன் பார்த்தார்.

“அப்படியானால் யார்? நெவெடோவ்ஸ்கி?” என்று கேட்ட லெவின் தான் ஆழம் தெரியாமல் காலை வைத்து விட்டதை உணர்ந்தார்.

ஆனால் அது இன்னும் மோசமாக இருந்தது. ஸ்வியாஸ்கி நெவெடோவ்ஸ்கி இருவரும் வேட்பாளர்களாக இருந்தனர்.

“நான் எந்தச் சூழ்நிலையிலும் அதைச் செய்ய மாட்டேன்” என்று விஷமக்கார இளைஞர் பதில் சொன்னார்.

அவர்தான் நெவெடோவ்ஸ்கி. ஸ்வியாஸ்கி அவரை லெவினுக்கு அறிமுகப்படுத்தினார்.

“நீங்கள் உற்சாகமாக இருக்கிறீர்களா?” என்ற ஸ்டீபன் ஆர்கடி யேவிச் விரான்ஸ்கியைப் பார்த்துக் கண் சிமிட்டினான். “இது குதிரைப் பந்தயத்தைப் போன்றதுதான். இதில் ஒருவர் பந்தயம் கட்டலாம்.”

“ஆமாம், இது மிகவும் உற்சாகமாக இருக்கிறது” என்றான் விரான்ஸ்கி. நீங்கள் இதில் இறங்கியவுடன் ஒரு முடிவை எதிர் பார்க்கிறீர்கள். இது போரைப் போன்றது!” என்று சொல்லி முகத்தைச் சுளித்த விரான்ஸ்கி தன் வலிமையான தாடைகளை இறுக்கினான்.

“என்ன ஒரு திறமையான மனிதர் ஸ்வியாஸ்கி! அவர் எவ்வளவு தெளிவாக எல்லாவற்றையும் பார்க்கிறார்.”

“ஆமாம்” என்றான் விரான்ஸ்கி சற்றும் யோசிக்காமல்.

சற்று நேரம் அவர்களுக்கு இடையில் அமைதி நிலவியது. அப்போது எதையோ பார்க்க முயன்ற விரான்ஸ்கியின் பார்வையில் லெவின் தென்பட்டார். அவன் அவருடைய கால்களையும், சீருடை யையும் பிறகு அவரது முகத்தையும் பார்த்தான். தன் மீது பதிந்திருந்த அவரது கண்களைக் கவனித்த அவன் ஏதோ சொல்ல வேண்டும் என்பதற்காக, “நாட்டில் நிரந்தரமாக வசிக்கும் நீங்கள் ஏன் நீதிபதி யாக இல்லை? நீங்கள் நீதிபதியின் சீருடையை அணியவில்லை” என்றான்.

“ஏனென்றால் நீதிமன்றம் ஒரு முட்டாள்தனமான அமைப்பு என்று நான் கருதுகிறேன்” என்று லெவின் இருண்ட முகத்துடன் பதிலளித்தார். விரான்ஸ்கியுடன் சகஜமாக உரையாடுவதற்காக லெவின் இத்தனை நேரம் காத்திருந்தார்.

“நான் அப்படி நினைக்கவில்லை” என்று விரான்ஸ்கி சாந்த மாக ஆனால் வியப்புடன் சொன்னான்.

“இது ஒரு விளையாட்டு” என்று லெவின் குறுக்கிட்டார். “எங்களுக்கு நீதிமன்றங்கள் தேவையில்லை. கடந்த எட்டு ஆண்டு களில் அவர்களுடன் எனக்கு எந்தத் தொடர்பும் இல்லை. என்னிடம்

இருந்த ஒரு பிரச்சினைக்கு அவர்கள் தவறான முடிவைக் கொடுத்தனர். என் வீட்டிலிருந்து நாற்பது மைல் தூரத்தில் நீதிமன்றம் உள்ளது. இரண்டு ரூபிள் மதிப்புள்ள ஒரு விஷயத்தைத் தீர்ப்பதற்கு நான் ஒரு வழக்கறிஞரை அனுப்ப வேண்டும். அதற்காக நான் பதினைந்து ரூபிள்கள் செலவழிக்க வேண்டும்.”

ஒரு விவசாயி ஆலையிலிருந்து மாவைத் திருடியதையும், ஆலைத் தொழிலாளி அதைச் சொன்னபோது, விவசாயி அவர் மீது அவதூறு வழக்கு தொடர்ந்ததையும் லெவின் விவரித்தார். லெவின் அதைப் பேசியபோது தான் சொன்ன அனைத்தும் முட்டாள்தனமானவை, தேவையற்றவை என்பதை உணர்ந்தார்.

“ஓ, அவர் ஒரு பைத்தியம்!” என்று ஸ்டீபன் ஆர்கடியேவிச் புன்னகையுடன் சொன்னான்.

“நாம் போகலாம். வாக்கெடுப்பு ஆரம்பித்துவிட்டது என்று நினைக்கிறேன்...”

அவர்கள் பிரிந்து சென்றனர்.

“எனக்குப் புரியவில்லை” என்று தன் சகோதரனின் மோசமான நடத்தையைக் கவனித்த செர்ஜி இவானோவிச் சொன்னார். “இப்படி அரசியல் ஞானம் இல்லாமல் ஒருவர் எப்படி இருக்க முடியும் என்று எனக்குப் புரியவில்லை! ரஷ்யர்களாகிய நம்மிடம் அதுதான் இல்லை. மாகாணத்தின் மார்ஷல் எதிர்க்கட்சியைச் சேர்ந்தவர். அவருடன் நட்புணர்வுடன் இருக்கும் நீங்கள் அவரை மார்ஷலாக வர வேண்டும் என்று சொல்கிறீர்கள். ஆனால் கோமகன் விரான்ஸ்கியைப் பொறுத்தவரை... அவருடன் நான் ஒருபோதும் நட்பாக இருக்க மாட்டேன். அவர் என்னை இரவு உணவுக்கு அழைத்திருக்கிறார். நான் போகமாட்டேன் என்றாலும் அவர் நம் பக்கம் இருக்கிறார். எனவே அவரை ஏன் எதிரியாகப் பார்க்க வேண்டும்? மேலும் நீங்கள் நெவெடோவ்ஸ்கியிடம் அவரை நிற்கிறீர்களா என்று கேட்கிறீர்கள். அது அப்படி நடக்காது!”

“எனக்கு ஒன்றுமே புரியவில்லை! இவையெல்லாம் முட்டாள்தனமானவை” என்று லெவின் எரிச்சலுடன் சொன்னார்.

“அவையெல்லாம் முட்டாள்தனமானவை என்று சொல்லும் நீங்கள் அதைப் பற்றிப் பேசும்போது எல்லாவற்றையும் குழப்பிவிடுகிறீர்கள்.”

லெவின் எதுவும் பேசாமல் அமைதியானார். இருவரும் பெரிய அறைக்குச் சென்றனர்.

மாகாணத்தின் மார்ஷல் தனக்கு எதிராக ஒரு அசிங்கமான தந்திரம் விளையாடப் போகிறது என்பதை உணர்ந்தபோதும்,

எல்லோரும் ஒருமனதாகக் கேட்காதபோதும், தேர்தலில் நிற்பதற்கு முடிவு செய்திருந்தார். அறையில் அமைதி நிலவியது. மிகைல் ஸ்டெபனோவிச் ஸ்னெட்கோவ் மாகாணத்தின் மார்ஷல் பதவிக்குப் போட்டியிடுகிறார் என்று செயலாளர் உரத்த குரலில் அறிவித்தார்.

நாற்காலியில் அமர்ந்திருந்த மாவட்ட மார்ஷல்கள், பந்துகள் இருந்த தட்டுகளை எடுத்துக் கொண்டு வாக்களிப்பதற்குச் சென்றனர். தேர்தல் தொடங்கியது.

"பந்தை வலதுபுறம் வையுங்கள்" என்று லெவினும் அவரது சகோதரரும் மார்ஷலுக்குப் பின்னால் இருந்த மேசையை நோக்கிச் சென்றபோது, ஸ்டீபன் ஆர்கடியேவிச் லெவினிடம் கிசுகிசுத்தான். ஆனால் அதற்குள் தனக்கு விளக்கப்பட்ட வியூகத்தை மறந்துவிட்ட லெவின், 'வலது பக்கம்' என்று ஸ்டீபன் ஆர்கடியேவிச் தவறாகச் சொல்வதாக நினைத்தார். நிச்சயமாக ஸ்னெட்கோவ்தான் எதிரி. அவர் பெட்டியின் அருகில் சென்றபோது அவர் பந்தைத் தனது வலது கையில் வைத்திருந்தார். ஆனால் பெட்டியின் முன்னால் நின்றபோது அதைத் தவறு என்று நினைத்து, பந்தைத் தனது இடது கைக்கு மாற்றினார். பிறகு பந்தை இடது பக்கத்தில் வைத்தார். ஒவ்வொரு பந்தும் எந்தப் பக்கம் வைக்கப்படுகிறது என்பதை முழங்கையின் அசைவிலிருந்து அறிந்து கொள்ளும் திறமை வாய்ந்த ஒருவர் பெட்டியின் அருகில் நின்று கவனித்துக் கொண்டிருந்தார். அவர் லெவின் பந்தை வைத்ததைப் பார்த்து அதிருப்தியுடன் முகத்தைச் சுளித்தார். ஏனெனில் லெவின் எந்தப் பக்கம் பந்தை வைத்தார் என்பதை அறிய அவர் தன் நுண்ணறிவைப் பயன்படுத்த வேண்டிய அவசியம் ஏற்படவில்லை.

அனைவரும் அமைதியாக இருக்க, பந்துகளை எண்ணும் சத்தம் கேட்டது. பிறகு ஒரு குரல் ஆதரவாகவும் எதிராகவும் கிடைத்த வாக்குகளின் எண்ணிக்கையை அறிவித்தது.

மார்ஷல் கணிசமான வாக்குகளைப் பெற்றார். ஆரவாரமான கூச்சலைத் தொடர்ந்து அனைவரும் வாசலை நோக்கி விரைந்தனர். ஸ்னெட்கோவ் உள்ளே நுழைய, பிரபுக்கள் அவரைச் சூழ்ந்து கொண்டு தங்கள் வாழ்த்துக்களைத் தெரிவித்தனர்.

"சரி, இப்போது முடிந்துவிட்டதா?" என்று லெவின் செர்ஜி இவானோவிச்சிடம் கேட்டார்.

"இது ஒரு தொடக்கம்தான்" என்று புன்னகைத்த ஸ்வியாஸ்கி, செர்ஜி இவானோவிச்சிடம் சொன்னார். "மார்ஷல் பதவிக்குப் போட்டியிடும் மற்றொரு வேட்பாளருக்கு இதைவிட அதிக வாக்கு கள் கிடைக்கலாம்.

மீண்டும் லெவின் என்ன நடக்கிறது என்பதைச் சுத்தமாகப் புரிந்து கொள்ளவில்லை. அதில் ஏதோ சூட்சுமம் இருக்கிறது என்பது அப்போதுதான் அவருக்கு நினைவுக்கு வந்தது. ஆனால் அது என்ன என்பதை யோசிக்க முடியாத அளவுக்கு அவர் சலிப் படைந்தார். அவர் அளவுக்கு அதிகமான மனச்சோர்வுடன் இருந்ததால் அந்தக் கணமே அந்தக் கூட்டத்திலிருந்து தப்பிச் செல்ல விரும்பினார்.

தன்னை யாரும் கவனிக்கவில்லை என்பதாலும், யாருக்கும் அவர் தேவைப்பட்டதாகத் தெரியவில்லை என்பதாலும் அவர் அங்கிருந்து நழுவி சிற்றுண்டிகள் வழங்கப்படும் சிறிய அறைக்குச் சென்று, அங்கிருந்த வெயிட்டர்களைப் பார்த்து பெரும் நிம்மதி யடைந்தார். வயதான வெயிட்டர் அவரை ஏதாவது சாப்பிடும்படி சொன்னார். அவரும் அதற்குச் சம்மதித்து, பீன்ஸுடன் ஒரு கட்லெட்டைச் சாப்பிட்டுக் கொண்டே, வெயிட்டரிடம் அவருடைய கடந்த கால எஜமானர்களைப் பற்றிப் பேசிவிட்டு, தனக்கு அருவருப் பாக இருந்த அந்த அறைக்கு மீண்டும் திரும்பிச் செல்ல விரும்பாமல் கலைக்கூடத்தின் வழியாக நடக்கத் தொடங்கினார்.

கலைக்கூடம் முழுவதும் நேர்த்தியாக உடையணிந்த பெண் களால் நிரம்பி வழிந்தது. அவர்கள் கைப்பிடிச் சுவரின் மீது சாய்ந்து, ஒரு வார்த்தையையும் தவறவிடக் கூடாது என்று கீழே பேசுவதை உன்னிப்பாகக் கேட்டுக் கொண்டிருந்தனர். பெண்களுக்கு அருகில் நேர்த்தியாக உடையணிந்த வழக்கறிஞர்களும், கண்ணாடி அணிந்த உயர்நிலைப் பள்ளி ஆசிரியர்களும், அதிகாரிகளும் நின்று கொண்டும் அமர்ந்து கொண்டும் இருந்தனர். எல்லா இடங்களிலும் தேர்தலைப் பற்றியும், மார்ஷல் எவ்வளவு தூரம் கவலைப்பட்டார் என்பதைப் பற்றியும், விவாதங்கள் எவ்வளவு அற்புதமாக இருந்தது என்பதைப் பற்றியும் பேசிக் கொண்டிருந்தார்கள். ஒரு குழுவில் பேசிக் கொண்டி ருந்தவர்கள் தன் சகோதரரைப் புகழ்வதை லெவின் கேட்டார்.

ஒரு பெண் தன் வழக்கறிஞரிடம், "கோஸ்னிஷேவ் பேசுவதைக் கேட்பது எனக்கு சந்தோஷமாக இருக்கிறது. அதற்காக ஒருவர் இரவு உணவைச் சாப்பிடாமல் இருப்பது மதிப்புடையது. அற்புதம்! பேச்சு எவ்வளவு தெளிவாக இருக்கிறது. அவர் பேசும் எல்லா வற்றையும் கேட்க முடியும்! உங்களில் யாரும் நீதிமன்றத்தில் அப்படிப் பேசுவதில்லை. மேய்டெல் மட்டும் அப்படிப் பேசுகிறார் என்றாலும் அவரும் அவ்வளவு நன்றாகப் பேசக்கூடியவர் அல்ல" என்று சொன் னாள்.

கைப்பிடிச் சுவர் அருகில் காலியாக இருந்த இடத்தில் சாய்ந்து நின்ற லெவின் சுற்றிலும் பார்த்தபடி காதில் விழும் பேச்சைக் கேட்கத் தொடங்கினார்.

பிரபுக்கள் அனைவரும் மாவட்ட வாரியாகத் தடுப்புக்குப் பின்னால் அமர்ந்திருந்தனர். அறையின் நடுவில் சீருடை அணிந்து நின்றிருந்த ஒருவர், "மாகாண மார்ஷல் பதவிக்கான அடுத்த வேட்பாளர் கேப்டன் யூஜின் இவானோவிச் அபுக்டின்!" என்று உரத்த குரலில் அறிவித்தார்.

அறையில் மயான அமைதி நிலவியது.

"நிராகரிக்கிறேன்" என்று ஒரு பலவீனமான வயதான குரல் சொன்னது.

"அடுத்த வேட்பாளர் நீதிமன்ற கவுன்சிலர் பீட்டர் பெட்ரோவிச் ஃபோல்" என்று சீருடை அணிந்தவரின் குரல் கேட்டது.

"ஆட்சேபிக்கிறேன்" என்று ஒரு கிரீச்சிடும் இளமையான குரல் கேட்டது.

இப்படி ஒருமணி நேரமாக மீண்டும் அறிவிப்பும் நிராகரிப்பும் தொடர்ந்து நடந்தது. அனைத்தையும் பார்த்து கேட்டுக் கொண்டிருந்த லெவின் அதன் பொருள் என்ன என்பதைத் தெரிந்து கொள்ள விரும்பினார். ஆனால் அதைத் தன்னால் புரிந்து கொள்ள முடியவில்லை என்பதை அறிந்து சோர்வுற்றார். அப்போது அனைவர் முகத்திலும் தெரிந்த கிளர்ச்சியையும் கோபத்தையும் பார்த்து அவர் வருத்தப்பட்டார். அவர் அங்கிருந்து கீழே செல்ல முடிவு செய்து கலைக் கூடத்தின் பின்புறம் உள்ள நடைபாதை வழியாகச் சென்றபோது, சோர்வடைந்த கண்களுடன் ஒரு உயர்நிலைப் பள்ளிச் சிறுவன் நடந்து வருவதைக் கண்டார். அவர் மாடிப்படிகளில் ஒரு ஜோடியைப் பார்த்தார். குதிகால் செருப்புடன் வேகமாகச் செல்லும் ஒரு பெண்ணையும், நிதானமாகச் செல்லும் ஒரு உதவி அரசு வழக்கறிஞரையும் பார்த்தார்.

"நீ தாமதமாக வர வேண்டாம் என்று நான் சொன்னேன்" என்று அரசு வழக்கறிஞர், லெவின் அந்தப் பெண் கடந்து செல்வதற்கு வழி விட்டபோது சொன்னார்.

லெவின் வெளியே செல்லும் படிக்கட்டுகளில் இறங்கி, தனது மேல் கோட்டிற்கான ரசீதைத் தன் பாக்கெட்டில் தேடியபோது, செயலாளர் அவரைப் பிடித்தார். "வாருங்கள் கான்ஸ்டான்டின் டிமிட்ரிச், அவர்கள் வாக்களிக்கிறார்கள்."

தேர்தலில் நிற்பதற்கு உறுதியாக மறுத்த நெவெடோவ்ஸ்கி வேட்பாளராகத் தேர்ந்தெடுக்கப்பட்டார்.

லெவின் அந்தப் பெரிய அறைக்குச் சென்றபோது அது பூட்டி யிருந்தது. செயலாளர் கதவைத் தட்டினார். முகம் சிவந்த இரண்டு

நில உரிமையாளர்கள் கதவைத் திறந்து கொண்டு லெவினைத் தாண்டி வேகமாக வெளியே வந்தனர்.

"இதை என்னால் சகித்துக்கொள்ள முடியாது" என்று அவர் களில் ஒருவர் சொன்னார்.

அவருக்குப் பின்னால் மாகாணத்தின் மார்ஷலின் முகம் வெளிப் பட்டது. களைப்பும் விரக்தியும் நிறைந்த அந்த முகம் பார்ப்பதற்கு மிகக் கோரமாகக் காட்சியளித்தது.

"யாரையும் வெளியே விடவேண்டாம் என்று சொன்னேன்!" என்று அவர் வாயில் காப்போனிடம் கத்தினார்.

"நான் அவர்களை உள்ளே அனுமதித்தேன் மேன்மையானவரே!"

"அடக் கடவுளே!" என்று கனத்த பெருமூச்சுடன் சொன்ன மாகாணத்தின் மார்ஷல், களைத்துப் போன தன் கால்களை இழுத்துக் கொண்டு, தலையைக் குனிந்தபடி அறையின் நடுவிலிருந்த மேசையை நோக்கிச் சென்றார்.

எதிர்பார்த்தது போல பெரும்பான்மை வாக்குகளைப் பெற்ற நெவெடோவ்ஸ்கி மாகாணத்தின் புதிய மார்ஷல் ஆனார். பலர் உற்சாகமாகவும், பலர் மகிழ்ச்சியாகவும், பலர் பரவசமாகவும், பலர் அதிருப்தியாகவும், பலர் சோகமாகவும் இருந்தனர். முன்னால் மார்ஷல் முகத்தில் வெளிப்பட்ட விரக்தியை அவரால் மறைக்க முடியவில்லை. தேர்தலை ஆரம்பித்து வைத்த ஆளுநரையும், முன்பு மார்ஷலாகத் தேர்ந்தெடுக்கப்பட்ட போது ஸ்னெட்கோவையும் பின்தொடர்ந்ததைப் போல, கூட்டம் அறையை விட்டு வெளியே வந்த நெவெடோவ்ஸ்கியை ஆரவாரத்துடன் சூழ்ந்து கொண்டு அவரைப் பின்தொடர்ந்து சென்றது.

31

புதிதாகத் தேர்ந்தெடுக்கப்பட்ட மாகாண மார்ஷலும் வெற்றி பெற்ற புதிய கட்சியைச் சேர்ந்த பலரும் அன்று விரான்ஸ்கியுடன் உணவருந்தினர்.

விரான்ஸ்கிக்கு நாட்டில் சலிப்பு ஏற்பட்டதாலும், தன் சுதந்திரத்தை அன்னாவிடம் நிலைநாட்ட விரும்பியதாலும், மாவட்டக் கவுன்சில் தேர்தலில் ஸ்வியாஸ்கி தனக்கு செய்த உதவிக்குப் பிரதி பலனாக தேர்தலில் தனது ஆதரவைத் தெரிவிக்கவும், முக்கியமாக ஒரு பிரபுவாகவும் நில உரிமையாளராகவும் தான் ஏற்றுக் கொண்ட பதவியின் அனைத்துக் கடமைகளையும் கண்டிப்பாக நிறைவேற்றவும் அவன் தேர்தலுக்கு வந்தான். ஆனால் அவன் தேர்தலில் தனக்கு

இவ்வளவு ஈடுபாடு ஏற்படும் என்றும், இதைப் போன்ற விஷயங்களில் தன்னால் திறமையாகச் செயல்பட முடியும் என்றும் நிச்சயமாக எதிர்பார்க்கவில்லை. உள்ளூர் பிரபுக்களிடையே அவன் முற்றிலும் புதிய முகமாக இருந்தாலும், வெளிப்படையாக அவன் ஒரு வெற்றியாளனாக இருந்தான். மேலும் தான் ஏற்கனவே பிரபுக்களின் மத்தியில் செல்வாக்கைப் பெற்றிருக்கிறோம் என்று அவன் நினைத்ததில் தவறில்லை. அவனது செல்வச்செழிப்பாலும் உயர்ந்த அந்தஸ்தாலும், நிதி விவகாரங்களில் ஈடுபட்டிருந்த அவனது பழைய நண்பரும் காஷினில் ஒரு செழிப்பான வங்கியின் இயக்குனராக இருந்தவருமான ஷிர்கோவ், விருந்துக்காக அந்த நகரத்தில் இருந்த தனது குடியிருப்பைப் பயன்படுத்த அனுமதி கொடுத்ததாலும், அந்த விருந்துக்காக விரான்ஸ்கி தனது பண்ணையிலிருந்து மிகச்சிறந்த சமையல்காரரை அழைத்து வந்திருந்ததாலும், மேலும் ராணுவப் பள்ளியில் தனது தோழராக மட்டுமின்றி அவனது வழிகாட்டியாகவும் இருந்த ஆளுநருடன் விரான்ஸ்கிக்கு நெருங்கிய நட்பு இருந்ததாலும், அவனது செல்வாக்கு மேலும் அதிகரித்தது. ஆனால் அனைத்திற்கும் மேலாக, அனைவரையும் ஒரே மாதிரியாக நடத்திய அவனது எளிமையான நடத்தை பெரும்பாலான பிரபுக்களிடம் இருந்த, அகந்தை பிடித்தவன் என்ற அவனுடைய பிம்பத்தை மிக விரைவாக மாற்றியமைத்தது. கிட்டி ஷெர்பாட்ஸ்கியை மணந்த, எதற்கும் சம்பந்தமில்லாத பல முட்டாள்தனமான விஷயங்களை வன்மத்துடன் தன்னிடம் பேசிய அந்தப் பைத்தியக்கார மனிதனைத் தவிர, தான் சந்தித்த ஒவ்வொரு பிரபுவும் தனது ஆதரவாளராக மாறிவிட்டார்கள் என்பதை அவன் உணர்ந்தான். நெவெடோவ்ஸ்கியின் வெற்றிக்காகத் தான் பெரும் பங்காற்றியிருப்பதை அவன் தெளிவாக அறிந்ததுடன், மற்றவர்களும் அதை ஒப்புக் கொண்டனர். இப்போது தனது சொந்த மேசையில் நெவெடோவ்ஸ்கி யின் வெற்றியைக் கொண்டாடும் போது, விரான்ஸ்கி வெற்றியின் மகிழ்ச்சியை அனுபவித்தான். அந்தத் தேர்தல் அவனை வெகுவாகக் கவர்ந்தது. மற்றவர்களுக்காக வெற்றியைப் பெற்றுத் தரும் ஜாக்கி தானே சொந்தமாகப் பந்தயத்தில் கலந்துகொள்ள விரும்புவதைப் போல, அடுத்த தேர்தல் வரும் மூன்று ஆண்டுகளுக்குள் தான் திருமணம் செய்து கொண்டால், தானே தேர்தலில் நிற்பதைப் பற்றி அவன் யோசித்தான்.

அவர்கள் இப்போது ஜாக்கியின் வெற்றியைக் கொண்டாடினர். மேசையின் தலைப் பகுதியில் விரான்ஸ்கி அமர்ந்திருக்க அவனுக்கு வலது புறம் அரசரின் தளபதியான இளம் ஆளுநர் அமர்ந்திருந்தார். தேர்தலைத் தொடங்கி வைத்து உரை நிகழ்த்திய அவர்தான் அந்த மாகாணம் முழுவதுக்கும் தலைவராக இருந்தார். அவர் பலரிடம்

மரியாதையையும் பிரமிப்பையும் ஏற்படுத்தியதாக விரான்ஸ்கி நினைத்தான். இருந்தாலும் விரான்ஸ்கியைப் பொறுத்தவரை அவர் கட்கா மஸ்லோவ்தான். ராணுவப் பயிற்சி பள்ளியில் அதுதான் அவரது புனை பெயராக இருந்தது. தன் முன்னால் சங்கடமாக உணர்ந்த அவரை விரான்ஸ்கி அமைதிப்படுத்தினான். அவனுக்கு இடது புறம் இளைஞரான நெவெடோவ்ஸ்கி தனது விஷமத்தனமான முகத்துடன் அமர்ந்திருந்தார். விரான்ஸ்கி அவரிடம் எளிமையாகவும் மரியாதையாகவும் நடந்து கொண்டான்.

ஸ்வியாஸ்கி தனது தோல்வியை மகிழ்ச்சியுடன் ஏற்றுக் கொண்டார். அவர் கையில் மதுக் கோப்பையுடன் நெவெடோவ்ஸ்கியிடம் அதை ஒரு தோல்வியாகக் கருதவில்லை என்று சொன்னார். பிரபுக்கள் பின்பற்ற வேண்டிய புதிய பாதைக்கு அவரை விடச் சிறந்த பிரதிநிதியை அவர்களால் கண்டுபிடித்திருக்க முடியாது. எனவே அவர் கூறியதைப் போல ஒவ்வொரு நேர்மையான மனிதரும் அந்த வெற்றியின் பக்கம் நின்று அதைக் கொண்டாடினார்கள்.

ஸ்டீபன் ஆர்கடியேவிச்சும் தனது நேரம் மகிழ்ச்சியாகக் கழிவதையும், அனைவரும் மகிழ்ச்சியாக இருப்பதையும் கண்டு சந்தோஷப்பட்டான். அந்த அற்புதமான இரவு உணவின் போது அவர்கள் நடந்த தேர்தலைப் பற்றிப் பேசினார்கள். முன்னால் மார்ஷல் கண்ணீர் மல்கப் பேசியதை நகைச்சுவையாகக் குறிப்பிட்ட ஸ்வியாஸ்கி, கணக்குகளைத் தணிக்கை செய்ய கண்ணீரை விட வேறு சிறந்த முறையைப் பின்பற்ற வேண்டும் என்று சொன்னார். முன்னால் மாகாண மார்ஷலின் பந்துக்காக காலுறை அணிந்த வேலைக்காரர்கள் பணியில் அமர்த்தப்பட்டதையும், இப்போது புதிய மாகாண மார்ஷல் அவர்களுக்கு ஒரு பந்தைக் கொடுக்காவிட்டால் அவர்கள் எவ்வாறு திருப்பி அனுப்பப்படுவார்கள் என்பதையும் மற்றொரு பிரபு நகைச்சுவையாக விவரித்தார்.

இரவு உணவின் போது அவர்கள் நெவெடோவ்ஸ்கியை 'எங்கள் மாகாண மார்ஷல்' என்றும் 'மேதகு' என்றும் தொடர்ந்து அழைத்தனர்.

புதிதாகத் திருமணமான பெண்ணைத் திருமதி என்று குறிப்பிட்டு கணவர் பெயரால் அழைக்கும் அதே மகிழ்ச்சியுடன் அவர்கள் அதைச் சொன்னார்கள். அந்தப் பட்டத்தைத் தான் அலட்சியமாகக் கருதுவதாக மட்டுமின்றி அதை வெறுப்பதாகவும் நெவெடோவ்ஸ்கி நடித்தார். ஆனால் உண்மையில் அவர் அதனால் மகிழ்ச்சியடைந்தார் என்றாலும் அதை வெளிக்காட்டாமல் மறைத்தார் ஏனெனில் அது அவர்களின் புதிய தாராளவாத சூழ்நிலைக்கு முற்றிலும் பொருத்த மற்றதாகக் கருதப்பட்டது.

இரவு உணவிற்குப் பிறகு தேர்தல் முடிவைப் பற்றித் தெரிந்து கொள்ள ஆர்வமாக இருந்த பலருக்குத் தந்திகளை அனுப்பினார்கள். மிகவும் உற்சாகமான மனநிலையில் இருந்த ஸ்டீபன் ஆர்கடியேவிச், ‘நெவெடோவ்ஸ்கி இருபது வாக்குகள் வித்தியாசத்தில் வெற்றி பெற்றார். மற்றவர்களிடம் அதைத் தெரியப்படுத்தவும். அது அவர்களை மகிழ்விக்க வேண்டும்’ என்று டாரியா அலெக்ஸாண்ட்ரோவ்னாவுக்குத் தந்தி அனுப்பினான். தந்தியைப் பெற்ற டாரியா அலெக்ஸாண்ட்ரோவ்னா அதற்குச் செலவான பணத்தை நினைத்துப் பெருமூச்சு விட்டாள். அவன் இரவு உணவிற்குப் பிறகு அந்தத் தந்தியை அனுப்பியிருக்க வேண்டும் என்று அவள் நினைத்தாள். ஏனெனில் ஒரு நல்ல இரவு உணவுக்குப் பிறகு இப்படி தந்தி அனுப்பும் ஒரு பலவீனம் ஸ்டீவாவுக்கு இருப்பது அவளுக்குத் தெரியும்.

உணவு வகைகளும், ரஷ்ய ஒயின் வியாபாரிகளிடமிருந்து இல்லாமல் நேரடியாக வெளிநாட்டிலிருந்த வந்த ஒயின்களும் மிகவும் அற்புதமாக இருந்ததால் அனைவரும் மகிழ்ச்சியடைந்தார்கள். புத்திக்கூர்மையும், மரியாதையும் கொண்ட ஒத்த கருத்துடைய புதிய தாராளவாத ஆளுமைகளில் இருந்த இருபது பேர்களைக் கொண்ட அந்தக் குழுவை ஸ்வியாஸ்கி தேர்ந்தெடுத்தார். புதிய மாகாண மார்ஷலுக்கும், ஆளுநருக்கும், வங்கி இயக்குநருக்கும், ‘எங்கள் இனிய விருந்தளிப்பவருக்கும்’ என்று சொல்லி அவர்கள் மதுவை அருந்தினார்கள்.

விரான்ஸ்கி மகிழ்ச்சியடைந்தான். மாகாணத்தில் தனக்கு இப்படி ஒரு நல்ல அனுபவம் கிடைக்கும் என்று அவன் எதிர்பார்க்கவே இல்லை. இரவு உணவுக்குப் பிறகு விஷயங்கள் மேலும் மகிழ்ச்சியாக உற்சாகமாக இருந்தன. விரான்ஸ்கியுடன் அறிமுகம் செய்துகொள்ள விரும்பும் தன் மனைவி ஏற்பாடு செய்திருந்த இசை நிகழ்ச்சிக்கு தன்னுடன் வரும்படி ஆளுநர் விரான்ஸ்கியைக் கேட்டுக் கொண்டார்.

“இசை நிகழ்ச்சியுடன் நடனமும் இருக்கிறது. அங்கே நீங்கள் எங்கள் உள்ளூர் அழகைப் பார்ப்பீர்கள். உண்மையில் அற்புதமாக இருக்கும்.”

“அது என் ரசனைக்கு அப்பாற்பட்டது” என்று விரான்ஸ்கி ஆங்கிலத்தில் பதில் சொன்னான். இருந்தாலும் தான் வருவதாக அவன் புன்னகையுடன் சொன்னான்.

அவர்கள் அனைவரும் புகைபிடிப்பதற்காக மேசையிலிருந்து எழுவதற்கு சற்று முன்பு, விரான்ஸ்கியின் வேலைக்காரன் தட்டில் ஒரு கடிதத்தைக் கொண்டு வந்தான்.

"வோஸ்ட்விஜென்கோவிலிருந்து வந்திருக்கிறது" என்று அவன் ஒருவிதப் பார்வையுடன் சொன்னான்.

"ஆச்சரியம்! அவர் துணை வழக்கறிஞர் ஸ்வென்டிட்ஸ்கியைப் போல இருக்கிறார்" என்று அந்த வேலைக்காரனைப் பற்றி விருந்தினர்களில் ஒருவர் பிரெஞ்சில் சொன்னார். அதே நேரத்தில் விரான்ஸ்கி முகத்தைச் சுளித்தபடி அந்தக் கடிதத்தைப் படித்தான்.

அந்தக் கடிதம் அன்னாவிடமிருந்து வந்தது. அதைப் படிப்பதற்கு முன்பே அதில் இருப்பதை விரான்ஸ்கி அறிந்து கொண்டான். தேர்தல் ஐந்து நாட்களில் முடிந்துவிடும் என்று எதிர்பார்த்த அவன், வெள்ளிக்கிழமை திரும்பி வருவதாகச் சொல்லியிருந்தான். இன்று சனிக்கிழமை என்பதால் தான் குறிப்பிட்ட தினத்தில் திரும்பி வராததற்கு அதில் கண்டனங்கள் இருக்கும் என்பது அவனுக்குத் தெரியும். அவன் நேற்று மாலை அனுப்பிய கடிதம் இன்னும் அன்னாவுக்குக் கிடைத்திருக்காது.

கடிதத்தின் உள்ளடக்கம் அவன் எதிர்பார்த்ததுதான் என்றாலும் அதில் குறிப்பிட்டிருந்த விஷயம் எதிர்பாராததாகவும், விரும்பத்தகாததாகவும் இருந்தது. 'அன்னிக்கு உடல்நலமில்லை. அது நிமோனியா காய்ச்சலாக இருக்கலாம் என்று மருத்துவர் சொல்கிறார். தனியாக இருக்கும் நான் என்ன செய்வது என்று தெரியாமல் தவிக்கிறேன். இளவரசி வர்வரா உதவியாக இல்லாமல் உபத்திரவமாக இருக்கிறார். நேற்று முன்தினமும், நேற்றும் நீங்கள் வருவீர்கள் என்று நான் எதிர்பார்த்தேன். நீங்கள் இப்போது எங்கே இருக்கிறீர்கள் என்ன செய்கிறீர்கள் என்பதைத் தெரிந்துகொள்ள செய்தி அனுப்பியிருக்கிறேன். நானே அங்கு வருவதற்கு நினைத்தேன் என்றாலும் உங்களுக்கு அது பிடிக்காது என்று என் முடிவை மாற்றிக் கொண்டேன். நான் என்ன செய்ய வேண்டும் என்பதை எனக்குத் தெரியப்படுத்துங்கள்.'

குழந்தைக்கு உடல்நலமில்லை என்றாலும் அவள் இங்கு வருவதற்கு விரும்புகிறாள். இது அவர்களின் மகள் நோயுற்றிருக்கிறாள் என்று சொல்வதற்கு முற்றிலும் முரண்பாடாக இருந்தது.

தேர்தலின் மகிழ்ச்சிக்கும், திரும்பிச் செல்ல வேண்டிய நிர்ப்பந்தத்தை ஏற்படுத்திய அந்த அடக்குமுறை காதலுக்கும் இடையிலான பேதம் விரான்ஸ்கியைப் பெரிதும் பாதித்தது. இருந்தாலும் அவன் செல்ல வேண்டியிருந்ததால், அன்றிரவு முதல் ரயிலைப் பிடித்து வீட்டிற்குச் சென்றான்.

32

விரான்ஸ்கி தேர்தலுக்குப் புறப்படுவதற்கு முன்பு, ஒவ்வொரு முறையும் அவன் தன்னை விட்டுப் பிரிந்து செல்லும்போது

இருவருக்கும் இடையில் அரங்கேறும் காட்சிகள், அவனைத் தன்னிடம் நெருக்கமாக வைத்திருப்பதற்கு மாறாக அவனைப் பிரித்துவிடும் என்ற உண்மையை யோசித்த அன்னா, அவன் பிரிவை அமைதியாகத் தாங்கிக் கொள்ளும் வகையில் தன்னைக் கட்டுப்படுத்த இயன்ற அனைத்தையும் செய்தாள். ஆனால் அவன் அவளிடம் விடைபெற்ற போது, அவன் அவளைப் பார்த்த உணர்ச்சியற்ற, கடுமையான பார்வை அவளைக் காயப்படுத்தியது. எனவே அவன் அதைச் சொல்வதற்கு முன்பே அவளுடைய மனநிம்மதி கெட்டுப் போனது.

அவள் அதன் பிறகு தனிமையில், அவன் தனக்குச் சுதந்திரமாக இருப்பதற்கான உரிமையை வெளிப்படுத்திய அவனுடைய அந்தப் பார்வையைப் பற்றிச் சிந்தித்துப் பார்த்தபோது, அவள் எப்போதும் போல அது தனக்கு ஏற்பட்ட அவமானம் என்றே கருதினாள். 'அவர் எப்போது வேண்டுமானாலும் எங்கு வேண்டுமானாலும் தனியாகச் செல்வதற்கும், அவளை விட்டுச் செல்வதற்கும் அவருக்கு எல்லா உரிமைகளும் இருக்கிறது. ஆனால் எனக்கு எந்த உரிமையும் இல்லை. ஆனால் அவர் அதை அறிந்தே அப்படிச் செய்திருக்கக் கூடாது. ஆனால் அவர் என்ன செய்தார்...? அவர் உணர்ச்சியற்ற, கடுமையான முகபாவத்துடன் என்னைப் பார்த்தார். நிச்சயமாக அது விவரிக்க முடியாத புலனாகாத ஒன்று என்றாலும் அது இதற்கு முன்பு அவரிடம் இருந்ததில்லை. அவருடைய அந்தப் பார்வை ஒரு பெரிய அர்த்தத்தைக் கொடுக்கிறது. 'தன் மீது அவருக்குள்ள வெறுப்புணர்வு அதிகரிக்கத் தொடங்கியிருப்பதை அந்தத் தோற்றம் காட்டுகிறது' என்று அவள் நினைத்தாள்.

இதுதான் உண்மை நிலை என்று அவள் நம்பினாலும், அவளால் அதற்காக ஒன்றும் செய்ய முடியவில்லை. அவனுடனான உறவை அவளால் எந்த விதத்திலும் மாற்ற முடியவில்லை. முன்பு போல அவளால் தன் அன்பாலும் கவர்ச்சியாலும் மட்டுமே அவனைத் தன்னிடம் பிடித்து வைக்க முடிந்தது. அவள் பகலில் தன்னை வேலையில் ஈடுபடுத்திக் கொள்வதன் மூலமும், இரவில் மார்பின் எடுத்துக் கொள்வதன் மூலமும் தன்னை அவன் நேசிப்பதை நிறுத்தினால் என்ன நடக்கும் என்ற பயங்கரமான எண்ணங்களை அவளால் அடக்க முடிந்தது. அவனிடமிருந்து அன்பைத் தவிர வேறு எதையும் அவள் விரும்பவில்லை என்பதால், அவனுடன் அவள் எப்போதும் நெருக்கமாக இருக்கவும், அவன் அவளை விட்டுப் பிரியாமல் இருக்கவும் மற்றொரு வழி இருந்தது. அதாவது விவாகரத்தும் திருமணமும் அதற்கான வழி என்பதால் அவள் அதை விரும்பத் தொடங்கினாள். எனவே அவனும் ஸ்டீவாவும் வற்புறுத்திய அதை ஒப்புக்கொள்ள அவள் முடிவு செய்தாள்.

இப்படியான எண்ணங்களில் மூழ்கியிருந்த அவள், அவன் இல்லாமல், அவன் விலகி இருக்க நினைத்த ஐந்து நாட்களைக் கழித்தாள்.

அவள் அவளுடைய நேரத்தை நடப்பதிலும், இளவரசி வர்வராவுடன் பேசுவதிலும், மருத்துவமனைக்குச் செல்வதிலும், அனைத்திற்கும் மேலாக தொடர்ந்து புத்தகங்களை வாசிப்பதிலும் கழித்தாள். ஆனால் ஆறாம் நாள் வண்டியோட்டி விரான்ஸ்கி இல்லாமல் ரயில் நிலையத்திலிருந்து திரும்பி வந்தபோது, அவள் அவனையும் அவன் என்ன செய்கிறான் என்பதையும், அவள் மனதை அலைக்கழிக்கும் எண்ணங்களையும் தன்னால் அடக்க முடியவில்லை என்பதை உணர்ந்தாள். அந்த நேரத்தில் அவள் மகளுக்கு உடல்நலக்குறைவு ஏற்பட்டது. அன்னா அவளைக் கவனித்துக் கொண்டாள், ஆனால் அதுவும்கூட அவள் எண்ணங்களைத் திசை திருப்பவில்லை ஏனெனில் நோய் அத்தனை ஆபத்தானது அல்ல என்பது தெரிந்தது. அவள் எவ்வளவோ முயன்றும் அந்தக் குழந்தையை நேசிக்கவும், நேசிப்பதுபோல நடிக்கவும் அவளால் முடியவில்லை. அவள் அன்று மாலை தனியாக இருந்த நேரத்தில் அவனைப் பற்றி நினைத்துப் பீதியடையத் தொடங்கி, அவனைச் சென்று பார்க்க வேண்டும் என்று முடிவு செய்தாள். ஆனால் அவள் அதைப் பற்றி நன்றாக யோசித்துவிட்டு, விரான்ஸ்கியிடம் வந்து சேர்ந்த அந்த முரண்பாடான கடிதத்தை எழுதி, அதை மீண்டும் படித்துக் கூடப் பார்க்காமல், அவசரத் தபாலில் அனுப்பினாள்.

அடுத்த நாள் காலை அவன் எழுதிய கடிதத்தைப் பெற்ற அவள் தன் செயலுக்கு மனம் வருந்தினாள். குறிப்பாகக் குழந்தையின் உடல்நிலையில் ஆபத்து எதுவும் இல்லை என்பதை அறிந்த பிறகு அவன் இங்கிருந்து புறப்படும்போது அவளைப் பார்த்த அந்தக் கொடுமையான பார்வை மீண்டும் திரும்ப வருமோ என்று அவள் பயந்தாள். ஆனாலும் தான் அப்படி எழுதியதை நினைத்து அவள் மகிழ்ச்சியடைந்த அதே நேரத்தில், அவன் சுதந்திரமாக இருப்பதை விட்டுவிட்டு தனக்காகத் திரும்பி வருவதால், தான் அவனுக்கு ஒரு சுமையாக இருப்பதை நினைத்து வருந்தினாள். ஆனால் அதையும் மீறி அவன் வருவதை நினைத்து அவள் சந்தோஷப்பட்டாள். அவளுடன் இருப்பது அவனுக்குச் சுமையாக இருந்தாலும், அவன் அவளுடன் இங்கே இருப்பதால் அவனைப் பார்க்கவும் அவன் ஒவ்வொரு அசைவையும் அறியவும் அவளால் முடியும்.

அவள் வரவேற்பு அறையில் ஒரு விளக்கின் அருகில் அமர்ந்து டேய்ன் எழுதிய ஒரு புதிய புத்தகத்தைப் படித்தபடி வெளியே வீசும் காற்றின் ஓசையைக் கேட்டுக் கொண்டு, எந்த நேரத்திலும்

வண்டி வரும் என்று எதிர்பார்த்துக் கொண்டிருந்தாள். பலமுறை வண்டியின் சக்கரங்களின் ஓசையைக் கேட்டதாக அவள் நினைத் தாள், ஆனால் வண்டி வரவில்லை. கடைசியில் வண்டிச் சக்கரங் களின் ஓசை மட்டுமின்றி, வண்டியோட்டி கத்தும் சத்தமும், மூடிய நுழைவாயிலின் கதவு திறக்கும் கிரீச்சிடும் ஓசையும் கேட்டது. பொறுமையுடன் காத்திருந்த இளவரசி வர்வராவும் அதை உறுதிப் படுத்தினாள். அவள் முன்பு செய்வதைப் போல கீழே இறங்கிச் செல்லாமல் வெட்கத்துடன் எழுந்து நின்று, இருந்த இடத்தில் அசை யாமல் நின்றாள். அவள் திடீரென்று தான் சொன்ன பொய்யை நினைத்து வெட்கப்பட்டாள். ஆனால் எல்லாவற்றுக்கும் மேலாக அவன் தன்னை எப்படி நடத்துவான் என்பதை நினைத்துப் பயந்தாள். இப்போது அவளது வேதனை உணர்வு நீங்கிவிட்டது என்றாலும் அவன் தன் மீது அதிருப்தி அடைவான் என்பதற்காக மட்டும் அவள் பயந்தாள். இப்போது இரண்டு நாட்களாகத் தன் மகள் நன்றாக இருக்கிறாள் என்பது அவளுக்கு நினைவுக்கு வந்தது. தான் கடிதம் அனுப்பிய பிறகு குழந்தை இவ்வளவு சீக்கிரம் குணமடைந்ததற் காக அவளுக்குக் குழந்தையின் மீது எரிச்சல் ஏற்பட்டது. ஆனால் அவள் அவனைப் பார்த்ததும் எல்லாவற்றையும் மறந்துவிட்டு மகிழ்ச்சியுடன் அவனிடம் ஓடினாள்.

"சரி, அன்னி எப்படி இருக்கிறாள்?" என்று கேட்ட அவன் பயத்துடன் தன்னிடம் ஓடிவந்த அவளைப் பார்த்தான்.

அவன் ஒரு நாற்காலியில் அமர்ந்தான். சூடாக இருந்த அவனு டைய காலணிகளை வேலைக்காரன் கழற்றினான்.

"இப்போது பரவாயில்லை."

"சரி, நீங்கள்?" என்று கேட்ட அவன் தன் உடலைச் சிலிர்த்துக் கொண்டான்.

அவள் தன் இரு கைகளாலும் அவனுடைய கையைப்பிடித்து, தன் இடுப்பை நோக்கி இழுத்து, வைத்த கண் வாங்காமல் அவனை உற்றுப் பார்த்தாள்.

"நான் மிகவும் மகிழ்ச்சியாக இருக்கிறேன்" என்ற அவன் அவளை யும், அவள் தலைமுடியையும், அவள் தனக்காக அணிந்திருந்த ஆடையையும் ஆராய்ந்தான்.

எல்லாமே வசீகரமாக இருந்தது என்றாலும் இதற்கு முன்பும் பலமுறை அவன் அதனால் ஈர்க்கப்பட்டிருந்தான்! அவளுடைய பயந்த, உணர்ச்சியற்ற, கல்லான முகபாவம் அவன் முகத்தில் பதிந்தது.

"சரி, எனக்கு ரொம்ப சந்தோஷம், நீங்கள் நலம்தானே?" என்று அவன் ஈரமான தாடியைக் கைக்குட்டையால் துடைத்துக் கொண்டு அவள் கையை முத்தமிட்டான்.

'அவர் இங்கே இருக்கும் வரையில் அவரால் என்னைக் காதலிக்காமல் இருக்க முடியாது' என்று அவள் நினைத்தாள்.

இளவரசி வர்வராவுடன் அன்று மாலை மகிழ்ச்சியாகவும் உற்சாகமாகவும் கழிந்தது. அவன் இல்லாதபோது அன்னா மார்பின் எடுத்துக் கொண்டதாக அவள் அவனிடம் முறையிட்டாள்.

"நான் என்ன செய்வது? எனக்குத் தூக்கம் வரவில்லை... என் எண்ணங்கள் என்னைத் தூங்கவிடாமல் செய்கின்றன. அவர் இங்கே இருக்கும்போது நான் ஒருபோதும் அதை எடுத்துக் கொள்வதில்லை."

அவன் தேர்தல்களைப் பற்றிய கதைகளைச் சொன்னான். அவனை மகிழ்ச்சியான மனநிலையில் வைத்திருக்கும் வித்தையை அறிந்த அன்னா, அவனது வெற்றியைப் பற்றி கேள்விகளைக் கேட்டு, அவனை மகிழ்வித்தாள். வீட்டில் அவனுக்குப் பிடித்த விஷயங்களைப் பற்றிச் சொன்னாள். அவள் சொன்னவை அனைத்தும் மகிழ்ச்சியான செய்திகளாக இருந்தன.

ஆனால் இரவில், அவர்கள் தனிமையில் இருந்தபோது, அவன் தன்னுடைய கட்டுப்பாட்டில் இருப்பதை அறிந்த அன்னா, தன் கடிதம் அவனிடம் ஏற்படுத்திய வலிமிகுந்த உணர்வைப் போக்க விரும்பினாள்.

"என் கடிதத்தைப் பெற்ற நீங்கள் என் மீது கோபம் கொண்டதும், நீங்கள் என்னை நம்பவில்லை என்பதும் உண்மை என்பதை ஒப்புக் கொள்ளுங்கள்" என்றாள்.

அவள் அதைச் சொன்னதும், அவன் இப்போது தன்னிடம் எவ்வளவு அன்பாக இருந்தாலும், அதற்காக அவன் தன்னை மன்னிக்கவில்லை என்பதை அவள் உணர்ந்தாள்.

"ஆமாம்" என்றான் அவன். "அது ஒரு விசித்திரமான கடிதம். அன்னிக்கு உடல்நலமில்லை என்றாலும் நீங்கள் என்னிடம் வர விரும்பினீர்கள்!"

"அது உண்மைதான்."

"எனக்கு அதில் சந்தேகமில்லை."

"ஆமாம், உங்களுக்குச் சந்தேகம்தான்! நீங்கள் அதிருப்தியுடன் இருப்பதை என்னால் பார்க்க முடிகிறது."

"இல்லவே இல்லை. எனக்குக் கடமைகள் உள்ளன என்பதை நீங்கள் ஒப்புக்கொள்ள விரும்பவில்லை என்பதை நினைத்து நான் வருத்தப்பட்டேன் என்பது உண்மைதான்..."

"கச்சேரிக்குப் போக வேண்டிய கடமைகள்..."

"தயவுசெய்து அதைப் பற்றிப் பேச வேண்டாம்" என்றான் அவன்.

"ஏன் அதைப் பற்றிப் பேசக் கூடாது?" என்று அவள் கேட்டாள்.

"தவிர்க்க முடியாத வியாபார விஷயங்கள் இருக்கலாம் என்று தான் நான் சொல்ல விரும்பினேன். உதாரணமாக இப்போது நான் மாஸ்கோவில் உள்ள வீட்டைப் பார்க்கச் செல்ல வேண்டும்... அன்னா, உங்களுக்கு ஏன் இவ்வளவு கோபம்? நீங்கள் இல்லாமல் என்னால் வாழ முடியாது என்று உங்களுக்குத் தெரியாதா?"

"அப்படியானால்" என்ற அன்னாவின் குரல் திடீரென்று மாறியது. "இந்த வாழ்க்கையால் நீங்கள் சோர்வடைந்து விட்டீர்கள் என்று அர்த்தம்... ஆமாம், ஒருநாள் வந்து மறுநாள் போய்விடும் ஆண் களைப் போல நீங்களும்..."

"அன்னா, இது என்ன கொடுமை? நான் என் வாழ்நாள் முழு வதையும் உங்களுக்காக அர்ப்பணிக்கத் தயாராக இருக்கிறேன்."

ஆனால் அவள் அதைக் காது கொடுத்துக் கேட்கவில்லை.

"நீங்கள் மாஸ்கோ சென்றால் நானும் வருவேன்! என்னால் இங்கே இருக்க முடியாது. ஒன்று நாம் பிரிந்து வாழ வேண்டும் அல்லது சேர்ந்து வாழ வேண்டும்."

"அதுதான் என்னுடைய ஆசையும் என்பதைத் தெரிந்து கொள்ளுங்கள்! ஆனால் அதற்காக..."

"அதற்காக விவாகரத்து அவசியம். சரி, நான் அவருக்குக் கடிதம் எழுதுகிறேன். என்னால் இனியும் இப்படி வாழ முடியாது... ஆனால் நானும் உங்களோடு மாஸ்கோவுக்கு வருவேன்."

"நீங்கள் என்னை மிரட்டுவது போலிருக்கிறது. ஆனாலும் நான் உங்களை விட்டுப் பிரியாமல் இருப்பதைத் தவிர வேறு எதையும் நான் விரும்பவில்லை" என்று விரான்ஸ்கி புன்னகையுடன் சொன் னான்.

அவன் அந்தக் கனிவான வார்த்தைகளைப் பேசியபோது அவன் கண்களில் வெறுப்பு மட்டுமின்றி, கொடூரமாகத் துன்புறுத்தப் பட்ட ஒரு மனிதனின் பழிவாங்கும் பார்வையும் பளபளத்தது.

அவள் அந்தப் பார்வையின் சரியான அர்த்தத்தைப் புரிந்து கொண்டாள்.

'அப்படியானால் அது ஒரு துரதிர்ஷ்டம்!' என்று அந்தப் பார்வை அவளிடம் சொன்னது. அது ஒரு கணம் தோன்றிய எண்ண மாக இருந்தாலும் அதை ஒருபோதும் அவளால் மறக்க முடிய வில்லை.

நற்றிணை பதிப்பகம் ● 985

அன்னா விவாகரத்துக் கேட்டு தன் கணவருக்கு கடிதம் எழுதினாள். நவம்பர் மாத இறுதியில் பீட்டர்ஸ்பர்க் சென்ற வர்வராவிடம் விடைபெற்றுக் கொண்ட பிறகு, அன்னாவும் விரான்ஸ்கியும் மாஸ்கோவுக்குச் சென்றனர். தினமும் அலெக்ஸி அலெக்ஸாண்ட்ரோவிச்சிடமிருந்து பதிலையும் அதைத் தொடர்ந்து விவகாரத்தையும் பெறலாம் என்று எதிர்பார்த்துக் காத்திருந்த அவர்கள், இப்போது திருமணமான தம்பதிகளைப் போல வாழ ஆரம்பித்தனர்.

பகுதி ஏழு

1

இரண்டு மாதங்களுக்கும் மேலாக லெவின் மாஸ்கோவில் வசித்தார். பிரசவத்தில் அனுபவம் வாய்ந்த நபர்களின் துல்லியமான கணக்கீடுகளையும் தாண்டி கிட்டி பிரசவிக்க வேண்டிய தேதி எப்போதோ கடந்து விட்டது. ஆனால் அவள் இன்னும் பிரசவிக்க வில்லை. இரண்டு மாதங்களுக்கு முன்பு இருந்ததைவிட இப்போது நேரம் நெருங்கிவிட்டது என்பதற்கு எந்த அறிகுறியும் இல்லை. மருத்துவர், மருத்துவச்சி, டோலி, கிட்டியின் அம்மா, குறிப்பாக லெவின் அனைவரும் என்ன நடக்குமோ என்ற பயத்துடன், பொறுமையிழந்து கவலைப்படத் தொடங்கினர். ஆனால் கிட்டி மட்டும் மிகவும் அமைதியாகவும் மகிழ்ச்சியாகவும் இருந்தாள்.

தனது வருங்காலக் குழந்தையின் மீது ஒரு புதிய பாச உணர்வு தனக்குள் பிறந்திருப்பதை அவளால் தெளிவாக உணர முடிந்தது. அவளைப் பொறுத்தவரை அந்தக் குழந்தை ஏற்கனவே இருப்பதாக அவள் நினைத்தாள். எனவே அந்த உணர்வைக் கவனிப்பதில் அவள் ஆனந்தம் அடைந்தாள். இப்போது அந்தக் குழந்தை முற்றிலும் அவளில் ஒரு அங்கமாக இல்லாமல் அதுவே சுயமாக தன் வாழ்க்கையை வாழ்ந்தது. இதனால் சில நேரங்களில் அவளுக்கு வலி ஏற்பட்டது என்றாலும் அந்த நேரத்தில் அந்த விசித்திரமான புதிய மகிழ்ச்சியின் காரணமாக அவளுக்குச் சிரிக்க வேண்டும் என்று தோன்றியது.

அவள் நேசித்த அனைவரும் அவளுடன் இருந்தார்கள். எல்லோரும் அவளை அன்பாகவும் நன்றாகவும் கவனித்துக் கொண் டார்கள். அவர்கள் அவள் மகிழ்ச்சியாக இருக்க வேண்டும் என்பதில் மட்டுமே கண்ணும் கருத்துமாக இருந்தனர். அது சீக்கிரம் முடிவுக்கு வந்துவிடும் என்பதை அவள் அறியாமலும் உணராமலும் இருந்திருந் தால், இதைவிட ஒரு இனிமையான சிறந்த வாழ்க்கையை அவள் விரும்பியிருக்க முடியாது. அந்த வாழ்க்கையின் வசீகரத்தைக் கெடுத்த ஒரே விஷயம் என்னவெனில், அவள் கணவர் அவள் நேசித்ததைப் போலவும், அவர்கள் நாட்டில் இருந்தபோது இருந்ததைப் போலவும் இல்லை என்பதுதான். நாட்டில் இருந்தபோது அவள் அவரது கனிவான, அமைதியான, ஆதரவான நடத்தையை மிகவும்

விரும்பினாள். ஆனால் அவர் இங்கு தன்னையும், முக்கியமாக அவளையும் யாரேனும் புண்படுத்தி விடுவார்களோ என்ற அச்சத்தில் எப்போதும் கவலையுடனும் எச்சரிக்கையுடனும் இருந்தார். அவர் நாட்டில் இருந்தபோது, தனக்குரிய இடத்தில் இருந்ததால் எதற்கும் அவசரப்படாமல் தன் வேலையைச் செய்து கொண்டிருந்தார். ஆனால் இங்கு அவர் எதையோ இழந்து விடுவோமோ என்று பயந்தவர் போல தொடர்ந்து அங்குமிங்கும் ஓடினார். இருந்தாலும் அவரால் ஒன்றும் செய்ய முடியவில்லை. அவள் அவர் மீது பரிதாபப்பட்டாள். ஆனால் மற்றவர்களின் பார்வையில் அவர் பரிதாபத்திற்குரியவராக இருக்க மாட்டார் என்பது அவளுக்குத் தெரியும். ஆனால் பொது இடங்களில், மனிதர்கள் சில நேரங்களில் தாங்கள் நேசிப்பவர்களை, அவர்கள் மற்றவர்கள் மீது ஏற்படுத்தும் அபிப்பிராயத்தை அறிவதற்காக, ஒரு அந்நியரைப் பார்ப்பது போல கிட்டி அவரைப் பார்த்த போது, அவர் உண்மையில் பரிதாபத்திற் குரிய நபராக இல்லை என்பதையும், அவர் தனது கண்ணியமான நடத்தையால் மிகவும் வசீகரமானவர் என்பதையும், அவர் பழைய பாணியில் பெண்களிடம் வெட்கத்துடன் கூடிய மரியாதையுடன் நடப்பதையும், அவரது ஆற்றல்மிக்க உருவத்தையும், வெளிப்படை யான அவரது முகபாவத்தையும் அவள் பொறாமை கலந்த பயத்துடன் பார்த்தாள். ஆனால் அவள் அவரை வெளியிலிருந்து பார்க்காமல் தன் உள்ளத்திலிருந்து பார்த்தாள். எனவே இங்கு அவர் அவராக இல்லை என்பதை அவள் அறிந்து கொண்டாள். அவருடைய தற்போதைய நிலையை அவளால் வேறுவிதமாக வரையறுக்க முடியவில்லை. அவருக்கு இங்கு எப்படி வாழ்வது என்று தெரியவில்லை என்பதற்காக அவள் சில நேரங்களில் அவரைத் தனக்குள் திட்டிக் கொண்டாள். அவள் சில நேரங்களில் அவரால் தனது வாழ்க்கையை இங்கே திருப்திகரமான முறையில் அமைத்துக் கொள்வது மிகவும் கடினம் என்பதையும் ஒப்புக் கொண்டாள்.

உண்மையில் இங்கு அவரால் என்ன செய்ய முடியும்? அவருக்கு சீட்டு விளையாடுவது பிடிக்காது. அவர் கிளப்புக்கும் போக மாட்டார். ஆப்லான்ஸ்கி போன்ற மகிழ்ச்சியான மனிதர்களுடன் சேர்ந்து ஊர் சுற்றித் திரிவது என்றால் என்ன அர்த்தம் என்று அவளுக்குத் தெரியும்... அதாவது குடித்துவிட்டு எங்காவது போவது. இப்படிப்பட்ட சந்தர்ப்பங்களில் ஆண்கள் எங்கே போகிறார்கள் என்பதை நினைத்துப் பார்ப்பதற்கே அவள் அஞ்சினாள். சமூகத்தில் நடக்கும் விழாக்களில் அவர் கலந்து கொள்வரா? ஆனால் அதற்கு அவர் இளம் பெண்களுடன் சேர்ந்து பொழுதைக் கழிப்பதில் மகிழ்ச்சி அடைய வேண்டும் என்பதால் அவள் அதை விரும்பவில்லை.

அவளும், அவளுடைய அம்மாவும், அவளுடைய சகோதரியும் உள்ள வீட்டில் அடைந்து கிடப்பது? ஆனால் அங்கு 'சகோதரிகளின் பேச்சுக்கள்' என்று இளவரசி அழைக்கும் திரும்பத் திரும்ப நடக்கும் உரையாடல்கள் அவருக்கு அலுப்பூட்டும் என்று அவளுக்குத் தெரியும். அவர் செய்வதற்கு என்னதான் இருக்கிறது? இங்கு அவரால் தனது புத்தகத்தை எழுத முடியுமா? அவர் அதைச் செய்ய முயன்று, ஒரு பொது நூலகத்திற்குச் சென்று தனக்குத் தேவையான குறிப்புகளைத் தேடினார். ஆனால் அவர் அவளிடம் கூறியது போல, அவர் எதுவும் செய்யாமல் அதிக நேரத்தை செலவிட்டதால் அவருக்கு அதற்குக் குறைவான நேரமே கிடைத்தது. மேலும் இங்கு அவர் தனது புத்தகத்தைப் பற்றி அதிகமாகப் பேசியதாகவும், அதன் விளைவாக அதைப் பற்றிய எண்ணங்கள் அனைத்தும் குழப்ப மடைந்து, அவற்றில் தனக்கு இருந்த ஆர்வம் குறைந்துவிட்டதாகவும் அவளிடம் சொன்னார். இந்த நகர வாழ்க்கையில் இருந்த ஒரே நன்மை என்னவென்றால், இங்கு அவர்களுக்குள் எந்தச் சண்டையும் நடக்கவில்லை. நகர வாழ்க்கையின் சூழ்நிலைகள் வேறுபட்டிருந் ததாலோ அல்லது அவர்கள் இருவரும் இந்த விஷயத்தில் மிகவும் கவனத்துடனும் விவேகத்துடனும் நடந்து கொண்டதாலோ, அவர்கள் மிகவும் அஞ்சிய பொறாமையின் காரணமாக நிகழும் எந்தச் சண்டையும் நாட்டிலிருந்து மாஸ்கோவுக்குத் திரும்பிய பிறகு நடக்கவில்லை.

இந்த விஷயத்தில் அவர்கள் இருவருக்கும் மிகவும் முக்கியத்துவம் வாய்ந்த, கிட்டி விரான்ஸ்கியைச் சந்தித்த ஒரு நிகழ்வு நடந்தது.

கிட்டியை மிகவும் நேசித்த அவளது ஞானத் தாயான, வயதான இளவரசி மரியா போரிசோவ்னா, கிட்டியைப் பார்க்க வேண்டும் என்று வற்புறுத்தினார். கிட்டி தான் இருக்கும் சூழ்நிலையில் வெளியே செல்லவில்லை என்றாலும், தனது தந்தையுடன் அந்த மரியாதைக்குரிய மூதாட்டியைப் பார்க்கச் சென்றாள். அங்கு அவள் விரான்ஸ்கியைச் சந்தித்தாள்.

இந்தச் சந்திப்பின்போது, தனக்கு மிகவும் பரிச்சயமான ராணுவ உடையில் இருந்த விரான்ஸ்கியின் உருவத்தை அவள் அடையாளம் கண்டதும், மூச்சுத் திணறிய அவள் தன் இதயத்தில் ரத்தம் வேகமாகப் பாய்ந்து, தன் முகம் சிவப்பதை உணர்ந்து ஒரு கணம் தன்னைத்தானே திட்டிக் கொண்டாள். ஆனால் அது சில வினாடி கள் மட்டுமே நீடித்தது. அப்போது விரான்ஸ்கியுடன் வேண்டு மென்றே உரத்த குரலில் பேசத் தொடங்கிய அவளுடைய தந்தை, தனது உரையாடலை முடிப்பதற்குள், இளவரசி மரியா போரி சோவ்னாவுடன் பேசியதைப் போல பேசவும், அதைவிட முக்கியமாக, புன்னகையும் குரலும் தன் கணவர் ஏற்றுக் கொள்ளும் வகையில்

நற்றிணை பதிப்பகம் ● 989

இருக்கும்படி பேசவும் அவள் தன்னைத் தயார்படுத்திக் கொண்டாள். ஏனெனில் கண்ணுக்குப் புலப்படாத தன் கணவரின் இருப்பை அந்த நேரத்தில் அவள் உணர்ந்ததாகத் தோன்றியது.

அவள் அவனுடன் சில வார்த்தைகள் பேசியபோது, அவன் 'எங்கள் நாடாளுமன்றம்' என்று தேர்தல்களைப் பற்றி நகைச்சுவை யாகப் பேசியதைக் கேட்டு அவள் அமைதியாகப் புன்னகைத்தாள். (நகைச்சுவையைப் புரிந்து கொண்டதைக் காட்ட அவள் புன்னகைக்க வேண்டியிருந்தது). அதன் பிறகு அவள் உடனே இளவரசி மரியா போரிசோவ்னாவிடம் திரும்பிக் கொண்டாள். அவன் எழுந்து விடைபெற்றுச் செல்லும்வரை அவள் ஒருமுறைகூட அவனைப் பார்க்கவில்லை. ஆனால் அதன் பிறகு, குனிந்து விடைபெறும் ஒருவரைப் பார்க்காமல் இருப்பது அநாகரிகம் என்பதால் அவள் அவனைப் பார்த்தாள்.

விரான்ஸ்கியைச் சந்தித்ததைக் கணவரிடம் சொல்லாமல் இருந்ததற்காக அவள் தன் தந்தைக்கு நன்றி சொன்னாள். ஆனால் அங்கு சென்று வந்த பிறகு, அவர்களின் வழக்கமான நடைப் பயிற்சியின்போது, அவர் தன் மீது அதிகமாகக் காட்டிய அன்பிலிருந்து, அவர் தன்னைப் பற்றி மகிழ்ச்சியடைகிறார் என்பதை அவளால் உணர முடிந்தது. அவளும் தன்னைக் குறித்து மகிழ்ச்சி அடைந்தாள். ஏனெனில் விரான்ஸ்கியுடன் தொடர்புடைய பழைய நினைவுகள் அனைத்தையும் தனது உள்ளத்தின் ஆழத்தில் எங்காவது அடக்கி வைக்கும் வலிமை தனக்குக் கிட்டும் என்பதையும், அது அப்படித் தோன்றுவது மட்டுமின்றி, அவனைப் பற்றித் தன்னால் முற்றிலும் அலட்சியமாகவும் அமைதியாகவும் இருக்க முடியும் என்பதையும் அவள் ஒருபோதும் எதிர்பார்க்கவில்லை.

இளவரசி மரியா போரிசோவ்னாவின் இல்லத்தில் தான் விரான்ஸ்கியைச் சந்தித்ததாகக் கிட்டி சொன்னபோது லெவின் அவளைவிட அதிகமாக வெட்கமடைந்தார். அதை அவரிடம் சொல்வது அவளுக்குச் சிரமமாக இருந்தது. மேலும் அவர் எதையும் கேட்காமல் முகத்தைச் சுளித்தபடி அவளைப் பார்த்ததால், அந்தச் சந்திப்பின் விவரங்களை அவரிடம் தொடர்ந்து சொல்வது அவளுக்கு மேலும் சிரமத்தைக் கொடுத்தது.

"நீங்கள் அங்கு இல்லாததற்கு நான் மிகவும் வருந்துகிறேன்" என்றாள் அவள். "நீங்கள் அந்த அறையில் இல்லை என்பதை நான் சொல்ல வரவில்லை... உங்கள் முன்னிலையில் நான் அங்கு இவ்வளவு இயல்பாக இருந்திருக்க முடியாது... இப்போது நான் இன்னும் அதிகமாக வெட்கப்படுகிறேன்" என்ற அவள் கண்களில் கண்ணீர் வரும் அளவுக்கு வெட்கப்பட்டாள். "ஆனால் ஒரு விரிசல் வழியாக உங்களால் தெளிவாகப் பார்க்க முடியாது."

உண்மையைச் சொல்லும் அவளுடைய கண்கள் அவள் தன்னைக் குறித்து திருப்தியடைவதைப் பறைசாற்றின. அவள் வெட்கப்பட்டாலும், அவர் உடனே அமைதியடைந்து அவளிடம் கேள்வி கேட்கத் தொடங்கினார். அவள் விரும்பியதும் அதுதான். விரான்ஸ்கியைப் பார்த்த முதல் கணத்தில் அவளால் வெட்கப் படாமல் இருக்க முடியவில்லை என்பதையும், அதன் பிறகு சகஜ நிலைக்குத் திரும்பிய அவள் ஒரு மூன்றாம் மனிதரைப் போல அவனை எதிர்கொண்ட விவரத்தையும் அறிந்த லெவின், மிகவும் மகிழ்ச்சியடைந்து, தான் தேர்தலில் அவனைச் சந்தித்தபோது முட்டாள்தனமாக நடந்து கொண்டதைப் போல இனி அடுத்த முறை நடந்து கொள்ளாமல், தன்னால் இயன்றவரை இணக்கமாக இருக்க முயற்சி செய்வேன் என்று சொன்னார்.

"ஒரு மனிதன் எனக்கு எதிரியாக இருக்கிறான் என்பதையும், நான் அவனைச் சந்திக்க விரும்பவில்லை என்பதையும் நினைக்கும் போது எனக்கு வேதனையாக இருக்கிறது. ஆனால் இப்போது எனக்கு மகிழ்ச்சியாக இருக்கிறது" என்றார் லெவின்.

2

"தயவு செய்து கோமகள் போஹெல்ஸைப் பார்த்துவிட்டு வரவும்" என்று கிட்டி, வெளியே செல்வதற்கு முன்பு பதினோரு மணிக்குத் தன்னைப் பார்க்க வந்த கணவரிடம் சொன்னாள். "அப்பா ஏற்பாடு செய்திருப்பதால், நீங்கள் கிளப்பில் சாப்பிடுகிறீர்கள் என்று எனக்குத் தெரியும். ஆனால் இன்று காலை என்ன செய்யப் போகிறீர்கள்?"

"நான் கட்டாவாசோவைப் பார்க்கப் போகிறேன்" என்றார் லெவின்.

"ஏன் இவ்வளவு முன்னதாகப் போக வேண்டும்?"

"அவர் என்னை மெட்ரோவுக்கு அறிமுகப்படுத்துவதாகச் சொல்லியுள்ளார். அவர் ஒரு புகழ்பெற்ற பீட்டர்ஸ்பர்க் அறிஞர் என்பதால் நான் அவருடன் என் வேலையைப் பற்றிப் பேச வேண்டும்" என்றார் லெவின்.

"ஓ, நீங்கள் புகழ்ந்து பேசியது அவருடைய கட்டுரையைப் பற்றித்தானே? சரி, அதன் பிறகு?" என்று கேட்டாள் கிட்டி.

"என் சகோதரியின் வேலை சம்பந்தமாக நான் நீதிமன்றத்திற்குச் செல்ல வேண்டும்."

"சரி, கச்சேரி என்னவாயிற்று?" என்று அவள் கேட்டாள்.

"நான் அதற்குத் தனியாகப் போகவில்லை!"

"இல்லை, நீங்கள் போக வேண்டும். அது மிகவும் புதியதாக இருக்கும்... அது உங்களுக்கும் பிடிக்கும். நானாக இருந்தால் கண்டிப் பாகப் போவேன்."

"எப்படியிருந்தாலும் இரவு உணவுக்கு முன்பு நான் வந்து விடுவேன்" என்ற அவர் கடிகாரத்தைப் பார்த்தார்.

"கோமகள் போஹெல்ஸ் வீட்டிற்குச் செல்வதற்கு தோதாக நீங்கள் உங்கள் ஃப்ராக் கோட்டை அணிந்து கொள்ளுங்கள்."

"ஆனால் அது அவசியமா?"

"ஓ, நிச்சயமாக! அவர் எங்களை அழைத்தார். சரி, அதனால் உங்களுக்கு என்ன ஆகிவிடப் போகிறது? நீங்கள் போகும் வழியில் அவரிடம் ஐந்து நிமிடங்கள் பேசிவிட்டுப் போங்கள்."

"ஆகா, உன்னால் நம்பமுடியாது! இதெல்லாம் எனக்குப் பழக்கமில்லை என்பதால் மிகவும் சங்கடமாக இருக்கிறது. அது எவ்வளவு கொடுமையான காரியம்! ஒரு அந்நியன் அவர்கள் வீட்டிற்குச் சென்று, அவர்களின் நேரத்தை வீணடித்து, தன்னையும் வருத்திக் கொண்டு திரும்புவது எப்படிச் சரியாக இருக்கும்?"

கிட்டி சிரித்தாள்.

"ஆனால் நீங்கள் பிரம்மச்சாரியாக இருந்தபோது அதைச் செய்யவில்லையா என்ன?" என்று அவள் கேட்டாள்.

"செய்தேன் என்றாலும் எப்போதும் அதைச் செய்வது எனக்குச் சங்கடமாக இருக்கும். இப்போது நான் அதைச் செய்வதில்லை. அதைச் செய்வதை விட நான் இரண்டு நாட்கள் பட்டினியாக இருப்பேன். எனக்கு மிகவும் சங்கடமாக இருக்கும்! அவர்கள் என் மீது கோபம் கொண்டு, 'உங்களுக்கு இங்கு வேலை இல்லை என்றால் ஏன் வந்தீர்கள்?' என்று கேட்பார்கள் என்று எனக்குத் தோன்றுகிறது."

"இல்லை, அவர்கள் அப்படி எதுவும் செய்ய மாட்டார்கள் என்று என்னால் உறுதியாகச் சொல்ல முடியும்!" என்ற கிட்டி சிரித்துக் கொண்டே அவர் முகத்தைப் பார்த்தாள். அவள் அவர் கையைப் பிடித்தாள். "சரி, குட் பை...! மறந்துவிடாதீர்கள்!"

அவர் அவள் கையை முத்தமிட்டுப் புறப்படத் தயாரானபோது அவள் அவரைத் தடுத்தாள்.

"கோஸ்டியா, என்னிடம் ஐம்பது ரூபிள்கள் மட்டுமே உள்ளன என்பது உங்களுக்குத் தெரியுமா?"

"சரி, அதனால் என்ன? நான் வங்கிக்குச் சென்று வேண்டியதை எடுத்து வருகிறேன்... எவ்வளவு வேண்டும்?" என்று அவளுக்கு நன்றாகத் தெரிந்த அதிருப்தியான முகபாவத்துடன் லெவின் கேட்டார்.

"இல்லை, ஒரு நிமிடம் பொறுங்கள்" என்று அவள் அவர் கையைப் பிடித்தாள். "நாம் அதைப் பற்றிப் பேசலாம். அது எனக்குக் கவலை தருகிறது. நான் தேவையில்லாமல் எதையும் செலவு செய்வதில்லை என்றாலும் பணம் கையில் நில்லாமல் பறந்து விடுகிறது! நாம் எங்கேயோ தவறு செய்கிறோம் என்று நினைக் கிறேன்."

"இல்லை, அப்படியெல்லாம் இல்லை" என்ற அவர் இருமிக் கொண்டே அவளை எரிச்சலுடன் பார்த்தார்.

அவரது அந்த இருமலுக்கு என்ன அர்த்தம் என்பது அவளுக்குத் தெரியும். அவருக்கு அவள் மீது அதிருப்தி இல்லை, ஆனால் அவருக்குத் தன் மீதே ஏற்பட்ட அதிருப்தியின் வெளிப்பாடு அது. இவ்வளவு பணம் கரைவதில் அவருக்கு வருத்தம் இல்லை. ஆனால் இதில் ஏதோ தவறு இருக்கிறது என்பது அவருக்குத் தெரியும். இருந்தாலும் அவர் அதை மறக்க விரும்பினார். ஆனால் இப்போது அது அவருக்கு நினைவுக்கு வந்ததால் அதிருப்தியடைந்தார்.

"நான் கோதுமையை விற்று முன்பணம் வாங்கும்படி சோகோ லோவிடம் சொல்லியிருந்தேன். எப்படியும் நம்மிடம் போதுமான பணம் இருக்கும்" என்றார்.

"ஆனால் இப்படிப் பணம் செலவாவது அதிகம் என்று நான் பயப்படுகிறேன்..."

"இல்லை, இல்லவே இல்லை" என்று அவர் மீண்டும் சொன்னார். "சரி, அன்பே, நான் போய்வருகிறேன்."

"இல்லை, சரியில்லை. உண்மையில் சில நேரங்களில் நான் அம்மா சொல்வதைக் கேட்டதற்காக வருத்தப்படுகிறேன். நாட்டில் எவ்வளவு நன்றாக இருந்தது! ஆனால் நான் உங்களை இங்கே இழுத்து வந்து சிரமம் கொடுத்துவிட்டேன். நாம் பணத்தையும் செலவழிக்கிறோம்..."

"அப்படியெல்லாம் இல்லை. எனக்குத் திருமணம் ஆனதிலிருந்து ஒருமுறைகூட விஷயங்கள் முன்னைவிடச் சிறப்பாக இருக்கும் என்று நான் நினைத்ததில்லை..."

"அப்படியா?" என்று அவள் அவர் கண்களைப் பார்த்துக் கேட்டாள்.

அவளுக்கு ஆறுதல் சொல்ல வேண்டும் என்பதற்காக அவர் சற்றும் யோசிக்காமல் அதைச் சொன்னார். ஆனால் அவர் அவளைப் பார்த்து, அவளுடைய உண்மையான, அன்பான கண்கள் தன் மீது கேள்வியுடன் நிலைத்திருப்பதைக் கண்டு, அவர் தன் உள்ளத்தின் ஆழத்திலிருந்து அந்த வார்த்தைகளை மீண்டும் கூறினார். 'நான் அவள் இருக்கும் நிலையை மறந்துவிடுகிறேன்' என்று அவர்

நினைத்தார். மிக விரைவில் தங்களுக்காகக் காத்திருப்பது என்ன என்று அவருடைய நினைவுக்கு வந்தது.

"வெகு சீக்கிரம் நடக்கும் என்று உனக்குத் தோன்றுகிறதா?" என்று அவர் அவளுடைய இரு கைகளையும் பிடித்துக் கொண்டு கிசுகிசுத்தார்.

"நான் அடிக்கடி அப்படி நினைத்தேன். ஆனால் இப்போது நான் அதைப் பற்றி யோசிப்பதை விட்டுவிட்டேன்."

"உனக்குப் பயமாக இல்லையா?"

அவள் ஏளனமாகச் சிரித்தாள்.

"கொஞ்சம்கூட இல்லை" என்றாள்.

"சரி, அப்படி ஏதாவது இருந்தால், நான் கட்டாவாசோவின் வீட்டில் இருப்பேன்."

"இல்லை, எதுவும் நடக்காது. நீங்கள் அதைப் பற்றி யோசிக்க வேண்டாம். நானும் அப்பாவும் தெருவில் நடக்கிறோம். நாங்கள் டோலியின் வீட்டிற்குச் செல்கிறோம். இரவு உணவிற்கு உங்களை எதிர்பார்க்கிறேன். சரி, உங்களுக்குத் தெரியுமா, டோலியின் நிலைமை மிகவும் சாத்தியமற்றதாகி வருகிறது! கடனில் மூழ்கிய அவளிடம் சுத்தமாகப் பணம் இல்லை. நானும் அம்மாவும் அதைப் பற்றி அர்செனியிடம் (அவள் தன் சகோதரி நடாலியா லோவாவின் கணவர்) பேசினோம். ஸ்டீவாவிடம் பேசுவதற்கு உங்களையும் அவரையும் அனுப்ப முடிவு செய்தோம். உண்மையில் இது தாங்கிக் கொள்ள முடியாத வேதனை. இதைப் பற்றி அப்பாவிடம் பேச முடியாது... ஆனால் நீங்களும் அவரும்..."

"ஆனால் நாம் என்ன செய்ய முடியும்?" என்றார் லெவின்.

"நீங்கள் எப்படியும் அர்செனியைப் பார்த்து அவரிடம் பேசுங்கள். நாங்கள் என்ன முடிவு செய்திருக்கிறோம் என்பதை அவர் உங்களிடம் சொல்வார்."

"சரி, நான் முன்கூட்டியே எல்லாவற்றிலும் அர்செனியுடன் உடன்படுகிறேன். எனவே நான் அவரைப் பார்க்கச் செல்கிறேன். நான் கச்சேரிக்குச் செல்வதென்றால் நடாலியாவுடன் செல்கிறேன். சரி, நான் வருகிறேன்."

திருமணத்திற்கு முன்பிருந்தே அவர்களின் வீட்டைக் கவனித்துக் கொண்ட பழைய வேலைக்காரன் குஸ்மா லெவினை முன்வாசலில் தடுத்து நிறுத்தினான்.

"அழகு (நாட்டிலிருந்து கொண்டு வந்த வண்டியின் இடது பக்கக் குதிரை) இன்னும் நொண்டுகிறது, நீங்கள் என்ன செய்ய விரும்புகிறீர்கள்?" என்று அவன் கேட்டான்.

மாஸ்கோவுக்கு வந்த ஆரம்பத்தில் லெவின் நாட்டிலிருந்து கொண்டுவந்த குதிரைகளின் மீது அக்கறை காட்டினார். இதனால் முடிந்தவரை செலவுகளைக் குறைக்க முடியும் என்று அவர் நினைத்தார். ஆனால் வாடகைக் குதிரைகளைவிடத் தங்கள் குதிரைகளைப் பயன்படுத்துவதில் செலவுகள் அதிகமானதால் அவர்கள் வாடகை வண்டியைப் பயன்படுத்திக் கொண்டனர்.

"கால்நடை மருத்துவரை அழைத்து வாருங்கள், ஒருவேளை புண் இருக்கலாம்."

"சரி, கத்தரீனா அலெக்ஸாண்ட்ரோவ்னா என்ன செய்வார்?" என்று குஸ்மா கேட்டான்.

மாஸ்கோவிலிருந்து வந்த ஆரம்பத்தில், ஒரு இடத்திலிருந்து மற்றொரு இடத்திற்குச் செல்வதற்கு ஆற்றல் மிக்க குதிரைகளைக் கனமான வண்டியில் பூட்டி, பனி நிறைந்த சேற்றின் வழியாக மூன்று மைல் தூரம் சென்று, அங்கே நான்கு மணி நேரம் காத்திருந்து, ஒவ்வொரு முறையும் ஐந்து ரூபிள்கள் வாடகை கொடுக்க வேண்டும் என்பது லெவினுக்குப் பிடிக்கவில்லை. ஆனால் இப்போது அது இயல்பானதாக அவருக்குத் தோன்றியது.

"வண்டியோட்டியிடம் சொல்லி ஒரு ஜோடிக் குதிரைகளை வண்டியில் பூட்டச் சொல்லுங்கள்."

"சரி, ஐயா."

நாட்டில் தனிப்பட்ட முயற்சியும் கவனமும் தேவைப்படும் அந்தப் பிரச்சினையை மிகவும் எளிதாகத் தீர்த்துக் கொண்ட லெவின், நகர வாழ்க்கையின் அந்த வசதிக்கு நன்றி தெரிவித்துக் கொண்டார். படிகளில் இறங்கித் தெருவுக்குச் சென்ற லெவின் ஒரு வண்டியைப் பிடித்து நிகிட்ஸ்கயா தெருவுக்குச் சென்றார். அவர் போகும் வழியில் பணப் பிரச்சினையைக் குறித்து யோசிக்காமல், சமூகவியல் படித்த பீட்டர்ஸ்பர்க் அறிஞரைச் சந்தித்துத் தன் புத்தகத்தைப் பற்றி என்ன பேசுவது என்று சிந்தித்தார்.

லெவின் மாஸ்கோவில் இருந்த அந்த முதல் சில நாட்களில் ஒரு கிராமவாசிக்கு மிகவும் விசித்திரமாக, அர்த்தமற்றதாகத் தோன்றும், அனைத்துத் திசைகளிலிருந்தும் தன்னைச் சூழ்ந்த அந்தத் தவிர்க்க முடியாத செலவுகளைக் கண்டு அதிர்ச்சி அடைந்தார். ஆனால் இப்போது அது அவருக்குப் பழகிவிட்டது. இந்த விஷயத்தைப் பொறுத்தவரை, 'கத்தியைப் போல தொண்டையில் இறங்கும் முதல் டம்ளர் மது, இரண்டாவது டம்ளரில் பருந்து போலவும், மூன்றாவது டம்ளருக்குப் பிறகு சிட்டுக் குருவியைப் போலவும் கீழே இறங்கும்' என்று குடிக்க ஆரம்பிக்கும் ஒருவரைப் பற்றி சொல்வது போலத்தான் லெவினுக்கும் நடந்தது. லெவின் தனது

முதல் நூறு ரூபிள் நோட்டை வேலைக்காரனுக்கும் காவலாளிக்கும் சீருடை வாங்குவதற்காகச் செலவழித்தபோது, அவை தேவையில்லை என்று அவர் சொன்னாலும், இளவரசியும் கிட்டியும் ஆச்சரியப் பட்டதைக் கண்ட லெவின், அவை முற்றிலும் பயனற்றவை என்றாலும் தவிர்க்க முடியாதவை என்று நினைத்தார். அதற்குச் செலவாகும் தொகை, சுமார் முன்னூறு நாட்கள் தினமும் அதிகாலை முதல் மாலை வரை உழைக்கும் இரண்டு கோடைக்காலத் தொழிலாளர்களின் சம்பளத்திற்கு நிகராகும் என்று லெவின் கணக்குப் போட்டார். எனவே அந்த முதல் நூறு ரூபிள்கள் கத்தியைப் போல அவர் தொண்டையில் இறங்கியது. ஆனால் அடுத்ததாக உறவினர்களின் இரவு உணவிற்கு வேண்டிய மளிகைப் பொருட்களை வாங்க அவர் இருபத்தெட்டு ரூபிள்கள் செலவழித்தார். விவசாயிகள் வியர்வை சிந்தி நிலத்தை உழுது, விதைத்து, அறுவடை செய்து, அடித்து உலர வைத்துக் கிடைக்கும் ஒன்பது படி ஓட்ஸ் தானியங்களின் விலைக்கு நிகரானது என்பது லெவினுக்கு நினைவு வந்தது. ஆனால் முதல் செலவை விட இந்த இரண்டாவது செலவைச் செய்யும்போது அது சுலபமாக இருந்தது. ஆனால் அதன் பிறகு அவர் செலவழித்த நோட்டுகள், அவரிடம் அத்தகைய எண்ணங்கள் எதையும் எழுப் பாமல், சிட்டுக் குருவியைப் போல வானத்தில் பறந்து சென்றன. எனவே அவர் பணத்தைச் சம்பாதிப்பதற்குச் செலவழிக்கப்படும் உழைப்பு, அதைச் செலவழிக்கும் மகிழ்ச்சியுடன் ஒத்துப் போகிறதா என்று யோசிப்பதை எப்போதோ நிறுத்திவிட்டார். ஒரு குறிப்பிட்ட விலைக்குக் கீழே குறிப்பிட்ட சில தானியங்களை விற்க முடியாது என்ற அவருடைய பொருளாதாரக் கணக்கையும் மறந்துவிட்டார். இவ்வளவு காலம் அவர் சீராகப் பராமரித்து வந்த கம்பு விலையை விட, ஒரு மாதத்திற்கு முன்பு விற்ற விலைக்கும் குறைவாக ஐம்பது கோபெக்குகளுக்கு விற்பனை செய்தார். அவர்கள் தற்போது செல வழிக்கும் விகிதத்தில் சென்றால் கடனில்லாமல் ஒரு வருடத்தைத் தாண்டுவது சாத்தியமில்லை என்ற கணக்கீடு கூட அதன் அர்த்தத்தை இழந்துவிட்டது. பணம் எங்கிருந்து வந்தது என்று கேட்காமல் அதை வங்கியில் வைத்திருப்பதும், அடுத்த நாள் மாட்டிறைச்சி வாங்கப் போதிய பணம் உள்ளது என்று அறிவதும் மட்டும்தான் இப்போது தேவைப்படும் ஒரே விஷயமாக இருந்தது. அவர் எப்போதும் வங்கியில் பணத்தை வைத்திருந்ததால் இதுவரை அவரால் அந்தக் கணக்கை கடைப்பிடிக்க முடிந்தது. ஆனால் இப்போது வங்கியில் இருந்த பணம் காலியாகிவிட்டது. எனவே எங்கே கடன் வாங்குவது என்று அவருக்குத் தெரியவில்லை. கிட்டி பணத்தைப் பற்றி நினைவு படுத்தியபோது அது ஒரு கணம் அவருடைய மனநிம்மதியைக் குலைத்தது. ஆனால் அதைப் பற்றி யோசிக்க அவருக்கு நேரமில்லை.

அவர் கட்டாவாசோவைப் பற்றியும், பெட்ரோவுடன் நடக்கும் சந்திப்பைப் பற்றியும் நினைத்துக் கொண்டே வண்டியில் பயணித்தார்.

3

லெவின் மாஸ்கோவில் தங்கியிருந்தபோது, தன் திருமணத்திற்கு முன்பு பார்த்த, பல்கலைக்கழகப் பேராசிரியரான தனது நண்பர் கட்டாவாசோவுடன் மீண்டும் நெருக்கமானார். வாழ்க்கையைப் பற்றி அவரது தெளிவான, எளிமையான பார்வையின் காரணமாக லெவின், கட்டாவாசோவை விரும்பினார். வாழ்க்கையைப் பற்றிய கட்டாவாசோவுக்கு இருந்த அந்தத் தெளிவுக்கு அவருடைய வறுமைதான் காரணம் என்று லெவின் நினைத்தார். லெவினின் சிந்தனையில் உள்ள முரண்பாட்டிற்குக் காரணம் அவருக்கு மனக் கட்டுப்பாடு இல்லாததுதான் என்று கட்டாவாசோவ் நினைத்தார். இருந்தாலும் லெவின் கட்டாவாசோவின் அந்தத் தெளிவை ரசித்தார். அதே சமயம் லெவினிடம் குவிந்திருந்த கட்டுப்பாடற்ற எண்ணங்களைக் கட்டாவாசோவ் விரும்பினார். எனவே அவர்கள் இருவரும் சந்தித்து விவாதித்துக் கொண்டார்கள்.

லெவின் தன் புத்தகத்தின் சில பகுதிகளைக் கட்டாவாசோவுக்கு வாசித்துக் காட்டினார். அவை அவருக்குப் பிடித்திருந்தன. நேற்று ஒரு பொது விரிவுரையில் லெவினைச் சந்தித்த கட்டாவாசோவ், புகழ்பெற்ற அறிஞர் மெட்ரோவ் மாஸ்கோவில் இருப்பதாகவும், லெவினின் புத்தகத்தைப் பற்றித் தான் அவரிடம் சொன்னபோது அவர் அதில் மிகுந்த ஆர்வம் காட்டியதாகவும், நாளை பதினோரு மணிக்குத் தன் வீட்டிற்கு வரும் அவர், லெவினைச் சந்திப்பதில் மகிழ்ச்சியடைவார் என்றும் சொன்னார்.

"இது உங்களுக்கு நிச்சயமாக ஒரு நல்ல திருப்பம். அதைப் பார்ப்பது எனக்கு மகிழ்ச்சியளிக்கிறது" என்று வரவேற்பறையில் லெவினை வரவேற்ற கட்டாவாசோவ் சொன்னார். "நான் மணி ஓசையைக் கேட்டு, உங்களால் சரியான நேரத்துக்கு வர முடியாது என்று நினைத்தேன்... சரி, இயற்கையிலேயே போராளிகளான அந்த மாண்டினீக்ரோவைப் பற்றி நீங்கள் என்ன நினைக்கிறீர்கள்?"

"ஏன்? என்ன ஆயிற்று?" என்று லெவின் கேட்டார்.

கட்டாவாசோவ் சமீபத்திய செய்திகளைப் பற்றிச் சுருக்கமாக லெவினிடம் சொன்னார். அவர்கள் படிப்பறைக்குச் சென்ற பிறகு, லெவினை ஒரு உயரமான, உறுதியான உடலும், இணக்கமான தோற்றமும் கொண்ட ஒரு மனிதருக்கு அறிமுகப்படுத்தினார். அது

மெட்ரோவ். சற்று நேரத்துக்கு அவர்களின் உரையாடல், அரசியலைப் பற்றியும், பீட்டர்ஸ்பர்க்கின் உயர் மட்டத்தில் நடந்த சமீபத்திய நிகழ்வுகள் எவ்வாறு பார்க்கப்படுகின்றன என்பதைப் பற்றியும் சுருக்கமாக நடந்தது. இந்த விஷயத்தில் அரசரும் அவரது அமைச்சர்களில் ஒருவரும் கூறியதாக, ஒரு நம்பகமான மனிதரிடமிருந்து தனக்குக் கிடைத்த செய்தியை மெட்ரோவ் அவர்களிடம் தெரிவித்தார். ஆனால் அரசர் வேறு ஏதோ சொன்னார் என்று கட்டாவாசோவ் நம்பத்தகுந்த வட்டாரங்களிலிருந்து கேள்விப்பட்டிருந்தார். லெவின் இந்த இரண்டு கருத்துக்களையும் வெளிப்படுத்தும் சூழ் நிலையைக் கற்பனை செய்து பார்த்தார். மேலும் அந்த விஷயத்தைப் பற்றிய அவர்களின் உரையாடல் அத்துடன் நிறுத்தப்பட்டது.

"நிலத்தைப் பொறுத்தவரை ஒரு விவசாயிக்கு உள்ள இயற்கை நிலைமைகளைப் பற்றி இவர் கிட்டத்தட்ட ஒரு புத்தகத்தை எழுதி யுள்ளார்" என்று கட்டாவாசோவ் சொன்னார். "நான் ஒரு நிபுணன் அல்ல என்றாலும் ஒரு இயற்கை விஞ்ஞானி என்ற முறையில் அவர் மனிதகுலத்தை உயிரியல் விதிகளுக்கு அப்பாற்பட்ட ஒன்றாக எடுத்துக் கொள்ளாமல் அதற்கு மாறாக அது சுற்றுச் சூழ்நிலையைச் சார்ந்திருப்பதாகவும், அந்தச் சார்பு நிலையில் வளர்ச்சியின் விதிகளை அடையாளம் காணவும் முற்படுகிறார் என்ற உண்மையை நான் விரும்புகிறேன்."

'அது மிகவும் சுவாரஸ்யமானது' என்றார் மெட்ரோவ்.

"நான் உண்மையில் விவசாயத்தைப் பற்றி ஒரு புத்தகத்தை எழுதத் தொடங்கினேன். ஆனால் விவசாயத்தின் முக்கியக் கருவியான தொழிலாளியின் மீது நான் கவனம் செலுத்தியபோது, நான் மிகவும் எதிர்பாராத முடிவுகளைச் சென்றடைந்தேன்" என்று லெவின் வெட்கத்துடன் சொன்னார்.

தரையைப் பரிசோதிப்பது போல எச்சரிக்கையுடன் லெவின் தனது கருத்துக்களை விளக்கத் தொடங்கினார். பொதுவாக ஏற்றுக் கொள்ளப்பட்ட அரசியல் பொருளாதாரக் கோட்பாட்டிற்கு எதிராக மெட்ரோவ் ஒரு கட்டுரை எழுதியிருந்தார் என்பது லெவினுக்குத் தெரியும். ஆனால் தன்னுடைய புதிய கருத்துக்களுக்கு ஆதரவான பதிலை அவரிடமிருந்து எந்த அளவுக்கு எதிர்பார்க்க முடியும் என்று லெவினுக்குத் தெரியவில்லை. மேலும் பேராசிரியரின் அமைதியான, புத்திசாலித்தனமான முகபாவத்திலிருந்து அவரால் எதையும் யூகிக்க முடியவில்லை.

"ஒரு ரஷ்யத் தொழிலாளியின் சிறப்புப் பண்புகளை நீங்கள் எதில் பார்க்கிறீர்கள்?" என்று கேட்டார் மெட்ரோவ். "அவருடைய

உயிரியல் குணாதிசயங்களிலா அல்லது அவர் வைக்கப்பட்டுள்ள நிலைமைகளிலா?"

லெவின் அந்தக் கேள்விக்குப் பின்னால் தனக்கு உடன்பாடில்லாத ஒரு சிந்தனை இருப்பதை அறிந்தார். ஆனால் நிலத்தைப் பற்றி ரஷ்யத் தொழிலாளிக்கு மற்றவர்களிடமிருந்து முற்றிலும் வேறுபட்ட பார்வை உள்ளது என்ற தனது கருத்தை அவர் விளக்கினார். லெவின் இந்தக் கருத்தை நிரூபிப்பதற்காக, ரஷ்ய மக்களுக்கு உள்ள இந்தப் பார்வை கிழக்குப் பகுதியில் இன்னும் ஆக்கிரமிக்கப்படாத பரந்து விரிந்த இடங்களில் மக்களைக் குடியமர்த்துவதற்கான அவர்களின் விழிப்புணர்விலிருந்து உருவானது என்று அவசர அவசரமாகச் சொன்னார்.

"மக்களின் பொதுத் தொழில் குறித்த முடிவுகளை எடுக்கும் போது ஒருவர் வழிதவறிச் செல்வது எளிது" என்று மெட்ரோவ், லெவினைக் குறுக்கிட்டார். "ஒரு தொழிலாளியின் நிலை எப்போதும் நிலத்துடனும் மூலதனத்துடனும் அவருக்குள்ள உறவைப் பொறுத்தது."

தனது கருத்துக்களைச் சொல்லி முடிக்க லெவினை அனுமதிக்காமல், மெட்ரோவ் தனது சொந்தக் கோட்பாட்டின் சிறப்பை அவருக்கு விளக்கத் தொடங்கினார்.

அவரது கோட்பாட்டின் சிறப்பு என்னவென்று லெவினுக்குப் புரியவில்லை ஏனெனில் அவர் அதைப் புரிந்துகொள்ள எந்த முயற்சியும் செய்யவில்லை. மெட்ரோவ் பொருளாதார வல்லுநர்களின் போதனைகளை மறுத்த போதிலும், மற்றவர்களைப் போல, மூலதனம், கூலி, வாடகை என்ற பார்வையில் மட்டுமே ரஷ்யத் தொழிலாளியின் நிலைமையைப் பார்த்தார் என்பதை லெவினால் பார்க்க முடிந்தது. ரஷ்யாவின் மிகப்பெரிய பகுதியான கிழக்கில் வாடகை என்பது பூஜ்ஜியம் என்பதையும், எண்பது மில்லியன் ரஷ்ய விவசாயிகளில் பத்தில் ஒன்பது பங்கினருக்குக் கூலி என்பது உணவாக மட்டுமே வழங்கப்படுகிறது என்பதையும், மூலதனம் என்பது அவர்களிடம் உள்ள பழமையான கருவிகளைத் தவிர வேறு இல்லை என்பதையும் அவர் ஒப்புக்கொள்ள வேண்டிய கட்டாயத்தில் இருந்தபோதும், அவரால் அந்தப் பார்வையில் மட்டுமே தொழிலாளியை ஆராய முடிந்தது. பெரும்பாலான விஷயங்களில் அவர் பொருளாதார வல்லுநர்களுடன் உடன்படவில்லை என்றாலும், ஊதியங்கள் பற்றிச் சொந்தமாக ஒரு புதிய கோட்பாட்டைக் கொண்டிருந்த அவர், அதை லெவினுக்கு விளக்கினார்.

தயக்கத்துடன் கேட்டுக் கொண்டிருந்த லெவின் முதலில் ஆட்சேபம் தெரிவித்து, தனது எண்ணத்தைச் சொல்வதற்காக மெட்ரோவை இடைமறித்துப் பேச விரும்பினார். தான் அதைச்

சொல்வதால் மெட்ரோவ் தனது கோட்பாட்டை மேலும் விளக்க வேண்டிய அவசியம் இராது என்று அவர் நினைத்தார். ஆனால் பிறகு, இந்த விஷயத்தை மிகவும் வித்தியாசமான கோணத்தில் தாங்கள் இருவரும் பார்ப்பதால், ஒருவர் கருத்தை மற்றவர் புரிந்து கொள்ள முடியாது என்று நம்பிய லெவின், ஆட்சேபணை தெரிவிப்பதை விட்டுவிட்டு வெறுமனே செவிமடுத்தார். மெட்ரோவ் சொல்வது அவருக்குப் பிடிக்கவில்லை என்றாலும், அவர் பேசுவதைக் கேட்பதில் லெவினுக்கு ஒருவித மகிழ்ச்சி ஏற்பட்டது. இவ்வளவு கற்றறிருந்த ஒரு மனிதர் தன் கருத்துக்களை மிகவும் கவனத்துடன் விளக்குவதும், சில சமயங்களில் அந்த விஷயத்தின் சாராம்சத்தை வெறும் குறிப்புடன் குறிப்பிடுவதன் மூலம் லெவினுடைய அறிவின் மீது அவர் வைத்திருந்த நம்பிக்கையும், லெவினின் தற்பெருமைக்குப் பாராட்டாக அமைந்தது. ஏற்கனவே தனது நண்பர்கள் அனை வரிடமும் மெட்ரோவ் தனது கோட்பாட்டைப் பலமுறை விவாதித் திருக்கிறார் என்பதையும், ஒவ்வொரு புதிய நபரிடமும் அதைப் பற்றி ஆர்வத்துடன் பேசினார் என்பதையும், தனக்கு இன்னமும் தெளிவற்றதாக இருந்தாலும், தனக்குப் பிடித்த அதை அவர் அனைவரிடமும் பொதுவாகப் பேசினார் என்பதையும் லெவின் அறிந்திருக்கவில்லை.

“நேரமாகிவிட்டது” என்று கட்டாவாசோவ், மெட்ரோவ் தனது விளக்கத்தை முடித்தவுடன், தனது கைக்கடிகாரத்தைப் பார்த்து விட்டுச் சொன்னார்.

“ஆமாம், ஸ்விண்டிச்கின் ஐம்பதாவது பிறந்தநாளைக் கொண்டாடும் வகையில் அமெச்சூர் சங்கத்தின் கூட்டம் இன்று நடக்கிறது” என்று லெவினின் கேள்விக்கு கட்டாவாசோவ் பதிலளித்தார். “நானும் பீட்டர் இவானோவிச்சும் (மெட்ரோவ்) அங்கு செல்வதற்குத் திட்ட மிட்டிருந்தோம். அவரது விலங்கியல் படைப்புகளைக் குறித்து உரையாற்ற உறுதியளித்தேன். எங்களுடன் வாருங்கள் அது மிகவும் சுவாரஸ்யமாக இருக்கும்.”

“ஆமாம், நேரமாகிவிட்டது” என்றார் மெட்ரோவ். “நீங்களும் எங்களுடன் வாருங்கள். நீங்கள் விரும்பினால் அங்கிருந்து என் வீட்டிற்குச் செல்லலாம். நான் உங்கள் புத்தகத்தைப் பற்றித் தெரிந்து கொள்ள விரும்புகிறேன்.”

“இல்லை, ஆனால் புத்தகம் இன்னும் முடியவில்லை. ஆனால் கூட்டத்திற்கு வருவதில் நான் மகிழ்ச்சியடைகிறேன்.”

“உங்களுக்குத் தெரியுமா நண்பரே? நான் ஒரு தனி அறிக்கை சமர்ப்பித்திருக்கிறேன்” என்று மற்றொரு அறையில் கோட்டை மாற்றிக் கொண்டிருந்த கட்டாவாசோவ் சொன்னார்.

அந்தக் குளிர்காலத்தில் மாஸ்கோவில் நடந்த மிக முக்கியமான நிகழ்வுகளில் ஒன்றான பல்கலைக்கழகம் குறித்த சர்ச்சையைப் பற்றி அவர்கள் உரையாடத் தொடங்கினர். கவுன்சிலில் இருந்த மூன்று பழைய பேராசிரியர்கள் இளைஞர்களின் கருத்தை ஏற்கவில்லை. எனவே இளைஞர்கள் தனித் தீர்மானத்தை முன்வைத்தனர். அந்தத் தீர்மானத்தைச் சிலர் அசுரத்தனமானது என்று சொல்ல மற்றவர்கள் அது எளிமையானது, நியாயமானது என்றார்கள். எனவே பேராசிரி யர்கள் இரண்டு கட்சிகளாகப் பிரிந்தனர்.

கட்டாவாசோவ் சார்ந்திருந்த தரப்பினர் எதிரிகளின் கீழ்த் தரமான துரோகத்தையும் ஏமாற்று வேலையையும் குற்றம் சாட்டினர். எதிர்த் தரப்பினர் அவர்கள் முதிர்ச்சியின்மையையும் அதிகாரிகளை அவமதிப்பதையும் சுட்டிக் காட்டினர். லெவின் பல்கலைக்கழகத்தைச் சேர்ந்தவர் அல்ல என்றாலும், மாஸ்கோவில் தங்கியிருந்தபோது, இந்த விவகாரத்தைப் பற்றி பலமுறை விரிவாகக் கேட்டிருந்தார். மேலும் அவர் அதைக் குறித்து தனக்கென்று ஒரு சொந்தக் கருத்தை யும் வைத்திருந்தார். அவர்கள் மூவரும் பழைய பல்கலைக் கழகத்தை அடையும்வரை, தெருவில் தொடர்ந்து நடைபெற்ற உரையாடலில் அவரும் கலந்து கொண்டார்.

கூட்டம் ஏற்கனவே தொடங்கியிருந்தது. ஒரு துணியால் மூடி யிருந்த மேசையைச் சுற்றி அமர்ந்திருந்த நான்கு பேருடன் கட்டா வாசோவும் மெட்ரோவும் அமர்ந்தனர். அவர்களில் ஒருவர் தன்னிட மிருந்த கையெழுத்துப் பிரதியைக் குனிந்து பார்த்து எதையோ படித்தார்.

மேசையைச் சுற்றியிருந்த நாற்காலிகளில் ஒன்றில் அமர்ந்த லெவின், அருகில் இருந்த மாணவரிடம் என்ன படிக்கிறார்கள் என்று கிசுகிசுப்பான குரலில் கேட்டார். லெவினை அதிருப்தியுடன் பார்த்த அந்த மாணவன், "வாழ்க்கை வரலாறு" என்றான்.

லெவினுக்குச் சுயசரிதையில் ஆர்வம் இல்லை என்றாலும், அவர் படிப்பதை அனிச்சையாகக் கேட்டு, புகழ்பெற்ற அறிஞரின் வாழ்க்கையைப் பற்றி சில புதிய, சுவாரஸ்யமான தகவல்களைத் தெரிந்து கொண்டார்.

சொற்பொழிவாளர் வாசித்து முடித்ததும், தலைவர் அவருக்கு நன்றி தெரிவித்து, இந்த விழாவிற்காகக் கவிஞர் மெண்ட் அனுப்பிய கவிதைகளை வாசித்துவிட்டு, அவருக்கு நன்றி தெரிவிக்கும் விதமாகச் சில வார்த்தைகளைப் பேசினார். அதன் பிறகு கௌரவிக்கப்படும் அந்தப் பிரபலத்தின் அறிவியல் படைப்புகளைப் பற்றி கட்டாவாசோவ் உரத்த குரலில் உரையாற்றினார்.

கட்டாவாசோவ் உரையாற்றி முடித்ததும் தன் கைக்கடிகாரத்தைப் பார்த்த லெவின், மணி இரண்டு ஆகிவிட்டதையும், கச்சேரிக்கு முன்னர் தன் கையெழுத்துப் பிரதியைப் படிக்க மெட்ரோவுக்கு நேரம் இருக்காது என்றும் நினைத்தார். அதுமட்டுமின்றி உண்மையில் இப்போது அவர் அதைச் செய்வதில் அக்கறை காட்டவில்லை. சுயசரிதை வாசிப்பின்போது அவர் தங்களுக்குள் நடந்த உரை யாடலைப் பற்றி யோசித்துப் பார்த்தார். மெட்ரோவின் கருத்துக்கள் முக்கியத்துவம் வாய்ந்தவையாக இருந்தாலும், தன்னுடைய சொந்தக் கருத்துக்களும் முக்கியத்துவம் வாய்ந்தவை என்பதையும், ஒவ்வொரு வரும் தான் தேர்ந்தெடுத்த வழிகளில் தனித்தனியாகச் செயல்பட்டால் மட்டுமே இந்தக் கருத்துக்களை முடிவுகளுக்கு இட்டுச் செல்ல முடியும் என்பதையும், அவற்றை ஒருவருக்கொருவர் பரிமாறிக் கொள்வதால் எந்தப் பலனும் கிடைக்காது என்பதையும் லெவின் தெளிவாகப் புரிந்து கொண்டார். எனவே மெட்ரோவின் அழைப்பை நிராகரிக்க முடிவு செய்த லெவின், கூட்டம் முடிந்ததும் அவரை அணுகினார். தலைவருடன் அரசியல் செய்திகளை விவாதித்துக் கொண்டிருந்த மெட்ரோவ் லெவினை அவருக்கு அறிமுகப்படுத்தி னார். அது சம்பந்தமாக மெட்ரோவ் ஏற்கனவே லெவினிடம் சொன்ன அதே விஷயத்தை தலைவரிடம் கூறினார். லெவினும் காலையில் தான் சொன்ன அதே கருத்துக்களைத் தெரிவித்தார் என்றாலும், கருத்துக்களின் பன்முகத்தன்மைக்காக, அவர் அப்போது தனக்குத் தோன்றிய ஒரு புதிய கருத்தையும் வெளிப்படுத்தினார். அதன் பிறகு அவர்களின் உரையாடல் பல்கலைக்கழகப் பிரச்சினை யின் பக்கம் திரும்பியது. லெவின் அதையெல்லாம் ஏற்கனவே கேட்டிருந்த காரணத்தால், மெட்ரோவிடம் அவரது அழைப்பை ஏற்க முடியாததற்கு வருந்துவதாகச் சொல்லிவிட்டு, அனைவரிடமும் விடைபெற்றுக் கொண்டு, லோவோவ்வைப் பார்க்கச் சென்றார்.

4

கிட்டியின் சகோதரி நடாலியாவின் கணவர் லோவோவ், தனது வாழ்நாள் முழுவதையும் வெளிநாட்டுத் தலைநகரங்களில் கழித்தார். அவர் அங்கு கல்வி கற்று ஒரு இராஜதந்திரியாகப் பணி யாற்றினார்.

சென்ற வருடம் அவர் அந்தப் பணியிலிருந்து வெளியேறினார். அவருக்கு எந்தப் பிரச்சினையும் இல்லை என்றாலும் (அவர் யாருடனும் எந்தப் பிரச்சினையும் வைத்துக்கொள்ளமாட்டார்), தன் இரண்டு இளம் மகன்களுக்குச் சிறந்த கல்வியைக் கொடுக்க

வேண்டும் என்பதற்காக மாஸ்கோவில் அரண்மனை நிர்வாகத்தில் ஒரு பதவிக்குத் தன் வேலையை மாற்றிக் கொண்டார்.

இருவரின் பழக்கவழக்கங்களும், கருத்துக்களும் முற்றிலும் எதிரானவையாக இருந்தாலும், லெவினைவிட லோவோவ் மூத்தவர் என்றாலும், அவர்கள் அந்தக் குளிர்காலத்தில் சிறந்த நண்பர்களாக ஒருவருக்கொருவர் நெருக்கமாக இருந்தனர்.

லோவோவ் வீட்டில் இருப்பதை அறிந்த லெவின் முன்னறிவிப்பு இல்லாமல் உள்ளே சென்றார்.

லோவோவ் வீட்டில் அணியும் பெல்டுடன் இணைந்த கோட்டும், தோல் காலணியும் அணிந்து, சாய்வு நாற்காலியில் அமர்ந்து, நீல நிறக் கண்ணாடியுடன் ஒரு புத்தகத்தைப் படித்துக் கொண்டிருந்தார். அவர் பாதி எரிந்த நிலையில் இருந்த ஒரு சிகரெட்டைக் கவனமாகக் கையில் பிடித்துக் கொண்டிருந்தார்.

அவரது அழகான, மென்மையான, இன்னும் இளமையான தோற்றம் கொண்ட முகம், அவரது சுருண்ட பளபளக்கும் வெள்ளி முடியால் மேலும் பொலிவுடன் தோற்றமளித்தது. லெவினைப் பார்த்ததும் அவர் முகம் புன்னகையால் பிரகாசித்தது.

"பிரமாதம்! நானே உங்களை வரச் சொல்லலாம் என்றிருந்தேன். சரி, கிட்டி எப்படி இருக்கிறார்? இதில் உட்காருங்கள், அது மிகவும் வசதியாக இருக்கும்" என்று அவர் எழுந்து ஒரு நாற்காலியை நகர்த்தினார். "செயின்ட் பீட்டர்ஸ்பர்க் இதழில் கடைசிச் சுற்றறிக்கையை நீங்கள் படித்தீர்களா? அது சிறப்பாக இருந்தது என்று நான் நினைக்கிறேன்" என்று அவர் சற்றே பிரெஞ்சு உச்சரிப்புடன் கூறினார்.

கட்டாவாசோவிடமிருந்து தான் கேள்விப்பட்டதை லெவின் அவரிடம் சொன்னார். லெவின் சற்று நேரம் அரசியலைப் பேசிய பிறகு, தான் மெட்ரோவைச் சந்தித்தது பற்றியும், கூட்டத்திற்குச் சென்றதைப் பற்றியும் விவரித்தார். அது லோவோவுக்கு மிகவும் பிடித்திருந்தது.

"இந்தச் சுவாரஸ்யமான அறிவார்ந்த உலகில் நீங்கள் நுழைந்ததைக் கண்டு நான் பொறாமைப்படுகிறேன்" என்றார் அவர். அவர் பேசத் தொடங்கியதும் எப்போதும் போல, அவருக்கு மிகவும் வசதியாக இருந்த பிரெஞ்சு மொழிக்கு உடனடியாக மாறினார். "எனக்கு அதற்கு நேரமில்லை என்பது உண்மைதான். என் வேலையாலும், குழந்தைகளைக் கவனித்துக் கொள்வதாலும் நான் அவற்றை இழந்து விட்டேன். தவிர, அதற்குரிய போதுமான கல்வி என்னிடம் இல்லை என்பதை ஒப்புக்கொள்ள நான் வெட்கப்படவில்லை."

"நான் அப்படி நினைக்கவில்லை" என்று லெவின் புன்னகையுடன் சொன்னார். எப்போதும் போல லோவோவ் அவரைப்

நற்றிணை பதிப்பகம் ● 1003

பற்றிக் குறைத்துப் பேசியதைக் கேட்ட லெவின் மனம் நெகிழ்ந்தார். லோவோவ் தான் அடக்கத்துடன் இருப்பதாகக் காட்டிக் கொள்ள வேண்டும் என்ற விருப்பத்தின் உந்துதல் இல்லாமல் முற்றிலும் நேர்மையுடன் அதைச் சொன்னார்.

"உண்மைதான்! என்னுடைய கல்வி எவ்வளவு மோசமாக இருக்கிறது என்பதை இப்போது நான் உணர்கிறேன். என் பிள்ளை களுக்குப் பாடத்தைச் சொல்லிக் கொடுப்பதற்குக் கூட நான் கற்றதை மீண்டும் நினைவுக்குக் கொண்டுவர வேண்டும் அல்லது புதியவற்றைக் கற்றுக்கொள்ள வேண்டும். உங்கள் விவசாயத்தில் தொழிலாளர்களும் மேலாளர்களும் தேவைப்படுவது போல கல்வி கற்பிக்க ஆசிரியர்கள் இருந்தால் மட்டும் போதாது, அவருக்கும் மேலாக ஒரு மேற்பார்வை யாளரும் அவசியம். நான் என்ன படிக்கிறேன் என்று பாருங்கள்" என்று அவர் மேசையில் இருந்த புஸ்லேவின் இலக்கணப் புத்தகத்தைச் சுட்டிக் காட்டினார். "மிஷா அதைத் தெரிந்து கொள்ள வேண்டும் என்று அவர்கள் எதிர்பார்க்கிறார்கள். ஆனால் அது மிகவும் கடினம்... அதை எனக்கு விளக்க முடியுமா? அவர் இங்கே சொல் கிறார்..."

அதைப் புரிந்துகொள்ள முடியாது என்றும் அதை மனனம் செய்ய வேண்டும் என்றும் லெவின் அவருக்கு விளக்க முற்பட்டார். ஆனால் லோவோவ் அதற்கு உடன்படவில்லை.

"ஆமாம், நீங்கள் சிரிக்கிறீர்கள்!"

"இல்லை, அப்படியில்லை. நான் உங்களைப் பார்த்து, வருங் காலத்தில் என் குழந்தைகளின் கல்விக்காக நான் என்ன செய்ய வேண்டும் என்பதைக் கற்றுக்கொள்கிறேன் என்பது உங்களுக்குத் தெரியாது."

"அட, நீங்கள் என்னிடமிருந்து கற்றுக்கொள்ள ஒன்றுமில்லை!" என்றார் லோவோவ்.

"உங்கள் குழந்தைகளை விட நன்றாக வளர்க்கப்பட்ட குழந்தை களை நான் பார்த்ததில்லை என்பது மட்டுமே எனக்குத் தெரியும். உங்கள் குழந்தைகளை விட வேறெந்த குழந்தைகளையும் நான் விரும்பவில்லை" என்றார் லெவின்.

லோவோவ் மகிழ்ச்சியை வெளிப்படுத்தாமல் தன்னைக் கட்டுப் படுத்திக் கொள்ள முயன்றார். ஆனால் அவருடைய புன்னகை பளிச்சிட்டது.

"அவர்கள் என்னைவிடச் சிறந்தவர்களாக இருந்தால் போதும்! அதைத்தான் நான் விரும்புகிறேன். என்னைப் போல வெளிநாட்டில் வாழ்ந்தவர்களின் புறக்கணிக்கப்பட்ட குழந்தைகளுக்கு உள்ள கஷ்டங்கள் உங்களுக்குத் தெரியாது."

"அவர்களால் அதையெல்லாம் சரிசெய்ய முடியும். அவர்கள் திறமைசாலிகள். அனைத்திற்கும் மேலாக அவர்களிடம் ஒழுக்கம் இருக்கிறது. நான் உங்கள் குழந்தைகளைப் பார்த்து அதைத்தான் கற்றுக் கொள்கிறேன்."

"ஒழுக்கத்தைப் பற்றி நீங்கள் சொன்னீர்கள்! ஆனால் அது எவ்வளவு கஷ்டம் என்பதை உங்களால் கற்பனை செய்ய முடியாது! நீங்கள் ஒரு விஷயத்தை வெற்றி கொண்டால் மற்றொன்று உருவாகிறது என்பதால் அந்தப் போராட்டம் மீண்டும் தொடங்குகிறது. ஒருவருக்கு மதத்தின் ஆதரவு இருக்க வேண்டும். நாம் அதைப் பற்றிப் பேசியது உங்களுக்கு ஞாபகம் இருக்கிறதா...? அந்த ஆதரவு இல்லாமல், எந்தத் தந்தையும் தன் சொந்த பலத்தால் மட்டுமே ஒரு குழந்தையை வளர்க்க முடியாது."

லெவினுக்கு எப்போதும் ஆர்வத்தை ஏற்படுத்திய அந்த உரை யாடல், வெளியே செல்வதற்காக உடையணிந்து வந்த அழகான நடாலியா அலெக்ஸாண்ட்ரோவ்னாவினால் தடைப்பட்டது.

"நீங்கள் வந்திருப்பது எனக்குத் தெரியாது" என்ற அவள் நீண்ட காலத்திற்கு முன்பே அவளுக்குச் சலிப்பை ஏற்படுத்திய ஒரு பழைய, பழக்கமான உரையாடலைத் தடைசெய்ததற்காக வருத்தப் படாமல் மகிழ்ச்சியடைந்தாள். "சரி, கிட்டி எப்படி இருக்கிறாள்? நான் இன்று உங்களுடன் இரவு உணவு சாப்பிடுகிறேன்" என்ற அவள் தன் கணவரை நோக்கித் திரும்பினாள். "அர்செனி, நீங்கள் வண்டியை எடுத்துக் கொள்ளுங்கள்" என்றாள்.

கணவனும் மனைவியும் அன்று செய்ய வேண்டியதைப் பற்றிப் பேசிக் கொண்டார்கள். கணவர் வேலை சம்பந்தமாக யாரையாவது சந்திக்க வேண்டும் என்பதாலும், மனைவி கச்சேரிக்கும், தென்கிழக்கு கமிட்டியின் பொதுக்கூட்டத்திற்குச் செல்ல வேண்டும் என்பதாலும் அதற்கான ஏற்பாடுகளைச் செய்ய வேண்டியிருந்தது. குடும்பத்தில் ஒருவராக இருந்த லெவினும் இந்த ஏற்பாட்டில் ஒரு அங்கமாக இருக்க வேண்டியிருந்தது. லெவின் நடாலியாவுடன் கச்சேரிக்கும் பொதுக்கூட்டத்திற்கும் செல்வது என்றும், அங்கிருந்து அவர்கள் அர்செனியை அலுவலகத்திலிருந்து அழைத்துவர வண்டியை அனுப்புவது என்றும், அதன் பிறகு அவர் தன் மனைவியை அழைத்துக் கொண்டு கிட்டியின் வீட்டிற்குச் செல்வது என்றும் முடிவு செய்யப்பட்டது. ஒருவேளை அவருக்கு அலுவலகத்தில் வேலை இருந்தால், அவர் வண்டியைத் திருப்பி அனுப்ப வேண்டும் என்றும் லெவின் அவளுடன் செல்வார் என்றும் முடிவானது.

"இந்த மனிதர் என்னைக் கெடுக்கிறார்" என்று அவர் தன் மனைவியிடம் சொன்னார். "நம் குழந்தைகளிடம் எவ்வளவு கெட்ட

குணங்கள் இருக்கின்றன என்று எனக்குத் தெரியும் எனும்போது, அவர்கள் அற்புதமானவர்கள் என்று இவர் எனக்கு உறுதியளிக்கிறார்."

"நான் எப்போதும் சொல்வது போல அர்செனி அதீதமாக நடந்து கொள்கிறார்" என்றாள் மனைவி. "நீங்கள் பரிபூரணத்தை அடைய விரும்பினால் ஒருபோதும் திருப்தியடைய முடியாது என்று அப்பா சொல்வது உண்மைதான். ஏனெனில் எங்களை வளர்த்து ஆளாக்கும் போது ஒரு உச்சநிலை இருந்தது. வீட்டில் எங்கள் பெற்றோர் முதல் மாடியில் வசித்தபோது எங்களை மாடியில் தங்க வைத்தனர். ஆனால் இப்போது அந்த நிலை தலைகீழாக மாறிவிட்டது. இப்போது பெற்றோர்கள் மாடியில் வசிக்கும்போது பிள்ளைகள் முதல் மாடியில் உள்ளனர். இப்போதெல்லாம் பெற்றோர்களுக்கு என்று எந்த வாழ்க்கையும் இல்லை, எல்லாமே குழந்தைகளுக்காகச் செய்யப்படுகிறது."

"சரி, அதுதான் அவர்களுக்குப் பிடிக்கிறது என்றால் என்ன செய்வது?" என்று லோவோவ் தன் அழகான புன்னகையுடன் அவள் கையைத் தொட்டார். "உன்னைத் தெரியாதவர்கள் உன்னை ஒரு தாயாக அல்லாமல் மாற்றாந்தாய் என்றே நினைப்பார்கள்."

"வேண்டாம், அதீதமான எதுவும் நல்லதல்ல" என்று சாந்தமாகச் சொன்ன நடாலியா காகிதக்கத்தியை மேசையின் மீது அதற்குரிய இடத்தில் வைத்தாள்.

"இங்கே வாருங்கள் பரிபூரணக் குழந்தைகளே" என்று லோவோவ் உள்ளே வந்த இரண்டு அழகான சிறுவர்களிடம் சொன்னார். அவர்கள் லெவினை வணங்கிவிட்டு தங்கள் தந்தையிடம் சென்று ஏதோ கேட்க விரும்பினார்கள்.

லெவின் அவர்களுடன் பேசவும், அவர்கள் தங்கள் தந்தையிடம் சொல்வதைக் கேட்கவும் விரும்பினார். ஆனால் அப்போது நடாலியா அவருடன் பேசத் தொடங்கினாள். அதே நேரத்தில் நீதிமன்றச் சீருடை அணிந்த லோவோவின் சகா மகோட்டின், அவரை அழைத்துச் செல்வதற்காக அறைக்குள் நுழைந்தார். ஹெர்செ கோவினா, இளவரசி கோர்ஜின்ஸ்கயா ஆகியோரைப் பற்றியும், கோமகள் அப்ராக்சினாவின் அகால மரணத்தைப் பற்றியும் அவர்களுக்கு இடையில் உரையாடல் முடிவில்லாமல் நடைபெற்றது.

கிட்டி தன்னிடம் சொன்னதை லெவின் சுத்தமாக மறந்து விட்டார். அவர் முன்அறைக்குச் செல்லும்போதுதான் அது அவருக்கு நினைவுக்கு வந்தது.

"ஓ, ஆமாம், நான் உங்களிடம் ஆப்லான்ஸ்கியைப் பற்றிப் பேச வேண்டும் என்று கிட்டி சொன்னாள்" என்று லெவின் சொன்ன போது, லோவோவ் மாடிப்படியில் நின்று கீழே இருந்த லெவினையும், தன் மனைவியையும் பார்த்தார்.

“ஆமாம், ஆமாம், அத்தை அவரைக் கண்டிக்க வேண்டும் என்று விரும்புகிறார்” என்ற அவர் வெட்கத்துடன் புன்னகைத்தார். “ஆனால் நான் எதற்கு?”

“அப்படியானால் நான் அவரைக் கண்டிக்கிறேன்” என்று நடாலியா புன்னகையுடன் சொன்னாள். வெள்ளை நிற உரோமக் கோட்டில் இருந்த அவள் அவர்கள் பேச்சை முடிக்கக் காத்திருந்தாள். “சரி, வாருங்கள், போகலாம்.”

5

பகல் காட்சியில் நடந்த அந்தக் கச்சேரியில் இரண்டு சுவாரஸ்ய மான விஷயங்கள் இருந்தன.

‘கிங் லியர் ஆன் தி ஸ்டெப்பி’ என்ற கற்பனை நாடகமும், பாக் என்பவரின் நினைவாக அர்ப்பணிக்கப்பட்ட நான்கு இசைக் கருவிகளின் பாடலும் புதியவை என்பதுடன், புதிய பாணியில் அமைந்திருந்தன. லெவின் அதைப் பற்றி தனக்குத் தோன்றிய ஒரு கருத்தைப் பற்றி சிந்தித்தார். அவர் தன் அண்ணியை இருக்கைக்கு அழைத்துச் சென்ற பிறகு, ஒரு தூணின் அருகில் நின்று முடிந்தவரை அதைக் கவனமாகப் பார்க்க முடிவு செய்தார். எப்பொழுதும் இசைக் கச்சேரியின் கவனத்தை விரும்பத்தகாத வகையில் திசை திருப்பும் வெள்ளைச் சட்டை அணிந்து கைகளை அசைக்கும் நடத்துனரையும், கச்சேரிக்காக ரிப்பனுடன் கூடிய தொப்பியை அணிந்த பெண்களையும், எதிலும் ஈடுபடாமல் அல்லது இசையைத் தவிர மற்ற அனைத்திலும் ஆர்வமாக இருந்த முகங்களையும், இசையைப் பற்றி பேசும் ஆர்வலர்களையும் பார்க்காமல் இருக்கப் பிரயத்தனம் செய்த அவர், கண்களைத் தாழ்த்தியபடி கவனமாகக் கேட்டுக் கொண்டிருந்தார்.

‘கிங் லியர் ஆன் தி ஸ்டெப்பி’யை எவ்வளவு அதிகமாகக் கவனிக்க முடியுமோ அந்த அளவுக்கு அதைப் பற்றி ஏதேனும் திட்டவட்டமான கருத்தை உருவாக்கும் சாத்தியமிருப்பதை அவர் உணர்ந்தார். ஏதோ ஒரு உணர்வை வெளிப்படுத்தும் விதமாகத் தொடங்கிய ஆரம்ப இசை, திடீரென்று மற்ற உணர்ச்சிகளை வெளிப்படுத்தும் சிதறல்களாக அல்லது தொடர்பற்ற ஒலிகளாக உடைந்தபோது, அவை விரிவானவை என்றாலும், இசை அமைப் பாளரின் விருப்பத்தின் காரணமாக மட்டுமே அவை இணைக்கப் பட்டன. அந்தச் சிதறல்களில் கூட சில நன்றாக இருந்தபோதிலும், அவை எதிர்பாராதவை என்பதாலும், எந்தக் காரணமும் இல்லாதவை என்பதாலும் விரும்பத்தகாதவையாக இருந்தன. மகிழ்ச்சி, சோகம்,

விரக்தி, மென்மை, வெற்றி ஆகியவை எந்தக் காரணமும் இல்லாமல் ஒரு பைத்தியக்காரனின் எண்ணங்களைப் போல வெளிப்பட்டன. அந்த உணர்வுகளும் ஒரு பைத்தியக்காரனின் உணர்வுகளைப் போல, எதிர்பாராமல் மறைந்து சென்றன.

நிகழ்ச்சி முழுவதும் லெவின் ஒரு காது கேளாதவரைப் போல நடனத்தைப் பார்த்தார். இசை முடிந்தபோது அவர் ஒருவிதக் குழப்பத்தையும், தீவிர கவனம் செலுத்தியதில் ஏற்பட்ட சோர்வையும் உணர்ந்தார். அனைத்துத் திசையிலிருந்தும் கைதட்டல் எழுந்தது. ஒவ்வொருவரும் எழுந்து நடக்கவும், பேசவும் தொடங்கினர். மற்றவர் களின் கருத்துக்களைக் கேட்பதன் மூலம் தன் குழப்பத்தைத் தீர்க்க விரும்பிய லெவின், நிபுணர்களைத் தேடிச் சென்றார். மிகவும் பிரபலமான நிபுணர்களில் ஒருவர் தனக்குத் தெரிந்த பெஸ்ட் சோவுடன் உரையாடுவதைக் கண்டு லெவின் மகிழ்ச்சியடைந்தார்.

“அற்புதம்!” என்று பெஸ்ட்சோவ் தன் கட்டைக்குரலில் சொல்லிக் கொண்டிருந்தார். “எப்படி இருக்கிறீர்கள் கான்ஸ்டான்டின் டிமிட்ரிச்...? கோர்டெலியாவின் வருகையும், பெண்மையின் பரிபூரணமான அவள் விதியுடன் மோதுவதும் அற்புதம் இல்லையா?”

“ஆனால் கோர்டெலியாவுக்கும் இதற்கும் என்ன சம்பந்தம்?” என்று வெட்கத்துடன் கேட்ட லெவின், நாடகம் கிங் லியரைச் சித்தரிக்கிறது என்பதை முற்றிலும் மறந்துவிட்டார்.

“கோர்டெலியா காட்சியில் வருகிறாள்... பாருங்கள்!” என்று பெஸ்ட்சோவ் தன் கையில் வைத்திருந்த பளபளப்பான நிகழ்ச்சி நிரல் காகிதத்தைக் காட்டினார்.

அப்போதுதான் லெவினுக்கு நாடகத்தின் தலைப்பு நினைவுக்கு வந்தது. நிகழ்ச்சி நிரலின் பின்புறத்தில் அச்சிடப்பட்ட ஷேக்ஸ்பியர் வரிகளின் ரஷ்ய மொழிபெயர்ப்பை லெவின் அவசரமாகப் படித்தார்.

“அது இல்லாமல் உங்களால் நாடகத்தைப் பின்பற்ற முடியாது” என்று பெஸ்ட்சோவ் லெவினிடம் சொன்னார். அவருடன் பேசிக் கொண்டிருந்தவர் சென்றுவிட்டதால் அவருடன் பேசுவதற்கு வேறு யாரும் இல்லை.

இடைவேளையின் போது லெவினும் பெஸ்ட்சோவும் இசையில், வாக்னர் என்ற இசைக் கலைஞரின் தாக்கம் தொடர்வதால் ஏற்படும் நன்மை தீமைகளைப் பற்றி விவாதித்தனர். வாக்னரும் அவரைப் பின்பற்றுவர்களும் இசையை மற்றொரு கலைத் துறைக்குள் கொண்டு செல்ல முயற்சிப்பது தவறு என்றும், ஒரு முகத்தின் அம்சங்களை விவரிக்கும்போது ஓவியத்தால் செய்ய வேண்டியதைக் கவிதை செய்யும்போது, கவிதையும் அதே தவறைச் செய்கிறது என்றும் லெவின் குறிப்பிட்டார். அவர் அந்தத் தவறுக்கு எடுத்துக்காட்டாக,

ஒரு கவிஞனின் மனதில் எழும் கவித்துவ எண்ணங்களை நிழல்களாக பளிங்குக் கல்லில் செதுக்கும் எண்ணம் ஒரு சிற்பிக்கு எழுவதைச் சுட்டிக் காட்டினார். "சிற்பி செதுக்கிய நிழல்கள் உண்மையான நிழல்களைப் போல இல்லாமல் அவை படிக்கட்டுகளில் கூட ஒட்டிக் கொள்கின்றன" என்றார் லெவின். லெவினுக்கு அந்தச் சொற்றொடர் பிடித்திருந்தது என்றாலும் அவர் அதை இதற்கு முன்பும், குறிப்பாகப் பெஸ்ட்சோவிடம் குறிப்பிட்டாரா என்பது அவருக்கு நினைவில்லை. எனவே லெவின் அதைச் சொன்ன பிறகு சங்கடப்பட்டார்.

கலை என்பது ஒன்றே என்றும், கலை வடிவங்கள் அனைத்தும் ஒன்றிணைந்தால் மட்டுமே அது அதன் உயர்ந்த வெளிப்பாட்டை அடைய முடியும் என்றும் பெஸ்ட்சோவ் வாதிட்டார்.

இப்போது லெவினால் கச்சேரியின் இரண்டாவது பகுதியைக் கேட்க முடியவில்லை ஏனெனில் அவருக்குப் பக்கத்தில் நின்றிருந்த பெஸ்ட்சோவ் எந்நேரமும் விடாமல் தொடர்ந்து பேசிக் கொண்டிருந்தார். அந்தப் பாடலின் அதீதமான, தெவிட்டுகிற, பொய்யான எளிமையை, முந்திய ரஃபேல் ஓவியப் பள்ளியுடன் ஒப்பிட்டுக் கண்டனம் செய்தார். லெவின் வெளியே செல்லும்போது, மேலும் பல அறிமுகமானவர்களைச் சந்தித்து, அவர்களுடன் அரசியலையும், இசையையும், பரஸ்பர நண்பர்களையும் பற்றிப் பேசினார். அப்போது லெவினுக்குத் திடீரென மறந்துபோயிருந்த கோமகள் போஹெல்ஸின் நினைவு வந்தது.

"சரி, நீங்கள் போங்கள்" என்றாள் இளவரசி லோவா. "ஒரு வேளை அவர்கள் வீட்டில் இல்லை எனில், நீங்கள் கூட்டத்திற்கு வந்து என்னைக் கூட்டிச் செல்லுங்கள். நான் அங்குதான் இருப்பேன்."

6

கோமகள் போஹெல்ஸ் வீட்டின் முன்வாசலில் நுழைந்த லெவின், "அவர்கள் வீட்டில் இல்லையா?" என்று கேட்டார்.

"வீட்டில் இருக்கிறார்கள், தயவுசெய்து உள்ளே செல்லுங்கள்" என்ற காவலாளி லெவினின் கோட்டைக் கழற்ற உதவினார்.

'என்ன ஒரு தொல்லை' என்று நினைத்த லெவின் பெருமூச்சுடன் கையுறையைக் கழற்றிவிட்டு, தொப்பியைத் தடவினார். 'நான் எதற்காக இங்கு வந்தேன்? நான் அவர்களிடம் என்ன பேசுவது?' என்று நினைத்தார்.

முதல் வரவேற்பறைக்குள் நுழைந்த லெவின், கவலையும் கண்டிப்பும் தோய்ந்த முகத்துடன் வேலைக்காரிக்கு உத்தரவிட்டுக் கொண்டிருந்த கோமகள் போஹெல்ஸைப் பார்த்தார். அவள் லெவினைப் பார்த்து புன்னகைத்து, அடுத்த சிறிய வரவேற்பறைக்கு அவரை அழைத்துச் சென்றாள். அங்கிருந்து பேசும் குரல்கள் கேட்டுக் கொண்டிருந்தன. அங்கு சாய்வு நாற்காலியில் கோமகளின் இரு மகள்களும், லெவினுக்கு அறிமுகமான ஒரு மாஸ்கோ கர்னலும் அமர்ந்திருந்தனர். லெவின் அவர்களிடம் சென்று வணக்கம் சொல்லிவிட்டு, சோபாவில் அமர்ந்து, தொப்பியைத் தன் முழங் காலின் மீது வைத்துக் கொண்டார்.

"உங்கள் மனைவி எப்படி இருக்கிறார்? நீங்கள் கச்சேரிக்குச் சென்றீர்களா? எங்களால் போக முடியவில்லை. அம்மா இறுதிச் சடங்கில் கலந்துகொள்ள வேண்டியிருந்தது."

"ஆமாம், கேள்விப்பட்டேன்... என்ன ஒரு திடீர் மரணம்!" என்றார் லெவின்.

கோமகள் உள்ளே வந்து சோபாவில் அமர்ந்து, லெவினின் மனைவியைப் பற்றியும், கச்சேரியைப் பற்றியும் விசாரித்தாள்.

அவளுக்குப் பதிலளித்த லெவின், திருமதி. அப்ராக்சினாவின் திடீர் மரணம் குறித்து மீண்டும் விசாரித்தார்.

"ஆனால் அவர் எப்போதும் பலவீனமான உடல்நிலையில் இருந்தார்."

"நேற்று நீங்கள் ஓபராவுக்குச் சென்றிருந்தீர்களா?"

"ஆமாம்."

"லூக்காவின் பாட்டு அற்புதம்."

"ஆமாம், நன்றாக இருந்தது" என்ற லெவின், பாடகரின் திறமையைப் பற்றி நூற்றுக்கணக்கான முறை கேள்விப்பட்டதை மீண்டும் சொல்லத் தொடங்கினார் ஏனெனில் அவர்கள் அந்தப் பாடகரைப் பற்றி என்ன நினைக்கிறார்கள் என்பதைக் குறித்து லெவின் சிறிதும் கவலைப்படவில்லை. கோமகள் போஹெல்ஸ் லெவின் சொல்வதைக் கேட்பது போல நடித்தாள். தான் சொன்னது போதும் என்று நினைத்த லெவின் மௌனமான போது, அதுவரை அமைதியாக இருந்த கர்னல் பேசத் தொடங்கினார். கர்னல் ஓபராவைப் பற்றியும், அரங்கத்தின் விளக்குகளைப் பற்றியும் பேசினார். இறுதியாக டியூரின் நடத்தத் திட்டமிட்டுக் கொண்டிருந்த 'ஒருநாளின் முட்டாள்தனங்கள்' என்ற நாடகத்தைப் பற்றிப் பேசிய கர்னல் சத்தமாகச் சிரித்துவிட்டு, அங்கிருந்து சென்றார். லெவினும் புறப்படுவதற்காக எழுந்தார் ஆனால் கோமகளின் முகபாவத்திலிருந்து

தான் புறப்பட இன்னும் நேரம் ஆகவில்லை என்பதை அறிந்தார். இன்னும் ஓரிரண்டு நிமிடங்கள் பொறுத்துக் கொள்ள வேண்டும் என்பதால் லெவின் மீண்டும் அமர்ந்தார்.

இது எவ்வளவு அபத்தமானது என்று லெவின் யோசித்துக் கொண்டிருந்ததால், பேசுவதற்கு எதுவும் கிடைக்காமல் மௌனமாக இருந்தார்.

"நீங்கள் பொதுக் கூட்டத்திற்குப் போகவில்லையா? ரொம்ப சுவாரஸ்யமாக இருக்கும் என்கிறார்கள்" என்று கோமகள் பேச ஆரம்பித்தாள்.

"இல்லை, நான் அங்கு சென்று அண்ணியைக் கூட்டிச் செல்ல வேண்டும்" என்றார் லெவின்.

ஒரு நீண்ட மௌனம் நிலவியது. அம்மாவும் மகளும் தங்கள் பார்வையை மீண்டும் பரிமாறிக் கொண்டார்கள்.

'சரி, இப்போது போக வேண்டிய நேரம் வந்துவிட்டது' என்று நினைத்த லெவின் எழுந்தார். பெண்கள் அவரிடம் கைகுலுக்கி, தங்கள் அன்பை அவருடைய மனைவியிடம் தெரிவிக்கச் சொன்னார்கள்.

அவருக்காகக் கையில் கோட்டைப் பிடித்து நின்றிருந்த வேலைக்காரன், "நீங்கள் எங்கே தங்கியிருக்கிறீர்கள்?" என்று கேட்டு அதை ஒரு பெரிய புத்தகத்தில் எழுதிக் கொண்டான்.

'எனக்கு அது சங்கடமாகவும் முட்டாள்தனமாகவும் இருக்கிறது' என்று நினைத்த லெவின் எல்லோரும் அதைச் செய்கிறார்கள் என்று தன்னைத் தேற்றிக் கொண்டார். அவர் தன் அண்ணியைக் கண்டுபிடித்து அவளை வீட்டிற்கு அழைத்துச் செல்வதற்காகப் பொதுக் கூட்டத்திற்குச் சென்றார்.

கமிட்டியின் பொதுக் கூட்டத்தில் ஏராளமான மக்களும், கிட்டத்தட்ட ஒட்டுமொத்த சமூகமும் இருந்தது. லெவின் சரியாக அந்த அறிக்கை வாசிக்கப்படும் நேரத்தில் அங்கே இருந்தார். எல்லோரும் சொன்னது போல அது மிகவும் சுவாரஸ்யமாக இருந்தது. அறிக்கையை வாசித்து முடித்ததும் மக்கள் அனைவரும் அங்கிருந்து நகரத் தொடங்கினர். லெவின் ஸ்வியாஸ்கியைச் சந்தித்தார். அன்று மாலை விவசாய சங்கத்தின் கூட்டத்தில் ஒரு புகழ் பெற்ற சொற்பொழிவு நடப்பதாகவும் அதற்கு லெவின் கண்டிப்பாக வர வேண்டும் என்றும் அவர் வற்புறுத்தினார். அப்போதுதான் பந்தயங்களிலிருந்து திரும்பி வந்த ஸ்டீபன் ஆர்கடியேவிச்சையும், அறிமுகமான பலரையும் லெவின் சந்தித்தார். லெவின் அந்தக் கூட்டத்தைப் பற்றியும், புதிய நாடகத்தைப் பற்றியும், பொது விசாரணை பற்றியும் பல்வேறு விமர்சனங்களைக் கேட்டறிந்தார்.

ஆனால் அவர் அனுபவிக்கத் தொடங்கிய மிகுதியான மனச் சோர்வின் காரணமாக பொது விசாரணையைப் பற்றிப் பேசும்போது ஒரு தவறைச் செய்தார். பின்னர் அவர் அந்தத் தவறை பலமுறை வருத்தத்துடன் நினைவு கூர்ந்தார்.

ரஷ்யாவில் விசாரிக்கப்படும் ஒரு வெளிநாட்டவருக்குக் காத்திருக்கும் ஒரு தண்டனையைப் பற்றியும், அவரை நாட்டை விட்டு வெளியேற்றி தண்டிப்பது எவ்வளவு அநியாயம் என்பதைப் பற்றியும் பேசி லெவின், நேற்று தனக்கு அறிமுகமான ஒருவரிடம் பேசிக் கொண்டிருந்தபோது கேட்டதைச் சொன்னார்.

"அவரை வெளிநாட்டிற்கு அனுப்பித் தண்டிப்பது ஒரு மீனைத் தண்ணீரில் விட்டுத் தண்டிப்பதற்குச் சமம் என்று நான் நினைக்கிறேன்" என்ற லெவின் அது தன் சொந்தக் கருத்து என்பதைப் போலச் சொன்னார். ஆனால் தனக்கு அறிமுகமானவர் தெரிவித்த இந்தக் கருத்து, க்ரிலோவ் கட்டுக்கதையிலிருந்து வந்தது என்பதும், தனக்கு அறிமுகமானவர் அதை ஒரு பத்திரிகையின் கட்டுரையிலிருந்து படித்துச் சொல்லியிருக்கிறார் என்பதும் பிறகுதான் லெவினுக்குத் தெரிய வந்தது. லெவின் தன் அண்ணியை வீட்டிற்கு அழைத்துச் சென்ற பிறகு, கிட்டி மகிழ்ச்சியாகவும் நலமாகவும் இருப்பதைப் பார்த்துவிட்டு, கிளப்புக்குச் சென்றார்.

7

லெவின் சரியான நேரத்தில் கிளப்புக்குச் சென்றார். அவர் அங்கு சென்றபோது விருந்தினர்களும் உறுப்பினர்களும் வந்து கொண்டிருந்தனர். லெவின் பல்கலைக்கழகத்தை விட்டு வெறியேறிய பிறகு, இப்போது மாஸ்கோவில் வசித்தவரை, நீண்ட காலமாக கிளப்புக்குச் செல்லவில்லை. கிளப்பும் அதன் வெளிப்புறத் தோற்றமும் அவர் நினைவில் இருந்தது என்றாலும், அது ஒரு காலத்தில் தன் மீது ஏற்படுத்திய தாக்கத்தை அவர் முற்றிலும் மறந்து விட்டார். ஆனால் விசாலமான அரைவட்ட முற்றத்திற்குள் நுழைந்து வண்டியை விட்டு இறங்கியதும், தோள்பட்டையின் குறுக்கே பெல்ட் அணிந்த வேலைக்காரன் சத்தமில்லாமல் கதவைத் திறந்து வணங்கியதும், மாடிக்குக் கொண்டு செல்வதைவிடக் கீழே உள்ள அறையில் கழற்றி வைப்பதில் சிரமம் குறைவு என்று உறுப்பினர்கள் விட்டுச் சென்ற புதை மிதியடிகளையும், மேலங்கிகளையும் கண்டதும், சாய்வான கம்பளம் விரிக்கப்பட்ட படிகளில் ஏறியபோது அவர் வருகையை அறிவிக்கும் புதிரான மணியோசை ஒலித்ததையும், படி ஏறியதும் வாயிலில் இருந்த அந்தச் சிலையையும், அவருக்குப் பரிச்சயமான

அந்த வயதான காவலாளி அவசரமோ தாமதமோ இன்றி அவருக் காகக் கதவைத் திறந்து, உள்ளே செல்லும் உறுப்பினர்களைத் தன் கண்களால் ஆராய்ந்ததைக் கண்டதும், லெவின் மனதில் மனநிறைவையும், அமைதியையும், மரியாதையையும் வழங்கிய கிளப்பைப் பற்றிய பழைய எண்ணங்கள் புத்துயிர் பெற்றன.

"தயவுசெய்து உங்கள் தொப்பியைக் கொடுங்கள்" என்று தொப்பியை வைத்துவிட்டுச் செல்ல வேண்டும் என்ற கிளப்பின் விதியை மறந்துவிட்ட லெவினிடம் காவலாளி சொன்னார். "உங்களை நீண்ட நாட்களாகக் காணவில்லை. இளவரசர் நேற்று உங்கள் பெயரைப் பதிவு செய்தார். இளவரசர் ஸ்டீபன் ஆர்கடியேவிச் இன்னும் வரவில்லை."

லெவினை மட்டுமின்றி, அவருடன் தொடர்புடைய அனை வரையும் அறிந்த காவலாளி உடனடியாக லெவினுக்கு நெருக்க மானவர்களைக் குறிப்பிட்டார்.

பல திரைகள் தொங்கிய முதல் பெரிய அறையின் வழியாகவும், வலப்புறம் பழங்களின் பஃபே இருந்த மற்றொரு பெரிய அறை வழியாகவும் சென்ற லெவின், மெதுவாக நடந்து கொண்டிருந்த ஒரு முதியவரைத் தாண்டி நெரிசலான, இரைச்சல் நிறைந்த சாப் பாட்டு அறைக்குள் நுழைந்தார்.

லெவின் ஏற்கனவே நிரம்பி வழிந்த மேசைகளைத் தாண்டி நடந்து, விருந்தினர்களை உற்றுப் பார்த்தார். வயதானவர்கள், இளைஞர்கள், அவருக்கு ஓரளவு தெரிந்தவர்கள், அவருக்கு நெருக்க மானவர்கள் என்று மிகவும் மாறுபட்ட மனிதர்களின் கூட்டத்தை லெவின் பார்த்தார். கோபமோ கவலையோ கொண்ட ஒரு முகம் கூட அங்கு இல்லை. ஒவ்வொருவரும் தங்கள் கவலைகளையும், பயங்களையும் கீழே இருந்த அறையில் தொப்பிகளுடன் விட்டுவிட்டு, வாழ்க்கையின் மகிழ்ச்சியை அனுபவிப்பதில் தங்கள் நேரத்தைச் செலவிட விரும்புவதாகத் தோன்றியது. ஸ்வியாஸ்கி, ஷெர்பாட்ஸ்கி, நெவெடோவ்ஸ்கி, வயதான இளவரசர், விரான்ஸ்கி, செர்ஜி இவானோவிச் ஆகியோர் அங்கே இருந்தனர்.

"ஆகா, ஏன் இவ்வளவு தாமதம்?" என்று புன்னகையுடன் கேட்ட இளவரசர் தன் கையை லெவினின் தோளில் வைத்தார். "கிட்டி எப்படி இருக்கிறாள்?" என்று கேட்ட அவர், கை துடைக்கும் துணியைத் தன் இடுப்பு அங்கியில் செருகினார்.

"அவள் நன்றாக இருக்கிறாள். அவர்கள் மூவரும் வீட்டில் சாப்பிடுகிறார்கள்."

"ஆகா, இங்கே உங்களுக்கு இடமில்லை. ஆனால் அங்கே அந்த மேசைக்குச் சென்று இடம் பிடித்துக் கொள்ளுங்கள்" என்று

சொல்லிவிட்டுத் திரும்பிய இளவரசர், தன்னிடம் கொடுத்த மீன் சூப்பைக் கவனமாகப் பெற்றுக் கொண்டார்.

"லெவின் இங்கே வாருங்கள்!" என்று ஒரு குரல் சற்றுத் தூரத்திலிருந்து கத்தியது. அது துரோவ்ட்சின். ஒரு இளம் ராணுவ வீரருடன் அமர்ந்திருந்த அவருக்கு அருகில் இரண்டு நாற்காலிகள் காலியாக இருந்தன. லெவின் மகிழ்ச்சியுடன் அவர்களை நோக்கிச் சென்றார். நல்ல உள்ளம் கொண்ட துரோவ்ட்சினை லெவின் எப்போதும் விரும்பினார். லெவின் கிட்டியிடம் தன் காதலை அறிவித்த நினைவுகளுடன் அவரும் இணைந்திருந்தார். அந்த நேரத்தில், அறிவார்ந்த உரையாடலின் அழுத்தத்திற்குப் பிறகு, துரோவ்ட்சினின் நல்ல சுபாவம் கொண்ட தோற்றம் அவருக்கு இனிமையாகத் தோன்றியது.

"இந்த இடம் உங்களுக்கும் ஆப்லான்ஸ்கிக்கும். அவர் இப்போது வந்துவிடுவார்."

எப்போதும் கலகலப்பாக சிரிக்கும் கண்களுடன், நிமிர்ந்து அமர்ந்திருந்த அந்த ராணுவ வீரர் பீட்டர்ஸ்பர்க்கைச் சேர்ந்த காகின் என்பவர். துரோவ்ட்சின் அவரை லெவினுக்கு அறிமுகப் படுத்தினார்.

"ஆப்லான்ஸ்கி எப்போதும் தாமதம்தான்"

"ஆகா, இதோ வந்துவிட்டார்!"

"இப்போதுதான் வந்தீர்களா?" என்று கேட்டுக் கொண்டே ஆப்லான்ஸ்கி அவர்களை நோக்கி வேகமாக வந்தான். "அற்புதம்! நீங்கள் வோட்கா குடித்தீர்களா? சரி, ஆரம்பிக்கலாம்."

லெவின் எழுந்து அவனுடன் சென்று அனைத்து வகையான வோட்காவும், பலவிதமான சுவைகளில் பானங்களும் இருந்த மேசைக்குச் சென்றார். அந்த இருபது அல்லது அதற்கும் மேற்பட்ட பானங்களில் ஒருவர் தனது ரசனைக்கு ஏற்ற ஒன்றைக் கண்டுபிடிக்க முடியும் என்றாலும் ஸ்டீபன் ஆர்கடியேவிச் தனிச்சிறப்புடைய ஒன்றைக் கோரினான். அங்கு இருந்த வெயிட்டர்களில் ஒருவர் உடனடியாக அதைக் கொண்டு வந்தார். அவர்கள் ஆளுக்கு ஒரு டம்ளர் வோட்கா குடித்துவிட்டு மேசைக்குத் திரும்பினர்.

அவர்கள் சூப்பைக் குடித்துக் கொண்டிருந்த போது, காகின் ஒரு ஷாம்பெயின் பாட்டிலைக் கொண்டுவரச் சொல்லி, நான்கு டம்ளர்களில் ஊற்றினார். மறுக்காமல் மதுவை ஏற்றுக் கொண்ட லெவின் மற்றொரு பாட்டிலைக் கொண்டு வரும்படிச் சொன்னார். நல்ல பசியுடன் இருந்த அவர் மகிழ்ச்சியுடன் சாப்பிட்டுக் குடித்தார். மேலும் அதைவிட அதிக மகிழ்ச்சியுடன் தனது தோழர்களின் எளிய மகிழ்ச்சியான பேச்சில் கலந்து கொண்டார். காகின் தனது குரலைத் தாழ்த்திக் கொண்டு, ஒரு புதிய பீட்டர்ஸ்பர்க் நகைச்

சுவையைச் சொன்னார். அது அநாகரிகமாகவும் முட்டாள்தனமாகவும் இருந்தபோதிலும் லெவின் உரத்த குரலில் சிரித்தார். அங்கிருந்த அனைவரும் அவரைத் திரும்பிப் பார்த்தார்கள்.

"இது 'என்னால் தாங்க முடியவில்லை' என்ற அதே பாணிதான் என்று உங்களுக்குத் தெரியுமா?" என்று ஸ்டீபன் ஆர்கடியேவிச் கேட்டான். "ஆகா, இது அற்புதம்! இன்னொரு பாட்டில்" என்று அவன் வெயிட்டரிடம் சொல்லிவிட்டு, ஒரு கதையைச் சொல்ல ஆரம்பித்தான்.

"பிட்டர் இலிச் வினோவ்ஸ்கியின் பாராட்டுக்கள்" என்று குறுக்கிட்ட வயதான வெயிட்டர், ஒரு தட்டில் நுரை ததும்பிய இரண்டு ஷாம்பெயின் டம்ளர்களைக் கொண்டுவந்து ஸ்டீபன் ஆர்கடியேவிச்சிடமும், லெவினிடமும் கொடுத்தார். ஸ்டீபன் ஆர்கடியேவிச் ஒரு டம்ளரை எடுத்துக் கொண்டு, மேசையின் மறுமுனையில் வழுக்கைத்தலையுடன் சிவப்பு மீசை வைத்திருந்த ஒரு மனிதரைக் கண்களால் சந்தித்து, புன்னகையுடன் அவரைப் பார்த்துத் தலையசைத்தான்.

"யார் அது?" என்று லெவின் கேட்டார்.

"ஒருமுறை நீங்கள் அவரை என் வீட்டில் சந்தித்தது நினைவிருக்கிறதா? நல்ல மனிதர்!"

லெவின் ஆப்லான்ஸ்கியைப் பின்பற்றி அவனைப் போல செய்துவிட்டு டம்ளரை எடுத்துக் கொண்டார்.

ஸ்டீபன் ஆர்கடியேவிச் சொன்ன நகைச்சுவையும் மிகவும் வேடிக்கையாக இருந்தது. லெவினும் ஒரு நகைச்சுவையைச் சொல்ல, அதுவும் ரசிக்கப்பட்டது. அதன்பிறகு அவர்கள் குதிரைகளைப் பற்றியும், அன்று நடந்த பந்தயங்களைப் பற்றியும், விரான்ஸ்கியின் குதிரை சாட்டின் முதல் பரிசை வென்றதைப் பற்றியும் பேசினார்கள். இரவு உணவு எப்படி இருந்தது என்பதை லெவின் கவனிக்கவில்லை.

"ஆகா, இதோ வந்துவிட்டார்கள்!" என்று சாப்பிட்டு முடித்த ஸ்டீபன் ஆர்கடியேவிச், நாற்காலியிலிருந்து திரும்பி, உயரமான கர்னலுடன் தங்களை நோக்கி வந்துகொண்டிருந்த விரான்ஸ்கியை நோக்கிக் கையை நீட்டினான். கிளப்பின் பொதுவான நல்ல உற்சாகமான மனநிலை விரான்ஸ்கியின் முகத்திலும் பிரதிபலித்தது. விரான்ஸ்கி மகிழ்ச்சியுடன் ஸ்டீபன் ஆர்கடியேவிச்சிடம் குனிந்து, அவன் காதில் எதையோ கிசுகிசுத்தான். பிறகு அதே மகிழ்ச்சியான புன்னகையுடன் லெவினை நோக்கிக் கையை நீட்டினான்.

"உங்களைப் பார்த்ததில் மிக்க மகிழ்ச்சி" என்றான் அவன். "நான் தேர்தல் முடிந்த பிறகு உங்களைத் தேடினேன் ஆனால் நீங்கள்

முன்னதாகவே போய்விட்டதாகச் சொன்னார்கள்" என்று அவன் அவரிடம் சொன்னான்.

"ஆமாம், நான் அன்றே கிளம்பிவிட்டேன். நாங்கள் இப்போது தான் உங்கள் குதிரையைப் பற்றிப் பேசிக் கொண்டிருந்தோம். குதிரை அபாரமான வேகத்தில் ஓடியது. வாழ்த்துக்கள்" என்றார் லெவின்.

"ஆமாம், உங்களிடமும் பந்தயக் குதிரைகள் இருக்கின்றன அல்லவா?"

"இல்லை, என் தந்தை வைத்திருந்தார். ஆனால் குதிரைகளைப் பற்றிச் சில விஷயங்கள் எனக்கும் தெரியும்."

"நீங்கள் எங்கே சாப்பிட்டீர்கள்?" என்று ஸ்டீபன் ஆர்கடியேவிச் கேட்டான்.

"தூண்களுக்குப் பின்னால் இருந்த இரண்டாவது மேசையில்."

"அவருக்கு வாழ்த்துக்கள் குவிகின்றன" என்றார் உயரமான கர்னல். "இது அவருக்குக் கிடைத்த இரண்டாவது இம்பீரியல் பரிசு. குதிரைகளுடன் அவருக்கு இருக்கும் அதிர்ஷ்டத்தைப் போல எனக்குச் சீட்டாட்டத்தில் அதிர்ஷ்டம் கிடைக்க வேண்டும் என்று நான் விரும்புகிறேன். ஆனால் பொன்னான தருணங்களை ஏன் வீணாக்க வேண்டும்? நான் சூதாட்ட அறைக்குச் செல்கிறேன்" என்று சொல்லிவிட்டு கர்னல் அங்கிருந்து சென்றார்.

"அவர்தான் யஷ்வின்" என்று விரான்ஸ்கி தூரோவ்ட்சினுக்குப் பதிலளித்தான். அவன் அவர்களுக்கு அருகில் காலியாக இருந்த நாற்காலியில் அமர்ந்தான். அவன் தன்னிடம் கொடுத்த டம்ளரைக் குடித்துவிட்டு, ஒரு பாட்டில் கொண்டுவரும்படி சொன்னான். கிளப்பின் சூழ்நிலை அல்லது குடித்த மது ஏற்படுத்திய தாக்கத்தின் காரணமாக லெவின், சிறந்த கால்நடை இனங்களைப் பற்றி விரான்ஸ்கியுடன் பேசினார். மேலும் அவர் அந்த மனிதன் மீது எந்தவிதமான விரோதத்தையும் உணரவில்லை என்பதில் மிகவும் மகிழ்ச்சியடைந்தார். இளவரசி மரியா போரிசோவ்னாவின் இல்லத்தில் அவனைச் சந்தித்ததாகத் தன் மனைவி குறிப்பிட்டதையும் தயக்கமின்றி அவர் அவனிடம் சொன்னார்.

"ஆகா, இளவரசி மரியா போரிசோவ்னா! அவள் அழகாக இல்லையா?" என்று கத்திய ஆப்லான்ஸ்கி, அவளைப் பற்றி ஒரு சம்பவத்தைச் சொல்லி அனைவரையும் சிரிக்க வைத்தான். குறிப்பாக விரான்ஸ்கி, லெவின் தன்னுடன் முற்றிலும் இணக்கமாக இருப்பதை உணரும் அளவுக்கு நல்ல குணம் கொண்ட சிரிப்பை வெளிப் படுத்தினான்.

“அப்படியானால் எல்லாம் முடிந்துவிட்டதா?” என்ற ஸ்டீபன் ஆர்கடியேவிச் எழுந்து நின்று சிரித்தான். “போகலாம்!”

8

மேசையை விட்டு எழுந்த லெவின் காகினுடன் உயரமான கூரைகள் அமைந்த அறைகள் வழியாக பில்லியார்ட்ஸ் அறைக்குச் சென்றார். அவர் நடக்கும்போது, தன் கைகள் ஒரு குறிப்பிட்ட ஒழுங்குடன், இலகுவாக அசைவதை உணர்ந்தார். பெரிய ஓய்வறையைத் தாண்டிச் சென்றபோது தன் மாமனார் மீது மோதிக் கொண்டார்.

“சரி, நீங்கள் என்ன நினைக்கிறீர்கள்? எங்கள் சோம்பேறித் தனமான கிளப் உங்களுக்கு எப்படிப் பிடிக்கும்?” என்ற இளவரசர் லெவின் கையைப் பிடித்துக் கொண்டார். “இங்கே திரும்ப வேண்டும்.”

“உண்மையில் நான் சுற்றிப் பார்க்க விரும்பினேன். சுவாரஸ்யமாக இருக்கிறது.”

“ஆமாம், உங்களுக்குச் சுற்றிப் பார்ப்பது சுவாரஸ்யமாக இருக்கலாம் ஆனால் என்னுடைய ஆர்வம் முற்றிலும் வேறானது. அதோ, அந்த முதியவர்களைப் பாருங்கள்” என்ற அவர், மென்மையான காலணி அணிந்த கால்களை அசைக்க முடியாமல் மெதுவான நடையில் தங்களை நோக்கி வரும், குனிந்த முதுகும் தொங்கும் கீழுதடும் கொண்ட ஒரு உறுப்பினரைச் சுட்டிக்காட்டினார். “அவர்கள் அப்படித்தான் உருளைகளாகப் பிறந்தார்கள் என்று நீங்கள் நினைக்கிறீர்களா?”

“உருளைகள்! என்ன அது?”

“உங்களுக்கு அந்த வார்த்தையின் பொருள் என்னவென்று தெரியாது. அது கிளப்பில் வழக்கத்தில் உள்ள ஒரு வார்த்தை. வேக வைத்த முட்டைகளை நன்றாக உருட்டும் போது அது உருளையாக மாறும். அது போலத்தான் இங்குள்ள உறுப்பினர்களுக்கும் நிகழ்கிறது. ஆண்டு முழுவதும் கிளப்பை நோக்கி உருண்டு வரும் அவர்கள் நாளடைவில் உருளைகளாக ஆகிறார்கள். ஆமாம், நீங்கள் சிரிக்கலாம். ஆனால் எங்கள் நண்பர் ஏற்கனவே உருளையாக மாறும் நாளை எதிர்பார்க்கிறார். இளவரசர் செச்சென்ஸ்கியை உங்களுக்குத் தெரியுமா?” என்று கேட்டார் இளவரசர். அவர் ஏதோ ஒரு வேடிக்கையான கதையைச் சொல்லப் போகிறார் என்பதை அவரது பார்வையிலிருந்து லெவின் தெரிந்து கொண்டார்.

“இல்லை, எனக்குத் தெரியாது.”

“தெரியாதா? சரி, இளவரசர் செச்சென்ஸ்கி மிகவும் பிரபலமானவர். சரி, அது ஒரு பொருட்டல்ல. அவர் எப்போதும் பில்லியார்ட்ஸ் விளையாடுவார். மூன்று ஆண்டுகளுக்கு முன்பு அவர் உருளையாக ஆகாமல் தொடர்ந்து நல்ல ஆட்டத்தை வெளிப்படுத்தினார். அவர் மற்றவர்களை உருளைகள் என்று அழைத்தார். அவர் ஒருநாள் இங்கே வந்தார். உங்களுக்குக் கிளப்பின் காவலாளி வாசிலியைத் தெரியுமா? ஆமாம், அந்தக் குண்டானவன். அவன் பெரிய புத்திசாலி. சரி, இளவரசர் செச்சென்ஸ்கி அவரிடம், ‘கிளப்பில் யார் இருக்கிறார்கள்? யாராவது உருளைகள் இருக்கிறார்களா?’ என்று கேட்டார். அதற்கு வாசிலி, ‘ஆமாம், நீங்கள் மூன்றாவது!’ என்றான். ஆமாம், இப்படித்தான் நடக்கிறது!”

லெவினும் இளவரசரும் தங்களுக்குத் தெரிந்தவர்களிடம் பேசிக் கொண்டும், வாழ்த்துக்களைப் பரிமாறிக் கொண்டும், கிளப்பின் எல்லா அறைகளிலும் புகுந்து சென்றனர். விளையாடுவதற்காக மேசைகள் ஏற்பாடு செய்திருந்த அந்தப் பெரிய அறையில் வழக்கமான கூட்டாளிகள் பயிற்சிக்காக விளையாடிக் கொண்டிருந்தனர். மற்றொரு அறையில் சதுரங்கம் விளையாடிக் கொண்டிருந்தார்கள். அங்கு அமர்ந்திருந்த செர்ஜி இவானோவிச் யாரோ ஒருவருடன் பேசிக் கொண்டிருந்தார். பில்லியார்ட்ஸ் அறையில், விளையாட்டு இடைவேளையில் ஒரு சோபாவில், காகின் உட்பட சிலர் மகிழ்ச்சியாக ஷாம்பெயின் குடித்துக் கொண்டிருந்தனர். யஷ்வின் அமர்ந்திருந்த ஒற்றை மேசையைச் சுற்றி பல சூதாடிகள் சூழ்ந்திருந்தனர். அவர்களில் சிலர் சத்தம் போடால் இருக்க மங்கலாக விளக்கு எரிந்து கொண்டிருந்த வாசிப்பு அறைக்குச் சென்றனர். அங்கு வாசிப்பு விளக்கின் கீழ் அமர்ந்திருந்த ஒரு இளைஞன் சினத்துடன் ஒன்றன் பின் ஒன்றாகப் பல பத்திரிகைகளைப் புரட்டிக் கொண்டிருந்தான். வழுக்கைத்தலையுடன் இருந்த ஒரு தளபதி தீவிர வாசிப்பில் மூழ்கியிருந்தார். இளவரசர் ஸ்மார்ட் ரூம் என்று அழைத்த ஒரு அறைக்குள் அவர்கள் சென்றனர். அந்த அறையில் மூன்று பெரியவர்கள் சமீபத்திய அரசியல் செய்திகளைச் சூடாக விவாதித்துக் கொண்டிருந்தனர்.

“இளவரசே, நாங்கள் தயாராக இருக்கிறோம்” என்று இளவரசரைத் தேடிவந்த அவரது நண்பர்களில் ஒருவர் சொன்னார். இளவரசர் அவருடன் சென்றார். சற்று நேரம் அமர்ந்திருந்த லெவின், அன்று தான் கேட்ட அனைத்து உரையாடல்களையும் நினைத்துப் பார்த்தபோது, அவருக்குத் திடீரென்று அபரிமிதமான சலிப்பும் சோர்வும் ஏற்பட்டது. அவர் அவசரமாக எழுந்து ஆப்லான்ஸ்கியையும், துரோவ்ட்சினையும் தேடிச் சென்றார். அவர் அவர்களுடன் இருப்பதில் மகிழ்ச்சியாக உணர்ந்தார்.

துரோவ்ட்சின் பில்லியார்ட்ஸ் அறையின் உயரமான சோபாவில் அமர்ந்து ஒரு பெரிய கோப்பையில் மது அருந்திக் கொண்டிருந்தார். ஸ்டீபன் ஆர்கடியேவிச் அறையின் மறு மூலையில் கதவுக்கு அருகில் விரான்ஸ்கியுடன் பேசிக் கொண்டிருந்தான்.

"அவள் சலிப்படைந்து விட்டாள் என்பதல்ல, ஆனால் இந்த நிச்சயமற்ற தன்மையும் அவளுடைய நிலையின் உறுதியற்ற தன்மையும்" என்ற வார்த்தைகளைக் கேட்டதும் லெவின் அவசரமாகத் திரும்பிச் செல்ல யத்தனித்தபோது, ஸ்டீபன் ஆர்கடியேவிச் அவரை அழைத்தான்.

"லெவின்!" என்றான் ஸ்டீபன் ஆர்கடியேவிச். தன் கண்களில் கண்ணீர் இல்லை என்றாலும், ஈரமாக இருப்பதை லெவின் கவனித்தார். அவர் குடிக்கும் போது அல்லது அவர் உணர்ச்சிவசப்படும் போது எப்போதும் அப்படி நடப்பது வழக்கம். இப்போது இரண்டினாலும் அவ்வாறு நேர்ந்தது. "லெவின், போக வேண்டாம்" என்று அவன் அவர் முழங்கையைப் பிடித்துக் கொண்டான். எக்காரணத்தைக் கொண்டும் அவன் அவரை விட்டுவிட விரும்பவில்லை.

"இவர்தான் என்னுடைய உண்மையான, சிறந்த நண்பர்" என்று அவன் விரான்ஸ்கியிடம் சொன்னான். "நீங்களும் எனக்கு நெருக்கமாகி விட்டீர்கள். நீங்கள் இருவரும் நல்ல மனிதர்கள் என்பதால், நீங்கள் நெருங்கிய நண்பர்களாக இருக்க வேண்டும் என்று நான் விரும்புகிறேன்."

"அப்படியானால், நாம் முத்தங்களைப் பரிமாறிக் கொள்ள வேண்டும்" என்று விரான்ஸ்கி நல்ல சுபாவத்துடன் கேலியாகச் சொல்லிக் கையை நீட்டினான்.

அவன் சட்டென்று லெவினின் நீட்டிய கையைப் பிடித்து அழுத்தினான்.

"எனக்கு மிகவும் மகிழ்ச்சி" என்று லெவின் அவன் கையைக் குலுக்கினார்.

"வெயிட்டர், ஒரு ஷாம்பெயின் பாட்டில்" என்றான் ஸ்டீபன் ஆர்கடியேவிச்.

"எனக்கு மகிழ்ச்சியாக இருக்கிறது" என்றான் விரான்ஸ்கி.

ஆனால் ஸ்டீபன் ஆர்கடியேவிச்சிற்கும் அவர்களுக்கும் ஆசை இருந்தாலும், தாங்கள் பேசுவதற்கு எதுவும் இல்லை என்பதை அவர்கள் இருவரும் உணர்ந்தனர்.

"அவர் அன்னாவைச் சந்தித்ததே இல்லை என்பது உங்களுக்குத் தெரியுமா?" என்று ஸ்டீபன் ஆர்கடியேவிச் விரான்ஸ்கியிடம்

கேட்டான். "நான் நிச்சயமாக அன்னாவை அவருக்கு அறிமுகப்படுத்த விரும்புகிறேன். போகலாம் லெவின்!"

"உண்மையாகவா?" என்றான் விரான்ஸ்கி. "அன்னா மிகவும் மகிழ்ச்சியடைவார். நான் இப்போதே வீட்டிற்குச் செல்வேன் ஆனால் நான் யஷ்வினைப் பற்றி கவலைப்படுகிறேன். அவர் முடிக்கும் வரை நான் இங்கே இருக்க விரும்புகிறேன்."

"ஏன், அவர் நிலைமை மோசமாகிவிட்டதா?"

"அவர் தொடர்ந்து தோற்றுக் கொண்டே இருக்கிறார். என்னால் மட்டுமே அவரைக் கட்டுப்படுத்த முடியும்."

"சரி, லெவின் நீங்கள் பில்லியார்ட்ஸில் பிரமிடுகள் விளையாட்டு விளையாடுவீர்களா? அது அற்புதமாக இருக்கும்" என்றான் ஸ்டீபன் ஆர்கடியேவிச். "மேசையைத் தயார் செய்யுங்கள்" என்று அவன் பில்லியார்ட்ஸ் மார்க்கரிடம் சொன்னான்.

"அது தயாராக இருக்கிறது" என்ற மார்க்கர் ஏற்கனவே பில்லியார்ட்ஸ் மேசையின் மீது பந்துகளை முக்கோணமாக வைத்து, கையில் சிவப்புப் பந்தை உருட்டியபடி விளையாடுபவர்களுக்காகக் காத்துக் கொண்டிருந்தார்.

"சரி, ஆரம்பிக்கலாம்!"

விரான்ஸ்கியும் லெவினும் காகினின் மேசையில் அமர்ந்தனர். ஸ்டீபன் ஆர்கடியேவிச் யோசனைப்படி லெவின் ஏஸ்ஸில் பந்தயம் கட்டினார். மேசையின் அருகில் அமர்ந்த விரான்ஸ்கி, அவனைப் பார்ப்பதற்குத் தொடர்ந்து வந்து கொண்டிருந்த நண்பர்களைச் சந்தித்தான். யஷ்வின் என்ன செய்கிறார் என்பதைக் கண்காணிக்க அவன் அவ்வப்போது சூதாட்ட அறைக்குச் சென்றான். காலையில் ஏற்பட்ட மனச்சோர்வுக்குப் பிறகு லெவின் ஒரு மகிழ்ச்சியான மனநிலைக்குத் திரும்பினார். விரான்ஸ்கிக்கும் தனக்கும் இருந்த பகை ஒரு முடிவுக்கு வந்ததில் அவர் மகிழ்ச்சியடைந்தார். அமைதியும் மனநிறைவும் அவரை விட்டு நீங்காமல் இருந்தது.

ஆட்டம் முடிந்ததும் ஸ்டீபன் ஆர்கடியேவிச் லெவினின் கையைப் பிடித்தான்.

"சரி, நாம் அன்னாவைப் பார்க்கப் போகலாம். போகலாமா? அவர் வீட்டில் இருப்பார். உங்களை அழைத்து வருகிறேன் என்று நீண்ட நாட்களுக்கு முன்பே அவரிடம் சொன்னேன். இன்று மாலையில் எங்கேனும் செல்லப் போகிறீர்களா?"

"குறிப்பாக எங்கும் இல்லை. நான் விவசாய சங்கத்திற்கு வருவதாக ஸ்வியாஸ்கியிடம் சொல்லியிருந்தேன். நீங்கள் விரும்பினால் போகலாம்" என்றார் லெவின்.

“நல்லது, நாம் போகலாம்! என்னுடைய வண்டி வந்துவிட்டதா என்று பாருங்கள்” என்று ஸ்டீபன் ஆர்கடியேவிச் ஒரு வெயிட்டரிடம் சொன்னான்.

லெவின் மேசையின் அருகில் சென்று தான் தோற்றுப்போன நாற்பது ரூபிள்களைக் கொடுத்துவிட்டு, வாசலில் நின்றிருந்த வயதான வெயிட்டரிடம் தனது கிளப் செலவுகளுக்குரிய பணத்தை ஏதோ ஒரு மர்மமான முறையில் செலுத்திவிட்டு, கைகளை அசைத்த படி எல்லா அறைகளையும் கடந்து முன்வாசலுக்குச் சென்றார்.

9

“ஆப்லான்ஸ்கியின் வண்டி!” என்று காவலாளி கோபத்துடன் கத்தினான். வண்டி உள்ளே வந்ததும் இருவரும் ஏறிக் கொண்டார்கள். வண்டி கிளப்பின் முற்றத்தைத் தாண்டிச் சென்ற அந்தச் சில கணங்களுக்கு, லெவின் கிளப்பின் அமைதியையும், மகிழ்ச்சியையும், அதன் சுற்றுப்புறத்தின் அப்பழுக்கற்ற கண்ணியத்தையும் தொடர்ந்து உணர்ந்தார். ஆனால் வண்டி தெருவில் இறங்கியதும் கரடுமுரடான சாலையில் வண்டி குலுங்குவதை உணர்ந்ததும், எதிர்த்திசையில் வேகமாக வந்த வண்டி ஓட்டியின் கோபமான கூச்சலைக் கேட்டதும், வீதியின் மங்கலான வெளிச்சத்தில் சிவப்பு நிறத்தில் ஒளிரும் மதுபானக் கடையின் பெயர் பலகையைக் கண்டதும் அவர் அந்த உணர்விலிருந்து விடுபட்டார். அன்னாவைப் பார்க்கச் செல்வதன் மூலம் நான் சரியான காரியத்தைச் செய்கிறேனா என்று அவர் தன்னையே கேட்டுக் கொண்டார். ‘கிட்டி என்ன நினைப்பாள்?’ என்று யோசித்தார். ஆனால் ஸ்டீபன் ஆர்கடியேவிச் அவருடைய சந்தேகத்தை யூகித்தது போல அதை நிவர்த்தி செய்ய முயன்றான்.

“நீங்கள் அவரைச் சந்திப்பதில் எனக்கு மகிழ்ச்சி. உங்களுக்குத் தெரியுமா? நீங்கள் அவரைச் சந்திக்க வேண்டும் என்று டோலி எப்போதோ ஆசைப்பட்டாள். லோவோவ் அன்னாவைப் பார்க்க அடிக்கடி செல்கிறார். அவர் என் சகோதரியாக இருந்தாலும்” என்ற ஸ்டீபன் ஆர்கடியேவிச் தொடர்ந்து, “அவர் ஒரு குறிப்பிடத் தக்க பெண் என்று என்னால் தைரியமாகச் சொல்ல முடியும். நீங்களே பார்ப்பீர்கள். குறிப்பாக இப்போது அவருடைய நிலை மிகவும் வேதனை தருவதாக இருக்கிறது” என்றான்.

“ஏன் இப்போது என்ன ஆயிற்று?”

“நாங்கள் இப்போது அவருடைய கணவருடன் விவாகரத்தைப் பற்றிப் பேச்சுவார்த்தை நடத்தி வருகிறோம். அவரும் ஒப்புக் கொண்டார். ஆனால் அவருடைய மகன் விஷயத்தில் சில சிக்கல்கள் இருப்பதால், நீண்ட காலத்திற்கு முன்பே ஆரம்பித்த அது கடந்த

மூன்று மாதங்களாக இழுபறியாக உள்ளது. விவாகரத்து முடிந்தவுடன் அவர் விரான்ஸ்கியைத் திருமணம் செய்து கொள்வார். யாருக்கும் நம்பிக்கையில்லாத இந்தப் பழைய சடங்குகள் எவ்வளவு முட்டாள்தனமானவை. அவை மனிதர்கள் மகிழ்ச்சியாக வாழ்வதைத் தடை செய்கின்றன! அப்படி நடந்தால் அவர்களுடைய நிலை என்னைப் போலவும் உங்களைப் போலவும் வழக்கமானதாக மாறி விடும்."

"அப்படியானால் எங்கே சிக்கல் இருக்கிறது?"

"ஓ, அது ஒரு நீண்ட சலிப்பூட்டும் கதை! இவையெல்லாம் நம் நாட்டில் தீர்மானிக்க முடியாதவை. ஆனால் பிரச்சினை என்னவென்றால் மூன்று மாதங்களாக விவாகரத்தை எதிர்பார்த்து அவர் மாஸ்கோவில் வசித்து வருகிறார் என்பது அனைவருக்கும் தெரியும். அவர் எங்கும் செல்வதில்லை, டோலியைத் தவிர வேறு எந்தப் பெண்ணையும் பார்ப்பதில்லை. ஏனென்றால் யாரும் இரக்கப்பட்டுத் தன்னைப் பார்க்க வருவதை அவர் விரும்பவில்லை. அந்த முட்டாள் இளவரசி வர்வராவும் அவர்களின் உறவை முறை யற்றதாகக் கருதிச் சென்றுவிட்டார். இந்த நிலையில் வேறு எந்தப் பெண் இருந்தாலும் அவளுக்குப் பைத்தியம் பிடித்திருக்கும். ஆனால் அவர் தன் வாழ்க்கையை எவ்வாறு ஒழுங்கமைத்துக் கொண்டார் என்பதையும், அவர் எவ்வளவு அமைதியாகவும் கண்ணியமாகவும் இருக்கிறார் என்பதையும் நீங்களே பார்ப்பீர்கள். இடப்புறம் உள்ள தெருவில் தேவாலயத்திற்கு எதிரில்!" என்று ஸ்டீபன் ஆர்கடியேவிச் வண்டியின் ஜன்னல் வழியாக எட்டிப் பார்த்துக் கத்தினான். "அப்பா, என்ன வெப்பம்!" என்ற அவன் வெப்பநிலை பூஜ்ஜியத்திற்குக் கீழே பன்னிரண்டு டிகிரியாக இருந்தபோதும், ஏற்கனவே திறந்திருந்த தன் உரோமக் கோட்டை மேலும் அகலமாகத் திறந்தான்.

"ஆனால் அவருக்கு ஒரு மகள் இருப்பதால் அவளைக் கவனித்துக் கொள்வதில் அவர் மும்முரமாக இருப்பார் இல்லையா?" என்று கேட்டார் லெவின்.

"நீங்கள் எந்தப் பெண்ணையும் ஒரு தாய்க்கோழியாக மட்டுமே கற்பனை செய்கிறீர்கள். எனவே அவளுக்கு ஒரு வேலை இருந்தால் அது குழந்தைகளைக் கவனித்துக் கொள்வதுதான் என்று கருது கிறீர்கள். இல்லை, அவர் தன் மகளை வளர்ப்பதில் ஒரு அற்புதமான வேலையைச் செய்கிறார் என்று தெரிகிறது. ஆனால் எழுதுவதுதான் அவருடைய முதல் வேலை. நீங்கள் கேலியாகச் சிரிப்பதை என்னால் பார்க்க முடிகிறது என்றாலும் நீங்கள் நினைப்பது தவறு! அவர் குழந்தைகளுக்காக ஒரு புத்தகத்தை எழுதிக் கொண்டிருக்கிறார். அவர் அதைப் பற்றி இதுவரை யாரிடமும் சொல்லவில்லை, ஆனால் அவர் அதை என்னிடம் படித்துக் காட்டினார். நான் அதன்

கையெழுத்துப்பிரதியை வொர்குயேவிடம் கொடுத்தேன்... உங்களுக்கு அந்த வெளியீட்டாளரைத் தெரியும்... அவரே ஒரு எழுத்தாளர் என்று நினைக்கிறேன். அவர் அதைப் படித்துவிட்டு அது ஒரு அற்புதமான படைப்பு என்று சொன்னார். ஆனால் அன்னாவை ஒரு எழுத்தாளர் என்று உங்களால் கற்பனை செய்ய முடிகிறதா? ஒருபோதும் முடியாது! முதலில் அவர் இதயம் உள்ள ஒரு மனுஷி. அதை நீங்களே பார்ப்பீர்கள்! இப்போது அவருடன் ஒரு ஆங்கிலச் சிறுமி இருக்கிறாள். மேலும் அவள் குடும்பத்தையும் அவர் கவனித்துக் கொள்கிறார்."

"அது என்ன, சமூக சேவையா?"

"நீங்கள் மீண்டும் தவறாகப் பார்க்கிறீர்கள். அது சமூக சேவை அல்ல, இதயபூர்வமாகச் செய்யும் காரியம். விரான்ஸ்கியிடம் ஒரு ஆங்கிலப் பயிற்சியாளர் இருந்தார். அவர் ஒரு முதல்தரமான பயற்சியாளர் என்றாலும் குடிகாரர். அளவுக்கு அதிகமாகக் குடித்த அவர் குடிப்பழக்கத்திற்கு அடிமையானதால் அவருடைய குடும்பம் நடுத்தெருவில் நின்றது. அன்னா அவர்களைப் பார்த்து, அவர்களுக்கு உதவிக்கரம் நீட்டினார். அவர்கள் மீது அக்கறை கொண்ட அவர் இப்போது அந்தக் குடும்பத்தைக் கவனித்துக் கொள்கிறார். பண உதவி மட்டுமின்றி, அந்தக் குடும்பத்திலுள்ள சிறுவர்களை உயர்நிலைப் பள்ளிக்கு அனுப்புவதற்காக அவர்களுக்கு ரஷ்ய மொழியைக் கற்றுக் கொடுக்கிறார். அந்த ஆங்கிலச் சிறுமியை அவர் தன்னுடன் வைத்துக் கொண்டார். இப்போது நீங்களே அவரைப் பார்ப்பீர்கள்."

வண்டி முற்றத்தை நோக்கிச் சென்றது. அங்கே ஏற்கனவே ஒரு வண்டி நின்றிருந்தது. ஸ்டீபன் ஆர்கடியேவிச் நுழைவாயிலில் இருந்த மணியைச் சத்தமாக அடித்தான். கதவைத் திறந்த வேலைக் காரனிடம் அன்னா வீட்டில் இருக்கிறாரா என்று கேட்காமல், ஸ்டீபன் ஆர்கடியேவிச் முன்புற அறைக்குள் நுழைந்தான். லெவின் அவனைப் பின்தொடர்ந்து சென்றார். தான் செய்வது சரியா அல்லது தவறா என்ற லெவினின் சந்தேகம் மேலும் வலுப்பெற்றது.

அங்கிருந்த கண்ணாடியில் பார்த்தபோது தன் முகம் சிவந் திருப்பதை லெவின் கவனித்தார். ஆனால் அவர் தான் குடிபோதை யில் இல்லை என்பதில் உறுதியாக இருந்தார். ஸ்டீபன் ஆர்கடியே விச்சைத் தொடர்ந்து சென்ற லெவின் கம்பளம் விரிக்கப்பட்ட மாடிப்படிகளில் ஏறினார். மாடிக்குச் சென்றதும், அந்த வீட்டிற்கு நன்கு பரிச்சயமானவர் என்ற முறையில் தலைவணங்கிய வேலைக் காரனிடம், அன்னாவுடன் இருப்பது யார் என்று ஸ்டீபன் ஆர்கடியேவிச் விசாரித்தான். அன்னாவுடன் திரு. வொர்குயேவ் இருப்பதாக வேலைக்காரன் தெரிவித்தான்.

"அவர்கள் எங்கே இருக்கிறார்கள்?"

“படிப்பறையில்.”

அவர்கள் இருவரும் சுவரில் பலகைகள் பதித்த ஒரு சிறிய சாப்பாட்டு அறையைத் தாண்டி, ஒரே ஒரு பெரிய விளக்கின் நிழலால் அரை இருட்டாக இருந்த படிப்பறைக்குள் நுழைந்து, மிருதுவான கம்பளத்தில் அடியெடுத்து வைத்தனர். சுவரில் பொருத்தப்பட்டிருந்த மற்றொரு பிரதிபலிக்கும் விளக்கு, அதன் ஒளியை ஒரு பெண்ணின் பெரிய முழு நீள உருவப்படத்தின் மீது வீசியது. லெவினால் தன் கவனத்தை அதை நோக்கிச் செலுத்தாமல் இருக்க முடியவில்லை. அது இத்தாலியில் மிகைலோவ் வரைந்த அன்னாவின் உருவப்படம். ஸ்டீபன் ஆர்கடியேவிச் தட்டியால் மறைத்திருந்த திரைக்குப் பின்னால் சென்றபோது, பேசிக் கொண்டிருந்த மனிதரின் குரல் மௌனமானது. பிரகாசமான விளக்கு ஒளியில், தத்ரூபமான ஒரு உருவத்தைப் போலத் தோன்றிய அந்த உருவப்படத்தை உற்றுப் பார்த்த லெவினால் அதிலிருந்து தன் கண்களை விடுவித்துக்கொள்ள முடியவில்லை. அந்த அற்புதமான உருவப்படத்தைக் கண் இமைக்காமல் பார்த்த லெவின், அது என்ன சொல்கிறது என்ற சிந்தனையின்றி, தான் இருக்கும் இடத்தை மறந்து லயித்து நின்றார்.

அது ஓவியம் அல்ல மாறாக, சுருண்ட கருப்பு நிறக் கூந்தலுடன், வெற்றுத்தோள்கள் மற்றும் கைகளுடன், மலரை ஒத்த உதடுகளில் கனவுடன் கூடிய அரைப் புன்னகையுடன், அவரைக் கலங்கடித்த கண்களால் வெற்றியுடனும் மிருதுவாகவும் பார்த்த ஒரு உயிருள்ள வசீகரமான பெண். அவள் உயிருடன் இல்லை என்பதை நிரூபித்த ஒரே விஷயம், அவள் உயிருள்ள பெண்ணைவிட மிகவும் அழகாக இருந்தாள் என்பதுதான்.

“எனக்கு மிகவும் மகிழ்ச்சி” என்று திடீரென்று ஒரு குரல் அவரிடம் பேசியது. ஓவியத்தில் அவர் ரசித்துக் கொண்டிருந்த அதே பெண்ணின் குரல். அன்னா திரைக்குப் பின்னாலிருந்து அவரைச் சந்திக்க வந்தாள். அந்த அறையின் அரை இருட்டு வெளிச்சத்தில், வெவ்வேறு நீல நிறங்கள் கலந்த உடையில், ஓவியத்தில் இருந்த அதே நிலையில், அதே முகபாவத்தில் இல்லாமல் ஆனால் ஓவியர் வரைந்த அதே அழகுடன் லெவின் அந்தப் பெண்ணைப் பார்த்தார். ஓவியத்தை விட நிஜத்தில் அவள் புத்திசாலியாகத் தோன்றவில்லை என்றாலும், ஓவியத்தில் இல்லாத ஒரு புதிய, வசீகரமான ஒன்று நிஜ உருவத்தில் இருந்தது.

10

லெவினைப் பார்த்ததில் ஏற்பட்ட மகிழ்ச்சியை மறைப்பதற்கு முயலாமல் அவள் அவரைச் சந்தித்தாள். அவள் தன் சிறிய,

சுறுசுறுப்பான கையை அவரிடம் நீட்டி, வொர்குயேவிடம் அவரை அறிமுகப்படுத்தினாள். பிறகு அதே அறையில் பின்னல் வேலையில் ஈடுபட்டிருந்த அழகிய சிவந்த முடியுடன் இருந்த ஒரு சிறுமியைக் காட்டி, அவளைத் தன் மாணவி என்று குறிப்பிட்டாள். அவளிடம் இருந்த நல்ல சமூகத்தைச் சேர்ந்த ஒரு பெண்ணிடம் எப்போதும் காணப்படும் அமைதியான, இயல்பான நடத்தையைப் பார்த்து லெவின் மகிழ்ச்சியடைந்தார்.

"எனக்கு மிகவும் மகிழ்ச்சியாக இருக்கிறது" என்று அவள் மீண்டும் சொன்னாள். அவள் உதடுகளிலிருந்து வெளிப்பட்ட அந்தச் சாதாரண வார்த்தைகள் ஒரு விசேஷமான பொருளைத் தருவதாக லெவினுக்குத் தோன்றியது. "ஸ்டீவாவின் நட்பின் மூல மாகவும் உங்கள் மனைவியாலும் எனக்கு உங்களை நீண்ட கால மாகத் தெரியும்... எனக்கு உங்கள் மனைவியைச் சிறிது காலம்தான் தெரியும் என்றாலும் அவள் என் மீது ஏற்படுத்திய தாக்கம் நறுமணம் கமழும் ஒரு பூவைப் போன்றது. உண்மையில் ஒரு பூவைப் போன்றது. அவள் விரைவில் தாயாகப் போகிறாள்!"

அவள் எளிதாகவும் அவசரமில்லாமலும் இருவரையும் மாறி மாறிப் பார்த்துக் கொண்டே பேசினாள். லெவின் தான் அவள் மீது ஒரு நல்ல அபிப்பிராயத்தை ஏற்படுத்தியிருப்பதாக நினைத்தார். லெவின் அவளைச் சிறுவயதிலிருந்தே தெரியும் என்பது போல அவளுடன் சகஜமாகவும், மகிழ்ச்சியாகவும் இருந்தார்.

"நாங்கள் புகைபிடிப்பதற்காக அலெக்ஸியின் படிப்பறைக்கு வந்தோம்" என்று ஆப்லான்ஸ்கியின் கேள்விக்குப் பதில் சொன்ன அவள், லெவினிடம் அவர் புகைபிடிப்பாரா என்று கேட்பதற்குப் பதிலாக, ஆமை வடிவத்திலிருந்து சுருட்டுப்பெட்டியை எடுத்து, அதிலிருந்து ஒரு சிகரெட்டை எடுத்தாள்.

"இன்று உங்கள் உடல்நிலை எப்படி இருக்கிறது?" என்று அவள் சகோதரன் கேட்டான்.

"பரவாயில்லை, எப்போதும் போலத்தான்."

"ஆமாம், உண்மையில் அந்த ஓவியம் அற்புதமாக இருக்கிறது, இல்லையா?" என்று லெவின் அன்னாவின் உருவப்படத்தைப் பார்த்துக் கொண்டிருப்பதைக் கவனித்த ஸ்டீபன் ஆர்கடியேவிச் கேட்டான்.

"நான் இதைவிட சிறந்த உருவப்படத்தைப் பார்த்ததில்லை."

"அந்தச் சாயல் அப்படியே இருக்கிறது இல்லையா?" என்று வொர்குயேவ் கேட்டார்.

நற்றிணை பதிப்பகம் ● 1025

லெவின் ஓவியத்திலிருந்து திரும்பி நிஜ உருவத்தைப் பார்த்தார். அவர் பார்வை தன் மீது இருப்பதை உணர்ந்த கணத்தில் அவள் முகம் விசேஷமாகப் பிரகாசித்தது. அதனால் முகம் சிவந்த லெவின், தன் சங்கடத்தை மறைக்க, டாரியா அலெக்ஸாண்ட்ரோவ்னாவைச் சமீபத்தில் பார்த்தீர்களா என்று அவளிடம் கேட்க முயன்றார். ஆனால் அப்போது அன்னா, “வொர்குயேவும் நானும் வாஷ்சென் கோவின் சமீபத்திய ஓவியங்களைப் பற்றிப் பேசிக்கொண்டிருந்தோம். நீங்கள் அவற்றைப் பார்த்திருக்கிறீர்களா?” என்றாள்.

“ஆமாம், பார்த்திருக்கிறேன்” என்றார் லெவின்.

“மன்னியுங்கள், நீங்கள் ஏதோ சொல்ல விரும்பினீர்கள் நான் குறுக்கிட்டு விட்டேன்...”

சமீபத்தில் டோலியைப் பார்த்தீர்களா என்று லெவின் கேட்டார்.

“அவர் நேற்று கூட இங்கே வந்தார். கிரிஷா படிக்கும் உயர் நிலைப் பள்ளியின் மீது அவருக்கு அபாரமான கோபம். லத்தீன் ஆசிரியர் அவனுக்குச் சரியாக பாடம் கற்பிக்கவில்லை என்று தெரிகிறது.”

“நான் அவருடைய ஓவியங்களைப் பார்த்திருக்கிறேன் என்றாலும் எனக்கு அவ்வளவாகப் பிடிக்கவில்லை” என்று லெவின் தான் தொடங்கிய உரையாடலுக்குத் திரும்பினார்.

லெவின் அன்று காலையில் சிரத்தையின்றி, இயந்திரத்தனமாகப் பேசியதைப் போலப் பேசவில்லை. அவர் அவளுடன் பேசிய ஒவ்வொரு வார்த்தைக்கும் ஒரு சிறப்பான முக்கியத்துவம் இருந்தது. அவளுடன் பேசுவது இனிமையாக இருந்தது என்றால் அவள் பேசுவதைக் கேட்டது அதைவிட இனிமையாக இருந்தது.

அன்னா இயல்பாகவும் சாதுர்யமாகவும் மட்டுமின்றி, தன் சொந்தக் கருத்துக்களுக்கு எந்த மதிப்பும் கொடுக்காமல், ஆனால் தன்னுடன் பேசுபவரின் கருத்துக்களுக்கு மதிப்பளித்து, புத்திசாலித் தனமாகவும், சாதாரணமாகவும் பேசினாள்.

அவர்களின் உரையாடல் கலையின் புதிய போக்கைப் பற்றியும், பிரெஞ்சுக் கலைஞரின் புதிய விளக்கப் படங்களுடன் அமைந்த பைபிளைப் பற்றியும் திரும்பியது. அந்தக் கலைஞர் யதார்த்தவாதத்தை மட்டமான நிலைக்குக் கொண்டு செல்வதாக வொர்குயேவ் குற்றம் சாட்டினார். கலை மரபுகளை வேறு எவரையும் விட பிரெஞ்சுக் காரர்கள் வெகுதூரம் எடுத்துச் சென்றுவிட்டனர் என்றும், அதன் விளைவாக யதார்த்தவாதத்திற்குத் திரும்புவதை அவர்கள் ஒரு பெரிய தகுதியாக நினைக்கிறார்கள் என்றும் லெவின் கூறினார்.

உண்மையில் அவர்கள் பொய் சொல்வதைக் கைவிட்டதால் கவிதையை உணரத் தொடங்கினார்கள்.

லெவின் சொன்ன எந்தப் புத்திசாலித்தனமான கருத்தும் அவருக்கு இவ்வளவு மகிழ்ச்சியைத் தந்ததில்லை. திடீரென்று அவர் சொன்னதைப் பாராட்டியபோது சட்டென்று அவள் முகம் மலர்ந்தது. அவள் வாய்விட்டுச் சிரித்தாள்.

"ஒருவர் தத்ரூபமான உருவப்படத்தைப் பார்த்துச் சிரிப்பது போல எனக்குச் சிரிப்பு வருகிறது. நீங்கள் சொன்னது இப்போதுள்ள பிரெஞ்சுக் கலைக்கு, நிச்சயமாக ஓவியத்திற்கும் இலக்கியத்திற்கும் கூட கச்சிதமாகப் பொருந்துகிறது. ஜோலா, டௌடெட் ஆகியோரை எடுத்துக் கொள்ளுங்கள். அவர்கள் கற்பனையான, வழக்கமான வகைகளிலிருந்து தங்கள் கருத்துக்களை உருவாக்குகிறார்கள். அதன் பிறகு அதிலிருந்து சாத்தியமான அனைத்து வகைகளையும் உருவாக்கியதும் அவற்றினால் சோர்வடையும் அவர்கள், இயற்கையான, இயல்பான மற்றும் சரியானவற்றை உருவாக்கத் தொடங்குகிறார்கள். அது எப்போதும் அப்படித்தான் நடக்கும்."

"அது முற்றிலும் உண்மை!" என்றார் வொர்குயேவ்.

"நீங்கள் கிளப்புக்குச் சென்றீர்களா?" என்று அவள் தன் சகோதரனை நோக்கித் திரும்பினாள்.

'என்ன ஒரு பெண்!' என்று நினைத்த லெவின் தன்னை மறந்து, சட்டென்று மாறும் அவளுடைய அழகிய முகத்தை உற்றுப் பார்த்தார். அது இப்போது முற்றிலும் வேறுவகையான முகபாவத்தை வெளிப்படுத்தியது. அவள் தன் சகோதரனிடம் பேசியபோது, லெவின் அவள் என்ன பேசுகிறாள் என்பதைக் கேட்கவில்லை. ஆனால் அவளுடைய முகபாவத்தில் ஏற்பட்ட மாற்றத்தைக் கண்டு திகைத்தார். ஒரு கணம் முன்பு மிகவும் அழகாக இருந்த அவள் முகத்தில் திடீரென்று ஒரு விசித்திரமான ஆர்வமும், கோபமும், பெருமிதமும் வெளிப்பட்டது. ஆனால் அது ஒரு கணம் மட்டுமே நீடித்தது. அவள் எதையோ ஞாபகப்படுத்திக் கொள்வது போல கண்களைச் சுருக்கினாள்.

"ஆமாம், உண்மையில் யாரும் அதில் ஆர்வம் காட்டவில்லை" என்று அவள் அந்த ஆங்கிலச் சிறுமியை நோக்கித் திரும்பினாள்.

"வரவேற்பு அறையில் தேநீருக்கு ஏற்பாடு செய்யச் சொல்" என்று ஆங்கிலத்தில் சொன்னாள்.

அந்தச் சிறுமி எழுந்து வெளியே சென்றாள்.

"அவள் தேர்வில் தேர்ச்சி பெற்றுவிட்டாளா?" என்று ஸ்டீபன் ஆர்கடியேவிச் கேட்டான்.

"ஆமாம், அவள் புத்திசாலியான, இனிமையான பெண்."

"இப்படியே போனால் அது உங்கள் மகளைவிட நீங்கள் அவளை அதிகமாக நேசிப்பதில் சென்று முடியும்."

"என்ன பேசுகிறீர்கள்? அன்பில் குறைவானது என்றோ அதிகமானது என்றோ இருக்க முடியாது. நான் என் மகளை ஒரு விதத்திலும் அவளை மற்றொரு விதத்திலும் நேசிக்கிறேன்."

"நான் அன்னா ஆர்கடியேவ்னாவிடம் சொன்னேன்" என்றார் வொர்குயேவ். "அவர் அந்த ஆங்கிலச் சிறுமிக்காகச் செலவிடும் ஆற்றலில் நூறில் ஒரு பங்கை ரஷ்யக் குழந்தைகளின் கல்விக்குச் செலுத்தினால், அன்னா ஆர்கடியேவ்னா ஒரு பெரிய, பயனுள்ள காரியத்தைச் செய்ததாக இருக்கும்."

"இருக்கலாம், ஆனால் நீங்கள் என்ன சொன்னாலும் என்னால் அதைச் செய்ய முடியாது. என்னை ஊக்குவித்த கோமகன் அலெக்ஸி கிரில்லோவிச், ('கோமகன் அலெக்ஸி கிரில்லோவிச்') என்பதைச் சொல்லும்போது அவள் லெவினை நோக்கி வெட்கத்துடன் கூடிய ஒரு கேள்விப் பார்வையை வீசினாள். அவர் தன்னையும் அறியாமல் மரியாதையும் நம்பிக்கையும் கலந்த பார்வையைப் பதிலாகத் தந்தார். கிராமத்தில் உள்ள பள்ளியில் பணியாற்ற என்னை வற்புறுத்தினார். நானும் பலமுறை அங்கு சென்றேன். அங்குள்ள குழந்தைகள் இனியவர்கள் என்றாலும் என்னால் அதைச் செய்ய முடியவில்லை. நீங்கள் ஆற்றல் என்று சொன்னீர்கள். ஆனால் அந்த ஆற்றலுக்கு அடிப்படைத் தேவை அன்பு. அது தானாக வர வேண்டுமே ஒழிய அதைக் கட்டாயப்படுத்த முடியாது. ஏன் என்று தெரியாமலே நான் அந்தச் சிறுமியை நேசிக்கிறேன்."

அவள் மீண்டும் லெவினைப் பார்த்தாள். அவளது புன்னகையும் பார்வையும், அவள் தன் கருத்துக்கு மதிப்பளித்து தன்னிடம் மட்டும் பேசுகிறாள் என்பதையும், தாங்கள் இருவரும் ஒருவருக்கொருவர் புரிந்து கொள்வதை அவள் முன்கூட்டியே அறிந்திருக்கிறாள் என்பதையும் லெவினுக்குத் தெரியப்படுத்தியது.

"அதை என்னால் புரிந்துகொள்ள முடிகிறது" என்றார் லெவின். "நீங்கள் உங்கள் இதயத்தை ஒரு பள்ளியிலோ அல்லது அதைப் போன்ற ஒரு நிறுவனத்திலோ செலுத்த முடியாது. அதனால்தான் இந்தத் தொண்டு நிறுவனங்கள் எப்போதும் இதுபோன்ற சொற்ப மான விளைவுகளைத் தருகின்றன என்று நான் நினைக்கிறேன்."

ஒரு கணம் மௌனமாக இருந்த அவள் சிரித்தாள்.

"ஆமாம், ஆமாம்" என்று அவள் ஒப்புக் கொண்டாள். "என்னால் முடியவில்லை. ஏனெனில் எனக்கு அந்த அளவுக்குப் பரந்த இதயம் இல்லை. என்னால் ஒருபோதும் அதைச் செய்ய முடியவில்லை.

அந்த வகையில் சமூகத்தில் தங்களை நிலைநிறுத்திக் கொண்ட பெண்கள் ஏராளம். இப்போது குறிப்பாக” என்ற அவள் சோகமான, நம்பகமான முகபாவத்துடன் தன் சகோதரனைப் பார்த்துச் சொன் னாலும் அவள் லெவினிடம் பேசுவது தெளிவாகத் தெரிந்தது. “எனக்கு ஏதாவது ஒரு வேலை தேவைப்படும்போது என்னால் அதைச் செய்ய முடியவில்லை!” திடீரென்று முகத்தைச் சுளித்த அவள் விஷயத்தை மாற்றினாள். (தன்னைப் பற்றி அவ்வாறு பேசியதற்காக அவள் முகம் சுளித்தாள் என்பதை லெவின் அறிந்து கொண்டார்). “உங்களைப் பற்றி எனக்குத் தெரியும். நீங்கள் பொது விஷயங்களில் ஆர்வமுள்ள ஒரு குடிமகன் அல்ல. நான் என்னால் முடிந்தவரை உங்களைப் பாதுகாத்திருக்கிறேன்” என்று அவள் லெவினிடம் சொன்னாள்.

“அது எப்படி?”

“அது தாக்குதலைப் பொறுத்தது. உங்களுக்குத் தேநீர் பிடிக்க வில்லையா?” என்ற அவள் எழுந்து பைண்டிங் செய்த ஒரு புத்தகத்தை எடுத்தாள்.

“அன்னா ஆர்கடியேவ்னா, அதை என்னிடம் கொடுங்கள்” என்று வொர்குயேவ் புத்தகத்தைக் காட்டினார். “அது மதிப்புக்குரியது.”

“இல்லை, அது இன்னும் முழுமையடையவில்லை!”

“நான் அதைப் பற்றி அவரிடம் சொல்லிவிட்டேன்” என்று ஸ்டீபன் ஆர்கடியேவிச் தன் சகோதரியிடம் லெவினைச் சுட்டிக் காட்டினான்.

“நீங்கள் அதைச் சொல்லியிருக்கக் கூடாது. எனக்கு லிசா மெர்ட்சலோவா விற்பனை செய்த, சிறைச்சாலையில் தயாரித்த சிறிய கூடைகளையும், சிற்பங்களையும் போன்றவை என்னுடைய எழுத்துக்கள். அவர் சிறைச்சாலையின் பொறுப்பாளராக இருந்தார்” என்ற அவள் லெவினை நோக்கித் திரும்பினாள். “சிறையில் இருந்த அந்தத் துரதிர்ஷ்டசாலிகள் பொறுமையினால் அந்த அற்புதங்களைச் சிருஷ்டித்தனர்.”

லெவின் அந்தப் பெண்ணிடம் தனக்குப் பிடித்த அசாதாரண மான மற்றொரு புதிய அம்சத்தைக் கண்டார். அழகு, அறிவு, கருணை ஆகிய பண்புடன் அவளிடம் நேர்மையும் இருந்தது. தன்னுடைய நிலைமையின் கஷ்டங்களை அவள் அவரிடம் மறைக்க விரும்பவில்லை. அவள் பேசி முடித்ததும் பெருமூச்சு விட்டாள். அவள் முகம் திடீரென்று ஒரு இறுக்கமான முகபாவனையைப் பெற்றுக் கல்லாக மாறிவிட்டது போலத் தோன்றியது. அந்த முகபாவத்திலும் அவள் முன்னைவிட அழகாக இருந்தாள். ஆனால் அது அவளின் மற்றொரு புதிய தோற்றம். ஓவியர் உருவப்படத்தில்

தீட்டியிருந்த மகிழ்ச்சியை வெளிப்படுத்திய, மகிழ்ச்சியை உருவாக்கிய தோற்றத்திற்கு அப்பாற்பட்டதாக அது இருந்தது. லெவின் மீண்டும் ஓவியத்தையும், பிறகு அவள் தன் சகோதரனின் கையைப் பிடித்துக் கொண்டு உயரமான வாசல் வழியாக நடந்து சென்ற அவளையும் பார்த்தார். லெவின் அவள் மீது தனக்குக் கனிவும் இரக்கமும் ஏற்பட்டதைக் கண்டு வியந்தார்.

அவள் லெவினையும் வொர்குயேவையும் வரவேற்பறைக்குப் போகச் சொல்லிவிட்டு, தன் சகோதரனுடன் பேசுவதற்காகத் தனியாக நின்றாள். 'விவாகரத்தைப் பற்றி, விரான்ஸ்கியைப் பற்றி, கிளப்பில் அவன் என்ன செய்கிறான் என்பதைப் பற்றி, என்னைப் பற்றி ஏதாவது பேசலாம்' என்று லெவின் நினைத்தார். அவள் ஸ்டீபன் ஆர்கடியேவிச்சிடம் என்ன பேசுகிறாள் என்பதைத் தெரிந்து கொள்ள அவர் ஆவலாக இருந்தார். எனவே அன்னா ஆர்கடியேவ்னாவின் புத்தகத்தைப் பற்றி வொர்குயேவ் என்ன சொல்கிறார் என்பதை அவர் கவனிக்கவில்லை.

தேநீர் அருந்தும் போது அதே சுவாரஸ்யமான, இனிமையான உரையாடலை அவர்கள் மீண்டும் தொடர்ந்தனர். ஒரு கணம் கூட எதைப் பற்றிப் பேசுவது என்பதை யோசிக்க வேண்டிய தேவை அவர்களுக்கு ஏற்படவில்லை. ஆனால் அதற்கு மாறாக, ஒருவர் தான் பேசுவதை மனமுவந்து நிறுத்திவிட்டு மற்றவர்கள் சொல்வதைக் கேட்கும்போது, தான் விரும்பும் அனைத்தையும் பேசுவதற்குத் தனக்குப் போதிய நேரம் இருக்காது என்று தோன்றியது. அவள் மட்டுமின்றி, வொர்குயேவும் ஸ்டீபன் ஆர்கடியேவிச்சும் என்ன சொன்னாலும், அவளுடைய கூர்ந்த கவனத்தினாலும், கருத்துக்களினாலும் அது குறிப்பிடத்தகுந்த முக்கியத்துவத்தைப் பெறுவதாக லெவினுக்குத் தோன்றியது.

சுவாரஸ்யமான உரையாடலைத் தொடர்ந்து, லெவின் அவளுடைய அழகையும், புத்திக்கூர்மையையும், கல்வியையும், எளிமையையும், நேர்மையையும் வெகுவாக ரசித்தார். அவர் பேசும் போதும், கேட்கும்போதும் அவளையும் அவளுடைய வாழ்க்கையையும் யோசித்துக் கொண்டே, அவளுடைய உணர்வுகளைப் புரிந்துகொள்ள முயன்றார். முன்பு அவளைக் கடுமையாக விமர்சித்த அவர், இப்போது ஏதோ ஒரு விசித்திரமான சிந்தனையின் விளைவாக அவளை நியாயப்படுத்தவும் அவளுக்காக வருந்தவும் செய்தார். விரான்ஸ்கி அவளை முழுமையாகப் புரிந்து கொள்ளவில்லை என்று அவர் நினைத்தார். பத்து மணிக்குப் பிறகு, ஸ்டீபன் ஆர்கடியேவிச் புறப்படுவதற்கு எழுந்தபோது (வொர்குயேவ் முன்னரே சென்றுவிட்டார்), லெவினுக்கு அவர் இப்போதுதான் வந்ததாகத் தோன்றியது. லெவினும் வருத்தத்துடன் எழுந்து நின்றார்.

“குட் பை” என்று சொன்ன அவள் அவர் கையைப் பிடித்து, ஒரு வசீகரமான பார்வையுடன் அவர் கண்களைப் பார்த்தாள். “இப்போது எனக்கு நிம்மதியாக இருக்கிறது” என்ற அவள் அவர் கையை விடுவித்துவிட்டுக் கண்களைச் சுருக்கினாள்.

“நான் எப்போதும் போல அவரை நேசிக்கிறேன் என்று உங்கள் மனைவியிடம் சொல்லுங்கள். அவளால் என்னை மன்னிக்க முடியா விட்டால், ஒருபோதும் அவள் என்னை மன்னிக்க வேண்டாம் என்றுதான் நான் விரும்புகிறேன். ஒருவர் என்னை மன்னிக்க வேண்டும் என்றால் நான் வாழும் வாழ்க்கையை அவர் வாழ்ந்து பார்க்க வேண்டும். கடவுள் அவளை ஆசீர்வதிக்கட்டும்.”

“நிச்சயமாக நான் அவளிடம் சொல்கிறேன்” என்று லெவின் வெட்கத்துடன் சொன்னார்.

11

‘என்ன ஒரு அற்புதமான, இனிய, பரிதாபத்திற்குரிய பெண்!’ என்று லெவின், அவரும் ஸ்டீபன் ஆர்கடியேவிச்சும் வெளியே உறைபனிக் காற்றில் காலடி வைத்தபோது லெவின் நினைத்தார்.

“சரி, நீங்கள் என்ன நினைக்கிறீர்கள்? நான் உங்களிடம் முன்பே சொன்னேன்” என்று லெவினின் மனநிலையை உணர்ந்த ஸ்டீபன் ஆர்கடியேவிச் கேட்டான்.

“ஆமாம்” என்று லெவின் சிந்தனையில் ஆழ்ந்தவராகப் பதில் சொன்னார். “அவர் ஒரு விதிவிலக்கான பெண்! அறிவினால் மட்டு மல்ல அவருடைய இதயத்தாலும். நான் அவருக்காக மிகவும் வருந்து கிறேன்!”

“கடவுள் விரும்பினால் அனைத்தும் விரைவில் சரியாகிவிடும். எனவே இன்னொருமுறை முன்கூட்டியே யாரையும் எடை போடாதீர்கள்” என்ற ஸ்டீபன் ஆர்கடியேவிச் வண்டியின் கதவைத் திறந்தான். “சரி, நாம் இருவரும் வேறு வழியில் செல்ல வேண்டும்.”

லெவின் வீட்டிற்குத் திரும்பும் வழியில் அன்னாவையும், அவளுடன் பேசிய எளிமையான உரையாடலையும், அதே நேரத்தில் அவ்வப்போது மாறிய அவள் முகபாவத்தின் ஒவ்வொரு அம்சத்தை யும் நினைவு கூர்ந்து, அவள் இருக்கும் சூழ்நிலையை நினைத்து, அவள் மீது இரக்கம் கொண்டவராக வீட்டை அடைந்தார்.

லெவின் வீட்டை அடைந்தபோது, குஸ்மா லெவினிடம் கிட்டி நலமாக இருப்பதாகவும், அவருடைய சகோதரிகள் இப்போதுதான் சென்றதாகவும் சொல்லி அவரிடம் இரண்டு கடிதங்களைக் கொடுத்தான்.

தான் அவற்றைக் கவனிக்காமல் போய்விடலாம் என்பதற்காக லெவின் அவற்றை முன் அறையிலேயே வாசித்தார். ஒன்று அவரது மேலாளர் சொகோலோவ் எழுதியது. கோதுமைக்கு ஐந்தரை ரூபிள் மட்டுமே கிடைப்பதால் அதை விற்க முடியாது என்றும், வேறு வகையில் பணத்தைத் திரட்ட முடியவில்லை என்றும் அவர் எழுதியிருந்தார். மற்றொரு கடிதம் அவருடைய சகோதரி எழுதியது. அவள் தன்னுடைய வேலையை இன்னும் முடிக்கவில்லை என்பதற்காக அவள் அவரைத் திட்டி எழுதியிருந்தாள்.

'சரி, அதற்கு மேல் விலை கிடைக்காவிட்டால் ஐந்தரை ரூபிளுக்கு விற்று விடுவோம்' என்று லெவின் முன்பு தீர்க்க முடியாமல் அசாதாரணமாகத் தோன்றிய சிக்கலை மிகவும் எளிதாகத் தீர்த்தார். 'இங்கே ஒருவருடைய நேரம் எப்படிப் பறிபோகிறது என்பது ஆச்சரியமாக இருக்கிறது' என்று அவர் இரண்டாவது கடிதத்தைப் பற்றி நினைத்தார். தன் தங்கை சொன்னதை இன்னும் முடிக்கவில்லை என்ற குற்றவுணர்வு அவரை வாட்டியது. 'இன்று நான் மீண்டும் நீதிமன்றத்திற்குச் செல்லவில்லை ஆனால் எனக்கு அதற்கு நேரம் இல்லை' என்று நினைத்தார். எனவே அவர் நாளை அதைக் கண்டிப்பாகச் செய்ய வேண்டும் என்று தீர்மானித்துக் கொண்டு தன் மனைவியைப் பார்க்கச் சென்றார். லெவின் அன்றைய நிகழ்வுகள் அனைத்தையும் தன் மனதில் வேகமாக ஓட்டிப் பார்த்தார். அன்று நடந்தவை அனைத்தும், அவர் பேசிய அல்லது கேட்ட உரையாடல்களாக இருந்தன. அவர் நாட்டில் இருந்திருந்தால் நடப்பதற்குச் சாத்தியமற்ற உரையாடல்கள் அவை. ஆனால் இங்கே அந்த உரையாடல்கள் அனைத்தும் சுவாரஸ்யமாகவும் நன்றாகவும் இருந்தது. இரண்டு விஷயங்கள் மட்டும் அவருக்கு உறுத்தலாக இருந்தன. ஒன்று அவர் மீனைப் பற்றிச் சொன்னது, மற்றொன்று அன்னாவின் மீது அவருக்கு ஏற்பட்ட இரக்க உணர்வில் உள்ள ஏதோ ஒரு தவறு.

லெவின் தன் மனைவி சோகமாகவும் சலிப்புற்றும் இருப்பதைக் கண்டார். மூன்று சகோதரிகளும் சேர்ந்து இரவு உணவு சாப்பிடுவது மிகவும் நன்றாக இருந்திருக்கும் என்றாலும் அவரை எதிர்பார்த்து ஏமாற்றமடைந்த அவர்கள் சலிப்படைந்து சென்று விட்டனர். அவர்கள் சென்ற பிறகு அவள் தனியாக இருந்தாள்.

"நீங்கள் என்ன செய்து கொண்டிருந்தீர்கள்?" என்று அவள் சந்தேகத்துடன் பிரகாசித்த அவர் கண்களைப் பார்த்துக் கேட்டாள். ஆனால் அவர் தன்னிடம் எல்லாவற்றையும் சொல்வதைத் தடுக்கக் கூடாது என்பதற்காக அவள் அவரைக் கவனிப்பதை மறைத்துக் கொண்டு, மாலை நேரத்தை எப்படிக் கழித்தார் என்பதைப் பற்றிய அவரது கதையை ஒரு புன்னகையுடன் கேட்டாள்.

"நான் விரான்ஸ்கியைச் சந்தித்ததில் மிகவும் மகிழ்ச்சி யடைந்தேன். நான் அவருடன் இயல்பாகவும் இலகுவாகவும் இருக்க முடிந்தது. நான் இப்போது மீண்டும் அவரைச் சந்திப்பதை தவிர்க்க முயற்சிக்கிறேன். உனக்குப் புரியும் என்று நினைக்கிறேன். ஆனால் நாம் இந்த இக்கட்டான நிலைக்கு முற்றுப்புள்ளி வைக்க வேண்டும்" என்றார். ஆனால் அவனைப் பார்க்காமல் இருக்க முயற்சிப்பதாகச் சொன்ன அவர், உடனடியாக அன்னாவைப் பார்க்கச் சென்றதை நினைத்து வெட்கமடைந்தார். "சாமானிய மக்கள் குடிக்கிறார்கள் என்று நாங்கள் சொல்கிறோம். ஆனால் யார் அதிகம் குடிப்பது சாமானிய மக்களா அல்லது நாங்களா என்று எனக்குத் தெரிய வில்லை. சாமானிய மக்கள் விடுமுறை நாட்களில் குடிக்கிறார்கள், ஆனால்..."

ஆனால் யார் எப்படிக் குடிக்கிறார்கள் என்பதில் கிட்டி ஆர்வம் காட்டவில்லை. அவள் அவர் வெட்கப்படுவதை அறிந்து, அதற்குக் காரணத்தைத் தெரிந்துகொள்ள விரும்பினாள்.

"சரி, பிறகு எங்கு சென்றீர்கள்?"

"அன்னா ஆர்கடியேவ்னாவைப் பார்க்க வேண்டும் என்று ஸ்டீவா பிடிவாதமாக இருந்தார்."

அதைச் சொன்னபோது லெவின் மேலும் வெட்கப்பட்டார். அன்னாவைப் பார்க்கச் சென்றது நல்லதா கெட்டதா என்ற அவரது சந்தேகம் ஒரேயடியாகத் தீர்ந்தது. தான் அதைச் செய்திருக்கக் கூடாது என்று அவருக்கு இப்போது தோன்றியது.

அன்னாவின் பெயரைக் கேட்டதும் கிட்டியின் கண்கள் விரிந்து வழக்கத்தை விட அதிகமாகப் பளபளத்தன என்றாலும் அவள் தன்னைக் கட்டுப்படுத்திக் கொண்டு, தன் உணர்ச்சிகளை மறைத்து அவரை ஏமாற்றினாள்.

"ஓ!" என்று மட்டுமே அவள் சொன்னாள்.

"நான் அங்கு போனதற்காக என் மீது நீ கோப்பட மாட்டாய் என்று நம்புகிறேன். ஸ்டீவா வற்புறுத்தினார், டோலியும் அதை விரும்பினார்" என்றார் லெவின்.

"ஆகா!" என்றாள். ஆனால் அவள் தன்னைக் கட்டுப்படுத்திக் கொள்ள எடுக்கும் முயற்சியை அவர் அவளது கண்களில் பார்த்தார். அது எந்தவிதத்திலும் அவருக்கு நல்லதாகப்படவில்லை.

"அவள் நல்லவள், பரிதாபத்திற்குரியவள்" என்று அவர் அன்னாவைப் பற்றியும், அவள் செய்யும் காரியங்களைப் பற்றியும், கிட்டியிடம் அவள் சொல்லச் சொன்னதையும் கூறினார்.

"ஆமாம், நிச்சயமாக அவள் பரிதாபத்திற்குரியவள்" என்று அவர் சொல்லி முடித்தும் கிட்டி சொன்னாள். "உங்களுக்குக் கடிதம் யாரிடமிருந்து வந்தது?"

அவர் அவளிடம் சொல்லிவிட்டு, அவளது அமைதியான முகபாவத்தைக் கவனித்து, ஆடைகளை மாற்றச் சென்றார்.

அவர் திரும்பி வந்தபோது கிட்டி அதே சாய்வு நாற்காலியில் அமர்ந்திருப்பதைப் பார்த்தார். அவர் அவள் அருகே சென்றதும் அவள் அவரைப் பார்த்துக் கதறி அழுதாள்.

"என்ன? என்ன ஆயிற்று?" என்று அவர் முன்னதாகவே தெரிந்து கொண்டு கேட்டார்.

"நீங்கள் அந்த மோசமான பெண்ணின் காதலில் விழுந்து விட்டீர்கள்! அந்தச் சாகசக்காரி உங்களை மயக்கிவிட்டாள்! நான் அதை உங்கள் கண்களில் பார்த்தேன். ஆமாம், ஆமாம்! அதிலிருந்து என்ன வர முடியும்? நீங்கள் கிளப்பில் குடித்துவிட்டு சூதாடிவிட்டு பிறகு அங்கு சென்றீர்கள்... யாரைப் பார்க்கப் போனீர்கள்? இல்லை, நாம் இங்கிருந்து போகலாம்... நான் நாளை புறப்படுகிறேன்."

தன் மனைவியை அமைதிப்படுத்த லெவினுக்கு நீண்ட நேரமானது. மதுவுடன் இணைந்த இரக்க உணர்வு தன்னை வழி தவறச் செய்துவிட்டதாகவும், அன்னாவின் தந்திரமான செல்வாக்கிற்குத் தான் அடிபணிந்து விட்டதாகவும், எதிர்காலத்தில் அவளைச் சந்திப்பதைத் தவிர்ப்பதாகவும் ஒப்புக் கொண்டு, அவர் அவளை அமைதிப்படுத்துவதில் வெற்றி பெற்றார். மாஸ்கோவில் இவ்வளவு காலம் வாழ்ந்தபோது, பேசுவது, சாப்பிடுவது, குடிப்பது இதைத் தவிர வேறெதுவும் இல்லாத வாழ்க்கை தன்னைச் சீரழித்து விட்டது என்று அவர் நேர்மையுடன் ஒப்புக் கொண்டார். அவர்கள் அதிகாலை மூன்று மணி வரை பேசிக் கொண்டிருந்தனர். மூன்று மணிக்குப் பிறகே தூங்கும் அளவுக்கு அவர்கள் சமரசம் செய்து கொண்டனர்.

12

விருந்தினர்கள் சென்றதும் அன்னா ஒரு இடத்தில் உட்காராமல் அறையில் குறுக்கும் நெடுக்கும் நடந்தாள். தன் மீது லெவினுக்குக் காதல் உணர்வைத் தூண்டுவதற்காக அவள் தன்னையும் அறியாமல், (சமீபத்தில் எல்லா இளைஞர்களிடமும் செய்ததைப் போல) அன்று மாலை முழுவதும் தன்னால் இயன்ற அனைத்தையும் செய்தாள் என்றாலும், ஒரே மாலையில் ஒரு கௌரவமான திருமணமான ஆணுடன் அது சாத்தியமானதால் தான் வெற்றி பெற்றுவிட்டோம்

என்பதை அவள் அறிந்தாள் என்றாலும், அவளுக்கு அவரை மிகவும் பிடித்திருந்தது என்றாலும் (ஒரு ஆண் என்ற முறையில் விரான்ஸ் கிக்கும் லெவினுக்கும் இடையில் குறிப்பிடத்தக்க வேறுபாடு இருந்தபோதிலும், ஒரு பெண்ணாக, கிட்டி அவர்கள் இருவரையும் காதலிக்கக் காரணமாக அவர்களிடம் இருந்த அந்தப் பொதுவான அம்சம் எது என்பதை அவளால் பார்க்க முடிந்தது) அவர் அறையை விட்டு வெளியேறிய கணமே அவள் அவரைப் பற்றிச் சிந்திப்பதை நிறுத்தி விட்டாள்.

ஒரே ஒரு எண்ணம் மட்டும் பல்வேறு வடிவங்களில் அவளைத் தொடர்ந்து துரத்தியது. 'மனைவியை நேசிக்கும் ஒரு திருமணமான ஆணின் மீது என்னால் இப்படி ஒரு தாக்கத்தை ஏற்படுத்த முடியும் போது, விரான்ஸ்கி ஏன் என் மீது பாராமுகமாக இருக்கிறார்...? அது கோபம் அல்ல ஏனெனில் அவர் என்னை நேசிக்கிறார் என்று எனக்குத் தெரியும். ஆனால் ஏதோ ஒரு புதிய விஷயம் எங்கள் இருவரையும் பிரிக்கிறது. அவர் ஏன் இரவு முழுவதும் வெளியே இருந்தார்? யஷ்வினைத் தனியாக விடமுடியாது ஆனால் அவரது ஆட்டத்தைக் கண்காணிக்க வேண்டும் என்று ஸ்டீவா மூலம் எனக்குத் தகவல் அனுப்புகிறார். யஷ்வின் என்ன குழந்தையா? ஆனால் அது உண்மை என்று ஏற்றுக்கொள்ள வேண்டும் ஏனெனில் அவர் ஒருபோதும் பொய் சொன்னதில்லை. அப்படியானால் அந்த உண்மைக்குப் பின்னால் வேறு ஏதோ இருக்கிறது. அவர் தனக்கு வேறு கடமைகளும் உள்ளன என்பதை எனக்குக் காட்டுவதற்கு ஒரு வாய்ப்புக் கிடைத்திருப்பதில் மகிழ்கிறார். அது எனக்குத் தெரியும், நான் அதை ஒப்புக் கொள்கிறேன். ஆனால் அதை எனக்கு நிரூபிக்க வேண்டிய அவசியம் என்ன? அவர் என் மீது வைத்திருக்கும் அன்பைக் காரணமாக வைத்து, அவரது சுதந்திரத்தில் நான் தலையிடக்கூடாது என்பதற்கான ஆதாரங்களை எனக்குக் காட்ட விரும்புகிறார். ஆனால் எனக்கு ஆதாரங்கள் தேவையில்லை அன்புதான் தேவை! மாஸ்கோவில் நான் வாழும் வாழ்க்கையில் உள்ள எல்லாக் கஷ்டங்களையும் அவர் புரிந்துகொள்ள வேண்டும். இதை நான் வாழ்க்கை என்று சொல்ல முடியுமா? நான் வாழ வில்லை. ஆனால் பதில் கிடைக்காமல் ஒத்திவைக்கப்பட்ட ஒரு தீர்வுக்காகக் காத்திருக்கிறேன். மீண்டும் பதில் இல்லை! அலெக்ஸி அலெக்ஸாண்ட்ரோவிச்சைப் பார்க்கப் போக முடியாது என்று ஸ்டீவா சொல்கிறார். என்னால் மீண்டும் கடிதம் எழுத முடியாது. என்னால் எதையும் செய்யவோ, எதையும் தொடங்கவோ, எதையும் மாற்றவோ முடியாது! நான் என்னைக் கட்டுப்படுத்திக் கொண்டு, காத்திருந்து, ஆங்கிலேயரின் குடும்பம், படிப்பது, எழுதுவது என்று எனக்கான கேளிக்கைகளைக் கண்டுபிடித்தேன். ஆனால் எல்லாமே

ஒரு ஏமாற்று வேலை, அதற்கும் மார்ஃபினுக்கும் வித்தியாசமில்லை. அவர் என் மீது பரிதாபப்பட வேண்டும்' என்று நினைத்த அவள் கண்களில் சுயபச்சாதாபத்தால் கண்ணீர் பெருக்கெடுத்தது.

வாசலில் விரான்ஸ்கி மணியடிக்கும் ஓசை கேட்டதும் அவள் அவசர அவசரமாகக் கண்களைத் துடைத்துக் கொண்டாள். அவள் விளக்கின் அருகில் அமர்ந்து ஒரு புத்தகத்தைத் திறந்து, அமைதியாகப் படிப்பது போல நடித்தாள். அவன் சொன்னபடி திரும்பி வராதது தனக்குப் பிடிக்கவில்லை என்று அவள் அவனுக்குக் காட்ட விரும்பினாள். அவள் எந்த விதத்திலும் தன் துக்கத்தையும், முக்கியமாக சுயபச்சாதாபத்தையும் காட்டாமல், தன் அதிருப்தியை மட்டுமே அவனுக்குத் தெரிவிக்க விரும்பினாள். அவள் தனக்குத் தானே பரிதாபப்படலாம் என்றாலும் அவன் அவள் மீது பரிதாபப்படக் கூடாது. அவள் சண்டையை விரும்பாமல், சண்டையிட விரும்பிய அவனைக் குற்றம் சாட்டி, தன்னையும் அறியாமல் சண்டையில் இறங்கினாள்.

"உங்களுக்குச் சலிப்பு ஏற்படவில்லை என்று நினைக்கிறேன்" என்ற அவன் மிகுந்த உற்சாகத்துடன் அவளை நெருங்கினான். "சூதாட்டம் எவ்வளவு கொடுமையானது!"

"இல்லை, நான் சலிப்படையவில்லை. சலிப்படையாமல் இருப்பது எப்படி என்று நீண்ட நாட்களுக்கு முன்பே நான் கற்றுக் கொண்டேன். ஸ்டீவாவும் லெவினும் வந்திருந்தார்கள்."

"ஆமாம், அவர்கள் உங்களைப் பார்க்க வருவது எனக்குத் தெரியும். உங்களுக்கு லெவினைப் பிடித்திருக்கிறதா?" என்று அவள் அருகில் அமர்ந்து கேட்டான்.

"எனக்கு அவரை மிகவும் பிடித்தது. சற்று நேரத்திற்கு முன்புதான் சென்றார்கள். யஷ்வின் என்ன செய்தார்?"

"அவர் பதினேழாயிரம் வென்றார். நான் அவரிடம் போகலாம் என்றேன். கிளம்ப யத்தனித்த அவர் மீண்டும் விளையாடச் சென்று தோற்றுக் கொண்டிருக்கிறார்."

"அப்படியானால் நீங்கள் அவருடன் இருந்ததில் என்ன பிரயோஜனம்?" என்ற அவள் சட்டென்று அவன் முகத்தை நோக்கி கண்களை உயர்த்தினாள். அவள் பார்வையில் கசப்பும், விரோதமும் இருந்தது. "யஷ்வினை அழைத்துச் செல்வதற்காகத் தங்கியிருப்பதாக ஸ்டீவாவிடம் சொன்ன நீங்கள், அவரை அழைத்து வராமல் திரும்பி விட்டீர்கள்."

சண்டைக்குத் தயாரான அதே முகபாவம் அவன் முகத்திலும் வெளிப்பட்டது.

"முதலில், நான் அவரிடம் எந்தச் செய்தியும் சொல்லி அனுப்ப வில்லை. இரண்டாவது நான் எப்போதும் பொய் சொல்வதில்லை. முக்கியமாக நான் தங்க வேண்டும் என்று விரும்பியதால் தங்கினேன்" என்ற அவன் முகத்தைச் சுளித்தான். "அன்னா, இதெல்லாம் எதற்கு?" என்று ஒரு கணம் மௌனத்திற்குப் பிறகு சொன்ன அவன், அவள் கைவைப்பாள் என்ற நம்பிக்கையில் அவளை நோக்கிச் சாய்ந்து கையைத் திறந்தான்.

அவனுடைய அந்த வேண்டுகோளை அவள் வரவேற்றாள் என்றாலும், ஏதோ ஒரு விசித்திரமான தீய சக்தி, அவளது விருப்பு வெறுப்புகளுக்கு அடிபணிய விடாது அவளைத் தடுத்தது.

"நிச்சயமாக நீங்கள் விரும்பினீர்கள் அதனால் தங்கினீர்கள். நீங்கள் விரும்பிய எதையும் செய்கிறீர்கள். ஆனால் அதை ஏன் என்னிடம் சொல்ல வேண்டும்? அதனால் என்ன பயன்?" என்று அவள் மேலும் கோபமாகச் சொன்னாள். "உங்கள் உரிமைகளை யாராவது மறுக்கிறார்களா? ஆனால் நீங்கள் சரியானவராக இருக்க விரும்புகிறீர்கள் என்றால் சரியானவராக இருங்கள்."

அவன் கையை மூடிக் கொண்டு, பின்னால் சாய்ந்தான். அவன் முகம் முன்னைவிட பிடிவாதமான முகபாவத்தைக் காட்டியது.

"உங்களுக்குப் பிடிவாதம்" என்ற அவள் அவனை உற்றுப் பார்த்தாள். அவளுக்கு எரிச்சலூட்டிய அவனது முகபாவத்திற்கு அவள் சரியான வார்த்தையைக் கண்டுபிடித்து, "வெறும் பிடிவாதம்! என்னை நீங்கள் ஜெயிக்க வேண்டும் என்ற பிடிவாதம். ஆனால் எனக்கு..." என்ற அவள் மீண்டும் சுயபச்சாதாபத்தால் அழத் தொடங்கினாள். "ஆனால் நான் அதை எப்படிப் புரிந்துகொள்கிறேன் என்று உங்களுக்குத் தெரியுமா? நீங்கள் என் மீது விரோத மனப்பான் மையுடன்... ஆமாம், சரியாக அதுதான், இருப்பதை உணரும்போது, அது என்னை எவ்வளவு தூரம் காயப்படுத்துகிறது என்று உங்களுக்குத் தெரியாது! அந்தத் தருணங்களில் நான் ஒரு பேரழிவுக்கு எவ்வளவு நெருக்கமாக இருக்கிறேன் என்பதும், நான் எவ்வளவு பயப்படுகிறேன் என்பதும், என்னைப் பார்த்தே நான் பயப்படுகிறேன் என்பதும் உங்களுக்குத் தெரியாது!" என்று அவள் அழுது கொண்டே முகத்தைத் திருப்பிக் கொண்டாள்.

"ஆனால் நீங்கள் என்ன பேசுகிறீர்கள்?" என்ற அவன் அவள் விரக்தியின் உச்சநிலையில் இருப்பதைக் கண்டு திகைத்து, மீண்டும் அவளை நோக்கிச் சாய்ந்து, அவள் கையைப் பிடித்து முத்தமிட்டான். "நான் என்ன தவறு செய்தேன்? நான் வீட்டிற்கு வெளியே கேலிக்கை களைத் தேடினேனா? நான் மற்ற பெண்களின் சகவாசத்தைத் தவிர்க்கவில்லையா?"

"நிச்சயம் அப்படித்தான் இருப்பீர்கள் என்று நம்புகிறேன்!" என்றாள்.

"சரி, சொல்லுங்கள், உங்கள் மனதை அமைதிப்படுத்த நான் என்ன செய்ய வேண்டும்? நீங்கள் மகிழ்ச்சியாக இருப்பதற்கு நான் எதையும் செய்யத் தயாராக இருக்கிறேன்" என்ற அவன் அவள் இருக்கும் நிலையைப் பார்த்து மனம் நெகிழ்ந்தான். "அன்னா, இப்போது நீங்கள் அனுபவிக்கும் துன்பத்தைப் போக்க நான் எதைத்தான் செய்ய மாட்டேன்?" என்றார்.

"ஒன்றுமில்லை, ஒன்றுமில்லை!" என்றாள். "இந்தத் தனிமையான வாழ்க்கையா அல்லது நரம்புக்கோளாறா எது காரணம் என்று எனக்கே தெரியவில்லை... சரி, நாம் அதைப் பற்றிப் பேச வேண்டாம். பந்தயங்கள் எப்படி நடந்தன? நீங்கள் அதைப் பற்றி என்னிடம் ஒன்றும் சொல்லவில்லை" என்று அவள் தனது வெற்றியை மறைக்க முயன்றாள் ஏனென்றால் வெற்றி அவள் பக்கம் இருந்தது.

இரவு உணவு தயாராக இருக்கிறதா என்று கேட்ட அவன், பந்தயங்களைப் பற்றி அவளிடம் சொல்லத் தொடங்கினான். ஆனால் அவன் பேசிய தொனியிலும் பார்வையிலும் அவன், தன்னுடைய வெற்றியை மன்னிக்கவில்லை என்பதையும், தான் எதிர்த்துப் போராடிய அவனுடைய பிடிவாத உணர்வு அவனை மீண்டும் ஆட்கொண்டு விட்டது என்பதையும் அவளால் உணர முடிந்தது. அவளிடம் சரணடைந்ததற்கு வருத்தப்படுவது போல அவன் முன்பைவிட அவள் மீது வெறுப்படைந்தான். அவளுக்கு வெற்றியைப் பெற்றுத் தந்த, 'நான் ஒரு பயங்கரமான பேரழிவுக்கு அருகில் இருக்கிறேன், என்னைப் பார்த்தே நான் பயப்படுகிறேன்' என்ற வார்த்தைகளை அவள் மீண்டும் நினைவுகூர்ந்த போது, அது ஒரு ஆபத்தான ஆயுதம் என்றும், அதை மீண்டும் பயன்படுத்தக் கூடாது என்றும் உணர்ந்தாள். அவர்களை இணைத்திருந்த அன்பையும் தாண்டி, ஏதோ ஒரு தீய சக்தியின் கருத்து வேறுபாடு அவனையும், தன்னையும் ஆட்டிப்படைப்பதாக அவளுக்குத் தோன்றியது.

13

ஒரு மனிதன் தன்னைச் சுற்றியுள்ள அனைவரும் ஒரே மாதிரி யாக வாழ்கிறார்கள் என்பதைக் கண்ட பிறகு, அவனால் எந்த ஒரு வாழ்க்கைச் சூழ்நிலைக்கும் அவனைப் பழக்கப்படுத்திக் கொள்ள முடியும். லெவின் இன்று இருந்த சூழ்நிலையில் தன்னால் நிம்மதி யாகத் தூங்க முடியும் என்று மூன்று மாதங்களுக்கு முன்பு நம்பி யிருக்க மாட்டார். அதாவது குறிக்கோளற்ற, அர்த்தமற்ற, அவரது

சக்திக்கு அப்பாற்பட்ட வாழ்க்கை வாழ்வதும், அதற்குப் பிறகு குடிபோதையில் (கிளப்பில் நடந்ததை வேறென்ன சொல்வது) தன் மனைவி ஒரு காலத்தில் காதலித்த ஆணுடன் பொருத்தமற்ற நட்புறவு கொண்ட பிறகு, வழி தவறியவள் என்பதைத் தவிர வேறெதுவும் சொல்ல முடியாத ஒரு பெண்ணுடன் மற்றொரு பொருத்தமற்ற சந்திப்பிற்குப் பிறகு, மேலும் அந்தப் பெண்ணிடம் ஈர்க்கப்பட்டுத் தன் மனைவிக்கு மன உளைச்சலை ஏற்படுத்திய பிறகு, சோர்வும், தூக்கமில்லாத இரவும், குடித்த மதுவும் அவரை நிம்மதியான தூக்கத்தில் ஆழ்த்தியது.

ஐந்து மணிக்குப் பிறகு கதவு திறக்கும் ஓசை கேட்டு லெவின் கண்விழித்தார். அவர் எழுந்து உட்கார்ந்து சுற்றிலும் பார்த்தார். கிட்டி அவருக்குப் பக்கத்தில் படுக்கையில் இல்லை. ஆனால் திரைக்குப் பின்னால் விளக்கு வெளிச்சம் தெரிந்தது. அவர் அவளது காலடி ஓசையைக் கேட்டார்.

"என்ன...? என்ன?" என்று பாதித் தூக்கத்தில் அவர் முணு முணுத்தார். "கிட்டி, என்ன ஆயிற்று?"

"ஒன்றுமில்லை" என்று அவள் திரைக்குப் பின்னாலிருந்து கையில் மெழுகுவர்த்தியுடன் வந்தாள். "ஒன்றுமில்லை. எனக்கு உடல்நிலை சரியில்லை" என்று அவள் இனிய அர்த்தமுள்ள புன்ன கையுடன் சொன்னாள்.

"என்ன? வலி ஆரம்பித்துவிட்டதா?" என்று அவர் பயத்துடன் கேட்டார். "நாம் மருத்துவருக்கு..." என்ற அவர் அவசரமாக ஆடை அணியத் தொடங்கினார்.

"இல்லை, வேண்டாம்" என்று அவள் சிரித்துக் கொண்டே கையால் அவரைத் தடுத்தாள்.

"அது ஒன்றுமில்லை. எனக்குச் சற்று அசௌகரியமாக இருந்தது. ஆனால் இப்போது சரியாகிவிட்டது."

கிட்டி மெழுகுவர்த்தியை அணைத்துவிட்டு, படுக்கையில் படுத்து அமைதியாக இருந்தாள். அவள் மூச்சைப் பிடித்துக் கொண்டிருப்பது போல இருந்த அந்த அமைதியில் அவருக்குச் சந்தேகமாக இருந் தாலும், அவள் திரைக்குப் பின்னாலிருந்து வந்தபோது, 'ஒன்று மில்லை' என்று உற்சாகமான, புன்னகையுடன் சாதாரணமாகச் சொன்னதால் தூக்கக்கலக்கத்தில் இருந்த அவர் மீண்டும் தூங்கி விட்டார். ஆனால் அவர் அதன் பிறகு திடுக்கிட்டு விழித்து, அவள் சுவாசத்தின் அமைதியை நினைவுகூர்ந்து, ஒரு பெண்ணின் வாழ்வில் நடக்கும் மிகப் பெரிய நிகழ்வை எதிர்பார்த்து அவள் அசையாமல் தன் அருகில் படுத்திருப்பதைப் பார்த்து, அவளுடைய இனிமையான இதயத்தில் நடந்து கொண்டிருந்த அனைத்தையும் புரிந்து கொண்டார்.

ஏழு மணிக்கு அவருடைய தோளைத் தொட்ட அவளது கையின் ஸ்பரிசமும், அவளது மெல்லிய முணுமுணுப்பும் அவரை எழுப்பியது. அவரை எழுப்பியதால் ஏற்பட்ட வருத்தத்திற்கும், பேச வேண்டும் என்ற அவளது தவிப்புக்கும் இடையில் அவள் போராடிக் கொண்டிருப்பது போலத் தோன்றியது.

"கோஸ்டியா, பயப்பட வேண்டாம். நான் நன்றாக இருக்கிறேன். ஆனால் நான் நினைக்கிறேன்... லிசாவெட்டா பெத்ரோவ்னாவை வரச் சொல்ல வேண்டும்."

மீண்டும் மெழுகுவர்த்தி ஏற்றி வைக்கப்பட்டது. கடந்த சில நாட்களாக அவள் செய்து கொண்டிருந்த பின்னலாடையைக் கையில் வைத்துக் கொண்டு கட்டிலில் அமர்ந்திருந்தாள்.

"தயவுசெய்து பயப்பட வேண்டாம். நான் நலமாக இருக்கிறேன். நான் பயப்படவில்லை" என்ற அவள் அவன் கலங்கிய முகத்தைப் பார்த்து, அவன் கையை எடுத்துத் தன் மார்பிலும் உதட்டிலும் அழுத்தினாள்.

அவர் வேகமாக படுக்கையிலிருந்து துள்ளிக் குதித்து, அவள் மீதிருந்து கண்களை விலக்காமல், இயந்திரத்தனமாக ஆடைகளை அணிந்து, அவளையே பார்த்துக் கொண்டு நின்றார். அவர் போக வேண்டும் என்றாலும் அவள் பார்வையிலிருந்து அவரால் தன்னை விடுவித்துக் கொள்ள முடியவில்லை. அவர் அந்த முகத்தை நேசித்தபோதும், அதன் ஒவ்வொரு முகபாவனையையும் அறிந்த போதும், அவர் அவளை இப்போது இருப்பது போல எப்போதும் பார்த்ததில்லை. நேற்று அவள் எவ்வளவு வருத்தப்பட்டாள் என்பதை அவர் நினைத்துப் பார்த்தபோது, அவள் இப்போது இருப்பதைப் போல, தான் எவ்வளவு கேவலமாகவும் பயங்கரமாகவும் அவளுக்கு முன்னால் காட்சி தந்தோம் என்பதை நினைத்துப் பார்த்தார். அவள் அணிந்திருந்த இரவு தொப்பியின் கீழ் எட்டிப் பார்த்த மெல்லிய கூந்தலுடன், அவளது சிவந்த முகம் மகிழ்ச்சியாலும் தைரியத்தாலும் பிரகாசித்தது.

கிட்டியின் பொதுவான குணத்தில் எவ்வளவுதான் செயற்கையும் சம்பிரதாயமும் இருந்தபோதிலும், இப்போது திடீரென்று அந்த முக்காடுகள் அனைத்தும் அகன்று, அவள் ஆன்மாவின் மையம் அவள் கண்களில் பிரகாசிப்பதைக் கண்டு லெவின் ஆச்சரிய மடைந்தார். அந்த அப்பட்டமான, வெளிப்படையான நிலையில் அவர் நேசித்த கிட்டி இன்னும் அதிகமாகத் தெரிந்தாள். அவள் அவரைப் பார்த்துச் சிரித்தாள். ஆனால் திடீரென்று புருவங்கள் துடிக்கவும், அவள் தலையை நிமிர்ந்து அவரை நோக்கி வேகமாக நடந்து சென்று, அவர் கையைப் பிடித்து, அவரை அணைத்து,

தன் வெப்பமான மூச்சுக்காற்றை அவர் மீது படரவிட்டாள். அவள் தன்னுடைய வலியை அவரிடம் முறையிடுவது போலிருந்தது. அந்த முதல் கணம் அவர் பழக்கதோஷத்தால், அவளது துன்பத்திற்குத் தானே காரணம் என்று நினைத்தார். ஆனால் அவள் கண்களில் இருந்த கனிவு, அவரைக் குற்றம் சொல்லவில்லை என்பதை மட்டுமின்றி, அந்தத் துன்பங்களுக்காக அவள் அவரை நேசிக்கிறாள் என்பதைச் சொல்லியது. 'அதற்கு நான் காரணமில்லை என்றால் வேறு யார் காரணம்?' என்று அவர் தன்னையே கேட்டுக் கொண்டு, அந்தத் துன்பங்களுக்குக் காரணமானவரைத் தண்டிக்க வேண்டும் என்று தேடினார். ஆனால் அதற்கு யாரும் பொறுப்பல்ல. அவள் வேதனைப்பட்டு, குறை சொல்லி, தன் துன்பத்தைப் பொறுத்துக் கொண்டு, மகிழ்ச்சியுடன் அதை நேசித்தாள். அவள் உள்ளத்தில் ஏதோ அதிசயம் நடப்பதை அவரால் பார்க்க முடிந்தது என்றாலும் அது என்னவென்று அவருக்குப் புரியவில்லை. அது அவருடைய புரிதலுக்கு அப்பாற்பட்டது.

"நான் அம்மாவை வரச் சொல்லி விட்டேன். ஆனால் இப்போது நீங்கள் லிசாவெட்டா பெத்ரோவ்னாவை உங்களால் முடிந்தவரை விரைவாக அழைத்து வர வேண்டும்... கோஸ்டியா...! இல்லை, ஒன்றுமில்லை. அது கடந்து விட்டது" என்ற அவள் அவரை விட்டு நகர்ந்து மணியை அடித்தாள்.

"சரி, இப்போது போங்கள். மாஷா வருவாள். நான் நன்றாக இருக்கிறேன்."

அவள் இரவில் தான் வைத்திருந்த பின்னலாடையை மீண்டும் கையில் எடுத்து, பின்னத் தொடங்கியதை லெவின் வியப்புடன் பார்த்தார்.

அவர் ஒரு வாசல் வழியே வெளியே சென்றபோது, மற்றொரு வாசல் வழியாக வேலைக்காரி நுழையும் ஓசையைக் கேட்டார். அவர் கதவு அருகில் நின்று, கிட்டி வேலைக்காரிக்கு விரிவான அறிவுரை சொல்வதைக் கேட்டு, படுக்கையை நகர்த்த அவளுக்கு உதவினார்.

அவர் ஆடை அணிந்து, குதிரைகளை வண்டியில் பூட்டுவதற்குத் தயாரானபோது, இன்னும் வாடகை வண்டி வராததால், அவர் மீண்டும் படுக்கை அறைக்குத் திரும்பினார். அவர் கால்களில் நடக்காமல் பறந்து சென்றதாக அவருக்குத் தோன்றியது. படுக்கை யறையில் இரண்டு பெண்கள் பரபரப்பாக எல்லாவற்றையும் ஒழுங்கு படுத்திக் கொண்டிருந்தனர். கிட்டி பின்னிக் கொண்டே நடந்து, அவர்களுக்கு உத்தரவிட்டுக் கொண்டிருந்தாள்.

“நான் மருத்துவரை அழைத்து வரச் செல்கிறேன். அவர்கள் ஏற்கனவே லிசாவெட்டா பெத்ரோவ்னாவை அழைத்துவரச் சென்றுள்ளனர் என்றாலும் நானும் போகிறேன். ஏதேனும் வேண்டுமா? டோலியை அழைத்து வரச் சொல்லட்டுமா?”

அவள் அவர் சொல்வதைக் காதில் வாங்காமல் அவரைப் பார்த்தாள்.

“ஆமாம், போங்கள் சீக்கிரம்” என்று முணுமுணுத்த அவள் முகத்தைச் சுளித்து, அவரைப் பார்த்துக் கை அசைத்தாள்.

அவர் வரவேற்பு அறையைத் தாண்டுவதற்கு முன்பே, திடீரென படுக்கை அறையிலிருந்து ஒரு பரிதாபமான முனகல் சத்தம் கேட்டதைத் தொடர்ந்து அது உடனடியாக நின்றது. அவர் ஒன்றும் புரியாமல் வெகு நேரம் நின்றார்.

‘ஆமாம், அது அவள்தான்’ என்று தனக்குள் சொல்லிக் கொண்டு, தலையைப் பிடித்தபடி கீழே ஓடினார்.

“கடவுளே கருணை காட்டுங்கள்! எங்களை மன்னித்து, எங்களுக்கு உதவுங்கள்!” என்று அவர் திடீரென்று உதட்டிலிருந்து எதிர்பாராத வகையில் வெளிப்பட்ட வார்த்தைகளைத் திரும்பத் திரும்பச் சொன்னார். அவருக்கு இறை நம்பிக்கை இல்லாவிட்டாலும், அவர் அந்த வார்த்தைகளை உதட்டிலிருந்து மட்டும் சொல்லவில்லை. இப்போது அந்த நேரத்தில், அவருடைய அவநம்பிக்கையோ அல்லது பகுத்தறிவோ கடவுளை நாடுவதிலிருந்து தன்னைத் தடுக்கவில்லை என்பதை அவர் அறிந்தார். அவையெல்லாம் தூசியாகப் பறந்து போனது. தன்னையும், தன் ஆன்மாவையும், தன் அன்பையும் யாருடைய கைகளில் இருப்பதாக உணர்ந்தாரோ அவரிடம் இல்லாமல் வேறு எவரிடம் முறையிடுவது?

வண்டி இன்னும் தயாராகவில்லை என்றாலும், தன் உடல் வலிமையையும், தான் என்ன செய்ய வேண்டும் என்பதையும் அறிந்த அவர், ஒரு கணத்தைக் கூட வீணாக்கக் கூடாது என்று வண்டிக்காகக் காத்திராமல், குஸ்மாவிடம் வண்டி தயாரானதும் கொண்டுவரச் சொல்லிவிட்டு, நடந்தே புறப்பட்டார்.

சாலையின் திருப்பத்தில் வேகமாக வந்து கொண்டிருந்த ஒரு வண்டியைப் பார்த்தார். அந்தச் சிறிய வண்டியில் வெல்வெட் மேலாடை அணிந்து தலைக்குட்டையுடன் லிசாவெட்டா பெத் ரோவ்னா அமர்ந்திருந்தாள். “கடவுளே நன்றி!” என்ற அவர் அவளுடைய சிறிய அழகான முகத்தை அடையாளம் கண்டு மகிழ்ந் தார். இப்போது அந்த முகத்தில் ஒரு தீவிரமான முகபாவம் காணப் பட்டது. அவர் வண்டியை நிறுத்தச் சொல்லாமல் வண்டியைப் பின்தொடர்ந்து ஓடினார்.

"அப்படியானால் இரண்டு மணி நேரம் ஆகிறதா? அதற்கு மேல் இல்லையே?" என்று அவள் அவரிடம் கேட்டாள். "நீங்கள் மருத்துவரை அழைத்து வாருங்கள் ஆனால் அவசரப்பட வேண்டாம். மருந்துக் கடையில் கொஞ்சம் அபின் வாங்கி வாருங்கள்."

"அப்படியானால் எல்லாம் நல்லபடியாக நடக்கும் என்று நினைக்கிறீர்களா? கடவுள் எங்களுக்குக் கருணை காட்டி உதவ வேண்டும்!" என்ற லெவின் வீட்டின் நுழைவாயிலில் இருந்து தனது வண்டி வெளியே வருவதைப் பார்த்தார். அவர் வண்டியில் தாவிக் குதித்து குஸ்மாவின் அருகில் அமர்ந்து, மருத்துவர் வீட்டிற்குச் செல்லுமாறு கட்டளையிட்டார்.

14

மருத்துவர் இன்னும் எழுந்திருக்கவில்லை. "அவர் தாமதமாகப் படுக்கச் சென்றதால் எழுப்ப வேண்டாம் என்று சொல்லியிருந்தார் ஆனால் அவர் விரைவில் எழுந்து விடுவார்" என்று வேலைக்காரன் சொன்னான். அவன் விளக்குக் கண்ணாடிகளைச் சுத்தம் செய்வதில் மும்முரமாக மூழ்கியிருந்தான். அவனுக்குக் கண்ணாடியின் மீது இருந்த கவனமும், தன்னுடைய பிரச்சினையில் காட்டிய அலட்சியமும் முதலில் அவரை வியப்பில் ஆழ்த்தியது. ஆனால் அவர் அதைப் பற்றி நன்றாக யோசித்தபோது, தனது உணர்வுகள் யாருக்கும் தெரியாது அல்லது யாரும் அதைத் தெரிந்து கொள்ள வேண்டிய கட்டாயத்தில் இல்லை என்பதையும், அந்த அலட்சியச் சுவரை உடைத்து எறிந்து தனது இலக்கை அடைவதற்கு அமைதியாகவும், விவேகமாகவும், உறுதியாகவும் செயல்படுவது மிகவும் அவசியம் என்பதையும் உணர்ந்தார். 'அவசரப்பட வேண்டாம், எதையும் அலட்சியம் செய்ய வேண்டாம்' என்று தனக்குள் சொல்லிக் கொண்ட லெவின், தான் செய்யப் போகும் எல்லாக் காரியத்திலும் தன் உடல் வலிமையும் கவனமும் மேலும் அதிகரிப்பதை உணர்ந்தார்.

மருத்துவர் இன்னும் எழுந்திருக்கவில்லை என்பதை அறிந்து, பலவற்றையும் யோசித்த பிறகு லெவின் ஒரு முடிவுக்கு வந்தார். குஸ்மாவை வேறொரு மருத்துவரைத் தேடும்படி சொல்லிவிட்டு, அவர் அபின் வாங்க மருந்துக்கடைக்குச் செல்ல வேண்டும். அவர் திரும்பி வந்த பிறகும் மருத்துவர் எழுந்திருக்கவில்லை என்றால், வேலைக்காரனுக்கு லஞ்சம் கொடுத்து மருத்துவரை எழுப்பச் சொல்ல வேண்டும். ஒருவேளை அவன் மறுத்தால், அவரே வலுக்கட்டாயமாக மருத்துவரை எழுப்ப வேண்டும்.

மருந்தகத்தில் ஒல்லியாக இருந்த ஊழியர், காத்திருந்த வண்டி யோட்டிக்கு பவுடர் பாக்கெட்டைக் கட்டிக் கொடுத்துவிட்டு, கண்ணாடியைச் சுத்தம் செய்த வேலைக்காரனிடம் இருந்த அதே அலட்சியத்துடன், அபின் கொடுக்க முடியாது என்று சொன்னார். லெவின் பொறுமை இழக்கக் கூடாது என்று தன்னைக் கட்டுப்படுத்திக் கொண்டு, மருத்துவரின் பெயரையும், மருத்துவச்சியின் பெயரையும் சொல்லி, அபின் எதற்காக வேண்டும் என்று சொல்லி அவரைச் சமாதானப்படுத்த முயன்றார். ஊழியர் அதைக் கொடுக்கலாமா என்று ஜெர்மன் மொழியில் கேட்டு, தடுப்புக்குப் பின்னாலிருந்து அனுமதி பெற்று, குப்பியையும் புனலையும் எடுத்து, மெதுவாக ஒரு பெரிய பாட்டிலிலிருந்து சிறிய பாட்டிலில் ஊற்றி, ஒரு லேபிளை ஒட்டி அதைச் சீல் வைத்து, அவ்வாறு செய்ய வேண்டாம் என்ற லெவினின் வேண்டுகோளுக்கு மாறாக அதை மூடவும் தயாரானார். லெவின் அதற்கு மேலும் பொறுமையின்றி, அவரிடமிருந்து பாட்டிலைப் பிடுங்கிக் கொண்டு பெரிய கண்ணாடி கதவுகளைத் திறந்து வெளியே ஓடினார். லெவின் திரும்பிய பிறகும் மருத்துவர் எழுந்திருக்கவில்லை. தரையில் கம்பளம் விரிப்பதில் மும்முரமாக இருந்த வேலைக்காரன் அவரை எழுப்ப மறுத்துவிட்டான். லெவின் நேரத்தை வீணடிக்காமல் ஒரு பத்து ரூபிள் நோட்டை எடுத்து அவனிடம் கொடுத்து, மருத்துவர் பியோட்டர் டிமிட்ரிச், (ஒரு காலத்தில் முக்கியமற்றவராக இருந்த பியோட்டர் டிமிட்ரிச் இப்போது லெவினுக்கு முக்கியமானவராகத் தோன்றினார்!) எந்த நேரத்திலும் வருவதாக உறுதியளித்தார் என்றும், அவர் நிச்சயமாகக் கோபப்பட மாட்டார் என்றும், அவரை உடனடியாக எழுப்ப வேண்டும் என்றும் விளக்கினார்.

அதற்குச் சம்மதித்த வேலைக்காரன் லெவினை வரவேற்பு அறையில் காத்திருக்கும்படி சொல்லிவிட்டு, மாடிக்குச் சென்றான்.

கதவுக்குப் பின்னாலிருந்து மருத்துவர் இருமும் ஓசையும் அதைத் தொடர்ந்து அவர் நடக்கும், ஏதோ பேசும் ஓசையும் லெவி னுக்குக் கேட்டது. அப்போது கழிந்த சில நிமிடங்கள் லெவினுக்கு ஒரு யுகமாகத் தோன்றியது. அவரால் அதற்கு மேலும் பொறுமையாக இருக்க முடியவில்லை.

"பியோட்டர் டிமிட்ரிச், பியோட்டர் டிமிட்ரிச்!" என்று லெவின் உரத்த குரலில் கத்தினார். "கடவுள் பெயரால் என்னை மன்னியுங்கள். உங்களை என் நிலையில் வைத்துப் பாருங்கள். இரண்டு மணி நேரத்துக்கு மேல் ஆகிவிட்டது."

"வருகிறேன், வருகிறேன்!" என்று மருத்துவர் சிரித்துக் கொண்டே சொன்னதைக் கேட்டபோது லெவினுக்கு ஆச்சரியமாக இருந்தது.

“ஒரே ஒரு நிமிஷம், சீக்கிரம்…”

“வருகிறேன்.”

மேலும் இரண்டு நிமிடங்களுக்குப் பிறகு மருத்துவர் தனது காலணிகளை அணிந்து, அதைத் தொடர்ந்து அவர் ஆடை அணிந்து, தலையைச் சீவும்போது மேலும் இரண்டு நிமிடங்கள் சென்றன.

“பியோட்டர் டிமிட்ரிச்!” என்று லெவின் மீண்டும் பரிதாபமான குரலில் பேசத் தொடங்கினார். ஆனால் அந்த நேரத்தில் மருத்துவர் தலையைச் சீவிக் கொண்டே வெளியே வந்தார். ‘இவர்களுக்கு மனசாட்சி என்பதே இல்லை. நாங்கள் உயிரைக் கையில் பிடித்துக் கொண்டிருக்கும் போது இவர்களுக்கு அலங்காரம் முக்கியம்!’ என்று லெவின் நினைத்தார்.

“குட் மார்னிங்!” என்று கையை நீட்டிய மருத்துவர், அவரைக் கிண்டல் செய்வது போல சாந்தமாகச் சொன்னார். “அவரசப்பட வேண்டாம், சரியா?”

முடிந்தவரை அனைத்தையும் தெரிவிக்க முயன்ற லெவின், தனது மனைவியின் நிலை குறித்த தேவையற்ற பல விவரங்களையும் சொல்லத் தொடங்கினார். அவர் இப்போதே தன்னுடன் வர வேண்டும் என்று அவ்வப்போது இடையிடையே கேட்டுக் கொண்டார்.

“அவசரப்படத் தேவையில்லை. நான் வர வேண்டிய அவசியம் இல்லை என்பதைத் தெரிந்து கொள்ளுங்கள். ஆனால் நான் உறுதியளித்த காரணத்தால், நீங்கள் விரும்பினால் நான் வருகிறேன். ஆனால் அவசரம் இல்லை. தயவு செய்து அமைதியாக உட்காருங்கள். காபி குடிக்கிறீர்களா?”

மருத்துவர் தன்னைக் கேலி செய்கிறாரா என்பது போல லெவின் அவரை ஒரு பார்வை பார்த்தார். ஆனால் மருத்துவருக்குச் சிரிக்கும் எண்ணம் இல்லை.

“எனக்குத் தெரியும், எனக்குத் தெரியும்” என்று அவர் சிரித்துக் கொண்டே சொன்னார். “நான் ஒரு குடும்பத் தலைவன். ஆனால் இந்தத் தருணங்களில் கணவர்களாகிய நாங்கள் மிகவும் பரிதாபத்திற் குரியவர்கள். என்னுடைய நோயாளியின் கணவர் ஒருவர் இது போன்ற சந்தர்ப்பங்களில் எப்போதும் லாயத்திற்கு ஓடிவிடுவார்.”

“ஆனால் நீங்கள் என்ன நினைக்கிறீர்கள், பியோட்டர் டிமிட்ரிச்? அது நல்லபடியாக நடக்கும் என்கிறீர்களா?”

“நீங்கள் சொன்ன அனைத்து அறிகுறிகளும் சாதகமான முடிவை சுட்டிக்காட்டுகின்றன.”

"அப்படியானால் நீங்கள் இப்போதே வருவீர்களா?" என்று லெவின் காபி கொண்டுவந்த வேலைக்காரனைப் பார்த்துக் கோபத்துடன் கேட்டார்.

"இன்னும் ஒரு மணி நேரத்தில்."

"அடக் கடவுளே!"

"சரி, முதலில் கொஞ்சம் காபி குடிக்கலாம்."

மருத்துவர் காபியை எடுத்துக் குடிக்க ஆரம்பித்தார். இருவரும் அமைதியானார்கள்.

"சரி, அந்தத் துருக்கியர்களுக்குச் சரியான அடி கிடைத்து வருகிறது. நேற்றைய செய்தியைப் படித்தீர்களா?" என்று மருத்துவர், வாயில் எதையோ கொரித்துக் கொண்டே கேட்டார்.

"இல்லை, என்னால் இதைச் சகித்துக்கொள்ள முடியவில்லை!" என்று லெவின் துள்ளிக் குதித்து எழுந்தார். "இன்னும் கால் மணி நேரத்தில் நீங்கள் வருவீர்களா?"

"அரைமணி நேரத்தில்."

"நிச்சயமாக?"

லெவின் வீட்டை அடைந்த நேரத்தில் சரியாக இளவரசியும் வந்திருந்தாள். இருவரும் ஒன்றாகச் சென்று படுக்கை அறை வாசலில் நின்றார்கள். இளவரசியின் கண்களில் கண்ணீர் வழிந்து கொண்டிருக்க, அவள் கைகள் நடுங்கின. லெவினைப் பார்த்த அவள், அவரைக் கட்டிப்பிடித்து அழுதாள்.

"சரி, லிசாவெட்டா பெத்ரோவ்னா, அவள் எப்படி இருக்கிறாள்?" என்று கேட்ட இளவரசி, பிரகாசமான, பரபரப்பான முக பாவத்துடன் வெளியே வந்த மருத்துவச்சியின் கையைப் பிடித்துக் கொண்டாள்.

"எல்லாம் நல்லபடியாக நடக்கிறது. ஆனால் அவரைப் படுக்க வைக்க முடியுமா என்று பாருங்கள். அது அவருக்குச் சுலபமாக இருக்கும்."

லெவின் கண் விழித்து என்ன நடக்கிறது என்பதைப் புரிந்து கொண்ட கணத்திலிருந்து, எதையும் யோசிக்காமல், எதையும் எதிர்பார்க்காமல், தன் உணர்ச்சிகளையும் எண்ணங்களையும் கட்டுப்படுத்திக் கொண்டு, தன் மனைவியைத் தொந்தரவு செய்யாமல் ஆனால் அதற்கு மாறாக அவளைத் தேற்றவும், அவளுடைய தைரியத்தை அதிகரிக்கவும், தான் எதிர்கொண்டதைச் சகித்துக் கொள்ளவும் தன்னைத் தயார்படுத்திக் கொண்டார். அது எவ்வளவு நேரம் நீடிக்கும் என்பதை விசாரித்துத் தெரிந்து கொண்ட லெவின், அடுத்து என்ன நடக்கும், அது எப்படி முடியும் என்பதை யோசிப்பதற்கு இடம்

கொடாமல், ஐந்து மணி நேரத்தைப் பொறுத்துக் கொள்ளவும், தன் மனதைக் கட்டுக்குள் வைத்திருக்கவும் தன்னைத் தயார்படுத்திக் கொண்டார். அவர் அதைத் தன்னால் செய்ய முடியும் என்று நினைத்தார். ஆனால் அவர் மருத்துவரிடமிருந்து திரும்பி வந்து அவள் படும் வேதனையைக் கண்டதும், “ஆண்டவரே, எங்களை மன்னித்து எங்களுக்கு உதவுங்கள்” என்று திரும்பத் திரும்பச் சொல்லி, பெருமூச்சுடன் தலையை உயர்த்தினார். நான் இதைத் தாங்க முடியாமல் அழுது விடுவேன் அல்லது இங்கிருந்து ஓடி விடுவேன் என்று லெவின் பயந்தார். அது அவருக்கு அவ்வளவு வேதனையாக இருந்தது. ஆனால் ஒரு மணி நேரம்தான் ஆகியிருந்தது.

ஆனால் அதற்குப் பிறகு மேலும் ஒரு மணி நேரமும் அதைத் தொடர்ந்து இரண்டு, மூன்று என்று அவர் தனது பொறுமையின் எல்லையாக நிர்ணயித்த ஐந்து மணி நேரங்களும் கடந்த பிறகும் நிலைமையில் எந்த முன்னேற்றமும் இல்லை. எனவே பொறுமையுடன் சகித்துக் கொள்வதைத் தவிர வேறு எதுவும் செய்ய முடியாது என்பதால், அவர் எல்லாவற்றையும் சகித்துக் கொண்டார். தான் பொறுமையின் உச்சத்தை அடைந்துவிட்டதாகவும், தன் இதயம் வெடித்துச் சிதறப் போகிறது என்றும் அவர் ஒவ்வொரு கணமும் நினைத்தார்.

ஆனால் ஒவ்வொரு நிமிடமும் நகர்ந்து பல மணி நேரங்கள் கடந்தபோது, அவரது வேதனையும் அச்சமும் மேலும் பல மடங்கு அதிகரித்தது.

லெவின் இப்போது அவரால் கற்பனை செய்து பார்க்கச் சாத்தியமான சாதாரணமான வாழ்க்கைச் சூழ்நிலையில் இல்லை என்பதால் அவரால் எதைப் பற்றியும் யோசிக்க முடியவில்லை. எனவே அவர் நேரத்தைப் பற்றிய உணர்வை முற்றாக இழந்தார். அவள் அவரை அருகில் வரும்படி அழைத்தபோது, அவர் அவளுடைய ஈரமான கையைப் பிடித்தபோது, அது ஒரு கணம் அசாதாரணமான வலிமையுடன் அவர் கையை அழுத்திப் பிடித்து, மறுகணம் அதைத் தள்ளியபோது, கடந்து சென்ற ஒவ்வொரு வினாடியும் அவருக்கு ஒவ்வொரு மணிநேரமாகத் தோன்றியது. அதன் பிறகு கடந்து சென்ற ஒவ்வொரு மணிநேரமும் அவருக்கு நிமிடங்களாகத் தோன்றின. லிசாவெட்டா பெத்ரோவ்னா திரைக்குப் பின்னால் ஒரு மெழுகு வர்த்தியை ஏற்றி வைக்கும்படி சொன்னபோது, மாலை மணி ஐந்து ஆகிவிட்டது என்பதை அறிந்து அவர் ஆச்சரியப்பட்டார். அவரிடம் அது காலை பத்து மணி என்று சொல்லியிருந்தாலும் அவர் பெரியதாக ஆச்சரியப்பட்டிருக்க மாட்டார். இவ்வளவு நேரம் தான் எங்கே இருந்தோம் என்பதும், என்ன நடந்தது என்பதும் அவருக்குத் தெரியவில்லை. அவர் அவளுடைய வீங்கிய முகத்தைப்

பார்த்து, மாறி மாறிக் குழப்பமும் வேதனையும் அடைந்து, புன்னகைத்து தன்னைத் தானே சாந்தப்படுத்திக் கொண்டார். இளவரசி தலைமுடி அவிழ்ந்து தொங்க, சிவந்து பதட்டமான முகத்துடன், கண்களில் கண்ணீருடன், உதடுகளைக் கடித்துக் கொண்டிருந்ததைப் பார்த்தார். அவர் டோலியையும், புகைபிடித்துக் கொண்டிருந்த மருத்துவரையும், உறுதியான ஆறுதலான முகத்துடன் இருந்த லிசாவெட்டா பெத்ரோவ்னாவையும், முகத்தைச் சுளித்தபடி வயதான இளவரசர் வரவேற்பறையில் மேலும் கீழும் நடப்பதையும் பார்த்தார். ஆனால் அவர்கள் அனைவரும் எப்போது வந்தார்கள் யார் எங்கே இருக் கிறார்கள் என்ன செய்கிறார்கள் என்ற எதுவும் அவருக்குத் தெரிய வில்லை. ஒரு கணம் படுக்கை அறையில் மருத்துவருடன் இருந்த இளவரசி மறுகணம் படிப்பறையில் இருந்தாள். அங்கு சாப்பிடுவ தற்காக சில மேசைகள் போடப்பட்டன. பிறகு அவள் அங்கிருந்து மறைந்துவிட டோலி அங்கே இருந்தாள். அவர்கள் தன்னை எங்கோ போகச் சொன்னது அவருடைய நினைவுக்கு வந்தது. ஒருமுறை அவரிடம் மேசையையும் நாற்காலியையும் நகர்த்தச் சொன்னார்கள். கிட்டிக்குத் தேவை என்று நினைத்து லெவின் அவற்றை ஆர்வத் துடன் செய்தார். பிறகுதான் அவர் தனக்காக ஒரு படுக்கையைத் தயார் செய்து கொண்டிருப்பதை அறிந்தார். பிறகு மருத்துவரிடம் எதையோ கேட்டுவரச் சொல்லி அவரைப் படிப்பறைக்கு அனுப்பி னார்கள். மருத்துவர் அவருக்குப் பதில் சொல்லிவிட்டு, டூமா நகர சபையில் நடந்த சில முறைகேடுகளைப் பற்றிப் பேசத் தொடங்கினார். பிறகு அவரை இளவரசியின் படுக்கையறைக்கு அனுப்பி வெள்ளி முலாம் பூசிய யேசுவின் சிலையைக் கொண்டுவரச் சொன்னார்கள். இளவரசியின் வேலைக்காரியின் உதவியுடன் அலமாரியின் மேலிருந்து அதை எடுக்கும்போது அவர் சிலையின் விளக்கை உடைத்தார். வேலைக்காரி விளக்கைப் பற்றியும் அவரது மனைவியைப் பற்றியும் அவருக்கு ஆறுதல் வார்த்தைகளைச் சொன்னாள். அவர் சிலையைக் கிட்டியின் தலைமாட்டில் வைத்து, கவனமாக அதைத் தலை யணைக்குப் பின்னால் தள்ளினார். ஆனால் இவையெல்லாம் எங்கே, எப்போது, ஏன் நடந்தன என்று அவருக்குத் தெரியவில்லை. இளவரசி அவர் கையைப் பிடித்து, பரிதாபத்துடன் பார்த்து, அவரை அமைதியாக இருக்கும்படி ஏன் கெஞ்சினாள் என்பதும், டோலி அறையைவிட்டு அவரை வெளியே அழைத்துச் சென்று ஏதேனும் சாப்பிடச் சொல்லி ஏன் சொன்னாள் என்பதும், மருத்துவர் அவரைக் கவலையோடும் பரிவோடும் பார்த்துச் சில சொட்டு மருந்துகளை ஏன் கொடுத்தார் என்பதும் அவருக்குப் புரியவில்லை.

சென்ற வருடம் தனது சகோதரர் நிக்கோலாய் மாகாண நகரத்தின் விடுதியில் மரணப்படுக்கையில் இருந்தபோது நடந்ததைப்

போலவே அனைத்தும் நடக்கின்றன என்பதை மட்டும் அவரால் உணரவும் அறியவும் முடிந்தது. ஆனால் அது துக்கம் என்றால் இது மகிழ்ச்சி. ஆனால் அந்தத் துக்கமும், இந்த மகிழ்ச்சியும் ஒரு மனிதனுக்கு ஏற்படும் வழக்கமான அனுபவங்களுக்கு அப்பாற்பட்டது. அது அந்தச் சாதாரண வாழ்க்கையின் திறவுகோலைப் போல உன்னதமான ஒன்றை எட்டக்கூடிய சாத்தியத்தை ஏற்படுத்தியது. அவர் நினைத்துப் பார்க்க முடியாத அந்த உயர்ந்த விஷயத்தை உணர்ந்தபோது, அவரது ஆன்மா இதுவரைப் புரிந்துகொள்ள முடியாத உயரத்திற்குச் சென்றது. அது அவருடைய அறிவாற்றலால் புரிந்துகொள்வதற்கு அப்பாற்பட்டதாக இருந்தது.

'ஆண்டவரே, எங்களை மன்னித்து எங்களுக்கு உதவுங்கள்' என்று அவர் தனக்குள் திரும்பத் திரும்பச் சொல்லிக் கொண்டிருந்தார். அவர் நீண்ட காலமாக கடவுளிடமிருந்து முற்றாக விலகியிருந்த போதிலும், தனது சிறு வயதிலும் இளமையிலும் இருந்ததைப் போல, நம்பிக்கையுடன் எளிமையாகக் கடவுளை நோக்கிப் பிரார்த்தனை செய்வதை உணர்ந்தார்.

அந்தச் சமயத்தில் லெவின் இருவேறு மனநிலையில் இருந்தார். ஒன்று கிட்டியிடமிருந்து விலகி, ஒன்றன்பின் ஒன்றாக சிகரெட்டைப் புகைத்து ஆஷ்ட்ரேயில் தள்ளிய மருத்துவருடனும், இரவு உணவு, அரசியல், லிசாவெட்டா பெத்ரோவ்னாவிடம் கிட்டியின் உடல்நிலை பற்றிப் பேசிய டோலியுடனும், இளவரசருடனும் இருந்தபோது, லெவின் திடீரென்று முற்றிலும் என்ன நடக்கிறது என்பதை மறந்து, இப்போதுதான் கண்விழித்தது போல உணர்ந்தார். மற்றொன்று, கிட்டியுடன் படுக்கையில் அவள் அருகில், வெடிக்கவில்லை என்றாலும் வெடிக்கத் தயாரான இதயத்துடன், இடைவிடாமல் கடவுளிடம் பிரார்த்தனை செய்தார். ஒவ்வொரு முறையும் படுக்கை அறையிலிருந்து ஒரு அலறல் அவரை மயக்கத்திலிருந்து வெளியே கொண்டுவரும் போதெல்லாம், முதல் கணம் அவர் உணர்ந்த அதே விசித்திரமான மாயையில் விழுந்தார். அவர் ஒவ்வொரு முறையும் அலறல் சத்தம் கேட்கும்போதும், தன்னைக் குற்றவுணர்விலிருந்து விடுவித்துக்கொள்ள துள்ளிக் குதித்து அவளிடம் ஓடினார். தான் குற்றவாளி இல்லை என்பதை நினைவில் கொண்டு அவளைக் காப்பாற்றவும் உதவி செய்யவும் ஏங்கினார். ஆனால் அவளைப் பார்க்கும்போது, தன்னால் எதுவும் செய்ய முடியாது என்பதைத் திகைப்புடன் உணர்ந்து, 'ஆண்டவரே, எங்களை மன்னித்து எங்களுக்கு உதவுங்கள்' என்பார். போகப்போக அவருடைய அந்த இரு மனநிலைகளும் தீவிரமடைந்தன. அவர் அவளிடமிருந்து விலகியிருந்த போது, சற்றே அமைதியடைந்து அவளை மறந்து இருந்தார். ஆனால் அவளுடைய வேதனை எந்த அளவு தீவிர

மானதோ அந்த அளவுக்கு அவருடைய இயலாமையும் அதிகமானது. அப்போது எங்காவது ஓடிப்போய்விட வேண்டும் என்று துள்ளிக் குதித்து எழும் அவர் நேராக அவளிடம் ஓடுவார்.

சில நேரங்களில் அவள் அவரை மீண்டும் மீண்டும் அழைத்த போது, அவர் அவளைக் கண்டித்தார். ஆனால் அவர் அவளுடைய சாந்தமான சிரித்த முகத்தைக் கண்டதும், "நான் உங்களைச் சித்திரவதை செய்கிறேன்" என்று அவள் சொல்வதைக் கேட்டதும் அவர் கடவுளை நிந்திப்பார். ஆனால் அவருக்குக் கடவுளைப் பற்றி நினைவு வரும்போது உடனடியாக மன்னிப்பையும் கருணையையும் வேண்டினார்.

15

லெவினுக்கு அது என்ன நேரம் என்று தெரியவில்லை. எரிந்து கொண்டிருந்த மெழுகுவர்த்திகள் அனைத்தும் அணைந்து விட்டன. அப்போது படிப்பறைக்கு வந்த டோலி, சிறிது நேரம் படுத்துக் கொள்ளும்படி மருத்துவரிடம் சொன்னாள். லெவின் மருத்துவர் சொன்ன ஏமாற்றி மயக்கும் ஒரு மந்திரவாதியைப் பற்றிய கதையைக் கேட்டபடி, அவர் புகைத்துத் தள்ளிய சிகரெட்டின் சாம்பலைப் பார்த்துக் கொண்டிருந்தார். அது ஒரு நிம்மதியான தருணம் என்பதால் அவர் தன்னை மறந்து, என்ன நடக்கிறது என்பதை முற்றிலும் மறந்து, மருத்துவர் சொன்ன கதையில் மூழ்கியிருந்தார். திடீரென்று அவர் இதுவரை கேட்டிராத ஒரு பயங்கரமான அலறல் சத்தம் கேட்டது. லெவின் துள்ளி எழவில்லை என்றாலும், மூச்சைப் பிடித்துக் கொண்டு, அச்சம் கலந்த கேள்விப் பார்வையுடன் மருத்து வரைப் பார்த்தார். அதைக் கூர்ந்து கேட்ட மருத்துவர் ஆமோதிக்கும் வகையில் புன்னகைத்தார். இப்போது லெவினுக்கு எதுவும் அசாதாரணமானதாகத் தெரியவில்லை என்பதால், 'அது அப்படித் தான் இருக்கும்' என்று நினைத்த லெவின் எழுந்து செல்லாமல் அங்கேயே அமர்ந்திருந்தார். அது யாருடைய அலறல்? திடீரென்று அவர் துள்ளி எழுந்து, நுனிக்காலில் படுக்கை அறைக்கு ஓடி, லிசாவெட்டா பெத்ரோவ்னாவையும் இளவரசியையும் தாண்டி, கட்டிலின் தலைப்பகுதியில் நின்றார். அலறல் ஓய்ந்து ஏதோ ஒரு மாறுதல் ஏற்பட்டிருந்தது. அது என்ன என்பதை அவரால் பார்க்கவோ புரிந்து கொள்ளவோ முடியவில்லை. அவர் அதைப் பார்க்கவும் புரிந்து கொள்ளவும் விரும்பவில்லை. ஆனால் அவர் லிசாவெட்டா பெத்ரோவ்னாவின் முகத்தைப் பார்த்து அதைப் புரிந்து கொண்டார். அவள் முகம் தீவிரமாகவும், வெளிறியதாகவும், உறுதியாகவும் இருந்தாலும் அவள் தாடை நடுங்கியது. அவர்

கண்கள் கிட்டியின் மீது நிலைத்திருந்தன. கிட்டியின் வீங்கிய, வேதனையான, வியர்வையில் நனைந்த முகம், அவரை நோக்கித் திரும்பி அவர் பார்வையைத் தேடியது. அவள் கைகள் மேலே உயர்ந்து அவர் கைகளைக் கெஞ்சிக் கேட்டன. அவள் அவரது குளிர்ந்த கைகளை வியர்வையில் நனைந்த தன் கைகளால் பிடித்து, அவற்றைத் தன் முகத்தில் வைத்து அழுத்திக் கொண்டாள்.

"போகாதீர்கள், போகாதீர்கள்! நான் பயப்படவில்லை!" என்று அவள் வேகமாகச் சொன்னாள். "அம்மா, என் காதணிகளைக் கழற்றுங்கள். அவை உறுத்துகின்றன. நீங்கள் பயப்படவில்லையே? சீக்கிரம் லிசாவெட்டா பெத்ரோவ்னா, சீக்கிரம்."

மிக வேகமாகப் பேசிய அவள் புன்னகைக்க முயன்றாள். ஆனால் திடீரென்று அவள் முகம் கோணலாக, அவரைத் தன்னிடமிருந்து தள்ளிவிட்டாள்.

"முடியாது, இது பயங்கரமானது! நான் செத்துவிடுவேன், நான் செத்துவிடுவேன்! போ, போ!" என்று அவளிடமிருந்து மீண்டும் அந்த அலறல் வெளிப்பட்டது. அது இந்தப் பூமியில் கேட்டிருக்க முடியாத அமானுஷ்யமான அலறல்.

லெவின் தலையைப் பிடித்துக் கொண்டு அறையை விட்டு வெளியே ஓடினார்.

"ஒன்றுமில்லை, ஒன்றுமில்லை, சரியாகிவிடும்!" என்று டோலி அவருக்குப் பின்னால் வந்தாள்.

ஆனால் அவர்கள் என்ன சொன்னபோதும் அனைத்தும் முடிந்துவிட்டது என்று அவர் நினைத்தார். அவர் அடுத்த அறையில் கதவின் நிலையில் தலையைச் சாய்த்துக் கொண்டு, இதுவரை கேட்டிராத ஒரு பயங்கரமான அலறலைக் கேட்டார். அந்த அலறல் ஒரு காலத்தில் கிட்டியாக இருந்த பெண்ணிடமிருந்து வருகிறது என்பது அவருக்குத் தெரியும். அவருக்குக் குழந்தையின் மீதிருந்த ஆசை எப்போதோ போய்விட்டது. அவருக்கு அந்தக் குழந்தையின் மீது வெறுப்பு ஏற்பட்டது. இப்போது அவர் அவள் வாழ வேண்டும் என்பதைக் கூட விரும்பவில்லை. அவர் அவளுடைய அந்தக் கொடுமையான வேதனைக்கு ஒரு முற்றுப்புள்ளி வைக்க வேண்டும் என்று மட்டுமே ஆசைப்பட்டார்.

"டாக்டர்! இது என்ன கொடுமை? என்ன இது? ஓ, கடவுளே!" என்று லெவின் உள்ளே வந்த மருத்துவரின் கையைப் பிடித்துக் கொண்டு கேட்டார்.

"கிட்டத்தட்ட முடிந்துவிட்டது" என்றார் மருத்துவர். அதைச் சொன்ன போது அவருடைய தீவிரமான முகபாவத்தைக் கண்ட லெவின் அதை 'மரணம்' என்பதாகப் புரிந்து கொண்டார்.

அவர் பித்து பிடித்தவர் போல படுக்கை அறைக்கு ஓடினார். அவர் முதலில் லிசாவெட்டா பெத்ரோவ்னாவின் முகத்தைத்தான் பார்த்தார். அது முன்னை விட கடுகடுப்பாகவும் தீவிரமாகவும் இருந்தது. கிட்டி பார்ப்பதற்கு மிகப் பயங்கரமாக இருந்தாள். அவள் முகத்தில் இருந்த பதட்டமும், அலறலும் அவள் முகத்தை மிகக் கோரமாகக் காட்டியது. அவர் தாங்க முடியாதவராகக் கட்டிலின் மீது தலையைச் சாய்த்துக் கொண்டு, தன் இதயம் சுக்குநூறாக நொறுங்குவதை உணர்ந்தார். ஓயாமல் தொடர்ந்த பயங்கரமான அலறல் மேலும் அதிகமாகி, திடீரென்று அதன் உச்சத்தைத் தொட்டு விட்டது போல சட்டென்று நின்றது. லெவினால் தன் காதுகளை நம்பமுடியவில்லை என்றாலும் அலறல் நின்றுவிட்டது என்பதில் எந்தச் சந்தேகமும் இல்லை. ஒரு மெல்லிய சலசலப்பும், வேகமான மூச்சுக்காற்றின் சத்தமும் அவருக்குக் கேட்டது. உடைந்த, துடிப்பான, மென்மையான, மகிழ்ச்சியான குரல் மெதுவாக, "அது முடிந்துவிட்டது" என்றது.

அவர் தலையைத் தூக்கினார். போர்வையின் மீது துவண்டு விழுந்திருந்த அவளது கைகள் மிகவும் அழகாக இருந்தன. அவள் எதுவும் பேசாமல் அவரைப் பார்த்தாள். அவள் புன்னகைக்க விரும்பினாள் என்றாலும் அவளால் முடியவில்லை.

லெவின் கடந்த இருபத்திரண்டு மணி நேரமாக தான் வாழ்ந்த மர்மமான, பயங்கரமான அந்நிய உலகத்திலிருந்து, உடனடியாகத் தனக்குப் பழக்கமான பழைய உலகத்திற்குத் திரும்பிவிட்டதை உணர்ந்தார். ஆனால் இப்போது அவரால் தாங்க முடியாத மகிழ்ச்சியின் புதிய ஒளியுடன் பிரகாசித்தார். இறுக்கமான கயிறுகள் அனைத்தும் உடைந்தன. அவர் சற்றும் எதிர்பார்க்காத ஆனந்தக் கண்ணீரும், அழுகையும் அவர் உடல் முழுவதையும் உலுக்கி, அவரை வெகுநேரம் பேசவிடாமல் தடுத்தது.

அவர் கட்டிலுக்கு அருகில் மண்டியிட்டு, தன் மனைவியின் கையை எடுத்து உதட்டில் அழுத்தி முத்தமிட்டார். அந்தக் கைவிரல்கள் பலவீனமாக அசைந்து அந்த முத்தத்திற்குப் பதிலளித்தன. இதற்கிடையில் கட்டிலுக்குக் கீழே, தனக்குள்ள அதே உரிமையுடன், அதே முக்கியத்துவத்துடன் தன்னைப் போன்ற சந்ததிகளை உருவாக்கவும் வாழவும் வைக்கும், இதற்கு முன் இல்லாத ஒரு மனித ஜீவன், லிசாவெட்டா பெத்ரோவ்னாவின் கைகளில் விளக்கின் மேலே ஒளிரும் சுடர்போல அசைந்தது.

"குழந்தை உயிருடன் இருக்கிறது! குழந்தை உயிருடன் இருக்கிறது! அதுவும் ஒரு பையன்! கவலைப்படாதே!" என்று லிசாவெட்டா பெத்ரோவ்னா நடுங்கும் கைகளால் குழந்தையின் முதுகில் தட்டியபடி சொன்னதை லெவின் கேட்டார்.

"அம்மா, அது உண்மையா?" என்று கிட்டியின் குரல் கேட்டது.

இளவரசி பதில் சொல்ல முடியாமல் அழுது கொண்டிருந்தாள்.

அந்த அமைதிக்கு நடுவே, தாயின் கேள்விக்கு உறுதியாகப் பதில் சொல்வது போல, அறையில் கேட்ட அடங்கிய குரல்களுக்கு நடுவிலிருந்து முற்றிலும் மாறுபட்ட ஒரு குரல் கேட்டது. தைரியமான, துடுக்குத்தனமான, எதையும் புரிந்துகொள்ள விரும்பாத, எங்கிருந்தோ தோன்றிய புதிய ஜீவனிடமிருந்து வந்த அழுகுரல் அது.

கிட்டி இறந்துவிட்டாள் என்றும், அவளுடன் அவரும் இறந்துவிட்டார் என்றும், அவர்களின் குழந்தை தேவதூதன் என்றும், கடவுள் அவர்களின் முன்னே இருக்கிறார் என்றும் முன்பு யாரேனும் லெவினிடம் சொல்லியிருந்தால் அவர் ஆச்சரியமடைந்திருக்க மாட்டார். ஆனால் இப்போது அவர் யதார்த்த உலகத்திற்குத் திரும்பிய பிறகு, கிட்டி உயிருடன் நலமாக இருக்கிறாள் என்பதையும், ஏக்கத்துடன் அழும் உயிரினம் தன் மகன் என்பதையும் புரிந்து கொள்ள பெரும் முயற்சியுடன் தன் மனதைத் திருப்ப வேண்டி யிருந்தது. கிட்டி அவளுடைய வேதனைகளிலிருந்து விடுபட்டு உயிரோடு இருக்கிறாள். அவர் வார்த்தைகளில் விவரிக்க முடியாத மகிழ்ச்சியில் திளைத்தார். அதை அவரால் புரிந்துகொள்ள முடிந்தது. ஆனால் அந்தக் குழந்தை? அது எங்கிருந்து வந்தது? ஏன் வந்தது? அது யார்...? அவரால் அதைப் புரிந்துகொள்ளவோ அதற்குப் பழக்கப்படவோ முடியவில்லை. அது ஏதோ அளவுக்கு மீறியதாக, அவருக்குத் தேவையானதை விட அதிகமானதாகத் தோன்றியதால். எனவே அவர் அதைப் பழக்கப்படுத்திக்கொள்ள அவருக்கு நீண்ட காலம் பிடித்தது.

16

பத்து மணியளவில் வயதான இளவரசரும், செர்ஜி இவானோ விச்சும், ஸ்டீபன் ஆர்கடியேவிச்சும், லெவினுடன் குழந்தையின் அம்மாவைப் பற்றிப் பேசிவிட்டுப் பிறகு மற்ற விஷயங்களைப் பேசத் தொடங்கினர். லெவின் அவர்கள் சொல்வதைக் கேட்டுக் கொண்டி ருந்த அதே நேரத்தில், அனிச்சையாக கடந்த காலத்தையும், அன்று காலை நேரத்திற்கு முன்பு நடந்ததையும் யோசித்துக் கொண்டே, இதற்கு முன்பு, நேற்று எப்படி இருந்தாரோ அந்த மனநிலையை அவர் யோசித்துப் பார்த்தார். அதற்குப் பிறகு நூறு ஆண்டுகள் கழிந்தது போலிருந்தது. அவர் தன்னால் ஏற முடியாத ஏதோ ஒரு சிகரத்தில் இருப்பதாக உணர்ந்து, தன்னுடன் உரையாடிக் கொண்டி ருந்தவர்களின் உணர்வுகளைப் புண்படுத்தக் கூடாது என்பதற்காகச்

நற்றிணை பதிப்பகம் ● 1053

சிரமத்துடன் அதிலிருந்து கீழே இறங்கினார். அவர் பேசிக் கொண்டிருக்கும் போதே தன் மனைவியைப் பற்றியும், அவள் தற்போது இருக்கும் நிலையைப் பற்றியும், தன் மகனைப் பற்றியும் தொடர்ந்து யோசித்துக் கொண்டே, தன் மகனின் இருப்பைப் பற்றிய சிந்தனைக்குத் தன்னைப் பழக்கப்படுத்திக் கொள்ள முயன்றார். திருமணத்திற்குப் பிறகு இதுவரை அறியாமல் இருந்த, ஒரு புதிய முக்கியத்துவத்தைப் பெற்ற பெண்களின் உலகம், இப்போது அவரது கற்பனைக்கு எட்டாத அளவுக்கு உயர்ந்து நின்றது. நேற்று கிளப்பில் நடந்த இரவு விருந்தைப் பற்றி அவர்கள் பேசுவதைக் கேட்டுக் கொண்டே, 'அவள் இப்போது என்ன செய்கிறாள்? தூங்கிவிட்டாளா? அவள் எப்படி இருக்கிறாள்? அவள் என்ன யோசிக்கிறாள்? எங்கள் மகன் டிமிட்ரி அழுகிறானா?' என்றெல்லாம் அவர் யோசித்தார். அவர்களின் உரையாடலின் நடுவில், ஒரு வாக்கியத்தின் நடுவில் அவர் திடீரென்று துள்ளி எழுந்து அறையை விட்டு வெளியேறினார்.

"நான் அவளைப் பார்க்க முடியும் என்றால் எனக்குத் தெரியப்படுத்து" என்றார் இளவரசர்.

"சரி, ஒரு நிமிஷம்" என்ற லெவின் அவள் அறைக்குச் சென்றார்.

அவள் தூங்காமல், குழந்தைக்குப் பெயர் வைப்பதைப் பற்றி மெல்லிய குரலில் தன் தாயுடன் பேசிக் கொண்டிருந்தாள்.

அவள் தலையைச் சீவி, வெளிர் நீல நிறத் தொப்பி அணிந்து, போர்வையின் மீது கைகளை வைத்துப் படுத்திருந்தாள். அவள் கண்கள் அவரைச் சந்தித்து, அவரை அவளிடம் இழுத்துக் கொண்டன. ஏற்கனவே பிரகாசமாக இருந்த அவள் கண்கள் அவர் அவளை நெருங்கியபோது மேலும் பிரகாசித்தன. அவள் முகத்தில் இறந்தவர்களின் முகங்களில் காணப்படுவதைப் போன்ற, பூமியிலிருந்து – பூமிக்கு அந்நியமான ஒன்றுக்கு மாறிய முகத்தோற்றம் இருந்தது. இறந்தவர்களுக்கு அது பிரியாவிடை என்றாலும் அவளுக்கு அது வரவேற்பு. அவள் பிரசவித்த தருணத்தில் அவர் அனுபவித்த அதே உணர்வுகள் மீண்டும் அவரை ஆக்கிரமிக்கத் தொடங்கியது. அவள் அவர் கையைப் பிடித்துத் தூங்கினீர்களா என்று கேட்டாள். அவர் தன் பலவீனத்தை உணர்ந்து பதில் சொல்லாமல் திரும்பிக் கொண்டார்.

"கோஸ்டியா, நான் நன்றாகத் தூங்கினேன்" என்று அவள் அவரிடம் சொன்னாள்.

அவள் அவரைப் பார்த்துக் கொண்டிருக்கும் போதே திடீரென்று அவள் முகபாவம் மாறியது.

"அவனை என்னிடம் கொடுங்கள்" என்று அவள் குழந்தையின் அழுகுரலைக் கேட்டுச் சொன்னாள். "லிசாவெட்டா பெத்ரோவ்னா அவனை என்னிடம் கொடுங்கள். அவர் அவனைப் பார்க்கட்டும்."

"அப்பாவைப் பார்க்கட்டும்" என்ற லிசாவெட்டா பெத்ரோவ்னா, சிவப்பாக, விசித்திரமாக நெளிந்த ஏதோ ஒன்றைத் தன் கைகளில் ஏந்தினாள். "பொறுங்கள், முதலில் அவனைச் சுத்தப்படுத்தலாம்" என்ற அவள் குழந்தையைப் படுக்கையில் வைத்து, அதன் துணியை அவிழ்த்து துடைத்து, குழந்தையைத் தூக்கி ஒரு விரலால் அதைத் திருப்பி எதையோ தெளித்தாள்.

லெவின் அந்தச் சிறிய பரிதாபத்திற்குரிய ஜீவனைப் பார்த்து, அதன் மீது தன் இதயத்தில் ஒரு தந்தைக்குரிய உணர்வுகளின் அறிகுறிகளைக் கண்டுபிடிக்க வீண்முயற்சி செய்தார். அவருக்கு அதன் மீது வெறுப்பதைத் தவிர வேறு எந்த உணர்வும் ஏற்பட வில்லை. ஆனால் ஆடைகளை அகற்றிய பிறகு அதன் சிறிய கைகளும் கால்களும், காவி நிறத்திலிருந்த கால்விரல்களும், மற்றவர்களிடமிருந்து வேறுபட்ட பெருவிரலும் பளிச்சிட்டபோது, லிசாவெட்டா பெத்ரோவ்னா, மென்மையான சிறிய சுருள்களைப் போல தொங்கிய அந்தச் சிறிய கைகளைப் பிடித்து, ஆடைகளை அணிவித்தபோது, அந்த உயிரின் மீது அளவுகடந்த இரக்கமும், அவள் அவனைக் காயப்படுத்திவிடுவாளோ என்ற அச்சமும் எழ, அவர் அவள் கையைப் பிடித்துக் கொண்டார்.

லிசாவெட்டா பெத்ரோவ்னா சிரித்தாள்.

"பயப்பட வேண்டாம், பயப்பட வேண்டாம்."

குழந்தை சுத்தமாகி, உறுதியான ஒரு சிறிய பொம்மையைப் போல மாறியபோது, லிசாவெட்டா பெத்ரோவ்னா தன் வேலையைப் பற்றி பெருமிதம் கொள்வது போல அவனைச் சற்றே அசைத்து, லெவின் தன் மகனை அவனது முழு அழகிலும் பார்க்க வேண்டும் என்பதற்காகப் பின்னோக்கி நகர்ந்தாள்.

கிட்டி கண்களை இமைக்காமல் குழந்தை இருந்த அதே திசையில் பார்த்துக் கொண்டிருந்தாள்.

"அவனை என்னிடம் கொடுங்கள், என்னிடம் கொடுங்கள்!" என்ற அவள் எழுந்திருக்க முயன்றாள்.

"வேண்டாம், கத்தரீனா அலெக்ஸாண்ட்ரோவ்னா, நீங்கள் இப்படி உடலை அசைக்கக் கூடாது! பொறுங்கள், நான் கொண்டு வருகிறேன். நாம் எவ்வளவு நல்ல மனிதர் என்று அப்பாவுக்குக் காட்டுவோம்!"

லிசாவெட்டா பெத்ரோவ்னா, குழந்தையின் தடுமாறிய தலையை ஒரு கையால் தாங்கிக் கொண்டு, மற்றொரு கையால், மெல்லிய ஆடையில் தலையை மறைத்துக் கொண்ட அந்த விசித்திரமான சிவப்பு நிற ஜீவனைத் தூக்கிப் பிடித்தாள். ஆனால் அதன் சின்னஞ்

சிறிய மூக்கும், கண்களை இமைப்பதும், உதடுகளைச் சுழிப்பதும் தெரிந்தது.

"அழகான குழந்தை!" என்றாள் லிசாவெட்டா பெத்ரோவ்னா.

லெவின் திகைப்புடன் பெருமூச்சு விட்டார். அந்த அழகான குழந்தை அவரிடம் வெறுப்பையும் இரக்கத்தையும் தவிர வேறு எந்த உணர்வையும் ஏற்படுத்தவில்லை. அது அவர் எதிர்பார்த்திருந்த உணர்வே அல்ல.

லிசாவெட்டா பெத்ரோவ்னா குழந்தையைக் கிட்டியின் மார்பில் வைத்தபோது லெவின் திரும்பிக் கொண்டார்.

திடீரென்று கேட்ட சிரிப்பு அவரைத் திரும்பிப் பார்க்க வைத்தது. கிட்டி சிரித்துக் கொண்டிருந்தாள். குழந்தை பால் குடிக்கத் தொடங்கியது.

"சரி, போதும், போதும்!" என்று லிசாவெட்டா பெத்ரோவ்னா சொன்னாள். ஆனால் கிட்டி அவனை விடவில்லை. குழந்தை அவள் கைகளில் தூங்கி விட்டது.

"இப்போது பாருங்கள்!" என்று கிட்டி குழந்தையை அவரை நோக்கித் திருப்பினாள். அதன் சுருங்கிய சின்னஞ்சிறிய முகம் மேலும் சுருங்கியது. குழந்தை தும்மியது.

புன்னகைத்த லெவின், கண்ணீரை அடக்க முடியாமல் தன் மனைவியை முத்தமிட்டுவிட்டு, அந்த இருட்டு அறையை விட்டு வெளியே சென்றார்.

அந்தச் சிறிய ஜீவன் மீது லெவின் எதிர்பார்த்த உணர்வு அது அல்ல. அந்த உணர்வில் மகிழ்ச்சியோ உற்சாகமோ இல்லை. மாறாக, அது ஒரு வேதனையான அச்சம் தரும் உணர்வாக இருந்தது. அது அவருடைய பலவீனத்தைப் பறைசாற்றும் ஒரு புதிய பாதிப்பாக இருந்தது. இந்த உணர்வு அவருக்கு முதலில் மிகவும் வேதனை தருவதாக இருந்தது. பிறகு இந்த உதவியற்ற ஜீவன் கஷ்டப்படுவானோ என்ற அச்சம் வலிமையாக அவரைத் தாக்கியது. இதன் காரணமாக குழந்தை தும்மிய போது, அவர் அனுபவித்த விசித்திரமான காரண மற்ற மகிழ்ச்சியையும் பெருமித உணர்வையும் அவர் கவனிக்கத் தவறிவிட்டார்.

17

ஸ்டீபன் ஆர்கடியேவிச்சின் நிதி நிலைமை மிகவும் மோசமான நிலையில் இருந்தது.

மரங்களை விற்ற பணத்தில் மூன்றில் இரண்டு பங்கு ஏற்கனவே செலவாகிவிட்டது. அவன் பத்துச் சதவீத தள்ளுபடியுடன் மீதமுள்ள மூன்றில் ஒரு பங்கை முன்கூட்டியே வணிகரிடமிருந்து வாங்கி விட்டான். குறிப்பாக டாரியா அலெக்ஸாண்ட்ரோவ்னா, தன்னுடைய சொந்த சொத்தின் மீது தனக்குள்ள உரிமையை வலியுறுத்தி, கடைசி மூன்றில் ஒரு பகுதியைப் பெற்றதற்கான ரசீதில் கையெழுத்திட மறுத்துவிட்டதால், வணிகர் மேலும் பணம் கொடுப்பதற்கு மறுத்துவிட்டார். அவனுடைய சம்பளம் முழுவதும் வீட்டுச் செலவுகளுக்கும், தள்ளிப்போட முடியாத சிறு கடன்களுக்கும் செலவானது. இப்போது அவனிடம் சுத்தமாகப் பணம் இல்லை.

ஸ்டீபன் ஆர்கடியேவிச் இந்த விரும்பத்தகாத இக்கட்டான சூழ்நிலை தொடர்ந்து நீடிக்கக்கூடாது என்று நினைத்தான். அவனுடைய சம்பளம் மிகவும் குறைவு என்பதுதான் அதற்குக் காரணம். அவன் வகித்த பதவி ஐந்து ஆண்டுகளுக்கு முன்பு மிகவும் நன்றாக இருந்தது. ஆனால் இப்போது அது அப்படியில்லை. ஒரு வங்கி இயக்குனரான பெட்ரோவ் பன்னிரண்டாயிரமும், ஒரு நிறுவனத்தின் இயக்குனராக ஸ்வென்டிட்ஸ்கி பதினேழாயிரமும், ஒரு வங்கியின் நிறுவனரான மிதின் ஐம்பதாயிரமும் சம்பாதித்தனர். ‘நான் தூங்கியதால் அவர்கள் என்னை மறந்துவிட்டார்கள்’ என்று அவன் நினைத்தான். எனவே அவன் தன் காதுகளையும் கண்களையும் திறந்து வைக்கத் தொடங்கினான். அவன் குளிர்காலத்தின் முடிவில் ஒரு நல்ல பதவி இருப்பதைக் கண்டுபிடித்து, முதலில் மாஸ்கோவிலிருந்த அத்தைகள், மாமாக்கள் மற்றும் நண்பர்கள் செல்வாக்கின் மூலம் அதைக் கைப்பற்ற போராடினான். அதன் பிறகு வசந்த காலத்தில் விஷயம் கனியத் தொடங்கியதும் அவன் நேரடியாகப் பீட்டர்ஸ்பர்க்கிற்குச் சென்றான். முன்னை விட அதிகம் பேர் பணியாற்றும், ஆண்டுக்கு ஆயிரம் முதல் ஐம்பதாயிரம் வரை சம்பளம் கிடைக்கும் ஆடம்பரமான இலாபகரமான பதவிகளில் இதுவும் ஒன்று. தென்னக இரயில்வேயின் ஒருங்கிணைக்கப்பட்ட முகவர் குழுவின் செயலாளர் பதவியும், சில வங்கி நிறுவனங்களின் பதவியும் அதில் அடங்கும். அனைத்துப் பதவிகளையும் போலவே இந்தப் பதவிக்கும் அறிவும் ஆற்றலும் திறமையும் அனுபவமும் வாய்ந்த நபர்கள் தேவைப்பட்டனர். அத்தகைய தகுதியுடைய ஒருவர் கிடைப்பது கடினம் என்பதால், அந்தப் பதவியை நேர்மையற்ற ஒருவரைவிட நேர்மையான ஒருவர் வகிப்பது நல்லது என்று கருதப்பட்டது. ஸ்டீபன் ஆர்கடியேவிச் ஒரு நேர்மையான (சாதாரண அர்த்தத்தில்) மனிதன் மட்டுமல்ல, மாஸ்கோவில் அந்த வார்த்தைக்கு உள்ள விசேஷமான அர்த்தத்தில் அவன் ஒரு நேர்மையான மனிதனாகவும் இருந்தான். ஒரு நேர்மையான அரசியல்வாதி, ஒரு

நேர்மையான எழுத்தாளர், ஒரு நேர்மையான பத்திரிகை, ஒரு நேர்மையான நிறுவனம், நேர்மையான சிந்தனைப் போக்கு என்று சொல்லும்போது அந்த நபரோ அல்லது நிறுவனமோ நேர்மையான வர்கள் என்பது மட்டுமின்றி, தேவைப்பட்டால் அதிகாரிகளுக்கு எதிராகத் தங்களுக்கென்று ஒரு நிலைப்பாட்டை எடுக்கக் கூடியவர் கள் என்றும் பொருளாகும். எனவே மாஸ்கோவில் அந்த வார்த்தை புழக்கத்தில் இருந்த வட்டங்களில் அவன் ஒரு நேர்மையான மனிதனாகக் கருதப்பட்டான். எனவே அந்தப் பதவிக்கு மற்றவர்களை விட அவனுக்கு அதிக உரிமை இருந்தது.

அந்தப் பதவிக்கு ஆண்டுக்கு ஏழாயிரம் முதல் பத்தாயிரம் வரை ஊதியம் வழங்கப்பட்டது. ஆப்லான்ஸ்கி தனது அரசாங்கப் பதவியை இராஜினாமா செய்யாமல் அந்தப் பதவியை வகிக்க முடியும். ஒரு பெண்ணும், இரு மந்திரிகளும், இரு யூதர்களும் அந்தப் பதவியை அவனுக்குப் பெற்றுத் தரும் பொறுப்பில் இருந்தார்கள். அவர்கள் ஏற்கனவே தயாராக இருந்தனர் என்றாலும் ஸ்டீபன் ஆர்கடியேவிச் அவர்களைப் பார்க்க பீட்டர்ஸ்பர்க் செல்ல வேண்டி யிருந்தது. மேலும் அவன் விவாகரத்து குறித்து கரீனினிடம் ஒரு திட்டவட்டமான பதிலைப் பெறுவதாக தன் சகோதரி அன்னாவுக்கு உறுதியளித்தான். எனவே அவன் டோலியிடமிருந்து ஐம்பது ரூபிள்களைப் பெற்றுக் கொண்டு பீட்டர்ஸ்பர்க் சென்றான். கரீனின் படிப்பறையில் அமர்ந்து, 'ரஷ்யாவின் மோசமான நிதி நிலைமைக்குக் காரணங்கள்' என்ற அவரது கட்டுரையைக் கேட்டுக் கொண்டிருந்த ஆப்லான்ஸ்கி, தனது சொந்த விவாகரத்தைப் பற்றியும் அன்னாவின் விவாகரத்தைப் பற்றியும் பேசுவதற்காக, அவர் படித்து முடிக்கும்வரை காத்திருந்தான்.

"ஆமாம், அது உண்மைதான்" என்று ஆப்லான்ஸ்கி ஒப்புக் கொண்டான். அலெக்ஸி அலெக்ஸாண்ட்ரோவிச் கண்ணாடியைக் கழற்றியபோது, அது இல்லாமல் அவரால் படிக்க முடியாது என்பதால், தன் முன்னாள் மைத்துனரை விசாரிக்கும் பார்வையுடன் பார்த்தார். "விவரங்கள் என்று வரும்போது அது அப்பட்டமான உண்மை என்றாலும் நம் காலத்தில் நாம் பின்பற்றும் கொள்கை சுதந்திரம்."

"ஆமாம், ஆனால் நான் சுதந்திரக் கோட்பாட்டைத் தழுவி மற்றொரு கொள்கையை முன்வைக்கிறேன்" என்ற அலெக்ஸி அலெக் ஸாண்ட்ரோவிச் 'தழுவி' என்ற வார்த்தையை வலியுறுத்தி, கட்டுரையில் அது சம்பந்தமான பகுதியை வாசிப்பதற்காகத் தனது கண்ணாடியை மீண்டும் மாட்டினார்.

இடது பக்கத்தில் நன்றாக இடம்விட்டு, அழகாக எழுதிய கையெழுத்துப் பிரதியை ஒழுங்குபடுத்திய அலெக்ஸி அலெக்ஸாண்ட் ரோவிச் அதன் இறுதிப் பகுதியைப் படித்தார்.

"தனிநபர்களின் நலனுக்காக பாதுகாப்பு வேண்டும் என்பதை நான் விரும்பவில்லை மாறாக, அடித்தட்டு மக்களுக்கும் உயர் வகுப்பினருக்கும் சரிசமமாக பாதுகாப்பு வேண்டும் என்று நான் விரும்புகிறேன்" என்ற அவர் கண்ணாடிக்கு மேலே ஆப்லான்ஸ் கியைப் பார்த்தார். "ஆனால் அவர்களால் அதைப் புரிந்துகொள்ள முடியாது. அவர்கள் தங்கள் தனிப்பட்ட நலன்களைப் பற்றி மட்டுமே கவலைப்படுகிறார்கள். அவர்கள் வார்த்தை ஜாலங்களில் மயங்கி விடுகிறார்கள்."

அவர்கள் என்ன செய்தார்கள், என்ன நினைக்கிறார்கள் என்று கரீனின் சொன்னபோது, அவருடைய அறிக்கையை ஏற்க விரும்பா தவர்களையும், ரஷ்யாவில் நடக்கும் அனைத்துத் தீமைகளுக்கும் காரணமானவர்களையும் அவர் குறிப்பிடுகிறார் என்பதையும், கட்டுரை அதன் முடிவை நெருங்கிவிட்டது என்பதையும், ஸ்டீபன் ஆர்கடியேவிச் அறிந்து கொண்டான். எனவே இப்போது அவன் சுதந்திரக் கோட்பாட்டை மனப்பூர்வமாக நிராகரித்து, அவருடன் உடன்பட்டான். அலெக்ஸி அலெக்ஸாண்ட்ரோவிச் சற்று நிறுத்தி விட்டு, தன் கையெழுத்துப் பிரதியின் பக்கங்களைப் புரட்டினார்.

"நீங்கள் அடுத்த முறை பொமோர்ஸ்கியைப் பார்க்க நேர்ந்தால், தென்னக இரயில்வே மற்றும் வங்கி நிறுவனங்களின் ஒருங்கிணைந்த முகவர் குழுவின் செயலாளர் பதவியை நான் பெற விரும்புகிறேன் என்பதை நீங்கள் அவரிடம் தெரிவிக்க வேண்டும் என்று விரும்பு கிறேன்."

ஸ்டீபன் ஆர்கடியேவிச், தான் மிகவும் விரும்பிய அந்தப் பதவியின் பெயரை நன்றாக நினைவில் வைத்திருந்த காரணத்தால், பிழையின்றி வேகமாக உச்சரித்தான்.

அலெக்ஸி அலெக்ஸாண்ட்ரோவிச் அந்தப் புதிய ஆணையத்தின் செயல்பாடுகளைக் குறித்து அவனிடம் விசாரித்துவிட்டு சிந்தனையில் ஆழ்ந்தார். அந்தப் புதிய ஆணைக்குழுவின் செயல்பாடுகளில் தனது அறிக்கைக்கு முரணாக ஏதாவது உள்ளதா என்பதை அவர் ஆராய்ந்தார். ஆனால் அந்தப் புதிய ஆணையத்தின் செயல்பாடுகள் மிகவும் சிக்கலானவை என்பதாலும், அவரது அறிக்கை பெரும் பரப்பை உள்ளடக்கியிருந்ததாலும், அவரால் உடனடியாக ஒரு முடிவுக்கு வரமுடியவில்லை. அவர் தன் கண்ணாடியை எடுத்து விட்டு, "நான் நிச்சயமாக அதை அவரிடம் சொல்ல முடியும். ஆனால் உண்மையில் நீங்கள் எதனால் அந்தப் பதவியை விரும்பு கிறீர்கள்?" என்று கேட்டார்.

"நல்ல சம்பளம், ஒன்பதாயிரம்வரை கிடைக்கும். என் நிதி நிலைமை..."

"ஒன்பதாயிரம்" என்று சொன்ன அலெக்ஸி அலெக்ஸாண்ட்ரோவிச் முகத்தைச் சுளித்தார். எப்போதும் நாட்டின் பொருளாதாரத்தை நோக்கிய அவருடைய திட்டங்களின் முக்கிய சிந்தனைக்கு, ஆப்லான்ஸ்கி விரும்பும் பதவி எதிரானது என்பதை அவன் குறிப்பிட்ட சம்பளத்தின் பெரிய தொகை அவருக்கு நினைவூட்டியது.

"இப்போதெல்லாம் கொடுக்கப்படும் அதிகமான சம்பளம் நமது நிர்வாகத்தின் மோசமான பொருளாதார நெருக்கடியின் அறிகுறி என்று நான் கருதுகிறேன். நான் அதைப் பற்றி ஒரு கட்டுரை எழுதியுள்ளேன்."

"ஆனால் நீங்கள் என்ன எதிர்பார்க்கிறீர்கள்?" என்று கேட்டான் ஸ்டீபன் ஆர்கடியேவிச். "ஒரு வங்கியின் இயக்குனர் பத்தாயிரம் வாங்குகிறார். சரி, அவர் அதற்குத் தகுதியானவர்தான். அல்லது ஒரு பொறியாளர் இருபதாயிரம் பெறுகிறார். நீங்கள் என்ன சொன்னாலும் அது ஒரு முக்கியமான வேலை!"

"சம்பளம் என்பது ஒரு பொருளுக்குக் கொடுக்கப்படும் விலை என்று நான் கருதுகிறேன். அது தேவை அளிப்பு விதிக்கு உட்பட்டதாக இருக்க வேண்டும். உதாரணமாக, ஒரு கல்லூரியில் பட்டம் பெற்று வெளியேறும் சமமான திறமையும் அறிவும் உள்ள இரண்டு பொறியாளர்களில் ஒருவர் நாற்பதாயிரம் பெறும்போது மற்றவர் இரண்டாயிரத்தில் திருப்தியடைகிறார் அல்லது எந்த ஒரு சிறப்பு அறிவும் இல்லாத வழக்கறிஞர்கள் வங்கிகள் அல்லது நிறுவனங்களில் இயக்குனர்களாக நியமிக்கப்பட்டு மகத்தான சம்பளத்தைப் பெறும் போது, இந்த ஊதியங்கள் தேவை அளிப்பு விதிப்படி நிர்ணயிக்கப்படவில்லை மாறாக, அப்பட்டமான பாரபட்சத்தால் நிர்ணயிக்கப்படுகிறது என்று நான் முடிவு செய்கிறேன். இது முக்கியமான துஷ்பிரயோகம் என்பதால் அரசாங்க சேவையில் இது மோசமான விளைவை ஏற்படுத்தும் என்று நான் நினைக்கிறேன்..."

ஸ்டீபன் ஆர்கடியேவிச் தன் மைத்துனர் பேசுவதைக் குறுக்கிட விரைந்தார்.

"ஆமாம், ஆனால் சந்தேகத்திற்கு இடமில்லாத பயனுள்ள ஒரு நிறுவனம் திறக்கப்படுகிறது என்பதை நீங்கள் ஒப்புக்கொள்ள வேண்டும். நீங்கள் என்ன சொன்னாலும் அது முக்கியமான வேலை! அவர்கள் நேர்மைக்குத்தான் முக்கியத்துவம் கொடுக்கிறார்கள்" என்று ஸ்டீபன் ஆர்கடியேவிச் வலியுறுத்தினான்.

ஆனால் அலெக்ஸி அலெக்ஸாண்ட்ரோவிச்சால் மாஸ்கோவில் புழக்கத்தில் உள்ள 'நேர்மை' என்ற வார்த்தையின் அர்த்தத்தைப் புரிந்துகொள்ள முடியவில்லை.

“நேர்மை என்பது ஒரு எதிர்மறை குணம் மட்டுமே” என்றார் அவர்.

“ஆனால் நீங்கள் பொமோர்ஸ்கியிடம் ஒரு வார்த்தை பேசுவதன் மூலம் எனக்கு ஒரு பெரிய உதவியைச் செய்ய வேண்டும். அவருடன் பேசிக் கொண்டிருக்கும் போது...”

“ஆனால் அது போல்காரினோவின் கைகளில் இருக்கிறது என்று நான் நினைக்கிறேன்” என்றார் அலெக்ஸி அலெக்ஸாண்ட்ரோவிச்.

“அவரைப் பொறுத்தவரை அவர் ஒப்புக்கொண்டு விட்டார்” என்று ஸ்டீபன் ஆர்கடியேவிச் வெட்கத்துடன் சொன்னான்.

ஸ்டீபன் ஆர்கடியேவிச் போல்காரினோவைப் பற்றிச் சொன்னதும் வெட்கப்பட்டான் ஏனெனில் அன்று காலை அவன் யூதரான போல்காரினோவைப் பார்க்கச் சென்றிருந்த போது, அவனுக்கு விரும்பத்தகாத ஒரு அனுபவம் ஏற்பட்டது. ஸ்டீபன் ஆர்கடியேவிச் விரும்பிய வேலை புதியது, முக்கியமானது, நேர்மையானது என்பதை அறிவான். ஆனால் அன்று காலை போல்காரினோவ் வேண்டுமென்றே அவனை மற்ற மனுதாரர்களுடன் அவருடைய காத்திருப்பு அறையில் இரண்டு மணி நேரம் காத்திருக்கச் செய்தபோது, அவன் திடீரென்று மிகவும் சங்கடமாக உணர்ந்தான்.

ரூரிக்கின் வழித்தோன்றலான இளவரசர் ஆப்லேன்ஸ்கி ஒரு யூதரைப் பார்ப்பதற்கு இரண்டு மணி நேரம் காத்திருந்தது அல்லது வாழ்க்கையில் முதல் முறையாக, அவன் தன் மூதாதையர்களைப் பின்பற்றி அரசாங்கத்திற்கு மட்டும் சேவை செய்யாமல், ஒரு புதிய துறையில் நுழைவது, இந்த இரண்டில் எதனால் என்று தெரியாமல் அவன் மிகவும் சங்கடமாக உணர்ந்தான்.

போல்காரினோவின் காத்திருப்பு அறையில் அந்த இரண்டு மணி நேரத்தில் அவன் தைரியமாக அங்குமிங்கும் நடந்து, தன் மீசையை முறுக்கி, மற்ற விண்ணப்பதாரர்களுடன் உரையாடலில் இறங்கி, அவன் ஒரு யூதரின் வீட்டில் எவ்வாறு காத்திருந்தான் என்பதைச் சொல்ல ஒரு நகைச்சுவையைக் கண்டுபிடித்து, தனக்கு ஏற்பட்ட சங்கடமான உணர்வை மற்றவர்களிடமிருந்தும் தன்னிடமிருந்தும் மறைக்கப் போராடினான்.

ஆனால் அந்த நேரம் முழுவதும் ஏன் என்று தெரியாமல் அவன் எரிச்சலாகவும் சங்கடமாகவும் உணர்ந்தான். ‘நான் ஒரு யூதருடன் வியாபாரம் செய்தேன், ஆனால் அஜவ் பிரியாவிடை சொல்லக்கூட அவரைப் பார்க்க முடியவில்லை’ என்ற அவனுடைய நகைச்சுவை எடுபடவில்லை என்பதாலா அல்லது வேறு ஏதாவது காரணமா? இறுதியில் போல்காரினோவ் அவனை அளவற்ற

மரியாதையுடன் வரவேற்றபோது, அவனுக்கு நேர்ந்த அவமானத்தைப் பற்றி அவர் பெருமிதம் கொண்டபோது, பிறகு அவன் அவரிடம் கேட்ட உதவியை மறுத்தபோது, ஸ்டீபன் ஆர்கடியேவிச் தன்னால் இயன்றவரை அதை மறந்துவிட நினைத்தான். ஆனால் அவன் இப்போது அதை நினைவுகூர்ந்து வெட்கமடைந்தான்.

18

“நான் உங்களிடம் வேறு ஒரு விஷயத்தைப் பற்றியும் பேச விரும்புகிறேன். அது என்னவென்று உங்களுக்கே தெரியும். அது அன்னாவைப் பற்றியது” என்ற ஸ்டீபன் ஆர்கடியேவிச், தன் மனதில் தோன்றிய விரும்பத்தகாத எண்ணத்தை விரட்டியடிக்கப் பேசுவதை நிறுத்தினான்.

ஆப்லான்ஸ்கி அன்னாவின் பெயரை உச்சரித்த வினாடியில், அலெக்ஸி அலெக்ஸாண்ட்ரோவிச்சின் முகம் முற்றிலுமாக மாறியது. அதில் முன்பிருந்த உற்சாகம் மறைந்து, சோர்வும் உணர்ச்சியற்ற பாவமும் வெளிப்பட்டது.

“என்னிடம் உங்களுக்கு என்ன வேண்டும்?” என்ற அவர் நாற்காலியில் சாய்ந்து கொண்டு தன் கண்ணாடியைக் கழற்றினார்.

“ஒரு முடிவு, ஏதேனும் ஒரு முடிவு அலெக்ஸி அலெக்ஸாண்ட்ரோவிச். நான் உங்களை (‘மனம் புண்பட்ட கணவராக’ என்று சொல்ல நினைத்த அவன், அது தன் காரியத்திற்குக் குந்தகம் விளைவிக்கும் என்று கருதி மாற்றிக் கொண்டான்) ஒரு அரசாங்க அதிகாரியாக அல்லாமல் (இது பொருத்தமற்றதாகத் தோன்றியது) ஒரு சாதாரண மனிதராகவும் ஒரு நல்ல கிறிஸ்தவராகவும் மட்டுமே பார்க்கிறேன். நீங்கள் அவள் மீது இரக்கம் காட்ட வேண்டும்” என்றான்.

“ஆனால், உண்மையில் எதற்காக?” என்று அவர் மெல்லிய குரலில் கேட்டார்.

“ஆமாம், நீங்கள் அவள் மீது பரிதாப்படுங்கள். நான் சென்ற குளிர்காலம் முழுவதையும் அவளுடன் கழித்தேன். அப்போது அவள் இருந்த நிலையை என்னைப் போல நீங்களும் பார்த்திருந்தால், உங்களுக்கும் அவள் மீது பரிதாபம் ஏற்பட்டிருக்கும். அவளுடைய நிலை பயங்கரமானது! உண்மையில் பயங்கரமானது!”

“அன்னா ஆர்கடியேவ்னாவுக்கு அவள் விரும்பிய அனைத்தும் கிடைத்திருக்கிறது என்று எனக்குத் தோன்றுகிறது” என்று அலெக்ஸி அலெக்ஸாண்ட்ரோவிச், கிறீச்சிட்ட குரலில் உரக்கச் சொன்னார்.

“ஓ, அலெக்ஸி அலெக்ஸாண்ட்ரோவிச், கடவுளின் பொருட்டு எந்தக் குற்றச்சாட்டும் வேண்டாம்! கடந்த காலம் கடந்துவிட்டது. அவள் விவாகரத்தை விரும்புகிறாள் அதற்காகக் காத்திருக்கிறாள் என்பது உங்களுக்குத் தெரியும்.”

“ஆனால் நான் என் மகனை என்னுடன் வைத்துக் கொள்வதை வலியுறுத்தியதால் அவள் விவாகரத்தை மறுத்து விட்டாள் என்று நினைத்தேன். நான் அதற்குப் பதிலளித்தேன் என்பதால் அது முடிந்துவிட்டது என்று நினைத்தேன். நான் அது முடிந்துபோன ஒன்று என்றே கருதுகிறேன்” என்று கத்தினார் அலெக்ஸி அலெஸாண்ட்ரோவிச்.

“ஆனால் கடவுளின் பொருட்டு கோபப்பட வேண்டாம்” என்ற ஸ்டீபன் ஆர்கடியேவிச் தன் மைத்துனரின் முழங்காலைத் தொட்டான். “இந்த விவகாரம் இன்னும் முடியவில்லை. நான் மறுபடியும் சொல்ல வேண்டும் என்றால் நிலைமை இப்படித்தான் இருக்கிறது. நீங்கள் பிரிந்தபோது, உங்களால் முடிந்த அளவுக்கு நீங்கள் பெருந்தன்மையுடன் நடந்து கொண்டீர்கள். நீங்கள் அவளுக்குச் சுதந்திரம், விவாகரத்து என்று அனைத்தையும் கொடுக்கத் தயாராக இருந்தீர்கள். அவளும் அதை மதித்தாள். இல்லை, நீங்கள் வேறுவிதமாக நினைக்க வேண்டாம். அவள் உண்மையில் அதைச் செய்தாள். அந்தக் கணத்தில் உங்கள் முன் தன் குற்றவுணர்வை உணர்ந்த அளவுக்கு, அவளால் மற்ற எதையும் நினைத்துப் பார்க்க முடியவில்லை, நினைத்துப் பார்த்திருக்கவும் முடியாது. எனவே அவள் எல்லாவற்றையும் துறந்தாள். ஆனால் யதார்த்தமும் காலமும் அவளுடைய நிலைமை வேதனையானது, சாத்தியமற்றது என்பதை அவளுக்குக் காட்டியுள்ளது.

“அன்னா ஆர்கடியேவ்னாவின் வாழ்க்கையில் எனக்கு ஆர்வம் இல்லை” என்று குறுக்கிட்ட அலெக்ஸி அலெக்ஸாண்ட்ரோவிச் தன் புருவங்களை உயர்த்தினார்.

“ஆனால் நான் அதை நம்பவில்லை” என்று ஸ்டீபன் ஆர்கடியேவிச் மென்மையாக ஆட்சேபித்தான். “அவளுடைய நிலைமை அவளை வாட்டி வதைக்கிறது. அதனால் யாருக்கும் எந்தப் பயனும் இல்லை. அவள் அதற்குத் தகுதியானவள் என்று நீங்கள் சொல்வீர்கள். இது அவளுக்குத் தெரியும் என்பதால் அவள் உங்களிடம் எதையும் கேட்கவில்லை. அவள் உங்களிடம் எதையும் கேட்பதற்குத் துணியவில்லை என்று அப்பட்டமாகச் சொல்கிறாள். ஆனால் நானும் அவளுடைய குடும்பத்தினரும், அவளை நேசிக்கும் ஒவ்வொருவரும் உங்களிடம் மன்றாடிக் கேட்கிறோம். அவள் ஏன் கஷ்டப்பட வேண்டும்? அதனால் யாருக்கு என்ன லாபம்?”

“மன்னிக்கவும், ஆனால் நீங்கள் என்னைக் குற்றவாளி என்ற நிலையில் வைப்பதாகத் தெரிகிறது” என்றார் அலெக்ஸி அலெக்ஸாண்ட்ரோவிச்.

“இல்லை, இல்லை, அப்படியில்லை. நீங்கள் என்னைப் புரிந்து கொள்ள வேண்டும்” என்ற ஸ்டீபன் ஆர்கடியேவிச், அவர் கையைத் தொட்டு, அந்தத் தொடுதல் அவரைச் சாந்தப்படுத்தும் என்று நம்பினான். “அவளுடைய நிலை வேதனைக்குரியது என்பதால், நீங்கள் எதையும் இழக்காமல் அவளை அதிலிருந்து விடுவிக்க முடியும் என்பதை மட்டுமே நான் சொல்கிறேன். உங்களுக்கு எந்தச் சிரமும் இல்லாமல் நான் அனைத்தையும் உங்களுக்கு ஏற்பாடு செய்கிறேன். அனைத்திற்கும் மேலாக நீங்கள் வாக்குறுதி அளித்தீர்கள்.”

“அந்த வாக்குறுதி முன்பு கொடுக்கப்பட்டது. அப்போது என் மகனைப் பற்றிய பிரச்சினை முடிந்துவிட்டதாக நான் நினைத்தேன்... தவிர, அன்னா ஆர்கடியேவ்னா பெருந்தன்மையாக இருப்பாள் என்று நான் நம்பினேன்...” என்று உதடுகள் நடுங்கச் சொன்ன அலெக்ஸி அலெக்ஸாண்ட்ரோவிச்சின் முகம் வெளிறிப்போனது.

“அவள் எல்லாவற்றையும் உங்கள் பெருந்தன்மைக்கே விட்டு விட்டாள். அவள் வேண்டுவது ஒன்றே ஒன்றை மட்டுமே. அவளை அவளுடைய சகித்துக் கொள்ள முடியாத நிலையிலிருந்து விடுவிக்க வேண்டும் என்று அவள் உங்களிடம் கெஞ்சிக் கேட்கிறாள்! அவள் இனிமேல் தன் மகனைக் கேட்கமாட்டாள்... அலெக்ஸி அலெக்ஸாண்ட்ரோவிச்! நீங்கள் ஒரு நல்ல மனிதர். ஒரு கணம் அவள் இருக்கும் நிலையில் உங்களை வைத்துப் பாருங்கள். அவளைப் பொறுத்தவரை விவாகரத்து என்பது அவளுக்கு வாழ்வா சாவா என்ற கேள்வி. நீங்கள் முன்னர் அவளுக்கு வாக்குறுதி கொடுக்காமல் இருந்திருந்தால், அவள் தனது நிலைமையுடன் சமரசம் செய்து கொண்டு நாட்டிலேயே வாழ்ந்திருப்பாள். ஆனால் நீங்கள் வாக்குறுதி அளித்தீர்கள் என்பதால் உங்களுக்குக் கடிதம் எழுதிவிட்டு உங்கள் பதிலை எதிர்பார்த்து மாஸ்கோவில் வசிக்கிறாள். இப்போது ஆறு மாதங்களாக அங்கு வசிக்கிறாள். அங்கு நேரும் தற்செயலான ஒவ்வொரு சந்திப்பும் அவளுடைய இதயத்தில் கத்தியைச் சொருகியது போன்ற வேதனையை ஏறபடுத்துகிறது. ஒவ்வொரு நாளும் முடிவை எதிர்பார்த்துக் காத்திருக்கிறாள். மரணதண்டனை விதிக்கப்பட்ட ஒரு மனிதன் கழுத்தை ஆறு மாதங்களாகக் கயிற்றால் கட்டி வைத்து, அவனுக்கு மரணம் அல்லது கருணை இரண்டில் ஒன்றைத் தருவதாக வாக்குறுதி அளிப்பதைப் போன்றது இது. அவள் மீது இரக்கம் காட்டுங்கள். நான் எல்லாவற்றையும் ஏற்பாடு செய்கிறேன். உங்கள் தயக்கம்...”

“நான் அதைப் பற்றிப் பேசவில்லை... அதைப் பற்றி” என்று அலெக்ஸி அலெக்ஸாண்ட்ரோவிச் வெறுப்புடன் குறுக்கிட்டார். “ஆனால் எனக்கு வாக்குறுதி கொடுக்க உரிமையில்லாததை நான் வாக்குறுதியாக அளித்திருக்கலாம்.”

“அப்படியானால், நீங்கள் உங்கள் வாக்குறுதியிலிருந்து பின் வாங்குகிறீர்களா?”

“சாத்தியமானதைச் செய்ய நான் ஒருபோதும் மறுக்கவில்லை. நான் என் வாக்குறுதியை நிறைவேற்றுவது எவ்வளவு தூரம் சாத்தியம் என்பதைப் பரிசீலிக்க எனக்கு நேரம் வேண்டும்.”

“இல்லை, அலெக்ஸி அலெக்ஸாண்ட்ரோவிச்!” என்ற ஆப்லான்ஸ்கி துள்ளி எழுந்தான். “நான் நம்பமாட்டேன்! ஒரு பெண் மட்டுமே மகிழ்ச்சியற்றவளாக இருக்க முடியும் என்பது போல அவள் மகிழ்ச்சி யற்றவளாக இருக்கிறாள். மேலும் நீங்கள் அவளை அப்படி மறுக்க முடியாது...”

“நான் எவ்வளவு தூரம் வாக்குறுதி அளித்தேனோ அது மட்டுமே சாத்தியம். நீங்கள் உங்களை ஒரு சுதந்திரச் சிந்தனையாளர் என்று கூறிக் கொள்கிறீர்கள். ஆனால் ஒரு விசுவாசியாகிய நான் இத்தகைய முக்கியமான விஷயத்தில் கிறிஸ்துவ சட்டத்திற்கு முரணாகச் செயல்பட முடியாது.”

“ஆனால் எனக்குத் தெரிந்தவரை கிறிஸ்துவ சமூகங்களிலும், நம்மிடையேயும் விவாகரத்து அனுமதிக்கப்படுகிறது” என்றான் ஸ்டீபன் ஆர்கடியேவிச். மேலும் விவாகரத்துக்கு நம்முடைய தேவாலயமும் அனுமதி அளிக்கிறது என்பதை நாம் பார்க்கிறோம்...”

“அனுமதிக்கிறது என்றாலும் இந்த அர்த்தத்தில் இல்லை.”

“அலெக்ஸி அலெக்ஸாண்ட்ரோவிச், நீங்கள் மாறிவிட்டீர்கள்” என்றான் ஆப்லான்ஸ்கி சற்று நேர மௌனத்திற்குப் பிறகு. “எல்லா வற்றையும் மன்னித்து, கிறிஸ்துவ உணர்வால் மனம் உருகி, அனைத் தையும் தியாகம் செய்யத் (நாங்கள் அதை மெச்சவில்லையா?) தயாராக இருந்த நீங்கள்தானா இது? அவர்கள் உங்கள் மேலங்கியைப் பிடுங்கினால் உங்கள் சட்டையையும் கொடுங்கள் என்று சொன்ன நீங்கள் இப்போது...”

“நான் கெஞ்சிக் கேட்கிறேன்” என்று கிறீச்சிடும் குரலில் தாடை நடுங்க, வெளிறிய முகத்துடன் சொன்ன அலெக்ஸி அலெக்ஸாண்ட் ரோவிச், திடீரென்று எழுந்து நின்றார். “இத்துடன்... இத்துடன்... இந்தப் பேச்சை நிறுத்தும்படி உங்களிடம் மன்றாடுகிறேன்.”

“சரி, என்னை மன்னித்து விடுங்கள். நான் உங்களைப் புண் படுத்தியிருந்தால் என்னை மன்னித்து விடுங்கள்” என்று வெட்கம்

கலந்த புன்னகையுடன் சொன்ன ஸ்டீபன் ஆர்கடியேவிச் தன் கையை நீட்டினான். "ஆனால் எப்படியிருந்தாலும், நான் ஒரு தூதுவனைப் போல எனக்குக் கொடுத்த வேலையைச் செய்தேன்."

அவனிடம் கையைக் கொடுத்த அலெக்ஸி அலெக்ஸாண்ட்ரோவிச் சற்றே யோசித்துவிட்டுச் சொன்னார்:

"நான் அதைப் பற்றி யோசித்து நாளை மறுதினம் உங்களுக்கு ஒரு முடிவான பதிலைச் சொல்கிறேன்" என்று சொல்லிவிட்டு எதையோ யோசித்தார்.

19

ஸ்டீபன் ஆர்கடியேவிச் புறப்படத் தயாரானபோது கோர்னி உள்ளே வந்து சொன்னான்.

"செர்ஜி அலெக்ஸி!"

'யார் இந்த செர்ஜி அலெக்ஸி?' என்று கேட்க நினைத்த ஸ்டீபன் ஆர்கடியேவிச்சுக்கு உடனே அது யாரென்பது நினைவுக்கு வந்தது.

'அட, செரியோஷா! நான் கூட அது ஏதோ ஒரு துறையின் இயக்குனராக இருக்கும் என்று நினைத்தேன். ஆமாம், அன்னா அவனைப் பார்த்துவிட்டு வரச் சொன்னாள்' என்று அவன் நினைவு கூர்ந்தான்.

அன்னாவிடமிருந்து விடைபெறும் போது அவளிடம் வெளிப்பட்ட பரிதாபகரமான, கோழைத்தனமான முகபாவத்தை அவன் நினைத்துப் பார்த்தான். 'என்ன ஆனாலும் சரி நீங்கள் அவனைப் பார்க்க வேண்டும். அவன் எங்கே இருக்கிறான், அவனுடன் யார் இருக்கிறார்கள் என்பதைக் கண்டுபிடியுங்கள். ஸ்டீவா... அது முடியு மென்றால்! அது முடியும்தானே?' என்று கேட்டாள். 'அது முடியு மென்றால்' என்பதற்கு என்ன அர்த்தம் என்பதை அவன் புரிந்து கொண்டான். மகன் அவளுடன் சேரும்படி அவளுக்கு விவாகரத்து வேண்டும். ஆனால் இப்போது அதைப் பற்றி யோசிப்பது கூட அர்த்தமற்றது என்பதை அவன் உணர்ந்தான். இருந்தாலும் அவன் தன் மருமகனைப் பார்ப்பதில் மகிழ்ச்சியடைந்தான்.

தன் மகனிடம் அவனுடைய தாயைப் பற்றி ஒருபோதும் பேசியதில்லை என்பதைத் தன் மைத்துனருக்கு நினைவுபடுத்திய அலெக்ஸி அலெக்ஸாண்ட்ரோவிச், அவளைப் பற்றி ஒரு வார்த்தை கூடப் பேச வேண்டாம் என்று அவனிடம் கேட்டுக் கொண்டார்.

"நாங்கள் எதிர்பார்க்காத வகையில் அவன் அவனுடைய தாயைச் சந்தித்த பிறகு அவனுடைய உடல்நிலை கெட்டுவிட்டது" என்றார் அலெக்ஸி அலெக்ஸாண்ட்ரோவிச். "அவன் உயிருக்கு ஆபத்து வந்துவிடுமோ என்றுகூட நாங்கள் அஞ்சினோம். ஆனால் சரியான சிகிச்சையும், கோடையில் செய்த கடல் குளியலும் அவன் ஆரோக்கியத்தை மீட்டது. நான் மருத்துவரின் ஆலோசனையின்படி இப்போது அவனைப் பள்ளிக்கு அனுப்புகிறேன். அவனுடைய நண்பர்களின் தோழமை அவனிடம் ஒரு நல்ல மாற்றத்தை ஏற்படுத்தியுள்ளது. அவன் இப்போது முற்றிலும் குணமடைந்து ஒரு நல்ல மாணவனாக இருக்கிறான்."

"எவ்வளவு நன்றாக வளர்ந்து விட்டான்! அவன் இப்போது செரியோஷா அல்ல ஒரு முழுமையான செர்ஜி அலெக்ஸி!" என்று நீல கோட்டும் கால்சட்டையும் அணிந்து, பரந்த தோள்களுடன், சுறுசுறுப்பும் தன்னம்பிக்கையும் நிறைந்த தோற்றத்துடன் உள்ளே வந்த அழகான சிறுவனைப் பார்த்து, ஸ்டீபன் ஆர்கடியேவிச் புன்னகையுடன் சொன்னான். சிறுவன் ஆரோக்கியமாகவும் பிரகாச மாகவும் இருந்தான். தன் மாமாவை ஒரு அந்நியர் என்று நினைத்து வணங்கிய அவன், அவனை அடையாளம் கண்டு கொண்டதும் வெட்கமடைந்து, எதையோ நினைத்துக் கோபப்படுவது போல அவசர அவசரமாக அவனை விட்டு விலகிச் சென்றான். தன் தந்தையிடம் சென்ற சிறுவன், பள்ளியில் தான் பெற்ற மதிப்பெண்கள் பட்டியலை அவரிடம் எடுத்துக் கொடுத்தான்.

"சரி, நல்ல மதிப்பெண். நீ போகலாம்" என்றார் தந்தை.

"அவன் ஒல்லியாகி உயரமாக வளர்ந்து, குழந்தையிலிருந்து சிறுவனாகி விட்டான். நான் அந்தத் தோற்றத்தை விரும்புகிறேன். உனக்கு என்னை நினைவிருக்கிறதா?" என்று கேட்டான் ஸ்டீபன் ஆர்கடியேவிச்.

சிறுவன் சட்டென்று தன் தந்தையைத் திரும்பிப் பார்த்தான்.

"ஆமாம், என் மாமா" என்ற அவன் தன் மாமாவைப் பார்த்து விட்டு உடனே தலைகுனிந்து நிலத்தைப் பார்க்க ஆரம்பித்தான்.

மாமா சிறுவனை அருகில் வரும்படி அழைத்து அவன் கைகைளைப் பிடித்துக் கொண்டான்.

"சரி, எப்படிப் போகிறது?" என்று கேட்ட ஸ்டீபன் ஆர்கடி யேவிச் ஒரு உரையாடலைத் தொடங்க விரும்பினான். ஆனால் அவனுக்கு என்ன பேசுவது என்று தெரியவில்லை.

முகம் சிவந்த சிறுவன் பதில் சொல்லாமல், மாமாவின் பிடியி லிருந்து தன் கையை விடுவித்துக் கொள்ள முயன்றான். ஸ்டீபன் ஆர்கடியேவிச் கையை விட்டதும், அவன் தன் தந்தையைக்

கேள்வியுடன் பார்த்துவிட்டு, கூண்டிலிருந்து விடுபட்ட பறவையைப் போல அவசரமாக அறையை விட்டு வெளியேறினான்.

அவன் கடைசியாகத் தன் தாயைப் பார்த்து ஒரு வருடம் ஆகிவிட்டது. அதற்குப் பிறகு அவன் அவளைப் பற்றி எதுவும் கேட்கவில்லை. அவன் அந்த ஆண்டு பள்ளிக்குச் சென்று, தன் பள்ளித்தோழர்களுடன் பழகி, அவர்களை நேசிக்கத் தொடங்கிய பிறகு, தாயைச் சந்தித்த பிறகு அவனை நோயில் தள்ளிய அந்தக் கனவுகளும் நினைவுகளும் அவனை விட்டு நீங்கிவிட்டன. அவை அவனிடம் திரும்பி வந்தபோதும், அவை வெட்கக்கேடானவை என்றும், அவை பள்ளிக்குச் செல்லும் பையனுக்கு அல்ல பெண் களுக்கே பொருத்தமானவை என்றும் கருதி, அவன் அவற்றை விரட்டியடித்தான். அம்மாவும் அப்பாவும் சண்டையிட்டுப் பிரிந்து சென்று விட்டார்கள் என்பதையும், இனி அவன் தன் தந்தையுடன் இருக்க வேண்டும் என்பதையும் அவன் அறிந்து கொண்டான். எனவே அவன் அதற்குத் தன்னைப் பழக்கப்படுத்திக் கொள்ள முயன்றான்.

அவனுக்குத் தன் அம்மாவைப் போல தோற்றம் தந்த மாமாவைப் பார்ப்பது பிடிக்கவில்லை ஏனெனில் அது அவன் அவமானமாகக் கருதிய அந்த நினைவுகளை அவனுக்குள் தட்டி எழுப்பியது. அவன் படிப்பறைக்கு வெளியே காத்திருந்தபோது அவன் காதில் விழுந்த சில வார்த்தைகளிலிருந்தும், அவனுடைய தந்தை, மாமா இருவரின் முகபாவத்திலிருந்தும் அவர்கள் தன் தாயைப் பற்றிப் பேசுகிறார்கள் என்பதை யூகித்த அவனால் அதை ஏற்றுக்கொள்ள முடியவில்லை. தான் தன் தந்தையுடன் அவரைச் சார்ந்து வாழ்வதால், அவரைக் குறை சொல்லக் கூடாது என்பதற்காகவும், அனைத்திற்கும் மேலாக, தான் மிகவும் அவமானமாகக் கருதும் உணர்ச்சிகளுக்கு அடிபணியக் கூடாது என்பதற்காகவும், தன் மனஅமைதியைக் குலைக்க வந்த மாமாவைப் பார்க்காமல் இருக்கவும், அவர் தனக்குள் தூண்டிய நினைவுகளுக்குத் தன் மனதைத் திருப்பாமல் இருக்கவும் அவன் முயன்றான்.

ஆனால் ஸ்டீபன் ஆர்கடியேவிச் அவனைப் பின்தொடர்ந்து சென்று, மாடியில் ஏறிக்கொண்டிருந்த அவனிடம், பள்ளியில் பாடங்களுக்கு இடையில் எவ்வாறு நேரத்தைச் செலவிடுகிறாய் என்று கேட்டபோது, செரியோஷா தன் தந்தை அருகில் இல்லாமல், மாமாவிடம் பேசினான்.

“நாங்கள் ரயில் விளையாட்டு விளையாடுவோம்” என்று அவன் மாமாவின் கேள்விக்குப் பதிலளித்தான். “இரு சிறுவர்கள் பெஞ் சில் அமர்ந்து கொள்வார்கள். அவர்கள்தான் பயணிகள். ஒருவன் பெஞ்சின் மீது நின்று கொள்வான். அவன் பின்னால் வரிசையாக நிற்கும் அனைவரும் தங்கள் கைகளால் அல்லது பெல்ட்டால்

ஒன்றாகப் பிடித்துக் கொள்வார்கள். முன்கூட்டியே கதவுகளைத் திறந்து வைத்திருக்கும் எல்லா அறைகளுக்கும் நுழைந்து செல்வார்கள். இதில் ரயில்வே காவலராக இருப்பது மிகவும் கஷ்டமான வேலை!"

"இப்போது நிற்பது அவன்தானா?" என்று ஸ்டீபன் ஆர்கடியேவிச் சிரித்துக்கொண்டே கேட்டான்.

"ஆமாம், அதற்குத் தைரியமும் திறமையும் தேவை. திடீரென்று அவர்கள் நிறுத்தத்தில் நிற்கும்போது அல்லது யாராவது கீழே விழும்போது சமாளிக்க வேண்டும்."

"ஆமாம், அது வேடிக்கை அல்ல" என்ற ஸ்டீபன் ஆர்கடியேவிச் வருத்தத்துடன் அந்த உற்சாகமான கண்களைப் பார்த்தான். அவனுடைய தாயைப் போலிருந்த அந்தக் கண்கள் இனி ஒரு குழந்தையின் கண்கள் அல்ல. இனிமேலும் அவை அப்பாவித்தனமான கண்கள் அல்ல. ஸ்டீபன் ஆர்கடியேவிச், அவனிடம் அவன் தாயைப் பற்றிப் பேச மாட்டேன் என்று அலெக்ஸி அலெக்ஸாண்ட்ரோவிச்சிடம் சொல்லியிருந்தாலும் அவனால் தன்னைக் கட்டுப்படுத்திக் கொள்ள முடியவில்லை.

"உனக்கு அம்மாவை ஞாபகம் இருக்கா?" என்று திடீரென்று கேட்டான்.

"இல்லை, எனக்குத் தெரியாது" என்று அவசரமாகச் சொன்ன செரியோஷா முகம் சிவந்து, தன் கண்களைத் தாழ்த்திக் கொண்டான். அதற்கு மேல் மாமாவால் அவனிடமிருந்து எதையும் கேட்டுத் தெரிந்து கொள்ள முடியவில்லை.

அரைமணி நேரத்திற்குப் பிறகு அவனது ஆசிரியர் தன் மாணவன் படியில் நிற்பதைக் கண்டார். அவன் கோபமாக இருக்கிறானா அல்லது அழுகிறானா என்பதை நீண்ட நேரம் அவரால் கண்டு பிடிக்க முடியவில்லை.

"நீ கீழே விழுந்தபோது உனக்குக் காயம் ஏற்பட்டிருக்க வேண்டும் என்று நினைக்கிறேன்" என்றார் ஆசிரியர். "நான் இது ஒரு ஆபத்தான விளையாட்டு என்று சொல்லியிருக்கிறேன். உன் தலைமை ஆசிரியரிடம் அதைப் பற்றிப் பேச வேண்டும்."

"என்னை நானே காயப்படுத்திக் கொண்டாலும் அதை யாரும் கவனித்திருக்க மாட்டார்கள் என்பது நிச்சயம்!"

"சரி, அப்புறம் என்ன விஷயம்?"

"என்னைத் தனியாக விடுங்கள்! எனக்கு நினைவு இருந்தால் என்ன, இல்லாவிட்டால் என்ன... அவருக்கு அதைப் பற்றி என்ன கவலை? நான் ஏன் ஞாபகம் வைத்திருக்க வேண்டும்? என்னைத்

தனியாக விடுங்கள்!" என்று அவன் தன் ஆசிரியரிடம் பேசாமல் இந்த உலகத்திடம் பேசினான்.

20

ஸ்டீபன் ஆர்கடியேவிச் பீட்டர்ஸ்பர்க்கில் தனது நேரத்தை வழக்கம் போல வீணாகச் செலவிடவில்லை. தன் சகோதரியின் விவகாரத்து, தான் விரும்பிய வேலை ஆகியவற்றைத் தவிர, மாஸ் கோவில் ஏற்பட்ட அலைச்சலுக்குப் பிறகு எப்போதும் போல அவன் தன்னைப் புதுப்பித்துக் கொள்ள விரும்பினான்.

உணவகங்களும் மற்றவைகளும் இருந்த போதிலும் மாஸ்கோ இன்னும் ஒரு தேங்கி நிற்கும் குட்டையாகவே இருந்தது. ஸ்டீபன் ஆர்கடியேவிச் எப்போதும் அதை உணர்ந்தான். அவன் மாஸ்கோவில் சிறிது காலம், தன் குடும்பத்துடன் நெருக்கமாக வாழ்ந்த பிறகு, அவனுக்குப் பெரும் மனச்சோர்வு ஏற்பட்டது. மாஸ்கோவில் நீண்ட காலம் ஓய்வின்றிக் கழித்தபோது, அவன் மனைவியின் மோசமான நகைச்சுவையும், அவளுடைய நிந்தனைகளும், தன் குழந்தையின் கல்வியும், உடல்நலமும், அவன் வேலையைப் பற்றிய சில சில்லறை விவாகாரங்களும் அவனைப் பெரிதும் கவலைக்குள்ளாக்கியது. உண்மையில் அவனுக்கு இருந்த கடன்களாலும் அவன் கவலைப் பட்டான். ஆனால் அவன் பீட்டர்ஸ்பர்க்கில் குடியேறிய சற்று நேரத்தில், மாஸ்கோவில் வாழ்ந்ததைப் போல உணர்ச்சியின்றி மரக் கட்டையாக இல்லாமல், மனிதர்கள் உண்மையாக உயிர்த்துடிப் புடன் வாழ்ந்த வாழ்க்கைக்குத் திரும்பினான். அவனுடைய கவலை கள் அனைத்தும் உடனடியாக நெருப்புக்கு முன்னால் மெழுகைப் போல உருகிவிட்டன.

அவனுடைய மனைவி? பீட்டர்ஸ்பர்க் வந்த அன்றுதான் அவன் இளவரசர் செச்சென்ஸ்கியுடன் பேசிக் கொண்டிருந்தான். இளவரசர் செச்சென்ஸ்கிக்கு ஒரு மனைவியும், இராணுவப் பள்ளியில் பயிற்சி பெறும் இரண்டு பையன்களுடன் ஒரு குடும்பமும் இருந்தது. மேலும் அவருக்கு முறைகேடான மற்றொரு குடும்பமும் இருந்தது. அதிலும் அவருக்குப் பிள்ளைகள் இருந்தனர். அவருடைய முதல் குடும்பம் நன்றாக இருந்தபோதிலும் இளவரசர் செச்சென்ஸ்கி தன் இரண்டாவது குடும்பத்தில் தன்னை மகிழ்ச்சியானவராக உணர்ந் தார். அவர் தன் மூத்த மகனை அடிக்கடி இரண்டாவது குடும்பத் தினரிடம் அழைத்துச் செல்வார். அது தன் மகனுக்குப் பயனுள்ளதாக இருக்கும் என்று அவர் ஸ்டீபன் ஆர்கடியேவிச்சிடம் சொல்லி வந்தார். ஆனால் மாஸ்கோவில் அதற்கு என்ன சொல்வார்கள்?

அவனுடைய குழந்தைகள்? பீட்டர்ஸ்பர்க்கில் பெற்றோர்கள் தங்கள் வாழ்க்கையை அனுபவிப்பதை அவர்களின் பிள்ளைகள் தடுப்பதில்லை. அவர்கள் பள்ளிகளில் வளர்ந்த காரணத்தால் மாஸ் கோவில் நிலவிய காட்டுத்தனமான கருத்துக்கள் எதுவும் பீட்டர்ஸ் பர்க்கில் இல்லை. எடுத்துக்காட்டாக லோவோவின் வீட்டில் குழந்தைகளுக்கு அனைத்து ஆடம்பர வசதிகளும் இருந்த அதே நேரத்தில் பெற்றோருக்குத் தங்கள் வேலையையும் கவலையையும் தவிர வேறு எதுவும் இல்லை. ஒரு மனிதன் நாகரிகமான ஒரு மனிதனைப் போல தன் வாழ்க்கையை வாழ வேண்டும் என்பதை இங்குள்ள மக்கள் புரிந்து கொண்டுள்ளனர்.

அவனுடைய வேலை? இங்கு வேலை மாஸ்கோவில் இருந்ததைப் போல கஷ்டமான, பலனில்லாத உழைப்பாக இருக்கவில்லை. இங்கு அலுவலக வாழ்க்கையில் கொஞ்சம் ஆர்வம் இருந்தது. சந்திப்புகளும், உதவிகளும், மகிழ்ச்சியான வார்த்தைகளும், தந்திரமான செயல் பாடுகளும் ஒரு மனிதனின் வாழ்க்கையை ஒரு நொடிப் பொழுதில் மாற்றிவிடுகின்றன. பிரையன்ட்ஸோவ் விஷயத்தில் அப்படித்தான் நடந்தது. ஆப்லான்ஸ்கி நேற்று சந்தித்த அவர் இப்போது ஒரு உயர் அதிகாரியாக இருக்கிறார். எனவே அந்த வேலையில் அவனுக்கு ஆர்வம் ஏற்பட்டது.

ஆனால் பண விவகாரங்களைக் குறித்து பீட்டர்ஸ்பர்க்கில் இருந்த பார்வை ஸ்டீபன் ஆர்கடியேவிச்சிற்குப் பெருத்த நிம்மதியை ஏற்படுத்தியது. தான் வாழும் வாழ்க்கையில் வருடத்திற்குக் குறைந்த பட்சம் ஐம்பதாயிரம் ரூபிள்களைச் செலவழிக்கும் பார்ட்னியன்ஸ்கி நேற்று அவனிடம் இதைப் பற்றி ஒரு முக்கியமான விஷயத்தைச் சொன்னார்.

இரவு உணவுக்கு முன்பு நடந்த உரையாடலில் பார்ட்னியன்ஸ்கி அவனிடம், “நீங்கள் மோர்ட்வின்ஸ்கிக்கு நெருக்கமானவர் என்று நான் நினைக்கிறேன். தயவுசெய்து எனக்காக அவரிடம் ஒரு வார்த்தை பேசுவதன் மூலம் நீங்கள் எனக்கு ஒரு உதவியைச் செய்ய முடியும். நான் பெற விரும்பும் ஏஜன்சியின் செயலாளர் பதவி...”

“பதவியின் பெயரைச் சொல்ல வேண்டாம் அதை என்னால் ஞாபகம் வைத்துக்கொள்ள முடியாது...! ஆனால் இந்த யூதர்களுடன் நீங்கள் ரயில்வே தொழிலில் ஈடுபட விரும்புவது ஏன்...? நீங்கள் என்னதான் சொன்னாலும் அது அருவருக்கத்தக்கது!”

ஸ்டீபன் ஆர்கடியேவிச் அது ஒரு நல்ல தொழில் என்பதை அவரிடம் சொல்லவில்லை, ஏனெனில் பார்ட்னியன்ஸ்கியால் அதைப் புரிந்து கொண்டிருக்க முடியாது.

“வாழ்வதற்கு எனக்கு வழி இல்லை என்பதால் எனக்குப் பணம் வேண்டும்.”

“ஆனால் நீங்கள் வாழ்ந்து கொண்டுதான் இருக்கிறீர்கள்.”

“ஆமாம், கடனில்.”

“அப்படியா? ரொம்ப அதிகமோ?” என்று அனுதாபத்துடன் கேட்டார் பார்ட்னியன்ஸ்கி.

“நிறைய, சுமார் இருபதாயிரம்.”

பார்ட்னியன்ஸ்கி கலகலவென்று சிரித்தார்.

“ஓ, நீங்கள் அதிர்ஷ்டசாலி!” என்றார் அவர். “என்னிடம் ஒன்றரை கோடி கடனைத் தவிர வேறு எதுவும் இல்லை! ஆனால் நான் இன்னும் வாழ்ந்து கொண்டிருப்பதை நீங்களே பார்க்கிறீர்கள்!”

அது வெற்று வார்த்தை அல்ல நிஜம் என்பதை ஸ்டீபன் ஆர்கடியேவிச் கண்கூடாகக் கண்டான். ஜிவாகோவுக்கு மூன்று இலட்சம் கடன்கள் இருந்தன. அவரிடம் ஒரு கோபெக் கூட இல்லை என்றாலும் அவரால் எப்படியோ வாழ முடிந்தது! கோமகன் க்ரிவட்சோவ் முடிந்து விட்டார் என்று மக்கள் நம்பிக்கை இழந்த நிலையிலும் அவர் இரண்டு பெண்களை வைத்திருந்தார். பெட்ரோவ்ஸ்கி ஐந்து மில்லியன்களைத் தொலைத்த பிறகும் அதே வழியில் தொடர்ந்து வாழ்ந்தார். மேலும் ஒரு நிதித்துறையில் பொறுப்பாளராக இருபதாயிரம் சம்பளம் பெறுகிறார். ஆனால் அதைத் தவிர பீட்டர்ஸ்ர்பர்க் ஸ்டீபன் ஆர்கடியேவிச்சிடம் உடல் ரீதியாக ஒரு இனிமையான விளைவை ஏற்படுத்தியது. அது அவனை இளமையாக்கியது. மாஸ்கோவில் அவன் சிலநேரங்களில் தன் நரை முடியைக் கவனிப்பான். மதிய உணவுக்குப் பிறகு சோர்வுடன் படுத்துக்கொள்வான். மாடிப்படிகளில் நிதானமாக நடந்து பெருமூச்சு விடுவான். இளம்பெண்களுடன் இருப்பதில் சலிப்படைவான். நடனங்களில் கலந்துகொள்ள மாட்டான். ஆனால் பீட்டர்ஸ்பர்க்கில் அவன் தனக்குப் பத்து வயது குறைந்துவிட்டதாக உணர்ந்தான்.

வெளிநாட்டிலிருந்து திரும்பிய அறுபது வயது இளவரசர் பியோட்டர் ஆப்லான்ஸ்கி நேற்று அவனிடம் சொன்ன அதே அனுபவம்தான் அவனுக்குப் பீட்டர்ஸ்பர்க்கிலும் ஏற்பட்டது.

“இங்கே எப்படி வாழ்வது என்று எங்களுக்குத் தெரியவில்லை” என்றார் பியோட்டர் ஆப்லான்ஸ்கி. “நான் கோடைக்காலத்தை பேடனில் கழித்தேன் என்பதை உங்களால் நம்ப முடிகிறதா? உண்மையில் நான் என்னை ஒரு இளைஞனாக உணர்ந்தேன். ஒரு அழகான பெண்ணைப் பார்த்ததும் இனிமையான எண்ணங்கள்...

இரவு உணவு, மது, எல்லாம் உங்களை உற்சாகமாகவும் வலிமை யாகவும் உணரச் செய்யும். பின்னர் ரஷ்யாவுக்குத் திரும்பிய நான் என் மனைவியையும் பண்ணையையும் பார்க்க வேண்டியிருந்தது. அங்கே, பதினைந்து நாட்களுக்குப் பிறகு ஒரே ஒரு மேலாடை மட்டும் அணிந்து, இரவு உடை அணிவதை நிறுத்திவிட்டேன் என்றால் உங்களால் நம்ப முடியாது. இனிமேல் இளமையான பெண்கள் இல்லை! இப்போது நான் ஒரு கிழவனைத் தவிர வேறில்லை. என் நித்திய இரட்சிப்பை நினைப்பதைத் தவிர எனக்கு வேறு எதுவும் மிச்சமில்லை. அடுத்து பாரிஸுக்குப் போன நான், மீண்டும் இளைஞனாகி விட்டேன்."

பியோட்டர் ஆப்லான்ஸ்கி உணர்ந்த அதே மாற்றத்தை ஸ்டீபன் ஆர்கடியேவிச் பீட்டர்ஸ்பர்க்கில் உணர்ந்தான். மாஸ்கோவில் நீண்ட காலம் வாழ்ந்த அவன், தன் ஆன்மாவின் இரட்சிப்பைத் தவிர வேறு எதுவும் வேண்டாத நிலைக்குத் தான் தள்ளப்படுவோம் என்பதை அறிந்தான். ஆனால் பீட்டர்ஸ்பர்க்கில் அவன் தன்னை ஒரு மரியாதைக்குரிய மனிதனாக உணர்ந்தான்.

இளவரசி பெட்ஸி ட்வெர்ஸ்காயா, ஸ்டீபன் ஆர்கடியேவிச் இருவருக்கும் இடையில் நீண்ட காலமாக விசித்திரமான உறவுகள் இருந்தன. ஸ்டீபன் ஆர்கடியேவிச் எப்பொழுதும் அவளிடம் சில்மிஷமாகப் பேசியதுடன், அவளுக்கு மிகவும் பிடிக்கும் என்று தெரிந்து, அநாகரிகமான விஷயங்களை அவளிடம் நகைச்சுவையாகச் சொல்வான். கரீனினுடன் பேசியதற்கு மறுநாள் அவன் அவளைப் பார்க்கச் சென்றான். தன்னை மிகவும் இளமையாக உணர்ந்த அவன், அர்த்தமற்ற இந்தக் கேலிக்கூத்திலும் முட்டாள்தனத்திலும் தன்னை எப்படி விடுவித்துக் கொள்வது என்று தெரியாத அளவுக்கு வெகு தூரம் சென்றான். துரதிர்ஷ்டவசமாக அவளை அவனுக்குப் பிடிக்க வில்லை என்பதுடன் அவளைப் பார்ப்பதும் அவனுக்கு வெறுப்பாக இருந்தது. ஆனால் அவனை அவளுக்கு மிகவும் பிடித்திருந்ததால், அந்த உரையாடலை மாற்றுவது அவனுக்குச் சிரமமாக இருந்தது. எனவே இளரவசி மியாக்கியாவின் வருகையால் அவன் நிம்மதி யடைந்தான். அவள் அவர்களின் அந்தரங்கமான உரையாடலுக்கு ஒரு முற்றுப்புள்ளி வைத்தாள்.

"ஆகா! நீங்களும் இங்கேதான் இருக்கிறீர்கள்" என்று அவள் அவனைப் பார்த்ததும் சொன்னாள். "சரி, உங்கள் பரிதாபத்திற்குரிய சகோதரி எப்படி இருக்கிறார்? இப்போது என்னை அப்படிப் பார்க்க வேண்டாம்" என்ற அவள் மேலும் சொன்னாள். "அவரை விட ஆயிரம் மடங்கு மோசமானவர்கள் அவளுக்கு எதிராகத் திரும்பியதிலிருந்து, அவர் மிகவும் நல்ல காரியத்தைச் செய்தார் என்று நான் நினைத்தேன். அவர் பீட்டர்ஸ்பர்க்கில் இருந்தபோது

விரான்ஸ்கி என்னிடம் அதைத் தெரிவிக்காமல் போனதை என்னால் மன்னிக்க முடியாது. நான் அவரைப் பார்க்கச் சென்றிருப்பதுடன், அவருடன் எல்லா இடங்களுக்கும் சென்றிருப்பேன். தயவுசெய்து அவருக்கு என் அன்பைத் தெரிவியுங்கள். சரி, அவரைப் பற்றிச் சொல்லுங்கள்."

"அவளுடைய நிலைமை மோசமாக இருக்கிறது. அவள்..." என்று ஆரம்பித்த ஸ்டீபன் ஆர்கடியேவிச் 'உங்கள் சகோதரியைப் பற்றிச் சொல்லுங்கள்' என்று இளவரசி மியாக்கி சொன்னதும், அவன் தன் நல்ல மனதின் காரணமாக அதை அவளுடைய அக்கறையாக எடுத்துக் கொண்டான். ஆனால் அவன் பேசத் தொடங்கியதும் அவள் தன் வழக்கப்படி குறுக்கிட்டுப் பேச ஆரம்பித்தாள்.

"என்னைத் தவிர, மற்றவர்களைப் போல அவர் அதை மூடிய கதவுகளுக்குப் பின்னால் செய்யாமல், வஞ்சகமாக நடந்து கொள்ள விரும்பாமல் ஒரு நல்ல காரியத்தைச் செய்தார். அவர் அதை இன்னும் சிறப்பாகச் செய்தார் ஏனென்றால் அவர் உங்கள் பைத்தியக்கார மைத்துனரைத் தூக்கி எறிந்தார். நீங்கள் என்னை மன்னிக்க வேண்டும். எல்லோரும் அவரைப் புத்திசாலி, மேதை என்று சொல்கிறார்கள். ஆனால் நான் ஒருத்தி மட்டுமே அவரை முட்டாள் என்று சொல்லி வருகிறேன். இப்போது அவர் லிடியா இவானோவ்னா, லாண்டவ் ஆகிய இருவருடன் மிகவும் நெருக்கமாக இருப்பதைப் பார்த்து எல்லோரும் அவரைப் பைத்தியம் என்று சொல்கிறார்கள். நான் அனைவருடனும் ஒத்துப்போக விரும்பவில்லை என்றாலும் இந்தமுறை என்னால் அப்படி இருக்க முடியாது."

"ஆனால், தயவுசெய்து விளக்கமாகச் சொல்லுங்கள்" என்றான் ஸ்டீபன் ஆர்கடியேவிச். "இதற்கெல்லாம் என்ன அர்த்தம்? நான் நேற்று என் சகோதரியின் விஷயமாக அவரைச் சந்தித்து அவருடைய இறுதியான பதிலைக் கேட்டேன். அவர் பதில் சொல்லாமல் அதைப் பற்றி யோசிப்பதாகச் சொன்னார். இன்று காலை அவருடைய பதிலுக்கு மாறாக கோமகள் லிடியா இவானோவ்னாவின் இல்லத்திற்கு இன்று மாலை வரச்சொல்லி எனக்கு அழைப்பு வந்திருக்கிறது."

"ஆமாம், அதுதான், அதுதான்!" என்று இளவரசி மியாக்கி மகிழ்ச்சியுடன் சொன்னாள். "அவர்கள் லாண்டவுவிடம் அவர் என்ன சொல்கிறார் என்று கேட்கப் போகிறார்கள்."

"லாண்டவுவிடம் கேட்பதா? ஏன்? யார் இந்த லாண்டவ்?"

"உங்களுக்கு ஜூல்ஸ் லாண்டவ் – புலன்களைக் கடந்து பார்க்கும் திறனுடைய புகழ்பெற்ற ஜூல்ஸ் லாண்டவ் என்பவரைத் தெரியாதா? அவரும் ஒரு பைத்தியம்தான் என்றாலும் உங்கள் சகோதரியின்

தலைவிதி அவர் கையில் இருக்கிறது. மாகாணங்களில் வாழ்வதால் என்ன நடக்கிறது என்று பாருங்கள், உங்களுக்கு எதுவும் தெரிய வில்லை! பாரீஸில் உள்ள ஒரு கடையில் லாண்டவ் உதவியாளராக வேலையில் இருந்தார். அவர் ஒரு மருத்துவரைப் பார்க்கச் சென்றார். அவர் மருத்துவரின் காத்திருப்பு அறையில் தூங்கியபோது, தூக்கத்தில் அனைத்து நோயாளிகளுக்கும் ஆலோசனை வழங்கினார். அவர் அதன் பிறகு பலருக்கும் மிகவும் விசித்திரமான ஆலோசனை களை வழங்கத் தொடங்கினார். நோயாளியான யூரி மெலடின்ஸ்கியின் மனைவி அவரைப் பற்றிக் கேள்விப்பட்டு, தன் கணவரை அழைத்துக் கொண்டு அவரைப் பார்க்கச் சென்றாள். அவர் அவள் கணவரைக் குணப்படுத்தினார் என்றாலும், என்னைப் பொருத்தவரை எந்த நன்மையும் இல்லை என்றுதான் சொல்வேன். ஏனெனில் நோயாளி இன்னும் பலவீனமாக இருக்கிறார், இருந்தாலும் அவர்கள் அவரை நம்புகிறார்கள். அவரைத் தங்களுடன் பல இடங்களுக்கு அழைத்துச் செல்கிறார்கள். எனவே அவர்கள் அவரை ரஷ்யாவுக்கு அழைத்து வந்தனர். இங்கே எல்லோரும் அவரைப் பார்க்க ஓடுகிறார்கள். அவர் அனைவருக்கும் சிகிச்சை அளிக்கத் தொடங்கினார். அவர் கோமகள் பெசுபோவைக் குணப்படுத்தினார். இதனால் அவரை மிகவும் விரும்பிய அவள், அவரைத் தத்து எடுத்துக் கொண்டாள்."

"என்ன சொல்கிறீர்கள், அவரைத் தத்து எடுப்பதா?"

"ஆமாம், அவருடைய மகனாக. அவர் இப்போது லாண்டவ் அல்ல கோமகன் பெசுபோவ். ஆனால் விஷயம் அதுவல்ல. நான் லிடியாவை மிகவும் நேசிக்கிறேன் என்றாலும் அவளுக்குப் புத்தி கெட்டுவிட்டது. இப்போது அவள் எதற்கெடுத்தாலும் லாண்டவு விடம் ஓடுகிறாள். அவர் இல்லாமல் அவளும் அலெக்ஸி அலெக் ஸாண்ட்ரோவிச்சும் எந்த முடிவையும் எடுப்பதில்லை. எனவே உங்கள் சகோதரியின் தலைவிதி இப்போது கோமகன் பெசுபோவ் என்று அழைக்கப்படும் அந்த லாண்டவ் கையில் உள்ளது."

21

பார்ட்னியன்ஸ்கியின் வீட்டில் ஒரு அற்புதமான இரவு உணவைச் சாப்பிட்டு, அளவுக்கு அதிகமாக பிராந்தியைக் குடித்த பிறகு, ஸ்டீபன் ஆர்கடியேவிச் குறித்த நேரத்தைத் தாண்டி கோமகள் லிடியா இவானோவ்னாவின் வீட்டிற்குச் சென்றான்.

"கோமகளுடன் வேறு யார் இருக்கிறார்கள்? பிரெஞ்சுக்காரரா?" என்று ஸ்டீபன் ஆர்கடியேவிச், கோட் ஸ்டாண்டின் கொக்கியில் மாட்டியிருந்த, தனக்குப் பரிச்சயமான, கலைநயமற்ற, விசித்திரமான

அலெக்ஸி அலெக்ஸாண்ட்ரோவிச்சின் கோட்டைப் பார்த்துவிட்டு, வேலைக்காரனிடம் கேட்டான்.

"அலெக்ஸி அலெக்ஸாண்ட்ரோவிச் கரீனினும், கோமகன் பெசுபோவும் உள்ளனர்" என்று வேலைக்காரன் விறைப்பாகச் சொன்னான்.

'இளரவசி மியாக்கி சொன்னது சரிதான்' என்று நினைத்துக் கொண்டே அவன் மாடிக்குச் சென்றான். 'விசித்திரம்! இருந்தாலும் அவளுடன் நட்பு வைத்திருப்பது பலனளிக்கும். அவளுக்கு அபாரமான செல்வாக்கு உள்ளது. அவள் பொமோர்ஸ்கியிடம் ஒரு வார்த்தை சொன்னால், வேலை முடிந்துவிடும்."

வெளியே இன்னும் வெளிச்சம் இருந்தது என்றாலும் கோமகள் லிடியாவின் சிறிய வரவேற்பறையில் திரைச்சீலைகள் இறக்கிவிடப் பட்டு, விளக்குகள் எரிந்து கொண்டிருந்தன.

ஒரு விளக்கின் கீழ் இருந்த வட்டமேசையில் கோமகளும், அலெக்ஸி அலெக்ஸாண்ட்ரோவிச்சும் மெல்லிய குரலில் ஏதோ பேசிக் கொண்டிருந்தார்கள். பெண்மைக்குரிய இடுப்புடன், குள்ளமாக, தெற்றுக்காலுடன், ஒல்லியாக, வெளிறிய முகத்துடன், பளபளக்கும் கண்களுடன், கோட்டின் காலரைத் தொடும் நீண்ட தலைமுடியுடன் அழகாக இருந்த ஒரு மனிதர் அறையின் மறு முனையில் சுவரில் இருந்த உருவப்படங்களைப் பார்த்துக் கொண்டிருந்தார். ஸ்டீபன் ஆர்கடியேவிச் வீட்டு எஜமானியிடமும், அலெக்ஸி அலெக்ஸாண்ட்ரோவிச்சுடனும் வாழ்த்துக்களைப் பரிமாறிக் கொண்ட பிறகு, அனிச்சையாக மீண்டும் அந்த மனிதரைப் பார்த்தான்.

"மிஸ்டர் லாண்டவ்!" என்ற கோமகள் அவரை மென்மையாக, எச்சரிக்கையுடன் அழைத்தது ஸ்டீபன் ஆர்கடியேவிச்சைக் கவர்ந்தது. அவள் அவர்களை அறிமுகப்படுத்தினாள்.

லாண்டவ் அவசர அவசரமாகச் சுற்றிலும் பார்த்துவிட்டு, புன்னகையுடன் ஸ்டீபன் ஆர்கடியேவிச்சிடம் வந்து, அவனுடைய நீட்டிய கையின் மீது தன் ஈரமான, உணர்ச்சியற்ற கையை வைத்து விட்டு, உடனடியாக மீண்டும் திரும்பிச் சென்று ஓவியங்களைப் பார்க்க ஆரம்பித்தார். கோமகளும் கரீனினும் முக்கியத்துவம் வாய்ந்த பார்வையைத் தங்களுக்குள் பரிமாறிக் கொண்டனர்.

"நான் உங்களைக் காண்பதில், அதுவும் குறிப்பாக இன்று சந்திப்பதில் மிகவும் மகிழ்ச்சியடைகிறேன்" என்ற கோமகள் லிடியா இவானோவ்னா, கரீனினுக்கு அருகில் இருந்த இருக்கையைச் சுட்டிக் காட்டினாள்.

“நான் அவரை லாண்டவ் என்று உங்களுக்கு அறிமுகப்படுத்தினேன்” என்று மெல்லிய குரலில் சொன்ன அவள், பிரெஞ்சுக்காரரைப் பார்த்துவிட்டு, உடனே அலெக்ஸி அலெக்ஸாண்ட்ரோவிச்சைப் பார்த்தாள். “ஆனால் உண்மையில் அவர் கோமகன் பெசுபோவ் என்பது உங்களுக்குத் தெரிந்திருக்கலாம். ஆனால் அவருக்கு அந்தப் பட்டம் பிடிக்கவில்லை.”

“ஆமாம், நான் கேள்விப்பட்டேன்” என்றான் ஸ்டீபன் ஆர்கடியேவிச். “கோமகள் பெசுபோவை அவர் முழுமையாகக் குணப்படுத்தினார் என்கிறார்கள்.”

“அந்தப் பரிதாபத்திற்குரியவர் இன்று என்னைப் பார்க்க வந்திருந்தார்!” என்ற கோமகள் அலெக்ஸி அலெக்ஸாண்ட்ரோவிச்சை நோக்கித் திரும்பினாள். “இந்தப் பிரிவு அவருக்குக் கஷ்டமாக இருக்கும். அது அவருக்குப் பெரிய அடிதான்!”

“அவர் நிச்சயமாகப் போகிறாரா?” என்று அலெக்ஸி அலெக்ஸாண்ட்ரோவிச் கேட்டார்.

“ஆமாம், அவர் பாரிஸுக்குப் போகிறார். அவர் நேற்று ஒரு குரலைக் கேட்டார்” என்று கோமகள் லிடியா இவானோவ்னா, ஸ்டீபன் ஆர்கடியேவிச்சைப் பார்த்துச் சொன்னாள்.

“ஓஹோ, ஒரு குரல்!” என்றான் ஸ்டீபன் ஆர்கடியேவிச். விசித்திரமான ஏதோ ஒன்று நடக்கும் அல்லது நடக்கப் போகும் இந்தச் சமூகத்தில் தன்னால் இயன்ற அளவு விழிப்புடன் இருக்க வேண்டும் என்று அவன் நினைத்தான். ஆனால் அதைப் பற்றி எந்தத் துப்பும் அவனுக்குக் கிடைக்கவில்லை.

ஒரு கண நேர மௌனத்திற்குப் பிறகு கோமகள் லிடியா இவானோவ்னா, முக்கியமான விஷயத்திற்கு வருவதுபோல, ஒரு நுட்பமான புன்னகையுடன் ஆப்லான்ஸ்கியிடம் சொன்னாள்.

“எனக்கு உங்களை நீண்ட காலமாகத் தெரியும் என்றாலும் இன்னும் நெருக்கமாக அறிவதில் நான் மிகுந்த மகிழ்ச்சியடைகிறேன். நம் நண்பர்களின் நண்பர்கள் நமக்கு நண்பர்கள். ஆனால் ஒருவரின் நண்பராக இருப்பதற்கு அவரின் ஆன்மிக நிலையைப் பற்றிய நுண்ணறிவைப் பெற வேண்டும். ஆனால் நீங்கள் அலெக்ஸி அலெக்ஸாண்ட்ரோவிச் விஷயத்தில் அவ்வாறு செய்யவில்லை என்று நான் நினைக்கிறேன். நான் சொல்வது உங்களுக்குப் புரிகிறதா?” என்று அவள் தன் அழகான கனவுக் கண்களை உயர்த்தினாள்.

“கோமகளே! அலெக்ஸி அலெக்ஸாண்ட்ரோவிச்சின் நிலை என்னவென்று எனக்கு ஓரளவுக்குப் புரிகிறது...” என்ற ஆப்லான்ஸ்கி அவள் சொல்வதைச் சரியாகப் புரிந்து கொள்ள முடியாமல், பொதுவாகப் பேசினான்.

“அவரிடம் ஏற்பட்டிருக்கும் அந்த மாற்றம் அவரது வெளித் தோற்றத்தில் இல்லை” என்று கோமகள் லிடியா இவானோவ்னா கடுமையாகச் சொன்ன அதே நேரத்தில், லாண்டவுவை நோக்கி நடந்து சென்ற அலெக்ஸி அலெக்ஸாண்ட்ரோவிச்சைப் பின் தொடர்ந்து தன் காதல் பார்வையைச் செலுத்தினாள். “அவருடைய பழைய இதயம் முற்றாக மாறி ஒரு புதிய இதயம் தோன்றியுள்ளது. அவருக்குள் ஏற்பட்டுள்ள மாற்றத்தை நீங்கள் முழுமையாக உணர வில்லை என்று நான் நினைக்கிறேன்.”

“சரி, பொதுவாக அந்த மாற்றத்தை என்னால் கற்பனை செய்து பார்க்க முடிகிறது. நாங்கள் எப்போதும் நட்பாக இருந்தோம் ஆனால் இப்போது...” என்ற ஸ்டீபன் ஆர்கடியேவிச் கோமகளின் பார்வைக்குத் தனது அன்பான பார்வையால் பதிலளித்து, அந்த இருவரில் யாரிடம் உதவி கேட்பது என்பதைத் தெரிந்துகொள்ள, அவள் அவர்களில் யாருடன் நெருக்கமாக இருக்கிறாள் என்பதைக் கண்டுபிடிக்க முயன்றான்.

“அவரிடம் ஏற்பட்டுள்ள அந்த மாற்றம் உற்றார் உறவினர் மீது அவர் வைத்துள்ள அன்பைப் பலவீனப்படுத்த முடியாது. ஆனால் அதற்கு மாறாக அவரிடம் ஏற்பட்ட அந்த மாற்றம் அவரது அன்பை வலுப்படுத்தும். ஆனால் நீங்கள் நான் சொல்வதைப் புரிந்துகொள்ள வில்லை என்று நினைக்கிறேன். நீங்கள் தேநீர் அருந்த மாட்டீர்களா?” என்ற அவள், தட்டில் தேநீர் கொண்டுவந்த வேலைக்காரனைக் கண்களால் சுட்டிக்காட்டினாள்.

“இல்லை, கோமகள். நிச்சயமாக அவரது துரதிர்ஷ்டம்...”

“ஆமாம், ஒரு துரதிர்ஷ்டம் மிகப் பெரிய அதிர்ஷ்டமாக மாறியது. அவருடைய இதயம் புதியதாக மாறி அதில் அன்பு நிரம்பியது” என்ற கோமகள் அன்பு நிறைந்த கண்களுடன் ஸ்டீபன் ஆர்கடியேவிச்சைப் பார்த்தாள்.

‘நான் அவளை அவர்கள் இருவரிடமும் ஒரு வார்த்தை சொல்லும் படி கேட்டுக்கொள்ள வேண்டும்’ என்று அவன் நினைத்தான்.

“நிச்சயமாகக் கோமகளே, ஆனால் அந்த மாற்றங்கள் தனிப் பட்டவை என்பதால், அதைப் பற்றி நெருக்கமானவர்கள் கூட பேச விரும்பமாட்டார்கள் என்று நான் நினைக்கிறேன்.”

“மாறாக, நாம் அதைப் பற்றி வெளிப்படையாகப் பேசி, ஒருவருக்கு ஒருவர் உதவ வேண்டும்.”

“ஆமாம், சந்தேகத்திற்கு இடமின்றி அப்படித்தான் என்றாலும் நம்பிக்கைகளில் வேறுபாடு உள்ளது. மேலும்...” என்றான் ஸ்டீபன் ஆர்கடியேவிச் புன்னகையுடன்.

"புனிதமான சத்தியம் என்று வரும்போது அதில் எந்த வித்தியாசமும் இருக்க முடியாது!"

"ஓ, ஆமாம், நிச்சயமாக, ஆனால்..." என்ற ஸ்டீபன் ஆர்கடியேவிச் குழப்பமடைந்து அமைதியானான். அவர்கள் மதத்தைப் பற்றிப் பேசுகிறார்கள் என்பதை அவன் புரிந்து கொண்டான்.

"அவர் தூங்கப் போகிறார் என்று நினைக்கிறேன்" என்று அலெக்ஸி அலெக்ஸாண்ட்ரோவிச், லிடியா இவானோவ்னாவின் அருகில் சென்று அர்த்தம் நிறைந்த குரலில் முணுமுணுத்தார்.

ஸ்டீபன் ஆர்கடியேவிச் திரும்பிப் பார்த்தான். லாண்டவ் ஜன்னல் ஓரமாக இருந்த சாய்வு நாற்காலியில் நன்றாகச் சாய்ந்து, தலையைக் குனிந்து அமர்ந்திருந்தார். அவர்களின் பார்வை தன் மீது இருப்பதை உணர்ந்த அவர் தலை நிமிர்ந்து, குழந்தைத்தனமான, அப்பாவித்தனமான புன்னகையை உதிர்த்தார்.

"அவரைக் கவனிக்க வேண்டாம்" என்ற லிடியா இவானேவ்னா, அலெக்ஸி அலெக்ஸாண்ட்ரோவிச்சுக்கு ஒரு நாற்காலியை நகர்த்தினாள். "நான் கவனித்தேன்..." என்று அவள் பேசத் தொடங்கியபோது, ஒரு வேலைக்காரன் கையில் கடிதத்துடன் அறைக்குள் நுழைந்தான். அவள் மன்னிப்பு கேட்டுக் கொண்டு எழுந்து சென்று, அதை வாங்கிப் படித்து, வேகமாக ஒரு பதிலை எழுதிக் கொடுத்துவிட்டு, மீண்டும் இருக்கைக்குத் திரும்பினாள். "மாஸ்கோ மக்கள், குறிப்பாக ஆண்கள் மதத்தைப் பற்றி அதிக அலட்சியமாக இருப்பதை நான் கவனித்தேன்" என்று அவள் மீண்டும் விட்ட இடத்திலிருந்து தன் பேச்சை ஆரம்பித்தாள்.

"இல்லை, கோமகளே! மாஸ்கோ மக்களுக்கு அதிகமாக இறை நம்பிக்கை உடையவர்கள் என்ற நற்பெயர் இருப்பதாக நான் நினைக்கிறேன்" என்றான் ஸ்டீபன் ஆர்கடியேவிச்.

"ஆனால் எனக்குத் தெரிந்தவரை, துரதிர்ஷ்டவசமாக அலட்சியமாக இருப்பவர்களில் நீங்களும் ஒருவர்" என்ற அலெக்ஸி அலெக்ஸாண்ட்ரோவிச், சோர்வடைந்த புன்னகையுடன் அவனைப் பார்த்தார்.

"ஒருவர் எப்படி அலட்சியமாக இருக்க முடியும்?" என்றாள் லிடியா இவானோவ்னா.

"இந்த விஷயத்தில் நான் அலட்சியமாக இல்லை, ஆனால் எதிர்பார்ப்பு நிலையில் இருக்கிறேன்" என்று ஸ்டீபன் ஆர்கடியேவிச் நிராகரிக்கும் புன்னகையுடன் சொன்னான். "இதுபோன்ற கேள்விகளுக்கு எனக்கான நேரம் வந்துவிட்டதாக நான் நினைக்கவில்லை."

அலெக்ஸி அலெக்ஸாண்ட்ரோவிச்சும், லிடியா இவானோவ்னாவும் பார்வைகளைப் பரிமாறிக் கொண்டனர்.

“நமக்கான நேரம் வந்துவிட்டதா இல்லையா என்பதை நாம் ஒருபோதும் அறிய முடியாது” என்று அலெக்ஸி அலெக்ஸாண்ட்ரோவிச் கண்டிக்கும் தோரணையில் சொன்னார். “நாம் தயாராக இருக்கிறோமா இல்லையா என்று யோசிக்கக் கூடாது ஏனெனில் அருள் என்பது மனித சிந்தனைகளால் வழிநடத்தப்படுவதில்லை. சில சமயங்களில் அது சவுல் என்பவருக்கு நேர்ந்தது போல, அதற்காகப் பாடுபடுகிறவர்கள் மீது அல்லாமல் அதற்கு ஆயத்தமில்லாதவர்கள் மீது இறங்குகிறது.”

“இல்லை, அது இன்னும் வரவில்லை என்று நினைக்கிறேன்” என்று இதற்கிடையில் பிரெஞ்சுக்காரரின் அசைவுகளைக் கவனித்துக் கொண்டிருந்த லிடியா இவானோவ்னா சொன்னாள்.

லாண்டவ் எழுந்து அவர்களிடம் வந்தார்.

“நீங்கள் பேசுவதை நானும் கேட்கலாமா?” என்று அவர் கேட்டார்.

“ஓ, ஆமாம், நான் உங்களைத் தொந்தரவு செய்ய விரும்பவில்லை” என்ற லிடியா இவானோவ்னா அவரை மென்மையாகப் பார்த்தாள். “இங்கே, எங்களுடன் அமருங்கள்.”

“ஒளியை இழக்காமல் இருக்க ஒருவர் கண்களைத் திறந்து வைத்தால் போதும்” என்று அலெக்ஸி அலெக்ஸாண்ட்ரோவிச் தொடர்ந்தார்.

“ஆகா, எங்கள் இதயங்களில் அவரது நிலையான இருப்பை உணர்வதன் மூலம் நாங்கள் அனுபவிக்கும் மகிழ்ச்சியை உங்களால் அறிய முடிந்தால்!” என்ற கோமகள் லிடியா இவானோவ்னா நெகிழ்ச்சியான புன்னகையுடன் சொன்னாள்.

“ஆனால் ஒரு மனிதன் சில சமயங்களில் தன்னால் அந்த உயரத்திற்கு உயர இயலாதவனாக உணரலாம்” என்ற ஸ்டீபன் ஆர்கடியேவிச், மதத்தின் மேன்மையை ஒப்புக் கொள்வதில் தான் போலியாக நடிக்கிறோம் என்பதை உணர்ந்த அதே நேரத்தில், பொமோர்ஸ்கியிடம் ஒரு வார்த்தை சொல்வதன் மூலம் தான் விரும்பிய பதவியைப் பெற்றுத் தர முடிந்த ஒரு மனிதரின் முன்னால், மதம் சம்பந்தமாக தனக்கிருந்த அவநம்பிக்கைகளை ஒப்புக் கொள்ளத் தயங்கினான்.

“அதாவது பாவங்கள் அவரைத் தடுக்கிறது என்கிறீர்களா?” என்று கேட்டாள் லிடியா இவானோவ்னா. “ஆனால் அது தவறான கருத்து. இறை நம்பிக்கை உள்ளவர்களுக்குப் பாவங்கள் இல்லை, ஏனெனில் அவர்களின் பாவங்களுக்கு ஏற்கனவே பரிகாரம்

கிடைத்துவிட்டது. மன்னியுங்கள்" என்ற அவள் மீண்டும் கடிதத்துடன் உள்ளே வந்த வேலைக்காரனைப் பார்த்தாள். அவள் அதைப் படித்துவிட்டு, "நாளை கிராண்ட் டச்சஸ் வீட்டில் என்று சொல்" என்று வாய்மொழியாகப் பதில் சொன்னாள். "இறை நம்பிக்கையாளருக்குப் பாவங்கள் இல்லை" என்று அவள் தனது உரையாடலைத் தொடர்ந்தாள்.

"ஆமாம், ஆனால் செயல்கள் இல்லாத நம்பிக்கை பயனற்றது" என்று அந்த வாக்கியத்தை மறையிலிருந்து நினைவு கூர்ந்து சொன்ன ஸ்டீபன் ஆர்கடியேவிச், இப்போது ஒரு புன்னகையுடன் மட்டும் தன் சுதந்திர உணர்வைத் தக்க வைத்துக் கொண்டான்.

"இறைதூதர் புனித ஜேம்ஸின் திருமுகத்தில் இது சொல்லப்பட்டுள்ளது" என்று அலெக்ஸி அலெக்ஸாண்ட்ரோவிச் கண்டிக்கும் தொனியில் லிடியா இவானோவ்னாவை நோக்கிச் சொன்னார். அதிலிருந்து அவர்கள் அதைப் பற்றி பலமுறை விவாதித்திருக்கிறார்கள் என்பது தெரியவந்தது. "அதைப் பற்றிய தவறான விளக்கத்தால் என்ன விபரீதம் நேர்ந்திருக்கிறது! 'நான் செயல்படவில்லை அதனால் எனக்கு நம்பிக்கை இல்லை' என்ற இந்த விளக்கத்தைப் போல மக்களை நம்பிக்கையிலிருந்து திசை திருப்புவது வேறு எதுவும் இல்லை. ஆனால் அது அப்படியில்லாமல் அதற்கு மாறான அர்த்தத்தில் சொல்லப்பட்டது."

"கடவுளுக்கு நற்செயல்களைச் செய்வதும் விரதம் இருப்பதன் மூலம் ஆன்மாவைக் காப்பாற்றுவதும்" என்று கோமகள் லிடியா இவானோவ்னா வெறுப்புடன் சொன்னாள். "இவை நம்முடைய துறவிகளின் காட்டுத்தனமான கருத்துக்கள்... ஆனால் அப்படி எங்கும் சொல்லப்படவில்லை. இது மிகவும் எளிமையானது, சுலபமானது" என்று நீதிமன்றத்தில் புதிய சூழலால் குழப்பமடையும் இளம் பெண்களை ஊக்கப்படுத்தும் அதே புன்னகையுடன் அவள் ஸ்டீபன் ஆர்கடியேவிச்சைப் பார்த்தாள்.

"நமக்காக பாடுபட்ட கிறிஸ்துவினால் நாம் இரட்சிக்கப் படுகிறோம். நாம் நம்பிக்கையினால் காப்பாற்றப்படுகிறோம்" என்று அலெக்ஸி அலெக்ஸாண்ட்ரோவிச் தனது பார்வையால் அவரது வார்த்தைகளை உறுதிப்படுத்தினார்.

"உங்களுக்கு ஆங்கிலம் புரியுமா?" என்று கேட்ட லிடியா இவானோவ்னா, அதற்கான உறுதியான பதிலைப் பெற்று, எழுந்து சென்று அலமாரியில் இருந்த புத்தகங்களில் தேடத் தொடங்கினாள்.

"நான் 'பாதுகாப்பும் மகிழ்ச்சியும்' அல்லது 'சிறகுகளின் கீழ்' புத்தகத்தைப் படிக்க விரும்புகிறேன்" என்று கரீனினை ஒரு கேள்விப் பார்வையுடன் பார்த்தாள். அவள் புத்தகத்தைக் கண்டுபிடித்து எடுத்துக் கொண்டு இருக்கைக்குத் திரும்பி அதைத் திறந்தாள். "இது மிகச் சிறியது. இது இறை நம்பிக்கையை அடைவதற்கான பாதை

யையும், அது நிகழும்போது, பூவுலகில் உள்ள எதையும் விட ஆன்மாவை நிரப்பும் மேலான மகிழ்ச்சியையும் விவரிக்கிறது. நம்பிக்கை உள்ளவன் சோகமாக இருக்க முடியாது ஏனெனில் அவன் தனியாக இல்லை. படிக்கிறேன் கேளுங்கள்" என்று அவள் படிக்கத் தயாரானபோது வேலைக்காரன் மீண்டும் உள்ளே வந்தான். "திருமதி. போரோஸ்டின்? ஆமாம், நாளை இரண்டு மணிக்கு" என்று படிக்க ஆரம்பித்த இடத்தில் விரலை வைத்து, பெருமூச்சுடன் தன் அழகான கனவுக் கண்களால் பார்த்து, "உண்மையான நம்பிக்கை இப்படித்தான் செயல்படுகிறது. உங்களுக்கு மேரி சானினாவைத் தெரியுமா? அவளுடைய துரதிர்ஷ்டம் என்ன தெரியுமா? அவர் தன் ஒரே மகனை இழந்துவிட்டார். அவள் விரக்தியில் இருந்தாள். சரி, என்ன நடந்தது என்று நினைக்கிறீர்கள்? அவள் இந்த நண்பரைக் கண்டுபிடித்தாள். இப்போது அவள் தன் குழந்தையின் மரணத்திற்காகக் கடவுளுக்கு நன்றி சொல்கிறாள். இதுதான் நம்பிக்கை தரும் மகிழ்ச்சி!"

"ஆமாம், அது மிகவும்..." என்ற ஸ்டீபன் ஆர்கடியேவிச் அவள் படித்துக் காட்டும் நேரத்தில் சிந்தனைகளைத் தன் கட்டுப்பாட்டில் கொண்டுவர முடியும் என்று மகிழ்ந்தான். 'இல்லை, இன்று அவளிடம் எதைப் பற்றியும் கேட்காமல் இருப்பது நல்லது. ஏனெனில் நான் விஷயங்களைக் குழப்பாமல் இங்கிருந்து வெளியேற வேண்டும்' என்று அவன் நினைத்தான்.

"இது உங்களுக்குச் சலிப்பை ஏற்படுத்தும். உங்களுக்கு ஆங்கிலம் தெரியாது என்றாலும் இது சிறிய பகுதி" என்று கோமகள் லிடியா இவானோவ்னா லாண்டவுவை நோக்கிச் சொன்னாள்.

"ஓ, என்னால் புரிந்துகொள்ள முடியும்" என்று லாண்டவ் அதே புன்னகையுடன் சொல்லிவிட்டுக் கண்களை மூடிக் கொண்டார்.

அலெக்ஸி அலெக்ஸாண்ட்ரோவிச்சும், இவானோவ்னாவும் அர்த்தமுள்ள பார்வைகளைப் பரிமாறிக் கொண்டனர். வாசிப்பு தொடங்கியது.

22

ஸ்டீபன் ஆர்கடியேவிச் தனக்கு மிகவும் புதியதாகவும் விசித்திரமாகவும் இருந்த அந்தச் சொற்பொழிவைக் கேட்டு முற்றிலும் குழப்பமடைந்தான். பொதுவாக பீட்டர்ஸ்பர்க் வாழ்க்கையின் சிக்கலான தன்மை அவன் மீது ஓர் உற்சாகமான விளைவை ஏற்படுத்தி, மாஸ்கோ வாழ்வின் தேக்கநிலையிலிருந்து அவனை விடுவித்தது.

ஆனால் அவன் தனக்குப் பரிச்சயமான துறைகளில் இருந்த அந்தச் சிக்கல்களை விரும்பியதுடன் புரிந்தும் கொண்டான். ஆனால் இந்த வேற்றுக்கிரகச் சூழலில் குழம்பியும் திகைத்தும் நின்ற அவனால் அதையெல்லாம் புரிந்துகொள்ள முடியவில்லை. கோமகள் லிடியா இவானோவ்னாவின் பேச்சைக் கேட்டுக் கொண்டே, தன் மீது நிலைத்த லாண்டவுவின் அப்பாவித்தனமான அல்லது முட்டாள் தனமான (எது என்று அவனுக்குத் தெரியவில்லை) கண்களைப் பார்த்துக் கொண்டிருந்த ஸ்டீபன் ஆர்கடியேவிச், தன் தலையில் ஏதோ ஒரு விசித்திரமான பாரத்தை உணரத் தொடங்கினான்.

ஒன்றுக்கொன்று சம்பந்தமில்லாத பல எண்ணங்களின் குவியல் கள் அவன் மனதில் நுழைந்தன. “மேரி சானினா தன் குழந்தை இறந்துவிட்டதில் மகிழ்ச்சியடைகிறாள்... இப்போது புகைபிடிக்க முடிந்தால் எவ்வளவு நன்றாக இருக்கும்... ஒருவர் இரட்சிக்கப்படு வதற்கு நம்பினால் போதும். துறவிகளுக்கு அதை எப்படிச் செய்வது என்று தெரியாமல் இருக்கலாம். ஆனால் கோமகள் லிடியா இவானோவ்னாவுக்குத் தெரியும்... என் தலை ஏன் இப்படிக் கனக்கிறது? அது பிராந்தியின் விளைவா அல்லது இவையெல்லாம் மிகவும் விசித்திரமாக இருப்பதாலா? இருப்பினும், நான் இதுவரை முறைகேடாக எதையும் செய்யவில்லை என்று தெரிகிறது. ஆனால் இப்போது அவளிடம் உதவி கேட்பது இயலாத காரியம். அவர்கள் மக்களை ஜெபிக்க வைக்கிறார்கள் என்று கேள்விப்பட்டேன். அவர்கள் என்னிடம் அதை முயற்சிக்காமல் இருப்பதே நல்லது. அது மிகவும் முட்டாள்தனமாக இருக்கும். நல்ல உச்சரிப்புடன் இருந்தாலும் அவள் படித்துக் கொண்டிருக்கும் அந்த முட்டாள்தனம் என்ன? லாண்டவ் பெசுபோவ். அவர் ஏன் பெசுபோவ்?’

திடீரென்று ஸ்டீபன் ஆர்கடியேவிச் தன் கீழ்த் தாடை கொட்டா வியைத் தவிர்க்க முடியாமல் நடுங்குவதை உணர்ந்தான். அவன் கொட்டாவியை மறைப்பதற்காக மீசையை முறுக்கி, தன்னை உலுக்கினான். ஆனால் அடுத்த வினாடி அவன் தான் ஏற்கனவே உறக்கத்தில் ஆழ்ந்துவிட்டதையும், குறட்டை விடும் தருவாயில் இருப்பதையும் உணர்ந்தான். “அவர் தூங்கி விட்டார்” என்று கோமகள் லிடியா இவானோவ்னாவின் குரலைக் கேட்ட கணத்தில் அவன் திடுக்கிட்டுக் கண் விழித்தான்.

ஸ்டீபன் ஆர்கடியேவிச் பிடிபட்ட குற்ற உணர்வுடன், பயத்தில் விழித்துக் கொண்டான். ஆனால் ‘அவர் துங்கிவிட்டார்’ என்பது தன்னையல்ல லாண்டவுவைச் சுட்டுகிறது என்பதை அறிந்து அவன் நிம்மதியடைந்தான். ஸ்டீபன் ஆர்கடியேவிச் தூங்கியதைப் போல அந்தப் பிரெஞ்சுக்காரரும் தூங்கிவிட்டார். அவன் தான் தூங்கியது அவர்களைப் புண்படுத்தியிருக்கும் (உண்மையில் அவன் அப்படி

நினைக்கவில்லை என்றாலும் அவனுக்கு அப்போது எல்லாமே விசித்திரமாகத் தோன்றியது) என்று நினைத்தான். ஆனால் அதே நேரத்தில் லாண்டவ் தூங்கிக் கொண்டிருப்பது அவர்களை, குறிப்பாக லிடியா இவானோவ்னாவை, மகிழ்ச்சியில் ஆழ்த்தியது.

"என் நண்பரே" என்ற லிடியா இவானோவ்னா, தன் பட்டு ஆடையின் சரசரக்கும் ஓசை கேட்காமல் இருப்பதற்காக அதைக் கவனமாகத் தூக்கிப் பிடித்துக் கொண்டு, உற்சாக மிகுதியில் கரீனினை, அலெக்ஸி அலெக்ஸாண்ட்ரோவிச் என்று அழைப்ப தற்குப் பதிலாக, "என் நண்பரே" என்று அழைத்தாள். "அவரிடம் உங்கள் கையைக் கொடுங்கள். உங்களால் பார்க்க முடிகிறதா?"

அப்போது மீண்டும் உள்ளே வந்த வேலைக்காரனிடம், "ஷ்ஷ்ஷ்! நான் யாரையும் பார்க்க விரும்பவில்லை" என்று அவள் கிசுகிசுத் தாள்.

அந்தப் பிரெஞ்சுக்காரர் தூங்கிவிட்டார் அல்லது தூங்குவது போல நடித்தார். அவருடைய தலை சாய்வு நாற்காலியின் பின்புறத்தில் சாய்ந்திருக்க, மடி மீது வைத்திருந்த அவரது ஈரமான கைகள் எதையோ பிடிக்க முயல்வது போல பலவீனமாக அசைந்து கொண்டிருந்தன. அலெக்ஸி அலெக்ஸாண்ட்ரோவிச் எச்சரிக்கை யுடன் மெதுவாக நடந்து சென்று பிரெஞ்சுக்காரரின் கையில் தன் கையை வைத்தபோது மேசையின் மீது மோதினார். ஸ்டீபன் ஆர்கடியேவிச்சும் எழுந்து நின்று, தூக்கத்திலிருந்து தன்னை விடுவித்துக் கொள்ள விரும்பியவன் போல கண்களை அகல விரித்து, அவர்கள் இருவரையும் மாறிமாறிப் பார்த்தான். அது உண்மையில் நடந்து கொண்டிருந்தது. தன் தலை மேலும் மோசமாகக் கனப்பதை ஸ்டீபன் ஆர்கடியேவிச் உணர்ந்தான்.

"கடைசியாக வந்தவர், கேள்வி கேட்பவர் வெளியே போகட்டும்! அவர் வெளியே போகட்டும்!" என்று பிரெஞ்சுக்காரர் கண்களைத் திறக்காமல் பேசினார்.

"நீங்கள் என்னை மன்னிக்க வேண்டும். ஆனால் பாருங்கள்... பத்து மணிக்கு வாருங்கள் அல்லது நாளைக்கு வருவது இன்னும் நல்லது."

"அவர் வெளியேற வேண்டும்!" என்று பிரெஞ்சுக்காரர் பொறுமை யிழந்து திரும்பத் திரும்பச் சொன்னார்.

"அது நான்தான், இல்லையா?"

அதற்கு ஆம் என்று பதில் கிடைத்த பிறகு, அவன் லிடியா இவானோவ்னாவிடம் தான் கேட்க விரும்பிய உதவியையும், தன் சகோதரியின் வேண்டுகோளையும் மறந்து, முடிந்தவரை அங்கிருந்து எவ்வளவு முடியுமோ அவ்வளவு சீக்கிரமாக வெளியேற வேண்டும்

என்ற ஒரே விருப்பத்துடன், பிளேக் நோயால் பாதிக்கப்பட்ட வீட்டிலிருந்து தப்பியதைப் போல நுனிக்காலில் வேகமாகத் தெருவுக்கு ஓடினான். மேலும் அவன் தன்னை ஆசுவாசப்படுத்திக் கொள்வதற் காக, வண்டி ஓட்டுநருடன் அரட்டையடிப்பதிலும், நகைச்சுவைகளை வெடிக்க வைப்பதிலும் நீண்ட நேரத்தைச் செலவிட்டான்.

பிறகு பிரெஞ்சு தியேட்டருக்குச் சென்று கடைசிக் காட்சியைப் பார்த்துவிட்டு, தாதர் உணவகத்தில் ஷாம்பெயின் குடித்தபோது, ஸ்டீபன் ஆர்கடியேவிச் தனக்குப் பழக்கமான சூழலில் இயல்பாக மூச்சுவிட்டான். ஆனால் அப்படியிருந்தும் அன்று மாலை முழுவதும் அவன் அவனாக இல்லை.

ஸ்டீபன் ஆர்கடியேவிச், பீட்டர்ஸ்பர்க்கில் தங்கியிருந்த பியோட்டர் ஆப்லான்ஸ்கியின் வீட்டிற்குத் திரும்பியதும், பெட்ஸி யிடமிருந்து வந்த ஒரு குறிப்பைப் பார்த்தான். அவர்கள் தொடங்கிய உரையாடலை முடிக்க மிகவும் ஆர்வமாக இருப்பதாகவும், மறுநாள் அவனை அழைக்கும்படியும் அவள் எழுதியிருந்தாள். அவன் அந்தக் குறிப்பை படித்து முடித்து முகத்தைச் சுளிப்பதற்குள், கீழே கனமான எதையோ சுமந்து நடக்கும் வேலையாட்களின் கனமான காலடி ஓசைகள் கேட்டன.

ஸ்டீபன் ஆர்கடியேவிச் வெளியே சென்று பார்த்தான். அது புத்துணர்வு பெற்ற பியோட்டர் ஆப்லான்ஸ்கி. அவர் மாடிப் படிகளில் ஏற முடியாத அளவுக்குக் குடிபோதையில் இருந்தார். ஆனால் அவர் அவனைப் பார்த்ததும், வேலைக்காரர்களை அனுப்பிவிட்டு, அவனைப் பிடித்துக் கொண்டு, அவனுடன் அவரது அறைக்குச் சென்று, அவர் எப்படி மாலை நேரத்தைக் கழித்தார் என்பதைச் சொல்லத் தொடங்கி, உடனடியாகத் தூக்கத்தில் விழுந் தார்.

ஸ்டீபன் ஆர்கடியேவிச் எப்போதும் இல்லாத வகையில் குறைந்த உற்சாகத்துடன் காணப்பட்டான். இது அவனுக்கு அரிதாகவே நிகழும் ஒன்று. நீண்ட நேரம் அவனால் தூங்க முடியவில்லை. அவனுடைய நினைவுக்கு வந்தவை எல்லாமே குமட்டலைத் தருவதாக இருந்தது. ஆனால் எல்லாவற்றையும் விட அதிக அரு வருப்பானதாக, ஏதோ வெட்கக்கேடான விஷயம் என்பது போல, லிடியா இவானோவ்னா வீட்டில் அன்று மாலையில் நடந்த சம்பவத்தை அவன் நினைவு கூர்ந்தான்.

அடுத்த நாள் அலெக்ஸி அலெக்ஸாண்ட்ரோவிச்சிடமிருந்து அன்னாவுக்கு விவாகரத்து வழங்க முடியாது என்ற திட்டவட்டமான பதில் கிடைத்தது. உண்மையான தூக்கத்தில் அல்லது தூங்குவதாக நடித்து அந்தப் பிரெஞ்சுக்காரர் சொன்னதை அடிப்படையாகக்

கொண்டு அந்த முடிவு எடுக்கப்பட்டது என்பதை அவன் புரிந்து கொண்டான்.

23

குடும்ப வாழ்க்கையில் எந்த ஒரு உறுதியான முடிவை எடுப்ப தற்குக் கணவன் மனைவிக்கு இடையில் முழுமையான கருத்து வேறுபாடு அல்லது இணக்கமான அன்பு அவசியம். ஆனால் அவர்களுடைய உறவு தெளிவாக இல்லாதபோது, அவர்களால் எந்தவொரு நடவடிக்கையும் எடுக்க முடியாது.

பல குடும்பங்களில் பல ஆண்டுகளாக கணவன் மனைவி இருவரும் தாங்கள் வெறுக்கும் ஒரே இடத்தில் வாழ்கிறார்கள், ஏனெனில் அவர்களிடையே முழுமையான பிரிவும் இல்லை உடன்பாடும் இல்லை.

வசந்தகால வெய்யிலைப் போல இல்லாமல் கோடையின் வெயில் தகிக்க ஆரம்பித்து, தெருவில் உள்ள அனைத்து மரங்களிலும் நீண்ட காலமாக இருந்த இலைகள் அனைத்தும் ஏற்கனவே தூசியால் மூடியதால், மாஸ்கோ வாழ்க்கையில் வெப்பமும் தூசியும் தாங்க முடியாத அளவுக்கு இருப்பதை அன்னாவும் விரான்ஸ்கியும் உணர்ந் தனர். ஆனால் அவர்கள் நீண்ட காலத்திற்கு முன்பே திட்டமிட்டபடி வோஸ்ட்விஜென்ஸ்கோவுக்குச் செல்லாமல், அவர்கள் இருவருக்கும் வெறுப்பாக இருந்த மாஸ்கோவில் தொடர்ந்து வசித்தனர், ஏனெனில் சமீப காலமாக அவர்களிடையே நல்லிணக்கம் இல்லை.

அவர்கள் இடையில் ஏற்பட்ட விரிசலின் எரிச்சலுக்கு எந்த உறுதியான காரணமும் இல்லை என்பதுடன், அதைப் பேசித் தீர்ப்பதற்கு மேற்கொண்ட அனைத்து முயற்சிகளும் தோல்வி யடைந்தது மட்டுமின்றி, நிலைமை மேலும் மோசமானது. அவள் மீது அவன் வைத்திருந்த அன்பு குறைந்துவிட்டது என்று கருதியதால் அவளுக்கு ஏற்பட்ட எரிச்சலையும், அவளுக்காக அவன் தன்னை ஒரு இக்கட்டான சூழ்நிலையில் வைக்க வேண்டிய கட்டாயத்தினால் அவனுக்கு ஏற்பட்ட வருத்தத்தையும், அவள் தணிக்க முயற்சிப்பதற்கு பதிலாக மேலும் அதிகரிக்கச் செய்தாள். இருவருமே தங்களின் எரிச்சலுக்கான காரணங்களைப் பேசவில்லை, ஆனால் ஒவ்வொரு வரும் மற்றவரைத் தவறாகக் கருதி, ஒவ்வொரு சந்தர்ப்பத்திலும் அதை நிரூபிக்க முயன்றனர்.

அவளைப் பொருத்தவரை அவனுடைய பழக்கவழக்கங்கள், எண்ணங்கள், ஆசைகள், அவனது உடல் மற்றும் மனரீதியான செயல்பாடுகள் அனைத்தும் பெண்கள் மீதான காதல் என்ற ஒன்றை

மட்டுமே குறிக்கோளாகக் கொண்டிருக்க வேண்டும் என்று நினைத் தாள். அவள் தன் மீது மட்டுமே இருக்க வேண்டும் என்று நினைத்த அந்தக் காதல் இப்போது குறைந்துவிட்டது என்று அவள் உணர்ந் தாள். எனவே அவளுடைய கருத்தின்படி, அவன் அவள் மீது வைத்திருந்த அன்பின் ஒரு பகுதி வேறு பெண்களிடம் அல்லது வேறு ஒரு பெண்ணிடம் மாறிவிட்டது என்று நினைத்து பொறாமைப் பட்டாள். அவள் குறிப்பாக எந்தப் பெண்ணின் மீதும் பொறாமைப் படவில்லை என்றாலும் அவனுடைய காதல் குறைந்து வருவதைக் கண்டு பொறாமைப்பட்டாள். அவளுடைய பொறாமைக்கு எதுவும் கிடைக்கவில்லை என்பதால் அவள் அதைத் தேடினாள். அவள் சின்னச் சின்ன விஷயங்களிலும் பொறாமைக்கான காரணத்தைத் தேடினாள். ஒரு சமயம், அவனுடைய பிரம்மச்சாரி வாழ்க்கையின் உறவுகளை மிகச் சுலபமாகப் புதுப்பித்துக் கொள்ள சாத்தியமான அந்தத் தாழ்ந்த பெண்களிடம் பொறாமை கொண்டாள். மற்றொரு சமயம், அவன் சமூகத்தில் சந்திக்கும் பெண்களின் மீது பொறாமைப் பட்டாள். அதன் பிறகு அவன் அவளுடைய உறவை முறித்துக் கொண்டு, அவன் திருமணம் செய்துகொள்ள விரும்பும் கற்பனை யான ஒரு பெண்ணின் மீது பொறாமைப்பட்டாள். அந்தக் கடைசி பொறாமை மற்ற அனைத்தையும்விட அவளை அதிகமாகச் சித்திர வதை செய்தது, ஏனெனில் அவனது தாய் தன்னைப் புரிந்துகொள்ள வில்லை என்றும், அவள் இளவரசி சோரோகினாவைத் திருமணம் செய்து கொள்ளுமாறு தன்னை வற்புறுத்தியதாகவும், ஏதோ ஒரு தருணத்தில் அவன் அவளிடம் வெளிப்படையாகச் சொல்லியிருந் தான்.

பொறாமையில் சிக்கித் தவித்த அன்னா, அவன் மீது கோப மடைந்து, தன் கோபத்தை நியாயப்படுத்த தொடர்ந்து காரணங் களைத் தேடினாள். அவளுக்குக் கஷ்டத்தை ஏற்படுத்திய எல்லா வற்றுக்கும் அவனே காரணம் என்று அவனைக் குற்றம் சாட்டினாள். அலெக்ஸி அலெக்ஸாண்ட்ரோவிச்சின் முடிவெடுக்க முடியாத இயலாமையின் காரணமாக, அவள் அனுபவித்த வானத்துக்கும் பூமிக்கும் இடையில் சிக்கிக்கொண்டது போன்ற வேதனையான உணர்வுக்கும், அவளுடைய தனிமைக்கும் அவனைக் குற்றம் சாட்டினாள். அவன் அவளை நேசித்திருந்தால், அவள் அனுபவிக்கும் அனைத்துக் கஷ்டங்களையும் புரிந்து கொண்டு அதிலிருந்து அவளை மீட்டிருப்பான் என்று நினைத்தாள். அவள் நாட்டில் இல்லாமல் மாஸ்கோவில் வசிப்பதற்கு அவன்தான் காரணம். அவள் விரும்பியது போல அவனால் நாட்டில் அடைந்து கிடக்க முடியவில்லை. அவனுக்குச் சமூகத் தொடர்புகள் தேவை என்பதால், அவனால் புரிந்துகொள்ள முடியாத, அந்தக் கொடூரமான சூழ்நிலையில் அவளைத் தள்ளி

விட்டான். அவள் தன் மகனிடமிருந்து நிரந்தரமாகப் பிரிந்திருப்ப தற்கும் அவன்தான் காரணம் என்று நினைத்தாள்.

அவர்களுக்கு இடையில் கடந்து சென்ற சில அபூர்வமான அன்பின் தருணங்கள் கூட அவளுக்கு நம்பிக்கை தரவில்லை. அவன் அவளிடம் காட்டிய அன்பில் முன்பு இல்லாத நிதானமும் தன்னம்பிக்கையும் இருப்பதைக் கண்டு அவள் எரிச்சலடைந்தாள்.

மாலை நேரம். வீட்டில் தனியாக இருந்த அன்னா, அவன் இரவு விருந்து முடிந்து திரும்பி வருவதற்காகக் காத்திருந்தாள். அவள் அவனுடைய படிப்பறையில் (தெருவிலிருந்து வரும் சத்தங்கள் அங்குதான் குறைவாகக் கேட்கும்) மேலும் கீழும் நடந்து கொண்டே, நேற்று நடந்த சண்டையில் அவர்கள் பேசிக்கொண்ட ஒவ்வொன்றை யும் விரிவாக யோசித்துப் பார்த்தாள். சண்டையில் மறக்க முடியாத, அவமானகரமான வார்த்தைகளை நினைத்து, அவை எதனால் சொல்லப்பட்டது என்பதை அறிய மேலும் பின்னோக்கிச் சென்ற அவள், இறுதியாக அவர்களுடைய உரையாடலின் ஆரம்பத்தை அடைந்தாள். இருவருக்கும் சற்றும் சம்பந்தமில்லாத ஒரு சாதாரண உரையாடலில் இருந்து அவர்களின் சண்டை தொடங்கியது என்பதை நம்ப அவளுக்கு நீண்ட நேரம் பிடித்தது. ஆனால் உண்மை அதுதான். பெண்களுக்கு உயர்நிலைப் பள்ளிகள் தேவையில்லை என்று அவன் சிரித்துக் கொண்டே சொன்னபோது, அவள் அவற்றை ஆதரித்துப் பேசியதைத் தொடர்ந்து அனைத்தும் ஆரம்பித்தது. பெண் கல்வியைப் பற்றி பொதுவாகப் பேசிய அவன், அன்னாவின் ஆங்கிலப் பேராசிரியை ஹன்னாவுக்கு இயற்பியல் அறிவு தேவை யில்லை என்று சொன்னான்.

அது அன்னாவை ஆத்திரமடையச் செய்தது. அவன் அவளுடைய அறிவைக் குறைத்து மதிப்பிடும் இழிவான ஒரு குறிப்பு அதில் இருப்பதாக அவள் நினைத்தாள். எனவே அவன் அவளுக்கு ஏற்படுத்திய வேதனைக்குப் பழிதீர்க்கும் விதமாக அவள் ஒரு வாக்கி யத்தைக் கண்டுபிடித்துச் சொன்னாள்.

"நீங்கள் ஒரு அன்பான மனிதராக என்னையும் என் உணர்வு களையும் புரிந்து கொள்வீர்கள் என்று நான் எதிர்பார்க்கவில்லை ஆனால் உங்களிடம் சாதாரண மனிதனுக்குள்ள சில எளிய உணர்வு களை எதிர்பார்த்தேன்" என்றாள்.

இதனால் முகம் சிவந்து கோபமடைந்த அவன், விரும்பத்தகாத ஒன்றைச் சொன்னான். அவள் அதற்கு என்ன பதில் சொன்னாள் என்பது அவளுக்கு நினைவில்லை. ஆனால் அவளைக் காயப்படுத்த வேண்டும் என்ற தெளிவான எண்ணத்துடன் அவன் அதற்குச் சூடாக பதில் சொன்னான்.

“அந்தச் சிறுமி மீது நீங்கள் காட்டும் அக்கறையில் எனக்கு ஆர்வமில்லை. ஏனெனில் அது இயற்கைக்கு மாறானது என்பதை என்னால் உணர முடிகிறது.”

தன் வாழ்க்கையின் கஷ்டங்களைத் தாங்கிக் கொள்ள அவள் தனக்காகப் பாடுபட்டு எழுப்பிய உலகத்தை அவன் ஈவிரக்கமின்றி அழிக்க முயன்ற கொடுமையும், அவளை இயற்கைக்கு மாறானவள் என்ற அவனது குற்றச்சாட்டில் இருந்த அநீதியும் அவளைக் கொந்தளிக்கச் செய்தது.

“கீழ்த்தரமானதும், பொருள் சார்ந்தவையும் மட்டுமே உங்களுக்கு இயற்கையாகவும், புரிந்து கொள்ளக்கூடியதாகவும் இருப்பதைக் கண்டு நான் மிகவும் வருந்துகிறேன்” என்று சொல்லிவிட்டு அவள் அறையை விட்டு வெளியேறினாள்.

அன்று மாலை அவன் அவளைப் பார்க்கச் சென்றபோது, நடந்த சண்டையைப் பற்றி இருவரும் பேசவில்லை என்றாலும் அது சுமூகமாக முடிந்துவிட்டது என்றாலும், அது இன்னும் தீர்க்கப் படவில்லை என்பதை அவர்கள் இருவரும் உணர்ந்தனர்.

இன்று நாள் முழுவதும் அவன் வீட்டில் இல்லை. அவனுடன் சண்டையிட்டதில் அவள் தன் தனிமையையும் வேதனையையும் உணர்ந்தாள். அவள் எல்லாவற்றையும் மறந்து, அவனை மன்னித்து சமாதானம் செய்துகொள்ள விரும்பினாள். அவள் குற்றத்தைத் தன் மீது சுமத்திக் கொண்டு அவனை நியாயப்படுத்தவும் விரும்பி னாள்.

‘அது என்னுடைய தவறுதான். நான் என்னுடைய அர்த்தமற்ற பொறாமையின் காரணமாக எரிச்சலடைகிறேன். நான் அவருடன் சமாதானமாகி, அவருடன் நாட்டிற்குச் செல்கிறேன். என்னால் அங்கு நிம்மதியாக இருக்க முடியும்’ என்று அவள் தனக்குள் சொல்லிக் கொண்டாள்.

‘இயற்கைக்கு மாறானது!’ அவளை அதிகமாகப் பாதித்த அந்த வார்த்தை அவளுக்குச் சட்டென்று நினைவுக்கு வந்தது. அவளுக்கு வலியை ஏற்படுத்தும் நோக்கம் கொண்டது அல்ல அந்த வார்த்தை. ‘அவர் என்ன சொல்ல விரும்பினார் என்பது எனக்குத் தெரியும். நான் என் சொந்த மகளை நேசிக்காதபோது வேறு ஒருவரின் மகளை நேசிப்பது இயற்கைக்கு மாறானது என்று அவர் சொல்ல விரும்பினார். குழந்தைகள் மீதான அன்பைப் பற்றி, அவருக்காக நான் தியாகம் செய்த செரியோஷா மீது நான் வைத்திருக்கும் அன்பைப் பற்றி அவருக்கு என்ன தெரியும்? ஆனால் அவருடைய அந்த விருப்பம் என்னைக் காயப்படுத்தியது! இல்லை, அவர்

வேறொரு பெண்ணைக் காதலிக்கிறார் என்பதைத் தவிர வேறு எதுவும் இருக்க முடியாது.'

அவள் தன்னை அமைதிப்படுத்திக் கொள்ள வேண்டும் என்ற ஆசையில், தான் பலமுறை முன்பு சுற்றி வந்த அதே வட்டத்தை மீண்டும் நிறைவு செய்து, தனக்கு எரிச்சலை ஏற்படுத்திய அதே காரணத்துக்குத் தான் திரும்பி வந்திருப்பதைக் கண்டதும், அவள் தன்னைப் பார்த்தே பயந்தாள். 'அது முடியாத காரியமா? என்னை நானே கட்டுப்படுத்திக் கொள்ள முடியாதா?' என்று அவள் தனக்குள் சொல்லிக் கொண்ட பிறகு மீண்டும் வட்டத்தின் ஆரம்பத் திற்குத் திரும்பினாள். 'அவர் நேர்மையானவர், உண்மையானவர். அவர் என்னை நேசிக்கிறார். நான் அவரை நேசிக்கிறேன். இன்னும் சில நாட்களில் எனக்கு விவாகரத்து கிடைத்துவிடும். எனக்கு வேறு என்ன வேண்டும்? எனக்கு அமைதியும் நம்பிக்கையும் தேவை. பழியை நானே ஏற்றுக் கொள்கிறேன். இப்போது அவர் திரும்பி வரும்போது, நான் தவறு செய்யவில்லை என்றாலும், நான் தவறு செய்தேன் என்று அவரிடம் சொல்வேன். நாங்கள் நாளை இங்கிருந்து புறப்படுவோம்.'

அவள் மேலும் யோசிக்காமல் இருக்கவும் எரிச்சலுக்கு ஆளாகாமல் இருக்கவும் மணியை அடித்து, நாட்டிற்கு எடுத்துச் செல்வதற்கான பொருட்களைக் கட்டுவதற்குப் பெட்டிகளைக் கொண்டு வரச் சொன்னாள்.

விரான்ஸ்கி பத்து மணிக்கு வந்தான்.

24

"உங்கள் நேரம் நல்லபடியாகச் சென்றதா?" என்று கேட்டுக் கொண்டே, அவள் குற்றவுணர்வை மறைக்கும் சாந்தமான முகபாவத் துடன் அவனை எதிர் கொண்டாள்.

"வழக்கம் போல" என்று சொன்ன அவன், அவள் நல்ல மனநிலையில் இருப்பதைப் புரிந்து கொண்டான். அவன் அந்த மாற்றங்களுக்கு ஏற்கனவே தன்னைப் பழக்கப்படுத்திக் கொண்டான். இன்று அவன் நல்ல மனநிலையில் இருந்ததால், அதைக் குறித்து மிகவும் மகிழ்ச்சியடைந்தான்.

"நான் பார்க்கும் அவையெல்லாம் என்ன? சரி, அதுவும் நல்லது!" என்ற அவன் வரவேற்பறையில் இருந்த பெட்டிகளைச் சுட்டிக் காட்டினான்.

"ஆமாம், நாம் போக வேண்டும். நான் வெளியே சற்றுதூரம் சென்றபோது அது நன்றாக இருந்தது. எனவே நான் நாட்டிற்குச் செல்ல வேண்டும் என்று தோன்றியது. உங்களுக்கு இங்கே வேறு வேலை எதுவும் இல்லை அல்லவா?"

"நான் விரும்புவதும் அதுதான். நான் வந்து அதைப் பற்றி பேசுகிறேன். நான் இப்போது ஆடைகளை மாற்ற வேண்டும். நேநீருக்கு ஏற்பாடு செய்யுங்கள்."

அவன் தன் அறைக்குச் சென்றான்.

'அதுவும் நல்லது' என்று அவன், ஒரு குழந்தை வம்பு செய்வதை நிறுத்திய பிறகு அதனிடம் பேசுவது போல சொன்னது ஏதோ அவமதிப்பாகத் தோன்றியது. அவளுடைய குற்றவுணர்வுக்கும் அவனது தன்னம்பிக்கை மிகுந்த தொனிக்கும் இடையிலிருந்த வித்தியாசம் அதைவிட அவமதிப்பாகத் தோன்றியது. அவள் ஒரு கணம் தனக்குள் சண்டைக்கான ஆசை எழுவதை உணர்ந்தாள். ஆனால் அவள் பெரும் முயற்சியுடன் அதைக் கட்டுப்படுத்திக் கொண்டு, அவனை மகிழ்ச்சியுடன் சந்தித்தாள்.

அவன் திரும்பி வந்ததும், அவள் அன்றைய தினம் கழிந்த விதத்தைப் பற்றியும், புறப்படுவதற்கான திட்டங்களைப் பற்றியும், அவள் ஏற்கனவே தயார் செய்து வைத்திருந்த வார்த்தைகளைத் திரும்பச் சொன்னாள்.

"உங்களுக்கே தெரியும், அது கிட்டத்தட்ட ஒரு ஆவேசம் போல எங்கிருந்தோ எனக்குள் வந்துவிட்டது" என்றாள் அவள். "நாம் விவாகரத்துக்காக இங்கே ஏன் காத்திருக்க வேண்டும்? நாட்டிலும் அதைச் செய்யலாமே? இனியும் என்னால் காத்திருக்க முடியாது. எனக்கு நம்பிக்கையில்லை என்பதால், நான் விவாகரத்தைப் பற்றி எதையும் கேட்க விரும்பவில்லை. இனிமேல் அது என் வாழ்க்கையைப் பாதிக்காது என்ற முடிவுக்கு நான் வந்துவிட்டேன். உங்களுக்கு சம்மதம்தானே?"

"ஓ, ஆமாம்!" என்று அவன் அவளுடைய உற்சாகமான முகத்தைத் தயக்கத்துடன் பார்த்து பதிலளித்தான்.

"நீங்கள் விருந்தில் என்ன செய்தீர்கள்? அங்கு யாரெல்லாம் இருந்தார்கள்?" என்று அவள் சற்று நேர மௌனத்திற்குப் பிறகு கேட்டாள்.

விரான்ஸ்கி விருந்தினர்களின் பெயர்களைச் சொன்னான்.

"இரவு உணவு அற்புதமாக இருந்தது. படகுப் போட்டியும் மற்ற அனைத்தும் நன்றாக இருந்தன. ஆனால் அவர்களால் மாஸ்கோவில் அபத்தமான ஒன்றைச் செய்யாமல் இருக்க முடியாது. ஸ்வீடிஷ்

ராணியின் நீச்சல் பயிற்சியாளராக இருந்த ஒரு பெண்மணி தன் கலைத் திறனை நிரூபித்துக் காட்டினார்."

"என்ன சொல்கிறீர்கள்? அவர் நீச்சலடித்தாரா?" என்று முகத்தைச் சுளித்தபடி கேட்டாள் அன்னா.

"சிவப்பு நிற நீச்சல் உடையில். அவர் ஒரு வயதான அருவருப் பான உயிரினம்! சரி, நாம் எப்போது புறப்பட வேண்டும்?"

"என்ன ஒரு அபத்தம்! அவர் ஏதாவது விசேஷமான முறையில் நீந்துகிறாரா?" என்று அன்னா பதில் சொல்லாமல் கேட்டாள்.

"நிச்சயமாக விசேஷமாக ஒன்றும் இல்லை. நான்தான் அதை சுத்த அபத்தம் என்று கூறினேன். சரி, எப்போது போகலாம் என்று நீங்கள் நினைக்கிறீர்கள்?"

ஏதோ ஒரு விரும்பத்தகாத எண்ணத்தை விரட்ட விரும்புவது போல அன்னா தலையை ஆட்டினாள்.

"நாம் எப்போது போகலாம்? எவ்வளவு சீக்கிரம் முடியுமோ அவ்வளவு நல்லது. நாளைக்குள் நாம் தயாராக முடியாது. எனவே நாளை மறுநாள் போகலாம்."

"சரி... இல்லை, கொஞ்சம் பொறுங்கள்! நாளை மறுதினம் ஞாயிற்றுக் கிழமை, நான் அம்மாவைப் பார்க்கச் செல்ல வேண்டும்" என்ற விரான்ஸ்கி சங்கடப்பட்டான் ஏனெனில் அவன் தன் தாயைப் பற்றிச் சொன்னதும், அவளுடைய சந்தேகப் பார்வையை அவன் உணர்ந்தான். அவன் சங்கடப்பட்டது அவள் சந்தேகத்தை உறுதிப் படுத்தியது. அவள் கோபத்தில் முகம் சிவந்து, அவனை விட்டு நகர்ந்தாள். இப்போது அன்னாவின் மனதில் ஸ்வீடிஷ் ராணியின் நீச்சல் பயிற்சியாளருக்குப் பதிலாக, மாஸ்கோவுக்கு வெளியே கோமகள் விரான்ஸ்கயாவுடன் வசிக்கும் இளவரசி சோரோகினா இருந்தாள்.

"நீங்கள் நாளைக்கு அங்கே போக முடியாதா?" என்று கேட்டாள்.

"இல்லை, அது முடியாது! நான் எதற்காக அங்கு போகிறேனோ, அந்தப் பத்திரங்களும் பணமும் நாளைக்குள் தயாராக இருக்காது" என்று அவன் பதிலளித்தான்.

"அப்படியானால், நாம் போகவே மாட்டோம்."

"ஏன்? முடியாது?"

"நான் அப்புறம் போகமாட்டேன். ஒன்று திங்கள் அல்லது எப்போதும் இல்லை!"

"ஏன் அப்படி?" என்று விரான்ஸ்கி வியப்படைந்தவன் போலக் கேட்டான். "நீங்கள் சொல்வது அர்த்தமற்றது!"

"உங்களுக்கு அது அர்த்தமற்றது ஏனென்றால் நீங்கள் என்னைப் பற்றிக் கவலைப்படவில்லை. என் வாழ்க்கையைப் புரிந்து கொள் வதில் உங்களுக்கு அக்கறையில்லை. இங்கே நான் ஆர்வம் காட்டிய ஒரே விஷயம் ஹன்னாதான். அது பாசாங்கு என்று நீங்கள் சொல்கிறீர்கள். நான் என் மகளைக் கவனிக்காமல் அந்த ஆங்கிலச் சிறுமியின் மீது அக்கறை காட்டுவதை நீங்கள் இயற்கைக்கு மாறானது என்று நேற்று சொன்னீர்கள். இங்கே எனக்கு எந்த மாதிரியான வாழ்க்கை இயல்பாக இருக்க முடியும் என்பதை நான் தெரிந்து கொள்ள விரும்புகிறேன்!"

ஒரு வினாடி சுயநினைவுக்குத் திரும்பிய அன்னா, தன்னுடைய தீர்மானத்தை மீறிவிட்டதை எண்ணித் திகைத்துப் போனாள். ஆனால் அவள் தன்னையே அழித்துக் கொள்கிறாள் என்று தெரிந்தும், அவளால் தன்னைக் கட்டுப்படுத்திக் கொள்ளவோ, அவன் செய்தது தவறு என்பதை அவனுக்குக் காட்டாமல் இருக்கவோ, அவனுக்கு அடிபணியவோ முடியவில்லை.

"நான் அப்படிச் சொல்லவில்லை. அந்தத் திடீர் பாசத்திற்கு என்னால் அனுதாபம் காட்ட முடியவில்லை என்றுதான் சொன் னேன்."

"உங்கள் நேர்மையைப் பற்றி பெருமை கொள்ளும் நீங்கள் ஏன் உண்மையைச் சொல்லக் கூடாது?"

"நான் ஒருபோதும் பெருமை பேசுவதில்லை. நான் ஒருபோதும் பொய் சொல்வதில்லை" என்று சாந்தமாகச் சொன்ன அவன் தனக்குள் பொங்கி வழிந்த கோபத்தை அடக்கிக் கொண்டான். "உங்களால் மதிக்க முடியவில்லை என்றால் அது பெரிய பரிதாபம்..."

"அன்பு இருக்க வேண்டிய வெற்றிடத்தை மறைக்க மரியாதை கண்டுபிடிக்கப்பட்டது. இனிமேலும் நீங்கள் என்னை நேசிக்கவில்லை என்றால் அதை நேர்மையாகச் சொல்வது நல்லது."

"இல்லை, இனியும் என்னால் தாங்கிக்கொள்ள முடியாது!" என்று கத்திய விரான்ஸ்கி நாற்காலியிலிருந்து எழுந்தான். அவன் அவள் முன்னால் நின்று மெதுவான குரலில், "ஏன் என் பொறுமையைச் சோதிக்கிறீர்கள்?" என்ற அவன் இன்னும் பல வற்றையும் சொல்ல முடியும் என்பது போல அவளைப் பார்த்தான் என்றாலும் தன்னைக் கட்டுப்படுத்திக் கொண்டு, "அதற்கு ஒரு எல்லை உண்டு" என்றான்.

"அப்படியென்றால் என்ன சொல்கிறீர்கள்?" என்று கத்திய அவள், அவன் முகம் முழுவதும், குறிப்பாக அவனது குரூரமான, அச்சுறுத்தும் கண்களில் ஒளிவுமறைவின்றி தெரிந்த வெறுப்பை பயத்துடன் பார்த்தாள்.

"அதாவது..." என்று ஆரம்பித்து நிறுத்தினான். "உங்களுக்கு என்னிடம் என்ன வேண்டும்?"

"எனக்கு என்ன வேண்டும்? நீங்கள் செய்ய நினைப்பது போல என்னைக் கைவிடக் கூடாது என்றுதான் நான் விரும்புகிறேன்" என்ற அவள், அவன் சொல்லாத அனைத்தையும் புரிந்து கொண்டாள். "ஆனால் நான் விரும்புவது அதுவல்ல, அது இரண்டாம் நிலை. எனக்குக் காதல் வேண்டும் ஆனால் உங்களிடம் அது இல்லை. அப்படியானால் எல்லாம் முடிந்து விட்டது!"

அவள் வாசலை நோக்கிச் சென்றாள்.

"பொறுங்கள்! பொறுங்கள்!" என்று தன் நெற்றியின் புருவச் சுழிப்பை மாற்றாமல் அவளைத் தடுத்து நிறுத்த அவள் கையைப் பிடித்தான். "என்ன விஷயம்? புறப்படுவதை மூன்று நாட்களுக்கு ஒத்திவைக்க வேண்டும் என்றுதான் சொன்னேன். அதற்கு நான் பொய் சொல்கிறேன் என்றும், நான் நேர்மையற்ற மனிதன் என்றும் சொல்கிறீர்கள்."

"ஆமாம், நான் மீண்டும் சொல்கிறேன், எனக்காக எல்லா வற்றையும் தியாகம் செய்து விட்டேன் என்று என்னைக் குறைகூறும் ஒரு மனிதர்" என்ற அவள் முந்தைய சண்டையின் வார்த்தைகளை நினைவு கூர்ந்து, "அவர் நேர்மையற்ற மனிதரை விட மோசமானவர், அவர் இதயம் இல்லாத மனிதர்!" என்றாள்.

"இல்லை, பொறுமைக்கும் ஒரு எல்லை உண்டு!" என்று கத்திய அவன் சட்டென்று அவள் கையை விடுவித்தான்.

'அவர் என்னை வெறுக்கிறார் என்பது தெளிவாகத் தெரிகிறது' என்று நினைத்த அவள், திரும்பிப் பார்க்காமல், தடுமாறிய நடையில் அறையை விட்டு வெளியேறினாள்.

'அவர் வேறு ஒரு பெண்ணைக் காதலிக்கிறார். அது இன்னும் தெளிவாகத் தெரிகிறது' என்று தனக்குள் சொல்லிக் கொண்டே அவள் தன்னுடைய அறைக்குச் சென்றாள்.

'எனக்குக் காதல் வேண்டும். ஆனால் அது இல்லை. எனவே எல்லாம் முடிந்துவிட்டது' என்று நினைத்த அவள் தான் சொன்ன வார்த்தைகளைத் திரும்பச் சொல்லிக் கொண்டாள். 'அது முடிவுக்கு வர வேண்டும்.'

'ஆனால் எப்படி?' என்று தனக்குத் தானே கேட்டுக் கொண்டு, கண்ணாடியின் முன்னால் இருந்த நாற்காலியில் அமர்ந்தாள்.

அவள் இப்போது (அவளை வளர்த்த அத்தையிடம் அல்லது டோலியிடம் அல்லது தனியாக வெளிநாட்டிற்கு) எங்கே போவது, அவன் இப்போது தனது அறையில் தனியாக என்ன செய்து

கொண்டிருப்பான், இது இறுதியான சண்டையா அல்லது சமாதானத்திற்கான சாத்தியம் இருக்கிறதா, பீட்டர்ஸ்பர்க்கில் உள்ள அவளுடைய பழைய நண்பர்கள் அனைவரும் இப்போது அவளைப் பற்றி என்ன சொல்வார்கள், அலெக்ஸி அலெக்ஸாண்ட்ரோவிச் அதை எப்படிப் பார்ப்பார் போன்ற எண்ணங்களுடன், இருவரும் பிரிந்த பிறகு என்னவெல்லாம் நடக்கும் என்பதைப் பற்றியும் பல்வேறு எண்ணங்கள் அவள் மனதில் தோன்றின, ஆனால் அவள் அந்த எண்ணங்களை விரட்டியடித்தாள். அவள் அவளுடைய உள்ளத்தின் ஆழத்தில் இருந்த ஏதோ ஒரு தெளிவற்ற சிந்தனையின் மீது மட்டுமே கவனத்தைச் செலுத்தியபோதும் அது என்ன என்பதை அவளால் அடையாளம் காண முடியவில்லை. மீண்டும் அலெக்ஸி அலெக்ஸாண்ட்ரோவிச்சை நினைத்துப் பார்த்த அவளுக்கு, பிரசவத்திற்குப் பிறகு அவள் படுக்கையில் கிடந்தபோது, அவளை விட்டு அகலாத அந்த உணர்வை நினைவு கூர்ந்தாள். 'நான் ஏன் இன்னும் சாகவில்லை?' என்று அப்போது அவள் சொன்ன வார்த்தைகளும், அந்த நேரத்தில் அவள் மனதை ஆக்கிரமித்திருந்த உணர்வுகளும் அவளிடம் திரும்பி வந்தன. உடனே அவள் தன் உள்ளத்தில் இருப்பதை அடையாளம் கண்டு கொண்டாள். ஆமாம், அந்த ஒன்றுதான் எல்லாவற்றுக்கும் தீர்வு. 'ஆமாம், சாக வேண்டும்!'

'அலெக்ஸி அலெக்ஸாண்ட்ரோவிச்சிற்கும் செரியோஷாவுக்கும் ஏற்பட்ட அவமானத்தையும், எனக்கு ஏற்பட்ட மிக மோசமான அவமானத்தையும் மரணம் தீர்த்துவிடும். நான் இறந்தால் வருத்தப் படும் அவர், என் மீது இரக்கப்பட்டு என்னை நேசித்து, எனக்காக வேதனைப்படுவார்' என்று நினைத்த அவள், கழிவிரக்கம் கொண்ட ஒரு நிலைத்த புன்னகையுடன், நாற்காலியில் சாய்ந்து, தன் இடது கையில் மோதிரங்களை அணிந்து, தன் மரணத்திற்குப் பிறகு அவனது உணர்வுகள் எப்படி இருக்கும் என்பதைப் பல்வேறு கோணங்களில் கற்பனை செய்து பார்த்தாள்.

அவனுடைய நெருங்கி வரும் காலடியோசை அவளைத் திசை திருப்பியது. மோதிரம் அணிவதில் மும்முரமாக இருப்பது போல அவள் அவனை நோக்கித் திரும்பாமல் இருந்தாள்.

அவன் அவள் அருகில் சென்று அவளது கையைப் பிடித்து, "அன்னா, நீங்கள் விரும்பினால் நாளை போகலாம். நான் எல்லா வற்றுக்கும் சம்மதிக்கிறேன்."

அவள் அமைதியாக இருந்தாள்.

"அது என்ன?" என்று அவன் கேட்டான்.

"உங்களுக்கே தெரியும்" என்ற அவள், அதற்கு மேலும் தன்னைக் கட்டுப்படுத்திக் கொள்ள முடியாமல் கண்ணீர் விட்டுக் கதறி அழுதாள்.

"என்னைக் கைவிட்டு விடுங்கள், என்னைக் கைவிட்டு விடுங்கள்!" என்று அவள் தன் அழுகைக்கு நடுவில் முணுமுணுத்தாள். "நான் நாளை போகிறேன்... நான் அதைவிட அதிகமாகச் செய்வேன். நான் யார்? நான் ஒரு சீரழிந்த பெண். உங்கள் காலைச் சுற்றிய பாம்பு. நான் உங்களைத் துன்புறுத்த விரும்பவில்லை, விரும்பவே இல்லை! நான் உங்களை விடுவிக்கிறேன். நீங்கள் என்னைக் காதலிக்கவில்லை. நீங்கள் வேறொருத்தியைக் காதலிக்கிறீர்கள்!"

விரான்ஸ்கி அவளை அமைதியாக இருக்கும்படி கெஞ்சினான். அவளுடைய பொறாமை காரணமற்றது என்றும், தான் அவளை நேசிப்பதை நிறுத்தவில்லை, ஒருபோதும் நிறுத்த மாட்டேன் என்றும், தான் அவளை முன்னெப்போதையும் விட அதிகமாக நேசிப்பதாகவும் உறுதியளித்தான்.

"அன்னா, உங்களை நீங்களே துன்புறுத்திக் கொண்டு என்னையும் ஏன் சித்திரவதை செய்ய வேண்டும்?" என்று அவன் அவள் கைகளில் முத்தமிட்டான். இப்போது அவன் முகத்தில் ஒரு கனிவு தென்பட்டது. அவன் கம்மிய குரலிலிருந்து அவன் அழுகையைக் கேட்டதாகவும், தன் கையில் அவன் கண்ணீரை உணர்ந்ததாகவும் அவளுக்குத் தோன்றியது. உடனே அவள் பொறாமையிலிருந்து விடுபட்டு உணர்ச்சியின் வசப்பட்டாள். அவள் அவனைக் கைகளால் சுற்றி வளைத்து, அவன் தலையையும், கழுத்தையும், கைகளையும் முத்தங்களால் மூடினாள்.

25

தங்களுக்குள் சமாதானம் ஆகிவிட்டதை உணர்ந்த அன்னா, மறுநாள் காலை புறப்படுவதற்கு வேண்டிய ஆயத்தங்களைச் செய்து கொண்டிருந்தாள். அவர்கள் செல்வது திங்களா அல்லது செவ்வாயா என்பது முடிவாகவில்லை என்றாலும், நேற்று இரவு அவர்கள் ஒருவருக்கொருவர் அனுசரித்துப் போனதால், அன்னா புறப்படுவதில் மும்முரமாக இருந்தாள். இப்போது அவர்கள் ஒரு நாள் முன்னதாகவோ அல்லது பின்னதாகவோ செல்வதைக் குறித்துக் கவலைப் படவில்லை. அவன் வழக்கத்தை விட முன்னதாகவே வெளியே செல்வதற்குத் தயாராக அவளைப் பார்க்க அவளது அறைக்குச் சென்றபோது, அவள் தனது அறையில் திறந்திருந்த பெட்டியின் முன்னால் நின்று தேவையான பொருட்களை எடுத்துக் கொண்டிருந்தாள்.

"நான் இப்போது அம்மாவைப் பார்க்கச் செல்கிறேன். அவர் பணத்தை யெகோரோவ் மூலம் எனக்கு அனுப்புவார். நாளை நான் புறப்படுவதற்குத் தயாராக இருப்பேன்."

அவள் என்னதான் நல்ல மனநிலையில் இருந்தாலும், அவன் தன் அம்மாவின் வீட்டிற்குச் செல்கிறான் என்ற எண்ணம் அவளை இம்சித்தது.

“நாளைக்குள் நான் தயாராக முடியாது” என்று சொன்ன அவள் உடனே, ‘நான் விரும்பியபடி அவர் ஏற்பாடு செய்கிறார்’ என்று நினைத்தாள். “இல்லை, நீங்கள் விரும்பியபடியே செய்யுங்கள். நீங்கள் சாப்பாட்டு அறைக்குச் செல்லுங்கள் நான் பின்னாலேயே வருகிறேன். எனக்குத் தேவையில்லாததை வெளியே எடுக்க வேண்டும்” என்ற அவள் ஏற்கனவே மலை போல் குவிந்திருந்த அன்னுஷ்காவின் கையில் மேலும் எதையோ வைத்தாள்.

அவள் சாப்பாட்டு அறைக்குள் நுழைந்தபோது விரான்ஸ்கி மாட்டிறைச்சியைச் சாப்பிட்டுக் கொண்டிருந்தான்.

“இந்த அறைகள் எனக்கு எத்தனை அருவருப்பாக மாறிவிட்டன என்பதை உங்களால் நம்பமுடியாது” என்ற அவள், அவன் அருகில் அமர்ந்து காபியைக் குடித்தாள். “இந்த அடுக்குமாடி குடியிருப்புகளை விட மோசமானது எதுவும் இல்லை! அவை தனித்தன்மையற்ற ஜடங்கள். இந்தக் கடிகாரம், திரைச்சீலைகள், அனைத்திற்கும் மேலாக இந்தச் சுவர் காகிதங்கள் எல்லாமே ஒரு கெட்ட கனவைப் போலிருக்கிறது. நான் வோஸ்ட்விஜென்ஸ்கோவை ஒரு பாலைவனச் சோலையாகப் பார்க்கிறேன். நீங்கள் இன்னும் குதிரைகளை அனுப்ப வில்லையா?”

‘இல்லை, அவை நமக்குப் பின்னால் வரட்டும். நீங்கள் எங்காவது வெளியே போக வேண்டுமா?”

“நான் திருமதி. வில்சனின் வீட்டிற்குச் சென்று அவருக்குச் சில ஆடைகளைக் கொடுக்க விரும்பினேன். அப்படியானால் நாளைக்குக் கண்டிப்பாக போகிறோமா?” என்று மகிழ்ச்சியுடன் சொன்ன அவளுடைய முகம் சட்டென்று மாறியது.

பீட்டர்ஸ்பர்க்கிலிருந்து வந்த தந்திக்கு ரசீது வேண்டும் என்று கேட்டு விரான்ஸ்கியின் உதவியாளர் வந்தார். விரான்ஸ்கிக்கு தந்தி வருவதில் அசாதாரணமான எதுவும் இல்லை என்றாலும் ரசீது படிப்பறையில் இருப்பதாகச் சொன்ன அவன், அவளிடமிருந்து எதையோ மறைக்க விரும்புவது போல, அவசரமாக அவளை நோக்கித் திரும்பினான்.

“கண்டிப்பாக எல்லாவற்றையும் நாளைக்குள் முடித்து விடுவேன்.”

“தந்தி யாரிடமிருந்து வந்தது?” என்று அவள், அவன் சொன்னதைக் கவனிக்காமல் கேட்டாள்.

“ஸ்டீவாவிடமிருந்து” என்று அவன் தயக்கத்துடன் சொன்னான்.

“நீங்கள் அதை ஏன் என்னிடம் காட்டவில்லை? ஸ்டீவாவுக்கும் எனக்கும் என்ன ரகசியம் இருக்க முடியும்?”

விரான்ஸ்கி உதவியாளரை அழைத்து தந்தியைக் கொண்டுவரச் சொன்னான்.

“ஸ்டீவாவுக்கு தந்தி அனுப்பும் பழக்கம் இருப்பதால் நான் அதைக் காட்ட விரும்பவில்லை. இன்னும் எதுவும் முடிவாகவில்லை என்றால் ஏன் தந்தி அனுப்ப வேண்டும்?”

“விவாகரத்து பற்றியா?”

“ஆமாம், இன்னும் எந்தப் பதிலும் கிடைக்கவில்லை. ஓரிரு நாட்களில் ஒரு முடிவான பதிலைத் தருவதாக அவர் உறுதியளித்துள்ளார். நீங்களே அதைப் படியுங்கள்.”

அன்னா நடுங்கிய கைகளுடன் தந்தியை வாங்கி, அதில் விரான்ஸ்கி சொன்னது அப்படியே இருப்பதைப் பார்த்தாள். ஆனால் அதன் இறுதியில், ‘அதிக நம்பிக்கை இல்லை என்றாலும் என்னால் முடிந்த அனைத்தையும் செய்கிறேன்’ என்ற வார்த்தைகள் இருந்தன.

“எனக்கு விவாகரத்து கிடைத்தாலும் கிடைக்காவிட்டாலும் எனக்கு அதைப் பற்றிக் கவலையில்லை என்று நேற்றே நான் சொன்னேன்” என்ற அவள் முகம் சிவந்தாள். “எனவே என்னிடம் அதை மறைக்க வேண்டிய அவசியம் இல்லை.”

‘அவர் என்னிடமிருந்து மற்ற பெண்களுடன் கடிதத் தொடர்பு வைத்திருப்பதையும் இதைப் போல மறைக்க முடியும்’ என்று அவள் நினைத்தாள்.

“யஷ்வின் இன்று காலை வோய்டோவுடன் இங்கு வர விரும்பினார்” என்றான் விரான்ஸ்கி. “அவர் கொடுக்க வேண்டிய கடன்களுக்கும் அதிகமான பணத்தை, சுமார் அறுபதாயிரத்தை பெவ்த்சோவிடமிருந்து வெற்றி பெற்றிருக்கிறார்.”

“இல்லை, பொறுங்கள்” என்ற அவள், தனக்கு எரிச்சல் ஏற்படக் கூடும் என்ற காரணத்தால், அவன் அந்தப் பேச்சை மாற்றுகிறான் என்பதை வெளிப்படையாகக் காட்டிக் கொண்டதால் எரிச்சலடைந் தாள். “அந்தச் செய்தி என்னைப் பாதிக்கும் என்று நினைத்து, நீங்கள் ஏன் அதை மறைக்க முயற்சிக்க வேண்டும்? எனக்கு அதைப் பற்றிக் கவலையில்லை என்று சொன்னேன். எனவே நீங்களும் என்னைப் போல அதைப் பற்றி அதிகமாக அலட்டிக் கொள்ள வேண்டாம் என்று விரும்புகிறேன்.”

“எனக்குத் தெளிவு வேண்டும் என்பதால் நான் அதில் ஆர்வ மாக இருக்கிறேன்.”

“தெளிவு என்பது காதலில் இருந்தால் போதும்” என்ற அவள் அவன் பேசிய வார்த்தைகளால் அல்லாமல், அவன் பேசிய சாந்தமான தொனியால் மேலும் மேலும் எரிச்சலடைந்தாள். “அந்தத் தெளிவு எதற்காக வேண்டும்?”

‘அடக் கடவுளே, மீண்டும் காதலா?’ என்று நினைத்த அவன் முகத்தைச் சுளித்தான்.

“எதற்காக என்று உங்களுக்குத் தெரியாதா? உங்களுக்கும், நம்முடைய எதிர்கால சந்ததியினருக்கும்!” என்றான் அவன்.

“எதிர்காலத்தில் நமக்குக் குழந்தைகள் இருக்க மாட்டார்கள்.”

“அது பரிதாபத்திற்குரியது” என்றான் அவன்.

“குழந்தைகளுக்காக அது தேவை, ஆனால் நீங்கள் என்னைப் பற்றிக் கவலைப்படவில்லை இல்லையா?” என்ற அவள், அவன் சொன்னதை மறந்துவிட்டு அல்லது கவனிக்காமல் கேட்டாள்.

நீண்ட காலமாக சர்ச்சைக்குரியதாக இருந்த குழந்தைகளைப் பெறுவதற்கான சாத்தியக்கூறுகள் பற்றிய கேள்வி அவளை எரிச்சலடையச் செய்தது. தன் அழகை அவன் ஆராதிக்கவில்லை என்பதையே அவனுடைய குழந்தை பெற்றுக்கொள்ள வேண்டும் என்ற ஆசை வெளிக்காட்டுகிறது என்று அவள் விளக்கம் தந்தாள்.

“ஆகா, நான் உங்களுக்காக, முக்கியமாக உங்களுக்காக என்று தான் சொன்னேன்” என்ற அவன் ஏதோ வலியிருப்பவன் போல முகத்தைச் சுளித்தான். “ஏனெனில் உங்களுக்கு ஏற்படும் எரிச்சல் அனைத்தும் உங்கள் நிலையில் உள்ள நிச்சயமற்ற தன்மையிலிருந்து வருகிறது என்று நான் உறுதியாக நம்புகிறேன்.”

‘இப்போது அவர் நடிப்பதை நிறுத்திவிட்டு, என் மீதுள்ள வெறுப்பு அனைத்தையும் கொட்டித் தீர்க்கிறார்’ என்று நினைத்த அவள், அவன் சொன்னதைக் காது கொடுத்துக் கேளாமல், அவளை ஏளனப் பார்வையுடன் பார்த்துக் கொண்டிருந்த குரூரமான நீதிபதியை திகிலுடன் பார்த்தாள்.

“அது காரணமல்ல. நான் முழுமையாக உங்கள் அதிகாரத்தில் இருக்கிறேன் எனும் போது, நீங்கள் சொல்வது போல எனக்கு எப்படி எரிச்சல் ஏற்பட முடியும் என்று எனக்குப் புரியவில்லை. என் நிலையில் என்ன நிச்சயமற்ற தன்மை இருக்கிறது? மாறாக...”

“நீங்கள் புரிந்து கொள்ள விரும்பாததற்கு நான் மிகவும் வருந்து கிறேன்” என்ற அவன், தன் எண்ணத்தை வெளிப்படுத்த வேண்டும் என்ற பிடிவாதமான ஆசையுடன் குறுக்கிட்டான். “நான் சுதந்திரமாக

இருக்கிறேன் என்று நீங்கள் நினைப்பதில்தான் நிச்சயமற்ற தன்மை அடங்கியுள்ளது."

"அந்த விஷயத்தில் நீங்கள் நிம்மதியாக இருக்கலாம்" என்ற அவள், அவனிடமிருந்து விலகி காபியைக் குடிக்கத் தொடங்கினாள்.

அவள் கோப்பையை எடுத்து சுண்டுவிரலை நீட்டியபடி அதை வாயில் வைத்து சில மிடறு குடித்துவிட்டு அவனைப் பார்த்தாள். தன் கையின் செய்கையும், உதடுகள் எழுப்பிய ஓசையும் அவனை வெறுப்பின் உச்சத்திற்கு இட்டுச் செல்கின்றன என்பதை அவனது முகபாவத்திலிருந்து அவள் தெளிவாகப் புரிந்து கொண்டாள்.

"உங்கள் அம்மா என்ன நினைக்கிறார், உங்களுக்கு எப்படி திருமணம் செய்து வைக்க விரும்புகிறார் என்பதைப் பற்றி எனக்குக் கவலையில்லை" என்ற அவள் நடுங்கும் கையுடன் கோப்பையைக் கீழே வைத்தாள்.

"ஆனால் நாம் இப்போது அதைப் பற்றிப் பேசவில்லை."

"இல்லை, நாம் அதைத்தான் பேசுகிறோம். இதயமில்லாத ஒரு பெண், அவள் கிழவியாக அல்லது குமரியாக இருந்தாலும், அது உங்கள் தாயாக அல்லது வேறு யாராக இருந்தாலும், அவர் மீது எனக்கு எந்த அக்கறையும் இல்லை, நான் அவரைத் தெரிந்து கொள்ள விரும்பவும் இல்லை."

"அன்னா, நான் கெஞ்சிக் கேட்டுக் கொள்கிறேன், என் அம்மாவை மரியாதைக் குறைவாகப் பேச வேண்டாம்."

"தன் மகனின் மகிழ்ச்சியும் கௌரவமும் எங்கே இருக்கிறது என்பதைத் தன் இதயத்தால் அறிய முடியாத பெண்ணுக்கு, இதயம் என்பதே கிடையாது."

"நான் மீண்டும் சொல்கிறேன், நான் மதிக்கும் என் தாயை நீங்கள் அவமதிக்க வேண்டாம்" என்று குரலை உயர்த்திய அவன், அவளைச் சுட்டெரிப்பது போலப் பார்த்தான்.

அவள் பதில் சொல்லவில்லை. அவள் அவனையும், அவனுடைய முகத்தையும், கைகளையும் உற்றுப் பார்த்தபோது, நேற்று அவர்கள் சமரசம் செய்து கொண்டதும், அவனுடைய உணர்ச்சி ததும்பிய அரவணைப்பும் நினைவுக்கு வந்தது. 'அவர் மற்ற பெண்களையும் அதே போலத்தான் கட்டித் தழுவ விரும்புகிறார்' என்று நினைத்தாள்.

"நீங்கள் உங்கள் அம்மாவை நேசிக்கவில்லை. எல்லாமே வெற்று வார்த்தைகள், வார்த்தைகள்!" என்ற அவள் அவனை வெறுப்புடன் பார்த்தாள்.

"அப்படியானால் நாம் முடிவு செய்ய வேண்டும்…"

“முடிவு செய்வோம். நான் முடிவு செய்து விட்டேன்” என்று அவள் அங்கிருந்து புறப்பட்ட சமயத்தில், யஷ்வின் அறைக்குள் நுழைந்தார்.

அவரை வரவேற்ற அன்னா அங்கேயே நின்றாள்.

அவள் உள்ளத்தில் பயங்கரமான புயல் வீசியபோது, அவள் தன் வாழ்க்கையின் திருப்புமுனையில் நிற்பதாக உணர்ந்தபோது, அது மோசமான விளைவுகளை ஏற்படுத்தும் என்று உணர்ந்தபோது, எப்படியும் விரைவில் அல்லது பின்னர் தெரிந்துகொள்ளப் போகும் ஒரு அந்நியன் முன்னிலையில் நடிக்க வேண்டிய அவசியத்தை அவள் ஏன் உணர்ந்தாள் என்று அவளுக்குத் தெரியவில்லை. ஆனால் உடனே அவள் தன் உள்ளத்தில் வீசிய புயலை அமைதிப் படுத்தி, உட்கார்ந்து, அவருடன் பேசத் தொடங்கினாள்.

“சரி, உங்கள் விவகாரம் எப்படி இருக்கிறது? கடனை அடைத்து விட்டீர்களா?” என்று யஷ்வினிடம் கேட்டாள்.

“எல்லாம் சரியாகப் போகிறது. எனக்கு முழுத் தொகையும் கிடைக்காது என்று தெரிகிறது. நான் புதன்கிழமை செல்ல வேண்டும். சரி, நீங்கள் எப்போது புறப்படுகிறீர்கள்?” என்ற அவர் கண்களைச் சுருக்கி விரான்ஸ்கியைப் பார்த்து, அவர்களுக்குள் ஏதோ சண்டை நடந்திருப்பதைச் சந்தேகத்திற்கு இடமின்றி அறிந்து கொண்டார்.

“நாளை மறுநாள் என்று நினைக்கிறேன்” என்றான் விரான்ஸ்கி.

“நீங்கள் போக வேண்டும் என்று சொல்லிக் கொண்டே இருந்தீர்கள்.”

“ஆனால் இப்போது முடிவாகி விட்டது” என்ற அன்னா விரான்ஸ்கியின் கண்களை நேருக்கு நேராகப் பார்த்து, இனிமேல் தங்களுக்குள் சமரசத்திற்கான சாத்தியத்தைப் பற்றி அவன் யோசிக்கவே கூடாது என்பதை உணர்த்தினாள்.

“அந்தத் துரதிர்ஷ்டசாலி பெவ்த்சோவுக்காக நீங்கள் வருத்தப்பட வில்லையா?” என்று அவள் யஷ்வினிடம் பேசத் தொடங்கினாள்.

“அன்னா ஆர்கடியேவ்னா, நான் அவருக்காக வருத்தப்படுவதா வேண்டாமா என்பதைப் பற்றி நான் யோசிக்கவில்லை. இப்போது எல்லாப் பணமும் என்னிடம் இருக்கிறது” என்ற அவர் தன் சட்டையின் பாக்கெட்டைத் தொட்டுக் காட்டினார். “இப்போது நான் பணக்காரன். ஆனால் நான் இன்றிரவு கிளப்புக்குச் சென்று ஒரு பிச்சைக்காரனாகத் திரும்பலாம். என்னுடன் விளையாடுபவர் என் சட்டையையும் பிடுங்கிக்கொள்ள விரும்புகிறார் என்பதால்

நானும் அப்படித்தான் இருப்பேன். எனவே நாங்கள் போராடுகிறோம் என்பதில்தான் மகிழ்ச்சி அடங்கியிருக்கிறது."

"சரி, உங்களுக்குத் திருமணம் ஆகிவிட்டது என்று வைத்துக் கொள்வோம், அப்போது இதைப் பற்றி உங்கள் மனைவி என்ன நினைப்பார்?" என்று அன்னா கேட்டாள்.

யஷ்வின் சிரித்தார்.

"அதனால்தான் நான் திருமணம் செய்து கொள்ளவில்லை. எனக்குத் திருமணம் செய்துகொள்ளும் எண்ணமும் இல்லை."

"ஹெல்சிங்போர்ஸின் நிலை என்ன?" என்ற விரான்ஸ்கி உரையாடலில் கலந்து கொண்டு அன்னாவின் சிரித்த முகத்தை ஓரக் கண்ணால் பார்த்தான்.

இருவரின் கண்களும் சந்தித்தபோது, அன்னாவின் முகம் திடீரென்று உணர்ச்சியற்றதாக மாறி, 'நான் எதையும் மறக்கவில்லை. இப்போதும் எல்லாம் அப்படியேதான் இருக்கிறது!' என்று சொல்வது போலிருந்தது.

"நீங்கள் எப்போதாவது காதலித்திருக்கிறீர்களா?" என்று அவள் யஷ்வினிடம் கேட்டாள்.

"அடக் கடவுளே, பலமுறை! சில ஆண்கள் சீட்டு விளையாட உட்காருவார்கள் ஆனால் மற்றவர்களைச் சந்திக்க வேண்டிய நேரம் வரும்போது எழுந்துவிடுவார்கள். நான் காதலில் மூழ்கினாலும் மாலையில் கிளப்புக்குப் போவது தாமதமாகாமல் பார்த்துக் கொள் வேன். நான் அப்படித்தான் விஷயங்களை ஏற்பாடு செய்கிறேன்."

"இல்லை, நான் அதைப் பற்றிக் கேட்கவில்லை. ஆனால் உண்மை யான காதலைப் பற்றிக் கேட்கிறேன்" என்ற அவள், ஹெல்சிங்போர்ஸ் என்ற பெயரைச் சொல்ல நினைத்தாள் என்றாலும் விரான்ஸ்கி பயன்படுத்திய வார்த்தையைப் பயன்படுத்த விரும்பவில்லை.

விரான்ஸ்கியிடமிருந்து குதிரையை வாங்குவதற்காக வோய் டோவ் வந்தார். அன்னா எழுந்து அறையை விட்டுச் சென்றாள்.

விரான்ஸ்கி அவர்களுடன் வெளியே செல்வதற்கு முன் அவளுடைய அறைக்குச் சென்றான். அவள் மேசையின் மீது எதையோ தேடுவது போல நடிக்க நினைத்தாள், ஆனால் அந்தப் பாசாங்குக்கு வெட்கப்பட்டு, நட்பற்ற பார்வையுடன் அவன் கண்களை நேருக்கு நேராகச் சந்தித்தாள்.

"உங்களுக்கு என்ன வேண்டும்?" என்று அவள் பிரெஞ்சில் கேட்டாள்.

"நான் 'கபெட்டா' குதிரையை விற்றுவிட்டேன். அதற்கான சான்றிதழை வாங்கச் செல்கிறேன். எனக்கு விளக்கம் சொல்ல

நேரமில்லை. அப்படியே சொன்னாலும் அவை அர்த்தமற்றதாக இருக்கும்" என்று அவன் வார்த்தைகளைவிடத் தெளிவான தொனியில் அதைச் சொன்னான்.

'எந்தக் காரணத்திற்காகவும் நான் அவள் முன்னால் நிற்கும் குற்றவாளி அல்ல. அவள் தன்னைத் தானே தண்டித்துக் கொள்ள விரும்பினால் அது அவளுக்கு மிக மோசமாக இருக்கும்' என்று அவன் நினைத்தான். ஆனால் அவன் அறையை விட்டு வெளியே செல்லும்போது, அவள் ஏதோ சொன்னதாக நினைத்தான். திடீரென்று அவள் மீது அவன் உள்ளத்தில் எழுந்த பரிதாபத்தினால் அவன் இதயம் நடுங்கியது.

"என்ன அன்னா?" என்று கேட்டான்.

"ஒன்றுமில்லை" என்று அவள் உணர்ச்சியின்றி, சாந்தமாக பதிலளித்தாள்.

'ஒன்றுமில்லை என்றால் இன்னும் மோசம்' என்று நினைத்த அவன், மீண்டும் தன் உள்ளத்தில் வெறுப்பை உணர்ந்தவனாக வெளியே சென்றான். அவன் கிளம்பும்போது கண்ணாடியில் அவளுடைய வெளிறிய முகத்தையும், நடுங்கும் உதடுகளையும் பார்த்தான். அவன் நின்று அவளிடம் ஏதோ ஆறுதலாகச் சொல்ல விரும்பினான் என்றாலும், என்ன சொல்வது என்று யோசிப்பதற்குள் அவன் கால்கள் அவனை அறையை விட்டு வெளியே அழைத்துச் சென்றன. அவன் நாள் முழுவதும் வெளியே இருந்துவிட்டு, இரவில் தாமதமாக வீட்டுக்கு வந்தபோது, அன்னா ஆர்கடியேவ்னாவுக்குத் தலைவலியாக இருப்பதால் அவளைப் பார்க்கச் செல்ல வேண்டாம் என்று வேலைக்காரி அவனிடம் கூறினாள்.

26

அவர்கள் இதற்கு முன் எப்போதும் ஒரு நாள் முழுவதும் சண்டையிட்டுக் கொண்டதில்லை. இப்படி நடப்பது இதுதான் முதல் முறை. மேலும் இது ஒரு சண்டை அல்ல. இது அவர்கள் இருவரும் கசப்புணர்வின் உச்சத்தில் இருக்கிறார்கள் என்பதன் வெளிப்படையான ஒப்புதல். அவன் சான்றிதழ் வாங்கச் செல்வதைச் சொல்வதற்காக அறைக்குள் நுழைந்துபோது, அவன் அவளைப் பார்த்தது போல அப்படித்தான் பார்த்திருக்க முடியுமா? அவன் அவளைப் பார்த்து, அவள் இதயம் விரக்தியால் நொறுங்கிப் போயிருப்பதைக் கண்டு, அலட்சியப் பார்வையுடன் அமைதியாக வெளியே செல்வது சாத்தியமா? அவள் மீதான அவனது உணர்ச்சிகள் மரத்துவிட்டன என்பதல்ல, மாறாக, அவன் வேறொரு

பெண்ணை நேசித்ததால் அவளை வெறுத்தான் என்பது தெளிவாகத் தெரிந்தது.

அவன் பேசிய அத்தனை குரூரமான வார்த்தைகளையும் நினைவுகூர்ந்த அன்னா, அவன் அவளிடம் சொல்ல விரும்பிய, சொல்லியிருக்கக் கூடிய வேறு வார்த்தைகளையும் நினைத்துப் பார்த்து, மேலும் மேலும் எரிச்சலடைந்தாள்.

'நான் உங்களைப் பிடித்து வைத்திருக்கவில்லை. நீங்கள் எங்கு வேண்டுமானாலும் போகலாம். நீங்கள் உங்கள் கணவரை விவாகரத்து செய்ய விரும்பவில்லை என்பதால் நீங்கள் அவரிடம் திரும்பிச் செல்லலாம். அவரிடம் திரும்பிச் செல்லுங்கள். உங்களுக்குப் பணம் தேவைப்பட்டால் நான் அதை உங்களுக்குத் தருகிறேன். உங்களுக்கு எத்தனை ரூபிள்கள் வேண்டும்?' என்று அவன் அவளிடம் சொல்லியிருக்கலாம்.

ஒரு கொடூரமான மனிதன் சொல்லக்கூடிய மிகக் கொடூரமான வார்த்தைகளை எல்லாம் அவன் அவளுடைய கற்பனையில் சொன்னான். அந்த வார்த்தைகளை அவன் அவளிடம் உண்மையில் சொன்னதைப் போல அவளால் அவனை மன்னிக்க முடியவில்லை.

'ஆனால் உண்மையான, நேர்மையான மனிதரான அவர் நேற்று என்னை நேசிப்பதாக சத்தியம் செய்யவில்லையா? நான் இதற்கு முன் பலமுறை வீணாக விரக்தி அடைந்ததில்லையா?' என்று அவள் உடனே தனக்குள் கேட்டுக் கொண்டாள்.

திருமதி. வில்சனைச் சந்திக்கச் சென்ற இரண்டு மணி நேரத்தைத் தவிர, அன்னா அந்த நாள் முழுவதும், எல்லாம் முடிந்துவிட்டதா அல்லது சமாதானத்திற்கு வாய்ப்பு இருக்கிறதா, இப்போதே வீட்டைவிட்டுச் செல்வதா அல்லது அவரை மீண்டும் சந்திப்பதா என்ற போராட்டத்தில் இருந்தாள். அன்று முழுவதும் அவனுக்காகக் காத்திருந்த அவள், அன்று மாலை வேலைக்காரியிடம் தனக்குத் தலைவலி என்று அவரிடம் தெரிவிக்கச் சொல்லிவிட்டு தன் அறைக்குச் சென்றாள். 'வேலைக்காரி சொன்ன பிறகும் அவர் என்னைப் பார்க்க வந்தால், அவர் இன்னும் என்னை நேசிக்கிறார் என்று அர்த்தம். இல்லையென்றால், எல்லாம் முடிந்துவிட்டது என்று அர்த்தம். அதன் பிறகு நான் என்ன செய்ய வேண்டும் என்பதை முடிவு செய்வேன்...!' என்று தனக்குள் சொல்லிக் கொண்டாள்.

இரவில் வண்டி வந்து நிற்கும் ஓசையையும், கதவின் மணி ஓசையையும், அவன் காலடி ஓசையையும், வேலைக்காரியிடம் பேசும் அவன் குரலையும் கேட்டாள். அவன் அவள் சொன்னதை

நம்பி, மேலும் அறிந்து கொள்ள விரும்பாமல் தன் அறைக்குச் சென்றான். அப்படியானால் எல்லாம் முடிந்துவிட்டது.

அவன் உள்ளத்தில் அவள் மீதான காதலைப் புதுப்பிக்கவும், அவனைத் தண்டிப்பதற்கும், அவளுடைய உள்ளத்தில் குடிகொண்ட தீய சக்தி அவனுடன் நடத்திக் கொண்டிருந்த சண்டையில் வெற்றி பெறுவதற்கும் மரணம் ஒன்றுதான் வழி என்பது அவளுடைய மனதில் தெள்ளத் தெளிவாகத் தோன்றியது.

இப்போது அவர்கள் வோஸ்ட்ஜென்ஸ்கோவுக்குச் செல்கிறார்களா இல்லையா, அவள் தன் கணவரிடமிருந்து விவாகரத்து பெறுவாளா இல்லையா என்ற எதுவும் அவளுக்கு முக்கியமல்ல, அவனைத் தண்டிப்பது மட்டுமே முக்கியம்.

அவள் வழக்கமான அளவு அபினியை ஊற்றிக் குடித்துவிட்டு, சாவதற்கு முழு பாட்டிலையும் குடித்தால் போதும் என்று நினைத்த போது, அது அவளுக்கு மிகவும் எளிதாகவும் சுலபமாகவும் தோன்றியது. எல்லாம் முடிந்த பிறகு தாமதமாக, அவன் எப்படி வருத்தப்படுவான், கஷ்டப்படுவான், அவளுடைய நினைவைப் போற்றுவான் என்பதை மகிழ்ச்சியுடன் சிந்திக்கத் தொடங்கினாள். அவள் படுக்கையில் படுத்துக் கண்களை மூடாமல், எரிந்த ஒரே ஒரு மெழுகுவர்த்தியின் வெளிச்சத்தில் கூரையின் அடியில் இருந்த செதுக்கிய வளைவையும், அதன் ஒரு பகுதியை மூடிய திரையின் நிழலையும் பார்த்துக் கொண்டிருந்தாள். அவள் இனி இல்லை எனும்போது, அவள் அவனுக்கு ஒரு நினைவாக மட்டுமே எஞ்சியிருக்கும்போது அவன் எப்படி உணர்வான் என்பதை அவள் தனக்குள் தெளிவாகக் கற்பனை செய்து பார்த்தாள். ‘நான் எப்படி அந்தக் கொடுமையான வார்த்தைகளை அவளிடம் சொன்னேன்? நான் எப்படி எதுவும் பேசாமல் அறையை விட்டு வெளியே சென்றேன்? ஆனால் இப்போது அவள் இல்லை. அவள் நிரந்தரமாக என்னை விட்டுப் போய்விட்டாள். அவள் அங்கே இருக்கிறாள்...’ திடீரென்று நடுங்கிய திரையின் நிழல், கூரையையும், முழு வளைவையும் மூடியது. மறுபக்கத்திலிருந்து வந்த மற்ற நிழல்கள் அதைச் சந்திக்க விரைந்தன. ஒரு கணம் நிழல்கள் அனைத்தும் ஒன்றாக ஓடின. ஒன்றை ஒன்று வேகமாகத் துரத்திய அவை நெருங்கி, தடுமாறி, ஒன்றிணைந்து பிறகு அந்தகாரம் சூழ்ந்தது. ‘மரணம்!’ என்று நினைத்தாள். அவள் வெகுநேரம் தான் எங்கே இருக்கிறோம் என்பதை உணர முடியாமலும், நடுங்கிய கைகளால் எரிந்து முடிந்த மெழுகுவர்த்திக்குப் பதிலாக மற்றொரு மெழுகுவர்த்தியை ஏற்ற தீப்பெட்டியைக் கண்டுபிடிக்க முடியாமலும் ஒரு பெரும் திகில் அவளை ஆட்கொண்டது. ‘இல்லை, நான் வாழும் வரை எதுவும் நடக்காது. நான் அவரை நேசிக்கிறேன். அவரும்

என்னை நேசிக்கிறார். இதற்கு முன்பும் இதேபோல நடந்திருக்கிறது என்பதால் இதுவும் கடந்து போகும்' என்று நினைத்த அவள், வாழ்க்கை திரும்பக் கிடைத்துவிட்ட மகிழ்ச்சியில், தன் கண்களில் ஆனந்தக் கண்ணீர் பெருகி கன்னங்களில் வழிந்து ஓடுவதை உணர்ந்தாள். அவள் பயத்திலிருந்து தன்னைக் காப்பாற்றிக் கொள்ள அவனைத் தேடி படிப்பறைக்குச் சென்றாள்.

அவன் படிப்பறையில் ஆழ்ந்த உறக்கத்தில் இருந்தான். அவள் அருகில் சென்று, விளக்கு வெளிச்சத்தை அவன் முகத்தின் மீது திருப்பி, அவனை நீண்ட நேரம் பார்த்துக் கொண்டு நின்றாள். தூங்கிக் கொண்டிருந்த அவனைப் பார்த்த அவள் கண்ணீரை அடக்க முடியாத அளவுக்கு அவனை நேசித்தாள். ஆனால் அவன் கண்விழித்து எழுந்தால் அவன் தன்னைச் சரியானவன் என்பதை உணர்ந்து, அவளை வெறுப்புடன் பார்ப்பான் என்றும், அவள் தன் காதலை அவனிடம் சொல்வதற்கு முன்பு, அவன் அவளை நடத்திய விதம் தவறு என்பதை நிரூபிக்க வேண்டும் என்றும் அவளுக்குத் தெரியும். அவள் அவனை எழுப்பாமல் தன் அறைக்குத் திரும்பினாள். அவள் இரண்டாவது முறை அபினைக் குடித்த பிறகு, விடிவதற்குச் சற்று முன்பு ஆழ்ந்த ஆனால் முழுமையற்ற தூக்கத்தில் விழுந்தாள். அப்போது அவள் தன் சுயநினைவை இழக்கவில்லை.

விரான்ஸ்கியுடன் அவள் தொடர்பு கொள்வதற்கு முன்பிருந்தே அவளுக்கு அடிக்கடி வரும் அந்தப் பயங்கரமான கனவு காலையில் அவளை எழுப்பியது. கலைந்த தாடியுடன் ஒரு வயதான குள்ளமான விவசாயி இரும்பின் மீது குனிந்து, அர்த்தமற்ற பிரெஞ்சு வார்த்தை களை முணுமுணுத்தபடி எதையோ செய்து கொண்டிருந்தான். எப்போதும் போல அந்தக் கனவில் (அதுதான் மிகவும் கொடுமை யானது) அந்த விவசாயி அவளைக் கவனிக்காமல் ஆனால் அவளுக்கு மேலே இருந்த இரும்பினால் ஏதோ பயங்கரமான காரியத்தைச் செய்து கொண்டிருப்பதை அவள் உணர்ந்தாள். அவள் வியர்வையில் தெப்பலாய் நனைந்து விழித்துக் கொண்டாள்.

அவள் எழுந்தபோது, நேற்று நடந்தவை அனைத்தும் மூடுபனியைப் போல அவள் நினைவுக்கு வந்தது.

'இதற்கு முன்பு பலமுறை நடந்தது போல ஒரு சண்டை நடந்தது. நான் எனக்குத் தலைவலி என்று சொன்னபோதும் அவர் என்னைப் பார்க்க வரவில்லை. நாம் நாளை புறப்படுவதால், நான் அவரைப் பார்த்து அதற்கான ஏற்பாடுகளைச் செய்ய வேண்டும்' என்று அவள் நினைத்தாள். அவன் படிப்பறையில் இருப்பதை அறிந்து அவள் அங்கு சென்றாள். அவள் வரவேற்பறையைக் கடந்து சென்றபோது, நுழைவாயிலில் ஒரு வண்டி வந்து நிற்கும் ஓசை

கேட்டது. அவள் ஜன்னல் வழியாகப் பார்த்தபோது, ஊதா நிற தொப்பி அணிந்த ஒரு இளம் பெண், வண்டியிலிருந்து எட்டிப் பார்த்து, கதவு மணியை அடித்துக் கொண்டிருந்த வேலைக்காரனிடம் எதையோ சொல்வதைப் பார்த்தாள். முன் அறையில் ஏதோ பேசிக் கொண்ட பிறகு யாரோ ஒருவர் மாடிக்குச் சென்றார். வரவேற் பறைக்கு அருகில் விரான்ஸ்கியின் காலடி ஓசை கேட்டது. அவன் வேகமாகப் படிகளில் இறங்கிக் கொண்டிருந்தான். அன்னா மீண்டும் ஜன்னலில் எட்டிப் பார்த்தாள். அவன் தொப்பி அணியாமல் படிகளில் இறங்கி வண்டியை நோக்கிச் சென்றான். ஊதா நிற தொப்பி அணிந்த இளம் பெண் அவனிடம் ஒரு பார்சலைக் கொடுத் தாள். விரான்ஸ்கி அவளிடம் ஏதோ சொல்லிவிட்டுச் சிரித்தான். வண்டி புறப்பட்டதும் அவன் மீண்டும் வேகமாக மாடிக்குச் சென் றான்.

அவள் உள்ளத்தை மூடியிருந்த பனிமூட்டம் சட்டென்று விலகியது. நேற்று நடந்தவையால் பாதிக்கப்பட்ட அவள் இதயத்தை ஒரு புதிய வலி தாக்கியது. அவள் அவனுடன் ஒரு நாள் முழுவதும் அவனுடைய வீட்டில் இருந்து, தன்னைத் தானே எப்படி அவமானப் படுத்திக் கொள்ள முடிந்தது என்று அவளுக்குப் புரியவில்லை. அவள் தன் முடிவை அவனிடம் தெரிவிக்க அவனுடைய படிப் பறைக்குச் சென்றாள்.

"அம்மாவிடமிருந்து ஆவணங்களைக் கொண்டு வருவதற்காக இளவரசி சோரோகினா தன் மகளுடன் வந்தாள். நேற்று என்னால் அவற்றை வாங்க முடியவில்லை. உங்கள் தலைவலி எப்படி இருக்கிறது?" என்று அவள் முகத்தில் இருந்த இருண்ட, தீவிரமான பாவத்தைப் புரிந்து கொள்ளாமல் சாந்தமாக அவன் கேட்டான்.

அவள் அறையின் நடுவில் நின்று எதுவும் பேசாமல் அவனை உற்றுப் பார்த்தாள். அவன் அவளைப் பார்த்து ஒரு கணம் முகத்தைச் சுளித்துவிட்டு, ஒரு கடிதத்தைப் படித்துக் கொண்டிருந்தான். அவள் மெதுவாகத் திரும்பி அறையை விட்டு வெளியேறினாள். அவன் அப்போது கூட அவளை அழைத்திருக்கலாம் என்றாலும் அவள் வாசலை நெருங்கிய பிறகும் அவன் அமைதியாக இருந்தான். காகிதங்களைப் புரட்டும் சத்தம் மட்டுமே கேட்டது.

"சரி, நாம் நாளை கண்டிப்பாகப் போகிறோம், இல்லையா?" என்று அவன், அவள் வாசலைத் தாண்டும்போது சொன்னான்.

"நீங்கள் போகலாம், நான் வரவில்லை" என்று அவள் அவனை நோக்கித் திரும்பினாள்.

"அன்னா, நம்மால் இப்படி வாழ முடியாது..."

நற்றிணை பதிப்பகம் ● 1107

“நீங்கள் போகலாம், நான் வரவில்லை” என்று அவள் மீண்டும் சொன்னாள்.

“இது சகிக்க முடியாததாகி வருகிறது!”

“நீங்கள்... இதற்காக வருத்தப்படுவீர்கள்” என்று சொல்லிவிட்டு அவள் வெளியே சென்றாள்.

விரக்தியுடன் வெளிப்பட்ட அந்த வார்த்தைகளைக் கேட்ட அவன், அச்சமுற்று துள்ளிக் குதித்து அவள் பின்னால் ஓடத் தயாரானான். ஆனால் அவன் தன்னைச் சுதாரித்துக் கொண்டு மீண்டும் உட்கார்ந்து, பற்களைக் கடித்து முகத்தைச் சுளித்தான். அந்த அநாகரிகமான (அவன் அப்படித்தான் நினைத்தான்) அச்சுறுத்தல் அவனுக்கு எரிச்சலை ஏற்படுத்தியது. ‘நான் எல்லாவற்றையும் முயற்சித்து விட்டேன். இனிமேல் அதைப் பற்றி கவனம் செலுத்தாமல் இருப்பது ஒன்றுதான் வழி’ என்று அவன் நினைத்தான். அவன் தன் தாயைப் பார்த்து, அதிகாரப் பத்திரத்தில் அவரிடம் கையெழுத்து வாங்குவதற்காக மீண்டும் நகரத்திற்குச் செல்ல ஆயத்தமானான்.

அவள் படிப்பறையிலும் சாப்பாட்டு அறையிலும் அவனுடைய காலடி ஓசையைக் கேட்டாள். அவன் வரவேற்பு அறையில் நின்றான். ஆனால் அவன் அவளைப் பார்க்கச் செல்லவில்லை. அவன் வேலைக்காரனிடம் தான் இல்லாதபோது வோய்டோ வந்தால் அவரிடம் குதிரையைக் கொடுக்கும்படி கட்டளையிட்டான். அதன் பிறகு வண்டியின் ஓசையையும், கதவு திறக்கும் ஓசையையும் அவன் மீண்டும் வெளியே செல்லும் ஓசையையும் கேட்டாள். ஆனால் அவன் மீண்டும் முன் அறைக்கு வந்தான். யாரோ மாடிக்கு ஓடும் சத்தம் கேட்டது. அது அவன் மறந்துபோன கையுறைகளை எடுப்பதற்கு வந்த வேலைக்காரன். அவள் ஜன்னல் அருகே சென்று பார்த்தாள். அவன் திரும்பிப் பார்க்காமல் கையுறைகளை வாங்கிக் கொண்டு, வண்டி ஓட்டுநரின் தோளைத் தொட்டு ஏதோ சொல்வதைப் பார்த்தாள். பின்னர் அவன் ஜன்னலைத் திரும்பிப் பார்க்காமல், வண்டியில் ஏறி, கால்மேல் கால்களைப் போட்டு, தனது வழக்கமான தோரணையில் அமர்ந்து, கையுறைகளை அணிந்து, தெருவின் மூலையில் மறைந்தான்.

27

“அவர் சென்றுவிட்டார்! எல்லாம் முடிந்துவிட்டது!” என்று ஜன்னல் ஓரமாக நின்று அன்னா தனக்குள் சொல்லிக் கொண்டாள். அந்த எண்ணத்திற்கு பதிலளிக்கும் விதமாக, மெழுகுவர்த்தி அணைந்தபோது சூழ்ந்த இருட்டும், அவள் கண்ட பயங்கரமான

கனவும் ஒன்றோடொன்று கலந்து அவள் உள்ளத்தை உறையச் செய்தது.

"இல்லை, அது முடியாது!" என்ற அவள் அறையைத் தாண்டிச் சென்று மணியைச் சத்தமாக அடித்தாள். அவள் தனியாக இருப்ப தற்குப் பயந்து, வேலைக்காரனுக்காகக் காத்திராமல் அவனைச் சந்திக்க வெளியே சென்றாள்.

"கோமகன் எங்கே போனார் என்று தெரியுமா?" என்றாள்.

கோமகன் குதிரை லாயத்திற்குச் சென்றிருப்பதாக வேலைக் காரன் சொன்னான்.

"நீங்கள் வெளியே போக விரும்பினால் வண்டி சீக்கிரம் திரும்பி வரும் என்று உங்களிடம் சொல்லும்படி கோமகன் எனக்குக் கட்டளையிட்டார்."

"நல்லது, கொஞ்சம் பொறு. நான் ஒரு குறிப்பு தருகிறேன். அதனுடன் மைக்கேலை லாயத்திற்கு அனுப்பு. சீக்கிரம்."

அவள் உட்கார்ந்து எழுதினாள்.

'எல்லாம் என் தவறுதான். நாம் பேசவேண்டும். வீட்டிற்கு வாருங்கள். எனக்குப் பயமாக இருக்கிறது.'

அவள் அதை சீல் வைத்து வேலைக்காரனிடம் கொடுத்தாள்.

அவள் இப்போது தனியாக இருப்பதற்குப் பயந்தாள். எனவே வேலைக்காரனைப் பின்தொடர்ந்து அறையை விட்டு வெளியேறி குழந்தைகள் அறைக்குச் சென்றாள்.

"இல்லை, இது சரியில்லை. இது அவர் இல்லை! நீலக் கண்களும், கூச்ச சுபாவம் கொண்ட இனிய புன்னகையும் எங்கே?' என்று அவள் குழந்தைகள் அறையில் அவள் எதிர்பார்த்த செரியோஷா வுக்குப் பதிலாக, சுருட்டையான கருப்பு முடியுடன், பருமனாக, இளஞ்சிவப்பு நிறத்திலிருந்த சிறுமியைப் பார்த்தபோது நினைத்தாள். அவளுடைய எண்ணங்களின் குழப்பத்தால், அவள் அங்கு செரியோஷாவை எதிர்பார்த்தாள். ஒரு மேசையில் அமர்ந்திருந்த அந்தச் சிறுமி, ஒரு பாட்டிலின் மூடியைத் தொடர்ந்து பலமாகத் தட்டிக் கொண்டே, தனது கருப்பு திராட்சைக் கண்களுடன் தன் தாயைப் பார்த்தாள். ஆசிரியையின் கேள்விக்குப் பதிலளித்த அன்னா, தான் நலமாக இருப்பதாகவும், நாளை நாட்டிற்குச் செல்வதாகவும் சொல்லிவிட்டு, குழந்தையின் அருகில் அமர்ந்து அவள் முன்பாக, பாட்டிலின் மூடியைக் கழற்றத் தொடங்கினாள். அந்தக் குழந்தையின் உரத்த சிரிப்பும், புருவங்களின் அசைவும் அவளுக்கு விரான்ஸ்கியை நினைவூட்டியதும், அவள் அழுகையை அடக்கிக் கொண்டு, அவசரமாக எழுந்து வெளியே சென்றாள். 'உண்மையில் எல்லாம் முடிந்து விட்டதா? இல்லை, அப்படியிருக்காது. அவர் திரும்பி வருவார்.

நற்றிணை பதிப்பகம் ● 1109

ஆனால் அவளிடம் பேசிய பிறகு, அவரிடம் ஏற்பட்ட உற்சாகத்தையும், புன்னகையையும் அவர் எனக்கு எப்படி விளக்குவார்? அவர் விளக்கவில்லை என்றாலும்கூட எப்படியும் நான் அவரை விரும்பு வேன். அப்படியில்லை என்றால் எனக்கு ஒரே ஒரு வழிதான் இருக் கிறது. நான் அதை விரும்பவில்லை.'

அவள் தன் கைக்கடிகாரத்தைப் பார்த்தாள். பதினைந்து நிமிடங்கள் கழிந்தன. 'குறிப்பைப் பெற்ற அவர் திரும்பி வருவார். நீண்ட நேரம் ஆகாது, இன்னும் பத்து நிமிடங்கள்... ஆனால் அவர் வரவில்லை என்றால் என்ன செய்வது? இல்லை, அப்படியிருக்காது. அவர் கண்ணீர் கறை படிந்த கண்களுடன் என்னைப் பார்க்கக் கூடாது. நான் சென்று முகம் கழுவுகிறேன். ஆமாம், நான் தலையைச் சீவினேனா இல்லையா?' என்று அவள் தனக்குள் பேசிக் கொண்டாள். அவளுக்கு நினைவில் இல்லை என்பதால் அவள் தன் தலையைத் தொட்டுப் பார்த்தாள். 'நான் தலையைச் சீவினேன் என்றாலும் எப்போது என்று எனக்குத் தெரியவில்லை.' அவள் தன் கைகளை நம்பாமல் சுவரில் இருந்த கண்ணாடியின் முன் நின்று பார்த்தாள். அவள் தன் தலைமுடி சீவியிருப்பதைப் பார்த்த போது, அதை எப்போது செய்தாள் என்பது அவளுக்கு நினைவில் இல்லை. 'யார் இது?' என்று யோசித்த அவள், விசித்திரமாக ஜொலிக்கும் கண்களுடன், அவளைப் பயத்துடன் பார்த்துக் கொண்டிருந்த, வீங்கிய முகத்தைக் கண்ணாடியில் பார்த்தாள். 'ஆமாம், அது நான்தான்' என்று அவள் சட்டென்று உணர்ந்து, தன் முழு உருவத்தையும் மேலும் கீழும் பார்த்து, அவன் முத்தங்கள் தன் மீது பட்டதை உணர்ந்தவளாக தோள்களைக் குலுக்கி நடுங்கி னாள். பிறகு தன் கையை உயர்த்தி உதட்டில் வைத்து முத்தமிட்டாள்.

'என்ன இது? எனக்குப் பைத்தியம் பிடித்துவிட்டதா?' என்று கேட்டுக் கொண்டு அவள் படுக்கை அறைக்குச் சென்றாள். அங்கு அன்னுஷ்கா சுத்தம் செய்து கொண்டிருந்தாள்.

"அன்னுஷ்கா" என்ற அவள் வேலைக்காரியின் முன்னால் நின்று அவளை உற்றுப் பார்த்து, அவளிடம் என்ன சொல்வது என்று தெரியாமல் தவித்தாள்.

"நீங்கள் டாரியா அலெக்ஸாண்ட்ரோவ்னாவைப் பார்க்கப் போகிறீர்கள்" என்று அவள் புரிந்துகொண்டது போலச் சொன்னாள்.

"டாரியா அலெக்ஸாண்ட்ரோவ்னா வீட்டுக்கா? ஆமாம், நான் போகிறேன்."

'முதலில் ஒரு பதினைந்து நிமிடம், இப்போது ஒரு பதினைந்து நிமிடம் ஆகிவிட்டது. அவர் எந்த நேரத்திலும் வருவார்' என்று நினைத்து, அவள் கைக்கடிகாரத்தைப் பார்த்தாள். 'ஆனால் அவரால் எப்படி என்னை இந்த நிலையில் விட்டுச் செல்ல முடிந்தது? அவர்

என்னுடன் ஒத்துப்போகாமல் எப்படி வாழ முடியும்?' என்று யோசித்த அவள் ஜன்னல் அருகில் சென்று தெருவைப் பார்த்தாள். அவன் இந்நேரம் திரும்பி வந்திருக்க வேண்டும். ஆனால் அவளுடைய கணிப்பு தவறாக இருக்கலாம். அவள் அவன் எப்போது வெளியே சென்றான் என்பதை நினைவுபடுத்தி, நிமிடங்களைக் கணக்கிட்டுப் பார்க்கத் தொடங்கினாள்.

அவள் பெரிய சுவர்க்கடிகாரத்துடன் தன் கைக்கடிகாரத்தை ஒப்பிட்டுப் பார்க்கச் சென்றபோது, யாரோ வண்டியில் வரும் சத்தம் கேட்டது. அவள் ஜன்னல் வழியாகப் பார்த்தபோது அவன் வண்டி நின்றிருப்பதைக் கண்டாள். ஆனால் யாரும் மாடிக்கு வரவில்லை. கீழே சில குரல்கள் கேட்டன. குறிப்பைக் கொண்டு சென்ற வேலைக்காரன் அந்த வண்டியில் திரும்பி வந்திருந்தான். அவள் கீழே இறங்கி அவனிடம் சென்றாள்.

"கோமகனைப் பிடிக்க முடியவில்லை. அவர் நிஸ்னி ரயில் நிலையத்திற்குச் சென்று விட்டார்" என்றான் அவன்.

"நீ என்ன செய்கிறாய்? என்ன..." என்று அவள் தான் எழுதிய குறிப்பைத் திருப்பிக் கொடுத்த சிவந்த கன்னமும், நல்ல நகைச்சுவை உணர்வும் கொண்ட மைக்கேலிடம் கேட்டாள்.

'ஆமாம், அது அவருக்குக் கிடைக்கவில்லை' என்று நினைத் தாள்.

"சரி, அந்தக் குறிப்பைக் கோமகள் விரான்ஸ்கயாவின் பண்ணை வீட்டிற்கு எடுத்துச் செல். அது உனக்குத் தெரியுமா? சீக்கிரம் பதில் சொல்" என்றாள் அவள்.

'ஆனால் அந்த இடைப்பட்ட நேரத்தில் நான் இங்கே என்ன செய்யப் போகிறேன்?' என்று அவள் நினைத்தாள். 'ஆமாம், நான் டோலியின் வீட்டிற்குச் செல்கிறேன். இல்லையெனில் எனக்குப் பைத்தியம் பிடித்துவிடும். ஆமாம், நான் அவருக்குத் தந்தி அனுப்ப லாம்.'

'நான் கண்டிப்பாக உங்களிடம் பேச வேண்டும். உடனே வரவும்' என்று அவள் ஒரு தந்தியை எழுதினாள்.

அவள் தந்தியை அனுப்பச் சொல்லிவிட்டு, உடை மாற்றச் சென்றாள். அவள் உடையை மாற்றி, தொப்பியை அணிந்து, அமைதி யாக இருந்த அன்னுஷ்காவின் கண்களை மீண்டும் உற்றுப் பார்த் தாள். அந்தச் சிறிய, கனிவான சாம்பல் நிறக் கண்களில் வெளிப் படையாகத் தெரிந்த இரக்கத்தைக் காண முடிந்தது.

"அன்பே, அன்னுஷ்கா, நான் என்ன செய்வது?" என்ற அவள் அழுது கொண்டே தாங்க முடியாதவளாக சாய்வு நாற்காலியில் விழுந்தாள்.

“அன்னா ஆர்கடியேவ்னா, நீங்கள் ஏன் இப்படிக் கவலைப் படுகிறீர்கள்? இவையெல்லாம் எப்போதும் நடப்பதுதான். இப்போது நீங்கள் வெளியே சென்று உங்கள் மனதை உற்சாகப்படுத்துங்கள்” என்றாள் அவள்.

“ஆமாம், அதுதான் சரி, நான் போகிறேன்” என்று அன்னா தன் சுயநினைவுக்குத் திரும்பினாள். “நான் சென்ற பிறகு தந்தி வந்தால் அதை டாரியா அலெக்ஸாண்ட்ரோவ்னாவுக்கு அனுப்பு... இல்லை, வேண்டாம், நானே வருகிறேன்.”

“ஆமாம், நான் எதையும் யோசிக்காமல், ஏதாவது செய்ய வேண்டும், எங்கேயாவது போக வேண்டும். முக்கியமாக இந்த வீட்டை விட்டு வெளியே போக வேண்டும்” என்று அவள் வேக மாகத் துடிக்கும் தன் இதயத் துடிப்பைக் கேட்டு திகிலுடன் சொன் னாள். அவள் வேகமாக வெளியே சென்று வண்டியில் ஏறினாள்.

“எங்கே?” என்று அவள் வண்டியில் ஏறுவதற்கு முன் கேட்டான் பியோட்டர்.

“ஸ்னாமென்காவுக்கு, ஆப்லான்ஸ்கி வீட்டுக்கு.”

28

வானிலை மேக மூட்டமின்றி தெளிவாக இருந்தது. காலை முழுவதும் இடைவிடாமல் இருந்த தூறல், இப்போதுதான் நின்றிருந்தது. வீடுகளின் உலோகக் கூரைகள், நடைபாதை பலகைகள், சாலையின் சரளைக் கற்கள், வண்டிகளில் பதித்த பித்தளை மற்றும் தகரத் தட்டுக்கள் என அனைத்தும் மே மாத வெயிலில் பிரகாசமாக ஜொலித்தன. அது மூன்று மணி என்பதால் தெருக்களில் உயிரோட்டம் மிகுந்த நேரம்.

சாம்பல் நிற ஜோடிக் குதிரைகளின் வேகமான நடையில், மெது வாகக் குலுங்கிய வண்டியில், ஒரு வசதியான மூலையில் அமர்ந்திருந்த அன்னா, சக்கரங்களின் இடைவிடாத இரைச்சலுக்கும், சுத்தமான காற்றில் திறந்தவெளியில் வேகமாக மாறிய காட்சிகளுக்கும் மத்தியில், கடந்த சில நாட்களின் நிகழ்வுகளை வரிசைப்படுத்திப் பார்த்தபோது, தன்னுடைய நிலைமை வீட்டில் இருந்ததைவிட முற்றிலும் வேறுபட்ட தாக இருப்பதைப் பார்த்தாள். இப்போது மரணத்தைப் பற்றிய சிந்தனை அவளுக்கு அவ்வளவு பயங்கரமாகவும் புரிந்துகொள்ள முடியாததாகவும் தோன்றவில்லை என்பதுடன், இனி மரணம் சாத்தியமற்ற ஒன்றாகத் தோன்றவில்லை. அவள் இப்போது தனக்கு

நேர்ந்த அவமானத்திற்காகத் தன்னைத் தானே திட்டிக் கொண்டாள். 'நான் என்னை மன்னிக்கும்படி அவரிடம் வேண்டுவதன் மூலம் நான் அவருக்கு அடிபணிந்து விட்டேன். எதற்காக? அவர் இல்லாமல் என்னால் வாழ முடியாதா?' என்று நினைத்தாள். ஆனால் அவன் இல்லாமல் அவள் எப்படி வாழ்வாள் என்ற கேள்விக்குப் பதில் காணாமல், தெருவிலிருந்த கடைகளின் பெயர் பலகைகளைப் படிக்கத் தொடங்கினாள். 'அலுவலகம் மற்றும் கிடங்கு. பல் மருத்துவர். ஆமாம், நான் டோலியிடம் அனைத்தையும் சொல்ல வேண்டும். அவளுக்கு விரான்ஸ்கியைப் பிடிக்காது. அது சங்கடமாகவும் வேதனையாகவும் இருக்கும் என்றாலும் நான் எல்லாவற்றையும் அவளிடம் சொல்வேன். என்னிடம் அன்பு கொண்ட அவளுடைய ஆலோசனையை நான் பின்பற்றுவேன். நான் அவருக்கு அடிபணிய மாட்டேன். எனக்கு புத்திமதி சொல்லித்தர அவரை அனுமதிக்க மாட்டேன். ஃபிலிப்போவ் பேக்கரி. அவர்கள் தங்கள் மாவை பீட்டர்ஸ்பர்க்கிற்கு அனுப்புவ தாகச் சொல்கிறார்கள். மாஸ்கோவின் தண்ணீர் அதற்கு மிகவும் நல்லது. மைதிஷ்ச்சி ஸ்பிரிங் ரோல்ஸ் அண்ட் பான் கேக்குகள்.' வெகு காலத்திற்கு முன்பு, அவள் பதினேழு வயதுப் பெண்ணாக இருந்தபோது, தன் அத்தையுடன் டிரினிட்டி மடாலயத்திற்குச் சென்றதை நினைத்துப் பார்த்தாள். 'ஆம், குதிரை வண்டியில். அப்போது சிவந்த கைகளுடன் இருந்தது உண்மையில் நானா? அப்போது எனக்குச் சிறந்ததாகவும் அடைய முடியாததாகவும் தோன்றிய பலவும் பிறகு முக்கியமற்றவையாக மாறிவிட்டன என்றாலும், அன்று இருந்தவை இப்போது என்றென்றும் அடைய முடியாதவை! இப்படி ஒரு அவமானத்திற்கு என்னால் அடிபணிய முடியும் என்று அன்று என்னால் நம்பியிருக்க முடியுமா? என் குறிப்பை வாங்கும்போது அவர் எவ்வளவு பெருமையாகவும் மகிழ்ச்சி யாகவும் இருப்பார்! ஆனால் நான் அவருக்குக் காட்டுவேன்... அந்தப் பெயிண்ட் வாசனை எவ்வளவு மோசம். அவர்கள் ஏன் எப்போதும் கட்டிடங்களுக்கு பெயிண்ட் அடிக்கிறார்கள்? ஃபேஷன்ஸ் அண்ட் மில்லினரி.' ஒரு மனிதன் அவளைக் குனிந்து வணங்கினான். அது அன்னுஷ்காவின் கணவர். 'எங்கள் ஒட்டுண்ணி கள்' என்று விரான்ஸ்கி சொன்னது அவளுடைய நினைவுக்கு வந்தது. 'எங்கள்? ஏன் எங்கள்? மிகவும் கொடுமை என்னவென்றால் கடந்த காலத்தை அதன் வேரோடு பிடுங்க முடியாது. ஆனால் அதைப் பற்றிய நினைவை அழிக்க முடியும். அதைத்தான் நான் செய்யப் போகிறேன்.' அவள் அலெக்ஸி அலெக்ஸாண்ட்ரோவிச்சுடன் இருந்த கடந்த காலத்தையும், அதை அவள் நினைவிலிருந்து அழித்து விட்டதையும் உடனடியாக நினைவு கூர்ந்தாள். 'நான் என் இரண்டாவது கணவரை விட்டுப் போகிறேன் என்பதால், நிச்சயமாக என்னிடம் ஏதோ தவறு இருப்பதாக டோலி நினைப்பாள். நான்

சரியாக இருப்பதில் அக்கறை கொண்டது போல! என்னால் முடியவில்லை!' என்று நினைத்ததும் அவளுக்கு அழுகை முட்டிக் கொண்டு வந்தது. ஆனால் உடனே அந்த இரண்டு இளம் பெண் களும் எதற்காக இவ்வளவு சந்தோஷமாகச் சிரிக்க முடியும் என்று யோசிக்கத் தொடங்கினாள். 'ஒருவேளை காதலா? அது எவ்வளவு கொடுமையானது, கேவலமானது என்று அவர்களுக்குத் தெரியாது... மூன்று சிறுவர்கள் குதிரைகளின் பின்னால் ஓடி விளையாடுகிறார்கள். செரியோஷா! நான் எல்லாவற்றையும் இழந்துவிடுவேன். அவனையும் என்னால் திரும்பப் பெற முடியாது. அவனை என்னால் திரும்பப் பெற முடியவில்லை என்றால், நான் எல்லாவற்றையும் இழந்து விடுவேன். ஒருவேளை அவர் ரயிலைத் தவறவிட்டுத் திரும்பி வீட்டுக்கு வந்திருக்கலாம். மறுபடியும் உனக்கு அவமானம் வேண்டும் என்கிறாய்!' என்று அவள் தனக்குள் சொல்லிக் கொண்டாள். 'இல்லை, நான் டோலியிடம் சென்று வெளிப்படையாக, நான் மகிழ்ச்சியற்றவளாக இருக்கத் தகுதியானவள் என்றாலும், நான் தவறு செய்தேன் என்றாலும், நான் மகிழ்ச்சியாக இல்லை என்பதால் எனக்கு உதவுங்கள் என்று கேட்பேன். இந்தக் குதிரைகளும், இந்த வண்டியும் அவருடையது. இந்த வண்டியில் இருப்பது எவ்வளவு அருவருப்பாக உள்ளது. ஆனால் நான் இனிமேல் இவை எதையும் பார்க்க மாட்டேன்' என்று நினைத்தாள்.

டோலியிடம் சொல்ல வேண்டிய வார்த்தைகளை யோசித்து, ஆழ்ந்த சிந்தனையால் தன் இதயத்தின் வலியை அதிகமாக உணர்ந்தவளாக, அன்னா படிகளில் ஏறினாள்.

"வீட்டில் யாராவது இருக்கிறார்களா?" என்று முன் அறையில் கேட்டாள்.

"கத்தரீனா அலெக்ஸாண்ட்ரோவ்னா" என்று வேலைக்காரன் பதில் சொன்னான்.

'கிட்டி! விரான்ஸ்கி காதலித்த அதே கிட்டி. அன்புடன் அந்தப் பெண்ணை நினைவில் வைத்திருக்கும் அவர், அவளைத் திருணம் செய்து கொள்ளவில்லை என்று வருத்தப்படுகிறார். ஆனால் வெறுப்புடன் என்னை நினைவில் வைத்திருக்கும் அவர், என்னுடன் தொடர்பு கொண்டதற்காக வருத்தப்படுகிறார்' என்று அன்னா நினைத்தாள்.

அன்னா சென்றபோது, சகோதரிகள் இருவரும் குழந்தைக்குத் தாய்ப்பால் கொடுப்பதைப் பற்றி ஆலோசனை செய்து கொண்டி ருந்தனர். அவர்களின் உரையாடலுக்கு இடையூறாக இருந்த விருந்தினரை வரவேற்க டோலி தனியாக வெளியே வந்தாள்.

"நீங்கள் இன்னும் போகவில்லையா? நானே உங்களைப் பார்க்க வேண்டும் என்று நினைத்தேன். ஸ்டீவாவிடமிருந்து இன்று எனக்கு ஒரு கடிதம் வந்தது" என்றாள் அவள்.

"எங்களுக்கும் ஒரு தந்தி வந்தது" என்ற அன்னா கிட்டியைத் தேடினாள்.

"அலெக்ஸி அலெக்ஸாண்ட்ரோவிச் விரும்புவது என்னவென்று தனக்குச் சரியாகப் புரியவில்லை என்றாலும் அவரிடமிருந்து பதிலை வாங்காமல் வரமாட்டேன் என்று அவர் எழுதியிருக்கிறார்."

"உங்களுடன் யாரோ இருப்பதாக நினைத்தேன். நான் அந்த கடிதத்தைப் பார்க்கலாமா?"

"ஆமாம், கிட்டி" என்று டோலி சங்கடத்துடன் சொன்னாள். "அவள் குழந்தைகள் அறையில் இருக்கிறார்கள். அவளுக்கு உடல் நலமில்லை."

"நான் கேள்விப்பட்டேன். நான் கடிதத்தைப் பார்க்கலாமா?"

"நான் உடனே கொண்டு வருகிறேன். ஆனால் அவர் மறுக்க வில்லை என்பதால் ஸ்டீவாவுக்கு நம்பிக்கை இருக்கிறது" என்ற டோலி வாசலில் நின்றாள்.

"எனக்கு நம்பிக்கையும் இல்லை, ஆசையும் இல்லை."

'என்ன இது? கிட்டி என்னைச் சந்திப்பதை அவமானமாக நினைக்கிறாளா' என்று தனியாக இருந்த அன்னா நினைத்தாள். 'ஒருவேளை அவள் நினைப்பதும் சரிதான். ஆனால் அது அவளுக்காக அல்ல, விரான்ஸ்கியைக் காதலித்த பெண்ணுக்காக. அது உண்மையாக இருந்தாலும் கூட, அதை எனக்காகச் சொல்லிக் கொள்கிறேன் அவளுக்காக அல்ல. நான் இருக்கும் நிலையில் எந்த ஒரு ஒழுக்கமான பெண்ணும் என்னை ஏற்றுக்கொள்ள முடியாது என்பது எனக்குத் தெரியும். அவருக்காக எல்லாவற்றையும் தியாகம் செய்த முதல் கணத்திலிருந்தே அது எனக்குத் தெரியும். இதுதான் எனக்குக் கிடைத்த வெகுமதி! நான் அவரை எவ்வளவு மோசமாக வெறுக்கிறேன். நான் ஏன் இங்கு வந்தேன்? இது எனக்கு மிகவும் மோசமாகவும், கஷ்டமாகவும் இருக்கிறது.' அடுத்த அறையில் சகோதரிகள் ஏதோ பேசிக்கொள்ளும் குரல் கேட்டது. 'நான் இப்போது டோலியிடம் என்ன சொல்வது? நான் மகிழ்ச்சியற்று இருக்கிறேன் என்ற உண்மையைச் சொல்லிக் கிட்டிக்கு ஆறுதல் கூறி, அவளுடைய அரவணைப்புக்கு அடிபணிய வேண்டுமா? வேண்டாம், எப்படியும் டோலிக்கு ஒன்றும் புரியாது. நான் அவளிடம் சொல்வதற்கு எதுவும் இல்லை. நான் கிட்டியைப் பார்த்து, நான் எல்லோரையும் எல்லாவற்றையும் எப்படி வெறுக்கிறேன் என்பதையும், இனி நான் எதைப் பற்றியும் கவலைப்படவில்லை என்பதையும் அவளுக்குக் காண்பிப்பது மட்டுமே சுவாரஸ்யமாக இருக்கும்.'

டோலி கடிதத்துடன் வந்தாள். அன்னா கடிதத்தை வாங்கிப் படித்துவிட்டு எதுவும் சொல்லாமல் திருப்பிக் கொடுத்தாள்.

"அதெல்லாம் எனக்குத் தெரியும். நான் அதைப் பற்றிக் கவலைப்படவில்லை" என்றாள் அன்னா.

"ஏன்? ஆனால் எனக்கு நம்பிக்கை இருக்கிறது" என்ற டோலி அன்னாவை வியப்புடன் பார்த்தாள். இவ்வளவு எரிச்சலூட்டும் விசித்திரமான மனநிலையில் அவள் அன்னாவைப் பார்த்ததே இல்லை. "எப்போது புறப்படுகிறீர்கள்?" என்று கேட்டாள்.

கண்களைச் சுருக்கியபடி எங்கோ வெறித்துப் பார்த்த அன்னா அவளுக்குப் பதில் சொல்லவில்லை.

"கிட்டி ஏன் என்னிடமிருந்து ஒளிந்து கொள்கிறார்?" என்று அவள் கதவைப் பார்த்து வெட்கத்துடன் கேட்டாள்.

"என்ன முட்டாள்தனம்! அவள் குழந்தைக்குப் பாலூட்டுகிறாள். அதில் சில சிக்கல்கள் என்பதால் நான் அவளுக்கு யோசனை சொன்னேன்... அவள் உங்களைப் பார்ப்பதில் மகிழ்ச்சியடைவாள். இப்போது அவள் வந்துவிடுவாள்" என்ற டோலி எப்படிப் பொய் சொல்வது என்று தெரியாமல் தடுமாறினாள்.

அன்னா அங்கு இருப்பதை அறிந்த கிட்டி வெளியே வர விரும்பவில்லை. ஆனால் டோலி அவளைச் சம்மதிக்க வைத்தாள். தைரியத்தைத் திரட்டிக் கொண்டு வெளியே வந்த கிட்டி வெட்கத் துடன் அவளிடம் சென்று கையை நீட்டினாள்.

"உங்களைப் பார்ப்பதில் மிக்க மகிழ்ச்சி" என்று அவள் கலங்கிய குரலில் சொன்னாள். அந்த மோசமான பெண் மீது இருந்த பகை உணர்வுக்கும், அவளிடம் சகிப்புத்தன்மையுடன் நடந்துகொள்ள வேண்டும் என்ற ஆசைக்கும் இடையில் அவள் தடுமாறினாள். ஆனால் அன்னாவின் பரிதாபத்திற்குரிய முகத்தைப் பார்த்ததும் அவளுடைய பகையுணர்ச்சி மறந்து போனது.

"நீங்கள் என்னைப் பார்க்க விரும்பவில்லை என்றால் நான் ஆச்சரியப்பட்டிருக்க மாட்டேன். நான் எல்லாவற்றுக்கும் பழகி விட்டேன். உங்களுக்கு உடல் நலமில்லையா? ஆமாம், நீங்கள் மாறி விட்டீர்கள்" என்றாள் அன்னா.

அன்னா தன்னை விரோதத்துடன் பார்ப்பதைக் கிட்டி உணர்ந்தாள். ஒரு காலத்தில் தனக்குப் பக்கபலமாக இருந்த அன்னா, இப்போது அவளையே இக்கட்டான நிலையில் வைத்திருப்பதைக் கண்டு, அவளுக்காகப் பரிதாபப்பட்டதால், அவள் தன்னை விரோதத்துடன் பார்ப்பதாகக் கிட்டி நினைத்தாள்.

அவர்கள் கிட்டியின் நோயைப் பற்றியும், குழந்தைகளைப் பற்றியும், ஸ்டீவாவைப் பற்றியும் பேசினார்கள். ஆனால் அதில்

அன்னாவுக்கு எந்த ஆர்வமும் இல்லை என்பது வெளிப்படையாகத் தெரிந்தது.

"உங்களிடம் விடைபெற வந்தேன்" என்ற அன்னா எழுந்தாள்.

"எப்போது போகிறீர்கள்?"

ஆனால் அன்னா அந்தக் கேள்விக்கு மீண்டும் பதில் சொல்லாமல் கிட்டியிடம் திரும்பினாள்.

"எனக்கு உங்களைப் பார்த்ததில் மிக்க மகிழ்ச்சி" என்று அவள் புன்னகையுடன் சொன்னாள். "நான் உங்களைப் பற்றி மற்றவர்களிடமிருந்தும், உங்கள் கணவரிடமிருந்தும் நிறைய கேள்விப்பட்டேன். அவர் என்னைப் பார்க்க வந்தார். நான் அவரை மிகவும் நேசித்தேன்" என்று அவள் வெளிப்படையான கெட்ட நோக்கத்துடன் சொன்னாள். "அவர் எங்கே?"

"அவர் நாட்டிற்குச் சென்று விட்டார்" என்று கிட்டி வெட்கத்துடன் சொன்னாள்.

"என்னை அவருக்கு ஞாபகப்படுத்துங்கள். நான் அவரைக் கேட்டதாக மறக்காமல் அவரிடம் சொல்லுங்கள்."

"நிச்சயமாகச் சொல்கிறேன்!" என்று அப்பாவித்தனமாகச் சொன்ன கிட்டி, அவள் கண்களை இரக்கத்துடன் பார்த்தாள்.

"டோலி நான் போய்வருகிறேன்!" என்ற அவள் டோலியை முத்தமிட்டு, கிட்டியுடன் கைகுலுக்கிய பிறகு வேகமாக வெளியே சென்றாள்.

"அவர் எப்போதும் போல கவர்ச்சியாக இருக்கிறார். எவ்வளவு அழகான பெண்!" என்று கிட்டி தன் சகோதரியிடம் தனியாக இருந்தபோது சொன்னாள். "ஆனால் அவரிடம் ஏதோ ஒரு சோகம் இருக்கிறது! மிக மோசமான சோகம்!"

"இல்லை, இன்று அவரிடம் அசாதாரணமான ஏதோ ஒன்று தெரிகிறது." என்றாள் டோலி. "நான் அவரை வழியனுப்ப முன்புற அறைக்குச் சென்றபோது, அவர் அழப்போகிறார் என்று நினைத்தேன்."

29

அன்னா வீட்டிலிருந்து கிளம்பியதைவிட மோசமான மன நிலையில் வண்டியில் ஏறினாள். கிட்டியைச் சந்தித்தபோது, அவள் மிகவும் தெளிவாக உணர்ந்த அவமானமும் நிராகரிப்பும், இப்போது அவளுடைய பழைய வேதனைகளுடன் சேர்ந்து கொண்டது.

"எங்கே? வீட்டிற்கா?" என்று கேட்டான் பியோட்டர்.

நற்றிணை பதிப்பகம் ● 1117

“ஆமாம், வீட்டுக்கு” என்று அவள் எங்கே போகிறோம் என்பதைக் கூட யோசிக்காமல் சொன்னாள்.

‘அவர்கள் என்னை ஏதோ ஒரு பயங்கரமான, புரியாத, ஆர்வமான ஒன்றைப் போல எப்படிப் பார்த்தார்கள். அந்த மனிதர் மற்றொருவரிடம் எதைப் பற்றி இவ்வளவு தீவிரமாகப் பேசுகிறார்?’ என்று நினைத்த அவள், நடந்து சென்ற இருவரை உற்றுப் பார்த்தாள். ‘ஒருவர் தான் உணர்ந்ததை எப்படி இன்னொருவரிடம் சொல்ல முடியும்? நான் டோலியிடம் அனைத்தையும் சொல்ல நினைத்தேன் ஆனால் அப்படிச் சொல்லாதது நல்லது. என் துரதிர்ஷ்டத்தைக் கண்டு அவள் எவ்வளவு சந்தோஷப்பட்டிருப்பாள்! அவள் அதை மறைத்திருப்பாள். ஆனால் அவள் என்னைப் பார்த்து பொறாமைப் பட்ட இன்பங்களுக்காக நான் தண்டிக்கப்படுகிறேன் என்ற மகிழ்ச்சியே அவளுடைய பிரதான உணர்வாக இருந்திருக்கும். கிட்டியைப் பொறுத்தவரை அவள் இன்னும் அதிக மகிழ்ச்சியாக இருந்திருப்பாள். என்னால் அதைக் கண்கூடாகப் பார்க்க முடிந்தது! நான் அவள் கணவருடன் வழக்கத்தை விட அதிக நட்பாக இருந்தேன் என்பது அவளுக்குத் தெரியும். எனவே அவள் என் மீது பொறாமைப்படுவது மட்டுமின்றி என்னை வெறுக்கிறாள், என்னை இழிவாகப் பார்க்கிறாள். அவள் பார்வையில் நான் ஒரு ஒழுக்கக்கேடான பெண். நான் ஒழுக்கக்கேடான பெண்ணாக இருந்திருந்தால் அவள் கணவரை என் வலையில் விழவைக்க முடியும்... நான் நினைத்திருந்தால். நான் அதைச் செய்ய விரும்பினேன். அந்த மனிதர் தற்பெருமையுடன் இருப்பதாகத் தெரிகிறது’ என்று நினைத்த அவள், சிவந்த கன்னத்துடன் பருமனாக இருந்த மனிதர் தன்னை அறிமுகப்படுத்திக் கொள்ள தொடர்ந்து வந்து, தனது பளபளப்பான வழுக்கைத் தலைக்கு மேலே தொப்பியைத் தூக்கிய பிறகு, தன் தவறை உணர்ந்ததைப் பார்த்தாள். ‘அவர் என்னைத் தெரியும் என்று நினைத்தார். ஆனால் இந்த உலகத்தில் உள்ள மற்றவர்களைப் போல அவருக்கும் மிகக் குறைவாகவே என்னைத் தெரியும். எனக்கே என்னைத் தெரியவில்லை! பிரெஞ்சுக்காரர்கள் சொல்வது போல என் பசியை எனக்குத் தெரியும். அவர்களுக்கு அந்த அசுத்தமான ஐஸ்கிரீம் வேண்டும். அது அவர்களுக்கு நிச்சயமாகத் தெரியும்’ என்று அவள் ஐஸ்கிரீம் விற்பவரைத் தடுத்து நிறுத்திய இரண்டு சிறுவர்களைப் பார்த்தாள். அவன் தலையிலிருந்த பெட்டியைக் கீழே இறக்கிவிட்டு, வியர்வை வழிந்த முகத்தைத் துண்டால் துடைத்துக் கொண்டான். ‘நாம் அனைவரும் சுவையான இனிப்பு பதார்த்தங்களை விரும்புகிறோம். மிட்டாய் இல்லாவிட்டால் அசுத்தமான ஐஸ்கிரீம். கிட்டியும் அப்படித்தான். அவளுக்கு விரான்ஸ்கி இல்லையென்றால் லெவின். அவள் என் மீது பொறாமைப்படுகிறாள், என்னை வெறுக்கிறாள். நான் கிட்டியை

வெறுக்கிறேன் அவள் என்னை வெறுக்கிறாள். அதுதான் உண்மை. சிகையலங்கார நிபுணர் டியூட்கின். உங்கள் கூந்தலை டியூட்கினிடம் அலங்காரம் செய்யுங்கள். அவர் திரும்பி வந்ததும் அவரிடம் அதைச் சொல்கிறேன்' என்று நினைத்து அவள் சிரித்தாள். ஆனால் அதேநேரத்தில் அவளுக்கு இப்போது வேடிக்கையான விஷயங்களைச் சொல்ல யாரும் இல்லை என்பது நினைவுக்கு வந்தது. 'வேடிக்கை, குதூகலம், மகிழ்ச்சி எதுவுமே இல்லை. எல்லாமே அசிங்கம். மாலை பிரார்த்தனைக்கு மணி ஒலிக்கிறது. அந்த வணிகர் எதையோ கீழே போட்டுவிடுவோம் என்று பயப்படுவது போல எத்தனை எச்சரிக்கையுடன் சிலுவையிடுகிறார். அந்தத் தேவாலயங்களும், அந்த மணி ஓசையும், அந்தப் பொய்யும் எதற்கு? ஒருவரை ஒருவர் கோபமாகத் திட்டிக் கொள்ளும் அந்த வண்டிக்காரர்களைப் போல, நாம் அனைவரும் ஒருவரை ஒருவர் வெறுக்கிறோம் என்ற உண்மையை மறைப்பதற்காக அது தேவை. அவர் என் சட்டையைக் கழற்ற விரும்புகிறார், நான் அவர் சட்டையைக் கழற்ற விரும்புகிறேன் என்றார் யஷ்வின். ஆமாம், அதுதான் உண்மை!'

வண்டி அவள் வீட்டு முற்றத்தில் நின்றபோது, மனதை ஆக்கிரமித்திருந்த அந்த எண்ணங்களில் மூழ்கியிருந்த அவள், தன்னைப் பற்றி யோசிப்பதை விட்டுவிட்டாள். வேலைக்காரன் அவளைப் பார்க்க வந்தபோதுதான், ஒரு குறிப்பையும் தந்தியையும் அனுப்பியது அவள் நினைவுக்கு வந்தது.

"பதில் கிடைத்ததா?" என்று கேட்டாள்.

"பார்க்கிறேன்" என்ற அவன் மேசையில் துழாவி தந்தியின் மெல்லிய சதுரமான உறையை எடுத்து அவளிடம் கொடுத்தான். 'பத்து மணிக்கு முன்னால் வர முடியாது விரான்ஸ்கி' என்று படித்தாள்.

"கடிதம் கொண்டு சென்றவர் இன்னும் திரும்பி வரவில்லையா?"

"இல்லை" என்றான் வேலைக்காரன்.

"அப்படியானால் எனக்கு என்ன செய்ய வேண்டும் என்று தெரியும்" என்று சொன்ன அவள், தனக்குள் ஒரு தெளிவற்ற கோபமும், பழிவாங்கும் தேவையும் எழுவதை உணர்ந்து, மாடிக்கு ஓடினாள். 'நானே அவரிடம் போகிறேன். நான் நிரந்தரமாகப் போவதற்கு முன் அவரிடம் எல்லாவற்றையும் சொல்கிறேன். நான் அந்த மனிதரை வெறுக்கும் அளவுக்கு யாரையும் வெறுத்ததில்லை!' என்று நினைத்தாள். கோட் ஸ்டாண்டில் அவன் தொப்பியைப் பார்த்ததும் அவள் வெறுப்பினால் நடுங்கினாள். அவனுடைய தந்தி அவள் தந்திக்கான பதில் என்பதையும், அவள் கடிதம் இன்னும் அவனுக்குக் கிடைக்கவில்லை என்பதையும் அவள் உணரவில்லை. அவன் இப்போது தன் தாயுடனும் இளவரசி சொரோகினாவுடனும்

உரையாடுவதையும், அவள் துன்பங்களைக் கண்டு அவன் சிரிப்பதையும் அவள் கற்பனை செய்தாள்.

‘ஆமாம், நான் சீக்கிரம் போக வேண்டும்’ என்று தனக்குள் சொல்லிக் கொண்ட அவள், எங்கே போவது என்று தெரியாமல் தவித்தாள். அந்த மோசமான வீட்டில் அவள் அனுபவிக்கும் உணர்வு களிலிருந்து எவ்வளவு சீக்கிரம் முடியுமோ அவ்வளவு சீக்கிரம் தப்பிக்க விரும்பினாள். வேலையாட்கள், சுவர்கள், வீட்டிலிருந்த பொருட்கள் என எல்லாமே அவளுக்குள் வெறுப்பையும் கோபத்தை யும் தூண்டிவிட்டு, பெரும் பாரமாக அவளை அழுத்தியது.

‘ஆமாம், நான் ரயில் நிலையத்திற்குச் செல்ல வேண்டும். அவர் அங்கு இல்லை என்றால் வீட்டிற்குச் சென்று அவர் முகமூடியைக் கிழித்தெறிய வேண்டும்.’ அன்னா ரயில் அட்டவணையைப் பார்த்தாள். இரவு ரயில் எட்டு மணி இரண்டு நிமிடத்திற்குப் புறப்படுகிறது. ‘ஆமாம், நான் அதைப் பிடிக்க வேண்டும்.’ அவள் வேறு குதிரைகளைப் பயன்படுத்துமாறு உத்தரவிட்டு, சில நாட்களுக்குத் தேவையான பொருட்களைத் தன் பயணப் பையில் வைப்பதில் மும்முரமாக இருந்தாள். அவள் திரும்பி வரமாட்டாள் என்பது அவளுக்குத் தெரியும். ரயில் நிலையத்திலோ அல்லது கோமகள் பண்ணையிலோ என்ன நடந்தாலும், நிஸ்னி ரயில் நிலையத்திலிருந்து செல்லும் முதல் நகரத்திற்குச் சென்று அங்கே தங்க வேண்டும் என்று அவள் தன் மனதில் ஓடிய பல திட்டங்களில் இருந்து ஒரு தெளிவற்ற முடிவை எடுத்தாள்.

இரவு உணவு மேசையின் மீது வைக்கப்பட்டிருந்தது. அவள் ரொட்டியையும், பாலாடைக் கட்டியையும் முகர்ந்து பார்த்து, உண்ணக்கூடிய எதன் வாசனையும் தனக்கு அருவருப்பாக இருப்ப தாக தனக்குத் தானே நம்பிக் கொண்டு, வண்டியைக் கொண்டு வரும்படி உத்தரவிட்டு, வெளியே சென்றாள். வீட்டின் நிழல் பெரியதாக தெரு முழுவதையும் வியாபித்திருந்தது. அது ஒரு தெளிவான மாலைப் பொழுதாக இருந்தது. இன்னும் சூரியனின் வெப்பம் தகித்தது. பொருட்களைக் கொண்டு வந்த அன்னுஷ்காவும், வண்டியில் பொருட்களை வைத்த பியோட்டரும், வெளிப்படையான அதிருப்தியில் இருந்த வண்டி ஓட்டியும் அவளை வெறுத்தார்கள். எனவே அவர்கள் தங்கள் வார்த்தைகளாலும் செயல்களாலும் அவளை எரிச்சலடையச் செய்தனர்.

“நீ எனக்குத் தேவையில்லை பியோட்டர்.”

“ஆனால் டிக்கெட்டுக்கு என்ன செய்வீர்கள்?”

“சரி, நீ விரும்பியதைச் செய், எனக்குக் கவலையில்லை” என்றாள் எரிச்சலுடன்.

துள்ளிக் குதித்து வண்டியில் ஏறிய பியோட்டர், இடுப்பில் கைவைத்து, வண்டி ஓட்டியிடம் ரயில் நிலையத்திற்குச் செல்லும்படி உத்தரவிட்டான்.

30

'அதோ மீண்டும் அந்தப் பெண்! மீண்டும் எனக்கு எல்லாம் புரிகிறது!' என்று அன்னா வண்டி நகர்ந்ததும் தனக்குள் சொல்லிக் கொண்டாள். சிறிய சரளைக் கற்களின் மீது வண்டியின் சக்கரங்கள் உருண்டபோது, அவள் மனதில் ஒன்றன் பின் ஒன்றாக எண்ணங்கள் புரளத் தொடங்கின.

'நான் கடைசியாக நினைத்த நல்ல எண்ணம் எது?' என்று அவள் அதை நினைவுக்குக் கொண்டு வர முயன்றாள். 'டியூட்கின் சிகை அலங்காரம்? இல்லை, அது இல்லை. ஆமாம், அது யஷ்வின் சொன்னது. உயிர் வாழ்வதற்கான போராட்டமும் வெறுப்பும் மட்டுமே மனிதர்களை இணைக்கின்றன. நீங்கள் போவதில் எந்தப் பலனும் இல்லை' என்று அவள் வண்டியில் சென்று கொண்டிருந்த (அவர்கள் தங்கள் உல்லாசப் பயணத்திற்காக ஊரை விட்டு வெகுதூரம் செல்வது வெளிப்படையாகத் தெரிந்தது) நான்கு பேரிடம் மன தளவில் பேசினாள். 'நீங்கள் உங்களுடன் அழைத்துச் செல்லும் நாய் உங்களுக்கு உதவாது. நீங்கள் எங்கே சென்றாலும் உங்களிட மிருந்து நீங்கள் தப்ப முடியாது.' பியோட்டர் திரும்பிய திசையை நோக்கித் தன் பார்வையைத் திருப்பிய அவள், குடி போதையில், தலை தொங்கிய நிலையில் இருந்த ஒரு தொழிற்சாலைத் தொழி லாளியை ஒரு போலீஸ்காரர் அழைத்துச் செல்வதைப் பார்த்தாள். 'அந்த மனிதன் மகிழ்ச்சியடைய அதிக வாய்ப்புள்ளது' என்று அவள் நினைத்தாள். 'கோமகன் விரான்ஸ்கியும் நானும் நிறைய எதிர்பார்த்தோம் என்றாலும் அத்தகைய மகிழ்ச்சியை ஒருபோதும் அனுபவித்ததில்லை.' அன்னா இப்போதுதான் முதல் முறையாக ஒரு புதிய வெளிச்சத்தில், அவனுக்கும் அவளுக்கும் இடையில் இருந்த உறவுகளில், இதுவரை பார்க்க மறுத்த, எல்லாவற்றையும் பார்த்தாள். 'அவர் என்னிடம் எதைத் தேடினார்? அவருக்கு தன் தற்பெருமையில் திருப்தி இருந்ததைப் போல காதலில் இல்லை.' அவர்கள் உறவின் ஆரம்பத்தில், ஒரு கீழ்ப்படிந்த நாயைப் போல அவரிடம் வெளிப்பட்ட வார்த்தைகளும், முகபாவங்களும் அவளுடைய நினைவுக்கு வந்தது. 'ஆம், தற்பெருமையின் வெற்றி அவரிடம் இருந்தது. இயல்பாகவே காதலும் இருந்தது என்றாலும் அதைவிடத் தற்பெருமையின் வெற்றிதான் பெரியதாக இருந்தது. அவர் என்னைப் பற்றிப் பெருமையாக நினைத்தார். இப்போது

அது மாறிவிட்டது. இனி பெருமைப்பட ஒன்றுமில்லை என்பதால் அவர் பெருமைப்படுவதற்குப் பதிலாக வெட்கப்படுகிறார். அவர் என்னிடமிருந்து அவரால் முடிந்த அனைத்தையும் எடுத்துக் கொண்டதால், இனிமேல் நான் அவருக்குத் தேவையில்லை. இப்போது அவருக்குச் சுமையாக இருக்கும் என்னை அவமதிக்காமல் இருக்க அவர் முயற்சிக்கிறார். ஆனால் நேற்று அவரது சுயரூபம் வெளிப்பட்டுவிட்டது. வேறு ஒருவரைத் திருமணம் செய்துகொள்ள விரும்பும் அவர், என்னிடம் திரும்பி வரக்கூடாது என்ற முடிவுடன் இருக்கிறார். அவர் என்னை நேசிக்கிறார். ஆனால் எப்படி? அவருக்கு என் மீதிருந்த ஆர்வம் போய்விட்டது. தற்பெருமையில் மகிழும் அவர், எல்லோரையும் வியப்பில் ஆழ்த்த வேண்டும் என்று விரும்புகிறார்' என்று நினைத்தாள். வாடகைக் குதிரையில் சவாரி செய்யும் சிவந்த கன்னமுடைய கடை உதவியாளரைப் பார்த்தாள். 'ஆமாம், எனக்கும் அவர் மீதிருந்த ஆர்வம் போய்விட்டது. நான் அவரை விட்டுச் சென்றால் அவர் மனப்பூர்வமாக மகிழ்ச்சி அடைவார்.'

இது அவளுடைய அனுமானம் அல்ல. வாழ்க்கையின் அர்த்தத்தையும், மனித உறவுகளின் அர்த்தத்தையும் இப்போது அவளுக்கு வெளிப்படுத்திய, அந்த வெளிச்சத்தில் அவள் அதைத் தெளிவாகக் கண்டு கொண்டாள்.

'என் காதல் மேலும் மேலும் உணர்வுபூர்வமாகவும் சுயநலமாகவும் மாறி வரும் அதே நேரத்தில் அவரது காதல் மங்கிக் கொண்டு வருகிறது. அதனால்தான் நாங்கள் பிரிகிறோம். அதற்கு எந்தப் பரிகாரமும் இல்லை. என்னைப் பொறுத்தவரை எனக்கு எல்லாமே அவர்தான் என்பதால், அவர் என்னிடம் முழுமையாகச் சரணடைய வேண்டும் என்று நான் கோருகிறேன். அதே நேரத்தில் அவர் என்னை விட்டு மேலும் மேலும் விலகிச் செல்ல விரும்புகிறார். நாங்கள் காதலித்த வரை ஒருவரை நோக்கி ஒருவர் நடந்தோம், ஆனால் ஒன்றாகச் சேர்ந்து வாழ்ந்த பிறகு, தவிர்க்க முடியாதபடி எதிரெதிர் திசையை நோக்கி நடக்கிறோம். அதை மாற்ற முடியாது. நான் பொறாமைப்பட எந்தக் காரணமும் இல்லை என்று அவர் என்னிடம் சொல்கிறார். நானும் நான் பொறாமைப்பட எந்தக் காரணமும் இல்லை என்று எனக்கு நானே சொல்லிக் கொண்டேன். ஆனால் அது உண்மையல்ல. நான் பொறாமைப்படுகிறேன் என்பதல்ல. ஆனால் நான் அதிருப்தியில் இருக்கிறேன். ஆனால்...' திடீரென்று அவளுக்குள் தோன்றிய எண்ணத்தின் கிளர்ச்சியால் அவள் வண்டியில் தான் அமர்ந்திருந்த நிலையை மாற்றினாள். 'நான் வேறு யாராகவும் இருக்க முடியும் என்றாலும், அவரது எஜமானியாக அவருடைய அரவணைப்பைத் தவிர வேறு எதையும் நான் விரும்பவில்லை. நான் என்னுடைய அந்த ஆசையால்

அவரிடம் வெறுப்பைத் தூண்டும் அதே நேரத்தில் அவர் என்னுடைய கோபத்தைத் தூண்டுகிறார். அது வேறுவிதமாக இருக்க முடியாது. அவர் என்னை ஏமாற்ற மாட்டார் என்றும், இளவரசி சோரோகினாவைப் பற்றி அவருக்கு எந்தத் திட்டமும் இல்லை என்றும், அவர் கிட்டியைக் காதலிக்கவில்லை என்றும், எனக்குத் துரோகம் செய்ய மாட்டார் என்றும் எனக்குத் தெரியாதா? அதெல்லாம் எனக்குத் தெரியும் என்றாலும், அதனால் மட்டுமே எல்லாம் சுமூகமாக இருக்காது. அவர் என்னை நேசிக்காமல், கடமைக்காக அவர் என்னிடம் அன்பாகவும் கனிவாகவும் இருந்தால், நான் விரும்புவது இல்லாமல் இருந்தால், அது கோபத்தைவிட ஆயிரம் மடங்கு மோசமானது! அது நரகமாக இருக்கும்! உண்மையில் அப்படித்தான் இருக்கிறது. அவர் எப்போதோ என்னை நேசிப்பதை நிறுத்திவிட்டார். எங்கே காதல் முடிகிறதோ அங்கே வெறுப்பு ஆரம்பமாகிறது. எனக்கு இந்த வீதிகளைத் தெரியாது. சிறிய குன்றுகள், வீடுகள், முடிவில்லாத வீடுகள்... வீடுகளில் மனிதர்கள், எண்ணற்ற மனிதர்கள்... அவர்கள் எத்தனை பேர் இருக்கிறார்கள் என்பதற்கு முடிவில்லை. அவர்கள் அனைவரும் ஒருவரையொருவர் வெறுக்கிறார்கள். சரி, எனக்கு மகிழ்ச்சியாக இருக்க என்ன வேண்டும் என்று யோசிக்கிறேன். அலெக்ஸி அலெக்ஸாண்ட்ரோவிச் எனக்கு விவாகரத்தையும் செரியோஷாவையும் கொடுத்த பிறகு நான் விரான்ஸ்கியைத் திருமணம் செய்து கொள்கிறேன்.' அவள் அலெக்ஸி அலெக்ஸாண்ட்ரோவிச்சை நினைவு கூர்ந்தபோது, மந்தமான உயிரற்ற கண்களுடன், வெள்ளைக் கைகளில் புடைத்த நரம்புகளுடன், குரல் ஓசையுடன், நெட்டி முறிக்கும் விரல்களுடன், அவர் தன் முன்னால் நிற்பது போல அசாதாரணமான தெளிவுடன் அவரைத் தன் மனதில் சித்தரித்துக் கொண்டாள். ஒரு காலத்தில் அவர்களுக்குள் இருந்த உணர்வுகளையும், அது காதல் என்று அழைக்கப்பட்டதையும் நினைத்து அவள் வெறுப்பால் நடுங்கினாள். 'சரி, நான் விவாகரத்து பெற்று விரான்ஸ்கியின் மனைவியாகி விட்டேன் என்றே வைத்துக் கொள்வோம். பிறகு என்ன நடக்கும்? கிட்டி இன்று பார்த்தது போல என்னைப் பார்ப்பதை நிறுத்தி விடுவாளா? இல்லை. செரியோஷா என்னிடம் என் இரண்டு கணவர்களைப் பற்றி கேட்பதையோ அல்லது நினைப்பதையோ விட்டுவிடுவானா? நான் விரான்ஸ்கிக்கும் எனக்கும் இடையில் என்ன மாதிரியான ஒரு புதிய உணர்வைக் காண முடியும்? இனிமேல் மகிழ்ச்சி இல்லை என்றாலும், ஏதாவது ஒரு வகையில் சித்திரவதை இல்லாமல் இருப்பது சாத்தியமா? இல்லை, இல்லை, இல்லை!' என்று அவள் சிறிதும் சந்தேகம் இல்லாமல் பதிலைச் சொல்லிக் கொண்டாள். 'அது முடியாத காரியம்! வாழ்க்கை எங்களைப் பிரிக்கிறது. அவருடைய துயரத்திற்கு நான் காரணம்

என்றால் என்னுடைய துயரத்திற்கு அவர் காரணம். என்னையோ அல்லது அவரையோ மாற்றுவது இயலாத காரியம். அனைத்து முயற்சிகளும் செய்யப்பட்டது என்றாலும் ஆணியின் மறை கழன்றுவிட்டது. குழந்தையுடன் ஒரு பிச்சைக்காரப் பெண். நான் அவளிடம் பரிதாபப்படுகிறேன் என்று அவள் நினைக்கிறாள். நாம் அனைவரும் ஒருவரையொருவர் பகைத்துக் கொள்ளவும், அதன் மூலம் நம்மையும் மற்றவர்களையும் துன்புறுத்தவும் மட்டுமே இந்த உலகத்தில் தள்ளப்படுகிறோம் அல்லவா? சிரிக்கும் அந்தப் பள்ளி மாணவர்களைப் பாருங்கள். செரியோஷா?' அவள் அவனை நினைவுகூர்ந்தாள். 'நான் அவனை உயிருக்கு உயிராக நேசிப்பதாக நினைத்தேன். ஆனால் நான் அவன் இல்லாமல் வாழ்ந்தேன். நான் காதலுக்காக அவனை விட்டுப் பிரிந்து, அந்தக் காதலில் திருப்தியாக இருந்தவரை அதைப் பற்றி எந்தக் குறையும் சொல்லவில்லை.' அவள் ஒரு காலத்தில் காதல் என்று அழைத்த அதை வெறுப்புடன் நினைத்துப் பார்த்தாள். இப்போது அவள் தன் வாழ்வையும் மற்றவர்களின் வாழ்வையும் தெளிவாகப் பார்க்க முடிந்ததை எண்ணி மகிழ்ச்சியடைந்தாள். 'எனக்கும், பியோட்டருக்கும், வண்டி ஓட்டி ஃபியோதருக்கும், அந்த வியாபாரிக்கும், வோல்காவில் வசிக்கும் எல்லா மக்களுக்கும் அப்படித்தான். அந்த விளம்பரங்கள் ஒருவரை எப்போதும் எங்கேயாவது செல்ல அழைப்பு விடுக்கின்றன' என்று அவள் நிஸ்னி ரயில் நிலையத்தின் தாழ்வான கட்டிடம்வரை வண்டியில் சென்று, அவளை நோக்கிச் சுமை தூக்கும் தொழிலாளர் கள் ஓடிவந்தபோது நினைத்தாள்.

"ஓபிராலோவ்காவுக்கு டிக்கெட் எடுக்கட்டுமா?" என்று கேட்டான் பியோட்டர்.

அவள் எங்கே, ஏன் போகிறோம் என்பதைச் சுத்தமாக மறந்துவிட்டாள். எனவே பெரு முயற்சிக்குப் பின்னரே அவள் அந்தக் கேள்வியைப் புரிந்து கொண்டாள்.

"ஆமாம்" என்ற அவள் பணப் பையை அவனிடம் கொடுத்து விட்டு, கையில் சிறிய சிவப்புப் பையுடன் வண்டியிலிருந்து இறங்கினாள்.

அவள் கூட்டத்தில் புகுந்து முதல் வகுப்பு காத்திருப்பு அறைக்குச் சென்றபோது, கொஞ்சம் கொஞ்சமாக தன் நிலைமையில் உள்ள சிக்கல்களையும், அவள் தயக்கத்துடன் யோசித்த பல்வேறு முடிவுகளையும் நினைத்துப் பார்த்தாள். மீண்டும் அவளுக்குள் நம்பிக்கையும் விரக்தியும் மாறி மாறி எழுந்து, வேதனையால் துடிக்கும் அவள் இதயத்தின் பழைய காயங்களைத் திறந்தது. அவள் நட்சத்திர வடிவத்திலிருந்த சோபாவில் அமர்ந்து ரயிலுக்காகக் காத்திருந்த போது, உள்ளேயும் வெளியேயும் செல்பவர்களை

வெறுப்புடன் (அவர்கள் அனைவரும் அவளை வெறுக்கிறார்கள்) பார்த்தாள். அவள் முதலில் எப்படி ரயில் நிலையத்திற்கு வந்தாள் என்பதையும், அவனுக்கு ஒரு குறிப்பு எழுதுவதைப் பற்றியும், என்ன குறிப்பு எழுதுவது என்பதையும் யோசித்தாள். அதன் பிறகு, அவன் தன் அம்மாவிடம் அவனுடைய நிலைமையைப் பற்றி (அவள் படும் கஷ்டத்தைப் புரிந்துகொள்ளாமல்) என்ன சொல்வான் என்பதையும், அவள் அவனிடம் என்ன சொல்வாள் என்பதையும் யோசித்தாள். அதன் பிறகு, அவள் வாழ்க்கை இப்போதும்கூட எப்படி மகிழ்ச்சியாக இருக்க முடியும் என்பதையும், அவள் அவனை எவ்வளவு தீவிரமாக நேசித்தாளோ அந்த அளவுக்கு இப்போது வெறுக்கிறாள் என்பதையும், அவள் இதயம் எவ்வளவு பயங்கரமாகத் துடிக்கிறது என்பதையும் யோசித்தாள்.

31

மணி அடித்தது. சில அசிங்கமான, துணிச்சலான இளைஞர்கள் அவசர அவசரமாக நடந்து சென்றனர் என்றாலும் அவர்கள் தாங்கள் மற்றவர்கள் மீது ஏற்படுத்தும் தாக்கத்தின் மீது கவனத்துடன் இருந்தனர். சீருடையும் காலணியும் அணிந்த பியோட்டர் தனது மந்தமான, முரட்டு முகத்துடன், முன் அறையைத் தாண்டி, அவளை ரயிலுக்கு அழைத்துச் செல்வதற்காக அவளிடம் வந்தான். சத்தம் போட்டு பேசிக் கொண்டிருந்த இரண்டு ஆண்களை அவள் கடந்து சென்றபோது, அவர்கள் அமைதியானார்கள். அவர்களில் ஒருவர் மற்றவரிடம் அவளைப் பற்றி எதையோ கிசுகிசுத்தார். ஏதோ மோசமானது என்பதில் சந்தேகமில்லை. அவள் உயரமான படிக் கட்டில் ஏறி, காலியாக இருந்த ஒரு பெட்டியில், ஒரு காலத்தில் வெள்ளையாக இருந்த அழுக்கடைந்த இருக்கையில் தனியாக அமர்ந்தாள். அவள் பை அவள் அருகில் இருக்கையின் மீது கிடந்தது. பியோட்டர் அவளிடம் விடைபெறுவதற்காக ஒரு முட்டாள்தனமான புன்னகையுடன், தன் தொப்பியை உயர்த்திக் காட்டினான். ஒரு திமிர் பிடித்த நடத்துனர் கதவைப் பலமாக அறைந்து சாத்தினான். ஒரு அசிங்கமான தோற்றமுடைய ஒரு பெண்ணும் (அன்னா மனதளவில் அவளை நிர்வாணப்படுத்தி, அவளது உருவத்தைக் கண்டு திகிலடைந்தாள்), ஒரு சிறுமியும் சத்தமாகச் சிரித்தபடி, ஜன்னல் அருகே ஓடினார்கள்.

"கத்தரீனா ஆண்ட்ரீவ்னாவுக்கு எல்லாமே இருக்கு அத்தை!" என்று அந்தச் சிறுமி கத்தினாள்.

'உருக்குலைந்து போன ஒரு சின்னப் பெண்கூட தன்னைத் தானே காத்துக் கொள்கிறாள்' என்று அன்னா நினைத்தாள். அவள்

யாரையும் பார்க்கக் கூடாது என்பதற்காக வேகமாக எழுந்து, எதிரே காலியாக இருந்த பெட்டிக்குச் சென்று ஜன்னல் ஓரத்தில் அமர்ந்தாள். தொப்பிக்கு வெளியே தொங்கிய பரட்டை முடியுடன், ஜன்னல் அருகில் நடந்து சென்ற, ஒரு அழுக்கடைந்த விவசாயி, குனிந்து வண்டியின் சக்கரங்களைப் பார்த்தான். 'அந்த அசிங்கமான விவசாயியைப் பற்றி ஏதோ நினைவுக்கு வருகிறது' என்று அன்னா நினைத்தாள். அவளுக்கு உடனடியாக கனவு நினைவுக்கு வந்ததும், அவள் பயத்தில் நடுங்கியபடி எதிரே இருந்த கதவை நோக்கி நகர்ந்தாள். நடத்துனர் கதவைத் திறந்து, ஜோடியாக வந்த கணவனையும் மனைவியையும் உள்ளே அனுமதித்தார்.

"நீங்கள் வெளியே போக விரும்புகிறீர்களா?"

அன்னா பதில் சொல்லவில்லை. அவள் அணிந்திருந்த முகத்திரையின் கீழ் அவள் முகத்திலிருந்த திகிலை நடத்துனரும், உள்ளே வந்தவர்களும் கவனிக்கவில்லை. அவள் மூலைக்கு நகர்ந்து பழைய இடத்தில் அமர்ந்தாள். அவள் எதிரில் அமர்ந்த அந்த ஜோடிகள், கவனமாக ஆனால் திருட்டுத்தனமாக அவள் ஆடையை ஆராய்ந்தனர். அந்தக் கணவனும் மனைவியும் அன்னாவுக்கு அருவருப்பாகத் தோன்றினார்கள். புகைபிடிக்க அனுமதிப்பீர்களா என்று அவர் அவளிடம் கேட்டார். அவர் புகைபிடிக்க விரும்பவில்லை என்றாலும் அவளுடன் பேசுவதற்காக அதைக் கேட்கிறார் என்பது வெளிப்படையாகத் தெரிந்தது. அவர் அவளிடம் அனுமதி பெற்ற பிறகும் புகைபிடிக்க விரும்பாமல், தான் பேச விரும்பியதை பிரெஞ்சு மொழியில் தன் மனைவியிடம் பேசத் தொடங்கினார். அவர்கள் முட்டாள்தனமாகப் பேசினார்கள். அவள் அவற்றைக் கேட்க வேண்டும் என்பதற்காக மட்டுமே பேசினார்கள். அவர்கள் ஒருவருக்கொருவர் சலிப்படைந்து, ஒருவரையொருவர் வெறுப்பதை அன்னாவால் தெளிவாக அறிந்துகொள்ள முடிந்தது. இதுபோன்ற பரிதாபகரமான, அசிங்கமான மனிதர்களை வெறுக்காமல் இருக்க முடியாது.

இரண்டாவது மணி அடித்ததைத் தொடர்ந்து, மூட்டை முடிச்சுகளை நகர்த்தும் ஓசையும், கூச்சலும், சிரிப்பும் கேட்டது. யாரும் மகிழ்ச்சியடைய எந்தக் காரணமும் இல்லை என்பது அன்னாவுக்குத் தெளிவாகத் தெரிந்ததால், அந்தச் சிரிப்பு அவளுக்கு வலிமிகுந்த எரிச்சலை ஏற்படுத்தியது. எனவே அவள் அதைக் கேட்காமல் இருக்க தன் காதுகளைப் பொத்திக் கொண்டாள். இறுதியாக மூன்றாவது மணி அடித்தது. அதைத் தொடர்ந்து விசில் சத்தமும், நீராவி என்ஜின் அலறலும், சங்கிலிகள் இழுபடும் ஓசையும் கேட்டது. அந்தக் கணவர் சிலுவையிட்டுக் கொண்டார். 'அதற்கு என்ன அர்த்தம் என்று அவரிடம் கேட்பது சுவாரஸ்யமாக இருக்கும்' என்று அன்னா அவரைக் கோபத்துடன் பார்த்தாள். அவள் ஜன்னல்

அருகில் நடந்து சென்ற அந்தப் பெண்ணையும், பிளாட்பாரத்தில் நின்று ரயிலைப் பார்த்துக் கொண்டிருந்த, பின்னோக்கிச் செல்வது போலத் தெரிந்த, மனிதர்களையும் பார்த்தாள். அன்னா அமர்ந்திருந்த பெட்டி தண்டவாளத்தின் மீது சீரான அதிர்வுகளுடன் குலுங்கியபடி, நடைமேடையையும், செங்கல் சுவரையும், அறிவிப்பு பலகையையும் தாண்டி, நின்றிருந்த மற்ற வண்டிகளையும் கடந்து சென்றது. தண்டவாளங்களின் மீது சிரமமின்றி சீராக உருண்ட சக்கரங்கள் மெல்லிய ஒலியை எழுப்பின. ஜன்னல் வழியாக மாலைச் சூரியனின் வெயில் பிரகாசித்தது. மெல்லிய தென்றல் காற்று திரைச்சீலைகளுடன் விளையாடத் தொடங்கியது. அன்னா தன் சக பயணிகளை மறந்து, வண்டியின் அசைவால் மெல்ல நடுங்கி, சுத்தமான காற்றைச் சுவாசித்து, மீண்டும் சிந்தனையில் மூழ்கத் தொடங்கினாள்.

'நான் எங்கே விட்டேன்? வாழ்க்கையில் வேதனையில்லாத ஒரு சூழ்நிலையை என்னால் கற்பனை செய்ய முடியவில்லை. நாம் அனைவரும் துயரப்படுவதற்காகவே படைக்கப்பட்டிருக்கிறோம். இது நம் அனைவருக்கும் தெரியும் என்றாலும், நம்மை நாமே ஏமாற்றிக் கொள்வதற்கான வழிகளை யோசித்துக் கொண்டிருக் கிறோம். ஆனால் நீங்கள் உண்மையை எதிர்கொள்ளும் போது உங்களால் என்ன செய்ய முடியும்?'

"மனிதன் தன் துன்பங்களில் இருந்து தப்பிக்கவே காரணங் களைக் கண்டுபிடிக்கிறான்" என்று பிரெஞ்சு மொழியில் சொன்ன அந்தப் பெண், தான் சொன்னதைக் கேட்டு மகிழ்ந்தவளாக, நாக்கைக் கடித்துக் கொண்டாள்.

அந்த வார்த்தைகள் அன்னாவின் சிந்தனைக்குப் பதிலாக இருந்தன.

'துன்பங்களிலிருந்து தன்னை விடுவித்துக் கொள்ள' என்று அன்னா திரும்பத் திரும்ப தனக்குள் சொல்லிக் கொண்டாள். அன்னா சிவந்த கன்னமுடைய அந்த மனிதனையும், அவனுடைய ஒல்லியான மனைவியையும் பார்த்தபோது, மனைவி தன்னை ஒரு தவறாகப் புரிந்து கொள்ளப்பட்ட பெண்ணாகக் கருதுவதையும், கணவன் அவளை ஏமாற்றி, அவளைப் பற்றிய அந்தக் கருத்தை ஊக்குவிப்பதையும் அவளால் காண முடிந்தது. அவர்களின் கதை முழுவதையும், அவர்கள் ஆன்மாவின் மூலை முடுக்குகளையும் அறிந்து கொள்வது போல, அன்னா தனக்குப் புதியதாகக் கிடைத்த தெளிவின் ஒளியை அவர்கள் மீது பாய்ச்சினாள். ஆனால் அவற்றில் சுவாரஸ்யம் எதுவும் இல்லை என்பதால் அவள் தன் சிந்தனை ஓட்டத்தைத் தொடர்ந்தாள்.

'ஆமாம், கவலை என்னை வாட்டுகிறது என்பதால்தான் நான் அதிலிருந்து தப்பிக்க காரணங்களைத் தேடுகிறேன். எனவே ஒருவர்

தப்பிக்க வேண்டும். பார்க்க எதுவும் இல்லை என்றால், அதையெல்லாம் பார்ப்பது அருவருப்பாக இருக்கும் என்றால் விளக்கை ஏன் அணைக்கக் கூடாது? ஆனால் எப்படி? அந்தக் காவலாளி ஏன் நடைமேடையில் ஓடினான்? அந்தப் பெட்டியில் இருந்த இளைஞர்கள் ஏன் கத்துகிறார்கள்? அவர்கள் ஏன் பேசுகிறார்கள்? அவர்கள் ஏன் சிரிக்கிறார்கள்? எல்லாமே பொய், பாசாங்கு, வஞ்சகம், ஏமாற்று...!'

ரயில் நிலையத்தில் ரயில் நின்றதும், பயணிகள் கூட்டத்துடன் வெளியே வந்த அன்னா, தொழுநோயாளிகளைப் போல அவர்களிடமிருந்து விலகி, பிளாட்பாரத்தில் நின்று, ஏன் அங்கே வந்தோம், என்ன செய்ய நினைத்தோம் என்பதை நினைவுக்குக் கொண்டு வர முயன்றாள். இதற்கு முன்பு அவளுக்குச் சாத்தியமாகத் தோன்றிய அனைத்தையும், குறிப்பாக அவளை நிம்மதியாக இருக்க விடாத மனிதர்களின் இரைச்சலுக்கு நடுவில், புரிந்து கொள்வது மிகவும் சிரமமாக இருந்தது. முதலில் சுமை தூக்கும் தொழிலாளர்கள் அவளுக்கு உதவி செய்ய ஓடிவந்தனர். பிறகு பிளாட்பாரத்தின் பலகைகளில் தங்கள் குதிகால்களால் சத்தம் எழுப்பியபடி நடந்து சென்ற இளைஞர்களில் சிலர் உரத்த குரலில் பேசிக் கொண்டு அவளை மேலும் கீழுமாகப் பார்த்தார்கள். அதன் பிறகு அவளை நோக்கி வந்த சிலர் தவறான பாதையில் நடந்து சென்றனர். விரான்ஸ்கியிடமிருந்து பதில் இல்லையெனில் தன் பயணத்தைத் தொடரத் திட்டமிட்டதை நினைவில் கொண்ட அவள், ஒரு சுமை தூக்கும் தொழிலாளியை நிறுத்தி, கோமகன் விரான்ஸ்கியின் குறிப்புடன் தன் வேலைக்காரன் ஒருவன் இங்கே இருக்கிறானா என்று கேட்டாள்.

"கோமகன் விரான்ஸ்கி? அவரிடமிருந்து வந்த ஒருவர் இப்போது தான் இளவரசி சோரோகினாவையும் அவரது மகளையும் சந்தித்தார். அவர் பார்ப்பதற்கு எப்படி இருப்பார்?"

அவள் அவனுடன் பேசிக் கொண்டிருந்த போது, நீல நிற கோட் அணிந்து, கைக்கடிகாரச் சங்கிலியுடன், சிவப்பு நிற கன்னத்துடன், தன் பணியைச் சிறப்பாகச் செய்து முடித்த பெருமிதம் கலந்த உற்சாகத்துடன் மைக்கேல் அவளிடம் வந்து ஒரு குறிப்பைக் கொடுத்தான். அவள் அதைப் பிரித்து முழுமையாகப் படிப்பதற்கு முன்பே அவள் இதயம் நொறுங்கியது.

'உங்கள் குறிப்பு எனக்குச் சரியான நேரத்தில் கிடைக்காததற்கு வருந்துகிறேன். பத்து மணிக்கு வந்துவிடுவேன்' என்று விரான்ஸ்கி அலட்சியமாகக் கிறுக்கியிருந்தான்.

'நான் எதிர்பார்த்ததுதான்!' என்று அவள் தனக்குள் ஒரு வஞ்சகப் புன்னகையுடன் சொல்லிக் கொண்டாள்.

“சரி, நீ வீட்டுக்குப் போ” என்று மெதுவாகப் பேசிய அவள் மைக்கேலைப் பார்த்தாள். அவள் இதயத் துடிப்பு அதிமாகி, மூச்சுவிடச் சிரமமாக இருந்ததால், மெதுவாகப் பேசினாள். ‘இல்லை, நீ என்னைச் சித்திரவதை செய்ய விடமாட்டேன்’ என்று நினைத் தாள். அதை அவள் அவனுக்கோ அல்லது தனக்கோ சொல்லாமல் தன்னைத் துன்புறுத்திய சக்தியிடம் சொன்னாள். அவள் ரயில் நிலையத்தின் கட்டிடங்களைத் தாண்டி பிளாட்பாரத்தில் நடந்தாள்.

பிளாட்பாரத்தில் நடந்து கொண்டிருந்த இரண்டு பணிப் பெண்கள் அவளைத் திரும்பிப் பார்த்தார்கள். அவர்கள் அவளுடைய ஆடையைப் பற்றித் தங்களுக்கு இருந்த எண்ணத்தை உரக்க வெளிப்படுத்தினார்கள். ‘அந்த லேஸ் நிஜமானது’ என்று அவள் ஆடையில் இருந்த சரிகையைப் பற்றிச் சொன்னார்கள். அந்த இளைஞர்கள் அவளை நிம்மதியாக இருக்க விடவில்லை. அவர்கள் மீண்டும் அவள் முகத்தை உற்றுப் பார்த்து, இயற்கைக்கு மாறான குரலில் உரக்கச் சிரித்து, எதையோ கத்திக் கொண்டு அவளைக் கடந்து சென்றனர். குவாஸ் விற்றுக் கொண்டிருந்த ஒரு பையன் அவளையே வைத்த கண் வாங்காமல் பார்த்தான். ‘கடவுளே! நான் எங்கே போவேன்?’ என்று நினைத்துக் கொண்டே அவள் நடை மேடையில் மேலும் நடந்தாள். அவள் அதன் முடிவில் நின்றாள். மூக்குக் கண்ணாடி அணிந்த ஒரு பெரியவரைச் சந்தித்து, அவரிடம் சத்தமாகப் பேசிச் சிரித்துக் கொண்டிருந்த சில பெண்களும் குழந்தை களும் மௌனமாகி, கடந்து சென்ற அவளைப் பார்த்தார்கள். அவள் அவர்களிடமிருந்து வேகமாக நடந்து மேடையின் கடைக்கோடிக்குச் சென்றாள். ஒரு சரக்கு ரயில் வேகமாக வந்து கொண்டிருந்தது. பிளாட்பாரம் அதிரத் தொடங்கியதும், அவள் மீண்டும் ரயிலில் இருப்பதாக உணர்ந்தாள்.

அவள் திடீரென்று முதன் முதலில் விரான்ஸ்கியைச் சந்தித்த அன்று, தண்டவாளத்தில் சிதைந்து உருக்குலைந்த அந்த மனிதனை நினைத்து, தான் என்ன செய்ய வேண்டும் என்பதை உணர்ந்தாள். அவள் விரைவான இலகுவான அடிகளில் தண்ணீர் தொட்டியி லிருந்து தண்டவாளம் வரை செல்லும் படிகளில் இறங்கி, வந்து கொண்டிருந்த ரயிலுக்கு மிக அருகில் நின்றாள். அவள் ரயில் பெட்டிகளின் அடிப்பகுதியையும், போல்ட்டுகளையும், சங்கிலி களையும், மெதுவாக உருளும் பெட்டியின் பெரிய இரும்புச் சக்கரங் களையும் பார்த்தாள். அவள் முன் சக்கரங்களுக்கும் பின் சக்கரங் களுக்கும் இடையில் இருந்த நடுப்பகுதியையும், அந்த நடுப்பகுதி தனக்கு எதிரில் வரும் தருணத்தையும் கண்களால் அளவிட முயன் றாள்.

‘அங்கே!’ என்று தனக்குள் சொல்லிக் கொண்ட அவள், தண்ட வாளங்களுக்கு குறுக்கே இருந்த மரப் பலகைகளுக்கு இடையில்

நிலக்கரியும் மணலும் சிதறிக் கிடந்த இடத்தைப் பார்த்தாள். 'அங்கு அதன் நடுவில், நான் அவரைத் தண்டித்து, என்னிடமிருந்தும் எல்லோரிடமிருந்தும் தப்பித்துக் கொள்வேன்.'

அவள் தன்னைக் கடந்து சென்ற முதல் ரயிலுக்கு நடுவில் குதிக்க நினைத்தாள். ஆனால் அவள் கையில் இருந்து அகற்றத் தொடங்கிய சிவப்புப் பை அவளைத் தாமதப்படுத்தியது. அந்த ரயில் அவளைக் கடந்து சென்றதும், அவள் அந்தத் தருணத்தைத் தவறவிட்டாள். அவள் அடுத்த ரயிலுக்காகக் காத்திருந்தாள். குளிக்கச் சென்று ஆற்றில் இறங்கி முதல் காலடியை வைக்கும்போது ஏற்படுவதைப் போன்ற ஒரு உணர்வு அவளை ஆட்கொண்டது. அவள் சிலுவை யிட்டுக் கொண்டாள். அவள் சிலுவையிடும் போது செய்த பழக்க மான கையின் சைகை, அவளுடைய உள்ளத்தில் குழந்தைப் பருவத்தி லிருந்து இளம் பெண்ணாக வளர்ந்த வரையிலான நினைவுகளின் தொடர்ச்சியைத் திரும்பக் கொண்டு வந்தது. திடீரென்று அவளை மூடியிருந்த அனைத்து இருளும் விலகி, வாழ்க்கை அதன் பிரகாச மான கடந்த கால மகிழ்ச்சிகளுடன் ஒரு கணம் அவள் முன் எழுந்தது. ஆனால் அவள் அருகில் வந்த இரண்டாவது சரக்கு ரயிலின் சக்கரங்களிலிருந்து தன் கண்களை எடுக்கவில்லை. சக்கரங்களுக்கு இடையில் இருந்த இடைவெளி அவளுக்கு முன்னால் வந்த கணத் தில், சிவப்புப் பையைத் தூக்கி எறிந்துவிட்டு, தலையைக் குனிந்து, கைகளை நீட்டி, ரயிலின் முன்னால் சாய்ந்தாள். அவள் மீண்டும் எழுந்து நிற்பது போலத் தோன்றியது என்றாலும் அவ்வாறு செய்யாமல் மண்டியிட்டாள். அதே கணத்தில் அவள் தான் என்ன செய்கிறோம் என்று நினைத்துத் திகிலடைந்தாள். 'நான் எங்கே இருக்கிறேன்? நான் என்ன செய்கிறேன்?' அவள் எழுந்து நின்று பின்னோக்கி விழ முயன்றாள். ஆனால் ஏதோ ஒரு பெரிய, கனமான ஒன்று அவள் தலையில் தாக்கி, அவளைத் தரதரவென இழுத்துச் சென்றது. "கடவுளே, எல்லாவற்றுக்கும் என்னை மன்னியுங்கள்!" என்ற அவள், போராடுவது இயலாத காரியம் என்பதை உணர்ந்தாள். குள்ளமாக இருந்த ஒரு விவசாயி எதையோ முணுமுணுத்தபடி தண்டவாளத்தில் வேலை செய்து கொண்டிருந்தான். கவலையும் ஏமாற்றமும் துயரமும் தீமையும் நிறைந்த அந்தப் புத்தகத்தை அவள் படித்துக் கொண்டிருந்த மெழுகுவர்த்தி முன்னெப்போதையும் விடப் பிரகாசமாக எரிந்து, முன்பு இருளால் மூடியிருந்த அனைத்தையும் அவளுக்காக ஒளிரச் செய்து, மெல்ல மெல்ல மங்கத் தொடங்கி, என்றென்றைக்குமாக அணைந்து போனது.

பகுதி எட்டு

1

கிட்டத்தட்ட இரண்டு மாதங்கள் கழிந்தன. அது வெப்பமான கோடையின் நடுப்பகுதி. அப்போதுதான் செர்ஜி இவானோவிச் மாஸ்கோவை விட்டு வெறியேறத் தயாராக இருந்தார்.

அந்த நேரத்தில் செர்ஜி இவானோவிச் வாழ்க்கையில் சில முக்கியமான நிகழ்வுகள் நடந்தன. அவருடைய ஆறு ஆண்டுகள் கடின உழைப்பின் பலனாக உருவான, 'ஐரோப்பாவிலும் ரஷ்யா விலும் அரசின் கொள்கைகள் மற்றும் வடிவங்கள் பற்றிய ஆய்வு' என்ற புத்தகத்தை, ஒரு வருடத்திற்கு முன்புதான் அவர் எழுதி முடித்தார். புத்தகத்தின் சில பகுதிகளும், முன்னுரையும் இதழ்களில் வெளியானது. புத்தகத்தின் மற்ற பகுதிகளை செர்ஜி இவானோவிச் தன் வட்டத்தில் உள்ளவர்களுக்குப் படித்துக் காட்டினார். எனவே இனியும் அந்தப் புத்தகத்தின் கருத்துக்கள் பொதுமக்களுக்குப் புதியதாக இருக்க முடியாது. இருப்பினும், அவர் தனது புத்தகம் மக்கள் மத்தியில் ஒரு தீவிரமான தாக்கத்தை ஏற்படுத்தும் என்றும், குறைந்த பட்சம் கல்வித் துறையில் ஒரு பெரிய பரபரப்பை ஏற்படுத்தும் என்றும், அது அறிவியலில் ஒரு புரட்சி இல்லை என்றாலும், அறிவார்ந்த உலகில் ஒரு சக்தி வாய்ந்த கிளர்ச்சியை ஏற்படுத்தும் என்றும் எதிர் பார்த்தார்.

மிகுந்த கவனத்துடன் மெருகூட்டிய அந்தப் புத்தகம் கடந்த ஆண்டு வெளியாகி, புத்தக விற்பனையாளர்களுக்கு விநியோகிக்கப் பட்டது.

அவர் அதைப் பற்றி யாரிடமும் எதுவும் கேட்காவிட்டாலும், புத்தகம் எப்படிப் போகிறது என்ற நண்பர்களின் கேள்விக்குத் தயக்கத் துடனும் அலட்சியத்துடனும் பதிலளித்தாலும், புத்தக விற்பனை யாளர்களிடம் அது எப்படி விற்கிறது என்று கேட்காவிட்டாலும், தனது புத்தகம் சமூகத்திலும் இலக்கியத்திலும் ஏற்படுத்தும் முதல் தாக்கத்தைக் கழுகுக் கண்களுடன் விழிப்புடன் பார்த்துக் கொண்டிருந் தார்.

ஆனால் ஒன்று, இரண்டு என்று மூன்று வாரங்கள் சென்ற பிறகும், சமூகத்தில் குறிப்பிடத்தக்க தாக்கம் எதுவும் தென்படவில்லை.

அவருடைய நண்பர்களும், அறிஞர்களும், வல்லுநர்களும் கண்ணியத்தின் காரணமாக சில சமயங்களில் தங்களின் உரையாடலில் அதைக் குறிப்பிட்டார்கள். ஆனால் அவருக்கு அறிமுகமான மற்றவர்கள், அறிவு சார்ந்த உள்ளடக்கம் கொண்ட அந்தப் புத்தகத்தில் ஆர்வமின்றி அதைப் பற்றி அவரிடம் பேசவோ, விவாதிக்கவோ இல்லை. அப்போது குறிப்பாக வேறு ஒரு விஷயத்தின் மீது கவனத்தைச் செலுத்திய பொதுமக்கள் அதைப் பற்றி முற்றிலும் அலட்சியமாக இருந்தனர். பத்திரிகைகளிலும் ஒரு மாதம் முழுவதும் அவரது புத்தகத்தைப் பற்றி எந்த ஒரு குறிப்பும் இல்லை.

செர்ஜி இவானோவிச், ஒரு புத்தகத்திற்கு மதிப்புரை எழுத எவ்வளவு காலம் தேவை என்பதைத் துல்லியமாகக் கணக்கிட்டார் என்றாலும் அதற்குப் பிறகும் மேலும் ஒரு மாதம் கடந்த பிறகும் அதே மௌனம் நீடித்தது.

நார்த்தர்ன் பீட்டில் எழுதிய குரல் வளத்தை இழந்த பாடகர் டிராபந்தியைப் பற்றிய நகைச்சுவைக் கட்டுரையில் மட்டும் கோஸ்னிஷேவின் புத்தகத்தைப் பற்றி அதே பாணியில் சில இழிவான கருத்துக்கள் கூறப்பட்டன. அது அந்தப் புத்தகம் எப்போதோ பலரின் கண்டனத்திற்கும் கேலிக்கும் ஆளானது என்பதைச் சுட்டிக்காட்டியது.

இறுதியாக மூன்றாவது மாதத்தில் ஒரு தீவிரமான பத்திரிக்கையில் புத்தகத்தைப் பற்றி ஒரு விமர்சனக் கட்டுரை வெளியானது. செர்ஜி இவானோவிச்சுக்கு அந்தக் கட்டுரையின் ஆசிரியரைத் தெரியும். அவர் அவரை கொலுப்ட்சோவின் இல்லத்தில் ஒருமுறை சந்தித்தார்.

அந்தக் கட்டுரையை எழுதிய இளைஞர் ஒரு நோயுற்ற மனம் கொண்ட செய்தித்தாள் நையாண்டியாளர். அவர் ஒரு எழுத்தாளராக மிகவும் தைரியமானவர் என்றாலும் அதிகம் படிக்காதவர், தனிப்பட்ட உறவுகளில் மிகவும் கூச்ச சுபாவம் உடையவர்.

செர்ஜி இவானோவிச்சிற்கு அவர் மீது வெறுப்பு இருந்த போதிலும், கட்டுரையை மரியாதையுடன் படிக்கத் தொடங்கினார். கட்டுரை மிகவும் மோசமாக இருந்தது.

கட்டுரையாளர் வேண்டுமென்றே புத்தகத்தைப் புரிந்து கொள்ள முடியாத வகையில் புரிந்து வைத்திருந்தார் என்பது தெளிவாகத் தெரிந்தது. ஆனால் அவர் மிகத் திறமையாக புத்தகத்தின் மேற்கோள்களைத் தேர்ந்தெடுத்து, முழு புத்தகமும் வார்த்தை ஜாலத்தைத் தவிர வேறு எதுவுமில்லை என்றும், அதுவும் பொருத்தமற்ற முறையில் (இது கேள்விக் குறிகளால் சுட்டிக்காட்டப்பட்டது) பயன்படுத்தப் பட்டுள்ளது என்றும், புத்தகத்தை எழுதியவர் முற்றிலும் அறிவற்ற மனிதர் என்றும் புத்தகத்தைப் படிக்காதவர்களிடம் (கிட்டத்தட்ட

யாரும் அதைப் படிக்கவில்லை), ஒரு தோற்றத்தை ஏற்படுத்தியிருந்தார். அந்தச் சாதுர்யத்தைக் கண்டு செர்ஜி இவானோவிச்சே திணறும் அளவுக்கு அவையெல்லாம் நகைச்சுவையாகச் சொல்லப்பட்டிருந்தன என்றாலும் அதுதான் மிகவும் கொடுமையான விஷயம்.

விமர்சகரின் வாதங்களின் சரியான தன்மையை செர்ஜி இவானோவிச் மனசாட்சியுடன் சரிபார்த்த போதிலும், கேலி செய்யப் பட்ட தவறுகளையும் குறைகளையும் பற்றி அவர் ஒரு கணம் கூட சிந்திக்கவில்லை. ஏனெனில் அவை அனைத்தும் வேண்டுமென்றே செய்யப்பட்டவை என்பது தெளிவாகத் தெரிந்தது. ஆனால் அவர் உடனடியாகத் தன்னையும் அறியாமல் கட்டுரை ஆசிரியருடன் தனக்கு ஏற்பட்ட சந்திப்பையும், அவருடன் மேற்கொண்ட உரை யாடலையும், விரிவாக நினைத்துப் பார்த்தார்.

'நான் ஏதோ ஒரு வகையில் அவரைப் புண்படுத்திவிட்டேனா?' என்று செர்ஜி இவானோவிச் ஆச்சரியப்பட்டார்.

அவர்களின் சந்திப்பின்போது, அந்த இளைஞனின் அறி யாமையைச் சுட்டிக்காட்டும் ஒரு சொல்லைப் பயன்படுத்தி, அவனைத் திருத்தியதை அவர் நினைத்துப் பார்த்து, அவருடைய கட்டுரையின் நோக்கத்தைப் புரிந்து கொண்டார்.

அந்தக் கட்டுரையைத் தொடர்ந்து, வேறு எந்தப் பத்திரிக்கை களிலும் விவாதங்களிலும் அவரது புத்தகத்தைப் பற்றி யாரும் எதுவும் பேசவில்லை. செர்ஜி இவானோவிச் தனது ஆறு ஆண்டு காலம் அர்ப்பணிப்பு உணர்வுடன் செய்த உழைப்பு, எந்த ஒரு சுவடும் இல்லாமல் கடந்து சென்றதைப் பார்த்தார்.

செர்ஜி இவானோவிச்சை மேலும் வேதனையில் ஆழ்த்தியது என்னவென்றால், முன்பு அவரது பெரும்பாலான நேரத்தை எடுத்துக் கொண்ட புத்தகத்தை எழுதி முடித்த பிறகு அவருக்கு வேறு எந்த வேலையும் இல்லை என்பதுதான்.

செர்ஜி இவானோவிச் புத்திசாலி, மெத்தப் படித்தவர், திடகாத்திர மானவர் என்றாலும் அவருக்கு தனது ஆற்றலை வேறு எங்கு பயன்படுத்துவது என்று தெரியவில்லை. விவாதங்கள், மாநாடுகள், கூட்டங்கள், குழுக்கள் என்று எங்கெல்லாம் பேச முடியுமோ அங்கெல்லாம் அவர் கலந்து கொண்டு பேசியது அவரது நேரத்தின் ஒரு பகுதியை எடுத்துக் கொண்டது. ஆனால் நீண்ட காலம் நகரத்தில் வசித்தவர் என்ற முறையில், மாஸ்கோவில் இருந்தபோது தனது அனுபவமற்ற சகோதரர் செய்ததைப் போல, அவர் தன்னை உரையாடல்களில் முழுமையாக ஈடுபடுத்திக் கொள்ளவில்லை. எனவே அவரிடம் இன்னும் அதிகப்படியான ஓய்வும் மன ஆற்றலும் மிச்சமிருந்தது.

அதிர்ஷ்டவசமாக அவருடைய புத்தகம் தோல்வியடைந்த இந்த நேரத்தில், பிற மதங்களைப் பின்பற்றுபவர்கள், அமெரிக்க நண்பர்கள், சமரா பஞ்சம், கண்காட்சிகள், ஆன்மிகம் போன்றவற்றில் கவனம் செலுத்தியவர்களை, இதுவரை சமூகத்தில் புகைந்து கொண்டிருந்த அடிமைகள் பிரச்சினை திசை திரும்பியது. இதற்கு முன்னர் இந்தப் பிரச்சினையை ஊக்குவித்தவர்களில் ஒருவரான செர்ஜி இவானோவிச், அதற்காகத் தன்னை முழுமையாக அர்ப்பணித்துக் கொண்டார். செர்ஜி இவானோவிச் சார்ந்திருந்த வட்டத்தில் அப்போது செர்பியன் போரைத் தவிர வேறு எதைப் பற்றியும் யாரும் பேசவோ, எழுதவோ இல்லை. எனவே பொழுதைப் போக்குவதற்காக சோம்பேறிகள் கூட்டம் வழக்கமாகச் செய்யும் அனைத்தும் இப்போது அடிமைகள் பிரச்சினைக்காக செய்யப்பட்டன. நடனங்கள், கச்சேரிகள், இரவு விருந்துகள், சொற்பொழிவுகள், பெண்களின் ஆடைகள், மதுபானங் கள், உணவகங்கள் அனைத்தும் அடிமைகள் மீதான அனுதாபத்திற்குச் சான்றாக இருந்தன.

இந்தச் சந்தர்ப்பத்தில் அதைக் குறித்துப் பலரும் பேசிய, எழுதிய பெரும்பான்மைக் கருத்துக்களுடன் செர்ஜி இவானோவிச் உடன்பட வில்லை. ஒன்றைத் தொடர்ந்து ஒன்றாகப் பொதுமக்களை ஏதோ ஒன்றில் ஈடுபடச் செய்யும் நாகரிகமான திசைதிருப்பல்களில் ஒன்றாக அடிமைகள் பிரச்சினை மாறிவருவதை அவர் பார்த்தார். சுயநலம், சுய விளம்பரம் போன்ற நோக்கங்களுக்காகப் பலரும் இந்த விஷயத்தைக் கையில் எடுப்பதையும் அவர் பார்த்தார். கவனத்தைத் தங்கள் பக்கம் ஈர்க்கும் ஒரே நோக்கத்துடன், தேவையில்லாத, மிகையான பலவற்றை பத்திரிகைகள் வெளியிடுகின்றன என்பதை அவர் ஒப்புக் கொண்டார். படைகள் இல்லாத தளபதிகள், இலாக்காக்கள் இல்லாத அமைச்சர் கள், செய்தித்தாள் இல்லாத ஊடகவியலாளர்கள், ஆதரவாளர்கள் இல்லாத கட்சித் தலைவர்கள் என வேறு எவரையும் விட தோற்றவர் களும், தீயவர்களும் முன்னணியில் குதித்து மற்றவர்களை விட உரக்கக் கூச்சலிடுவதை அவர் கண்டார். அதே நேரத்தில் அற்பமான அபத்தமான பலவற்றையும் தாண்டி, சமூகத்தின் அனைத்து வர்க்கங் களையும் ஒன்றிணைத்து, அனுதாபம் காட்டாமல் இருக்க முடியாத அளவுக்கு வளர்ந்து வரும் உற்சாகத்தைக் கண்டு அதை அங்கீகரிக்க வும் செய்தார். சக கிருஸ்தவ சகோதரர்களான, அடிமைகள் இனத்தைச் சேர்ந்தவர்களின் படுகொலை, பாதிக்கப்பட்டவர்கள் மீது அனுதாபத் தையும், அவர்களை ஒடுக்குபவர்கள் மீது கோபத்தையும் ஏற்படுத்தியது. மேலும் ஒரு பெரிய லட்சியத்திற்காகப் போராடிய செர்பியர்கள் மற்றும் மாண்டினீக்ரின்களின் வீரம், தங்கள் சகோதரர்களுக்கு வெறும் வார்த்தைகளால் அல்லாமல் செயலால் உதவ வேண்டும் என்ற விருப்பத்தை நாடு முழுவதும் உருவாக்கியது.

ஆனால் அவை அனைத்தையும் விட செர்ஜி இவானோவிச்சை அதிகமாக மகிழ்ச்சியடையச் செய்த மற்றொரு விஷயமும் நடந்தது. அது பொதுமக்களிடம் ஏற்பட்ட விழிப்புணர்வு. தேசம் உறுதியுடன் தனது விருப்பத்தை வெளிப்படுத்தியது. செர்ஜி இவானோவிச் சொன்னது போல தேசத்தின் ஆன்மா தன்னை வெளிப்படுத்தியது. இந்த நோக்கத்தில் அவர் எந்த அளவுக்கு தன்னை ஈடுபடுத்திக் கொண்டாரோ அந்த அளவுக்கு, இது மகத்தான பரிமாணங்களை எடுத்து ஒரு பெரிய திருப்புமுனையாக மாறுவதற்கு அது ஒரு காரணமாக அமையும் என்று அவருக்குத் தோன்றியது.

அந்த மகத்தான நோக்கத்திற்காக தன்னை முழுமையாக அர்ப் பணித்த அவர், தனது புத்தகத்தைப் பற்றிச் சுத்தமாக மறந்து விட்டார்.

இப்போது அவர் முழு நேரமும் அதில் மூழ்கியிருந்த காரணத் தால், அவருக்கு எழுதப்பட்ட கடிதங்களுக்கும் கோரிக்கைகளுக்கும் அவரால் பதிலளிக்க முடியவில்லை. அவர் வசந்த காலத்திலும் கோடையின் நடுப்பகுதி வரையிலும் வேலை செய்த பிறகு, ஜூலை மாதத்தில் நாட்டில் உள்ள தன் சகோதரரின் வீட்டிற்குச் செல்ல முடிவு செய்தார்.

அவர் தலைநகரத்திலும் மற்ற நகரங்களிலும் வசிப்பவர்கள் முழுமையாக நம்பிய மக்களின் தேசிய உணர்வின் எழுச்சியைக் கிராமப்புறங்களில் கண்டு மகிழ்வதற்காகவும், பதினைந்து நாட்கள் ஓய்வெடுக்கவும் அங்கு சென்றார். லெவினைப் பார்க்கச் செல்ல வேண்டும் என்று நீண்ட காலமாகத் திட்டமிட்ட கட்டாவாசோவும் அவருடன் சென்றார்.

2

செர்ஜி இவானோவிச்சும் கட்டாவாசோவும் அன்று மிகவும் பரபரப்பாகவும், நெரிசலாகவும் இருந்த குர்ஸ்க் ரயில் நிலையத்திற்குச் சென்றனர். அவர்கள் வண்டியிலிருந்து இறங்கி, மூட்டை முடிச்சு களுடன் தங்களைப் பின்தொடர்ந்து வந்த வேலைக்காரனைத் தேடினார்கள். அப்போது தன்னார்வலர்கள் சிலர் நான்கு வாடகை வண்டிகளில் வந்தனர். பூங்கொத்துடன் அவர்களை வரவேற்ற பெண்கள், அவர்களுக்குப் பின்னால் திரண்டிருந்த கூட்டத்துடன் ரயில் நிலையத்திற்குள் நுழைந்தனர்.

தன்னார்வலர்களை வரவேற்ற பெண்களில் ஒருவர் காத்திருப்பு அறையிலிருந்து வெளியேறும் வழியில், செர்ஜி இவானோவிச்சை அழைத்தார்.

"நீங்கள் அவர்களை வழியனுப்ப வந்தீர்களா?" என்று அவள் பிரெஞ்சு மொழியில் கேட்டாள்.

"இல்லை, இளவரசி நான் என் சகோதரன் வீட்டிற்குச் செல்கிறேன். நீங்கள் அவர்களை வழியனுப்ப வந்தீர்களா?" என்று செர்ஜி இவானோவிச் புன்னகையுடன் கேட்டார்.

"அதற்கு உதவி செய்யாமல் எப்படி இருக்க முடியும்?" என்றாள் இளவரசி. "எண்ணூறு பேர் இங்கிருந்து போனார்கள் என்பது உண்மையா? மால்வின்ஸ்கி நான் சொல்வதை நம்பவில்லை."

"அதற்கும் அதிகமாக இருக்கும். மாஸ்கோவிலிருந்து நேரடியாகப் போகாதவர்களையும் சேர்த்தால் எண்ணிக்கை ஆயிரத்தைத் தாண்டும்" என்றார் செர்ஜி இவானோவிச்.

"ஆமாம், நானும் அதைத்தான் சொன்னேன்!" என்று அவள் சந்தோஷத்துடன் சொன்னாள். "இப்போது கிட்டத்தட்ட ஒரு மில்லியன் நன்கொடையாகக் கிடைத்திருப்பதாகச் சொல்வது உண்மையா?"

"அதைவிட அதிகமாக இருக்கும்."

"இன்றைய தந்தி செய்தி என்ன? துருக்கியர்கள் மீண்டும் தோற்றுவிட்டார்கள்."

"ஆமாம், நானும் அதைப் படித்தேன்" என்றார் செர்ஜி இவானோவிச்.

துருக்கியர்கள் தொடர்ந்து மூன்று நாட்களாக எல்லா இடங்களிலும் தோற்கடிக்கப்பட்டு தப்பி ஓடிவிட்டார்கள் என்பதையும், அடுத்த நாள் ஒரு உக்கிரமான போர் எதிர்பார்க்கப்படுகிறது என்பதையும் உறுதிப்படுத்தும் சமீபத்திய தந்திச் செய்தியைப் பற்றி அவர்கள் பேசிக் கொண்டார்கள்.

"ஆமாம், உங்களுக்குத் தெரியுமா? ஒரு இளைஞன் தன்னார்வத் தொண்டு செய்ய விரும்புகிறான். அவர்கள் ஏன் சிரமப்படுகிறார்கள் என்று எனக்குத் தெரியவில்லை. எனக்கு அவரைத் தெரியும் என்பதால் உங்களிடம் கேட்க விரும்பினேன். அவரைக் கோமகள் லிடியா இவானோவ்னா அனுப்பினார். அவருக்கு ஒரு குறிப்பை எழுதுங்கள்."

தன்னார்வத் தொண்டு செய்ய விரும்பும் அந்த இளைஞனைப் பற்றி இளவரசியிடமிருந்து தெரிந்து கொண்ட செர்ஜி இவானோவிச், முதல் வகுப்பு காத்திருப்பு அறைக்குச் சென்று, அத்தகைய விஷயங்களுக்குப் பொறுப்பான நபருக்கு ஒரு குறிப்பை எழுதினார்.

அவர் அவளைத் தேடிச் சென்று அந்தக் குறிப்பைக் கொடுத்த போது, "உங்களுக்கு அந்தப் பிரபலமான கோமகன் விரான்ஸ்கியைத் தெரியும்... அவர் இந்த ரயிலில் பயணம் செய்கிறார்" என்று இளவரசி வெற்றிகரமான, அர்த்தமுள்ள புன்னகையுடன் சொன்னாள்.

“அவர் போகிறார் என்று கேள்விப்பட்டேன் ஆனால் எப்போது என்று எனக்குத் தெரியாது. இந்த ரயிலிலா?”

“நான் அவரைப் பார்த்தேன். அவர் இங்கேதான் இருக்கிறார். அவருடைய தாயார் மட்டும் அவரை வழியனுப்ப வந்திருக்கிறார். எப்படியிருந்தாலும் அவரால் செய்ய முடிந்த ஒரு நல்ல காரியம் அதுதான்.”

“ஆமாம், நிச்சயமாக.”

அவர்கள் பேசிக் கொண்டிருந்த போது, கூட்டம் அவர்களைத் தாண்டி சாப்பாட்டு அறைக்குச் சென்றது. அவர்களும் அதைத் தொடர்ந்து சென்றபோது தன்னார்வலர்களிடம் பேசிக் கொண்டிருந்த ஒரு மனிதரின் குரலைக் கேட்டனர். “மதம், மனிதநேயம் மற்றும் எங்கள் சகோதரர்களின் நலனுக்கும் சேவை செய்ய வேண்டும்” என்ற அவர் தன் குரலை உயர்த்தினார். “மாஸ்கோ அன்னை ஒரு மகத்தான செயலுக்காக உங்களை ஆசீர்வதிக்கிறாள். வெற்றி நமதே!” என்று சத்தமாகவும் கண்ணீரோடும் பேசி முடித்தார்.

“வெற்றி நமதே!” என்று எல்லோரும் கூச்சலிட்டனர். அப்போது வேகமாக உள்ளே வந்த மற்றொரு கூட்டம் இளவரசியின் கால்களை இடறியது.

“ஆகா, இளவரசி! நீங்கள் அதைப் பற்றி என்ன நினைக்கிறீர்கள்?” என்று திடீரென்று கூட்டத்தின் நடுவில் தோன்றிய ஸ்டீபன் ஆர்கடியேவிச் மகிழ்ச்சி நிறைந்த புன்னகையுடன் கேட்டான். “அது அற்புதமான, சூடான பேச்சு இல்லையா? சபாஷ்! செர்ஜி இவானோவிச்! நீங்களும் சில வார்த்தைகள் பேசியிருக்கலாம். ஊக்கம் தரும் ஒரு சில வார்த்தைகள். நீங்கள் அதை அற்புதமாகச் செய்வீர்கள்” என்று மரியாதையும் அன்பும் கலந்த புன்னகையுடன் சொன்ன அவன், கையால் அவரை முன்னோக்கித் தள்ளினான்.

“இல்லை, நான் போக வேண்டும்.”

“எங்கே?”

“என் சகோதரன் வீட்டுக்கு” என்றார் செர்ஜி இவானோவிச்.

“அப்படியானால் நீங்கள் என் மனைவியைச் சந்தித்துப் பேசுங்கள். நான் அவளுக்குக் கடிதம் எழுதினேன் என்றாலும் நீங்கள் அதற்கு முன் அங்கே சென்றுவிடுவீர்கள். நீங்கள் என்னைப் பார்த்ததாகவும், நான் நன்றாக இருப்பதாகவும் அவளிடம் சொல்லுங்கள். அவள் புரிந்து கொள்வாள். ஆனால் உண்மையில் நீங்கள் விரும்பினால் நான் கூட்டுக் குழுவின் உறுப்பினராக நியமிக்கப்பட்டுள்ளேன் என்று அவளிடம் சொல்லுங்கள்... சரி, அவள் புரிந்து கொள்வாள்! மனித வாழ்வின் சில்லறைத் துன்பங்கள்” என்ற அவன் மன்னிப்புக் கேட்பது போல இளவரசியிடம் திரும்பினான். “இளவரசி மியாக்கியும்

லிசாவும் அல்ல ஆனால் பிபிஷ் ஆயிரம் துப்பாக்கிகளையும் பன்னி ரண்டு செவிலியர்களையும் அனுப்புகிறார். நான் சொன்னேனா?"

"ஆமாம், நான் கேள்விப்பட்டேன்" என்று செர்ஜி இவானோவிச் தயக்கத்துடன் சொன்னார்.

"ஆனால் நீங்கள் இங்கிருந்து போவது வருத்தமாக இருக்கிறது" என்றான் ஸ்டீபன் ஆர்கடியேவிச். "போருக்குச் செல்லும் பீட்டர்ஸ் பர்க்கைச் சேர்ந்த டிமிட்ரி பார்ட்னியன்ஸ்கி, புதிதாகத் திருமணம் செய்து கொண்ட வசென்கா வெஸ்லோவ்ஸ்கி இருவருக்கும் நாளை இரவு விருந்து கொடுக்கிறோம். அவர் ஒரு நல்ல மனிதர், இல்லையா இளவரசி?" என்று அவன் அந்தப் பெண்ணை நோக்கித் திரும்பி னான்.

இளவரசி பதில் சொல்லாமல் செர்ஜி இவானோவிச்சைப் பார்த்தாள். ஆனால் அவரும் இளவரசியும் தன்னிடமிருந்து விலகிச் செல்ல விரும்புவதைக் கண்ட ஸ்டீபன் ஆர்கடியேவிச் அதைப் பற்றி சிறிதும் சங்கடப்படவில்லை. அவன் சிரித்துக் கொண்டே, எதையோ நினைவு கொண்டவன் போல இளவரசியின் தொப்பியில் இருந்த இறகையும், தன்னைச் சுற்றியும் பார்த்தான். ஒரு பெண் உண்டியலுடன் கடந்து செல்வதைக் கண்ட அவன், அவளை அழைத்து அதில் ஐந்து ரூபிள் நோட்டைப் போட்டான்.

"என்னிடம் பணம் இருக்கும் வரை என்னால் அந்த உண்டி யலைப் பார்த்துக் கொண்டு சும்மாயிருக்க முடியாது" என்றான். "இன்றைய செய்தியை நீங்கள் எவ்வளவு தூரம் விரும்பினீர்கள்? அந்த மாண்டினீக்ரின்கள் நல்ல மனிதர்கள்!"

விரான்ஸ்கி அந்த ரயிலில் செல்வதாக இளவரசி சொன்ன போது, "நீங்கள் அப்படியா சொல்கிறீர்கள்!" என்று ஸ்டீபன் ஆர்கடியேவிச் வியப்புடன் கேட்டான். ஒரு கணம் அவன் முகம் வருத்தத்தை வெளிப்படுத்தியது என்றாலும் அடுத்த வினாடி அவன் மெதுவான நடையில் தன் மீசையை நீவியபடி, விரான்ஸ்கி இருந்த காத்திருப்பு அறைக்குள் நுழைந்தபோது, அவன் தன் சகோதரியின் சடலத்தைப் பார்த்து அழுது புலம்பியதை முற்றிலும் மறந்துவிட்டான். இப்போது அவன் விரான்ஸ்கியை ஒரு பழைய நண்பனாகவும் ஒரு கதாநாயகனாகவும் மட்டுமே பார்த்தான்.

"அவர் எவ்வளவு தவறுகள் செய்திருந்தாலும் அவருக்குரிய உரிமையை நீங்கள் கொடுக்க வேண்டும்" என்று ஆப்லான்ஸ்கி அவர்களை விட்டுச் சென்றதும் இளவரசி செர்ஜி இவானோவிச்சிடம் சொன்னாள். "அவர் அவரைச் சந்திக்கும்போது விரான்ஸ்கிக்கு வருத்தமாக இருக்கும் என்று நான் நினைக்கிறேன். நீங்கள் என்ன வேண்டுமானாலும் சொல்லுங்கள், அந்த மனிதரின் தலைவிதி என்

இதயத்தைத் தொடுகிறது. நீங்கள் பயணத்தின் போது அவரிடம் பேசுங்கள்” என்றாள் இளவரசி.

“ஆமாம், வாய்ப்புக் கிடைத்தால் செய்கிறேன்.”

“எனக்கு அவரைப் பிடிக்கவில்லை. ஆனால் இது அவருக்கு ஒரு பிராயச்சித்தம் போல. அவர் மட்டும் தனியாகப் போகாமல் தன் சொந்த செலவில் ஒரு படைப்பிரிவையும் அழைத்துச் செல் கிறார்.

“ஆமாம், நான் கேள்விப்பட்டேன்.”

மணி அடித்தது. எல்லோரும் வாசலை நோக்கி விரைந்தனர். “அதோ அங்கே!” என்று இளவரசி, நீண்ட கோட்டும், கருப்பு நிற தொப்பியும் அணிந்து விரான்ஸ்கி தன் தாயுடன் கைகோர்த்து நடந்து செல்வதைக் காட்டினாள். அருகில் நடந்து சென்ற ஆப் லான்ஸ்கி அவனிடம் எதையோ உற்சாகமாகப் பேசிக் கொண்டி ருந்தான்.

ஸ்டீபன் ஆர்கடியேவிச் சொன்னது கேட்கவில்லை என்பது போல, விரான்ஸ்கி முகத்தைச் சுளித்து, தனக்கு முன்னால் நேராகப் பார்த்துக் கொண்டிருந்தான்.

ஆப்லான்ஸ்கி சுட்டிக் காட்டியதாலோ என்னவோ, இளவரசி யும் செர்ஜி இவானோவிச்சும் நின்று கொண்டிருந்த இடத்தைப் பார்த்து அவன் தன் தொப்பியை உயர்த்திக் காட்டினான். வயது முதிர்ந்த தோற்றத்துடன் துயரத்தில் வாடியிருந்த அவன் முகம் கல்லாக மாறிவிட்டது போலத் தெரிந்தது.

பிளாட்பாரத்தில் ஏறிய விரான்ஸ்கி, தன் அம்மாவை முன் னால் செல்ல அனுமதித்துவிட்டு ஒரு பெட்டியில் ஏறி மறைந்தான்.

பிளாட்பாரத்தில் “கடவுளே, ஜார் மன்னரைக் காப்பாற்று” என்ற கோஷத்தைத் தொடர்ந்து “ஹுர்ரா!” “ஜீவியோ!” என்ற முழக்கங்கள் எழுந்தன. தன்னார்வலர்களில் உயரமாக, குழிந்த மார்புடன் இருந்த ஒரு இளைஞன், மிகவும் தெளிவாகத் தெரியும் வகையில் குனிந்து, ஒரு பூங்கொத்தையும் தொப்பியையும் தலைக்கு மேலே அசைத்தான். அவருக்குப் பின்னால் இரண்டு அதிகாரிகளும், பெரிய தாடியுடன், எண்ணெய் படிந்த தொப்பியை அணிந்த ஒரு முதியவரும் தலை குனிந்து வணங்கினார்கள்.

3

இளவரசியிடம் விடைபெற்ற செர்ஜி இவானோவிச், தன்னுடன் வந்த கட்டாவாசோவுடன் கூட்ட நெரிசல் மிகுந்த ரயிலில் ஏறினார். ரயில் புறப்பட்டது.

சாரிட்சினோ ரயில் நிலையத்தில் 'உமக்கு வணக்கம்' என்ற பாடலைப் பாடும் பாடகர் குழுவினர் ரயிலை வரவேற்றனர். மீண்டும் தன்னார்வலர்கள் குனிந்து ஜன்னலுக்கு வெளியே தலையை நீட்டினர். ஆனால் செர்ஜி இவானோவிச் அவர்களைக் கவனிக்க வில்லை. அவர்களுடன் அவருக்கு நிறையத் தொடர்புகள் இருந்ததால், அந்த வகையினர் அவருக்குப் பரிச்சயமானவர்கள் என்பதால் அவருக்கு அதில் ஆர்வம் ஏற்படவில்லை. ஆனால் கட்டாவாசோவ் தனது அறிவார்ந்த செயல்பாடுகளில் மும்முரமாக இருந்ததால் தன்னார்வலர்களைக் கவனிக்கும் வாய்ப்பு அவருக்குக் கிட்டவில்லை. எனவே அவர்கள் மீது ஆர்வம் கொண்ட கட்டாவாசோவ் அவர்களைப் பற்றி பல கேள்விகளை செர்ஜி இவானோவிச்சிடம் கேட்டார்.

செர்ஜி இவானோவிச் அவரை அடுத்த நிறுத்தத்தில் இறங்கி இரண்டாம் வகுப்பு பெட்டியில் ஏறி அவர்களுடன் பேசும்படி சொன்னார். கட்டாவாசோவும் அடுத்த நிறுத்தத்தில் அந்த அறிவுரையைப் பின்பற்றினார்.

முதல் நிறுத்தத்தில் இரண்டாம் வகுப்புக்கு மாறிய அவர் அவர்களுடன் அறிமுகம் செய்து கொண்டார். பெட்டியின் ஒரு மூலையில் தனித்தனியாக அமர்ந்திருந்த அவர்கள், சத்தமாகப் பேசிக் கொண்டார்கள். அப்போதுதான் உள்ளே வந்த கட்டாவா சோவின் கவனமும் மற்ற பயணிகளின் கவனமும் தங்கள் மீது இருப்பதை அவர்கள் வெளிப்படையாக அறிந்தனர். அவர்களில் குழிந்த மார்பு கொண்ட அந்த இளைஞன் எல்லோரையும் விட சத்தமாகப் பேசினான். குடிபோதையில் இருந்த அவன், தனது பள்ளி வாழ்க்கையில் நடந்த சில சம்பவங்களை விவரித்துக் கொண்டிருந்தான். அவனுக்கு எதிரில் ஆஸ்திரிய நாட்டு இராணுவ உடையணிந்த நடுத்தர வயதுடைய ஒரு அதிகாரி அமர்ந்திருந்தார். அவர் சிரித்தபடி கதைசொல்லியின் பேச்சைக் கொண்டே அவ்வப்போது குறுக்கிட்டுப் பேசினார். மூன்றாமவர், பீரங்கிப்படை சீருடையில் அவர்களுக்கு அருகில் ஒரு பெட்டியின் மீது அமர்ந்திருந்தார். அவர்களில் நான்கில் ஒரு பகுதியினர் தூங்கிக் கொண்டிருந்தார்கள்.

அந்த இளைஞனுடன் உரையாடத் தொடங்கிய கட்டாவாசோவ், அவன் மாஸ்கோவைச் சேர்ந்த ஒரு பணக்கார வியாபாரி என்றும், அவன் இருபத்திரண்டு வயதுக்கு முன்னரே பெரும் செல்வத்தைத் தொலைத்து விட்டான் என்றும் அறிந்தார். கட்டாவாசோவுக்கு அவனைப் பிடிக்கவில்லை. ஏனெனில் அவன் உடல் சிதைந்து மிகவும் பலவீனமான உடல்நிலையில் இருந்தான். இப்போது குடிபோதையில் இருந்த அவன், தான் ஒரு பெரிய வீரச் செயலைச் செய்வதாக உறுதியாக நம்பினான். மேலும் அவன் விரும்பத்தகாத வகையில் தற்பெருமை அடித்துக் கொண்டான்.

ஓய்வு பெற்ற மற்றொரு அதிகாரியும் தன்னைப் பற்றி விரும்பத் தகாத அபிப்பிராயத்தை கட்டாவாசோவிடம் ஏற்படுத்தினார். அவர் எல்லாவற்றையும் முயற்சி செய்த ஒரு மனிதர் என்பது தெளிவாகப் புலப்பட்டது. ரயில்வேயில் வேலை, மேலாளர் வேலை, தொழிற்சாலை அதிபர் என்று பலவற்றைச் செய்த அவர், பொருத்த மற்ற தொழில்நுட்ப வார்த்தைகளைப் பயன்படுத்தி அவர் செய்த அனைத்தையும் குறித்து தேவையில்லாமல் பேசினார்.

இதற்கு மாறாக மூன்றாவது நபரான பீரங்கிப்படை வீரரை கட்டாவாசோவுக்கு மிகவும் பிடித்திருந்தது. அவர் ஒரு அடக்கமான அமைதியான மனிதராக இருந்தார். ஓய்வு பெற்ற அதிகாரியின் அறிவையும், வியாபாரியின் வீரமிக்க தியாகத்தையும் கண்டு வாயடைத்துப் போன அவர், தன்னைப் பற்றி ஒரு வார்த்தையும் பேசவில்லை. கட்டாவாசோவ் அவரிடம் செர்பியா செல்வதற்கு என்ன காரணம் என்று கேட்டபோது, "சரி, எல்லோரும் போகிறார் கள் என்பதால் நானும் செர்பியர்களுக்கு உதவி செய்ய வேண்டும் என்று நினைக்கிறேன். அவர்களுக்காக நான் வருத்தப்படுகிறேன்" என்று அடக்கத்துடன் பதிலளித்தார்.

"ஆமாம், அங்கு பீரங்கிப்படை வீரர்கள் அதிகமில்லை" என்றார் கட்டாவாசோவ்.

"நான் பீரங்கிப் படையில் அதிக காலம் பணியாற்றவில்லை. எனவே அவர்கள் என்னைக் காலாட்படை அல்லது குதிரைப் படையில் சேர்த்துக் கொள்வார்கள்."

"அவர்களுக்கு பீரங்கி வீரர்கள் தேவைப்படும் போது உங்களை ஏன் காலாட்படையில் சேர்க்க வேண்டும்?" என்று கேட்ட கட்டாவாசோவ் அவருடைய வயதைக் கணக்கிட்டு அவர் உயர்ந்த பதவியை அடைந்திருக்க வேண்டும் என்று நினைத்தார்.

"நான் பீரங்கிப் படையில் நீண்ட காலம் பணியாற்றவில்லை ஏனெனில் நான் பயிற்சி பெறும்போதே ஓய்வு பெற்றுவிட்டேன்" என்ற அவர், தான் தேர்வில் ஏன் தேர்ச்சி பெறவில்லை என்பதை விளக்கத் தொடங்கினார்.

இவை அனைத்தும் கட்டாவாசோவிடம் ஏற்றுக் கொள்ள முடியாத ஒரு அபிப்பிராயத்தை எற்படுத்தின. அவர்கள் மது அருந்து வதற்காக ஒரு நிலையத்தில் இறங்கியபோது, தன்னிடம் ஏற்பட்டிருந்த அந்த அபிப்பிராயத்தை யாரோ ஒருவரிடம் பேசுவதன் மூலம் சரிபார்க்க விரும்பினார். பயணிகளில் ராணுவ கோட் அணிந் திருந்த ஒரு முதியவர் கட்டாவாசோவ் அவர்களுடன் பேசியதை ஒன்றுவிடாமல் கேட்டுக் கொண்டிருந்தார். அவர்கள் இருவரும் தனிமையில் விடப்பட்டதும் கட்டாவாசோவ் அவரிடம் பேசினார்.

"ஆமாம், பல்வேறு சூழ்நிலைகளில் இருந்து வந்த இவர்கள் அனைவரும் அங்கே போகிறார்கள்" என்று பொதுவாகப் பேசிய அவர், தன் கருத்தை வெளிப்படுத்தாமல் அந்த முதியவரின் அபிப்பிராயத்தைத் தெரிந்துகொள்ள விரும்பினார்.

இரண்டு போர்களில் கலந்து கொண்ட அந்த முதியவர் ஒரு ராணுவ வீரர். ஒரு ராணுவ வீரர் எப்படி இருப்பார் என்று அவருக்கு நன்றாகத் தெரியும். எனவே அவர்களின் தோற்றம், உரையாடல், அவர்கள் தாங்கள் செல்லும் இடத்திற்கு ஏற்றார் போல தங்களைப் பொருத்திக் கொண்ட கம்பீரம் ஆகியவற்றைப் பார்த்த அவர், அவர்களை மோசமான வீரர்களாகக் கருதினார். அதுமட்டுமின்றி ஒரு மாகாண நகரத்தில் வசித்த அவர், தன்னார்வலராக இருந்த தன் ஊரைச் சேர்ந்த, குடிகாரனும், யாரும் வேலைக்குச் சேர்த்துக் கொள்ள விரும்பாத திருடனுமான ஒரு ராணுவ வீரரைப் பற்றி பேச விரும்பினார். ஆனால் தற்போது பொதுமக்களிடம் இருந்த மனநிலையைக் கருத்தில் கொண்டு அவர்களை விமர்சிப்பதற்கு பதிலாக, நடைமுறையில் உள்ள கருத்துக்கு மாற்றாக ஒரு கருத்தை வெளியிடுவது ஆபத்தானது என்பதைத் தன் அனுபவத்திலிருந்து அறிந்த அவர், எதுவும் சொல்லாமல் கட்டாவாசோவைப் பார்த்தார்.

"சொல்வதற்கு என்ன இருக்கிறது? அவர்களுக்கு ஆட்கள் தேவை" என்று சொன்ன அவர் கண்களால் சிரித்தார்.

அவர்கள் போரைப் பற்றிய சமீபத்திய செய்திகளைப் பேசத் தொடங்கினர். சமீபத்திய செய்திகளின்படி எல்லா இடங்களிலும் துருக்கியர்கள் தோற்கடிக்கப்பட்ட நிலையில், அடுத்த நாள் யாருடன் போரிடுவார்கள் என்ற குழப்பத்தை இருவரும் மற்றவரிடமிருந்து மறைத்தனர். எனவே அவர்கள் இருவரும் தங்கள் கருத்தை தெரிவிக்காமல் பிரிந்தனர்.

மீண்டும் தன் பெட்டியில் ஏறிய கட்டாவாசோவ், மனசாட்சிக்கு விரோதமாகத் தன்னைத் தானே ஏமாற்றிக் கொண்டு, தன்னார் வலர்களைப் பற்றி அவர்கள் மிகச் சிறந்த தோழர்கள் என்ற தன் கருத்தை செர்ஜி இவானோவிச்சிடம் தெரிவித்தார்.

ஒரு பெரிய நகரத்தின் ரயில் நிலையத்தில், அவர்களுக்கு மீண்டும் பாடலும், ஆரவாரமும் நிறைந்த உற்சாக வரவேற்பு அளிக்கப்பட்டது. மீண்டும் ஆண்களும் பெண்களும் உண்டியலை ஏந்திக் கொண்டு வந்தனர். அந்த நகரத்தைச் சேர்ந்த பெண்கள் தன்னார்வலர்களுக்குப் பூங்கொத்து வழங்கி அவர்களைப் பின்தொடர்ந்து சென்றனர். ஆனால் அது மாஸ்கோவில் இருந்ததைப் போல இல்லை.

4

மாகாணத்தின் தலைநகரில் ரயில் நின்றபோது, செர்ஜி இவானோவிச் சிற்றுண்டி அறைக்குச் செல்லாமல், நடை மேடையில் ஏறி மேலும் கீழும் நடக்கத் தொடங்கினார்.

அவர் முதல்முறை விரான்ஸ்கியின் பெட்டியைத் தாண்டிச் சென்றபோது, ஜன்னல் திரைச்சீலையால் மூடியிருப்பதைக் கண்டார். ஆனால் அவர் இரண்டாவது முறை அதைக் கடந்து சென்றபோது, ஜன்னல் அருகில் வயதான கோமகளைப் பார்த்தார். அவள் அவரை அழைத்தாள்.

"நான் அவனுடன் குர்ஸ்க் ரயில் நிலையம் வரை செல்கிறேன்" என்றாள்.

"ஆமாம், நான் கேள்விப்பட்டேன்" என்ற செர்ஜி இவானோவிச் ஜன்னல் ஓரமாக நின்று உள்ளே எட்டிப் பார்த்தார். விரான்ஸ்கி பெட்டியில் இல்லை என்பதைக் கவனித்த அவர், "அவர் தரப்பில் இது ஒரு நல்ல விஷயம்!" என்றார்.

"ஆனால் அவனுடைய துரதிர்ஷ்டத்திற்குப் பிறகு, அவனால் வேறு என்ன செய்ய முடியும்?"

"என்ன பயங்கரமான சம்பவம்!" என்றார் செர்ஜி இவானோவிச்.

"ஐயோ, நான் பட்ட வேதனை! தயவுசெய்து உள்ளே வாருங்கள். ஓ, நான் எவ்வளவு துயரப்பட்டேன்!" செர்ஜி இவானோவிச் பெட்டியில் ஏறி அவள் அருகில் அமர்ந்த போது அவள் மீண்டும் சொன்னாள். "கற்பனை செய்து பார்க்க முடியாத பயங்கரம்! அவன் ஆறு வாரங்களாக யாரிடமும் பேசவில்லை. நான் கெஞ்சிக் கேட்டுக் கொண்டால் மட்டுமே சாப்பிட்டான். நான் அவனை ஒரு நிமிடம் கூட தனியாக விட முடியவில்லை. அவன் தற்கொலை செய்து கொள்வதற்குச் சாத்தியமான அனைத்தையும் அகற்றினோம். நாங்கள் தரைத் தளத்தில் இருந்ததால் அவன் என்ன செய்வான் என்று சொல்ல முடியவில்லை. இதற்கு முன் ஒருமுறை அவன் துப்பாக்கியால் சுட்டுத் தற்கொலை செய்துகொள்ள முயன்றது உங்களுக்குத் தெரியுமா?" என்ற அந்த மூதாட்டியின் புருவங்கள் சுருங்கி அந்த நினைவுடன் பின்னிப் பிணைந்தன. "ஆமாம், அப்படிப் பட்ட ஒரு பெண் தன் முடிவைச் சந்திக்க வேண்டிய விதத்தில் சந்தித்தாள். அவள் தேர்ந்தெடுத்த மரணம் கூட அருவருப்பானது, இழிவானது."

"கோமகளே, நாம் தீர்ப்பளிக்க வேண்டிய அவசியமில்லை" என்று செர்ஜி இவானோவிச் பெருமூச்சுடன் சொன்னார். "ஆனால்

அது உங்களுக்கு எவ்வளவு கஷ்டமாக இருந்திருக்கும் என்பதை என்னால் புரிந்துகொள்ள முடிகிறது."

"ஐயோ, சொல்லவே வேண்டாம்! நான் தோட்டத்தில் இருந்த போது அவனும் என்னுடன் இருந்தான். அப்போது அவனுக்கு ஒரு குறிப்பு வந்தது. அவன் அதற்குப் பதில் எழுதி அனுப்பினான். அவள் அருகில் உள்ள ரயில் நிலையத்தில் இருக்கிறாள் என்று எங்களுக்குத் தெரியாது. நான் மாலையில் என் அறைக்குச் சென்ற போது, ரயில் நிலையத்தில் ஒரு பெண் ரயிலுக்கு முன்னால் குதித்துத் தற்கொலை செய்து கொண்டதாக மேரி என்னிடம் சொன்னாள். ஏதோ ஒன்று என்னைத் தாக்கியது போலிருந்தது! அது அவள்தான் என்று எனக்குத் தெரியும். நான் சொன்ன முதல் வார்த்தை அவனிடம் சொல்ல வேண்டாம் என்பதுதான். ஆனால் ஏற்கனவே அவனிடம் சொல்லிவிட்டார்கள். அங்கிருந்த அவனுடைய வேலைக் காரன் எல்லாவற்றையும் பார்த்திருக்கிறான். நான் அவனுடைய அறைக்கு ஓடியபோது, அவன் ஏற்கனவே நல்ல மனநிலையில் இல்லை. அவனைப் பார்க்கவே பயமாக இருந்தது. அவன் ஒரு வார்த்தை கூட பேசாமல் எழுந்து ரயில் நிலையத்திற்கு ஓடினான். அங்கு என்ன நடந்தது என்று எனக்குத் தெரியாது, ஆனால் அவனை ஒரு பிணம் போல வீட்டுக்குக் கொண்டு வந்தனர். எனக்கு அவனை அடையாளம் தெரியவில்லை. 'மனச்சோர்வு' என்றார் மருத்துவர். பிறகு அவன் கிட்டத்தட்ட பைத்தியம் பிடித்தவன் போலானான்."

"சொல்வதற்கு என்ன இருக்கிறது!" என்ற கோமகள் கையை அசைத்தாள். "அது ஒரு மோசமான நேரம்! நீங்கள் என்ன சொன் னாலும், அவள் ஒரு மோசமான பெண். சரி, அந்த வெறித்தனமான உணர்ச்சிகள் எதற்காக? அது அசாதாரணமான ஒன்றை நிரூபிக்க செய்யும் முயற்சி. அவள் நிச்சயமாக அதை நிரூபித்தாள். அவள் தன்னை மட்டுமின்றி, இரண்டு நல்ல மனிதர்களான அவள் கணவரையும், என் துரதிர்ஷ்டவசமான மகனையும் அழித்துவிட்டாள்."

"ஏன் அவள் கணவருக்கு என்ன ஆயிற்று?" என்று செர்ஜி இவானோவிச் கேட்டார்.

"அவர் அவள் மகளை அழைத்துச் சென்று விட்டார். விரான்ஸ்கி முதலில் எல்லாவற்றுக்கும் சம்மதித்தான். ஆனால் அவன் இப்போது தன் மகளை அந்நியரிடம் கொடுத்துவிட்டதை நினைத்து வருத்தப் படுகிறான். இருந்தாலும் அவனால் தனது வார்த்தையைத் திரும்பப் பெற முடியாது. இறுதிச் சடங்கிற்கு கரீனின் வந்தார். நாங்கள் அவர்கள் இருவரும் சந்திக்காமல் இருப்பதற்கு முயற்சி செய்தோம். அவருக்கு அதாவது அவளுடைய கணவருக்கு அது எளிதாக இருக்கும், ஏனெனில் அவள் அவரை விட்டுப் பிரிந்து விட்டாள். ஆனால் பரிதாபத்திற்குரிய என் மகன் அவளுக்காக எல்லாவற்றையும்

கொடுத்தான். அவன் என்னையும் அவனுடைய வாழ்க்கையையும் அவளுக்காக இழந்தான். அப்படியிருந்தும் அவள் அவன் மீது இரக்கம் கொள்ளவில்லை என்பது மட்டுமின்றி அவனை முற்றிலுமாக அழித்து விட்டாள். நீங்கள் என்ன சொன்னாலும், அவளுடைய மரணம் எந்த மத உணர்வும் இல்லாத ஒரு கீழ்த்தரமான பெண்ணின் மரணம். கடவுளே என்னை மன்னியுங்கள், ஆனால் என் மகனின் அழிவைப் பார்க்கும் போது, அவளைப் பற்றிய நினைவே வெறுப்பாக இருக் கிறது.

"இப்போது அவர் எப்படி இருக்கிறார்?"

"இந்த செர்பியப் போர் எங்களுக்குக் கடவுள் கொடுத்த வரம். கிழவியான எனக்கு அதைப் பற்றி ஒன்றும் புரியவில்லை என்றாலும், அவனுக்கு அது ஒரு வரப்பிரசாதம். நிச்சயமாக ஒரு தாயாக எனக்கு அது மிகவும் பயங்கரமானது. முக்கியமாக மக்கள், 'பீட்டர்ஸ்பர்க்கில் உள்ளவர்கள் இதைச் சாதகமாகப் பார்க்கவில்லை' என்று சொல் கிறார்கள். ஆனால் அதற்காக ஒருவர் என்ன செய்ய முடியும்? அதுதான் அவனைத் தட்டி எழுப்பக் கூடியது. சூதாட்டத்தில் அனைத்தையும் இழந்த அவனுடைய நண்பர் யஷ்வின் செர்பியாவுக்குச் செல்ல நினைத்தார். அவனைப் பார்க்க வந்த அவர், அவனையும் தன்னுடன் வரும்படி வற்புறுத்தினார். இப்போது அதில் அவனுக்கு ஆர்வம் ஏற்பட்டிருக்கிறது. தயவுசெய்து நீங்கள் அவனிடம் பேசுங்கள். நான் அவன் மனதை திசைதிருப்ப விரும்புகிறேன். அவன் மிகவும் சோக மாக இருக்கிறான். அவன் நிலையை மேலும் மோசமாக்க, இப்போது பல் வலியும் சேர்ந்து கொண்டது. அவன் உங்களைப் பார்த்தால் மகிழ்ச்சியடைவான். தயவுசெய்து அவனிடம் பேசுங்கள். அவன் அந்தப் பக்கமாக நடந்து சென்றான்."

செர்ஜி இவானோவிச் மிகவும் மகிழ்ச்சியடைவதாகக் கூறிவிட்டு, ரயில் நிலையத்தின் மறுபக்கத்திற்குச் சென்றார்.

5

நீண்ட கோட் அணிந்திருந்த விரான்ஸ்கி, கண்களை மறைக்கும் படி தொப்பியை இறக்கி, கைகளைப் பாக்கெட்டில் வைத்துக் கொண்டு, பிளாட்பாரத்தில் மலை போல குவித்து வைக்கப்பட்டிருந்த சாக்குக் குவியல்களின் நிழலில், கூண்டில் அடைப்பட்ட மிருகம் போல இருபது அடிகளுக்கு ஒருமுறை திரும்பி நடந்து கொண்டிருந்தான். செர்ஜி இவானோவிச் அவனை நெருங்கியபோது, அவன் தன்னைப் பார்ப் பதாக அவர் நினைத்தார். ஆனால் விரான்ஸ்கி அவரைப் பார்த்தும் பார்க்காதவன் போல இருந்தான். செர்ஜி இவானோவிச் அதைப்

பொருட்படுத்தவில்லை. அவர் விரான்ஸ்கியின் தனிப்பட்ட பரிசீலனைகளுக்கு அப்பாற்பட்டவராக இருந்தார்.

அந்த நேரத்தில் செர்ஜி இவானோவிச் விரான்ஸ்கியை ஒரு பெரிய காரியத்தில் முக்கியப் பங்கு வகிக்கும் ஒரு மனிதராக மட்டுமே பார்த்தார். அவனுக்கு உற்சாகம் அளிப்பதும் அதற்கு தனது ஒப்புதலைத் தெரிவிப்பதும் தனது கடமை என்று அவர் கருதினார். அவர் அவன் அருகில் சென்றார்.

விரான்ஸ்கி நின்று, உற்றுப் பார்த்து, அவரை அடையாளம் தெரிந்துகொண்டு அவரை நோக்கிச் சில அடிகள் வைத்து, அவரிடம் கையைக் குலுக்கினான்.

"ஒருவேளை நீங்கள் என்னைப் பார்க்க விரும்பாமல் இருக்கலாம் என்றாலும் நான் ஏதேனும் ஒரு வகையில் உங்களுக்கு உதவியாக இருக்கக் கூடாதா?"

"உங்களைப் பார்ப்பதை விட எனக்கு மகிழ்ச்சி தருவது வேறு எதுவுமில்லை" என்றான் விரான்ஸ்கி. "மன்னியுங்கள், நான் விரும்புவதற்கு இந்த வாழ்க்கையில் எதுவும் இல்லை."

"அது எனக்குப் புரிகிறது. நான் உங்களுக்குச் சேவை செய்யவே விரும்பினேன்" என்ற செர்ஜி இவானோவிச் சந்தேகத்திற்கு இடமின்றி துயரம் குடி கொண்டிருந்த விரான்ஸ்கியின் முகத்தை ஆராய்ந்தார். "ரிஸ்டிச் (செர்பிய அரசியல்வாதி) அல்லது மிலானுக்கு (செர்பியாவின் இளவரசர்) ஒரு கடிதம் கொடுத்தால் அது உங்களுக்குப் பயனுள்ளதாக இருக்குமா?"

"இல்லை" என்ற விரான்ஸ்கிக்கு அவர் சொன்னதைப் புரிந்து கொள்வதில் ஏதோ சிரமம் இருப்பதாகத் தோன்றியது. "உங்களுக்கு ஆட்சேபணை இல்லை என்றால் நடக்கலாம். ரயிலில் வெப்பம் அதிகமாக இருக்கிறது. ஒரு கடிதம்? இல்லை, உங்களுக்கு நன்றி. ஒருவர் இறப்பதற்கு எந்தச் சிபாரிசுக் கடிதமும் தேவையில்லை. துருக்கியர்களைத் தவிர..." என்ற அவன் உதடுகளில் மட்டும் சிரித்தான். அவன் கண்கள் சினத்தையும் துயரத்தையும் மாறிமாறி வெளிப்படுத்திக் கொண்டே இருந்தன.

'ஆமாம், ஆனால் அனைத்திற்கும் மேலாக, உங்களைப் பார்க்க தயாராக இருக்கும் ஒருவருடன் தொடர்பு கொள்வது உங்களுக்கு எளிதாக இருக்கும். ஆனால் அது உங்கள் விருப்பம். போருக்குச் செல்லும் உங்கள் முடிவை அறிந்து நான் மிகவும் மகிழ்கிறேன். தன்னார்வலர்கள் மீது பல தாக்குதல்கள் நடந்துள்ளன. எனவே உங்களைப் போன்ற ஒருவர் அவர்களைப் பற்றிய பொது மதிப்பீட்டிற்கு வலிமை சேர்க்கிறார்."

"ஒரு மனிதனாக என்னிடம் உள்ள நல்ல குணம் என்னவென்றால், நான் என் உயிரைத் துச்சமாக மதிக்கிறேன். மேலும் காலாட் படையின் சதுரத்திற்குள் நுழைந்து எதிரிகளைக் கொல்லவோ அல்லது எதிரிகளால் கொல்லப்படவோ தேவையான ஆற்றல் என்னிடம் உள்ளது என்று எனக்குத் தெரியும். என் உயிரைக் கொடுப்பதற்கு ஏதேனும் ஒன்று இருக்கிறது என்று நான் மகிழ்கிறேன். ஏனெனில் அது யாருக்கும் பயனற்றது மட்டுமல்ல. எனக்கும் அருவருப்பானது" என்ற அவன், இடைவிடாமல் துன்புறுத்திய பல்வலியின் காரணமாக தன் தாடையை அசைத்தான். அது அவன் விரும்பிய முகபாவத்துடன் அவனைப் பேசவிடாமல் தடுத்தது.

"நீங்கள் ஒரு புதிய மனிதராகத் திரும்பி வருவீர்கள் என்று நான் எதிர்பார்க்கிறேன்" என்று செர்ஜி இவானோவிச் நெகிழ்ச்சியுடன் கூறினார். "உங்கள் சகோதரர்களை அவர்களின் அடக்குமுறை யிலிருந்து விடுவிப்பது மரணத்திற்கும் வாழ்க்கைக்கும் தகுதியான ஒரு குறிக்கோள். உங்கள் புற உலகிலும் அக உலகிலும் கடவுள் உங்களுக்கு வெற்றியைத் தருவார்" என்று சொல்லி அவர் கையை நீட்டினார்.

செர்ஜி இவானோவிச்சின் நீட்டிய கையை விரான்ஸ்கி அழுத்தமாகக் குலுக்கினான்.

"ஆமாம், ஒரு ஆயுதமாக என்னால் ஏதேனும் பலன் இருக்கலாம், ஆனால் ஒரு மனிதனாக நான் சிதைந்தவன்" என்று அவன் மெதுவாகச் சொன்னான்.

பல்வலியின் காரணமாக வாயில் அதிகமாகச் சுரந்த உமிழ்நீர் அவனைப் பேசவிடாமல் தடுத்தது. நிலக்கரியை ஏற்றிச் செல்லும் சிறிய வண்டியின் சக்கரங்கள் தண்டவாளத்தின் மீது மெதுவாகவும் சீராகவும் திரும்புவதை உற்றுப் பார்த்துக் கொண்டே அவன் அமைதியாக நின்றான்.

திடீரென்று அவனிடம் தோன்றிய ஒரு வித்தியாசமான உணர்வு, வலியினால் அல்ல, மாறாக அவன் மனதில் ஏற்பட்ட ஏதோ ஒரு அசௌகரியம் அவனுடைய பல்வலியை மறக்கச் செய்தது. அவன் தண்டவாளங்களையும் உருளும் சக்கரங்களையும் பார்த்துக் கொண்டிருந்தபோது, அவனுடைய நினைவுகள் பின்னோக்கிச் சென்றன. அவனுக்கு நேர்ந்த துரதிர்ஷ்டவசமான சம்பவத்திற்குப் பிறகு, அவன் இதுவரை சந்திக்காமலிருந்த ஒரு நண்பருடன் பேசியதில் அவனுடைய மனதில் அந்த நினைவுகள் தன்னிச்சையாக எழுந்தன. அவன் ஒரு பைத்தியக்காரனைப் போல ரயில் நிலையத்தின் கொட்டகைக்குள் ஓடிச் சென்று, அவளிடம் இன்னும் என்ன மிச்சமிருந்தது என்பதைப் பார்த்த அந்தக் காட்சி நினைவுக்கு வந்தது.

அங்கு ஒரு மேசையின் மீது, ரத்தக்கறை படிந்த அவளது உடல் இன்னும் எஞ்சியிருந்த உயிருடன் சூடாக, அந்நியர்களின் முன்னால் வெட்கமின்றி விரிந்து கிடந்தது. ஜடையின் பாரத்தால் பின்னால் இழுபட்ட அவளது சிதையாத தலையும், நெற்றியில் சுருண்டிருந்த முடியும், அழகான முகத்தில் பாதி திறந்திருந்த சிவந்த வாயும், விசித்திரமாக உறைந்திருந்த முகபாவமும், உதடுகளில் இருந்த பரிதாபமும், திறந்த விழிகளில் நிலைத்திருந்த திகிலும், சண்டையின் போது அவள் சொன்ன 'அதற்காக நீங்கள் வருந்துவீர்கள்' என்ற சொற்றொடரை மீண்டும் அவனிடம் சொல்வது போலிருந்தது.

அவன் அவளைக் கடைசியாகப் பார்த்தபோது இருந்ததைப் போலக் குரூரமானவளாகவும், பழிவாங்குபவளாகவும் இல்லாமல், அவளை முதன் முதலில் ரயில் நிலையத்தில் சந்தித்தபோது பார்த்ததைப் போல, மர்மமானவளாக, வசீகரிப்பவளாக, அன்பானவளாக, தேடுபவளாக, மகிழ்ச்சியைத் தருபவளாக அவளை நினைத்துப் பார்க்க முயன்றான். அவளுடன் இருந்த சிறந்த தருணங்களை அவன் நினைத்துப் பார்க்க முயன்றான். ஆனால் அந்தத் தருணங்கள் என்றென்றும் விஷமாக இருந்தன. ஒருபோதும் மீள முடியாத மனவருத்தத்தைத் தூண்டும் அர்த்தமற்ற தனது அச்சுறுத்தலை அவள் வெற்றிகரமாக நிறைவேற்றியதை மட்டுமே அவனால் நினைவில் கொள்ள முடிந்தது. அவனால் இப்போது பல்வலியை உணர முடியவில்லை, ஆனால் அடக்க முடியாமல் பீறிட்ட அழுகை அவன் முகத்தை அஷ்ட கோணலாக்கியது.

அவன் இரண்டு முறை சாக்கு மூட்டைகளைத் தாண்டி மேலும் கீழும் நடந்து, சகஜ நிலைக்குத் திரும்பிய பிறகு, செர்ஜி இவானோவிச்சை நோக்கித் திரும்பினான்.

"நேற்றைக்குப் பிறகு உங்களுக்கு வேறு ஏதாவது தந்திச் செய்தி வந்ததா? ஆமாம், அவர்கள் மூன்றாவது முறையாக தோற்கடிக்கப் பட்டனர். ஆனால் நாளை தீவிரமான போர் எதிர்பார்க்கப்படுகிறது."

புதிய மன்னராக மிலன் அறிவிக்கப்பட்டதையும், அதனால் ஏற்படும் மகத்தான விளைவுகளையும் பற்றி மேலும் சிலவற்றைப் பேசிய அவர்கள், இரண்டாவது மணி அடித்த பிறகு தங்கள் பெட்டிக்குத் திரும்பினர்.

6

செர்ஜி இவானோவிச்சுக்கு மாஸ்கோவை விட்டு எப்போது செல்கிறோம் என்று உறுதியாகத் தெரியாததால், தன் சகோதரனை ரயில் நிலையத்திற்கு வரச் சொல்லி தந்தி அனுப்பவில்லை. செர்ஜி

இவானோவிச்சும் கட்டாவாசோவும் ரயில் நிலையத்திலிருந்து வாடகைக்கு அமர்த்திய ஒரு சிறிய வண்டியில் பயணம் செய்து, சாலையிலிருந்த புழுதி முழுவதும் தங்கள் மீது படிந்து, நீக்ரோக் களைப் போல பொக்ரோவ்ஸ்கோயேவில் லெவின் வீட்டின் முற்றத் திற்குச் சென்றபோது, அவர் வீட்டில் இல்லை. வீட்டின் பால்கனியில் தன் தந்தையுடனும் சகோதரியுடனும் அமர்ந்திருந்த கிட்டி, மைத் துனரை அடையாளம் கண்டு அவரைச் சந்திக்க ஓடிச் சென்றாள்.

"எங்களுக்குத் தெரியப்படுத்தாமல் இருப்பது வெட்கக்கேடானது" என்ற அவள், செர்ஜி இவானோவிச்சிடம் கையைக் கொடுத்து, அவர் முத்தமிடுவதற்காகத் தன் தலையை உயர்த்தினாள்.

"நாங்கள் ஒரு அற்புதமான பயணத்தை மேற்கொண்டுள்ளோம் என்பதால் உங்களைத் தொந்தரவு செய்ய விரும்பவில்லை" என்றார் செர்ஜி இவானோவிச். "நான் அழுக்காக இருப்பதால் உங்களைத் தொட எனக்குப் பயமாக இருக்கிறது. நான் வேலையில் மும்முரமாக இருந்ததால் அதிலிருந்து எப்போது ஓய்வு கிடைக்கும் என்று எனக்குத் தெரியவில்லை. நீங்கள் எப்போதும் போல" என்ற அவர் புன்னகையுடன், "அமைதியான சூழ்நிலையில் உங்கள் மகிழ்ச்சியை அனுபவிக்கிறீர்கள். நம்முடைய நண்பர் பியோதர் வாசிலியேவிச் ஒருவழியாக இங்கே வந்துவிட்டார்" என்றார்.

"ஆனால் நான் ஒரு நீக்ரோ அல்ல. நான் குளித்து முடித்தவுடன் ஒரு சாதாரண மனிதனைப் போல இருப்பேன்" என்று தனது வழக்கமான நகைச்சுவையுடன் சொன்ன கட்டாவாசோவ், தன் கையை நீட்டிக் குலுக்கிப் புன்னகைத்தார். கறுப்பாக இருந்த அவர் முகத்தில் பற்கள் வெண்ணிறமாகப் பிரகாசித்தன.

"கோஷ்டியா மிகவும் சந்தோஷப்படுவார். அவர் பண்ணைக்குச் சென்றார். இப்போது அவர் திரும்பி வரும் நேரம்."

"அவர் எல்லாவற்றிலிருந்தும் விலகி எப்போதும் போல விவசாயத்தில் மும்முரமாக இருக்கிறார். நாங்கள் நகரத்தில் இருக்கும் போது செர்பியன் போரைத் தவிர வேறு எதைப் பற்றியும் யோசிக்க வில்லை. சரி, நம் நண்பர் அதை எப்படிப் பார்க்கிறார்? அவர் மற்றவர்களைப் போலச் சிந்திக்க மாட்டார் என்பது நிச்சயம்" என்றார் கட்டாவாசோவ்.

"ஓ, எனக்குத் தெரியவில்லை. ஆனால் எல்லோரையும் போலத் தான் என்று நினைக்கிறேன்" என்ற கிட்டி சற்று சங்கடத்துடன் செர்ஜி இவானோவிச்சைப் பார்த்தாள். "நான் அவரை அழைத்து வரச் சொல்கிறேன். அப்பா எங்களுடன் தங்கியிருக்கிறார். அவர் இப்போதுதான் வெளிநாட்டிலிருந்து திரும்பினார்."

லெவினை அழைத்து வரவும், ஒருவருக்குப் படிப்பறையையும் மற்றொருவருக்கு டோலியின் பழைய அறையையும் ஒதுக்கி, அவர்கள் குளிப்பதற்கான ஏற்பாடுகளைச் செய்த பிறகு, கிட்டி தான் கர்ப்பமாக இருந்தபோது, வேகமாக நடப்பதற்குத் தனக்கு மறுக்கப்பட்ட உரிமையைப் பயன்படுத்தினாள்.

“ஒருவர் செர்ஜி இவானோவிச் மற்றவர் பேராசிரியரான கட்டாவாசோவ்” என்றாள்.

“ஓ, இந்த வெப்ப காலத்தில் இது ஒரு சலிப்பு” என்றார் இளவரசர்.

“இல்லை அப்பா, அவர் ஒரு நல்ல மனிதர். கோஸ்டியாவுக்கு அவரை மிகவும் பிடிக்கும்” என்று புன்னகையுடன் சொன்ன அவள் தன் தந்தையின் வாடிய முகத்தைப் பார்த்தாள்.

“நான் ஒன்றும் நினைக்கவில்லை.”

“நீங்கள் அவர்களுடன் பேசிக் கொண்டிருங்கள்” என்று கிட்டி தன் சகோதரியிடம் சொன்னாள். “அவர்கள் ஸ்டீவாவை ரயில் நிலையத்தில் சந்தித்தனர். அவர் நலமாக இருக்கிறார். நான் மீச்சியாவைப் பார்க்கிறேன். பாவம், காலை உணவுக்குப் பிறகு நான் அவனைப் பார்க்கவில்லை. இப்போது விழித்திருக்கும் அவன் நிச்சயமாக அழுது கொண்டிருப்பான்” என்ற அவள், தன் மார்பில் பால் சுரப்பதை உணர்ந்து வேகமாகக் குழந்தைகள் அறைக்குச் சென்றாள்.

இது வெறும் யூகம் அல்ல. அவளுக்கும் குழந்தைக்கும் இருந்த தொப்புள் கொடி உறவு இன்னும் முற்றாகத் துண்டிக்கப்படவில்லை என்பதால், தன் மார்பில் பால் சுரப்பதன் மூலம் அவனுக்குப் பாலூட்ட வேண்டும் என்று அறிந்தாள்.

அவள் குழந்தைகள் அறையை அடைவதற்கு முன்பே அவன் அழுது கொண்டிருப்பான் என்று அவளுக்குத் தெரியும். உண்மையில் அவன் அழுது கொண்டுதான் இருந்தான். அவன் அழுகுரலைக் கேட்டு அவள் வேகமாக நடந்தாள். அவள் எவ்வளவு வேகமாக நடந்தாளோ அந்த அளவுக்கு அவன் சத்தமாக அழுதான். அது பசியையும் பொறுமையின்மையையும் வெளிக்காட்டிய ஒரு நல்ல ஆரோக்கியமான குரல்.

“நீண்ட நேரமாக அழுகிறானா?” என்று கேட்ட அவள் நாற்காலியில் அமர்ந்து அவனுக்குப் பாலூட்டத் தயாரானாள். “பாட்டி, சீக்கிரம் கொடுங்கள், அவன் எவ்வளவு சோர்வாக இருக்கிறான். தொப்பியை அப்புறம் கட்டலாம்!”

குழந்தை பசியைப் பொறுக்க முடியாமல் அலறியது.

“அது அப்படியில்லை அன்பே” என்று எப்போதும் குழந்தைகள் அறையில் இருந்த அகாஃபியா மிகைலோவ்னா சொன்னாள். “அவனை நேராகப் பிடிக்க வேண்டும். லூலூ! லூலூ!” என்று அவள் அவன் அம்மாவைப் பொருட்படுத்தாமல் அவனிடம் கொஞ்சினாள்.

செவிலி குழந்தையைத் தாயிடம் எடுத்துச் சென்றாள். அகாஃபியா மிகைலோவ்னா கனிவான முகத்துடன் பின்னால் சென்றாள்.

“அவனுக்கு என்னை அடையாளம் தெரிகிறது கத்தரீனா அலெக்ஸாண்ட்ரோவ்னா, என்னை அவனுக்கு அடையாளம் தெரிகிறது!” என்று அவள் குழந்தையின் அழுகுரலுக்கு மேலாகக் கத்தினாள்.

ஆனால் கிட்டி அவள் சொன்னதைச் செவிமடுக்கவில்லை. குழந்தையைப் போல அவளுடைய பொறுமையும் எல்லை மீறியது.

பொறுமையின்மையின் காரணமாக விஷயங்களைச் சரிசெய்வதற்கு நீண்ட நேரம் ஆனது. மார்பகத்தில் காம்பைத் தேடிய குழந்தை கோபத்துடன் வீறிட்டது.

கடைசியில் குழந்தையின் விரக்தியும், மூச்சு முட்டும் அழுகைக்கும் பிறகு, விஷயங்கள் சரிசெய்யப்பட்டன. தாயும் குழந்தையும் ஒரே நேரத்தில் சமாதானமடைந்து, அமைதியடைந்தனர்.

“பாவம், அவனுக்கு வியர்த்துக் கொட்டுகிறது” என்று தன் கைகளில் குழந்தையின் ஈரத்தை உணர்ந்த கிட்டி கிசுகிசுத்தாள். “அவன் உங்களை அடையாளம் கண்டு கொள்கிறான் என்று எப்படித் தெரிந்தது?” என்ற அவள் கண்களை மறைத்திருந்த தொப்பியின் கீழிருந்து குறும்புத்தனமாக எட்டிப் பார்ப்பது போலத் தோன்றிய குழந்தையின் கண்களையும், அவனது கொழுத்த கன்னங்களையும், அசைந்து கொண்டிருந்த சிறிய சிவந்த உள்ளங்கைகளையும் உற்றுப் பார்த்தாள்.

“இல்லை, அவனுக்கு யாரையாவது அடையாளம் தெரியும் என்றால் அவன் என்னையும் தெரிந்து கொண்டிருப்பான்” என்று அவள் அகாஃபியா மிகைலோவ்னா சொன்னதற்குப் பதிலளித்துப் புன்னகைத்தாள்.

அவள் புன்னகைத்தது ஏனெனில், அவனுக்கு இன்னும் யாரையும் அடையாளம் தெரியவில்லை என்று அவள் சொன்னாலும், அவன் அகாஃபியா மிகைலோவ்னாவைத் தெரிந்து கொண்டது மட்டுமின்றி, அவன் எல்லாவற்றையும் அறிந்து கொள்கிறான், புரிந்து கொள்கிறான், வேறு யாரும் கவனிக்க முடியாத அளவுக்குப் பலவற்றையும் அறிந்து கொள்கிறான், புரிந்து கொள்கிறான் என்பதை அவன் தாயான அவள் கண்டுபிடித்துப் புரிந்து கொண்டாள். அகாஃபியா மிகைலோவ்னா,

அவனது பாட்டி, அவனது தாத்தா, அவனது தந்தை ஆகிய அனை வருக்கும் அவன் ஒரு ஜீவன் என்பதால், அவனுடைய வெளிப்புற தேவையை மட்டும் கருத்தில் கொண்டார்கள். ஆனால் அவனுடைய தாயைப் பொறுத்தவரை, அவன் அவளுடைய மனதுக்கு மிகவும் நெருக்கமான ஒரு ஜீவனாகவும், முந்தைய ஜென்மத்தின் தொடர்ச்சி யான உறவாகவும் இருந்தான்.

"சரி, அவன் எழுந்தவுடன் நீங்களே அதைப் பாருங்கள். நான் அப்படிச் செய்யும்போது அவன் முகம் பிரகாசிக்கிறது. காலை நேரத்து வெயிலைப் போல ஜொலிக்கிறது" என்றாள் அகாஃபியா மிகைலோவ்னா.

"சரி, சரி, நாம் பார்ப்போம்" என்று கிட்டி கிசுகிசுத்தாள். "ஆனால் இப்போது நீங்கள் போங்கள், அவன் தூங்கிவிட்டான்."

7

அகாஃபியா மிகைலோவ்னா கால் நுனியில் நடந்து அறையை விட்டு வெளியே சென்றாள். செவிலி திரைச்சீலைகளை இறக்கிவிட்டு, கட்டிலின் மஸ்லின் திரைச்சீலைக்கு அடியில் இருந்த ஈக்களையும், ஜன்னல் கண்ணாடியில் ஒட்டிக்கொண்டு சத்தமிட்ட ஒரு தேனீயை யும் விரட்டிவிட்டு, தாய்க்கும் குழந்தைக்கும் பிர்ச் மரக்கிளையால் விசிறினாள்.

"அன்பே, எவ்வளவு புழுக்கமாக இருக்கிறது! கடவுள் மட்டும் கொஞ்சம் மழையைக் கொட்டினால் போதும்" என்றாள்.

"ஷ்ஷ்..." என்ற கிட்டி சற்றே அசைந்து, மணிக்கட்டில் கயிறு கட்டியதைப் போலத் தெரிந்த அந்தச் சிறிய குண்டான கையை மென்மையாக அழுத்திக் கொண்டே பதில் சொன்னாள். மீச்சியா கண்களைத் திறந்து திறந்து மூடியபோது, அந்தக் கையை மேலும் அசைத்துக் கொண்டிருந்தான். அந்தச் சிறிய கை கிட்டியைத் தொந்தரவு செய்தது. அவள் அந்தக் கையை முத்தமிட விரும்பினாள் என்றாலும், குழந்தை எழுந்துவிடும் என்று பயந்தாள். கடைசியில் அந்தச் சிறிய கையின் அசைவு நின்றதும், கண்கள் மூடிக் கொண்டன. அவ்வப்போது சப்பியபடி பாலைக் குடித்த குழந்தை, தனது நீண்ட, சுருண்ட கண் இமைகளை உயர்த்தி, அரை இருட்டில் கறுப்பாகத் தெரிந்த, ஈரமான கண்களால் தாயை உற்றுப் பார்த்தது. செவிலி விசிறுவதை நிறுத்திவிட்டு தூங்கி விழுந்தாள். மாடியிலிருந்து வயதான இளரவசரின் உரத்த குரலும், கட்டாவாசோவின் உற்சாக மான சிரிப்பும் கேட்டது.

'நான் இல்லாமல் அவர்கள் உரையாடலைத் தொடங்கி விட்டார்கள்' என்று கிட்டி நினைத்தாள். "ஆனால் இன்னும் கோஸ்டியா திரும்பி வரவில்லை என்பது வருத்தமாக இருக்கிறது. அவர் மீண்டும் தேனீ வளர்ப்பவரின் வீட்டிற்குச் சென்றிருக்க வேண்டும். அவர் அங்கு அடிக்கடி செல்வது வருத்தமாக இருந்தாலும் ஒரு வகையில் மகிழ்ச்சியாக இருக்கிறது. அது அவர் கவனத்தைத் திசை திருப்புகிறது. இப்போது அவர் வசந்த காலத்தில் இருந்ததை விட மகிழ்ச்சியாகவும் நன்றாகவும் இருக்கிறார். அதற்கு முன்பு அவர் மிகவும் சோகமாகவும், கவலையாகவும் இருந்தார். அவரைப் பார்த்து மிகவும் பயந்து போனேன். அவர் எவ்வளவு வேடிக்கையானவர்!" என்று அவள் புன்னகையுடன் கிசுகிசுத்தாள்.

தன் கணவரை எது வாட்டி வதைக்கிறது என்று அவளுக்குத் தெரியும். அது அவரது அவநம்பிக்கை. அவருடைய அவநம்பிக்கையின் காரணமாக அவருக்கு மறுபிறவியில் தண்டணை கிடைக்கும் என்று அவள் நினைத்தாலும், அவருடைய அவநம்பிக்கை அவளுக்கு வருத்தத்தை ஏற்படுத்தவில்லை. இறை மறுப்பாளருக்கு ரட்சிப்பு இல்லை என்பதை ஒப்புக்கொண்ட அவள், பூமியில் உள்ள எல்லாவற்றையும் விடத் தன் கணவரை அதிகமாக நேசித்து, அவரது அவநம்பிக்கையை நினைத்துப் புன்னகைத்து, அவர் வேடிக்கையானவர் என்று தனக்குள் சொல்லிக் கொண்டாள்.

'அவர் ஏன் கடந்த ஒரு வருடமாக அந்தத் தத்துவங்கள் அனைத்தையும் படித்துக் கொண்டிருக்கிறார்?' என்று நினைத்தாள். 'எல்லாமே அந்தப் புத்தகங்களில் எழுதப்பட்டிருந்தால் அவரால் அவற்றைப் புரிந்துகொள்ள முடியும். அதில் உள்ளவை உண்மைக்குப் புறம்பானவை என்று நினைத்தால் அதை ஏன் படிக்க வேண்டும்? தான் நம்ப விரும்புவதாக அவர் சொல்கிறார். பிறகு ஏன் அவர் நம்பவில்லை? ஒருவேளை அவர் அதிகம் சிந்திப்பதாலோ என்னவோ? அவர் தனிமையில் இருப்பதால் அதிகமாக யோசிக்கிறார். அவர் எப்போதும் தனியாக இருக்கிறார். அவர் அதைப்பற்றி எங்களிடம் பேச முடியாது. இப்போது வந்திருக்கும் விருந்தினர்களைக், குறிப்பாகக் கட்டாவாசோவை அவர் விரும்புவார் என்று நினைக்கிறேன். அவருடன் விவாதிப்பது அவருக்குப் பிடிக்கும்' என்று நினைத்தாள். பிறகு அவள் கட்டாவாசோவுக்குத் தனி அறை ஒதுக்குவது அல்லது செர்ஜி இவானோவிச்சுடன் ஒரே அறையில் தங்கவைப்பது, இரண்டில் எது வசதியாக இருக்கும் என்பதைப் பற்றி யோசித்தாள். அப்போது திடீரென்று ஒரு எண்ணம் தோன்றி அவளை நடுங்கச் செய்து, தூங்கிக் கொண்டிருந்த மீச்சியாவையும் தொந்தரவு செய்தது. அதனால் ஏற்படும் விபரீதத்தை அவள் தீவிரமாக யோசித்தாள். 'சலவைத் தொழிலாளி இன்னும் துவைத்த துணிகளைக் கொண்டு

வரவில்லை என்று நினைக்கிறேன். விருந்தினர்களுக்காக வைத்திருந்த அனைத்துப் படுக்கை விரிப்புகளும் உபயோகத்தில் உள்ளன. நான் அதைக் கவனிக்கவில்லை என்றால் அகாஃபியா மிகைலோவ்னா செர்ஜி இவானோவிச்சுக்கு அதைக் கொடுத்துவிடுவாள்!' என்று நினைத்ததும் கிட்டியின் முகத்தில் ரத்தம் பாய்ந்தது.

'ஆமாம், நான் அதைப் பார்க்க வேண்டும்' என்று அவள் தன்னுடைய முந்தைய சிந்தனை ஓட்டத்திற்குத் திரும்பியபோது, தான் ஏதோ ஒரு முக்கியமான, நெருக்கமான முடிவுக்கு வந்ததை நினைத்துப் பார்த்தாள். அது என்ன என்பதை மீண்டும் நினைவுக்குக் கொண்டு வர முயன்றாள். 'ஆமாம், கோஸ்டியா கடவுள் நம்பிக்கை இல்லாதவர்' என்று புன்னகையுடன் அவள் நினைவு கூர்ந்தாள்.

'சரி, அவர் ஒரு நாத்திகர். அவர் திருமதி. ஸ்டால் போலவோ அல்லது நான் வெளிநாட்டில் இருந்தபோது எப்படி இருக்க விரும்பி னேனோ அப்படி இருப்பதை விட, அவர் அவராக அப்படியே இருப்பது நல்லது. இல்லை, அவர் ஒருபோதும் பொய் வேஷம் போட மாட்டார்.'

அவருடைய கருணை உள்ளத்திற்கு உதாரணமான ஒரு சமீபத்திய சம்பவம் அவள் நினைவுக்கு வந்தது. இரண்டு வாரங்களுக்கு முன்பு ஸ்டீபன் ஆர்கடியேவிச்சிடமிருந்து டோலிக்கு ஒரு மன்னிப்புக் கடிதம் வந்தது. அவன் அவளிடம் கடனை அடைக்கச் சொத்தை விற்று, தன் மானத்தைக் காப்பாற்றும்படி கெஞ்சிக் கேட்டுக் கொண்டான். இதனால் விரக்தியடைந்த டோலி தன் கணவனை வெறுத்து, அவனை இகழ்ந்து, அவனுக்காகப் பரிதாபப்பட்டாள். அவன் சொன்னதைக் கேட்க மறுத்த அவள், அவனை விவாகரத்து செய்ய முடிவு செய்தாள். ஆனால் அவள் தன் சொத்தின் ஒரு பகுதியை விற்க ஒப்புக் கொண்டாள். அதன் பிறகு கிட்டி தன் கணவருக்கு ஏற்பட்ட சங்கடத்தையும், அந்த விஷயத்தை அணுகு வதற்கு அவர் மேற்கொண்ட மோசமான முயற்சிகளையும், இறுதியில், டோலியின் சுயமரியாதைக்கு பங்கம் வராமல், கிட்டி இதுவரை நினைத்துப் பார்க்காத, ஒரு அபாரமான வழியை, அதாவது சொத்தில் கிட்டிக்கு உரிய பங்கை விட்டுக் கொடுக்குமாறு யோசனை சொன்னதை அவள் புன்னகையுடன் நினைத்துப் பார்த்தாள்.

'அவர் எப்படிப்பட்ட இறைமறுப்பாளர்? தன் உள்ளத்தால் யாருக்கும், ஒரு குழந்தைக்கும் கூட தொந்தரவு செய்து விடக்கூடாது என்ற பயம்! தனக்காக இல்லாமல் எல்லாவற்றையும் பிறருக்காக செய்வது. கோஸ்டியா தனது மேலாளராக இருக்க வேண்டும் என்று செர்ஜி இவானோவிச் நினைக்கிறார். அவரது சகோதரியும் அப்படித்தான். இப்போது டோலியும் அவளது குழந்தைகளும் அவருடைய பாதுகாப்பில் உள்ளனர். தங்களுக்குச் சேவை செய்வது

அவருடைய கடமை என்பது போல தினமும் அவரைப் பார்க்க வரும் விவசாயிகள் நினைக்கிறார்கள்.'

"ஆமாம், நீ உன் அப்பா மாதிரி, அவரைப் போலவே இரு" என்று சொன்ன அவள் செவிலியிடம் குழந்தையைக் கொடுத்துவிட்டு, அதன் கன்னத்தைத் தன் உதடுகளால் உரசினாள்.

8

லெவின் தன் அன்புச் சகோதரனை மரணப்படுக்கையில் பார்த்தபோது, முதன் முதலில் வாழ்க்கையைப் பற்றியும் மரணத்தைப் பற்றியும் எழுந்த பல கேள்விகளைத் தனக்கு ஏற்பட்ட புதிய நம்பிக்கையின் மூலம் பார்த்தார். அவருடைய குழந்தைப் பருவம் முதல் இளம் பருவம் வரை இருந்த நம்பிக்கைகளைத் தன்னையும் அறியாமல் மாற்றியமைத்த, இருபது முதல் முப்பத்து நான்கு வயது வரையில் ஏற்பட்ட அந்த நம்பிக்கைகள் எங்கிருந்து எதற்காக, ஏன் வந்தது என்றும் அது என்ன என்றும் சற்றும் அறியாத லெவினுக்கு வாழ்க்கையைக் காட்டிலும் மரணத்தைப் பற்றிய பயம் குறைவாகவே இருந்தது. மனித உயிரினம், அதன் அழிவு, பருப்பொருளின் அழிவற்ற தன்மை, ஆற்றல் மாறா விதி, பரிணாமம் ஆகியன அவரது முந்தைய நம்பிக்கைகளை மாற்றியமைத்த சொற்களாகும். இந்த வார்த்தைகளும் அவற்றுடன் தொடர்புடைய கருத்துக்களும் அறிவார்ந்த நோக்கங்களுக்கு மிகவும் பயனுள்ளவை. ஆனால் வாழ்க்கைக்கு வழிகாட்டியாக அவை எதையும் கொடுக்கவில்லை. லெவின் திடீரென்று மஸ்லின் ஆடைக்காகத் தனது வெதுவெதுப்பான உரோமக் கோட்டை மாற்றிக் கொண்ட ஒரு மனிதனைப் போல உணர்ந்தார். இப்போது ஏறக்குறைய நிர்வாணமாக இருக்கும் தனக்கு தவிர்க்க முடியாதபடி வேதனையான மரணம் நிச்சயம் என்பதை அவருடைய அறிவை விட அவருடைய உடல் அவருக்குத் தெரியப்படுத்தியது.

அவர் அந்தக் கணத்திலிருந்து அதைப் பற்றி யோசிக்காமல் முன்பு போலவே வாழ்ந்து வந்தாலும், தனது அறியாமையைக் கண்டு பயப்படுவதை நிறுத்தவில்லை.

மேலும் தனது நம்பிக்கைகள் என்று அவர் கருதியவை உண்மையில் அறியாமை என்றும், தனக்குத் தேவையானதைப் பெறும் அறிவைச் சாத்தியமற்றதாக்கும் ஒரு மனக்குழப்பம் என்றும் ஒரு தெளிவற்ற உணர்வு அவருக்கு இருந்தது.

திருமணமும் அது கொண்டு வந்த புதிய இன்பங்களும், கடமைகளும் ஆரம்பத்தில் அவருக்கு ஏற்பட்ட இந்தச் சிந்தனைகளை முற்றிலுமாக அடக்கிவிட்டன. ஆனால் அண்மைக் காலமாக, தனது

மனைவி பிரசவத்தில் இருந்த காலத்தில், அவர் எதுவும் செய்யாமல் வாழ்ந்து கொண்டிருந்தபோது, தீர்வைத் தேடி அலைந்த அந்தக் கேள்விகள் அவர் மனதை ஆட்டிப்படைக்கத் தொடங்கின.

என் வாழ்க்கையில் உள்ள பிரச்சினைகளுக்குக் கிறிஸ்தவம் தரும் பதில்களை நான் ஏற்கவில்லை என்றால், நான் வேறு எந்தப் பதில்களை ஏற்றுக் கொள்வேன்? இதுதான் அவருடைய கேள்வியாக இருந்தது. தனது நம்பிக்கைகளின் ஆயுதக்கிடங்கில் எங்கு தேடியும் அவருக்குப் பதில் கிடைக்கவில்லை என்பது மட்டுமின்றி, பதிலை ஒத்த சிறு சாயலும் அவருக்குக் கிடைக்கவில்லை.

அவர் ஒரு பொம்மைக் கடையிலோ அல்லது துப்பாக்கி விற்கும் கடையிலோ உணவைத் தேடும் ஒரு மனிதனின் நிலையில் இருந்தார். அவர் இயல்பாகத் தன்னையும் அறியாமல், ஒவ்வொரு புத்தகத்திலும், ஒவ்வொரு உரையாடலிலும், தான் சந்தித்த ஒவ்வொரு மனிதரிடமும் இந்தக் கேள்விக்கான தொடர்புகளையும், அதற்கான பதில்களையும் தேடினார்.

இந்த விஷயத்தில் அவருக்கு மிகவும் வருத்தமும், வியப்பும் அளித்தது என்னவென்றால், அவரது வட்டத்திலும், அவருடைய வயதை ஒத்த பெரும்பாலானவர்களும் அவரைப் போலவே தங்கள் முந்தைய நம்பிக்கைகளை மாற்றிக் கொண்டு புதிய நம்பிக்கைகளுடன், அதில் எந்தத் தவறையும் காணாமல் முற்றிலும் அமைதியாகவும் திருப்தியாகவும் இருந்தனர். எனவே லெவின் பிரதான கேள்வியைத் தவிர மற்றக் கேள்விகளாலும் துன்புற்றார். அவர்கள் நேர்மையான வர்களா? அவர்கள் நடிக்கிறார்களா? அல்லது அவரை அலைக்கழித்த கேள்விகளுக்கு விஞ்ஞானம் தரும் பதில்களை அவர்கள் வேறு விதமாகவோ அல்லது தெளிவாகவோ புரிந்து கொண்டார்களா? அவர்களின் கருத்துக்களையும் அதற்கான விடைகளை அளித்த நூல்களையும் விடாமுயற்சியுடன் ஆராய்ந்தார்.

அவர் தனது இளமைக்கால கல்லூரி வாழ்க்கையின் நினைவு களின் அடிப்படையில், மதம் என்பது வழக்கொழிந்து விட்டது, இப்போது அது இல்லை என்று தவறாகக் கருதியதுதான் இந்தக் கேள்விகள் அவரை ஆக்கிரமிக்கத் தொடங்கியதிலிருந்து அவர் கண்ட றிந்த ஓர் உண்மை. அவருக்கு நெருக்கமான நல்ல மனிதர்கள் அனை வரும் கடவுளை நம்பினார்கள். வயதான இளவரசரும், அவர் மிகவும் நேசித்த லோவோவும், செர்ஜி இவானோவிச்சும், அனைத்துப் பெண்களும், அவரது மனைவியும், அவர் குழந்தைப் பருவத்தில் நம்பியதைப் போலவே எந்தச் சந்தேகமும் இல்லாமல் நம்பினார்கள். அவர் மிகவும் உயர்வாக மதித்த ரஷ்ய மக்களில் தொண்ணூற்று ஒன்பது விழுக்காட்டினர் நம்பினார்கள்.

அவர் பல புத்தகங்களைப் படித்த பிறகு அவருக்குத் தெரிய வந்த மற்றொரு விஷயம் என்னவென்றால், தன்னுடன் ஒரே கருத்துக் களைப் பகிர்ந்து கொண்டவர்கள், அவற்றில் புதியதாக எதையும் காணவில்லை என்பதையும், விளக்கம் இல்லாமல் பதில் கிடைக் காமல் வாழ முடியாது என்று அவர் கருதிய கேள்விகளை அவர்கள் வெறுமனே நிராகரித்தனர் என்பதையும், அதற்குப் பதிலாக, உயிரினங் களின் பரிணாம வளர்ச்சி, ஆன்மாவின் பொருள் சார்ந்த விளக்கம் போன்ற தனக்கு ஆர்வமில்லாத முற்றிலும் மாறுபட்ட, பிரச்சினை களுக்கு விடை காண முயல்கிறார்கள் என்பதையும் அறிந்தார்.

மேலும், அவரது மனைவி பிரசவித்தபோது அவருக்கு ஒரு அசாதாரணமான சம்பவம் நடந்தது. கடவுள் நம்பிக்கையில்லாத அவர் ஜெபிக்கத் தொடங்கினார். அவர் ஜெபித்துக் கொண்டிருந்த நேரத்தில் நம்பினார். ஆனால் அந்தத் தருணம் கடந்த பிறகு, அவர் தன் வாழ்க்கையில் எந்த இடத்திலும் அப்போதிருந்த மனநிலைக்குச் செல்ல முடியவில்லை.

அவருக்கு அப்போது உண்மையாகத் தெரிந்தது இப்போது தவறாகத் தெரிகிறது என்பதை அவரால் ஒப்புக்கொள்ள முடிய வில்லை ஏனெனில், அவர் அதைப் பற்றி நிதானமாகச் சிந்திக்கத் தொடங்கியதும், எல்லாமே சிறு சிறு துண்டுகளாகச் சிதறிவிட்டன. அப்போது தான் தவறு செய்துவிட்டதாக அவரால் ஒப்புக்கொள்ள முடியவில்லை ஏனெனில் அவர் அப்போதிருந்த அந்த ஆன்மிக மனநிலையை மதித்தார் என்பதால், அதைப் பலவீனத்தின் விளைவு என்று ஒப்புக்கொள்வது அந்தத் தருணங்களை இழிவுபடுத்துவதாகும் என்று கருதினார். அவர் தனக்கு ஏற்பட்ட அந்த மோசமான பிளவு பட்ட மனநிலையிலிருந்து தப்பிக்க தனது உணர்வுகளின் ஆற்றல் அனைத்தையும் ஒன்று திரட்டினார்.

9

இந்த எண்ணங்கள் அவரை ஒடுக்கி, சித்திரவதை செய்து அவ்வப்போது வலுவிழந்து பலவீனமாயின என்றாலும் அவரை விட்டு அகலவில்லை. அவர் எவ்வளவு அதிகமாகப் படித்து எவ்வளவு அதிகமாகச் சிந்தித்தாரோ அந்த அளவுக்குத் தேடும் இலக்கிலிருந்து வெகு தொலைவில் இருப்பதை உணர்ந்தார்.

அவர் சமீபமாக மாஸ்கோவிலும், நாட்டிலும் இருந்த காலத்தில், பொருள்முதல்வாதிகளிடம் இதற்கான பதிலைக் காண முடியாது என்று நம்பினார். எனவே அவர் வாழ்க்கையைப் பொருள் சார்ந்து விளக்க முற்படாத, பிளேட்டோ, ஸ்பினோசா, காண்ட், ஷெல்லிங்,

ஹெகல், ஷோபன்ஹோவர் ஆகிய தத்துவ ஞானிகளைப் படித்து, மீண்டும் மறுவாசிப்பு செய்தார்.

மற்ற கோட்பாடுகளைக், குறிப்பாக பொருள்முதல்வாதிகளின் கோட்பாடுகளை நிராகரிப்பதற்கான வாதங்களைத் தேடியபோது, அந்தக் கருத்துக்கள் அவருக்குப் பயனுள்ளதாகத் தோன்றின. ஆனால் அவர் அவற்றைப் படிக்கத் தொடங்கியவுடன் அல்லது பிரச்சினைகளுக்குத் தீர்வைத் தேடத் தொடங்கியவுடன், எப்போதும் போலத்தான் நடந்தது. ஆத்மா, வைராக்கியம், விடுதலை, பருப் பொருள் போன்ற தெளிவற்ற சொற்களுக்குக் கொடுக்கப்பட்ட வரை யறைகளைப் பின்பற்றி, தத்துவவாதிகள் அல்லது அவர்கள் கூறும் வாக்கியங்களின் வலையில் வேண்டுமென்றே அகப்பட்டு, அவர் எதையோ புரிந்து கொள்ளத் தொடங்கினார். ஆனால் அவர் செயற்கை யான சிந்தனை ஓட்டத்திலிருந்து விடுபட்டு, நிஜ வாழ்க்கையில் தனக்குத் திருப்தியளித்த எண்ணங்களுக்குத் திரும்பி, கொடுக்கப்பட்ட பகுத்தறிவு வழியைப் பின்பற்றியபோது, அந்தச் செயற்கைக் கட்டிடம் முழுவதும் சீட்டுக் கட்டைப் போல இடிந்து விழுந்தது. வாழ்க்கையில் மிகவும் முக்கியமான பகுத்தறிவைப் பொருட்படுத்தாமல், அதே வார்த்தைகளால் அந்தக் கட்டிடம் வித்தியாசமாக வடிவமைக்கப் பட்டிருப்பது அவருக்குத் தெளிவாகப் புரிந்தது.

ஷோபன்ஹோவரைப் படிக்கும்போது, ஒரு கட்டத்தில் அவர் வைராக்கியம் என்ற வார்த்தைக்குப் பதிலாக ஆசை என்ற வார்த் தையைப் பயன்படுத்தினார். மேலும் அவர் அதிலிருந்து விலகாத வரை, அந்தப் புதிய தத்துவம் அவருக்கு சில நாட்களுக்கு ஆறுதலைத் தந்தது. ஆனால் அவர் அதை நிஜ வாழ்க்கையோடு தொடர்பு படுத்திப் பார்த்தபோது, அதுவும் அதே வழியில் சரிந்து விழுந்தது. மேலும் அது கதகதப்பைத் தர முடியாத ஒரு மஸ்லின் ஆடையாக மாறியது.

அவரது சகோதரர் செர்ஜி இவானோவிச் கோமியகோவின் இறையியல் படைப்புகளைப் படிக்கும்படி அறிவுறுத்தினார். லெவின் கோமியகோவின் படைப்புகளின் இரண்டாவது தொகுதியைப் படித்தார். லெவின் முதலில் அதன் சர்ச்சைக்குரிய, மெருகூட்டிய, நகைச்சுவை தொனியை வெறுத்த போதிலும், தேவாலயத்தைப் பற்றிய போதனைகள் அவரைக் கவர்ந்தன. தெய்வீகத்தை அடைவது என்பது தனிப்பட்ட நபருக்குரியது அல்ல, மாறாக அன்பினால் ஒன்றிணைந்த ஒட்டுமொத்த மனிதர்களுக்கு, அதாவது திருச்சபைக் குரியது என்ற கருத்து அவரைக் கவர்ந்தது. அனைத்து மக்களின் நம்பிக்கையை உள்ளடக்கிய, கடவுளின் தலைமையின் கீழ், பரிசுத்த மான, தவறிழைக்க முடியாத, தற்போது நடைமுறையில் உள்ள தேவாலயத்தையும், அதிலிருந்து கடவுள், படைத்தல், காத்தல்,

அழித்தல் போன்ற பலவற்றையும் நம்புவது எளிது என்ற எண்ணத் தால் அவர் மகிழ்ச்சியடைந்தார். ஆனால் அவர் ஒரு கத்தோலிக்க எழுத்தாளரின் திருச்சபையின் வரலாற்றையும், மரபுவழி எழுத் தாளரின் திருச்சபையின் வரலாற்றையும் படித்தபோது, ஒவ்வொரு திருச்சபையும் அதன் சாராம்சத்தில் பிழையற்றவை என்றாலும், மற்றொரு திருச்சபையை நிராகரிப்பதைக் கண்டு, கோமியகோவின் போதனையிலும் ஏமாற்றமடைந்தார். எனவே தத்துவக் கட்டிடங் களைப் போலவே இந்தக் கட்டிடமும் பொடிப்பொடியாக நொறுங் கியது.

அந்த வசந்த காலம் முழுவதும் அவர் அவராகவே இல்லை. மேலும் அவர் சில மோசமான தருணங்களை எதிர்கொண்டார்.

'நான் யார்? நான் ஏன் இங்கே இருக்கிறேன்? என்பது தெரியாமல் வாழ்க்கை சாத்தியமில்லை. அதைத் தெரிந்து கொள்ளாமல் என்னால் வாழ முடியாது' என்று லெவின் தனக்குள் சொல்லிக் கொண்டார்.

'முடிவற்ற காலமும், முடிவற்ற பருப்பொருளும் உடைய இந்த முடிவற்ற அண்டவெளியிலிருந்து நீர்க்குமிழி போன்ற ஒரு உயிரினம் வெளிப்பட்டு, சிறிது நேரம் நீடித்து நின்று, வெடித்துச் சிதறுகிறது. அந்த நீர்க்குமிழி நான்தான்.'

இது ஒரு வேதனையான பொய் என்றாலும் அது அந்தத் திசையில் காலங்காலமாக மனித சிந்தனையின் உழைப்பின் பலனாக உருவான ஒரே இறுதி முடிவாகும்.

இந்த இறுதி நம்பிக்கையின் மீதுதான் கிட்டத்தட்ட எல்லாத் துறைகளிலும், மனித மனம் பற்றிய அனைத்து ஆய்வுகளும் கட்ட மைக்கப்பட்டுள்ளன. இதுதான் எல்லாவற்றையும் ஆட்சி செய்யும் கோட்பாடு. எப்போது, எப்படி என்று தெரியாமல், மற்ற அனைத்து விளக்கங்களிலிருந்தும், லெவின் தன்னிச்சையாக ஏற்றுக் கொண்ட, தெளிவான விளக்கம் இதுதான்.

ஆனால் அது உண்மைக்குப் புறம்பானது மட்டுமல்ல, ஏதோ ஒரு தீய சக்தியின் கொடூரமான கேலிக்கூத்து. வெறுக்கத்தக்க அந்தத் தீய சக்தியிடம் அடிபணியக் கூடாது.

அந்தச் சக்தியிடமிருந்து ஒருவர் தன்னை விடுவித்துக் கொள்வது அவசியம். விடுதலைக்கான மார்க்கம் ஒவ்வொருவரின் கைகளிலும் இருக்கிறது. அந்தத் தீய சக்தியைச் சார்ந்திருப்பதற்கு முற்றுப்புள்ளி வைக்க வேண்டும். அதற்கு உள்ள ஒரே ஒரு வழி மரணம்தான்.

லெவின் ஒரு மகிழ்ச்சியான, ஆரோக்கியமான குடும்ப மனித ராக இருந்த போதிலும், பலமுறை அவருக்குத் தற்கொலை செய்து கொள்ள வேண்டும் என்ற எண்ணம் ஏற்பட்டது. எனவே அவர் தூக்கில் தொங்காமல் இருக்க கயிறை மறைத்து வைத்தார். தன்னைத்

தானே சுட்டுக் கொள்ளக் கூடாது என்பதற்காகத் துப்பாக்கியை எடுத்துச் செல்ல பயந்தார்.

அதனால் அவர் தூக்கில் தொங்காமல், துப்பாக்கியால் சுட்டுக் கொள்ளாமல் தொடர்ந்து வாழ்ந்து வந்தார்.

10

லெவின் நான் யார், நான் எதற்காக வாழ்கிறேன் என்று யோசித்த போது பதிலேதும் கிடைக்காமல் விரக்தியடைந்தார். ஆனால் அவர் அதைப் பற்றிக் கேட்பதை நிறுத்தியபோது, அவர் நான் யார், எதற்காக வாழ்கிறேன் என்பதை அறிந்துகொண்டதாகத் தோன்றியது. ஏனெனில் அவர் ஒரு உறுதியான, திட்டவட்டமான வழியில் செயல்பட்டார். அவர் முன்னைவிட மிகவும் உறுதியாகவும் திட்டமிட்டும் வாழ்ந்தார்.

அவர் ஜூன் மாதத்தின் தொடக்கத்தில் நாட்டுக்குத் திரும்பியதும், தனது வழக்கமான தொழில்களுக்குத் திரும்பினார். பண்ணையைப் பாரமரித்தல், விவசாயிகளுடனும், அண்டை வீட்டாருடனும் உறவுகளைப் பேணுதல், வீட்டு நிர்வாகத்தைக் கவனிப்பது, அவருடைய சகோதரன், சகோதரியின் விவகாரங்களையும் நிர்வகிப்பது, மனைவியுடனும் உறவினர்களுடனும் நேரத்தைச் செலவிடுவது, குழந்தையைப் பற்றிய கவலைகள், வசந்த காலத்திலிருந்து அவர் ஈடுபாடு காட்டிய தேனீக்கள் வளர்ப்பு ஆகியவை அவருடைய முழு நேரத்தையும் ஆக்கிரமித்தன.

அவருக்கு இந்த விஷயங்கள் ஆர்வத்தைத் தந்தன ஏனெனில், அவர் முன்பு செய்ததைப் போல எந்த ஒரு பொதுவான கருத்துக்களாலும் அவர் அவற்றை நியாயப்படுத்த முயலவில்லை. ஒருபுறம், பொதுநலனுக்காக அவர் மேற்கொண்ட முந்தைய திட்டங்கள் தோல்வி அடைந்ததால் ஏற்பட்ட ஏமாற்றத்தாலும், மறுபுறம் தனது சொந்தச் சிந்தனைகளின் அலைக்கழிப்பினாலும், எல்லாத் திசைகளிலிருந்தும் அவரைச் சூழ்ந்த வேலைகளில் கவனம் செலுத்தியதாலும், பொது நன்மையைப் பற்றிச் சிந்திப்பதை அவர் முற்றிலுமாகக் கைவிட்டார். அவருக்குத் தான் செய்வதைச் செய்ய வேண்டும் என்று தோன்றியதால், அவர் அந்த வேலைகளில் தன்னை முழுமையாக ஈடுபடுத்திக் கொண்டார்.

இதற்கு முன்பு அவர் மனிதர்கள் அனைவருக்கும், மனிதகுலம் முழுமைக்கும், ரஷ்யாவுக்கும், கிராமத்திற்கும் ஏதாவது நல்லது செய்ய வேண்டும் என்று முயற்சி செய்தபோது, அது அவருக்கு உற்சாகத்தைக் கொடுத்தது என்பதைக் கவனித்தார். ஆனால் அதைச் செய்யும்போது எப்போதும் மனதளவில் ஒரு சங்கடம் இருந்தது. அவர்

அதை அவசியமானது என்று எப்போதும் கருதியதில்லை. அப்படியே செய்தாலும் ஆரம்பத்தில் மிகவும் முக்கியமாகத் தோன்றும் அது போகப்போக ஒன்றுமில்லாததாகச் சுருங்கிவிடும். ஆனால் அவர் திருமணத்திற்குப் பிறகு பிறருக்காக வாழ்வதை நிறுத்திக் கொண்டு, தனக்காக மட்டும் வாழத் தொடங்கியபோது, தான் செய்யும் வேலையை நினைத்து அதிகமாக மகிழ்ச்சியடைவில்லை என்றாலும், அதன் அவசியத்தை முழுமையாக உணர்ந்தார். எனவே அது முன்பை விட மிகவும் சிறப்பாக நடப்பதையும், மேலும் மேலும் அது வளர்ந்து வருவதையும் அவரால் பார்க்க முடிந்தது.

இப்போது அவர் அனிச்சையாக ஒரு மண்வெட்டியைப் போல பூமியில் மேலும் மேலும் ஆழமாக வெட்டினார். எனவே அவர் இப்போது மண்ணைத் திருப்பாமல் தன்னை வெளியே இழுத்துக் கொள்ள முடியாது.

தன் மூதாதையர்கள் வாழ்ந்தது போன்ற அதே குடும்ப வாழ்க்கையை, அதே கல்விச் சூழலில் தன் பிள்ளைகளை வளர்ப்பது சந்தேகத்திற்கு இடமின்றி அவசியமானது. பசிக்கும்போது சாப்பிடு வது எவ்வளவு அவசியமோ அதே அளவுக்கு இதுவும் அவசியம். அதற்கு உணவைச் சமைப்பது எப்படி அவசியமோ அதே போல வருமானம் ஈட்டும் வகையில் பொக்ரோவ்ஸ்கோயேவில் பண்ணையை நடத்துவதும் அவசியம். கடனைத் திருப்பிச் செலுத்துவது எவ்வளவு அவசியமோ அதே போல, லெவின் தன் தாத்தாவுக்கு நன்றி சொன்னதைப் போல, தன் மகன் அவனுடைய தந்தைக்கு நன்றி சொல்லும் அளவுக்கு குடும்ப நிலத்தைப் பராமரித்து அவன் வாரிசாக வரும்போது அவனிடம் ஒப்படைப்பது அவசியம். அதற்கு நிலத்தைக் குத்தகைக்கு விடாமல் சொந்தமாக விவசாயம் செய்வதும், கால்நடைகளை வளர்ப்பதும், வயல்களுக்கு உரமிடுவதும் மரங்களை நடுவதும் அவசியம்.

ஏற்கனவே கையில் வைத்திருக்கும் குழந்தையைக் கைவிடுவது இயலாத காரியம் என்பது போல, தனது சகோதரன், சகோதரியின் விவகாரங்களையும், ஆலோசனை கேட்டுப் பழகிய விவசாயிகளின் விவகாரங்களையும் கவனிக்காமல் இருப்பது முடியாத காரியம். மேலும் அண்ணியையும், அவள் குழந்தைகளையும், மனைவியையும், தன் குழந்தையையும் கவனிப்பது அவசியம். ஒவ்வொரு நாளும் அவர்களுடன் சிறிது நேரத்தைச் செலவிடாமல் இருப்பது சாத்திய மில்லை.

அதனுடன் வேட்டையும், புதியதாகச் சேர்ந்த தேனீ வளர்ப்பும் லெவினின் வாழ்க்கையை முழுவதுமாக நிரப்பியது. ஆனால் அதையெல்லாம் அவர் யோசித்துப் பார்க்கும்போது அதற்கு எந்த அர்த்தமும் இருப்பதாகத் தெரியவில்லை.

ஆனால் லெவினுக்கு தான் என்ன செய்ய வேண்டும் என்பது உறுதியாகத் தெரியும் என்பதைத் தவிர, எல்லாவற்றையும் எப்படிச் செய்ய வேண்டும் என்பதையும், எந்த வேலை மற்ற அனைத்தையும் விட மிக முக்கியமானது என்பதையும் நன்கு அறிந்திருந்தார்.

தொழிலாளர்களை முடிந்தவரை மலிவான கூலிக்கு வேலைக்கு அமர்த்த வேண்டும் என்று அவருக்குத் தெரியும். ஆனால் அவர்கள் தகுதிக்குக் குறைவான தொகையை முன்பணமாகக் கொடுத்து, அவர்களை அடிமைகளாக்குவது மிகவும் லாபகரமானது என்றாலும் அவர் அதைச் செய்யவில்லை. தீவனங்களுக்கு பற்றாக்குறை ஏற்படும் காலங்களில் அவர் வைக்கோலை விவசாயிகளுக்கு விற்றார். அது அவருக்கு வருத்தமாக இருந்தது என்றாலும் அவர் அதைச் செய்தார். ஆனால் சத்திரமும் சாராயக் கடையும் வருவாய் அளித்த போதிலும் அவற்றை மூடினார். திருட்டுத்தனமாக மரங்களை வெட்டியதற்காக கடுமையான தண்டனை வழங்கிய அவர், விவசாயிகள் கால்நடை களை தன் நிலத்தில் ஓட்டிச் சென்றதற்கு எந்த அபராதமும் வசூலிக்கவில்லை. இது காவலர்களை வருத்தமடையச் செய்து, மற்றவர்களுக்கு இருந்த பயத்தைக் குறைத்தது என்றாலும் வழிதவறிச் செல்லும் கால்நடைகளைப் பிடித்து வைக்காமல் விடுவிக்க வேண்டி யிருந்தது.

கந்து வட்டிக்காரருக்கு மாதம் பத்து சதவீதம் கொடுத்துக் கொண்டிருந்த பியோத்தருக்குக் கடன் கொடுத்து அவனை அதிலி ருந்து மீட்க வேண்டியிருந்தது. ஆனால் பாக்கி வைத்திருந்த விவசாயி களின் வாடகையைக் குறைக்கவோ அல்லது வசூலிக்காமல் இருக்கவோ முடியவில்லை. ஒரு சிறிய புல்வெளியை வெட்டாமல், புற்களை வீணடிக்கும் மேலாளரைக் கண்டிக்காமல் இருக்க முடியாது. ஆனால் இளம் மரங்கள் விதைக்கப்பட்ட இருநூறு ஏக்கர் நிலத்தில் புற்களை வெட்டக் கூடாது. வேலை மும்முரமாக இருந்த முக்கியமான நேரத்தில், தன் தந்தை இறந்த காரணத்தால் வேலைக்கு வராமலிருந்த ஒரு தொழிலாளியை அவரால் மன்னிக்க முடியவில்லை. அவன் மீது அவருக்கு என்னதான் வருத்தம் இருந்தாலும் அவனுடைய சம்பளத்தைக் குறைக்க வேண்டியிருந்தது. ஆனால் வீட்டிலுள்ள எதற்கும் பயன்படாத ஒரு பழைய வேலைக்காரனுக்கு மாதச் சம்பளம் கொடுப்பதை அவரால் தவிர்க்க முடியாது.

வீட்டுக்கு வந்ததும் உடல்நிலை சரியில்லாத தன் மனைவியை முதலில் பார்க்க வேண்டும் என்பது லெவினுக்குத் தெரியும். ஆனால் அவருக்காக ஏற்கனவே மூன்று மணி நேரம் காத்திருந்த விவசாயிகள் மேலும் கொஞ்ச நேரம் காத்திருக்கலாம் என்றும் அவருக்குத் தெரியும். தேனீக்கள் கூட்டத்தைப் பிடிப்பதில் அதிகமான மகிழ்ச்சி இருந்தாலும், அந்த மகிழ்ச்சியை விட்டுவிட்டு, தான் இல்லாமல்

அந்தக் கூட்டத்தைப் பிடிக்கும்படி அந்த முதியவரிடம் சொல்லி விட்டு, தேனீக்கள் கூடாரத்தில் தன்னைப் பார்க்க வந்த விவசாயி களிடம் பேசுவதற்குச் செல்ல வேண்டும் என்பது லெவினுக்குத் தெரியும்.

தான் செய்வது அனைத்தும் சரியா அல்லது தவறா என்று அவருக்குத் தெரியவில்லை. அவர் இப்போது அதைப் பற்றி வாதி டுவதற்குத் தயாராக இல்லை என்பது மட்டுமின்றி, அதைப் பற்றிப் பேசுவதையும் சிந்திப்பதையும் தவிர்த்தார்.

ஆனால் அவர் அதைப் பற்றி யோசித்தபோது, அவருக்குச் சந்தேகம் ஏற்பட்டு, அவர் என்ன செய்ய வேண்டும், என்ன செய்யக்கூடாது என்பதைப் பார்க்க விடாமல் தடுத்தது. அவர் எதைப் பற்றியும் யோசிக் காமல் வாழ்ந்தபோது, சாத்தியமான இரண்டு செயல்களில் எது சிறந்தது, எது மோசமானது என்பதைத் தீர்மானிக்கும் ஒரு நேர்மை யான நீதிபதி தன் உள்ளத்தில் எப்போதும் வீற்றிருந்து கவனித்துக் கொண்டிருப்பதை உணர்ந்தார். எனவே அவர் தான் செய்ய வேண்டி யதைச் சரியாகச் செய்யாதபோது அதை உடனடியாக உணர்ந்து கொண்டார்.

இவ்வாறாக, தான் யார், இந்த உலகில் தன் வாழ்க்கையின் நோக்கம் என்ன என்பதை அறிந்து கொள்ளவும், அறிந்து கொள்ளும் வாய்ப்பு இல்லாமலும் வாழ்ந்த அவர், அந்த அறியாமையால் தற்கொலை செய்து கொள்வோம் என்று அஞ்சும் அளவுக்கு வேதனைப்பட்ட அதே நேரத்தில், வாழ்க்கையில் தனக்கென ஒரு திட்டவட்டமான பாதையை அமைத்துக் கொண்டு வாழ்ந்தார்.

11

செர்ஜி இவானோவிச் பொக்ரோவ்ஸ்கோயேவுக்கு வந்த நாள் லெவினின் துயரம் மிகுந்த நாட்களில் ஒன்றாகும்.

அது மிகவும் பரபரப்பான வேலை நேரம் என்பதால் விவசாயி கள் அனைவரும் வாழ்க்கையில் எந்தச் சூழ்நிலையிலும் இல்லாத அளவுக்கு உழைப்பில் தங்கள் அசாதாரணமான தீவிரத்தை வெளிப் படுத்திய காலகட்டம் அது. இந்தக் குணத்தை வெளிப்படுத்திய அவர்கள் தங்களை உயர்வாக நினைத்து, ஒவ்வொரு வருடமும் மீண்டும் மீண்டும் அதைச் செய்யாவிட்டால், இந்தத் தீவிர உழைப்பின் பலன்கள் அவ்வளவு எளிமையாக இல்லாமல், மிகவும் மதிப்பு மிக்கதாக இருக்கும்.

கம்பு, ஓட்ஸ் தானியங்களை அறுவடை செய்து, கட்டி, வண்டி யில் எடுத்துச் செல்வது, புல்வெளிகளை வெட்டுவது, தரிசு நிலங்களை

உழுவது, கதிரடிப்பது, குளிர்காலப் பயிர்களை விதைப்பது இவை அனைத்தும் எளிமையானவை, சாதாரணமானவை. ஆனால் அதை யெல்லாம் செய்து முடிப்பதற்கு அந்த மூன்று அல்லது நான்கு வாரங் களுக்கு, பெரியவர்கள் முதல் சிறியவர்கள் வரை, கிராமத்தில் உள்ள ஒவ்வொருவரும் வழக்கத்தை விட மூன்று மடங்கு அதிகமாக உழைத்து, குவாஸையும், வெங்காயத்தையும் ரொட்டியையும் சாப் பிட்டு, இரவில் கதிரடிப்பது, அறுவடை செய்வது, வண்டியில் ஏற்றுவது போன்றவற்றைச் செய்து, இருபத்தி நான்கு மணி நேரத்தில் இரண்டு அல்லது மூன்று மணி நேரத்திற்கு மேல் தூங்காமல் வேலை செய்ய வேண்டும். ஒவ்வொரு ஆண்டும் இது ரஷ்யா முழுவதும் செய்யப் படுகிறது.

லெவின் தன் வாழ்நாளின் பெரும்பகுதியை நாட்டில் கழித்த தாலும், விவசாயிகளுடன் நெருங்கிய தொடர்பில் இருந்ததாலும், இந்தப் பரபரப்பான நேரத்தில் விவசாயிகளிடம் வெளிப்பட்ட அந்த உற்சாகம் தன்னையும் தொற்றிக் கொண்டதை உணர்ந்தார்.

அவர் அதிகாலையில் கம்பு விதைக்கும் இடத்திற்குச் சென்று அதைப் பார்த்துவிட்டு, ஓட்ஸ் தானியங்களை வண்டியில் அடுக்கி வைப்பதைப் பார்த்துவிட்டு, மனைவியும் அண்ணியும் எழுந்தவுடன் அவர்களுடன் காபி குடித்துவிட்டு, வயல்வெளிக்கு நடந்தே சென்று, அங்கு விதைகளைப் பிரித்தெடுக்க புதிதாக நிறுவப்பட்ட கதிரடிக்கும் இயந்திரம் செயல்படுவதைப் பார்க்கச் சென்றார்.

லெவின் அன்று முழுவதும், வயலில் மேலாளரிடமும், விவசாயி களிடமும், வீட்டில் தன் மனைவி, டோலி, அவள் பிள்ளைகள், அவருடைய மாமனார் ஆகியோருடனும் பேசிக் கொண்டிருந்த போது, விவசாயத்தையும் வீட்டையும் தவிர, தன்னை ஆக்கிரமித்திருந்த ஒரே ஒரு விஷயத்தைப் பற்றித் தீவிரமாகச் சிந்தித்தார். 'நான் யார்? நான் எங்கே இருக்கிறேன்? நான் ஏன் இங்கே இருக்கிறேன்?' என்று எல்லாவற்றிலும் தன் கேள்விகளுக்கான தொடர்பைத் தேடினார்.

ஒன்றோடொன்று பின்னிப் பிணைந்து குளிர்ந்த நிழலைத் தந்த காட்டுச் செடிகள் படர்ந்த, புதிய கூரை வேயப்பட்ட கொட்ட கையின் கீழ் நின்றிருந்த லெவின், திறந்த வாசல் வழியாக உலர்ந்த தூசியும் புழுதியும் வெயிலில் சுழன்று கொண்டிருப்பதையும், வெப்பம் மிகுந்த சூரிய ஒளியால் பிரகாசித்த தரையைச் சுற்றியிருந்த புற்களையும், களஞ்சியத்திலிருந்து இப்போதுதான் வெளியே கொண்டு வந்த புதிய வைக்கோலையும், கூரையின் கீழே விசில் ஓசையுடன் பறந்து, சிறகுளை விரித்துப் படபடவென்று அசைத்து, கதவுகளின் இடைவெளிகளில் அமர்ந்திருந்த வண்ணமயமான தலைகளையும் வெள்ளை மார்புகளையும் கொண்ட வானம்பாடி பறவைகளையும், இருளும் தூசியும் நிறைந்த களஞ்சியத்தில்

கூட்டமாக இருந்த மனிதர்களையும் பார்த்துக் கொண்டிருந்த போது, விசித்திரமான பல எண்ணங்கள் அவருக்குத் தோன்றின.

'இவையெல்லாம் ஏன் நடக்கின்றன?' என்று நினைத்தார். 'நான் ஏன் இங்கே நின்று அவர்களைக் கண்காணிக்கிறேன்? அவர்கள் அனைவரும் இவ்வளவு மும்முரமாக வேலை செய்து, தங்கள் ஆர்வத்தை எனக்குக் காட்ட ஏன் முயற்சிக்கிறார்கள்? அந்த மூதாட்டி மாத்ரியோனா ஏன் அவ்வளவு கஷ்டப்பட்டு உழைக்கிறாள்? (நெருப்பில் மாட்டிக் கொண்ட அவளுக்குச் சிகிச்சை அளித்தேன்)' என்று நினைத்த லெவின், சூரியனின் வெப்பம் தகித்த கடினமான தரையில் வெற்றுக் கால்களுடன் வலியுடன் நடந்து தானியத்தை உதறிக் கொண்டிருந்த மூதாட்டியைப் பார்த்தார். 'இப்போது அவள் குணமடைந்து விட்டாள். ஆனால் இன்று அல்லது நாளை அல்லது இன்னும் பத்து ஆண்டுகளில் அவர்கள் அவளை அடக்கம் செய்து விடுவார்கள். அவளிடமிருந்து எதுவும் மிஞ்சாது. சிவப்பு பாவாடை அணிந்த அந்தப் பெண் எவ்வளவு சமார்த்தியமாகவும் லாவக மாகவும் உமியிலிருந்து தானியத்தைப் பிரிக்கிறாள். அவளும், அதோ அந்தக் குதிரையும் சீக்கிரமாக அடக்கம் செய்யப்படும்' என்று நினைத்த அவர், தன் வயிற்றை இழுத்துக் கொண்டு, மூச்சு வாங்கிய படி, வண்டியின் சாய்ந்த சக்கரத்தை இழுத்துச் செல்லும் குதிரையைப் பார்த்தார். 'அவர்கள் அவனையும், இயந்திரத்தை இயக்கும், புழுதி படிந்த சுருட்டை தாடியுடன், தோள் மீது கிழிந்திருக்கும் சட்டையை அணிந்த பியோதரையும் புதைப்பார்கள். அவன் தானியக் கட்டை அவிழ்த்து, உத்தரவுகளைப் பிறப்பித்து, பெண்களை நோக்கி கூச்ச லிட்டு, வேகமாக ஓடும் சக்கரத்தில் அதன் பெல்ட்டைச் சரிசெய் கிறான். முக்கியமானது என்னவென்றால் அவர்கள் அவர்களை மட்டுமின்றி என்னையும் புதைப்பார்கள். எதுவும் மிச்சம் இருக்காது. இதெல்லாம் எதற்காக?'

அவர் அதை நினைத்துப் பார்த்த அதே நேரத்தில் ஒரு மணி நேரத்தில் அவர்கள் எவ்வளவு கதிரடித்தார்கள் என்பதைக் கணக்கிட தன் கடிகாரத்தைப் பார்த்தார். அவர் அதைத் தெரிந்து கொள்வதன் மூலம் அன்று மேலும் எவ்வளவு வேலை செய்ய வேண்டும் என்பதை அவரால் நிர்ணயிக்க முடியும்.

'கிட்டத்தட்ட ஒரு மணி நேரம் கடந்துவிட்டது என்றாலும் இப்போதுதான் அவர்கள் மூன்றாவது குவியலை எடுத்திருக்கிறார்கள்' என்று நினைத்த அவர், இயந்திரத்தை இயக்கும் நபரை அணுகி, இயந்திரத்தின் சலசலப்புக்கு மேலாக கூச்சலிட்டு, குறைவாக அதே சமயம் அடிக்கடி உள்ளே வைக்கச் சொன்னார்.

"பியோதர், நீ அதிகமாகத் திணிக்கிறாய், அது மூச்சுத்திணறி, சரியாக வேலை செய்யாமல் தடுமாறுகிறது!"

முகத்தில் படிந்த வியர்வையில் ஒட்டியிருந்த தூசியில் கறுத்துப் போன பியோதர் பதிலுக்கு எதையோ கத்தினான். ஆனால் அவன் லெவின் சொன்னபடி செய்யவில்லை.

லெவின் உருளையின் அருகில் சென்று, பியோதரை விலகச் சொல்லிவிட்டு, அவரே அதை இயக்கினார்.

விவசாயிகளின் இரவு உணவு நேரம் வரை வேலை செய்துவிட்டு, அவரும் பியோதரும் களஞ்சியத்தை விட்டு வெளியே வந்து, விதை களுக்காகத் தரையில் அடுக்கி வைக்கப்பட்டிருந்த சுத்தமான மஞ் சள்நிறக் கம்புகளின் அடுக்கின் அருகில் நின்று பேசினார்கள்.

பியோதர் தொலைதூரக் கிராமத்திலிருந்து வந்தவன். முன்பு லெவின் கூட்டுறவு அடிப்படையில் நிலத்தைக் கொடுத்தபோது அதைப் பார்த்துக் கொண்டவன். இப்போது அது ஒரு விடுதிக் காப்பாளருக்குக் குத்தகைக்கு விடப்பட்டது.

பியோதரிடம் அந்த நிலத்தைப் பற்றி பேசிய லெவின், அதே கிராமத்தைச் சேர்ந்த செல்வந்தரும் நல்ல மனிதருமான பிளேட்டன் என்பவருக்கு அடுத்த ஆண்டு அதைக் குத்தகைக்கு விடலாமா என்று கேட்டார்.

“கான்ஸ்டான்டின் டிமிட்ரிச், வாடகை அதிகமாக இருப்பதால் அதைப் பிளேட்டனால் கொடுக்க முடியாது” என்ற அவன் தன் ஈரமான சட்டையின் மடிப்பிலிருந்த கம்பு தானியங்களை எடுத்தான்.

“அப்படியானால் கிரில்லோவ் அதை எப்படிக் கொடுக்கிறார்?”

“மித்யுகா (அந்த விவசாயி சத்திரக்காவலர் என்று ஏளனமாக அழைக்கப்படுகிறார்) பணம் கொடுப்பார் என்று நீங்கள் உறுதியாக நம்பலாம் கான்ஸ்டான்டின் டிமிட்ரிச்! அவர் தான் விரும்பியது கிடைக்கும் வரை தொழிலாளர்களைக் கசக்கிப் பிழிவார். அவர் எந்தக் கிறிஸ்தவர் மீதும் இரக்கம் காட்ட மாட்டார். ஆனால் ஃபோகானிச் மாமா (அவன் பிளேட்டனைக் குறிப்பிட்டான்), அவர் எந்த மனிதன் தோலையும் உரிக்க மாட்டார். அவர் சில நேரங்களில் கடன் கொடுப்பார் என்றாலும் கொடுத்ததைத் திரும்ப வாங்குவ தில்லை. அவர் ஒரு நல்ல மனிதர்.”

“அவர் ஏன் அப்படிச் செய்கிறார்?”

“உங்களுக்கே தெரியும், மனிதர்கள் பல வகையானவர்கள். ஒரு மனிதன் தன் சொந்தத் தேவைகளுக்காக மட்டுமே வாழ்கிறான், மித்யுகாவைப் போல. அவன் அவனுடைய வயிற்றை மட்டுமே நிரப்புகிறான். ஆனால் ஃபோகானிச் ஒரு நேர்மையான, வயதான மனிதர். அவர் தன் ஆன்மாவுக்காக வாழ்கிறார். அவர் எப்போதும் கடவுளை நினைக்கிறார்.”

“அவர் கடவுளை எப்படி நினைக்கிறார்? அவர் தன் ஆன்மாவுக்காக எப்படி வாழ்கிறார்?” என்று லெவின் கிட்டத்தட்ட கத்தினார்.

“உங்களுக்கே தெரியும், வழக்கமான வழிதான். சத்தியத்திற்குக் கீழ்ப்படிவது. கடவுளின் சித்தத்திற்குக் கீழ்ப்படிவது. என்ன இருந்தாலும் மனிதர்கள் பல வகையானவர்கள். உதாரணத்திற்கு நீங்களும் யாரையும் காயப்படுத்த விரும்ப மாட்டீர்கள்...”

“ஆமாம், ஆமாம், வருகிறேன்!” என்ற லெவின் உற்சாகத்தில், மூச்சுவிட மறந்தவராகத், திரும்பி தன் தடியை எடுத்துக் கொண்டு வேகமாக வீட்டை நோக்கி நடந்தார்.

லெவின் உள்ளத்தில் ஒரு மகிழ்ச்சியான புதிய உணர்வு தோன்றியது. சத்தியத்திற்கும் கடவுளின் சித்தத்திற்கும் கீழ்ப்படிவதன் மூலம் ஃபோகானிச் தன் ஆன்மாவிற்காக வாழ்கிறார் என்று விவசாயி சொன்னபோது, இதுவரை அடைப்பட்டிருந்த இடத்திலிருந்து விடுபட்ட, தெளிவற்ற, ஆனால் முக்கியத்துவம் வாய்ந்த எண்ணங்கள் வெடித்து, ஒரே இலக்கை நோக்கி விரைந்து, அவரது தலையில் சுழலத் தொடங்கி, அவற்றின் ஒளியால் அவரைக் குருடாக்கின.

12

லெவின் நெடுஞ்சாலையில் நடந்து சென்றார். அவர் இதுவரை தான் அனுபவித்திராத ஆன்மிக நிலையைப் பற்றிய எண்ணங்களின் (இன்னும் அவரால் தீர்மானிக்க முடியவில்லை) மீது அதிக கவனம் செலுத்தியதில்லை.

விவசாயி சொன்ன வார்த்தைகள் அவர் உள்ளத்தில் ஒரு மின்னலைப் போல ஒரு அதிர்ச்சியை உண்டாக்கின. அவர் மனதை இடைவிடாமல் ஆக்கிரமித்திருந்த தனித்தனியான, வீரியமற்ற சிந்தனைகள் அனைத்தும் திடீரென்று ஒன்று திரண்டு ஒரே கூட்டமாக உருமாறியது. நிலத்தைக் குத்தகைக்கு விடுவதைப் பற்றி அவர் பேசிக் கொண்டிருந்த போது, அந்த எண்ணங்கள் அவரையும் அறியாமல் அவர் மனதை ஆக்கிரமித்தன. அவர் தன் உள்ளத்தில் ஏதோ ஒரு புதிய விஷயத்தை உணர்ந்தாலும், அது என்னவென்று இன்னும் தெரியாவிட்டாலும், அந்தப் புதிய விஷயத்தை மகிழ்ச்சியுடன் ஆராயத் தொடங்கினார்.

‘தன் தேவைகளுக்காக வாழாமல் கடவுளுக்காக வாழ வேண்டும். எந்தக் கடவுள்? அவர் சொன்னதை விட அர்த்தமற்றது வேறு என்ன இருக்க முடியும்? ஒருவர் தனது சொந்த விருப்பங்களுக்காக வாழக் கூடாது, அதாவது நாம் எதைப் புரிந்துகொள்கிறோமோ, எதனால் ஈர்க்கப்படுகிறோமோ, எதை விரும்புகிறோமோ அதற்காக நாம் வாழக்

கூடாது. ஆனால் யாராலும் புரிந்து கொள்ளவோ வரையறுக்கவோ முடியாத கடவுளுக்காக வாழ வேண்டும் என்று அவர் சொல்கிறார். அப்படித்தானே? பியோதர் சொன்ன அர்த்தமற்ற வார்த்தைகள் எனக்குப் புரியவில்லையா? இல்லை, நான் அதைப் புரிந்து கொண்ட பிறகும், அவர்கள் சொல்வதிலுள்ள உண்மையைச் சந்தேகிக்கிறேனா? நான் அவர்களை முட்டாள்கள், தெளிவற்றவர்கள், செயலற்றவர்கள் என்று நினைக்கிறேனா?'

'இல்லை, நான் அவரைப் புரிந்து கொண்டேன், அவர் எந்த அர்த்தத்தில் புரிந்து கொண்டாரோ அப்படியே நானும் புரிந்து கொண்டேன். நான் என் வாழ்க்கையில் வேறு எதையும் புரிந்து கொண்டதை விட முழுமையாகவும் தெளிவாகவும் அதைப் புரிந்து கொண்டேன். என் வாழ்க்கையில் நான் ஒருபோதும் அதைச் சந்தேகிக்கவில்லை, சந்தேகிக்கவும் முடியாது. நான் மட்டுமின்றி உலகம் முழுவதும் உள்ள அனைவரும் அதை முழுமையாகப் புரிந்து கொண்டுள்ளனர். மேலும் அவர்கள் சந்தேகிக்காமல் எப்போதும் ஒப்புக்கொள்ளும் ஒரு விஷயம் அதுதான்.'

'கிரில்லோவ் என்ற விடுதிக் காப்பாளர் தன் வயிற்றுக்காக வாழ்கிறார் என்று பியோதர் சொல்கிறான். அது புரிந்து கொள்ளக் கூடியது, நியாயமானது. பகுத்தறிவு விலங்குகளாகிய நாம் அனைவரும் வேறுவிதமாக வாழ முடியாது. ஆனால் அதே பியோதர், ஒருவர் வயிற்றுக்காக வாழ்வது மோசமானது என்றும், உண்மைக்காக, கடவுளுக்காக வாழ வேண்டும் என்றும் கூறுகிறார். நான் ஒரு குறிப்பின் மூலம் அவரைப் புரிந்து கொள்கிறேன்! நான் உட்பட, பல நூற்றாண்டுகளுக்கு முன்பு வாழ்ந்தவர்களும், இப்போது வாழ்ந்து கொண்டிருக்கும் கோடிக்கணக்கான மனிதர்களும், விவசாயிகளும், இதைப் பற்றி சிந்தித்து எழுதிய ஞானிகளும் தங்கள் தெளிவற்ற மொழியில் 'நாம் எதற்காக வாழ வேண்டும், எது நல்லது' என்ற ஒரே ஒரு விஷயத்தைத் திரும்பத் திரும்பச் சொல்கிறார்கள். நாம் அனைவரும் இந்த ஒரு விஷயத்தில் உடன்படுகிறோம். நானும் மற்ற மனிதர்களும் ஒரே ஒரு விஷயத்தை மட்டும் உறுதியாகவும், தெளிவாகவும், நிச்சயமாகவும் அறிவோம். ஆனால் அந்த அறிவை பகுத்தறிவால் விளக்க முடியாது. அது பகுத்தறிவுக்கு அப்பாற்பட்டது. அதற்குக் காரண காரியம் எதுவும் இல்லை.'

'நன்மைக்கு ஒரு காரணம் இருந்தால் அது நன்மை அல்ல. அதன் விளைவாக வெகுமதி கிடைக்கும் என்றால் அது நன்மை அல்ல. எனவே நன்மை என்பது காரண காரியங்களுக்கு அப்பாற்பட்டது.'

'அது எனக்குத் தெரியும். அது நம் அனைவருக்கும் தெரியும்.'

'ஆனால் நான் அற்புதங்களைத் தேடிக் கொண்டிருந்தேன். என்னை நம்ப வைக்கக் கூடிய ஒரு அற்புதத்தை நான் இதுவரை காணவில்லை என்று வருந்தினேன். ஆனால் இங்கே ஒரு அதிசயம், சாத்தியமான, நிரந்தரமான ஒரு அதிசயம், எல்லாத் திசைகளிலிருந்தும் என்னைச் சூழ்ந்திருக்கிறது. ஆனால் நான் அதைக் கவனிக்கத் தவறிவிட்டேன்!'

'அதைவிடப் பெரிய அதிசயம் வேறு என்ன இருக்க முடியும்?'

'நான் உண்மையில் எல்லாவற்றுக்கும் தீர்வு கண்டுபிடித்து விட்டேனா? இப்போது என் துன்பங்கள் முடிந்து விட்டதா?' என்று நினைத்தபடி வெப்பத்தையும் சோர்வையும் பொருட்படுத்தாமல், தூசி படிந்த சாலையில் நடந்து சென்ற லெவினுக்கு, நீண்ட காலம் அனுபவித்த வேதனைக்குப் பிறகு ஒரு நிம்மதியான உணர்வு ஏற்பட்டது. அவருக்கு அளவற்ற ஆனந்தத்தைக் கொடுத்த அந்த உணர்வு நம்பமுடியாததாகத் தோன்றியது. அவர் உற்சாகத்தில் மூச்சுத்திணறி, மேற்கொண்டு நடக்க முடியாமல், காட்டுக்குள் நுழைந்து, காட்டரசு மரத்தின் நிழலில், புல்வெளியில் அமர்ந்தார். அவர் வியர்வை வழிந்த தலையிலிருந்து தொப்பியை எடுத்துவிட்டு, பரந்து விரிந்த காட்டின் புல்வெளியில் முழங்கையை முட்டுக் கொடுத்துப் படுத்துக் கொண்டார்.

'ஆமாம், நான் என் எண்ணங்களை ஒன்று திரட்டி யோசித்துப் பார்க்க வேண்டும்' என்று நினைத்த லெவின், தன் முன்னால் விரிந்து கிடந்த புல்வெளியைப் பார்த்தபடி, புல்லின் தண்டின் மீது ஊர்ந்து சென்ற ஒரு சிறிய பச்சை நிறப் பூச்சியின் அசைவுகளைக் கவனித்தார். தண்டின் மீது இருந்த இலை அது மேலே ஏறுவதைத் தடை செய்தது. 'நான் என்ன கண்டுபிடித்தேன்?' என்று தனக்குள் கேட்டுக் கொண்ட அவர், பூச்சி மேலே ஏறுவதற்கு வசதியாக, மற்றொரு புல்லின் தண்டை அதன் மீது வளைத்தார். 'நான் எதற்கு இவ்வளவு சந்தோஷப்படுகிறேன்? நான் எதைக் கண்டுபிடித்தேன்?'

'என் உடலிலும், இந்தத் தாவரத்தின் உடலிலும், இந்தப் பூச்சியின் (அது அதற்கு மேலே ஏற விரும்பாமல் சிறகை விரித்துப் பறந்தது) உடலிலும், இயற்பியல், வேதியியல் மற்றும் உடலியல் விதிகளின்படி பருப்பொருளின் மாற்றம் நிகழ்கிறது. மனிதர்களாகிய நாம் உட்பட மரங்கள், மேகங்கள், வளிமண்டலம் என எல்லாவற்றிலும் பரிணாம வளர்ச்சி நிகழ்ந்து கொண்டிருக்கிறது. எதிலிருந்து வளர்ச்சி? எதற்காக வளர்ச்சி? முடிவில்லாத வளர்ச்சியும் போராட்டமும்... முடிவிலியில் எந்த விதமான வழிமுறையும் போராட்டமும் இருக்கலாம் போல! நான் இந்தப் பாதையில் எவ்வளவோ சிந்தித்தும், வாழ்க்கையின் அர்த்தத்தையும், என்னுடைய நோக்கங்களின் அபிலாஷைகளின் அர்த்தத்தையும் என்னால் கண்டுபிடிக்க முடியவில்லை என்பதைக்

கண்டு வியந்தேன். ஆயினும் என் வாழ்க்கையின் அர்த்தம் எனக்குத் தெளிவாகத் தெரிகிறது. நான் அதனுடன் எப்போதும் இணக்கமாக வாழ்கிறேன். ஒரு விவசாயி கடவுளுக்காக, ஆன்மாவுக்காக வாழ வேண்டும் என்று அதை என்னிடம் வெளிப்படுத்திய போது, நான் வியப்பும் மகிழ்ச்சியும் அடைந்தேன்.'

'நான் எதையும் புதியதாகக் கண்டுபிடிக்கவில்லை. நான் ஏற்கனவே அறிந்ததை மட்டுமே இப்போது அடையாளம் கண்டு கொண்டேன். கடந்த காலத்தில் எனக்கு உயிர் கொடுத்தது மட்டுமின்றி, இப்போது எனக்கு வாழ்க்கையைத் தரும் அந்தச் சக்தியை நான் புரிந்து கொண் டேன். நான் மாயைகளிலிருந்து விடுபட்டு உண்மையைக் கண்டு கொண்டேன்.'

அவர் தனது நோயுற்ற அன்புச் சகோதரன் மரணப்படுக்கையில் நம்பிக்கையற்ற நிலையில் கிடந்தபோது ஆரம்பித்து, கடந்த இரண்டு ஆண்டுகளாகத் தன்னை அலைக்கழித்த சிந்தனைகள் அனைத்தையும் சுருக்கமாக நினைத்துப் பார்த்தார்.

அவர் அப்போதிருந்து தனக்கும், ஒவ்வொரு மனிதனுக்கும் முன்னால் இருப்பது துன்பம், மரணம், நித்திய அழிவைத் தவிர வேறு எதுவும் இல்லை என்பதை முன்னெப்போதையும் விட முதல் முறையாகத் தெளிவாக அறிந்து கொண்டதும், அப்படி வாழ்வது சாத்தியமில்லை என்றும், ஏதோ ஒரு சாத்தானின் தீய கேலிக்கூத்தாக தான் இல்லாமல் தன் வாழ்க்கைக்கு ஒரு தெளிவான விளக்கம் காண வேண்டும் என்றும், இல்லையெனில் தன்னைத் தானே சுட்டுக் கொள்ள வேண்டும் என்றும் முடிவு செய்திருந்தார்.

ஆனால் அவர் அந்த இரண்டையும் செய்யாமல் தொடர்ந்து வாழ்ந்து, சிந்தித்து, உணர்ந்து, அதே நேரத்தில் திருமணம் செய்து கொண்டு, பல இன்பங்களை அனுபவித்து, தன் வாழ்க்கையின் நோக்கத்தைப் பற்றிச் சிந்திக்காத வரை மகிழ்ச்சியாக இருந்தார்.

அப்படியானால் அதற்கு என்ன அர்த்தம்? அதாவது அவர் சரியாக வாழ்ந்தார். ஆனால் தவறாகச் சிந்தித்தார்.

அவர் தனக்கே தெரியாமல், தாய்ப் பாலிலிருந்து உறிஞ்சிய அந்த ஆன்மிக உண்மைகளால் வாழ்ந்து கொண்டிருந்தார். ஆனால் அவர் அந்த உண்மைகளை ஒப்புக்கொள்ளாமல் சிந்தித்தது மட்டு மின்றி, அவற்றைப் புறக்கணித்து வந்தார்.

தான் வளர்க்கப்பட்ட நம்பிக்கைகளால் மட்டுமே தன்னால் வாழ முடியும் என்பது இப்போது அவருக்குத் தெளிவாகப் புரிந்தது.

'எனக்கு அந்த நம்பிக்கைகள் இல்லை என்றால், நான் கடவுளுக் காக வாழ வேண்டுமே தவிர, என் சொந்த ஆசைகளுக்காக வாழக் கூடாது என்று எனக்குத் தெரியவில்லை என்றால், நான் என்னவாக

இருந்திருப்பேன், எப்படி வாழ்ந்திருப்பேன்? நான் கொள்ளையடித்தும், ஏமாற்றியும், கொலை செய்தும் வாழ்ந்திருப்பேன். என் வாழ்க்கையில் முக்கியமான சந்தோஷங்கள் என்று எதுவுமே இருந்திருக்காது.' அவருக்குத் தான் எதற்காக வாழ்கிறோம் என்பது தெரியாவிட்டால், தான் எப்படிப்பட்ட மிருகமாக இருந்திருப்பேன் என்பதை அவர் மிகுந்த சிரமத்துடன் நினைத்துப் பார்த்தபோதும், அவரால் அதைக் கற்பனை செய்து பார்க்க முடியவில்லை.

'நான் என் கேள்விக்குப் பதிலைத் தேடினேன். ஆனால் பகுத்தறிவு சிந்தனை என் கேள்விக்குப் பதில் சொல்ல முடியவில்லை. ஏனெனில் அது கேள்வியுடன் ஒத்துப்போகவில்லை. எது சரி, எது தவறு என்ற அறிவை வாழ்க்கையே எனக்குக் கொடுத்தது. நான் அந்த அறிவை எங்கிருந்தும் பெறவில்லை. அது அனைவருக்கும் கொடுக்கப்பட்டது போல எனக்கும் கொடுக்கப்பட்டது, ஏனெனில் நான் அதை எங்கிருந்தும் பெற்றிருக்க முடியாது.'

'அது எனக்கு எங்கிருந்து கிடைத்தது? அண்டை வீட்டாரைத் துன்புறுத்தாமல் நேசிக்க வேண்டும் என்பதை எந்த அறிவின் மூலம் நான் அறிந்து கொண்டேன்? நான் குழந்தையாக இருந்தபோது அவர்கள் என்னிடம் அப்படிச் சொன்னார்கள். நானும் அதை மகிழ்ச்சியுடன் நம்பினேன், ஏனெனில் என் உள்ளத்தில் உள்ளதை அவர்கள் என்னிடம் சொன்னார்கள். ஆனால் யார் அதைக் கண்டு பிடித்தார்கள்? அறிவு அதைக் கண்டுபிடிக்கவில்லை. இருப்புக்கான போராட்டத்தையும், என் ஆசைகளை நிறைவேற்றுவதைத் தடுக்கும் அனைவரையும் ஒடுக்க வேண்டும் என்பதையும் அறிவுதான் கண்டு பிடித்தது. இதுதான் அறிவின் முடிவு. அண்டை வீட்டாரை நேசிக்க வேண்டும் என்பதை ஒருபோதும் அறிவினால் கண்டுபிடிக்க முடியாது. ஏனெனில் அது அறிவற்றது.'

'ஆமாம், அகங்காரம்' என்று தனக்குள் சொல்லிக் கொண்ட அவர், புரண்டு படுத்து, புற்களின் இரு நுனிகளைப் பிடித்து, அவற்றை உடைக்காமல் முடிச்சு போட்டார்.

'அது அறிவின் அகங்காரம் மட்டுமல்ல, அறிவின் முட்டாள் தனமும் கூட. எல்லாவற்றுக்கும் மேலாகத் தந்திரம், அறிவின் தந்திரம். துல்லியமாக அறிவின் ஏமாற்று வேலை, அவ்வளவுதான்' என்று அவர் தனக்குள் சொல்லிக் கொண்டார்.

13

டோலிக்கும் அவளுடைய குழந்தைகளுக்கும் இடையில் சமீபத்தில் நடந்த ஒரு நிகழ்ச்சி லெவினின் நினைவுக்கு வந்தது.

தனிமையில் இருந்த அவளுடைய குழந்தைகள் ஒரு கோப்பையில் ராஸ்பெர்ரி பழங்களைப் போட்டு அதை மெழுகுவர்த்தியின் மேலே பிடித்துச் சமைத்தனர். அவர்கள் ஒரு பீச்சாங் குழலால் நீரூற்று போல தங்கள் வாயில் பாலை ஊற்றிக் கொண்டனர். குழந்தைகளின் அந்தச் சேட்டைகளைக் கண்டுபிடித்த தாய், அவர்கள் தங்கள் குறும்பு களால் பெரியவர்களுக்கு எவ்வளவு நஷ்டத்தை ஏற்படுத்துகிறார்கள் என்றும், அது அவர்களின் நலனுக்காகவே செய்யப்படுகிறது என்றும், எனவே அவர்கள் கோப்பைகளை உடைத்தால் தேநீர் குடிக்க எதுவும் இருக்காது என்றும், பாலை வீணடித்தால் அவர்கள் சாப்பிடுவதற்கு எதுவும் இல்லாமல் பட்டினியால் இறக்க வேண்டும் என்றும் லெவின் முன்னிலையில் குழந்தைகளை எச்சரித்தாள்.

தாயின் அந்த வார்த்தைகளைக் கேட்டு, குழந்தைகளின் முகத்தில் வெளிப்பட்ட, அசைக்க முடியாத அவநம்பிக்கை லெவினைத் திகைப்பில் ஆழ்த்தியது. அவர்கள் தங்கள் வேடிக்கை விளையாட்டு நின்றதை நினைத்து எரிச்சலடைந்தனர். மேலும் அவர்கள் தங்கள் தாய் சொன்ன ஒரு வார்த்தையைக் கூட நம்பவில்லை, ஏனெனில் தாங்கள் அனுபவித்தவற்றின் மகத்துவத்தை அவர்களால் கற்பனை செய்து பார்க்க முடியவில்லை. எனவே அவர்களால் தங்களை வாழ வைத்த பொருளையே தாங்கள் வீணடிக்கிறோம் என்பதை நினைத்துப் பார்க்க முடியவில்லை.

'அவையெல்லாம் தானாகவே வருகிறது' என்று அவர்கள் நினைக்கிறார்கள். 'அதில் சுவாரஸ்யமான அல்லது முக்கியமான எதுவும் இல்லை, ஏனென்றால் அது எப்போதும் இருக்கிறது, எப் போதும் இருக்கும். மேலும் அது எப்போதும் அப்படியே இருக்கும். அது எப்போதும் கிடைக்கும் என்பதால் அதைப் பற்றி யோசிக்க வேண்டிய அவசியம் இல்லை. ஆனால் நாங்கள் புதியதாகவும் சொந்தமாகவும் யோசிக்க விரும்புகிறோம். எனவே ராஸ்பெர்ரியை தேநீர் கோப்பையில் சமைப்பதையும், பாலை நீரூற்று போல ஒருவருக் கொருவர் வாயில் ஊற்றிக் கொள்வதையும் கண்டுபிடித்தோம். இது வேடிக்கையானது, புதியது என்பது மட்டுமின்றி, கோப்பையில் ஊற்றிக் குடிப்பதை விட மோசமானது அல்ல.'

'இயற்கை சக்திகளின் அர்த்தத்தையும், மனித வாழ்வின் நோக் கத்தையும் அறிவுப்பூர்வமாகத் தேடும்போது நாமும் அதைத்தானே செய்கிறோம்?' என்று லெவின் நினைத்தார்.

'மனிதனுக்கு விசித்திரமாகவும் இயற்கைக்கு மாறானதாகவும் உள்ள சிந்தனைப் பாதையில் பயணிக்கச் செய்து, அது இல்லாமல் அவனால் வாழவே முடியாது என்று அவனுக்கு நிச்சயமாகத் தெரிந்த, நீண்ட காலத்திற்கு முன்பே அவன் அறிந்ததைப் பற்றிய அறிவை அவனுக்குக் கொண்டுவர முயற்சிப்பதன் மூலம் எல்லாத்

தத்துவக் கோட்பாடுகளும் ஒரே காரியத்தைச் செய்யவில்லையா? ஒவ்வொரு தத்துவ ஞானியும் தங்கள் கோட்பாட்டை விளக்கும் முயற்சியில், வாழ்க்கையின் முக்கிய நோக்கத்தை விவசாயி பியோதரைப் போல, நிச்சயமாக அவரை விட அதிகத் தெளிவற்றதாக, முன் கூட்டியே அறிந்திருக்கிறார். இருப்பினும் சந்தேகத்திற்குரிய அறி வார்ந்த செயல்முறையின் மூலம் ஏற்கனவே அனைவரும் அறிந்ததை அடைய விரும்புகிறார் என்பது தெளிவாகத் தெரிகிறது அல்லவா?'

'சரி, குழந்தைகள் தங்களைத் தாங்களே கவனித்துக் கொள்ளவும், உணவு சமைக்கவும், பசுவிடம் பால் கறக்கவும், இன்னும் பலவற்றைச் செய்யவும் விட்டு விட்டால், அவர்கள் குறும்பு செய்வார்களா? அவர் கள் பட்டினியால் இறந்து போவார்கள். அதுபோலவே, கடவுள், சிருஷ்டிகர்த்தா என்ற எண்ணம் இல்லாமல், எது நல்லது எது கெட்டது என்ற எந்த விளக்கமும் இல்லாமல், எங்கள் உணர்வு களுடன், எண்ணங்களுடன் எங்களை விட்டு விடுங்கள்!'

'அந்த எண்ணங்கள் இல்லாமல் எதையாவது உருவாக்க முயற்சி செய்யுங்கள்!"

'நாம் ஆன்மிகத்தில் ஈடுபாடு உடையவர்களாக இருப்பதால்தான் அழிக்கிறோம். குழந்தைகளைப் போல.'

'எனக்கு மன அமைதியைக் கொடுத்த விவசாயிடமிருந்து நான் பகிர்ந்து கொண்ட, அந்த மகிழ்ச்சியான அறிவு எனக்கு எங்கிருந்து கிடைத்தது? நான் அதை எங்கிருந்து பெற்றேன்?'

'ஒரு கிறிஸ்தவனாக கடவுளைப் பற்றிய சிந்தனையுடன் வளர்க்கப்பட்டு, கிறிஸ்தவம் எனக்கு வழங்கிய ஆன்மிக ஆசீர்வாதங் களால் என் வாழ்க்கையை நிரப்பி, அவற்றின்படி வாழும் நான், குழந்தைகளைப் போல அவற்றைப் புரிந்து கொள்ளாமல், என் வாழ்க்கையை அழித்துக் கொள்ள விரும்பினேன். ஆனால் வாழ்க்கை யில் ஒரு முக்கியமான தருணம் வந்தவுடன், குளிரிலும் பசியிலும் வாடும் குழந்தைகளைப் போல நான் அவரை நோக்கித் திரும்பு கிறேன். குழந்தைத்தனமான குறும்புகளுக்கு அம்மாவிடம் திட்டு வாங்கும் குழந்தைகளை விட, வழிதவறிச் சென்ற எனது குழந்தைத் தனமான முயற்சிகள் அத்தனை பெருமைக்குரியது அல்ல என்று நான் உணர்கிறேன்.'

'ஆமாம், நான் தெரிந்து கொண்டவை எனக்கு அறிவின் மூலம் கிடைக்கவில்லை. ஆனால் அது எனக்குக் கொடுக்கப்பட்டது, எனக்கு வெளிப்படுத்தப்பட்டது. தேவாலயம் ஒப்புக்கொண்ட முக்கிய போதனையில் நம்பிக்கை வைத்து, என் உள்ளத்தால் நான் அதைத் தெரிந்து கொண்டேன்.'

'தேவாலயம்! தேவாலயம்!' என்று திரும்பத் திரும்ப தனக்குள் சொல்லிக் கொண்ட லெவின், மறுபக்கம் திரும்பி, முழங்கையில் சாய்ந்து கொண்டு, தூரத்தில் ஆற்றைக் கடந்து செல்லும் கால்நடைக் கூட்டத்தைப் பார்த்தார்.

'ஆனால் தேவாலயம் போதிக்கும் அனைத்தையும் நான் நம்ப லாமா?' என்று கேட்டுக் கொண்ட லெவின், தற்போது அவருக்கு ஏற்பட்ட நிம்மதியைக் குலைக்கும் அனைத்தையும் யோசித்தார். அவர் தனக்கு எப்போதும் விசித்திரமாகத் தோன்றிய, சோர்வு தரும் தேவாலயத்தின் போதனைகளை வேண்டுமென்றே நினைத்துப் பார்த்தார். 'படைப்பு? ஆனால் நான் இருப்பை எப்படி விளங்கிக் கொண்டேன்? இருப்பின் மூலமா? இன்மையில் இருந்தா? சாத்தானும் பாவமும்? ஆனால் தீமையை எப்படி விளக்குவது? பிராயச்சித்தம்?'

'ஆனால் எனக்கு ஒன்றும் தெரியாது. எனக்கும் மற்றவர்களுக்கும் சொல்லப்பட்டதைத் தவிர எனக்கு வேறு எதுவும் தெரியாது.'

தேவாலயத்தின் எந்த ஒரு கோட்பாடும் மனிதகுலத்தின் ஒரே நோக்கமான கடவுள் நம்பிக்கை, நற்குணம் என்ற முக்கிய நோக்கத்தை மீறவில்லை என்று இப்போது அவருக்குத் தோன்றியது.

தேவாலயத்தின் போதனைகள் ஒவ்வொன்றும் ஒருவரின் தனிப்பட்ட தேவைகளைப் பூர்த்தி செய்வதை விட, சத்தியத்தை அடைவதற்கான சேவையில் நம்பிக்கை வைக்கலாம். அந்தப் போதனை கள் அதை மீறக்கூடாது என்பது மட்டுமின்றி, பூமியில் தொடர்ந்து நிகழும் முக்கிய அதிசயத்தை நிறைவேற்றுவதற்கு அவை ஒவ் வொன்றும் இன்றியமையாதவை. இதனால் ஒவ்வொரு தனி மனிதனும், ஞானிகள் முதல் அஞ்ஞானிகள் வரை, குழந்தைகள் முதல் முதியவர்கள் வரை, ஒவ்வொருவரும் (விவசாயிகள், லோவோவ், கிட்டி, பிச்சைக்காரர்கள், அரசர்கள்), ஆன்மாவின் வாழ்வை மேம் படுத்துதல் என்ற சந்தேகத்திற்கு இடமற்ற ஒரே விஷயத்தைப் புரிந்து கொள்வதற்கான சாத்தியக்கூறுகள் உள்ளன. அது மட்டுமே வாழ்வ தற்குத் தகுதியானது, அது மட்டுமே நமக்கு விலைமதிப்பற்றது.

லெவின் மல்லாந்து படுத்து, மேகமூட்டமில்லாத வானத்தைப் பார்த்தார். 'அது முடிவற்றது என்றும், அது வட்டமான ஒரு வளைவு அல்ல என்றும் எனக்குத் தெரியாதா? ஆனால் நான் எவ்வளவுதான் கண்களைச் சுருக்கி உற்றுப் பார்த்தாலும் அதை வட்டமாகவும் எல்லைக்குட்பட்டதாகவும் பார்க்காமல் இருக்க முடியாது. எல்லை யற்றதைப் பற்றி அறிவு எனக்கு இருந்தபோதிலும், ஒரு திடமான நீல நிற ஆகாயத்தைப் பார்க்கும் போது, மறுக்க முடியாத அளவுக்கு நான் நினைப்பது சரியானது. நான் அதற்கும் அப்பால் பார்க்கச்

சிரமப்படுவதை விட, நான் பார்ப்பதே சரியானது என்று தோன்று கிறது.'

லெவின் இப்போது சிந்திப்பதை நிறுத்திவிட்டு, தனக்குள் மகிழ்ச்சியாக, ஆர்வத்துடன் ஏதோ ஒன்றை விவாதித்துக் கொண்டி ருந்த மர்மமான குரல்களைக் கேட்டுக் கொண்டிருப்பது போலத் தோன்றியது.

'உண்மையில் இதுதான் நம்பிக்கையா?' என்று வியந்த லெவின், தனக்கு ஏற்பட்ட மகிழ்ச்சியை நம்புவதற்குப் பயந்தார். 'கடவுளே, உனக்கு நன்றி!' என்று அவர் தொண்டையில் எழுந்த விம்மல்களை விழுங்கி, இரு கைகளாலும் கண்களில் வழிந்த கண்ணீரைத் துடைத்துக் கொண்டார்.

14

லெவின் தன் கண்களுக்கு முன்னால் நேராகத் தெரிந்த கால்நடை மந்தையையும், தனது வண்டியையும், குதிரை ரேவனையும், கால் நடைகளை ஓட்டிச் சென்ற மேய்ப்பவனிடம் பேசிக் கொண்டிருந்த வண்டி ஓட்டியையும் பார்த்தார். அப்போது மிக அருகில் வண்டியின் சக்கரங்கள் உருளும் ஓசையும், குதிரையின் கனைப்பும் கேட்டது. ஆனால் வண்டியோட்டி தன்னைத் தேடி ஏன் வருகிறார் என்பதை யோசிக்க முடியாத அளவுக்கு அவர் தன் எண்ணங்களில் மூழ்கி யிருந்தார்.

அவருக்கு மிக அருகில் வந்த வண்டியோட்டி அவரை அழைத்த போதுதான் அவர் தன் நினைவுக்குத் திரும்பினார்.

"எஜமானி என்னை அனுப்பினார். உங்கள் சகோதரரும் அவருடன் மற்றொருவரும் வந்திருக்கிறார்கள்."

லெவின் வண்டியில் ஏறி கடிவாளத்தைக் கையில் எடுத்தார்.

கனவிலிருந்து விழித்து எழுந்தது போல நீண்ட நேரம் அவரால் தெளிவாகச் சிந்திக்க முடியவில்லை. அவர் அந்த ஆரோக்கியமான குதிரையின் கால்களையும், கடிவாளம் உரசிக் கொண்டிருந்த அதன் கழுத்தையும் பார்த்தார். அதன் பிறகு தன் அருகில் அமர்ந்திருந்த வண்டியோட்டி இவானைப் பார்த்தார். தன் சகோதரன் தனக்காகக் காத்திருக்கிறார் என்பதையும், தான் இன்னும் வீட்டுக்குத் திரும் பாததை நினைத்து தன் மனைவி கவலைப்படுவாள் என்பதையும் நினைவுகூர்ந்தார். தன் சகோதரனுடன் வந்திருக்கும் விருந்தாளி யாராக இருக்கும் என்று ஊகிக்க முயன்றார். இப்போது அவரது சகோதரரும், அவரது மனைவியும், யாரென்று தெரியாத விருந்தாளியும்

அவருக்கு மிகவும் வித்தியாசமாகத் தோன்றினார்கள். இனி எல்லா மனிதர்களுடனான தன்னுடைய உறவு வித்தியாசமாக இருக்கும் என்று அவருக்குத் தோன்றியது.

'இனி எனக்கும் என் சகோதரருக்கும் இடையில் எப்போதும் இருந்து வந்த விலகலும் விவாதங்களும் இருக்காது. இனி கிட்டியுடன் எந்தச் சண்டையும் இருக்காது. வந்திருக்கும் விருந்தாளி யாராக இருந்தாலும் அவரிடம் நட்பாகவும் அன்பாகவும் இருப்பேன். இனி வேலையாட்களிடமும், இவானிடமும் எல்லாமே வித்தியாசமாக இருக்கும்.'

தன்னை விட்டுவிடும்படி கெஞ்சுவது போல பொறுமையின்றி முனகிக் கொண்டிருந்த குதிரையின் கடிவாளத்தை இறுக்கமாகப் பிடித்திருந்த லெவின், தன் அருகில் அமர்ந்திருந்த இவானைப் பார்த்தார். அவன் சும்மாயிருக்கும் தன் கைகளை என்ன செய்வது என்று தெரியாமல், காற்று அடிக்கடி தூக்கிய தன் சட்டையைப் பிடித்துக் கொண்டிருந்தான். அவர் அவனுடன் பேசுவதற்கு ஒரு காரணத்தைத் தேடினார். இவான் சேணத்தின் சுற்றளவை இவ்வளவு இறுக்கமாக வைக்க வேண்டியதில்லை என்று சொல்ல விரும்பினார். ஆனால் அது அவனைக் கண்டிப்பது போல இருக்கும் என்பதால், அவர் அவனிடம் இனிமையாகப் பேச வேண்டும் என்று நினைத்தார். ஆனால் அவர் மனதில் வேறு எதுவும் தோன்றவில்லை.

"தயவுசெய்து, வலப்புறமாக ஓட்டுங்கள், அங்கே ஒரு மரக்கிளை உள்ளது" என்ற வண்டியோட்டி லெவினிடம் இருந்த கடிவாளத்தைப் பிடித்து வழி நடத்தினான்.

"தயவுசெய்து, என்னைத் தொட வேண்டாம். எனக்குக் கற்றுத்தர வேண்டாம்!" என்று லெவின் கோபத்துடன் சொன்னார். எப்போதும் போல அந்தக் குறுக்கீடு அவருக்குக் கோபத்தை ஏற்படுத்தியது. அவர் யதார்த்தத்தை எதிர்கொள்ளும் போது, தனது ஆன்மிக மனநிலை உடனடியாகத் தன் போக்கை மாற்றிவிடும் என்று கருதியது எவ்வளவு தவறானது என்பதை உடனடியாக உணர்ந்தார்.

அவர்கள் வீட்டை அடைவதற்கு நூறு கஜ தூரத்தில் இருந்த போது, கிரிஷாவும் தான்யாவும் தங்களை நோக்கி ஓடி வருவதை லெவின் பார்த்தார்.

"கோஸ்டியா மாமா! அம்மாவும், தாத்தாவும், செர்ஜி இவானோவிச்சும், வேறு ஒருவரும் வருகிறார்கள்" என்ற அவர்கள் வண்டியில் ஏறிக் கொண்டார்கள்.

"யார் அது?"

“அவர் ஒரு பயங்கரமான மனிதர்! அவர் தன் கைகளை இப்படி அசைக்கிறார்” என்று தான்யா வண்டியில் எழுந்து நின்று, கட்டாவாசோவைப் போல செய்து காட்டினாள்.

“அவர் வயதானவரா அல்லது இளையவரா?” என்று சிரித்துக் கொண்டே கேட்ட லெவின், தான்யா செய்து காட்டியது யாரையோ நினைவுபடுத்துவதை அறிந்தார். ‘ஆகா, அவர் எனக்குப் பிடிக்காத வராக இருக்க மாட்டார் என்று நம்புகிறேன்!’ என்று நினைத்தார்.

வண்டி சாலையின் வளைவில் திரும்பியதும், அவர்கள் தன்னைச் சந்திக்க வருவதைப் பார்த்த லெவின், வைக்கோல் தொப்பி அணிந்து, தான்யா செய்தது போலவே கைகளை அசைத்தபடி நடந்து வந்த கட்டாவாசோவை அடையாளம் கண்டு கொண்டார்.

கட்டாவாசோவ் தத்துவத்தைப் பற்றிப் பேசுவதில் அதிக ஆர்வமாக இருந்தார். ஆனால் அவர் தத்துவத்தைப் படிக்காத இயற்கை விஞ்ஞானிகளிடமிருந்து அதைப் பற்றிய தனது அறிவை வளர்த்துக் கொண்டார். லெவின் மாஸ்கோவில் இருந்தபோது அடிக்கடி அவருடன் வாக்குவாதத்தில் ஈடுபட்டார்.

அந்த உரையாடல்கள் ஒன்றில் கட்டாவாசோவ் தான் வெற்றி பெற்றுவிட்டதாக நினைத்தார் என்பது அவரைப் பார்த்ததும் லெவினின் நினைவுக்கு வந்தது.

‘இல்லை, நான் எதற்காகவும் வாதிட மாட்டேன். என் கருத்துக் களை வெளிப்படுத்த மாட்டேன்’ என்று அவர் நினைத்தார்.

லெவின் வண்டியிலிருந்து இறங்கி, தன் சகோதரனையும், கட்டாவாசோவையும் வரவேற்றார். பிறகு தன் மனைவியைப் பற்றிக் கேட்டார்.

“அவர் மீச்சியாவை கோலோக்கிற்கு (வீட்டின் அருகில் இருந்த ஒரு காடு) எடுத்துச் சென்றிருக்கிறார். வீட்டிற்குள் மிகவும் வெப்ப மாக இருப்பதால், அவனைச் சற்று நேரம் வெளியே வைத்திருக்க விரும்பினார்” என்றாள் டோலி.

லெவின் அது ஆபத்தானது என்று கருதியதால், தன் மனைவி யிடம் குழந்தையைக் காட்டிற்கு எடுத்துச் செல்ல வேண்டாம் என்று பலமுறை சொல்லியிருந்தார். எனவே அந்தச் செய்தி அவருக்கு மகிழ்ச்சியளிக்கவில்லை.

“அவள் எப்போதும் அவனை ஓரிடத்திலிருந்து மற்றொரு இடத்திற்கு எடுத்துச் செல்கிறாள்” என்று இளவரசர் புன்னகையுடன் சொன்னார். “நான் அவனைப் பனிக்கட்டி இருக்கும் நிலவறைக்கு எடுத்துப் போகச் சொன்னேன்!”

"அவர் தேனீக்கள் கூடாரத்துக்குப் போக நினைத்தார். நீங்கள் அங்கே இருப்பீர்கள் என்று நினைத்தாள். நாங்கள் அங்கே போகிறோம்" என்றாள் டோலி.

"சரி, நீங்கள் என்ன செய்கிறீர்கள்?" என்ற செர்ஜி இவானோவிச் மற்றவர்களிடமிருந்து பின்வாங்கி, தன் சகோதரனுடன் சேர்ந்து நடந்தார்.

"ஓ, விசேஷமாக ஒன்றுமில்லை. எப்போதும் போல பண்ணை வேலையில் மும்முரமாக இருக்கிறேன்" என்றார் லெவின். "நீங்கள் நீண்ட காலம் இருப்பீர்களா? நாங்கள் உங்களை ஒவ்வொரு நாளும் எதிர்பார்த்துக் கொண்டிருந்தோம்."

"இரண்டு வாரங்கள். மாஸ்கோவில் செய்ய வேண்டியது நிறைய இருக்கிறது."

அவர் அதைச் சொன்னபோது சகோதரர்களின் கண்கள் சந்தித்துக் கொண்டன. தன் சகோதரனுடன் அன்பாகவும், இன்னும் வெளிப்படையாகவும் நடந்துகொள்ள வேண்டும் என்ற ஆசை முன்னெப் போதையும் விட லெவினுக்கு அதிகமாக இருந்தபோதிலும், அவரைப் பார்ப்பது சங்கடமாக இருந்தது. அவர் என்ன சொல்வது என்று தெரியாமல் கண்களைத் தாழ்த்திக் கொண்டார்.

செர்ஜி இவானோவிச்சுக்கு ஏற்புடையதாகவும், மாஸ்கோவில் வேலை இருப்பதாக அவர் மறைமுகமாகக் குறிப்பிட்ட, செர்பியப் போர் மற்றும் அடிமைகள் பிரச்சினையிலிருந்து விலகி, அவருடைய புத்தகத்தைப் பற்றிப் பேசத் தொடங்கினார்.

"உங்கள் புத்தகத்தைப் பற்றி ஏதேனும் விமர்சனங்கள் வந்துள்ளனவா?" என்று அவர் கேட்டார்.

செர்ஜி இவானோவிச் அந்தக் கேள்வியின் உள்நோக்கத்தைப் புரிந்துகொண்டு புன்னகைத்தார்.

"யாருக்கும் அதில் ஆர்வமில்லை. நானும் அதில் ஆர்வம் காட்டவில்லை" என்றார் அவர். "பாருங்கள், டாரியா அலெக்ஸாண்ட் ரோவ்னா மழை வரப் போகிறது" என்ற அவர் மரங்களின் உச்சியில் திரண்ட மேகங்களைத் தனது குடையால் சுட்டிக் காட்டினார்.

லெவின் தவிர்க்க விரும்பிய பகையற்ற, ஆனால் அந்நியமான உறவைச் சகோதரர்களிடையே மீண்டும் நிலைநிறுத்துவதற்கு அந்த வார்த்தைகள் போதுமானதாக இருந்தன.

லெவின் கட்டாவாசோவிடம் சென்றார்.

"நீங்கள் இங்கு வருவதற்கு முடிவு செய்தது மகிழ்ச்சியளிக்கிறது" என்றார்.

"நான் நீண்ட நாளாக ஆசைப்பட்டேன். இப்போது நாம் பல வற்றையும் விவாதிக்கலாம். நீங்கள் ஸ்பென்சரைப் படித்தீர்களா?"

"இல்லை, நான் இன்னும் முடிக்கவில்லை, ஆனால் எனக்கு இப்போது அவர் தேவையில்லை" என்றார்.

"ஏன்? அது சுவாரஸ்யமானது."

"எனக்கு ஆர்வமுள்ள கேள்விகளுக்கான தீர்வை அவரிடமும் அவரைப் போன்றவர்களிடமும் காண முடியாது என்று நான் உறுதியாக நம்புகிறேன். இப்போது..."

ஆனால் கட்டாவாசோவின் அமைதியான, மகிழ்ச்சியான முகபாவம் திடீரென்று அவரை வியப்பில் ஆழ்த்தியது. அவர் அதைச் சொன்னதன் மூலம் தன்னுடைய மன அமைதியைக் குலைத்துக் கொண்டதை நினைத்து வருந்தினார். எனவே அவர் தன் நோக்கத்தை நினைவு கூர்ந்து பேசுவதை நிறுத்தினார்.

"நாம் பிறகு பேசலாம்" என்றார் அவர். "நாம் இந்த வழியாகத் தேனீக்கள் கூடாரத்திற்குப் போக வேண்டும்" என்று அவர் அனை வரையும் பார்த்துச் சொன்னார்.

செங்கருநீல மலர்ச் செடிகள் கம்பளம் விரித்த, கொத்துக் கொத்தாக வளர்ந்திருந்த ஒருவகை ரோஜா மலர்ச் செடிகள் உயர மாக வளர்ந்திருந்த அடர்ந்த புதர்களிடையே இருந்த, ஒரு குறுகலான பாதையில் லெவின் அவர்களை அழைத்துச் சென்றார். காட்டரசு மரங்களின் அடர்ந்த குளுமையான நிழலில், தேனீக்களைக் கண்டு பயப்படும் பார்வையாளர்களுக்குப் பிரத்தியேகமாக போட்டிருந்த பெஞ்சில் அவர்களை அமர வைத்தார். அவர் குடிசைக்குச் சென்று பெரியவர்களுக்கும் குழந்தைகளுக்கும் ரொட்டியும், வெள்ளரியும், புத்தம் புதிய தேனையும் கொண்டு வந்தார்.

அவர் இயன்றவரை மெதுவாக நடந்து, தன்னைத் தாண்டி அடிக்கடி பறக்கும் தேனீக்களின் ரீங்காரத்தைக் கேட்டுக் கொண்டே, குடிசைக்குள் சென்றார். அவர் வாசலில் நுழைந்தபோது அவரது தாடியில் மாட்டிய ஒரு தேனீ பலமாக ரீங்காரமிட்டது. அவர் அதைக் கவனமாகத் தன் தாடியிலிருந்து எடுத்தார். அவர் குடிசையில் நுழைந்து, சுவரில் தொங்கிய ஒரு வலையை எடுத்து அணிந்து, தன் கைகளைப் பாக்கெட்டில் திணித்துக் கொண்டு, வேலியால் சூழப்பட்ட தேனீக் களின் கூடாரத்திற்குச் சென்றார். அங்கு அவருக்கு மிகவும் பரிச்சய மான, ஒவ்வொன்றுக்கும் அதற்கென்று தனிக் கதையுடைய, திரண்ட தேன்கூடுகளின் பெட்டிகள் வரிசையாக இருந்தன. அதே நேரத்தில் வேலித்தட்டியில் அந்த ஆண்டு புதியதாக வளர்ந்த இளம் தேன் கூடுகள் இருந்தன. தேன்கூடுகளின் முன்னால் விளையாடும் தேனீக் களும், ஆண் தேனீக்களும் ஒரே இடத்தில் வட்டமிட்டு ஒன்றின்

மீது ஒன்று மோதிக் கொண்டன. அவற்றுக்கு இடையில் வேலைக் காரத் தேனீக்கள் மலர்கள் பூத்துக் குலுங்கும் மரத்திற்குச் சென்று அவற்றிலிருந்து தேனைச் சேகரித்துக் கொண்டு வந்தன.

அவருடைய காதுகளில் இடைவிடாமல் தேனீக்களின் ரீங்காரம் கேட்டுக் கொண்டே இருந்தது. பரபரப்பாக இருந்த ஒரு வேலைக் காரத் தேனீ பறந்து சென்றது. வேலை செய்யாமல் சும்மாயிருந்த ஒரு ஆண் தேனீ ரீங்காரமிட்டுப் பறந்தது. எதிரிகளிடமிருந்து தங்கள் உடைமைகளைப் பாதுகாத்துக் கொள்ளத் தயாராக இருந்த தேனீக்கள் கூட்டம் அவர்களைக் கடிக்கத் தயாராக இருந்தன. வேலியின் மறுபக்கம் ஒரு முதியவர் வளையம் ஒன்றை அமைத்துக் கொண்டிருந்தார். அவர் லெவினைக் கவனிக்கவில்லை. லெவின் அவரைக் கூப்பிடாமல் தேனீக்கள் கூட்டத்தின் நடுவில் சென்றார்.

தனிமையில் இருப்பதற்கும், ஏற்கனவே தன் மனநிலையைக் கெடுத்த யதார்த்தத்திலிருந்து மீள்வதற்கும் கிடைத்த அந்த வாய்ப்பை நினைத்து அவர் மகிழ்ச்சியடைந்தார்.

இவானிடம் கோபப்பட்டதையும், தன் சகோதரனிடம் அந்நிய மாக நடந்து கொண்டதையும், கட்டாவாசோவிடம் விரும்பத்தகாத முறையில் பேசியதையும் நினைத்துப் பார்த்தார்.

‘அது உண்மையில் சுவடு இல்லாமல் மறைந்து போகும் ஒரு தற்காலிக மனநிலையா?’ என்று அவர் தன்னையே கேட்டுக் கொண்டார்.

ஆனால் அவர் அந்த மனநிலைக்கு மீண்டும் திரும்பிய அந்த நொடியில், தனக்குள் ஏதோ ஒரு புதிய, முக்கியமான மாற்றம் நிகழ்ந்திருப்பதை மகிழ்ச்சியுடன் உணர்ந்தார். அவர் கண்டடைந்த அந்த மன அமைதியை யதார்த்த நிலை தற்காலிகமாக மறைத்தது என்றாலும் அது இன்னும் அவருக்குள் அப்படியேதான் இருந்தது.

இப்போது தேனீக்கள் அவரைச் சுற்றி வட்டமிட்டு, அவரை அச்சுறுத்தி, அவரைத் திசைதிருப்பி, அவரை அங்குமிங்கும் நகராமல் அமைதியாக நிற்பதற்குக் கட்டாயப்படுத்தியது போல, அவர் வண்டியில் ஏறிய கணத்திலிருந்து, அவரைச் சுற்றியிருந்த சில்லறைக் கவலைகள் அவரது சுதந்திரமான மனநிலையைக் கட்டுப்படுத்தின. ஆனால் அது அவர்களுக்கு மத்தியில் இருக்கும் வரை மட்டுமே நீடித்தது. தேனீக்களால் அவர் அசையாமல் நின்றபோதும், அவருடைய உடல் வலிமை அவருக்குள் அப்படியே இருந்ததைப் போல, அவர் புதிதாக உணர்ந்த அவரது ஆன்மிக வலிமையும் அப்படியே இருந்தது.

15

"கோஸ்டியா, செர்ஜி இவானோவிச் ரயிலில் வரும் வழியில் யாருடன் பயணம் செய்தார் தெரியுமா?" என்று குழந்தைகளுக்கு வெள்ளரியும், தேனையும் கொடுத்த பிறகு டோலி கேட்டாள். "விரான்ஸ்கி! அவர் செர்பியா செல்கிறார்."

"அவர் மட்டும் தனியாகச் செல்லாமல், சொந்தச் செலவில் ஒரு படைப்பிரிவையும் தன்னுடன் அழைத்துச் செல்கிறார்!" என்றார் கட்டாவாசோவ்.

"அதுதான் அவருக்குப் பொருத்தமானது" என்றார் லெவின். "இன்னும் தன்னார்வலர்கள் செல்கிறார்களா?" என்ற லெவின், செர்ஜி இவானோவிச்சைப் பார்த்தார்.

செர்ஜி இவானோவிச் பதில் சொல்லாமல், கிண்ணத்தில் மூலையில் ஒட்டியிருந்த தேனடையிலிருந்து வழிந்த தேனில் உயிருடன் மாட்டிக் கொண்ட ஒரு தேனீயைக் கத்தியால் கவனமாக வெளியே எடுத்துக் கொண்டிருந்தார்.

"ஆமாம். நேற்று ரயில் நிலையத்தில் என்ன நடந்தது என்பதை நீங்கள் பார்த்திருக்க வேண்டும்!" என்று ஒரு வெள்ளரியைச் சத்தமாகக் கடித்துக் கொண்டே கட்டாவாசோவ் சொன்னார்.

"சரி, அதை நாம் எப்படிப் புரிந்துகொள்வது? செர்ஜி இவானோவிச், அந்தத் தன்னார்வலர்கள் அனைவரும் எங்கு சென்று, யாருடன் சண்டையிடுகிறார்கள் என்பதை நீங்கள் எனக்கு விளக்க முடியுமா?" என்று கேட்டார் வயதான இளவரசர். லெவின் அருகில் இல்லாதபோது ஆரம்பித்த உரையாடலை அவர் மீண்டும் தொடர்ந்தார்.

"துருக்கியர்களுடன்" என்று புன்னகையுடன் சொன்ன செர்ஜி இவானோவிச், தேனில் தன் சிறிய கால்களை உதைத்து விடுவித்துக் கொள்ள முயன்ற, கறுப்பு நிறத்திலிருந்த தேனீயை எடுத்து மரத்தின் இலையின் மீது விட்டார்.

"ஆனால் துருக்கியர்கள் மீது போர் பிரகடனம் செய்தது யார்? திருமதி. ஸ்டாலுடன் சேர்ந்து, இவான் இவானோவிச் ரகோசோவும், கோமகள் லிடியா இவானோவுமா?"

"யாரும் போரை அறிவிக்கவில்லை, ஆனால் மக்கள் தங்கள் அண்டை நாடுகளில் மக்கள் படும் துன்பங்களுக்கு அனுதாபம் காட்டுகிறார்கள், அவர்களுக்கு உதவி செய்ய விரும்புகிறார்கள்" என்றார் செர்ஜி இவானோவிச்.

"ஆனால் இளவரசர் உதவியைப் பற்றிப் பேசவில்லை" என்று லெவின் தன் மாமனாருக்கு ஆதரவாகப் பேசினார். "அவர் போரைப் பற்றிப் பேசுகிறார். அரசாங்கத்தின் அனுமதி இல்லாமல் தனிப்பட்ட மனிதர்கள் போரில் பங்கேற்க முடியாது என்று அவர் சொல்கிறார்."

"கோஸ்டியா, பாருங்கள்! இதோ ஒரு தேனீ! அது நம்மை கடிக்கப்போகிறது" என்ற டோலி கையால் குளவியை விரட்டினாள்.

"ஆனால் அது தேனீ அல்ல குளவி" என்றார் லெவின்.

"சரி, அப்படியானால் உங்கள் வாதம் என்ன?" என்ற கட்டாவா சோவ் லெவினிடம் புன்னகையுடன் கேட்டார். அவர் வெளிப்படையாக லெவினிடம் ஒரு வாதத்திற்கு சவால் விடுத்தார். "தனிப்பட்ட நபருக்கு ஏன் உரிமை இல்லை?"

"அதைப் பற்றி என்னுடைய கருத்து இதுதான். ஒருபுறம் போர் என்பது மிருகத்தனமான, கொடூரமான, பயங்கரமான விஷயம். எந்த ஒரு தனி மனிதனுக்கும், அது கிறிஸ்தவராக இருந்தாலும், தனிப்பட்ட முறையில் போரைத் தொடங்கும் பொறுப்பை ஏற்க முடியாது. ஒரு அரசாங்கம் மட்டுமே அதைச் செய்ய முடியும். தவிர்க்க முடியாமல் போருக்கு இழுக்கப்படும் போது ஒரு அரசாங்கம் அதைச் செய்யக் கடமைப்பட்டிருக்கிறது. மறுபுறம், அரசாங்க விஷயங்களில், குறிப்பாக போர் என்று வரும்போது, குடிமக்கள் தங்கள் தனிப்பட்ட விருப்பத்தை விட்டுவிடுகிறார்கள் என்று அறிவியலும் பொது அறிவும் நமக்குச் சொல்கின்றன."

செர்ஜி இவானோவிச்சும், கட்டாவாசோவும் ஒரே நேரத்தில் அதை ஆட்சேபித்துப் பேசத் தொடங்கினர்.

"குடிமக்களின் விருப்பத்தை நிறைவேற்ற முடியாத சந்தர்ப்பங்கள் ஒரு அரசாங்கத்திற்கு இருக்கலாம். அப்போது பொதுமக்கள் தங்கள் விருப்பத்தை வெளிப்படுத்துகிறார்கள்" என்றார் கட்டாவாசோவ்.

ஆனால் செர்ஜி இவானோவிச் அந்தப் பதிலை ஏற்கவில்லை என்பது வெளிப்படையாகத் தெரிந்தது. கட்டாவாசோவ் சொன்னதைக் கேட்டு, தன் புருவங்களைச் சுருக்கிய அவர் வேறு எதையோ சொன்னார்.

"நீங்கள் அந்த விஷயத்தைச் சரியாகப் பார்க்கவில்லை. இந்த விஷயத்தில் போர் பிரகடனம் எதுவும் இல்லை, ஆனால் அது மனிதநேயத்தின் கிறிஸ்தவ உணர்வின் வெளிப்பாடு. அவர்கள் நம் இனத்தையும் மதத்தையும் சேர்ந்த சகோதரர்களைப் படுகொலை செய்கிறார்கள். அவர்கள் நம் இனத்தையும் மதத்தையும் சேர்ந்தவர்கள் இல்லை என்றாலும் கூட, அவர்கள் அப்பாவிக் குழந்தைகள், பெண்கள் மற்றும் வயதானவர்கள். இதனால் கொதிப்படைந்துள்ள ரஷ்ய மக்கள் இந்த அட்டூழியங்களைத் தடுக்க முன்வந்துள்ளனர்.

நீங்கள் தெருவில் செல்லும்போது, குடிபோதையில் யாராவது ஒரு பெண்ணை அல்லது குழந்தையை அடிப்பதைப் பார்க்கிறீர்கள் என்று வைத்துக் கொள்வோம். அப்போது நீங்கள் அந்த நபர் மீது போர் பிரகடனம் செய்யப்பட்டதா என்று கேட்டுக் கொண்டிராமல் பாதிக்கப்பட்டவரைக் காப்பாற்றுவீர்கள் என்று நான் நினைக்கிறேன்."

"ஆனால் நான் அவனைக் கொல்ல மாட்டேன்."

"ஆமாம், நீங்கள் செய்வீர்கள்."

"எனக்குத் தெரியவில்லை. நான் அப்படி ஒரு விஷயத்தைப் பார்த்தால், என்னுடைய தன்னிச்சையான உணர்வுக்கு நான் அடி பணிவேன், ஆனால் நான் என்ன செய்வேன் என்பதை என்னால் முன்கூட்டியே சொல்ல முடியாது. ஆனால் அடிமைகள் மீதான ஒடுக்குமுறையில் அத்தகைய தன்னிச்சையான உணர்வுகள் எதுவும் எனக்கு இல்லை, இருக்கவும் முடியாது."

"ஒருவேளை உங்களுக்கு இல்லாமல் இருக்கலாம், ஆனால் மற்றவர்களுக்கு இருக்கிறது" என்ற செர்ஜி இவானோவிச், அதிருப்தி யுடன் முகத்தைச் சுளித்தார். "தெய்வபக்தியற்றவர்களின் ஆட்சியின் கீழ் கஷ்டங்களை அனுபவித்த புராணக்கதைகள் மக்கள் மத்தியில் இன்னும் உலவுகின்றன. எனவே மக்கள் தங்கள் சகோதரர்கள் படும் துன்பங்களைக் கேள்விப்பட்டு தங்கள் உணர்வுகளை வெளிப் படுத்துகிறார்கள்."

"இருக்கலாம்" என்று லெவின் மழுப்பலாகச் சொன்னார். ஆனால் நான் அப்படி நினைக்கவில்லை. நானும் மக்களில் ஒருவன் தான் என்றாலும் என்னால் அப்படி உணர முடியவில்லை."

"நானும்தான்" என்றார் இளவரசர். "நான் வெளிநாட்டில் தங்கியிருந்து பத்திரிகைகளைப் படித்தேன். பல்கேரிய அட்டூழி யங்கள் நடக்கும் வரை சும்மாயிருந்த ரஷ்யர்கள் அனைவரும் இப்போது திடீரென்று தங்கள் அடிமை சகோதரர்கள் மீது ஏன் இவ்வளவு பாசம் காட்டுகிறார்கள் என்று எனக்குப் புரியவில்லை. அதே நேரத்தில் அவர்கள் மீது எனக்கு எந்த அனுதாபமும் ஏற்பட வில்லை. அதனால் வருந்திய நான் என்னை ஒரு அரக்கன் அல்லது காரல்பாத் நகரம் என் மீது அப்படி ஒரு தாக்கத்தை எற்படுத்தியது என்று நினைத்தேன். ஆனால் இங்கு வந்தபிறகு நான் நிம்மதி யடைந்தேன், ஏனென்றால் என்னைப் போல, தங்கள் அடிமை சகோதரர்கள் மீது இல்லாமல், ரஷ்யாவின் மீது மட்டுமே ஆர்வ முள்ள மற்றவர்களும் இருப்பதைக் காண்கிறேன். கான்ஸ்டான்டினும் அவர்களில் ஒருவர்."

"இந்த விஷயத்தில் தனிப்பட்ட கருத்துக்கள் அர்த்தமற்றவை" என்றார் செர்ஜி இவானோவிச். "ரஷ்யாவும் அதன் மக்களும் தங்கள்

விருப்பத்தை வெளிப்படுத்தியுள்ள நிலையில் தனிப்பட்ட கருத்துக் களுக்கு இடமில்லை."

"என்னை மன்னியுங்கள், நான் அப்படி நினைக்கவில்லை. உண்மையில் மக்களுக்கு அதைப் பற்றி எதுவும் தெரியாது" என்றார் இளவரசர்.

"இல்லை, அப்பா... நீங்கள் எப்படி அதைச் சொல்ல முடியும்? ஞாயிற்றுக்கிழமை தேவாலயத்தில் என்ன நடந்தது?" என்று அவர் களின் உரையாடலைக் கவனித்துக் கொண்டிருந்த டோலி கேட்டாள். "தயுவுசெய்து, எனக்கு ஒரு துணியைக் கொடுங்கள்" என்று புன்ன கையுடன் குழந்தைகளைப் பார்த்துக் கொண்டிருந்த முதியவரிடம் சொன்னாள். "எல்லோரும் அப்படி இருக்க முடியாது..."

"ஆனால் ஞாயிறன்று தேவாலயத்தில் என்ன நடந்தது? பாதிரி யாரிடம் அதைப் படிக்கச் சொன்னதால் அவரும் படித்தார். அங்கிருந்த வர்கள் ஒன்றும் புரியாமல் எந்தப் பிரசங்கத்திலும் செய்வது போல பெருமூச்சு விட்டார்கள்" என்ற இளவரசர் தொடர்ந்து சொன்னார். "ஒரு தொண்டு நோக்கத்திற்காக அனைவரிடமும் நன்கொடை வசூலிக்கப்படும் என்றார்கள். எல்லோரும் ஒரு கோபெக்கை எடுத்துக் கொடுத்தனர். ஆனால் அது எதற்காக என்பது அவர்களுக்குத் தெரியாது."

"மக்களுக்குத் தெரியாமல் இருக்க முடியாது. தங்கள் தலை விதியைப் பற்றிய ஒரு உணர்வு எப்போதும் அவர்களிடம் இருக்கிறது. இதைப் போன்ற ஒரு தருணத்தில் அது அவர்களுக்குத் தெளிவாகிறது" என்று செர்ஜி இவானோவிச் முதியவரான தேனீ வளர்ப்பவரைப் பார்த்தபடி சொன்னார்.

கறுப்பு தாடியும், அடர்த்தியான வெள்ளி தலைமுடியும் கொண்ட அந்த அழகான கிழவர், கையில் தேன் கிண்ணத்தைப் பிடித்துக் கொண்டு, எதுவும் புரியாமல், புரிந்து கொள்ள விரும்பாமல், எஜமானர் களைப் பார்த்தபடி அசையாமல் நின்று கொண்டிருந்தார்.

"அது மிகவும் சரி" என்ற அவர் செர்ஜி இவானோவிச் சொன் னதைக் கேட்டுத் தலையை அசைத்தார்.

'அதோ அவரிடம் கேளுங்கள். அவருக்கு அதைப் பற்றி எதுவும் தெரியாது. அவர் அதைப் பற்றி யோசிக்கவும் இல்லை" என்றார் லெவின். "மிக்காயிலிச், உங்களுக்குப் போரைப் பற்றி எதுவும் தெரி யுமா?" என்று லெவின் அவரை நோக்கித் திரும்பினார். "தேவால யத்தில் என்ன படித்தார்கள்? நீங்கள் அதைப் பற்றி என்ன நினைக் கிறீர்கள்? கிறிஸ்தவர்களுக்காக நாம் போருக்குச் செல்ல வேண்டுமா?"

"நாம் அதைப் பற்றி யோசிக்க என்ன இருக்கிறது? பேரரசர் அலெக்ஸாண்டர் நிகோலாய்ச் நமக்காக யோசிக்கிறார். அவர்

எல்லாவற்றையும் நமக்காகச் சிந்திக்கிறார். அவருக்கு எல்லாமே தெளிவாகத் தெரியும். நான் இன்னும் கொஞ்சம் ரொட்டி கொண்டு வரட்டுமா? அந்தச் சிறுவனுக்கு இன்னும் கொஞ்சம் கொண்டு வரட்டுமா?" என்ற அவர் டாரியா அலெக்ஸாண்ட்ரோவ்னாவிடம், ரொட்டியைச் சாப்பிட்டு முடித்த கிரிஷாவைக் காட்டினார்.

"நான் கேட்க வேண்டிய அவசியமில்லை" என்றார் செர்ஜி இவானோவிச். "ஒரு நியாயமான நோக்கத்திற்காக அனைத்தையும் துறந்து, ரஷ்யாவின் ஒவ்வொரு மூலையிலிருந்தும் வந்து, தங்கள் எண்ணங்களையும், நோக்கங்களையும் தெளிவாகவும், நேரடியாகவும் வெளிப்படுத்தும் நூற்றுக் கணக்கான மக்களை நாங்கள் பார்க் கிறோம். அவர்கள் அதற்காகத் தங்கள் நாணயங்களைக் கொடுக்கிறார் கள் அல்லது தாங்களாகவே அந்தப் பணியில் இறங்கி அதை ஏன் செய்கிறோம் என்பதைத் தெளிவாகச் சொல்கிறார்கள். அதன் பொருள் என்ன?"

"அதாவது எண்பது மில்லியன் மக்களைக் கொண்ட ஒரு தேசத்தில், இப்போது இருப்பதைப் போல நூற்றுக்கணக்கில் இல்லாமல், தங்கள் சமூக அந்தஸ்தை இழந்த, பொறுப்பற்ற, எதற்கும் எப்போதும் தயாராக இருக்கும் பல்லாயிரக்கணக்கான மக்கள் இருப்பார்கள். அவர்கள் புகாசேவின் கூட்டத்தில் சேர்ந்து கிவாவுக்கு அல்லது செர்பியாவுக்குச் செல்லலாம்" என்று லெவின் கிளர்ச்சி யுடன் பேசத் தொடங்கினார்.

"அவர்கள் நூற்றுக் கணக்கானவர்கள் அல்ல. அவர்கள் பொறுப் பற்றவர்கள் அல்ல. அவர்கள் மக்களின் மிகச்சிறந்த பிரதிநிதிகள் என்று நான் உங்களுக்குச் சொல்கிறேன்!" என்று செர்ஜி இவா னோவிச் தனது கடைசி உடைமையைப் பாதுகாப்பது போல எரிச்சலுடன் சொன்னார். "நன்கொடைகள் பற்றி என்ன? இந்த விஷயத்தில் ஒட்டு மொத்த மக்களும் தங்கள் விருப்பத்தை நேரடியாக வெளிப்படுத்துகிறார்கள்."

"இந்த 'மக்கள்' என்ற வார்த்தை தெளிவற்றது" என்றார் லெவின். "எழுத்தர்களுக்கும், ஆசிரியர்களுக்கும், விவசாயிகளில் ஆயிரத்தில் ஒருவருக்கும் அது தெரிந்திருக்கலாம். மிக்காயிலிச்சைப் போன்ற மீதமுள்ள எண்பது மில்லியன் மக்கள் தங்கள் விருப்பத்தை வெளிப்படுத்தவில்லை என்பது மட்டுமின்றி, எதைப் பற்றி தங்கள் விருப்பத்தை வெளிப்படுத்த வேண்டும் என்பது அவர்களுக்கு சிறிதும் தெரியாது. அப்படி இருக்கும்போது, அது மக்களின் விருப்பம் என்று சொல்ல உங்களுக்கு என்ன உரிமை இருக்கிறது?"

16

செர்ஜி இவானோவிச், தத்துவ விவாதத்தில் நிபுணராக இருந்த தால், அதை ஆட்சேபிக்காமல் உரையாடலை வேறொரு பகுதிக்கு நகர்த்தினார்.

“ஆமாம், எண்ணிக்கைகளின் மூலம் மக்களின் உணர்வுகளைத் தீர்மானிக்க விரும்பினால் அதைச் செய்வது மிகவும் கடினம். நம் நாட்டில் வாக்களிப்பது நடைமுறையில் இல்லை. அது மக்களின் விருப்பமாக இல்லை என்பதால் அதை அறிமுகப்படுத்த முடியாது. ஆனால் அதை அறிய வேறு வழிகள் உள்ளன. அதை நீங்கள் உங்களைச் சுற்றியுள்ள காற்றிலும் உங்கள் இதயத்திலும் உணர முடியும். பாரபட்சமற்ற ஒவ்வொரு மனிதனுக்கும் புலப்படும், மக்கள் மனங்களைக் கொந்தளிக்கச் செய்த அந்த நோக்கங்களைப் பற்றி நான் சொல்ல வேண்டியதில்லை. நீங்கள் அந்தக் குறிப்பிட்ட திசை யில் சமூகத்தைப் பாருங்கள். அறிவுஜீவிகளின் உலகில் ஒருவருக் கொருவர் விரோதமாக இருந்த, மிகவும் மாறுபட்ட பிரிவைச் சேர்ந்த அனைவரும் இப்போது ஒன்றிணைந்துள்ளனர். எல்லா முரண்பாடுகளும் முடிவுக்கு வந்துவிட்டன. அனைத்துப் பொது அமைப்புகளும் ஒரே விஷயத்தைத் திரும்பத் திரும்பச் சொல்கின்றன. அவை அனைத்தும் தங்களை ஆக்ரமித்துள்ள அடிப்படை சக்தியை உணர்ந்து, அவற்றை ஒரே திசையில் கொண்டு செல்கின்றன.”

“ஆமாம், பத்திரிகைகள் அனைத்தும் அதைத்தான் சொல் கின்றன” என்றார் இளவரசர். “இடியுடன் கூடிய மழைக்கு முன்னால் கத்தும் தவளைகளைப் போல. நம்மால் வேறு எதையும் கேட்க முடியாது.”

“அவர்கள் தவளைகளா இல்லையா என்று எனக்குத் தெரியாது. நான் செய்தித்தாள்களை வெளியிடவில்லை. நான் அவர்களுக்கு ஆதரவாகப் பேசவும் இல்லை. அறிவுஜீவிகளின் உலகில் உள்ள ஒருமித்த கருத்தைப் பற்றியே நான் பேசுகிறேன்” என்று செர்ஜி இவானோவிச் தன் சகோதரனைப் பார்த்துப் பேசினார்.

லெவின் பதில் சொல்ல முயன்றபோது, வயதான இளவரசர் குறுக்கிட்டார்.

“அந்த ஒருமித்த கருத்தைப் பற்றி இன்னொரு விஷயத்தையும் சொல்லலாம்” என்றார் இளவரசர். “எனக்கு ஸ்டீபன் ஆர்கடியேவிச் என்று ஒரு மருமகன் இருக்கிறார். உங்களுக்கு அவரைத் தெரியும். அவருக்கு இப்போது ஒரு ஆணையத்தின் குழுவில் உறுப்பினர் பதவி கிடைத்திருக்கிறது. அது என்னவென்று எனக்கு நினைவில் இல்லை. அங்கு அவருக்கு எந்த வேலையும் இல்லை. ஓ, டோலி

அது ஒன்றும் ரகசியம் அல்ல! ஆனால் அவருக்கு எட்டாயிரம் சம்பளம் கிடைக்கிறது. அவர் வகிக்கும் அந்தப் பதவி பயனுள்ளதா என்று நீங்கள் அவரிடம் கேட்டால், அது மிகவும் அவசியம் என்பதை அவர் உங்களுக்கு நிரூபிப்பார். அவர் ஒரு நேர்மையான மனிதர் என்றாலும் எட்டாயிரம் ரூபிள்களின் பயனை அவரால் மறுக்க முடியாது."

"ஆமாம், அவர் தனக்கு அந்தப் பதவி கிடைத்திருப்பதை டாரியா அலெக்ஸாண்ட்ரோவ்னாவிடம் தெரிவிக்கும்படி என்னிடம் சொன்னார்" என்று எரிச்சலுடன் சொன்ன செர்ஜி இவானோவிச், இளவரசர் பொருத்தமற்றதைப் பேசுவதாக நினைத்தார்.

"பத்திரிகைகளின் ஒருமித்த கருத்தும் அப்படித்தான். போர் ஆரம்பித்தவுடன் அவர்களின் வருவாய் இரட்டிப்பாகும். தேசத்தின் தலைவிதியையும், அடிமைகளின் தலைவிதியையும் பற்றி அவர்களால் பேசாமல் எப்படி இருக்க முடியும்? மீதி எல்லாம்?"

"எனக்குப் பிடிக்காத பல செய்தித்தாள்கள் உள்ளன. ஆனால் நீங்கள் சொல்வது நியாயமல்ல" என்றார் செர்ஜி இவானோவிச்.

"இந்த விஷயத்தில் நான் ஒரே ஒரு நிபந்தனையை மட்டும் விதிப்பேன்" என்று இளவரசர் தொடர்ந்தார். "அல்போன்ஸ் கர் என்ற பத்திரிகையாளர் பிரஷ்யாவுடனான போருக்கு முன்பு அதைச் சொன்னார். 'நீங்கள் போர் அவசியம் என்று நினைக்கிறீர்களா? நல்லது. யாரெல்லாம் போரை ஆதரிக்கிறார்களோ அவர்கள் ஒரு சிறப்பு முன்னணிப் படையில் சேர்ந்து, மற்றவர்களுக்கு முன்னால் நின்று தாக்குதலை நடத்த வேண்டும்!' என்றார்."

"பத்திரிகை ஆசிரியர்களையும் அதில் சேர்த்துக் கொள்ளலாம்" என்று உரத்த குரலில் சொன்ன கட்டாவாசோவ், தனக்குத் தெரிந்த பத்திரிகை ஆசிரியர்களை நினைத்துப் பார்த்தார்.

"ஓ, அப்போது அவர்கள் ஓடிவிடுவார்கள் அல்லது ஒரு தடையாக இருப்பார்கள்" என்றாள் டோலி.

"அவர்கள் ஓடினால் அவர்களைப் பின்னால் இருந்து துப்பாக்கியால் சுடுங்கள் அல்லது சாட்டையால் அடியுங்கள்" என்றார் இளவரசர்.

"இளவரசே, என்னை மன்னியுங்கள். நீங்கள் சொன்னது ஒரு நகைச்சுவை அதுவும் மிகவும் மோசமான ஒரு நகைச்சுவை" என்றார் செர்ஜி இவானோவிச்.

"நான் அதை ஒரு நகைச்சுவையாகப் பார்க்கவில்லை..." என்று லெவின் ஆரம்பித்தார். ஆனால் செர்ஜி இவானோவிச் குறுக்கிட்டார்.

நற்றிணை பதிப்பகம் • 1187

"சமூகத்தில் உள்ள ஒவ்வொருவரும் தாங்கள் விரும்பிய வழியில் பங்காற்ற வேண்டும் என்று கேட்டுக் கொள்ளப் படுகிறார்கள்" என்றார் அவர். "சிந்திக்கும் மக்கள் தங்கள் கருத்தை வெளிப்படுத்து வதன் மூலம் பணியாற்றுகிறார்கள். ஒருமித்த மற்றும் முழுமையான பொதுக் கருத்தை வெளிப்படுத்துவது பத்திரிகைகளின் பணியாகும். அதே நேரத்தில் அது மனநிறைவைத் தரும் ஒரு செயல்பாடு. இருபது ஆண்டுகளுக்கு முன்பு நாம் மௌனமாக இருந்திருப்போம், ஆனால் இப்போது ஒடுக்கப்பட்ட சகோதரர்களுக்காகத் தன்னையே தியாகம் செய்யத் தயாராக இருக்கும் ரஷ்ய மக்களின் ஒருமித்த குரலை நம்மால் கேட்க முடிகிறது. இது வலிமையை நிரூபிக்கும் ஒரு சிறந்த நடவடிக்கைக்குச் சான்றாகும்."

"ஆனால் இது வெறுமனே தியாகம் செய்வது பற்றிய பிரச்சினை அல்ல, மாறாக துருக்கியர்களைக் கொல்வது பற்றியது" என்று லெவின் தயக்கத்துடன் சொன்னார். "மக்கள் தங்கள் ஆன்மாவின் நன்மைக் காகத் தியாகம் செய்யத் தயாராக இருக்கிறார்கள். ஆனால் கொலை செய்வதற்கு அல்ல" என்று மேலும் சொன்ன அவர், தன்னிச்சையாக அந்த உரையாடலை தன் மனதை ஆக்கிரமித்திருந்த எண்ணங் களுடன் இணைத்தார்.

"அவர்களின் ஆன்மாவுக்காக என்றா சொல்கிறீர்கள்? அது ஒரு இயற்கை விஞ்ஞானிக்குப் புதிரானது என்பதை நீங்கள் அறிவீர்கள். ஆன்மா என்றால் என்ன?" என்று கட்டாவாசோவ் புன்சிரிப்புடன் கேட்டார்.

"ஓ, உங்களுக்குத் தெரியும்!"

"நான் கடவுள் மீது சத்தியமாகச் சொல்கிறேன் எனக்கு அதைப் பற்றி ஒரு சிறிய யோசனை கூட இல்லை!" என்று கட்டாவாசோவ் உரத்த சிரிப்புடன் சொன்னார்.

"யேசு கிறிஸ்து, 'நான் சமாதானத்தைக் கொண்டு வரவில்லை வாளைக் கொண்டு வந்திருக்கிறேன் என்கிறார்" என்று தன் பங்கிற்கு ஆட்சேபணை தெரிவித்த செர்ஜி இவானோவிச், அதைப் புரிந்து கொள்வது எளிது என்பது போல, எப்போதும் லெவினை மிகவும் குழப்பிய, சுவிசேஷங்களின் ஒரு பகுதியை மேற்கோள் காட்டினார்.

"அது சரிதான்" என்று அவர்கள் அருகில் நின்று கொண்டிருந்த முதியவர், தன்னை நோக்கித் தற்செயலாகத் திரும்பிய பார்வைக்குப் பதிலளித்தார்.

"நீங்கள் தோற்றுவிட்டீர்கள் என் நண்பரே!" என்று கட்டாவா சோவ் உற்சாகத்துடன் கத்தினார்.

லெவின் கோபத்தால் முகம் சிவந்தார். தான் தோற்றதற்காக அல்லாமல், தன்னைக் கட்டுப்படுத்த தவறியதுடன், விவாதத்தில் இறங்கியதற்காகவும் கோபம் அடைந்தார்.

'இல்லை, என்னால் அவர்களுடன் வாதிட முடியாது' என்று அவர் நினைத்தார். 'அவர்கள் உடைக்க முடியாத கவசங்களை அணிந்திருக்கிறார்கள். ஆனால் நான் நிர்வாணமாக இருக்கிறேன்.'

லெவின் தன் சகோதரரையும் கட்டாவாசோவையும் சம்மதிக்க வைக்க முடியாது என்பதை உணர்ந்தார். ஆனால் அவர்களோடு உடன்படுவதும் தனக்குச் சாத்தியமில்லை என்று அவருக்குத் தோன்றியது. கிட்டத்தட்ட அவரைச் சீரழித்த அந்த அறிவின் பெரு மிதத்தைத்தான் அவர்கள் முன்னிறுத்திக் கொண்டிருந்தார்கள். தலைநகருக்கு வந்திருந்த நூற்றுக் கணக்கான தன்னார்வலர்கள் சொன்னதன் அடிப்படையில், அவர்களும், பத்திரிகைகளும் மக்களின் விருப்பத்தையும், உணர்வையும் வெளிப்படுத்துவதாகவும், அதைப் பழிவாங்குதல் மற்றும் கொலையின் மூலம் செய்வதாகவும் சொல்வதற்குத் தனது சகோதரர் உட்பட சில டஜன் கணக்கான மக்களுக்கு உரிமை உண்டு என்பதை அவரால் ஒப்புக்கொள்ள முடியவில்லை. அவர் வாழ்ந்த மக்களிடையே இந்த எண்ணங்களின் வெளிப்பாட்டை அவர் காணவில்லை என்பதாலும், அவர் அவற்றை தனக்குள் காணவில்லை என்பதாலும் (அவரால் முடியாவிட்டாலும், ரஷ்ய மக்களை உருவாக்கியவர்களில் ஒருவராகத் தன்னைக் கருதினார்), அவரால் அதை ஏற்றுக்கொள்ள முடியவில்லை. ஆனால் மிக முக்கியமானது என்னவென்றால் மக்களைப் போலவே, பொது நன்மை என்றால் என்ன என்பதை அவரால் தெளிவாக அறிய முடியவில்லை. ஆனால் ஒவ்வொரு மனிதனும் வெளிப்படை யாக அறிந்த நன்மையைப் பின்பற்றி நடப்பதன் மூலம் மட்டுமே அந்தப் பொது நன்மையை அடைய முடியும் என்று அவர் உறுதியாக நம்பினார். எனவே அவர் எந்தவொரு பொதுவான நோக்கங்களுக் காகவும் போரை விரும்பவோ அல்லது ஆதரிக்கவோ இல்லை. மிக்காயிலிச்சும், புராணக் கதையில் வரங்கியர்கள் என்ற கடல் கொள்ளையர்களுக்கு அழைப்பு விடுத்த மக்களும் வெளிப்படுத்திய எண்ணத்தை அவர் ஏற்றுக் கொண்டார். 'எங்கள் இளவரசராக இருந்து எங்களை ஆட்சி செய்யுங்கள். நாங்கள் மகிழ்ச்சியுடன் உங்களுக்கு அடிபணிந்து நடப்போம் என்று உறுதியளிக்கிறோம். எல்லா உழைப்பையும், எல்லா அவமானங்களையும், எல்லாத் தியாகங்களையும் நாங்கள் ஏற்றுக் கொள்கிறோம். ஆனால் நாங்கள் கருத்துச் சொல்லவும் முடிவு எடுக்கவும் மாட்டோம்!' ஆனால் அவ்வளவு அதிக விலை கொடுத்து வாங்கிய அந்த உரிமையை இப்போது மக்கள் கைவிட்டுவிட்டனர் என்கிறார் அவரது சகோதரர்.

பொதுக் கருத்து பிழையற்றதாக இருந்தால், புரட்சியும் கம்யூனும் அடிமைகளுக்கு ஆதரவான இயக்கத்தைப் போல ஏன் சட்டப்பூர்வ மானதாக இல்லை என்று அவர் கேட்க விரும்பினார். ஆனால் இவையெல்லாம் எதையும் தீர்மானிக்க முடியாத எண்ணங்கள் மட்டுமே. இந்த நேரத்தில் அந்த விவாதம் தனது சகோதரருக்கு எரிச்சலைத் தருகிறது என்ற ஒரு விஷயத்தை அவரால் தெளிவாகப் பார்க்க முடிந்தது. எனவே அவர் அதைத் தொடர்வது தவறு என்று கருதி, மேற்கொண்டு வாதிடுவதை நிறுத்தினார். லெவின் எதுவும் பேசாமல், மேகங்கள் திரண்டு வருவதையும், மழை பெய்வ தற்கு முன்பு வீட்டிற்குச் செல்வது நல்லது என்பதையும் தனது விருந்தினர்களுக்கு நினைவு படுத்தினார்.

17

வயதான இளவரசரும், செர்ஜி இவானோவிச்சும் வண்டியில் ஏறிக் கொண்டனர். மற்றவர்கள் வேகமாக நடந்தே வீட்டுக்குத் திரும்பினர்.

ஆனால் ஒரு வினாடி வெள்ளையாகவும் அடுத்த வினாடி கறுப்பாகவும் மாறிய மேகங்கள் மிக விரைவாகக் கீழ் வானை நோக்கி நகர்ந்தன. எனவே மழைக்கு முன் வீடு திரும்புவதற்கு அவர்கள் மேலும் வேகமாக நடக்க வேண்டியிருந்தது. புகை மூட்டம் நிறைந்த கறுப்பான மேகங்கள் அசாதாரண வேகத்துடன் வானத்தில் ஓடின. அவர்கள் வீட்டை அடைவதற்கு இன்னும் நூறு அடிகள் இருந்த போது, ஏற்கனவே காற்று பலமாக வீசத் தொடங்கியதால் எந்த நேரத்திலும் மழை வரும் போலிருந்தது.

குழந்தைகள் பயத்துடனும், மகிழ்ச்சியுடனும் கூச்சலிட்டபடி முன்னால் ஓடினர். டோலி கால்களைத் தடுக்கிய பாவாடையுடன் போராடிக் கொண்டு, நடக்காமல் வேகமாக ஓடினாள். அவள் கண்கள் குழந்தைகளின் மீதே பதிந்திருந்தன. ஆண்கள் தொப்பிகளைப் பிடித்துக் கொண்டு அவள் அருகில் வேகமாக நடந்தார்கள். அவர்கள் முற்றத்தை அடைந்தபோது, சாக்கடையில் ஒரு பெரிய மழைத்துளி விழுந்தது. குழந்தைகளும் அவர்களுக்குப் பின்னால் வந்த பெரியவர் களும் மகிழ்ச்சியுடன் பேசிக் கொண்டே கூரையின் கீழ் ஓடினார்கள்.

“கத்தரீனா அலெக்ஸாண்ட்ரோவ்னா எங்கே?” என்று லெவின் முன் மண்டபத்தில் சால்வைகள் மற்றும் போர்வைகளுடன் அவர் களைச் சந்தித்த அகாஃபியா மிகைலோவ்னாவிடம் கேட்டார்.

“அவர் உங்களோடு இருப்பார் என்று நாங்கள் நினைத்தோம்” என்றார் அவர்.

"மீச்சியா?"

"அவர்கள் கோலோக்கில் இருக்க வேண்டும். அவர்களுடன் செவிலியும் இருக்கிறார்."

லெவின் போர்வையைப் பிடுங்கிக் கொண்டு கோலோக்கை நோக்கி ஓடினார்.

மிகக் குறுகிய நேரத்தில் மேகங்கள் விரைவாக நகர்ந்து, சூரியனை மறைத்ததால், சூரிய கிரகணம் போல எங்கும் இருள் சூழ்ந்தது. பலமாக வீசிய காற்று தன் வழியை மறித்தது போலப் பிடிவாதமாக லெவினைத் தடுத்து நிறுத்தி, எலுமிச்சை மரங்களின் இலைகளையும், பூக்களையும் கிழித்து, பிர்ச் மரங்களின் வெள்ளைக் கிளைகளை வெறித்தனமாகவும் வினோதமாகவும் அசைத்து, பூக்கள் மற்றும் இலைகளோடு சேர்த்து அனைத்தையும் ஒரே திசையில் வளைத்தது. தோட்டத்தில் வேலை செய்து கொண்டிருந்த பெண்களும் ஆண்களும் அலறியடித்துக் கொண்டு தங்கள் குடியிருப்பில் தஞ்சம் புகுந்தனர். ஏற்கனவே தொலைதூரக் காடுகளையும், அருகில் உள்ள வயல்வெளியையும் ஆக்கிரமித்த கொட்டும் மழையின் வெள்ளைத் திரை கோலோக்கை நோக்கி வேகமாக நகர்ந்து கொண்டிருந்தது. மழையின் ஈரப்பதம் சிறுசிறு துளிகளாகச் சிதறி காற்றில் கலந்தது.

தலையைக் குனிந்து, தன்னிடமிருந்த போர்வையைப் பறிக்க முயன்ற காற்றுடன் போராடிக் கொண்டே ஓடிய லெவின், கோலோக்கை நெருங்கினார். திடீரென்று பூமி முழுவதும் தீப்பற்றி எரிவது போல ஒரு மின்னல் தாக்கியபோது, ஓக் மரத்துக்கு அப்பால் வெண்மை நிறத்தில் ஏதோ பளிச்சிட்டதை லெவினால் காண முடிந்தது. வானத்தில் ஏதோ விரிசல் ஏற்பட்டது போலத் தோன்றியது. லெவின் கண்களைத் திறந்து, தன்னையும் கோலோக்கையும் பிரித்த மழையின் அடர்த்தியான திரையின் வழியாக உற்றுப் பார்த்தபோது, தனக்கு மிகவும் பழக்கமான, காட்டின் நடுவில் பச்சை நிறத்திலிருந்த ஓக் மரத்தின் உச்சியைத் திகிலுடன் பார்த்தார். 'அது முறிந்து விட்டதா?' லெவின் யோசிப்பதற்கு நேரமின்றி, வேகமாக ஓடியபோது, ஓக் மரத்தின் உச்சி மற்ற மரங்களுக்குப் பின்னால் மறைந்தது. அப்போது ஒரு பெரிய மரம் மற்ற மரங்களின் மீது சரிந்து விழும் சத்தம் கேட்டது.

மின்னலும், இடி முழக்கமும், சட்டென்று உச்சந்தலை முதல் உள்ளங்கால் வரை ஓடிய சில்லிட்ட உணர்வும், லெவினுடைய திகில் உணர்வுடன் ஒன்றாகக் கலந்தன.

"கடவுளே! கடவுளே! அது அவர்கள் மீது வேண்டாம்!" என்றார்.

ஏற்கனவே விழுந்த ஓக் மரத்தால் அவர்கள் கொல்லப்படக் கூடாது என்ற தனது கோரிக்கை எவ்வளவு அர்த்தமற்றது என்பதை

 நற்றிணை பதிப்பகம் ● 1191

அவர் உடனடியாக அறிந்தாலும், அந்த அர்த்தமற்ற ஜெபத்தைத் தவிர தன்னால் வேறு எதுவும் செய்ய முடியாது என்பதை உணர்ந்து, அதைத் திரும்பத் திரும்பச் சொன்னார்.

லெவின் அவர்கள் வழக்கமாகச் செல்லும் இடத்திற்கு ஓடினார், ஆனால் அங்கு அவர்களைக் காணவில்லை.

காட்டின் மறுபக்கத்தில் ஒரு வயதான எலுமிச்சை மரத்தின் அடியில் நின்றிருந்த அவர்கள் அவரை அழைத்தார்கள். அடர் வண்ண உடையில் (அவை முன்பு வெளிர் நிறத்தில் இருந்தன) இருந்த இரண்டு உருவங்கள் எதையோ குனிந்து பார்த்துக் கொண்டிருந்தன. அது கிட்டியும் செவிலியும். லெவின் அவர்களை அடைந்தபோது, ஏற்கனவே ஓய்ந்து கொண்டிருந்த மழை நிற்கத் தொடங்கியது. செவிலியின் உடையின் கீழ்ப்பகுதி உலர்ந்திருந்தது. ஆனால் கிட்டியின் ஆடை தெப்பலாய் நனைந்து, அவள் உடலுடன் ஒட்டிக் கொண்டிருந்தது. மழை நின்றிருந்தாலும், இடியும் மின்னலும் தாக்கியபோது அவர்கள் நின்றிருந்த, அதே நிலையில் நின்றார்கள். இருவரும் பச்சைக் குடையுடன் குழந்தை இருந்த சிறிய வண்டியை நோக்கிக் குனிந்து நின்றிருந்தனர்.

"உயிருடன்? காயமின்றி? கடவுளுக்கு நன்றி!" என்ற லெவின், தண்ணீர் நிரம்பிய காலணிகளுடன், தேங்கிய குட்டைகளின் மீது ஓடித் தண்ணீரைத் தெளித்தபடி, அவர்களை நோக்கிச் சென்றார்.

உருக்குலைந்த தொப்பியின் கீழிருந்த கிட்டியின் சிவந்த ஈரமான முகம் அவரை நோக்கித் திரும்பி, வெட்கத்துடன் சிரித்தது.

"உனக்கு வெட்கமாக இல்லை? நீ எப்படி இவ்வளவு பொறுப் பற்றவளாக இருக்க முடியும் என்று எனக்குப் புரியவில்லை!" என்று அவர் கோபத்துடன் தன் மனைவியின் மீது பாய்ந்தார்.

"உண்மையில் அது என் தவறு அல்ல. அவன் அமைதியின்றி தவித்தபோது அவனைச் சமாதானப்படுத்த இங்கு வந்தோம் நாங்கள்..." என்று கிட்டி தன்னைத் தற்காத்துக் கொள்ளத் தொடங் கினாள்.

மீச்சியா நனையாமல் பத்திரமாகத் தூங்கிக் கொண்டிருந்தான்.

"கடவுளுக்கு நன்றி! எனக்கு என்ன சொல்வது என்று தெரிய வில்லை!"

அவர்கள் குழந்தையின் ஈரமான பொருட்களைச் சேகரித்துக் கொண்டனர். செவிலி குழந்தையைக் கையில் எடுத்துக் கொண்டாள். தன் மனைவியின் அருகில் நடந்த லெவின், தான் கோபம் கொண்ட தற்கு வருத்தப்பட்டு, செவிலிக்குத் தெரியாமல், அவள் கையை அழுத்தினார்.

18

லெவின் அன்று முழுவதும் எதைப் பற்றியும் சிந்திக்காமல், மிகவும் மாறுபட்ட உரையாடல்களில் கலந்து கொண்டபோது, தனக்குள் நிகழ்ந்திருக்க வேண்டிய மாற்றத்தில் அவருக்கு ஏமாற்றம் இருந்த போதிலும், தன் உள்ளத்தில் முழுமையான மகிழ்ச்சியை அனுபவித்தார்.

மழைக்குப் பிறகு நடைப்பயிற்சிக்குச் செல்ல முடியாத அளவுக்கு வெளியே ஈரமாக இருந்தது. தவிர, இன்னும் புயல் மேகங்கள் அடி வானத்தை விட்டு விலகாமல், வானத்தின் விளிம்புகளில் இடி ஓசையுடன் கருப்பாக அங்குமிங்கும் நகர்ந்து கொண்டிருந்தன. எனவே யாரும் வெளியே செல்லாமல் வீட்டிலேயே இருந்தனர்.

மேலும் அவர்கள் விவாதங்கள் எதிலும் ஈடுபடவில்லை. அதற்கு மாறாக, இரவு உணவுக்குப் பிறகு அனைவரும் மிகவும் உற்சாகமாக இருந்தனர்.

முதலில் கட்டாவாசோவ் தனது அசலான நகைச்சுவைகளால் பெண்களைச் சிரிக்க வைத்தார். அது எப்போதும் போல அவருடன் முதலில் அறிமுகம் செய்து கொள்பவர்களுக்கு மகிழ்ச்சியைக் கொடுத்தது. ஆனால் அவர் செர்ஜி இவானோவிச் கேட்டுக் கொண்டதற்கு இணங்க, ஆண் மற்றும் பெண் ஈக்களின் உடலமைப்பில் உள்ள வேறுபாடுகளைப் பற்றியும் அவற்றின் வாழ்க்கையைப் பற்றியும் தனது சுவாரஸ்யமான அவதானிப்புகளை அவர்களுக்கு விளக்கினார். செர்ஜி இவானோவிச்சும் மகிழ்ச்சியான மனநிலைக்குத் திரும்பினார். அவர் தேநீர் அருந்தும் வேளையில், கிழக்கின் எதிர் காலம் குறித்த பிரச்சினை பற்றிய தனது கருத்துக்களை விளக்கினார். அவர் அதை மிகவும் எளிமையாகவும் சிறப்பாகவும் அவர்களுக்கு விளக்கினார். எனவே அனைவரும் ஆர்வத்துடன் அதைக் கேட்டனர்.

கிட்டியால் மட்டும் அவர் பேசியதைக் கடைசி வரை கேட்க முடியவில்லை. மீச்சியாவைக் குளிப்பாட்டுவதற்காக அவளைக் கூப்பிட்டனர்.

கிட்டி அங்கிருந்து சென்ற சில நிமிடங்களுக்குப் பிறகு லெவினை யும் குழந்தைகள் அறைக்கு வரும்படி அழைத்தாள்.

லெவின் தேநீரைக் குடிக்காமல், சுவாரஸ்யமான பேச்சைக் கேட்க முடியாமல் குறுக்கீடு ஏற்பட்டதைக் கண்டு வருந்திய அதே நேரத்தில், மிக முக்கியமான சந்தர்ப்பங்களில் மட்டுமே அது போல நடந்ததால், தன்னை ஏன் அழைத்தார்கள் என்ற கவலையுடன் அங்கு சென்றார்.

நாற்பது மில்லியன் அடிமைகளின் விடுதலை பெற்ற உலகம், ரஷ்யாவுடன் சேர்ந்து வரலாற்றில் ஒரு புதிய சகாப்தத்தை எவ்வாறு தொடங்க வேண்டும் என்பதைப் பற்றிய செர்ஜி இவானோவிச்சின் திட்டம் அவருக்கு முற்றிலும் புதியதாக இருந்ததால் அதில் அவருக்கு மிகுந்த ஆர்வமும் ஏற்பட்டது என்றாலும் அவரால் கடைசி வரை அதைக் கேட்க முடியவில்லை. தன்னை எதற்காக வரச் சொன்னார்கள் என்ற ஆர்மும் கவலையும் அவரைப் பயமுறுத்தியது என்றாலும், வரவேற்பறையை விட்டு வெளியே வந்து தனியாக இருந்தவுடன், காலையில் தோன்றிய எண்ணங்கள் அவருக்கு உடனடியாக நினைவுக்கு வந்தன. அவரது ஆன்மாவில் என்ன நடக்கிறது என்பது துடன் ஒப்பிடும்போது, உலக வரலாற்றில் அடிமைகள் பிரச் சினையைப் பற்றிய முக்கியமான கருத்துக்கள் அனைத்தும் மிகவும் அற்பமானதாக அவருக்குத் தோன்றியது. அவர் உடனடியாக எல்லா வற்றையும் மறந்து, அன்று காலையில் இருந்த அதே மனநிலைக்குத் திரும்பினார்.

அவர் முன்பு செய்ததைப் போல தன் சிந்தனை ஓட்டம் முழு வதையும் (அது அவருக்குத் தேவையில்லை) நினைத்துப் பார்க்க வில்லை. அவர் உடனடியாக அந்த எண்ணங்களுடன் தொடர் புடைய, தன்னை வழிநடத்தும் உணர்வுக்குத் திரும்பினார். அவர் அந்த உணர்வு முன்பை விட அவரது ஆன்மாவில் அதிக ஆற்றலுடன் உறுதியாக இருப்பதைக் கண்டார். அவர் அந்த உணர்வைக் கண்டு பிடிக்க தனது முழு சிந்தனை ஓட்டத்தையும் மறுபரிசீலனை செய்ய வேண்டிய அவசியம் ஏற்பட்டபோது, முன்பு அவருக்கு நடந்தது இப்போது நடக்கவில்லை. அதற்கு மாறாக, இப்போது மகிழ்ச்சியும் நம்பிக்கையும் முன்னை விடத் தெளிவாக இருந்தன. அவரது சிந்தனை அதற்கு ஈடுகொடுக்க முடியவில்லை.

அவர் தாழ்வாரத்தின் வழியாக நடந்து, இருண்ட வானத்தில் தோன்றிய இரண்டு நட்சத்திரங்களைப் பார்த்தபோது, அவருக்குத் திடீரென்று நினைவுக்கு வந்தது. 'ஆமாம், நான் வானத்தைப் பார்த்து, என் கண்ணுக்குத் தெரியும் அந்த குவிமாடம் பொய் அல்ல என்று நினைத்தபோது, நான் யோசிக்காத ஏதோ ஒன்று அதில் இருந்தது. அதை நான் என்னிடமிருந்து மறைத்துக் கொண்டேன்' என்று அவர் நினைத்தார். 'ஆனால் அது எதுவாக இருந்தாலும், அதை மறுக்க முடியாது. நான் சிந்தித்துப் பார்த்தால் தான் எல்லாம் தெளிவாகும்.'

அவர் குழந்தைகள் அறைக்குள் நுழையும்போது, தனக்குத் தானே மறைத்துக் கொண்டது நினைவுக்கு வந்தது. தெய்வீக சக்தியின் முக்கிய ஆதாரம் நல்லதை வெளிப்படுத்துவது என்றால், அந்த வெளிப்பாடு ஏன் கிறிஸ்துவ தேவாலயத்திற்கு மட்டும்

உரியதாகும்? அந்த வெளிப்பாட்டிற்கும், நன்மைகளை உபதேசிக்கும் பௌத்தர்களுக்கும் முகமதியர்களுக்கும் என்ன சம்பந்தம்? அந்தக் கேள்விக்கான பதில் தன்னிடம் இருப்பதாக அவருக்குத் தோன்றியது. ஆனால் அவர் அதை யோசிப்பதற்குள் குழந்தைகள் அறைக்குள் நுழைந்தார்.

கிட்டி குழந்தையின் குளியல் தொட்டி அருகில், தன் சட்டையின் கைகளைச் சுருட்டிக் கொண்டு நின்றிருந்தாள். குழந்தை அதில் கால்களையும் கைகளையும் ஆட்டித் தண்ணீரைத் தெளித்துக் கொண்டிருந்தது. அவள் தன் கணவனின் காலடி ஓசையைக் கேட்டு, அவரை நோக்கித் திரும்பி, புன்னகையால் அவரை அருகில் வரும்படி சைகை செய்தாள். அவள் தண்ணீரில் மல்லாந்து படுத்திருந்த குழந்தையை ஒரு கையால் தாங்கிப் பிடித்துக் கொண்டு, மறு கையால் அதைக் குளிப்பாட்டிக் கொண்டிருந்தாள்.

"இதோ பாருங்கள்! வந்து பாருங்கள்!" என்று அருகில் வந்த கணவனிடம் சொன்னாள். "அகாஃபியா மிகைலோவ்னா சொன்னது சரிதான். அவன் நம்மை அடையாளம் தெரிந்து கொள்கிறான்!"

அன்று மீச்சியா சந்தேகத்திற்கு இடமின்றி தனக்குத் தெரிந்தவர்களை அடையாளம் காணத் தொடங்கியிருந்தான்.

லெவின் அருகில் சென்றபோது, ஒரு சோதனையின் மூலம் அது நிரூபணமாகியது. அதற்காக வரவழைக்கப்பட்ட ஒரு சமையல்காரர் குழந்தையை நோக்கிக் குனிந்தார். குழந்தை முகத்தைச் சுளித்து, தலையை ஒரு பக்கமாக நகர்த்தி தன் எதிர்ப்பைத் தெரிவித்தது. கிட்டி அவனை நோக்கிக் குனிந்த போது அதன் முகம் புன்னகையால் பிரகாசித்தது. அது தன் சிறிய கைகளை ஆட்டி, உதடுகளைக் குவித்து, ஒரு வினோதமான ஒலியை எழுப்பியது. அதைக் கண்டு கிட்டியும் செவிலியும் மட்டுமின்றி லெவினும் வியப்பில் ஆழ்ந்தார்.

செவிலி குழந்தையை ஒரு கையால் குளியல் தொட்டியிலிருந்து எடுத்து, அதன் மீது சுத்தமான தண்ணீரை ஊற்றி, ஒரு துண்டால் சுருட்டி, காதைத் துளைத்த அழுகைக்குப் பிறகு அதன் தாயிடம் கொடுத்தாள்.

"நீங்கள் அவனை நேசிக்கத் தொடங்கியதில் எனக்கு மிகவும் மகிழ்ச்சி" என்று கிட்டி குழந்தையை மார்பில் அணைத்துக் கொண்டு தன் வழக்கமான இடத்தில் அமர்ந்தபோது சொன்னாள். "நான் அதை நினைத்து வருத்தப்பட்டேன், ஆனால் இப்போது மகிழ்ச்சியாக இருக்கிறது. உங்களுக்கு அவன் மீது எந்த உணர்வும் இல்லை என்று சொன்னீர்கள்."

"இல்லை, நான் அப்படிச் சொன்னேனா? எனக்கு ஏமாற்றமாக இருந்தது என்று மட்டுமே சொன்னேன்."

"என்ன? அவன் மீது ஏமாற்றமா?"

"அவன் மீது ஏமாற்றம் இல்லை, ஆனால் என் சொந்த உணர்வின் மீது. நான் இன்னும் அதிகமாக எதிர்பார்த்தேன். நான் எனக்குள் ஒரு ஆச்சரியம் போல இனிமையான உணர்வுகள் மலரும் என்று எதிர்பார்த்தேன். ஆனால் திடீரென்று அதற்குப் பதிலாக வெறுப்பும் பரிதாபமும் ஏற்பட்டது."

மீச்சியாவைக் குளிப்பாட்டுவதற்காகக் கழற்றிய மோதிரங்களை மீண்டும் தன் மெல்லிய விரல்களில் அணிந்து கொண்டு அவர் சொல்வதைக் கவனமாகக் கேட்டாள்.

"எல்லாவற்றிற்கும் மேலாக, மகிழ்ச்சியை விடப் பயமும், பரிதாப உணர்வும் அதிகமாக இருந்தன. இன்று வீசிய புயல் காற்றின் போது எனக்குள் ஏற்பட்ட அச்சத்திற்குப் பிறகு, நான் உண்மையில் அவனை எவ்வளவு நேசிக்கிறேன் என்பதை உணர்ந்தேன்."

கிட்டியின் முகத்தில் ஒரு பிரகாசமான புன்னகை மலர்ந்தது.

"ரொம்பவே பயந்து விட்டீர்களா?" என்றாள். "நானும் பயந்தேன். அது கடந்துவிட்டது என்றாலும், இப்போது நினைக்கும் போது பயமாக இருக்கிறது. நான் அந்த ஓக் மரத்தைப் பார்க்கப் போகிறேன். கட்டாவாசோவ் எவ்வளவு நல்லவர்! பொதுவாக இன்று நாள் முழுவதும் இனிமையாக இருந்தது. நீங்கள் விரும்பும்போது செர்ஜி இவானோவிச்சுடன் அன்பாக இருக்கிறீர்கள். நீங்கள் அவரிடம் போங்கள். குளியலுக்குப் பிறகு இங்கு எப்போதும் வெப்பமாகவும், நீராவியாகவும் இருக்கும்."

19

லெவின் குழந்தைகள் அறையை விட்டு வெளியே சென்று மீண்டும் தனிமையில் இருந்தபோது, தெளிவாகப் புலப்படாமல் இருந்த அந்தச் சிந்தனைக்குத் திரும்பினார்.

குரல்கள் கேட்டுக் கொண்டிருந்த வரவேற்பறைக்குச் செல்வதற்குப் பதிலாக, தாழ்வாரத்தில் நின்று, தடுப்புச் சுவரில் சாய்ந்து வானத்தைப் பார்க்கத் தொடங்கினார்.

இப்போது வானம் இருண்டிருந்தது. அவர் பார்த்துக் கொண்டிருந்த தெற்குத் திசையில் மேகங்கள் இல்லாமல் வானம் தெளிவாக இருந்தது. ஆனால் எதிர்த்திசையில் மேகங்கள் இருந்தன. அந்தத் திசையிலிருந்து மின்னல் பளிச்சிட்டதைத் தொடர்ந்து தூரத்தில் இடி முழக்கம் கேட்டது. தோட்டத்தில் இருந்த மரங்களிலிருந்து சொட்டும் மழைத்துளிகளின் சீரான ஓசை அவருக்குக் கேட்டது.

அவர் வானத்தில் தெரிந்த பரிச்சயமான விண்மீன் கூட்டங்களின் முக்கோணத்தையும், அதிலிருந்து கிளைபிரிந்த பால்வீதியையும் பார்த்தார். ஒவ்வொரு மின்னலின் போதும் பால்வெளியும், பிரகாசித்த விண்மீன்களும் மறைந்தன. ஆனால் மின்னல் மறைந்தவுடன், ஏதோ ஒரு கை கவனமாக அவற்றைத் தூக்கி எறிந்தது போல அவை மீண்டும் தத்தம் இடத்தில் தோன்றின.

'சரி, எனக்கு என்ன குழப்பம்?' என்று தனக்குள் கேட்டுக் கொண்ட லெவின், தன் சந்தேகங்களுக்கான தீர்வு இன்னும் தனக்குத் தெரியாவிட்டாலும், அது தன் உள்ளத்தில் இருக்கிறது என்பதை முன்கூட்டியே உணர்ந்தார்.

'உண்மையில், தெய்வீகமான ஒன்றின் மிகத் தெளிவான, மறுக்க முடியாத அடையாளம், எது சரி எது தவறு என்பதைப் புரிந்து கொள்வதுதான். உலகிற்கு வெளிப்படுத்தப்பட்ட இந்தப் புரிதலை நான் எனக்குள் உணர்கிறேன். இதை நான் ஒப்புக்கொள்ளும் போது, நான் தீவிரமாக எதையும் செய்யவில்லை என்றாலும், நான் விரும்பி னாலும் விரும்பாவிட்டாலும், நான் இயல்பாகவே திருச்சபை என்று அழைக்கப்படும் விசுவாசிகளின் குழுவின் ஒரு பகுதியாக மாறு கிறேன். ஆனால் யூதர்கள், முகமதியர்கள், கன்பூசியர்கள், பௌத்தர்கள் அவர்களின் நிலை என்ன?' என்று அவர் தான் எதிர்கொள்ள அஞ்சிய அந்தக் கேள்வியைத் தனக்குள் கேட்டுக் கொண்டார். 'அது இல்லாமல் வாழ்க்கைக்கு அர்த்தமே இல்லை என்றால் அந்த கோடிக்கணக்கான மக்கள் உண்மையில் அந்த மகத்தான நன்மையை இழந்துவிட்டார்களா?' என்று ஒரு கணம் யோசித்த அவர் உடனே தன்னைத் திருத்திக் கொண்டார். 'ஆனால் நான் எதைப் பற்றி யோசிக்கிறேன்? மனித குலத்தில் பல்வேறு நம்பிக்கைகள் உள்ள வர்களுக்கு தெய்வீகத்துடன் உள்ள உறவைப் பற்றி யோசிக்கிறேன். பிரபஞ்சம் முழுவதற்கும் பொதுவான கடவுளின் வெளிப்பாட்டைப் பற்றி யோசிக்கிறேன். நான் என்ன செய்கிறேன்? எனக்குத் தனிப்பட்ட முறையில், சந்தேகத்திற்கு இடமின்றி பகுத்தறிவால் அடைய முடியாத ஒரு அறிவு என் இதயத்திற்கு வெளிப்படுத்தப்பட்டுள்ளது. நான் அந்த அறிவைப் பகுத்தறிவாலும் வார்த்தைகளாலும் வெளிப்படுத்த பிடிவாதமாக முயற்சிக்கிறேன்.'

'விண்மீன்கள் நகராது என்று எனக்குத் தெரியாதா?' என்று தனக்குத்தானே கேட்டுக் கொண்ட அவர், பிர்ச் மரங்களின் மேல் தெரிந்த, தனது முந்தைய நிலையை மாற்றிக் கொண்ட ஒரு பிரகாச மான கிரகத்தைப் பார்த்தார். 'ஆனால் நான் விண்மீன்கள் நகர்வதைப் பார்க்கும்போது, பூமியின் சுழற்சியை என்னால் கற்பனை செய்ய முடியாது. எனவே நான் நட்சத்திரங்கள் நகர்கின்றன என்றுதான் சொல்வேன்.'

‘வானியலாளர்கள் பூமியின் அனைத்துச் சிக்கலான, பல்வேறு இயக்கங்களையும் கணக்கில் எடுத்துக் கொண்டால், அவர்களால் எதையும் புரிந்துகொள்ளவோ கணக்கிடவோ முடியுமா? வானத்தில் உள்ள பல்வேறு கிரகங்களின் தொலைவுகள், எடைகள், இயக்கங்கள் பற்றிய அவர்களின் அற்புதமான முடிவுகள் அனைத்தும், அசைவற்ற பூமியைச் சுற்றியுள்ள, விண்மீன்களின் அசைவுகளை அடிப்படையாகக் கொண்டவை. இப்போது நான் என் முன்னால் காணும் அதே இயக்கத்தை அடிப்படையாகக் கொண்டவை. இது காலங்காலமாக, கோடிக்கணக்கான மக்களுக்கு அப்படித்தான் இருந்து வருகிறது. அது எப்போதும் ஒரே மாதிரியாக இருக்கும். எப்போதும் நம்பக் கூடியது. வானத்தில் தெரியும் தீர்க்கரேகை மற்றும் அட்சரேகைகளின் அவதானிப்புகளை அடிப்படையாகக் கொள்ளாத வானியலாளர்களின் எந்த முடிவும் பயனற்றதாக, அர்த்தமற்றதாக இருப்பதைப் போல, அனைவருக்கும் எப்போதும் ஒரே மாதிரியாக இருக்கும், கிறிஸ்துவத்தால் எனக்கு வெளிப்படுத்தப்பட்ட, என் ஆன்மாவில் எப்போதும் நம்பக்கூடிய, நன்மையைப் பற்றிய கருத்தின் அடிப்படையில் என் முடிவுகள் இல்லாவிட்டால், அது வீணானதாகவும், அர்த்தமற்றதாகவும் இருக்கும். மற்ற மதங்களைப் பற்றியும், தெய்வீகத்துடனான அவர்களின் உறவைப் பற்றியும் தீர்மானிக்க எனக்கு உரிமையோ வாய்ப்போ இல்லை.’

“ஆகா, நீங்கள் இன்னும் போகவில்லையா?” என்று திடீரென்று கிட்டியின் குரல் கேட்டது. அவள் வரவேற்பறைக்கு அதே வழியில் சென்று கொண்டிருந்தாள். “என்ன, எதையாவது நினைத்து வருத்தப்படுகிறீர்களா?” என்று வானத்து விண்மீன்களின் ஒளியில் அவர் முகத்தை உற்று நோக்கினாள்.

ஆனால் அப்போது ஒரு மின்னல் வெளிப்பட்டு விண்மீன்களின் ஒளியை மறைத்திருந்தால் அவள் அவர் முகத்தைப் பார்த்திருக்க முடியாது. அந்த நொடியில் அவள் அவர் முகத்தைப் பார்த்தாள். அவர் அமைதியாகவும் மகிழ்ச்சியாகவும் இருப்பதைக் கண்டு, அவனைப் பார்த்துப் புன்னகைத்தாள்.

‘அவளுக்குப் புரிகிறது’ என்று நினைத்தார். ‘நான் என்ன யோசிக்கிறேன் என்பது அவளுக்குத் தெரியும். நான் அவளிடம் சொல்லலாமா? வேண்டாமா? ஆமாம், சொல்ல வேண்டும்.’ ஆனால் அவர் பேசத் தொடங்கியபோது அவளும் பேச ஆரம்பித்தாள்.

“கோஸ்டியா! தயவுசெய்து எனக்கு ஒரு உதவி செய்யுங்கள்” என்றாள். “நீங்கள் அந்த மூலையில் உள்ள அறைக்குச் சென்று, அவர்கள் செர்ஜி இவானோவிச்சுக்கு எல்லாவற்றையும் எப்படி ஏற்பாடு செய்திருக்கிறார்கள் என்று பாருங்கள். எனக்குச் சங்கடமாக

இருக்கிறது. அவர்கள் புதிய முகம் கழுவும் தொட்டியை வைத்தார்களா?"

"சரி, நான் பார்க்கிறேன்" என்ற லெவின் நிமிர்ந்து நின்று அவளை முத்தமிட்டார்.

'இல்லை, நான் அவளிடம் சொல்ல வேண்டியதில்லை' என்று அவள் அவரைத் தாண்டிச் சென்றபோது நினைத்தார். 'அது எனக்கு மட்டுமே தெரிந்த ரகசியம். அது எனக்கு மிகவும் முக்கியமானது. அதை என்னால் வார்த்தைகளில் விவரிக்க முடியாது.'

'இந்தப் புதிய உணர்வு என்னை மாற்றவோ, என்னை மகிழ்ச்சியடையச் செய்யவோ இல்லை. அல்லது என் மகன் மீது எனக்கு ஏற்பட்ட உணர்வைப் போல, நான் கனவு கண்டதைப் போல எனக்கு ஞானோதயம் எதையும் அளிக்கவில்லை. அது எனக்கு ஆச்சரியத்தையும் ஏற்படுத்தவில்லை. இது நம்பிக்கையா அல்லது அவநம்பிக்கையா என்று எனக்குத் தெரியாது. ஆனால் இந்த உணர்வு என் துன்பங்களின் மூலம் கண்ணுக்குத் தெரியாமல் எனக்குள் நுழைந்து, என் ஆன்மாவில் உறுதியாக வேரூன்றியுள்ளது.'

'நான் பொறுமையிழந்து வண்டியோட்டி இவானிடம் தொடர்ந்து கோபப்படுவேன். நான் தொடர்ந்து வாதிட்டு என் எண்ணங்களைத் திறமையற்ற முறையில் வெளிப்படுத்துவேன். எனக்கும் என் மனைவி உட்பட மற்றவர்களுக்கும் இடையே என் மனதின் அடித்தளத்தில், அதே தடுப்புச்சுவர் இருக்கும். நான் எனக்குள்ள அச்சத்தின் காரணமாகத் தொடர்ந்து அவளைக் குற்றம் சாட்டி, பின்னர் அதற்காக வருந்துவேன். நான் எதற்காகப் பிரார்த்தனை செய்கிறேன் என்பதற்கான காரணத்தை இன்னும் என்னால் புரிந்துகொள்ள முடியவில்லை என்றாலும் நான் தொடர்ந்து பிரார்த்தனை செய்வேன். ஆனால் இப்போது என் வாழ்க்கையில் எனக்கு என்ன நடந்தாலும், அதன் ஒவ்வொரு நிமிடமும் முன்பு இருந்தது போல அர்த்தமற்றது அல்ல. அதனால் என் வாழ்க்கை இப்போது நல்லது செய்ய வேண்டும் என்ற தெளிவான, மறுக்க முடியாத நோக்கத்தைக் கொண்டுள்ளதால், என்னால் வாழ்க்கையை அர்த்தமுள்ளதாக மாற்ற முடியும்.'

○○○